NENO

BIBLIA TAKATIFU

AGANO LA KALE
NA
AGANO JIPYA

Kiswahili Contemporary Version

Published by Zondervan, Grand Rapids, Michigan 49546
www.zondervan.com

20 21 22 23 24 25 /BPI/ 12 11 10 9 8 7 6 5 4 3 2 1

Biblica, THE INTERNATIONAL BIBLE SOCIETY, inawapa watu Neno la Mungu kupitia kutafsiri na kuchapisha Biblia, na mipango ya kushirikisha watu kusoma Biblia katika Afrika, Asia ya Mashariki na Pasifiki, Ulaya, Amerika ya Kilatini, Mashariki ya Kati, Amerika ya Kaskazini, na Asia ya Kusini. Kupitia mpango wake wa kufikia dunia nzima, Biblica inahusisha watu na Neno la Mungu ili maisha yao yapate kubadilishwa kupitia uhusiano wao na Yesu Kristo.

DIBAJI

Hii ni tafsiri mpya ya Neno la Mungu katika lugha ya Kiswahili. Tafsiri hii ya *Neno: Biblia Takatifu* imetafsiriwa na Wakristo kutoka Tanzania na Kenya wa madhehebu mbalimbali. Imefanywa kwa ajili ya kutumiwa na Wakristo wa Kanisa la Mungu katika nchi zote ambako Kiswahili hutumika kama lugha ya mawasiliano.

Ziko tafsiri mbalimbali zilizotangulia kufanywa za Agano la Kale na Agano Jipya. Tunawashukuru sana wale waliofanya tafsiri hizi ambazo zimekuwa baraka kubwa kiroho. Basi kama ilivyo ada, lugha hukua. Kutokana na kukua huku, maneno mapya, misamiati, na hata matumizi hubadilika. Kadri mabadiliko yanavyotokea, watu wanajipata wakihitaji kupata ufahamu wa kiroho katika lugha itakayoeleweka kwa wepesi, bila kupoteza ile maana ya asili, usahihi, na uwazi ambavyo vitamwezesha msomaji kuelewa vyema yale anayoyasoma. Kutokana na hayo, imeonekana ni vyema kuwa na tafsiri hii ambayo itaeleweka kwa urahisi, na hatimaye kujenga umoja wa kiroho katika Kanisa la Mungu.

Tafsiri hii ya *Neno: Biblia Takatifu* ni toleo la kwanza ambalo limezingatia tafsiri za lugha za awali ili kupata maana zilizokusudiwa, na kuhakikisha kwamba kila neno limehakikiwa kwa ajili ya kuondoa utata wowote ambao ungeweza kujitokeza. Tafsiri hii ilipoanza kufanywa, ilipasa kutumia tafsiri mbalimbali za zamani au zilizotangulia ili kuweza kupata tafsiri ambayo itakidhi haja, njaa na kiu ya msomaji. Tulijitahidi kuepuka kila neno ambalo lingepunguza nguvu na mamlaka ya Neno la Mungu. Hivyo tulimwomba Roho Mtakatifu atupe neno au maneno yatakayobeba ujumbe alioukusudia. Kwa msingi huo, isidhaniwe kwamba kwenye tafsiri hii kuna mageuzi yoyote yaliyofanywa kwa Neno la Mungu. Jambo hilo kamwe halikufanyika.

Inatubidi tujue na tukumbuke kwamba Neno la Mungu halikuandikwa kwanza kwa Kiingereza wala Kiswahili. Roho Mtakatifu aliwavuvia watu watakatifu wa kale, yaani, Wayahudi na Wakristo, ili kuudhihirisha na kuutangaza ujumbe wa Mungu. Wayahudi waliandika ujumbe huo kwa Kiebrania na Kiaramu (iliyokuwa lugha ya biashara) na mahali pengine Kikaldayo katika Agano la Kale. Wakristo ambao idadi yao kubwa walikuwa watu wenye asili ya Kiyahudi waliandika Agano Jipya kwa Kiyunani, iliyokuwa lugha rasmi ya mawasiliano na biashara wakati huo. Kiaramu pia kimetumika sehemu mbalimbali.

Hivyo basi, watu wanaotafsiri Biblia katika lugha za kisasa kwanza huwa waangilifu sana ili kuhifadhi maana ya maneno ya asili ya lugha za awali, kisha hujitahidi kuandika tafsiri iliyo halisi. Haiwezekani kupata maana, mtiririko na ufahamu ikiwa ni tafsiri sisisi, yaani tafsiri ya neno kwa neno. Hivyo, watafsiri wa toleo hili wamezingatia umuhimu na kueleweka kwa neno husika. Wameepuka kutumia fafanusi na fasiri ambazo zingeadhiri maana za asili. Basi katika tafsiri hii, tumejitahidi kutumia maneno yanayoleta maana iliyokusudiwa na waandishi.

Watafsiri wamejaribu kuepuka mgongano wowote ambao ungeweza kujitokeza katika matumizi ya majina. Kwa mfano, Jina la Mungu katika Agano la Kale "YEHOVA," yaani, "YHWH" kwa Kiebrania, limeandikwa BWANA, ikiwa na maana YEHOVA. Majina ya watu imebidi yafikiriwe na kuwekwa katika asili yake, kwa mfano Eva, Noa, Abrahamu, Yosefu, Mose, Maria, na kadhalika. Kwa hivyo majina ya watu na ya mahali imebidi yarekebishwe, jambo ambalo limeifanya kazi kuwa kubwa sana, kwani lilihitaji hadhari kubwa. Pale ambapo ilionekana neno halijulikani sana na hapatakuwa na budi kulitumia, neno hilo limewekwa kwenye rejeo chini ya ukurasa, au orodha ya maneno magumu mwishoni mwa kitabu, ili kumsaidia msomaji kupata maana.

Wakristo wote wanafahamu matumizi ya neno "Amin" au "Amen" kwa sababu yametumika kwa muda mrefu. Neno "Amin" linapotumika mwanzo wa usemi lina maana "Ni kweli." Neno "Amen" linapotumika mwisho wa usemi lina maana "Iwe hivyo."

Toleo hili limezingatia kuweka vidokezo mbalimbali vya kumsaidia msomaji kutumia na kuweza kuelewa vizuri anaposoma Biblia. Baadhi ya vidokezo hivi ni: Utangulizi wa kila kitabu, kuweka vichwa vikuu na vidogo, kuweka maelezo ya neno au maneno ya Biblia ya asili chini ya ukurasa (rejeo), sura na aya zilizokolezwa, Itifaki, orodha ya maneno magumu, ramani na vielelezo, tabia za wanafunzi wa Yesu, uoanisho wa Injili, na utimilizo wa unabii wa Masiya katika Agano Jipya.

Tunawasihi mtuombee sisi tulioshirikiana katika kazi hii, ili Mungu atubariki sisi, na matunda ya kazi hii yawe mengi, tena yatakayompa Mungu utukufu. Maombi yetu ni kwamba Neno la Mungu litakuwa nuru kwa wengi, na litasababisha waijue kweli ya Mungu. Pia Neno la Mungu lilete umoja wa imani katika Kanisa la Mungu.

Nasi tunawaombea ninyi mtakaosoma Biblia hii, kwamba Roho Mtakatifu awape ufunuo wa kweli, na hili Neno liwe halisi katika maisha yenu ya kila siku. Mwisho, ombeni ili Roho Mtakatifu aiangazie mioyo ya wote wasomao na kutumia hili Neno, waweze kudumisha na kuendeleza utukufu Wake na kulijenga Kanisa la Yesu Kristo Bwana wetu.

Ni sisi,
Wenye kutafsiri.

UTANGULIZI

Tafsiri ya *Neno: Biblia Takatifu* katika lugha ya Kiswahili imefanywa na Biblica, ambayo awali ilitambulika kama International Bible Society. Hili ni shirika la Biblia ambalo ndilo lenye hakimiliki ya *New International Version* (NIV). Tafsiri uliyo nayo sasa ni matokeo ya maono kutoka kwa Mungu Aliye Juu. Yaliyomo katika tafsiri hii ni sawa na yaliyomo katika tafsiri za kwanza za Biblia katika lugha za Kiebrania, Kiaramu na Kiyunani. Hii tafsiri imepangwa kwa makini ili kuhifadhi yaliyomo katika lugha hizi. Tunamwomba Mungu akubariki unaposoma tafsiri hii.

"Majani hunyauka na maua huanguka,
lakini neno la Mungu wetu ladumu milele."

Isaya 40:8

Shauku na kusudi la Biblica ni kutafsiri kwa uaminifu, kuchapisha na kusambaza Neno la Mungu, ili watu dunia nzima wafanyike wanafunzi wa Yesu Kristo na viungo katika Mwili wake.

SHUKRANI

Shirika la Biblica linatoa shukrani za dhati kwa wote walioshiriki katika kazi hii kwa njia mbalimbali.

Kwanza tunamshukuru Mungu aliyeanzisha na kuikamilisha kazi hii ya tafsiri ya Neno la Mungu iitwayo *Neno: Biblia Takatifu*. Kwa Roho wake Mtakatifu, aliwavuvia wale walioifanya kazi hii, akawaongoza na kuwatia nguvu na uvumilivu. Kazi ya kutafsiri Biblia sio rahisi, lakini tumeweza kufanya mambo yote katika yeye atutiaye nguvu.

Tungependa kuwashukuru wote waliojitolea ili tupate toleo hili la *Neno: Biblia Takatifu*.

Tunawashukuru watafsiri waliolitendea kazi wazo hili na kuhakikisha kwamba halikufa, bali limepata sura iliyokusudiwa na Mungu. Walitoa muda wao mwingi kumsikiliza Roho Mtakatifu, na kutafsiri bila kuchoka wala kukata tamaa.

Tunawashukuru waliojitoa kwa maombi, na wengine hata kwa kufunga. Pia tunawashukuru waliotoa fedha za kugharimia kazi hii ili kuhakikisha imefanikiwa, na waliopiga chapa na kupanga maandiko haya.

Neema, furaha na amani viwe nanyi nyote, sasa na daima. Amen.

MPANGO WA WOKOVU

Nawezaje Kuokoka?

Hadithi ya Biblia

Tuanze pale mwanzo: *Hapo mwanzo Mungu aliumba mbingu na dunia.* Mungu hujaza ulimwengu na umaridadi na mambo tofautitofauti, kutoka mandhari nzuri hadi viumbe vya kushangaza hadi uumbaji wake wa hali ya juu zaidi: yaani wanadamu. Yeye huwatenga watu ili wamsaidie kutawala uumbaji wake kwa hekima. Mapema katika hadithi hii, wawakilishi wake wanamsaliti. Wanaanza kutawala viumbe vya Mungu kivyao, huku wakiharibu uhusiano wao na Muuumba wao, na pia uumbaji wenyewe.

Hii ndiyo hadithi ya Biblia. Je, Mungu hurejeshaje viumbe vyake, haswa wanadamu, ambao anawapenda sana? Anaanza kwa kumwita mtu mmoja, aitwaye Abrahamu, ili kuongoza jamii itakayoleta baraka kwa viumbe vyote. Kupitia mjukuu wa Abrahamu, Yakobo, taifa la Israeli linapokea ahadi kwamba watawaalika watu wote kumrudia Mungu.

Sehemu kubwa ya Biblia inaelezea jinsi wakilishi wa Mungu, ambao wakati huu ni taifa la Israeli, kwa jumla walivyo na tabia mbovu, na pia wanavyofanya maamuzi mabaya. Hata mfalme mkuu sana wa Israeli, Daudi, anaua mtu ili amchukue mke wake, naye mwanawe mmoja anamuua nduguye na anajaribu kunyang'anya Daudi kiti chake. Watu wa Mungu wanachagua kuabudu sanamu za miungu ya uongo, huku wakizitumaini ziwalinde na kukithi mahitaji yao, kinyume moja kwa moja na amri ya Mungu. Hatimaye dhambi ya watu inakuwa mbaya hivi kwamba wanafukuzwa kutoka nchini mwao hadi uhamishoni.

Wakati uzao wa Abrahamu, yaani Israeli, wanaporudi nchini mwao baada ya karibu miaka sabini, wanasubiri uwepo wa Mungu uwarudie. Wanamsubiri mtu awaokoe kutokana na uvamizi wa mara kwa mara na ukandamizi, njaa na kifo. Manabii wa Mungu wameahidi tumaini kwa Israeli na pia ulimwengu, lakini takribani karne nne zinapita bila ishara yoyote ya Mungu. Hatimaye wajumbe wa Mungu, yaaani malaika, wanaanza kutokea kwa watu, wakiahidi kwamba Mungu yu tayari kufanya jambo la kustaajabisha. Maria anasikia kwamba atachukuliwa mimba kwa uwezo wa Roho Mtakatifu, na atamzaa mwana, Yesu. Mchumba wake, Yosefu, anasikia kwamba Yesu *atawaokoa watu wake kutoka kwa dhambi zao.*

Yesu anaishi kama yeye aliye mwanadamu halisi, jinsi wanadamu wa kwanza walivyopaswa kuishi. Anaishi kama Israeli ya kweli, akimtii Mungu na kuuonyesha ulimwengu baraka zilizoahidiwa kupitia kwa Abrahamu. Yeye ndiye Mfalme aliyeahidiwa na Mungu katika utawala wa nasaba ya Daudi. Lakini viongozi wa dini wa Israeli hawapendezewi kwamba Yesu pia anasamehe dhambi, kwa sababu machoni pao, hiyo ni kazi ya Mungu, na zaidi ya hayo, kazi hiyo hufanyika tu katika hekalu huko Yerusalemu. Wanaona wivu kwa uwezo wa Yesu wa kuponya na kuwatia watu moyo. Viongozi hawa wana uhakika kwamba njia yao itawaokoa watu na kuwaletea uzima. Hivyo wanamuua Yesu.

Siku tatu baadaye, Yesu anafufuka kutoka kwa wafu! Hii inageuza hukumu ya "Mwenye kosa!" ambayo ilitangazwa kotini na viongozi wa dini. Inaonyesha kwamba Yesu ni Mwana wa Mungu aliyeahidiwa, Mfalme wa kweli wa nchi ya Israeli na ulimwengu. Wafuasi wote wa Yesu sasa huenda duniani kote wakihubiri Habari Njema, kwamba Yesu ni Mfalme, na yeye hutuokoa kutoka kwa chochote ambacho ni makosa ndani yetu. Yeye huwafanya watu wake kuwa viumbe vipya na huwapa jamii maisha mapya kupitia kwa Roho wake Mtakatifu. Yeye ndiye Mwokozi wa kweli.

Mmoja wa wafuasi wa Yesu wa kwanza, ambaye ni Petro, anasema kwamba, "*Lakini kwa njia hii Mungu alitimiza kile ambacho alikuwa ametabiri kwa vinywa vya manabii wake wote, kwamba Kristo* (yaani Masiya, Aliyetiwa mafuta wa Mungu) *atateswa. Tubuni basi mkamgeukie Mungu, dhambi zenu zifutwe, ili zipate kuja nyakati za kuburudishwa kwa kuwepo kwake Bwana, naye apate kumtuma Kristo, ambaye ameteuliwa kwa ajili yenu, yaani Yesu. Ilimpasa mbingu zimpokee mpaka wakati wa kufanywa upya kila kitu, kama Mungu alivyoahidi zamani kupitia kwa vinywa vya manabii wake watakatifu.*"

Tunamgoja Yesu arudi ili afanye mambo yote yawe mapya, zikiwemo mbingu mpya na nchi mpya. Lakini kuna waasi dhidi ya Mfalme kila mahali, wanaojaribu kutawala ulimwengu wao kwa njia zao wenyewe. Kwa kawaida, jambo hili huleta maafa.

Hadithi hii inanihusu vipi?

Maisha yako mwenyewe huenda yakawa ni kama maafa tu, au pengine unajihisi ukiwa tupu, au mwenye majuto kwa sababu ya mambo uliyoyafanya. Unawezaje kuokolewa kutokana na dhambi na mauti? Utaunganaje na watu wa Mungu, huku ukileta utawala wake kwa unyenyekevu na neema kwa viumbe vyake vyote? Sharti utangaze utiifu kwa Mfalme Yesu, ukiamini kwamba yeye ni Mwana wa Mungu, anaye kuokoa kutokana na dhambi yako na kukufanya mpya. Unaweza kumuomba Yesu moyoni mwako au kwa sauti na umwambie hivi. Huku kunaitwa "kukiri". Unapokiri kwamba Yesu ni Mfalme wako na kisha kugeuka kutoka kwa dhambi zako, Mungu atamtuma Roho wake aishi ndani yako. Yesu atakusamehe dhambi zako zote.

Ikiwa umemkiri Yesu kama Mfalme wako, karibu katika familia yake! Mungu ni Baba yako, na ijapokuwa Yesu ni Mfalme wako, ni ndugu yako pia. Anakualika utawale uumbaji pamoja naye, kwa njia yake. Ili kuanza maisha yako mapya, soma na ujifunze kutoka kwa Biblia kila siku, yatoe maisha yako kwake Kristo, na umuombe aendelee na kazi yake ya kukufanya upya. Ni muhimu kwako kuungana na wengine walio sehemu ya Ufalme wa Kristo. Hawa ni wale watangazao kwamba Yesu ni Bwana na Mfalme, na ambao mara kwa mara hufundisha Biblia, na pia humuabudu Mungu pekee – Baba, Mwana, na Roho – na ambao huwahudumia wengine kwa upendo. Unaweza kuwapata watu hawa katika kanisa au wakijifundisha Biblia. Sasa nenda ukawaambie wengine habari njema kuhusu wewe na Mfalme wako, Yesu.

Huu ni muhtasari wa jinsi unavyoweza kuokolewa:

1. Tambua shida: Kwamba ulimwengu hauko jinsi unapaswa uwe, na kwamba wanadamu wote hutenda dhambi dhidi ya Mungu.
2. Uliza Mungu akusaidie: Mwana wa Mungu, ambaye ni Yesu, ambaye ndiye Mfalme halisi wa ulimwengu wote, husamehe dhambi zetu zote na kutufanya tuwe wapya. Anaweza kukomboa chochote kilichovunjika.
3. Ishi kwa ajili ya ufalme wa Mungu: Roho Mtakatifu hutugeuza kuwa raia wa ufalme wa Mungu hapa duniani tunapojifunza Biblia, kuishi katika jamii ya wafuasi wa Yesu, na kutumikia wengine kwa upendo. Tutatawala na Yesu milele wakati Mungu atakaporejesha uumbaji wote.

MAJINA NA TARATIBU YA VITABU VYOTE VYA

AGANO LA KALE

AGANO JIPYA

AGANO LA KALE

MWANZO

Siku Sita Za Uumbaji Na Sabato

1 Hapo mwanzo Mungu aliumba mbingu na
dunia. 2 Wakati huu dunia ilikuwa haina
umbo, tena ilikuwa tupu. Giza lilikuwa juu
ya uso wa vilindi vya maji, naye Roho wa
Mungu alikuwa ametulia juu ya maji.

3 Mungu akasema, "Iwepo nuru," nayo nuru
ikawepo. 4 Mungu akaona ya kuwa nuru ni
njema, ndipo Mungu akatenganisha nuru
na giza. 5 Mungu akaiita nuru "mchana,"
na giza akaliita "usiku." Ikawa jioni, ikawa
asubuhi, siku ya kwanza.

6 Mungu akasema, "Iwepo nafasi kati ya maji
igawe maji na maji." 7 Kwa hiyo Mungu aka-
fanya nafasi, akatenganisha maji yaliyo chini
ya hiyo nafasi na maji yaliyo juu yake. Ikawa
hivyo. 8 Mungu akaiita hiyo nafasi "anga."
Ikawa jioni, ikawa asubuhi, siku ya pili.

9 Mungu akasema, "Maji yaliyopo chini ya anga
na yakusanyike mahali pamoja, pawepo na
nchi kavu." Ikawa hivyo. 10 Mungu akaiita
nchi kavu "ardhi," nalo lile kusanyiko la
maji akaliita "bahari." Mungu akaona kuwa
ni vyema.

11 Kisha Mungu akasema, "Ardhi na
itoe mimea: miche itoayo mbegu, miti
juu ya nchi itoayo matunda yenye mbegu
ndani yake, kila mmea kulingana na aina
zake mbalimbali." Ikawa hivyo. 12 Ardhi
ikachipua mimea: Mimea itoayo mbegu
kulingana na aina zake, na miti itoayo
matunda yenye mbegu kulingana na aina
zake. Mungu akaona ya kuwa hili ni jema.
13 Ikawa jioni, ikawa asubuhi, siku ya tatu.

14 Mungu akasema, "Iwepo mianga kwenye
nafasi ya anga ili itenganishe usiku na
mchana, nayo iwe alama ya kutambulisha
majira mbalimbali, siku na miaka, 15 nayo
iwe mianga kwenye nafasi ya anga ya kutia
nuru juu ya dunia." Ikawa hivyo. 16 Mungu
akafanya mianga miwili mikubwa: mwa-
nga mkubwa utawale mchana, na mwanga
mdogo utawale usiku. Pia Mungu akafanya
nyota. 17 Mungu akaiweka katika nafasi ya
anga iangaze dunia, 18 itawale usiku na
mchana, na ikatenganishe nuru na giza.
Mungu akaona kuwa hili ni jema. 19 Ikawa
jioni, ikawa asubuhi, siku ya nne.

20 Mungu akasema, "Kuwepo na viumbe hai
tele kwenye maji, nao ndege waruke juu
ya dunia katika nafasi ya anga." 21 Kwa
hiyo Mungu akaumba viumbe wakubwa
wa baharini na kila kiumbe hai kienda-
cho majini kulingana na aina zake, na
kila ndege mwenye mabawa kulingana na
aina yake. Mungu akaona kuwa hili ni jema.
22 Mungu akavibariki, akasema, "Zaeni
mwongezeke, mkayajaze maji ya bahari,
nao ndege waongezeke katika dunia."
23 Ikawa jioni, ikawa asubuhi, siku ya tano.

24 Mungu akasema, "Ardhi na itoe viumbe hai
kulingana na aina zake: wanyama wa
kufugwa, viumbe vitambaavyo ardhini na
wanyama pori, kila mnyama kulingana na
aina yake." Ikawa hivyo. 25 Mungu akafa-
nya wanyama pori kulingana na aina zake,
wanyama wa kufugwa kulingana na aina
zake, na viumbe vyote vitambaavyo juu
ya ardhi kulingana na aina zake. Mungu
akaona kuwa hili ni jema.

26 Ndipo Mungu akasema, "Tufanye mtu
kwa mfano wetu, kwa sura yetu, wakata-
wale juu ya samaki wa baharini na ndege
wa angani, juu ya mifugo, juu ya dunia
yote, na juu ya viumbe wote watambaao
juu ya nchi."

27 Kwa hiyo Mungu akamuumba mtu kwa
mfano wake mwenyewe,
kwa mfano wa Mungu alimuumba;
mwanaume na mwanamke aliwaumba.

28 Mungu akawabariki na akawaambia,
"Zaeni na mkaongezeke, mkaijaze tena
dunia na kuitiisha. Mkatawale samaki wa
baharini, ndege wa angani, na kila kiumbe
hai kiendacho juu ya ardhi."
29 Kisha Mungu akasema, "Nimewapa
kila mche utoao mbegu juu ya uso wa
dunia yote, na kila mti wenye matunda
yenye mbegu ndani yake. Vitakuwa cha-
kula chenu. 30 Nao wanyama wote wa dunia,
ndege wote wa angani, na viumbe vyote
viendavyo juu ya ardhi: yaani kila kiumbe
chenye pumzi ya uhai, ninawapa kila mche
wa kijani kuwa chakula." Ikawa hivyo.
31 Mungu akaona vyote alivyoumba, na
tazama, ilikuwa vizuri sana. Ikawa jioni,
ikawa asubuhi, siku ya sita.

2 Kwa hiyo mbingu na dunia zikakamilika,
pamoja na vyote vilivyomo.

2 Katika siku ya saba Mungu alikuwa amekami-
lisha kazi aliyokuwa akiifanya, hivyo siku
ya saba akapumzika kutoka kazi zake zote.
3 Mungu akaibariki siku ya saba akaifanya
takatifu, kwa sababu katika siku hiyo
alipumzika kutoka kazi zote za kuumba
alizokuwa amefanya.

Adamu Na Eva

4 Haya ndiyo maelezo ya mbingu na dunia wakati
zilipoumbwa.

Bwana Mungu alipoziumba mbingu na dunia,
5 hapakuwepo na mche wa shambani uliokuwa
umejitokeza ardhini, wala hapakuwepo na mmea
wa shamba uliokuwa umeota, kwa kuwa Bwana
Mungu alikuwa hajanyeshea mvua juu ya nchi, na
hapakuwepo mtu wa kuilima ardhi, 6 lakini umande
ulitokeza kutoka ardhini na kunyesha uso wote
wa nchi: 7 Bwana Mungu alimuumba mtu kutoka
mavumbi[a] ya ardhi, akampulizia pumzi ya uhai
puani mwake, naye mtu akawa kiumbe hai.

8 Basi Bwana Mungu alikuwa ameotesha bustani
upande wa mashariki, katika Edeni, huko aka-
mweka huyo mtu aliyemuumba. 9 Bwana Mungu
akafanya aina zote za miti ziote kutoka ardhini,
miti yenye kupendeza macho na mizuri kwa cha-
kula. Katikati ya bustani ulikuwepo mti wa uzima
na mti wa kujua mema na mabaya.

10 Mto wa kunyeshea bustani ulitiririka toka
Edeni, kuanzia hapa ukagawanyika kuwa mito
minne. 11 Mto wa kwanza uliitwa Pishoni, nao
huzunguka nchi yote ya Havila ambako kuna dha-
habu. 12 (Dhahabu ya nchi hiyo ni nzuri, bedola na
vito shohamu pia hupatikana huko.) 13 Jina la mto
wa pili ni Gihoni, ambao huzunguka nchi yote ya
Kushi. 14 Jina la mto wa tatu ni Tigrisi, unaopita
mashariki ya Ashuru. Mto wa nne ni Frati.

15 Bwana Mungu akamchukua huyo mtu,
akamweka kwenye Bustani ya Edeni ailime na
kuitunza. 16 Bwana Mungu akamwagiza huyo
mtu, akamwambia, "Uko huru kula matunda ya
mti wowote katika bustani, 17 lakini kamwe usile
matunda ya mti wa kujua mema na mabaya, kwa
maana siku utakapokula matunda yake, hakika
utakufa."

18 Bwana Mungu akasema, "Si vyema huyu mtu
awe peke yake. Nitamfanyia msaidizi wa kumfaa."

19 Basi Bwana Mungu alikuwa amefanyiza kutoka
ardhi wanyama wote wa porini na ndege wote wa
angani. Akawaleta kwa huyu mtu aone atawaitaje,
nalo jina lolote alilokiita kila kiumbe hai, likawa
ndilo jina lake. 20 Hivyo Adamu akawapa majina
wanyama wote wa kufugwa, ndege wa angani, na
wanyama wote wa porini.

Lakini kwa Adamu hakupatikana msaidizi wa
kumfaa. 21 Hivyo Bwana Mungu akamfanya Adamu
kulala usingizi mzito, naye alipokuwa amelala aka-
chukua moja ya mbavu zake, akapafunika mahali
pale kwa nyama. 22 Kisha Bwana Mungu akamfanya
mwanamke kutoka kwenye ule ubavu aliouchu-
kua kutoka kwa huyo mwanaume, akamleta huyo
mwanamke kwa huyo mwanaume.

23 Huyo mwanaume akasema,

"Huyu sasa ni mfupa wa mifupa yangu
  na nyama ya nyama yangu,
ataitwa 'mwanamke,'[b]
  kwa kuwa alitolewa katika mwanaume."

24 Kwa sababu hii mwanaume atamwacha baba
yake na mama yake na kuambatana na mkewe,
nao watakuwa mwili mmoja.

25 Adamu na mkewe wote wawili walikuwa uchi,
wala hawakuona aibu.

Kuanguka Kwa Mwanadamu

3 Basi nyoka alikuwa mwerevu kuliko wanyama
wote wa porini ambao Bwana Mungu aliwafa-
nya. Nyoka akamwambia mwanamke, "Ati kweli
Mungu alisema, 'Kamwe msile matunda ya mti
wowote wa bustanini'?"

2 Mwanamke akamjibu nyoka, "Tunaweza kula
matunda ya miti iliyoko bustanini, 3 lakini Mungu
alisema, 'Kamwe msile tunda la mti ulio katikati ya
bustani, wala kuugusa, la sivyo mtakufa.' "

4 Lakini nyoka akamwambia mwanamke,
"Hakika hamtakufa. 5 Kwa maana Mungu anajua
ya kuwa wakati mtakapoyala, macho yenu yata-
fumbuliwa, nanyi mtakuwa kama Mungu, mkijua
mema na mabaya."

6 Mwanamke alipoona ya kuwa tunda la mti huo
lilikuwa zuri kwa chakula na la kupendeza macho,
tena linatamanika kwa kujipatia hekima, basi aka-
chuma katika matunda yake, akala, pia akampa
mumewe, aliyekuwa pamoja naye, naye akala.
7 Ndipo macho yao wote wawili yakafumbuliwa,
wakajiona kwamba walikuwa uchi; hivyo waka-
shona majani ya mtini, wakajifunika.

8 Ndipo yule mwanaume na mkewe, waliposi-
kia sauti ya Bwana Mungu alipokuwa akitembea
bustanini jioni, wakajificha kutoka mbele za
Bwana Mungu katikati ya miti ya bustani. 9 Lakini
Bwana Mungu akamwita Adamu, "Uko wapi?"

10 Naye akajibu, "Nilikusikia katika bustani
nikaogopa kwa sababu nilikuwa uchi, hivyo
nikajificha."

11 Mungu akamuuliza, "Ni nani aliyekuambia ya
kuwa ulikuwa uchi? Je, umekula matunda ya mti
niliokuamuru usile?"

12 Adamu akasema, "Huyu mwanamke uliyenipa
awe pamoja nami alinipa sehemu ya tunda kutoka
kwenye huo mti, nami nikala."

13 Ndipo Bwana Mungu akamuuliza mwanamke,
"Ni nini hili ambalo umelifanya?" Mwanamke aka-
jibu, "Nyoka alinidanganya, nami nikala."

14 Hivyo Bwana Mungu akamwambia nyoka,
"Kwa kuwa umefanya hili,

"Umelaaniwa kuliko wanyama wote
  wa kufugwa na wa porini!
Utatambaa kwa tumbo lako
  na kula mavumbi
  siku zote za maisha yako.
15 Nami nitaweka uadui
  kati yako na huyo mwanamke,
  na kati ya uzao wako na wake,
yeye atakuponda kichwa,
  nawe utamuuma kisigino."

16 Kwa mwanamke akasema,

"Nitakuzidishia sana utungu wakati wa
  kuzaa kwako;
  kwa utungu utazaa watoto.
Tamaa yako itakuwa kwa mumeo
  naye atakutawala."

---

[a]7 Neno la Kiebrania la mavumbi ya ardhi ndilo kiini cha jina Adamu.
[b]23 Jina la Kiebrania la mwanamke linafanana na lile la mwanaume.

17 Kwa Adamu akasema, "Kwa sababu ume-
msikiliza mke wako na ukala kutoka kwenye mti
niliokuamuru, 'Msile tunda lake,'

"Ardhi imelaaniwa kwa sababu yako,
kwa kazi ngumu utakula chakula
kitokacho humo
siku zote za maisha yako.
18 Itazaa miiba na mibaruti kwa ajili yako,
nawe utakula mimea ya shambani.
19 Kwa jasho la uso wako
utakula chakula chako
hadi utakaporudi ardhini,
kwa kuwa ulitwaliwa kutoka humo,
kwa kuwa wewe u mavumbi
na mavumbini wewe utarudi."

20 Adamu akamwita mkewe Eva, kwa kuwa ata-
kuwa mama wa wote walio hai.
21 BWANA Mungu akawatengenezea Adamu na
mkewe mavazi ya ngozi, akawavika. 22 Kisha BWANA
Mungu akasema, "Sasa mtu huyu amekuwa kama
mmoja wetu, kwa kujua mema na mabaya. Sharti
asiruhusiwe kunyoosha mkono wake na kuchuma
pia kutoka mti wa uzima akala, naye akaishi
milele." 23 Hivyo BWANA Mungu akamfukuzia mbali
kutoka Bustani ya Edeni, akalime ardhi ambamo
alitolewa. 24 Baada ya kumfukuzia mbali Adamu,
Mungu akaweka makerubi mashariki ya Bustani ya
Edeni, pamoja na upanga wa moto ukimulika huku
na huko kulinda njia ya kuuendea mti wa uzima.

Kaini Na Abeli

4 Adamu akakutana kimwili na mkewe Eva, naye
akapata mimba, akamzaa Kaini. Eva akasema,
"Kwa msaada wa BWANA nimemzaa mwanaume."
2 Baadaye akamzaa Abeli ndugu yake.
Basi Abeli akawa mfugaji, na Kaini akawa mku-
lima. 3 Baada ya muda Kaini akaleta baadhi ya mazao
ya shamba kama sadaka kwa BWANA. 4 Lakini Abeli
akaleta fungu nono kutoka baadhi ya wazaliwa wa
kwanza wa mifugo yake. BWANA akamkubali Abeli
pamoja na sadaka yake, 5 lakini Mungu hakumkubali
Kaini pamoja na sadaka yake. Kwa hiyo Kaini akaka-
sirika sana, uso wake ukawa na huzuni.
6 Kisha BWANA akamwambia Kaini, "Kwa nini
umekasirika? Kwa nini uso wako una huzuni?
7 Ukifanya lililo sawa, je, hutakubalika? Lakini
usipofanya lililo sawa, dhambi inakuvizia mla-
ngoni mwako, inakutamani wewe, lakini inakupasa
uishinde."
8 Basi Kaini akamwambia ndugu yake Abeli,
"Twende shambani." Walipokuwa shambani,
Kaini akamshambulia Abeli ndugu yake, akamuua.
9 Kisha BWANA akamuuliza Kaini, "Ndugu yako
Abeli yuko wapi?"
Akamjibu, "Sijui, je, mimi ni mlinzi wa ndugu
yangu?"
10 BWANA akasema, "Umefanya nini? Sikiliza!
Damu ya ndugu yako inanililia mimi kutoka
ardhini. 11 Sasa umelaaniwa na umehamishwa
kutoka ardhi, ambayo imefungua kinywa chake
na kupokea damu ya ndugu yako kutoka mko-
noni mwako. 12 Utakapoilima ardhi, haitakupa
tena mazao yake. Utakuwa mtu wa kutangatanga
duniani asiye na utulivu."
13 Kaini akamwambia BWANA, "Adhabu yangu
ni zaidi ya niwezavyo kustahimili. 14 Leo unanifu-
kuza kutoka nchi, nami nitafichwa mbali na uwepo
wako. Nitakuwa mtu wa kutangatanga asiyetulia
duniani na yeyote anionaye ataniua."
15 Lakini BWANA akamwambia, "La sivyo, ikiwa
mtu yeyote atamuua Kaini atalipizwa kisasi mara
saba zaidi." Kisha BWANA akamwekea Kaini alama
ili mtu yeyote ambaye angemwona asimuue. 16 Kwa
hiyo Kaini akaondoka mbele za BWANA akaenda kui-
shi katika nchi ya Nodi, iliyoko mashariki ya Edeni.
17 Kaini akakutana kimwili na mkewe, naye
akapata mimba na akamzaa Enoki. Wakati huo
Kaini alikuwa anajenga mji, akauita Enoki jina la
mtoto wake. 18 Enoki akamzaa Iradi, Iradi akamzaa
Mehuyaeli, Mehuyaeli akamzaa Methushaeli, na
Methushaeli akamzaa Lameki.
19 Lameki alioa wanawake wawili, mmoja alii-
twa Ada, na mwingine Sila. 20 Ada akamzaa Yabali
ambaye ni baba wa wale walioishi katika mahema
na kufuga wanyama. 21 Kaka yake aliitwa Yubali,
aliyekuwa baba wa wote wapigao zeze na filimbi.
22 Pia Sila alikuwa na mtoto wa kiume aliyeitwa
Tubali-Kaini ambaye alifua vifaa vya aina mbali-
mbali vya shaba na chuma. Naama alikuwa dada
wa Tubali-Kaini.
23 Lameki akawaambia wake zake,

"Ada na Sila nisikilizeni mimi;
wake wa Lameki sikieni maneno yangu.
Nimemuua mtu kwa kunijeruhi,
kijana mdogo kwa kuniumiza.
24 Kama Kaini atalipizwa kisasi mara saba,
basi Lameki itakuwa mara sabini na saba."

25 Adamu akakutana kimwili na mke wake
tena, akamzaa mwana, akamwita Sethi, akisema,
"Mungu amenijalia mwana mwingine badala ya
Abeli, kwa kuwa Kaini alimuua." 26 Naye Sethi
akamzaa mwana, akamwita Enoshi.
Wakati huo watu wakaanza kuliitia jina la
BWANA.

Kutoka Adamu Hadi Noa

5 Hii ni orodha iliyoandikwa ya vizazi vya Adamu.
Wakati Mungu alipomuumba Adamu, alimfanya
kwa sura ya Mungu. 2 Aliwaumba mwanaume na
mwanamke, akawabariki. Walipokwisha kuu-
mbwa, akawaita "mwanadamu."
3 Adamu alipokuwa ameishi miaka 130, ali-
kuwa na mwana aliyekuwa na sura yake, mwenye
kufanana naye. Akamwita Sethi. 4 Baada ya Sethi
kuzaliwa, Adamu aliishi miaka 800, akawa na
watoto wengine wa kiume na wa kike. 5 Adamu
aliishi jumla ya miaka 930, ndipo akafa.
6 Sethi alipokuwa ameishi miaka 105, akamzaa
Enoshi. 7 Baada ya kumzaa Enoshi, Sethi aliishi
miaka 807, akawa na watoto wengine wa kiume na
wa kike. 8 Sethi aliishi jumla ya miaka 912, ndipo
akafa.
9 Enoshi alipokuwa ameishi miaka tisini,

akamzaa Kenani. 10 Baada ya kumzaa Kenani,
Enoshi aliishi miaka 815, naye alikuwa na watoto
wengine wa kiume na wa kike. 11 Enoshi aliishi
jumla ya miaka 905, ndipo akafa.

12 Kenani alipokuwa ameishi miaka sabini, aka-
mzaa Mahalaleli. 13 Baada ya kumzaa Mahalaleli,
Kenani aliishi miaka 840, akawa na watoto wengine
wa kiume na wa kike. 14 Kenani aliishi jumla ya
miaka 910, ndipo akafa.

15 Mahalaleli alipokuwa ameishi miaka sitini
na mitano, akamzaa Yaredi. 16 Baada ya kumzaa
Yaredi, Mahalaleli aliishi miaka 830, akawa na
watoto wengine wa kiume na wa kike. 17 Mahalaleli
aliishi jumla ya miaka 895, ndipo akafa.

18 Yaredi alipokuwa ameishi miaka 162, akamzaa
Enoki. 19 Baada ya kumzaa Enoki, Yaredi aliishi
miaka 800, naye akawa na watoto wengine wa
kiume na wa kike. 20 Yaredi aliishi jumla ya miaka
962, ndipo akafa.

21 Enoki alipokuwa ameishi miaka sitini na
mitano, akamzaa Methusela. 22 Baada ya kumzaa
Methusela, Enoki alitembea na Mungu miaka 300,
na akawa na watoto wengine wa kiume na wa kike.
23 Enoki aliishi jumla ya miaka 365. 24 Enoki akate-
mbea na Mungu, kisha akatoweka, kwa sababu
Mungu alimchukua.

25 Methusela alipokuwa ameishi miaka 187,
akamzaa Lameki. 26 Baada ya kumzaa Lameki,
Methusela aliishi miaka 782, akawa na watoto
wengine wa kiume na wa kike. 27 Methusela aliishi
jumla ya miaka 969, ndipo akafa.

28 Lameki alipokuwa ameishi miaka 182, alimzaa
mwana. 29 Akamwita jina lake Noa, akasema, "Yeye
ndiye atakayetufariji katika kazi na maumivu
makali ya mikono yetu yaliyosababishwa na ardhi
iliyolaaniwa na BWANA." 30 Baada ya Noa kuza-
liwa, Lameki aliishi miaka 595, akawa na watoto
wengine wa kiume na wa kike. 31 Lameki aliishi
jumla ya miaka 777, ndipo akafa.

32 Baada ya Noa kuishi miaka 500, aliwazaa
Shemu, Hamu na Yafethi.

Gharika Kuu

6 Watu walipoanza kuongezeka idadi katika uso
wa dunia na watoto wa kike wakazaliwa kwao,
2 wana wa Mungu wakawaona kuwa hao binti za
wanadamu walikuwa wazuri wa sura, wakaoa
yeyote miongoni mwao waliyemchagua. 3 Ndipo
BWANA akasema, "Roho yangu haitashindana na
mwanadamu milele, kwa kuwa yeye ni wa kufa,
siku zake zitakuwa miaka 120."

4 Wanefili walikuwako duniani siku hizo, na baa-
daye, hao wana wa Mungu walipoingia kwa binti
za wanadamu na kuzaa nao. Wanefili walikuwa
mashujaa na watu waliojulikana wa zamani hizo.

5 BWANA akaona jinsi uovu wa mwanadamu
ulivyokuwa mkubwa duniani, na ya kuwa kila
mwelekeo wa mawazo ya moyo wake wakati wote
ulikuwa mbaya tu. 6 BWANA akasikitika kwamba
alimuumba mwanadamu duniani, moyo wa Mungu
ukajaa masikitiko. 7 Kwa hiyo BWANA akasema,
"Nitamfutilia mbali mwanadamu niliyemuumba
kutoka kwenye uso wa dunia, wanadamu na
wanyama, pamoja na viumbe vitambaavyo na
ndege wa angani. Kwa maana nasikitika kuwau-
mba." 8 Lakini Noa akapata kibali machoni pa
BWANA.

9 Hivi ndivyo vizazi vya Noa.

Noa alikuwa mtu wa haki, na mkamilifu mio-
ngoni mwa watu wa wakati wake, tena alitembea
na Mungu. 10 Noa alikuwa na wana watatu: Shemu,
Hamu na Yafethi.

11 Wakati huu dunia ilikuwa imejaa uharibifu
na ukatili machoni pa Mungu. 12 Mungu akaona
jinsi dunia ilivyoharibika, kwa maana watu wote
duniani walikuwa wameharibu njia zao. 13 Kwa hiyo
Mungu akamwambia Noa, "Nitawaangamiza watu
wote, kwa kuwa dunia imejaa ukatili kwa sababu
yao. Hakika mimi nitaangamiza watu pamoja na
dunia. 14 Kwa hiyo jitengenezee safina kubwa kwa
mbao za mvinje, tengeneza vyumba ndani yake
na uipake lami ndani na nje. 15 Hivi ndivyo uta-
kavyoitengeneza: Safina iwe na urefu wa dhiraa
300,[a] upana wake dhiraa hamsini[b] na kimo chake
dhiraa thelathini.[c] 16 Itengenezee paa na umalizie
safina kwa kuacha nafasi ya dhiraa moja[d] juu. Weka
mlango ubavuni mwa safina, na uifanye ya ghorofa
ya chini, ya kati na ya juu. 17 Nitaleta gharika ya
maji juu ya nchi ili kuangamiza uhai wote chini ya
mbingu, kila kiumbe chenye pumzi ya uhai ndani
yake. Kila kitu juu ya nchi kitaangamia. 18 Lakini
Mimi nitaweka Agano langu na wewe, nawe utai-
ngia ndani ya Safina, wewe pamoja na mke wako,
wanao na wake zao. 19 Utaingiza ndani ya Safina
kila aina ya kiumbe hai wawili wawili, wa kiume
na wa kike, ili kuwahifadhi hai pamoja na wewe.
20 Wawili wa kila aina ya ndege, wa kila aina ya
mnyama na wa kila aina ya kitambaacho ardhini
watakuja kwako ili wahifadhiwe hai. 21 Utachukua
kila aina ya chakula kitakacholiwa, na ukiweke
akiba kama chakula kwa ajili yako na yao."

22 Noa akafanya kila kitu kama vile Mungu ali-
vyomwamuru.

7 Ndipo BWANA akamwambia Noa, "Ingia katika
safina wewe na jamaa yako yote, kwa sababu
katika kizazi hiki nimeona ya kuwa wewe ni mwe-
nye haki. 2 Uchukue wanyama saba walio safi wa
kila aina, wa kiume na wa kike, na wanyama wawili
wawili wa kila aina walio najisi wa kiume na wa
kike. 3 Pia uchukue ndege saba walio safi wa kila
aina, wa kiume na wa kike, ili kuhifadhi aina zao
mbalimbali katika dunia yote. 4 Siku saba kuanzia
sasa nitaleta mvua juu ya nchi kwa siku arobaini
usiku na mchana, nami nitafutilia mbali kutoka
uso wa nchi kila kiumbe hai nilichokiumba."

5 Noa akafanya yote kama BWANA alivyomwa-
muru.

6 Noa alikuwa na miaka 600 gharika ilipokuja
juu ya dunia. 7 Noa na mkewe na wanawe na wake
zao wakaingia katika safina ili waepuke ile gharika.
8 Jozi ya wanyama walio safi na walio najisi, ndege
na viumbe vitambaavyo, 9 wa kiume na wa kike,

---

[a]15 Dhiraa 300 ni sawa na mita 135.
[b]15 Dhiraa 50 ni sawa na mita 22:5.
[c]15 Dhiraa 30 ni sawa na mita 13:5.
[d]16 Dhiraa moja ni sawa na sentimita 45.

walikuja kwa Noa wakaingia katika safina kama Mungu alivyomwamuru Noa. 10 Baada ya siku saba, maji ya gharika yakaja juu ya dunia.

11 Katika siku ya kumi na saba ya mwezi wa pili mwaka wa 600 wa kuishi kwake Noa, siku hiyo ndipo chemchemi zote hata zilizo chini sana ya ardhi zilibubujika kwa nguvu, na malango ya mafuriko ya mbinguni yakafunguliwa. 12 Mvua ikanyesha juu ya nchi siku arobaini usiku na mchana.

13 Siku hiyo Noa, na mkewe, na wanawe Shemu, Hamu na Yafethi pamoja na wake zao wakaingia katika ile safina. 14 Nao walikuwa pamoja na kila mnyama wa mwituni kufuatana na aina yake, wanyama wote wafugwao kufuatana na aina zao, kila kiumbe kitambaacho juu ya ardhi kwa aina yake, na kila ndege kufuatana na aina yake, naam kila kiumbe chenye mabawa. 15 Viumbe vyote vyenye pumzi ya uhai ndani yake vikaja kwa Noa viwili viwili, vikaingia katika safina. 16 Wanyama walioingia katika safina walikuwa wa kiume na wa kike, wa kila kiumbe chenye uhai kama Mungu alivyomwamuru Noa, ndipo Bwana akamfungia ndani.

17 Kwa siku arobaini mafuriko yaliendelea kujaa duniani na maji yalivyozidi kuongezeka, yaliinua safina juu sana kutoka kwenye uso wa nchi. 18 Maji yakajaa na kuongezeka sana juu ya nchi, na safina ikaelea juu ya uso wa maji. 19 Maji yakazidi kujaa juu ya nchi, yakaifunika milima yote mirefu chini ya mbingu yote. 20 Maji yakaendelea kujaa yakaifunika milima kwa kina cha zaidi ya dhiraa kumi na tano.[a] 21 Kila kiumbe hai kitambaacho juu ya nchi kikaangamia: Ndege, wanyama wa kufugwa, wanyama pori, viumbe vyote juu ya nchi na wanadamu wote. 22 Kila kiumbe juu ya nchi kavu chenye pumzi ya uhai kikafa. 23 Kila kitu chenye uhai juu ya uso wa nchi kilifutiliwa mbali, watu, wanyama, viumbe vitambaavyo na ndege warukao angani wakafutiliwa mbali toka duniani. Waliobaki ni Noa peke yake na wale waliokuwa pamoja naye ndani ya safina.

24 Maji yakaifunika dunia kwa siku 150.

Mwisho Wa Gharika

8 Mungu akamkumbuka Noa na wanyama wote wa porini na wa kufugwa waliokuwa naye ndani ya safina, akatuma upepo ukavuma katika dunia, nayo maji yakaondoka. 2 Zile chemchemi zilizo chini sana ya ardhi pamoja na malango ya mafuriko ya mbinguni yakawa yamefungwa nayo mvua ikawa imekoma kunyesha kutoka angani. 3 Maji yakaendelea kupungua taratibu katika nchi. Kunako mwisho wa siku ya 150, maji yalikuwa yamepungua, 4 katika siku ya kumi na saba ya mwezi wa saba, safina ikatua katika milima ya Ararati. 5 Maji yakaendelea kupungua hadi mwezi wa kumi, na siku ya kwanza ya mwezi wa kumi, vilele vya milima vikaonekana.

6 Baada ya siku arobaini Noa akafungua dirisha alilokuwa amelifanya katika safina 7 na akamtoa kunguru, akawa akiruka kwenda na kurudi mpaka maji yalipokwisha kukauka juu ya nchi. 8 Kisha akamtoa hua ili aone kama maji yameondoka juu ya uso wa ardhi. 9 Lakini hua hakupata mahali pa kutua kwa kuwa maji yalienea juu ya uso wa dunia yote, kwa hiyo akarudi kwa Noa ndani ya safina. Noa akanyoosha mkono akamchukua yule hua akamrudisha ndani ya safina. 10 Noa akangojea siku saba zaidi kisha akamtoa tena hua kutoka safina. 11 Wakati hua aliporejea kwa Noa jioni, alikuwa amechukua katika mdomo wake jani bichi la mzeituni, lililochumwa wakati ule ule! Ndipo Noa akajua ya kuwa maji yameondoka juu ya uso wa dunia. 12 Akangojea siku saba zaidi na akamtuma tena hua, lakini wakati huu hua hakurudi tena kwa Noa.

13 Katika siku ya kwanza ya mwezi wa kwanza ya mwaka 601, wa kuishi kwake Noa, maji yalikuwa yamekauka duniani. Kisha Noa akafungua mlango wa safina akaona ya kuwa uso wa ardhi ulikuwa umekauka. 14 Katika siku ya ishirini na saba ya mwezi wa pili dunia ilikuwa imekauka kabisa.

15 Ndipo Mungu akamwambia Noa, 16 "Toka ndani ya safina, wewe na mkeo na wanao na wake zao. 17 Utoe nje kila aina ya kiumbe hai aliye pamoja nawe: Ndege, wanyama na viumbe vyote vitambaavyo juu ya ardhi, ili wakazae, na kuongezeka na kuijaza tena dunia."

18 Kwa hiyo Noa akatoka nje pamoja na mkewe, wanawe na wake zao. 19 Wanyama wote na viumbe vyote vitambaavyo juu ya ardhi na ndege wote, kila kitu kiendacho juu ya nchi, aina moja baada ya nyingine vikatoka katika safina, kila aina ya kiumbe, kimoja baada ya kingine.

Noa Atoa Dhabihu

20 Kisha Noa akamjengea Bwana madhabahu, akachukua baadhi ya wale wanyama na ndege wote walio safi, akatoa sadaka za kuteketezwa juu ya madhabahu. 21 Bwana akasikia harufu nzuri ya kupendeza, naye akasema moyoni mwake, "Kamwe sitailaani tena ardhi kwa sababu ya mwanadamu, hata ingawa kila mwelekeo wa moyo wake ni mbaya tangu ujana. Kamwe sitaangamiza tena viumbe hai vyote kama nilivyofanya.

22 "Kwa muda dunia idumupo,
wakati wa kupanda na wa kuvuna,
wakati wa baridi na wa joto,
wakati wa kiangazi na wa masika,
usiku na mchana
kamwe havitakoma."

Mungu Aweka Agano Na Noa

9 Ndipo Mungu akambariki Noa na wanawe, akiwaambia, "Zaeni mkaongezeke kwa idadi na mkaijaze tena dunia. 2 Wanyama wote wa duniani, ndege wote wa angani, kila kiumbe kitambaacho juu ya ardhi, na samaki wote wa baharini wamekabidhiwa mikononi mwenu, nao watawaogopa na kuwahofu. 3 Kila kitu chenye uhai kiendacho kitakuwa chakula chenu. Kama vile nilivyowapa mimea mbalimbali, sasa nawapa kila kitu.

4 "Lakini kamwe msile nyama ambayo bado ina damu ya uhai wake, kwa maana damu ni uhai. 5 Hakika damu ya uhai wenu nitaidai. Nitaidai kutoka kwa kila mnyama. Kutoka kwa kila mwanadamu pia nitaidai kwa ajili ya uhai wa mtu mwenzake.

[a]20 Dhiraa 15 ni sawa na mita 7.

6 “Yeyote amwagaye damu ya mwanadamu,
damu yake itamwagwa na mwanadamu,
kwa kuwa katika mfano wa Mungu,
Mungu alimuumba mwanadamu.

7 Kuhusu ninyi, zaeni mwongezeke kwa wingi,
mzidi katika dunia na kuijaza.”

8 Ndipo Mungu akamwambia Noa na wanawe
pamoja naye: 9 “Sasa mimi ninaweka Agano langu
nanyi, pamoja na uzao wenu baada yenu, 10 pia na
kila kiumbe hai kilichokuwa pamoja nanyi: Ndege,
wanyama wa kufugwa na wanyama wote wa porini,
wale wote waliotoka katika safina pamoja nanyi,
kila kiumbe hai duniani. 11 Ninaweka Agano nanyi:
Kamwe uhai hautafutwa tena kwa gharika, kamwe
haitakuwepo tena gharika ya kuangamiza dunia.”

12 Mungu akasema, “Hii ni ishara ya Agano
ninalofanya kati yangu na ninyi na kila kiumbe
hai kilicho pamoja nanyi, Agano kwa vizazi vyote
vijavyo: 13 Nimeweka upinde wangu wa mvua mawi-
nguni, nao utakuwa ishara ya Agano nifanyalo kati
yangu na dunia. 14 Wakati wowote ninapotanda
mawingu juu ya dunia na upinde wa mvua ukiji-
tokeza mawinguni, 15 nitakumbuka Agano langu
kati yangu na ninyi na viumbe vyote vilivyo hai
vya kila aina. Kamwe maji hayatakuwa tena gha-
rika ya kuangamiza uhai wote. 16 Wakati wowote
upinde wa mvua unapotokea mawinguni, nitauona
na kukumbuka Agano la milele kati ya Mungu na
viumbe vyote vilivyo hai vya kila aina duniani.”

17 Hivyo Mungu akamwambia Noa, “Hii ndiyo
ishara ya Agano ambalo nimelifanya kati yangu
na viumbe vyote vilivyo hai duniani.”

Wana Wa Noa

18 Wana wa Noa waliotoka ndani ya safina ni:
Shemu, Hamu na Yafethi. (Hamu ndiye alikuwa baba
wa Kanaani.) 19 Hawa ndio waliokuwa wana watatu
wa Noa, kutokana nao watu walienea katika dunia.

20 Noa akawa mkulima, akawa mtu wa kwanza
kupanda mizabibu. 21 Alipokunywa huo mvinyo
wake akalewa na akalala uchi kwenye hema lake.
22 Hamu, baba wa Kanaani, akauona uchi wa baba
yake na kuwaeleza ndugu zake wawili waliokuwa
nje. 23 Lakini Shemu na Yafethi wakachukua nguo
wakaitanda mabegani mwao wote wawili, kisha
wakaenda kinyumenyume, wakaufunika uchi wa
baba yao. Nyuso zao zilielekea upande mwingine
ili wasiuone uchi wa baba yao.

24 Noa alipolevuka kutoka kwenye mvinyo wake
na kujua lile ambalo mwanawe mdogo kuliko wote
alilokuwa amemtendea, 25 akasema,

“Alaaniwe Kanaani!
Atakuwa mtumwa wa chini sana
kuliko watumwa wote kwa ndugu zake.”

26 Pia akasema,

“Abarikiwe Bwana, Mungu wa Shemu!
Kanaani na awe mtumwa wa Shemu.
27 Mungu na apanue mipaka ya Yafethi;
Yafethi na aishi katika mahema ya Shemu,
na Kanaani na awe mtumwa wake.”

28 Baada ya gharika Noa aliishi miaka 350. 29 Noa
alikuwa na jumla ya miaka 950, ndipo akafa.

Mataifa Yaliyotokana Na Noa

10 Hawa ndio wazao wa Noa: Shemu, Hamu
na Yafethi, ambao walizaa wana baada ya
gharika.

Wazao Wa Yafethi

2 Wana wa Yafethi walikuwa:
Gomeri, Magogu, Madai, Yavani, Tubali,
Mesheki na Tirasi.
3 Wana wa Gomeri walikuwa:
Ashkenazi, Rifathi na Togarma.
4 Wana wa Yavani walikuwa:
Elisha, Tarshishi, Kitimu na Rodanimu.
5 (Kutokana na hawa mataifa ya Pwani
yalienea katika nchi zao, kwa koo zao
katika mataifa yao, kila moja kwa lugha
yake.)

Wazao Wa Hamu

6 Wana wa Hamu walikuwa:
Kushi, Misraimu,[a] Putu na Kanaani.
7 Wana wa Kushi walikuwa:
Seba, Havila, Sabta, Raama na Sabteka.
Wana wa Raama walikuwa:
Sheba na Dedani.

8 Kushi akamzaa Nimrodi, ambaye alikua akawa
mtu shujaa duniani. 9 Alikuwa mwindaji hodari
mbele za Bwana. Ndiyo sababu watu husema,
“Kama Nimrodi, hodari wa kuwinda mbele za
Bwana.” 10 Vituo vyake vya kwanza katika ufa-
lme wake vilikuwa Babeli, Ereki, Akadi na Kalne
katika Shinari. 11 Kutoka nchi ile alikwenda Ashuru,
ambako alijenga Ninawi, Rehoboth-iri, Kala, 12 na
Reseni, iliyo kati ya Ninawi na Kala; huo ndio mji
mkubwa.

13 Misraimu alikuwa baba wa:
Waludi, Waanami, Walehabi, Wanaftuhi,
14 Wapathrusi, Wakasluhi (hao ndio asili
ya Wafilisti), na Wakaftori.
15 Kanaani alikuwa baba wa:
Sidoni mzaliwa wake wa kwanza, Hethi,
16 Wayebusi, Waamori, Wagirgashi,
17 Wahivi, Waariki, Wasini, 18 Waarvadi,
Wasemari na Wahamathi.

Baadaye koo za Wakanaani zilitawanyika, 19 na
mipaka ya Kanaani ilienea kutoka Sidoni kuelekea
Gerari hadi Gaza, kisha kuelekea Sodoma, Gomora,
Adma na Seboimu, hadi kufikia Lasha.

20 Hawa ni wana wa Hamu kwa koo zao na lugha
zao, katika nchi zao na mataifa yao.

Wazao Wa Shemu

21 Shemu ambaye ni ndugu mkubwa wa Yafethi,
kwake kulizaliwa wana pia. Shemu alikuwa baba
wa wana wote wa Eberi.

---

a6 Yaani *Misri.*

22 Wana wa Shemu walikuwa:
Elamu, Ashuru, Arfaksadi, Ludi na Aramu.
23 Wana wa Aramu walikuwa:
Usi, Huli, Getheri na Mesheki.
24 Arfaksadi alikuwa baba wa Shela,
naye Shela akamzaa Eberi.
25 Eberi akapata wana wawili:
Mmoja wao aliitwa Pelegi, kwa kuwa
wakati wake ndipo dunia iligawanyika;
nduguye aliitwa Yoktani.
26 Yoktani alikuwa baba wa:
Almodadi, Shelefu, Hasarmawethi,
Yera, 27 Hadoramu, Uzali, Dikla, 28 Obali,
Abimaeli, Sheba, 29 Ofiri, Havila na Yobabu.
Hawa wote walikuwa wana wa Yoktani.

30 Nchi waliyoishi ilienea toka Mesha kuelekea
Sefari kwenye nchi ya vilima iliyoko mashariki.
31 Hao ndio wana wa Shemu kwa koo zao na
lugha zao, katika nchi zao na mataifa yao.

32 Hizi ndizo koo za wana wa Noa, kufuatana na
vizazi vyao, katika mataifa yao. Kutokana na hawa
mataifa yalienea duniani kote baada ya gharika.

Mnara Wa Babeli

11 Wakati huo dunia yote ilikuwa na lugha moja
na msemo mmoja. 2 Watu walipoelekea upa-
nde wa mashariki, wakafika kwenye tambarare
katika nchi ya Shinari[a] nao wakaishi huko.
3 Wakasemezana wao kwa wao, "Njooni, tufya-
tue matofali na tuyachome vizuri kwa moto."
Walitumia matofali badala ya mawe, na lami kwa
ajili ya kushikamanishia hayo matofali. 4 Ndipo
wakasema, "Njooni, tujijengee mji wenye mnara
ambao utafika hadi mbinguni, ili tujipatie jina
tusije tukatawanyika usoni pa dunia yote."
5 Lakini BWANA akashuka ili auone mji na mnara
ambao wanadamu waliokuwa wanaujenga. 6 BWANA
akasema, "Ikiwa kama taifa moja wanaozungumza
lugha moja wameanza kufanya hili, basi hakuna
lolote watakalopanga kufanya ambalo halitaweze-
kana kwao. 7 Njooni, tushuke tuvuruge lugha yao
ili wasielewane wao kwa wao."
8 Hivyo BWANA akawatawanya kutoka mahali
pale kwenda katika dunia yote, nao wakaacha kuu-
jenga huo mji. 9 Ndiyo maana pakaitwa Babeli, kwa
sababu hapo ndipo BWANA alipoivuruga lugha ya
dunia nzima. Kutoka hapo BWANA akawatawanya
katika uso wa dunia yote.

Shemu Hadi Abramu

10 Hivi ndivyo vizazi vya Shemu.

Miaka miwili baada ya gharika, Shemu alipo-
kuwa na miaka 100, akamzaa Arfaksadi. 11 Baada
ya kumzaa Arfaksadi, Shemu aliishi miaka 500,
akazaa watoto wengine wa kiume na wa kike.
12 Wakati Arfaksadi alipokuwa na miaka the-
lathini na mitano, akamzaa Shela. 13 Baada ya
Arfaksadi kumzaa Shela, aliishi miaka 403, akazaa
watoto wengine wa kiume na wa kike.

[a]2 Shinari ndio Babeli.

14 Shela alipokuwa na miaka thelathini, aka-
mzaa Eberi. 15 Shela baada ya kumzaa Eberi, aliishi
miaka 403, akazaa watoto wengine wa kiume na
wa kike.
16 Eberi alipokuwa na miaka thelathini na minne,
akamzaa Pelegi. 17 Baada ya Eberi kumzaa Pelegi,
aliishi miaka 430, akazaa watoto wengine wa
kiume na wa kike.
18 Pelegi alipokuwa na miaka thelathini, akamzaa
Reu. 19 Baada ya Pelegi kumzaa Reu, aliishi miaka
209, akazaa watoto wengine wa kiume na wa kike.
20 Reu alipokuwa na miaka thelathini na miwili,
akamzaa Serugi. 21 Baada ya Reu kumzaa Serugi,
aliishi miaka 207, akazaa watoto wengine wa kiume
na wa kike.
22 Serugi alipokuwa na miaka thelathini, aka-
mzaa Nahori. 23 Baada ya Serugi kumzaa Nahori,
aliishi miaka 200, akazaa watoto wengine wa
kiume na wa kike.
24 Nahori alipokuwa na miaka ishirini na tisa,
akamzaa Tera. 25 Baada ya Nahori kumzaa Tera,
aliishi miaka 119, akazaa watoto wengine wa kiume
na wa kike.
26 Tera alipokuwa na miaka sabini, akamzaa
Abramu, Nahori na Harani.

Wazao Wa Tera

27 Hawa ndio wazao wa Tera.

Tera aliwazaa Abramu, Nahori na Harani. Harani
akamzaa Loti. 28 Tera alipokuwa bado hai, Harani
akafa huko Uru ya Wakaldayo, nchi alimozaliwa.
29 Abramu na Nahori walioa. Mke wa Abramu alii-
twa Sarai, na mke wa Nahori aliitwa Milka; Milka
na Iska walikuwa watoto wa Harani. 30 Sarai alikuwa
tasa, hakuwa na watoto.
31 Tera akamchukua Abramu mwanawe, Loti
mwana wa Harani mwanawe, na Sarai mkwewe,
mke wa Abramu mwanawe, wakatoka kwa pamoja
katika Uru ya Wakaldayo kwenda nchi ya Kanaani.
Lakini walipofika Harani, wakaishi huko.
32 Tera alikufa huko Harani akiwa na miaka 205.

Wito Wa Abramu

12 BWANA akawa amemwambia Abramu,
"Ondoka kutoka nchi yako, uache jamii yako
na nyumba ya baba yako, uende hadi nchi nita-
kayokuonyesha.

2 "Mimi nitakufanya taifa kubwa
na nitakubariki,
Nitalikuza jina lako,
nawe utakuwa baraka.
3 Nitawabariki wale wanaokubariki,
na yeyote akulaaniye nitamlaani;
na kupitia kwako mataifa yote duniani
yatabarikiwa."

4 Hivyo Abramu akaondoka kama BWANA alivyo-
kuwa amemwambia; naye Loti akaondoka pamoja
naye. Wakati Abramu alipoitwa aondoke Harani,
alikuwa na miaka sabini na mitano. 5 Abramu aka-
mchukua Sarai mkewe pamoja na Loti mwana wa
ndugu yake, mali zote walizokuwa nazo pamoja na

watu aliokuwa amewapata huko Harani, wakasafiri
mpaka nchi ya Kanaani, wakafika huko.
6 Abramu akasafiri katika nchi hiyo akafika huko
Shekemu, mahali penye mti wa mwaloni ulioko
More. Wakati huo Wakanaani walikuwa wanaishi
katika nchi hiyo. 7 BWANA akamtokea Abramu, aka-
mwambia, "Nitawapa uzao wako nchi hii." Hivyo
hapa akamjengea madhabahu BWANA aliyekuwa
amemtokea.
8 Kutoka huko Abramu akasafiri kuelekea kwe-
nye vilima mashariki ya Betheli, naye akapiga hema
huko, Betheli ikiwa upande wa magharibi na Ai
upande wa mashariki. Huko alimjengea BWANA
madhabahu na akaliitia jina la BWANA. 9 Kisha
Abramu akasafiri kuelekea upande wa Negebu.

Abramu Katika Nchi Ya Misri

10 Basi kulikuwako na njaa katika nchi, naye
Abramu akashuka kwenda Misri kukaa huko kwa
muda, kwa maana njaa ilikuwa kali. 11 Alipokuwa
karibu kuingia Misri, akamwambia Sarai mkewe,
"Ninajua ya kwamba wewe ni mwanamke mzuri
wa sura. 12 Wakati Wamisri watakapokuona, wata-
sema, 'Huyu ni mke wake.' Ndipo wataniua, lakini
wewe watakuacha hai. 13 Sema wewe ni dada yangu,
ili nitendewe mema kwa ajili yako, na maisha
yangu yatahifadhiwa kwa sababu yako."
14 Abramu alipoingia Misri, Wamisri waka-
mwona Sarai kuwa ni mwanamke mzuri sana wa
sura. 15 Maafisa wa Farao walipomwona, wakamsi-
fia kwa Farao; ndipo Sarai akapelekwa kwa nyumba
ya mfalme. 16 Kwa ajili ya Sarai, Farao akamtendea
Abramu mema, naye Abramu akapata kondoo,
ng'ombe, punda, ngamia na watumishi wa kiume
na wa kike.
17 Lakini BWANA akamwadhibu Farao na nyu-
mba yake kwa maradhi ya kufisha kwa sababu ya
kumchukua Sarai, mke wa Abramu. 18 Ndipo Farao
akamwita Abramu, akamuuliza, "Umenifanyia
nini? Kwa nini hukuniambia ni mke wako? 19 Kwa
nini ulisema, 'Yeye ni dada yangu,' hata nikamchu-
kua kuwa mke wangu? Sasa basi, mke wako huyu
hapa. Mchukue uende zako!" 20 Kisha Farao akawapa
watu wake amri kuhusu Abramu, wakamsindikiza
pamoja na mke wake na kila alichokuwa nacho.

Abramu Na Loti Watengana

13 Hivyo Abramu akakwea kutoka Misri kwe-
nda Negebu, yeye na mkewe na kila kitu
alichokuwa nacho, pia Loti akaenda pamoja naye.
2 Wakati huo Abramu alikuwa tajiri sana wa mifugo,
fedha na dhahabu.
3 Kutoka Negebu, akapita mahali hadi mahali,
hadi akafika Betheli, mahali hapo ambapo mwa-
nzoni alipiga hema lake kati ya Betheli na Ai 4 hapo
ambapo alikuwa amejenga madhabahu ya kwanza.
Huko Abramu akaliitia jina la BWANA.
5 Basi Loti, ambaye alikuwa anafuatana na
Abramu, alikuwa pia na makundi ya mbuzi,
kondoo, ng'ombe na mahema. 6 Lakini nchi hai-
kuwatosha kukaa pamoja kwa ajili ya wingi wa mali
zao. 7 Ukazuka ugomvi kati ya wachunga mifugo wa
Abramu na wale wa Loti. Wakati huo, Wakanaani
na Waperizi ndio waliokuwa wenyeji wa nchi hiyo.
8 Hivyo Abramu akamwambia Loti, "Pasiwe na
ugomvi wowote kati yangu na wewe, wala kati
ya wachungaji wangu na wako, kwa kuwa sisi ni
ndugu. 9 Je, nchi yote haiko mbele yako? Tute-
ngane. Kama ukielekea kushoto, nitakwenda kulia;
kama ukielekea kulia, mimi nitakwenda kushoto."
10 Loti akatazama akaona lile bonde lote la
Yordani kuwa lilikuwa na maji tele, kama bustani
ya BWANA, kama nchi ya Misri, kuelekea Soari.
(Hii ilikuwa kabla BWANA hajaharibu Sodoma na
Gomora.) 11 Hivyo Loti akajichagulia bonde lote la
Yordani, akaelekea upande wa mashariki. Watu hao
wawili wakatengana: 12 Abramu akaishi katika nchi
ya Kanaani, wakati Loti aliishi miongoni mwa miji
ya lile bonde na kupiga mahema yake karibu na
Sodoma. 13 Basi watu wa Sodoma walikuwa waovu,
wakifanya sana dhambi dhidi ya BWANA.
14 Baada ya Loti kuondoka BWANA akamwa-
mbia Abramu, "Ukiwa hapo ulipo, inua macho
yako utazame kaskazini na kusini, mashariki na
magharibi. 15 Nchi yote unayoiona nitakupa wewe
na uzao wako hata milele. 16 Nitaufanya uzao wako
uwe mwingi kama mavumbi ya nchi, hivyo kama
kuna yeyote awezaye kuhesabu mavumbi, basi uzao
wako utahesabika. 17 Ondoka, tembea katika marefu
na mapana ya nchi, kwa maana ninakupa wewe."
18 Basi Abramu akaondoa mahema yake, akaenda
kuishi karibu na mialoni ya Mamre huko Hebroni,
huko akamjengea BWANA madhabahu.

Abramu Amwokoa Loti

14 Wakati huu Amrafeli mfalme wa Shinari,
Arioko mfalme wa Elasari, Kedorlaoma mfa-
lme wa Elamu, na Tidali mfalme wa Goimu 2 kwa
pamoja walikwenda kupigana vita dhidi ya Bera
mfalme wa Sodoma, Birsha mfalme wa Gomora,
Shinabu mfalme wa Adma, Shemeberi mfalme wa
Seboimu, na mfalme wa Bela (yaani Soari). 3 Hawa
wote waliotajwa mwishoni waliunganisha maje-
shi yao kutoka Bonde la Sidimu (yaani Bahari ya
Chumvi). 4 Walikuwa wametawaliwa na Mfalme
Kedorlaoma kwa miaka kumi na miwili, lakini
mwaka wa kumi na tatu waliasi.
5 Mnamo mwaka wa kumi na nne, Mfalme
Kedorlaoma na wafalme waliojiunga naye wali-
kwenda kupigana na kuwashinda Warefai katika
Ashtaroth-Kanaimu, Wazuzi katika Hamu, Waemi
katika Shawe-Kiriathaimu, 6 na Wahori katika
nchi ya kilima cha Seiri, hadi El-Parani karibu na
jangwa. 7 Kisha wakarudi wakaenda En-Misfati
(yaani Kadeshi), wakashinda nchi yote ya Waa-
maleki, pamoja na Waamori waliokuwa wakiishi
Hasason-Tamari.
8 Ndipo mfalme wa Sodoma, mfalme wa Gomora,
mfalme wa Adma, mfalme wa Seboimu, na mfalme
wa Bela (yaani Soari) wakatoka kupanga majeshi
yao kwenye Bonde la Sidimu 9 dhidi ya Kedorlaoma,
mfalme wa Elamu, Tidali mfalme wa Goimu,
Amrafeli mfalme wa Shinari, na Arioko mfalme
wa Elasari, yaani wafalme wanne dhidi ya wafalme
watano. 10 Basi Bonde la Sidimu lilikuwa limejaa
mashimo ya lami, nao wafalme wa Sodoma na wa
Gomora walipokimbia, baadhi ya watu walitumbu-
kia huko na wengine wakakimbilia vilimani. 11 Wale

wafalme wanne wakateka mali yote ya Sodoma
na Gomora pamoja na vyakula vyao vyote, kisha
wakaenda zao. 12 Pia walimteka Loti mwana wa
ndugu yake Abramu pamoja na mali zake, kwa
kuwa alikuwa akiishi Sodoma.

13 Mtu mmoja aliyekuwa ametoroka akaja kumpa
Abramu Mwebrania taarifa. Wakati huu Abramu
alikuwa anaishi karibu na mialoni ya Mamre
Mwamori, aliyekuwa ndugu yake Eshkoli na Aneri,
ambao wote walikuwa wameungana na Abramu.
14 Abramu alipopata habari kwamba jamaa yake
amechukuliwa mateka, akawaita watu 318 wa nyu-
mbani mwake waliokuwa wamefunzwa kupigana
vita, wakawafuatilia hadi Dani. 15 Wakati wa usiku
Abramu aliwagawa watu wake katika vikosi ili awa-
shambulie, na akawafuatilia, akawafukuza hadi
Hoba, kaskazini ya Dameski. 16 Akarudisha mali
zote, na akamrudisha Loti jamaa yake na mali zake,
pamoja na wanawake na watu wengine.

17 Abramu aliporudi baada ya kumshinda Mfa-
lme Kedorlaoma na wale wafalme waliojiunga
naye, mfalme wa Sodoma akatoka kwenda kumlaki
katika Bonde la Shawe (yaani Bonde la Mfalme).

18 Ndipo Melkizedeki mfalme wa Salemu alipoleta
mkate na divai. Alikuwa kuhani wa Mungu Aliye Juu
Sana. 19 Naye akambariki Abramu, akisema,

“Abarikiwe Abramu na Mungu Aliye
    Juu Sana,
  Muumba wa mbingu na nchi.
20 Abarikiwe Mungu Aliye Juu Sana,
  ambaye amewaweka adui zako mkononi
    mwako.”

Ndipo Abramu akampa Melkizedeki sehemu ya
kumi ya kila kitu.

21 Mfalme wa Sodoma akamwambia Abramu,
“Nipe hao watu na hizo mali uchukue wewe mwe-
nyewe.”

22 Lakini Abramu akamwambia mfalme wa
Sodoma, “Nimeinua mkono wangu kwa BWANA,
Mungu Aliye Juu Sana, Muumba wa mbingu na
dunia, na nimeapa 23 kwamba sitapokea kitu cho-
chote kilicho chako, hata kama ni uzi au gidamu
ya kiatu, ili kamwe usije ukasema, ‘Nimemtajirisha
Abramu.’ 24 Sitapokea chochote, ila kile tu watu
wangu walichokula na sehemu ambayo ni fungu la
watu waliokwenda pamoja nami, ambao ni Aneri,
Eshkoli na Mamre. Wao na wapewe fungu lao.”

Agano La Mungu Na Abramu

15 Baada ya jambo hili, neno la BWANA likamjia
Abramu katika maono:

“Usiogope, Abramu.
  Mimi ni ngao yako,
    na thawabu yako kubwa sana.”

2 Lakini Abramu akasema, “Ee BWANA Mwenyezi,
utanipa nini na mimi sina hata mtoto na atakaye-
rithi nyumba yangu ni huyu Eliezeri Mdameski?”
3 Abramu akasema, “Hukunipa watoto, hivyo
mtumishi katika nyumba yangu ndiye atakuwa
mrithi wangu.”

4 Ndipo neno la BWANA lilipomjia: “Mtu huyu
hatakuwa mrithi wako, bali mwana atakayetoka
katika viuno vyako mwenyewe ndiye atakayekuwa
mrithi wako.” 5 Akamtoa nje na kusema, “Tazama
juu kuelekea mbinguni na uhesabu nyota, kama
hakika utaweza kuzihesabu.” Ndipo akamwambia,
“Hivyo ndivyo uzao wako utakavyokuwa.”

6 Abramu akamwamini BWANA, naye kwake hili
likahesabiwa kuwa haki.

7 Pia akamwambia, “Mimi ndimi BWANA, nili-
yekutoa toka Uru ya Wakaldayo nikupe nchi hii
uimiliki.”

8 Lakini Abramu akasema, “Ee BWANA Mwenyezi,
nitawezaje kujua kwamba nitapata kuimiliki?”

9 Ndipo BWANA akamwambia, “Niletee mtamba
wa ng'ombe, mbuzi na kondoo dume, kila mmoja
wa miaka mitatu, pamoja na hua na kinda la njiwa.”

10 Abramu akamletea hivi vyote, akampasua kila
mnyama vipande viwili, akavipanga kila kimoja
kuelekea mwenzake, lakini hata hivyo ndege,
hakuwapasua vipande viwili. 11 Kisha ndege walao
nyama wakatua juu ya mizoga, lakini Abramu aka-
wafukuza.

12 Wakati jua lilipokuwa linatua, Abramu akashi-
kwa na usingizi mzito, giza nene na la kutisha likaja
juu yake. 13 Kisha BWANA akamwambia, “Ujue hakika
kwamba wazao wako watakuwa wageni kwenye
nchi ambayo si yao, nao watafanywa watumwa na
kuteswa kwa miaka mia nne. 14 Lakini nitaliadhibu
taifa lile watakalolitumikia kama watumwa, na
baadaye watatoka huko na mali nyingi. 15 Wewe,
hata hivyo utakwenda kwa baba zako kwa amani
na kuzikwa katika uzee mwema. 16 Katika kizazi cha
nne wazao wako watarudi hapa, kwa maana dhambi
ya Waamori bado haijafikia kipimo kilichojaa.”

17 Wakati jua lilipokuwa limezama na giza limei-
ngia, tanuru la moshi na mwali wa moto unaowaka
vikatokea na kupita kati ya vile vipande vya nyama.
18 Siku hiyo BWANA akafanya Agano na Abramu,
na kumwambia, “Nitawapa wazao wako nchi hii,
kuanzia Kijito cha Misri[a] hadi mto ule mkubwa,
Frati, 19 yaani nchi ya Wakeni, Wakenizi, Waka-
dmoni, 20 Wahiti, Waperizi, Warefai, 21 Waamori,
Wakanaani, Wagirgashi na Wayebusi.”

Hagari Na Ishmaeli

16 Basi Sarai, mkewe Abramu, alikuwa hajamza-
lia watoto. Lakini alikuwa na mtumishi wa
kike Mmisri jina lake Hagari, 2 hivyo Sarai aka-
mwambia Abramu, “BWANA amenizuilia kupata
watoto. Nenda, ukakutane kimwili na mtumishi
wangu wa kike, huenda nitaweza kupata watoto
kupitia kwake.”

Abramu akakubaliana na lile Sarai alilosema.
3 Hivyo baada ya Abramu kuishi katika nchi ya
Kanaani miaka kumi, Sarai akamchukua mtumi-
shi wake wa kike wa Kimisri, Hagari na kumpa
mumewe awe mke wake. 4 Akakutana kimwili na
Hagari, naye akapata mimba.

Hagari alipojua kuwa ana mimba, alianza
kumdharau Sarai. 5 Ndipo Sarai akamwambia

a18 *Kijito cha Misri* hapa ina maana *Wadi-el-Arish* kwenye mpaka wa kusini wa Yuda.

Abramu, "Unawajibika na manyanyaso ninayoya-
pata. Nilimweka mtumishi wangu mikononi mwako,
sasa kwa vile anajua kwamba ana mimba, anani-
dharau mimi. BWANA na aamue kati yako na mimi."
6 Abramu akamwambia, "Mtumishi wako yuko
mikononi mwako. Mtendee lolote unalofikiri ni
bora zaidi." Ndipo Sarai akamtesa Hagari, hivyo
akamtoroka.
7 Malaika wa BWANA akamkuta Hagari karibu na
chemchemi huko jangwani; ilikuwa chemchemi
ile iliyokuwa kando ya barabara iendayo Shuri.
8 Malaika akamwambia, "Hagari, mtumishi wa
Sarai, umetokea wapi, na unakwenda wapi?"
Akamjibu, "Ninamkimbia bibi yangu Sarai."
9 Ndipo malaika wa BWANA akamwambia, "Rudi
kwa bibi yako ukajishushe chini yake." 10 Malaika
akaendelea akasema, "Nitazidisha wazao wako, hivi
kwamba watakuwa wengi mno wasiohesabika."
11 Pia malaika wa BWANA akamwambia:

"Wewe sasa una mimba
nawe utamzaa mwana.
Utamwita jina lake Ishmaeli,[a]
kwa sababu BWANA amesikia juu ya
huzuni yako.
12 Atakuwa punda-mwitu katikati ya wanadamu,
mkono wake utakuwa dhidi ya kila mtu
na mkono wa kila mtu dhidi yake,
naye ataishi kwa uhasama
na ndugu zake wote."

13 Hagari akampa BWANA aliyezungumza naye
jina hili: "Wewe ndiwe Mungu unionaye mimi,"
kwa maana alisema, "Sasa nimemwona yeye
anayeniona mimi." 14 Ndiyo sababu kisima kile
kikaitwa Beer-Lahai-Roi,[b] ambacho bado kipo
huko hata leo kati ya Kadeshi na Beredi.
15 Hivyo Hagari akamzalia Abramu mwana, naye
Abramu akamwita huyo mwana Hagari aliyemzalia,
Ishmaeli. 16 Abramu alikuwa na umri wa miaka the-
manini na sita wakati Hagari alipomzalia Ishmaeli.

Agano La Tohara

17 Abramu alipokuwa na miaka tisini na tisa,
BWANA akamtokea akamwambia, "Mimi ndimi
Mungu Mwenyezi;[c] enenda mbele zangu na uishi
kwa unyofu. 2 Nami nitafanya Agano langu kati
yangu na wewe, nami nitakuzidisha sana sana."
3 Abramu akaanguka kifudifudi, naye Mungu
akamwambia, 4 "Kwa upande wangu, hili ndilo
Agano langu na wewe: Wewe utakuwa baba wa
mataifa mengi. 5 Jina lako hutaitwa tena Abramu,
bali jina lako litakuwa Abrahamu,[d] kwa maana
nimekufanya wewe baba wa mataifa mengi.
6 Nitakufanya uwe na uzao mwingi sana, kwako
yatatoka mataifa nao wafalme watatoka kwako.
7 Nitalithibitisha Agano langu kama Agano la
milele kati yangu na wewe na wazao wako baada
yako na vizazi vijavyo niwe Mungu wako na Mungu
wa wazao wako. 8 Nchi yote ya Kanaani, unakoishi
sasa kama mgeni, nitakupa kuwa milki yako milele,
na uzao wako, nami nitakuwa Mungu wao."
9 Ndipo Mungu akamwambia Abrahamu, "Kwa
upande wako, lazima ushike Agano langu, wewe
na wazao wako kwa ajili ya vizazi vijavyo. 10 Hili ni
Agano langu na wewe pamoja na wazao wako baada
yako, Agano mtakalolishika: Kila mwanaume mio-
ngoni mwenu atatahiriwa. 11 Mtafanyiwa tohara na
hii itakuwa ni alama ya Agano kati yangu na ninyi.
12 Kwa vizazi vijavyo, kila mwanaume miongoni
mwenu mwenye siku nane ni lazima atahiriwe,
pamoja na watakaozaliwa nyumbani mwako au
walionunuliwa kwa fedha kutoka kwa mgeni,
wale ambao sio watoto wako. 13 Awe amezaliwa
nyumbani mwako au amenunuliwa kwa fedha yako,
ni lazima watahiriwe. Agano langu katika mwili
wako litakuwa ni Agano la milele. 14 Kila mwanaume
asiyetahiriwa, ambaye hajapata tohara ya mwilini,
atatengwa na watu wake, amelivunja Agano langu."
15 Pia BWANA akamwambia Abrahamu, "Kwa upa-
nde wa Sarai mkeo, hutamwita tena Sarai bali jina
lake litakuwa Sara. 16 Nitambariki na hakika nita-
kupatia mwana kwake. Nitambariki na kwamba
atakuwa mama wa mataifa, wafalme wa mataifa
watatoka kwake."
17 Abrahamu akaanguka kifudifudi, akacheka
na kusema moyoni mwake, "Je, mtu wa miaka mia
moja aweza kuzaa mwana? Je, Sara atazaa mtoto
katika umri wa miaka tisini?" 18 Abrahamu aka-
mwambia Mungu, "Laiti Ishmaeli naye angeshiriki
baraka yako!"
19 Ndipo Mungu akasema, "Ndiyo, lakini mkeo
Sara atakuzalia wewe mwana, nawe utamwita
jina lake Isaki.[e] Nitalithibitisha Agano langu naye
kama Agano la milele kwa ajili yake na wazao
wake baada yake. 20 Kwa upande wa Ishmaeli,
nimekusikia: hakika nitambariki, nitamfanya awe
na uzao mwingi na nitaongeza sana idadi yake.
Atakuwa baba wa watawala kumi na wawili, nami
nitamfanya awe taifa kubwa. 21 Lakini Agano langu
nitalithibitisha kwa Isaki, ambaye Sara atakuzalia
mwaka ujao majira kama haya." 22 Wakati alipoma-
liza kuzungumza na Abrahamu, Mungu akapanda
juu akaondoka kwa Abrahamu.
23 Siku ile ile, Abrahamu akamchukua Ishmaeli
mwanawe na wote waliozaliwa nyumbani mwake
pamoja na walionunuliwa kwa fedha zake, kila mwa-
naume wa nyumbani mwake, akawatahiri, kama
Mungu alivyomwagiza. 24 Abrahamu alikuwa na
umri wa miaka tisini na tisa alipotahiriwa, 25 naye
Ishmaeli mwanawe alitahiriwa akiwa na umri wa
miaka kumi na mitatu. 26 Abrahamu na Ishmaeli
mwanawe walitahiriwa siku ile ile, 27 Kila mwanaume
nyumbani mwa Abrahamu, pamoja na wote walio-
zaliwa nyumbani mwake au aliyenunuliwa kwa
fedha kutoka kwa mgeni, alitahiriwa pamoja naye.

Wageni Watatu

18 BWANA akamtokea Abrahamu karibu na
mialoni ya Mamre wakati alipokuwa ameketi
kwenye ingilio la hema lake wakati wa adhuhuri.

[a] 11 Ishmaeli maana yake Mungu husikia.
[b] 14 Beer-Lahai-Roi maana yake Yeye Aliye Hai Anionaye Mimi.
[c] 1 Mungu Mwenyezi hapa ni jina la Kiebrania, El-Shaddai (yaani Mungu Mwenye utoshelevu wote).
[d] 5 Abrahamu maana yake Baba wa watu wengi.
[e] 19 Isaki maana yake Kucheka.

2 Abrahamu akainua macho akaona watu watatu wamesimama karibu naye. Alipowaona, aliharakisha kutoka kwenye ingilio la hema lake kuwalaki na kuwasujudia hadi nchi.

3 Akasema, "Kama nimepata kibali machoni penu, ee bwana wangu, usimpite mtumishi wako. 4 Acha yaletwe maji kidogo, kisha ninyi nyote mnawe miguu yenu na mpumzike chini ya mti huu. 5 Niruhusuni niwapatie chakula kidogo mle, ili mpate nguvu mwendelee na safari yenu, kwa kuwa mmekuja kwa mtumishi wenu."

Nao wakamjibu, "Vema sana, fanya kama unavyosema."

6 Hivyo Abrahamu akaharakisha akaingia hemani kwa Sara, akamwambia, "Chukua vipimo vitatu vya unga laini haraka, ukande na uoke mikate."

7 Kisha Abrahamu akakimbia kwenda kwenye kundi, akachagua ndama mzuri, laini na akampa mtumishi, ambaye aliharakisha kumtayarisha. 8 Kisha akaleta jibini, maziwa na nyama ya yule ndama iliyoandaliwa, akaviweka mbele ya wageni. Walipokuwa wakila, alisimama karibu nao chini ya mti.

9 Wakamuuliza, "Yuko wapi Sara mkeo?"

Akasema, "Yuko huko, ndani ya hema."

10 Kisha BWANA akasema, "Hakika nitakurudia tena majira kama haya mwakani na Sara mkeo atakuwa ana mwana."

Sara alikuwa akiwasikiliza kwenye ingilio la hema, lililokuwa nyuma yake. 11 Abrahamu na Sara walikuwa wazee tena waliosogea miaka, naye Sara alikuwa amekoma katika desturi ya wanawake. 12 Hivyo Sara akacheka kimoyomoyo alipokuwa akiwaza, "Baada ya mimi kuwa mkongwe hivi na bwana wangu amezeeka, je, nitaweza kufurahia jambo hili?"

13 Ndipo BWANA akamwambia Abrahamu, "Kwa nini Sara amecheka na kusema, 'Kweli nitazaa mtoto nami sasa ni mzee?' 14 Je, kuna jambo lolote gumu lisilowezekana kwa BWANA? Nitakurudia mwakani majira kama haya, naye Sara atakuwa na mwana."

15 Sara akaogopa kwa kuwa alidanganya na kusema, "Mimi sikucheka."

Lakini Bwana akasema, "Ndiyo, ulicheka!"

Abrahamu Aiombea Sodoma

16 Wakati watu hao waliposimama ili waondoke, walielekeza nyuso zao Sodoma, Abrahamu akawatoa kitambo kidogo ili awasindikize. 17 Ndipo BWANA akasema, "Je, nimfiche Abrahamu jambo ninalokusudia kufanya? 18 Hakika Abrahamu atakuwa taifa kubwa na lenye nguvu, kupitia kwake mataifa yote ya dunia yatabarikiwa. 19 Kwa maana nimemchagua yeye, ili awaongoze watoto wake na jamaa yake kufuata njia ya BWANA, kwa kuwa waadilifu na kutenda haki, ili BWANA atimize ahadi yake kwa Abrahamu."

20 Basi BWANA akasema, "Kilio dhidi ya Sodoma na Gomora ni kikubwa sana na dhambi yao inasikitisha sana, 21 kwamba nitashuka nione kama waliyoyatenda ni mabaya kiasi cha kilio kilichonifikia. Kama sivyo, nitajua."

22 Basi wale watu wakageuka wakaenda kuelekea Sodoma, lakini Abrahamu akabaki amesimama mbele za BWANA. 23 Ndipo Abrahamu akamsogelea akasema: "Je, utawaangamiza wenye haki na waovu? 24 Je, ikiwa watakuwepo watu wenye haki hamsini katika mji huo, hivi kweli utauangamiza na wala hutauacha kwa ajili ya hao watu hamsini wenye haki waliomo ndani yake? 25 Hilo na liwe mbali nawe, kufanya jambo kama hilo, kuwaua wenye haki pamoja na waovu, kuwatendea wenye haki sawasawa na waovu. Iwe mbali nawe! Je, Mwamuzi wa dunia yote hatafanya lililo sawa?"

26 BWANA akasema, "Kama nikipata watu hamsini wenye haki katika mji wa Sodoma, nitausamehe huo mji wote kwa ajili yao."

27 Kisha Abrahamu akasema tena: "Sasa kwa kuwa nimekuwa na ujasiri wa kuzungumza na Bwana, ingawa mimi si kitu bali ni mavumbi na majivu; 28 je, kama hesabu ya wenye haki imepungua watano katika hamsini, utauangamiza huo mji wote kwa ajili ya hao watano waliopungua?"

Bwana akamwambia, "Kama nikiwakuta huko watu arobaini na watano, sitauangamiza."

29 Abrahamu akazungumza naye kwa mara nyingine, "Je, kama huko watapatikana watu arobaini tu?"

Akamjibu, "Kwa ajili ya hao arobaini, sitauangamiza."

30 Ndipo akasema, "Bwana na asikasirike, lakini niruhusu nizungumze. Je, kama huko watakuwepo thelathini tu?"

Akajibu, "Sitapaangamiza ikiwa nitawakuta huko watu thelathini."

31 Abrahamu akasema, "Sasa kwa kuwa nimekuwa na ujasiri sana kuzungumza na Bwana, je, kama wakipatikana huko watu ishirini tu?"

Bwana akajibu, "Kwa ajili ya hao ishirini, sitauangamiza."

32 Abrahamu akasema, "Bwana na asikasirike, lakini niruhusu nizungumze tena mara moja tu. Itakuwaje kama watapatikana huko watu kumi tu?"

Bwana akajibu, "Kwa ajili ya hao kumi, sitauangamiza."

33 BWANA alipomaliza kuzungumza na Abrahamu, akaondoka, naye Abrahamu akarudi nyumbani kwake.

Kuangamizwa Kwa Sodoma Na Gomora

19 Malaika wale wawili wakafika Sodoma wakati wa jioni, naye Loti alikuwa ameketi kwenye lango la mji. Wakati alipowaona, aliondoka kwenda kuwalaki na kuwasujudia hadi chini. 2 Akasema, "Bwana zangu, tafadhali karibuni kwenye nyumba ya mtumishi wenu. Mnaweza kunawa miguu na kulala hapa kisha asubuhi na mapema mwendelee na safari yenu."

Wakamjibu, "La hasha, tutalala hapa nje uwanjani."

3 Lakini akasisitiza kwa nguvu kwamba waingie pamoja naye nyumbani kwake. Akawaandalia chakula, mikate isiyotiwa chachu, nao wakala. 4 Kabla hawajaenda kulala, watu wote kutoka kila sehemu ya mji wa Sodoma, vijana kwa wazee, waliizunguka nyumba. 5 Wakamwita Loti wakisema, "Wako wapi

wale watu ambao walikuja kwako jioni hii? Watoe
nje kwetu ili tuweze kuwalawiti."
6 Loti akatoka nje kuonana nao, akaufunga
mlango nyuma yake, 7 akasema, "La hasha, rafiki
zangu. Msifanye jambo hili ovu. 8 Tazama, ninao
binti wawili ambao kamwe hawajakutana kimwili
na mwanaume. Acha niwatoe nje kwenu, nanyi
mnaweza kuwafanyia lolote mnalotaka. Lakini
msiwafanyie chochote watu hawa, kwa sababu
wako kwenye ulinzi chini ya dari langu."
9 Wakamjibu, "Tuondokee mbali." Wakaendelea
kusema, "Huyu mtu alikuja hapa kama mgeni na
sasa anataka kuwa mwamuzi wetu! Tutakutenda
vibaya kuliko wao." Waliendelea kumlazimisha
Loti na kusonga mbele ili kuvunja mlango.
10 Lakini watu wale waliokuwa ndani wakanyoosha
mkono wakamvuta Loti ndani ya nyumba na kufunga
mlango. 11 Kisha wakawapiga kwa upofu wale watu
waliokuwa mlangoni mwa ile nyumba, vijana kwa
wazee, hivyo hawakuweza kuupata mlango.
12 Wale watu wawili wakamwambia Loti, "Una
mtu mwingine yeyote hapa, wakwe zako, wana au
binti, ama yeyote mwingine aliye wako katika mji
huu? Waondoe hapa, 13 kwa sababu tunapaanga-
miza mahali hapa. Kilio kwa Bwana dhidi ya watu
wa hapa ni kikubwa kiasi kwamba ametutuma
kupaangamiza."
14 Kwa hiyo Loti alitoka ili kuzungumza na
wakwe zake, waliokuwa wamewaposa binti zake.
Akawaambia, "Fanyeni haraka kuondoka mahali
hapa, kwa kuwa Bwana yu karibu kuangamiza
mji huu!" Lakini wakwe zake walifikiri kwamba
alikuwa akitania.
15 Kunako mapambazuko, malaika wakamhimiza
Loti, wakamwambia, "Fanya haraka! Mchukue mke
wako na binti zako wawili walioko hapa, la sivyo
utaangamizwa wakati mji utakapoadhibiwa."
16 Alipositasita, wale watu wakamshika mkono
wake na mikono ya mke wake na binti zake wawili
na kuwaongoza salama nje ya mji, kwa kuwa
Bwana alikuwa na huruma kwao. 17 Mara wali-
pokwisha kuwatoa nje, mmoja wao akawaambia,
"Mkimbie kwa usalama wenu! Msitazame nyuma,
wala msisimame popote katika nchi tambarare!
Kimbilieni milimani, ama sivyo mtaangamizwa!"
18 Lakini Loti akawajibu, "La hasha, bwana
zangu, tafadhalini! 19 Mtumishi wenu amepata
kibali mbele ya macho yenu, nanyi mmeonyesha
wema mkubwa kwangu kwa kuokoa maisha yangu.
Lakini siwezi kukimbilia milimani, janga hili lita-
nikumba, nami nitakufa. 20 Tazama, hapa kuna mji
karibu wa kukimbilia, nao ni mdogo. Niruhusuni
nikimbilie humo, ni mdogo sana, ama sivyo? Ndipo
maisha yangu yatasalimika."
21 Akamwambia, "Vema sana, nitalikubali hili
ombi pia, sitauangamiza mji ulioutaja. 22 Lakini uki-
mbilie huko haraka, kwa sababu sitaweza kufanya
lolote mpaka ufike huko." (Ndiyo maana mji huo
ukaitwa Soari.[a])
23 Wakati Loti alipofika Soari, jua lilikuwa lime-
chomoza katika nchi. 24 Ndipo Bwana akanyesha
moto wa kiberiti uliotoka mbinguni kwa Bwana
juu ya Sodoma na Gomora. 25 Hivyo akaiteketeza
miji ile na eneo lote la tambarare, pamoja na wote
waliokuwa wanaishi katika miji, hata pia mimea
yote katika nchi. 26 Lakini mke wa Loti akatazama
nyuma, hivyo akawa nguzo ya chumvi.
27 Asubuhi na mapema siku iliyofuata, Abra-
hamu akaamka na kurudi mahali pale aliposimama
mbele za Bwana. 28 Akatazama upande wa Sodoma
na Gomora, kuelekea nchi yote ya tambarare,
akaona moshi mzito ukipanda kutoka kwenye
nchi, kama moshi utokao kwenye tanuru.
29 Kwa hiyo Mungu alipoiangamiza miji ya
tambarare alimkumbuka Abrahamu, akamtoa
Loti kutoka kwenye lile janga lililoharibu miji ile
ambamo Loti alikuwa ameishi.

Loti Na Binti Zake

30 Loti na binti zake wawili waliondoka Soari
na kufanya makao yao kule milimani, kwa maana
aliogopa kukaa Soari. Yeye na binti zake wawili
waliishi katika pango. 31 Siku moja binti mkubwa
akamwambia yule mdogo, "Baba yetu ni mzee na
hakuna mwanaume mahali hapa atakayekutana
na sisi kimwili, kama ilivyo desturi ya mahali pote
duniani. 32 Tumnyweshe baba yetu mvinyo kisha
tukutane naye kimwili ili tuhifadhi uzao wetu
kupitia baba yetu."
33 Usiku ule walimnywesha baba yao mvinyo,
alipolewa binti yake mkubwa akaingia na kukutana
naye kimwili. Baba yao hakujua wakati binti yake
alipoingia kulala naye wala alipotoka.
34 Siku iliyofuata binti mkubwa akamwambia
yule mdogo, "Usiku uliopita mimi nilikutana
kimwili na baba yangu. Tumnyweshe divai tena,
usiku huu nawe ukutane naye kimwili ili tuweze
kuhifadhi uzao wetu kupitia baba yetu." 35 Kwa hiyo
wakamnywesha baba yao mvinyo tena usiku ule,
naye binti yake mdogo akaingia, akakutana naye
kimwili. Kwa mara nyingine baba yao hakujua binti
yake alipolala naye wala alipoondoka.
36 Hivyo binti wawili wa Loti wakapata mimba kwa
baba yao. 37 Binti mkubwa akamzaa mwana, akamwita
jina lake Moabu; ndio baba wa Wamoabu hata leo.
38 Binti mdogo naye pia akamzaa mwana, naye aka-
mwita Benami; ndiye baba wa Waamoni hata leo.

Abrahamu Na Abimeleki

20 Basi Abrahamu akaendelea mbele kutoka
huko hadi nchi ya Negebu na akaishi kati ya
Kadeshi na Shuri. Kwa muda mfupi alikaa Gerari
kama mgeni, 2 huko Abrahamu akasema kuhusu
Sara mkewe, "Huyu ni dada yangu." Kisha Abi-
meleki mfalme wa Gerari akatuma Sara aletwe,
naye akamchukua.
3 Lakini Mungu akamjia Abimeleki katika ndoto
wakati wa usiku na kumwambia, "Wewe ni kama
mfu kwa sababu ya huyu mwanamke uliyemchu-
kua; yeye ni mke wa mtu."
4 Wakati huo Abimeleki alikuwa bado hajamso-
gelea, kwa hiyo akasema, "Je, Bwana utaliharibu
taifa lisilo na hatia? 5 Hakusema kwangu, 'Huyu
ni dada yangu,' naye Sara pia hakusema, 'Huyu ni
kaka yangu'? Nimefanya haya kwa dhamiri njema
na mikono safi."

---

[a] 22 Soari maana yake Mdogo.

[6]Kisha Mungu akamwambia katika ndoto,
“Ndiyo, najua ya kwamba umefanya haya kwa
dhamiri safi, kwa hiyo nimekuzuia usinitende
dhambi. Ndiyo sababu sikukuacha umguse. [7]Sasa
umrudishe huyo mke wa mtu, kwa maana ni nabii,
naye atakuombea nawe utaishi. Lakini kama huta-
mrudisha, ujue kwa hakika kuwa wewe na watu
wako wote mtakufa.”

[8]Kesho yake asubuhi na mapema Abimeleki aka-
waita maafisa wake wote, na baada ya kuwaambia
yote yaliyotokea, waliogopa sana. [9]Kisha Abime-
leki akamwita Abrahamu na kumwambia, “Wewe
umetufanyia nini? Nimekukosea nini hata uka-
leta hatia kubwa namna hii juu yangu na ufalme
wangu? Umenifanyia mambo ambayo hayakupasa
kufanyika.” [10]Abimeleki akamuuliza Abrahamu,
“Ulikuwa na kusudi gani kufanya hivi?”

[11]Abrahamu akajibu, “Niliwaza kwamba,
‘Hakika hakuna hofu ya Mungu mahali hapa, nao
wataniua kwa sababu ya mke wangu.’ [12]Pamoja na
hayo, ni kweli kwamba yeye ni dada yangu, binti wa
baba yangu ingawa si mtoto wa mama yangu; basi
akawa mke wangu. [13]Wakati BWANA aliponifanya
nisafiri mbali na nyumbani mwa baba yangu, nili-
mwambia, ‘Hivi ndivyo utakavyoonyesha pendo
lako kwangu: Kila mahali tutakapokwenda, kuhusu
mimi sema, “Huyu ni kaka yangu.” ’ ”

[14]Kisha Abimeleki akatwaa kondoo na ng'o-
mbe, na watumwa wa kiume na wa kike akampa
Abrahamu, akamrudisha Sara kwa mumewe. [15]Abi-
meleki akasema, “Nchi yangu iko mbele yako, ishi
popote unapotaka.”

[16]Akamwambia Sara, “Ninampa kaka yako
shekeli elfu moja za fedha. Hii ni kufidia kosa lili-
lofanyika dhidi yako mbele ya wote walio pamoja
nawe; haki yako imethibitishwa kabisa.”

[17]Kisha Abrahamu akamwomba Mungu, naye
Mungu akamponya Abimeleki, mke wake, na
watumwa wake wa kike kwamba waweze kupata
watoto tena, [18]kwa kuwa BWANA alikuwa ameyafu-
nga matumbo ya wote katika nyumba ya Abimeleki
kwa sababu ya Sara, mke wa Abrahamu.

Kuzaliwa Kwa Isaki

21 Wakati huu BWANA akamrehemu Sara kama
alivyokuwa amesema, naye BWANA akamte-
ndea Sara kile alichokuwa ameahidi. [2]Sara akapata
mimba, akamzalia Abrahamu mwana katika uzee
wake, majira yale ya Mungu aliomwahidi. [3]Abra-
hamu akamwita Isaki yule mwana ambaye Sara
alimzalia. [4]Isaki alipokuwa na umri wa siku nane,
Abrahamu akamtahiri, kama Mungu alivyomwa-
muru. [5]Abrahamu alikuwa na miaka 100 wakati
Isaki mwanawe alipozaliwa.

[6]Sara akasema, “Mungu ameniletea kicheko, kila
mmoja atakayesikia jambo hili atacheka pamoja
nami.” [7]Akaongeza kusema, “Nani angemwambia
Abrahamu kuwa Sara angenyonyesha watoto?
Tena nimemzalia mwana katika uzee wake.”

Hagari Na Ishmaeli Wafukuzwa

[8]Mtoto akakua, akaachishwa kunyonya. Siku hiyo
Isaki alipoachishwa kunyonya, Abrahamu alifanya
sherehe kubwa. [9]Lakini Sara aliona kuwa mwana
ambaye Hagari, Mmisri, aliyemzalia Abrahamu ali-
kuwa anadhihaki, [10]Sara akamwambia Abrahamu,
“Mwondoe mwanamke huyo mtumwa pamoja na
mwanawe, kwa kuwa mwana wa mwanamke mtu-
mwa kamwe hatarithi pamoja na mwanangu Isaki.”

[11]Jambo hili lilimhuzunisha sana Abrahamu
kwa sababu lilimhusu mwanawe. [12]Lakini Mungu
akamwambia, “Usihuzunike hivyo kwa sababu ya
kijana na mtumishi wako wa kike. Sikiliza lolote
Sara analokuambia, kwa sababu uzao wako uta-
hesabiwa kupitia kwake Isaki. [13]Nitamfanya huyu
mwana wa mtumishi wako wa kike kuwa taifa pia,
kwa sababu naye ni uzao wako.”

[14]Kesho yake asubuhi na mapema, Abrahamu
akachukua chakula na kiriba cha maji, akampa
Hagari. Akaviweka mabegani mwa Hagari, aka-
mwondoa pamoja na kijana. Hagari akashika njia,
akatangatanga katika jangwa la Beer-Sheba.

[15]Maji yalipokwisha kwenye kiriba, akamwa-
cha kijana chini ya mojawapo ya vichaka. [16]Kisha
akajiendea zake akaketi karibu, umbali wa kutupa
mshale, akawaza, “Siwezi kumwangalia kijana
akifa.” Ikawa alipokuwa ameketi pale karibu,
akaanza kulia kwa huzuni.

[17]Mungu akamsikia kijana akilia, malaika
wa Mungu akamwita Hagari kutoka mbinguni
na kumwambia, “Kuna nini Hagari? Usiogope,
Mungu amesikia kijana analia akiwa amelala pale.
[18]Mwinue kijana na umshike mkono, kwa maana
nitamfanya kuwa taifa kubwa.”

[19]Ndipo Mungu akamfumbua Hagari macho
yake naye akaona kisima cha maji. Hivyo akaenda
akajaza kiriba maji na kumpa kijana anywe.

[20]Mungu akawa pamoja na huyu kijana alipo-
kuwa akiendelea kukua. Aliishi jangwani na akawa
mpiga upinde. [21]Alipokuwa akiishi katika Jangwa
la Parani, mama yake akampatia mke kutoka Misri.

Mapatano Katika Beer-Sheba

[22]Wakati huo Abimeleki na Fikoli mkuu wa maje-
shi yake wakamwambia Abrahamu, “Mungu yu
pamoja nawe katika kila kitu unachofanya. [23]Sasa
niapie hapa mbele za Mungu kwamba hutanitenda
hila mimi, watoto wangu wala wazao wangu. Nite-
ndee mimi na nchi ambayo unaishi kama mgeni
wema ule ule ambao nimekutendea.”

[24]Abrahamu akasema, “Ninaapa hivyo.”

[25]Ndipo Abrahamu akalalamika kwa Abimeleki
kuhusu kisima cha maji ambacho watumishi wa
Abimeleki walikuwa wamekinyang'anya. [26]Lakini
Abimeleki akasema, “Sijui ni nani ambaye ame-
fanya hili. Hukuniambia, leo tu ndipo ninasikia
habari zake.”

[27]Hivyo Abrahamu akaleta kondoo na ng'ombe,
akampa Abimeleki, nao watu hawa wawili waka-
fanya mapatano. [28]Abrahamu akatenga kondoo
wa kike saba kutoka kwenye kundi, [29]Abimeleki
akamuuliza Abrahamu, “Ni nini maana ya hawa
kondoo wa kike saba uliowatenga peke yao?”

[30]Abrahamu akamjibu, “Upokee hawa kondoo
wa kike saba kutoka mkononi mwangu kama usha-
hidi kuwa nilichimba kisima hiki.”

[31]Hivyo mahali pale pakaitwa Beer-Sheba, kwa
sababu watu wawili waliapiana hapo.

[32] Baada ya mapatano kufanyika huko Beer-Sheba, Abimeleki na Fikoli mkuu wa majeshi yake wakarudi katika nchi ya Wafilisti. [33] Abrahamu akapanda mti wa mkwaju huko Beer-Sheba, na hapo akaliitia jina la BWANA, Mungu wa milele. [34] Naye Abrahamu akakaa katika nchi ya Wafilisti kwa muda mrefu.

Kujua Uthabiti Wa Abrahamu

22 Baadaye Mungu akamjaribu Abrahamu. Akamwambia, "Abrahamu!"

Abrahamu akajibu, "Mimi hapa."

[2] Kisha Mungu akamwambia, "Umchukue mwanao, mwana wako wa pekee, Isaki umpendaye, uende katika nchi ya Moria. Mtoe huko kama sadaka ya kuteketezwa juu ya mlima mmojawapo nitakaokuambia."

[3] Abrahamu akaamka asubuhi na mapema siku iliyofuata, akamtayarisha punda wake. Akawachukua watumishi wake wawili pamoja na Isaki mwanawe. Baada ya kuchanja kuni za kutosha kwa ajili ya hiyo sadaka ya kuteketezwa, akaondoka kuelekea mahali Mungu alipokuwa amemwambia. [4] Siku ya tatu Abrahamu akainua macho, akapaona mahali pale kwa mbali. [5] Akawaambia watumishi wake, "Kaeni hapa pamoja na punda, wakati mimi na kijana tunakwenda kule. Tutakwenda kuabudu na kisha tutawarudia."

[6] Abrahamu akachukua kuni kwa ajili ya sadaka ya kuteketezwa, akamtwika Isaki mwanawe, yeye mwenyewe akachukua moto na kisu. Walipokuwa wakienda pamoja, [7] Isaki akanena akamwambia Abrahamu baba yake, "Baba yangu!"

Abrahamu akaitika, "Mimi hapa, mwanangu."

Isaki akasema, "Moto na kuni zipo, Je, yuko wapi mwana-kondoo kwa ajili ya sadaka ya kuteketezwa?"

[8] Abrahamu akajibu, "Mwanangu, Mungu mwenyewe atajipatia mwana-kondoo kwa ajili ya hiyo sadaka ya kuteketezwa." Nao hawa wawili wakaendelea mbele pamoja.

[9] Walipofika mahali pale alipokuwa ameambiwa na Mungu, Abrahamu akajenga madhabahu hapo, akaziweka kuni juu yake. Akamfunga Isaki mwanawe na akamlaza kwenye madhabahu, juu ya zile kuni. [10] Kisha akanyoosha mkono wake na akachukua kisu ili amchinje mwanawe. [11] Lakini malaika wa BWANA akamwita kutoka mbinguni, akamwambia, "Abrahamu! Abrahamu!"

Akajibu, "Mimi hapa."

[12] Akamwambia, "Usimdhuru kijana, wala usimtendee jambo lolote. Sasa ninajua kwamba unamcha Mungu, kwa sababu hukunizuilia mwanao, mwana wako wa pekee."

[13] Abrahamu akainua macho yake, akaona kondoo dume amenaswa pembe zake nyuma yake katika kichaka. Akaenda akamchukua huyo kondoo dume, akamtoa awe sadaka ya kuteketezwa badala ya mwanawe. [14] Abrahamu akapaita mahali pale Yehova-Yire.[a] Mpaka siku ya leo inasemekana, "Katika mlima wa BWANA itapatikana."

[15] Basi malaika wa BWANA akamwita Abrahamu kutoka mbinguni mara ya pili, [16] akasema, "Ninaapa kwa nafsi yangu, asema BWANA, kwamba kwa sababu umefanya jambo hili na hukunizuilia mwanao, mwana wako wa pekee, [17] hakika nitakubariki, na nitauzidisha uzao wako kama nyota za angani na kama mchanga ulioko pwani. Wazao wako watamiliki miji ya adui zao, [18] na kupitia uzao wako mataifa yote duniani yatabarikiwa, kwa sababu umenitii."

[19] Ndipo Abrahamu akawarudia watumishi wake, wakaondoka wakaenda wote pamoja mpaka Beer-Sheba. Abrahamu akaishi huko Beer-Sheba.

Wana Wa Nahori

[20] Baada ya muda, Abrahamu akaambiwa, "Milka pia amepata watoto, amemzalia ndugu yako Nahori wana: [21] Usi mzaliwa wake wa kwanza, Buzi nduguye, Kemueli (baba wa Aramu), [22] Kesedi, Hazo, Pildashi, Yidlafu na Bethueli." [23] Bethueli akamzaa Rebeka. Milka alimzalia Nahori nduguye Abrahamu hao wana wanane. [24] Suria wake Nahori aliyeitwa Reuma pia alikuwa na wana: Teba, Gahamu, Tahashi na Maaka.

Kifo Cha Sara

23 Sara aliishi akawa na umri wa miaka mia na ishirini na saba. [2] Sara akafa huko Kiriath-Arba (yaani Hebroni) katika nchi ya Kanaani, Abrahamu akamwombolezea na kumlilia Sara.

[3] Ndipo Abrahamu akainuka kutoka pale penye maiti ya mke wake. Akazungumza na Wahiti, akasema, [4] "Mimi ni mpitaji na mgeni miongoni mwenu. Niuzieni sehemu ya ardhi yenu ili niweze kumzika maiti wangu."

[5] Wahiti wakamjibu Abrahamu, [6] "Bwana, tusikilize. Wewe ni mtawala mkuu sana miongoni mwetu. Zika maiti wako katika kaburi unalolipenda kati ya makaburi yetu. Hakuna mtu wa kwetu atakayekuzuia kaburi lake ili kuzika maiti wako."

[7] Abrahamu akainuka na akasujudu mbele ya wenyeji wa nchi, yaani Wahiti. [8] Akawaambia, "Kama mnaniruhusu kumzika maiti wangu, basi nisikilizeni mkamsihi Efroni mwana wa Sohari kwa niaba yangu [9] ili aniuzie pango la Makpela, lililo mali yake, nalo liko mwisho wa shamba lake. Mwambieni aniuzie kwa bei kamili atakayosema ili liwe mahali pangu pa kuzikia miongoni mwenu."

[10] Efroni Mhiti alikuwa ameketi miongoni mwa watu wake, akamjibu Abrahamu mbele ya Wahiti wote waliokuwepo katika lango la mji. [11] "La hasha, bwana wangu, nisikilize, nakupa shamba, pia nakupa pango lililomo ndani yake. Nakupa mbele ya watu wangu. Uzike maiti wako."

[12] Abrahamu akasujudu tena, mbele ya wenyeji wa nchi, [13] akamwambia Efroni wale watu wakiwa wanasikia, "Tafadhali nisikilize. Nitakulipa fedha za hilo shamba. Kubali kuzipokea ili niweze kumzika maiti wangu."

[14] Efroni akamjibu Abrahamu, [15] "Nisikilize, bwana wangu, thamani ya ardhi hiyo ni shekeli 400 za fedha,[b] lakini hiyo ni nini kati yako na mimi? Mzike maiti wako."

[a]14 Yehova-Yire maana yake BWANA atatupa.

[b]15 Shekeli 400 za fedha ni sawa na kilo 4.5.

16 Abrahamu akakubali masharti ya Efroni, aka-
mpimia ile fedha aliyotaja masikioni mwa Wahiti:
Shekeli 400 za fedha kulingana na viwango vya
uzito vilivyokuwa vikitumika wakati huo na wafa-
nyabiashara.
17 Hivyo shamba la Efroni huko Makpela karibu
na Mamre, yaani shamba pamoja na pango lili-
lokuwamo, nayo miti yote iliyokuwamo ndani
ya mipaka ya shamba hilo, vilikabidhiwa, 18 kwa
Abrahamu kuwa mali yake mbele ya Wahiti wote
waliokuwa wamekuja kwenye lango la mji. 19 Baada
ya hayo Abrahamu akamzika Sara mkewe kwe-
nye pango ndani ya shamba la Makpela karibu na
Mamre (huko Hebroni) katika nchi ya Kanaani.
20 Hivyo Wahiti wakamkabidhi Abrahamu shamba
pamoja na pango lililokuwa humo kuwa mahali
pa kuzikia.

Isaki Na Rebeka

24 Wakati huu Abrahamu alikuwa mzee mwenye
miaka mingi, naye Bwana alikuwa amemba-
riki katika kila njia. 2 Akamwambia mtumishi wake
mkuu wa vitu vyote katika nyumba yake, yule
aliyekuwa msimamizi wa vitu vyote alivyokuwa
navyo, "Weka mkono wako chini ya paja langu,
3 Ninataka uape kwa Bwana, Mungu wa mbingu na
Mungu wa nchi, kwamba hutamtwalia mwanangu
mke kutoka binti za Wakanaani, ambao ninaishi
miongoni mwao, 4 bali utakwenda katika nchi
yangu na jamaa zangu umpatie Isaki mwanangu
mke."
5 Yule mtumishi akamuuliza, "Je, kama huyo
mwanamke atakataa kuja nami katika nchi hii?
Je, nimpeleke mwanao katika hiyo nchi uliyotoka?"
6 Abrahamu akasema, "Hakikisha kwamba
hutamrudisha mwanangu huko. 7 Bwana, Mungu
wa mbingu, aliyenitoa nyumbani kwa baba yangu
na nchi yangu niliyozaliwa na aliyesema nami na
akaniahidi kwa kiapo, akisema, 'Nitawapa watoto
wako nchi hii,' atatuma malaika wake akutangulie
ili umpatie mwanangu mke kutoka huko. 8 Kama
huyo mwanamke asipokubali kufuatana nawe, basi
utafunguliwa kutoka kiapo nilichokuapisha. Ila
usimrudishe mwanangu huko." 9 Basi yule mtumi-
shi akaweka mkono wake chini ya paja la bwana
wake Abrahamu akamwapia kuhusu shauri hili.
10 Ndipo huyo mtumishi akachukua ngamia kumi
miongoni mwa ngamia za bwana wake, akaondoka,
akiwa amechukua aina zote za vitu vizuri kutoka
kwa bwana wake. Akaelekea Aramu-Naharaimu[a]
na kushika njia kwenda mji wa Nahori. 11 Akawa-
pigisha ngamia magoti karibu na kisima cha maji
nje ya mji, ilikuwa inaelekea jioni, wakati ambapo
wanawake wanakuja kuteka maji.
12 Kisha akaomba, "Ee Bwana, Mungu wa bwana
wangu Abrahamu, nipatie ushindi leo, uonyeshe
huruma kwa bwana wangu Abrahamu. 13 Tazama,
nimesimama karibu na kisima hiki cha maji, nao
binti za watu wa mji huu wanakuja kuteka maji.
14 Basi na iwe hivi, nitakapomwambia binti mmo-
jawapo, 'Tafadhali tua mtungi wako nipate kunywa
maji,' naye akisema, 'Kunywa, nitawanywesha na
ngamia wako pia.' Basi na awe ndiye uliyemchagua
kwa ajili ya mtumishi wako Isaki. Kwa hili nitajua
umemhurumia bwana wangu."
15 Ikawa kabla hajamaliza kuomba, Rebeka aka-
tokea akiwa na mtungi begani mwake. Alikuwa
binti wa Bethueli. Bethueli alikuwa mwana wa
Milka aliyekuwa mke wa Nahori ndugu wa Abra-
hamu. 16 Huyu msichana alikuwa mzuri sana wa
sura, bikira, ambaye hakuna mtu aliyekuwa ame-
kutana naye kimwili. Aliteremka kisimani, akajaza
mtungi wake akapanda juu.
17 Ndipo yule mtumishi akaharakisha kukutana
naye akamwambia, "Tafadhali nipe maji kidogo
katika mtungi wako."
18 Yule msichana akasema, "Kunywa, bwana
wangu." Akashusha kwa haraka mtungi mkononi
mwake na akampa, akanywa.
19 Baada ya kumpa yule mtumishi yale maji,
akamwambia, "Nitateka maji kwa ajili ya ngamia
zako pia mpaka wote watosheke." 20 Akafanya
haraka kumimina maji kwenye birika ya kunywe-
shea wanyama, akakimbia kisimani kuteka maji
mengine na akateka ya kuwatosha ngamia wake
wote. 21 Pasipo kusema neno, yule mtumishi
akamtazama kwa makini aone kama Bwana amei-
fanikisha safari yake, au la.
22 Ikawa ngamia walipokwisha kunywa wote,
yule mtumishi akampa huyo msichana pete ya
puani ya dhahabu yenye uzito wa beka moja[b] na
bangili mbili za dhahabu zenye uzito wa shekeli
kumi.[c] 23 Kisha akamuuliza, "Wewe ni binti wa
nani? Tafadhali uniambie, je, kuna nafasi katika
nyumba ya baba yako tutakapoweza kulala?"
24 Yule msichana akamjibu, "Mimi ni binti wa
Bethueli, mwana wa Milka aliyemzalia Nahori."
25 Akaendelea kusema, "Kwetu kuna majani mengi
na malisho, tena kuna nafasi kwa ajili yenu kulala."
26 Yule mtumishi akasujudu na kumwabudu
Bwana, 27 akisema, "Atukuzwe Bwana, Mungu wa
bwana wangu Abrahamu, ambaye hakuondoa
wema na uaminifu wake kwa bwana wangu. Mimi
nami, Bwana ameniongoza safarini akanifikisha
nyumbani kwa jamaa za bwana wangu."
28 Yule msichana akakimbia akawaeleza watu
wa nyumbani mwa mama yake kuhusu mambo
haya. 29 Rebeka alikuwa na kaka aliyeitwa Labani,
huyo akaharakisha kukutana na yule mtumishi
kule kisimani. 30 Mara alipoiona ile pete puani, na
bangili mikononi mwa dada yake na kusikia yale
maneno Rebeka aliyoambiwa na huyo mtumishi,
alimwendea huyo mtumishi, akamkuta amesi-
mama karibu na ngamia wake pale karibu na
kisima. 31 Akamwambia, "Karibu nyumbani wewe
uliyebarikiwa na Bwana, kwa nini unasimama
huko nje? Mimi nimekuandalia nyumba na mahali
kwa ajili ya ngamia."
32 Hivyo yule mtumishi akaenda nyumbani,
mizigo ikaondolewa juu ya ngamia. Majani na
malisho yakaletwa kwa ajili ya ngamia na maji
kwa ajili yake na watu wake ili kunawa miguu.
33 Ndipo chakula kikaandaliwa kwa ajili yake, lakini

[a]10 Yaani Mesopotamia ya Kaskazini-Magharibi.

[b]22 Beka moja ya dhahabu ni sawa na gramu 5.5.
[c]22 Shekeli 10 za dhahabu ni sawa na gramu 110.

akasema, "Sitakula mpaka niwe nimewaambia yale niliyo nayo ya kusema."

Labani akasema, "Basi tuambie."

34 Hivyo akasema, "Mimi ni mtumishi wa Abrahamu. 35 Bwana amembariki sana bwana wangu, amekuwa tajiri. Amempa kondoo na ng'ombe, fedha na dhahabu, watumishi wa kiume na wa kike, ngamia na punda. 36 Sara mkewe bwana wangu amemzalia mwana katika uzee wake, naye amempa kila kitu alichokuwa nacho. 37 Naye bwana wangu ameniapisha na akasema, 'Kamwe usimtwalie mwanangu mke katika binti za Wakanaani, ambao ninaishi katika nchi yao, 38 ila uende mpaka kwa jamaa ya baba yangu na ukoo wangu mwenyewe, ukamtwalie mwanangu mke huko.'

39 "Kisha nikamuuliza bwana wangu, 'Je, kama huyo mwanamke hatakubali kurudi nami?'

40 "Akanijibu, 'Bwana ambaye nimetembea mbele zake, atatuma malaika wake pamoja nawe, na kuifanikisha safari yako, ili uweze kupata mke kwa ajili ya mwanangu katika ukoo wangu na kutoka jamaa ya baba yangu. 41 Kisha, utakapokwenda kwenye ukoo wangu, utakuwa umefunguliwa kutoka kiapo changu hata kama wakikataa kukupa huyo binti, utakuwa umefunguliwa kutoka kiapo changu.'

42 "Nilipokuja kisimani leo nilisema, 'Ee Bwana, Mungu wa bwana wangu Abrahamu, ikikupendeza, naomba uifanikishe safari niliyoijia. 43 Tazama, ninasimama kando ya kisima hiki, kama mwanamwali akija kuteka maji nami nikimwambia, tafadhali niruhusu ninywe maji kidogo kutoka kwenye mtungi wako, 44 naye kama akiniambia, "Kunywa, nami nitateka maji kwa ajili ya ngamia wako pia," basi huyo awe ndiye mke ambaye Bwana amemchagulia mwana wa bwana wangu.'

45 "Kabla sijamaliza kuomba moyoni mwangu, Rebeka akatokea, amebeba mtungi begani mwake. Akashuka kisimani akateka maji, nami nikamwambia, 'Tafadhali nipe maji ninywe.'

46 "Akafanya haraka kushusha mtungi wake begani na kusema, 'Kunywa na nitawanywesha ngamia wako pia,' basi nikanywa, akawanywesha na ngamia pia.

47 "Nikamuuliza, 'Wewe ni binti wa nani?'

"Akasema, 'Mimi ni binti wa Bethueli, mwana wa Nahori, Milka aliyemzalia.'

"Ndipo nilipotia pete puani mwake na bangili mikononi mwake, 48 nikasujudu na nikamwabudu Bwana. Nikamtukuza Bwana, Mungu wa bwana wangu Abrahamu, aliyeniongoza katika njia sahihi ili nimtwalie mwana na bwana wangu mke katika jamaa zake. 49 Ikiwa mtaonyesha wema na uaminifu kwa bwana wangu, mniambie, la sivyo, mniambie, ili niweze kujua njia ya kugeukia."

50 Labani na Bethueli wakajibu, "Jambo hili limetoka kwa Bwana, hatuwezi kukuambia jambo lolote baya au jema. 51 Rebeka yuko hapa, mchukue na uende, awe mke wa mwana wa bwana wako, sawasawa na Bwana alivyoongoza."

52 Ikawa huyo mtumishi wa Abrahamu aliposikia waliyosema, alisujudu mpaka nchi mbele za Bwana. 53 Ndipo huyo mtumishi akatoa vitu vilivyotengenezwa kwa dhahabu na kwa fedha pamoja na mavazi, akampa Rebeka, pia akawapa zawadi za thamani kubwa nduguye na mamaye. 54 Kisha yeye na wale watu waliokuwa pamoja naye wakala, wakanywa na kulala palepale.

Walipoamka asubuhi, yule mtumishi, akasema, "Nipeni ruhusa nirudi kwa bwana wangu."

55 Lakini ndugu yake Rebeka pamoja na mama yake wakajibu, "Acha binti akae kwetu siku kumi au zaidi, ndipo mwondoke."

56 Lakini yule mtumishi akawaambia, "Msinicheleweshe, kwa kuwa Bwana amefanikisha safari yangu, nipeni ruhusa nirudi kwa bwana wangu."

57 Ndipo wakasema, "Acha tumwite huyo binti tumuulize, tusikie atakavyosema." 58 Kwa hiyo wakamwita Rebeka na kumuuliza, "Je, utakwenda na mtu huyu?"

Akasema, "Nitakwenda."

59 Hivyo wakamwaga ndugu yao Rebeka aondoke, pamoja na mjakazi wake, mtumishi wa Abrahamu na watu wake. 60 Wakambariki Rebeka, wakamwambia,

"Ndugu yetu, uwe wewe kumi elfu,
  mara elfu nyingi,
nao wazao wako wamiliki
  malango ya adui zao."

61 Rebeka na vijakazi wake wakajiandaa, wakapanda ngamia zao wakafuatana na yule mtu. Hivyo yule mtumishi akamchukua Rebeka akaondoka.

62 Basi Isaki alikuwa ametoka Beer-Lahai-Roi, kwa kuwa alikuwa anaishi nchi ya Negebu. 63 Isaki akatoka kwenda shambani kutafakari wakati wa jioni, alipoinua macho yake, akaona ngamia wanakuja. 64 Rebeka pia akainua macho akamwona Isaki. Akashuka kutoka kwenye ngamia wake 65 na akamuuliza yule mtumishi, "Ni nani mtu yule aliye kule shambani anayekuja kutulaki?"

Yule mtumishi akajibu, "Huyu ndiye bwana wangu." Hivyo Rebeka akachukua shela yake akajifunika.

66 Kisha yule mtumishi akamweleza Isaki mambo yote aliyoyatenda. 67 Ndipo Isaki akamwingiza Rebeka katika hema la Sara mama yake, Isaki akamchukua Rebeka, hivyo akawa mke wake. Isaki akampenda, akafarijika baada ya kifo cha mama yake.

Kifo Cha Abrahamu

25 Abrahamu alioa mke mwingine, ambaye jina lake aliitwa Ketura. 2 Huyu alimzalia Zimrani, Yokshani, Medani, Midiani, Ishbaki na Shua. 3 Yokshani alikuwa baba wa Sheba na Dedani, wazao wa Dedani walikuwa Waashuri, Waletushi na Waleumi. 4 Wana wa Midiani walikuwa Efa, Eferi, Hanoki, Abida na Eldaa. Hawa wote walikuwa uzao wa Ketura.

5 Abrahamu akamwachia Isaki kila kitu alichokuwa nacho. 6 Lakini Abrahamu alipokuwa bado hai, akawapa watoto wa masuria wake zawadi, kisha akawaondoa waende kuishi pande za mashariki mbali na mwanawe Isaki.

7 Kwa jumla, Abrahamu aliishi miaka 175. 8 Ndipo Abrahamu akapumua pumzi ya mwisho na akafa

akiwa mwenye umri mzuri, mzee aliyeshiba siku, naye akakusanywa pamoja na watu wake. 9 Watoto wake Isaki na Ishmaeli wakamzika katika pango la Makpela karibu na Mamre, katika shamba lililokuwa la Efroni mwana wa Sohari Mhiti, 10 Shamba ambalo Abrahamu alilinunua kwa Wahiti. Hapo ndipo Abrahamu alipozikwa pamoja na mkewe Sara. 11 Baada ya kifo cha Abrahamu, Mungu akambariki mwanawe Isaki, ambaye baadaye aliishi karibu na Beer-Lahai-Roi.

Wana Wa Ishmaeli

12 Hivi ndivyo vizazi vya Ishmaeli mtoto wa Abrahamu, ambaye mjakazi wake Sara, Hagari Mmisri, alimzalia Abrahamu.

13 Haya ndiyo majina ya wana wa Ishmaeli, yaliyoorodheshwa kulingana na jinsi walivyozaliwa: Mzaliwa wa kwanza wa Ishmaeli ni Nebayothi, akafuatia Kedari, Adbeeli, Mibsamu, 14 Mishma, Duma, Masa, 15 Hadadi, Tema, Yeturi, Nafishi na Kedema. 16 Hawa walikuwa wana wa Ishmaeli na haya ni majina ya viongozi wa makabila kumi na mawili kulingana na makao yao na kambi zao. 17 Kwa jumla Ishmaeli aliishi miaka 137. Akapumua pumzi ya mwisho, akafa, naye akakusanywa pamoja na watu wake. 18 Wazao wa Ishmaeli waliishi kuanzia nchi ya Havila hadi Shuri, karibu na mpaka wa Misri, unapoelekea Ashuru. Hao waliishi kwa uhasama na ndugu zao wote.

Yakobo Na Esau

19 Hivi ndivyo vizazi vya Isaki mwana wa Abrahamu.

Abrahamu akamzaa Isaki, 20 Isaki alikuwa na umri wa miaka arobaini alipomwoa Rebeka binti Bethueli Mwaramu kutoka Padan-Aramu, nduguye Labani Mwaramu.

21 Isaki akamwomba Bwana kwa ajili ya mke wake, kwa sababu alikuwa tasa. Bwana akajibu maombi yake na Rebeka mkewe akapata mimba. 22 Watoto wakashindana tumboni mwake, akasema, "Kwa nini haya yanatokea kwangu?" Kwa hiyo akaenda kumuuliza Bwana.

23 Bwana akamjibu,

"Mataifa mawili yamo tumboni mwako,
na mataifa hayo mawili
kutoka ndani yako watatenganishwa.
Mmoja atakuwa na nguvu zaidi kuliko
mwingine,
na yule mkubwa atamtumikia yule
mdogo."

24 Wakati wake wa kujifungua ulipotimia, walikuwepo mapacha wa kiume tumboni mwake. 25 Wa kwanza kuzaliwa alikuwa mwekundu, mwili wake wote ulikuwa kama mtu aliyevaa vazi lenye nywele; wakamwita jina lake Esau.[a] 26 Baadaye, ndugu yake akatoka, mkono wake ukiwa umemshika Esau kisigino; akaitwa jina lake Yakobo.[b] Isaki alikuwa mwenye miaka sitini Rebeka alipowazaa.

27 Watoto wakakua, naye Esau akakuwa mwindaji hodari, mtu wa mbugani, wakati Yakobo alikuwa mtu mtulivu, mwenye kukaa nyumbani. 28 Isaki, ambaye alikuwa anapendelea zaidi nyama za porini, alimpenda Esau, bali Rebeka alimpenda Yakobo.

29 Siku moja Yakobo alipika mchuzi wa dengu, Esau akarudi kutoka porini akiwa na njaa kali. 30 Esau akamwambia Yakobo, "Haraka, nipe huo mchuzi mwekundu! Nina njaa kali sana!" (Hii ndiyo sababu pia aliitwa Edomu.)[c]

31 Yakobo akamjibu, "Niuzie kwanza haki yako ya mzaliwa wa kwanza."

32 Esau akasema, "Tazama, mimi niko karibu ya kufa, itanifaa nini haki ya mzaliwa wa kwanza?"

33 Yakobo akamwambia, "Niapie kwanza." Hivyo Esau akamwapia, akamuuzia Yakobo haki yake ya kuzaliwa.

34 Ndipo Yakobo akampa Esau mkate na ule mchuzi wa dengu. Akala na kunywa, kisha akainuka akaenda zake.

Kwa hiyo Esau alidharau haki yake ya mzaliwa wa kwanza.

Isaki Na Abimeleki

26 Basi njaa kubwa ikawa katika nchi hiyo, kuliko ile njaa iliyotangulia iliyotokea wakati wa Abrahamu. Isaki akamwendea Abimeleki mfalme wa Wafilisti huko Gerari. 2 Bwana akamtokea Isaki, akamwambia, "Usiende Misri, bali ukae katika nchi nitakayokuambia. 3 Kaa katika nchi hii kwa kitambo, mimi nitakuwa pamoja na wewe na nitakubariki. Kwa maana nitakupa wewe na uzao wako nchi hizi zote na nitatimiza kiapo nilichomwapia Abrahamu baba yako. 4 Nitafanya wazao wako kuwa wengi kama nyota za angani, nami nitawapa nchi hizi zote na kutokana na uzao wako mataifa yote yatabarikiwa, 5 kwa sababu Abrahamu alinitii mimi akatunza kanuni zangu na maagizo yangu, amri zangu pamoja na sheria zangu." 6 Hivyo Isaki akaishi huko Gerari.

7 Watu wa mahali pale walipomuuliza habari za mke wake, akasema, "Huyu ni dada yangu," kwa sababu aliogopa kusema, "Huyu ni mke wangu." Alifikiri, "Watu wa mahali pale wataweza kumuua kwa sababu ya Rebeka, kwa kuwa alikuwa mzuri wa sura."

8 Wakati Isaki alipokuwa amekaa huko siku nyingi, Abimeleki mfalme wa Wafilisti akachungulia dirishani, akaona jinsi Isaki alivyomkumbatia Rebeka mke wake. 9 Abimeleki akamwita Isaki akamwambia, "Hakika huyu ni mke wako! Mbona uliniambia, 'Huyu ni dada yangu?' "

Isaki akamjibu, "Kwa sababu nilifikiri ningeweza kuuawa kwa sababu yake."

10 Ndipo Abimeleki akamjibu, "Ni nini hiki ulichotufanyia? Ingewezekana mtu yeyote akawa amekutana kimwili na mke wako, nawe ungeleta hatia juu yetu."

---

a25 Esau maana yake Mwenye nywele nyingi.

b26 Yakobo maana yake Ashikaye kisigino, au Atwaaye mahali pa mwingine, au Mdanganyaji, au Mwenye hila, au Mlaghai, au Mjanja.
c30 Edomu maana yake Mwekundu.

11 Hivyo Abimeleki akatoa amri kwa watu wote, akisema, "Yeyote atakayemnyanyasa mtu huyu au mkewe hakika atauawa."

12 Isaki akapanda mazao katika nchi hiyo, kwa mwaka huo huo, akavuna mara mia, kwa sababu Bwana alimbariki. 13 Isaki akawa tajiri, mali zake zikaendelea kuongezeka mpaka akawa tajiri sana. 14 Akawa na mifugo ya kondoo na ng'ombe, na watumishi wengi sana, kiasi kwamba Wafilisti wakamwonea wivu. 15 Kwa hiyo visima vyote vilivyochimbwa na watumishi wakati wa Abrahamu baba yake, Wafilisti wakavifukia, wakavijaza udongo.

16 Ndipo Abimeleki akamwambia Isaki, "Ondoka kwetu, kwa maana umetuzidi nguvu sana."

17 Basi Isaki akatoka huko akajenga kambi katika Bonde la Gerari, akaishi huko. 18 Ndipo Isaki akavichimbua tena vile visima vya maji ambavyo vilichimbwa siku zile za Abrahamu baba yake, ambavyo Wafilisti walivifukia baada ya kufa Abrahamu, akavipa majina yale yale ambayo baba yake alikuwa amevipa.

19 Watumishi wa Isaki wakachimba katika lile bonde wakagundua huko kisima chenye maji safi. 20 Lakini wachungaji wa Gerari wakagombana na wachungaji wa Isaki wakisema, "Maji haya ni yetu!" Ndipo akakiita kile kisima Eseki,[a] kwa sababu waligombana naye. 21 Kisha wakachimba kisima kingine, lakini hata hicho pia wakakigombania, akakiita Sitna.[b] 22 Akaondoka huko, akachimba kisima kingine, wala hakuna yeyote aliyekigombania. Akakiita Rehobothi,[c] akisema, "Sasa Bwana ametufanyia nafasi, nasi tutastawi katika nchi."

23 Kutoka pale akaenda Beer-Sheba. 24 Usiku ule Bwana akamtokea, akamwambia, "Mimi ndimi Mungu wa Abrahamu baba yako. Usiogope, kwa maana mimi niko pamoja nawe, nitakubariki na kuongeza idadi ya wazao wako kwa ajili ya Abrahamu mtumishi wangu."

25 Isaki akajenga madhabahu huko, akaliitia jina la Bwana. Akapiga hema lake huko, nao watumishi wake wakachimba kisima.

26 Wakati huo, Abimeleki alikuwa amemjia kutoka Gerari, akifuatana na Ahuzathi mshauri wake, pamoja na Fikoli jemadari wa majeshi yake. 27 Isaki akawauliza, "Mbona mmekuja kwangu na ninyi mlinichukia na kunifukuza?"

28 Wakamjibu, "Tuliona wazi kuwa Bwana alikuwa pamoja nawe, kwa hiyo tukasema, 'Inabidi kuwe na kiapo cha mapatano kati yetu, kati yetu na wewe. Na tufanye mkataba pamoja nawe 29 kwamba hutatudhuru, kama jinsi nasi hatukuwanyanyasa bali tuliwatendea mema wakati wote na kuwaondoa kwetu kwa amani. Tena sasa umebarikiwa na Bwana.' "

30 Basi Isaki akawaandalia karamu, nao wakala na kunywa. 31 Kesho yake asubuhi na mapema, wakaapizana wao kwa wao. Kisha Isaki akawaruhusu waende zao, wakamwacha Isaki kwa amani.

32 Siku hiyo watumishi wa Isaki wakaja wakampa habari kuhusu kisima walichokuwa wamekichimba, wakamwambia, "Tumepata maji!" 33 Naye akakiita Shiba,[d] mpaka leo mji huo unaitwa Beer-Sheba.[e]

34 Esau alipokuwa na umri wa miaka arobaini, akamwoa Yudithi binti Beeri Mhiti, kisha akamwoa Basemathi binti Eloni Mhiti. 35 Hawa walikuwa chanzo cha huzuni ya Isaki na Rebeka.

Yakobo Anaipata Baraka Ya Isaki

27 Isaki alipokuwa mzee na macho yake yalipokuwa yamekosa nguvu asiweze kuona tena, akamwita Esau mwanawe mkubwa, akamwambia, "Mwanangu."

Akajibu, "Mimi hapa."

2 Isaki akasema, "Mimi sasa ni mzee na sijui siku ya kifo changu. 3 Sasa basi, chukua silaha zako, podo na upinde, uende nyikani, ukawinde nyama pori kwa ajili yangu. 4 Uniandalie aina ya chakula kitamu nikipendacho uniletee nile, ili niweze kukubariki kabla sijafa."

5 Basi Rebeka alikuwa akisikiliza Isaki alipokuwa akizungumza na mwanawe Esau. Esau alipoondoka kwenda nyikani kuwinda nyama pori na kuleta, 6 Rebeka akamwambia Yakobo mwanawe, "Tazama, nimemsikia baba yako akimwambia ndugu yako Esau, 7 'Niletee mawindo, kisha ukaniandalie chakula kitamu nile, ili niweze kukubariki mbele za Bwana kabla sijafa.' 8 Sasa, mwanangu, nisikilize kwa makini na ufanye yale ninayokuambia: 9 Nenda sasa katika kundi ukaniletee wana-mbuzi wawili wazuri, ili niandalie chakula kitamu kwa ajili ya baba yako, kama vile anavyopenda. 10 Kisha umpelekee baba yako ale, ili apate kukubariki kabla hajafa."

11 Yakobo akamwambia Rebeka mama yake, "Lakini ndugu yangu Esau ana nywele mwilini, mimi nina ngozi nyororo. 12 Itakuwaje kama baba yangu akinigusa? Itaonekana kwake kama niliyemfanyia ujanja na kuleta laana juu yangu badala ya baraka."

13 Mama yake akamwambia, "Mwanangu, laana na iwe juu yangu. Fanya tu ninalokuambia, nenda ukaniletee hao wana-mbuzi."

14 Kwa hiyo alikwenda akawaleta, akampa mama yake, akaandaa chakula kitamu, kama vile alivyopenda baba yake. 15 Kisha Rebeka akachukua nguo nzuri za Esau mwanawe wa kwanza, alizokuwa nazo nyumbani, akamvika Yakobo mwanawe mdogo. 16 Pia akamfunika mikononi na sehemu laini ya shingo kwa ngozi za mbuzi. 17 Hatimaye akampa Yakobo hicho chakula kitamu pamoja na mkate aliouoka.

18 Akamwendea baba yake akasema, "Baba yangu."

Akajibu, "Naam, mwanangu, wewe ni nani?"

19 Yakobo akamwambia baba yake, "Mimi ni Esau mzaliwa wako wa kwanza. Nimefanya kama ulivyoniambia. Tafadhali uketi, ule sehemu ya mawindo yangu ili uweze kunibariki."

20 Isaki akamuuliza mwanawe. "Umepataje haraka namna hii, mwanangu?"

---

[a]20 Eseki maana yake ni Ugomvi.
[b]21 Sitna maana yake Upinzani.
[c]22 Rehobothi maana yake ni Mungu ametufanyia nafasi.
[d]33 Shiba kwa Kiebrania maana yake ni Saba.
[e]33 Beer-Sheba maana yake ni Kisima cha wale saba, yaani wale kondoo saba ambao Abrahamu aliwatoa kama ushahidi kati yake na Abimeleki.

Akajibu, "Bwana Mungu wako amenifanikisha."
21 Kisha Isaki akamwambia Yakobo, "Mwanangu
tafadhali sogea karibu nami ili nikupapase, nione
kama hakika ndiwe Esau mwanangu, au la."
22 Yakobo akasogea karibu na baba yake Isaki,
ambaye alimpapasa na kusema, "Sauti ni ya
Yakobo, bali mikono ni ya Esau." 23 Hakumtambua,
kwa sababu mikono yake ilikuwa na nywele kama
ya ndugu yake Esau, kwa hiyo akambariki. 24 Aka-
muuliza, "Hivi kweli wewe ni mwanangu Esau?"
Akajibu, "Mimi ndiye."
25 Kisha akasema, "Mwanangu, niletee sehemu
ya mawindo yako nile, ili nipate kukubariki."
Yakobo akamletea naye akala, akamletea na
divai akanywa. 26 Kisha Isaki baba yake akamwa-
mbia, "Njoo hapa, mwanangu, unibusu."
27 Kwa hiyo akamwendea akambusu. Isaki alipo-
sikia harufu ya nguo zake, akambariki, akasema,

"Aha, harufu ya mwanangu
ni kama harufu ya shamba
ambalo Bwana amelibariki.
28 Mungu na akupe umande kutoka mbinguni
na utajiri wa duniani:
wingi wa nafaka na divai mpya.
29 Mataifa na yakutumikie
na mataifa yakusujudie.
Uwe bwana juu ya ndugu zako,
na wana wa mama yako wakusujudie.
Walaaniwe wale wakulaanio,
nao wale wakubarikio wabarikiwe."

30 Baada ya Isaki kumaliza kumbariki na baada tu
ya Yakobo kuondoka kwa baba yake, ndugu yake
Esau akaingia kutoka mawindoni. 31 Naye pia akaa-
ndaa chakula kitamu akamletea baba yake. Kisha
akamwambia, "Baba yangu, keti ule sehemu ya
mawindo yangu, ili upate kunibariki."
32 Isaki baba yake akamuuliza, "Wewe ni nani?"
Akajibu, "Mimi ni mwanao, mzaliwa wako wa
kwanza, Esau."
33 Isaki akatetemeka kwa nguvu sana, akasema,
"Alikuwa nani basi, ambaye aliwinda mawindo aka-
niletea? Nilikula kabla tu hujaja na nikambariki,
naye hakika atabarikiwa!"
34 Esau aliposikia maneno haya ya baba yake,
akalia sauti kubwa na ya uchungu, na kumwambia
baba yake, "Nibariki mimi, mimi pia, baba yangu!"
35 Lakini akasema, "Ndugu yako amekuja kwa
udanganyifu na akachukua baraka yako."
36 Esau akasema, "Si ndiyo sababu anaitwa
Yakobo? Amenidanganya mara hizi mbili: Alichu-
kua haki yangu ya kuzaliwa na sasa amechukua
baraka yangu!" Kisha akauliza, "Hukubakiza hata
baraka moja kwa ajili yangu?"
37 Isaki akamjibu Esau, "Nimemfanya yeye kuwa
bwana juu yako, pia nimewafanya ndugu zako
wote kuwa watumishi wake, nimemtegemeza kwa
nafaka na divai mpya. Sasa nitaweza kukufanyia
nini, mwanangu?"
38 Esau akamwambia baba yake, "Je, baba yangu
una baraka moja tu? Unibariki mimi pia, baba
yangu!" Kisha Esau akalia kwa sauti kubwa.
39 Baba yake Isaki akamjibu, akamwambia,

"Makao yako yatakuwa
mbali na utajiri wa dunia,
mbali na umande wa mbinguni juu.
40 Utaishi kwa upanga,
nawe utamtumikia ndugu yako,
lakini wakati utakapokuwa umejikomboa,
utatupa nira yake
kutoka shingoni mwako."

Yakobo Anakimbilia Kwa Labani

41 Esau akawa na kinyongo dhidi ya Yakobo
kwa ajili ya baraka ambazo baba yake alikuwa
amembariki. Akasema moyoni mwake, "Siku za
kuomboleza kwa ajili ya baba yangu zimekaribia,
ndipo nitamuua ndugu yangu Yakobo."
42 Rebeka alipokwisha kuambiwa yale aliyoyasema
Esau mwanawe mkubwa, alimwita Yakobo mwanawe
mdogo, akamwambia, "Ndugu yako Esau anajifa-
riji kwa wazo la kukuua. 43 Sasa basi, mwanangu,
fanya nisemalo: Kimbilia haraka kwa Labani ndugu
yangu kule Harani. 44 Ukae naye kwa muda mpaka
ghadhabu ya ndugu yako itulie. 45 Wakati ndugu yako
atakapokuwa hana hasira nawe tena na amesahau
uliyomtendea, nitakupelekea ujumbe urudi. Kwa
nini niwapoteze wote wawili kwa siku moja?"
46 Kisha Rebeka akamwambia Isaki, "Nimechukia
kuishi kwa sababu ya hawa wanawake wa Kihiti.
Ikiwa Yakobo ataoa mke miongoni mwa wanawake
wa nchi hii, wanawake wa Kihiti kama hawa, sita-
kuwa na faida kuendelea kuishi."

28 Basi Isaki akamwita Yakobo, akambariki
na akamwamuru, akisema, "Usioe mwana-
mke wa Kikanaani. 2 Nenda mara moja mpaka
Padan-Aramu, kwenye nyumba ya Bethueli baba
wa mama yako. Uchukue mke kati ya binti za
Labani ambaye ni ndugu wa mama yako. 3 Mungu
Mwenyezi[a] na akubariki uwe na uzao uongezeke
idadi yako upate kuwa jamii kubwa ya watu. 4 Na
akupe wewe na uzao wako baraka aliyopewa Abra-
hamu, upate kumiliki nchi unayoishi sasa kama
mgeni, nchi ambayo Mungu alimpa Abrahamu."
5 Kisha Isaki akamuaga Yakobo, naye akaenda
Padan-Aramu, kwa Labani mwana wa Bethueli
Mwaramu, ndugu wa Rebeka, aliyekuwa mama
wa Yakobo na Esau.
6 Sasa Esau akajua kuwa Isaki amembariki
Yakobo na kumtuma kwenda Padan-Aramu ili
achukue mke huko na kwamba alipombariki
alimwamuru akisema, "Usioe mke katika binti
za Wakanaani," 7 tena kwamba Yakobo amewa-
tii baba yake na mama yake naye amekwenda
Padan-Aramu. 8 Esau akatambua jinsi ambavyo
baba yake Isaki anavyowachukia binti za Waka-
naani. 9 Ndipo Esau akaenda kwa Ishmaeli,
akamwoa Mahalati, ndugu wa Nebayothi na binti
wa Ishmaeli mwana wa Abrahamu, kuongezea wale
wake wengine aliokuwa nao.

Ndoto Ya Yakobo Huko Betheli

10 Yakobo akatoka Beer-Sheba kwenda Harani.
11 Alipofika mahali fulani, akalala hapo kwa sababu

[a]3 Mungu Mwenyezi hapa ni jina la Kiebrania, El-Shaddai (yaani Mungu Mwenye utoshelevu wote).

jua lilikuwa limetua. Akachukua jiwe moja la mahali pale, akaliweka chini ya kichwa chake akajinyoosha akalala usingizi. 12 Akaota ndoto ambayo aliona ngazi imesimamishwa juu ya ardhi, ncha yake ikiwa imefika mbinguni na malaika wa Mungu wakawa wakipanda na kushuka juu yake. 13 Juu yake alisimama BWANA, akasema, "Mimi ni BWANA, Mungu wa baba yako Abrahamu na Mungu wa Isaki. Nchi ambayo umelala juu yake, nitakupa wewe na uzao wako. 14 Uzao wako utakuwa kama mavumbi ya nchi, nawe utaenea upande wa magharibi na mashariki, kaskazini na kusini. Kupitia wewe na uzao wako mataifa yote ya duniani yatabarikiwa. 15 Niko pamoja nawe nami nitakulinda kila uendako na nitakurudisha katika nchi hii. Sitakuacha mpaka nitakapofanya hayo niliyokuahidi."

16 Yakobo alipoamka kutoka usingizini, akawaza, "Hakika BWANA yuko mahali hapa, wala mimi sikujua." 17 Kwa hiyo akaogopa, akasema, "Mahali hapa panatisha kama nini! Bila shaka hapa ndipo nyumba ya Mungu ilipo, hili ni lango la mbinguni."

18 Asubuhi yake na mapema, Yakobo akalichukua lile jiwe aliloliweka chini ya kichwa chake, akalisimamisha kama nguzo na kumimina mafuta juu yake. 19 Mahali pale akapaita Betheli,[a] ingawa mji ule hapo kwanza uliitwa Luzu.

20 Kisha Yakobo akaweka nadhiri, akisema, "Kama Mungu akiwa pamoja nami na kunilinda katika safari niendayo, akinipa chakula nile na nguo nivae 21 na nirudi salama nyumbani kwa baba yangu, hapo ndipo BWANA atakuwa Mungu wangu, 22 nalo jiwe hili nililolisimamisha kama nguzo litakuwa nyumba ya Mungu na katika yote utakayonipa nitakutolea wewe sehemu ya kumi."

Yakobo Awasili Padan-Aramu

29 Kisha Yakobo akaendelea na safari yake na akafika kwenye nchi za mataifa ya mashariki. 2 Huko akaona kisima katika shamba, pamoja na makundi matatu ya kondoo yamelala karibu na kisima hicho kwa sababu walikuwa wanakunywa maji kutoka kwenye kisimani hicho. Jiwe lililokuwa mdomoni mwa kisima lilikuwa kubwa. 3 Wakati kondoo wanapokuwa wamekusanyika hapo, wachungaji huvingirisha jiwe hilo kutoka kwenye mdomo wa kisima na kunywesha kondoo. Kisha hulirudisha jiwe mahali pake juu ya mdomo wa kisima.

4 Yakobo aliwauliza wachungaji, "Ndugu zangu, ninyi mmetoka wapi?"

Wakamjibu, "Tumetoka Harani."

5 Aliwaambia, "Je, mnamjua Labani, mjukuu wa Nahori?"

Wakamjibu, "Ndiyo, tunamfahamu."

6 Kisha Yakobo akawauliza, "Je, yeye ni mzima?"

Wakasema, "Ndiyo, ni mzima, na hapa yuaja Raheli binti yake akiwa na kondoo."

7 Akasema, "Tazama, jua bado liko juu, si wakati wa kukusanya mifugo. Nywesheni kondoo na mwarudishe malishoni."

8 Walijibu, "Haiwezekani, mpaka kondoo wote wakusanyike na jiwe liwe limevingirishwa kutoka mdomo wa kisima. Ndipo tutanywesha kondoo."

9 Alipokuwa akizungumza nao, Raheli akaja pamoja na kondoo wa baba yake, kwa maana alikuwa mchunga kondoo. 10 Yakobo alipomwona Raheli binti Labani, ndugu wa mama yake, pamoja na kondoo wa Labani, alikwenda na kulivingirisha jiwe kutoka mdomoni mwa kisima na kuwanywesha kondoo wa mjomba wake. 11 Kisha Yakobo akambusu Raheli na akaanza kulia kwa sauti. 12 Yakobo alikuwa amemwambia Raheli kuwa yeye alikuwa jamaa ya baba yake, na kwamba ni mwana wa Rebeka. Basi Raheli alikimbia na kumweleza baba yake.

13 Mara Labani aliposikia habari kuhusu Yakobo, mwana wa ndugu yake, aliharakisha kwenda kumlaki. Akamkumbatia na kumbusu, halafu akamleta nyumbani kwake, kisha Yakobo akamwambia mambo yote. 14 Ndipo Labani akamwambia, "Wewe ni nyama yangu na damu yangu mwenyewe."

Yakobo Awaoa Lea Na Raheli

Baada ya Yakobo kukaa kwa Labani mwezi mzima, 15 Labani akamwambia, "Kwa vile wewe ni jamaa yangu, ndiyo sababu unifanyie kazi bila ujira? Niambie ujira wako utakuwa nini."

16 Labani alikuwa na binti wawili, binti mkubwa aliitwa Lea na binti mdogo aliitwa Raheli. 17 Lea alikuwa na macho dhaifu, lakini Raheli alikuwa na umbo la kupendeza na mzuri wa sura. 18 Yakobo akampenda Raheli, akamwambia Labani, "Nitakutumikia kwa miaka saba kwa ajili ya kumpata Raheli binti yako mdogo."

19 Labani akasema, "Ni bora zaidi nikupe Raheli kuliko kumpa mtu mwingine yeyote. Kaa pamoja na mimi hapa." 20 Kwa hiyo Yakobo akatumika miaka saba ili kumpata Raheli, lakini ilionekana kwake kama siku chache tu kwa sababu ya upendo wake kwa Raheli.

21 Ndipo Yakobo akamwambia Labani, "Nipe mke wangu. Muda wangu umekamilika, nami nataka nikutane naye kimwili."

22 Basi Labani akaalika watu wote wa mahali pale na akafanya karamu.

23 Lakini ilipofika jioni, akamchukua Lea binti yake akampa Yakobo, naye Yakobo akakutana naye kimwili. 24 Naye Labani akamtoa Zilpa, mtumishi wake wa kike, kuwa mtumishi wa Lea, binti yake.

25 Kesho yake asubuhi, Yakobo akagundua kuwa amepewa Lea! Basi Yakobo akamwambia Labani, "Ni jambo gani hili ulilonitendea? Nilikutumikia kwa ajili ya Raheli, sivyo? Kwa nini umenidanganya?"

26 Labani akajibu, "Si desturi yetu kumwoza binti mdogo kabla ya kumwoza binti mkubwa. 27 Maliza juma la arusi ya binti huyu, kisha pia nitakupa huyu binti mdogo, kwa kutumika miaka mingine saba."

28 Naye Yakobo akafanya hivyo. Akamaliza juma na Lea, kisha Labani akampa Raheli binti yake kuwa mke wake. 29 Labani akamtoa Bilha mtumishi wake wa kike kwa Raheli ili kuwa mtumishi wake. 30 Pia Yakobo akakutana na Raheli kimwili, naye akampenda Raheli zaidi kuliko Lea. Yakobo akamtumikia Labani kwa miaka mingine saba.

---

[a]19 Betheli maana yake Nyumba ya Mungu.

Wana Wa Yakobo

31 BWANA alipoona kwamba Lea hapendwi, akampa watoto, lakini Raheli alikuwa tasa. 32 Lea akapata mimba akazaa mwana. Akamwita Reubeni,[a] kwa maana alisema, "Ni kwa sababu BWANA ameona huzuni yangu. Hakika mume wangu sasa atanipenda."

33 Akapata tena mimba, naye alipozaa mwana, akasema, "Kwa sababu BWANA alisikia kwamba sipendwi, amenipa tena huyu mwana." Kwa hiyo akamwita Simeoni.[b]

34 Akapata tena mimba, naye alipozaa mwana, akasema, "Sasa afadhali mume wangu ataambatana na mimi, kwa sababu nimemzalia wana watatu." Kwa hiyo akamwita Lawi.[c]

35 Akapata tena mimba, naye alipozaa mwana, akasema, "Wakati huu nitamsifu BWANA." Kwa hiyo akamwita Yuda.[d] Kisha akaacha kuzaa watoto.

30 Raheli alipoona hamzalii Yakobo watoto, akamwonea ndugu yake wivu. Hivyo akamwambia Yakobo, "Nipe watoto, la sivyo nitakufa!"

2 Yakobo akamkasirikia, akamwambia, "Je, mimi ni badala ya Mungu, ambaye amekuzuia usizae watoto?"

3 Ndipo Raheli akamwambia, "Hapa yupo Bilha, mtumishi wangu wa kike. Kutana naye kimwili ili aweze kunizalia watoto na kwa kupitia yeye mimi pia niweze kuwa na uzao."

4 Hivyo Raheli akampa Yakobo Bilha awe mke wake. Yakobo akakutana naye kimwili, 5 Bilha akapata mimba, naye akamzalia Yakobo mwana. 6 Ndipo Raheli akasema, "Mungu amenipa haki yangu, amesikiliza maombi yangu na kunipa mwana." Kwa sababu hiyo akamwita Dani.[e]

7 Bilha mtumishi wa kike wa Raheli akapata mimba tena, akamzalia Yakobo mwana wa pili. 8 Ndipo Raheli akasema, "Nilikuwa na mashindano makubwa na ndugu yangu, nami nimeshinda." Kwa hiyo akamwita Naftali.[f]

9 Lea alipoona kuwa amekoma kuzaa watoto, alimchukua mtumishi wake wa kike Zilpa, naye akampa Yakobo awe mke wake. 10 Mtumishi wa Lea yaani Zilpa, akamzalia Yakobo mwana. 11 Ndipo Lea akasema, "Hii ni bahati nzuri aje!" Kwa hiyo akamwita Gadi.

12 Mtumishi wa kike wa Lea akamzalia Yakobo mwana wa pili. 13 Ndipo Lea aliposema, "Jinsi gani nilivyo na furaha! Wanawake wataniita furaha." Kwa hiyo akamwita Asheri.[g]

14 Wakati wa kuvuna ngano, Reubeni akaenda shambani akakuta tunguja, ambazo alizileta kwa Lea mama yake. Raheli akamwambia Lea, "Tafadhali nakuomba unipe baadhi ya tunguja za mwanao."

15 Lakini Lea akamwambia, "Haikukutosha kumtwaa mume wangu? Je, utachukua na tunguja za mwanangu pia?"

Raheli akasema, "Vema sana! Yakobo atakutana nawe kimwili leo usiku, kwa malipo ya tunguja za mwanao."

16 Kwa hiyo Yakobo alipokuja kutoka shambani jioni ile, Lea akaenda kumlaki, akamwambia, "Lazima ukutane nami kimwili. Nimekukodisha kwa tunguja za mwanangu." Kwa hiyo akakutana naye kimwili usiku ule.

17 Mungu akamsikiliza Lea, naye akapata mimba akamzalia Yakobo mwana wa tano. 18 Ndipo Lea akasema, "Mungu amenizawadia kwa kumpa mume wangu mtumishi wangu wa kike." Kwa hiyo akamwita Isakari.[h]

19 Lea akapata mimba tena akamzalia Yakobo mwana wa sita. 20 Ndipo Lea aliposema, "Mungu amenizawadia kwa zawadi ya thamani sana. Wakati huu mume wangu ataniheshimu kwa sababu nimemzalia wana sita." Kwa hiyo akamwita Zabuloni.[i]

21 Baadaye akamzaa mtoto wa kike akamwita Dina.[j]

22 Ndipo Mungu akamkumbuka Raheli, akasikia maombi yake na akafungua tumbo lake. 23 Akapata mimba na akamzaa mwana na kusema, "Mungu ameniondolea aibu yangu."

24 Akamwita Yosefu[k] na kusema, "BWANA na anipe mwana mwingine."

Makundi Ya Yakobo Yaongezeka

25 Baada ya Raheli kumzaa Yosefu, Yakobo akamwambia Labani, "Nipe ruhusa nirudi katika nchi yangu. 26 Nipe wake zangu na watoto, ambao nimetumika kuwapata, nami niende zangu. Unajua ni kazi kiasi gani ambayo nimekufanyia."

27 Lakini Labani akamwambia, "Ikiwa nimepata kibali machoni pako, tafadhali ukae. Nimegundua kwa njia ya uaguzi kwamba BWANA amenibariki kwa sababu yako." 28 Akaongeza kumwambia, "Taja ujira wako nami nitakulipa."

29 Yakobo akamwambia, "Unajua jinsi ambavyo nimekutumikia na jinsi ambavyo wanyama wako walivyolishwa vizuri chini ya uangalizi wangu. 30 Kidogo ulichokuwa nacho kabla sijaja kimeongezeka sana, naye BWANA amekubariki popote nilipokuwa. Lakini sasa, ni lini nitashughulikia mambo ya nyumba yangu mwenyewe?"

31 Labani akamuuliza, "Nikupe nini?"

Yakobo akamjibu, "Usinipe chochote lakini kama utanifanyia jambo hili moja, nitaendelea kuchunga na kuyaangalia makundi yako. 32 Niruhusu nipite katika makundi yako yote leo niondoe humo kila kondoo mwenye mabakabaka au madoadoa, kila mwana-kondoo mweusi na kila mbuzi mwenye madoadoa au mabakabaka. Hawa watakuwa ujira wangu. 33 Uadilifu wangu utanishuhudia siku zijazo, kila utakapochunguza ujira ambao umenilipa mimi. Mbuzi yeyote wangu ambaye hana mabakabaka wala madoadoa, au

---

[a]32 Reubeni maana yake Ona mwana, yaani Yehova ameangalia taabu yangu.
[b]33 Simeoni maana yake Anasikia, yaani sasa ataungana nami kama Raheli.
[c]34 Lawi maana yake Nimeunganishwa, yaani na mume wangu.
[d]35 Yuda maana yake Sifa, yaani Nitamsifu Yehova.
[e]6 Dani maana yake Anahukumu, yaani Mungu amenipa haki yangu.
[f]8 Naftali maana yake Nimeshindana nami nimeshinda.
[g]13 Asheri maana yake Nimefurahi, yaani Mungu amenifurahisha.
[h]18 Isakari maana yake Zawadi, yaani Mungu amenizawadia.
[i]20 Zabuloni maana yake Heshima.
[j]21 Dina maana yake Tetea haki, yaani Mungu amenitetea katika mashindano yangu.
[k]24 Yosefu maana yake Yeye na aongeze, yaani Mungu na aniongezee.

mwana-kondoo ambaye si mweusi, atahesabika
ameibwa."
34 Labani akasema, "Ninakubali na iwe kama
ulivyosema." 35 Siku ile ile Yakobo akawaondoa
beberu wote waliokuwa na mistari au madoadoa na
mbuzi wake wote waliokuwa na mistari au madoa-
doa (wote waliokuwa na alama nyeupe juu yao)
na wana-kondoo weusi wote, akawaweka chini ya
uangalizi wa wanawe. 36 Kisha Labani akamwacha
Yakobo kwa mwendo wa safari ya siku tatu kati
yake na Yakobo, wakati Yakobo akiendelea kuchu-
nga lile kundi la Labani lililobaki.
37 Hata hivyo, Yakobo, akachukua fito mbichi zili-
zokatwa wakati huo huo za miti ya mlubna, mlozi
na mwaramoni akazibambua ili mistari myeupe
ionekane katika fito hizo. 38 Kisha akaweka fito
alizozibambua kwenye mabirika yote ya kunywe-
shea mifugo, ili ziwe mbele ya makundi walipokuja
kunywa maji. Wanyama walipokuja kunywa maji,
hali wakiwa wanahitaji mbegu, 39 wakapandwa
hizo fito zikiwa mbele yao. Wanyama waliopata
mimba mbele ya hizo fito walizaa wanyama wenye
mistari, madoadoa na mabakabaka. 40 Yakobo
akawatenga wadogo wa kundi peke yao, lakini
akazielekeza nyuso za hao waliobaki kwenye wale
wenye mistari na weusi waliokuwa mali ya Labani.
Hivyo akatenga makundi yake mwenyewe, na wala
hakuwachanganya na wanyama wa Labani. 41 Kila
mara wanyama wenye nguvu walipohitaji mbegu,
Yakobo aliweka zile fito kwenye mabirika mbele
ya hao wanyama, ili wapandwe karibu na hizo fito,
42 lakini ikiwa wanyama walikuwa wadhaifu haku-
ziweka hizo fito. Hivyo wanyama wadhaifu wakawa
wa Labani, na wanyama wenye nguvu wakawa wa
Yakobo. 43 Kwa njia hii Yakobo akastawi sana, tena
akawa na makundi makubwa, watumishi wa kike
na wa kiume na ngamia na punda.

Yakobo Akimbia Kutoka Kwa Labani

31 Yakobo akawasikia wana wa Labani wakisema,
"Yakobo amechukua kila kitu kilichokuwa cha
baba yetu naye amepata utajiri huu wote kutokana
na vile vilivyokuwa mali ya baba yetu." 2 Yakobo
akatambua kwamba moyo wa Labani kwake hau-
kuwa kama ulivyokuwa mwanzo.
3 Ndipo Bwana akamwambia Yakobo, "Rudi
katika nchi ya baba zako na kwa watu wako, nami
nitakuwa pamoja nawe."
4 Hivyo Yakobo akatuma ujumbe kwa Raheli na
Lea waje machungani yalikokuwa makundi yake.
5 Akawaambia, "Naona moyo wa baba yenu kwangu
sivyo kama ulivyokuwa mwanzoni, lakini Mungu
wa baba yangu amekuwa pamoja nami. 6 Mnajua
kwamba nimemtumikia baba yenu kwa nguvu
zangu zote, 7 hata hivyo baba yenu amenidanga-
nya kwa kubadilisha ujira wangu mara kumi. Hata
hivyo, Mungu hakumruhusu kunidhuru. 8 Kama
alisema, 'Wenye madoadoa watakuwa ujira wako,'
basi makundi yote yalizaa wenye madoadoa, kama
alisema, 'Wenye mistari watakuwa ujira wako,' basi
makundi yote yalizaa wenye mistari. 9 Hivyo Mungu
amechukua mifugo ya baba yenu na amenipa mimi.
10 "Wakati fulani majira ya kuzaliana niliota ndoto
ambayo niliinua macho na kuona kwamba wale
mabeberu waliokuwa wakipanda kundi walikuwa
wa mistari, madoadoa na mabakabaka. 11 Malaika
wa Mungu akaniambia katika ndoto, 'Yakobo.'
Nikamjibu, 'Mimi hapa.' 12 Akasema, 'Inua macho
yako uone wale mabeberu wote wanaopanda
kundi wana mistari, madoadoa au mabakabaka,
kwa maana nimeona yale yote ambayo Labani
amekuwa akikutendea. 13 Mimi ndiye Mungu wa
Betheli, ulikomiminia ile nguzo mafuta na pale
mahali uliponiwekea nadhiri. Sasa ondoka katika
nchi hii mara moja urudi katika nchi uliyozaliwa.' "
14 Ndipo Raheli na Lea wakajibu, "Je bado tu
tunalo fungu lolote katika urithi wa nyumba ya
baba yetu? 15 Je, yeye hatuhesabu sisi kama wageni?
Sio kwamba ametuuza tu, bali ametumia hata na
vile vilivyolipwa kwa ajili yetu. 16 Hakika utajiri
wote ambao Mungu ameuchukua kutoka kwa
baba yetu ni mali yetu na watoto wetu. Hivyo fanya
lolote lile Mungu alilokuambia."
17 Ndipo Yakobo akawapandisha watoto wake
na wake zake juu ya ngamia, 18 naye akawaswaga
wanyama wote mbele yake pamoja na vitu vyote
alivyokuwa amechuma huko Padan-Aramu kwe-
nda kwa baba yake Isaki katika nchi ya Kanaani.
19 Labani alipokuwa amekwenda kukata kondoo
wake manyoya, Raheli aliiba miungu ya nyumba ya
baba yake. 20 Zaidi ya hayo, Yakobo alimdanganya
Labani Mwaramu kwa kutokumwambia kwamba
anakimbia. 21 Hivyo akakimbia pamoja na vitu
vyote alivyokuwa navyo na kuvuka Mto Frati
akaelekea nchi ya vilima katika Gileadi.

Labani Amfuatilia Yakobo

22 Siku ya tatu Labani akaambiwa kwamba
Yakobo amekimbia. 23 Akiwachukua jamaa zake,
akamfuatia Yakobo kwa siku saba na kumkuta kwe-
nye nchi ya vilima katika Gileadi. 24 Ndipo Mungu
akamjia Labani Mwaramu katika ndoto usiku na
kumwambia, "Jihadhari usiseme neno lolote kwa
Yakobo, liwe zuri au baya."
25 Yakobo alikuwa amepiga hema lake katika
nchi ya vilima katika Gileadi wakati Labani ali-
pomkuta, Labani na jamaa yake wakapiga kambi
huko pia. 26 Ndipo Labani akamwambia Yakobo,
"Umefanya nini? Umenidanganya na umewachu-
kua binti zangu kama mateka katika vita. 27 Kwa
nini ulikimbia kwa siri na kunidanganya? Kwa nini
hukuniambia ili nikuage kwa furaha na nyimbo za
matari na vinubi? 28 Hata hukuniruhusu niwabusu
wajukuu zangu na kuwaaga binti zangu. Umefanya
kitu cha kipumbavu. 29 Nina uwezo wa kukudhuru,
lakini usiku uliopita Mungu wa baba yako alisema
nami, akaniambia, 'Jihadhari, usiseme neno lolote
kwa Yakobo liwe zuri au baya.' 30 Sasa umeondoka
kwa sababu umetamani kurudi nyumbani kwa
baba yako. Lakini kwa nini umeiba miungu yangu?"
31 Yakobo akamjibu Labani, "Niliogopa, kwa
sababu nilifikiri ungeweza kuninyang'anya binti
zako kwa nguvu. 32 Lakini kama ukimkuta yeyote
aliye na miungu yako, hataishi. Mbele ya jamaa
yetu, angalia mwenyewe uone kama kuna chochote
chako hapa nilicho nacho, kama kipo, kichukue."
Basi Yakobo hakujua kwamba Raheli alikuwa
ameiba hiyo miungu.

33 Kwa hiyo Labani akaingia ndani ya hema
la Yakobo na ndani ya hema la Lea na ndani ya
hema la watumishi wawili wa kike, lakini hakukuta
chochote. Baadaye alipotoka katika hema la Lea,
akaingia hema la Raheli. 34 Basi Raheli ndiye ali-
kuwa amechukua ile miungu ya nyumbani kwao na
kuiweka katika matandiko ya ngamia na kukalia.
Labani akatafuta kila mahali kwenye hema lakini
hakupata chochote.

35 Raheli akamwambia baba yake, "Usikasirike,
bwana wangu kwa kuwa siwezi kusimama uki-
wepo, niko katika hedhi." Labani akatafuta lakini
hakuweza kuipata miungu ya nyumbani kwake.

36 Yakobo akakasirika na kumshutumu Labani,
akisema, "Uhalifu wangu ni nini?" Akamuuliza
Labani, "Ni dhambi gani niliyofanya hata unani-
winda? 37 Sasa kwa kuwa umepekua vitu vyangu
vyote umepata nini kilicho cha nyumbani mwako?
Kiweke hapa mbele ya jamaa yako na yangu, nao
waamue kati yetu sisi wawili.

38 "Mpaka sasa nimekuwa pamoja nawe miaka
ishirini. Kondoo wako na mbuzi wako hawaja-
haribu mimba, wala sijala kondoo dume kutoka
makundi yako. 39 Sikukuletea mfugo aliyera-
ruliwa na wanyama pori, nilibeba hasara mimi
mwenyewe. Tena ulinidai malipo kwa chochote
kilichoibwa mchana au usiku. 40 Hii ndiyo iliyo-
kuwa hali yangu: Niliumia kwa joto la mchana
na baridi usiku, pia usingizi ulinipa. 41 Ilikuwa
hivi kwa miaka ile ishirini niliyokuwa nyumbani
kwako. Nilikutumikia miaka ile kumi na minne
kwa ajili ya binti zako wawili, miaka sita kwa ajili
ya makundi yako, nawe ulibadilisha ujira wangu
mara kumi. 42 Kama Mungu wa baba yangu, Mungu
wa Abrahamu na Hofu ya Isaki, hakuwa pamoja
nami, hakika ungenifukuza mikono mitupu.
Lakini Mungu ameona taabu yangu na kazi
ngumu ya mikono yangu, naye usiku uliopita
amekukemea."

43 Labani akamjibu Yakobo, "Wanawake hawa
ni binti zangu, watoto hawa ni watoto wangu na
makundi haya ni makundi yangu. Vyote una-
vyoviona ni vyangu. Lakini hata hivyo ninaweza
kufanya nini kuhusu hawa binti zangu, au kuhusu
watoto waliowazaa? 44 Njoo sasa na tufanye agano,
wewe na mimi, na liwe kama shahidi kati yetu."

45 Hivyo Yakobo akachukua jiwe, akalisima-
misha kama nguzo. 46 Akawaambia jamaa yake,
"Kusanyeni mawe." Hivyo wakachukua mawe na
kuyakusanya yakawa lundo, wakala chakula hapo
karibu na hilo lundo. 47 Labani akaliita Yegar-Saha-
dutha[a] na Yakobo akaliita Galeedi.[b]

48 Labani akasema, "Lundo hili ni shahidi kati
yako na mimi leo." Ndiyo maana likaitwa Galeedi.
49 Pia liliitwa Mispa,[c] kwa sababu alisema, "Bwana
na aweke ulinzi kati yako na mimi wakati kila
mmoja akiwa mbali na mwingine. 50 Kama ukiwa-
tenda mabaya binti zangu au ukioa wake wengine
zaidi ya binti zangu, hata ingawa hakuna hata
mmoja aliye pamoja nasi, kumbuka kwamba
Mungu ni shahidi kati yako na mimi."

[a]47 Yegar-Sahadutha maana yake ni Lundo la ushahidi kwa Kiaramu.
[b]47 Galeedi maana yake ni Lundo la ushahidi kwa Kiebrania.
[c]49 Mispa maana yake Mnara wa ulinzi.

51 Pia Labani akamwambia Yakobo, "Hili ndilo
lundo, na hii ndiyo nguzo niliyoisimamisha kati
yako na mimi. 52 Lundo hili ni shahidi na nguzo
hii ni shahidi, kwamba sitavuka lundo hili kuja
upande wako kukudhuru, nawe kwamba huta-
vuka lundo hili na nguzo hii kuja upande wangu
kunidhuru. 53 Mungu wa Abrahamu na Mungu wa
Nahori, Mungu wa baba zao, aamue kati yetu."

Hivyo Yakobo akaapa kwa jina la Hofu ya baba
yake Isaki. 54 Yakobo akatoa dhabihu juu ya kilima
na akawaalika jamaa zake kula chakula. Baada ya
kula, wakalala huko.

55 Kesho yake asubuhi na mapema, Labani aka-
wabusu wajukuu zake, binti zake na kuwabariki.
Kisha akaondoka, akarudi nyumbani.

Yakobo Ajiandaa Kukutana Na Esau

32 Yakobo pia akaondoka akaenda zake, nao
malaika wa Mungu wakakutana naye. 2 Yakobo
alipowaona, akasema, "Hii ni kambi ya Mungu!"
Kwa hiyo akapaita mahali pale Mahanaimu.[d]

3 Yakobo akatuma wajumbe kumtangulia kwa
Esau ndugu yake huko Seiri, katika nchi ya Edomu.
4 Akawaagiza akisema: "Hili ndilo mtakalomwa-
mbia bwana wangu Esau: 'Mtumishi wako Yakobo
anasema, nimekuwa nikiishi pamoja na Labani na
nimekuwako huko mpaka sasa. 5 Ninao ng'ombe
na punda, kondoo na mbuzi, watumishi wa kiume
na wa kike. Sasa ninatuma ujumbe huu kwa bwana
wangu, ili nipate kibali machoni pako.' "

6 Wajumbe waliporudi kwa Yakobo, waka-
mwambia, "Tulikwenda kuonana na ndugu yako
Esau, naye sasa anakuja kukulaki akifuatana na
wanaume 400."

7 Kwa hofu kuu na huzuni, Yakobo akagawanya
watu aliokuwa nao katika makundi mawili, pia aka-
gawanya makundi ya kondoo na mbuzi, na vilevile
ng'ombe na ngamia. 8 Yakobo alifikiri, "Kama Esau
akija na kushambulia kundi moja, kundi lililobaki
litaweza likanusurika."

9 Ndipo Yakobo akaomba, "Ee Mungu wa baba
yangu Abrahamu, Mungu wa baba yangu Isaki, Ee
Bwana, ambaye uliniambia, 'Rudi katika nchi yako
na jamaa yako, nami nitakufanya ustawi,' 10 mimi
sistahili fadhili na uaminifu wako wote ulionite-
ndea mimi mtumishi wako. Nilikuwa na fimbo tu
mkononi mwangu nilipovuka mto huu wa Yordani,
lakini sasa ninayo makundi mawili. 11 Nakuomba,
uniokoe na mkono wa ndugu yangu Esau, kwa
maana ninaogopa kuwa atakuja kunishambulia,
pia mama pamoja na watoto wao. 12 Lakini ume-
shasema, 'Hakika nitakufanya ustawi na kuufanya
uzao wako kuwa mwingi kama mchanga wa baha-
rini ambao hauwezi kuhesabika!' "

13 Akalala pale usiku ule, miongoni mwa vitu
alivyokuwa navyo, akachagua zawadi kwa ajili
ya Esau ndugu yake: 14 Mbuzi waume ishirini na
mbuzi wake 200, kondoo dume ishirini na kondoo
wake 200. 15 Ngamia wake thelathini pamoja na
ndama zao, ng'ombe wake arobaini na mafahali
kumi, punda wake ishirini na punda waume kumi.
16 Akaviweka chini ya uangalizi wa watumishi wake,

[d]2 Mahanaimu maana yake Kambi mbili.

kila kundi peke yake na kuwaambia, "Nitangulieni
na kuacha nafasi kati ya makundi."
17 Akamwagiza yule aliyetangulia kuwa, "Ndugu
yangu Esau atakapokutana nawe na kukuuliza,
'Wewe ni wa nani? Unakwenda wapi? Wanyama
hawa wote mbele yako ni mali ya nani?' 18 Ndipo
utakaposema, 'Ni mali ya mtumishi wako Yakobo.
Ni zawadi ambazo zimetumwa kwa bwana wangu
Esau, naye anakuja nyuma yetu.' "
19 Akamwagiza pia yule mtumishi wa kundi
la pili, la tatu na yale mengine yote yaliyofuata
akiwaambia, "Mtamwambia Esau maneno hayo
hayo mtakapokutana naye. 20 Hakikisheni mme-
sema, 'Mtumishi wako Yakobo anakuja nyuma
yetu.' " Kwa kuwa alifikiri, "Nitaweza kumtuliza
kwa zawadi hizi ninazotanguliza, hatimaye, nita-
kapomwona, huenda atanikubali." 21 Kwa hiyo
zawadi za Yakobo zilitangulia mbele yake, lakini
yeye mwenyewe alilala kambini usiku ule.

Yakobo Ashindana Mweleka Na Mungu

22 Usiku ule Yakobo akaamka akawachukua wake
zake wawili, watumishi wake wawili wa kike na
wanawe kumi na mmoja na akavuka kivuko cha
Yaboki. 23 Baada ya kuwavusha ng'ambo ya kijito,
alivusha pia mali zake zote. 24 Kwa hiyo Yakobo
akaachwa peke yake na mtu mmoja akashikana
naye mweleka mpaka mapambazuko. 25 Yule mtu
alipoona kuwa hawezi kumshinda, aligusa kiu-
ngio cha nyonga ya Yakobo kwa hiyo nyonga yake
ikateguka wakati alipokuwa akishikana mweleka
na yule mtu. 26 Ndipo yule mtu akasema, "Niache
niende, kwa kuwa ni mapambazuko."
Lakini Yakobo akajibu, "Sitakuacha uende usi-
ponibariki."
27 Yule mtu akamuuliza, "Jina lako nani?"
Akajibu, "Yakobo."
28 Ndipo yule mtu akasema, "Jina lako halitakuwa
tena Yakobo, bali Israeli,[a] kwa sababu umeshi-
ndana na Mungu na watu pia, nawe umeshinda."
29 Yakobo akasema, "Tafadhali niambie jina
lako."
Lakini akajibu, "Kwa nini kuniuliza Jina langu?"
Ndipo akambariki huko.
30 Kwa hiyo Yakobo akapaita mahali pale Penieli,[b]
akasema, "Ni kwa sababu nimemwona Mungu uso
kwa uso na bado maisha yangu yameokoka."
31 Jua lilikuwa linachomoza Yakobo alipoondoka
Penueli, naye alikuwa akichechemea kwa sababu
ya nyonga yake. 32 Kwa hiyo mpaka leo Waisraeli
hawali mshipa ulioungana na kiungio cha nyonga,
kwa sababu kiungio cha nyonga ya Yakobo kilite-
guliwa karibu na mshipa huo.

Yakobo Akutana Na Esau

33 Yakobo akainua macho akamwona Esau akija
na watu wake 400, kwa hiyo akawagawanya
watoto kati ya Lea, Raheli na wale watumishi wake
wawili wa kike. 2 Akawaweka wale watumishi wa
kike na watoto wao mbele, Lea na watoto wake
wakafuata, Raheli na Yosefu wakaja nyuma. 3 Yeye
mwenyewe akatangulia mbele na kusujudu mara
saba alipomkaribia ndugu yake.
4 Lakini Esau akamkimbilia Yakobo kumlaki
na kumkumbatia, akamwangukia shingoni na
kumbusu. Nao wakalia. 5 Esau akainua macho
akawaona wale wanawake na watoto. Akauliza,
"Hawa uliofuatana nao ni nani?"
Yakobo akamjibu, "Ni watoto ambao Mungu
amempa mtumishi wako kwa neema."
6 Kisha wale watumishi wa kike na watoto wao
wakakaribia na kusujudu. 7 Kisha Lea na watoto
wake wakaja na kusujudu. Mwisho wa wote wakaja
Yosefu na Raheli, nao pia wakasujudu.
8 Esau akauliza, "Una maana gani kuhusu maku-
ndi hayo yote niliyokutana nayo?"
Akasema, "Ni ili kupata kibali machoni pako,
bwana wangu."
9 Lakini Esau akamwambia, "Ndugu yangu, tayari
nina wingi wa mali. Ulivyo navyo viwe vyako mwe-
nyewe."
10 Yakobo akasema, "La hasha! Tafadhali, kama
nimepata kibali machoni pako, upokee zawadi hii
kutoka kwangu. Kwa maana kuuona uso wako, ni
kama kuuona uso wa Mungu, kwa kuwa umeni-
pokea kwa takabali kubwa. 11 Tafadhali ukubali
zawadi iliyoletwa kwako, kwa kuwa Mungu ame-
nineemesha na ninavyo vyote ninavyohitaji." Kwa
sababu Yakobo alisisitiza, Esau akapokea.
12 Ndipo Esau akasema, "Na tuendelee na safari,
nitakuwa pamoja nawe."
13 Lakini Yakobo akamwambia, "Bwana wangu
unajua kwamba watoto ni wachanga na kwamba
ni lazima nitunze hawa kondoo wake na ng'ombe
wanaonyonyesha. Wakipelekwa kwa haraka hata
kama ni kwa siku moja tu, wanyama wote wata-
kufa. 14 Hivyo bwana wangu umtangulie mtumishi
wako, wakati mimi nikija polepole kwa mwendo
wa makundi yaliyo mbele yangu na mwendo wa
watoto, mpaka nifike kwa bwana wangu huko
Seiri."
15 Esau akamwambia, "Basi na niwaache baadhi
ya watu wangu pamoja nawe."
Yakobo akauliza, "Lakini kwa nini ufanye hivyo,
niache tu nipate kibali machoni pa bwana wangu."
16 Hivyo siku hiyo Esau akashika njia akarudi
Seiri. 17 Pamoja na hayo, Yakobo akaenda Suko-
thi,[c] mahali alipojijengea makazi kwa ajili yake
na mabanda kwa ajili ya mifugo yake. Hii ndiyo
sababu sehemu ile inaitwa Sukothi.
18 Baada ya Yakobo kutoka Padan-Aramu, alifika
salama katika mji wa Shekemu huko Kanaani na
kuweka kambi yake karibu na mji. 19 Akanunua
kiwanja kutoka kwa wana wa Hamori, baba wa
Shekemu, kwa bei ya vipande mia vya fedha,
ambapo alipiga hema lake. 20 Pale akajenga madha-
bahu na kupaita El-Elohe-Israeli.[d]

Dina Na Washekemu

34 Basi Dina, binti wa Yakobo aliyezaliwa na Lea,
akatoka nje kuwatembelea wanawake wa nchi
ile. 2 Ikawa Shekemu mwana wa Hamori Mhivi,

---

[a]28 Israeli maana yake Yeye ashindanaye na Mungu.
[b]30 Penieli maana yake Uso wa Mungu, ambalo ni sawa na Penueli kwa Kiebrania.
[c]17 Sukothi maana yake Vibanda.
[d]20 El-Elohe-Israeli maana yake Mungu, Mungu wa Israeli au Mwenye Nguvu ni Mungu wa Israeli.

mtawala wa eneo lile alipomwona, akamchukua
na kumnajisi. 3 Moyo wake ukavutwa sana kwa
Dina binti Yakobo, akampenda huyu msichana
na akazungumza naye kwa kumbembeleza. 4 She-
kemu akamwambia baba yake Hamori, “Nipatie
msichana huyu awe mke wangu.”
5 Yakobo aliposikia kwamba binti yake Dina
amenajisiwa, wanawe walikuwa mashambani
wakichunga mifugo yake, kwa hiyo akalinyamazia
jambo hilo mpaka waliporudi nyumbani.
6 Kisha Hamori baba yake Shekemu akaenda
kuzungumza na Yakobo. 7 Basi wana wa Yakobo
walikuwa wamerudi kutoka mashambani mara
tu waliposikia kilichotokea. Walikuwa wamejawa
na huzuni na ghadhabu, kwa sababu Shekemu
alikuwa amefanya jambo la aibu katika Israeli
kwa kukutana kimwili na binti wa Yakobo, kitu
ambacho hakingepasa kufanyika.
8 Lakini Hamori akawaambia, “Moyo wa mwana-
ngu Shekemu umeelekea kwa binti yenu. Tafadhali
mpeni awe mke wake. 9 Oaneni na sisi, tupeni binti
zenu, nanyi mchukue binti zetu. 10 Mwaweza kui-
shi katikati yetu, nchi ni wazi kwenu. Ishini ndani
yake, fanyeni biashara humu na mjipatie mali.”
11 Kisha Shekemu akamwambia baba yake Dina
pamoja na ndugu zake, “Na nipate kibali machoni
penu, nami nitawapa chochote mtakachosema.
12 Niambieni kiasi cha mahari na zawadi nitakayoi-
leta, hata iwe kubwa kiasi gani, nami nitawalipa
chochote mtakachodai. Nipeni tu huyu msichana
awe mke wangu.”
13 Kwa sababu ndugu yao Dina alikuwa amenaji-
siwa, wana wa Yakobo wakajibu kwa udanganyifu
walipozungumza na Shekemu pamoja na baba
yake Hamori. 14 Wakawaambia, “Hatuwezi kufa-
nya jambo kama hili, hatuwezi kumtoa dada yetu
kwa mtu ambaye hakutahiriwa. Hiyo itakuwa aibu
kwetu. 15 Tutakuruhusu kwa sharti moja tu, kwa-
mba mtakuwa kama sisi kwa kuwatahiri wanaume
wenu wote. 16 Kisha tutawapa binti zetu na sisi tuta-
wachukua binti zenu. Tutaishi kwenu na tutakuwa
watu wamoja nanyi. 17 Lakini mkikataa kutahiriwa,
tutamchukua ndugu yetu na kuondoka.”
18 Pendekezo lao likawa jema kwa Hamori na
Shekemu mwanawe. 19 Kijana mdogo, ambaye
alikuwa ameheshimiwa kati ya wote walioishi nyu-
mbani mwa baba yake, hakupoteza muda kufanya
waliyoyasema, kwa sababu alikuwa amependezwa
sana na binti Yakobo. 20 Kwa hiyo Hamori na She-
kemu mwanawe walikwenda kwenye lango la mji
kuzungumza na wenzao wa mjini. 21 Wakasema,
“Hawa watu ni marafiki kwetu, tuwaruhusu wai-
shi katika nchi yetu na kufanya biashara ndani
yake, nchi ina nafasi tele kwa ajili yao. Tunaweza
kuoa binti zao. Nao wanaweza kuoa binti zetu.
22 Lakini watu hao watakuwa tayari kukubali kuishi
nasi kama watu wamoja nao kwa sharti kwamba
wanaume wetu watahiriwe, kama wao. 23 Je, si
mifugo yao, mali zao na wanyama wao wengine
wote watakuwa wetu? Basi na tuwape kibali, nao
wataishi miongoni mwetu.”
24 Wanaume wote waliotoka nje ya lango la mji
walikubaliana na Hamori na Shekemu mwanawe
na kila mwanaume katika mji ule akatahiriwa.
25 Baada ya siku tatu, wakati wote wakiwa wangali
katika maumivu, wana wawili wa Yakobo, yaani
Simeoni na Lawi, ndugu zake Dina, wakachukua
panga zao na kuvamia mji ambao haukutaza-
mia vita, wakaua kila mwanaume. 26 Wakawaua
Hamori na Shekemu mwanawe kwa upanga kisha
wakamchukua Dina kutoka nyumba ya Shekemu
na kuondoka. 27 Wana wa Yakobo walipita juu ya
maiti katika kuteka nyara mji ule ambamo dada
yao alikuwa amenajisiwa. 28 Wakachukua kondoo
na mbuzi, ng'ombe, punda na kila kitu kilichokuwa
chao ndani ya mji ule na mashambani. 29 Wali-
chukua utajiri wao wote pamoja na wanawake na
watoto wao, wakachukua nyara kila kitu ndani ya
nyumba zao.
30 Kisha Yakobo akawaambia Simeoni na Lawi,
“Mmeleta taabu kwangu kwa kunifanya ninuke
kama uvundo kwa Wakanaani na Waperizi, watu
waishio katika nchi hii. Sisi ni wachache, kama
wakiunganisha nguvu zao dhidi yangu na kunisha-
mbulia, mimi na nyumba yangu tutaangamizwa.”
31 Lakini wakamjibu, “Je, ilikuwa vyema kumte-
ndea dada yetu kama kahaba?”

Yakobo Arudi Betheli

35 Kisha Mungu akamwambia Yakobo, “Panda
uende Betheli ukakae huko na ukamjengee
Mungu madhabahu huko, Yeye aliyekutokea uli-
pokuwa unamkimbia Esau ndugu yako.”
2 Hivyo Yakobo akawaambia watu wa nyumbani
mwake pamoja na wote waliokuwa naye, “Iondoeni
miungu ya kigeni ile iliyoko katikati yenu, jitaka-
seni na mkabadilishe nguo zenu. 3 Kisha njooni,
twende Betheli, mahali nitakapomjengea Mungu
madhabahu, aliyenijibu katika siku ya shida yangu,
ambaye amekuwa pamoja nami popote nilipo-
kwenda.” 4 Kwa hiyo wakampa Yakobo miungu
yote ya kigeni waliyokuwa nayo, pamoja na pete
zilizokuwa masikioni mwao. Yakobo akavizika
chini ya mti wa mwaloni huko Shekemu. 5 Kisha
wakaondoka, na hofu ya Mungu ikawapata miji
yote iliyowazunguka. Kwa hiyo hakuna aliyewa-
fuatia wana wa Yakobo.
6 Yakobo na watu wote waliokuwa pamoja
naye wakafika Luzu (ndio Betheli), katika nchi ya
Kanaani. 7 Huko akajenga madhabahu na akapaita
mahali pale El-Betheli,[a] kwa sababu mahali pale
ndipo Mungu alipojifunua kwake alipokuwa aki-
mkimbia ndugu yake.
8 Wakati huu Debora, mlezi wa Rebeka, akafa na
akazikwa chini ya mti wa mwaloni ulioko chini ya
Betheli. Kwa hiyo pakaitwa Alon-Bakuthi.[b]
9 Baada ya Yakobo kurudi kutoka Padan-Aramu,
Mungu alimtokea tena na kumbariki. 10 Mungu aka-
mwambia, “Jina lako ni Yakobo, lakini hutaitwa
tena Yakobo, jina lako utakuwa Israeli.” Kwa hiyo
akamwita Israeli.
11 Mungu akamwambia, “Mimi ndimi Mungu
Mwenyezi,[c] ukazae na kuongezeka. Taifa na jamii
ya mataifa itatoka kwako, nao wafalme watatoka

---

[a]7 El-Betheli maana yake Mungu wa Betheli.
[b]8 Alon-Bakuthi maana yake Mwaloni wa Kilio.
[c]11 Mungu Mwenyezi hapa ni jina la Kiebrania, El-Shaddai (yaani Mungu Mwenye utoshelevu wote).

viunoni mwako. 12 Nchi niliyowapa Abrahamu na
Isaki nakupa wewe pia, nami nitawapa wazao wako
baada yako." 13 Kisha Mungu akapanda juu kutoka
kwake mahali pale alipozungumza naye.

14 Yakobo akasimamisha nguzo ya jiwe mahali
pale Mungu alipozungumza naye, akamimina
sadaka ya kinywaji juu yake, pia akamimina mafuta
juu yake. 15 Yakobo akapaita mahali pale Mungu
alipozungumza naye Betheli.[a]

Vifo Vya Raheli Na Isaki

16 Kisha wakaondoka Betheli. Walipokuwa
umbali fulani kabla ya kufika Efrathi, Raheli
akaanza kusikia uchungu na alipata shida kuu.
17 Alipokuwa katika shida hii katika kujifungua,
mkunga akamwambia, "Usiogope, kwa sababu
umempata mwana mwingine." 18 Hapo alipopu-
mua pumzi yake ya mwisho, kwa maana alikuwa
akifa, akamwita mwanawe Benoni.[b] Lakini babaye
akamwita Benyamini.[c]

19 Kwa hiyo Raheli akafa, akazikwa kando ya njia
iendayo Efrathi (ndio Bethlehemu). 20 Juu ya kaburi
lake, Yakobo akasimamisha nguzo, ambayo mpaka
leo inatambulisha kaburi la Raheli.

21 Israeli akaendelea tena na safari yake na
kupiga hema mbele mnara wa Ederi. 22 Wakati
Israeli alipokuwa akiishi katika nchi ile, Reubeni
mwanawe alikutana kimwili na suria wa baba yake
aitwaye Bilha, naye Israeli akasikia jambo hili.

Yakobo alikuwa na wana kumi na wawili:
23 Wana wa Lea walikuwa:
Reubeni mzaliwa wa kwanza wa Yakobo,
Simeoni, Lawi, Yuda, Isakari na Zabuloni.
24 Wana wa Raheli walikuwa:
Yosefu na Benyamini.
25 Wana waliozaliwa na Bilha mtumishi wa
kike wa Raheli walikuwa:
Dani na Naftali.
26 Wana waliozaliwa na Zilpa mtumishi wa
kike wa Lea walikuwa:
Gadi na Asheri.

Hawa walikuwa wana wa Yakobo, waliozaliwa
kwake akiwa Padan-Aramu.

27 Yakobo akarudi nyumbani kwa baba yake
Isaki huko Mamre, karibu na Kiriath-Arba (yaani
Hebroni), ambapo walikuwa wameishi Abrahamu
na Isaki. 28 Isaki aliishi miaka 180. 29 Kisha Isaki aka-
pumua pumzi yake ya mwisho akafa, akakusanywa
pamoja na watu wake akiwa mzee wa miaka mingi.
Nao wanawe Esau na Yakobo wakamzika.

Wazao Wa Esau

36 Hivi ndivyo vizazi vya Esau (yaani Edomu).

2 Esau akaoa wake kutoka miongoni mwa
wanawake wa Kanaani: Ada binti wa Eloni
Mhiti, Oholibama binti wa Ana, mjukuu wa
kike wa Sibeoni Mhivi, 3 pia akaoa Basemathi
binti wa Ishmaeli, dada yake Nebayothi.

4 Ada akamzalia Esau Elifazi, Basemathi
akamzaa Reueli, 5 Oholibama akamzaa Yeushi,
Yalamu na Kora. Hawa ndio wana wa Esau
waliozaliwa kwake huko Kanaani.

6 Esau akawachukua wake zake, watoto
wake wa kiume na wa kike na wote wa
nyumbani mwake, mifugo yake pamoja
na wanyama wake wengine wote na mali
yake yote ambayo alikuwa ameipata akiwa
Kanaani, akahamia katika nchi iliyo mbali na
Yakobo ndugu yake. 7 Mali zao zilikuwa nyingi
sana kiasi kwamba haikuwa rahisi wao kuishi
pamoja, nchi waliyokuwa wakiishi isingewa-
tosha wote kwa ajili ya mifugo yao. 8 Kwa hiyo
Esau (ambaye ni Edomu) aliishi katika nchi ya
kilima huko Seiri.

9 Hawa ndio wazao wa Esau, baba wa Waedomu,
katika nchi ya kilima cha Seiri.

10 Haya ndiyo majina ya wana wa Esau:
Elifazi, mwana wa Esau ambaye mkewe
Ada alimzalia; na Reueli, mwana wa Esau
ambaye mkewe Basemathi alimzalia.
11 Wana wa Elifazi ni:
Temani, Omari, Sefo, Gatamu na Kenazi.
12 Elifazi mwana wa Esau alikuwa pia na
suria aliyeitwa Timna, ambaye alimzalia
Amaleki. Hawa ndio waliokuwa wajukuu
wa Ada mke wa Esau.
13 Wana wa Reueli ni:
Nahathi, Zera, Shama na Miza. Hawa
ndio waliokuwa wajukuu wa Basemathi
mkewe Esau.
14 Wana wa Oholibama binti Ana, mkewe
Esau, aliyekuwa mjukuu wa Sibeoni,
aliomzalia Esau ni:
Yeushi, Yalamu na Kora.

15 Hawa ndio waliokuwa wakuu miongoni mwa
wazao wa Esau:
Wakuu wa wana wa Elifazi, mzaliwa wa
kwanza wa Esau ni:
Temani, Omari, Sefo, Kenazi, 16 Kora,
Gatamu na Amaleki. Hawa ndio
waliokuwa wakuu waliotoka kwa Elifazi
huko Edomu, waliokuwa wajukuu wa
kiume wa Ada.
17 Wakuu wa wana wa Reueli, mwana wa Esau
ni:
Nahathi, Zera, Shama na Miza. Hawa
ndio wakuu waliotoka kwa Reueli huko
Edomu, waliokuwa wajukuu wa kiume
wa Basemathi mkewe Esau.
18 Wakuu wa wana wa Esau ambao mkewe
Oholibama alimzalia ni:
Yeushi, Yalamu na Kora. Hawa ndio
wakuu waliotoka kwa mke wa Esau,
Oholibama binti Ana.

19 Hawa ndio waliokuwa wana wa Esau (ndiye
Edomu), na hawa ndio waliokuwa wakuu wao.

20 Hawa ndio walikuwa wana wa Seiri, Mhori,
waliokuwa wakiishi katika nchi ile:

---

[a]15 Betheli maana yake Nyumba ya Mungu.
[b]18 Benoni maana yake Mwana wa huzuni yangu.
[c]18 Benyamini maana yake Mwana wa mkono wangu wa kuume.

Lotani, Shobali, Sibeoni, Ana, 21 Dishoni,
Eseri na Dishani. Hawa ndio wana wa
Seiri huko Edomu waliokuwa wakuu kwa
Wahori.
22 Wana wa Lotani walikuwa:
Hori na Homamu. Timna alikuwa dada
yake Lotani.
23 Wana wa Shobali walikuwa:
Alvani, Manahathi, Ebali, Shefo na
Onamu.
24 Wana wa Sibeoni walikuwa:
Aiya na Ana. Huyu Ana ndiye aligundua
chemchemi ya maji moto jangwani
alipokuwa akichunga punda za Sibeoni
baba yake.
25 Watoto wa Ana walikuwa:
Dishoni na Oholibama binti wa Ana.
26 Wana wa Dishoni walikuwa:
Hemdani, Eshbani, Ithrani na Kerani.
27 Wana wa Eseri walikuwa:
Bilhani, Zaavani na Akani.
28 Wana wa Dishani walikuwa:
Usi na Arani.
29 Hawa ndio waliokuwa wakuu wa Wahori:
Lotani, Shobali, Sibeoni, Ana, 30 Dishoni,
Eseri na Dishani. Hawa ndio walikuwa
wakuu wa Wahori, kufuatana na
makundi yao, katika nchi ya Seiri.

Watawala Wa Edomu

31 Wafuatao ni wafalme waliotawala Edomu
kabla ya mfalme yeyote wa Israeli kutawala:
32 Bela mwana wa Beori alikuwa mfalme wa
Edomu. Mji wake uliitwa Dinhaba.
33 Bela alipofariki, Yobabu mwana wa Zera
kutoka Bosra akawa mfalme baada yake.
34 Yobabu alipofariki, Hushamu kutoka nchi
ya Watemani akawa mfalme baada yake.
35 Hushamu alipofariki, Hadadi mwana wa
Bedadi, aliyeshinda Midiani katika nchi
ya Moabu, akawa mfalme baada yake. Mji
wake uliitwa Avithi.
36 Hadadi alipofariki, Samla kutoka Masreka
akawa mfalme baada yake.
37 Samla alipofariki, Shauli kutoka Rehobothi
ng'ambo ya Mto Frati akawa mfalme
baada yake.
38 Shauli alipofariki, Baal-Hanani mwana wa
Akbori akawa mfalme baada yake.
39 Baal-Hanani mwana wa Akbori alipofariki,
Hadadi akawa mfalme baada yake.
Mji wake uliitwa Pau, na mkewe
aliitwa Mehetabeli binti Matredi, binti
Me-Zahabu.

40 Hawa ndio wakuu waliotokana na Esau, kwa
majina, kufuatana na koo zao na nchi zao:
Timna, Alva, Yethethi, 41 Oholibama,
Ela, Pinoni, 42 Kenazi, Temani,
Mibsari, 43 Magdieli na Iramu. Hawa
ndio walikuwa wakuu wa Edomu,
kufuatana na makazi yao katika nchi
waliyoimiliki.
Huyu ndiye alikuwa Esau, baba wa Waedomu.

Ndoto Za Yosefu

37 Yakobo akaishi Kanaani katika nchi ambayo
baba yake alikuwa ameishi.

2 Zifuatazo ni habari za Yakobo.

Yosefu, kijana wa miaka kumi na saba, alikuwa
akichunga makundi ya kondoo na mbuzi pamoja
na ndugu zake wa mama wengine, yaani wana wa
Bilha na wana wa Zilpa wake za baba yake, naye
akawa akimletea baba yake taarifa mbaya kuhusu
hao ndugu zake.
3 Basi, Israeli akampenda Yosefu kuliko yeyote
miongoni mwa kaka zake, kwani ni mwanawe
wa uzeeni, akamshonea joho lililorembwa vizuri
sana. 4 Ndugu zake walipoona kwamba baba yao
anampenda Yosefu kuliko yeyote mwingine mio-
ngoni mwao, walimchukia na hawakusema naye
neno lolote jema.
5 Yosefu akaota ndoto, naye alipowaeleza ndugu
zake, wakamchukia zaidi. 6 Akawaambia, "Sikili-
zeni ndoto niliyoota: 7 Tulikuwa tukifunga miganda
ya nafaka shambani, ghafula mganda wangu uka-
simama wima, wakati miganda yenu ikiuzunguka
na kuuinamia."
8 Ndugu zake wakamwambia, "Wewe unaku-
sudia kututawala? Hivi kweli wewe utatutawala
sisi?" Wakaongeza kumchukia zaidi kwa sababu ya
ndoto yake pamoja na yale aliyowaambia.
9 Kisha akaota ndoto nyingine, akawaambia
ndugu zake akisema, "Sikilizeni, nimeota ndoto
nyingine, wakati huu jua, mwezi na nyota kumi
na moja zilikuwa zinanisujudia."
10 Alipomwambia baba yake pamoja na ndugu
zake, baba yake akamkemea akisema, "Ni ndoto
gani hii uliyoota? Hivi kweli mama yako na mimi
na ndugu zako tutakuja kukusujudia wewe hadi
nchi?" 11 Ndugu zake wakamwonea wivu, lakini
baba yake akaliweka jambo hilo moyoni.

Yosefu Auzwa Na Ndugu Zake

12 Basi, ndugu zake walikuwa wamekwenda
kuchunga makundi ya baba yao karibu na She-
kemu, 13 naye Israeli akamwambia Yosefu, "Kama
ujuavyo, ndugu zako wanachunga makundi huko
karibu na Shekemu. Njoo, nitakutuma kwao."
Yosefu akajibu, "Vema sana, niko tayari."
14 Kwa hiyo akamwambia, "Nenda uone kama
mambo yote ni salama kwa ndugu zako na maku-
ndi, kisha uniletee habari." Ndipo akamtuma
Yosefu kutoka Bonde la Hebroni.
Yosefu alipofika Shekemu, 15 mtu mmoja aka-
mkuta akizungukazunguka mashambani na
akamuuliza, "Unatafuta nini?"
16 Akajibu, "Ninawatafuta ndugu zangu. Una-
weza kuniambia wanachunga wapi makundi yao?"
17 Yule mtu akajibu, "Wamehama hapa. Nilisikia
wakisema, 'Twende Dothani.' "
Kwa hiyo Yosefu akawafuatilia ndugu zake na
kuwakuta karibu na Dothani. 18 Ndugu zake walipo-
mwona akiwa mbali, kabla hajawafikia, wakapanga
shauri baya la kumuua.
19 Wakaambiana, "Yule mwota ndoto anakuja!

20 Njooni sasa, tumuue na kumtupa katika shimo
mojawapo na tuseme kwamba mnyama mkali ame-
mrarua. Kisha tutaona matokeo ya ndoto zake."
21 Reubeni aliposikia jambo hili, akajaribu
kumwokoa kutoka mikononi mwao akasema,
"Tusiutoe uhai wake. 22 Tusimwage damu yoyote.
Mtupeni katika shimo lililoko hapa jangwani, lakini
msimguse." Reubeni alisema hivyo ili amwokoe
kutoka mikononi mwao, kisha amrudishe nyu-
mbani kwa baba yake.
23 Kwa hiyo Yosefu alipowafikia ndugu zake,
walimvua lile joho lake, lile joho lililorembwa
vizuri alilokuwa amevaa. 24 Kisha wakamchukua
wakamtupa katika shimo. Wakati huo shimo lili-
kuwa tupu, halikuwa na maji ndani yake.
25 Walipokaa ili wale chakula chao, wakainua
macho wakaona msafara wa Waishmaeli ukija
kutoka Gileadi. Ngamia wao walikuwa wamepa-
kizwa mizigo ya vikolezo, uvumba na manemane,
nao walikuwa njiani kuvipeleka Misri.
26 Yuda akawaambia ndugu zake, "Tutafaidi nini
ikiwa tutamuua ndugu yetu na kuificha damu
yake? 27 Njooni, tumuuze kwa hawa Waishmaeli.
Tusimguse, kwa kuwa hata hivyo yeye ni ndugu
yetu, nyama yetu na damu yetu wenyewe." Ndugu
zake wakakubali.
28 Kwa hiyo wale wafanyabiashara Wamidiani
walipofika pale, ndugu zake wakamtoa Yosefu
kutoka kwenye lile shimo, na kumuuza kwa shekeli
ishirini[a] za fedha kwa wale Waishmaeli, ambao
walimpeleka Misri.
29 Reubeni aliporudi kutazama kwenye lile shimo
na kuona kwamba Yosefu hayupo, alirarua nguo
zake. 30 Akawarudia ndugu zake na kusema, "Kijana
hayuko mle! Nielekee wapi sasa?"
31 Kisha wakalichukua lile joho la Yosefu,
wakachinja mbuzi na kulichovya katika damu.
32 Wakalichukua lile joho lililorembwa vizuri na
kulipeleka kwa baba yao na kusema, "Tumeliokota
hili joho. Uchunguze uone kama ni la mwanao."
33 Baba yao akalitambua akasema, "Hili ni joho
la mwanangu! Mnyama mkali amemrarua. Hakika
Yosefu ameraruliwa vipande vipande."
34 Kisha Yakobo akararua nguo zake, akavaa
nguo ya gunia na kumwombolezea mwanawe kwa
siku nyingi. 35 Wanawe wote na binti zake wakaja
kumfariji, lakini hakukubali kufarijiwa. Akasema,
"Hapana, nitamwombolezea mwanangu mpaka
nimfikie kaburini." Kwa hiyo baba yake akaendelea
kumlilia.
36 Wakati ule ule, Wamidiani wakamuuza Yosefu
huko Misri kwa Potifa, mmojawapo wa maafisa wa
Farao, aliyekuwa mkuu wa ulinzi.

Yuda Na Tamari

38 Wakati ule, Yuda akawaacha ndugu zake,
akaenda kuishi na Hira Mwadulami. 2 Huko
Yuda akakutana na binti wa Kikanaani aitwaye
Shua, akamwoa na akakutana naye kimwili, 3 aka-
pata mimba, akamzaa mwana, ambaye alimwita
Eri. 4 Akapata mimba tena, akamzaa mwana na
kumwita Onani. 5 Akamzaa mwana mwingine tena,
akamwita Shela. Huyu alimzalia mahali paitwapo
Kezibu.
6 Yuda akampatia Eri, mzaliwa wake wa kwanza,
mke aitwaye Tamari. 7 Lakini Eri, mzaliwa wa kwa-
nza wa Yuda, alikuwa mwovu machoni pa BWANA,
kwa hiyo BWANA akamuua.
8 Kisha Yuda akamwambia Onani, "Kutana
kimwili na mke wa ndugu yako, na utimize wajibu
wako kwake kama mke wa ndugu yako, ili umpatie
ndugu yako uzao." 9 Lakini Onani alijua kwamba
uzao haungekuwa wake, kwa hiyo kila alipokutana
kimwili na mke wa ndugu yake, alimwaga chini
mbegu za kiume ili asimpatie ndugu yake uzao.
10 Alichofanya kilikuwa kiovu machoni pa BWANA,
hivyo, pia BWANA akamuua Onani.
11 Kisha Yuda akamwambia Tamari mkwewe,
"Ishi kama mjane nyumbani mwa baba yako
mpaka mwanangu Shela atakapokua." Kwa maana
alifikiri, "Angeweza kufa pia kama ndugu zake."
Kwa hiyo Tamari alikwenda kuishi nyumbani kwa
baba yake.
12 Baada ya muda mrefu mke wa Yuda binti wa
Shua akafariki. Baada ya msiba, Yuda alikwenda
Timna, kwa watu waliokuwa wakikata kondoo
wake manyoya, naye alifuatana na rafiki yake
Hira Mwadulami.
13 Tamari alipoambiwa, "Baba mkwe wako
yuko njiani kwenda Timna kukata kondoo wake
manyoya," 14 alivua mavazi yake ya ujane, akaji-
funika kwa shela ili asifahamike, akaketi kwenye
mlango wa Enaimu, ambao upo njiani kuele-
kea Timna. Akafanya hivyo kwa sababu aliona
kwamba, ingawa Shela amekua, lakini alikuwa
hajakabidhiwa kwake kuwa mkewe.
15 Yuda alipomwona alifikiri ni kahaba, kwa
sababu alikuwa amefunika uso wake. 16 Pasipo
kutambua kwamba alikuwa mkwe wake, akamwe-
ndea kando ya njia na kumwambia, "Njoo sasa,
nikutane na wewe kimwili."
Yule mkwewe akamuuliza, "Utanipa nini niki-
kutana nawe kimwili?"
17 Akamwambia, "Nitakutumia mwana-mbuzi
kutoka kundi langu."
Akamuuliza, "Utanipa kitu chochote kama
amana mpaka utakapompeleka?"
18 Akamuuliza, "Nikupe amana gani?"
Akamjibu, "Pete yako na kamba yake pamoja na
fimbo iliyo mkononi mwako." Kwa hiyo akampa
vitu hivyo kisha akakutana naye kimwili, naye
akapata mimba yake. 19 Tamari akaondoka, akavua
shela yake akavaa tena nguo zake za ujane.
20 Wakati ule ule, Yuda akamtuma rafiki yake
Mwadulami apeleke yule mwana-mbuzi ili arudi-
shiwe amana yake kutoka kwa yule mwanamke,
lakini yule rafiki yake hakumkuta yule mwanamke.
21 Akawauliza watu wanaoishi mahali pale, "Yuko
wapi yule kahaba wa mahali pa kuabudia miungu
aliyekuwa kando ya barabara hapa Enaimu?"
Wakamjibu, "Hajawahi kuwepo mwanamke
yeyote kahaba wa mahali pa kuabudia miungu
hapa."
22 Kwa hiyo akamrudia Yuda na kumwambia,
"Sikumpata. Zaidi ya hayo, watu wanaoishi mahali
pale walisema 'Hapakuwahi kuwepo mwanamke

[a]28 Shekeli 20 ni sawa na gramu 200.

yeyote kahaba wa mahali pa kuabudia miungu
hapa.' "
23 Kisha Yuda akasema, "Mwache avichukue vitu
hivyo, ama sivyo tutakuwa kichekesho. Hata hivyo,
nilimpelekea mwana-mbuzi, lakini hukumkuta."
24 Baada ya miezi mitatu Yuda akaambiwa,
"Tamari mkweo ana hatia ya kuwa kahaba, na
matokeo yake ana mimba."
Yuda akasema, "Mtoeni nje na achomwe moto
hadi afe!"
25 Alipokuwa akitolewa nje, akatuma ujumbe
kwa baba mkwe wake kusema, "Nina mimba ya
mtu mwenye vitu hivi." Akaongeza kusema, "Anga-
lia kama utatambua kwamba pete hii na kamba
yake pamoja na fimbo hii ni vya nani."
26 Yuda akavitambua na kusema, "Yeye ana haki
kuliko mimi, kwa kuwa sikumkabidhi kwa mwana-
ngu Shela ili awe mkewe." Tangu hapo hakukutana
naye kimwili tena.
27 Wakati ulipofika wa kujifungua, kukawa na
wana mapacha tumboni mwake. 28 Alipokuwa aki-
jifungua, mmoja akatoa mkono wake nje, kwa hiyo
mkunga akachukua uzi mwekundu na kuufunga
mkononi mwa yule mtoto, akasema, "Huyu ame-
toka kwanza." 29 Lakini alipourudisha mkono wake
ndugu yake akaanza kutoka, naye akasema, "Hivi
ndivyo ulivyotoka kwa nguvu!" Akaitwa Peresi.
30 Kisha ndugu yake, aliyekuwa na uzi mwekundu
mkononi, akatoka, naye akaitwa Zera.

Yosefu Na Mke Wa Potifa

39 Wakati huu Yosefu alikuwa amechukuliwa
mpaka Misri. Mmisri aliyeitwa Potifa aliye-
kuwa mmojawapo wa maafisa wa Farao, mkuu wa
ulinzi, akamnunua Yosefu kutoka kwa Waishmaeli
waliomleta Misri.
2 BWANA alikuwa pamoja na Yosefu, naye aka-
stawi, Yosefu akaishi nyumbani kwa bwana wake
Mmisri. 3 Potifa alipoona kuwa BWANA alikuwa
pamoja na Yosefu na kwamba BWANA alimfanikisha
kwa kila kitu alichokifanya, 4 Yosefu alipata kibali
machoni pa Potifa, akamfanya mhudumu wake.
Potifa akamweka kuwa msimamizi wa nyumba
yake, naye akamkabidhi kuwa mwangalizi wa
kila kitu alichokuwa nacho. 5 Kuanzia wakati huo
Potifa alipomweka Yosefu kuwa msimamizi wa
nyumba na mali zake zote alizokuwa nazo, BWANA
aliibariki nyumba ya Mmisri huyo kwa sababu ya
Yosefu. Baraka ya BWANA ilikuwa juu ya kila kitu
alichokuwa nacho Potifa, nyumbani na shambani.
6 Kwa hiyo Potifa akamwachia Yosefu uangalizi
wa kila kitu alichokuwa nacho, Yosefu alipokuwa
katika uongozi, Potifa hakuwa na sababu ya kuji-
shughulisha na kitu chochote isipokuwa chakula
alichokula.
Yosefu alikuwa mwenye umbo zuri na sura ya
kuvutia; 7 baada ya kitambo mke wa Potifa aka-
mtamani Yosefu, akamwambia, "Njoo, ukutane
nami kimwili!"
8 Lakini Yosefu akakataa. Akamwambia yule
mwanamke, "Mimi nikiwa katika uongozi, bwana
wangu hahusiki na kitu chochote katika nyumba
hii, kila kitu alicho nacho amenikabidhi. 9 Hapa
nyumbani hakuna aliye mkuu kuliko mimi. Bwana
wangu hakunizuilia kitu chochote isipokuwa
wewe, kwa kuwa wewe ni mke wake. Nitawezaje
basi kufanya uovu huu na kutenda dhambi dhidi
ya Mungu?" 10 Ingawa yule mwanamke aliendelea
kumshawishi Yosefu siku baada ya siku, Yosefu
alikataa kukutana naye kimwili wala kukaa karibu
naye.
11 Siku moja Yosefu akaingia ndani ya nyumba
kufanya kazi zake, wala hapakuwepo na mfanya-
kazi yeyote ndani ya nyumba. 12 Mke wa Potifa
akashika vazi Yosefu alilokuwa amevaa, aka-
mwambia, "Njoo tukutane kimwili!" Lakini Yosefu
akaacha vazi lake mkononi mwa huyo mwanamke,
akatoka nje ya nyumba akikimbia.
13 Yule mwanamke alipoona kwamba Yosefu
amemwachia vazi lake mkononi na kukimbilia nje
ya nyumba, 14 akawaita watumishi wake wa nyu-
mbani, akawaambia, "Tazameni! Huyu Mwebrania
ameletwa hapa kutudhihaki! Aliingia hapa ndani
ili akutane nami kimwili, lakini nikapiga kelele.
15 Aliposikia kelele za kuomba msaada, akaacha
vazi lake kando yangu akakimbilia nje."
16 Yule mwanamke akaliweka lile vazi karibu
naye mpaka Potifa aliporudi nyumbani. 17 Ndipo
akamweleza kisa hiki, akisema: "Yule mtumwa
wa Kiebrania uliyetuletea alinijia ili kunidhihaki.
18 Lakini mara nilipopiga kelele kuomba msaada,
akaliacha vazi lake kando yangu akakimbia nje
ya nyumba."
19 Potifa aliposikia kisa hiki mkewe alicho-
mweleza, akisema, "Hivi ndivyo mtumwa wako
alivyonitenda." Hasira ya Potifa ikawaka. 20 Potifa
akamchukua Yosefu na kumweka gerezani, mahali
ambapo wahalifu wa mfalme walikuwa wamefu-
ngwa.
Lakini wakati Yosefu alipokuwa huko gerezani,
21 BWANA alikuwa pamoja naye, akamhurumia na
kumpa kibali mbele ya msimamizi wa gereza. 22 Kwa
hiyo msimamizi wa gereza akamweka Yosefu awe
mkuu wa wafungwa pamoja na kusimamia yote
ambayo yalitendeka mle gerezani. 23 Msimamizi
wa gereza hakujishughulisha tena na kitu cho-
chote kilichokuwa chini ya uangalizi wa Yosefu,
kwa sababu BWANA alikuwa pamoja na Yosefu
akimfanikisha kwa kila alichofanya.

Mnyweshaji Na Mwokaji

40 Baada ya muda, mnyweshaji na mwokaji
wa mfalme wa Misri, wakamkosea bwana
wao, mfalme wa Misri. 2 Farao akawakasirikia
hawa maafisa wake wawili, mnyweshaji mkuu
na mwokaji mkuu, 3 akawaweka chini ya ulinzi
katika nyumba ya mkuu wa kikosi cha ulinzi katika
gereza lile lile alimofungwa Yosefu. 4 Mkuu wa
kikosi cha ulinzi akawakabidhi kwa Yosefu, naye
akawahudumia.
Walipokuwa wamekaa chini ya ulinzi kwa muda,
5 kila mmoja wa hao wawili waliokuwa wamewekwa
gerezani, yaani mnyweshaji na mwokaji wa mfalme
wa Misri, waliota ndoto usiku mmoja, na kila ndoto
ilikuwa na maana yake tofauti.
6 Yosefu alipowajia asubuhi yake, akawaona
kwamba walikuwa na huzuni. 7 Ndipo Yosefu aka-
wauliza maafisa hao wa Farao waliokuwa chini ya

ulinzi pamoja naye nyumbani mwa bwana wake, akasema, "Mbona nyuso zenu zimejaa huzuni leo?"

8 Wakamjibu, "Sisi sote tuliota ndoto, lakini hapakuwa na mtu yeyote wa kuzifasiri."

Ndipo Yosefu akawaambia, "Je, kufasiri ndoto si kazi ya Mungu? Niambieni ndoto zenu."

9 Basi mkuu wa wanyweshaji akamweleza Yosefu ndoto yake. Akamwambia, "Katika ndoto yangu niliona mzabibu mbele yangu, 10 nao mzabibu ulikuwa na matawi matatu. Mara tu ulipoanza kuchipua, maua yalichanua na vishada vyake vikawa zabibu zilizoiva. 11 Kikombe cha Farao kilikuwa mkononi mwangu, nikazitwaa zabibu, nikazikamua katika kikombe cha Farao, na nikaweka kikombe mkononi mwake."

12 Yosefu akamwambia, "Hii ndiyo maana yake: Matawi matatu ni siku tatu. 13 Katika siku hizi tatu, Farao atakutoa gerezani na kukuweka tena kwenye nafasi yako, nawe utaweka kikombe cha Farao mikononi mwake, kama vile ulivyokuwa unafanya ulipokuwa mnyweshaji wake. 14 Lakini wakati mambo yatakapokuwia mazuri, unikumbuke, unifanyie wema, useme mema juu yangu kwa Farao ili niondoke huku gerezani. 15 Kwa maana nilichukuliwa kwa nguvu kutoka nchi ya Waebrania, na hata hapa nilipo sikufanya lolote linalostahili niwekwe gerezani."

16 Yule mwokaji mkuu alipoona kuwa Yosefu amefasiri ikiwa na maana nzuri, akamwambia Yosefu, "Mimi pia niliota ndoto: Kichwani mwangu kulikuwepo vikapu vitatu vya mikate. 17 Katika kikapu cha juu kulikuwa na aina zote za vyakula vilivyookwa kwa ajili ya Farao, lakini ndege walikuwa wakivila kutoka kwenye kikapu nilichokuwa nimebeba kichwani."

18 Yosefu akamwambia, "Hii ndiyo maana yake: Vikapu vitatu ni siku tatu. 19 Katika siku hizi tatu, Farao atakata kichwa chako na kukutundika juu ya mti. Nao ndege watakula nyama ya mwili wako."

20 Mnamo siku ya tatu, ilikuwa kumbukumbu ya kuzaliwa kwa Farao, naye akawaandalia maafisa wake wote karamu. Akawatoa gerezani mnyweshaji mkuu na mwokaji mkuu, akawaweka mbele ya maafisa wake: 21 Ndipo akamrudisha mnyweshaji mkuu kwenye nafasi yake, ili aweke kikombe mikononi mwa Farao tena, 22 lakini akamwangika yule mwokaji mkuu, sawasawa na jinsi Yosefu alivyowaambia katika tafsiri yake.

23 Pamoja na hayo, mnyweshaji mkuu hakumkumbuka Yosefu, bali alimsahau.

Ndoto Za Farao

41 Baada ya miaka miwili kamili kupita, Farao aliota ndoto: Tazama alikuwa amesimama kando ya Mto Naili, 2 wakati ng'ombe saba, wazuri na wanono, walitokea mtoni wakajilisha kwenye matete. 3 Baada yao ng'ombe wengine saba, wabaya na waliokonda, wakatokea mtoni Naili wakasimama kando ya wale wanono ukingoni mwa mto. 4 Wale ng'ombe wabaya na waliokonda wakawala wale saba wazuri na wanono. Kisha Farao akaamka.

5 Farao akaingia usingizini tena akaota ndoto ya pili: Akaona masuke saba ya nafaka, yenye afya na mazuri, yanakua katika bua moja. 6 Baadaye, masuke mengine saba yakachipua, yakiwa membamba yaliyonyaushwa na upepo wa mashariki. 7 Masuke yale membamba yakameza yale masuke saba yenye afya na yaliyojaa. Basi Farao akaamka kutoka usingizini, kumbe ilikuwa ndoto.

8 Asubuhi yake, alifadhaika akilini, hivyo akawaita waaguzi wote pamoja na watu wenye busara wa Misri. Walipokuja, Farao akawaeleza ndoto zake, lakini hakuna hata mmoja aliyeweza kumfasiria.

9 Ndipo mnyweshaji mkuu alipomwambia Farao, "Leo nimekumbushwa kuhusu kosa langu. 10 Wakati fulani Farao aliwakasirikia watumishi wake, akanifunga mimi na mwokaji mkuu katika nyumba ya mkuu wa ulinzi. 11 Kila mmoja wetu aliota ndoto katika usiku mmoja na kila ndoto ilikuwa na maana yake tofauti. 12 Basi kijana wa Kiebrania aliyekuwa pamoja nasi huko, alikuwa mtumishi wa mkuu wa kikosi cha ulinzi. Tulimweleza ndoto zetu, naye akatufasiria, akitupa kila mtu tafsiri ya ndoto yake. 13 Nayo mambo yakawa sawa kabisa na jinsi alivyotufasiria ndoto zetu: Mimi nilirudishwa kazini mwangu na huyo mtu mwingine akaangikwa."

14 Basi, Farao akatuma Yosefu aitwe, naye akatolewa kifungoni haraka. Baada ya kunyoa na kubadilisha nguo zake akaenda mbele ya Farao.

15 Farao akamwambia Yosefu, "Nimeota ndoto, wala hakuna mtu hata mmoja anayeweza kuifasiri. Lakini nimesikia ikisemwa kwa habari yako kwamba unapoelezwa ndoto waweza kuifasiri."

16 Yosefu akamjibu Farao, "Siwezi kuifasiri, lakini Mungu atampa Farao jibu analolihitaji."

17 Kisha Farao akamwambia Yosefu, "Katika ndoto yangu nilikuwa nimesimama ukingoni mwa Mto Naili, 18 nikawaona ng'ombe saba, wazuri na wanono, wakijitokeza kutoka mtoni wakaja kujilisha kwenye matete. 19 Baada ya hao, ng'ombe wengine saba wadhaifu wakatokea, wabaya sana na waliokonda. Kamwe sikuwahi kuona ng'ombe wabaya jinsi hiyo katika nchi yote ya Misri. 20 Hao ng'ombe waliokonda na wabaya sana wakawala wale ng'ombe saba walionona waliojitokeza kwanza. 21 Lakini hata baada ya kuwala, hakuna mtu ambaye angeweza kusema kwamba wamekula, bado walionekana wabaya kama mwanzoni. Kisha nikaamka kutoka usingizini.

22 "Pia katika ndoto zangu niliona masuke saba ya nafaka, yamejaa na mazuri, yanakua katika bua moja. 23 Baada ya hayo masuke mengine saba yakachipua, yaliyonyauka, membamba na yamekaushwa na upepo wa mashariki. 24 Yale masuke membamba ya nafaka yakayameza yale masuke saba mazuri yaliyojaa nafaka. Nimewaeleza waaguzi, wala hakuna yeyote aliyeweza kunifasiria."

25 Ndipo Yosefu akamwambia Farao, "Ndoto za Farao ni ndoto iyo hiyo moja. Mungu amemfunulia Farao jambo analokusudia kufanya karibuni. 26 Ng'ombe saba wazuri ni miaka saba, nayo masuke saba mazuri yaliyojaa nafaka ni miaka saba, ni ndoto iyo hiyo moja. 27 Ng'ombe saba waliokonda na wabaya wale waliojitokeza baadaye ni miaka saba, vivyo hivyo masuke saba

ya ngano yaliyodhoofika na kukaushwa na upepo
wa mashariki, ni miaka saba ya njaa.
28 "Ni kama vile nilivyomwambia Farao: Mungu
amemwonyesha Farao jambo analokusudia kufa-
nya karibuni. 29 Miaka saba ya neema inakuja katika
nchi yote ya Misri, 30 lakini itafuata miaka saba ya
njaa. Ndipo neema yote ya Misri itasahaulika na
njaa itaikumba nchi.
31 "Neema iliyokuwa katika nchi haitakumbu-
kwa, kwa sababu njaa itakayofuata itakuwa kali
mno. 32 Sababu ya ndoto kumjia Farao kwa namna
mbili ni kwamba jambo hilo Mungu ameshaamua
kwa hakika, naye Mungu atalifanya karibuni.
33 "Basi sasa Farao na atafute mtu mwenye akili
na hekima ili amweke kuwa msimamizi wa nchi
ya Misri. 34 Farao na aweke wenye amri nchini kote
wakusanye sehemu ya tano ya mavuno ya Misri
katika miaka hii saba ya neema. 35 Wakusanye
chakula chote katika miaka hii saba ya neema
inayokuja na kuhifadhi nafaka chini ya mamlaka ya
Farao, iwe akiba ya chakula katika miji. 36 Chakula
hiki kitakuwa akiba ya tahadhari kwa ajili ya nchi,
ili kitumike katika ile miaka saba ya njaa itakayo-
kuja Misri, ili nchi isiharibiwe na njaa."
37 Mpango huu ulionekana mzuri kwa Farao na
kwa maafisa wake wote. 38 Hivyo Farao akawauliza,
"Je tunaweza kumpata yeyote kama mtu huyu,
ambaye Roho wa Mungu yumo ndani yake?"
39 Ndipo Farao akamwambia Yosefu, "Maadamu
Mungu amekufunulia yote haya, hakuna mwingine
yeyote mwenye akili na hekima kama wewe.
40 Wewe utakuwa msimamizi wa jumba langu la
kifalme, na watu wangu wote watatii amri zako. Ni
kuhusu kiti cha ufalme tu nitakuwa mkuu kuliko
wewe."

Yosefu Msimamizi Wa Misri

41 Kwa hiyo Farao akamwambia Yosefu, "Sasa
nakuweka uwe msimamizi wa nchi yote ya Misri."
42 Ndipo Farao akaivua pete yake ya muhuri kutoka
kidoleni mwake na kuivalisha katika kidole cha
Yosefu. Akamvika majoho mazuri ya kitani safi
na mkufu wa dhahabu shingoni mwake. 43 Aka-
mpandisha katika gari lake la farasi kama msaidizi
wake, watu wakatangulia wakishangilia, wakisema,
"Fungueni njia!" Ndivyo Farao alivyomweka Yosefu
kuwa msimamizi wa nchi yote ya Misri.
44 Kisha Farao akamwambia Yosefu, "Mimi
ni Farao, lakini pasipo neno lako, hakuna mtu
mwenye ruhusa kuinua mkono au mguu katika
nchi yote ya Misri." 45 Farao akamwita Yosefu
Safenath-Panea, pia akampa Asenathi binti Poti-
fera, kuhani wa mji wa Oni,[a] kuwa mke wake. Ndipo
Yosefu akaitembelea nchi yote ya Misri.
46 Yosefu alikuwa na miaka thelathini alipoingia
katika utumishi wa Farao mfalme wa Misri. Naye
Yosefu akatoka mbele ya Farao akasafiri katika nchi
yote ya Misri. 47 Katika ile miaka saba ya neema nchi
ilizaa mazao kwa wingi sana. 48 Yosefu akakusanya
chakula chote kilichozalishwa katika ile miaka
saba ya neema nchini Misri, akakihifadhi katika
ghala za miji. Katika kila mji kulihifadhiwa chakula
kilichozalishwa katika mashamba yaliyouzunguka
mji huo. 49 Yosefu alihifadhi nafaka nyingi, mfano
wa mchanga wa bahari, ilikuwa nyingi mno kiasi
kwamba walishindwa kuweka kumbukumbu kwa
sababu akiba ilizidi sana kupita kipimo.
50 Kabla ya miaka ya njaa kuanza, Asenathi binti
Potifera, kuhani wa mji wa Oni, alikuwa amemzalia
Yosefu wana wawili wa kiume. 51 Yosefu akamwita
mzaliwa wake wa kwanza Manase, akisema, "Ni
kwa sababu Mungu amenifanya nisahau taabu
zangu zote pamoja na jamaa yote ya nyumba ya
baba yangu." 52 Mwana wa pili akamwita Efraimu,
akisema, "Ni kwa sababu Mungu amenistawisha
katika nchi ya mateso yangu."
53 Ile miaka saba ya neema huko Misri ikaisha,
54 nayo miaka ile saba ya njaa ikaanza, sawasawa
na alivyosema Yosefu. Kulikuwa na njaa katika
nchi nyingine zote, bali katika nchi yote ya Misri
kulikuwa na chakula. 55 Wakati nchi yote ya Misri
ilipopatwa na njaa, watu wakamlilia Farao ili awape
chakula. Ndipo Farao alipowaagiza Wamisri wote,
akisema, "Nendeni kwa Yosefu, nanyi mfanye ana-
chowaambia."
56 Wakati njaa ilipokuwa imeenea katika nchi
yote, Yosefu akafungua ghala za vyakula na kuwau-
zia Wamisri nafaka, kwa sababu njaa ilikuwa kali
mno katika nchi yote ya Misri. 57 Pia nchi nyingine
zote zilikuja Misri kununua nafaka kutoka kwa
Yosefu, kwa sababu njaa ilikuwa kali mno duniani
kote.

Ndugu Za Yosefu Waenda Misri

42 Wakati Yakobo alipofahamu kuwa kuna
nafaka huko Misri, akawaambia wanawe,
"Mbona mnakaa tu hapa mnatazamana?" 2 Akae-
ndelea kuwaambia, "Nimesikia kuwa huko Misri
kuna nafaka. Telemkeni huko mkanunue chakula
kwa ajili yetu, ili tuweze kuishi wala tusife."
3 Ndipo wale ndugu kumi wa Yosefu, wakatere-
mka huko Misri kununua nafaka. 4 Lakini Yakobo
hakumtuma Benyamini, ndugu yake Yosefu,
pamoja na wengine, kwa sababu aliogopa asije
akapatwa na madhara. 5 Hivyo wana wa Israeli
walikuwa miongoni mwa wale waliokwenda Misri
kununua nafaka, kwani njaa ilikuwa katika nchi
ya Kanaani pia.
6 Wakati huo Yosefu alikuwa mtawala wa nchi
ya Misri, naye alikuwa ndiye aliwauzia watu wote
nafaka. Kwa hiyo wakati ndugu zake Yosefu walipo-
fika, wakamsujudia hadi nyuso zao zikagusa ardhi.
7 Mara Yosefu alipowaona ndugu zake, akawata-
mbua, lakini akajifanya mgeni na kuzungumza
nao kwa ukali, akiwauliza, "Ninyi mnatoka wapi?"
Wakamjibu, "Tumetoka katika nchi ya Kanaani
kuja kununua chakula."
8 Ingawa Yosefu aliwatambua ndugu zake, wao
hawakumtambua. 9 Ndipo Yosefu alipokumbuka
ndoto zake kuwahusu wao, akawaambia, "Ninyi
ni wapelelezi! Mmekuja kuangalia mahali ambapo
nchi yetu haina ulinzi."
10 Wakamjibu, "Sivyo bwana wangu. Watumishi
wako wamekuja kununua chakula. 11 Sisi sote ni
wana wa baba mmoja. Watumishi wako ni watu
waaminifu, wala sio wapelelezi."

[a]45 Yaani Heliopoli (Mji wa Jua).

12 Akawaambia, "La hasha! Mmekuja kuangalia
mahali ambapo nchi yetu haina ulinzi."

13 Lakini wakamjibu, "Watumishi wako walikuwa
kumi na wawili, wana wa mtu mmoja ambaye anai-
shi katika nchi ya Kanaani. Sasa mdogo wetu wa
mwisho yupo na baba yetu na mwingine alikufa."

14 Yosefu akawaambia, "Ni sawa kabisa kama nili-
vyowaambia: Ninyi ni wapelelezi! 15 Na hivi ndivyo
mtakavyojaribiwa: Hakika kama Farao aishivyo,
hamtaondoka mahali hapa mpaka ndugu yenu
mdogo aje hapa. 16 Tumeni mmoja wenu akamlete
huyo ndugu yenu, wengine mtawekwa gerezani,
ili maneno yenu yajaribiwe kuona kama mnasema
kweli. La sivyo, hakika kama Farao aishivyo ninyi
ni wapelelezi!" 17 Akawaweka wote chini ya ulinzi
kwa siku tatu.

18 Siku ya tatu Yosefu akawaambia, "Fanyeni hili
nanyi mtaishi, kwa maana namwogopa Mungu:
19 Ikiwa ninyi ni watu waaminifu, mmoja wa ndugu
zenu na abaki kifungoni, nanyi wengine pelekeni
nafaka kwa jamaa yenu wanaoteseka kwa njaa.
20 Lakini ni lazima mniletee ndugu yenu mdogo
hapa, ili maneno yenu yathibitike na kwamba
msife." Wakakubali kufanya hivyo.

21 Wakaambiana wao kwa wao, "Hakika tunaa-
dhibiwa kwa sababu ya ndugu yetu. Tuliona jinsi
alivyohuzunika alipokuwa anatusihi kuponya
maisha yake, lakini hatukumsikiliza, hiyo ndiyo
sababu dhiki hii imetupata."

22 Reubeni akawajibu, "Sikuwaambieni msitende
dhambi dhidi ya kijana? Lakini hamkunisikiliza!
Sasa ni lazima tuadhibiwe kwa ajili ya damu yake."
23 Hawakujua kuwa Yosefu angewaelewa, kwa
sababu alitumia mkalimani.

24 Yosefu akajitenga nao akaanza kulia, kisha
akawarudia na kuzungumza nao tena. Akataka
Simeoni akamatwe na kufungwa mbele yao.

25 Yosefu akatoa amri ya kujaza magunia yao
nafaka na kuweka fedha ya kila mmoja ndani ya
gunia lake, kisha wapewe mahitaji ya njiani. Baada
ya kufanyiwa hayo yote, 26 wakapakiza nafaka juu
ya punda zao, wakaondoka.

27 Walipofika mahali pa kulala huko njiani
mmoja wao akafungua gunia lake ili amlishe
punda wake, akakuta fedha yake kwenye mdomo
wa gunia lake. 28 Akawaambia ndugu zake, "Fedha
yangu imerudishwa. Iko ndani ya gunia langu."

Mioyo yao ikazimia, na kila mmoja akamgeukia
mwenzake wakitetemeka, wakaulizana, "Ni nini
hiki Mungu alichotufanyia?"

29 Walipofika kwa Yakobo baba yao katika nchi
ya Kanaani, wakamweleza mambo yote yaliyo-
wapata. Wakasema, 30 "Huyo mtu ambaye ndiye
bwana katika nchi hiyo alisema nasi kwa ukali,
akatutendea kana kwamba sisi tulikuwa tunaipe-
leleza nchi. 31 Lakini tulimwambia, 'Sisi ni watu
waaminifu, sio wapelelezi. 32 Tulizaliwa ndugu
kumi na wawili, wana wa baba mmoja. Mmoja
alikufa, na mdogo wetu wa mwisho yupo na baba
yetu huko Kanaani.'

33 "Ndipo huyo mtu aliye bwana katika nchi hiyo
alipotuambia, 'Hivi ndivyo nitafahamu kuwa ninyi
ni watu waaminifu: Mwacheni mmoja wa ndugu
zenu pamoja nami hapa, kisha nendeni mpeleke
chakula kwa ajili ya jamaa yenu inayoteseka kwa
njaa. 34 Lakini mleteni huyo ndugu yenu mdogo
kwangu, ndipo nitajua kuwa ninyi sio wapelelezi,
ila ni watu waaminifu. Kisha nitamrudisha ndugu
yenu, nanyi mtaweza kufanya biashara katika nchi
hii.' "

35 Walipokuwa wanamimina nafaka kutoka
kwenye magunia yao, ndani ya gunia la kila mtu
kulikuwa na mfuko wa fedha! Wakati wao na
baba yao walipoona mifuko ya fedha, wakaogopa.
36 Yakobo baba yao akawaambia, "Ninyi mmenipo-
konya watoto wangu. Yosefu hayupo na Simeoni
hayupo tena na sasa mnataka kumchukua Benya-
mini. Kila kitu ni kinyume nami!"

37 Ndipo Reubeni akamwambia baba yake,
"Waweza kuwaua wanangu wote wawili, ikiwa
sitamrudisha Benyamini kwako. Mkabidhi Benya-
mini katika uangalizi wangu, nami nitamrudisha."

38 Lakini Yakobo akasema, "Mwanangu hata-
shuka huko pamoja nanyi; ndugu yake amekufa
naye ndiye peke yake aliyebaki. Ikiwa atapatwa na
madhara katika safari mnayoiendea, mtashusha
kichwa changu chenye mvi kaburini kwa masi-
kitiko."

Safari Ya Pili Ya Kwenda Misri

43 Wakati huu njaa ilikuwa bado ni kali mno
katika nchi. 2 Hivyo wakati walikuwa wame-
maliza kula nafaka yote waliyoileta kutoka Misri,
Yakobo baba yao akawaambia, "Rudini Misri mka-
tununulie chakula kingine zaidi."

3 Lakini Yuda akamwambia, "Mtu yule alituonya
kwa msisitizo, 'Hamtauona uso wangu tena mpaka
mje na ndugu yenu.' 4 Kama utakubali ndugu
yetu aende pamoja nasi, tutakwenda kuwanunu-
lia chakula. 5 Lakini ikiwa hutamruhusu aende,
hatutakwenda, kwa sababu mtu yule alituambia,
'Hamtauona uso wangu tena mpaka mje pamoja
na ndugu yenu.' "

6 Israeli akauliza, "Kwa nini mkaniletea taabu
hii kwa kumwambia yule mtu mlikuwa na ndugu
mwingine?"

7 Wakamjibu, "Yule mtu alituhoji kwa undani
sana habari zetu na za jamaa yetu. Alituuliza,
'Je, baba yenu bado yungali hai? Je mnaye ndugu
mwingine?' Sisi tulimjibu maswali yake tu. Tunge-
wezaje kujua kwamba angesema, 'Mleteni mdogo
wenu hapa'?"

8 Ndipo Yuda akamwambia baba yake Israeli,
"Mtume kijana pamoja nami, nasi tutaondoka
mara, ili sisi na wewe pamoja na watoto wetu
tuweze kuishi, wala tusife. 9 Mimi mwenyewe
nitakuhakikishia usalama wake, mimi mwenyewe
nitawajibika kumrudisha. Ikiwa sitamrudisha
kwako na kumweka mbele yako, nitakuwa mwenye
lawama mbele yako maisha yangu yote. 10 Hakika,
kama hatukuchelewa kuondoka, tungekuwa tume-
kwenda na kurudi mara mbili."

11 Basi baba yao Israeli akawaambia, "Kama ni
lazima iwe hivyo, basi fanyeni hivi: Wekeni baadhi
ya mazao bora ya nchi katika mifuko yenu na mpe-
lekeeni yule mtu kama zawadi, zeri kidogo, asali
kidogo, vikolezo, manemane, kungu na lozi. 12 Chu-
kueni fedha mara mbili, kwa kuwa mtazirudisha

zile fedha zilizowekwa midomoni mwa magunia yenu. Labda ziliwekwa kwa makosa. 13 Mchukueni ndugu yenu pia mrudi kwa huyo mtu mara moja. 14 Naye Mungu Mwenyezi[a] awajalieni rehema mbele ya huyo mtu ili apate kumwachia yule ndugu yenu na Benyamini mweze kurudi pamoja. Kwangu mimi kama nikufiwa nimefiwa."

15 Basi hao watu wakazichukua zile zawadi na zile fedha mara mbili pamoja na Benyamini. Wakafanya haraka kwenda Misri na walipofika wakajionyesha kwa Yosefu. 16 Yosefu alipomwona Benyamini pamoja nao, akamwambia msimamizi wa nyumba yake, "Wachukue watu hawa nyumbani kwangu, mchinje mnyama na kuandalia chakula kwa kuwa watakula chakula cha mchana pamoja nami."

17 Yule Msimamizi akafanya kama Yosefu alivyomwambia na akawachukua wale watu nyumbani kwa Yosefu. 18 Basi watu hao wakaogopa walipopelekwa nyumbani kwa Yosefu. Wakafikiri, "Tumeletwa hapa kwa ajili ya zile fedha zilizorudishwa katika magunia yetu mara ile ya kwanza. Anataka kutushambulia na kutushinda, atuchukue sisi kama watumwa, na atwae hawa punda zetu."

19 Hivyo wakamwendea msimamizi wa nyumba wa Yosefu na kuzungumza naye kwenye ingilio la nyumbani. 20 Wakasema, "Tafadhali bwana, tulikuja hapa mara ya kwanza kununua chakula. 21 Lakini mahali pale tulipotua wakati wa jioni tulifungua magunia yetu, na kila mmoja wetu akakuta fedha zake, kwenye mdomo wa gunia lake kiasi kile kile tulicholeta. Kwa hiyo tumezirudisha. 22 Pia tumeleta fedha nyingine kwa ajili ya kununulia chakula. Hatujui ni nani aliziweka fedha hizo katika magunia yetu."

23 Akawaambia, "Vema, msiogope. Mungu wenu, Mungu wa baba yenu, amewapa ninyi hazina katika magunia yenu; mimi nilipokea fedha yenu." Ndipo akawaletea Simeoni.

24 Msimamizi akawapeleka wale watu katika nyumba ya Yosefu, akawapa maji ya kunawa miguu na kuwapa punda wao majani. 25 Wakaandaa zawadi zao ili wampe Yosefu wakati atakapofika adhuhuri, kwa kuwa walikuwa wamesikia kwamba watakula chakula huko.

26 Yosefu alipokuja nyumbani, walimkabidhi zile zawadi walizokuwa nazo, ambazo walikuwa wamezileta mle nyumbani, nao wakamsujudia hadi nchi. 27 Akawauliza kuhusu hali yao, kisha akawaambia, "Yule baba yenu mzee mliyeniambia habari zake, yu hali gani? Je, bado yu hai?"

28 Wakamjibu, "Mtumishi wako baba yetu bado anaishi na ni mzima." Kisha wakainama chini kumpa heshima.

29 Alipotazama na kumwona Benyamini ndugu yake, mwana wa mama yake hasa, akauliza, "Je, huyu ndiye ndugu yenu wa mwisho, ambaye mlinieleza habari zake?" Ndipo akasema, "Mungu na akufadhili, mwanangu." 30 Akiwa amegušwa sana kwa kumwona ndugu yake, Yosefu akatoka nje kwa haraka na kutafuta mahali pa kulilia. Akaingia kwenye chumba chake cha pekee na kulilia humo.

31 Baada ya kunawa uso wake, akatoka nje na huku akijizuia akasema, "Pakueni chakula."

32 Wakampakulia Yosefu peke yake, ndugu zake peke yao na Wamisri waliokula pamoja naye peke yao, kwa sababu Wamisri wasingeweza kula pamoja na Waebrania, kwa maana ilikuwa ni chukizo kwa Wamisri. 33 Watu hao walikuwa wameketi mbele yake kwa mfuatano wa umri wao, kuanzia mzaliwa wa kwanza hadi mzaliwa wa mwisho, wakatazamana wao kwa wao kwa mshangao. 34 Wakati walipelekewa sehemu ya chakula kutoka mezani mwa Yosefu, sehemu ya Benyamini ilikuwa mara tano zaidi ya sehemu ya wale wengine. Kwa hiyo wakanywa na kufurahi pamoja naye.

Kikombe Cha Fedha Ndani Ya Gunia

44 Kisha Yosefu akampa yule msimamizi wa nyumbani mwake maagizo haya: "Jaza magunia ya watu hawa kiasi cha chakula ambacho wanaweza kuchukua, na uweke fedha ya kila mtu kwenye mdomo wa gunia lake. 2 Kisha weka kikombe changu kile cha fedha kwenye mdomo wa gunia la yule mdogo wa wote pamoja na fedha zake ambazo angenunulia nafaka yake." Naye akafanya kama Yosefu alivyosema.

3 Kulipopambazuka, hao watu wakaruhusiwa kuondoka pamoja na punda zao. 4 Kabla hawajafika mbali kutoka mjini, Yosefu akamwambia mtumishi wake, "Wafuatilie wale watu mara moja, utakapowakuta, waambie, 'Kwa nini mmelipiza wema kwa ubaya? 5 Je, kikombe hiki sicho anachonywea bwana wangu na pia hukitumia kwa kutabiri mambo yajayo? Hili ni jambo ovu mlilolitenda.' "

6 Alipowafikia, akarudia maneno haya kwao. 7 Lakini wakamwambia mtumishi, "Kwa nini bwana wangu anasema maneno kama haya? Liwe mbali na watumishi wako wasije wakafanya jambo kama hilo! 8 Hata hivyo tulikurudishia zile fedha kutoka nchi ya Kanaani ambazo tulizikuta kwenye midomo ya magunia yetu. Hivyo kwa nini tuibe fedha au dhahabu kutoka nyumbani kwa bwana wako? 9 Ikiwa yeyote miongoni mwa watumishi wako atapatikana nacho, auawe, na sisi wengine tutakuwa watumwa wa bwana wangu."

10 Akajibu, "Vema sana; na iwe kama msemavyo. Yeyote atakayekutwa nacho atakuwa mtumwa wangu, lakini ninyi wengine mtakuwa hamna lawama."

11 Kila mmoja wao akafanya haraka kushusha gunia lake chini na kulifungua. 12 Ndipo msimamizi akaendelea kutafuta, akianzia kwa mkubwa wa wote na akaishia kwa mdogo wa wote. Basi kikombe kikapatikana katika gunia la Benyamini. 13 Kwa jambo hili, wakararua nguo zao. Ndipo wote wakapakiza mizigo yao juu ya punda zao na kurudi mjini.

14 Yosefu alikuwa bado yuko nyumbani mwake wakati Yuda na kaka zake walipoingia, wote wakajitupa chini mbele yake. 15 Yosefu akawaambia, "Ni jambo gani hili mlilolifanya? Hamjui kuwa mtu kama mimi anaweza kufahamu mambo kwa njia ya kutabiri?"

16 Yuda akajibu, "Tutaweza kusema nini kwa bwana wangu? Tutaweza kuzungumza nini?

[a]14 Mungu Mwenyezi hapa ni jina la Kiebrania, El-Shaddai (yaani Mungu Mwenye utoshelevu wote).

Tutawezaje kuthibitisha kwamba hatuna hatia? Mungu amefunua hatia ya watumishi wako. Sasa sisi tu watumwa wa bwana wangu, sisi wenyewe pamoja na yule aliyepatikana na kikombe."

17 Lakini Yosefu alisema, "Liwe mbali nami kufanya jambo kama hili! Mtu yule tu aliyekutwa na kikombe ndiye atakayekuwa mtumwa wangu. Ninyi wengine, rudini kwa baba yenu kwa amani."

18 Ndipo Yuda akamwendea na kumwambia: "Tafadhali bwana wangu, mruhusu mtumishi wako aseme neno kwa bwana wangu. Usimkasirikie mtumishi wako, ingawa wewe ni sawa na Farao mwenyewe. 19 Bwana wangu aliwauliza watumishi wake, 'Mnaye baba au ndugu?' 20 Nasi tukakujibu, 'Tunaye baba yetu ambaye ni mzee; pia yupo mwanawe mdogo aliyezaliwa katika uzee wake. Ndugu yake amekufa, na huyu mdogo ndiye mwana pekee kwa mama yake aliyebaki, naye baba yake anampenda.'

21 "Ndipo ulipowaambia watumishi wako, 'Mleteni kwangu ili niweze kumwona kwa macho yangu mwenyewe.' 22 Nasi tukamwambia bwana wangu, 'Kijana hawezi kumwacha baba yake; akimwacha, baba yake atakufa.' 23 Lakini ukawaambia watumishi wako, 'Ndugu yenu mdogo asiposhuka pamoja nanyi, hamtauona uso wangu tena.' 24 Tuliporudi nyumbani kwa mtumwa wako baba yangu, tulimwambia lile bwana wangu alilokuwa amesema.

25 "Ndipo baba yetu aliposema, 'Rudini Misri mkanunue chakula kingine.' 26 Lakini tukamwambia, 'Hatuwezi kushuka Misri mpaka ndugu yetu mdogo awe pamoja nasi ndipo tutakapokwenda. Hatutaweza kuuona uso wa yule mtu mpaka ndugu yetu mdogo awe pamoja nasi.'

27 "Mtumwa wako baba yangu alituambia, 'Mnajua mke wangu alinizalia wana wawili. 28 Mmojawapo alipotea, nami nikasema, "Hakika ameraruliwa vipande vipande." Nami sijamwona tangu wakati huo. 29 Ikiwa mtaniondolea huyu tena na akapatwa na madhara, mtashusha kichwa changu chenye mvi kaburini nikiwa mwenye huzuni.'

30 "Hivyo sasa, kama kijana hatakuwa pamoja nasi nitakaporudi kwa mtumishi wako baba yangu, na kama baba yangu, ambaye maisha yake yamefungamanishwa na uhai wa kijana huyu, 31 akiona kijana hayupo nasi, atakufa. Watumishi wako watashusha kichwa chenye mvi cha baba yetu kaburini kwa huzuni. 32 Mtumwa wako alimhakikishia baba yangu usalama wa kijana. Nikamwambia, 'Kama sikumrudisha kwako nitakuwa mwenye lawama mbele yako, baba yangu, maisha yangu yote!'

33 "Sasa basi, tafadhali mruhusu mtumishi abaki hapa kama mtumwa wa bwana wangu badala ya kijana, naye kijana umruhusu arudi na ndugu zake. 34 Ninawezaje kurudi kwa baba yangu kama kijana hatakuwa pamoja nami? La hasha! Usiniache nikaone huzuni ile itakayompata baba yangu."

Yosefu Anajitambulisha

45 Hapo Yosefu hakuweza kujizuia zaidi mbele ya wote waliokuwa wamesimama karibu naye, akapaza sauti, akasema, "Mwondoeni kila mtu mbele yangu!" Kwa hiyo hapakuwepo mtu yeyote pamoja na Yosefu alipojitambulisha kwa ndugu zake. 2 Naye akalia kwa sauti kubwa kiasi kwamba Wamisri walimsikia, hata watu wa nyumbani mwa Farao wakapata hizo habari.

3 Yosefu akawaambia ndugu zake, "Mimi ni Yosefu! Je, baba yangu angali hai bado?" Lakini ndugu zake hawakuweza kumjibu, kwa sababu walipatwa na hofu kuu mbele yake.

4 Ndipo Yosefu akawaambia ndugu zake, "Sogeeni karibu nami." Waliposogea, akasema, "Mimi ni ndugu yenu Yosefu, yule ambaye mlimuuza Misri! 5 Sasa, msihuzunike wala msijichukie wenyewe kwa kuniuza huku, kwa sababu ilikuwa ni ili kuokoa maisha ya watu ndiyo sababu Mungu alinituma niwatangulie ninyi. 6 Kwa miaka miwili sasa imekuwepo njaa katika nchi, pia kwa miaka mitano ijayo hapatakuwepo kulima wala kuvuna. 7 Lakini Mungu alinitanguliza mbele yenu ili kuhifadhi mabaki kwa ajili yenu katika nchi, na kuokoa maisha yenu kwa wokovu mkuu.

8 "Kwa hiyo basi, si ninyi mlionileta huku, bali ni Mungu. Alinifanya kuwa baba kwa Farao, bwana wa watu wa nyumbani mwake wote, na mtawala wa Misri yote. 9 Sasa rudini haraka kwa baba yangu na mwambieni, 'Hili ndilo mwanao Yosefu asemalo: Mungu amenifanya mimi kuwa bwana wa Misri yote. Shuka uje kwangu, wala usikawie. 10 Nawe utaishi katika nchi ya Gosheni na kuwa karibu nami, wewe, watoto wako na wajukuu wako, makundi yako ya kondoo, mbuzi na ng'ombe, pamoja na vyote ulivyo navyo. 11 Nitawatunza huko, kwa sababu bado iko miaka mingine mitano inayokuja ya njaa. La sivyo, wewe na nyumba yako na wote ulio nao mtakuwa fukara.'

12 "Mnaweza kujionea wenyewe, hata ndugu yangu Benyamini, kwamba hakika ni mimi ninayezungumza nanyi. 13 Mwambieni baba yangu juu ya heshima yote niliyopewa huku Misri, na kuhusu kila kitu mlichokiona. Mleteni baba yangu huku haraka."

14 Ndipo akamkumbatia Benyamini ndugu yake na kulia, naye Benyamini akamkumbatia akilia. 15 Pia akawabusu ndugu zake wote, huku akilia. Baada ya hayo ndugu zake wakazungumza naye.

16 Habari zilipofika kwenye jumba la Farao kwamba ndugu zake Yosefu wamefika, Farao na maafisa wake wote wakafurahi. 17 Farao akamwambia Yosefu, "Waambie ndugu zako, 'Fanyeni hivi: Pakieni wanyama wenu mrudi mpaka nchi ya Kanaani, 18 mkamlete baba yenu na jamaa zenu kwangu. Nitawapa sehemu nzuri sana ya nchi ya Misri nanyi mtafurahia unono wa nchi.'

19 "Mnaagizwa pia kuwaambia, 'Fanyeni hivi: Chukueni magari ya kukokotwa kutoka Misri, kwa ajili ya watoto wenu na wake zenu, mkamchukue baba yenu mje. 20 Msijali kamwe kuhusu mali zenu, kwa sababu mema yote ya Misri yatakuwa yenu.' "

21 Hivyo wana wa Israeli wakafanya hivyo. Yosefu akawapa magari ya kukokotwa, kama Farao alivyoagiza, pia akawapa mahitaji kwa ajili ya safari yao. 22 Kila mmoja mavazi mapya, lakini Benyamini akampa shekeli 300[a] za fedha, na jozi tano za nguo. 23 Hivi ndivyo vitu alivyotuma kwa

---

[a]22 Shekeli 300 za fedha ni sawa na kilo 3.4.

baba yake: punda kumi waliochukua vitu vizuri
vya Misri, punda wake kumi waliobeba nafaka,
mikate na mahitaji mengine ya safari. 24 Akaagana
na ndugu zake walipokuwa wakiondoka, akawaa-
mbia, "Msigombane njiani!"

25 Basi wakatoka Misri na kufika kwa baba yao
Yakobo katika nchi ya Kanaani. 26 Wakamwambia
baba yao, "Yosefu angali hai! Ukweli ni kwamba
yeye ndiye mtawala wa Misri yote." Yakobo
akapigwa na bumbuazi; hakuwasadiki. 27 Lakini
walipokwisha kumweleza kila kitu ambacho
Yosefu alikuwa amewaambia, na alipoona magari
ya kukokotwa Yosefu aliyokuwa amempelekea ya
kumchukua aende Misri, roho ya baba yao Yakobo
ikahuishwa. 28 Ndipo Israeli akasema, "Nimesadiki!
Mwanangu Yosefu bado yu hai. Nitakwenda nika-
mwone kabla sijafa."

Yakobo Aenda Misri

46 Hivyo Israeli akaondoka na vyote vilivyokuwa
mali yake, naye alipofika Beer-Sheba, akamto-
lea dhabihu Mungu wa Isaki baba yake.

2 Mungu akanena na Israeli katika maono usiku
na kusema, "Yakobo! Yakobo!"

Akajibu, "Mimi hapa."

3 Mungu akamwambia, "Mimi ndimi Mungu wa
baba yako, usiogope kushuka Misri, kwa maana
huko nitakufanya taifa kubwa. 4 Nitashuka Misri
pamoja nawe, nami hakika nitakurudisha tena
Kanaani. Mikono ya Yosefu mwenyewe ndiyo
itakayofunga macho yako."

5 Ndipo Yakobo akaondoka Beer-Sheba nao
wana wa Israeli wakamchukua baba yao Yakobo
na watoto wao na wake zao katika magari ya
kukokotwa yale Farao aliyokuwa amempelekea
kumsafirisha. 6 Wakachukua pia mifugo yao na
mali walizokuwa wamezipata Kanaani, Yakobo na
uzao wake wote wakashuka Misri. 7 Akawachukua
wanawe na binti zake, wajukuu wake wa kiume
na wa kike, yaani uzao wake wote mpaka Misri.

8 Haya ndiyo majina ya wana wa Israeli (Yakobo
na wazao wake), waliokwenda Misri:

Reubeni mzaliwa wa kwanza wa Yakobo.

9 Wana wa Reubeni ni:
Hanoki, Palu, Hesroni na Karmi.

10 Wana wa Simeoni ni:
Yemueli, Yamini, Ohadi, Yakini, Sohari na
Shauli mwana wa mwanamke Mkanaani.

11 Wana wa Lawi ni:
Gershoni, Kohathi na Merari.

12 Wana wa Yuda ni:
Eri, Onani, Shela, Peresi na Zera (lakini
Eri na Onani walifariki katika nchi ya
Kanaani).
Wana wa Peresi ni:
Hesroni na Hamuli.

13 Wana wa Isakari ni:
Tola, Puva, Yashubu na Shimroni.

14 Wana wa Zabuloni ni:
Seredi, Eloni na Yaleeli.

15 Hawa ndio wana wa Lea aliomzalia Yakobo
huko Padan-Aramu pamoja na binti yake Dina.
Jumla ya wanawe na binti zake walikuwa thela-
thini na watatu.

16 Wana wa Gadi ni:
Sefoni, Hagi, Shuni, Esboni, Eri, Arodi na
Areli.

17 Wana wa Asheri ni:
Imna, Ishva, Ishvi na Beria.
Dada yao alikuwa Sera.
Wana wa Beria ni:
Heberi na Malkieli.

18 Hawa ndio watoto Zilpa aliomzalia Yakobo,
ambao Labani alimpa binti yake Lea; jumla yao
walikuwa kumi na sita.

19 Wana wa Raheli mke wa Yakobo ni:
Yosefu na Benyamini. 20 Huko Misri,
Asenathi binti wa Potifera, aliyekuwa
kuhani wa mji wa Oni,[a] alimzalia Yosefu
wana wawili, Manase na Efraimu.

21 Wana wa Benyamini ni:
Bela, Bekeri, Ashbeli, Gera, Naamani,
Ehi, Roshi, Mupimu, Hupimu na Ardi.

22 Hawa ndio wana wa Raheli aliomzalia Yakobo;
jumla yao ni kumi na wanne.

23 Mwana wa Dani ni:
Hushimu.

24 Wana wa Naftali ni:
Yaseeli, Guni, Yeseri na Shilemu.

25 Hawa walikuwa wana wa Bilha aliomzalia
Yakobo, ambaye Labani alikuwa amempa Raheli
binti yake; jumla yao walikuwa saba.

26 Wote waliokwenda Misri pamoja na Yakobo,
waliokuwa wazao wake hasa pasipo kuhesabu
wakwe zake, walikuwa watu sitini na sita. 27 Pamoja
na wana wawili waliozaliwa na Yosefu huko Misri,
jumla yote ya jamaa ya Yakobo, waliokwenda Misri,
walikuwa sabini.

28 Basi Yakobo akamtanguliza Yuda aende kwa
Yosefu ili amwelekeze njia ya Gosheni. Walipo-
fika nchi ya Gosheni, 29 gari kubwa zuri la Yosefu
liliandaliwa, naye akaenda Gosheni kumlaki baba
yake Israeli. Mara Yosefu alipofika mbele yake,
alimkumbatia baba yake, akalia kwa muda mrefu.

30 Israeli akamwambia Yosefu, "Sasa niko tayari
kufa, kwa kuwa nimejionea mwenyewe kwamba
bado uko hai."

31 Ndipo Yosefu akawaambia ndugu zake na
watu wa nyumbani mwa baba yake, "Nitapanda
kwa Farao na kumwambia, 'Ndugu zangu na watu
wa nyumbani mwa baba yangu, waliokuwa wakii-
shi katika nchi ya Kanaani, wamekuja kwangu.
32 Watu hao ni wachunga mifugo, huchunga mifugo,
wamekuja na makundi ya kondoo, mbuzi na ng'o-
mbe pamoja na kila kitu walicho nacho.' 33 Farao
atakapowaita na kuwaulizeni, 'Kazi yenu ni nini?'
34 Mjibuni, 'Watumwa wako wamekuwa wachu-
nga mifugo tangu ujana wetu mpaka sasa, kama
baba zetu walivyofanya.' Ndipo mtakaporuhusiwa

---

[a]20 Yaani Heliopoli (Mji wa Jua).

kukaa katika nchi ya Gosheni, kwa kuwa wachunga
mifugo wote ni chukizo kwa Wamisri."

Yakobo Ambariki Farao

47 Yosefu akaenda na kumwambia Farao, "Baba
yangu na ndugu zangu wamekuja kutoka nchi
ya Kanaani wakiwa na makundi yao ya kondoo,
mbuzi na ng'ombe, pamoja na kila kitu walicho
nacho, nao sasa wapo huko Gosheni." 2 Akachagua
ndugu zake watano na kuwaonyesha kwa Farao.
3 Farao akawauliza hao ndugu zake, "Kazi yenu
ni nini?"
Wakamjibu, "Watumishi wako ni wachunga
mifugo, kama vile baba zetu walivyokuwa." 4 Pia
wakamwambia Farao, "Tumekuja kukaa huku kwa
muda mfupi, kwa sababu njaa ni kali huko Kanaani,
na mifugo ya watumishi wako haina malisho. Kwa
hiyo sasa, tafadhali uruhusu watumishi wako
wakae huko Gosheni."
5 Farao akamwambia Yosefu, "Baba yako na
ndugu zako wamekuja kwako, 6 nayo nchi ya Misri
ipo mbele yako, uwakalishe baba yako na ndugu
zako katika sehemu iliyo bora kupita zote katika
nchi. Na waishi Gosheni. Kama unamfahamu
yeyote miongoni mwao mwenye uwezo maalum,
waweke wawe wasimamizi wa mifugo yangu."
7 Ndipo Yosefu akamleta Yakobo baba yake na
kumtambulisha mbele ya Farao. Baada ya Yakobo
kumbariki Farao, 8 Farao akamuuliza, "Je una umri
gani?"
9 Naye Yakobo akamwambia Farao, "Siku za
miaka ya kusafiri kwangu ni miaka 130. Miaka
yangu imekuwa michache na ya taabu, wala hai-
kufikia miaka ya kusafiri ya baba zangu." 10 Kisha
Yakobo akambariki Farao, naye akaondoka mbele
ya uso wake.
11 Ndipo Yosefu akawakalisha baba yake na
ndugu zake katika nchi ya Misri na kuwapa
milki katika sehemu bora sana ya nchi, wilaya ya
Ramesesi, kama Farao alivyoelekeza. 12 Pia Yosefu
akampa baba yake, na ndugu zake na wote wa nyu-
mbani mwa baba yake vyakula, kwa kulingana na
hesabu ya watoto wao.

Uongozi Wa Yosefu Wakati Wa Njaa

13 Hata hivyo, hapakuwepo chakula katika
sehemu yote kwa kuwa njaa ilikuwa kali sana; Misri
na Kanaani zote zikaharibiwa kwa sababu ya njaa.
14 Yosefu akakusanya fedha zote zilizopatikana
kutoka mauzo ya nafaka huko Misri na Kanaani,
akazileta kwenye jumba la kifalme la Farao. 15 Fedha
za watu wa Misri na Kanaani zilipokwisha, Wamisri
wote wakamjia Yosefu na kumwambia, "Tupatie
chakula. Kwa nini tufe mbele ya macho yako?
Fedha zetu zimekwisha."
16 Yosefu akawaambia, "Basi leteni mifugo yenu,
nitawauzia chakula kwa kubadilisha na mifugo
yenu, kwa kuwa fedha zenu zimekwisha." 17 Kwa
hiyo wakaleta mifugo yao kwa Yosefu, naye aka-
wapa chakula kwa kubadilishana na farasi zao,
kondoo na mbuzi zao, ng'ombe na punda zao.
Katika mwaka huo wote Yosefu akawapa chakula
kwa kubadilishana na mifugo yao yote.
18 Mwaka ule ulipokwisha, wakamjia mwaka
uliofuata na kumwambia, "Hatuwezi kuficha
ukweli mbele za bwana wetu kwamba, kwa kuwa
fedha zetu zimekwisha na wanyama wetu ni mali
yako, sasa hakuna chochote kilichosalia kwa ajili
ya bwana wetu isipokuwa miili yetu na ardhi yetu.
19 Kwa nini tuangamie mbele ya macho yako, sisi
pamoja na nchi yetu? Utununue sisi pamoja na
ardhi yetu ili kubadilishana kwa chakula. Nasi
pamoja na nchi yetu tutakuwa watumwa wa Farao.
Tupe sisi mbegu ili tuweze kuishi wala tusife, nchi
yetu isije ikawa ukiwa."
20 Kwa hiyo Yosefu akamnunulia Farao nchi
yote ya Misri. Wamisri, mmoja baada ya mwi-
ngine, waliuza mashamba yao, kwa sababu njaa
ilikuwa kali sana kwao. Nchi ikawa mali ya Farao,
21 naye Yosefu akawafanya watu watumike kama
watumwa, kuanzia upande mmoja wa Misri hadi
upande mwingine. 22 Hata hivyo, hakununua nchi
ya makuhani, kwa sababu walikuwa wanapata
mgawo wao wa kawaida kutoka kwa Farao, nao
walikuwa na chakula cha kuwatosha kutokana
na mgawo waliopewa na Farao. Hii ndiyo sababu
hawakuuza ardhi yao.
23 Yosefu akawaambia watu, "Kwa vile nimewa-
nunua ninyi pamoja na nchi yenu leo kuwa mali ya
Farao, hapa kuna mbegu kwa ajili yenu ili mweze
kuziotesha. 24 Lakini wakati mazao yatakapokuwa
tayari, mpeni Farao sehemu ya tano. Sehemu hizo
nne zitakazobaki mtaziweka kama mbegu kwa
ajili ya mashamba na kwa ajili ya chakula chenu
wenyewe na cha watu wa nyumbani mwenu na
watoto wenu."
25 Wakamwambia, "Umeokoa maisha yetu. Basi
na tupate kibali mbele ya macho ya bwana wetu;
tutakuwa watumwa wa Farao."
26 Basi Yosefu akaiweka iwe sheria kuhusu nchi
ya Misri, ambayo inatumika mpaka leo, kwamba,
sehemu ya tano ya mazao ni mali ya Farao. Ni nchi
ya makuhani tu ambayo haikuwa ya Farao.
27 Basi Waisraeli wakaishi Misri katika nchi ya
Gosheni. Wakapata mali huko wakastawi na kuo-
ngezeka kwa wingi sana.
28 Yakobo akaishi Misri miaka kumi na saba, nayo
miaka ya maisha yake ilikuwa 147. 29 Wakati ulipo-
karibia wa Israeli kufa, akamwita mwanawe Yosefu
na kumwambia, "Kama nimepata kibali machoni
pake, weka mkono wako chini ya paja langu na
uniahidi kuwa utanifanyia fadhili na uaminifu.
Usinizike Misri, 30 lakini nitakapopumzika na
baba zangu, unichukue kutoka Misri, ukanizike
walipozikwa."
Yosefu akamwambia, "Nitafanya kama una-
vyosema."
31 Akamwambia, "Niapie." Ndipo Yosefu aka-
mwapia, naye Israeli akaabudu, akiwa ameegemea
juu ya kichwa cha fimbo yake.

Manase Na Efraimu

48 Baada ya muda Yosefu akaambiwa kwamba,
"Baba yako ni mgonjwa." Kwa hiyo akawachu-
kua wanawe wawili Manase na Efraimu, pamoja
naye. 2 Yakobo alipoambiwa, "Mwanao Yosefu
amekujia kukuona," Israeli akakusanya nguvu
zake, akaketi kitandani.

3 Yakobo akamwambia Yosefu, "Mungu Mwe-
nyezi[a] alinitokea huko Luzu katika nchi ya Kanaani,
huko akanibariki, 4 naye akaniambia, 'Nitakufanya
ustawi na kuongezeka hesabu yako, nitakufanya
kuwa jamii ya mataifa, nami nitakupa nchi hii
uimiliki milele wewe na wazao wako baada yako.'
5 "Sasa basi, wanao wawili waliozaliwa kwako
huku Misri kabla sijaja hapa kwako watahesabiwa
kuwa ni wangu; Efraimu na Manase watakuwa
wangu, kama vile Reubeni na Simeoni walivyo
wangu. 6 Lakini watoto utakaowazaa baada yao
watakuwa wako. Katika nchi watakayoirithi,
watatambuliwa kwa jina la ndugu zao. 7 Nilipo-
kuwa ninarudi kutoka Padani, katika huzuni yangu
Raheli alifariki katika nchi ya Kanaani tulipokuwa
tungali tukisafiri, tukiwa karibu kufika Efrathi.
Kwa hiyo nilimzika huko, kando ya njia iendayo
Efrathi" (yaani Bethlehemu).
8 Wakati Israeli alipowaona wana wa Yosefu,
akauliza, "Hawa ni nani?"
9 Yosefu akamjibu baba yake, "Hawa ni wana
ambao Mungu amenipa nikiwa huku."
Ndipo Israeli akasema, "Walete kwangu ili
niwabariki."
10 Basi macho ya Israeli yalikuwa hayaoni vizuri
kwa sababu ya uzee, naye aliona kwa shida. Kwa
hiyo Yosefu akawaleta wanawe karibu na baba
yake, Israeli akawabusu na akawakumbatia.
11 Israeli akamwambia Yosefu, "Kamwe sikuta-
zamia kuuona uso wako tena, lakini sasa Mungu
ameniruhusu kuwaona watoto wako pia."
12 Ndipo Yosefu akawaondoa wanawe magotini
mwa Israeli naye akasujudu hadi nchi. 13 Yosefu
akachukua wale wana wawili, Efraimu kwenye
mkono wake wa kuume akimwelekeza kwenye
mkono wa kushoto wa Israeli, na Manase katika
mkono wake wa kushoto akimwelekeza kwenye
mkono wa kuume wa Israeli, akawaleta karibu na
babu yao. 14 Lakini Israeli akaupeleka mkono wake
wa kuume, akauweka juu ya kichwa cha Efraimu,
ingawa alikuwa ndiye mdogo, na mkono wake wa
kushoto akaukatisha, akauweka juu ya kichwa cha
Manase, ingawa Manase alikuwa ndiye mzaliwa
wa kwanza.
15 Ndipo akambariki Yosefu akisema,

"Mungu ambaye baba zangu
  Abrahamu na Isaki walimtii,
Mungu ambaye amekuwa mchungaji
  wa maisha yangu yote mpaka leo hii,
16 Malaika ambaye aliniokoa kutoka
  madhara yote,
  yeye na awabariki vijana hawa.
Na waitwe kwa jina langu
  na kwa majina ya baba zangu Abrahamu
  na Isaki,
  wao na waongezeke kwa wingi
  katika dunia."

17 Yosefu alipoona baba yake akiweka mkono wa
kuume juu ya kichwa cha Efraimu, hakupendezwa,
kwa hiyo akauchukua mkono wa baba yake kutoka
kichwa cha Efraimu na kuuweka juu ya kichwa cha
Manase. 18 Yosefu akamwambia, "Hapana, baba
yangu, huyu ndiye mzaliwa wa kwanza; uweke
mkono wako wa kuume juu ya kichwa chake."
19 Lakini baba yake akakataa, akasema, "Nina-
jua, mwanangu, ninajua. Yeye pia atakuwa taifa,
naye pia atakuwa mkuu. Hata hivyo, ndugu yake
mdogo atakuwa mkuu kuliko yeye, nao wazao wake
watakuwa kundi la mataifa." 20 Akawabarikia siku
ile na kusema,

"Kwa jina lenu Israeli watatamka baraka hii:
  'Mungu na awafanye kama Efraimu na
  Manase.' "

Kwa hiyo akamtanguliza Efraimu mbele ya Manase.
21 Ndipo Israeli akamwambia Yosefu, "Mimi
ninakaribia kufa, lakini Mungu atakuwa pamoja
nanyi, na atawarudisha katika nchi ya baba zenu.
22 Kwako wewe, kama aliye juu ya ndugu zako,
ninakupa sehemu moja zaidi ya ndugu zako, lile
eneo nililoteka kwa Waamori kwa upanga wangu
na upinde wangu."

Yakobo Abariki Wanawe

49 Ndipo Yakobo akawaita wanawe na kusema:
"Kusanyikeni kunizunguka ili niweze kuwaa-
mbia lile litakalowatokea siku zijazo.

2 "Kusanyikeni na msikilize, enyi wana wa
  Yakobo,
  msikilizeni baba yenu Israeli.

3 "Reubeni, wewe ni mzaliwa wangu wa
  kwanza,
  nguvu zangu, tunda la kwanza la nguvu
  zangu,
  umepita kwa heshima, umepita kwa
  uwezo.
4 Usiyezuiwa kama maji, basi hutakuwa
  mkuu tena,
  kwa kuwa ulipanda kwenye kitanda cha
  baba yako,
  kwenye kitanda changu na kukinajisi.

5 "Simeoni na Lawi ni wana ndugu:
  panga zao ni silaha za jeuri.
6 Mimi na nisiingie katika baraza lao,
  nami nisiunganike katika kusanyiko lao,
kwa kuwa wamewaua watu katika hasira yao,
  walikata mishipa ya miguu ya mafahali
  kama walivyopenda.
7 Hasira yao na ilaaniwe, kwa kuwa ni kali mno,
  nayo ghadhabu yao ni ya ukatili!
Nitawatawanya katika Yakobo
  Na kuwasambaza katika Israeli.

8 "Yuda, ndugu zako watakusifu;
  mkono wako utakuwa shingoni mwa
  adui zako;
  wana wa baba yako watakusujudia.
9 Ee Yuda, wewe ni mwana simba;
  unarudi toka mawindoni, mwanangu.

[a]3 Mungu Mwenyezi hapa ni jina la Kiebrania, El-Shaddai (yaani Mungu Mwenye utoshelevu wote).

Kama simba hunyemelea na kulala chini,
kama simba jike: nani athubutuye
kumwamsha?
10 Fimbo ya ufalme haitaondoka kwa Yuda,
wala fimbo ya mtawala kati ya
miguu yake,
hadi aje yeye ambaye milki ni yake,
ambaye utii wa mataifa ni wake.
11 Atamfunga punda wake katika mzabibu,
naye mwana-punda wake kwenye tawi
lililo bora zaidi;
atafua mavazi yake katika divai,
majoho yake katika damu ya mizabibu.
12 Macho yake yatakuwa mekundu kwa divai,
meno yake yatakuwa meupe kwa
maziwa.

13 "Zabuloni ataishi pwani ya bahari
na kuwa bandari za kuegesha meli;
mpaka wake utapanuka kuelekea Sidoni.

14 "Isakari ni punda mwenye nguvu
ambaye amelala kati ya mizigo yake.
15 Aonapo palivyo pazuri mahali pake pa
kupumzika
na jinsi nchi yake inavyopendeza,
atainamisha bega lake kwenye mzigo
na kujitolea kwa ajili ya kazi ngumu.

16 "Dani atahukumu watu wake kwa haki
kama mmoja wa makabila ya Israeli.
17 Dani atakuwa nyoka kando ya barabara,
nyoka mwenye sumu kando ya njia,
yule aumaye visigino vya farasi
ili yule ampandaye aanguke chali.

18 "Ee Bwana, nautafuta wokovu wako.

19 "Gadi atashambuliwa ghafula na kundi la
washambuliaji,
lakini yeye atawageukia na kuwashinda
kabisa.

20 "Chakula cha Asheri kitakuwa kinono,
naye atatoa chakula kitamu kimfaacho
mfalme.

21 "Naftali ni kulungu jike aliyeachiwa huru
azaaye watoto wazuri.

22 "Yosefu ni mzabibu uzaao,
mzabibu uzaao ulio kando ya
chemchemi,
ambao matawi yake hutanda
ukutani.
23 Kwa uchungu wapiga mshale
walimshambulia,
wakampiga mshale kwa ukatili.
24 Lakini upinde wake ulibaki imara,
mikono yake ikatiwa nguvu,
na mkono wa Mwenye Nguvu wa
Yakobo,
kwa sababu ya Mchungaji, Mwamba
wa Israeli,
25 kwa sababu ya Mungu wa baba yako,
anayekusaidia,
kwa sababu ya Mwenyezi,[a] yeye
anayekubariki
kwa baraka za mbinguni juu,
baraka za kilindi kilichoko chini,
baraka za matitini na za tumbo la uzazi.
26 Baraka za baba yako ni kubwa
kuliko baraka za milima ya kale,
nyingi kuliko vilima vya kale.
Baraka hizo zote na zikae juu ya kichwa cha
Yosefu,
juu ya paji la yule mkuu miongoni mwa
ndugu zake.

27 "Benyamini ni mbwa mwitu mlafi mwenye
njaa kuu;
asubuhi hurarua mawindo yake,
jioni hugawa nyara."

28 Haya yote ndiyo makabila kumi na mawili ya
Israeli, na hivi ndivyo baba yao alivyowaambia ali-
powabariki, akimpa kila mmoja baraka inayomfaa.

Kifo Cha Yakobo

29 Ndipo alipowapa maelekezo haya: "Mimi
niko karibu kukusanywa kwa watu wangu. Mni-
zike pamoja na baba zangu kwenye pango katika
shamba la Efroni, Mhiti, 30 pango lililoko katika
shamba la Makpela, karibu na Mamre huko
Kanaani, ambalo Abrahamu alinunua kwa ajili
ya mahali pa kuzikia kutoka kwa Efroni, Mhiti,
pamoja na shamba. 31 Huko ndiko Abrahamu na
Sara mkewe walikozikwa, huko akazikwa Isaki na
Rebeka mkewe, na huko nilimzika Lea. 32 Shamba
hilo na pango lililoko ndani yake lilinunuliwa
kutoka kwa Wahiti."
33 Baada ya Yakobo kumaliza kutoa maele-
kezo hayo kwa wanawe, akarudisha miguu yake
kitandani, akapumua pumzi ya mwisho, na aka-
kusanywa kwa watu wake.
50 Basi Yosefu akamwangukia baba yake, aka-
lilia juu yake na akambusu. 2 Ndipo Yosefu
akawaagiza matabibu waliokuwa wakimhudumia,
wamtie baba yake Israeli dawa ili asioze. Hivyo
matabibu wakamtia dawa asioze, 3 wakatumia siku
arobaini, kwa maana ndio muda uliotakiwa wa
kutia dawa ili asioze. Nao Wamisri wakamwombo-
lezea Yakobo kwa siku sabini.
4 Siku za kumwombolezea zilipokwisha, Yosefu
akawaambia washauri wa Farao, "Kama nimepata
kibali machoni penu semeni na Farao kwa ajili
yangu. Mwambieni, 5 'Baba yangu aliniapisha na
kuniambia, "Mimi niko karibu kufa; unizike katika
kaburi lile nililochimba kwa ajili yangu mwenyewe
katika nchi ya Kanaani." Sasa nakuomba uniru-
husu niende kumzika baba yangu, nami nitarudi.' "
6 Farao akasema, "Panda, uende kumzika baba
yako, kama alivyokuapiza kufanya."
7 Hivyo Yosefu akapanda kwenda kumzika baba
yake. Maafisa wote wa Farao wakaenda pamoja
naye, watu mashuhuri wa baraza lake na watu

[a]25 Mwenyezi hapa ina maana ya Shaddai kwa Kiebrania.

mashuhuri wote wa Misri. 8 Hawa ni mbali na watu
wote wa nyumbani kwa Yosefu, na ndugu zake, na
wale wote wa nyumbani mwa baba yake. Ni watoto
wao, makundi yao ya kondoo, mbuzi na ng'ombe tu
waliobakia katika nchi ya Gosheni. 9 Magari maku-
bwa na wapanda farasi pia walipanda pamoja naye.
Likawa kundi kubwa sana.

10 Walipofika kwenye sakafu ya kupuria nafaka
ya Atadi, karibu na Yordani, wakalia kwa sauti na
kwa uchungu; Yosefu akapumzika huko kwa siku
saba kumwombolezea baba yake. 11 Wakanaani
walioishi huko walipoona maombolezo yaliyo-
fanyika katika sakafu ile ya kupuria ya Atadi,
wakasema, "Wamisri wanafanya maombolezo
makubwa." Kwa hiyo mahali pale karibu na Yordani
pakaitwa Abel-Mizraimu.[a]

12 Hivyo wana wa Yakobo wakafanya kama baba
yao alivyowaagiza: 13 Wakamchukua mpaka nchi ya
Kanaani, wakamzika kwenye pango katika shamba
la Makpela, karibu na Mamre, ambalo Abrahamu
alilinunua kutoka kwa Efroni, Mhiti, pamoja na
shamba liwe mahali pa kuzikia. 14 Baada ya Yosefu
kumzika baba yake, akarudi Misri pamoja na ndugu
zake na wale wote waliokuwa wamekwenda naye
kumzika baba yake.

Yosefu Awaondolea Ndugu Zake Mashaka

15 Ndugu zake Yosefu walipoona kwamba baba
yao amekufa, wakasema, "Itakuwaje kama Yosefu
ataweka kinyongo dhidi yetu na kutulipa mabaya
yote tuliyomtendea?" 16 Kwa hiyo wakampelekea
Yosefu ujumbe, wakasema, "Kabla baba yako
hajafa aliacha maagizo haya: 17 'Hili ndilo mta-
kalomwambia Yosefu: Ninakuomba uwasamehe
ndugu zako dhambi na mabaya kwa vile walivyo-
kutenda vibaya.' Sasa tafadhali samehe dhambi za
watumishi wa Mungu wa baba yako." Ujumbe huu
ulipomfikia, Yosefu akalia.

18 Ndipo ndugu zake wakaja na kujitupa chini
mbele yake. Wakasema, "Sisi ni watumwa wako."

19 Lakini Yosefu akawaambia, "Msiogope. Je,
mimi ni badala ya Mungu? 20 Mlikusudia kuni-
dhuru, lakini Mungu alikusudia mema, ili litimie
hili linalofanyika sasa, kuokoa maisha ya watu
wengi. 21 Hivyo basi, msiogope. Mimi nitawatunza
ninyi nyote pamoja na watoto wenu." Akawahaki-
kishia na kusema nao kwa wema.

Kifo Cha Yosefu

22 Yosefu akakaa katika nchi ya Misri, yeye
pamoja na jamaa yote ya baba yake. Akaishi miaka
110, 23 naye akaona kizazi cha tatu cha watoto wa
Efraimu. Pia akaona watoto wa Makiri mwana
wa Manase, wakawekwa magotini mwa Yosefu
walipozaliwa.

24 Ndipo Yosefu akawaambia ndugu zake, "Mimi
ninakaribia kufa. Lakini kwa hakika Mungu ata-
wasaidia na kuwachukueni kutoka nchi hii na
kuwapeleka katika nchi aliyomwahidi kwa kiapo
Abrahamu, Isaki na Yakobo." 25 Naye Yosefu aka-
waapisha wana wa Israeli na kuwaambia, "Hakika
Mungu atawasaidia, nanyi ni lazima mhakikishe
mmepandisha mifupa yangu kutoka mahali hapa."

26 Kwa hiyo Yosefu akafa akiwa na umri wa miaka
110. Baada ya kumtia dawa ili asioze, akawekwa
kwenye jeneza huko Misri.

---

[a]11 Abel-Mizraimu maana yake Maombolezo ya Wamisri.

KUTOKA

Waisraeli Waonewa

1 Haya ndiyo majina ya wana wa Israeli ambao
walikwenda Misri na Yakobo, kila mmoja akiwa
pamoja na jamaa yake: 2 Reubeni, Simeoni, Lawi na
Yuda; 3 Isakari, Zabuloni na Benyamini; 4 Dani na
Naftali, Gadi na Asheri. 5 Wazao wote wa Yakobo
walikuwa watu sabini; Yosefu alikuwa tayari yuko
Misri.

6 Basi Yosefu na kaka zake wote na kizazi kile
chote walikufa, 7 lakini Waisraeli walikuwa wame-
zaana na kuongezeka sana, idadi yao ikawa kubwa
mno, kwa hiyo wakaijaza nchi.

8 Kisha mfalme mpya ambaye hakufahamu
habari za Yosefu akatawala Misri. 9 Akawaambia
watu wake, "Tazameni, Waisraeli wamekuwa wengi
mno kwa idadi kutuliko sisi. 10 Njooni, ni lazima
tuwashughulikie kwa uangalifu, la sivyo watazidi
kuwa wengi zaidi, na ikiwa patatokea vita, watajiu-
nga na adui zetu kupigana dhidi yetu na kuondoka
katika nchi hii."

11 Basi Wamisri wakaweka wasimamizi wa kuwa-
simamia na kuwatesa Waisraeli kwa kazi ngumu,
nao wakajenga miji ya Pithomu na Ramesesi ya
kuweka akiba ya Farao. 12 Lakini walivyozidi kute-
swa ndivyo walivyozidi kuongezeka na kuenea
katika nchi; Wamisri wakawaogopa Waisraeli,
13 kwa hiyo wakawatumikisha kwa ukatili. 14 Waka-
fanya maisha ya Waisraeli kuwa machungu kwa
kufanya kazi ngumu ya kutengeneza lami na
kufyatua matofali, na kazi zote za mashambani;
katika kazi zao zote ngumu, Wamisri waliwatumia
Waisraeli kwa ukatili.

15 Mfalme wa Misri akawaambia wakunga wa
Kimisri waliowazalisha wanawake wa Kiebrania,
ambao majina yao ni Shifra na Pua, 16 "Mtakapo-
wazalisha wanawake wa Kiebrania, chunguzeni
wanapojifungua. Ikiwa ni mtoto wa kiume, muueni,
lakini ikiwa ni msichana, mwacheni aishi." 17 Lakini
hao wakunga walimcha Mungu na hawakufanya
kile mfalme wa Misri alichowaambia kufanya, bali
wakawaacha watoto wa kiume waishi. 18 Ndipo
mfalme wa Misri akawaita hao wakunga, akawau-
liza, "Kwa nini mmefanya hivi? Mbona mmeacha
watoto wa kiume waishi?"

19 Wakunga wakamjibu Farao, "Wanawake wa
Kiebrania ni tofauti na wanawake wa Kimisri;
wao wana nguvu, nao hujifungua watoto kabla
wakunga hawajafika."

20 Kwa hiyo Mungu akawatendea mema wakunga
hao. Waisraeli wakaongezeka na kuendelea kuwa
wengi zaidi. 21 Kwa vile hao wakunga walimcha
Mungu, Mungu akawajalia kuwa na jamaa zao
wenyewe.

22 Kisha Farao akatoa agizo hili kwa watu wake
wote: "Kila mtoto wa kiume atakayezaliwa kwa
Waebrania lazima atupwe katika Mto Naili, bali
kila mtoto wa kike aachwe aishi."

Kuzaliwa Kwa Mose

2 Basi mtu mmoja wa nyumba ya Lawi akaoa
mwanamke Mlawi, 2 naye mwanamke huyo
akapata mimba, akazaa mtoto wa kiume. Alipoona
mtoto huyo ni mzuri, akamficha kwa miezi mitatu.
3 Lakini alipoona hawezi kumficha zaidi, akamte-
ngenezea kisafina cha mafunjo, akakipaka lami.
Kisha akamweka huyo mtoto ndani yake, akaki-
ficha katikati ya matete kando ya ukingo wa Mto
Naili. 4 Dada ya huyo mtoto akasimama mbali ili
kuona kitakachompata mtoto.

5 Ndipo binti Farao akateremka mtoni Naili
kuoga, nao wahudumu wake wakawa wanate-
mbea ukingoni mwa mto. Binti mfalme akaona
kisafina katikati ya manyasi, akamtuma mmoja
wa watumwa wake wa kike kukichukua. 6 Alifungua
kisafina akaona mtoto ndani yake. Mtoto alikuwa
akilia, akamhurumia. Akasema, "Huyu ni mmoja
wa watoto wa Kiebrania."

7 Ndipo dada wa huyo mtoto akamuuliza binti
Farao, "Je, niende nikakutafutie mmoja wa wana-
wake wa Kiebrania akulelee huyu mtoto?"

8 Binti Farao akamjibu, "Ndiyo, nenda." Yule msi-
chana akaenda akamleta mama wa mtoto. 9 Binti
Farao akamwambia, "Mchukue huyu mtoto unisai-
die kumlea, nami nitakulipa." Basi yule mwanamke
akamchukua mtoto na kumlea. 10 Mtoto alipokua,
akampeleka kwa binti Farao, naye akawa mwa-
nawe. Akamwita jina lake Mose akisema, "Nilimtoa
kwenye maji."

Mose Akimbilia Midiani

11 Siku moja, baada ya Mose kukua, akaondoka
kwenda walikokuwa watu wake, na akachunguza
jinsi walivyokuwa wakifanya kazi ngumu. Aka-
mwona Mmisri akimpiga Mwebrania, mmojawapo
wa watu wake. 12 Mose akatazama huku na huko
asione mtu yeyote, akamuua yule Mmisri, aka-
mficha mchangani. 13 Kesho yake akatoka, akaona
Waebrania wawili wakipigana. Akamuuliza yule
aliyekosa, "Mbona unampiga Mwebrania mwe-
nzako?"

14 Yule mtu akamjibu, "Ni nani aliyekufanya mta-
wala na mwamuzi juu yetu? Je, unataka kuniua
kama ulivyomuua yule Mmisri?" Ndipo Mose
akaogopa na kuwaza, "Jambo lile nililofanya lazima
limefahamika."

15 Farao aliposikia jambo hili, alijaribu kumuua
Mose, lakini Mose akamkimbia Farao na kwenda
kuishi katika nchi ya Midiani, akaketi kando ya
kisima. 16 Kuhani wa Midiani alikuwa na binti saba,
nao wakaja kisimani ili kuchota maji na kujaza
hori kwa ajili ya kunywesha mifugo ya baba yao.
17 Baadhi ya wachungaji wakaja wakawafukuza hao
wasichana. Ndipo Mose akainuka, akawasaidia na
kunywesha mifugo yao.

18 Hao wasichana waliporudi nyumbani kwa

Reueli baba yao, akawauliza, "Imekuwaje leo mmerudi mapema hivyo?"

19 Wakamjibu, "Mmisri mmoja alituokoa kutoka mikononi mwa wachungaji. Pia mtu huyo alituchotea maji na kunywesha mifugo."

20 Akawauliza binti zake, "Yuko wapi? Mbona mmemwacha? Mkaribisheni ale chakula."

21 Mose akakubali kukaa kwa huyo mtu, ambaye alimpa Mose binti yake aliyeitwa Sipora amwoe. 22 Sipora alizaa mtoto wa kiume, naye Mose akamwita Gershomu, akisema, "Nimekuwa mgeni katika nchi ya kigeni."

23 Baada ya muda mrefu, mfalme wa Misri akafa. Waisraeli wakalia kwa huzuni katika utumwa wao, walilia na kilio chao cha kutaka msaada kwa ajili ya utumwa kikamfikia Mungu. 24 Mungu akasikia kilio chao cha huzuni, akakumbuka Agano alilofanya na Abrahamu pamoja na Isaki na Yakobo. 25 Kwa hiyo Mungu akawaangalia Waisraeli na kuwahurumia.

Mose Na Kichaka Kinachowaka Moto

3 Basi Mose alikuwa anachunga mifugo ya Yethro mkwewe, kuhani wa Midiani. Mose akapeleka mifugo mbali nyuma ya jangwa, naye akafika Horebu, mlima wa Mungu. 2 Huko malaika wa Bwana akamtokea Mose katika mwali wa moto kutoka kichakani. Mose akaona kwamba ingawa kile kichaka kilikuwa kinawaka moto, kilikuwa hakiteketei. 3 Ndipo Mose akawaza, "Nitageuka sasa nione kitu hiki cha ajabu, nami nione ni kwa nini kichaka hiki hakiteketei."

4 Bwana alipoona kuwa amegeuka ili aone, Mungu akamwita kutoka ndani ya kile kichaka, "Mose! Mose!"

Naye Mose akajibu, "Mimi hapa."

5 Mungu akamwambia, "Usikaribie zaidi. Vua viatu vyako, kwa maana mahali unaposimama ni patakatifu." 6 Kisha akamwambia, "Mimi ni Mungu wa baba yako, Mungu wa Abrahamu, Mungu wa Isaki, na Mungu wa Yakobo." Mose aliposikia hayo, akafunika uso wake kwa sababu aliogopa kumtazama Mungu.

7 Bwana akamwambia, "Hakika nimeona mateso ya watu wangu katika Misri. Nimesikia kilio chao kwa sababu ya wasimamizi wao, nami naguswa na mateso yao. 8 Basi nimeshuka niwaokoe kutoka mkono wa Wamisri, niwatoe na kuwapandisha kutoka nchi hiyo, niwapeleke katika nchi nzuri na kubwa, nchi itiririkayo maziwa na asali, nchi ya Wakanaani, Wahiti, Waamori, Waperizi, Wahivi na Wayebusi. 9 Sasa kilio cha Waisraeli kimenifikia, nami nimeona jinsi Wamisri wanavyowatesa. 10 Basi, sasa nenda. Ninakutuma kwa Farao ili kuwatoa watu wangu Waisraeli kutoka Misri."

11 Lakini Mose akamwambia Mungu, "Mimi ni nani hata niende kwa Farao kuwatoa Waisraeli nchini Misri?"

12 Naye Mungu akasema, "Mimi nitakuwa pamoja nawe. Hii itakuwa ishara kwako kwamba ni Mimi nimekutuma: Hapo utakapokuwa umewatoa watu Misri, mtamwabudu Mungu katika mlima huu."

13 Mose akamwambia Mungu, "Ikiwa nitawaendea Waisraeli na kuwaambia, 'Mungu wa baba zenu amenituma kwenu,' nao wakiniuliza, 'Jina lake ni nani?' Nitawaambia nini?"

14 Mungu akamwambia Mose, "Mimi niko ambaye niko. Hivyo ndivyo utakavyowaambia Waisraeli: 'Mimi niko amenituma kwenu.' "

15 Vilevile Mungu akamwambia Mose, "Waambie Waisraeli, 'Bwana, Mungu wa baba zenu, Mungu wa Abrahamu, Mungu wa Isaki, na Mungu wa Yakobo amenituma kwenu.' Hili ndilo Jina langu milele, Jina ambalo mtanikumbuka kwalo kutoka kizazi hadi kizazi.

16 "Nenda, ukawakusanye wazee wa Israeli, uwaambie, 'Bwana, Mungu wa baba zenu, Mungu wa Abrahamu, Isaki na Yakobo, alinitokea akaniambia: Nimewatazama, nami nimeona mliyofanyiwa katika Misri. 17 Nami nimeahidi kuwapandisha kutoka mateso yenu katika nchi ya Misri, niwapeleke nchi ya Wakanaani, Wahiti, Waamori, Waperizi, Wahivi na Wayebusi, nchi itiririkayo maziwa na asali.'

18 "Wazee wa Israeli watakusikiliza. Kisha wewe na wazee mtakwenda kwa mfalme wa Misri na kumwambia, 'Bwana, Mungu wa Waebrania ametutokea. Turuhusu twende safari ya siku tatu huko jangwani kutoa dhabihu kwa Bwana Mungu wetu.' 19 Lakini nafahamu kwamba mfalme wa Misri hatawaruhusu kwenda, mpaka mkono wenye nguvu umlazimishe. 20 Kwa hiyo nitaunyoosha mkono wangu na kuwapiga Wamisri kwa maajabu yote nitakayofanya miongoni mwao. Baada ya hayo, atawaruhusu mwondoke.

21 "Nami nitawapa hawa watu upendeleo mbele ya Wamisri, kwa hiyo mtakapoondoka nchini hamtaondoka mikono mitupu. 22 Kila mwanamke Mwisraeli atamwomba jirani yake Mmisri na mwanamke yeyote anayeishi nyumbani kwake ampe vyombo vya fedha, dhahabu na nguo, ambavyo mtawavika wana wenu na binti zenu. Hivyo mtawateka nyara Wamisri."

Ishara Za Mose

4 Mose akamjibu, "Itakuwaje kama hawataniamini au kunisikiliza, waseme, 'Bwana hakukutokea'?"

2 Ndipo Bwana akamwambia, "Ni nini hicho kilicho mkononi mwako?"

Akajibu, "Fimbo."

3 Bwana akasema, "Itupe chini."

Mose akaitupa chini hiyo fimbo nayo ikawa nyoka, naye akaikimbia. 4 Kisha Bwana akamwambia, "Nyoosha mkono wako umkamate mkiani." Basi Mose akanyoosha mkono akamkamata yule nyoka, naye akabadilika tena kuwa fimbo mkononi mwake. 5 Bwana akasema, "Hivi ndivyo Waisraeli watakavyoamini kuwa Bwana, Mungu wa baba zao, Mungu wa Abrahamu, Mungu wa Isaki, na Mungu wa Yakobo, amekutokea wewe."

6 Kisha Bwana akamwambia, "Weka mkono wako ndani ya joho lako." Basi Mose akaweka mkono wake ndani ya joho lake, naye alipoutoa, ulikuwa na ukoma, mweupe kama theluji.

7 Mungu akamwambia, "Sasa urudishe tena huo mkono ndani ya joho lako." Basi Mose akaurudisha mkono wake ndani ya joho lake na alipoutoa,

ulikuwa mzima, kama sehemu zingine za mwili wake.

8 Ndipo BWANA akamwambia, "Kama hawatakuamini wewe, au kutojali ishara ya kwanza, wataamini ishara ya pili. 9 Lakini kama hawataamini ishara hizi mbili au hawatawasikiliza ninyi, chukua kiasi cha maji kutoka Mto Naili uyamimine juu ya ardhi kavu. Maji mtakayotoa mtoni yatakuwa damu juu ya ardhi."

10 Mose akamwambia BWANA, "Ee Bwana, kamwe sijapata kuwa msemaji kwa ufasaha wakati uliopita wala tangu ulipoanza kuzungumza na mtumishi wako. Ulimi wangu ni mzito kuzungumza."

11 BWANA akamwambia, "Ni nani aliyempa mwanadamu kinywa? Ni nani aliyemfanya mtu kuwa kiziwi au bubu? Ni nani anayempa mtu kuona au upofu? Je, si mimi, BWANA? 12 Sasa nenda, nitakusaidia kusema, nami nitakufundisha jambo la kusema."

13 Lakini Mose akasema, "Ee Bwana, tafadhali mtume mtu mwingine kufanya kazi hiyo."

14 Ndipo hasira ya BWANA ikawaka dhidi ya Mose, akamwambia, "Vipi kuhusu ndugu yako, Aroni Mlawi? Ninajua yeye anaweza kuzungumza vizuri. Naye yuko tayari njiani kukulaki, na moyo wake utafurahi wakati atakapokuona. 15 Utazungumza naye na kuweka maneno kinywani mwake. Nitawasaidia ninyi wawili kusema, nami nitawafundisha jambo la kufanya. 16 Aroni ataongea na watu badala yako na itakuwa kwamba yeye amekuwa kinywa chako nawe utakuwa kama Mungu kwake. 17 Lakini chukua fimbo hii mkononi mwako ili uweze kuitumia kufanya ishara hizo za ajabu."

Mose Anarudi Misri

18 Kisha Mose akarudi kwa Yethro mkwewe akamwambia, "Niruhusu nirudi kwa watu wangu Misri kuona kama yuko hata mmoja wao ambaye bado anaishi."

Yethro akamwambia, "Nenda, nami nakutakia mema."

19 Basi BWANA alikuwa amemwambia Mose huko Midiani, "Rudi Misri kwa maana watu wote waliotaka kukuua wamekufa." 20 Basi Mose akamchukua mkewe na wanawe, akawapandisha juu ya punda na kuanza safari kurudi Misri. Naye akaichukua ile fimbo ya Mungu mkononi mwake.

21 BWANA akamwambia Mose, "Utakaporudi Misri, hakikisha kwamba utafanya mbele ya Farao maajabu yote niliyokupa uwezo wa kuyafanya. Lakini nitafanya moyo wake kuwa mgumu ili kwamba asiwaruhusu watu waende. 22 Kisha mwambie Farao, 'Hili ndilo asemalo BWANA: Israeli ni mwanangu mzaliwa wa kwanza, 23 nami nilikuambia, "Ruhusu mwanangu aondoke, ili aweze kuniabudu mimi." Lakini ukakataa kumruhusu kwenda, basi nitaua mwana wako mzaliwa wa kwanza.' "

24 Mose alipokuwa mahali pa kulala wageni akiwa njiani kurudi Misri, BWANA akakutana naye, akataka kumuua. 25 Lakini Sipora akachukua jiwe gumu, akakata govi la mwanawe na kugusa nalo miguu ya Mose. Sipora akasema, "Hakika wewe ni bwana arusi wa damu kwangu." 26 Sipora alipomwita Mose, "Bwana arusi wa damu," alikuwa anamaanisha ile tohara. Baada ya hayo BWANA akamwacha.

27 BWANA akamwambia Aroni, "Nenda jangwani ukamlaki Mose." Basi akakutana na Mose kwenye mlima wa Mungu, akambusu. 28 Kisha Mose akamwambia Aroni kila kitu BWANA alichomtuma kusema, vilevile habari za ishara na maajabu alizokuwa amemwamuru kufanya.

29 Mose na Aroni wakawakusanya wazee wote wa Waisraeli, 30 naye Aroni akawaambia kila kitu BWANA alichokuwa amemwambia Mose. Pia akafanya ishara mbele ya watu, 31 nao wakaamini. Nao waliposikia kuwa BWANA anajishughulisha nao, na kwamba ameona mateso yao, walisujudu na kuabudu.

Matofali Bila Nyasi

5 Baadaye Mose na Aroni wakaenda kwa Farao, wakamwambia, "Hili ndilo asemalo BWANA, Mungu wa Israeli: 'Waruhusu watu wangu waende, ili waweze kunifanyia sikukuu huko jangwani.' "

2 Farao akasema, "Huyo BWANA ni nani, hata nimtii na kuruhusu Israeli uende? Simjui huyo BWANA wala sitawaruhusu Israeli waende."

3 Ndipo Mose na Aroni wakasema, "Mungu wa Waebrania amekutana nasi. Sasa turuhusu tuwe na safari ya siku tatu ya jangwani ili tukamtolee BWANA Mungu wetu dhabihu, la sivyo aweza kutupiga sisi kwa tauni au kwa upanga."

4 Lakini mfalme wa Misri akasema, "Mbona ninyi Mose na Aroni mnawachukua watu waache kazi zao? Rudini kwenye kazi zenu!" 5 Kisha Farao akasema, "Tazama, sasa watu hawa ni wengi, nanyi mnawazuia kufanya kazi."

6 Siku iyo hiyo Farao akatoa amri hii kwa viongozi wa watumwa na wasimamizi wa watu akawaambia: 7 "Tangu sasa msiwape hawa watu nyasi za kutengenezea matofali. Wao wakusanye nyasi zao wenyewe. 8 Lakini watakeni kutengeneza matofali kiasi kile kile cha mwanzo, kiwango kisipunguzwe. Wao ni wavivu, ndiyo sababu wanalia, wakisema, 'Turuhusiwe twende kumtolea Mungu wetu dhabihu.' 9 Fanyeni kazi kuwa ngumu zaidi kwa watu hao ili kwamba wakazane na kazi na kuacha kusikiliza uongo."

10 Basi viongozi wa watumwa na wasimamizi wakaenda kuwaambia watu, "Hivi ndivyo Farao asemavyo: 'Sitawapa tena nyasi. 11 Nendeni mkatafute nyasi wenyewe popote mnapoweza kuzipata, lakini kazi yenu haitapunguzwa hata kidogo.' " 12 Basi watu wakatawanyika kote nchini Misri kukusanya mabua ya kutumia badala ya nyasi. 13 Viongozi wa watumwa wakasisitiza, wakisema, "Timizeni kazi mnayotakiwa kwa kila siku, kama wakati ule mlipokuwa mkipewa nyasi." 14 Wasimamizi wa Kiisraeli waliochaguliwa na viongozi wa watumwa wa Farao walipigwa na kuulizwa, "Kwa nini hamkutimiza kiwango chenu cha kutengeneza matofali jana na leo, kama mwanzoni?"

15 Ndipo wasimamizi wa Kiisraeli wakaenda kumlilia Farao, wakisema: "Mbona umewatendea watumishi wako hivi? 16 Watumishi wako hawapewi nyasi, hata hivyo tumeambiwa, 'Tengenezeni matofali!' Watumishi wako wanapigwa, lakini kosa ni la watu wako wenyewe."

17 Farao akasema, "Ninyi ni wavivu ndiyo sababu

mnasema, 'Turuhusu twende tukamtolee Bwana
dhabihu.' 18 Sasa nendeni kazini. Hamtapewa nyasi
zozote, nanyi ni lazima mtengeneze matofali."
19 Wasimamizi wa Kiisraeli walitambua kuwa
wako taabani walipoambiwa, "Hamtakiwi kupu-
nguza idadi ya matofali mliotakiwa kutengeneza
kila siku." 20 Walipoondoka kwa Farao, wakawakuta
Mose na Aroni wakingojea kukutana nao, 21 waka-
waambia Mose na Aroni, "Bwana na awaangalie
awahukumu ninyi! Mmetufanya tunuke kwa Farao
na maafisa wake, nanyi mmeweka upanga miko-
noni mwao ili kutuua sisi."

Mungu Anaahidi Ukombozi

22 Mose akarudi kwa Bwana na kumwambia,
"Ee Bwana, mbona umewaletea watu hawa
taabu? Kwa nini basi ukanituma mimi? 23 Tangu
nilipomwendea Farao kuzungumza naye kwa jina
lako, amewaletea taabu watu hawa, nawe kamwe
hujawakomboa watu wako."

6 Kisha Bwana akamwambia Mose, "Sasa utaona
kitu nitakachomfanyia Farao: Kwa sababu ya
mkono wangu wenye nguvu atawaachia watu wae-
nde; kwa sababu ya mkono wangu wenye nguvu
atawafukuza waondoke nchini mwake."
2 Pia Mungu akamwambia Mose, "Mimi ndimi
Bwana. 3 Nilimtokea Abrahamu, Isaki na Yakobo
kama Mungu Mwenyezi,[a] ingawa sikuwajulisha Jina
langu, Yehova, Mimi mwenyewe sikujitambulisha
kwao. 4 Pia niliweka Agano langu nao kuwapa nchi
ya Kanaani, ambako waliishi kama wageni. 5 Zaidi
ya hayo, nimesikia kilio cha huzuni cha Waisraeli
ambao Wamisri wamewatia utumwani, nami nime-
likumbuka Agano langu.
6 "Kwa hiyo, waambie Waisraeli: 'Mimi ndimi
Bwana, nami nitawatoa mtoke katika kongwa la
Wamisri. Nitawaweka huru mtoke kuwa watumwa
wao, nami nitawakomboa kwa mkono ulionyoo-
shwa pamoja na matendo makuu ya hukumu.
7 Nitawatwaa mwe watu wangu mwenyewe, nami
nitakuwa Mungu wenu. Ndipo mtajua kuwa mimi
ndimi Bwana Mungu wenu, niliyewatoa chini ya
kongwa la Wamisri. 8 Nami nitawaleta mpaka nchi
niliyoapa kwa mkono ulioinuliwa kumpa Abra-
hamu, Isaki na Yakobo. Nitawapa iwe milki yenu.
Mimi ndimi Bwana.' "
9 Mose akawaarifu Waisraeli jambo hili, lakini
hawakumsikiliza kwa sababu ya maumivu makuu
ya moyoni na utumwa wa kikatili.
10 Ndipo Bwana akamwambia Mose, 11 "Nenda,
mwambie Farao mfalme wa Misri awaachie Wai-
sraeli waondoke nchini mwake."
12 Lakini Mose akamwambia Bwana, "Ikiwa
Waisraeli hawatanisikiliza, kwa nini yeye Farao
anisikilize mimi, ambaye huzungumza kwa kigu-
gumizi?"

Orodha Ya Jamaa Ya Mose Na Aroni

13 Ndipo Bwana akanena na Mose na Aroni
kuhusu Waisraeli na Farao mfalme wa Misri, naye
akawaamuru wawatoe Waisraeli kutoka Misri.

14 Hawa walikuwa wakuu wa jamaa zao:

Wana wa Reubeni mzaliwa wa kwanza
wa kiume wa Israeli walikuwa Hanoki, Palu,
Hesroni na Karmi. Hawa walikuwa ndio
koo za Reubeni.
15 Wana wa Simeoni walikuwa Yemueli,
Yamini, Ohadi, Yakini, Sohari na Shauli
mwana wa mwanamke Mkanaani. Hawa
walikuwa ndio koo za Simeoni.
16 Haya ndiyo majina ya wana wa Lawi
kufuatana na orodha zao: Gershoni, Koha-
thi na Merari. Lawi aliishi miaka 137.
17 Wana wa Gershoni kwa koo, walikuwa
Libni na Shimei.
18 Wana wa Kohathi walikuwa Amramu,
Ishari, Hebroni na Uzieli. Kohathi aliishi
miaka 133.
19 Wana wa Merari walikuwa Mahli na
Mushi.
Hizi ndizo zilizokuwa koo za Lawi kufua-
tana na orodha zao.
20 Amramu akamwoa Yokebedi, shangazi
yake, ambaye alimzalia Aroni na Mose.
Amramu aliishi miaka 137.
21 Wana wa Ishari walikuwa Kora, Nefegi
na Zikri.
22 Wana wa Uzieli walikuwa Mishaeli,
Elisafani na Sithri.
23 Aroni akamwoa Elisheba binti wa
Aminadabu ndugu yake Nashoni, naye
akamzalia Nadabu, Abihu, Eleazari na
Ithamari.
24 Wana wa Kora walikuwa Asiri, Elikana
na Abiasafu. Hawa walikuwa ndio koo za
Kora.
25 Eleazari mwana wa Aroni akamwoa
mmoja wa binti za Putieli, naye akamzalia
Finehasi.

Hawa walikuwa ndio wakuu wa jamaa
za Walawi, ukoo kwa ukoo.

26 Hawa walikuwa Aroni na Mose wale wale
ambao Bwana aliwaambia, "Watoeni Waisraeli
katika nchi ya Misri kwa vikosi vyao." 27 Ndio hao
hao waliozungumza na Farao mfalme wa Misri
kuhusu kuwatoa Waisraeli Misri. Ilikuwa ni huyo
Mose na huyo Aroni.

Aroni Kuzungumza Badala Ya Mose

28 Bwana aliponena na Mose huko Misri, 29 aka-
mwambia, "Mimi ndimi Bwana. Mwambie Farao
mfalme wa Misri kila kitu nikuambiacho."
30 Lakini Mose akamwambia Bwana, "Kwa kuwa
mimi huzungumza kwa kigugumizi, Farao atani-
sikiliza mimi?"

7 Kisha Bwana akamwambia Mose, "Tazama,
nimekufanya kuwa kama Mungu kwa Farao,
naye Aroni, huyo ndugu yako, atakuwa nabii wako.
2 Utasema kila kitu nitakachokuagiza, naye Aroni
ndugu yako atamwambia Farao awaachie Waisraeli
watoke katika nchi yake. 3 Lakini nitaufanya moyo
wa Farao kuwa mgumu. Ingawa nitazidisha ishara

---

[a]3 Mungu Mwenyezi hapa ni jina la Kiebrania, El-Shaddai (yaani Mungu Mwenye utoshelevu wote).

na maajabu katika Misri, 4 hatawasikiliza. Kisha
nitaupeleka mkono wangu juu ya Misri, na kwa
matendo makuu ya hukumu nitavitoa vikundi
vyangu, watu wangu Waisraeli. 5 Nao Wamisri
watajua kuwa Mimi ndimi BWANA nitakapou-
nyoosha mkono wangu dhidi ya Misri na kuwatoa
Waisraeli watoke humo."

6 Mose na Aroni wakafanya sawasawa kama vile
BWANA alivyowaagiza. 7 Mose alikuwa na umri wa
miaka themanini na Aroni alikuwa na umri wa
miaka themanini na mitatu walipozungumza na
Farao.

Fimbo Ya Aroni Yawa Nyoka

8 BWANA akamwambia Mose na Aroni, 9 "Farao
atakapowaambia, 'Fanyeni muujiza,' basi mwambie
Aroni, 'Chukua fimbo yako na uitupe chini mbele
ya Farao,' nayo fimbo itakuwa nyoka."

10 Ndipo Mose na Aroni wakaenda kwa Farao
wakafanya sawasawa kama vile BWANA alivyoagiza.
Aroni akaitupa ile fimbo yake chini mbele ya Farao
na maafisa wake, nayo ikawa nyoka. 11 Farao naye
akawaita watu wenye maarifa na wachawi na waga-
nga wa Kimisri, nao wakafanya vivyo hivyo kwa siri
ya uganga wao. 12 Kila mmoja alitupa fimbo yake
chini, nayo ikawa nyoka. Lakini fimbo ya Aroni
ikazimeza zile fimbo zao. 13 Hata hivyo moyo wa
Farao ukawa mgumu, naye hakuwasikiliza Mose
na Aroni, sawasawa kama vile BWANA alivyokuwa
amesema.

Pigo La Kwanza: Damu

14 Kisha BWANA akamwambia Mose, "Moyo
wa Farao ni mgumu, anakataa kuwaachia watu
kuondoka. 15 Nenda kwa Farao asubuhi wakati
anapokwenda mtoni. Ngoja ukingoni mwa Naili ili
uonane naye, na uchukue mkononi mwako fimbo
ile iliyobadilishwa kuwa nyoka. 16 Kisha umwambie,
'BWANA, Mungu wa Waebrania, amenituma nikua-
mbie: Waachie watu wangu waende, ili wapate
kuniabudu jangwani. Lakini hadi sasa hujasikili-
za. 17 Hili ndilo BWANA asemalo: Kwa hili utajua
kuwa Mimi ndimi BWANA: Fimbo iliyo mkononi
mwangu nitapiga nayo maji ya Naili nayo yataba-
dilika kuwa damu. 18 Samaki waliomo katika Mto
Naili watakufa, nao mto utanuka vibaya, Wamisri
hawataweza kunywa hayo maji yake.' "

19 BWANA akamwambia Mose, "Mwambie Aroni,
'Chukua ile fimbo yako unyooshe mkono wako juu
ya maji ya Misri, juu ya chemchemi na mifereji, juu
ya madimbwi na mabwawa yote,' navyo vitabadi-
lika kuwa damu. Damu itakuwa kila mahali katika
Misri, hata kwenye vyombo vya miti na vya mawe."

20 Mose na Aroni wakafanya kama vile BWANA
alivyokuwa amewaagiza. Akainua fimbo yake
machoni pa Farao na maafisa wake na kuyapiga
maji ya Mto Naili, na maji yote yakabadilika kuwa
damu. 21 Samaki katika Mto Naili wakafa, nao
mto ukanuka vibaya sana kiasi kwamba Wamisri
hawakuweza kunywa maji yake. Damu ilikuwa kila
mahali katika nchi ya Misri.

22 Lakini waganga wa Misri kwa kutumia siri
ya uganga wao wakafanya vivyo hivyo, nao moyo
wa Farao ukawa mgumu, hakuwasikiliza Mose na
Aroni, kama vile BWANA alivyokuwa amesema.
23 Badala yake, Farao akageuka, akaenda kwenye
jumba lake la kifalme, wala hakulitia hili moyoni.
24 Nao Wamisri wote wakachimba kandokando
ya Mto Naili kupata maji ya kunywa, kwa sababu
hawakuweza kunywa maji ya mto.

Pigo La Pili: Vyura

25 Zilipita siku saba baada ya BWANA kuyapiga
maji ya Mto Naili.

8 Ndipo BWANA akamwambia Mose, "Nenda kwa
Farao ukamwambie, 'Hili ndilo asemalo BWANA:
Waachie watu wangu waende, ili wapate kunia-
budu. 2 Kama ukikataa kuwaruhusu kuondoka, basi
nitaipiga nchi yako yote kwa kuwaletea vyura. 3 Mto
Naili utafurika vyura. Watakuja kwenye jumba lako
la kifalme na katika chumba chako cha kulala na
kitandani mwako, katika nyumba za maafisa wako
na kwa watu wako, vyura hao wataingia katika
meko yenu na kwenye vyombo vya kukandia unga.
4 Vyura watapanda juu yako, juu ya watu wako na
maafisa wako wote.' "

5 Ndipo BWANA akamwambia Mose, "Mwambie
Aroni, 'Nyoosha mkono wako ukiwa na ile fimbo
yako juu ya vijito, mifereji na madimbwi, fanya
vyura waje juu ya nchi ya Misri.' "

6 Ndipo Aroni akaunyoosha mkono wake juu ya
maji ya Misri, nao vyura wakatokea na kuifunika
nchi. 7 Lakini waganga wakafanya vivyo hivyo kwa
siri ya uganga wao, nao pia wakafanya vyura kuja
juu ya nchi ya Misri.

8 Ndipo Farao akamwita Mose na Aroni na
kusema, "Mwombeni BWANA awaondoe vyura
kutoka kwangu na kwa watu wangu, nami nitawaa-
chia watu wenu waende kumtolea BWANA dhabihu."

9 Mose akamwambia Farao, "Ninakupa heshima
ya kuamua ni wakati gani wa kukuombea wewe,
maafisa wako na watu wako ili kwamba vyura
watoke kwenu na kwenye nyumba zenu. Isipokuwa
wale walio katika Mto Naili."

10 Farao akasema, "Kesho."

Mose akamjibu, "Itakuwa kama unavyosema, ili
upate kujua kwamba hakuna yeyote kama BWANA
Mungu wetu. 11 Vyura wataondoka kwako na katika
nyumba zako, kwa maafisa wako na kwa watu
wako, ila watabakia katika Mto Naili tu."

12 Baada ya Mose na Aroni kuondoka kwa Farao,
Mose akamlilia BWANA kuhusu vyura aliokuwa
amewaleta kwa Farao. 13 Naye BWANA akafanya
lile Mose alilomwomba. Vyura wakafia ndani ya
nyumba, viwanjani na mashambani. 14 Wakayaku-
sanya malundo, nchi nzima ikanuka. 15 Lakini Farao
alipoona pametokea nafuu, akaushupaza moyo
wake na hakuwasikiliza Mose na Aroni, kama vile
BWANA alivyokuwa amesema.

Pigo La Tatu: Viroboto

16 Ndipo BWANA akamwambia Mose, "Mwambie
Aroni, 'Nyoosha fimbo yako uyapige mavumbi ya
ardhi,' nayo nchi yote ya Misri mavumbi yatakuwa
viroboto." 17 Wakafanya hivyo, Aroni aliponyoosha
mkono wake wenye fimbo na kuyapiga mavumbi ya
nchi, viroboto wakawajia watu na wanyama. Mavu-
mbi yote katika nchi ya Misri yakawa viroboto.

18 Lakini waganga walipojaribu kutengeneza viro-
boto kwa siri ya uganga wao, hawakuweza. Nao
viroboto walikuwa juu ya watu na wanyama.
19 Waganga wale wakamwambia Farao, "Hiki ni
kidole cha Mungu." Lakini moyo wa Farao ukawa
mgumu naye hakuwasikiliza, kama vile BWANA
alivyosema.

Pigo La Nne: Mainzi

20 Kisha BWANA akamwambia Mose, "Amka
mapema asubuhi na usimame mbele ya Farao
wakati anapokwenda mtoni nawe umwambie, 'Hili
ndilo BWANA asemalo: Waachie watu wangu wae-
nde, ili wapate kuniabudu. 21 Kama hutawaachia
watu wangu waondoke nitakupelekea makundi
ya mainzi juu yako, kwa maafisa wako, kwa watu
wako na kwenye nyumba zenu. Nyumba za Wami-
sri zitajazwa mainzi, hata na ardhi yote ya Misri.
22 " 'Lakini siku ile nitafanya kitu tofauti katika
nchi ya Gosheni, ambapo watu wangu wanaishi,
hapatakuwepo na makundi ya mainzi, ili mpate
kujua kwamba Mimi, BWANA, niko katika nchi hii.
23 Nitaweka tofauti kati ya watu wangu na watu
wenu. Ishara hii ya ajabu itatokea kesho.' "
24 Naye BWANA akafanya hivyo. Makundi
makubwa ya mainzi yalimiminika katika jumba
la kifalme la Farao na katika nyumba za maafisa
wake, pia nchi yote ya Misri ikaharibiwa na mainzi.
25 Ndipo Farao akamwita Mose na Aroni na
kuwaambia, "Nendeni mkamtolee Mungu wenu
dhabihu katika nchi hii."
26 Lakini Mose akamwambia, "Hilo halitakuwa
sawa. Dhabihu tutakazomtolea BWANA Mungu
wetu zitakuwa chukizo kwa Wamisri. Kama tukitoa
dhabihu ambazo ni chukizo mbele yao, je, hawata-
tupiga mawe? 27 Ni lazima twende mwendo wa siku
tatu mpaka tufike jangwani ili tumtolee BWANA
Mungu wetu dhabihu, kama alivyotuagiza."
28 Farao akamwambia, "Nitawaruhusu mwende
kumtolea BWANA Mungu wenu dhabihu huko
jangwani, lakini hamna ruhusa kwenda mbali
sana. Sasa mniombee."
29 Mose akajibu, "Mara tu nitakapoondoka, nita-
mwomba BWANA na kesho mainzi yataondoka kwa
Farao, kwa maafisa wake na kwa watu wake. Haki-
kisha tu kwamba Farao hatatenda kwa udanganyifu
tena kwa kutokuwaachia watu waende kumtolea
BWANA dhabihu."
30 Ndipo Mose akamwacha Farao na kumwo-
mba BWANA, 31 naye BWANA akafanya lile Mose
alilomwomba. Mainzi yakaondoka kwa Farao,
kwa maafisa wake na kwa watu wake, wala hakuna
hata inzi aliyebakia. 32 Lakini wakati huu pia Farao
akaushupaza moyo wake, wala hakuwaruhusu
Waisraeli waondoke.

Pigo La Tano: Vifo Vya Mifugo

9 Ndipo BWANA akamwambia Mose, "Nenda kwa
Farao ukamwambie, 'Hili ndilo BWANA, Mungu
wa Waebrania asemalo: "Waachie watu wangu
waende ili wapate kuniabudu." 2 Kama ukikataa
kuwaachia waende, nawe ukiendelea kuwashikilia,
3 mkono wa BWANA utaleta pigo baya kwa mifugo
yako, juu ya farasi wako, punda, ngamia, ng'ombe
wako, kondoo na mbuzi. 4 Lakini BWANA ataweka
tofauti kati ya mifugo ya Israeli na ile ya Misri, kwa-
mba hakuna mnyama wa Mwisraeli atakayekufa.' "
5 BWANA akaweka wakati na kusema, "Kesho
BWANA atalitenda hili katika nchi." 6 Siku iliyofuata
BWANA akalitenda: Mifugo yote ya Wamisri ikafa,
lakini hakuna hata mnyama mmoja wa wana wa
Israeli aliyekufa. 7 Farao akatuma watu kuchu-
nguza, nao wakakuta kuwa hakuna hata mnyama
mmoja wa Waisraeli aliyekufa. Lakini moyo wa
Farao haukukubali kuwaachia watu waende.

Pigo La Sita: Majipu

8 Kisha BWANA akamwambia Mose na Aroni,
"Chukueni majivu ya tanuru, naye Mose ayarushe
angani mbele ya Farao. 9 Yatakuwa vumbi jepesi juu
ya nchi yote ya Misri, pia yatatokea majipu yenye
kufura juu ya watu na wanyama katika nchi yote."
10 Basi wakachukua majivu kwenye tanuru na
kusimama mbele ya Farao. Mose akayarusha
hewani, nayo majipu yenye kufura yakatokea
miilini mwa watu na wanyama. 11 Waganga hawa-
kuweza kusimama mbele ya Mose kwa sababu ya
majipu yale yaliyokuwa miilini mwao na juu ya
miili ya Wamisri wote. 12 Lakini BWANA akaufanya
moyo wa Farao kuwa mgumu, naye hakuwasiki-
liza Mose na Aroni, sawasawa kama vile BWANA
alivyokuwa amemwambia Mose.

Pigo La Saba: Mvua Ya Mawe

13 Kisha BWANA akamwambia Mose, "Amka
mapema asubuhi, usimame mbele ya Farao,
umwambie, 'Hili ndilo asemalo BWANA, Mungu
wa Waebrania: Waachie watu wangu waende,
ili kwamba waweze kuniabudu, 14 au wakati huu
nitaleta mapigo yangu yenye nguvu dhidi yako,
maafisa wako na watu wako, ili upate kujua kuwa
hakuna mwingine kama Mimi katika dunia yote.
15 Kwa kuwa mpaka sasa ningelikuwa nimenyoo-
sha mkono wangu na kukupiga wewe na watu
wako kwa pigo ambalo lingekufutilia mbali juu
ya nchi. 16 Lakini nimekuinua wewe kwa kusudi
hili hasa, ili nipate kukuonyesha uwezo wangu,
na ili Jina langu lipate kutangazwa duniani yote.
17 Bado unaendelea kujiinua juu ya watu wangu,
wala hutaki kuwaachia waende. 18 Kwa hiyo, kesho
wakati kama huu nitaleta mvua mbaya sana ya
mawe ambayo haijapata kunyesha katika nchi ya
Misri, tangu siku ilipoumbwa mpaka leo. 19 Sasa toa
amri urudishe wanyama wote watoke malishoni
na chochote ambacho kipo mashambani waje
mpaka mahali pa usalama, kwa sababu mvua ya
mawe itanyesha juu ya kila mtu na kila mnyama
ambaye hajaletwa ndani ambao bado wako nje
mashambani, nao watakufa.' "
20 Wale maafisa wa Farao ambao waliliogopa
neno la BWANA wakafanya haraka kuwaleta
watumwa wao na mifugo yao ndani. 21 Lakini wale
waliopuuza neno la BWANA wakawaacha watumwa
wao na mifugo yao shambani.
22 Ndipo BWANA akamwambia Mose, "Nyoosha
mkono wako kuelekea angani ili kwamba mvua
ya mawe inyeshe juu ya Misri yote, juu ya watu,
wanyama na juu ya kila kitu kiotacho katika

mashamba ya Misri." 23 Mose alipoinyoosha fimbo yake kuelekea angani, BWANA akatuma ngurumo na mvua ya mawe, umeme wa radi ulimulika hadi nchi. Kwa hiyo BWANA akaifanya mvua ya mawe kunyesha juu ya nchi ya Misri, 24 mvua ya mawe ikanyesha na radi ikamulika pote. Ikawa dhoruba ya kutisha ambayo haijakuwako katika nchi ya Misri, tangu nchi hiyo iwe taifa. 25 Mvua ya mawe ikaharibu kila kitu katika nchi ya Misri kilichokuwa katika mashamba, watu na wanyama, ikaharibu kila kitu kinachoota mashambani na kuvunja kila mti. 26 Mahali pekee ambapo mvua ya mawe haikunyesha ni nchi ya Gosheni, ambako Waisraeli waliishi.

27 Ndipo Farao akawaita Mose na Aroni akawaambia, "Wakati huu nimetenda dhambi. BWANA ni mwenye haki, mimi na watu wangu ni wakosaji. 28 Mwombeni BWANA, kwa kuwa tumepata ngurumo na mvua za mawe za kututosha. Nitawaachia mwondoke; hamtahitaji kungoja zaidi."

29 Mose akamjibu, "Nitakapokuwa nimetoka nje ya mji, nitanyoosha mikono yangu juu kumwomba BWANA. Ngurumo zitakoma na hapatakuwepo mvua ya mawe tena, ili upate kujua kuwa, nchi ni mali ya BWANA. 30 Lakini ninajua kuwa wewe na maafisa wako bado hammwogopi BWANA Mungu."

31 (Kitani na shayiri viliharibiwa, kwa kuwa shayiri ilikuwa na masuke, na kitani ilikuwa katika kutoa maua. 32 Hata hivyo, ngano na jamii nyingine ya ngano hazikuharibiwa kwa sababu zilikuwa hazijakomaa bado.)

33 Kisha Mose akaondoka kwa Farao akaenda nje ya mji. Mose akanyoosha mikono yake kuelekea kwa BWANA, ngurumo na mvua ya mawe vikakoma, mvua haikuendelea tena kunyesha nchini. 34 Farao alipoona kwamba mvua ya mawe na ngurumo zimekoma, akafanya dhambi tena. Yeye na maafisa wake wakafanya mioyo yao kuwa migumu. 35 Kwa hiyo moyo wa Farao ukawa mgumu, wala hakuwaachia Waisraeli waende, kama vile BWANA alivyokuwa amesema kupitia Mose.

Pigo La Nane: Nzige

10 Ndipo BWANA akamwambia Mose, "Nenda kwa Farao, kwa kuwa nimeufanya moyo wake kuwa mgumu na mioyo ya maafisa wake ili kwamba nipate kutenda ishara hizi zangu za ajabu miongoni mwao 2 ili upate kuwaeleza watoto wako na wajukuu wako jinsi nilivyowatendea Wamisri kwa ukali na jinsi nilivyofanya ishara zangu miongoni mwao, nanyi mpate kujua kuwa Mimi ndimi BWANA."

3 Kwa hiyo Mose na Aroni wakaenda kwa Farao na kumwambia, "Hili ndilo BWANA, Mungu wa Waebrania, asemalo: 'Utaendelea hata lini kukataa kunyenyekea mbele yangu? Waachie watu wangu waende, ili wapate kuniabudu. 4 Kama ukikataa kuwaachia waende, kesho nitaleta nzige katika nchi yako. 5 Nao watafunika uso wa ardhi hata usionekane. Watatafuna mabaki machache yaliyobakizwa baada ya ile mvua ya mawe, yaani pamoja na kila mti unaoota katika mashamba yenu. 6 Nzige hao watajaza nyumba zako, za maafisa wako wote na za Wamisri wote. Jambo ambalo baba zenu wala babu zenu hawajapata kuona tangu siku ile walipoanza kuishi katika nchi hii mpaka leo hii.' " Ndipo Mose akageuka na kumwacha Farao.

7 Maafisa wa Farao wakamwambia, "Mpaka lini huyu mtu atakuwa tanzi kwetu? Waachie hao watu waende zao, ili wapate kumwabudu BWANA Mungu wao. Je, bado hutambui kuwa Misri imeangamia?"

8 Ndipo Mose na Aroni wakaletwa kwa Farao. Farao akawaambia, "Nendeni, mkamwabudu BWANA Mungu wenu. Lakini ni nani hasa watakaokwenda?"

9 Mose akajibu, "Tutakwenda na vijana wetu na wazee, pamoja na wana wetu na binti zetu, pia pamoja na kondoo zetu, ng'ombe, mbuzi, farasi na punda kwa sababu tutaadhimisha sikukuu kwa BWANA."

10 Farao akasema, "BWANA awe pamoja nanyi, kama nikiwaruhusu mwondoke pamoja na wanawake wenu na watoto wenu! Ni wazi kwamba mna makusudi mabaya. 11 La hasha! Wanaume peke yao na waende, wakamwabudu BWANA, kwa kuwa hilo ndilo mmekuwa mkiomba." Kwa hiyo Mose na Aroni wakaondolewa mbele ya Farao.

12 Basi BWANA akamwambia Mose, "Nyoosha mkono wako juu ya Misri ili kundi la nzige liweze kuingia juu ya nchi na kutafuna kila kitu kiotacho katika mashamba na kila kitu kilichosazwa na ile mvua ya mawe."

13 Kwa hiyo Mose akanyoosha fimbo yake juu ya Misri, BWANA akauleta upepo wa mashariki ukavuma katika nchi yote mchana wote na usiku kucha, kufikia asubuhi upepo ukawa umeleta nzige. 14 Wakaivamia Misri yote na kukaa kila eneo la nchi kwa wingi. Kamwe hapajapata kuwepo pigo la nzige kama hilo, wala halitakuwepo tena. 15 Wakafunika ardhi yote mpaka ardhi ikawa nyeusi. Wakatafuna kile chote kilichokuwa kimebakizwa na ile mvua ya mawe, kila kitu kiotacho mashambani pamoja na matunda kwenye miti. Hakuna kitu chochote cha kijani kilichosalia katika miti au mmea katika nchi yote ya Misri.

16 Farao akawaita Mose na Aroni kwa haraka na kuwaambia, "Nimetenda dhambi dhidi ya BWANA Mungu wenu na dhidi yenu pia. 17 Sasa unisamehe dhambi yangu mara moja tena na umwombe BWANA Mungu wako aondoe pigo hili baya kwangu."

18 Kisha Mose akaondoka kwa Farao akamwomba BWANA. 19 Naye BWANA akaugeuza upepo ukavuma kutoka magharibi, wenye nguvu nyingi, ambao uliwaondoa wale nzige na kuwapeleka kwenye Bahari ya Shamu. Hakuna nzige hata mmoja aliyebaki popote katika nchi ya Misri. 20 Lakini BWANA akaufanya moyo wa Farao kuwa mgumu, wala hakuwaachia Waisraeli waondoke.

Pigo La Tisa: Giza

21 Kisha BWANA akamwambia Mose, "Nyoosha mkono wako kuelekea angani ili giza litande katika nchi ya Misri, giza ambalo watu wanaweza kulipapasa na kulihisi." 22 Kwa hiyo Mose akaunyoosha mkono wake kuelekea angani, na giza nene likafunika pote katika nchi ya Misri kwa muda wa siku

tatu. 23 Hakuna mtu yeyote aliyeweza kumwona
mwenzake, wala kuondoka mahali alipokuwa kwa
muda wa siku tatu. Lakini Waisraeli wote wali-
kuwa na mwanga katika maeneo yao waliyokuwa
wanaishi.
24 Ndipo Farao akamwita Mose na kusema,
"Nendeni, mkamwabudu BWANA. Hata wanawake
na watoto wenu mwaweza kwenda nao pia, lakini
kondoo, mbuzi na ng'ombe wenu waacheni."
25 Lakini Mose akasema, "Huna budi kuturu-
husu tuwe na dhabihu na sadaka za kuteketezwa
za kutoa mbele za BWANA Mungu wetu. 26 Sisi ni
lazima tuondoke na mifugo yetu pia, wala hakuna
ukwato utakaoachwa nyuma. Inatupasa kutumia
baadhi ya hiyo mifugo katika kumwabudu BWANA
Mungu wetu, kwa kuwa mpaka tutakapofika huko
hatutakuwa tumefahamu ni nini tutakachotumia
katika kumwabudu BWANA."
27 Lakini BWANA akaufanya moyo wa Farao kuwa
mgumu, hakuwa radhi kuwaachia waondoke.
28 Farao akamwambia Mose, "Ondoka mbele yangu!
Hakikisha kuwa hutakuja mbele yangu tena! Siku
ile utakapouona uso wangu utakufa."
29 Mose akamjibu, "Iwe kama ulivyosema!
Kamwe sitauona uso wako tena."

Pigo La Kumi: Kuuawa Wazaliwa Wa Kwanza

11 Basi BWANA alikuwa amemwambia Mose,
"Nitaleta pigo moja zaidi kwa Farao na katika
nchi ya Misri. Baada ya hilo, atawaacha mwondoke
hapa na atakapofanya hivyo, atawafukuza mtoke
kabisa. 2 Waambie watu wote waume kwa wake
wawaombe majirani zao vitu vya fedha na vya
dhahabu." 3 (BWANA akawafanya Wamisri wawe
na moyo wa ukarimu kwa Waisraeli, naye Mose
mwenyewe akaheshimiwa sana na maafisa wa
Farao na watu wote katika nchi ya Misri.)
4 Kwa hiyo Mose akasema, "Hili ndilo BWANA
asemalo: 'Panapo usiku wa manane Mimi nita-
pita katika nchi yote ya Misri. 5 Kila mwanaume
kifungua mimba katika Misri atakufa, kuanzia
mzaliwa wa kwanza wa kiume wa Farao, aketiye
penye kiti cha ufalme, hadi mzaliwa wa kwanza
wa kiume wa mtumwa wa kike, anayesaga nafaka
kwa jiwe, pamoja na kila mzaliwa wa kwanza wa
mifugo. 6 Patakuwepo kilio kikubwa katika nchi
yote ya Misri, kilio kibaya ambacho hakijaku-
wepo wala kamwe hakitakuwepo tena. 7 Lakini
miongoni mwa Waisraeli hakuna hata mbwa
atakayembwekea mwanadamu wala mnyama
yeyote.' Ndipo mtakapojua kuwa BWANA huweka
tofauti kati ya Misri na Israeli. 8 Maafisa hawa
wako wote watanijia, wakisujudu mbele yangu,
wakisema, 'Ondoka, wewe pamoja na watu wako
wote wanaokufuata!' Baada ya haya nitaondoka."
Kisha Mose, huku akiwa amewaka hasira, aka-
mwacha Farao.
9 BWANA alikuwa amemwambia Mose, "Farao
atakataa kukusikiliza, ili maajabu yangu yapate
kuongezeka katika nchi ya Misri." 10 Mose na Aroni
wakafanya maajabu haya yote mbele ya Farao,
lakini BWANA akaufanya moyo wa Farao kuwa
mgumu, wala hakuwaachia Waisraeli waondoke
katika nchi yake.

Pasaka

12 BWANA akamwambia Mose na Aroni katika
nchi ya Misri, 2 "Mwezi huu utakuwa mwa-
nzo wa miezi kwenu, yaani mwezi wa kwanza wa
mwaka wenu. 3 Iambie jumuiya yote ya Israeli kwa-
mba katika siku ya kumi ya mwezi huu, kila mtu
atatwaa mwana-kondoo mmoja kwa ajili ya familia
yake, mmoja kwa kila nyumba. 4 Ikiwa nyumba
yoyote ina watu wachache wasioweza kumaliza
huyo mwana-kondoo mzima, nyumba hiyo itabidi
ishirikiane na nyumba ya jirani wa karibu, baada
ya kuzingatia idadi ya watu waliomo. Mtaangalia
ni kiasi gani cha nyama kitahitajika kulingana na
mahitaji ya kila mtu. 5 Wanyama mtakaowachagua,
lazima wawe wa kiume wa umri wa mwaka mmoja
wasiokuwa na dosari, mwaweza kuwachukua kati
ya kondoo au mbuzi. 6 Tunzeni wanyama hao
mpaka siku ya kumi na nne ya mwezi, ambapo
lazima watu wa jumuiya yote ya Israeli wachinje
wanyama hao wakati wa jioni. 7 Ndipo watakapo-
chukua baadhi ya hiyo damu na kuipaka kwenye
vizingiti vya juu na miimo ya milango ya nyumba
ambamo watakula wana-kondoo hao. 8 Usiku huo
huo watakula nyama iliyookwa kwenye moto,
pamoja na mboga chungu za majani na mikate
isiyotiwa chachu. 9 Msile nyama mbichi wala ili-
yochemshwa, lakini iwe imeokwa kwenye moto,
kichwa, miguu na nyama zake za ndani. 10 Msiba-
kize nyama yoyote mpaka asubuhi; nazo kama
zitabakia mpaka asubuhi, lazima mziteketeze
kwa moto. 11 Hivi ndivyo mtakavyokula: Mtajifunga
mikanda viunoni, mtakuwa mmevaa viatu vyenu
miguuni na kushika fimbo zenu mkononi mwenu.
Mle kwa haraka; hii ni Pasaka ya BWANA.
12 "Usiku huo huo nitapita katika nchi yote ya
Misri na kumuua kila mzaliwa wa kwanza, wa
wanadamu na wa wanyama, nami nitaihukumu
miungu yote ya Misri. Mimi ndimi BWANA. 13 Damu
itakuwa ishara kwa ajili yenu ya kuonyesha nyu-
mba ambazo mtakuwamo; nami nitakapoiona
damu, nitapita juu yenu. Hakuna pigo la uharibifu
litakalowagusa ninyi nitakapoipiga Misri.
14 "Siku hii itakuwa kumbukumbu kwenu, mtaia-
dhimisha kuwa sikukuu kwa BWANA, katika vizazi
vyenu vyote: mtaishika kuwa amri ya kudumu.
15 Kwa siku saba mtakula mikate isiyotiwa cha-
chu. Katika siku ya kwanza mtaondoa chachu
yote ndani ya nyumba zenu, kwa maana yeyote
atakayekula chochote chenye chachu kuanzia siku
ya kwanza hadi ya saba lazima akatiliwe mbali
kutoka Israeli. 16 Katika siku ya kwanza mtakuwa
na kusanyiko takatifu, na kusanyiko jingine katika
siku ya saba. Katika siku hizo msifanye kazi kamwe
isipokuwa kutayarisha chakula cha kila mmoja;
hilo ndilo tu mtakalofanya.
17 "Mtaadhimisha Sikukuu ya Mikate Isiyotiwa
Chachu, kwa sababu hiyo ndiyo siku ile niliyovitoa
vikosi vyenu kutoka Misri. Mtaiadhimisha siku hii
kwa vizazi vyenu vyote kuwa amri ya kudumu.
18 Katika mwezi wa kwanza mtakula mikate isiyo-
tiwa chachu, kuanzia jioni ya siku ya kumi na nne
hadi jioni ya siku ya ishirini na moja. 19 Kwa muda
wa siku saba isionekane chachu yoyote katika

nyumba zenu. Yeyote alaye chochote chenye chachu ndani yake, lazima akatiliwe mbali kutoka jumuiya ya Israeli, akiwa ni mgeni au mzawa. 20 Msile chochote kilichotiwa chachu. Popote muishipo, ni lazima mle mikate isiyotiwa chachu."

21 Ndipo Mose akawaita wazee wote wa Israeli na kuwaambia, "Nendeni mara moja mkachague wanyama kwa ajili ya jamaa zenu, mkachinje mwana-kondoo wa Pasaka. 22 Chukueni kitawi cha hisopo, kichovyeni kwenye damu iliyopo kwenye sinia na kuipaka baadhi ya hiyo damu kwenye vizingiti na kwenye miimo yote miwili ya milango. Mtu yeyote asitoke nje ya mlango wa nyumba yake mpaka asubuhi. 23 BWANA apitapo katika nchi yote kuwapiga Wamisri, ataiona damu juu ya vizingiti na kwenye miimo ya milango, naye atapita juu, wala hatamruhusu mwangamizi kuingia katika nyumba zenu na kuwapiga ninyi.

24 "Shikeni maagizo haya yawe kanuni ya kudumu kwenu na kwa ajili ya wazao wenu. 25 Mtakapoingia katika nchi BWANA atakayowapa kama alivyoahidi, shikeni desturi hii. 26 Watoto wenu watakapowauliza, 'Sikukuu hii ina maana gani kwenu?' 27 Basi waambieni, 'Hii ni dhabihu ya Pasaka kwa BWANA, ambaye alipita juu ya nyumba za Waisraeli katika nchi ya Misri na hakudhuru nyumba zetu alipowapiga Wamisri.' " Ndipo watu wa Israeli waliposujudu na kuabudu. 28 Waisraeli wakafanya kama vile BWANA alivyomwagiza Mose na Aroni.

29 Ilipofika usiku wa manane, BWANA akawapiga wazaliwa wa kwanza wote katika Misri, kuanzia mzaliwa wa kwanza wa Farao, mrithi wa kiti cha ufalme, hadi mzaliwa wa kwanza wa mfungwa, aliyekuwa gerezani, na wazaliwa wa kwanza wa mifugo yote pia. 30 Farao, na maafisa wake wote, na Wamisri wote wakaamka usiku, na kulikuwa na kilio kikubwa katika nchi ya Misri, kwa kuwa haikuwepo nyumba ambayo hakufa mtu.

Kutoka

31 Wakati huo Farao akawaita Mose na Aroni na kuwaambia, "Ondokeni! Tokeni kwa watu wangu, ninyi pamoja na Waisraeli! Nendeni mkamwabudu BWANA kama mlivyoomba. 32 Chukueni makundi yenu ya kondoo na mbuzi pamoja na ng'ombe, kama mlivyosema, nanyi mwende zenu. Nanyi pia mnibariki."

33 Wamisri wakawahimiza Waisraeli waondoke kwa haraka na kuacha nchi yao. Kwa kuwa walisema, "La sivyo, tutakufa wote!" 34 Hivyo watu wakachukua donge lao la unga kabla ya kutiwa chachu, wakaweka ndani ya mabakuli ya kukandia, wakayaviringisha katika vitambaa na kuyabeba mabegani mwao. 35 Waisraeli wakafanya kama Mose alivyowaelekeza, nao wakawaomba Wamisri wawapatie vitu vya fedha, dhahabu na nguo. 36 Basi BWANA alikuwa amewafanya Wamisri kuwa wakarimu kwa hawa watu, wakawapatia Waisraeli vile walivyotaka kwao; kwa hiyo wakawateka nyara Wamisri.

37 Waisraeli wakasafiri kutoka Ramesesi mpaka Sukothi. Walikuwepo wanaume wapatao 600,000 waendao kwa miguu bila kuhesabu wanawake na watoto. 38 Watu wengine wengi wakafuatana nao, pamoja na makundi makubwa ya mifugo wakiwemo kondoo, mbuzi na ng'ombe. 39 Wakatengeneza maandazi yasiyotiwa chachu kwa ule unga uliokandwa waliokuwa wameutoa Misri, donge hilo la unga halikuwa limetiwa chachu, kwa kuwa walikuwa wameondolewa Misri kwa haraka nao hawakuwa na muda wa kuandaa chakula chao.

40 Waisraeli walikuwa wameishi Misri kwa muda wa miaka 430. 41 Ilikuwa ni siku ya mwisho ya hiyo miaka 430, vikosi vyote vya BWANA vilipokuwa vimeondoka Misri. 42 Kwa sababu BWANA aliutenga usiku ule ili kuwatoa Waisraeli katika nchi ya Misri, katika usiku huu Waisraeli wote wanapaswa kuadhimisha kwa kukesha ili kumheshimu BWANA katika vizazi vijavyo.

Masharti Kwa Ajili Ya Pasaka

43 BWANA akamwambia Mose na Aroni, "Haya ndiyo masharti kwa ajili ya Pasaka:

"Mgeni hataruhusiwa kula Pasaka. 44 Mtumwa yeyote ambaye mmemnunua aweza kuila kama mmemtahiri, 45 lakini kibarua yeyote au msafiri haruhusiwi kula.

46 "Sharti iliwe ndani ya nyumba; msichukue nyama yoyote nje ya nyumba hiyo. Msiuvunje mfupa wowote. 47 Jumuiya yote ya Israeli ni lazima waiadhimishe Pasaka hiyo.

48 "Mgeni aishiye miongoni mwenu ambaye anataka kuadhimisha Pasaka ya BWANA ni lazima wanaume wote waliomo nyumbani mwake wawe wametahiriwa, ndipo aweze kushiriki kama mzawa. Mwanaume yeyote asiyetahiriwa haruhusiwi kuila. 49 Sheria iyo hiyo itamuhusu mzawa na mgeni anayeishi miongoni mwenu."

50 Waisraeli wote walifanya kama vile BWANA alivyomwagiza Mose na Aroni. 51 Siku ile ile BWANA akawatoa Waisraeli katika nchi ya Misri kwa vikosi vyao.

Kuwekwa Wakfu Kwa Wazaliwa Wa Kwanza

13 BWANA akamwambia Mose, 2 "Niwekeeni wakfu kila mzaliwa wa kwanza wa kiume. Kila mtoto wa kwanza aliye kifungua tumbo miongoni mwa Waisraeli ni mali yangu, akiwa wa mwanadamu au wa mnyama."

3 Ndipo Mose akawaambia watu, "Ikumbukeni siku hii, siku ambayo mlitoka katika nchi ya Misri, katika nchi ya utumwa, kwa sababu BWANA aliwatoa humo kwa mkono wenye nguvu. Msile chochote kilichotiwa chachu. 4 Leo, katika mwezi wa Abibu,[a] mnatoka. 5 BWANA atakapokuleta katika nchi ya Wakanaani, Wahiti, Waamori, Wahivi na Wayebusi, nchi aliyowaapia baba zako kukupa, nchi itiririkayo maziwa na asali, utaiadhimisha sikukuu hii katika mwezi huu: 6 Kwa siku saba utakula mikate isiyotiwa chachu na katika siku ya saba utamfanyia BWANA sikukuu. 7 Kwa muda wa siku saba utakula mikate isiyotiwa chachu, pasionekane kitu chochote kilicho na chachu miongoni mwako, wala chachu yoyote isionekane popote ndani ya mipaka yako. 8 Siku ile utamwambia

[a]4 Abibu ni jina la mwezi wa kwanza kwa Wayahudi, ambao ni mwezi wa nne katika kalenda yetu.

mwanao, 'Nafanya hivi kwa sababu ya jambo
ambalo BWANA alinitendea nilipotoka katika nchi
ya Misri.' 9 Adhimisho hili, litakuwa kama alama
kwenye mkono wako na ukumbusho katika paji
lako la uso, kwamba sheria ya BWANA inapaswa iwe
kinywani mwako. Kwa kuwa BWANA alikutoa katika
nchi ya Misri kwa mkono wake wenye nguvu. 10 Ni
lazima uishike amri hii kwa wakati uliopangwa
mwaka baada ya mwaka.

11 "Baada ya BWANA kukuingiza katika nchi ya
Wakanaani na kukupa nchi hiyo, kama alivyo-
kuahidi kwa kiapo na kwa baba zako, 12 inakupasa
kumtolea BWANA mzaliwa wa kwanza wa kila tumbo.
Wazaliwa wote wa kwanza wa kiume wa mifugo
yako ni mali ya BWANA. 13 Kila mzaliwa wa kwanza
wa punda utamkomboa kwa mwana-kondoo, lakini
kama hukumkomboa, utamvunja shingo yake. Kila
mzaliwa wa kwanza mwanaume miongoni mwa
wana wenu utamkomboa.

14 "Katika siku zijazo, mwanao akikuuliza, 'Hii
ina maana gani?' Mwambie, 'Kwa mkono wenye
nguvu BWANA alitutoa katika nchi ya Misri, kutoka
nchi ya utumwa. 15 Farao alipokataa kwa ukaidi
kuturuhusu kuondoka, BWANA aliua kila mza-
liwa wa kwanza wa Wamisri, mwanadamu na wa
mnyama. Hii ndiyo sababu ninatoa dhabihu kwa
BWANA mzaliwa wa kwanza wa kiume, wa kila
tumbo na kumkomboa kila mzaliwa wa kwanza
wa wana wangu.' 16 Jambo hili litakuwa kama ishara
kwenye mkono wako na kama alama kwenye paji
la uso wako, kwamba BWANA alikutoa katika nchi
ya Misri kwa mkono wake wenye nguvu."

Nguzo Ya Wingu Na Moto

17 Farao alipowaachia watu waende, Mungu
hakuwaongoza kufuata njia ipitiayo katika nchi
ya Wafilisti, ingawa njia hiyo ilikuwa fupi zaidi. Kwa
maana Mungu alisema, "Wakikabiliana na vita,
wanaweza kubadili mawazo yao na kurudi Misri."
18 Kwa hiyo Mungu akawaongoza watu kupitia njia
ya kuzunguka kupitia jangwani, kuelekea Bahari ya
Shamu. Waisraeli walipanda kutoka nchi ya Misri
wakiwa wamejiandaa kwa vita.

19 Mose akachukua mifupa ya Yosefu kwa sababu
Yosefu alikuwa amewaapisha wana wa Israeli.
Alikuwa amewaambia, "Hakika Mungu atakuja
kuwasaidia, nanyi ni lazima mwiichukue mifupa
yangu mwende nayo kutoka mahali hapa."

20 Baada ya Waisraeli kuondoka Sukothi waka-
piga kambi huko Ethamu pembeni mwa jangwa.
21 Wakati wa mchana BWANA aliwatangulia kwa
nguzo ya wingu kuwaongoza katika njia yao,
na wakati wa usiku aliwatangulia kwa nguzo ya
moto kuwaangazia, ili waweze kusafiri mchana au
usiku. 22 Ile nguzo ya wingu wakati wa mchana au
ile nguzo ya moto wakati wa usiku haikuondoka
mahali pake mbele ya watu.

Kuvuka Bahari Ya Shamu

14 Ndipo BWANA akamwambia Mose, 2 "Waa-
mbie Waisraeli wageuke nyuma na wapige
kambi karibu na Pi-Hahirothi, kati ya Migdoli na
bahari. Watapiga kambi kando ya bahari, mka-
bala na Baal-Sefoni. 3 Farao atafikiri kwamba,
'Hao Waisraeli wanatangatanga katika nchi kwa
kuchanganyikiwa, nalo jangwa limewafungia.'
4 Nami nitaufanya moyo wa Farao mgumu, naye
atawafuatilia. Lakini nitajipatia utukufu kwa ajili
yangu mwenyewe kupitia Farao na jeshi lake lote,
nao Wamisri watajua kuwa mimi ndimi BWANA."
Kwa hiyo Waisraeli wakafanya hivyo.

5 Mfalme wa Misri alipoambiwa kuwa Waisraeli
wamekimbia, Farao na maafisa wake wakabadili
nia zao kuhusu Waisraeli, wakasema, "Tumefa-
nya nini? Tumewaachia Waisraeli waende zao na
tumeukosa utumishi wao!" 6 Kwa hiyo akaandaliwa
gari lake la vita, naye akaenda pamoja na jeshi
lake. 7 Akachukua magari bora mia sita, pamoja na
magari mengine yote ya Misri, pamoja na maafisa
wa magari hayo yote. 8 BWANA akaufanya mgumu
moyo wa Farao, mfalme wa Misri, kwa hiyo aka-
wafuatia Waisraeli, waliokuwa wakiondoka Misri
kwa ujasiri. 9 Nao Wamisri, yaani farasi wote wa
Farao na magari ya vita, wapanda farasi na vikosi
vya askari, wakawafuatia Waisraeli, wakawakuta
karibu na Pi-Hahirothi, mkabala na Baal-Sefoni
walipokuwa wamepiga kambi kando ya bahari.

10 Farao alipokaribia, Waisraeli wakainua
macho yao, wakawaona Wamisri wakija nyuma
yao. Wakashikwa na hofu, wakamlilia BWANA.
11 Wakamwambia Mose, "Je, ni kwamba hayaku-
wako makaburi huko Misri hata umetuleta tufe
huku jangwani? Umetufanyia nini kututoa Misri?
12 Hatukukuambia tulipokuwa huko Misri, tuache
tuwatumikie Wamisri? Ingekuwa vyema zaidi
kwetu kuwatumikia Wamisri kuliko kufa jangwani!"

13 Mose akawajibu Waisraeli, "Msiogope. Sima-
meni imara, nanyi mtauona wokovu BWANA
atakaowapatia leo. Hao Wamisri mnaowaona leo
kamwe hamtawaona tena. 14 BWANA atawapigania
ninyi, nanyi mnatakiwa kutulia tu."

15 Ndipo BWANA akamwambia Mose, "Kwa nini
wewe unanililia? Waambie Waisraeli waendelee
mbele. 16 Inua fimbo yako na unyooshe mkono
wako juu ya bahari ili kuyagawa maji, hivyo
kwamba Waisraeli wapate kupita mahali pakavu
baharini. 17 Nitaifanya mioyo ya Wamisri kuwa
migumu kusudi waingie baharini wakiwafuatia.
Nami nitajipatia utukufu kupitia Farao pamoja na
jeshi lake lote, kupitia magari yake ya vita na wapa-
nda farasi wake. 18 Nao Wamisri watajua kwamba
Mimi ndimi BWANA nitakapojipatia utukufu kupitia
Farao, magari yake ya vita na wapanda farasi wake."

19 Ndipo malaika wa Mungu, aliyekuwa akisafiri
mbele ya jeshi la Israeli, akaondoka akakaa nyuma
yao. Pia ile nguzo ya wingu ikaondoka hapo mbele
yao na kusimama nyuma, 20 ikakaa kati ya majeshi
ya Misri na Israeli. Usiku kucha wingu likaleta giza
upande mmoja na nuru kwa upande mwingine,
kwa hiyo hakuna aliyemkaribia mwenzake usiku
kucha.

21 Ndipo Mose akanyoosha mkono wake juu ya
bahari, naye BWANA akayasukuma maji ya bahari
nyuma kwa upepo mkali wa mashariki usiku ule
wote na kupafanya nchi kavu. Maji yakagawanyika,
22 nao Waisraeli wakapita baharini mahali pakavu,
maji yakiwa ukuta upande wao wa kuume na upa-
nde wao wa kushoto.

23 Wamisri wakawafuatia ndani ya bahari,
pamoja na farasi wote wa Farao, magari ya vita na
wapanda farasi. 24 Karibia mapambazuko, BWANA
akaliangalia jeshi la Wamisri kutoka ile nguzo
ya moto na ya wingu, akalifadhaisha. 25 Mungu
akayaondoa magurudumu ya magari yao, kwa
hivyo wakayaendesha kwa shida. Nao Wamisri
wakasema, "Tuachane na Waisraeli! BWANA ana-
wapigania dhidi ya Misri."

Wafuatiaji Wazama

26 Ndipo BWANA akamwambia Mose, "Nyoosha
mkono wako juu ya bahari ili maji yarudiane yawa-
funike Wamisri, magari yao ya vita na wapanda
farasi wao." 27 Mose akanyoosha mkono wake juu ya
bahari, wakati wa mapambazuko bahari ikarudiana
na kuwa kama kawaida. Wamisri wakajaribu kuya-
kimbia maji, lakini BWANA akawasukumia ndani ya
bahari. 28 Maji yakarudiana na kuyafunika magari
ya vita na wapanda farasi pamoja na jeshi lote la
Farao lililokuwa limewafuata Waisraeli ndani ya
bahari. Hakuna hata mmoja wao aliyenusurika.

29 Lakini Waisraeli wakapita baharini mahali
pakavu, ukiwepo ukuta wa maji upande wao wa
kuume na upande wao wa kushoto. 30 Siku ile
BWANA akawaokoa Waisraeli kutoka mikononi
mwa Wamisri, nao Waisraeli wakawaona Wamisri
wamelala ufuoni mwa bahari wakiwa wamekufa.
31 Basi Waisraeli walipoona uwezo mkubwa BWANA
aliodhihirisha dhidi ya Wamisri, watu wakamwo-
gopa BWANA na wakaweka tumaini lao kwake na
kwa Mose mtumishi wake.

Wimbo Wa Mose Na Miriamu

15 Ndipo Mose na Waisraeli wakamwimbia
BWANA wimbo huu:

"Nitamwimbia BWANA,
  kwa kuwa ametukuzwa sana.
Farasi na mpanda farasi
  amewatosa baharini.
2 BWANA ni nguvu zangu na wimbo wangu;
  amekuwa wokovu wangu.
Yeye ni Mungu wangu, nami nitamsifu,
  Mungu wa baba yangu, nami nitamtukuza.
3 BWANA ni shujaa wa vita;
  BWANA ndilo jina lake.
4 Magari ya vita ya Farao na jeshi lake
  amewatosa baharini.
Maafisa wa Farao walio bora sana
  wamezamishwa katika Bahari ya Shamu.
5 Maji yenye kina yamewafunika,
  wamezama mpaka vilindini kama jiwe.

6 "Mkono wako wa kuume, Ee BWANA
  ulitukuka kwa uweza.
Mkono wako wa kuume, Ee BWANA,
  ukamponda adui.
7 Katika ukuu wa utukufu wako,
  ukawaangusha chini wale waliokupinga.
Uliachia hasira yako kali,
  ikawateketeza kama kapi.
8 Kwa pumzi ya pua zako
  maji yalijilundika.
Mawimbi ya maji yakasimama imara kama
  ukuta,
vilindi vikagandamana ndani ya moyo
  wa bahari.

9 "Adui alijivuna,
  'Nitawafuatia, nitawapata.
Nitagawanya nyara;
  nitajishibisha kwa wao.
Nitafuta upanga wangu
  na mkono wangu utawaangamiza.'
10 Lakini ulipuliza kwa pumzi yako,
  bahari ikawafunika.
Wakazama kama risasi
  kwenye maji makuu.

11 "Ni nani miongoni mwa miungu aliye kama
  wewe, Ee BWANA?
Ni nani kama Wewe:
  uliyetukuka katika utakatifu,
  utishaye katika utukufu,
  ukitenda maajabu?
12 Uliunyoosha mkono wako wa kuume
  na nchi ikawameza.

13 "Katika upendo wako usiokoma
  utawaongoza
watu uliowakomboa.
Katika nguvu zako utawaongoza
  mpaka makao yako matakatifu.
14 Mataifa watasikia na kutetemeka,
  uchungu utawakamata watu wa Ufilisti.
15 Wakuu wa Edomu wataogopa,
  viongozi wa Moabu watatetemeka
  kwa hofu,
watu wa Kanaani watayeyuka,
16 vitisho na hofu vitawaangukia.
Kwa nguvu ya mkono wako
  watatulia kama jiwe,
mpaka watu wako waishe kupita, Ee
  BWANA,
mpaka watu uliowanunua wapite.
17 Utawaingiza na kuwapandikiza
  juu ya mlima wa urithi wako:
hapo mahali, Ee BWANA, ulipopafanya
  kuwa makao yako,
mahali patakatifu, Ee BWANA,
  ulipopajenga kwa mikono yako.
18 BWANA atatawala
  milele na milele."

19 Farasi wa Farao, magari yake ya vita na wapa-
nda farasi wake walipoingia baharini, BWANA
aliyarudisha maji ya bahari yakawafunika, lakini
wana wa Israeli walipita baharini mahali pakavu.
20 Kisha Miriamu yule nabii mke, ndugu yake Aroni,
akachukua matari mkononi mwake na wanawake
wote wakamfuata na matari yao wakicheza.
21 Miriamu akawaimbia:

"Mwimbieni BWANA,
  kwa maana ametukuka sana.
Farasi na mpanda farasi
  amewatosa baharini."

Maji Ya Mara Na Elimu

22 Kisha Mose akawaongoza Israeli kutoka Bahari
ya Shamu na kuingia katika Jangwa la Shuri. Kwa
siku tatu walisafiri jangwani bila kupata maji.
23 Walipofika Mara, hawakuweza kunywa maji yake
kwa sababu yalikuwa machungu. (Ndiyo sababu
mahali hapo panaitwa Mara[a]) 24 Kwa hiyo watu
wakamnung'unikia Mose, wakisema, "Tunywe
nini?"
25 Ndipo Mose akamlilia Bwana, naye Bwana
akamwonyesha kipande cha mti. Akakitupa ndani
ya maji, nayo maji yakawa matamu.
Huko Bwana akawapa amri na sheria na huko
akawajaribu. 26 Mungu akasema, "Kama mkisikiliza
kwa bidii sauti ya Bwana Mungu wenu na kuya-
fanya yaliyo sawa machoni pake, kama mkiyatii
maagizo yake na kuzishika amri zake zote, sitaleta
juu yenu ugonjwa wowote niliowaletea Wamisri,
kwa kuwa Mimi ndimi Bwana, niwaponyaye."
27 Kisha wakafika Elimu, mahali palipokuwa
na chemchemi kumi na mbili, na miti sabini ya
mitende, wakapiga kambi huko karibu na maji.

Mana Na Kware

16 Jumuiya yote ya Kiisraeli ikaondoka Elimu,
wakafika Jangwa la Sini, lililokuwa kati ya
Elimu na Sinai, siku ya kumi na tano ya mwezi wa
pili baada ya kutoka Misri. 2 Huko jangwani hiyo
jumuiya yote wakawanung'unikia Mose na Aroni.
3 Waisraeli wakawaambia, "Laiti tungelikufa kwa
mkono wa Bwana huko Misri! Huko tuliketi tuki-
zunguka masufuria ya nyama na tukala vyakula
tulivyovitaka, lakini ninyi mmetuleta huku jangwani
ili mpate kuua mkutano huu wote kwa njaa."
4 Kisha Bwana akamwambia Mose, "Nitanye-
sha mikate kutoka mbinguni kwa ajili yenu. Watu
watatoka kila siku na kukusanya kitakachowatosha
kwa siku ile, kwa njia hii, nitawajaribu nione kama
watafuata maelekezo yangu. 5 Siku ya sita watata-
yarisha kile waletacho ndani, nacho kitakuwa mara
mbili kuliko ya kile walichokusanya kila siku."
6 Kwa hiyo Mose na Aroni wakawaambia Wai-
sraeli wote, "Jioni mtajua kwamba Bwana ndiye
aliwatoa Misri, 7 kisha asubuhi mtauona utukufu
wa Bwana, kwa sababu amesikia manung'uniko
yenu dhidi yake. Sisi ni nani hata mtunung'uni-
kie?" 8 Pia Mose akasema, "Mtajua kuwa alikuwa
Bwana wakati atakapowapa nyama mle ifikapo
jioni na mikate yote mtakayohitaji asubuhi kwa
sababu amesikia manung'uniko yenu dhidi yake.
Sisi ni nani? Hamnung'uniki dhidi yetu, bali dhidi
ya Bwana."
9 Kisha Mose akamwambia Aroni, "Iambie
jumuiya yote ya Waisraeli kwamba, 'Mje mbele
zake Bwana, kwa maana amesikia manung'uniko
yenu.' "
10 Aroni alipokuwa akizungumza na jumuiya
yote ya Waisraeli, wakatazama kuelekea jangwani,
na huko wakaona utukufu wa Bwana ukitokeza
katika wingu.
11 Bwana akamwambia Mose, 12 "Nimesikia
manung'uniko ya Waisraeli. Waambie, 'Jioni mta-
kula nyama, na asubuhi mtashiba mikate. Ndipo
mtajua ya kwamba Mimi ndimi Bwana Mungu
wenu.' "
13 Jioni ile kware wakaja wakaifunika kambi na
asubuhi kulikuwa na tabaka la umande kuzunguka
kambi. 14 Wakati umande ulipoondoka, vipande
vidogo vidogo kama theluji vilionekana juu ya uso
wa jangwa. 15 Waisraeli walipoona, wakaambiana,
"Hiki ni nini?" Kwa kuwa hawakujua kilikuwa kitu
gani.
Mose akawaambia, "Huu ndio mkate ambao
Bwana amewapa mle. 16 Hivi ndivyo Bwana
alivyoamuru: 'Kila mmoja akusanye kiasi anacho-
hitaji. Chukueni pishi[b] moja kwa kila mtu mliye
naye katika hema yenu.' "
17 Waisraeli wakafanya kama walivyoambiwa,
baadhi yao wakakusanya zaidi, wengine pungufu.
18 Nao walipopima katika pishi, yule aliyekusanya
zaidi hakuwa na ziada, wala aliyekusanya kidogo
hakupungukiwa. Kila mmoja alikusanya kiasi
alichohitaji.
19 Kisha Mose akawaambia, "Mtu yeyote asiba-
kize chochote mpaka asubuhi."
20 Hata hivyo, wengine hawakuzingatia ali-
yosema Mose, wakahifadhi kiasi fulani mpaka
asubuhi, lakini kile alichohifadhi kikajaa mabuu
na kuanza kunuka. Kwa hiyo Mose akawakasirikia.
21 Kila asubuhi, kila mmoja alikusanya kiasi ali-
chohitaji na jua lilipokuwa kali, iliyeyuka. 22 Siku ya
sita, wakakusanya mara mbili, kiasi cha pishi mbili
kwa kila mtu, nao viongozi wa jumuiya wakaja
kumwarifu Mose. 23 Mose akawaambia, "Hivi
ndivyo alivyoagiza Bwana: 'Kesho itakuwa siku
ya mapumziko, Sabato takatifu kwa Bwana. Kwa
hiyo okeni kile mnachotaka kuoka na mchemshe
kile mnachotaka kuchemsha. Hifadhini chochote
kinachobaki na mkiweke mpaka asubuhi.' "
24 Kwa hiyo wakavihifadhi mpaka asubuhi, kama
Mose alivyoagiza, na havikunuka wala kuwa na
mabuu. 25 Mose akawaambia, "Kuleni leo, kwa
sababu leo ni Sabato kwa Bwana. Hamtapata cho-
chote juu ya nchi leo. 26 Kwa siku sita mtakusanya,
lakini siku ya saba, yaani Sabato, hakutakuwepo
chochote."
27 Hata hivyo, baadhi ya watu wakatoka kwe-
nda kukusanya siku ya saba, lakini hawakupata
chochote. 28 Ndipo Bwana akamwambia Mose, "Je,
mtaacha kushika maagizo na maelekezo yangu
mpaka lini? 29 Fahamuni kuwa Bwana amewapa
ninyi Sabato, ndiyo sababu katika siku ya sita ame-
wapa mikate ya siku mbili. Kila mmoja inampasa
kukaa pale alipo katika siku ya saba. Hata mmoja
haruhusiwi kutoka." 30 Kwa hiyo watu wakapu-
mzika siku ya saba.
31 Watu wa Israeli wakaita ile mikate mana[c] Ili-
kuwa myeupe kama mbegu za mtama na ladha
yake ilikuwa kama mkate mwembamba uliotenge-
nezwa kwa asali. 32 Mose akasema, "Hivi ndivyo
alivyoagiza Bwana: 'Chukueni pishi ya mana na
kuhifadhi kwa ajili ya vizazi vijavyo ili vione mikate

[a]23 Mara maana yake ni Chungu.

[b]16 Pishi ni kipimo cha ujazo, kwa Kiebrania ni omeri, ambacho ni sawa na kilo mbili.

[c]31 Mana maana yake ni mkate kutoka mbinguni.

niliyowapa mle jangwani nilipowatoa katika nchi ya Misri.' "

33 Kwa hiyo Mose akamwambia Aroni, "Chukua gudulia na uweke pishi moja ya mana ndani yake. Kisha uweke mbele za BWANA ili kihifadhiwe kwa ajili ya vizazi vijavyo."

34 Kama BWANA alivyomwagiza Mose, hatimaye Aroni alikuja kuihifadhi ndani ya Sanduku la Ushuhuda. 35 Waisraeli wakala mana kwa miaka arobaini, mpaka walipofika katika nchi iliyokaliwa na watu; walikula mana hadi walipofika mpakani mwa Kanaani.

36 (Pishi moja ni sehemu ya kumi ya kipimo cha efa.[a])

Maji Kutoka Kwenye Mwamba

17 Jumuiya yote ya Israeli ikaondoka kutoka Jangwa la Sini, ikisafiri kutoka sehemu moja hadi nyingine kama BWANA alivyoagiza. Wakapiga kambi huko Refidimu, lakini hapakuwa na maji ya watu kunywa. 2 Kwa hiyo wakagombana na Mose wakisema, "Tupe maji ya kunywa."

Mose akajibu, "Mbona mnagombana nami? Kwa nini mnamjaribu BWANA?"

3 Lakini watu walikuwa na kiu huko, wakanung'unika dhidi ya Mose, wakisema, "Kwa nini ulitutoa kule Misri, ukatuleta hapa utuue kwa kiu sisi, watoto wetu na mifugo yetu?"

4 Kisha Mose akamlilia BWANA, akasema, "Niwafanyie nini watu hawa? Sasa wanakaribia kunipiga kwa mawe."

5 BWANA akamjibu Mose, "Pita mbele ya watu. Wachukue pamoja nawe baadhi ya wazee wa Israeli, ichukue mkononi mwako ile fimbo uliyopiga nayo Mto Naili, nawe uende. 6 Huko nitasimama mbele yako karibu na mwamba wa Horebu. Uupige mwamba na maji yatatoka ndani yake kwa ajili ya watu kunywa." Kwa hiyo Mose akafanya haya mbele ya wazee wa Israeli. 7 Naye akapaita mahali pale Masa,[b] na Meriba[c] kwa sababu Waisraeli waligombana na kumjaribu BWANA wakisema, "Je, BWANA yu pamoja nasi au la?"

Vita Na Waamaleki

8 Waamaleki wakaja na kuwashambulia Waisraeli huko Refidimu. 9 Mose akamwambia Yoshua, "Chagua baadhi ya watu wetu na uende kupigana na Waamaleki. Kesho nitasimama juu ya kilima nikiwa na fimbo ya Mungu mkononi mwangu."

10 Kwa hiyo Yoshua akapigana na Waamaleki kama Mose alivyomwagiza, nao Mose, Aroni na Huri wakapanda juu ya kilima. 11 Ikawa wakati wote Mose alipokuwa amenyanyua mikono yake, Waisraeli walikuwa wakishinda, lakini kila aliposhusha mikono yake Waamaleki walishinda. 12 Mikono ya Mose ilipochoka, wakachukua jiwe na kumpa alikalie. Aroni na Huri wakaishikilia juu mikono ya Mose, mmoja upande huu na mwingine upande huu. Wakaitegemeza mikono yake ikabaki thabiti mpaka jua lilipozama. 13 Kwa hiyo Yoshua akalishinda jeshi la Waamaleki kwa upanga.

14 Kisha BWANA akamwambia Mose, "Andika mambo haya katika kitabu ili yakumbukwe, na uhakikishe kwamba Yoshua amesikia, kwa sababu nitafuta kabisa kumbukumbu la Amaleki chini ya mbingu."

15 Mose akajenga madhabahu na kuiita Yehova Nisi.[d] 16 Mose akasema, "Kwa maana mikono iliinuliwa mpaka kwenye kiti cha enzi cha BWANA. BWANA atakuwa na vita dhidi ya Waamaleki kutoka kizazi hata kizazi."

Yethro Amtembelea Mose

18 Basi Yethro, kuhani wa Midiani, baba mkwe wa Mose, akawa amesikia kila kitu Mungu alichomfanyia Mose na watu wake wa Israeli, pia jinsi BWANA alivyowatoa Israeli Misri.

2 Baada ya Mose kumrudisha mkewe Sipora, Yethro baba mkwe wake alimpokea 3 pamoja na wanawe wawili. Jina la mmoja aliitwa Gershomu, kwa kuwa Mose alisema, "Nimekuwa mgeni katika nchi ya kigeni." 4 Mwingine aliitwa Eliezeri, kwa kuwa alisema, "Mungu wa baba yangu alikuwa msaada wangu, akaniokoa kutoka upanga wa Farao."

5 Yethro, baba mkwe wa Mose, pamoja na wana wawili wa Mose na mkewe, wakamjia Mose huko jangwani, mahali alipokuwa amepiga kambi karibu na mlima wa Mungu. 6 Yethro alikuwa ametuma ujumbe kwake Mose, kusema, "Mimi Yethro baba mkwe wako ninakuja kwako pamoja na mke wako na wanao wawili."

7 Kwa hiyo Mose akatoka kumlaki baba mkwe wake, akainama na kumbusu. Wakasalimiana, kisha wakaingia hemani. 8 Mose akamwambia baba mkwe wake kuhusu kila kitu BWANA alichomfanyia Farao na Wamisri kwa ajili ya Israeli, na pia kuhusu shida zote walizokutana nazo njiani na jinsi BWANA alivyowaokoa.

9 Yethro akafurahishwa sana kusikia juu ya mambo yote mazuri BWANA aliyowatendea Waisraeli kuwaokoa kutoka mkono wa Wamisri. 10 Yethro akasema, "Sifa na ziwe kwa BWANA, aliyekuokoa wewe kutoka mikononi mwa Wamisri na Farao, na aliyewaokoa watu kutoka mikononi mwa Wamisri. 11 Sasa najua ya kuwa BWANA ni mkuu kuliko miungu mingine yote, kwa kuwa amewatendea hivi wale waliowatenda Israeli kwa ujeuri." 12 Kisha Yethro, baba mkwe wa Mose, akaleta sadaka ya kuteketezwa na dhabihu nyingine kwa Mungu, naye Aroni pamoja na wazee wote wa Israeli wakaja kula chakula pamoja na baba mkwe wa Mose mbele za Mungu.

Ushauri Wa Yethro

13 Siku iliyofuata, Mose akachukua nafasi yake kama hakimu wa watu, nao wakasimama kumzunguka kuanzia asubuhi hadi jioni. 14 Baba mkwe wake alipoona yote Mose anayowafanyia watu, akasema, "Ni nini hiki unachowafanyia watu? Kwa nini wewe unakuwa mwamuzi wa watu hawa peke yako, wakati watu hawa wamesimama wakikuzunguka tangu asubuhi mpaka jioni?"

[a]36 Efa moja ni sawa na kilo 22.
[b]7 Masa maana yake ni Kujaribu.
[c]7 Meriba maana yake ni Kugombana.
[d]15 Yehova Nisi maana yake ni BWANA ni Bendera yangu.

15 Mose akamjibu, "Kwa sababu watu wananijia kutaka mapenzi ya Mungu. 16 Kila wakiwa na shauri huletwa kwangu, nami huamua kati ya mtu na mwenzake na kuwajulisha juu ya amri na sheria za Mungu."

17 Baba mkwe wa Mose akamjibu, "Unachofanya sio kizuri. 18 Wewe pamoja na watu hawa wanaokujia mtajichosha bure. Kazi ni nzito sana kwako, huwezi kuibeba mwenyewe. 19 Sasa nisikilize mimi, nitakupa shauri, naye Mungu na awe pamoja nawe. Yapasa wewe uwe mwakilishi wa watu mbele za Mungu na ulete mashauri yao kwake. 20 Uwafundishe amri na sheria, tena uwaonyeshe namna ya kuishi na kazi zinazowapasa wao kufanya. 21 Lakini uchague watu wenye uwezo miongoni mwa watu wote, watu wanaomwogopa Mungu, watu waaminifu wanaochukia mali ya dhuluma, uwateuwe wawe maafisa juu ya maelfu, mamia, hamsini na makumi. 22 Waweke wawe waamuzi wa watu kwa wakati wote, lakini waambie wakuletee kila shauri lililo gumu; yale yaliyo rahisi wayaamue wao wenyewe. Hii itafanya mzigo wako kuwa mwepesi, kwa sababu watashirikiana nawe. 23 Kama ukifanya hivi, na ikiwa Mungu ameagiza hivyo, utaweza kushinda uchovu, nao watu hawa wote watarudi nyumbani wameridhika."

Kuchaguliwa Kwa Waamuzi

24 Mose akamsikiliza baba mkwe wake na kufanya kila kitu alichosema. 25 Mose akawachagua watu wenye uwezo kutoka Israeli yote, akawafanya kuwa viongozi wa watu, maafisa juu ya maelfu, mamia, hamsini na makumi. 26 Wakatumika kama waamuzi wa watu kwa wakati wote. Mashauri magumu wakayaleta kwa Mose, lakini yale yaliyo rahisi wakayaamua wenyewe.

27 Kisha Mose akaagana na Yethro baba mkwe wake, naye akarudi kwa nchi yake.

Waisraeli Kwenye Mlima Sinai

19 Mnamo mwezi wa tatu baada ya Waisraeli kuondoka Misri, siku kama iyo hiyo, wakafika katika Jangwa la Sinai. 2 Baada ya kuondoka Refidimu, waliingia katika Jangwa la Sinai na Israeli wakapiga kambi pale jangwani mbele ya mlima.

3 Kisha Mose akakwea kwenda kwa Mungu, naye Bwana akamwita kutoka kwenye ule mlima akasema, "Hivi ndivyo utakavyosema na nyumba ya Yakobo na utakachowaambia watu wa Israeli: 4 'Ninyi wenyewe mmeona nililofanya huko Misri, jinsi nilivyowabeba kwenye mbawa za tai na kuwaleta kwangu. 5 Sasa kama mkinitii kikamilifu na kutunza Agano langu, basi ninyi mtakuwa mali yangu ya thamani kubwa miongoni mwa mataifa yote. Ijapokuwa dunia yote ni mali yangu, 6 ninyi mtakuwa kwangu ufalme wa makuhani na taifa takatifu.' Haya ndiyo maneno utakayosema kwa wana wa Israeli."

7 Kwa hiyo Mose akarudi, akawaita wazee wa watu na kuwaambia maneno yote ambayo Bwana alikuwa amemwamuru ayaseme. 8 Watu wote wakajibu kwa pamoja, "Tutafanya kila kitu Bwana alichokisema." Naye Mose akarudisha majibu yao kwa Bwana.

9 Bwana akamwambia Mose, "Nitakujia katika wingu zito, ili watu wanisikie nikinena nawe na kila mara waweke tumaini lao kwako." Kisha Mose akamwambia Bwana yale ambayo watu walikuwa wamesema.

10 Naye Bwana akamwambia Mose, "Nenda kwa watu ukawaweke wakfu leo na kesho. Waambie wafue nguo zao 11 na wawe tayari siku ya tatu, kwa sababu siku hiyo, Bwana atashuka juu ya mlima Sinai machoni pa watu wote. 12 Weka mipaka kuzunguka mlima kwa ajili ya watu, uwaambie, 'Mwe waangalifu, msije mkapanda mlimani au kuugusa. Yeyote atakayeugusa mlima hakika atauawa. 13 Hakika atapigwa mawe au kupigwa mishale; mkono wa mtu hautamgusa. Akiwa mwanadamu au mnyama, hataruhusiwa kuishi.' Ila tu wakati baragumu itakapopigwa kwa mfululizo, ndipo watu wote watakapopanda mlimani."

14 Baada ya Mose kushuka kutoka mlimani akawaendea watu na kuwaweka wakfu, wakafua nguo zao. 15 Kisha akawaambia watu, "Jitayarisheni kwa ajili ya siku ya tatu. Mwanaume yeyote asimkaribie mwanamke."

16 Asubuhi ya siku ya tatu kulikuwa na ngurumo na radi pamoja na wingu nene juu ya mlima na mlio mkubwa sana wa tarumbeta. Kila mmoja aliyekuwa kambini akatetemeka. 17 Kisha Mose akawaongoza watu kutoka kambini kukutana na Mungu, nao wakasimama chini ya mlima. 18 Mlima Sinai ulikuwa umefunikwa na moshi, kwa sababu Bwana alishuka juu yake katika moto. Moshi wa moto huo ulipanda juu kama moshi kutoka kwenye tanuru kubwa na mlima wote ukatetemeka kwa nguvu nyingi, 19 nayo sauti ya tarumbeta ikawa kubwa zaidi na zaidi. Kisha Mose akazungumza na sauti ya Bwana ikamjibu.

20 Bwana akashuka juu ya Mlima Sinai na akamwita Mose apande juu mlimani. Kwa hiyo Mose akapanda juu, 21 naye Bwana akamwambia Mose, "Shuka ukawaonye watu ili wasijipenyeze kutafuta kumwona Bwana na wengi wao wakafa. 22 Hata makuhani, watakaomkaribia Bwana ni lazima wajiweke wakfu, la sivyo Bwana atawaadhibu."

23 Mose akamwambia Bwana, "Watu hawawezi kupanda mlima Sinai kwa sababu wewe mwenyewe ulituonya ukisema, 'Wekeni mipaka kuuzunguka mlima na kuutenga kama patakatifu.' "

24 Bwana akajibu, "Shuka ukamlete Aroni pamoja nawe. Lakini makuhani pamoja na watu wasije wakalazimisha kuja kwa Bwana, nisije nikawaadhibu."

25 Basi Mose akashuka kwa watu na kuwaambia lile aliloambiwa.

Amri Kumi

20 Ndipo Mungu akasema maneno haya yote:

2 "Mimi ndimi Bwana Mungu wako, niliyekutoa Misri, kutoka nchi ya utumwa.
3 Usiwe na miungu mingine ila mimi.
4 Usijitengenezee sanamu katika umbo la kitu chochote kilicho juu mbinguni, au duniani chini, au ndani ya maji. 5 Usivisujudie wala kuviabudu; kwa kuwa Mimi, Bwana Mungu

wako, ni Mungu mwenye wivu, ninayewaa-
dhibu watoto kwa ajili ya dhambi za baba
zao hadi kizazi cha tatu na cha nne cha
wanichukiao, 6 lakini ninaonyesha upendo
kwa maelfu ya vizazi vya wale wanipendao
na kuzishika amri zangu.
7 Usilitaje bure jina la Bwana Mungu wako, kwa
kuwa Bwana hataacha kumhesabia hatia
yeye alitajaye jina lake bure.
8 Ikumbuke siku ya Sabato, uitakase. 9 Kwa siku
sita utafanya kazi na kutenda shughuli
zako zote, 10 lakini siku ya saba ni Sabato
kwa Bwana Mungu wako. Siku hiyo huta-
fanya kazi yoyote, wewe, wala mwanao
au binti yako, wala mtumishi wako wa
kiume au wa kike, wala wanyama wako,
wala mgeni aliye ndani ya malango yako.
11 Kwa kuwa kwa siku sita, Bwana aliumba
mbingu na nchi, bahari na vyote vilivyomo,
lakini akapumzika siku ya saba. Kwa hiyo
Bwana akaibariki siku ya Sabato na kuifa-
nya takatifu.
12 Waheshimu baba yako na mama yako, ili
upate kuishi siku nyingi katika nchi ana-
yokupa Bwana Mungu wako.
13 Usiue.
14 Usizini.
15 Usiibe.
16 Usimshuhudie jirani yako uongo.
17 Usiitamani nyumba ya jirani yako. Usimta-
mani mke wa jirani yako, wala mtumishi
wake wa kiume au wa kike, wala ng'ombe
wake au punda wake, wala chochote kile
alicho nacho jirani yako."

Watu Wanaogopa

18 Watu walipoona ngurumo na radi, na kusi-
kia mlio wa tarumbeta, na kuuona mlima katika
moshi, walitetemeka kwa woga. Wakasimama
mbali 19 na wakamwambia Mose, "Sema nasi wewe
mwenyewe, nasi tutakusikiliza. Lakini usimwache
Mungu aseme nasi, la sivyo tutakufa."
20 Mose akawaambia watu, "Msiogope! Mungu
amekuja kuwajaribu, ili kwamba hofu ya Mungu
iwakalie, msitende dhambi."
21 Watu wakabaki mbali, wakati Mose alipoliso-
gelea lile giza nene mahali pale Mungu alipokuwa.

Sanamu Na Madhabahu

22 Kisha Bwana akamwambia Mose, "Waambie
Waisraeli hivi: 'Mmejionea wenyewe kwamba
nimesema nanyi kutoka mbinguni: 23 Msijifanyizie
miungu yoyote na kuilinganisha nami, msijitenge-
nezee miungu ya fedha wala miungu ya dhahabu.
24 " 'Utanitengenezea madhabahu ya udongo, na
juu yake utoe sadaka za kuteketezwa kwa moto na
sadaka za amani, kondoo zako, mbuzi na ng'ombe
zako. Popote nitakapofanya Jina langu liheshi-
miwe, nitakuja kwenu na kuwabariki. 25 Ikiwa
unanitengenezea madhabahu ya mawe, usiijenge
kwa mawe ya kuchonga, maana mkitumia chombo
cha kuchongea mtaitia unajisi. 26 Msitumie ngazi
kupandia kwenye madhabahu yangu, uchi wako
usije ukadhihirika kwa chini.'

Watumishi Wa Kiebrania

21 "Hizi ndizo sheria utakazoweka mbele ya
Waisraeli:

2 "Kama ukimnunua mtumwa wa Kiebrania, ata-
kutumikia kwa miaka sita. Lakini katika mwaka wa
saba, atakuwa huru naye atakwenda zake pasipo
kulipa chochote. 3 Kama akija peke yake, atakwenda
huru peke yake, lakini kama akija na mke, atao-
ndoka pamoja naye. 4 Kama bwana wake alimpatia
mke naye akamzalia wana au binti, mwanamke
pamoja na watoto wake watakuwa mali ya bwana
wake na huyo mwanaume ataondoka peke yake.
5 "Lakini kama mtumishi akisema, 'Ninampenda
bwana wangu, mke wangu pamoja na watoto na
sitaki kuwa huru,' 6 ndipo bwana wake atakapo-
lazimika kumpeleka mbele ya waamuzi. Kisha
atampeleka kwenye mlango au kizingiti na kutoboa
sikio lake kwa shazia. Naye atamtumikia bwana
wake maisha yake yote.
7 "Kama mtu akimuuza binti yake kuwa mtu-
mwa, hataachwa huru kama watumwa wa kiume
waachiwavyo. 8 Kama hakumpendeza bwana wake
aliyemchagua, huyo bwana atamwacha akombo-
lewe. Hatakuwa na haki ya kumuuza kwa wageni,
kwa sababu huyo bwana atakuwa amekosa uami-
nifu. 9 Kama akimchagua aolewe na mwanawe,
ni lazima ampe haki za kuwa binti yake. 10 Ikiwa
huyo mwana aliyeozwa mtumwa mwanamke ataoa
mwanamke mwingine, ni lazima aendelee kumto-
sheleza huyo mke wa kwanza kwa chakula, mavazi
na haki zote za ndoa. 11 Iwapo hatamtosheleza kwa
mambo hayo matatu, huyo mke wa kwanza atao-
ndoka na kuwa huru bila malipo yoyote ya fedha.

Majeraha Ya Mwilini

12 "Yeyote ampigaye mtu na kumuua ni lazima
auawe hakika. 13 Hata hivyo, kama hakumuua kwa
makusudi, lakini Mungu akaruhusu itendeke, basi
atakimbilia mahali nitakapomchagulia. 14 Lakini
kama mtu akipanga na kumuua mwingine kwa
makusudi, mwondoe katika madhabahu yangu
na kumuua.
15 "Yeyote amshambuliaye baba yake au mama
yake ni lazima auawe.
16 "Yeyote amtekaye nyara mwingine akamuuza
au akamweka kwake, akikamatwa ni lazima auawe.
17 "Yeyote atakayemlaani baba yake au mama
yake ni lazima auawe.
18 "Kama watu wakigombana na mmoja akimpiga
mwingine kwa jiwe au kwa ngumi yake na hakufa
bali akaugua na kulala kitandani, 19 yule aliyempiga
ngumi hatahesabiwa kuwa na hatia kama mwe-
nzake ataamka na kujikongoja kwa fimbo yake,
lakini hata hivyo, ni lazima amlipe fidia ya muda
wake aliopoteza na awajibike mpaka apone kabisa.
20 "Kama mtu akimpiga mtumwa wake wa kiume
au wa kike kwa fimbo na mtumwa huyo akafa papo
hapo, ni lazima aadhibiwe 21 lakini ikiwa mtumwa
ataamka baada ya siku moja au mbili, hataadhi-
biwa, kwa sababu yule mtumwa ni mali yake.
22 "Ikiwa watu wawili wanapigana na wakamuu-
miza mwanamke mjamzito, naye akazaa kabla ya

wakati lakini hakuna majeraha makubwa, mhalifu
atatozwa mali kiasi cha madai ya mume wa yule
mwanamke, na jinsi mahakama itakavyoamua.
23 Lakini kukiwa na jeraha kubwa, ni lazima ulipe
uhai kwa uhai, 24 jicho kwa jicho, jino kwa jino,
mkono kwa mkono, mguu kwa mguu, 25 kuchomwa
moto kwa kuchomwa moto, jeraha kwa jeraha,
mchubuko kwa mchubuko.

26 "Ikiwa mtu atampiga mtumwa mwanaume au
mwanamke kwenye jicho na kuliharibu, ni lazima
amwache huru yule mtumwa kama fidia ya hilo
jicho. 27 Kama akimvunja jino mtumwa wa kiume
au wa kike, ni lazima amwache huru huyo mtumwa
kwa kufidia hilo jino.

28 "Kama fahali akimuua mwanaume au mwa-
namke kwa kumpiga kwa pembe, fahali huyo ni
lazima auawe kwa kupigwa mawe, na nyama yake
haitaliwa. Lakini mwenye fahali huyo hatawajibika.
29 Lakini hata hivyo, ikiwa huyo fahali amekuwa
na tabia ya kupiga kwa pembe, na mwenyewe
ameonywa na hakutaka kumfungia naye aka-
muua mwanaume au mwanamke, huyo fahali ni
lazima auawe kwa mawe na mwenye fahali pia
auawe. 30 Lakini ikiwa malipo yatatakiwa kwake,
basi anaweza kulipa kinachodaiwa ili kuukomboa
uhai wake. 31 Sheria hii pia itatumika ikiwa fahali
atampiga kwa pembe mwana au binti. 32 Ikiwa
fahali atampiga mtumwa wa kike au wa kiume,
mwenye fahali atalipa shekeli thelathini[a] za fedha
kwa bwana mwenye mtumwa, na fahali ni lazima
auawe kwa mawe.

33 "Kama mtu akiacha shimo wazi, ama akachi-
mba shimo kisha asilifukie, na ng'ombe au punda
akatumbukia ndani yake, 34 mwenye shimo ni lazima
alipe hasara iliyotokea; ni lazima amlipe mwenye
mnyama. Mnyama aliyekufa atakuwa wake.

35 "Kama fahali wa mtu fulani atamuumiza fahali
wa mtu mwingine na akafa, watamuuza yule aliye
hai na wagawane sawa fedha pamoja na mnyama
aliyekufa. 36 Hata hivyo, kama ikifahamika kwamba
fahali huyo alikuwa na tabia ya kupiga kwa pembe
na mwenyewe hakumfunga, ni lazima mwenye
fahali alipe mnyama kwa mnyama, na mnyama
aliyekufa atakuwa wake.

Ulinzi Wa Mali

22 "Kama mtu akiiba maksai au kondoo na
kumchinja au kumuuza, ni lazima alipe ng'o-
mbe watano badala ya maksai mmoja na kondoo
wanne badala ya kondoo mmoja.

2 "Kama mwizi akishikwa anavunja nyumba
akapigwa hata akafa, aliyemuua hana hatia ya
kumwaga damu; 3 lakini jambo hilo likitokea wakati
jua limechomoza, huyo mtu atakuwa na hatia ya
kumwaga damu.

"Mwizi huyo sharti alipe, lakini kama hana kitu,
lazima auzwe ili alipe kwa ajili ya wizi wake.

4 "Kama mnyama aliyeibwa akikutwa hai miko-
noni mwake, ikiwa ni maksai au punda au kondoo,
lazima alipe mara mbili.

5 "Kama mtu akichunga mifugo yake katika
shamba au shamba la mizabibu, na akawaachia
wajilishe katika shamba la mtu mwingine, ni
lazima alipe vitu bora kutoka kwenye shamba lake
mwenyewe au kutoka shamba lake la mizabibu.

6 "Kama moto ukiwaka na kuenea kwenye
vichaka vya miiba na kuteketeza miganda ya
nafaka au nafaka ambayo haijavunwa, au kute-
keteza shamba lote, mtu yule aliyewasha moto
lazima alipe.

7 "Kama mtu akimpa jirani yake fedha au mali nyi-
ngine amtunzie, na kama vikiibwa kutoka nyumba
ya huyo jirani, kama mwizi atashikwa, lazima alipe
mara mbili. 8 Lakini mwizi asipopatikana, mwenye
nyumba atafika mbele ya waamuzi ili kuthibitisha
kuwa hakuchukua mali ya mwenzake. 9 Pakiwepo
jambo lolote la mali isiyo halali, ikiwa ni maksai,
punda, kondoo, mavazi, ama mali yoyote iliyopotea
ambayo fulani atasema, 'Hii ni mali yangu,' pande
zote mbili wataleta mashauri yao mbele ya waa-
muzi. Yule ambaye waamuzi watamwona kuwa na
hatia atamlipa jirani yake mara mbili.

10 "Kama mtu akimpa jirani yake punda, ng'ombe,
kondoo au mnyama mwingine yeyote amtunzie,
akifa au akijeruhiwa au akichukuliwa wakati hao-
nekani na mtu yeyote, 11 jambo hili kati yao wawili
litaamuliwa kwa kuapa kiapo mbele za Bwana,
kwamba huyo jirani hakuhusika na wizi wa mali ya
jirani yake. Mwenye mali itampasa akubali jambo
hili, na hakuna malipo yatakayohitajika. 12 Lakini
kama mnyama aliibwa kwa jirani, itampasa amlipe
mwenye mnyama. 13 Kama ameraruliwa na mnyama
pori, ataleta mabaki ya mnyama kama ushahidi,
naye hatadaiwa kulipa mnyama aliyeraruliwa.

14 "Kama mtu akimwazima mnyama kutoka kwa
jirani yake, na kama akiumia au akafa na mwenye
mnyama hayupo, lazima amlipe huyo mnyama.
15 Lakini mwenye mnyama akiwa angalipo na
mnyama wake, mwazimaji hatalazimika kumlipa.
Kama mnyama alikuwa amekodishwa, fedha iliyo-
lipwa kwa kukodisha inatosha kwa kufidia hasara.

Uwajibikaji Wa Kijamii

16 "Kama mtu akimshawishi bikira ambaye haja-
poswa na akilala naye, lazima alipe mahari, kisha
atamwoa msichana huyo. 17 Baba wa msichana aki-
kataa katakata kumpa huyo mtu huyo msichana
wake, bado ni lazima huyo mtu atalipa mahari
kama inavyostahili malipo ya ubikira.

18 "Usiruhusu mwanamke mchawi aishi.

19 "Mtu yeyote aziniye na mnyama lazima auawe.

20 "Mtu awaye yote anayemtolea mungu
mwingine dhabihu isipokuwa Bwana, lazima
aangamizwe.

21 "Usimtendee mgeni vibaya au kumwonea, kwa
kuwa nanyi mlikuwa wageni huko Misri.

22 "Usimdhulumu mjane wala yatima. 23 Kama
ukifanya hivyo nao wakinililia, hakika nitasikia
kilio chao. 24 Hasira yangu itawaka, nami nita-
waua kwa upanga, wake zenu watakuwa wajane
na watoto wenu watakuwa yatima.

25 "Kama ukimkopesha mmojawapo wa watu
wangu fedha ambaye ni mhitaji, usiwe kama mtu
mkopesha fedha; usimtoze riba. 26 Kama ukichukua
vazi la jirani kama rehani, ulirudishe kwake kabla
jua kuzama, 27 kwa kuwa vazi lake ndilo pekee alilo

[a]32 Shekeli 30 ni sawa na gramu 300.

nalo la kumfunika mwili wake. Ni nini kingine
atajifunika nacho? Atakaponililia, nitasikia, kwa
kuwa nina huruma.
28 “Usimkufuru Mungu au kumlaani mtawala
wa watu wako.
29 “Usiache kutoa sadaka kutoka ghala lako au
mapipa yako.
“Lazima unipe mzaliwa wa kwanza wa wana
wako. 30 Ufanye vivyo hivyo kwa ng'ombe wako na
kwa kondoo wako. Waache wakae na mama zao
kwa siku saba, lakini siku ya nane unipe.
31 “Ninyi mtakuwa watu wangu watakatifu. Kwa
hiyo msile nyama ya mnyama aliyeraruliwa na
wanyama pori; mtupieni mbwa.

Sheria Za Haki Na Rehema

23 “Usieneze habari za uongo. Usimsaidie mtu
mwovu kwa kuwa shahidi mwenye nia ya
kudhuru wengine.
2 “Usifuate umati wa watu katika kutenda
mabaya. Unapotoa ushahidi kwenye mashtaka, usi-
potoshe haki ukijumuika na umati wa watu, 3 nawe
usimpendelee mtu maskini katika mashtaka yake.
4 “Kama ukikutana na maksai au punda wa adui
yako anapotea, hakikisha umemrudisha kwake.
5 Ukiona punda wa mtu anayekuchukia ameanguka
na mzigo wake, usimwache hapo alipoangukia;
hakikisha kuwa umemsaidia.
6 “Usiwanyime haki watu wako walio maskini
katika mashtaka yao. 7 Ujiepushe na mashtaka ya
uongo, wala usimuue mtu asiye na hatia au mtu
mwaminifu, kwa maana sitamhesabia hana hatia
yeye aliye na hatia.
8 “Usipokee rushwa, kwa kuwa rushwa hupofu-
sha wale waonao, na kupinda maneno ya wenye
haki.
9 “Usimwonee mgeni; ninyi wenyewe mnajua
jinsi mgeni anavyojisikia, kwa sababu mlikuwa
wageni Misri.

Sheria Za Sabato

10 “Kwa muda wa miaka sita mtapanda masha-
mba yenu na kuvuna mazao, 11 lakini katika mwaka
wa saba usiilime ardhi wala kuitumia, ili watu walio
maskini miongoni mwenu waweze kupata chakula
kutoka kwenye hayo mashamba, nao wanyama
pori wapate chakula kwa yale mabaki wataka-
yobakiza. Utafanya hivyo katika shamba lako la
mizabibu na la mizeituni.
12 “Kwa siku sita fanya kazi zako, lakini siku
ya saba usifanye kazi, ili maksai wako na punda
wako wapate kupumzika, naye mtumwa aliyeza-
liwa nyumbani mwako, pamoja na mgeni, wapate
kustarehe.
13 “Uzingatie kutenda kila kitu nilichokuambia.
Usiombe kwa majina ya miungu mingine, wala
usiyaruhusu kusikika kinywani mwako.

Sikukuu Tatu Za Mwaka

14 “Mara tatu kwa mwaka utanifanyia sikukuu.
15 “Utaadhimisha Sikukuu ya Mikate Isiyotiwa
Chachu; kwa siku saba utakula mikate isiyotiwa
chachu kama nilivyokuagiza. Fanya jambo hili
kwa wakati uliopangwa katika mwezi wa Abibu,
ndio mwezi wa nne, kwa sababu katika mwezi huo
ulitoka Misri.
“Mtu yeyote asije mbele yangu mikono mitupu.
16 “Utaadhimisha Sikukuu ya Mavuno kwa mali-
mbuko ya mazao yako uliyopanda katika shamba
lako.
“Utaadhimisha Sikukuu ya Kukusanya mavuno
mwishoni mwa mwaka, unapokusanya mavuno
yako toka shambani.
17 “Mara tatu kwa mwaka wanaume wote wata-
kuja mbele za Bwana Mwenyezi.
18 “Msitoe damu ya dhabihu kwangu pamoja na
kitu chochote kilicho na chachu.
“Mafuta ya mnyama wa sadaka ya sikukuu
yangu yasibakizwe mpaka asubuhi.
19 “Utaleta malimbuko bora ya ardhi yako katika
nyumba ya Bwana Mungu wako.
“Usimchemshe mwana-mbuzi katika maziwa
ya mama yake.

Malaika Wa Mungu Kuandaa Njia

20 “Tazama, ninamtuma malaika akutangulie
mbele yako akulinde njiani na kukuleta mpaka
mahali nilipoandaa. 21 Mtamtii na kusikiliza kile
anachokisema. Usiasi dhidi yake; hatakusamehe
uasi wako, kwa maana Jina langu limo ndani yake.
22 Kama ukitii kweli kweli kile asemacho na kufanya
yote nisemayo, nitakuwa adui wa adui zako, na
nitawapinga wale wakupingao. 23 Malaika wangu
atatangulia mbele yako na kukuleta katika nchi ya
Waamori, Wahiti, Waperizi, Wakanaani, Wahivi na
Wayebusi, nami nitawafutilia mbali. 24 Usiisujudie
miungu yao, au kuiabudu, wala kufuata desturi
yao. Utayabomoa kabisa na kuvunjavunja mawe
yao ya ibada vipande vipande. 25 Utamwabudu
Bwana Mungu wako, na baraka zake zitakuwa juu
ya vyakula vyako na maji yako. Nami nitaondoa
maradhi miongoni mwako, 26 na hakuna atakaye-
haribu mimba wala atakayekuwa tasa katika nchi
yako. Nami nitakupa maisha makamilifu.
27 “Nitapeleka utisho wangu mbele yako na kufa-
dhaisha kila taifa utakalolifikia. Nitafanya adui
zako wote wakupe kisogo na kukimbia. 28 Nitata-
nguliza manyigu mbele yako kuwafukuza Wahivi,
Wakanaani na Wahiti waondoke njiani mwako.
29 Lakini sitawafukuza kwa mara moja, kwa sababu
nchi itabaki ukiwa na wanyama pori watakuwa
wengi mno kwako. 30 Nitawafukuza kidogo kidogo
mbele yako, mpaka uwe umeongezeka kiasi cha
kutosha kuimiliki nchi.
31 “Nitaweka mipaka ya nchi yako kuanzia
Bahari ya Shamu hadi Bahari ya Wafilisti, na
kuanzia jangwani hadi Mto Frati. Nitawatia watu
wanaoishi katika nchi hizo mikononi mwako, nawe
utawafukuza watoke mbele yako. 32 Usifanye agano
lolote nao wala na miungu yao. 33 Usiwaache waishi
katika nchi yako, la sivyo watakusababisha utende
dhambi dhidi yangu, kwa sababu ibada ya miungu
yao hakika itakuwa mtego kwako.”

Agano Lathibitishwa

24 Kisha Mungu akamwambia Mose, “Njooni
huku juu kwa Bwana, wewe na Aroni,
Nadabu na Abihu, pamoja na wazee sabini wa

Israeli. Mniabudu kwa mbali, 2 lakini Mose peke
yake ndiye atakayemkaribia BWANA; wengine
wasije karibu. Nao watu wasije wakapanda
pamoja naye."

3 Mose alipokwenda na kuwaambia watu
maneno yote na sheria zote za BWANA, wakaiti-
kia kwa sauti moja, "Kila kitu alichosema BWANA
tutakifanya." 4 Ndipo Mose akaandika kila kitu
BWANA alichokuwa amesema.

Akaamka kesho yake asubuhi na mapema na
kujenga madhabahu chini ya mlima na kusima-
misha nguzo kumi na mbili za mawe kuwakilisha
makabila kumi na mawili ya Israeli. 5 Kisha akawa-
tuma vijana wanaume wa Kiisraeli, nao wakatoa
sadaka za kuteketezwa na dhabihu za mafahali
wachanga kuwa sadaka za amani kwa BWANA.
6 Mose akachukua nusu ya damu ya wale wanyama
na kuiweka kwenye mabakuli na nusu nyingine
akainyunyiza juu ya madhabahu. 7 Kisha akachu-
kua kile Kitabu cha Agano na kuwasomea watu.
Nao wakajibu, "Tutafanya kila kitu alichosema
BWANA, nasi tutatii."

8 Ndipo Mose akachukua ile damu, akawanyu-
nyizia wale watu, akasema, "Hii ni damu ya agano
ambalo BWANA amelifanya nanyi kufuatana na
maneno haya yote."

9 Mose na Aroni, Nadabu na Abihu, pamoja na
wazee sabini wa Israeli wakapanda mlimani, 10 nao
wakamwona Mungu wa Israeli. Chini ya miguu
yake kulikuwa na kitu kama sakafu ya mawe
ya yakuti samawi, iliyo safi kama anga angavu.
11 Lakini Mungu hakuinua mkono wake dhidi ya
hawa viongozi wa Waisraeli; walimwona Mungu,
nao wakala na kunywa.

12 BWANA akamwambia Mose, "Panda uje kwa-
ngu huku mlimani na ukae hapa, nami nitakupa
vibao vya mawe, vyenye sheria na amri ambazo
nimeziandika ziwe mwongozo wao."

13 Basi Mose akaondoka na Yoshua mtumishi
wake, naye Mose akapanda juu kwenye mlima
wa Mungu. 14 Mose akawaambia wazee wa Israeli,
"Tungojeni hapa mpaka tutakapowarudia. Aroni
na Huri wako pamoja nanyi, na kila aliye na neno
aweza kuwaendea wao."

15 Mose alipopanda juu mlimani, wingu liliufu-
nika huo mlima, 16 nao utukufu wa BWANA ukatua
juu ya Mlima Sinai. Kwa muda wa siku sita wingu
lilifunika mlima, na siku ya saba BWANA akamwita
Mose kutoka katikati ya lile wingu. 17 Kwa Waisraeli
utukufu wa BWANA ulionekana kama moto uteke-
tezao juu ya mlima. 18 Kisha Mose akaingia ndani
ya lile wingu alivyokuwa akipanda mlimani. Naye
akakaa huko mlimani kwa muda wa siku arobaini,
usiku na mchana.

Sadaka Kwa Ajili Ya Maskani Ya Mungu

25 BWANA akamwambia Mose, 2 "Waambie Wai-
sraeli waniletee sadaka. Utapokea sadaka
kwa niaba yangu kutoka kwa kila mtu ambaye
moyo wake wapenda kutoa. 3 Hizi ndizo sadaka
utakazozipokea kutoka kwao: dhahabu, fedha na
shaba; 4 nyuzi za rangi ya buluu, za zambarau, za
rangi nyekundu, pamoja na kitani safi; singa za
mbuzi; 5 ngozi za kondoo dume zilizopakwa rangi
nyekundu, na ngozi za pomboo;[a] mbao za mshita;
6 mafuta ya zeituni kwa ajili ya taa; vikolezi kwa
ajili ya mafuta ya upako, pamoja na uvumba wa
harufu nzuri; 7 na vito vya shohamu na vito vingine
vya thamani vya kuweka kwenye kisibau na kile
kifuko cha kifuani.

8 "Kisha uwaamuru wanitengenezee mahali
patakatifu, nami nitakaa miongoni mwao. 9 Tenge-
neza hema hili na vyombo vyake vyote sawasawa
na kielelezo nitakachokuonyesha.

Sanduku La Agano

10 "Nao watatengeneza Sanduku la mbao za
mshita, lenye urefu wa dhiraa mbili na nusu,[b]
upana wa dhiraa moja na nusu,[c] na kimo cha dhi-
raa moja na nusu. 11 Utalifunika hilo Sanduku kwa
dhahabu safi ndani na nje, na kulifanyia ukingo
wa dhahabu juu yake kulizunguka. 12 Utalisubu
kwa pete nne za dhahabu na kuzifungia kwenye
miguu yake minne, pete mbili kwa upande mmoja
na pete mbili kwa upande mwingine. 13 Kisha uta-
tengeneza mipiko ya mti wa mshita na kuzifunika
kwa dhahabu. 14 Utaiingiza hiyo mipiko kwenye zile
pete katika pande mbili za Sanduku ili kulibeba.
15 Hiyo mipiko itabakia daima katika hizo pete za
hilo Sanduku; haitaondolewa. 16 Kisha weka ndani
ya hilo Sanduku ule Ushuhuda nitakaokupa.

17 "Tengeneza kifuniko cha upatanisho cha dha-
habu safi, chenye urefu wa dhiraa mbili na nusu,
na upana wa dhiraa moja na nusu. 18 Tengeneza
makerubi wawili wa dhahabu iliyofuliwa katika
miisho ya hicho kifuniko. 19 Tengeneza kerubi
mmoja kwenye mwisho mmoja, na kerubi mwi-
ngine kwenye mwisho mwingine; watengeneze
makerubi hao wawe kitu kimoja na hicho kifuniko
katika miisho hiyo miwili. 20 Makerubi hao wata-
kuwa wametandaza mabawa kuelekea juu, yakitia
kivuli hicho kifuniko. Makerubi hao wataelekeana,
wakitazama hicho kifuniko. 21 Weka huo Ushuhuda
nitakaokupa ndani ya hilo Sanduku la Agano, na
uweke hicho kifuniko juu ya hilo Sanduku. 22 Hapo
juu ya hicho kifuniko, kati ya hao makerubi wawili
walioko juu ya hilo Sanduku la Ushuhuda, hapo
ndipo nitakapokutana nawe na kukupa maagizo
yangu kwa ajili ya Waisraeli.

Meza Ya Mikate Ya Wonyesho

23 "Tengeneza meza ya mbao za mshita yenye
urefu wa dhiraa mbili,[d] upana wa dhiraa moja,
na kimo cha dhiraa moja na nusu. 24 Ifunike kwa
dhahabu safi, na kuitengenezea ukingo wa dha-
habu kuizunguka pande zote. 25 Kisha tengeneza
upapi wenye upana wa nyanda nne,[e] na ufanyie ule
upapi ukingo wa dhahabu kuuzunguka pande zote.
26 Tengeneza pete nne za dhahabu kwa ajili ya meza
hiyo, na uzifungie kwenye pembe nne, pale penye
miguu yake minne. 27 Pete hizo zitakuwa karibu na
ukingo ule ili kuishikilia ile mipiko itakayotumika

[a]5 *Pomboo* hapa ina maana ya mnyama mwenye ngozi laini aishiye kwenye milima yenye misitu, au pengine nguva au sili.
[b]10 Dhiraa mbili na nusu ni sawa na sentimita 112.5.
[c]10 Dhiraa moja na nusu ni sawa na sentimita 67.5.
[d]23 Dhiraa mbili ni sawa na sentimita 90.
[e]25 Nyanda nne ni sawa na sentimita 8.

kuibebea hiyo meza. 28 Tengeneza mipiko hiyo kwa mbao za mshita, uifunike na dhahabu, uitumie kubeba hiyo meza. 29 Tengeneza sahani zake na masinia yake kwa dhahabu safi, pamoja na bilauri na bakuli zake kwa ajili ya kumiminia sadaka. 30 Utaweka mikate ya Wonyesho juu ya meza hii iwe mbele yangu daima.

Kinara Cha Taa

31 "Tengeneza kinara cha taa cha dhahabu safi iliyofuliwa vizuri katika kitako chake na ufito wake; vikombe vyake vinavyofanana na ua, matovu yake na maua yake viwe kitu kimoja. 32 Matawi sita yatatokeza kuanzia ule ufito wa katikati wa kinara cha taa: matawi matatu upande mmoja na matatu upande mwingine. 33 Vikombe vitatu vya mfano wa maua ya mlozi yenye matovu na maua vitakuwa katika tawi moja, vikombe vitatu katika tawi jingine, na vivyo hivyo kwa matawi yote sita yanayotokeza kwenye kile kinara cha taa. 34 Juu ya kinara chenyewe vitakuwepo vikombe vinne vya mfano wa maua ya mlozi yakiwa na matovu yake na maua yake. 35 Tovu moja litakuwa chini ya jozi ya kwanza ya matawi yaliyotokeza kwenye kinara cha taa, tovu la pili chini ya jozi ya pili, nalo tovu la tatu chini ya jozi ya tatu, yaani matawi sita kwa jumla. 36 Matovu na matawi yote yatakuwa kitu kimoja na kile kinara cha taa, yakifuliwa kwa dhahabu safi.

37 "Kisha tengeneza taa zake saba na uziweke juu ya kinara hicho ili ziangaze mbele yake. 38 Mikasi ya kusawazishia tambi, pamoja na masinia, zote zitakuwa za dhahabu safi. 39 Utatumia talanta moja[a] ya dhahabu safi kutengeneza hicho kinara na vifaa vyake vyote. 40 Hakikisha kuwa umevitengeneza sawasawa na ule mfano ulioonyeshwa kule mlimani.

Maskani Ya Mungu

26 "Tengeneza maskani kwa mapazia kumi ya kitani iliyosokotwa vizuri na nyuzi za rangi ya buluu, za zambarau, na za rangi nyekundu, naye fundi stadi atatarizi makerubi kwenye mapazia hayo. 2 Mapazia yote yatatoshana kwa ukubwa: kila moja litakuwa na urefu wa dhiraa ishirini na nane,[b] na upana wa dhiraa nne[c] 3 Unganisha mapazia matano pamoja; fanya vivyo hivyo kwa hayo mengine matano. 4 Tengeneza vitanzi vya kitambaa cha buluu kwenye upindo wa pazia la mwisho la fungu la kwanza, na ufanye vivyo hivyo na pazia la fungu la mwisho. 5 Fanya vitanzi hamsini katika pazia mmoja, na vitanzi vingine hamsini kwenye pazia la mwisho la fungu hilo lingine, nazo vitanzi vyote vielekeane. 6 Kisha tengeneza vifungo hamsini vya dhahabu ili vitumike kufunga na kuunganisha mapazia pamoja kufanya Hema liwe kitu kimoja.

7 "Tengeneza mapazia kumi na moja ya singa za mbuzi kwa ajili ya kufunika maskani. 8 Mapazia hayo kumi na moja yatakuwa na kipimo kimoja, yaani urefu wa dhiraa thelathini,[d] na upana wa dhiraa nne. 9 Unganisha hayo mapazia matano yawe fungu moja, na hayo mengine sita yawe fungu lingine. Kunja hilo pazia la sita mara mbili mbele ya maskani. 10 Tengeneza vitanzi hamsini kwenye upindo wa pazia la mwisho la fungu moja, na vivyo hivyo kwenye upindo wa pazia la mwisho la fungu hilo lingine. 11 Kisha tengeneza vifungo hamsini vya shaba, uviingize katika vile vitanzi ili kukaza hema pamoja kuwa kitu kimoja. 12 Kuhusu kile kipande cha ziada cha pazia la Hema, nusu ya hilo pazia lililobaki litaning'inizwa upande wa nyuma wa Hema. 13 Mapazia ya hema yatakuwa na urefu wa dhiraa moja zaidi pande zote, sehemu itakayobaki itaning'inia pande zote za Hema ili kuifunika. 14 Tengeneza kifuniko cha hema kwa ngozi za kondoo dume zilizotiwa rangi nyekundu, na juu yake kifuniko cha ngozi za pomboo.[e]

15 "Tengeneza mihimili ya kusimamisha ya mti wa mshita kwa ajili ya maskani. 16 Kila mhimili uwe na urefu wa dhiraa kumi[f] na upana wa dhiraa moja na nusu, 17 zikiwa na ndimi mbili zilizo sambamba kila mmoja na mwingine. Tengeneza mihimili yote ya maskani jinsi hii. 18 Tengeneza mihimili ishirini kwa ajili ya upande wa kusini wa maskani, 19 kisha tengeneza vitako arobaini vya fedha vya kuweka chini ya hiyo mihimili, vitako viwili kwa kila mhimili, kimoja chini ya kila ulimi. 20 Kuhusu upande wa kaskazini wa maskani, tengeneza mihimili ishirini 21 na vitako arobaini vya fedha, viwili chini ya kila mhimili. 22 Kisha tengeneza mihimili sita kwa mwisho ulio mbali, yaani upande wa magharibi wa maskani, 23 na pia utengeneze mihimili miwili ya pembe za upande ulio mbali. 24 Katika pembe hizi mbili ni lazima mihimili yake iwe miwili kuanzia chini mpaka juu, na iingizwe kwenye pete moja; mihimili ya pembe hizi mbili itafanana. 25 Kwa hiyo itakuwepo mihimili minane, na vitako kumi na sita vya fedha, viwili chini ya kila mhimili.

26 "Pia tengeneza mataruma ya mti wa mshita: matano kwa ajili ya mihimili ya upande mmoja wa maskani, 27 matano kwa ajili ya mihimili ya upande mwingine, na matano kwa ajili ya mihimili ya upande wa magharibi, mwisho kabisa mwa maskani. 28 Taruma la katikati litapenya katikati ya mihimili kutoka mwisho mmoja hadi mwisho mwingine. 29 Funika hiyo mihimili kwa dhahabu, kisha tengeneza pete za dhahabu ambazo zitashikilia hayo mataruma. Pia funika hayo mataruma kwa dhahabu.

30 "Simamisha Hema sawasawa na mfano ulioonyeshwa kule mlimani.

31 "Tengeneza pazia la nyuzi za rangi ya buluu, za zambarau, na za rangi nyekundu na kitani safi iliyosokotwa vizuri, naye fundi stadi atirizi makerubi kwenye hilo pazia. 32 Litundike kwa kulabu za dhahabu kwenye nguzo nne za mti wa mshita ambazo zimefunikwa kwa dhahabu, zikiwa zimesimamishwa kwenye vitako vinne vya fedha. 33 Ning'iniza pazia hilo kwenye vifungo, kisha weka Sanduku la Ushuhuda nyuma ya pazia. Pazia litatenganisha Mahali Patakatifu kutoka Patakatifu pa Patakatifu. 34 Weka kifuniko cha kiti cha rehema

[a]39 Talanta moja ya dhahabu ni sawa na kilo 34.
[b]2 Dhiraa 28 ni sawa na mita 13.
[c]2 Dhiraa nne ni sawa na mita 1.8.
[d]8 Dhiraa 30 ni sawa na mita 13.5.
[e]14 *Pomboo* hapa ina maana ya mnyama mwenye ngozi laini aishiye kwenye milima yenye misitu, au pengine nguva au sili.
[f]16 Dhiraa 10 ni sawa na mita 4.5.

juu ya Sanduku la Ushuhuda ndani ya Patakatifu pa Patakatifu. 35 Weka meza nje ya pazia upande wa kaskazini wa Hema, kisha weka kinara cha taa upande wa kusini wa Hema.

36 "Kwa ajili ya ingilio la hema, tengeneza pazia la nyuzi za rangi ya buluu, za zambarau, na za rangi nyekundu na kitani safi iliyosokotwa vizuri, kazi ya mtarizi. 37 Tengeneza kulabu za dhahabu kwa ajili ya hilo pazia, na nguzo tano za mshita zilizofunikwa kwa dhahabu. Kisha mimina vitako vitano vya shaba kwa ajili yake.

Madhabahu Ya Sadaka Ya Kuteketezwa

27 "Jenga madhabahu ya mbao za mti wa mshita, kimo chake kiwe dhiraa tatu;[a] itakuwa mraba, urefu wake dhiraa tano,[b] na upana wake dhiraa tano. 2 Tengeneza upembe kwenye kila pembe ya hizo pembe nne, ili zile pembe na madhabahu ziwe zimeungana, na ufunike madhabahu kwa shaba. 3 Tengeneza vyombo vyake vyote kwa shaba: vyungu vyake vya kuondolea majivu, masepetu, mabakuli ya kunyunyizia, uma za nyama, na vyombo vya kuchukulia moto. 4 Kisha tengenezea hayo madhabahu wavu wa shaba, na utengeneze pete za shaba kwenye kila moja ya hizo pembe nne za huo wavu. 5 Weka wavu huo chini ya ukingo wa madhabahu ili ufikie nusu ya kimo cha madhabahu. 6 Tengeneza mipiko ya mti wa mshita kwa ajili ya madhabahu, na uifunike kwa shaba. 7 Hiyo mipiko itaingizwa kwenye zile pete ili iwe pande mbili za madhabahu inapobebwa. 8 Tengeneza madhabahu yawe na uvungu ndani yake ukitumia mbao. Utaitengeneza sawasawa na vile ulivyoonyeshwa mlimani.

Ua Wa Kukutania

9 "Tengeneza ua kwa ajili ya Hema la Kukutania. Upande wa kusini utakuwa na urefu wa dhiraa mia moja,[c] na utakuwa na mapazia ya kitani iliyosokotwa vizuri, 10 pamoja na nguzo ishirini na vitako vya shaba ishirini, na kulabu na tepe za fedha juu ya hizo nguzo. 11 Upande wa kaskazini utakuwa na urefu wa dhiraa mia moja, nao utakuwa na mapazia, pamoja na nguzo ishirini na vitako vya shaba ishirini, pamoja na kulabu na tepe za fedha juu ya hizo nguzo.

12 "Upande wa magharibi wa ua utakuwa na upana wa dhiraa hamsini,[d] nao utakuwa na mapazia, na nguzo kumi na vitako vyake kumi. 13 Upande wa mwisho wa mashariki jua linakochomoza, ua pia utakuwa na upana wa dhiraa hamsini. 14 Mapazia yenye urefu wa dhiraa kumi na tano yatakuwa upande mmoja wa ingilio, pamoja na nguzo tatu na vitako vitatu. 15 Kutakuwepo tena na mapazia ya dhiraa kumi na tano[e] kwa upande mwingine wa ingilio, pamoja na nguzo tatu na vitako vitatu.

16 "Kuhusu ingilio la ua, weka pazia lenye urefu wa dhiraa ishirini[f] la nyuzi za rangi ya buluu, za zambarau, na za rangi nyekundu pamoja na kitani iliyosokotwa vizuri, kazi ya mtarizi. Pazia hilo litashikiliwa na nguzo nne na vitako vinne. 17 Nguzo zote zinazozunguka ua zitakuwa na tepe na kulabu za fedha, na vitako vya shaba. 18 Ua wa kukutania utakuwa na urefu wa dhiraa mia moja na upana wa dhiraa hamsini, ukiwa na mapazia ya kitani yaliyosokotwa vizuri yenye urefu wa dhiraa tano kwenda juu na vitako vya shaba. 19 Vyombo vingine vyote vinavyotumika katika maskani kwa shughuli yoyote, pamoja na vigingi vyote na hata vile vya ua, vitakuwa vya shaba.

Mafuta Ya Kinara Cha Taa

20 "Utawaamuru Waisraeli wakuletee mafuta safi ya zeituni yaliyokamuliwa kwa ajili ya mwanga ili zile taa ziwake mfululizo. 21 Katika Hema la Kukutania, nje ya pazia lililo mbele ya Sanduku la Ushuhuda, Aroni na wanawe watahakikisha kuwa taa hizo zinawaka kuanzia jioni mpaka asubuhi mbele za BWANA. Hili litakuwa agizo la milele miongoni mwa Waisraeli kwa vizazi vyote vijavyo.

Mavazi Ya Kikuhani

28 "Mtwae Aroni ndugu yako aliyeletwa kwako kutoka miongoni mwa Waisraeli, pamoja na wanawe Nadabu, Abihu, Eleazari na Ithamari, ili wanitumikie katika kazi ya ukuhani. 2 Mshonee Aroni ndugu yako mavazi matakatifu ili yampe ukuu na heshima. 3 Waambie mafundi stadi wote niliowapa hekima katika shughuli hiyo wamtengenezee Aroni mavazi hayo, ili awekwe wakfu, anitumikie katika kazi ya ukuhani. 4 Haya ndiyo mavazi watakayoshona: kifuko cha kifuani, kisibau, kanzu, joho lililorembwa, kilemba na mshipi. Mavazi haya yatashonwa kwa ajili ya ndugu yako Aroni na wanawe ili wanitumikie katika kazi ya ukuhani. 5 Waambie watumie dhahabu na nyuzi za rangi ya buluu, za zambarau, na za rangi nyekundu pamoja na kitani safi.

Kisibau

6 "Tengeneza kisibau cha dhahabu, na nyuzi za rangi ya buluu, za zambarau, za rangi nyekundu na kitani safi iliyosokotwa, kazi ya fundi stadi. 7 Kitakuwa na vipande viwili vya mabegani vilivyoshikizwa kwenye pembe zake mbili ili kufungia kisibau. 8 Mshipi wa kiunoni uliofumwa kwa ustadi utafanana nacho: utakuwa kitu kimoja na hicho kisibau, nao utengenezwe kwa dhahabu na nyuzi za rangi ya buluu, za zambarau, na nyekundu na kwa kitani iliyosokotwa vizuri.

9 "Chukua vito viwili vya shohamu, na uchore juu yake majina ya wana wa Israeli 10 kufuatana na walivyozaliwa: majina sita katika kito kimoja, na mengine sita katika kito kingine. 11 Yachore majina ya wana wa Israeli juu ya vito hivyo viwili kama vile sonara anavyochonga muhuri. Kisha uvitie vito hivyo katika vijalizo vya dhahabu, 12 na uvifungie juu ya vipande vya mabega ya kisibau yawe kama vito vya ukumbusho kwa wana wa Israeli. Aroni atavaa majina hayo mabegani mwake kama kumbukumbu mbele za BWANA. 13 Tengeneza vijalizo vya dhahabu 14 na mikufu miwili ya dhahabu

---

[a]1 Dhiraa 3 ni sawa na mita 1.35.
[b]1 Dhiraa 5 ni sawa na mita 2.25.
[c]9 Dhiraa 100 ni sawa na mita 45.
[d]12 Dhiraa 50 ni sawa na mita 22.5.
[e]15 Dhiraa 15 ni sawa na mita 6.75.
[f]16 Dhiraa 20 ni sawa na mita 9.

safi iliyosokotwa kama kamba, na uifunge mikufu hiyo kwenye vijalizo.

Kifuko Cha Kifuani

15 "Fanyiza kifuko cha kifuani kwa ajili ya kufanya maamuzi, kazi ya fundi stadi. Kitengeneze kama kile kisibau: cha dhahabu, na nyuzi za rangi ya buluu, za zambarau, na za rangi nyekundu, cha kitani safi iliyosokotwa. 16 Kitakuwa cha mraba, chenye urefu wa shibiri moja[a] na upana wa shibiri moja, na kikunjwe mara mbili. 17 Kisha weka safu nne za vito vya thamani juu yake. Safu ya kwanza itakuwa na akiki, yakuti manjano na zabarajadi; 18 katika safu ya pili itakuwa na almasi, yakuti samawi na zumaridi; 19 safu ya tatu itakuwa na hiakintho, akiki nyekundu na amethisto; 20 na safu ya nne itakuwa na krisolitho, shohamu na yaspi. Yote yatiwe kwenye vijalizo vya dhahabu. 21 Patakuwa na vito kumi na viwili, kila kimoja kwa jina mojawapo la wana wa Israeli, kila kimoja kichorwe kama muhuri kikiwa na jina mojawapo la yale makabila kumi na mawili.

22 "Kwa ajili ya kile kifuko cha kifuani, tengeneza mikufu ya dhahabu safi, iliyosokotwa kama kamba. 23 Tengeneza pete mbili za dhahabu kwa ajili yake, uzifungie kwenye pembe mbili za hicho kifuko cha kifuani. 24 Funga ile mikufu miwili ya dhahabu kwenye hizo pete zilizo katika pembe za hicho kifuko cha kifuani, 25 nazo zile ncha nyingine za mkufu zifunge kwenye vile vijalizo viwili, na uzishikamanishe na vile vipande vya mabega vya kile kisibau upande wa mbele. 26 Tengeneza pete mbili za dhahabu, uzishikamanishe kwenye pembe mbili za chini, upande wa ndani wa kifuko cha kifuani karibu na kisibau. 27 Tengeneza pete nyingine mbili za dhahabu, na uzishikamanishe sehemu ya chini ya vipande vya mabega upande wa mbele wa kile kisibau, karibu na pindo juu kidogo ya mshipi wa kiunoni wa kisibau. 28 Pete za kifuko cha kifuani zitafungwa kwenye pete zile za kisibau kwa kamba ya buluu, ziunganishwe na ule mshipi wa kiunoni, ili kifuko cha kifuani kisisogee kutoka kwenye kile kisibau.

29 "Wakati wowote Aroni aingiapo Mahali Patakatifu, atakuwa na yale majina ya wana wa Israeli moyoni mwake juu ya kile kifuko cha kifuani cha uamuzi kama kumbukumbu ya kudumu mbele za BWANA. 30 Pia weka Urimu na Thumimu[b] ndani ya kifuko cha kifuani, yawe juu ya moyo wa Aroni kila mara aingiapo mbele za BWANA. Kwa hiyo siku zote Aroni atakuwa na uwezo kufanya maamuzi kwa ajili ya wana wa Israeli mbele za BWANA.

Mavazi Mengine Ya Kikuhani

31 "Shona joho la kisibau lote kwa kitambaa cha rangi ya buluu tupu, 32 na katikati uweke nafasi ya kuingizia kichwa. Kutakuwa na utepe uliofumwa, unaofanana na ukosi kuizunguka nafasi hiyo, ili isichanike. 33 Tengeneza makomamanga ya nyuzi za rangi ya buluu, za zambarau, na za rangi nyekundu kuzunguka pindo la hilo joho, na uweke pia vikengele vya dhahabu kati ya hayo makomamanga. 34 Hivyo vikengele vya dhahabu na makomamanga vitapishana kuzunguka upindo wa joho lile. 35 Ni lazima Aroni alivae anapofanya huduma. Sauti ya hivyo vikengele itasikika anapoingia na kutoka Mahali Patakatifu mbele za BWANA, ili asije akafa.

36 "Tengeneza bamba la dhahabu safi na uchore juu yake maneno haya kama vile muhuri huchorwa: MTAKATIFU KWA BWANA. 37 Lifunge hilo bamba kwa kamba ya buluu kwenye kilemba, nalo ni lazima liwe mbele ya kilemba. 38 Aroni alivae bamba hilo kwenye paji la uso wake, naye atachukua hatia kuhusu sadaka takatifu za Waisraeli wanazoweka wakfu, sadaka za aina yoyote. Litakuwa kwenye paji la uso wa Aroni daima ili zikubalike kwa BWANA.

39 "Fuma koti la kitani safi na ufanye kilemba cha kitani safi. Mshipi uwe ni kazi ya mtarizi. 40 Watengenezee wana wa Aroni makoti, mishipi na kofia, ili kuwapa ukuu na heshima. 41 Baada ya kumvika Aroni ndugu yako pamoja na wanawe nguo hizi, watie mafuta na kuwabariki. Waweke wakfu ili wanitumikie katika kazi ya ukuhani.

42 "Watengenezee nguo za ndani za kitani zitakazofunika mwili, kutoka kiunoni hadi mapajani. 43 Aroni na wanawe ni lazima wavae haya kila wanapoingia katika Hema la Kukutania au wanaposogelea madhabahu wakati wa kutoa huduma katika Mahali Patakatifu, ili wasije wakafanya kosa wakafa.

"Haya yawe maagizo ya kudumu kwa Aroni na vizazi vyake.

Kuweka Wakfu Makuhani

29 "Hili ndilo utakalofanya ili kuwaweka wakfu makuhani ili wanitumikie mimi katika kazi ya ukuhani: Chukua fahali mchanga mmoja na kondoo dume wawili wasio na dosari. 2 Kutokana na unga laini wa ngano usiotiwa chachu, tengeneza mikate na maandazi yaliyokandwa kwa mafuta, pamoja na mikate midogo myembamba. 3 Viwekwe vyote ndani ya kikapu na kuvitoa pamoja na yule fahali na wale kondoo dume wawili. 4 Kisha mlete Aroni na wanawe kwenye lango la Hema la Kukutania na uwaoshe kwa maji. 5 Chukua yale mavazi na umvike Aroni koti, joho la kisibau na kisibau chenyewe pamoja na kile kifuko cha kifuani. Mfungie hicho kisibau kwa ule mshipi wa kiunoni uliosukwa kwa ustadi. 6 Weka kilemba kichwani mwake na kuweka taji takatifu ishikamane na hicho kilemba. 7 Chukua yale mafuta ya upako umimine juu ya kichwa chake. 8 Walete wanawe na uwavike makoti, 9 pia uwavike zile tepe za kichwani. Ndipo uwafunge Aroni na wanawe mishipi. Ukuhani ni wao kwa agizo la kudumu. Kwa njia hii utamweka wakfu Aroni na wanawe.

10 "Mlete yule fahali mbele ya Hema la Kukutania, naye Aroni na wanawe wataweka mikono yao juu ya kichwa chake. 11 Mchinje huyo fahali mbele za BWANA kwenye mlango wa Hema la Kukutania. 12 Chukua sehemu ya damu ya huyo fahali na kuipaka kwenye pembe za hayo madhabahu kwa kidole chako, na damu iliyobaki uimwage sehemu ya chini ya madhabahu. 13 Kisha chukua

[a]16 Shibiri moja ni sawa na sentimita 22.
[b]30 Urimu na Thumimu maana yake ni Nuru na Kweli; vifaa hivi viliwekwa kwenye kifuko cha juu cha kisibau cha kuhani mkuu ili kujua mapenzi ya Mungu kwenye mambo ya kutatanisha.

mafuta yote ya huyo mnyama ya sehemu za ndani, yale yanayofunika ini, figo zote mbili pamoja na mafuta yake, uviteketeze juu ya madhabahu. 14 Lakini nyama ya huyo fahali na ngozi yake na matumbo yake utavichoma nje ya kambi. Hii ni sadaka ya dhambi.

15 "Chukua mmoja wa wale kondoo dume, naye Aroni na wanawe wataweka mikono yao juu ya kichwa chake. 16 Mchinje huyo kondoo dume, chukua damu yake na uinyunyize pande zote za hayo madhabahu. 17 Mkate huyo kondoo dume vipande vipande na usafishe sehemu za ndani pamoja na miguu, ukiviweka pamoja na kichwa na vipande vingine. 18 Kisha mteketeze huyo kondoo dume mzima juu ya madhabahu. Hii ni sadaka ya kuteketezwa kwa BWANA, harufu ya kupendeza, sadaka iliyotolewa kwa BWANA kwa moto.

19 "Mchukue yule kondoo dume mwingine, naye Aroni na wanawe waweke mikono yao juu ya kichwa chake. 20 Mchinje, uchukue sehemu ya damu yake na kuipaka kwenye masikio ya Aroni na wanawe, kwenye vidole gumba vya mikono yao ya kuume, pia kwenye vidole gumba vya miguu yao ya kuume. Kisha nyunyiza hiyo damu pande zote za madhabahu. 21 Pia chukua sehemu ya damu iliyo juu ya madhabahu na sehemu ya mafuta ya upako, umnyunyizie Aroni na mavazi yake, pia wanawe na mavazi yao. Ndipo Aroni na wanawe pamoja na mavazi yao watakuwa wamewekwa wakfu.

22 "Chukua mafuta ya huyu kondoo dume, mafuta ya mkia, mafuta ya sehemu za ndani yale yanayofunika ini, figo zote mbili na mafuta yake, pamoja na paja la kulia. (Huyo ndiye kondoo dume kwa ajili ya kuwaweka wakfu.) 23 Kutoka kwenye kile kikapu chenye mikate iliyotengenezwa bila chachu, kilichoko mbele za BWANA, chukua mkate, andazi lililokandwa kwa mafuta na mkate mdogo mwembamba. 24 Viweke vitu hivi vyote mikononi mwa Aroni na wanawe na uviinue mbele za BWANA kuwa sadaka ya kuinuliwa. 25 Kisha vichukue vitu hivyo kutoka mikononi mwao, uviteketeze juu ya madhabahu pamoja na sadaka ya kuteketezwa kuwa harufu nzuri ya kupendeza kwa BWANA, sadaka iliyotolewa kwa BWANA kwa moto. 26 Baada ya kuchukua kidari cha huyo kondoo dume wa kuwekwa wakfu kwa Aroni, kiinue mbele za BWANA kuwa sadaka ya kuinuliwa, nayo itakuwa fungu lako.

27 "Weka wakfu zile sehemu za kondoo dume aliyetumika kwa kumweka wakfu Aroni na wanawe: kidari kile kilichoinuliwa na lile paja lililotolewa. 28 Siku zote hili litakuwa fungu la kawaida kutoka kwa Waisraeli kwa ajili ya Aroni na wanawe. Hili ni toleo la Waisraeli watakalotoa kwa BWANA kutoka sadaka zao za amani.

29 "Mavazi matakatifu ya Aroni yatakuwa ya wazao wake ili kwamba waweze kutiwa mafuta na kuwekwa wakfu wakiwa wameyavaa. 30 Mwana atakayeingia mahali pake kuwa kuhani na kuja kwenye Hema la Kukutania kuhudumu katika Mahali Patakatifu atayavaa kwa siku saba.

31 "Chukua nyama ya huyo kondoo dume wa kuwaweka wakfu uipike katika Mahali Patakatifu. 32 Aroni na wanawe wataila ile nyama ya huyo kondoo dume pamoja na ile mikate iliyo kwenye hicho kikapu wakiwa hapo ingilio la Hema la Kukutania. 33 Watakula sadaka hizi ambazo upatanisho ulifanywa kwazo kwa ajili ya kuwaweka wakfu na kuwatakasa. Lakini hakuna mtu mwingine yeyote anayeruhusiwa kuvila, kwa sababu ni vitakatifu. 34 Ikiwa nyama yoyote ya huyo kondoo dume iliyotumika kwa kuwaweka wakfu au mkate wowote umebaki mpaka asubuhi, vichomwe. Kamwe visiliwe, kwa sababu ni vitakatifu.

35 "Hivyo utamfanyia Aroni na wanawe kila kitu kama vile nilivyokuamuru: Utachukua muda wa siku saba kuwaweka wakfu. 36 Utatoa dhabihu ya fahali kila siku kuwa sadaka ya dhambi ili kufanya upatanisho. Takasa madhabahu kwa kufanya upatanisho kwa ajili yake, nayo uitie mafuta na kuiweka wakfu. 37 Kwa muda wa siku saba fanya upatanisho kwa ajili ya madhabahu na kuiweka wakfu. Ndipo madhabahu itakuwa takatifu sana na chochote kitakachoigusa kitakuwa kitakatifu.

38 "Kwa kawaida hiki ndicho utakachotoa juu ya madhabahu kila siku: wana-kondoo wawili wenye umri wa mwaka mmoja. 39 Utamtoa mmoja asubuhi na huyo mwingine jioni. 40 Pamoja na mwana-kondoo wa kwanza utatoa efa moja[a] ya unga wa ngano laini uliochanganywa na robo ya hini[b] ya mafuta yaliyokamuliwa, pamoja na robo ya hini ya divai kuwa sadaka ya kinywaji. 41 Huyo mwana-kondoo mwingine mtoe dhabihu wakati wa machweo pamoja na sadaka za unga na za kinywaji kama vile ulivyofanya asubuhi, kuwa harufu ya kupendeza, sadaka iliyotolewa kwa BWANA kwa moto.

42 "Kwa vizazi vijavyo itakuwa kawaida kutoa sadaka hii ya kuteketezwa kila mara kwenye ingilio la Hema la Kukutania mbele za BWANA. Hapo ndipo nitakapokutana na ninyi na kusema nanyi, 43 Huko ndipo nitakapokutana na Waisraeli, nalo Hema la Kukutania litatakaswa na utukufu wangu.

44 "Kwa hiyo nitaliweka wakfu Hema la Kukutania pamoja na madhabahu, nami nitamweka wakfu Aroni na wanawe ili wanitumikie mimi katika kazi ya ukuhani. 45 Ndipo nitakapofanya makao miongoni mwa Waisraeli na kuwa Mungu wao. 46 Nao watajua kuwa Mimi Ndimi BWANA Mungu wao, aliyewatoa Misri ili nipate kufanya makao miongoni mwao. Mimi Ndimi BWANA Mungu wao.

Madhabahu Ya Kufukizia Uvumba

30 "Tengeneza madhabahu kwa mbao za mshita kwa ajili ya kufukizia uvumba. 2 Madhabahu hayo yawe mraba, urefu na upana wake dhiraa moja,[c] na kimo cha dhiraa mbili,[d] nazo pembe zake zitakuwa kitu kimoja nayo. 3 Funika hayo madhabahu juu na pande zote na pia pembe zake kwa dhahabu safi, na uifanyizie ukingo wa dhahabu kuizunguka. 4 Tengeneza pete mbili za dhahabu kwa ajili ya madhabahu chini ya huo ukingo, ziwe mbili kila upande, za kushikilia hiyo mipiko itumikayo kuibebea madhabahu. 5 Tengeneza mipiko

---

[a]40 Efa moja ni sawa na kilo 22.
[b]40 Robo ya hini ni sawa na lita moja.
[c]2 Dhiraa moja ni sawa na sentimita 45.
[d]2 Dhiraa mbili ni sawa na sentimita 90.

kwa miti ya mshita na uifunike kwa dhahabu.
6 Weka hayo madhabahu mbele ya lile pazia lililo
mbele ya Sanduku la Ushuhuda, lililo mbele ya kiti
cha rehema kilicho juu ya Sanduku la Ushuhuda,
mahali ambapo nitakutana nawe.
7 "Itampasa Aroni kufukiza uvumba wenye
harufu nzuri juu ya madhabahu kila siku asubuhi
wakati anapowasha zile taa. 8 Itampasa afukize
uvumba tena wakati anapowasha taa wakati wa
machweo ili uvumba ufukizwe daima mbele za
BWANA kwa vizazi vijavyo. 9 Usifukize uvumba mwi-
ngine wowote juu ya madhabahu haya au sadaka
nyingine yoyote ya kuteketezwa wala sadaka ya
nafaka, wala usimimine sadaka ya kinywaji juu
yake. 10 Mara moja kwa mwaka Aroni atafanya
upatanisho juu ya pembe za hayo madhabahu.
Upatanisho huu wa mwaka lazima ufanywe kwa
damu ya sadaka ya upatanisho kwa ajili ya dhambi
kwa vizazi vijavyo. Ni takatifu sana kwa BWANA."

Fedha Ya Upatanisho

11 Naye BWANA akamwambia Mose, 12 "Utaka-
powahesabu Waisraeli, kila mmoja lazima alipe
kwa BWANA fidia kwa ajili ya nafsi yake wakati wa
kuhesabiwa kwake. Ndipo hakutakuwa na pigo juu
yao unapowahesabu. 13 Kila mmoja anayekwenda
upande wa wale waliokwisha hesabiwa atatoa nusu
shekeli,[a] kulingana na shekeli ya mahali patakatifu,
ambayo ina uzito wa gera ishirini.[b] Hii nusu shekeli
ni sadaka kwa BWANA. 14 Wote wale wanaovuka,
wenye umri wa miaka ishirini au zaidi, watatoa
sadaka kwa BWANA. 15 Matajiri hawatalipa zaidi
ya nusu shekeli, nao maskini hawatatoa pungufu
wakati mnatoa sadaka kwa BWANA kwa kufanya
upatanisho wa nafsi zenu. 16 Utapokea fedha ya
upatanisho kutoka kwa Waisraeli na uzitumie kwa
ajili ya huduma ya Hema la Kukutania. Itakuwa ni
ukumbusho kwa Waisraeli mbele za BWANA kufa-
nya upatanisho kwa ajili ya nafsi zenu."

Sinia La Kunawia

17 Kisha BWANA akamwambia Mose, 18 "Tenge-
neza sinia la shaba lenye kitako cha shaba kwa ajili
ya kunawia. Liweke kati ya Hema la Kukutania na
madhabahu, kisha uweke maji ndani yake. 19 Aroni
na wanawe watanawa mikono na miguu yao kwa
maji yatokayo katika hilo sinia. 20 Wakati wowote
wanapoingia katika Hema la Kukutania, watanawa
kwa maji ili kwamba wasije wakafa. Pia, wanapoka-
ribia madhabahu ili kuhudumu kwa kuleta sadaka
zilizotolewa kwa BWANA kwa moto, 21 watanawa
mikono na miguu yao ili kwamba wasije wakafa.
Hii itakuwa ni amri ya kudumu kwa ajili ya Aroni
na wazao wake kwa vizazi vijavyo."

Mafuta Ya Upako

22 Kisha BWANA akamwambia Mose, 23 "Chukua
vikolezi bora vifuatavyo: shekeli 500[c] za mane-
mane ya maji, shekeli 250[d] za mdalasini wenye
harufu nzuri, shekeli 250 za miwa yenye harufu
nzuri, 24 shekeli 500 za aina nyingine ya mdalasini,
vyote kulingana na shekeli ya mahali patakatifu,
pia hini[e] ya mafuta ya zeituni. 25 Vitengeneze viko-
lezi hivi kuwa mafuta matakatifu ya upako yenye
harufu nzuri, kazi ya mtengeneza manukato. Yata-
kuwa mafuta matakatifu ya upako. 26 Kisha yatumie
kupaka hilo Hema la Kukutania, Sanduku la Ushu-
huda, 27 meza na vifaa vyake vyote, kinara cha taa
na vifaa vyake vyote, madhabahu ya kufukizia
uvumba, 28 madhabahu ya sadaka ya kuteketezwa
na vyombo vyake vyote na sinia pamoja na kitako
chake. 29 Utaviweka wakfu ili viwe vitakatifu sana
na kila kitakachoigusa kitakuwa kitakatifu.
30 "Mtie Aroni na wanawe mafuta na uwaweke
wakfu ili waweze kunitumikia katika kazi ya
ukuhani. 31 Waambie Waisraeli, 'Haya yatakuwa
mafuta matakatifu yangu ya upako kwa vizazi
vijavyo. 32 Usiyamimine juu ya miili ya wanadamu
wala usitengeneze mafuta ya aina nyingine kwa
utaratibu huu. Ni mafuta matakatifu na ni lazima
myaone kuwa ni matakatifu. 33 Mtu yeyote ata-
kayetengeneza manukato kama hayo na yeyote
atakayeyamimina juu ya mtu yeyote ambaye si
kuhani atakatiliwa mbali na watu wake.'"

Uvumba

34 Kisha BWANA akamwambia Mose, "Chukua
vikolezi vyenye harufu nzuri vifuatavyo: natafi,
shekelethi, kelbena na uvumba safi vyote vikiwa
na vipimo sawa, 35 pia tengeneza mchanganyiko wa
uvumba wenye harufu nzuri, kazi ya mtengeneza
manukato. Utiwe chumvi ili upate kuwa safi na
mtakatifu. 36 Saga baadhi yake kuwa unga na uweke
mbele ya Sanduku la Ushuhuda ndani ya Hema
la Kukutania, mahali ambapo nitakutana nawe.
Itakuwa takatifu sana kwenu. 37 Msitengeneze uvu-
mba mwingine wowote wa namna hii kwa ajili yenu
wenyewe; uoneni kuwa ni mtakatifu kwa BWANA.
38 Yeyote atakayetengeneza uvumba kama huu ili
kufurahia harufu yake nzuri lazima akatiliwe mbali
na watu wake."

Bezaleli Na Oholiabu

31 Ndipo BWANA akamwambia Mose, 2 "Tazama,
nimemchagua Bezaleli mwana wa Uri, mwana
wa Huri, wa kabila la Yuda, 3 nami nimemjaza Roho
wa Mungu, pamoja na ustadi, uwezo na ujuzi
katika aina zote za ufundi, 4 ili kubuni michoro ya
kupendeza katika ufundi wa dhahabu, fedha na
shaba, 5 kuchonga vito na kuvitia mahali, kufanya
ufundi kwa mbao, na kujishughulisha na aina zote
za ufundi. 6 Tena nimemteua Oholiabu mwana wa
Ahisamaki, wa kabila la Dani, ili kumsaidia. Pia
mafundi wote nimewapa ustadi wa kutengeneza
kila kitu nilichokuamuru wewe: 7 Hema la Kuku-
tania, Sanduku la Ushuhuda pamoja na kiti cha
rehema juu yake, pia na vifaa vyote vya kwenye
hema, 8 meza na vifaa vyake, kinara cha taa cha
dhahabu safi na vifaa vyake vyote, madhabahu ya
kufukizia uvumba, 9 madhabahu ya sadaka ya kute-
ketezwa na vyombo vyake vyote, sinia na kinara
chake, 10 pamoja na mavazi matakatifu yaliyofumwa

[a]13 Nusu shekeli ni sawa na gramu 6.
[b]13 Gera 20 ni sawa na shekeli moja au gramu 12.
[c]23 Shekeli 500 ni sawa na kilo 6.
[d]23 Shekeli 250 ni sawa na kilo 3.
[e]24 Hini moja ni sawa na lita 4.

ya kuhani Aroni, na mavazi kwa ajili ya wanawe
wakati wanahudumu katika kazi ya ukuhani, 11 pia
mafuta ya upako na uvumba wenye harufu nzuri
kwa ajili ya Mahali Patakatifu. Watavitengeneza
sawasawa kama vile nilivyokuagiza wewe."

Sabato

12 Kisha Bwana akamwambia Mose, 13 "Waambie
Waisraeli, 'Ninyi ni lazima mzishike Sabato zangu.
Hii itakuwa ni ishara kati yangu na ninyi kwa ajili ya
vizazi vijavyo, ili mpate kujua kwamba Mimi Ndimi
Bwana, niwafanyaye ninyi watakatifu.

14 " 'Mtaishika Sabato, kwa sababu ni takatifu
kwenu. Yeyote atakayeinajisi lazima auawe, yeyote
atakayefanya kazi siku hiyo lazima akafie mbali na
watu wake. 15 Kwa siku sita, mtafanya kazi, lakini
siku ya saba ni Sabato ya kupumzika, takatifu kwa
Bwana. Yeyote afanyaye kazi yoyote siku ya Sabato
ni lazima auawe. 16 Waisraeli wataishika Sabato,
kuiadhimisha kwa vizazi vijavyo kuwa Agano la
milele. 17 Itakuwa ishara kati yangu na Waisraeli
milele, kwa kuwa kwa muda wa siku sita Bwana
aliumba mbingu na dunia, na siku ya saba akaacha
kufanya kazi, akapumzika.' "

18 Bwana alipomaliza kusema na Mose juu ya
Mlima Sinai, Mungu akampa vile vibao viwili vya
Ushuhuda, vibao vya mawe vilivyoandikwa kwa
kidole cha Mungu.

Ndama Wa Dhahabu

32 Watu walipoona kuwa Mose amekawia sana
kushuka kutoka mlimani, walimkusanyikia
Aroni na kumwambia, "Njoo, tutengenezee miu-
ngu itakayotutangulia. Kwa maana huyu jamaa
yetu Mose aliyetupandisha kutoka Misri, hatujui
jambo lililompata."

2 Aroni akawajibu, "Vueni vipuli vya dhahabu
ambavyo wake zenu, wana wenu na binti zenu
wamevaa, mkaniletee." 3 Kwa hiyo watu wote
wakavua vipuli vyao, wakavileta kwa Aroni. 4 Aka-
vichukua vile vitu walivyomkabidhi, akavifanyiza
kwa kusubu sanamu yenye umbo la ndama, akai-
chonga kwa kutumia chombo. Kisha wakasema,
"Hii ndiyo miungu yenu, ee Israeli, iliyowapandi-
sha kutoka Misri."

5 Aroni alipoona hili, akajenga madhabahu
mbele ya yule ndama na kutangaza, "Kesho kuta-
kuwa na sikukuu kwa Bwana." 6 Kwa hiyo siku
iliyofuata watu wakaamka asubuhi na mapema
na kutoa sadaka za kuteketeza na sadaka za amani.
Baadaye watu wakaketi kula na kunywa, nao waka-
simama, wakajizamisha katika sherehe.

7 Kisha Bwana akamwambia Mose, "Shuka, kwa
sababu watu wako, uliowatoa Misri, wamepotoka.
8 Wamekuwa wepesi kugeuka na kuacha niliyowaa-
muru, na wamejitengenezea sanamu ya kuyeyusha
yenye umbo la ndama. Wameisujudia na kuitolea
dhabihu, nao wamesema, 'Hii ndiyo miungu yenu,
ee Israeli iliyokupandisha kutoka Misri.' "

9 Bwana akamwambia Mose, "Nimeona watu
hawa, nao ni watu wenye shingo ngumu. 10 Sasa
niache ili hasira yangu ipate kuwaka dhidi yao,
nami nipate kuwaangamiza. Kisha nitakufanya
wewe kuwa taifa kubwa."

11 Lakini Mose akamsihi Bwana Mungu wake,
akasema, "Ee Bwana, kwa nini hasira yako iwake
dhidi ya watu wako, wale uliowatoa Misri kwa
uweza mkuu na mkono wenye nguvu? 12 Kwa
nini Wamisri waseme, 'Ni kwa nia mbaya aliwa-
toa Misri, ili awaue milimani na kuwafuta usoni
mwa dunia'? Achilia mbali hasira yako kali, wao-
nee huruma na usilete maafa juu ya watu wako.
13 Wakumbuke watumishi wako Abrahamu, Isaki
na Israeli, ambao uliwaapia kwa nafsi yako mwe-
nyewe: 'Nitawafanya uzao wako kuwa wengi kama
nyota za angani, nami nitawapa wazao wako nchi
hii yote ambayo niliwaahidia, nayo itakuwa urithi
wao milele.' " 14 Kisha Bwana akawaonea huruma,
wala hakuleta juu ya watu wake maafa aliyokuwa
amekusudia.

15 Mose akageuka, akashuka kutoka mlimani
akiwa na vibao viwili vya Ushuhuda mikononi
mwake. Vilikuwa vimeandikwa pande zote mbili,
mbele na nyuma. 16 Vibao hivyo vilikuwa kazi ya
Mungu; maandishi yalikuwa mwandiko wa Mungu,
yaliyochorwa kama muhuri juu ya vibao.

17 Yoshua aliposikia sauti za watu wakipiga
kelele, akamwambia Mose, "Kuna sauti ya vita
kambini."

18 Mose akajibu:

"Si sauti ya ushindi,
    wala si sauti ya kushindwa;
    ni sauti ya kuimba ninayosikia."

19 Mose alipoikaribia kambi na kuona yule
ndama na ile michezo, hasira yake ikawaka, aka-
tupa vile vibao vilivyokuwa mikononi mwake,
akavipasua vipande vipande pale chini ya mlima.
20 Kisha akamchukua yule ndama waliokuwa
wamemtengeneza na kumchoma kwenye moto,
kisha akamsaga kuwa unga, akanyunyiza kwenye
maji na kuwafanya Waisraeli wanywe.

21 Mose akamwambia Aroni, "Watu hawa wali-
kufanyia nini, hata ukawaongoza kufanya dhambi
kubwa hivyo?"

22 Aroni akamwambia, "Usikasirike bwana
wangu. Unajua jinsi watu hawa walivyo tayari
kwa maovu. 23 Wao waliniambia, 'Tufanyie miu-
ngu itakayotuongoza. Kwa kuwa huyu jamaa yetu
Mose aliyetupandisha kutoka Misri, hatufahamu
yaliyompata.' 24 Kwa hiyo nikawaambia, 'Yeyote
aliye na kito chochote cha dhahabu avue.' Kisha
wakanipa hiyo dhahabu, nami nikaitupa motoni,
akatokea huyu ndama!"

25 Mose akaona kuwa watu wameasi, kwa kuwa
Aroni alikuwa amewaacha waasi, na hivyo kuwa
kichekesho kwa adui zao. 26 Kwa hiyo Mose akasi-
mama kwenye ingilio la kambi, akasema, "Yeyote
aliye upande wa Bwana, aje upande wangu."
Walawi wote wakamjia.

27 Ndipo alipowaambia, "Hili ndilo Bwana,
Mungu wa Israeli asemalo: 'Kila mmoja wenu
ajifunge upanga wake kiunoni aende huku na
huko kambi yote mwisho hadi mwisho mwi-
ngine, kila mmoja amuue ndugu yake, na rafiki
yake na jirani yake.' " 28 Walawi wakafanya kama
Mose alivyoamuru, siku ile wakafa watu wapatao

3,000. 29 Kisha Mose akasema, "Leo mmewekwa wakfu kwa BWANA, kwa kuwa mlikuwa kinyume na wana wenu wenyewe na ndugu zenu, naye Mungu amewabariki leo."

30 Siku iliyofuata Mose akawaambia watu, "Mmefanya dhambi kubwa. Lakini sasa nitapanda juu kwa BWANA, labda nitaweza kufanya upatanisho kwa ajili ya dhambi yenu."

31 Hivyo Mose akarudi kwa BWANA na kumwambia, "Lo! Hawa watu wamefanya dhambi kubwa namna gani! Wamejitengenezea miungu ya dhahabu. 32 Lakini sasa nakusihi, wasamehe dhambi yao; lakini kama sivyo, basi nifute kutoka kwenye kitabu ulichoandika."

33 BWANA akamjibu Mose, "Yeyote aliyenitenda dhambi ndiye nitakayemfuta kutoka kwenye kitabu changu. 34 Sasa nenda, uongoze hao watu mpaka mahali nilipokuambia, naye malaika wangu atakutangulia. Pamoja na hayo, wakati utakapofika wa mimi kuwaadhibu, nitawaadhibu kwa ajili ya dhambi yao."

35 Ndipo BWANA akawapiga watu kwa ugonjwa wa tauni kwa sababu ya yale waliyoyafanya kwa ndama yule ambaye alitengenezwa na Aroni.

Amri Ya Kuondoka Sinai

33 Kisha BWANA akamwambia Mose, "Ondoka mahali hapa, wewe pamoja na hao watu uliowapandisha kutoka Misri, mpande mpaka nchi niliyomwahidi Abrahamu, Isaki na Yakobo kwa kiapo, nikisema, 'Nitawapa wazao wenu nchi hii.' 2 Nitamtuma malaika mbele yenu, naye atawafukuza Wakanaani, Waamori, Wahiti, Waperizi, Wahivi na Wayebusi. 3 Pandeni mwende katika nchi itiririkayo maziwa na asali. Lakini mimi sitakwenda pamoja nanyi, kwa sababu ninyi ni watu wenye shingo ngumu, nisije nikawaangamiza njiani."

4 Watu waliposikia habari hizo za huzuni, wakaanza kuomboleza wala hakuna mtu aliyevaa mapambo yoyote. 5 Kwa kuwa BWANA alikuwa amemwambia Mose, "Waambie Waisraeli, 'Ninyi ni watu wenye shingo ngumu. Kama ningefuatana nanyi hata kwa muda mfupi, ningewaangamiza. Sasa vueni mapambo yenu, nami nitaamua nitakalowatendea.' " 6 Hivyo Waisraeli wakavua mapambo yao katika Mlima wa Horebu.

Hema La Kukutania

7 Basi Mose alikuwa na desturi ya kuchukua hema na kuliweka wakfu nje ya kambi umbali kiasi, akaliita "Hema la Kukutania." Kila aliyekuwa akiulizia shauri kwa BWANA, angelikwenda katika Hema la Kukutania nje ya kambi. 8 Wakati wowote Mose alipokwenda kwenye Hema, watu wote waliinuka na kusimama kwenye maingilio ya mahema yao, wakimwangalia Mose mpaka aingie kwenye Hema. 9 Kila mara Mose alipoingia ndani ya hema, nguzo ya wingu ingeshuka chini na kukaa kwenye ingilio, wakati Mungu akizungumza na Mose. 10 Kila mara watu walipoona hiyo nguzo ya wingu ikiwa imesimama kwenye ingilio la hema, wote walisimama wakaabudu, kila mmoja kwenye ingilio la hema lake. 11 BWANA angezungumza na Mose uso kwa uso, kama vile mtu azungumzavyo na rafiki yake. Kisha Mose angerudi kambini, lakini msaidizi wake kijana Yoshua mwana wa Nuni hakuondoka mle Hemani.

Mose Na Utukufu Wa BWANA

12 Mose akamwambia BWANA, "Umekuwa ukiniambia, 'Ongoza watu hawa,' lakini hujanifahamisha ni nani utakayemtuma pamoja nami. Umesema, 'Ninakujua wewe kwa jina lako, nawe umepata kibali mbele zangu.' 13 Ikiwa umependezwa nami, nifundishe njia zako ili nipate kukujua, nami nizidi kupata kibali mbele zako. Kumbuka kuwa taifa hili ni watu wako."

14 BWANA akajibu, "Uso wangu utakwenda pamoja nawe, nami nitakupa raha."

15 Kisha Mose akamwambia, "Kama Uso wako hauendi pamoja nasi, usituondoe hapa. 16 Mtu yeyote atajuaje kuwa mimi pamoja na watu wako tumepata kibali mbele zako, usipokwenda pamoja nasi? Ni nini kingine kitakachoweza kututofautisha mimi na watu wako miongoni mwa watu wengine wote walio katika uso wa dunia?"

17 BWANA akamwambia Mose, "Nitakufanyia jambo lile uliloomba, kwa sababu ninapendezwa nawe, nami ninakujua kwa jina lako."

18 Kisha Mose akasema, "Basi nionyeshe utukufu wako."

19 Ndipo BWANA akasema, "Nitapitisha wema wangu wote mbele yako, nami nitalitangaza Jina langu, BWANA, mbele ya uso wako. Nitamrehemu yeye nimrehemuye, na pia nitamhurumia yeye nimhurumiaye." 20 Lakini Mungu akasema, "Hutaweza kuuona uso wangu, kwa kuwa hakuna mtu yeyote awezaye kuniona akaishi."

21 Kisha BWANA akasema, "Kuna mahali karibu nami ambapo unaweza kusimama juu ya mwamba. 22 Utukufu wangu unapopita, nitakuweka gengeni kwenye mwamba na kukufunika kwa mkono wangu mpaka nitakapokwisha kupita. 23 Kisha nitaondoa mkono wangu nawe utaona mgongo wangu; lakini kamwe uso wangu hautaonekana."

Vibao Vipya Vya Mawe

34 BWANA akamwambia Mose, "Chonga vibao viwili vya mawe kama vile vya kwanza, nami nitaandika juu yake maneno yale yaliyokuwa kwenye vile vibao vya kwanza, ulivyovivunja. 2 Uwe tayari asubuhi, kisha upande juu ya Mlima Sinai. Uje mbele zangu kukutana nami huko juu ya mlima. 3 Mtu yeyote asije pamoja nawe, wala asionekane mtu popote juu ya mlima, wala kondoo na mbuzi au ng'ombe wasilishe karibu mbele ya huo mlima."

4 Kwa hiyo Mose akachonga vibao viwili vya mawe kama vile vya kwanza, naye akapanda juu ya Mlima Sinai asubuhi na mapema, kama BWANA alivyokuwa amemwagiza, akachukua vile vibao viwili vya mawe mikononi mwake. 5 Kisha BWANA akashuka katika wingu akasimama pamoja naye huko, akalitangaza jina lake, BWANA. 6 BWANA akapita mbele ya Mose, akitangaza, "BWANA, BWANA, Mungu mwenye huruma na neema, asiye mwepesi wa hasira, mwingi wa upendo na uaminifu,

7 akidumisha upendo kwa maelfu, pia akisamehe
uovu, uasi na dhambi. Lakini haachi kuadhibu
mwenye hatia; huwaadhibu watoto na watoto wao
kwa ajili ya dhambi ya baba zao hata katika kizazi
cha tatu na cha nne."
8 Mara Mose akasujudu na kuabudu. 9 Mose aka-
sema, "Ee BWANA, kama nimepata kibali mbele
zako, basi BWANA uende pamoja nasi. Ingawa watu
hawa ni wenye shingo ngumu, samehe uovu wetu
na dhambi yetu, tuchukue kuwa urithi wako."

Kufanya Agano Upya

10 Kisha BWANA akasema: "Tazama ninafanya
Agano mbele ya watu wako wote. Mbele ya watu
wako wote nitafanya maajabu ambayo hayajafa-
nyika katika taifa lolote katika ulimwengu wote.
Watu wale mnaoishi miongoni mwao wataona
jinsi ilivyo ya kushangaza ile kazi nitakayowafa-
nyia mimi BWANA wenu. 11 Tii yale ninayokuamuru
leo. Tazama nawafukuza mbele yako Waamori,
Wakanaani, Wahiti, Waperizi, Wahivi na Wayebusi.
12 Uwe mwangalifu, usifanye agano na wale wanao-
kaa katika nchi ile unayoiendea, la sivyo watakuwa
mtego katikati yako. 13 Bomoa madhabahu yao,
vunja mawe yao ya kuabudia na ukatekate nguzo
zao za Ashera. 14 Usiabudu mungu mwingine, kwa
kuwa BWANA, ambaye jina lake ni Wivu, ni Mungu
mwenye wivu.
15 "Uwe mwangalifu usifanye agano na wale watu
wanaoishi katika nchi, kwa maana wakati wana-
pojifanyia ukahaba kwa miungu yao na kuwatolea
kafara, watakualika wewe nawe utakula sadaka za
matambiko yao. 16 Unapowachagua baadhi ya binti
zao kuwa wake wa wana wenu na binti hao waka-
jifanyia ukahaba kwa miungu yao, watawaongoza
wana wenu kufanya vivyo hivyo.
17 "Usijifanyie sanamu za kusubu.
18 "Utaadhimisha Sikukuu ya Mikate Isiyotiwa
Chachu. Kwa siku saba mtakula mikate isiyotiwa
chachu, kama nilivyokuamuru. Fanya hivi kwa
wakati ulioamriwa, katika mwezi wa Abibu, ndio
mwezi wa nne, kwa kuwa katika mwezi huo ndipo
wewe ulipotoka Misri.
19 "Mzaliwa wa kwanza wa kila tumbo ni mali
yangu, pamoja na wazaliwa wa kwanza wote wa
kiume wa mifugo yako, ikiwa ni wa ng'ombe au wa
kondoo au mbuzi. 20 Utakomboa mzaliwa wa kwa-
nza wa punda kwa mwana-kondoo, lakini kama
humkomboi, utavunja shingo yake. Utakomboa
wazaliwa wako wa kwanza wote wa kiume.
"Mtu yeyote asije mbele zangu mikono mitupu.
21 "Kwa siku sita utafanya kazi, lakini siku ya saba
utapumzika, hata ikiwa ni majira ya kulima au ya
kuvuna lazima upumzike.
22 "Utaadhimisha Sikukuu ya Majuma kwa
malimbuko ya mavuno ya ngano, na Sikukuu ya
Mavuno mwishoni mwa mwaka. 23 Mara tatu kwa
mwaka wanaume wako wote watakuja mbele za
BWANA Mwenyezi, Mungu wa Israeli. 24 Nitawafu-
kuza mataifa mbele yako na kupanua mipaka ya
nchi yako, wala hakuna mtu yeyote atakayeitamani
nchi yako wakati unapokwenda mara tatu kila
mwaka kuonana na BWANA Mungu wako.
25 "Usinitolee damu ya dhabihu pamoja na kitu
chochote chenye chachu, wala usibakize dhabihu
yoyote ya Sikukuu ya Pasaka mpaka asubuhi.
26 "Leta matunda ya kwanza yaliyo bora zaidi ya
ardhi yako katika nyumba ya BWANA Mungu wako.
"Usimchemshe mwana-mbuzi katika maziwa
ya mama yake."
27 Kisha BWANA akamwambia Mose, "Andika
maneno haya, kwa maana kulingana na maneno
haya, nimefanya Agano na wewe pamoja na Israeli."
28 Mose alikuwa huko pamoja na BWANA kwa siku
arobaini usiku na mchana bila kula chakula wala
kunywa maji. Naye akaandika juu ya vibao maneno
ya Agano, yaani zile Amri Kumi.

Mng'ao Wa Uso Wa Mose

29 Mose alipoteremka kutoka Mlima Sinai
akiwa na vile vibao viwili vya Ushuhuda miko-
noni mwake, hakujua kuwa uso wake ulikuwa
uking'aa, kwa sababu alikuwa amezungumza na
BWANA. 30 Aroni na Waisraeli wote walipomwona
Mose, kuwa uso wake unang'aa, waliogopa
kumkaribia. 31 Lakini Mose akawaita, kwa hiyo
Aroni na viongozi wote wa jumuiya wakarudi,
naye akazungumza nao. 32 Baadaye Waisraeli wote
wakamkaribia, naye akawapa amri zote BWANA
alizompa katika Mlima wa Sinai.
33 Mose alipomaliza kuzungumza nao, akaweka
utaji kwenye uso wake. 34 Lakini kila wakati Mose
alipoingia mbele za BWANA kuzungumza naye,
aliondoa ule utaji mpaka alipotoka nje. Naye ali-
potoka nje na kuwaambia Waisraeli lile ambalo
ameagizwa, 35 waliona kuwa uso wake unang'aa.
Kisha Mose angeliweka tena utaji juu ya uso wake
mpaka alipokwenda kuzungumza na BWANA.

Masharti Ya Sabato

35 Mose akakusanya jumuiya yote ya Waisraeli
na kuwaambia, "Haya ndiyo mambo ambayo
BWANA amewaamuru ninyi mfanye: 2 Kwa siku sita,
mtafanya kazi, lakini siku ya saba itakuwa takatifu
kwenu, Sabato ya kupumzika kwa BWANA. Yeyote
atakayefanya kazi yoyote siku hiyo ni lazima
auawe. 3 Msiwashe moto mahali popote katika
makazi yenu siku ya Sabato."

Vifaa Kwa Ajili Ya Maskani Ya Mungu

4 Mose akaiambia jumuiya yote ya Waisraeli,
"Hili ndilo BWANA aliloamuru: 5 Toeni sadaka kwa
BWANA kutoka mali mliyo nayo. Kila mmoja aliye
na moyo wa kupenda atamletea BWANA sadaka
ya dhahabu, fedha na shaba; 6 nyuzi za rangi ya
buluu, za zambarau, za rangi nyekundu na kitani
safi; singa za mbuzi; 7 ngozi za kondoo dume zili-
zopakwa rangi nyekundu, na ngozi za pomboo;[a]
mbao za mshita; 8 mafuta ya zeituni kwa ajili ya
taa; vikolezi kwa ajili ya mafuta ya upako, pamoja
na uvumba wa harufu nzuri; 9 vito vya shohamu,
na vito vingine vya thamani vya kuweka kwenye
kisibau na kile kifuko cha kifuani.
10 "Wote wenye ujuzi miongoni mwenu ina-
wapasa kuja na kutengeneza kila kitu BWANA

[a]7 *Pomboo* hapa ina maana ya mnyama mwenye ngozi laini aishiye kwenye milima yenye misitu, au pengine nguva au sili.

alichoamuru: 11 Maskani pamoja na hema lake
na kifuniko chake, vibanio, mihimili, mataruma,
nguzo na vitako; 12 Sanduku la Agano pamoja na
mipiko yake, kifuniko cha kiti cha rehema na pazia
linalokizuia; 13 meza na mipiko yake pamoja na
vyombo vyake vyote, mikate ya Wonyesho; 14 kinara
cha taa kwa ajili ya mwanga pamoja na vifaa
vyake vyote, taa na mafuta kwa ajili ya mwanga;
15 madhabahu ya kufukiza uvumba pamoja na
mipiko yake, mafuta ya upako na uvumba wenye
harufu nzuri; pazia la mlangoni mahali pa kui-
ngilia ndani ya maskani; 16 madhabahu ya sadaka
za kuteketeza pamoja na wavu wake wa shaba,
mipiko yake pamoja na vyombo vyake vyote; sinia
la shaba pamoja na tako lake; 17 pazia la eneo la
ua pamoja na nguzo zake na vitako vyake, pazia
la ingilio la kwenye ua; 18 vigingi vya hema kwa
ajili ya maskani pamoja na ua na kamba zake;
19 mavazi yaliyofumwa yanayovaliwa wakati wa
huduma katika mahali patakatifu, yaani mavazi
matakatifu kwa ajili ya kuhani Aroni, na mavazi
kwa ajili ya wanawe watakapokuwa wakihudumu
katika kazi ya ukuhani."

20 Ndipo jumuiya yote ya Waisraeli ilipoondoka
mbele ya Mose, 21 na kila mmoja aliyependa na
ambaye moyo wake ulimsukuma alikuja na kuleta
sadaka kwa Bwana, kwa ajili ya kazi katika Hema la
Kukutania, kwa ajili ya huduma yake yote na kwa
ajili ya mavazi matakatifu. 22 Wote waliokuwa na
utayari, wanaume kwa wanawake, wakaja wakaleta
vito vya dhahabu vya kila aina: vipini, vipuli, pete
na mapambo. Wote wakatoa dhahabu zao kama
sadaka ya kuinuliwa kwa Bwana. 23 Kila mmoja ali-
yekuwa na nyuzi za rangi ya buluu, za zambarau, au
za rangi nyekundu au kitani safi, au singa za mbuzi,
ngozi za kondoo dume zilizotiwa rangi nyekundu,
au ngozi za pomboo, wakavileta. 24 Wale waliotoa
sadaka ya fedha au shaba wakavileta kama sadaka
kwa Bwana, na kila aliyekuwa na mti wa mshita
kwa ajili ya kazi yoyote ile akauleta. 25 Kila mwana-
mke aliyekuwa na ujuzi alisokota kwa mikono yake
na alileta kile alichosokota, iwe ni nyuzi za rangi ya
buluu, za zambarau, au za rangi nyekundu au kitani
safi. 26 Wanawake wote waliopenda na waliokuwa
na ujuzi wakasokota singa za mbuzi. 27 Viongozi
wakaleta vito vya shohamu pamoja na vito vingine
vya thamani kwa ajili ya kuweka kwenye kisibau na
kwenye kifuko cha kifuani. 28 Wakaleta pia vikolezi
na mafuta ya zeituni kwa ajili ya mwanga, kwa ajili
ya mafuta ya upako na kwa ajili ya uvumba wenye
harufu nzuri. 29 Waisraeli wote waume kwa wake
waliokuwa wanapenda wakaleta mbele za Bwana
kwa hiari yao wenyewe sadaka kwa ajili ya kazi
yote ya Bwana aliyokuwa amewaagiza kuifanya
kupitia kwa Mose.

Bezaleli Na Oholiabu

30 Kisha Mose akawaambia Waisraeli, "Taza-
meni, Bwana amemchagua Bezaleli mwana wa
Uri, mwana wa Huri, wa kabila la Yuda, 31 naye
amemjaza Roho wa Mungu, pamoja na ustadi,
na uwezo na ujuzi katika aina zote za ufundi,
32 ili kubuni michoro ya kupendeza katika ufundi
wa dhahabu, fedha na shaba, 33 kuchonga vito
na kuvitia mahali, kufanya ufundi kwa mbao,
na kujishughulisha na aina zote za ufundi wa
kupendeza. 34 Tena amempa yeye pamoja na Oho-
liabu, mwana wa Ahisamaki, wa kabila la Dani,
uwezo wa kufundisha wengine. 35 Amewajaza
ustadi wa kufanya kazi za aina zote zifanywazo
na mafundi, na wenye kubuni michoro, pia na
watarizi kwa rangi za buluu, zambarau, nyeku-
ndu na kitani safi, na wafumaji: wote wakiwa
36 mafundi na wabunifu hodari. 1 Kwa hiyo Beza-
leli, Oholiabu na kila mtu Bwana aliyempa
ustadi na uwezo wa kujua jinsi ya kufanya kazi
zote za kujenga mahali patakatifu wataifanya hiyo
kazi kama vile Bwana alivyoagiza."

2 Ndipo Mose akawaita Bezaleli na Oholiabu
na kila mtu mwenye ustadi ambaye Bwana ali-
kuwa amempa uwezo na mwenye kupenda kuja
na kufanya kazi. 3 Wakapokea kutoka kwa Mose
sadaka zote ambazo Waisraeli walikuwa wameleta
ili kuifanya kazi ya ujenzi wa Mahali Patakatifu.
Nao watu wakaendelea kuleta sadaka za hiari kila
asubuhi. 4 Ikafika wakati mafundi wote wenye
ujuzi waliokuwa wakiifanya kazi yote ya mahali
patakatifu wakasimamisha kazi zao, 5 wakaja na
kumwambia Mose, "Watu wanaleta vitu vingi
kuliko tunavyohitaji kwa ajili ya kazi hii ambayo
Bwana ameagiza ifanyike."

6 Ndipo Mose akatoa agizo, nao wakapeleka
neno hili katika kambi yote: "Mtu yeyote mwa-
naume au mwanamke asilete tena kitu chochote
kwa ajili ya sadaka ya mahali patakatifu." Hivyo
watu wakazuiliwa kuleta zaidi, 7 kwa sababu wali-
vyokuwa navyo tayari vilitosha na kuzidi kuifanya
kazi yote.

Maskani Ya Mungu

8 Watu wote wenye ustadi miongoni mwa
wafanyakazi wote wakatengeneza maskani kwa
mapazia kumi ya kitani iliyosokotwa vizuri, na
nyuzi za rangi ya buluu, za zambarau, na za rangi
nyekundu, naye fundi stadi akatirizi makerubi
kwenye mapazia hayo. 9 Mapazia yote yalitoshana
kwa ukubwa: kila moja lilikuwa na urefu wa dhi-
raa ishirini na nane,[a] na upana wa dhiraa nne[b]
10 Wakayaunganisha mapazia matano pamoja, pia
wakafanya vivyo hivyo kwa hayo mengine matano.
11 Kisha wakatengeneza vitanzi vya kitambaa cha
buluu kwenye upindo wa pazia la mwisho la fungu
la kwanza, pia wakafanya vivyo hivyo na pazia la
fungu la mwisho. 12 Wakatengeneza pia vitanzi
hamsini katika pazia mmoja, na vitanzi vingine
hamsini kwenye pazia la mwisho la fungu hilo
lingine, nazo vitanzi vyote vikaelekeana. 13 Kisha
wakatengeneza vifungo hamsini vya dhahabu, na
wakavitumia kufunga na kuunganisha zile fungu
mbili za mapazia pamoja ili maskani ipate kuwa
kitu kimoja.

14 Wakatengeneza mapazia kumi na moja ya
singa za mbuzi kwa ajili ya kufunika maskani.
15 Mapazia hayo kumi na moja yalikuwa na kipimo
kimoja, yaani urefu wa dhiraa thelathini,[c] na

[a]9 Dhiraa 28 ni sawa na mita 12.6.
[b]9 Dhiraa nne ni sawa na mita 1.8.
[c]15 Dhiraa 30 ni sawa na mita 13.5.

upana wa dhiraa nne. 16 Wakaunganisha mapazia matano kuwa fungu moja, na hayo mengine sita kuwa fungu lingine. 17 Kisha wakatengeneza vitanzi hamsini kwenye upindo wa pazia la mwisho la fungu moja, na vivyo hivyo kwenye upindo wa pazia la mwisho la fungu hilo lingine. 18 Wakatengeneza vifungo hamsini vya shaba ili kukaza hema pamoja kuwa kitu kimoja. 19 Kisha wakatengeneza kifuniko cha hema kwa ngozi za kondoo dume zilizotiwa rangi nyekundu, na juu yake kifuniko cha ngozi za pomboo.[a]

20 Wakatengeneza mihimili ya kusimamisha ya mti wa mshita kwa ajili ya maskani. 21 Kila mhimili ulikuwa na urefu wa dhiraa kumi,[b] na upana wa dhiraa moja na nusu,[c] 22 zikiwa na ndimi mbili zilizokuwa sambamba kila mmoja na mwingine. Wakatengeneza mihimili yote ya maskani jinsi hii. 23 Wakatengeneza mihimili ishirini kwa ajili ya upande wa kusini wa maskani, 24 na wakatengeneza vitako arobaini vya fedha vya kuweka chini ya hiyo mihimili, vitako viwili kwa kila mhimili, kimoja chini ya kila ulimi. 25 Kwa upande wa kaskazini wa maskani wakatengeneza mihimili ishirini 26 na vitako arobaini vya fedha, viwili chini ya kila mhimili. 27 Wakatengeneza mihimili sita kwa mwisho ulio mbali, yaani upande wa magharibi wa maskani, 28 na mihimili miwili ikatengenezwa kwa ajili ya pembe za maskani za upande uliokuwa mbali. 29 Katika pembe hizi mbili mihimili yake ilikuwa miwili kuanzia chini mpaka juu, na ikaingizwa kwenye pete moja; mihimili ya pembe hizi mbili ilifanana. 30 Kwa hiyo kulikuwa na mihimili minane, na vitako kumi na sita vya fedha, viwili chini ya kila mhimili.

31 Wakatengeneza pia mataruma kwa mti wa mshita: matano kwa ajili ya mihimili ya upande mmoja wa maskani, 32 matano kwa ajili ya mihimili ya upande mwingine, na matano kwa ajili mihimili ya upande wa magharibi, mwisho kabisa mwa maskani. 33 Wakatengeneza taruma la katikati, likapenya katikati ya mihimili kutoka mwisho mmoja hadi mwisho mwingine. 34 Wakaifunika hiyo mihimili kwa dhahabu, na wakatengeneza pete za dhahabu za kushikilia hayo mataruma. Pia wakayafunika hayo mataruma kwa dhahabu.

35 Wakatengeneza pazia la nyuzi za rangi ya buluu, za zambarau, na za rangi nyekundu na kitani safi iliyosokotwa vizuri, naye fundi stadi akatirizi makerubi kwenye hilo pazia. 36 Wakatengeneza nguzo nne za mti wa mshita kwa ajili yake na kuzifunika kwa dhahabu. Wakatengeneza kulabu za dhahabu kwa ajili ya nguzo hizo, na kusubu vitako vinne vya fedha. 37 Kwa ajili ya ingilio la hema wakatengeneza pazia la nyuzi za rangi ya buluu, za zambarau, na za rangi nyekundu na kitani safi iliyosokotwa vizuri, kazi ya mtarizi. 38 Pia wakatengeneza nguzo tano zenye kulabu. Wakafunika ncha za juu za hizo nguzo pamoja na tepe zake kwa dhahabu, na pia wakatengeneza vitako vyake vitano vya shaba.

Sanduku La Agano

37 Bezaleli akatengeneza Sanduku la mbao za mshita: urefu wake ulikuwa dhiraa mbili na nusu,[d] upana wake dhiraa moja na nusu, na kimo chake dhiraa moja na nusu. 2 Akalifunika kwa dhahabu safi ndani na nje, na kulizungushia ukingo wa dhahabu. 3 Akasubu pete nne za dhahabu na kuzifungia kwenye miguu yake minne, pete mbili kwa upande mmoja na pete mbili kwa upande mwingine. 4 Kisha akatengeneza mipiko ya mti wa mshita na kuzifunika kwa dhahabu. 5 Akaiingiza hiyo mipiko kwenye zile pete katika pande mbili za Sanduku ili kulibeba.

6 Akatengeneza kifuniko cha upatanisho kwa dhahabu safi: urefu wake ulikuwa dhiraa mbili na nusu, na upana wake dhiraa moja na nusu. 7 Kisha akatengeneza makerubi wawili wa dhahabu iliyofuliwa katika miisho ya hicho kifuniko. 8 Akatengeneza kerubi mmoja kwenye mwisho mmoja, na kerubi mwingine kwenye mwisho mwingine; akawatengeneza kuwa kitu kimoja na hicho kifuniko katika miisho hiyo miwili. 9 Makerubi hao walikuwa wametandaza mabawa kuelekea juu, wakitia kivuli hicho kifuniko. Makerubi hao walielekeana, wakitazama hicho kifuniko.

Meza

10 Akatengeneza meza ya mbao za mshita yenye urefu wa dhiraa mbili,[e] upana wa dhiraa moja,[f] na kimo cha dhiraa moja na nusu. 11 Kisha akaifunika kwa dhahabu safi, na kuitengenezea ukingo wa dhahabu kuizunguka pande zote. 12 Pia akatengeneza upapi wenye upana wa nyanda nne,[g] na kuufanyia ule upapi ukingo wa dhahabu kuuzunguka pande zote. 13 Akasubu pete nne za dhahabu kwa ajili ya meza hiyo, na kuzifungia kwenye pembe nne, pale penye miguu yake minne. 14 Pete hizo ziliwekwa karibu na ukingo ule ili kuishikilia ile mipiko iliyotumika kuibebea hiyo meza. 15 Mipiko hiyo ya kubebea meza ilitengenezwa kwa mti wa mshita, na ilikuwa imefunikwa kwa dhahabu. 16 Vyombo vyote vya mezani vilitengenezwa kwa dhahabu safi: yaani sahani zake, masinia, na bakuli na bilauri zake kwa ajili ya kumiminia sadaka za vinywaji.

Kinara Cha Taa

17 Akatengeneza kinara cha taa cha dhahabu safi iliyofuliwa vizuri katika kitako chake na ufito wake; vikombe vyake vilivyofanana na ua, matovu na maua vilikuwa kitu kimoja. 18 Matawi sita yalitokeza kuanzia ule ufito wa katikati wa kinara cha taa: matawi matatu upande mmoja na matatu upande mwingine. 19 Vikombe vitatu vya mfano wa maua ya mlozi yenye matovu na maua vilikuwa katika tawi moja, vikombe vitatu katika tawi jingine, na vivyo hivyo kwa matawi yote sita yaliyotokeza kwenye kile kinara cha taa. 20 Juu ya kinara chenyewe kulikuwepo na vikombe vinne vya mfano wa maua ya mlozi yakiwa na matovu yake na maua yake. 21 Tovu

[a]19 *Pomboo* hapa ina maana ya mnyama mwenye ngozi laini aishiye kwenye milima yenye misitu, au pengine nguva au sili.
[b]21 Dhiraa 10 ni sawa na mita 4.5.
[c]21 Dhiraa moja na nusu ni sawa na sentimita 67.5.
[d]1 Dhiraa moja na nusu ni sawa na mita 1.13.
[e]10 Dhiraa mbili ni sawa na sentimita 90.
[f]10 Dhiraa moja ni sawa na sentimita 45.
[g]12 Nyanda nne ni sawa na sentimita 8.

moja lilikuwa chini ya jozi ya kwanza ya matawi
yaliyotokeza kwenye kinara cha taa, tovu la pili
chini ya jozi ya pili, nalo tovu la tatu chini ya jozi
ya tatu, yaani, matawi sita kwa jumla. 22 Matovu na
matawi yote yalikuwa kitu kimoja na kile kinara cha
taa, yakiwa yamefuliwa kwa dhahabu safi.
23 Akatengeneza taa zake saba, na pia mikasi ya
kusawazishia tambi, pamoja na masinia, zote kwa
dhahabu safi. 24 Akatengeneza kinara hicho cha
taa pamoja na vifaa vyake vyote kutumia talanta[a]
moja ya dhahabu safi.

Madhabahu Ya Kufukizia Uvumba

25 Akatengeneza madhabahu ya kufukizia uvu-
mba kwa mbao za mshita. Ilikuwa ya mraba, urefu
na upana wake dhiraa moja, na kimo cha dhiraa
mbili, nazo pembe zake zilikuwa kitu kimoja nayo.
26 Akafunika hayo madhabahu juu na pande zote
na pia zile pembe zake kwa dhahabu safi, na
akayafanyizia ukingo wa dhahabu kuizunguka.
27 Akatengeneza pete mbili za dhahabu kwa ajili
ya madhabahu chini ya huo ukingo, zikiwa mbili
kila upande, za kushikilia hiyo mipiko iliyotumika
kuyabebea madhabahu. 28 Akatengeneza mipiko
kwa miti ya mshita na kuifunika kwa dhahabu.
29 Pia akatengeneza mafuta matakatifu ya upako,
na uvumba safi wenye harufu nzuri, kazi ya mte-
ngeneza manukato.

Madhabahu Ya Sadaka Ya Kuteketezwa

38 Akatengeneza madhabahu ya sadaka ya
kuteketezwa kwa mbao za mti wa mshita,
kimo chake dhiraa tatu;[b] nayo ilikuwa mraba,
urefu wake dhiraa tano, na upana wa dhiraa tano[c]
2 Akatengeneza upembe kwenye kila pembe ya hizo
pembe nne, ili zile pembe na madhabahu zikawa
zimeungana, akafunika madhabahu kwa shaba.
3 Akatengeneza vyombo vyake vyote kwa shaba:
vyungu vyake vya kuondolea majivu, masepetu,
mabakuli ya kunyunyizia, uma za nyama na vyo-
mbo vya kuchukulia moto. 4 Akatengeneza wavu
wa shaba chini ya ukingo wa madhabahu ili ufikie
nusu ya kimo cha madhabahu. 5 Akasubu pete za
shaba za kushikilia ile mipiko kwa ajili ya zile
pembe nne za huo wavu wa shaba. 6 Akatengeneza
mipiko ya mti wa mshita na kuifunika kwa shaba.
7 Akaiingiza ile mipiko kwenye zile pete, ili iwe
pande mbili za madhabahu kwa ajili ya kuibeba.
Akaitengeneza madhabahu yenye uvungu ndani
yake akitumia mbao.

Sinia La Kunawia

8 Akatengeneza sinia la shaba lenye kitako cha
shaba kutoka kwa vioo vya shaba vilivyotolewa
na wanawake waliohudumu pale ingilio la Hema
la Kukutania.

Ua Wa Hema La Kukutania

9 Kisha akatengeneza ua. Upande wa kusini uli-
kuwa na urefu wa dhiraa mia moja,[d] na ulikuwa na
mapazia ya kitani iliyosokotwa vizuri, 10 pamoja
na nguzo ishirini na vitako vya shaba ishirini, na
kulabu na tepe za fedha juu ya hizo nguzo. 11 Upa-
nde wa kaskazini ulikuwa na urefu wa dhiraa mia
moja, pamoja na nguzo ishirini na vitako vya shaba
ishirini, pamoja na kulabu na tepe za fedha juu ya
hizo nguzo.
12 Upande wa mwisho wa magharibi ulikuwa
na upana wa dhiraa hamsini[e] na ulikuwa na
mapazia, na nguzo kumi na vitako vyake kumi,
pamoja na kulabu na tepe za fedha juu ya hizo
nguzo. 13 Upande wa mwisho wa mashariki jua
linakochomoza, pia ulikuwa na upana wa dhiraa
hamsini. 14 Mapazia yenye urefu wa dhiraa kumi na
tano[f] yalikuwa upande mmoja wa ingilio, pamoja
na nguzo tatu na vitako vitatu. 15 Mapazia yenye
urefu wa dhiraa kumi na tano yalikuwa upande
mwingine wa ingilio la ua, pamoja na nguzo tatu
na vitako vitatu. 16 Mapazia yote yaliyozunguka ua
yalikuwa ya kitani iliyosokotwa vizuri. 17 Vitako vya
nguzo vilikuwa vya shaba. Kulabu na tepe juu ya
nguzo zilikuwa za fedha, na ncha zake zilifunikwa
kwa fedha. Kwa hiyo nguzo zote za ua zilikuwa na
tepe za fedha.
18 Pazia la ingilio la ua lilikuwa la nyuzi za rangi
ya buluu, za zambarau, na za rangi nyekundu
pamoja na kitani iliyosokotwa vizuri, kazi ya mta-
rizi. Pazia hilo lilikuwa na urefu wa dhiraa ishirini
kama zile za kwenye ua, na kimo chake kilikuwa
dhiraa tano, 19 likiwa na nguzo nne na vitako vinne
vya shaba. Kulabu zake na tepe zake zilikuwa za
fedha, na ncha zake zilikuwa zimefunikwa kwa
fedha. 20 Vigingi vyote vya maskani na vya ua ulioi-
zunguka vilikuwa vya shaba.

Vifaa Vilivyotumika

21 Ifuatayo ni orodha ya vifaa vilivyotumika
kwa ajili ya ujenzi wa maskani, maskani ya Ushu-
huda, ambavyo vilitayarishwa na Walawi kama
alivyoagiza Mose, chini ya usimamizi wa Ithamari,
mwana wa kuhani Aroni. 22 (Bezaleli mwana wa
Uri, mwana wa Huri, wa kabila la Yuda, alifanya
kila kitu Bwana alichomwamuru Mose, 23 akiwa
pamoja na Oholiabu mwana wa Ahisamaki, wa
kabila la Dani, fundi stadi wa kutia nakshi, kubuni
michoro, mtarizi kwa rangi ya buluu, ya zambarau,
nyekundu na kitani safi.) 24 Jumla ya dhahabu ili-
yopatikana kutokana na sadaka ya kuinuliwa kwa
ajili ya kazi ya mahali patakatifu ilikuwa na uzito
wa talanta 29 na shekeli 730,[g] kulingana na shekeli
ya mahali patakatifu.
25 Fedha iliyopatikana kutokana na jumuiya
ya watu waliohesabiwa ilikuwa yenye uzito wa
talanta mia moja na shekeli 1,775,[h] kulingana na
shekeli ya mahali patakatifu. 26 Kila mtu alitoa beka
moja, ambayo ni sawa na nusu shekeli ya fedha,
kwa kazi ya mahali patakatifu, kutoka kwa kila
mtu aliyekuwa amehesabiwa mwenye umri wa
miaka ishirini au zaidi, ambao jumla yao walikuwa
wanaume 603,550. 27 Talanta hizo 100 za fedha

[a]24 Talanta moja ya dhahabu ni sawa na kilo 34.
[b]1 Dhiraa 3 ni sawa na mita 1.35.
[c]1 Dhiraa 5 ni sawa na mita 2.25.
[d]9 Dhiraa 100 ni sawa na mita 45.
[e]12 Dhiraa 50 ni sawa na mita 22.5.
[f]14 Dhiraa 15 ni sawa na mita 6.75.
[g]24 Talanta 29 na shekeli 730 ni sawa na tani moja.
[h]25 Talanta 100 na shekeli 1,775 za fedha ni sawa na tani 3.4.

zilitumika kusubu vile vitako mia moja kwa ajili ya mahali patakatifu na pazia: vitako mia moja kwa talanta mia, yaani, talanta moja kwa kila kitako. 28 Akatumia zile shekeli hizo 1,775 kutengeneza kulabu za nguzo, kufunika ncha za nguzo na kutengeneza vitanzi vyake.

29 Shaba iliyopatikana kutokana na sadaka ya kuinuliwa ilikuwa na uzito wa talanta 70 na shekeli 2,400.[a] 30 Akaitumia hiyo shaba kutengeneza vitako vya ingilio la Hema la Kukutania, madhabahu ya shaba pamoja na ule wavu wake na vyombo vyake vyote, 31 vile vitako vya ule ua uliozunguka na vile vya ingilio, na vigingi vyote vya Maskani pamoja na ule ua uliozunguka.

Mavazi Ya Kikuhani

39 Kutokana na nyuzi za rangi ya buluu, ya zambarau na nyekundu akatengeneza mavazi yaliyofumwa kwa ajili ya kuhudumu katika mahali patakatifu. Pia akamshonea Aroni mavazi matakatifu, kama BWANA alivyomwagiza Mose.

Kisibau

2 Akatengeneza kisibau cha dhahabu, na nyuzi za rangi ya buluu, za zambarau, na nyekundu na kitani iliyosokotwa vizuri. 3 Akafua vipande vyembamba vya dhahabu kwa nyundo na kutengeneza nyuzi nyembamba ili kuzifuma pamoja na hizo nyuzi za rangi ya buluu, za zambarau, na za rangi nyekundu na kitani safi, kazi ya fundi stadi. 4 Akatengeneza vipande vya mabegani vya kisibau, vilivyoshikizwa kwenye pembe zake mbili ili kukifungia kisibau. 5 Mshipi wa kiunoni uliofumwa kwa ustadi ulifanana nacho: ulikuwa kitu kimoja na hicho kisibau, nao ulitengenezwa kwa dhahabu na nyuzi za rangi ya buluu, za zambarau, na nyekundu na kwa kitani iliyosokotwa vizuri, kama BWANA alivyomwagiza Mose.

6 Akatengeneza vito vya shohamu vilivyowekwa katika vijalizo vya dhahabu, navyo vilichorwa na majina ya wana wa Israeli kama vile muhuri huchorwa. 7 Kisha akavifungia kwenye vipande vya mabega ya kisibau kuwa vito vya ukumbusho kwa wana wa Israeli, kama BWANA alivyomwagiza Mose.

Kifuko Cha Kifuani

8 Akafanyiza kifuko cha kifuani, kazi ya fundi stadi. Akakitengeneza kama kile kisibau: cha dhahabu, na nyuzi za rangi ya buluu, za zambarau, na za rangi nyekundu, cha kitani safi iliyosokotwa. 9 Kifuko hicho kilikuwa cha mraba, chenye urefu wa shibiri moja[b] na upana wa shibiri moja, nacho kilikunjwa mara mbili. 10 Kifuko hicho kilipambwa kwa safu nne za vito vya thamani. Safu ya kwanza ilikuwa na akiki, yakuti manjano na zabarajadi; 11 safu ya pili ilikuwa na almasi, yakuti samawi na zumaridi; 12 safu ya tatu ilikuwa na hiakintho, akiki nyekundu na amethisto; 13 katika safu ya nne ilikuwa na krisolitho, shohamu na yaspi. Vito hivyo vilitiwa kwenye vijalizo vya dhahabu. 14 Palikuwa na vito kumi na viwili, kila kimoja kikiwa na jina mojawapo la wana wa Israeli; kila kimoja kilichorwa kama muhuri kikiwa na jina mojawapo la yale makabila kumi na mawili.

15 Kwa ajili ya kile kifuko cha kifuani akakitengenezea mikufu ya dhahabu safi, iliyosokotwa kama kamba. 16 Akatengeneza vijalizo viwili vya dhahabu na pete mbili za dhahabu, na kuzifungia pete hizo kwenye pembe mbili za hicho kifuko cha kifuani. 17 Akafunga hiyo mikufu miwili ya dhahabu kwenye hizo pete katika pembe za hicho kifuko cha kifuani, 18 nazo zile ncha nyingine za mkufu akazifunga kwenye vile vijalizo viwili, na kuzishikamanisha na vile vipande vya mabega vya kile kisibau upande wa mbele. 19 Akatengeneza pete mbili za dhahabu na kuzishikamanisha kwenye pembe mbili za chini, upande wa ndani wa kifuko cha kifuani karibu na kisibau. 20 Kisha akatengeneza pete nyingine mbili za dhahabu na kuzishikamanisha sehemu ya chini ya vipande vya mabega upande wa mbele wa kile kisibau, karibu na pindo juu kidogo ya mshipi wa kiunoni wa kisibau. 21 Akafunga pete za hicho kifuko cha kifuani kwenye pete za kisibau kwa kamba ya buluu, wakiziunganisha na ule mshipi wa kiunoni, ili kifuko cha kifuani kisisogee kutoka kwenye kile kisibau, kama BWANA alivyomwagiza Mose.

Mavazi Mengine Ya Kikuhani

22 Akashona joho la kisibau lote kwa kitambaa cha rangi ya buluu tupu, kazi ya mfumaji, 23 na lilikuwa na nafasi ya shingo katikati ya joho lile iliyofanana na ukosi, na utepe ulioshonwa kuizunguka nafasi hiyo ili isichanike. 24 Akatengeneza makomamanga ya nyuzi za rangi ya buluu, za zambarau, na nyekundu na ya kitani iliyosokotwa vizuri kuzunguka pindo la hilo joho. 25 Kisha akatengeneza vikengele vya dhahabu safi na kuvishikamanisha kuzunguka pindo hilo kati ya hayo makomamanga. 26 Hivyo vikengele na makomamanga vilipishana kuzunguka upindo wa joho ili livaliwe kwa kuhudumu, kama BWANA alivyomwagiza Mose.

27 Pia akamtengenezea Aroni na wanawe makoti ya kitani safi, kazi ya mfumaji, 28 na kilemba cha kitani safi, tepe za kichwani za kitani, na nguo za ndani za kitani iliyosokotwa vizuri. 29 Mshipi ulikuwa wa kitani iliyosokotwa vizuri ya rangi ya buluu, na zambarau, na nyekundu, kazi ya mtarizi, kama BWANA alivyomwagiza Mose.

30 Kisha akatengeneza lile bamba, taji takatifu, kwa dhahabu safi na kuchora juu yake maneno haya kama vile muhuri huchorwa: MTAKATIFU KWA BWANA. 31 Kisha wakalifunga kwa kamba ya rangi ya buluu ili kulishikamanisha na kile kilemba kama BWANA alivyomwagiza Mose.

Mose Akagua Maskani Ya Mungu

32 Kwa hiyo kazi yote ya maskani, Hema la Kukutania ikakamilika. Waisraeli wakafanya kila kitu sawasawa kama vile BWANA alivyomwagiza Mose. 33 Ndipo wakaleta maskani kwa Mose: hema pamoja na vifaa vyake vyote, vibanio vyake, mihimili yake, mataruma yake, nguzo na vitako vyake; 34 kifuniko cha ngozi za kondoo dume kilichotiwa rangi

[a]29 Talanta 70 na shekeli 2,400 ni sawa na tani 2.4.
[b]9 Shibiri moja ni sawa na sentimita 22.

nyekundu, kifuniko cha ngozi za pomboo,[a] pazia
la kufunikia; 35 Sanduku la Ushuhuda pamoja na
mipiko yake na kiti cha rehema, 36 meza pamoja
na vyombo vyake vyote na mikate ya Wonyesho;
37 kinara cha taa cha dhahabu safi, safu zake za taa
pamoja na vifaa vyake vyote pamoja na mafuta kwa
ajili ya taa; 38 madhabahu ya dhahabu, mafuta ya
upako, uvumba wenye harufu nzuri na pazia la
ingilio la hema; 39 madhabahu ya shaba, pamoja
na wavu wa shaba, nguzo zake na vyombo vyake
vyote, sinia, na tako lake; 40 mapazia ya ua pamoja
na nguzo na vitako vyake, pia na pazia kwa ajili
ya ingilio la kwenye ua; kamba zake na vigingi
vya hema kwa ajili ya ua; vyombo vyote vilivyo-
hitajiwa kwa ajili ya maskani, Hema la Kukutania;
41 na mavazi yaliyofumwa yanayovaliwa wakati wa
huduma katika mahali patakatifu, yaani mavazi
matakatifu ya kuhani Aroni na mavazi kwa ajili
ya wanawe watakapokuwa wakihudumu katika
kazi ya ukuhani.

42 Waisraeli walikuwa wamefanya kazi yote
sawasawa na vile BWANA alivyokuwa amemwa-
giza Mose. 43 Mose akakagua kazi na kuona kuwa
walikuwa wameifanya sawasawa kama vile BWANA
alivyokuwa ameagiza. Kwa hiyo Mose akawabariki.

Kuweka Wakfu Maskani Ya Mungu

40 Kisha BWANA akamwambia Mose: 2 "Simika
Maskani ya Mungu, yaani Hema la Kukuta-
nia, katika siku ya kwanza ya mwezi wa kwanza.
3 Weka Sanduku la Ushuhuda ndani yake na uli-
funike kwa pazia. Ingiza meza na kupanga vitu
vyake juu yake. 4 Kisha ingiza kinara cha taa na
uweke taa zake juu yake. 5 Weka madhabahu ya
dhahabu ya kufukizia uvumba mbele ya Sanduku
la Ushuhuda kisha uweke pazia kwenye lango la
Maskani ya Mungu.

6 "Weka madhabahu ya sadaka za kuteketezwa
mbele ya lango la Maskani ya Mungu, yaani Hema
la Kukutania; 7 weka sinia kati ya Hema la Kuku-
tania na madhabahu, na uweke maji ndani yake.
8 Fanyiza ua kuzunguka maskani na uweke pazia
penye ingilio la ua.

9 "Chukua mafuta ya upako, ipake Maskani ya
Mungu pamoja na kila kitu kilichomo ndani yake;
iweke wakfu pamoja na vitu vyote vilivyomo ndani
mwake, nayo itakuwa takatifu. 10 Kisha yapake
mafuta hayo madhabahu ya kuteketezea sadaka
pamoja na vifaa vyake vyote; weka wakfu madha-
bahu nayo yatakuwa takatifu sana. 11 Paka sinia
mafuta pamoja na kishikilio chake na uviweke
wakfu.

12 "Mlete Aroni na wanawe kwenye ingilio la
Hema la Kukutania na uwaoshe kwa maji. 13 Kisha
mvike Aroni yale mavazi matakatifu, umtie mafuta
na kumweka wakfu ili apate kunitumikia katikati
ya ukuhani. 14 Walete wanawe na uwavike makoti.
15 Kisha watie mafuta kama ulivyomtia baba yao,
ili nao pia wanitumikie katika kazi ya ukuhani.
Kutiwa mafuta kwao kutakuwa kwa ajili ya ukuhani
utakaoendelea kwa vizazi vyote vijavyo." 16 Mose
akafanya kila kitu sawa kama vile BWANA alivyo-
mwagiza.

17 Kwa hiyo Maskani ya Mungu ilisimikwa katika
siku ya kwanza ya mwezi wa kwanza, katika
mwaka wa pili. 18 Mose alipoweka wakfu Maskani
ya Mungu, aliweka vitako mahali pake, akasima-
misha mihimili, akatia mataruma na kusimamisha
nguzo. 19 Kisha akalitandaza hema juu ya Maskani
ya Mungu na kuifunika hema, kama BWANA ali-
vyomwagiza.

20 Akachukua ule Ushuhuda na kuuweka ndani
ya Sanduku la Agano, akaweka ile mipiko ya kube-
bea hilo Sanduku na kuweka kiti cha rehema juu
yake. 21 Kisha Mose akalileta Sanduku ndani ya
Maskani ya Mungu, akatundika pazia ili kulifunika
Sanduku la Ushuhuda, kama BWANA alivyomwa-
giza.

22 Mose akaweka meza ndani ya Hema la Kuku-
tania, upande wa kaskazini ya Maskani ya Mungu
nje ya pazia 23 na kupanga mikate juu yake mbele
za BWANA, kama BWANA alivyomwagiza.

24 Akaweka kinara cha taa ndani ya Hema la
Kukutania mkabala na meza upande wa kusini
mwa Maskani ya Mungu 25 na kuziweka taa mbele
za BWANA, kama BWANA alivyomwagiza.

26 Mose akaweka madhabahu ya dhahabu ndani
ya Hema la Kukutania mbele ya pazia 27 na kufukiza
uvumba wenye harufu nzuri, kama BWANA alivyo-
mwagiza. 28 Kisha akaweka pazia kwenye ingilio la
Maskani ya Mungu.

29 Mose akaweka madhabahu ya sadaka za kute-
ketezwa karibu na ingilio la Maskani ya Mungu,
yaani Hema la Kukutania, na kutoa juu yake sadaka
za kuteketezwa na sadaka za nafaka kama BWANA
alivyomwagiza.

30 Akaweka sinia kati ya Hema la Kukutania
na madhabahu, akaweka maji ndani yake kwa
ajili ya kunawia, 31 Naye Mose, Aroni na wanawe
wakayatumia kwa kunawia mikono na miguu yao.
32 Wakanawa kila walipoingia katika Hema la Kuku-
tania au walipoikaribia madhabahu kama BWANA
alivyomwagiza Mose.

33 Kisha Mose akafanya ua kuizunguka Maskani
ya Mungu na madhabahu, pia akaweka pazia kwe-
nye ingilio la huo ua. Hivyo Mose akaikamilisha
kazi.

Utukufu Wa BWANA

34 Ndipo wingu likafunika Hema la Kukutania,
na utukufu wa BWANA ukaijaza Maskani ya Mungu.
35 Mose hakuweza kuingia ndani ya Hema la Kuku-
tania kwa sababu wingu lilikuwa limetua juu ya
Hema, nao utukufu wa BWANA ukaijaza Maskani
ya Mungu.

36 Katika safari yote ya Waisraeli, kila wakati
wingu lilipoinuka kutoka juu ya Maskani ya
Mungu, wangeondoka; 37 lakini kama wingu hali-
kuinuka, hawakuondoka, mpaka siku lilipoinuka.
38 Kwa hiyo wingu la BWANA lilikuwa juu ya maskani
mchana, na moto ulikuwa katika hilo wingu wakati
wa usiku, machoni pa nyumba yote ya Israeli siku
zote za safari zao.

---

[a]34 *Pomboo* hapa ina maana ya mnyama mwenye ngozi laini aishiye kwenye milima yenye misitu, au pengine nguva au sili.

MAMBO YA WALAWI

Sadaka Ya Kuteketezwa

1 BWANA akamwita Mose na kusema naye kutoka
kwenye Hema la Kukutania, akamwambia,
2 "Sema na Waisraeli na uwaambie, 'Yeyote mio-
ngoni mwenu aletapo sadaka ya mnyama kwa
BWANA, alete mnyama kama sadaka yake kutoka
kundi lake la ng'ombe au la kondoo na mbuzi.
3 " 'Kama sadaka hiyo ni ya kuteketezwa kutoka
kwenye kundi la ng'ombe, atamtoa ng'ombe dume
asiye na dosari. Ni lazima amlete kwenye ingilio
la Hema la Kukutania ili aweze kukubalika kwa
BWANA. 4 Ataweka mkono wake juu ya kichwa cha
sadaka ya kuteketezwa, nayo itakubaliwa kwa
niaba yake ili kufanya upatanisho kwa ajili yake.
5 Atamchinja yule fahali mchanga mbele za BWANA,
kisha wana wa Aroni walio makuhani wataleta
damu na kuinyunyiza pande zote za madhabahu
yaliyo penye ingilio la Hema la Kukutania. 6 Atai-
chuna hiyo sadaka ya kuteketezwa na kuikata
vipande vipande. 7 Wana wa Aroni kuhani wata-
weka moto juu ya madhabahu na kupanga kuni juu
ya huo moto. 8 Kisha wana wa Aroni walio maku-
hani watapanga vile vipande vya nyama, pamoja
na kichwa na mafuta ya huyo mnyama juu ya zile
kuni zinazowaka juu ya madhabahu. 9 Ataziosha
sehemu za ndani na miguu yake kwa maji, naye
kuhani atavichoma vyote juu ya madhabahu. Hii
ni sadaka ya kuteketezwa, sadaka iliyotolewa kwa
moto, yenye harufu nzuri ya kumpendeza BWANA.
10 " 'Kama sadaka ni ya kuteketezwa kutoka
kwenye kundi la kondoo au mbuzi, atamtoa
mnyama dume asiye na dosari. 11 Atamchinjia
upande wa kaskazini wa madhabahu mbele za
BWANA, nao wana wa Aroni walio makuhani wata-
nyunyizia damu yake pande zote za madhabahu.
12 Atamkata vipande vipande, naye kuhani atavi-
panga, pamoja na kichwa na mafuta ya mnyama
juu ya zile kuni zinazowaka juu ya madhabahu.
13 Ataosha sehemu za ndani na miguu kwa maji,
naye kuhani atavileta vyote na kuvichoma juu
ya madhabahu. Hii ni sadaka ya kuteketezwa,
sadaka iliyotolewa kwa moto, harufu nzuri ya
kumpendeza BWANA.
14 " 'Kama sadaka ya kuteketezwa inayotolewa
kwa BWANA ni ndege, atamtoa hua au kinda la
njiwa. 15 Kuhani atamleta kwenye madhabahu,
naye atamvunja shingo na kumnyofoa kichwa na
kumchoma juu ya madhabahu. Damu yake itachu-
ruzishwa ubavuni mwa madhabahu. 16 Ataondoa
kifuko cha chakula pamoja na uchafu wake na
kuvitupa upande wa mashariki wa madhabahu,
mahali pale penye majivu. 17 Atampasua na
kumweka wazi katika mabawa yake, lakini asi-
mwachanishe kabisa, kisha kuhani ataichoma
juu ya zile kuni zinazowaka juu ya madhabahu.
Hii ni sadaka ya kuteketezwa, sadaka iliyotolewa
kwa moto, harufu nzuri ya kumpendeza BWANA.

Sadaka Ya Nafaka

2 " 'Mtu yeyote aletapo sadaka ya nafaka kwa
BWANA, sadaka yake itakuwa ya unga laini. Ata-
mimina mafuta juu yake, aweke uvumba juu yake,
2 naye atapeleka kwa makuhani wana wa Aroni.
Kuhani atachukua konzi moja iliyojaa unga laini na
mafuta pamoja na uvumba wote, na kuuteketeza
kama sehemu ya kumbukumbu juu ya madhabahu,
sadaka iliyotolewa kwa moto, harufu nzuri ya
kumpendeza BWANA. 3 Sadaka ya nafaka iliyobaki
ni ya Aroni na wanawe, ni sehemu ya sadaka iliyo
takatifu sana iliyotolewa kwa BWANA kwa moto.
4 " 'Kama utaleta sadaka ya nafaka iliyookwa
jikoni, itakuwa ya unga laini: maandazi yaliyote-
ngenezwa bila kutiwa chachu, yaliyochanganywa
na mafuta, au mikate myembamba iliyotengene-
zwa bila kutiwa chachu, na iliyopakwa mafuta.
5 Iwapo sadaka yako ya nafaka imeandaliwa kwenye
kikaango, itakuwa ni ya unga laini uliochanganywa
na mafuta, bila chachu. 6 Ukande na kumimina
mafuta juu yake; hii ni sadaka ya nafaka. 7 Kama
sadaka yako ya nafaka imepikwa kwenye sufuria,
itatengenezwa kwa unga laini na mafuta. 8 Ilete
hiyo sadaka ya nafaka iliyotengenezwa kwa vitu
hivi kwa BWANA; mkabidhi kuhani ambaye atai-
peleka madhabahuni. 9 Naye atatoa ile sehemu
ya kumbukumbu kutoka kwenye hiyo sadaka ya
nafaka na kuiteketeza juu ya madhabahu kuwa
sadaka iliyotolewa kwa moto, harufu nzuri ya
kumpendeza BWANA. 10 Sadaka ya nafaka iliyobaki
ni ya Aroni na wanawe; ni sehemu ya sadaka iliyo
takatifu sana ya sadaka iliyotolewa kwa BWANA
kwa moto.
11 " 'Kila sadaka ya nafaka unayoleta kwa BWANA
ni lazima ifanywe bila kutiwa chachu, kwa kuwa
huna ruhusa kuchoma chachu yoyote au asali
katika sadaka itolewayo kwa BWANA kwa moto.
12 Unaweza kuzileta kwa BWANA kama sadaka
ya malimbuko, lakini haziwezi kutolewa juu ya
madhabahu kama harufu nzuri ya kupendeza.
13 Koleza sadaka zako zote za nafaka kwa chumvi.
Usiache kuweka chumvi ya Agano la Mungu wako
katika sadaka zako za nafaka; weka chumvi kwenye
sadaka zako zote.
14 " 'Kama ukileta malimbuko ya sadaka ya
nafaka kwa BWANA, utatoa masuke yaliyopondwa
ya nafaka mpya iliyookwa kwa moto. 15 Weka
mafuta na uvumba juu yake; ni sadaka ya nafaka.
16 Kuhani atateketeza ile sehemu ya kumbukumbu
kutoka kwenye hiyo sadaka ya nafaka iliyopondwa
kwa mafuta, pamoja na uvumba wote, kama sadaka
iliyotolewa kwa BWANA kwa moto.

Sadaka Ya Amani

3 " 'Kama sadaka ya mtu ni sadaka ya amani, naye
akatoa ng'ombe kutoka kundi, akiwa dume au
jike, atamleta mnyama asiye na dosari mbele za

BWANA. 2 Ataweka mkono wake juu ya kichwa cha sadaka yake na kumchinja penye ingilio la Hema la Kukutania. Ndipo makuhani wana wa Aroni watanyunyiza damu yake pande zote za madhabahu. 3 Kutoka kwenye hiyo sadaka ya amani ataleta sadaka iliyotolewa kwa BWANA kwa moto: mafuta yote ya mnyama yafunikayo sehemu za ndani, ama yanayoungana na hizo sehemu za ndani, 4 figo zote pamoja na mafuta yote yanayozizunguka karibu na kiuno na yale yanayofunika ini, ambayo atayaondoa pamoja na figo. 5 Kisha wana wa Aroni wataiteketeza juu ya madhabahu, juu ya ile sadaka ya kuteketezwa iliyoko juu ya kuni zinazowaka, kama sadaka ya kuteketezwa kwa moto, harufu nzuri ya kumpendeza BWANA.

6 " 'Kama akitoa kondoo au mbuzi kutoka kundi kama sadaka ya amani kwa BWANA, atamtoa dume au jike asiye na dosari. 7 Kama akimtoa mwana-kondoo, atamleta mbele za BWANA. 8 Ataweka mkono wake juu ya kichwa cha sadaka yake, naye atamchinja mbele ya Hema la Kukutania. Kisha wana wa Aroni watanyunyiza damu yake kwenye madhabahu pande zote. 9 Kutoka kwenye hiyo sadaka ya amani ataleta dhabihu iliyotolewa kwa BWANA kwa moto: mafuta yake, mafuta yote ya mkia uliokatwa karibu na uti wa mgongo, mafuta yote yanayofunika sehemu za ndani au yale yanayounganika nazo, 10 figo mbili pamoja na mafuta yanayozizunguka yaliyo karibu na kiuno na yale yanayofunika ini, ambayo atayatoa pamoja na figo. 11 Kuhani ataviteketeza juu ya madhabahu kama chakula, sadaka iliyotolewa kwa BWANA kwa moto.

12 " 'Kama sadaka yake ni mbuzi, ataileta mbele za BWANA. 13 Ataweka mkono wake juu ya kichwa chake na kumchinja mbele ya Hema la Kukutania. Kisha wana wa Aroni watanyunyiza damu yake kwenye madhabahu pande zote. 14 Kutokana na ile sadaka anayotoa, atatoa sadaka hii kwa BWANA kwa moto: mafuta yote yanayofunika sehemu za ndani na yale yanayoungana nazo, 15 figo zote mbili pamoja na mafuta yaliyo juu yake karibu na kiuno na yanayofunika ini, ambayo atayaondoa pamoja na figo. 16 Kuhani ataviteketeza juu ya madhabahu kama chakula, sadaka iliyotolewa kwa moto, harufu nzuri. Mafuta yote ya mnyama ni ya BWANA.

17 " 'Hii ni kanuni ya kudumu kwa vizazi vijavyo, popote muishipo: Msile mafuta yoyote ya mnyama wala damu.' "

Sadaka Ya Dhambi

4 BWANA akamwambia Mose, 2 "Waambie Waisraeli: 'Mtu yeyote afanyapo dhambi bila kukusudia na akatenda lile lililokatazwa katika amri yoyote ya BWANA:

3 " 'Ikiwa kuhani aliyetiwa mafuta amefanya dhambi na kuwaletea watu hatia, lazima alete kwa BWANA fahali mchanga asiye na dosari, kuwa sadaka ya dhambi kwa ajili ya dhambi aliyotenda. 4 Atamkabidhi huyo fahali kwenye ingilio la Hema la Kukutania mbele za BWANA. Ataweka mkono wake juu ya kichwa cha huyo fahali na kumchinja mbele za BWANA. 5 Kisha kuhani huyo aliyetiwa mafuta atachukua sehemu ya damu ya huyo fahali na kuileta katika Hema la Kukutania. 6 Atachovya kidole chake katika hiyo damu na kuinyunyiza sehemu yake mara saba mbele za BWANA mbele ya pazia la mahali patakatifu. 7 Kisha kuhani atatia sehemu ya hiyo damu juu ya pembe za madhabahu ya kufukizia uvumba wenye harufu nzuri iliyoko mbele za BWANA katika Hema la Kukutania. Damu iliyobaki ya huyo fahali ataimwaga chini ya hayo madhabahu ya kuteketezea sadaka kwenye ingilio la Hema la Kukutania. 8 Atayaondoa mafuta yote ya fahali huyo wa sadaka ya dhambi, mafuta yale yanayofunika sehemu za ndani au zile zinazounganika nazo, 9 figo zote mbili na mafuta yaliyo juu yake karibu na kiuno na yale yanayofunika ini ambayo atayaondoa pamoja na figo zote, 10 kama vile mafuta yanayoondolewa kutoka kwenye maksai aliyetolewa sadaka ya amani. Kisha kuhani ataviteketeza juu ya madhabahu ya sadaka ya kuteketezwa. 11 Lakini ngozi ya huyo fahali na nyama zake zote, pamoja na kichwa na miguu yake, sehemu za ndani na matumbo, 12 yaani sehemu nyingine zote zilizobaki za huyo fahali, lazima azitoe nje ya kambi mpaka mahali palipo safi kiibada, ambapo majivu hutupwa, naye atamchoma kwa moto juu ya kuni zilizoko juu ya lundo la majivu.

13 " 'Ikiwa jumuiya yote ya Israeli watatenda dhambi pasipo kukusudia na kufanya lile lililokatazwa katika amri yoyote ya BWANA, hata kama jumuiya haifahamu juu ya jambo hilo, wana hatia. 14 Wanapotambua kuhusu dhambi waliyoitenda, lazima kusanyiko lilete fahali mchanga kuwa sadaka ya dhambi na kuikabidhi mbele ya Hema la Kukutania. 15 Wazee wa jumuiya wataweka mikono yao juu ya kichwa cha huyo fahali aliye mbele za BWANA, naye fahali atachinjwa mbele za BWANA. 16 Kisha kuhani aliyetiwa mafuta ataiingiza sehemu ya damu ya huyo fahali ndani ya Hema la Kukutania. 17 Atachovya kidole chake kwenye damu na kuinyunyiza mara saba mbele za BWANA mbele ya hilo pazia. 18 Atatia sehemu ya hiyo damu juu ya pembe za madhabahu yaliyo mbele za BWANA katika Hema la Kukutania. Damu iliyobaki ataimwaga chini ya madhabahu ya kuteketezea sadaka, penye ingilio la Hema la Kukutania. 19 Atayaondoa mafuta yote ya yule fahali na kuyateketeza juu ya madhabahu, 20 naye atamfanyia fahali huyu kama alivyomfanyia yule fahali mwingine wa sadaka ya dhambi. Kwa njia hii kuhani atawafanyia watu upatanisho, nao watasamehewa. 21 Kisha atamchukua yule fahali nje ya kambi na kumteketeza kama alivyomteketeza yule wa kwanza. Hii ni sadaka ya dhambi kwa ajili ya jumuiya.

22 " 'Wakati kiongozi ametenda dhambi bila kukusudia na kufanya yaliyokatazwa katika amri yoyote ya BWANA Mungu wake, ana hatia. 23 Atakapofahamishwa dhambi aliyotenda, ni lazima alete mbuzi dume asiye na dosari kama sadaka yake. 24 Ataweka mkono wake juu ya kichwa cha yule mbuzi na kumchinja mahali pale ambapo sadaka za kuteketezwa huchinjiwa mbele za BWANA. Hii ni sadaka ya dhambi. 25 Kisha kuhani atachukua sehemu ya damu ya sadaka ya dhambi kwa kidole chake na kuitia kwenye pembe za madhabahu ya sadaka ya kuteketeza, na kuimwaga damu iliyobaki chini ya madhabahu. 26 Atayateketeza mafuta yote

juu ya madhabahu, kama alivyoteketeza mafuta
ya sadaka ya amani. Kwa njia hii kuhani atafanya
upatanisho wa dhambi kwa ajili ya yule mtu, naye
atasamehewa.
27 " 'Kama mtu katika jumuiya ametenda dhambi
pasipo kukusudia na kufanya lile lililokatazwa
katika amri yoyote ya BWANA, yeye ana hatia.
28 Atakapofahamishwa dhambi yake aliyoitenda,
ni lazima alete mbuzi jike asiye na dosari kama
sadaka yake kwa ajili ya dhambi aliyotenda. 29 Ata-
weka mkono wake juu ya kichwa cha sadaka ya
dhambi na kumchinjia mahali pa kuteketezea
sadaka. 30 Kisha kuhani atachukua sehemu ya ile
damu kwa kidole chake na kuitia kwenye pembe
za madhabahu ya sadaka ya kuteketezwa na
kuimwaga damu iliyobaki chini ya madhabahu.
31 Atayaondoa mafuta yote, kama vile mafuta
yaondolewavyo kwenye sadaka ya amani, naye
kuhani atayateketeza juu ya madhabahu kama
harufu nzuri ya kumpendeza BWANA. Kwa njia hii
kuhani atafanya upatanisho kwa ajili yake, naye
atasamehewa.
32 " 'Ikiwa ataleta mwana-kondoo kama sadaka
yake ya dhambi, atamleta jike asiye na dosari.
33 Ataweka mkono wake juu ya kichwa cha huyo
mwana-kondoo na kumchinja kwa ajili ya sadaka
ya dhambi mahali sadaka ya kuteketezwa huchi-
njiwa. 34 Kisha kuhani atachukua sehemu ya damu
ya sadaka ya dhambi kwa kidole chake na kuitia juu
ya pembe za madhabahu ya sadaka ya kuteketezwa,
na ile damu iliyobaki ataimwaga chini ya madha-
bahu. 35 Ataondoa mafuta yote, kama vile mafuta
yaondolewavyo kutoka kwenye mwana-kondoo
wa sadaka ya amani, naye kuhani atayateketeza
juu ya madhabahu juu ya zile sadaka zilizotolewa
kwa BWANA kwa moto. Kwa njia hii kuhani atafanya
upatanisho kwa ajili yake kwa dhambi aliyoitenda,
naye atasamehewa.

Sadaka Zingine Za Kuondoa Dhambi

5 " 'Ikiwa mtu atakuwa ametenda dhambi kwa
sababu hakusema alipotakiwa kutoa ushahidi
hadharani kuhusu jambo aliloona au kujua habari
zake, yeye anastahili adhabu.
2 " 'Au kama mtu akigusa kitu chochote amba-
cho ni najisi, iwe ni mizoga ya wanyama pori walio
najisi, au ya wanyama wafugwao walio najisi, au
ya viumbe vitambaavyo ardhini, hata akiwa hana
habari, amekuwa najisi na mwenye hatia.
3 " 'Au kama akigusa kitu kilicho kichafu kina-
chotokana na binadamu, kitu chochote kile
kinachoweza kumfanya awe najisi, hata akiwa
hana habari, atakapofahamu atakuwa na hatia.
4 " 'Au kama mtu ameapa kufanya kitu chochote
bila kufikiri, kiwe chema au kibaya, kwa vyovyote
mtu aweza kuapa bila kujali, hata akiwa hana
habari, atakapofahamu atakuwa na hatia.
5 " 'Wakati mtu yeyote atakapokuwa na hatia
katika mojawapo ya haya, lazima akiri ni kwa njia
gani ametenda dhambi, 6 na kama adhabu ya dha-
mbi aliyoitenda, lazima alete kwa BWANA kondoo
jike au mbuzi jike kutoka kwenye kundi lake kama
sadaka ya dhambi; naye kuhani atafanya upatani-
sho kwa ajili yake kwa dhambi yake.
7 " 'Lakini huyo mtu kama hataweza kumtoa
mwana-kondoo, ataleta hua wawili au makinda
mawili ya njiwa kwa BWANA kuwa adhabu kwa ajili
ya dhambi yake, mmoja wa hao ndege kwa ajili ya
sadaka ya dhambi, na wa pili kwa ajili ya sadaka
ya kuteketezwa. 8 Atawaleta kwa kuhani, ambaye
atamtoa kwanza ndege mmoja kwa ajili ya sadaka
ya dhambi. Atamvunja shingo na kuacha kichwa
chake kikining'inia, 9 naye atanyunyiza sehemu ya
hiyo damu ya sadaka ya dhambi kwenye pembe
za madhabahu. Damu iliyobaki lazima ichuruzwe
chini ya madhabahu. Hii ni sadaka ya dhambi.
10 Kisha kuhani atamtoa yule ndege wa pili kama
sadaka ya kuteketezwa kwa kufuata utaratibu
uliowekwa, na hivyo kufanya upatanisho kwa ajili
yake kwa dhambi aliyoitenda, naye atasamehewa.
11 " 'Ikiwa basi, hawezi kupata hua wawili au
makinda mawili ya njiwa, ataleta sehemu ya
kumi ya efa[a] ya unga laini kwa ajili ya sadaka ya
dhambi. Kamwe asiweke mafuta wala uvumba juu
yake, kwa sababu ni sadaka ya dhambi. 12 Atauleta
unga kwa kuhani, ambaye atachukua konzi moja
kama sehemu ya kumbukumbu na atauteketeza
kwenye madhabahu juu ya sadaka zilizotolewa
kwa BWANA kwa moto. Hii ni sadaka ya dhambi.
13 Kwa njia hii kuhani atafanya upatanisho kwa ajili
yake kwa dhambi yoyote ya hizo alizotenda, naye
atasamehewa. Sadaka iliyobaki itakuwa ya kuhani,
kama ilivyokuwa ile sadaka ya nafaka.' "

Sadaka Ya Hatia

14 BWANA akamwambia Mose: 15 "Mtu anapokiuka
na kutenda dhambi pasipo kukusudia kuhusu
mojawapo ya mambo matakatifu ya BWANA, huyo
mtu ataleta kwa BWANA kama adhabu kondoo
dume mmoja kutoka kundi lake, asiye na dosari
na mwenye thamani halisi kifedha, kulingana na
shekeli ya mahali patakatifu. Hii ni sadaka ya hatia.
16 Ni lazima alipe kwa yale aliyoshindwa kufanya
kuhusu vitu vitakatifu, kwa kuongeza sehemu ya
tano ya thamani ile na kuitoa yote kwa kuhani,
ambaye atamfanyia upatanisho kwa huyo kondoo
dume kama sadaka ya dhambi, naye atasamehewa.
17 "Kama mtu akifanya dhambi na kufanya yale
yaliyokatazwa katika mojawapo ya amri za BWANA,
hata ikiwa hajui, yeye ana hatia na anastahili
adhabu. 18 Atamletea kuhani kama sadaka ya hatia
kondoo dume kutoka kundi lake, kondoo asiye na
dosari na mwenye thamani halisi kifedha. Kwa njia
hii kuhani atafanya upatanisho kwa ajili yake kwa
kosa alilotenda bila kukusudia, naye atasamehewa.
19 Hii ni sadaka ya hatia; amekuwa na hatia kwa
kufanya kosa dhidi ya BWANA."

Kurudisha Kilichochukuliwa

6 BWANA akamwambia Mose: 2 "Kama mtu yeyote
akitenda dhambi, naye si mwaminifu kwa
BWANA kwa kumdanganya jirani yake kuhusu kitu
fulani alichokabidhiwa, au kimeachwa chini ya
utunzaji wake, au kimeibwa, au kama akimdanga-
nya, 3 au akiokota mali iliyopotea na akadanganya,
au kuapa kwa uongo, au kama akitenda dhambi

---

[a]11 Sehemu ya kumi ya efa ni sawa na kilo moja.

yoyote ambayo watu waweza kuitenda; 4 wakati
akitenda dhambi hizo na kuwa mwenye hatia,
ni lazima arudishe kile alichokuwa amekiiba au
amekichukua kwa dhuluma, au alichokuwa ame-
kabidhiwa, au mali iliyokuwa imepotea akaipata,
5 au chochote alichokuwa amekiapia kwa uongo.
Lazima akirudishe kikamilifu, na aongeze sehemu
ya tano ya thamani yake, vyote ampe mwenye mali
siku ile anapeleka sadaka yake ya hatia. 6 Kisha
kama adhabu lazima amletee kuhani, yaani
kwa Bwana, kama sadaka yake ya hatia, kondoo
dume asiye na dosari na mwenye thamani kamili
kutoka kundi lake. 7 Kwa njia hii kuhani atafanya
upatanisho kwa ajili yake mbele za Bwana, naye
atasamehewa kwa kosa lolote katika mambo hayo
aliyoyatenda yaliyomfanya kuwa na hatia.”

Sadaka Ya Kuteketezwa

8 Bwana akamwambia Mose: 9 “Mpe Aroni na
wanawe agizo hili: ‘Haya ndiyo masharti kwa ajili
ya sadaka ya kuteketezwa: Sadaka ya kuteketezwa
itabaki kwenye moto juu ya madhabahu usiku
kucha, mpaka asubuhi, nao moto lazima uwe
unaendelea kuwaka juu ya madhabahu. 10 Kisha
kuhani atavaa mavazi yake ya kitani, pamoja na
nguo za ndani za kitani mwilini wake, na aondoe
majivu ya sadaka ya kuteketezwa ambayo moto
umeteketeza juu ya madhabahu, na kuyaweka
kando ya madhabahu. 11 Kisha atayavua mavazi
haya na kuvaa mengine, naye achukue yale majivu
nje ya kambi na kuyapeleka mahali palipo safi kwa
kawaida ya ibada. 12 Moto ulio juu ya madhabahu
lazima uwe unaendelea kuwaka, kamwe usizimike.
Kila asubuhi kuhani ataongeza kuni na kupanga
sadaka ya kuteketezwa juu ya moto, na kuteketeza
mafuta ya sadaka za amani juu yake. 13 Moto lazima
uendelee kuwaka juu ya madhabahu mfululizo,
kamwe usizimike.

Sadaka Ya Nafaka

14 “ ‘Haya ndiyo masharti ya sadaka ya nafaka:
Wana wa Aroni wataileta mbele za Bwana, mbele
za madhabahu. 15 Kuhani atachukua konzi ya unga
laini na mafuta, pamoja na uvumba wote ulioko juu
ya sadaka ya nafaka, ateketeze sehemu ya kumbu-
kumbu juu ya madhabahu kama harufu nzuri ya
kumpendeza Bwana. 16 Aroni na wanawe wata-
kula sehemu iliyobaki, lakini italiwa bila kutiwa
chachu mahali patakatifu, nao wataila kwenye
ua wa Hema la Kukutania. 17 Kamwe haitaokwa
na chachu; nimewapa kama fungu lao la sadaka
iliyotolewa kwangu kwa moto. Ni takatifu sana,
kama vile ilivyo sadaka ya dhambi na ya hatia.
18 Kila mwanaume mzao wa Aroni aweza kuila. Ni
fungu lake la kawaida la sadaka zilizotolewa kwa
Bwana kwa moto kwa vizazi vijavyo. Chochote
kinachozigusa kitakuwa kitakatifu.’ ”

19 Tena Bwana akamwambia Mose, 20 “Hii ni
sadaka ambayo Aroni na wanawe wanapaswa
kuleta kwa Bwana siku atakapotiwa mafuta:
sehemu ya kumi ya efa[a] ya unga laini kama sadaka
ya kawaida ya nafaka. Nusu yake ataitoa asubuhi
na nusu nyingine jioni. 21 Iandae kwa mafuta kwe-
nye kikaango; ilete ikiwa imechanganywa vizuri,
na utoe hiyo sadaka ya nafaka ikiwa imevunjwa
vipande vipande kuwa harufu nzuri ya kumpe-
ndeza Bwana. 22 Mwanawe atakayeingia mahali
pake kama kuhani aliyetiwa mafuta ndiye ata-
kayeiandaa. Ni fungu la kawaida la Bwana, nalo
litateketezwa kabisa. 23 Kila sadaka ya nafaka ya
kuhani itateketezwa kabisa; kamwe haitaliwa.”

Sadaka Ya Dhambi

24 Bwana akamwambia Mose, 25 “Mwambie Aroni
na wanawe: ‘Haya ndiyo masharti kwa ajili ya
sadaka ya dhambi: Sadaka ya dhambi itachinjiwa
mbele za Bwana mahali sadaka ya kuteketezwa
huchinjiwa, ni takatifu sana. 26 Kuhani anayeitoa
ndiye atakayeikula; itakuliwa katika mahali pataka-
tifu, katika ua wa Hema la Kukutania. 27 Chochote
kitakachogusa nyama yoyote ya hiyo sadaka kita-
kuwa kitakatifu, na kama hiyo damu itadondokea
juu ya vazi, lazima uifulie mahali patakatifu. 28 Chu-
ngu cha udongo kitakachopikiwa nyama lazima
kivunjwe, lakini kama imepikiwa kwenye chombo
cha shaba, chombo hicho kitasuguliwa na kusuu-
zwa kwa maji. 29 Kila mwanaume katika familia ya
kuhani aweza kula nyama hiyo; ni takatifu sana.
30 Lakini kila sadaka ya dhambi ambayo damu yake
imeletwa ndani ya Hema la Kukutania kufanya
upatanisho katika Mahali Patakatifu kamwe hai-
taliwa; lazima iteketezwe.

Sadaka Ya Hatia

7 “ ‘Haya ndiyo masharti kwa ajili ya sadaka ya
hatia, ambayo ni takatifu sana: 2 Sadaka ya
hatia itachinjiwa mahali pale ambapo sadaka ya
kuteketezwa huchinjiwa, nayo damu yake ita-
nyunyizwa pande zote za madhabahu. 3 Mafuta
yake yote yatatolewa sadaka: mafuta ya mkia na
mafuta yale yanayofunika sehemu za ndani, 4 figo
zote mbili pamoja na mafuta yanayozizunguka
yaliyo karibu na kiuno na yale yanayofunika
ini, ambayo yataondolewa pamoja na hizo figo.
5 Kuhani atayateketeza juu ya madhabahu kuwa
sadaka iliyotolewa kwa Bwana kwa moto. Hii ni
sadaka ya hatia. 6 Mwanaume yeyote katika jamaa
ya kuhani aweza kuila, lakini lazima iliwe mahali
patakatifu; ni takatifu sana.

7 “ ‘Sheria hii ya sadaka ya hatia ni sawasawa na
ile ya sadaka ya dhambi: Nyama ya yule mnyama
aliyetolewa sadaka ni ya yule kuhani anayesima-
mia ibada ya upatanisho. 8 Kuhani anayetoa sadaka
ya kuteketezwa kwa ajili ya mtu yeyote anaweza
kuichukua ngozi ya mnyama yule aliyetolewa
iwe yake. 9 Kila sadaka ya nafaka iliyookwa jikoni
au kupikwa katika sufuria au katika kikaangio
itakuwa ya kuhani anayeitoa. 10 Nayo kila sadaka
ya nafaka, iwe imechanganywa na mafuta au iko
kavu, itakuwa ya wana wa Aroni, nayo itagawanywa
sawa kati yao.

Sadaka Ya Amani

11 “ ‘Haya ndiyo masharti kwa ajili ya sadaka ya
amani ambayo mtu aweza kuileta kwa Bwana:
12 “ ‘Ikiwa mtu atatoa sadaka ya amani kwa ajili

[a]20 Sehemu ya kumi ya efa ni sawa na kilo moja.

ya kuonyesha shukrani, pamoja na sadaka hii ya shukrani, atatoa maandazi yasiyotiwa chachu yaliyochanganywa na mafuta, mikate myembamba isiyotiwa chachu iliyopakwa mafuta, maandazi ya unga laini uliokandwa vizuri na kuchanganywa na mafuta. 13 Pamoja na sadaka hii ya amani ya shukrani ataleta sadaka ya maandazi yaliyotengenezwa kwa chachu. 14 Ataleta moja ya kila aina ya andazi kama sadaka, matoleo kwa BWANA; hii ni ya kuhani anayenyunyiza damu ya sadaka ya amani. 15 Nyama ya sadaka ya amani kwa ajili ya shukrani lazima iliwe siku iyo hiyo inapotolewa; hutabakiza kitu chochote mpaka asubuhi.

16 " 'Lakini kama sadaka yake ni kwa ajili ya nadhiri au ni sadaka ya hiari, sadaka hiyo italiwa siku hiyo inapotolewa, lakini chochote kinachobakia kinaweza kuliwa kesho yake. 17 Nyama yoyote ya sadaka inayobaki mpaka siku ya tatu lazima iteketezwe kwa moto. 18 Kama nyama yoyote ya sadaka ya amani italiwa siku ya tatu, BWANA hataikubali. Haitahesabiwa kwake huyo aliyeitoa, kwa kuwa ni najisi. Mtu atakayekula sehemu yake yoyote atahesabiwa hatia.

19 " 'Nyama ile inayogusa chochote ambacho ni najisi kwa kawaida ya ibada kamwe haitaliwa, ni lazima iteketezwe kwa moto. Kuhusu nyama nyingine, mtu yeyote aliye safi kwa kawaida ya ibada anaweza kuila. 20 Lakini kama mtu yeyote najisi akila nyama yoyote ya sadaka ya amani iliyotolewa kwa BWANA, huyo mtu lazima akatiliwe mbali na watu wake. 21 Kama mtu yeyote akigusa kitu kilicho najisi, iwe ni uchafu wa mwanadamu, au mnyama najisi, au kitu chochote kilicho najisi, kitu cha kuchukiza, kisha akala nyama yoyote ya sadaka ya amani iliyotolewa kwa BWANA, mtu huyo ni lazima akatiliwe mbali na watu wake.' "

Kula Mafuta Na Kunywa Damu Kwakatazwa

22 BWANA akamwambia Mose, 23 "Waambie Waisraeli: 'Msile mafuta yoyote ya ng'ombe, kondoo wala mbuzi. 24 Mafuta ya mnyama aliyekutwa amekufa au ameraruliwa na mnyama pori yanaweza kutumika kwa kazi nyingine yoyote, lakini kamwe msiyale. 25 Mtu yeyote alaye mafuta ya mnyama ambaye ametolewa sadaka kwa BWANA kwa moto ni lazima akatiliwe mbali na watu wake. 26 Popote mtakapoishi, kamwe msinywe damu ya ndege yeyote wala ya mnyama. 27 Ikiwa mtu yeyote atakunywa damu, mtu huyo lazima akatiliwe mbali na watu wake.' "

Fungu La Makuhani

28 BWANA akamwambia Mose, 29 "Waambie Waisraeli: 'Mtu yeyote aletaye sadaka ya amani kwa BWANA ataleta sehemu ya sadaka hiyo kama dhabihu yake kwa BWANA. 30 Ataleta sadaka kwa mikono yake mwenyewe iliyotolewa kwa BWANA kwa moto; ataleta mafuta ya huyo mnyama pamoja na kidari, naye atainua hicho kidari mbele za BWANA kuwa sadaka ya kuinuliwa. 31 Kuhani atayateketeza hayo mafuta juu ya madhabahu, lakini kidari kitakuwa cha Aroni na wanawe. 32 Paja la kulia la sadaka zako za amani utampa kuhani kama matoleo. 33 Mwana wa Aroni atoaye damu na mafuta ya sadaka ya amani ndiye atakayepewa paja hilo la kulia kuwa fungu lake. 34 Kutoka kwenye sadaka za amani za Waisraeli, mimi Mungu nimepokea kidari kile kilichoinuliwa pamoja na lile paja lililotolewa, nami nimevitoa kwa kuhani Aroni na wanawe kuwa fungu lao la kawaida kutoka kwa Waisraeli.' "

35 Hii ndiyo sehemu ya sadaka zilizotolewa kwa BWANA kwa moto, ambazo zilitengwa kwa ajili ya Aroni na wanawe siku ile walipowekwa wakfu ili kumtumikia BWANA katika kazi ya ukuhani. 36 Siku ile walipotiwa mafuta, BWANA aliagiza kwamba Waisraeli wawape hili kama fungu lao la kawaida kwa vizazi vijavyo.

37 Basi haya ndiyo masharti kuhusu sadaka ya kuteketezwa, sadaka ya nafaka, sadaka ya dhambi, sadaka ya hatia, sadaka ya kuwekwa wakfu, na sadaka ya amani, 38 ambayo BWANA alimpa Mose juu ya Mlima Sinai siku ile alipowaagiza Waisraeli walete sadaka zao kwa BWANA, katika Jangwa la Sinai.

Kuwekwa Wakfu Kwa Aroni Na Wanawe

8 BWANA akamwambia Mose, 2 "Waletee Aroni na wanawe mavazi yao, mafuta ya upako, fahali kwa ajili ya sadaka ya dhambi, kondoo dume wawili na kikapu chenye mikate iliyotengenezwa bila chachu. 3 Kisha kusanya mkutano wote kwenye ingilio la Hema la Kukutania." 4 Mose akafanya kama BWANA alivyomwagiza, na mkutano ukakusanyika kwenye ingilio la Hema la Kukutania.

5 Mose akaliambia kusanyiko, "Hili ndilo BWANA ameagiza lifanyike." 6 Kisha Mose akamleta Aroni na wanawe mbele, akawaosha kwa maji. 7 Akamvika Aroni koti, akamfunga mshipi, akamvika joho na kumvalisha kisibau. Pia akafunga kisibau juu yake na kukifunga kiunoni mwake kwa mshipi wake uliosokotwa kwa ustadi. 8 Akaweka kifuko cha kifuani juu yake, na kuweka Urimu na Thumimu[a] kwenye hicho kifuko. 9 Kisha akamvika Aroni kilemba kichwani pake, akaweka lile bamba la dhahabu, yaani ile taji takatifu, upande wa mbele wa kilemba, kama BWANA alivyomwagiza Mose.

10 Ndipo Mose akachukua mafuta ya upako na kuipaka maskani na kila kitu kilichokuwamo ndani yake, kisha akaviweka wakfu. 11 Akanyunyiza baadhi ya mafuta juu ya madhabahu mara saba, akaipaka madhabahu mafuta na vyombo vyake vyote pamoja na sinia na kinara chake, ili kuviweka wakfu. 12 Akamimina sehemu ya hayo mafuta ya upako kichwani mwa Aroni, akamtia mafuta ili kumweka wakfu. 13 Kisha akawaleta wana wa Aroni mbele, akawavika makoti, akawafunga mishipi na kuwavika vilemba, kama BWANA alivyomwagiza Mose.

14 Kisha akamtoa fahali kwa ajili ya sadaka ya dhambi, nao Aroni na wanawe wakaweka mikono yao juu ya kichwa chake. 15 Mose akamchinja yule fahali na akachukua sehemu ya hiyo damu, kisha kwa kidole chake akaitia kwenye pembe zote za madhabahu ili kutakasa madhabahu. Akaimwaga damu iliyobaki chini ya madhabahu. Kwa hiyo

[a]8 Urimu na Thumimu maana yake ni Nuru na Kweli; vifaa hivi viliwekwa kwenye kifuko cha juu cha kisibau cha kuhani mkuu ili kujua mapenzi ya Mungu kwenye mambo ya kutatanisha.

akayaweka wakfu ili kufanya upatanisho kwa ajili
ya madhabahu. 16 Pia Mose akachukua mafuta yote
yanayozunguka sehemu za ndani, mafuta yanayo-
funika ini, figo zote mbili pamoja na mafuta yake,
akayateketeza juu ya madhabahu. 17 Lakini fahali,
ikiwa pamoja na ngozi yake na nyama yake na
sehemu zake za ndani na matumbo, akaiteketeza
nje ya kambi, kama Bwana alivyomwagiza Mose.
18 Kisha Mose akamleta kondoo dume kwa ajili
ya sadaka ya kuteketezwa, naye Aroni na wanawe
wakaweka mikono yao juu ya kichwa chake.
19 Ndipo Mose akamchinja yule kondoo dume na
kunyunyiza damu yake pande zote za madhabahu.
20 Mose akamkata yule kondoo dume vipande vipa-
nde na kukiteketeza kichwa, vile vipande na yale
mafuta. 21 Kisha akamsafisha sehemu za ndani
na miguu kwa maji, na kumteketeza yule kondoo
dume mzima juu ya madhabahu kuwa sadaka ya
kuteketezwa, harufu nzuri ya kupendeza, sadaka
iliyotolewa kwa Bwana kwa moto, kama Bwana
alivyomwagiza Mose.

22 Kisha akaleta kondoo dume mwingine, ndiye
kondoo dume kwa ajili ya kuwaweka wakfu, naye
Aroni na wanawe wakaweka mikono yao juu ya
kichwa chake. 23 Mose akamchinja yule kondoo
dume, akaichukua sehemu ya damu yake na kui-
paka juu ya ncha ya sikio la kuume la Aroni, na juu
ya kidole gumba cha mkono wake wa kuume na
juu ya kidole kikubwa cha mguu wake wa kuume.
24 Pia Mose akawaleta hao wana wa Aroni mbele,
akaipaka sehemu ya hiyo damu kwenye ncha za
masikio yao ya kuume, juu ya vidole gumba vya
mikono yao ya kuume, na juu ya vidole vikubwa
vya miguu yao ya kuume. Kisha akanyunyiza damu
pande zote za madhabahu. 25 Akachukua mafuta ya
mnyama, mafuta ya mkia, mafuta yote yanayozu-
nguka sehemu za ndani, mafuta yanayofunika ini,
figo zote mbili pamoja na mafuta yake, na paja la
kulia. 26 Kisha kutoka kwenye kikapu cha mikate
iliyotengenezwa bila chachu, kilichokuwa mbele
za Bwana, akachukua andazi moja, na jingine lili-
lotengenezwa kwa mafuta, na mkate mwembamba;
akaviweka hivi vyote juu ya mafungu ya mafuta ya
mnyama, na juu ya lile paja la kulia. 27 Akaviweka
hivi vyote mikononi mwa Aroni na wanawe, na
kuviinua mbele za Bwana kuwa sadaka ya kuinu-
liwa. 28 Kisha Mose akavichukua kutoka mikononi
mwao na kuviteketeza juu ya madhabahu ya sadaka
ya kuteketezwa kuwa sadaka ya kuwekwa wakfu,
harufu nzuri ya kupendeza, sadaka iliyotolewa kwa
Bwana kwa moto. 29 Kisha akachukua kidari, kilicho
fungu la Mose la kondoo dume kwa ajili ya kuwekwa
wakfu, na kukiinua mbele za Bwana kama sadaka
ya kuinuliwa, kama Bwana alivyomwagiza Mose.

30 Kisha Mose akachukua sehemu ya mafuta ya
upako, na sehemu ya damu kutoka kwenye madha-
bahu, na kuvinyunyiza juu ya Aroni na mavazi
yake, na juu ya wanawe na mavazi yao. Kwa hiyo
akamweka Aroni na mavazi yake wakfu, pamoja
na wanawe na mavazi yao.

31 Kisha Mose akamwambia Aroni na wanawe,
"Pika hiyo nyama kwenye ingilio la Hema la
Kukutania, na uile hapo pamoja na mkate kutoka
kwenye kikapu cha sadaka ya kuweka wakfu, kama
nilivyoagiza, nikisema, 'Aroni na wanawe wataila.'
32 Kisha teketeza nyama na mikate iliyobaki.
33 Msitoke kwenye ingilio la Hema la Kukutania
kwa muda wa siku saba, mpaka siku zenu za
kuwekwa wakfu ziwe zimetimia, kwa kuwa muda
wenu wa kuwekwa wakfu utakuwa siku saba. 34 Lile
lililofanyika leo liliagizwa na Bwana ili kufanya
upatanisho kwa ajili yenu. 35 Lazima mkae kwenye
ingilio la Hema la Kukutania usiku na mchana kwa
siku saba, na kufanya lile Bwana analolitaka, ili
kwamba msife; kwa kuwa hilo ndilo nililoamriwa."
36 Kwa hiyo Aroni na wanawe wakafanya kila kitu
Bwana alichoamuru kupitia kwa Mose.

Makuhani Waanza Huduma Yao

9 Katika siku ya nane, Mose akawaita Aroni na
wanawe, na wazee wa Israeli. 2 Akamwambia
Aroni, "Chukua ndama dume kwa ajili ya sadaka
yako ya dhambi, na kondoo dume kwa sadaka yako
ya kuteketezwa, wote wawili wasiwe na dosari, nao
uwalete mbele za Bwana. 3 Kisha waambie Wai-
sraeli: 'Chukueni mbuzi dume kwa ajili ya sadaka
ya dhambi, na ndama na mwana-kondoo, wote
wawili wawe wa umri wa mwaka mmoja, na wasio
na dosari, kwa ajili ya sadaka ya kuteketezwa, 4 na
pia maksai na kondoo dume kwa ajili ya sadaka ya
amani, ili kutoa dhabihu mbele za Bwana, pamoja
na sadaka ya nafaka iliyochanganywa na mafuta.
Kwa kuwa leo Bwana atawatokea.' "

5 Wakavileta vile vitu Mose alivyowaagiza mbele
ya Hema la Kukutania, nalo kusanyiko lote likaka-
ribia na kusimama mbele za Bwana. 6 Ndipo Mose
akasema, "Hili ndilo Bwana alilowaagiza mlifanye,
ili utukufu wa Bwana upate kuonekana kwenu."

7 Mose akamwambia Aroni, "Njoo madhaba-
huni ili utoe dhabihu yako ya sadaka ya dhambi
na sadaka yako ya kuteketezwa, ufanye upatani-
sho kwa ajili yako mwenyewe na kwa ajili ya watu.
Kisha utoe sadaka ya upatanisho kwa ajili ya watu,
kama vile Bwana alivyoagiza."

8 Hivyo Aroni akaja madhabahuni na kumchi-
nja yule ndama kuwa sadaka ya dhambi kwa ajili
yake mwenyewe. 9 Wanawe wakamletea damu,
naye akachovya kidole chake katika hiyo damu,
akaitia kwenye pembe za madhabahu, nayo damu
iliyobaki akaimwaga chini ya madhabahu. 10 Juu ya
madhabahu akateketeza mafuta, figo na mafuta
yanayofunika ini kutoka kwenye hiyo sadaka ya
dhambi, kama Bwana alivyomwagiza Mose. 11 Aka-
teketeza nyama na ngozi nje ya kambi.

12 Kisha Aroni akachinja sadaka ya kuteketezwa.
Wanawe wakamletea damu, naye akainyunyiza
pande zote za madhabahu. 13 Wakamletea sadaka
ya kuteketezwa kipande kwa kipande, pamoja na
kichwa, naye akaviteketeza juu ya madhabahu.
14 Akasafisha sehemu za ndani na miguu, aka-
viteketeza juu ya sadaka ya kuteketezwa juu ya
madhabahu.

15 Kisha Aroni akaleta sadaka ile iliyokuwa kwa
ajili ya watu. Akachukua yule mbuzi wa sadaka ya
dhambi kwa ajili ya watu, akamchinja na kumtoa
kwa ajili ya sadaka ya dhambi, kama alivyofanya
kwa ile ya kwanza.

16 Aroni akaleta sadaka ya kuteketezwa na

kuitoa kama ilivyoelekezwa. 17 Pia akaleta sadaka ya nafaka, akachukua konzi moja na kuiteketeza juu ya madhabahu, pamoja na sadaka ya kuteketezwa ya asubuhi.

18 Akachinja maksai na kondoo dume kama sadaka ya amani kwa ajili ya watu. Wanawe Aroni wakampa ile damu, naye akainyunyiza kwenye madhabahu pande zote. 19 Lakini sehemu zile za mafuta ya yule maksai na kondoo dume, yaani mafuta ya mkia, mafuta yaliyofunika tumbo, ya figo na yaliyofunika ini, 20 hivi vyote wakaviweka juu ya vidari, kisha Aroni akayateketeza hayo mafuta ya wanyama juu ya madhabahu. 21 Aroni akaviinua vile vidari na paja la kulia mbele za Bwana ili viwe sadaka ya kuinuliwa, kama Mose alivyoagiza.

22 Kisha Aroni akainua mikono yake kuwaelekea watu na kuwabariki. Naye baada ya kutoa dhabihu ya sadaka ya dhambi, sadaka ya kuteketezwa, na sadaka ya amani, akashuka chini.

23 Kisha Mose na Aroni wakaingia kwenye Hema la Kukutania. Walipotoka nje, wakawabariki watu. Nao utukufu wa Bwana ukawatokea watu wote. 24 Moto ukaja kutoka uwepo wa Bwana, ukairamba ile sadaka ya kuteketezwa, pamoja na sehemu ya mafuta yaliyokuwa juu ya madhabahu. Watu wote walipoona jambo hili, wakapiga kelele kwa furaha na kusujudu.

Kifo Cha Nadabu Na Abihu

10 Nadabu na Abihu, wana wa Aroni, wakachukua vyetezo vyao, wakaweka moto ndani yake na kuongeza uvumba; kisha wakamtolea Bwana moto usio halali, kinyume na agizo la Mungu. 2 Hivyo moto ukaja kutoka kwa uwepo wa Bwana na kuwaramba, nao wakafa mbele za Bwana. 3 Kisha Mose akamwambia Aroni, "Hili ndilo alilonena Bwana wakati aliposema:

" 'Miongoni mwa wale watakaonikaribia
 nitajionyesha kuwa mtakatifu;
machoni pa watu wote
 nitaheshimiwa.' "

Aroni akanyamaza.

4 Mose akawaita Mishaeli na Elisafani, wana wa Uzieli mjomba wake Aroni, akawaambia, "Njooni hapa. Ondoeni miili ya binamu zenu mbele ya mahali patakatifu, mkaipeleke nje ya kambi." 5 Hivyo wakaja na kuwaondoa, wakiwa bado wamevalia makoti yao ya ibada, wakawapeleka nje ya kambi, kama Mose alivyoamuru.

6 Ndipo Mose akamwambia Aroni pamoja na wanawe, Eleazari na Ithamari, "Msifunue vichwa vyenu wala msirarue mavazi yenu, la sivyo mtakufa na Bwana ataikasirikia jumuiya nzima. Lakini ndugu zenu, nyumba yote ya Israeli, wanaweza kuwaombolezea wale ambao Bwana amewaangamiza kwa moto. 7 Msitoke nje ya ingilio la Hema la Kukutania, la sivyo mtakufa, kwa sababu mafuta ya Bwana ya upako yako juu yenu." Hivyo wakafanya kama vile Mose alivyosema.

8 Kisha Bwana akamwambia Aroni, 9 "Wewe na wanao msinywe mvinyo wala kinywaji kingine kilichochachuka wakati mwingiapo katika Hema la Kukutania, la sivyo mtakufa. Hili litakuwa Agizo la kudumu kwa vizazi vijavyo. 10 Ni lazima mtenganishe kilicho kitakatifu na kile kilicho cha kawaida, kati ya yaliyo najisi na yaliyo safi, 11 na lazima mwafundishe Waisraeli amri zote ambazo Bwana aliwapa kupitia Mose."

12 Mose akamwambia Aroni pamoja na wanawe waliosalia, Eleazari na Ithamari, "Chukueni sadaka ya nafaka iliyobaki kutoka sadaka zilizotolewa kwa Bwana kwa moto, muile hapo kando ya madhabahu ikiwa imeandaliwa bila chachu, kwa sababu ni takatifu sana. 13 Mtaila katika mahali patakatifu kwa sababu ni fungu lenu na fungu la wana wenu la sadaka zilizotolewa kwa Bwana kwa moto, kwa maana hivyo ndivyo nilivyoamriwa. 14 Lakini wewe na wanao na binti zako mwaweza kula kidari kile kilichoinuliwa na paja lile lililotolewa. Mtavila mahali safi pa kawaida ya ibada; mmepewa wewe na watoto wako kuwa fungu lenu la sadaka za amani za Waisraeli. 15 Paja lile lililotolewa na kidari kile kilichoinuliwa lazimaviletwe pamoja na sehemu za mafuta ya sadaka za kuteketezwa kwa moto, ili kuinuliwa mbele za Bwana kama sadaka ya kuinuliwa. Hili litakuwa fungu lako la kawaida na wanao, kama Bwana alivyoagiza."

16 Mose alipouliza kuhusu mbuzi atolewaye kwa ajili ya sadaka ya dhambi, na kukuta kwamba ameteketezwa, aliwakasirikia Eleazari na Ithamari, wana wa Aroni waliobaki, akawauliza, 17 "Kwa nini hamkula sadaka ya dhambi katika eneo la mahali patakatifu? Ni takatifu sana. Mlipewa ninyi ili kuondoa hatia ya jumuiya kwa ajili ya kuwafanyia upatanisho mbele za Bwana. 18 Kwa kuwa damu yake haikuletwa ndani ya Mahali Patakatifu, mngemla mbuzi huyo katika sehemu ya mahali patakatifu kama nilivyoagiza."

19 Aroni akamjibu Mose, "Leo wanangu wametoa sadaka zao za dhambi na sadaka zao za kuteketezwa mbele za Bwana, lakini mambo kama haya yamenitokea mimi. Je, Bwana angependezwa kama ningekuwa nimekula sadaka ya dhambi leo?" 20 Mose aliposikia haya, akaridhika.

Vyakula Najisi Na Visivyo Najisi

11 Bwana akawaambia Mose na Aroni, 2 "Waambieni Waisraeli: 'Kati ya wanyama wote waishio juu ya nchi, hawa ndio mtakaowala: 3 Mwaweza kula mnyama yeyote mwenye kwato zilizogawanyika sehemu mbili na ambaye hucheua.

4 " 'Kuna wanyama wengine ambao hucheua tu au wenye kwato zilizogawanyika tu, lakini hao kamwe msiwale. Ngamia ingawa hucheua hana kwato zilizogawanyika; kwa kawaida ya ibada hiyo ni najisi kwenu. 5 Pelele ingawa hucheua hana kwato zilizogawanyika; huyo ni najisi kwenu. 6 Sungura ingawa hucheua hana kwato zilizogawanyika; huyo ni najisi kwenu. 7 Naye nguruwe ingawa anazo kwato zilizogawanyika sehemu mbili, hacheui; huyo ni najisi kwenu. 8 Kamwe msile nyama yao wala kugusa mizoga yao; wao ni najisi kwenu.

9 " 'Kuhusu viumbe wote wanaoishi ndani ya maji ya bahari na vijito, mtakula wale wote wenye

mapezi na magamba. 10 Lakini viumbe wote ndani
ya bahari au vijito wasio na mapezi na magamba,
wakiwa miongoni mwa makundi au viumbe wote
ndani ya maji, hao ni machukizo kwenu. 11 Nao
watakuwa machukizo kwenu. Msile nyama yao,
nayo mizoga yao itakuwa machukizo. 12 Chochote
kinachoishi ndani ya maji ambacho hakina mapezi
na magamba kitakuwa chukizo kwenu.

13 " 'Wafuatao ndio ndege watakaokuwa machu-
kizo kwenu, hivyo msiwale kwa sababu ni chukizo:
tai, furukombe, kipungu, 14 mwewe mwekundu,
aina zote za mwewe mweusi, 15 aina zote za
kunguru, 16 mbuni, kiruka-njia, dudumizi, kipanga,
shakwe, aina zote za kipanga, 17 bundi, mnandi,
bundi mkubwa, 18 mumbi, mwari, nderi, 19 korongo,
koikoi wa aina yoyote, hudihudi na popo.

20 " 'Wadudu wote warukao ambao hutembea
kwa miguu minne watakuwa chukizo kwenu.
21 Lakini wako viumbe wenye mabawa ambao
hutembea kwa miguu minne mtakaowala: wale
wenye vifundo katika miguu yao ya kurukaruka juu
ya ardhi. 22 Miongoni mwa hawa, mtakula nzige wa
aina zote, senene, parare au panzi. 23 Lakini viumbe
wengine wote wenye mabawa na wenye miguu
minne ni machukizo kwenu.

Wanyama Ambao Ni Najisi

24 " 'Mtajinajisi kwa wanyama hawa. Yeyote
agusaye mizoga yao atakuwa najisi mpaka jioni.
25 Yeyote atakayebeba mizoga ya viumbe hawa ni
lazima afue nguo zake, naye atakuwa najisi mpaka
jioni.

26 " 'Kila mnyama mwenye ukwato ulioachana
lakini haukugawanyika kabisa, au yule asiyecheua,
huyo ni najisi kwenu; yeyote agusaye mzoga
wowote wa hao atakuwa najisi. 27 Miongoni mwa
wanyama wote watembeao kwa miguu minne,
wale watembeao kwa vitanga vyao ni najisi kwenu;
yeyote agusaye mizoga yao atakuwa najisi mpaka
jioni. 28 Yeyote atakayebeba mizoga yao ni lazima
afue nguo zake, naye atakuwa najisi mpaka jioni.
Wanyama hawa ni najisi kwenu.

29 " 'Kuhusu wanyama watambaao juu ya ardhi,
hawa ni najisi kwenu: kicheche, panya, aina
yoyote ya mijusi mikubwa, 30 guruguru, kenge,
mijusi ya ukutani, goromoe na kinyonga. 31 Hao
wote watambaao juu ya ardhi ni najisi kwenu.
Yeyote agusaye mizoga yao atakuwa najisi mpaka
jioni. 32 Ikiwa mmoja wao atakufa na kuangukia
juu ya kitu fulani, chombo hicho, hata kikiwa
cha matumizi gani, kitakuwa najisi, kiwe kimete-
ngenezwa kwa mti, nguo, ngozi au gunia. Kiweke
ndani ya maji; kitakuwa najisi mpaka jioni, kisha
kitakuwa safi tena. 33 Ikiwa mmoja wa wanyama
aliyekufa ataangukia ndani ya chungu, kila kili-
chomo katika chungu hicho kitakuwa najisi,
nawe ni lazima uvunje chungu hicho. 34 Chakula
chochote ambacho chaweza kuliwa lakini kikawa
kimeingia maji kutoka kwenye chungu hicho ni
najisi, na kitu chochote cha majimaji ambacho
chaweza kunyweka kutoka kwenye chungu
hicho ni najisi. 35 Chochote ambacho mzoga wa
mmojawapo utaangukia kitakuwa najisi. Jiko au
chungu cha kupikia ni lazima kivunjwe. Ni najisi,
nawe ni lazima uvihesabu kuwa najisi. 36 Lakini
chemchemi au kisima, mahali pa kuchota maji,
patakuwa safi, lakini yeyote atakayegusa moja ya
mizoga hii ni najisi. 37 Kama mzoga ukianguka juu
ya mbegu zozote ambazo ni za kupanda, zinabaki
safi. 38 Lakini kama mbegu imetiwa maji na mzoga
ukaanguka juu yake, hiyo mbegu ni najisi kwenu.

39 " 'Kama mnyama ambaye mnaruhusiwa kumla
akifa, yeyote atakayeugusa mzoga wake atakuwa
najisi mpaka jioni. 40 Yeyote atakayekula sehemu
ya mzoga huo ni lazima afue nguo zake, naye ata-
kuwa najisi mpaka jioni. Yeyote atakayebeba mzoga
huo ni lazima afue nguo zake, naye atakuwa najisi
mpaka jioni.

41 " 'Kila kiumbe kitambaacho juu ya ardhi ni
chukizo; kisiliwe. 42 Msile kiumbe chochote kita-
mbaacho juu ya ardhi, kiwe kitambaacho kwa
tumbo lake, au kitambaacho kwa miguu minne
au kwa miguu mingi; ni chukizo. 43 Msijitie unajisi
kwa chochote katika viumbe hivi. Msijitie una-
jisi kwa viumbe hivyo au kutiwa unajisi navyo.
44 Mimi ndimi BWANA Mungu wenu; jitakaseni
mwe watakatifu, kwa sababu mimi ni mtakatifu.
Msijitie unajisi wenyewe kwa kiumbe chochote
kile kiendacho juu ya ardhi. 45 Mimi ndimi BWANA
niliyewapandisha mtoke Misri ili niwe Mungu
wenu. Kwa hiyo kuweni watakatifu kwa sababu
Mimi ni mtakatifu.

46 " 'Haya ndiyo masharti kuhusu wanyama,
ndege, kila kiumbe hai kiendacho ndani ya maji,
na kila kiumbe kiendacho juu ya ardhi. 47 Ni lazima
mpambanue kati ya kilicho najisi na kilicho safi,
kati ya viumbe hai vinavyoweza kuliwa na vile
visivyoweza kuliwa.' "

Utakaso Baada Ya Kuzaa Mtoto

12 BWANA akamwambia Mose, 2 "Waambie Wai-
sraeli: 'Mwanamke ambaye atapata mimba na
kuzaa mtoto wa kiume atakuwa najisi kwa kawaida
ya ibada kwa siku saba, kama anavyokuwa najisi
wakati wa siku zake za hedhi. 3 Mvulana ata-
tahiriwa siku ya nane. 4 Kisha ni lazima huyo
mwanamke asubiri kwa siku thelathini na tatu,
ndipo atakaswe kutoka damu kwake. Hataruhu-
siwa kugusa kitu chochote kilicho kitakatifu au
kuingia mahali patakatifu, mpaka siku za kutaka-
swa kwake zimetimia. 5 Kama akimzaa mtoto wa
kike, mwanamke huyo atakuwa najisi kwa majuma
mawili, kama wakati wake wa hedhi. Kisha ata-
subiri kwa siku sitini na sita, ndipo atatakaswa
kutoka damu kwake.

6 " 'Siku zake za utakaso kwa ajili ya mwana au
binti zitakapotimia, mwanamke huyo atamletea
kuhani kwenye ingilio la Hema la Kukutania
mwana-kondoo mwenye umri wa mwaka mmoja
kwa ajili ya sadaka ya kuteketezwa, na kinda la
njiwa au hua kwa ajili ya sadaka ya dhambi. 7 Ata-
vitoa mbele za BWANA ili kufanya upatanisho kwa
ajili yake, na kisha atakuwa safi kwa desturi ya
ibada kutokana na kutokwa damu kwake.

" 'Haya ndiyo masharti kwa ajili ya mwanamke
atakayezaa mtoto wa kiume au wa kike. 8 Kama
huyo mwanamke hana uwezo wa kumpata
mwana-kondoo, ataleta hua wawili au makinda

mawili ya njiwa, moja kwa ajili ya sadaka ya kuteketezwa na mwingine kwa ajili ya sadaka ya dhambi. Kwa njia hii, kuhani atafanya upatanisho kwa ajili yake, naye atakuwa safi.' "

Masharti Kuhusu Magonjwa Ya Ngozi Yaambukizayo

13 BWANA akawaambia Mose na Aroni, 2 "Iwapo mtu yeyote atakuwa na uvimbe au upele au alama nyeupe juu ya ngozi yake ambayo yaweza kuwa ugonjwa wa ngozi wa kuambukiza,[a] ni lazima aletwe kwa Aroni kuhani ama kwa wanawe, kuhani mmojawapo. 3 Kuhani atachunguza hicho kidonda kilichopo juu ya ngozi yake, na kama nywele za mahali palipo na kidonda zimebadilika kuwa nyeupe, na ikiwa kidonda kimeingia ndani ya ngozi, basi ni ugonjwa wa ngozi wa kuambukiza, yaani ukoma. Kuhani atakapomchunguza, atamtangaza mtu huyo kuwa ni najisi kwa kawaida ya ibada. 4 Kama alama juu ya ngozi yake ni nyeupe, lakini haionekani kuwa imeingia ndani zaidi ya ngozi, na nywele kwenye alama hiyo hazijageuka kuwa nyeupe, kuhani atamtenga mtu huyo mahali pa pekee kwa siku saba. 5 Siku ya saba, kuhani atamchunguza, na kama hakuona badiliko kwenye kile kidonda na hakijaenea juu ya ngozi, atamtenga kwa siku nyingine saba. 6 Siku ya saba kuhani atamchunguza tena, na kama kidonda kimepungua na hakijaenea juu ya ngozi, kuhani atamtangaza mtu huyo kuwa ni safi, ni upele tu. Ni lazima mtu huyo afue mavazi yake, naye atakuwa safi. 7 Lakini ikiwa ule upele utaenea juu ya ngozi yake baada ya yeye kujionyesha kwa kuhani na kutangazwa kuwa safi, ni lazima aende tena kwa kuhani. 8 Kuhani atamchunguza, na kama upele umeenea kwenye ngozi, atamtangaza kuwa najisi, kwani ni ugonjwa wa ngozi wa kuambukiza, yaani ukoma.

9 "Wakati mtu yeyote ana ugonjwa wa ngozi wa kuambukiza, ni lazima aletwe kwa kuhani. 10 Kuhani atamchunguza na kama kuna uvimbe mweupe juu ya ngozi ambao umefanya nywele kuwa nyeupe, na kama kuna nyama mbichi ndani ya uvimbe, 11 ni ugonjwa sugu wa ngozi, na kuhani atamtangaza kuwa najisi. Hatamtenga tena kwa sababu ni najisi tayari.

12 "Ikiwa ugonjwa utakuwa umeenea kwenye ngozi yake yote kwa kadiri kuhani atakavyoweza kuona, kwamba umeenea kwenye ngozi yote ya huyo mgonjwa kutoka kichwani mpaka wayo, 13 kuhani atamchunguza, na kama ugonjwa umeenea mwili mzima, atamtangaza huyo mtu kuwa safi. Kwa kuwa mwili wote umekuwa mweupe, yeye ni safi. 14 Lakini itokeapo nyama mbichi kwenye ngozi yake, atakuwa najisi. 15 Kuhani atakapoiona hiyo nyama mbichi, atamtangaza mtu huyo kuwa najisi. Hiyo nyama mbichi ni najisi, ana ugonjwa wa kuambukiza. 16 Hiyo nyama mbichi ikigeuka na kuwa nyeupe, ni lazima amwendee kuhani. 17 Kuhani atamchunguza, na kama vidonda vimekuwa vyeupe, kuhani atamtangaza mgonjwa huyo kuwa safi; kisha atakuwa safi.

18 "Wakati mtu ana jipu juu ya ngozi yake nalo likapona, 19 napo mahali palipokuwa na jipu pakatokea uvimbe mweupe, au alama yenye wekundu na weupe, ni lazima akajionyeshe kwa kuhani. 20 Kuhani atapachunguza, na kama uvimbe umezama ndani ya ngozi, na nywele zimegeuka kuwa nyeupe, kuhani atamtangaza mtu huyo kuwa najisi. Ni ugonjwa wa ngozi wa kuambukiza uliojitokeza pale jipu lilipokuwa. 21 Lakini ikiwa wakati kuhani anapopachunguza pakawa hapana nywele nyeupe ndani yake, wala hakuna shimo bali pamepungua, basi kuhani atamtenga mtu huyo kwa siku saba. 22 Kama unaenea kwenye ngozi, kuhani atamtangaza kuwa najisi; ni ugonjwa wa ngozi wa kuambukiza. 23 Lakini ikiwa ile alama haijabadilika wala kuenea, ni kovu tu kutokana na jipu, kuhani atamtangaza kuwa safi.

24 "Wakati mtu ameungua kwenye ngozi yake, pakatokea alama yenye wekundu na weupe, au alama nyeupe ikaonekana penye nyama mbichi pale palipoungua, 25 kuhani ataichunguza ile alama, na kama nywele zilizoko juu yake zimegeuka kuwa nyeupe, napo pametokea shimo, basi huo ni ugonjwa wa ngozi wa kuambukiza ambao umetokea juu ya jeraha la moto. Kuhani atamtangaza kuwa najisi; ni ugonjwa wa ngozi wa kuambukiza. 26 Lakini kama kuhani akichunguza na kuona kwamba hakuna nywele nyeupe kwenye alama ile, wala hakuna shimo napo pameanza kupungua, basi kuhani atamtenga kwa siku saba. 27 Siku ya saba kuhani atamchunguza tena, na kama unaenea kwenye ngozi, kuhani atamtangaza kuwa najisi; ni ugonjwa wa ngozi wa kuambukiza. 28 Lakini, kama alama ile haikubadilika na wala haijaenea kwenye ngozi, napo pamepungua, ni uvimbe kutokana na jeraha la moto, na kuhani atamtangaza kuwa safi; ni kovu tu kutokana na kuungua.

29 "Ikiwa mwanaume au mwanamke ana kidonda juu ya kichwa au juu ya kidevu, 30 kuhani atakichunguza kile kidonda, na kama ataona kuwa kimeingia ndani, na nywele zilizoko juu yake ni njano na nyembamba, kuhani atamtangaza mtu huyo kuwa najisi, kwani ni upele; ni ugonjwa wa ngozi wa kuambukiza wa kichwa au kidevu. 31 Lakini kama kuhani akichunguza aina hii ya kidonda, kionekane kuwa hakina shimo na hakuna nywele nyeusi juu yake, basi atamtenga mtu huyo kwa siku saba. 32 Siku ya saba kuhani atachunguza kidonda kile, na kama upele haujaenea, na hakuna nywele za manjano juu yake, wala hakuna shimo lolote, 33 mtu huyo ni lazima anyolewe, isipokuwa mahali palipo na ugonjwa, naye kuhani atamtenga kwa siku nyingine saba. 34 Siku ya saba kuhani atachunguza tena ule upele; ikiwa haujaenea kwenye ngozi na hakuna shimo mahali pale, kuhani atamtangaza kuwa safi. Lazima afue nguo zake, naye atakuwa safi. 35 Lakini ikiwa upele utaenea juu ya ngozi baada ya kutangazwa kuwa safi, 36 kuhani atamchunguza, na kama upele umeenea kwenye ngozi, kuhani hana haja ya kutazama kama kuna nywele za manjano, mtu huyo ni najisi. 37 Hata hivyo, katika uchunguzi wake akiona hapajabadilika, na nywele nyeusi zimeota juu yake, upele

[a]2 Ugonjwa wa ngozi wa kuambukiza, yaani ukoma, ni neno lililotumika kwa Kiebrania kueleza magonjwa mbalimbali ya ngozi ambayo si lazima yawe ni ukoma halisi.

umepona. Yeye si najisi, kuhani atamtangaza kuwa
safi.
38 “Ikiwa mwanaume au mwanamke ana alama
nyeupe juu ya ngozi yake, 39 kuhani atamchunguza,
na kama alama hizo zina weupe uliofifia, ni vipele
visivyo na madhara vilivyojitokeza kwenye ngozi;
mtu huyo ni safi.
40 “Wakati mwanaume hana nywele naye ana
upaa, yeye ni safi. 41 Ikiwa hana nywele kwenye
ngozi ya kichwa chake, na ana upaa tangu kwe-
nye paji, ni safi. 42 Lakini kama ana kidonda chenye
wekundu na weupe kwenye kichwa chake chenye
upaa, au kwenye paji la uso, ni ugonjwa wa ngozi wa
kuambukiza unaojitokeza kichwani au kwenye paji
lake la uso. 43 Kuhani atamchunguza, na kama kido-
nda kilichovimba juu ya kichwa chake au kwenye
paji la uso ni chekundu au cheupe kama ugonjwa
wa ngozi wa kuambukiza, 44 mtu huyo ni mgonjwa,
na ni najisi. Kuhani atamtangaza kuwa najisi kwa
sababu ya kidonda kwenye kichwa chake.
45 “Mtu mwenye ugonjwa kama huo wa kuambu-
kiza ni lazima avae nguo zilizoraruka, awachilie
nywele zake bila kuzichana, afunike sehemu ya
chini ya uso wake, na apige kelele, ‘Najisi! Najisi!’
46 Kwa muda wote atakaokuwa na ugonjwa huo wa
kuambukiza atabaki kuwa najisi. Ni lazima aishi
peke yake; ni lazima aishi nje ya kambi.

Masharti Kuhusu Upele

47 “Kama vazi lolote lina maambukizo ya upele:
likiwa ni vazi la sufu au kitani, 48 lolote lililofumwa
au kusokotwa likiwa la kitani au la sufu, ngozi
yoyote au chochote kilichotengenezwa kwa ngozi,
49 tena kama maambukizo kwenye vazi, au ngozi,
au lililofumwa au kusokotwa, au kifaa chochote
cha ngozi, ni rangi ya kijani au nyekundu, huo ni
upele unaoenea na ni lazima kuhani aonyeshwe.
50 Kuhani atachunguza upele huo na kukitenga
kifaa hicho kwa siku saba. 51 Siku ya saba ataki-
chunguza, na kama upele umeenea kwenye nguo,
au kifaa kilichofumwa au kusokotwa, au ngozi,
kwa vyovyote vile itumikavyo, ni upele uanga-
mizao, kifaa hicho ni najisi. 52 Ni lazima aichome
hiyo nguo, ikiwa ni ya sufu ama kitani iliyofumwa
ama kusokotwa, ama chombo chochote cha ngozi
chenye maambukizo, kwa kuwa ni upele unaoa-
ngamiza; chombo chote ni lazima kichomwe moto.
53 “Lakini wakati kuhani atakapokichunguza
na kuona kuwa ule upele haujaenea kwenye
nguo iliyofumwa au kusokotwa, au vifaa vya
ngozi, 54 ataagiza kwamba kifaa chenye maambu-
kizo kisafishwe. Kisha atakitenga kwa siku saba.
55 Baada ya kifaa chenye maambukizo kusafishwa,
kuhani atakichunguza, na kama upele haujaonye-
sha badiliko lolote, hata kama haujaenea, ni najisi.
Kichome kwa moto, iwe upele umeenea upande
mmoja au mwingine. 56 Kama kuhani ataona kuwa
ile alama imefifia baada ya kuoshwa, basi atara-
rua sehemu iliyo ambukizwa ya nguo au ngozi au
kifaa kilichofumwa au kusokotwa. 57 Lakini kama
ikijitokeza tena kwenye nguo au kitu kilichofumwa
au kusokotwa, ama kifaa cha ngozi, kwamba ule
upele unaenea, chochote chenye upele ni lazima
kichomwe kwa moto. 58 Nguo, au kitu kilichofumwa
au kusokotwa, au kifaa chochote cha ngozi amba-
cho kimesafishwa na kuondolewa upele, ni lazima
kioshwe tena, nacho kitakuwa safi.”
59 Haya ni masharti kuhusu maambukizo ya
upele kwenye mavazi ya sufu au kitani, yaliyo-
fumwa ama kusokotwa, ama kifaa chochote cha
ngozi, kwa ajili ya kuvitangaza kuwa safi au najisi.

Kutakasa Kutoka Maambukizo Ya Magonjwa Ya Ngozi

14 Bwana akamwambia Mose, 2 “Haya ndiyo
masharti yamhusuyo mtu mgonjwa wakati wa
kufanyiwa ibada ya utakaso wakati aletwapo kwa
kuhani: 3 Kuhani atakwenda kumchunguza nje ya
kambi. Kama mtu huyo atakuwa amepona ugonjwa
wake wa ngozi wa kuambukiza, 4 kuhani ataagiza
vitu vifuatavyo viletwe kwa ajili ya mtu atakayeta-
kaswa: ndege wawili safi walio hai, mti wa mwerezi,
kitani nyekundu, na hisopo. 5 Kisha kuhani ataagiza
kwamba mmoja wa ndege wale achinjwe kwenye
chungu chenye maji safi. 6 Kisha kuhani atamchu-
kua ndege aliye hai na kumtumbukiza pamoja na
mti wa mwerezi, kitani nyekundu na hisopo ndani
ya damu ya yule ndege aliyechinjiwa kwenye maji
safi. 7 Atamnyunyizia yule mwenye ugonjwa wa
kuambukiza maji hayo mara saba, na kumtangaza
kuwa safi. Kisha atamwachia yule ndege aliye hai
aende zake kwenye mashamba.
8 “Huyo mtu atakayetakaswa ni lazima afue
nguo zake, anyoe nywele zake zote, na aoge kwa
maji; ndipo atakapokuwa safi kwa desturi ya ibada.
Baada ya hili anaweza kuingia kambini, lakini ni
lazima akae nje ya hema lake kwa siku saba. 9 Siku
ya saba ni lazima anyoe nywele zake zote; yaani
anyoe nywele za kichwa, ndevu zake, kope zake na
nywele nyingine zote. Ni lazima afue nguo zake,
na aoge kwa maji, naye atakuwa safi.
10 “Siku ya nane, ni lazima alete kondoo dume
wawili na kondoo jike mmoja, wote wa mwaka
mmoja na wasio na dosari, pamoja na sehemu tatu
za kumi za efa[a] za unga laini uliochanganywa na
mafuta, kwa ajili ya sadaka ya nafaka, na logi moja[b]
ya mafuta. 11 Kuhani atakayemtangaza kuwa safi
atahitaji kumkabidhi mgonjwa aliyepona pamoja
na sadaka zake zote mbele za Bwana katika ingilio
la Hema la Kukutania.
12 “Kisha kuhani atamchukua mmoja wa wale
kondoo dume na kumtoa kuwa sadaka ya hatia,
pamoja na ile logi moja ya mafuta; ataviinua mbele
za Bwana kuwa sadaka ya kuinuliwa. 13 Atamchinja
huyo kondoo katika mahali patakatifu ambapo
sadaka ya dhambi na ile ya kuteketezwa huchi-
njiwa. Kama ilivyo sadaka ya dhambi, sadaka ya
hatia ni ya kuhani; nayo ni takatifu sana. 14 Kuhani
atachukua sehemu ya damu ya sadaka ya hatia
na kuitia kwenye ncha ya sikio la kuume la yule
atakayetakaswa, kwenye kidole gumba cha mkono
wake wa kuume, na kidole kikubwa cha mguu wake
wa kuume. 15 Kuhani atachukua sehemu ya ile logi
ya mafuta, ayamimine kwenye kiganja cha mkono
wake mwenyewe wa kushoto, 16 na achovye kidole

[a]10 Sehemu tatu za kumi za efa ni sawa na kilo 3.
[b]10 Logi ni kipimo cha ujazo ambacho ni sawa na lita 0.3.

chake cha shahada cha mkono wake wa kuume kwenye mafuta yaliyoko kwenye kiganja chake, na kwa kidole hicho anyunyize mafuta hayo mara saba mbele za Bwana. 17 Kuhani atampaka yule anayetakaswa sehemu ya mafuta yaliyobaki kiganjani kwenye ncha ya sikio lake la kuume, kwenye kidole gumba cha mkono wake wa kuume, na kidole kikubwa cha mguu wake wa kuume, mahali palepale alipompaka damu ya sadaka ya kuondoa hatia. 18 Kuhani atayapaka mafuta yaliyobaki kwenye kiganja chake juu ya kichwa cha yule anayetakaswa, na kufanya upatanisho kwa ajili yake mbele za Bwana.

19 "Kisha kuhani atatoa dhabihu ya sadaka ya dhambi na kufanya upatanisho kwa ajili ya yule atakayetakaswa kutoka unajisi wake. Baada ya hayo, kuhani atachinja sadaka ya kuteketezwa 20 na kuitoa juu ya madhabahu, pamoja na sadaka ya nafaka ili kumfanyia upatanisho, naye atakuwa safi.

21 "Hata hivyo, kama ni maskini na hawezi kupata vitu hivi, lazima achukue mwana-kondoo mmoja kama sadaka ya hatia ipate kuinuliwa ili kumfanyia upatanisho, pamoja na sehemu ya kumi ya efa[a] ya unga laini uliochanganywa na logi moja ya mafuta kwa ajili ya sadaka ya nafaka, 22 na hua wawili au makinda mawili ya njiwa, kile atakachoweza kupata, mmoja kwa sadaka ya dhambi, na mwingine kwa sadaka ya kuteketezwa.

23 "Katika siku ya nane, lazima avilete vitu hivyo kwa kuhani, kwa ajili ya kutakaswa kwake kwenye ingilio la Hema la Kukutania mbele za Bwana. 24 Kuhani atamchukua mwana-kondoo kwa ajili ya sadaka ya hatia, pamoja na ile logi ya mafuta ya kuinuliwa mbele za Bwana kuwa sadaka ya kuinuliwa. 25 Atamchinja huyo mwana-kondoo kwa ajili ya sadaka ya hatia. Pia ataichukua sehemu ya damu yake na kuipaka kwenye ncha ya sikio la kuume la yule anayetakaswa, na aipake pia kwenye kidole gumba cha mkono wa kuume wa huyo mtu, na kidole kikubwa cha mguu wake wa kuume. 26 Kuhani atamiminia sehemu ya mafuta kwenye kiganja chake cha mkono wa kushoto, 27 na kwa kidole chake cha shahada cha mkono wa kuume, atamnyunyizia yule anayetakaswa yale mafuta yaliyo kwenye kiganja chake mara saba mbele za Bwana. 28 Atampaka mafuta yaliyobaki kwenye kiganja chake katika sehemu zote, kama alivyompaka damu ya sadaka ya hatia: yaani, kwenye ncha ya sikio la kuume la yule anayetakaswa, kwenye kidole gumba cha mkono wake wa kuume, na kidole kikubwa cha mguu wake wa kuume. 29 Kuhani atayapaka mafuta yaliyobaki katika kiganja chake kwenye kichwa cha yule anayetakaswa, na kufanya upatanisho kwa ajili yake mbele za Bwana. 30 Kisha atatoa dhabihu wale hua ama yale makinda ya njiwa ambayo mtu ataweza kuwapata, 31 mmoja kwa ajili ya sadaka ya dhambi, na mwingine kuwa sadaka ya kuteketezwa, pamoja na sadaka ya nafaka. Kwa njia hii kuhani atafanya upatanisho mbele za Bwana kwa ajili ya yule anayetakaswa."

32 Haya ndiyo masharti kwa mtu yeyote mwenye ugonjwa wa ngozi wa kuambukiza, na ambaye hana uwezo wa kutoa sadaka za kawaida kwa ajili ya kutakaswa kwake.

Kutakaswa Upele

33 Bwana akawaambia Mose na Aroni, 34 "Mtakapoingia katika nchi ya Kanaani ambayo ninawapa kuwa milki yenu, nami nikaweka upele ueneao kwenye nyumba katika nchi ile, 35 ni lazima mwenye nyumba hiyo akamwambie kuhani, 'Nimeona kitu fulani kinachofanana na upele kwenye nyumba yangu.' 36 Kuhani ataagiza vitu vyote vitolewe ndani ya nyumba, kabla hajaenda kuchunguza kama ina ugonjwa huo, ili kitu chochote ndani ya nyumba kisitangazwe kuwa najisi. Baada ya hili, kuhani ataingia ndani na kuikagua hiyo nyumba. 37 Atachunguza upele huo katika kuta za nyumba hiyo, nazo kama zina rangi ya kijani kibichi au wekundu, na kuna mibonyeo ndani ya ukuta, 38 kuhani atatoka na kufunga mlango wa nyumba hiyo kwa siku saba. 39 Siku ya saba, kuhani atarudi kuikagua nyumba. Kama upele umeenea juu ya kuta, 40 ataagiza kwamba mawe yote yaliyoambukizwa yaondolewe na kutupwa katika eneo lililo najisi nje ya mji. 41 Kuta zote za ndani ya nyumba hiyo ni lazima zikwanguliwe, na kifusi chake kitupwe mahali najisi nje ya mji. 42 Kisha watachukua mawe mengine na kujenga palipobomolewa kwa udongo mpya wa mfinyanzi, na kuipiga nyumba hiyo lipu mpya.

43 "Ikiwa upele huo utatokea tena ndani ya ile nyumba baada ya mawe kuondolewa na nyumba kukwanguliwa na kuwekwa lipu mpya, 44 kuhani atakwenda kuikagua, na kama upele umeenea ndani ya nyumba, basi ni upele uharibuo; nyumba hiyo ni najisi. 45 Ni lazima ibomolewe: mawe yake, mbao na lipu yake, vyote vikatupwe nje ya mji mahali palipo najisi.

46 "Yeyote atakayeingia katika nyumba hiyo ikiwa imefungwa, atakuwa najisi mpaka jioni. 47 Yeyote atakayelala au kula ndani ya nyumba hiyo ni lazima afue nguo zake.

48 "Lakini ikiwa kuhani atakuja kuikagua na kukuta kuwa upele haujaenea tena baada ya nyumba kupigwa lipu, ataitangaza nyumba ile kuwa safi, kwa sababu upele umekwisha. 49 Ili kuitakasa nyumba hiyo, mwenye nyumba ataleta ndege wawili, mti wa mwerezi, kitani nyekundu na hisopo. 50 Atamchinja mmoja wa wale ndege kwenye chungu chenye maji safi. 51 Kisha atachukua mti wa mwerezi, hisopo, kitani nyekundu na ndege aliye hai, na kuvitumbukiza ndani ya damu ya ndege aliyechinjwa pamoja na maji safi, na kuinyunyizia nyumba ile mara saba. 52 Ataitakasa nyumba kwa damu ya yule ndege, maji safi, ndege aliye hai, mti wa mwerezi, hisopo na kitani nyekundu. 53 Kisha atamwachia yule ndege aliye hai huru mashambani nje ya mji. Kwa njia hii atafanya upatanisho kwa ajili ya nyumba ile, nayo itakuwa safi."

54 Haya ndiyo masharti kuhusu aina yoyote ya ugonjwa wa ngozi wa kuambukiza, mwasho wowote, 55 upele ndani ya nguo au ndani ya

[a]21 Sehemu ya kumi ya efa ni sawa na lita 2.

nyumba, 56 kwa uvimbe, vipele au kipaku king'aa-
cho, 57 kupambanua wakati kitu fulani ni safi au
najisi.

Haya ndiyo masharti kuhusu magonjwa ya ngozi
ya kuambukiza na upele.

Kutokwa Na Umajimaji Usababishao Unajisi

15 BWANA akawaambia Mose na Aroni, 2 "Semeni
na Waisraeli mwaambie: 'Wakati mtu yeyote
anapotokwa na usaha mwilini, usaha huo ni najisi.
3 Iwe unaendelea kutiririka kutoka mwilini mwake
au umeziba, utamfanya kuwa najisi. Hivi ndivyo
usaha wake utakavyomletea unajisi:

4 " 'Kitanda chochote atakacholalia mtu mwenye
kutokwa na usaha kitakuwa najisi, na chochote
atakachokalia kitakuwa najisi. 5 Yeyote atakayegusa
kitanda chake ni lazima afue nguo zake na aoge
kwa maji, naye atakuwa najisi mpaka jioni. 6 Yeyote
atakayeketi juu ya kitu chochote alichokalia mwe-
nye kutokwa na usaha, ni lazima afue nguo zake,
na aoge kwa maji, naye atakuwa najisi mpaka jioni.

7 " 'Yeyote atakayemgusa mtu mwenye kutokwa
na usaha, ni lazima afue nguo zake na aoge kwa
maji, naye atakuwa najisi mpaka jioni.

8 " 'Ikiwa mtu mwenye kutokwa na usaha ata-
mtemea mate mtu yeyote ambaye ni safi, mtu huyo
ni lazima afue nguo zake na aoge kwa maji, naye
atakuwa najisi mpaka jioni.

9 " 'Kila tandiko ambalo mtu huyo atalikalia
wakati wa kupanda mnyama litakuwa najisi, 10 na
yeyote atakayegusa kitu chochote alichokuwa
amekalia atakuwa najisi mpaka jioni. Yeyote ata-
kayeinua vitu hivyo ni lazima afue nguo zake na
aoge kwa maji, naye atakuwa najisi mpaka jioni.

11 " 'Yeyote atakayeguswa na mtu anayetokwa na
usaha bila kunawa mikono yake kwa maji, ni lazima
afue nguo zake na aoge kwa maji, naye atakuwa
najisi mpaka jioni.

12 " 'Chungu cha udongo kitakachoguswa na mtu
huyo ni lazima kivunjwe, na kifaa chochote cha
mbao kitaoshwa kwa maji.

13 " 'Wakati mtu atakapotakasika kutoka usaha
wake, anapaswa kuhesabu siku saba kwa utakaso
wake. Ni lazima afue nguo zake na aoge kwa maji
safi, naye atatakasika. 14 Siku ya nane, atachukua
hua wawili au makinda mawili ya njiwa, aje mbele
za BWANA kwenye ingilio la Hema la Kukutania, na
kumpa kuhani. 15 Kuhani atavitoa dhabihu, mmoja
kwa ajili ya sadaka ya dhambi na huyo mwingine
kwa ajili ya sadaka ya kuteketezwa. Kwa njia hii
atafanya upatanisho mbele za BWANA kwa ajili ya
huyo mtu kwa sababu ya kutokwa usaha kwake.

16 " 'Wakati mtu akitokwa na shahawa, ni lazima
aoge mwili mzima kwa maji, na atakuwa najisi
mpaka jioni. 17 Vazi lolote ama ngozi yoyote yenye
shahawa juu yake ni lazima ioshwe kwa maji, na
itakuwa najisi mpaka jioni. 18 Ikiwa mtu atalala na
mwanamke, na kukawa na kutoka kwa shahawa,
ni lazima wote waoge kwa maji, nao watakuwa
najisi mpaka jioni.

19 " 'Ikiwa mwanamke atatokwa na damu ya
kawaida ya mwezi, atakuwa najisi kwa siku saba, na
yeyote atakayemgusa atakuwa najisi mpaka jioni.

20 " 'Chochote atakacholalia wakati wake wa
hedhi kitakuwa najisi, na chochote atakachoki-
kalia kitakuwa najisi. 21 Yeyote atakayegusa kitanda
chake ni lazima afue nguo zake na aoge kwa maji,
naye atakuwa najisi mpaka jioni. 22 Yeyote atakaye-
gusa chochote atakachokalia ni lazima afue nguo
zake na aoge kwa maji, naye atakuwa najisi mpaka
jioni. 23 Kiwe ni kitanda ama chochote alichokuwa
amekikalia, ikiwa mtu yeyote atakigusa, atakuwa
najisi mpaka jioni.

24 " 'Ikiwa mwanaume atalala naye na ile damu
ya mwezi ikamgusa, atakuwa najisi kwa siku saba;
kitanda chochote atakachokilalia huyo mwanaume
kitakuwa najisi.

25 " 'Ikiwa mwanamke atatokwa na damu kwa
siku nyingi zaidi ya siku zake za mwezi, au ame-
kuwa na damu inayoendelea zaidi ya kipindi chake,
atakuwa najisi kwa kipindi chote cha shida hiyo,
kama ilivyokuwa katika siku za hedhi yake. 26 Kita-
nda chochote atakachokilalia huyo mwanamke
wakati anaendelea kutokwa na damu kitakuwa
najisi, kama kilivyokuwa kitanda chake wakati wa
siku zake za hedhi, na chochote atakachokalia kita-
kuwa najisi, kama wakati wake wa hedhi. 27 Yeyote
agusaye vitu hivyo atakuwa najisi; ni lazima afue
nguo zake na kuoga kwa maji, naye atakuwa najisi
mpaka jioni.

28 " 'Wakati atakapotakasika kutoka hedhi yake,
ni lazima ahesabu siku saba, na baada ya hapo
atakuwa safi kwa kawaida ya ibada. 29 Siku ya nane
ni lazima achukue hua wawili au makinda mawili
ya njiwa, na kumletea kuhani kwenye mlango wa
Hema la Kukutania. 30 Kuhani atatoa dhabihu,
mmoja kwa ajili ya sadaka ya dhambi, na huyo
mwingine kwa ajili ya sadaka ya kuteketezwa.
Kwa njia hii, atafanya upatanisho kwa ajili yake
mbele za BWANA kwa sababu ya unajisi wa kutokwa
damu kwake.

31 " 'Ni lazima uwatenge Waisraeli kutokana na
vitu ambavyo vinawafanya najisi, ili wasife katika
unajisi wao kwa kunajisi makao yangu,[a] ambayo
yapo katikati yao.' "

32 Haya ni masharti kwa ajili ya mtu mwenye
kutokwa na usaha, kwa ajili ya yeyote atakayeto-
kwa na shahawa, 33 kwa ajili ya mwanamke katika
siku zake za hedhi, kwa ajili ya mwanaume au
mwanamke atokwaye na usaha, na kwa ajili ya
mwanaume alalaye na mwanamke ambaye ni najisi
kwa kawaida ya ibada.

Siku Ya Upatanisho

16 BWANA akasema na Mose baada ya kifo cha
wale wana wawili wa Aroni waliokufa wali-
pokaribia mbele za BWANA. 2 BWANA akamwambia
Mose: "Mwambie ndugu yako Aroni asije wakati
wowote atakavyo yeye ndani ya Patakatifu pa
Patakatifu, nyuma ya pazia pale mbele ya kiti cha
rehema kile kilichoko juu ya Sanduku la Agano, la
sivyo atakufa, kwa sababu huwa ninatokea ndani
ya wingu juu ya kile kiti cha rehema.

3 "Hivi ndivyo Aroni atakavyoingia katika mahali
patakatifu: atachukua fahali mchanga kwa ajili ya
sadaka ya dhambi, na kondoo dume kwa ajili ya

[a]31 Yaani *maskani ya Mungu*.

sadaka ya kuteketezwa. [4] Atavaa koti takatifu la kitani, pamoja na nguo za ndani za kitani; atafunga mshipi wa kitani kiunoni, na kuvaa kilemba cha kitani. Haya ni mavazi matakatifu, kwa hiyo ni lazima aoge kwa maji kabla ya kuyavaa mavazi hayo. [5] Atachukua mbuzi dume wawili kutoka kwa jumuiya ya Israeli kwa ajili ya sadaka ya dhambi, na kondoo dume kwa ajili ya sadaka ya kuteketezwa.

[6] "Aroni atamtoa huyo fahali kwa ajili ya sadaka yake ya dhambi ili afanye upatanisho kwa ajili yake mwenyewe na nyumba yake. [7] Kisha atawachukua wale mbuzi dume wawili na kuwaleta mbele za BWANA kwenye ingilio la Hema la Kukutania. [8] Aroni atapiga kura kwa ajili ya hao mbuzi wawili, mmoja kwa ajili ya BWANA na mwingine kwa ajili ya kubebeshwa dhambi.[a] [9] Aroni atamleta yule mbuzi ambaye kura ya BWANA imemwangukia na kumtoa dhabihu kwa ajili ya sadaka ya dhambi. [10] Lakini mbuzi aliyechaguliwa kwa kura kuwa wa kubebeshwa dhambi atatolewa akiwa hai mbele za BWANA, atumike kwa kufanya upatanisho kwa kumwacha aende jangwani akiwa amebebeshwa dhambi.

[11] "Aroni atamleta yule fahali kwa ajili ya sadaka ya dhambi yake mwenyewe, ili kufanya upatanisho kwa ajili yake na nyumba yake, naye atamchinja huyo fahali kwa ajili ya sadaka ya dhambi yake mwenyewe. [12] Atachukua chetezo kilichojaa makaa yanayowaka kutoka madhabahuni mbele za BWANA, na konzi mbili za uvumba laini uliosagwa vizuri wenye harufu, na kuvipeleka nyuma ya pazia. [13] Ataweka uvumba juu ya moto mbele za BWANA, na moshi wa uvumba utafunika kile kiti cha rehema kilicho juu ya Ushuhuda, ili asife. [14] Atachukua sehemu ya damu ya fahali, na kwa kidole chake atanyunyiza sehemu ya mbele ya kiti cha rehema; kisha atanyunyiza sehemu ya hiyo damu kwa kidole chake mara saba mbele ya kiti cha rehema.

[15] "Kisha atamchinja mbuzi wa sadaka ya dhambi kwa ajili ya watu, na kuichukua damu yake nyuma ya pazia, na aifanyie kama alivyofanya kwa damu ya fahali: Atanyunyiza juu ya kiti cha rehema na mbele yake. [16] Kwa njia hii atafanya upatanisho kwa ajili ya Patakatifu pa Patakatifu kwa sababu ya unajisi na uasi wa Waisraeli, kwa dhambi zao zozote. Atafanya hivyo kwa ajili ya Hema la Kukutania, ambalo liko miongoni mwao katikati ya unajisi wao. [17] Mtu yeyote haruhusiwi kuwa ndani ya Hema la Kukutania, kuanzia wakati Aroni anapoingia kufanya upatanisho katika Patakatifu pa Patakatifu, hadi atakapotoka nje, baada ya kujifanyia upatanisho yeye mwenyewe na nyumba yake, pamoja na jumuiya yote ya Israeli.

[18] "Kisha atatoka aje kwenye madhabahu yaliyo mbele za BWANA na kufanya upatanisho kwa ajili yake. Atachukua sehemu ya damu ya fahali na sehemu ya damu ya mbuzi, na kuiweka kwenye pembe za madhabahu. [19] Atanyunyiza baadhi ya hiyo damu juu ya madhabahu kwa kidole chake mara saba, ili kuitakasa na kuiweka wakfu kutokana na unajisi wa Waisraeli.

[20] "Aroni atakapokuwa amemaliza kufanya upatanisho kwa ajili ya Patakatifu pa Patakatifu, Hema la Kukutania na madhabahu, atamleta mbele yule mbuzi aliye hai. [21] Aroni ataweka mikono yake miwili juu ya kichwa cha mbuzi aliye hai na kuungama juu yake uovu wote na uasi wa Waisraeli, yaani dhambi zao zote, ili kuziweka juu ya kichwa cha huyo mbuzi. Atamwachia huyo mbuzi akimbilie jangwani kwa uangalizi wa mtu aliyepewa wajibu huo. [22] Yule mbuzi atachukua juu yake dhambi zao zote mpaka mahali pasipo na watu; naye yule mtu atamwachia akimbilie jangwani.

[23] "Kisha Aroni ataenda ndani ya Hema la Kukutania na kuvua yale mavazi ya kitani aliyoyavaa kabla ya kuingia katika Patakatifu pa Patakatifu, naye atayaacha pale. [24] Ataoga kwa maji katika mahali patakatifu na kuvaa mavazi yake ya kawaida. Kisha atatoka na kutoa dhabihu ya sadaka ya kuteketezwa kwa ajili yake na sadaka ya kuteketezwa kwa ajili ya watu, ili kufanya upatanisho kwa ajili yake mwenyewe, na kwa ajili ya watu. [25] Pia atachoma mafuta ya mnyama wa sadaka ya dhambi juu ya madhabahu.

[26] "Yule mtu anayemwachia yule mbuzi wa kubebeshwa dhambi ni lazima afue nguo zake na kuoga kwa maji; baadaye anaweza kuingia kambini. [27] Yule fahali na mbuzi waliotolewa kwa ajili ya sadaka za dhambi, ambao damu yao ilikuwa imeletwa Patakatifu pa Patakatifu kwa ajili ya kufanya upatanisho, ni lazima watolewe nje ya kambi. Ngozi zao, nyama, na matumbo pamoja na mavi vitateketezwa kwa moto. [28] Mtu atakayevichoma ni lazima afue nguo zake na aoge kwa maji; baadaye ataweza kuingia kambini.

[29] "Hili litakuwa agizo la kudumu kwa ajili yenu: Katika siku ya kumi ya mwezi wa saba ni lazima mfunge, wala msifanye kazi yoyote, iwe mzawa au mgeni anayeishi miongoni mwenu, [30] kwa sababu siku hii upatanisho utafanyika kwa ajili yenu ili kuwatakasa. Kisha mtakuwa safi mbele za BWANA kutokana na dhambi zenu zote. [31] Ni Sabato ya mapumziko, na lazima mfunge; ni agizo la kudumu. [32] Kuhani ambaye ametiwa mafuta na kuwekwa wakfu ili kuingia mahali pa baba yake kama kuhani mkuu atafanya upatanisho. Atavaa mavazi matakatifu ya kitani, [33] na kufanya upatanisho kwa ajili ya Patakatifu pa Patakatifu, Hema la Kukutania na madhabahu, na pia kwa ajili ya makuhani, pamoja na jumuiya yote ya watu.

[34] "Hili litakuwa agizo la kudumu kwa ajili yenu: Upatanisho utafanywa mara moja tu kwa mwaka kwa ajili ya dhambi zote za Waisraeli."

Ndivyo ilivyofanyika, kama vile BWANA alivyomwamuru Mose.

Kunywa Damu Kumekatazwa

17 BWANA akamwambia Mose, [2] "Sema na Aroni na wanawe, pamoja na Waisraeli wote, uwaambie: 'Hili ndilo BWANA aliloagiza: [3] Mwisraeli yeyote atakayetoa dhabihu ya maksai, mwana-kondoo au mbuzi ndani ya kambi au nje yake, [4] badala ya kuileta kwenye ingilio la Hema la Kukutania ili kuileta kama sadaka kwa BWANA mbele ya Maskani ya BWANA, mtu huyo atahesabiwa kuwa na hatia ya kumwaga damu; ni lazima

---

[a]8 Yaani *Azazeli*, maana yake *mbuzi wa ondoleo la dhambi*; pia ms. 10, 26.

akatiliwe mbali na watu wake. 5 Hii ni ili Waisraeli
wamletee BWANA dhabihu wanazozifanya sasa
mahali pa wazi mashambani. Ni lazima wazilete
kwa makuhani, yaani kwa BWANA, katika ingilio la
Hema la Kukutania, na kutoa dhabihu kama sadaka
za amani. 6 Kuhani atanyunyiza damu kwenye
madhabahu ya BWANA katika ingilio la Hema la
Kukutania, na kuyateketeza mafuta ya hiyo dha-
bihu kuwa harufu nzuri ya kumpendeza BWANA.
7 Hawatatoa kamwe dhabihu zao kwa sanamu za
mbuzi ambazo wamekuwa wakijifanyia nazo uka-
haba. Hili litakuwa agizo la kudumu kwao na kwa
ajili ya vizazi vijavyo.'

8 "Waambie: 'Mwisraeli yeyote au mgeni yeyote
anayeishi miongoni mwao atakayetoa sadaka ya
kuteketezwa au dhabihu 9 bila kuileta kwenye
ingilio la Hema la Kukutania ili kutoa dhabihu
kwa BWANA, mtu huyo ni lazima akatiliwe mbali
na watu wake.

10 " 'Mwisraeli yeyote au mgeni anayeishi mio-
ngoni mwao ambaye atakunywa damu yoyote,
nitakuwa kinyume cha mtu huyo atakayekunywa
damu na kumkatilia mbali na watu wake. 11 Kwa
kuwa uhai wa kiumbe uko ndani ya damu, nami
nimewapa hiyo damu ili mfanyie upatanisho kwa
ajili yenu wenyewe juu ya madhabahu; damu ndiyo
ifanyayo upatanisho kwa ajili ya maisha ya mtu.
12 Kwa hiyo, ninawaambia Waisraeli, "Hakuna hata
mmoja wenu anayeruhusiwa kunywa damu, wala
mgeni anayeishi miongoni mwenu haruhusiwi
kunywa damu."

13 " 'Mwisraeli yeyote au mgeni anayeishi mio-
ngoni mwenu ambaye atamwinda mnyama au
ndege anayeruhusiwa kuliwa ni lazima aimwage
damu na kuifunika kwa udongo, 14 kwa sababu uhai
wa kila kiumbe ni katika damu yake. Ndiyo sababu
nimewaambia Waisraeli, "Kamwe msinywe damu
ya kiumbe chochote, kwa sababu uhai wa kila kiu-
mbe ni katika damu yake; yeyote atakayekunywa
damu ni lazima akatiliwe mbali."

15 " 'Mtu yeyote, awe mzawa au mgeni, ambaye
atakula mzoga wa kitu chochote ama kilichouawa
na wanyama mwitu ni lazima afue nguo zake na
aoge kwa maji, naye atakuwa najisi kwa kawaida
ya ibada mpaka jioni, kisha atakuwa safi. 16 Lakini
kama hakufua nguo zake na kuoga, atakuwa na
hatia kwa kosa hilo.' "

Uhusiano Wa Kukutana Kimwili Kinyume Cha Sheria

18 BWANA akamwambia Mose, 2 "Sema na Wai-
sraeli uwaambie: 'Mimi ndimi BWANA Mungu
wenu. 3 Msifanye kama wafanyavyo huko Misri,
mahali mlipokuwa mnaishi, wala msifanye kama
wanavyofanya katika nchi ya Kanaani, mahali
ninapowapeleka. Msifuate matendo yao. 4 Ni lazima
mzitii sheria zangu, na mwe waangalifu kuzifuata
amri zangu. Mimi ndimi BWANA Mungu wenu.
5 Zishikeni amri zangu na sheria zangu, kwa maana
mtu anayezitii ataishi kwa hizo. Mimi ndimi BWANA.

6 " 'Hakuna mtu awaye yote atakayemsogelea
ndugu wa karibu ili kukutana naye kimwili. Mimi
ndimi BWANA.

7 " 'Usimvunjie heshima baba yako kwa kukutana
kimwili na mama yako. Yeye ni mama yako; usiwe
na mahusiano kama hayo naye.

8 " 'Usikutane kimwili na mke wa baba yako; hiyo
itamvunjia heshima baba yako.

9 " 'Usikutane kimwili na dada yako, wala binti
wa baba yako, au binti wa mama yako, awe ame-
zaliwa katika nyumba hiyo au mahali pengine.

10 " 'Usikutane kimwili na binti wa mwanao ama
binti wa binti yako; utajivunjia heshima.

11 " 'Usikutane kimwili na binti wa mke wa baba
yako, aliyezaliwa na baba yako; huyo ni dada yako.

12 " 'Usikutane kimwili na dada wa baba yako; ni
ndugu wa karibu wa baba yako.

13 " 'Usikutane kimwili na dada wa mama yako,
kwa sababu ni ndugu wa mama yako wa karibu.

14 " 'Usimvunjie heshima ndugu wa baba yako,
kwa kukutana kimwili na mke wake; yeye ni sha-
ngazi yako.

15 " 'Usikutane kimwili na mkwe wako, yeye ni
mke wa mwanao; usiwe na mahusiano kama hayo
naye.

16 " 'Usikutane kimwili na mke wa kaka yako;
utamvunjia heshima kaka yako.

17 " 'Usikutane kimwili na mwanamke kisha na
binti yake. Usikutane kimwili na binti wa mwanawe
au binti wa binti yake; hao ni ndugu zake wa karibu.
Huo ni uovu.

18 " 'Usimchukue dada wa mke wako kuwa mke
mwenza, na kukutana naye kimwili wakati bado
mke wako anaishi.

19 " 'Usimsogelee mwanamke ili kukutana naye
kimwili wakati wa unajisi wa siku zake za mwezi.

20 " 'Usikutane kimwili na mke wa jirani yako na
kujitia naye unajisi.

21 " 'Usimtoe mtoto wako yeyote awe kafara kwa
mungu Moleki, kwani hutalinajisi kamwe jina la
Mungu wako. Mimi ndimi BWANA.

22 " 'Usikutane kimwili na mwanaume kama mtu
akutanaye na mwanamke; hilo ni chukizo.

23 " 'Usikutane kimwili na mnyama na kujitia
unajisi kwake. Mwanamke asijipeleke kwa mnyama
ili kukutana naye kimwili; huo ni upotovu.

24 " 'Msijitie unajisi kwa njia yoyote katika hizi,
kwa sababu hivi ndivyo mataifa nitakayoyafukuza
mbele yenu yalivyojitia unajisi. 25 Hata nchi ilitiwa
unajisi, hivyo nikaiadhibu kwa dhambi zake, nayo
nchi ikawatapika wakazi wake. 26 Lakini ni lazima
uzitunze amri zangu na sheria zangu. Mzawa na
wageni waishio miongoni mwenu kamwe wasifa-
nye mambo yoyote ya machukizo haya, 27 kwa kuwa
mambo haya yote yalifanywa na watu walioishi
katika nchi hii kabla yenu, na nchi ikawa najisi.
28 Kama mkiinajisi nchi, itawatapika kama ilivyo-
watapika mataifa yaliyowatangulia.

29 " 'Kila mtu atakayefanya mojawapo ya machu-
kizo haya, watu hao ni lazima wakatiliwe mbali na
watu wao. 30 Shikeni maagizo yangu, wala msifuate
desturi za machukizo yoyote yaliyofanywa kabla
hamjafika katika nchi hii, na kujitia unajisi kwa
hayo. Mimi ndimi BWANA Mungu wako.' "

Sheria Mbalimbali

19 BWANA akamwambia Mose, 2 "Sema na kusa-
nyiko lote la Israeli na uwaambie: 'Kuweni

watakatifu, kwa kuwa mimi, BWANA Mungu wenu,
ni mtakatifu.
3 " 'Kila mmoja wenu ni lazima amheshimu
mama yake na baba yake, na pia ni lazima kuzi-
shika Sabato zangu. Mimi ndimi BWANA Mungu
wenu.
4 " 'Msiabudu sanamu, wala msijitengenezee
miungu ya shaba. Mimi ndimi BWANA Mungu
wenu.
5 " 'Mnapotoa dhabihu ya sadaka ya amani kwa
BWANA, toeni kwa namna ambayo itakubaliwa
kwa niaba yenu. 6 Sadaka hiyo italiwa siku iyo
hiyo mnayoitoa, au kesho yake; chochote kitaka-
chobaki hadi siku ya tatu lazima kiteketezwe kwa
moto. 7 Kama sehemu yoyote ya sadaka hiyo italiwa
siku ya tatu, itakuwa si safi, nayo haitakubaliwa.
8 Yeyote atakayekula atawajibishwa, kwa sababu
amenajisi kitu kilicho kitakatifu kwa BWANA; mtu
huyo lazima akatiliwe mbali na watu wake.
9 " 'Wakati uvunapo mavuno ya nchi yako, usi-
vune hadi kwenye mipaka ya shamba lako, wala
usikusanye mabaki ya mavuno yako. 10 Usirudi
mara ya pili katika shamba lako la mizabibu,
wala usiokote zabibu zilizoanguka chini. Ziache
kwa ajili ya maskini na mgeni. Mimi ndimi BWANA
Mungu wako.
11 " 'Usiibe.
" 'Usiseme uongo.
" 'Msidanganyane.
12 " 'Usiape kwa uongo kwa Jina langu, na hivyo
kulinajisi jina la Mungu wako. Mimi ndimi BWANA.
13 " 'Usimdhulumu wala kumwibia jirani yako.
" 'Usishikilie mshahara wa kibarua usiku kucha
hadi asubuhi.
14 " 'Usimlaani kiziwi, wala usiweke kikwazo
mbele ya kipofu, lakini umche Mungu wako. Mimi
ndimi BWANA.
15 " 'Usipotoshe haki; usionyeshe kumpendelea
maskini, wala upendeleo kwa mwenye cheo, bali
mwamulie jirani yako kwa haki.
16 " 'Usieneze uchochezi miongoni mwa watu
wako.
" 'Usifanye kitu chochote kile kinachohatarisha
maisha ya jirani yako. Mimi ndimi BWANA.
17 " 'Usimchukie ndugu yako moyoni mwako.
Karipia jirani yako kwa uwazi ili usishiriki hatia
yake.
18 " 'Usijilipizie kisasi wala kuwa na kinyongo
dhidi ya mmoja wa jamaa yako, lakini mpende
jirani yako kama unavyojipenda wewe mwenyewe.
Mimi ndimi BWANA.
19 " 'Mtazishika amri zangu.
" 'Usiwaache wanyama wako wa kufugwa waka-
zaana na wengine wa aina tofauti.
" 'Usipande mbegu za aina mbili katika shamba
lako.
" 'Usivae nguo iliyofumwa kwa nyuzi za aina
mbili tofauti.
20 " 'Kama mwanaume anakutana kimwili na
mwanamke ambaye ni msichana mtumwa aliye-
poswa na mwanaume mwingine, lakini ambaye
hajakombolewa wala hajapewa uhuru, lazima
iwepo adhabu inayofaa. Hata hivyo hawatauawa,
kwa sababu msichana alikuwa bado hajaachwa
huru. 21 Lakini huyo mtu lazima alete kondoo dume
kwenye ingilio la Hema la Kukutania kwa ajili ya
sadaka ya hatia kwa BWANA. 22 Kupitia kwa huyo
kondoo dume wa sadaka ya hatia, kuhani atafanya
upatanisho kwa ajili yake mbele za BWANA kwa
ajili ya dhambi aliyotenda, naye atasamehewa
dhambi yake.
23 " 'Mtakapoingia katika hiyo nchi na kupanda
aina yoyote ya mti wa matunda, hesabuni matunda
yake kama yaliyokatazwa. Kwa miaka mitatu mta-
yahesabu kwamba yamekatazwa; hayaruhusiwi
kuliwa. 24 Katika mwaka wa nne matunda yote ya
mti huo yatakuwa matakatifu, sadaka ya sifa kwa
BWANA. 25 Bali katika mwaka wa tano mnaweza kula
matunda ya mti huo. Kwa njia hii mavuno yenu
yataongezewa. Mimi ndimi BWANA Mungu wako.
26 " 'Msile nyama yoyote yenye damu ndani yake.
" 'Msifanye uaguzi wala uchawi.
27 " 'Msikate nywele za kichwa denge, wala
kunyoa pembe za ndevu zenu.
28 " 'Msichanje chale miili yenu kwa ajili ya mfu,
wala msijichore alama juu ya miili yenu. Mimi
ndimi BWANA.
29 " 'Usimdhalilishe binti yako kwa kumfanya
kahaba, la sivyo nchi itageukia ukahaba na kujaa
uovu.
30 " 'Shika Sabato zangu na kuheshimu mahali
pangu patakatifu. Mimi ndimi BWANA.
31 " 'Msiende kwa waaguzi, wala msitafute wapu-
nga pepo, kwa maana watawanajisi. Mimi ndimi
BWANA Mungu wako.
32 " 'Uwapo mbele ya mzee, simama ili kuonyesha
heshima kwa wazee, nawe umche Mungu wako.
Mimi ndimi BWANA.
33 " 'Wakati mgeni anaishi pamoja nawe katika
nchi yako, usimnyanyase. 34 Mgeni anayeishi
pamoja nawe ni lazima umtendee kama mmoja wa
wazawa wa nchi yako. Mpende kama unavyojipe-
nda mwenyewe, kwa maana ulikuwa mgeni katika
nchi ya Misri. Mimi ndimi BWANA Mungu wako.
35 " 'Usitumie vipimo vya udanganyifu unapo-
pima urefu, kupima uzito, wala kupima wingi.
36 Tumia mizani halali, mawe ya kupimia uzito
halali, efa[a] halali, na hini[b] halali. Mimi ndimi
BWANA Mungu wako, ambaye alikutoa katika nchi
ya Misri.
37 " 'Shika amri zangu zote na sheria zangu zote,
nawe uzifuate. Mimi ndimi BWANA.' "

Adhabu Kwa Ajili Ya Dhambi

20 BWANA akamwambia Mose, 2 "Sema na wana
wa Israeli: 'Mwisraeli yeyote au mgeni anayei-
shi katika Israeli ambaye atamtoa yeyote miongoni
mwa watoto wake kuwa sadaka kwa mungu Moleki,
mtu huyo lazima auawe. Watu wa jumuiya hiyo
watampiga kwa mawe. 3 Mimi nitauelekeza uso
wangu dhidi ya mtu huyo, nami nitamkatilia mbali
na watu wake. Kwa maana kwa kumtoa mmoja
wa watoto wake kwa mungu Moleki, amenajisi
madhabahu yangu na kulinajisi Jina langu taka-
tifu. 4 Ikiwa watu wa jumuiya watafumba macho

[a]36 Efa kilikuwa kipimo cha vitu vikavu.
[b]36 Hini kilikuwa kipimo cha vitu vimiminika.

wakati mtu huyo anapomtoa mmoja wa watoto
wake kwa mungu Moleki, nao wakaacha kumuua,
5 mimi nitauelekeza uso wangu dhidi ya mtu huyo
pamoja na jamaa yake, nami nitawakatilia mbali
yeye na watu wote waliofanya ukahaba na Moleki.
6 " 'Mimi nitauelekeza uso wangu dhidi ya mtu
anayeenda kwa waaguzi na wenye pepo, na hivyo
kujifanyia ukahaba kwa kuwafuata, nami nitamka-
tilia mbali na watu wake.
7 " 'Jitakaseni basi, nanyi kuweni watakatifu, kwa
sababu mimi ndimi BWANA Mungu wenu. 8 Shikeni
amri zangu na kuzifuata. Mimi ndimi BWANA, niwa-
fanyaye ninyi watakatifu.
9 " 'Ikiwa mtu yeyote atamlaani baba yake au
mama yake, lazima auawe. Amemlaani baba yake
au mama yake, nayo damu yake itakuwa juu ya
kichwa chake mwenyewe.

10 " 'Ikiwa mtu atazini na mke wa mtu mwingine,
yaani mke wa jirani yake, wazinzi hao wawili
lazima wauawe.

11 " 'Kama mtu atakutana kimwili na mke wa
baba yake, hakumheshimu baba yake. Mwanaume
huyo na mwanamke huyo wote wauawe; damu yao
itakuwa juu ya vichwa vyao wenyewe.

12 " 'Ikiwa mtu atakutana kimwili na mke wa
mwanawe, lazima wote wawili wauawe. Wali-
chokifanya ni upotovu; damu yao itakuwa juu ya
vichwa vyao wenyewe.

13 " 'Kama mwanaume akikutana kimwili na
mwanaume mwenzake kama vile mwanaume
afanyavyo na mwanamke, wanaume hao wawili
wamefanya lililo chukizo sana. Lazima wauawe;
nayo damu yao itakuwa juu ya vichwa vyao
wenyewe.

14 " 'Ikiwa mwanaume ataoa binti pamoja na
mama yake, huo ni uovu. Wote watatu ni lazima
wachomwe moto, ili kwamba pasiwepo na uovu
katikati yenu.

15 " 'Kama mwanaume akikutana kimwili na
mnyama, ni lazima auawe, na pia ni lazima
mnyama huyo auawe.

16 " 'Kama mwanamke atamsogelea mnyama
kukutana naye kimwili, muueni mwanamke huyo
pamoja na mnyama pia. Lazima wauawe; damu yao
itakuwa juu ya vichwa vyao wenyewe.

17 " 'Ikiwa mtu anamwoa dada yake, binti aliyeza-
liwa na baba yake au mama yake, nao wakakutana
kimwili, ni aibu. Lazima wakatiliwe mbali machoni
pa watu wao. Huyo mwanaume amemwaibisha
dada yake, hivyo atawajibika kwa ajili ya uovu huo.

18 " 'Ikiwa mwanaume atalala na mwanamke
aliye katika hedhi yake na kukutana naye kimwili,
amefunua mtiririko wa hedhi yake, naye huyo
mwanamke amejifunua uchi wake. Wote wawili
lazima wakatiliwe mbali na watu wao.

19 " 'Usikutane kimwili na dada wa mama yako
wala wa baba yako, kwa maana hilo litamwaibisha
jamaa wa karibu; ninyi wawili mtawajibika kwa
ajili ya uovu huo.

20 " 'Ikiwa mwanaume atakutana kimwili na
shangazi yake, amemwaibisha mjomba wake. Nao
watawajibika kwa ajili ya uovu huo; watakufa bila
kuzaa mtoto.

21 " 'Ikiwa mwanaume ataoa mke wa ndugu yake,
hili ni tendo chafu; amemwaibisha ndugu yake.
Nao hawatazaa mtoto.

22 " 'Zishikeni amri na sheria zangu zote na
kuzifuata, ili nchi ninayowaleta kuishi isiwatapike.
23 Kamwe msiishi kwa kufuata desturi za mataifa
nitakayoyafukuza mbele yenu. Kwa sababu wali-
fanya mambo haya yote, nami nikachukizwa sana
nao. 24 Lakini niliwaambia ninyi, "Mtaimiliki nchi
yao; nitawapa ninyi kuwa urithi, nchi inayotiririka
maziwa na asali." Mimi ndimi BWANA Mungu wenu,
ambaye amewatenga kutoka mataifa.

25 " 'Kwa hiyo, ninyi lazima mweze kutofautisha
kati ya wanyama walio safi na wasio safi, pia kati
ya ndege wasio safi na walio safi. Msijitie unajisi
kutokana na mnyama yeyote, au ndege, wala kitu
chochote kitambaacho juu ya ardhi, vile ambavyo
nimevitenga kuwa najisi kwa ajili yenu. 26 Mtakuwa
watakatifu kwangu, kwa sababu Mimi, BWANA, ni
mtakatifu, nami nimewatenga kutoka mataifa
kuwa wangu mwenyewe.

27 " 'Mwanaume au mwanamke ambaye ni
mchawi, mwaguzi au mwenye kupunga pepo
miongoni mwenu lazima auawe. Mtawapiga kwa
mawe; nayo damu yao itakuwa juu ya vichwa vyao
wenyewe.' "

Sheria Kwa Ajili Ya Makuhani

21 BWANA akamwambia Mose, "Sema na maku-
hani, wana wa Aroni, uwaambie: 'Kamwe
kuhani asijitie unajisi kwa utaratibu wa kiibada
kwa ajili ya mtu wake yeyote anayekufa, 2 isipo-
kuwa jamaa wake wa karibu, kama vile mama yake
au baba yake, mwanawe au binti yake, ndugu yake,
3 au dada yake asiyeolewa ambaye anamtegemea
kwa kuwa hana mume, kwa ajili ya hao aweza
kujitia unajisi. 4 Kamwe asijitie unajisi mwenyewe
kutokana na wale watu ambao anahusiana nao
kwa kuoana, na hivyo kujitia unajisi.

5 " 'Kamwe makuhani wasinyoe nywele za
vichwa vyao wala wasinyoe pembeni mwa ndevu
zao, au kuweka chale kwenye miili yao. 6 Lazima
wawe watakatifu kwa Mungu wao, na kamwe
wasilinajisi jina la Mungu wao. Kwa sababu ndio
wanaotoa sadaka za kuteketezwa kwa moto kwa
BWANA, chakula cha Mungu wao, hivyo lazima
wawe watakatifu.

7 " 'Kamwe wasioe wanawake waliojinajisi kwa
ukahaba, au waliopewa talaka na waume wao,
kwa sababu makuhani ni watakatifu kwa Mungu
wao. 8 Waoneni kuwa watakatifu, kwa sababu ndio
wanaotoa chakula cha Mungu wenu. Kumbukeni
kuwa ni watakatifu, kwa sababu Mimi BWANA ni
mtakatifu, Mimi niwafanyaye ninyi kuwa wata-
katifu.

9 " 'Ikiwa binti wa kuhani anajitia unajisi kwa
kufanya ukahaba, anamwaibisha baba yake; lazima
achomwe kwa moto.

10 " 'Kuhani mkuu, yule miongoni mwa ndugu
zake ambaye amekwisha kutiwa mafuta kwa
kumiminiwa juu ya kichwa chake, na ambaye ame-
wekwa wakfu kuvaa mavazi ya ukuhani, kamwe
asiache nywele zake bila kufunikwa, wala asirarue
nguo zake. 11 Kamwe asiingie mahali palipo maiti
ndani. Kamwe asijitie unajisi, hata kwa ajili ya baba

yake au mama yake, 12 wala asiondoke mahali pata-
katifu pa Mungu wake au kupanajisi, kwa sababu
amewekwa wakfu kwa mafuta ya Mungu wake.
Mimi ndimi BWANA.
13 " 'Mwanamke kuhani atakayemwoa lazima awe
bikira. 14 Kamwe asimwoe mjane, au mwanamke
aliyepewa talaka, wala mwanamke aliyejinajisi
kwa ukahaba, bali atamwoa tu bikira kutoka
miongoni mwa watu wake, 15 na hivyo hatawatia
unajisi watoto wake miongoni mwa watu wake.
Mimi ndimi BWANA, nimfanyaye mtakatifu.' "
16 BWANA akamwambia Mose, 17 "Mwambie Aroni:
'Kwa vizazi vijavyo, hakuna mzao wako mwenye
dosari atakayekaribia kutoa chakula cha Mungu
wake. 18 Hakuna mtu mwenye dosari yoyote awe-
zaye kukaribia: hakuna mtu aliye kipofu au kiwete,
au aliyeharibika uso au asiye na viungo kamili,
19 hakuna mtu mwenye mguu au mkono uliolemaa,
20 au mwenye kibiongo au aliyedumaa, au aliye na
tatizo la macho, au aliye na uvimbe wenye usaha
au majipu, au aliyehasiwa. 21 Hakuna mzao wa
kuhani Aroni mwenye kilema chochote atakaye-
karibia kutoa sadaka kwa BWANA ya kuteketezwa
kwa moto. Kama ana kilema, kamwe asikaribie
kutoa chakula cha Mungu wake. 22 Anaweza kula
chakula kitakatifu sana cha Mungu wake, pia
hata chakula kitakatifu. 23 Lakini kwa sababu ya
kilema chake, kamwe asikaribie karibu na pazia
wala kukaribia madhabahu, asije akanajisi mahali
patakatifu pangu. Mimi ndimi BWANA, niwafanyaye
watakatifu.' "
24 Basi Mose akamwambia Aroni jambo hili na
wanawe, pamoja na Waisraeli wote.

Matumizi Ya Sadaka Takatifu

22 BWANA akamwambia Mose, 2 "Mwambie Aroni
na wanawe kushughulikia kwa uangalifu
sadaka takatifu Waisraeli wanazoziweka wakfu
kwangu, ili wasilinajisi Jina langu takatifu. Mimi
ndimi BWANA.
3 "Waambie: 'Katika vizazi vijavyo, ikiwa yeyote
wa wazao wako ni najisi kwa taratibu za kiibada,
naye akakaribia sadaka takatifu zile Waisraeli
wanazoweka wakfu kwa BWANA, mtu huyo lazima
akatiliwe mbali na uso wangu. Mimi ndimi BWANA.
4 " 'Ikiwa mzao wa Aroni ana ugonjwa wa ngozi
unaoambukiza au anatokwa na usaha mwilini,
hawezi kula sadaka takatifu mpaka atakasike. Pia
atakuwa najisi ikiwa atagusa kitu chochote kili-
cho najisi kwa kugusa maiti au mtu aliyetokwa
na shahawa, 5 au ikiwa atagusa kitu chochote kita-
mbaacho kimfanyacho mtu najisi, au mtu yeyote
awezaye kumtia unajisi, hata unajisi uwe gani. 6 Mtu
anayegusa kitu chochote cha aina hiyo atakuwa
najisi mpaka jioni. Kamwe hatakula sadaka yoyote
takatifu mpaka yeye mwenyewe awe ameoga kwa
maji. 7 Wakati jua linapotua, atakuwa safi, na
baadaye anaweza kula sadaka takatifu, kwa kuwa
ni vyakula vyake. 8 Kamwe asile nyama ya mzoga
wala iliyoraruliwa na wanyama pori, naye akatiwa
unajisi kwa hilo. Mimi ndimi BWANA.
9 " 'Makuhani lazima washike maagizo yangu ili
wasiwe na hatia, wakafa kwa kuyadharau. Mimi
ndimi BWANA ninayewafanya watakatifu.
10 " 'Hakuna mtu yeyote asiye wa jamaa ya
kuhani anayeruhusiwa kula sadaka takatifu, hata
mgeni wa kuhani au mfanyakazi wake haruhusiwi
kuila. 11 Lakini ikiwa kuhani amenunua mtumwa
kwa fedha, au mtumwa amezaliwa katika nyumba
ya kuhani huyo, mtumwa huyo aweza kula chakula
cha huyo kuhani. 12 Ikiwa binti wa kuhani ameo-
lewa na mtu asiye kuhani, binti huyo haruhusiwi
kula chochote cha matoleo matakatifu. 13 Lakini
ikiwa binti wa kuhani amekuwa mjane au ame-
pewa talaka, naye hana watoto, na akarudi kuishi
na jamaa ya baba yake kama wakati wa usichana
wake, binti huyo anaweza kula chakula cha baba
yake. Hata hivyo, mtu asiyeruhusiwa hawezi kula
chochote katika chakula hiki.
14 " 'Ikiwa mtu yeyote amekula sadaka taka-
tifu kwa makosa, lazima atoe malipo ya sadaka
hiyo kwa kuhani na kuongeza sehemu ya tano
ya thamani ya sadaka hiyo. 15 Kamwe makuhani
wasiinajisi sadaka takatifu ambayo Waisraeli
wameitoa kwa BWANA 16 kwa kuwaruhusu kuzila
sadaka hizo takatifu, na hivyo kuwaletea hatia ya
kudaiwa malipo. Mimi ndimi BWANA niwafanyaye
watakatifu.' "

Dhabihu Zisizokubalika

17 BWANA akamwambia Mose, 18 "Sema na Aroni
na wanawe, na Waisraeli wote uwaambie: 'Ikiwa
mmoja wenu, aliye Mwisraeli au mgeni anayeishi
katika nchi ya Israeli, atatoa matoleo kwa ajili ya
sadaka ya kuteketezwa kwa moto kwa BWANA, iwe
kutimiza nadhiri au kuwa sadaka ya hiari, 19 lazima
mtoe mnyama dume asiye na dosari, akiwa ng'o-
mbe, mbuzi au kondoo, ili aweze kukubalika kwa
niaba yako. 20 Kamwe usitoe kitu chochote chenye
dosari kwa sababu hakitakubaliwa kwa niaba yako.
21 Mtu yeyote aletapo sadaka ya amani kwa BWANA
kutoka kundi la ng'ombe au mbuzi ili kutimiza
nadhiri maalum au sadaka ya hiari, lazima sadaka
hiyo isiwe na dosari au waa ili ikubalike. 22 Kamwe
usimtolee BWANA mnyama aliye kipofu, aliyeje-
ruhiwa wala aliye kilema, au chochote kilicho na
uvimbe, au chenye upele au vidonda vinavyotoka
usaha. Kamwe chochote cha aina hii kisiwekwe
juu ya madhabahu kuwa sadaka iliyotolewa kwa
BWANA ya kuteketezwa kwa moto. 23 Lakini waweza
ukatoa ng'ombe au kondoo mwenye kilema
au aliyedumaa kama sadaka ya hiari, lakini hii
haitakubalika kuwa sadaka ya kutimiza nadhiri.
24 Kamwe usimtolee BWANA mnyama ambaye
mapumbu yake yamejeruhiwa, au kuhasiwa, au
kuraruliwa au kukatwa. Kamwe usifanye hivi
katika nchi yako mwenyewe, 25 na kamwe usikubali
wanyama wa aina hii kutoka mkono wa mgeni ili
kuwatoa wanyama hao kuwa chakula kwa Mungu
wako. Wanyama hao hawatakubaliwa kwa niaba
yako, kwa sababu wana vilema, nao wana dosari.' "
26 BWANA akamwambia Mose, 27 "Wakati ndama,
mwana-kondoo au mwana-mbuzi azaliwapo, ata-
baki na mama yake kwa siku saba. Kuanzia siku
ya nane na kuendelea anaweza kukubaliwa kuwa
sadaka iliyotolewa kwa BWANA kwa kuteketezwa
kwa moto. 28 Usimchinje ng'ombe na ndama wake,
au kondoo na kitoto chake siku moja.

29 “Unapomtolea Bwana dhabihu ya shukrani,
itoe kwa namna ambayo itakubalika kwa niaba
yako. 30 Ni lazima iliwe siku iyo hiyo, pasipo
kubakiza chochote mpaka asubuhi. Mimi ndimi
Bwana.

31 “Shikeni maagizo yangu na kuyafuata. Mimi
ndimi Bwana. 32 Msilinajisi Jina langu takatifu.
Lazima nikubalike kuwa mtakatifu kwa Waisraeli.
Mimi ndimi Bwana ninayewafanya watakatifu, 33 na
niliyewatoa katika nchi ya Misri niwe Mungu wenu.
Mimi ndimi Bwana.”

Sikukuu Zilizoamriwa

23 Bwana akamwambia Mose, 2 “Sema na Waisraeli na uwaambie: ‘Hizi ndizo sikukuu zangu zilizoamriwa, sikukuu zilizoamriwa za Bwana, ambazo mtazitangaza kuwa makusanyiko matakatifu.

Sabato

3 “ ‘Kuna siku sita mnazoweza kufanya kazi, lakini siku ya saba ni Sabato ya kupumzika, siku ya kusanyiko takatifu. Hamtafanya kazi yoyote. Popote mnapoishi, ni Sabato kwa Bwana.

Pasaka Na Mikate Isiyotiwa Chachu

4 “ ‘Hizi ni sikukuu za Bwana zilizoamriwa,
makusanyiko matakatifu mtakayoyatangaza kwa
nyakati zilizoamriwa: 5 Pasaka ya Bwana huanza
jioni ya siku ya kumi na nne ya mwezi wa kwanza.
6 Siku ya kumi na tano ya mwezi huo wa kwanza,
Sikukuu ya Bwana ya Mikate Isiyotiwa Chachu
huanza; kwa siku saba, mtakula mikate isiyo-
tiwa chachu. 7 Katika siku ya kwanza, mtakuwa
na kusanyiko takatifu, na msifanye kazi zenu za
kawaida. 8 Kwa siku saba mtamletea Bwana sadaka
ya kuteketezwa kwa moto. Kwenye siku hiyo ya
saba mtafanya kusanyiko takatifu, na msifanye
kazi zenu za kawaida.’ ”

Malimbuko

9 Bwana akamwambia Mose, 10 “Sema na Wai-
sraeli na uwaambie: ‘Mtakapoingia katika nchi
nitakayowapa na kuvuna mazao ya nchi hiyo,
leteni kwa kuhani mganda wa nafaka ya kwa-
nza mtakayovuna. 11 Naye atauinua huo mganda
mbele za Bwana ili ukubaliwe kwa niaba yenu;
kuhani ataupunga siku inayofuata Sabato. 12 Siku
hiyo mtakapoinua huo mganda, lazima mtoe
kwa Bwana dhabihu ya kuteketezwa kwa moto
ya mwana-kondoo wa mwaka mmoja asiye na
dosari, 13 pamoja na sadaka yake ya nafaka ya
sehemu mbili za kumi za efa[a] za unga laini ulio-
changanywa na mafuta, sadaka iliyotolewa kwa
Bwana kwa kuteketezwa kwa moto, harufu nzuri
ya kupendeza, na sadaka yake ya kinywaji ya robo
ya hini[b] ya divai. 14 Kamwe msile mkate wowote,
au nafaka iliyokaangwa au nafaka mpya, mpaka
siku ile mtakayomletea Mungu wenu sadaka hii.
Hili litakuwa agizo la kudumu kwa vizazi vijavyo,
popote mnapoishi.

Sikukuu Ya Majuma

15 “ ‘Tangu siku ile iliyofuata Sabato, siku mliyotoa
sadaka ya mganda wa kuinuliwa, hesabuni majuma
saba kamili. 16 Mtahesabu siku hamsini mpaka siku
inayofuata Sabato ya saba, ndipo mtatoa sadaka ya
nafaka mpya kwa Bwana. 17 Kutoka popote mnapoi-
shi, mtaleta mikate miwili ya unga laini, sehemu
mbili za kumi za efa, uliookwa kwa chachu, kuwa
sadaka ya kuinuliwa ya malimbuko kwa Bwana.
18 Toeni pamoja na hiyo mikate wana-kondoo saba,
kila mmoja wa mwaka mmoja asiye na dosari, na
fahali mchanga, na kondoo dume wawili. Wata-
kuwa sadaka ya kuteketezwa kwa moto iliyotolewa
kwa Bwana, pamoja na sadaka za nafaka na sadaka
za vinywaji, sadaka iliyotolewa kwa moto yenye
harufu nzuri ya kumpendeza Bwana. 19 Kisha toeni
dhabihu ya mbuzi dume mmoja kwa ajili ya sadaka
ya dhambi, na wana-kondoo wawili, kila mmoja
wa mwaka mmoja, kwa ajili ya sadaka ya amani.
20 Kuhani atawainua hao wana-kondoo wawili
mbele za Bwana kuwa sadaka ya kuinuliwa, pamoja
na mkate wa malimbuko. Ni sadaka takatifu kwa
Bwana kwa ajili ya kuhani. 21 Siku iyo hiyo mtata-
ngaza kusanyiko takatifu, na msifanye kazi zenu za
kawaida. Hili litakuwa agizo la kudumu kwa vizazi
vijavyo, popote mnapoishi.

22 “ ‘Mnapovuna mavuno ya ardhi yenu, msivune hadi mpakani mwa shamba lenu, au kukusanya masazo ya mavuno yenu. Hayo utayaacha kwa ajili ya maskini na mgeni. Mimi ndimi Bwana Mungu wenu.’ ”

Sikukuu Ya Tarumbeta

23 Bwana akamwambia Mose, 24 “Waambie
Waisraeli: ‘Katika siku ya kwanza ya mwezi wa
saba mtakuwa na siku ya mapumziko, kusanyiko
takatifu la ukumbusho litakaloadhimishwa kwa
kupiga tarumbeta. 25 Msifanye kazi zenu zozote
za kawaida, lakini toeni sadaka kwa Bwana iliyo-
teketezwa kwa moto.’ ”

Siku Ya Upatanisho

26 Bwana akamwambia Mose, 27 “Siku ya kumi ya
mwezi huu wa saba ni Siku ya Upatanisho. Mtafa-
nya kusanyiko takatifu, mfunge, nanyi mtoe sadaka
kwa Bwana ya kuteketezwa kwa moto. 28 Msifanye
kazi siku hiyo, kwa sababu ni Siku ya Upatanisho,
ambapo upatanisho unafanyika kwa ajili yenu
mbele za Bwana Mungu wenu. 29 Mtu yeyote
ambaye hatafunga siku hiyo ni lazima akatiliwe
mbali na watu wake. 30 Mtu yeyote atakayefanya
kazi siku hiyo nitamwangamiza kutoka miongoni
mwa watu wake. 31 Hamtafanya kazi kamwe. Hili
litakuwa agizo la kudumu kwa vizazi vijavyo
popote mnapoishi. 32 Ni Sabato ya mapumziko
kwenu ninyi, na lazima mfunge. Tangu jioni ya
siku ya tisa ya mwezi hadi jioni inayofuata, mtai-
shika Sabato yenu.”

Sikukuu Ya Vibanda

33 Bwana akamwambia Mose, 34 “Waambie Wai-
sraeli: ‘Katika siku ya kumi na tano ya mwezi wa
saba, Sikukuu ya Bwana ya vibanda itaanza, nayo

---

[a]13 Sehemu mbili za kumi za efa ni sawa na kilo mbili.
[b]13 Robo ya hini ni sawa na lita moja.

itaadhimishwa kwa siku saba. 35 Siku ya kwanza ni kusanyiko takatifu, msifanye kazi zenu za kawaida. 36 Kwa siku saba toeni sadaka kwa BWANA za kuteketezwa kwa moto. Kwenye siku ya nane fanyeni kusanyiko takatifu, na mtoe sadaka kwa BWANA ya kuteketezwa kwa moto. Ni kusanyiko la mwisho, msifanye kazi zenu za kawaida.

37 (" 'Hizi ni sikukuu za BWANA zilizoamriwa, ambazo mtazitangaza kuwa makusanyiko matakatifu kwa kuleta sadaka kwa BWANA za kuteketeza kwa moto: sadaka za kuteketezwa na sadaka za nafaka, dhabihu na sadaka za vinywaji zitahitajika kila siku. 38 Sadaka hizi ni nyongeza ya zile mnazozitoa katika Sabato za BWANA, na pia ni nyongeza ya matoleo yenu ya chochote mlichoweka nadhiri, na sadaka zenu zote za hiari mnazozitoa kwa BWANA.)

39 " 'Basi kuanzia siku ya kumi na tano ya mwezi wa saba, baada ya kuvuna mazao yote ya nchi, mtaadhimisha sikukuu kwa BWANA kwa siku saba; siku ya kwanza ni mapumziko, pia siku ya nane ni mapumziko. 40 Siku ya kwanza mtachukua matunda mazuri ya miti, matawi ya mitende, matawi yenye majani mengi, na matawi ya mirebi, nanyi mtashangilia mbele za BWANA Mungu wenu kwa siku saba. 41 Mtaadhimisha siku hii kuwa sikukuu kwa BWANA kwa siku saba kila mwaka. Hili litakuwa agizo la kudumu kwa vizazi vijavyo; iadhimisheni mwezi wa saba. 42 Mtaishi katika vibanda kwa siku saba: Wazawa wote wa Waisraeli wataishi katika vibanda, 43 ili wazao wenu wajue kuwa niliwafanya Waisraeli waishi kwenye vibanda nilipowatoa Misri. Mimi ndimi BWANA Mungu wenu.' "

44 Kwa hiyo Mose akawatangazia Waisraeli sikukuu zilizoamriwa na BWANA.

Mafuta Na Mikate Mbele Za BWANA

24 BWANA akamwambia Mose, 2 "Waagize Waisraeli wakuletee mafuta safi ya zeituni yaliyokamuliwa kwa ajili ya mwanga ili taa ziwe zinawaka daima. 3 Nje ya pazia la Ushuhuda ndani ya Hema la Kukutania, Aroni ataziwasha taa mbele za BWANA kuanzia jioni hadi asubuhi bila kuzima. Hili litakuwa agizo la kudumu kwa vizazi vijavyo. 4 Taa zilizo juu ya kinara cha dhahabu safi mbele za BWANA lazima zihudumiwe daima.

5 "Chukua unga laini, uoke mikate kumi na miwili, ukitumia sehemu mbili za kumi za efa[a] za unga kwa kila mkate. 6 Iweke katika mistari miwili, kila mstari mikate sita, uiweke mbele za BWANA juu ya meza iliyotengenezwa kwa dhahabu safi. 7 Kando ya kila mstari, weka uvumba safi kama sehemu ya kumbukumbu ili kuwakilisha mikate kuwa sadaka iliyotolewa kwa BWANA kwa kuteketezwa kwa moto. 8 Mikate hii itawekwa mbele za BWANA kila wakati, Sabato baada ya Sabato, kwa niaba ya Waisraeli, kuwa Agano la kudumu. 9 Hii ni mali ya Aroni na wanawe, watakaoila katika mahali patakatifu, kwa sababu ni sehemu takatifu sana ya fungu lao la kawaida la sadaka iliyotolewa kwa BWANA kwa kuteketezwa kwa moto."

Mwenye Kukufuru Apigwa Mawe

10 Basi mwana wa mama Mwisraeli na baba Mmisri alikwenda miongoni mwa Waisraeli, nayo mapigano yakatokea ndani ya kambi kati yake na Mwisraeli. 11 Huyu mwana wa mwanamke Mwisraeli akalikufuru Jina la BWANA kwa kulaani; kwa hiyo wakamleta kwa Mose. (Jina la mama yake aliitwa Shelomithi binti wa Dibri, wa kabila la Dani.) 12 Nao wakamweka mahabusu mpaka mapenzi ya BWANA yawe wazi kwao.

13 Ndipo BWANA akamwambia Mose: 14 "Mchukue huyo aliyekufuru nje ya kambi. Wale wote waliomsikia akikufuru wataweka mikono juu ya kichwa chake, kisha kusanyiko lote litampiga mawe. 15 Waambie Waisraeli: 'Ikiwa mtu yeyote atamlaani Mungu wake, atakuwa na hatia kwa uovu wake; 16 yeyote atakayekufuru Jina la BWANA ni lazima auawe. Kusanyiko lote litampiga kwa mawe. Iwe ni mgeni au mzawa, atakapolikufuru Jina la BWANA, ni lazima auawe.

17 " 'Kama mtu yeyote atamuua mtu mwingine, ni lazima auawe. 18 Mtu yeyote auaye mnyama wa mtu mwingine lazima afidie, uhai kwa uhai. 19 Ikiwa mtu yeyote atamjeruhi jirani yake, chochote alichomtenda naye atatendewa: 20 iwapo amemvunja mfupa atavunjwa mfupa, jicho kwa jicho, jino kwa jino. Kama alivyomjeruhi mwenzake, vivyo hivyo ndivyo atakavyojeruhiwa. 21 Yeyote auaye mnyama wa mtu lazima alipe fidia, lakini yeyote auaye mtu, lazima auawe. 22 Mtakuwa na sheria iyo hiyo kwa mgeni na kwa mzawa. Mimi ndimi BWANA Mungu wenu.' "

23 Kisha Mose akasema na Waisraeli, nao wakamchukua yule aliyekufuru nje ya kambi na kumpiga mawe. Waisraeli wakafanya kama BWANA alivyomwagiza Mose.

Mwaka Wa Sabato

25 BWANA akamwambia Mose katika Mlima Sinai, 2 "Sema na Waisraeli uwaambie: 'Mtakapoingia katika nchi ninayowapa ninyi, nchi yenyewe ni lazima ishike Sabato kwa ajili ya BWANA. 3 Kwa miaka sita mtapanda mazao katika mashamba yenu, nanyi kwa miaka sita mtaikata mizabibu yenu matawi na kuvuna mazao yake. 4 Lakini mwaka wa saba nchi lazima iwe na Sabato ya mapumziko, Sabato kwa BWANA. Msipande mbegu katika mashamba yenu, wala msikate mizabibu yenu matawi. 5 Msivune na kuweka akiba kinachoota chenyewe, wala kuvuna na kusindika zabibu ambayo hamkuhudumia mashamba yake. Nchi lazima iwe na mwaka wa mapumziko. 6 Chochote nchi itoacho katika mwaka wa Sabato kitakuwa chakula chenu wenyewe, watumishi wenu wa kiume na wa kike, mfanyakazi aliyeajiriwa, na mkazi wa muda anayeishi miongoni mwenu, 7 vilevile malisho ya mifugo yenu na wanyama pori katika nchi yenu. Chochote nchi itakachozalisha kinaweza kuliwa.

Mwaka Wa Yubile

8 " 'Hesabu Sabato saba za miaka, yaani miaka saba mara saba, ili Sabato saba za miaka utakuwa muda wa miaka arobaini na tisa. 9 Ndipo tarumbeta

[a]5 Sehemu mbili za kumi za efa ni sawa na kilo mbili.

itapigwa kila mahali katika siku ya kumi ya mwezi
wa saba. Katika Siku ya Upatanisho, piga tarumbeta
katika nchi yako yote. 10 Mwaka wa hamsini mtau-
weka wakfu na kutangaza uhuru katika nchi kwa
wakazi wake wote. Itakuwa ni yubile[a] kwenu; kila
mmoja wenu atairudia mali ya jamaa yake, na kila
mmoja kurudi kwenye ukoo wake. 11 Mwaka wa
hamsini utakuwa yubile kwenu, msipande wala
msivune kile kiotacho chenyewe, au kuvuna
zabibu zisizohudumiwa. 12 Kwa kuwa ni yubile,
nayo itakuwa takatifu kwenu; mtakula tu kile
kilichotoka moja kwa moja mashambani.

13 " 'Katika huu Mwaka wa Yubile, kila mmoja
atarudi kwenye mali yake mwenyewe.

14 " 'Ikiwa utauza ardhi kwa mmoja wa wazawa
wa nchi yako, au ukinunua ardhi kutoka kwake,
mmoja asimpunje mwingine. 15 Utanunua ardhi
kwa mzawa wa nchi yako kwa misingi ya hesabu
ya miaka baada ya Yubile. Naye ataiuza kwako kwa
misingi ya hesabu ya miaka iliyobaki kwa kuvuna
mavuno. 16 Miaka inapokuwa mingi, utaongeza
bei, nayo miaka ikiwa michache, utapunguza
bei, kwa sababu kile anachokuuzia kwa hakika ni
hesabu ya mazao. 17 Mmoja asimpunje mwingine,
bali utamcha Mungu wako. Mimi ndimi Bwana
Mungu wako.

18 " 'Fuateni amri zangu, mwe waangalifu kutii
amri zangu, nanyi mtaishi salama katika nchi.
19 Kisha nchi itazaa matunda yake, nanyi mtakula
na kushiba na kuishi humo kwa salama. 20 Mwa-
weza kuuliza, "Tutakula nini katika mwaka wa
saba ikiwa hatutapanda wala kuvuna mazao yetu?"
21 Nitawapelekeeni baraka ya pekee katika mwaka
wa sita, kwamba nchi itazalisha mazao ya kutosha
kwa miaka mitatu. 22 Mnapopanda mwaka wa nane,
mtakula mavuno ya miaka iliyopita. Pia mtaende-
lea kuyala mazao hayo hadi mvune mavuno ya
mwaka wa tisa.

23 " 'Kamwe ardhi isiuzwe kwa mkataba wa
kudumu, kwa sababu nchi ni mali yangu, nanyi
ni wageni na wapangaji wangu. 24 Katika nchi yote
mtakayoshika kuwa milki yenu, ni lazima mtoe
ukombozi wa ardhi.

25 " 'Ikiwa mmoja wa wazawa wa nchi yako
amekuwa maskini na akauza baadhi ya mali yake,
ndugu yake wa karibu atakuja na kukomboa kile
ndugu yako alichokiuza. 26 Iwapo mtu huyo hana
jamaa wa karibu wa kukomboa mali hiyo kwa
ajili yake, lakini yeye mwenyewe akafanikiwa
na kupata mali itoshayo kuikomboa, 27 ataamua
tena thamani yake kwa miaka tangu alipoiuza,
na kurudisha kiasi kilichobaki cha thamani kwa
mtu ambaye alikuwa amemuuzia mali hiyo, naye
ataweza kuirudia mali yake. 28 Lakini kama hata-
pata njia ya kumlipa mnunuzi, ile mali aliyouza
itabaki kumilikiwa na mnunuzi mpaka Mwaka wa
Yubile. Mali hiyo itarudishwa mwaka wa Yubile,
naye ataweza kuirudia mali yake.

29 " 'Ikiwa mtu atauza nyumba iliyo ndani ya
mji uliozungukwa kwa ukuta, yeye anayo haki ya
kuikomboa mwaka mzima baada ya mauzo ya hiyo
nyumba. Wakati huo anaweza kuikomboa. 30 Ikiwa
haikukombolewa kabla ya mwaka mmoja kamili
kupita, nyumba iliyo ndani ya mji uliozungukwa
kwa ukuta itakuwa mali ya kudumu ya mnunuzi
na wazao wake. Haitarudishwa mwaka wa Yubile.
31 Lakini nyumba zilizo vijijini bila ya kuwa na kuta
zilizozizunguka zitahesabiwa kama mashamba.
Zinaweza kukombolewa, nazo zirudishwe katika
mwaka wa Yubile.

32 " 'Walawi siku zote wana haki ya kukomboa
nyumba zao katika miji ya Walawi wanayoimiliki.
33 Kwa hiyo mali ya Mlawi inaweza kukombolewa,
yaani nyumba iliyouzwa katika mji wowote
wanaoushikilia itarudishwa mwaka wa Yubile,
kwa sababu nyumba zilizo katika miji ya Walawi
ni mali yao miongoni mwa Waisraeli. 34 Lakini nchi
ya malisho iliyo mali ya miji yao kamwe isiuzwe,
ni milki yao ya kudumu.

35 " 'Ikiwa mmoja wa wazawa wa nchi yako
amekuwa maskini, naye akashindwa kujitege-
meza mwenyewe katikati yako, msaidie kama vile
ambavyo ungelimsaidia mgeni au kama mkazi wa
muda, ili aweze kuendelea kuishi katikati yako.
36 Usichukue riba wala faida yoyote kutoka kwake,
bali utamwogopa Mungu wako, ili mzawa wa nchi
yako aweze kuendelea kuishi katikati yako. 37 Usi-
mkopeshe fedha ili alipe na riba, wala usimuuzie
chakula kwa faida. 38 Mimi ndimi Bwana Mungu
wako, niliyekuleta kutoka nchi ya Misri nikupe
nchi ya Kanaani, nami niwe Mungu wako.

39 " 'Ikiwa mmoja wa wazawa wa nchi yako ame-
kuwa maskini katikati yako, naye akajiuza kwako,
usimfanye atumike kama mtumwa. 40 Atatendewa
kama mfanyakazi aliyeajiriwa, au kama mkazi wa
muda katikati yako, naye atatumika mpaka Mwaka
wa Yubile. 41 Ndipo yeye na watoto wake wataa-
chiwa, naye atarudi kwa watu wa ukoo wake, na
kwenye mali ya baba zake. 42 Kwa sababu Waisraeli
ni watumishi wangu niliowaleta kutoka nchi ya
Misri, kamwe wasiuzwe kama watumwa. 43 Usiwa-
tawale kwa ukatili, lakini utamcha Mungu wako.

44 " 'Watumwa wako wa kiume na wa kike wata-
toka katika mataifa yanayokuzunguka; kutoka
kwao waweza kununua watumwa. 45 Pia waweza
kununua baadhi ya wakazi wa muda wanaoishi
katikati yako, na jamaa ya koo zao waliozaliwa
katika nchi yako, nao watakuwa mali yako. 46 Hao
waweza kuwarithisha watoto wako kuwa urithi
wao, na wanaweza kuwafanya watumwa maisha
yao yote, lakini usiwatawale ndugu zako Waisraeli
kwa ukatili.

47 " 'Ikiwa mgeni au mkazi wa muda katikati
yako atakuwa tajiri, na mmoja wa wazawa wa
nchi yako akawa maskini, naye akajiuza kwa yule
mgeni anayeishi katikati yako, au kwa mmoja wa
jamaa wa koo za wageni, 48 anayo haki ya kuko-
mbolewa baada ya kujiuza. Mmoja wa jamaa zake
aweza kumkomboa: 49 Mjomba wake, au binamu
yake, au yeyote aliye ndugu wa damu katika ukoo
wake aweza kumkomboa. Au ikiwa atafanikiwa,
anaweza kujikomboa mwenyewe. 50 Yeye na huyo
aliyemnunua watahesabu muda kuanzia mwaka
aliojiuza hadi Mwaka wa Yubile. Mahali pa kua-
nzia bei ya kuachiwa kwake itakadiriwa kwa ujira

---

[a]10 Yubile ni baragumu iliopigwa kila mwaka wa hamsini; ni Sabato ya nchi ya kila mwaka wa hamsini uliokuwa mwaka wa ukombozi, yaani kuachia huru.

unaolipwa mfanyakazi aliyeajiriwa kwa idadi ya hiyo miaka. 51 Ikiwa imebaki miaka mingi, ni lazima atalipia ukombozi wake fungu kubwa la bei iliyolipwa kumnunua yeye. 52 Ikiwa miaka iliyobaki ni michache kufikia Mwaka wa Yubile, atafanya hesabu yake, naye atalipa malipo yanayostahili kwa ajili ya ukombozi wake. 53 Atatendewa kama mtu wa kuajiriwa mwaka hadi mwaka; lazima uone kwamba yule aliyemnunua hamtawali kwa ukatili.

54 " 'Hata ikiwa hakukombolewa kwa njia mojawapo ya hizi, yeye na watoto wake wataachiwa katika Mwaka wa Yubile, 55 kwa maana Waisraeli ni mali yangu kama watumishi. Wao ni watumishi wangu, niliowatoa kutoka nchi ya Misri. Mimi ndimi Bwana Mungu wako.

Thawabu Ya Utii

26 " 'Msijitengenezee sanamu au kusimamisha kinyago cha kuchonga, au mnara, wala jiwe la kuabudia, na pia msijiwekee jiwe lililochongwa katika nchi yenu na kusujudu mbele yake. Mimi ndimi Bwana Mungu wenu.

2 " 'Zishikeni Sabato zangu na kuheshimu mahali patakatifu pangu. Mimi ndimi Bwana.

3 " 'Ikiwa mtafuata amri zangu na kuwa waangalifu kutii maagizo yangu, 4 nitawanyeshea mvua katika majira yake, nayo ardhi itatoa mazao yake, na miti ya mashambani itazaa matunda yake. 5 Kupura nafaka kwenu kutaendelea mpaka wakati wa kuvuna zabibu. Pia kuvuna zabibu kutaendelea mpaka wakati wa kupanda mbegu, nanyi mtakula na kushiba, na mtaishi salama katika nchi yenu.

6 " 'Nitawapa amani katika nchi, mpate kulala pasipo kutiwa hofu na yeyote. Nitawaondoa wanyama wakali watoke kwenye nchi, nao upanga hautapita katika nchi yenu. 7 Mtawafukuza adui zenu, nanyi mtawaua kwa upanga mbele yenu. 8 Watu wenu watano watafukuza adui mia, watu wenu mia watafukuza adui elfu kumi, nao adui zenu wataanguka kwa upanga mbele yenu.

9 " 'Nitawaangalia kwa upendeleo na kuwafanya mzae na kuzidisha idadi yenu, nami nitalishika Agano langu na ninyi. 10 Wakati wa kuvuna mtakuwa bado mnakula mavuno ya mwaka uliopita, na itawalazimu kuyaondoa ghalani ili mpate nafasi ya mavuno mapya. 11 Nitafanya makao yangu miongoni mwenu, nami sitawachukia. 12 Nitatembea katikati yenu niwe Mungu wenu, nanyi mtakuwa watu wangu. 13 Mimi ndimi Bwana Mungu wenu, niliyewatoa katika nchi ya Misri ili msiendelee kuwa watumwa wa Wamisri, nikavunja kongwa lenu, na kuwawezesha kutembea mkiwa mmeinua vichwa vyenu juu.

Adhabu Ya Kutokutii

14 " 'Lakini kama hamtanisikiliza na kutimiza maagizo haya yote, 15 nanyi kama mtazikataa amri zangu na kuzichukia sheria zangu, tena mkishindwa kutimiza amri zangu na hivyo mkavunja agano langu, 16 ndipo nitakapowafanyia hili: Nitawaletea juu yenu hofu ya ghafula, magonjwa ya kufisha, na homa itakayopofusha macho yenu na kuwaondolea uhai wenu. Mtapanda mbegu bila mafanikio, kwa sababu adui zenu wataila. 17 Nitauelekeza uso wangu dhidi yenu ili mshindwe na adui zenu; wale wanaowachukia watawatawala, nanyi mtakimbia ingawa hakuna mtu anayewafukuza.

18 " 'Kama baada ya haya yote hamtanisikiliza, nitawaadhibu mara saba zaidi kwa ajili ya dhambi zenu. 19 Nitakivunja kiburi chenu cha ukaidi na kuifanya anga iliyo juu yenu iwe kama chuma, na ardhi yenu kama shaba. 20 Nguvu zenu zitatumika bila ya mafanikio, kwa sababu ardhi yenu haitawazalia mazao yake, wala miti ya nchi yenu haitazaa matunda yake.

21 " 'Kama mtaendelea kuwa na uadui nami, na kukataa kunisikiliza, nitawazidishia mateso yenu mara saba zaidi, kama dhambi zenu zinavyostahili. 22 Nitawatuma wanyama mwitu dhidi yenu, nao watawaibieni watoto wenu, watawaangamiza ng'ombe wenu, na kuifanya idadi yenu kuwa ndogo, hivi kwamba barabara zenu zitakuwa hazina watu.

23 " 'Ikiwa pamoja na mambo haya hamtakubali maonyo yangu lakini mkaendelea kuweka uadui nami, 24 mimi mwenyewe nitaweka uadui nanyi, na kuwatesa kwa ajili ya dhambi zenu mara saba zaidi. 25 Nitawaletea upanga juu yenu ili kuwapatiliza kwa kuvunja Agano langu. Mtakapokimbilia mijini mwenu, nitatuma tauni katikati yenu, nanyi mtatiwa mikononi mwa adui zenu. 26 Nitakapowaondolea upatikanaji wa mkate wenu, wanawake kumi wataoka mkate wenu katika tanuru moja, nao wataugawa mkate kidogo kwa kupima. Mtakula, lakini hamtashiba.

27 " 'Kama hata baada ya haya bado hamtanisikiliza lakini mkaendelea kuweka uadui nami, 28 ndipo katika hasira yangu nitaweka uadui nanyi, nami mwenyewe nitawaadhibu mara saba kwa ajili ya dhambi zenu. 29 Mtakula nyama ya wana wenu na nyama ya binti zenu. 30 Nitapaharibu mahali penu pa juu pa kuabudia miungu, nibomoe madhabahu zenu za kufukizia uvumba, na kuzilundika maiti zenu juu ya sanamu zenu zisizo na uhai, nami nitawachukia ninyi sana. 31 Nitaifanya miji yenu kuwa magofu, na kuharibu mahali patakatifu penu pa kuabudia, nami sitapendezwa na harufu nzuri ya sadaka zenu. 32 Nitaiharibu nchi, ili adui zenu watakaokuja kuishi humo washangae. 33 Nitawatawanya ninyi miongoni mwa mataifa, na kuufuta upanga wangu na kuwafuatia. Nchi yenu itaharibiwa, nayo miji yenu itakuwa magofu. 34 Ndipo nchi itafurahia Sabato zake muda wote ule itakapokuwa ukiwa, nanyi mkiwa katika nchi ya adui zenu. Ndipo nchi itapumzika na kufurahia Sabato zake. 35 Wakati wote nchi itakapobaki ukiwa, itapumzika na kufurahia Sabato zake ambazo haikuzipata mlipokuwa mnaishi humo.

36 " 'Kwa habari ya wenzenu wale watakaobaki, nitaifanya mioyo yao kuwa na hofu kuu katika nchi za adui zao, kiasi kwamba sauti ya jani linalopeperushwa na upepo itawafanya wakimbie. Watakimbia kana kwamba wanakimbia upanga, nao wataanguka, ingawa hakuna anayewafukuza. 37 Watajikwaa mmoja juu ya mwingine kama wakimbiao upanga, hata ingawa hakuna anayewafuatia. Hivyo hamtaweza kusimama mbele ya adui zenu. 38 Mtaangamia katikati ya mataifa; nchi

ya adui zenu itawala. 39 Wale wenu watakaobaki wataangamia katika nchi za adui zao kwa sababu ya dhambi zao; pia kwa sababu ya dhambi za baba zao wataangamia.

40 " 'Lakini kama watatubu dhambi zao na dhambi za baba zao, udanganyifu wao dhidi yangu na uadui wao kwangu, 41 ambao ulinifanya niwe na uadui nao hata nikawapeleka katika nchi ya adui zao, wakati mioyo yao isiyotahiriwa itanyenyekea na kutubu dhambi yao, 42 nami nitakumbuka agano langu na Yakobo, na agano langu na Isaki, na agano langu na Abrahamu, nami nitaikumbuka nchi. 43 Kwa kuwa wataiacha nchi ukiwa, nayo itafurahia Sabato zake wakati itakuwa ukiwa bila wao. Wataadhibiwa kwa ajili ya dhambi zao, kwa sababu walizikataa sheria zangu na kuzichukia amri zangu. 44 Lakini pamoja na hili, wakati watakuwa katika nchi ya adui zao, sitawakataa wala kuwachukia kiasi cha kuwaharibu kabisa na kuvunja agano langu nao. Mimi ndimi BWANA Mungu wao. 45 Lakini kwa ajili yao nitalikumbuka agano langu na baba zao, ambao niliwatoa Misri mbele ya mataifa ili niwe Mungu wao. Mimi ndimi BWANA.' "

46 Hizi ndizo amri, sheria na pia masharti ambazo BWANA alifanya kati yake mwenyewe na Waisraeli katika Mlima Sinai kupitia kwa Mose.

Kukomboa Kile Kilicho Cha BWANA

27 BWANA akamwambia Mose, 2 "Sema na Waisraeli uwaambie: 'Kama mtu yeyote ataweka nadhiri maalum ili kuweka watu wakfu kwa BWANA, kwa kutoa kiasi cha thamani inayolingana, 3 thamani ya kukomboa mwanaume mwenye kati ya umri wa miaka ishirini na miaka sitini itakuwa shekeli hamsini[a] za fedha, kulingana na shekeli ya mahali patakatifu; 4 ikiwa ni mwanamke, weka thamani yake kwa shekeli thelathini.[b] 5 Kama ni mtu mwenye umri wa miaka kati ya mitano na ishirini, weka thamani ya mwanaume kuwa shekeli ishirini,[c] na mwanamke shekeli kumi.[d] 6 Kama ni mtu mwenye umri kati ya mwezi mmoja na miaka mitano, weka thamani ya mwanaume kuwa shekeli tano za fedha, na ile ya mwanamke kuwa shekeli tatu[e] za fedha. 7 Kama ni mtu mwenye miaka sitini na zaidi, weka thamani ya mwanaume kuwa shekeli kumi na tano,[f] na mwanamke shekeli kumi. 8 Kama mtu yeyote anayeweka nadhiri ni maskini mno kuweza kulipa kiasi kilichowekwa, atampeleka huyo mtu kwa kuhani, ambaye ataweka thamani yake kulingana na kile mweka nadhiri anachoweza kulipa.

9 " 'Kama kile mtu alichokiwekea nadhiri ni mnyama anayekubalika kama sadaka kwa BWANA, mnyama wa namna hiyo aliyetolewa kwa BWANA anakuwa mtakatifu. 10 Mtu haruhusiwi kumbadilisha au kutoa mnyama mzuri kwa mbaya, au mnyama mbaya kwa mzuri. Kama atatoa mnyama badala ya mwingine, wanyama wote wawili, yaani yule aliyetolewa na yule aliyebadiliwa, ni watakatifu. 11 Kama alichokiwekea nadhiri ni mnyama aliye najisi kiibada, yaani yule asiye kubalika kuwa sadaka kwa BWANA, huyo mnyama lazima aletwe kwa kuhani, 12 ambaye ataamua ubora wa mnyama huyo, kama ni mzuri au mbaya. Thamani yoyote atakayoweka kuhani, hivyo ndivyo itakavyokuwa. 13 Kama mwenye mnyama atapenda kumkomboa mnyama huyo, lazima aongeze sehemu ya tano ya thamani yake.

14 " 'Kama mtu ataweka nyumba yake wakfu kama kitu kitakatifu kwa BWANA, kuhani ataamua ubora wa nyumba hiyo, kama ni nzuri au mbaya. Thamani yoyote kuhani atakayoweka, basi hivyo ndivyo itakavyokuwa. 15 Kama mtu aliyeweka nyumba yake wakfu ataikomboa, lazima aongeze sehemu ya tano ya thamani yake, nayo nyumba itakuwa yake tena.

16 " 'Kama mtu anaweka sehemu ya ardhi ya jamaa yake wakfu kwa BWANA, thamani yake itawekwa kulingana na kiasi cha mbegu inayohitajiwa kupandwa katika ardhi hiyo, yaani homeri[g] moja ya mbegu za shayiri kwa shekeli hamsini za fedha. 17 Kama akiweka shamba lake wakfu katika Mwaka wa Yubile, ile thamani iliyokwisha wekwa itakuwa iyo hiyo. 18 Lakini kama akiweka shamba lake wakfu baada ya Yubile, kuhani ataweka thamani kulingana na idadi ya miaka iliyobaki kufikia Mwaka wa Yubile unaofuata, na thamani yake iliyoamuliwa itapunguzwa. 19 Kama mtu anayeweka wakfu shamba anataka kulikomboa, lazima aongeze sehemu ya tano ya thamani yake, nalo shamba litakuwa lake tena. 20 Kama pengine halikomboi shamba hilo, au kama ameliuza kwa mtu mwingine, kamwe haliwezi kukombolewa. 21 Shamba hilo litakapoachiwa mwaka wa Yubile, litakuwa takatifu, kama shamba lililotolewa kwa BWANA, nalo litakuwa mali ya makuhani.

22 " 'Kama mtu ameweka wakfu kwa BWANA shamba alilonunua, ambalo si sehemu ya ardhi ya jamaa yake, 23 kuhani ataamua thamani yake hadi Mwaka wa Yubile, naye huyo mtu atalazimika kulipa thamani yake siku hiyo kama kitu kitakatifu kwa BWANA. 24 Katika Mwaka wa Yubile, shamba litarudishwa kwa mtu yule ambaye lilinunuliwa kutoka kwake, yule ambaye ardhi ilikuwa mali yake. 25 Kila thamani lazima iwekwe kulingana na shekeli ya mahali patakatifu,[h] gera ishirini kwa shekeli.

26 " 'Lakini hakuna mtu atakayeweka wakfu mzaliwa wa kwanza wa mnyama, kwa kuwa mzaliwa wa kwanza tayari ni mali ya BWANA; awe ng'ombe au kondoo, ni wa BWANA. 27 Kama ni mmoja wa wanyama walio najisi, aweza kumnunua kwa bei iliyowekwa, akiongeza sehemu ya tano ya thamani yake. Kama hatamkomboa, mnyama huyo atauzwa kwa bei iliyowekwa.

28 " 'Lakini chochote kile mtu alicho nacho na akakiweka wakfu[i] kwa BWANA, iwe ni binadamu, au mnyama, au ardhi ya jamaa, hakiwezi kuuzwa

[a]3 Shekeli 50 za fedha ni sawa na gramu 600.
[b]4 Shekeli 30 za fedha ni sawa na gramu 360.
[c]5 Shekeli 20 za fedha ni sawa na gramu 240.
[d]5 Shekeli 10 za fedha ni sawa na gramu 120.
[e]6 Shekeli tatu za fedha ni sawa na gramu 36.
[f]7 Shekeli 15 za fedha ni sawa na gramu 180.
[g]16 Homeri moja ni sawa na efa 10, ambazo ni sawa na kilo 100.
[h]25 Shekeli moja ya mahali patakatifu ni sawa na gramu 11.
[i]28 *Akakiweka wakfu* ina maana ya kumpa Mungu kabisa, daima, bila kurudiwa.

au kukombolewa. Chochote kilichowekwa wakfu
ni kitakatifu sana kwa BWANA.
29 " 'Mtu yeyote aliyewekwa wakfu ili kuanga-
mizwa, hawezi kukombolewa. Mtu kama huyo
lazima auawe.
30 " 'Zaka ya kila kitu kutoka shambani, iwe ni
nafaka kutoka kwa ardhi, au tunda kutoka kwa miti,
ni mali ya BWANA; ni takatifu kwa BWANA. 31 Kama
mtu akikomboa chochote cha zaka yake, lazima
aongeze sehemu ya tano ya thamani yake. 32 Zaka
yote ya kundi la ng'ombe au la kondoo na mbuzi,
kila mnyama wa kumi apitaye chini ya fimbo ya
yule awachungaye, atakuwa mtakatifu kwa BWANA.
33 Yule mnyama wa kumi hatachaguliwa kwa kigezo
cha uzuri au ubaya, naye haruhusiwi kubadiliwa.
Ikiwa atabadiliwa, basi mnyama yule wa kwanza
na huyo aliyebadiliwa wote watahesabiwa kuwa
watakatifu, na haiwezekani kuwakomboa.' "
34 Haya ndiyo maagizo BWANA aliyompa Mose
juu ya Mlima Sinai kwa ajili ya Waisraeli.

HESABU

Watu Wahesabiwa Kwa Mara Ya Kwanza

1 BWANA alisema na Mose katika Jangwa la Sinai,
katika Hema la Kukutania, siku ya kwanza ya
mwezi wa pili, katika mwaka wa pili baada ya
Waisraeli kutoka nchi ya Misri. Akamwambia,
2 "Hesabu watu wa jumuiya yote ya Waisraeli kwa
kufuata koo zao na jamaa zao, ukiorodhesha kila
mwanaume kwa jina lake, mmoja mmoja. 3 Wewe
na Aroni mtawahesabu kwa migawanyo yao
wanaume wote katika Israeli wenye miaka ishirini
na kuendelea ambao wanaweza kutumika katika
jeshi. 4 Mwanaume mmoja kutoka kila kabila, kila
aliye kiongozi wa jamaa yake, atawasaidia. 5 Haya
ndiyo majina ya wanaume watakaowasaidia:

"kutoka Reubeni, ni Elisuri mwana wa
Shedeuri;
6 kutoka Simeoni, ni Shelumieli mwana wa
Surishadai;
7 kutoka Yuda, ni Nashoni mwana wa
Aminadabu;
8 kutoka Isakari, ni Nethaneli mwana wa
Suari;
9 kutoka Zabuloni, ni Eliabu mwana wa
Heloni;
10 kutoka wana wa Yosefu:
kutoka Efraimu, ni Elishama mwana wa
Amihudi;
kutoka Manase, ni Gamalieli mwana wa
Pedasuri;
11 kutoka Benyamini, ni Abidani mwana wa
Gideoni;
12 kutoka Dani, ni Ahiezeri mwana wa
Amishadai;
13 kutoka Asheri, ni Pagieli mwana wa Okrani;
14 kutoka Gadi, ni Eliasafu mwana wa Deueli;
15 kutoka Naftali, ni Ahira mwana wa Enani."

16 Hawa walikuwa wanaume walioteuliwa kutoka
jumuiya, viongozi wa makabila ya baba zao. Wali-
kuwa wakuu wa koo za Israeli.
17 Mose na Aroni wakawachukua wanaume
hao waliokuwa wamepewa majina yao, 18 wakaita
jumuiya yote pamoja katika siku ya kwanza ya
mwezi wa pili. Watu wakaonyesha nasaba zao kwa
koo zao na jamaa zao, nao wanaume waliokuwa
na miaka ishirini au zaidi waliorodheshwa kwa
majina, mmoja mmoja, 19 kama BWANA alivyomwa-
giza Mose. Hivyo aliwahesabu katika Jangwa la
Sinai:

20 Kutoka wazao wa Reubeni, mzaliwa wa
kwanza wa kiume wa Israeli:
Wanaume wote waliokuwa na miaka
ishirini au zaidi ambao waliweza
kutumika katika jeshi waliorodheshwa
kwa majina, mmoja mmoja, kufuatana na
kumbukumbu za koo zao na jamaa zao.
21 Idadi kutoka kabila la Reubeni ilikuwa
watu 46,500.

22 Kutoka wazao wa Simeoni:
Wanaume wote waliokuwa na miaka
ishirini au zaidi ambao waliweza
kutumika katika jeshi walihesabiwa
na kuorodheshwa kwa majina, mmoja
mmoja, kufuatana na kumbukumbu za
koo zao na jamaa zao. 23 Idadi kutoka
kabila la Simeoni walikuwa watu 59,300.

24 Kutoka wazao wa Gadi:
Wanaume wote waliokuwa na miaka
ishirini au zaidi ambao waliweza
kutumika katika jeshi waliorodheshwa
kwa majina, kufuatana na kumbukumbu
za koo zao na jamaa zao. 25 Idadi kutoka
kabila la Gadi walikuwa watu 45,650.

26 Kutoka wazao wa Yuda:
Wanaume wote waliokuwa na miaka
ishirini au zaidi ambao waliweza
kutumika katika jeshi waliorodheshwa
kwa majina, kufuatana na kumbukumbu
za koo zao na jamaa zao. 27 Idadi kutoka
kabila la Yuda walikuwa watu 74,600.

28 Kutoka wazao wa Isakari:
Wanaume wote waliokuwa na miaka
ishirini au zaidi ambao waliweza
kutumika katika jeshi waliorodheshwa
kwa majina, kufuatana na kumbukumbu
za koo zao na jamaa zao. 29 Idadi kutoka
kabila la Isakari walikuwa watu 54,400.

30 Kutoka wazao wa Zabuloni:
Wanaume wote waliokuwa na miaka
ishirini au zaidi ambao waliweza
kutumika katika jeshi waliorodheshwa
kwa majina, kufuatana na kumbukumbu
za koo zao na jamaa zao. 31 Idadi kutoka
kabila la Zabuloni walikuwa watu 57,400.

32 Kutoka wana wa Yosefu:
Kutoka wazao wa Efraimu:
Wanaume wote waliokuwa na miaka
ishirini au zaidi ambao waliweza
kutumika katika jeshi waliorodheshwa
kwa majina, kufuatana na kumbukumbu
za koo zao na jamaa zao. 33 Idadi kutoka
kabila la Efraimu walikuwa watu 40,500.
34 Kutoka wazao wa Manase:
Wanaume wote waliokuwa na miaka
ishirini au zaidi ambao waliweza
kutumika katika jeshi waliorodheshwa
kwa majina, kufuatana na kumbukumbu

za koo zao na jamaa zao. 35 Idadi kutoka
kabila la Manase walikuwa watu 32,200.

36 Kutoka wazao wa Benyamini:
Wanaume wote waliokuwa na miaka
ishirini au zaidi ambao waliweza kutumika
katika jeshi waliorodheshwa kwa majina,
kufuatana na kumbukumbu za koo zao
na jamaa zao. 37 Idadi kutoka kabila la
Benyamini walikuwa watu 35,400.

38 Kutoka wazao wa Dani:
Wanaume wote waliokuwa na miaka
ishirini au zaidi ambao waliweza
kutumika katika jeshi waliorodheshwa
kwa majina, kufuatana na kumbukumbu
za koo zao na jamaa zao. 39 Idadi kutoka
kabila la Dani walikuwa watu 62,700.

40 Kutoka wazao wa Asheri:
Wanaume wote waliokuwa na miaka
ishirini au zaidi ambao waliweza
kutumika katika jeshi waliorodheshwa
kwa majina, kufuatana na kumbukumbu
za koo zao na jamaa zao. 41 Idadi kutoka
kabila la Asheri walikuwa watu 41,500.

42 Kutoka wazao wa Naftali:
Wanaume wote waliokuwa na miaka
ishirini au zaidi ambao waliweza
kutumika katika jeshi waliorodheshwa
kwa majina, kufuatana na kumbukumbu
za koo zao na jamaa zao. 43 Idadi kutoka
kabila la Naftali walikuwa watu 53,400.

44 Hawa walikuwa wanaume waliohesabiwa na
Mose, Aroni na viongozi kumi na wawili wa Israeli,
kila mmoja akiwakilisha jamaa yake. 45 Wanaume
wote Waisraeli waliokuwa na miaka ishirini au
zaidi ambao waliweza kutumika katika jeshi la
Israeli walihesabiwa kufuatana na jamaa zao.
46 Jumla ya hesabu yao ilikuwa watu 603,550.
47 Hata hivyo, jamaa ya kabila la Lawi hawaku-
hesabiwa pamoja na wengine. 48 BWANA alikuwa
amemwambia Mose: 49 "Kamwe usihesabu kabila
la Lawi wala kuwaweka pamoja katika hesabu ya
Waisraeli wengine. 50 Badala yake, waweke Walawi
kuwa viongozi wa Maskani ya Ushuhuda, juu ya
samani zake na kila kitu kilichomo ndani yake.
Wao watabeba Maskani na samani zake zote;
wataitunza na kupiga kambi kuizunguka. 51 Wakati
wowote Maskani inapohamishwa, Walawi watai-
fungua, na wakati wowote maskani inapotakiwa
kusimamishwa, Walawi watafanya kazi hiyo. Mtu
yeyote mwingine ambaye atasogea karibu nayo
atauawa. 52 Waisraeli watapiga mahema yao kwa
makundi makundi, kila mwanaume katika kambi
yake mwenyewe chini ya bendera yake. 53 Hata
hivyo, Walawi watapiga mahema yao kuzunguka
Maskani ya Ushuhuda ili ghadhabu isiipate
jumuiya ya Waisraeli. Walawi watawajibika kwa
utunzaji wa Maskani ya Ushuhuda."
54 Waisraeli walifanya yote haya sawasawa kama
BWANA alivyomwamuru Mose.

Mpangilio Wa Kambi Za Makabila

2 BWANA aliwaambia Mose na Aroni: 2 "Waisraeli
watapiga kambi zao kuzunguka Hema la Kuku-
tania kwa umbali fulani kutoka kwenye hema, kila
mwanaume chini ya alama yake pamoja na bendera
ya jamaa yake."

3 Kwa upande wa mashariki kuelekea
mawio ya jua, kambi ya makundi ya Yuda
watapiga kambi chini ya alama yao. Kiongozi
wa watu wa Yuda ni Nashoni mwana wa
Aminadabu. 4 Kundi lake lina watu 74,600.
5 Kabila la Isakari watapiga kambi karibu
na Yuda. Kiongozi wa watu wa Isakari ni
Nethaneli mwana wa Suari. 6 Kundi lake
lina watu 54,400.
7 Kabila la Zabuloni litafuata. Kiongozi
wa watu wa Zabuloni ni Eliabu mwana wa
Heloni. 8 Kundi lake lina watu 57,400.
9 Wanaume wote walio katika kambi
ya Yuda, kufuatana na makundi yao, ni
186,400. Wao watatangulia kuondoka.

10 Kwa upande wa kusini kutakuwa kambi
ya makundi ya Reubeni chini ya alama yao.
Kiongozi wa watu wa Reubeni ni Elisuri
mwana wa Shedeuri. 11 Kundi lake lina
watu 46,500.
12 Kabila la Simeoni watapiga kambi
karibu na Reubeni. Kiongozi wa watu wa
Simeoni ni Shelumieli mwana wa Surisha-
dai. 13 Kundi lake lina watu 59,300.
14 Kabila la Gadi litafuata. Kiongozi wa
watu wa Gadi ni Eliasafu mwana wa Deueli.
15 Kundi lake lina watu 45,650.
16 Wanaume wote walio katika kambi
ya Reubeni, kufuatana na makundi yao,
ni 151,450. Nao watakuwa nafasi ya pili
kuondoka.

17 Kisha Hema la Kukutania na kambi ya
Walawi vitakuwa katikati ya kambi zote.
Wao watasafiri kwa utaratibu ule ule kama
walivyopiga kambi, kila mmoja mahali pake
mwenyewe chini ya alama yake.

18 Upande wa magharibi kutakuwepo
na kambi ya makundi ya Efraimu chini ya
alama yao. Kiongozi wa watu wa Efraimu
ni Elishama mwana wa Amihudi. 19 Kundi
lake lina watu 40,500.
20 Kabila la Manase litafuata baada ya
Efraimu. Kiongozi wa watu wa Manase ni
Gamalieli mwana wa Pedasuri. 21 Kundi lake
lina watu 32,200.
22 Kabila la Benyamini litafuata baada ya
Manase. Kiongozi wa watu wa Benyamini
ni Abidani mwana wa Gideoni. 23 Kundi lake
lina watu 35,400.
24 Wanaume wote walio katika kambi
ya Efraimu kufuatana na makundi yao
ni 108,100. Nao watakuwa nafasi ya tatu
kuondoka.

25 Upande wa kaskazini kutakuwa na
makundi ya kambi ya Dani, chini ya alama
yao. Kiongozi wa watu wa Dani ni Ahiezeri
mwana wa Amishadai. 26 Kundi lake lina
watu 62,700.

27 Kabila la Asheri watapiga kambi karibu
na Dani. Kiongozi wa watu wa Asheri ni
Pagieli mwana wa Okrani. 28 Kundi lake lina
watu 41,500.

29 Kabila la Naftali litafuata. Kiongozi wa
watu wa Naftali ni Ahira mwana wa Enani.
30 Kundi lake lina watu 53,400.

31 Wanaume wote walio katika kambi ya
Dani ni 157,600. Wao watakuwa wa mwisho
kuondoka chini ya alama yao.

32 Hawa ndio Waisraeli, wakiwa wame-
hesabiwa kufuatana na jamaa zao. Wote
walio kambini kwa makundi yao ni watu
603,550. 33 Hata hivyo, Walawi hawakuhe-
sabiwa pamoja na Waisraeli wengine, kama
Bwana alivyomwagiza Mose.

34 Kwa hiyo Waisraeli wakafanya kila kitu Bwana
alichomwamuru Mose. Hivyo ndivyo walivyopiga
kambi chini ya alama zao, pia hivyo ndivyo wali-
vyoondoka, kila mmoja akiwa na ukoo wake na
jamaa yake.

Walawi

3 Hii ni hesabu ya jamaa ya Aroni na Mose kwa
wakati ambao Bwana alizungumza na Mose
katika Mlima Sinai.

2 Majina ya wana wa Aroni yalikuwa: Nadabu
mzaliwa wa kwanza na Abihu, Eleazari na Itha-
mari. 3 Hayo yalikuwa majina ya wana wa Aroni,
makuhani wapakwa mafuta, waliokuwa wamesi-
mikwa kuhudumu kama makuhani. 4 Hata hivyo
Nadabu na Abihu walikufa mbele za Bwana wali-
potoa sadaka kwa moto usioruhusiwa mbele zake
katika Jangwa la Sinai. Hawakuwa na wana; kwa
hiyo Eleazari na Ithamari walihudumu peke yao
kama makuhani wakati wote wa maisha ya Aroni
baba yao.

5 Bwana akamwambia Mose, 6 "Walete watu wa
kabila la Lawi mbele ya Aroni kuhani ili wamsaidie.
7 Watafanya huduma kwa ajili yake na kwa jumuiya
yote katika Hema la Kukutania kwa kufanya kazi
za Maskani. 8 Watatunza samani zote za Hema la
Kukutania, wakitimiza wajibu wa kuhudumia Wai-
sraeli kwa kufanya kazi ya Maskani. 9 Wakabidhi
Walawi kwa Aroni na wanawe; hao ndio Waisraeli
ambao wanakabidhiwa kwake kabisa. 10 Waweke
Aroni na wanawe kuhudumu kama makuhani; mtu
mwingine yeyote atakayesogea mahali patakatifu
ni lazima auawe."

11 Bwana akamwambia Mose, 12 "Nimewatwaa
Walawi kutoka miongoni mwa Waisraeli badala
ya mzaliwa wa kwanza wa kiume wa kila mwana-
mke wa Mwisraeli. Walawi ni wangu, 13 kwa kuwa
wazaliwa wote wa kwanza ni wangu. Nilipowaua
wazaliwa wa kwanza huko Misri, nilimtenga kila
mzaliwa wa kwanza katika Israeli awe wangu,
akiwa mwanadamu au mnyama. Watakuwa wangu.
Mimi ndimi Bwana."

14 Bwana akamwambia Mose katika Jangwa la
Sinai, 15 "Wahesabu Walawi kwa jamaa zao na koo
zao. Mhesabu kila mwanaume mwenye umri wa
mwezi mmoja au zaidi." 16 Kwa hiyo Mose akawa-
hesabu, kama alivyoamriwa na neno la Bwana.

17 Haya yalikuwa majina ya wana wa Lawi:
Gershoni, Kohathi na Merari.

18 Haya ndiyo yaliyokuwa majina ya koo za
Wagershoni:
Libni na Shimei.

19 Koo za Wakohathi zilikuwa ni:
Amramu, Ishari, Hebroni na Uzieli.

20 Koo za Wamerari zilikuwa ni:
Mahli na Mushi.

Hizi ndizo zilizokuwa koo za Walawi, kufuatana
na jamaa zao.

21 Kulikuwa na koo za Walibni na Washimei
kwa Gershoni; hizi ndizo zilizokuwa koo za
Wagershoni. 22 Idadi ya waume wote waliokuwa
na mwezi mmoja au zaidi waliohesabiwa wali-
kuwa 7,500. 23 Ukoo wa Wagershoni walitakiwa
kuweka kambi zao upande wa magharibi, nyuma
ya Maskani. 24 Kiongozi wa jamaa za Wagershoni
alikuwa Eliasafu mwana wa Laeli. 25 Katika Hema
la Kukutania, Wagershoni walikuwa na wajibu
wa kutunza Maskani na hema, vifuniko vyake,
pazia katika mlango wa kuingilia ndani ya Hema
la Kukutania, 26 mapazia ya ua, pazia katika ingi-
lio la ua unaozunguka Maskani na madhabahu,
pamoja na kamba, na kila kinachohusika kwa
matumizi yake.

27 Kwa Kohathi kulikuwepo koo za Waamramu,
Waishari, Wahebroni na Wauzieli; hizi ndizo zilizo-
kuwa koo za Wakohathi. 28 Hesabu ya waume wote
wenye mwezi mmoja au zaidi ilikuwa watu 8,600.
Wakohathi waliwajibika kutunza mahali pataka-
tifu. 29 Koo za Wakohathi zilitakiwa kuweka kambi
zao upande wa kusini wa Maskani. 30 Kiongozi wa
jamaa za koo za Wakohathi alikuwa Elisafani
mwana wa Uzieli. 31 Waliwajibika kutunza Sanduku
la Agano, meza, kinara cha taa, madhabahu, na
vile vyombo vya mahali patakatifu vinavyotumika
kuhudumu, pazia, na kila kitu kinachohusika
na matumizi yake. 32 Kiongozi mkuu wa Walawi
alikuwa Eleazari mwana wa kuhani, Aroni. Ali-
wekwa juu ya wale waliowajibika kutunza mahali
patakatifu.

33 Kwa Merari kulikuwa na koo za Wamahli na
Wamushi; hizi zilikuwa koo za Merari. 34 Hesabu ya
waume wote wenye umri wa mwaka mmoja au zaidi
waliohesabiwa walikuwa 6,200. 35 Kiongozi wa
jamaa za koo za Wamerari alikuwa Surieli mwana
wa Abihaili; hawa walitakiwa kuweka kambi zao
upande wa kaskazini mwa Maskani. 36 Wamerari
waliwekwa kutunza miimo ya Maskani, mataruma
yake, nguzo, vitako na vifaa vyake vyote na kila kitu
kilichohusika na matumizi yake, 37 na pia nguzo za
ua unaozunguka pamoja na vitako vyake, vigingi
vya hema na kamba zake.

38 Mose, na Aroni na wanawe walitakiwa kuweka
kambi zao mashariki mwa Maskani, kuelekea
mawio ya jua, mbele ya Hema la Kukutania. Wao
walihusika na utunzaji wa mahali patakatifu kwa
niaba ya Waisraeli. Mtu mwingine yeyote aliyepa-
sogelea mahali patakatifu angeuawa.

39 Jumla ya hesabu ya Walawi waliohesabiwa na
Mose na Aroni kwa amri ya BWANA, kufuatana na
koo, pamoja na kila mume mwenye umri wa mwezi
mmoja au zaidi, walikuwa 22,000.

40 BWANA akamwambia Mose, "Wahesabu waza-
liwa wa kwanza wa kiume wote wa Waisraeli wenye
umri wa mwezi mmoja au zaidi na uorodheshe
majina yao. 41 Nitwalie Walawi badala ya wazaliwa
wa kwanza wa Waisraeli, nayo mifugo ya Walawi
badala ya wazaliwa wa mifugo ya Waisraeli. Mimi
ndimi BWANA."

42 Hivyo Mose akawahesabu wazaliwa wa kwanza
wote wa Waisraeli, kama BWANA alivyomwamuru.
43 Jumla ya hesabu ya wazaliwa wa kwanza waume
wenye umri wa mwezi mmoja au zaidi, walioorо-
dheshwa kwa majina, walikuwa 22,273.
44 BWANA akamwambia Mose, 45 "Watwae Walawi
badala ya wazaliwa wa kwanza wote wa Israeli,
nayo mifugo ya Walawi badala ya mifugo yao.
Walawi watakuwa wangu. Mimi ndimi BWANA.
46 Ili kukomboa wazao wa kwanza 273 wa Waisraeli
ambao wamezidi hesabu ya Walawi, 47 kusanya she-
keli tano[a] kwa kila mmoja, kufuatana na shekeli
ya mahali patakatifu, ambayo ina uzito wa gera
ishirini.[b] 48 Mpe Aroni na wanawe hizo fedha kwa
ajili ya ukombozi wa idadi ya Waisraeli waliozidi."

49 Kwa hiyo Mose akakusanya fedha za uko-
mbozi kutoka kwa wale ambao hesabu yao ilizidi
wale waliokombolewa na Walawi. 50 Kutokana na
wazaliwa wa kwanza wa Waisraeli alikusanya
fedha yenye uzito wa shekeli 1,365[c] kufuatana
na shekeli ya mahali patakatifu. 51 Mose akampa
Aroni na wanawe ile fedha ya ukombozi, kama
alivyoamriwa na neno la BWANA.

Wakohathi

4 BWANA akawaambia Mose na Aroni, 2 "Wahe-
sabu Wakohathi walio sehemu ya Walawi kwa
koo zao na jamaa zao. 3 Wahesabu wanaume wote
wenye umri wa miaka thelathini hadi hamsini
wanaokuja kutumika katika kazi ya Hema la
Kukutania.

4 "Hii ndiyo kazi ya Wakohathi katika Hema
la Kukutania: Watatunza vitu vilivyo vitakatifu
sana. 5 Wakati kambi inapohamishwa, Aroni na
wanawe wataingia ndani na kushusha lile pazia la
kuzuilia na kufunika nalo Sanduku la Ushuhuda.
6 Kisha watafunika juu yake na ngozi za pomboo,[d]
na kutandaza juu yake kitambaa cha rangi ya buluu
iliyokolea na kuingiza mipiko mahali pake.

7 "Juu ya meza ya mikate ya Wonyesho
watatandaza kitambaa cha buluu na waweke
sahani juu yake, masinia, bakuli na magudulia
kwa ajili ya sadaka za kinywaji; mkate ule ambao
upo hapa daima utabaki juu yake. 8 Juu ya hivyo
vitu watatandaza kitambaa chekundu na kufu-
nika kwa ngozi za pomboo na kuweka mipiko yake
mahali pake.

9 "Watachukua kitambaa cha buluu na kufunika
kinara cha taa kilicho kwa ajili ya nuru, pamoja
na taa zake, mikasi yake, sinia zake, magudulia
yake yote yaliyotumika kuwekea mafuta. 10 Kisha
watakisokotea pamoja na vifaa vyake vyote katika
ngozi za pomboo na kukiweka kwenye jukwaa lake.

11 "Juu ya madhabahu ya dhahabu watatandaza
kitambaa cha buluu na kukifunika kwa ngozi za
pomboo na kuweka mipiko yake mahali pake.

12 "Watavichukua vyombo vyote vinavyotumika
kuhudumia mahali patakatifu, watavisokotea kwe-
nye kitambaa cha buluu na kufunika kwa ngozi za
pomboo, na kuviweka juu ya miti ya kuchukulia.

13 "Wataondoa majivu kutoka madhabahu ya
shaba na kutandaza kitambaa cha zambarau juu
yake. 14 Kisha wataweka vyombo vyote juu yake
vinavyotumika kwa kuhudumia madhabahuni
pamoja na vyombo vya kutolea moto, nyuma,
miiko na mabakuli ya kunyunyizia. Juu yake wata-
tandaza ngozi za pomboo ya kufunika, na kuweka
mipiko mahali pake.

15 "Baada ya Aroni na wanawe kumaliza kazi ya
kufunika samani takatifu na vyombo vyake vyote,
watu watakapokuwa tayari kung'oa kambi, Wako-
hathi watakuja kufanya kazi ya kubeba. Lakini
wasije wakagusa vitu vitakatifu la sivyo watakufa.
Wakohathi ndio watakaobeba vile vitu vilivyomo
katika Hema la Kukutania.

16 "Eleazari mwana wa Aroni, kuhani, ndiye
atakayesimamia mafuta kwa ajili ya taa, uvu-
mba wenye harufu nzuri, sadaka za kila siku za
nafaka na mafuta ya upako. Ndiye atakayekuwa
msimamizi wa maskani yote ya BWANA na kila kitu
kilichomo ndani mwake pamoja na samani takatifu
na vyombo vyake."

17 BWANA akawaambia Mose na Aroni, 18 "Haki-
kisheni kwamba koo za kabila la Wakohathi
hawatengwi kutoka Walawi. 19 Ili wapate kuishi
wala wasife wanapokaribia vitu vitakatifu sana,
uwafanyie hivi: Aroni na wanawe watakwenda
mahali patakatifu na kumgawia kila mtu kazi
yake, na kwamba ni nini atakachochukua. 20 Lakini
Wakohathi hawaruhusiwi kuingia ndani ili kua-
ngalia vitu vitakatifu, hata kwa kitambo kidogo,
la sivyo watakufa."

Wagershoni

21 BWANA akamwambia Mose, 22 "Wahesabu pia
Wagershoni kwa jamaa zao na koo zao. 23 Wahesabu
wanaume wote wenye umri wa miaka thelathini
hadi hamsini ambao huja kutumika katika Hema
la Kukutania.

24 "Hii ndiyo huduma ya koo za Wagershoni
wakati wanapofanya kazi na kubeba mizigo.
25 Watabeba mapazia ya maskani. Hema la Kuku-
tania, kifuniko chake na kifuniko cha nje cha ngozi
za pomboo, mapazia ya maingilio ya Hema la

[a]47 Shekeli tano ni sawa na gramu 55.
[b]47 Gera 20 ni sawa na gramu 11.
[c]50 Shekeli 1,365 ni sawa na kilo 15.5.
[d]6 *Pomboo* hapa ina maana ya mnyama mwenye ngozi laini aishiye kwenye milima yenye misitu, au pengine nguva au sili.

Kukutania, [26] mapazia ya ua unaozunguka Maskani na madhabahu, pazia la maingilio, kamba na vifaa vyote vinavyotumika katika huduma yake. Wagershoni watafanya yote yatakiwayo kufanyika na vitu hivi. [27] Utumishi wao wote ukiwa ni kuchukua au wa kufanya kazi nyingine, utafanyika chini ya maelekezo ya Aroni na wanawe. Mtawapangia kama wajibu wao yote watakayoyafanya. [28] Hii ndiyo huduma ya koo za Wagershoni katika Hema la Kukutania. Wajibu wao utakuwa chini ya maelekezo ya Ithamari mwana wa kuhani Aroni.

Wamerari

[29] "Wahesabu Wamerari kwa koo zao na jamaa zao. [30] Wahesabu wanaume wote kuanzia umri wa miaka thelathini hadi hamsini ambao watakuja kutumika katika Hema la Kukutania. [31] Huu ndio wajibu wao wanapofanya huduma katika Hema la Kukutania: kubeba miimo ya Maskani, mataruma yake, nguzo na vitako, [32] nguzo za ua unaozunguka pamoja na vitako vyake, vigingi vya hema, kamba, vifaa vyake vyote na kila kitu kinachohusiana na matumizi yake. Kila mtu mpangie vitu maalum vya kubeba. [33] Huu ndio utumishi wa koo za Merari kama watakavyofanya kazi katika Hema la Kukutania, chini ya maelekezo ya Ithamari mwana wa kuhani, Aroni."

Kuhesabiwa Kwa Koo Za Walawi

[34] Mose, Aroni na viongozi wa jumuiya wakawahesabu Wakohathi kwa koo zao na jamaa zao. [35] Wanaume wote kuanzia umri wa miaka thelathini hadi hamsini ambao walikuja kutumika katika Hema la Kukutania, [36] waliohesabiwa kwa koo zao, walikuwa 2,750. [37] Hii ilikuwa ndiyo jumla ya wote wale wa koo za Wakohathi ambao walitumika katika Hema la Kukutania. Mose na Aroni waliwahesabu kufuatana na amri ya BWANA kupitia kwa Mose.

[38] Wagershoni walihesabiwa kwa koo zao na jamaa zao. [39] Watu wote kuanzia umri wa miaka thelathini hadi hamsini ambao walikuja kutumika katika Hema la Kukutania, [40] waliohesabiwa kwa koo zao na jamaa zao, walikuwa 2,630. [41] Hii ilikuwa ndiyo jumla ya wale wa koo za Gershoni ambao walitumika katika Hema la Kukutania. Mose na Aroni waliwahesabu kufuatana na amri ya BWANA.

[42] Wamerari walihesabiwa kwa koo zao na jamaa zao. [43] Wanaume wote kuanzia umri wa miaka thelathini hadi miaka hamsini ambao walikuja kutumika katika Hema la Kukutania, [44] waliohesabiwa kwa koo zao, walikuwa 3,200. [45] Hii ilikuwa ndiyo jumla ya wale wa koo za Wamerari. Mose na Aroni waliwahesabu kufuatia amri ya BWANA kupitia kwa Mose.

[46] Hivyo Mose, Aroni na viongozi wa Israeli waliwahesabu Walawi wote kwa koo zao na jamaa zao. [47] Wanaume wote wenye umri kuanzia miaka thelathini hadi hamsini waliokuja kufanya kazi ya kuhudumu na kubeba Hema la Kukutania [48] walikuwa watu 8,580. [49] Kwa amri ya BWANA kupitia Mose, kila mmoja aligawiwa kazi yake na kuambiwa kitu cha kubeba.

Hivyo ndivyo walivyohesabiwa kama BWANA alivyomwamuru Mose.

Utakaso Wa Kambi

5 BWANA akamwambia Mose, [2] "Waamuru Waisraeli kumtoa nje ya kambi mtu yeyote ambaye ana ugonjwa wa ngozi uambukizao,[a] au anayetokwa na majimaji ya aina yoyote, au ambaye ni najisi kwa utaratibu wa ibada kwa sababu ya maiti. [3] Hii itakuwa ni kwa wote, yaani, wanaume na wanawake; watoeni nje ya kambi ili wasije wakanajisi kambi yao, ambamo ninaishi miongoni mwao." [4] Waisraeli wakafanya hivyo; wakawatoa nje ya kambi. Wakafanya kama vile BWANA alivyokuwa amemwelekeza Mose.

Malipo Kwa Ajili Ya Makosa

[5] BWANA akamwambia Mose, [6] "Waambie Waisraeli, 'Wakati mwanaume au mwanamke akimkosea mwenzake kwa njia yoyote, na kwa hivyo akawa si mwaminifu kwa BWANA, mtu huyo ana hatia, [7] na ni lazima atubu dhambi aliyoifanya. Ni lazima atoe malipo kamili kwa ajili ya kosa lake, aongeze sehemu ya tano juu ya malipo hayo na kutoa yote kwa mtu aliyemkosea. [8] Lakini ikiwa mtu huyo hana jamaa ya karibu ambaye malipo yanaweza kufanywa kwa ajili ya kosa, malipo yatakuwa mali ya BWANA, nayo ni lazima apewe kuhani, pamoja na kondoo dume ambaye anatumika kufanyia upatanisho kwa ajili yake. [9] Matoleo yote matakatifu ya Waisraeli wanayoleta kwa kuhani yatakuwa yake. [10] Kila kitu cha mtu kilichowekwa wakfu ni chake mwenyewe, lakini kile atoacho kwa kuhani kitakuwa cha kuhani.' "

Jaribio Kwa Ajili Ya Mke Asiye Mwaminifu

[11] Kisha BWANA akamwambia Mose, [12] "Nena na Waisraeli uwaambie: 'Ikiwa mke wa mtu amepotoka na si mwaminifu kwa mumewe, [13] kwa kukutana kimwili na mwanaume mwingine, tendo hili likafichika kwa mumewe na unajisi wake usigundulike (kwa kuwa hakuna ushahidi dhidi yake, naye hakukamatwa katika tendo hilo), [14] nazo hisia za wivu zikamjia mumewe na kumshuku mkewe, naye mke yule ni najisi, au mumewe ana wivu na akamshuku ingawa si najisi, [15] basi atampeleka mkewe kwa kuhani. Huyo mume itampasa apeleke pia sadaka ya unga wa shayiri kiasi cha sehemu ya kumi ya efa[b] kwa niaba ya mkewe. Huyo mwanaume kamwe asimimine mafuta juu ya huo unga wala asiweke uvumba juu yake, kwa sababu ni sadaka ya nafaka kwa ajili ya wivu, sadaka ya ukumbusho ili kukumbushia uovu.

[16] " 'Kuhani atamleta huyo mwanamke na kumsimamisha mbele za BWANA. [17] Kisha kuhani atachukua sehemu ya maji matakatifu ndani ya gudulia la udongo na kuchanganya na baadhi ya vumbi kutoka sakafu ya Maskani. [18] Baada ya kuhani kumsimamisha huyo mwanamke mbele za BWANA, atazifungua nywele za huyo mwanamke na kuweka sadaka ya ukumbusho mikononi mwake, ile sadaka ya nafaka kwa ajili ya wivu, huku kuhani mwenyewe akishikilia yale maji machungu

---

[a] 2 Ugonjwa wa ngozi uambukizao hapa ina maana ya ukoma.
[b] 15 Sehemu ya kumi ya efa ni sawa na kilo moja.

yaletayo laana. 19 Kisha kuhani atamwapiza huyo
mwanamke, akimwambia, "Ikiwa hakuna mwa-
naume mwingine aliyekutana kimwili nawe, wala
hujapotoka na kuwa najisi wakati ukiwa umeolewa
na mumeo, maji haya machungu yaletayo laana na
yasikudhuru. 20 Lakini ikiwa umepotoka wakati
ukiwa umeolewa na mume wako na umejinajisi
mwenyewe kwa kukutana kimwili na mwanaume
mwingine asiyekuwa mumeo"; 21 hapa kuhani ata-
mweka huyo mwanamke chini ya laana ya kiapo
akisema: "BWANA na awafanye watu wako waku-
laani na kukukataa, wakati BWANA atakapolifanya
paja lako kupooza na tumbo lako kuvimba. 22 Maji
haya yaletayo laana na yaingie ndani ya mwili wako
ili tumbo lako livimbe na paja lako lipooze."[a]

" 'Kisha mwanamke atasema, "Amen. Iwe hivyo."

23 " 'Kuhani ataandika laana hizi kwenye kitabu,
kisha atazioshea laana hizo kwenye yale maji
machungu. 24 Kuhani atamnywesha yule mwana-
mke yale maji machungu yaletayo laana, nayo maji
haya yatamwingia na kumsababishia maumivu
makali. 25 Kuhani atachukua sadaka ya nafaka kwa
ajili ya wivu kutoka mikononi mwa huyo mwana-
mke, naye ataipunga mbele za BWANA na kuileta
madhabahuni. 26 Kisha kuhani atachota sadaka ya
nafaka mkono uliojaa kama sehemu ya kumbu-
kumbu na kuiteketeza juu ya madhabahu, baada
ya hayo, atamtaka huyo mwanamke anywe yale
maji. 27 Kama amejitia unajisi na kukosa uaminifu
kwa mumewe, wakati anapotakiwa anywe maji
yale yaletayo laana, yatamwingia na kusababisha
maumivu makali; tumbo lake litavimba na paja lake
litapooza, naye atakuwa amelaaniwa miongoni
mwa watu wake. 28 Hata hivyo, ikiwa huyo mwa-
namke hakujitia unajisi, naye ni safi, atasafishwa
hatia na ataweza kuzaa watoto.

29 " 'Basi, hii ndiyo sheria ya wivu mwanamke
anapopotoka na kujitia unajisi akiwa ameolewa
na mumewe, 30 au hisia za wivu zinapomjia mwa-
naume kwa sababu ya kumshuku mkewe. Kuhani
atamfanya huyo mwanamke kusimama mbele
za BWANA na atatumia sheria hii yote kwa huyo
mwanamke. 31 Mume atakuwa hana hatia ya kosa
lolote, bali mwanamke atayachukua matokeo ya
dhambi yake.' "

Mnadhiri

6 BWANA akamwambia Mose, 2 "Sema na Waisraeli
na uwaambie: 'Ikiwa mwanaume au mwana-
mke anataka kuweka nadhiri maalum, nadhiri ya
kutengwa kwa ajili ya BWANA kama Mnadhiri, 3 ni
lazima ajitenge na mvinyo na kinywaji kingine
chochote chenye chachu, na kamwe asinywe siki
itokanayo na mvinyo au itokanayo na kinywaji
kingine chenye chachu. Kamwe asinywe maji ya
zabibu wala kula zabibu mbichi au kavu. 4 Kwa
muda wote atakaokuwa Mnadhiri, kamwe hata-
kula chochote kitokanacho na mzabibu, sio mbegu
wala maganda.

5 " 'Kwa muda wote wa nadhiri yake ya kujitenga
kwa ajili ya BWANA, wembe hautapita kichwani
mwake. Ni lazima awe mtakatifu mpaka kipindi
cha kujitenga kwake kwa ajili ya BWANA kiishe; ni
lazima aache nywele za kichwa chake zirefuke.
6 Kwa kipindi chochote cha kujitenga kwa ajili ya
BWANA hatakaribia maiti. 7 Hata kama baba yake
mwenyewe au mama au kaka au dada akifa, hataji-
najisi mwenyewe kwa taratibu za ibada kwa ajili yao,
kwa sababu ishara ya kujiweka wakfu kwake kwa
Mungu ipo katika kichwa chake. 8 Kwa kipindi chote
cha kujitenga kwake yeye ni wakfu kwa BWANA.

9 " 'Kama mtu yeyote akifa ghafula karibu naye,
atakuwa ametiwa unajisi nywele zake alizoziweka
wakfu, hivyo ni lazima anyoe nywele zake siku ya
utakaso wake, yaani siku ya saba. 10 Kisha siku ya
nane ni lazima alete hua wawili au makinda mawili
ya njiwa kwa kuhani katika mlango wa Hema la
Kukutania. 11 Kuhani atatoa mmoja kama sadaka ya
dhambi, na mwingine kama sadaka ya kuteketezwa
ili kufanya upatanisho kwa ajili yake kwa sababu
ametenda dhambi kwa kuwepo mbele ya maiti.
Siku iyo hiyo atakiweka wakfu kichwa chake. 12 Ni
lazima ajitoe kabisa kwa BWANA kwa kipindi cha
kujitenga kwake, na ni lazima atoe mwana-kondoo
wa mwaka mmoja kama sadaka ya hatia. Siku zili-
zopita hazitahesabiwa kwa sababu alijitia unajisi
katika siku zake za kujitenga.

13 " 'Basi hii ndiyo sheria kwa ajili ya Mnadhiri
baada ya kipindi chake cha kujitenga kupita.
Ataletwa kwenye ingilio la Hema la Kukutania.
14 Hapo atatoa sadaka zake kwa BWANA: yaani,
mwana-kondoo wa mwaka mmoja asiye na waa
kwa ajili ya sadaka ya kuteketezwa, kondoo mke
wa mwaka mmoja asiye na waa kwa ajili ya sadaka
ya dhambi, kondoo dume asiye na waa kwa ajili
ya sadaka ya amani, 15 pamoja na sadaka zake za
nafaka na za vinywaji, na kikapu cha mikate isi-
yotiwa chachu, yaani maandazi yaliyotengenezwa
kwa unga laini uliochanganywa na mafuta, na
mikate myembamba iliyopakwa mafuta.

16 " 'Kuhani atavileta vitu hivyo mbele za BWANA
na kufanya sadaka ya dhambi na sadaka ya kute-
ketezwa. 17 Ataleta pia kikapu cha mikate isiyotiwa
chachu, na atatoa dhabihu kondoo dume kama
sadaka ya amani kwa BWANA, pamoja na sadaka
yake ya nafaka na sadaka ya kinywaji.

18 " 'Kisha kwenye ingilio la Hema la Kukutania,
Mnadhiri ni lazima anyoe nywele zake ambazo ali-
kuwa ameziweka wakfu. Atazichukua hizo nywele
na kuziweka ndani ya moto ulio chini ya dhabihu
ya sadaka ya amani.

19 " 'Baada ya Mnadhiri kunyoa hizo nywele zake
za kujitenga kwake, kuhani atampa mikononi
mwake bega la kondoo dume lililochemshwa, na
pia andazi na mkate mwembamba kutoka kwenye
kikapu, vyote vikiwa vimetengenezwa bila kuwe-
kwa chachu. 20 Kisha kuhani ataviinua mbele za
BWANA kama sadaka ya kuinua; ni vitakatifu na
ni mali ya kuhani, pamoja na kile kidari kilichoi-
nuliwa na lile paja lililotolewa. Baada ya hayo,
Mnadhiri anaweza kunywa divai.

21 " 'Hii ndiyo sheria ya Mnadhiri ambaye
anaweka nadhiri kwa matoleo yake kwa BWANA
kufuatana na kujitenga kwake, zaidi ya chochote
kile anachoweza kupata. Ni lazima atimize nadhiri
aliyoiweka kufuatana na sheria ya Mnadhiri.' "

---

[a]22 Paja lipooze hapa ina maana ya kuwa tasa au kuharibu mimba.

Baraka Ya Kikuhani

22 BWANA akamwambia Mose, 23 "Mwambie Aroni
na wanawe, 'Hivi ndivyo mtakavyowabariki Wai-
sraeli. Waambieni:

24 " ' "BWANA akubariki
na kukulinda;
25 BWANA akuangazie nuru ya uso wake
na kukufadhili;
26 BWANA akugeuzie uso wake
na kukupa amani." '

27 "Hivyo wataliweka Jina langu juu ya Waisraeli,
nami nitawabariki."

Sadaka Wakati Wa Kuweka Wakfu Maskani Ya BWANA

7 Mose alipomaliza kuisimamisha Maskani, aliitia
mafuta na kuiweka wakfu pamoja na samani
zake zote. Pia alitia madhabahu mafuta na kuiweka
wakfu, pamoja na vyombo vyake vyote. 2 Ndipo vio-
ngozi wa Israeli, wale wakuu wa jamaa waliokuwa
viongozi wa kabila wasimamizi wa wale waliohe-
sabiwa, wakatoa sadaka. 3 Walizileta kama matoleo
yao mbele za BWANA: magari sita ya kukokotwa
yaliyofunikwa, pamoja na maksai kumi na wawili;
yaani maksai mmoja kutoka kwa kila kiongozi, na
gari moja la kukokotwa kutoka kwa kila viongozi
wawili. Haya waliyaleta mbele ya Maskani.
4 BWANA akamwambia Mose, 5 "Vikubali vitu
hivi kutoka kwao, ili viweze kutumika katika kazi
kwenye Hema la Kukutania. Wapatie Walawi kama
kazi ya kila mtu itakavyohitaji."
6 Hivyo Mose akachukua yale magari ya kuko-
kotwa pamoja na maksai, na kuwapa Walawi.
7 Aliwapa Wagershoni magari mawili ya kukokotwa
na maksai wanne, kama walivyohitaji kwa kazi
yao, 8 na pia aliwapa Wamerari magari manne ya
kukokotwa na maksai wanane, kama kazi yao ili-
vyohitaji. Wote walikuwa chini ya maelekezo ya
Ithamari mwana wa kuhani, Aroni. 9 Lakini Mose
hakuwapa Wakohathi chochote kati ya hivyo, kwa
sababu walitakiwa kubeba vitu vitakatifu mabe-
gani mwao, vile walikuwa wanawajibika.
10 Wakati madhabahu yalitiwa mafuta, viongozi
walileta sadaka zao kwa ajili ya kule kuwekwa
wakfu kwake na kuziweka mbele ya madhabahu.
11 Kwa maana BWANA alikuwa amemwambia Mose,
"Kila siku kiongozi mmoja ataleta sadaka yake ili
kuwekwa wakfu madhabahu."

12 Yule ambaye alileta sadaka yake siku ya kwanza
alikuwa Nashoni, mwana wa Aminadabu, wa kabila
la Yuda.
13 Sadaka yake ilikuwa sahani moja ya fedha
yenye uzito wa shekeli 130,[a] na bakuli moja la
fedha la kunyunyizia lenye uzito wa shekeli
sabini,[b] vyote kulingana na shekeli ya mahali
patakatifu, vikiwa vimejazwa unga laini
uliochanganywa na mafuta kama sadaka ya
nafaka; 14 sinia moja la dhahabu lenye uzito
wa shekeli kumi,[c] likiwa limejazwa uvumba;
15 fahali mmoja mchanga, kondoo dume
mmoja na mwana-kondoo dume mmoja
wa mwaka mmoja, kwa ajili ya sadaka ya
kuteketezwa; 16 mbuzi dume mmoja kwa
ajili ya sadaka ya dhambi; 17 maksai wawili,
kondoo dume watano, mbuzi dume watano
na wana-kondoo dume watano wa mwaka
mmoja, ili vitolewe dhabihu kama sadaka ya
amani. Hii ndiyo ilikuwa sadaka ya Nashoni
mwana wa Aminadabu.

18 Siku ya pili yake Nethaneli mwana wa Suari,
kiongozi wa kabila la Isakari, alileta sadaka yake.
19 Sadaka aliyoleta ilikuwa sahani moja ya
fedha yenye uzito wa shekeli 130, na bakuli
moja la fedha la kunyunyizia lenye uzito wa
shekeli sabini, vyote kulingana na shekeli ya
mahali patakatifu, vikiwa vimejazwa unga
laini uliochanganywa na mafuta kama sadaka
ya nafaka; 20 sinia moja la dhahabu lenye uzito
wa shekeli kumi, likiwa limejazwa uvumba;
21 fahali mmoja mchanga, kondoo dume
mmoja na mwana-kondoo dume mmoja wa
mwaka mmoja, kwa ajili ya sadaka ya kutekete-
zwa; 22 mbuzi dume mmoja kwa ajili ya sadaka
ya dhambi; 23 maksai wawili, kondoo dume
watano, mbuzi dume watano na wana-kondoo
dume watano wa mwaka mmoja, ili vitolewe
dhabihu kama sadaka ya amani. Hii ndiyo
ilikuwa sadaka ya Nethaneli mwana wa Suari.

24 Siku ya tatu Eliabu mwana wa Heloni, kiongozi
wa kabila la Zabuloni, alileta sadaka yake.
25 Sadaka aliyoleta ilikuwa sahani moja ya
fedha yenye uzito wa shekeli 130, na bakuli
moja la fedha la kunyunyizia lenye uzito wa
shekeli sabini, vyote kulingana na shekeli
ya mahali patakatifu, vikiwa vimejazwa
unga laini uliochanganywa na mafuta kama
sadaka ya nafaka; 26 sinia moja la dhahabu
lenye uzito wa shekeli kumi, likiwa limejazwa
uvumba; 27 fahali mmoja mchanga, kondoo
dume mmoja na mwana-kondoo dume
mmoja wa mwaka mmoja, kwa ajili ya sadaka
ya kuteketezwa; 28 mbuzi dume mmoja kwa
ajili ya sadaka ya dhambi; 29 maksai wawili,
kondoo dume watano, mbuzi dume watano
na wana-kondoo dume watano wa mwaka
mmoja, ili vitolewe dhabihu kama sadaka ya
amani. Hii ndiyo ilikuwa sadaka ya Eliabu
mwana wa Heloni.

30 Siku ya nne Elisuri mwana wa Shedeuri, kiongozi
wa kabila la Reubeni, alileta sadaka yake.
31 Sadaka aliyoleta ilikuwa sahani moja ya
fedha yenye uzito wa shekeli 130, na bakuli
moja la fedha la kunyunyizia lenye uzito wa
shekeli sabini, vyote kulingana na shekeli
ya mahali patakatifu, vikiwa vimejazwa
unga laini uliochanganywa na mafuta kama

[a] 13 Shekeli 130 za fedha ni sawa na kilo 1.5.
[b] 13 Shekeli 70 za fedha ni sawa gramu 800.
[c] 14 Shekeli 10 za dhahabu ni sawa na gramu 110.

sadaka ya nafaka; 32 sinia moja la dhahabu
lenye uzito wa shekeli kumi, likiwa limejazwa
uvumba; 33 fahali mmoja mchanga, kondoo
dume mmoja na mwana-kondoo dume
mmoja wa mwaka mmoja, kwa ajili ya sadaka
ya kuteketezwa; 34 mbuzi dume mmoja kwa
ajili ya sadaka ya dhambi; 35 maksai wawili,
kondoo dume watano, mbuzi dume watano
na wana-kondoo dume watano wa mwaka
mmoja, ili vitolewe dhabihu kama sadaka ya
amani. Hii ndiyo ilikuwa sadaka ya Elisuri
mwana wa Shedeuri.

36 Siku ya tano Shelumieli mwana wa Surishadai,
kiongozi wa watu wa Simeoni, alileta sadaka yake.
37 Sadaka aliyoleta ilikuwa sahani moja ya
fedha yenye uzito wa shekeli 130, na bakuli
moja la fedha la kunyunyizia lenye uzito wa
shekeli sabini, vyote kulingana na shekeli
ya mahali patakatifu, vikiwa vimejazwa
unga laini uliochanganywa na mafuta kama
sadaka ya nafaka; 38 sinia moja la dhahabu
lenye uzito wa shekeli kumi, likiwa limejazwa
uvumba; 39 fahali mmoja mchanga, kondoo
dume mmoja na mwana-kondoo dume
mmoja wa mwaka mmoja, kwa ajili ya sadaka
ya kuteketezwa; 40 mbuzi dume mmoja kwa
ajili ya sadaka ya dhambi; 41 maksai wawili,
kondoo dume watano, mbuzi dume watano
na wana-kondoo dume watano wa mwaka
mmoja, ili vitolewe dhabihu kama sadaka ya
amani. Hii ndiyo ilikuwa sadaka ya Shelumieli
mwana wa Surishadai.

42 Siku ya sita Eliasafu mwana wa Deueli, kiongozi
wa watu wa Gadi, alileta sadaka yake.
43 Sadaka aliyoleta ilikuwa sahani moja ya
fedha yenye uzito wa shekeli 130, na bakuli
moja la fedha la kunyunyizia lenye uzito wa
shekeli sabini, vyote kulingana na shekeli
ya mahali patakatifu, vikiwa vimejazwa
unga laini uliochanganywa na mafuta kama
sadaka ya nafaka; 44 sinia moja la dhahabu
lenye uzito wa shekeli kumi, likiwa limejazwa
uvumba; 45 fahali mmoja mchanga, kondoo
dume mmoja na mwana-kondoo dume
mmoja wa mwaka mmoja, kwa ajili ya sadaka
ya kuteketezwa; 46 mbuzi dume mmoja kwa
ajili ya sadaka ya dhambi; 47 maksai wawili,
kondoo dume watano, mbuzi dume watano
na wana-kondoo dume watano wa mwaka
mmoja, ili vitolewe dhabihu kama sadaka ya
amani. Hii ndiyo ilikuwa sadaka ya Eliasafu
mwana wa Deueli.

48 Siku ya saba Elishama mwana wa Amihudi, kio-
ngozi wa watu wa Efraimu, alileta sadaka yake.
49 Sadaka aliyoleta ilikuwa sahani moja ya
fedha yenye uzito wa shekeli 130, na bakuli
moja la fedha la kunyunyizia lenye uzito wa
shekeli sabini, vyote kulingana na shekeli
ya mahali patakatifu, vikiwa vimejazwa
unga laini uliochanganywa na mafuta kama
sadaka ya nafaka; 50 sinia moja la dhahabu
lenye uzito wa shekeli kumi, likiwa limejazwa
uvumba; 51 fahali mmoja mchanga, kondoo
dume mmoja na mwana-kondoo dume
mmoja wa mwaka mmoja, kwa ajili ya sadaka
ya kuteketezwa; 52 mbuzi dume mmoja kwa
ajili ya sadaka ya dhambi; 53 maksai wawili,
kondoo dume watano, mbuzi dume watano
na wana-kondoo dume watano wa mwaka
mmoja, ili vitolewe dhabihu kama sadaka ya
amani. Hii ndiyo ilikuwa sadaka ya Elishama
mwana wa Amihudi.

54 Siku ya nane Gamalieli mwana wa Pedasuri,
kiongozi wa watu wa Manase, alileta sadaka yake.
55 Sadaka aliyoleta ilikuwa sahani moja ya
fedha yenye uzito wa shekeli 130, na bakuli
moja la fedha la kunyunyizia lenye uzito wa
shekeli sabini, vyote kulingana na shekeli
ya mahali patakatifu, vikiwa vimejazwa
unga laini uliochanganywa na mafuta kama
sadaka ya nafaka; 56 sinia moja la dhahabu
lenye uzito wa shekeli kumi, likiwa limejazwa
uvumba; 57 fahali mmoja mchanga, kondoo
dume mmoja na mwana-kondoo dume
mmoja wa mwaka mmoja, kwa ajili ya sadaka
ya kuteketezwa; 58 mbuzi dume mmoja kwa
ajili ya sadaka ya dhambi; 59 maksai wawili,
kondoo dume watano, mbuzi dume watano
na wana-kondoo dume watano wa mwaka
mmoja, ili vitolewe dhabihu kama sadaka ya
amani. Hii ndiyo ilikuwa sadaka ya Gamalieli
mwana wa Pedasuri.

60 Siku ya tisa Abidani mwana wa Gideoni, kiongozi
wa watu wa Benyamini, alileta sadaka yake.
61 Sadaka aliyoleta ilikuwa sahani moja ya
fedha yenye uzito wa shekeli 130, na bakuli
moja la fedha la kunyunyizia lenye uzito wa
shekeli sabini, vyote kulingana na shekeli
ya mahali patakatifu, vikiwa vimejazwa
unga laini uliochanganywa na mafuta kama
sadaka ya nafaka; 62 sinia moja la dhahabu
lenye uzito wa shekeli kumi, likiwa limejazwa
uvumba; 63 fahali mmoja mchanga, kondoo
dume mmoja na mwana-kondoo dume
mmoja wa mwaka mmoja, kwa ajili ya sadaka
ya kuteketezwa; 64 mbuzi dume mmoja kwa
ajili ya sadaka ya dhambi; 65 maksai wawili,
kondoo dume watano, mbuzi dume watano
na wana-kondoo dume watano wa mwaka
mmoja, ili vitolewe dhabihu kama sadaka ya
amani. Hii ndiyo ilikuwa sadaka ya Abidani
mwana wa Gideoni.

66 Siku ya kumi Ahiezeri mwana wa Amishadai,
kiongozi wa watu wa Dani, alileta sadaka yake.
67 Sadaka aliyoleta ilikuwa sahani moja ya
fedha yenye uzito wa shekeli 130, na bakuli
moja la fedha la kunyunyizia lenye uzito wa
shekeli sabini, vyote kulingana na shekeli
ya mahali patakatifu, vikiwa vimejazwa
unga laini uliochanganywa na mafuta kama
sadaka ya nafaka; 68 sinia moja la dhahabu
lenye uzito wa shekeli kumi, likiwa limejazwa

uvumba; 69 fahali mmoja mchanga, kondoo
dume mmoja na mwana-kondoo dume
mmoja wa mwaka mmoja, kwa ajili ya sadaka
ya kuteketezwa; 70 mbuzi dume mmoja kwa
ajili ya sadaka ya dhambi; 71 maksai wawili,
kondoo dume watano, mbuzi dume watano
na wana-kondoo dume watano wa mwaka
mmoja, ili vitolewe dhabihu kama sadaka ya
amani. Hii ndiyo ilikuwa sadaka ya Ahiezeri
mwana wa Amishadai.

72 Siku ya kumi na moja Pagieli mwana wa Okrani,
kiongozi wa watu wa Asheri, alileta sadaka yake.
73 Sadaka aliyoleta ilikuwa sahani moja ya
fedha yenye uzito wa shekeli 130, na bakuli
moja la fedha la kunyunyizia lenye uzito wa
shekeli sabini, vyote kulingana na shekeli
ya mahali patakatifu, vikiwa vimejazwa
unga laini uliochanganywa na mafuta kama
sadaka ya nafaka; 74 sinia moja la dhahabu
lenye uzito wa shekeli kumi, likiwa limejazwa
uvumba; 75 fahali mmoja mchanga, kondoo
dume mmoja na mwana-kondoo dume
mmoja wa mwaka mmoja, kwa ajili ya sadaka
ya kuteketezwa; 76 mbuzi dume mmoja kwa
ajili ya sadaka ya dhambi; 77 maksai wawili,
kondoo dume watano, mbuzi dume watano
na wana-kondoo dume watano wa mwaka
mmoja, ili vitolewe dhabihu kama sadaka ya
amani. Hii ndiyo ilikuwa sadaka ya Pagieli
mwana wa Okrani.

78 Siku ya kumi na mbili Ahira mwana wa Enani,
kiongozi wa watu wa Naftali, alileta sadaka yake.
79 Sadaka aliyoleta ilikuwa sahani moja ya
fedha yenye uzito wa shekeli 130, na bakuli
moja la fedha la kunyunyizia lenye uzito wa
shekeli sabini, vyote kulingana na shekeli
ya mahali patakatifu, vikiwa vimejazwa
unga laini uliochanganywa na mafuta kama
sadaka ya nafaka; 80 sinia moja la dhahabu
lenye uzito wa shekeli kumi, likiwa limejazwa
uvumba; 81 fahali mmoja mchanga, kondoo
dume mmoja na mwana-kondoo dume
mmoja wa mwaka mmoja, kwa ajili ya sadaka
ya kuteketezwa; 82 mbuzi dume mmoja kwa
ajili ya sadaka ya dhambi; 83 maksai wawili,
kondoo dume watano, mbuzi dume watano
na wana-kondoo dume watano wa mwaka
mmoja, ili vitolewe dhabihu kama sadaka
ya amani. Hii ndiyo ilikuwa sadaka ya Ahira
mwana wa Enani.

84 Hizi ndizo zilikuwa sadaka za viongozi wa
Israeli madhabahu yalipowekwa wakfu, wakati
yalitiwa mafuta: sahani kumi na mbili za fedha,
bakuli kumi na mbili za fedha za kunyunyizia, na
masinia kumi na mawili ya dhahabu. 85 Kila sahani
ya fedha ilikuwa na uzito wa shekeli 130, na kila
bakuli la fedha la kunyunyizia lilikuwa na uzito
wa shekeli sabini. Masinia yote kumi na mawili
yalikuwa na uzito wa shekeli 2,400[a] kulingana na
shekeli ya mahali patakatifu. 86 Sahani kumi na
mbili za dhahabu zilizojazwa uvumba zilikuwa
na uzito wa shekeli kumi kila moja, kulingana na
shekeli ya mahali patakatifu. Kwa jumla, sahani
za dhahabu zilikuwa na uzito wa shekeli 120.[b]
87 Jumla ya wanyama waliotolewa kwa ajili ya
sadaka ya kuteketezwa walikuwa fahali kumi na
wawili wachanga, kondoo dume kumi na wawili
na wana-kondoo dume kumi na wawili wa mwaka
mmoja, pamoja na sadaka zao za nafaka. Mbuzi
waume kumi na wawili walitolewa kwa ajili ya
sadaka za dhambi. 88 Jumla ya wanyama kwa ajili
ya dhabihu ya sadaka ya amani walikuwa maksai
ishirini na wanne, kondoo dume sitini, mbuzi
dume wa mwaka mmoja sitini na wana-kondoo
dume wa mwaka mmoja sitini. Hizi ndizo zilikuwa
sadaka zilizoletwa kwa ajili ya kuwekwa wakfu kwa
madhabahu baada ya kutiwa mafuta.
89 Mose alipoingia kwenye Hema la Kukutania
kuzungumza na BWANA, alisikia sauti ikisema naye
kutoka kati ya wale makerubi wawili waliokuwa
juu ya kile kiti cha rehema, juu ya Sanduku la
Ushuhuda. Mose akazungumza naye.

Kuwekwa Kwa Taa

8 BWANA akamwambia Mose, 2 "Sema na Aroni
umwambie, 'Wakati utakapoziweka zile taa
saba, zinatakiwa kuangaza eneo lililo mbele ya
kinara cha taa.' "
3 Aroni akafanya hivyo; akaziweka zile taa ili
zielekee mbele kwenye kinara cha taa, kama vile
BWANA alivyomwamuru Mose. 4 Hivi ndivyo kinara
cha taa kilivyotengenezwa: Kilitengenezwa kwa
dhahabu iliyofuliwa, kuanzia kwenye kitako chake
hadi kwenye maua yake. Kinara cha taa kilitenge-
nezwa sawasawa kabisa na kielelezo ambacho
BWANA alikuwa amemwonyesha Mose.

Kutengwa Kwa Walawi Kwa Ajili Ya BWANA

5 BWANA akamwambia Mose: 6 "Watwae Walawi
kutoka miongoni mwa Waisraeli wengine na
uwatakase kwa kawaida ya ibada. 7 Ili kuwatakasa
fanya hivi: Nyunyizia maji ya utakaso juu yao; kisha
uwaambie wanyoe nywele kwenye mwili mzima,
wafue nguo zao na hivyo wajitakase wenyewe.
8 Waambie wamchukue fahali mchanga pamoja
na sadaka yake ya nafaka ya unga laini uliocha-
nganywa na mafuta; kisha utamchukua fahali
mchanga wa pili kwa ajili ya sadaka ya dhambi.
9 Walete Walawi mbele ya Hema la Kukutania na
ukusanye jumuiya yote ya Waisraeli. 10 Utawaleta
Walawi mbele za BWANA, na Waisraeli wataweka
mikono yao juu ya Walawi. 11 Aroni atawaweka
Walawi mbele za BWANA kama sadaka ya kuinua
kutoka kwa Waisraeli, ili kwamba wawe tayari
kuifanya kazi ya BWANA.

12 "Baada ya Walawi kuweka mikono yao juu ya
vichwa vya hao mafahali wawili, tumia mmoja kwa
ajili ya sadaka ya dhambi kwa BWANA, na mwingine
kuwa sadaka ya kuteketezwa, ili kufanya upatani-
sho kwa ajili ya Walawi. 13 Waambie hao Walawi
wasimame mbele ya Aroni na wanawe, kisha

[a]85 Shekeli 2,400 za fedha ni sawa na kilo 28.

[b]86 Shekeli 120 za dhahabu ni sawa na kilo 1.4.

wawatoe kama sadaka ya kuinuliwa kwa Bwana.
14 Kwa njia hii utakuwa umewatenga Walawi kutoka
kwa Waisraeli wengine, nao Walawi watakuwa
wangu.
15 "Utakapokuwa umekwisha kuwatakasa
Walawi na kuwatoa kama sadaka ya kuinuliwa,
watakuja kufanya kazi yao katika Hema la Kuku-
tania. 16 Wao ndio Waisraeli ambao watatolewa
kabisa kwangu. Nimewatwaa kama mali yangu
mwenyewe badala ya mzaliwa wa kwanza, mzaliwa
wa kwanza wa kiume kutoka kwa kila mwanamke
wa Kiisraeli. 17 Kila mzaliwa wa kwanza wa kiume
katika Israeli, awe wa mwanadamu au mnyama,
ni wangu. Wakati nilipowaua wazaliwa wote wa
kwanza huko Misri, niliwatenga kwa ajili yangu
mwenyewe. 18 Nami nimewatwaa Walawi badala
ya wazaliwa wote wa kwanza wa kiume katika
Israeli. 19 Kati ya Waisraeli wote, nimempa Aroni
na wanawe Walawi kama zawadi ili wafanye kazi
katika Hema la Kukutania kwa niaba ya Waisraeli,
na kufanya upatanisho kwa ajili yao ili pasiwepo
na pigo lolote litakalowapata Waisraeli wakati
watakapokaribia mahali patakatifu."
20 Mose, Aroni na jumuiya yote ya Waisraeli
wakawafanyia Walawi kama Bwana alivyomwa-
muru Mose. 21 Walawi wakajitakasa wenyewe na
wakafua nguo zao. Kisha Aroni akawasogeza mbele
za Bwana kuwa sadaka ya kuinuliwa, na kufanya
upatanisho kwa ajili yao ili kuwatakasa. 22 Baada
ya hayo, Walawi walikuja kufanya kazi yao katika
Hema la Kukutania chini ya usimamizi wa Aroni
na wanawe. Waliwafanyia Walawi kama vile Bwana
alivyomwamuru Mose.
23 Bwana akamwambia Mose, 24 "Hili linawahusu
Walawi: Wanaume wenye umri wa miaka ishirini
na mitano au zaidi watakuja kushiriki katika kazi
kwenye Hema la Kukutania, 25 lakini watakapofika
umri wa miaka hamsini, ni lazima waache kazi zao
za kawaida wala wasiendelee. 26 Wanaweza kuwa-
saidia ndugu zao kufanya wajibu wao katika Hema
la Kukutania, lakini wao wenyewe kamwe hawa-
tafanya hiyo kazi. Basi, hivi ndivyo utakavyogawa
wajibu kwa Walawi."

Pasaka Huko Sinai

9 Bwana akasema na Mose katika Jangwa la
Sinai katika mwezi wa kwanza wa mwaka wa
pili baada ya Waisraeli kutoka Misri. Akasema,
2 "Waamuru Waisraeli waadhimishe Pasaka katika
wakati ulioamriwa. 3 Adhimisheni wakati ulioa-
mriwa, yaani wakati wa kuzama jua siku ya kumi
na nne ya mwezi huu, kufuatana na desturi zake
zote na masharti yake."
4 Hivyo Mose akawaambia Waisraeli waiadhimi-
she Pasaka, 5 nao wakafanya hivyo kwenye Jangwa
la Sinai wakati wa kuzama jua siku ya kumi na nne
ya mwezi wa kwanza. Waisraeli wakafanya kila kitu
kama vile Bwana alivyomwamuru Mose.
6 Lakini baadhi yao hawakuweza kuadhimisha
Pasaka siku ile kwa sababu walikuwa najisi kwa
taratibu za kiibada kwa ajili ya kugusa maiti. Kwa
hiyo wakamwendea Mose na Aroni siku ile ile,
7 wakamwambia Mose, "Tumekuwa najisi kwa
sababu tumegusa maiti, lakini kwa nini tuzuiliwe
kumtolea Bwana sadaka yake pamoja na Waisraeli
wengine katika wakati ulioamriwa?"
8 Mose akawajibu, "Ngojeni mpaka nitafute kile
Bwana anachoagiza kuwahusu ninyi."
9 Ndipo Bwana akamwambia Mose, 10 "Waa-
mbie Waisraeli: 'Wakati mmoja wenu au wazao
wenu wanapokuwa najisi kwa sababu ya maiti au
wakiwa safarini, hata hivyo wanaweza kuadhimi-
sha Pasaka ya Bwana. 11 Wataiadhimisha wakati
wa kuzama jua siku ya kumi na nne ya mwezi wa
pili. Watamla mwana-kondoo, pamoja na mkate
usiotiwa chachu, na mboga chungu. 12 Wasibakize
chochote hadi asubuhi wala wasivunje mifupa ya
mwana-kondoo. Wakati wanapoadhimisha Pasaka,
hawana budi kufuata masharti yote. 13 Lakini kama
mtu ni safi kwa taratibu za kiibada naye hayuko
safarini, asipoadhimisha Pasaka, mtu huyo hana
budi kukatiliwa mbali na watu wake kwa sababu
hakutoa sadaka ya Bwana kwa wakati ulioamriwa.
Mtu huyo atawajibika kubeba matokeo ya dhambi
yake.
14 " 'Mgeni anayeishi miongoni mwenu ambaye
anataka kuadhimisha Pasaka ya Bwana, lazima afa-
nye hivyo kwa kufuata desturi na masharti. Lazima
masharti yawe sawasawa kwa mgeni na mzawa.' "

Wingu La Moto Juu Ya Maskani

15 Katika siku hiyo ambayo Maskani, Hema la
Ushuhuda, iliposimamishwa, wingu liliifunika.
Kuanzia jioni mpaka asubuhi wingu lililokuwa juu
ya Maskani lilionekana kama moto. 16 Hivyo ndivyo
lilivyoendelea kuwa; wingu liliifunika wakati wa
mchana, na usiku lilionekana kama moto. 17 Wakati
wowote wingu lilipoinuka kutoka juu ya Hema,
nao Waisraeli waliondoka; mahali popote wingu
liliposimama, Waisraeli walipiga kambi. 18 Kwa
amri ya Bwana Waisraeli waliondoka, na kwa
amri yake walipiga kambi. Kwa muda wote wingu
liliposimama juu ya Maskani, Waisraeli walibaki
wamepiga kambi.
19 Wakati wingu lilipobaki juu ya Maskani kwa
muda mrefu, Waisraeli walitii amri ya Bwana
nao hawakuondoka. 20 Wakati mwingine wingu
lilikuwa juu ya Maskani kwa siku chache tu; kwa
amri ya Bwana wangelipiga kambi na kisha kwa
amri yake wangeliondoka. 21 Wakati mwingine
wingu lilikuwepo kuanzia jioni mpaka asubuhi
tu, na lilipoinuka asubuhi, nao waliondoka. Ikiwa
ni mchana au usiku, wakati wowote wingu lili-
poinuka, waliondoka. 22 Ikiwa wingu lilikaa juu
ya Maskani kwa siku mbili au mwezi au mwaka,
Waisraeli wangebaki wamepiga kambi na hawa-
kuondoka; lakini lilipoinuka, wangeondoka.
23 Kwa amri ya Bwana walipiga kambi, na kwa
amri ya Bwana waliondoka. Walitii amri ya Bwana,
kufuatana na agizo lake kupitia Mose.

Tarumbeta Za Fedha

10 Bwana akamwambia Mose: 2 "Tengeneza taru-
mbeta mbili za fedha ya kufua, uzitumie kwa
kuita jumuiya pamoja na wakati wa kuvunja maka-
mbi ili kuondoka. 3 Tarumbeta zote mbili zikipigwa,
jumuiya yote itakusanyika mbele yako katika ingi-
lio la Hema la Kukutania. 4 Kama tarumbeta moja tu

ikipigwa, viongozi, yaani wakuu wa koo za Israeli,
ndio watakaokusanyika mbele yako. 5 Wakati mlio
wa kujulisha hatari ukipigwa, makabila yaliyo na
makambi upande wa mashariki yataondoka. 6 Uki-
sikika mlio wa pili wa jinsi hiyo, walioko kwenye
makambi ya kusini wataondoka. Mlio huo wa
kujulisha hatari utakuwa ishara ya kuondoka. 7 Ili
kukusanya kusanyiko, piga tarumbeta zote, lakini
siyo kwa mlio wa kujulisha hatari.

8 "Wana wa Aroni, makuhani, ndio watakaopiga
hizo tarumbeta. Hili litakuwa agizo la kudumu kwa
ajili yenu na kwa vizazi vijavyo. 9 Wakati mtaka-
popigana vita katika nchi yenu wenyewe dhidi ya
adui anayewaonea, piga tarumbeta kwa mlio wa
kujulisha hatari. Ndipo utakumbukwa na BWANA
Mungu wenu na kuokolewa kutoka kwa adui zenu.
10 Pia nyakati za furaha yenu, yaani sikukuu zenu
zilizoamriwa na sikukuu za Mwezi Mwandamo,
mtapiga tarumbeta juu ya sadaka zenu za kute-
ketezwa na sadaka zenu za amani, nazo zitakuwa
ukumbusho kwa ajili yenu mbele za Mungu wenu.
Mimi ndimi BWANA, Mungu wenu."

Waisraeli Waondoka Sinai

11 Katika siku ya ishirini ya mwezi wa pili wa
mwaka wa pili, wingu liliinuka kutoka juu ya
maskani ya Ushuhuda. 12 Ndipo Waisraeli wakao-
ndoka kutoka Jangwa la Sinai wakasafiri kutoka
sehemu moja hadi nyingine mpaka wingu lilipotua
katika Jangwa la Parani. 13 Waliondoka kwa mara
ya kwanza kwa agizo la BWANA kupitia kwa Mose.

14 Vikosi vya kambi ya Yuda vilitangulia kwanza
chini ya alama yao. Nashoni mwana wa Aminadabu
alikuwa kiongozi wao. 15 Nethaneli mwana wa Suari
alikuwa kiongozi wa kabila la Isakari, 16 naye Eliabu
mwana wa Heloni alikuwa kiongozi wa kabila la
Zabuloni. 17 Ndipo Maskani iliposhushwa, nao
wana wa Gershoni na wana wa Merari ambao
waliibeba wakaondoka.

18 Vikosi vya kambi ya Reubeni vilifuata, chini
ya alama yao. Elisuri mwana wa Shedeuri alikuwa
kiongozi wao. 19 Shelumieli mwana wa Surishadai
aliongoza kikosi cha kabila la Simeoni, 20 naye
Eliasafu mwana wa Deueli aliongoza kikosi cha
kabila la Gadi. 21 Kisha Wakohathi wakaondoka,
wakichukua vitu vitakatifu. Maskani ilikuwa isi-
mamishwe kabla wao hawajafika.

22 Vikosi vya kambi ya Efraimu vilifuata, chini ya
alama yao. Elishama mwana wa Amihudi alikuwa
kiongozi wao. 23 Gamalieli mwana wa Pedasuri alio-
ngoza kikosi cha kabila la Manase, 24 naye Abidani
mwana wa Gideoni alikuwa kiongozi wa kikosi cha
kabila la Benyamini.

25 Mwishowe, kama kikosi cha nyuma cha ulinzi
wa vikosi vyote, vikosi vya kambi ya Dani vilio-
ndoka chini ya alama yao. Ahiezeri mwana wa
Amishadai alikuwa kiongozi wao. 26 Pagieli mwana
wa Okrani aliongoza kikosi cha kabila la Asheri,
27 naye Ahira mwana wa Enani aliongoza kikosi
cha kabila la Naftali. 28 Huu ndio ulikuwa utaratibu
wa kuondoka wa vikosi vya Waisraeli walipokuwa
wanaondoka.

29 Basi Mose akamwambia Hobabu mwana wa
Reueli, Mmidiani, mkwewe Mose, "Tunaondoka
kwenda mahali ambapo BWANA amesema 'Nita-
wapa ninyi mahali hapo.' Twende pamoja nasi
tutakutendea mema, kwa maana BWANA ameahidi
mambo mema kwa Israeli."

30 Akajibu, "Hapana, sitakwenda; nitarudi
kwenye nchi yangu mwenyewe na watu wangu
mwenyewe."

31 Lakini Mose akasema, "Tafadhali usituache.
Wewe unajua mahali ambapo yatupasa kupiga
kambi jangwani, nawe unaweza kuwa macho yetu.
32 Ikiwa utafuatana nasi, tutashirikiana nawe mema
yoyote tutakayopewa na BWANA."

33 Hivyo waliondoka kutoka mlima wa BWANA,
nao wakasafiri kwa siku tatu. Sanduku la Agano la
BWANA liliwatangulia kwa zile siku tatu ili kuwa-
tafutia mahali pa kupumzika. 34 Wingu la BWANA
lilikuwa juu yao wakati wa mchana walipoondoka
kambini.

35 Wakati wowote Sanduku lilipoondoka, Mose
alisema,

"Ee BWANA, inuka!
 Watesi wako na watawanyike;
 adui zako na wakimbie mbele zako."

36 Wakati wowote Sanduku liliposimama, ali-
sema,

"Ee BWANA, rudi,
 kwa maelfu ya Waisraeli wasiohesabika."

Moto Kutoka Kwa BWANA

11 Basi watu wakalalamika kwa habari ya taabu
zao masikioni mwa BWANA, naye alipowasi-
kia, hasira yake ikawaka. Ndipo moto kutoka kwa
BWANA ukawaka miongoni mwao na kuteketeza
baadhi ya viunga vya kambi. 2 Watu walipomlilia
Mose, akamwomba BWANA, nao moto ukazimika.
3 Hivyo mahali pale pakaitwa Tabera,[a] kwa sababu
moto kutoka kwa BWANA uliwaka miongoni mwao.

Kware Kutoka Kwa BWANA

4 Umati wa watu wenye zogo waliokuwa mio-
ngoni mwao walitamani sana chakula kingine,
Waisraeli wakaanza kulia tena na kusema, "Laiti
tungekuwa na nyama tule! 5 Tunakumbuka wale
samaki tuliokula huko Misri bila gharama, pia
yale matango, matikitimaji, mboga, vitunguu, na
vitunguu saumu. 6 Lakini sasa tumepoteza hamu ya
chakula; hatuoni kitu kingine chochote isipokuwa
hii mana!"

7 Mana ilifanana kama mbegu za giligilani, nayo
ilikuwa na rangi ya manjano iliyopauka. 8 Hao watu
walikwenda kukusanya, kisha waliisaga kwa mawe
ya kusagia ya mkono au kuitwanga kwenye vinu.
Waliipika vyunguni au kutengeneza maandazi.
Ladha yake ilikuwa kama kitu kilichotengenezwa
kwa mafuta ya zeituni. 9 Umande ulipoanguka
kambini wakati wa usiku, pia mana ilianguka
pamoja nao.

10 Mose akasikia watu wa kila jamaa waki-
lia, kila mmoja kwenye mlango wa hema lake.

[a]3 Tabera maana yake Kunaungua.

Bwana akakasirika mno, naye Mose akafadhaika. 11 Akamuuliza Bwana, "Kwa nini umeleta taabu hii juu ya mtumishi wako? Nimekufanyia nini cha kukuchukiza hata ukaweka mzigo huu wa watu hawa wote juu yangu? 12 Je, watu hawa wote mimi ndiye niliyewatungisha mimba? Je, ni mimi niliyewazaa? Kwa nini unaniambia niwachukue mikononi mwangu, kama vile mlezi abebavyo mtoto mchanga, hadi kwenye nchi uliyowaahidi baba zao? 13 Nitapata wapi nyama kwa ajili ya watu wote hawa? Wanaendelea kunililia wakisema, 'Tupe nyama tule!' 14 Mimi siwezi kuwabeba watu hawa wote peke yangu, mzigo ni mzito sana kwangu. 15 Kama hivi ndivyo unavyonitendea, uniue sasa hivi, yaani kama nimepata kibali machoni pako, wala usiniache nione maangamizi yangu mwenyewe."

16 Bwana akamwambia Mose: "Niletee wazee sabini wa Israeli, unaowafahamu kama viongozi na maafisa miongoni mwa watu. Walete katika Hema la Kukutania, ili waweze kusimama huko pamoja nawe. 17 Nami nitashuka na kusema nawe huko. Nami nitachukua sehemu ya Roho iliyo juu yako na kuiweka juu yao. Watakusaidia kubeba mzigo wa watu hao ili usije ukaubeba peke yako.

18 "Waambie hao watu: 'Jiwekeni wakfu wenyewe kwa ajili ya kesho, wakati mtakapokula nyama. Bwana aliwasikia mlipolia, mkisema, "Laiti tungekuwa na nyama tule! Tulikuwa na hali nzuri zaidi katika nchi ya Misri!" Sasa Bwana atawapa nyama, nanyi mtaila. 19 Hamtaila kwa siku moja tu, au siku mbili, au tano, kumi au siku ishirini, 20 bali kwa mwezi mzima mpaka iwatokee puani, nanyi mtaichukia kabisa, kwa kuwa mmemkataa Bwana, ambaye yupo miongoni mwenu, nanyi mmelia mbele zake, mkisema, "Hivi kwa nini tulitoka Misri?" ' "

21 Lakini Mose alisema, "Mimi niko hapa miongoni mwa watu 600,000 wanaotembea kwa miguu, nawe umesema, 'Nitawapa nyama ya kula kwa mwezi mzima!' 22 Je, wangeweza kupata nyama ya kuwatosha hata kama makundi ya kondoo na ya ng'ombe yangechinjwa kwa ajili yao? Je, wangetosheka hata kama samaki wote wa baharini wangevuliwa kwa ajili yao?"

23 Bwana akamjibu Mose, "Je, mkono wa Bwana ni mfupi sana? Sasa utaona kama jambo nililolisema litatimizwa kwa ajili yako au la."

24 Kwa hiyo Mose akatoka na kuwaambia watu lile ambalo Bwana alikuwa amesema. Akawakusanya wazee wao sabini, akawasimamisha kuzunguka Hema. 25 Kisha Bwana akashuka katika wingu na kunena na Mose, naye akachukua sehemu ya Roho iliyokuwa juu ya Mose na kuiweka juu ya wale wazee sabini. Roho aliposhuka juu yao, wakatoa unabii, lakini hawakufanya hivyo tena.

26 Lakini, watu wawili, ambao majina yao ni Eldadi na Medadi, walibaki kambini. Walikuwa wameorodheshwa miongoni mwa wale wazee sabini, lakini hawakutoka kwenda kwenye Hema. Lakini Roho pia alishuka juu yao, nao wakatabiri huko kambini. 27 Mwanaume mmoja kijana alikimbia na kumwambia Mose, "Eldadi na Medadi wanatoa unabii kambini."

28 Yoshua mwana wa Nuni, ambaye alikuwa msaidizi wa Mose tangu ujana wake, akajibu akasema, "Mose bwana wangu, wanyamazishe!"

29 Lakini Mose akajibu, "Je, unaona wivu kwa ajili yangu? Ningetamani watu wote wa Bwana wangekuwa manabii na kwamba Bwana angeweka Roho yake juu yao!" 30 Ndipo Mose na wale wazee wa Israeli wakarudi kambini.

31 Kisha ukatokea upepo kutoka kwa Bwana, nao ukawaletea kware kutoka baharini. Ukawaangusha kwenye eneo lote linalozunguka kambi na kujaa ardhini kimo cha mita moja hivi kutoka ardhini kwenye eneo la umbali wa mwendo wa siku moja kila upande. 32 Mchana kutwa na usiku kucha pamoja na siku nzima iliyofuata watu walitoka kwenda kuokota kware. Hakuna mtu yeyote aliyekusanya chini ya homeri kumi.[a] Kisha wakazianika kuzunguka kambi yote. 33 Lakini walipokuwa wakila nyama, ilipokuwa ingali kati ya meno yao na kabla hawajamaliza kula, hasira ya Bwana ikawaka dhidi ya watu, naye akawapiga kwa tauni. 34 Kwa hiyo mahali hapo pakaitwa Kibroth-Hataava,[b] kwa sababu huko ndiko walipowazika watu ambao walitamani sana chakula kingine.

35 Kutoka Kibroth-Hataava watu wakasafiri mpaka Haserothi na kukaa huko.

Miriamu Na Aroni Wampinga Mose

12 Miriamu na Aroni walianza kuzungumza dhidi ya Mose kwa sababu ya mke wake Mkushi, kwa kuwa alikuwa ameoa Mkushi. 2 Waliuliza, "Je, Bwana amesema kupitia Mose peke yake? Je, hajasema kutupitia sisi pia?" Naye Bwana akasikia hili.

3 (Basi Mose alikuwa mtu mnyenyekevu sana, mnyenyekevu kuliko mtu mwingine yeyote katika uso wa dunia.)

4 Ghafula Bwana akawaambia Mose, Aroni na Miriamu, "Njooni katika Hema la Kukutania, ninyi nyote watatu." Kwa hiyo wote watatu wakaenda. 5 Kisha Bwana akashuka katika nguzo ya wingu, akasimama kwenye ingilio la Hema, akawaita Aroni na Miriamu. Wakati wote wawili walipoposogea mbele, 6 Bwana akasema, "Sikilizeni maneno yangu:

"Akiwapo nabii wa Bwana miongoni
mwenu,
nitajifunua kwake kwa maono,
nitanena naye katika ndoto.
7 Lakini sivyo kwa mtumishi wangu Mose;
yeye ni mwaminifu katika nyumba
yangu yote.
8 Kwake nitanena naye uso kwa uso,
waziwazi wala si kwa mafumbo;
yeye ataona umbo la Bwana.
Kwa nini basi ninyi hamkuogopa
kuzungumza kinyume cha mtumishi
wangu Mose?"

9 Hasira ya Bwana ikawaka dhidi yao, akawaacha.

[a]32 Homeri 10 ni sawa na kilo 1,000.
[b]34 Kibroth-Hataava maana yake Makaburi ya wenye tamaa nyingi.

10 Wakati hilo wingu liliinuka kutoka juu ya
Hema, Miriamu akawa tayari ana ukoma, mweupe
kama theluji. Aroni akamgeukia, akaona ana
ukoma. 11 Kisha Aroni akamwambia Mose, "Tafa-
dhali, bwana wangu, usituhesabie dhambi hii
ambayo tumeifanya kwa upumbavu. 12 Usimwa-
che awe kama mtoto mchanga aliyezaliwa akiwa
mfu, ambaye nusu ya mwili wake imeharibika hapo
atokapo katika tumbo la mama yake."
13 Hivyo Mose akamlilia BWANA akisema, "Ee
Mungu, nakuomba umponye!"
14 BWANA akamjibu Mose, "Je, kama baba yake
angemtemea usoni, asingeona aibu kwa siku
saba? Mfungie nje ya kambi kwa siku saba; baada
ya hapo anaweza kurudishwa kambini." 15 Kwa
hiyo Miriamu akafungiwa nje ya kambi kwa siku
saba, nao watu hawakuendelea na safari mpaka
aliporudishwa kambini.
16 Baada ya hayo, watu waliondoka Haserothi,
wakapiga kambi katika Jangwa la Parani.

Kupeleleza Kanaani

13 BWANA akamwambia Mose, 2 "Watume baa-
dhi ya watu wakaipeleleze nchi ya Kanaani,
ambayo ninawapa Waisraeli. Kutoka kwa kila
kabila la baba zao, tuma mmoja wa viongozi wao."
3 Hivyo kwa agizo la BWANA Mose akawatuma
kutoka Jangwa la Parani. Wote walikuwa viongozi
wa Waisraeli. 4 Haya ndiyo majina yao:

kutoka kabila la Reubeni, Shamua mwana
wa Zakuri;
5 kutoka kabila la Simeoni, Shafati mwana
wa Hori;
6 kutoka kabila la Yuda, Kalebu mwana wa
Yefune;
7 kutoka kabila la Isakari, Igali mwana wa
Yosefu;
8 kutoka kabila la Efraimu, Hoshea mwana
wa Nuni;
9 kutoka kabila la Benyamini, Palti mwana wa
Rafu;
10 kutoka kabila la Zabuloni, Gadieli mwana
wa Sodi,
11 kutoka kabila la Manase (kabila la Yosefu),
Gadi mwana wa Susi;
12 kutoka kabila la Dani, Amieli mwana wa
Gemali;
13 kutoka kabila la Asheri, Sethuri mwana wa
Mikaeli;
14 kutoka kabila la Naftali, Nabi mwana wa
Wofsi;
15 kutoka kabila la Gadi, Geueli mwana wa
Maki.

16 Haya ndiyo majina ya watu ambao Mose aliwa-
tuma kuipeleleza nchi. (Mose akampa Hoshea
mwana wa Nuni jina Yoshua.)
17 Mose alipowatuma wakaipeleleze Kanaani,
alisema, "Pandeni kupitia Negebu, mwende mpaka
nchi ya vilima. 18 Mwone nchi ni ya namna gani,
na kama watu waishio humo wana nguvu au ni
wadhaifu, iwapo ni wachache au wengi. 19 Wanaishi
katika nchi ya namna gani? Je, ni nzuri au mbaya?
Wanaishi katika miji ya namna gani? Je, haina kuta
au ngome? 20 Ardhi iko aje? Ina rutuba au la? Je,
kuna miti ndani yake au la? Jitahidini kadiri mwe-
zavyo kuleta baadhi ya matunda ya nchi." (Ulikuwa
msimu wa kuiva zabibu za kwanza.)
21 Hivyo wakapanda na kuipeleleza nchi kutoka
Jangwa la Sini hadi Rehobu, kuelekea Lebo-Hama-
thi. 22 Wakapanda kupitia Negebu hadi wakafika
Hebroni, mahali ambapo Ahimani, Sheshai na
Talmai, wazao wa Anaki, waliishi. (Hebroni uli-
kuwa umejengwa miaka saba kabla ya mji wa
Soani ulioko Misri.) 23 Walipofika katika Bonde
la Eshkoli, walivunja tawi lililokuwa na kishada
kimoja cha zabibu. Wawili wao wakalichukua lile
tawi kwenye mti, pamoja na komamanga na tini.
24 Eneo lile likaitwa Bonde la Eshkoli kwa sababu
ya kile kishada cha zabibu ambacho Waisraeli
walikikata huko. 25 Mwishoni mwa siku arobaini
wakarudi kutoka kuipeleleza nchi.

Taarifa Juu Ya Upelelezi

26 Wakarudi kwa Mose, Aroni na jumuiya yote ya
Waisraeli huko Kadeshi kwenye Jangwa la Parani.
Hapo ndipo walipotoa habari kwao na kwa kusa-
nyiko lote na kuwaonyesha matunda ya hiyo nchi.
27 Wakampa Mose taarifa hii: "Tuliingia katika nchi
uliyotutuma, nayo inatiririka maziwa na asali! Hili
hapa tunda lake. 28 Lakini watu wanaoishi huko ni
wenye nguvu, na miji yao ina ngome na ni miku-
bwa sana. Huko tuliona hata wazao wa Anaki.
29 Waamaleki wanaishi Negebu; Wahiti, Wayebusi
na Waamori wanaishi katika nchi ya vilima; nao
Wakanaani wanaishi karibu na bahari na kando
ya Yordani."
30 Kisha Kalebu akawanyamazisha watu mbele ya
Mose na kusema, "Imetupasa kupanda na kuimiliki
nchi, kwa maana hakika tunaweza kufanya hivyo."
31 Lakini watu waliokuwa wamepanda pamoja
naye wakasema, "Hatuwezi kuwashambulia wale
watu; wana nguvu kutuliko sisi." 32 Wakaeneza
taarifa mbaya miongoni mwa Waisraeli kuhusu
nchi waliyoipeleleza. Wakasema, "Nchi tuliyoipe-
leleza hula watu waishio ndani yake. Watu wote
tuliowaona huko ni majitu. 33 Tuliwaona Wanefili
huko (wazao wa Anaki wanatokana na Wanefili.)
Tulijiona kama panzi machoni petu wenyewe, nao
ndivyo walivyotuona."

Watu Wanaasi

14 Usiku ule watu wote wa jumuiya walipaza
sauti zao na kulia kwa sauti kuu. 2 Waisraeli
wote wakanung'unika dhidi ya Mose na Aroni, nalo
kusanyiko lote wakawaambia, "Laiti tungekuwa
tumefia humo nchi ya Misri! Au humu kwenye hili
jangwa! 3 Kwa nini BWANA anatuleta katika nchi hii
ili tufe kwa upanga? Wake zetu na watoto wetu
watachukuliwa kama nyara. Je, isingekuwa bora
kwetu kurudi Misri?" 4 Wakasemezana wao kwa
wao, "Inatupasa kumchagua kiongozi na kurudi
Misri."
5 Ndipo Mose na Aroni wakaanguka kifudifudi
mbele ya kusanyiko lote la Kiisraeli lililokusanyika
hapo. 6 Yoshua mwana wa Nuni na Kalebu mwana
wa Yefune, waliokuwa miongoni mwa watu wale

waliokwenda kuipeleleza nchi, wakararua nguo
zao, 7 wakasema na kusanyiko lote la Kiisraeli,
wakawaambia, "Nchi tuliyopita katikati yake na
kuipeleleza ni nzuri sana sana. 8 Ikiwa BWANA ana-
pendezwa nasi, atatuongoza kuingia katika nchi
ile, nchi itiririkayo maziwa na asali, naye atatupa
nchi hiyo. 9 Ila tu msimwasi BWANA. Wala msiwao-
gope watu wa nchi hiyo, kwa sababu tutawameza.
Ulinzi wao umeondoka, lakini BWANA yupo pamoja
nasi. Msiwaogope."

10 Lakini kusanyiko lote likazungumza juu ya
kuwapiga kwa mawe. Ndipo utukufu wa BWANA
ukaonekana katika Hema la Kukutania kwa Wai-
sraeli wote. 11 BWANA akamwambia Mose, "Watu
hawa watanidharau mpaka lini? Wataendelea
kukataa kuniamini mimi mpaka lini, ingawa
nimetenda ishara za miujiza miongoni mwao?
12 Nitawapiga kwa tauni na kuwaangamiza, lakini
nitakufanya wewe kuwa taifa kubwa lenye nguvu
kuliko wao."

13 Mose akamwambia BWANA, "Ndipo Wamisri
watasikia juu ya jambo hili! Kwa uweza wako uli-
wapandisha watu hawa kutoka miongoni mwao.
14 Nao watawaambia wenyeji wa nchi hii jambo
hili. Wao tayari wameshasikia kwamba wewe, Ee
BWANA, upo pamoja na watu hawa, na kuwa wewe,
Ee BWANA, umeonekana uso kwa uso, nalo wingu
lako hukaa juu yao. Tena wewe unawatangulia kwa
nguzo ya wingu mchana na kwa nguzo ya moto
usiku. 15 Ikiwa utawaua watu hawa wote mara moja,
mataifa ambayo yamesikia taarifa hii kukuhusu
wewe watasema, 16 'BWANA alishindwa kuwaingiza
watu hawa katika nchi aliyowaahidi kwa kiapo;
hivyo akawaua jangwani.'

17 "Basi sasa nguvu za Bwana na zionekane,
sawasawa na vile ulivyosema: 18 'BWANA si mwe-
pesi wa hasira, ni mwingi wa upendo na mwenye
kusamehe dhambi na uasi. Lakini haachi kumwa-
dhibu mwenye hatia, huadhibu watoto kwa ajili ya
dhambi ya baba zao hata kizazi cha tatu na cha
nne.' 19 Kwa kadiri ya upendo wako mkuu, usamehe
dhambi ya watu hawa, kama vile ulivyowasamehe
tangu wakati walitoka Misri mpaka sasa."

20 BWANA akajibu, "Nimewasamehe kama
ulivyoomba. 21 Hata hivyo, kwa hakika kama nii-
shivyo, na kwa hakika kama utukufu wa BWANA
uijazavyo dunia yote, 22 hakuna hata mmoja wa
watu hawa ambao waliuona utukufu wangu na
ishara za miujiza niliyotenda huko Misri na huko
jangwani, lakini ambaye hakunitii na akanijaribu
mara hizi kumi, 23 hakuna hata mmoja wao ata-
kayeona nchi niliyowaahidi baba zao kwa kiapo.
Hakuna hata mmoja ambaye amenidharau ata-
kayeiona. 24 Lakini kwa sababu mtumishi wangu
Kalebu ana roho ya tofauti na ananifuata kwa moyo
wote, nitamwingiza katika nchi aliyoiendea, nao
wazao wake watairithi. 25 Kwa kuwa Waamaleki na
Wakanaani wanaishi katika mabonde, kesho geu-
keni mwelekee jangwani kwa kufuata njia iendayo
Bahari ya Shamu."[a]

26 BWANA akamwambia Mose na Aroni:
27 "Jumuiya hii ovu itanung'unika dhidi yangu
hadi lini? Nimesikia malalamiko ya hawa Waisraeli
wanaonung'unika. 28 Hivyo waambie, 'Hakika kama
niishivyo, asema BWANA, nitawafanyia vitu vilevile
nilivyosikia mkisema: 29 Kila mmoja wenu mwenye
umri wa miaka ishirini au zaidi ambaye alihesa-
biwa na amenung'unika dhidi yangu, miili yenu
itaanguka katika jangwa hili. 30 Hakuna hata mmoja
wenu atakayeingia katika nchi niliyoapa kwa
mkono ulioinuliwa kuwa makao yenu, isipokuwa
Kalebu mwana wa Yefune, na Yoshua mwana wa
Nuni. 31 Lakini watoto wenu ambao mlisema wata-
chukuliwa kama mateka, nitawaingiza humo ili
waifurahie nchi ambayo ninyi mmeikataa. 32 Lakini
ninyi, miili yenu itaanguka katika jangwa hili.
33 Watoto wenu watakuwa wachungaji wa mifugo
hapa kwa miaka arobaini, wakiteseka kwa ajili ya
kukosa uaminifu kwenu, hadi mwili wa mtu wenu
wa mwisho ulale katika jangwa hili. 34 Kwa miaka
arobaini, mwaka mmoja kwa kila siku katika zile
siku arobaini mlizoipeleleza nchi, mtateseka kwa
ajili ya dhambi zenu, na kujua jinsi ilivyo vibaya
kunifanya mimi kuwa adui yenu.' 35 Mimi BWANA
nimesema, na hakika nitafanya mambo haya kwa
jumuiya hii yote ovu, ambayo imefungamana
pamoja dhidi yangu. Watakutana na mwisho wao
katika jangwa hili; hapa ndipo watafia."

36 Hivyo watu wale ambao Mose alikuwa ame-
watuma kuipeleleza nchi, waliorudi na kuifanya
jumuiya nzima kunung'unika dhidi ya Mose kwa
kueneza taarifa mbaya kuhusu hiyo nchi: 37 watu
hawa waliohusika kueneza taarifa mbaya kuhusu
hiyo nchi walipigwa na kuanguka kwa tauni mbele
za BWANA. 38 Miongoni mwa watu waliokwenda
kuipeleleza hiyo nchi, ni Yoshua mwana wa Nuni,
na Kalebu mwana wa Yefune peke yao waliosalia.

39 Mose alipotoa taarifa hii kwa Waisraeli wote,
waliomboleza kwa uchungu. 40 Mapema asubuhi
siku iliyofuata walipanda juu kuelekea kwenye nchi
ya vilima virefu, wakasema, "Tumetenda dhambi.
Tutakwea mpaka mahali BWANA alipotuahidi."

41 Lakini Mose akasema, "Kwa nini hamtii amri
ya BWANA? Jambo hili halitafanikiwa! 42 Msipande
juu, kwa kuwa BWANA hayupo pamoja nanyi. Mta-
shindwa na adui zenu, 43 kwa kuwa Waamaleki na
Wakanaani watapambana nanyi huko. Kwa sababu
mmemwacha BWANA, hatakuwa pamoja nanyi,
ninyi mtaanguka kwa upanga."

44 Hata hivyo, kwa kiburi chao walipanda juu
kuelekea nchi ya vilima virefu, ijapokuwa Mose
hakutoka kambini wala Sanduku la Agano la
BWANA. 45 Ndipo Waamaleki na Wakanaani walioi-
shi katika hiyo nchi ya vilima wakateremka na
kuwashambulia, wakawapiga njia yote hadi Horma.

Sadaka Za Nyongeza

15 BWANA akamwambia Mose, 2 "Sema na Wai-
sraeli uwaambie: 'Baada ya ninyi kuingia
katika nchi ninayowapa kama nyumbani, 3 nanyi
mkitoa sadaka za kuteketezwa kwa moto, kutoka
makundi ya ng'ombe au kondoo, kama harufu
nzuri inayompendeza BWANA, ikiwa ni sadaka
za kuteketezwa au dhabihu, kwa ajili ya nadhiri
maalum ama sadaka ya hiari au sadaka ya sikukuu
zenu, 4 ndipo yeye aletaye sadaka yake ataiweka

[a]25 Yaani Bahari Nyekundu au Bahari ya Mafunjo.

mbele za BWANA sadaka ya nafaka, sehemu ya kumi ya efa[a] ya unga laini uliochanganywa na robo ya hini[b] ya mafuta. 5 Pamoja na kila mwana-kondoo kwa ajili ya sadaka ya kuteketezwa au dhabihu, andaa robo ya hini ya divai kwa sadaka ya kinywaji.

6 " 'Pamoja na kondoo dume andaa sadaka ya nafaka ya sehemu mbili za kumi za efa[c] za unga laini uliochanganywa na theluthi moja[d] ya hini ya mafuta, 7 na theluthi moja ya hini ya divai kama sadaka ya kinywaji. Vitoe kama harufu nzuri inayompendeza BWANA.

8 " 'Unapoandaa fahali mchanga kama sadaka ya kuteketezwa au dhabihu, kwa ajili ya nadhiri maalum au sadaka ya amani kwa BWANA, 9 leta pamoja na huyo fahali sadaka ya nafaka ya unga laini sehemu tatu za kumi za efa[e] uliochanganywa na nusu ya hini[f] ya mafuta. 10 Pia utaleta nusu ya hini ya divai kama sadaka ya kinywaji. Itakuwa sadaka iliyoteketezwa kwa moto, harufu nzuri inayompendeza BWANA. 11 Kila fahali au kondoo dume, kila mwana-kondoo au mbuzi mchanga, atatayarishwa kwa njia hii. 12 Fanyeni hivi kwa ajili ya kila mmoja, kwa kadiri ya wingi wa mtakavyoandaa.

13 " 'Kila mmoja ambaye ni mzawa ni lazima afanye vitu hivi kwa njia hii hapo aletapo sadaka ya kuteketezwa kwa moto kama harufu nzuri inayompendeza BWANA. 14 Kwa vizazi vijavyo, wakati wowote mgeni au mtu mwingine yeyote anayeishi miongoni mwenu aletapo sadaka ya kuteketezwa kuwa harufu nzuri ya kumpendeza BWANA, ni lazima afanye sawasawa kabisa na jinsi mnavyofanya ninyi. 15 Jumuiya itakuwa na sheria hizo hizo kwenu na kwa mgeni aishiye miongoni mwenu; hii ni amri ya kudumu kwa vizazi vijavyo. Ninyi na mgeni mtakuwa sawa mbele za BWANA: 16 Sheria hizo hizo na masharti hayo hayo hayo, yatawahusu ninyi na mgeni aishiye miongoni mwenu.' "

17 BWANA akamwambia Mose, 18 "Sema na Waisraeli na uwaambie: 'Mtakapoingia katika nchi ninayowapeleka 19 nanyi mkala chakula cha nchi hiyo, toeni sehemu ya chakula hicho kama sadaka kwa BWANA. 20 Toeni andazi kutoka kwa malimbuko ya chakula chenu kitokacho katika ardhi, na mkitoe kama sadaka kutoka sakafu ya kupuria nafaka. 21 Kwa vizazi vyote vijavyo hamna budi kutoa sadaka hii kwa BWANA kutoka kwa malimbuko ya unga wenu.

Sadaka Kwa Ajili Ya Dhambi Isiyo Ya Makusudi

22 " 'Basi kama pasipo kukusudia umeshindwa kushika mojawapo katika amri hizi ambazo BWANA alimpa Mose, 23 amri yoyote ya BWANA kwenu kupitia Mose, tangu siku ile BWANA alipowapa na inaendelea hadi vizazi vyote vijavyo; 24 ikiwa hili limefanyika pasipo kukusudia bila jumuiya kuwa na habari nalo, basi jumuiya yote itatoa fahali mchanga kuwa sadaka ya kuteketezwa ikiwa harufu nzuri inayompendeza BWANA, pamoja na sadaka ya nafaka na ya kinywaji zilizoamriwa kwayo, na mbuzi dume kwa ajili ya sadaka ya dhambi. 25 Kuhani atafanya upatanisho kwa ajili ya jumuiya yote ya Kiisraeli, nao watasamehewa, kwa kuwa haikuwa makusudi nao wamemletea BWANA sadaka iliyoteketezwa kwa moto na sadaka ya dhambi kwa ajili ya kosa lao. 26 Jumuiya yote ya Kiisraeli pamoja na wageni waishio miongoni mwao watasamehewa, kwa sababu watu wote walihusika katika kosa lile lisilokusudiwa.

27 " 'Lakini kama mtu mmoja peke yake akitenda dhambi pasipo kukusudia, ni lazima alete mbuzi mke wa mwaka mmoja kwa ajili ya sadaka ya dhambi. 28 Kuhani atafanya upatanisho mbele za BWANA kwa ajili ya yule aliyekosa kwa kufanya dhambi pasipo kukusudia, upatanisho utakapofanywa kwa ajili yake, atasamehewa. 29 Sheria hiyo moja itamhusu kila mmoja ambaye ametenda dhambi pasipo kukusudia, awe Mwisraeli mzawa ama mgeni.

30 " 'Lakini yeyote ambaye amefanya dhambi kwa dharau awe mzawa au mgeni, anamkufuru BWANA, naye mtu huyo ni lazima akatiliwe mbali na watu wake. 31 Kwa sababu amelidharau neno la BWANA na kuvunja amri zake, mtu huyo ni lazima akatiliwe mbali; hatia yake inabaki juu yake.' "

Mvunja Sabato Auawe

32 Waisraeli walipokuwa jangwani, mtu mmoja alikutwa akikusanya kuni siku ya Sabato. 33 Wale waliomkuta akikusanya kuni wakamleta kwa Mose, Aroni na kusanyiko lote, 34 nao wakamweka kifungoni, kwa sababu haikufahamika kwa wazi kwamba afanyiwe nini. 35 Ndipo BWANA akamwambia Mose, "Huyo mtu ni lazima afe. Kusanyiko lote lazima limpige mawe nje ya kambi." 36 Hivyo kusanyiko likamtoa nje ya kambi na kumpiga mawe hadi akafa, kama BWANA alivyomwamuru Mose.

Vifundo Kwenye Mavazi

37 BWANA akamwambia Mose, 38 "Sema na Waisraeli uwaambie: 'Kwa vizazi vyote vijavyo jifanyieni vifundo katika pindo za mavazi yenu vikiwa na uzi wa buluu kwenye kila kifundo. 39 Mtakuwa mkivitazama vifundo hivyo ili mpate kukumbuka amri zote za BWANA, ili mpate kuzitii msije mkajitia uzinzi wenyewe kwa kuzifuata tamaa za mioyo yenu na za macho yenu. 40 Ndipo mtakumbuka kuzitii amri zangu zote nanyi mtawekwa wakfu kwa Mungu wenu. 41 Mimi Ndimi BWANA Mungu wenu, niliyewatoa Misri niwe Mungu wenu. Mimi Ndimi BWANA Mungu wenu.' "

Kora, Dathani Na Abiramu

16 Kora mwana wa Ishari, mwana wa Kohathi, mwana wa Lawi, pamoja na baadhi ya Wareubeni, yaani Dathani na Abiramu, wana wa Eliabu, na Oni mwana wa Pelethi, wakachukua baadhi ya watu, 2 wakainuka dhidi ya Mose. Pamoja nao walikuwepo wanaume wa Kiisraeli 250, watu waliojulikana, viongozi wa jumuiya waliokuwa wameteuliwa kuwa wakuu wa kusanyiko. 3 Wakaja kama kikundi kuwapinga Mose na Aroni, wakawaambia, "Ninyi mmejitukuza sana! Kusanyiko hili lote ni takatifu, kila mmoja wao, naye BWANA yu

---

[a]4 Sehemu ya kumi ya efa ni sawa na kilo moja.
[b]4 Robo ya hini ni sawa na lita moja.
[c]6 Sehemu mbili za kumi za efa ni sawa na kilo 2.
[d]6 Theluthi moja ya hini ni sawa na lita moja na nusu.
[e]9 Sehemu tatu za kumi za efa ni sawa na kilo 3.
[f]9 Nusu ya hini ni sawa na lita 2.

pamoja nao. Kwa nini basi mmejitukuza wenyewe juu ya kusanyiko la BWANA?"

4 Mose aliposikia jambo hili, akaanguka kifudifudi. 5 Kisha akamwambia Kora na wafuasi wake wote: "Asubuhi BWANA ataonyesha ni nani aliye wake na ni nani aliye mtakatifu, tena atamtaka mtu huyo aje kwake. Mtu yule ambaye atamchagua atamfanya kuja karibu naye. 6 Wewe Kora na wafuasi wako wote mtafanya hivi: Chukueni vyetezo, 7 kesho wekeni moto na uvumba kwenye hivyo vyetezo mbele za BWANA. Mtu ambaye BWANA atamchagua atakuwa ndiye mtakatifu. Ninyi Walawi mmejitukuza sana!"

8 Pia Mose akamwambia Kora, "Enyi Walawi! Sasa nisikilizeni. 9 Haiwatoshi ninyi kwamba Mungu wa Israeli amewateua ninyi kutoka kusanyiko lote la Kiisraeli, na kuwaleta karibu naye mpate kufanya kazi kwenye Maskani ya BWANA, na kusimama mbele ya kusanyiko ili kuwahudumia? 10 Amekuleta wewe na ndugu zako Walawi mwe karibu naye, lakini sasa unajaribu kupata na ukuhani pia. 11 Wewe na wafuasi wako wote mmekusanyika pamoja kinyume cha BWANA. Aroni ni nani kwamba ninyi mnung'unike dhidi yake?"

12 Kisha Mose akawaita Dathani na Abiramu, wana wa Eliabu. Lakini wao wakasema, "Sisi hatuji! 13 Haitoshi tu kwamba wewe umetuleta kutoka nchi itiririkayo maziwa na asali ili kutuua sisi jangwani? Nawe sasa pia unataka kuwa mkuu juu yetu? 14 Zaidi ya hayo, hujatuingiza katika nchi inayotiririka maziwa na asali, wala hujatupa urithi wa mashamba na mashamba ya mizabibu. Je, utayang'oa macho ya watu hawa? Hapana, sisi hatuji!"

15 Ndipo Mose akakasirika sana na kumwambia BWANA, "Usiikubali sadaka yao. Mimi sikuchukua chochote, hata punda kutoka kwao, wala sijamkosea hata mmoja wao."

16 Mose akamwambia Kora, "Wewe na wafuasi wako wote kesho mtatokea mbele za BWANA: yaani wewe na hao wenzako, pamoja na Aroni. 17 Kila mtu atachukua chetezo chake na kuweka uvumba ndani yake, vyetezo 250 kwa jumla, na kukileta mbele za BWANA. Wewe na Aroni mtaleta vyetezo vyenu pia." 18 Kwa hiyo kila mtu akachukua chetezo chake, akaweka moto na uvumba ndani yake, na kusimama pamoja na Mose na Aroni kwenye mlango wa Hema la Kukutania. 19 Kora alipokuwa amekusanya wafuasi wake wote kuwapinga Mose na Aroni kwenye mlango wa Hema la Kukutania, utukufu wa BWANA ukatokea kwa kusanyiko lote. 20 BWANA akamwambia Mose na Aroni, 21 "Jitengeni kutoka kwenye kusanyiko hili ili nipate kuwaangamiza mara moja."

22 Lakini Mose na Aroni wakaanguka kufudifudi na kulia kwa sauti, wakasema, "Ee Mungu, Mungu wa roho za wanadamu wote, utakuwa na hasira na kusanyiko lote wakati ni mtu mmoja tu ametenda dhambi?"

23 Ndipo BWANA akamwambia Mose, 24 "Liambie kusanyiko, 'Ondokeni hapo karibu na mahema ya Kora, Dathani na Abiramu.' "

25 Mose akainuka na kuwaendea Dathani na Abiramu, nao wazee wa Israeli wakafuatana naye. 26 Mose akalionya kusanyiko, "Sogeeni nyuma mbali na mahema ya hawa watu waovu! Msiguse kitu chochote kilicho mali yao, la sivyo mtafagiliwa mbali kwa sababu ya dhambi zao zote." 27 Hivyo wakaondoka karibu na mahema ya Kora, Dathani na Abiramu. Dathani na Abiramu walikuwa wametoka nje, nao walikuwa wamesimama pamoja na wake zao, watoto wao na wale wanyonyao kwenye mlango wa mahema yao.

28 Ndipo Mose akasema, "Hivi ndivyo mtakavyojua kuwa BWANA amenituma kufanya mambo haya, na kwamba halikuwa wazo langu. 29 Ikiwa watu hawa watakufa kifo cha kawaida na kupatwa na yale ya kawaida yanayowapata wanadamu, basi BWANA hakunituma mimi. 30 Lakini ikiwa BWANA ataleta jambo jipya kabisa, ardhi ikifunua kinywa chake na kuwameza wao, pamoja na kila kitu kilicho mali yao, nao washuke chini kaburini[a] wakiwa hai, ndipo mtafahamu kuwa watu hawa wamemdharau BWANA."

31 Mara Mose alipomaliza kusema haya yote, ardhi iliyokuwa chini yao ikapasuka, 32 nchi ikafunua kinywa chake na kuwameza wao, pamoja na jamaa zao, na watu wote wa Kora na mali zao zote. 33 Wakashuka chini kaburini wakiwa hai, pamoja na kila kitu walichokuwa nacho; nchi ikajifunika juu yao, nao wakaangamia wakatoweka kutoka kusanyiko. 34 Kutoka kilio chao, Waisraeli wote waliowazunguka walikimbia, wakipaza sauti, "Nchi inatumeza na sisi pia!"

35 Moto ukaja kutoka kwa BWANA, ukawateketeza wale watu 250 waliokuwa wakifukiza uvumba.

36 BWANA akamwambia Mose, 37 "Mwambie Eleazari mwana wa kuhani Aroni, atoe vyetezo kwenye mabaki ya moto na kutawanya makaa mbali kiasi, kwa maana vyetezo ni vitakatifu: 38 vyetezo vya watu waliofanya dhambi iliyowagharimu maisha yao. Fua vyetezo hivyo kuwa bamba ili kufunika madhabahu, kwa maana vimeletwa mbele za BWANA na vimekuwa vitakatifu. Navyo viwe ishara kwa Waisraeli."

39 Hivyo kuhani Eleazari akavikusanya vile vyetezo vya shaba vilivyoletwa na wale waliokuwa wameteketezwa kwa moto, naye akavifua kufunika madhabahu, 40 kama vile BWANA alivyomwelekeza kupitia Mose. Hili lilikuwa kuwakumbusha Waisraeli kwamba hakuna mtu hata mmoja, isipokuwa mzao wa Aroni, awezaye kuja kufukiza uvumba mbele za BWANA, la sivyo, angekuwa kama Kora na wafuasi wake.

41 Siku iliyofuata jumuiya yote ya Kiisraeli wakanung'unika dhidi ya Mose na Aroni, wakisema, "Mmewaua watu wa BWANA."

42 Lakini wakati kusanyiko lilipokusanyika kupingana na Mose na Aroni, nalo likageuka kuelekea Hema la Kukutania, ghafula wingu likafunika Hema, nao utukufu wa BWANA ukatokea. 43 Ndipo Mose na Aroni wakaenda mbele ya Hema la Kukutania, 44 naye BWANA akamwambia Mose, 45 "Jitenge mbali na kusanyiko hili ili niweze kuwaangamiza mara moja." Wakaanguka chini kifudifudi.

46 Kisha Mose akamwambia Aroni, "Chukua chetezo chako na uweke uvumba ndani yake, pamoja

---

[a]30 Kaburini hapa maana yake ni Kuzimu, kwa Kiebrania ni Sheol.

na moto kutoka madhabahuni, nawe uende haraka kwenye kusanyiko ili kufanya upatanisho kwa ajili yao. Ghadhabu imekuja kutoka kwa BWANA, na tauni imeanza." 47 Hivyo Aroni akafanya kama Mose alivyosema, akakimbilia katikati ya kusanyiko. Tauni ilikuwa tayari imeanza miongoni mwa watu, lakini Aroni akafukiza uvumba na kufanya upatanisho kwa ajili yao. 48 Aroni akasimama kati ya waliokuwa hai na waliokufa, nayo tauni ikakoma. 49 Lakini walikufa watu 14,700 kutokana na tauni hiyo, licha ya wale waliokuwa wamekufa kwa sababu ya Kora. 50 Ndipo Aroni akamrudia Mose kwenye mlango wa Hema la Kukutania, kwa maana tauni ilikuwa imekoma.

Kuchipuka Kwa Fimbo Ya Aroni

17 BWANA akamwambia Mose, 2 "Sema na Waisraeli, na ujipatie fimbo kumi na mbili kutoka kwao, moja kutoka kwa kila mmoja wa viongozi wa kabila za baba zao. Andika jina la kila mtu kwenye fimbo yake. 3 Kwenye fimbo ya Lawi andika jina la Aroni, kwa maana ni lazima iwepo fimbo moja kwa kila kiongozi kwa ajili ya kila kabila la baba zao. 4 Ziweke hizo fimbo ndani ya Hema la Kukutania mbele ya Sanduku la Ushuhuda, mahali nikutanapo nawe. 5 Fimbo ya mtu nitakayemchagua itachipuka, nami mwenyewe nitayakomesha haya manung'uniko ya mara kwa mara ya Waisraeli dhidi yako."

6 Hivyo Mose akasema na Waisraeli, nao viongozi wao wakampa fimbo kumi na mbili, fimbo moja kwa ajili ya kila kabila la baba zao, nayo fimbo ya Aroni ikiwa miongoni mwa hizo. 7 Mose akaziweka hizo fimbo mbele za BWANA ndani ya Hema la Ushuhuda.

8 Siku iliyofuata Mose aliingia kwenye Hema la Ushuhuda akaona ile fimbo ya Aroni ambayo iliwakilisha jamaa ya Lawi haikuwa tu imechipuka, bali pia ilikuwa imetoa machipukizi, kuchanua maua na kuzaa malozi. 9 Ndipo Mose akaleta zile fimbo zote kwa Waisraeli wote kutoka mbele za BWANA. Wakaziangalia, na kila mtu akaichukua fimbo yake mwenyewe.

10 BWANA akamwambia Mose, "Rudisha fimbo ya Aroni mbele ya Sanduku la Ushuhuda, ili ihifadhiwe kama alama kwa waasi. Hili litakomesha manung'uniko yao dhidi yangu, ili kwamba wasife." 11 Mose akafanya kama BWANA alivyomwamuru.

12 Waisraeli wakamwambia Mose, "Tutakufa! Tumepotea, sote tumepotea! 13 Yeyote akaribiaye Maskani ya BWANA atakufa. Je, sisi sote tutakufa?"

Wajibu Wa Makuhani Na Walawi

18 BWANA akamwambia Aroni, "Wewe, wanao na jamaa ya baba yako mtawajibika kwa makosa dhidi ya mahali patakatifu, na wewe na wanao peke yenu ndio mtakaowajibika kwa makosa dhidi ya ukuhani. 2 Walete Walawi wenzako kutoka kabila la baba zako ili waungane nanyi na kuwasaidia wakati wewe na wanao mnapohudumu mbele ya Hema la Ushuhuda. 3 Watawajibika kwenu na watafanya kazi zote za Hema, lakini kamwe wasisogelee vifaa vya patakatifu au madhabahu, la sivyo wao na ninyi mtakufa. 4 Watajiunga nanyi na watawajibika kwa utunzaji wa Hema la Kukutania, yaani kazi zote kwenye Hema, wala hakuna mtu mwingine yeyote atakayeweza kusogea karibu hapo mlipo.

5 "Mtawajibika katika utunzaji wa mahali patakatifu na madhabahu, ili kwamba ghadhabu isiwaangukie Waisraeli tena. 6 Mimi mwenyewe nimewachagua Walawi wenzenu kutoka miongoni mwa Waisraeli kama zawadi kwenu, waliowekwa wakfu kwa BWANA ili kufanya kazi katika Hema la Kukutania. 7 Lakini ni wewe tu na wanao mtakaoweza kutumika kama makuhani kuhusiana na kila kitu kwenye madhabahu na ndani ya pazia. Ninawapa utumishi wa ukuhani kama zawadi. Mtu mwingine yeyote atakayekaribia mahali patakatifu ni lazima auawe."

Sadaka Kwa Ajili Ya Makuhani Na Walawi

8 Kisha BWANA akamwambia Aroni, "Mimi mwenyewe nimekuweka kuwa mwangalizi wa sadaka zote zitakazotolewa kwangu; matoleo yote matakatifu Waisraeli wanayonipa ninakupa wewe na wanao kama sehemu yenu na fungu lenu la kawaida. 9 Mtachukua sehemu ya yale matoleo matakatifu sana ambayo hayateketezwi kwa moto. Kutoka kwa matoleo yote wanayoniletea kama sadaka takatifu sana, ziwe za nafaka, au za dhambi, au za makosa, sehemu ile itakuwa yako na wanao. 10 Mtaila kama kitu kilicho kitakatifu sana; kila mwanaume ataila. Ni lazima mtaiheshimu kama takatifu.

11 "Hiki pia ni chako: chochote kilichotengwa kutoka kwenye matoleo yote ya sadaka za kuinuliwa za Waisraeli. Ninakupa wewe haya, wana na binti zako kama sehemu yenu ya kawaida. Kila mmoja wa nyumba yako ambaye ni safi kwa taratibu za ibada anaweza kuyala.

12 "Ninawapa mafuta ya zeituni yaliyo bora kuliko yote, na divai mpya iliyo bora kuliko zote na nafaka wanazompa BWANA kama malimbuko katika mavuno yao. 13 Malimbuko yote ya nchi ambayo wanamletea BWANA yatakuwa yenu. Kila mmoja nyumbani kwako ambaye ni safi kwa taratibu za Ibada anaweza kula.

14 "Kila kitu katika Israeli ambacho kimetolewa kwa BWANA ni chenu. 15 Kila mzaliwa wa kwanza wa mwanadamu na wa mnyama, ambaye ametolewa kwa BWANA ni wenu. Lakini ni lazima mtamkomboa kila mwana mzaliwa wa kwanza na kila mzaliwa wa kwanza wa kiume wa wanyama wasio safi. 16 Watakapokuwa na umri wa mwezi mmoja, ni lazima mtawakomboa kwa bei ya ukombozi iliyowekwa, kwa shekeli tano[a] za fedha, kulingana na shekeli ya mahali patakatifu, yenye uzito wa gera ishirini.[b]

17 "Lakini kamwe usimkomboe mzaliwa wa kwanza wa maksai, kondoo au mbuzi; hawa ni watakatifu. Nyunyizia damu yao juu ya madhabahu na uchome mafuta yao kama sadaka itolewayo kwa moto, harufu nzuri inayompendeza BWANA. 18 Nyama zao zitakuwa chakula chenu, kama ilivyokuwa kidari cha kuinuliwa na paja la mguu wa

[a]16 Shekeli tano za fedha ni sawa na gramu 55.
[b]16 Gera 20 ni sawa na gramu 55.

kulia. 19 Chochote kitakachotengwa kutoka sadaka
takatifu ambazo Waisraeli wanamtolea BWANA,
ninakupa wewe, wanao na binti zako kama fungu
lenu la kawaida. Ni Agano la milele la chumvi
mbele za BWANA kwako na watoto wako."

20 BWANA akamwambia Aroni, "Hutakuwa na
urithi wowote katika nchi yao, wala hutakuwa na
sehemu miongoni mwao; Mimi ni fungu lako na
urithi wako miongoni mwa Waisraeli.

21 "Ninawapa Walawi zaka yote katika Israeli
kama urithi wao kuwa kama malipo kwa kazi
wanayoifanya wakati wanapohudumu katika
Hema la Kukutania. 22 Kuanzia sasa, kamwe Wai-
sraeli wasisogelee karibu na Hema la Kukutania,
la sivyo watabeba matokeo ya dhambi zao, nao
watakufa. 23 Ni Walawi watakaofanya kazi katika
Hema la Kukutania na kubeba wajibu wa makosa
dhidi yake. Hili ni agizo la kudumu kwa vizazi
vijavyo. Hawatapokea urithi wowote miongoni
mwa Waisraeli. 24 Badala yake, ninawapa Walawi
zaka zote zinazotolewa na Waisraeli kama sadaka
kwa BWANA kuwa urithi wao. Hiyo ndiyo sababu
nimesema hivi kuhusu wao: 'Hawatakuwa na urithi
miongoni mwa Waisraeli.' "

25 BWANA akamwambia Mose, 26 "Sema na Walawi
na uwaambie: 'Mtakapopokea zaka kutoka kwa
Waisraeli ambayo ninawapa kama urithi wenu
kutoka kwao, ni lazima mtoe sehemu ya kumi ya
hiyo zaka kama sadaka kwa BWANA, iwe zaka ya
hiyo zaka. 27 Sadaka yenu itahesabiwa kwenu kama
nafaka kutoka sakafu ya kupuria, au divai kutoka
kwenye shinikizo la kukamulia zabibu. 28 Kwa njia
hii, ninyi pia mtatoa sadaka kwa BWANA kutoka
zaka zote mtakazopokea kutoka kwa Waisraeli.
Kutoka kwenye zaka hizi, ni lazima mtoe sehemu
ya BWANA kwa Aroni, kuhani. 29 Ni lazima mtoe
kama sehemu ya BWANA iliyo nzuri sana tena ile
sehemu iliyo takatifu sana kuliko zote ya kile kitu
mlichopewa.'

30 "Waambie Walawi: 'Mtakapotoa sehemu
zilizo bora sana, itahesabiwa kwenu kama mazao
ya sakafu ya kupuria nafaka, au ya shinikizo la
kukamulia zabibu. 31 Ninyi na watu wa nyumbani
mwenu mnaweza kula sehemu iliyobaki mahali
popote, kwani ndio ujira wenu kwa ajili ya kazi
yenu katika Hema la Kukutania. 32 Kwa kutoa
sehemu zake zilizo bora sana, hamtakuwa na hatia
katika jambo hili; ndipo hamtatia unajisi sadaka
takatifu za Waisraeli, nanyi hamtakufa.' "

Maji Ya Utakaso

19 BWANA akamwambia Mose na Aroni: 2 "Hivi
ndivyo sheria ambayo BWANA ameagiza ita-
kavyo: Waambie Waisraeli wakuletee mtamba
mwekundu asiye na dosari wala waa, na ambaye
hajapata kufungwa nira. 3 Mpeni kuhani Elea-
zari huyo mtamba; naye atatolewa nje ya kambi
na kuchinjwa mbele yake huyo kuhani. 4 Kisha
kuhani Eleazari atachukua baadhi ya damu yake
kwenye kidole chake na kuinyunyiza mara saba
kuelekea upande wa mbele ya Hema la Kukutania.
5 Wakati angali akitazama, mtamba huyo atateke-
tezwa: ngozi yake, nyama yake, damu na sehemu
zake za ndani. 6 Kuhani atachukua kuni za mti wa
mwerezi, hisopo na sufu nyekundu, na kuvitupa
kwenye huyo mtamba anayeungua. 7 Baada ya hayo,
kuhani lazima afue nguo zake, na aoge mwili wake
kwa maji. Kisha anaweza kurudi kambini, lakini
atakuwa najisi kwa kawaida ya ibada mpaka jioni.
8 Mtu amchomaye huyo mtamba lazima naye pia
afue nguo zake na kuoga kwa maji, naye pia ata-
kuwa najisi mpaka jioni.

9 "Mtu ambaye ni safi atakusanya majivu ya mta-
mba huyo na kuyaweka mahali ambapo ni safi nje
ya kambi kwa taratibu za kiibada. Yatahifadhiwa
na jumuiya ya Kiisraeli kwa matumizi katika maji
ya utakaso; ni kwa ajili ya kutakasa kutoka dha-
mbini. 10 Mtu akusanyaye majivu ya huyo mtamba
ni lazima pia afue nguo zake, kadhalika naye pia
atakuwa najisi hadi jioni. Hili litakuwa agizo la
kudumu kwa Waisraeli na kwa wageni wanaoishi
miongoni mwao.

11 "Mtu yeyote agusaye maiti ya mtu yeyote
atakuwa najisi kwa siku saba. 12 Ni lazima ajita-
kase mwenyewe kwa maji katika siku ya tatu na
siku ya saba, ndipo atakuwa safi. Lakini kama
hatajitakasa mwenyewe katika siku ya tatu na ya
saba, hatakuwa safi. 13 Mtu yeyote agusaye maiti ya
mtu yeyote na kushindwa kujitakasa mwenyewe
hunajisi Maskani ya BWANA. Mtu huyo ni lazima
akatiliwe mbali na Israeli. Kwa sababu hajanyunyi-
ziwa maji ya utakaso, yeye ni najisi; unajisi wake
unabaki juu yake.

14 "Hii ndiyo sheria itumikayo wakati mtu ame-
kufa ndani ya hema: Yeyote aingiaye ndani ya hema
hilo na yeyote aliye ndani yake watakuwa najisi
kwa muda wa siku saba, 15 nacho kila chombo kisi-
cho na kifuniko juu yake kitakuwa najisi.

16 "Mtu yeyote aliyeko nje mahali pa wazi agu-
saye mtu aliyeuawa kwa upanga au mtu aliyekufa
kwa kifo cha kawaida, au mtu yeyote agusaye
mfupa wa mtu aliyekufa au kaburi, atakuwa najisi
kwa siku saba.

17 "Kwa mtu aliye najisi, weka majivu ya sadaka
ya utakaso wa dhambi ndani ya chombo, umimine
maji safi juu yao. 18 Kisha mtu aliye safi kwa kawaida
za kiibada atachukua hisopo, achovye ndani ya
maji, na kunyunyizia hema na vifaa vyote pamoja
na watu ambao walikuwamo. Pia ni lazima amnyu-
nyizie mtu yeyote ambaye amegusa mfupa wa mtu
aliyekufa, au kaburi, au mtu ambaye ameuawa,
au mtu ambaye amekufa kifo cha kawaida. 19 Mtu
ambaye ni safi ndiye atakayemnyunyizia yeyote
ambaye ni najisi siku ya tatu na siku ya saba, na
katika siku ya saba atamtakasa mtu huyo. Mtu
ambaye ametakaswa lazima afue nguo zake na
kuoga kwa maji, na jioni ile atakuwa safi. 20 Lakini
ikiwa mtu ambaye ni najisi hakujitakasa mwe-
nyewe, ni lazima akatiliwe mbali na jumuiya,
kwa sababu ameinajisi Maskani ya BWANA. Maji ya
utakaso hayajanyunyizwa juu yake, naye ni najisi.
21 Hii ni sheria ya kudumu kwao.

"Mtu yeyote ambaye ananyunyiza yale maji
ya utakaso lazima pia afue nguo zake, na yeyote
ambaye hugusa maji ya utakaso atakuwa najisi
mpaka jioni. 22 Kitu chochote anachogusa mtu
aliye najisi kitakuwa najisi, na yeyote akigusaye
huwa najisi mpaka jioni."

Maji Kutoka Kwenye Mwamba

20 Katika mwezi wa kwanza jumuiya yote ya
Kiisraeli ilifika kwenye Jangwa la Sini, nao
wakakaa Kadeshi. Miriamu akafa huko na kuzikwa.
2 Mahali hapo hapakuwa na maji kwa ajili ya
jumuiya hiyo, nao wakakusanyika ili kumpinga
Mose na Aroni. 3 Watu wakagombana na Mose,
na kusema, "Laiti tungelikufa wakati ndugu zetu
walipoanguka na kufa mbele za BWANA! 4 Kwa
nini mmeileta jumuiya ya BWANA kwenye jangwa
hili, ili tufe humu, sisi na mifugo yetu? 5 Kwa nini
mmetupandisha kutoka Misri mpaka mahali
hapa pa kutisha? Hapa hakuna nafaka wala tini,
zabibu au makomamanga. Wala hapa hakuna maji
ya kunywa!"

6 Mose na Aroni wakaondoka pale kwenye
kusanyiko mpaka kwenye mlango wa Hema la
Kukutania na kuanguka kifudifudi, nao utukufu
wa BWANA ukawatokea. 7 BWANA akamwambia
Mose, 8 "Chukua ile fimbo, na wewe na ndugu yako
Aroni mkusanye kusanyiko pamoja. Nena na ule
mwamba mbele ya macho yao, nao utatoa maji
yake. Utatoa maji kutoka huo mwamba kwa ajili
ya jumuiya ili wao na mifugo yao waweze kunywa."

9 Kwa hiyo Mose akaichukua hiyo fimbo kutoka
pale ilipokuwa mbele za BWANA kama alivyomwa-
giza. 10 Mose na Aroni wakakusanya kusanyiko
pamoja mbele ya huo mwamba, naye Mose aka-
waambia, "Sikilizeni, enyi waasi. Je, ni lazima
tuwatoleeni maji kutoka mwamba huu?" 11 Ndipo
Mose akainua mkono wake na kuupiga mwamba
mara mbili kwa fimbo yake. Maji yakabubujika,
nayo jumuiya na mifugo yao wakanywa.

12 Lakini BWANA akamwambia Mose na Aroni,
"Kwa sababu hamkuniamini mimi kiasi cha kuni-
heshimu kama mtakatifu machoni pa Waisraeli,
hamtaiingiza jumuiya hii katika nchi ninayowapa."

13 Haya yalikuwa maji ya Meriba,[a] mahali pale
ambapo Waisraeli waligombana na BWANA, naye
akajionyesha mwenyewe huko kuwa mtakatifu
katikati yao.

Edomu Wakatalia Israeli Kupita

14 Mose akawatuma wajumbe kutoka Kadeshi
kwenda kwa mfalme wa Edomu, akisema:

"Hili ndilo ndugu yako Israeli asemalo:
Wewe unafahamu juu ya taabu zote ambazo
zimetupata. 15 Baba zetu walishuka Misri, nasi
tumeishi huko miaka mingi. Wamisri wali-
tutesa sisi na baba zetu, 16 lakini tulipomlilia
BWANA, alisikia kilio chetu na akamtuma
malaika akatutoa Misri.

"Sasa tupo hapa Kadeshi, mji ulio mpa-
kani mwa nchi yako. 17 Tafadhali turuhusu
tupite katika nchi yako. Hatutapita katika
shamba lolote, wala shamba la mizabibu,
au kunywa maji kutoka kwenye kisima cho-
chote. Tutasafiri kufuata njia kuu ya mfalme,
na hatutageuka kulia wala kushoto mpaka
tuwe tumeshapita nchi yako."

18 Lakini mfalme wa Edomu akajibu:

"Hamtapita hapa; kama mkijaribu kupita,
tutatoka na kuwashambulia kwa upanga."

19 Waisraeli wakajibu:

"Sisi tutafuata njia kuu; tena ikiwa sisi au
mifugo yetu tutakunywa tone la maji yenu,
tutalilipia. Sisi tunataka tu kupita kwa miguu,
wala si kitu kingine chochote."

20 Watu wa Edomu wakajibu tena:

"Hamwezi kupita hapa."

Ndipo watu wa Edomu wakatoka dhidi ya
Waisraeli, jeshi kubwa lenye nguvu. 21 Kwa kuwa
Waedomu waliwakatalia Waisraeli kupita katika
nchi yao, Israeli wakageuka, wakawaacha.

Kifo Cha Aroni

22 Jumuiya yote ya Kiisraeli ikaondoka kutoka
Kadeshi, wakafika kwenye Mlima Hori. 23 Kwenye
Mlima Hori, karibu na mpaka wa Edomu, BWANA
akamwambia Mose na Aroni, 24 "Aroni atakusa-
nywa pamoja na watu wake. Hataingia katika nchi
ninayowapa Waisraeli, kwa sababu ninyi wawili
mliasi dhidi ya agizo langu kwenye maji ya Meriba.
25 Watwae Aroni na Eleazari mwanawe, na uwapa-
ndishe juu katika Mlima wa Hori. 26 Mvue Aroni
mavazi yake, na umvike Eleazari mwanawe, kwa
maana Aroni atakusanywa pamoja na watu wake;
atakufa huko."

27 Mose akafanya kama BWANA alivyomwagiza:
Wakapanda Mlima Hori mbele ya macho ya
jumuiya yote ya Kiisraeli. 28 Mose akamvua Aroni
mavazi yake na kumvika mwanawe Eleazari mavazi
hayo. Naye Aroni akafia pale juu ya mlima. Kisha
Mose na Eleazari wakateremka kutoka mlimani.
29 Jumuiya yote ilipofahamu kwamba Aroni ame-
kufa, jamaa yote ya Kiisraeli wakamwomboleza
kwa siku thelathini.

Nchi Ya Aradi Yaangamizwa

21 Mfalme wa Kikanaani wa Aradi aliyeishi
huko Negebu aliposikia kwamba Waisraeli
walikuwa wanakuja kwa njia ya Atharimu, ali-
washambulia Waisraeli na kuwateka baadhi yao.
2 Ndipo Israeli akaweka nadhiri hii kwa BWANA:
"Ikiwa utawatia watu hawa mikononi mwetu,
tutaiangamiza kabisa miji yao." 3 BWANA akasikiliza
ombi la Waisraeli, naye akawapa ushindi juu ya
Wakanaani. Wakawaangamiza kabisa na miji yao;
hivyo mahali pale pakaitwa Horma.[b]

Nyoka Wa Shaba

4 Waisraeli wakasafiri kutoka mlima Hori kupitia
njia inayoelekea Bahari ya Shamu,[c] kuizunguka
Edomu. Lakini watu wakakosa uvumilivu njiani,
5 wakamnung'unikia Mungu na Mose, wakisema,

---

[a]13 Meriba maana yake Kugombana.

[b]3 Horma maana yake Maangamizi.

[c]4 Yaani Bahari Nyekundu au Bahari ya Mafunjo (ona 14:25).

"Kwa nini umetupandisha kutoka Misri ili tufe
jangwani? Hakuna mkate! Hakuna maji! Nasi
tunachukia sana chakula hiki duni!"
6 Ndipo BWANA akapeleka nyoka wenye sumu
katikati yao; wakawauma watu, nao Waisraeli
wengi wakafa. 7 Watu wakamjia Mose na kusema,
"Tumetenda dhambi wakati tuliponena dhidi ya
BWANA na dhidi yako. Mwombe BWANA ili atuo-
ndolee hawa nyoka." Hivyo Mose akawaombea
hao watu.
8 BWANA akamwambia Mose, "Tengeneza nyoka
wa shaba na umweke juu ya mti; yeyote aliyeumwa
na nyoka anaweza kumtazama na akaishi tena."
9 Kwa hiyo Mose akatengeneza nyoka wa shaba
na kumweka juu ya mti. Kisha wakati mtu yeyote
aliumwa na nyoka, naye akamtazama yule nyoka
wa shaba, aliishi.

Safari Kwenda Moabu

10 Waisraeli waliendelea na safari yao na waka-
piga kambi huko Obothi. 11 Kisha wakaondoka
Obothi na kupiga kambi huko Iye-Abarimu,
katika jangwa linalotazamana na Moabu kuelekea
mawio ya jua. 12 Kutoka hapo waliendelea mbele
wakapiga kambi kwenye Bonde la Zeredi. 13 Waka-
safiri kutoka hapo na kupiga kambi kando ya Mto
Arnoni, ambao uko katika jangwa lililoenea hadi
nchi ya Waamori. Arnoni ni mpaka wa Moabu, kati
ya Moabu na Waamori. 14 Ndiyo sababu Kitabu cha
Vita vya BWANA kinasema:

"...Mji wa Wahebu nchini Seifa na mabonde
ya Arnoni, 15 na miteremko ya mabonde
inayofika hadi mji wa Ari
na huelekea mpakani mwa Moabu."

16 Kutoka hapo waliendelea mbele hadi kisima cha
Beeri; kwenye kisima ambacho BWANA alimwambia
Mose, "Wakusanye watu pamoja, nami nitawapa
maji."
17 Kisha Israeli akaimba wimbo huu:

"Bubujika, ee kisima!
Imba kuhusu maji,
18 kuhusu kisima ambacho kilichimbwa na
wakuu,
ambacho watu mashuhuri walikifukua,
watu mashuhuri wakiwa na fimbo za
utawala na bakora."

Kisha wakatoka jangwani kwenda Matana,
19 kutoka Matana wakafika Nahalieli, kutoka
Nahalieli wakafika Bamothi, 20 na kutoka Bamothi
wakafika kwenye bonde lililoko Moabu, mahali
ambapo kilele cha Pisga kinatazamana na nyika.

Kushindwa Kwa Sihoni Na Ogu

21 Israeli akawatuma wajumbe kumwambia
Sihoni mfalme wa Waamori:
22 "Uturuhusu tupite katika nchi yako.
Hatutageuka kando kwenda katika masha-
mba au mashamba ya mizabibu, ama kunywa
maji kutoka kisima chochote. Tutasafiri
kwenye njia kuu ya mfalme hata tutakapo-
kuwa tumekwisha kupita katika nchi yako."
23 Lakini Sihoni hakumruhusu Israeli apite katika
nchi yake. Alilikutanisha jeshi lake lote, wakao-
ndoka kwenda jangwani ili kupigana na Israeli.
Alipofika huko Yahazi, akapigana na Israeli. 24 Hata
hivyo, Israeli alimshinda kwa upanga na kuiteka
ardhi yake kutoka Arnoni mpaka Yaboki, lakini
ni hadi kufikia nchi ya Waamoni tu, kwa sababu
mipaka yake ilikuwa imezungushwa ukuta. 25 Israeli
akaiteka miji yote ya Waamori na kuikalia, pamoja
na Heshboni na makazi yote yanayoizunguka.
26 Heshboni ulikuwa mji wa Sihoni mfalme wa
Waamori, ambaye alikuwa amepigana dhidi ya
mfalme wa Moabu aliyetangulia na akawa ame-
chukua ardhi yake yote mpaka Arnoni.
27 Ndiyo sababu watunga mashairi husema:

"Njoo Heshboni na ujengwe tena;
mji wa Sihoni na ufanywe upya.
28 "Moto uliwaka kutoka Heshboni,
mwali wa moto kutoka mji wa Sihoni.
Uliteketeza Ari ya Moabu,
raiya wa mahali pa Arnoni palipoinuka.
29 Ole wako, ee Moabu!
Umeharibiwa, enyi watu wa Kemoshi!
Amewatoa wanawe kuwa wakimbizi,
na binti zake kama mateka
kwa Mfalme Sihoni wa Waamori.
30 "Lakini tumewashinda;
Heshboni umeharibiwa hadi Diboni.
Tumebomoa hadi kufikia Nofa,
ulioenea hadi Medeba."

31 Kwa hiyo Israeli akaishi katika nchi ya Waa-
mori.
32 Baada ya Mose kutuma wapelelezi kwenda
mji wa Yazeri, Waisraeli waliteka viunga vya mji
huo na kuwafukuza Waamori waliokuwa wanaishi
huko. 33 Kisha wakageuka na kwenda katika njia
inayoelekea Bashani, naye Ogu mfalme wa Bashani
pamoja na jeshi lake lote wakatoka kupigana nao
huko Edrei.
34 BWANA akamwambia Mose, "Usimwogope Ogu,
kwa sababu nimeshamkabidhi mikononi mwako,
pamoja na jeshi lake lote na nchi yake. Mtendee
kama ulivyomtendea Sihoni mfalme wa Waamori,
ambaye alitawala huko Heshboni."
35 Kwa hiyo wakamuua, pamoja na wanawe na
jeshi lake lote, bila ya kumwacha hata mtu mmoja
hai. Nao wakaimiliki nchi yake.

Balaki Anamwita Balaamu

22 Kisha Waisraeli wakasafiri katika tambarare
za Moabu na kupiga kambi kando ya Mto
Yordani, ng'ambo ya Yeriko.
2 Basi Balaki mwana wa Sipori, aliona mambo
yale yote ambayo Israeli aliwatendea Waamori,
3 Moabu aliogopa, kwa kuwa walikuwepo watu
wengi sana. Hakika, Moabu alijawa na hofu kubwa
kwa sababu ya Waisraeli.

4 Wamoabu wakawaambia wazee wa Midiani,
"Umati huu wa watu unakwenda kuramba kila
kitu kinachotuzunguka, kama maksai arambavyo
majani ya shambani."

Kwa hiyo Balaki mwana wa Sipori, ambaye ali-
kuwa mfalme wa Moabu wakati huo, 5 akatuma
wajumbe kwenda kumwita Balaamu mwana wa
Beori, ambaye alikuwa huko Pethori, karibu na Mto
Frati, katika nchi yake ya kuzaliwa. Balaki akasema:

"Taifa limekuja kutoka Misri, nao wamefu-
nika uso wa nchi, nao wametua karibu nami.
6 Sasa uje kuwalaani watu hawa, kwa kuwa
wana nguvu sana kuniliko. Kisha huenda
nikaweza kuwashinda na kuwatoa nje ya nchi.
Kwa kuwa ninajua kwamba, wale unaowa-
bariki wanabarikiwa na wale unaowalaani
wanalaaniwa."

7 Wazee wa Moabu na wa Midiani wakaondoka,
wakiwa wamechukua ada ya uaguzi. Walipo-
kwenda kwa Balaamu, wakamweleza kile Balaki
alikuwa amesema.

8 Balaamu akawaambia, "Mlale hapa usiku huu,
nami nitawaletea jibu lile Bwana atakalonipa." Kwa
hiyo wakuu wa Moabu wakakaa naye.

9 Mungu akamjia Balaamu na kumuuliza, "Watu
gani hawa walio pamoja nawe?"

10 Balaamu akamwambia Mungu, "Balaki mwana
wa Sipori, mfalme wa Moabu, alinipelekea uju-
mbe huu: 11 'Taifa ambalo limekuja kutoka Misri
limefunika uso wa nchi. Sasa uje unilaanie hao
watu. Kisha huenda nitaweza kupigana nao na
kuwafukuza.'"

12 Lakini Bwana akamwambia Balaamu, "Usie-
nde pamoja nao. Hupaswi kulaani watu hao, kwa
kuwa wamebarikiwa."

13 Asubuhi iliyofuata Balaamu akaamka, aka-
waambia wakuu wa Balaki, "Rudini katika nchi
yenu, kwa kuwa Bwana amenikataza nisiende
pamoja nanyi."

14 Kwa hiyo wakuu wa Moabu wakarudi kwa
Balaki na kumwambia, "Balaamu amekataa kuja
pamoja nasi."

15 Kisha Balaki akatuma wakuu wengine, wengi
zaidi na wanaoheshimiwa zaidi kuliko wale wa
kwanza. 16 Wakafika kwa Balaamu na kumwambia:

"Balaki mwana wa Sipori amesema hivi:
Usiruhusu kitu chochote kikuzuie kuja kwa-
ngu, 17 kwa sababu nitakulipa vizuri sana na
kufanya lolote usemalo. Njoo unilaanie watu
hawa."

18 Lakini Balaamu akawajibu, "Hata kama
Balaki angenipa jumba lake la kifalme likiwa
limejazwa fedha na dhahabu, singeweza kufa-
nya kitu chochote kikubwa au kidogo ili kutenda
kitu nje ya agizo la Bwana Mungu wangu. 19 Mlale
hapa usiku huu kama wale wengine walivyo-
fanya, nami nitatafuta ni nini kingine Bwana
atakachoniambia."

20 Usiku ule Bwana akamjia Balaamu na kumwa-
mbia, "Kwa kuwa watu hawa wamekuja kukuita
wewe, nenda nao, lakini ufanye tu lile nitakalo-
kuambia."

Punda Wa Balaamu

21 Balaamu akaamka asubuhi, akatandika punda
wake akaenda pamoja na wakuu wa Moabu.
22 Lakini Mungu alikasirika sana alipokwenda, naye
malaika wa Bwana akasimama barabarani kumpi-
nga. Balaamu alikuwa amepanda punda wake, na
watumishi wake wawili walikuwa pamoja naye.
23 Wakati punda alipomwona malaika wa Bwana
akiwa amesimama barabarani akiwa na upanga
uliofutwa mkononi mwake, punda akageukia
upande kuelekea shambani. Balaamu akampiga
ili amrudishe barabarani.
24 Ndipo malaika wa Bwana akasimama katika
njia nyembamba iliyo kati ya mashamba mawili
ya mizabibu, yakiwa na kuta pande zote mbili.
25 Punda alipomwona malaika wa Bwana, alijisu-
kumiza karibu na ukuta, na kugandamiza mguu
wa Balaamu ukutani. Ndipo Balaamu akampiga
tena punda.
26 Kisha malaika wa Bwana akaendelea mbele
na kusimama mahali pembamba ambapo hapaku-
wepo nafasi ya kugeuka, upande wa kulia wala wa
kushoto. 27 Punda alipomwona malaika wa Bwana,
alilala chini Balaamu angali amempanda, naye
Balaamu akakasirika na kumpiga kwa fimbo yake.
28 Kisha Bwana akakifungua kinywa cha punda,
akamwambia Balaamu, "Nimekutendea nini kina-
chokufanya unipige mara hizi tatu?"

29 Balaamu akamjibu punda, "Umenifanya
mjinga! Kama ningelikuwa na upanga mkononi
mwangu, ningelikuua sasa hivi."

30 Punda akamwambia Balaamu, "Je, mimi si
punda wako mwenyewe, ambaye umenipanda siku
zote, hadi leo? Je, nimekuwa na tabia ya kufanya
hivi kwako?"

Akajibu, "Hapana."

31 Kisha Bwana akafungua macho ya Balaamu,
naye akamwona malaika wa Bwana amesimama
barabarani akiwa ameufuta upanga wake. Balaamu
akainama, akaanguka kifudifudi.

32 Malaika wa Bwana akamuuliza Balaamu, "Kwa
nini umempiga punda wako mara tatu hizi? Nime-
kuja kukuzuia kwa sababu njia yako imepotoka
mbele yangu. 33 Punda aliniona na kunikwepa
mara hizi tatu. Kama punda hangenikwepa, hakika
ningekuwa nimeshakuua sasa, lakini ningemwa-
cha punda hai."

34 Balaamu akamwambia malaika wa Bwana,
"Nimetenda dhambi. Sikutambua kuwa
umesimama barabarani kunizuia. Basi kama hai-
kupendezi, nitarudi."

35 Malaika wa Bwana akamwambia Balaamu,
"Uende na watu hao, lakini useme tu lile nikua-
mbialo." Kwa hiyo Balaamu akaenda na wale
wakuu wa Balaki.

36 Balaki aliposikia kuwa Balaamu anakuja, aka-
toka kumlaki katika mji wa Moabu, katika mpaka
wa Arnoni, ukingoni mwa nchi yake. 37 Balaki
akamwambia Balaamu, "Je, sikukupelekea jumbe
za haraka? Kwa nini hukuja kwangu? Hivi kweli
mimi siwezi kukulipa?"

38 Balaamu akajibu, "Vema, sasa nimekuja kwako.
Lakini kwani nina uwezo wa kusema tu chochote?
Ni lazima niseme tu kile ambacho Mungu ataweka
kinywani mwangu."
39 Kisha Balaamu alikwenda na Balaki mpaka
Kiriath-Husothi. 40 Balaki akatoa dhabihu ya ng'o-
mbe na kondoo; baadhi yake akampa Balaamu
na wakuu waliokuwa pamoja naye. 41 Asubuhi
iliyofuata Balaki akamchukua Balaamu mpaka
Bamoth-Baali, na kutoka huko Balaamu akawaona
baadhi ya watu.

Ujumbe Wa Kwanza Wa Balaamu

23 Balaamu akasema, "Nijengee hapa madha-
bahu saba, mnitayarishie mafahali saba
na kondoo dume saba." 2 Balaki akafanya kama
Balaamu alivyosema; hao wawili kila mmoja wao
akatoa fahali mmoja na kondoo dume mmoja juu
ya kila madhabahu.
3 Kisha Balaamu akamwambia Balaki, "Kaa
hapa kando ya sadaka yako wakati mimi
ninakwenda kando. Huenda Bwana atakuja
kukutana nami. Lolote atakalonifunulia, nita-
kuambia." Basi akaenda hata mahali peupe
palipoinuka.
4 Mungu akakutana naye, kisha Balaamu aka-
sema, "Nimekwisha kutengeneza madhabahu
saba, na juu ya kila madhabahu nimetoa sadaka
ya fahali mmoja na kondoo dume mmoja."
5 Bwana akaweka ujumbe katika kinywa cha
Balaamu na kusema, "Rudi kwa Balaki umpe uju-
mbe huu."
6 Basi Balaamu akarudi kwa Balaki, akamkuta
amesimama kando ya sadaka yake akiwa na wakuu
wote wa Moabu. 7 Ndipo Balaamu akasema ujumbe
wake:

"Balaki amenileta kutoka Aramu,
 mfalme wa Moabu kutoka milima
  ya mashariki.
Akasema, 'Njoo, unilaanie Yakobo;
 njoo unishutumie Israeli.'
8 Nitawezaje kuwalaani,
 hao ambao Mungu hajawalaani?
Nitawezaje kuwashutumu
 hao ambao Bwana hakuwashutumu?
9 Kutoka vilele vya miamba ninawaona,
 kutoka mahali palipoinuka
  ninawatazama.
Ninaliona taifa ambalo wanaishi
  peke yao,
 nao hawahesabiwi kama mojawapo
  ya mataifa.
10 Ni nani awezaye kuhesabu mavumbi
  ya Yakobo,
 au kuhesabu robo ya Israeli?
Mimi na nife kifo cha mtu mwenye haki,
 na mwisho wangu na uwe kama wao!"

11 Balaki akamwambia Balaamu, "Ni nini ulicho-
nitendea? Nimekuleta ulaani adui zangu, lakini
wewe badala yake umewabariki!"
12 Balaamu akajibu, "Je, hainipasi kusema kile
Bwana anachoweka katika kinywa changu?"

Ujumbe Wa Pili Wa Balaamu

13 Ndipo Balaki akamwambia, "Twende pamoja
mahali pengine ambapo unaweza kuwaona; uta-
waona baadhi tu wala si wote. Nawe kutoka huko,
unilaanie hao." 14 Basi akampeleka kwenye shamba
la Sofimu, juu ya kilele cha Mlima Pisga. Pale aka-
jenga madhabahu saba na kutoa sadaka ya fahali
na kondoo dume mmoja juu ya kila madhabahu.
15 Balaamu akamwambia Balaki, "Kaa hapa
kando ya sadaka yako wakati ninapokwenda
kuonana na Mungu kule."
16 Bwana akakutana na Balaamu, akaweka uju-
mbe katika kinywa chake akasema, "Rudi kwa
Balaki umpe ujumbe huu."
17 Basi Balaamu akarudi kwa Balaki, akamkuta
amesimama kando ya sadaka yake, akiwa na
wakuu wa Moabu. Balaki akamuuliza, "Je, Bwana
amesema nini?"
18 Ndipo Balaamu akasema ujumbe wake:

"Balaki, inuka na usikilize,
 nisikie mimi, wewe mwana wa Sipori.
19 Mungu si mtu, hata aseme uongo,
 wala yeye si mwanadamu, hata ajute.
Je, anasema, kisha asitende?
 Je, anaahidi, asitimize?
20 Nimepokea agizo kubariki;
 amebariki, nami siwezi kubadilisha.

21 "Haijaonekana bahati mbaya katika Yakobo,
 wala taabu katika Israeli.
Bwana, Mungu wao yu pamoja nao,
 nayo sauti kuu ya Mfalme imo
  katikati yao.
22 Mungu aliwatoa kutoka Misri;
 wao wana nguvu za nyati.
23 Hakuna uchawi dhidi ya Yakobo,
 wala hakuna uaguzi dhidi ya Israeli.
Sasa itasemwa kuhusu Yakobo
 na Israeli, 'Tazama yale Mungu
  aliyotenda!'
24 Taifa lainuka kama simba jike;
 linajiinua kama simba
ambaye hatulii mpaka amalize kurarua
  mawindo yake
 na kunywa damu ya mawindo yake."

25 Kisha Balaki akamwambia Balaamu, "Usiwa-
laani kabisa, wala usiwabariki kabisa!"
26 Balaamu akajibu, "Je, sikukuambia ni lazima
nifanye lolote analosema Bwana?"

Ujumbe Wa Tatu Wa Balaamu

27 Basi Balaki akamwambia Balaamu, "Njoo,
nikupeleke mahali pengine. Huenda itampendeza
Mungu kukuruhusu unilaanie hao watu kutoka
mahali hapo." 28 Balaki akamchukua Balaamu juu
ya Mlima Peori, unaotazamana na nyika.
29 Balaamu akasema, "Nijengee hapa madhabahu
saba, uandae mafahali saba na kondoo dume saba
kwa ajili yangu." 30 Balaki akafanya kama Balaamu
alivyosema, kisha akatoa sadaka ya fahali mmoja
na kondoo dume mmoja juu ya kila madhabahu.

24 Basi Balaamu alipoona imempendeza BWANA
kubariki Israeli, hakuendelea tena kutafuta
uchawi kama nyakati nyingine, bali aligeuza uso
wake kuelekea nyikani. 2 Balaamu alipotazama
nje na kuona Israeli amepiga kambi kabila kwa
kabila, Roho wa Mungu akawa juu yake, 3 naye
akatoa ujumbe wake:

"Ujumbe wa Balaamu mwana wa Beori,
ujumbe wake yeye ambaye jicho lake
linaona vizuri;
4 ujumbe wake yeye ambaye husikia maneno
ya Mungu,
ambaye huona maono kutoka kwa
Mwenyezi,[a]
ambaye huanguka kifudifudi,
na ambaye macho yake
yamefunguka:

5 "Tazama jinsi yalivyo mazuri mahema
yako, ee Yakobo,
maskani yako, ee Israeli!

6 "Kama mabonde, yanaenea,
kama bustani kando ya mto,
kama miti ya udi iliyopandwa na BWANA,
kama mierezi kando ya maji.
7 Maji yatatiririka kutoka ndoo zake;
mbegu yake itakuwa na maji tele.

"Mfalme wake atakuwa mkuu kuliko
Mfalme Agagi;
ufalme wake utatukuka.

8 "Mungu alimleta kutoka Misri;
yeye ana nguvu kama nyati.
Anayararua mataifa yaliyo adui zake,
na kuvunja mifupa yao vipande vipande;
huwachoma kwa mishale yake.
9 Hujikunyata na kuvizia kama simba,
kama simba jike; nani anayethubutu
kumwamsha?

"Abarikiwe kila akubarikiye,
na alaaniwe kila akulaaniye!"

10 Ndipo hasira ya Balaki ikawaka dhidi ya
Balaamu. Akapiga mikono yake pamoja, aka-
mwambia Balaamu, "Nilikuita uje kuwalaani adui
zangu, lakini umewabariki mara hizi tatu. 11 Sasa
ondoka upesi uende nyumbani! Mimi nilisema
nitakuzawadia vizuri sana, lakini BWANA ameku-
zuia usizawadiwe."
12 Balaamu akamwambia Balaki, "Je, huku-
mbuki jinsi nilivyowaambia wajumbe uliowatuma
kwangu? Niliwaambia hivi, 13 'Hata ikiwa Balaki
angenipa jumba lake la kifalme likiwa limejazwa
fedha na dhahabu, nisingeweza kufanya kitu cho-
chote kwa matakwa yangu, kikiwa kizuri au kibaya,
kwenda kinyume na agizo la BWANA, nami imeni-
pasa kusema tu kile BWANA atakachosema'? 14 Sasa
ninarudi kwa watu wangu. Lakini njoo, nikuonye
kuhusu kile watu hawa watakachowatenda watu
wako siku zijazo."

Ujumbe Wa Nne Wa Balaamu

15 Kisha Balaamu akatoa ujumbe wake:

"Ujumbe wa Balaamu mwana wa Beori,
ujumbe wake yeye ambaye jicho lake
linaona vizuri;
16 ujumbe wake yeye ambaye husikia maneno
ya Mungu,
ambaye ana maarifa kutoka kwa Aliye
Juu Sana,
huona maono kutoka Mwenyezi,
ambaye huanguka kifudifudi
na ambaye macho yake yamefunguka:

17 "Namwona yeye, lakini si sasa;
namtazama yeye, lakini si karibu.
Nyota itatoka kwa Yakobo,
fimbo ya ufalme itainuka kutoka kwa
Israeli.
Atawaponda Wamoabu vipaji vya nyuso
na mafuvu yote ya wana wa Shethi.
18 Edomu itamilikiwa,
Seiri, adui wake, itamilikiwa,
lakini Israeli atakuwa na nguvu.
19 Mtawala atakuja kutoka kwa Yakobo
na kuangamiza walionusurika katika mji."

Ujumbe Wa Mwisho Wa Balaamu

20 Kisha Balaamu akawaona watu wa Amaleki,
na kutoa ujumbe wake:

"Amaleki ilikuwa ya kwanza miongoni mwa
mataifa,
lakini mwisho wake itaangamizwa milele."

21 Kisha akawaona Wakeni, akatoa ujumbe wake:

"Makao yenu ni salama,
kiota chenu kiko kwenye mwamba.
22 Hata hivyo ninyi Wakeni mtaangamizwa
Ashuru atakapowachukua mateka."

23 Ndipo akatoa ujumbe wake:

"Lo, ni nani atakayeweza kuishi wakati
Mungu atakapofanya hili?
24 Meli zitakuja kutoka pwani za Kitimu,
zitaitiisha Ashuru na Eberi,
lakini nao pia wataangamizwa."

25 Kisha Balaamu akainuka na kurudi nyumbani
kwake, naye Balaki akashika njia yake.

Moabu Yashawishi Israeli

25 Israeli alipokuwa akikaa Shitimu, wanaume
wa Israeli walianza kuzini na wanawake wa
Kimoabu, 2 ambao waliwaalika kushiriki katika
kutoa kafara kwa miungu yao. Watu wakala na
kusujudu mbele ya miungu hii. 3 Kwa hiyo Israeli
akaungana katika kumwabudu Baali wa Peori.
Hasira ya BWANA ikawaka dhidi yao.

[a]4 Mwenyezi hapa ina maana ya Shaddai kwa Kiebrania (pia 24:16).

4 Bwana akamwambia Mose, "Uwachukue vio-
ngozi wote wa watu hawa, uwaue na uwaweke
hadharani mchana peupe mbele za Bwana, ili
hasira kali ya Bwana iweze kuondoka kwa Israeli."
5 Kwa hiyo Mose akawaambia waamuzi wa
Israeli, "Kila mmoja wenu lazima awaue wale
wanaume wenu, walioshiriki katika kumwabudu
Baali wa Peori."
6 Ndipo mwanaume wa Kiisraeli akamleta mwa-
namke wa Kimidiani katika jamaa yake palepale
mbele ya Mose na mkutano wote wa Israeli walipo-
kuwa wakilia kwenye lango la Hema la Kukutania.
7 Finehasi mwana wa Eleazari, mwana wa kuhani
Aroni, alipoona jambo hili, akaondoka kwenye
kusanyiko, akachukua mkuki mkononi mwake,
8 akamfuata yule Mwisraeli ndani ya hema. Akawa-
choma mkuki wote wawili kwa pamoja, ukapenya
kwenye mwili wa yule Mwisraeli na mwili wa yule
mwanamke. Ndipo tauni iliyokuwepo dhidi ya Wai-
sraeli ikakoma. 9 Lakini wale waliokufa kwa hiyo
tauni walikuwa watu 24,000.
10 Bwana akamwambia Mose, 11 "Finehasi mwana
wa Eleazari, mwana wa kuhani Aroni, amegeuza
hasira yangu mbali na Waisraeli, kwa sababu
alikuwa na wivu kama nilio nao kwa heshima
yangu miongoni mwao, hata kwamba kwa wivu
wangu sikuwaangamiza. 12 Kwa hiyo mwambie
Finehasi ninafanya Agano langu la amani naye.
13 Yeye pamoja na wazao wake watakuwa na Agano
la ukuhani milele, kwa sababu alikuwa na wivu
kwa ajili ya heshima ya Mungu wake, na akafanya
upatanisho kwa Waisraeli."
14 Jina la Mwisraeli ambaye aliuawa pamoja
na mwanamke wa Kimidiani ni Zimri mwana
wa Salu, kiongozi wa jamaa ya Simeoni. 15 Jina
la mwanamke wa Kimidiani aliyeuawa ni Kozbi
binti wa Suri, aliyekuwa mkuu wa kabila la jamaa
ya Wamidiani.
16 Bwana akamwambia Mose, 17 "Watendeeni
Wamidiani kama adui na mwaue, 18 kwa sababu
wao waliwatendea kama adui wakati waliwadanga-
nya katika tukio la Peori na dada yao Kozbi, binti
wa kiongozi wa Kimidiani, mwanamke ambaye
aliuawa wakati tauni ilikuja kama matokeo ya
tukio la Peori."

Kuhesabiwa Watu Mara Ya Pili

26 Baada ya hiyo tauni, Bwana akamwambia
Mose na Eleazari mwana wa kuhani Aroni,
2 "Hesabu jumuiya yote ya Kiisraeli kwa jamaa zao,
wale wote wenye umri wa miaka ishirini na zaidi,
ambao wanaweza kutumika katika jeshi la Israeli."
3 Hivyo Mose na kuhani Eleazari wakazungumza na
watu kwenye nchi tambarare ya Moabu, ng'ambo
ya Yordani kutokea Yeriko, wakasema, 4 "Hesabuni
wanaume wenye umri wa miaka ishirini na zaidi,
kama Bwana alivyomwagiza Mose."

Hawa ndio Waisraeli waliotoka Misri:

5 Wazao wa Reubeni, mwana mzaliwa wa kwanza
wa Israeli, walikuwa:
kutoka kwa Hanoki, ukoo wa Wahanoki;
kutoka kwa Palu, ukoo wa Wapalu;
6 kutoka kwa Hesroni, ukoo wa Wahesroni;
kutoka kwa Karmi, ukoo wa Wakarmi.
7 Hizi zilikuwa ndizo koo za Reubeni; wale walio-
hesabiwa walikuwa 43,730.
8 Mwana wa Palu alikuwa Eliabu, 9 nao wana wa
Eliabu walikuwa Nemueli, Dathani na Abiramu.
Hawa wawili Dathani na Abiramu ndio walikuwa
maafisa wa jumuiya ambao walimwasi Mose na
Aroni, na walikuwa miongoni mwa wafuasi wa
Kora wakati walimwasi Bwana. 10 Ardhi ilifunua
kinywa chake na kuwameza pamoja na Kora,
ambaye wafuasi wake walikufa wakati moto uli-
powateketeza wanaume 250. Nao walikuwa kama
alama ya onyo. 11 Pamoja na hayo, hao ukoo wa
Kora hawakufa.

12 Wazao wa Simeoni kwa koo zao walikuwa:
kutoka kwa Nemueli, ukoo wa Wanemueli;
kutoka kwa Yamini, ukoo wa Wayamini;
kutoka wa Yakini, ukoo wa Wayakini;
13 kutoka kwa Zera, ukoo wa Wazera;
kutoka kwa Shauli, ukoo wa Washauli.
14 Hizi ndizo koo za Simeoni; walikuwa 22,200.

15 Wazao wa Gadi kwa koo zao walikuwa:
kutoka kwa Sifoni, ukoo wa Wasifoni;
kutoka kwa Hagi, ukoo wa Wahagi;
kutoka kwa Shuni, ukoo wa Washuni;
16 kutoka kwa Ozni, ukoo wa Waozni;
kutoka kwa Eri, ukoo wa Waeri;
17 kutoka kwa Arodi, ukoo wa Waarodi;
kutoka kwa Areli, ukoo wa Waareli.
18 Hizi ndizo zilizokuwa koo za Gadi; wale walio-
hesabiwa walikuwa 40,500.

19 Eri na Onani walikuwa wana wa Yuda, lakini
walifia huko Kanaani.
20 Wazao wa Yuda kwa koo zao walikuwa:
kutoka kwa Shela, ukoo wa Washela;
kutoka kwa Peresi, ukoo wa Waperesi;
kutoka kwa Zera, ukoo wa Wazera.
21 Wazao wa Peresi walikuwa:
kutoka kwa Hesroni, ukoo wa Wahesroni;
kutoka kwa Hamuli, ukoo wa Wahamuli.
22 Hizi ndizo zilizokuwa koo za Yuda; wale walio-
hesabiwa walikuwa 76,500.

23 Wazao wa Isakari kwa koo zao walikuwa:
kutoka kwa Tola, ukoo wa Watola;
kutoka kwa Puva, ukoo wa Wapuva;
24 kutoka kwa Yashubu, ukoo wa Wayashubu;
kutoka kwa Shimroni, ukoo wa Washimroni.
25 Hizi ndizo zilizokuwa koo za Isakari; wale walio-
hesabiwa walikuwa 64,300.

26 Wazao wa Zabuloni kwa koo zao walikuwa:
kutoka kwa Seredi, ukoo wa Waseredi;
kutoka kwa Eloni, ukoo wa Waeloni;
kutoka kwa Yaleeli, ukoo wa Wayaleeli.
27 Hizi ndizo zilizokuwa koo za Zabuloni, wale
waliohesabiwa walikuwa 60,500.

28 Wazao wa Yosefu kwa koo zao kutoka kwa
Manase na kwa Efraimu walikuwa:

[29] Wazao wa Manase:
kutoka kwa Makiri, ukoo wa Wamakiri
(Makiri alikuwa baba wa Gileadi);
kutoka kwa Gileadi, ukoo wa Wagileadi.
[30] Hawa ndio waliokuwa wazao wa Gileadi:
kutoka kwa Iezeri, ukoo wa Waiezeri;
kutoka kwa Heleki, ukoo wa Waheleki;
[31] kutoka kwa Asirieli, ukoo wa Waasirieli;
kutoka kwa Shekemu, ukoo wa
Washekemu;
[32] kutoka kwa Shemida, ukoo wa
Washemida;
kutoka kwa Heferi, ukoo wa Waheferi.
[33] (Selofehadi mwana wa Heferi hakuzaa
wana, bali alikuwa na watoto wa kike tu,
ambao majina yao yalikuwa Mahla, Noa,
Hogla, Milka na Tirsa.)
[34] Hizi ndizo zilizokuwa koo za Manase; wale walio-
hesabiwa walikuwa 52,700.

[35] Hawa walikuwa wazao wa Efraimu kwa koo zao:
kutoka kwa Shuthela, ukoo wa Washuthela;
kutoka kwa Bekeri, ukoo wa Wabekeri;
kutoka kwa Tahani, ukoo wa Watahani;
[36] Hawa ndio walikuwa wazao wa Shuthela:
kutoka kwa Erani, ukoo wa Waerani.
[37] Hizi ndizo zilizokuwa koo za Efraimu; wale walio-
hesabiwa walikuwa 32,500.

Hawa ndio waliokuwa wazao wa Yosefu kwa koo
zao.

[38] Wazao wa Benyamini kwa koo zao walikuwa:
kutoka kwa Bela, ukoo wa Wabela;
kutoka kwa Ashbeli, ukoo wa Waashbeli;
kutoka kwa Ahiramu, ukoo wa Waahiramu;
[39] kutoka kwa Shufamu, ukoo wa Washufamu;
kutoka kwa Hufamu, ukoo wa Wahufamu.
[40] Wazao wa Bela kutoka kwa Ardi na
Naamani walikuwa:
kutoka kwa Ardi, ukoo wa Waardi;
kutoka kwa Naamani, ukoo wa
Wanaamani.
[41] Hizi ndizo zilizokuwa koo za Benyamini; wale
waliohesabiwa walikuwa 45,600.

[42] Hawa ndio waliokuwa wazao wa Dani kwa koo
zao:
kutoka kwa Shuhamu, ukoo wa Washuhamu.
Hizi ndizo zilizokuwa koo za Dani: [43] Wote wali-
kuwa koo za Washuhamu; wale waliohesabiwa
walikuwa 64,400.

[44] Wazao wa Asheri kwa koo zao walikuwa:
kutoka kwa Imna, ukoo wa Waimna;
kutoka kwa Ishvi, ukoo wa Waishvi;
kutoka kwa Beria, ukoo wa Waberia;
[45] kutoka kwa wazao wa Beria:
kutoka kwa Heberi, ukoo wa Waheberi;
kutoka kwa Malkieli, ukoo wa
Wamalkieli.
[46] (Asheri alikuwa na binti aliyeitwa Sera.)
[47] Hizi ndizo zilizokuwa koo za Asheri; wale walio-
hesabiwa walikuwa 53,400.

[48] Wazao wa Naftali kwa koo zao walikuwa:
kutoka kwa Yaseeli, ukoo wa Wayaseeli;
kutoka kwa Guni, ukoo wa Waguni;
[49] kutoka kwa Yeseri, ukoo wa Wayeseri;
kutoka kwa Shilemu, ukoo wa Washilemu.
[50] Hizi ndizo zilizokuwa koo za Naftali; wale walio-
hesabiwa walikuwa 45,400.

[51] Jumla ya hesabu ya wanaume wa Israeli ilikuwa
601,730.

[52] BWANA akamwambia Mose, [53] "Watagawiwa nchi
kama urithi kwa kulingana na hesabu ya majina.
[54] Kundi kubwa zaidi lipe urithi mkubwa zaidi, na
kundi dogo zaidi lipewe urithi mdogo zaidi; kila
kundi litapokea urithi wake kulingana na hesabu ya
wale walioorodheshwa. [55] Hakikisha kuwa nchi ina-
gawanywa kwa kura. Kile kitakachorithiwa na kila
kikundi kitakuwa kwa kulingana na majina ya kabila
la babu yao. [56] Kila urithi utagawanywa kwa kura
miongoni mwa makundi makubwa na madogo."

[57] Hawa walikuwa Walawi ambao walihesabiwa
kwa koo zao:
kutoka kwa Gershoni, ukoo wa Wagershoni;
kutoka kwa Kohathi, ukoo wa Wakohathi;
kutoka kwa Merari, ukoo wa Wamerari.
[58] Hizi pia zilikuwa koo za Walawi:
ukoo wa Walibni;
ukoo wa Wahebroni;
ukoo wa Wamahli;
ukoo wa Wamushi;
ukoo wa wana wa Kora.
(Kohathi alikuwa baba aliyemzaa Amramu;
[59] jina la mke wa Amramu ni Yokebedi,
naye pia alikuwa mzao wa Lawi, ambaye
alizaliwa kwa Walawi nchini Misri.
Alimzalia Amramu: Aroni, Mose na dada
yao Miriamu. [60] Aroni alikuwa baba yake
Nadabu na Abihu, Eleazari na Ithamari.
[61] Lakini Nadabu na Abihu walikufa
wakati walitoa sadaka mbele za BWANA
kwa moto usioruhusiwa.)
[62] Wanaume wote wa Walawi wa umri wa mwezi
mmoja na zaidi walikuwa 23,000. Wao hawakuhe-
sabiwa pamoja na Waisraeli wengine kwa sababu
hawakupokea urithi miongoni mwao.

[63] Hawa ndio walioorodheshwa na Mose na
kuhani Eleazari wakati waliwahesabu Waisraeli
kwenye nchi tambarare ya Moabu, kando ya
Yordani ng'ambo ya Yeriko. [64] Hakuna hata mmoja
wao aliyekuwa miongoni mwa wale waliohesabiwa
na Mose na kuhani Aroni wakati waliwahesabu
Waisraeli katika Jangwa la Sinai. [65] Kwa maana
BWANA alikuwa amewaambia hao Waisraeli hakika
wangekufa huko jangwani, wala hakuna mmoja
wao aliyeachwa, isipokuwa Kalebu mwana wa
Yefune na Yoshua mwana wa Nuni.

Binti Wa Selofehadi

27 Binti za Selofehadi mwana wa Heferi, mwana
wa Gileadi, mwana wa Makiri, mwana wa

Manase, walikuwa wa koo za Manase mwana wa Yosefu. Majina ya hao binti yalikuwa Mahla, Noa, Hogla, Milka na Tirsa. Walikaribia 2 ingilio la Hema la Kukutania na kusimama mbele ya Mose, kuhani Eleazari, viongozi na kusanyiko lote, wakasema, 3 "Baba yetu alikufa jangwani. Hakuwa miongoni mwa wafuasi wa Kora, ambao walifungamana pamoja dhidi ya BWANA, lakini alikufa kwa ajili ya dhambi yake mwenyewe na hakuacha wana. 4 Kwa nini jina la baba yetu lifutike kutoka ukoo wake kwa sababu hakuwa na mwana? Tupatie milki miongoni mwa ndugu za baba yetu."

5 Kwa hiyo Mose akalileta shauri lao mbele za BWANA, 6 naye BWANA akamwambia Mose, 7 "Wanachosema binti za Selofehadi ni sawa. Ni lazima kwa hakika uwape milki kama urithi miongoni mwa ndugu za baba yao, na kubadili urithi wa baba yao uwe wao.

8 "Waambie Waisraeli, 'Ikiwa mtu atakufa naye hakuacha mwana, utampa binti yake urithi wake. 9 Ikiwa hana binti, wape ndugu zake wa kiume urithi wake. 10 Ikiwa hana ndugu wa kiume toa urithi wake kwa ndugu za baba yake. 11 Ikiwa baba yake hakuwa na ndugu wa kiume, toa urithi wake kwa ndugu wa karibu katika ukoo wake, ili aumiliki. Hili litakuwa dai la sheria kwa Waisraeli, kama BWANA alivyomwamuru Mose.' "

Yoshua Kuchukua Nafasi Ya Mose

12 Kisha BWANA akamwambia Mose, "Panda juu ya mlima huu katika kilele cha Abarimu uione nchi ambayo nimewapa Waisraeli. 13 Baada ya kuiona, wewe pia utakusanywa pamoja na watu wako kama ndugu yako Aroni alivyokusanywa, 14 kwa kuwa jumuiya ilipoasi amri yangu kwenye maji katika Jangwa la Sini, wakati jumuiya ilipogombana nami, nyote wawili mliacha kuitii amri yangu ya kuniheshimu kama mtakatifu mbele ya macho yao." (Haya yalikuwa maji ya Meriba huko Kadeshi, katika Jangwa la Sini.)

15 Mose akamwambia BWANA, 16 "BWANA, Mungu wa roho zote za wanadamu, na amteue mtu juu ya jumuiya hii 17 ili atoke na kuingia mbele yao, atakayewaongoza katika kutoka kwao na kuingia kwao, ili watu wa BWANA wasiwe kama kondoo wasio na mchungaji."

18 Kwa hiyo BWANA akamwambia Mose, "Mchukue Yoshua mwana wa Nuni, mtu ambaye Roho yuko ndani yake, uweke mkono juu yake. 19 Msimamishe mbele ya kuhani Eleazari pamoja na kusanyiko lote, umpe maagizo mbele yao. 20 Mpe sehemu ya mamlaka yako ili jumuiya yote ya Waisraeli ipate kumtii. 21 Atasimama mbele ya kuhani Eleazari, ambaye atapokea maamuzi kwa ajili yake, kwa kuuliza mbele za BWANA kwa ile Urimu.[a] Kwa amri yake, yeye na jumuiya yote ya Waisraeli watatoka, na kwa amri yake, wataingia."

22 Mose akafanya kama BWANA alivyomwagiza. Akamtwaa Yoshua na kumsimamisha mbele ya kuhani Eleazari na kusanyiko lote. 23 Kisha akaweka mikono yake juu ya kichwa cha Yoshua na kumpa maagizo, kama vile BWANA alivyoelekeza kupitia kwa Mose.

Sadaka Za Kila Siku

28 BWANA akamwambia Mose, 2 "Wape Waisraeli agizo hili na uwaambie: 'Hakikisheni kwamba mnaniletea mimi kwa wakati uliowekwa chakula kwa ajili ya sadaka za kuteketezwa kwa moto, kama harufu nzuri ya kupendeza.' 3 Waambie: 'Hii ni sadaka ya kuteketezwa kwa moto mnayomtolea BWANA: wana-kondoo wawili wa mwaka mmoja wasio na dosari, kama sadaka ya kawaida ya kuteketezwa kila siku. 4 Andaa mwana-kondoo mmoja asubuhi na mwingine jioni, 5 kila mmoja atolewe pamoja na sadaka ya nafaka sehemu ya kumi ya efa[b] ya unga laini uliochanganywa pamoja na robo ya hini[c] ya mafuta ya zeituni. 6 Hii ni sadaka ya kawaida ya kuteketezwa iliyoanzishwa katika Mlima Sinai kama harufu nzuri ya kupendeza, sadaka iliyotolewa kwa BWANA kwa moto. 7 Sadaka ya kinywaji itakayotolewa pamoja na kila mwana-kondoo ni robo ya hini ya kinywaji kilichochachuka. Mimina sadaka ya kinywaji kwa BWANA mahali patakatifu. 8 Andaa yule mwana-kondoo wa pili jioni, pamoja na sadaka ya nafaka na sadaka ya kinywaji kama ulivyofanya kwa ile sadaka nyingine ya asubuhi. Hii ni sadaka iliyotolewa kwa kuteketezwa kwa moto, harufu nzuri ya kumpendeza BWANA.

Sadaka Za Sabato

9 " 'Siku ya Sabato, utatoa sadaka ya wana-kondoo wawili wa mwaka mmoja wasiokuwa na dosari pamoja na sadaka yake ya kinywaji na sadaka ya nafaka yenye uzito wa sehemu mbili za kumi za efa[d] za unga laini uliochanganywa na mafuta. 10 Hii ni sadaka ya kuteketezwa itakayotolewa kwa ajili ya kila Sabato, pamoja na sadaka ya kawaida ya kuteketezwa na sadaka yake ya kinywaji.

Sadaka Za Kila Mwezi

11 " 'Siku ya kwanza ya kila mwezi, mtamletea BWANA sadaka ya kuteketezwa ya fahali wawili wachanga, kondoo dume mmoja na wana-kondoo saba wa mwaka mmoja, wote wasiokuwa na dosari. 12 Pamoja na kila fahali, kutakuwa na sadaka ya nafaka ya unga laini sehemu tatu za kumi za efa,[e] uliochanganywa na mafuta, pamoja na kondoo dume mmoja, sadaka ya nafaka ya unga laini uliochanganywa na mafuta; 13 pamoja na kila mwana-kondoo, sadaka ya nafaka yenye uzito wa sehemu ya kumi ya efa ya unga laini uliochanganywa na mafuta. Hii ni kwa ajili ya sadaka ya kuteketezwa, harufu nzuri, sadaka ya kuteketezwa iliyotolewa kwa moto kwa BWANA. 14 Pamoja na kila fahali kutakuwa na sadaka ya kinywaji nusu ya hini[f] ya divai; pamoja na kila kondoo dume, theluthi moja ya hini,[g] na pamoja na kila mwana-kondoo robo hini. Hii ni sadaka ya kuteketezwa ya kila

[a]21 Urimu na Thumimu maana yake ni Nuru na Kweli; vifaa hivi viliwekwa kwenye kifuko cha juu cha kisibau cha kuhani mkuu ili kujua mapenzi ya Mungu kwenye mambo ya kutatanisha.

[b]5 Sehemu ya kumi ya efa ni sawa na kilo moja.
[c]5 Robo ya hini ni sawa na lita moja.
[d]9 Sehemu mbili za kumi za efa ni sawa na kilo 2.
[e]12 Sehemu tatu za kumi za efa ni sawa na kilo 3.
[f]14 Nusu ya hini ni sawa na lita 2.
[g]14 Theluthi moja ya hini ni sawa na lita 1.2.

mwezi itakayotolewa kila mwandamo wa mwezi kwa mwaka. 15 Zaidi ya sadaka ya kawaida ya kuteketezwa pamoja na sadaka yake ya kinywaji, mbuzi mmoja dume atatolewa kwa BWANA kama sadaka ya dhambi.

Pasaka

16 " 'Katika siku ya kumi na nne ya mwezi wa kwanza, itafanyika Pasaka ya BWANA. 17 Katika siku ya kumi na tano ya mwezi huo itakuwa sikukuu; kwa siku saba mtakula mikate isiyotiwa chachu. 18 Katika siku ya kwanza mtakuwa na kusanyiko takatifu, msifanye kazi za kawaida. 19 Leteni mbele za BWANA sadaka ya kuteketezwa, sadaka ya kuteketezwa ya mafahali wawili wachanga, kondoo dume mmoja na wana-kondoo dume saba wenye umri wa mwaka mmoja, wote wasio na dosari. 20 Pamoja na kila fahali, andaa sadaka ya nafaka sehemu tatu za kumi za efa za unga laini uliochanganywa na mafuta; pamoja na kondoo dume, andaa sehemu mbili za kumi za efa; 21 pia pamoja na kila mmoja wa wale wana-kondoo saba, andaa sehemu ya kumi ya efa. 22 Pia mtoe beberu mmoja kama sadaka ya dhambi ambaye atafanya upatanisho kwa ajili yenu. 23 Andaa hizi licha ya zile sadaka za kawaida za kuteketezwa za kila asubuhi. 24 Kwa njia hii andaa chakula cha sadaka ya kuteketezwa kila siku, kwa siku saba kama harufu nzuri impendezayo BWANA. Hii itaandaliwa licha ya ile sadaka ya kawaida ya kuteketezwa ya kila siku pamoja na sadaka yake ya kinywaji. 25 Siku ya saba mwe na kusanyiko takatifu na msifanye kazi zenu za kawaida.

Sikukuu Ya Majuma

26 " 'Siku ya malimbuko, mnapomletea BWANA sadaka ya nafaka mpya wakati wa Sikukuu ya Majuma, mwe na kusanyiko takatifu na msifanye kazi zenu za kawaida. 27 Mlete sadaka ya kuteketezwa ya mafahali wawili wachanga, kondoo dume mmoja, na pia wana-kondoo saba wenye umri wa mwaka mmoja, kama harufu nzuri ya kumpendeza BWANA. 28 Pamoja na kila fahali itatolewa sadaka ya nafaka ya unga laini sehemu tatu za kumi za efa uliochanganywa na mafuta; pamoja na kondoo dume, andaa sehemu mbili za kumi za efa za unga laini; 29 na sehemu ya kumi ya efa ya unga laini kwa kila mmoja wa wana-kondoo saba. 30 Ongeza beberu mmoja kwa kufanya upatanisho kwa ajili yenu. 31 Andaa hizi sadaka pamoja na sadaka zake za vinywaji, kuwa nyongeza ya sadaka za kawaida za kuteketezwa, pamoja na sadaka yake ya nafaka. Hakikisha kuwa wanyama hao hawana dosari.

Sikukuu Ya Tarumbeta

29 " 'Katika siku ya kwanza ya mwezi wa saba mtakuwa na kusanyiko takatifu na msifanye kazi ya kawaida. Ni siku kwa ajili yenu ya kupiga tarumbeta. 2 Mtatayarisha sadaka ya kuteketezwa kama harufu nzuri impendezayo BWANA ya fahali mmoja mchanga, kondoo dume mmoja, na wana-kondoo saba wa mwaka mmoja, wote wasio na dosari. 3 Pamoja na fahali, andaeni sadaka ya nafaka sehemu ya kumi tatu za efa za unga laini uliochanganywa na mafuta; kwa kondoo dume, andaa unga sehemu ya kumi mbili za efa; 4 na pamoja na wana-kondoo saba kila mmoja aandaliwe na sehemu ya kumi ya efa ya unga. 5 Ongeza beberu mmoja kama sadaka ya dhambi kufanya upatanisho kwa ajili yenu. 6 Hivi ni nyongeza ya sadaka za kuteketezwa kila mwezi na kila siku pamoja na sadaka zake za nafaka na sadaka za vinywaji kama ilivyoainishwa. Ni sadaka zinazotolewa kwa BWANA kwa moto, harufu inayopendeza.

Siku Ya Upatanisho

7 " 'Kwenye siku ya kumi ya mwezi huu wa saba mtakuwa na kusanyiko takatifu. Mtajikana wenyewe na msifanye kazi. 8 Toeni sadaka ya kuteketezwa ya fahali mmoja mchanga, kondoo dume mmoja, na wana-kondoo saba wa mwaka mmoja, wote wasio na dosari, kama harufu nzuri inayompendeza BWANA. 9 Pamoja na fahali, andaeni sadaka ya nafaka sehemu ya kumi tatu za efa za unga laini uliochanganywa na mafuta; pamoja na kondoo dume, sehemu ya kumi mbili za efa za unga laini; 10 na kwa kila mmoja wa wana-kondoo saba andaa sehemu ya kumi ya unga laini kwa kila mmoja. 11 Ongeza beberu mmoja kama sadaka ya dhambi, katika nyongeza ya sadaka ya dhambi kwa ajili ya upatanisho, na sadaka ya kawaida ya kuteketezwa pamoja na sadaka yake ya nafaka, na sadaka zake za vinywaji.

Sikukuu Ya Vibanda

12 " 'Katika siku ya kumi na tano ya mwezi wa saba, mtakuwa na kusanyiko takatifu, na hamtafanya kazi za kawaida. Adhimisheni sikukuu kwa BWANA kwa siku saba. 13 Toeni sadaka ya kuteketezwa mafahali wachanga kumi na watatu, kondoo dume wawili, na wana-kondoo kumi na wanne wa mwaka mmoja, wote wasio na dosari, kama harufu nzuri inayompendeza BWANA. 14 Pamoja na hao mafahali kumi na watatu, kila mmoja aandaliwe na sadaka ya nafaka sehemu ya kumi tatu za efa za unga laini uliochanganywa na mafuta; kwa kondoo dume wawili, kila mmoja aandaliwe sehemu ya kumi mbili za efa za unga laini; 15 na kwa wana-kondoo kumi na wanne, kila mmoja aandaliwe sehemu ya kumi ya efa ya unga laini. 16 Ongeza beberu mmoja kama sadaka ya dhambi, kwa nyongeza ya sadaka ya kawaida ya kuteketezwa, na sadaka yake ya nafaka, pamoja na sadaka ya vinywaji.

17 " 'Katika siku ya pili andaeni mafahali wachanga kumi na wawili, kondoo dume wawili, na wana-kondoo kumi na wanne wa mwaka mmoja, wote wasio na dosari. 18 Pamoja na mafahali, kondoo dume, na wana-kondoo, andaeni sadaka zao za nafaka na sadaka za vinywaji, kulingana na idadi iliyoainishwa. 19 Weka beberu mmoja kama sadaka ya dhambi, kwa nyongeza ya kawaida ya sadaka ya kuteketezwa, na sadaka yake ya nafaka, pamoja na sadaka zao za vinywaji.

20 " 'Katika siku ya tatu andaeni mafahali wachanga kumi na wawili, kondoo dume wawili, na wana-kondoo kumi na wanne wa mwaka mmoja, wote wasio na dosari. 21 Pamoja na mafahali, kondoo dume, na wana-kondoo, andaeni sadaka

zao za nafaka na sadaka za vinywaji, kulingana na
idadi iliyoainishwa. 22 Weka beberu mmoja kama
sadaka ya dhambi, kwa nyongeza ya kawaida ya
sadaka ya kuteketezwa, na sadaka yake ya nafaka,
pamoja na sadaka zao za vinywaji.
23 " 'Katika siku ya nne andaeni mafahali wacha-
nga kumi na wawili, kondoo dume wawili, na
wana-kondoo kumi na wanne wa mwaka mmoja,
wote wasio na dosari. 24 Pamoja na mafahali,
kondoo dume, na wana-kondoo, andaeni sadaka
zao za nafaka na sadaka za vinywaji, kulingana na
idadi iliyoainishwa. 25 Weka beberu mmoja kama
sadaka ya dhambi, kwa nyongeza ya kawaida ya
sadaka ya kuteketezwa, na sadaka yake ya nafaka,
pamoja na sadaka zao za vinywaji.
26 " 'Katika siku ya tano andaeni mafahali tisa,
kondoo dume wawili na wana-kondoo kumi
na wanne wa mwaka mmoja, wote wasio na
dosari. 27 Pamoja na mafahali, kondoo dume na
wana-kondoo, andaeni sadaka zao za nafaka na
sadaka za kinywaji kulingana na idadi iliyoaini-
shwa. 28 Ongeza beberu mmoja kama sadaka ya
dhambi katika nyongeza ya sadaka ya kawaida ya
kuteketezwa na sadaka yake ya nafaka pamoja na
sadaka ya kinywaji.
29 " 'Katika siku ya sita andaeni mafahali wacha-
nga kumi na wawili, kondoo dume wawili, na
wana-kondoo kumi na wanne wa mwaka mmoja,
wote wasio na dosari. 30 Pamoja na mafahali,
kondoo dume, na wana-kondoo, andaeni sadaka
zao za nafaka na sadaka za vinywaji, kulingana na
idadi iliyoainishwa. 31 Weka beberu mmoja kama
sadaka ya dhambi, kwa nyongeza ya kawaida ya
sadaka ya kuteketezwa, na sadaka yake ya nafaka,
pamoja na sadaka zao za vinywaji.
32 " 'Katika siku ya saba andaeni mafahali wacha-
nga kumi na wawili, kondoo dume wawili, na
wana-kondoo kumi na wanne wa mwaka mmoja,
wote wasio na dosari. 33 Pamoja na mafahali,
kondoo dume, na wana-kondoo, andaeni sadaka
zao za nafaka na sadaka za vinywaji, kulingana na
idadi iliyoainishwa. 34 Weka beberu mmoja kama
sadaka ya dhambi, kwa nyongeza ya kawaida ya
sadaka ya kuteketezwa, na sadaka yake ya nafaka,
pamoja na sadaka zao za vinywaji.
35 " 'Katika siku ya nane mtakuwa na kusanyiko,
na msifanye kazi ya kawaida. 36 Toeni sadaka ya
kuteketezwa kama harufu nzuri inayompendeza
BWANA, sadaka ya kuteketezwa ya fahali mmoja,
kondoo dume mmoja, na wana-kondoo dume saba
wa mwaka mmoja, wote wasio na dosari. 37 Pamoja
na fahali, kondoo dume na wana-kondoo, andaeni
sadaka zao za nafaka, na sadaka za vinywaji, kuli-
ngana na idadi iliyoainishwa. 38 Ongeza beberu
mmoja kama sadaka ya dhambi, katika nyongeza
ya sadaka ya kawaida ya kuteketezwa, na sadaka
yake ya nafaka pamoja na sadaka ya kinywaji.
39 " 'Zaidi ya kile unachoweka nadhiri na sadaka
zenu za hiari, andaeni hizi kwa ajili ya BWANA kwe-
nye sikukuu zenu zilizoamriwa: sadaka zenu za
kuteketezwa, sadaka za nafaka, sadaka za vinywaji,
pamoja na sadaka zenu za amani.' "
40 Mose akawaambia Waisraeli yale yote BWANA
alimwagiza.

Nadhiri

30 Mose akawaambia viongozi wa makabila ya
Israeli: "Hili ndilo BWANA analoagiza: 2 Mwa-
naume awekapo nadhiri kwa BWANA, au anapoapa
kujifunga kwa ahadi, kamwe asitangue neno lake,
bali ni lazima afanye kila kitu alichosema.
3 "Wakati mwanamwali anayeishi bado nyu-
mbani kwa baba yake atakapoweka nadhiri kwa
BWANA, ama amejifunga mwenyewe kwa ahadi,
4 na baba yake akasikia kuhusu nadhiri au ahadi
yake lakini asimwambie lolote, ndipo nadhiri zake
zote na kila ahadi aliyoiweka na kujifunga kwayo
itathibitika. 5 Lakini kama baba yake akimkataza
wakati anapoisikia, hakuna nadhiri wala ahadi
yake yoyote aliyojifunga kwayo itakayosimama;
BWANA atamweka huru huyo mwanamwali kwa
sababu baba yake amemkataza.
6 "Ikiwa ataolewa baada ya kuweka nadhiri au
baada ya midomo yake kutamka ahadi fulani bila
kufikiri akawa amejifunga hivyo, 7 na mume wake
akasikia habari hiyo asimwambie neno lolote,
ndipo nadhiri zake ama ahadi zake ambazo ali-
kuwa amejifunga nazo zitathibitika. 8 Lakini ikiwa
mume wake atamkataza atakaposikia kuhusu hilo,
atakuwa ametangua nadhiri ambazo zilikuwa
zimemfunga mkewe, ama ahadi aliyotamka pasipo
kufikiri ambayo amejifunga kwayo, naye BWANA
atamweka huru yule mwanamke.
9 "Nadhiri yoyote ama patano ambalo lime-
fanywa na mjane ama mwanamke aliyeachwa
vitakuwa vimemfunga.
10 "Ikiwa mwanamke anayeishi na mumewe
ataweka nadhiri ama kujifunga mwenyewe kwa
ahadi chini ya kiapo, 11 na mumewe akasikia
kuhusu jambo hili lakini asimwambie lolote
wala hakumkataza, ndipo viapo vyake vyote au
ahadi zinazomfunga zitakapothibitika. 12 Lakini
ikiwa mumewe atabatilisha nadhiri hizo baada
ya kuzisikia, basi hakuna nadhiri au ahadi zozote
alizoziweka kwa midomo yake zitakazothibitika.
Mumewe atakuwa amezibatilisha, na BWANA
atamweka huru yule mwanamke. 13 Mumewe
anaweza kuthibitisha au kutangua nadhiri yoyote
anayoweka, au ahadi yoyote aliyoweka kwa kuapa
ili kujikana mwenyewe. 14 Lakini ikiwa mumewe
hasemi lolote kwake kuhusu jambo hilo siku
baada ya siku, basi mumewe atakuwa amethibi-
tisha nadhiri zote, na ahadi zote zinazomfunga
mkewe. Anavithibitisha kwa kutokusema lolote
kwa mkewe anapoyasikia hayo. 15 Hata hivyo, ikiwa
mumewe atavibatilisha baada ya kusikia hayo, basi
atawajibika kwa hatia ya mkewe."
16 Haya ndiyo masharti ambayo BWANA alimpa
Mose kuhusu mahusiano kati ya mtu na mkewe,
na kati ya baba na binti yake ambaye bado anaishi
nyumbani kwa baba yake.

Kulipiza Kisasi Juu Ya Wamidiani

31 BWANA akamwambia Mose, 2 "Uwalipize kisasi
Wamidiani kwa ajili ya Waisraeli. Halafu
baada ya hayo, utakufa."
3 Kwa hiyo Mose akawaambia watu, "Waandaeni
baadhi ya wanaume wenu waende vitani kupigana

na Wamidiani ili wawalipize kisasi cha Bwana.
4 Peleka wanaume 1,000 vitani kutoka kila kabila
la Israeli." 5 Kwa hiyo waliandaliwa wanaume
12,000 kwa vita, wanaume 1,000 kutoka kila
kabila, walitolewa kutoka koo za Israeli. 6 Mose
aliwatuma vitani, watu 1,000 kutoka kila kabila,
pamoja na Finehasi mwana wa kuhani Eleazari,
ambaye alichukua vyombo vya mahali patakatifu
na tarumbeta za kuashiria.

7 Walipigana dhidi ya Wamidiani, kama Bwana
alivyomwagiza Mose, nao waliua kila mwanaume.
8 Miongoni mwa watu waliouawa walikuwepo wafa-
lme watano wa Midiani, nao ni Evi, Rekemu, Suri,
Huri na Reba. Vilevile walimuua Balaamu mwana
wa Beori kwa upanga. 9 Waisraeli waliwateka
wanawake wa Kimidiani pamoja na watoto wao
na walichukua makundi ya ng'ombe, kondoo na
mali zao kama nyara. 10 Walichoma moto miji yote
ambayo Wamidiani walikuwa wanaishi, pamoja
na kambi zao zote. 11 Walichukua nyara zote na
mateka, pamoja na watu na wanyama, 12 nao wali-
waleta wafungwa mateka na nyara kwa Mose na
kwa kuhani Eleazari, nao Waisraeli walikusanyika
kwenye kambi zao katika tambarare za nchi ya
Moabu, kando ya Yordani ng'ambo ya Yeriko.

13 Mose, kuhani Eleazari na viongozi wote wa
jumuiya wakatoka kuwalaki nje ya kambi. 14 Mose
aliwakasirikia maafisa wa jeshi, yaani hao wakuu
wa jeshi wa maelfu na wakuu wa jeshi wa mamia,
ambao walirudi kutoka vitani.

15 Mose akawauliza, "Je, mmewaacha wanawake
wote hai?" 16 "Wanawake hao ndio waliofuata
ushauri wa Balaamu, nao ndio waliowasababisha
Waisraeli wamwasi Bwana kwa kile kilichotokea
kule Peori, na kwa hiyo pigo liliwapata watu wa
Bwana. 17 Sasa waue wavulana wote. Pia muue kila
mwanamke ambaye alikwisha fanya tendo la ndoa,
18 lakini mwacheni hai kwa ajili yenu kila msichana
ambaye kamwe hajawahi kuzini na mwanaume.

19 "Ninyi nyote ambao mmeua mtu yeyote au
kumgusa mtu yeyote ambaye ameuawa, lazima
mkae nje ya kambi kwa muda wa siku saba. Katika
siku ya tatu na ya saba lazima mjitakase wenyewe
pamoja na wafungwa wenu. 20 Takaseni kila vazi
pamoja na kila kitu kilichotengenezwa kwa ngozi,
kwa singa za mbuzi au kwa mti."

21 Kisha kuhani Eleazari aliwaambia askari
waliokuwa wamekwenda vitani, "Haya ndiyo
matakwa ya sheria ambayo Bwana alimpa Mose:
22 Dhahabu, fedha, shaba, chuma, bati, risasi, 23 na
kitu kingine chochote ambacho kinaweza kuhimili
moto lazima mkipitishe kwenye moto, kisha kita-
kuwa safi. Lakini ni lazima pia kitakaswe kwa maji
ya utakaso. Kitu chochote kisichoweza kuhimili
moto lazima kipitishwe kwenye yale maji ya uta-
kaso. 24 Katika siku ya saba fueni nguo zenu, nanyi
mtakuwa safi. Kisha mtaweza kuingia kambini."

Kugawanya Mateka

25 Bwana akamwambia Mose, 26 "Wewe na kuhani
Eleazari pamoja na viongozi wa jamaa ya jumuiya
mtahesabu watu wote na wanyama ambao walite-
kwa. 27 Gawanyeni hizo nyara kati ya askari ambao
walishiriki katika vita na kwa jumuiya. 28 Kutoka
fungu la wale waliokwenda kupigana vitani, tenga
kama ushuru kwa ajili ya Bwana kitu kimoja kati
ya kila mia tano, ikiwa ni wanadamu, ng'ombe,
punda, kondoo au mbuzi. 29 Chukua ushuru huu
kutoka fungu lao, umpe kuhani Eleazari kama
sehemu ya Bwana. 30 Kutoka fungu la Waisraeli,
chukua kitu kimoja kati ya kila hamsini, ikiwa ni
wanadamu, ng'ombe, punda, kondoo, mbuzi au
wanyama wengine. Hivyo uwape Walawi, ambao
wanawajibika kutunza Maskani ya Bwana." 31 Kwa
hiyo Mose na kuhani Eleazari wakafanya kama
Bwana alivyomwagiza Mose.

32 Nyara zilizobaki kutoka mateka ambayo askari
walichukua ni kondoo 675,000, 33 ng'ombe 72,000,
34 punda 61,000, 35 na wanawake 32,000 ambao
hawakumjua mume kwa kufanya tendo la ndoa.

36 Nusu ya fungu la wale waliokwenda kupigana
vitani lilikuwa:

Kondoo 337,500 37 ambayo ushuru kwa ajili
ya Bwana ilikuwa kondoo 675;
38 ng'ombe 36,000 ambao ushuru kwa ajili ya
Bwana ulikuwa ng'ombe 72;
39 punda 30,500 ambao ushuru kwa ajili ya
Bwana ulikuwa punda 61;
40 Watu 16,000 ambao ushuru kwa ajili ya
Bwana ulikuwa watu 32.

41 Mose alimpa kuhani Eleazari ushuru kama
sehemu ya Bwana, kama Bwana alivyomwagiza
Mose.

42 Ile nusu iliyokuwa ya Waisraeli, ambayo
Mose aliitenga kutoka kwa ile ya watu waliokwe-
nda vitani, 43 nusu iliyokuwa ya jumuiya, ilikuwa
kondoo 337,500, 44 ng'ombe 36,000, 45 punda
30,500, 46 na wanadamu 16,000. 47 Kutoka hiyo
nusu iliyokuwa ya Waisraeli, Mose alichagua moja
kati ya kila hamsini ya wanadamu na wanyama,
kama Bwana alivyomwagiza, naye aliwapa Walawi,
ambao waliwajibika kutunza Maskani ya Bwana.

48 Kisha maafisa waliokuwa juu ya vikosi vya
jeshi, wakuu wa jeshi wa maelfu na wakuu wa jeshi
wa mamia, walimwendea Mose 49 na kumwambia,
"Watumishi wako wamehesabu askari walio chini
ya amri yetu na hakuna hata mmoja aliyekosekana.
50 Kwa hiyo tumeleta kama sadaka kwa Bwana vyo-
mbo vya dhahabu kila mmoja wetu alivyopata,
yaani vikuku, bangili, pete za muhuri, vipuli na
mikufu, ili kufanya upatanisho kwa ajili yetu mbele
za Bwana."

51 Mose na kuhani Eleazari wakapokea kutoka
kwao dhahabu, yaani vyombo vyote vilivyona-
kshiwa. 52 Dhahabu yote kutoka kwa wakuu wa
jeshi wa maelfu na wakuu wa jeshi wa mamia
ambavyo Mose na kuhani Eleazari walimletea
Bwana kama zawadi ilikuwa shekeli 16,750[a] 53 Kila
askari alikuwa amejichukulia nyara zake binafsi.
54 Mose na kuhani Eleazari walipokea dhahabu
kutoka kwa wakuu wa jeshi wa maelfu na wakuu
wa jeshi wa mamia, wakazileta katika Hema la
Kukutania kama ukumbusho kwa Waisraeli mbele
za Bwana.

[a]52 Shekeli 16,750 ni sawa na kilo 200.

Makabila Ng'ambo Ya Yordani

32 Kabila la Wareubeni na Wagadi, waliokuwa
na makundi makubwa ya ng'ombe, kondoo
na mbuzi, waliona kuwa nchi ya Yazeri na nchi
ya Gileadi ni nzuri kwa mifugo. 2 Hivyo walimjia
Mose, na kuhani Eleazari na viongozi wa jumuiya,
na kuwaambia, 3 "Atarothi, Diboni, Yazeri, Nimra,
Heshboni, Eleale, Sebamu, Nebo na Beoni, 4 nchi
ambayo Bwana ameishinda mbele ya wana wa
Israeli, inafaa kwa mifugo, nao watumishi wako
wana mifugo. 5 Kama tumepata kibali mbele ya
macho yako, nchi hii na ipewe watumishi wako
kama milki yetu. Usitufanye tuvuke Yordani."

6 Mose akawaambia Wagadi na Wareubeni, "Je,
watu wa nchi yenu watakwenda vitani wakati ninyi
mmeketi hapa? 7 Kwa nini mmewakatisha Waisraeli
tamaa wasivuke katika nchi ambayo Bwana ame-
wapa? 8 Hivi ndivyo baba zenu walivyofanya wakati
nilipowatuma kutoka Kadesh-Barnea kuipeleleza
nchi. 9 Baada ya kufika kwenye Bonde la Eshkoli na
kuitazama nchi, waliwakatisha tamaa Waisraeli
wasiingie katika nchi ambayo Bwana alikuwa
amewapa. 10 Siku ile hasira ya Bwana iliwaka naye
akaapa kiapo hiki: 11 'Kwa kuwa hawakunifuata kwa
moyo wote, hakuna mtu yeyote mwenye miaka
ishirini au zaidi ambaye alikuja kutoka Misri ataka-
yeona nchi niliyoahidi kwa kiapo kwa Abrahamu,
Isaki na Yakobo; 12 hakuna hata mmoja isipokuwa
Kalebu mwana wa Yefune, Mkenizi, na Yoshua
mwana wa Nuni, kwa sababu walimfuata Bwana
kwa moyo wote.' 13 Hasira ya Bwana iliwaka dhidi
ya Waisraeli na akawafanya watangetange katika
jangwa kwa miaka arobaini, mpaka kizazi chote
cha wale waliofanya maovu mbele yake kimea-
ngamia.

14 "Nanyi mko hapa, uzao wa wenye dhambi,
mkisimamia mahali pa baba zenu na mkimfanya
Bwana kuwakasirikia Waisraeli hata zaidi. 15 Kama
mkigeuka na mkiacha kumfuata, atawaacha tena
watu hawa wote jangwani, na mtakuwa sababu ya
maangamizi yao."

16 Ndipo wakamjia Mose na kumwambia,
"Tungalitaka kujenga mazizi hapa kwa ajili ya
mifugo yetu na miji kwa ajili ya wanawake wetu
na watoto. 17 Lakini sisi tuko tayari kuchukua
silaha zetu na kutangulia mbele ya Waisraeli
mpaka tutakapowaleta mahali pao. Wakati huo
wanawake wetu na watoto wataishi katika miji
yenye ngome, kwa ajili ya ulinzi dhidi ya wenyeji
wa nchi. 18 Hatutarudi nyumbani mwetu mpaka
kila Mwisraeli apokee urithi wake. 19 Hatutapokea
urithi wowote pamoja nao ng'ambo ya Yordani,
kwa sababu urithi wetu umekuja kwetu upande
wa mashariki ya Yordani."

20 Kisha Mose akawaambia, "Kama mtafanya
jambo hili, kama mtajivika silaha mbele za Bwana
kwa ajili ya vita, 21 na kama ninyi nyote mtakwenda
mmejivika silaha ng'ambo ya Yordani mbele za
Bwana mpaka awe amewafukuza adui zake mbele
zake, 22 hadi wakati nchi itakapokuwa imeshindwa
mbele za Bwana, ndipo mtaweza kurudi na kuwa
huru kutoka masharti yenu kwa Bwana na Israeli.
Nayo nchi hii itakuwa milki yenu mbele za Bwana.

23 "Lakini mkishindwa kufanya hili, mtakuwa
mnatenda dhambi dhidi ya Bwana; nanyi kuweni
na hakika kuwa dhambi yenu itawapata. 24 Jengeni
miji kwa ajili ya wanawake na watoto wenu, na
mazizi kwa ajili ya mbuzi na kondoo zenu, lakini
fanyeni yale mliyoahidi."

25 Wagadi na Wareubeni wakamwambia Mose,
"Sisi watumishi wako tutafanya kama bwana wetu
anavyotuagiza. 26 Watoto na wake zetu, makundi ya
mbuzi na kondoo, na makundi ya ng'ombe zetu,
watabaki hapa katika miji ya Gileadi. 27 Lakini watu-
mishi wenu, kila mwanaume aliyevaa silaha za
vita, watavuka ng'ambo kupigana mbele za Bwana,
sawa kama bwana wetu anavyosema."

28 Kisha Mose akatoa amri kuhusu wao kwa
kuhani Eleazari, na Yoshua mwana wa Nuni na vio-
ngozi wa jamaa za makabila ya Waisraeli. 29 Mose
akawaambia, "Ikiwa Wagadi na Wareubeni, kila
mwanaume aliyevaa silaha za vita, atavuka Yordani
pamoja nanyi mbele za Bwana, basi wakati mtaka-
poishinda nchi iliyoko mbele yenu, wapeni nchi
ya Gileadi kama milki yao. 30 Lakini kama hawa-
tavuka pamoja nanyi wakiwa wamevaa silaha za
vita, lazima wakubali kupokea milki yao pamoja
nanyi katika nchi ya Kanaani."

31 Wagadi na Wareubeni wakajibu, "Watumishi
wako watafanya lile Bwana alilosema. 32 Tutavuka
mbele za Bwana kuingia Kanaani tukiwa tumevaa
silaha za vita, lakini mali tutakayoirithi itakuwa
ng'ambo hii ya Yordani."

33 Kisha Mose akawapa Wagadi, Wareubeni, na
nusu ya kabila la Manase mwana wa Yosefu ufalme
wa Sihoni mfalme wa Waamori, na ufalme wa Ogu
mfalme wa Bashani, nchi yote pamoja na miji yake,
na nchi inayowazunguka.

34 Wagadi wakajenga Diboni, Atarothi, Aroeri,
35 Atroth-Shofani, Yazeri, Yogbeha, 36 Beth-Nimra
na Beth-Harani kama miji iliyozungushiwa ngome,
tena wakajenga mazizi kwa ajili ya makundi yao
ya mbuzi na kondoo. 37 Nao Wareubeni wakajenga
upya miji ya Heshboni, Eleale na Kiriathaimu, 38 pia
Nebo na Baal-Meoni (majina ya hiyo miji yalibadi-
lishwa) na Sibma. Miji waliyoijenga upya waliipa
majina.

39 Wazao wa Makiri mwana wa Manase wali-
kwenda Gileadi, wakaiteka nchi na kuwafukuza
Waamori waliokuwa huko. 40 Kwa hiyo Mose aka-
wapa Wamakiri, wazao wa Manase, nchi ya Gileadi,
nao wakakaa huko. 41 Yairi, mzao wa Manase, aka-
teka makao yao, akayaita Hawoth-Yairi. 42 Naye
Noba akateka Kenathi na makao yaliyoizunguka,
akayaita Noba kwa jina lake.

Vituo Katika Safari Ya Waisraeli

33 Hivi ndivyo vituo katika safari ya Waisraeli
walipotoka Misri kwa vikosi chini ya uongozi
wa Mose na Aroni. 2 Kwa agizo la Bwana, Mose ali-
weka kumbukumbu ya vituo katika safari yao. Hivi
ndivyo vituo katika safari yao:

3 Waisraeli walisafiri kutoka Ramesesi
katika siku ya kumi na tano ya mwezi wa
kwanza, siku iliyofuata Pasaka. Walite-
mbea kwa ujasiri wazi mbele ya Wamisri

wote, [4] waliokuwa wakizika wazaliwa wao
wa kwanza wote, ambao Bwana alikuwa
amewaua katikati yao, kwa kuwa Bwana
alikuwa ameleta hukumu juu ya miungu
yao.
[5] Waisraeli waliondoka Ramesesi na
kupiga kambi huko Sukothi.
[6] Wakaondoka Sukothi na kupiga kambi
huko Ethamu, pembeni mwa jangwa.
[7] Wakaondoka Ethamu, wakageuka
wakarudi Pi-Hahirothi, hadi mashariki ya
Baal-Sefoni, wakapiga kambi yao karibu
na Migdoli.
[8] Wakaondoka Pi-Hahirothi wakapita
katikati ya bahari mpaka jangwani, na
baada ya kusafiri kwa siku tatu katika
Jangwa la Ethamu, walipiga kambi huko
Mara.
[9] Wakaondoka Mara wakaenda Elimu,
mahali ambapo palikuwa na chemchemi
kumi na mbili na mitende sabini, huko
wakapiga kambi.
[10] Wakaondoka Elimu na kupiga kambi
kando ya Bahari ya Shamu.
[11] Wakaondoka kando ya Bahari ya
Shamu na kupiga kambi katika Jangwa la
Sini.
[12] Wakaondoka katika Jangwa la Sini,
wakapiga kambi huko Dofka.
[13] Wakaondoka Dofka, wakapiga kambi
huko Alushi.
[14] Wakaondoka Alushi, wakapiga kambi
Refidimu, mahali ambapo hapakuwa na
maji kwa ajili ya watu kunywa.
[15] Wakaondoka Refidimu na kupiga
kambi katika Jangwa la Sinai.
[16] Wakaondoka katika Jangwa la Sinai na
kupiga kambi huko Kibroth-Hataava.
[17] Wakaondoka Kibroth-Hataava na
kupiga kambi huko Haserothi.
[18] Wakaondoka Haserothi na kupiga
kambi huko Rithma.
[19] Wakaondoka Rithma na kupiga kambi
huko Rimon-Peresi.
[20] Wakaondoka Rimon-Peresi na kupiga
kambi huko Libna.
[21] Wakaondoka Libna na kupiga kambi
huko Risa.
[22] Wakaondoka Risa na kupiga kambi
huko Kehelatha.
[23] Wakaondoka Kehelatha na kupiga
kambi kwenye mlima Sheferi.
[24] Wakaondoka kwenye mlima Sheferi
na kupiga kambi huko Harada.
[25] Wakaondoka Harada na kupiga kambi
huko Makelothi.
[26] Wakaondoka Makelothi na kupiga
kambi huko Tahathi.
[27] Wakaondoka Tahathi na kupiga kambi
huko Tera.
[28] Wakaondoka Tera na kupiga kambi
huko Mithka.
[29] Wakaondoka Mithka na kupiga kambi
huko Hashmona.
[30] Wakaondoka Hashmona na kupiga
kambi Moserothi.
[31] Wakaondoka Moserothi na kupiga
kambi huko Bene-Yakani.
[32] Wakaondoka Bene-Yakani na kupiga
kambi huko Hor-Hagidgadi.
[33] Wakaondoka Hor-Hagidgadi na kupiga
kambi huko Yotbatha.
[34] Wakaondoka Yotbatha na kupiga
kambi huko Abrona.
[35] Wakaondoka Abrona na kupiga kambi
huko Esion-Geberi.
[36] Wakaondoka Esion-Geberi na kupiga
kambi huko Kadeshi katika Jangwa la Sini.
[37] Wakaondoka Kadeshi na kupiga kambi
kwenye Mlima Hori, mpakani mwa Edomu.
[38] Kwa amri ya Bwana, kuhani Aroni alipa-
nda Mlima Hori, mahali alipofia katika siku
ya kwanza ya mwezi wa tano, mwaka wa
arobaini baada ya Waisraeli kutoka Misri.
[39] Aroni alikufa juu ya Mlima Hori akiwa na
umri wa miaka 123.
[40] Mfalme Mkanaani wa Aradi, ambaye
aliishi huko Negebu ya Kanaani, akasikia
kwamba Waisraeli wanakuja.
[41] Wakaondoka kwenye mlima Hori na
kupiga kambi huko Salmona.
[42] Wakaondoka Salmona, wakapiga
kambi huko Punoni.
[43] Wakaondoka Punoni, wakapiga kambi
huko Obothi.
[44] Wakaondoka Obothi, wakapiga kambi
huko Iye-Abarimu, mipakani mwa Moabu.
[45] Wakaondoka Iye-Abarimu, wakapiga
kambi huko Dibon-Gadi.
[46] Wakaondoka Dibon-Gadi na kupiga
kambi huko Almon-Diblathaimu.
[47] Wakaondoka Almon-Diblathaimu na
kupiga kambi katika milima ya Abarimu,
karibu na Nebo.
[48] Wakaondoka kwenye milima ya Aba-
rimu na kupiga kambi kwenye tambarare
ya Moabu, kando ya Yordani ng'ambo
ya Yeriko. [49] Huko kwenye tambarare za
Moabu walipiga kambi kandokando ya Mto
Yordani, kuanzia Beth-Yeshimothi mpaka
Abel-Shitimu.

[50] Katika tambarare za Moabu kando ya Yordani
kuvukia Yeriko, Bwana akamwambia Mose,
[51] "Sema na Waisraeli uwaambie: 'Mtakapovuka
Mto Yordani kuingia Kanaani, [52] wafukuzeni wakazi
wote wa nchi iliyo mbele yenu. Haribuni sanamu
zao zote za kuchongwa, na sanamu zilizotengene-
zwa kwa kuyeyusha chuma, na kupabomoa mahali
pao pa ibada. [53] Mtaimiliki nchi hiyo na kukaa huko,
kwa kuwa nimewapeni ninyi kuimiliki. [54] Mtaigawa-
nya nchi hiyo kwa kupiga kura, kufuatana na koo
zenu. Kwa kundi kubwa zaidi toa urithi mkubwa
zaidi, na kwa kundi dogo zaidi urithi mdogo zaidi.
Chochote kinachowaangukia kwa kura kitakuwa
chao. Mtaigawanya nchi kufuatana na makabila
ya babu zenu.
[55] " 'Lakini kama hamkuwafukuza wenyeji

wakaao katika nchi hiyo, wale mtakaowaruhusu
wabaki watakuwa kama sindano kwenye macho
yenu na miiba kwenu kila upande. Watawasumbua
katika nchi mtakayoishi. 56 Kisha nitawatenda ninyi
kile ambacho nimepanga kuwatenda wao.' "

Mipaka Ya Kanaani

34 Bwana akamwambia Mose, 2 "Waamuru Wai-
sraeli na uwaambie: 'Mtakapoingia nchi ya
Kanaani, nchi ambayo itagawanywa kwenu kama
urithi itakuwa na mipaka ifuatayo:

3 " 'Upande wenu wa kusini utajumuisha sehemu
ya Jangwa la Sini kufuata mpaka wa Edomu. Upa-
nde wa mashariki mpaka wenu wa kusini utaanzia
mwisho wa Bahari ya Chumvi,[a] 4 katiza kusini mwa
Pito la Akrabimu, endelea mpaka Sini na kwe-
nda kusini ya Kadesh-Barnea. Kisha mpaka huo
utaenda hadi Hasar-Adari hadi Azmoni, 5 mahali
ambapo utapinda, na kuunganika na Kijito cha
Misri na kumalizikia kwenye Bahari ya Kati.[b]

6 " 'Mpaka wenu wa magharibi utakuwa Bahari
ya Kati. Huu utakuwa mpaka wenu upande wa
magharibi.

7 " 'Kwa mpaka wenu wa kaskazini, wekeni alama
kuanzia Bahari ya Kati hadi mlima Hori, 8 na kutoka
mlima Hori hadi Pito la Hamathi. Kisha mpaka
utaenda hadi Sedadi, 9 kuendelea hadi Zifroni, na
kuishia Hasar-Enani. Huu utakuwa mpaka wenu
upande wa kaskazini.

10 " 'Kwa mpaka wenu wa mashariki, wekeni
alama kuanzia Hasar-Enani hadi Shefamu.
11 Mpaka utaelekea kusini kuanzia Shefamu hadi
Ribla upande wa mashariki wa Aini, na kuende-
lea kwenye miteremko mashariki mwa Bahari ya
Kinerethi.[c] 12 Kisha mpaka utashuka kuelekea Mto
Yordani na kuishia katika Bahari ya Chumvi.

" 'Hii itakuwa nchi yenu, ikiwa na mipaka yake
kila upande.' "

13 Mose akawaamuru Waisraeli: "Gawanyeni
nchi hii kwa kura kama urithi. Bwana ameagiza
kwamba itolewe kwa yale makabila tisa na nusu,
14 kwa sababu jamaa ya kabila la Reubeni, kabila
la Gadi, na nusu ya kabila la Manase wamekwi-
shapokea urithi wao. 15 Haya makabila mawili na
nusu wamekwishapokea urithi wao upande wa
mashariki wa Yordani ng'ambo ya Yeriko, kuelekea
mawio ya jua."

16 Bwana akamwambia Mose, 17 "Haya ndiyo
majina ya watu ambao watakusaidia kugawanya
nchi kama urithi: Eleazari kuhani na Yoshua
mwana wa Nuni. 18 Tena uteue kiongozi mmoja
kutoka kila kabila kusaidia kuigawanya nchi.
19 Haya ndiyo majina yao:

"Kalebu mwana wa Yefune,
kutoka kabila la Yuda;
20 Shemueli mwana wa Amihudi,
kutoka kabila la Simeoni;
21 Elidadi mwana wa Kisloni,
kutoka kabila la Benyamini;
22 Buki mwana wa Yogli,
kiongozi kutoka kabila la Dani;
23 Hanieli mwana wa Efodi,
kiongozi kutoka kabila la Manase mwana
wa Yosefu;
24 Kemueli mwana wa Shiftani,
kiongozi kutoka kabila la Efraimu
mwana wa Yosefu;
25 Elisafani mwana wa Parnaki,
kiongozi kutoka kabila la Zabuloni;
26 Paltieli mwana wa Azani,
kiongozi kutoka kabila la Isakari;
27 Ahihudi mwana wa Shelomi,
kiongozi kutoka kabila la Asheri;
28 Pedaheli mwana wa Amihudi,
kiongozi kutoka kabila la Naftali."

29 Hawa ndio watu ambao Bwana aliamuru waga-
wanye urithi kwa Waisraeli katika nchi ya Kanaani.

Miji Kwa Ajili Ya Walawi

35 Bwana akamwambia Mose katika nchi tamba-
rare ya Moabu, kando ya Mto Yordani kuvukia
Yeriko, 2 "Waagize Waisraeli kuwapa Walawi miji ya
kuishi kutoka urithi ambao Waisraeli watamiliki.
Wape maeneo ya malisho kuzunguka hiyo miji.
3 Kisha watakuwa na miji ya kuishi na maeneo ya
malisho kwa ajili ya ng'ombe zao, mbuzi, kondoo
na mifugo yao mingine yote.

4 "Maeneo ya malisho kuzunguka miji hiyo
ambayo mtawapa Walawi yataenea mita 450
kutoka kwenye ukuta wa miji. 5 Nje ya mji, pima
mita 900 upande wa mashariki, upande wa kusini
mita 900, upande wa magharibi mita 900, na
upande wa kaskazini mita 900, na mji utakuwa
katikati. Eneo hili litakuwa lao kwa ajili ya malisho.

Miji Ya Makimbilio

6 "Miji sita mtakayowapa Walawi itakuwa ya
makimbilio, ambayo mtu anayemuua mwenzake
aweza kukimbilia humo. Zaidi ya hiyo, wapeni miji
mingine arobaini na miwili. 7 Kwa jumla inawapasa
kuwapa Walawi miji arobaini na minane, pamoja
na maeneo ya malisho yao. 8 Miji ambayo mtawapa
Walawi kutoka nchi ambayo Waisraeli wanamiliki
itatolewa kwa uwiano wa urithi wa kila kabila. Chu-
kua miji mingi kutoka lile kabila lenye miji mingi,
lakini uchukue miji michache kutoka kwa kabila
lile lenye miji michache."

9 Kisha Bwana akamwambia Mose: 10 "Sema na
Waisraeli, uwaambie: 'Mtakapovuka Yordani kui-
ngia Kanaani, 11 chagueni baadhi ya miji iwe miji
yenu ya makimbilio, ambayo mtu ambaye ameua
mwenzake bila kukusudia aweza kukimbilia humo.
12 Itakuwa mahali pa kukimbilia kutoka mlipiza
kisasi, ili kwamba mtu aliyeshtakiwa kwa mauaji
asife kabla ya kujitetea mbele ya mkutano. 13 Miji hii
sita mtakayoitoa itakuwa miji yenu ya makimbilio.
14 Mtatoa miji mitatu ng'ambo hii ya Yordani na
miji mingine mitatu upande wa Kanaani kama
miji ya makimbilio. 15 Miji hii sita itakuwa mahali
pa makimbilio kwa ajili ya Waisraeli, wageni na
watu wengine wanaoishi katikati yenu, ili kwamba
mtu yeyote ambaye ameua mtu mwingine pasipo
kukusudia aweze kukimbilia humo.

[a]3 Yaani Bahari Mfu.
[b]5 Yaani Mediterania.
[c]11 Yaani Bahari ya Galilaya.

16 " 'Kama mtu akimpiga mwenzake kwa chuma
naye mtu huyo akafa, mtu huyo ni muuaji; muuaji
sharti atauawa. 17 Au kama mtu analo jiwe mko-
noni mwake ambalo laweza kuua, naye akampiga
mwenzake akafa, yeye ni muuaji; muuaji huyo
sharti atauawa. 18 Au kama mtu ana chombo cha
mti mkononi mwake ambacho chaweza kuua,
naye akampiga mwenzake akafa, yeye ni muuaji;
muuaji huyo sharti atauawa. 19 Mlipiza kisasi cha
damu atamuua muuaji; wakati akikutana naye,
atamuua. 20 Ikiwa mtu ana chuki ya siku nyingi na
mwenzake akamsukuma au akamtupia kitu kwa
kukusudia naye akafa, 21 au ikiwa katika uadui aka-
mpiga ngumi naye akafa, mtu yule sharti atauawa;
yeye ni muuaji. Mlipiza kisasi cha damu atamuua
muuaji atakapokutana naye.

22 " 'Lakini kama mtu akimsukuma mwenziwe
ghafula pasipo chuki, au kumtupia kitu pasipo
kukusudia, 23 au, pasipo kumwona, akimwangu-
shia jiwe ambalo laweza kumuua naye akafa, basi
kwa kuwa hakuwa adui yake naye hakukusudia
kumuumiza, 24 kusanyiko lazima liamue kati yake
na mlipiza kisasi wa damu kufuatana na sheria hizi.
25 Kusanyiko ni lazima limlinde yule anayeshta-
kiwa kuua kutoka kwa mlipiza kisasi wa damu, na
kumrudisha katika mji wa makimbilio alikokuwa
amekimbilia. Lazima akae humo mpaka atakapo-
kufa kuhani mkuu ambaye alikuwa amepakwa
mafuta matakatifu.

26 " 'Lakini kama mshtakiwa atatoka nje ya
mipaka ya mji wa makimbilio ambao amekimbilia,
27 na mlipiza kisasi wa damu akamkuta nje ya mji,
mlipiza kisasi wa damu anaweza kumuua mshta-
kiwa huyo bila kuwa na hatia ya kuua. 28 Mshtakiwa
lazima akae katika mji wake wa makimbilio mpaka
atakapokufa kuhani mkuu; atarudi tu kwenye mali
yake baada ya kifo cha kuhani mkuu.

29 " 'Hizi ndizo kanuni za sheria zitakazohita-
jiwa kwenu na katika vizazi vyenu vijavyo, popote
mtakapoishi.

30 " 'Yeyote anayeua mtu atauawa kama muuaji
ikiwa tu kuna ushuhuda wa mashahidi. Lakini
hakuna mtu atakayeuawa kwa ushuhuda wa sha-
hidi mmoja tu.

31 " 'Usikubali fidia yoyote ya kuokoa uhai wa
muuaji ambaye anastahili kufa. Mtu huyo hakika
lazima auawe.

32 " 'Usikubali fidia ya mtu yeyote ambaye ame-
kimbilia katika mji wa makimbilio na kumruhusu
kurudi kuishi katika nchi yake kabla ya kifo cha
kuhani mkuu.

33 " 'Msiinajisi nchi mnayoishi. Umwagaji
damu hunajisi nchi, na upatanisho hauwezekani
kufanyika katika nchi ambayo damu imemwagwa,
isipokuwa tu kwa damu ya yule aliyeimwaga damu.
34 Msiinajisi nchi mnayoishi, ambayo nami nina-
kaa, kwa kuwa Mimi, Bwana, ninakaa katikati ya
Waisraeli.' "

Urithi Wa Binti Za Selofehadi

36 Viongozi wa jamaa ya ukoo wa Gileadi mwana
wa Makiri, mwana wa Manase, waliokuwa
wametoka katika koo za wazao wa Yosefu, wali-
kuja na kuzungumza mbele ya Mose na viongozi,
wakuu wa jamaa ya Waisraeli. 2 Wakasema, "Bwana
alipomwamuru bwana wangu kuwapa Waisraeli
nchi kama urithi kwa kura, alikuamuru kutoa
urithi wa ndugu yetu Selofehadi kwa binti zake.
3 Sasa ikiwa wataolewa na watu wa makabila
mengine ya Kiisraeli, itakuwa kwamba urithi wao
utaondolewa kutoka urithi wa mababu zetu na
kuongezwa katika urithi wa kabila ambalo dada
hao wameolewa. Kwa hiyo sehemu ya urithi tuli-
yogawiwa itachukuliwa kutoka kwetu. 4 Wakati
mwaka wa Yubile kwa Waisraeli utafika, urithi wao
utaongezwa kwa lile kabila ambalo wameolewa,
na mali yao itaondolewa kutoka urithi wa kabila
la mababu zetu."

5 Ndipo kwa agizo la Bwana Mose akatoa amri
ifuatayo kwa Waisraeli: "Kile wazao wa kabila la
Yosefu wanachosema ni kweli. 6 Hivi ndivyo Bwana
anavyoamuru kwa binti za Selofehadi: Wanaweza
kuolewa na mtu yeyote wampendaye, mradi tu
waolewe miongoni mwa koo za kabila za baba
yao. 7 Hakuna urithi katika Israeli utakaohami-
shwa kutoka kabila moja kwenda kabila jingine,
kwa kuwa kila Mwisraeli atatunza ardhi ya kabila
lake aliyoirithi kutoka kwa baba zake. 8 Kila binti
atakayerithi ardhi katika kabila lolote la Israeli ni
lazima aolewe na mtu kutoka kabila na ukoo wa
baba yake, ili kila Mwisraeli amiliki urithi wa baba
zake. 9 Hakuna urithi uwezao kuhamishwa kutoka
kabila moja kwenda kabila jingine, kwa kuwa kila
kabila la Israeli litatunza nchi linayorithi."

10 Kwa hiyo binti za Selofehadi wakafanya kama
Bwana alivyomwamuru Mose. 11 Binti za Selofe-
hadi, ambao ni Mahla, Tirsa, Hogla, Milka na Noa,
wakaolewa na waume, wana wa ndugu za baba yao.
12 Waliolewa ndani ya koo za wazao wa Manase
mwana wa Yosefu, na urithi wao ukabaki katika
ukoo na kabila la baba yao.

13 Haya ndiyo maagizo na masharti ambayo
Bwana aliwapa Waisraeli kupitia Mose katika
tambarare za Moabu, karibu na Yordani ng'ambo
ya Yeriko.

KUMBUKUMBU LA TORATI

Amri Ya Kuondoka Mlima Horebu

1 Haya ni maneno Mose aliyoyasema kwa Israeli
yote jangwani mashariki ya Yordani, ambayo
iko Araba, inayokabiliana na Sufu, kati ya Parani
na Tofeli, Labani, Haserothi na Dizahabu. 2 (Ni
mwendo wa siku kumi na moja kutoka Horebu
kwa njia ya Mlima Seiri mpaka Kadesh-Barnea.)
3 Katika mwaka wa arobaini, siku ya kwanza ya
mwezi wa kumi na moja, Mose aliwatangazia Wai-
sraeli yale yote BWANA aliyomwamuru kuwahusu.
4 Hii ilikuwa baada ya kumshinda Sihoni mfalme
wa Waamori, ambaye alitawala Heshboni, na pia
huko Edrei alikuwa amemshinda Ogu mfalme wa
Bashani, ambaye alitawala huko Ashtarothi. 5 Huko
mashariki ya Yordani katika nchi ya Moabu, Mose
alianza kuielezea sheria hii, akisema:

6 BWANA Mungu wetu alisema nasi huko Horebu,
"Mmekaa vya kutosha katika mlima huu. 7 Vunjeni
kambi, msonge mbele kuelekea nchi ya vilima ya
Waamori; nendeni kwa watu wote ambao ni maji-
rani wa Araba, katika milima, upande wa magharibi
chini ya vilima, katika Negebu na kandokando ya
pwani, mpaka nchi ya Wakanaani hadi Lebanoni,
na kufika mto mkubwa Frati. 8 Tazama, nimewapa
ninyi nchi hii. Ingieni mkaimiliki nchi ambayo
BWANA aliapa kuwa angaliwapa baba zenu, Abra-
hamu, Isaki na Yakobo, pamoja na vizazi vyao
baada yao."

Uteuzi Wa Viongozi

9 Wakati ule niliwaambia, "Ninyi mmekuwa
mzigo mzito sana kwangu kuwachukua peke
yangu. 10 BWANA Mungu wenu ameongeza hesabu
yenu, hivi kwamba leo ninyi ni wengi kama nyota
za angani. 11 Naye BWANA, Mungu wa baba zenu na
awaongeze mara elfu na kuwabariki kama alivyoa-
hidi! 12 Lakini mimi nitawezaje kubeba matatizo
yenu, na mizigo yenu, na magomvi yenu peke
yangu? 13 Chagueni baadhi ya watu wenye hekima,
wenye ufahamu na wanaoheshimika kutoka kila
kabila lenu, nami nitawaweka juu yenu."
14 Mlinijibu, "Shauri ulilolitoa ni zuri."
15 Kwa hiyo niliwachukua wanaume viongozi
wa makabila yenu, wenye hekima na wanaohe-
shimika, nami nikawateua wawe na mamlaka juu
yenu kama majemadari wa maelfu, wa mamia,
wa hamsini, na wa makumi, na kama maafisa wa
makabila. 16 Nami wakati ule nikawaagiza waamuzi
wenu: Sikilizeni magomvi kati ya ndugu zenu na
mwamue kwa haki, hata kama shauri ni kati ya
ndugu wa Kiisraeli, au kati ya mmoja wa ndugu wa
Kiisraeli na mgeni. 17 Msionyeshe upendeleo katika
maamuzi; wasikilizeni wote sawasawa, wadogo
kwa wakubwa. Msimwogope mtu yeyote, kwa
kuwa hukumu ni ya Mungu. Mniletee mimi shauri
lolote lililo gumu sana kwenu, nami nitalisikiliza.
18 Nami wakati ule niliwaambia kila kitu ambacho
mngefanya.

Wapelelezi Wanatumwa

19 Kisha, kama BWANA Mungu wetu alivyotua-
muru, tuliondoka kutoka Horebu na kwenda
kuelekea nchi ya vilima ya Waamori, kupitia
jangwa lile kubwa lote la kutisha, lile mliloliona,
nasi tukafika Kadesh-Barnea. 20 Kisha niliwaambia,
"Mmefika katika nchi ya vilima ya Waamori,
ambayo BWANA Mungu wetu anatupa. 21 Tazama,
BWANA Mungu wenu amewapa nchi. Pandeni
mkaimiliki kama BWANA, Mungu wa baba zenu,
alivyowaambia. Msiogope, wala msikate tamaa."
22 Ndipo ninyi nyote mkanijia na kusema, "Tupe-
leke watu watutangulie kuipeleleza nchi kwa ajili
yetu, na kutuletea taarifa kuhusu njia tutakayopita,
na miji tutakayoiendea."
23 Wazo hilo lilionekana zuri kwangu; kwa hiyo
niliwachagua watu wenu kumi na wawili, mwa-
naume mmoja kutoka kila kabila. 24 Waliondoka
na kukwea katika nchi ya vilima, wakafika katika
Bonde la Eshkoli na kuipeleleza. 25 Wakachukua
baadhi ya matunda ya nchi, wakatuletea na kutua-
rifu, "Ni nchi nzuri ambayo BWANA Mungu wetu
anatupa."

Uasi Dhidi Ya BWANA

26 Lakini hamkuwa tayari kukwea, mkaasi dhidi
ya amri ya BWANA Mungu wenu. 27 Mkanung'u-
nika ndani ya mahema yenu na kusema, "BWANA
anatuchukia, kwa hiyo alitutoa Misri ili kututia
mikononi mwa Waamori kutuangamiza. 28 Twe-
nde wapi? Ndugu zetu wametufanya kufa moyo.
Wanasema, 'Watu wa huko wana nguvu zaidi na
ni warefu kuliko sisi tulivyo; miji ni mikubwa,
yenye kuta zilizofika juu angani. Zaidi ya hayo,
tumewaona Waanaki huko.' "
29 Ndipo nikawaambia, "Msihofu, wala msiwao-
gope. 30 BWANA Mungu wenu anayewatangulia,
atawapigania, kama alivyofanya kwa ajili yenu
huko Misri, mbele ya macho yenu hasa, 31 na pia
huko jangwani. Huko mliona jinsi BWANA Mungu
wenu alivyowachukua, kama baba amchukuavyo
mwanawe, katika njia yote mliyoiendea mpaka
mkafika mahali hapa."
32 Pamoja na hili, hamkumtegemea BWANA
Mungu wenu, 33 ambaye aliwatangulia katika safari
yenu, kwa moto usiku na kwa wingu mchana,
kuwatafutia mahali penu pa kupiga kambi na
kuwaonyesha njia mtakayoiendea.
34 Wakati BWANA aliposikia lile mlilosema, ali-
kasirika, akaapa, akasema: 35 "Hakuna mtu wa
kizazi hiki kiovu atakayeona nchi nzuri niliyoapa
kuwapa baba zenu, 36 isipokuwa Kalebu mwana wa
Yefune. Yeye ataiona, nami nitampa yeye na wazao
wake nchi aliyoikanyaga kwa miguu, kwa sababu
alimfuata BWANA kwa moyo wote."

37 Kwa sababu yenu BWANA pia alinikasirikia
mimi, akasema, "Hutaingia hiyo nchi pia. 38 Lakini
msaidizi wako, Yoshua mwana wa Nuni, ataingia.
Mtie moyo, kwa sababu atawaongoza Waisraeli
kuirithi hiyo nchi. 39 Wale watoto ambao mliwa-
sema wangelichukuliwa mateka, yaani watoto
wenu ambao bado hawajui jema na baya, wataingia
katika nchi. Nitawapa hiyo nchi, nao wataimiliki.
40 Bali ninyi geukeni, mwondoke kuelekea jangwani
kwa kufuata njia ya Bahari ya Shamu."

41 Ndipo mkanijibu, "Tumemtenda BWANA dha-
mbi. Tutakwenda kupigana, kama BWANA Mungu
wetu alivyotuamuru." Hivyo kila mmoja wenu aka-
chukua silaha zake, huku mkifikiri kuwa ni rahisi
kukwea katika nchi ya vilima.

42 Lakini BWANA aliniambia, "Waambie, 'Msipa-
nde kupigana, kwa sababu sitakuwa pamoja nanyi.
Mtashindwa na adui zenu.' "

43 Hivyo niliwaambia, lakini hamkutaka kusikia.
Mliasi dhidi ya amri ya BWANA, na katika kiburi
chenu mlienda katika nchi ya vilima. 44 Waamori
ambao waliishi katika vilima hivyo waliinuka
dhidi yenu, wakawafukuza kama kundi la nyuki
wakiwapiga njia yote ya Seiri mpaka Horma.
45 Mlirudi na kulia mbele za BWANA, lakini Mungu
hakusikiliza kilio chenu, wala hakuwajali. 46 Hivyo
mlikaa Kadeshi kwa siku nyingi, kwa muda ule
wote mliokaa huko.

Kutangatanga Jangwani

2 Kisha tukageuka nyuma na kusafiri kuelekea
jangwani kwa njia inayoelekea Bahari ya Shamu,
kama BWANA alivyonielekeza. Kwa muda mrefu
tulitembea kuzunguka vilima katika nchi ya Seiri.

2 Kisha BWANA akaniambia, 3 "Umetembea
kuzunguka hii nchi ya vilima kwa muda wa kuto-
sha; sasa geukia kaskazini. 4 Wape watu maagizo
haya: 'Mko karibu kupita katikati ya nchi ya ndugu
zako ambao ni wazao wa Esau, ambao wanaishi
Seiri. Watawaogopa, lakini mwe waangalifu.
5 Msiwachokoze kwa vita kwa maana sitawapa
ninyi sehemu yoyote ya nchi yao, hata sehemu ya
kutosha kuweka wayo wenu juu yake. Nimempa
Esau nchi ya vilima ya Seiri kama yake mwenyewe.
6 Mtawalipa fedha kwa chakula mtakachokula na
maji mtakayokunywa.' "

7 BWANA Mungu wenu amewabariki kwa kazi
yote ya mikono yenu. Amewalinda katika safari
yenu katikati ya jangwa hili kubwa. Kwa miaka hii
arobaini BWANA Mungu wenu amekuwa pamoja
nanyi, na hamkupungukiwa na kitu chochote.

8 Basi tulipita kwa ndugu zetu wazao wa Esau
ambao wanaishi Seiri. Tuligeuka kutoka njia ya
Araba ambayo inatokea Elathi na Esion-Geberi,
tukasafiri kufuata njia ya jangwa la Moabu.

9 Kisha BWANA akaniambia, "Usiwasumbue
Wamoabu kwa vita, kwa kuwa sitawapa sehemu
yoyote ya nchi yao. Nimetoa nchi ya Ari kwa wazao
wa Loti kama milki yao."

10 (Waemi walikuwa wakiishi huko hapo zamani,
watu wenye nguvu na wengi, warefu kama Waa-
naki. 11 Kama walivyokuwa Waanaki, hao pia
walikuwa kama Warefai, lakini Wamoabu wali-
waita Waemi. 12 Wahori waliishi Seiri, lakini wazao
wa Esau waliwafukuza. Waliwaangamiza Wahori
na kukaa mahali pao, kama Waisraeli walivyofanya
katika nchi ambayo BWANA aliwapa kama milki
yao.)

13 BWANA akasema, "Sasa ondokeni mvuke Bonde
la Zeredi." Hivyo tukavuka bonde.

14 Miaka thelathini na minane ilipita tangu
wakati tulipoondoka Kadesh-Barnea mpaka
tulipovuka Bonde la Zeredi. Kwa wakati huo kile
kizazi chote cha wanaume kuanzia wale wawezao
kwenda vitani kilikuwa kimekufa, kama BWANA
alivyokuwa amewaapia. 15 Mkono wa BWANA uliwa-
kabili hadi alipowaangamiza wote huko kambini.

16 Ikawa baada ya mtu wa mwisho kuanzia wale
wawezao kwenda vitani kufa, 17 BWANA akania-
mbia, 18 "Leo utapita katika nchi ya Moabu huko
Ari. 19 Utakapokuja kwa Waamoni, msiwasumbue
wala kuwachokoza kwa vita, kwa kuwa sitawapa
ardhi yoyote iliyo ya Waamoni kuwa milki yenu.
Nimeitoa kama milki ya wazao wa Loti."

20 (Hiyo pia ilidhaniwa kuwa nchi ya Ware-
fai waliokuwa wakiishi huko, lakini Waamoni
waliwaita Wazamzumi. 21 Walikuwa watu wenye
nguvu na wengi, warefu kama Waanaki. BWANA
akawaangamiza kutoka mbele ya Waamoni, ambao
waliwafukuza na kukaa mahali pao. 22 BWANA ali-
kuwa amefanya vivyo hivyo kwa wazao wa Esau,
ambao waliishi Seiri, wakati alipowaangamiza
Wahori watoke mbele yao. Waliwafukuza na wao
wakaishi mahali pao mpaka leo. 23 Nao Waavi
ambao waliishi katika vijiji mpaka Gaza, Waka-
ftori waliokuja kutoka Kaftori waliwaangamiza
na kukaa mahali pao.)

24 "Ondoka sasa na uvuke Bonde la Arnoni.
Tazama, nimemweka mikononi mwako Sihoni
Mwamori, mfalme wa Heshboni na nchi yake.
Anza kuimiliki nchi hiyo na umwingize katika
vita. 25 Siku hii ya leo nitaanza kuwatia hofu na
woga mataifa yote chini ya mbingu wawaogope
ninyi. Watakaposikia taarifa zenu, watatetemeka
na kufadhaika kwa sababu yenu."

Kushindwa Kwa Sihoni Mfalme Wa Heshboni

26 Kutoka jangwa la Kedemothi nilituma waju-
mbe wenye maneno ya amani kwa Sihoni mfalme
wa Heshboni kusema, 27 "Turuhusu tupite katika
nchi yako. Tutapita katika barabara kuu, hatuta-
geuka kuume wala kushoto. 28 Tuuzie chakula tule
na maji tunywe kwa thamani yake katika fedha.
Turuhusu tu tupite kwa miguu, 29 kama wazao wa
Esau ambao wanaishi Seiri na Wamoabu ambao
wanaishi Ari walivyotufanyia, mpaka tuvuke
Yordani kuingia nchi ambayo BWANA Mungu wetu
anatupatia." 30 Lakini Sihoni mfalme wa Heshboni
alikataa kuturuhusu kupita. Kwa kuwa BWANA
Mungu wako alikuwa ameifanya roho yake kuwa
ngumu na moyo wake kuwa mkaidi ili amweke
kwenye mikono yenu, kama alivyofanya sasa.

31 BWANA akaniambia, "Tazama, nimeanza
kuwapa Mfalme Sihoni na nchi yake kwako. Sasa
anzeni kuishinda na kuimiliki nchi yake."

32 Wakati Sihoni pamoja na jeshi lake lote wali-
pokuja kukutana nasi katika vita huko Yahazi,
33 BWANA Mungu wetu alimweka mikononi mwetu,

nasi tukamwangamiza pamoja na wanawe na jeshi lake lote. 34 Kwa wakati ule tuliteka miji yake yote na kuiangamiza kabisa: wanaume, wanawake na watoto. Hatukumwacha yeyote. 35 Lakini mifugo na nyara tulizoziteka kutoka ile miji tulijichukulia wenyewe. 36 Kutoka Aroeri kwenye ukingo wa Bonde la Arnoni, kutoka mji ulio ndani ya bonde, hata mpaka Gileadi, hapakuwa na mji hata mmoja uliokuwa na nguvu kutushinda. BWANA Mungu wetu alitupa yote. 37 Lakini kulingana na amri ya BWANA Mungu wetu, hamkujiingiza katika nchi yoyote ya Waamoni, wala katika sehemu yoyote iliyo kandokando ya Mto Yaboki, wala katika miji iliyoko katika vilima.

Kushindwa Kwa Ogu Mfalme Wa Bashani

3 Kisha tukageuka tukakwea kufuata njia iliyoelekea Bashani, Ogu mfalme wa Bashani akaondoka na jeshi lake lote kupigana na sisi huko Edrei. 2 BWANA akaniambia, "Usimwogope kwa kuwa nimekwisha mkabidhi mikononi mwako pamoja na jeshi lake lote na nchi yake. Umfanyie sawasawa na ulivyomfanyia Sihoni mfalme wa Waamori, ambaye alitawala huko Heshboni."

3 Hivyo BWANA Mungu wetu pia akamweka Ogu mfalme wa Bashani pamoja na jeshi lake lote mikononi mwetu. Tuliwaangamiza wote, hakubakia hata mmoja. 4 Wakati huo tuliteka miji yake yote. Hakuna mji hata mmoja kati ya ile sitini ambao hatukuuteka, yaani eneo lote la Argobu, utawala wa Mfalme Ogu katika Bashani. 5 Miji yote hii ilijengewa ngome zenye kuta ndefu zenye malango na makomeo, pia kulikuwako na vijiji vingi ambavyo havikujengewa kuta. 6 Tuliwaangamiza kabisa, kama tulivyomfanyia Sihoni mfalme wa Heshboni, tukiangamiza kila mji, yaani wanaume, wanawake na watoto. 7 Lakini wanyama wote wa kufuga pamoja na nyara kutoka kwenye miji yao tulichukua vikawa vyetu.

8 Hivyo kwa wakati huo tukachukua kutoka kwa wafalme hawa wawili wa Waamori nchi ya mashariki ya Yordani, kutoka Bonde la Arnoni mpaka kufika kwenye Mlima Hermoni. 9 (Wasidoni huuita mlima huo Sirioni, nao Waamori huuita Seniri.) 10 Tuliteka miji yote kwenye uwanda wa juu, Gileadi yote, Bashani yote mpaka kufika Saleka na Edrei, miji ya utawala wa Ogu huko Bashani. 11 (Mfalme Ogu wa Bashani ndiye peke yake aliyesalia miongoni mwa mabaki ya Warefai. Kitanda chake kilikuwa cha chuma chenye urefu wa dhiraa tisa[a] na upana wa dhiraa nne.[b] Mpaka sasa kinaweza kuonekana katika mji wa Waamoni wa Raba.)

Mgawanyo Wa Nchi Mashariki Ya Yordani

12 Katika nchi tuliyoiteka wakati ule, niliwapa kabila la Reubeni na Gadi eneo lililoko kaskazini la Aroeri kando ya Bonde la Arnoni, na nusu ya eneo la milima ya Gileadi, pamoja na miji yake. 13 Kisha nusu ya kabila la Manase niliwapa sehemu ya Gileadi iliyobaki pamoja na Bashani yote, ambayo ilikuwa utawala wa Ogu. (Eneo lote la Argobu katika Bashani lilikuwa linajulikana kama nchi ya Warefai. 14 Yairi, mzao wa kabila la Manase, alichukua eneo lote la nchi ya Argobu hadi kufikia mpaka wa Wageshuri na Wamaaka, ukaitwa kwa jina lake; kwa hiyo mpaka leo hii Bashani inaitwa Hawoth-Yairi.) 15 Nikampa Makiri nchi ya Gileadi. 16 Lakini niliwapa Wareubeni na Wagadi eneo kuanzia Gileadi hadi Bonde la Arnoni (katikati ya bonde ulikuwa ndio mpaka), kuelekea mpaka Mto Yaboki, ambao ndio mpaka wa Waamoni. 17 Kwa upande wa magharibi mpaka wao ulikuwa Yordani katika Araba, toka ziwa Galilaya hadi Bahari ya Araba (yaani Bahari ya Chumvi), kwenye miteremko ya Pisga upande wa mashariki.

18 Wakati huo nilikuamuru: "BWANA Mungu wako amekupa nchi hii uimiliki. Lakini ni lazima wanaume wenu wote wenye uwezo, wakiwa wamejiandaa tayari kwa vita, wavuke ng'ambo wakiwatangulia ndugu zako Waisraeli. 19 Lakini wake zenu, watoto wenu na mifugo yenu (kwani najua mnayo mifugo mingi) wanaweza kukaa katika miji niliyowapa, 20 mpaka hapo BWANA atakapowapa ndugu zenu kupumzika kama alivyowapa ninyi, wao pia wamiliki ile nchi ambayo BWANA Mungu wenu anawapa, ng'ambo ya Yordani. Baada ya hapo, kila mmoja wenu anaweza kurudi kwenye milki niliyowapa."

Mose Akatazwa Kuvuka Yordani

21 Wakati huo nilimwamuru Yoshua, "Umejionea kwa macho yako mwenyewe yale yote ambayo BWANA Mungu wenu amewafanyia wafalme hawa wawili. BWANA atazifanyia falme zote huko mnakokwenda vivyo hivyo. 22 Msiwaogope, BWANA Mungu wenu atapigana kwa ajili yenu."

23 Wakati huo nilimsihi BWANA: 24 "Ee BWANA Mwenyezi, umemwonyesha mtumishi wako ukuu wako na mkono wako wenye uweza. Kwa kuwa ni mungu yupi aliye mbinguni au duniani anayeweza kufanya kazi na matendo makuu kama ufanyayo wewe? 25 Acha niende nikaione hiyo nchi nzuri ng'ambo ya Yordani, ile nchi nzuri ya vilima na Lebanoni."

26 Lakini kwa sababu yenu BWANA alinikasirikia na hakutaka kunisikiliza. BWANA aliniambia, "Hilo latosha; usiseme nami jambo hili tena. 27 Kwea juu ya kilele cha Pisga uangalie magharibi, kaskazini, kusini na mashariki. Iangalie hiyo nchi kwa macho yako, kwa vile wewe hutavuka Yordani. 28 Lakini mwagize Yoshua, mtie moyo na umtie nguvu, kwa kuwa yeye atawaongoza watu hawa hadi ng'ambo na kuwarithisha nchi utakayoiona." 29 Kwa hiyo tulikaa kwenye bonde karibu na Beth-Peori.

Waamriwa Utii

4 Sikia sasa, ee Israeli, amri na sheria nitakazokufundisha wewe. Zifuate ili upate kuishi na uingie kuimiliki nchi ambayo BWANA, Mungu wa baba zako anawapa. 2 Usiongeze wala usipunguze chochote ninachowaamuru ninyi, ila myashike maagizo ya BWANA Mungu wenu ambayo nawapa.

3 Mliona kwa macho yenu wenyewe kile BWANA alichokifanya kule Baal-Peori. BWANA Mungu wenu aliwaangamiza kutoka miongoni mwenu kila

[a]11 Dhiraa tisa ni sawa na mita 4.

[b]11 Dhiraa nne ni sawa na mita 1.8.

mmoja aliyemfuata Baali wa Peori, 4 lakini ninyi nyote mlioshikamana na BWANA kwa uthabiti, Mungu wenu, mko hai mpaka leo.

5 Tazama, nimewafundisha amri na sheria kama BWANA Mungu wangu alivyoniamuru mimi, ili mzifuate katika nchi mnayoiingia kuimiliki. 6 Zishikeni kwa uangalifu, kwa kuwa hii itaonyesha hekima na ufahamu wenu kwa mataifa, ambayo yatasikia kuhusu amri zote hizi, nao watasema, "Hakika taifa hili kubwa ni watu wenye hekima na ufahamu." 7 Ni taifa gani jingine lililo kubwa kiasi cha kuwa na miungu yao iliyo karibu nao kama BWANA Mungu wetu alivyo karibu nasi wakati wowote tunapomwomba? 8 Nalo ni taifa gani jingine lililo kubwa hivi lenye kuwa na amri na sheria za haki kama hizi ninazoweka mbele yenu leo?

9 Mwe waangalifu, na makini ili msije mkasahau mambo ambayo mliyaona kwa macho yenu, wala kuyaacha yaondoke moyoni mwenu siku zote za uhai wenu. Mwafundishe hayo watoto wenu na watoto wao baada yao.

10 Kumbuka siku uliyosimama mbele za BWANA Mungu wako kule Horebu, wakati aliponiambia, "Wakutanishe watu mbele yangu wasikie maneno yangu ili kwamba waweze kujifunza kuniheshimu kwa muda wote watakaoishi katika nchi, nao waweze kuwafundisha watoto wao maneno hayo." 11 Mlisogea karibu na mkasimama chini ya mlima wakati ulipowaka moto mpaka mbinguni juu, pamoja na mawingu meusi na giza nene. 12 Ndipo BWANA alipozungumza nanyi kutoka moto. Mkasikia sauti ya maneno lakini hamkuona umbo, kulikuwa na sauti tu. 13 Aliwatangazia Agano lake na Amri Kumi, ambazo aliwaamuru mzifuate, kisha akaziandika juu ya vibao viwili vya mawe. 14 Naye BWANA alinielekeza wakati huo kuwafundisha ninyi sheria na amri ambazo mnapaswa kuzifuata katika nchi ambayo mnavuka Yordani kuimiliki.

Kuabudu Sanamu Kwakatazwa

15 Hamkuona umbo la aina yoyote siku ambayo BWANA alizungumza nanyi kule Horebu kutoka kwenye moto. Kwa hiyo mjihadhari kwa uangalifu sana, 16 ili msije mkajichafua na kujitengenezea sanamu au kinyago chenye umbo lolote kama la mwanaume au mwanamke, 17 au kama mnyama aliye juu ya nchi au ndege yeyote arukaye angani, 18 au kama kiumbe kitambaacho juu ya ardhi au samaki yeyote aliye ndani ya maji. 19 Na utazamapo juu angani na ukaliona jua, mwezi na nyota na vyote vinavyoipamba mbingu, usije ukashawishiwa kuviinamia na kuviabudu vile ambavyo BWANA Mungu wenu alivyogawia mataifa yote chini ya mbingu. 20 Lakini kwenu ninyi, BWANA amewatoa kutoka kwenye tanuru ya kuyeyushia chuma, katika Misri kuwa watu wa urithi wake kama mlivyo sasa.

21 BWANA alinikasirikia kwa sababu yenu na akaapa kwamba sitavuka Yordani kuingia katika nchi nzuri BWANA Mungu wenu anayowapa kuwa urithi wenu. 22 Nitakufa katika nchi hii; sitavuka Yordani, lakini ninyi ni karibu mvuke mkaimiliki ile nchi nzuri. 23 Jihadharini msilisahau Agano la BWANA Mungu wenu lile alilofanya nanyi; msijitengenezee sanamu katika umbo la kitu chochote ambacho BWANA Mungu wenu amewakataza. 24 Kwa kuwa BWANA Mungu wenu ni moto ulao, Mungu mwenye wivu.

25 Baada ya kuwa na watoto na wajukuu na kuishi katika nchi hiyo siku nyingi, tena kama mkijichafua na kutengeneza sanamu ya aina yoyote, mkifanya maovu machoni pa BWANA Mungu wenu na kumfanya awe na hasira, 26 ninaziita mbingu na nchi kama mashahidi dhidi yenu siku hii kwamba mtaangamia mara moja kutoka nchi ile ambayo mnavuka Yordani kuimiliki. Hamtaishi kule kwa muda mrefu bali kwa hakika mtaangamizwa. 27 BWANA atawatawanya miongoni mwa mataifa, na ni wachache wenu tu watakaosalia miongoni mwa mataifa hayo ambayo BWANA atawafukuzia. 28 Huko mtaabudu miungu ya miti na mawe iliyotengenezwa na watu, ambayo haiwezi kuona au kusikia wala kula au kunusa. 29 Lakini kama mtamtafuta BWANA Mungu wenu, mtampata; kama mtamtafuta kwa moyo wenu wote na kwa roho yote. 30 Wakati mnapokuwa katika dhiki, nayo mambo haya yote yamewatokea siku hizo, ndipo mtamrudia BWANA Mungu wenu na kumtii. 31 Kwa maana BWANA Mungu wenu ni Mungu mwenye huruma, hatawaacha au kuwaangamiza wala kusahau Agano alilofanya na baba zenu, alilowathibitishia kwa kiapo.

BWANA Ndiye Mungu

32 Sasa uliza kuhusu siku za zamani, zamani kabla ya wakati wako, tangu siku ile Mungu alipomuumba mtu juu ya nchi, uliza kutoka mwisho mmoja wa mbingu mpaka mwisho mwingine wa mbingu. Je, kumepata kutokea jambo jingine lililo kubwa kama hili, au kuna jambo jingine kama hilo limepata kusikiwa? 33 Je, kuna watu wengine wowote waliosikia sauti ya Mungu ikizungumza kwenye moto, kama mlivyosikia, nao wakaishi? 34 Je, kuna mungu yeyote amepata kujaribu mwenyewe kuchukua taifa moja kutoka taifa lingine, kwa mapigo, kwa ishara za miujiza na maajabu, kwa vita, kwa mkono wenye nguvu na mkono ulionyooshwa au kwa matendo makuu ya kutisha, kama yale ambayo BWANA Mungu wenu aliyofanya kwa ajili yenu huko Misri mbele ya macho yenu?

35 Mlionyeshwa mambo haya ili mpate kujua kuwa BWANA ndiye Mungu; hakuna mwingine ila yeye. 36 Kutoka mbinguni amewasikizisha sauti yake ili kuwaadilisha. Hapa duniani aliwaonyesha moto wake mkubwa, nanyi mlisikia maneno yake kutoka kwenye ule moto. 37 Kwa sababu aliwapenda baba zenu na alichagua wazao wao baada yao, aliwatoa katika nchi ya Misri kwa Uwepo wake na kwa uwezo wake mkuu, 38 aliwafukuza mbele yenu mataifa makubwa na yenye nguvu kuliko ninyi na kuwaleta ninyi katika nchi yao na akawapa ninyi kuwa urithi wenu, kama ilivyo leo.

39 Kubalini na mweke moyoni leo kuwa BWANA ndiye Mungu mbinguni juu na duniani chini. Hakuna mwingine. 40 Mshike amri na maagizo yake ninayowapa leo, ili mpate kufanikiwa ninyi na watoto wenu baada yenu, na mpate kuishi maisha marefu katika nchi awapayo BWANA Mungu wenu siku zote.

Miji Ya Makimbilio

41 Kisha Mose akatenga miji mitatu mashariki
ya Yordani, 42 ambayo mtu yeyote aliyemuua mtu
angeweza kukimbilia ikiwa amemuua jirani yake
bila kukusudia na bila kuwa na chuki naye siku
zilizopita. Angeweza kukimbilia katika mmoja-
wapo ya miji hii na kuokoa maisha yake. 43 Miji hiyo
ilikuwa: Bezeri katika tambarare ya jangwa kwa ajili
ya Wareubeni; Ramothi katika nchi ya Gileadi kwa
ajili ya Wagadi; nao mji wa Golani katika nchi ya
Bashani kwa ajili ya Wamanase.

Utangulizi Wa Sheria

44 Hii ndiyo sheria Mose aliyoweka mbele ya
Waisraeli. 45 Haya ndiyo masharti, amri na sheria
Mose aliyowapa wana wa Israeli wakati walitoka
Misri, 46 nao walikuwa katika bonde karibu na
Beth-Peori mashariki ya Yordani, katika nchi ya
Sihoni mfalme wa Waamori, ambaye alitawala
Heshboni, naye alishindwa na Mose na Waisraeli
walipokuja toka Misri. 47 Waliimiliki nchi yake na
nchi ya Ogu mfalme wa Bashani, wafalme wawili
Waamori waliotawala mashariki ya Yordani. 48 Nchi
hii ilienea kutoka Aroeri ukingoni mwa Bonde
la Arnoni mpaka Mlima Sioni (yaani Hermoni),
49 pamoja na eneo lote la Araba mashariki ya
Yordani, na kuenea mpaka Bahari ya Araba kwenye
miteremko ya Pisga.

Amri Kumi

5 Mose akawaita Israeli wote, akawaambia:
Ee Israeli, sikilizeni amri na sheria nina-
zowatangazia leo. Jifunzeni, na mwe na hakika
kuzifuata. 2 BWANA Mungu wetu alifanya Agano
nasi katika mlima wa Horebu. 3 Si kwamba BWANA
alifanya Agano na baba zetu, bali alifanya nasi,
nasi sote ambao tuko hai hapa leo. 4 BWANA ali-
sema nanyi uso kwa uso kutoka moto juu ya mlima.
5 (Wakati huo nilisimama kati ya BWANA na ninyi
kuwatangazia neno la BWANA, kwa sababu mlio-
gopa ule moto, nanyi hamkupanda mlimani.) Naye
Mungu alisema:

6 "Mimi ndimi BWANA Mungu wako, niliyeku-
toa katika nchi ya Misri, kutoka nchi ya
utumwa.
7 Usiwe na miungu mingine ila mimi.
8 Usijitengenezee sanamu katika umbo la kitu
chochote kilicho juu mbinguni au duniani
chini au ndani ya maji. 9 Usivisujudie wala
kuviabudu; kwa kuwa Mimi, BWANA Mungu
wako, ni Mungu mwenye wivu, ninayewaa-
dhibu watoto kwa ajili ya dhambi za baba
zao hadi kizazi cha tatu na cha nne cha
wanichukiao, 10 lakini ninaonyesha upendo
kwa maelfu ya vizazi vya wale wanipendao
na kuzishika amri zangu.
11 Usilitaje bure jina la BWANA Mungu wako, kwa
kuwa BWANA hataacha kumhesabia hatia
yeye alitajaye jina lake bure.
12 Adhimisha siku ya Sabato na kuiweka takatifu,
kama BWANA Mungu wako alivyokuagiza.
13 Kwa siku sita utafanya kazi na kutenda
shughuli zako zote. 14 Lakini siku ya Saba ni
Sabato kwa BWANA, Mungu wako. Siku hiyo
hutafanya kazi yoyote, wewe, wala mwa-
nao au binti yako, wala mtumishi wa kiume
au mtumishi wa kike, wala ng'ombe wako,
punda wako au mnyama wako yeyote, wala
mgeni aliyeko malangoni mwako, ili kwa-
mba mtumishi wako wa kiume na wa kike
wapate kupumzika kama wewe. 15 Kumbuka
mlikuwa watumwa huko Misri, na BWANA
Mungu wenu aliwatoa huko kwa mkono
wenye nguvu na kwa mkono ulionyooshwa.
Kwa hiyo BWANA Mungu wako amekuagiza
kuiadhimisha siku ya Sabato.
16 Waheshimu baba yako na mama yako, kama
BWANA Mungu wako alivyokuagiza, ili siku
zako zipate kuwa nyingi na kufanikiwa
katika nchi BWANA Mungu wako anayokupa.
17 Usiue.
18 Usizini.
19 Usiibe.
20 Usimshuhudie jirani yako uongo.
21 Usitamani mke wa jirani yako. Usitamani
nyumba ya jirani yako au shamba lake,
mtumishi wake wa kiume au wa kike, ng'o-
mbe au punda wake, wala kitu chochote
cha jirani yako."

22 Hizi ndizo amri alizozitangaza BWANA kwa
sauti kubwa kwa kusanyiko lenu lote huko mlimani
kutoka kwenye moto, wingu na giza nene, wala
hakuongeza chochote zaidi. Kisha akaziandika
juu ya vibao viwili vya mawe, naye akanipa mimi.

Woga Wa Watu Mlimani

23 Mliposikia sauti kutoka kwenye giza, mlima
ulipokuwa ukiwaka moto, viongozi wenu wote
wa makabila yenu na wazee wenu walinijia mimi.
24 Nanyi mkasema, "BWANA Mungu wetu ametuo-
nyesha utukufu na enzi yake, nasi tumesikia sauti
yake kutoka kwenye moto. Leo tumeona kwamba
mwanadamu anaweza kuishi hata kama Mungu
akizungumza naye. 25 Lakini sasa, kwa nini tufe?
Moto huu mkubwa utatuteketeza sisi na tuta-
kufa kama tukiendelea kusikia sauti ya BWANA
Mungu wetu zaidi. 26 Ni mtu yupi mwenye mwili
ambaye amewahi kuisikia sauti ya Mungu aliye
hai akizungumza kutoka kwenye moto, kama sisi
tulivyoisikia, naye akaishi? 27 Sogea karibu usikie
yale yote asemayo BWANA Mungu wetu. Kisha
utuambie chochote kile ambacho BWANA Mungu
wetu anakuambia. Tutasikiliza na kutii."

28 BWANA aliwasikia wakati mlipozungumza
nami, na BWANA akaniambia, "Nimesikia kile hawa
watu walichokuambia. Kila kitu walichokisema
ni kizuri. 29 Laiti kama mioyo yao ingekuwa na
mwelekeo wa kuniogopa na kuzishika amri zangu
zote daima, ili kwamba wafanikiwe wao pamoja na
watoto wao milele!

30 "Nenda uwaambie warudi kwenye mahema
yao. 31 Lakini wewe baki hapa pamoja nami ili
niweze kukupa maagizo yote, amri na sheria
ambazo utawafundisha wazifuate katika nchi
ninayokwenda kuwapa waimiliki."

32 Hivyo kuweni waangalifu kuyafanya yale BWANA Mungu wenu aliyowaagiza; msigeuke upande wa kuume wala wa kushoto. 33 Fuateni yale yote ambayo BWANA Mungu wenu aliwaagiza, ili mpate kuishi, kustawi na kuziongeza siku zenu katika nchi mtakayoimiliki.

Mpende BWANA Mungu Wako

6 Haya ndiyo maagizo, amri na sheria ambazo BWANA Mungu wenu aliniagiza niwafundishe ninyi ili mpate kuyashika katika nchi ambayo ninyi mnavuka Yordani kuimiliki, 2 ili kwamba ninyi, watoto wenu na watoto wao baada yao wamche BWANA Mungu wenu siku zote kwa kushika amri na maagizo yake yote ninayowapa, ili mweze kuyafurahia maisha marefu. 3 Sikia, ee Israeli, nawe uwe mwangalifu kutii ili upate kufanikiwa na kuongezeka sana katika nchi itiririkayo maziwa na asali, kama BWANA, Mungu wa baba zenu, alivyowaahidi ninyi.

4 Sikia, ee Israeli: BWANA Mungu wako, BWANA ni mmoja. 5 Mpende BWANA Mungu wako kwa moyo wako wote, na kwa roho yako yote, na kwa nguvu zako zote. 6 Amri hizi ninazokupa leo zitakuwa katika moyo wako. 7 Wafundishe watoto wako kwa bidii. Nena kuhusu amri hizi uketipo nyumbani na wakati utembeapo njiani, ulalapo na uamkapo. 8 Zifunge kama alama juu ya mkono wako, na uzifunge juu ya paji la uso wako. 9 Ziandike kwenye miimo ya milango ya nyumba yako na juu ya malango yako.

10 Wakati BWANA Mungu wako atakapokuleta katika nchi aliyowaapia baba zako, Abrahamu, Isaki na Yakobo, kukupa wewe, nchi kubwa, ina miji inayopendeza ambayo hukuijenga, 11 nyumba zilizojaa vitu vizuri vya aina nyingi ambavyo hukuvijaza, visima ambavyo hukuchimba, na mashamba ya mizabibu na mizeituni ambayo hukupanda wewe, basi, utakapokula na kushiba, 12 jihadhari usije ukamwacha BWANA, aliyekutoa katika nchi ya Misri, kutoka nchi ya utumwa.

13 Utamcha BWANA Mungu wako, na umtumikie yeye peke yake na kuapa kwa jina lake. 14 Usifuate miungu mingine, miungu ya mataifa yanayokuzunguka; 15 kwa kuwa BWANA Mungu wako, ambaye yuko katikati yako, ni Mungu mwenye wivu na hasira yake itawaka dhidi yako, naye atakuangamiza kutoka uso wa nchi. 16 Usimjaribu BWANA Mungu wako kama ulivyofanya huko Masa. 17 Utayashika maagizo ya BWANA Mungu wako kwa bidii, na masharti na amri alizokupa. 18 Fanya lililo haki na jema mbele za BWANA, ili upate kufanikiwa, uweze kuingia na kuimiliki nchi nzuri ambayo BWANA aliahidi kwa kiapo kwa baba zako, 19 kuwafukuza kwa nguvu adui zako mbele yako kama BWANA alivyosema.

20 Siku zijazo, mtoto wako atakapokuuliza, "Ni nini maana ya masharti haya, amri na sheria hizi ambazo BWANA Mungu wako alikuagiza wewe?" 21 Mwambie: "Tulikuwa watumwa wa Farao huko Misri, lakini BWANA alitutoa sisi kutoka Misri kwa mkono wenye nguvu. 22 BWANA akapeleka mbele yetu ishara za miujiza na maajabu makubwa na ya kutisha mno juu ya Misri na Farao pamoja na nyumba yake yote. 23 Lakini Mungu akatutoa huko, akatuleta na kutupa nchi hii ambayo aliwaahidi baba zetu kwa kiapo. 24 BWANA akatuagiza tutii amri hizi zote na kumcha BWANA Mungu wetu, ili tupate kustawi na kuendelea kuwa hai kama ilivyo leo. 25 Kama tukizitii kwa bidii amri hizi zote mbele za BWANA Mungu wetu, kama alivyotuamuru sisi, hiyo itakuwa haki yetu."

Kuyafukuza Mataifa

7 BWANA Mungu wako akuletapo katika nchi unayoingia kuimiliki, na awafukuzapo mbele yako mataifa mengi, yaani Wahiti, Wagirgashi, Waamori, Wakanaani, Waperizi, Wahivi na Wayebusi, mataifa saba makubwa tena yenye nguvu kuliko wewe, 2 pia BWANA Mungu wako atakapowatia mkononi mwako na ukawashinda, basi ni lazima uwaangamize wote kabisa. Usifanye agano nao, wala usiwahurumie. 3 Usioane nao. Usimtoe binti yako kuolewa na mwanawe, au kumchukua binti yake aolewe na mwanao. 4 Kwa maana watamgeuza mwanao aache kunifuata, ili aitumikie miungu mingine, nayo hasira ya BWANA itawaka dhidi yako, naye atakuangamiza ghafula. 5 Hili ndilo utakalowafanyia: Vunja madhabahu yao, vunja mawe yao ya kuabudia, katakata nguzo zao za Ashera na kuchoma sanamu zao kwa moto. 6 Kwa kuwa wewe ni taifa takatifu kwa BWANA Mungu wako. BWANA Mungu wako amekuchagua wewe kutoka mataifa yote juu ya uso wa dunia kuwa watu wake, hazina yake ya thamani.

7 BWANA hakuweka upendo wake juu yenu na kuwachagua kwa sababu mlikuwa wengi mno kuliko watu wengine, kwa maana ninyi ndio mliokuwa wachache sana kuliko mataifa yote. 8 Lakini ni kwa sababu BWANA aliwapenda ninyi na kutunza kiapo alichowaapia babu zenu kwamba atawatoa ninyi kwa mkono wenye nguvu na kuwakomboa kutoka nchi ya utumwa, kutoka nguvu za Farao mfalme wa Misri. 9 Basi ujue kwamba BWANA Mungu wako ndiye Mungu; ni Mungu mwaminifu, anayetunza Agano la upendo kwa maelfu ya vizazi vya wale wanaompenda na kuzishika amri zake. 10 Lakini

kwa wale wanaomchukia
  atawalipiza kwenye nyuso zao
  kwa maangamizi;
hatachelewa kuwalipiza kwenye nyuso zao
  wale wamchukiao.

11 Kwa hiyo, kuweni waangalifu kufuata maagizo, amri na sheria ninazowapa leo.

Baraka Za Utiifu

12 Kama mkizingatia sheria hizi na kuzifuata kwa uangalifu, basi BWANA Mungu wenu atatunza Agano lake la upendo nanyi, kama alivyowaapia baba zenu. 13 Atawapenda ninyi na kuwabariki na kuongeza idadi yenu. Atabariki uzao wa tumbo lenu, mazao ya nchi yenu, nafaka, divai mpya na mafuta, ndama za ng'ombe wa makundi yenu, na kondoo za makundi yenu katika nchi ile aliyoapa kuwapa baba zenu. 14 Mtabarikiwa kuliko mataifa mengine yote, hakuna wanaume wala wanawake kwenu watakaokosa watoto, wala mifugo yenu

haitakuwa tasa. 15 Bwana atawakinga na kila ugonjwa. Mungu hatatia juu yenu ugonjwa wowote mbaya mlioufahamu huko Misri, lakini atatia ugonjwa juu ya wale wote wanaokuchukia. 16 Ni lazima mwangamize watu wote ambao Bwana Mungu wenu atawatia mikononi mwenu. Msiwatazame kwa kuwahurumia na msiitumikie miungu yao, kwa kuwa itakuwa mtego kwenu.

17 Mnaweza kujiuliza wenyewe "Mataifa haya ni yenye nguvu kuliko sisi. Tutawezaje kuwafukuza?" 18 Lakini msiwaogope. Kumbukeni vyema jinsi Bwana Mungu wenu alivyofanya kwa Farao na kwa wote huko Misri. 19 Mliona kwa macho yenu wenyewe majaribu makubwa, ishara za miujiza na maajabu, mkono wenye nguvu na ulionyooshwa, ambao kwa huo Bwana Mungu wenu aliwatoa mtoke Misri. Bwana Mungu wenu atawafanyia hivyo watu wote ambao mnawaogopa sasa. 20 Zaidi ya hayo, Bwana Mungu wenu atatuma manyigu miongoni mwao hadi yale mabaki watakaojificha waangamie. 21 Msiingiwe na hofu kwa sababu yao, kwa kuwa Bwana Mungu wenu, ambaye yupo miongoni mwenu ni mkuu naye ni Mungu wa kutisha. 22 Bwana Mungu wenu atawafukuza mataifa hayo mbele yenu kidogo kidogo. Hamtaruhusiwa kuwaondoa wote kwa mara moja, la sivyo wanyama mwitu wataongezeka na kuwa karibu nanyi. 23 Lakini Bwana Mungu wenu atawatia watu hao mikononi mwenu, akiwatia katika kuchanganyikiwa kukubwa mpaka wawe wameangamizwa. 24 Atawatia wafalme wao mikononi mwenu, nanyi mtayafuta majina yao chini ya mbingu. Hakuna hata mmoja atakayeweza kusimama dhidi yenu bali mtawaangamiza. 25 Vinyago vya miungu yao mtavichoma moto. Msitamani fedha wala dhahabu iliyo juu yao, wala msizichukue kwa ajili yenu, la sivyo mtakuwa mmetekwa navyo. Kwa kuwa ni chukizo kwa Bwana Mungu wenu. 26 Msilete vitu vya machukizo katika nyumba zenu kwani ninyi, mtatengwa kama vitu hivyo kwa maangamizo. Ukichukie kabisa kitu hicho kwa kuwa kimetengwa kwa maangamizo.

Usimsahau Bwana

8 Uwe mwangalifu kufuata kila agizo ninalokupa wewe leo, ili mweze kuishi, kuongezeka na mweze kuingia mkamiliki nchi ambayo Bwana aliahidi kwa kiapo kwa baba zenu. 2 Kumbuka jinsi Bwana Mungu wenu alivyowaongoza katika njia yote katika jangwa kwa miaka hii arobaini, kukunyenyekeza na kukujaribu ili ajue lililoko moyoni mwako, kwamba utayashika maagizo yake au la. 3 Alikudhili na kukufanya uone njaa kisha akulishe kwa mana, ambayo wewe wala baba zako hamkuijua, awafundishe kuwa mwanadamu hataishi kwa mkate tu bali kwa kila neno litokalo katika kinywa cha Bwana. 4 Nguo zenu hazikuchakaa wala miguu yenu haikuvimba kwa miaka hii arobaini. 5 Mjue basi ndani ya mioyo yenu kama mtu anavyomwadibisha mwanawe, ndivyo Bwana Mungu wako atawaadibisha ninyi.

6 Shikeni maagizo ya Bwana Mungu wenu mtembee katika njia zake na kumheshimu. 7 Kwa kuwa Bwana Mungu wenu anawaleta katika nchi nzuri, nchi yenye vijito na mabwawa ya maji, yenye chemchemi zinazotiririka mabondeni na katika vilima; 8 nchi yenye ngano na shayiri, mizabibu na mitini, mikomamanga, mafuta ya zeituni na asali; 9 nchi ambayo chakula hakitapungua na hamtakosa chochote; nchi ambayo miamba yake ni chuma na mnaweza kuchimba shaba kutoka kwenye vilima.

10 Wakati mtakapokwisha kula na kushiba, msifuni Bwana Mungu wenu kwa ajili ya nchi nzuri aliyowapa. 11 Jihadharini msimsahau Bwana Mungu wenu, mkashindwa kushika maagizo yake, sheria na amri zake ambazo ninawapa leo. 12 Angalia wakati mtakapokuwa mmekula na kushiba, mkajenga nyumba nzuri na kukaa humo, 13 na wakati makundi yenu ya ng'ombe na mbuzi na kondoo yatakapoongezeka na fedha na dhahabu yenu itakapoongezeka na vyote mlivyo navyo vitakapozidishwa, 14 basi mioyo yenu isiwe na kiburi mkamsahau Bwana Mungu wenu aliyewatoa katika nchi ya Misri, kutoka nchi ya utumwa. 15 Aliwaongoza kupitia jangwa lile kubwa na la kutisha, nchi ile ya kiu isiyo na maji, yenye nyoka wa sumu na nge. Aliwatolea maji kutoka kwenye mwamba mgumu. 16 Aliwapa mana ya kula jangwani, kitu ambacho baba zenu hawakukijua, ili kuwanyenyekesha na kuwajaribu ninyi ili mwishoni apate kuwatendea mema. 17 Mnaweza kusema, "Uwezo wangu na nguvu za mikono yangu ndizo zilizonipatia utajiri huu." 18 Lakini kumbukeni Bwana Mungu wenu, ndiye ambaye huwapa uwezo wa kupata utajiri, na hivyo kulithibitisha Agano lake, ambalo aliwaapia baba zenu, kama ilivyo leo.

19 Ikiwa mtamsahau Bwana Mungu wenu, mkaifuata miungu mingine, mkaiabudu na kuisujudia, ninashuhudia dhidi yenu leo kwamba hakika mtaangamizwa. 20 Kama mataifa Bwana aliyoyaangamiza mbele yenu, ndivyo ninyi mtakavyoangamizwa kwa kutokumtii Bwana Mungu wenu.

Si Kwa Sababu Ya Haki Ya Waisraeli

9 Sikiliza, ee Israeli. Sasa mnakaribia kuvuka Yordani mwingie na kuwafukuza mataifa makubwa na yenye nguvu kuliko ninyi pamoja na miji mikubwa yenye kuta zilizofika juu angani. 2 Watu ni wenye nguvu na warefu, ni wana wa Waanaki! Mnafahamu habari zao na mmesikia inavyosemekana: "Ni nani awezaye kusimama dhidi ya Waanaki?" 3 Kuweni na hakika leo kwamba Bwana Mungu wenu ndiye atakayetangulia kuvuka mbele yenu kama moto uteketezao. Atawaangamiza; atawatiisha mbele yenu. Nanyi mtawafukuza na kuwaangamiza mara moja, kama Bwana alivyowaahidi.

4 Baada ya Bwana Mungu wenu kuwafukuza mbele yenu, msiseme mioyoni mwenu, "Bwana ametuleta hapa kuimiliki nchi hii kwa sababu ya haki yetu." La, ni kwa sababu ya uovu wa mataifa haya ndiyo Bwana anawafukuza mbele yenu. 5 Si kwa sababu ya haki yenu wala uadilifu wenu kwamba mtaimiliki nchi yao; lakini kwa sababu ya uovu wa mataifa haya, Bwana Mungu wenu atawafukuza mbele yenu, ili kutimiza lile alilowaapia baba zenu Abrahamu, Isaki na Yakobo. 6 Basi mjue, si kwa sababu ya haki yenu Bwana Mungu wenu

anawapa nchi hii nzuri kuimiliki, kwa kuwa ninyi ni taifa lenye shingo ngumu.

Ndama Ya Dhahabu

7 Kumbukeni hili, kamwe msisahau jinsi mlivyomkasirisha BWANA Mungu wenu kwa hasira huko jangwani. Tangu siku mlipotoka Misri mpaka mlipofika hapa, mmekuwa waasi dhidi ya BWANA. 8 Kule Horebu mliamsha ghadhabu ya BWANA, kwa hiyo alikasirika vya kutosha hata akataka kuwaangamiza. 9 Nilipopanda mlimani kupokea mbao za mawe, mbao za Agano lile BWANA alilofanya nanyi, nilikaa mlimani siku arobaini usiku na mchana, sikula mkate wala sikunywa maji. 10 BWANA alinipa mbao mbili za mawe zilizoandikwa kwa kidole cha Mungu. Juu ya mbao hizo kulikuwepo amri zote ambazo BWANA aliwatangazia kule mlimani kwa njia ya moto, siku ya kusanyiko.

11 Mwisho wa siku arobaini usiku na mchana, BWANA alinipa mbao mbili za mawe, mbao za Agano. 12 Kisha BWANA akaniambia, "Shuka chini mara moja, kwa sababu watu wako ambao umewatoa katika nchi ya Misri wamepotoka. Wamegeukia mbali haraka kutoka lile nililowaagiza, wamejitengenezea sanamu ya kusubu."

13 Naye BWANA akaniambia, "Nimewaona watu hawa nao ni watu wenye shingo ngumu sana! 14 Niache, ili nipate kuwaangamiza na kufuta jina lao kutoka chini ya mbingu. Nami nitakufanya kuwa taifa lenye nguvu zaidi na kuwa wengi kuliko wao."

15 Kwa hiyo niligeuka na kuteremka kutoka mlimani kwani mlima ulikuwa ukiwaka moto. Pia vibao vile viwili vya Agano vilikuwa mikononi mwangu. 16 Nilipotazama, niliona kuwa mmefanya dhambi dhidi ya BWANA Mungu wenu; mmejifanyia sanamu ya kusubu katika umbo la ndama. Mmegeuka upesi kutoka njia ile BWANA aliyowaagiza. 17 Kwa hiyo nilichukua vibao vile viwili nikavitupa na kuvipasua vipande vipande mbele ya macho yenu.

18 Ndipo tena nikasujudu mbele za BWANA kwa siku arobaini usiku na mchana. Sikula mkate wala sikunywa maji, kwa sababu ya dhambi yote mliyoifanya, mkifanya lile lililo ovu mbele za BWANA na kumkasirisha. 19 Niliogopa hasira na ghadhabu ya BWANA, kwa kuwa aliwakasirikia vya kutosha na kutaka kuwaangamiza. Lakini BWANA alinisikiliza tena. 20 Bali yeye alimkasirikia Aroni kiasi cha kutaka kumwangamiza, nami wakati huo nilimwombea Aroni pia. 21 Kisha nikachukua ile sanamu ya ndama mliyoitengeneza na kuichoma kwenye moto. Nikaiponda na kuisaga ikawa unga laini kama vumbi, nikatupa lile vumbi kwenye kijito kilichotiririka toka mlimani.

22 Pia mlimkasirisha BWANA huko Tabera, Masa na Kibroth-Hataava.

23 Vilevile wakati BWANA alipowatuma kutoka Kadesh-Barnea, alisema, "Kweeni, mkaimiliki nchi ambayo nimewapa." Lakini mliasi dhidi ya agizo la BWANA Mungu wenu. Hamkumtegemea wala kumtii. 24 Mmekuwa waasi dhidi ya BWANA tangu nilipowajua ninyi.

25 Nilianguka kifudifudi mbele za BWANA kwa zile siku arobaini usiku na mchana kwa sababu BWANA alikuwa amesema angewaangamiza ninyi. 26 Nilimwomba BWANA na kusema, "Ee BWANA Mwenyezi, usiangamize watu wako, urithi wako mwenyewe ule ulioukomboa kwa uweza wako mkuu na kuwatoa katika nchi ya Misri kwa mkono wenye nguvu. 27 Wakumbuke watumishi wako Abrahamu, Isaki na Yakobo. Usiangalie ukaidi wa watu hawa, uovu wao wala dhambi yao. 28 Watu wa nchi ile uliyotutoa sisi wasije wakasema, 'Ni kwa sababu BWANA hakuweza kuwachukua mpaka nchi aliyokuwa amewaahidia, kwa sababu aliwachukia, akawaleta ili aje kuwaua jangwani.' 29 Bali wao ni watu wako, urithi wako ule ulioutoa Misri kwa uweza wako mkuu na kwa mkono wako ulionyooka."

Vibao Vingine Vya Amri Kumi

10 Wakati ule BWANA aliniambia, "Chonga vibao viwili vya mawe kama vile vya kwanza uje kwangu juu mlimani. Pia utengeneze Sanduku la mbao. 2 Nitaandika juu ya vibao maneno yaliyokuwa katika vile vibao vya kwanza, ambavyo ulivivunja. Kisha utaviweka ndani ya Sanduku."

3 Hivyo nikatengeneza Sanduku kwa mti wa mshita, nikachonga pia vibao vya mawe kama vile vya kwanza, kisha nikakwea mlimani nikiwa na vibao viwili mikononi mwangu. 4 BWANA akaandika juu ya hivi vibao kile alichokuwa amekiandika kabla, Amri Kumi alizokuwa amewatangazia juu mlimani, kutoka kwenye moto siku ile ya kusanyiko. BWANA akanikabidhi. 5 Kisha nikashuka kutoka mlimani na kuweka vibao ndani ya Sanduku nililokuwa nimelitengeneza, kama BWANA alivyoniagiza, navyo viko huko sasa.

6 (Waisraeli walisafiri kutoka visima vya Yaakani hadi Mosera. Huko Aroni alifariki na kuzikwa, naye Eleazari mwanawe akachukua nafasi yake kama kuhani. 7 Kutoka pale, walisafiri hadi Gudgoda wakaendelea mpaka Yotbatha, nchi yenye vijito vya maji. 8 Wakati huo BWANA aliteua kabila la Lawi kulibeba Sanduku la Agano la BWANA, kusimama mbele za BWANA ili kutoa huduma, na kutangaza baraka kwa Jina lake, kama wanavyofanya mpaka leo. 9 Hiyo ndiyo sababu ya Walawi kutokuwa na sehemu wala urithi miongoni mwa ndugu zao; BWANA ndiye urithi wao, kama BWANA Mungu wao alivyowaambia.)

10 Basi nilikaa mlimani kwa siku arobaini usiku na mchana, kama nilivyofanya mara ya kwanza, pia BWANA alinisikiliza hata wakati huu. Haikuwa nia yake kuwaangamiza. 11 BWANA akaniambia, "Nenda, ukawaongoze watu katika njia yao ili kwamba waweze kuingia na kuimiliki nchi ile niliyowaapia baba zao kuwapa."

Mche BWANA

12 Na sasa, ee Israeli, BWANA Mungu wako anataka nini kwako ila kumcha BWANA Mungu wako, kwenda katika njia zake, kumpenda na kumtumikia BWANA Mungu wako kwa moyo wako wote na kwa roho yako yote, 13 na kuyashika maagizo ya BWANA na amri zake ninazokupa leo kwa mafanikio yako mwenyewe?

14 Mbingu, hata mbingu za juu sana, dunia na kila kitu kilichomo ndani yake, ni mali ya BWANA Mungu

wako. [15] Hata hivyo Bwana alikuwa na shauku na
baba zako, akawapenda na akawachagua ninyi,
wazao wao, kuliko mataifa yote, kama ilivyo leo.
[16] Kwa hiyo tahirini mioyo yenu, na msiwe na shingo
ngumu tena. [17] Kwa kuwa Bwana Mungu wenu ni
Mungu wa miungu na Bwana wa mabwana, Mungu
mkuu, mwenye uweza na wa kutisha, ambaye
hana upendeleo na hapokei rushwa. [18] Huwapiga-
nia yatima na wajane, humpenda mgeni, akimpa
chakula na mavazi. [19] Nanyi wapendeni wageni,
kwa kuwa ninyi wenyewe mlikuwa wageni huko
Misri. [20] Mche Bwana Mungu wako na umtumikie
yeye. Shikamana naye kwa uthabiti na kuapa kwa
jina lake. [21] Yeye ni sifa yako; yeye ni Mungu wako,
ambaye alikutendea yale maajabu makubwa na ya
kutisha uliyoyaona kwa macho yako mwenyewe.
[22] Baba zako walioshuka kwenda Misri jumla yao
walikuwa sabini, na sasa Bwana Mungu wako ame-
kufanya wengi kama nyota za angani.

Mpende Na Umtii Bwana

11 Mpende Bwana Mungu wako na kushika
masharti yake, amri zake, sheria zake na
maagizo yake siku zote. [2] Kumbuka hivi leo kwa-
mba sio watoto wako walioona na kujua adhabu ya
Bwana Mungu wako: utukufu wake, mkono wake
wenye nguvu, mkono wake ulionyooshwa; [3] ishara
alizozifanya na mambo aliyoyafanya katikati ya
Misri, kwa Farao mfalme wa Misri na kwa nchi
yake yote; [4] lile alilolifanyia jeshi la Wamisri, farasi
na magari yake, jinsi alivyowafurikisha na maji
ya Bahari ya Shamu walipokuwa wakiwafuatilia
ninyi, na jinsi Bwana alivyowaletea angamizo la
kudumu juu yao. [5] Sio watoto wenu walioyaona
yale Mungu aliyowafanyia huko jangwani mpaka
mkafika mahali hapa, [6] wala lile Mungu alilowa-
fanyia Dathani na Abiramu, wana wa Eliabu wa
kabila la Reubeni, wakati ardhi ilipofungua kinywa
chake katikati ya Israeli yote, ikawameza pamoja
na walio nyumbani mwao, hema zao na kila kitu
kilichokuwa hai ambacho kilikuwa mali yao. [7] Bali
ilikuwa ni macho yenu wenyewe ambayo yaliyaona
mambo haya yote makuu Bwana aliyoyatenda.
[8] Kwa hiyo fuateni maagizo yote ninayowapa leo,
ili mpate kuwa na nguvu za kuingia na kuiteka
nchi ile ambayo mnavuka Yordani kuimiliki, [9] ili
mpate kuishi siku nyingi katika nchi ile ambayo
Bwana aliapa kuwapa baba zenu na wazao wao,
nchi itiririkayo maziwa na asali. [10] Nchi mnayoii-
ngia kuimiliki haifanani na nchi ya Misri mlikotoka
ambako mlipanda mbegu yenu na kuinywesha,
kama bustani ya mboga. [11] Lakini nchi mnayovuka
Yordani kuimiliki ni nchi ya milima na mabonde
inywayo mvua kutoka mbinguni. [12] Ni nchi ambayo
Bwana Mungu wenu anaitunza; macho ya Bwana
Mungu wenu yanaitazama daima kutoka mwanzo
wa mwaka hadi mwisho wa mwaka.
[13] Hivyo kama mkiyatii maagizo yangu nina-
yowapa leo kwa uaminifu, yaani kwa kumpenda
Bwana Mungu wenu, na kumtumikia kwa moyo
wako wote na kwa roho yenu yote, [14] ndipo ata-
wanyweshea mvua katika nchi yenu kwa majira
yake, mvua ya masika na ya vuli, ili mpate kuvuna
nafaka zenu, divai mpya na mafuta. [15] Nitawapa
majani kwa ajili ya ng'ombe wenu, nanyi mtakula
na kushiba.
[16] Jihadharini, la sivyo mtashawishika kugeuka
na kuabudu miungu mingine na kuisujudia.
[17] Ndipo hasira ya Bwana itawaka dhidi yenu, naye
atafunga mbingu ili mvua isinyeshe nayo ardhi
haitatoa mazao, nanyi mtaangamia mara katika
nchi nzuri ambayo Bwana anawapa. [18] Yawekeni
haya maneno yangu katika mioyo yenu na akili
zenu, yafungeni kama alama juu ya mikono yenu
na kwenye paji za nyuso zenu. [19] Wafundisheni
watoto wenu, yazungumzeni wakati mketipo
nyumbani na wakati mtembeapo njiani, wakati
mlalapo na wakati mwamkapo. [20] Yaandikeni juu
ya miimo ya nyumba zenu na juu ya malango yenu,
[21] ili kwamba siku zenu na siku za watoto wenu
zipate kuwa nyingi katika nchi ile Bwana aliyoapa
kuwapa baba zenu, kama zilivyo nyingi siku za
mbingu juu ya nchi.
[22] Kama mkishika kwa makini maagizo haya
yote ninayowapa kuyafuata, ya kumpenda Bwana
Mungu wenu, kuenenda katika njia zake zote na
kushikamana naye kwa uthabiti, [23] ndipo Bwana
atawafukuza mataifa haya yote mbele yako, nawe
utawafukuza mataifa yaliyo makubwa na yenye
nguvu kukuliko wewe. [24] Kila mahali mtakapoweka
mguu wenu patakuwa penu: Nchi yenu itaenea
kutoka jangwa la Lebanoni, na kutoka mto wa Frati
hadi bahari ya magharibi[a] [25] Hapatakuwa na mtu
atakayeweza kusimama dhidi yenu. Bwana Mungu
wenu, kama alivyoahidi, ataweka juu ya nchi yote
utisho na hofu kwa ajili yenu popote mwendako.
[26] Tazama, leo ninaweka mbele yenu baraka na
laana: [27] baraka kama mtatii maagizo ya Bwana
Mungu wenu, ambayo ninawapa leo; [28] laana kama
hamtatii maagizo ya Bwana Mungu wenu na kua-
cha njia ambayo ninawaamuru leo kwa kufuata
miungu mingine, ambayo hamkuijua. [29] Wakati
Bwana Mungu wenu atakapokuwa amewaleta
katika nchi mnayoiingia kuimiliki, mtatangaza
baraka kutoka Mlima Gerizimu, na kutangaza
laana kutoka Mlima Ebali. [30] Kama mnavyofahamu,
milima hii ipo ng'ambo ya Yordani, magharibi ya
barabara, kuelekea machweo ya jua, karibu na miti
mikubwa ya More, katika nchi ya wale Wakanaani
wanaoishi Araba, jirani na Gilgali. [31] Karibu mvuke
ng'ambo ya Yordani kuingia na kuimiliki nchi
ambayo Bwana Mungu wenu anawapa. Wakati
mtakapokuwa mmeichukua na mnaishi humo,
[32] hakikisheni kwamba mnatii amri na sheria zote
ninazoziweka mbele yenu leo.

Mahali Pekee Pa Kuabudia

12 Hizi ndizo amri na sheria ambazo ni lazima
mwe waangalifu kuzifuata katika nchi ambayo
Bwana, Mungu wa baba zenu, amewapa kumiliki,
kwa muda wote mtakaoishi katika nchi. [2] Haribuni
kabisa kila mahali pao pa kuabudia kwenye milima
mirefu, vilima na chini ya kila mti mkubwa ambamo
mataifa haya mnayokwenda kuchukua ardhi yao
huabudia miungu yao. [3] Bomoeni madhabahu zao,
vunjeni yale mawe wanayoabudu, chomeni moto

[a]24 Yaani Bahari ya Mediterania.

nguzo zao za Ashera; katilieni mbali sanamu za
miungu yao na mfute majina yao mahali hapo.
4 Kamwe msimwabudu Bwana Mungu wenu
kama wanavyoabudu wao. 5 Bali mtatafuta mahali
Bwana Mungu wenu atakapopachagua katika
makabila yenu yote ili aliweke jina lake huko
kuwa makao yake. Mahali hapo ndipo iwapasapo
kwenda; 6 hapo ndipo mtakapoleta sadaka zenu za
kuteketezwa na dhabihu, zaka zenu na changizo
zenu, kile ulichoweka nadhiri kutoa, sadaka zenu
za hiari na malimbuko ya makundi yenu ya ng'o-
mbe pamoja na mbuzi na kondoo. 7 Hapo, katika
uwepo wa Bwana Mungu wenu, ninyi pamoja
na jamaa zenu, mtakula na kufurahia kila kitu
ambacho mmegusa kwa mikono yenu, kwa sababu
Bwana Mungu wenu amewabariki.
8 Msifanye kama tunavyofanya hapa leo, kila
mtu anavyopenda mwenyewe, 9 kwa kuwa bado
hamjafikia mahali pa mapumziko na urithi ambao
Bwana Mungu wenu anawapa. 10 Lakini mtavuka
Yordani na kuishi katika nchi Bwana Mungu wenu
anayowapa kama urithi, naye atawapa pumziko
kutokana na adui zenu wote wanaowazunguka
ili ninyi mpate kuishi kwa salama. 11 Kisha kuhusu
mahali Bwana Mungu wenu atakapopachagua
kuwa mahali pa makao ya Jina lake, hapo ndipo
inapowapasa kuleta kila kitu ninachowaamuru:
sadaka zenu za kuteketezwa na dhabihu, zaka zenu
na changizo, pamoja na vitu vyote vyenye thamani
ambavyo mmeweka nadhiri kumtolea Bwana.
12 Hapo furahini mbele za Bwana Mungu wenu,
ninyi, wana wenu na binti zenu, watumishi wenu
wa kiume na wa kike, pamoja na Walawi kutoka
miji yenu ambao hawana mgawo wala urithi wao
wenyewe. 13 Kuweni waangalifu, msitoe dhabihu
zenu za kuteketezwa mahali popote mnapopa-
penda. 14 Mtazitoa tu mahali pale ambapo Bwana
atachagua katika mojawapo ya makabila yenu,
nanyi hapo zingatieni kila jambo ninalowaamuru.
15 Hata hivyo, mnaweza kuwachinja wanyama
wenu katika miji yenu yoyote ile na kula nyama
nyingi mpendavyo kama vile mmemchinja paa au
kulungu, kulingana na baraka mtakazojaliwa na
Bwana Mungu wenu. Watu walio najisi au walio
safi wanaweza kula. 16 Lakini kamwe usinywe
damu; imwage juu ya ardhi kama maji. 17 Hamru-
husiwi kula katika miji yenu zaka yenu ya nafaka,
ya divai mpya na ya mafuta, au mzaliwa wa kwanza
wa makundi yenu ya ng'ombe na makundi yenu
ya mbuzi na kondoo, wala chochote ambacho
mmeweka nadhiri kukitoa, au sadaka zako za hiari,
wala matoleo maalum. 18 Badala yake, mtakula
vitu hivyo katika uwepo wa Bwana Mungu wenu
mahali ambapo Bwana Mungu wenu atapachagua:
wewe, wana wako na binti zako, watumishi wako
wa kiume na wa kike, na Walawi kutoka miji yenu.
Mnatakiwa mfurahi mbele za Bwana Mungu wenu
kwa kula kitu mtakachoweka mikono yenu. 19 Mwe
waangalifu msiwapuuze Walawi kwa muda wote
mnaoishi katika nchi yenu.
20 Bwana Mungu wenu atakapokuwa ameongeza
nchi yenu kama alivyowaahidi, nanyi mkitamani
nyama na mkisema, "Ningependa nyama," hapo
unaweza kula nyingi upendavyo. 21 Kama mahali
ambapo Bwana Mungu wenu atapachagua kuweka
Jina lake ni mbali sana kutoka kwenu, unaweza
kuchinja wanyama kutoka makundi yenu ya
ng'ombe, ya mbuzi na ya kondoo ambayo Bwana
amewapa, kama nilivyokuamuru, na mkiwa katika
miji yenu wenyewe mnaweza kula nyingi mtaka-
vyo. 22 Mle kama vile mngekula paa na kulungu.
Wote walio najisi kiibada na walio safi mwaweza
kula. 23 Lakini hakikisheni kwamba hamkunywa
damu, kwa sababu damu ni uhai, kamwe msile
uhai pamoja na nyama. 24 Hamruhusiwi kamwe
kunywa damu; imwageni juu ya ardhi kama maji.
25 Msinywe damu, ili mweze kufanikiwa ninyi
pamoja na watoto wenu baada yenu, kwa sababu
mtakuwa mkifanya lililo haki machoni pa Bwana.
26 Lakini vichukueni vitu vyenu vilivyowekwa
wakfu pamoja na vile mlivyoweka nadhiri, mwe-
nde mahali pale Bwana atakapopachagua. 27 Leteni
sadaka zenu za kuteketezwa juu ya madhabahu
ya Bwana Mungu wenu, vyote nyama na damu.
Damu ya dhabihu zenu lazima imiminwe kando ya
madhabahu ya Bwana Mungu wenu, lakini nyama
mnaweza kula. 28 Mwe waangalifu kutii masharti
haya yote ninayowapa, ili kwamba siku zote mweze
kufanikiwa, ninyi pamoja na watoto wenu baada
yenu, kwa sababu mtakuwa mkifanya lililo jema
na sahihi mbele za macho ya Bwana Mungu wenu.
29 Bwana Mungu wenu atayakatilia mbali mbele
yenu mataifa ambayo punde kidogo mtayavamia na
kuyaondoa. Lakini mtakapokuwa mmeyafukuza na
kuishi katika nchi yao, 30 na baada ya kuangamizwa
mbele yenu, mwe waangalifu msijiingize katika
tanzi kwa kuuliza habari za miungu yao, mkisema,
"Je, mataifa haya hutumikiaje miungu yao? Nasi
tutafanya vivyo hivyo." 31 Kamwe msimwabudu
Bwana Mungu wenu kwa njia wanayoabudu miu-
ngu yao, kwa sababu katika kuabudu miungu yao,
wanafanya aina zote za machukizo anayoyachukia
Bwana. Hata huwateketeza wana wao na binti zao
kwa moto kama kafara kwa miungu yao.
32 Angalieni kwamba mnafanya yote niliyowaa-
muru; msiongeze kitu wala msipunguze kitu.

Kuabudu Miungu Mingine

13 Kama nabii, au yule anayetabiri kwa njia
ya ndoto, akijitokeza miongoni mwenu na
akawatangazia ishara ya miujiza na ajabu, 2 ikiwa
ishara au ajabu ya aliyozungumza ikatokea, naye
akasema, "Na tufuate miungu mingine" (miungu
ambayo hamjaifahamu) "na tuiabudu," 3 kamwe
msiyasikilize maneno ya nabii wala mwota ndoto
huyo. Bwana Mungu wenu anawajaribu kuangalia
kama mnampenda kwa moyo wenu wote na kwa
roho yenu yote. 4 Ni Bwana Mungu wenu ambaye
mnapaswa kumfuata tena ni yeye mnapaswa
kumheshimu. Shikeni maagizo yake na kumtii,
mtumikieni na kushikamana naye. 5 Huyo nabii au
mwota ndoto lazima auawe, kwa sababu amehubiri
uasi dhidi ya Bwana Mungu wenu, ambaye aliwa-
toa kutoka nchi ya Misri na kuwakomboa kutoka
nchi ya utumwa; amejaribu kuwageuza kutoka njia
ambayo Bwana Mungu wenu aliwaagiza mfuate. Ni
lazima mwondoe uovu miongoni mwenu.
6 Kama ndugu yako hasa, au mwanao au binti

yako, au mke umpendaye, au rafiki yako wa karibu sana akikushawishi kwa siri, akisema, "Na twende tukaabudu miungu mingine" (miungu ambayo ninyi wala baba zenu hamkuifahamu, 7 miungu ya watu wanaowazunguka, ikiwa karibu au mbali, kutoka mwisho mmoja wa nchi mpaka mwingine), 8 usikubali wala usimsikilize. Usimhurumie! Usimwache wala usimkinge. 9 Hakika ni lazima auawe. Ni lazima mkono wako uwe wa kwanza katika kumuua kisha mikono ya watu wengine wote. 10 Mpigeni kwa mawe mpaka afe, kwa sababu alijaribu kuwageuza mtoke kwa BWANA Mungu wenu ambaye aliwatoa Misri, kutoka nchi ya utumwa. 11 Kisha Israeli wote watasikia na kuogopa, wala hakuna mmoja miongoni mwenu atakayefanya uovu tena.

12 Kama mkisikia ikisemwa kwamba moja ya miji ambayo BWANA Mungu wenu anawapa mkae ndani yake 13 kuna wanaume waovu wameinuka miongoni mwenu na wamewapotosha watu wa mji, wakisema, "Twendeni tukaabudu miungu mingine" (miungu ambayo hamkuifahamu), 14 ndipo itakubidi kuuliza, kupima na kuchunguza kwa makini. Kama ni kweli, tena ikihakikishwa kwamba jambo hili lichukizalo limefanyika miongoni mwenu, 15 kwa hakika ni lazima mwaue kwa upanga wale wote wanaoishi katika mji ule. Uharibuni kabisa, pamoja na watu wake na mifugo yake. 16 Kusanyeni nyara zote za mji katika uwanja wa wazi na kuuchoma mji kabisa pamoja na nyara zake zote kama sadaka ya kuteketezwa kwa BWANA Mungu wenu. Utabaki kuwa magofu milele na hautajengwa tena. 17 Hakuna kimoja kati ya vitu vilivyolaaniwa kitakachokutwa mikononi mwenu, ili BWANA ageuze hasira yake kali. Atawahurumia na kuwa na rehema kwenu pia kuongeza idadi yenu, kama alivyowaahidi baba zenu, 18 kwa sababu mnamtii BWANA Mungu wenu, mkizishika amri zake zote zile ninazowapa leo na kufanya lile lililo jema machoni pake.

Vyakula Vilivyo Najisi Na Vilivyo Safi

14 Ninyi ni watoto wa BWANA Mungu wenu. Msijichanje ama kujinyoa upara kwenye paji la uso kwa ajili ya aliyekufa, 2 kwa maana ninyi ni taifa takatifu kwa BWANA Mungu wenu. BWANA amewachagua ninyi kuwa taifa la kipekee kutoka mataifa yote juu ya uso wa dunia, mwe tunu yake.

3 Msile kitu chochote ambacho ni machukizo. 4 Hawa ndio wanyama mtakaokula: ng'ombe, kondoo, mbuzi, 5 kulungu, paa, kongoni, paa mweupe, mbuzi-mwitu, pofu na kondoo wa mlimani. 6 Mnaweza kumla mnyama yeyote mwenye kwato zilizogawanyika mara mbili, pia yule anayecheua. 7 Hata hivyo, miongoni mwa wale wanaocheua au wale walio na kwato zilizogawanyika kamwe msile ngamia, sungura na pelele. Iwapo wanacheua, lakini hawana kwato zilizogawanyika; ni najisi kwenu kwa taratibu za kiibada. 8 Nguruwe pia ni najisi; ingawa ana kwato zilizogawanyika, hacheui. Msile nyama yake wala kugusa mzoga wake.

9 Katika viumbe hai vyote viishivyo kwenye maji, mnaweza kula yeyote aliye na mapezi na magamba. 10 Lakini chochote kisicho na mapezi na magamba msile; kwenu ni najisi.

11 Mnaweza kula ndege yeyote aliye safi. 12 Lakini wafuatao msiwale: tai, furukombe, kipungu, 13 kengewa mwekundu, kengewa mweusi, mwewe wa aina yoyote, 14 kunguru wa aina yoyote, 15 mbuni, kiruka-njia, dudumizi, kipanga wa aina yoyote, 16 bundi, mumbi, bundi mkubwa, 17 mwari, nderi, mnandi, 18 korongo, koikoi wa aina yoyote, hudihudi na popo.

19 Wadudu wote warukao kwa makundi ni najisi kwenu, msiwale. 20 Lakini viumbe vyote vyenye mabawa vilivyo safi mwaweza kula.

21 Msile kitu chochote mtakachokuta kimekufa. Mnaweza kumpa mgeni yeyote anayeishi katika mojawapo ya miji yenu, naye anaweza kula au mnaweza kumuuzia mtu wa nchi nyingine. Lakini ninyi ni watu watakatifu kwa BWANA Mungu wenu.

Msitokose mwana-mbuzi katika maziwa ya mama yake.

Zaka

22 Hakikisheni mmetenga sehemu ya kumi ya mazao yote ya mashamba yenu kila mwaka. 23 Mtakula zaka za nafaka yenu, divai mpya, mafuta na wazaliwa wa kwanza wa makundi yenu ya ng'ombe na ya kondoo na mbuzi mbele za BWANA Mungu wenu pale mahali atakapopachagua kama maskani kwa ajili ya Jina lake, ili kwamba mpate kujifunza kumheshimu BWANA Mungu wenu daima. 24 Lakini ikiwa mahali pale ni mbali sana nanyi mmebarikiwa na BWANA Mungu wenu na hamwezi kubeba zaka yenu (kwa sababu mahali pale BWANA atakapopachagua kuliweka Jina lake ni mbali sana), 25 basi badilisheni zaka yenu kuwa fedha, mkaichukue hiyo fedha mwende nayo mahali BWANA Mungu wenu atakapopachagua. 26 Tumieni hiyo fedha kununua chochote ukitakacho: ng'ombe, kondoo, divai au kinywaji chochote chenye chachu au chochote mnachotaka. Kisha ninyi na wa nyumbani mwenu mtaila mbele za BWANA Mungu wenu na kufurahi. 27 Msiache kuwajali Walawi waishio katika miji yenu, kwa kuwa hao hawana shamba wala urithi wao wenyewe.

28 Mwishoni mwa kila mwaka wa tatu, leteni zaka zote za mazao ya miaka ile na uyahifadhi kwenye miji yenu, 29 ili Walawi (ambao hawana mashamba wala urithi wao wenyewe) na wageni, yatima na wajane wanaoishi kwenye miji yenu wapate kuja kula na kushiba, ili BWANA Mungu wenu apate kuwabariki ninyi katika kazi zote za mikono yenu.

Mwaka Wa Kufuta Madeni

15 Kila mwisho wa miaka saba ni lazima mfute madeni. 2 Hivi ndivyo itakavyofanyika: Kila mkopeshaji atafuta mkopo aliomkopesha Mwisraeli mwenzake. Hatamtaka Mwisraeli mwenzake au ndugu yake amlipe hilo deni, kwa sababu wakati wa BWANA wa kufuta madeni umetangazwa. 3 Unaweza kudai malipo kwa mgeni, lakini lazima ufute kila deni ambalo unamdai ndugu yako. 4 Hata hivyo, hapatakuwepo maskini miongoni mwenu, kwa kuwa katika nchi BWANA Mungu

wenu anayowapa kuimiliki kama urithi wenu, atawabariki sana, 5 ikiwa tutamtii BWANA Mungu wenu kikamilifu na kuwa waangalifu kuyafuata maagizo haya yote ninayowapa leo. 6 Kwa kuwa BWANA Mungu wenu atawabariki kama alivyoahidi, nanyi mtawakopesha mataifa mengi lakini hamtakopa kwa yeyote. Mtatawala mataifa mengi lakini hakuna taifa litakalowatawala ninyi.

7 Ikiwa kuna mtu maskini miongoni mwa ndugu zenu, katika mji wowote wa hiyo nchi ambayo BWANA Mungu wenu anawapa, msiwe na moyo mgumu wala usimfumbie mkono ndugu yako aliye maskini. 8 Afadhali fungua mikono yako na umkopeshe kwa hiari chochote anachohitaji. 9 Jihadhari usijiwekee wazo hili ovu: "Mwaka wa saba, mwaka wa kufuta madeni umekaribia," usije ukaonyesha nia mbaya kwa ndugu yako mhitaji na ukaacha kumpa chochote. Anaweza kumlalamikia BWANA dhidi yako nawe utakuwa umepatikana na hatia ya dhambi. 10 Mpe kwa ukarimu na ufanye hivyo bila kinyongo moyoni, ndipo kwa sababu ya hili BWANA Mungu wenu atakubariki katika kazi zako zote na kwa kila kitu utakachokiwekea mkono wako. 11 Siku zote watakuwepo watu maskini katika nchi. Kwa hiyo ninawaamuru mwe na mikono iliyokunjuliwa kuwaelekea ndugu zenu, kuwaelekea maskini na wahitaji katika nchi yenu.

Kuwaacha Huru Watumwa

12 Kama Mwebrania mwenzako, mwanaume au mwanamke, akijiuza kwako na kukutumikia miaka sita, katika mwaka wa saba ni lazima umwache aende zake akiwa huru. 13 Nawe wakati utakapomwachia usimwache aende mikono mitupu. 14 Mpe kwa uhuru kutoka zizi lako la kondoo na mbuzi, kutoka sakafu yako ya kupuria nafaka na kutoka mashinikizo yako ya kukamulia divai. Mpe kama vile ambavyo BWANA Mungu wako alivyokubariki. 15 Kumbukeni kuwa ninyi mlikuwa watumwa huko Misri naye BWANA Mungu wenu aliwakomboa. Ndiyo sababu nimewapa agizo hili leo.

16 Lakini mtumishi wako akikuambia, "Sitaki kukuacha," kwa sababu anakupenda wewe na jamaa yako naye anaridhika nawe, 17 ndipo utachukua chuma kidogo utoboe sikio lake mpaka hicho chuma kiingie kwenye ubao wa mlango, naye atakuwa mtumishi wako wa maisha. Ufanye vivyo hivyo kwa mtumishi wa kike.

18 Usifikiri kuwa kuna ugumu kumwacha mtumishi wako huru, kwa sababu utumishi wake kwako kwa miaka hii sita umekuwa wa thamani mara mbili ya ujira wa mtumishi wa kuajiriwa. Naye BWANA Mungu wenu atakubarikia kwa kila kitu utakachofanya.

Wazaliwa Wa Kwanza Wa Wanyama

19 Wekeni wakfu kwa BWANA Mungu wenu kila mzaliwa wa kwanza wa kiume wa makundi yenu ya ng'ombe na ya mbuzi na kondoo. Maksai walio wazaliwa wa kwanza msiwafanyize kazi, wala msinyoe manyoya ya wazaliwa wa kwanza wa kondoo. 20 Kila mwaka ninyi na jamaa zenu mtapaswa kuwala mbele za BWANA Mungu wenu pale mahali atakapopachagua. 21 Kama mnyama ana dosari, akiwa ni kilema au kipofu au kama ana kilema kibaya, kamwe usimtoe dhabihu kwa BWANA Mungu wenu. 22 Itawapasa kumla ninyi wenyewe katika miji yenu. Wote wasio safi na walio safi kwa desturi za kiibada mwaweza kula kama vile mnavyokula paa au kulungu. 23 Lakini kamwe msinywe damu; imwageni ardhini kama maji.

Pasaka

16 Shikeni mwezi wa Abibu, na kuiadhimisha Pasaka ya BWANA Mungu wenu, kwa sababu katika mwezi wa Abibu, Mungu aliwatoa Misri usiku. 2 Mtatoa dhabihu ya Pasaka ya mnyama kwa BWANA Mungu wenu kutoka kundi lenu la mbuzi na kondoo au la ng'ombe, mahali pale ambapo BWANA atapachagua kama makao kwa ajili ya Jina lake. 3 Msile nyama hiyo pamoja na mikate iliyotiwa chachu, lakini kwa siku saba mtakula mikate isiyotiwa chachu, mikate ya kujitesa, kwa sababu mliondoka Misri kwa haraka, ili kwamba siku zote za maisha yenu mpate kukumbuka wakati wenu wa kuondoka Misri. 4 Chachu isionekane katika mali zenu katika nchi yenu yote kwa siku saba. Nyama yoyote ya dhabihu mtakayotoa jioni ya siku ya kwanza isibakizwe mpaka asubuhi.

5 Kamwe msitoe dhabihu ya Pasaka katika mji wowote ambao BWANA Mungu wenu amewapa, 6 isipokuwa mahali atakapopachagua kama makao kwa ajili ya Jina lake. Hapo ndipo lazima mtoe dhabihu ya Pasaka jioni, jua litakapotua, iwe kumbukumbu yenu ya kutoka Misri. 7 Okeni na mle mahali pale ambapo BWANA Mungu wenu atakapopachagua, kisha asubuhi mrudi kwenye mahema yenu. 8 Kwa siku sita mtakula mikate isiyotiwa chachu na siku ya saba fanyeni kusanyiko kwa ajili ya BWANA Mungu wenu na msifanye kazi.

Sikukuu Ya Mavuno

9 Mhesabu majuma saba tangu wakati mnapoanza kuchukua mundu kuvuna nafaka. 10 Kisha msherehekee Sikukuu ya Majuma kwa BWANA Mungu wenu kwa kutoa sadaka ya hiari kwa kadiri ya baraka ambayo BWANA Mungu wenu amewapa. 11 Shangilieni mbele za BWANA Mungu wenu mahali atakapopachagua kama makao ya Jina lake, ninyi, wana wenu na binti zenu, watumishi wenu wa kiume na wa kike, Walawi walio katika miji yenu, na wageni, yatima na wajane waishio miongoni mwenu. 12 Kumbukeni kwamba mlikuwa watumwa kule Misri na mfuate amri hizi kwa uangalifu.

Sikukuu Ya Vibanda

13 Adhimisheni sikukuu ya vibanda kwa siku saba baada ya kukusanya mazao yenu ya nafaka na kukamua zabibu. 14 Mfurahie sikukuu yenu, ninyi, wana wenu, binti zenu, watumishi wenu wa kiume na wa kike, Walawi, wageni, yatima na wajane ambao wanaishi katika miji yenu. 15 Kwa siku saba mtaiadhimisha sikukuu ya BWANA Mungu wenu katika mahali atakapopachagua BWANA. Kwa kuwa BWANA Mungu wenu atawabariki katika mavuno yenu na katika kazi zote za mikono yenu na furaha yenu itakamilika.

16 Wanaume wenu wote lazima wajitokeze mara

tatu kwa mwaka mbele za BWANA Mungu wenu mahali atakapopachagua: kwa ajili ya Sikukuu ya Mikate Isiyotiwa Chachu, Sikukuu ya Majuma, na Sikukuu ya Vibanda. Hakuna mtu atakayejitokeza mbele za BWANA mikono mitupu: 17 Kila mmoja wenu ni lazima alete zawadi kulingana na jinsi ambavyo BWANA Mungu wenu alivyowabariki.

Waamuzi

18 Wateue waamuzi na maafisa kwa kila kabila lenu katika kila mji ambao BWANA Mungu wenu anawapa, nao watawaamua watu kwa usawa. 19 Msipotoshe haki wala msifanye upendeleo. Msikubali rushwa kwa sababu rushwa hupofusha macho ya wenye busara na kugeuza maneno ya wenye haki. 20 Mfuate haki na haki peke yake, ili mweze kuishi na kuimiliki nchi ambayo BWANA Mungu wenu anawapa.

Kuabudu Miungu Mingine

21 Msisimamishe nguzo yoyote ya Ashera kando ya madhabahu mliyomjengea BWANA Mungu wenu, 22 wala msisimamishe jiwe la kuabudu, kwa maana BWANA Mungu wenu anavichukia vitu hivi.

17 Msimtolee BWANA Mungu wenu dhabihu ya maksai au kondoo ambaye ana dosari yoyote au hitilafu ndani yake, kwa kuwa hilo litakuwa chukizo kwake.

2 Ikiwa mwanaume au mwanamke anayeishi kati ya mojawapo ya miji akupayo BWANA, anakutwa anafanya uovu mbele za BWANA Mungu wenu, kwa kuvunja Agano lake, 3 naye amekwenda kinyume na agizo langu kuabudu miungu mingine na kuisujudia, kama vile jua, mwezi au nyota za angani, 4 hili likiwa limeletwa mbele yenu, ni lazima kulichunguza kikamilifu. Ikiwa ni kweli na kuwa limehakikishwa kwamba hili ni chukizo lililofanyika katika Israeli, 5 mchukueni huyo mwanaume au mwanamke ambaye amelifanya tendo hili ovu kwenye lango la mji wenu na kumpiga mawe mtu huyo mpaka afe. 6 Kwa ushuhuda wa mashahidi wawili au watatu mtu huyo atauawa, bali hakuna mtu atakayeuawa kwa ushuhuda wa shahidi mmoja tu. 7 Ni lazima kwanza mikono ya mashahidi itangulie kumuua huyo mtu, kisha mikono ya watu wote. Ni lazima mwondoe uovu miongoni mwenu.

Mahakama Za Sheria

8 Kama mashauri yanaletwa katika mahakama zenu ambayo ni magumu zaidi kwenu kuyaamua, ikiwa ni umwagaji wa damu, madai au mashambulio, yapelekeni mahali ambapo BWANA Mungu wenu atapachagua. 9 Nendeni kwa makuhani, ambao ni Walawi, na kwa mwamuzi ambaye atakuwa kazini wakati huo. Ulizeni kwao nao watawapa maamuzi. 10 Ni lazima mtende sawasawa na maamuzi watakayowapa mahali BWANA atakapopachagua. Kuweni waangalifu kufanya kila kitu watakachowaongoza kufanya. 11 Fanyeni sawasawa na sheria wanayowafundisha na maamuzi wanayowapa. Msigeuke mkono wa kuume au kushoto kuacha kufanya yale wanayowaambia. 12 Mwanaume atakayeonyesha dharau kwa mwamuzi au kwa kuhani ambaye amewekwa kumtumikia BWANA Mungu wenu lazima auawe. Lazima mwondoe uovu katika Israeli. 13 Watu wote watasikia na kuogopa, nao hawatakuwa wenye kudharau tena.

Mfalme

14 Wakati utakapoingia katika nchi anayowapa BWANA Mungu wenu kuimiliki na kukaa humo, nanyi mkasema, "Na tumweke mfalme juu yetu kama mataifa yanayotuzunguka," 15 kuweni na uhakika wa kumweka mfalme juu yenu ambaye BWANA Mungu wenu atamchagua. Ni lazima atoke miongoni mwa ndugu zenu wenyewe. Msimweke mgeni juu yenu ambaye si ndugu wa Kiisraeli. 16 Hata hivyo, kamwe mfalme asijipatie hesabu kubwa ya farasi kwa ajili yake mwenyewe, au kuwafanya watu warudi Misri ili kupata farasi zaidi, kwa maana BWANA amekuambia, "Hamtairudia njia ile tena." 17 Kamwe asioe wake wengi, la sivyo moyo wake utapotoka. Kamwe asijilimbikizie kiasi kikubwa cha fedha na dhahabu.

18 Atakapokuwa amekalia kiti cha ufalme wake, ajiandikie kwenye kitabu nakala ya sheria kwa ajili yake mwenyewe kutoka zile sheria za makuhani ambao ni Walawi. 19 Atakuwa na nakala hiyo, naye ataisoma siku zote za maisha yake ili kwamba ajifunze kumheshimu BWANA Mungu wake na kufuata kwa uangalifu maneno yote ya sheria hii na amri hizi, 20 naye asijifikirie kuwa ni bora kuliko ndugu zake na kuipotosha sheria. Ndipo yeye na wazao wake watatawala katika ufalme wake kwa muda mrefu katika Israeli.

Sadaka Kwa Makuhani Na Walawi

18 Makuhani ambao ni Walawi, yaani kabila lote la Lawi, hawatakuwa na mgawo wala urithi pamoja na Israeli. Wataishi kwa sadaka zitolewazo kwa ajili ya BWANA za kuteketezwa kwa moto, kwa maana huo ndio urithi wao. 2 Hawatakuwa na urithi miongoni mwa ndugu zao; BWANA ndiye urithi wao, kama alivyowaahidi.

3 Hili ndilo fungu la makuhani kutoka kwa watu watakaotoa dhabihu ya fahali au kondoo: mguu wa mbele, mataya na matumbo. 4 Mtawapa malimbuko ya nafaka zenu, divai mpya, mafuta na sufu ya kwanza kutoka manyoya ya kondoo zenu, 5 kwa kuwa BWANA Mungu wenu amewachagua pamoja na wazao wao kutoka makabila yenu kusimama na kuhudumu katika jina la BWANA siku zote.

6 Ikiwa Mlawi atahama kutoka mmojawapo ya miji yenu popote katika Israeli ambapo anaishi, akaja kwa moyo wote mahali ambapo BWANA atapachagua, 7 anaweza akahudumu katika jina la BWANA Mungu wake kama Walawi wenzake wote wanaohudumu hapo mbele za BWANA. 8 Atashiriki sawa katika mafao yao, hata kama amepokea fedha kutoka mauzo ya mali ya jamaa yake.

Matendo Ya Machukizo

9 Wakati mtakapoingia katika nchi ambayo BWANA Mungu wenu anawapa, msijifunze kuiga njia za machukizo za mataifa ya huko. 10 Asionekane mtu yeyote miongoni mwenu ampitishaye mwanawe au binti yake katika moto, atakayefanya

uaguzi, ulozi, anayetabiri nyakati, anayejishu-
ghulisha na uchawi, 11 wala arogaye kwa kupiga
mafundo, wala mwaguzi au anayeabudu mizimu,
wala awaombaye wafu. 12 Mtu yeyote afanyaye
mambo haya ni chukizo kwa Bwana, tena ni
kwa sababu ya matendo haya ya kuchukiza
wayafanyayo ndiyo maana Bwana Mungu wenu
atayafukuza mataifa hayo mbele yenu. 13 Kamwe
msilaumiwe mbele za Bwana Mungu wenu.

Nabii

14 Mataifa mtakayowafukuza husikiliza wale
wafanyao ulozi na uaguzi. Lakini kwenu ninyi,
Bwana Mungu wenu hajawaruhusu kufanya hivyo.
15 Bwana Mungu wenu atawainulia nabii kama
mimi kutoka miongoni mwa ndugu zenu wenyewe.
Msikilizeni yeye. 16 Kwa kuwa hivi ndivyo mlivyo-
mwomba Bwana Mungu wenu kule Horebu siku
ile ya kusanyiko, wakati mliposema, "Na tusiisikie
sauti ya Bwana Mungu wetu, wala kuuona moto
huu mkubwa tena, ama sivyo tutakufa."

17 Bwana akaniambia: "Wanachosema ni vyema.
18 Nitawainulia nabii kama wewe kutoka miongoni
mwa ndugu zao; nitaweka maneno yangu kinywani
mwake, naye atawaambia kila kitu nitakachomwa-
muru. 19 Kama mtu yeyote hatasikiliza maneno
yangu ambayo huyo nabii atayasema kwa Jina
langu, mimi mwenyewe nitamwajibisha. 20 Lakini
nabii ambaye atathubutu kusema kwa Jina langu
kitu chochote ambacho sikumwamuru akiseme, au
nabii ambaye husema kwa jina la miungu mingine
ni lazima auawe."

21 Mnaweza kuulizana wenyewe, "Tutawezaje
kujua wakati ujumbe haukusemwa na Bwana?"
22 Ikiwa kile nabii anachotangaza kwa jina la Bwana
hakikutokea au kutimia, huo ni ujumbe ambao
Bwana hakusema. Nabii huyo amesema kwa ujuaji.
Msimwogope huyo.

Miji Ya Makimbilio

19 Wakati Bwana Mungu wenu atakapokuwa
amewaangamiza mataifa ambayo nchi yao
anawapa ninyi, wakati mtakapokuwa mmewa-
fukuza na kuishi katika miji yao na nyumba zao,
2 ndipo mtenge miji mitatu iliyopo katikati ya nchi
kwa ajili yenu, katika nchi ambayo Bwana Mungu
wenu anawapa kuimiliki. 3 Jengeni barabara katika
miji hiyo na kuigawa mara tatu, nchi anayowapa
Bwana Mungu wenu kama urithi, ili kwamba
yeyote amuuaye mtu aweze kukimbilia humo.

4 Hii ndiyo kanuni kuhusu mtu amuuaye mwi-
ngine na kukimbilia humo kuokoa maisha yake,
yaani, yeye amuuaye jirani yake bila kukusudia,
wala hakumchukia kabla ya hapo. 5 Kwa mfano,
mtu aweza kwenda msituni na jirani yake kukata
miti, naye anapozungusha shoka kuangusha mti,
shoka linaweza kuchomoka kutoka kwenye mpini
na kumpiga jirani yake na kumuua. Yule mtu ana-
weza kukimbilia katika mmojawapo ya miji hii na
kuokoa maisha yake. 6 Kama sivyo, mlipiza kisasi
cha damu anaweza kumfuatilia kwa hasira kali,
naye akamkamata na kumuua kama umbali ni
mrefu sana hata ingawa hastahili kifo, kwa sababu
amemuua jirani yake bila kukusudia. 7 Hii ndiyo
sababu nimewaagiza ninyi kutenga miji mitatu
ya makimbilio kwa ajili yenu.

8 Kama Bwana Mungu wenu akipanua nchi
yenu, kama alivyoahidi kwa kiapo kwa baba zenu
na kuwapa nchi yote aliyowaahidi, 9 kwa sababu
mmefuata kwa uangalifu sheria zote ninazowaa-
muru leo, kumpenda Bwana Mungu wenu na
kuenenda siku zote katika njia zake, ndipo mtenge
miji mingine, mitatu zaidi. 10 Fanyeni hivi ili damu
isiyo na hatia isimwagwe katika nchi yenu, ambayo
Bwana Mungu wenu anawapa kama urithi wenu, ili
kwamba msije mkawa na hatia ya kumwaga damu.

11 Lakini kama mtu anamchukia ndugu yake,
akamvizia, akamshambulia na kumuua, kisha
akakimbilia katika mmojawapo ya miji hii, 12 wazee
wa mji wake watatuma ujumbe kwake, kumleta
kutoka mji ule na kumkabidhi mlipiza kisasi cha
damu kumuua. 13 Msimwonee huruma. Lazima
mwondoe katika Israeli hatia ya umwagaji damu
isiyo na hatia ili kwamba mpate kufanikiwa.

14 Usisogeze jiwe la mpaka wa jirani yako ambao
uliwekwa na wale waliokutangulia katika urithi
upokeao katika nchi Bwana Mungu wako anayo-
wapa kuimiliki.

Mashahidi

15 Shahidi mmoja hatoshi kumtia hatiani mtu
kwa uhalifu au kosa lolote ambalo anaweza kuwa
amelitenda. Lazima shauri lolote lithibitishwe kwa
ushuhuda wa mashahidi wawili au watatu.

16 Kama shahidi mwenye nia ya kumdhuru
mwingine akisimama kumshtaki mtu kwa uha-
lifu, 17 watu wawili wanaohusika katika mabishano
lazima wasimame mbele za Bwana na mbele ya
makuhani na waamuzi ambao wako kazini wakati
huo. 18 Waamuzi lazima wafanye uchunguzi kwa
makini na shahidi akionekana kuwa ni mwongo,
akitoa ushuhuda wa uongo dhidi ya ndugu yake,
19 basi mtende kama alivyotaka kumtendea ndugu
yake. Ni lazima mwondoe uovu miongoni mwenu.
20 Watu watakaosalia watasikia hili na kuogopa,
uovu kama huo kamwe hautatendeka tena mio-
ngoni mwenu. 21 Msionyeshe huruma, uhai kwa
uhai, jicho kwa jicho, jino kwa jino, mkono kwa
mkono, mguu kwa mguu.

Kwenda Vitani

20 Mtakapokwenda vitani kupigana na adui
zenu na mkaona farasi na magari ya vita
na jeshi kubwa kuliko lenu, msiwaogope, kwa
sababu Bwana Mungu wenu aliyewatoa kutoka
Misri, atakuwa pamoja nanyi. 2 Wakati mtakapo-
karibia kwenda vitani, kuhani atakuja mbele na
kuhutubia jeshi. 3 Atasema: "Sikia, ee Israeli, leo
unakwenda vitani kupigana na adui zako. Usife
moyo wala usiogope, usitishwe wala usitiwe hofu
mbele yao. 4 Kwa kuwa Bwana Mungu wenu ndiye
huenda pamoja nanyi kuwapigania dhidi ya adui
zenu na kuwapatia ushindi."

5 Maafisa wataliambia jeshi: "Je, kuna yeyote ali-
yejenga nyumba mpya ambayo haijawekwa wakfu?
Yeye na arudi nyumbani, ama sivyo anaweza kufa
vitani na mtu mwingine akaiweka wakfu. 6 Je,
kuna yeyote aliyepanda shamba la mizabibu na

hajaanza kulifurahia? Yeye na arudi nyumbani, au sivyo anaweza kufa vitani na mtu mwingine akalifurahia. 7 Je, kuna yeyote aliyeposa mwanamke na hajamwoa? Yeye na arudi nyumbani, ama sivyo anaweza kufa vitani na mtu mwingine akamwoa." 8 Kisha maafisa wataongeza haya, "Je, kuna mtu anayeogopa ama kufa moyo? Yeye na arudi nyumbani ili ndugu zake nao wasije wakafa moyo pia." 9 Wakati maafisa watakapomaliza kuzungumza na jeshi, watawateua wakuu wa vikosi.

10 Wakati mtakapokwenda kushambulia mji, wapeni watu wake masharti ya amani. 11 Wakikubali na kuwafungulia malango yao, watu wake wote watawatumikia kwa kufanya kazi ngumu na watawatumikia. 12 Ikiwa watakataa kufanya mapatano ya amani na wakiwaingiza katika vita, basi mtauzunguka mji huo kwa vita. 13 Wakati Bwana Mungu wenu atakapouweka mji huo mkononi mwenu, waueni kwa upanga wanaume wote waliomo ndani yake. 14 Kwa upande wa wanawake, watoto, mifugo na kila kitu kingine chochote ndani ya huo mji, mnaweza kuvichukua kama nyara kwa ajili yenu. Nanyi mnaweza kuzitumia hizo nyara ambazo Bwana Mungu wenu amewapa kutoka kwa adui zenu. 15 Hivi ndivyo mtakavyofanya kwa miji yote ambayo iko mbali nanyi, ambayo haimilikiwi na mataifa ya karibu.

16 Hata hivyo, katika miji ya mataifa ambayo Bwana Mungu wenu anawapa kama urithi, msiache kitu chochote hai kinachopumua. 17 Waangamizeni kabisa Wahiti, Waamori, Wakanaani, Waperizi, Wahivi na Wayebusi, kama Bwana Mungu wenu alivyowaamuru. 18 La sivyo, watawafundisha kufuata mambo yote ya machukizo wanayofanya wakiabudu miungu yao, nanyi mtatenda dhambi dhidi ya Bwana Mungu wenu.

19 Wakati mtakapouzunguka mji kwa vita kwa muda mrefu, mkipigana dhidi yake ili kuuteka, msiharibu miti yake kwa kuikata kwa shoka, kwa sababu mtaweza kula matunda yake. Hivyo msiikate. Je, miti hiyo ya mashambani ni watu, hata muizingire? 20 Hata hivyo, mnaweza kuikata miti ambayo sio miti ya matunda na kuitumia kujenga ngome, mpaka mji ulio katika vita na ninyi utakapoanguka.

Upatanisho Kuhusu Mauaji

21 Kama mtu akikutwa ameuawa, naye amelala kwenye shamba katika nchi ambayo Bwana Mungu wenu anawapa kuimiliki, wala haijulikani ni nani aliyemuua, 2 wazee wenu na waamuzi watatoka na kupima umbali kutoka maiti alipolala mpaka kwenye miji ya jirani. 3 Kisha wazee wa ule mji ulio karibu zaidi na yule maiti watamchukua mtamba ambaye hajapata kufanyishwa kazi na ambaye hajafungwa nira, 4 na kumpeleka kwenye bonde ambalo halijapata kulimwa au kupandwa mazao na ambapo kuna chemchemi itiririkayo. Huko kwenye hilo bonde, wazee watamvunja yule mtamba shingo. 5 Makuhani, hao wana wa Lawi, watasogea mbele, kwa kuwa Bwana Mungu wenu, amewachagua kuhudumu na kutoa baraka katika jina la Bwana, na kuamua mashauri yote ya mabishano na mashambulio. 6 Ndipo wazee wote wa mji ulio karibu zaidi na huyo maiti watanawa mikono yao juu ya huyo mtamba ambaye shingo yake imevunjwa huko kwenye bonde, 7 nao watatangaza: "Mikono yetu haikumwaga damu hii, wala macho yetu hayakuona likifanyika. 8 Ee Bwana, ukubali upatanisho kwa watu wako Israeli, ambao umewakomboa, wala usiwahesabie watu wako hatia ya damu ya mtu asiyekuwa na hatia." Nayo damu iliyomwagika itakuwa imefanyiwa upatanisho. 9 Hivyo mtakuwa mmejitakasa wenyewe kutoka hatia ya kumwaga damu isiyokuwa na hatia, kwa kuwa mmefanya lile lililo sawa mbele za macho ya Bwana.

Kuoa Mwanamke Mateka

10 Mkienda vitani kupigana na adui zenu naye Bwana Mungu wenu akawatia adui mikononi mwenu, nanyi mkachukua mateka, 11 kama ukiona miongoni mwa mateka mwanamke mzuri wa sura nawe wavutwa naye, waweza kumwoa akawa mke wako. 12 Mlete nyumbani mwako, anyoe nywele na kukata kucha zake, 13 avue nguo alizokuwa amevaa alipotekwa. Baada ya kuishi nyumbani mwako na kumwombolezea baba yake na mama yake kwa mwezi mzima, ndipo utakapoweza kumwendea na kuwa mume wake naye atakuwa mke wako. 14 Lakini kama hutaendelea kupendezwa naye, mwache aende popote anapotaka. Kamwe huwezi kumuuza au kumtendea kama mtumwa, kwa sababu utakuwa umemvunjia heshima.

Haki Ya Mzaliwa Wa Kwanza

15 Kama mwanaume ana wake wawili, naye anampenda mmoja na mwingine hampendi na wote wawili wamemzalia wana wa kiume, lakini mwana mzaliwa wa kwanza ni wa yule mke asiyempenda, 16 wakati anapotoa wosia wa mali yake kwa wanawe, kamwe asitoe haki za mzaliwa wa kwanza kwa mwana wa mke ampendaye kwa upendeleo, badala ya mzaliwa hasa wa kwanza, ambaye ni mwana wa mke ambaye hampendi. 17 Ni lazima amkubali mwana wa mke asiyempenda kama mzaliwa wa kwanza kwa kumpa sehemu ya vile vyote alivyo navyo maradufu. Mwana huyo ni ishara ya kwanza ya nguvu za baba yake. Haki ya mzaliwa wa kwanza ni yake yeye.

Mwana Mwasi

18 Kama mtu ana mwana mkaidi na mwasi ambaye hamtii baba yake na mama yake, na hasikii wazazi wanapomrudi, 19 baba yake na mama yake watamleta kwa wazee kwenye lango la mji wake. 20 Watawaambia wazee, "Huyu mwanetu ni mkaidi na mwasi. Hatutii sisi, yeye ni mpotovu na mlevi." 21 Kisha wanaume wote wa mjini mwake watampiga kwa mawe mpaka afe. Ndivyo imewapasa kuondoa maovu kati yenu. Israeli yote itasikia hili na kuogopa.

Sheria Mbalimbali

22 Kama mtu ana hatia ya kosa linalompasa kuuawa naye akauawa, mwili wake utaangikwa mtini, 23 kamwe msiuache mwili wake mtini usiku kucha. Hakikisheni mnauzika mwili wake siku ile ile, kwa sababu kila mtu anayeangikwa mtini yupo

chini ya laana ya Mungu. Msiinajisi nchi ambayo Bwana Mungu wenu anawapa kama urithi wenu.

22 Kama ukimwona ng'ombe au kondoo wa ndugu yako anapotea, usipuuze, bali uhakikishe unamrudisha kwa mwenyewe. 2 Ikiwa huyo ndugu haishi karibu nawe au kama hufahamu yeye ni nani, mchukue nyumbani kwako huyo mnyama umweke mpaka mwenyewe aje kumtafuta. Ndipo umrudishie. 3 Fanya vivyo hivyo ukimkuta punda wa nduguyo au joho lake au chochote alichopoteza. Usipuuze jambo hilo.

4 Kama ukimwona punda wa nduguyo au ng'ombe wake ameanguka barabarani, usipuuze jambo hilo. Msaidie asimame kwa miguu yake.

5 Haimpasi mwanamke kuvaa nguo za kiume wala mwanaume kuvaa nguo za kike, kwa maana Bwana Mungu wenu anachukia yeyote ambaye hufanya hivi.

6 Kama ukikuta kiota cha ndege kando ya barabara, iwe juu ya mti au chini, naye ndege amelala juu ya makinda au mayai, usimchukue huyo ndege pamoja na makinda yake. 7 Waweza kuchukua makinda, lakini uwe na hakika ya kumwacha huyo ndege, ili upate kufanikiwa na uweze kuishi maisha marefu.

8 Wakati unapojenga nyumba mpya, fanya ukuta wa kuzuia kandokando ya dari ili usijiletee hatia ya kumwaga damu juu ya nyumba yako ikiwa yeyote ataanguka kutoka humo.

9 Usipande aina mbili za mbegu katika shamba lako la mizabibu; ikiwa utafanya hivyo, si mazao utakayopanda tu yatakuwa najisi, bali nayo matunda ya shamba la mizabibu pia.

10 Usilime kwa maksai aliyefungwa nira pamoja na punda.

11 Usivae nguo za sufu na kitani zilizofumwa pamoja.

12 Fanya vishada kwenye pembe nne za joho unalovaa.

Kukiuka Taratibu Za Ndoa

13 Ikiwa mtu atamwoa mke na, baada ya kufanya naye tendo la ndoa, akamchukia, 14 akimsingizia na kumwita jina baya, akisema, "Nilimwoa mwanamke huyu, lakini nilipomkaribia sikupata uthibitisho wa ubikira wake" 15 ndipo baba na mama wa msichana wataleta uthibitisho kwamba alikuwa bikira kwa wazee wa mji kwenye lango. 16 Baba wa msichana atawaambia wazee, "Nilimwoza binti yangu kwa huyu mwanaume, lakini hampendi. 17 Sasa amemsingizia na kusema, 'Sikumkuta huyu binti akiwa bikira.' Lakini hapa kuna uthibitisho wa ubikira wa binti yangu." Kisha wazazi wake wataonyesha nguo zake kwa wazee wa mji, 18 nao wazee watamchukua huyo mwanaume na kumwadhibu. 19 Watamtoza shekeli mia moja[a] za fedha na kupewa wazazi wa msichana, kwa sababu mwanaume huyu amempa bikira wa Kiisraeli jina baya. Ataendelea kuwa mke wake; kamwe hawezi kumpa talaka siku zote za maisha yake.

20 Hata hivyo, kama shtaka ni la kweli na hakuna uthibitisho juu ya ubikira wa huyo msichana ulioweza kupatikana, 21 huyo msichana ataletwa kwenye mlango wa nyumba ya baba yake, na hapo watu wa mji wake watampiga kwa mawe hadi afe. Amefanya kitu cha aibu katika Israeli kwa kufanya ukahaba akiwa nyumbani kwa babaye. Lazima mwondoe uovu katikati yenu.

22 Ikiwa mwanaume atakutwa akizini na mke wa mtu mwingine, wote wawili, mwanaume na mwanamke aliyezini naye, lazima wauawe. Lazima mwondoe uovu katika Israeli.

23 Ikiwa mwanaume atakutana na bikira mjini ambaye ameposwa na mtu akazini naye, 24 utawachukua wote wawili kwenye lango la mji na kuwapiga kwa mawe mpaka wafe; yule msichana kwa kuwa alikuwa mjini na hakupiga kelele kuomba msaada, na yule mwanaume kwa sababu amemtenda jeuri mke wa mtu mwingine. Lazima mwondoe uovu katikati yenu.

25 Lakini ikiwa itatokea mwanaume akakutana na msichana aliyeposwa huko mashambani, akambaka, mwanaume aliyefanya hivi peke yake ndiye atakayeuawa. 26 Usimtendee msichana yule jambo lolote; hajafanya dhambi inayostahili kifo. Shauri hili ni kama lile la yeyote ambaye anamshambulia na kumuua kwa makusudi jirani yake, 27 kwa maana mwanaume huyo alimkuta msichana huko mashambani, na ingawa msichana aliyeposwa alipiga kelele, hapakuwa na mtu wa kumwokoa.

28 Ikiwa itatokea mwanaume akutane na bikira ambaye hajaposwa na kumbaka nao wakakutwa, 29 mwanaume atamlipa baba wa msichana shekeli hamsini[b] za fedha. Ni lazima amwoe huyo msichana, kwa maana amemfanyia jeuri. Kamwe hawezi kumpa talaka siku zote za maisha yake.

30 Mwanaume asimwoe mke wa baba yake; kamwe asidhalilishe kitanda cha baba yake.

Kutengwa Na Mkutano

23 Asiingie mtu yeyote aliyehasiwa kwa kupondwa makende au kwa kukatwa uume wake katika kusanyiko la Bwana.

2 Mtu yeyote ambaye amezaliwa kwenye ndoa isiyo halali au wazao wake wasiingie kwenye kusanyiko la Bwana, hata mpaka kizazi cha kumi.

3 Hapatakuwa na Mwamoni au Mmoabu au yeyote wa wazao wao atakayeruhusiwa kuingia katika kusanyiko la Bwana, hata mpaka kizazi cha kumi. 4 Kwa kuwa hawakuja kuwalaki wakiwa na mkate na maji mlipokuwa njiani mlipotoka Misri, tena walimwajiri Balaamu mwana wa Beori kutoka Pethori iliyoko Aramu-Naharaimu[c] ili kuwalaani ninyi. 5 Hata hivyo, Bwana Mungu wenu hakumsikiliza Balaamu bali aligeuza laana kuwa baraka kwenu kwa sababu Bwana Mungu wenu anawapenda. 6 Msitafute mapatano ya urafiki nao maisha yenu yote.

7 Usimchukie Mwedomu, kwa kuwa yeye ni ndugu yako. Usimchukie Mmisri, kwa sababu uliishi kama mgeni katika nchi yake. 8 Kizazi cha tatu cha watoto watakaozaliwa nao wanaweza kuingia katika kusanyiko la Bwana.

---

[a]19 Shekeli 100 za fedha ni sawa na kilo moja.

[b]29 Shekeli 50 za fedha ni sawa na gramu 600.

[c]4 Yaani Mesopotamia ya Kaskazini-Magharibi.

Unajisi Katika Kambi

9 Unapokuwa umepiga kambi dhidi ya adui zako,
jitenge na kitu chochote kisicho safi. 10 Ikiwa mtu
amechafuka kwa sababu ya kutokwa na shahawa
usiku, inampasa atoke nje ya kambi na kukaa huko.
11 Lakini jioni ikikaribia ataoga, na baada ya jua
kuzama ataingia tena kambini.
12 Tengeni mahali nje ya kambi ambapo mnaweza
kwenda kujisaidia. 13 Kama sehemu ya vifaa vyenu
kuweni na kitu cha kulimia, nanyi mnapojisaidia,
chimba shimo na kisha funika kile kikutokacho.
14 Kwa kuwa BWANA Mungu wenu hutembea katika
kambi yenu ili kuwalinda na kuwaweka adui zenu
mikononi mwenu. Kambi yenu ni lazima iwe takatifu, ili asione kitu chochote miongoni mwenu
kilicho kichafu akageuka na kuwaacha.

Sheria Mbalimbali

15 Ikiwa mtumwa amekimbilia kwako, usimrudishe kwa bwana wake. 16 Mwache aishi miongoni
mwenu mahali popote anapopapenda na katika
mji wowote anaochagua. Usimwonee.
17 Asiwepo Mwisraeli mwanamke kahaba au
mwanaume hanithi wa mahali pa kuabudia miungu. 18 Kamwe usilete mapato ya ukahaba ikiwa ni
ya mwanamke au ni ya mwanaume katika nyumba
ya BWANA Mungu wako kwa ajili ya nadhiri yoyote,
kwa sababu BWANA Mungu wako anachukizwa na
yote mawili.
19 Usimtoze ndugu yako riba, iwe ni fedha ama
chakula ama kitu kingine chochote ambacho
waweza kupata riba juu yake. 20 Unaweza kumtoza
mgeni riba, lakini siyo nduguyo Mwisraeli, ili kwamba BWANA Mungu wako akubariki katika kila
kitu unachoweka mkono katika nchi unayoingia
kuimiliki.
21 Ukiweka nadhiri kwa BWANA Mungu wako,
usichelewe kuitimiza, kwa kuwa BWANA Mungu
wako atakudai, nawe utakuwa na hatia ya dhambi.
22 Lakini ukijizuia kuweka nadhiri, hutakuwa na
hatia. 23 Chochote kitakachotamkwa kwa midomo
yako ni lazima uhakikishe umekifanya, kwa sababu
uliweka nadhiri yako kwa hiari mbele za BWANA
Mungu wako kwa kinywa chako mwenyewe.
24 Kama ukiingia katika shamba la mizabibu la
jirani yako, unaweza kula zabibu kadiri utakavyo,
lakini usiweke chochote kwenye kikapu chako.
25 Kama ukiingia katika shamba la nafaka la jirani
yako, unaweza kukwanyua kwa mikono yako,
lakini usikate kwa mundu nafaka iliyosimama.

Sheria Kuhusu Ndoa Na Talaka

24 Ikiwa mtu atamwoa mke na akamchukia kwa
sababu ya kukosa adabu, naye akamwandikia hati ya talaka, akampa na kumfukuza kutoka
nyumbani kwake, 2 ikiwa baada ya kuondoka
nyumbani kwake atakuwa mke wa mtu mwingine,
3 ikiwa mume wake wa pili atachukizwa naye akamwandikia hati ya talaka, akampa na kumfukuza
kutoka nyumbani kwake, au kama akifa, 4 basi yule
mume wake wa kwanza, ambaye alimpa talaka,
haruhusiwi kumwoa tena baada ya mwanamke
huyo kuwa najisi. Hayo yatakuwa machukizo
machoni pa BWANA. Usilete dhambi juu ya nchi
ambayo BWANA Mungu wako anakupa kama urithi.
5 Kama mtu ameoa karibuni, kamwe asipelekwe
vitani au kupewa wajibu mwingine wowote. Kwa
mwaka mmoja atakuwa huru kubaki nyumbani ili
amfurahishe mke aliyemwoa.
6 Usitoe jozi ya mawe ya kusagia, hata ikiwa lile
la juu, kuweka rehani kwa ajili ya deni, kwa sababu
itakuwa ni kuweka uhai wa mtu kama dhamana.
7 Kama mtu akikamatwa akiiba yeyote miongoni
mwa ndugu zake wa Waisraeli na kumtenda kama
mtumwa au akimuuza, mwizi huyo ni lazima auawe.
Nawe utaondoa uovu kutoka miongoni mwenu.
8 Pakitokea magonjwa ya ngozi ya kuambukiza, mwe waangalifu sana kufanya sawasawa
na maagizo ya makuhani, ambao ni Walawi. Ni
lazima mfuate kwa uangalifu yale niliyowaamuru.
9 Kumbukeni kile BWANA Mungu wenu alichomfanyia Miriamu njiani baada ya ninyi kutoka Misri.
10 Unapomkopesha jirani yako chochote, usiingie nyumbani kwake kutwaa kile anachokitoa
kama rehani. 11 Ukae nje na umwache huyo mtu
uliyemkopesha akuletee hiyo rehani. 12 Ikiwa mtu
huyo ni maskini, usiende kulala ukiwa na hiyo
rehani yake katika milki yako. 13 Rudisha vazi lake
kabla ya machweo ya jua ili apate kulilalia. Kisha
atakushukuru na kitaonekana kama kitendo cha
haki mbele za BWANA Mungu wako.
14 Usimwonee mtu maskini na mhitaji ambaye
umemwajiri, akiwa ni nduguyo Mwisraeli au mgeni
anayeishi katika mojawapo ya miji yenu. 15 Mlipe
ujira wake kila siku kabla ya jua kutua, kwa sababu
yeye ni maskini na anautegemea ujira huo. La
sivyo, anaweza kumlilia BWANA dhidi yako, nawe
ukapata hatia ya dhambi.
16 Baba wasiuawe kwa ajili ya watoto wao, wala
watoto wasiuawe kwa ajili ya baba zao; kila mmoja
atakufa kwa ajili ya dhambi yake mwenyewe.
17 Usipotoshe hukumu ya mgeni au yatima, au
kuchukua vazi la mjane kama rehani. 18 Kumbukeni kwamba mlikuwa watumwa huko Misri, naye
BWANA Mungu wenu akawakomboa kutoka huko.
Hii ndiyo sababu ninawaamuru kutenda hili.
19 Unapovuna shamba lako na ukasahau miganda, usirudi kuuchukua. Acha kwa ajili ya mgeni,
yatima na mjane, ili BWANA Mungu wako aweze
kukubariki wewe katika kazi zote za mikono yako.
20 Unapovuna zeituni kutoka miti yako, usirudie
matawi mara ya pili. Acha kilichobaki kwa ajili ya
mgeni, yatima na mjane. 21 Unapochuma zabibu
katika shamba lako la mizabibu usirudie tena. Acha
zinazobaki kwa ajili ya mgeni, yatima na mjane.
22 Kumbuka kwamba mlikuwa watumwa katika nchi
ya Misri. Ndiyo sababu ninawaamuru kufanya hili.
25 Watu wanapokuwa na ugomvi, wapeleke
mahakamani na waamuzi wataamua shauri
hilo; watawaachia wasio na kosa na kuwahukumu
wenye hatia. 2 Kama mtu mwenye hatia anastahili
kuchapwa, mwamuzi atamwamuru alale chini ili
achapwe mbele yake idadi ya viboko kulingana na
kosa lake, 3 lakini kamwe asichapwe zaidi ya viboko
arobaini. Ikiwa atachapwa zaidi ya viboko arobaini,
nduguyo atadhalilika machoni pako.
4 Usimfunge maksai kinywa anapopura nafaka.

5 Ikiwa ndugu wanaishi pamoja na mmoja wao
akafa bila kuacha mwana, kamwe mjane wake
asiolewe nje ya jamaa hiyo. Ndugu wa mumewe
atamchukua, amwoe na kutimiza wajibu wa she-
meji kwake. 6 Mwana wa kwanza atakayemzaa
atapewa jina la ndugu aliyekufa ili jina lake lisi-
futike katika Israeli.
7 Hata hivyo, ikiwa ndugu huyo wa mume hataki
kuoa huyo mke wa nduguye, mjane atawaendea
wazee kwenye lango la mji na kusema, "Ndugu wa
mume wangu anakataa kuendeleza jina la nduguye
katika Israeli. Hataki kutimiza wajibu wa shemeji
kwangu." 8 Ndipo wazee wa mji wake watamwita
na kuzungumza naye. Kama atashikilia kukataa
akisema, "Sitaki kumwoa," 9 mjane wa nduguye
atamwendea mbele ya wazee, atamvua kiatu
kimoja na kumtemea mate usoni, na kusema, "Hivi
ndivyo ambavyo hufanywa kwa mtu ambaye ata-
kataa kuendeleza jamaa ya ndugu yake." 10 Jamaa
ya mtu huyo itafahamika katika Israeli kama Jamaa
ya Aliyevuliwa Kiatu.
11 Ikiwa watu wawili wanapigana na mke wa
mmoja wao akaja kumwokoa mumewe na yule
anayemshambulia, naye mke huyo akifika na
kumkamata sehemu za siri, 12 huyo mwanamke
utamkata mkono wake. Usimhurumie.
13 Usiwe na mawe ya kupimia ya aina mbili katika
mkoba wako, moja zito na jingine jepesi. 14 Usiwe na
vipimo viwili tofauti katika nyumba yako, kimoja
kikubwa, kingine kidogo. 15 Ni lazima uwe na uzito
na vipimo sahihi na vya haki, ili upate kuishi mai-
sha marefu katika nchi anayokupa Bwana Mungu
wako. 16 Kwa maana Bwana Mungu wako humchu-
kia yeyote ambaye hufanya mambo kama haya,
yeyote anayetenda kwa udanganyifu.
17 Kumbuka kile Waamaleki walichowatendea
mlipokuwa njiani mkitoka Misri. 18 Wakati mlipo-
kuwa mmechoka na kuishiwa nguvu kwa safari
yenu, wakawapiga wale wote waliokuja nyuma.
Waamaleki hawakumwogopa Mungu. 19 Bwana
Mungu wako atakapokupa pumziko mbali na adui
zako wote wanaokuzunguka katika nchi akupayo
kuimiliki kuwa urithi, utafutilia mbali kumbuku-
mbu lote la Waamaleki chini ya mbingu. Usisahau!

Malimbuko Na Zaka

26 Mtakapokuwa mmeingia nchi ile ambayo
Bwana Mungu wenu anawapa kama urithi
na mtakapokuwa mmeimiliki na kukaa ndani
yake, 2 chukueni baadhi ya mavuno ya kwanza
ya yale yote mtakayozalisha kutoka udongo wa
nchi ambayo Bwana Mungu wenu anawapa na
mweke kwenye kapu. Kisha uende mahali ambapo
Bwana Mungu wako atapachagua kuwa makao
kwa ajili ya Jina lake 3 na umwambie kuhani ata-
kayekuwepo kwa wakati huo, "Ninatangaza leo
kwa Bwana Mungu wako kwamba nimekuja katika
nchi ambayo Bwana aliwaapia baba zetu kwamba
atatupa." 4 Kuhani atapokea lile kapu mikononi
mwako na kuliweka chini mbele ya madhabahu ya
Bwana Mungu wako. 5 Kisha utatangaza mbele za
Bwana Mungu wako: "Baba yangu alikuwa Mwa-
ramu aliyekuwa anatangatanga, akaenda Misri
pamoja na watu wachache, akaishi huko hadi
akawa taifa kubwa, lenye nguvu na watu wengi.
6 Lakini Wamisri walituonea na kututaabisha,
wakitufanyisha kazi ngumu. 7 Kisha tulimlilia
Bwana, Mungu wa baba zetu, naye Bwana akasi-
kia sauti yetu na akaona huzuni yetu, taabu yetu
na mateso yetu. 8 Kwa hiyo Bwana akatutoa nchi
ya Misri kwa mkono wenye nguvu na ulionyoo-
shwa, pamoja na utisho mkuu, ishara za miujiza
na maajabu. 9 Akatuleta mahali hapa akatupa nchi
hii, nchi inayotiririka maziwa na asali; 10 nami sasa
ninaleta malimbuko ya ardhi ambayo wewe, Ee
Bwana, umenipa." Weka kapu mbele za Bwana
Mungu wako na usujudu mbele zake. 11 Kisha wewe
pamoja na Walawi na wageni wote walioko mio-
ngoni mwenu mtafurahi katika vitu vyote vizuri
ambavyo Bwana Mungu wenu amewapa pamoja
na wa nyumbani mwenu.
12 Wakati utakapokuwa umeshatoa zaka zote
za mazao yako katika mwaka wa tatu, ambao ni
mwaka wa zaka, utampa Mlawi, mgeni, yatima
na mjane, ili waweze kula katika miji yenu na
kushiba. 13 Kisha umwambie Bwana Mungu
wako: "Nimeondoa katika nyumba yangu ile
sehemu iliyowekwa wakfu na nimempa Mlawi,
mgeni, yatima na mjane, kulingana na yote uliyoa-
muru. Sijazihalifu amri zako wala kusahau hata
mojawapo. 14 Sijala sehemu iliyowekwa wakfu
wakati nilipokuwa nikiomboleza, wala sijaondoa
mojawapo wakati nilipokuwa najisi, wala sijatoa
sehemu yake yoyote kwa wafu. Nimemtii Bwana
Mungu wangu; nimefanya kila kitu ulichoniamuru.
15 Angalia chini kutoka mbinguni, maskani yako
matakatifu, uwabariki watu wako Israeli pamoja
na nchi uliyotupa kama ulivyoahidi kwa kiapo
kwa baba zetu, nchi inayotiririka maziwa na asali."

Fuata Maagizo Ya Bwana

16 Bwana Mungu wako anakuagiza leo kufuata
amri hizi na sheria; zishike kwa bidii kwa moyo
wako wote na kwa roho yako yote. 17 Umetangaza
leo kwamba Bwana ndiye Mungu wako na kwamba
utafuata njia zake, kwamba utayashika maagizo
yake, amri zake na sheria zake nawe utamtii.
18 Naye Bwana ametangaza leo kwamba ninyi ni
taifa lake, hazina yake ya thamani kama alivyoa-
hidi, ili kwamba mpate kuyashika maagizo yake
yote. 19 Ametangaza kwamba atawaweka juu kuliko
mataifa mengine aliyoyafanya katika sifa, kuwa
fahari na heshima, na kwamba mtakuwa taifa taka-
tifu kwa Bwana Mungu wenu, kama alivyoahidi.

Madhabahu Katika Mlima Ebali

27 Mose na wazee wa Israeli wakawaagiza watu:
"Yashikeni maagizo haya yote ninayowaa-
giza leo. 2 Mtakapokuwa mmevuka Mto Yordani
na kuingia katika nchi awapayo Bwana Mungu
wenu, msimamishe mawe makubwa na mkayatie
lipu. 3 Andikeni juu yake maneno yote ya sheria
hii wakati mtakapokuwa mmevuka na kuingia
katika nchi awapayo Bwana Mungu wenu, nchi
itiririkayo maziwa na asali, kama vile Bwana,
Mungu wa baba zenu, alivyowaahidi. 4 Mtaka-
pokuwa mmevuka Yordani, simamisheni mawe
haya juu ya Mlima Ebali, kama ninavyowaagiza

leo, mkayatie lipu. 5 Huko mjengeeni Bwana Mungu
wenu madhabahu, madhabahu ya mawe. Msitu-
mie kifaa chochote cha chuma juu yake. 6 Jengeni
madhabahu ya Bwana Mungu wenu kwa mawe
ya shambani, na mtoe sadaka za kuteketezwa juu
yake kwa Bwana Mungu wenu. 7 Toeni sadaka za
amani juu yake, mkizila na kufurahia mbele za
Bwana Mungu wenu. 8 Nanyi mtaandika maneno
yote ya sheria hii kwa wazi sana juu ya mawe haya
ambayo mmesimamisha."

Laana Kutoka Mlima Ebali

9 Kisha Mose na makuhani, ambao ni Walawi,
wakawaambia Israeli wote, "Nyamaza ee Israeli,
sikiliza! Sasa umekuwa taifa la Bwana Mungu
wako. 10 Mtii Bwana Mungu wako, na kufuata amri
zake na maagizo ninayokupa leo."

11 Siku ile ile Mose akawaagiza watu:

12 Mtakapovuka Mto Yordani, makabila haya
yatasimama juu ya Mlima Gerizimu kubariki watu:
Simeoni, Lawi, Yuda, Isakari, Yosefu na Benyamini.
13 Makabila haya yatasimama juu ya Mlima Ebali
kwa kutamka laana: Reubeni, Gadi, Asheri, Zabu-
loni, Dani na Naftali.

14 Nao Walawi watawasomea watu wote wa
Israeli kwa sauti kubwa:

15 "Alaaniwe mtu afanyaye sanamu ya
kuchonga au mwenye kusubu sanamu,
kitu ambacho ni chukizo kwa Bwana, kazi
ya mikono ya fundi stadi, na kuisimamisha
kwa siri."

Kisha watu wote watasema,
"Amen!"

16 "Alaaniwe mtu amdharauye baba yake
na mama yake."

Kisha watu wote watasema,
"Amen!"

17 "Alaaniwe mtu asogezaye jiwe la mpaka
wa jirani yake."

Kisha watu wote watasema,
"Amen!"

18 "Alaaniwe mtu ampotoshaye kipofu
njiani."

Kisha watu wote watasema,
"Amen!"

19 "Alaaniwe mtu apotoshaye haki ya mgeni,
yatima au mjane."

Kisha watu wote watasema,
"Amen!"

20 "Alaaniwe mtu akutanaye kimwili na mke
wa baba yake, kwa maana anadharau malazi
ya baba yake."

Kisha watu wote watasema,
"Amen!"

21 "Alaaniwe mtu akutanaye kimwili na
mnyama yeyote."

Kisha watu wote watasema,
"Amen!"

22 "Alaaniwe mtu akutanaye kimwili na dada
yake, binti wa baba yake au binti wa mama
yake."

Kisha watu wote watasema,
"Amen!"

23 "Alaaniwe mtu akutanaye kimwili na
mama mkwe wake."

Kisha watu wote watasema,
"Amen!"

24 "Alaaniwe mtu amuuaye jirani yake kwa
siri."

Kisha watu wote watasema,
"Amen!"

25 "Alaaniwe mtu apokeaye rushwa ili
kumuua mtu asiye na hatia."

Kisha watu wote watasema,
"Amen!"

26 "Alaaniwe mtu yule ambaye hatashikilia
maneno ya sheria hii kwa kuyatekeleza."

Kisha watu wote watasema,
"Amen!"

Baraka Za Utiifu

28 Kama ukimtii Bwana Mungu wako kwa bidii
na kufuata amri zake zote ninazokupa leo
kwa bidii, Bwana Mungu wako atakuweka juu ya
mataifa yote katika dunia. 2 Baraka hizi zote zita-
kuja juu yako na kukupata, kama ukimtii Bwana
Mungu wako:

3 Utabarikiwa mjini na utabarikiwa masha-
mbani.

4 Utabarikiwa uzao wa tumbo lako, na
mazao ya nchi yako na wanyama wako wacha-
nga wa kufugwa, yaani ndama wa makundi
yako ya ng'ombe, na wana-kondoo wa maku-
ndi yako.

5 Kapu lako na vyombo vyako vya kukandia
vitabarikiwa.

6 Utabarikiwa uingiapo na utabarikiwa
utokapo.

7 Bwana atasababisha adui wainukao dhidi yako
kushindwa mbele yako. Watakujia kwa njia moja
lakini watakimbia mbele yako kwa njia saba.
8 Bwana ataagiza baraka juu ya ghala zako na juu
ya kila kitu utakachogusa kwa mkono wako. Bwana
Mungu wako atakubariki katika nchi anayokupa.
9 Bwana atakufanya kuwa taifa lake takatifu,
kama alivyokuahidi kwa kiapo, kama ukishika
maagizo ya Bwana Mungu wako na kwenda katika
njia zake. 10 Kisha mataifa yote ya dunia wataona
kuwa unaitwa kwa jina la Bwana, nao watakuo-
gopa. 11 Bwana atakupa kustawi kwa wingi, katika
tunda la uzao wa tumbo lako, katika wanyama
wachanga wa mifugo yako na katika mazao ya
ardhi yako, katika nchi aliyowaapia baba zako
kuwapa.
12 Bwana atafungua mbingu, ghala zake za
baraka, kukupa mvua kwa majira yake na kubariki
kazi zako zote za mikono yako. Utakopesha mataifa
mengi lakini hutakopa kwa yeyote. 13 Bwana ata-
kufanya kichwa, wala si mkia. Kama utazingatia
maagizo ya Bwana Mungu wako ninayokupa siku
hii ya leo na kuyafuata kwa bidii, daima utakuwa
juu, kamwe hutakuwa chini. 14 Usihalifu amri zangu
zozote ninazokupa leo, kwa kwenda kuume au
kushoto, kwa kufuata miungu mingine na kuitu-
mikia.

Laana Kwa Kutokutii

15 Hata hivyo, kama hutamtii Bwana Mungu wako na kuzishika kwa bidii amri zake zote na maagizo ninayokupa leo, laana hizi zote zitakuja juu yako na kukupata:

16 Utalaaniwa mjini na utalaaniwa mashambani.
17 Kapu lako na chombo chako cha kukandia kitalaaniwa.
18 Uzao wa tumbo lako utalaaniwa, mazao ya ardhi yako, ndama wa makundi yako ya ng'ombe na wana-kondoo wa makundi yako.
19 Utalaaniwa uingiapo na utokapo.

20 Bwana ataleta laana juu yako, fadhaa na kukaripiwa katika kila kitu unachokigusa kwa mkono wako, mpaka uwe umeharibiwa na kuangamizwa ghafula kwa ajili ya maovu uliyoyafanya kwa kumwacha yeye. 21 Bwana atakupiga kwa magonjwa mpaka akuangamize kutoka nchi unayoingia kuimiliki. 22 Bwana atakupiga kwa magonjwa ya kudhoofisha, kwa homa na kuwashwa, hari na kwa ukame, kutu na kuwa na uchungu ambavyo vitakupiga mpaka uangamie.

23 Anga juu yako itakuwa shaba, na ardhi chini yako itakuwa chuma. 24 Bwana atafanya mvua ya nchi yako kuwa mavumbi na mchanga; vitakujia kutoka angani mpaka uangamie.

25 Bwana atakufanya ushindwe mbele ya adui zako. Utawajia kwa njia moja lakini utawakimbia mbele yao kwa njia saba, nawe utakuwa kitu cha kuchukiza kwa falme zote za dunia. 26 Mizoga yenu itakuwa chakula cha ndege wa angani na wanyama wa nchi, wala hapatakuwepo mtu yeyote wa kuwafukuza. 27 Bwana atakupiga kwa majipu ya Misri na kwa vidonda vitokavyo usaha na kuwashwa, ambako huwezi kuponywa. 28 Bwana atakupiga kwa wazimu, upofu na kuchanganyikiwa kwa akili. 29 Wakati wa adhuhuri utapapasapapasa huku na huko kama mtu kipofu katika giza. Hutafanikiwa katika lolote ufanyalo; siku baada ya siku utaonewa na kunyang'anywa, wala hakuna yeyote atakayekuokoa.

30 Utaposa mke, lakini mtu mwingine atakutana naye kimwili. Utajenga nyumba, lakini hutaishi ndani yake. Utapanda shamba la mizabibu, lakini hutakula matunda yake. 31 Ng'ombe wako atachinjwa mbele ya macho yako lakini hutakula nyama yake. Punda wako atachukuliwa kwa nguvu kutoka kwako wala hatarudishwa. Kondoo wako watapewa adui zako, wala hakuna mtu yeyote wa kuwaokoa. 32 Wanao na binti zako watatolewa kwa mataifa mengine, nawe utayachosha macho yako ukiwatazamia siku baada ya siku, hutakuwa na nguvu kuinua mkono. 33 Taifa usilolijua watakula mazao ya nchi yako na taabu ya kazi yako, hutakuwa na chochote, bali kuonewa kikatili siku zako zote. 34 Vitu utakavyoviona kwa macho yako vitakufanya wazimu. 35 Bwana atayapiga magoti yako na miguu yako kwa majipu yenye maumivu makali yasiyoponyeka, yakienea kutoka nyayo za miguu yako hadi utosini.

36 Bwana atakupeleka wewe na mfalme uliyemweka juu yako uende kwenye taifa ambalo hukulijua wewe wala baba zako. Huko utaabudu miungu mingine, miungu ya miti na mawe. 37 Utakuwa kitu cha kuchukiza, tena kitu cha kudharauliwa na kudhihakiwa kwa mataifa yote huko Bwana atakakokupeleka.

38 Utapanda mbegu nyingi katika shamba lakini utavuna haba, kwa sababu nzige watazila. 39 Utapanda mashamba ya mizabibu na kuyapalilia, lakini hutakunywa divai yake wala hutakusanya zabibu, kwa sababu wadudu watazila. 40 Utakuwa na mizeituni katika nchi yako yote, lakini hutatumia hayo mafuta yake, kwa sababu zeituni zitapukutika. 41 Utakuwa na wana na binti lakini hawatakuwa nawe, kwa sababu watachukuliwa mateka. 42 Makundi ya nzige yatavamia miti yako yote na mazao ya nchi yako.

43 Mgeni anayeishi miongoni mwako atainuka juu zaidi na zaidi kuliko wewe, lakini wewe utashuka chini zaidi na zaidi. 44 Yeye atakukopesha, lakini wewe hutamkopesha. Yeye atakuwa kichwa, lakini wewe utakuwa mkia.

45 Laana hizi zote zitakuja juu yako. Zitakufuatia na kukupata mpaka uangamizwe, kwa sababu hukumtii Bwana Mungu wako, na kuzishika amri zake na maagizo yake aliyokupa. 46 Zitakuwa ishara na ajabu kwako na kwa wazao wako milele. 47 Kwa sababu hukumtumikia Bwana Mungu wako kwa furaha na kwa moyo wakati wa kufanikiwa kwako, 48 kwa hiyo katika njaa na kiu, katika uchi na umaskini wa kutisha, utawatumikia adui ambao Bwana atawatuma dhidi yako. Yeye ataweka nira ya chuma shingoni mwako hadi amekwisha kukuangamiza.

49 Bwana ataleta taifa dhidi yako kutoka mbali, kutoka miisho ya dunia, kama tai ashukiavyo mawindo chini, taifa ambalo hutaijua lugha yake, 50 taifa lenye uso mkali lisilojali wazee wala kuwahurumia vijana. 51 Watakula wadogo wa mifugo yako na mazao ya nchi yako mpaka umeangamia. Hawatakuachia nafaka, divai mpya au mafuta, wala ndama wowote wa kundi lako au wana-kondoo wa kundi lako mpaka umekuwa magofu. 52 Nao wataizingira miji yote katika nchi yako mpaka kuta ndefu za ngome ambazo unazitegemea zimeanguka. Watazingira miji yote katika nchi ambayo Bwana Mungu wako anakupa.

53 Utakula uzao wa tumbo lako, nyama ya wana wako na binti zako ambao Bwana Mungu wako amekupa, kwa sababu ya mateso yale adui zako watakayokuletea wakati wa kukuzingira. 54 Hata yule mtu muungwana sana na makini miongoni mwako hatakuwa na huruma kwa ndugu yake mwenyewe au kwa mke ampendaye au watoto wake waliosalia, 55 naye hatampa hata mmoja wao nyama ya watoto wake ambao anawala. Kwa kuwa hakuna kitu kingine kilichosalia kwake katika mazingirwa makali ambayo adui yako watakuletea kwa miji yako yote. 56 Mwanamke ambaye ni muungwana sana na makini miongoni mwako, yaani ambaye ni makini sana na muungwana kiasi kwamba asingethubutu kugusa ardhi kwa wayo wa mguu wake, yeye atakuwa mchoyo kwa mume ampendaye na mwanawe mwenyewe au binti yake,

57 kondoo wa nyuma kutoka kwenye tumbo lake na
watoto anaowazaa. Kwa kuwa anakusudia kuwala
kwa siri wakati wa kuzingirwa na katika taabu zile
ambazo adui yako atazileta juu yako na miji yako.
58 Kama hutafuata kwa bidii maneno yote ya
sheria hii, ambayo yameandikwa katika kitabu hiki
na kama hutalicha hili jina la fahari na la kutisha,
yaani la BWANA Mungu wako, 59 BWANA ataleta
mapigo ya kutisha juu yako na kwa wazao wako,
maafa makali na ya kudumu, magonjwa mazito
na ya kudumu. 60 Atakuletea juu yako magonjwa
yote ya Misri yale uliyoyaogopa, nayo yataamba-
tana nawe. 61 Pia BWANA atakuletea kila aina ya
ugonjwa na maafa ambayo hayakuandikwa humu
katika kitabu hiki cha sheria, mpaka utakapokuwa
umeangamizwa. 62 Ninyi ambao mlikuwa wengi
kama nyota za angani mtaachwa wachache tu, kwa
sababu hamkumtii BWANA Mungu wenu. 63 Kama
ilivyompendeza BWANA kuwafanya ninyi mstawi na
kuongezeka kwa idadi, ndivyo itakavyompendeza
kuwaharibu na kuwaangamiza ninyi. Mtang'olewa
kutoka nchi mnayoiingia kuimiliki.
64 Kisha BWANA atawatawanya miongoni mwa
mataifa yote, kutoka mwisho mmoja wa dunia hadi
mwingine. Huko mtaabudu miungu mingine, miu-
ngu ya miti na ya mawe, ambayo ninyi wala baba
zenu hamkuijua. 65 Miongoni mwa mataifa hayo
hamtapata raha wala mahali pa kupumzisha wayo
wa mguu wenu. Huko BWANA atawapa mahangaiko
ya mawazo, macho yaliyochoka kwa kungojea na
moyo uliokata tamaa. 66 Utaishi katika mahangaiko
siku zote, ukiwa umejaa hofu usiku na mchana,
wala hutakuwa kamwe na uhakika wa maisha yako.
67 Wakati wa asubuhi utasema hivi, "Laiti ingekuwa
jioni!" Jioni utasema, "Laiti ingekuwa asubuhi,"
kwa sababu ya hofu ile itakayojaza moyo wako na
vitu vile macho yako yatakavyoviona. 68 BWANA ata-
warudisha tena Misri kwa meli, safari niliyosema
kamwe hamngeenda tena. Huko mtajiuza ninyi
wenyewe kwa adui zenu kama watumwa wa kiume
na wa kike, lakini hakuna yeyote atakayewanunua.

Kufanya Upya Agano

29 Haya ndiyo maneno ya Agano BWANA aliyo-
mwagiza Mose kufanya na Waisraeli huko
Moabu, kuwa nyongeza ya Agano alilofanya nao
huko Horebu.
2 Mose akawaita Waisraeli wote akawaambia:

Macho yenu yameona yale yote BWANA aliyo-
fanya kwa Mfalme Farao huko Misri, kwa maafisa
wake wote na kwa nchi yake yote. 3 Kwa macho
yenu wenyewe mliona yale majaribu makubwa,
ishara zile za miujiza na maajabu makubwa.
4 Lakini mpaka leo BWANA hajawapa akili ya kue-
lewa au macho yanayoona au masikio yanayosikia.
5 Kwa muda wa miaka arobaini niliyowaongoza
jangwani, nguo zenu hazikuchakaa, wala viatu
miguuni mwenu. 6 Hamkula mkate na hamkunywa
divai wala kileo chochote. Nilifanya hivi ili mpate
kujua kuwa mimi ndimi BWANA Mungu wenu.
7 Wakati mlipofika mahali hapa, Sihoni mfalme wa
Heshboni na Ogu mfalme wa Bashani walikuja kupi-
gana dhidi yetu, lakini tuliwashinda. 8 Tuliichukua
nchi yao na kuwapa Wareubeni, Wagadi na nusu ya
kabila la Manase kama urithi wao.
9 Fuateni kwa bidii masharti ya Agano hili, ili
kwamba mweze kustawi katika kila kitu mnachofa-
nya. 10 Ninyi nyote leo mnasimama mbele za BWANA
Mungu wenu; mkiwa viongozi na wakuu wenu,
wazee na maafisa wenu, na wanaume wengine
wote wa Israeli, 11 pamoja na watoto wenu, wake
zenu na pia wageni waishio katika kambi zenu
wanaowapasulia kuni na kuwachotea maji. 12 Mna-
simama hapa ili kufanya Agano na BWANA Mungu
wenu, Agano ambalo Mungu analifanya nanyi siku
hii ya leo na kulitia muhuri kwa kiapo, 13 kuwa-
thibitisha ninyi siku hii ya leo kama taifa lake, ili
aweze kuwa Mungu wenu kama alivyowaahidi na
kama alivyowaapia baba zenu Abrahamu, Isaki na
Yakobo. 14 Ninafanya Agano hili pamoja na kiapo
chake, sio na ninyi tu 15 mnaosimama hapa na sisi
leo mbele za BWANA Mungu wetu, bali pia pamoja
na wale ambao hawapo hapa leo.
16 Ninyi wenyewe mnajua jinsi tulivyoishi nchini
Misri na jinsi tulivyopita katikati ya nchi mpaka
tukafika hapa. 17 Mliona miongoni mwao vinyago
vyao vya kuchukiza na sanamu za miti na mawe, za
fedha na dhahabu. 18 Hakikisheni kwamba hakuna
mwanaume au mwanamke, ukoo au kabila mio-
ngoni mwenu leo ambalo moyo wake utamwacha
BWANA Mungu wetu, kwenda kuabudu miungu ya
mataifa hayo. Hakikisheni hakuna mzizi miongoni
mwenu unaotoa sumu chungu ya namna hii.
19 Wakati mtu wa namna hii asikiapo maneno ya
kiapo hiki, hujibariki mwenyewe na kisha hufikiri,
"Nitakuwa salama, hata kama nikiendelea kui-
fuata njia yangu mwenyewe." Hili litaleta maafa
juu ya nchi iliyonyeshewa sawasawa na nchi kame.
20 BWANA kamwe hatakuwa radhi kumsamehe, gha-
dhabu na wivu wa Mungu vitawaka dhidi ya mtu
huyo. Laana zote zilizoandikwa katika kitabu hiki
zitamwangukia na BWANA atafuta jina lake chini
ya mbingu. 21 BWANA atamtwaa peke yake kutoka
makabila ya Israeli kwa maangamizo, kulingana na
laana zote za Agano zilizoandikwa kwenye Kitabu
hiki cha Sheria.
22 Watoto wako watakaofuata baada yako katika
vizazi vya baadaye na wageni ambao watakuja
kutoka nchi za mbali, wataona maafa, yaliyoipata
nchi na magonjwa ambayo BWANA aliyaleta juu
yake. 23 Nchi yote itakuwa jaa linaloungua la chumvi
na kiberiti: hakutakuwa kilichopandwa, hakuta-
kuwa kinachochipua, wala hakutakuwa mimea
inayoota juu yake. Itakuwa kama maangamizo ya
Sodoma na Gomora, Adma na Seboimu, ambazo
BWANA aliangamiza kwa hasira kali. 24 Mataifa yote
yatauliza: "Kwa nini BWANA amefanya hivi juu ya
nchi hii? Kwa nini hasira hii kali ikawaka?"
25 Na jibu litakuwa: "Ni kwa sababu watu hawa
waliacha Agano la BWANA, Mungu wa baba zao,
Agano alilofanya nao wakati alipowatoa katika
nchi ya Misri. 26 Walienda zao na kuabudu miungu
mingine na kuisujudia, miungu wasioijua, miungu
ambayo Mungu hakuwapa. 27 Kwa hiyo hasira ya
BWANA ikawaka dhidi ya nchi hii, hivyo Mungu
akaleta juu yake laana zote zilizoandikwa katika
kitabu hiki. 28 Katika hasira kali na katika ghadhabu

kuu Bwana aliwang'oa kutoka nchi yao na kuwasukumia katika nchi nyingine, kama ilivyo sasa."

29 Mambo ya siri ni ya Bwana Mungu wetu, bali yaliyofunuliwa ni yetu na watoto wetu milele, ili tuweze kuyafanya maneno yote ya sheria hii.

Mafanikio Baada Ya Kumgeukia Bwana

30 Wakati baraka hizi zote pamoja na laana nilizoziweka mbele yako zitakapokujia, nawe ukazitafakari moyoni popote Bwana Mungu wako atakapokutawanya miongoni mwa mataifa, 2 hapo wewe na watoto wako mtakapomrudia Bwana Mungu wako, na kumtii kwa moyo wako wote na kwa roho yako yote kulingana na kila kitu ninachokuamuru leo, 3 ndipo Bwana Mungu wako atakapokurudisha kutoka utumwani na kukuhurumia, naye atakukusanya tena kutoka mataifa yote kule alikutawanya. 4 Hata kama umefukuziwa katika nchi ya mbali kiasi gani chini ya mbingu, kutoka huko Bwana Mungu wako atakukusanya na kukurudisha. 5 Yeye Bwana atakurudisha katika nchi iliyokuwa mali ya baba zako, nawe utaimiliki. Naye atakufanya ufanikiwe sana na kukuzidisha kwa idadi kuliko baba zako. 6 Bwana Mungu wako ataitahiri mioyo yenu na mioyo ya wazao wenu ili mweze kumpenda kwa moyo wako wote na kwa roho yako yote ukaishi. 7 Bwana Mungu wako ataweka laana hizi zote juu ya adui zako ambao wanakuchukia na kukutesa. 8 Utamtii tena Bwana na kuzishika amri zake zote ninazokupa leo. 9 Ndipo Bwana Mungu wako atakapokufanikisha sana katika kazi zote za mikono yako na katika uzao wa tumbo lako, wadogo wa mifugo yako na mazao ya nchi yako. Bwana atakufurahia tena na kukufanikisha, kama alivyowafurahia baba zako, 10 kama ukimtii Bwana Mungu wako, na kuzishika amri zake na maagizo yake ambayo yameandikwa katika Kitabu hiki cha Sheria, na kumgeukia Bwana Mungu wako kwa moyo wako wote na kwa roho yako yote.

Uzima Na Mauti

11 Ninachokuagiza leo sio kigumu sana kwako au usichokiweza. 12 Hakiko juu mbinguni, ili uulize, "Ni nani atakayepanda mbinguni kukileta na kututangazia ili tuweze kutii?" 13 Wala hakiko ng'ambo ya bahari, ili uulize, "Ni nani atakayevuka bahari kwenda kukichukua na kututangazia ili tupate kutii?" 14 La hasha! Lile neno liko karibu sana nawe; liko kinywani mwako na ndani ya moyo wako ili uweze kulitii.

15 Tazama, naweka mbele yako leo uzima na mafanikio, mauti na maangamizo. 16 Ninakuamuru leo kwamba umpende Bwana Mungu wako, utembee katika njia zake, na kutunza maagizo yake, amri na sheria zake; ndipo utakapoishi na kuongezeka, naye Bwana Mungu wako atakubariki katika nchi unayoingia kuimiliki.

17 Lakini kama moyo wako ukigeukia mbali ukawa huna utii, kama umevutwa kuisujudia miungu mingine na kuiabudu, 18 nakutangazia leo hii kwamba hakika utaangamizwa. Hutaishi maisha marefu katika nchi unayovuka Yordani kuiingia na kuimiliki.

19 Leo ninaziita mbingu na nchi kama mashahidi dhidi yako kwamba nimeweka mbele yako uzima na mauti, baraka na laana. Basi sasa chagueni uzima, ili wewe na watoto wako mpate kuishi, 20 na ili upate kumpenda Bwana Mungu wako, uisikilize sauti yake na kuambatana naye. Kwa kuwa Bwana ndiye uzima wako, na atakupa wingi wa siku ili upate kuishi katika nchi aliyoapa kuwapa baba zako Abrahamu, Isaki na Yakobo.

Yoshua Kutawala Baada Ya Mose

31 Kisha Mose akaenda akasema maneno haya kwa Waisraeli wote: 2 "Sasa nina miaka mia moja na ishirini nami siwezi tena kuwaongoza. Bwana ameniambia, 'Hutavuka Yordani.' 3 Bwana Mungu wenu, yeye mwenyewe atavuka mbele yenu. Ataangamiza mataifa haya mbele yenu, nanyi mtaimiliki nchi yao. Pia Yoshua atavuka mbele yenu, kama Bwana alivyosema. 4 Naye Bwana atawafanyia watu hao kile alichowafanyia Sihoni na Ogu, wafalme wa Waamori, ambao aliwaangamiza pamoja na nchi yao. 5 Bwana atawakabidhi kwenu, nanyi lazima mwatendee yale yote niliyowaamuru. 6 Kuweni imara na moyo wa ushujaa. Msiogope wala msifadhaike kwa sababu yao, kwa kuwa Bwana Mungu wenu anakwenda pamoja nanyi; kamwe hatawaacha wala hatawatupa ninyi."

7 Kisha Mose akamwita Yoshua na akamwambia mbele ya Israeli wote, "Uwe imara na moyo wa ushujaa, kwa kuwa ni lazima uende na watu hawa katika nchi ile Bwana aliyowaapia baba zao kuwapa, nawe ni lazima uwagawie kama urithi wao. 8 Bwana mwenyewe atakutangulia naye atakuwa pamoja nawe; kamwe hatakuacha wala hatakutupa. Usiogope, wala usifadhaike."

Kusoma Sheria

9 Kwa hiyo Mose akaandika sheria hii na kuwapa makuhani, wana wa Lawi, waliochukua Sanduku la Agano la Bwana na wazee wote wa Israeli. 10 Kisha Mose akawaamuru, akasema: "Mwishoni mwa kila miaka saba, katika mwaka wa kufuta madeni, wakati wa Sikukuu ya Vibanda, 11 Waisraeli wote wanapokuja mbele za Bwana Mungu wenu mahali atakapopachagua, utasoma sheria hii mbele yao masikioni mwao. 12 Kusanya watu wote, wanaume, wanawake, watoto na wageni wanaoishi katika miji yenu, ili waweze kusikia na kujifunza kumcha Bwana Mungu wenu na kufuata kwa bidii maneno yote ya sheria hii. 13 Watoto wao, ambao hawaijui sheria hii, lazima waisikie na kujifunza kumcha Bwana Mungu wenu kwa muda mtakaoishi katika nchi mnayovuka Yordani kuimiliki."

Kuasi Kwa Waisraeli Kunatabiriwa

14 Bwana akamwambia Mose, "Sasa siku ya kifo chako imekaribia. Mwite Yoshua, mkajihudhurishe katika Hema la Kukutania, mahali nitakapompa maagizo ya kazi." Kwa hiyo Mose na Yoshua wakaja na kujihudhurisha kwenye Hema la Kukutania.

15 Kisha Bwana akatokea katika Hema katika nguzo ya wingu, nalo wingu likasimama juu ya ingilio la Hema. 16 Kisha Bwana akamwambia Mose: "Unakwenda kupumzika na baba zako, nao watu hawa hivi karibuni watazini na miungu migeni

ya nchi wanayoingia. Wataniacha na kuvunja
Agano nililofanya nao. 17 Siku hiyo nitawakasi-
rikia na kuwaacha; nitawaficha uso wangu, nao
wataangamizwa. Maafa mengi na shida nyingi
zitakuja juu yao, nao siku hiyo watauliza, 'Je, maafa
haya hayakuja juu yetu kwa sababu Mungu wetu
hayuko pamoja nasi?' 18 Nami hakika nitauficha
uso wangu siku hiyo kwa sababu ya maovu yao
yote kwa kugeukia miungu mingine.

19 "Sasa ujiandikie wimbo huu,[a] uwafundishe
Waisraeli na uwaamuru wauimbe, ili upate kuwa
ushahidi wangu dhidi yao. 20 Nitakapokwisha
kuwaingiza katika nchi itiririkayo maziwa na
asali, nchi niliyowaahidi baba zao kwa kiapo, nao
watakapokula wakashiba na kufanikiwa, watageu-
kia miungu mingine na kuiabudu, wakinikataa
mimi na kuvunja Agano langu. 21 Maafa na shida
zitakapokuja juu yao, wimbo huu utashuhudia
dhidi yao, kwa sababu hautasahauliwa na wazao
wao. Ninajua lile wanaloandaa kufanya, hata kabla
sijawaingiza katika nchi niliyowaahidi kwa kiapo."
22 Hivyo Mose akaandika wimbo huu siku ile na
akawafundisha Waisraeli.

23 Bwana akampa Yoshua mwana wa Nuni agizo
hili: "Uwe hodari na shujaa, kwa kuwa utawaleta
Waisraeli katika nchi niliyowaahidi kwa kiapo,
nami mwenyewe nitakuwa pamoja nawe."

24 Baada ya Mose kumaliza kuandika kwenye
kitabu maneno ya sheria hii kutoka mwanzo
hadi mwisho, 25 akawapa Walawi wale walio-
libeba Sanduku la Agano la Bwana agizo hili,
akawaambia: 26 "Chukueni Kitabu hiki cha Sheria
mkakiweke kando ya Sanduku la Agano la Bwana
Mungu wenu. Hapo ndipo kitakapokaa kama sha-
hidi dhidi yenu. 27 Kwa kuwa ninajua jinsi mlivyo
waasi na mlivyo na shingo ngumu. Kama mme-
kuwa mkiasi dhidi ya Bwana nikiwa bado niko hai
na nikiwa pamoja nanyi, mtaasi mara ngapi baada
ya kufa kwangu! 28 Kusanyeni mbele yangu wazee
wote wa makabila yenu na maafisa wenu wote, ili
nipate kusema maneno haya masikioni mwao na
kuziita mbingu na nchi ili kushuhudia dhidi yao.
29 Kwa kuwa ninajua baada ya kifo changu hakika
mtakuwa waovu kabisa na kugeuka kutoka njia
niliyowaamuru ninyi. Katika siku zijazo, maafa
yatawapata kwa sababu mtafanya maovu mbele
ya macho ya Bwana, na kuchochea hasira yake
kwa yale mikono yenu itakayokuwa imefanya."

Wimbo Wa Mose

30 Mose akayasoma maneno ya wimbo huu
kutoka mwanzo hadi mwisho katika masikio ya
kusanyiko lote la Israeli:

32 Sikilizeni, enyi mbingu, nami nitasema;
sikia, ee nchi, maneno ya kinywa changu.
2 Mafundisho yangu na yanyeshe
kama mvua,
na maneno yangu na yashuke kama
umande,
kama manyunyu juu ya majani mabichi,
kama mvua tele juu ya mimea myororo.
3 Nitalitangaza jina la Bwana.
Naam, sifuni ukuu wa Mungu wetu!
4 Yeye ni Mwamba, kazi zake ni kamilifu,
njia zake zote ni haki.
Mungu mwaminifu ambaye hakosei,
yeye ni mnyofu na mwenye haki.

5 Wamefanya mambo ya upotovu mbele zake;
kwa aibu yao, wao si watoto wake tena,
lakini ni kizazi kilicho kiovu na
kilichopotoka.
6 Je, hii ndiyo njia ya kumlipa Bwana,
enyi watu wajinga na wasio na busara?
Je, yeye siye Baba yenu, Muumba wenu,
aliyewafanya ninyi na kuwaumba?

7 Kumbuka siku za kale;
tafakari vizazi vya zamani vilivyopita.
Uliza baba yako, naye atakuambia,
wazee wako, nao watakueleza.
8 Aliye Juu Sana alipowapa mataifa
urithi wao,
alipogawanya wanadamu wote,
aliweka mipaka kwa ajili ya mataifa
sawasawa na hesabu ya wana wa Israeli.
9 Kwa kuwa fungu la Bwana ni watu wake,
Yakobo kura yake ya urithi.

10 Katika nchi ya jangwa alimkuta,
katika nyika tupu ivumayo upepo.
Alimhifadhi na kumtunza;
akamlinda kama mboni ya jicho lake,
11 kama tai avurugaye kiota chake,
na kurukaruka juu ya makinda yake,
ambaye hutanda mabawa yake kuwadaka,
na huwachukua kwenye mabawa yake.
12 Bwana peke yake alimwongoza;
hakuwepo mungu mgeni pamoja naye.

13 Akamfanya apande sehemu zilizoinuka
za nchi,
akamlisha kwa mavuno ya mashamba.
Akamlea kwa asali toka mwambani,
na kwa mafuta kutoka mwamba mgumu,
14 kwa jibini na maziwa kutoka makundi ya
ng'ombe
na kutoka makundi ya mbuzi,
kwa mafuta ya wana-kondoo na mbuzi,
kwa kondoo dume wazuri wa Bashani,
na kwa ngano nzuri.
Ukanywa damu ya zabibu inayotoa povu.

15 Yeshuruni[b] alinenepa na kupiga teke;
alikuwa na chakula tele,
akawa mzito na akapendeza sana.
Akamwacha Mungu aliyemuumba,
na kumkataa Mwamba Mwokozi wake.
16 Wakamfanya Mungu kuwa na wivu kwa
miungu yao migeni,
na kumkasirisha kwa sanamu zao
za machukizo.

---

[a]19 Wimbo huu hapa ina maana wimbo wa Mose.

[b]15 Yeshuruni maana yake ni Yeye aliye mnyofu, yaani Israeli (ona pia Kum 33:26; Isa 44:2).

17 Wakatoa dhabihu kwa pepo, ambao si Mungu:
miungu wasiyoijua,
miungu iliyojitokeza siku za karibuni,
miungu ambayo baba zenu hawakuiogopa.
18 Mkamwacha Mwamba, aliyewazaa ninyi;
mkamsahau Mungu aliyewazaa.

19 BWANA akaona hili, akawakataa,
kwa sababu alikasirishwa
na wanawe na binti zake.
20 Akasema, "Nitawaficha uso wangu,
nami nione mwisho wao utakuwa nini,
kwa kuwa wao ni kizazi kilichopotoka,
watoto ambao si waaminifu.
21 Wamenifanya niwe na wivu
kwa kile ambacho si mungu,
na kunikasirisha kwa sanamu zao
zisizokuwa na thamani.
Nitawafanya wawaonee wivu wale ambao
si taifa.
Nitawafanya wakasirishwe
na taifa lile lisilo na ufahamu.
22 Kwa maana moto umewashwa kwa hasira
yangu,
ule uwakao hadi kwenye vina vya mauti.
Utateketeza dunia pamoja na mazao yake,
na kuwasha moto katika misingi ya
milima.

23 "Nitalundika majanga juu yao
na kutumia mishale yangu dhidi yao.
24 Nitatuma njaa kali dhidi yao maradhi
mabaya,
yateketezayo na tauni ya kufisha;
nitawapelekea meno makali ya wanyama
mwitu,
na sumu ya nyoka wale watambaao
mavumbini.
25 Barabarani upanga utawakosesha watoto;
nyumbani mwao hofu itatawala.
Vijana wao wa kiume na wa kike
wataangamia,
pia watoto wachanga na wazee
wenye mvi.
26 Nilisema ningewatawanya
na kufuta kumbukumbu lao
katika mwanadamu.
27 Lakini nilihofia dhihaka za adui,
adui asije akashindwa kuelewa,
na kusema, 'Mikono yetu imeshinda;
BWANA hakufanya yote haya.' "

28 Wao ni taifa lisilo na akili,
hakuna busara ndani yao.
29 Laiti wangekuwa na hekima
wangefahamu hili,
na kutambua mwisho wao utakuwa aje!
30 Mtu mmoja angewezaje kufukuza elfu moja,
au wawili kufukuza elfu kumi,
kama si kwamba Mwamba wao amewauza,
kama si kwamba BWANA amewaacha?
31 Kwa kuwa mwamba wao si kama
Mwamba wetu,
sawasawa na vile adui zetu wanavyokiri.
32 Mzabibu wao unatoka kwenye mzabibu wa
Sodoma,
na kutoka kwenye mashamba ya Gomora.
Zabibu zake zimejaa sumu,
na vishada vyake vimejaa uchungu.
33 Mvinyo wao ni sumu ya nyoka,
sumu yenye kufisha ya swila.

34 "Je, hili sikuliweka akiba
na kulifungia kwenye vyumba vyangu
vya hazina?
35 Ni juu yangu kulipiza kisasi; nitalipiza.
Wakati utakapowadia, mguu wao
utateleza;
siku yao ya maafa ni karibu,
na maangamizo yao yanawajia haraka."

36 BWANA atawahukumu watu wake,
na kuwahurumia watumishi wake
atakapoona nguvu zao zimekwisha
wala hakuna yeyote aliyebaki,
mtumwa au aliye huru.
37 Atasema: "Sasa iko wapi miungu yao,
mwamba walioukimbilia,
38 miungu wale waliokula mafuta ya dhabihu
zao
na kunywa mvinyo wa sadaka zao za
vinywaji?
Wainuke basi, wawasaidie!
Wawapeni basi ulinzi!

39 "Tazama basi, Mimi mwenyewe, Mimi Ndiye!
Hakuna mungu mwingine ila Mimi.
Mimi ninaua na Mimi ninafufua,
Mimi nimejeruhi na Mimi nitaponya,
wala hakuna awezaye kuokoa kutoka
mkononi mwangu.
40 Ninainua mkono wangu kuelekea
mbinguni na kusema:
Hakika kama niishivyo milele,
41 wakati ninapounoa upanga wangu
unaometameta
na mkono wangu unapoushika ili kutoa
hukumu,
nitalipiza kisasi juu ya adui zangu
na kuwalipiza wale wanaonichukia.
42 Nitailevya mishale yangu kwa damu,
wakati upanga wangu ukitafuna nyama:
damu ya waliochinjwa pamoja na mateka,
vichwa vya viongozi wa adui."

43 Furahini, enyi mataifa, pamoja na
watu wake,
kwa kuwa atailipiza damu ya
watumishi wake,
atalipiza kisasi juu ya adui zake
na kufanya upatanisho
kwa ajili ya nchi na watu wake.

44 Mose na Yoshua[a] mwana wa Nuni wakaja,
wakanena maneno yote ya wimbo watu wakiwa

[a]44 Yoshua, yaani Yehoshea kwa Kiebrania, maana yake ni Yehova ni Mwokozi.

wanasikia. 45 Mose alipomaliza kuyasoma maneno
haya yote kwa Israeli wote, 46 akawaambia,
“Yawekeni moyoni maneno yote ambayo nime-
watangazia kwa makini siku hii ya leo, ili kwamba
mpate kuwaagiza watoto wenu wayatii kwa bidii
maneno yote ya sheria hii. 47 Siyo maneno matupu
tu kwenu, bali ni uzima wenu. Kwa hayo mtaishi
maisha marefu katika nchi mnayovuka Yordani
kuimiliki.”

Mose Aelezwa Kuhusu Kifo Chake

48 Siku hiyo hiyo BWANA akamwambia Mose,
49 “Kwea katika mapangano ya Mlima Abarimu
hadi kilima cha Nebo kilichoko Moabu, ng'ambo
ya Yeriko, na uitazame Kanaani, nchi ninayowapa
Waisraeli kama milki yao wenyewe. 50 Utafia kwe-
nye mlima huo unaokwea na kukusanyika pamoja
na watu wako, kama ndugu yako Aroni alivyofia
juu ya Mlima Hori naye akakusanyika kwa watu
wake. 51 Hii ni kwa sababu ninyi wawili mlivunja
uaminifu nami mbele ya Waisraeli kwenye maji
ya Meriba-Kadeshi katika Jangwa la Sini, na kwa
sababu hamkuuinua utakatifu wangu miongoni
mwa Waisraeli. 52 Kwa hiyo, utaiona tu nchi kwa
mbali; wewe hutaingia nchi ninayowapa watu wa
Israeli.”

Mose Anayabariki Makabila

33 Hii ndiyo baraka Mose mtu wa Mungu ali-
yotamka kwa Waisraeli kabla ya kifo chake.
2 Alisema:

“BWANA alikuja kutoka Mlima Sinai,
akachomoza kama jua juu yao
kutoka Mlima Seiri,
akaangaza kutoka Mlima Parani.
Alikuja pamoja na watakatifu makumi elfu
kutoka kusini,
kutoka materemko ya mlima wake.
3 Hakika ni wewe ambaye huwapenda watu,
watakatifu wako wote wamo mkononi
mwako.
Miguuni pako wote wanasujudu
na kutoka kwako wanapokea
mafundisho,
4 sheria ile Mose aliyotupa sisi,
tulio milki ya kusanyiko la Yakobo.
5 Alikuwa mfalme juu ya Yeshuruni[a]
wakati viongozi wa watu
walipokusanyika,
pamoja na makabila ya Israeli.

6 “Reubeni na aishi, asife,
wala watu wake wasiwe wachache.”

7 Akasema hili kuhusu Yuda:

“Ee BWANA, sikia kilio cha Yuda,
mlete kwa watu wake.
Kwa mikono yake mwenyewe hujitetea.
Naam, uwe msaada wake
dhidi ya adui zake!”

8 Kuhusu Lawi alisema:

“Thumimu yako na Urimu[b] yako ulimpa,
mtu yule uliyemfadhili.
Ulimjaribu huko Masa
na kushindana naye
kwenye maji ya Meriba.
9 Alinena hivi kuhusu baba yake na mama yake,
‘Mimi siwahitaji kamwe.’
Akawasahau jamaa zake,
asiwatambue hata watoto wake,
lakini akaliangalia neno lako
na kulilinda Agano lako.
10 Humfundisha Yakobo mausia yako
na Israeli sheria yako.
Hufukiza uvumba mbele zako
na sadaka nzima za kuteketezwa
juu ya madhabahu yako.
11 Ee BWANA, bariki ustadi wake wote,
nawe upendezwe na kazi ya mikono yake.
Vipige viuno vya wale wainukao dhidi yake;
wapige adui zake hata wasiinuke tena.”

12 Kuhusu Benyamini akasema:

“Mwache mpenzi wa BWANA
apumzike salama kwake,
kwa maana humkinga mchana kutwa,
na yule BWANA ampendaye
hupumzika kati ya mabega yake.”

13 Kuhusu Yosefu akasema:

“BWANA na aibariki nchi yake
kwa umande wa thamani
kutoka mbinguni juu,
na vilindi vya maji
vilivyotulia chini;
14 pamoja na vitu vilivyo bora sana
viletwavyo na jua,
na vitu vizuri sana vinavyoweza
kutolewa na mwezi;
15 pamoja na zawadi bora sana
za milima ya zamani
na kwa wingi wa baraka
za vilima vya milele;
16 pamoja na baraka nzuri mno
za ardhi na ukamilifu wake,
na upendeleo wake yeye
aliyeishi kwenye kichaka
kilichokuwa kinawaka moto.
Hivi vyote na vikae juu ya kichwa cha Yosefu,
juu ya paji la uso la aliye mkuu
miongoni mwa ndugu zake.
17 Katika fahari yeye ni kama fahali mzaliwa
wa kwanza;
pembe zake ni pembe za nyati,
na kwa pembe hizo atapiga mataifa,
hata yaliyo miisho ya dunia.
Hivyo ndivyo yalivyo makumi elfu ya Efraimu;
hivyo ndivyo yalivyo maelfu ya Manase.”

[a]5 Yeshuruni maana yake ni Yeye aliye mnyofu, yaani Israeli.

[b]8 Thumimu na Urimu maana yake Nuru na Kweli; vifaa hivi viliwekwa kwenye kifuko cha kifuani cha kisibau cha kuhani mkuu ili kujua mapenzi ya Mungu kwenye mambo ya kutatanisha.

18 Kuhusu Zabuloni akasema:

"Shangilia, Zabuloni, wakati wa kutoka nje,
nawe Isakari, katika mahema yako.
19 Watawaita mataifa kwenye mlima,
na huko mtatoa dhabihu za haki;
watajifurahisha kwa wingi uliojaza bahari,
kwa hazina zilizofichwa mchangani."

20 Kuhusu Gadi akasema:

"Atabarikiwa yeye aongezaye milki ya Gadi!
Gadi huishi huko kama simba,
akirarua kwenye mkono au kichwa.
21 Alijichagulia nchi nzuri kuliko zote
kwa ajili yake mwenyewe;
fungu la kiongozi lilikuwa limehifadhiwa
kwa ajili yake.
Viongozi wa watu walipokusanyika,
alitimiza haki ya mapenzi ya BWANA,
na hukumu zake kuhusu Israeli."

22 Kuhusu Dani akasema:

"Dani ni mwana simba,
akiruka kutoka Bashani."

23 Kuhusu Naftali akasema:

"Naftali amejaa tele upendeleo wa BWANA,
naye amejaa baraka yake;
atarithi magharibi na kusini."

24 Kuhusu Asheri akasema:

"Aliyebarikiwa zaidi sana katika wana ni
Asheri;
yeye na apate upendeleo kwa
ndugu zake,
yeye na anawe miguu yake kwenye
mafuta.
25 Makomeo ya malango yako yawe chuma na
shaba,
nazo nguvu zako zitakuwa sawa na
siku zako.

26 "Hakuna mwingine kama Mungu wa
Yeshuruni,
ambaye hupanda juu ya mbingu ili
akusaidie,
na juu ya mawingu katika utukufu wake.
27 Mungu wa milele ni kimbilio lako,
na chini kuna mikono ya milele.
Atamfukuza adui yako mbele yako,
akisema, 'Mwangamize yeye!'
28 Hivyo Israeli ataishi salama peke yake.
Mzao wa Yakobo ni salama
katika nchi ya nafaka na divai mpya,
mahali ambapo mbingu
hudondosha umande.
29 Ee Israeli, wewe umebarikiwa!
Ni nani kama wewe,
taifa lililookolewa na BWANA?
Yeye ni ngao yako na msaada wako,
na upanga wako uliotukuka.
Adui zako watatetemeka mbele yako,
nawe utapakanyaga
mahali pao pa juu."[a]

Kifo Cha Mose

34 Kisha Mose akaupanda mlima Nebo kutoka
tambarare za Moabu mpaka kilele cha Pisga,
ng'ambo ya Yeriko. Huko BWANA akamwonyesha
nchi yote: kutoka Gileadi mpaka Dani, 2 Naftali
yote, nchi ya Efraimu na Manase, nchi yote ya
Yuda mpaka bahari ya magharibi,[b] 3 Negebu na
nchi yote kuanzia Bonde la Yeriko, Mji wa Mite-
nde, hadi Soari. 4 Kisha BWANA akamwambia, "Hii
ndiyo nchi niliyomwahidi Abrahamu na Isaki na
Yakobo kwa kiapo niliposema, 'Nitawapa wazao
wako.' Nimekuruhusu uione kwa macho yako,
lakini hutavuka kuingia."
5 Naye Mose mtumishi wa BWANA akafa huko
Moabu, kama BWANA alivyokuwa amesema. 6 Mungu
akamzika huko Moabu, katika bonde mkabala na
Beth-Peori, lakini hakuna ajuaye kaburi lake lilipo
mpaka leo. 7 Mose alikuwa na umri wa miaka mia
moja na ishirini alipofariki; hata hivyo nguvu ya
macho yake haikufifia wala mwili wake haukudhoo-
fika. 8 Waisraeli wakaomboleza kwa ajili ya Mose
kwenye tambarare za Moabu kwa siku thelathini,
mpaka wakati wa kulia na kuomboleza ulipopita.
9 Basi Yoshua mwana wa Nuni alijazwa roho
ya hekima kwa sababu Mose alikuwa ameweka
mikono yake juu yake. Kwa hiyo Waisraeli waka-
msikiliza na wakafanya yale ambayo BWANA
alikuwa amemwagiza Mose.
10 Tangu wakati huo, katika Israeli hajainuka
nabii mwingine kama Mose, ambaye BWANA ali-
mjua uso kwa uso, 11 aliyetenda ishara zote zile
za miujiza na maajabu ambayo BWANA alimtuma
kuyatenda huko Misri, yaani kwa Farao na maafisa
wake wote na nchi yake yote. 12 Kwa kuwa hakuna
mtu yeyote aliyewahi kuonyesha nguvu nyingi ama
kutenda matendo ya kutisha ambayo Mose aliwahi
kuyafanya mbele ya Israeli yote.

---

[a]29 Utapakanyaga mahali pao pa juu maana yake mtakanyaga juu ya miili yao.
[b]2 Yaani Bahari ya Mediterania.

YOSHUA

Bwana Anamwagiza Yoshua

1 Baada ya kifo cha Mose mtumishi wa Bwana,
Bwana akamwambia Yoshua mwana wa Nuni,
msaidizi wa Mose: 2 "Mtumishi wangu Mose ame-
kufa. Sasa basi, wewe pamoja na watu wote hawa,
jiandaeni kuvuka huu Mto Yordani kuingia nchi
ambayo karibu nitawapa wana wa Israeli. 3 Kila
mahali nyayo za miguu yenu zitakapokanyaga
nimewapa, kama vile nilivyomwahidi Mose. 4 Nchi
yenu itaenea kuanzia jangwa hili hadi Lebanoni,
tena kuanzia mto mkubwa wa Frati, yaani nchi yote
ya Wahiti, hadi Bahari ile Kubwa[a] iliyoko upande
wa magharibi. 5 Hakuna mtu yeyote atakayeweza
kushindana na wewe siku zote za maisha yako.
Kama vile nilivyokuwa pamoja na Mose, ndivyo
nitakavyokuwa pamoja na wewe, sitakuacha wala
sitakupungukia.

6 "Uwe hodari na shujaa, kwa sababu wewe
ndiwe utakayewaongoza watu hawa kuirithi nchi
niliyowaapia baba zao kuwapa. 7 Uwe hodari na
uwe na ushujaa mwingi. Uwe na bidii kutii sheria
yote aliyokupa Mose mtumishi wangu, usiiache
kwa kugeuka kuelekea kuume au kushoto, ili upate
kufanikiwa popote uendako. 8 Usiache Kitabu hiki
cha Sheria kiondoke kinywani mwako; yatafakari
maneno yake usiku na mchana, ili upate kuwa
mwangalifu kufanya kila kitu sawasawa na yote
yaliyoandikwa ndani yake. Ndipo utakapofanikiwa
na kisha utastawi. 9 Je, si mimi niliyekuamuru? Uwe
hodari na shujaa. Usihofu wala usivunjike moyo,
kwa kuwa Bwana Mungu wako atakuwa pamoja
nawe kokote uendako."

10 Ndipo Yoshua akawaagiza maafisa wa watu
akisema, 11 "Pitieni katika kambi yote mkawaa-
mbie watu, 'Wekeni tayari mahitaji yenu. Siku
tatu kuanzia sasa mtavuka hii Yordani ili kuingia
na kuimiliki nchi ambayo Bwana Mungu wenu
anawapa iwe yenu wenyewe.' "

12 Lakini kwa Wareubeni, Wagadi na nusu ya
kabila la Manase, Yoshua akasema, 13 "Kumbukeni
agizo lile Mose mtumishi wa Bwana alilowapa:
'Bwana Mungu wenu anawapa ninyi raha, naye
amewapa nchi hii.' 14 Wake zenu, watoto wenu na
mifugo yenu watakaa katika nchi ile Mose aliyo-
wapa mashariki ya Yordani, lakini mashujaa wenu
wote, wakiwa wamevikwa silaha kikamilifu lazima
wavuke mbele ya ndugu zenu. Imewapasa kuwa-
saidia ndugu zenu hadi 15 Bwana awape nao raha,
kama alivyokwisha kufanya kwa ajili yenu hadi
wao pia watakapokuwa wamemiliki nchi ile Bwana
Mungu wenu anayowapa. Baada ya hilo, mwaweza
kurudi na kukalia nchi yenu wenyewe, ambayo
Mose mtumishi wa Bwana aliwapa mashariki mwa
Yordani kuelekea linakochomoza jua."

16 Ndipo wakamjibu Yoshua, "Chochote ambacho
umetuagiza tutafanya na popote utakapotutuma
tutakwenda. 17 Kama vile tulivyomtii Mose kikami-
lifu, ndivyo tutakavyokutii wewe. Bwana Mungu
wako na awe pamoja nawe tu kama vile alivyokuwa
pamoja na Mose. 18 Yeyote atakayeasi neno lako na
kuacha kuyatii maneno yako, au chochote utaka-
chowaamuru, atauawa. Uwe imara na hodari tu!"

Rahabu Na Wapelelezi

2 Kisha Yoshua mwana wa Nuni kwa siri aka-
watuma wapelelezi wawili kutoka Shitimu,
akawaambia, "Nendeni mkaikague hiyo nchi, hasa
Yeriko." Kwa hiyo wakaenda na kuingia kwenye
nyumba ya kahaba mmoja jina lake Rahabu na
kukaa humo.

2 Mfalme wa Yeriko akaambiwa, "Tazama! Baadhi
ya Waisraeli wamekuja huku usiku huu kuipeleleza
nchi." 3 Hivyo mfalme wa Yeriko akatuma huu uju-
mbe kwa Rahabu: "Watoe wale watu waliokujia na
kuingia nyumbani mwako, kwa sababu wamekuja
kuipeleleza nchi yote."

4 Lakini huyo mwanamke alikuwa amewachukua
hao watu wawili na kuwaficha. Akasema, "Naam,
watu hao walikuja kwangu, lakini sikujua waliko-
toka. 5 Kulipoingia giza, wakati wa kufunga lango la
mji, watu hao waliondoka. Sijui njia waliyoiendea.
Wafuatilieni haraka. Huenda mkawapata." 6 (Lakini
alikuwa amewapandisha darini akawafunika kwa
mabua ya kitani aliyokuwa ameyatandika darini.)
7 Basi hao watu wakaondoka kuwafuatilia hao
wapelelezi katika njia ile inayoelekea vivuko vya
Yordani, mara tu wafuatiliaji walipotoka nje, lango
likafungwa.

8 Kabla wale wapelelezi hawajalala, Rahabu aka-
waendea huko juu darini, 9 akawaambia, "Ninajua
kuwa Bwana amewapa nchi hii na hofu kuu ime-
tuangukia kwa sababu yenu, kiasi kwamba wote
waishio katika nchi hii wanayeyuka kwa hofu kwa
sababu yenu. 10 Tumesikia jinsi Bwana alivyo-
kausha maji ya Bahari ya Shamu kwa ajili yenu
mlipotoka Misri, pia lile mlilowatendea Sihoni na
Ogu, wafalme wawili wa Waamori mashariki mwa
Yordani, ambao mliwaangamiza kabisa. 11 Tuliposi-
kia juu ya hili, mioyo yetu iliyeyuka na kila mmoja
alikosa ujasiri kwa sababu yenu, kwa maana Bwana
Mungu wenu ni Mungu juu mbinguni na duniani
chini. 12 Sasa basi, tafadhali niapieni kwa Bwana,
kwamba mtaitendea hisani jamaa ya baba yangu,
kwa kuwa mimi nimewatendea hisani. Nipeni
ishara ya uaminifu 13 kwamba mtayahifadhi maisha
ya baba yangu na mama yangu, ndugu zangu wa
kiume na wa kike, pamoja na wale wote walio wa
kwao na kwamba mtatuokoa na kifo."

14 Wale watu wakamhakikishia Rahabu, "Uhai
wetu kwa uhai wenu! Ikiwa hutatoa habari ya nini
tunachofanya, wakati Bwana atakapotupa nchi
hii, tutawatendea kwa hisani na kwa uaminifu."

15 Kisha akawateremsha dirishani kwa kamba,

---

[a]4 Yaani Bahari ya Mediterania.

kwa kuwa nyumba yake aliyokuwa anaishi ilikuwa sehemu ya ukuta wa mji. 16 Alikuwa amewaambia, "Nendeni vilimani ili wale wafuatiliaji wasiwapate. Jificheni huko kwa siku tatu mpaka watakaporudi, hatimaye mwende zenu."

17 Wale watu wakamwambia, "Hiki kiapo ulichotuapisha hakitatufunga, 18 isipokuwa, hapo tutakapoingia katika nchi hii, utakuwa umefunga hii kamba nyekundu dirishani pale ulipotuteremshia na kama utakuwa umewaleta baba yako na mama yako, ndugu zako na jamaa yako yote ndani ya nyumba yako. 19 Ikiwa mtu yeyote atatoka nje ya nyumba yako akaenda mtaani, damu yake itakuwa juu ya kichwa chake mwenyewe, hatutawajibika. Lakini yule ambaye atakuwa ndani pamoja nawe, kama mkono wa mtu yeyote ukiwa juu yake damu yake itakuwa juu ya vichwa vyetu. 20 Lakini ikiwa utatoa habari ya shughuli yetu tunayofanya, tutakuwa tumefunguliwa kutoka kwenye kiapo hiki ulichotufanya tuape."

21 Naye akajibu, "Nimekubali. Na iwe kama mnavyosema." Kwa hiyo akaagana nao, nao wakaondoka. Yeye akaifunga ile kamba nyekundu dirishani.

22 Walipoondoka, wakaelekea vilimani na kukaa huko siku tatu, hadi wale waliokuwa wakiwafuatilia wakawa wamewatafuta njia nzima na kurudi pasipo kuwapata. 23 Ndipo wale watu wawili wakaanza kurudi. Wakashuka kutoka kule vilimani, wakavuka mto na kuja kwa Yoshua mwana wa Nuni, na kumweleza kila kitu kilichowapata. 24 Wakamwambia Yoshua, "Hakika Bwana ametupa nchi yote mikononi mwetu; watu wote wanayeyuka kwa hofu kwa sababu yetu."

Kuvuka Yordani

3 Yoshua na Waisraeli wote wakaondoka asubuhi na mapema kutoka Shitimu, wakaenda mpaka Mto Yordani, ambako walipiga kambi kabla ya kuvuka. 2 Baada ya siku tatu maafisa wakapita katika kambi yote, 3 wakitoa maagizo kwa watu, wakiwaambia: "Mtakapoona Sanduku la Agano la Bwana Mungu wenu, likichukuliwa na Walawi ambao ndio makuhani, mtaondoka hapo mlipo na kulifuata. 4 Ndipo mtakapotambua njia mtakayoiendea, kwa kuwa hamjawahi kuipita kabla. Lakini msisogee karibu, bali kuwe na umbali wa dhiraa 2,000[a] kati yenu na Sanduku."

5 Ndipo Yoshua akawaambia hao watu, "Jitakaseni, kwa kuwa kesho Bwana atatenda mambo ya kushangaza katikati yenu."

6 Yoshua akawaambia makuhani, "Liinueni Sanduku la Agano mkatangulie mbele ya watu." Hivyo wakaliinua na kutangulia mbele yao.

7 Ndipo Bwana akamwambia Yoshua, "Leo nitaanza kukutukuza machoni pa Israeli yote, ili wapate kujua kuwa niko pamoja nawe kama nilivyokuwa pamoja na Mose. 8 Uwaambie makuhani wanaochukua Sanduku la Agano, 'Mnapofika kwenye ukingo wa maji ya Yordani, nendeni mkasimame ndani ya mto.'"

9 Yoshua akawaambia Waisraeli, "Njooni hapa msikilize maneno ya Bwana Mungu wenu. 10 Hivi ndivyo mtakavyojua ya kuwa Mungu aliye hai yupo katikati yenu, na kwamba kwa hakika atawafukuza mbele yenu hao Wakanaani, Wahiti, Wahivi, Waperizi, Wagirgashi, Waamori na Wayebusi. 11 Tazameni, Sanduku la Agano la Bwana wa dunia yote litaingia ndani ya Mto Yordani likiwa limewatangulia. 12 Sasa basi, chagueni watu kumi na wawili kutoka makabila ya Israeli, mtu mmoja kutoka kila kabila. 13 Mara tu nyayo za makuhani walichukualo Sanduku la Bwana, Bwana wa dunia yote, zitakapokanyaga ndani ya Mto Yordani, maji hayo yatiririkayo kutoka juu yatatindika na kusimama kama chuguu."

14 Basi, watu walipovunja kambi ili kuvuka Yordani, makuhani wakiwa wamebeba Sanduku la Agano waliwatangulia. 15 Wakati huu ulikuwa wakati wa mavuno, nao Mto Yordani ulikuwa umefurika hadi kwenye kingo zake. Ilikuwa kawaida ya Yordani kufurika nyakati zote za mavuno. Mara tu makuhani wale waliokuwa wamebeba Sanduku la Agano walipofika mtoni na nyayo zao kuzama ndani ya yale maji, 16 maji hayo yaliyotiririka kutoka upande wa juu yaliacha kutiririka yakasimama kama chuguu mbali kabisa nao, kwenye mji ulioitwa Adamu kwenye eneo la Sarethani, wakati yale maji yaliyokuwa yanatiririka kuingia kwenye Bahari ya Araba (yaani Bahari ya Chumvi), yalitindika kabisa. Hivyo watu wakavuka kukabili Yeriko.

17 Wale makuhani waliobeba Sanduku la Agano la Bwana, wakasimama imara mahali pakavu katikati ya Mto Yordani, wakati Waisraeli wote wakiwa wanapita hadi taifa lote likaisha kuvuka mahali pakavu.

Ukumbusho Wa Kuvuka Mto Yordani

4 Wakati taifa lote lilipokwisha kuvuka Mto Yordani, Bwana akamwambia Yoshua, 2 "Chagua watu kumi na wawili miongoni mwa watu, kila kabila mtu mmoja, 3 nawe uwaambie wachukue mawe kumi na mawili katikati ya Mto Yordani, palepale makuhani waliposimama, wayachukue na kuyaweka mahali mtakapokaa usiku huu wa leo."

4 Basi Yoshua akawaita watu kumi na wawili ambao alikuwa amewachagua kutoka miongoni mwa Waisraeli, mtu mmoja kutoka kila kabila, 5 naye akawaambia, "Mtangulie mbele ya Sanduku la Bwana Mungu wenu, mwende katikati ya Mto Yordani. Kila mmoja wenu atainua jiwe begani mwake, kufuatana na hesabu ya makabila ya Waisraeli, 6 kuwa kama ishara katikati yenu. Siku zijazo, wakati watoto wenu watakapowauliza, 'Ni nini maana ya mawe haya?' 7 waambieni kwamba maji ya Mto Yordani yaliyokuwa yakitiririka yalitindika mbele ya Sanduku la Agano la Bwana. Wakati lilipovuka Yordani, maji ya Yordani yalitindika. Mawe haya yatakuwa kumbukumbu kwa watu wa Israeli milele."

8 Hivyo Waisraeli wakafanya kama Yoshua alivyowaagiza. Wakachukua mawe kumi na mawili kutoka katikati ya Mto Yordani, kulingana na hesabu ya kabila za Waisraeli kama Bwana alivyomwambia Yoshua, nao wakayabeba hadi kambini mwao, mahali walipoyatua chini. 9 Yoshua akayasimamisha yale mawe kumi na mawili ambayo

[a]4 Dhiraa 2,000 ni sawa na mita 900.

yalikuwa katikati ya Mto Yordani, mahali pale ambapo miguu ya makuhani waliobeba Sanduku la Agano iliposimama. Nayo yako huko mpaka leo.

10 Makuhani waliobeba lile Sanduku walibakia wakiwa wamesimama katikati ya Mto Yordani mpaka kila kitu BWANA alichomwamuru Yoshua kilipokuwa kimefanywa na watu, sawasawa na vile Mose alivyokuwa amemwamuru Yoshua. Watu wakafanya haraka kuvuka, 11 na mara tu watu wote walipokwisha kuvuka, Sanduku la BWANA na makuhani wakavuka watu wakiwa wanatazama. 12 Wareubeni, Wagadi na nusu ya kabila la Manase wakavuka mbele ya Waisraeli, wakiwa wamevaa silaha, kama Mose alivyowaamuru. 13 Kiasi cha watu 40,000 waliojiandaa kwa vita walivuka mbele za BWANA hadi nchi tambarare za Yeriko kwa ajili ya vita.

14 Siku ile BWANA akamtukuza Yoshua mbele ya Israeli yote, nao wakamheshimu siku zote za maisha yake, kama vile walivyomheshimu Mose.

15 Basi BWANA akamwambia Yoshua, 16 "Waamuru hao makuhani wanaolibeba Sanduku la Ushuhuda, wapande kutoka ndani ya Mto Yordani."

17 Kwa hiyo Yoshua akawaamuru hao makuhani akisema, "Pandeni kutoka ndani ya Mto Yordani."

18 Nao makuhani wakapanda kutoka ndani ya Mto Yordani wakilibeba hilo Sanduku la Agano la BWANA. Mara tu walipoiweka miguu yao penye kingo, nje ya mto, maji ya Yordani yakarudi kufurika kama ilivyokuwa kabla.

19 Siku ya kumi ya mwezi wa kwanza watu walipanda kutoka Yordani na kupiga kambi huko Gilgali, kwenye mpaka wa mashariki ya Yeriko. 20 Naye Yoshua akayasimamisha huko Gilgali yale mawe kumi na mawili ambayo walikuwa wameyachukua katikati ya Mto Yordani. 21 Akawaambia Waisraeli, "Wazao wenu watakapowauliza baba zao siku zijazo wakisema, 'Mawe haya maana yake ni nini?' 22 Basi waambieni, 'Israeli ilivukia mahali pakavu katika Mto Yordani.' 23 Kwa maana BWANA Mungu wenu alikausha maji ya Yordani mbele yenu, hadi mlipomaliza kuvuka. BWANA Mungu wenu alifanya haya kwa Mto Yordani sawasawa na kile alichoifanyia Bahari ya Shamu wakati alipoikausha mbele yetu hadi tulipomaliza kuvuka. 24 Alifanya hivi ili kwamba mataifa yote ya dunia yapate kujua kuwa mkono wa BWANA ni wenye nguvu, na ili kwamba kila wakati mpate kumcha BWANA Mungu wenu."

5 Basi wafalme wote wa Waamori magharibi ya Yordani na wafalme wote wa Kanaani waliokuwa kwenye pwani waliposikia jinsi BWANA alivyoukausha Mto Yordani mbele ya Waisraeli hata tulipokwisha kuvuka, mioyo yao ikayeyuka kwa hofu, wala hawakuwa na ujasiri kuwakabili Waisraeli.

Tohara Huko Gilgali

2 Wakati huo BWANA akamwambia Yoshua, "Tengeneza visu vya mawe magumu sana na uwatahiri Waisraeli tena." 3 Kwa hiyo Yoshua akatengeneza visu vya mawe magumu sana na kutahiri Waisraeli huko Gibeath-Haaralothi.[a]

4 Hii ndiyo sababu ya Yoshua kufanya hivyo: Wanaume wote waliotoka Misri, wote wenye umri wa kwenda vitani, walikufa jangwani wakiwa njiani baada ya kuondoka Misri. 5 Watu wote waliotoka Misri walikuwa wametahiriwa, lakini watu wote waliozaliwa jangwani wakiwa safarini toka Misri walikuwa hawajatahiriwa. 6 Waisraeli walitembea jangwani miaka arobaini mpaka wanaume wote wale waliokuwa na umri wa kwenda vitani wakati waliondoka Misri walipokwisha kufa, kwa kuwa hawakumtii BWANA. Kwa maana BWANA alikuwa amewaapia kuwa wasingeweza kuona nchi ambayo alikuwa amewaahidi baba zao katika kuapa kutupatia, nchi inayotiririka maziwa na asali. 7 Kwa hiyo akawainua wana wao baada yao na hawa ndio hao ambao Yoshua aliwatahiri. Walikuwa hawajatahiriwa bado kwa sababu walikuwa safarini. 8 Baada ya taifa lote kutahiriwa, waliendelea kukaa kambini mpaka walipokuwa wamepona.

9 BWANA akamwambia Yoshua, "Leo nimeiondoa aibu ya Wamisri kutoka kwenu." Basi mahali pale pakaitwa Gilgali hadi leo.

10 Jioni ya siku ya kumi na nne ya mwezi, wakiwa kambini huko Gilgali katika tambarare za Yeriko, Waisraeli wakaadhimisha Pasaka. 11 Siku iliyofuata Pasaka, katika siku ile ile, wakala mazao ya nchi, mikate isiyotiwa chachu na nafaka za kukaanga. 12 Mana ilikoma siku iliyofuata baada ya Waisraeli kula chakula kilichotoka katika nchi; hapakuwa na mana tena kwa ajili ya Waisraeli, ila mwaka huo walikula mazao ya nchi ya Kanaani.

Jemadari Wa Jeshi La BWANA

13 Basi wakati Yoshua alipokuwa karibu na Yeriko, akainua macho, akaona mtu aliyesimama mbele yake, akiwa na upanga mkononi uliofutwa kwenye ala. Yoshua akamwendea na kumuuliza, "Je, wewe uko upande wetu au upande wa adui zetu?"

14 Akajibu, "La, siko upande wowote, lakini mimi nimekuja nikiwa jemadari wa jeshi la BWANA." Yoshua akaanguka kifudifudi hadi chini, akasujudu, akamuuliza, "Je, Bwana, una ujumbe gani kwa mtumishi wako?" 15 Jemadari wa jeshi la BWANA akajibu, "Vua viatu vyako, kwa maana mahali hapa unaposimama ni patakatifu." Naye Yoshua akafanya hivyo.

Yeriko Yatekwa Na Kuangamizwa

6 Basi malango ya Yeriko yalifungwa kwa uthabiti kwa ajili ya Waisraeli. Hakuna mtu yeyote aliyetoka au kuingia.

2 Kisha BWANA akamwambia Yoshua, "Tazama, nimeitia Yeriko mikononi mwako, pamoja na mfalme wake na watu wake wa vita. 3 Zunguka mji mara moja pamoja na watu wote wenye silaha. Fanya hivi kwa siku sita. 4 Uwe na makuhani saba wakibeba mabaragumu ya pembe za kondoo dume mbele ya Sanduku. Siku ya saba, mzunguke mji mara saba, nao makuhani wakipiga baragumu hizo. 5 Utakapowasikia wamepaliza sauti kubwa ya baragumu, watu wote wapige kelele kwa sauti kuu, kisha ukuta wa mji utaanguka na watu watapanda, kila mtu akiendelea mbele."

6 Ndipo Yoshua mwana wa Nuni akaita makuhani

---

[a]3 Gibeath-Haaralothi maana yake ni Kilima cha Magovi.

na kuwaambia, “Chukueni Sanduku la Agano la
Bwana na makuhani saba wachukue baragumu
za pembe za kondoo dume mbele yake.” 7 Naye
akawaagiza watu, “Songeni mbele! Mkauzunguke
mji, na walinzi wenye silaha watangulie mbele ya
Sanduku la Bwana.”

8 Baada ya Yoshua kuzungumza na watu, wale
makuhani saba wenye kuzibeba zile baragumu
saba mbele za Bwana, wakatangulia mbele,
wakipiga baragumu zao na Sanduku la Agano la
Bwana likawafuata. 9 Walinzi waliokuwa na silaha
wakaenda mbele ya hao makuhani waliopiga hizo
baragumu na hao walinzi wa nyuma wakafuata
Sanduku. Wakati wote huu baragumu zilikuwa
zikipigwa. 10 Bali Yoshua alikuwa amewaagiza watu,
“Msipige kelele ya vita, msipaze sauti zenu, wala
kusema neno lolote mpaka siku ile nitakayowaa-
mbia mpige kelele. Ndipo mtapiga kelele!” 11 Basi
akalipeleka Sanduku la Bwana kuzungushwa huo
mji, likizungushwa mara moja. Kisha watu waka-
rudi kambini kulala.

12 Yoshua akaamka mapema asubuhi iliyofuata
nao makuhani wakalichukua Sanduku la Bwana.
13 Wale Makuhani saba wakizibeba zile baragumu
saba wakatangulia mbele ya Sanduku la Bwana
wakizipiga. Watu wenye silaha wakatangulia mbele
yao na walinzi wa nyuma wakalifuata Sanduku la
Bwana, huku baragumu hizo zikiendelea kulia.
14 Siku ya pili wakauzunguka mji mara moja na
kurudi kambini. Wakafanya hivi kwa siku sita.

15 Siku ya saba, wakaamka asubuhi na mapema
wakauzunguka mji kama walivyokuwa wakifa-
nya, isipokuwa siku ile waliuzunguka mji mara
saba. 16 Walipouzunguka mara ya saba, makuhani
walipopiga baragumu kwa sauti kubwa, Yoshua
akawaamuru watu akisema, “Pigeni kelele! Kwa
maana Bwana amewapa mji huu! 17 Mji huu pamoja
na vyote vilivyomo ndani yake utawekwa wakfu
kwa Bwana. Ila Rahabu tu, yule kahaba na wote
ambao wako pamoja naye nyumbani mwake ndio
watakaosalimishwa, kwa sababu aliwaficha wale
wapelelezi tuliowatuma. 18 Lakini mjiepushe na vitu
vilivyowekwa wakfu, msije mkachukua chochote
katika hivyo, msije mkajiletea maangamizi katika
maskani ya Israeli na kuiletea taabu. 19 Fedha yote
na dhahabu, vyombo vya shaba na chuma ni vitaka-
tifu kwa Bwana, lazima viletwe katika hazina yake.”

20 Wakati baragumu zilipopigwa, watu walipiga
kelele, na katika sauti ya baragumu, na watu kupaza
sauti, ukuta ukaanguka; hivyo kila mtu akapanda
akiendelea mbele na kuuteka mji. 21 Wakauweka
mji wakfu kwa Bwana, na kila chenye uhai ndani
yake walikiangamiza kwa upanga, wanaume kwa
wanawake, vijana kwa wazee, ng'ombe, kondoo
na punda.

22 Yoshua akawaambia wale watu wawili walio-
kuwa wameipeleleza nchi, “Nendeni nyumbani
kwa yule kahaba, mleteni pamoja na wote waliomo
nyumbani mwake, kulingana na kiapo chenu
kwake.” 23 Basi wale vijana waliofanya upelelezi
wakaenda kumleta Rahabu, baba yake na mama
yake, na ndugu zake na watu wote waliokuwa
pamoja naye. Wakaleta jamaa yake yote na kuwa-
weka mahali nje ya kambi ya Israeli.

24 Kisha wakauchoma mji wote na kila kitu kili-
chokuwamo ndani yake. Lakini fedha, dhahabu,
vyombo vya shaba na vya chuma wakaviweka
katika hazina ya nyumba ya Bwana. 25 Lakini
Yoshua akamhifadhi Rahabu yule kahaba, jamaa
yake yote na wote waliokuwa wa kwake, kwa
sababu aliwaficha watu waliotumwa na Yoshua
kuipeleleza Yeriko, naye anaishi miongoni mwa
Waisraeli hata leo.

26 Wakati ule Yoshua akatamka kiapo hiki
akasema, “Aliyelaaniwa mbele za Bwana ni mtu
atakayeinuka kuujenga tena mji huu wa Yeriko:

“Kwa gharama ya mzaliwa wake wa kwanza
wa kiume
ataiweka misingi yake;
kwa gharama ya mtoto wake wa mwisho
atayaweka malango yake.”

27 Hivyo Bwana alikuwa pamoja na Yoshua, na
sifa zake zikaenea katika nchi yote.

Dhambi Ya Akani

7 Lakini Waisraeli hawakuwa waaminifu kuhusu
vile vitu vilivyowekwa wakfu; Akani mwana wa
Karmi, mwana wa Zabdi, mwana wa Zera, wa kabila
la Yuda, alivichukua baadhi ya hivyo vitu. Hasira
ya Bwana ikawaka dhidi ya Israeli.

2 Basi Yoshua akatuma watu kutoka Yeriko wae-
nde Ai, karibu na Beth-Aveni mashariki ya Betheli,
akawaambia, “Pandeni mkaipeleleze nchi.” Basi
wale watu wakapanda wakaipeleleza Ai.

3 Waliporudi kwa Yoshua, wakasema, “Si lazima
watu wote waende kupigana na Ai. Watume watu
elfu mbili au tatu wakauteke huo mji. Usiwachoshe
watu wote, kwa sababu huko kuna watu wacha-
che tu.” 4 Basi wakapanda kama watu elfu tatu tu,
lakini wakashambuliwa na watu wa Ai, 5 ambao
waliwaua watu kama thelathini na sita miongoni
mwao. Wakawafukuza Waisraeli kutoka lango la
mji hadi Shebarimu, nao wakawauwa huko kwe-
nye materemko. Kutokana na hili mioyo ya watu
ikayeyuka ikawa kama maji.

6 Ndipo Yoshua akayararua mavazi yake, akaa-
nguka kifudifudi mbele ya Sanduku la Bwana, na
akabakia hapo mpaka jioni. Wazee wa Israeli nao
wakafanya vivyo hivyo wakatia mavumbi vichwani
mwao. 7 Yoshua akasema, “Ee Bwana Mwenyezi,
kwa nini umewavusha watu hawa ng'ambo ya
Yordani ili kututia mikononi mwa Waamori watua-
ngamize? Laiti tungeliridhika kukaa ng'ambo ile
nyingine ya Yordani! 8 Ee Bwana, niseme nini sasa,
ikiwa sasa Israeli ameshafukuzwa na adui zake?
9 Wakanaani na watu wengine wa nchi watasikia
habari hii, nao watatuzunguka na kutufutilia jina
letu duniani. Utafanya nini basi kwa ajili ya jina
lako mwenyewe lililo kuu?”

10 Bwana akamwambia Yoshua, “Simama!
Unafanya nini hapo chini kifudifudi? 11 Israeli
ametenda dhambi. Wamekiuka agano langu nili-
lowaamuru kulishika. Wamechukua baadhi ya vitu
vilivyowekwa wakfu, wameiba, wamesema uongo,
wameviweka pamoja na mali zao. 12 Ndiyo sababu
Waisraeli hawawezi kusimama dhidi ya adui zao.

Wanawapa visogo na kukimbia kwa kuwa wana-
stahili maangamizi. Sitakuwa pamoja nanyi tena
mpaka mwangamize kila kitu miongoni mwenu
kilichotengwa kwa maangamizi.
13 "Nenda, ukawatakase watu. Waambie, 'Jita-
kaseni mjiandae kwa kesho; kwa sababu hili
ndilo asemalo BWANA, Mungu wa Israeli: Kitu
kilichowekwa wakfu kipo katikati yenu, ee Israeli.
Hamwezi kusimama dhidi ya adui zenu mpaka
mtakapokiondoa.
14 " 'Asubuhi, mjihudhurishe kabila kwa kabila.
Itakuwa kabila lile atakalolitwaa BWANA litakuja
mbele ukoo kwa ukoo, ukoo ule atakaoutwaa
BWANA utakuja mbele jamaa kwa jamaa, nayo
jamaa ile atakayoitwaa BWANA itakuja mbele mtu
kwa mtu. 15 Yule atakayekutwa na vitu vilivyowe-
kwa wakfu, atateketezwa kwa moto, pamoja na
vitu vyote alivyo navyo. Kwa kuwa amelivunja
agano la BWANA na kufanya kitu cha aibu katika
Israeli!' "
16 Kesho yake asubuhi na mapema Yoshua aka-
waamuru Israeli kuja mbele kabila kwa kabila; na
Yuda akatwaliwa. 17 Koo za Yuda zikaja mbele, naye
akawatwaa Wazera. Akaamuru ukoo wa Wazera
kuja mbele jamaa kwa jamaa, nayo jamaa ya Zabdi
ikatwaliwa. 18 Yoshua akaamuru watu wa jamaa ya
Zabdi kuja mbele mtu kwa mtu, naye Akani mwana
wa Karmi, mwana wa Zabdi, mwana wa Zera, wa
kabila la Yuda, akatwaliwa.
19 Ndipo Yoshua akamwambia Akani, "Mwana-
ngu, mtukuze BWANA, Mungu wa Israeli, nawe ukiri
kwake. Niambie ni nini ulichotenda; usinifiche."
20 Akani akamjibu Yoshua, "Ni kweli! Nimete-
nda dhambi dhidi ya BWANA, Mungu wa Israeli.
Hili ndilo nililofanya: 21 Nilipoona katika nyara
joho zuri la kutoka Babeli, shekeli mia mbili[a] za
fedha, na kabari ya dhahabu ya uzito wa shekeli
hamsini,[b] nikavitamani na nikavichukua. Tazama,
vimefichwa ardhini ndani ya hema langu, pamoja
na hiyo fedha chini yake."
22 Kwa hiyo Yoshua akatuma wajumbe, nao
wakapiga mbio mpaka hemani, tazama, vile vitu
vilikuwa vimefichwa hemani mwake, pamoja na
ile fedha chini yake. 23 Wakavichukua vile vitu
toka mle hemani, wakamletea Yoshua pamoja na
Waisraeli wote, na wakavitandaza mbele za BWANA.
24 Basi Yoshua, pamoja na Israeli yote, waka-
mchukua Akani mwana wa Zera, pamoja na ile
fedha, lile joho, ile kabari ya dhahabu, wanawe
na binti zake, ng'ombe, punda na kondoo wake,
hema yake pamoja na vitu vyote alivyokuwa navyo,
wakavileta katika Bonde la Akori. 25 Yoshua aka-
sema, "Kwa nini umeleta taabu hii juu yetu? BWANA
ataleta taabu juu yako leo hii."

Ndipo Israeli yote ikampiga Akani kwa mawe,
na baada ya kuwapiga jamaa yake yote kwa mawe,
wakawateketeza kwa moto. 26 Wakakusanya lundo
la mawe juu ya Akani, ambalo lipo mpaka leo. Naye
BWANA akageuka kutoka hasira yake kali. Kwa hiyo
mahali pale pakaitwa Bonde la Akori[c] tangu siku
hiyo.

Mji Wa Ai Waangamizwa

8 Ndipo BWANA akamwambia Yoshua, "Usiogope,
wala usivunjike moyo. Chukua jeshi lote la vita
uende pamoja nalo kuishambulia Ai. Kwa kuwa
nimeshamweka mikononi mwako mfalme wa Ai,
pamoja na watu wake, mji wake na nchi yake. 2 Uta-
fanya Ai na mfalme wake kama ulivyofanya kwa mji
wa Yeriko na mfalme wake, isipokuwa mnaweza
kuchukua mateka wake na mifugo wake, kwa ajili
yenu. Weka waviziaji upande wa nyuma ya mji."
3 Basi Yoshua na jeshi lote wakainuka kushambu-
lia Ai. Akachagua watu mashujaa elfu thelathini
walio bora miongoni mwa wapiganaji wake, aka-
wapeleka wakati wa usiku 4 akiwaagiza: "Sikilizeni
kwa makini. Mtavizia nyuma ya mji. Msiende mbali
sana na mji. Wote kuweni macho. 5 Mimi na watu
walio pamoja nami, tutaukabili mji, kisha itakuwa
hapo watu watakapotoka nje kupigana nasi, kama
walivyofanya hapo kwanza, sisi tutawakimbia.
6 Watatufuatilia mpaka tutakapokuwa tumewavuta
mbali na mji kwa kuwa watasema, 'Wanatukimbia,
kama walivyofanya hapo awali.' Hivyo tutakapo-
wakimbia, 7 ninyi inawapasa mwinuke mtoke huko
mafichoni na kuuteka mji. BWANA Mungu wenu
atautia mkononi mwenu. 8 Mtakapokuwa mmeu-
teka mji, uteketezeni kwa moto. Fanyeni kama vile
BWANA alivyoamuru. Angalieni, nimewaagiza."
9 Ndipo Yoshua akawatuma watu, nao wakae-
nda mahali pa kujificha, wakawa wanavizia kati
ya Betheli na Ai, kuelekea upande wa magharibi
wa Ai, lakini Yoshua akalala miongoni mwa watu
usiku huo.
10 Asubuhi na mapema siku iliyofuatia, Yoshua
akawakutanisha watu wake, na yeye na viongozi wa
Israeli wakawa mbele ya watu kwenda Ai. 11 Watu
wote wa vita waliokuwa pamoja naye walipanda,
wakakaribia na kufika mbele ya mji. Wakapiga
kambi kaskazini mwa Ai, pakiwa na bonde kati
yao na huo mji. 12 Yoshua alikuwa amewachukua
watu wapatao elfu tano, akawaweka katika uavizi
kati ya Betheli na Ai, upande wa magharibi wa mji.
13 Wakawaweka askari katika maeneo yao: wale
wote waliokuwa kambini wakawa kaskazini ya
mji na wale waliokuwa wakivizia wakawa upande
wa magharibi. Usiku huo Yoshua akaenda katika
lile bonde.
14 Mfalme wa Ai alipoona jambo hili, yeye pamoja
na watu wote wa mji wakatoka kwa haraka asu-
buhi na mapema, ili kukutana na Israeli katika vita
mahali fulani panapotazamana na Araba. Lakini
hakujua kwamba kulikuwa kumewekwa waviziaji
dhidi yake nyuma ya mji. 15 Yoshua na Israeli wote
wakaruhusu kurudishwa nyuma mbele yao, na
kuelekea jangwani. 16 Watu wote wa Ai wakaitwa
ili kuwafuatia, nao wakavutwa kumfuatia Yoshua
mbali na mji. 17 Hakuna hata mwanaume mmoja
aliyebakia Ai wala Betheli ambaye hakufuatia
Israeli. Wakauacha mji wazi na kuwafuatia Israeli.
18 Ndipo BWANA akamwambia Yoshua, "Inua huo
mkuki ulio mkononi mwako kuuelekeza Ai, kwa
kuwa nitautia huo mji mkononi mwako." Hivyo
Yoshua akauelekeza mkuki wake Ai. 19 Mara tu
alipofanya hivi, wale watu waliokuwa mavizioni

[a]21 Shekeli 200 za fedha ni sawa na kilo 2.3.
[b]21 Shekeli 50 ni sawa na gramu 600.
[c]26 Akori yamaanisha taabu

wakaondoka upesi kutoka mahali pao na kukimbilia mbele. Wakaingia ndani ya mji, wakauteka na kuutia moto kwa haraka.

20 Watu wa Ai wakaangalia nyuma, wakauona moshi wa huo mji ukielekea angani lakini hawakuwa na nafasi ya kutoroka kwa upande wowote, kwa kuwa wale Waisraeli waliokuwa wanawakimbia kuelekea jangwani walikuwa wamegeuka nyuma kuwakabili wakimbizaji wao. 21 Basi Yoshua na Israeli wote walipoona kwamba waviziaji wameshauteka mji na moshi ulikuwa unapaa juu kutoka kwenye mji, wakawageukia watu wa Ai na kuwashambulia. 22 Wale waviziaji nao pia wakatoka nje ya mji dhidi yao, hivi kwamba wakashikiwa katikati, Waisraeli wakiwa pande zote mbili. Israeli wakawaua, bila kuwaachia yeyote aliyenusurika wala aliyetoroka. 23 Lakini wakamchukua mfalme wa Ai akiwa hai na kumleta kwa Yoshua.

24 Israeli ilipomaliza kuwaua wanaume wote wa Ai katika mashamba na jangwani walipokuwa wamewafukuzia, na baada ya kila mmoja wao kuuawa kwa upanga, Waisraeli wote wakarudi Ai na kuwaua wale waliokuwa wamebakia mjini. 25 Watu kumi na mbili elfu, waume kwa wake, waliangamia siku ile, yaani watu wote wa Ai. 26 Kwa maana Yoshua hakuurudisha ule mkono wake uliokuwa umeuinua mkuki hadi alipomaliza kuwaangamiza wote walioishi Ai. 27 Lakini Israeli wakajichukulia mifugo na nyara za mji huu, kama vile Bwana alivyokuwa amemwagiza Yoshua.

28 Kwa hiyo Yoshua akauchoma moto mji wa Ai na kuufanya kuwa lundo la magofu la kudumu, mahali pa ukiwa hadi leo. 29 Akamwangika mfalme wa Ai kwenye mti na kumwacha hapo mpaka jioni. Wakati wa jua kutua, Yoshua akawaamuru wautoe mwili wake kwenye mti na kuutupa kwenye ingilio la lango la mji. Kisha wakalundika mawe makubwa mengi juu yake, ambayo yamesalia mpaka leo.

Agano Linafanywa Upya Katika Mlima Ebali

30 Kisha Yoshua akajenga madhabahu ya Bwana, Mungu wa Israeli, katika Mlima wa Ebali, 31 kama Mose mtumishi wa Bwana alivyokuwa amewaamuru Waisraeli. Akaijenga sawasawa na ilivyoandikwa katika Kitabu cha Sheria ya Mose: madhabahu ya mawe yasiyochongwa, ambayo juu yake hakuna chombo cha chuma kilichotumika. Hapo juu yake wakamtolea Bwana sadaka za kuteketezwa na kutoa sadaka za amani.[a] 32 Pale, mbele ya Waisraeli Yoshua akanakili juu ya hayo mawe sheria ya Mose, aliyokuwa ameiandika. 33 Israeli yote, wageni na wazawa sawasawa, wakiwa na wazee wao, maafisa na waamuzi, walikuwa wamesimama pande zote mbili za Sanduku la Agano la Bwana, wakiwaelekea wale waliokuwa wamelichukua, yaani makuhani, ambao ni Walawi. Nusu ya watu ilisimama mbele ya Mlima Gerizimu na nusu hiyo ingine ikasimama mbele ya Mlima Ebali, kama vile Mose mtumishi wa Bwana alivyokuwa ameamuru hapo mwanzo alipotoa maagizo ya kuwabariki watu wa Israeli.

34 Hatimaye, Yoshua akasoma maneno yote ya sheria, yaani baraka na laana, kama vile ilivyoandikwa katika Kitabu cha Sheria. 35 Hakuna neno lolote katika yale yote ambayo Mose alikuwa ameamuru ambalo Yoshua hakulisomea kusanyiko lote la Israeli, ikiwa ni pamoja na wanawake na watoto, na wageni walioishi miongoni mwao.

Udanganyifu Wa Wagibeoni

9 Basi ikawa wafalme wote waliokuwa magharibi mwa Yordani waliposikia juu ya haya yote, wale waliokuwa katika nchi ya vilima, upande wa magharibi mwa vilima na katika pwani yote ya hiyo Bahari Kuu,[b] hadi kufikia Lebanoni (wafalme wa Wahiti, Waamori, Wakanaani, Waperizi, Wahivi na Wayebusi), 2 wakajiunga pamoja ili kupigana vita dhidi ya Yoshua na Israeli.

3 Hata hivyo, watu wa Gibeoni waliposikia juu ya hayo yote Yoshua aliyowatendea watu wa Yeriko na Ai, 4 nao wakaamua kufanya hila: Wakajifanya kama wajumbe wakiwa na punda waliobebeshwa mizigo wakiwa na magunia yaliyochakaa na viriba vya mvinyo vikuukuu vyenye nyufa zilizozibwa. 5 Walivaa miguuni mwao viatu vilivyoraruka na kushonwa kisha wakavaa nguo kuukuu. Chakula chao kilikuwa mkate uliokauka na kuingia koga. 6 Ndipo wakamwendea Yoshua kambini huko Gilgali wakamwambia yeye pamoja na watu wa Israeli, "Tumetoka katika nchi ya mbali, fanyeni mkataba nasi."

7 Basi watu wa Israeli wakawaambia hao Wahivi, "Lakini huenda mnakaa karibu nasi, twawezaje basi kufanya mapatano nanyi?"

8 Wakamwambia Yoshua, "Sisi ni watumishi wako."

Yoshua akawauliza, "Ninyi ni nani, nanyi mnatoka wapi?"

9 Nao wakamjibu: "Watumishi wako wametoka nchi ya mbali sana kwa ajili ya umaarufu wa Bwana Mungu wenu. Kwa kuwa tumesikia taarifa zake: hayo yote aliyofanya huko Misri, 10 pia yale yote aliyowatendea wafalme wawili wa Waamori mashariki ya Yordani; huyo Sihoni mfalme wa Heshboni na Ogu mfalme wa Bashani, aliyetawala huko Ashtarothi. 11 Basi wazee wetu na wale wote wanaoishi katika nchi yetu walituambia, 'Chukueni chakula cha safari; nendeni mkakutane na watu hao na kuwaambia, "Sisi tu watumishi wenu, fanyeni mapatano nasi." ' 12 Mkate huu wetu ulikuwa wa moto tulipoufunga siku tulipoanza safari kuja kwenu, lakini sasa angalia jinsi ulivyokauka na kuota ukungu. 13 Viriba hivi vya mvinyo vilikuwa vipya tulipovijaza, lakini ona jinsi vilivyo na nyufa. Nguo zetu na viatu vimechakaa kwa ajili ya safari ndefu."

14 Basi watu wa Israeli wakavikagua vyakula vyao bila kupata shauri kutoka kwa Bwana. 15 Ndipo Yoshua akafanya mapatano ya amani pamoja nao kuwaacha waishi, nao viongozi wa kusanyiko wakathibitisha kwa kiapo.

16 Siku ya tatu baada ya hao kufanya mapatano na Wagibeoni, Waisraeli wakapata habari kuwa hao watu ni jirani zao waliokuwa wanaishi karibu

[a]31 Sadaka za ushirika

[b]1 Yaani Bahari ya Mediterania.

nao. 17 Ndipo wana wa Israeli wakasafiri na siku ya
tatu wakafika kwenye miji yao ya Gibeoni, Kefira,
Beerothi na Kiriath-Yearimu. 18 Lakini Waisraeli
hawakuwashambulia kwa kuwa viongozi wa kusa-
nyiko walikuwa wamewaapia kwa BWANA, Mungu
wa Israeli.

Kusanyiko lote likanung'unika dhidi ya hao
viongozi, 19 lakini viongozi wote wakawajibu,
"Tumeshawaapia kwa BWANA, Mungu wa Israeli,
kwa hiyo hatuwezi kuwagusa sasa. 20 Hivi ndi-
vyo tutakavyowafanyia: Tutawaacha waishi, ili
ghadhabu isije juu yetu kwa kuvunja kiapo tuli-
chowaapia." 21 Wakaendelea kusema, "Waacheni
waishi, lakini wawe wapasua kuni na wachota maji
kwa ajili ya jamii yote." Hivyo ahadi waliyoweka
viongozi kwao ikawa hivyo.

22 Kisha Yoshua akawaita Wagibeoni na kuwaa-
mbia, "Kwa nini mmetudanganya kwa kutuambia,
'Tunaishi mbali nanyi,' wakati ambapo ninyi mnai-
shi karibu nasi? 23 Sasa mko chini ya laana: Daima
mtakuwa wapasua kuni na wachota maji kwa ajili
ya nyumba ya Mungu wangu."

24 Wakamjibu Yoshua, "Watumwa wako walia-
mbiwa waziwazi jinsi BWANA Mungu wenu
alivyomwamuru mtumishi wake Mose kuwapa
ninyi nchi hii yote na kuwaangamiza wakazi wake
wote toka mbele zenu. Kwa hiyo tuliogopa mno
kwa ajili ya uhai wetu kwa sababu yenu, ndiyo
maana tukafanya neno hili. 25 Sasa tupo mikononi
mwako. Tufanyieni lolote mnaloona kuwa jema
na haki kwako."

26 Kwa hiyo Yoshua akawaokoa mikononi mwa
Waisraeli, nao hawakuuawa. 27 Siku hiyo Yoshua
akawafanya Wagibeoni wapasua kuni na wachota
maji kwa ajili ya jamii na kwa ajili ya madhabahu ya
BWANA mahali pale ambapo BWANA angepachagua.
Hivyo ndivyo walivyo hadi hivi leo.

Jua Linasimama

10 Baada ya haya Adoni-Sedeki mfalme wa Yeru-
salemu alisikia kuwa Yoshua alikuwa ameteka
mji wa Ai na kuuangamiza kabisa, tena alikuwa
ameua mfalme wake, kama alivyofanya huko Yeriko
na mfalme wake, tena ya kuwa watu wa Gibeoni
walikuwa wamefanya mapatano ya amani na Wai-
sraeli, na walikuwa wakiishi karibu yao. 2 Yeye na
watu wake wakataharuki mno kwa kuwa Gibeoni
ulikuwa mji mkubwa kama mmojawapo ya miji
ya kifalme; ulikuwa mkubwa kuliko Ai, nao watu
wake wote walikuwa mashujaa wa vita. 3 Hivyo
Adoni-Sedeki mfalme wa Yerusalemu akaomba
msaada kwa Hohamu mfalme wa Hebroni, Piramu
mfalme wa Yarmuthi, Yafia mfalme wa Lakishi, na
Debiri mfalme wa Egloni. 4 Akawaambia, "Njooni
mnisaidie kuipiga Gibeoni, kwa sababu imefanya
mapatano ya amani na Yoshua na Waisraeli."

5 Ndipo hao wafalme watano wa Waamori,
ambao ni wafalme wa Yerusalemu, Hebroni,
Yarmuthi, Lakishi na Egloni, wakaunganisha
majeshi yao. Wakapanda na vikosi vyao vyote, nao
wakajipanga dhidi ya Gibeoni na kuishambulia.

6 Nao Wagibeoni wakatuma ujumbe kwa Yoshua
kwenye kambi ya Gilgali na kumwambia, "Usiwa-
telekeze watumishi wako. Panda haraka uje kwetu
kutuokoa! Tusaidie, kwa sababu wafalme wote wa
Waamori wakaao kwenye nchi ya vilima wameu-
nganisha majeshi yao pamoja dhidi yetu."

7 Basi Yoshua akaondoka Gilgali pamoja na jeshi
lake lote, wakiwepo watu wote mashujaa wa vita.
8 BWANA akamwambia Yoshua, "Usiwaogope watu
hao, nimewatia mkononi mwako. Hakuna yeyote
atakayeweza kushindana nawe."

9 Baada ya Yoshua kutembea usiku kucha kutoka
Gilgali, akawashambulia ghafula. 10 BWANA akawa-
fadhaisha mbele ya Waisraeli, nao wakawashinda
kwa ushindi mkuu huko Gibeoni. Israeli wakawafu-
kuza kuelekea njia iendayo Beth-Horoni wakiwaua
mpaka kufikia njia iendayo Azeka na Makeda.
11 Walipokuwa wakikimbia mbele ya Israeli kwe-
nye barabara iteremkayo kutoka Beth-Horoni hadi
Azeka, BWANA akawavumishia mawe makubwa ya
mvua kutoka mbinguni, na wengi wao wakauawa
na hayo mawe kuliko wale waliouawa kwa upanga
wa Waisraeli.

12 Katika siku ile ambayo BWANA aliwapeana
Waamori kwa Israeli, Yoshua akanena na BWANA
akiwa mbele ya Waisraeli akasema:

"Wewe jua, simama juu ya Gibeoni,
wewe mwezi, tulia juu ya Bonde
la Aiyaloni."
13 Hivyo jua likasimama,
nao mwezi ukatulia,
hadi taifa hilo lilipokwisha
kujilipizia kisasi kwa adui wake,

kama ilivyoandikwa katika Kitabu cha Yashari.

Jua likasimama kimya katikati ya mbingu,
likachelewa kuzama muda wa siku moja nzima.
14 Haijakuwepo siku nyingine kama hiyo kabla au
baada, siku ambayo BWANA alimsikiliza mwana-
damu. Hakika BWANA alikuwa akiwapigania Israeli.
15 Ndipo Yoshua akarudi kambini huko Gilgali
pamoja na Israeli yote.

Wafalme Watano Wa Waamori Wauawa

16 Basi wale wafalme watano wakawa wamekimbia
kujificha kwenye pango huko Makeda. 17 Yoshua ali-
poambiwa kuwa wafalme hao watano wamekutwa
wakiwa wamejificha ndani ya pango huko Makeda,
18 akasema, "Vingirisheni mawe makubwa kwenye
mdomo wa hilo pango, tena wekeni walinzi wa kuli-
linda. 19 Lakini msiwaache! Wafuatieni adui zenu,
washambulieni kutoka nyuma, wala msiwaache
wafike kwenye miji yao, kwa kuwa BWANA Mungu
wenu amewatia mkononi mwenu."

20 Hivyo Yoshua pamoja na Waisraeli wakawaa-
ngamiza kabisa karibu wote, lakini wachache
waliosalia walifika kwenye miji yao yenye maboma.
21 Basi jeshi lote likarudi salama kwa Yoshua huko
kambini Makeda, na hakuna yeyote aliyetoa neno
kinyume cha Waisraeli.

22 Ndipo Yoshua akasema, "Haya fungueni
mdomo wa pango, mniletee hao wafalme watano."
23 Kwa hiyo wakawatoa hao wafalme watano nje ya
pango: wafalme wa Yerusalemu, Hebroni, Yarmu-
thi, Lakishi na Egloni. 24 Walipokuwa wamewaleta
hawa wafalme kwa Yoshua, akawaita watu wote wa

Israeli, na kuwaambia majemadari wa vita walio-
kwenda pamoja naye, "Njooni hapa mweke nyayo
zenu juu ya shingo za hawa wafalme." Basi wakaja
wakaweka nyayo zao shingoni.
25 Yoshua akawaambia, "Msiogope, wala msi-
vunjike moyo. Kuweni hodari na wenye ushujaa.
Hili ndilo BWANA atakalowatendea adui zenu wote
mnaokwenda kupigana nao." 26 Ndipo Yoshua aka-
wapiga na kuwaua wale wafalme na kuwatundika
juu ya miti mitano, nao wakaachwa wakining'inia
juu ya ile miti hadi jioni.
27 Wakati wa kuzama jua Yoshua akaamuru,
nao wakawashusha kutoka kwenye ile miti na
kuwatupa kwenye lile pango ambalo walikuwa
wamejificha. Kwenye mdomo wa lile pango waka-
weka mawe makubwa, ambayo yapo hadi leo.
28 Siku ile Yoshua akateka Makeda. Akamuua kila
mmoja katika ule mji, pamoja na mfalme wake kwa
upanga. Hakubakiza mtu yeyote. Akamfanyia mfa-
lme wa Makeda kama vile alivyokuwa amemfanyia
mfalme wa Yeriko.

Israeli Yaangamiza Miji Ya Kusini

29 Ndipo Yoshua akaondoka Makeda akiwa
pamoja na Israeli yote mpaka mji wa Libna na
kuushambulia. 30 BWANA pia akautia huo mji wa
Libna pamoja na mfalme wake mikononi mwa
Israeli. Yoshua akaangamiza ule mji na kila mtu
aliyekuwa ndani yake kwa upanga. Hakubakiza
huko mtu yeyote. Akamfanyia mfalme wa Libna
kama alivyokuwa amemfanyia mfalme wa Yeriko.
31 Kisha Yoshua akaondoka Libna kwenda Laki-
shi akiwa pamoja na Israeli yote; wakajipanga dhidi
yake na kuushambulia. 32 BWANA akautia Lakishi
mikononi mwa Israeli, Yoshua akauteka siku ya
pili. Yoshua akauangamiza mji na kila kilichokuwa
ndani yake kwa upanga, kama tu vile alivyokuwa
ameufanyia mji wa Libna. 33 Wakati huo huo,
Horamu mfalme wa Gezeri alikuwa amepanda
ili kusaidia Lakishi, lakini Yoshua akamshinda
pamoja na jeshi lake, hadi hapakubakia mtu yeyote.
34 Ndipo Yoshua akaondoka Lakishi kwenda
Egloni akiwa pamoja na Israeli yote; wakajipanga
dhidi yake na kuushambulia. 35 Wakauteka mji huo
siku ile ile, wakaupiga kwa upanga na kumwanga-
miza kila mmoja aliyekuwa ndani yake, kama vile
walivyokuwa wameufanyia Lakishi.
36 Kisha Yoshua akapanda kutoka Egloni kwenda
Hebroni akiwa pamoja na Israeli yote na kuusha-
mbulia. 37 Wakauteka mji na kuupiga kwa upanga,
pamoja na mfalme wake, vijiji vyake na kila mmoja
aliyekuwa ndani yake. Hawakubakiza mtu yeyote.
Kama vile huko Egloni, waliuangamiza kabisa
pamoja na kila mmoja aliyekuwa ndani yake.
38 Ndipo Yoshua na Israeli wote wakageuka na
kuushambulia Debiri. 39 Wakauteka mji, mfalme
wake na vijiji vyake, na kuupiga kwa upanga. Kila
mmoja aliyekuwa ndani yake wakamwangamiza
kabisa. Hawakubakiza mtu yeyote. Wakaufanyia
Debiri na mfalme wake kama vile walivyokuwa
wameifanyia miji ya Libna na Hebroni na wafa-
lme wao.
40 Hivyo Yoshua akalishinda eneo hilo lote,
ikiwa ni pamoja na nchi ya vilima, na Negebu,
na sehemu ya magharibi chini ya vilima, mate-
remko ya milima, pamoja na wafalme wake wote.
Hakubakiza mtu yeyote. Akaangamiza kabisa kila
kitu chenye pumzi, kama vile BWANA, Mungu wa
Israeli, alivyokuwa ameamuru. 41 Yoshua akawashi-
nda kuanzia Kadesh-Barnea hadi Gaza na kutoka
eneo lote la Gosheni hadi Gibeoni. 42 Wafalme hawa
wote pamoja na nchi zao Yoshua aliwashinda kwa
wakati mmoja, kwa sababu BWANA, Mungu wa
Israeli, aliwapigania Israeli.
43 Ndipo Yoshua akarudi pamoja na Israeli yote
kwenye kambi huko Gilgali.

Wafalme Wa Kaskazini Washindwa

11 Ikawa Yabini mfalme wa Hazori aliposikia
habari za mambo haya, akatuma ujumbe
kwa Yobabu mfalme wa Madoni, na kwa mfalme
wa Shimroni, na kwa mfalme wa Akishafu, 2 na
pia kwa wafalme wa upande wa kaskazini wale
waliokuwa milimani, katika Araba upande wa
kusini mwa Kinerethi, kwenye shefela, upande
wa magharibi na katika miinuko ya Nafoth-Dori
upande wa magharibi; 3 kwa Wakanaani upande
wa mashariki na magharibi; kwa Waamori, Wahiti,
Waperizi na Wayebusi katika nchi ya vilima; na
kwa Wahivi chini ya Hermoni katika eneo ya
Mispa. 4 Wakaja na vikosi vyao vyote na hesabu
kubwa ya farasi na magari ya kuvutwa na farasi,
jeshi kubwa, kama wingi wa mchanga ulio pwani
ya bahari. 5 Wafalme hawa wote wakaunganisha
majeshi yao na kupiga kambi pamoja kwenye Maji
ya Meromu, ili kupigana dhidi ya Israeli.
6 BWANA akamwambia Yoshua, "Usiwaogope,
kwa sababu kesho saa kama hii nitawatia wote
mikononi mwa Israeli, wakiwa wameuawa. Uta-
kata mishipa ya nyuma ya miguu ya farasi wao na
kuyachoma moto magari yao ya vita."
7 Hivyo Yoshua pamoja na jeshi lake lote wakaja
dhidi yao ghafula kwenye Maji ya Meromu kuwa-
shambulia, 8 naye BWANA akawatia mikononi
mwa Israeli. Wakawashinda na kuwafukuza hadi
Sidoni Kuu na kuwafikisha Misrefoth-Maimu, hadi
Bonde la Mispa upande wa mashariki, hadi pakawa
hakuna yeyote aliyebaki. 9 Yoshua akawatendea
kama BWANA alivyoamuru. Akakata mishipa ya
nyuma ya miguu ya farasi wao na kuchoma moto
magari yao ya vita.
10 Wakati huo Yoshua akarudi na kuuteka mji
wa Hazori na kumuua mfalme wake kwa upanga.
(Hazori ulikuwa mji mkuu wa falme hizo zote.)
11 Kila aliyekuwa ndani yake wakamuua kwa upa-
nga. Wakawaangamiza kabisa, wala hawakusaza
chochote chenye pumzi na akauchoma Hazori
kwenyewe kwa moto.
12 Yoshua akaiteka hii miji yote ya kifalme pamoja
na wafalme wake na kuwapiga kwa upanga. Aka-
waangamiza kabisa wote, jinsi Mose mtumishi wa
BWANA alivyowaagiza. 13 Lakini Israeli hawakui-
choma moto hata mojawapo ya miji iliyojengwa
katika vilima vyao vidogo isipokuwa mji wa Hazori
ambao Yoshua aliuchoma moto. 14 Waisraeli waka-
jichukulia nyara zote na mifugo yote ya miji hii,
bali waliwaua watu wote kwa upanga hadi wali-
powaangamiza kabisa, pasipo kumbakiza yeyote

mwenye pumzi. 15 Kama vile BWANA alivyomwagiza
Mose mtumishi wake, vivyo hivyo Mose alimwa-
giza Yoshua, naye Yoshua akafanya kama vivyo,
hakukosa kufanya lolote katika yale yote BWANA
aliyomwagiza Mose.

16 Yoshua akaiteka nchi hii yote: nchi ya vilima,
Negebu yote, eneo yote ya Gosheni, shefela ya
upande wa magharibi, Araba na milima ya Israeli
pamoja na shefela zao, 17 kuanzia Mlima Halaki
ambao umeinuka kuelekea Seiri hadi Baal-Gadi
katika Bonde la Lebanoni chini ya Mlima Hermoni.
Akawateka wafalme wake wote, akawapiga na
kuwaua. 18 Yoshua akapigana vita dhidi ya wafalme
hawa wote kwa muda mrefu. 19 Hakuna mji wowote
katika eneo hili uliofanya mkataba wa amani na
Israeli, isipokuwa hao Wahivi wa Gibeoni. Wengine
wote walishindwa katika vita. 20 Kwa maana BWANA
mwenyewe ndiye aliifanya mioyo yao iwe migumu,
ili kupigana vita dhidi ya Israeli ili apate kuwafutilia
mbali pasipo huruma, kama BWANA alivyomwagiza
Mose.

21 Wakati huo Yoshua akaenda kuwaangamiza
Waanaki kutoka nchi ya vilima: kuanzia Hebroni,
Debiri na Anabu, na kutoka nchi yote ya vilima
ya Yuda na kutoka nchi yote ya vilima ya Israeli.
Yoshua akawaangamiza kabisa pamoja na miji
yao. 22 Hawakubaki Waanaki wowote katika nchi
ya Israeli, ila tu katika nchi ya Gaza, Gathi na
Ashdodi. 23 Hivyo Yoshua akaiteka nchi hiyo yote
kama vile BWANA alivyokuwa amemwagiza Mose,
naye Yoshua akawapa Israeli kuwa urithi wao,
kulingana na walivyogawanyika katika kabila zao.

Ndipo nchi ikawa na amani bila vita.

Orodha Ya Wafalme Walioshindwa

12 Hawa ndio wafalme wa nchi ambao Waisraeli
waliwashinda na kuitwaa nchi yao upande wa
mashariki mwa Yordani, kuanzia Bonde la Arnoni
mpaka Mlima Hermoni, pamoja na eneo lote la
upande wa mashariki ya Araba:

2 Sihoni mfalme wa Waamori, ambaye alitawala
huko Heshboni.

Alitawala kuanzia Aroeri kwenye ukingo wa
Bonde la Arnoni, kuanzia katikati ya bonde,
hadi kwenye Mto Yaboki, ambao ni mpaka wa
Waamoni. Hii ilijumlisha nusu ya Gileadi. 3 Pia
alitawala Araba ya mashariki kuanzia Bahari
ya Kinerethi[a] hadi Bahari ya Araba (yaani
Bahari ya Chumvi[b]), hadi Beth-Yeshimothi,
kisha kuelekea kusini chini ya materemko
ya Pisga.

4 Nayo nchi ya Ogu mfalme wa Bashani, aliyekuwa
mmoja wa mabaki ya Warefai, aliyetawala Ashta-
rothi na Edrei.

5 Naye alitawala katika Mlima Hermoni,
Saleka, Bashani yote hadi mpaka wa watu
wa Geshuri, na watu wa Maaka na nusu ya
Gileadi, hadi kwenye mpaka wa Sihoni mfa-
lme wa Heshboni.

6 Mose, mtumishi wa BWANA, na Waisraeli
wakawashinda. Naye Mose mtumishi wa BWANA
akawapa Wareubeni, Wagadi na nusu ya kabila
la Manase nchi ya hao wafalme ili iwe milki yao.

7 Hawa ndio wafalme wa nchi ambao Yoshua
na Waisraeli waliwashinda upande wa magharibi
mwa Yordani, kuanzia Baal-Gadi katika Bonde la
Lebanoni hadi kufikia Mlima Halaki, unaoinuka
ukielekea Seiri. (Yoshua alitoa nchi zao kwa
makabila ya Israeli iwe urithi wao sawasawa na
mgawanyiko wa makabila yao: 8 nchi ya vilima, she-
fela, upande wa magharibi, Araba, materemko ya
milima, jangwa, na Negebu; nchi za Wahiti, Waa-
mori, Wakanaani, Waperizi, Wahivi na Wayebusi):

9 mfalme wa Yeriko mmoja
mfalme wa Ai (karibu na Betheli) mmoja
10 mfalme wa Yerusalemu mmoja
mfalme wa Hebroni mmoja
11 mfalme wa Yarmuthi mmoja
mfalme wa Lakishi mmoja
12 mfalme wa Egloni mmoja
mfalme wa Gezeri mmoja
13 mfalme wa Debiri mmoja
mfalme wa Gederi mmoja
14 mfalme wa Horma mmoja
mfalme wa Aradi mmoja
15 mfalme wa Libna mmoja
mfalme wa Adulamu mmoja
16 mfalme wa Makeda mmoja
mfalme wa Betheli mmoja
17 mfalme wa Tapua mmoja
mfalme wa Heferi mmoja
18 mfalme wa Afeki mmoja
mfalme wa Lasharoni mmoja
19 mfalme wa Madoni mmoja
mfalme wa Hazori mmoja
20 mfalme wa Shimron-Meroni mmoja
mfalme wa Akishafu mmoja
21 mfalme wa Taanaki mmoja
mfalme wa Megido mmoja
22 mfalme wa Kedeshi mmoja
mfalme wa Yokneamu katika
Karmeli mmoja
23 mfalme wa Dori (katika
Nafoth-Dori)[c] mmoja
mfalme wa Goimu katika Gilgali mmoja
24 mfalme wa Tirsa mmoja
wafalme jumla yao ilikuwa thelathini na mmoja.

Sehemu Za Kanaani Ambazo Hazijatwaliwa

13 Yoshua alipokuwa mzee na umri wake ukiwa
umesogea sana, BWANA akamwambia, "Wewe
ni mzee sana, na bado kumesalia sehemu kubwa
sana za nchi ambazo ni za kutwaliwa.

2 "Nchi iliyosalia ni hii: maeneo yote ya Wafili-
sti na Wageshuri: 3 kutoka Mto Shihori ulioko
mashariki mwa Misri, kuelekea kaskazini
kwenye eneo la Ekroni, ambayo yote ilihe-
sabika kama ya Wakanaani (maeneo yale

[a]3 Yaani Bahari ya Galilaya.
[b]3 Yaani Bahari Mfu.
[c]23 Au: katika miinuko ya Nafoth-Dori.

matano ya watawala wa Kifilisti, ambayo ni
Gaza, Ashdodi, Ashkeloni, Gathi na Ekroni:
ndiyo nchi ya Waavi); 4 kuanzia kusini, nchi
yote ya Wakanaani, kuanzia Ara ambayo ni
ya Wasidoni, ikienea hadi Afeki, na eneo la
Waamori, 5 eneo la Wagebali;[a] Lebanoni yote
kuelekea mashariki, kuanzia Baal-Gadi chini
ya Mlima Hermoni hadi Lebo-Hamathi.

6 "Na kuhusu wakaaji wote katika maeneo ya
milima, kuanzia Lebanoni hadi Misrefoth-Maimu,
pamoja na eneo lote la Wasidoni, mimi mwenyewe
nitawafukuza watoke mbele ya Waisraeli. Haki-
kisha umegawa nchi hii kwa Israeli kuwa urithi,
kama nilivyokuagiza, 7 sasa basi, ligawanye eneo
hili kwa yale makabila tisa na ile nusu ya kabila la
Manase kuwa urithi."

Mgawanyo Wa Nchi Mashariki Mwa Yordani

8 Ile nusu nyingine ya Manase, Wareubeni na
Wagadi, walishapokea urithi Mose aliokuwa
amewapa mashariki mwa Yordani, sawasawa na
mtumishi wa BWANA alivyowagawia.

9 Eneo lao lilienea toka Aroeri, iliyoko uki-
ngoni mwa Bonde la Arnoni kuanzia mji
ulio katikati ya bonde, likijumlisha nchi
ya uwanda wa juu wote wa Medeba mpaka
Diboni, 10 nayo miji yote ya Sihoni mfalme
wa Waamori, aliyetawala Heshboni, hadi
mpakani mwa Waamoni. 11 Vilevile ilijumli-
sha Gileadi, eneo la Wageshuri na Wamaaka,
mlima wote wa Hermoni na Bashani yote ikie-
nea hadi Saleka: 12 yaani ufalme wote wa Ogu
katika Bashani, aliyekuwa ametawala katika
Ashtarothi na Edrei, na ndiye pekee alisalia
kwa Warefai. Mose alikuwa amewashinda
na kuteka nchi yao. 13 Lakini Waisraeli hawa-
kuwafukuza watu wa Geshuri na wa Maaka,
kwa hiyo wanaendelea kuishi miongoni mwa
Waisraeli mpaka leo hii.

14 Lakini kwa kabila la Lawi, Mose hakupeana
urithi, kwa kuwa sadaka za kuteketezwa kwa moto
zilizotolewa kwa BWANA, Mungu wa Israeli, ndizo
zilizokuwa urithi wao, kama alivyowaahidi.

15 Haya ndiyo maeneo ambayo Mose alikuwa ame-
wapa kabila la Reubeni ukoo kwa ukoo:

16 Eneo la Aroeri lililo ukingoni mwa Bonde la
Arnoni, na kuanzia mji ulio katikati ya bonde,
pia uwanda wote wa juu kupita Medeba
17 hadi Heshboni na miji yake yote kwenye
uwanda wa juu, ikijumlishwa miji ya Diboni,
Bamoth-Baali, Beth-Baal-Meoni, 18 Yahasa,
Kedemothi, Mefaathi, 19 Kiriathaimu, Sibma,
Sereth-Shahari juu ya kilima kilicho katika
bonde, 20 Beth-Peori, materemko ya Pisga na
Beth-Yeshimothi: 21 miji yote ya uwanda wa juu
na eneo lote la utawala wa Sihoni mfalme wa
Waamori, aliyetawala katika Heshboni. Mose
alikuwa amemshinda Sihoni, pia watawala
wakuu wa Wamidiani, ambao ni Evi, Rekemu,
Suri, Huri na Reba, waliokuwa wameungana
na Sihoni, ambao waliishi katika nchi ile.
22 Pamoja na wale waliouawa katika vita,
Waisraeli walikuwa wamemuua kwa upanga
Balaamu mwana wa Beori aliyekuwa mchawi.
23 Mpaka wa Wareubeni ulikuwa ni ukingo wa
Mto Yordani. Miji hii na vijiji vyake ndiyo ili-
yokuwa urithi wa Wareubeni ukoo kwa ukoo.

24 Haya ndiyo maeneo ambayo Mose alikuwa ame-
wapa kabila la Gadi, ukoo kwa ukoo:

25 Nchi ya Yazeri, miji yote ya Gileadi na nusu
ya nchi ya Amoni iliyoenea hadi Aroeri, karibu
na Raba; 26 na kuanzia Heshboni mpaka
Ramath-Mispa na Betonimu, na kutoka
Mahanaimu hadi eneo la Debiri; 27 na katika
bonde, Beth-Haramu, Beth-Nimra, Sukothi na
Safoni na sehemu iliyobaki ya eneo la utawala
wa Sihoni mfalme wa Heshboni (upande wa
mashariki mwa Mto Yordani, eneo inayoishia
kwenye Bahari ya Kinerethi[b]). 28 Miji hii na
vijiji vyake ilikuwa urithi wa kabila la Gadi
ukoo kwa ukoo.

29 Haya ndiyo maeneo ambayo Mose alikuwa ame-
wapa hiyo nusu ya kabila la Manase, yaani kwa
nusu ya jamaa ya uzao wa Manase, ukoo kwa ukoo:

30 Eneo lililoenea kuanzia Mahanaimu, na
kujumlisha Bashani yote, ufalme wote wa
Ogu mfalme wa Bashani, makazi yote ya Yairi
huko Bashani, miji sitini, 31 nusu ya Gileadi,
na Ashtarothi na Edrei (miji ya kifalme ya
Ogu katika Bashani). Hii ilikuwa kwa ajili ya
wazao wa Makiri mwana wa Manase, kwa ajili
ya nusu ya wana wa Makiri, ukoo kwa ukoo.

32 Huu ndio urithi alioupeana Mose wakati
alipokuwa katika tambarare za Moabu, ng'ambo
ya Yordani mashariki mwa Yeriko. 33 Lakini kwa
kabila la Walawi, Mose hakuwapa urithi; BWANA
Mungu, Mungu wa Israeli ndiye urithi wao, kama
alivyowaahidi.

Mgawanyo Wa Nchi Magharibi Mwa Yordani

14 Basi haya ndiyo maeneo Waisraeli waliyo-
pokea kama urithi katika nchi ya Kanaani,
ambayo kuhani Eleazari, Yoshua mwana wa Nuni
na viongozi wa koo za kabila za Israeli waliwaga-
wia. 2 Urithi wao uligawanywa kwa kura kwa yale
makabila tisa na nusu, kama BWANA alivyoamuru
Mose. 3 Mose alikuwa amewapa yale makabila
mawili na nusu urithi wao upande wa mashariki
mwa Yordani, lakini Walawi hawakupewa urithi
miongoni mwa hao wengine, 4 kwa kuwa wana
wa Yosefu walikuwa makabila mawili; Manase na
Efraimu. Walawi hawakupata mgawo wa ardhi,
bali walipewa miji tu kwa ajili ya kuishi, pamoja
na maeneo ya malisho kwa ajili ya makundi yao
ya kondoo, mbuzi na ng'ombe wao. 5 Kwa hiyo
Waisraeli wakagawana ile nchi, kama vile BWANA
alivyomwagiza Mose.

[a]5 Yaani eneo la Bubilo, mji wa zamani sana wa Ufoinike (kama kilomita 80 kaskazini mwa Beiruti).

[b]27 Yaani Bahari ya Galilaya.

Kalebu Anapewa Mji Wa Hebroni

6 Kisha watu wa Yuda wakamwendea Yoshua
huko Gilgali, naye Kalebu mwana wa Yefune
yule Mkenizi, akamwambia, "Unajua jambo
ambalo Bwana alimwambia Mose mtu wa Mungu
huko Kadesh-Barnea kukuhusu wewe na mimi.
7 Nilikuwa na umri wa miaka arobaini, wakati
Mose mtumishi wa Bwana, aliponituma kutoka
Kadesh-Barnea kuipeleleza hiyo nchi. Nami nika-
mletea taarifa kama kulingana na nilivyosadiki
moyoni. 8 Lakini ndugu zangu tuliopanda nao
waliifanya mioyo ya watu iyeyuke kwa hofu. Bali
mimi, nilimfuata Bwana Mungu wangu kwa moyo
wote. 9 Hivyo katika siku ile, Mose akaniapia, 'Nchi
ambayo umeikanyaga kwa miguu yako itakuwa
urithi wako na wa watoto wako milele, kwa sababu
umemfuata Bwana Mungu wangu kwa moyo wote.'
10 "Sasa basi, kama vile Bwana alivyoahidi, ame-
niweka hai kwa miaka arobaini na mitano tangu
wakati alipomwambia Mose jambo hili, wakati
Waisraeli wakiwa wanazunguka jangwani. Hivyo
mimi hapa leo, nina umri wa miaka themanini na
mitano! 11 Bado ninazo nguvu kama siku ile Mose
aliponituma. Bado ninazo nguvu za kwenda vitani
sasa kama vile nilivyokuwa wakati ule. 12 Basi nipe
nchi hii ya vilima, ambayo Bwana aliniahidi siku ile.
Wewe mwenyewe ulisikia wakati ule kwamba Waa-
naki walikuwako huko na miji yao ilikuwa mikubwa
na yenye maboma, lakini, kwa msaada wa Bwana,
nitawafukuza watoke huko kama vile alivyonena."
13 Ndipo Yoshua akambariki Kalebu mwana wa
Yefune, na akampa Hebroni kama urithi wake.
14 Hivyo Hebroni imekuwa mali ya Kalebu mwana
wa Yefune Mkenizi tangu wakati ule, kwa sababu
alimwandama Bwana, Mungu wa Israeli, kwa
moyo wote. 15 (Hebroni uliitwa Kiriath-Arba hapo
mwanzo, kutokana na huyo Arba ambaye alikuwa
mtu mkuu kupita wote miongoni mwa Waanaki.)

Kisha nchi ikawa na amani bila vita.

Mgawo Kwa Yuda

15 Mgawo kwa kabila la Yuda, ulienea ukoo kwa
ukoo, ukishuka kufikia eneo la Edomu, hadi
Jangwa la Sini mwisho kabisa upande wa kusini.
2 Mpaka wao wa kusini ulianzia kwenye
ghuba iliyoko kwenye ncha ya kusini mwa
Bahari ya Chumvi, 3 ukakatiza kusini mwa
Akrabimu, ukaendelea hadi Sini ukaenda
hadi kusini mwa Kadesh-Barnea. Tena
ukapitia Hesroni ukapanda hadi Adari na
ukapinda hadi Karka. 4 Kisha ukaendelea
mpaka Azmoni na kuunganika na Kijito
cha Misri, na kuishia baharini. Huu ndio
mpaka wao wa upande wa kusini.
5 Mpaka wa upande wa mashariki ni
Bahari ya Chumvi ukienea mahali Mto
Yordani unapoingilia.

Mpaka wa upande wa kaskazini ulianzia
penye ghuba ya bahari mahali Mto Yordani
unapoingilia, 6 ukapanda hadi Beth-Hogla,
na kuendelea kaskazini mwa Beth-Araba
hadi kwenye Jiwe la Bohani mwana wa
Reubeni. 7 Kisha mpaka ulipanda hadi
Debiri kutoka Bonde la Akori na kugeuka
kaskazini hadi Gilgali inayotazamana na
materemko ya Adumimu, kusini mwa
bonde. Ukaendelea sambamba hadi maji ya
En-Shemeshi na kutokeza huko En-Rogeli.
8 Kisha ukapanda kwa kufuata Bonde la
Ben-Hinomu sambamba na mteremko wa
kusini wa mji mkubwa wa Wayebusi (yaani
Yerusalemu). Kutoka hapo ukapanda juu
ya kilima magharibi ya Bonde la Hinomu
mwisho wa ncha ya kaskazini mwa Bonde
la Warefai. 9 Kutoka juu ya kilima mpaka
ule ukaendelea hadi kwenye chemchemi
ya maji ya Neftoa, ukatokea kwenye miji ya
Mlima Efroni na kuteremka kuelekea Baala
(yaani Kiriath-Yearimu). 10 Kisha ukapinda
upande wa magharibi kutoka Baala hadi
Mlima Seiri, ukafuatia sambamba mte-
remko wa kaskazini mwa Mlima Yearimu
(yaani Kesaloni), ukaendelea chini hadi
Beth-Shemeshi na kukatiza hadi Timna.
11 Ukaelekea hadi kwenye mteremko wa
kaskazini mwa Ekroni, ukageuka kuele-
kea Shikeroni, ukapita hadi Mlima Baala
na kufika Yabineeli. Mpaka ule ukaishia
baharini.
12 Mpaka wa magharibi ni pwani ya
Bahari Kuu.

Hii ndiyo mipaka ya watu wa Yuda kwa koo zao.

Nchi Aliyopewa Kalebu

13 Kwa kufuata maagizo ya Bwana kwake, Yoshua
alimpa Kalebu mwana wa Yefune sehemu katika
Yuda: Kiriath-Arba, yaani Hebroni (Arba alikuwa
baba wa zamani wa Anaki). 14 Kutoka Hebroni
Kalebu alifukuza hao wana watatu wa Anaki, nao
ni Sheshai, Ahimani na Talmai, wazao wa Anaki.
15 Kutoka hapo akaondoka kupigana dhidi ya watu
walioishi Debiri (jina la Debiri hapo kwanza uliitwa
Kiriath-Seferi). 16 Kalebu akasema, "Nitamwoza
binti yangu Aksa kwa mtu atakayeweza kupigana
na kuteka Kiriath-Seferi." 17 Basi Othnieli mwana
wa Kenazi, ndugu yake Kalebu, akauteka; hivyo
Kalebu akamtoa Aksa binti yake aolewe naye.
18 Siku moja Aksa alipokuja kwa Othnieli, alimsihi
Othnieli amwombe baba yake, Kalebu, shamba.
Aksa aliposhuka kutoka juu ya punda wake, Kalebu
akamuuliza, "Je, wataka nikufanyie nini?"
19 Akamjibu, "Naomba unifanyie jambo moja la
hisani. Kwa kuwa umenipa ardhi huko Negebu,
nipe pia chemchemi za maji." Basi Kalebu akampa
chemchemi za juu na za chini.

Miji Ya Yuda

20 Huu ndio urithi wa kabila la Yuda, ukoo kwa
ukoo:

21 Miji ya kusini kabisa ya kabila la Yuda katika
Negebu kuelekea mpaka wa Edomu ilikuwa:
Kabseeli, Ederi, Yaguri, 22 Kina, Dimona,
Adada, 23 Kedeshi, Hazori, Ithnani, 24 Zifu,
Telemu, Bealothi, 25 Hazor-Hadata, Kerioth-
Hezroni (yaani Hazori), 26 Amamu, Shema,

Molada, [27] Hasar-Gada, Heshmoni,
Beth-Peleti, [28] Hasar-Shuali, Beer-Sheba,
Biziothia, [29] Baala, Iyimu, Esemu, [30] Eltoladi,
Kesili, Horma, [31] Siklagi, Madmana, Sansana,
[32] Lebaothi, Shilhimu, Aini na Rimoni; hiyo
yote ni miji ishirini na tisa, pamoja na vijiji
vyake.

[33] Kwenye shefela ya magharibi:
Eshtaoli, Sora, Ashna, [34] Zanoa,
En-Ganimu, Tapua, Enamu, [35] Yarmuthi,
Adulamu, Soko, Azeka, [36] Shaaraimu,
Adithaimu na Gedera (au Gederothaimu);
yote ni miji kumi na minne, pamoja na
vijiji vyake.
[37] Senani, Hadasha, Migdal-Gadi,
[38] Dileani, Mispa, Yoktheeli, [39] Lakishi,
Boskathi, Egloni, [40] Kaboni, Lamasi, Kitli-
shi, [41] Gederothi, Beth-Dagoni, Naama na
Makeda; yote ni miji kumi na sita pamoja
na vijiji vyake.
[42] Libna, Etheri, Ashani, [43] Yifta, Ashna,
Nesibu, [44] Keila, Akzibu na Maresha; yote
ni miji tisa pamoja na vijiji vyake.
[45] Ekroni, pamoja na viunga vyake na vijiji
vyake; [46] magharibi ya Ekroni, maeneo yote
yaliyokuwa karibu na Ashdodi, pamoja na
vijiji vyake; [47] Ashdodi, miji yake na vijiji
vyake na Gaza viunga vyake na vijiji vyake,
hadi kufikia Kijito cha Misri na Pwani ya
Bahari Kuu.

[48] Katika nchi ya vilima:
Shamiri, Yatiri, Soko, [49] Dana, Kiriath-
Sana (yaani Debiri), [50] Anabu, Eshtemoa,
Animu, [51] Gosheni, Holoni na Gilo; miji
kumi na mmoja pamoja na vijiji vyake.
[52] Arabu, Duma, Ashani, [53] Yanimu,
Beth-Tapua, Afeka, [54] Humta, Kiriath-Arba
(yaani Hebroni), na Siori; miji tisa pamoja
na vijiji vyake.
[55] Maoni, Karmeli, Zifu, Yuta, [56] Yezreeli,
Yokdeamu, Zanoa, [57] Kaini, Gibea na Timna;
miji kumi pamoja na vijiji vyake.
[58] Halhuli, Beth-Suri, Gedori, [59] Maarathi,
Beth-Anothi na Eltekoni; miji sita pamoja
na vijiji vyake.
[60] Kiriath-Baali (yaani Kiriath-Yearimu)
na Raba; miji miwili pamoja na vijiji vyake.

[61] Huko jangwani:
Beth-Araba, Midini, Sekaka, [62] Nibshani,
Mji wa Chumvi, na En-Gedi; miji sita
pamoja na vijiji vyake.

[63] Yuda hakuweza kuwafukuza Wayebusi, walio-
kuwa wakiishi Yerusalemu; hadi leo Wayebusi
huishi huko pamoja na watu wa Yuda.

Mgawo Kwa Efraimu Na Manase

16 Mgawanyo wa Yosefu ulianzia Yordani
ya Yeriko, mashariki mwa miji ya
Yeriko na kutoka hapo ulipanda kupitia
jangwani na kuingia katika nchi ya vilima
ya Betheli. [2] Ukaendelea kutoka Betheli
(ndiyo Luzu), ukavuka kuingia eneo la Waa-
riki huko Atarothi, [3] ukateremkia kuelekea
magharibi hadi eneo la Wayafleti ukienea
hadi eneo la Beth-Horoni ya Chini hadi
Gezeri, ukiishia baharini.
[4] Kwa hiyo Manase na Efraimu, wazao wa Yosefu,
walipokea urithi wao.

[5] Hili ndilo lilikuwa eneo la Efraimu, ukoo kwa
ukoo:
Mpaka wa urithi wao ulianzia
Ataroth-Adari upande wa mashariki
hadi Beth-Horoni ya Juu, [6] na kuendelea
mpaka baharini. Kutoka Mikmeta upande
wa kaskazini ulipinda kuelekea mashariki
hadi Taanath-Shilo, ukiupita hadi Yanoa
upande wa mashariki. [7] Kisha uliteremka
kutoka Yanoa hadi Atarothi na Naara,
ukagusa Yeriko na kutokea katika Mto
Yordani. [8] Kutoka Tapua mpaka ulikwenda
magharibi hadi Bonde la Kana na kuishia
baharini. Huu ulikuwa ndio urithi wa kabila
la Waefraimu, ukoo kwa ukoo. [9] Pia uliju-
muisha miji yote na vijiji vyake ambavyo
vilitengwa kwa ajili ya Waefraimu ndani
ya urithi wa kabila la Manase.
[10] Hawakuwatoa Wakanaani waishio Gezeri; mpaka
leo Wakanaani wanaishi miongoni mwa watu wa
Efraimu lakini wanatakiwa kufanya kazi ngumu
za kulazimishwa.

Mgawo Wa Nusu Nyingine Ya Manase Upande Wa Magharibi

17 Huu ndio mgawo wa kabila la Manase kama
mzaliwa wa kwanza wa Yosefu, yaani kwa
ajili ya Makiri, mzaliwa wa kwanza wa Manase.
Makiri alikuwa baba wa Wagileadi, ambao wali-
pokea Gileadi na Bashani kwa sababu Wamakiri
walikuwa askari wakuu. [2] Kwa hiyo mgawo huu
ulikuwa kwa ajili ya watu wa Manase waliokuwa
wamebaki, ambao ni koo za Abiezeri, Heleki,
Asirieli, Shekemu, Heferi na Shemida. Hawa
ndio wanaume wale wengine wa uzao wa Manase
mwana wa Yosefu kwa koo zao.
[3] Basi Selofehadi mwana wa Heferi, mwana wa
Gileadi, mwana wa Makiri, mwana wa Manase
hakuwa na wana waume ila mabinti tu, ambao
majina yao yalikuwa Mahla, Noa, Hogla, Milka na
Tirsa. [4] Wakamwendea kuhani Eleazari, Yoshua
mwana wa Nuni, na viongozi, wakasema: "Bwana
alimwagiza Mose atupatie urithi miongoni mwa
ndugu zetu." Kwa hiyo Yoshua akawapa urithi
pamoja na ndugu wa baba yao, kufuatana na agizo
la Bwana. [5] Fungu la Manase lilikuwa na sehemu
kumi za nchi, licha ya Gileadi na Bashani mashariki
mwa Yordani, [6] kwa sababu wale binti za kabila la
Manase walipokea urithi miongoni mwa wana wa
kiume. Nchi ya Gileadi ilikuwa mali ya wazao wa
Manase waliobaki.
[7] Eneo la Manase lilienea kuanzia Asheri
hadi Mikmeta mashariki mwa Shekemu.
Mpaka ule ulielekea upande wa kusini
kutoka pale kujumuisha watu walioishi

En-Tapua. 8 (Nchi ya Tapua ilikuwa mali
ya Manase, lakini Tapua yenyewe iliyo
mpakani mwa nchi ya Manase ilikuwa ya
Waefraimu.) 9 Kisha mpaka ule uliende-
lea kuelekea kusini hadi Bonde la Kana.
Kulikuwepo miji ya Efraimu iliyokuwa mio-
ngoni mwa miji ya Manase, lakini mpaka
wa Manase ulikuwa upande wa kaskazini
wa lile bonde na kuishia kwenye bahari.
10 Nchi ya kusini ilikuwa ya Efraimu, na ile
iliyokuwa upande wa kaskazini ilikuwa ya
Manase. Eneo la Manase lilifika bahari na
ikapakana na Asheri upande wa kaskazini,
na Isakari upande wa mashariki.

11 Katika Isakari na Asheri Manase ali-
kuwa na miji pia: Beth-Shani, Ibleamu na
watu wa Dori,[a] Endori, Taanaki na Megido,
pamoja na vijiji vyote vinavyohusika na miji
hiyo (ya tatu katika orodha ni Nafothi).
12 Lakini Wamanase hawakuweza kuimiliki miji hii,
kwa kuwa Wakanaani walikazana kuishi katika
maeneo hayo. 13 Hata hivyo, Waisraeli walivyoe-
ndelea kupata nguvu waliwatumikisha Wakanaani
na kuwatia katika kazi za kulazimishwa, lakini
hawakuwafukuza kabisa.

Kabila La Yosefu Lakataa

14 Watu wa Yosefu wakamwambia Yoshua, "Kwa
nini umetupa sisi mgawo mmoja tu na sehemu
moja tu kuwa urithi? Sisi tu watu wengi sana, na
BWANA ametubariki kwa wingi."

15 Yoshua akajibu, "Kama ninyi ni wengi sana,
na kama nchi ya vilima ya Efraimu ni ndogo sana
kwenu, pandeni msituni mkafyeke eneo kwa ajili
yenu wenyewe huko kwenye nchi ya Waperizi na
Warefai."

16 Watu wa Yosefu wakajibu, "Hiyo nchi ya vilima
haitutoshi, nao Wakanaani wote wanaoishi katika
tambarare wanayo magari ya vita ya chuma, wote
wa Beth-Shani na miji yake, na wale walio katika
Bonde la Yezreeli."

17 Lakini Yoshua akanena na nyumba ya Yosefu,
yaani Efraimu na Manase: "Ninyi ni wengi sana
na wenye nguvu sana. Hamtakuwa na mgawo
mmoja tu, 18 bali pia nchi hii ya kilima yenye
msitu. Ifyekeni, nayo mipaka yake itakuwa yenu
umbali mtakaoweza kufika. Ingawa Wakanaani
wana magari ya chuma, nao wana nguvu, mwaweza
kuwafukuza humo."

Mgawanyo Wa Nchi Iliyobaki

18 Kusanyiko lote la Waisraeli likakusanyika
huko Shilo na kusimamisha Hema la Kuku-
tania. Nchi ikawa chini ya utawala wao, 2 lakini
palikuwa bado makabila saba ya Israeli ambayo
yalikuwa hayajapokea urithi wao.
3 Hivyo Yoshua akawaambia Waisraeli, "Je, mta-
subiri hata lini ili kuingia kumiliki nchi ambayo
BWANA, Mungu wa baba zenu, amewapa? 4 Chagueni
watu watatu kutoka kwenye kila kabila. Nitawa-
tuma hao watu kukagua hiyo nchi na kuniandikia
mapendekezo ya mgawanyo wa urithi wa kila kabila.
Nao watanirudia. 5 Mtaigawanya hiyo nchi katika
sehemu saba. Yuda atabaki katika eneo lake upande
wa kusini na nyumba ya Yosefu katika nchi yake
upande wa kaskazini. 6 Baada ya kuandika maelezo
ya hizo sehemu saba za nchi, yaleteni kwangu, nami
nitawapigia kura kwa kura mbele za BWANA Mungu
wetu. 7 Hata hivyo, Walawi hawatakuwa na sehemu
miongoni mwenu, kwa maana huduma ya ukuhani
kwa BWANA ndio urithi wao. Nao Gadi, Reubeni na
nusu ya kabila la Manase wameshapata urithi wao
upande wa mashariki mwa Yordani, ambako Mose
mtumishi wa BWANA aliwapa."

8 Watu hao walipokuwa wanaondoka kwenda
kuandika vizuri kuhusu hiyo nchi, Yoshua akawaa-
giza, "Nendeni mkakague hiyo nchi na mwandike
maelezo kuihusu. Kisha mrudi kwangu, nami nita-
wapigia kura hapa Shilo mbele za BWANA." 9 Ndipo
hao watu walipoondoka na kupita katika ile nchi.
Wakaandika maelezo yake kwenye kitabu, mji kwa
mji, katika sehemu saba na kurudisha taarifa kwa
Yoshua huko kambini Shilo. 10 Basi Yoshua akawa-
pigia kura huko Shilo mbele za BWANA, na hapo
akagawanya ile nchi kwa Waisraeli kufuatana na
mgawanyo wa kabila zao.

Mgawo Kwa Benyamini

11 Kura iliangukia kabila la Benyamini, ukoo kwa
ukoo. Eneo lao walilogawiwa lilikuwa kati ya kabila
la Yuda na la Yosefu.

12 Upande wa kaskazini mpaka wao
ulianzia pale Yordani, kupitia kaskazini
ya mteremko wa Yeriko na kuendelea
magharibi kuingia katika nchi ya vilima,
ukitokea kwenye jangwa la Beth-Aveni.
13 Kutoka hapo ulikatiza kwenye mteremko
wa kusini mwa Luzu (yaani Betheli) na
kushuka hadi Ataroth-Adari katika kilima
kusini mwa Beth-Horoni ya Chini.
14 Kutoka kilima kinachotazamana na
Beth-Horoni upande wa kusini mpaka ule
ukazunguka kusini kufuatia upande wa
magharibi, na ukatokezea Kiriath-Baali
(yaani Kiriath-Yearimu), mji wa watu wa
Yuda. Huu ndio uliokuwa upande wa
magharibi.
15 Upande wa kusini mpaka ulianzia
kwenye viunga vya Kiriath-Yearimu kwa
upande wa magharibi, nao ukatokeza kwe-
nye chemchemi ya maji ya Neftoa. 16 Mpaka
ukateremka hadi shefela inayotazamana
na Bonde la Ben-Hinomu, kaskazini mwa
Bonde la Refaimu. Ukaendelea chini
kwenye Bonde la Hinomu sambamba na
mteremko wa kusini mwa mji mkubwa wa
Wayebusi na kisha hadi En-Rogeli. 17 Kisha
ukapinda kuelekea kaskazini, ukaenda hadi
En-Shemeshi na kuendelea mpaka Gelilo-
thi, inayotazamana na Njia ya Adumimu,
ukateremka hadi kwenye Jiwe la Bohani
mwana wa Reubeni. 18 Ukaendelea upande
wa mteremko wa kaskazini wa Beth-Araba
ukateremka hadi Araba. 19 Kisha ukaenda
mpaka kwenye mteremko wa kaskazini wa
Beth-Hogla na kujitokeza kwenye ghuba

[a]11 Ndiyo Nafoth-Dori.

ya kaskazini ya Bahari ya Chumvi, kwenye
maingilio ya Yordani upande wa kusini.
Huo ulikuwa mpaka wa kusini.
20 Nayo Yordani ikawa ndio mpaka wa
upande wa mashariki.
Hii ilikuwa ndiyo mipaka iliyoonyesha urithi wa
koo za Benyamini pande zote.

21 Kabila ya Benyamini, ukoo kwa ukoo, ilikuwa na
miji mikubwa ifuatayo:
Yeriko, Beth-Hogla, Emeki-Kesisi,
22 Beth-Araba, Semaraimu, Betheli, 23 Avimu,
Para na Ofra, 24 Kefar-Amoni, Ofni, na Geba;
miji kumi na miwili pamoja na vijiji vyake.
25 Gibeoni, Rama na Beerothi, 26 Mispa,
Kefira, Moza, 27 Rekemu, Irpeeli, Tarala,
28 Zela, Elefu, mji wa Wayebusi (yaani
Yerusalemu), Gibea na Kiriathi; miji kumi
na minne pamoja na vijiji vyake.
Huu ndio uliokuwa urithi wa Benyamini kwa ajili
ya koo zake.

Mgawo Kwa Simeoni

19 Kura ya pili ikaangukia kabila la Simeoni, ukoo
kwa ukoo. Urithi wao ulikuwa ndani ya eneo
la Yuda. 2 Ulijumuisha:
Beer-Sheba (au Sheba), Molada, 3 Hasar-
Shuali, Bala, Esemu, 4 Eltoladi, Bethuli,
Horma, 5 Siklagi, Beth-Markabothi,
Hasar-Susa, 6 Beth-Lebaothi na Sharuheni;
hii ilikuwa miji kumi na mitatu pamoja na
vijiji vyake.
7 Pia Aini, Rimoni, Etheri, na Ashani; hii
ilikuwa miji minne na vijiji vyake, 8 pamoja
na vijiji vyote vinavyoizunguka miji hii
mpaka Baalath-Beeri (ambayo ndiyo Rama
iliyo katika Negebu).
Huu ulikuwa ni urithi wa kabila la Simeoni
ukoo kwa ukoo. 9 Urithi wa Wasimeoni ulito-
lewa kutoka fungu la Yuda, kwa kuwa fungu la
Yuda lilikuwa kubwa kuliko walivyohitaji. Hivyo
kabila la Simeoni lilipewa urithi wao ndani ya
eneo la Yuda.

Mgawo Kwa Zabuloni

10 Kura ya tatu ikaangukia kabila la Zabuloni, ukoo
kwa ukoo:
Mpaka wa urithi wao uliendelea hadi
Saridi. 11 Kuelekea upande wa magharibi
ukafika Marala, ukagusa Dabeshethi, na
kuendelea mpaka kwenye bonde karibu na
Yokneamu. 12 Ukageuka mashariki, kuanzia
Saridi kuelekea mawio ya jua hadi kwenye
nchi ya Kisiloth-Tabori, na kwenda hadi
Daberathi, kupanda Yafia. 13 Kisha ukaende-
lea mashariki hadi Gath-Heferi na kufika
Eth-Kasini, ukatokea Rimoni na kugeuka
kuelekea Nea. 14 Huko mpaka ukazungu-
kia upande wa kaskazini hadi Hanathoni
na kuishia katika Bonde la Ifta-Eli. 15 Miji
mingine iliyojumuishwa ni Katathi,
Nahalali, Shimroni, Idala na Bethlehemu.
Kulikuwa na miji kumi na miwili pamoja
na vijiji vyake.
16 Miji hii na vijiji vyake ilikuwa ndio urithi wa
Zabuloni, ukoo kwa ukoo.

Mgawo Kwa Isakari

17 Kura ya nne ikamwangukia Isakari, ukoo kwa
ukoo. 18 Eneo lao lilijumuisha:
Yezreeli, Kesulothi, Shunemu, 19 Hafa-
raimu, Shioni, Anaharathi, 20 Rabithi,
Kishioni, Ebesi, 21 Remethi, En-Ganimu,
En-Hada na Beth-Pasesi. 22 Mpaka ule uka-
gusa Tabori, Shahasuma na Beth-Shemeshi,
na ukaishia kwenye Yordani. Ilikuwa miji
kumi na sita, pamoja na vijiji vyake.
23 Miji hii pamoja na vijiji vyake ilikuwa urithi wa
kabila la Isakari, ukoo kwa ukoo.

Mgawo Kwa Asheri

24 Kura ya tano ikaangukia kabila la Asheri, ukoo
kwa ukoo. 25 Eneo lao lilijumuisha:
Helkathi, Hali, Beteni, Akishafu,
26 Alameleki, Amadi na Mishali. Upande
wa magharibi mpaka uligusa Karmeli
na Shihor-Libnathi. 27 Tena ukageuka
mashariki kuelekea Beth-Dagoni, ukagusa
Zabuloni na Bonde la Ifta-Eli, ukaenda
upande wa kaskazini hadi Beth-Emeki na
Neyeli, ukipitia Kabul upande wa kushoto.
28 Ukaendelea hadi Abdoni, Rehobu,
Hamoni na Kana, na kufika Sidoni Kuu.
29 Mpaka huo ukageukia nyuma kuelekea
Rama na kwenda hadi kwenye mji wenye
ngome wa Tiro, ukageuka kuelekea Hosa na
kutokeza baharini katika eneo la Akzibu,
30 Uma, Afeki na Rehobu. Ilikuwepo miji
ishirini na miwili, pamoja na vijiji vyake.
31 Miji hii pamoja na vijiji vyake ilikuwa ndio urithi
wa kabila la Asheri, ukoo kwa ukoo.

Mgawo Kwa Naftali

32 Kura ya sita ikaangukia kabila la Naftali, ukoo
kwa ukoo:
33 Mpaka wao uliendelea kutoka Helefi
na kwenye mti mkubwa ulio katika
Saananimu, ukipitia Adami-Nekebu na
Yabineeli hadi Lakumu, na kuishia katika
Mto Yordani. 34 Mpaka ukaendelea magha-
ribi kupitia Aznoth-Tabori na kutokea
Hukoki. Ukagusa Zabuloni upande wa
kusini, Asheri upande wa magharibi,
na Yordani upande wa mashariki. 35 Miji
yenye ngome ilikuwa Sidimu, Seri, Hama-
thi, Rakathi, Kinerethi, 36 Adama, Rama,
Hazori, 37 Kedeshi, Edrei, na En-Hasori,
38 Ironi, Migdal-Eli, Horemu, Beth-Anathi
na Beth-Shemeshi. Kulikuwa na miji kumi
na tisa na vijiji vyake.
39 Miji hiyo pamoja na vijiji vyake ndio iliyokuwa
urithi wa kabila la Naftali, ukoo kwa ukoo.

Mgawo Kwa Dani

40 Kura ya saba ikaangukia kabila la Dani, ukoo kwa
ukoo. 41 Eneo la urithi wao lilijumuisha:
Sora, Eshtaoli, Iri-Shemeshi, 42 Shaala-
bini, Aiyaloni, Ithla, 43 Eloni, Timna, Ekroni,

44 Elteke, Gibethoni, Baalathi, 45 Yehudi,
Bene-Beraki, Gath-Rimoni, 46 Me-Yarkoni
na Rakoni, pamoja na eneo linalotazamana
na Yafa.
47 (Lakini Wadani walipata shida kulimiliki eneo
lao; kwa hiyo walipanda kuishambulia Leshemu,
wakaitwaa, wakawaua watu wake kwa upanga na
kuukalia. Walikaa Leshemu na kuuita Dani kufua-
tana na jina la baba yao.)
48 Miji hii na vijiji vyake ndio iliyokuwa urithi wa
kabila la Dani, ukoo kwa ukoo.

Mgawo Kwa Yoshua

49 Walipomaliza kugawanya nchi katika migawo
kulingana na sehemu zao zilizowaangukia, Wai-
sraeli wakampa Yoshua mwana wa Nuni urithi
katikati yao, 50 kama vile BWANA alivyokuwa
ameamuru. Walimpa mji alioutaka, ambao ni
Timnath-Sera[a] ulio katika nchi ya vilima ya
Efraimu. Naye akajenga mji, akakaa huko.

51 Haya ndiyo maeneo ambayo kuhani Eleazari,
Yoshua mwana wa Nuni, na viongozi wa koo za
kabila za Israeli waliyoyagawanya kwa kura huko
Shilo mbele za BWANA penye ingilio la Hema la
Kukutania. Hivyo wakamaliza kuigawanya nchi.

Miji Ya Makimbilio

20 Ndipo BWANA akamwambia Yoshua, 2 "Waa-
mbie Waisraeli, watenge miji mikubwa ya
kukimbilia, kama nilivyokuagiza kupitia Mose, 3 ili
mtu yeyote atakayemuua mtu kwa bahati mbaya
na pasipo kukusudia aweze kukimbilia huko na
kujiepusha na mlipiza kisasi wa damu.
4 "Anapokimbilia mojawapo ya hii miji miku-
bwa atasimama kwenye maingilio ya lango la
mji mkuu na kueleza wazee wa mji kuhusu
shauri lake. Kisha watampokea katika mji wao
na kumpa mahali pa kuishi nao. 5 Kama mlipiza
kisasi wa damu akimfuatilia, wasimkabidhi yule
mshtakiwa, kwa sababu alimuua jirani yake bila
kukusudia, na bila kuwa na nia ya kudhuru.
6 Huyu aliyeua atakaa kwenye mji mkubwa huo
mpaka awe amesimama kukabili mashtaka yake
mbele ya kusanyiko na mpaka kuhani mkuu ana-
yehudumu kwa wakati huo atakapokufa. Ndipo
atakapoweza kurudi nyumbani kwake katika mji
ambao aliukimbia."
7 Basi wakatenga Kedeshi katika Galilaya kwenye
nchi ya vilima ya Naftali, Shekemu katika nchi ya
vilima ya Efraimu, na Kiriath-Arba (yaani Hebroni)
kwenye nchi ya vilima ya Yuda. 8 Katika upande wa
mashariki mwa Yordani ya Yeriko wakatenga Bezeri
katika jangwa katika uwanda wa juu katika kabila
la Reubeni, Ramothi katika Gileadi katika kabila
la Gadi, na Golani huko Bashani katika kabila la
Manase. 9 Mwisraeli yeyote au mgeni yeyote aishiye
miongoni mwao aliyemuua mtu kwa bahati mbaya,
angeweza kukimbilia katika miji mikubwa hiyo
iliyotengwa na asiuawe na mlipiza kisasi wa damu
kabla hajasimama kukabili mashtaka mbele ya
kusanyiko.

Miji Kwa Walawi

21 Basi viongozi wa jamaa ya Walawi, waka-
mwendea kuhani Eleazari, Yoshua mwana
wa Nuni, na viongozi wa jamaa nyingine za
makabila ya Israeli 2 huko Shilo katika Kanaani na
kuwaambia, "BWANA aliamuru kupitia Mose kuwa
mtupe miji ya kuishi yenye sehemu za malisho kwa
mifugo yetu." 3 Hivyo kama vile BWANA alivyoa-
muru, Waisraeli wakawapa Walawi miji ifuatayo
pamoja na sehemu zake za malisho kutoka urithi
wao wenyewe.
4 Kura ya kwanza ikaangukia Wakohathi, ukoo
kwa ukoo. Walawi waliokuwa wazao wa kuhani
Aroni walipewa miji kumi na mitatu kutoka
makabila ya Yuda, Simeoni na Benyamini. 5 Wazao
wengine waliobaki wa Wakohathi walipewa miji
kumi kutoka koo za makabila ya Efraimu, Dani na
nusu ya Manase.
6 Wazao wa Gershoni walipewa miji kumi na
mitatu kutoka koo za makabila ya Isakari, Asheri,
Naftali na nusu ya Manase huko Bashani.
7 Wazao wa Merari, ukoo kwa ukoo, walipewa
miji kumi na miwili kutoka makabila ya Reubeni,
Gadi na Zabuloni.
8 Kwa hiyo Waisraeli wakawapa Walawi miji hii
pamoja na sehemu zake za malisho, kama vile
BWANA alivyokuwa ameamuru kupitia kwa Mose.

9 Kutoka makabila ya Yuda na Simeoni waligawa
miji ifuatayo kwa majina 10 (miji hii walipewa wazao
wa Aroni ambao walitokana na koo za Wakohathi
wa Walawi, kwa sababu kura ya kwanza iliwaa-
ngukia):
11 Waliwapa Kiriath-Arba (yaani
Hebroni), pamoja na sehemu zake za mali-
sho zilizoizunguka, katika nchi ya vilima
ya Yuda. (Arba alikuwa baba wa Anaki.)
12 Lakini mashamba na vijiji vilivyozunguka
mji mkubwa walikuwa wamempa Kalebu
mwana wa Yefune kuwa milki yake.
13 Kwa hiyo wazao wa kuhani Aroni waka-
pewa Hebroni (mji mkuu wa makimbilio
kwa ajili ya yeyote aliyeshtakiwa kwa
mauaji), Libna, 14 Yatiri, Eshtemoa, 15 Holoni,
Debiri, 16 Aini, Yuta na Beth-Shemeshi,
pamoja na sehemu zake za malisho, ilikuwa
miji tisa kutoka kwa makabila haya mawili.
17 Kutoka kabila la Benyamini wakawapa
Gibeoni, Geba, 18 Anathothi na Almoni,
pamoja na sehemu zake za malisho, ilikuwa
miji minne.
19 Miji yote waliyopewa makuhani, wazao wa Aroni,
ilikuwa kumi na mitatu, pamoja na sehemu zake
za malisho.

20 Koo nyingine za Wakohathi, ambao pia ni
Walawi, walipewa miji kutoka kabila la Efraimu:
21 Katika nchi ya vilima ya Efraimu
walipewa Shekemu (mji mkubwa wa
makimbilio kwa yeyote anayeshtakiwa
kwa mauaji) na Gezeri, 22 Kibsaimu na
Beth-Horoni, pamoja na sehemu zake za
malisho, ilikuwa miji minne.

---

[a] 50 Unajulikana pia kama Timnath-Heresi, ona Yos 24:30; Amu 2:9.

23 Pia kutoka kabila la Dani wakapo-
kea Elteke, Gibethoni, 24 Aiyaloni na
Gath-Rimoni pamoja na sehemu zake za
malisho, ilikuwa miji minne
25 Kutoka nusu ya kabila la Manase,
wakapokea Taanaki na Gath-Rimoni
pamoja na sehemu zake za malisho, ilikuwa
miji miwili.
26 Miji yote hii kumi pamoja na sehemu zake za
malisho ilipewa koo za Wakohathi zilizobaki.

27 Koo za Walawi za Wagershoni walipewa:
kutoka nusu ya kabila la Manase,
Golani katika Bashani (mji mkuu wa
makimbilio kwa yeyote aliyeshtakiwa
kwa mauaji) na Beeshtera, pamoja na
sehemu zake za malisho, ilikuwa miji
miwili;
28 kutoka kabila la Isakari walipewa,
Kishioni, Daberathi, 29 Yarmuthi na
En-Ganimu, pamoja na sehemu zake za
malisho, ilikuwa miji minne
30 kutoka kabila la Asheri walipewa,
Mishali, Abdoni, 31 Helkathi na Rehobu,
pamoja na sehemu zake za malisho,
ilikuwa miji minne.
32 Kutoka kabila la Naftali walipewa,
Kedeshi katika Galilaya (mji wa makimbilio
kwa ajili ya yeyote anayeshtakiwa kwa
mauaji), Hamoth-Dori na Kartani,
pamoja na sehemu zake za malisho,
ilikuwa miji mitano.
33 Miji yote ya koo za Wagershoni ilikuwa kumi na
mitatu, pamoja na sehemu zake za malisho.

34 Koo za Wamerari (Walawi waliobaki) walipewa:
kutoka kabila la Zabuloni,
Yokneamu, Karta, 35 Dimna na Nahalali,
pamoja na sehemu zake za malisho,
ilikuwa miji minne;
36 kutoka kabila la Reubeni walipewa
Bezeri, Yahasa, 37 Kedemothi na Mefaathi,
pamoja na sehemu zake za malisho,
ilikuwa miji minne;
38 kutoka kabila la Gadi walipewa,
Ramothi katika Gileadi (mji wa makimbilio
kwa ajili ya yeyote anayeshtakiwa kwa
ajili ya mauaji), Mahanaimu, 39 Heshboni
na Yazeri, pamoja na sehemu zake za
malisho, ilikuwa miji minne.
40 Miji yote waliyopewa koo za Wamerari, walio-
kuwa mabaki ya Walawi, ilikuwa ni kumi na miwili.
41 Miji yote ya Walawi katika eneo lililoshikwa
na Waisraeli lilikuwa arobaini na minane, pamoja
na sehemu zake za malisho. 42 Kila mmoja wa miji
hii ulikuwa na sehemu ya malisho kuuzunguka;
ndivyo ilivyokuwa kwa miji hii yote.

43 Kwa hiyo Bwana akawapa Israeli nchi yote ali-
yokuwa ameapa kuwapa baba zao, nao wakaimiliki
na kukaa humo. 44 Bwana akawapa pumziko kila
upande, kama vile alivyokuwa amewaapia baba
zao, hakuna hata mmoja wa adui zao aliyeweza
kusimama mbele yao, Bwana akawatia adui zao
wote mikononi mwao. 45 Hakuna hata mojawapo
ya ahadi nzuri ya Bwana kwa nyumba ya Israeli
ambayo haikutimia; kila moja ilitimia.

Makabila Ya Mashariki Yarudi Nyumbani

22 Ndipo Yoshua akawaita Wareubeni, Wagadi
na nusu ya kabila la Manase, 2 naye akawaa-
mbia, "Mmeshafanya yale yote Mose mtumishi wa
Bwana aliyowaamuru, nanyi mmenitii kwa kila
jambo nililowaamuru. 3 Kwa muda mrefu sasa,
hadi siku hii ya leo, hamkuwaacha ndugu zenu,
bali ninyi mmetimiza ile kazi Bwana Mungu wenu
aliyowapa. 4 Sasa kwa kuwa Bwana Mungu wenu
amewapa ndugu zenu pumziko kama alivyoahidi,
rudini nyumbani mwenu katika nchi ile ambayo
Mose mtumishi wa Bwana aliwapa ng'ambo ya
Yordani. 5 Lakini mwe waangalifu sana kushika
amri na sheria zile Mose mtumishi wa Bwana
alizowapa: yaani kumpenda Bwana Mungu wenu
na kuenenda katika njia zake zote, kutii amri zake,
kushikamana naye kwa uthabiti na kumtumikia
kwa moyo wenu wote na roho yenu yote."
6 Ndipo Yoshua akawabariki na kuwaaga waende
zao, nao wakaenda nyumbani mwao. 7 (Kwa nusu
ya kabila la Manase Mose alikuwa amewapa eneo
katika Bashani na ile nusu nyingine ya hilo kabila
Yoshua aliwapa eneo upande wa magharibi ya
Yordani pamoja na ndugu zao). Yoshua alipowaaga
waende zao nyumbani, aliwabariki, 8 akisema,
"Rudini nyumbani mwenu na utajiri wenu mwi-
ngi, yaani makundi makubwa ya mifugo, mkiwa
na fedha, dhahabu, shaba na chuma, pia wingi wa
nguo, nanyi mkagawane na ndugu zenu hizo nyara
zilizotoka kwa adui zenu."
9 Kwa hiyo Wareubeni, Wagadi na hiyo nusu ya
kabila la Manase wakawaacha Waisraeli huko Shilo
katika nchi ya Kanaani ili kurudi Gileadi, nchi yao
wenyewe waliyoipata sawasawa na agizo la Bwana
kupitia Mose.
10 Walipofika Gelilothi karibu na Yordani, katika
nchi ya Kanaani, Wareubeni, Wagadi na nusu ya
kabila la Manase wakajenga madhabahu ya fahari
kubwa huko kando ya Yordani. 11 Waisraeli wengine
waliposikia kwamba Wareubeni, Wagadi na ile
nusu ya kabila la Manase walikuwa wamejenga
madhabahu kwenye mpaka wa Kanaani huko
Gelilothi karibu na Yordani kwenye upande wa
Israeli, 12 kusanyiko lote la Israeli wakakusanyika
huko Shilo ili wakapigane vita dhidi yao.
13 Kwa hiyo Waisraeli wengine wakamtuma
Finehasi mwana wa kuhani Eleazari katika nchi
ya Gileadi, kwa Wareubeni, Wagadi na hiyo nusu ya
kabila la Manase. 14 Wakatuma pamoja naye watu
kumi ambao ni viongozi, mmoja kwa kila kabila la
Israeli, kila mmoja aliyekuwa kiongozi katika mga-
wanyiko wa jamaa miongoni mwa koo za Israeli.
15 Walipofika Gileadi, kwa Wareubeni, Wagadi
na nusu ya kabila la Manase, wakawaambia:
16 "Kusanyiko lote la Bwana lasema: 'Je, mmewe-
zaje kuacha kumwamini Mungu wa Israeli jinsi
hii? Mmewezaje kumwacha Bwana na kujijengea
madhabahu dhidi yake na kumwasi? 17 Je, dha-
mbi ya Peori haikutosha? Hata ingawa kulikuja
tauni juu ya kusanyiko la Bwana, mpaka leo hii

hatujatakasika kutokana na dhambi hiyo! 18 Je, sasa ndiyo mnamwacha BWANA?

" 'Kama mkimwasi BWANA leo, kesho atalikasirikia kusanyiko lote la Israeli. 19 Kama nchi mnayomiliki imenajisika, vukeni mje katika nchi ya BWANA, mahali Maskani ya BWANA ilipo, nanyi mkajitwalie sehemu miongoni mwetu, lakini msije mkaasi dhidi ya BWANA wala dhidi yetu sisi kwa kujijengea madhabahu, zaidi ya madhabahu ya BWANA Mungu wetu. 20 Wakati Akani mwana wa Zera alipokosa uaminifu kwa vitu vilivyowekwa wakfu, je, ghadhabu haikulipata kusanyiko lote la Israeli? Hakuwa yeye peke yake aliyekufa kwa ajili ya dhambi yake.' "

21 Ndipo Wareubeni, Wagadi na nusu ya kabila la Manase walipowajibu viongozi wa koo za Israeli, wakisema: 22 "Yeye Mwenye Nguvu, Mungu, BWANA! Yeye Mwenye Nguvu, Mungu, BWANA! Yeye anajua! Israeli na wajue! Kama huu umekuwa ni uasi au kukosa utii kwa BWANA, msituache hai siku hii ya leo. 23 Kama tumejijengea madhabahu yetu wenyewe ili kumwacha BWANA na kutoa sadaka za kuteketezwa na sadaka za nafaka, au kutoa sadaka za amani juu yake, BWANA mwenyewe na atupatilize leo.

24 "Sivyo! Tulifanya hivyo kwa hofu kwamba siku zijazo wazao wenu wanaweza wakawaambia wazao wetu, 'Mna uhusiano gani na BWANA, Mungu wa Israeli? 25 BWANA ameifanya Yordani kuwa mpaka kati yetu na ninyi, ninyi Wareubeni na Wagadi! Hamna fungu kwa BWANA.' Kwa hiyo wazao wenu wanaweza wakawasababisha wazao wetu wakaacha kumcha BWANA.

26 "Hii ndiyo sababu tulisema, 'Tujiweke tayari na tujenge madhabahu, lakini si kwa ajili ya sadaka za kuteketezwa au dhabihu.' 27 Badala yake, itakuwa ni ushahidi kati yetu na ninyi na vizazi vijavyo, kwamba tutamwabudu BWANA katika mahali patakatifu pake pamoja na sadaka zetu za kuteketezwa, dhabihu na sadaka za amani. Ndipo katika siku zijazo, wazao wenu hawataweza kuwaambia wazao wetu, 'Ninyi hamna fungu katika BWANA.'

28 "Nasi tulisema, 'Ikiwa wakati wowote watatuambia hilo, au kuwaambia uzao wetu, tutawajibu hivi: Angalieni nakala hii ya madhabahu ya BWANA, ambayo baba zetu waliijenga, si kwa ajili ya sadaka za kuteketezwa na dhabihu, bali kama ushahidi kati yetu na ninyi.'

29 "Hili jambo la kumwasi BWANA na kumwacha siku hii ya leo kwa kujenga madhabahu kwa ajili ya sadaka za kuteketezwa, sadaka za nafaka na dhabihu, zaidi ya madhabahu ya BWANA Mungu wetu iliyo mbele ya maskani yake na liwe mbali nasi."

30 Wakati kuhani Finehasi na viongozi wa kusanyiko na wakuu wa koo za Israeli, waliposikia hayo waliyosema Wareubeni, Wagadi na Manase, wakaridhika. 31 Naye Finehasi mwana wa kuhani Eleazari, akawaambia Wareubeni, Wagadi na Manase, "Leo tunajua kwamba BWANA yuko pamoja nasi, kwa sababu hamkukosa uaminifu kwa BWANA katika jambo hili. Sasa mmewaokoa Waisraeli na mkono wa BWANA."

32 Ndipo Finehasi, mwana wa kuhani Eleazari na viongozi wakarudi Kanaani kutoka kwenye kukutana kwao na Wareubeni na Wagadi huko Gileadi nao wakatoa taarifa kwa Waisraeli. 33 Walifurahi kusikia taarifa hiyo, na wakamhimidi Mungu. Wala hawakuzungumza tena habari za kupigana vita dhidi yao ili kuharibu nchi ambayo Wareubeni na Wagadi waliishi.

34 Nao Wareubeni na Wagadi wakayaita yale madhabahu Edi, yaani Shahidi: kwa kuwa itakuwa shahidi kati yetu na ninyi kwamba BWANA ndiye Mungu.

Yoshua Anawaaga Viongozi

23 Baada ya muda mrefu kupita, naye BWANA akawa amewapa Israeli pumziko mbele ya adui zao wote waliowazunguka, Yoshua, wakati huo akiwa mzee na umri ukiwa umeendelea sana, 2 akawaita Israeli wote, wazee wao, viongozi, waamuzi na maafisa Yoshua akawaambia: "Mimi ni mzee na umri wangu umeendelea sana. 3 Ninyi wenyewe mmeona kila kitu BWANA Mungu wenu, alichowatendea mataifa haya yote kwa ajili yenu. Ilikuwa ni BWANA Mungu wenu aliyewapigania. 4 Kumbukeni jinsi nilivyowagawia kama urithi kwa makabila yenu yote nchi ya mataifa yaliyobaki, yaani mataifa niliyowashinda, kati ya Mto Yordani na Bahari kuu upande wa magharibi. 5 BWANA Mungu wenu mwenyewe atawaondoa watoke mbele yenu. Atawafukuza mbele yenu, nanyi mtamiliki nchi yao, kama vile BWANA Mungu wenu alivyowaahidi.

6 "Kuweni hodari sana, kuweni waangalifu kutii yote yaliyoandikwa katika kitabu cha Sheria ya Mose, pasipo kugeuka upande wa kuume au kushoto. 7 Msishirikiane na mataifa yaliyobakia katikati yenu, wala msiombe kwa majina ya miungu yao au kuapa kwayo. Msiitumikie wala kuisujudia. 8 Bali mtashikamana kwa uthabiti na BWANA, Mungu wenu, kama vile ambavyo mmefanya mpaka sasa.

9 "BWANA amewafukuza mbele yenu mataifa makubwa na yenye nguvu, mpaka siku ya leo hakuna yeyote aliyeweza kusimama mbele yenu. 10 Mtu mmoja miongoni mwenu anafukuza watu elfu, kwa kuwa BWANA Mungu wenu anawapigania, kama alivyoahidi. 11 Kwa hiyo kuweni waangalifu sana kumpenda BWANA Mungu wenu.

12 "Lakini ikiwa mtageuka na kushikamana na mabaki ya mataifa haya yaliyosalia katikati yenu na kama mtaoana na kushirikiana nao, 13 basi mwe na hakika kuwa BWANA Mungu wenu hatawafukuza tena mataifa hayo mbele yenu. Badala yake, watakuwa tanzi na mitego kwenu, mijeledi migongoni mwenu, na miiba machoni mwenu, mpaka mwangamie kutoka nchi hii nzuri, ambayo BWANA Mungu wenu amewapa.

14 "Sasa mimi ninakaribia kwenda katika njia ya watu wote wa dunia. Mnajua kwa mioyo yenu na roho zenu kwamba hakuna ahadi zozote njema BWANA Mungu wenu alizowaahidia, ambazo hazikutimia. Kila ahadi imetimizwa, hakuna hata moja ambayo haikutimia. 15 Lakini kama vile kila ahadi njema ya BWANA Mungu wenu imekuwa kweli, vivyo hivyo BWANA ataleta maovu yote kama alivyo onya, mpaka awe amewaangamiza kutoka nchi hii nzuri aliyowapa. 16 Kama mkilivunja agano la

Bwana Mungu wenu, ambalo aliwaamuru ninyi,
mkaenda na kuitumikia miungu mingine na kui-
sujudia, hasira ya Bwana itawaka dhidi yenu, nanyi
mtaangamia kutoka nchi nzuri aliyowapa ninyi."

Agano Lafanywa Upya Huko Shekemu

24 Ndipo Yoshua akaita pamoja makabila yote
ya Israeli huko Shekemu. Akawaita wazee,
viongozi, waamuzi na maafisa wa Israeli, nao
wakaja mbele za Mungu.

2 Yoshua akawaambia watu wote, "Hili ndilo
Bwana, Mungu wa Israeli, asemalo: 'Hapo zamani
baba zenu, pamoja na Tera baba yake Abrahamu
na Nahori, waliishi ng'ambo ya Mto nao waliia-
budu miungu mingine. 3 Lakini nilimwondoa baba
yenu Abrahamu kutoka nchi hiyo ng'ambo ya Mto,
nami nikamwongoza katika nchi yote ya Kanaani,
nikampa wazao wengi. Nikampa Isaki, 4 naye Isaki
nikampa Yakobo na Esau. Esau nikampa nchi ya
vilima ya Seiri, lakini Yakobo pamoja na wanawe
wakashuka Misri.

5 " 'Kisha nikawatuma Mose na Aroni, nami
nikawapiga Wamisri kwa kile nilichokitenda huko,
tena nikawatoa ninyi huko. 6 Nilipowatoa baba
zenu Misri, mlifika kwenye bahari, nao Wamisri
wakawafuatia baba zenu kwa magari na wapanda
farasi mpaka kwenye Bahari ya Shamu. 7 Lakini
wakamlilia Bwana wakitaka msaada, naye aka-
weka giza kati yenu na Wamisri, akaileta bahari juu
yao ikawafunika. Ninyi mliona kwa macho yenu
wenyewe kile nilichowatendea Wamisri. Kisha
mliishi jangwani kwa muda mrefu.

8 " 'Nikawaleta katika nchi ya Waamori ambao
waliishi mashariki mwa Yordani. Wakapigana
nanyi, lakini nikawatia mikononi mwenu. Nika-
waangamiza mbele yenu nanyi mkaimiliki nchi
yao. 9 Wakati Balaki mwana wa Sipori, mfalme wa
Moabu, alipojiandaa kupigana dhidi ya Israeli,
alimwita Balaamu mwana wa Beori apate kuwa-
laani. 10 Lakini sikumkubali Balaamu, kwa hiyo
aliwabariki tena na tena, nami niliwaokoa toka
mkononi mwake.

11 " 'Ndipo mlipovuka Yordani mkafika Yeriko.
Raiya wa Yeriko wakapigana nanyi, kama wali-
vyofanya Waamori, Waperizi, Wakanaani, Wahiti,
Wagirgashi, Wahivi na Wayebusi, lakini niliwatia
mikononi mwenu. 12 Nikatuma manyigu mbele
yenu, ambao pia waliwafukuza mbele yenu, hao
wafalme wawili wa Waamori. Siyo upanga au
upinde wenu wenyewe vilivyowapatia ushindi.
13 Hivyo nikawapa ninyi nchi ambayo hamkuitaabi-
kia na miji ambayo hamkuijenga na mnaishi ndani
yake na kula toka kwa mashamba ya mizabibu na
mizeituni msiyoipanda.'

14 "Sasa basi mcheni Bwana na kumtumikia kwa
uaminifu wote. Itupeni mbali miungu ambayo baba
zenu waliiabudu huko ng'ambo ya Mto Frati na
huko Misri, nanyi mtumikieni Bwana. 15 Lakini msi-
poona vyema kumtumikia Bwana, chagueni hivi
leo mtakayemtumikia, kama ni miungu ile ambayo
baba zenu waliitumikia ng'ambo Frati, au miungu
ya Waamori, ambao mnakaa katika nchi yao. Lakini
mimi na nyumba yangu, tutamtumikia Bwana."

16 Ndipo hao watu wakajibu, "Hili jambo liwe
mbali nasi la kumsahau Bwana na kuitumikia
miungu mingine! 17 Bwana Mungu wetu mwenyewe
ndiye alitutoa sisi na baba zetu akatupandisha
kutoka Misri, kutoka nchi ile ya utumwa, na kute-
nda zile ishara kubwa mbele ya macho yetu. Ndiye
aliyetulinda katika safari yetu yote na kutokana na
mataifa yote ambayo tulipita katikati yao. 18 Bwana
akayafukuza mbele yetu mataifa yote pamoja na
Waamori, walioishi katika nchi hii. Hivyo sisi nasi
tutamtumikia Bwana kwa kuwa yeye ndiye Mungu
wetu."

19 Yoshua akawaambia watu, "Hamwezi kumtu-
mikia Bwana. Yeye ni Mungu Mtakatifu, ni Mungu
mwenye wivu. Hatasamehe uasi wenu na dhambi
zenu. 20 Ikiwa mkimwacha Bwana na kuitumikia
miungu migeni, atageuka na kuwaleteeni maafa
na kuwaangamiza, baada ya kuwa mwema kwenu."

21 Lakini watu wakamwambia Yoshua, "Sivyo!
Sisi tutamtumikia Bwana."

22 Ndipo Yoshua akawaambia, "Ninyi mmekuwa
mashahidi juu yenu wenyewe kuwa mmechagua
kumtumikia Bwana."

Nao wakajibu, "Ndiyo, tu mashahidi."

23 Yoshua akawaambia, "Sasa basi, itupeni mbali
hiyo miungu migeni iliyo katikati yenu, nanyi
mtoleeni Bwana, Mungu wa Israeli, mioyo yenu."

24 Nao watu wakamwambia Yoshua, "Tutamtu-
mikia Bwana Mungu wetu na kumtii yeye."

25 Siku ile Yoshua akafanya agano kwa ajili ya
watu na hapo Shekemu ndipo alipowaandikia amri
na sheria. 26 Naye Yoshua akayaandika mambo haya
katika Kitabu cha Sheria ya Mungu. Ndipo akali-
twaa jiwe kubwa, akalisimamisha huko chini ya
mwaloni, karibu na mahali patakatifu pa Bwana.

27 Yoshua akawaambia watu wote, "Angalieni!
Jiwe hili litakuwa shahidi juu yetu. Limesikia
maneno yote Bwana aliyotuambia. Litakuwa
shahidi juu yenu kama mtakuwa waongo kwa
Mungu wenu."

Kuzikwa Katika Nchi Ya Ahadi

28 Basi Yoshua akawatuma watu kila mmoja
aende katika urithi wake mwenyewe.

29 Baada ya mambo haya, Yoshua mwana wa
Nuni, mtumishi wa Bwana akafa akiwa na umri
wa miaka mia moja na kumi. 30 Nao wakamzika
katika nchi ya urithi wake, huko Timnath-Sera[a]
katika nchi ya vilima ya Efraimu, kaskazini ya
Mlima wa Gaashi.

31 Israeli wakamtumikia Bwana siku zote za mai-
sha ya Yoshua, na za hao wazee walioishi baada
ya Yoshua kufa, ambao waliona kila kitu Bwana
alichowatendea Israeli.

32 Nayo ile mifupa ya Yosefu, ambayo Waisraeli
waliipandisha kutoka huko Misri, wakaizika huko
Shekemu kwenye eneo, ambalo Yakobo alilinunua
kwa wana wa Hamori baba yake Shekemu, kwa
vipande mia vya fedha. Eneo hili likawa ni urithi
wa uzao wa Yosefu.

33 Naye Eleazari mwana wa Aroni akafariki akazi-
kwa huko Gibea, mlima aliokuwa amepewa mtoto
wake Finehasi, kwenye nchi ya vilima ya Efraimu.

---

[a]30 Unajulikana pia kama Timnath-Heresi, ona Yos 19:50; Amu 2:9.

WAAMUZI

Israeli Wapigana Na Wakanaani Waliobaki

1 Baada ya kifo cha Yoshua, Waisraeli wakamuu-
liza Bwana, "Ni nani atakayetangulia kupanda
mbele yetu kwa ajili ya kupigana na Wakanaani?"
2 Bwana akajibu, "Yuda ndiye atakayetangulia;
nimewapa hiyo nchi mikononi mwao."
3 Ndipo watu wa Yuda wakawaambia Wasimeoni
ndugu zao, "Pandeni pamoja nasi katika nchi tuli-
yopewa, ili tupate kupigana na Wakanaani. Sisi pia
tutakwenda pamoja nanyi katika sehemu yenu mli-
yopewa." Basi Wasimeoni wakaenda pamoja nao.
4 Yuda aliposhambulia, Bwana akawatia Waka-
naani na Waperizi mikononi mwao, nao wakawaua
watu 10,000 huko Bezeki. 5 Huko ndiko walipo-
mkuta huyo Adoni-Bezeki, nao wakapigana naye
na kuwafanya Wakanaani na Waperizi wakimbie.
6 Adoni-Bezeki pia alikimbia, nao wakamfuata na
kumkamata, wakamkata vidole vyake gumba vya
mikono na vya miguu.
7 Ndipo Adoni-Bezeki akasema, "Nimewatendea
wafalme sabini kama nilivyotendewa na kuwalisha
makombo ya chakula chini ya meza yangu. Sasa
Mungu amenilipa haya, kama yale niliyowate-
ndea." Wakamleta Yerusalemu, naye akafa huko.
8 Watu wa Yuda wakashambulia pia Yerusalemu
na kuiteka. Wakaupiga mji kwa upanga na kuu-
choma kwa moto.
9 Baada ya hayo, watu wa Yuda wakateremka
kupigana na Wakanaani walioishi katika nchi ya
vilima, yaani, Negebu na nchi chini ya vilima vya
magharibi. 10 Yuda wakakabiliana na Wakanaani
walioishi Hebroni (ambayo hapo kwanza iliitwa
Kiriath-Arba) na kuwashinda Sheshai, Ahimani
na Talmai.
11 Kutoka huko wakasonga mbele kukabiliana na
watu walioishi Debiri (ambao hapo kwanza uliitwa
Kiriath-Seferi.) 12 Kalebu akasema, "Nitamwoza
binti yangu Aksa kwa mtu atakayeweza kupigana
na kuteka Kiriath-Seferi." 13 Basi Othnieli mwana
wa Kenazi, ndugu mdogo wa huyo Kalebu, akawa-
shinda, kwa hiyo Kalebu akamtoa binti yake Aksa
akaolewa naye.
14 Siku moja Aksa alipokuja kwa Othnieli, alimsihi
Othnieli amwombe baba yake, Kalebu, shamba.
Aksa aliposhuka kutoka juu ya punda wake, Kalebu
akamuuliza, "Je, wataka nikufanyie nini?"
15 Akamjibu, "Naomba unifanyie jambo moja la
hisani. Kwa kuwa umenipa ardhi huko Negebu,
nipe pia chemchemi za maji." Ndipo Kalebu aka-
mpa chemchemi za juu na za chini.
16 Wazao wa yule Mkeni, baba mkwe wa Mose,
wakapanda pamoja na watu wa Yuda kutoka Mji
wa Mitende,[a] wakaenda kuishi miongoni mwa
watu wa jangwa ya Yuda huko Negebu karibu na
mji wa Aradi.
17 Basi watu wa Yuda wakaenda na Wasimeoni
ndugu zao kushambulia Wakanaani waishio Sefa-
thi, nao wakauangamiza huo mji kabisa. Kwa hiyo
huo mji ukaitwa Horma[b] 18 Watu wa Yuda wakatwaa
pia Gaza, Ashkeloni na Ekroni, kila mji na vijiji
vyake vinavyouzunguka.
19 Bwana alikuwa pamoja na watu wa Yuda.
Wakaimiliki nchi ya vilima, lakini hawakuweza
kuwafukuza watu waliokaa katika hiyo tambarare,
kwa sababu walikuwa na magari ya chuma. 20 Kama
vile Mose alivyoahidi, Kalebu alipewa Hebroni,
naye akawafukuza wana watatu wa Anaki. 21 Hata
hivyo, Wabenyamini walishindwa kuwafukuza
Wayebusi, waliokuwa wanaishi Yerusalemu;
hivyo hadi leo Wayebusi huishi humo pamoja na
Wabenyamini.
22 Basi nyumba ya Yosefu wakashambulia Betheli,
naye Bwana alikuwa pamoja nao. 23 Walipotuma
watu kwenda kupeleleza Betheli (ambao hapo kwa-
nza uliitwa Luzu), 24 wale wapelelezi wakaona mtu
anatoka mjini, nao wakamwambia, "Tuonyeshe
jinsi ya kuingia mjini nasi tutakutendea wema."
25 Hivyo akawaonyesha, nao wakaupiga mji kwa
upanga lakini wakamhifadhi hai yule mtu na jamaa
yake yote. 26 Yule mtu akaenda hadi nchi ya Wahiti,
ambapo aliujenga mji na kuuita Luzu, ambao ndio
jina lake hadi leo.
27 Lakini Manase hawakuwafukuza watu wa
Beth-Shani na vijiji vyake, au watu wa Taanaki
na vijiji vyake, au watu wa Dori na vijiji vyake,
au watu wa Ibleamu na vijiji vyake, au watu wa
Megido na vijiji vyake, lakini Wakanaani walia-
zimu kuishi katika nchi ile. 28 Israeli walipopata
nguvu, wakawatia Wakanaani katika kazi ya kula-
zimishwa, lakini kamwe hawakuwafukuza watoke
kabisa. 29 Wala Efraimu hawakuwafukuza kabisa
Wakanaani walioishi Gezeri, bali Wakanaani
waliendelea kuishi humo miongoni mwao. 30 Vivyo
hivyo Zabuloni hawakuwafukuza Wakanaani
walioishi huko Kitroni, wala walioishi Nahaloli,
ambao walibaki miongoni mwao; bali waliwa-
tia katika kazi ya kulazimishwa. 31 Wala Asheri
hawakuwafukuza wale walioishi huko Ako, Sidoni,
Alabu, Akzibu, Helba, Afeki wala Rehobu 32 na kwa
sababu ya jambo hili Waasheri wakaishi miongoni
mwa Wakanaani, wenyeji wa nchi. 33 Wala Naftali
hawakuwafukuza wale walioishi Beth-Shemeshi
wala wale walioishi Beth-Anathi; lakini Naftali nao
pia wakaishi miongoni mwa Wakanaani, wenyeji
wa nchi, nao wale walioishi Beth-Shemeshi na
Beth-Anathi wakawa watumishi wao katika kazi ya
kulazimishwa. 34 Waamori wakawazuilia Wadani
kwenye nchi ya vilima, kwa maana hawakuwaa-
cha washuke kuingia kwenye sehemu tambarare.
35 Waamori pia wakaendelea kukaa katika Mlima
Heresi, katika Aiyaloni na Shaalbimu, lakini

[a]16 Yaani Yeriko.

[b]17 Horma maana yake ni Maangamizi.

mkono wa nyumba ya Yosefu ukawalemea, nao
wakashindwa hata wakalazimika kuingia katika
kazi ya kulazimishwa. 36 Mpaka wa Waamori uli-
kuwa kuanzia Genge la Akrabimu, kuendelea hadi
Sela na kuelekea juu.

Malaika Wa Bwana Huko Bokimu

2 Malaika wa Bwana akakwea kutoka Gilgali hadi
Bokimu, naye akasema, "Niliwapandisha kutoka
Misri na kuwaingiza katika nchi niliyoapa kuwapa
baba zenu. Nikasema, 'Kamwe sitalivunja Agano
langu nanyi. 2 Nanyi msifanye agano na watu wa
nchi hii, bali mtazibomoa madhabahu yao.' Lakini
ninyi hamkunitii mimi. Kwa nini mmefanya jambo
hili? 3 Sasa basi ninawaambia kuwa sitawafukuza
watoke katikati yenu ila watakuwa miiba kwenu,
nao miungu yao itakuwa tanzi kwenu."
4 Malaika wa Bwana alipomaliza kusema mambo
haya kwa Waisraeli wote, watu wakalia kwa sauti
kuu. 5 Wakapaita mahali pale Bokimu. Nao waka-
mtolea Bwana sadaka.

Kifo Cha Yoshua

6 Baada ya Yoshua kuwapa watu ruhusa wae-
nde zao, Waisraeli wakaenda kwenye urithi wao
wenyewe ili kumiliki nchi yao. 7 Watu wakamtumi-
kia Bwana siku zote za maisha ya Yoshua, na za hao
wazee walioishi baada ya Yoshua kufa, waliokuwa
wameona mambo makuu ambayo Bwana alikuwa
ametenda kwa ajili ya Israeli.
8 Yoshua mwana wa Nuni, mtumishi wa Bwana,
akafa akiwa na umri wa miaka 110. 9 Wakamzika
katika nchi ya urithi wake, huko Timnath-Heresi[a]
katika nchi ya vilima ya Efraimu, kaskazini ya
Mlima Gaashi.
10 Baada ya kizazi kile chote kukusanywa pamoja
na baba zao, kikainuka kizazi kingine baada yao
ambacho hakikumjua Bwana, wala matendo yale
aliyokuwa ametenda kwa ajili ya Waisraeli. 11 Kwa
hiyo Waisraeli wakatenda maovu machoni pa
Bwana na kuwatumikia Mabaali. 12 Wakamwacha
Bwana, Mungu wa baba zao, aliyekuwa amewa-
toa katika nchi ya Misri. Wakaifuata na kuiabudu
miungu mbalimbali ya mataifa yanayowazunguka.
Wakamkasirisha Bwana, 13 kwa sababu walimwa-
cha na kutumikia Baali na Maashtorethi. 14 Hivyo
hasira ya Bwana ikawaka juu ya Israeli, naye
akawatia mikononi mwa wavamizi waliowateka
nyara. Akawauza katika mikono ya adui zao pande
zote, hivyo hawakuweza tena kuwazuia adui zao.
15 Popote Israeli walipotoka kwenda kupigana,
mkono wa Bwana ulikuwa kinyume nao ili kuwa-
shinda, kama vile alivyokuwa amewaapia. Nao
wakawa katika taabu kubwa.
16 Ndipo Bwana akawainua waamuzi, ambao
waliwaokoa katika mikono ya hao watu walio-
washambulia. 17 Lakini hawakuwasikiliza hata
waamuzi wao, bali walifanya uasherati kwa kui-
fuata miungu mingine na kuiabudu. Waligeuka
mara na kuiacha njia ambayo baba zao waliiendea,
yaani, njia ya kutii amri za Bwana. 18 Kila mara
Bwana alipowainulia mwamuzi, Bwana alikuwa
pamoja na huyo mwamuzi, naye aliwaokoa kutoka
mikononi mwa adui zao kwa kipindi chote alichoi-
shi yule mwamuzi. Kwa kuwa Bwana aliwahurumia
kwa sababu ya kilio chao cha huzuni kwa ajili ya
wale waliokuwa wakiwatesa na kuwataabisha.
19 Lakini kila mara mwamuzi alipofariki, watu wali-
rudia katika hali mbaya ya uovu zaidi kuliko baba
zao, wakiifuata miungu mingine kuitumikia na
kuiabudu. Walikataa kuacha matendo yao maovu
na njia zao za ukaidi.
20 Kwa hiyo Bwana akawakasirikia sana Israeli
na kusema, "Kwa kuwa taifa hili limevunja Agano
lile nililofanya na baba zao na hawakunisikiliza,
21 mimi nami sitafukuza taifa lolote ambalo Yoshua
aliliacha alipofariki. 22 Nitayatumia ili nipate kuwa-
pima Israeli na kuona kama wataishika njia ya
Bwana na kuenenda katika hiyo kama njia baba
zao walivyofanya." 23 Bwana alikuwa ameyaacha
hayo mataifa yabaki; hakuyaondoa mara moja kwa
kuyatia mikononi mwa Yoshua.

Mataifa Yaliyobaki Katika Ile Nchi

3 Haya ndiyo mataifa Bwana aliyoyaacha ili
kuwajaribu Waisraeli wote ambao hawakujua
vita vyovyote vya Kanaani 2 (alifanya hivi ili tu
kuwafundisha wazao wa Waisraeli ambao hawa-
kuwa wamejua vita hapo awali): 3 wafalme watano
wa Wafilisti, Wakanaani wote, Wasidoni, Wahivi
waishio katika milima ya Lebanoni kuanzia Mlima
wa Baal-Hermoni hadi Lebo-Hamathi. 4 Waliachwa
ili kuwajaribu Waisraeli kuona kama wangetii amri
za Bwana, alizokuwa amewapa baba zao kwa
mkono wa Mose.
5 Waisraeli wakaishi miongoni mwa Wakanaani,
Wahiti, Waamori, Waperizi, Wahivi na Wayebusi.
6 Wakawaoa binti zao, nao wakawatoa binti zao
waolewe na wana wa hayo mataifa, na kuitumikia
miungu yao.

Othnieli

7 Waisraeli wakafanya maovu machoni pa
Bwana, wakamsahau Bwana Mungu wao na
kutumikia Mabaali na Maashera. 8 Hasira ya
Bwana ikawaka dhidi ya Israeli, hivyo akawauza
na kuwatia mikononi mwa Kushan-Rishathaimu
mfalme wa Aramu-Naharaimu[b] ambaye Israeli
walikuwa chini yake wakimtumikia kwa muda
wa miaka minane. 9 Waisraeli walipomlilia Bwana,
yeye akawainulia mwokozi, Othnieli mwana wa
Kenazi, ndugu mdogo wa Kalebu, ambaye ali-
waokoa. 10 Roho wa Bwana akaja juu yake, hivyo
akawa mwamuzi wa Israeli, akaenda vitani. Bwana
akamtia Kushan-Rishathaimu mfalme wa Aramu
mikononi mwa Othnieli, naye akamshinda. 11 Hivyo
nchi ikawa na amani kwa muda wa miaka arobaini,
mpaka Othnieli mwana wa Kenazi alipofariki.

Ehudi

12 Waisraeli wakafanya maovu mbele za Bwana
tena, kwa kuwa walifanya maovu hayo Bwana
akamtia nguvu Egloni mfalme wa Moabu dhidi ya
Israeli. 13 Egloni akawataka Waamoni na Waamaleki

---

[a]9 Unajulikana pia kama Timnath-Sera, ona Yos 19:50; 24:30.

[b]8 Yaani Mesopotamia ya Kaskazini-Magharibi.

waungane naye, akaja kuishambulia Israeli, nao wakatwaa Mji wa Mitende[a] 14 Waisraeli wakawa chini ya Egloni mfalme wa Moabu kwa muda wa miaka kumi na minane.

15 Waisraeli wakamlilia tena BWANA, naye akawapa mwokozi: Ehudi, mtu wa shoto, mwana wa Gera, Mbenyamini. Waisraeli wakatuma kwa Egloni mfalme wa Moabu ushuru kwa mkono wa Ehudi. 16 Basi Ehudi alikuwa ametengeneza upanga wenye ukatao kuwili, urefu wake ni kama dhiraa moja,[b] akaufunga upanga huo ndani ya nguo yake kwenye paja lake la mkono wa kuume. 17 Akamkabidhi ushuru Egloni mfalme wa Moabu, ambaye alikuwa mtu mnene sana. 18 Baada ya Ehudi kumkabidhi ule ushuru, wale watu waliokuwa wameubeba huo ushuru aliwaruhusu waende zao. 19 Yeye mwenyewe akafuatana nao hadi kwenye sanamu ya kuchora kwenye mawe karibu na Gilgali, ndipo yeye akarudi, akafika kwa Egloni na kusema, "Ee Mfalme, ninao ujumbe wa siri kwa ajili yako."

Mfalme akasema, "Nyamazeni kimya!" Nao wale waliomhudumia wote wakamwacha, wakatoka nje.

20 Ndipo Ehudi akamsogelea alipokuwa ameketi peke yake kwenye chumba cha juu cha jumba lake la kifalme la majira ya kiangazi, na kusema, "Ninao ujumbe kutoka kwa Mungu kwa ajili yako." Mfalme alipokuwa anainuka kutoka kwenye kiti chake, 21 Ehudi akaunyoosha mkono wake wa kushoto na kuufuta ule upanga aliokuwa ameufunga kwenye paja lake la kulia, akamdunga Mfalme Egloni tumboni mwake. 22 Hata mpini nao ukazama tumboni pamoja na upanga wenyewe, nao upanga ukatokea mgongoni mwake. Ehudi hakuuchomoa huo upanga, nayo mafuta yakashikamana juu ya upanga. 23 Ehudi akatoka nje barazani; akamfungia milango ya chumba cha juu na kuifunga kwa funguo.

24 Baada ya kuondoka, watumishi wakaja na kukuta milango ya chumba cha juu imefungwa kwa funguo. Wakasema, "Bila shaka amejipumzisha kwenye chumba cha ndani cha nyumba yake ya majira ya kiangazi." 25 Wakangoja hata wakawa na fadhaa, basi wakati hakufungua milango ya chumba, wakachukua funguo na kuifungua. Tazama wakaona bwana wao amelala sakafuni, amekufa.

26 Walipokuwa wangali wanangoja, Ehudi akatoroka, akapita hapo kwenye sanamu ya kuchora kwenye mawe na kukimbilia Seira. 27 Alipofika huko, akapiga tarumbeta katika nchi ya vilima ya Efraimu, nao Waisraeli wakateremka pamoja naye kutoka vilimani, yeye akiwa anawaongoza.

28 Akawaagiza, "Nifuateni, kwa kuwa BWANA amewatia Moabu, adui zenu, mikononi mwenu." Kwa hiyo wakateremka wakamfuata, wakavishika vivuko vya Yordani kuelekea Moabu, wala hawakuacha mtu yeyote kuvuka. 29 Wakati huo wakawaua Wamoabu watu waume wapatao 10,000 ambao wote walikuwa wenye nguvu na mashujaa; hakuna mtu yeyote aliyetoroka. 30 Siku ile Moabu wakashindwa na Israeli, nayo nchi ikawa na amani kwa miaka themanini.

Shamgari

31 Baada ya Ehudi akaja Shamgari mwana wa Anathi, aliyewapiga Wafilisti 600 kwa fimbo iliyochongoka ya kuongozea ng'ombe. Naye pia akawaokoa Waisraeli.

Debora

4 Baada ya Ehudi kufa, Waisraeli wakafanya tena maovu machoni pa BWANA. 2 Hivyo BWANA akawatia mikononi mwa Yabini, mfalme wa Kanaani, aliyetawala huko Hazori. Jemadari wa jeshi lake alikuwa Sisera, aliyeishi huko Haroshethi-Hagoyimu[c] 3 Kwa kuwa Sisera alikuwa na magari ya chuma yapatayo 900, naye alikuwa amewatesa Waisraeli kwa ukatili kwa muda wa miaka ishirini, Waisraeli wakamlilia BWANA wakaomba msaada.

4 Debora, nabii mwanamke, mkewe Lapidothi, ndiye alikuwa anaamua Israeli wakati ule. 5 Debora alikuwa akiketi chini ya Mtende wa Debora uliokuwa kati ya Rama na Betheli katika nchi ya vilima ya Efraimu, nao Waisraeli wakaja kwake ili awaamue. 6 Akatuma wamwite Baraka mwana wa Abinoamu kutoka Kedeshi huko Naftali na kumwambia, "BWANA, Mungu wa Israeli, anakuagiza: 'Nenda, chukua wanaume 10,000 toka Naftali na Zabuloni, mwende Mlima Tabori. 7 Nitamshawishi Sisera, jemadari wa jeshi la Yabini, pamoja na magari yake na jeshi lake, hadi Mto Kishoni na kumtia mikononi mwako.' "

8 Baraka akamwambia, "Ukienda pamoja nami nitakwenda, lakini usipokwenda pamoja nami, sitakwenda."

9 Debora akamwambia, "Hakika nitakwenda pamoja nawe, lakini njia unayoiendea haitakupa heshima wewe, kwa kuwa BWANA atamtia Sisera mikononi mwa mwanamke." Hivyo Debora akaenda pamoja na Baraka mpaka Kedeshi, 10 mahali ambapo Baraka aliwaita Zabuloni na Naftali. Watu 10,000 wakamfuata Baraka, na Debora pia akaenda pamoja naye.

11 Basi Heberi, Mkeni, alikuwa amejitenga na Wakeni wengine, yaani, wazao wa Hobabu, mkwewe Mose, naye akapiga hema lake karibu na ule mti mkubwa wa mwaloni ulioko Saananimu, karibu na Kedeshi.

12 Sisera alipoambiwa kuwa Baraka mwana wa Abinoamu alikuwa amepanda Mlima Tabori, 13 Sisera akakusanya pamoja magari yake yote 600 ya chuma na watu wote waliokuwa pamoja naye, kuanzia Haroshethi-Hagoyimu mpaka Mto wa Kishoni.

14 Ndipo Debora akamwambia Baraka, "Nenda! Hii ndiyo siku ambayo BWANA amemtia Sisera mikononi mwako. Je, BWANA hakukutangulia mbele yako?" Hivyo Baraka akashuka kutoka Mlima Tabori, akifuatwa na watu 10,000. 15 BWANA akamfadhaisha Sisera na magari yake yote, pamoja na jeshi lake lote kwa upanga mbele ya Baraka, naye Sisera akaliacha gari lake na kukimbia kwa miguu. 16 Lakini Baraka akafuata magari pamoja na jeshi mpaka Haroshethi-Hagoyimu. Jeshi lote la Sisera

[a]13 Yaani Yeriko.
[b]16 Dhiraa moja ni sawa na sentimita 45.
[c]2 Haroshethi-Hagoyimu ina maana Haroshethi ya Mataifa.

likaanguka kwa upanga, wala hakuna hata mtu
mmoja aliyesalia.
17 Sisera, hata hivyo, akakimbia kwa miguu
mpaka kwenye hema la Yaeli, mkewe Heberi,
Mkeni, kwa sababu palikuwa na uhusiano wa
kirafiki kati ya Yabini mfalme wa Hazori na ukoo
wa Heberi, Mkeni.
18 Yaeli akaenda kumlaki Sisera na kumwambia,
"Karibu, bwana wangu, karibu ingia ndani kabisa.
Usiogope." Basi Sisera akaingia ndani ya hema ya
Yaeli, naye akamfunika kwa blanketi nene.
19 Akamwambia, "Nina kiu, tafadhali nipe maji
ya kunywa." Ndipo akafungua kiriba cha maziwa
na kumpa akanywa, kisha akamfunika.
20 Naye Sisera akamwambia, "Simama mlangoni
pa hema na mtu yeyote akija na kukuuliza, 'Je, kuna
mtu yeyote hapa?' sema, 'Hapana.' "
21 Ndipo Yaeli, mkewe Heberi, akatwaa kigingi
cha hema, akachukua nyundo mkononi mwake,
akamwendea polepole, akiwa amelala usingizi,
akiwa amechoka. Akakigongomea kile kigingi
kwenye paji la uso wake, kikapenya hata kuingia
ardhini, naye akafa.
22 Baraka akakaribia akimfuatia Sisera, Yaeli
akatoka kumlaki. Akamwambia, "Njoo, nitakuo-
nyesha mtu unayemtafuta." Hivyo wakaingia ndani
ya hema wakiwa wamefuatana na tazama Sisera
alikuwa amelala humo, akiwa amekufa, na hicho
kigingi cha hema kikiwa kimegongomewa kupitia
paji la uso wake.
23 Basi siku ile Mungu akamshinda Yabini, mfa-
lme wa Kanaani, mbele ya Israeli. 24 Nao mkono
wa Waisraeli ukaendelea kuwa na nguvu zaidi na
zaidi dhidi ya Yabini, mfalme wa Kanaani, mpaka
wakamwangamiza.

Wimbo Wa Debora

5 Ndipo Debora na Baraka mwana wa Abinoamu
wakaimba wimbo huu:

2 "Wakuu katika Israeli wanapoongoza,
wakati watu wanapojitoa
kwa hiari yao wenyewe:
mhimidini BWANA!

3 "Sikieni hili, enyi wafalme!
Sikilizeni, enyi watawala!
Nitamwimbia BWANA, nitaimba;
kwa wimbo nitamhimidi BWANA,
Mungu wa Israeli.

4 "Ee BWANA, ulipotoka katika Seiri,
ulipopita katika mashamba ya Edomu,
nchi ilitetemeka, mbingu nazo zikamwaga,
naam, mawingu yakamwaga maji.
5 Milima ilitetemeka mbele za BWANA,
hata ule wa Sinai,
mbele za BWANA,
Mungu wa Israeli.

6 "Katika siku za Shamgari mwana wa Anathi,
katika siku za Yaeli,
barabara kuu hazikuwa na watu;
wasafiri walipita njia za kando.
7 Mashujaa walikoma katika Israeli,
walikoma mpaka mimi, Debora,
nilipoinuka,
nilipoinuka kama mama katika Israeli.
8 Walipochagua miungu migeni,
vita vilikuja katika malango ya mji,
hapakuonekana ngao wala mkuki
miongoni mwa mashujaa 40,000 katika
Israeli.
9 Moyo wangu u pamoja na wakuu wa Israeli,
pamoja na wale wanaojitoa wenyewe
kwa hiari yao miongoni mwa watu.
Mhimidini BWANA!

10 "Nanyi mpandao punda weupe,
mkiketi juu ya matandiko ya thamani,
nanyi mtembeao barabarani,
fikirini 11 juu ya sauti za waimbaji
mahali pa kunyweshea maji.
Wanasimulia matendo ya haki ya BWANA,
matendo ya haki ya mashujaa wake
katika Israeli.

"Ndipo watu wa BWANA
walipoteremka malangoni pa mji.
12 'Amka, amka! Debora!
Amka, amka, uimbe!
Ee Baraka! Inuka,
chukua mateka wako uliowateka,
ee mwana wa Abinoamu.'

13 "Ndipo mabaki ya watu
wakashuka dhidi ya wenye nguvu,
watu wa BWANA,
wakashuka dhidi ya mashujaa
wenye nguvu.
14 Kutoka Efraimu wakaja watu, ambao
chimbuko lao ni Amaleki;
Benyamini akiwa miongoni
mwa watu waliokufuata.
Kutoka Makiri wakashuka viongozi,
na kutoka Zabuloni wale washikao
fimbo ya jemadari.
15 Wakuu wa Isakari walikuwa pamoja
na Debora;
naam, Isakari alikuwa pamoja na Baraka,
wakija nyuma yake kwa mbio
wakielekea bondeni.
Katika jamaa za Reubeni,
palikuwa na kujihoji kukubwa moyoni.
16 Kwa nini ulikaa katikati ya mazizi ya kondoo
kusikiliza sauti ya filimbi zinazoita
makundi?
Kwa jamaa za Reubeni,
palikuwa na kujihoji kukubwa moyoni.
17 Gileadi alikaa ng'ambo ya Yordani.
Naye Dani, kwa nini alikaa
kwenye merikebu siku nyingi?
Asheri alikaa kwa utulivu ufuoni mwa
bahari,
akikaa kwenye ghuba zake ndogo.
18 Watu wa Zabuloni walihatarisha
maisha yao,
vilevile nao watu wa Naftali.

19 "Wafalme walikuja na kufanya vita;
wafalme wa Kanaani walipigana
huko Taanaki karibu na maji ya Megido,
lakini hawakuchukua fedha wala nyara.
20 Kutoka mbinguni nyota zilipigana,
nyota kutoka njia zake
zilipigana na Sisera.
21 Mto wa Kishoni uliwasomba,
ule mto wa zamani, mto wa Kishoni.
Songa mbele, ee nafsi yangu,
kwa ujasiri!
22 Ndipo kwato za farasi zikafanya mshindo:
farasi wake wenye nguvu
huenda mbio kwa kurukaruka.
23 Malaika wa Bwana akasema, 'Merozi
alaaniwe.
Walaaniwe watu wake kwa uchungu,
kwa kuwa hawakuja kumsaidia Bwana,
kumsaidia Bwana dhidi ya hao
wenye nguvu.'

24 "Yaeli abarikiwe kuliko wanawake wote,
mkewe Heberi, Mkeni,
abarikiwe kuliko wanawake wote
waishio kwenye mahema.
25 Aliomba maji, naye akampa maziwa;
kwenye bakuli la heshima
akamletea maziwa mgando.
26 Akanyoosha mkono wake
akashika kigingi cha hema,
mkono wake wa kuume
ukashika nyundo ya fundi.
Akampiga Sisera kwa nyundo,
akamponda kichwa chake,
akamvunjavunja na kumtoboa
paji lake la uso.
27 Aliinama miguuni pa Yaeli,
akaanguka; akalala hapo.
Pale alipoinama miguuni pake,
alianguka;
pale alipoinamia, ndipo alipoanguka,
akiwa amekufa.

28 "Kupitia dirishani mamaye Sisera
alichungulia;
nyuma ya dirisha alilia, akasema,
'Mbona gari lake linachelewa kufika?
Mbona vishindo vya magari yake
vimechelewa?'
29 Wanawake wenye busara
kuliko wengine wote wakamjibu;
naam, husema moyoni mwake,
30 'Je, hawapati na kugawanya nyara:
msichana mmoja au wawili kwa kila mtu,
mavazi ya rangi mbalimbali kwa Sisera
kuwa nyara,
mavazi ya rangi mbalimbali yaliyotariziwa,
mavazi yaliyotariziwa vizuri kwa ajili
ya shingo yangu:
yote haya yakiwa nyara?'

31 "Adui zako wote na waangamie, Ee Bwana!
Bali wote wakupendao na wawe kama jua
lichomozavyo kwa nguvu zake."

Hivyo nchi ikawa na amani kwa miaka arobaini.

Gideoni

6 Waisraeli wakafanya tena yaliyo maovu mbele
za Bwana, naye kwa miaka saba Bwana akawatia
mikononi mwa Wamidiani. 2 Mkono wa Midiani
ukawa na nguvu dhidi ya Israeli na kwa ajili ya
Wamidiani, Waisraeli wakajitengenezea mahali pa
kujificha milimani, kwenye mapango na ngome.
3 Kila wakati Waisraeli walipopanda mazao masha-
mbani, Wamidiani, Waamaleki na mataifa mengine
ya mashariki walivamia nchi yao. 4 Wakapiga kambi
katika mashamba yao na kuharibu mazao ya nchi
yote hadi kufikia Gaza, wala hawakuacha kiumbe
chochote kilicho hai kwa Waisraeli, iwe kondoo au
ng'ombe au punda. 5 Walipanda na mifugo yao na
mahema yao, mfano wa makundi ya nzige. Ilikuwa
haiwezekani kuwahesabu watu na ngamia zao;
wakavamia nchi ili kuiharibu. 6 Waisraeli waka-
fanywa kuwa maskini sana na Wamidiani, hata
Israeli wakamlilia Bwana kuomba msaada.
7 Waisraeli walipomlilia Bwana kwa sababu ya
Wamidiani, 8 Bwana akawapelekea nabii, ambaye
aliwaambia, "Hili ndilo Bwana, Mungu wa Israeli,
asemalo: Niliwapandisha mtoke Misri, toka nchi ya
utumwa. 9 Nikawanyakua kutoka mikononi mwa
Wamisri na kutoka mikononi mwa watesi wenu
wote. Nikawafukuza watoke mbele yenu nami
nikawapa ninyi nchi yao. 10 Nikawaambia, 'Mimi
ndimi Bwana Mungu wenu; msiiabudu miungu ya
Waamori, ambayo mnakaa katika nchi yao!' Lakini
ninyi hamkuitii sauti yangu."
11 Malaika wa Bwana akaja akaketi chini ya mti
wa mwaloni huko Ofra, ambao ulikuwa mali ya
Yoashi, Mwabiezeri, ambako Gideoni mwanawe
alikuwa akipepeta ngano penye shinikizo la kuka-
mulia zabibu, ili kuificha Wamidiani wasiione.
12 Malaika wa Bwana alipomtokea Gideoni, aka-
mwambia, "Bwana yu pamoja nawe, Ewe shujaa
mwenye nguvu."
13 Gideoni akajibu, "Ee Bwana wangu, kama
Bwana yu pamoja nasi, mbona mambo haya yote
yametutokea? Yako wapi basi yale matendo yake
makuu baba zetu waliyotusimulia juu yake walipo-
sema, 'Je, Bwana hakutupandisha kutoka Misri?'
Lakini sasa Bwana ametuacha na kututia katika
mkono wa Midiani."
14 Bwana akamgeukia na kusema "Enenda kwa
uwezo wako huu, ukawaokoe Israeli kutoka miko-
noni mwa Wamidiani. Je, si mimi ninayekutuma
wewe?"
15 Gideoni akauliza, "Ee Bwana wangu, nitawe-
zaje kuwaokoa Israeli? Ukoo wangu ndio dhaifu
kuliko zote katika Manase, nami ndiye mdogo wa
wote katika jamaa yangu."
16 Bwana akamjibu, "Nitakuwa pamoja nawe,
nawe utawapiga Wamidiani kana kwamba wali-
kuwa ni mtu mmoja."
17 Gideoni akajibu, "Kama basi nimepata kibali
machoni pako, nipe ishara kuonyesha kweli
kwamba ni wewe unayesema nami. 18 Tafadhali
ninakuomba usiondoke hapa mpaka nitakaporudi
na kukuletea sadaka yangu na kuiweka mbele yako."

Naye Bwana akamwambia, "Nitangoja mpaka utakaporudi."

19 Gideoni akaingia ndani ya nyumba yake na kuandaa mwana-mbuzi pamoja na kuoka mikate isiyotiwa chachu kutokana na efa moja[a] ya unga. Akaweka nyama kwenye kikapu na mchuzi kwenye chungu, akamletea huyo malaika hapo nje chini ya mti wa mwaloni na kumpa.

20 Malaika wa Mungu akamwambia, "Itwae nyama na mikate isiyotiwa chachu, uviweke juu ya mwamba huu na umimine huo mchuzi juu yake." Gideoni akafanya hivyo. 21 Malaika wa Bwana akainyoosha fimbo iliyokuwa mkononi mwake, ncha yake ikagusa ile nyama na ile mikate isiyotiwa chachu, nao moto ukatoka kwenye mwamba ukateketeza ile nyama na ile mikate. Malaika wa Bwana akatoweka kutoka machoni pake. 22 Gideoni alipotambua kuwa ni malaika wa Bwana, akapiga kelele kwa mshangao, akasema, "Ole wangu, Bwana Mwenyezi! Kwa kuwa nimemwona malaika wa Bwana uso kwa uso!"

23 Lakini Bwana akamwambia, "Amani iwe kwako! Usiogope. Hutakufa."

24 Hivyo Gideoni akamjengea Bwana madhabahu mahali pale na kupaita, Yehova-Shalom.[b] Mpaka leo ingalipo imesimama huko Ofra ya Waabiezeri.

25 Usiku ule ule Bwana akamwambia, "Mchukue ng'ombe dume wa baba yako, yaani, yule wa pili mwenye miaka saba, na ubomoe madhabahu ya Baali aliyo nayo baba yako, na ukaikate Ashera iliyo karibu nayo. 26 Kisha mjengee Bwana Mungu wako, madhabahu halisi, kwa taratibu zake, juu ya huu mwamba. Kwa kutumia kuni za hiyo nguzo ya Ashera uliyoikatakata, mtoe sadaka huyo dume wa pili kuwa sadaka ya kuteketezwa."

27 Basi Gideoni akawachukua watumishi wake kumi na kufanya kama Bwana alivyomwambia. Lakini kwa kuwa aliwaogopa jamaa yake na watu wa mji, akafanya haya usiku badala ya mchana.

28 Watu wa mji walipoamka asubuhi, tazama madhabahu ya Baali imebomolewa na nguzo ya Ashera iliyokuwa karibu nayo imekatwakatwa na yule ng'ombe wa pili ametolewa sadaka juu ya madhabahu yaliyojengwa upya!

29 Wakaulizana, "Ni nani aliyetenda mambo haya?"

Walipochunguza kwa makini, wakaambiwa, "Ni Gideoni mwana wa Yoashi, ndiye alitenda hivi."

30 Watu wa mji wakamwambia Yoashi, "Mlete mwanao hapa. Ni lazima afe, kwa sababu amebomoa madhabahu ya Baali na kukatakata nguzo ya Ashera iliyokuwa karibu nayo."

31 Lakini Yoashi akauambia ule umati uliokuwa umezunguka ukiwa kinyume naye, "Je, ninyi mtamtetea Baali? Mnajaribu kumwokoa? Yeyote mwenye kumpigania atauawa kufikia kesho asubuhi! Kama Baali ni mungu kweli, anaweza kujitetea mwenyewe wakati mtu anapobomoa madhabahu yake." 32 Basi siku ile wakamwita Gideoni "Yerub-Baali," yaani, "Baali na ashindane naye," kwa sababu alibomoa madhabahu yake.

[a]19 Efa moja ni sawa na lita 22.
[b]24 Yehova-Shalom maana yake Bwana ni Amani.

33 Basi Wamidiani wote, Waamaleki na mataifa mengine ya mashariki wakaunganisha majeshi yao, wakavuka ng'ambo ya Yordani na kupiga kambi katika Bonde la Yezreeli. 34 Ndipo Roho wa Bwana akamjia Gideoni, akapiga tarumbeta, akiwaita Waabiezeri ili wamfuate. 35 Akatuma wajumbe waende katika Manase yote, akiwataka wachukue silaha na pia katika Asheri, Zabuloni na Naftali, nao wakakwea ili kukutana nao.

36 Gideoni akamwambia Mungu, "Kama utawaokoa Waisraeli kwa mkono wangu, kama ulivyoahidi: 37 tazama, nitaweka ngozi ya kondoo kwenye kiwanja cha kupuria nafaka, na kama utakuwepo umande juu ya ngozi tu, nayo ardhi yote ikiwa kavu, ndipo nitakapojua kuwa utaokoa Israeli kwa mkono wangu, kama ulivyosema." 38 Hivyo ndivyo ilivyotokea. Gideoni akaamka asubuhi na mapema kesho yake, akaikamua ile ngozi, umande ukatoka, maji ya kujaa bakuli.

39 Kisha Gideoni akamwambia Bwana, "Usinikasirikie. Ninaomba nifanye ombi moja lingine. Niruhusu nifanye jaribio jingine moja kwa ngozi hii. Wakati huu uifanye ngozi hii kavu na ardhi yote ifunikwe na umande." 40 Usiku ule Mungu akafanya hivyo. Ngozi ile ilikuwa kavu, nayo ardhi yote ikafunikwa na umande.

Gideoni Awashinda Wamidiani

7 Ndipo Yerub-Baali (yaani Gideoni) na lile jeshi lililokuwa pamoja naye, wakaondoka asubuhi na mapema na kupiga kambi kando ya chemchemi ya Harodi. Kambi ya Wamidiani ilikuwa kaskazini yao katika bonde karibu na kilima cha More. 2 Bwana akamwambia Gideoni, "Jeshi lililo pamoja nawe ni kubwa sana kwa mimi kuwatia Wamidiani mikononi mwao. Ili kwamba Israeli asije akajisifu juu yangu akisema, 'Mkono wangu ndio ulioniokoa, 3 kwa hiyo sasa tangaza jeshi lote likiwa linasikia, kwamba: Yeyote anayeogopa na kutetemeka, yeye na arudi nyumbani, aondoke katika Mlima Gileadi.'" Hivyo watu 22,000 walirudi, wakabaki 10,000.

4 Lakini Bwana akamwambia Gideoni, "Idadi ya jeshi bado ni kubwa. Wapeleke chini katika maji nami nitawajaribu huko kwa ajili yako. Kama nikikuambia, 'Huyu atakwenda pamoja nawe,' yeye atakwenda; lakini kama nikisema, 'Huyu hatakwenda pamoja nawe,' yeye hatakwenda."

5 Hivyo Gideoni akalileta lile jeshi chini kwenye maji naye Bwana akamwambia Gideoni, "Watenge upande mmoja wale wote wanywao maji kwa ulimi, kama vile mbwa anywavyo, wale wote wapigao magoti ili kunywa wakipeleka mikono yao vinywani mwao, waweke upande mwingine." 6 Idadi ya wale waliokunywa kwa kuramba ramba walikuwa 300, lakini wengine wote katika jeshi walipiga magoti ili kunywa.

7 Bwana akamwambia Gideoni, "Kwa hao watu 300 walioramba maji nitawaokoa ninyi, nami nitawatia Wamidiani mkononi mwako. Waache hao watu wengine wote warudi kila mmoja nyumbani mwake." 8 Hivyo Gideoni akawaacha wale Waisraeli wengine kila mmoja aende kwenye hema yake. Akabakia na wale 300, ambao walichukua vyakula na tarumbeta za wale wenzao.

Basi kambi ya Wamidiani ilikuwa chini yake
bondeni. 9 Usiku ule ule BWANA akamwambia
Gideoni, “Ondoka, ushuke kambini, kwa kuwa
nimeitia mkononi mwako. 10 Lakini kama unaogopa
kushambulia, shuka kambini pamoja na mtumishi
wako Pura, 11 nawe sikiliza wanayosema. Hatimaye,
utatiwa moyo kushambulia kambi.” Basi yeye na
Pura mtumishi wake wakashuka na kufikia walinzi
wa mbele wenye silaha waliokuwa mle kambini.
12 Wamidiani, Waamaleki na mataifa mengine
yote ya mashariki walikaa bondeni, nao walikuwa
mfano wa nzige kwa wingi wao. Ngamia zao hazi-
kuhesabika, wingi wao ulikuwa kama mchanga wa
ufuoni mwa bahari.

13 Gideoni alifika wakati huo huo kukiwa na mtu
mmoja aliyekuwa anamweleza mwenzake ndoto
yake, akisema, “Niliota ndoto: Tazama mkate wa
shayiri ulioviringana ulianguka katika kambi moja
ya Wamidiani, ukaipiga na ikaanguka nao ukai-
pindua juu chini na hema ikaporomoka chini.”

14 Rafiki yake akamjibu, “Habari hii si kitu
kingine zaidi ya upanga wa Gideoni mwana wa
Yoashi, Mwisraeli. Mungu amewatia Wamidiani
na jeshi lote mkononi mwake.”

15 Gideoni alipoisikia hiyo ndoto na tafsiri yake,
akamwabudu Mungu. Akarudi kwenye kambi ya
Israeli na kusema, “Inukeni! BWANA amelitia jeshi
la Wamidiani mikononi mwenu.” 16 Akawagawa
wale watu 300 katika makundi matatu, akawaka-
bidhi tarumbeta mikononi mwao wote na mitungi
isiyokuwa na maji yenye mienge ndani yake.

17 Akawaambia, “Nitazameni, fanyeni kama
nitakavyofanya, nitakapofika mwisho wa kambi
mfanye kama nitakavyofanya. 18 Wakati mimi na
wale walio pamoja nami wote, tutakapopiga taru-
mbeta zetu, ninyi nanyi pigeni tarumbeta pande
zote za kambi na mpige kelele, mseme, ‘Upanga
wa BWANA na wa Gideoni.’ ”

19 Gideoni na wale watu 100 waliokuwa pamoja
naye wakafika mwisho wa kambi usiku mwanzoni
mwa zamu ya kati, mara tu walipokuwa wamebadili
zamu. Wakapiga zile tarumbeta zao na kuvunja ile
mitungi iliyokuwa mikononi mwao. 20 Yale makundi
matatu yakapiga tarumbeta na kuvunja mitungi.
Wakashika mienge kwa mikono yao ya kushoto na
katika mikono yao ya kuume tarumbeta ili kuzi-
piga, wakapaza sauti zao, “Upanga wa BWANA na
wa Gideoni!” 21 Wakasimama kila mtu mahali pake
kuizunguka kambi pande zote, Wamidiani wote
wakakimbia, huku wakipiga kelele.

22 Walipozipiga zile tarumbeta 300, BWANA aka-
fanya watu katika kambi yote kugeuziana upanga
kila mmoja na mwenziwe. Jeshi likakimbia mpaka
Beth-Shita kuelekea Serera[a] hadi mpakani mwa
Abel-Mehola karibu na Tabathi. 23 Watu wa Israeli
wakaitwa kutoka Naftali, Asheri na Manase, waka-
wafuatia Wamidiani. 24 Gideoni akatuma wajumbe
katika nchi yote ya vilima vya Efraimu akisema,
“Teremkeni dhidi ya Wamidiani na mkazuie vivuko
vya maji mbele yao hadi Beth-Bara na pia Yordani.”

Hivyo watu wote wa Efraimu wakakuta-
nika pamoja na kuzingira mto wa Yordani hadi
Beth-Bara. 25 Wakawakamata wakuu wawili wa
Midiani, Orebu na Zeebu. Wakamuulia Orebu pale
penye mwamba wa Orebu, na Zeebu wakamuulia
penye shinikizo la kukamulia divai la Zeebu. Waka-
wafuatia Wamidiani na kuleta vichwa vya Orebu
na Zeebu kwa Gideoni, huko ng'ambo ya Yordani.

Ushindi Wa Gideoni Na Kulipiza Kisasi

8 Basi Waefraimu wakamuuliza Gideoni, “Mbona
mmetutenda hivi? Kwa nini hukutuita ulipo-
kwenda kupigana na Wamidiani?” Wakawalaumu
kwa ukali sana.

2 Gideoni akawajibu, “Nilichofanya mimi ni nini
kulinganisha na kile ninyi mlichofanya? Je, kuo-
koa masazo ya zabibu za Efraimu si bora kuliko
mavuno kamili ya zabibu ya Abiezeri? 3 Mungu
amewatia Orebu na Zeebu, hao viongozi wa Wami-
diani, mikononi mwenu. Je, mimi niliweza kufanya
nini kulinganisha na mlichofanya ninyi?” Alipo-
sema hili, hasira yao dhidi yake ikatulia.

4 Gideoni akiwa pamoja na wale watu 300 walio-
fuatana naye, wakiwa wamechoka na wenye njaa
lakini bado wakiwafuatia, wakafika Yordani na
kuuvuka. 5 Akawaambia watu wa Sukothi, “Tafa-
dhali lipatieni jeshi langu mikate, kwa maana
wamechoka, nami ningali ninawafuatia Zeba na
Salmuna, wafalme wa Midiani.”

6 Lakini maafisa wa Sukothi wakasema, “Je,
mikono ya Zeba na Salmuna tayari mnayo sasa ili
tuweze kulipatia jeshi lako mikate?”

7 Gideoni akajibu, “Kwa ajili ya hilo tu, BWANA
atakapowatia Zeba na Salmuna mkononi mwangu,
nitaichana nyama ya miili yenu kwenye miiba ya
nyikani na kwenye michongoma.”

8 Kutoka hapo alikwea mpaka Penieli na kutoa
ombi lile lile, lakini nao watu wa Penieli wakamjibu
kama watu wa Sukothi walivyokuwa wamemjibu.
9 Hivyo akawaambia watu wa Penieli, “Nitakapo-
rudi baada ya kushinda, nitaubomoa mnara huu.”

10 Wakati huu Zeba na Salmuna walikuwa
Karkori wakiwa na jeshi lenye watu wapatao
15,000 wale wote waliokuwa wamesalia wa mataifa
ya mashariki, kwa kuwa watu wapatao 120,000
wenye panga walikuwa wameuawa. 11 Basi Gideoni
akakwea kwa njia ya wasafiri mashariki ya Noba
na Yogbeha na kulishambulia jeshi ambalo hali-
kushuku lolote. 12 Zeba na Salmuna, hao wafalme
wawili wa Midiani, wakakimbia lakini yeye Gideoni
akawafuata na kuwakamata, akalishinda hilo jeshi
lao lote.

13 Gideoni mwana wa Yoashi akarudi kutoka
vitani kwa kupitia Mwinuko wa Heresi. 14 Aka-
mkamata kijana mmoja wa Sukothi na kumuuliza
maswali, naye yule kijana akamwandikia majina
ya maafisa sabini wa Sukothi, ambao ni viongozi
wa mji. 15 Ndipo Gideoni akaja na kuwaambia watu
wa Sukothi, “Tazama, hapa wapo Zeba na Salmuna
mlionisimanga kwa ajili yao mkisema, ‘Je, mikono
ya Zeba na Salmuna tayari mnayo sasa ili tuweze
kulipatia jeshi lako mikate?’ ” 16 Akawachukua hao
viongozi wa mji na kuwafundisha watu wa Sukothi
somo kwa kuwaadhibu kwa miiba na michongoma
ya nyikani. 17 Pia akaubomoa mnara wa Penieli na
kuwaua watu wa mji.

---

[a]22 Au: Seretha.

18 Kisha akawauliza Zeba na Salmuna, "Ni watu
wa aina gani mliowaua huko Tabori?"
Wakajibu, "Ni watu kama wewe, kila mmoja wao
akiwa na nafasi ya uana wa mfalme."
19 Gideoni akajibu, "Hao walikuwa ndugu zangu,
wana wa mama yangu hasa. Hakika kama aishi-
vyo BWANA, kama mngekuwa mmewaacha hai,
mimi nisingewaua ninyi." 20 Akamgeukia Yetheri,
mwanawe mzaliwa wa kwanza, akasema, "Waue
hawa!" Lakini Yetheri hakuufuta upanga wake,
kwa sababu aliogopa, kwa kuwa alikuwa bado
kijana mdogo tu.
21 Zeba na Salmuna wakasema, "Njoo ufanye
hivyo wewe mwenyewe. 'Alivyo mtu, ndivyo zili-
vyo nguvu zake.' " Hivyo Gideoni akatoka mbele
na kuwaua, naye akayaondoa mapambo kwenye
shingo za ngamia zao.

Kisibau Cha Gideoni

22 Waisraeli wakamwambia Gideoni, "Ututawale,
wewe, wanao na wana wa wana wako, kwa kuwa
umetuokoa kutoka mikononi mwa Wamidiani."
23 Lakini Gideoni akawaambia, "Mimi sitatawala
juu yenu, wala wanangu hawatatawala juu yenu.
BWANA ndiye atakayetawala juu yenu ninyi." 24 Naye
akasema, "Ninalo ombi moja, kwamba kila mmoja
wenu anipatie kipuli kutoka kwenye fungu lake
la nyara." (Ilikuwa desturi ya Waishmaeli kuvaa
vipuli vya dhahabu.)
25 Wakajibu, "Tutafurahi kuvitoa." Hivyo wakata-
nda vazi chini na kila mwanaume akatupia juu yake
pete kutoka kwenye fungu lake la nyara. 26 Uzito wa
pete za dhahabu alizoomba zilifikia shekeli 1,700,[a]
bila kuhesabu mapambo mengine, pete za masikio
na mavazi ya zambarau yaliyovaliwa na wafalme
wa Midiani, au mikufu iliyokuwa kwenye shingo za
ngamia zao. 27 Gideoni akatengeneza kisibau kwa
kutumia ile dhahabu, ambacho alikiweka katika
mji wake, yaani, Ofra. Waisraeli wote wakafanya
uasherati kwa kukiabudu huko, nacho kikawa
mtego kwa Gideoni na jamaa yake.
28 Hivyo Midiani ikashindwa mbele ya Israeli
nayo haikuinua kichwa chake tena. Wakati wa
siku za uhai wa Gideoni, nchi ikafurahia amani
miaka arobaini.

Kifo Cha Gideoni

29 Yerub-Baali mwana wa Yoashi akarudi kwenda
kuishi katika nyumba yake. 30 Alikuwa na wana
sabini wa kwake mwenyewe, kwa kuwa alikuwa
na wake wengi. 31 Suria wake, aliyekuwa anaishi
huko Shekemu, pia alimzalia mwana, ambaye
alimwita Abimeleki. 32 Gideoni mwana wa Yoashi
akafa akiwa na umri mzuri wa uzee, na akazikwa
katika kaburi la Yoashi baba yake huko Ofra ya
Waabiezeri.
33 Mara tu alipofariki Gideoni, Waisraeli waka-
rudia hali ya uovu na kufanya uasherati kwa
kuabudu Mabaali. Wakamsimamisha Baal-Berithi
kuwa mungu wao na 34 wala hawakumkumbuka
BWANA Mungu wao, aliyewaokoa kutoka miko-
noni mwa adui zao wote kutoka kila upande.
35 Pia wakashindwa kuitendea mema jamaa ya
Yerub-Baali (yaani Gideoni) kwa ajili ya mambo
yote mema aliyokuwa amefanya kwa ajili yao.

Abimeleki Ajaribu Kuanzisha Ufalme

9 Siku moja Abimeleki mwana wa Yerub-Baali
akaenda kwa ndugu ya mama yake huko
Shekemu na kuwaambia yeye na ukoo wote wa
mama yake, 2 "Waulizeni watu wote wa Shekemu,
'Lipi lililo bora kwenu: Kutawaliwa na wana wote
sabini wa Yerub-Baali, au mtu mmoja peke yake?'
Kumbukeni kwamba, mimi ni mfupa wenu nyama
yenu hasa."
3 Ndugu za mama yake walipowaeleza watu
wote wa Shekemu, wakaelekea kumkubali Abi-
meleki, kwa kuwa walisema, "Yeye ni ndugu yetu."
4 Wakampa shekeli sabini[b] za fedha kutoka hekalu
la Baal-Berithi, naye Abimeleki akaitumia kuajiri
watu ovyo wasiojali, wakawa ndio wafuasi wake.
5 Akaenda nyumbani kwa baba yake huko Ofra,
na juu ya jiwe moja wakawaua ndugu zake sabini,
ambao ni wana wa Yerub-Baali. Lakini Yothamu,
mwana mdogo wa wote wa Yerub-Baali, akaokoka
kwa kujificha. 6 Ndipo watu wote wa Shekemu na
Beth-Milo wakakusanyika pamoja chini ya mti
mkubwa wa mwaloni penye nguzo iliyoko She-
kemu wakamvika Abimeleki taji kuwa mfalme.
7 Yothamu alipoambiwa hayo, akapanda juu ya
kilele cha mlima Gerizimu, akawapazia sauti yake
akawaambia, "Nisikilizeni enyi watu wa Shekemu,
ili Mungu naye apate kuwasikiliza ninyi. 8 Siku moja
miti ilitoka ili kwenda kujitawazia mfalme. Ikaua-
mbia mzeituni, 'Wewe uwe mfalme wetu.'
9 "Lakini mzeituni ukaijibu, 'Je, niache kutoa
mafuta yangu ambayo kwake miungu na wana-
damu huheshimiwa, ili nikawe juu ya miti?'
10 "Kisha miti ikauambia mtini, 'Njoo na uwe
mfalme wetu!'
11 "Lakini mtini ukaijibu, 'Je, niache kutoa matu-
nda yangu mazuri na matamu, ili niende nikawe
juu ya miti?'
12 "Ndipo miti ikauambia mzabibu, 'Njoo na uwe
mfalme wetu.'
13 "Lakini mzabibu ukaijibu, 'Je, niache kutoa
divai yangu inayofurahisha miungu na wanadamu
ili nikawe juu ya miti?'
14 "Mwishoni miti yote ikauambia mti wa miiba,
'Njoo na uwe mfalme wetu.'
15 "Nao mti wa miiba ukaijibu, 'Kama kweli
mnataka niwe mfalme wenu, basi njooni mpate
kupumzika chini ya kivuli changu. Lakini kama
sivyo, moto na utoke kwenye mti wa miiba uka-
teketeze mierezi ya Lebanoni!'
16 "Basi ikiwa mmetenda kwa uaminifu na
heshima kumfanya Abimeleki kuwa mfalme, na
kama mmetendea vyema Yerub-Baali na jamaa
yake kama ilivyostahili: 17 kwa kuwa baba yangu
aliwapigania ninyi na kuhatarisha nafsi yake na
kuwaokoa ninyi kutoka mikononi mwa Wamidiani
18 (lakini leo mmeasi dhidi ya jamaa ya baba yangu,
na kuwaua wanawe sabini juu ya jiwe moja, nanyi
mkamfanya Abimeleki mwana wa mwanamke

[a]26 Shekeli 1,700 ni sawa na kilo 19.5.

[b]4 Shekeli 70 za fedha ni sawa na gramu 800.

mtumwa kuwa mfalme juu ya Shekemu, kwa kuwa
yeye ni ndugu yenu), 19 nanyi kama basi mmemte-
ndea Yerub-Baali na jamaa yake kwa heshima na
uaminifu, basi Abimeleki na awe furaha yenu,
nanyi mwe furaha yake pia! 20 Lakini kama sivyo,
moto na utoke kwa Abimeleki na uwateketeze,
ninyi watu wa Shekemu na Beth-Milo, nao moto
utoke kwenu, watu wa Shekemu na Beth-Milo
umteketeze Abimeleki!"

21 Ndipo Yothamu akakimbia, akatoroka akae-
nda Beeri, akaishi huko, kwa sababu alimwogopa
ndugu yake Abimeleki.

22 Baada ya Abimeleki kutawala Israeli kwa muda
wa miaka mitatu, 23 Mungu akaruhusu roho mbaya
kati ya Abimeleki na watu wa Shekemu, nao watu
wa Shekemu wakamtendea Abimeleki kwa hila.
24 Hili lilitokea ili ule ukatili waliotendewa hao
wana sabini wa Yerub-Baali upatilizwe, na damu
yao iwe juu ya Abimeleki ndugu yao aliyewaua, na
pia iwe juu ya watu wa Shekemu, ambao walimsai-
dia kuua ndugu zake. 25 Hivyo, kutokana na uadui
juu yake watu wa Shekemu wakaweka watu wa
kumvizia katika vilele vya milima. Wakawanya-
ng'anya watu wote waliopita karibu nao, nayo haya
yakaarifiwa kwa Abimeleki.

26 Basi Gaali mwana wa Ebedi akaenda pamoja na
ndugu zake wakaingia Shekemu, nao watu wa huko
wakamtumainia yeye. 27 Wakaenda mashambani
mwao kuvuna zabibu na kuzisindika hizo zabibu,
wakafanya sikukuu katika hekalu la mungu wao.
Wakati wakila na kunywa, wakamlaani Abimeleki.
28 Gaali mwana wa Ebedi akasema, "Abimeleki ni
nani, na Shekemu ni nani, hata tumtumikie? Je,
yeye si mwana wa Yerub-Baali? Naye Zebuli si
ndiye msaidizi wake? Basi watumikieni watu wa
Hamori, babaye Shekemu. Kwa nini tumtumikie
Abimeleki? 29 Laiti watu hawa wangekuwa chini
ya amri yangu! Basi mimi ningemwondoa huyo
Abimeleki. Ningemwambia Abimeleki, 'Ondoa
jeshi lako lote.' "

30 Zebuli aliyekuwa mtawala wa mji aliposikia
aliyosema Gaali mwana wa Ebedi, akakasirika
sana. 31 Akatuma ujumbe uende kwa Abimeleki kwa
siri na kusema, "Gaali mwana wa Ebedi na ndugu
zake wamekuja Shekemu, na wanauchochea mji
huu kinyume chako. 32 Sasa, basi, usiku huu wewe
uondoke na watu wako ili mje kuwavizia masha-
mbani. 33 Kisha asubuhi wakati wa kuchomoza
jua, amka mapema na ujipange dhidi ya huo mji.
Wakati yeye na jeshi lililo pamoja naye watakapo-
toka kukabiliana nanyi, mwaweza kuwatendea kwa
kadiri mnavyoweza."

34 Kwa hiyo Abimeleki pamoja na jeshi lake lote
wakaondoka usiku na kujificha karibu na Shekemu
wakiwa vikosi vinne. 35 Basi Gaali mwana wa Ebedi
alikuwa ametoka nje akawa amesimama katika
ingilio la mji wakati ule ule ambao Abimeleki na
watu wake walipokuwa wanatoka sehemu zao za
maficho.

36 Gaali alipowaona, akamwambia Zebuli,
"Tazama, watu wanashuka kutoka kwenye vilele
vya milima!"

Zebuli akajibu, "Wewe unaona vivuli vya milima
kana kwamba ni watu."

37 Lakini Gaali akasema tena, "Tazama, watu
wanashuka kutoka katikati ya nchi na kikosi
kimoja kinakuja kutoka Tabur-Ezeri na kikosi
kingine kutoka upande wa Elon-Meonenimu."

38 Ndipo Zebuli akamwambia, "Kuko wapi
kujivuna kwako sasa, wewe uliyesema, 'Huyo
Abimeleki ni nani hata tumtumikie?' Hawa si wale
watu uliowadharau? Toka nje sasa ukapigane nao!"

39 Basi Gaali akatoka akawaongoza watu wa
Shekemu kupigana na Abimeleki. 40 Abimeleki
akamfukuza, watu wengi wakajeruhiwa katika
kukimbia huko, njia nzima hadi kwenye ingilio la
lango. 41 Abimeleki akakaa Aruma, naye Zebuli aka-
wafukuza Gaali na ndugu zake watoke Shekemu.

42 Kesho yake watu wa Shekemu wakatoka
wakaenda mashambani, Abimeleki akaambiwa
juu ya jambo hili. 43 Hivyo akawachukua watu wake,
akawagawanya katika vikosi vitatu na kuwaweka
waviziao huko mashambani. Alipowaona watu
wanatoka kwenda nje ya mji, akainuka dhidi yao
na kuwashambulia. 44 Abimeleki pamoja na vile
vikosi wakaharakisha kwenda mbele kwenye
nafasi, mahali pa ingilio la lango la mji. Vile vikosi
viwili vikawawahi wale waliokuwa mashambani
na kuwaua. 45 Siku hiyo nzima Abimeleki akazidi-
sha mashambulizi yake dhidi ya mji hadi akawa
ameuteka na kuwaua watu wa huo mji. Kisha
akauangamiza mji na kusambaza chumvi juu yake.

46 Kwa kusikia jambo hili watu wote katika
mnara wa Shekemu, wakaingia kwenye ngome
ya hekalu la El-Berithi. 47 Abimeleki aliposikia
kuwa wamekusanyika huko, 48 yeye na watu wake
wote wakakwea kwenye Mlima Salmoni. Abime-
leki akachukua shoka, akakata baadhi ya matawi,
ambayo aliyachukua mabegani. Akawaagiza wale
watu waliokuwa pamoja naye kuwa, "Fanyeni kile
mlichoona mimi nikifanya!" 49 Basi watu wote
wakakata matawi na kumfuata Abimeleki. Wakaya-
kusanya hayo matawi juu ya ngome na kuitia moto
ili kuwachoma wale watu wote waliokuwa ndani
yake. Hivyo watu wote katika mnara wa Shekemu,
karibia watu 1,000 waume kwa wake, pia wakafa.

50 Baadaye Abimeleki akaenda Thebesi na kuuzi-
ngira kwa jeshi na kuuteka. 51 Hata hivyo, ndani ya
huo mji kulikuwa na mnara imara, ambako watu
wote wa mji wanaume na wanawake, watu wote wa
mji, walikimbilia ndani yake. Wakajifungia ndani
yake na kupanda juu ya paa la mnara. 52 Abimeleki
akaja kwenye ule mnara na kuushambulia, lakini
alipokaribia kwenye ingilio la mnara ili kuuchoma
kwa moto, 53 mwanamke mmoja akaangusha
sehemu ya juu ya jiwe la kusagia juu ya kichwa
cha Abimeleki, likapasua fuvu la kichwa chake.

54 Akamwita kwa haraka kijana yule aliyechukua
silaha zake, na kumwambia, "Chukua upanga wako
na uniue, watu wasije wakasema kwamba, 'Mwa-
namke amemuua.' " Basi yule kijana akamchoma
upanga, naye akafa. 55 Waisraeli walipoona kuwa
Abimeleki amekufa, kila mtu akaenda nyumbani
kwake.

56 Hivyo ndivyo Mungu alivyolipiza uovu ule
ambao Abimeleki alikuwa ameutenda kwa baba
yake kwa kuwaua ndugu zake sabini. 57 Mungu
akawapatiliza watu wa Shekemu uovu wao juu ya

vichwa vyao, na juu yao ikaja laana ya Yothamu
mwana wa Yerub-Baali.

Tola

10 Baada ya Abimeleki, Tola mwana wa Pua
mwana wa Dodo, mtu wa Isakari, aliyeishi
huko Shamiri, katika nchi ya vilima ya Efraimu,
akainuka kuokoa Israeli. 2 Akaamua Israeli kwa
miaka ishirini na mitatu. Ndipo akafa, naye aka-
zikwa huko Shamiri.

Yairi

3 Baada yake akafuatiwa na Yairi, Mgileadi,
ambaye aliamua Israeli kwa miaka ishirini na
miwili. 4 Alikuwa na wana thelathini waliopanda
punda thelathini. Nao walikuwa na miji thelathini
iliyoko Gileadi, inayoitwa Hawoth-Yairi mpaka leo.
5 Yairi akafa, naye akazikwa huko Kamoni.

Yefta

6 Wana wa Israeli wakatenda tena maovu
machoni pa Bwana. Wakaabudu Mabaali na Maa-
shtorethi, miungu ya Aramu, miungu ya Sidoni,
miungu ya Moabu, miungu ya Waamoni na miu-
ngu ya Wafilisti. Kwa kuwa Waisraeli walimwacha
Bwana wala hawakuendelea kumtumikia, 7 hivyo
hasira ya Bwana ikawaka dhidi ya Israeli, naye
akawatia mikononi mwa Wafilisti na Waamoni,
8 ambao waliwaonea na kuwatesa mwaka ule. Kwa
miaka kumi na minane wakawatesa Waisraeli
wote upande wa mashariki ya Mto Yordani katika
Gileadi, nchi ya Waamori. 9 Waamoni nao waka-
vuka Yordani ili kupigana na Yuda, Benyamini na
nyumba ya Efraimu, nayo nyumba ya Israeli ikawa
katika taabu kubwa. 10 Ndipo Waisraeli wakamlilia
Bwana wakasema, "Tumetenda dhambi dhidi yako,
kumwacha Mungu wetu na kutumikia Mabaali."

11 Bwana akawaambia, "Wakati Wamisri, Waa-
mori, Waamoni, Wafilisti, 12 Wasidoni, Waamaleki
na Wamaoni walipowaonea na ninyi mkanililia na
kuomba msaada, je, sikuwaokoa kutoka mikononi
mwao? 13 Lakini ninyi mmeniacha mimi na kutu-
mikia miungu mingine, kwa hiyo sitawaokoa tena.
14 Nendeni mkaililie ile miungu mlioichagua. Hiyo
miungu na iwaokoe mnapokuwa katika taabu!"

15 Lakini Waisraeli wakamwambia Bwana,
"Tumetenda dhambi. Ututendee lile unaloona
kuwa jema kwako, lakini twakusihi utuokoe sasa."
16 Nao wakaiondoa hiyo miungu migeni katikati yao
nao wakamtumikia Bwana. Naye akahuzunika kwa
sababu ya taabu ya Israeli.

17 Ndipo Waamoni wakaitwa vitani na kupiga
kambi huko Gileadi, Waisraeli wakakusanyika na
kupiga kambi huko Mispa. 18 Viongozi wa watu wa
Gileadi wakaambiana wao kwa wao, "Yeyote yule
atakayeanzisha mashambulizi dhidi ya Waamoni
atakuwa kiongozi wa wote wakaao Gileadi."

11 Basi Yefta Mgileadi alikuwa mtu shujaa. Baba
yake alikuwa Gileadi, naye mama yake alikuwa
kahaba. 2 Mke wa Gileadi akamzalia wana wengine,
nao watoto hao walipokua, wakamfukuza Yefta na
kumwambia, "Wewe huwezi kupata urithi katika
jamii yetu, kwa sababu wewe ni mwana wa mwa-
namke mwingine." 3 Basi Yefta akawakimbia ndugu
zake akaenda kuishi katika nchi ya Tobu, mahali
ambako watu waasi walijiunga naye na kumfuata.
4 Baada ya muda Waamoni wakafanya vita na
Israeli, 5 viongozi wa Gileadi wakaenda kumchu-
kua Yefta katika nchi ya Tobu. 6 Wakamwambia
Yefta, "Uwe jemadari wetu, ili tuweze kupigana
na Waamoni."

7 Yefta akawaambia, "Je, hamkunichukia mimi
na kunifukuza katika nyumba ya baba yangu? Kwa
nini mnanijia sasa, wakati mna matatizo."

8 Viongozi wa Gileadi wakamwambia Yefta,
"Lakini sasa tumegeuka kukuelekea wewe, ili
uende pamoja nasi kupigana na Waamoni, nawe
utakuwa kiongozi wetu juu ya watu wote wa
Gileadi."

9 Yefta akawaambia, "Ikiwa mtanirudisha kwetu
kupigana na Waamoni, naye Bwana akanisaidia
kuwashinda, Je, ni kweli nitakuwa kiongozi wenu?"

10 Viongozi wa Gileadi wakamjibu Yefta, "Bwana
ndiye shahidi yetu. Kwa hakika tutafanya kama
usemavyo." 11 Basi Yefta akaenda na viongozi wa
Gileadi, nao watu wakamfanya kiongozi na jema-
dari wao. Naye akarudia maneno yake yote mbele
za Bwana huko Mispa.

12 Ndipo Yefta akatuma wajumbe kwa mfalme
wa Waamoni akisema, "Una nini juu yetu, hata
umekuja kushambulia nchi yetu?"

13 Mfalme wa Waamoni akawajibu wajumbe wale
wa Yefta, "Wakati Waisraeli walipopanda kutoka
Misri, waliichukua nchi yangu kuanzia Arnoni
mpaka Yaboki, hadi kufikia Yordani. Sasa rudisha
kwa amani."

14 Yefta akarudisha wajumbe kwa mfalme wa
Waamoni, 15 kusema:

"Hili ndilo asemalo Yefta, Israeli hawaku-
chukua nchi ya Moabu wala ya Waamoni.
16 Lakini walipopanda kutoka Misri, Israeli
walipitia katika jangwa hadi Bahari ya
Shamu na wakafika Kadeshi. 17 Ndipo Israeli
wakatuma wajumbe kwa mfalme wa Edomu,
wakisema, 'Tupe ruhusa kupita katika nchi
yako,' Lakini mfalme wa Edomu hakutusi-
kia. Wakapeleka pia wajumbe kwa mfalme
wa Moabu, naye akakataa. Kwa hiyo Israeli
wakakaa huko Kadeshi.

18 "Baadaye wakasafiri kupitia jangwa,
wakiambaa na nchi za Edomu na Moabu,
wakapitia upande wa mashariki wa nchi ya
Moabu na kupiga kambi upande mwingine wa
Arnoni. Hawakuingia katika nchi ya Moabu,
kwa kuwa Arnoni ilikuwa mpaka wake.

19 "Kisha Israeli wakatuma wajumbe kwa
Sihoni mfalme wa Waamori, aliyetawala
Heshboni, na kumwambia, 'Tupe ruhusa
kupita katika nchi yako ili kufikia mahali
petu.' 20 Hata hivyo, Sihoni hakuwaamini
Waisraeli kupita katika nchi yake. Akaandaa
jeshi lake lote na kupiga kambi huko Yahasa,
nao wakapigana na Israeli.

21 "Ndipo Bwana, Mungu wa Israeli, aka-
mtia Sihoni na watu wake wote mikononi
mwa Israeli, nao wakawashinda. Israeli
wakaitwaa nchi yote ya Waamori, waliokuwa

wakiishi katika nchi hiyo, 22 wakiiteka nchi
yote kuanzia Arnoni mpaka Yaboki, na kutoka
jangwani mpaka Yordani.
23 "Basi kwa kuwa BWANA, Mungu wa Israeli,
amewafukuza Waamori watoke mbele ya
watu wake Israeli, wewe unayo haki gani
ya kuitamalaki? 24 Je, haikupasi kuchukua
kile ambacho mungu wako Kemoshi ame-
kupa? Vivyo hivyo, chochote kile BWANA
Mungu wetu alichotupa sisi, tutakimiliki.
25 Je, wewe ni bora kuliko Balaki mwana wa
Sipori, mfalme wa Moabu? Je, yeye alisha-
gombana na Israeli au kupigana nao wakati
wowote? 26 Kwa maana kwa miaka 300 Israeli
wameishi Heshboni na vijiji vyake, Aroeri na
vijiji vyake, na katika miji yote iliyo kando
ya Arnoni. Kwa nini wewe haukuyachukua
wakati huo? 27 Mimi sijakukosea jambo lolote,
bali wewe ndiye unayenikosea kwa kufanya
vita nami. Basi BWANA, aliye Mwamuzi, leo na
aamue ugomvi kati ya Waisraeli na Waamoni."
28 Hata hivyo, Mfalme wa Waamoni, hakuyajali
maneno ya ujumbe wa Yefta.
29 Ndipo Roho wa BWANA akaja juu ya Yefta.
Akapita katikati ya Gileadi na Manase, pia aka-
pita katika Mispa ya Gileadi, na kutokea huko
akasonga mbele kushambulia Waamoni. 30 Naye
Yefta akaweka nadhiri mbele za BWANA akisema,
"Ikiwa utawatia Waamoni mikononi mwangu,
31 chochote kile kitakachotoka katika mlango wa
nyumba yangu cha kwanza ili kunilaki nirudipo
kwa amani katika kuwashinda Waamoni, kita-
kuwa ni cha BWANA na nitakitoa kuwa sadaka ya
kuteketezwa."
32 Ndipo Yefta akavuka kupigana na hao Waa-
moni, naye BWANA akawatia mkononi mwake.
33 Akawapiga kwa ushindi mkubwa kuanzia Aroeri
mpaka karibu na Minithi na kuendelea mpaka
Abel-Keramimu, miji yote iliyopigwa ni ishirini.
Basi Israeli wakawashinda Waamoni.
34 Yefta aliporudi nyumbani Mispa, tazama, binti
yake akatoka ili kumlaki kwa matari na kucheza.
Alikuwa ndiye mtoto pekee, hakuwa na mwana
wala binti mwingine. 35 Alipomwona akararua
mavazi yake akalia, "Ee! Binti yangu! Umenifa-
nya niwe na huzuni na kunyong'onyea sana, kwa
kuwa nimeweka nadhiri kwa BWANA, ambayo
siwezi kuivunja."
36 Akajibu, "Baba yangu, umetoa neno lako kwa
BWANA. Nitendee mimi kama vile ulivyoahidi, kwa
kuwa BWANA amekupa ushindi dhidi ya adui zako
Waamoni." 37 Naye akamwambia baba yake, "Nao-
mba nifanyiwe jambo hili. Nipewe miezi miwili
ili kuzunguka vilimani nikaulilie ubikira wangu,
mimi na wenzangu."
38 Baba yake akamwambia, "Waweza kwenda."
Naye akamwacha aende kwa miezi miwili. Hivyo
akaondoka pamoja na wasichana wenzake, naye
akaulilia ubikira wake huko vilimani kwa sababu
asingeolewa kamwe. 39 Baada ya hiyo miezi miwili,
alirejea kwa baba yake, naye baba yake akamte-
ndea kama alivyokuwa ametoa nadhiri yake. Naye
alikuwa bikira.
Nayo ikawa desturi katika Israeli, 40 kwamba kila
mwaka binti wa Israeli huenda kwa siku nne ili
kumkumbuka huyo binti wa Yefta, Mgileadi.

Yefta Na Efraimu

12 Watu wa Efraimu wakaita majeshi yao, waka-
vuka kwenda Zafoni, wakamwambia Yefta,
"Kwa nini mmekwenda kupigana na Waamoni
bila kutuita ili twende pamoja nawe? Basi tutai-
choma moto nyumba yako, pamoja nawe ukiwa
ndani yake."
2 Yefta akajibu, "Mimi na watu wangu tulikuwa
na ugomvi mkubwa na Waamoni, hata ingawa
niliwaita hamkuniokoa katika mkono wao. 3 Nili-
poona kuwa hamkunipa msaada nikauhatarisha
uhai wangu na nikavuka kupigana na Waamoni.
Naye BWANA akanipatia ushindi dhidi yao. Sasa kwa
nini mnanijia leo ili kupigana nami?"
4 Ndipo Yefta akakusanya watu wa Gileadi
pamoja na kupigana na Efraimu. Wagileadi
wakawashinda Efraimu, kwa kuwa Waefraimu
walisema, "Ninyi Wagileadi ni watoro mliotoroka
toka Efraimu na Manase." 5 Wagileadi wakaviteka
vivuko vya Yordani dhidi ya hao Waefraimu, kisha
ilikuwa yeyote yule aliyenusurika katika Efraimu
aliposema, "Niache nivuke," hao watu wa Gileadi
walimuuliza, "Je wewe ni Mwefraimu?" Kama
alijibu "Hapana," 6 walimwambia, "Sawa, sema
'Shibolethi.'" Iwapo alitamka, "Sibolethi," kwa
sababu hakuweza kutamka hilo neno sawasawa,
walimkamata na kumuua hapo kwenye vivuko vya
Yordani. Waefraimu 42,000 waliuawa wakati huo.
7 Yefta akawa mwamuzi wa Waisraeli kwa muda
wa miaka sita. Basi Yefta akafa, akazikwa katika
mmojawapo wa miji ya Gileadi.

Ibzani, Eloni Na Abdoni

8 Baada yake, Ibzani wa Bethlehemu akawa mwa-
muzi wa Israeli. 9 Alikuwa na wana thelathini na
binti thelathini. Akawaoza binti zake kwa watu
wengine nje ya ukoo wake, na kuwatwalia wanawe
wanawake thelathini toka nje ya ukoo wake. Ibzani
akawa mwamuzi wa Israeli kwa muda wa miaka
saba. 10 Ibzani akafa, akazikwa huko Bethlehemu.
11 Baada yake Eloni, Mzabuloni, akawa mwamuzi
wa Israeli, naye akawaamua kwa muda wa miaka
kumi. 12 Kisha Eloni akafa, akazikwa katika Aiya-
loni, katika nchi ya Zabuloni.
13 Baada yake, Abdoni mwana wa Hileli, Mpira-
thoni, akawa mwamuzi wa Israeli. 14 Naye akazaa
wana arobaini na wana wa wanawe thelathini
waliopanda punda sabini. Akawa mwamuzi wa
Israeli kwa muda wa miaka minane. 15 Ndipo
Abdoni mwana wa Hileli, Mpirathoni, akafa, naye
akazikwa huko Pirathoni katika Efraimu, katika
nchi ya vilima ya Waamaleki.

Kuzaliwa Kwa Samsoni

13 Waisraeli wakafanya maovu tena mbele za
BWANA. Hivyo BWANA akawatia mikononi mwa
Wafilisti kwa muda wa miaka arobaini.
2 Basi palikuwa na mtu mmoja wa Sora, aliyei-
twa Manoa, wa kabila la Wadani, naye alikuwa na
mke ambaye alikuwa tasa na hakuwa na mtoto.

3 Malaika wa BWANA akamtokea huyo mwanamke
na kumwambia, "Wewe ni tasa na huna mtoto,
lakini utachukua mimba na utamzaa mtoto mwa-
naume. 4 Lakini ujihadhari sana usinywe mvinyo
wala kileo kingine chochote, wala usile kitu cho-
chote kilicho najisi, 5 kwa kuwa utachukua mimba
na utamzaa mtoto mwanaume. Wembe usipite
kichwani pake, kwa kuwa huyo mwana atakuwa
Mnadhiri wa Mungu, aliyewekwa wakfu kwa ajili
ya Mungu tangu tumboni mwa mama yake, naye
ataanza kuwaokoa Waisraeli kutoka mikononi
mwa Wafilisti."

6 Ndipo huyo mwanamke akamwendea mumewe
na kumweleza kuwa, "Mtu wa Mungu alinijia. Kule
kuonekana kwake kulikuwa kama kwa malaika wa
Mungu, wa kutisha sana. Sikumuuliza alikotoka
wala hakuniambia jina lake. 7 Lakini aliniambia,
'Utachukua mimba na utazaa mtoto mwanaume.
Basi sasa, usinywe mvinyo wala kileo kingine cho-
chote wala usile kitu kilicho najisi, kwa kuwa huyo
mtoto atakuwa Mnadhiri wa Mungu tangu tumboni
mwa mama yake mpaka kufa kwake.' "

8 Ndipo Manoa akamwomba BWANA, akasema:
"Ee Bwana, nakusihi, huyo mtu wa Mungu uli-
yemtuma kwetu aje tena ili atufundishe jinsi ya
kumlea huyo mwana atakayezaliwa."

9 Mungu akamsikia Manoa, naye malaika wa
Mungu akamjia tena huyo mwanamke alipokuwa
shambani, lakini mumewe Manoa hakuwepo.
10 Basi yule mwanamke akaenda haraka na kumwa-
mbia mumewe, "Tazama mtu yule aliyenitokea
siku ile yupo hapa!"

11 Manoa akainuka akaandamana na mkewe.
Alipomfikia yule mtu akamuuliza, "Je, wewe ndiye
yule uliyesema na mke wangu?"

Akasema, "Mimi ndiye."

12 Basi Manoa akamuuliza, "Wakati maneno yako
yatakapotimia, masharti ya maisha ya mtoto huyu
yatakuwa nini na kazi yake itakuwa ni nini?"

13 Malaika wa BWANA akamjibu, "Mke wako hana
budi kufanya yale yote niliyomwambia. 14 Kamwe
asile kitu chochote kitakachotoka katika mzabibu,
wala asinywe mvinyo wa aina yoyote wala kileo
chochote wala asile kitu chochote kilicho najisi.
Hana budi kufanya kila kitu nilichomwagiza."

15 Manoa akamjibu yule malaika wa BWANA,
"Twakuomba usubiri kwanza ili tuweze kuandaa
mwana-mbuzi kwa ajili yako."

16 Malaika wa BWANA akamjibu, "Hata kama uta-
nizuia, sitakula chochote kwako. Lakini ukitaka
kuandaa sadaka ya kuteketezwa, mtolee BWANA
hiyo sadaka." (Kwa kuwa Manoa hakujua kuwa
alikuwa malaika wa BWANA.)

17 Ndipo Manoa akamuuliza yule malaika wa
BWANA, "Jina lako ni nani, ili kwamba tuweze
kukupa heshima hapo hayo uliyonena yatakapo-
timia?"

18 Akamjibu, "Kwa nini unauliza Jina langu?
Ni Jina la ajabu." 19 Ndipo Manoa akamchukua
mwana-mbuzi, pamoja na sadaka ya unga, naye
akamtolea BWANA dhabihu hapo juu ya mwamba.
Naye yule malaika wa BWANA akafanya jambo la
ajabu wakati Manoa na mkewe wakiwa wanaanga-
lia: 20 Mwali wa moto kutoka hapo madhabahuni
ulipowaka kuelekea mbinguni, malaika wa BWANA
akapaa ndani ya huo mwali. Manoa na mkewe, kwa
kuona jambo hili, wakaanguka chini kifudifudi.
21 Malaika wa BWANA hakumtokea tena Manoa
na mkewe. Ndipo Manoa akatambua kuwa huyo
alikuwa malaika wa BWANA.

22 Manoa akamwambia mkewe, "Hakika tuta-
kufa, kwa kuwa tumemwona Mungu."

23 Lakini mkewe akamwambia, "Ikiwa BWANA ali-
kuwa amekusudia kutuua, asingelipokea sadaka ya
kuteketezwa na sadaka ya unga kutoka mikononi
mwetu, wala asingelituonyesha mambo haya yote
wala kututangazia mambo kama haya wakati huu."

24 Yule mwanamke akazaa mtoto wa kiume
akamwita jina lake Samsoni. Kijana akakua, naye
BWANA akambariki. 25 Roho wa BWANA akaanza
kumsukuma wakati alipokuwa huko Mahane-Dani,
kati ya Sora na Eshtaoli.

Ndoa Ya Samsoni

14 Samsoni akateremkia Timna, akamwona
mwanamke wa Kifilisti. 2 Alipopanda kutoka
huko, akawaambia baba yake na mama yake,
"Nimemwona mwanamke wa Kifilisti huko Timna;
basi mnipe ili awe mke wangu."

3 Baba yake na mama yake wakamjibu, "Je,
hakuna mwanamke miongoni mwa jamaa yako
au miongoni mwa ndugu zako, hata ulazimike
kwenda kujitwalia mwanamke kutoka kwa hawa
Wafilisti wasiotahiriwa?"

Lakini Samsoni akamwambia baba yake, "Nipa-
tieni huyo kwa maana ndiye alinipendeza." 4 (Baba
yake na mama yake hawakujua kuwa jambo hili
limetoka kwa BWANA, kwani alikuwa akitafuta
sababu ya kukabiliana na Wafilisti; kwa kuwa
wakati huo walikuwa wakiwatawala Waisraeli.)
5 Samsoni akateremkia Timna pamoja na baba yake
na mama yake. Walipofika kwenye mashamba ya
mizabibu huko Timna, ghafula mwana simba
akamjia akimngurumia. 6 Roho wa BWANA akaja
juu yake kwa nguvu, naye akampasua yule simba
kwa mikono yake bila silaha yoyote kama vile mtu
ampasuavyo mwana-mbuzi, wala hakumwambia
baba yake wala mama yake aliyoyafanya. 7 Basi
akateremka na kuongea na yule mwanamke, naye
akampendeza Samsoni.

8 Baada ya muda aliporudi ili akamwoe, akata-
zama kando ili kuutazama mzoga wa yule simba,
na tazama, kulikuwa na kundi la nyuki ndani ya
ule mzoga wa simba na kulikuwa na asali; 9 akachu-
kua asali mkononi mwake akaendelea huku akila.
Alipowafikia baba yake na mama yake, akawapa
ile asali nao wakala. Lakini hakuwaambia kuwa
alitwaa asali kutoka kwenye mzoga wa simba.

10 Basi baba yake akateremka kumwona huyo
mwanamke. Samsoni akafanya karamu huko,
kama ilivyokuwa desturi ya vijana. 11 Watu wali-
pomwona, wakaleta vijana wenzake thelathini ili
kuwa pamoja naye.

12 Samsoni akawaambia, "Niwape kitendawili,
mkiweza kunipa jibu katika muda wa siku hizi saba
za karamu, nitawapa mavazi thelathini ya kitani
na mavazi mengine mivao thelathini. 13 Lakini msi-
poweza kufumbua, ndipo ninyi mtanipa mavazi

thelathini ya kitani na mavazi mengine mivao thelathini."

Wakamwambia, "Tuambie hicho kitendawili, hebu na tukisikie."

14 Akawaambia,

"Ndani ya mlaji,
kulitoka kitu cha kuliwa,
ndani ya mwenye nguvu,
kulitoka kitu kitamu."

Kwa muda wa siku tatu hawakuweza kutoa jibu.

15 Siku ya saba, wakamwambia mkewe Samsoni, "Mbembeleze mumeo ili atueleze hicho kitendawili, la sivyo tutakuchoma moto wewe na wa nyumba ya baba yako. Je, mmetualika ili mpate kutunyang'anya kile tulicho nacho?"

16 Basi mke wa Samsoni akalia mbele yake na kumwambia, "Unanichukia! Hunipendi kabisa. Umewategea watu wangu kitendawili, lakini mimi hujaniambia jibu."

Samsoni akamwambia, "Wala sijamweleza baba yangu wala mama yangu, kwa nini nikufumbulie?" 17 Mkewe akalia kwa muda wa zile siku zote saba za karamu. Hivyo siku ile ya saba Samsoni akamweleza, kwa kuwa aliendelea kumsisitiza sana. Naye akawaeleza watu wake kile kitendawili.

18 Siku ya saba kabla ya jua kutua, watu wa mji wakamwambia Samsoni,

"Ni nini kitamu kama asali?
Ni nini chenye nguvu kama simba?"

Samsoni akawaambia,

"Kama hamkulima na mtamba wangu,
hamngeweza kufumbua
kitendawili changu."

19 Ndipo Roho wa Bwana akamjia Samsoni kwa nguvu. Akateremka mpaka Ashkeloni, akawaua watu waume thelathini miongoni mwa watu wa mji, akatwaa mali zao na nguo zao, akawapa watu wale waliofumbua kile kitendawili. Akiwa na hasira, akakwea kurudi nyumbani kwa baba yake. 20 Lakini huyo mke wa Samsoni akakabidhiwa kwa rafiki yake Samsoni ambaye alikuwa rafiki yake msaidizi siku ya arusi.

Kisasi Cha Samsoni Kwa Wafilisti

15 Baada ya kitambo kidogo, wakati wa mavuno ya ngano, Samsoni akachukua mwana-mbuzi, kwenda kumzuru mkewe. Akasema, "Nataka kuingia chumbani kwa mke wangu." Lakini baba yake huyo mwanamke hakumruhusu kuingia.

2 Huyo baba mkwe wake akamwambia, "Nilikuwa na hakika kwamba ulimkataa, hivyo mimi nikampa rafiki yako. Je, mdogo wake wa kike si mzuri zaidi kuliko yeye? Mchukue huyo badala yake."

3 Samsoni akawaambia, "Wakati huu, nitakapowadhuru Wafilisti, sitakuwa na lawama." 4 Hivyo Samsoni akatoka akawakamata mbweha 300 na kuwafunga wawili wawili kwa mikia yao kila mmoja kwa mwingine. Kisha akafungia mwenge wa moto, kwenye mikia ya kila jozi moja ya mbweha aliyokuwa ameifunga, 5 akawasha ile mienge na kuwaachia wale mbweha katika mashamba ya Wafilisti ya nafaka zilizosimamishwa katika matita. Akateketeza matita ya nafaka zilizosimama, pamoja na mashamba ya mizabibu na viunga vya mizeituni.

6 Ndipo Wafilisti wakauliza, "Ni nani aliyetenda jambo hili?" Wakaambiwa, "Ni Samsoni, yule mkwewe Mtimna, kwa sababu alimchukua mkewe akampa mwenzake."

Hivyo Wafilisti wakapanda wakamteketeza kwa moto yeye huyo mwanamke pamoja na baba yake. 7 Samsoni akawaambia, "Kwa kuwa mmetenda hivyo, hakika sitatulia mpaka niwe nimelipiza kisasi juu yenu." 8 Akawashambulia kwa ukali kwa mapigo makuu na kuwaua watu wengi sana. Kisha akateremka na kukaa katika ufa kwenye mwamba wa Etamu.

9 Wafilisti wakapanda na kupiga kambi huko Yuda na kuenea huko Lehi. 10 Watu wa Yuda wakauliza, "Kwa nini mmekuja kupigana nasi?"

Wakawajibu, "Tumekuja ili kumkamata Samsoni na kumtenda kama alivyotutendea."

11 Ndipo watu 3,000 toka Yuda walipoteremka na kwenda kwenye ufa wa mwamba huko Etamu, na kumwambia Samsoni, "Je, hujatambua kuwa Wafilisti wanatutawala? Ni nini hiki ulichotutendea?"

Akawajibu, "Mimi nimewatendea tu kile walichonitendea."

12 Wakamwambia, "Tumekuja kukufunga na kukutia mikononi mwa Wafilisti."

Samsoni akawaambia, "Niapieni kuwa hamtaniua ninyi wenyewe."

13 Wakamjibu, "Sisi hatutakuua, bali tutakufunga tu na kukutia mikononi mwao." Basi wakamfunga kwa kamba mbili mpya. Wakamchukua toka huko kwenye ufa katika mwamba. 14 Alipokaribia Lehi, Wafilisti wakamjia wakipiga kelele. Roho wa Bwana akamjia juu yake kwa nguvu. Kamba zilizomfunga mikono yake zikawa kama kitani iliyochomwa kwa moto, na vifungo vyake vikaanguka chini toka mikononi mwake. 15 Ndipo akaona mfupa mpya wa taya la punda, akanyoosha mkono, akauchukua na kuua nao Wafilisti wapatao 1,000.

16 Ndipo Samsoni akasema,

"Kwa taya la punda
malundo juu ya malundo.
Kwa taya la punda
nimeua watu 1,000."

17 Alipomaliza kusema, akautupa ule mfupa wa taya; na mahali pale pakaitwa Ramath-Lehi.[a]

18 Kwa kuwa alikuwa amesikia kiu sana, akamlilia Bwana akisema, "Umempa mtumishi wako ushindi huu mkuu. Je, sasa nife kwa kiu na kuangukia mikononi mwa hawa watu wasiotahiriwa?" 19 Bwana akafunua shimo huko Lehi, pakatoka maji. Samsoni alipoyanywa, nguvu zikamrudia na kuhuika. Hivyo chemchemi ile ikaitwa En-Hakore,[b] nayo iko mpaka leo huko Lehi.

[a]17 Ramath-Lehi maana yake Kilima cha Taya.
[b]19 En-Hakore maana yake ni Chemchemi ya Aliyeita.

20 Samsoni akawa mwamuzi wa Waisraeli katika
siku za Wafilisti kwa muda wa miaka ishirini.

Samsoni Na Delila

16 Siku moja Samsoni aliendа Gaza, akamwona
mwanamke kahaba, naye akaingia kwake.
2 Watu wa Gaza wakaambiwa, "Samsoni amekuja
huku!" Hivyo wakapazingira mahali pale nao
wakamvizia usiku kucha, penye lango la mji. Waka-
nyamaza kimya usiku kucha, wakisema, "Tumvizie
hadi mapambazuko, ndipo tutamuua."
3 Samsoni akalala mpaka usiku wa manane.
Akaondoka katikati ya usiku, akashika milango
ya lango la mji pamoja na miimo yake miwili,
akaing'oa, makomeo yake na vyote. Akaviweka
mabegani mwake na kuvipeleka mpaka kwenye
kilele cha mlima ule unaokabili Hebroni.
4 Baada ya hayo akampenda mwanamke mmoja
katika Bonde la Soreki aliyeitwa Delila. 5 Viongozi
wa Wafilisti wakamwendea yule mwanamke na
kumwambia, "Umbembeleze ili upate kujua siri
za nguvu zake zilizo nyingi na jinsi tutakavyoweza
kumshinda ili tuweze kumfunga na kumtiisha. Nasi
kila mmoja wetu tutakupa shekeli 1,100 za fedha."[a]
6 Hivyo Delila akamwambia Samsoni, "Naomba
niambie siri ya hizi nguvu zako nyingi na jinsi uta-
kavyoweza kufungwa ili kukutiisha."
7 Samsoni akamjibu, "Kama wakinifunga kwa
kamba saba za upinde ambazo hazijakauka bado,
hapo ndipo nitakapokuwa dhaifu kama mtu mwi-
ngine yeyote."
8 Viongozi wa Wafilisti wakamletea yule mwa-
namke kamba saba za upinde ambazo hazijakauka
bado, akamfunga nazo Samsoni. 9 Wakati watu
wakiwa wanamvizia katika chumba cha ndani,
yule mwanamke akamwambia, "Samsoni, Wafili-
sti wanakujia!" Lakini yeye akazikata zile kamba
za upinde, kama vile uzi wa pamba unapoguswa
na moto. Hivyo siri ya nguvu zake haikujulikana.
10 Ndipo Delila akamwambia Samsoni, "Ume-
nifanyia mzaha na kuniambia uongo. Tafadhali
niambie waweza kufungwa kwa kitu gani?"
11 Akamwambia, "Wakinifunga kwa uthabiti kwa
kamba mpya ambazo hazijatumika, basi nitakuwa
dhaifu kama mtu mwingine yeyote."
12 Hivyo Delila akachukua kamba mpya na
kumfunga nazo. Kisha akamwambia, "Samsoni,
Wafilisti wanakujia!" Wale watu waliokuwa
wanamvizia walikuwa katika chumba cha ndani.
Lakini akazikata zile kamba zilizokuwa zimefunga
mikono yake kama akatavyo uzi.
13 Ndipo Delila akamwambia Samsoni, "Mpaka
sasa, umenifanyia mzaha na kuniambia uongo.
Nieleze ni jinsi gani utakavyoweza kufungwa."
Samsoni akamwambia, "Kama ukivisuka hivi
vishungi saba vya nywele za kichwa changu katika
mtande wa nguo na kukaza kwa msumari, ndipo
nitakuwa dhaifu kama mtu mwingine yeyote."
Hivyo Samsoni alipokuwa amelala, Delila aka-
chukua vile vishungi saba vya nywele za kichwa
chake na kuvifunga kwenye mtande wa nguo, 14 na
kuvikaza kwa msumari.
Kisha akamwambia, "Samsoni, Wafilisti wana-
kujia!" Lakini akaamka kutoka usingizini na
kuung'oa ule msumari na ule mtande.
15 Ndipo Delila akamwambia, "Wawezaje
kusema, 'Nakupenda,' wakati moyo wako haupo
pamoja nami? Umenifanyia mzaha mara hizi tatu
na hujaniambia siri ya hizi nguvu zako nyingi."
16 Hatimaye, baada ya kuwa anamsumbua kwa
maneno siku kwa siku na kumuudhi, roho yake
ikataabika hata kufa.
17 Hivyo akamwambia yule mwanamke siri yake
yote, akamwambia, "Wembe haujapita kamwe
kichwani mwangu, kwa kuwa mimi ni Mnadhiri
wa Mungu tangu tumboni mwa mama yangu. Kama
nywele za kichwa changu zikinyolewa, nguvu
zangu zitanitoka, na nitakuwa dhaifu kama mtu
mwingine yeyote!"
18 Delila alipoona kuwa amemweleza siri yake
yote, akatuma ujumbe kwa viongozi wa Wafilisti
na kusema, "Njooni tena mara nyingine, maana
amenieleza siri yake yote." Basi viongozi wa Wafi-
listi wakaja kwa Delila, wakiwa na fedha mikononi
mwao. 19 Delila akamfanya alale usingizi magotini
pake, akamwita mtu akamnyoa vile vishungi saba
vya nywele za kichwa chake. Akaanza kumsumbua
ili aamke nazo nguvu zake zikamtoka.
20 Yule mwanamke akamwita, "Samsoni, hao
Wafilisti wanakujia!"
Akaamka toka usingizini akasema, "Nitatoka nje
kama hapo awali, nitawakung'utia mbali na kuwa
huru." Lakini hakujua kuwa BWANA amemwacha.
21 Basi Wafilisti wakamkamata, wakamng'oa
macho yake, wakamchukua wakamteremsha
mpaka Gaza. Wakiwa wamemfunga kwa pingu za
shaba, wakamweka ili asage ngano huko gerezani.
22 Wakati huo nywele za kichwa chake zikaanza
kukua tena baada ya kunyolewa.

Kifo Cha Samsoni

23 Basi viongozi wa Wafilisti wakakusanyika
pamoja ili kutoa kafara kwa mungu wao Dagoni
na kufanya karamu, wakisema, "Mungu wetu
amemtia adui yetu Samsoni mikononi mwetu."
24 Watu walipomwona Samsoni wakamsifu
mungu wao, wakisema:

"Sasa mungu wetu amemtia adui yetu
  mikononi mwetu,
yule aliyeharibu nchi yetu
  na kuwaua watu wengi miongoni mwetu."

25 Mioyo yao ilipokuwa imefurahishwa waka-
sema, "Mleteni Samsoni aje acheze ili tufurahi."
Basi wakamleta Samsoni kutoka mle gerezani naye
akacheza mbele yao.
Wakamweka kati ya nguzo mbili. 26 Samsoni
akamwambia mtumishi aliyeshika mkono wake,
"Niweke mahali ambapo ninaweza kuzigusa
nguzo ambazo zinategemeza jengo ili nipate
kuziegemea." 27 Basi lile jengo lilikuwa na wingi
wa watu waume kwa wake; viongozi wote wa Wafi-
listi walikuwamo humo, na kwenye sakafu ya juu
walikuwepo watu 3,000 waume kwa wake, walio-
kuwa wakimtazama Samsoni wakati anacheza.

---

[a]5 Shekeli 1,100 za fedha ni sawa na kilo 13 za fedha.

28 Ndipo Samsoni akamwomba Bwana, akasema,
"Ee Bwana Mwenyezi, unikumbuke. Ee Mungu,
nakusihi ukanitie nguvu mara hii moja tena, ili kwa
tendo hili nipate kulipiza kisasi juu ya Wafilisti kwa
ajili ya macho yangu mawili." 29 Ndipo Samsoni aka-
zikaribia zile nguzo mbili za katikati ambazo lile
jengo lilikuwa linazitegemea. Akazishika moja kwa
mkono wa kuume na nyingine mkono wa kushoto.
30 Samsoni akasema, "Nife pamoja na Wafilisti!"
Ndipo akazisukuma zile nguzo kwa nguvu zake
zote, lile jengo likaanguka juu ya viongozi na
watu wote waliokuwamo mle ndani yake. Hivyo
akawaua watu wengi wakati wa kufa kwake kuliko
siku za uhai wake.

31 Basi ndugu zake na jamaa yote ya baba yake
wakateremka kwenda kumchukua. Wakampandi-
sha na kumzika kati ya Sora na Eshtaoli kwenye
kaburi la Manoa baba yake. Naye Samsoni alikuwa
mwamuzi wa Israeli kwa miaka ishirini.

Sanamu Za Mika

17 Palikuwa na mtu aliyeitwa Mika ambaye alii-
shi katika vilima vya Efraimu. 2 Akamwambia
mama yake, "Zile shekeli 1,100[a] za fedha zilizo-
chukuliwa kwako, ambazo nilisikia ukizinenea
maneno ya laana, hizi hapa; mimi ndiye niliyezi-
chukua, lakini sasa ninakurudishia."

Ndipo mama yake akamwambia, "Bwana na
akubariki, mwanangu."

3 Alipozirudisha zile shekeli 1,100 za fedha kwa
mama yake, mama yake akamwambia, "Mimi
nimeiweka fedha hii wakfu kwa Bwana kwa ajili
ya mwanangu kutengenezea kinyago cha kucho-
nga na sanamu ya kusubu. Mimi nitakurudishia
wewe."

4 Hivyo akamrudishia mama yake ile fedha, naye
mama yake akachukua shekeli mia mbili[b] za hiyo
fedha na kumpa mfua fedha, ambaye aliifanyiza
kinyago na sanamu. Navyo vikawekwa ndani ya
nyumba ya Mika.

5 Basi Mika alikuwa na mahali pa kuabudia miu-
ngu, akatengeneza naivera, pamoja na vinyago, na
kumweka mmoja wa wanawe kuwa kuhani wake.
6 Katika siku hizo Israeli hawakuwa na mfalme, kila
mmoja akafanya kama alivyoona vyema machoni
pake mwenyewe.

7 Basi palikuwa na kijana mmoja wa Bethlehemu
ya Yuda. Yeye alikuwa Mlawi aliyeishi miongoni
mwa kabila la Yuda. 8 Huyu kijana akatoka katika
mji huo wa Bethlehemu ya Yuda na kutafuta mahali
pengine ambapo angeweza kuishi. Alipokuwa aki-
safiri, akafika nyumbani kwa Mika katika vilima
vya Efraimu.

9 Mika akamuuliza, "Wewe umetoka wapi?"

Akamjibu, "Mimi ni Mlawi kutoka Bethlehemu
ya Yuda, ninatafuta mahali pa kuishi."

10 Ndipo Mika akamwambia, "Ishi pamoja nami,
uwe baba yangu na kuhani wangu, nami nitakupa
shekeli kumi[c] za fedha, nguo na chakula." 11 Hivyo
yule Mlawi akakubali kuishi pamoja naye, naye
huyo kijana akawa kwake kama mmoja wa wanawe.
12 Hivyo Mika akamweka wakfu huyo kijana Mlawi,
naye huyo akawa kuhani wake na kuishi nyumbani
mwake. 13 Ndipo Mika akasema, "Sasa najua Bwana
atanitendea mema, kwa kuwa Mlawi huyu ame-
kuwa kuhani wangu."

Wadani Wahamia Laishi

18 Katika siku hizo Israeli walikuwa hawana
mfalme.

Katika siku hizo kabila la Wadani walikuwa
wanatafuta mahali pao wenyewe pa kuishi, kwa
sababu walikuwa hawajafika kwenye urithi wao
miongoni mwa makabila ya Israeli. 2 Hivyo Wadani
wakatuma mashujaa watano kutoka Sora na
Eshtaoli ili kupeleleza nchi na kuichunguza. Hawa
watu waliwakilisha koo zao zote. Waliwaambia,
"Nendeni mkaichunguze hiyo nchi."

Watu hao wakaingia katika nchi ya vilima ya
Efraimu, nao wakafika nyumba ya Mika, ambako
walilala usiku huo. 3 Walipofika karibu na nyumba
ya Mika, waliitambua sauti ya yule kijana Mlawi;
hivyo wakaingia humo na kumuuliza, "Ni nani
aliyekuleta hapa? Unafanya nini mahali hapa?
Kwa nini uko hapa?"

4 Akawaeleza yale Mika aliyomtendea, naye aka-
sema, "Ameniajiri nami ni kuhani wake."

5 Kisha wakamwambia, "Tafadhali tuulizie kwa
Mungu kama safari yetu itafanikiwa."

6 Yule kuhani akawajibu, "Enendeni kwa amani.
Safari yenu ina kibali cha Bwana."

7 Basi hao watu watano wakaondoka na kufika
Laishi, mahali ambapo waliwakuta watu wanai-
shi salama, kama Wasidoni, kwa utulivu na bila
mashaka. Nchi yao haikupungukiwa na kitu
chochote, hivyo wakawa tajiri. Pia walikaa mbali
sana na Wasidoni, wala hawakushughulika na
mtu yeyote.

8 Waliporudi kwa ndugu zao huko Sora na
Eshtaoli, ndugu zao wakawauliza, "Mlionaje
mambo huko?"

9 Wakajibu, "Twendeni, tukapigane nao!
Tumeona kuwa nchi ni nzuri sana. Je, hamta-
fanya chochote? Msisite kupanda ili kuimiliki.
10 Mtakapokwenda huko mtakuta watu walio-
tulia walio salama, nayo nchi hiyo ni kubwa na
Mungu ameitia mikononi mwenu, nayo ni nchi
ambayo haikupungukiwa na kitu chochote kilicho
duniani."

11 Ndipo watu 600 toka ukoo wa Wadani, walioji-
funga silaha za vita, wakaondoka Sora na Eshtaoli.
12 Walipokuwa wakisafiri wakapiga kambi huko
Kiriath-Yearimu katika Yuda. Hii ndiyo sababu
sehemu ya magharibi ya Kiriath-Yearimu inaitwa
Mahane-Dani[d] mpaka leo. 13 Kutoka hapo wakae-
ndelea mbele mpaka nchi ya vilima ya Efraimu na
kufika katika nyumba ya Mika.

14 Ndipo wale watu watano waliopeleleza
nchi ya Laishi wakawaambia ndugu zao, "Je,
mwajua kuwa mojawapo ya nyumba hizi kuna
naivera, sanamu ndogo za nyumbani, sanamu
ya kuchonga na sanamu ya kusubu? Sasa basi
fikirini mtakalofanya." 15 Basi wakaingia humo

---

[a]2 Shekeli 1,100 za fedha ni sawa na kilo 13 za fedha.
[b]4 Shekeli 200 za fedha ni sawa na kilo 2.3 za fedha.
[c]10 Shekeli 10 za fedha ni sawa na gramu 115 za fedha.
[d]12 Mahane-Dani maana yake Kambi ya Dani.

na kwenda kwenye nyumba ya yule kijana Mlawi katika nyumba ya Mika na kumsalimu. 16 Wale Wadani 600, waliovaa silaha za vita, wakasimama penye ingilio la lango. 17 Wale watu watano waliokwenda kupeleleza nchi wakaingia ndani na kuchukua ile sanamu ya kuchonga, ile naivera, na zile sanamu nyingine ndogo za nyumbani pamoja na ile sanamu ya kusubu, wakati yule kuhani akiwa amesimama pale penye ingilio la lango pamoja na wale watu 600 waliokuwa wamejifunga silaha za vita.

18 Hao watu walipoingia katika nyumba ya Mika na kuchukua ile sanamu ya kuchonga, ile naivera, na zile sanamu nyingine ndogo za nyumbani, pamoja na ile sanamu ya kusubu, yule kuhani akawauliza, "Mnafanya nini?"

19 Wakamjibu, "Nyamaza kimya! Weka mkono wako juu ya kinywa chako na ufuatane nasi, uwe baba yetu na kuhani wetu. Si ni afadhali utumikie kabila na ukoo katika Israeli kama kuhani kuliko kumtumikia mtu mmoja na watu wa nyumbani mwake?" 20 Yule kuhani akafurahi. Akachukua ile naivera, zile sanamu nyingine ndogo za nyumbani, na sanamu ya kuchonga, naye akaenda pamoja na wale watu. 21 Ndipo wakageuka na kuondoka wakiwatanguliza mbele watoto wao wadogo, wanyama wao wa kufugwa na mali zao.

22 Walipokuwa wamesafiri umbali kidogo toka nyumbani kwa Mika, watu walioishi karibu na Mika wakaitwa wakakusanyika pamoja, nao wakawafikia Wadani. 23 Walipofuatilia wakipiga kelele Wadani wakawageukia na kumwambia Mika, "Una nini wewe hata ukaja na kundi la watu namna hii ili kupigana?"

24 Akawajibu, "Mmechukua miungu yote niliyoitengeneza, mkachukua na kuhani wangu, nanyi mkaondoka. Nimebaki na nini kingine? Mnawezaje kuniuliza, 'Una nini wewe?' "

25 Wadani wakamjibu, "Usibishane na sisi, la sivyo watu wenye hasira kali watakushambulia, nawe na watu wa nyumbani mwako mtapoteza maisha." 26 Basi Wadani wakaenda zao, naye Mika alipoona kuwa wana nguvu kumliko yeye, akageuka na kurudi nyumbani kwake.

27 Kisha wakachukua vile Mika alivyokuwa ametengeneza, na kuhani wake, wakaendelea hadi Laishi, dhidi ya watu walio na amani, wasiokuwa na wasiwasi. Wakawashambulia kwa upanga na kuuteketeza mji wao kwa moto. 28 Hapakuwa na yeyote wa kuwaokoa, kwa kuwa kulikuwa mbali sana na Sidoni na hawakuwa na ushirikiano na mtu mwingine yeyote. Mji ulikuwa kwenye bonde karibu na Beth-Rehobu.

Wadani wakaujenga upya huo mji na kuishi humo. 29 Wakauita ule mji Dani kwa kufuata jina la baba yao aliyezaliwa na Israeli, ingawa mji huo ulikuwa ukiitwa Laishi hapo kwanza. 30 Kisha Wadani wakajisimamishia sanamu ile ya kuchonga, naye Yonathani mwana wa Gershomu, mwana wa Mose pamoja na wanawe walikuwa makuhani wa kabila la Wadani mpaka nchi hiyo ilipotekwa. 31 Wakaisimamisha na kuiabudu hiyo sanamu ya kuchonga ya Mika aliyokuwa ameitengeneza, wakati wote ule nyumba ya Mungu ilipokuwa huko Shilo.

Mlawi Na Suria Wake

19 Katika siku hizo Israeli hawakuwa na mfalme. Basi Mlawi mmoja aliyeishi sehemu za mbali katika nchi ya vilima ya Efraimu, akamchukua suria mmoja kutoka Bethlehemu ya Yuda. 2 Lakini suria wake akafanya ukahaba dhidi yake, naye akamwacha akarudi nyumbani kwa baba yake huko Bethlehemu ya Yuda. Baada ya kukaa huko kwa muda wa miezi minne, 3 mume wake akaenda kumsihi ili arudi. Alikwenda na mtumishi wake na punda wawili. Yule mwanamke akamkaribisha nyumbani mwa baba yake, baba yake alipomwona akamkaribisha kwa furaha. 4 Baba mkwe wake, yaani, baba yake yule msichana, akamzuia ili akae, hivyo akakaa na huyo baba mkwe wake kwa siku tatu, wakila, wakinywa na kulala huko.

5 Siku ya nne wakaamka mapema naye akajiandaa kuondoka, lakini baba wa yule msichana akamwambia mkwewe, "Ujiburudishe kwa kula kitu chochote, ndipo uweze kwenda." 6 Basi wakaketi wote wawili ili kula na kunywa pamoja. Baadaye baba wa msichana akamwambia, "Tafadhali ubakie usiku huu upate kujifurahisha nafsi yako." 7 Basi yule mtu alipotaka kuondoka baba wa yule msichana akamsihi, basi akabaki usiku ule. 8 Asubuhi ya siku ya tano, alipoamka ili aondoke, baba wa yule msichana akamwambia, "Jiburudishe nafsi yako. Ngoja mpaka mchana!" Kwa hiyo wote wawili wakala chakula pamoja.

9 Basi wakati yule mtu alipoinuka aende zake, pamoja na suria wake na mtumishi wake, baba mkwe wake, yaani, baba wa yule msichana akamwambia, "Tazama sasa jioni inakaribia. Ulale hapa usiku unakaribia. Ukae, ukajifurahishe nafsi yako. Kesho unaweza kuamka mapema asubuhi na uende nyumbani kwako." 10 Lakini akakataa kulala tena, akaondoka na kwenda mpaka Yebusi (ndio Yerusalemu), akiwa na punda wake wawili waliotandikiwa, pamoja na suria wake.

11 Alipokaribia Yebusi na usiku ukiwa umekaribia, mtumishi akamwambia bwana wake, "Haya sasa natuingie katika mji huu wa Wayebusi tulale humo."

12 Lakini bwana wake akamjibu, "Hapana. Hatutaingia kwenye mji wa kigeni, ambao watu wake si Waisraeli. Tutaendelea mpaka tufike Gibea." 13 Akasema, "Haya, tujitahidi tufike Gibea au Rama, nasi tutalala katika mji mmojawapo." 14 Hivyo wakaendelea na safari, jua likachwea walipokaribia Gibea ambao ni mji wa Benyamini. 15 Wakageuka ili kuingia na kulala Gibea. Wakaingia humo, wakaketi kwenye uwanja wa mji, wala hakuna mtu yeyote aliyewakaribisha kwake ili wapate kulala.

16 Jioni ile mtu mmoja mzee toka nchi ya vilima ya Efraimu, aliyekuwa anaishi huko Gibea (watu wa sehemu ile walikuwa Wabenyamini), akarudi kutoka kwenye kazi za shamba. 17 Alipotazama na kuwaona hao wasafiri katika uwanja wa mji, yule mzee akawauliza, "Ninyi mnakwenda wapi? Nanyi mmetoka wapi?"

18 Akamwambia, "Tumepita kutoka Bethlehemu ya Yuda, tunaelekea katika nchi ya vilima ya Efraimu, ambako ndiko ninakoishi. Nilikwenda

Bethlehemu ya Yuda na sasa ninakwenda katika nyumba ya Bwana. Hakuna mtu yeyote aliyenikaribisha katika nyumba yake. 19 Tunazo nyasi na chakula cha punda wetu na mkate na divai kwa ajili yetu sisi watumishi wako, yaani mimi, mtumishi wako mwanamke, pamoja na huyu kijana tuliyefuatana naye. Hatuhitaji kitu chochote."

20 Yule mzee akawaambia, "Amani iwe kwenu! Karibuni nyumbani mwangu. Nitawapa mahitaji yenu yote, msilale katika uwanja huu wa mji." 21 Hivyo akamwingiza nyumbani mwake na kuwalisha punda wake. Baada ya kunawa miguu yao, wakala na kunywa.

22 Walipokuwa wakijiburudisha, watu waovu wa mji huo, wakaizingira ile nyumba. Wakagonga mlango na kusema na yule mzee mwenye nyumba, "Mtoe nje yule mtu aliyeingia kwako, tupate kumlawiti."

23 Yule mwenye nyumba akatoka nje na kuwaambia, "Hapana, ndugu zangu msiwe waovu namna hii, ninawasihi. Kwa kuwa huyu mtu ni mgeni wangu msifanye jambo hili la aibu. 24 Tazameni, hapa yupo binti yangu ambaye ni bikira na suria wa huyu mtu. Nitawatoleeni hawa sasa, mkawatwae kwa nguvu na kuwafanyia lolote mtakalo. Lakini kwa mtu huyu msimfanyie jambo ovu hivyo."

25 Lakini wale watu hawakumsikia. Hivyo yule mtu akamtoa yule suria wake nje kwa wale watu, nao wakambaka na kumnajisi usiku ule kucha mpaka asubuhi. Kulipoanza kupambazuka wakamwachia aende. 26 Alfajiri yule mwanamke akarudi kwenye ile nyumba bwana wake alikokuwa, akaanguka chini mlangoni, akalala pale hata kulipopambazuka.

27 Bwana wake alipoamka asubuhi na kufungua mlango wa nyumba na kutoka nje ili kuendelea na safari yake, tazama, yule suria wake alikuwa ameanguka pale penye ingilio la nyumba na mikono yake ikiwa penye kizingiti cha chini. 28 Akamwambia yule suria, "Inuka, twende." Lakini hakujibu. Yule bwana akamwinua akampandisha juu ya punda wake, wakaondoka kwenda nyumbani.

29 Alipofika nyumbani, akachukua kisu na kumkatakata yule suria kiungo kwa kiungo, sehemu kumi na mbili, na kuvipeleka hivyo vipande katika sehemu zote za Israeli. 30 Kila mtu aliyeona akasema, "Jambo la namna hii halijaonekana wala kutendeka, tangu Israeli walipopanda kutoka Misri. Fikirini juu ya jambo hili! Tafakarini juu ya jambo hili! Tuambieni tufanye nini!"

Waisraeli Wapigana Na Wabenyamini

20 Ndipo Waisraeli wote kuanzia Dani hadi Beer-Sheba na wa kutoka nchi ya Gileadi wakatoka kama mtu mmoja wakakusanyika mbele za Bwana huko Mispa. 2 Viongozi wote wa kabila za Israeli wakakaa kwenye nafasi zao katika kusanyiko la watu wa Mungu, askari 400,000 waendao kwa miguu wenye panga. 3 (Wabenyamini wakasikia kuwa Waisraeli wamepanda kwenda Mispa.) Ndipo Waisraeli wakasema, "Tuelezeni jinsi jambo hili ovu lilivyotendeka."

4 Hivyo yule Mlawi, mume wa yule mwanamke aliyeuawa, akasema, "Mimi na suria wangu tulifika Gibea ya Benyamini ili tulale huko. 5 Wakati wa usiku watu wa Gibea wakanijia na kuizingira nyumba, wakitaka kuniua. Wakambaka suria wangu mpaka akafa. 6 Ndipo nikamchukua suria wangu, nikamkatakata vipande vipande na kuvipeleka katika nchi yote ya urithi wa Israeli, kwa kuwa wametenda uasherati mkubwa na jambo la aibu katika Israeli. 7 Sasa, ninyi Waisraeli wote, semeni na mtoe uamuzi wenu."

8 Watu wote wakainuka wakasema, kama mtu mmoja, "Hakuna hata mmoja wetu atakayekwenda nyumbani. Wala hakuna hata mmoja wetu atakayerudi nyumbani kwake. 9 Sasa hili ndilo tutakaloitendea Gibea: Tutaikabili jinsi kura itakavyotuongoza. 10 Tutatoa watu kumi katika kila 100 kutoka kwenye kabila zote za Israeli, watu 100 katika watu 1,000 na watu 1,000 katika 10,000, ili waende wakalete mahitaji kwa ajili ya jeshi. Basi wakati jeshi litakapofika Gibea ya Benyamini, watawatendea yale wanayostahili, kwa ajili ya uovu huu wa aibu waliotenda katika Israeli." 11 Hivyo wanaume wote wa Israeli wakakutanika pamoja na kujiunga kama mtu mmoja dhidi ya huo mji.

12 Makabila ya Israeli yakatuma watu kwenda katika kabila la Benyamini lote na kuwaambia, "Ni uovu gani huu wa kutisha uliotendeka katikati yenu? 13 Basi watoeni hao watu waovu kabisa walioko Gibea, ili tupate kuwaua na kuondoa uovu katika Israeli."

Lakini Wabenyamini hawakuwasikia ndugu zao, Waisraeli. 14 Wakatoka katika miji yao, wakakutanika Gibea ili kupigana na Waisraeli. 15 Siku ile Wabenyamini wakakusanya watu 26,000 kutoka miji yao, waliojifunga panga, mbali na hao 700 waliochaguliwa miongoni mwa hao waliokaa Gibea. 16 Miongoni mwa hao askari wote kulikuwa na watu 700 bora waliochaguliwa watumiao mkono wa kushoto, kila mmoja wao aliweza kutupa jiwe kwa kombeo na kulenga unywele mmoja bila kukosa.

17 Nao watu wa Israeli, mbali na hao wa Benyamini, wakakusanya watu waume 400,000, wenye kutumia panga, wote hao walikuwa mashujaa.

18 Waisraeli wakapanda Betheli na kumuuliza Mungu, "Ni nani miongoni mwetu atakayetangulia mbele yetu ili kupigana na Wabenyamini?"

Bwana akawajibu, "Yuda ndiye atakayetangulia."

19 Asubuhi yake Waisraeli wakaamka na kupiga kambi karibu na Gibea. 20 Waisraeli wakatoka kupigana na Wabenyamini, nao Waisraeli wakajiweka kwenye nafasi zao katika vita dhidi yao huko Gibea. 21 Wabenyamini wakatoka Gibea na kuwaua watu 22,000 wa Israeli siku ile. 22 Lakini Waisraeli wakatiana moyo kila mmoja na mwenzake, nao wakajiweka kwenye nafasi zao katika vile vita mara ya pili mahali pale walipokuwa wamejiweka mara ya kwanza. 23 Waisraeli wakapanda mbele za Bwana na kulia mbele zake mpaka jioni, nao wakamuuliza Bwana wakisema, "Je, tupande tena kupigana vita na Wabenyamini, ndugu zetu?"

Bwana akajibu, "Pandeni mkapigane nao."

24 Ndipo Waisraeli wakawakaribia Wabenyamini siku ya pili. 25 Wakati huu, Wabenyamini

walipotoka Gibea ili kupigana nao, wakawaua watu
Waisraeli 18,000, wote wakiwa wamejifunga panga.
26 Ndipo Waisraeli, watu wote, wakapanda
Betheli, huko wakakaa mbele za BWANA wakilia.
Wakafunga siku ile mpaka jioni na kutoa sadaka
ya kuteketezwa na sadaka ya amani kwa BWANA.
27 Nao Waisraeli wakauliza kwa BWANA. (Katika siku
hizo Sanduku la Agano la Mungu lilikuwa huko
28 na Finehasi mwana wa Eleazari, mwana wa Aroni,
alikuwa anahudumu mbele za hilo Sanduku.)
Wakauliza, "Je, tupande kwenda vitani kupigana
tena na Wabenyamini ndugu zetu, au la?"

BWANA akajibu, "Nendeni, kwa kuwa kesho
nitawatia mikononi mwenu."

29 Basi Waisraeli wakaweka waviziao kuizunguka
Gibea. 30 Kisha Waisraeli wakapanda kupigana na
Wabenyamini katika siku ya tatu na kujiweka kwe-
nye nafasi zao dhidi ya Gibea kama walivyokuwa
wamefanya hapo kwanza. 31 Wabenyamini waka-
toka ili kukabiliana nao, Waisraeli wakawavuta
Wabenyamini watoke katika mji. Wakaanza kupi-
gana na kuua watu wapatao thelathini wa Israeli,
kama walivyofanya nyakati nyingine, katika njia
kuu, moja iendayo Betheli na nyingine Gibea.
32 Wabenyamini wakafikiri, "Wanapigwa mbele
yetu kama hapo kwanza." Waisraeli wakasema,
"Sisi na turudi nyuma ili tuwavute wauache mji
waende kuelekea barabarani."
33 Watu wote wa Israeli wakaondoka kwenye
sehemu zao na kujipanga huko Baal-Tamari, nao
wale waviziaji wa Waisraeli, wakatoka hapo wali-
pokuwa kwenye uwanda wa magharibi ya Gibea.
34 Ndipo watu 10,000 bora waliochaguliwa katika
Israeli wote, wakaja kuishambulia Gibea. Vita
vilikuwa vikali sana, hata Wabenyamini hawakuta-
mbua kuwa maangamizi yalikuwa karibu nao kwa
kiasi hicho. 35 BWANA akawashinda Wabenyamini
mbele ya Waisraeli na siku ile Waisraeli wakawaua
Wabenyamini watu waume 25,100, wote wakiwa
wenye kujifunga silaha za vita. 36 Hivyo Wabenya-
mini wakaona kuwa wamepigwa.

Basi Waisraeli walikuwa wameondoka mbele ya
Wabenyamini, kwa sababu Waisraeli waliwategе-
mea hao waviziaji waliokuwa wamewaweka dhidi
ya Gibea. 37 Wale waviziaji wakafanya haraka kui-
ngia Gibea, wakasambaa na kuwaua watu wote wa
mji kwa upanga. 38 Waisraeli walikuwa wamepatana
na hao waviziaji kuwa wangefanya lipande wingu
kubwa la moshi kutoka huo mji, 39 ndipo watu wa
Waisraeli wangegeuka kupigana.

Watu wa Benyamini walikuwa wameanza kuwa-
piga na kuua watu wa Israeli (wapatao thelathini),
hivyo wakafikiri, "Hakika tutawapiga, kama tuli-
vyowashinda katika vita hapo kwanza." 40 Lakini
wakati lile wingu la moshi lilipoanza kupanda
kutoka ule mji, Wabenyamini wakageuka na kuona
moshi wa mji mzima unapaa juu angani. 41 Ndipo
watu wa Israeli wakawageukia, nao Wabenyamini
wakatiwa hofu, kwa kuwa walitambua kwamba
maafa yamewajia. 42 Basi wakakimbia mbele ya
Waisraeli kuelekea nyikani, lakini hawakuweza
kukwepa vile vita. Nao watu wa Israeli waliotoka
katika ile miji wakawaua huko. 43 Wakawazingira
Wabenyamini pande zote, wakawafuatia na
kuwapata hapo walipopumzika katika viunga
vya Gibea upande wa mashariki. 44 Wakaanguka
Wabenyamini 18,000 ambao wote ni mashujaa.
45 Walipogeuka na kukimbia kuelekea nyikani hata
kufikia mwamba wa Rimoni, Waisraeli wakawaua
watu 5,000 wakiwa njiani. Wakawafuata kwa kasi
mpaka Gidomu huko wakawaua watu wengine
2,000.
46 Siku ile wakawaua Wabenyamini 25,000
waliokuwa mashujaa wa vita. 47 Lakini watu 600
wakakimbia kuelekea nyikani katika mwamba wa
Rimoni, na kukaa huko muda wa miezi minne.
48 Waisraeli wakarudi na kuua watu wote wa Benya-
mini, pamoja na wanyama na kila walichokikuta.
Pia kila mji waliouona waliuchoma moto.

Wabenyamini Watafutiwa Wake

21 Wana wa Israeli walikuwa wameapa kwa
kiapo kule Mispa: "Hapana mtu yeyote ata-
kayemwoza binti yake kwa Wabenyamini."
2 Watu wakaenda Betheli, wakaketi mbele za
Mungu mpaka jioni, wakapaza sauti zao, wakalia
sana. 3 Wakasema, "Ee BWANA, Mungu wa Israeli,
kwa nini jambo hili limewapata Waisraeli? Kwa nini
kabila moja la Israeli limekosekana?"
4 Kesho yake asubuhi na mapema watu wakaje-
nga madhabahu na kuleta sadaka za kuteketezwa
na sadaka za amani.
5 Ndipo Waisraeli wakasema, "Ni kabila lipi la
Israeli ambalo halikufika katika mkutano kumkari-
bia BWANA?" Kwa kuwa walikuwa wameweka kiapo
kikuu kuwa yeyote asiyefika mbele za BWANA huko
Mispa, kwa hakika angeuawa.
6 Basi Waisraeli wakaghairi kwa ajili ya ndugu zao
Wabenyamini, wakasema, "Leo kabila moja lime-
katiliwa mbali na Israeli. 7 Sasa tutawezaje kuwapa
mabinti zetu wawe wake zao kwa hao waliobaki
maadamu tumeapa kwa BWANA kuwa hatutawapa
binti zetu kuwa wake zao?" 8 Ndipo wakasema, "Ni
kabila lipi la Israeli ambalo halikufika mbele za
BWANA huko Mispa?" Wakagundua kuwa hakuna
hata mmoja aliyetoka Yabeshi-Gileadi aliyefika
kambini kwa ajili ya kusanyiko la mkutano.
9 Walipohesabu waliona hakuna mtu yeyote wa
Yabeshi-Gileadi aliyekuwepo.
10 Ndipo mkutano wakatuma askari 12,000 na
wakawaamuru kwenda Yabeshi-Gileadi na kuwaua
wale wote waishio huko, walikuwepo wake na
watoto. 11 Wakasema, "Hilo ndilo mtakalofanya.
Ueni kila mtu mume na mke ambaye si bikira."
12 Wakakuta kati ya watu walioishi Yabeshi-Gileadi
wanawali mia nne ambao hawajakutana kimwili na
mwanaume, nao wakawachukua kwenye kambi
huko Shilo katika nchi ya Kanaani.
13 Ndipo mkutano ukatuma ujumbe wa amani
kwa Wabenyamini huko katika mwamba wa
Rimoni. 14 Basi Wabenyamini wakarudi nyu-
mbani mwao, wakapewa wale wanawali wa
Yabeshi-Gileadi waliowaponya. Lakini hawaku-
watosha wanaume wote.
15 Waisraeli wakasikitika kwa ajili ya Wabe-
nyamini, kwa kuwa BWANA ameweka ufa katika
makabila ya Israeli. 16 Viongozi wa kusanyiko
wakasema, "Kwa kuwa wanawake wa Wabenyamini

wameangamizwa, tufanyeje ili kuwapatia wake
wale wanaume waliosalia? [17] Wale waliopona wa
Wabenyamini ni lazima tuwape wake, ili wawe na
warithi, ili kabila lolote katika Israeli lisifutike.
[18] Hatuwezi kuwapa binti zetu kuwa wake, kwa
kuwa sisi Waisraeli tumeapa kiapo hiki: 'Alaaniwe
mtu yeyote ampaye Mbenyamini mke.' " [19] Ndipo
waliposema, "Tazama iko sikukuu ya kila mwaka
ya Bwana katika Shilo, kaskazini ya Betheli na
mashariki mwa ile barabara itokayo Betheli kwe-
nda Shekemu, upande wa kusini wa Lebona."
[20] Hivyo wakawaelekeza Wabenyamini waki-
sema, "Nendeni mkajifiche kwenye mashamba
ya mizabibu, [21] nanyi mwangalie. Wasichana wa
Shilo watakapojiunga kwenye kucheza, ninyi
tokeni kwenye hayo mashamba ya mizabibu na
kila mmoja akamate mwanamke mmoja toka mio-
ngoni mwa hao wasichana wa Shilo na mwende
nao katika nchi ya Benyamini. [22] Baba zao au ndugu
zao waume watakapotulalamikia, tutawaambia,
'Kuweni wakarimu kwetu, nanyi mturuhusu tuwe
nao kwa kuwa hatukuweza kumpa kila mtu mke
tulipopigana. Lakini ninyi pia hamna hatia, kwa
kuwa hamkuwapa wao binti zenu kuwa wake.' "
[23] Basi hivyo ndivyo Wabenyamini walivyofanya.
Wakati wasichana walipokuwa wakicheza, kila mtu
akamkamata msichana mmoja akamchukua akae-
nda naye ili awe mke wake. Kisha wakarudi katika
urithi wao na kuijenga upya miji na kuishi humo.
[24] Wakati huo Waisraeli wakaondoka sehemu
ile na kwenda nyumbani kwao, kwenye makabila
yao na kwa jamaa zao, kila mmoja kwenye urithi
wake mwenyewe.
[25] Katika siku hizo kulikuwa hakuna mfalme
katika Israeli; kila mtu alifanya kile alichoona ni
sawa machoni pake mwenyewe.

RUTHU

Naomi Na Ruthu

1 Wakati Waamuzi walipotawala Israeli, kulikuwa
na njaa katika nchi. Mtu mmoja kutoka nchi ya
Bethlehemu ya Yuda, pamoja na mke wake na
wanawe wawili, akaenda kuishi katika nchi ya
Moabu. 2 Mtu huyu aliitwa Elimeleki, mkewe
aliitwa Naomi, na hao wanawe wawili waliitwa
Maloni na Kilioni. Walikuwa Waefrathi kutoka
Bethlehemu ya Yuda. Wakaenda katika nchi ya
Moabu, wakaishi huko.

3 Elimeleki mumewe Naomi akafa, hivyo Naomi
akabaki na wanawe wawili. 4 Nao wakaoa wana-
wake Wamoabu, jina la mmoja aliitwa Orpa, na
wa pili aliitwa Ruthu. Baada ya kama miaka kumi,
5 Maloni na Kilioni pia wakafa. Basi Naomi akabaki
hana mume wala wanawe wawili.

6 Aliposikia akiwa huko Moabu kwamba Bwana
amewasaidia watu wake kwa kuwapa chakula,
Naomi na wakweze wakajiandaa kurudi nyu-
mbani. 7 Yeye na wakweze wawili wakaondoka
pale walipokuwa wakiishi na kushika njia kurudi
nchi ya Yuda.

8 Ndipo Naomi akawaambia wale wakwe zake
wawili, "Rudini, kila mmoja wenu nyumbani kwa
mama yake. Bwana na awatendee fadhili kama
mlivyowatendea hao waliofariki, na pia mimi.
9 Bwana na amjalie kila mmoja wenu maisha mema
nyumbani kwa mume mwingine."

Kisha akawabusu, nao wakalia kwa sauti kubwa,
10 wakamwambia, "Tutarudi pamoja na wewe nyu-
mbani kwa watu wako."

11 Lakini Naomi akasema, "Rudini nyumbani,
binti zangu. Kwa nini mnifuate? Je, mimi nitaweza
tena kuwa na wana wengine ambao wataweza
kuwaoa ninyi? 12 Rudini nyumbani, binti zangu;
mimi ni mzee kiasi kwamba siwezi kumpata mume
mwingine. Hata kama ningefikiria kuwa bado kuna
tumaini kwangu, hata kama ningekuwa na mume
usiku huu na kuwazaa wana, 13 je, mngesubiri
mpaka wakue? Mngebakia bila kuolewa mkiwa-
subiri? La, hasha, binti zangu. Nimepata uchungu
kuliko ninyi, kwa sababu mkono wa Bwana ume-
kuwa kinyume nami!"

14 Kisha wakalia tena kwa sauti. Orpa akambusu
mama mkwe wake, akaenda zake, lakini Ruthu
akaambatana naye.

15 Naomi akamwambia, "Tazama, mwenzako
anarejea kwa watu wake na kwa miungu yake.
Rudi pamoja naye."

16 Lakini Ruthu akajibu, "Usinisihi nikuache au
niache kukufuata. Utakakokwenda nami nitakwe-
nda, na wewe utakapoishi nitaishi. Watu wako
watakuwa watu wangu, na Mungu wako atakuwa
Mungu wangu. 17 Pale utakapofia nami nitafia hapo,
na papo hapo nitazikwa. Bwana na aniadhibu
vikali, kama kitu kingine chochote kitanitenga
nawe isipokuwa kifo." 18 Naomi alipotambua
kwamba Ruthu amenuia kufuatana naye, hakue-
ndelea kumsihi tena.

19 Kwa hiyo hao wanawake wawili wakaondoka,
wakafika Bethlehemu. Walipofika Bethlehemu,
mji mzima ulitaharuki, wanawake wakashangaa,
wakasema, "Huyu aweza kuwa ni Naomi?"

20 Akawaambia, "Msiniite tena Naomi,[a] niiteni
Mara,[b] kwa sababu Mwenyezi[c] amenitendea
mambo machungu sana. 21 Mimi niliondoka hali
nimejaa, lakini Bwana amenirudisha mtupu. Kwa
nini kuniita Naomi? Bwana amenitendea mambo
machungu; Mwenyezi ameniletea msiba."

22 Kwa hiyo Naomi alirudi pamoja na Ruthu
Mmoabu mkwe wake, nao wakafika Bethlehemu
mwanzoni mwa kuvuna shayiri.

Ruthu Akutana Na Boazi

2 Basi Naomi alikuwa na jamaa wa upande wa
mume wake, kutoka ukoo wa Elimeleki, mtu
maarufu ambaye aliitwa Boazi.

2 Ruthu, Mmoabu, akamwambia Naomi, "Nita-
kwenda mashambani nikaokote mabaki ya nafaka
nyuma ya yule nitakayepata kibali machoni pake."

Naomi akamwambia, "Nenda, binti yangu." 3 Basi
akaenda, akaokota mabaki ya nafaka mashambani
nyuma ya wavunaji. Ikatokea kwamba alijikuta
anafanya kazi kwenye shamba lililokuwa mali ya
Boazi, ambaye alitoka kwenye ukoo wa Elimeleki.

4 Papo hapo Boazi akarudi kutoka Bethlehemu,
akawasalimu wavunaji, akasema, "Bwana awe
nanyi!"

Nao wakamjibu, "Bwana akubariki."

5 Boazi akamuuliza msimamizi wa wavunaji, "Je,
yule mwanamwali ni wa nani?"

6 Msimamizi akamjibu, "Ni yule Mmoabu aliye-
rudi kutoka nchi ya Moabu pamoja na Naomi. 7 Yeye
aliomba, 'Tafadhali niruhusu niokote na kukusa-
nya miongoni mwa miganda nyuma ya wavunaji.'
Naye ameshinda shambani tangu asubuhi pasipo
kupumzika, isipokuwa kwa muda mfupi kivulini."

8 Kisha Boazi akamwambia Ruthu, "Binti yangu,
nisikilize. Usiende kuokota mabaki ya mavuno
katika shamba lingine, na usiondoke hapa. Kaa
hapa na hawa watumishi wangu wa kike. 9 Angalia
shamba wanaume wanamovuna, ufuate nyuma
yao. Nimewaamuru wanaume hawa wasikuguse.
Wakati wowote ukiona kiu, nenda kwenye mitungi
ukanywe maji waliyoyateka wanaume hawa."

10 Kwa ajili ya hili, akasujudu mpaka nchi, aka-
mwambia, "Jinsi gani nimepata kibali machoni
pako, hata ukanijali mimi mgeni?"

11 Boazi akamjibu, "Nimeambiwa yote uliyo-
mtendea mama mkwe wako tangu mume wako
alipofariki, na jinsi ulivyomwacha baba yako na
mama yako na nchi yako ulimozaliwa, ukaja kuishi

---

[a]20 Naomi maana yake Wa Kupendeza, Wa Kufurahisha.
[b]20 Mara maana yake Chungu.
[c]20 Mwenyezi hapa ina maana ya Shaddai kwa Kiebrania.

na watu ambao hukuwafahamu awali. 12 BWANA
na akulipe kwa yale uliyoyatenda. Ubarikiwe kwa
wingi na BWANA, Mungu wa Israeli, ambaye ume-
kimbilia mabawani mwake."
13 Kisha Ruthu akasema, "Naomba niendelee
kupata kibali machoni pako, bwana wangu. Kwa
maana umenifariji na umezungumza kwa ukarimu
na mjakazi wako, hata ingawa mimi si bora kama
mmoja wa watumishi wako wa kike."
14 Wakati wa chakula, Boazi akamwambia Ruthu,
"Karibia hapa. Kula mkate na uchovye ndani ya
siki."
Alipoketi pamoja na wavunaji, akampa nafaka
zilizookwa. Akala kiasi alichotaka na kusaza.
15 Alipoinuka ili kuokota mabaki ya nafaka, Boazi
akawaagiza watu wake, "Hata kama atakusanya
kati ya miganda, msimzuie. 16 Badala yake, toeni
masuke katika miganda, mwachieni ayaokote, na
msimkemee."
17 Basi Ruthu akaokota masazo shambani hata
jioni. Akatwanga ile shayiri aliyokusanya, ikajaa efa
moja.[a] 18 Akaibeba na kuelekea mjini, naye mama
mkwe wake akaona jinsi alivyoweza kuokota
nafaka nyingi. Pia Ruthu akachukua kile alicho-
bakiza baada ya kula na kushiba, akampa.
19 Basi mkwewe akamuuliza, "Je, umeokota
wapi leo? Umefanya kazi wapi? Abarikiwe mtu
yule aliyekujali."
Ndipo Ruthu akamwambia mama mkwe wake
juu ya yule ambaye yeye alikuwa amefanyia kazi
katika shamba lake. Akasema, "Yule mtu niliyefa-
nyia kazi kwake leo, anaitwa Boazi."
20 Naye Naomi akamwambia mkwewe, "BWANA
ambariki! Hakuacha kuonyesha fadhili zake kwa
walio hai na kwa waliokufa." Pia akamwambia,
"Huyo mtu ni mmoja wa jamaa yetu wa karibu
anayestahili kutukomboa."
21 Kisha Ruthu, Mmoabu, akasema, "Hata ali-
niambia, 'Kaa pamoja na watumishi wangu mpaka
watakapomaliza kuvuna nafaka yangu yote.' "
22 Kisha Naomi akamwambia Ruthu mkwewe,
"Binti yangu, itakuwa vyema wewe ufuatane na
wasichana wake, kwa sababu katika shamba la mtu
mwingine wanaweza kukudhuru."
23 Kwa hivyo Ruthu akafuatana na watumishi
wa kike wa Boazi, akaokota mpaka mwisho wa
mavuno ya shayiri na ya ngano. Naye aliishi na
mama mkwe wake.

Ruthu Na Boazi Kwenye Sakafu Ya Kupuria

3 Kisha Naomi akamwambia mkwewe, "Binti
yangu, je, nisingelikutafutia pumziko ambako
utatunzika vyema? 2 Je, Boazi, ambaye umekuwa
pamoja na watumishi wake wasichana, si jamaa
yetu wa karibu? Usiku wa leo atakuwa anapepeta
ngano kwenye sakafu ya kupuria. 3 Basi oga na
ukajipake marashi, ujivalie nguo zako nzuri. Kisha
uende kwenye sakafu ya kupuria, lakini angalia
asijue kwamba upo pale mpaka atakapomaliza
kula na kunywa. 4 Atakapokwenda kulala, angalia
mahali atakapolala. Kisha uende ufunue miguu
yake, ulale. Naye atakuambia utakalofanya."
5 Ruthu akajibu, "Lolote usemalo nitatenda."
6 Basi akashuka mpaka kwenye sakafu ya kupuria,
akafanya kila kitu mama mkwe wake alichomwa-
mbia kufanya.
7 Wakati Boazi alipomaliza kula na kunywa,
naye akawa amejawa na furaha, alikwenda kulala
mwisho wa lundo la nafaka. Ruthu akanyemelea
polepole, akafunua miguu yake, na akalala. 8 Usiku
wa manane, kitu kilimshtua Boazi, akajigeuza,
akagundua yupo mwanamke amelala miguuni
pake.
9 Akauliza, "Wewe ni nani?"
Akajibu, "Ni mimi Ruthu, mjakazi wako. Uitande
nguo yako juu yangu, kwa sababu wewe ndiwe
jamaa wa karibu wa kutukomboa."
10 Akamwambia, "Binti yangu, ubarikiwe na
BWANA. Wema huu wa sasa ni mkuu kushinda
hata ule ulioonyesha mwanzoni. Hukuwakimbilia
vijana, wakiwa matajiri au maskini. 11 Sasa, binti
yangu, usiogope. Nitakufanyia yote uliyoomba.
Kwa maana mji wote wa watu wangu wanakujua
ya kwamba wewe ni mwanamke mwenye tabia
nzuri. 12 Ingawa ni kweli kwamba mimi ndiye
jamaa aliye karibu, bado kuna mtu mwingine wa
jamaa aliye karibu zaidi wa kukomboa kuliko mimi.
13 Wewe kaa hapa usiku huu, kisha asubuhi kama
akikubali kukomboa, vyema na akomboe. La sivyo
kama hayuko tayari, hakika kama BWANA aishivyo
nitafanya hivyo. Lala hapa mpaka asubuhi."
14 Hivyo huyo mwanamke akalala miguuni pake
mpaka asubuhi, akaondoka mapema pasipo mtu
kuweza kumtambua mwenzake, maana Boazi
alisema, "Isijulikane kabisa ya kuwa mwanamke
alifika kwenye sakafu ya kupuria."
15 Pia akamwambia, "Leta shela yako uliyoivaa,
uitandaze." Naye alipoitandaza, akamimina vipimo
sita vya shayiri, akamtwika. Kisha Ruthu akarudi
zake mjini.
16 Basi Ruthu alipofika kwa mama mkwe wake
Naomi, akamuuliza, "Je, binti yangu, ilikuwaje
huko?"
Ndipo akamwelezea kila kitu Boazi alichomfa-
nyia. 17 Akaendelea kusema, "Amenipa shayiri
vipimo sita[b] akisema, 'Usiende kwa mama mkwe
wako mikono mitupu.' "
18 Kisha Naomi akasema, "Subiri binti yangu,
mpaka utakapojua kwamba hili jambo limekwe-
ndaje. Kwa sababu mtu huyu hatatulia mpaka
akamilishe jambo hili leo."

Boazi Amwoa Ruthu

4 Boazi akakwea mpaka kwenye lango la mji,
akaketi pale. Yule mtu wa jamaa aliyekuwa wa
karibu wa kukomboa, ambaye Boazi alimtaja, akaja.
Boazi akasema, "Njoo hapa, rafiki yangu. Karibu
uketi." Naye akakaribia, akaketi.
2 Boazi akatwaa watu kumi miongoni mwa wazee
wa mji, akawaambia, "Ketini hapa." Nao wakaketi.
3 Kisha akamwambia yule jamaa wa karibu wa
kukomboa, "Naomi, aliyerudi hapa kutoka nchi
ya Moabu, anauza sehemu ya ardhi iliyokuwa
mali ya ndugu yetu Elimeleki. 4 Nami niliwaza

---

[a] 17 Efa moja ni sawa na kilo 22.

[b] 17 Vipimo sita vya shayiri ni sawa na kilo 15.

nikujulishe wewe na kukuambia uinunue mbele
ya hawa waliopo hapa, na mbele ya wazee wa watu
wangu. Kama wewe utaikomboa, haya fanya hivyo.
Lakini kama hutaikomboa, uniambie, ili nijue. Kwa
kuwa hakuna mtu mwingine mwenye haki ya kui-
komboa ila wewe na baada yako ni mimi."

Naye akasema, "Nitaikomboa mimi."

5 Ndipo Boazi akasema "Siku utakaponunua hiyo
ardhi kutoka kwa Naomi na Ruthu, Mmoabu, ita-
kubidi kumchukua pia huyo mjane, ili kudumisha
jina la marehemu pamoja na mali yake."

6 Aliposikia hili, yule jamaa wa karibu wa kuko-
mboa akasema, "Basi mimi sitaweza kuikomboa,
kwa sababu inaonekana nitauhatarisha urithi
wangu. Wewe ikomboe mwenyewe. Mimi sita-
weza."

7 (Basi katika siku za kale huko Israeli, ili kuka-
milisha tendo la kukomboa na kukabidhiana mali,
mmoja huvua kiatu chake na kumpatia mwingine.
Hii ilikuwa ni njia ya kuhalalisha mabadilishano
katika Israeli.)

8 Basi yule jamaa wa karibu wa kukomboa aka-
mwambia Boazi, "Wewe inunue mwenyewe." Naye
huyo jamaa akavua kiatu chake.

9 Kisha Boazi akawatangazia wazee na watu wote
waliokuwepo, "Leo ninyi ni mashahidi kwamba
mimi nimenunua kutoka kwa Naomi yote yali-
yokuwa mali ya Elimeleki, Kilioni na Maloni.
10 Nimemchukua pia Ruthu, Mmoabu, mjane wa
Maloni, awe mke wangu, ili kuendeleza jina la
marehemu pamoja na mali zake, ili jina lake mare-
hemu lisitoweke miongoni mwa jamaa yake, wala
katika kumbukumbu za mji wake. Leo hivi ninyi
ni mashahidi!"

11 Kisha wazee pamoja na watu wote waliokuwa
langoni wakasema, "Sisi ni mashahidi. BWANA na
amfanye mwanamke huyu aingiaye nyumbani
mwako kuwa kama Raheli na kama Lea, wale
wanawake wawili ambao pamoja waliijenga nyu-
mba ya Israeli. Nawe ufanikiwe katika Efrathi na
uwe mashuhuri katika Bethlehemu. 12 Kupitia kwa
watoto ambao BWANA atakupa kutokana na huyu
mwanamwali, jamaa yako na ifanane na ya Peresi,
ambaye Tamari alimzalia Yuda."

Wazao Wa Boazi

13 Basi Boazi akamwoa Ruthu, naye akawa mke
wake. Alipoingia kwake, BWANA akamjalia Ruthu,
naye akapata mimba, akamzaa mtoto wa kiume.
14 Wanawake wakamwambia Naomi: "Ahimidiwe
BWANA, asiyekuacha bila kuwa na jamaa wa karibu
wa kukomboa. Na awe mashuhuri katika Israeli
yote! 15 Atakurejeshea uhai wako na kukuangalia
katika siku za uzee wako. Kwa maana mkweo
ambaye anakupenda, na ambaye kwako ni bora
zaidi ya watoto wa kiume saba, ndiye alimzaa."

16 Basi Naomi akamchukua yule mtoto, akampa-
kata na akawa mlezi wake. 17 Wanawake waliokuwa
jirani zake wakasema, "Naomi ana mtoto wa
kiume." Wakamwita jina lake Obedi. Yeye ndiye
baba yake Yese, aliye baba yake Daudi.

18 Hivi ndivyo vizazi vya Peresi:

Peresi alimzaa Hesroni,
19 Hesroni akamzaa Ramu,
Ramu akamzaa Aminadabu,
20 Aminadabu akamzaa Nashoni,
Nashoni akamzaa Salmoni,
21 Salmoni akamzaa Boazi,
Boazi akamzaa Obedi,
22 Obedi akamzaa Yese,
na Yese akamzaa Daudi.

1 SAMWELI

Kuzaliwa Kwa Samweli

1 Kulikuwepo na mtu mmoja kutoka Rama, Msufi kutoka nchi ya vilima vya Efraimu, ambaye jina lake aliitwa Elikana mwana wa Yerohamu, mwana wa Elihu mwana wa Tohu, mwana wa Sufu, Mwefraimu. 2 Alikuwa na wake wawili, mmoja aliitwa Hana na mwingine Penina. Penina alikuwa na watoto, lakini Hana hakuwa na mtoto.

3 Kila mwaka mtu huyu alikwea kutoka mji wake ili kuabudu na kutoa dhabihu kwa BWANA Mwenye Nguvu Zote huko Shilo, ambapo Hofni na Finehasi, wana wawili wa Eli, walikuwa makuhani wa BWANA. 4 Kila mara ilipofika siku ya Elikana kutoa dhabihu, aliwapa mafungu Penina mkewe na wanawe wote pamoja na binti zake. 5 Lakini alimpa Hana fungu maradufu kwa sababu alimpenda, ingawa BWANA alikuwa amemfunga tumbo. 6 Kwa sababu BWANA alikuwa amemfunga tumbo, mke mwenzake alikuwa anamchokoza ili kumuudhi. 7 Hili liliendelea mwaka baada ya mwaka. Kila mara Hana alipokwenda katika nyumba ya BWANA, mke mwenzake alikuwa akimkasirisha mpaka analia na kushindwa kula. 8 Elikana mumewe akawa anamwambia, "Hana, kwa nini unalia? Kwa nini huli? Kwa nini kuvunjika moyo? Je, mimi si bora zaidi kwako kuliko watoto kumi?"

9 Siku moja walipokuwa wamemaliza kula na kunywa huko Shilo, Hana alisimama. Wakati huo kuhani Eli alikuwa ameketi kwenye kiti pembeni mwa mwimo wa mlango wa Hekalu la BWANA. 10 Kwa uchungu wa rohoni Hana alilia sana na akamwomba BWANA. 11 Naye akaweka nadhiri, akisema, "Ee BWANA Mwenye Nguvu Zote, laiti ungeangalia huzuni kuu ya mtumishi wako na kunikumbuka mimi, wala usimsahau mtumishi wako nawe ukampa mwana, basi huyo mwana nitamtoa kwa BWANA kwa siku zote za maisha yake, wala wembe hautapita kichwani mwake."

12 Alipokuwa anaendelea kumwomba BWANA, Eli alichunguza kinywa chake. 13 Hana alikuwa akiomba moyoni mwake, midomo yake ikiwa inachezacheza lakini sauti haikusikika. Eli akafikiri alikuwa amelewa 14 naye akamwambia, "Utaendelea kulewa mpaka lini? Achilia mbali mvinyo wako."

15 Hana akajibu, "Si hivyo bwana wangu, mimi ni mwanamke mwenye huzuni kubwa. Mimi sijanywa mvinyo wala kileo, nilikuwa ninaumimina moyo wangu kwa BWANA. 16 Usimdhanie mtumishi wako kuwa mwanamke mwovu; nimekuwa nikiomba hapa katika wingi wa uchungu mkuu na huzuni."

17 Eli akamjibu, "Nenda kwa amani, naye Mungu wa Israeli na akujalie kile ulichomwomba."

18 Hana akasema, "Mtumishi wako na apate kibali machoni pako." Kisha akaondoka zake na kula chakula, wala uso wake haukuwa na huzuni tena.

19 Kesho yake asubuhi na mapema waliamka wakaabudu mbele za BWANA na kisha wakarudi nyumbani kwao huko Rama. Elikana akakutana kimwili na mkewe Hana, naye BWANA akamkumbuka. 20 Hivyo wakati ulipotimia, Hana akapata mimba na akamzaa mwana. Hana akamwita jina lake Samweli, akasema, "Kwa kuwa nilimwomba kwa BWANA."

Hana Anamweka Samweli Wakfu

21 Wakati huyo mtu Elikana alipanda pamoja na jamaa yake yote kutoa dhabihu ya mwaka kwa BWANA na kutimiza nadhiri yake, 22 Hana hakwenda. Alimwambia mume wake, "Baada ya mtoto kuachishwa kunyonya, nitamchukua na kumpeleka mbele za BWANA, naye ataishi huko wakati wote."

23 Elikana mumewe akamwambia, "Fanya lile unaloona ni bora zaidi kwako. Ukae hapa mpaka utakapomwachisha kunyonya, BWANA na akujalie kutimiza nadhiri yako." Hivyo huyo mwanamke akakaa nyumbani na kumnyonyesha mwanawe mpaka alipomwachisha kunyonya.

24 Baada ya mtoto kuachishwa kunyonya, Hana akamchukua huyo mtoto, akiwa mdogo hivyo hivyo, pamoja na fahali wa miaka mitatu, efa ya unga[a] na kiriba cha divai, naye akamleta mtoto kwenye nyumba ya BWANA huko Shilo. 25 Walipokwisha kumchinja yule fahali, wakamleta mtoto kwa Eli, 26 naye Hana akamwambia Eli, "Hakika kama uishivyo, bwana wangu, mimi ndiye yule mama ambaye alisimama hapa karibu nawe akiomba kwa BWANA. 27 Niliomba mtoto huyu, naye BWANA amenijalia kile nilichomwomba. 28 Hivyo sasa ninamtoa kwa BWANA. Kwa maana maisha yake yote atakuwa ametolewa kwa BWANA." Naye akamwabudu BWANA huko.

Maombi Ya Hana

2 Kisha Hana akaomba na kusema:

"Moyo wangu wamshangilia BWANA,
katika BWANA pembe yangu
imeinuliwa juu.
Kinywa changu chajisifu juu ya adui zangu,
kwa kuwa naufurahia wokovu wako.

2 "Hakuna yeyote aliye mtakatifu
kama BWANA,
hakuna mwingine zaidi yako;
hakuna Mwamba kama Mungu wetu.

3 "Msiendelee kusema kwa kiburi hivyo
wala msiache vinywa vyenu kunena kwa
kiburi,
kwa kuwa BWANA ndiye Mungu ajuaye,
na kwa yeye matendo hupimwa.

[a] 24 Efa moja ya unga ni sawa na kilo 22.

4 "Pinde za mashujaa zimevunjika,
lakini wale wanaojikwaa
wamevikwa nguvu.
5 Wale waliokuwa na chakula tele
wamejikodisha wenyewe
ili kupata chakula,
lakini wale waliokuwa na njaa
hawana njaa tena.
Mwanamke yule aliyekuwa tasa
amezaa watoto saba,
lakini yule ambaye alikuwa
na wana wengi
amedhoofika.

6 "Bwana huua na huleta uhai,
hushusha chini mpaka kaburini[a]
na hufufua.
7 Bwana humfanya mtu maskini naye
hutajirisha,
hushusha na hukweza.
8 Humwinua maskini kutoka mavumbini
na humwinua mhitaji kutoka lundo
la majivu;
huwaketisha pamoja na wakuu
na kuwafanya warithi kiti cha enzi cha
heshima.

"Kwa kuwa misingi ya dunia ni ya Bwana;
juu yake ameuweka ulimwengu.
9 Yeye atailinda miguu ya watakatifu wake,
lakini waovu watanyamazishwa
kwenye giza.

"Si kwa nguvu mtu hushinda;
10 wale wampingao Bwana
wataharibiwa kabisa.
Atapiga radi dhidi yao kutoka mbinguni;
Bwana ataihukumu miisho ya dunia.

"Atampa nguvu mfalme wake,
na kuitukuza pembe
ya mpakwa mafuta wake."

11 Kisha Elikana akaenda nyumbani Rama,
lakini mtoto akahudumu mbele za Bwana chini
ya kuhani Eli.

Wana Waovu Wa Eli

12 Wana wa Eli walikuwa watu wabaya kabisa,
hawakumheshimu Bwana. 13 Basi ilikuwa desturi
ya makuhani pamoja na watu kwamba kila mara
yeyote anapotoa dhabihu na huku nyama ikiwa
inachemshwa, mtumishi wa kuhani angalikuja
na uma wenye meno matatu mkononi mwake.
14 Angeutumbukiza huo uma kwenye sufuria au
birika au sufuria kubwa au chungu, naye kuhani
angalijichukulia mwenyewe chochote ambacho
uma ungekileta. Hivi ndivyo walivyowatendea
Waisraeli wote waliokuja Shilo. 15 Lakini hata kabla
mafuta ya mnyama hayajachomwa, mtumishi wa
kuhani angalikuja na kusema kwa mtu ambaye ali-
kuwa akitoa dhabihu, "Mpe kuhani nyama akaoke,
kwani hatapokea nyama iliyochemshwa kutoka
kwako, ila iliyo mbichi tu."
16 Kama mtu akimwambia, "Mafuta ya mnyama
na yachomwe kwanza, ndipo uchukue chochote
unachotaka," mtumishi angalijibu, "Hapana, nipe
sasa, kama huwezi nitaichukua kwa nguvu."
17 Hii Dhambi ya hawa vijana ilikuwa kubwa sana
machoni pa Bwana, kwa kuwa waliitendea dhabihu
ya Bwana kwa dharau.
18 Lakini Samweli alikuwa akihudumu mbele
za Bwana, kijana akivaa kisibau cha kitani.
19 Kila mwaka mama yake alimshonea joho dogo
na kumchukulia wakati alipokwea pamoja na
mumewe kutoa dhabihu ya mwaka. 20 Eli alikuwa
akiwabariki Elikana na mkewe, akisema, "Bwana
na akupe watoto kwa mwanamke huyu ili kuchu-
kua nafasi ya yule aliyekuwa amemwomba na
akamtoa kwa Bwana." Kisha wakawa wanakwenda
nyumbani. 21 Bwana akawa mwenye neema kwa
Hana, naye akapata mimba akazaa wana watatu
na binti wawili. Wakati huo, kijana Samweli akae-
ndelea kukua mbele za Bwana.
22 Basi Eli, ambaye alikuwa mzee sana, alisikia
kuhusu kila kitu ambacho wanawe walikuwa
wakiwafanyia Israeli wote na jinsi walivyokutana
kimwili na wanawake waliohudumu kwenye ingi-
lio la Hema la Kukutania. 23 Hivyo akawaambia,
"Kwa nini mmefanya mambo kama haya? Nime-
sikia kutoka kwa watu wote juu ya haya matendo
yenu maovu. 24 Sivyo, wanangu, hii si habari nzuri
ambayo ninasikia ikienea miongoni mwa watu wa
Bwana. 25 Kama mtu akifanya dhambi dhidi ya mtu
mwenzake, mtu mwingine aweza kumwombea
kwa Mungu, lakini kama mtu akimfanyia Mungu
dhambi, ni nani atakayemwombea?" Hata hivyo
wanawe hawakusikia maonyo ya baba yao, kwa
sababu Bwana alitaka kuwaua.
26 Naye kijana Samweli akaendelea kukua katika
kimo, akimpendeza Bwana na wanadamu.

Unabii Dhidi Ya Nyumba Ya Eli

27 Basi mtu wa Mungu akaja kwa Eli na
kumwambia, "Hivi ndivyo asemavyo Bwana: 'Je,
sikujifunua waziwazi kwa nyumba ya baba yako
wakati walikuwa huko Misri chini ya Farao? 28 Nili-
mchagua baba yako kati ya makabila yote ya Israeli
kuwa kuhani wangu, kukwea kwenye madhabahu
yangu, kufukiza uvumba na kuvaa kisibau mbele
yangu. Pia niliwapa nyumba ya baba yako sadaka
zote zilizotolewa kwa moto na Waisraeli. 29 Kwa
nini unadharau dhabihu zangu na sadaka zile nili-
zoziamuru kwa ajili ya makao yangu? Kwa nini
unawaheshimu wanao kuliko mimi kwa kujinene-
pesha wenyewe kwa kula sehemu zilizo bora za kila
sadaka zinazotolewa na watu wangu wa Israeli?'
30 "Kwa hiyo, Bwana, Mungu wa Israeli asema:
'Niliahidi kuwa nyumba yako na nyumba ya baba
yako wangehudumu mbele zangu milele.' Lakini
sasa Bwana anasema: 'Jambo hili na liwe mbali
nami! Wale wanaoniheshimu nitawaheshimu, wale
wanaonidharau mimi watadharauliwa. 31 Wakati
unakuja nitakapozipunguza nguvu zenu na nguvu
ya nyumba ya baba yenu, ili pasiwepo mtu katika
mbari yenu atakayeishi kuuona uzee 32 nanyi

[a]6 Kaburini hapa maana yake ni Kuzimu, kwa Kiebrania ni Sheol.

mtaona huzuni katika makao yangu. Ingawa Israeli
watafanyiwa mema, katika mbari yenu kamwe
hapatakuwepo mtu atakayeishi hadi kuwa mzee.
33 Kila mmoja wenu ambaye sitamkatilia mbali
kutoka madhabahuni pangu atabakizwa tu kupo-
fusha macho yenu kwa machozi na kuihuzunisha
mioyo yenu, nao wazao wenu wote watakufa wata-
kapokuwa wamefikia umri wa kustawi.
34 " 'Kile kitakachotokea kwa wanao wawili,
Hofni na Finehasi, kitakuwa ishara kwako. Wote
wawili watakufa katika siku moja. 35 Mimi mwe-
nyewe nitajiinulia kuhani mwaminifu, ambaye
atafanya sawasawa na kile kilichoko moyoni mwa-
ngu na akilini mwangu. Nitaifanya nyumba yake
kuwa imara, naye atahudumu mbele ya mpakwa
mafuta wangu daima. 36 Kisha kila mmoja aliyea-
chwa katika mbari yenu atakuja na kusujudu mbele
yake kwa ajili ya kipande cha fedha na ganda la
mkate akisema, "Niteue katika baadhi ya ofisi ya
ukuhani ili niweze kupata chakula." ' "

Bwana Amwita Samweli

3 Kijana Samweli alihudumu mbele za Bwana
chini ya Eli. Katika siku zile neno la Mungu
lilikuwa adimu, hapakuwepo na maono mengi.
2 Usiku mmoja Eli, ambaye macho yake yalikuwa
yamefifia sana kiasi kwamba aliona kwa shida
sana, alikuwa amelala mahali pake pa kawaida.
3 Taa ya Mungu bado ilikuwa haijazimika, na
Samweli alikuwa amelala Hekaluni[a] mwa Bwana,
ambapo Sanduku la Mungu lilikuwako. 4 Kisha
Bwana akamwita Samweli.
Samweli akajibu, "Mimi hapa." 5 Naye akakimbia
kwa Eli na kumwambia, "Mimi hapa, kwa kuwa
umeniita."
Lakini Eli akasema, "Sikukuita; rudi ukalale."
Hivyo akaenda kulala.
6 Bwana akaita tena, "Samweli!" Naye Samweli
akaamka, kwenda kwa Eli na kusema, "Mimi hapa,
kwa kuwa umeniita."
Eli akasema, "Mwanangu, sikukuita, rudi ukalale."
7 Wakati huu Samweli alikuwa bado hajamjua
Bwana. Neno la Bwana lilikuwa bado halijafunu-
liwa kwake.
8 Bwana akamwita Samweli mara ya tatu, naye
Samweli akaamka kwenda kwa Eli na kusema,
"Mimi hapa, kwa kuwa umeniita."
Ndipo Eli akatambua kuwa Bwana alikuwa aki-
mwita kijana. 9 Hivyo Eli akamwambia Samweli,
"Nenda ukalale, na kama akikuita, sema, 'Nena
Bwana, kwa kuwa mtumishi wako anasikiliza.' "
Hivyo Samweli akaenda na kulala mahali pake.
10 Bwana akaja akasimama hapo, akiita kama
mara zile nyingine, "Samweli! Samweli!"
Kisha Samweli akasema, "Nena Bwana, kwa
kuwa mtumishi wako anasikiliza."
11 Naye Bwana akamwambia Samweli: "Tazama,
nipo karibu kufanya kitu katika Israeli ambacho
kitafanya masikio ya kila mmoja atakayesikia yawa-
she. 12 Wakati huo nitatimiza dhidi ya Eli kila kitu
nilichonena dhidi ya jamaa yake, kuanzia mwanzo
mpaka mwisho. 13 Kwa kuwa nilimwambia kwamba
ningehukumu jamaa yake milele kwa sababu ya
dhambi aliyoijua, wanawe kumkufuru Mungu, naye
akashindwa kuwazuia. 14 Kwa hiyo, nikaapa kuhusu
nyumba ya Eli, 'Hatia ya nyumba ya Eli kamwe hai-
taweza kufidiwa kwa dhabihu au sadaka.' "
15 Samweli akalala mpaka asubuhi, kisha aka-
fungua milango ya nyumba ya Bwana. Aliogopa
kumwambia Eli yale maono, 16 lakini Eli akamwita
na kumwambia, "Samweli mwanangu."
Samweli akamjibu, "Mimi hapa."
17 Eli akamuuliza, "Ni nini alichokuambia? Usini-
fiche. Bwana na ashughulike nawe, tena kwa ukali,
kama utanificha chochote alichokuambia." 18 Kwa
hiyo Samweli akamwambia kila kitu, bila kumficha
chochote. Ndipo Eli akasema, "Yeye ni Bwana; na
afanye lile lililo jema machoni pake!"
19 Bwana alikuwa pamoja na Samweli alipokuwa
akikua, na hakuacha hata moja ya maneno yake lia-
nguke chini. 20 Nao Israeli wote kuanzia Dani hadi
Beer-Sheba wakatambua kuwa Samweli amethibi-
tishwa kuwa nabii wa Bwana. 21 Bwana akaendelea
kutokea huko Shilo, na huko kujidhihirisha kwa
Samweli kwa njia ya neno lake.
4 Nalo neno la Samweli likaja kwa Israeli yote.

Wafilisti Wateka Sanduku La Mungu

Basi Waisraeli walitoka kwenda kupigana dhidi
ya Wafilisti. Waisraeli wakapiga kambi huko Ebe-
nezeri, nao Wafilisti wakapiga kambi huko Afeki.
2 Wafilisti wakapanga safu za majeshi yao kupa-
mbana na Israeli, wakati vita vilipoenea, Israeli
wakashindwa na Wafilisti, ambao waliwaua askari
wa Israeli wapatao 4,000 kwenye uwanja wa vita.
3 Askari waliporudi kambini, wazee wa Israeli
wakawauliza, "Kwa nini Bwana ameruhusu leo
tushindwe mbele ya Wafilisti? Tuleteni Sanduku
la Agano la Bwana kutoka Shilo, ili lipate kwenda
pamoja nasi, na kutuokoa kutoka mikono ya adui
zetu."
4 Hivyo wakawatuma watu huko Shilo, nao
wakalichukua Sanduku la Agano la Bwana Mwe-
nye Nguvu Zote, aliyekaa kwenye kiti chake cha
enzi kati ya makerubi. Nao wale wana wawili wa
Eli, Hofni na Finehasi, walikuwako huko pamoja
na Sanduku la Agano la Mungu.
5 Wakati Sanduku la Agano la Bwana lilikuja
kambini, Waisraeli wote wakapiga kelele kwa sauti
kuu hata ardhi ikatikisika. 6 Wafilisti waliposikia
makelele wakauliza, "Ni nini makelele haya yote
katika kambi ya Waebrania?"
Walipofahamu kuwa Sanduku la Bwana lime-
kuja kambini, 7 Wafilisti wakaogopa, wakasema,
"Mungu amekuja kambini, ole wetu. Halijatokea
jambo kama hili tangu hapo. 8 Ole wetu! Ni nani
atakayetuokoa kutoka mikononi mwa miungu hii
yenye nguvu? Ni miungu ile iliyowapiga Wamisri
kwa mapigo ya aina zote huko jangwani. 9 Tuweni
hodari, enyi Wafilisti! Tuweni wanaume, la sivyo
mtakuwa watumwa wa Waebrania, kama wao
walivyokuwa kwenu. Kuweni wanaume, mpigane!"
10 Basi Wafilisti wakapigana, nao Waisraeli
wakashindwa na kila mtu akakimbilia hemani
mwake. Mauaji yalikuwa makubwa sana, Israeli
wakapoteza askari 30,000 waendao kwa miguu.

---
[a]3 Hekaluni maana yake ndani ya Maskani ya Bwana.

11 Sanduku la Mungu likatekwa, na hao wana wawili
wa Eli, Hofni na Finehasi, wakauawa.

Kifo Cha Eli

12 Siku ile ile mtu mmoja wa kabila la Benya-
mini akakimbia kutoka kwenye uwanja wa vita
na kwenda Shilo, nguo zake zikiwa zimeraruka
na akiwa na mavumbi kichwani mwake. 13 Alipo-
fika, Eli alikuwa ameketi juu ya kiti chake kando
ya barabara akiangalia, kwa sababu moyo wake
ulikuwa na hofu kwa ajili ya Sanduku la Mungu.
Mtu yule alipoingia mjini na kueleza kilichokuwa
kimetokea, mji wote ukalia.

14 Eli akasikia kelele za kilio, naye akauliza, "Ni
nini maana ya makelele haya?"

Yule mtu akafanya haraka kwenda kwa Eli,
15 wakati huu Eli alikuwa na miaka tisini na minane
nayo macho yake yalikuwa yamepofuka na haku-
weza kuona. 16 Akamwambia Eli, "Mimi nimetoka
vitani sasa hivi, nimekimbia kutoka huko leo hii."

Eli akamuuliza, "Je, mwanangu, ni nini kime-
tokea huko?"

17 Yule mtu aliyeleta habari akajibu, "Israeli
amekimbia mbele ya Wafilisti, nalo jeshi lime-
pata hasara kubwa. Pia wana wako wawili, Hofni
na Finehasi, wamekufa, na Sanduku la Mungu
limetekwa."

18 Mara alipotaja Sanduku la Mungu, Eli alia-
nguka kutoka kwenye kiti chake kwa nyuma kando
ya lango. Shingo yake ikavunjika naye akafa, kwa
kuwa alikuwa mzee tena mzito. Alikuwa amewao-
ngoza Israeli kwa miaka arobaini.

19 Mkwewe, mke wa Finehasi, alikuwa mjamzito
na karibu wakati wa kujifungua. Aliposikia habari
kwamba Sanduku la Mungu limetekwa na ya
kuwa baba mkwe wake na mumewe wamekufa,
akapata utungu naye akajifungua lakini akazidiwa
na utungu. 20 Alipokuwa akifa, wanawake walio-
kuwa wanamhudumia wakamwambia, "Usikate
tamaa, umemzaa mwana." Lakini hakujibu wala
kuweka maanani.

21 Alimwita yule mtoto Ikabodi,[a] akisema, "Utu-
kufu umeondoka katika Israeli," kwa sababu ya
kutekwa kwa Sanduku la Mungu na vifo vya baba
mkwe na mumewe. 22 Akasema, "Utukufu umeo-
ndoka katika Israeli, kwa kuwa Sanduku la Mungu
limetekwa."

Sanduku La Agano Huko Ashdodi Na Ekroni

5 Baada ya Wafilisti kuteka Sanduku la Mungu,
walilichukua kutoka Ebenezeri mpaka Ashdodi.
2 Kisha wakaliingiza lile Sanduku ndani ya hekalu la
Dagoni na kuliweka kando ya huyo Dagoni. 3 Watu
wa Ashdodi walipoamka asubuhi na mapema kesho
yake, kumbe, wakamkuta Dagoni ameanguka chini
kifudifudi mbele ya Sanduku la BWANA! Wakamwi-
nua Dagoni na kumrudisha mahali pake. 4 Lakini
asubuhi iliyofuata, walipoamka kumbe, walimkuta
huyo Dagoni ameanguka chini kifudifudi mbele
ya Sanduku la BWANA! Kichwa chake na mikono
vilikuwa vimevunjwa navyo vimelala kizingitini,
ni kiwiliwili chake tu kilichokuwa kimebaki.
5 Ndiyo sababu mpaka leo makuhani wa Dagoni
wala wengine waingiao katika hekalu la Dagoni
huko Ashdodi hawakanyagi kizingiti.

6 Mkono wa BWANA ulikuwa mzito juu ya watu
wa Ashdodi na vijiji jirani, akaleta uharibifu juu
yao na kuwatesa kwa majipu. 7 Watu wa Ashdodi
walipoona kile kilichokuwa kikitokea, wakasema,
"Sanduku la Mungu wa Israeli kamwe lisikae hapa
pamoja na sisi, kwa sababu mkono wake ni mzito
juu yetu na juu ya Dagoni mungu wetu." 8 Basi
wakawaita watawala wote wa Wafilisti pamoja
na kuwauliza, "Tutafanya nini na hili Sanduku la
Mungu wa Israeli?"

Wakajibu, "Sanduku la Mungu wa Israeli na
liende Gathi." Basi wakalihamisha Sanduku la
Mungu wa Israeli.

9 Lakini baada ya kulihamisha, mkono wa BWANA
ulikuwa dhidi ya huo mji wa Gathi, akiuweka katika
fadhaa kuu. Mungu akawatesa watu wa huo mji,
vijana kwa wazee, kwa kuwaletea majipu. 10 Basi
wakapeleka Sanduku la Mungu Ekroni.

Wakati Sanduku la Mungu lilipokuwa linaingia
Ekroni, watu wa Ekroni walilia wakisema "Wameli-
leta Sanduku la Mungu wa Israeli kwetu ili kutuua
sisi na watu wetu." 11 Basi wakawaita watawala
wote wa Wafilisti pamoja na kusema, "Liondoeni
Sanduku la Mungu wa Israeli na lirudishwe mahali
pake, la sivyo litatuua sisi na watu wetu." Kwa kuwa
kifo kilikuwa kimeujaza mji hofu; kwani mkono
wa Mungu ulikuwa mzito sana juu yake. 12 Wale
ambao hawakufa walipatwa na majipu, na kilio
cha mji kilikwenda juu hadi mbinguni.

Sanduku La Mungu Larudishwa Israeli

6 Sanduku la BWANA lilipokuwa limekaa katika
nchi ya Wafilisti kwa miezi saba, 2 Wafilisti
waliwaita makuhani wa Dagoni na waaguzi, na
kuwaambia, "Tutafanya nini na hili Sanduku la
BWANA? Tuambieni jinsi tutakavyolirudisha mahali
pake."

3 Wakajibu, "Kama mtalirudisha Sanduku la
Mungu wa Israeli, msilirudishe mikono mitupu bali
kwa vyovyote mpelekeeni sadaka ya hatia. Kisha
mtaponywa, nanyi mtafahamu kwa nini mkono
wake haujaondolewa kwenu."

4 Wafilisti wakawauliza, "Ni sadaka gani ya hatia
tutakayompelekea?"

Wakajibu, "Majipu matano ya dhahabu na
panya wa dhahabu watano, kulingana na idadi ya
watawala wa Wafilisti, kwa sababu tauni iyo hiyo
imewaua ninyi na watawala wenu. 5 Tengenezeni
mifano ya majipu na ya panya wale wanaoharibu
nchi yenu, nanyi mheshimuni Mungu wa Israeli.
Labda ataondoa mkono wake kutoka kwenu na
kwa miungu yenu na nchi yenu. 6 Kwa nini ninyi
mnafanya mioyo yenu migumu kama Wamisri na
Farao walivyofanya? Je, alipowatendea kwa ukali,
hawakuwaachia Waisraeli wakaenda zao?

7 "Sasa basi, wekeni gari jipya la kukokotwa
pamoja na ng'ombe wawili ambao wamezaa lakini
ambao kamwe hawajafungwa nira. Fungieni hao
ng'ombe hilo gari, lakini ondoeni ndama wao na
mwaweke zizini. 8 Chukueni hilo Sanduku la BWANA
na mliweke juu ya gari la kukokotwa, na ndani ya

[a]21 Ikabodi maana yake Utukufu wa BWANA umeondoka.

kasha kando yake wekeni hivyo vitu vya dhahabu
mnavyompelekea Bwana kama sadaka ya hatia.
Lipelekeni, 9 lakini liangalieni kwa makini. Iwapo
litakwenda katika nchi yake lenyewe, kuelekea
Beth-Shemeshi, basi tutajua kwamba Bwana ndiye
alileta haya maafa makubwa juu yetu. Lakini kama
halikwenda, basi tutajua kwamba haukuwa mkono
wa Bwana uliotupiga na kwamba iliyotokea kwetu
ni ajali."
10 Basi wakafanya hivyo. Wakachukua ng'ombe
wawili wa aina hiyo, wakawafungia hilo gari la
kukokotwa, nao ndama wao wakawekwa zizini.
11 Wakaliweka Sanduku la Bwana juu ya hilo gari
la kukokotwa pamoja na lile kasha lenye ile mifano
ya panya wa dhahabu na ya majipu ya dhahabu.
12 Kisha hao ng'ombe wakaenda moja kwa moja
kuelekea Beth-Shemeshi, wakishuka bila kugeuka
kuume au kushoto, huku wakilia njia yote. Wata-
wala wa Wafilisti waliwafuata hao ng'ombe hadi
mpakani mwa Beth-Shemeshi.
13 Wakati huu watu wa Beth-Shemeshi walikuwa
wakivuna ngano yao huko bondeni, walipoinua
macho yao na kuona lile Sanduku, wakafurahi
kuliona. 14 Lile gari la kukokotwa lilikuja mpaka
kwenye shamba la Yoshua wa Beth-Shemeshi, nalo
likasimama kando ya mwamba mkubwa. Watu
wakapasua mbao za lile gari la kukokotwa na kutoa
dhabihu wale ng'ombe kama sadaka ya kuteketе-
zwa kwa Bwana. 15 Walawi walilishusha Sanduku
la Bwana, pamoja na lile kasha lililokuwa na vile
vitu vya dhahabu na kuviweka juu ya ule mwamba
mkubwa. Siku ile watu wa Beth-Shemeshi wakatoa
sadaka za kuteketezwa na dhabihu kwa Bwana.
16 Wale watawala watano wa Wafilisti waliona haya
yote, nao wakarudi siku ile ile mpaka Ekroni.
17 Haya ndiyo yale majipu ya dhahabu Wafilisti
waliyotuma kama sadaka ya hatia kwa Bwana,
moja kwa ajili ya Ashdodi, moja kwa Gaza, moja
kwa Ashkeloni, moja kwa Gathi, na moja kwa
Ekroni. 18 Nayo hesabu ya wale panya wa dhahabu
ilikuwa kulingana na idadi ya miji ya Wafilisti ya
watawala watano wa Wafilisti: miji yao iliyozu-
ngukwa na maboma, pamoja na vijiji vya miji hiyo.
Ule mwamba mkubwa, ambao juu yake waliliweka
lile Sanduku la Bwana, ni ushahidi hadi leo katika
shamba la Yoshua wa Beth-Shemeshi.
19 Lakini Mungu aliwapiga baadhi ya watu wa
Beth-Shemeshi, akiwaua watu sabini miongoni
mwao kwa sababu walichungulia ndani ya
Sanduku la Bwana. Watu wakaomboleza kwa
sababu ya pigo zito kutoka kwa Bwana, 20 nao watu
wa Beth-Shemeshi wakauliza, "Ni nani awezaye
kusimama mbele za Bwana, huyu Mungu aliye
mtakatifu? Sanduku litapanda kwenda kwa nani
kutoka hapa?"
21 Kisha wakatuma wajumbe kwa watu wa
Kiriath-Yearimu, wakisema, "Wafilisti wameru-
disha Sanduku la Bwana. Shukeni na mlipandishe
huko kwenu."
7 Kisha watu wa Kiriath-Yearimu wakaja na kuli-
chukua Sanduku la Bwana. Wakalipeleka katika
nyumba ya Abinadabu juu kilimani na kumweka
Eleazari mwanawe wakfu kulichunga Sanduku la
Bwana.

Samweli Awatiisha Wafilisti Huko Mispa

2 Sanduku la Bwana lilibakia huko
Kiriath-Yearimu kwa muda mrefu, yaani jumla ya
miaka ishirini, nao watu wa Israeli wakaomboleza
na kumtafuta Bwana. 3 Naye Samweli akawaambia
nyumba yote ya Israeli, "Ikiwa mtamrudia Bwana
kwa mioyo yenu yote, basi iacheni miungu migeni
na Maashtorethi na kujitoa wenyewe kwa Bwana
na kumtumikia yeye peke yake, naye atawaokoa
ninyi na mkono wa Wafilisti." 4 Hivyo Waisraeli
wakaweka mbali Mabaali yao na Maashtorethi,
nao wakamtumikia Bwana peke yake.
5 Kisha Samweli akasema, "Wakusanyeni Israeli
wote huko Mispa, nami nitawaombea ninyi kwa
Bwana." 6 Walipokwisha kukutanika huko Mispa,
walichota maji na kuyamimina mbele za Bwana.
Siku hiyo walifunga na wakaungama, wakisema,
"Tumetenda dhambi dhidi ya Bwana." Naye
Samweli alikuwa kiongozi[a] wa Israeli huko Mispa.
7 Wafilisti waliposikia kwamba Israeli wamekusa-
nyika huko Mispa, watawala wa Wafilisti wakapanda
ili kuwashambulia. Waisraeli waliposikia habari
hiyo, waliogopa kwa sababu ya Wafilisti. 8 Waka-
mwambia Samweli, "Usiache kumlilia Bwana,
Mungu wetu, kwa ajili yetu, ili apate kutuokoa na
mikono ya Wafilisti." 9 Kisha Samweli akamchu-
kua mwana-kondoo anyonyaye na kumtoa mzima
kama sadaka ya kuteketezwa kwa Bwana. Akamlilia
Bwana kwa niaba ya Israeli, naye Bwana akamjibu.
10 Samweli alipokuwa anatoa hiyo dhabihu
ya kuteketezwa, Wafilisti wakasogea karibu ili
kupigana vita na Israeli. Lakini siku ile Bwana ali-
nguruma kwa ngurumo kubwa dhidi ya Wafilisti na
kuwafanya wafadhaike na kutetemeka hivi kwamba
walikimbizwa mbele ya Waisraeli. 11 Watu wa Israeli
wakatoka mbio huko Mispa na kuwafuatia Wafilisti,
wakiwachinja njiani hadi mahali chini ya Beth-Kari.
12 Ndipo Samweli akachukua jiwe na kulisima-
misha kati ya Mispa na Sheni. Akaliita Ebenezeri,[b]
akisema, "Hata sasa Bwana ametusaidia." 13 Basi
Wafilisti wakashindwa na hawakuvamia nchi ya
Israeli tena.
Katika maisha yote ya Samweli, mkono wa Bwana
ulikuwa dhidi ya Wafilisti. 14 Miji kuanzia Ekroni
hadi Gathi, ile ambayo Wafilisti walikuwa wamei-
teka kutoka Israeli, ilirudishwa kwake, naye Israeli
akazikomboa nchi jirani mikononi mwa Wafilisti.
Kukawepo amani kati ya Israeli na Waamori.
15 Samweli akaendelea kama mwamuzi juu ya
Israeli siku zote za maisha yake. 16 Mwaka hadi
mwaka aliendelea kuzunguka kutoka Betheli
mpaka Gilgali na Mispa, akiamua Israeli katika
sehemu hizo zote. 17 Lakini kila mara alirudi Rama,
kulikokuwa nyumbani kwake, huko pia aliwaamua
Israeli. Naye huko alimjengea Bwana madhabahu.

Israeli Waomba Mfalme

8 Samweli alipokuwa mzee, akaweka wanawe
kuwa waamuzi wa Israeli. 2 Mzaliwa wa kwa-
nza alikuwa Yoeli, na la wa pili lilikuwa Abiya, nao

[a]6 Kiongozi hapa maana yake mwamuzi.
[b]12 Ebenezeri maana yake jiwe la usaidizi.

wakatumika huko Beer-Sheba. 3 Lakini wanawe hawakuenenda katika njia zake. Waliziacha wakageukia faida za udanganyifu nao wakapokea rushwa na kupotosha haki.

4 Basi wazee wote wa Israeli wakakusanyika pamoja na kumjia Samweli huko Rama. 5 Wakamwambia, "Wewe umekuwa mzee, nao wanao hawaenendi katika njia zako, sasa tuteulie mfalme wa kutuongoza, kama ilivyo kwa mataifa mengine yote."

6 Lakini wao waliposema, "Tupe mfalme wa kutuongoza," hili lilimchukiza Samweli, hivyo akamwomba Bwana. 7 Naye Bwana akamwambia: "Sikiliza yale yote watu wanakuambia. Si wewe ambaye wamekukataa, bali wamenikataa mimi kuwa mfalme wao. 8 Kama vile walivyofanya tangu siku nilipowapandisha kutoka Misri mpaka siku hii ya leo; wakiniacha mimi na kutumikia miungu mingine, ndivyo wanavyokufanyia wewe. 9 Sasa wasikilize, lakini waonye kwa makini na uwafahamishe yale watakayotendewa na mfalme atakayewatawala."

10 Samweli akawaambia wale watu waliokuwa wakiomba wapewe mfalme maneno yote ya Bwana. 11 Akasema, "Hivi ndivyo atakavyowatendea mfalme atakayewatawala. Atawachukua wana wenu na kuwafanya watumike kwa magari yake ya vita na farasi, nao watakimbia mbele ya magari yake. 12 Baadhi yao atawaweka kuwa majemadari wa jeshi wa maelfu na majemadari wa jeshi wa hamsini, wengine kulima mashamba yake na kuvuna mavuno yake, pia na wengine kutengeneza silaha za vita na vifaa kwa ajili ya magari yake. 13 Atawachukua binti zenu kuwa watengeneza manukato, wapishi na waokaji. 14 Atayachukua mashamba yenu yaliyo mazuri, mashamba ya mizabibu na mashamba yenu ya mizeituni na kuwapa watumishi wake. 15 Ataichukua sehemu ya kumi ya nafaka yenu na ya zabibu zenu na kuwapa maafisa wake na watumishi wake. 16 Atawachukua watumishi wenu wa kiume na wa kike, na ng'ombe wenu walio wazuri sana na punda kwa matumizi yake mwenyewe. 17 Atachukua sehemu ya kumi ya makundi yenu ya kondoo na mbuzi, na ninyi wenyewe mtakuwa watumwa wake. 18 Siku ile itakapowadia, mtalia kwa kutaka msaada kutokana na mfalme mliyemchagua, naye Bwana hatawajibu."

19 Lakini watu wakakataa kumsikiliza Samweli wakasema, "Hapana! Tunataka mfalme wa kututawala. 20 Kisha tutakuwa kama mataifa mengine yote, tukiwa na mfalme wa kutuongoza na kwenda mbele yetu na kutupigania vita vyetu."

21 Samweli aliposikia yote watu waliyosema, akarudia kuyasema mbele za Bwana. 22 Bwana akamjibu, "Wasikilize na uwape mfalme."

Kisha Samweli akawaambia watu wa Israeli, "Kila mmoja arudi mjini kwake."

Samweli Anamtia Sauli Mafuta

9 Kulikuwako Mbenyamini mmoja, mtu maarufu, ambaye aliitwa Kishi mwana wa Abieli, mwana wa Serori, mwana wa Bekorathi, mwana wa Afia wa Benyamini. 2 Alikuwa na mwana aliyeitwa Sauli, kijana anayevutia sana, hakuwepo aliyelingana naye miongoni mwa Waisraeli, alikuwa mrefu kuliko wengine wote.

3 Basi punda wa Kishi baba yake Sauli walipotea, naye Kishi akamwambia mwanawe Sauli, "Mchukue mmoja wa watumishi mwende pamoja naye kuwatafuta punda." 4 Hivyo akapita katika nchi ya vilima ya Efraimu na katika eneo la Shalisha, lakini hawakuwapata. Wakaendelea katika sehemu ya Shaalimu, lakini punda hawakuwepo huko. Kisha wakapita katika nchi ya Benyamini, lakini hawakuwapata.

5 Walipofika sehemu ya Sufu, Sauli akamwambia mtumishi aliyekuwa pamoja naye, "Njoo, sisi na turudi, au baba yangu ataacha kufikiria juu ya punda na kuanza kufadhaika kutuhusu sisi."

6 Lakini mtumishi akajibu, "Tazama, katika mji huu yupo mtu wa Mungu, anayeheshimiwa sana na kila kitu asemacho hutokea kweli. Sasa na twende huko. Huenda atatuambia twende njia ipi."

7 Sauli akamwambia mtumishi wake, "Kama tukienda, tutampa nini huyo mtu? Chakula kimekwisha kwenye mifuko yetu. Hatuna zawadi ya kumpelekea huyo mtu wa Mungu. Je tuna nini?"

8 Mtumishi akamjibu Sauli tena, akasema, "Tazama, nina fedha robo shekeli.[a] Hiyo nitampa huyo mtu wa Mungu ili aweze kutuambia twende kwa njia ipi." 9 (Zamani katika Israeli, kama mtu alikwenda kuuliza neno kwa Mungu, angalisema, "Njoo na twende kwa mwonaji," kwa sababu nabii wa sasa alikuwa akiitwa mwonaji.)

10 Sauli akamwambia mtumishi wake, "Vyema, njoo na twende." Basi wakaenda mjini alipokuwepo huyo mtu wa Mungu.

11 Walipokuwa wakipanda mlima kwenda mjini, wakakutana na baadhi ya wasichana wanakuja kuchota maji, nao wakawauliza, "Je, mwonaji yuko?"

12 Wakajibu, "Yuko, yu mbele yenu amewatangulia, sasa fanyeni haraka, ndiyo tu amekuja mjini kwetu leo, kwa kuwa watu wana dhabihu huko mahali pa juu. 13 Mara tu mwingiapo mjini, mtamkuta kabla hajapanda kwenda mahali pa juu kula. Watu hawataanza kula mpaka atakapofika kwa sababu ni lazima kwanza yeye abariki dhabihu, ndipo wale walioalikwa watakapokula. Pandeni sasa, mtamkuta kwa wakati huu."

14 Wakapanda mjini, nao walipokuwa wakiingia mjini, tazama, Samweli alikuwa akija kuelekea walikokwenda mahali pa juu.

15 Basi siku moja kabla Sauli hajaja, Bwana alikuwa amemfunulia Samweli jambo hili: 16 "Kesho wakati kama huu nitakupelekea mtu kutoka nchi ya Benyamini. Umtie mafuta awe kiongozi juu ya watu wangu Israeli, ndiye atakayewakomboa watu wangu na mkono wa Wafilisti. Nimewaangalia watu wangu, kwa kuwa kilio chao kimenifikia."

17 Samweli alipomwona Sauli, Bwana akamwambia, "Huyu ndiye mtu niliyekuambia habari zake, kwamba yeye atawatawala watu wangu."

18 Sauli akamkaribia Samweli langoni na kumuuliza, "Tafadhali, je, waweza kuniambia mahali nyumba ya mwonaji ilipo?"

---

[a]8 Robo shekeli ni sawa na gramu 3.

19 Samweli akamjibu Sauli, "Mimi ndiye mwonaji, panda utangulie mbele yangu mpaka mahali pa juu, kwa kuwa leo itakupasa kula pamoja nami na asubuhi nitakuruhusu uende na nitakuambia yale yote yaliyo moyoni mwako. 20 Kuhusu wale punda uliowapoteza siku tatu zilizopita, usifadhaike kwa habari yao; wamepatikana. Ni kwa nani ambaye shauku yote ya Israeli imeelekea, kama si kwako na jamaa yote ya baba yako?"

21 Sauli akajibu, "Je, mimi si Mbenyamini, kutoka kabila dogo kuliko yote ya Israeli, nao ukoo wangu si ndio mdogo kuliko koo zote za kabila la Benyamini? Kwa nini uniambie jambo la namna hiyo?"

22 Kisha Samweli akamleta Sauli na mtumishi wake ndani ukumbini na kuwaketisha mahali pa heshima zaidi miongoni mwa wale waliokuwa wamealikwa; jumla yao walikuwa kama watu thelathini. 23 Samweli akamwambia mpishi, "Leta ile sehemu ya nyama niliyokupa, ile niliyokuambia iweke kando."

24 Hivyo mpishi akachukua mguu pamoja na kile kilichokuwa juu yake akaiweka mbele ya Sauli. Samweli akasema, "Hiki ndicho ambacho kimewekwa kwa ajili yako. Ule, kwa sababu kilitengwa kwa ajili yako kwa tukio hili, tangu niliposema, 'Nimewaalika wageni.' " Naye Sauli akala pamoja na Samweli siku ile.

25 Baada ya kushuka kutoka mahali pa juu na kufika mjini, Samweli alizungumza na Sauli juu ya dari ya nyumba yake. 26 Walipoamka mapema alfajiri, Samweli akamwita Sauli darini, akamwambia, "Jiandae, nami nitakuaga uende zako." Sauli alipokuwa tayari yeye na Samweli wakatoka nje pamoja. 27 Hata walipokuwa wakiteremka kuelekea mwisho wa mji, Samweli akamwambia Sauli, "Mwambie mtumishi atangulie mbele yetu." Naye mtumishi akafanya hivyo. "Lakini subiri hapa kwa kitambo kidogo, ili nipate kukupa ujumbe kutoka kwa Mungu."

10 Ndipo Samweli akachukua chupa ndogo ya mafuta na kuyamimina juu ya kichwa cha Sauli, akambusu, akisema, "Je, Bwana hakukutia mafuta uwe kiongozi juu ya watu wake Israeli? 2 Utakapoondoka kwangu leo, utakutana na watu wawili karibu na kaburi la Raheli, huko Selsa kwenye mpaka wa Benyamini. Watakuambia, 'Punda wale uliotoka kwenda kuwatafuta, wamekwisha kupatikana. Sasa baba yako ameacha kufikiri kuhusu punda na sasa ana hofu kukuhusu wewe. Anauliza, "Nitafanyaje kuhusu mwanangu?" '

3 "Kisha utakwenda mbele kutoka hapa mpaka uufikie mwaloni wa Tabori. Watu watatu wanaopanda kwa Mungu huko Betheli watakutana nawe hapo. Mmoja atakuwa amechukua wana-mbuzi watatu, mwingine mikate mitatu, na mwingine kiriba cha divai. 4 Watakusalimu na kukupa mikate miwili, ambayo utaipokea kutoka kwao.

5 "Baada ya hayo utakwenda Gibea ya Mungu, ambapo hapo kuna kambi ya Wafilisti. Unapokaribia mji utakutana na kundi la manabii wakiteremka kutoka mahali pa juu wakiwa na vinubi, matari, filimbi na zeze vikipigwa mbele yao, nao watakuwa wakitoa unabii. 6 Roho wa Bwana atakuja juu yako kwa nguvu, nawe utatoa unabii pamoja nao; nawe utageuzwa kuwa mtu wa tofauti. 7 Mara ishara hizi zitakapotimizwa, fanya lolote mkono wako upasao kufanya, kwa kuwa Mungu yu pamoja nawe.

8 "Tangulia kushuka mbele yangu mpaka Gilgali. Hakika nami nitateremka nikujie ili kutoa dhabihu za sadaka za kuteketezwa na dhabihu za amani, lakini lazima ungoje kwa siku saba hata nitakapokujia na kukuambia likupasalo kufanya."

Sauli Afanywa Mfalme

9 Ikawa Sauli alipogeuka kumwacha Samweli, Mungu aliubadilisha moyo wa Sauli, na ishara hizi zote zikatimizwa siku ile. 10 Walipofika Gibea, akakutana na kundi la manabii. Roho wa Mungu akaja juu yake kwa nguvu, naye akajiunga nao katika kutoa unabii kwao. 11 Ikawa wale wote waliomfahamu hapo mwanzo walipomwona akitoa unabii pamoja na manabii, wakaulizana, "Ni nini hiki kilichomtokea mwana wa Kishi? Je, Sauli naye pia yumo miongoni mwa manabii?"

12 Mtu mmoja ambaye aliishi huko akajibu, "Je, naye baba yao ni nani?" Basi ikawa mithali, kusema, "Je, Sauli pia yumo miongoni mwa manabii?" 13 Baada ya Sauli kumaliza kutoa unabii, alikwenda mahali pa juu.

14 Basi babaye mdogo akamuuliza Sauli na mtumishi wake, "Je, mlikuwa wapi?"

Akajibu, "Tulikuwa tukiwatafuta punda. Lakini tulipoona hawapatikani, tulikwenda kwa Samweli."

15 Babaye mdogo Sauli akasema, "Niambie Samweli amekuambia nini."

16 Sauli akajibu, "Alituhakikishia kwamba punda wamepatikana." Lakini hakumwambia babaye mdogo kila kitu Samweli alichomwambia kuhusu ufalme.

17 Samweli akawaita watu wa Israeli kuja kwa Bwana huko Mispa, 18 naye akawaambia, "Hili ndilo asemalo Bwana, Mungu wa Israeli: 'Niliwatoa Israeli kutoka Misri, nami niliwaokoa toka nguvu za Misri na falme zote zilizowaonea.' 19 Lakini sasa mmemkataa Mungu wenu, ambaye anawaokoa toka katika maafa yenu yote na taabu zenu zote. Nanyi mmesema, 'Hapana, tuteulie mfalme atutawale.' Sasa basi, jihudhurisheni wenyewe mbele za Bwana kwa kabila zenu na kwa koo zenu."

20 Samweli alipoyasogeza makabila yote ya Israeli, kabila la Benyamini likachaguliwa. 21 Kisha akalisogeza mbele kabila la Benyamini, ukoo kwa ukoo, nao ukoo wa Matri ukachaguliwa. Mwishoni Sauli mwana wa Kishi akachaguliwa. Lakini walipomtafuta, hakuonekana. 22 Wakazidi kuuliza kwa Bwana, "Je, huyo mtu amekwisha kufika hapa?"

Naye Bwana akasema, "Ndiyo, amejificha katikati ya mizigo."

23 Wakakimbia na kumleta kutoka huko, naye aliposimama katikati ya watu, alikuwa mrefu kuliko watu wengine wote. 24 Samweli akawaambia watu wote, "Je, mnamwona mtu ambaye Bwana amemchagua? Hayupo aliye kama yeye miongoni mwa watu wote."

Ndipo watu wakapiga kelele, wakasema, "Mfalme na aishi maisha marefu."

25 Samweli akawaeleza watu madaraka ya ufalme.

Akayaandika kwenye kitabu na kuweka mbele za Bwana. Kisha Samweli akawaruhusu watu, kila mmoja aende nyumbani kwake.

26 Sauli pia akaenda nyumbani kwake huko Gibea, akisindikizwa na watu hodari ambao Mungu alikuwa amegusa mioyo yao. 27 Lakini baadhi ya watu wakorofi walisema, "Huyu mtu atawezaje kutuokoa?" Wakamdharau na wala hawakumletea zawadi. Lakini Sauli akanyamaza kimya.

Sauli Aukomboa Mji Wa Yabeshi

11 Nahashi yule Mwamoni, akakwea kuuzunguka kwa jeshi mji wa Yabeshi-Gileadi. Watu wote wa Yabeshi wakamwambia, "Fanya mkataba na sisi, na tutakuwa chini yako."

2 Lakini Nahashi yule Mwamoni akajibu, "Nitafanya mkataba na ninyi tu kwa sharti kwamba nitang'oa jicho la kulia la kila mmoja wenu, na hivyo kuleta aibu juu ya Israeli yote."

3 Viongozi wa Yabeshi wakamwambia, "Tupe siku saba ili tuweze kutuma wajumbe katika Israeli yote, kama hakuna hata mmoja anayekuja kutuokoa, tutajisalimisha kwako."

4 Wajumbe walipofika Gibea ya Sauli na kutoa taarifa juu ya masharti haya kwa watu, wote walilia kwa sauti kubwa. 5 Wakati huo huo Sauli alikuwa anarudi kutoka mashambani, akiwa nyuma ya maksai wake, naye akauliza, "Watu wana nini? Mbona wanalia?" Ndipo wakamweleza jinsi watu wa Yabeshi walivyokuwa wamesema.

6 Sauli aliposikia maneno yao, Roho wa Mungu akaja juu yake kwa nguvu, naye akawaka hasira. 7 Akachukua jozi ya maksai na kuwakata vipande vipande, naye kuvituma hivyo vipande kupitia wajumbe katika Israeli yote, wakitangaza, "Hivi ndivyo itakavyofanyika kwa maksai wa kila mmoja ambaye hatamfuata Sauli na Samweli." Kisha hofu ya Bwana ikawaangukia watu, nao wakatoka kama mtu mmoja. 8 Sauli alipowakusanya huko Bezeki, watu wa Israeli walikuwa 300,000 na watu wa Yuda 30,000.

9 Wakawaambia wale wajumbe waliokuwa wamekuja, "Waambieni watu wa Yabeshi-Gileadi, 'Kesho kabla jua halijawa kali, mtaokolewa.'" Wajumbe walipokwenda na kutoa taarifa hii kwa watu wa Yabeshi, wakafurahi. 10 Wakawaambia Waamoni, "Kesho tutajisalimisha kwenu, nanyi mtaweza kututendea chochote mnachoona chema kwenu."

11 Kesho yake Sauli alitenganisha watu wake katika vikosi vitatu; wakati wa zamu ya mwisho ya usiku wakaingia katika kambi ya Waamoni na kuwachinja mpaka mchana. Wale walionusurika wakasambaa, kiasi kwamba hawakusalia watu wawili pamoja.

Sauli Athibitishwa Kuwa Mfalme

12 Kisha watu wakamwambia Samweli, "Ni nani yule aliyeuliza, 'Je, Sauli atatawala juu yetu?' Tuletee hawa watu, nasi tutawaua."

13 Lakini Sauli akasema, "Hakuna hata mmoja atakayeuawa leo, kwa kuwa siku hii Bwana ameokoa Israeli."

14 Ndipo Samweli akawaambia watu, "Njooni, twendeni Gilgali na huko tuthibitishe ufalme." 15 Kwa hiyo watu wote wakaenda Gilgali na kumthibitisha Sauli kuwa mfalme mbele za Bwana. Huko wakatoa dhabihu za sadaka za amani mbele za Bwana, naye Sauli na Waisraeli wote wakafanya karamu kubwa.

Hotuba Ya Samweli Ya Kuaga

12 Samweli akawaambia Israeli wote, "Nimesikiliza kila kitu mlichoniambia nami nimewawekea mfalme juu yenu. 2 Sasa mnaye mfalme kama kiongozi wenu. Lakini kwa habari yangu mimi ni mzee na nina mvi, nao wanangu wapo hapa pamoja nanyi. Nimekuwa kiongozi wenu tangu ujana wangu mpaka siku hii ya leo. 3 Mimi ninasimama hapa. Shuhudieni juu yangu mbele za Bwana na mpakwa mafuta wake. Nimechukua maksai wa nani? Nimechukua punda wa nani? Ni nani nimepata kumdanganya? Ni nani nimepata kumwonea? Ni kutoka kwenye mkono wa nani nimepokea rushwa ili kunifanya nifumbe macho yangu? Kama nimefanya chochote katika hivi, mimi nitawarudishia."

4 Wakajibu, "Hujatudanganya wala kutuonea. Hujapokea chochote kutoka kwenye mkono wa mtu awaye yote."

5 Samweli akawaambia, "Bwana ni shahidi juu yenu, pia mpakwa mafuta wake ni shahidi siku hii ya leo, kwamba hamkukuta chochote mkononi mwangu."

Wakasema, "Yeye ni shahidi."

6 Kisha Samweli akawaambia watu, "Bwana ndiye alimchagua Mose na Aroni, na kuwaleta baba zenu akiwapandisha kutoka Misri. 7 Sasa basi, simameni hapa, kwa sababu nitakabiliana nanyi kwa ushahidi mbele za Bwana wa matendo yote ya haki yaliyofanywa na Bwana kwenu na kwa baba zenu.

8 "Baada ya Yakobo kuingia Misri, walimlilia Bwana kwa ajili ya msaada, naye Bwana akawatuma Mose na Aroni, ambao waliwatoa baba zenu kutoka Misri na kuwakalisha mahali hapa.

9 "Lakini wakamsahau Bwana Mungu wao, hivyo Mungu akawauza katika mkono wa Sisera, jemadari wa jeshi la Hazori na katika mikono ya Wafilisti na mfalme wa Moabu, ambaye alipigana dhidi yao. 10 Wakamlilia Bwana na kusema, 'Tumetenda dhambi; tumemwacha Bwana na kutumikia Mabaali na Maashtorethi. Lakini sasa tuokoe kutoka mikono ya adui zetu, nasi tutakutumikia.' 11 Ndipo Bwana akawatuma Yerub-Baali,[a] Baraka, Yefta na Samweli, naye akawaokoa kutoka mikononi mwa adui zenu kila upande, ili ninyi mpate kukaa salama.

12 "Lakini mlipomwona yule Nahashi mfalme wa Waamoni anakuja dhidi yenu, mliniambia, 'Hapana, tunataka mfalme atutawale,' hata ingawa Bwana Mungu wenu alikuwa mfalme wenu. 13 Sasa huyu hapa ndiye mfalme mliyemchagua, yule mliyeomba; tazameni, Bwana amemweka mfalme juu yenu. 14 Kama mkimcha Bwana na kumtumikia na kumtii nanyi msipoasi dhidi ya amri zake, ninyi

---

[a] 11 Yerub-Baali pia aliitwa Gideoni.

pamoja na mfalme anayetawala juu yenu mki-
mfuata BWANA, Mungu wenu, mambo yatakuwa
mema kwenu! 15 Lakini kama hamkumtii BWANA,
nanyi kama mkiasi dhidi ya amri zake, mkono wake
utakuwa dhidi yenu, kama ulivyokuwa dhidi ya
baba zenu.

16 "Sasa basi, simameni kimya mkaone jambo
hili kubwa ambalo BWANA anakwenda kulifanya
mbele ya macho yenu! 17 Je, sasa si mavuno ya
ngano? Nitamwomba BWANA ili alete ngurumo na
mvua. Nanyi mtatambua jambo hili lilivyo baya
mlilolifanya mbele za macho ya BWANA mlipoomba
mfalme."

18 Kisha Samweli akamwomba BWANA, na siku
ile ile BWANA akatuma ngurumo na mvua. Hivyo
watu wote wakamwogopa sana BWANA na Samweli.

19 Watu wote wakamwambia Samweli, "Mwombe
BWANA Mungu wako kwa ajili ya watumishi wako,
ili tusije tukafa, kwa kuwa tumeongeza uovu juu
ya dhambi zetu nyingine kwa kuomba mfalme."

20 Samweli akajibu, "Msiogope, mmefanya uovu
huu wote; hata hivyo msimwache BWANA, bali
mtumikieni BWANA kwa moyo wenu wote. 21 Msi-
geukie sanamu zisizofaa. Haziwezi kuwatendea
jema, wala haziwezi kuwaokoa kwa sababu hazina
maana. 22 Kwa ajili ya jina lake kuu BWANA hatawa-
kataa watu wake, kwa sababu ilimpendeza BWANA
kuwafanya kuwa wake mwenyewe. 23 Kwa habari
yangu, iwe mbali nami kutenda dhambi dhidi ya
BWANA kwa kushindwa kuwaombea. Mimi nitawa-
fundisha njia iliyo njema na ya kunyooka. 24 Lakini
hakikisheni mnamcha BWANA na kumtumikia kwa
uaminifu kwa moyo wenu wote; tafakarini mambo
makubwa aliyoyatenda kwa ajili yenu. 25 Hata hivyo
mkiendelea kufanya uovu, ninyi na mfalme wenu
mtafutiliwa mbali!"

Samweli Amkemea Sauli

13 Sauli alikuwa na miaka thelathini, alipokuwa
mfalme, akatawala Israeli miaka arobaini na
miwili.

2 Sauli alichagua watu 3,000 kutoka Israeli;
miongoni mwa hao watu 2,000 walikuwa pamoja
naye huko Mikmashi na katika nchi ya vilima ya
Betheli, nao watu 1,000 walikuwa pamoja na Yona-
thani huko Gibea ya Benyamini. Watu waliosalia
aliwarudisha nyumbani mwao.

3 Yonathani akashambulia ngome ya Wafilisti
huko Geba, nao Wafilisti wakapata habari hizo.
Kisha Sauli akaamuru tarumbeta ipigwe nchi
yote na kusema, "Waebrania na wasikie!" 4 Hivyo
Israeli wote wakasikia habari kwamba: "Sauli
ameshambulia ngome ya Wafilisti, nao sasa Israeli
wamekuwa harufu mbaya kwa Wafilisti." Basi watu
waliitwa kuungana na Sauli huko Gilgali.

5 Wafilisti wakakusanyika ili kupigana na Israeli,
wakiwa na magari ya vita 3,000, waendesha
magari ya vita 6,000 na askari wa miguu wengi
kama mchanga wa ufuoni mwa bahari. Walipanda
na kupiga kambi huko Mikmashi, mashariki ya
Beth-Aveni. 6 Watu wa Israeli walipoona kuwa hali
yao ni ya hatari na kuwa jeshi lao limesongwa sana,
wakajificha katika mapango na katika vichaka,
katikati ya miamba, kwenye mashimo na kwenye
mahandaki. 7 Hata baadhi ya Waebrania wakavuka
Yordani mpaka nchi ya Gadi na Gileadi.

Sauli akabaki huko Gilgali, navyo vikosi vyote
vilivyokuwa pamoja naye vilikuwa vikitetemeka kwa
hofu. 8 Akangoja kwa siku saba, muda uliowekwa na
Samweli; lakini Samweli hakuja Gilgali, nao watu
wa Sauli wakaanza kutawanyika. 9 Basi akasema,
"Nileteeni hapa sadaka ya kuteketezwa na sadaka
za amani." Naye Sauli akatoa sadaka ya kuteke-
tezwa. 10 Mara alipomaliza kutoa hiyo sadaka, Samweli
akatokea, naye Sauli akaondoka kwenda kumlaki.

11 Samweli akamuuliza, "Umefanya nini?"

Sauli akajibu, "Nilipoona kwamba watu wanata-
wanyika, na kwamba hukuja wakati uliopangwa na
kwamba Wafilisti walikuwa wakikusanyika huko
Mikmashi, 12 nikawaza, 'Sasa Wafilisti watatere-
mka dhidi yangu huko Gilgali nami sijaomba kibali
kwa BWANA.' Hivyo nikalazimika kutoa sadaka ya
kuteketezwa."

13 Samweli akasema, "Umetenda kwa upumbavu.
Hukuyashika maagizo ya BWANA Mungu wako
aliyokupa. Kama ungelitii, angeudumisha ufalme
wako juu ya Israeli kwa wakati wote. 14 Lakini sasa
ufalme wako hautadumu; BWANA amemtafuta mtu
aupendezaye moyo wake, na amemchagua awe
kiongozi wa watu wake, kwa sababu hukuyatii
maagizo ya BWANA."

15 Kisha Samweli akaondoka Gilgali, akapanda
Gibea ya Benyamini, naye Sauli akawahesabu watu
aliokuwa nao. Jumla yao walikuwa watu 600.

Israeli Bila Silaha

16 Sauli, mwanawe Yonathani na watu walio-
kuwa pamoja nao walikuwa wakiishi huko Gibea
ya Benyamini, wakati Wafilisti wakiwa wamepiga
kambi huko Mikmashi. 17 Makundi ya wavamiaji
walikuja kutoka kambi ya Wafilisti katika vikosi
vitatu. Kikosi kimoja kilielekea Ofra karibu na
Shuali, 18 kikosi kingine kilielekea Beth-Horoni,
nacho kikosi cha tatu kilielekea kwenye nchi ya
mpakani ielekeayo Bonde la Seboimu linalotaza-
mana na jangwa.

19 Hapakuwa na mhunzi ambaye angeweza
kupatikana katika nchi yote ya Israeli, kwa sababu
Wafilisti walikuwa wamesema, "Waebrania wasije
wakatengeneza panga au mikuki!" 20 Hivyo Wai-
sraeli wote huteremka kwa Wafilisti ili kunoa
majembe ya plau, majembe ya mkono, mashoka
na miundu. 21 Bei ilikuwa fedha theluthi mbili za
shekeli[a] kunoa majembe ya plau na majembe ya
mkono, na theluthi moja ya shekeli[b] kwa nyuma,
mashoka na michokoo.

22 Kwa hiyo siku ya vita hakuna askari yeyote
aliyekuwa kambini na Sauli na Yonathani ambaye
alikuwa na upanga wala mkuki mkononi mwake;
Sauli tu na mwanawe Yonathani ndio waliokuwa
navyo.

Yonathani Awashambulia Wafilisti

23 Basi kikosi cha Wafilisti kilikuwa kimetoka
kuelekea njia iendayo Mikmashi.

[a]21 Theluthi mbili za shekeli za fedha ni sawa na gramu 8.
[b]21 Theluthi moja ya shekeli ya fedha ni sawa na gramu 4.

14 Siku moja Yonathani mwana wa Sauli aka-
mwambia kijana mbeba silaha wake, akasema,
"Njoo, tuwavukie Wafilisti kwenye doria upande
ule mwingine." Lakini hakumwambia baba yake.
2 Sauli alikuwa akikaa kwenye viunga vya Gibea
chini ya mkomamanga huko Migroni. Alikuwa
pamoja na watu kama 600, 3 miongoni mwao ali-
kuwepo Ahiya, ambaye alikuwa amevaa kisibau.
Alikuwa mwana wa Ikabodi, nduguye Ahitubu
mwana wa Finehasi, mwana wa Eli, kuhani wa
Bwana huko Shilo. Hakuna yeyote aliyekuwa na
habari kwamba Yonathani alikuwa ameondoka.
4 Kila upande wa njia ambayo Yonathani aliku-
sudia kupita ili kuvuka kufikia doria ya Wafilisti
kulikuwepo na jabali; moja lilikuwa linaitwa Bosesi,
na jingine Sene. 5 Jabali moja lilisimama kaskazini
kuelekea Mikmashi na jingine upande wa kusini
kuelekea Geba.
6 Yonathani akamwambia kijana wake mbeba
silaha, "Njoo, tuvukie doria ya wale jamaa wasio-
tahiriwa. Huenda Bwana atatenda kwa ajili yetu.
Hakuna chochote kitakachoweza kumzuia Bwana
kuokoa, kwamba ni kwa wingi au kwa uchache."
7 Mbeba silaha wake akamwambia, "Fanya yale
yote uliyo nayo katika moyo wako. Songa mbele;
moyo wangu na roho yangu viko pamoja nawe."
8 Yonathani akasema, "Basi njoo; tutavuka
kuwaelekea hao watu na kuacha watuone. 9 Kama
wakituambia, 'Subirini hapo mpaka tuje kwenu,'
tutakaa pale tulipo na hatutakwea kwao. 10 Lakini
kama watasema, 'Pandeni mje kwetu,' tutakwea,
kwa sababu hiyo itakuwa ishara yetu kwamba
Bwana amewatia mikononi mwetu."
11 Basi wote wawili wakajionyesha kwa doria ya
Wafilisti. Wafilisti wakasema, "Tazama! Waebrania
wanatambaa toka mashimoni walimokuwa wame-
jificha." 12 Watu wa kwenye doria wakawapigia
kelele Yonathani na mbeba silaha wake, wakisema,
"Njooni, pandeni kwetu nasi tutawakomesha."
Basi Yonathani akamwambia mbeba silaha wake,
"Panda nyuma yangu; Bwana amewatia mikononi
mwa Israeli."
13 Yonathani akapanda juu, akitumia mikono
yake na miguu, pamoja na mbeba silaha wake papo
hapo nyuma yake. Wafilisti wakaanguka mbele ya
Yonathani, naye mbeba silaha wake akamfuata
akiwaua nyuma yake. 14 Katika hilo shambulio la
kwanza, Yonathani na mbeba silaha wake waliua
kama watu ishirini kwenye eneo kama la nusu eka.

Israeli Wawafukuza Wafilisti

15 Kisha fadhaa ikawapata jeshi lote, wale walio-
kuwa kambini na shambani, wale waliokuwa katika
doria na makundi ya washambuliaji, nayo nchi
ilitetemeka. Ilikuwa ni hofu ya ghafula iliyotumwa
na Mungu.
16 Wapelelezi wa Sauli huko Gibea ya Benyamini
wakaona jeshi likitokomea pande zote. 17 Ndipo
Sauli akawaambia watu wale waliokuwa pamoja
naye, "Kagueni jeshi mkaone ni nani ameondoka
katikati yetu." Walipokagua, akawa ni Yonathani
na mbeba silaha wake ambao hawakuwepo.
18 Sauli akamwambia Ahiya, "Leta Sanduku la
Mungu." (Wakati huo lilikuwa kwa Waisraeli.)
19 Wakati Sauli alipokuwa akisema na kuhani,
makelele katika kambi ya Wafilisti yakaongezeka
zaidi na zaidi. Hivyo Sauli akamwambia kuhani,
"Rudisha mkono wako."
20 Kisha Sauli na watu wake wote wakakusa-
nyika na kwenda vitani. Wakawakuta Wafilisti
wakiwa wamechanganyikiwa kabisa, wakitiana
panga kila mmoja na wenzake. 21 Wale Waebra-
nia ambao walishakuwa pamoja na Wafilisti, na
waliokuwa wamepanda pamoja nao katika kambi
zao, wakaenda upande wa Waisraeli waliokuwa
pamoja na Sauli na Yonathani. 22 Waisraeli wote
waliokuwa wamejificha katika nchi ya milima ya
Efraimu waliposikia kuwa Wafilisti wamekimbia,
wakajiunga vitani na kuwafuata kwa bidii. 23 Hivyo
Bwana akawaokoa Waisraeli siku ile, navyo vita
vilienea hadi kupita Beth-Aveni.

Yonathani Ala Asali

24 Basi watu wa Israeli walikuwa katika dhiki
siku ile, kwa sababu Sauli alikuwa amewafunga
watu kwa kiapo, akisema, "Alaaniwe mtu yeyote
ambaye atakula chakula kabla ya jioni, kabla sija-
lipiza kisasi juu ya adui zangu!" Kwa hiyo hakuna
mtu yeyote katika jeshi aliyeonja chakula.
25 Jeshi lote liliingia mwituni, na huko kuliku-
wepo na asali ardhini. 26 Walipoingia mwituni,
wakaona asali ikitiririka, hata hivyo hakuna mtu
yeyote aliyetia mkono wake kinywani, kwa sababu
waliogopa kiapo. 27 Lakini Yonathani alikuwa haja-
sikia kuwa baba yake alikuwa amewafunga watu
kwa kiapo, hivyo akainyoosha ncha ya fimbo ili-
yokuwa mkononi mwake na kuichovya katika sega
la asali. Akainua mkono wake na kuutia kinywani
mwake, nayo macho yake yakawa maangavu.
28 Kisha mmoja wa askari wake akamwambia, "Baba
yako alilifunga jeshi kwa kiapo kikali, akisema,
'Alaaniwe mtu yeyote alaye chakula leo!' Ndiyo
sababu watu wanalegea."
29 Yonathani akasema, "Baba yangu ameitaa-
bisha nchi. Ona jinsi nilivyopata nguvu mpya
nilipoonja asali hii kidogo. 30 Ingekuwa bora zaidi
mara ngapi kama watu wangalikula leo baadhi ya
nyara walizoteka kutoka kwa adui zao. Je, mauaji
ya Wafilisti yasingekuwa makubwa zaidi?"
31 Siku ile baada ya Waisraeli kuwaua Wafili-
sti kutoka Mikmashi mpaka Aiyaloni, walikuwa
wamechoka. 32 Watu wakarukia zile nyara, waki-
chukua kondoo, ng'ombe na ndama, wakawachinja
hapo juu ya nchi na kuwala, pamoja na damu.
33 Kisha mtu mmoja akamwambia Sauli, "Tazama,
watu wanatenda dhambi dhidi ya Bwana kwa kula
nyama yenye damu."
Akasema, "Mmevunja uaminifu. Livingiri-
sheni jiwe kubwa hapa mara moja." 34 Kisha Sauli
akasema, "Nendeni miongoni mwa watu, mwaa-
mbie, 'Kila mmoja wenu aniletee ng'ombe wake
na kondoo, mwachinjie hapa na mle. Msitende
dhambi dhidi ya Bwana kwa kula nyama ikiwa
na damu ndani yake.' "
Hivyo kila mmoja akaleta ng'ombe wake jioni
ile na kumchinja hapo. 35 Ndipo Sauli akamjengea
Bwana madhabahu, na ndiyo ilivyokuwa mara
yake ya kwanza kujenga madhabahu.

36 Sauli akasema, "Tuteremke tufuatie Wafilisti usiku na kuwateka nyara mpaka mapambazuko, nasi tusiache hata mmoja wao hai."

Wakajibu, "Fanya lolote lile uonalo jema zaidi kwako."

Lakini kuhani akasema, "Tuulize kwa Mungu mahali hapa."

37 Basi Sauli akamuuliza Mungu, akisema, "Je, niteremke kuwafuatia Wafilisti? Je, utawatia mikononi mwa Israeli?" Lakini Mungu hakumjibu siku ile.

38 Kwa hiyo Sauli akasema, "Njooni hapa, ninyi nyote ambao ni viongozi wa jeshi, na tutafute ni dhambi gani imefanywa leo. 39 Kwa hakika kama Bwana aiokoaye Israeli aishivyo, hata kama itakuwa juu ya mwana wangu Yonathani, ni lazima afe." Lakini hakuna mtu yeyote aliyesema neno.

40 Kisha Sauli akawaambia Waisraeli wote, "Ninyi simameni huko; mimi na mwanangu Yonathani tutasimama hapa."

Watu wakajibu, "Fanya lile unaloona jema zaidi kwako."

41 Kisha Sauli akamwomba Bwana, Mungu wa Israeli, akisema, "Nipe jibu lililo sawa." Yonathani na Sauli wakatolewa kwa kura, nao watu wakawa salama. 42 Sauli akasema, "Pigeni kura kati yangu na mwanangu Yonathani." Kura ikamwangukia Yonathani.

43 Basi Sauli akamwambia Yonathani, "Niambie ni nini ulichokifanya."

Hivyo Yonathani akamwambia, "Nilionja tu asali kidogo kwa ncha ya fimbo yangu. Je, sasa ni lazima nife?"

44 Sauli akasema, "Mungu na anishughulikie kwa ukali zaidi kama wewe Yonathani hutakufa."

45 Lakini watu wakamwambia Sauli, "Je, Yonathani atakufa, yeye ambaye ameleta wokovu huu mkubwa Israeli? Hasha! Hakika kama Bwana aishivyo, hakuna hata unywele wa kichwa chake utakaoanguka juu ya ardhi, kwa kuwa alifanya jambo hili leo kwa msaada wa Mungu." Basi watu wakamwokoa Yonathani, wala hakuuawa.

46 Kisha Sauli akaacha kuwafuata Wafilisti, nao wakajiondoa na kurudi katika nchi yao.

47 Baada ya Sauli kujitwalia utawala katika Israeli, alipigana dhidi ya adui zake kila upande: Moabu, Waamoni, Edomu, wafalme wa Soba, na Wafilisti. Popote alipogeukia, aliwashinda. 48 Akapigana kishujaa na kuwashinda Waamaleki, akiikomboa Israeli kutoka mikono ya wale waliokuwa wamewateka nyara.

Jamaa Ya Sauli

49 Wana wa Sauli walikuwa Yonathani, Ishvi na Malki-Shua. Jina la binti yake mkubwa lilikuwa Merabu, naye mdogo aliitwa Mikali. 50 Jina la mkewe Sauli aliitwa Ahinoamu binti wa Ahimaasi. Jina la jemadari wa jeshi la Sauli aliitwa Abneri mwana wa Neri, naye Neri alikuwa babaye mdogo Sauli. 51 Babaye Sauli yaani, Kishi na Neri baba yake Abneri walikuwa wana wa Abieli.

52 Siku zote za utawala wa Sauli zilikuwa za vita vikali dhidi ya Wafilisti, na wakati wowote Sauli alimwona mtu mwenye nguvu au shujaa, alimchukua kwa utumishi wake.

Bwana Anamkataa Sauli Asiwe Mfalme

15 Samweli akamwambia Sauli, "Mimi ndiye ambaye Bwana alinituma nikutie mafuta uwe mfalme juu ya watu wake Israeli, basi sasa sikiliza ujumbe kutoka kwa Bwana. 2 Hili ndilo Bwana Mwenye Nguvu Zote asemalo: 'Nitawaadhibu Waamaleki kwa kile walichowatendea Israeli walipowavizia wakati walipanda kutoka Misri. 3 Basi sasa nenda ukawashambulie Waamaleki na kuwaangamiza kabisa pamoja na kila kitu kilicho mali yao. Usiwahurumie; waue wanaume na wanawake, watoto na wanyonyao, ng'ombe na kondoo, ngamia na punda.' "

4 Ndipo Sauli akawaita watu na kuwapanga huko Telaimu, askari wa miguu 200,000 pamoja na watu 10,000 kutoka Yuda. 5 Sauli akaenda katika mji wa Amaleki na kuwavizia bondeni. 6 Kisha akawaambia Wakeni, "Ondokeni, waacheni Waamaleki ili nisije nikawaangamiza ninyi pamoja nao, kwa kuwa ninyi mliwatendea mema Waisraeli wote wakati walipanda kutoka Misri." Basi Wakeni wakaondoka, wakawaacha Waamaleki.

7 Ndipo Sauli akawashambulia Waamaleki toka Havila mpaka Shuri, hadi mashariki ya Misri. 8 Akamchukua Agagi, mfalme wa Waamaleki akiwa hai, nao watu wake wote akawaangamiza kabisa kwa upanga. 9 Lakini Sauli na hilo jeshi wakamhifadhi hai Agagi na kondoo na ng'ombe walio wazuri, mafahali na wana-kondoo walionona kila kitu kilichokuwa kizuri. Hivi vitu hawakuwa radhi kuviangamiza kabisa, bali kila kitu kilichodharauliwa na kilicho dhaifu wakakiangamiza kabisa.

10 Kisha neno la Bwana likamjia Samweli kusema: 11 "Ninasikitika kwamba nimemfanya Sauli kuwa mfalme, kwa sababu ameacha kunifuata mimi na hakutimiza maagizo yangu." Samweli akafadhaika, naye akamlilia Bwana usiku ule wote.

12 Asubuhi na mapema Samweli akaamka kwenda kukutana na Sauli, lakini akaambiwa, "Sauli amekwenda Karmeli. Huko amesimamisha mnara kwa heshima yake mwenyewe naye ameendelea na kuteremkia Gilgali."

13 Samweli alipomfikia, Sauli akamwambia, "Bwana akubariki! Nimetimiza yale Bwana aliniagiza."

14 Lakini Samweli akasema, "Nini basi huu mlio wa kondoo masikioni mwangu? Huu mlio wa ng'ombe ninaousikia ni kitu gani?"

15 Sauli akajibu, "Askari wamewaleta kutoka kwa Waamaleki, waliwaacha wale kondoo na ng'ombe wazuri ili kuwatoa dhabihu kwa Bwana, Mungu wako, lakini tuliwaangamiza kabisa wengine wote."

16 Samweli akamwambia Sauli, "Ngoja! Nami nitakuambia lile Bwana aliloniambia usiku huu."

Sauli akajibu, "Niambie."

17 Samweli akamwambia, "Ingawa zamani ulijiona mdogo machoni pako mwenyewe, Je, hukuwa kiongozi wa kabila za Israeli? Bwana alikutia mafuta kuwa mfalme juu ya Israeli. 18 Naye akakutuma kwa kazi maalum, akisema, 'Nenda ukaangamize kabisa wale watu waovu, wale Waamaleki, upigane nao vita mpaka utakapowaangamiza kabisa.' 19 Kwa nini hukumtii Bwana? Kwa

nini ulivamia nyara na kufanya uovu machoni pa
Bwana?"
20 Sauli akasema, "Lakini nilimtii Bwana. Nili-
kamilisha ile kazi ambayo Bwana alinituma.
Niliwaangamiza Waamaleki kabisa na kumleta
Agagi mfalme wao. 21 Askari walichukua kondoo na
ng'ombe kutoka kwenye nyara, zile ambazo ni nzuri
sana zimewekwa wakfu kwa Mungu, ili zitolewe
dhabihu kwa Bwana Mungu wako huko Gilgali."
22 Lakini Samweli akajibu:

"Je, Bwana anafurahia sadaka za
kuteketezwa na dhabihu
kama vile kuitii sauti ya Bwana?
Kutii ni bora zaidi kuliko dhabihu,
nako kusikia ni bora
kuliko mafuta ya kondoo dume.
23 Kwa maana kuasi ni kama dhambi
ya uaguzi,
nao ukaidi ni kama uovu wa kuabudu
sanamu.
Kwa sababu umelikataa neno la Bwana,
naye amekukataa wewe
kuendelea kuwa mfalme."

24 Ndipo Sauli akamwambia Samweli, "Nime-
tenda dhambi. Nimevunja amri ya Bwana na
maagizo yako. Niliwaogopa watu na kwa hiyo
nikafanya walivyotaka. 25 Sasa ninakusihi usamehe
dhambi yangu, nawe urudi pamoja nami, ili nipate
kumwabudu Bwana."
26 Lakini Samweli akamwambia, "Sitarudi
pamoja nawe. Umelikataa neno la Bwana, naye
Bwana amekukataa wewe, usiendelee kuwa mfa-
lme juu ya Israeli!"
27 Samweli alipogeuka ili aondoke, Sauli aka-
ng'ang'ania pindo la joho lake, nalo likararuka.
28 Samweli akamwambia, "Bwana ameurarua ufa-
lme wa Israeli kutoka kwako leo, naye ameutia kwa
mmoja wa majirani zako, aliye bora kuliko wewe.
29 Yeye aliye Utukufu wa Israeli hasemi uongo wala
hana kigeugeu; kwa kuwa yeye si mwanadamu,
hata abadili nia yake."
30 Sauli akajibu, "Nimetenda dhambi. Lakini
tafadhali niheshimu mbele ya wazee wa watu
wangu na mbele ya Israeli; rudi pamoja nami, ili
nipate kumwabudu Bwana Mungu wako." 31 Hivyo
Samweli akarudi pamoja na Sauli, naye Sauli aka-
mwabudu Bwana.
32 Ndipo Samweli akasema, "Niletee Agagi mfa-
lme wa Waamaleki."
Agagi akaja kwake kwa ujasiri, akifikiri, "Hakika
uchungu wa mauti umepita."
33 Lakini Samweli akasema,

"Kama upanga wako ulivyofanya wanawake
kufiwa na watoto wao,
ndivyo mama yako atakavyokuwa
hana mtoto miongoni mwa wanawake."

Naye Samweli akamuua Agagi mbele za Bwana
huko Gilgali.
34 Kisha Samweli akaenda Rama, lakini Sauli
akapanda nyumbani kwake huko Gibea ya
Sauli. 35 Hadi siku Samweli alipofariki hakwenda
kumwona Sauli tena, ingawa Samweli alimwombo-
lezea. Naye Bwana alihuzunika kwamba alimfanya
Sauli kuwa mfalme juu ya Israeli.

Samweli Anamtia Daudi Mafuta

16 Bwana akamwambia Samweli, "Utamlilia
Sauli mpaka lini, maadamu nimemkataa asie-
ndelee kuwa mfalme juu ya Israeli? Jaza pembe
yako mafuta, ushike njia uende; ninakutuma kwa
Yese huko Bethlehemu. Nimemchagua mmoja wa
wanawe kuwa mfalme."
2 Lakini Samweli akasema, "Nitakwendaje? Sauli
atasikia juu ya jambo hili na ataniua."
Bwana akamwambia, "Chukua mtamba wa
ng'ombe na useme, 'Nimekuja kumtolea Bwana
dhabihu.' 3 Mwalike Yese aje kwenye dhabihu, nami
nitakuonyesha utakalofanya. Utamtia mafuta kwa
ajili yangu yule nitakayekuonyesha."
4 Samweli akafanya kile Bwana alichosema. Ali-
pofika Bethlehemu, wazee wa mji wakatetemeka
walipomlaki. Wakauliza, "Je, umekuja kwa amani?"
5 Samweli akajibu, "Ndiyo, kwa amani; nimekuja
kumtolea Bwana dhabihu. Jiwekeni wakfu na mje
kwenye dhabihu pamoja nami." Ndipo akamweka
Yese wakfu pamoja na wanawe na kuwaalika kwe-
nye dhabihu.
6 Walipofika, Samweli akamwona Eliabu, naye
akafikiri, "Hakika mpakwa mafuta wa Bwana
anasimama hapa mbele za Bwana."
7 Lakini Bwana akamwambia Samweli, "Usi-
tazame sura yake wala kimo chake, kwa kuwa
nimemkataa. Bwana hatazami katika vile vitu
mwanadamu avitazamavyo. Mwanadamu huta-
zama katika sura ya nje, lakini Bwana hutazama
moyoni."
8 Kisha Yese akamwita Abinadabu na kumpitisha
mbele ya Samweli. Lakini Samweli akasema, "Hata
huyu Bwana hakumchagua." 9 Kisha Yese aka-
mpitisha Shama, lakini Samweli akasema, "Wala
huyu Bwana hakumchagua." 10 Yese alikuwa na
wana saba aliowapitisha mbele ya Samweli, lakini
Samweli akamwambia, "Bwana hajawachagua
hawa." 11 Hivyo akamuuliza Yese, "Je, hawa ndio
wana pekee ulio nao?"
Yese akajibu, "Bado yuko mdogo kuliko wote,
lakini anachunga kondoo."
Samweli akasema, "Tuma aitwe; hatutaketi
mpaka afike."
12 Basi akatuma aitwe naye akaletwa. Alikuwa
mwekundu, mwenye sura nzuri na umbo la kupe-
ndeza.
Ndipo Bwana akasema, "Inuka na umtie mafuta,
huyu ndiye."
13 Basi Samweli akachukua ile pembe ya mafuta
na kumtia mafuta mbele ya ndugu zake, kuanzia
siku ile na kuendelea Roho wa Bwana akaja juu
ya Daudi kwa nguvu. Kisha Samweli akaenda zake
Rama.

Daudi Katika Utumishi Kwa Sauli

14 Basi Roho wa Bwana alikuwa ameondoka kwa
Sauli, nayo roho mbaya ikaachiwa nafasi na Bwana
ili imtese.

15 Watumishi wa Sauli wakamwambia, "Angalia, roho mbaya imeachiwa nafasi na Bwana nayo inakutesa. 16 Basi bwana wetu na aamuru watumishi wake walioko hapa kutafuta mtu ambaye anaweza kupiga kinubi. Atakipiga kinubi wakati roho mbaya iliyoachiwa nafasi na Mungu ikujiapo, nawe utajisikia vizuri."

17 Basi Sauli akawaambia watumishi wake, "Mtafuteni mtu apigaye kinubi vizuri mkamlete kwangu."

18 Mmoja wa watumishi wake akajibu, "Nimemwona mwana wa Yese Mbethlehemu ambaye anajua kupiga kinubi. Yeye ni mtu hodari na shujaa wa vita. Ni mwenye busara katika kunena, mtu mzuri wa umbo. Bwana yu pamoja naye."

19 Ndipo Sauli akatuma wajumbe kwa Yese na kumwambia, "Nitumie mwanao Daudi, ambaye anachunga kondoo." 20 Kwa hiyo Yese akamchukua punda aliyepakizwa mikate, kiriba cha divai na mwana-mbuzi, na kuvipeleka vitu hivyo kwa Sauli pamoja na Daudi mwanawe.

21 Daudi akafika kwa Sauli na kuingia kwenye kazi yake. Sauli akampenda sana, naye Daudi akawa mmoja wa wabeba silaha wake. 22 Basi Sauli akatuma ujumbe kwa Yese, akisema, "Mruhusu Daudi abaki katika utumishi wangu, kwa kuwa ninapendezwa naye."

23 Kila mara roho mbaya iliyoachiwa nafasi na Mungu ilipomjia Sauli, Daudi alichukua kinubi chake na kupiga. Ndipo Sauli angetulizwa na kujisikia vizuri, nayo ile roho mbaya ingemwacha.

Daudi Na Goliathi

17 Wakati huu Wafilisti wakakusanya majeshi yao kwa ajili ya vita, nao wakakusanyika huko Soko katika Yuda. Wakapiga kambi huko Efes-Damimu, kati ya Soko na Azeka. 2 Sauli na Waisraeli wakakusanyika na kupiga kambi katika Bonde la Ela na kupanga jeshi ili kupigana vita na Wafilisti. 3 Wafilisti wakawa katika kilima kimoja na Waisraeli katika kilima kingine, hilo bonde likiwa kati yao.

4 Shujaa aliyeitwa Goliathi, aliyetoka Gathi, akajitokeza kutoka kambi ya Wafilisti. Alikuwa na urefu dhiraa sita na shibiri moja.[a] 5 Alikuwa na chapeo ya shaba kichwani mwake, na alivaa dirii ya shaba kifuani mwake yenye uzito wa shekeli elfu tano.[b] 6 Miguuni mwake alivaa mabamba ya shaba, na alikuwa na mkuki wa shaba mgongoni mwake. 7 Mpini wa huo mkuki ulikuwa kama mti wa mfumaji, na ncha ya chuma yake ilikuwa na uzito wa shekeli mia sita.[c] Mbeba ngao wake alitangulia mbele yake.

8 Goliathi alisimama na kuwapigia kelele majeshi ya Israeli, akisema, "Kwa nini mmetoka kupanga vita? Je, mimi si Mfilisti, na ninyi ni watumishi wa Sauli? Chagueni mtu na anishukie mimi. 9 Kama anaweza kupigana nami na kuniua, tutakuwa chini yenu; lakini kama nikimshinda na kumuua, ninyi mtakuwa chini yetu na mtatutumikia." 10 Kisha yule Mfilisti akasema, "Siku hii ya leo nayatukana majeshi ya Israeli! Nipeni mtu tupigane." 11 Kwa kusikia maneno ya Wafilisti, Sauli na Waisraeli wote wakafadhaika na kuogopa.

12 Basi Daudi alikuwa mwana wa Mwefrathi jina lake Yese aliyekuwa ametoka Bethlehemu ya Yuda. Yese alikuwa na wana wanane, naye wakati wa Sauli alikuwa mzee tena wa umri mkubwa. 13 Wana wakubwa watatu wa Yese walikuwa wamefuatana na Sauli vitani: Mzaliwa wa kwanza alikuwa Eliabu, wa pili Abinadabu, na wa tatu Shama. 14 Daudi ndiye alikuwa mdogo wa wote. Hao wakubwa watatu wakamfuata Sauli, 15 lakini Daudi alikuwa akienda kwa Sauli na kurudi ili kuchunga kondoo wa baba yake huko Bethlehemu.

16 Kwa siku arobaini huyo Mfilisti alikuwa akija mbele kila siku asubuhi na jioni na kujionyesha.

17 Wakati huo Yese akamwambia mwanawe Daudi, "Chukua hii efa[d] ya bisi na hii mikate kumi kwa ajili ya ndugu zako uwapelekee upesi kambini mwao. 18 Chukua pamoja na hizi jibini kumi kwa jemadari wa kikosi chao. Ujue hali ya ndugu zako na uniletee taarifa za uhakika kutoka kwao. 19 Wao wako pamoja na Sauli na watu wote wa Israeli huko kwenye Bonde la Ela, wakipigana na Wafilisti."

20 Asubuhi na mapema Daudi akaondoka, akaliacha kundi la kondoo pamoja na mchungaji, akapakia vitu vile na kuondoka, kama vile Yese alivyokuwa amemwagiza. Akafika kambini wakati jeshi lilikuwa likitoka kwenda kwenye sehemu yake ya kupigania, huku wakipiga kelele za vita. 21 Israeli na Wafilisti walikuwa wakipanga safu zao wakitazamana. 22 Daudi akaacha vile vitu vyake kwa mtunza vifaa, akakimbilia katika safu za vita na kuwasalimu ndugu zake. 23 Alipokuwa akisema nao, Goliathi, yule Mfilisti shujaa kutoka Gathi, akajitokeza mbele ya safu zake na kupiga ile kelele yake ya kawaida ya matukano, naye Daudi akayasikia. 24 Waisraeli walipomwona yule mtu, wote wakamkimbia kwa woga mkuu.

25 Basi Waisraeli walikuwa wakisema, "Je, mnaona jinsi mtu huyu anavyoendelea kujitokeza. Hujitokeza ili kutukana Israeli. Mfalme atatoa utajiri mwingi kwa yule mtu atakayemuua. Pia atamwoza binti yake na atasamehe jamaa ya baba yake kulipa kodi katika Israeli."

26 Daudi akauliza watu waliokuwa wamesimama karibu naye, "Je, atafanyiwa nini mtu atakayemuua huyu Mfilisti na kuondoa aibu hii katika Israeli? Ni nani huyu Mfilisti asiyetahiriwa hata atukane majeshi ya Mungu aliye hai?"

27 Wakarudia yale yaliyokuwa yamesemwa na kumwambia kuwa, "Hili ndilo atakalotendewa mtu yule atakayemuua."

28 Eliabu nduguye mkubwa Daudi alipomsikia akizungumza na watu hasira ikawaka juu yake akamuuliza, "Kwa nini umeteremka kuja hapa? Nao wale kondoo wachache kule nyikani umewaacha na nani? Ninajua jinsi ulivyo na kiburi na jinsi moyo wako ulivyo mwovu; umekuja hapa kutazama vita tu."

29 Daudi akasema, "Sasa nimefanya nini? Je, siwezi hata kuongea." 30 Daudi akamgeukia mtu

[a]4 Dhiraa sita na shibiri moja ni sawa na mita 3, au futi 9 na inchi 8.
[b]5 Shekeli 15,000 ni sawa na kilo 50.
[c]7 Shekeli 600 ni sawa na kilo 7.
[d]17 Efa moja ni sawa na kilo 22.

mwingine na kumuuliza jambo lilo hilo, nao watu
wakamjibu vilevile kama mwanzo. 31 Lile Daudi
alilosema likasikiwa na kuelezwa kwa Sauli, naye
Sauli akatuma aitwe.

32 Daudi akamwambia Sauli, "Mtu yeyote asife
moyo kwa habari ya huyu Mfilisti; mtumishi wako
atakwenda kupigana naye."

33 Sauli akamjibu Daudi, "Wewe hutaweza kwe-
nda kupigana dhidi ya huyu Mfilisti; wewe ni kijana
tu, naye amekuwa mtu wa vita tangu ujana wake."

34 Lakini Daudi akamwambia Sauli, "Mtumi-
shi wako amekuwa akichunga kondoo wa baba
yake. Wakati simba au dubu alikuja na kuchukua
kondoo kutoka kundi, 35 nilifuatia, nikampiga na
nikampokonya kondoo kwenye kinywa chake.
Aliponigeukia, nilimkamata nywele zake, nika-
mpiga na kumuua. 36 Mtumishi wako ameshaua
simba na dubu pia; huyu Mfilisti asiyetahiriwa
atakuwa kama mmoja wa hao, kwa sababu ame-
yatukana majeshi ya Mungu aliye hai. 37 Bwana
ambaye aliniokoa toka katika makucha ya simba
na makucha ya dubu ataniokoa kutoka mikono
ya huyu Mfilisti."

Sauli akamwambia Daudi, "Nenda, naye Bwana
na awe pamoja nawe."

38 Ndipo Sauli akamvika Daudi silaha zake mwe-
nyewe za vita. Akamvika dirii na chapeo ya shaba
kichwani mwake. 39 Daudi akajifunga upanga juu
ya hayo mavazi na kujaribu kutembea kwa sababu
alikuwa hana uzoefu navyo.

Daudi akamwambia Sauli, "Siwezi kwenda
nikiwa nimevaa hivi, kwa sababu sina uzoefu
navyo." Hivyo akavivua. 40 Kisha akachukua fimbo
yake mkononi, akachagua mawe laini matano
kutoka kwenye kijito, akayaweka kwenye kifuko
ndani ya mfuko wake wa kichungaji, akiwa na
kombeo yake mkononi mwake, akamkaribia yule
Mfilisti.

41 Wakati ule ule, yule Mfilisti, akiwa na mbeba
ngao wake mbele yake, akaendelea kujongea karibu
na Daudi. 42 Mfilisti akamwangalia Daudi kote na
kumwona kuwa ni kijana tu, mwekundu na mzuri
wa kupendeza, naye akamdharau. 43 Akamwambia
Daudi, "Je, mimi ni mbwa, hata unanijia na fimbo?"
Yule Mfilisti akamlaani Daudi kwa miungu yake.
44 Tena Mfilisti akamwambia, "Njoo hapa, nami
nitawapa ndege wa angani na wanyama wa mwi-
tuni nyama yako."

45 Daudi akamwambia yule Mfilisti. "Wewe
unanijia na upanga, mkuki na fumo, lakini mimi
ninakujia kwa jina la Bwana Mwenye Nguvu Zote,
Mungu wa majeshi ya Israeli, ambaye wewe ume-
mtukana. 46 Siku hii leo Bwana atakutia mkononi
mwangu, nami nitakupiga na kukukata kichwa
chako. Leo nitawapa ndege wa angani na wanyama
wa nchi mizoga ya jeshi la Wafilisti, nayo dunia
yote itajua kuwa yuko Mungu katika Israeli. 47 Wale
wote waliokusanyika hapa watajua kuwa Bwana
haokoi kwa upanga wala kwa mkuki; kwa kuwa
vita ni vya Bwana, naye atawatia wote mikononi
mwetu."

48 Yule Mfilisti aliposogea karibu ili kumsha-
mbulia, Daudi akaenda mbio kuelekea safu ya
vita kukutana naye. 49 Daudi akatia mkono wake
mfukoni na kuchukua jiwe, akalirusha kwa
kombeo, nalo likampiga yule Mfilisti kwenye paji
la uso. Lile jiwe likaingia kipajini mwa uso, akaa-
nguka chini kifudifudi.

50 Basi Daudi akamshinda huyo Mfilisti kwa
kombeo na jiwe; bila kuwa na upanga mikononi
mwake akampiga huyo Mfilisti na kumuua.

51 Daudi akakimbia na kusimama juu yake.
Akaushika upanga wa huyo Mfilisti na kuuvuta
toka kwenye ala yake. Baada ya kumuua, akakata
kichwa chake kwa ule upanga.

Wafilisti walipoona kuwa shujaa wao amekufa,
wakageuka na kukimbia. 52 Ndipo watu wa Israeli
na Yuda wakainuka kwenda mbele wakipiga kelele
na kufuatia Wafilisti mpaka kwenye ingilio la Gathi
kwenye malango ya Ekroni. Maiti zao zilitawanyika
kando ya barabara ya Shaaraimu hadi Gathi na
Ekroni. 53 Waisraeli waliporudi kutoka kuwafukuza
Wafilisti, waliteka nyara kutoka kambi yao. 54 Daudi
akachukua kichwa cha yule Mfilisti na kukileta
Yerusalemu, naye akaweka silaha za huyo Mfilisti
katika hema lake mwenyewe.

55 Sauli alipomwona Daudi anakwenda kuka-
biliana na huyo Mfilisti, alimwambia Abneri,
jemadari wa jeshi, "Abneri, yule kijana ni mwana
wa nani?"

Abneri akajibu, "Hakika kama uishivyo, ee mfa-
lme, mimi sifahamu."

56 Mfalme akasema, "Uliza huyu kijana ni mwana
wa nani."

57 Mara Daudi aliporudi kutoka kumuua huyo
Mfilisti, Abneri akamchukua na kumleta mbele
ya Sauli. Daudi alikuwa bado anakishikilia kichwa
cha yule Mfilisti.

58 Sauli akamuuliza, "Kijana, wewe ni mwana
wa nani?"

Daudi akasema, "Mimi ni mwana wa mtumishi
wako Yese wa Bethlehemu."

Sauli Amwonea Daudi Wivu

18 Baada ya Daudi kumaliza kuongea na Sauli,
roho ya Yonathani ikaambatana na roho ya
Daudi, naye akampenda kama nafsi yake mwe-
nyewe. 2 Kuanzia siku ile Sauli akamchukua Daudi
naye hakumruhusu kurudi nyumbani kwa baba
yake. 3 Yonathani akafanya agano na Daudi kwa
sababu alimpenda kama nafsi yake mwenyewe.
4 Yonathani akavua joho alilokuwa amevaa na
kumpa Daudi, pamoja na koti lake, silaha zake,
hata pamoja na upanga wake, upinde wake na
mshipi wake.

5 Lolote Sauli alilomtuma Daudi kufanya, alite-
nda kwa hekima, hata Sauli akampa cheo cha juu
katika jeshi. Jambo hili likawapendeza watu wote,
hata maafisa wa Sauli pia.

6 Watu walipokuwa wanarudi nyumbani baada
ya Daudi kumuua yule Mfilisti, wanawake wakaja
kutoka pande zote za miji ya Israeli kumlaki Mfa-
lme Sauli kwa kuimba na kucheza, kwa nyimbo za
furaha na kwa matari na zeze.

7 Walipokuwa wanacheza, wakaimba:

"Sauli amewaua elfu zake,
naye Daudi makumi elfu yake."

8 Sauli akakasirika sana; sehemu hii ya kurudia
rudia ya wimbo huu ilimkasirisha sana. Akafikiri
kuwa, "Wamempa Daudi makumi elfu, lakini mimi
wamenipa elfu tu. Apate nini zaidi isipokuwa
ufalme?" 9 Kuanzia wakati ule na kuendelea Sauli
akawa na jicho la wivu juu ya Daudi.

10 Kesho yake roho mbaya iliyoachiwa nafasi
na Mungu ikaja kwa nguvu juu ya Sauli. Alikuwa
akitabiri nyumbani mwake, wakati Daudi alikuwa
akipiga kinubi, kama alivyozoea. Sauli alikuwa na
mkuki mkononi mwake; 11 akautupa kwa nguvu,
akijiambia mwenyewe, "Nitamchoma kwa mkuki
abaki hapo ukutani." Lakini Daudi akamkwepa
mara mbili.

12 Sauli akamwogopa Daudi, kwa sababu
Bwana alikuwa pamoja na Daudi, lakini alikuwa
amemwacha yeye. 13 Kwa hiyo Sauli akamwondoa
Daudi mbele yake na kumpa kuwa kiongozi wa
watu elfu moja, naye Daudi akatoka na kuingia
akiongoza vikosi katika vita. 14 Katika kila kitu
alichofanya, Daudi alipata mafanikio makubwa,
kwa sababu Bwana alikuwa pamoja naye. 15 Sauli
alipoona jinsi alivyokuwa akifanikiwa, akamwo-
gopa. 16 Lakini Israeli wote na Yuda walimpenda
Daudi, kwa sababu ndiye alikuwa akiwaongoza
katika vita vyao.

17 Sauli akamwambia Daudi, "Huyu hapa binti
yangu mkubwa Merabu. Nitakupa umwoe, endapo
tu utanitumikia kwa ushujaa na kupigana vita vya
Bwana." Kwa maana Sauli alisema moyoni mwake,
"Sitainua mkono wangu dhidi yake. Acha mkono
wa Wafilisti uwe juu yake."

18 Lakini Daudi akamwambia Sauli, "Mimi ni
nani, nayo jamaa yangu ni nini au ukoo wa baba
yangu katika Israeli, kwamba mimi niwe mkwewe
mfalme?" 19 Basi ulipofika wakati wa Daudi kupewa
Merabu, binti Sauli, huyo binti aliozwa kwa Adrieli,
Mmeholathi.

20 Basi Mikali binti Sauli alimpenda Daudi, nao
walipomwambia Sauli juu ya jambo hili, likampe-
ndeza. 21 Sauli akawaza, "Nitampa Daudi binti
yangu, ili apate kuwa mtego kwake, ili kwamba
mkono wa Wafilisti upate kuwa juu yake." Hivyo
Sauli akamwambia Daudi, "Sasa unayo nafasi ya
pili ya kuwa mkwe wangu."

22 Ndipo Sauli akawaagiza watumishi wake,
akisema, "Zungumzeni na Daudi kwa siri na
kumwambia, 'Tazama, mfalme amependezwa
nawe, nao watumishi wake wote wanakupenda.
Basi na uwe mkwewe mfalme.' "

23 Watumishi wa Sauli wakarudia hayo maneno
kwa Daudi. Lakini Daudi akasema, "Je, mnafikiri ni
jambo dogo kuwa mkwewe mfalme? Mimi ni mtu
maskini tu, na nisiyejulikana sana."

24 Watumishi wa Sauli walipomweleza yale Daudi
aliyoyasema, 25 Sauli akajibu, "Mwambieni Daudi,
'Mfalme hataki zawadi nyingine kuwa mahari isi-
pokuwa magovi 100 ya Wafilisti, ili kulipiza kisasi
juu ya adui zake.' " Mawazo ya Sauli yalikuwa Daudi
akaanguke mikononi mwa Wafilisti.

26 Watumishi walipomwambia Daudi mambo
haya, ikampendeza kuwa mkwewe mfalme. Basi
kabla siku iliyopangwa haijafika, 27 Daudi na watu
wake walitoka na kuwaua Wafilisti mia mbili.
Akayaleta magovi yao na kupeleka hesabu kami-
lifu kwa mfalme, ili kwamba apate kuwa mkwewe
mfalme. Ndipo Sauli akamwoza Daudi Mikali binti
yake.

28 Sauli alipotambua kuwa Bwana alikuwa
pamoja na Daudi na kwamba Mikali binti yake
anampenda Daudi, 29 Sauli akazidi kumwogopa
Daudi, naye Sauli akabaki kuwa adui yake siku
zote za maisha yake.

30 Majemadari wa jeshi la Wafilisti waliendelea
kupigana vita na kadiri walivyoendelea kupigana,
Daudi akazidi kutenda kwa hekima kuliko maafisa
wengine wa Sauli, nalo jina lake likajulikana sana.

Sauli Ajaribu Kumuua Daudi

19 Sauli akamwambia mwanawe Yonathani na
watumishi wake wote wamuue Daudi. Lakini
Yonathani mwana wa Sauli alimpenda sana Daudi.
2 Yonathani akamwonya Daudi, akisema, "Baba
yangu Sauli anatafuta nafasi ya kukuua. Ujilinde
kesho asubuhi, nenda mahali pa siri na ukae huko.
3 Nitatoka na kukaa na baba yangu shambani
mahali uliko. Nitazungumza naye juu yako, nami
nitakueleza nitakachogundua."

4 Yonathani akanena mema juu ya Daudi kwa
Sauli baba yake na kumwambia, "Mfalme asitende
mabaya kwa mtumishi wake Daudi; hajakukosea,
aliyoyafanya yamekuwa ya faida sana kwako.
5 Alihatarisha maisha yake alipomuua yule Mfi-
listi. Bwana akajipatia ushindi mkubwa kwa ajili
ya Israeli wote, nawe uliuona na ukafurahi. Kwa
nini basi utende mabaya kwa mtu asiye na hatia
kama Daudi kwa kumuua bila sababu?"

6 Sauli akamsikiliza Yonathani na kuapa hivi:
"Hakika kama Bwana aishivyo, Daudi hatauawa."
7 Basi Yonathani akamwita Daudi na kumwe-
leza mazungumzo yote. Akamleta kwa Sauli, naye
Daudi akawa pamoja na Sauli kama kwanza.
8 Vita vilitokea tena, naye Daudi akatoka na kupi-
gana na Wafilisti. Akawapiga kwa nguvu nyingi
hata wakakimbia mbele yake.

9 Lakini roho mbaya iliyoachiwa nafasi na
Bwana ikaja juu ya Sauli alipokuwa ameketi katika
nyumba yake akiwa na mkuki mkononi mwake.
Daudi alipokuwa anampigia kinubi, 10 Sauli akaja-
ribu kumchomea Daudi ukutani kwa huo mkuki
wake, lakini Daudi akauhepa huo mkuki wa Sauli
ukakita ukutani. Usiku ule ule Daudi akakimbia
na kuokoka.

11 Sauli akatuma watu nyumbani mwa Daudi
wailinde hiyo nyumba na kumuua asubuhi. Lakini
Mikali, mkewe Daudi, akamwonya akisema, "Kama
hukukimbia kuokoa maisha yako usiku huu, kesho
yake utauawa." 12 Basi Mikali akamteremsha Daudi
kupitia dirishani, naye akakimbia na kuokoka.
13 Kisha Mikali akachukua kinyago, akakilaza kita-
ndani, akakifunika kwa vazi na kukiwekea singa
za mbuzi kichwani.

14 Sauli alipotuma watu kumkamata Daudi,
Mikali akasema, "Yeye ni mgonjwa."
15 Kisha Sauli akatuma watu tena kumwona
Daudi naye akawaambia, "Mleteni kwangu juu
ya kitanda chake ili nipate kumuua." 16 Lakini
wale watu walipoingia, kumbe ni kinyago tu

kilichokuwa kitandani na kwenye kichwa kuliku-
wepo na singa za mbuzi.
17 Sauli akamwambia Mikali, "Kwa nini umenida-
nganya mimi hivi na kumwacha adui yangu aende
zake ili apate kuokoka?"
Mikali akamwambia, "Yeye aliniambia, 'Niache
niende zangu. Kwa nini nikuue?' "
18 Daudi alipokuwa amekimbia na kuokoka,
alimwendea Samweli huko Rama na kumwambia
yale yote Sauli alimfanyia. Ndipo Daudi na Samweli
wakaenda Nayothi kukaa huko. 19 Habari zika-
mfikia Sauli kusema: "Daudi yuko Nayothi huko
Rama." 20 Basi Sauli akatuma watu kumkamata
Daudi, lakini walipoona kundi la manabii wakitoa
unabii, wakiwa pamoja na Samweli akiwa amesi-
mama hapo kama kiongozi wao, Roho wa Mungu
akaja juu ya watu wa Sauli, nao pia wakatoa unabii.
21 Sauli akaelezwa juu ya hilo, naye akapeleka watu
wengine zaidi, nao wakatoa unabii pia. Sauli aka-
tuma watu mara ya tatu, nao pia wakatoa unabii.
22 Mwishowe, yeye mwenyewe akaondoka kwenda
Rama na kwenda hadi kwenye kile kisima kikubwa
kilichoko huko Seku. Naye akauliza, "Wako wapi
Samweli na Daudi?"
Wakasema, "Wako Nayothi huko Rama."
23 Hivyo Sauli akaenda Nayothi huko Rama.
Lakini Roho wa Mungu akaja juu yake hata yeye,
akawa anatembea huku anatoa unabii hadi aka-
fika Nayothi. 24 Akavua majoho yake na pia akatoa
unabii mbele ya Samweli. Akalala hali hiyo ule
mchana kutwa na usiku kucha. Hii ndiyo sababu
watu husema, "Je, Sauli pia yumo miongoni mwa
manabii?"

Daudi Na Yonathani

20 Kisha Daudi akakimbia kutoka Nayothi huko
Rama akamwendea Yonathani na kumuuliza,
"Kwani nimefanya nini? Kosa langu ni nini? Nime-
mkosea baba yako kwa jinsi gani, hata kwamba
anajaribu kuuondoa uhai wangu?"
2 Yonathani akajibu, "La hasha! Hutakufa!
Tazama, baba yangu hafanyi kitu chochote,
kikubwa au kidogo, bila kuniambia mimi. Kwa
nini anifiche hili? Sivyo ilivyo!"
3 Lakini Daudi akaapa na kusema, "Baba yako
anajua kabisa kwamba nimepata kibali mbele yako,
naye amesema moyoni mwake, 'Yonathani sharti
asilijue hili, la sivyo atahuzunika.' Lakini kweli
kama Bwana aishivyo na kama uishivyo, kuna
hatua moja tu kati yangu na mauti."
4 Yonathani akamwambia Daudi, "Chochote
unachotaka nifanye, nitakufanyia."
5 Basi Daudi akamwambia, "Angalia, kesho ni
sikukuu ya Mwezi Mwandamo, nami inanipasa
kula chakula pamoja na mfalme; lakini niache
niende kujificha shambani mpaka kesho kutwa.
6 Kama baba yako akiona ya kuwa sipo, mwambie,
'Daudi aliniomba sana ruhusa kuwahi Bethlehemu,
mji wake wa nyumbani, kwa sababu dhabihu ya
mwaka inafanywa huko kwa ajili ya ukoo wake
wote.' 7 Kama akisema, 'Ni vyema sana,' basi mtu-
mishi wako yu salama. Lakini kama akikasirika,
unaweza kuwa na hakika kwamba anakusudia
kunidhuru. 8 Lakini kwa habari yako wewe, mtende
wema mtumishi wako, kwa sababu mmeingia kwe-
nye agano pamoja naye mbele za Bwana. Kama
nina hatia, basi niue wewe mwenyewe! Kwa nini
unikabidhi kwa baba yako?"
9 Yonathani akasema, "La hasha! Kama ninge-
kuwa na kidokezo kidogo kwamba baba yangu
amekusudia kukudhuru wewe, je, nisingekua-
mbia?"
10 Daudi akamuuliza, "Je, nani atakayeniambia
kama baba yako atakujibu kwa ukali?"
11 Yonathani akamwambia, "Njoo, twende sha-
mbani." Basi wakaenda huko pamoja.
12 Kisha Yonathani akamwambia Daudi, "Nina-
kuahidi kwa jina la Bwana, Mungu wa Israeli,
hakika nitamchunguza baba yangu wakati kama
huu kesho kutwa! Kama ameweka utaratibu wa
kufaa kukuhusu wewe, je, sitakutumia ujumbe na
kukufahamisha? 13 Lakini ikiwa baba yangu ame-
nuia kukudhuru, Bwana na anishughulikie kwa
ukali, iwapo sitakufahamisha na kukuaga uende
salama. Bwana na awe pamoja nawe kama alivyo-
kuwa pamoja na baba yangu. 14 Lakini nitendee
wema usiokoma kama ule wa Bwana siku zote za
maisha yangu, ili nisije nikauawa, 15 wala usiuo-
ndoe wema wako kwa jamaa yangu, hata kama ni
wakati ule Bwana atakapokuwa amekatilia mbali
kila adui wa Daudi kutoka kwenye uso wa dunia."
16 Basi Yonathani akafanya agano na nyumba
ya Daudi, akisema: "Bwana na awaangamize adui
za Daudi." 17 Naye Yonathani akamtaka Daudi
athibitishe tena kiapo chake cha kumpenda, kwa
sababu Yonathani alimpenda Daudi kama nafsi
yake mwenyewe.
18 Kisha Yonathani akamwambia Daudi, "Kesho
ni sikukuu ya Mwezi Mwandamo. Itajulikana kwa-
mba haupo kwa kuwa kiti chako kitakuwa hakina
mtu. 19 Kesho kutwa, inapokaribia jioni, nenda
mahali pale ulipojificha wakati tatizo hili lilipoa-
nza na usubiri karibu na jiwe la Ezeli. 20 Nitapiga
mishale mitatu kando yake, kama kwamba nilikwe-
nda kulenga shabaha. 21 Kisha nitamtuma mvulana
na kumwambia, 'Nenda ukaitafute mishale.' Kama
nikimwambia, 'Tazama mishale iko upande huu
wako! Uilete hapa,' basi uje, kwa sababu hakika
kama Bwana aishivyo, wewe ni salama, hakuna
hatari. 22 Lakini kama nikimwambia huyo mvulana,
'Angalia, mishale iko mbele yako,' basi inakupasa
uondoke, kwa sababu Bwana amekuruhusu uende
zako. 23 Kuhusu yale tuliyozungumza wewe na
mimi: kumbuka, Bwana ndiye shahidi kati yako
wewe na mimi milele."
24 Basi Daudi akajificha shambani, na sikukuu
ya Mwezi Mwandamo ilipowadia, mfalme akaketi
ili ale. 25 Akaketi mahali pake pa kawaida karibu
na ukuta, kuelekeana na Yonathani, naye Abneri
akaketi karibu na Mfalme Sauli, lakini kiti cha
Daudi kilikuwa wazi. 26 Sauli hakusema chochote
siku ile kwa kuwa alifikiri, "Kuna kitu cha lazima
kimetokea kwa Daudi ambacho kimemfanya najisi
asihudhurie karamuni, hakika yeye yu najisi."
27 Lakini siku iliyofuata, siku ya pili ya mwezi, kiti
cha Daudi kilikuwa wazi tena. Kisha Sauli akamwa-
mbia mwanawe Yonathani, "Kwa nini mwana wa
Yese hajaja chakulani jana wala leo?"

28 Yonathani akamjibu, "Daudi alinisihi sana
nimpe ruhusa aende Bethlehemu. 29 Alisema,
'Niruhusu niende, kwa sababu jamaa yetu wana
dhabihu mjini, na ndugu yangu ameniagiza niwepo
huko. Kama nimepata kibali mbele yako, niruhusu
niende kuona ndugu zangu.' Hii ndiyo sababu
hakuja mezani pa mfalme."
30 Hasira ya Sauli ikawaka dhidi ya Yonathani
na kumwambia, "Wewe mwana wa mwanamke
mkaidi na mwasi! Je, sijui kuwa umekuwa upande
wa mwana wa Yese kwa aibu yako mwenyewe na
kwa aibu ya mama yako aliyekuzaa? 31 Maadamu
mwana wa Yese angali anaishi katika dunia hii
wewe wala ufalme wako hautasimama. Sasa tuma
aitwe umlete kwangu, kwa kuwa ni lazima afe!"
32 Yonathani akamuuliza baba yake, "Kwa nini
auawe? Kwani amefanya nini?" 33 Lakini Sauli
akamtupia Yonathani mkuki wake kwa nguvu ili
amuue. Hapo ndipo Yonathani alipotambua kwa-
mba baba yake alikusudia kumuua Daudi.
34 Yonathani akainuka kutoka mezani kwa
hasira kali. Siku ile ya pili ya mwezi hakula
chakula, kwa kuwa alikuwa amehuzunishwa na
vitendo vya aibu ambavyo baba yake alikuwa
anamtendea Daudi.
35 Kesho yake asubuhi Yonathani alikwenda sha-
mbani kukutana na Daudi. Alikuwa amefuatana
na mvulana mdogo, 36 naye Yonathani akamwa-
mbia yule mvulana, "Kimbia ukatafute mishale
nitakayorusha." Mvulana alipokuwa akikimbia,
akarusha mishale mbele yake. 37 Yule mvulana ali-
pofika mahali pale ambapo mshale wa Yonathani
ulipokuwa umeanguka, Yonathani akamwita, "Je,
mshale hauko mbele yako?" 38 Yonathani akampigia
kelele, "Harakisha, nenda haraka! Usisimame!"
Mvulana akaokota mshale na kurudi kwa bwana
wake. 39 (Mvulana hakujua chochote juu ya hayo
yote; Yonathani na Daudi tu ndio waliojua.) 40 Basi
Yonathani akampa yule mvulana silaha zake na
kumwambia, "Nenda, zirudishe mjini."
41 Baada ya mvulana kwenda, Daudi akainuka
kutoka upande wa kusini wa lile jiwe, naye aka-
sujudu uso wake mpaka nchi mara tatu mbele ya
Yonathani. Kisha kila mmoja akambusu mwenzake,
wakalia pamoja. Lakini Daudi akalia zaidi.
42 Yonathani akamwambia Daudi, "Nenda kwa
amani, kwa kuwa tumeapiana kiapo cha urafiki
kati yetu kwa jina la Bwana, tukisema, 'Bwana
ndiye shahidi kati yako na mimi, na kati ya wazao
wako na wazao wangu milele.' " Kisha Daudi akao-
ndoka, naye Yonathani akarudi mjini.

Daudi Huko Nobu

21 Daudi akaenda Nobu, kwa Ahimeleki kuhani.
Ahimeleki akatetemeka alipokutana naye,
akamuuliza, "Kwa nini uko peke yako? Kwa nini
hukufuatana na mtu yeyote?"
2 Daudi akamjibu Ahimeleki kuhani, akisema,
"Mfalme ameniagiza shughuli fulani na kunia-
mbia, 'Mtu yeyote asijue chochote kuhusu kazi
yako wala maagizo yako!' Kuhusu watu wangu,
nimewaambia tukutane mahali fulani. 3 Sasa basi,
una nini mkononi? Nipatie mikate mitano au cho-
chote unachoweza kupata."
4 Lakini kuhani akamjibu Daudi, "Sina mkate
wowote wa kawaida kwa sasa. Hata hivyo, ipo hapa
mikate iliyowekwa wakfu, iwapo watu wamejitenga
na wanawake."
5 Daudi akajibu, "Hakika tumejitenga na
wanawake kwa siku hizi chache kama kawaida
ya ninapotoka kwenda kwenye shughuli. Navyo
vyombo vya wale vijana huwa ni vitakatifu hata
kwenye safari ya kawaida, si zaidi sana leo vyo-
mbo vyao vitakuwa ni vitakatifu?" 6 Hivyo kuhani
akampa ile mikate iliyowekwa wakfu, kwa kuwa
hapakuwepo mikate mingine isipokuwa hiyo ya
Wonyesho iliyokuwa imeondolewa hapo mbele za
Bwana na kubadilishwa na mingine yenye moto
siku ile ilipoondolewa.
7 Basi siku hiyo palikuwepo na mmoja wa watu-
mishi wa Sauli, aliyezuiliwa mbele za Bwana;
alikuwa Doegi Mwedomu, kiongozi wa wachunga
wanyama wa Sauli.
8 Daudi akamuuliza Ahimeleki, "Je, unao mkuki
au upanga hapa? Sikuleta upanga wala silaha
nyingine yoyote, kwa sababu shughuli ya mfalme
ilikuwa ya haraka."
9 Kuhani akajibu, "Upanga wa Goliathi Mfilisti,
ambaye ulimuua katika Bonde la Ela, upo hapa,
umefungiwa katika kitambaa nyuma ya kisibau.
Kama unauhitaji, uchukue, hakuna upanga mwi-
ngine hapa ila huo tu."

Daudi akasema, "Hakuna upanga mwingine
kama huo. Nipatie huo."

Daudi Huko Gathi

10 Siku ile Daudi akamkimbia Sauli na kwenda
kwa Akishi mfalme wa Gathi. 11 Lakini watumishi
wa Akishi wakamwambia, "Je, huyu si ndiye Daudi
mfalme wa nchi? Je, huyu si ndiye yule ambaye
wanaimba katika ngoma zao wakisema:

" 'Sauli amewaua elfu zake,
naye Daudi makumi elfu yake'?"

12 Daudi akayaweka maneno haya moyoni naye
akamwogopa sana Akishi mfalme wa Gathi. 13 Basi
akajifanya mwendawazimu mbele yao; naye ali-
pokuwa mikononi mwao, alitenda kama kichaa,
akikwaruza kwa kutia alama juu ya milango ya
lango na kuachia udelele kutiririka kwenye ndevu
zake.
14 Akishi akawaambia watumishi wake, "Taza-
meni mtu huyu! Ana wazimu! Kwa nini mnamleta
kwangu? 15 Je, mimi nimepungukiwa na wenda
wazimu kiasi kwamba mmeniletea mtu huyo hapa
aendelee kufanya hivi mbele yangu? Je, ilikuwa ni
lazima mtu huyo aje nyumbani kwangu?"

Daudi Akiwa Adulamu Na Mispa

22 Daudi akaondoka Gathi na kukimbilia kwe-
nye pango la Adulamu. Ndugu zake na watu
wa nyumba ya baba yake waliposikia habari hiyo,
wakamwendea huko. 2 Wale wote waliokuwa katika
dhiki au waliokuwa na madeni au wale ambao
hawakuridhika wakamkusanyikia Daudi, naye
akawa kiongozi wao. Watu wapatao 400 walikuwa
pamoja naye.

3 Kutoka huko Daudi akaenda Mispa huko Moabu
na kumwambia mfalme wa Moabu, "Naomba uwa-
ruhusu baba yangu na mama yangu waje kukaa
nawe mpaka nijue nini Mungu atakachonifanyia."
4 Hivyo akawaacha wazazi wake wakae na mfalme
wa Moabu, nao wakakaa naye muda wote ambao
Daudi alikuwa ngomeni.
5 Ndipo nabii Gadi akamwambia Daudi, "Usikae
ngomeni. Nenda katika nchi ya Yuda." Hivyo Daudi
akaondoka na kwenda katika msitu wa Herethi.

Sauli Awaua Makuhani Wa Nobu

6 Basi Sauli akasikia kwamba Daudi na watu
wake wameonekana. Sauli akiwa na mkuki mko-
noni, alikuwa ameketi chini ya mti wa mkwaju
kwenye kilima huko Gibea, maafisa wake wote
wakiwa wamesimama kumzunguka. 7 Sauli aka-
waambia, "Sikilizeni enyi watu wa Benyamini! Je,
mwana wa Yese atawapa ninyi nyote mashamba
na mashamba ya mizabibu? Je, atawafanya ninyi
nyote majemadari wa maelfu na majemadari wa
mamia? 8 Je, ndiyo sababu ninyi mkapanga hila
mbaya dhidi yangu? Hakuna hata mmoja wenu
ambaye ameniambia ni lini mwanangu alifanya
agano na mwana wa Yese. Hapana hata mmoja
wenu anayejishughulisha nami wala anayeniambia
kwamba mwanangu amechochea mtumishi wangu
kunivizia, kama afanyavyo leo."
9 Lakini Doegi Mwedomu, ambaye alikuwa akisi-
mama na maafisa wa Sauli, akasema, "Nilimwona
mwana wa Yese akija kwa Ahimeleki mwana wa
Ahitubu huko Nobu. 10 Ahimeleki akamuuliza
Bwana kwa ajili yake; pia akampa vyakula na ule
upanga wa Goliathi Mfilisti."
11 Kisha mfalme akatuma watu wamwite kuhani
Ahimeleki mwana wa Ahitubu, na jamaa yote ya
baba yake, waliokuwa makuhani huko Nobu, nao
wote wakaja kwa mfalme. 12 Sauli akasema, "Siki-
liza sasa, mwana wa Ahitubu."
Akajibu, "Naam, bwana wangu."
13 Sauli akamwambia, "Kwa nini umepanga
shauri baya dhidi yangu, wewe na mwana wa Yese,
ukampa vyakula na upanga, tena hukumuuliza
Mungu kwa ajili yake, na kwa sababu hiyo ameasi
dhidi yangu na kunivizia, kama afanyavyo leo?"
14 Ahimeleki akamjibu mfalme, "Ni nani mio-
ngoni mwa watumishi wako wote aliye mwaminifu
kama Daudi, mkwewe mfalme, kiongozi wa wali-
nzi wako na anayeheshimika sana katika watu wa
nyumbani mwako? 15 Je, siku hiyo ilikuwa ndiyo
ya kwanza kumwomba Mungu kwa ajili yake?
La hasha! Mfalme na usiwashutumu watumishi
wako wala yeyote wa jamaa ya baba yake, kwa kuwa
mtumishi wako hafahamu lolote kabisa kuhusu
jambo hili lote."
16 Lakini mfalme akasema, "Ahimeleki, hakika
utakufa, wewe na jamaa yote ya baba yako."
17 Ndipo mfalme akawaamuru walinzi wake
waliokuwa kando yake: "Geukeni na kuwaua
makuhani wa Bwana, kwa sababu nao pia wame-
jiunga na Daudi. Walijua kuwa alikuwa anakimbia,
wala hawakuniambia."
Lakini maafisa wa mfalme hawakuwa radhi
kuinua mkono kuwaua makuhani wa Bwana.
18 Kisha mfalme akamwagiza Doegi, "Wewe
geuka ukawaue makuhani." Hivyo basi Doegi
Mwedomu, akageuka na kuwaua. Siku ile aliwaua
watu themanini na watano wavaao visibau vya
kitani. 19 Pia akaupiga Nobu kwa upanga, mji wa
makuhani, wakiwemo wanaume na wanawake,
watoto wadogo na wale wanyonyao, ng'ombe wake,
punda na kondoo.
20 Lakini Abiathari, mwana wa Ahimeleki,
mwana wa Ahitubu, akatoroka, akakimbia na
kujiunga na Daudi. 21 Akamwambia Daudi kuwa
Sauli amewaua makuhani wa Bwana. 22 Kisha Daudi
akamwambia Abiathari: "Siku ile, wakati Doegi
Mwedomu alipokuwa pale, nilijua atahakikisha
amemwambia Sauli. Mimi ninawajibika kwa vifo
vya jamaa ya baba yako yote. 23 Kaa pamoja nami;
usiogope. Mtu anayeutafuta uhai wako anauta-
futa uhai wangu pia. Ukiwa pamoja nami utakuwa
salama."

Daudi Aokoa Keila

23 Daudi alipoambiwa kuwa, "Tazama, Wafilisti
wanapigana dhidi ya Keila nao wanapokonya
nafaka katika sakafu za kupuria," 2 akauliza kwa
Bwana, akisema, "Je, niende na kuwashambulia
hawa Wafilisti?"
Bwana akamjibu, "Nenda, washambulie Wafi-
listi na uuokoe Keila."
3 Lakini watu wa Daudi wakamwambia, "Hapa
Yuda kwenyewe tunaogopa. Si zaidi sana, kama
tukienda Keila dhidi ya majeshi ya Wafilisti!"
4 Daudi akauliza kwa Bwana tena, naye Bwana
akamjibu akamwambia, "Shuka uende Keila, kwa
kuwa nitawatia Wafilisti mkononi mwako." 5 Basi
Daudi na watu wake wakaenda Keila, wakapigana
na Wafilisti na kutwaa wanyama wao wa kutosha.
Daudi akawatia hasara kubwa Wafilisti na kuwao-
koa watu wa Keila. 6 (Basi Abiathari mwana wa
Ahimeleki alikuwa ameleta kisibau alipokimbilia
kwa Daudi huko Keila.)

Sauli Anamfuata Daudi

7 Sauli akaambiwa kwamba Daudi alikuwa
amekwenda Keila, naye akasema, "Mungu
amemtia mkononi mwangu, kwa kuwa Daudi
amejifunga mwenyewe kwa kuingia kwenye
mji wenye malango na makomeo." 8 Naye Sauli
akayaita majeshi yake yote yaende vitani, kui-
shukia Keila ili kumzingira Daudi na watu wake
kwa jeshi.
9 Daudi alipojua kuwa Sauli alikuwa ana hila
dhidi yake, akamwambia Abiathari kuhani, "Leta
kile kisibau." 10 Daudi akasema, "Ee Bwana, Mungu
wa Israeli, mtumishi wako amesikia kwa hakika
kwamba Sauli anapanga kuja Keila na kuangamiza
mji kwa ajili yangu. 11 Je, watu wa Keila watanisali-
misha kwake? Je, Sauli atateremka, kama mtumishi
wako alivyosikia? Ee Bwana, Mungu wa Israeli,
mwambie mtumishi wako."
Naye Bwana akasema, "Ndiyo, atashuka."
12 Daudi akauliza tena, "Je watu wa Keila
watanisalimisha mimi pamoja na watu wangu
kwa Sauli?"
Naye Bwana akasema, "Ndiyo, watafanya hivyo."

13 Basi Daudi na watu wake, wapatao 600, wakao-
ndoka Keila wakawa wanakwenda sehemu moja
hadi nyingine. Sauli alipoambiwa Daudi ametoroka
kutoka Keila, hakwenda huko.
14 Daudi akakaa katika ngome za jangwani na
katika vilima vya Jangwa la Zifu. Siku baada ya siku
Sauli aliendelea kumsaka, lakini Mungu hakumtia
Daudi mikononi mwake.
15 Daudi alipokuwa huko Horeshi katika Jangwa
la Zifu, akajua kuwa Sauli alikuwa amekuja ili
amuue. 16 Naye Yonathani mwana wa Sauli aka-
mwendea Daudi huko Horeshi na kumtia moyo
kusimama imara katika imani yake kwa Mungu.
17 Akamwambia, "Usiogope, Daudi; baba yangu
Sauli hatakutia mkononi mwake. Utakuwa mfa-
lme juu ya Israeli, nami nitakuwa wa pili wako.
Hata baba yangu Sauli anajua hili." 18 Wote wawili
wakaweka agano mbele za BWANA. Kisha Yonathani
akaenda zake nyumbani, lakini Daudi akabaki
Horeshi.
19 Basi Wazifu wakakwea kwa Sauli huko Gibea
na kusema, "Je, Daudi hajifichi miongoni mwetu
katika ngome huko Horeshi, katika kilima cha
Hakila, kusini mwa Yeshimoni? 20 Sasa, ee mfa-
lme, uteremke wakati wowote unapoona vyema
kufanya hivyo, sisi tutawajibika kumkabidhi kwa
mfalme."
21 Sauli akajibu, "BWANA awabariki kwa kunifiki-
ria. 22 Nendeni mkafanye maandalizi zaidi. Mkajue
mahali ambapo Daudi huenda mara kwa mara na
nani amepata kumwona huko. Wananiambia yeye
ni mwerevu sana. 23 Jueni kila mahali anapojificha
mrudi na kunipa taarifa kamili. Kisha nitakwenda
pamoja nanyi; kama atakuwa katika eneo hilo, nita-
msaka miongoni mwa koo zote za Yuda."
24 Basi wakaondoka na kwenda mpaka Zifu
wakimtangulia Sauli. Naye Daudi na watu wake
walikuwa katika Jangwa la Maoni, katika Araba
kusini mwa Yeshimoni. 25 Sauli na watu wake
wakaanza msako, naye Daudi alipoelezwa hili,
akateremka mpaka mwambani na kukaa katika
Jangwa la Maoni. Sauli aliposikia hili, akaenda
katika Jangwa la Maoni akimfuata Daudi.
26 Sauli alikuwa akienda upande mmoja wa
mlima, naye Daudi na watu wake walikuwa upande
mwingine wa mlima, wakiharakisha kumkimbia
Sauli. Wakati Sauli na majeshi yake walipokaribia
kumkamata Daudi na watu wake, 27 mjumbe ali-
kuja kwa Sauli, akisema, "Njoo haraka! Wafilisti
wanaishambulia nchi." 28 Ndipo Sauli akarudi
akaacha kumfuata Daudi na kwenda kukabiliana
na Wafilisti. Ndiyo sababu wanaiita sehemu hii
Sela-Hamalekothi.[a] 29 Naye Daudi akakwea kutoka
huko na kuishi katika ngome za En-Gedi.

Daudi Amwacha Sauli Hai

24 Baada ya Sauli kurudi kuwafuatia Wafilisti,
akaambiwa kwamba, "Daudi yuko katika
Jangwa la En-Gedi." 2 Basi Sauli akachukua
watu hodari 3,000 kutoka Israeli yote kwenda
kumsaka Daudi na watu wake karibu na Majabali
ya Mbuzi-Mwitu.
3 Akaja mpaka kwenye mazizi ya kondoo kando
ya njia, hapo palikuwa na pango, na Sauli akaingia
ndani kujipumzisha. Daudi na watu wake wali-
kuwa wamo mle pangoni kwa ndani zaidi. 4 Watu
wa Daudi wakasema, "Hii ndiyo siku aliyonena
BWANA akikuambia, 'Nitamtia adui yako mikononi
mwako ili wewe umtendee utakavyo.' " Basi Daudi
akanyemelea bila kuonekana na kukata upindo
wa joho la Sauli.
5 Baada ya hilo, dhamiri ya Daudi ikataabika
kwa kukata upindo wa joho la Sauli. 6 Akawaa-
mbia watu wake, "BWANA na apishie mbali nisije
nikafanya jambo kama hilo kwa bwana wangu,
yeye ambaye ni mpakwa mafuta wa BWANA, au
kuinua mkono wangu dhidi yake; kwani yeye ni
mpakwa mafuta wa BWANA." 7 Kwa maneno haya
Daudi akawaonya watu wake na hakuwaruhusu
wamshambulie Sauli. Naye Sauli akaondoka
pangoni na kwenda zake.
8 Ndipo Daudi naye akatoka pangoni na
kumwita Sauli akisema, "Mfalme, bwana wangu!"
Sauli alipotazama nyuma, Daudi akainama na
kusujudu uso wake mpaka nchi. 9 Akamwambia
Sauli, "Kwa nini unasikiliza wakati watu wana-
pokuambia, 'Daudi amenuia kukudhuru'? 10 Leo
umeona kwa macho yako mwenyewe jinsi BWANA
alivyokutia mikononi mwangu huko pangoni.
Watu wengine walisisitiza nikuue, lakini nili-
kuacha, nikisema, 'Sitainua mkono wangu dhidi
ya bwana wangu, kwa sababu yeye ni mpakwa
mafuta wa BWANA.' 11 Tazama, baba yangu, ona
kipande hiki cha joho lako mkononi mwangu!
Nilikata upindo wa joho lako lakini sikukuua. Basi
ujue na kutambua kuwa sina hatia ya kutenda
mabaya wala ya kuasi. Wewe sijakukosea, lakini
wewe unaniwinda mimi ili kuuondoa uhai wangu.
12 BWANA na ahukumu kati yangu na wewe. Naye
BWANA alipize mabaya unayonitendea, lakini
mkono wangu hautakugusa. 13 Kama msemo wa
kale usemavyo, 'Kutoka kwa watenda maovu
hutoka matendo maovu,' kwa hiyo mkono wangu
hautakugusa wewe.
14 "Je, mfalme wa Israeli ametoka dhidi ya nani?
Ni nani unayemfuatia? Je, ni mbwa mfu? Ni kiro-
boto? 15 BWANA na awe mwamuzi wetu, yeye na
aamue kati yetu. Yeye na anitetee shauri langu;
anihesabie haki kwa kuniokoa mkononi mwako."
16 Daudi alipomaliza kusema haya, Sauli aka-
muuliza, "Je, hiyo ni sauti yako, Daudi mwanangu?"
Ndipo Sauli akalia kwa sauti kuu, akisema, 17 "Wewe
ni mwenye haki kuliko mimi; umenitendea mema,
lakini mimi nimekutendea mabaya. 18 Sasa umenia-
mbia juu ya mema uliyonitendea. BWANA alinitia
mikononi mwako, lakini wewe hukuniua. 19 Je, mtu
ampatapo adui yake, humwacha aende zake bila
kumdhuru? BWANA na akulipe mema kwa jinsi
ulivyonitenda leo. 20 Ninajua kwamba hakika
utakuwa mfalme na ya kwamba ufalme wa Israeli
utakuwa imara mikononi mwako. 21 Sasa niapie kwa
BWANA kwamba hutakatilia mbali uzao wangu wala
kulifuta jina langu kutoka jamaa ya baba yangu."
22 Basi Daudi akamwapia Sauli. Kisha Sauli aka-
rudi zake nyumbani, lakini Daudi na watu wake
wakapanda kwenda ngomeni.

[a]28 Sela-Hamalekothi maana yake Mwamba wa Kutengana.

Daudi, Nabali Na Abigaili

25 Basi Samweli akafa, nao Israeli wote waka-
kusanyika na kumwombolezea; wakamzika
nyumbani kwake huko Rama.
Kisha Daudi akateremka kwenye Jangwa la
Maoni. 2 Mtu mmoja huko Maoni, aliyekuwa na
makao huko Karmeli, alikuwa tajiri sana. Alikuwa
na mbuzi elfu moja na kondoo elfu tatu, aliokuwa
akiwakata manyoya huko Karmeli. 3 Jina la mtu
huyo lilikuwa Nabali, naye mkewe aliitwa Abigaili.
Alikuwa mwanamke mwenye busara na mzuri wa
sura, lakini mumewe, ambaye alikuwa wa ukoo wa
Kalebu, alikuwa mwenye hasira na mchoyo katika
utendaji wake.
4 Daudi alipokuwa huko jangwani, akasikia kuwa
Nabali alikuwa anakata kondoo manyoya. 5 Basi
akatuma vijana kumi na kuwaambia, "Pandeni
kwa Nabali huko Karmeli, mkamsalimie kwa jina
langu. 6 Mwambieni: 'Amani iwe kwako! Amani iwe
kwako pamoja na wa nyumbani mwako! Pia amani
iwe pamoja na vyote ulivyo navyo!
7 " 'Nasikia kuwa huu ni wakati wa kukata kondoo
manyoya. Wachunga mifugo wako walipokuwa
pamoja nasi, hatukuwatendea mabaya na wakati
wote waliokuwa huko Karmeli hakuna chochote
chao kilipotea. 8 Waulize watumishi wako nao wata-
kuambia. Kwa hiyo uwatendee wema vijana wangu,
kwani tumekuja wakati wa furaha. Tafadhali wape
watumishi wako na mwanao Daudi chochote kita-
kachokuja mkononi mwako kwa ajili yao.' "
9 Watu wa Daudi walipofika wakampa Nabali
ujumbe huu kwa jina la Daudi. Kisha wakangojea.
10 Nabali akawajibu watumishi wa Daudi, "Huyu
Daudi ni nani? Huyu mwana wa Yese ni nani?
Watumishi wengi wanakimbia kutoka kwa bwana
zao siku hizi. 11 Kwa nini nichukue mkate wangu,
maji yangu na nyama niliyochinja kwa ajili ya
wakata manyoya wangu, na kuwapa watu ambao
hakuna anayejua wanakotoka?"
12 Watu wa Daudi wakageuka na kurudi. Wali-
pofika, wakaarifu kila neno. 13 Daudi akawaambia
watu wake, "Jifungeni panga zenu!" Basi wakaji-
funga panga zao, naye Daudi akajifunga upanga
wake. Watu kama mia nne hivi wakapanda pamoja
na Daudi, na watu mia mbili wakabaki na vifaa.
14 Mmoja wa watumishi akamwambia Abigaili,
mkewe Nabali: "Daudi alituma wajumbe kutoka
jangwani kumpa bwana wetu salamu zake, lakini
akawavurumishia matukano. 15 Hata hivyo watu
hawa walikuwa wema sana kwetu. Hawakutu-
tendea mabaya, na wakati wote tulipokuwa nje
huko mashambani karibu nao, hatukupotewa
na kitu chochote. 16 Usiku na mchana walikuwa
ukuta wakituzunguka wakati wote tulipokuwa
tukichunga kondoo zetu karibu nao. 17 Sasa fikiri
juu ya jambo hili na uone unaweza kufanya nini,
kwa sababu maafa yanakaribia juu ya bwana wetu
na nyumba yake yote. Yeye ni mtu mwovu kiasi
kwamba hakuna mtu awezaye kuzungumza naye."
18 Abigaili akafanya haraka, akachukua mikate
mia mbili, viriba viwili vya divai, kondoo watano
waliochinjwa vipimo vitano vya bisi, vishada mia
moja vya zabibu kavu, mikate mia mbili ya tini,
akavipakia juu ya punda. 19 Kisha akawaambia
watumishi wake, "Tangulieni; mimi nitakuja nyuma
yenu." Lakini hakumwambia Nabali mumewe.
20 Ikawa alipokuwa amepanda punda wake kwe-
nye bonde la mlima, tazama, Daudi na watu wake
wakawa wanateremka kumwelekea, naye akaku-
tana nao. 21 Daudi alikuwa amesema, "Ilikuwa ni
kazi bure kuchunga kwangu kote mali za huyu
mtu huko jangwani hivi kwamba hakuna chochote
chake kilichopotea. Yeye amenilipa baya kwa ajili
ya wema. 22 BWANA na amshughulikie Daudi, tena
kwa ukali, ikiwa kesho asubuhi nitambakizia
mwanaume hata mmoja aliye hai miongoni mwa
watu wake wote!"
23 Abigaili alipomwona Daudi, akashuka haraka
kwenye punda wake, akainama kifudifudi uso
wake mpaka nchi mbele ya Daudi. 24 Akamwa-
ngukia miguuni pake na kusema: "Bwana wangu,
kosa hili na liwe juu yangu mwenyewe. Tafadhali
mruhusu mtumishi wako aseme nawe. Sikia kile
mtumishi wako atakachosema. 25 Bwana wangu na
asimjali huyo mtu mwovu Nabali. Yeye anafanana
na jina lake; jina lake ni Mpumbavu, nao upumbavu
huenda pamoja naye. Lakini kwangu mimi, mtu-
mishi wako, sikuwaona hao watu waliotumwa na
bwana wangu.
26 "Basi sasa, kwa kuwa BWANA amekuzuia, wewe
bwana wangu, kutokumwaga damu na kutolipiza
kisasi kwa mikono yako mwenyewe, hakika kama
BWANA aishivyo na kama uishivyo, maadui zako
na wote wanaokusudia kumdhuru bwana wangu
wawe kama Nabali. 27 Nayo zawadi hii ambayo
mtumishi wako amemletea bwana wangu, wapewe
watu wanaofuatana nawe. 28 Tafadhali samehe
kosa la mtumishi wako, kwa kuwa BWANA kwa
hakika ataifanya imara nyumba ya ufalme kwa
bwana wangu, kwa sababu anapigana vita vya
BWANA. 29 Hata ingawa yuko mtu anayekufuatia
kuuondoa uhai wako, usiruhusu baya lolote kuo-
nekana kwako siku zote za maisha yako, uhai wa
bwana wangu utafungwa salama kwenye furushi
la walio hai na BWANA Mungu wako. Lakini uhai wa
adui zako atavurumishwa kama vile jiwe kutoka
kwenye kombeo. 30 BWANA atakapokuwa amesha-
mtendea bwana wangu kila kitu chema alichoahidi
kumhusu yeye na kumweka kuwa kiongozi wa
Israeli, 31 bwana wangu hatakuwa na dhamiri ina-
yolemewa na mzigo kwa kumwaga damu kusiko
na sababu, au kujilipizia kisasi yeye mwenyewe.
BWANA atakapomletea bwana wangu mafanikio,
umkumbuke mtumishi wako."
32 Daudi akamwambia Abigaili, "Ahimidiwe
BWANA, Mungu wa Israeli aliyekutuma kunilaki leo.
33 Ubarikiwe kwa uamuzi wako mzuri na kwa kuni-
zuia nisimwage damu leo na kulipiza kisasi kwa
mikono yangu. 34 La sivyo, hakika kama BWANA,
Mungu wa Israeli, aishivyo, ambaye amenizuia
nisiwadhuru, kama usingekuja haraka kunilaki,
hakuna hata mwanaume mmoja wa Nabali angea-
chwa hai kufikia mapambazuko."
35 Ndipo Daudi akapokea kutoka mkononi
mwake kile alichokuwa amemletea, naye akasema,
"Nenda nyumbani kwako kwa amani; nimesikia
maneno yako na kukujalia ombi lako."

36 Abigaili alipokwenda kwa Nabali, alikuwa
ndani ya nyumba yake akifanya karamu kama ile
ya mfalme. Naye alikuwa ana furaha nyingi, akiwa
amelewa sana. Kwa hiyo Abigaili hakumwambia
mumewe kitu chochote mpaka asubuhi yake. 37 Basi
asubuhi, Nabali alipokuwa amelevuka, mkewe aka-
mwambia mambo yote, nao moyo wake ukazimia,
akawa kama jiwe. 38 Baada ya siku kumi, BWANA
akampiga Nabali, naye akafa.

39 Daudi aliposikia kwamba Nabali amekufa,
akasema, "Ahimidiwe BWANA, ambaye amenitetea
shauri langu dhidi ya Nabali kwa kuwa alinitendea
kwa dharau. Amemzuia mtumishi wake asitende
mabaya na BWANA ameuleta ubaya wa Nabali juu
ya kichwa chake mwenyewe."

Kisha Daudi akatuma ujumbe kwa Abigaili
kumwomba awe mke wake. 40 Watumishi wa Daudi
wakaenda mpaka Karmeli na kumwambia Abigaili,
wakisema, "Daudi ametutuma kwako kukuchukua
uwe mkewe."

41 Akainama chini uso wake mpaka ardhini,
akasema, "Mjakazi wako yuko hapa, tayari kuwa-
tumikia na kuwanawisha miguu watumishi wa
bwana wangu." 42 Abigaili akainuka kwa haraka,
akapanda punda wake, akihudumiwa na wajakazi
wake watano, akaenda pamoja na wajumbe wa
Daudi, naye akawa mkewe. 43 Pia Daudi alikuwa
amemwoa Ahinoamu wa Yezreeli, wote wawili
wakawa wake zake. 44 Lakini Sauli alikuwa ame-
mwoza Mikali binti yake, aliyekuwa mkewe Daudi,
kwa Palti mwana wa Laishi, kutoka Galimu.

Daudi Amwacha Sauli Hai Tena

26 Hao Wazifu wakamwendea Sauli huko Gibea
na kusema, "Je, Daudi hakujificha katika kilima
cha Hakila, kinachotazamana na Yeshimoni?"

2 Hivyo Sauli akashuka kwenda katika Jangwa la
Zifu, akiwa na watu wake 3,000 wa Israeli walio-
chaguliwa, kumsaka Daudi huko. 3 Sauli akapiga
kambi yake kando ya barabara juu ya kilima cha
Hakila kinachotazamana na Yeshimoni, lakini
Daudi alikuwa anaishi huko jangwani. Alipoona
kuwa Sauli amemfuata huko, 4 Daudi akatuma
wapelelezi na akapata habari kwa hakika kwamba
Sauli alikuwa amewasili.

5 Ndipo Daudi akaondoka, akaenda hadi mahali
Sauli alikuwa amepiga kambi. Akaona mahali Sauli
na Abneri mwana wa Neri, jemadari wa jeshi, wali-
pokuwa wamelala. Sauli alikuwa amelala ndani ya
kambi, jeshi likiwa limemzunguka.

6 Basi Daudi akamuuliza Ahimeleki Mhiti, na
Abishai mwana wa Seruya, nduguye Yoabu, aki-
sema, "Ni nani atakayeshuka pamoja nami kambini
kwa Sauli?"

Abishai akajibu, "Nitakwenda pamoja nawe."

7 Hivyo Daudi na Abishai wakaenda kwenye jeshi
wakati wa usiku, tazama Sauli, alikuwa amelala
ndani ya kambi na mkuki wake umekitwa ardhini
karibu na kichwa chake. Abneri na askari walikuwa
wamelala kumzunguka Sauli.

8 Abishai akamwambia Daudi, "Leo Mungu ame-
mtia adui yako mikononi mwako. Sasa niruhusu
nimchome mpaka ardhini kwa pigo moja la mkuki
wangu; sitamchoma mara mbili."

9 Lakini Daudi akamwambia Abishai, "Usimwa-
ngamize! Ni nani awezaye kutia mkono juu ya
mpakwa mafuta wa BWANA na asiwe na hatia?"
10 Daudi akasema, "Hakika kama vile BWANA
aishivyo, BWANA mwenyewe atampiga; au wakati
wake utafika, naye atakufa, au atakwenda vitani
na kuangamia. 11 Lakini Mungu na apishie mbali
nisije nikainua mkono juu ya mpakwa mafuta wa
BWANA. Sasa chukua huo mkuki na hilo gudulia la
maji vilivyo karibu na kichwa chake, tuondoke."

12 Hivyo Daudi akachukua huo mkuki na hilo
gudulia la maji vilivyokuwa karibu na kichwa cha
Sauli, nao wakaondoka. Hakuna yeyote aliyeona
au kufahamu habari hii, wala hakuna hata mmoja
aliyeamka usingizini. Wote walikuwa wamelala,
kwa sababu BWANA alikuwa amewatia kwenye
usingizi mzito.

13 Kisha Daudi akavuka upande mwingine na
kusimama juu ya kilima mahali palipokuwa na
nafasi pana kati yao. 14 Daudi akalipigia kelele jeshi
na Abneri mwana wa Neri, akisema, "Je, Abneri,
hutanijibu?"

Abneri akajibu, "Nani wewe umwitaye mfalme?"

15 Daudi akasema, "Wewe si ni mtu shujaa? Ni
nani aliye kama wewe katika Israeli? Kwa nini basi
hukumlinda mfalme bwana wako? Mtu mmoja
alikuja kumwangamiza mfalme, bwana wako.
16 Ulichokifanya si kizuri. Kwa hakika kama aishi-
vyo BWANA, wewe na watu wako mnastahili kufa,
kwa sababu hamkumlinda bwana wenu, mpakwa
mafuta wa BWANA. Tazameni hapo mlipo. Uko wapi
mkuki wa mfalme na gudulia la maji ambavyo vili-
kuwa karibu na kichwa chake?"

17 Sauli akatambua sauti ya Daudi, na kusema,
"Je, hiyo ni sauti yako, Daudi mwanangu?"

Daudi akajibu, "Naam, hiyo ndiyo, bwana wangu
mfalme." 18 Pia akaongeza, "Kwa nini bwana wangu
anamfuatia mtumishi wake? Nimefanya nini, nalo
kosa langu ni lipi nililolifanya niwe na hatia? 19 Sasa
mfalme bwana wangu na asikilize maneno ya mtu-
mishi wake. Kama BWANA amekuchochea dhidi
yangu, basi yeye na aipokee sadaka yangu. Lakini
hata hivyo, kama ni wanadamu waliofanya hivyo,
walaaniwe mbele za BWANA! Wao sasa wamenifu-
kuza kutoka sehemu yangu katika urithi wa BWANA
wangu wakisema, 'Nenda ukatumikie miungu
mingine.' 20 Basi usiache damu yangu imwagike
kwenye ardhi mbali na uso wa BWANA. Mfalme wa
Israeli ametoka kutafuta kiroboto, kama vile mtu
awindavyo kware katika milima."

21 Ndipo Sauli akasema, "Nimetenda dhambi.
Rudi, Daudi mwanangu. Kwa kuwa uliyahesabu
maisha yangu kuwa ya thamani leo, sitajaribu
kukudhuru tena. Hakika nimetenda kama mpu-
mbavu na nimekosa sana."

22 Daudi akajibu, "Mkuki wa mfalme uko hapa.
Mmoja wa vijana wako na avuke kuuchukua.
23 BWANA humlipa kila mtu kwa ajili ya haki yake
na uaminifu wake. BWANA alikutia katika mikono
yangu leo, lakini sikuinua mkono wangu juu ya
mpakwa mafuta wa BWANA. 24 Kwa hakika kama vile
maisha yako yalivyokuwa ya thamani kwangu leo,
vivyo hivyo maisha yangu na yawe na thamani kwa
BWANA na kuniokoa kutoka taabu zote."

25 Ndipo Sauli akamwambia Daudi, "Mwanangu
Daudi na ubarikiwe; utafanya mambo makubwa
na hakika utashinda."

Basi Daudi akaenda zake, naye Sauli akarudi
nyumbani.

Daudi Miongoni Mwa Wafilisti

27 Daudi akasema moyoni mwake, "Katika
mojawapo ya siku hizi nitaangamizwa kwa
mkono wa Sauli. Jambo lililo bora ni kutorokea
kwenye nchi ya Wafilisti. Hivyo Sauli atakata tamaa
ya kunisaka popote katika Israeli, nami nitakuwa
nimeponyoka mkononi mwake."

2 Hivyo Daudi akaondoka na hao watu mia sita
waliokuwa pamoja naye na kwenda kwa Akishi
mwana wa Maoki mfalme wa Gathi. 3 Daudi na
watu wake wakakaa huko Gathi pamoja na Aki-
shi. Kila mtu alikuwa pamoja na jamaa yake, naye
Daudi pamoja na wakeze wawili: yaani Ahinoamu
wa Yezreeli, na Abigaili wa Karmeli, mjane wa
Nabali. 4 Sauli alipokuwa ameambiwa kwamba
Daudi alikuwa amekimbilia Gathi, hakuendelea
kumsaka tena.

5 Ndipo Daudi akamwambia Akishi, "Kama
nimepata kibali machoni pako, unipe sehemu
katika mojawapo ya miji katika nchi nikae huko.
Kwa nini mtumwa wako akae pamoja nawe katika
mji huu wa kifalme?"

6 Hivyo siku hiyo Akishi akampa Daudi mji wa
Siklagi, nao Siklagi umekuwa mali ya wafalme
wa Yuda tangu wakati huo. 7 Daudi akaishi katika
nchi ya Wafilisti muda wa mwaka mmoja na miezi
minne.

8 Basi Daudi na watu wake wakapanda na kuwa-
shambulia Wageshuri, Wagirizi na Waamaleki.
(Tangu zamani haya mataifa yalikuwa yameishi
kwenye eneo lililotanda kuanzia Telemu katika
njia iteremkayo Shuri hadi kufikia nchi ya Misri.)
9 Kila mara Daudi aliposhambulia eneo, hakubakiza
hai mwanaume wala mwanamke, lakini alichukua
kondoo na ng'ombe, punda na ngamia, na nguo.
Kisha akarudi kwa Akishi.

10 Akishi alipomuuliza, "Je leo umeshambulia
wapi?" Daudi humjibu, "Dhidi ya Negebu ya Yuda,"
au wakati mwingine husema, "Dhidi ya Negebu
ya Yerameeli," au "Dhidi ya Negebu ya Wakeni."
11 Daudi hakumwacha hai mwanaume au mwa-
namke ili apate kuletwa Gathi, kwa maana Daudi
aliwaza, "Wanaweza kujulisha habari zetu na
kusema, 'Hivi ndivyo alivyofanya Daudi.' " Hii ndiyo
ilikuwa desturi yake wakati wote aliishi katika nchi
ya Wafilisti. 12 Akishi akamsadiki Daudi na kuwaza
moyoni mwake, akasema, "Daudi amekuwa kitu
cha kuchukiza kabisa kwa watu wake, Waisraeli,
hivi kwamba atakuwa mtumishi wangu milele."

Sauli Na Mchawi Wa Endori

28 Siku zile Wafilisti wakakusanya majeshi yao
ili kupigana vita dhidi ya Israeli. Akishi aka-
mwambia Daudi, "Lazima ujue kuwa wewe pamoja
na watu wako mtafuatana nami kwenda vitani."

2 Daudi akasema, "Ndipo wewe mwenyewe uta-
kapojionea jambo ambalo mtumishi wako anaweza
kufanya."

Akishi akamjibu Daudi, "Vyema sana, mimi
nitakufanya uwe mlinzi wangu daima."

3 Wakati huo Samweli alikuwa amekufa, nao
Israeli wote walikuwa wamemwombolezea na
kumzika kwenye mji wake mwenyewe huko Rama.
Sauli alikuwa amewafukuza waaguzi na wachawi.

4 Wafilisti wakakusanyika na kupiga kambi
yao huko Shunemu, naye Sauli akawakusanya
Waisraeli wote na kupiga kambi yao huko Gilboa.
5 Sauli alipoona jeshi la Wafilisti, akaogopa; moyo
wake ukajawa na hofu kuu. 6 Ndipo Sauli akauliza
ushauri kwa Bwana, lakini Bwana hakumjibu kwa
ndoto, wala kwa Urimu,[a] wala kwa njia ya manabii.
7 Basi Sauli akawaambia watumishi wake, "Nitafu-
tieni mwanamke mwaguzi ili nimwendee, nipate
kuuliza kwake."

Watumishi wake wakamwambia, "Yuko mwa-
namke mmoja huko Endori."

8 Hivyo Sauli akajigeuza kwa kuvaa mavazi
mengine, naye usiku akiwa amefuatana na watu
wawili wakaenda kwa huyo mwanamke. Akamwa-
mbia, "Nibashirie kwa uaguzi, unipandishie yule
nitakayekutajia."

9 Huyo mwanamke akamwambia, "Wewe unajua
lile alilofanya Mfalme Sauli. Amewakatilia mbali
waaguzi, wapiga ramli wote na wachawi katika
nchi. Mbona umenitegea maisha yangu ili wapate
kuniua?"

10 Sauli akamwapia huyo mwanamke kwa Jina
la Bwana, akasema, "Kwa hakika kama Bwana
aishivyo, hutaadhibiwa kwa ajili ya jambo hili."

11 Ndipo yule mwanamke akauliza, "Je unataka
nikupandishie nani?"

Sauli akasema, "Nipandishie Samweli."

12 Yule mwanamke alipomwona Samweli, ali-
piga yowe kwa sauti kuu, naye akamuuliza Sauli,
"Mbona umenidanganya? Wewe ndiwe Sauli."

13 Mfalme akamwambia, "Usiogope. Unaona
nini?"

Yule mwanamke akasema, "Naona mungu una-
panda kutoka ardhini."

14 Sauli akamuuliza, "Ni mfano wa nini?"

Yule mwanamke akasema, "Ni mwanaume mzee
amevaa joho anayepanda."

Ndipo Sauli akatambua kwamba ni Samweli.
Sauli akasujudu kifudifudi, uso wake hadi ardhini.
15 Samweli akamuuliza Sauli, "Kwa nini unani-
taabisha kwa kunipandisha juu?"

Sauli akasema, "Mimi ninasumbuka sana, kwa
maana Wafilisti wanapigana vita dhidi yangu, naye
Mungu ameniacha. Hanijibu tena wala kwa njia
ya manabii wala kwa ndoto. Kwa hiyo nimekuita
wewe ili unijulishe la kufanya."

16 Samweli akamuuliza, "Kwa nini uniulize
mimi, maadamu Bwana amekuacha na kuwa adui
yako? 17 Bwana ametenda lile alilotangulia kusema
kupitia kwangu. Bwana ameurarua ufalme kutoka
mikononi mwako, naye amempa mmoja wa jirani
zako, yaani Daudi. 18 Kwa sababu wewe hukumtii
Bwana, wala hukumtimizia ghadhabu yake kali
juu ya Waamaleki, Bwana amekutendea mambo

[a]6 Urimu na Thumimu maana yake ni Nuru na Kweli; vifaa hivi vili-
wekwa kwenye kifuko cha juu cha kisibau cha kuhani mkuu ili kujua
mapenzi ya Mungu kwenye mambo ya kutatanisha.

haya leo. 19 Zaidi ya hayo, Bwana atawatia Israeli
pamoja na wewe mikononi mwa Wafilisti, na
kesho wewe na wanao mtakuwa pamoja nami.
Bwana pia atalitia jeshi la Israeli mikononi mwa
Wafilisti."

20 Papo hapo Sauli akaanguka chini, akajinyoo-
sha, akiwa amejawa na hofu kwa ajili ya maneno
ya Samweli. Nguvu zake zikamwishia kwa maana
alikuwa hajala chochote mchana ule wote na usiku.

21 Yule mwanamke alipomwendea Sauli na
kumwona amepatwa na hofu, akamwambia,
"Tazama, mimi mtumishi wako mwanamke
nimekutii. Nimeweka maisha yangu hatarini kwa
kufanya kile ulichoniagiza nifanye. 22 Sasa tafa-
dhali isikilize sauti ya mtumishi wako, uniruhusu
nikupatie chakula kidogo ule ili uwe na nguvu za
kurejea ulikotoka."

23 Akakataa, akisema, "Mimi sitaki kula."

Lakini watumishi wake wakaungana na yule
mwanamke wakamsihi ale, naye akakubali. Basi
akainuka hapo chini, akaketi juu ya kitanda.

24 Yule mwanamke alikuwa na ndama aliyenona
hapo nyumbani, akamchinja mara moja. Akachu-
kua unga, akaukanda, akatengeneza mkate usio
chachu. 25 Ndipo akamwandalia meza Sauli pamoja
na watu wake, nao wakala. Usiku ule ule wakainuka
na kwenda zao.

Akishi Amrudisha Daudi Huko Siklagi

29 Wafilisti wakakusanya majeshi yao yote huko
Afeki, nao Waisraeli wakapiga kambi karibu
na chemchemi iliyoko Yezreeli. 2 Watawala wa
Wafilisti walipokuwa wakipita pamoja na vikosi
vyao vya mamia na vya maelfu, Daudi na watu
wake walikuwa wakitembea huko nyuma pamoja
na Akishi. 3 Majemadari wa Wafilisti wakauliza,
"Vipi kuhusu hawa Waebrania?"

Akishi akajibu, "Huyu si Daudi, aliyekuwa afisa
wa Sauli mfalme wa Israeli? Ameshakuwa pamoja
nami kwa zaidi ya mwaka, naye tangu alipomwacha
Sauli hadi sasa, sikuona kosa lolote kwake."

4 Lakini majemadari wa Wafilisti wakamkasirikia
na kusema, "Mrudishe mtu huyu, apate kurudi
mahali pale ulipompangia. Haimpasi kufuatana
pamoja nasi vitani, asije akageuka, akawa kinyume
chetu vitani. Ni kwa njia ipi bora zaidi angeweza
kujipatia tena kibali kwa bwana wake, isipokuwa
kwa vichwa vya watu wetu wenyewe? 5 Je, huyu si
ndiye Daudi walioimba kumhusu katika ngoma
zao, wakisema:

" 'Sauli amewaua elfu zake,
naye Daudi makumi elfu yake'?"

6 Basi Akishi akamwita Daudi na kumwambia,
"Kama vile Bwana aishivyo, wewe umekuwa mtu
mwaminifu, nami ningependa utumike pamoja
nami katika jeshi. Tangu siku ile uliyofika kwa-
ngu hadi sasa, sijaona kosa lolote kwako, lakini
hao watawala hawakukubali. 7 Rudi na uende kwa
amani; usifanye chochote cha kuwakasirisha wata-
wala wa Kifilisti."

8 Daudi akamuuliza Akishi, "Lakini mimi nime-
fanya nini? Je, umeona nini kibaya juu ya mtumishi
wako tangu siku ile niliyokuja kwako hadi leo?
Kwa nini nisirudi na kupigana na adui za bwana
wangu mfalme?"

9 Akishi akamjibu Daudi, "Mimi ninajua ya
kuwa wewe umekuwa wa kupendeza machoni
pangu kama vile malaika wa Mungu. Lakini hao
majemadari wa Wafilisti wamesema, 'Huyu hai-
mpasi kwenda vitani pamoja nasi.' 10 Sasa amka
mapema, pamoja na watumishi wa bwana wako
waliofuatana nawe, nanyi ondokeni asubuhi mara
kutakapopambazuka."

11 Hivyo Daudi na watu wake wakaamka asu-
buhi na mapema, wakaenda zao kurudi katika
nchi ya Wafilisti, nao Wafilisti wakapanda kwenda
Yezreeli.

Daudi Aangamiza Waamaleki

30 Daudi na watu wake wakafika Siklagi siku ya
tatu. Basi Waamaleki walikuwa wamevamia
Negebu na Siklagi. Wakawa wameshambulia mji
wa Siklagi na kuuteketeza kwa moto, 2 nao wakawa
wamewachukua mateka wanawake pamoja na
wote waliokuwamo humo, vijana na wazee. Hawa-
kuua yeyote, bali waliwachukua wakaenda zao.

3 Daudi na watu wake walipofika Siklagi, waka-
kuta mji umeangamizwa kwa moto na wake zao
pamoja na wana wao na binti zao wamechukuliwa
mateka. 4 Hivyo Daudi na watu wake wakapiga
yowe mpaka wakaishiwa na nguvu za kulia. 5 Wake
wawili wa Daudi walikuwa wametekwa: yaani Ahi-
noamu wa Yezreeli, na Abigaili, mjane wa Nabali
wa Karmeli. 6 Daudi alihuzunika sana kwa sababu
watu walikuwa wakisemezana juu ya kumpiga kwa
mawe. Kila mmoja alikuwa na uchungu rohoni kwa
sababu ya wanawe na binti zake. Lakini Daudi aka-
jitia nguvu katika Bwana, Mungu wake.

7 Kisha Daudi akamwambia kuhani Abiathari
mwana wa Ahimeleki, "Niletee kisibau." Abiathari
akamletea, 8 naye Daudi akamuuliza Bwana, "Je,
nifuatie kundi hili la wavamizi? Je, nitawapata?"

Bwana akajibu, "Wafuatie. Hakika utawapata
na utafanikiwa kuwaokoa."

9 Daudi pamoja na watu wake 600 wakafika
kwenye Bonde la Besori, mahali ambapo wengine
waliachwa nyuma, 10 kwa kuwa watu 200 walikuwa
wamechoka sana kuweza kuvuka hilo bonde.
Lakini Daudi pamoja na watu 400 wakaendelea
kufuatia.

11 Wakamkuta Mmisri katika shamba fulani, nao
wakamleta kwa Daudi. Wakampa huyo Mmisri
maji ya kunywa na chakula; 12 kipande cha andazi
la tini na andazi la zabibu zilizokaushwa. Akala
naye akapata nguvu, kwa kuwa hakuwa amekula
chakula chochote wala kunywa maji kwa siku tatu
usiku na mchana.

13 Daudi akamuuliza, "Wewe ni wa nani, na
umetoka wapi?"

Akajibu, "Mimi ni Mmisri, mtumwa wa Mwama-
leki. Bwana wangu aliniteIekeza nilipougua siku
tatu zilizopita. 14 Tulivamia Negebu ya Wakerethi,
na nchi ya Yuda, na Negebu ya Kalebu. Nasi tuli-
choma moto Siklagi."

15 Daudi akamuuliza, "Je, unaweza kuniongoza
kufikia kundi hili la uvamizi?"

Akajibu, "Niapie mbele ya Mungu kwamba
hutaniua wala kunikabidhi mikononi mwa bwana
wangu, nami nitakupeleka hadi waliko."

16 Akamwongoza Daudi mpaka mahali walipo-
kuwa, nao walikuwa wametawanyika eneo lote,
wakila, wakinywa na wakifanya karamu kwa
sababu ya nyara nyingi walizochukua kutoka nchi
ya Wafilisti na kutoka Yuda. 17 Daudi akapigana nao
kuanzia machweo ya jua hadi kesho yake jioni, na
hakuna yeyote miongoni mwao aliyetoroka, isipo-
kuwa vijana wanaume 400 waliopanda ngamia
na kutoroka. 18 Daudi akarudisha kila kitu Waa-
maleki walikuwa wamechukua, pamoja na wake
zake wawili. 19 Hakuna chochote kilichopotea:
kijana au mzee, mvulana au msichana, nyara au
kitu kingine chochote walichokuwa wamechukua.
Daudi akarudisha kila kitu. 20 Akachukua makundi
yote ya kondoo, mbuzi na ng'ombe, nao watu wake
wakawaswaga wanyama hao mbele ya wanyama
wengine wa kufugwa, wakisema, "Hizi ni nyara
za Daudi."

21 Kisha Daudi akafika kwa wale watu 200
waliokuwa wamechoka sana kumfuata na ambao
waliachwa nyuma kwenye Bonde la Besori. Waka-
toka kwenda kumlaki Daudi na wale watu aliokuwa
nao. Daudi na watu wake walipowakaribia, aka-
wasalimu. 22 Lakini watu wote waovu na wakorofi
miongoni mwa wafuasi wa Daudi wakasema, "Kwa
sababu hawakwenda pamoja nasi, hatutagawana
nao nyara tulizorudisha. Lakini, kila mtu aweza
kuchukua mkewe na watoto wake na kuondoka."

23 Daudi akajibu, "La hasha, ndugu zangu, kamwe
hamwezi kufanya hivyo kwa kile ambacho BWANA
ametupatia. Yeye ametulinda na kuweka mikononi
mwetu majeshi yale yaliyokuja kupigana dhidi
yetu. 24 Ni nani atasikiliza yale mnayosema? Fungu
la mtu aliyekaa na vyombo litakuwa sawa na la
yule aliyekwenda vitani. Wote watashiriki sawa."
25 Daudi akafanya hili liwe amri na agizo kwa Israeli
kutoka siku ile hata leo.

26 Daudi alipofika Siklagi, akatuma baadhi ya
nyara kwa wazee wa Yuda, waliokuwa rafiki zake,
akasema, "Tazama, hapa kuna zawadi kwa ajili
yenu kutoka nyara za adui za BWANA."

27 Akazituma kwa wale waliokuwa Betheli,
Ramoth-Negebu na Yatiri; 28 kwa wale walioko
Aroeri, Sifmothi, Eshtemoa 29 na Rakali; kwa
wale waliokuwa katika miji ya Wayerameeli
na ya Wakeni; 30 na kwa wale walioko Horma,
Bori-Ashani, Athaki, 31 na kwa wakazi wa Hebroni;
na kwa wale waliokuwa mahali pengine pote
ambako Daudi na watu wake walitembelea.

Sauli Ajiua

31 Basi Wafilisti wakapigana na Israeli. Waisraeli
wakawakimbia, na wengi wakauawa katika
Mlima Gilboa. 2 Wafilisti wakawafuatia kwa bidii
Sauli na wanawe, wakawaua Yonathani, Abinadabu
na Malki-Shua. 3 Mapigano yakawa makali sana
kumzunguka Sauli, nao wapiga upinde wakampata
na kumjeruhi vibaya.

4 Sauli akamwambia mbeba silaha wake, "Futa
upanga wako unichome nao, la sivyo hawa watu
wasiotahiriwa watakuja wanichome na kunidha-
lilisha."

Lakini mbeba silaha wake akaogopa sana wala
hakuweza kufanya hivyo. Kwa hiyo Sauli aka-
chukua upanga wake mwenyewe na kuuangukia.
5 Mchukua silaha wake alipoona Sauli amekufa,
naye pia akaangukia upanga wake akafa pamoja
naye. 6 Basi Sauli, wanawe watatu, mbeba silaha
wake na watu wake wote wakafa pamoja siku ile ile.

7 Waisraeli waliokuwa kandokando ya bonde na
wale waliokuwa ng'ambo ya Yordani walipoona
kuwa jeshi la Waisraeli limekimbia na kwamba
Sauli na wanawe wamekufa, wakaacha miji yao
na kukimbia. Nao Wafilisti wakaja na kukaa humo.

8 Kesho yake Wafilisti walipokuja kuwavua maiti
silaha, walimkuta Sauli na wanawe watatu wamea-
nguka katika Mlima Gilboa. 9 Wakamkata Sauli
kichwa na kumvua silaha zake, nao wakatuma
wajumbe katika nchi yote ya Wafilisti kutangaza
habari katika hekalu la sanamu zao na miongoni
mwa watu wao. 10 Wakaweka silaha zake katika
hekalu la Maashtorethi, na kukifunga kiwiliwili
chake katika ukuta wa Beth-Shani.

11 Watu wa Yabeshi-Gileadi waliposikia yale
Wafilisti walichomfanyia Sauli, 12 mashujaa wao
wote wakaenda usiku hadi Beth-Shani. Wakau-
chukua mwili wa Sauli na miili ya wanawe kutoka
kwenye ukuta wa Beth-Shani na kurudi hadi
Yabeshi, mahali ambapo waliiteketeza kwa moto.
13 Kisha wakachukua mifupa yao na kuizika chini
ya mti wa mkwaju huko Yabeshi, nao wakafunga
siku saba.

2 SAMWELI

Daudi Afahamishwa Kifo Cha Sauli

1 Baada ya kifo cha Sauli, Daudi alipokuwa ame-
rudi kutoka kuwashinda Waamaleki, Daudi
alikaa siku mbili huko Siklagi. 2 Siku ya tatu
akaja mtu mwenye nguo zilizoraruka na mavu-
mbi kichwani mwake kutoka kwenye kambi ya
Sauli. Alipomjia Daudi, akajitupa chini ili kumpa
heshima.

3 Daudi akamuuliza, "Wewe umetoka wapi?"

Akamjibu, "Nimetoroka kutoka kambi ya Waisraeli."

4 Daudi akamuuliza, "Ni nini kilichotokea? Niambie."

Akasema, "Watu walikimbia kutoka vitani. Wengi wao walianguka na kufa. Naye Sauli na Yonathani mwanawe wamekufa."

5 Ndipo Daudi akamwambia huyo kijana aliye-
mletea taarifa, "Je, umefahamuje kwamba Sauli
na Yonathani mwanawe wamekufa?"

6 Yule kijana akasema, "Nilijipata huko Mlima
Gilboa, naye Sauli alikuwa huko akiegemea
mkuki wake, na magari ya vita na wapanda farasi
wa upande wa adui wakawa wamemkaribia sana.
7 Alipogeuka na kuniona, akaniita, nami nika-
sema, 'Je, nifanye nini?'

8 "Akaniuliza, 'Wewe ni nani?'

"Nikamjibu, 'Mimi ni Mwamaleki.'

9 "Kisha akaniambia, 'Nikaribie mimi na uniue! Niko katika maumivu makali ya kifo, lakini bado ningali hai.'

10 "Kwa hiyo nikamkaribia nikamuua, kwa sababu nilijua kwamba baada ya kuanguka hangeweza kupona. Nami nikachukua lile taji lililokuwa kichwani mwake na utepe uliokuwa mkononi mwake nami nimevileta hapa kwa bwana wangu."

11 Ndipo Daudi pamoja na watu wote waliokuwa
pamoja naye wakazishika nguo zao na kuzirarua.
12 Wakaomboleza, wakalia pia na kufunga mpaka
jioni kwa ajili ya Sauli na Yonathani mwanawe,
kwa ajili ya jeshi la BWANA na nyumba ya Israeli,
kwa sababu wameanguka kwa upanga.

13 Daudi akamwambia yule kijana aliyemletea taarifa, "Wewe ni mwenyeji wa wapi?"

Akamjibu, "Mimi ni mwana wa mgeni, Mwamaleki."

14 Daudi akamuuliza, "Kwa nini hukuogopa kuinua mkono wako ili kumwangamiza mpakwa mafuta wa BWANA?"

15 Kisha Daudi akamwita mmoja wa watu
wake na kumwambia, "Nenda ukamuue!" Kwa
hiyo akampiga, naye akafa. 16 Kwa maana Daudi
alikuwa amemwambia, "Damu yako iwe juu ya
kichwa chako mwenyewe. Kinywa chako mwe-
nyewe kimeshuhudia dhidi yako uliposema,
'Nilimuua mpakwa mafuta wa BWANA.' "

Ombolezo La Daudi Kwa Ajili Ya Sauli Na Yonathani

17 Daudi akafanya maombolezo haya kuhusu
Sauli na Yonathani mwanawe, 18 naye akaagiza
kwamba watu wa Yuda wafundishwe ombolezo
hili la upinde (ambalo limeandikwa katika Kitabu
cha Yashari):

19 "Walio fahari yako, ee Israeli, wameuawa
juu ya mahali pako palipoinuka.
Jinsi wenye nguvu walivyoanguka!

20 "Msilisimulie hili katika Gathi,
msilitangaze hili katika
barabara za Ashkeloni,
binti za Wafilisti wasije wakafurahia,
binti za hao wasiotahiriwa
wasije wakashangilia.

21 "Enyi milima ya Gilboa,
msipate umande wala mvua,
wala mashamba yazaayo sadaka
ya nafaka.
Kwa maana huko ndiko ngao ya mwenye
nguvu iliponajisiwa,
ngao ya Sauli haitapakwa tena mafuta.
22 Kutokana na damu ya waliouawa,
kutokana na miili ya wenye nguvu,
ule upinde wa Yonathani haukugeuka nyuma.
Upanga wa Sauli haukurudi bure.

23 "Sauli na Yonathani,
maishani walipendwa na kuneemeka,
na katika kifo hawakutengana.
Walikuwa wepesi kuliko tai,
walikuwa na nguvu kuliko simba.

24 "Enyi binti za Israeli,
lieni kwa ajili ya Sauli,
ambaye aliwavika nguo
nyekundu na maridadi,
ambaye aliremba mavazi yenu
kwa mapambo ya dhahabu.

25 "Tazama jinsi mashujaa
walivyoanguka vitani!
Yonathani ameuawa
mahali pako palipoinuka.
26 Nahuzunika kwa ajili yako,
Yonathani ndugu yangu,
kwangu ulikuwa mpendwa sana.
Upendo wako kwangu ulikuwa wa ajabu,
wa ajabu zaidi kuliko ule wa wanawake.

27 "Tazama jinsi mashujaa walivyoanguka!
Silaha za vita zimeangamia!"

Daudi Atiwa Mafuta Kuwa Mfalme Wa Yuda

2 Ikawa baada ya mambo haya, Daudi akamuuliza
BWANA, "Je, nipande kwenda katika mojawapo
ya miji ya Yuda?"
BWANA akasema, "Panda."
Daudi akauliza, "Je, niende wapi?"
BWANA akajibu, "Nenda Hebroni."
2 Basi Daudi akakwea kwenda huko pamoja
na wake zake wawili, Ahinoamu wa Yezreeli na
Abigaili, mjane wa Nabali wa Karmeli. 3 Pia Daudi
akawachukua watu waliokuwa pamoja naye, kila
mmoja na jamaa yake, nao wakaishi huko Hebroni
na miji yake. 4 Ndipo watu wa Yuda wakaja Hebroni,
huko wakamtia Daudi mafuta awe mfalme juu ya
nyumba ya Yuda.
Daudi alipoambiwa kuwa ni watu wa
Yabeshi-Gileadi waliomzika Sauli, 5 akatuma waju-
mbe kwa watu wa Yabeshi-Gileadi kuwaambia,
"BWANA awabariki kwa kuonyesha wema huu
kwa kumzika Sauli bwana wenu. 6 Sasa BWANA na
awaonyeshe wema na uaminifu, nami pia nitawao-
nyesha wema ule ule kwa kuwa mmefanya jambo
hili. 7 Sasa basi, kuweni hodari na mashujaa, kwa
maana bwana wenu Sauli amekufa, nayo nyumba
ya Yuda imenitia mafuta niwe mfalme juu yao."

Vita Kati Ya Nyumba Ya Daudi Na Sauli

8 Wakati huo Abneri mwana wa Neri, jemadari
wa jeshi la Sauli, alikuwa amemchukua Ish-Boshe-
thi mwana wa Sauli na kumleta hadi Mahanaimu.
9 Akamweka awe mfalme juu ya nchi ya Gileadi,
Waasheri,[a] Yezreeli, Efraimu, Benyamini na Israeli
yote.
10 Ish-Boshethi[b] mwana wa Sauli alikuwa na umri
wa miaka arobaini alipoanza kutawala Israeli, naye
akatawala miaka miwili. Hata hivyo, nyumba ya
Yuda ikamfuata Daudi. 11 Muda ambao Daudi ali-
kuwa mfalme juu ya nyumba ya Yuda huko Hebroni
ilikuwa miaka saba na miezi sita.
12 Abneri mwana wa Neri, pamoja na watu wa
Ish-Boshethi mwana wa Sauli, wakatoka Maha-
naimu kwenda Gibeoni. 13 Yoabu mwana wa Seruya
na watu wa Daudi wakatoka na kukutana nao
kwenye bwawa la Gibeoni. Kikundi kimoja kili-
keti upande mmoja wa bwawa, na kikundi kingine
upande wa pili.
14 Ndipo Abneri akamwambia Yoabu, "Tuwaweke
baadhi ya vijana wasimame na wapigane ana kwa
ana mbele yetu."
Yoabu akasema, "Sawa, na wafanye hivyo."
15 Kwa hiyo vijana wakasimama, wakahesabiwa:
watu wa Benyamini na wa Ish-Boshethi mwana wa
Sauli kumi na wawili, na upande wa Daudi kumi na
wawili. 16 Kisha kila mtu akakamatana na mpinzani
wake kichwani na kuchomana kwa upanga, nao
wakaanguka chini pamoja. Kwa hiyo mahali pale
katika Gibeoni pakaitwa Helkath-Hasurimu.[c]
17 Siku hiyo vita vilikuwa vikali sana, naye Abneri
na watu wa Israeli wakashindwa na watu wa Daudi.
18 Wana watatu wa Seruya walikuwako huko: nao
ni Yoabu, Abishai na Asaheli. Basi huyo Asaheli
alikuwa na mbio kama paa. 19 Asaheli akamfukuza
Abneri, pasipo kugeuka kulia wala kushoto wakati
akimfuata. 20 Abneri akaangalia nyuma na kumuu-
liza, "Ni wewe, Asaheli?"
Akamjibu, "Ndiyo."
21 Ndipo Abneri akamwambia, "Geuka upande
wa kulia au kushoto. Mchukue mmoja wa vijana
wa kiume na umvue silaha zake." Lakini Asaheli
hakuacha kumfukuza.
22 Abneri akamwonya tena Asaheli akimwambia,
"Acha kunifukuza! Kwa nini nikuue? Je, nitawezaje
kumtazama ndugu yako Yoabu usoni?"
23 Lakini Asaheli alikataa kuacha kumfuatia,
kwa hiyo Abneri akamchoma Asaheli tumboni
kwa ncha butu ya mkuki wake, mkuki ukamtoboa
ukatokea mgongoni mwake. Akaanguka na kufa
papo hapo. Ikawa kila mtu alisimama alipofika
mahali pale Asaheli alipoanguka na kufa.
24 Lakini Yoabu na Abishai walimfuata Abneri,
na jua lilipokuwa linatua, wakafika kwenye kilima
cha Ama, karibu na Gia kwenye njia ya kuelekea
kwenye nyika ya Gibeoni. 25 Ndipo watu wa kabila la
Benyamini wakakusanyika tena nyuma ya Abneri.
Wakaunda kikosi na kujiimarisha juu ya kilima.
26 Abneri akamwita Yoabu, akamwambia, "Je,
ni lazima upanga uendelee kuangamiza milele?
Hutambui kwamba jambo hili litaishia katika
uchungu? Utaacha kuwaagiza watu wako waache
kuwafuatilia ndugu zao hata lini?"
27 Yoabu akajibu, "Hakika kama aishivyo Mungu,
kama hukusema, hawa watu wangeendelea kuwa-
fuatia ndugu zao mpaka asubuhi."
28 Basi Yoabu akapiga tarumbeta, nao watu wote
wakasimama, hawakuwafuata Israeli tena, wala
hawakuwapiga tena.
29 Usiku ule wote Abneri na watu wake waka-
tembea kupitia Araba. Wakavuka Mto Yordani,
wakaendelea wakipitia nchi yote ya Bithroni
wakafika Mahanaimu.
30 Basi Yoabu akarudi kutoka kumfuatia Abneri,
na kuwakusanya watu wake wote. Pamoja na
Asaheli, watu kumi na tisa wa Daudi walikuwa
wamepotea. 31 Lakini watu wa Daudi walikuwa
wamewaua watu wa kabila la Benyamini 360
waliokuwa pamoja na Abneri. 32 Wakamchukua
Asaheli, wakamzika katika kaburi la baba yake
huko Bethlehemu. Kisha Yoabu na watu wake
wakatembea usiku kucha na kufika huko Hebroni
wakati wa mapambazuko.

3 Vita kati ya nyumba ya Sauli na nyumba ya
Daudi vilidumu kwa muda mrefu. Daudi akae-
ndelea kuwa imara zaidi na zaidi, wakati nyumba
ya Sauli iliendelea kudhoofika zaidi na zaidi.
2 Wana walizaliwa kwa Daudi huko Hebroni:
Mzaliwa wake wa kwanza alikuwa
Amnoni mwana wa Ahinoamu wa
Yezreeli;
3 mzaliwa wake wa pili alikuwa Danieli[d]
mwana wa Abigaili, mjane wa Nabali wa
Karmeli;

---

[a]9 Waasheri hapa ni kabila moja la Israeli.
[b]10 Ish-Boshethi maana yake Mtu wa Aibu, pia anaitwa Esh-Baali maana yake Mtu wa Baali (1Nya 8:33; 9:39).
[c]16 Helkath-Hasurimu maana yake Uwanja wa Mapambano.
[d]3 Jina lingine lake ni Kileabu.

wa tatu, Absalomu mwana wa Maaka,
binti Talmai mfalme wa Geshuri;
4 wa nne, Adoniya mwana wa Hagithi;
wa tano, Shefatia mwana wa Abitali;
5 wa sita, Ithreamu mwana wa Egla,
mkewe Daudi.
Hawa ndio waliozaliwa kwa Daudi huko
Hebroni.

Abneri Anamwendea Daudi

6 Wakati wa vita kati ya nyumba ya Sauli na
nyumba ya Daudi, Abneri alikuwa anajiimarisha
katika nafasi yake kwenye nyumba ya Sauli. 7 Basi
Sauli alikuwa amekuwa na suria, jina lake Rispa
binti wa Aiya. Naye Ish-Boshethi akamwambia
Abneri, "Kwa nini umekutana kimwili na suria
wa baba yangu?"
8 Abneri akakasirika sana kwa sababu ya kile
Ish-Boshethi alichosema, naye akamjibu, "Je, mimi
ni kichwa cha mbwa, kwa upande wa Yuda? Siku
hii ya leo mimi ni mtiifu kwa nyumba ya baba yako
Sauli, kwa jamaa yake na rafiki zake. Sijakukabidhi
kwa Daudi, lakini bado unanilaumu kwa kosa la
kuhusika na huyu mwanamke! 9 Mungu na amshu-
ghulikie Abneri, tena kwa ukali, ikiwa sitafanya kwa
ajili ya Daudi kile Bwana alichomwahidi kwa kiapo,
10 na kuuhamisha ufalme kutoka kwenye nyumba ya
Sauli na kuimarisha kiti cha ufalme cha Daudi juu
ya Israeli na Yuda kuanzia Dani mpaka Beer-Sheba."
11 Ish-Boshethi hakuthubutu kusema neno jingine
kwa Abneri, kwa sababu alimwogopa Abneri.
12 Ndipo Abneri akatuma wajumbe kwa niaba
yake kwa Daudi, kumwambia, "Nchi hii ni ya nani?
Fanya mapatano na mimi, nami nitakusaidia kui-
weka Israeli yote juu yako."
13 Daudi akasema, "Vyema, nitafanya mapatano
nawe. Lakini nahitaji jambo moja kwako: Usije
mbele yangu mpaka umemleta Mikali binti Sauli
wakati utakapokuja kuniona." 14 Kisha Daudi aka-
peleka wajumbe kwa Ish-Boshethi mwana wa Sauli,
kudai, "Nipe Mikali mke wangu, ambaye nilimposa
mwenyewe kwa mahari ya magovi 100 ya Wafilisti."
15 Kwa hiyo Ish-Boshethi akatoa amri kwamba
Mikali achukuliwe kutoka kwa Paltieli mumewe,
mwana wa Laishi. 16 Hata hivyo, mumewe alikwe-
nda pamoja naye, akilia nyuma ya mkewe njia
yote hadi Bahurimu. Ndipo Abneri akamwambia
Paltieli, "Rudi nyumbani!" Kwa hiyo akarudi.
17 Abneri akafanya shauri pamoja na wazee wa
Israeli, akasema, "Muda mrefu mmetaka kumfanya
Daudi mfalme wenu. 18 Sasa fanyeni hivyo! Kwa
maana Bwana alimwahidi Daudi akisema, 'Kwa
kupitia Daudi mtumishi wangu nitawaokoa watu
wangu Israeli kutoka mikononi mwa Wafilisti na
kutoka mikononi mwa adui zako wote.' "
19 Pia Abneri mwenyewe akazungumza na kabila
la Benyamini. Kisha akaenda mpaka Hebroni
kumwambia Daudi kila kitu ambacho Israeli na
nyumba yote ya Benyamini walichotaka kufanya.
20 Wakati Abneri aliyekuwa na watu ishirini pamoja
naye, alipokuja kwa Daudi huko Hebroni, Daudi
akamwandalia karamu pamoja na watu wake.
21 Ndipo Abneri akamwambia Daudi, "Niache
niende mara moja nikakusanye Israeli yote kwa
ajili ya mfalme bwana wangu, ili waweze kufanya
mapatano na wewe, ili kwamba uweze kutawala juu
ya yote yale ambayo moyo wako unaonea shauku."
Basi Daudi akamuaga Abneri, naye akaenda kwa
amani.

Yoabu Amuua Abneri

22 Wakati huo huo, watu wa Daudi na Yoabu wali-
rudi kutoka kwenye kushambulia, nao wakarudi
na nyara nyingi mno. Lakini Abneri hakuwa tena
pamoja na Daudi huko Hebroni, kwa sababu Daudi
alikuwa amemruhusu aende zake, naye akaenda
kwa amani. 23 Yoabu na askari wote aliokuwa nao
walipowasili, aliambiwa kwamba Abneri mwana
wa Neri alikuwa amekuja kwa mfalme na kwamba
mfalme alikuwa amemruhusu aende zake, na kwa-
mba alikwisha ondoka kwa amani.
24 Basi Yoabu alikwenda kwa mfalme na kumwa-
mbia, "Ni nini hiki ulichofanya? Tazama, Abneri
alikuja kwako. Kwa nini ukamwacha aende? Sasa
amekwenda! 25 Wajua Abneri mwana wa Neri ali-
kuja kukudanganya na kuchunguza nyendo zako
na kupata kila kitu unachokifanya."
26 Ndipo Yoabu akamwacha Daudi na kutuma
wajumbe wamfuate Abneri, nao wakamrudisha
kutoka kisima cha Sira. Lakini Daudi hakufahamu
jambo hili. 27 Basi Abneri aliporudi Hebroni, Yoabu
akamchukua kando ndani ya lango, kama vile
kuzungumza naye faraghani. Ili kulipiza kisasi
damu ya nduguye Asaheli, Yoabu akamchoma
mkuki tumboni palepale, naye akafa.
28 Baadaye, Daudi aliposikia kuhusu jambo hili,
akasema, "Mimi na ufalme wangu kamwe hatuna
hatia mbele za Bwana kuhusu damu ya Abneri
mwana wa Neri. 29 Damu yake na iwe juu ya kichwa
cha Yoabu na juu ya nyumba yote ya baba yake!
Kamwe asikosekane yeyote katika nyumba ya
Yoabu mwenye kidonda chenye usaha, au ukoma
au mwenye kuegemea fimbo au aangukaye kwa
upanga au kupungukiwa na chakula."
30 (Yoabu na Abishai ndugu yake walimuua
Abneri kwa sababu alikuwa amemuua Asaheli
ndugu yao katika vita huko Gibeoni.)
31 Kisha Daudi akamwambia Yoabu na watu wote
aliokuwa pamoja nao, "Rarueni nguo zenu na mvae
nguo za gunia na mtembee mkiomboleza mbele
ya Abneri." Mfalme Daudi mwenyewe akatembea
nyuma ya jeneza. 32 Wakamzika Abneri huko
Hebroni, naye mfalme akalia kwa sauti kwenye
kaburi la Abneri. Pia watu wote wakalia.
33 Mfalme akaimba ombolezo hili kwa ajili ya
Abneri:

"Je, ilipasa Abneri afe kama afavyo
mpumbavu?
34 Mikono yako haikufungwa,
miguu yako haikufungwa pingu.
Ulianguka kama yeye aangukaye
mbele ya watu waovu."

Nao watu wote wakamlilia tena.
35 Kisha watu wote wakaja kumsihi Daudi ale
chochote kulipokuwa kungali bado mchana; lakini
Daudi akaapa, akisema, "Mungu na anishughulikie,

tena kwa ukali, kama nikionja mkate au kitu
kingine chochote kabla ya jua kutua!"
36 Watu wote wakaona hilo nao ikawapendeza;
naam, kila kitu mfalme alichofanya kiliwapendeza.
37 Kwa hiyo siku ile watu wote na Israeli yote waka-
jua kwamba mfalme hakushiriki katika mauaji ya
Abneri mwana wa Neri.
38 Kisha mfalme akawaambia watu wake, "Je,
hamfahamu kwamba mkuu na mtu mashuhuri
ameanguka katika Israeli leo? 39 Nami leo ingawa
ni mfalme mpakwa mafuta, mimi ni dhaifu, nao
hawa wana wa Seruya wananizidi nguvu. BWANA
na amlipize mtenda maovu sawasawa na matendo
yake maovu!"

Ish-Boshethi Auawa

4 Ish-Boshethi mwana wa Sauli aliposikia kwa-
mba Abneri amekufa huko Hebroni, akakosa
ujasiri, nayo Israeli yote wakatiwa hofu kuu. 2 Basi
mwana wa Sauli alikuwa na watu wawili waliokuwa
viongozi wa vikundi vya uvamizi. Mmoja aliitwa
Baana na mwingine Rekabu, waliokuwa wana wa
Rimoni, Mbeerothi, kutoka kabila la Benyamini.
Beerothi alihesabiwa kuwa sehemu ya Benyamini,
3 kwa sababu watu wa Beerothi walikimbilia huko
Gitaimu na wameishi huko kama wageni mpaka
siku hii ya leo.
4 (Yonathani mwana wa Sauli alikuwa na mwana
aliyekuwa mlemavu miguu yote miwili. Alikuwa
na miaka mitano wakati habari kuhusu Sauli na
Yonathani zilipofika kutoka Yezreeli. Yaya wake
akambeba ili kukimbia, lakini yaya alipokuwa
anaharakisha kuondoka, mtoto alianguka akawa
kiwete. Jina lake aliitwa Mefiboshethi.)
5 Basi Rekabu na Baana, wana wa Rimoni Mbee-
rothi wakaenda nyumbani kwa Ish-Boshethi, nao
walifika huko wakati alipokuwa kwenye mapumziko
yake ya mchana. 6 Wakaingia kwenye chumba cha
ndani kana kwamba wanachukua ngano, waka-
mchoma Ish-Boshethi mkuki wa tumboni. Ndipo
Rekabu na Baana nduguye wakatoroka.
7 Walikuwa wameingia ndani ya nyumba wakati
alipokuwa amelala kitandani chumbani kwake.
Baada ya kumchoma mkuki na kumuua, walikata
kichwa chake. Wakiwa wamekichukua, walitembea
usiku kucha kwa njia ya Araba. 8 Wakamletea
Daudi kichwa cha Ish-Boshethi huko Hebroni,
wakamwambia mfalme, "Hiki hapa kichwa cha
Ish-Boshethi mwana wa Sauli, adui yako, aliye-
jaribu kuondoa uhai wako. Siku hii ya leo BWANA
amemlipia kisasi mfalme bwana wangu dhidi ya
Sauli na mzao wake."
9 Daudi akawajibu Rekabu na Baana nduguye,
wana wa Rimoni, Mbeerothi, akasema, "Hakika
kama BWANA aishivyo, ambaye ameniokoa kutoka
taabu zote, 10 yule mtu aliponiambia, 'Sauli
amekufa,' akadhani ananiletea habari njema,
nilimkamata, nikamuua huko Siklagi. Hiyo ndiyo
zawadi niliyompa kwa ajili ya taarifa yake! 11 Je, ni
mara ngapi zaidi wakati watu waovu wamemuua
mtu asiye na hatia akiwa ndani ya nyumba yake
mwenyewe na kwenye kitanda chake mwenyewe?
Je, sasa nisidai damu yake mikononi mwenu na
kuwaondoa duniani?"
12 Kwa hiyo Daudi akawaamuru watu wake,
wakawaua. Wakakata mikono yao na miguu,
na kutundika viwiliwili vyao kando ya dimbwi
huko Hebroni. Lakini wakakichukua kichwa cha
Ish-Boshethi na kukizika katika kaburi la Abneri
huko Hebroni.

Daudi Atawazwa Mfalme Juu Ya Israeli

5 Makabila yote ya Israeli yakamjia Daudi huko
Hebroni na kumwambia, "Sisi tu nyama yako
na damu yako hasa. 2 Zamani, wakati Sauli alikuwa
mfalme juu yetu, wewe ndiwe uliyeiongoza Israeli
vitani. Naye BWANA alikuambia, 'Wewe utawachu-
nga watu wangu Israeli, na utakuwa mtawala wao.' "
3 Wazee wote wa Israeli wakamwendea Mfalme
Daudi huko Hebroni, mfalme akafanya mapatano
nao huko Hebroni mbele za BWANA, nao wakamtia
Daudi mafuta kuwa mfalme wa Israeli.
4 Daudi alikuwa na miaka thelathini alipoanza
kutawala, naye akatawala Israeli miaka arobaini.
5 Huko Hebroni alitawala Yuda kwa miaka saba na
miezi sita, na katika Yerusalemu alitawala Israeli
yote na Yuda kwa miaka thelathini na mitatu.

Daudi Ateka Yerusalemu

6 Mfalme na watu wake wakaenda Yerusa-
lemu kuwashambulia Wayebusi walioishi humo.
Wayebusi wakamwambia Daudi, "Wewe hutaingia
humu, kwani hata vipofu na viwete wanaweza
kukufukuza." Walidhani, "Daudi hawezi kuingia
humu." 7 Hata hivyo, Daudi akaiteka ngome ya
Sayuni, Mji wa Daudi.
8 Siku ile, Daudi akasema, "Yeyote ambaye atawa-
shinda Wayebusi, atatumia huo mfereji kuwafikia
hao 'viwete na vipofu' ambao ni adui za Daudi."
Ndiyo sababu wanasema, " 'Vipofu na viwete'
hawataingia kwenye jumba la ufalme."
9 Ndipo Daudi akafanya makao ndani ya ngome
na kuiita Mji wa Daudi. Akajenga eneo linalozu-
nguka kuanzia Milo[a] kuelekea ndani. 10 Daudi
akazidi kuwa na nguvu zaidi na zaidi, kwa sababu
BWANA Mungu Mwenye Nguvu Zote alikuwa
pamoja naye.
11 Basi Hiramu mfalme wa Tiro akawatuma waju-
mbe kwa Daudi, wakiwa na magogo ya mierezi,
maseremala na waashi, nao wakajenga jumba la
kifalme kwa ajili ya Daudi. 12 Naye Daudi akafahamu
kuwa BWANA amemwimarisha kuwa mfalme juu ya
Israeli na ameinua ufalme wake kwa ajili ya Israeli,
watu wake.
13 Baada ya Daudi kuondoka Hebroni, akajitwalia
masuria zaidi na wake huko Yerusalemu, nao wana
na binti wengi walizaliwa kwake. 14 Haya ndiyo
majina ya watoto waliozaliwa kwake huko: Shamua,
Shobabu, Nathani, Solomoni, 15 Ibihari, Elishua,
Nefegi, Yafia, 16 Elishama, Eliada na Elifeleti.

Daudi Awashinda Wafilisti

17 Wafilisti waliposikia kuwa Daudi ametiwa
mafuta kuwa mfalme wa Israeli, wakapanda
na jeshi lao lote kwenda kumsaka, lakini Daudi
akapata habari hizo, naye akateremka kwenye

a9 Milo maana yake Boma la Ngome.

ngome. 18 Basi Wafilisti walikuwa wamekuja na kusambaa kwenye Bonde la Warefai, 19 kwa hiyo Daudi akamuuliza BWANA, "Je, niende kuwashambulia Wafilisti? Je, utawatia mikononi mwangu?"

BWANA akamjibu, "Nenda, kwa maana hakika nitawatia Wafilisti mikononi mwako."

20 Ndipo Daudi akaenda mpaka Baal-Perasimu, na huko akawashinda Wafilisti. Akasema, "Kama mafuriko yafurikavyo, BWANA amewafurikia adui zangu mbele yangu." Kwa hiyo mahali hapo pakaitwa Baal-Perasimu.[a] 21 Wafilisti wakaiacha miungu yao huko, naye Daudi na watu wake wakaichukua.

22 Wafilisti walikwea kwa mara nyingine na kusambaa katika Bonde la Warefai. 23 Kwa hiyo Daudi akamuuliza BWANA, naye akamjibu, "Usipande moja kwa moja, bali wazungukie kwa nyuma na uwashambulie mbele ya miti ya miforosadi. 24 Mara utakaposikia sauti ya kutembea kutoka kwenye vilele vya miti ya miforosadi, nenda haraka, kwa sababu hiyo itamaanisha kuwa BWANA ametangulia mbele yako kupiga jeshi la Wafilisti." 25 Basi Daudi akafanya kama BWANA alivyomwagiza, naye akawaangusha Wafilisti njia yote kuanzia Geba[b] hadi Gezeri.

Sanduku La Mungu Laletwa Yerusalemu

6 Tena Daudi akakusanya watu 30,000 wa Israeli waliochaguliwa. 2 Yeye na watu wake wote wakatoka Baala ya Yuda[c] kulipandisha Sanduku la Mungu kutoka huko, linaloitwa kwa Jina, naam, jina la BWANA Mwenye Nguvu Zote, ambaye anaketi katika kiti cha enzi kati ya makerubi walioko juu ya hilo Sanduku. 3 Wakaweka hilo Sanduku la Mungu juu ya gari jipya la kukokotwa na kulileta kutoka nyumba ya Abinadabu, iliyokuwa juu ya kilima. Uza na Ahio, wana wa Abinadabu, walikuwa wakiongoza hilo gari jipya la kukokotwa 4 likiwa na Sanduku la Mungu juu yake, naye Ahio alikuwa anatembea akiwa mbele yake. 5 Daudi na nyumba yote ya Israeli walikuwa wanacheza mbele za BWANA kwa nguvu zao zote, kwa nyimbo, vinubi, zeze, matari, kayamba na matoazi.

6 Walipofika kwenye uwanja wa kupuria nafaka wa Nakoni, Uza akanyoosha mkono na kulishika Sanduku la Mungu kwa sababu maksai walijikwaa. 7 Hasira ya BWANA ikawaka dhidi ya Uza kwa sababu ya kitendo chake cha kukosa heshima, kwa hiyo Mungu akampiga akafia papo hapo kando ya Sanduku la Mungu.

8 Ndipo Daudi akakasirika kwa sababu ghadhabu ya BWANA ilifurika dhidi ya Uza, hivyo hadi leo mahali hapo panaitwa Peres-Uza.

9 Daudi akamwogopa BWANA siku ile, akasema, "Ni jinsi gani Sanduku la BWANA litakavyoweza kunijia?" 10 Hakuwa radhi kulichukua Sanduku la BWANA kwake katika Mji wa Daudi. Badala yake akalipeleka kwenye nyumba ya Obed-Edomu, Mgiti. 11 Sanduku la BWANA likabaki katika nyumba ya Obed-Edomu, Mgiti, kwa miezi mitatu, naye BWANA akambariki pamoja na nyumba yake yote.

12 Kisha Mfalme Daudi akaambiwa, "BWANA ameibariki nyumba ya Obed-Edomu pamoja na kila alicho nacho, kwa sababu ya Sanduku la Mungu." Basi Daudi akateremka na kulipandisha Sanduku la Mungu kutoka nyumba ya Obed-Edomu hadi Mji wa Daudi kwa shangwe. 13 Wale waliokuwa wamebeba Sanduku la BWANA walipokuwa wametembea hatua sita, Daudi alitoa dhabihu fahali na ndama aliyenoneshwa. 14 Daudi, akiwa amevaa kisibau cha kitani, alicheza mbele za BWANA kwa nguvu zake zote, 15 wakati yeye na nyumba yote ya Israeli walipopandisha Sanduku la BWANA kwa shangwe na sauti za tarumbeta.

16 Ikawa Sanduku la BWANA lilipokuwa linaingia katika Mji wa Daudi, Mikali binti Sauli akachungulia dirishani. Naye alipomwona Mfalme Daudi akirukaruka na kucheza mbele za BWANA, akamdharau moyoni mwake.

17 Wakaleta Sanduku la BWANA na kuliweka mahali pake ndani ya hema ambalo Daudi alikuwa amelisimamisha kwa ajili yake, naye Daudi akatoa sadaka za kuteketezwa na sadaka za amani mbele za BWANA. 18 Baada ya kumaliza kutoa sadaka za kuteketezwa na sadaka za amani, Daudi akawabariki watu katika jina la BWANA Mwenye Nguvu Zote. 19 Kisha akatoa mkate, andazi la tende na andazi la zabibu kavu kwa kila mtu katika mkutano wote wa Waisraeli, wanaume kwa wanawake. Nao watu wote wakaenda nyumbani kwao.

20 Daudi aliporudi ili kuwabariki watu wa nyumbani mwake, Mikali binti Sauli akatoka nje kumlaki, akamwambia, "Tazama jinsi mfalme wa Israeli alivyojibainisha mwenyewe leo kwa kuvua mavazi yake machoni pa vijakazi wa watumishi wake, kama vile ambavyo mtu asiye na adabu angelifanya!"

21 Daudi akamwambia Mikali, "Nilifanya hivyo mbele za BWANA ambaye alinichagua mimi badala ya baba yako au mwingine yeyote kutoka nyumba yake wakati aliponiweka niwe mtawala juu ya Israeli, watu wa BWANA. Kwa hiyo nitacheza mbele za BWANA. 22 Nitakuwa asiye na heshima zaidi kuliko sasa, nami nitajishusha machoni pangu mwenyewe. Lakini kwa hawa vijakazi uliosema habari zao nitaheshimiwa."

23 Naye Mikali binti Sauli hakuwa na watoto mpaka siku ya kufa kwake.

Ahadi Ya Mungu Kwa Daudi

7 Baada ya mfalme kuingia rasmi katika jumba lake la kifalme, naye BWANA akiwa amemstarehesha pande zote mbali na adui zake, 2 akamwambia nabii Nathani, "Mimi hapa, ninaishi katika jumba la kifalme la mierezi, wakati Sanduku la Mungu limebaki katika hema."

3 Nathani akamjibu mfalme, "Lolote ulilo nalo moyoni, endelea ukalifanye, kwa maana BWANA yu pamoja nawe."

4 Usiku ule neno la BWANA likamjia Nathani, kusema:

5 "Nenda ukamwambie mtumishi wangu
Daudi, 'Hili ndilo asemalo BWANA: Je, ewe
ndiwe wa kunijengea mimi nyumba ili nikae

---

[a]20 Maana yake Bwana Afurikae.
[b]25 Kwa Kiebrania mji huu uliitwa Gibeoni (ona 1Nya 14:16).
[c]2 Baala ya Yuda ni jina la Kiebrania; yaani Kiriath-Yearimu.

ndani yake? 6 Sijakaa ndani ya nyumba tangu
siku niliyowaleta Waisraeli kutoka Misri hadi
leo. Nimekuwa nikitembea kutoka mahali
pamoja hadi mahali pengine ndani ya hema
kama makao yangu. 7 Popote nilipotembea
pamoja na Waisraeli wote, je, nimewahi
kumwambia kiongozi wao yeyote niliyemwa-
muru kuwachunga watu wangu Israeli, "Kwa
nini hujanijengea nyumba ya mierezi?" '
8 "Sasa basi, mwambie mtumishi wangu
Daudi, 'Hili ndilo asemalo Bwana Mwenye
Nguvu Zote: Nilikutoa wewe kutoka machu-
ngani na kutoka kuandama kundi la kondoo
na mbuzi ili kuwaongoza watu wangu Israeli.
9 Nimekuwa pamoja nawe popote ulipokwe-
nda, nami nimekuondolea mbali adui zako
wote mbele yako. Basi nitalifanya jina lako
kuwa kuu kama majina ya watu walio wakuu
sana duniani. 10 Nami nitawapatia watu wangu
Israeli mahali niwapande humo ili kwamba
wawe na nyumbani kwao wenyewe wasisu-
mbuliwe tena. Watu waovu hawatawaonea
tena, kama walivyofanya mwanzoni, 11 na
kama walivyofanya tangu mwanzo wakati
nilipowaweka viongozi juu ya watu wangu
Israeli. Pia nitawapa raha mbele ya adui zenu
wote.

" 'Bwana akuambia kwamba Bwana
mwenyewe atakujengea nyumba. 12 Siku
zako zitakapokwisha nawe ulale pamoja na
baba zako, nitainua mzao wako aingie mahali
pako, ambaye atatoka viunoni mwako, nami
nitauimarisha ufalme wake. 13 Yeye ndiye
atakayejenga nyumba kwa ajili ya Jina langu,
nami nitaimarisha kiti cha enzi cha ufalme
wake milele. 14 Nitakuwa baba yake, naye
atakuwa mwanangu. Atakapokosea nitamwa-
dhibu kwa fimbo ya wanadamu, kwa adhabu
ya kupigwa na wanadamu. 15 Lakini upendo
wangu kamwe hautaondolewa kwake, kama
nilivyouondoa kwa Sauli, niliyemwondoa
atoke mbele yako. 16 Nyumba yako na ufalme
wako utadumu milele mbele zangu, kiti chako
cha enzi kitafanywa imara milele.' "

17 Nathani akamwarifu Daudi maneno yote ya
maono haya.

Maombi Ya Daudi

18 Ndipo Mfalme Daudi akaingia ndani, akaketi
mbele za Bwana, akasema:

"Ee Bwana Mwenyezi, mimi ni nani, na
jamaa yangu ni nini, hata umenileta mpaka
hapa nilipo? 19 Naam, kana kwamba hili hali-
toshi machoni pako, Ee Bwana Mwenyezi,
wewe umenena pia kuhusu siku zijazo za nyu-
mba ya mtumishi wako. Je, hii ndiyo njia yako
ya kawaida ya kushughulika na mwanadamu,
Ee Bwana Mwenyezi?
20 "Je, Daudi aweza kukuambia nini zaidi?
Kwa maana unamjua mtumishi wako, Ee
Bwana Mwenyezi. 21 Kwa ajili ya neno lako
na kwa mapenzi yako, umefanya jambo hili
kubwa na kulifanya lijulikane na lifahamike
kwa mtumishi wako.
22 "Tazama jinsi ulivyo mkuu, Ee Bwana
Mwenyezi! Hakuna mwingine kama wewe,
wala hakuna Mungu ila wewe, kama vile tuli-
vyosikia kwa masikio yetu wenyewe, 23 Naye
ni nani aliye kama watu wako Israeli, taifa
pekee duniani ambalo Mungu alitoka kwe-
nda kulikomboa kwa ajili yake mwenyewe, na
kujifanyia jina mwenyewe, kwa kufanya maa-
jabu makubwa na ya kutisha kwa kuwafukuza
mataifa na miungu yao mbele ya watu wako,
ambao uliwakomboa kutoka Misri? 24 Umei-
marisha watu wako Israeli hasa kama watu
wako mwenyewe milele, nawe, Ee Bwana,
umekuwa Mungu wao.
25 "Basi sasa, Bwana, ukaitimize ahadi uli-
yosema kuhusu mtumishi wako na nyumba
yake milele. Fanya kama ulivyoahidi, 26 ili
kwamba jina lako litukuke milele. Ndipo watu
watasema, 'Bwana Mwenye Nguvu Zote ni
Mungu juu ya Israeli!' Nayo nyumba ya mtu-
mishi wako Daudi itakuwa imara mbele zako.
27 "Ee Bwana Mwenye Nguvu Zote, Mungu
wa Israeli, umelifunua hili kwa mtumishi
wako, ukisema, 'Nitakujengea nyumba.'
Hivyo mtumishi wako amepata ujasiri kuku-
letea dua hii. 28 Ee Bwana Mwenyezi, wewe
ndiwe Mungu! Maneno yako ndiyo kweli,
nawe umemwahidi mtumishi wako mambo
haya mazuri. 29 Sasa naomba uwe radhi kui-
bariki nyumba ya mtumishi wako, ili idumu
mbele zako milele, kwa maana wewe, Ee
Bwana Mwenyezi, umesema, na kwa baraka
zako nyumba ya mtumishi wako itaendelea
kubarikiwa milele."

Ushindi Wa Daudi

8 Baada ya muda, Daudi akawashinda Wafilisti
na kuwatiisha, naye akautwaa Metheg-Amma
kutoka mikononi mwa Wafilisti.
2 Pia Daudi akawashinda Wamoabu. Akawafanya
walale chini kwa mstari akawapima kwa urefu wa
kamba. Kila alipopima urefu wa hiyo kamba mara
mbili hilo kundi waliuawa na alipopima mara ya
tatu aliwaacha hai. Kwa hiyo Wamoabu wakawa
chini ya Daudi nao wakamletea kodi.
3 Zaidi ya hayo, Daudi akapigana na Hadadezeri
mwana wa Rehobu, mfalme wa Soba, alipokwenda
kurudisha tena utawala wake kwenye eneo la Mto
Frati. 4 Daudi akateka magari yake ya vita 1,000,
askari wapanda farasi 7,000 na askari 20,000
watembeao kwa miguu. Daudi akawakata wale
farasi wote wakokotao magari mishipa ya miguu,
isipokuwa farasi 100 hakuwakata.
5 Waaramu wa Dameski walipokuja kumsaidia
Hadadezeri mfalme wa Soba, Daudi akawasha-
mbulia na kuwaua 22,000 miongoni mwao. 6 Daudi
akaweka askari walinzi katika ufalme wa Waaramu
huko Dameski, nao Waaramu wakawa watumwa
wake na kumlipa ushuru. Bwana akampa Daudi
ushindi kote alipokwenda.
7 Daudi akazitwaa ngao za dhahabu zilizokuwa
za maafisa wa Hadadezeri na kuzileta Yerusalemu.

8 Kutoka miji ya Beta[a] na Berothai, iliyokuwa miji ya
Hadadezeri, Mfalme Daudi akatwaa shaba nyingi
sana.
9 Tou, mfalme wa Hamathi, aliposikia kwa-
mba Daudi amelishinda jeshi lote la Hadadezeri,
10 akamtuma mwanawe Yoramu kwa Mfalme Daudi
kumsalimu na kumpongeza kwa ushindi wake
katika vita dhidi ya Hadadezeri, kwa kuwa Hada-
dezeri alikuwa amepigana vita na Tou. Yoramu
akamletea Daudi vyombo vya fedha, dhahabu na
shaba.
11 Mfalme Daudi akaviweka vifaa hivi wakfu kwa
Bwana, kama vile alivyokuwa amefanya kwa fedha
na dhahabu kutoka kwa mataifa yote aliyokuwa
ameyashinda: 12 yaani Edomu, Moabu, Waamoni,
Wafilisti na Waamaleki. Pia akaweka wakfu nyara
alizoteka kutoka kwa Hadadezeri mwana wa
Rehobu, mfalme wa Soba.
13 Naye Daudi akapata sifa baada ya kurudi
kutoka kuwaua Waedomu 18,000 katika Bonde
la Chumvi.
14 Akaweka kambi za askari walinzi katika
Edomu yote, nao Waedomu wakawa chini ya Daudi.
Bwana alimpatia Daudi ushindi kila alipokwenda.

Maafisa Wa Daudi

15 Daudi akatawala Israeli yote, akitenda lililo
haki na sawa kwa watu wake wote. 16 Yoabu mwana
wa Seruya alikuwa jemadari wa jeshi; Yehoshafati
mwana wa Ahiludi alikuwa mweka kumbukumbu;
17 Sadoki mwana wa Ahitubu na Ahimeleki mwana
wa Abiathari walikuwa makuhani; Seraya alikuwa
mwandishi; 18 Benaya mwana wa Yehoyada alikuwa
msimamizi wa Wakerethi na Wapelethi; nao wana
wa Daudi walikuwa washauri wa mfalme.

Daudi Na Mefiboshethi

9 Daudi akauliza, "Je, hakuna mtu hata mmoja
wa nyumba ya Sauli aliyebaki ambaye naweza
kumtendea wema kwa ajili ya Yonathani?"
2 Basi palikuwepo mtumishi wa nyumba ya Sauli
aliyeitwa Siba. Wakamwita aje mbele ya Daudi,
naye mfalme akamwambia, "Wewe ndiwe Siba?"
Akamjibu, "Naam, mimi ndiye mtumishi wako."
3 Mfalme akauliza, "Je, hakuna yeyote ambaye
amebaki wa nyumba ya Sauli ninayeweza kumwo-
nyesha wema wa Mungu?"
Siba akamjibu mfalme, "Bado yupo mwana wa
Yonathani, yeye ni kiwete miguu yote."
4 Mfalme akauliza, "Yuko wapi?"
Siba akajibu, "Yuko nyumbani kwa Makiri
mwana wa Amieli huko Lo-Debari."
5 Basi Mfalme Daudi akamtaka aletwe kutoka
Lo-Debari, kutoka nyumbani kwa Makiri mwana
wa Amieli.
6 Mefiboshethi mwana wa Yonathani, mwana
wa Sauli, alipofika kwa Daudi, akainama kumpa
mfalme heshima.
Daudi akamwita, "Mefiboshethi!"
Mefiboshethi akajibu, "Ndimi mtumishi wako."
7 Daudi akamwambia, "Usiogope, kwa maana
hakika nitakutendea wema kwa ajili ya baba yako
Yonathani. Nitakurudishia ardhi yote iliyokuwa
mali ya Sauli baba yako, nawe daima utakula cha-
kula mezani pangu."
8 Mefiboshethi akasujudu akasema, "Mimi
mtumishi wako ni nini hata uangalie mbwa mfu
kama mimi?"
9 Ndipo mfalme akamwita Siba mtumishi wa
Sauli na kumwambia, "Nimempa mwana wa
bwana wako kila kitu kilichokuwa mali ya Sauli
na jamaa yake. 10 Wewe, wanao na watumishi wako
mtamlimia mashamba Mefiboshethi na kumle-
tea mavuno, ili kwamba mwana wa bwana wako
apate mahitaji yake. Naye Mefiboshethi mwana
wa bwana wako atakula chakula mezani pangu
daima." (Siba alikuwa na wana kumi na watano,
na watumishi ishirini.)
11 Ndipo Siba akamwambia mfalme, "Mtumishi
wako atafanya chochote bwana wangu mfalme
atakachoagiza mtumishi wake kufanya." Basi
Mefiboshethi akala chakula mezani pa Daudi kama
mmoja wa wana wa mfalme.
12 Mefiboshethi alikuwa na mwanawe mdogo
aliyeitwa Mika, nao watu wote wa nyumba ya
Siba walikuwa watumishi wa Mefiboshethi.
13 Naye Mefiboshethi akaishi huko Yerusalemu,
kwa sababu daima alikula mezani pa mfalme, naye
alikuwa kiwete miguu yote.

Daudi Awashinda Waamoni

10 Baada ya muda, mfalme wa Waamoni akafa,
naye Hanuni mwanawe akaingia mahali pake.
2 Daudi akawaza, "Nitamtendea wema Hanuni
mwana wa Nahashi, kama vile baba yake alivyo-
nitendea mimi wema." Hivyo Daudi akatuma
wajumbe kuonyesha wema wake kwa Hanuni
kuhusu baba yake.
Watu wa Daudi walipofika katika nchi ya Waa-
moni, 3 wakuu wa Waamoni wakamwambia Hanuni
bwana wao, "unadhani Daudi anamheshimu
baba yako kwa kukutumia watu ili kuonyesha
masikitiko? Je, Daudi hakuwatuma watu hawa
kuchunguza na kuupeleleza mji ili kuupindua?"
4 Basi Hanuni akawakamata watu wa Daudi, akawa-
nyoa kila mmoja ndevu zake nusu, akakata mavazi
yao nyuma katikati kwenye matako, akawaacha
waende zao.
5 Daudi alipoambiwa jambo hili, akatuma waju-
mbe ili kwenda kuwalaki, kwa maana walikuwa
wamevunjiwa heshima sana. Mfalme akasema,
"Kaeni huko Yeriko mpaka ndevu zenu ziote ndipo
mje."
6 Waamoni walipotambua kuwa wamekuwa
machukizo kwa Daudi, wakaajiri askari wa miguu
20,000 Waaramu kutoka Beth-Rehobu na Soba,
pia mfalme wa Maaka pamoja na watu 1,000, na
vilevile watu 12,000 kutoka Tobu.
7 Daudi aliposikia jambo hili, akamtuma Yoabu
na jeshi lote la wapiganaji. 8 Waamoni wakatoka
wakajipanga wakiwa tayari kwa vita langoni la mji
wao, wakati Waaramu wa Soba, wa Rehobu, watu
wa Tobu na Maaka walikuwa peke yao kwenye
eneo la wazi.
9 Yoabu akaona kuwa mbele yake na nyuma yake

---

[a]8 Beta ulikuwa mji wa Aramu-Soba ambao uliitwa Teba kwa Kiaramu; pia uliitwa Tibhathi (1Nya 18:8).

kumepangwa vita; kwa hiyo akachagua baadhi ya
vikosi vilivyo bora sana katika Israeli akavipanga
dhidi ya Waaramu. 10 Akawaweka waliobaki chini
ya uongozi wa Abishai nduguye na kuwapanga
dhidi ya Waamoni. 11 Yoabu akasema, "Kama
Waaramu watanizidi nguvu, basi itawabidi mje
kunisaidia. Lakini kama Waamoni watawazidi
nguvu, basi nitakuja kuwasaidia. 12 Uwe hodari
na tupigane kwa ujasiri kwa ajili ya watu wetu na
miji ya Mungu wetu. BWANA atafanya lile lililo jema
machoni pake."
13 Basi Yoabu na vikosi vyake wakasonga mbele
kupigana na Waaramu, nao Waaramu wakakimbia
mbele yake. 14 Waamoni walipoona Waaramu
wanakimbia, nao wakakimbia mbele ya Abishai
na kuingia ndani ya mji. Basi Yoabu akarudi kutoka
kupigana na Waamoni na kufika Yerusalemu.
15 Baada ya Waaramu kuona wameshindwa na
Israeli, wakajikusanya tena. 16 Hadadezeri akaagiza
Waaramu walioletwa kutoka ng'ambo ya Mto Frati,
wakaenda Helamu pamoja na Shobaki jemadari wa
jeshi la Hadadezeri akiwaongoza.
17 Daudi alipoambiwa haya, akawakusanya Israeli
wote, wakavuka Mto Yordani, wakaenda Helamu.
Waaramu wakapanga vikosi vyao vya askari
kukabiliana na kupigana dhidi ya Daudi. 18 Lakini
Waaramu wakakimbia mbele ya Israeli, naye Daudi
akawaua waendesha magari mia saba na askari wao
wa miguu 40,000. Vilevile alimpiga Shobaki jema-
dari wa jeshi lao, naye akafa huko. 19 Wafalme wote
waliokuwa wanamtumikia Hadadezeri walipoona
kuwa wameshindwa na Israeli, wakafanya amani
na Waisraeli na wakawa chini yao.
Hivyo Waaramu wakaogopa kuwasaidia Waa-
moni tena.

Daudi Na Bathsheba

11 Katika mwanzo wa mwaka mpya, wakati
wafalme watokapo kwenda vitani, Daudi
akamtuma Yoabu pamoja na watu wa mfalme na
jeshi lote la Israeli. Wakawaangamiza Waamoni na
kuuzunguka kwa jeshi mji wa Raba. Lakini Daudi
akabaki Yerusalemu.
2 Ikawa siku moja wakati wa jioni Daudi aliinuka
kitandani mwake na kutembeatembea juu ya paa
la jumba lake la kifalme. Kutokea kule kwenye
paa, akamwona mwanamke akioga. Mwanamke
huyo alikuwa mzuri sana wa sura, 3 naye Daudi
akatuma mtu mmoja kuuliza habari za huyo mwa-
namke. Huyo mtu akamwambia Daudi, "Je, huyu
si Bathsheba binti Eliamu, naye ni mke wa Uria,
Mhiti?" 4 Ndipo Daudi akatuma wajumbe kumleta.
Huyo mwanamke akaja kwa Daudi, Daudi akaku-
tana naye kimwili. (Huyo mwanamke ndipo tu
alikuwa amejitakasa kutoka siku zake za hedhi.)
Kisha akarudi nyumbani kwake. 5 Huyo mwana-
mke akapata mimba akampelekea Daudi ujumbe,
kusema, "Mimi ni mjamzito."
6 Ndipo Daudi akapeleka ujumbe kwa Yoabu,
"Unipelekee Uria, Mhiti." Naye Yoabu akamtuma
Uria kwa Daudi. 7 Uria alipofika, Daudi akamuuliza
habari za Yoabu, hali za askari na vita kwamba
inaendeleaje. 8 Kisha Daudi akamwambia Uria,
"Teremka nyumbani kwako ukanawe miguu yako."
Basi Uria akaondoka kutoka kwenye jumba la kifa-
lme, tena zawadi zikamfuata kutoka kwa mfalme.
9 Lakini Uria akalala kwenye ingilio la jumba la kifa-
lme pamoja na watumishi wote wa bwana wake, na
hakuteremka kwenda nyumbani kwake.
10 Daudi alipoambiwa kwamba, "Uria hakwe-
nda nyumbani," Daudi akamuuliza, "Je, si ndiyo tu
umefika kutoka safari ya mbali? Kwa nini hukwe-
nda nyumbani?"
11 Uria akamwambia Daudi, "Sanduku la Mungu,
na Israeli na Yuda wanakaa kwenye mahema, naye
bwana wangu Yoabu na watu wa bwana wangu
wamepiga kambi mahali pa wazi. Ningewezaje
kwenda nyumbani kwangu ili nile, ninywe na
kukutana na mke wangu? Hakika kama uishivyo
sitafanya jambo la namna hiyo!"
12 Ndipo Daudi akamwambia, "Kaa hapa siku
moja zaidi, nami kesho nitakutuma urudi." Kwa
hiyo Uria akakaa Yerusalemu siku ile na siku ili-
yofuata. 13 Kwa ukaribisho wa Daudi, Uria akala
na kunywa pamoja naye, Daudi akamlevya. Lakini
jioni Uria alitoka kwenda kulala juu ya mkeka wake
miongoni mwa watumishi wa bwana wake, hakwe-
nda nyumbani.
14 Asubuhi yake Daudi akamwandikia Yoabu
barua, akamtuma Uria kuipeleka. 15 Ndani ya barua
aliandika, "Mweke Uria mstari wa mbele mahali
ambapo mapigano ni makali sana. Kisha wewe
uondoke ili Uria aangushwe chini na kuuawa."
16 Hivyo Yoabu alipokuwa ameuzingira mji kwa
jeshi, akamweka Uria mahali ambapo alijua kuwa
ulinzi wa adui ulikuwa imara sana. 17 Wakati watu
wa mjini walipotoka kwenda kupigana dhidi ya
Yoabu, baadhi ya watu katika jeshi la Daudi
wakauawa, zaidi ya hayo, Uria, Mhiti, akafa.
18 Yoabu akampelekea Daudi maelezo yote ya
vita. 19 Akamwagiza mjumbe hivi, "Utakapokuwa
umemaliza kumpa mfalme maelezo ya vita,
20 hasira ya mfalme yaweza kuwaka, naye aweza
kukuuliza, 'Kwa nini mlisogea karibu hivyo na mji
kupigana? Hamkujua kuwa wangeweza kuwapiga
mishale kutoka ukutani? 21 Ni nani aliyemuua Abi-
meleki mwana wa Yerub-Besheth? Je, mwanamke
hakutupa juu yake jiwe la juu la kusagia kutoka
ukutani, kwa hiyo akafa huko Thebesi? Kwa nini
mlisogea hivyo karibu ya ukuta?' Ikiwa atakuuliza
hivi, ndipo umwambie, 'Pia mtumishi wako Uria,
Mhiti, amekufa.'"
22 Mjumbe akaondoka. Alipowasili akamwambia
Daudi kila kitu alichokuwa ametumwa na Yoabu
kusema. 23 Mjumbe akamwambia Daudi, "Watu
walituzidi nguvu wakatoka nje ya mji dhidi yetu
kwenye eneo la wazi, lakini tuliwarudisha nyuma
mpaka kwenye ingilio la mji. 24 Ndipo wapiga upi-
nde walitupa mishale kwa watumishi wako kutoka
ukutani, na baadhi ya watu wa mfalme wakafa.
Zaidi ya hayo, Uria, Mhiti, mtumishi wako ame-
kufa."
25 Daudi akamwambia mjumbe, "Ukamwambie
Yoabu hivi, 'Jambo hili lisikutie wasiwasi, upanga
hula huyu sawa na ulavyo mwingine. Zidisha
mashambulizi dhidi ya mji na uangamize.' Mwa-
mbie Yoabu hivi ili kumtia moyo."
26 Mke wa Uria aliposikia kwamba mumewe

amekufa, akamwombolezea. 27 Baada ya muda wa
maombolezo kwisha, Daudi akamtaka aletwe nyu-
mbani kwake, naye akawa mkewe, na akamzalia
mwana. Lakini jambo alilokuwa amefanya Daudi
lilimchukiza Bwana.

Nathani Amkemea Daudi

12 Bwana akamtuma Nathani kwa Daudi. Alipo-
fika kwake akamwambia, "Katika mji mmoja
kulikuwepo na watu wawili, mmoja alikuwa tajiri
na mwingine alikuwa maskini. 2 Yule mtu tajiri
alikuwa na idadi kubwa sana ya kondoo na ng'o-
mbe, 3 lakini yule maskini hakuwa na chochote ila
kondoo jike mdogo aliyekuwa amemnunua. Aka-
mtunza kondoo huyo, akakulia kwake pamoja na
watoto wake. Kondoo huyo alishiriki chakula cha
bwana wake na kunywea kikombe chake hata pia
huyo kondoo alilala mikononi mwa bwana wake.
Kwake alikuwa kama binti yake.
4 "Siku moja yule tajiri akafikiwa na mgeni, lakini
huyo tajiri akaacha kuchukua mmoja wa kondoo
au ng'ombe wake mwenyewe amwandalie mgeni.
Badala yake akachukua yule kondoo jike mdogo
aliyekuwa mali ya yule maskini na kumwandalia
yule mgeni wake."
5 Daudi akawakwa na hasira dhidi ya mtu huyo
tajiri na kumwambia Nathani, "Hakika kama
Bwana aishivyo, mtu huyo aliyefanya hivyo ana-
stahili kufa! 6 Lazima alipe mara nne zaidi, kwa
ajili ya kondoo huyo, kwa sababu amefanya jambo
kama hilo na hakuwa na huruma."
7 Ndipo Nathani akamwambia Daudi, "Wewe
ndiwe huyo mtu! Hivi ndivyo asemavyo Bwana,
Mungu wa Israeli: 'Nilikupaka mafuta uwe mfalme
juu ya Israeli, nilikuokoa kutokana na mkono wa
Sauli. 8 Nilikupa nyumba ya bwana wako na wake
za bwana wako mikononi mwako. Nikakupa nyu-
mba ya Israeli na Yuda. Kama haya yote yalikuwa
madogo sana, ningekupa hata zaidi. 9 Kwa nini
ulilidharau neno la Bwana kwa kufanya lililo ovu
machoni pake? Ulimuua Uria, Mhiti kwa upanga
na kumchukua mke wake awe mkeo. Ulimuua kwa
upanga wa Waamoni. 10 Basi kwa hiyo, upanga hau-
taondoka nyumbani mwako kamwe kwa sababu
ulinidharau mimi na kumchukua mke wa Uria,
Mhiti kuwa mkeo.'
11 "Hili ndilo asemalo Bwana: 'Kutoka kwa
nyumba yako mwenyewe nitaleta maafa juu
yako. Mbele ya macho yako mwenyewe nitatwaa
wake zako na kumpa yeye aliye wa karibu nawe,
naye atakutana kimwili na wake zako mchana
mwangavu. 12 Ulifanya kwa siri, lakini nitalifanya
jambo hili wakati wa mchana mwangavu mbele
ya Israeli yote.' "
13 Ndipo Daudi akamjibu Nathani, "Nimefanya
dhambi dhidi ya Bwana."
Nathani akamjibu, "Bwana amekuondolea
dhambi yako. Hutakufa. 14 Lakini kwa sababu kwa
kufanya hili umefanya adui za Bwana kuonyesha
dharau kabisa, mwana atakayezaliwa kwako ata-
kufa."
15 Baada ya Nathani kurudi nyumbani kwake,
Bwana akampiga yule mtoto ambaye mke wa
Uria alikuwa amemzalia Daudi, akaugua. 16 Daudi
akamwomba Mungu kwa ajili ya mtoto. Akafunga
na akaingia ndani ya nyumba yake akawa siku
zote analala sakafuni usiku kucha. 17 Wazee wa
nyumbani mwake wakamwendea wakasimama
karibu naye ili kumwamsha kutoka pale sakafuni,
lakini akakataa, wala hakula chochote pamoja nao.
18 Kunako siku ya saba yule mtoto akafa. Watu-
mishi wa Daudi wakaogopa kumwambia kuwa
mtoto amekufa, kwa maana walifikiri, "Wakati
mtoto alipokuwa angali hai, tulizungumza na
Daudi lakini hakutusikiliza. Tutawezaje kumwa-
mbia kwamba mtoto amekufa? Anaweza kufanya
kitu cha kujidhuru."
19 Daudi akaona kuwa watumishi wake wana-
nong'onezana wenyewe, naye akatambua kuwa
mtoto alikuwa amekufa. Akauliza "Je, ni kwamba
huyo mtoto amekufa?"
Wakamjibu, "Ndiyo, mtoto amekufa."
20 Basi Daudi akainuka kutoka pale sakafuni.
Baada ya kuoga, akajipaka mafuta na kubadilisha
nguo zake kisha akaenda ndani ya nyumba ya
Bwana, akaabudu. Baada ya hapo akaenda nyu-
mbani kwake kwa kutaka kwake, wakamwandalia
chakula, naye akala.
21 Watumishi wake wakamuuliza, "Kwa nini una-
fanya hivi? Mtoto alipokuwa angali hai, ulifunga
na kulia; lakini sasa mtoto amekufa, umeinuka
na kula."
22 Akajibu, "Wakati mtoto alipokuwa bado
yungali hai, nilifunga na kulia. Nilifikiri, 'Nani
ajuaye? Bwana aweza kunirehemu ili kumwacha
mtoto aishi.' 23 Lakini sasa kwa kuwa amekufa, kwa
nini nifunge? Je, naweza kumrudisha tena? Mimi
nitakwenda kwake, lakini yeye hatanirudia mimi."
24 Ndipo Daudi akamfariji Bathsheba mkewe,
akaingia kwake akakutana naye kimwili. Akazaa
mwana, wakamwita jina lake Solomoni. Bwana
alimpenda Solomoni. 25 Kwa kuwa Bwana alimpe-
nda, akatuma neno kwa Daudi kwa kinywa cha
nabii Nathani kuwa mtoto aitwe Yedidia[a] kwa ajili
ya Bwana.
26 Wakati huo Yoabu akapigana dhidi ya Raba
jamii ya Waamoni na kuteka ngome la kifalme.
27 Kisha Yoabu akatuma wajumbe kwa Daudi,
kusema, "Nimepigana dhidi ya Raba, nami nime-
twaa chanzo chake cha maji. 28 Sasa kusanya vikosi
vilivyobaki na ukauzingire mji kwa jeshi na kuu-
teka. La sivyo, nitauteka mimi, nao utaitwa kwa
jina langu."
29 Kwa hiyo Daudi akakusanya jeshi lote akaenda
Raba, akaushambulia na kuuteka. 30 Akachukua taji
kutoka kwa kichwa cha mfalme wao, lililokuwa
na uzito wa talanta moja ya dhahabu,[b] nayo ili-
zungushiwa vito vya thamani. Ikawekwa juu ya
kichwa cha Daudi. Alichukua nyara nyingi kutoka
mjini huo. 31 Akawatoa watu waliokuwa humo,
akawaweka wafanye kazi kwa misumeno, sululu
za chuma na mashoka, naye akawaweka kwenye
kazi ya kutengeneza matofali. Akafanya hivi kwa
miji yote ya Waamoni. Kisha Daudi na jeshi lake
lote wakarudi Yerusalemu.

[a]25 Yedidia maana yake Apendwaye na Bwana.
[b]30 Talanta moja ya dhahabu ni sawa na kilo 34.

Amnoni Na Tamari

13 Ikawa baada ya hayo, Amnoni mwana wa
Daudi akampenda Tamari, umbu lake Absa-
lomu mwana wa Daudi, ambaye alikuwa mzuri
wa sura.
2 Amnoni akasumbuka sana kuhusu Tamari hata
akaugua, kwa kuwa Tamari alikuwa bikira, na ilio-
nekana kwamba haiwezekani Amnoni kumfanyia
jambo lolote.
3 Basi Amnoni alikuwa na rafiki jina lake
Yonadabu mwana wa Shimea,[a] nduguye Daudi.
Yonadabu alikuwa mtu wa hila nyingi sana. 4 Aka-
muuliza Amnoni, "Wewe ni mtoto wa mfalme; kwa
nini siku baada ya siku unaonekana kukonda?
Hutaniambia?"

Amnoni akamwambia, "Ninampenda Tamari,
dada yake Absalomu ndugu yangu."
5 Yonadabu akamwambia, "Nenda ukalale
kitandani na ujifanye kuwa mgonjwa. Baba yako
atakapokuja kukuona mwambie, 'Ningependa
Tamari dada yangu aje kunipatia chochote ili nile.
Tafadhali mruhusu aje na kuniandalia chakula
mbele yangu ningali ninamwona, ili nipate kula
kutoka mkononi mwake.' "
6 Kwa hiyo Amnoni akalala kitandani kujifanya
mgonjwa. Mfalme alipokuja kumwona, Amnoni
akamwambia, "Ningependa dada yangu Tamari
aje na kuniandalia mikate maalum mbele yangu,
ili nipate kula toka mkononi mwake."
7 Daudi akampelekea Tamari ujumbe huko
kwenye jumba la kifalme, kusema: "Nenda katika
nyumba ya ndugu yako Amnoni ukamwandalie
chakula." 8 Kwa hiyo Tamari akaenda nyumbani
kwa nduguye Amnoni, ndugu ambaye alikuwa
amelala. Tamari akachukua unga uliotiwa cha-
chu akaukanda, akaiandaa mikate mbele yake
na kuioka. 9 Tamari akaondoa mikate kwenye
kikaango ili ampatie Amnoni, lakini akakataa kula.

Amnoni akamwambia, "Mtoe nje kila mtu
aliyeko hapa." Kwa hiyo kila mmoja akaondoka.
10 Ndipo Amnoni akamwambia Tamari, "Leta
mkate hapa ndani ya chumba changu ili nipate
kula kutoka mkononi mwako." Basi Tamari aka-
chukua mikate aliyoiandaa na kumletea Amnoni
ndugu yake ndani ya chumba chake. 11 Lakini ali-
pompelekea ili ale, akamkamata kwa nguvu na
kumwambia, "Njoo ulale nami, dada yangu."
12 Akamwambia, "Usifanye hivyo, ndugu yangu!
Usinitende jeuri! Jambo la namna hii halistahili
kufanyika katika Israeli! Usitende jambo hili ovu.
13 Kwa upande wangu je, itakuwaje? Nitaipeleka
wapi aibu yangu? Pia kwa upande wako, itakuwaje?
Utakuwa kama mmoja wa wapumbavu waovu
katika Israeli. Tafadhali zungumza na mfalme;
hatakukatalia wewe kunioa." 14 Lakini Amnoni
akakataa kumsikiliza, na kwa kuwa alikuwa na
nguvu kuliko Tamari, akamtenda jeuri.
15 Kisha Amnoni akamchukia Tamari, kwa
machukio makuu sana. Kwa kweli, Amnoni ali-
mchukia kuliko alivyokuwa amempenda. Amnoni
akamwambia, "Inuka na utoke nje!"
16 Tamari akamwambia, "Hapana! Kunifukuza
itakuwa vibaya zaidi kuliko yale uliyonitendea."

Lakini Amnoni akakataa kumsikiliza. 17 Aka-
mwita mtumishi wake mahsusi na kumwambia,
"Mtoe huyu mwanamke hapa na ufunge mlango
nyuma yake." 18 Kwa hiyo, mtumishi wake akamtoa
nje na kufunga mlango nyuma yake. Tamari ali-
kuwa amevaa joho lililopambwa vizuri, kwa maana
lilikuwa aina ya mavazi yaliyovaliwa na binti za
mfalme waliokuwa mabikira. 19 Tamari akajitia
majivu kichwani mwake na kurarua lile joho ali-
lokuwa amevaa. Akaweka mkono wake kichwani,
akaenda zake akilia kwa sauti.
20 Absalomu nduguye akamuuliza, "Je, huyo
Amnoni ndugu yako, amekutana nawe kimwili?
Sasa nyamaza umbu langu, yeye ni ndugu yako.
Usilitie jambo hili moyoni." Naye Tamari akaishi
nyumbani kwa Absalomu nduguye, akiwa mwa-
namke mwenye huzuni.
21 Mfalme Daudi aliposikia mambo haya yote,
akakasirika sana. 22 Absalomu hakusema neno
lolote na Amnoni, likiwa zuri au baya, kwa kuwa
alimchukia Amnoni kwa sababu alikuwa amemtia
aibu Tamari, dada yake.

Absalomu Amuua Amnoni

23 Miaka miwili baadaye, wakati wakata manyoya
ya kondoo wa Absalomu walipokuwa huko
Baal-Hasori karibu na mpaka wa Efraimu, alia-
lika wana wote wa mfalme kuja huko. 24 Absalomu
akaenda kwa mfalme na kumwambia, "Mtumishi
wako ninao wakata manyoya ya kondoo waliokuja.
Tafadhali, je, mfalme na maafisa wake wanaweza
kuungana nami?"
25 Mfalme akajibu, "La hasha, mwanangu si
lazima sisi sote tuje, tutakuwa tu mzigo kwako."
Ingawa Absalomu alimsihi sana, mfalme alikataa
kwenda, lakini alimbariki.
26 Basi Absalomu akasema, "Kama hutakuja,
tafadhali mruhusu ndugu yangu Amnoni twende
pamoja naye."

Mfalme akamuuliza, "Kwa nini aende pamoja
nawe?" 27 Lakini Absalomu alimsihi, kwa hiyo mfa-
lme akamtuma Amnoni pamoja na wana wengine
wa mfalme waliobaki.
28 Absalomu aliagiza watu wake, "Sikilizeni!
Wakati Amnoni atakapokuwa amekunywa mvi-
nyo na kulewa sana nami nikiwaambia, 'Mpigeni
Amnoni,' basi muueni. Msiogope. Je, si mimi
niliyewapa amri hii? Kuweni hodari na wenye
ushujaa." 29 Kwa hiyo watu wa Absalomu waka-
mtendea Amnoni kama vile Absalomu alivyokuwa
amewaagiza. Ndipo wana wote wa mfalme wakai-
nuka, wakapanda nyumbu zao, wakakimbia.
30 Wakati wakiwa njiani, taarifa ilimjia Daudi,
kusema: "Absalomu amewaua wana wote wa
mfalme; hakuna hata mmoja aliyesalia." 31 Mfa-
lme akasimama, akararua nguo zake, akalala chini
ardhini; nao watumishi wake wote wakasimama
kando yake na nguo zao zikiwa zimeraruliwa.
32 Lakini Yonadabu mwana wa Shimea, nduguye
Daudi, akasema, "Bwana wangu asifikiri kwamba
wamewaua wana wote wa mfalme; ni Amnoni peke
yake ndiye alikufa. Hili limekuwa kusudi la moyo

[a]3 Shimea pia hutamkwa Shama.

wa Absalomu tangu siku ile Amnoni alipomtendea
jeuri Tamari, dada yake. 33 Mfalme bwana wangu
asisumbuliwe na taarifa kwamba wamewaua wana
wote wa mfalme. Ni Amnoni peke yake aliyekufa."
34 Wakati huo, Absalomu akawa amekimbia.
Basi mlinzi akaangalia, naye akaona watu wengi
barabarani magharibi yake, wakishuka kutoka
upande wa kilima. Mlinzi akaenda akamwambia
mfalme, "Naona watu wakitokea upande wa Horo-
naimu, huko upande wa kilimani."
35 Yonadabu akamwambia mfalme, "Tazama,
wana wa mfalme wako hapa; imekuwa kama vile
mtumishi wako alivyosema."
36 Mara alipomaliza kusema, wana wa mfalme
wakaingia ndani wakiomboleza kwa makelele. Pia
mfalme na watumishi wake wote wakalia sana kwa
uchungu.
37 Absalomu akakimbia na kwenda kwa Talmai
mwana wa Amihudi, mfalme wa Geshuri. Lakini
Mfalme Daudi akaomboleza kwa ajili ya mwanawe
kila siku.
38 Baada ya Absalomu kukimbia na kwenda
Geshuri, akakaa huko miaka mitatu. 39 Roho ya
Mfalme Daudi ikatamani kumwendea Absalomu,
kwa maana mfalme alikuwa amefarijika kuhusu
kifo cha Amnoni.

Absalomu Arudi Yerusalemu

14 Yoabu mwana wa Seruya akafahamu kuwa
moyo wa mfalme ulikuwa na shauku ya
kumwona Absalomu. 2 Kwa hiyo Yoabu akamtuma
mtu fulani kwenda Tekoa na kumleta mwanamke
mwenye hekima kutoka huko. Akamwambia huyo
mwanamke, "Jifanye uko katika maombolezo.
Vaa nguo za kuomboleza, nawe usitumie mafuta
yoyote ya uzuri, jifanye kama mwanamke ambaye
amekuwa na huzuni kwa siku nyingi kwa ajili ya
kufiwa. 3 Kisha nenda kwa mfalme ukazungumze
maneno haya." Naye Yoabu akaweka maneno
kinywani mwa yule mwanamke.
4 Huyo huyo mwanamke kutoka Tekoa alipofika
kwa mfalme, akaanguka kifudifudi kumpa mfalme
heshima, akasema, "Ee mfalme, nisaidie!"
5 Mfalme akamuuliza, "Una shida gani?"
Akamwambia, "Mimi ni mjane hasa, mume
wangu amekufa. 6 Mimi mtumishi wako nilikuwa
na wana wawili. Wakapigana wao kwa wao huko
shambani wala huko hapakuwa na mtu hata mmoja
wa kuwaamua. Mmoja akampiga mwenzake na
kumuua. 7 Sasa ukoo wote umeinuka dhidi ya
mtumishi wako, wakisema, 'Utukabidhi huyo ali-
yemuua ndugu yake, ili tumuue kwa ajili ya uhai wa
ndugu yake ambaye alimuua, nasi hapo tutakuwa
tumekatilia mbali na mrithi pia.' Wakifanya hivyo,
watakuwa wamezima tumaini langu lililobaki,
mume wangu hataachiwa jina wala mzao katika
uso wa dunia."
8 Mfalme akamwambia huyo mwanamke,
"Nenda nyumbani, nami nitatoa agizo kwa ajili
yako."
9 Lakini huyo mwanamke kutoka Tekoa aka-
mwambia, "Mfalme bwana wangu, lawama na iwe
juu yangu na juu ya nyumba ya baba yangu, naye
mfalme na kiti chake cha enzi na asiwe na hatia."
10 Mfalme akajibu, "Ikiwa mtu yeyote atakuse-
mesha lolote, mlete kwangu, naye hatakusumbua
tena."
11 Huyo mwanamke akasema, "Basi mfalme na
amwombe Bwana Mungu wake ili kuzuia mlipiza
kisasi cha damu kuongeza juu ya uharibifu, ili
kwamba mwanangu asije akaangamizwa."
Mfalme akasema, "Hakika kama aishivyo
Bwana, hakuna unywele mmoja wa kichwa cha
mwanao utakaoanguka chini."
12 Ndipo huyo mwanamke akasema, "Mruhusu
mtumishi wako aseme neno kwa mfalme bwana
wangu."
Mfalme akajibu, "Sema."
13 Huyo mwanamke akasema, "Mbona basi wewe
umewaza jambo kama hili dhidi ya watu wa Mungu?
Je, mfalme asemapo hili, hajitii hatiani mwenyewe,
kwa maana mfalme hajamrudisha mwanawe aliye-
fukuziwa mbali? 14 Kama vile maji yaliyomwagika
ardhini, yasivyoweza kuzoleka tena, hivyo sisi kufa
ni lazima. Lakini Mungu haondoi uhai, badala yake,
yeye hufanya njia ili kwamba aliyefukuzwa asibaki
akiwa amefarikishwa naye.
15 "Nami sasa nimekuja kusema hili kwa bwana
wangu mfalme kwa sababu watu wameniogope-
sha. Mtumishi wako alifikiri, 'Nitanena na mfalme,
labda mfalme atamfanyia mtumishi wake kile ana-
choomba. 16 Labda mfalme atakubali kumwokoa
mtumishi wake kutoka mkononi mwa mtu ana-
yejaribu kunikatilia mbali, mimi na mwanangu,
kutoka kwenye urithi Mungu aliotupatia.'
17 "Basi sasa mtumishi wako anasema, 'Neno la
bwana wangu mfalme na linipatie pumziko, kwa
maana bwana wangu mfalme ni kama malaika wa
Mungu katika kutambua jema na baya. Bwana
Mungu wako na awe pamoja nawe.' "
18 Basi mfalme akamwambia huyo mwanamke,
"Usinifiche jibu kuhusu hilo nitakalokuuliza."
Huyo mwanamke akasema, "Mfalme bwana
wangu na aseme."
19 Mfalme akauliza, "Je, mkono wa Yoabu haupo
pamoja nawe katika jambo hilo lote?"
Huyo mwanamke akajibu, "Hakika kama
uishivyo, bwana wangu mfalme, hakuna yeyote
anayeweza kugeuka kulia wala kushoto kutokana
na chochote anachosema bwana wangu mfalme.
Naam, ni mtumishi wako Yoabu ndiye alinifundi-
sha kufanya hivi, naye ndiye aliweka maneno haya
yote kinywani mwa mtumishi wako. 20 Mtumishi
wako Yoabu amefanya hivi ili kubadili hali iliyopo.
Bwana wangu ana hekima kama ile ya malaika wa
Mungu, hufahamu kila kitu kinachotokea katika
nchi."
21 Mfalme akamwambia Yoabu, "Vyema sana,
nitalifanya jambo hili. Nenda, ukamlete kijana
Absalomu."
22 Yoabu akaanguka kifudifudi mpaka ardhini
kumpa mfalme heshima, naye akambariki mfa-
lme. Yoabu akasema, "Leo mtumishi wako anajua
kuwa amepata kibali machoni pako, bwana wangu
mfalme, kwa sababu mfalme amemjalia mtumishi
wake ombi lake."
23 Ndipo Yoabu akaenda hadi Geshuri akamru-
disha Absalomu Yerusalemu. 24 Lakini mfalme

akasema, "Lazima Absalomu aende kwenye nyu-
mba yake mwenyewe; kamwe asiuone uso wangu."
Kwa hiyo Absalomu akaenda kwenye nyumba yake
na hakuuona uso wa mfalme.
25 Katika Israeli yote hakuna mtu yeyote aliyesi-
fiwa kwa uzuri wa sura kama Absalomu. Kuanzia
utosi wa kichwa chake hadi wayo wa mguu wake
hapakuwa na kasoro. 26 Kila mara aliponyoa nywele
za kichwa chake, kwa kuwa alikuwa akinyoa mara
kwa mara zilipokuwa zinamwia nzito, alizipima
uzito wake ulikuwa shekeli mia mbili kwa kipimo
cha kifalme.[a]
27 Walizaliwa wana watatu na binti mmoja kwa
Absalomu. Jina la binti yake aliitwa Tamari, naye
akawa mwanamke mzuri wa sura.
28 Absalomu akaishi miaka miwili huko Yeru-
salemu pasipo kuuona uso wa mfalme. 29 Basi
Absalomu akamwita Yoabu kwa kusudi la
kumtuma kwa mfalme, lakini Yoabu akakataa
kuja kwa Absalomu. Ndipo akamwita tena mara ya
pili, lakini pia akakataa kuja. 30 Ndipo akawaambia
watumishi wake, "Tazama, shamba la Yoabu liko
jirani na langu, naye ana shayiri humo. Nendeni
mkalitie moto." Kisha watumishi wa Absalomu
wakalitia moto shamba hilo.
31 Basi Yoabu akaenda nyumbani kwa Absalomu,
akamwambia, "Kwa nini watumishi wako wametia
moto shamba langu?"
32 Absalomu akamwambia Yoabu, "Tazama,
nilikutumia ujumbe na kusema, 'Njoo ili niweze
kukutuma kwa mfalme kuuliza, "Kwa nini nime-
kuja kutoka Geshuri? Ingekuwa bora zaidi kwangu
kama ningebaki huko!" ' Sasa basi, nataka kuuona
uso wa mfalme, na ikiwa nina hatia ya jambo lolote,
basi na aniue."
33 Basi Yoabu akaenda kwa mfalme na kumwa-
mbia jambo hili. Kisha mfalme akamwita
Absalomu, naye akaingia ndani akasujudu uso
wake mpaka ardhini mbele ya mfalme. Naye mfa-
lme akambusu Absalomu.

Mipango Ya Hila Ya Absalomu

15 Baada ya muda, Absalomu akajipatia magari
ya vita na farasi pamoja na watu hamsini wa
kupiga mbio mbele yake. 2 Akawa anaamka asu-
buhi na mapema na kusimama kando ya barabara
inayoelekea kwenye lango la mji. Wakati wowote
alipokuja mtu yeyote mwenye mashtaka yanayo-
hitaji kuletwa mbele ya mfalme kwa maamuzi,
Absalomu naye angemwita na kumuuliza, "Wewe
unatoka mji upi?" Naye angejibu, "Mtumishi
wako anatoka katika mojawapo ya makabila ya
Israeli." 3 Kisha Absalomu angemwambia, "Tazama,
malalamiko yako ni ya haki na sawasawa, lakini
hakuna mwakilishi wa mfalme wa kukusikiliza."
4 Absalomu aliongeza, "Laiti tu ningeteuliwa kuwa
mwamuzi katika nchi. Ndipo kila mmoja mwe-
nye mashtaka au shauri angekuja kwangu nami
ningeona kwamba anapata haki."
5 Pia, wakati mtu yeyote alipomkaribia ili kusu-
judu mbele yake, Absalomu alinyoosha mkono
wake na kumshika pia kumbusu. 6 Absalomu
akaendelea na tabia hii mbele ya Waisraeli wote
waliomjia mfalme kumwomba awape haki; kwa
hiyo Absalomu akaiba mioyo ya watu wa Israeli.
7 Mnamo mwisho wa mwaka wa nne, Absalomu
akamwambia mfalme, "Naomba unipe ruhusa
niende Hebroni nikatimize nadhiri niliyomwekea
BWANA. 8 Wakati mtumishi wako alipokuwa huko
Geshuri katika nchi ya Aramu, niliweka nadhiri
hii, 'Ikiwa BWANA atanirudisha Yerusalemu, nita-
mwabudu BWANA huko Hebroni.' "
9 Mfalme akamwambia, "Enenda kwa amani."
Hivyo akaenda Hebroni.
10 Kisha Absalomu akatuma wajumbe kwa siri
katika makabila yote ya Israeli, kusema, "Mara
mtakaposikia sauti ya tarumbeta basi semeni,
'Absalomu ni mfalme huko Hebroni.' " 11 Watu
mia mbili kutoka Yerusalemu walikuwa wamefua-
tana na Absalomu. Walikuwa wamealikwa kama
wageni nao walikwenda kwa nia njema, pasipo
kujua lolote. 12 Wakati Absalomu alipokuwa anatoa
dhabihu, pia akatuma aitwe Ahithofeli, Mgiloni,
mshauri wa Daudi, aje kutoka Gilo, ambao ndio
mji wake wa nyumbani. Kwa hiyo mpango wa hila
ukapata nguvu, na idadi ya waliofuatana na Absa-
lomu ikaongezeka.

Kukimbia Kwa Daudi

13 Mjumbe akaja na kumwambia Daudi, "Mioyo
ya watu wa Israeli inaambatana na Absalomu."
14 Ndipo Daudi akawaambia maafisa wake wote
waliokuwa pamoja naye huko Yerusalemu, "Njooni!
Ni lazima tukimbie, la sivyo hakuna hata mmoja
wetu atakayeokoka kutoka mkononi mwa Absa-
lomu. Ni lazima tuondoke kwa haraka, la sivyo
atakuja mbio na kutupata, atatuangamiza na
kuupiga mji kwa upanga."
15 Maafisa wa mfalme wakamjibu, "Watumishi
wako tu tayari kufanya lolote mfalme bwana wetu
analochagua."
16 Mfalme akatoka, pamoja na watu wa nyumbani
mwake wakimfuata; lakini akawaacha masuria
kumi ili kuangalia jumba la kifalme. 17 Hivyo mfa-
lme akaondoka, pamoja na watu wote wakimfuata,
wakatua mahali mbali kiasi. 18 Watu wake wote
wakatembea, wakampita wakiwa wamefuatana
na Wakerethi na Wapelethi wote; pia Wagiti wote
mia sita waliokuwa wamefuatana naye kutoka
Gathi wakapita mbele ya mfalme.
19 Mfalme akamwambia Itai, Mgiti, "Kwa nini
ufuatane na sisi? Rudi ukakae pamoja na Mfalme
Absalomu. Wewe ni mgeni, mkimbizi kutoka
nchini mwako. 20 Ulikuja jana tu. Nami leo niku-
fanye utangetange pamoja nasi, wakati sijui
niendako? Rudi, nawe ukawachukue watu wa
kwenu. Wema na uaminifu na viwe pamoja nawe."
21 Lakini Itai akamjibu mfalme, "Hakika kama
BWANA aishivyo na kama mfalme bwana wangu
aishivyo, popote mfalme bwana wangu ataka-
pokuwa, ikiwa ni kuishi au kufa, hapo ndipo
mtumishi wako atakapokuwa."
22 Daudi akamwambia Itai, "Songa mbele, ende-
lea." Kwa hiyo Itai, Mgiti, akaendelea pamoja na
watu wake wote, pia jamaa zote waliokuwa pamoja
naye.

[a]26 Shekeli 200 kwa kipimo cha kifalme ni sawa na kilo 2.3.

23 Watu wote wa nje ya mji wakalia kwa sauti
wakati watu wote walipokuwa wakipita. Mfalme
naye akavuka Bonde la Kidroni, nao watu wote
wakaelekea jangwani.
24 Sadoki pia alikuwako, kadhalika Walawi wote
waliokuwa pamoja naye walikuwa wamechukua
Sanduku la Agano la Mungu. Wakaweka chini
Sanduku la Mungu, naye Abiathari akatoa dhabihu
mpaka watu wote walipokuwa wameondoka mjini.
25 Kisha mfalme akamwambia Sadoki, "Rudisha
Sanduku la Mungu mjini. Ikiwa nitapata kibali
mbele za Bwana, atanirudisha, nami nitaliona
Sanduku hili tena pamoja na Maskani yake.
26 Lakini kama yeye atasema, 'Mimi sipendezwi
nawe,' basi mimi niko tayari; yeye na anifanye
chochote aonacho chema kwake."
27 Pia mfalme alimwambia kuhani Sadoki, "Je,
wewe si mwonaji? Rudi mjini kwa amani pamoja na
mwanao Ahimaasi na Yonathani mwana wa Abia-
thari. Wewe na Abiathari wachukueni wana wenu
wawili. 28 Nitasubiri kwenye vivuko katika jangwa
mpaka neno litakapotoka kwenu kuniarifu." 29 Kwa
hiyo Sadoki na Abiathari wakarudisha Sanduku la
Mungu mpaka Yerusalemu na kukaa huko.
30 Bali Daudi akaendelea, akapanda Mlima wa
Mizeituni, akaenda huku analia, akiwa amefunika
kichwa chake na bila viatu miguuni. Watu wote
waliokuwa pamoja naye nao wakafunika vichwa
vyao, wakawa wanapanda mlima huku wanalia.
31 Basi Daudi alikuwa ameambiwa, "Ahithofeli ali-
kuwa miongoni mwa washiriki wa shauri baya la
Absalomu." Ndipo Daudi akaomba, akisema, "Ee
Bwana, geuza shauri la Ahithofeli kuwa ujinga."
32 Daudi alipofika kwenye kilele cha mlima,
mahali ambapo watu walikuwa wamezoea kumwa-
budu Mungu, Hushai, Mwariki, alikuwako huko
kumlaki, joho lake likiwa limeraruka na mavumbi
kichwani mwake. 33 Daudi akamwambia, "Kama
ukienda pamoja nami, utakuwa mzigo kwangu.
34 Lakini ikiwa utarudi mjini na kumwambia
Absalomu, 'Nitakuwa mtumishi wako, ee mfalme;
nilikuwa mtumishi wa baba yako wakati uliopita,
lakini sasa nitakuwa mtumishi wako,' basi uta-
weza kunisaidia kwa kupinga shauri la Ahithofeli.
35 Je, makuhani Sadoki na Abiathari hawatakuwa
pamoja nawe? Waambie lolote utakalosikia katika
jumba la mfalme. 36 Wana wao wawili, Ahimaasi
mwana wa Sadoki na Yonathani mwana wa Abia-
thari, wako pamoja nao huko. Watume kwangu na
lolote utakalosikia."
37 Kwa hiyo Hushai, rafiki wa Daudi, akafika
Yerusalemu wakati Absalomu alipokuwa anaingia
mjini.

Daudi Na Siba

16 Daudi alipokuwa amekwenda umbali mfupi
kupita kilele cha mlima, akamkuta huko Siba,
msimamizi wa shughuli za Mefiboshethi, akingojea
kumlaki Daudi. Alikuwa na punda wawili wakiwa
wametandikwa na kupakiwa mikate mia mbili,
maandazi mia ya zabibu kavu, maandazi mia ya
tini na kiriba cha divai.
2 Mfalme Daudi akamuuliza Siba, "Kwa nini
umeleta vitu hivi?"

Siba akamjibu, "Punda ni kwa ajili ya watu wa
nyumba ya mfalme kupanda, mikate na matunda
ni kwa ajili ya watu kula, nayo divai ni kwa kuwa-
burudisha watakaochoka jangwani."
3 Kisha mfalme akauliza, "Yuko wapi mwana wa
bwana wako?"

Siba akamwambia, "Anakawia Yerusalemu, kwa
sababu anafikiri, 'Leo nyumba ya Israeli itanirudi-
shia utawala wa baba yangu.' "
4 Ndipo mfalme akamwambia Siba, "Yote yali-
yokuwa mali ya Mefiboshethi sasa ni mali yako."

Siba akasema, "Nasujudu kwa unyenyekevu.
Naomba nipate kibali mbele yako, bwana wangu
mfalme."

Shimei Amlaani Daudi

5 Mfalme Daudi alipokuwa anakaribia Bahurimu,
mtu mmoja kutoka ukoo huo huo kama jamaa ya
Sauli, akatoka humo, ambaye jina lake ni Shimei
mwana wa Gera; akawa analaani alipokuwa akitoka.
6 Akamtupia Daudi na maafisa wote wa mfalme
mawe, ingawa vikosi vyote na walinzi maalum
walikuwa kulia na kushoto mwa Daudi. 7 Shimei
alivyokuwa akilaani, akasema, "Toka hapa, toka
hapa, wewe mtu wa damu, wewe mtu mbaya kabisa!
8 Bwana amekulipiza kwa ajili ya damu yote uliyo-
mwaga ya watu wa nyumba ya Sauli, ambaye nafasi
yake umeimiliki wewe. Bwana amekabidhi ufalme
mkononi mwa mwanao Absalomu. Maangamizi
yamekupata kwa sababu wewe ni mtu wa damu!"
9 Ndipo Abishai mwana wa Seruya akamwambia
mfalme, "Kwa nini huyu mbwa mfu amlaani bwana
wangu mfalme? Niruhusu nivuke nikatilie mbali
kichwa chake."
10 Lakini mfalme akamwambia, "Mna nini nami,
enyi wana wa Seruya? Ikiwa analaani kwa sababu
Bwana amemwambia, 'Mlaani Daudi,' nani awe-
zaye kuuliza, 'Kwa nini unafanya hivi?' "
11 Ndipo Daudi akamwambia Abishai na maafisa
wake wote, "Mwanangu, yeye ambaye ametoka
viunoni mwangu mwenyewe, anajaribu kuuondoa
uhai wangu. Je, si zaidi sana kwa huyu Mbenya-
mini! Mwacheni, acha alaani, kwa maana Bwana
amemwambia afanye hivyo. 12 Inawezekana kwa-
mba Bwana ataona dhiki yangu na kunilipa mema
kwa ajili ya laana ninayopokea leo."
13 Kwa hiyo Daudi na watu wake wakaendelea
na safari yao barabarani, huku Shimei akiwa ana-
tembea pembezoni mwa kilima sambamba na
Daudi, huku akimlaani na kumtupia Daudi mawe
na kumrushia mavumbi. 14 Mfalme na watu wote
aliokuwa pamoja nao wakafika kwenye kituo chao
wakiwa wamechoka. Mfalme akajiburudisha hapo.

Shauri La Hushai Na Ahithofeli

15 Wakati huo, Absalomu pamoja na watu wote
wa Israeli wakafika Yerusalemu, naye Ahithofeli
alikuwa pamoja naye. 16 Ndipo Hushai, Mwariki,
rafiki wa Daudi, akamwendea Absalomu na
kumwambia, "Mfalme aishi maisha marefu! Mfa-
lme aishi maisha marefu!"
17 Absalomu akamuuliza Hushai, "Je, huu ndio
upendo unaomwonyesha rafiki yako? Kwa nini
hukufuatana na rafiki yako?"

18 Hushai akamwambia Absalomu, “La hasha,
yeye aliyechaguliwa na BWANA, aliyechaguliwa na
watu hawa, atakayechaguliwa tena na watu wote
wa Israeli, huyu ndiye nitakayekuwa wake, nami
nitabakia pamoja naye. 19 Zaidi ya hayo, nimtumikie
nani? Je, nisimtumikie mwana? Kama vile nilivyo-
mtumikia baba yako, ndivyo nitakavyokutumikia
wewe.”

20 Absalomu akamwambia Ahithofeli, “Tupe
shauri lako. Tufanye nini?”

21 Ahithofeli akamjibu, “Kutana kimwili na
masuria wa baba yako aliowaacha kutunza jumba
la kifalme. Ndipo Israeli yote itakaposikia kwamba
umejifanya chukizo kwa baba yako, nayo mikono
ya kila mmoja aliye pamoja nawe itatiwa nguvu.”
22 Kwa hiyo wakasimika hema kwa ajili ya Absalomu
juu ya paa, naye akakutana kimwili na masuria wa
baba yake mbele ya Israeli wote.

23 Ilikuwa katika siku hizo shauri lililotolewa na
Ahithofeli lilikuwa kama lile ambalo limeulizwa
kwa Mungu. Ndivyo Daudi na Absalomu walivyo-
yaheshimu mashauri yote ya Ahithofeli.

17 Ahithofeli akamwambia Absalomu, “Nipe
ruhusa niwachague watu kumi na mbili elfu
na waanze safari usiku huu huu kumfuatia Daudi.
2 Nitamshambulia wakati akiwa amechoka na ni
dhaifu. Nitampiga na hofu, na kisha watu wote
walio pamoja naye watakimbia. Nitampiga mfalme
peke yake 3 na kuwarudisha watu wote kwako. Kifo
cha mtu yule unayemtafuta kitamaanisha kurudi
kwa wote, hakuna hata mtu mmoja atakayeu-
mizwa.” 4 Mpango huu ulionekana mzuri kwa
Absalomu na kwa wazee wote wa Israeli.

5 Lakini Absalomu akasema, “Pia mwiteni
Hushai, Mwariki, ili tuweze kusikia anachoki-
sema.” 6 Hushai alipokuja, Absalomu akasema,
“Ahithofeli ametoa shauri hili. Je, tufanye ana-
vyosema? Kama sivyo, tupe maoni yako.”

7 Hushai akamjibu Absalomu, “Shauri la
Ahithofeli alilotoa halifai kwa wakati huu. 8 Una-
mfahamu baba yako na watu wake, ni wapiganaji
hodari, nao ni wakali kama dubu mwitu aliyepo-
konywa watoto wake. Zaidi ya hayo, baba yako ni
mpiganaji jasiri, usiku hatalala pamoja na vikosi.
9 Hata sasa, amefichwa ndani ya pango au mahali
pengine. Kama atatangulia kushambulia vikosi
vyako, yeyote asikiaye habari hii atasema, ‘Kuna
machinjo makubwa miongoni mwa vikosi vina-
vyomfuata Absalomu.’ 10 Basi hata yule askari
hodari kuliko wengine wote, ambaye moyo
wake ni kama wa simba, atayeyuka kwa hofu,
kwa maana Israeli yote wanajua kwamba baba
yako ni mpiganaji na kwamba wale walio pamoja
naye ni watu hodari.

11 “Kwa hiyo nakushauri: Israeli wote na waku-
sanyikie kwako, kuanzia Dani hadi Beer-Sheba,
katika wingi wao jinsi walivyo kama mchanga wa
ufuoni mwa bahari, wewe mwenyewe ukiwaongoza
vitani. 12 Ndipo tutakapomshambulia popote ata-
kapoonekana, nasi tutamwangukia kama umande
unavyoshuka juu ya ardhi. Yeye mwenyewe wala
watu wake hakuna atakayeachwa hai. 13 Kama
atakimbilia katika mji wowote, basi Israeli wote
watazungushia mji ule kamba, nasi tutauburuta
mji huo mpaka bondeni hadi isionekane hata
changarawe ya huo mji.”

14 Absalomu na watu wote wa Israeli wakasema,
“Shauri la Hushai, Mwariki, ni jema zaidi kuliko
lile la Ahithofeli.” Kwa maana BWANA alikuwa
amekusudia kupinga shauri nzuri la Ahithofeli,
ili kuleta maafa juu ya Absalomu.

15 Hushai akawaambia makuhani Sadoki na
Abiathari, “Ahithofeli amemshauri Absalomu na
wazee wa Israeli kufanya kadha wa kadha, lakini
mimi nimewashauri wao kufanya kadha wa kadha.
16 Sasa tumeni ujumbe haraka na kumwambia
Daudi, ‘Usiku huu usilale kwenye vivuko katika
jangwa; vuka bila kukosa, la sivyo, mfalme pamoja
na watu wote waliofuatana naye watamezwa.’ ”

17 Yonathani na Ahimaasi walikuwa wakingoja
huko En-Rogeli, naye mtumishi mmoja wa kike
akawa anakwenda kuwapasha habari nao wakawa
wanakwenda kumwambia Mfalme Daudi, kwa
maana wasingetaka kujihatarisha kuonekana
wakiingia mjini. 18 Lakini kijana mmoja mwanaume
akawaona, naye akamwambia Absalomu. Basi wote
wawili wakaondoka haraka, wakaenda mpaka kwe-
nye nyumba ya mtu mmoja huko Bahurimu. Mtu
huyo alikuwa na kisima katika ua wa nyumba yake,
nao Yonathani na Ahimaasi wakateremka ndani ya
kisima hicho. 19 Mkewe akachukua kifuniko, aka-
kiweka kwenye mdomo wa kile kisima na kuanika
nafaka juu yake. Hakuna mtu yeyote aliyefahamu
chochote kuhusu jambo hilo.

20 Watu wa Absalomu walipofika kwa huyo mwa-
namke, wakamuuliza, “Wako wapi Ahimaasi na
Yonathani?”

Huyo mwanamke akawajibu, “Walivuka kijito.”
Watu wa Absalomu wakapekua lakini hawaku-
waona hata mmoja, hivyo wakarudi Yerusalemu.
21 Baada ya watu hao kuondoka, wale watu wawili
yaani Yonathani na Ahimaasi wakapanda kutoka
mle kisimani na kwenda kumpasha Mfalme Daudi
habari. Wakamwambia, “Ondoka, uvuke haya maji
haraka. Ahithofeli ameshauri kadha wa kadha
dhidi yako.” 22 Kwa hiyo Daudi na watu wote alio-
kuwa nao waliondoka na kuvuka Yordani. Kufika
wakati wa mapambazuko, hapakuwa na mtu hata
mmoja ambaye alikuwa hajavuka Mto Yordani.

23 Ahithofeli alipoona kwamba shauri lake hali-
kufuatwa, akatandika punda wake, akaondoka
kwenda nyumbani kwake kwenye mji wake.
Akaiweka nyumba yake katika utaratibu, kisha
akajinyonga mwenyewe. Hivyo akafa na akazikwa
katika kaburi la baba yake.

24 Daudi akaenda Mahanaimu, naye Absalomu
akavuka Yordani pamoja na watu wote wa Israeli.
25 Absalomu alikuwa amemweka Amasa juu ya jeshi
badala ya Yoabu. Amasa alikuwa mwana wa mtu
mmoja aliyeitwa Yetheri, Mwisraeli, ambaye ali-
kuwa amemwoa Abigaili binti Nahashi, dada yake
Seruya mamaye Yoabu. 26 Waisraeli na Absalomu
wakapiga kambi huko nchi ya Gileadi.

27 Daudi alipofika Mahanaimu, Shobi mwana
wa Nahashi kutoka Raba ya Waamoni, Makiri
mwana wa Amieli kutoka Lo-Debari, na Barzilai
Mgileadi kutoka Rogelimu 28 wakaleta matandiko
ya kitandani, mabakuli na vyombo vya mfinyanzi.

Walileta pia ngano na shayiri, unga na bisi, maha-
ragwe na kunde, 29 asali na maziwa yaliyoganda,
kondoo na jibini kutoka kwenye maziwa ya ng'o-
mbe kwa ajili ya Daudi na watu wake ili wale. Kwa
maana walisema, "Watu wameona njaa, tena
wamechoka na wamepata kiu huko jangwani."

Kifo Cha Absalomu

18 Daudi akakusanya watu aliokuwa nao na
kuweka majemadari wa maelfu na majema-
dari wa mamia. 2 Daudi akatuma vikosi vya askari:
theluthi moja ilikuwa chini ya amri ya Yoabu, the-
luthi ya pili chini ya Abishai mwana wa Seruya
nduguye Yoabu, na theluthi ya tatu chini ya Itai,
Mgiti. Mfalme akaviambia vikosi, "Hakika mimi
mwenyewe nitakwenda pamoja nanyi."

3 Lakini watu wakasema, "Haikupasi kwenda,
ikiwa sisi tutalazimika kukimbia, wao hawatatu-
jali. Hata kama nusu yetu tukifa hawatajali, lakini
wewe una thamani ya watu kama sisi kumi elfu.
Ingekuwa bora zaidi kwako basi kutupatia msaada
kutoka mjini."

4 Mfalme akajibu, "Nitafanya lolote linaloone-
kana jema zaidi kwenu."

Kwa hiyo mfalme akasimama kando ya lango
wakati watu wote wakitoka nje kwa makundi ya
mamia na maelfu. 5 Mfalme akawaamuru Yoabu,
Abishai na Itai, "Kuweni wapole kwa kijana Absa-
lomu kwa ajili yangu." Vikosi vyote vikasikia
mfalme akitoa amri kwa kila jemadari kumhusu
Absalomu.

6 Jeshi likatoka kwenda kwenye uwanja wa
vita kupigana na Israeli, hivyo vita vikapiganwa
katika msitu wa Efraimu. 7 Huko jeshi la Israeli
likashindwa na watu wa Daudi, siku hiyo majeruhi
walikuwa wengi kiasi cha watu ishirini elfu. 8 Vita
vikaenea nchi nzima, watu wengi zaidi wakifia
msituni siku hiyo kuliko waliouawa kwa upanga.

9 Basi ikawa Absalomu alikutana na watu wa
Daudi. Yeye alikuwa amepanda nyumbu wake, naye
nyumbu alipopita chini ya matawi yaliyosongana
ya mwaloni mkubwa, kichwa cha Absalomu kili-
naswa kwenye mti. Akaachwa akining'inia hewani,
wakati nyumbu aliyekuwa amempanda aliendelea
kwenda.

10 Mmojawapo wa wale watu alipoona, akamwa-
mbia Yoabu, "Nimemwona Absalomu akining'inia
kwenye mti wa mwaloni."

11 Yoabu akamwambia huyo mtu, "Nini! Uli-
mwona Absalomu? Kwa nini hukumpiga papo hapo
mpaka chini? Ndipo ningekupa shekeli kumi[a] za
fedha na mkanda wa askari shujaa."

12 Lakini huyo mtu akamjibu Yoabu, "Hata kama
ningepimiwa shekeli 1,000[b] mikononi mwangu,
nisingeinua mkono wangu dhidi ya mwana wa mfa-
lme. Tukiwa tunasikia, mfalme alikuagiza wewe
na Abishai pamoja na Itai, akisema, 'Mlindeni
kijana Absalomu kwa ajili yangu.' 13 Nami kama
ningekuwa nimemtendea kwa hila, na hakuna
lolote linalofichika kwa mfalme, wewe mwenyewe
ungejitenga nami."

14 Yoabu akasema, "Mimi sitapoteza muda
hapa pamoja nawe." Hivyo akachukua mikuki
mitatu mkononi mwake, akamchoma Absalomu
nayo moyoni alipokuwa angali hai akining'inia
katika ule mwaloni. 15 Nao wabeba silaha kumi wa
Yoabu wakamzunguka Absalomu, wakampiga na
kumuua.

16 Kisha Yoabu akapiga tarumbeta, navyo vikosi
vikaacha kuwafuata Israeli, kwa maana Yoabu
aliwasimamisha. 17 Wakamchukua Absalomu,
wakamtupa katika shimo kubwa huko msituni na
kulundika lundo kubwa la mawe juu yake. Huko
nyuma, Waisraeli wote wakakimbilia nyumbani
kwao.

18 Wakati wa uhai wa Absalomu alikuwa ame-
chukua nguzo na kuisimamisha katika Bonde la
Mfalme, kwa maana alifikiri, "Sina mwana ataka-
yeendeleza kumbukumbu ya jina langu." Akaita
nguzo hiyo kwa jina lake mwenyewe. Nayo inaitwa
Mnara wa Ukumbusho wa Absalomu mpaka leo.

Daudi Aomboleza Kifo Cha Absalomu

19 Basi Ahimaasi mwana wa Sadoki akasema,
"Niruhusu mimi nikimbie na kumpelekea mfa-
lme habari kwamba BWANA amemwokoa mfalme
kutoka mikononi mwa adui zake."

20 Yoabu akamwambia Ahimaasi, "Leo si wewe
utakayepeleka habari. Unaweza kupeleka habari
wakati mwingine, lakini leo haikupasi kupeleka,
kwa sababu mwana wa mfalme amekufa."

21 Ndipo Yoabu akamwambia mtu mmoja Mku-
shi, "Nenda, ukamwambie mfalme kile ulichoona."
Mkushi akasujudu mbele ya Yoabu akaondoka
mbio.

22 Ahimaasi mwana wa Sadoki akamwambia
tena Yoabu, "Liwalo na liwe, tafadhali niruhusu
nikimbie nyuma ya huyo Mkushi."

Lakini Yoabu akajibu, "Mwanangu, mbona
wataka kwenda? Wewe huna habari yoyote ita-
kayokupa tuzo."

23 Ahimaasi akasema, "Liwalo na liwe, nataka
kukimbia."

Kwa hiyo Yoabu akamwambia, "Haya, kimbia!"
Ndipo Ahimaasi akakimbia kufuata njia ya kupitia
tambarare, akafika kabla ya huyo Mkushi.

24 Wakati Daudi alipokuwa ameketi kati ya lango
la ndani na la nje, mlinzi akapanda juu ya paa la
lango kupitia ukutani. Alipotazama nje, akaona
mtu mmoja akikimbia peke yake. 25 Mlinzi akampa-
zia mfalme sauti na kumpa taarifa.

Mfalme akasema, "Ikiwa yuko peke yake, lazima
atakuwa na habari njema." Naye yule mtu akazidi
kusogea karibu.

26 Kisha mlinzi akaona mtu mwingine anakuja
akikimbia, akamwita bawabu, "Tazama, mtu mwi-
ngine anakuja akikimbia peke yake!"

Mfalme akasema, "Lazima atakuwa analeta
habari njema pia."

27 Mlinzi akasema, "Ninaona kuwa yule wa kwa-
nza anakimbia kama Ahimaasi mwana wa Sadoki."

Mfalme akasema, "Yeye ni mtu mwema. Analeta
habari njema."

28 Ndipo Ahimaasi akamwita mfalme, akasema,
"Mambo yote ni mema!" Akasujudu mbele ya

---

[a]11 Shekeli kumi za fedha ni sawa na gramu 115.
[b]12 Shekeli 1,000 za fedha ni sawa na kilo 11.5.

mfalme uso wake mpaka ardhini, akasema, "Ahi-
midiwe BWANA Mungu wako! Yeye aliyewatoa watu
wale walioinua mikono yao dhidi ya mfalme bwana
wangu."
29 Mfalme akauliza, "Je, huyo kijana Absalomu
yuko salama?"

Ahimaasi akajibu, "Kulikuwa na machafuko
mengi mara tu Yoabu alipokuwa anataka kumtuma
mtumishi wa mfalme pamoja nami mtumishi wako,
lakini sijui ilikuwa nini?"

30 Mfalme akasema, "Simama kando na usubiri
hapa." Basi akasogea kando na kusimama hapo.

31 Ndipo huyo Mkushi akawasili na kusema,
"Mfalme bwana wangu, sikia habari njema! Leo
BWANA amekuokoa kutoka kwa wale wote walioi-
nuka dhidi yako."

32 Mfalme akamuuliza huyo Mkushi, "Je, kijana
Absalomu yuko salama?"

Huyo Mkushi akajibu, "Adui wa mfalme bwana
wangu na wote wale walioinuka kukudhuru na
wawe kama huyo kijana."

33 Mfalme akatetemeka. Akapanda chumbani
juu kupitia langoni akilia. Alipokuwa akienda,
akasema, "Ee mwanangu Absalomu! Mwanangu,
mwanangu Absalomu! Laiti ningekufa badala yako:
Ee Absalomu, mwanangu, mwanangu!"

Yoabu Amkemea Mfalme

19 Yoabu akaambiwa, "Mfalme analia na kumwo-
mbolezea Absalomu." 2 Kwa jeshi lote, ushindi
wa siku ile ukageuka kuwa maombolezo, kwa
sababu siku ile vikosi vilisikia ikisemwa, "Mfalme
anahuzunika kwa ajili ya mwanawe." 3 Siku ile watu
wakaingia mjini kimya kama vile waingiavyo kwa
aibu watu waliokimbia kutoka vitani. 4 Mfalme
akafunika uso wake akalia kwa sauti, akisema, "Ee
mwanangu Absalomu! Ee Absalomu, mwanangu,
mwanangu!"

5 Kisha Yoabu akaingia ndani ya nyumba ya mfa-
lme na kusema, "Leo umewaaibisha watu wako
wote, waliookoa maisha yako, maisha ya wanao na
binti zako, maisha ya wake zako na masuria wako.
6 Unawapenda wale wanaokuchukia, na unawachu-
kia wale wanaokupenda. Leo umeonyesha wazi
kwamba majemadari wako na watu wao hawana
maana kwako. Naona kwamba ungefurahi kama
Absalomu angekuwa hai leo na sisi sote tuwe tume-
kufa. 7 Sasa utoke nje ukawatie moyo watu wako.
Naapa kwa BWANA kwamba ikiwa hutatoka nje,
hakuna mtu atakayesalia pamoja nawe ifikapo leo
jioni. Hii itakuwa mbaya zaidi kwako kuliko maafa
yote yaliyokupata tangu ujana wako hadi sasa."

8 Kwa hiyo mfalme akaondoka akaketi kitini
pake penye lango. Watu walipoambiwa, "Mfalme
ameketi langoni," watu wote wakamjia.

Daudi Arudi Yerusalemu

Wakati huo, Waisraeli walikuwa wamekimbilia
nyumbani kwao. 9 Katika makabila yote ya Israeli,
watu walikuwa wanabishana wao kwa wao, waki-
sema, "Mfalme alituokoa kutoka mikononi mwa
adui zetu; ndiye alituokoa kutoka mikononi mwa
Wafilisti. Lakini sasa mfalme ameikimbia nchi kwa
sababu ya Absalomu, 10 naye Absalomu, tuliyemtia
mafuta atutawale, amekufa vitani. Basi mbona
hamsemi lolote kuhusu kumrudisha mfalme?"

11 Mfalme Daudi akapeleka ujumbe huu kwa
makuhani Sadoki na Abiathari, kusema: "Wau-
lizeni wazee wa Yuda, 'Kwa nini mwe wa mwisho
kumrudisha mfalme katika jumba lake la kifalme,
maadamu kile kinachosemwa katika Israeli yote
kimemfikia mfalme katika makao yake? 12 Ninyi
ni ndugu zangu, nyama yangu na damu yangu
mwenyewe. Kwa hiyo kwa nini mwe wa mwisho
kumrudisha mfalme?' 13 Nanyi mwambieni Amasa,
'Je, wewe si nyama yangu mwenyewe na damu
yangu? Mungu na anishughulikie, tena kwa ukali,
kama kuanzia sasa na kuendelea wewe si jemadari
wa jeshi langu mahali pa Yoabu.' "

14 Aliipata mioyo ya watu wote wa Yuda kama
vile walikuwa mtu mmoja. Wakapeleka ujumbe
kwa mfalme, kusema, "Rudi, wewe na watu wako
wote." 15 Ndipo mfalme akarudi, akaenda hadi
kufikia Mto Yordani.

Basi watu wa Yuda walikuwa wamekuja mpaka
Gilgali ili kutoka kwenda kumlaki mfalme na
kumvusha Mto Yordani. 16 Shimei mwana wa Gera,
wa kabila la Benyamini kutoka Bahurimu, akaha-
rakisha kuteremka pamoja na watu wa Yuda ili
kumlaki Mfalme Daudi. 17 Pamoja naye walikuwepo
Wabenyamini elfu moja wakiwa wamefuatana na
Siba, msimamizi wa nyumba ya Sauli, pia wanawe
kumi na watano, na watumishi ishirini. Wakahara-
kisha kwenda Yordani, mahali mfalme alipokuwa.
18 Wakavuka kivuko ili kuwachukua watu wa nyu-
mbani mwa mfalme ili kuwavusha na kufanya kila
kitu alichotaka.

Shimei mwana wa Gera alipovuka Yordani,
akaanguka kifudifudi mbele ya mfalme, 19 na
kumwambia, "Bwana wangu na asinihesabie hatia.
Usikumbuke jinsi mtumishi wako alivyofanya kosa
siku ile bwana wangu mfalme alipoondoka Yeru-
salemu. Mfalme aliondoe moyoni mwake. 20 Kwa
maana mimi mtumishi wako najua nimefanya
dhambi, lakini leo nimekuja hapa kama wa kwanza
wa nyumba yote ya Yosefu kushuka na kumlaki
bwana wangu mfalme."

21 Ndipo Abishai mwana wa Seruya akasema, "Je,
Shimei hapaswi kuuawa kwa ajili ya hili? Alimlaani
mpakwa mafuta wa BWANA."

22 Daudi akajibu, "Mimi nina nini nanyi, enyi
wana wa Seruya? Leo hii mmekuwa adui zangu!
Je, leo kuna yeyote atakayeuawa katika Israeli? Je,
mimi sijui kuwa leo ndimi mfalme katika Israeli
yote?" 23 Basi mfalme akamwambia Shimei, "Huta-
kufa." Naye mfalme akamwahidi kwa kiapo.

24 Pia Mefiboshethi mwana wa Sauli akashuka
kwenda kumlaki mfalme. Hakuwa amenawa miguu
wala kunyoa ndevu zake wala kufua nguo zake
tangu siku mfalme alipoondoka Yerusalemu mpaka
siku aliporudi ile salama. 25 Wakati alipotoka Yeru-
salemu kuja kumlaki mfalme, mfalme akamuuliza,
"Mefiboshethi, kwa nini hukufuatana nami?"

26 Akasema, "Bwana wangu mfalme, maadamu
mimi mtumishi wako ni kiwete, nilisema, 'Nitandi-
kiwe punda wangu, nimpande, ili niweze kwenda
pamoja na mfalme.' Lakini Siba mtumishi wangu
akanisaliti. 27 Naye amemchongea mtumishi wako

kwa bwana wangu mfalme. Bwana wangu mfalme
ni kama malaika wa Mungu, kwa hiyo fanya lolote
linalokupendeza. 28 Wazao wote wa baba yangu
hawastahili kitu kingine isipokuwa kifo kutoka
kwa bwana wangu mfalme, lakini ulimpa mtumishi
wako nafasi miongoni mwa wale waliokula mezani
pako. Je, ninayo haki gani kumwomba mfalme zaidi
ya hayo?"
29 Mfalme akamwambia, "Kwa nini useme zaidi?
Naamuru wewe na Siba mgawanye mashamba."
30 Mefiboshethi akamwambia mfalme, "Mruhusu
achukue kila kitu, kwa kuwa sasa bwana wangu
mfalme amerudi nyumbani salama."
31 Barzilai, Mgileadi, pia akashuka kutoka
Rogelimu ili kuvuka Yordani pamoja na mfalme
na kumsindikiza kutoka huko. 32 Basi Barzilai
alikuwa mzee sana mwenye umri wa miaka thema-
nini. Alikuwa amempatia mfalme mahitaji wakati
alipokuwa anaishi huko Mahanaimu, kwa kuwa
alikuwa mtu tajiri sana. 33 Mfalme akamwambia
Barzilai, "Vuka pamoja nami na ukae nami huko
Yerusalemu, nami nitakupatia mahitaji yako."
34 Lakini Barzilai akamjibu mfalme, "Je, nitaishi
miaka mingine mingapi, hata nipande kwenda
Yerusalemu pamoja na mfalme? 35 Sasa nina miaka
themanini. Je, naweza kutofautisha kati ya lililo
jema na lililo baya? Je, mtumishi wako anaweza
kujua ladha ya kile anachokula au anachokunywa?
Je, bado naweza kusikiliza sauti za waimbaji wa
kiume na za wanawake? Kwa nini mtumishi wako
aongeze mzigo kwa bwana wangu mfalme? 36 Mtu-
mishi wako atavuka Yordani pamoja na mfalme
kwa umbali mfupi tu, lakini kwa nini mfalme
anizawadie kwa namna hii? 37 Mruhusu mtumi-
shi wako arudi, ili mimi nikafie katika mji wangu
mwenyewe karibu na kaburi la baba yangu na
mama yangu. Lakini yupo hapa mtumishi wako
Kimhamu. Mruhusu avuke pamoja na bwana
wangu mfalme. Mtendee lolote linalokupendeza."
38 Mfalme akamwambia Barzilai, "Kimhamu
atavuka Yordani pamoja nami, nami nitamtendea
lolote litakalokupendeza. Nawe kitu chochote una-
chotaka kutoka kwangu nitakutendea."
39 Kwa hiyo watu wote wakavuka Yordani, kisha
mfalme akavuka. Mfalme akambusu Barzilai na
kumbariki; Barzilai akarudi nyumbani kwake.
40 Mfalme alipovuka kwenda Gilgali, Kimhamu
akavuka pamoja naye. Vikosi vyote vya Yuda na
nusu ya vikosi vya Israeli vilimvusha mfalme.
41 Baada ya kitambo kidogo watu wote wa Israeli
wakaja kwa mfalme na kumwambia, "Kwa nini
ndugu zetu, watu wa Yuda, wamemrudisha mfalme
kwa siri bila kutushirikisha, na kumvusha ng'ambo
ya Yordani, yeye na nyumba yake, pamoja na watu
wake wote?"
42 Watu wote wa Yuda wakawajibu watu wa
Israeli, "Tulifanya hivi kwa sababu mfalme ni
jamaa yetu wa karibu. Kwa nini mnakasirikia
jambo hili? Je, tumekula kitu chochote cha mfa-
lme? Je, tumejichukulia kitu chochote kwa ajili
yetu wenyewe?"
43 Ndipo watu wa Israeli wakawajibu watu wa
Yuda, "Tunayo haki mara kumi kwa mfalme; sisi
tunahusika zaidi na Daudi kuliko ninyi. Kwa nini
basi mnatudharau? Je, hatukuwa wa kwanza kuzu-
ngumza kuhusu kumrudisha mfalme nyumbani?"
Lakini watu wa Yuda wakajibu kwa ukali hata
zaidi kuliko watu wa Israeli.

Sheba Aasi Dhidi Ya Daudi

20 Basi, kulikuwa na mtu mbaya sana aliyeitwa
Sheba mwana wa Bikri, Mbenyamini, aliye-
kuwako huko. Akapiga tarumbeta na kupaza sauti,

"Hatuna fungu katika Daudi,
wala hatuna sehemu
katika mwana wa Yese!
Kila mtu aende hemani mwake,
enyi Israeli!"

2 Kwa hiyo watu wote wa Israeli wakamwacha
Daudi na kumfuata Sheba mwana Bikri. Lakini
watu wa Yuda wakawa karibu na mfalme wao katika
safari yote kutoka Yordani mpaka Yerusalemu.
3 Daudi aliporudi katika jumba lake la kifalme
huko Yerusalemu, aliwachukua wale masuria
kumi aliokuwa amewaacha ili kuangalia jumba la
kifalme na kuwaweka ndani ya nyumba chini ya
ulinzi. Akawapa mahitaji yao lakini hakukutana
nao kimwili. Waliwekwa kifungoni wakaishi kama
wajane mpaka kifo chao.
4 Ndipo mfalme akamwambia Amasa, "Waite
watu wa Yuda waje kwangu katika muda wa siku
tatu, nawe mwenyewe uwepo hapa." 5 Lakini Amasa
alipokwenda kuwaita Yuda, alichukua muda mrefu
zaidi ya ule mfalme aliokuwa amemwekea.
6 Daudi akamwambia Abishai, "Sasa Sheba
mwana wa Bikri atatuletea madhara zaidi kuliko
alivyofanya Absalomu. Wachukue watu wa bwana
wako na umfuatie, la sivyo atapata mji wenye
ngome na kututoroka." 7 Hivyo watu wa Yoabu,
na Wakerethi na Wapelethi, pamoja na wapiganaji
mashujaa wote wakaondoka chini ya uongozi wa
Abishai. Wakatoka Yerusalemu ili kumfuata Sheba
mwana wa Bikri.
8 Wakati walikuwa kwenye mwamba mkubwa
huko Gibeoni, Amasa alikuja kuwalaki. Yoabu
alikuwa amevaa mavazi yake ya kijeshi; juu yake
alifunga mkanda kwenye kiuno wenye upanga
ndani ya ala. Alipokuwa akienda mbele, ule upanga
ukaanguka kutoka kwenye ala.
9 Yoabu akamwambia Amasa, "U hali gani, ndugu
yangu?" Kisha Yoabu akamshika Amasa ndevu
kwa mkono wake wa kuume ili ambusu. 10 Amasa
hakuona upanga uliokuwa mkononi mwa Yoabu,
naye Yoabu akamchoma nao tumboni, nayo matu-
mbo yake yakamwagika chini. Pasipo kuchomwa
mara ya pili, Amasa akafa. Basi Yoabu na Abishai
nduguye wakamfuatia Sheba mwana wa Bikri.
11 Mmoja wa watu wa Yoabu akasimama kando
ya Amasa, akasema, "Yeyote ampendaye Yoabu na
yeyote aliye upande wa Daudi, na amfuate Yoabu!"
12 Amasa alikuwa akigaagaa katika damu yake
katikati ya barabara; mtu mmoja akaona kwamba
vikosi vyote vilikuwa vinasimama pale. Huyo mtu
alipotambua kwamba kila aliyefika pale Amasa
alipokuwa alisimama, alimburuta Amasa kutoka
barabarani mpaka kwenye shamba na kutupia

nguo juu yake. 13 Baada ya Amasa kuondolewa
kutoka barabarani, watu wote walienda pamoja
na Yoabu kumfuatia Sheba mwana wa Bikri.
14 Sheba akapita katika makabila yote ya Israeli
hadi Abel-Beth-Maaka na kupitia eneo lote la
Waberi ambao walijikusanya pamoja na kumfuata.
15 Vikosi vyote vya Yoabu vikaja na kumhusuru
Sheba mwana wa Bikri huko Abel-Beth-Maaka.
Wakauzingira mji kwa kuweka vikosi vya askari,
ili kukabiliana na ngome ya mji. Walipokuwa
wanagongagonga ukuta ili kuubomoa na kuua-
ngusha chini, 16 mwanamke mmoja mwenye busara
akaita kutoka ndani ya mji, akisema, "Sikilizeni!
Sikilizeni! Mwambieni Yoabu aje hapa ili niweze
kuzungumza naye." 17 Yoabu alikwenda mbele
yake, akamuuliza, "Wewe ni Yoabu?"

Akamjibu, "Ndiye mimi."

Yule mwanamke akamwambia, "Sikiliza kile
mtumishi wako atakachokuambia." Akamwambia,
"Ninasikiliza."

18 Huyo mwanamke akaendelea kusema,
"Zamani za kale walikuwa wakisema, 'Wakaulize
ushauri huko Abeli,' hivyo kulimaliza lile shauri.
19 Sisi ni watu wa amani na waaminifu katika
Israeli. Wewe unajaribu kuharibu mji ambao ni
mama katika Israeli. Kwa nini unataka kumeza
urithi wa BWANA?"

20 Yoabu akajibu, "Hilo liwe mbali nami. Hilo
liwe mbali nami kumeza au kuharibu. 21 Hivyo
sivyo ilivyo. Mtu mmoja jina lake Sheba mwana
wa Bikri, kutoka nchi ya vilima vya Efraimu, amei-
nua mkono wake dhidi ya mfalme, dhidi ya Daudi.
Nikabidhini mtu huyu mmoja, nami nitajiondoa
katika mji huu."

Huyu mwanamke akamwambia Yoabu, "Kichwa
chake mtatupiwa kupitia juu ya ukuta."

22 Ndipo huyo mwanamke akaenda kwa watu
wote akiwa na ushauri wake wa busara, nao
wakakata kichwa cha Sheba mwana wa Bikri na
kumtupia Yoabu. Kwa hiyo Yoabu akapiga taru-
mbeta, na watu wake wakatawanyika kutoka mjini,
kila mmoja akirejea nyumbani kwake. Naye Yoabu
akarudi kwa mfalme huko Yerusalemu.

23 Yoabu alikuwa jemadari wa jeshi lote la
Israeli; Benaya mwana wa Yehoyada alikuwa juu
ya Wakerethi na Wapelethi; 24 Adoramu alikuwa
kiongozi wa wale waliofanya kazi ya kulazimishwa;
Yehoshafati mwana wa Ahiludi alikuwa mweka
kumbukumbu; 25 Sheva[a] alikuwa mwandishi;
Sadoki na Abiathari walikuwa makuhani; 26 na
Ira, Myairi, alikuwa kuhani wa Daudi.

Wagibeoni Walipiza Kisasi

21 Wakati wa utawala wa Daudi kulikuwa na
njaa kwa miaka mitatu mfululizo, kwa hiyo
Daudi akautafuta uso wa BWANA. BWANA akasema,
"Ni kwa sababu ya Sauli na nyumba yake iliyotiwa
madoa ya damu, kwa sababu aliwaua Wagibeoni."

2 Mfalme akawaita Wagibeoni na kuzumgumza
nao. (Wagibeoni hawakuwa wa wana wa Israeli, ila
walikuwa mabaki ya Waamori. Waisraeli walikuwa
wameapa kuwaacha hai, lakini Sauli katika wivu
wake kwa ajili ya Israeli na Yuda, alikuwa amejaribu
kuwaangamiza.) 3 Daudi akawauliza Wagibeoni,
"Niwatendee nini? Nitawaridhishaje ili mbariki
urithi wa BWANA?"

4 Wagibeoni wakamjibu, "Hatuna haki ya kudai
fedha wala dhahabu kutoka kwa Sauli au jamaa
yake, wala hatuna haki ya kumuua mtu yeyote
katika Israeli."

Daudi akawauliza, "Mnataka niwafanyie nini?"

5 Wakamjibu mfalme, "Kwa habari ya mtu aliye-
tuangamiza na kufanya hila mbaya dhidi yetu ili
kwamba tuangamizwe na tusiwe na yeyote katika
Israeli, 6 tupatieni wazao wake saba wa kiume
tuwaue hadharani mbele za BWANA huko Gibea
ya Sauli, aliyekuwa amechaguliwa na BWANA."

Basi mfalme akasema, "Nitawakabidhi kwenu."

7 Mfalme akamhifadhi Mefiboshethi mwana wa
Yonathani, mwana wa Sauli, kwa sababu ya kile
kiapo mbele za BWANA kati ya Daudi na Yonathani.
8 Lakini mfalme akamchukua Armoni na Mefibo-
shethi, wana wawili wa Rispa binti Aiya, ambao
alikuwa amemzalia Sauli, pamoja na wana watano
wa Merabu binti Sauli, aliokuwa amemzalia Adrieli
mwana wa Barzilai, Mmeholathi. 9 Akawakabidhi
kwa Wagibeoni, ambao waliwaua na kuwaweka
wazi juu ya kilima mbele za BWANA. Wote saba
walianguka kwa pamoja; waliuawa katika siku za
kwanza za mavuno, mara tu uvunaji wa shayiri
ulipokuwa unaanza.

10 Rispa binti Aiya akachukua nguo ya gunia, aka-
jitandikia juu ya mwamba. Kuanzia mwanzo wa
mavuno mpaka mvua ziliponyesha juu ya miili ya
hao waliouawa, Rispa hakuruhusu ndege wa angani
kuwagusa wakati wa mchana, wala wanyama wa
mwitu wakati wa usiku. 11 Daudi alipoambiwa
kile Rispa binti Aiya, suria wa Sauli, alichokuwa
amekifanya, 12 alikwenda akachukua mifupa ya
Sauli na mwanawe Yonathani kutoka kwa watu
wa Yabeshi-Gileadi. (Walikuwa wameichukua kwa
siri kutoka uwanja wa watu wote huko Beth-Shani,
mahali ambapo Wafilisti walikuwa wamewatundika
baada ya kumuua Sauli huko Gilboa.) 13 Daudi
akaileta mifupa ya Sauli na ya mwanawe Yona-
thani kutoka huko, pia mifupa ya wale waliokuwa
wameuawa na kutupwa ilikusanywa.

14 Wakazika mifupa ya Sauli na ya mwanawe
Yonathani katika kaburi la Kishi, babaye Sauli,
huko Sela katika nchi ya Benyamini, nao wakafa-
nya kila kitu mfalme alichoagiza. Baada ya hayo,
Mungu akajibu maombi kwa ajili ya nchi.

Vita Dhidi Ya Wafilisti

15 Kwa mara nyingine tena kulikuwa na vita kati
ya Wafilisti na Israeli. Daudi akashuka pamoja na
watu wake ili kupigana dhidi ya Wafilisti, naye
akawa amechoka sana. 16 Naye Ishbi-Benobu,
mmoja wa wazao wa Warefai,[b] ambaye mkuki
wake ulikuwa na uzito wa shekeli 300 za shaba,[c]
alikuwa amejifunga upanga mpya, naye alisema
angemuua Daudi. 17 Lakini Abishai mwana wa
Seruya akaja kumwokoa Daudi; akampiga huyo

---

[a]25 Sheva mahali pengine ameitwa Shausha (1Nya 18:16; 1Fal 4:3).

[b]16 Yaani majitu.

[c]16 Shekeli 300 za shaba ni sawa na kilo 3.5.

Mfilisti, akamwangusha chini na kumuua. Ndipo
watu wakamwapia Daudi, wakisema, "Kamwe
hutakwenda tena nasi vitani, ili kwamba taa ya
Israeli isije ikazimwa."
18 Baada ya muda, kukawa na vita nyingine na
Wafilisti, huko Gobu. Wakati huo Sibekai, Mhusha-
thi, akamuua Safu, mmoja wa wazao wa Warefai.
19 Katika vita vingine na Wafilisti huko Gobu,
Elhanani mwana wa Yaare-Oregimu, Mbethlehemu,
alimuua nduguye Goliathi, Mgiti, ambaye mkuki
wake ulikuwa na mpini kama mti wa mfumaji.
20 Katika vita vingine tena, vilivyopiganwa huko
Gathi, kulikuwako na mtu mmoja mkubwa mwe-
nye vidole sita katika kila mkono na vidole sita
kila mguu, jumla vidole ishirini na vinne. Yeye
alikuwa pia mzao wa Mrefai. 21 Alipowadhihaki
Israeli, Yonathani mwana wa Shimea, nduguye
Daudi, akamuua.
22 Hawa wanne walikuwa wazao wa Warefai huko
Gathi, nao walianguka kwa mikono ya Daudi na
watu wake.

Wimbo Wa Daudi Wa Sifa

22 Daudi alimwimbia Bwana maneno ya wimbo
huu wakati Bwana alipomwokoa mikononi
mwa adui zake wote, na pia mkononi mwa Sauli.
2 Akasema:

"Bwana ni mwamba wangu,
ngome yangu na mwokozi wangu,
3 Mungu wangu ni mwamba wangu,
ambaye kwake ninakimbilia,
ngao yangu na pembe ya wokovu wangu.
Yeye ni ngome yangu, kimbilio langu
na mwokozi wangu,
huniokoa kutoka kwa watu wenye jeuri.
4 Ninamwita Bwana, anayestahili kusifiwa,
nami ninaokolewa kutoka kwa adui zangu.

5 "Mawimbi ya mauti yalinizunguka,
mafuriko ya maangamizi yalinilemea.
6 Kamba za kuzimu[a] zilinizunguka,
mitego ya mauti ilinikabili.
7 Katika shida yangu nalimwita Bwana,
nilimlilia Mungu wangu.
Kutoka Hekaluni mwake alisikia sauti yangu,
kilio changu kikafika masikioni mwake.

8 "Dunia ilitetemeka na kutikisika,
misingi ya mbingu ikatikisika,
vilitetemeka kwa sababu
alikuwa amekasirika.
9 Moshi ukapanda kutoka puani mwake,
moto uteketezao ukatoka kinywani mwake,
makaa ya moto yawakayo
yakatoka ndani mwake.
10 Akazipasua mbingu akashuka chini,
mawingu meusi yalikuwa chini ya
miguu yake.
11 Alipanda juu ya kerubi akaruka,
akapaa juu kwa mbawa za upepo.
12 Alifanya giza hema lake la kujifunika:
mawingu meusi ya mvua ya angani.
13 Kutokana na mwanga wa uwepo wake
mawingu yalisogea,
ikanyesha mvua ya mawe
na umeme wa radi.
14 Bwana alinguruma kutoka mbinguni,
sauti ya Aliye Juu Sana ilisikika.
15 Aliipiga mishale na kutawanya adui,
umeme wa radi na kuwafukuza.
16 Mabonde ya bahari yalifunuliwa,
na misingi ya dunia ikawa wazi
kwa kukaripia kwake Bwana,
kwa uvumi wa pumzi kutoka puani mwake.

17 "Alinyoosha mkono kutoka juu
na kunishika;
alinitoa kutoka kilindi cha maji makuu.
18 Aliniokoa kutoka adui wangu mwenye
nguvu nyingi,
kutoka adui zangu waliokuwa na nguvu
nyingi kuliko mimi.
19 Walinikabili siku ya msiba wangu,
lakini Bwana alikuwa msaada wangu.
20 Alinileta nje mahali penye nafasi tele,
akaniokoa kwa kuwa alipendezwa nami.

21 "Bwana alinitendea sawasawa na
uadilifu wangu;
sawasawa na usafi wa mikono yangu
amenilipa.
22 Kwa maana nimezishika njia za Bwana;
sijatenda ubaya nikamwacha
Mungu wangu.
23 Sheria zake zote zi mbele yangu,
wala sijayaacha maagizo yake.
24 Nimekuwa sina hatia mbele zake,
nami nimejilinda nisitende dhambi.
25 Bwana amenilipa sawasawa
na uadilifu wangu,
sawasawa na usafi wangu machoni pake.

26 "Kwa yeye aliye mwaminifu unajionyesha
kuwa mwaminifu,
kwa asiye na hatia unajionyesha
kutokuwa na hatia,
27 kwa aliye mtakatifu unajionyesha kuwa
mtakatifu,
lakini kwa aliyepotoka unajionyesha
kuwa mkaidi.
28 Wewe huwaokoa wanyenyekevu,
lakini macho yako ni juu ya wenye kiburi
ili uwashushe.
29 Wewe ni taa yangu, Ee Bwana.
Bwana hulifanya giza langu
kuwa mwanga.
30 Kwa msaada wako naweza kushinda jeshi,
nikiwa pamoja na Mungu wangu
nitaweza kuruka ukuta.

31 "Kuhusu Mungu, njia yake ni kamilifu;
neno la Bwana halina dosari.
Yeye ni ngao kwa wote
wanaokimbilia kwake.

[a]6 Kuzimu kwa Kiebrania ni Sheol, maana yake ni Shimo lisilo na mwisho.

[32] Kwa maana ni nani aliye Mungu
zaidi ya BWANA?
Ni nani aliye Mwamba
isipokuwa Mungu wetu?
[33] Mungu ndiye anivikaye nguvu
na kufanya njia yangu kuwa kamilifu.
[34] Huifanya miguu yangu kama miguu
ya kulungu,
huniwezesha kusimama mahali
palipo juu.
[35] Huifundisha mikono yangu kupigana vita;
mikono yangu inaweza kupinda upinde
wa shaba.
[36] Hunipa ngao yako ya ushindi,
unajishusha chini ili kuniinua.
[37] Huyapanua mapito yangu,
ili miguu yangu isiteleze.

[38] "Niliwafuatia adui zangu na nikawaseta,
sikurudi nyuma mpaka
walipoangamizwa.
[39] Niliwaseta kabisa, nao hawakuweza
kuinuka tena;
walianguka chini ya miguu yangu.
[40] Ulinivika nguvu kwa ajili ya kupigana vita;
uliwafanya adui zangu wasujudu
miguuni pangu.
[41] Uliwafanya adui zangu wageuke
na kukimbia,
nami nikawaangamiza adui zangu.
[42] Walipiga yowe, lakini hapakuwepo
na yeyote wa kuwaokoa;
walimlilia BWANA, lakini hakuwajibu.
[43] Niliwaponda kama mavumbi ya nchi;
niliwaponda na kuwakanyaga kama tope
barabarani.

[44] "Umeniokoa kutokana na mashambulizi
ya watu wangu;
umenihifadhi mimi kama kiongozi
wa mataifa.
Watu ambao sikuwajua wananitumikia,
[45] nao wageni huja wakininyenyekea,
mara wanisikiapo, hunitii.
[46] Wote wanalegea,
wanatoka katika ngome zao
wakitetemeka.

[47] "BWANA yu hai! Sifa ni kwa Mwamba
wangu!
Atukuzwe Mungu,
Mwamba, Mwokozi wangu!
[48] Yeye ndiye Mungu anilipiziaye kisasi,
ayawekaye mataifa chini yangu,
[49] aniwekaye huru toka kwa adui zangu.
Uliniinua juu ya adui zangu;
uliniokoa toka kwa watu wajeuri.
[50] Kwa hiyo nitakusifu, Ee BWANA,
katikati ya mataifa;
nitaliimbia sifa jina lako.
[51] Humpa mfalme wake ushindi mkuu;
huonyesha fadhili zake kwa mpakwa
mafuta wake,
kwa Daudi na wazao wake milele."

Maneno Ya Mwisho Ya Daudi

23 Haya ni maneno ya mwisho ya Daudi:

"Neno la Daudi mwana wa Yese,
neno la mtu aliyeinuliwa na Aliye
Juu Sana,
mtu aliyepakwa mafuta na Mungu
wa Yakobo,
mwimbaji wa nyimbo wa Israeli:

[2] "Roho wa BWANA alinena kupitia kwangu,
neno lake lilikuwa ulimini mwangu.
[3] Mungu wa Israeli alinena,
mwamba wa Israeli akaniambia:
'Mtu anatawala watu kwa haki,
wakati anapotawala
akiwa na hofu ya Mungu,
[4] yeye ni kama mwanga wa asubuhi jua
lichomozapo
asubuhi isiyo na mawingu,
kama mwanga baada ya mvua
uchipuzao majani kutoka ardhini.'

[5] "Je, si hivyo ilivyo nyumba yangu
mbele za Mungu?
Je, hajafanya Agano la milele nami,
lililopangwa na kuimarishwa
kila sehemu?
Je, hatanifanya niufurahie wokovu wangu
na kunijalia matakwa yangu yote?
[6] Lakini watu waovu wote
watatupwa kando kama miiba,
ambayo haikusanywi kwa mkono.
[7] Yeyote agusaye miiba
hutumia chombo cha chuma
au mpini wa mkuki,
nayo huchomwa pale ilipo."

Mashujaa Wa Daudi

[8] Haya ndiyo majina ya mashujaa wa Daudi:
Yosheb-Bashebethi,[a] Mtahkemoni, alikuwa
kiongozi wa wale Watatu; yeye aliinua mkuki
wake dhidi ya watu 800, ambao aliwaua katika
pambano moja.
[9] Wa pili wake alikuwa Eleazari mwana wa Dodai,[b]
Mwahohi. Akiwa mmojawapo wa wale mashujaa
watatu, alikuwa pamoja na Daudi wakati waliwa-
dhihaki Wafilisti waliokuwa wamekusanyika huko
Pas-Damimu kwa ajili ya vita. Kisha watu wa Israeli
wakarudi nyuma, [10] lakini yeye alisimama imara
akawaua Wafilisti hadi mkono wake ukachoka na
ukagandamana na upanga. BWANA akawapa ushi-
ndi mkubwa siku ile. Vikosi vikarudi kwa Eleazari,
kuteka tu nyara za waliokufa.
[11] Aliyefuata alikuwa Shama mwana wa Agee,
Mharari. Wafilisti walipokusanyika pamoja mahali
palipokuwa shamba lililojaa dengu, vikosi vya
Israeli viliwakimbia. [12] Lakini Shama akasimama
imara katikati ya lile shamba. Akalitetea na kuwaua
Wafilisti, naye BWANA akawapa ushindi mkubwa.

[a] 8 Yosheb-Bashebethi au Yashobeamu (1Nya 11:11).
[b] 9 Dodai tafsiri nyingine zinamwita Dodo.

13 Wakati wa mavuno, viongozi watatu kati ya
viongozi thelathini walishuka, wakamwendea
Daudi katika pango la Adulamu, wakati kikundi
cha Wafilisti kilikuwa kimepiga kambi katika
Bonde la Warefai. 14 Wakati huo Daudi alikuwa
katika ngome, na kambi ya Wafilisti ilikuwa huko
Bethlehemu. 15 Daudi akatamani maji, akasema,
"Laiti mtu angenipatia maji ya kunywa kutoka
kisima kilicho karibu na lango la Bethlehemu!"
16 Basi mashujaa hao watatu wakapenya katikati
ya Wafilisti, wakaenda kuchota maji kutoka kwa
kisima kilicho karibu na lango la Bethlehemu,
wakamletea Daudi. Lakini Daudi akakataa kuya-
nywa. Badala yake, aliyamimina mbele za BWANA.
17 Akasema, "Iwe mbali nami, Ee BWANA, kufanya
kitu hiki. Je, hii si damu ya watu ambao walikwe-
nda kwa kuhatarisha maisha yao?" Naye Daudi
hakuyanywa.

Haya yalifanywa na hao mashujaa watatu.

18 Abishai ndugu yake Yoabu mwana wa Seruya
ndiye alikuwa kiongozi wa hao Watatu. Aliinua
mkuki wake dhidi ya watu 300 ambao aliwaua,
kwa hiyo naye akawa na sifa kama hao Watatu.
19 Je, hakupata heshima kubwa zaidi kuliko hao
Watatu? Alikuwa jemadari wao, ingawa hakuhe-
sabiwa miongoni mwao.

20 Benaya mwana wa Yehoyada alikuwa mpi-
ganaji hodari kutoka Kabseeli ambaye alifanya
mambo makubwa ya ujasiri. Aliwaua mashujaa
wawili waliokuwa hodari kuliko wote wa Moabu.
Pia alishuka shimoni kulipokuwa na theluji na
kumuua simba. 21 Pia alimuua Mmisri mrefu
mkubwa. Ingawa Mmisri alikuwa na mkuki mko-
noni mwake, Benaya alimwendea akiwa na rungu.
Alipokonya mkuki kutoka mkononi mwa Mmisri
na kumuua kwa mkuki wake mwenyewe. 22 Haya
yalikuwa mambo ya ushujaa ya Benaya mwana wa
Yehoyada; naye pia alikuwa maarufu kama wale
mashujaa watatu. 23 Yeye aliheshimiwa zaidi ya
wale Thelathini, lakini hakujumuishwa miongoni
mwa wale Watatu. Daudi akamweka kuwa kiongozi
wa walinzi wake.

24 Miongoni mwa wale Thelathini
walikuwepo:
Asaheli ndugu wa Yoabu;
Elhanani mwana wa Dodo kutoka
Bethlehemu;
25 Shama, Mharodi;
Elika, Mharodi;
26 Helesi, Mpalti;
Ira mwana wa Ikeshi kutoka Tekoa;
27 Abiezeri kutoka Anathothi;
Mebunai, Mhushathi;
28 Salmoni, Mwahohi;
Maharai, Mnetofathi;
29 Heledi mwana wa Baana, Mnetofathi;
Itai mwana wa Ribai kutoka Gibea ya
Benyamini;
30 Benaya Mpirathoni;
Hidai kutoka mabonde ya Gaashi;
31 Abi-Alboni, Mwaribathi;
Azmawethi, Mbarhumi;
32 Eliaba, Mshaalboni;
wana wa Yasheni;
Yonathani 33 mwana wa Shama, Mharari;
Ahiamu mwana wa Sharari, Mharari;
34 Elifeleti mwana wa Ahasbai, Mmaakathi;
Eliamu mwana wa Ahithofeli, Mgiloni;
35 Hezro, Mkarmeli;
Paarai, Mwarbi;
36 Igali mwana wa Nathani kutoka Soba;
Bani, Mgadi;
37 Seleki, Mwamoni;
Naharai, Mbeerothi, aliyekuwa mbeba
silaha za Yoabu mwana wa Seruya;
38 Ira, Mwithiri;
Garebu, Mwithiri;
39 na Uria, Mhiti.
Jumla yao wote walikuwa watu thelathini
na saba.

Daudi Ahesabu Wapiganaji

24 Hasira ya BWANA ikawaka tena dhidi ya Israeli,
naye akamchochea Daudi dhidi yao, akisema,
"Nenda ukawahesabu Israeli na Yuda."
2 Kwa hiyo mfalme akamwambia Yoabu, pamoja
na majemadari wa jeshi aliokuwa nao, "Nendeni
kwa makabila yote ya Israeli kuanzia Dani hadi
Beer-Sheba na mwandikishe watu wapiganaji, ili
niweze kujua idadi yao."
3 Lakini Yoabu akamjibu mfalme, "BWANA Mungu
wako na azidishe jeshi mara mia, nayo macho ya
bwana wangu mfalme na yaone hili. Lakini kwa
nini bwana wangu mfalme anataka kufanya kitu
cha namna hii?"
4 Hata hivyo, neno la mfalme likawa na nguvu
juu ya Yoabu pamoja na majemadari wa jeshi, kwa
hiyo wakaondoka mbele ya mfalme kuandikisha
wapiganaji wa Israeli.
5 Baada ya kuvuka Yordani, walipiga kambi
karibu na Aroeri, kusini ya mji ulioko kwenye
bonde jembamba, ndipo wakipitia Gadi, wakaenda
hadi Yazeri. 6 Walikwenda hadi Gileadi na pia eneo
la Tahtimu-Hodshi, wakaendelea hadi Dani-Yaani
na kuzunguka kuelekea Sidoni. 7 Kisha wakaenda
kuelekea ngome ya Tiro pamoja na miji yote ya
Wahivi na ya Wakanaani. Mwishoni, walikwenda
mpaka Beer-Sheba katika Negebu ya Yuda.
8 Baada ya kupita katika nchi nzima, walirudi
Yerusalemu baada ya miezi tisa na siku ishirini.
9 Yoabu akatoa hesabu ya wapiganaji kwa mfa-
lme: Katika Israeli kulikuwako watu 800,000
wenye uwezo wa kupigana, na katika Yuda watu
500,000.
10 Dhamiri ya Daudi ilishtuka baada ya kuwa-
hesabu wapiganaji, naye akamwambia BWANA,
"Nimefanya dhambi kubwa kwa kufanya jambo
hili. Ee BWANA, sasa ninakusihi, ondoa hatia ya
mtumishi wako. Nimefanya jambo la kipumbavu
sana."
11 Kabla Daudi hajaamka kesho yake asubuhi,
neno la BWANA lilikuwa limemjia Gadi nabii, ali-
yekuwa mwonaji wa Daudi, kusema: 12 "Nenda
ukamwambie Daudi, 'Hivi ndivyo asemavyo
BWANA: Ninakupa wewe uchaguzi wa mambo
matatu. Nichagulie mojawapo nitakalotenda
dhidi yako.' "

[13] Basi Gadi akaenda kwa Daudi na kumwambia,
"Je, ije njaa ya miaka mitatu katika nchi yako? Au miezi mitatu ya kukimbia adui zako wakikufuatia? Au siku tatu za tauni katika nchi yako? Basi sasa, fikiri juu ya hilo na uamue jinsi nitakavyomjibu huyo aliyenituma."

[14] Daudi akamjibu Gadi, "Nitataabika sana. Afadhali tuangukie mikononi mwa BWANA, kwa maana rehema zake ni kuu, lakini usiniache nianguke mikononi mwa wanadamu."

[15] Basi BWANA akatuma tauni katika Israeli
kuanzia asubuhi mpaka mwisho wa muda ulioamriwa, wakafa watu 70,000 kuanzia Dani hadi
Beer-Sheba. [16] Malaika aliponyoosha mkono wake
ili kuangamiza Yerusalemu, BWANA akahuzunika kwa sababu ya maafa, akamwambia yule malaika aliyekuwa anawadhuru watu, "Yatosha! Rudisha mkono wako." Wakati huo malaika wa BWANA alikuwa kwenye sakafu ya kupuria ya Arauna,[a] Myebusi.

[17] Ikawa Daudi alipomwona huyo malaika aliyekuwa akiwaua watu, akamwambia BWANA, "Mimi ndiye niliyetenda dhambi na kukosa. Hawa ni kondoo tu. Wamefanya nini? Mkono wako uwe juu yangu na nyumba yangu."

Daudi Ajenga Madhabahu

[18] Siku hiyo Gadi akamwendea Daudi na kumwambia, "Panda ukamjengee BWANA madhabahu kwenye sakafu ya kupuria ya Arauna Myebusi."

[a]16 Pia anaitwa Ornani kwa Kiebrania.

[19] Kwa hiyo Daudi akakwea kama vile BWANA alivyokuwa ameamuru kwa kinywa cha Gadi. [20] Arauna
alipotazama na kumwona mfalme na watu wake wakija kumwelekea, alitoka nje na kusujudu mbele ya mfalme kifudifudi, akiuinamisha uso wake ardhini.

[21] Arauna akasema, "Mbona bwana wangu mfalme amekuja kwa mtumishi wake?"

Daudi akajibu, "Kununua sakafu yako ya kupuria, ili niweze kumjengea BWANA madhabahu, ili tauni iliyo katika watu iondolewe."

[22] Arauna akamwambia Daudi, "Bwana wangu mfalme na achukue chochote kinachompendeza na akitoe sadaka. Hapa kuna maksai kwa ajili ya sadaka ya kuteketezwa, pia kuna miti ya kupuria na nira za ng'ombe kwa ajili ya kuni. [23] Ee mfalme,
Arauna anatoa vyote hivi kwa mfalme." Pia Arauna akamwambia mfalme, "BWANA Mungu wako na akukubali."

[24] Lakini mfalme akamjibu Arauna, "La hasha, nasisitiza kuvilipia. Sitatoa sadaka ya kuteketezwa kwa BWANA Mungu wangu isiyonigharimu chochote."

Kwa hiyo Daudi akanunua ile sakafu ya kupuria nafaka na maksai, akazilipia shekeli hamsini
za fedha.[b] [25] Kisha Daudi akamjengea BWANA
madhabahu mahali hapo, na kutoa sadaka za kuteketezwa na sadaka za amani. Kisha BWANA akajibu kwa ajili ya nchi, nayo tauni ikakoma katika Israeli.

[b]24 Shekeli 50 za fedha ni sawa na gramu 600.

1 WAFALME

Adoniya Ajitangaza Mfalme

1 Mfalme Daudi alipokuwa mzee umri ukiwa umesogea, hakuweza kupata joto hata walipomfunika kwa nguo. 2 Kwa hiyo watumishi wake wakamwambia, "Turuhusu tumtafute kijana mwanamwali bikira amhudumie mfalme na kumtunza. Anaweza kulala pembeni mwake ili bwana wetu mfalme apate joto."

3 Kisha wakatafuta katika Israeli yote ili kumpata msichana mzuri wa sura na wakampata Abishagi, Mshunami, wakamleta kwa mfalme. 4 Msichana huyo alikuwa mzuri sana wa sura, akamtunza mfalme na kumhudumia, lakini mfalme hakufanya naye tendo la ndoa.

5 Basi Adoniya, ambaye mama yake alikuwa Hagithi, akajigamba na kusema, "Mimi nitakuwa mfalme." Hivyo akajiwekea tayari magari na wapanda farasi, pamoja na watu hamsini wa kumtangulia wakikimbia. 6 (Baba yake hakuwa ameingilia na kumuuliza, "Kwa nini unafanya hivyo?" Alikuwa pia kijana mzuri sana wa sura, na alizaliwa baada ya Absalomu.)

7 Adoniya akashauriana pamoja na Yoabu mwana wa Seruya na kuhani Abiathari, nao wakamsaidia. 8 Lakini kuhani Sadoki, Benaya mwana wa Yehoyada, Nathani nabii, Shimei, Rei na walinzi maalum wa Daudi hawakujiunga na Adoniya.

9 Ndipo Adoniya akatoa dhabihu ya kondoo, ng'ombe na ndama walionona kwenye Jiwe la Zohelethi karibu na En-Rogeli. Akawaalika ndugu zake wote, wana wa mfalme na wanaume wote wa Yuda waliokuwa maafisa wa mfalme, 10 lakini hakumwalika nabii Nathani, Benaya, walinzi maalum wa mfalme, wala ndugu yake Solomoni.

11 Ndipo Nathani akamuuliza Bathsheba, mama yake Solomoni, "Je, hujasikia kwamba Adoniya, mwana wa Hagithi, amekuwa mfalme pasipo bwana wetu Daudi kujua jambo hili? 12 Sasa basi, acha nikushauri jinsi utakavyookoa uhai wako mwenyewe na uhai wa mwanao Solomoni. 13 Ingia kwa Mfalme Daudi na umwambie, 'Bwana wangu mfalme, je hukuniapia mimi mtumishi wako: "Hakika mwanao Solomoni atakuwa mfalme baada yangu na ndiye atakayeketi juu ya kiti changu cha ufalme"? Kwa nini basi Adoniya amekuwa mfalme?' 14 Utakapokuwa ukizungumza na mfalme, nitaingia na kuthibitisha hayo uliyoyasema."

15 Hivyo Bathsheba akaenda kumwona mfalme chumbani mwake mahali ambapo Abishagi, Mshunami, alikuwa akimhudumia, naye mfalme alikuwa mzee sana. 16 Bathsheba akasujudu na kupiga magoti mbele ya mfalme.

Mfalme akauliza, "Ni nini hiki unachotaka?"

17 Akamwambia, "Bwana wangu, wewe mwenyewe uliniapia mimi mtumishi wako kwa Bwana Mungu wako kwamba: 'Solomoni Mwanao atakuwa mfalme baada yangu na ndiye atakayeketi kwenye kiti changu cha ufalme.' 18 Lakini sasa Adoniya amekuwa mfalme, nawe, bwana wangu mfalme huna habari kuhusu jambo hilo. 19 Ametoa dhabihu idadi kubwa ya ng'ombe, ndama walionona na kondoo, naye amewaalika wana wa mfalme wote, kuhani Abiathari, na Yoabu jemadari wa jeshi, lakini hakumwalika Solomoni mtumishi wako. 20 Bwana wangu mfalme, macho ya Israeli yote yanakutazama wewe wajue kutoka kwako kuwa ni nani atakayeketi katika kiti cha ufalme cha bwana wangu mfalme baada yake. 21 Kama sivyo, mara tu bwana wangu mfalme atakapopumzishwa pamoja na baba zake, mimi na mwanangu Solomoni tutatendewa kama wahalifu."

22 Alipokuwa angali anazungumza na mfalme, nabii Nathani akafika. 23 Wakamwambia mfalme, "Nabii Nathani yuko hapa." Kisha akaenda mbele ya mfalme na kumsujudia hadi uso wake ukagusa ardhi.

24 Nathani akasema, "Je, bwana wangu mfalme, umetangaza kuwa Adoniya atakuwa mfalme baada yako na kwamba ataketi kwenye kiti chako cha ufalme? 25 Leo ameshuka na kutoa dhabihu idadi kubwa ya ng'ombe, ndama walionona na kondoo. Amewaalika wana wote wa mfalme, jemadari wa jeshi na kuhani Abiathari. Sasa hivi, wanakula na kunywa pamoja naye wakisema, 'Aishi maisha marefu, Mfalme Adoniya!' 26 Lakini mimi mtumishi wako, kuhani Sadoki, Benaya mwana wa Yehoyada na mtumishi wako Solomoni hakutualika. 27 Je, hili ni jambo ambalo bwana wangu mfalme amelifanya pasipo kuwajulisha watumishi wake ili wapate kujua ni nani atakayeketi kwenye kiti cha ufalme cha bwana wangu mfalme baada yake?"

Daudi Amfanya Solomoni Kuwa Mfalme

28 Ndipo Mfalme Daudi akasema, "Mwite Bathsheba, aingie ndani." Hivyo akaingia mbele ya mfalme na kusimama mbele yake.

29 Ndipo mfalme akaapa: "Hakika kama Bwana aishivyo, ambaye ameniokoa kutoka kila taabu, 30 hakika nitatekeleza leo kile nilichokuapia kwa Bwana, Mungu wa Israeli: Mwanao Solomoni atakuwa mfalme baada yangu, naye ataketi kwenye kiti changu cha ufalme baada yangu."

31 Kisha Bathsheba akasujudu akipiga magoti mbele ya mfalme uso wake ukigusa ardhi akasema, "Bwana wangu Mfalme Daudi na aishi milele!"

32 Mfalme Daudi akasema, "Mwite kuhani Sadoki ndani, nabii Nathani na Benaya mwana wa Yehoyada." Walipofika mbele ya mfalme, 33 akawaambia: "Wachukueni watumishi wa bwana wenu pamoja nanyi na mkamkalishe mwanangu Solomoni juu ya nyumbu wangu mwenyewe mkamteremshe hadi Gihoni. 34 Huko kuhani Sadoki na nabii Nathani wamtie mafuta awe mfalme juu ya Israeli. Pigeni tarumbeta na mpaze sauti, 'Mfalme Solomoni aishi maisha marefu!' 35 Kisha mtapanda pamoja

naye, atakuja na kuketi kwenye kiti changu cha
ufalme na kutawala badala yangu. Nimemweka
awe mtawala juu ya Israeli na Yuda."
36 Benaya mwana wa Yehoyada akamjibu mfalme,
"Amen! BWANA, Mungu wa bwana wangu mfalme,
na aseme vivyo hivyo. 37 Kama vile BWANA alivyo-
kuwa na bwana wangu mfalme, vivyo hivyo na awe
na Solomoni kukifanya kiti chake cha utawala kuwa
kikuu kuliko kile cha bwana wangu Mfalme Daudi!"
38 Hivyo kuhani Sadoki, nabii Nathani, Benaya
mwana wa Yehoyada, Wakerethi na Wapelethi
wakampandisha Solomoni juu ya nyumbu wa
Mfalme Daudi, nao wakamsindikiza hadi Gihoni.
39 Kuhani Sadoki akachukua pembe ya mafuta
kutoka kwenye hema takatifu na kumtia Solomoni
mafuta. Kisha wakapiga tarumbeta na watu wote
wakapaza sauti wakisema, "Mfalme Solomoni
aishi maisha marefu!" 40 Na watu wote wakakwea
wakimfuata, wakipiga filimbi na kushangilia sana,
hata ardhi ikatikisika kwa ile sauti.
41 Adoniya pamoja na wageni wote waliokuwa
pamoja naye wakasikia sauti hiyo walipokuwa
wakimalizia karamu yao. Waliposikia sauti ya taru-
mbeta, Yoabu akauliza, "Nini maana ya makelele
yote haya katika mji?"
42 Hata alipokuwa anasema, Yonathani mwana
wa kuhani Abiathari akafika. Adoniya akasema,
"Ingia ndani. Mtu mstahiki kama wewe ni lazima
alete habari njema."
43 Yonathani akajibu, "La hasha! Mfalme Daudi
bwana wetu amemfanya Solomoni kuwa mfalme.
44 Mfalme amemtuma pamoja naye kuhani Sadoki,
nabii Nathani, Benaya mwana wa Yehoyada, Wake-
rethi na Wapelethi, nao wamempandisha juu ya
nyumbu wa mfalme, 45 nao kuhani Sadoki na nabii
Nathani wamemtia mafuta kuwa mfalme huko
Gihoni. Kuanzia hapo wameendelea kushangilia
na sauti zimeenea pote mjini. Hizo ndizo kelele
unazosikia. 46 Zaidi ya hayo, Solomoni ameketi juu
ya kiti chake cha ufalme. 47 Pia, maafisa wa mfalme
wamekuja ili kumtakia heri bwana wetu Mfalme
Daudi wakisema, 'Mungu wako na alifanye jina
la Solomoni kuwa mashuhuri kuliko lako na kiti
chake cha ufalme kiwe na ukuu kuliko chako!' Naye
mfalme akasujudu akiabudu kitandani mwake 48 na
kusema, 'Ahimidiwe BWANA, Mungu wa Israeli,
ambaye ameruhusu macho yangu kuona mrithi
juu ya kiti changu cha ufalme leo hii.' "
49 Katika hili, wageni wote wa Adoniya wakai-
nuka kwa mshtuko wa hofu na kutawanyika.
50 Lakini Adoniya kwa kumwogopa Solomoni,
akaenda na kushika pembe za madhabahu. 51 Kisha
Solomoni akaambiwa, "Adoniya anamwogopa
Mfalme Solomoni na ameshikilia pembe za madha-
bahu. Anasema, 'Mfalme Solomoni na aniapie leo
kwamba hatamuua mtumishi wake kwa upanga.' "
52 Solomoni akajibu, "Kama akijionyesha kuwa
mtu mstahiki, hakuna unywele wake utakaoa-
nguka juu ya ardhi, lakini kama uovu ukionekana
ndani yake, atakufa." 53 Ndipo Mfalme Solomoni
akawatuma watu, nao wakamshusha kutoka
madhabahuni. Naye Adoniya akaja akamwinamia
Mfalme Solomoni, naye Solomoni akamwambia,
"Nenda nyumbani kwako."

Maagizo Ya Daudi Kwa Solomoni

2 Siku zilipokaribia za Daudi kufa, akampa mwa-
nawe Solomoni agizo.
2 Akasema, "Mimi ninakaribia kwenda njia ya
dunia yote. Hivyo uwe hodari, jionyeshe kuwa
mwanaume, 3 shika lile BWANA Mungu wako
analokuagiza: Enenda katika njia zake, ushike
maagizo na amri zake, sheria zake na kanuni
zake, kama ilivyoandikwa katika Sheria ya Mose,
ili upate kustawi katika yote ufanyayo na popote
uendako, 4 ili kwamba BWANA aweze kunitimizia
ahadi yake: 'Kama wazao wako wakiangalia sana
wanavyoishi, na kama wakienenda kwa uaminifu
mbele zangu kwa mioyo yao yote na kwa roho zao
zote, kamwe hutakosa kuwa na mtu kwenye kiti
cha ufalme cha Israeli.'
5 "Sasa wewe mwenyewe unafahamu lile Yoabu
mwana wa Seruya alilonitendea, lile alilofanya kwa
majemadari wawili wa majeshi ya Israeli, Abneri
mwana wa Neri, na Amasa mwana wa Yetheri.
Aliwaua, akimwaga damu yao wakati wa amani
kama vile ni kwenye vita, tena akaipaka damu ile
kwenye mkanda uliokuwa kiunoni mwake na viatu
alivyovaa miguuni mwake. 6 Shughulika naye kwa
kadiri ya hekima yako, lakini usiache kichwa chake
chenye mvi kishukie kaburi kwa amani.
7 "Lakini uwaonyeshe wema wana wa Barzilai
wa Gileadi na uwaruhusu wawe miongoni mwa
wale walao mezani pako. Walisimama nami nili-
pomkimbia ndugu yako Absalomu.
8 "Ukumbuke, unaye Shimei mwana wa Gera,
Mbenyamini kutoka Bahurimu, ambaye alinilaani
kwa laana kali siku niliyokwenda Mahanaimu.
Aliposhuka kunilaki huko Yordani, nilimwapia
kwa BWANA: 'Sitakuua kwa upanga!' 9 Lakini sasa,
usidhani kwamba hana hatia. Wewe ni mtu wa
hekima, utajua la kumtendea. Zishushe mvi zake
kaburini kwa damu."
10 Kisha Daudi akapumzika pamoja na baba zake
naye akazikwa katika Mji wa Daudi. 11 Daudi ali-
kuwa ametawala juu ya Israeli miaka arobaini: huko
Hebroni alitawala miaka saba, na katika Yerusalemu
akatawala miaka thelathini na mitatu. 12 Kwa hiyo
Solomoni akaketi katika kiti cha ufalme cha baba
yake Daudi, nao utawala wake ukaimarika sana.

Kiti Cha Ufalme Cha Solomoni Chaimarishwa

13 Basi Adoniya, mwana wa Hagithi, akaenda
kwa Bathsheba, mama yake Solomoni. Bathsheba
akamuuliza, "Je, umekuja kwa amani?"
Akajibu, "Ndiyo, kwa amani." 14 Kisha akao-
ngeza, "Ninalo jambo la kukuambia."
Akajibu, "Waweza kulisema."
15 Akasema, "Kama unavyojua, ufalme ulikuwa
wangu. Israeli wote waliniangalia mimi kama
mfalme wao. Lakini mambo yalibadilika, ufalme
umekwenda kwa ndugu yangu, kwa maana ume-
mjia kutoka kwa BWANA. 16 Sasa ninalo ombi moja
ninalokuomba. Usinikatalie."
Bathsheba akasema, "Waweza kuliomba."
17 Kwa hiyo akaendelea kusema, "Tafadhali
mwombe Mfalme Solomoni, anipatie Abishagi,
Mshunami, awe mke wangu; hatakukatalia wewe."

18 Bathsheba akamjibu, "Vema sana, nitazungu-
mza na mfalme kwa ajili yako."
19 Bathsheba alipokwenda kwa Mfalme Solomoni
kuzungumza naye kwa ajili ya Adoniya, mfalme
alisimama kumlaki mama yake, akamwinamia na
kuketi kwenye kiti chake cha ufalme. Akaamuru
kiti cha ufalme kuletwa kwa ajili ya mama yake
mfalme, naye akaketi mkono wake wa kuume.
20 Bathsheba akamwambia mfalme, "Ninalo
ombi moja dogo la kukuomba; usinikatalie."
Mfalme akajibu, "Omba, mama yangu; sitaku-
katalia."
21 Akasema, "Mruhusu Abishagi, Mshunami,
aolewe na ndugu yako Adoniya."
22 Mfalme Solomoni akamjibu mama yake,
"Kwa nini uombe Abishagi, Mshunami, kwa ajili
ya Adoniya? Ungeweza pia kuomba ufalme kwa
ajili yake, kwani yeye ni ndugu yangu mkubwa:
naam, kwa ajili yake, na kwa kuhani Abiathari na
Yoabu mwana wa Seruya!"
23 Mfalme Solomoni akaapa kwa BWANA, aka-
sema: "Mungu na aniulie mbali, tena bila huruma,
ikiwa Adoniya hatalipa kwa uhai wake kwa ajili ya
ombi hili! 24 Basi sasa, hakika kama BWANA aishivyo,
yeye ambaye ameniimarisha salama kwenye kiti
cha ufalme cha Daudi baba yangu, naye amenipa
ufalme wa kudumu kama alivyoahidi, Adoniya
atauawa leo!" 25 Hivyo Mfalme Solomoni akatoa
amri kwa Benaya mwana wa Yehoyada, naye aka-
mpiga Adoniya akafa.
26 Mfalme akamwambia kuhani Abiathari,
"Nenda huko Anathothi katika mashamba yako.
Wewe unastahili kufa, lakini sitakuua sasa, kwa
sababu ulilichukua Sanduku la BWANA Mwenyezi
mbele ya Daudi baba yangu na ulishiriki taabu zote
za baba yangu." 27 Hivyo Solomoni akamwondoa
Abiathari kwenye ukuhani wa BWANA, akilitimiza
neno la BWANA alilokuwa amenena huko Shilo
kuhusu nyumba ya Eli.
28 Habari zilipomfikia Yoabu, ambaye alikuwa
amefanya shauri baya na Adoniya, lakini sio na
Absalomu, alikimbilia kwenye hema la BWANA na
kushika pembe za madhabahu. 29 Mfalme Solomoni
akaambiwa kuwa Yoabu amekimbilia kwenye hema
la BWANA naye alikuwa kando ya madhabahu. Basi
Solomoni akamwagiza Benaya mwana wa Yeho-
yada: "Nenda ukamuue!"
30 Ndipo Benaya akaingia kwenye hema la BWANA
na kumwambia Yoabu, "Mfalme anasema, 'Toka
nje!' "
Lakini akajibu, "La! Nitafia hapa hapa."
Benaya akamwarifu mfalme, "Hivi ndivyo Yoabu
alivyonijibu."
31 Kisha mfalme akamwamuru Benaya, "Fanya
kama asemavyo. Muue na kumzika, ili uniondolee
mimi na nyumba ya baba yangu dhambi ya damu
isiyokuwa na hatia ile Yoabu aliyoimwaga. 32 BWANA
atamlipiza kwa ajili ya damu aliyoimwaga, kwa
sababu pasipo Daudi baba yangu kujua, aliwasha-
mbulia watu wawili na kuwaua kwa upanga. Wote
wawili, Abneri mwana wa Neri, jemadari wa jeshi la
Israeli, na Amasa mwana wa Yetheri, jemadari wa
jeshi la Yuda, walikuwa watu wazuri na wanyofu
kuliko yeye. 33 Hatia ya damu yao na iwe juu ya
kichwa cha Yoabu na wazao wake milele. Lakini
kwa Daudi na uzao wake, nyumba yake na kiti
chake cha ufalme, iwepo amani ya BWANA milele."
34 Basi Benaya mwana wa Yehoyada akakwea,
akampiga na kumuua Yoabu, naye akazikwa katika
nchi yake mwenyewe katika jangwa. 35 Mfalme
akamweka Benaya mwana wa Yehoyada juu ya
jeshi kwenye nafasi ya Yoabu na kumweka kuhani
Sadoki badala ya Abiathari.
36 Kisha mfalme akatuma ujumbe kwa Shimei na
kumwambia, "Ujijengee nyumba huko Yerusalemu
uishi huko, lakini usiende mahali pengine popote.
37 Siku utakayoondoka kuvuka Bonde la Kidroni,
uwe na hakika utakufa; damu yako itakuwa juu ya
kichwa chako mwenyewe."
38 Shimei akamjibu mfalme, "Ulilolisema ni jema.
Mtumishi wako atatenda kama bwana wangu mfa-
lme alivyosema." Naye Shimei akakaa Yerusalemu
kwa muda mrefu.
39 Lakini baada ya miaka mitatu, watumwa wawili
wa Shimei wakatoroka kwenda kwa Akishi mwana
wa Maaka, mfalme wa Gathi, naye Shimei akaa-
mbiwa, "Watumwa wako wako Gathi." 40 Kwa ajili
ya hili, Shimei akatandika punda wake, akaenda
kwa Akishi huko Gathi kuwatafuta watumwa wake.
Basi Shimei akaondoka na kuwarudisha watumwa
wake kutoka Gathi.
41 Solomoni alipoambiwa kuwa Shimei ame-
toka Yerusalemu na kwenda Gathi na amekwisha
kurudi, 42 mfalme akamwita Shimei na kumwa-
mbia, "Je, sikukuapiza kwa BWANA na kukuonya
kuwa, 'Siku utakayoondoka kwenda mahali
pengine popote, uwe na hakika utakufa?' Wakati
ule uliniambia, 'Ulilolisema ni jema. Nitatii!' 43 Kwa
nini basi hukutunza kiapo chako kwa BWANA na
kutii amri niliyokupa?"
44 Pia mfalme akamwambia Shimei, "Unajua
katika moyo wako makosa uliyomtendea baba
yangu Daudi. Sasa BWANA atakulipiza kwa ajili ya
mabaya yako uliyotenda. 45 Lakini Mfalme Solo-
moni atabarikiwa, na kiti cha ufalme cha Daudi
kitakuwa imara mbele za BWANA milele."
46 Kisha mfalme akatoa amri kwa Benaya mwana
wa Yehoyada, naye akatoka nje, akampiga Shimei
na kumuua.
Sasa ufalme ukawa umeimarika kikamilifu
mikononi mwa Solomoni.

Solomoni Anaomba Hekima

3 Solomoni akafanya urafiki na Mfalme Farao wa
Misri na kumwoa binti yake. Akamleta huyo
binti katika Mji wa Daudi mpaka alipomaliza kuje-
nga jumba lake la kifalme na Hekalu la BWANA,
pamoja na ukuta kuzunguka Yerusalemu. 2 Hata
hivyo, watu bado walikuwa wakitoa dhabihu huko
kwenye vilima, kwa sababu Hekalu lilikuwa bado
halijajengwa kwa ajili ya Jina la BWANA. 3 Solomoni
akaonyesha upendo wake kwa BWANA kwa kue-
nenda sawasawa na amri za Daudi baba yake, ila
yeye alitoa dhabihu na kufukiza uvumba huko
mahali pa juu.
4 Mfalme akaenda Gibeoni kutoa dhabihu, kwa
maana ndipo palipokuwa mahali pa juu pa kua-
budia, naye Solomoni akatoa sadaka elfu moja za

kuteketezwa juu ya hayo madhabahu. 5 BWANA aka-
mtokea Solomoni huko Gibeoni wakati wa usiku
katika ndoto, naye Mungu akasema, "Omba lolote
utakalo nikupe."
6 Solomoni akajibu, "Umemfanyia mtumishi
wako, baba yangu Daudi, fadhili nyingi, kwa kuwa
alikuwa mwaminifu kwako na mwenye haki, tena
mnyofu wa moyo. Nawe umemzidishia fadhili hii
kuu kwani umempa mwana wa kuketi kwenye kiti
chake cha ufalme, kama ilivyo leo.
7 "Sasa, Ee BWANA Mungu wangu, umemfanya
mtumishi wako mfalme badala ya baba yangu
Daudi. Lakini mimi ni mtoto mdogo tu, wala sijui
jinsi ya kutekeleza wajibu wangu. 8 Mtumishi wako
yuko hapa miongoni mwa watu uliowachagua: taifa
kubwa, watu wengi wasioweza kuhesabika wala
kutoa idadi yao. 9 Hivyo mpe mtumishi wako moyo
wa ufahamu ili kutawala watu wako na kupamba-
nua kati ya mema na mabaya. Kwa maana, ni nani
awezaye kutawala watu wako hawa walio wengi
hivi?"
10 Bwana akapendezwa kwamba Solomoni ame-
liomba jambo hili. 11 Basi Mungu akamwambia,
"Kwa kuwa umeomba neno hili na hukuomba
maisha marefu au upate utajiri kwa nafsi yako, wala
adui zako wafe, bali umeomba ufahamu katika
kutoa haki, 12 nitafanya lile uliloomba. Nitakupa
moyo wa hekima na wa ufahamu, kiasi kwamba
hajakuwepo mtu mwingine kama wewe, wala
kamwe hatakuwepo baada yako. 13 Zaidi ya hayo,
nitakupa yale ambayo hukuomba, yaani utajiri na
heshima, ili kwamba maisha yako yote hapata-
kuwa na mtu kama wewe miongoni mwa wafalme.
14 Nawe kama ukienenda katika njia zangu na kutii
sheria na amri zangu kama baba yako Daudi alivyo-
fanya, nitakupa maisha marefu." 15 Ndipo Solomoni
akaamka, akatambua kuwa ilikuwa ndoto.

Akarudi Yerusalemu, akasimama mbele ya
Sanduku la Agano la BWANA, naye akatoa dhabihu
za kuteketezwa na sadaka za amani. Kisha akawa-
fanyia watumishi wake wote karamu.

Utawala Wa Hekima

16 Basi wanawake wawili makahaba walikuja kwa
mfalme na kusimama mbele yake. 17 Mmojawapo
akasema, "Bwana wangu, mimi na mwanamke
huyu tunaishi kwenye nyumba moja. Nilikuwa
nimezaa alipokuwa pamoja nami. 18 Siku ya tatu
baada ya mtoto wangu kuzaliwa, mwanamke
huyu pia naye akazaa mtoto. Tulikuwa peke yetu,
hapakuwa na mtu mwingine yeyote katika nyumba
isipokuwa sisi wawili.
19 "Wakati wa usiku mwana wa huyu mwanamke
akafa kwa sababu alimlalia. 20 Hivyo akaondoka
katikati ya usiku na kumchukua mwanangu
kutoka ubavuni pangu wakati mimi mtumishi
wako nilipokuwa nimelala. Akamweka kifuani
mwake na kumweka mwanawe aliyekufa kifuani
mwangu. 21 Asubuhi yake, nikaamka ili kumnyo-
nyesha mwanangu, naye alikuwa amekufa! Lakini
nilipomwangalia sana katika nuru ya asubuhi,
niliona kuwa hakuwa yule mwana niliyekuwa
nimemzaa."
22 Huyo mwanamke mwingine akasema,
"Hapana! Mwana aliye hai ndiye wangu, aliyekufa
ni wako."

Lakini yule wa kwanza akasisitiza, "Hapana!
Mwana aliyekufa ni wako, aliye hai ni wangu." Hivi
ndivyo walivyobishana mbele ya mfalme.
23 Mfalme akasema, "Huyu anasema, 'Mwana-
ngu ndiye aliye hai, na aliyekufa ndiye mwanao,'
maadamu yule anasema, 'Hapana! Aliyekufa ni
wako, na aliye hai ni wangu.' "
24 Kisha mfalme akasema, "Nileteeni upanga."
Basi wakamletea mfalme upanga. 25 Ndipo mfalme
akatoa amri: "Mkate mtoto aliye hai vipande viwili;
mpe huyu nusu na mwingine nusu."
26 Mwanamke ambaye mwanawe alikuwa hai
akajawa na huruma kwa ajili ya mwanawe na
kumwambia mfalme, "Tafadhali, bwana wangu,
mpe yeye mtoto aliye hai! Usimuue!"

Lakini yule mwanamke mwingine akasema,
"Mkate vipande viwili. Asiwe wangu au wake!"
27 Kisha mfalme akatoa uamuzi wake: "Mpeni
mama wa kwanza mtoto aliye hai. Msimuue; ndiye
mama yake."
28 Wakati Israeli yote iliposikia hukumu aliyo-
toa mfalme, wakamwogopa mfalme, kwa sababu
waliona kuwa alikuwa na hekima kutoka kwa
Mungu kwa kutoa haki.

Maafisa Wa Solomoni Na Watawala

4 Basi Mfalme Solomoni akatawala Israeli yote.
2 Hawa ndio waliokuwa maafisa wake wakuu:

Kuhani: Azaria mwana wa Sadoki;
3 Elihorefu na Ahiya, wana wa Shisha:
waandishi;
Yehoshafati mwana wa Ahiludi: karani;
4 Benaya mwana wa Yehoyada: jemadari
mkuu wa jeshi;
Sadoki na Abiathari: makuhani;
5 Azaria mwana wa Nathani: kiongozi wa
maafisa wa wilaya;
Zabudi mwana wa Nathani: kuhani na
mshauri binafsi wa mfalme;
6 Ahishari: msimamizi wa jumba la kifalme;
Adoniramu mwana wa Abda: msimamizi
wa kazi za kulazimisha.

7 Pia Solomoni alikuwa na watawala kumi na
wawili wa wilaya katika Israeli yote, walioleta
mahitaji kwa mfalme na kwa watu wa nyumbani
kwa mfalme. Kila mmoja alitoa chakula kwa mwezi
mmoja katika mwaka. 8 Majina yao ni haya:

Ben-Huri: katika nchi ya vilima ya Efraimu;
9 Ben-Dekeri: katika Makasi, Shaalbimu,
Beth-Shemeshi na Elon-Bethhanani;
10 Ben-Hesedi: katika Arubothi (Soko na nchi
yote ya Heferi zilikuwa zake);
11 Ben-Abinadabu: katika Nafoth-Dori
(alimwoa Tafathi binti Solomoni);
12 Baana mwana wa Ahiludi: katika Taanaki
na Megido, na katika Beth-Shani yote
karibu na Sarethani chini ya Yezreeli,
kuanzia Beth-Shani hadi Abel-Mehola
kupita hadi Yokmeamu;

[13] Ben-Geberi: katika Ramoth-Gileadi (makao
ya Yairi mwana wa Manase katika Gileadi
ilikuwa miji yake, pamoja na wilaya
ya Argobu katika Bashani na miji yake
mikubwa sitini yenye kuzungukwa na
kuta zenye makomeo ya shaba);
[14] Ahinadabu mwana wa Ido: katika
Mahanaimu;
[15] Ahimaasi: katika Naftali (alikuwa
amemwoa Basemathi binti Solomoni);
[16] Baana mwana wa Hushai: katika Asheri na
katika Bealothi;
[17] Yehoshafati mwana wa Parua: katika
Isakari;
[18] Shimei mwana wa Ela: katika Benyamini;
[19] Geberi mwana wa Uri: katika Gileadi (nchi
ya Sihoni mfalme wa Waamori na nchi ya
Ogu mfalme wa Bashani). Naye alikuwa
ndiye mtawala pekee katika eneo hilo.

Mahitaji Ya Solomoni Ya Kila Siku

[20] Watu wa Yuda na Israeli walikuwa wengi kama
mchanga wa pwani; walikula, wakanywa na kufu-
rahi. [21] Mfalme Solomoni akatawala katika falme
zote kuanzia Mto Frati hadi nchi ya Wafilisti, hadi
kwenye mpaka wa Misri. Nchi hizi zilileta ushuru
na zilikuwa chini ya Solomoni, siku zote za maisha
yake.
[22] Mahitaji ya Solomoni ya kila siku yalikuwa
kori thelathini[a] za unga laini, kori sitini[b] za unga
wa kawaida. [23] Ng'ombe kumi wa zizini, ng'ombe
ishirini wa malisho, kondoo na mbuzi mia moja,
pamoja na ayala, paa, kulungu na kuku wazuri
sana. [24] Kwa kuwa Solomoni alitawala falme zote
magharibi ya mto, kuanzia Tifsa hadi Gaza, naye
akawa na amani pande zote. [25] Wakati wa maisha
ya Solomoni Yuda na Israeli, kuanzia Dani mpaka
Beer-Sheba, wakaishi salama kila mtu chini ya
mzabibu wake na chini ya mtini wake.
[26] Solomoni alikuwa na mabanda 4,000[c] ya
magari ya vita, na farasi 12,000.
[27] Maafisa wa eneo hilo, kila mmoja katika mwezi
wake, walileta mahitaji kwa ajili ya Mfalme Solo-
moni na wote waliokula mezani mwa mfalme.
Walihakikisha kuwa hakuna chochote kilicho-
pungua. [28] Pia walileta sehemu walizopangiwa za
shayiri na majani kwa ajili ya farasi wavutao magari
na farasi wengine mahali palipostahili.

Hekima Ya Solomoni

[29] Mungu akampa Solomoni hekima na akili
kubwa, pia ufahamu mpana usiopimika kama
mchanga ulioko pwani ya bahari. [30] Hekima ya
Solomoni ilikuwa kubwa kuliko hekima ya watu
wote wa Mashariki na kubwa kuliko hekima yote
ya Misri. [31] Alikuwa na hekima kuliko kila mwandi-
shi, akiwemo Ethani Mwezrahi: kuliko Hemani,
Kalkoli na Darda, wana wa Maholi. Umaarufu wake
ukaenea kwa mataifa yote yaliyomzunguka. [32] Aka-
nena mithali 3,000 na nyimbo zake zilikuwa 1,005.
[33] Akaelezea maisha ya mimea kuanzia mwerezi wa
Lebanoni hadi hisopo iotayo ukutani. Pia akafundi-
sha kuhusu wanyama na ndege, wanyama wenye
damu baridi, wakiwemo samaki. [34] Watu wa mataifa
yote wakaja kusikiliza hekima ya Solomoni, walio-
tumwa na wafalme wote wa ulimwengu, waliokuwa
wamesikia juu ya hekima yake.

Maandalio Ya Ujenzi Wa Hekalu

5 Hiramu mfalme wa Tiro aliposikia kuwa Solo-
moni ametiwa mafuta awe mfalme mahali pa
Daudi baba yake, akatuma wajumbe kwa Solomoni,
kwa sababu Hiramu siku zote alikuwa na uhusiano
mzuri wa kirafiki na Daudi. [2] Solomoni akapeleka
ujumbe huu kwa Hiramu:

[3] "Unajua kwamba kwa sababu ya vita
vilivyopiganwa dhidi ya baba yangu Daudi
kutoka pande zote, hakuweza kujenga Hekalu
kwa ajili ya Jina la BWANA Mungu wake,
hadi BWANA alipowaweka adui zake chini
ya miguu yake. [4] Lakini sasa BWANA Mungu
wangu amenipa utulivu kila upande hakuna
adui wala maafa. [5] Kwa hiyo, ninakusudia
kujenga Hekalu kwa ajili ya Jina la BWANA,
Mungu wangu, kama BWANA alivyomwambia
baba yangu Daudi, wakati aliposema, 'Mwa-
nao nitakayemweka kwenye kiti cha ufalme
mahali pako, ndiye atajenga Hekalu kwa ajili
ya Jina langu.'

[6] "Hivyo toa amri ili mierezi ya Lebanoni
ikatwe kwa ajili yangu. Watu wangu wata-
fanya kazi na watu wako, nami nitawalipa
watu wako kwa ujira wowote utakaoupanga.
Unajua kwamba hatuna mtu yeyote mwenye
ustadi katika kukata miti kama Wasidoni."

[7] Hiramu aliposikia ujumbe wa Solomoni, aka-
furahishwa sana akasema, "Ahimidiwe BWANA leo,
kwa kuwa amempa Daudi mwana mwenye hekima
kutawala juu ya taifa hili kubwa."
[8] Hiramu akatuma neno kwa Solomoni:

"Nimepokea ujumbe ulionipelekea na
nitafanya yote unayohitaji katika kukupatia
magogo ya mierezi na misunobari. [9] Watu
wangu watayakokota kutoka Lebanoni hadi
kwenye bahari, nami nitayafunga mafungu
mafungu yaelee juu ya maji hadi utakapoele-
keza. Huko nitayatenganisha, nawe utaweza
kuyachukua. Wewe utakidhi haja yangu kwa
kunipatia chakula kwa ajili ya watu wa nyu-
mbani mwangu."

[10] Kwa njia hii Hiramu akampa Solomoni miti
yote ya mierezi na magogo ya misunobari kama
alivyohitaji, [11] naye Solomoni akampa Hiramu kori
20,000[d] za ngano kama chakula kwa ajili ya watu
wa nyumbani mwake, pamoja na mafuta safi ya
zeituni yaliyokamuliwa bathi 20,000.[e] Solomoni
aliendelea kumfanyia Hiramu hivyo mwaka baada
ya mwaka. [12] BWANA akampa Solomoni hekima,

[a]22 Kori 30 ni sawa na madebe 360.
[b]22 Kori 60 ni sawa na madebe 720.
[c]26 Waandishi wengine wanasema 40,000 (angalia 2Nya 9:25).
[d]11 Kori 20,000 ni sawa na madebe 240,000.
[e]11 Bathi 20,000 ni sawa na madebe 200.

kama alivyomwahidi. Palikuwepo na uhusiano wa amani kati ya Hiramu na Solomoni, na wote wawili wakafanya mkataba.

13 Mfalme Solomoni akakusanya wafanyakazi 30,000 kutoka Israeli yote. 14 Akawapeleka Lebanoni kwa zamu za watu 10,000 kwa mwezi, hivyo walikaa Lebanoni kwa mwezi mmoja na miezi miwili nyumbani. Adoniramu ndiye alikuwa kiongozi wa shokoa. 15 Solomoni alikuwa na wachukuzi wa mizigo 70,000 na wachonga mawe 80,000 huko vilimani, 16 pamoja na wasimamizi 3,300 ambao walisimamia kazi hiyo na kuwaongoza wafanyakazi. 17 Kwa amri ya mfalme walitoa kwenye machimbo ya mawe, mawe makubwa, yaliyo bora kwa kujengea msingi wa nyumba yaliyochongwa kwa ajili ya Hekalu. 18 Mafundi wa Solomoni, wa Hiramu na watu wa Gebali[a] walikata na kuandaa mbao na mawe kwa ajili ya ujenzi wa Hekalu.

Solomoni Ajenga Hekalu

6 Katika mwaka wa 480 baada ya Waisraeli kutoka nchi ya Misri, katika mwaka wa nne wa utawala wa Solomoni katika Israeli, katika mwezi wa Zivu, ambao ndio mwezi wa pili, alianza kujenga Hekalu la Bwana.

2 Hekalu hilo Mfalme Solomoni alilojenga kwa ajili ya Bwana lilikuwa na urefu wa dhiraa sitini,[b] upana wa dhiraa ishirini[c] na kimo cha dhiraa thelathini[d] kwenda juu. 3 Baraza ya mbele ya Hekalu ilienea dhiraa ishirini kulingana na upana wa Hekalu na kujitokeza dhiraa kumi mbele ya Hekalu. 4 Akatengeneza madirisha membamba yenye vidirisha vidogo vya juu katika Hekalu. 5 Akafanyiza vyumba vya pembeni kulizunguka Hekalu lote vikishikamana na kuta za Hekalu na za Patakatifu pa Patakatifu. 6 Ghorofa ya chini kabisa ilikuwa na upana wa dhiraa tano,[e] ya kati ilikuwa dhiraa sita na ya tatu ilikuwa dhiraa saba.[f] Kuzunguka ukuta wa nje wa Hekalu akapunguza ukuta pande zote ili boriti zisishikane kwenye kuta za Hekalu.

7 Katika kujenga Hekalu, yalitumika tu mawe yaliyochongwa huko machimboni, wala hakuna nyundo, patasi au chombo kingine chochote cha chuma kilichosikika sauti yake katika eneo la ujenzi wa Hekalu wakati lilipokuwa likijengwa.

8 Ingilio la ghorofa ya chini kabisa lilikuwa upande wa kusini wa Hekalu, ngazi ilielekea ghorofa ya kati na kutokea hapo ilielekea hadi ghorofa ya tatu. 9 Basi Solomoni akajenga Hekalu na kulikamilisha, akiliweka paa za boriti na mbao za mierezi. 10 Mfalme Solomoni akajenga vyumba vya pembeni kuzunguka Hekalu lote. Kimo cha kila kimoja kilikuwa dhiraa tano. Navyo vilikuwa vimeunganishwa na Hekalu kwa boriti za mierezi.

11 Neno la Bwana likamjia Solomoni kusema: 12 "Kwa habari ya Hekalu hili unalojenga, kama ukifuata amri zangu, ukatunza masharti yangu na kushika maagizo yangu yote na kuyatii, kwa kupitia wewe nitatimiza ahadi niliyomwahidi Daudi baba yako. 13 Nami nitakaa miongoni mwa Waisraeli, nami sitawaacha watu wangu Israeli."

14 Basi Solomoni akajenga Hekalu na kulikamilisha. 15 Akazifunika kuta zake za ndani kwa mbao za mierezi, akizipigilia ukutani kuanzia sakafuni mwa Hekalu hadi kwenye dari na kufunika sakafu ya Hekalu kwa mbao za misunobari. 16 Akagawa dhiraa ishirini sehemu ya nyuma ya Hekalu kwa mbao za mierezi kuanzia kwenye sakafu hadi darini ili kufanya sehemu takatifu ya ndani, yaani Patakatifu pa Patakatifu. 17 Ukumbi mkubwa uliokuwa mbele ya chumba hiki ndio ulikuwa na urefu wa dhiraa arobaini.[g] 18 Hekalu ndani ilikuwa ya mierezi iliyonakshiwa mifano ya maboga na maua yaliyochanua. Kila kitu kilikuwa cha mwerezi, hakuna jiwe ambalo lilionekana.

19 Ndani ya Hekalu akatengeneza sehemu takatifu ya ndani, kwa ajili ya kuweka Sanduku la Agano la Bwana. 20 Sehemu takatifu ya ndani ilikuwa na upana, urefu na kimo cha dhiraa ishirini ndani kwa ndani. Akaifunika ndani kwa dhahabu safi, pia akaifunika madhabahu ya mierezi vivyo hivyo. 21 Solomoni akaifunika sehemu ya ndani ya Hekalu kwa dhahabu safi, naye akaitandaza mikufu ya dhahabu kutoka upande moja hadi ule mwingine mbele ya Patakatifu pa Patakatifu, ambako palifunikwa kwa dhahabu. 22 Basi akafunika sehemu yote ya ndani kwa dhahabu. Pia akafunika madhabahu yale yaliyokuwa ndani ya Patakatifu pa Patakatifu kwa dhahabu.

23 Katika Patakatifu pa Patakatifu akatengeneza makerubi wawili kwa mzeituni, kila moja likiwa na dhiraa kumi[h] kwenda juu. 24 Bawa moja la kerubi wa kwanza lilikuwa na urefu wa dhiraa tano na bawa jingine dhiraa tano, hivyo urefu kutoka ncha ya bawa moja hadi ncha ya bawa jingine ulikuwa dhiraa kumi. 25 Kerubi wa pili alikuwa na urefu wa dhiraa kumi pia, hivyo makerubi hao wawili walifanana kwa vipimo na kwa umbo. 26 Kimo cha kila kerubi kilikuwa dhiraa kumi. 27 Aliwaweka makerubi hao ndani ya Patakatifu pa Patakatifu pa Hekalu, mabawa yake yakiwa yamekunjuliwa. Bawa la kerubi mmoja liligusa ukuta mmoja, wakati bawa la yule mwingine liligusa ukuta mwingine, nayo mabawa yao mengine yaligusana katikati ya chumba. 28 Akafunika wale makerubi kwa dhahabu.

29 Juu ya kuta zote zilizozunguka Hekalu, za vyumba vya ndani na vya nje, zilipambwa kwa nakshi zilizokatwa za makerubi, miti ya mitende na maua yaliyochanua. 30 Pia alifunika sakafu zote za vyumba vya ndani na vya nje vya Hekalu kwa dhahabu.

31 Kwa ingilio la Patakatifu pa Patakatifu akatengeneza milango ya mbao za mzeituni, zikiwa na miimo na vizingiti vyenye umbo la pembe tano. 32 Juu ya milango miwili ya mbao za mzeituni alinakshi makerubi, miti ya mitende pamoja na maua yaliyochanua na kufunika makerubi na miti ya mitende kwa dhahabu iliyofuliwa. 33 Kwa

[a]18 Yaani Bubilo, mji wa zamani sana wa Ufoinike (kama kilomita 80 kaskazini mwa Beiruti).
[b]2 Dhiraa 60 ni sawa na mita 27.
[c]2 Dhiraa 20 ni sawa na mita 9.
[d]2 Dhiraa 30 ni sawa na mita 13.5.
[e]6 Dhiraa 5 ni sawa na mita 2.25.
[f]6 Dhiraa saba ni sawa na mita 3.15.
[g]17 Dhiraa 40 ni sawa na mita 18.
[h]23 Dhiraa 10 ni sawa na mita 4.5.

njia iyo hiyo akatengeneza miimo yenye pande nne ya miti ya mizeituni, kwa ajili ya ingilio la ukumbi mkubwa. 34 Kulikuwa na milango miwili iliyoweza kukunjuka iliyotengenezwa kwa mbao za msunobari na kila mmoja ulikuwa na bawaba ambazo zingeuwezesha kujikunja kila kipande juu ya kingine. 35 Akanakshi makerubi, miti ya mitende na maua yaliyochanua juu yake na kufunika kwa dhahabu iliyonyooshwa vizuri juu ya michoro.

36 Tena akajenga ua wa ndani safu tatu za mawe yaliyochongwa na safu moja ya boriti za mierezi zilizorembwa.

37 Msingi wa Hekalu la BWANA uliwekwa katika mwaka wa nne, katika mwezi wa Zivu, ndio mwezi wa tano. 38 Katika mwaka wa kumi na moja, mwezi wa Buli, ndio mwezi wa nane, Hekalu lilikamilika katika hatua zake zote kwa kufuatana na maelekezo yake Solomoni. Alilijenga kwa miaka saba.

Solomoni Ajenga Jumba Lake La Kifalme

7 Ilimchukua Solomoni miaka kumi na mitatu kukamilisha ujenzi wa Jumba lake la kifalme. 2 Alijenga Jumba la Kifalme la Msitu wa Lebanoni, urefu wake ulikuwa dhiraa 100,[a] upana wake dhiraa hamsini na kimo chake dhiraa thelathini,[b] likiwa na safu nne za nguzo za mierezi zikishikilia boriti za mierezi zilizorembwa. 3 Ilipauliwa kwa mierezi juu ya boriti zile zilizolala juu ya nguzo arobaini na tano, kumi na tano kwa kila safu. 4 Madirisha yake yaliwekwa juu kwa safu tatu, yakielekeana. 5 Milango yote ilikuwa na miimo ya mstatili, ilikuwa upande wa mbele katika safu tatu, ikielekeana.

6 Akajenga ukumbi wa nguzo, ambao urefu wake ulikuwa dhiraa hamsini[c] na upana wake dhiraa thelathini. Mbele ya jengo hilo kulikuwepo baraza. Mbele ya baraza kulikuwepo na nguzo na paa lililoning'inia.

7 Akajenga ukumbi wa kiti cha enzi, Ukumbi wa Hukumu, mahali ambapo angelitolea hukumu, akaufunika kwa mierezi kutoka sakafuni hadi darini. 8 Kwenye jumba la kifalme ambamo angeliishi, aliiweka nyuma zaidi, ikiwa na mjengo wa aina moja na hiyo nyingine. Pia Solomoni akajenga jumba la kifalme linalofanana na huo ukumbi mkubwa kwa ajili ya binti Farao, aliyekuwa amemwoa.

9 Ujenzi huu wote, kuanzia nje mpaka kwenye ua mkuu na kuanzia kwenye msingi hadi upenuni, ulifanywa kwa mawe ya ubora wa hali ya juu yaliyokuwa yamechongwa kwa vipimo na kusawazishwa kwa msumeno nyuso zake za ndani na za nje. 10 Misingi iliwekwa kwa mawe makubwa yaliyo bora, yenye urefu wa dhiraa kumi[d] na mengine yenye urefu wa dhiraa nane[e] 11 Sehemu za juu kulikuwepo na mawe yenye ubora wa hali ya juu, yaliyokatwa kwa vipimo na boriti za mierezi. 12 Ule ua mkuu ulizungukwa na ukuta wa safu tatu za mawe yaliyochongwa na safu moja ya boriti za mierezi zilizorembwa, kama ulivyokuwa ua wa ndani wa Hekalu la BWANA na baraza yake.

Samani Za Hekalu

13 Mfalme Solomoni akatuma watu Tiro kumleta Hiramu, 14 ambaye mama yake alikuwa mjane kutoka kabila la Naftali na baba yake alikuwa mtu wa Tiro tena fundi wa shaba. Hiramu alikuwa na ustadi wa hali ya juu na mzoefu katika aina zote za kazi ya shaba. Alikuja kwa Mfalme Solomoni na kufanya kazi zake zote alizopangiwa.

15 Hiramu akasubu nguzo mbili za shaba, kila moja ikiwa na urefu wa dhiraa kumi na nane,[f] kila nguzo ikiwa na mzingo wa dhiraa kumi na mbili[g] kwa mstari. 16 Pia alitengeneza mataji mawili ya shaba ya kusubu ili kuyaweka juu ya hizo nguzo; kila taji lilikuwa na kimo cha dhiraa tano[h] kwenda juu. 17 Wavu wa mikufu iliyosokotewa kwenye zile taji juu ya zile nguzo, saba kwa kila taji. 18 Akatengeneza makomamanga katika safu mbili kuzunguka kila wavu kuremba mataji yaliyo juu ya nguzo. Alifanya hivyo kwa kila nguzo. 19 Mataji yaliyokuwa juu ya nguzo kwenye baraza, yalikuwa katika umbo la yungiyungi, kimo chake ni dhiraa nne[i] 20 Juu ya mataji ya zile nguzo mbili, juu ya ile sehemu yenye umbo kama bakuli, karibu na ule wavu, kulikuwa na yale makomamanga 200 katika safu kuzunguka pande zote. 21 Hiramu akasimamisha nguzo kwenye baraza ya Hekalu. Nguzo ya upande wa kusini akaiita Yakini,[j] na ile ya upande wa kaskazini Boazi.[k] 22 Mataji yaliyokuwa juu yalikuwa na umbo la yungiyungi. Hivyo kazi ya nguzo ikakamilika.

23 Hiramu akasubu Bahari ya chuma, yenye umbo la mviringo, ya dhiraa kumi kutoka ukingo hadi ukingo na kimo cha dhiraa tano. Mzunguko wake ulikuwa dhiraa thelathini. 24 Chini ya ukingo, ilizungukwa na maboga, kumi kwenye kila dhiraa moja. Maboga yalikuwa yamesubiwa katika safu mbili ili kuwa kitu kimoja na hiyo bahari.

25 Bahari iliwekwa juu ya mafahali kumi na wawili, watatu wakielekea kaskazini, watatu wakielekea magharibi, watatu wakielekea kusini na watatu wakielekea mashariki. Bahari iliwekwa juu yao na sehemu zao za nyuma zilielekeana. 26 Ilikuwa na unene wa nyanda nne[l] na ukingo wake ulifanana na ukingo wa kikombe, kama ua la yungiyungi iliyochanua. Iliweza kuchukua bathi 2,000.[m]

27 Pia akatengeneza vitako kumi vya shaba vinavyoweza kuhamishika, kila kimoja kilikuwa na urefu wa dhiraa nne, upana dhiraa nne na kimo chake dhiraa tatu[n] 28 Hivi ndivyo vile vitako vilivyotengenezwa: Vilikuwa na mbao za pembeni zilizoshikamanishwa na mihimili. 29 Juu ya mbao kati ya hiyo mihimili kulikuwa na simba, mafahali na makerubi, pia kwenye mihimili yake. Juu na chini ya simba na mafahali kulikuwa kumesokotewa taji za kufuliwa. 30 Kila kitako kilikuwa na

---

[a] 2 Dhiraa 100 ni sawa na mita 45.
[b] 2 Dhiraa 30 ni sawa na mita 13.5.
[c] 6 Dhiraa 50 ni sawa na mita 22.5.
[d] 10 Dhiraa 10 ni sawa na mita 4.5.
[e] 10 Dhiraa nane ni sawa na mita 3.6.
[f] 15 Dhiraa 18 ni sawa na mita 8.1.
[g] 15 Dhiraa 12 ni sawa na mita 5.4.
[h] 16 Dhiraa 5 ni sawa na mita 2.25.
[i] 19 Dhiraa nne ni sawa na mita 1.8.
[j] 21 Yakini maana yake Mungu atafanya imara.
[k] 21 Boazi maana yake Ndani ya Mungu kuna nguvu.
[l] 26 Nyanda nne ni sawa na sentimita 32. Nyanda moja ni sawa na upana wa kiganja kimoja, ambacho ni sawasawa na sentimita 8.
[m] 26 Bathi 2,000 ni sawa na lita 40,000.
[n] 27 Dhiraa 3 ni sawa na mita 1.35.

magurudumu manne ya shaba, na vyuma vya kati-
kati vya kuyazungusha hayo magurudumu na kila
kimoja kilikuwa na sinia kwenye vishikizo vinne
vya taji iliyosubiwa kila upande. 31 Ndani ya kitako
kulikuwa na nafasi ya wazi iliyokuwa na umbile
la mviringo lenye kina cha dhiraa moja.[a] Nafasi
hii ya wazi ilikuwa ya mviringo, pamoja na kitako
chake ilikuwa dhiraa moja na nusu.[b] Kuzunguka
huo mdomo wake kulitiwa nakshi. Papi za vitako
zilikuwa mraba na si za mviringo. 32 Magurudumu
manne yalikuwa chini ya papi, na vyuma vya kati-
kati vya kuzungushia magurudumu hayo vilikuwa
vimeunganishwa kwenye kitako. Kipenyo cha kila
gurudumu kilikuwa dhiraa moja na nusu. 33 Magu-
rudumu yalitengenezwa kama ya magari ya vita ya
kukokotwa, vyuma vya katikati vya magurudumu,
duara zake, matindi yake na vikombe vyake vyote
vilikuwa vya kusubu.

34 Kila kitako kilikuwa na mikono minne, moja
kwenye kila pembe, ukitokeza kutoka kwenye
kitako. 35 Juu ya kitako kulikuwepo na utepe wa
mviringo wenye kina cha nusu dhiraa. Vishikio
na papi vilishikamana upande wa juu wa kitako.
36 Alitia nakshi za makerubi, simba na miti ya mite-
nde juu ya uso wa vishikio na juu ya papi, katika
kila nafasi iliyopatikana, pamoja na mataji yali-
yosokotwa kuzunguka pande zote. 37 Hivi ndivyo
Hiramu alivyotengeneza vile vitako kumi. Vyote
vilikuwa vya kusubu kwenye kalibu za kufanana
kwa vipimo na kwa umbo.

38 Kisha akatengeneza masinia kumi ya shaba,
kila moja likiwa na ujazo wa bathi arobaini,[c] yakiwa
na kipenyo cha dhiraa nne[d] kila sinia moja kwa kila
kimoja ya vile vitako kumi. 39 Aliweka vitako vitano
upande wa kusini wa Hekalu na vingine vitano
upande wa kaskazini. Akaweka ile bahari upande
wa kusini, katika pembe ya kusini ya Hekalu. 40 Pia
akatengeneza masinia, masepetu na mabakuli ya
kunyunyizia.

Kwa hiyo Huramu akakamilisha kazi zote katika
Hekalu la Bwana kama vile Mfalme Solomoni ali-
kuwa amemwagiza, yaani:

41 nguzo mbili;
mataji mawili yenye umbo la bakuli juu ya
hizo nguzo;
nyavu mbili za kupamba hayo mataji mawili
yenye umbo la bakuli juu ya hizo nguzo;
42 makomamanga 400 kwa ajili ya hizo nyavu
mbili (safu mbili za makomamanga kwa
kila wavu, yakipamba hayo mataji mawili
yenye umbo la bakuli juu ya hizo nguzo);
43 vitako kumi pamoja na masinia yake kumi;
44 ile Bahari ya chuma na yale mafahali kumi
na wawili chini yake;
45 masufuria, masepetu na mabakuli ya
kunyunyizia.

Vyombo hivi vyote ambavyo Huramu alimte-
ngenezea Mfalme Solomoni kwa ajili ya Hekalu la
Bwana vilikuwa vya shaba iliyong'arishwa. 46 Mfa-
lme akaamuru wavisubu katika kalibu ya udongo
wa mfinyanzi katika uwanda wa Yordani ulio kati
ya Sukothi na Sarethani. 47 Solomoni akaviacha vitu
hivi vyote bila kupima uzani wake, kwa sababu
vilikuwa vingi sana hivi kwamba uzito wa shaba
haungekadirika.

48 Solomoni pia akatengeneza samani zote zili-
zokuwa ndani ya Hekalu la Bwana:

madhabahu ya dhahabu;
meza ya dhahabu za kuweka mikate ya
Wonyesho;
49 vinara vya taa vya dhahabu safi (vitano
upande wa kuume na vitano upande
wa kushoto, mbele ya Patakatifu pa
Patakatifu);
kazi ya maua ya dhahabu na taa na
makoleo;
50 masinia ya dhahabu safi, mikasi ya
kusawazishia tambi, mabakuli ya
kunyunyizia, vyano na vyetezo;
na bawaba za dhahabu kwa ajili ya milango
ya chumba cha ndani sana, yaani
Patakatifu pa Patakatifu, na pia kwa ajili
ya milango ya ukumbi mkuu wa Hekalu.

51 Hivyo Mfalme Solomoni alipomaliza kazi ya
Hekalu la Bwana, akaviingiza ndani vile vitu amba-
vyo Daudi baba yake alikuwa ameviweka wakfu:
yaani fedha, dhahabu na samani; kisha akaviweka
katika hazina za Hekalu la Bwana.

Sanduku La Agano Laletwa Hekaluni

8 Kisha Mfalme Solomoni akawaita mbele zake
huko Yerusalemu wazee wa Israeli, viongozi
wote wa makabila na wakuu wa jamaa za Wai-
sraeli, ili walilete Sanduku la Agano la Bwana
kutoka Sayuni, Mji wa Daudi. 2 Wanaume wote
wa Israeli wakakusanyika kwa Mfalme Solomoni
wakati wa sikukuu ya mwezi wa Ethanimu, ndio
mwezi wa saba.

3 Wazee wote wa Israeli walipofika, makuhani
wakajitwika Sanduku la Agano, 4 nao wakalipa-
ndisha Sanduku la Bwana, na Hema la Kukutania
pamoja na vyombo vyote vitakatifu vilivyokuwa
ndani yake. Makuhani na Walawi wakavibeba,
5 naye Mfalme Solomoni na kusanyiko lote la Israeli
waliokusanyika kumzunguka walikuwa mbele ya
hilo Sanduku, nao wakatoa dhabihu nyingi za
kondoo na ng'ombe ambao idadi yao haikuweze-
kana kuandikwa au kuhesabiwa.

6 Makuhani wakalileta Sanduku la Agano la
Bwana hadi mahali pake ndani ya sehemu takatifu
ndani ya Hekalu, yaani Patakatifu pa Patakatifu,
na kuliweka chini ya mabawa ya makerubi. 7 Make-
rubi yalitandaza mabawa yao juu ya mahali pa
Sanduku la Agano na kutia kivuli Sanduku pamoja
na mipiko yake ya kubebea. 8 Mipiko hiyo ilikuwa
mirefu sana kiasi kwamba ncha zake zilionekana
kutoka Mahali Patakatifu mbele ya Patakatifu pa
Patakatifu, lakini sio nje ya Mahali Patakatifu. Hiyo
mipiko ipo hata leo. 9 Ndani ya Sanduku hapaku-
wepo kitu kingine chochote isipokuwa zile mbao

---

[a]31 Dhiraa moja ni sawa na sentimita 45.
[b]31 Dhiraa moja na nusu ni sawa na sentimita 67.5.
[c]38 Bathi 40 ni sawa na lita 800.
[d]38 Dhiraa nne ni sawa na mita 1.8.

mbili za mawe ambazo Mose alikuwa ameziweka
ndani yake huko Horebu, mahali ambapo BWANA
alifanya Agano na Waisraeli baada ya kutoka Misri.
10 Makuhani walipoondoka katika Mahali Pata-
katifu, wingu likajaza Hekalu la BWANA. 11 Nao
makuhani hawakuweza kufanya huduma yao kwa
sababu ya lile wingu, kwa kuwa utukufu wa BWANA
ulijaza Hekalu lake.
12 Ndipo Solomoni akasema, "BWANA alisema
kwamba ataishi katika giza nene; 13 naam, hakika
nimekujengea Hekalu zuri sana, mahali pako pa
kuishi milele."

Hotuba Ya Solomoni

14 Kusanyiko lote la Israeli lilipokuwa limesi-
mama hapo, mfalme akageuka na kuwabariki.
15 Kisha akasema:

"Ahimidiwe BWANA, Mungu wa Israeli,
ambaye kwa mkono wake mwenyewe ameti-
miza lile alilomwahidi Daudi baba yangu kwa
kinywa chake mwenyewe. Kwa kuwa alisema,
16 'Tangu siku niliyowatoa watu wangu Israeli
kutoka Misri, sikuchagua mji katika kabila
lolote la Israeli ili Hekalu lijengwe humo ili Jina
langu lipate kuwamo humo, bali nimemcha-
gua Daudi kuwatawala watu wangu Israeli.'
17 "Ilikuwa moyoni mwa Daudi baba yangu
kujenga Hekalu kwa ajili ya Jina la BWANA,
Mungu wa Israeli. 18 Lakini BWANA akamwa-
mbia Daudi baba yangu, 'Kwa sababu ilikuwa
moyoni mwako kujenga Hekalu kwa ajili ya
Jina langu, ulifanya vyema kuwa na jambo hili
moyoni mwako. 19 Hata hivyo, sio wewe uta-
kayenijengea hekalu, bali mwanao, ambaye
ni nyama yako na damu yako mwenyewe,
yeye ndiye atakayejenga Hekalu kwa ajili ya
Jina langu.'
20 "BWANA ametimiza ahadi aliyoiweka:
Nimeingia mahali pa Daudi baba yangu na
sasa ninakikalia kiti cha ufalme cha Israeli,
kama vile BWANA alivyoahidi, nami nimejenga
Hekalu kwa ajili ya Jina la BWANA, Mungu wa
Israeli. 21 Nimetenga nafasi humo kwa ajili ya
Sanduku la Agano, ambamo ndani yake kuna
lile Agano la BWANA alilofanya na baba zetu
wakati alipowatoa Misri."

Maombi Ya Solomoni Ya Kuweka Hekalu Wakfu

22 Kisha Solomoni akasimama mbele ya madha-
bahu ya BWANA machoni pa kusanyiko lote la
Israeli, akakunjua mikono yake kuelekea mbinguni
23 na kusema:

"Ee BWANA, Mungu wa Israeli, hakuna
Mungu kama wewe juu mbinguni wala chini
duniani, wewe unayetunza Agano lako la upe-
ndo na watumishi wanaodumu katika njia
yako kwa moyo wote. 24 Umetimiza ahadi yako
kwa mtumishi wako Daudi baba yangu, kwa
kinywa chako uliahidi na kwa mkono wako
umetimiza, kama ilivyo leo.
25 "Sasa BWANA, Mungu wa Israeli, mtimizie
mtumishi wako Daudi baba yangu ahadi zako
ulizomwahidi uliposema, 'Kamwe hutakosa
kuwa na mtu atakayeketi mbele zangu kwe-
nye kiti cha ufalme cha Israeli, kama wanao
wakiangalia yote wayafanyayo kuenenda
mbele zangu kama vile ulivyofanya.' 26 Sasa,
Ee Mungu wa Israeli, acha neno lako lile
ulilomwahidi mtumishi wako Daudi baba
yangu litimie.
27 "Lakini kweli, je, Mungu atafanya makao
duniani? Mbingu, hata mbingu zilizo juu
sana, haziwezi kukutosha wewe. Sembuse
Hekalu hili nililojenga! 28 Hata hivyo sikiliza
dua ya mtumishi wako na maombi yake kwa
huruma, Ee BWANA Mungu wangu. Sikia kilio
na dua ambayo mtumishi wako anaomba
mbele zako siku hii ya leo. 29 Macho yako na
yafumbuke kuelekea Hekalu hili usiku na
mchana, mahali hapa ambapo ulisema, 'Jina
langu litakuwako humo,' ili kwamba upate
kusikia maombi ambayo mtumishi wako atao-
mba kuelekea mahali hapa. 30 Usikie maombi
ya mtumishi wako na ya watu wako Israeli
wakati wanapoomba kuelekea mahali hapa.
Sikia kutoka mbinguni, mahali pa makao yako
na usikiapo, samehe.
31 "Mtu anapomkosea jirani yake na
akatakiwa kuapa, akija na kuapa mbele ya
madhabahu yako ndani ya Hekalu hili, 32 basi,
sikia kutoka mbinguni na ukatende. Hukumu
kati ya watumishi wako, ukimhukumu yule
mwenye hatia na kuleta juu ya kichwa chake
yale aliyoyatenda. Umtangazie mwenye haki
kwamba hana hatia, hivyo ukathibitishe kuwa
haki kwake.
33 "Wakati watu wako Israeli watakapokuwa
wameshindwa na adui kwa sababu ya dhambi
walizofanya dhidi yako, watakapokugeukia na
kulikiri jina lako, wakiomba na kufanya dua
kwako katika Hekalu hili, 34 basi usikie kutoka
mbinguni, ukasamehe dhambi ya watu wako
Israeli na kuwarudisha katika nchi uliyowapa
baba zao.
35 "Wakati mbingu zitakapokuwa zimefu-
ngwa kusiwe na mvua kwa sababu watu wako
wametenda dhambi dhidi yako, watakapoo-
mba kuelekea mahali hapa na kulikiri jina
lako nao wakageuka kutoka dhambi zao kwa
sababu umewaadhibu, 36 basi usikie kutoka
mbinguni na usamehe dhambi ya watumi-
shi wako, watu wako Israeli. Wafundishe njia
sahihi ya kuishi na ukanyeshe mvua juu ya
nchi uliyowapa watu wako kuwa urithi.
37 "Wakati njaa au tauni vikija juu ya nchi, au
koga au kawa, nzige au panzi, au wakati adui
atakapowazingira katika mji wao wowote,
maafa ya namna yoyote au ugonjwa wowote
unaoweza kuwajia, 38 wakati dua au maombi
yatakapofanywa na mmojawapo wa watu
wako Israeli, kila mmoja akitambua taabu
za moyo wake mwenyewe, naye akainyoo-
sha mikono yake kuelekea Hekalu hili: 39 basi
usikie kutoka mbinguni, katika makao yako.
Usamehe na utende, umpe kila mtu kulingana
na matendo yake, kwa kuwa unaujua moyo

wake (kwa kuwa ni wewe peke yako ujuaye mioyo ya watu wote), 40 ili wakuogope kwa wakati wote watakaoishi katika nchi uliyowapa baba zetu.

41 "Kwa habari ya mgeni ambaye si miongoni mwa watu wako Israeli, lakini amekuja kutoka nchi ya mbali kwa sababu ya jina lako, 42 kwa maana watu watasikia juu ya Jina lako kuu na juu ya mkono wako wenye nguvu na mkono wako ulionyooshwa, atakapokuja na kuomba kuelekea Hekalu hili, 43 basi na usikie kutoka mbinguni, mahali pa makao yako, ukafanye lolote ambalo mgeni huyo anakuomba, ili mataifa yote ya dunia wapate kujua jina lako na wakuogope kama wafanyavyo watu wako Israeli nao wapate pia kujua kwamba nyumba hii niliyoijenga imeitwa kwa Jina lako.

44 "Wakati watu wako watakapokwenda vitani dhidi ya adui zao, popote utakapowapeleka, wakati watakapoomba kwa Bwana kuelekea mji ambao umeuchagua, na Hekalu nililolijenga kwa ajili ya Jina lako, 45 basi usikie dua na maombi yao kutoka mbinguni, ukawatetee haki yao.

46 "Watakapotenda dhambi dhidi yako, kwa kuwa hakuna mtu yeyote ambaye hatendi dhambi, nawe ukachukizwa nao na kuwakabidhi kwa adui, ambaye atawachukua utumwani katika nchi yake mwenyewe, mbali au karibu; 47 na kama watabadilika mioyo yao katika nchi wanakoshikiliwa mateka, nao wakatubu na kukulilia katika nchi ya wale waliowashinda na kusema, 'Tumetenda dhambi, tumefanya makosa, tumetenda uovu'; 48 kama wakikugeukia kwa moyo wao wote na nafsi zao katika nchi ya adui zao ambao waliwachukua mateka, wakakuomba kuelekea nchi uliyowapa baba zao, kuelekea mji ulioúchagua na Hekalu nililolijenga kwa ajili ya Jina lako; 49 basi kutoka mbinguni, mahali pa makao yako, usikie dua yao na maombi yao na kuitetea haki yao. 50 Uwasamehe watu wako, waliotenda dhambi dhidi yako; uwasamehe makosa yote waliyoyatenda dhidi yako, ukawafanye wale waliowashinda kuwaonea huruma; 51 kwa maana ni watu wako na urithi wako, uliowatoa Misri, kutoka kwenye lile tanuru la kuyeyushia chuma.

52 "Macho yako na yafumbuke juu ya ombi la mtumishi wako na ombi la watu wako Israeli, nawe uwasikilize wakati wowote wanapokulilia. 53 Kwa maana uliwachagua wao kutoka mataifa yote ya ulimwengu kuwa urithi wako mwenyewe, kama ulivyotangaza kupitia mtumishi wako Mose wakati wewe, Ee Bwana Mwenyezi, ulipowatoa baba zetu kutoka Misri."

54 Wakati Solomoni alipomaliza dua hizi zote na maombi kwa Bwana, akainuka kutoka mbele ya madhabahu ya Bwana, mahali alipokuwa amepiga magoti, mikono yake ikawa imekunjuliwa kuelekea juu mbinguni. 55 Akasimama na kubariki kusanyiko lote la Israeli kwa sauti kubwa akisema:

56 "Ahimidiwe Bwana, aliyewapa pumziko watu wake Israeli kama vile alivyokuwa ameahidi. Hakuna hata neno moja lililopunguka kati ya ahadi zote nzuri alizozitoa kupitia mtumishi wake Mose. 57 Bwana Mungu wetu na awe pamoja nasi kama alivyokuwa na baba zetu, kamwe asituache wala kutukataa. 58 Yeye na aielekeze mioyo yetu kwake, ili tutembee katika njia zake zote na kuzishika amri na maagizo na masharti aliyowapa baba zetu. 59 Nami maneno yangu haya, ambayo nimeyaomba mbele za Bwana, yawe karibu na Bwana Mungu wetu usiku na mchana, ili kwamba atetee shauri la mtumishi wake na la watu wake Israeli kulingana na hitaji lao la kila siku, 60 ili kwamba mataifa yote ya dunia wajue kwamba Bwana ndiye Mungu na kwamba hakuna mwingine. 61 Lakini ni lazima mwiweke mioyo yenu kikamilifu kwa Bwana Mungu wetu, kuishi kwa maagizo yake na kutii amri zake, kama ilivyo wakati huu."

Kuwekwa Wakfu Hekalu

62 Kisha mfalme na Israeli wote pamoja naye wakatoa dhabihu mbele za Bwana. 63 Solomoni akatoa dhabihu sadaka za amani kwa Bwana: ng'ombe 22,000, pamoja na kondoo na mbuzi 120,000. Hivyo ndivyo mfalme na Waisraeli wote walivyoweka wakfu Hekalu la Bwana.

64 Siku iyo hiyo mfalme akaweka wakfu sehemu ya katikati ya ua uliokuwa mbele ya Hekalu la Bwana na hapo akatoa sadaka za kuteketezwa, sadaka za nafaka na mafuta ya sadaka za amani, kwa sababu madhabahu ya shaba iliyokuwa mbele za Bwana ilikuwa ndogo sana kuweza kubeba sadaka hizo za kuteketezwa, sadaka za nafaka na mafuta ya sadaka ya amani.

65 Hivyo Solomoni akaiadhimisha sikukuu kwa wakati ule, na Israeli wote pamoja naye. Walikuwa kusanyiko kubwa sana, watu kutoka Lebo-Hamathi hadi Kijito cha Misri. Wakaiadhimisha mbele za Bwana Mungu wetu kwa siku saba na siku saba zaidi, yaani, jumla siku kumi na nne. 66 Siku iliyofuata, aliwaruhusu watu waondoke. Wakambariki mfalme, kisha wakaenda nyumbani, wakiwa na mashangilio na furaha rohoni kwa ajili ya mambo yote mema ambayo Bwana ametenda kwa ajili ya Daudi mtumishi wake na watu wake Israeli.

Bwana Anamtokea Solomoni

9 Solomoni alipomaliza kujenga Hekalu la Bwana na jumba la kifalme, alipokwisha kufanya yote aliyotaka kufanya, 2 Bwana akamtokea mara ya pili, kama alivyokuwa amemtokea huko Gibeoni. 3 Bwana akamwambia:

"Nimesikia dua na maombi uliyofanya mbele zangu, nimeliweka wakfu Hekalu hili ambalo umelijenga, kwa kuweka Jina langu humo milele. Macho yangu na moyo wangu utakuwa humo siku zote.

4 "Kukuhusu wewe, kama ukienenda kwa unyofu wa moyo na uadilifu, kama baba yako Daudi alivyofanya na kutenda yote

ninayoyaagiza kwa kutunza maagizo yangu na sheria, 5 nitakiimarisha kiti chako cha enzi juu ya Israeli milele kama nilivyomwahidi Daudi baba yako niliposema, 'Hutakosa kamwe kuwa na mtu kwenye kiti cha enzi cha Israeli.'

6 "Lakini kama ninyi au wana wenu mkigeukia mbali nami na kuziacha amri na maagizo yangu niliyowapa na kwenda kuitumikia miungu mingine na kuiabudu, 7 basi nitakatilia mbali Israeli kutoka nchi niliyowapa, nami nitalikataa Hekalu hili nililolitakasa kwa ajili ya Jina langu. Ndipo Israeli itakuwa kitu cha kudharauliwa na watu na kuwa kitu cha kudhihakiwa miongoni mwa watu wote. 8 Ingawa hekalu hili linavutia sasa, wote watakaolipita watashangaa na kudhihaki wakisema, 'Kwa nini BWANA amefanya kitu kama hiki katika nchi hii na kwa Hekalu hili?' 9 Watu watajibu, 'Kwa sababu wamemwacha BWANA Mungu wao, aliyewatoa baba zao Misri, nao wamekumbatia miungu mingine, wakaiabudu na kuitumikia, ndiyo sababu BWANA ameyaleta maafa haya yote juu yao.' "

Shughuli Nyingine Za Solomoni

10 Miaka ishirini ilipopita, ambayo katika hiyo Solomoni alijenga majengo haya mawili, yaani Hekalu la BWANA na jumba la kifalme, 11 Mfalme Solomoni akampa Hiramu mfalme wa Tiro miji ishirini katika Galilaya, kwa sababu Hiramu alikuwa amempatia mierezi yote, misunobari na dhahabu yote aliyohitaji. 12 Lakini Hiramu alipotoka Tiro kwenda kuiona ile miji ambayo Solomoni alikuwa amempa, hakupendezwa nayo. 13 Hiramu akauliza, "Hii ni miji ya namna gani uliyonipa, ndugu yangu?"

Naye akaiita nchi ya Kabul,[a] jina lililoko hadi leo. 14 Basi Hiramu alikuwa amempelekea mfalme talanta 120[b] za dhahabu.

15 Haya ni maelezo kuhusu kazi za kulazimishwa ambazo Mfalme Solomoni, alivyowafanyiza watu ili kulijenga hekalu la BWANA, na jumba lake la kifalme, na Milo,[c] ukuta wa Yerusalemu, Hazori, Megido na Gezeri. 16 (Farao mfalme wa Misri alikuwa ameushambulia na kuuteka mji wa Gezeri. Alikuwa ameuchoma moto. Akawaua Wakanaani waliokuwa wakikaa humo na kisha kuutoa kwa binti yake, yaani mkewe Solomoni, kama zawadi ya arusi. 17 Solomoni akaujenga tena Gezeri.) Akajenga Beth-Horoni ya Chini, 18 akajenga Baalathi na Tamari kwenye jangwa katika eneo la nchi yake, 19 vilevile miji ya ghala na miji kwa ajili ya magari yake na kwa ajili ya farasi wake: chochote alichotaka kujenga katika Yerusalemu, katika Lebanoni, na katika eneo yote aliyotawala.

20 Watu wote waliosalia kutoka kwa Waamori, Wahiti, Waperizi, Wahivi na Wayebusi (mataifa haya hayakuwa Waisraeli), 21 yaani, wazao wao waliobakia katika nchi, ambao Waisraeli hawangeweza kuwaangamiza kabisa: hawa Solomoni akawalazimisha kuwa watumwa katika shokoa, kama ilivyo hadi leo. 22 Lakini Solomoni hakumfanya yeyote wa Waisraeli kuwa mtumwa; wao ndio waliokuwa wapiganaji wake, maafisa wake wa serikali, maafisa wake, wakuu wake, majemadari wa jeshi wa magari yake ya vita na wapanda farasi. 23 Pia walikuwa maafisa wakuu wasimamizi wa miradi ya Solomoni: maafisa 550 waliwasimamia watu waliofanya kazi.

24 Baada ya binti Farao kuja kutoka Mji wa Daudi na kuingia jumba la kifalme ambalo Solomoni alikuwa amemjengea, akajenga Milo.

25 Solomoni akatoa dhabihu za kuteketezwa na sadaka za amani mara tatu kwa mwaka, juu ya madhabahu aliyokuwa amejengea kwa ajili ya BWANA, akifukiza uvumba mbele za BWANA pamoja na dhabihu hizo, hivyo kutimiza kanuni za hekalu.

26 Mfalme Solomoni pia akatengeneza pia meli huko Esion-Geberi, ambayo iko karibu na Elathi katika Edomu, kwenye ukingo wa Bahari ya Shamu.[d] 27 Naye Hiramu akawatuma watu wake; mabaharia walioijua bahari, kuhudumu katika hizo meli pamoja na watu wa Solomoni. 28 Wakasafiri kwa bahari mpaka Ofiri na kurudi na talanta 420[e] za dhahabu, ambazo walimkabidhi Mfalme Solomoni.

Malkia Wa Sheba Amtembelea Solomoni

10 Malkia wa Sheba aliposikia habari za umaarufu wa Solomoni na uhusiano wake na jina la BWANA, akaja kumjaribu kwa maswali magumu. 2 Alifika Yerusalemu akiwa na msafara mkubwa sana: pamoja na ngamia waliobeba vikolezi, kiasi kikubwa cha dhahabu na vito vya thamani; alikuja kwa Solomoni na kuzungumza naye kuhusu yote ambayo alikuwa nayo moyoni mwake. 3 Solomoni akamjibu maswali yake yote, hakukuwa na jambo lolote lililokuwa gumu kwa mfalme asiweze kumwelezea. 4 Malkia wa Sheba alipoona hekima yote ya Solomoni na jumba la kifalme alilokuwa amejenga, 5 chakula kilichokuwa mezani pake, jinsi maafisa wake walivyokaa, wahudumu katika majoho yao, wanyweshaji wake na sadaka za kuteketezwa alizotoa katika hekalu la BWANA, alipatwa na mshangao.

6 Akamwambia mfalme, "Taarifa niliyosikia kwenye nchi yangu mwenyewe kuhusu mafanikio na hekima yako ni kweli. 7 Lakini sikuamini mambo haya hadi nilipokuja na kuona kwa macho yangu mwenyewe. Naam, sikuambiwa hata nusu yake; katika hekima na mali umezidi sana ile taarifa niliyoisikia. 8 Heri watu wako! Heri hawa maafisa wako wasimamao mbele yako daima na kusikia hekima yako! 9 Ahimidiwe BWANA Mungu wako, ambaye amependezwa sana nawe na kukuweka juu ya kiti cha ufalme cha Israeli. Kwa sababu ya upendo wake BWANA wa milele ajili ya Israeli, amekufanya mfalme, ili kudumisha haki na uadilifu."

10 Naye akampa mfalme talanta 120[f] za dhahabu, kiasi kikubwa sana cha vikolezi na vito vya thamani. Haikuwahi kamwe kuletwa tena vikolezi

[a]13 Kabul maana yake isiyofaa kitu.
[b]14 Talanta 120 za dhahabu ni sawa na tani 4.5.
[c]15 Milo maana yake Boma la Ngome, pia 9:24.
[d]26 Yaani Bahari Nyekundu au Bahari ya Mafunjo.
[e]28 Talanta 420 za dhahabu ni sawa na tani 14.
[f]10 Talanta 120 za dhahabu ni sawa na tani 4.5.

vingi hivyo kuletwa kama vile malkia wa Sheba
alivyompa Mfalme Solomoni.
11 (Meli za Hiramu zilileta dhahabu kutoka Ofiri;
tena kutoka huko zilileta shehena kubwa ya miti ya
msandali na vito vya thamani. 12 Mfalme akatumia
miti ya msandali kuwa nguzo ya Hekalu la BWANA
na kwa jumba la kifalme, pia kwa kutengeneza
vinubi na zeze kwa ajili ya waimbaji. Kiasi hicho
kingi cha msandali hakijawahi kuingizwa au kuo-
nekana humo tangu siku ile.)
13 Mfalme Solomoni akampa malkia wa Sheba
kila kitu alichotamani na kukiomba, kando na vile
mfalme alivyokuwa amempa kwa ukarimu wake wa
kifalme. Kisha malkia akaondoka na kurudi katika
nchi yake, yeye na watumishi wake.

Fahari Ya Solomoni

14 Uzito wa dhahabu ambayo Solomoni alipo-
kea kwa mwaka ulikuwa talanta 666,[a] 15 mbali na
mapato kutoka kwa wafanyabiashara na wachuuzi,
na kutoka kwa wafalme wote wa Kiarabu na wata-
wala wa nchi.
16 Mfalme Solomoni akatengeneza ngao kubwa
200 kwa dhahabu iliyofuliwa; kila ngao ilikuwa na
dhahabu yenye uzito wa shekeli 600[b] 17 Akatenge-
neza pia ngao ndogo 300 za dhahabu iliyofuliwa,
kila ngao ikiwa na uzito wa mane tatu[c] za dhahabu.
Mfalme akaziweka katika Jumba la Kifalme la Msitu
wa Lebanoni.
18 Kisha mfalme akatengeneza kiti kikubwa cha
kifalme kwa kutumia pembe za ndovu na kukifu-
nika kwa dhahabu safi. 19 Kiti hicho kilikuwa na
ngazi sita na egemeo la nyuma lilikuwa la mviringo
kwa juu. Pande zote za kiti kulikuwa na mahali pa
kuegemeza mikono, na simba wawili wakisimama
kando ya hiyo mikono. 20 Simba kumi na wawili
walisimama kwenye ngazi sita, mmoja katika kila
upande wa kila ngazi. Hakuna kitu kama hicho kili-
chokuwa kimefanyika kwenye ufalme mwingine
wowote. 21 Vikombe vyote vya Mfalme Solomoni
vya kunywea vilikuwa vya dhahabu na vyombo
vyote vya nyumbani katika Jumba la Kifalme la
Msitu wa Lebanoni vilikuwa vya dhahabu safi.
Hakukuwa na kitu kilichotengenezwa kwa fedha,
kwa sababu fedha ilionekana ya thamani ndogo
siku za Solomoni. 22 Mfalme alikuwa na meli nyingi
za biashara[d] baharini zilizokuwa zikiandamana na
meli za Hiramu. Kwa mara moja kila miaka mitatu
zilirudi, zikiwa zimebeba dhahabu, fedha, pembe
za ndovu na nyani wakubwa na wadogo.
23 Mfalme Solomoni alikuwa mkuu zaidi kwa
utajiri na hekima kuliko wafalme wote wa dunia.
24 Dunia yote ikatafuta kukutana na Solomoni ili
kusikia hekima ambayo Mungu alikuwa ameiweka
katika moyo wake. 25 Mwaka baada ya mwaka, kila
mmoja ambaye alikuja alileta zawadi: vyombo vya
fedha na dhahabu, majoho, silaha na vikolezi,
farasi na nyumbu.
26 Solomoni akakusanya magari ya vita na farasi.
Alikuwa na magari 1,400 na farasi 12,000, ambayo
aliyaweka katika miji ya magari na mengine akawa
nayo huko Yerusalemu. 27 Mfalme akafanya fedha
kuwa kitu cha kawaida kama mawe huko Yerusa-
lemu, mierezi akaifanya kuwa mingi kama mikuyu
vilimani. 28 Farasi wa Solomoni waliletwa kutoka
Misri na kutoka Kue.[e] Wafanyabiashara wa mfa-
lme waliwanunua kutoka Kue. 29 Waliagiza magari
kutoka Misri kwa bei ya shekeli 600 za fedha[f] na
farasi kwa shekeli 150.[g] Pia waliwauza nje kwa
wafalme wote wa Wahiti na wa Waaramu.[h]

Wakeze Solomoni

11 Hata hivyo, Mfalme Solomoni akawapenda
wanawake wengi wa kigeni zaidi, mbali na
binti Farao: wanawake wa Wamoabu, Waamoni,
Waedomu, Wasidoni na Wahiti. 2 Walitoka katika
mataifa ambayo BWANA aliwaambia Waisraeli,
"Msije mkaoana nao, kwa kuwa hakika wataigeuza
mioyo yenu mgeukie miungu yao." Hata hivyo,
Solomoni akakaza kuwapenda. 3 Alikuwa na wake
700 mabinti wa uzao wa kifalme, na masuria 300,
nao wake zake wakampotosha. 4 Kadiri Solomoni
alivyozidi kuzeeka, wake zake wakaugeuza moyo
wake kuelekea miungu mingine, na moyo wake
haukujitolea kikamilifu kwa BWANA Mungu wake,
kama ulivyokuwa moyo wa Daudi baba yake.
5 Solomoni akafuata Ashtorethi mungu mke wa
Wasidoni, na Moleki[i] mungu aliyekuwa chukizo
la Waamoni. 6 Kwa hiyo Solomoni akafanya uovu
machoni pa BWANA; hakumfuata BWANA kikamilifu
kama alivyofanya Daudi baba yake.
7 Kwenye kilima mashariki mwa Yerusalemu,
Solomoni akajenga mahali pa juu kwa ajili ya
Kemoshi chukizo la Wamoabu, na kwa Moleki
mungu chukizo la Waamoni. 8 Akafanya hivyo
kwa wake zake wote wa kigeni, ambao walifukiza
uvumba na kutoa dhabihu kwa miungu yao.
9 BWANA akamkasirikia Solomoni kwa sababu
moyo wake uligeuka mbali na BWANA, Mungu wa
Israeli, ambaye alikuwa amemtokea mara mbili.
10 Ingawa alikuwa amemkataza Solomoni kufuata
miungu mingine, Solomoni hakutii amri ya BWANA.
11 Kwa hiyo BWANA akamwambia Solomoni, "Kwa
kuwa hii ndiyo hali yako na hukushika Agano langu
na sheria zangu nilizokuamuru, hakika nitaurarua
ufalme kutoka kwako na kumpa mmoja wa walio
chini yako. 12 Hata hivyo, kwa ajili ya Daudi baba
yako, sitafanya jambo hili wakati wa uhai wako.
Nitaurarua kutoka mikononi mwa mwanao.
13 Lakini pia sitaurarua ufalme wote kutoka kwake,
bali nitampa kabila moja kwa ajili ya Daudi mtu-
mishi wangu na kwa ajili ya Yerusalemu, ambao
nimeuchagua."

Adui Za Solomoni

14 Kisha BWANA akamwinua adui dhidi ya Solo-
moni, Hadadi, Mwedomu, kutoka ukoo wa ufalme
wa Edomu. 15 Huko nyuma wakati Daudi alipokuwa

---

[a]14 Talanta 666 za dhahabu ni sawa na tani 25.
[b]16 Shekeli 600 za dhahabu ni sawa na kilo 3.5.
[c]17 Mane tatu za dhahabu ni sawa na kilo 1.7.
[d]22 Au: za Tarshishi (ona pia 1Fal 22:48; 2Nya 9:21; 20:36; Isa 2:16; 60:9).
[e]28 Yaani Kilikia ilioko Syria.
[f]29 Shekeli 600 za fedha ni sawa na kilo 7.
[g]29 Shekeli 150 za fedha ni sawa na kilo 1.7.
[h]29 Waaramu hapa ina maana ya Washamu.
[i]5 Moleki au Milkomu ni mungu aliyekuwa akiabudiwa na Waamoni; alikuwa chukizo kwa sababu watoto walitolewa kafara kwake.

akipigana na Edomu, Yoabu jemadari wa jeshi, aliyekuwa amekwenda kuzika waliouawa, alikuwa amewaua wanaume wote waliokuwako Edomu. [16] Yoabu na Waisraeli wote walikaa huko kwa miezi sita, mpaka walipomaliza kuwaangamiza wanaume wote huko Edomu. [17] Lakini Hadadi, akiwa bado mvulana mdogo, alikimbilia Misri akiwa na baadhi ya maafisa wa Kiedomu waliokuwa wakimhudumia baba yake. [18] Wakaondoka Midiani wakaenda Parani. Basi wakichukua pamoja nao wanaume kutoka Parani, wakaenda Misri, kwa Farao mfalme wa Misri, ambaye alimpa Hadadi nyumba, ardhi na akampatia chakula.

[19] Farao akapendezwa sana na Hadadi hata akampa ndugu wa mkewe mwenyewe, Malkia Tapenesi, ili aolewe na Hadadi. [20] Huyo ndugu wa Tapenesi akamzalia mwana aliyeitwa Genubathi, ambaye alilelewa na Tapenesi katika jumba la kifalme. Huko Genubathi aliishi pamoja na watoto wa Farao mwenyewe.

[21] Alipokuwa huko Misri, Hadadi alisikia kwamba Daudi amepumzika na baba zake na ya kwamba pia Yoabu aliyekuwa jemadari wa jeshi amekufa. Ndipo Hadadi akamwambia Farao, "Niruhusu niende ili niweze kurudi katika nchi yangu."

[22] Farao akauliza, "Umekosa nini hapa, kwamba unataka kurudi katika nchi yako?"

Hadadi akajibu, "Hakuna, lakini niruhusu niende!"

[23] Mungu akamwinua adui mwingine dhidi ya Solomoni, Rezoni mwana wa Eliada, ambaye alikuwa amemkimbia bwana wake Hadadezeri, mfalme wa Soba. [24] Akawakusanya watu, naye akawa kiongozi wa kundi la waasi, wakati Daudi alipoangamiza majeshi ya Soba; waasi walikwenda Dameski, mahali walipokaa na kumiliki. [25] Rezoni alikuwa adui wa Israeli kwa muda wote alioishi Solomoni, ukiongezea matatizo yaliyosababishwa na Hadadi. Kwa hiyo Rezoni akatawala katika Aramu[a] na alikuwa mkatili kwa Israeli.

Yeroboamu Anaasi Dhidi Ya Solomoni

[26] Pia, Yeroboamu mwana wa Nebati aliasi dhidi ya mfalme. Alikuwa mmoja wa maafisa wa Solomoni, Mwefraimu kutoka Sereda, ambaye mama yake alikuwa mjane aliyeitwa Serua.

[27] Haya ndiyo maelezo ya jinsi alivyomwasi mfalme: Solomoni alikuwa amejenga Milo[b] naye akawa ameziba mwanya katika ukuta wa mji wa Daudi baba yake. [28] Basi Yeroboamu alikuwa mtu shujaa na hodari, naye Solomoni alipoona jinsi kijana alivyofanya kazi yake, akamweka kuwa kiongozi wa kazi yote ya mikono ya nyumba ya Yosefu.

[29] Karibu na wakati ule Yeroboamu alikuwa anatoka nje ya Yerusalemu, Ahiya nabii Mshiloni akakutana naye njiani, akiwa amevaa joho jipya. Hawa wawili walikuwa peke yao mashambani, [30] naye Ahiya akachukua joho jipya alilokuwa amevaa akalirarua vipande kumi na viwili. [31] Kisha akamwambia Yeroboamu, "Chukua vipande kumi kwa ajili yako, kwa kuwa hivi ndivyo Bwana, Mungu wa Israeli asemavyo: 'Tazama, ninakwenda kuuchana ufalme kutoka mikononi mwa Solomoni na kukupa wewe makabila kumi. [32] Lakini kwa ajili ya mtumishi wangu Daudi na mji wa Yerusalemu, ambao nimeuchagua miongoni mwa makabila yote ya Israeli, atakuwa na kabila moja. [33] Nitafanya hivi kwa sababu wameniacha mimi na kuabudu Ashtorethi mungu mke wa Wasidoni, Kemoshi mungu wa Wamoabu, na Moleki mungu wa Waamoni, nao hawakwenda katika njia zangu ili kufanya yaliyo sawa machoni pangu, wala kushika amri na sheria zangu kama Daudi, babaye Solomoni, alivyofanya.

[34] " 'Lakini sitauondoa ufalme wote kutoka mikononi mwa Solomoni, nimemfanya mtawala siku zote za maisha yake kwa ajili ya Daudi mtumishi wangu, niliyemchagua na ambaye aliyatunza maagizo na amri zangu. [35] Nitauondoa ufalme kutoka mikononi mwa mwanawe na kukupa wewe makabila kumi. [36] Nitampa mwanawe kabila moja ili kwamba Daudi mtumishi wangu awe na taa mbele zangu daima katika Yerusalemu, mji ambao nimeuchagua kuweka Jina langu. [37] Hata hivyo, kukuhusu wewe Yeroboamu, nitakutwaa, nawe utatawala juu ya yote yale moyo wako unayotamani, utakuwa mfalme juu ya Israeli. [38] Ikiwa utafanya kila nitakalokuamuru, kuenenda katika njia zangu na kufanya yaliyo sawa mbele za macho yangu kwa kuzishika amri zangu na maagizo yangu kama alivyofanya Daudi mtumishi wangu, nitakuwa pamoja nawe. Nitakujengea ufalme utakaodumu kama ule niliomjengea Daudi, nami nitakupa Israeli. [39] Nitawatesa wazao wa Daudi kwa ajili ya hili, lakini siyo milele.' "

[40] Solomoni akajaribu kumuua Yeroboamu, lakini Yeroboamu akakimbilia Misri, kwa Mfalme Shishaki, naye akakaa huko mpaka Solomoni alipofariki.

Kifo Cha Solomoni

[41] Kwa habari za matukio mengine ya utawala wa Solomoni, yote aliyoyafanya na hekima aliyoionyesha, je hayakuandikwa yote katika kitabu cha matendo cha Solomoni? [42] Solomoni alitawala Israeli yote miaka arobaini, akiwa Yerusalemu. [43] Kisha Solomoni akalala pamoja na baba zake, naye akazikwa katika mji wa Daudi baba yake. Naye Rehoboamu mwanawe akawa mfalme baada yake.

Israeli Yaasi Dhidi Ya Rehoboamu

12 Rehoboamu akaenda Shekemu, kwa kuwa Waisraeli wote walikuwa wamekwenda huko kumfanya yeye kuwa mfalme. [2] Yeroboamu mwana wa Nebati aliposikia hili (alikuwa bado yuko Misri alikokuwa amekimbilia awe mbali na Mfalme Solomoni), akarudi kutoka Misri. [3] Kwa hiyo wakatuma watu kumwita Yeroboamu, yeye na kusanyiko lote la Israeli wakamwendea Rehoboamu na kumwambia, [4] "Baba yako aliweka nira nzito juu yetu, lakini sasa tupunguzie kazi za kikatili na nira nzito aliyoweka juu yetu, nasi tutakutumikia."

[5] Rehoboamu akajibu, "Nendeni kwa muda wa siku tatu na kisha mnirudie." Basi watu wakaenda zao.

[6] Kisha Mfalme Rehoboamu akataka shauri kwa

[a]25 Yaani Shamu (ambayo leo ni Syria).
[b]27 Milo maana yake Boma la Ngome.

wazee ambao walimtumikia Solomoni baba yake wakati wa uhai wake akawauliza, "Mnanishauri nini katika kuwajibu watu hawa?"

7 Wakajibu, "Kama leo utakuwa mtumishi wa watu hawa na kuwahudumia na kuwapa jibu linaloridhisha, watakuwa watumishi wako daima."

8 Lakini Rehoboamu akakataa shauri alilopewa na wazee na akataka ushauri kwa vijana wanaume rika lake waliokuwa wakimtumikia. 9 Akawauliza, "Ninyi ushauri wenu ni nini? Tutawajibuje watu hawa wanaoniambia, 'Ifanye nyepesi nira baba yako aliyoweka juu yetu?' "

10 Wale vijana wa rika lake wakamjibu, "Waambie watu hawa waliokuambia, 'Baba yako aliweka nira nzito juu yetu, lakini ifanye nira yetu nyepesi,' kuwa, 'Kidole changu kidogo ni kinene kuliko kiuno cha baba yangu. 11 Baba yangu aliweka nira nzito juu yenu, mimi nitaifanya hata iwe nzito zaidi. Baba yangu aliwachapa kwa mijeledi, mimi nitawachapa kwa nge.' "

12 Siku tatu baadaye, Yeroboamu na watu wote wakamrudia Rehoboamu, kama mfalme alivyokuwa amesema, "Rudini kwangu baada ya siku tatu." 13 Mfalme akawajibu watu kwa ukatili. Akikataa shauri alilopewa na wazee, 14 akafuata shauri la vijana wa rika lake na kusema, "Baba yangu alifanya nira yenu kuwa nzito, mimi nitaifanya kuwa nzito zaidi. Baba yangu aliwachapa kwa mijeledi, mimi nitawachapa kwa nge." 15 Kwa hiyo mfalme hakuwasikiliza watu, kwa kuwa jambo hili lilitoka kwa BWANA, ili kutimiza neno ambalo BWANA alikuwa amenena kwa Yeroboamu mwana wa Nebati kupitia Ahiya Mshiloni.

16 Israeli wote walipoona kuwa mfalme amekataa kuwasikiliza, wakamjibu mfalme:

"Tuna fungu gani kwa Daudi?
 Sisi hatuna urithi kwa mwana wa Yese.
Nendeni kwenye mahema yenu, ee Israeli!
 Angalia nyumba yako mwenyewe, ee Daudi!"

Hivyo Waisraeli wakaenda kwenye mahema yao. 17 Lakini kwa habari ya Waisraeli waliokuwa wakiishi katika miji ya Yuda, Rehoboamu akaendelea kuwatawala bado.

18 Mfalme Rehoboamu akamtuma Adoramu, aliyekuwa msimamizi wa wale waliofanya kazi ngumu kwa kulazimishwa, lakini Israeli wote wakampiga kwa mawe hadi akafa. Hata hivyo, Mfalme Rehoboamu, akafanikiwa kuingia kwenye gari lake na kutorokea Yerusalemu. 19 Hivyo Israeli wakaasi dhidi ya nyumba ya Daudi hadi leo.

20 Waisraeli wote waliposikia kwamba Yeroboamu amerudi, wakatuma watu na kumwita kwenye kusanyiko na kumfanya mfalme juu ya Israeli yote. Ni kabila la Yuda peke yake lililobaki kuwa tiifu kwa nyumba ya Daudi.

21 Ikawa Rehoboamu alipofika Yerusalemu, akakusanya nyumba yote ya Yuda na kabila la Benyamini, wanaume wapiganaji 180,000, kufanya vita dhidi ya nyumba ya Israeli na kuurudisha tena ufalme kwa Rehoboamu mwana wa Solomoni.

22 Lakini neno hili la Mungu likamjia Shemaya mtu wa Mungu: 23 "Mwambie Rehoboamu mwana wa Solomoni mfalme wa Yuda, na nyumba yote ya Yuda na Benyamini, na watu wengine wote, 24 'Hili ndilo asemalo BWANA: Msipande kupigana dhidi ya ndugu zenu, Waisraeli. Nendeni nyumbani, kila mmoja wenu, kwa kuwa hili nimelitenda mimi.' " Kwa hiyo wakalitii neno la BWANA na kurudi nyumbani, kama BWANA alivyokuwa ameagiza.

Ndama Wa Dhahabu Huko Betheli Na Dani

25 Kisha Yeroboamu akajenga Shekemu akaizungushia ngome katika nchi ya vilima ya Efraimu na akaishi huko. Akatoka huko, akaenda akajenga Penueli.[a]

26 Yeroboamu akawaza moyoni mwake, "Sasa inawezekana ufalme ukarudi katika nyumba ya Daudi. 27 Kama watu hawa watapanda kwenda kutoa dhabihu katika Hekalu la BWANA huko Yerusalemu, mioyo yao itamrudia bwana wao, Rehoboamu mfalme wa Yuda. Wataniua mimi na kurudi kwa Mfalme Rehoboamu."

28 Baada ya kutafuta shauri, mfalme akatengeneza ndama wawili wa dhahabu. Akawaambia watu, "Ni gharama kubwa kwenu kukwea kwenda Yerusalemu. Hii hapa miungu yenu, ee Israeli, iliyowapandisha kutoka Misri." 29 Ndama mmoja akamweka Betheli na mwingine Dani. 30 Nalo jambo hili likawa dhambi, watu wakawa wanaenda hadi Dani kumwabudu huyo aliyewekwa huko.

31 Yeroboamu akajenga madhabahu mahali pa juu pa kuabudia miungu na kuwateua makuhani kutoka watu wa aina zote, ijapokuwa hawakuwa Walawi. 32 Pia Yeroboamu akaweka sikukuu katika siku ya kumi na tano ya mwezi wa nane, kama sikukuu iliyokuwa ikifanyika huko Yuda, na akatoa dhabihu juu ya madhabahu. Akafanya hivyo huko Betheli akitoa dhabihu kwa ndama alizotengeneza. Huko Betheli akawaweka makuhani, na pia katika sehemu za juu za kuabudia miungu alizozitengeneza. 33 Katika siku ya kumi na tano ya mwezi wa nane, mwezi aliouchagua mwenyewe, alitoa dhabihu juu ya madhabahu aliyokuwa amejenga huko Betheli. Kwa hiyo akaweka sikukuu kwa ajili ya Waisraeli na akapanda madhabahuni kutoa sadaka.

Mtu Wa Mungu Kutoka Yuda

13 Kwa neno la BWANA, mtu wa Mungu alifika Betheli kutoka Yuda wakati Yeroboamu alipokuwa amesimama kando ya madhabahu ili kutoa sadaka. 2 Akapiga kelele dhidi ya madhabahu kwa neno la BWANA: "Ee madhabahu, madhabahu! Hivi ndivyo asemavyo BWANA: 'Mwana aitwaye Yosia atazaliwa katika nyumba ya Daudi. Juu yako atawatoa dhabihu makuhani wa mahali pa juu pa kuabudia miungu wale ambao wanatoa sadaka hapa sasa, nayo mifupa ya wanadamu itachomwa juu yako.' " 3 Siku iyo hiyo, mtu wa Mungu akatoa ishara: "Hii ndiyo ishara BWANA aliyotangaza: Madhabahu haya yatapasuka na majivu yaliyo juu yake yatamwagika."

4 Mfalme Yeroboamu aliposikia kile mtu wa Mungu alichosema, alipopiga kelele dhidi ya madhabahu huko Betheli, akanyoosha mkono

[a]25 Jina lingine ni Penieli kwa Kiebrania.

wake kutoka madhabahuni na kusema, "Mka-
mate!" Lakini mkono aliokuwa ameunyoosha
kumwelekea yule mtu ukasinyaa na kubaki hapo
hapo, kiasi kwamba hakuweza kuurudisha. 5 Pia,
madhabahu yalipasuka na majivu yakamwagika
sawasawa na ishara iliyotolewa na mtu wa Mungu
kwa neno la BWANA.

6 Kisha mfalme akamwambia mtu wa Mungu,
"Niombee kwa BWANA Mungu wako ili mkono
wangu upate kupona." Kwa hiyo mtu wa Mungu
akamwombea kwa BWANA, nao mkono wa mfalme
ukapona na kuwa kama ulivyokuwa hapo kwanza.
7 Mfalme akamwambia yule mtu wa Mungu,
"Twende nyumbani kwangu upate chakula, nami
nitakupa zawadi."

8 Lakini yule mtu wa Mungu akamjibu mfalme,
"Hata kama ungenipa nusu ya mali zako, nisinge-
kwenda pamoja na wewe, wala nisingekula mkate
au kunywa maji hapa. 9 Kwa kuwa niliagizwa kwa
neno la BWANA: 'Kamwe usile mkate wala usinywe
maji au kurudi kwa njia uliyojia.' " 10 Kwa hiyo aka-
fuata njia nyingine na hakurudi kupitia njia ile
ambayo alikuwa ameijia Betheli.

11 Basi kulikuwepo na nabii fulani mzee aliye-
kuwa anaishi Betheli, ambaye wanawe walikuja
kumwambia yote ambayo mtu wa Mungu alikuwa
ameyafanya pale siku ile. Pia wakamwambia baba
yao yale aliyomwambia mfalme. 12 Baba yao aka-
wauliza, "Ameelekea njia gani?" Nao wanawe
wakamwonyesha ile njia yule mtu wa Mungu
kutoka Yuda aliyopita. 13 Hivyo akawaambia
wanawe, "Nitandikieni punda." Walipokwisha
kumtandikia punda, akampanda 14 na kumfuatilia
yule mtu wa Mungu. Akamkuta ameketi chini ya
mwaloni na akamuuliza, "Je, wewe ndiwe mtu wa
Mungu kutoka Yuda?"

Akamjibu, "Mimi ndiye."

15 Basi nabii akamwambia, "Karibu nyumbani
pamoja na mimi ule."

16 Yule mtu wa Mungu akasema, "Siwezi kurudi
na kwenda nawe, wala siwezi kula mkate au
kunywa maji pamoja nawe mahali hapa. 17 Nimea-
mbiwa kwa neno la BWANA: 'Kamwe usile mkate
au kunywa maji huko au kurudia njia uliyojia.' "

18 Yule nabii mzee akajibu, "Mimi pia ni nabii,
kama wewe. Naye malaika alisema nami kwa neno
la BWANA: 'Mrudishe aje katika nyumba yako ili
apate kula mkate na kunywa maji.' " (Lakini ali-
kuwa akimwambia uongo.) 19 Hivyo mtu wa Mungu
akarudi pamoja naye na akala na kunywa katika
nyumba yake.

20 Wakati walipokuwa wameketi mezani, neno
la BWANA likamjia yule nabii mzee aliyemrudisha
huyo mtu wa Mungu. 21 Akampazia sauti yule
mtu wa Mungu aliyekuwa ametoka Yuda, "Hivi
ndivyo asemavyo BWANA: 'Umeasi neno la BWANA
na hukushika amri uliyopewa na BWANA Mungu
wako, 22 bali ulirudi na ukala mkate na kunywa maji
mahali ambapo alikuambia usile wala usinywe.
Kwa hiyo maiti yako haitazikwa katika kaburi la
baba zako.' "

23 Wakati huyo mtu wa Mungu alipomaliza
kula na kunywa, nabii aliyekuwa amemrudisha
akamtandikia punda wake. 24 Alipokuwa akienda
akakutana na simba njiani, akamuua na maiti yake
ikabwagwa barabarani, yule punda wake na simba
wakiwa wamesimama karibu yake. 25 Baadhi ya
watu waliopita pale waliona maiti imebwagwa pale
chini, simba akiwa amesimama kando ya maiti,
wakaenda na kutoa habari katika mji ambao nabii
mzee aliishi.

26 Yule nabii aliyekuwa amemrudisha kutoka
safari yake aliposikia habari hii akasema, "Ni
yule mtu wa Mungu ambaye aliasi neno la BWANA.
BWANA amemtoa kwa simba, ambaye amemrarua
na kumuua, sawasawa na neno la BWANA lilivyo-
kuwa limemwonya."

27 Nabii akawaambia wanawe, "Nitandikieni
punda," nao wakafanya hivyo. 28 Kisha akatoka
akaenda akakuta maiti imebwagwa chini bara-
barani, punda na simba wakiwa wamesimama
kando yake. Simba hakuwa amekula ile maiti wala
kumrarua punda. 29 Basi yule nabii mzee akachukua
maiti ya mtu wa Mungu, akailaza juu ya punda na
akairudisha katika mji wake, ili amwombolezee na
kumzika. 30 Kisha akailaza ile maiti katika kaburi
lake huyo nabii mzee, nao wakaomboleza juu yake
na kusema, "Ee ndugu yangu!"

31 Baada ya kumzika, akawaambia wanawe,
"Wakati nitakapokufa, mnizike kwenye kaburi
alimozikwa huyu mtu wa Mungu; lazeni mifupa
yangu kando ya mifupa yake. 32 Kwa maana ujumbe
alioutangaza kwa neno la BWANA dhidi ya madha-
bahu huko Betheli na dhidi ya madhabahu yote
katika mahali pa juu pa kuabudia miungu katika
miji ya Samaria, hakika yatatokea kweli."

33 Hata baada ya haya, Yeroboamu hakubadili njia
zake mbaya, lakini mara nyingine tena akaweka
makuhani kwa ajili ya mahali pa juu pa kuabudia
miungu kutoka watu wa aina zote. Yeyote aliye-
taka kuwa kuhani alimweka wakfu kwa ajili ya
mahali pa juu pa kuabudia miungu. 34 Hii ilikuwa
ndiyo dhambi ya nyumba ya Yeroboamu ambayo
iliisababishia kuanguka na kuangamia kwake hadi
kutoweka kwenye uso wa dunia.

Unabii Wa Ahiya Dhidi Ya Yeroboamu

14 Wakati ule Abiya mwana wa Yeroboamu
akaugua, 2 naye Yeroboamu akamwambia
mke wake, "Nenda ukajibadilishe, ili watu wasijue
kwamba wewe ni mke wa Yeroboamu. Kisha uende
Shilo. Nabii Ahiya yuko huko, yule aliyeniambia
kuwa nitakuwa mfalme juu ya watu hawa. 3 Chukua
mikate kumi, maandazi kadhaa na gudulia la asali
na umwendee. Atakuambia kitakachotokea kwa
kijana." 4 Basi mke wa Yeroboamu akafanya kama
alivyosema mumewe, akaenda kwenye nyumba
ya Ahiya huko Shilo.

Wakati huu Ahiya alikuwa kipofu naye alishi-
ndwa kuona kwa sababu ya umri wake. 5 Lakini
BWANA alikuwa amemwambia Ahiya, "Mke wa
Yeroboamu anakuja kukuuliza kuhusu mwanawe,
kwa kuwa ni mgonjwa, nawe utamjibu hivi na hivi.
Atakapowasili, atajifanya kuwa ni mtu mwingine."

6 Hivyo Ahiya aliposikia kishindo cha hatua zake
mlangoni, akasema, "Karibu ndani, mke wa Yero-
boamu. Kwa nini kujibadilisha? Nimetumwa kwako
nikiwa na habari mbaya. 7 Nenda, ukamwambie

Yeroboamu kwamba hivi ndivyo asemavyo Bwana,
Mungu wa Israeli: 'Nilikuinua miongoni mwa watu
na kukufanya kiongozi juu ya watu wangu Israeli.
8 Nikararua ufalme kutoka kwa nyumba ya Daudi
na kukupa wewe, lakini hukuwa kama mtumishi
wangu Daudi, ambaye aliyashika maagizo yangu
na kunifuata kwa moyo wake wote, akifanya tu
lile lililokuwa sawa machoni pangu. 9 Umefanya
maovu mengi kuliko wote waliokutangulia. Ume-
jitengenezea miungu mingine, sanamu za chuma,
umenighadhibisha na kunitupa nyuma yako.

10 " 'Kwa sababu ya hili, nitaleta maafa juu ya
nyumba ya Yeroboamu. Nitakatilia mbali kutoka
kwa Yeroboamu kila mzaliwa wa mwisho wa kiume
katika Israeli, mtumwa au mtu huru. Nitachoma
nyumba ya Yeroboamu mpaka iteketee yote
kama mtu achomaye kinyesi. 11 Mbwa watawala
wale walio wa nyumba ya Yeroboamu watakaofia
ndani ya mji na ndege wa angani watajilisha kwa
wale watakaofia mashambani. Bwana amesema!'

12 "Kukuhusu wewe, rudi nyumbani. Wakati
utakapotia mguu katika mji wako, kijana atakufa.
13 Israeli yote itamwombolezea na kumzika. Kwa
sababu ni yeye pekee wa nyumba ya Yeroboamu
atakayezikwa, kwa sababu ni yeye peke yake ndani
ya nyumba ya Yeroboamu ambaye Bwana, Mungu
wa Israeli, ameona kitu chema kwake.

14 "Bwana atajiinulia mwenyewe mfalme juu
ya Israeli ambaye ataikatilia mbali jamaa ya Yero-
boamu. Siku ndiyo hii! Nini? Naam, hata sasa
hivi. 15 Naye Bwana ataipiga Israeli, hata iwe kama
unyasi unaosukwasukwa juu ya maji. Ataing'oa
Israeli kutoka nchi hii nzuri aliyowapa baba zao na
kuwatawanya ng'ambo ya Mto Frati, kwa sababu
wamemghadhibisha Bwana kwa kutengeneza
nguzo za Ashera[a] 16 Naye atawaacha Israeli kwa
ajili ya makosa ya Yeroboamu aliyoyatenda na
kusababisha Israeli kuyatenda."

17 Kisha mke wa Yeroboamu akainuka, akao-
ndoka kwenda Tirsa. Mara alipokanyaga kizingiti
cha mlango, kijana akafa. 18 Wakamzika na Israeli
yote ikamwombolezea, kama Bwana alivyokuwa
amesema kupitia mtumishi wake, nabii Ahiya.

19 Matukio mengine ya utawala wa Yeroboamu,
vita vyake na jinsi alivyotawala, vimeandikwa
katika kitabu cha kumbukumbu za wafalme wa
Israeli. 20 Yeroboamu akawatawala kwa miaka ishi-
rini na miwili, kisha akalala na baba zake. Naye
Nadabu mwanawe akawa mfalme baada yake.

Rehoboamu Mfalme Wa Yuda

21 Rehoboamu mwana wa Solomoni alikuwa
mfalme wa Yuda. Alikuwa na umri wa miaka aro-
baini na moja alipoanza kutawala, naye akatawala
miaka kumi na saba huko Yerusalemu, mji ambao
Bwana alikuwa ameuchagua kutoka makabila yote
ya Israeli ili apate kuliweka humo Jina lake. Mama
yake aliitwa Naama, ambaye alikuwa Mwamoni.

22 Yuda wakatenda maovu machoni pa Bwana.
Kwa dhambi walizotenda wakachochea hasira yake
yenye wivu zaidi kuliko baba zao walivyofanya.
23 Pia wakajijengea mahali pa juu pa kuabudia
miungu, mawe ya kuabudiwa na nguzo za Ashera
juu ya kila kilima kilichoinuka na kila mti ulio-
tanda. 24 Walikuwepo hata wanaume mahanithi
wa mahali pa ibada za sanamu katika nchi; watu
wakajiingiza katika kutenda machukizo ya mataifa
ambayo Bwana aliyafukuza mbele ya Waisraeli.

25 Katika mwaka wa tano wa utawala wa Mfalme
Rehoboamu, Shishaki mfalme wa Misri akasha-
mbulia Yerusalemu. 26 Akachukua hazina za Hekalu
la Bwana na hazina za jumba la kifalme. Akachu-
kua kila kitu, pamoja na zile ngao zote za dhahabu
ambazo Solomoni alikuwa amezitengeneza. 27 Kwa
hiyo Mfalme Rehoboamu akatengeneza ngao za
shaba badala ya zile za dhahabu na kuzikabidhi
kwa majemadari wa ulinzi wa zamu kwenye ingilio
la jumba la mfalme. 28 Kila wakati mfalme alipokwe-
nda katika Hekalu la Bwana, walinzi walizichukua
hizo ngao, na baadaye walizirudisha kwenye chu-
mba cha ulinzi.

29 Kwa matukio mengine ya utawala wa Reho-
boamu na yote aliyoyafanya, je, hayakuandikwa
katika kitabu cha kumbukumbu za wafalme wa
Yuda? 30 Kulikuwa na vita vinavyoendelea kati ya
Rehoboamu na Yeroboamu. 31 Naye Rehoboamu
akalala na baba zake, na akazikwa pamoja nao
katika Mji wa Daudi. Mama yake aliitwa Naama,
ambaye alikuwa Mwamoni. Naye Abiya[b] mwanawe
akawa mfalme baada yake.

Abiya Mfalme Wa Yuda

15 Katika mwaka wa kumi na nane wa utawala wa
Yeroboamu mwana wa Nebati, Abiya akawa
mfalme wa Yuda, 2 naye akatawala huko Yerusa-
lemu miaka mitatu. Mama yake aliitwa Maaka binti
Abishalomu.[c]

3 Alitenda dhambi zote baba yake alizotenda
kabla yake; moyo wake haukuwa mkamilifu kwa
Bwana Mungu wake kama moyo wa Daudi baba
yake ulivyokuwa. 4 Pamoja na hayo, kwa ajili ya
Daudi, Bwana Mungu wake akampa taa katika
Yerusalemu kwa kumwinua mwana atawale badala
yake na kwa kuifanya Yerusalemu kuwa imara.
5 Kwa kuwa Daudi alifanya yaliyo mema machoni
pa Bwana na hakushindwa kushika maagizo yote
ya Bwana siku zote za uhai wake, isipokuwa katika
habari ya Uria, Mhiti.

6 Kulikuwa na vita kati ya Rehoboamu na Yero-
boamu wakati wote wa maisha ya Abiya. 7 Kwa
habari ya matukio mengine ya utawala wa Abiya na
yote aliyofanya, je, hayakuandikwa katika kitabu
cha kumbukumbu za wafalme wa Yuda? Kulikuwa
na vita kati ya Abiya na Yeroboamu. 8 Naye Abiya
akalala na baba zake akazikwa katika Mji wa Daudi.
Asa mwanawe akawa mfalme baada yake.

Asa Mfalme Wa Yuda

9 Katika mwaka wa ishirini wa utawala wa Yero-
boamu mfalme wa Israeli, Asa akawa mfalme wa
Yuda, 10 naye akatawala katika Yerusalemu miaka
arobaini na mmoja. Bibi yake aliitwa Maaka binti
Abishalomu.

---

[a]15 Yaani mfano wa mungu wa kike Ashera.

[b]31 Maandishi mengine ya Kiebrania yanamwita Abiyamu.

[c]2 Yaani Absalomu, maana yake Baba wa amani.

11 Asa akatenda yaliyo mema machoni mwa
Bwana, kama alivyokuwa ametenda Daudi baba
yake. 12 Akawafukuza mahanithi wa mahali pa kua-
budia miungu kutoka nchi na kuondoa sanamu
zote ambazo baba zake walikuwa wametengeneza.
13 Hata akamwondoa bibi yake Maaka kwenye
wadhifa wake kama mama malkia, kwa sababu
alikuwa ametengeneza nguzo ya Ashera ya kuchu-
kiza. Asa akaikata hiyo nguzo na kuiteketeza kwa
moto katika Bonde la Kidroni. 14 Ijapokuwa hakuo-
ndoa mahali pa juu pa kuabudia miungu, moyo
wa Asa ulikuwa umejiweka kwa Bwana kikamilifu
maisha yake yote. 15 Akaleta ndani ya Hekalu la
Bwana fedha na dhahabu na vile vyombo ambavyo
yeye na baba yake walikuwa wameviweka wakfu.
16 Kulikuwa na vita kati ya Asa na Baasha mfa-
lme wa Israeli siku zote za utawala wao. 17 Mfalme
Baasha wa Israeli akashambulia Yuda na kuweka
ngome mji wa Rama ili kumzuia yeyote asitoke
wala kuingia nchi ya Mfalme Asa wa Yuda.
18 Kisha Asa akachukua fedha yote na dhahabu
iliyokuwa imeachwa katika hazina za Hekalu la
Bwana na za jumba lake mwenyewe la kifalme.
Akawakabidhi maafisa wake na kuwatuma kwa
Ben-Hadadi mwana wa Tabrimoni, mwana wa
Hezioni, mfalme wa Aramu,[a] aliyekuwa akitawala
Dameski. 19 "Akasema na pawepo mkataba kati
yangu na wewe, kama ulivyokuwepo kati ya baba
yangu na baba yako. Tazama, nimekuletea zawadi
ya fedha na dhahabu. Sasa vunja mkataba wako na
Baasha mfalme wa Israeli ili aniondokee mimi."
20 Ben-Hadadi akakubaliana na Mfalme Asa
na kutuma majemadari wa majeshi yake dhidi
ya miji ya Israeli. Akaishinda miji ya Iyoni, Dani,
Abel-Beth-Maaka na Kinerethi yote, pamoja na
Naftali. 21 Wakati Baasha aliposikia hili, akaacha
kuijenga Rama na akaenda kuishi Tirsa. 22 Kisha
Mfalme Asa akatoa amri kwa Yuda yote, pasipo
kumbagua hata mmoja, kubeba mawe na mbao
kutoka Rama, ambazo Baasha alikuwa akitumia
huko. Mfalme Asa akazitumia kujengea Geba ili-
yoko Benyamini na Mispa pia.
23 Kwa matukio yote ya utawala wa Asa, mafani-
kio yake yote, yote aliyofanya na miji aliyoijenga,
je, hayakuandikwa katika kitabu cha kumbukumbu
za wafalme wa Yuda? Katika uzee wake, hata hivyo,
alipata ugonjwa wa miguu. 24 Kisha Asa akalala
pamoja na baba zake na kuzikwa pamoja nao
katika mji wa Daudi baba yake. Naye Yehoshafati
mwanawe akawa mfalme baada yake.

Nadabu Mfalme Wa Israeli

25 Nadabu mwana wa Yeroboamu akawa mfalme
wa Israeli katika mwaka wa pili wa utawala wa Mfa-
lme Asa wa Yuda, naye akatawala Israeli kwa miaka
miwili. 26 Akafanya maovu machoni pa Bwana, akie-
nenda katika njia za baba yake na katika dhambi
yake, ambayo alisababisha Israeli kuifanya.
27 Baasha mwana wa Ahiya wa nyumba ya Isakari
akafanya shauri baya dhidi yake, naye akamuua
huko Gibethoni, mji wa Wafilisti, wakati Nadabu
na Israeli yote walipokuwa wameuzingira. 28 Baasha
akamuua Nadabu katika mwaka wa tatu wa utawala
wa Asa mfalme wa Yuda, naye Baasha akaingia
mahali pake kuwa mfalme.
29 Mara tu alipoanza kutawala, aliua jamaa yote
ya Yeroboamu. Hakumwachia Yeroboamu yeyote
aliyekuwa hai, bali aliwaangamiza wote, kulingana
na neno la Bwana lililotolewa kupitia kwa mtumi-
shi wake Ahiya Mshiloni, 30 kwa sababu ya dhambi
alizokuwa amezitenda Yeroboamu na kusababisha
Israeli kuzitenda, tena kwa sababu alimkasirisha
Bwana, Mungu wa Israeli.
31 Kwa matukio mengine ya utawala wa Nadabu
na yote aliyofanya, je hayakuandikwa katika kitabu
cha kumbukumbu za wafalme wa Israeli? 32 Kuli-
kuwa na vita kati ya Asa na Baasha mfalme wa
Israeli wakati wote wa utawala wao.

Baasha Mfalme Wa Israeli

33 Katika mwaka wa tatu wa utawala wa Asa
mfalme wa Yuda, Baasha mwana wa Ahiya akawa
mfalme wa Israeli yote huko Tirsa, naye akata-
wala kwa miaka ishirini na minne. 34 Akatenda
maovu machoni pa Bwana, akienenda katika njia
za Yeroboamu na dhambi yake, ambayo alikuwa
amesababisha Israeli kuitenda.
16 Ndipo neno la Bwana likamjia Yehu mwana wa
Hanani dhidi ya Baasha, kusema: 2 "Nilikuinua
kutoka mavumbini na kukufanya kiongozi wa watu
wangu Israeli, lakini ukaenenda katika njia za Yero-
boamu na kusababisha watu wangu Israeli kutenda
dhambi na kunikasirisha kwa dhambi zao. 3 Basi
nitamwangamiza Baasha pamoja na nyumba yake,
nami nitaifanya nyumba yako kama ile ya Yero-
boamu mwanawe Nebati. 4 Mbwa watawala watu
wa Baasha watakaofia mjini na ndege wa angani
watajilisha kwa wale watakaofia mashambani."
5 Kwa matukio mengine ya utawala wa Baasha,
aliyoyafanya na mafanikio yake, je, hayakuandi-
kwa katika kitabu cha kumbukumbu za wafalme
wa Israeli? 6 Baasha akalala na baba zake naye
akazikwa huko Tirsa. Naye Ela mwanawe akawa
mfalme baada yake.
7 Zaidi ya hayo, neno la Bwana likamjia Baa-
sha pamoja na nyumba yake kupitia kwa nabii
Yehu mwana wa Hanani, kwa sababu ya maovu
yote aliyokuwa ametenda machoni pa Bwana,
akamkasirisha kwa mambo aliyotenda, na kuwa
kama nyumba ya Yeroboamu, na pia kwa sababu
aliiangamiza.

Ela Mfalme Wa Israeli

8 Katika mwaka wa ishirini na sita wa utawala wa
Asa mfalme wa Yuda, Ela mwana wa Baasha akawa
mfalme wa Israeli, naye akatawala huko Tirsa kwa
miaka miwili.
9 Zimri, mmoja wa maafisa wake, aliyekuwa na
amri juu ya nusu ya magari yake ya vita, akafanya
hila mbaya dhidi ya Ela. Wakati huo Ela alikuwa
Tirsa, akilewa katika nyumba ya Arsa, mtu ali-
yekuwa msimamizi wa jumba la kifalme huko
Tirsa. 10 Zimri akaingia, akampiga na kumuua
katika mwaka wa ishirini na saba wa utawala wa
Asa mfalme wa Yuda. Kisha Zimri akaingia mahali
pake kuwa mfalme.

---

[a]18 Yaani Shamu (ambayo leo ni Syria).

11 Mara tu alipoanza kutawala na kuketi juu ya
kiti cha ufalme, aliua jamaa yote ya Baasha. Haku-
mwacha mwanaume hata mmoja, akiwa ni ndugu
au rafiki. 12 Hivyo Zimri akaangamiza jamaa yote ya
Baasha, kulingana na neno la BWANA lililonenwa
dhidi ya Baasha kupitia nabii Yehu: 13 kwa sababu ya
dhambi zote Baasha na mwanawe Ela walizokuwa
wametenda na wakasababisha Israeli kuzitenda,
basi wakamkasirisha BWANA, Mungu wa Israeli kwa
sanamu zao zisizofaa.

14 Kwa matukio mengine ya utawala wa Ela, na
yote aliyoyafanya, je, hayakuandikwa katika kitabu
cha kumbukumbu za wafalme wa Israeli?

Zimri Mfalme Wa Israeli

15 Katika mwaka wa ishirini na saba wa utawala
wa Asa mfalme wa Yuda, Zimri akatawala huko
Tirsa siku saba. Jeshi lilikuwa limepiga kambi
karibu na Gibethoni, mji wa Wafilisti. 16 Wakati
Waisraeli waliokuwa kambini waliposikia kuwa
Zimri alikuwa amefanya hila mbaya dhidi ya mfa-
lme na kumuua, wakamtangaza Omri, jemadari wa
jeshi, kuwa mfalme wa Israeli siku iyo hiyo huko
kambini. 17 Ndipo Omri na Waisraeli wote pamoja
naye wakaondoka Gibethoni na kuizingira Tirsa.
18 Wakati Zimri alipoona kuwa mji umechukuliwa,
alikwenda ndani ya ngome ya jumba la kifalme
na kulichoma moto jumba la kifalme na kujiteke-
teza ndani yake. Kwa hiyo akafa, 19 kwa sababu ya
dhambi alizofanya, akitenda maovu machoni pa
BWANA na kuenenda katika njia za Yeroboamu na
katika dhambi alizofanya na kusababisha Israeli
kuzifanya.

20 Kwa matukio mengine ya utawala wa Zimri, na
uasi alioutenda, je, hayakuandikwa katika kitabu
cha kumbukumbu za wafalme wa Israeli?

Omri Mfalme Wa Israeli

21 Ndipo watu wa Israeli wakagawanyika katika
makundi mawili, nusu wakamuunga mkono Tibni
mwana wa Ginathi ili awe mfalme na nusu nyingine
wakamuunga mkono Omri. 22 Lakini wafuasi wa
Omri wakajionyesha wenye nguvu kuliko wale wa
Tibni mwana wa Ginathi. Hivyo Tibni akafa na
Omri akawa mfalme.

23 Katika mwaka wa thelathini na moja wa uta-
wala wa Asa mfalme wa Yuda, Omri akawa mfalme
wa Israeli, naye akatawala kwa miaka kumi na
miwili, sita kati ya hiyo katika Tirsa. 24 Alinunua
kilima cha Samaria kutoka kwa Shemeri kwa tala-
nta mbili[a] za fedha na akajenga mji juu ya hicho
kilima, akiuita Samaria, kutokana na Shemeri, jina
la mmiliki wa kwanza wa kilima hicho.

25 Lakini Omri akatenda maovu machoni pa
BWANA na kutenda dhambi kuliko wote waliomta-
ngulia. 26 Akaenenda katika njia zote za Yeroboamu
mwana wa Nebati na katika dhambi zake, ambazo
alisababisha Israeli kutenda, hivyo basi wakamka-
sirisha BWANA, Mungu wa Israeli kwa sanamu zao
zisizofaa.

27 Kwa matukio mengine ya utawala wa Omri,
yale aliyofanya na vitu alivyovifanikisha, je,
hayakuandikwa katika kitabu cha kumbukumbu za
wafalme wa Israeli? 28 Omri akalala pamoja na baba
zake na akazikwa huko Samaria. Ahabu mwanawe
akatawala mahali pake.

Ahabu Afanywa Mfalme Wa Israeli

29 Katika mwaka wa thelathini na nane wa
utawala wa Asa mfalme wa Yuda, Ahabu mwana
wa Omri akawa mfalme wa Israeli, naye akata-
wala Israeli akiwa Samaria kwa miaka ishirini
na miwili. 30 Ahabu mwana wa Omri akafanya
maovu zaidi machoni mwa BWANA kuliko yeyote
aliyewatangulia. 31 Kama vile haikutosha kuishi
kama Yeroboamu mwana wa Nebati, akamwoa
Yezebeli binti wa Ethbaali, mfalme wa Wasidoni,
naye akaanza kumtumikia Baali na kumwabudu.
32 Akajenga madhabahu kwa ajili ya Baali katika
hekalu la Baali lile alilolijenga huko Samaria. 33 Pia
Ahabu akatengeneza nguzo ya Ashera na kufanya
mengi ili kumkasirisha BWANA, Mungu wa Israeli,
kuliko walivyofanya wafalme wote wa Israeli walio-
mtangulia.

34 Katika wakati wa Ahabu, Hieli, Mbetheli,
akaijenga upya Yeriko. Aliweka misingi yake kwa
gharama ya mzaliwa wake wa kwanza Abiramu, na
kuweka malango yake kwa gharama ya mwanawe
mdogo Segubu, kulingana na neno la BWANA alilo-
sema kupitia Yoshua mwana wa Nuni.

Eliya Analishwa Na Kunguru

17 Basi Eliya, Mtishbi kutoka Tishbi katika
Gileadi, akamwambia Ahabu, "Kama BWANA,
Mungu wa Israeli, aishivyo, ambaye ninamtumikia,
hapatakuwa na umande wala mvua katika miaka
hii, isipokuwa kwa neno langu."

2 Kisha neno la BWANA likamjia Eliya, kusema,
3 "Ondoka hapa, elekea upande wa mashariki uka-
jifiche katika Kijito cha Kerithi, mashariki mwa
Yordani. 4 Utakunywa maji kutoka kile kijito, nami
nimeagiza kunguru wakulishe huko."

5 Hivyo akafanya kile alichoambiwa na BWANA.
Akaenda katika Kijito cha Kerithi, mashariki ya
Yordani na akakaa huko. 6 Kunguru wakamletea
mkate na nyama asubuhi na mkate na nyama jioni,
naye akanywa maji kutoka kile kijito.

Mjane Wa Sarepta

7 Baada ya muda, kile kijito kikakauka kwa
sababu mvua haikuwa imenyesha katika nchi.
8 Kisha neno la BWANA likamjia, kusema, 9 "Ondoka,
uende Sarepta ya Sidoni na ukae huko. Nimemwa-
giza mjane katika sehemu ile akupatie chakula."
10 Hivyo akaenda Sarepta. Alipofika kwenye lango
la mji, mjane alikuwa huko akiokota kuni. Aka-
mwita na kumwambia, "Naomba uniletee maji
kidogo kwenye gudulia ili niweze kunywa." 11 Ali-
pokuwa anakwenda kumletea, akamwita akasema,
"Tafadhali niletee pia kipande cha mkate."

12 Akamjibu, "Hakika kama BWANA Mungu wako
aishivyo, sina mkate wowote, isipokuwa konzi ya
unga kwenye gudulia na mafuta kidogo kwenye
chupa. Ninakusanya kuni chache nipeleke nyu-
mbani na nikapike chakula kwa ajili yangu na
mwanangu, ili kwamba tule, kiishe, tukafe."

[a]24 Talanta mbili za fedha ni sawa na kilo 70.

13 Eliya akamwambia, "Usiogope. Nenda nyu-
mbani ukafanye kama ulivyosema. Lakini kwanza
unitengenezee mimi mkate mdogo kutoka vile
ulivyo navyo kisha unileteee na ndipo utayarishe
chochote kwa ajili yako na mwanao. 14 Kwa kuwa
hivi ndivyo asemavyo BWANA, Mungu wa Israeli:
'Lile gudulia la unga halitakwisha wala ile chupa ya
mafuta haitakauka hadi siku ile BWANA atakapoleta
mvua juu ya nchi.'"

15 Akaondoka na kufanya kama Eliya alivyomwa-
mbia. Kwa hiyo kukawa na chakula kila siku kwa
ajili ya Eliya, yule mwanamke na jamaa yake. 16 Kwa
kuwa lile gudulia la unga halikwisha na ile chupa
ya mafuta haikukauka, sawasawa na lile neno la
BWANA alilosema Eliya.

17 Baada ya muda, mwana wa yule mwanamke
mwenye nyumba akaugua. Hali yake ikaendelea
kuwa mbaya sana, na hatimaye akaacha kupumua.
18 Akamwambia Eliya, "Una nini dhidi yangu, ewe
mtu wa Mungu? Umekuja ili kukumbushia dhambi
yangu na kusababisha kifo cha mwanangu?"

19 Eliya akamjibu, "Nipe mwanao." Eliya aka-
mpokea kutoka kifuani mwake, akambeba mpaka
chumba cha juu alipokuwa anaishi, akamlaza kita-
ndani mwake. 20 Kisha akamlilia BWANA, akasema
"Ee BWANA Mungu wangu, je, pia umeleta msiba
juu ya mjane huyu ninayeishi pamoja naye, kwa
kusababisha mwanawe kufa?" 21 Kisha akajinyoo-
sha juu ya kijana mara tatu na kumlilia BWANA,
akisema, "Ee BWANA Mungu wangu, nakuomba
roho ya huyu kijana imrudie!"

22 BWANA akasikia kilio cha Eliya, na roho ya
kijana ikamrudia, naye akafufuka. 23 Eliya akamtwaa
kijana na kumbeba kutoka chumbani mwake aka-
mshusha kumpeleka kwenye nyumba. Akampa
mama yake na kusema, "Tazama, mwanao yu hai!"

24 Ndipo yule mwanamke akamwambia Eliya,
"Sasa ninajua kwamba wewe ni mtu wa Mungu, na
kwamba neno la BWANA kutoka kinywani mwako
ni kweli."

Eliya Na Obadia

18 Baada ya muda mrefu, katika mwaka wa tatu,
neno la BWANA likamjia Eliya kusema, "Nenda
ukajionyeshe kwa Ahabu na mimi nitanyesha mvua
juu ya nchi." 2 Kwa hiyo Eliya akaenda kujionyesha
kwa Ahabu.

Wakati huu njaa ilikuwa kali sana katika
Samaria, 3 naye Ahabu alikuwa amemwita Oba-
dia ambaye alikuwa msimamizi wa jumba lake la
kifalme. (Obadia alimcha BWANA sana. 4 Wakati
Yezebeli alipokuwa akiwaua manabii wa BWANA,
Obadia alikuwa amewachukua manabii mia moja
na kuwaficha katika mapango mawili, hamsini
kwenye kila moja na akawa akiwapa chakula na
maji.) 5 Ahabu alikuwa amemwambia Obadia,
"Nenda katika nchi yote kwenye vijito vyote na
mabonde. Huenda tunaweza kupata majani ya
kuwalisha farasi na nyumbu wapate kuishi ili
tusilazimike kuwaua hata mmoja wa wanyama
wetu." 6 Kwa hiyo wakagawanya nchi waliyoku-
sudia kutafuta majani, Ahabu akaenda upande
mmoja na Obadia upande mwingine.

7 Wakati Obadia alipokuwa akitembea njiani,
Eliya akakutana naye. Obadia akamtambua, aka-
msujudia hadi nchi na kusema, "Je, hivi kweli ni
wewe, bwana wangu Eliya?"

8 Eliya akamjibu, "Ndiyo, nenda ukamwambie
bwana wako Ahabu, 'Eliya yuko hapa.'"

9 Obadia akamuuliza, "Ni kosa gani nimefanya,
hata ukaamua kumkabidhi mtumishi wako mko-
noni mwa Ahabu ili aniue? 10 Hakika kama BWANA
Mungu wako aishivyo, hakuna taifa hata moja au
ufalme ambapo bwana wangu hajamtuma mtu
kukutafuta. Kila wakati taifa au ufalme walipodai
kwamba haupo huko, aliwafanya waape kwamba
hawakuweza kukupata. 11 Lakini sasa unaniambia
niende kwa bwana wangu na kusema, 'Eliya yuko
hapa.' 12 Sijui ni wapi Roho wa BWANA ataamua
kukupeleka wakati nitakapokuacha. Kama nikie-
nda kumwambia Ahabu na asikupate, ataniua.
Hata hivyo mimi mtumishi wako nimemwabudu
BWANA tangu ujana wangu. 13 Je, hukusikia, bwana
wangu, nilifanya nini wakati Yezebeli alipokuwa
akiua manabii wa BWANA? Niliwaficha manabii
wa BWANA mia moja katika mapango mawili,
hamsini katika kila moja, nami nikawapatia cha-
kula na maji. 14 Nawe sasa unaniambia niende kwa
bwana wangu na kumwambia, 'Eliya yuko hapa.'
Yeye ataniua!"

15 Eliya akasema, "Kama BWANA Mwenye Nguvu
Zote aishivyo, yeye ninayemtumikia, hakika nita-
jionyesha kwa Ahabu leo."

Eliya Juu Ya Mlima Karmeli

16 Basi Obadia akaenda kukutana na Ahabu na
kumwambia, naye Ahabu akaenda kukutana na
Eliya. 17 Ahabu alipomwona Eliya, akamwambia,
"Je, ni wewe, mtaabishaji wa Israeli?"

18 Eliya akamjibu, "Mimi sijaitaabisha Israeli.
Lakini wewe na jamaa ya baba yako ndio mnaofa-
nya hivyo. Mmeziacha amri za BWANA na mkafuata
Mabaali. 19 Sasa waite watu kutoka Israeli yote
tukutane nao juu ya Mlima Karmeli. Nawe uwa-
lete hao manabii wa Baali mia nne na hamsini na
hao manabii mia nne wa Ashera, walao chakula
mezani mwa Yezebeli."

20 Ndipo Ahabu akatuma ujumbe katika Israeli
yote na kuwakusanya manabii hao juu ya mlima
Karmeli. 21 Eliya akasimama mbele ya watu na
kusema, "Mtasitasita katika mawazo mawili hadi
lini? Ikiwa BWANA ndiye Mungu, mfuateni yeye;
lakini ikiwa Baali ni Mungu, basi mfuateni yeye."

Lakini watu hawakusema kitu.

22 Kisha Eliya akawaambia, "Ni mimi peke yangu
nabii wa BWANA aliyebaki, lakini Baali ana manabii
mia nne na hamsini. 23 Leteni mafahali wawili. Wao
na wajichagulie mmoja, wamkate vipande vipande
na waweke juu ya kuni lakini wasiiwashie moto.
Nitamwandaa huyo fahali mwingine na kumweka
juu ya kuni lakini sitawasha moto. 24 Kisha mliitie
jina la mungu wenu, nami nitaliitia jina la BWANA
Mungu yule ambaye atajibu kwa moto, huyo ndiye
Mungu."

Kisha watu wote wakasema, "Hilo unalosema
ni jema."

25 Eliya akawaambia manabii wa Baali, "Chagueni
mmoja kati ya hawa mafahali na mwe wa kwanza

kumwandaa, kwa kuwa ninyi mko wengi sana. Liitieni jina la mungu wenu, lakini msiwashe moto." 26 Kwa hiyo wakamchukua yule fahali waliyepewa, nao wakamwandaa.

Kisha wakaliitia jina la Baali kutoka asubuhi hadi adhuhuri, wakapiga kelele, "Ee Baali, utujibu!" Lakini hapakuwa na jibu; hakuna aliyejibu. Nao wakacheza kuizunguka madhabahu waliyoijenga.

27 Wakati wa adhuhuri, Eliya akaanza kuwadhihaki, akisema, "Pigeni kelele zaidi! Hakika yeye ni mungu! Labda amezama katika mawazo mazito, au ana shughuli nyingi, au amesafiri. Labda amelala usingizi mzito, naye ni lazima aamshwe." 28 Kwa hiyo wakapiga kelele zaidi na kama ilivyokuwa desturi yao wakajichanja wenyewe kwa visu na vyembe, mpaka damu ikachuruzika. 29 Adhuhuri ikapita, nao wakaendelea na utabiri wao wa kiwazimu mpaka wakati wa dhabihu ya jioni. Lakini hapakuwa na jibu, hakuna aliyejibu, hakuna aliyeangalia.

30 Kisha Eliya akawaambia watu wote, "Sogeeni karibu nami." Watu wote wakamkaribia, naye akakarabati madhabahu ya Bwana, ambayo ilikuwa imevunjwa. 31 Eliya akachukua mawe kumi na mawili, moja kwa ajili ya kila kabila la wana wa Yakobo, ambaye neno la Bwana lilimjia, likisema, "Jina lako litakuwa Israeli." 32 Kwa mawe hayo, akajenga madhabahu katika jina la Bwana, na akachimba handaki kuizunguka, ukubwa wa kutosha vipimo viwili vya mbegu. 33 Akapanga kuni, akamkata yule fahali vipande vipande na kuvipanga juu ya kuni. Kisha akawaambia, "Jazeni mapipa manne maji na kuyamwaga juu ya sadaka ya kuteketezwa na juu ya kuni."

34 Akawaambia, "Fanyeni hivyo tena." Nao wakafanya hivyo tena.

Akaagiza, "Fanyeni kwa mara ya tatu." Nao wakafanya hivyo kwa mara ya tatu. 35 Maji yakatiririka kuizunguka madhabahu na hata kujaza lile handaki.

36 Wakati wa kutoa dhabihu ya jioni, nabii Eliya akasogea mbele na kuomba, akisema: "Ee Bwana, Mungu wa Abrahamu, na Isaki na Israeli, ijulikane leo kwamba wewe ndiye Mungu katika Israeli na ya kwamba mimi ni mtumishi wako na nimefanya mambo haya yote kwa neno lako. 37 Unijibu mimi, Ee Bwana, nijibu mimi, ili watu hawa wajue kwamba wewe, Ee Bwana, ndiwe Mungu, na kwamba unaigeuza mioyo yao ikurudie tena."

38 Kisha moto wa Bwana ukashuka na kuiteketeza ile dhabihu, zile kuni, yale mawe, ule udongo, na pia kuramba yale maji yaliyokuwa ndani ya handaki.

39 Wakati watu wote walipoona hili, wakaanguka kifudifudi na kulia, "Bwana: yeye ndiye Mungu! Bwana: yeye ndiye Mungu!"

40 Kisha Eliya akawaamuru, "Wakamateni hao manabii wa Baali. Msimwache hata mmoja atoroke!" Wakawakamata, naye Eliya akawaleta mpaka Bonde la Kishoni na kuwachinja huko.

41 Eliya akamwambia Ahabu, "Nenda, ukale na kunywa, kwa kuwa kuna sauti ya mvua kubwa." 42 Hivyo Ahabu akaondoka ili kula na kunywa. Lakini Eliya akapanda kileleni mwa Karmeli, akasujudu na akaweka kichwa chake katikati ya magoti yake.

43 Akamwambia mtumishi wake, "Nenda ukatazame kuelekea bahari." Akaenda na kutazama.

Akasema, "Hakuna kitu chochote huko."

Mara saba Eliya akasema, "Nenda tena."

44 Mara ya saba, mtumishi akaleta taarifa, "Wingu dogo kama mkono wa mwanadamu linainuka kutoka baharini."

Hivyo Eliya akasema, "Nenda ukamwambie Ahabu, 'Tandika gari lako na ushuke kabla mvua haijakuzuia.' "

45 Wakati ule ule anga likawa jeusi kwa mawingu, upepo ukainuka na mvua kubwa ikanyesha, naye Ahabu akaenda zake Yezreeli. 46 Nguvu za Bwana zikamjia Eliya, naye akajikaza viuno, akakimbia mbele ya Ahabu njia yote hadi maingilio ya Yezreeli.

Eliya Akimbilia Horebu

19 Ahabu akamwambia Yezebeli kila kitu Eliya alichokuwa amefanya na jinsi alivyowaua manabii wote kwa upanga. 2 Hivyo Yezebeli akamtuma mjumbe kwa Eliya, kusema, "Hao miungu initendee hivyo na kuzidi, kama kufikia kesho wakati kama huu sitaifanya roho yako kama mmojawapo wa hao manabii."

3 Eliya aliogopa, na akakimbia kuokoa maisha yake. Alipofika Beer-Sheba katika Yuda, akamwacha mtumishi wake huko, 4 lakini yeye mwenyewe akatembea mwendo wa kutwa nzima katika jangwa. Akafika kwenye mti wa mretemu, akakaa chini yake na kuomba ili afe. Akasema, "Yatosha sasa, Bwana, ondoa roho yangu, kwani mimi si bora kuliko baba zangu." 5 Kisha akajinyoosha chini ya mti, akalala usingizi.

Mara malaika akamgusa na akamwambia, "Inuka na ule." 6 Akatazama pande zote, napo hapo karibu na kichwa chake palikuwepo mkate uliookwa kwenye makaa ya moto na gudulia la maji. Akala na kunywa, kisha akajinyoosha tena.

7 Yule malaika wa Bwana akaja tena mara ya pili, akamgusa akamwambia, "Inuka na ule, kwa kuwa safari ni ndefu kwako." 8 Kwa hiyo akainuka, akala na kunywa. Akiwa ametiwa nguvu na kile chakula, akasafiri siku arobaini usiku na mchana mpaka akafika Horebu, mlima wa Mungu. 9 Huko akaingia katika pango, akalala humo usiku ule.

Bwana Amtokea Eliya

Nalo neno la Bwana likamjia, kusema, "Unafanya nini hapa, Eliya?"

10 Akajibu, "Nimeona wivu mwingi kwa ajili ya Bwana Mungu Mwenye Nguvu Zote. Waisraeli wamelikataa Agano lako, wamevunja madhabahu zako na kuwaua manabii wako kwa upanga. Ni mimi, mimi peke yangu, niliyebaki, nao sasa wananitafuta ili waniangamize." 11 Bwana akasema, "Toka nje ukasimame juu ya mlima mbele za Bwana, kwa kuwa Bwana yu karibu kupita hapo."

Kisha upepo mwingi na wenye nguvu ukapasua milima ile na kuvunjavunja miamba mbele za Bwana, lakini Bwana hakuwamo katika ule upepo. Baada ya upepo palikuwa na tetemeko la

nchi, lakini BWANA hakuwamo kwenye lile tete-
meko. 12 Baada ya tetemeko la nchi ukaja moto,
lakini BWANA hakuwamo katika ule moto. Baada ya
moto ikaja sauti ya utulivu ya kunong'ona. 13 Eliya
alipoisikia, akafunika uso kwa vazi lake, akatoka
na kusimama kwenye mdomo wa pango.

Kisha ile sauti ikamwambia, "Eliya, unafanya
nini hapa?"

14 Akajibu, "Nimeona wivu mwingi kwa ajili ya
BWANA Mungu Mwenye Nguvu Zote. Waisraeli
wamelikataa Agano lako, wamevunja madha-
bahu zako na kuwaua manabii wako kwa upanga.
Ni mimi, mimi peke yangu, niliyebaki, nao sasa
wananitafuta ili waniangamize."

15 BWANA akamwambia, "Rudi kwa njia uliyoijia,
uende kwenye Jangwa la Dameski. Wakati utaka-
pofika huko, mtie Hazaeli mafuta awe mfalme
wa Aramu[a] 16 Pia mtie mafuta Yehu mwana wa
Nimshi awe mfalme wa Israeli, na umtie Elisha
mwana wa Shafati kutoka Abel-Mehola mafuta
awe nabii badala yako. 17 Yehu atamuua yeyote
atakayeutoroka upanga wa Hazaeli, naye Elisha
atamuua yeyote atakayeutoroka upanga wa Yehu.
18 Hata sasa nimeweka akiba watu elfu saba katika
Israeli, wote ambao hawajampigia Baali magoti, na
wote ambao midomo yao haijambusu."

Wito Wa Elisha

19 Hivyo Eliya akaondoka kutoka huko na
kumkuta Elisha mwana wa Shafati. Alikuwa akilima
kwa jozi kumi na mbili za maksai, na yeye mwe-
nyewe aliongoza ile jozi ya kumi na mbili. Eliya
akapita karibu naye, akamrushia vazi lake. 20 Kisha
Elisha akawaacha maksai wake, akamkimbilia Eliya,
akamwambia, "Niruhusu nikawabusu baba yangu
na mama yangu, halafu nitafuatana nawe."

Eliya akajibu, "Rudi zako, kwani nimekutendea
nini?"

21 Basi Elisha akamwacha Eliya, naye akarudi.
Akachukua ile jozi yake ya maksai na kuwachinja.
Akaipika ile nyama kwa kutumia miti ya nira kama
kuni na kuwapa watu, nao wakala. Kisha akao-
ndoka, akamfuata Eliya, akamtumikia.

Ben-Hadadi Aishambulia Samaria

20 Wakati huu, Ben-Hadadi mfalme wa Aramu
akakusanya jeshi lake lote. Akifuatana na
wafalme thelathini na wawili wakiwa na farasi
na magari ya vita, akakwea kuuzingira kwa jeshi
Samaria na kuishambulia. 2 Akawatuma wajumbe
katika mji kwa Ahabu mfalme wa Israeli, kusema,
"Hivi ndivyo asemavyo Ben-Hadadi: 3 'Fedha yako
na dhahabu ni yangu, nao wake zako walio wazuri
sana na watoto ni wangu.' "

4 Mfalme wa Israeli akajibu, "Iwe kama usema-
vyo, bwana wangu mfalme. Mimi na vyote nilivyo
navyo ni mali yako."

5 Wale wajumbe wakaja tena na kusema, "Hivi
ndivyo asemavyo Ben-Hadadi: 'Nimetuma kutaka
fedha yako na dhahabu, wake zako na watoto wako.
6 Lakini kesho wakati kama huu, nitawatuma
maafisa wangu kukagua jumba lako la kifalme na
nyumba za maafisa wako. Watatwaa kitu unacho-
kithamini nao watakichukua.' "

7 Mfalme wa Israeli akawaita wazee wote wa nchi
na akawaambia, "Tazama jinsi mtu huyu anavyo-
chokoza! Wakati alipotuma apelekewe wake zangu
na watoto wangu, fedha zangu na dhahabu yangu,
sikumkatalia."

8 Wazee na watu wote wakajibu, "Usimsikilize,
wala usiyakubali matakwa yake."

9 Kwa hiyo akawajibu wajumbe wa Ben-Hadadi,
"Mwambieni bwana wangu mfalme, 'Mtumishi
wako atafanya yote uliyoyadai mwanzoni, lakini
dai hili la sasa siwezi kulitekeleza.' " Wakaondoka
na kupeleka jibu kwa Ben-Hadadi.

10 Kisha Ben-Hadadi akatuma ujumbe mwingine
kwa Ahabu, kusema "Miungu iniletee maafa, tena
makubwa zaidi, ikiwa vumbi la Samaria litatoshe-
leza konzi moja ya kila mtu ya wale wafuatanao
nami."

11 Mfalme wa Israeli akajibu, "Mwambieni, 'Yule
anayevaa mavazi ya vita asije akajisifu kama yule
anayevua.' "

12 Ben-Hadadi alisikia ujumbe huu wakati
ambapo yeye na wafalme walikuwa wanakunywa
katika mahema yao, na akawaamuru watu wake,
"Jiandaeni kushambulia." Kwa hiyo wakajiandaa
kuushambulia mji.

Ahabu Amshinda Ben-Hadadi

13 Wakati ule ule nabii akamjia Ahabu mfalme
wa Israeli na kutangaza, "Hivi ndivyo asemavyo
BWANA: 'Je, unaona jeshi hili kubwa? Nitalitia
mkononi mwako leo, nawe ndipo utajua kwamba
mimi ndimi BWANA.' "

14 Ahabu akauliza, "Ni nani atakayefanya hili?"

Nabii akamjibu, "Hivi ndivyo asemavyo BWANA:
'Maafisa vijana majemadari wa majimbo watafanya
hili.' "

Akauliza, "Ni nani atakayeanzisha vita?"

Nabii akamjibu, "Ni wewe."

15 Kwa hiyo Ahabu akawaita maafisa vijana
majemadari wa majimbo, wanaume 232. Kisha
akawakusanya Waisraeli wote waliobaki, jumla
yao 7,000. 16 Wakaondoka wakati wa adhuhuri,
Ben-Hadadi na wale wafalme thelathini na wawili
walioungana naye walipokuwa katika mahema yao
wakilewa. 17 Maafisa vijana majemadari wa maji-
mbo waliondoka kwanza.

Wakati huu Ben-Hadadi alikuwa amewatuma
wapelelezi, ambao walileta taarifa kusema kwa-
mba, "Askari wanasonga mbele kutoka Samaria."

18 Akasema, "Ikiwa wamekuja kwa amani,
wakamate wakiwa hai; ikiwa wamekuja kwa vita,
wakamate wakiwa hai."

19 Wale maafisa vijana majemadari wa majimbo
wakatoka nje ya mji jeshi likiwa nyuma yao, 20 kila
mmoja akamuua adui yake. Hii ilisababisha Waa-
ramu kukimbia, huku Waisraeli wakiwafuatia.
Lakini Ben-Hadadi mfalme wa Aramu akatoroka
akiwa amepanda farasi wake pamoja na baadhi ya
wapanda farasi wake. 21 Mfalme wa Israeli akaso-
nga mbele na kushinda farasi na magari ya vita na
kusababisha hasara kubwa kwa Waaramu.

22 Baadaye nabii akaja kwa mfalme wa Israeli

[a]15 Yaani Shamu (ambayo leo ni Syria).

na kusema, "Jiandae vizuri ufikirie la kufanya,
kwa sababu mwakani mfalme wa Aramu atakuja
kukushambulia tena."
23 Wakati ule ule, maafisa wa mfalme wa Aramu
wakamshauri, wakamwambia, "Miungu yao ni
miungu ya vilimani. Ndiyo sababu walikuwa na
nguvu sana kutuzidi. Lakini kama tukipigana
nao katika nchi tambarare, hakika tutawashinda.
24 Fanya hivi: Waondoe hao wafalme wote thela-
thini na wawili kutoka nafasi zao na uweke maafisa
wengine mahali pao. 25 Ni lazima pia uandae jeshi
jingine kama lile ulilopoteza, farasi kwa farasi,
gari la vita kwa gari la vita, ili tuweze kupigana na
Israeli katika nchi tambarare. Kisha kwa hakika
tutakuwa na nguvu kuliko wao." Akakubaliana nao
naye akashughulika ipasavyo.
26 Mwaka uliofuata, majira kama hayo,
Ben-Hadadi akawakusanya Waaramu mpaka Afeki
kupigana dhidi ya Israeli. 27 Baada ya Waisraeli
kukusanywa na kupewa mahitaji, walikwenda
kukabiliana nao. Waisraeli wakapiga kambi mka-
bala nao kama makundi mawili madogo ya mbuzi,
wakati Waaramu walienea katika nchi yote.
28 Mtu wa Mungu akaja na kumwambia mfalme
wa Israeli, "Hivi ndivyo BWANA asemavyo: 'Kwa
sababu Waaramu wanafikiri BWANA ni Mungu wa
vilimani na sio Mungu wa mabondeni, nitatia jeshi
hili kubwa mkononi mwako, nawe utajua kuwa
mimi ndimi BWANA.' "
29 Kwa siku saba walipiga kambi wakitazamana
na siku ya saba vita vikaanza. Waisraeli wakawa-
jeruhi askari wa miguu wa Waaramu 100,000 kwa
siku moja. 30 Waliobaki wakatorokea katika mji wa
Afeki, mahali ambapo watu 27,000 waliangukiwa
na ukuta. Naye Ben-Hadadi akakimbilia mjini na
kujificha kwenye chumba cha ndani.
31 Maafisa wake wakamwambia, "Tazama,
tumesikia kwamba wafalme wa nyumba ya Israeli
wana huruma. Twendeni kwa mfalme wa Israeli
tukiwa tumevaa nguo za gunia viunoni mwetu
na kamba kuzunguka vichwa vyetu. Huenda
akakuacha hai."
32 Wakiwa wamevaa nguo za gunia viunoni mwao
na kamba kuzunguka vichwa vyao, walikwenda
kwa mfalme wa Israeli na kusema, "Mtumishi
wako Ben-Hadadi anasema: 'Tafadhali, naomba
uniache hai.' "

Mfalme akajibu, "Je, bado yuko hai? Yeye ni
ndugu yangu."
33 Wale watu wakalipokea jambo lile kama
dalili nzuri nao wakawa wepesi kulichukua
neno lake wakisema, "Ndiyo, yeye ni ndugu yako
Ben-Hadadi!"

Mfalme akawaambia, "Nendeni mkamlete."
Ikawa Ben-Hadadi alipokuja, Ahabu akampandisha
katika gari lake la vita.

Ben-Hadadi akajitolea, akisema, 34 "Nitairudi-
sha ile miji ambayo baba yangu aliiteka kutoka
kwa baba yako. Unaweza kuweka maeneo yako ya
soko katika Dameski, kama baba yangu alivyofanya
huko Samaria."

Ahabu akasema, "Katika misingi ya mkataba,
nitakuachilia huru." Kwa hiyo akaweka mkataba
naye, akamruhusu aende zake.

Nabii Amlaumu Ahabu

35 Kwa neno la BWANA, mmoja wa wana wa mana-
bii akamwambia mwenzake, "Nipige kwa silaha
yako," lakini yule mtu akakataa.
36 Kwa hiyo yule nabii akasema, "Kwa sababu
hukumtii BWANA, mara tu tutakapoachana utauawa
na simba." Na baada ya yule mtu kuondoka, simba
akatokea na kumuua.
37 Nabii akamkuta mtu mwingine na kumwa-
mbia, "Nipige tafadhali." Kisha yule mtu akampiga
na kumjeruhi. 38 Ndipo nabii akaenda na kusimama
barabarani akimsubiri mfalme. Akajibadilisha
kwa kushusha kitambaa cha kichwani mwake
hadi kwenye macho. 39 Mfalme alipopita pale,
yule nabii akamwita, "Mtumishi wako alikwenda
vitani wakati vita vilipopamba moto, mtu mmoja
akanijia na mateka akasema, 'Mlinde mtu huyu.
Kama akitoroka itakuwa uhai wako kwa uhai wake,
ama vipande 3,000 vya fedha.' 40 Wakati mtumishi
wako alipokuwa na shughuli nyingi hapa na pale,
yule mtu akatoweka."

Mfalme wa Israeli akasema, "Hiyo ndiyo
hukumu yako. Wewe umeitaja mwenyewe."
41 Kisha yule nabii akajifunua macho yake
haraka, na mfalme wa Israeli akamtambua kama
mmoja wa manabii. 42 Akamwambia mfalme, "Hivi
ndivyo BWANA asemavyo: 'Umemwacha huru mtu
niliyekusudia afe. Kwa hiyo ni uhai wako kwa uhai
wake, watu wako kwa watu wake.' " 43 Kwa uchu-
ngu na hasira, mfalme wa Israeli akaenda kwenye
jumba lake la kifalme huko Samaria.

Shamba La Mizabibu La Nabothi

21 Baada ya hayo, Nabothi, Myezreeli, alikuwa na
shamba la mizabibu jirani na jumba la kifalme
la Ahabu mfalme wa Samaria. 2 Ahabu akamwa-
mbia Nabothi, "Nipe shamba lako la mizabibu
nilitumie kwa bustani ya mboga, kwa kuwa liko
karibu na jumba langu la kifalme. Badala yake,
nitakupa shamba jingine la mizabibu zuri zaidi
au, kama utapenda, nitakulipa kiasi chochote
unachoona ni thamani yake."
3 Lakini Nabothi akamjibu, "BWANA na apishe
mbali kukupa wewe urithi wa baba zangu."
4 Basi Ahabu akaenda nyumbani, mwenye
huzuni na hasira kwa sababu ya yale ambayo
Nabothi, Myezreeli, alikuwa amesema, "Sitakupa
urithi wa baba zangu." Akajinyoosha juu ya kitanda
akisononeka, na akakataa kula.
5 Yezebeli mke wake akaingia na akamuuliza,
"Kwa nini unahuzunika hivi? Kwa nini huli cha-
kula?"
6 Akamjibu, "Kwa sababu nilimwambia Nabo-
thi, Myezreeli, 'Niuzie shamba lako la mizabibu,
au kama ukipenda, nitakupa shamba jingine la
mizabibu badala yake.' Lakini akasema, 'Sitakupa
shamba langu la mizabibu.' "
7 Yezebeli mke wake akasema, "Hivi ndivyo
unavyofanya, nawe ni mfalme katika Israeli yote?
Inuka na ule! Changamka. Nitakupatia shamba la
mizabibu la Nabothi, Myezreeli."
8 Kwa hiyo akaandika barua kwa jina la
Ahabu akaweka muhuri wake juu ya hizo barua,

akazipeleka kwa wazee na kwa watu wenye cheo walioishi katika mji pamoja na Nabothi. 9 Katika barua hizo aliandika:

> "Tangazeni siku ya watu kufunga na mkamketishe Nabothi mahali pa wazi miongoni mwa watu. 10 Lakini waketisheni watu wawili wabaya kabisa mkabala naye, nao washuhudie kuwa yeye amemlaani Mungu na mfalme. Kisha mtoeni nje na kumpiga kwa mawe hadi afe."

11 Hivyo wazee na watu wenye cheo walioishi katika mji wa Nabothi wakafanya kama Yezebeli alivyoelekeza katika barua aliyowaandikia. 12 Wakatangaza mfungo na kumketisha Nabothi mahali pa wazi miongoni mwa watu. 13 Kisha watu wawili wabaya kabisa wakaja wakaketi mkabala naye, nao wakaleta mashtaka dhidi ya Nabothi mbele ya watu, wakisema, "Nabothi amemlaani Mungu na mfalme." Kwa hiyo wakamtoa nje na kumpiga kwa mawe hadi akafa. 14 Kisha wakatuma ujumbe kwa Yezebeli, kusema, "Nabothi amepigwa mawe na amekufa."

15 Mara tu Yezebeli aliposikia kwamba Nabothi amepigwa mawe na amekufa, akamwambia Ahabu, "Amka na uchukue lile shamba la mizabibu la Nabothi, Myezreeli, ambalo alikataa kukuuzia. Hayuko hai tena, bali amekufa." 16 Ahabu aliposikia Nabothi amekufa, akainuka na kushuka ili kulichukua shamba la mizabibu la Nabothi.

17 Kisha neno la BWANA likamjia Eliya, Mtishbi: 18 "Shuka ukakutane na Ahabu mfalme wa Israeli, anayetawala Samaria. Sasa yuko katika shamba la mizabibu la Nabothi, ambapo amekwenda alimiliki. 19 Umwambie, 'Hivi ndivyo BWANA asemavyo: Je, hujamuua mtu na kuitwaa mali yake?' Kisha umwambie, 'Hivi ndivyo asemavyo BWANA: Mahali ambapo mbwa waliramba damu ya Nabothi, mbwa watairamba damu yako, naam, yako wewe!' "

20 Ahabu akamwambia Eliya, "Kwa hiyo umenipata, wewe adui yangu!"

Akajibu, "Ndiyo, nimekupata. Kwa sababu umejiuza mwenyewe kufanya uovu mbele ya macho ya BWANA. 21 'Nitaleta maafa juu yako. Nitaangamiza uzao wako na kukatilia mbali kutoka kwa Ahabu kila mzaliwa wa mwisho wa kiume katika Israeli, wa mtumwa au wa mtu huru. 22 Nitaifanya nyumba yako kama ile ya Yeroboamu mwana wa Nebati na ile ya Baasha mwana wa Ahiya, kwa sababu umenighadhibisha kwa kuwa umesababisha Israeli kutenda dhambi.'

23 "Pia kwa habari ya Yezebeli BWANA anasema, 'Mbwa watamla Yezebeli karibu na ukuta wa Yezreeli.'

24 "Mbwa watawala wale wa nyumba ya Ahabu watakaofia mjini, nao wale watakaofia mashambani wataliwa na ndege wa angani."

25 (Hapajapata kamwe kuwa na mtu kama Ahabu, aliyejiuza mwenyewe kutenda uovu machoni mwa BWANA, akiwa anachochewa na Yezebeli mkewe. 26 Alitenda kwa uovu sana katika kuabudu sanamu, kama wale Waamori ambao BWANA aliowafukuza mbele ya Israeli.)

27 Ahabu aliposikia maneno haya, akararua nguo zake, akavaa nguo za gunia na kufunga. Akalala na kujifunika nguo za gunia na kwenda kwa unyenyekevu.

28 Ndipo neno la BWANA lilipomjia Eliya Mtishbi kusema, 29 "Umeona jinsi Ahabu alivyojinyenyekeza mbele zangu? Kwa kuwa amejishusha mwenyewe, sitaleta maafa haya wakati akiwa hai, lakini nitayaleta juu ya nyumba yake katika siku za mwanawe."

Mikaya Anatabiri Dhidi Ya Ahabu

22 Kwa miaka mitatu hapakuwa na vita kati ya Aramu na Israeli. 2 Lakini katika mwaka wa tatu Yehoshafati mfalme wa Yuda akashuka kwenda kumwona mfalme wa Israeli. 3 Mfalme wa Israeli alikuwa amewaambia maafisa wake, "Je, hamjui Ramoth-Gileadi ni mali yetu na bado hatufanyi chochote kuirudisha kwetu kutoka kwa mfalme wa Aramu?"

4 Kwa hiyo akamuuliza Yehoshafati, "Je, utakwenda pamoja nami kupigana dhidi ya Ramoth-Gileadi?"

Yehoshafati akamjibu mfalme wa Israeli, "Mimi ni kama wewe, watu wangu ni kama watu wako, farasi wangu ni kama farasi wako." 5 Lakini Yehoshafati pia akamwambia mfalme wa Israeli, "Kwanza tafuta shauri la BWANA."

6 Kwa hiyo mfalme wa Israeli akawaleta pamoja manabii wanaume wapatao mia nne, akawauliza, "Je, niende vitani dhidi ya Ramoth-Gileadi, au niache?"

Wakajibu, "Naam, nenda, kwa kuwa Bwana ataiweka Ramoth-Gileadi mkononi mwa mfalme."

7 Lakini Yehoshafati akauliza, "Je, hayuko nabii wa BWANA hapa ambaye tunaweza kumuuliza?"

8 Mfalme wa Israeli akamjibu Yehoshafati, "Bado yupo mtu mmoja ambaye kupitia yeye twaweza kumuuliza shauri la BWANA, lakini namchukia kwa sababu huwa hatabiri jambo lolote jema kunihusu mimi, lakini kila mara hunitabiria mabaya tu. Yeye ni Mikaya mwana wa Imla."

Yehoshafati akajibu, "Mfalme hapaswi kusema hivyo."

9 Kwa hiyo mfalme wa Israeli akamwita mmoja wa maafisa wake na kusema, "Mlete Mikaya mwana wa Imla mara moja."

10 Wakiwa wamevalia majoho yao ya kifalme, mfalme wa Israeli na Yehoshafati mfalme wa Yuda walikuwa wameketi juu ya viti vyao vya kifalme katika sakafu ya kupuria, kwenye ingilio la lango la Samaria, pamoja na manabii wote wakiwa wakitabiri mbele yao. 11 Wakati huu Sedekia mwana wa Kenaana alikuwa ametengeneza pembe za chuma, akatangaza, "Hivi ndivyo BWANA asemavyo, 'Kwa hizi pembe utawapiga na kuwarudisha Waaramu nyuma mpaka wameangamizwa.' "

12 Manabii wengine wote walikuwa wanatabiri kitu hicho hicho wakisema, "Ishambulie Ramoth-Gileadi na uwe mshindi. Kwa kuwa BWANA ataitia mkononi mwa mfalme."

13 Mjumbe aliyekuwa amekwenda kumwita Mikaya akamwambia, "Tazama, manabii wote kama mtu mmoja wanatabiri ushindi kwa mfalme.

Neno lako na likubaliane na lao, nawe unene mema
kuhusu mfalme."
14 Lakini Mikaya akasema, "Hakika kama Bwana
aishivyo, nitamwambia kile tu Bwana atakacho-
niambia."
15 Alipofika, mfalme akamuuliza, "Mikaya, je,
twende vitani dhidi ya Ramoth-Gileadi au niache?"
Akamjibu, "Shambulia na ushinde, kwa kuwa
Bwana atawatia mkononi mwa mfalme."
16 Mfalme akamwambia, "Je, ni mara ngapi nita-
kuapisha ili usiniambie kitu chochote ila kweli tu
kwa jina la Bwana?"
17 Ndipo Mikaya akajibu, "Niliona Israeli wote
wametawanyika vilimani kama kondoo wasio na
mchungaji, naye Bwana akasema, 'Watu hawa
hawana bwana. Mwache kila mmoja aende nyu-
mbani kwa amani.' "
18 Mfalme wa Israeli akamwambia Yehoshafati,
"Sikukuambia kwamba huwa hatabiri jambo lolote
jema kunihusu, bali mabaya tu?"
19 Mikaya akaendelea, "Kwa hiyo lisikie neno
la Bwana: Nilimwona Bwana ameketi juu ya kiti
chake cha enzi pamoja na jeshi lote la mbinguni
likiwa limesimama kumzunguka upande wa
kulia na wa kushoto. 20 Naye Bwana akasema, 'Ni
nani atakayemshawishi Ahabu ili aishambulie
Ramoth-Gileadi na kukiendea kifo chake huko?'
"Mmoja akapendekeza hili na mwingine lile.
21 Mwishoni, pepo mchafu akajitokeza, akasimama
mbele za Bwana na kusema, 'Nitamshawishi.'
22 "Bwana akauliza, 'Kwa njia gani?'
"Akasema, 'Nitakwenda na kuwa roho ya uongo
katika vinywa vya manabii wake wote.'
"Bwana akasema, 'Utafanikiwa katika kumsha-
wishi. Nenda ukafanye hivyo.'
23 "Kwa hiyo sasa Bwana ameweka roho ya kuda-
nganya ndani ya vinywa vya hawa manabii wako
wote. Bwana ameamuru maafa kwa ajili yako."
24 Kisha Sedekia mwana wa Kenaana akatoka
na kumpiga Mikaya kofi usoni. Akauliza, "Huyo
Roho kutoka kwa Bwana alipita njia gani alipotoka
kwangu ili kusema nawe?"
25 Mikaya akajibu, "Utagundua siku hiyo utaka-
pokwenda kujificha kwenye chumba cha ndani."
26 Kisha mfalme wa Israeli akaagiza, "Mchukueni
na mkamrudishe kwa Amoni mtawala wa mji na
kwa Yoashi mwana wa mfalme. 27 Mkaseme, 'Hivi
ndivyo asemavyo mfalme: Mwekeni mtu huyu
gerezani na asipewe chochote ila mkate na maji
mpaka nitakaporudi salama.' "
28 Mikaya akasema, "Kama utarudi salama, basi
Bwana hajanena kupitia kwangu." Kisha akao-
ngeza kusema, "Zingatieni maneno yangu, enyi
watu wote!"

Ahabu Auawa Ramoth-Gileadi

29 Basi mfalme wa Israeli na Yehoshafati mfalme
wa Yuda wakaenda Ramoth-Gileadi. 30 Mfalme wa
Israeli akamwambia Yehoshafati, "Nitaingia vitani
nikiwa nimejibadilisha, lakini wewe uvae majoho
yako ya kifalme." Kwa hiyo mfalme wa Israeli aka-
jibadilisha na kwenda vitani.
31 Wakati huu, mfalme wa Aramu alikuwa
amewaagiza majemadari thelathini na wawili wa
magari ya vita, "Msipigane na yeyote, mdogo au
mkubwa, isipokuwa mfalme wa Israeli." 32 Wakati
wale majemadari wa magari ya vita walipomwona
Yehoshafati wakafikiri, "Hakika huyu ndiye mfalme
wa Israeli." Kwa hiyo wakageuka ili wamshambulie,
lakini Yehoshafati akapiga kelele, 33 wale majema-
dari wakaona kwamba hakuwa mfalme wa Israeli,
nao wakaacha kumfuatilia.
34 Lakini mtu fulani akavuta upinde pasipo lengo
na kumpiga mfalme wa Israeli katikati ya kiungio
cha mavazi yake ya chuma. Mfalme akamwambia
mwendesha gari lake, "Geuza gari na uniondoe
mimi katika mapigano, nimejeruhiwa." 35 Vita
vikaendelea mchana kutwa, naye Mfalme Ahabu
akategemezwa ndani ya gari kuelekea Waaramu.
Damu kutoka kwenye jeraha lake ikachuruzika
ndani ya gari na jioni yake akafa. 36 Jua lilipokuwa
linazama, mbiu ikaenea katika jeshi lote: "Kila mtu
aende mjini kwake, na kila mtu shambani kwake!"
37 Basi mfalme akafa na akaletwa Samaria, nao
wakamzika huko. 38 Wakasafisha lile gari la vita
katika bwawa la Samaria (mahali makahaba wali-
pooga), na mbwa wakaramba damu yake, sawasawa
na neno la Bwana lilivyokuwa limesema.
39 Kwa matukio mengine ya utawala wa Ahabu,
pamoja na yote aliyoyafanya, jumba la kifalme
alilojenga na kupambwa kwa pembe za ndovu,
nayo miji aliyoijengea maboma, je, hayakuandi-
kwa katika kitabu cha kumbukumbu za wafalme
wa Israeli? 40 Ahabu akalala pamoja na baba zake.
Naye Ahazia mwanawe akawa mfalme baada yake.

Yehoshafati Mfalme Wa Yuda

41 Yehoshafati mwana wa Asa akawa mfalme wa
Yuda katika mwaka wa nne wa Ahabu mfalme wa
Israeli. 42 Yehoshafati alikuwa na umri wa miaka
thelathini na mitano alipoanza kutawala, naye
akatawala huko Yerusalemu miaka ishirini na
mitano. Jina la mama yake aliitwa Azuba binti
Shilhi. 43 Katika kila jambo alitembea katika njia
za Asa baba yake wala hakwenda kinyume chake.
Alifanya yaliyo mema machoni pa Bwana. Hata
hivyo mahali pa juu pa kuabudia hapakuondo-
lewa. Watu waliendelea kutoa kafara na kufukiza
uvumba huko. 44 Yehoshafati pia alikuwa na amani
na mfalme wa Israeli.
45 Kwa habari ya matukio mengine ya utawala
wa Yehoshafati, mafanikio aliyokuwa nayo na
uhodari wake katika vita, je, hayakuandikwa
katika kitabu cha kumbukumbu za wafalme wa
Yuda? 46 Aliondolea mbali katika nchi mahanithi
wa mahali pa kuabudia miungu waliobaki huko
hata baada ya utawala wa baba yake Asa. 47 Tangu
hapo hapakuwepo na mfalme katika Edomu, naibu
ndiye alitawala.
48 Wakati huu Yehoshafati akaunda merikebu
nyingi za biashara[a] ili kwenda Ofiri kuchukua
dhahabu, lakini kamwe hazikusafiri, kwa maana
zilivunjika huko Esion-Geberi. 49 Wakati ule, Aha-
zia mwana wa Ahabu akamwambia Yehoshafati,
"Waache watu wangu wasafiri baharini pamoja na
watu wako," lakini Yehoshafati akakataa.

[a]48 Au: za Tarshishi (ona pia 1Fal 10:22; 2Nya 9:21; 20:36; Isa 2:16; 60:9).

50 Kisha Yehoshafati akalala na baba zake, aka-
zikwa pamoja nao katika mji wa Daudi baba yake.
Mwanawe Yehoramu akawa mfalme baada yake.

Ahazia Mfalme Wa Israeli

51 Ahazia mwana wa Ahabu akawa mfalme
wa Israeli huko Samaria katika mwaka wa kumi
na saba wa Yehoshafati mfalme wa Yuda, naye
alitawala katika Israeli kwa miaka miwili.
52 Aka-
fanya maovu machoni mwa BWANA kwa sababu
alienenda katika njia za baba yake na mama yake
na katika njia za Yeroboamu mwana wa Nebati,
ambaye alisababisha Israeli itende dhambi.
53 Alimtumikia na kumwabudu Baali na kumgha-
dhibisha BWANA, Mungu wa Israeli, kama vile baba
yake alivyokuwa amefanya.

2 WAFALME

Hukumu Ya Bwana Juu Ya Ahazia

1 Baada ya kifo cha Mfalme Ahabu, nchi ya Moabu iliasi dhidi ya Israeli. 2 Basi Ahazia alikuwa ameanguka huko Samaria kutoka baraza ya chumba chake cha juu, akaumia. Hivyo akatuma wajumbe, akiwaambia, "Nendeni mkaulize kwa Baal-Zebubu, mungu wa Ekroni, mkaone kama nitapona kutokana na kuumia huku."

3 Lakini malaika wa Bwana akamwambia Eliya, Mtishbi, "Panda ukakutane na wajumbe wa mfalme wa Samaria, uwaulize, 'Je, ni kwa sababu hakuna Mungu katika Israeli ndiyo maana mnakwenda kumuuliza Baal-Zebubu, mungu wa Ekroni?' 4 Kwa hiyo hili ndilo asemalo Bwana, 'Hutaondoka kwenye kitanda unachokilalia. Hakika utakufa!' " Hivyo Eliya akaenda.

5 Wajumbe waliporudi kwa mfalme, akawauliza, "Kwa nini mmerudi?"

6 Wakamjibu, "Mtu fulani alikuja kukutana nasi, naye akatuambia, 'Rudini kwa mfalme aliyewatuma na mkamwambie, "Hili ndilo asemalo Bwana: Je, ni kwa sababu hakuna Mungu katika Israeli ndiyo maana unawatuma watu kwenda kuuliza kwa Baal-Zebubu, mungu wa Ekroni? Kwa hiyo hutaondoka kwenye kitanda unachokilalia. Hakika utakufa!" ' "

7 Mfalme akawauliza, "Alikuwa mtu wa namna gani ambaye mlikutana naye, akawaambia hili?"

8 Wakamjibu, "Alikuwa mtu aliyekuwa na vazi la manyoya na mkanda wa ngozi kiunoni mwake."

Mfalme akasema, "Huyo alikuwa ni Eliya, Mtishbi."

9 Ndipo mfalme akamtuma mkuu mmoja wa kikosi pamoja na kikosi chake cha askari hamsini kwa nabii Eliya. Yule mkuu wa kikosi akamwendea Eliya, aliyekuwa ameketi juu ya kilima, na kumwambia, "Mtu wa Mungu, mfalme anasema, 'Shuka chini!' "

10 Eliya akamjibu yule mkuu wa kikosi, "Ikiwa mimi ni mtu wa Mungu, moto na ushuke kutoka mbinguni ukuteketeze wewe na watu wako hamsini!" Ndipo moto ukashuka kutoka mbinguni na kuwateketeza yule mkuu wa kikosi pamoja na watu wake.

11 Aliposikia hili, mfalme akatuma kwa Eliya mkuu wa kikosi mwingine na askari wake hamsini. Yule mkuu wa kikosi akamwambia Eliya, "Mtu wa Mungu, hili ndilo asemalo mfalme, 'Shuka chini mara moja!' "

12 Eliya akajibu, "Ikiwa mimi ni mtu wa Mungu, moto na ushuke kutoka mbinguni ukuteketeze wewe na watu wako hamsini!" Ndipo moto wa Mungu ukashuka kutoka mbinguni, ukamteketeza yeye na watu wake hamsini.

13 Hivyo mfalme akatuma mkuu wa kikosi wa tatu na watu wake hamsini. Huyu mkuu wa kikosi wa tatu akapanda na kupiga magoti mbele ya Eliya, akiomba, "Mtu wa Mungu, tafadhali niachie uhai wangu na uhai wa hawa watu hamsini, watumishi wako! 14 Tazama, moto umeshuka kutoka mbinguni na kuwateketeza wale wakuu wa vikosi viwili vya kwanza pamoja na watu wao. Lakini sasa niachie uhai wangu!"

15 Malaika wa Bwana akamwambia Eliya, "Shuka pamoja naye, usimwogope." Hivyo Eliya akainuka na kushuka pamoja naye kwa mfalme.

16 Akamwambia mfalme, "Hili ndilo asemalo Bwana: Je, ni kwa sababu hakuna Mungu katika Israeli wa kumuuliza habari, ndiyo maana ukatuma wajumbe kuuliza Baal-Zebubu, mungu wa Ekroni? Kwa sababu umefanya hili, kamwe hutaondoka kwenye kitanda unachokilalia. Hakika utakufa!" 17 Hivyo akafa, sawasawa na lile neno la Bwana ambalo Eliya alikuwa amesema.

Kwa kuwa Ahazia hakuwa na mwana, Yoramu[a] akawa mfalme baada yake katika mwaka wa pili wa Yehoramu mwana wa Yehoshafati mfalme wa Yuda. 18 Kwa matukio mengine ya utawala wa Ahazia na yale aliyoyafanya, je, hayakuandikwa katika kitabu cha kumbukumbu za wafalme wa Israeli?

Eliya Achukuliwa Mbinguni

2 Wakati Bwana alipokuwa karibu kumchukua Eliya mbinguni kwa upepo wa kisulisuli, Eliya na Elisha walikuwa njiani wakitoka Gilgali. 2 Eliya akamwambia Elisha, "Kaa hapa. Bwana amenituma Betheli."

Lakini Elisha akasema, "Kwa hakika, kama Bwana aishivyo na wewe uishivyo, sitakuacha." Kwa hiyo wakaenda Betheli pamoja.

3 Wana wa manabii waliokuwako huko Betheli wakamjia Elisha na kumuuliza, "Je, unajua ya kwamba Bwana atakuondolea bwana wako leo?"

Elisha akawajibu, "Ndiyo, najua, lakini msizungumze juu ya jambo hilo."

4 Kisha Eliya akamwambia, "Baki hapa, Elisha. Bwana amenituma Yeriko."

Naye akajibu, "Kwa hakika kama Bwana aishivyo na wewe uishivyo, sitakuacha." Hivyo wakaenda Yeriko.

5 Wana wa manabii waliokuwako huko Yeriko wakamwendea Elisha na kumuuliza, "Je, unajua ya kwamba Bwana atakuondolea bwana wako leo?"

Akawajibu, "Ndiyo, najua, lakini msizungumze juu ya jambo hilo."

6 Kisha Eliya akamwambia, "Kaa hapa. Bwana amenituma kwenda Yordani."

Naye akamjibu, "Kwa hakika kama Bwana aishivyo na wewe uishivyo, sitakuacha." Hivyo wote wawili wakaendelea pamoja.

7 Wana hamsini wa manabii wakaenda na kusimama kwa mbali, kuelekea mahali ambapo Eliya na Elisha walikuwa wamesimama kando ya Mto

---

[a]17 Yoramu ni namna nyingine ya kutaja jina Yehoramu.

Yordani. 8 Eliya akachukua vazi lake, akalisokota
na kupiga nalo maji. Maji yakagawanyika upande
wa kuume na upande wa kushoto, nao wawili
wakavuka pakavu.
9 Walipokwisha kuvuka, Eliya akamwambia Eli-
sha, "Niambie, nikufanyie nini kabla sijaondolewa
kutoka kwako?"
Elisha akajibu, "Naomba nirithi sehemu mara-
dufu ya roho yako."
10 Eliya akasema, "Umeomba jambo gumu. Lakini
kama utaniona wakati ninapoondolewa kutoka
kwako litakuwa lako. La sivyo, hautalipata."
11 Walipokuwa wakitembea pamoja na kuzu-
ngumza, ghafula gari la moto na farasi wa moto
vilitokea na kuwatenganisha wao wawili, naye Eliya
akapanda mbinguni katika upepo wa kisulisuli.
12 Elisha aliona hili, naye akapaza sauti, "Baba
yangu! Baba yangu! Magari ya Israeli na wapanda
farasi wake!" Naye Elisha hakumwona tena. Kisha
akazishika nguo zake mwenyewe na kuzirarua.
13 Akaliokota lile vazi lililoanguka kutoka kwa
Eliya, kisha akarudi na kusimama ukingoni mwa
Yordani. 14 Ndipo akalichukua lile vazi ambalo
lilikuwa limeanguka kutoka kwa Eliya, naye aka-
yapiga yale maji nalo. Akauliza, "Yuko wapi sasa
BWANA, Mungu wa Eliya?" Elisha alipoyapiga maji,
yakagawanyika kulia na kushoto, naye akavuka.
15 Wale wana wa manabii kutoka Yeriko walio-
kuwa wakitazama wakasema, "Roho wa Eliya
inamkalia Elisha." Nao wakaenda kumlaki na kusu-
judu hadi nchi mbele yake. 16 Wakasema, "Tazama,
sisi watumishi wako tunao watu hamsini wenye
uwezo. Waruhusu waende kumtafuta bwana wako.
Labda Roho wa BWANA amemtwaa na kumweka
katika mlima fulani au bonde fulani."
Elisha akajibu, "Hapana, msiwatume."
17 Lakini wakasisitiza, mpaka akaona aibu
kuwakatalia. Hivyo akasema, "Watumeni." Nao
wakawatuma watu hamsini, wakamtafuta kwa
siku tatu, lakini hawakumpata. 18 Walipomrudia
Elisha, ambaye alikuwa akingojea huko Yeriko,
akawaambia, "Je, sikuwaambia msiende?"

Kuponywa Kwa Maji

19 Watu wa mji wakamwambia Elisha, "Tazama,
bwana wetu, mahali mji huu ulipojengwa ni pazuri,
kama bwana wangu aonavyo, lakini maji yake ni
mabaya, na nchi haizai."
20 Akasema, "Nileteeni bakuli mpya, mweke
chumvi ndani yake." Kwa hiyo wakamletea.
21 Kisha akaenda kwenye chemchemi na kuitupa
ile chumvi ndani yake, akisema, "Hili ndilo asemalo
BWANA: 'Nimeyaponya maji haya. Kamwe hayata-
sababisha mauti tena wala kutozaa.' " 22 Nayo yale
maji yakaponywa mpaka leo, sawasawa na neno la
Elisha alilokuwa amesema.

Elisha Anafanyiwa Mzaha

23 Kutoka huko Elisha akakwea kwenda Betheli.
Ikawa alipokuwa akitembea barabarani, baadhi
ya vijana wakatoka mjini na kumfanyia mzaha.
Wakasema, "Paa, wewe mwenye upaa! Paa, wewe
mwenye upaa!" 24 Akageuka, akawatazama na
kuwalaani kwa Jina la BWANA. Kisha dubu wawili
wa kike wakatokea mwituni na kuwararua vijana
arobaini na wawili miongoni mwao. 25 Naye akao-
ndoka huko, akaenda Mlima Karmeli, na kutoka
huko akarudi Samaria.

Moabu Wanaasi

3 Yehoramu[a] mwana wa Ahabu akawa mfalme
wa Israeli katika Samaria mwaka wa kumi na
nane wa utawala wa Yehoshafati mfalme wa Yuda,
naye akatawala kwa miaka kumi na miwili. 2 Aka-
fanya maovu machoni pa BWANA, lakini sio kama
baba yake na mama yake walivyokuwa wamefa-
nya. Akaondoa nguzo ya ibada ya Baali ambayo
baba yake alikuwa ameitengeneza. 3 Hata hivyo
akashikamana na dhambi za Yeroboamu mwana
wa Nebati, ambazo alisababisha Israeli kuzitenda,
wala hakuziacha.
4 Basi Mesha mfalme wa Moabu akafuga
kondoo, naye akawa ampatie mfalme wa Israeli
wana-kondoo 100,000 pamoja na sufu ya kondoo
dume 100,000. 5 Lakini baada ya Ahabu kufa, mfa-
lme wa Moabu aliasi dhidi ya mfalme wa Israeli.
6 Kwa hiyo wakati ule Mfalme Yehoramu akaondoka
kutoka Samaria na kukusanya Israeli yote tayari
kwenda vitani. 7 Akapeleka pia ujumbe ufuatao kwa
Yehoshafati mfalme wa Yuda: "Mfalme wa Moabu
ameasi dhidi yangu. Je, utakwenda pamoja nami
kupigana dhidi ya Moabu?"
Akajibu, "Nitakwenda pamoja nawe. Mimi ni
kama wewe, watu wangu ni kama watu wako, farasi
wangu ni kama farasi wako."
8 Akauliza, "Je, tutashambulia kupitia njia gani?"
Akajibu, "Kupitia Jangwa la Edomu."
9 Hivyo mfalme wa Israeli akaondoka akiwa
pamoja na mfalme wa Yuda na mfalme wa Edomu.
Baada ya kuzunguka kwa siku saba, jeshi likawa
limeishiwa maji kwa matumizi yao na kwa ajili ya
wanyama waliokuwa nao.
10 Mfalme wa Israeli akamaka, "Nini! Je, BWANA
ametuita sisi wafalme watatu ili tu kututia miko-
noni mwa Moabu?"
11 Lakini Yehoshafati akauliza, "Je, hayuko nabii
wa BWANA hapa, ili tuweze kumuuliza BWANA kupi-
tia kwake?"
Afisa mmoja wa mfalme wa Israeli akajibu, "Eli-
sha mwana wa Shafati yuko hapa. Ndiye alikuwa
akimimina maji juu ya mikono ya Eliya."
12 Yehoshafati akasema, "Neno la BWANA liko
pamoja naye." Kwa hiyo mfalme wa Israeli na
Yehoshafati pamoja na mfalme wa Edomu waka-
mwendea.
13 Elisha akamwambia mfalme wa Israeli, "Nina
nini mimi nawe? Nenda kwa manabii wa baba yako
na manabii wa mama yako."
Mfalme wa Israeli akajibu, "La hasha, kwa
sababu ni BWANA ambaye ametuita pamoja sisi
wafalme watatu ili atutie mikononi mwa Moabu."
14 Elisha akasema, "Hakika, kama BWANA Mwe-
nye Nguvu Zote aishivyo ambaye ninamtumikia,
kama si kuheshimu Yehoshafati mfalme wa Yuda,
nisingekutazama wala hata kukutupia jicho.
15 Lakini sasa, nileteeni mpiga kinubi."

---

[a]1 Yehoramu wakati mwingine limetajwa kama Yoramu.

Mpiga kinubi alipokuwa akipiga, mkono wa
Bwana ukaja juu ya Elisha, 16 naye akasema, “Hivi
ndivyo asemavyo Bwana, ‘Chimbeni bonde hili
lijae mahandaki.’ 17 Kwa kuwa hivi ndivyo asemavyo
Bwana: Hamtaona upepo wala mvua, lakini bonde
hili litajaa maji, nanyi pamoja na ng'ombe wenu
na wanyama wenu wengine mtakunywa. 18 Hili ni
jambo rahisi machoni pa Bwana. Pia atatia Moabu
mikononi mwenu. 19 Mtaushinda kila mji wenye
ngome na kila mji mkubwa. Mtakata kila mti ulio
mzuri, mtaziba chemchemi zote, na kuharibu kila
shamba zuri kwa mawe.”

20 Kesho yake asubuhi, karibu na wakati wa
kutoa dhabihu ya asubuhi, tazama, maji yakawa
yanatiririka kutoka upande wa Edomu! Nayo nchi
ikajaa maji.

21 Basi Wamoabu wote walikuwa wamesikia
kuwa wale wafalme wamekuja kupigana dhidi yao.
Hivyo kila mtu, kijana na mzee, ambaye angeweza
kushika silaha akaitwa na kuwekwa mpakani.
22 Walipoamka asubuhi na mapema, jua likawa lina-
mulika juu ya maji. Wamoabu waliokuwa upande
wa pili wakaona maji ni mekundu, kama damu.
23 Wamoabu wakasema, “Ile ni damu! Lazima hao
wafalme wamepigana na kuchinjana wao kwa wao.
Sasa Moabu, twendeni tukateke nyara!”

24 Lakini Wamoabu walipofika kwenye kambi ya
Israeli, Waisraeli wakainuka na kuwapiga mpaka
wakakimbia. Nao Waisraeli wakaivamia nchi na
kuwachinja Wamoabu. 25 Wakaiharibu miji, kila
mtu akatupa jiwe juu ya kila shamba zuri mpaka
likafunikwa. Wakaziba chemchemi zote na kukata
kila mti mzuri. Kir-Haresethi peke yake ndio ulio-
baki na mawe yake yakiwa mahali pake. Lakini hata
hivyo watu waliokuwa na makombeo wakauzu-
nguka na kuushambulia vilevile.

26 Mfalme wa Moabu alipoona kuwa vita vime-
kuwa vikali dhidi yake, akachukua watu 700 wenye
panga ili kuingia kwa mfalme wa Edomu, lakini
wakashindwa. 27 Ndipo akamchukua mwanawe
mzaliwa wake wa kwanza, ambaye angekuwa
mfalme baada yake, akamtoa kama dhabihu ya
kuteketezwa juu ya ukuta wa mji. Ghadhabu ikawa
kubwa dhidi ya Israeli; wakajiondoa kwake na
kurudi katika nchi yao wenyewe.

Mafuta Ya Mjane

4 Mke wa mmoja wa wana wa manabii akamlilia
Elisha, akamwambia, “Mtumishi wako, mume
wangu, amekufa, nawe unajua alikuwa anamcha
Bwana. Lakini sasa yule anayemdai anakuja
kuchukua wanangu wawili kama watumwa wake.”

2 Elisha akamjibu, “Nitawezaje kukusaidia? Nia-
mbie, una nini ndani ya nyumba yako?”

Akasema, “Mtumishi wako hana kitu chochote
kabisa, isipokuwa mafuta kidogo.”

3 Elisha akasema, “Zunguka kwa majirani zako
wote ukaombe vyombo vitupu. Usiombe vichache.
4 Kisha ingia ndani na ujifungie mlango, wewe na
wanao. Mimina mafuta kwenye vyombo vyote, na
kila kimoja kinapojaa, kiweke kando.”

5 Yule mjane akaondoka na kujifungia ndani,
yeye na wanawe. Wao wakamletea vyombo, naye
akaendelea kumimina mafuta. 6 Vyombo vyote
vilipojaa, akamwambia mwanawe, “Niletee cho-
mbo kingine.”

Lakini mwanawe akajibu, “Hakuna chombo
kingine kilichobaki.” Basi mafuta yakakoma
kutiririka.

7 Yule mwanamke akaenda akamwambia yule
mtu wa Mungu, naye mtu wa Mungu akasema,
“Nenda ukayauze hayo mafuta ulipe madeni
yako. Wewe na wanao mnaweza kuishi kwa kile
kinachosalia.”

Mwana Wa Mshunami Afufuliwa

8 Siku moja Elisha akaenda Shunemu. Huko
kulikuwa na mwanamke mmoja mwenye cheo,
ambaye alimsisitiza Elisha aje kula chakula. Kwa
hiyo kila mara alipitia pale, akaingia humo ili ale.
9 Akamwambia mumewe, “Ninajua kwamba huyu
mtu ambaye anakuja kwetu mara kwa mara ni mtu
mtakatifu wa Mungu. 10 Tutengeneze chumba
kidogo juu darini na tuweke ndani yake kitanda
na meza, kiti na taa kwa ajili yake. Kisha anaweza
kukaa humo kila mara akija kwetu.”

11 Siku moja Elisha alipofika, akapanda chu-
mbani kwake na kulala humo. 12 Akamwambia
mtumishi wake Gehazi, “Mwite huyo Mshu-
nami.” Hivyo akamwita, naye akaja akasimama
mbele yake. 13 Elisha akamwambia mtumishi wake,
“Mwambie huyu mwanamke, ‘Umetaabika sana
kwa ajili yetu. Sasa utendewe nini? Je, tunaweza
kuzungumza na mfalme au jemadari wa jeshi kwa
niaba yako?’ ”

Akajibu, “Mimi ninaishi kwangu miongoni mwa
watu wangu.”

14 Elisha akamwambia mtumishi wake, “Je, ni
nini kinachoweza kufanyika kwa ajili yake?”

Gehazi akasema, “Hakika, hana mwana, na
mume wake ni mzee.”

15 Ndipo Elisha akasema, “Mwite huyo mwana-
mke.” Kwa hiyo akamwita, naye akaja akasimama
mlangoni. 16 Elisha akamwambia, “Mwaka ujao,
wakati kama huu utabeba mwana mikononi
mwako.”

Yule mama akapinga, akasema, “La hasha,
bwana wangu, usimpotoshe mtumishi wako, ee
mtu wa Mungu!”

17 Lakini yule mwanamke akapata mimba, na
mwaka uliofuata wakati kama ule ule akamzaa
mwana, kama vile Elisha alivyokuwa amemwa-
mbia.

18 Mtoto akakua, naye siku moja akamwendea
baba yake, ambaye alikuwa pamoja na wavunaji.
19 Akamwambia baba yake, “Kichwa changu!
Kichwa changu!”

Baba yake akamwambia mtumishi, “Mchukue
umpeleke kwa mama yake.” 20 Baada ya mtumi-
shi kumbeba na kumpeleka kwa mama yake,
mtoto akaketi mapajani mwa mama yake mpaka
adhuhuri, kisha akafa. 21 Mama akampandisha na
kumlaza juu ya kitanda cha yule mtu wa Mungu,
kisha akafunga mlango, akatoka nje.

22 Akamwita mume wake na kusema, “Tafadhali
mtume mmoja miongoni mwa mtumishi pamoja
na punda ili niweze kwenda kwa mtu wa Mungu
haraka na kurudi.”

23 Mume wake akamuuliza, "Kwa nini uende kwake leo? Leo si mwandamo wa mwezi, wala si Sabato."

Mwanamke akasema, "Yote ni sawa."

24 Akatandika punda na kumwambia mtumishi wake, "Mwongoze huyo punda. Usinipunguzie mwendo mpaka nikuambie." 25 Kwa hiyo akaenda na kumfikia huyo mtu wa Mungu katika Mlima Karmeli.

Alipomwona kwa mbali, huyo mtu wa Mungu akamwambia mtumishi wake Gehazi, "Tazama, yule Mshunami! 26 Kimbia ukamlaki, umuulize, 'Je, wewe hujambo? Mume wako hajambo? Mtoto wako ni mzima?' "

Akasema, "Kila kitu ni sawasawa."

27 Alipomfikia huyo mtu wa Mungu pale mlimani, akashika miguu yake. Gehazi akaja ili amwondoe, lakini yule mtu wa Mungu akasema, "Mwache! Yuko katika uchungu mkubwa, lakini Bwana amenificha jambo hili na hajaniambia kwa nini."

28 Yule mwanamke akasema, "Je, bwana wangu, mimi nilikuomba mwana? Je, sikukuambia, 'Usiamshe matumaini yangu'?"

29 Elisha akamwambia Gehazi, "Jikaze viuno, chukua fimbo yangu mkononi mwako na ukimbie. Ikiwa utakutana na mtu yeyote, usimsalimie, na mtu yeyote akikusalimu, usimjibu. Ilaze fimbo yangu juu ya uso wa mtoto."

30 Lakini mama mtoto akasema, "Hakika kama Bwana aishivyo na wewe uishivyo, sitakuacha." Kwa hiyo Elisha akainuka, akafuatana naye.

31 Gehazi akatangulia mbele na kuilaza fimbo juu ya uso wa mtoto, lakini hapakuwa na sauti wala itikio. Hivyo Gehazi akarudi kukutana na Elisha, na kumwambia, "Mtoto hajaamka."

32 Elisha alipofika kwenye ile nyumba, mtoto alikuwa amelala juu ya kitanda chake angali amekufa. 33 Akaingia ndani, akajifungia yeye na yule mtoto, akamwomba Bwana. 34 Kisha akapanda kitandani, akalala juu ya yule mtoto, mdomo wake juu ya mdomo wa mtoto, macho yake juu ya macho ya mtoto, mikono yake juu ya mikono ya mtoto. Naye alipojinyoosha juu yake, mwili wa mtoto ukapata joto. 35 Elisha akajiondoa juu yake na kuanza kutembeatembea ndani ya chumba, kisha akarudi tena kitandani na kujinyoosha tena juu ya mtoto mara nyingine. Mtoto akapiga chafya mara saba, akafungua macho yake.

36 Elisha akamwita Gehazi na kumwambia, "Mwite huyo Mshunami." Naye akafanya hivyo. Yule Mshunami alipokuja, Elisha akasema, "Mchukue mwanao." 37 Akaingia ndani, akaanguka miguuni pa Elisha na kusujudu hadi nchi. Kisha akamchukua mwanawe na kutoka nje.

Mauti Ndani Ya Chungu

38 Elisha akarudi Gilgali, nako huko kulikuwa na njaa katika eneo lile. Wakati wana wa kundi la manabii walipokuwa wanakutana naye, akamwambia mtumishi wake, "Teleka chungu kikubwa jikoni uwapikie manabii."

39 Mmoja wao akatoka kwenda mashambani kuchuma mboga na akapata mtango mwitu. Akachuma matango na kujaza nguo yake aliyoikunja ili kubebea. Aliporudi, akayakatakata na kuyatumbukiza ndani ya chungu, ingawa hakuna aliyejua ni nini. 40 Mchuzi ukagawiwa watu, lakini walipoanza kula, wakalia, "Ee mtu wa Mungu, kuna mauti ndani ya chungu." Nao hawakuweza kula.

41 Elisha akasema, "Leteni unga." Akauweka ndani ya chungu na kusema, "Wagawie watu ili wale." Wala hapakuwa na kitu chochote chenye madhara ndani ya chungu.

Watu Mia Wanalishwa

42 Akaja mtu kutoka Baal-Shalisha, akimletea mtu wa Mungu mikate ishirini ya shayiri iliyookwa kutokana na nafaka ya kwanza, pamoja na masuke ya nafaka mpya. Elisha akasema, "Wape watu ili wale."

43 Mtumishi wake akamuuliza, "Nitawezaje kuandaa hii mbele ya watu mia?"

Lakini Elisha akajibu, "Wape watu ili wale. Kwa maana hivi ndivyo asemavyo Bwana: 'Watakula na kusaza.' " 44 Basi akaiandaa mbele yao ile mikate, wakala na baadhi yake wakasaza, sawasawa na neno la Bwana.

Naamani Aponywa Ukoma

5 Wakati huu, Naamani alikuwa jemadari wa jeshi la mfalme wa Aramu. Alikuwa mtu mkuu mbele ya bwana wake na aliyeheshimiwa sana, kwa sababu kupitia kwake, Bwana alikuwa amewapa Aramu ushindi. Alikuwa askari shujaa, lakini alikuwa na ukoma.[a]

2 Siku hizo vikosi kutoka Aramu vilikuwa vimekwenda na vikawa vimemteka msichana kutoka Israeli, naye akamtumikia mkewe Naamani. 3 Akamwambia bibi yake, "Kama bwana wangu angelimwona nabii aliyeko Samaria! Angemponya ukoma wake."

4 Naamani akaenda kwa bwana wake na kumwambia alichosema yule msichana kutoka Israeli. 5 Mfalme wa Aramu[b] akamjibu, "Hakika, nenda. Nitatuma barua kwa mfalme wa Israeli." Kwa hiyo Naamani akaondoka, akiwa amechukua talanta kumi[c] za fedha, shekeli 6,000 za dhahabu,[d] na mivao kumi ya mavazi. 6 Barua aliyopelekea mfalme wa Israeli iliandikwa hivi: "Pamoja na barua hii ninamtuma mtumishi wangu, Naamani, kwako ili uweze kumponya ukoma wake."

7 Mara mfalme wa Israeli alipomaliza kuisoma ile barua, akararua mavazi yake na kusema, "Je, mimi ni Mungu? Je, mimi naweza kuua na kufufua tena? Kwa nini huyu mtu anamtuma mtu ili mimi nipate kumponya ukoma wake? Tazama jinsi anavyotafuta kuanzisha ugomvi nami!"

8 Elisha mtu wa Mungu aliposikia kwamba mfalme wa Israeli alikuwa amerarua mavazi yake, akamtumia ujumbe huu: "Kwa nini umerarua mavazi yako? Mwamuru mtu huyo aje kwangu, naye atajua ya kuwa yuko nabii katika Israeli." 9 Kwa

[a]1 *Ukoma* ni neno lililotumika kwa Kiebrania kueleza magonjwa mbalimbali ya ngozi ambayo si lazima yawe ni ukoma halisi.
[b]5 Yaani mfalme wa Shamu.
[c]5 Talanta 10 za fedha ni sawa na kilo 340.
[d]5 Shekeli 6,000 za dhahabu ni sawa na kilo 70.

hiyo Naamani akaenda, akiwa na farasi zake na
magari yake, na kusimama mlangoni mwa nyumba
ya Elisha. 10 Elisha akamtuma mjumbe kumwambia,
"Nenda uoge katika Yordani mara saba, na nyama
ya mwili wako itapona, nawe utatakasika."

11 Lakini Naamani akaondoka akiwa amekasirika,
akasema, "Hakika nilidhani kwamba angetoka nje,
asimame na kuliitia jina la BWANA Mungu wake,
na kuweka mkono wake juu ya mahali pagonjwa,
aniponye ukoma wangu. 12 Je, Abana na Farpari,
mito ya Dameski, si bora zaidi kuliko mito yoyote
ya Israeli? Je, nisingeweza kuoga ndani ya hiyo
mito na kutakasika?" Basi akageuka na kuondoka
kwa hasira kuu.

13 Watumishi wa Naamani wakamwendea na
kumwambia, "Baba yangu, kama huyo nabii
angekuambia kufanya jambo lililo kubwa, je, usi-
ngelifanya? Je, si zaidi sana basi, anapokuambia,
'Oga na utakasike!' " 14 Hivyo akashuka na kujiza-
misha ndani ya Yordani mara saba, kama vile huyo
mtu wa Mungu alivyokuwa amemwambia, nayo
nyama ya mwili wake ikapona na kutakasika kama
ya mwili wa mvulana mdogo.

15 Kisha Naamani na wahudumu wake wote
wakarudi kwa yule mtu wa Mungu. Akasimama
mbele yake na kusema, "Sasa najua kwamba
hakuna Mungu katika ulimwengu wote isipokuwa
katika Israeli. Tafadhali sasa upokee zawadi kutoka
kwa mtumishi wako."

16 Nabii akajibu, "Hakika kama BWANA aishivyo,
ambaye ninamtumikia, sitapokea kitu hata kimoja."
Ingawa Naamani alimsihi sana, yeye alikataa.

17 Naamani akasema, "Ikiwa hutapokea, tafa-
dhali mtumishi wako na apewe udongo kiasi cha
mzigo wa kuweza kubebwa na punda wawili, kwa
sababu mtumishi wako hatatoa tena sadaka ya
kuteketezwa na dhabihu kwa mungu mwingine
isipokuwa BWANA. 18 Lakini BWANA na amsamehe
mtumishi wake kwa kitu hiki kimoja: Wakati bwana
wangu atakapoingia kwenye hekalu la Rimoni ili
kusujudu, naye akiwa anauegemea mkono wangu,
nami nikasujudu huko pia, wakati nitakaposujudu
ndani ya hekalu la Rimoni, BWANA na amsamehe
mtumishi wako kwa ajili ya jambo hili."

19 Elisha akamwambia, "Nenda kwa amani."

Baada ya Naamani kusafiri umbali fulani,
20 Gehazi, mtumishi wa Elisha mtu wa Mungu, aka-
jiambia mwenyewe, "Bwana wangu amemwachia
kirahisi sana Naamani, huyu Mwaramu, kwa kuto-
kupokea kutoka kwake vile alivyovileta. Hakika
kama BWANA aishivyo, nitamkimbilia na kupata
kitu kutoka kwake."

21 Hivyo Gehazi akaharakisha kumfuatilia
Naamani. Naamani alipomwona akikimbia
kumwelekea, akashuka chini kutoka kwenye gari
lake na kwenda kumlaki. Akauliza, "Je, mambo
yote ni sawa?"

22 Gehazi akajibu, "Mambo yote ni sawa. Bwana
wangu amenituma nikuambie, 'Vijana wawili
kutoka kwa wana wa manabii wamenijia kutoka
nchi ya vilima ya Efraimu. Tafadhali wape talanta
ya fedha[a] na mivao miwili ya mavazi.' "

23 Naamani akasema, "Hakika, chukua talanta
mbili za fedha." Akamsihi Gehazi azipokee, kisha
akafunga talanta mbili za fedha katika mifuko
miwili pamoja na mivao miwili ya mavazi. Akawapa
watumishi wake wawili mizigo hiyo, nao wakaibeba
wakitangulia mbele ya Gehazi. 24 Gehazi alipofika
kwenye kilima, akavichukua vile vitu kutoka kwa
wale watumishi na kuvificha ndani ya nyumba.
Akawaaga wale watu, nao wakaondoka. 25 Kisha
akaingia ndani na kusimama mbele ya Elisha
bwana wake.

Elisha akamuuliza, "Gehazi, ulikuwa wapi?"

Gehazi akajibu, "Mtumishi wako hakwenda
popote."

26 Lakini Elisha akamwambia, "Je, roho yangu
haikuwa pamoja nawe wakati yule mtu aliposhuka
kutoka kwenye gari lake ili kukulaki? Je, huu ni
wakati wa kupokea fedha au kupokea nguo,
mashamba ya mizeituni, mashamba ya miza-
bibu, makundi ya kondoo na mbuzi, makundi
ya ng'ombe, au watumishi wa kiume na wa kike?
27 Ukoma wa Naamani utakushika wewe na wazao
wako milele." Kisha Gehazi akaondoka mbele ya
Elisha, mwenye ukoma, mweupe kama theluji.

Shoka Laelea

6 Wana wa manabii wakamwambia Elisha,
"Tazama, mahali hapa tunapokutana nawe ni
padogo sana kwetu. 2 Twendeni Yordani, mahali
ambapo kila mmoja wetu anaweza kupata nguzo
moja, nasi tujenge huko mahali petu pa kuishi."

Naye akawaambia, "Nendeni."

3 Kisha mmoja wao akasema, "Je, tafadhali,
huwezi kufuatana na watumishi wako?"

Elisha akajibu, "Nitakuja." 4 Naye akaenda
pamoja nao.

Basi wakaenda Yordani, nao wakaanza kukata
miti. 5 Mmoja wao alipokuwa anakata mti, shoka
lilitumbukia kwenye maji. Akalia, "Ee bwana
wangu, shoka lilikuwa la kuazima!"

6 Mtu wa Mungu akauliza, "Je, liliangukia wapi?"
Alipomwonyesha mahali penyewe, Elisha akakata
kijiti na kukitupa mahali pale, nalo shoka likaelea.
7 Akasema, "Lichukue." Kisha yule mtu akanyoosha
mkono wake, akalichukua.

Elisha Awanasa Waaramu Waliopofushwa

8 Wakati huo mfalme wa Aramu alikuwa aki-
pigana vita na Israeli. Baada ya kukubaliana na
maafisa wake, akasema, "Nitapiga kambi yangu
mahali fulani na fulani."

9 Mtu wa Mungu akatuma ujumbe kwa mfalme
wa Israeli: "Jihadhari usije ukapita mahali pale,
kwa sababu Waaramu wanashuka huko." 10 Kwa
hiyo mfalme wa Israeli akatuma neno la tahadhari
mahali pale alikokuwa ameelekezwa na mtu wa
Mungu. Mara kwa mara Elisha alimwonya mfa-
lme kwamba watu wawe macho kwenye maeneo
kama hayo.

11 Hili lilimfadhaisha sana mfalme wa Aramu.
Akawaita maafisa wake, akawauliza, "Je, hamta-
niambia ni nani miongoni mwenu aliye upande
wa mfalme wa Israeli?"

12 Mmoja wa maafisa wake akasema, "Mfalme

---

[a]22 Talanta ya fedha ni sawa na kilo 34.

bwana wangu, hakuna hata mmoja wetu. Lakini Elisha, yule nabii aliye Israeli, humwambia mfalme wa Israeli hata yale maneno unayozungumza katika chumba chako cha kulala."

13 Mfalme akaagiza akisema, "Nendeni, mkatafute aliko, ili niweze kutuma watu kumkamata." Taarifa ikarudi kwamba, "Yuko Dothani." 14 Ndipo akatuma farasi na magari ya vita na jeshi lenye nguvu huko. Walikwenda usiku na kuuzunguka mji.

15 Kesho yake asubuhi na mapema, mtumishi wa mtu wa Mungu alipoamka na kutoka nje, jeshi, pamoja na farasi na magari ya vita, likawa limeuzunguka mji. Mtumishi wake akasema, "Ole wetu, bwana wangu! Tutafanya nini?"

16 Nabii akajibu, "Usiogope. Wale walio pamoja nasi ni wengi zaidi kuliko wale walio pamoja nao."

17 Kisha Elisha akaomba, "Ee BWANA, mfumbue macho huyu mtumishi ili apate kuona." Ndipo BWANA akayafumbua macho ya yule mtumishi, naye akatazama na kuona vilima vimejaa farasi na magari ya moto, yamemzunguka Elisha pande zote.

18 Wakati adui walipohuka kumwelekea, Elisha akamwomba BWANA: "Wapige watu hawa kwa upofu." Basi Mungu akawapiga kwa upofu, kama Elisha alivyoomba.

19 Elisha akawaambia, "Hii sio njia yenyewe, na huu sio huo mji. Nifuateni mimi, nami nitawapeleka kwa huyo mtu mnayemtafuta." Naye akawapeleka Samaria.

20 Baada ya kuingia mjini, Elisha akasema, "BWANA, yafungue macho ya watu hawa ili wapate kuona." Ndipo BWANA akayafungua macho yao, na walipotazama, kumbe hapo ndipo walipojikuta, ndani ya Samaria.

21 Wakati mfalme wa Israeli alipowaona, akamuuliza Elisha, "Je, baba yangu, niwaue?"

22 Naye akajibu, "Usiwaue. Je, utawaua watu uliowateka kwa upanga wako mwenyewe na upinde wako? Wape chakula na maji ili wapate kula na kunywa, na kisha wamrudie bwana wao." 23 Basi akawaandalia karamu kubwa, na baada ya kula na kunywa, akawaaga nao wakarudi kwa bwana wao. Hivyo, vikosi kutoka Aramu vikakoma kuvamia nchi ya Israeli.

Njaa Katika Samaria Iliyozingirwa

24 Baada ya kitambo kidogo, Ben-Hadadi mfalme wa Aramu akaandaa jeshi lake lote akapanda kwenda kuihusuru Samaria. 25 Kukawa na njaa kuu katika mji. Samaria ilizingirwa kwa muda mrefu, kiasi kwamba kichwa cha punda kiliuzwa kwa shekeli themanini[a] za fedha, na robo ya kibaba[b] cha mavi ya njiwa kiliuzwa kwa shekeli tano[c] za fedha.

26 Wakati mfalme wa Israeli alipokuwa anapita juu ya ukuta, mwanamke mmoja akamlilia, "Bwana wangu mfalme, nisaidie!"

27 Mfalme akajibu, "Ikiwa BWANA hakusaidii, nitakutolea wapi msaada? Je, ni kutoka kwenye sakafu ya kupuria? Au kwenye shinikizo la divai?" 28 Kisha akamuuliza, "Kwani kuna nini?"

Yule mwanamke akamjibu, "Huyu mwanamke aliniambia, 'Mtoe mwanao ili tupate kumla leo, na kesho tutamla mwanangu.' 29 Basi tukampika mwanangu na kumla. Siku iliyofuata nikamwambia, 'Mtoe mwanao ili tupate kumla.' Lakini akawa amemficha."

30 Wakati mfalme aliposikia maneno ya yule mwanamke, alirarua mavazi yake. Naye alipoendelea kutembea ukutani, watu wakamtazama, na ndani ya mavazi yake alikuwa amevaa nguo ya gunia mwilini mwake. 31 Akasema, "Mungu na anitendee hivyo na kuzidi, ikiwa kichwa cha Elisha mwana wa Shafati kitabaki juu ya mabega yake leo!"

32 Wakati huu, Elisha alikuwa ameketi ndani ya nyumba yake, akiwa pamoja na wazee. Mfalme akatuma mjumbe kumtangulia, lakini kabla hajafika, Elisha akawaambia wale wazee, "Hammwoni huyu muuaji jinsi anavyotuma mtu kukata kichwa changu? Tazama, wakati mjumbe huyo atakapofika, fungeni mlango na mzuieni asiingie. Je, vishindo vya nyayo za bwana wake haviko nyuma yake?"

33 Alipokuwa angali bado anazungumza nao, mjumbe akamfikia. Naye mfalme akasema, "Maafa haya yanatoka kwa BWANA. Kwa nini niendelee kumngoja BWANA zaidi?"

7 Elisha akasema, "Sikiliza neno la BWANA. Hivi ndivyo asemavyo BWANA: Wakati kama huu kesho, kipimo kimoja[d] cha unga mzuri kitauzwa kwa shekeli moja ya fedha,[e] na vibaba viwili vya shayiri kwa shekeli moja ya fedha katika lango la Samaria."

2 Yule afisa ambaye mfalme alikuwa anauegemea mkono wake akamwambia yule mtu wa Mungu, "Tazama, hata kama BWANA atafungua madirisha ya mbinguni, je, jambo hili litawezekana?"

Elisha akajibu, "Utaona kwa macho yako mwenyewe, lakini wewe hutakula chochote kati ya hivyo!"

Mwisho Wa Kuzingirwa

3 Basi kulikuwepo na watu wanne wenye ukoma katika ingilio la lango la mji. Wakaambiana, "Kwa nini tukae hapa mpaka tufe? 4 Kama tukisema, 'Tutaingia mjini,' mjini kuna njaa, nasi tutakufa humo. Kama tukikaa hapa, tutakufa. Kwa hiyo twende kwenye kambi ya Waaramu na tujisalimishe. Kama wakituacha hai, tutaishi; kama wakituua, basi na tufe."

5 Wakati wa giza la jioni, wakaondoka na kwenda kwenye kambi ya Waaramu. Walipofika mwanzo wa kambi, hapakuwa na mtu, 6 kwa kuwa Bwana alilifanya jeshi la Waaramu lisikie sauti kama ya magari ya vita, farasi na jeshi kubwa, kiasi kwamba waliambiana, "Tazama, mfalme wa Israeli ameajiri mfalme wa Wahiti na mfalme wa Wamisri kuja kutushambulia sisi!" 7 Kwa hiyo wakaondoka na kukimbia wakati wa giza la jioni na kuacha mahema yao, farasi wao na punda wao. Wakakimbia kuokoa maisha yao na kuacha kila kitu ndani ya kambi kama kilivyokuwa.

[a]25 Shekeli 80 za fedha ni sawa na kilo moja.
[b]25 Robo ya kibaba ni sawa na lita 0.3.
[c]25 Shekeli tano za fedha ni sawa na gramu 55.
[d]1 Kipimo kimoja cha unga ni sawa na kilo 3.
[e]1 Shekeli moja ya fedha ni sawa na gramu 11.

8 Wale watu wenye ukoma walipofika mwa-
nzoni mwa kambi, wakaingia kwenye mojawapo
ya mahema. Wakala na kunywa, na kuchukua
fedha, dhahabu na nguo, wakaenda kuvificha.
Wakarudi na kuingia katika hema jingine, na
kuchukua baadhi ya vitu kutoka ndani yake na
kuvificha pia.
9 Kisha wakaambiana, "Hili tunalolifanya sio
jema. Hii ni siku ya habari njema, nasi tunakaa
kimya. Kama tukisubiri mpaka mapambazuko,
maafa yatatupata. Twendeni mara moja tukatoe
habari hizi katika jumba la mfalme."
10 Hivyo wakaenda mjini na kuwaita walinzi wa
langoni, wakawaambia, "Tulikwenda katika kambi
ya Waaramu lakini hapakuwepo na mtu huko, hata
sauti ya mtu yeyote, ila farasi na punda waliofu-
ngwa na mahema yaliyoachwa kama yalivyokuwa."
11 Walinzi wa langoni wakatangaza habari ile kwa
sauti kuu, na taarifa hii ikatolewa ndani ya jumba
la mfalme.
12 Mfalme akaamka usiku na kuwaambia maafisa
wake, "Nitawaambia kile Waaramu walichotufa-
nyia. Wanajua kwamba tuna njaa, hivyo wameacha
kambi yao ili kujificha mashambani, wakifikiri,
'Kwa hakika watatoka nje ya mji, nasi tutawaka-
mata wakiwa hai na kuingia ndani ya mji.' "
13 Mmoja wa maafisa wake akajibu, "Waamuru
watu wachache wakawachukue farasi watano kati
ya wale waliobaki katika mji. Hatima yao itakuwa
kama ya Waisraeli wote walio hapa. Watakuwa tu
kama Waisraeli hawa ambao wanangoja kifo. Hivyo
tuwatumeni wajue kumetendeka nini."
14 Ndipo wakachagua magari mawili ya vita
pamoja na farasi wake, naye mfalme akawa-
tuma wafuatilie jeshi la Waaramu. Akawaamuru
waendeshaji akisema, "Nendeni mkaone ni nini
kilichotokea." 15 Wakawafuatia hadi Yordani, nao
wakakuta barabara yote ikiwa imetapakaa nguo na
vyombo vya Waaramu walivyokuwa wamevitupa
walipokuwa wanatoroka. Basi wale wajumbe waka-
rudi na kutoa taarifa kwa mfalme. 16 Kisha watu
wakatoka na kuteka nyara kambi ya Waaramu. Kwa
hiyo kipimo cha unga mzuri kikauzwa kwa shekeli,
na vipimo viwili vya shayiri kwa shekeli, kama vile
Bwana alivyokuwa amesema.
17 Basi mfalme alikuwa amemweka yule afisa
ambaye mfalme alikuwa anauegemea mkono wake
awe msimamizi wa lango. Nao watu wakamkanyaga
walipoingia langoni, naye akafa, kama vile mtu wa
Mungu alivyokuwa ametangulia kusema wakati
mfalme alipofika nyumbani kwake. 18 Ikatokea
kama vile mtu wa Mungu alivyokuwa amemwa-
mbia mfalme: "Wakati kama huu kesho, kipimo
kimoja cha unga mzuri kitauzwa kwa shekeli moja
ya fedha, na vibaba viwili vya shayiri kwa shekeli
moja ya fedha katika lango la Samaria."
19 Yule afisa alikuwa amemwambia yule mtu
wa Mungu, "Tazama, hata kama Bwana ata-
fungua madirisha ya mbinguni, je, jambo hili
litawezekana?" Naye yule mtu wa Mungu alikuwa
amemjibu, "Utaona kwa macho yako mwenyewe,
lakini wewe hutakula chochote kati ya hivyo!"
20 Ndivyo hasa ilivyotokea kwake, kwa kuwa watu
walimkanyaga langoni, naye akafa.

Ardhi Ya Mshunami Yarudishwa

8 Wakati huu, Elisha alikuwa amemwambia yule
mwanamke ambaye mwanawe alikuwa amefufu-
liwa, "Ondoka wewe na jamaa yako ukaishi mahali
popote unapoweza kwa kitambo kidogo, kwa sababu
Bwana ameamuru njaa katika nchi hii ambayo ita-
dumu kwa miaka saba." 2 Yule mwanamke akafanya
kama vile yule mtu wa Mungu alivyosema. Yeye na
jamaa yake wakaondoka na kwenda kuishi katika
nchi ya Wafilisti kwa miaka saba.
3 Baada ya miaka saba, yule mwanamke akarudi
kutoka nchi ya Wafilisti, akaenda kwa mfalme
kumsihi kwa ajili ya nyumba yake na shamba lake.
4 Mfalme alikuwa anazungumza na Gehazi, mtu-
mishi wa mtu wa Mungu, naye alikuwa amesema,
"Hebu niambie mambo yote makuu yaliyofanywa
na Elisha." 5 Wakati Gehazi alipokuwa akimweleza
mfalme jinsi Elisha alivyomfufua mtu, yule mwa-
namke ambaye mwanawe alikuwa amefufuliwa na
Elisha akaja ili amsihi mfalme kwa ajili ya nyumba
yake na shamba lake.
Gehazi akasema, "Huyu ndiye huyo mwanamke,
bwana wangu mfalme, na huyu ndiye mwanawe
ambaye Elisha alimfufua." 6 Mfalme akamuuliza
yule mwanamke kuhusu mambo hayo, naye aka-
mweleza.
Ndipo akaamuru afisa ashughulikie shauri lake
na kumwambia, "Mrudishie huyu mwanamke kila
kitu kilichokuwa mali yake, pamoja na mapato yote
yaliyotokana na shamba lake tangu siku alipoo-
ndoka nchini hadi sasa."

Hazaeli Anamuua Ben-Hadadi

7 Elisha akaenda Dameski, naye Ben-Hadadi
mfalme wa Aramu alikuwa mgonjwa. Mfalme
alipoambiwa, "Mtu wa Mungu ametoka mbali aka-
panda hadi hapa," 8 mfalme akamwambia Hazaeli.
"Chukua zawadi na uende kumlaki huyo mtu wa
Mungu. Muulize Bwana kupitia yeye, kwamba, 'Je,
nitapona ugonjwa huu?' "
9 Hazaeli akaenda kumlaki Elisha, akiwa ame-
chukua zawadi ya kila kitu kizuri kilichopatikana
Dameski, mizigo iliyobebwa na ngamia arobaini.
Akaingia ndani na kusimama mbele yake, aka-
sema, "Mwanao Ben-Hadadi mfalme wa Aramu
amenituma niulize, 'Je, nitapona ugonjwa huu?' "
10 Elisha akajibu, "Nenda ukamwambie, 'Hakika
utapona'; lakini Bwana amenifunulia kwamba
kweli atakufa." 11 Elisha akamkazia Hazaeli macho
kwa nguvu mpaka akaona aibu. Kisha mtu wa
Mungu akaanza kulia.
12 Hazaeli akauliza "Kwa nini bwana wangu
analia?"
Elisha akajibu, "Kwa sababu najua mabaya uta-
kayowatendea Waisraeli. Utachoma moto ngome
zao, utawaua vijana wao kwa upanga, kuwatupa
chini kwa nguvu watoto wachanga, na kuwatu-
mbua wanawake wenye mimba."
13 Hazaeli akasema, "Itawezekanaje mtumishi
wako, aliye mbwa tu, kufanya tendo la ajabu namna
hiyo?"
Elisha akamjibu, "Bwana amenionyesha kuwa
utakuwa mfalme wa Aramu."

14 Kisha Hazaeli akamwacha Elisha na kumrudia bwana wake. Ben-Hadadi akamuuliza, "Elisha alikuambia nini?" Hazaeli akajibu, "Aliniambia kwamba hakika utapona." 15 Lakini kesho yake Hazaeli akachukua nguo nzito, akailoweka ndani ya maji, akaitandaza juu ya uso wa mfalme, hivyo akafa. Kisha Hazaeli akaingia mahali pake kuwa mfalme wa Aramu.

Yehoramu Mfalme Wa Yuda

16 Katika mwaka wa tano wa Yoramu mwana wa Ahabu mfalme wa Israeli, wakati huo Yehoshafati akiwa mfalme wa Yuda, Yehoramu mwana wa Yehoshafati akaanza kutawala kama mfalme wa Yuda. 17 Alikuwa na umri wa miaka thelathini na miwili alipoanza kutawala, naye akatawala huko Yerusalemu kwa miaka minane. 18 Akaenenda katika njia za wafalme wa Israeli, kama nyumba ya Ahabu ilivyokuwa imefanya, kwa kuwa alimwoa binti wa Ahabu. Akatenda maovu machoni pa Bwana. 19 Hata hivyo, kwa ajili ya Daudi mtumishi wake, Bwana hakutaka kuiangamiza Yuda. Alikuwa ameahidi kuidumisha taa kwa ajili ya Daudi na wazao wake milele.

20 Wakati wa Yehoramu, Edomu waliasi dhidi ya Yuda na kujiwekea mfalme wao wenyewe. 21 Basi Yehoramu akaenda Sairi pamoja na magari yake yote ya vita. Waedomu wakamzunguka yeye na majemadari wake wa magari yake ya vita, lakini akaondoka, akapenya usiku na kuwashambulia Waedomu. Hata hivyo, jeshi lake likatorokea nyumbani mwao. 22 Hadi leo Edomu wameasi dhidi ya Yuda. Libna pia wakaasi wakati huo huo.

23 Kwa matukio mengine ya utawala wa Yehoramu na yote aliyoyafanya, je, hayakuandikwa katika kitabu cha kumbukumbu za wafalme wa Yuda? 24 Yehoramu akalala pamoja na baba zake, na akazikwa pamoja nao katika Mji wa Daudi. Naye Ahazia mwanawe akawa mfalme baada yake.

Ahazia Mfalme Wa Yuda

25 Katika mwaka wa kumi na mbili wa utawala wa Yoramu mwana wa Ahabu mfalme wa Israeli, Ahazia mwana wa Yehoramu mfalme wa Yuda alianza kutawala. 26 Ahazia alikuwa na umri wa miaka ishirini na miwili alipoanza kutawala, naye akatawala katika Yerusalemu kwa mwaka mmoja. Mama yake aliitwa Athalia, mjukuu wa Omri mfalme wa Israeli. 27 Akaenenda katika njia za nyumba ya Ahabu, na kutenda maovu machoni pa Bwana, kama nyumba ya Ahabu ilivyokuwa imefanya, kwa kuwa alikuwa ameoa kutoka nyumba ya Ahabu.

28 Ahazia akaenda vitani na Yoramu mwana wa Ahabu kupigana na Hazaeli mfalme wa Aramu huko Ramoth-Gileadi. Waaramu wakamjeruhi Yoramu. 29 Hivyo Mfalme Yoramu akarudi Yezreeli ili apate kuuguza majeraha aliyojeruhiwa na Waaramu huko Ramothi[a] alipopigana na Hazaeli mfalme wa Aramu.

Ndipo Ahazia mwana wa Yehoramu mfalme wa Yuda akashuka kwenda Yezreeli kumtazama Yoramu mwana wa Ahabu, kwa sababu alikuwa amejeruhiwa.

Yehu Atiwa Mafuta Kuwa Mfalme

9 Nabii Elisha akamwita mtu mmoja kutoka kwa wana wa manabii na kumwambia, "Jikaze viuno, uichukue hii chupa ya mafuta, na uende Ramoth-Gileadi. 2 Ukifika huko, mtafute Yehu mwana wa Yehoshafati, mwana wa Nimshi. Enda kwake, umtenge na wenzake, na umpeleke katika chumba cha ndani. 3 Kisha chukua hii chupa na umimine mafuta juu ya kichwa chake, nawe utangaze, 'Hivi ndivyo asemavyo Bwana: Ninakutia mafuta uwe mfalme juu ya Israeli.' Kisha ufungue mlango na ukimbie; usikawie!"

4 Basi yule kijana nabii akaenda Ramoth-Gileadi. 5 Wakati alipofika, akawakuta maafisa wa jeshi wameketi pamoja, akasema, "Nina ujumbe wako, ee jemadari."

Yehu akauliza, "Kwa yupi miongoni mwetu?"

Akamjibu, "Kwako wewe, jemadari."

6 Yehu akainuka na kuingia ndani ya nyumba. Ndipo yule nabii akamimina mafuta juu ya kichwa cha Yehu na kutangaza, "Hivi ndivyo asemavyo Bwana, Mungu wa Israeli: 'Ninakutia mafuta uwe mfalme juu ya watu wa Bwana, yaani Israeli. 7 Inakupasa uiangamize nyumba ya bwana wako Ahabu, nami nitalipiza kisasi cha damu ya watumishi wangu manabii na damu ya watumishi wote wa Bwana iliyomwagwa na Yezebeli. 8 Nyumba yote ya Ahabu itaangamia. Nitamkatilia mbali kila mzaliwa wa kiume wa Ahabu katika Israeli, aliye mtumwa ama aliye huru. 9 Nitaifanya nyumba ya Ahabu kuwa kama ile nyumba ya Yeroboamu mwana wa Nebati, na kama ile nyumba ya Baasha mwana wa Ahiya. 10 Kuhusu Yezebeli, mbwa watamla kwenye kiwanja huko Yezreeli, wala hakuna mtu atakayemzika.' " Kisha akafungua mlango na kukimbia.

11 Yehu alipotoka nje na kurudi kwenda kwa maafisa wenzake, mmoja wao akamuuliza, "Je, kila kitu ni salama? Kwa nini huyu mwenye wazimu alikuja kwako?"

Yehu akajibu, "Wewe unamfahamu huyo mtu, na aina ya mambo ambayo yeye husema."

12 Wakasema, "Hiyo siyo kweli! Tuambie."

Yehu akasema, "Haya ndiyo aliyoniambia: 'Hivi ndivyo asemavyo Bwana: Ninakutia mafuta uwe mfalme juu ya Israeli.' "

13 Wakaharakisha kuvua mavazi yao, na kuyatandaza chini ya Yehu ili akanyage juu kwenye ngazi ya nje. Kisha wakapiga tarumbeta na kupaza sauti wakisema, "Yehu ni mfalme!"

Yehu Anamuua Yoramu Na Ahazia

14 Basi Yehu mwana wa Yehoshafati, mwana wa Nimshi, akafanya shauri baya dhidi ya Yoramu. (Wakati huu, Yoramu na Israeli wote walikuwa wakiilinda Ramoth-Gileadi dhidi ya Hazaeli mfalme wa Aramu, 15 lakini Mfalme Yoramu alikuwa amerudishwa Yezreeli ili kujiuguza kutokana na majeraha ambayo Waaramu walimtia katika vita na Hazaeli mfalme wa Aramu.) Yehu akasema, "Kama hii ndiyo nia yenu, msimruhusu hata mmoja kutoroka nje ya mji kwenda kupeleka habari huko

---

[a]29 Yaani Rama kwa Kiebrania.

Yezreeli." 16 Ndipo Yehu akaingia katika gari lake la vita na kuendesha kwenda Yezreeli, kwa sababu Yoramu alikuwa amepumzika huko, na Ahazia mfalme wa Yuda alikuwa ameenda kumwona.

17 Mlinzi aliyesimama juu ya kinara cha Yezreeli alipoona askari wa Yehu wanakuja, akaita akisema, "Naona askari wanakuja."

Yoramu akaamuru, "Mtwae mpanda farasi umtume akakutane nao na kuuliza, 'Je, mmekuja kwa amani?' "

18 Mpanda farasi akaondoka kwenda kukutana na Yehu na kusema, "Hivi ndivyo asemavyo mfalme: 'Je, mmekuja kwa amani?' "

Yehu akamjibu, "Una nini na amani? Unga msafara nyuma yangu."

Mlinzi akatoa habari, "Mjumbe amewafikia lakini harudi."

19 Basi mfalme akamtuma mpanda farasi wa pili. Wakati alipowafikia akasema, "Hivi ndivyo asemavyo mfalme, 'Je, mmekuja kwa amani?' "

Yehu akajibu, "Una nini na amani? Unga msafara nyuma yangu."

20 Yule mlinzi akatoa taarifa akasema, "Mjumbe amewafikia, lakini hata yeye harudi. Uendeshaji ule ni kama wa Yehu mwana wa Nimshi, anaendesha kama mwenye wazimu!"

21 Yoramu akaagiza, akasema, "Weka tayari gari langu la vita." Na baada ya gari kuwa tayari, Yoramu mfalme wa Israeli, na Ahazia mfalme wa Yuda, wakaondoka kila mmoja kwenye gari lake ili kukutana na Yehu. Walikutana naye katika shamba lililokuwa mali ya Nabothi, Myezreeli. 22 Yoramu alipomwona Yehu akauliza, "Je, Yehu, umekuja kwa amani?"

Yehu akajibu, "Kunawezaje kuwa na amani wakati ibada za sanamu na uchawi wa mama yako Yezebeli ungaliko?"

23 Yoramu akageuka nyuma na kukimbia, akimwambia Ahazia, "Huu ni uhaini, Ahazia!"

24 Kisha Yehu akatwaa upinde wake na kumchoma Yoramu katikati ya mabega. Mshale ukapenya kwenye moyo wake, naye akaanguka ghafula ndani ya gari lake. 25 Yehu akamwambia Bidkari, mwendeshaji wa gari lake, "Mwinue na umtupe katika shamba lililokuwa mali ya Nabothi, Myezreeli. Kumbuka jinsi mimi na wewe tulivyokuwa tukiendesha pamoja magari yetu nyuma ya Ahabu baba yake, wakati BWANA alipotoa unabii huu kumhusu: 26 'Jana niliona damu ya Nabothi na damu ya wanawe, nami kwa hakika nitakufanya uilipe juu ya shamba hili, asema BWANA.' Sasa basi, mwinue na umtupe juu ya kiwanja, kulingana na neno la BWANA."

27 Wakati Ahazia mfalme wa Yuda alipoona kilichotokea, akakimbia kupitia barabara ya Beth-Hagani. Yehu akamkimbiza akipaza sauti na kusema, "Muue naye pia!" Wakamjeruhi katika gari lake kwenye njia ielekeayo Guri karibu na Ibleamu, lakini akatorokea Megido na akafia huko. 28 Watumishi wake wakambeba kwa gari la vita na kumpeleka Yerusalemu, wakamzika pamoja na baba zake kwenye kaburi lake katika Mji wa Daudi. 29 (Katika mwaka wa kumi na moja wa Yoramu mwana wa Ahabu, Ahazia alianza kutawala katika Yuda.)

Yezebeli Auawa

30 Kisha Yehu akaenda Yezreeli. Yezebeli aliposikia habari hii, akayapaka macho yake rangi, akatengeneza nywele zake na kutazama nje dirishani. 31 Yehu alipokuwa akiingia langoni, Yezebeli akasema, "Je, umekuja kwa amani, Zimri, wewe muuaji wa bwana wako?"

32 Yehu akaangalia juu dirishani na kuita, "Je, ni nani aliye upande wangu? Ni nani?" Matowashi wawili au watatu wakamtazama. 33 Yehu akasema, "Mtupeni huyo mwanamke chini!" Kwa hiyo wakamtupa chini, nayo baadhi ya damu yake ikatapanyika ukutani na nyingine juu ya farasi walipokuwa wakimkanyaga kwa miguu yao.

34 Yehu akaingia ndani, akala na akanywa. Akasema, "Mshughulikieni huyo mwanamke aliyelaaniwa. Mzikeni, kwa sababu alikuwa binti wa mfalme." 35 Lakini walipotoka kwenda kumzika, hawakukuta kitu chochote isipokuwa fuvu la kichwa, miguu yake na mikono. 36 Wakarudi na kumwambia Yehu, ambaye alisema, "Hili ndilo neno la BWANA alilosema kupitia kinywa cha mtumishi wake Eliya Mtishbi, kwamba: Katika kiwanja cha Yezreeli, mbwa wataikula nyama ya Yezebeli. 37 Maiti ya Yezebeli itakuwa kama mavi shambani katika uwanja wa Yezreeli, kwamba hakutakuwepo mtu atakayeweza kusema, 'Huyu ndiye Yezebeli.' "

Jamii Ya Ahabu Yauawa

10 Wakati huu katika Samaria walikuwepo wana sabini wa nyumba ya Ahabu. Kwa hiyo Yehu akaandika barua na kuzituma Samaria: kwa maafisa wa Yezreeli, kwa wazee, na kwa walezi wa watoto wa Ahabu. Akasema, 2 "Mara tu barua hii itakapokufikia, kwa kuwa wana wa bwana wako wapo pamoja nawe, nawe una magari ya vita na farasi, mji wenye ngome na silaha, 3 mchague mwenye uwezo zaidi kati ya wana wa bwana wako, na umweke juu ya kiti cha enzi cha baba yake. Kisha upigane kwa ajili ya nyumba ya bwana wako."

4 Lakini wakaogopa sana na kusema, "Ikiwa wafalme wawili hawakuweza kupambana na Yehu, sisi tutawezaje?"

5 Basi msimamizi wa jumba la mfalme, mtawala wa mji, na wazee na walezi wakatuma ujumbe huu kwa Yehu: "Sisi tu watumishi wako, na tutafanya kila kitu utakachosema. Hatutamteuwa mtu yeyote kuwa mfalme. Wewe fanya uonalo kuwa ni bora."

6 Kisha Yehu akawaandikia barua ya pili, akisema, "Ikiwa ninyi mko upande wangu na mtanitii mimi, twaeni vichwa vya wana wa bwana wenu, na mnijie huku Yezreeli kesho wakati kama huu."

Wakati huo wana sabini wa mfalme walikuwa wakiishi pamoja na viongozi wa mji wa Samaria, waliokuwa wakiwalea. 7 Hiyo barua ilipowafikia, watu hawa wakawachukua wale wana sabini wa mfalme na kuwachinja wote. Wakaweka vichwa vyao ndani ya makapu na kumpelekea Yehu huko Yezreeli. 8 Mjumbe alipofika, akamwambia Yehu, "Wameleta vichwa vya wana wa mfalme."

Ndipo Yehu akaagiza, "Viwekeni malundo mawili katika ingilio la lango la mji mpaka asubuhi."

9 Asubuhi yake, Yehu akatoka nje. Akasimama
mbele ya watu wote na akasema, "Hamna hatia.
Ni mimi niliyefanya shauri baya dhidi ya bwana
wangu na kumuua, lakini ni nani aliyewaua wote
hawa? 10 Fahamuni basi kwamba, hakuna neno
ambalo BWANA amesema dhidi ya nyumba ya
Ahabu ambalo halitatimia. BWANA amefanya lile
aliloahidi kupitia mtumishi wake Eliya." 11 Hivyo
Yehu akaua kila mtu huko Yezreeli aliyekuwa
amebaki wa nyumba ya Ahabu, ikiwa ni pamoja na
wakuu wake, rafiki zake wa karibu, na makuhani
wake. Hakuacha yeyote anusurike.

12 Kisha Yehu akaondoka kuelekea Samaria.
Alipokuwa njiani karibu na nyumba ya kukatia
manyoya ya kondoo, yaani, Beth-Ekedi ya wachu-
nga kondoo, 13 Yehu akakutana na watu wa jamaa ya
Ahazia mfalme wa Yuda, akauliza, "Ninyi ni nani?"

Wao wakasema, "Sisi ni jamaa ya Ahazia, nasi
tumeshuka kuwasalimu jamaa ya mfalme na ya
mama malkia."

14 Yehu akaagiza, "Wakamateni wakiwa hai!" Kwa
hiyo wakawachukua wakiwa hai, watu arobaini
na wawili, na kuwachinja kando ya kisima cha
Beth-Ekedi. Hakuacha yeyote anusurike.

15 Baada ya kuondoka hapo, alimkuta Yeho-
nadabu mwana wa Rekabu, aliyekuwa akienda
kumlaki. Yehu akamsalimu na kusema, "Je, moyo
wako ni mnyofu kwangu kama moyo wangu ulivyo
kwako?"

Yehonadabu akajibu, "Ndiyo."

Yehu akasema, "Kama ndivyo, nipe mkono
wako." Yeye akampa mkono, naye Yehu akampa-
ndisha kwenye gari lake la vita. 16 Yehu akasema,
"Twende pamoja ukaone wivu wangu kwa ajili ya
BWANA." Hivyo wakasafiri pamoja kwenye gari lake.

17 Yehu alipofika Samaria, akawaua wale wote
waliokuwa wamesalia wa jamaa ya Ahabu, akawaa-
ngamiza, sawasawa na neno la BWANA alilosema
kupitia Eliya.

Watumishi Wa Baali Wauawa

18 Kisha Yehu akawaleta watu wote pamoja na
kuwaambia, "Ahabu alimtumikia Baali kidogo.
Lakini Yehu atamtumikia zaidi. 19 Sasa waiteni
manabii wote wa Baali, watumishi wake wote
na makuhani wake wote. Hakikisheni kwamba
hakuna hata mmoja atakayekosekana, kwa sababu
ninakwenda kutoa kafara kubwa sana kwa Baali.
Yeyote atakayeshindwa kuja hataendelea kuishi."
Lakini Yehu alifanya hivyo kwa hila ili apate kuwaa-
ngamiza watumishi wote wa Baali.

20 Yehu akasema, "Itisheni kusanyiko kwa
heshima ya Baali." Basi wakatangaza jambo hilo.
21 Kisha Yehu akapeleka ujumbe katika Israeli yote,
nao watumishi wote wa Baali wakaja, hakuna hata
mmoja ambaye hakufika. Wakasongana ndani ya
hekalu la Baali hadi likajaa tangu mlango hadi
mwisho wake. 22 Naye Yehu akamwambia yule
aliyekuwa mtunza chumba cha mavazi, "Leta
majoho kwa ajili ya watumishi wote wa Baali."
Basi akawaletea majoho.

23 Kisha Yehu na Yehonadabu mwana wa Rekabu
wakaingia ndani ya hekalu la Baali. Yehu akawaa-
mbia watumishi wa Baali, "Tazameni kila mahali
mhakikishe kwamba hakuna hata mtumishi
mmoja wa BWANA aliye hapa pamoja nanyi, ila
ni watumishi wa Baali tu." 24 Kwa hiyo wakaingia
ndani ili kutoa kafara na sadaka ya kuteketezwa.
Wakati huu, Yehu alikuwa amewaweka watu wake
themanini akiwa amewapa onyo kwamba, "Ikiwa
mmoja wenu atamwachia mtu yeyote ninaye-
mweka mikononi mwake atoroke, itakuwa uhai
wako kwa uhai wake."

25 Mara baada ya Yehu kutoa sadaka ya kuteke-
tezwa, akawaamuru walinzi na maafisa: "Ingieni
ndani, waueni; asitoroke hata mmoja." Basi
wakawakatakata kwa upanga. Walinzi na maafisa
wakazitupa zile maiti nje, kisha wakaingia mahali
pa ndani pa kuabudia miungu katika hekalu la
Baali. 26 Wakaileta ile nguzo ya kuabudiwa nje ya
hekalu la Baali, na wakaichoma moto. 27 Wakabo-
moa ile nguzo ya kuabudiwa ya Baali pamoja na
hekalu la Baali, nao watu wakapafanya kuwa choo
hadi leo.

28 Kwa hiyo Yehu akaangamiza kuabudiwa kwa
Baali katika Israeli. 29 Hata hivyo, Yehu hakuziacha
dhambi za Yeroboamu mwana wa Nebati, ambazo
alikuwa amesababisha Israeli kuzitenda, yaani
kuabudu ndama za dhahabu huko Betheli ya Dani.

30 BWANA akamwambia Yehu, "Kwa kuwa ume-
fanya vyema kwa kutimiza yaliyo sawa machoni
pangu, na umetenda kwa nyumba ya Ahabu yale
yote niliyokuwa nimekusudia kutenda, wazao
wako wataketi juu ya kiti cha enzi cha Israeli hadi
kizazi cha nne." 31 Lakini Yehu hakuwa mwangalifu
kushika sheria za BWANA, Mungu wa Israeli, kwa
moyo wake wote. Hakuziacha dhambi za Yero-
boamu, ambazo alikuwa amesababisha Israeli
kuzitenda.

32 Katika siku hizo, BWANA akaanza kupunguza
ukubwa wa Israeli. Hazaeli akawashinda Waisraeli
sehemu zote za nchi yao 33 mashariki ya Yordani,
katika nchi yote ya Gileadi (eneo la Gadi, Reubeni
na Manase), kutoka Aroeri karibu na Bonde la
Arnoni kupitia Gileadi hadi Bashani.

34 Kwa matukio mengine ya utawala wa Yehu,
yote aliyofanya na mafanikio yake yote, je, haya-
kuandikwa katika kitabu cha kumbukumbu za
wafalme wa Israeli?

35 Yehu akalala pamoja na baba zake, naye aka-
zikwa huko Samaria. Naye Yehoahazi mwanawe
akawa mfalme baada yake. 36 Muda Yehu aliotawala
juu ya Israeli huko Samaria ilikuwa miaka ishirini
na minane.

Athalia Na Yoashi

11 Wakati Athalia mamaye Ahazia alipoona kuwa
mwanawe amekufa, akainuka na kuiangamiza
jamaa yote ya mfalme. 2 Lakini Yehosheba, binti wa
Mfalme Yehoramu, aliyekuwa pia dada yake Aha-
zia, akamtwaa Yoashi mwana wa Ahazia kwa siri
kutoka miongoni mwa wana wa mfalme waliokuwa
karibu kuuawa. Akamweka Yoashi pamoja na yaya
wake ndani ya chumba cha kulala na kumficha
humo ili Athalia asimwone; kwa hiyo hakuuawa.
3 Alibaki amefichwa pamoja na yaya wake katika
Hekalu la BWANA kwa muda wa miaka sita wakati
Athalia alikuwa akitawala nchi.

4 Katika mwaka wa saba, Yehoyada akatumania wakuu wa vikundi vya mamia, na Wakari,[a] na walinzi, nao wakaletwa kwake katika Hekalu la BWANA. Alifanya agano nao na kuwaapisha katika Hekalu la BWANA. Ndipo akawaonyesha mwana wa mfalme. 5 Akawaamuru akisema, "Hivi ndivyo iwapasavyo kufanya: Ninyi ambao mko makundi matatu mnaoingia zamu siku ya Sabato, theluthi yenu inayolinda jumba la kifalme, 6 theluthi nyingine Lango la Suri, na theluthi nyingine lango lililo nyuma ya walinzi, ambao hupeana zamu kulinda Hekalu, 7 nanyi ambao mko katika makundi mengine mawili ambao kwa kawaida hupumzika Sabato, wote mtalinda Hekalu kwa ajili ya mfalme. 8 Jipangeni kumzunguka mfalme, kila mtu akiwa na silaha yake mkononi. Yeyote anayesogelea safu zenu lazima auawe. Kaeni karibu na mfalme popote aendapo."

9 Wakuu wa vikosi vya mamia wakafanya kama vile kuhani Yehoyada aliagiza. Kila mmoja akawachukua watu wake, wale waliokuwa wakiingia zamu siku ya Sabato na wale waliokuwa wakienda mapumziko, nao wakaja kwa kuhani Yehoyada. 10 Ndipo akawapa wale wakuu mikuki na ngao zilizokuwa za Mfalme Daudi, zilizokuwa ndani ya Hekalu la BWANA. 11 Wale walinzi, kila mmoja akiwa na silaha yake mkononi mwake, wakajipanga kumzunguka mfalme, karibu na madhabahu na Hekalu, kuanzia upande wa kusini hadi upande wa kaskazini mwa Hekalu.

12 Yehoyada akamtoa mwana wa mfalme na kumvika taji, akampa nakala ya agano, na kumtangaza kuwa mfalme. Wakamtia mafuta, nao watu wakapiga makofi na kupaza sauti, wakisema, "Mfalme aishi maisha marefu!"

13 Athalia aliposikia kelele iliyofanywa na walinzi pamoja na watu, akawaendea watu pale penye Hekalu la BWANA. 14 Akaangalia, na tazama alikuwako mfalme, akiwa amesimama karibu na nguzo, kama ilivyokuwa desturi. Maafisa na wapiga tarumbeta walikuwa pembeni mwa mfalme, nao watu wote wa nchi walikuwa wakifurahi na kupiga tarumbeta. Ndipo Athalia akararua mavazi yake na kulia, "Uhaini! Uhaini!"

15 Kuhani Yehoyada akawaagiza majemadari wa vikosi vya mamia, waliokuwa viongozi wa jeshi, "Mleteni nje kati ya safu, na mkamuue kwa upanga yeyote anayemfuata." Kwa kuwa kuhani alikuwa amesema, "Hatauawa ndani ya Hekalu la BWANA." 16 Basi wakamkamata Athalia, na alipofika mahali ambapo farasi huingilia katika viwanja vya jumba la mfalme, wakamuulia hapo.

17 Kisha Yehoyada akafanya agano kati ya BWANA na mfalme na watu kwamba watakuwa watu wa BWANA. Akafanya pia agano kati ya mfalme na watu. 18 Watu wote wa nchi wakaenda kwenye hekalu la Baali na kulibomoa. Wakavunjavunja madhabahu na sanamu, na kumuua Matani kuhani wa Baali mbele ya hayo madhabahu.

Kisha Yehoyada kuhani akawaweka walinzi kwenye Hekalu la BWANA. 19 Pamoja naye akawachukua majemadari wa mamia, Wakari, walinzi na watu wote wa nchi, nao kwa pamoja wakamteremsha mfalme kutoka Hekalu la BWANA na kwenda kwenye jumba la mfalme, wakiingilia njia ya lango la walinzi. Ndipo mfalme akachukua nafasi yake kwenye kiti cha enzi, 20 nao watu wote wa nchi wakafurahi. Mji ukatulia, kwa sababu Athalia alikuwa ameuawa kwa upanga nyumbani kwa mfalme.

21 Yoashi alikuwa na umri wa miaka saba alipoanza kutawala.

Yoashi Anakarabati Hekalu

12 Katika mwaka wa saba wa utawala wa Yehu, Yoashi alianza kutawala, naye akatawala huko Yerusalemu miaka arobaini. Jina la mama yake aliitwa Sibia, kutoka Beer-Sheba. 2 Yoashi akafanya yaliyo mema machoni pa BWANA miaka yote ambayo Yehoyada kuhani alikuwa akimwelekeza. 3 Hata hivyo mahali pa juu pa kuabudia hapakuondolewa. Watu waliendelea kutoa kafara na kufukiza uvumba huko.

4 Yoashi akawaambia makuhani, "Kusanyeni fedha zote ambazo zitaletwa kama sadaka takatifu kwenye Hekalu la BWANA, yaani fedha zilizokusanywa kama kodi, fedha zilizopokelewa kutokana na nadhiri za watu binafsi, na fedha zilizoletwa kwa hiari hekaluni. 5 Kila kuhani na apokee fedha kutoka kwa mmoja wa watunza hazina, nazo zitumike kukarabati uharibifu wowote unaoonekana katika Hekalu."

6 Lakini ikawa kufikia mwaka wa ishirini na tatu wa utawala wake Mfalme Yoashi, makuhani walikuwa bado hawajalikarabati Hekalu. 7 Kwa hiyo Mfalme Yoashi akamwita Yehoyada kuhani na makuhani wengine, akawauliza, "Kwa nini hamtengenezi uharibifu uliofanyika hekaluni? Msichukue fedha zaidi kutoka kwa watunza hazina wenu kwa ajili ya matumizi yenu, lakini kuanzia sasa ni lazima fedha yote itumike kwa ajili ya kukarabati Hekalu." 8 Makuhani wakakubali kuwa hawatakusanya tena fedha kutoka kwa watu na kwamba hawatakarabati Hekalu wenyewe.

9 Yehoyada kuhani akachukua kisanduku na akatoboa tundu kwenye kifuniko chake. Akakiweka kando ya madhabahu upande wa kulia unapoingia hekaluni mwa BWANA. Makuhani waliolinda ingilio wakaweka ndani ya kisanduku fedha zote ambazo ziliimletwa katika Hekalu la BWANA. 10 Kila mara walipoona kuwa kuna kiasi kikubwa cha fedha ndani ya kisanduku, mwandishi wa mfalme na kuhani mkuu walikuja, wakazihesabu fedha hizo zilizoletwa katika Hekalu la BWANA, na kuziweka katika mifuko. 11 Wakiisha kuthibitisha kiasi cha hizo fedha, waliwapa watu walioteuliwa kusimamia kazi katika Hekalu. Kwa fedha hizo, wakawalipa wale watu waliofanya kazi katika Hekalu la BWANA: yaani, maseremala na wajenzi, 12 waashi na wakata mawe. Walinunua mbao na mawe ya kuchongwa kwa ajili ya ukarabati wa Hekalu la BWANA, na kulipia gharama nyingine zote za kulitengeneza.

13 Fedha zilizoletwa kwenye Hekalu hazikutumiwa kutengenezea masinia ya fedha, mikasi ya kusawazishia tambi, mabakuli ya kunyunyizia, tarumbeta wala vyombo vingine vyovyote vya

[a]4 Yaani Wakerethi (ona 1Sam 30:14; Eze 25:16; Sef 2:5, 6).

dhahabu au fedha kwa ajili ya Hekalu la Bwana; 14 zililipwa kwa wafanyakazi, ambao walizitumia kwa kukarabati Hekalu. 15 Wao hawakudai kupewa hesabu ya fedha kutoka kwa wale waliowapa ili kuwalipa wafanyakazi, kwa sababu walifanya kwa uaminifu wote. 16 Fedha zilizopatikana kutokana na sadaka za hatia na sadaka za dhambi hazikuletwa katika Hekalu la Bwana; zilikuwa mali ya makuhani.

17 Wakati huu Hazaeli mfalme wa Aramu akapanda kuishambulia Gathi, akaiteka. Kisha akageuka ili kuishambulia Yerusalemu. 18 Lakini Yoashi mfalme wa Yuda akavichukua vyombo vyote vitakatifu vilivyowekwa wakfu na baba zake, yaani Yehoshafati, Yehoramu na Ahazia, wafalme wa Yuda, zawadi ambazo yeye mwenyewe alikuwa ameziweka wakfu pamoja na dhahabu yote iliyokutwa katika hazina za Hekalu la Bwana na katika jumba la kifalme, akazipeleka kwa Hazaeli mfalme wa Aramu, ambaye hatimaye aliondoka Yerusalemu.

19 Kwa matukio mengine ya utawala wa Yoashi na yote aliyoyafanya, je, hayakuandikwa katika kitabu cha kumbukumbu za wafalme wa Yuda? 20 Maafisa wake wakafanya shauri baya dhidi yake, nao wakamuulia Yoashi huko Beth-Milo, kwenye barabara iteremkayo kuelekea Sila. 21 Maafisa waliomuua walikuwa Yozabadi mwana wa Shimeathi, na Yehozabadi mwana wa Shomeri. Akafa na akazikwa pamoja na baba zake katika Mji wa Daudi. Naye Amazia mwanawe akawa mfalme baada yake.

Yehoahazi Mfalme Wa Israeli

13 Katika mwaka wa ishirini na tatu wa utawala wa Yoashi mwana wa Ahazia mfalme wa Yuda, Yehoahazi mwana wa Yehu alianza kutawala Israeli katika Samaria, naye akatawala miaka kumi na saba. 2 Akafanya maovu machoni pa Bwana kwa kufuata dhambi za Yeroboamu mwana wa Nebati, ambazo alikuwa amesababisha Israeli kuzitenda, na wala hakuziacha. 3 Kwa hiyo hasira ya Bwana ikawaka dhidi ya Israeli na kwa muda mrefu akawaweka chini ya utawala wa Hazaeli mfalme wa Aramu, na Ben-Hadadi mwanawe.

4 Ndipo Yehoahazi akamsihi Bwana rehema, naye Bwana akamsikiliza, kwa maana aliona jinsi mfalme wa Aramu alivyokuwa akiwatesa Israeli vikali. 5 Bwana akamtoa mwokozi kwa ajili ya Israeli, nao wakaokoka kutoka kwenye mamlaka ya Aramu. Hivyo Waisraeli wakaishi katika nyumba zao wenyewe kama ilivyokuwa hapo awali. 6 Lakini hawakuziacha dhambi za nyumba ya Yeroboamu, ambazo alisababisha Israeli kuzitenda, bali wakaendelea kuzitenda. Nguzo ya Ashera pia iliendelea kusimama katika Samaria.

7 Hapakubaki kitu chochote katika jeshi la Yehoahazi isipokuwa wapanda farasi hamsini, magari kumi ya vita na askari wa miguu elfu kumi, kwa kuwa mfalme wa Aramu alikuwa amewaangamiza hao wengine na kuwafanya kama mavumbi wakati wa kupura nafaka.

8 Matukio mengine ya utawala wa Yehoahazi yote aliyoyafanya na mafanikio yake, je, hayakuandikwa katika kitabu cha kumbukumbu za wafalme wa Israeli? 9 Yehoahazi akalala pamoja na baba zake, akazikwa huko Samaria. Naye Yehoashi[a] mwanawe akawa mfalme baada yake.

Yehoashi Mfalme Wa Israeli

10 Katika mwaka wa thelathini na saba wa utawala wa Yoashi mfalme wa Yuda, Yehoashi mwana wa Yehoahazi alianza kutawala Israeli huko Samaria, naye akatawala miaka kumi na sita. 11 Alifanya maovu machoni pa Bwana, na hakuacha dhambi yoyote kati ya zile za Yeroboamu mwana wa Nebati ambazo alikuwa amesababisha Israeli kuzitenda, bali aliendelea kuzitenda.

12 Na kwa matukio mengine ya utawala wa Yehoashi, yote aliyoyafanya na mafanikio yake, pamoja na vita yake dhidi ya Amazia mfalme wa Yuda, je, hayakuandikwa katika kitabu cha kumbukumbu za wafalme wa Israeli? 13 Yehoashi akalala pamoja na baba zake, akazikwa Samaria pamoja na wafalme wa Israeli. Yeroboamu akawa mfalme baada yake.

14 Wakati huu, Elisha alikuwa anaumwa na ugonjwa ambao baadaye ulimuua. Yehoashi mfalme wa Israeli akashuka kwenda kumwona na kumlilia. Akalia, "Baba yangu! Baba yangu! Magari ya vita ya Israeli na wapanda farasi wake!"

15 Elisha akasema, "Leta upinde na baadhi ya mishale," naye mfalme akafanya hivyo. 16 Elisha akamwambia mfalme wa Israeli, "Shika upinde mikononi mwako." Alipokwisha kuichukua, Elisha akaweka mikono yake juu ya mikono ya mfalme.

17 Elisha akasema, "Fungua dirisha la mashariki," naye akalifungua. Elisha akasema, "Piga mshale!" Naye akapiga mshale. Elisha akasema, "Mshale wa ushindi wa Bwana, mshale wa ushindi juu ya Aramu! Utawaangamiza Waaramu kabisa huko Afeki." 18 Kisha akasema, "Chukua mishale," naye mfalme akaichukua. Elisha akamwambia, "Piga ardhi kwa hiyo mishale." Akaipiga mara tatu, halafu akaacha.

19 Mtu wa Mungu akamkasirikia na akasema, "Ungepiga chini mara tano au sita, ndipo ungeishinda Aramu na kuiangamiza kabisa. Lakini sasa utaishinda mara tatu tu."

20 Elisha akafa, nao wakamzika.

Vikosi vya Wamoabu vilikuwa vinashambulia nchi kwa vita kila mwaka wakati wa vuli. 21 Ikawa Waisraeli fulani walipokuwa wanamzika mtu, ghafula wakaona kikosi cha washambuliaji, basi wakaitupa ile maiti ya yule mtu ndani ya kaburi la Elisha. Wakati ile maiti ilipogusa mifupa ya Elisha, yule mtu akafufuka na kusimama kwa miguu yake.

22 Hazaeli mfalme wa Aramu aliwatesa Israeli wakati wote wa utawala wa Yehoahazi. 23 Lakini Bwana akawarehemu na akawahurumia, akaonyesha kujishughulisha nao kwa sababu ya Agano lake na Abrahamu, Isaki na Yakobo. Hadi leo, hajawaangamiza wala kuwafukuza mbele zake.

24 Hazaeli mfalme wa Shamu akafa, naye Ben-Hadadi mwanawe akawa mfalme baada yake. 25 Kisha Yehoashi mwana wa Yehoahazi akateka tena kutoka kwa Ben-Hadadi mwana wa Hazaeli ile miji aliyokuwa ameitwaa kwa vita kutoka kwa baba

[a]9 Yehoashi ni namna nyingine ya kutaja jina la Yoashi.

yake Yehoahazi. Yehoashi alimshinda mara tatu,
hivyo akaweza kuiteka tena ile miji ya Waisraeli.

Amazia Mfalme Wa Yuda

14 Katika mwaka wa pili wa utawala wa Yehoa-
shi mwana wa Yehoahazi mfalme wa Israeli,
Amazia mwana wa Yoashi mfalme wa Yuda alianza
kutawala. 2 Alikuwa na umri wa miaka ishirini na
mitano alipoanza kutawala, naye akatawala huko
Yerusalemu kwa miaka ishirini na tisa. Mama yake
aliitwa Yehoadani, kutoka Yerusalemu. 3 Akatenda
yaliyo mema machoni pa Bwana, lakini sio kama
Daudi baba yake alivyokuwa amefanya. Katika kila
kitu alifuata mfano wa Yoashi baba yake.
4 Hata hivyo mahali pa juu pa kuabudia hapa-
kuondolewa. Watu waliendelea kutoa kafara na
kufukiza uvumba huko.
5 Baada ya ufalme kuimarika mikononi mwake,
aliwaua maafisa waliomuua mfalme baba yake.
6 Hata hivyo, hakuwaua wana wa wale wauaji, sawa-
sawa na ilivyoandikwa katika Kitabu cha Sheria ya
Mose ambako Bwana aliamuru, "Baba hawatauawa
kwa ajili ya watoto wao, wala watoto kwa ajili ya
baba zao. Kila mmoja atakufa kwa ajili ya dhambi
zake mwenyewe."
7 Ndiye aliwashinda Waedomu elfu kumi katika
Bonde la Chumvi, na akauteka Sela katika vita,
naye akauita Yoktheeli, jina ambalo mji huo unalo
hadi leo.
8 Kisha Amazia akatuma wajumbe kwa Yehoashi
mwana wa Yehoahazi, mwana wa Yehu, mfalme
wa Israeli, akisema, "Njoo, tuonane uso kwa uso."
9 Lakini Yehoashi mfalme wa Israeli akamjibu
Amazia mfalme wa Yuda: "Mbaruti uliokuwa
Lebanoni ulituma ujumbe kwa mwerezi uliokuwa
Lebanoni, 'Mtoe binti yako aolewe na mwanangu.'
Kisha mnyama wa mwituni aliyekuwa Lebanoni
akaja na kuukanyaga ule mbaruti. 10 Hakika umei-
shinda Edomu, na sasa unajivuna. Jisifu katika
ushindi wako, lakini kaa nyumbani kwako! Kwa
nini unachokoza na kujiletea anguko lako mwe-
nyewe na la Yuda pia?"
11 Hata hivyo, Amazia hakusikia, hivyo Yehoashi
mfalme wa Israeli akashambulia. Yeye na Amazia
mfalme wa Yuda wakakutana uso kwa uso huko
Beth-Shemeshi katika Yuda. 12 Yuda ikashindwa na
Israeli, na kila mtu akakimbilia nyumbani kwake.
13 Yehoashi mfalme wa Israeli akamteka Amazia
mfalme wa Yuda, mwana wa Yoashi, mwana wa
Ahazia, huko Beth-Shemeshi. Kisha Yehoashi
akaenda Yerusalemu na kuubomoa ukuta wa
Yerusalemu kuanzia Lango la Efraimu hadi Lango
la Pembeni, sehemu yenye urefu wa kama dhiraa
400.[a] 14 Akachukua dhahabu yote na fedha na
vyombo vyote vilivyopatikana ndani ya Hekalu
la Bwana na katika hazina zote za jumba la mfalme.
Akachukua pia mateka na akarudi Samaria.
15 Matukio mengine ya utawala wa Yehoashi,
aliyoyafanya na mafanikio yake, pamoja na vita
vyake dhidi ya Amazia mfalme wa Yuda, je, haya-
kuandikwa katika kitabu cha kumbukumbu za
wafalme wa Israeli? 16 Yehoashi akalala pamoja
na baba zake, akazikwa Samaria pamoja na wafa-
lme wa Israeli, naye Yeroboamu mwanawe akawa
mfalme baada yake.
17 Amazia mwana wa Yoashi mfalme wa Yuda
aliishi miaka kumi na mitano baada ya kifo cha
Yehoashi mwana wa Yehoahazi mfalme wa Israeli.
18 Matukio mengine ya utawala wa Amazia, je,
hayakuandikwa katika kitabu cha kumbukumbu
za wafalme wa Yuda?
19 Wakafanya shauri baya dhidi ya Amazia huko
Yerusalemu, naye akakimbilia Lakishi, lakini
wakawatuma watu wamfuatilie huko Lakishi, nao
wakamuulia huko. 20 Akarudishwa kwa farasi na
akazikwa huko Yerusalemu pamoja na baba zake
katika Mji wa Daudi.
21 Kisha watu wote wa Yuda wakamchukua Aza-
ria[b] aliyekuwa na umri wa miaka kumi na sita, na
kumfanya mfalme mahali pa baba yake Amazia.
22 Ndiye aliijenga tena Elathi na kuirudisha kwa
Yuda baada ya Amazia kulala pamoja na baba zake.

Yeroboamu Wa Pili Mfalme Wa Israeli

23 Katika mwaka wa kumi na tano wa utawala
wa Amazia mwana wa Yoashi mfalme wa Yuda,
Yeroboamu mwana wa Yehoashi mfalme wa Israeli
alianza kutawala huko Samaria, naye akatawala
kwa miaka arobaini na mmoja. 24 Akafanya maovu
machoni pa Bwana, na hakuacha dhambi hata
moja ya Yeroboamu mwana wa Nebati, ambazo
alikuwa amesababisha Israeli kuzitenda. 25 Ndiye
alirudishia mipaka ya Israeli kuanzia Lebo-Hama-
thi hadi Bahari ya Araba, sawasawa na neno la
Bwana, Mungu wa Israeli, lililosemwa kupitia
mtumishi wake Yona mwana wa Amitai, nabii
kutoka Gath-Heferi.
26 Bwana alikuwa ameona jinsi kila mmoja katika
Israeli, awe mtumwa au aliye huru, alivyoteseka
kwa uchungu; hapakuwepo na yeyote wa kuwa-
saidia. 27 Kwa kuwa Bwana alikuwa hajasema kuwa
atafuta jina la Israeli chini ya mbingu, akawaokoa
kwa mkono wa Yeroboamu mwana wa Yehoashi.
28 Kwa matukio mengine ya utawala wa Yero-
boamu, yote aliyoyafanya na mafanikio yake ya
kijeshi, ikiwa ni pamoja na jinsi alivyorudisha
Dameski na Hamathi kwa Israeli, ambayo ilikuwa
mali ya Yuda, je, hayakuandikwa katika kitabu cha
kumbukumbu za wafalme wa Israeli? 29 Yeroboamu
akalala pamoja na baba zake, wafalme wa Israeli.
Naye Zekaria mwanawe akawa mfalme baada yake.

Azaria Mfalme Wa Yuda

15 Katika mwaka wa ishirini na saba wa utawala
wa Yeroboamu mfalme wa Israeli, Azaria
mwana wa Amazia mfalme wa Yuda alianza
kutawala. 2 Alikuwa na umri wa miaka kumi na
sita alipoanza kutawala, naye akatawala huko
Yerusalemu kwa miaka hamsini na miwili. Mama
yake aliitwa Yekolia wa Yerusalemu. 3 Akatenda
yaliyo mema machoni pa Bwana, kama Amazia
baba yake alivyofanya. 4 Hata hivyo, mahali pa juu
pa kuabudia hapakuondolewa. Watu waliendelea
kutoa kafara na kufukiza uvumba huko.

---

[a]13 Dhiraa 400 ni sawa na mita 180.

[b]21 Azaria pia aliitwa Uzia.

5 BWANA akampiga mfalme kwa ukoma mpaka
siku aliyokufa, naye aliishi katika nyumba iliyo-
tengwa peke yake. Yothamu mwana wa mfalme
akawa msimamizi wa jumba la mfalme, na aka-
watawala watu wa nchi.
6 Matukio mengine ya utawala wa Azaria na yote
aliyoyafanya, je, hayakuandikwa katika kitabu cha
kumbukumbu za wafalme wa Yuda? 7 Azaria aka-
lala pamoja na baba zake, naye akazikwa karibu
nao katika Mji wa Daudi, na Yothamu mwanawe
akawa mfalme baada yake.

Zekaria Mfalme Wa Israeli

8 Katika mwaka wa thelathini na nane wa uta-
wala wa Azaria mfalme wa Yuda, Zekaria mwana
wa Yeroboamu akawa mfalme wa Israeli katika
Samaria, naye akatawala miezi sita. 9 Akafanya
maovu machoni pa BWANA, kama baba zake wali-
vyofanya. Hakuziacha dhambi za Yeroboamu
mwana wa Nebati ambazo alisababisha Israeli
kuzitenda.
10 Shalumu mwana wa Yabeshi akafanya shauri
baya dhidi ya Zekaria. Akamshambulia mbele
ya watu, akamuua na kuingia mahali pake kuwa
mfalme. 11 Matukio mengine ya utawala wa Zekaria
yameandikwa kwenye kitabu cha kumbukumbu
za wafalme wa Israeli. 12 Kwa hiyo neno la BWANA
lililonenwa kwa Yehu likatimia, kwamba, "Wazao
wako wataketi juu ya kiti cha enzi cha Israeli hadi
kizazi cha nne."

Shalumu Mfalme Wa Israeli

13 Shalumu mwana wa Yabeshi akawa mfalme
katika mwaka wa thelathini na tisa wa Uzia mfa-
lme wa Yuda, naye akatawala katika Samaria kwa
mwezi mmoja. 14 Kisha Menahemu mwana wa Gadi
akaenda kutoka Tirsa mpaka Samaria. Akamsha-
mbulia Shalumu mwana wa Yabeshi huko Samaria,
akamuua na kuingia mahali pake kuwa mfalme.
15 Matukio mengine ya utawala wa Shalumu, na
mauaji aliyoyafanya, yameandikwa katika kitabu
cha kumbukumbu za wafalme wa Israeli.
16 Wakati ule, akianzia Tirsa, Menahemu ali-
shambulia Tifsa na kila mtu ndani yake, na wale
waliokuwa maeneo jirani, kwa sababu walikataa
kufungua malango yao. Akaiangamiza Tifsa yote,
na kuwapasua matumbo wanawake wote wenye
mimba.

Menahemu Mfalme Wa Israeli

17 Katika mwaka wa thelathini na tisa wa utawala
wa Azaria mfalme wa Yuda, Menahemu mwana
wa Gadi akawa mfalme wa Israeli, akatawala huko
Samaria kwa miaka kumi. 18 Akatenda maovu
machoni pa BWANA. Katika wakati wa utawala
wake wote, hakuziacha dhambi za Yeroboamu
mwana wa Nebati ambazo alisababisha Israeli
kuzitenda.
19 Kisha Pulu mfalme wa Ashuru akaishambulia
Israeli. Menahemu mfalme wa Israeli akampa tala-
nta elfu moja za fedha[a] ili amsaidie na kumwezesha
katika utawala wake. 20 Menahemu akatoza fedha
hizi kwa nguvu kutoka kwa Israeli. Kila mtu tajiri
alilazimika kuchanga shekeli hamsini za fedha[b]
ambazo alipewa mfalme wa Ashuru. Basi mfalme
wa Ashuru akajiondoa na hakuendelea kuikalia
nchi.
21 Matukio mengine ya utawala wa Menahemu
na yote aliyoyafanya, je, hayakuandikwa katika
kitabu cha kumbukumbu za wafalme wa Israeli?
22 Menahemu akalala pamoja na baba zake. Naye
Pekahia mwanawe akawa mfalme baada yake.

Pekahia Mfalme Wa Israeli

23 Katika mwaka wa hamsini wa utawala wa
Azaria mfalme wa Yuda, Pekahia mwana wa
Menahemu akawa mfalme wa Israeli huko Sama-
ria, akatawala miaka miwili. 24 Pekahia akafanya
uovu machoni pa BWANA. Hakuziacha dhambi za
Yeroboamu mwana wa Nebati, ambazo alisababi-
sha Israeli kuzitenda. 25 Mmoja wa maafisa wake
wakuu, Peka mwana wa Remalia, akafanya shauri
baya dhidi yake. Akachukua watu hamsini wa
Gileadi pamoja naye, akamuua Pekahia, pamoja na
Argobu na Aria, katika ngome ya jumba la kifalme
huko Samaria. Kwa hiyo Peka akamuua Pekahia,
naye akaingia mahali pake kuwa mfalme.
26 Matukio mengine ya utawala wa Pekahia na
yote aliyoyafanya yameandikwa katika kitabu cha
kumbukumbu za wafalme wa Israeli.

Peka Mfalme Wa Israeli

27 Katika mwaka wa hamsini na mbili wa uta-
wala wa Azaria mfalme wa Yuda, Peka mwana wa
Remalia akawa mfalme wa Israeli huko Samaria,
naye alitawala miaka ishirini. 28 Akafanya maovu
machoni pa BWANA. Hakuziacha dhambi za Yero-
boamu mwana wa Nebati, ambazo alisababisha
Israeli kuzitenda.
29 Wakati wa utawala wa Peka mfalme wa Israeli,
Tiglath-Pileseri mfalme wa Ashuru alikuja na
kuteka Iyoni, Abel-Beth-Maaka, Yanoa, Kedeshi
na Hazori. Akateka miji ya Gileadi na Galilaya,
pamoja na nchi yote ya Naftali, na kuwahamishia
watu wote Ashuru. 30 Kisha Hoshea mwana wa
Ela akafanya shauri baya dhidi ya Peka mwana
wa Remalia. Akamshambulia na kumuua, kisha
akaingia mahali pake kuwa mfalme katika mwaka
wa ishirini wa Yothamu mwana wa Uzia.
31 Matukio mengine ya utawala wa Peka na yote
aliyoyafanya, je, hayakuandikwa katika kitabu cha
kumbukumbu za wafalme wa Israeli?

Yothamu Mfalme Wa Yuda

32 Katika mwaka wa pili wa utawala wa Peka
mwana wa Remalia mfalme wa Israeli, Yothamu
mwana wa Uzia mfalme wa Yuda alianza kutawala.
33 Alikuwa na miaka ishirini na mitano alipoanza
kutawala, naye akatawala huko Yerusalemu
miaka kumi na sita. Mama yake aliitwa Yerusha
binti Sadoki. 34 Akafanya yaliyo mema machoni
pa BWANA, kama Uzia baba yake alivyokuwa ame-
fanya. 35 Hata hivyo, mahali pa juu pa kuabudia
hapakuondolewa. Watu waliendelea kutoa kafara

---

[a]19 Talanta 1,000 za fedha ni sawa na tani 34.

[b]20 Shekeli 50 za fedha ni sawa na gramu 600.

na kufukiza uvumba huko. Yothamu akajenga upya
Lango la Juu la Hekalu la Bwana.
36 Matukio mengine ya utawala wa Yothamu na
yale aliyoyafanya, je, hayakuandikwa katika kitabu
cha kumbukumbu za wafalme wa Yuda? 37 (Katika
siku hizo, Bwana akaanza kuwatuma Resini mfa-
lme wa Aramu na Peka mwana wa Remalia dhidi ya
Yuda.) 38 Yothamu akalala na baba zake, akazikwa
pamoja nao katika Mji wa Daudi, mji wa baba zake.
Naye Ahazi mwanawe akawa mfalme baada yake.

Ahazi Mfalme Wa Yuda

16 Katika mwaka wa kumi na saba wa utawala
wa Peka mwana wa Remalia, Ahazi mwana
wa Yothamu mfalme wa Yuda alianza kutawala.
2 Ahazi alikuwa na miaka ishirini alipoanza kuta-
wala, akatawala huko Yerusalemu kwa miaka kumi
na sita. Tofauti na Daudi baba yake, hakufanya
yaliyo mema machoni pa Bwana, Mungu wake.
3 Akaenenda katika njia za wafalme wa Israeli, na
hata akamtoa mwanawe kafara katika moto, aki-
fuata njia za machukizo za mataifa ambayo Bwana
alikuwa ameyafukuza mbele ya Waisraeli. 4 Akatoa
kafara na kufukiza uvumba katika mahali pa juu
pa kuabudia miungu, juu ya vilima, na chini ya
kila mti uliotanda.
5 Kisha Resini mfalme wa Aramu na Peka mwana
wa Remalia mfalme wa Israeli wakaondoka kwenda
kupigana dhidi ya Yerusalemu na kumzunguka
Ahazi kwa jeshi, lakini hawakuweza kumshinda.
6 Wakati ule, Resini mfalme wa Aramu akaurudisha
Elathi kwa Aramu kwa kuwafukuza watu wa Yuda.
Kisha Waedomu wakahamia Elathi, nao wanaishi
huko mpaka leo.
7 Ahazi akatuma wajumbe kumwambia
Tiglath-Pileseri mfalme wa Ashuru kwamba, "Mimi
ni mtumishi na mtumwa wako. Njoo na uniokoe
kutoka mkononi mwa mfalme wa Aramu na wa
mfalme wa Israeli, ambao wananishambulia."
8 Naye Ahazi akachukua fedha na dhahabu zili-
zopatikana ndani ya Hekalu la Bwana na katika
hazina ya jumba la mfalme, na kuzituma kama
zawadi kwa mfalme wa Ashuru. 9 Mfalme wa
Ashuru akamwitikia kwa kushambulia Dameski
na kuiteka. Akawahamishia wenyeji wake huko
Kiri, na kumuua Resini.
10 Kisha Mfalme Ahazi akaenda Dameski kuku-
tana na Tiglath-Pileseri wa Ashuru. Akaona
madhabahu huko Dameski, naye akamtumia Uria
kuhani mchoro wa hayo madhabahu, pamoja na
maelezo ya mpango kamili wa ujenzi wake. 11 Kwa
hiyo Uria kuhani akajenga madhabahu kulingana
na mipango yote ambayo Mfalme Ahazi alikuwa
ameituma kutoka Dameski, na akamaliza ujenzi
kabla ya Mfalme Ahazi kurudi. 12 Mfalme alipo-
rudi kutoka Dameski na kuona hayo madhabahu,
akayasogelea na kutoa sadaka juu yake. 13 Akatoa
sadaka yake ya kuteketezwa na sadaka ya nafaka,
akamimina sadaka ya kinywaji na kunyunyi-
zia damu ya sadaka zake za amani juu ya hayo
madhabahu. 14 Mfalme Ahazi akayaondoa madha-
bahu ya zamani ya shaba kutoka hapo mbele ya
Hekalu la Bwana, yaliyokuwa yamesimama kati
ya ingilio la Hekalu na hayo madhabahu mapya,
naye akayaweka upande wa kaskazini mwa hayo
madhabahu mapya.
15 Ndipo Mfalme Ahazi akatoa amri zifuatazo
kwa Uria kuhani: "Juu ya hayo madhabahu kubwa
mapya, toa sadaka ya asubuhi ya kuteketezwa na
sadaka ya jioni ya nafaka, sadaka ya mfalme ya
kuteketezwa pamoja na sadaka yake ya nafaka,
sadaka ya kuteketezwa ya watu wote wa nchi,
pamoja na sadaka yao ya nafaka na sadaka yao ya
kinywaji. Unyunyize juu ya hayo madhabahu damu
yote ya sadaka za kuteketezwa na dhabihu. Lakini
mimi nitatumia hayo madhabahu ya zamani ya
shaba kwa ajili ya kutafuta uongozi." 16 Naye Uria
kuhani akafanya kama Mfalme Ahazi alivyoagiza.
17 Mfalme Ahazi akaondoa mbao za pembeni na
kuondoa masinia kwenye vile vishikilio vilivyo-
hamishika. Akaondoa ile Bahari kutoka kwenye
mafahali wa shaba walioishikilia, na kuiweka kwe-
nye kitako cha jiwe. 18 Kwa heshima ya mfalme wa
Ashuru, akaliondoa pia pazia la Sabato lililokuwa
limewekwa ndani ya Hekalu, na akaondoa ile njia
ya kifalme ya kuingia kwenye Hekalu la Bwana.
19 Matukio mengine ya utawala wa Ahazi na
yale aliyoyafanya, je hayakuandikwa katika kitabu
cha kumbukumbu za wafalme wa Yuda? 20 Ahazi
akalala na baba zake, naye akazikwa pamoja nao
katika Mji wa Daudi. Naye Hezekia mwanawe
akawa mfalme baada yake.

Hoshea, Mfalme Wa Mwisho Katika Israeli

17 Katika mwaka wa kumi na mbili wa utawala
wa Ahazi mfalme wa Yuda, Hoshea mwana wa
Ela akawa mfalme wa Israeli katika Samaria, akata-
wala kwa miaka tisa. 2 Akafanya maovu machoni pa
Bwana, lakini si kama wafalme wengine wa Israeli
waliomtangulia.
3 Mfalme Shalmanesa wa Ashuru akainuka dhidi
ya Mfalme Hoshea, ambaye hapo mbeleni alikuwa
mtumwa wake na kumlipa ushuru. 4 Lakini mfa-
lme wa Ashuru akagundua kuwa Hoshea alikuwa
msaliti, kwa kuwa alikuwa ametuma wajumbe
kwa So mfalme wa Misri, naye hakuendelea
kulipa ushuru kwa mfalme wa Ashuru tena kama
alivyokuwa anafanya kila mwaka. Kwa hiyo Sha-
lmanesa akamkamata na kumtia gerezani. 5 Mfalme
wa Ashuru akaishambulia nchi yote, akapigana
dhidi ya Samaria na kuizunguka kwa majeshi
miaka mitatu. 6 Katika mwaka wa tisa wa Hoshea,
mfalme wa Ashuru akaiteka Samaria na kuwaha-
mishia Waisraeli huko Ashuru. Akawaweka huko
Hala, na Gozani karibu na Mto Habori, na katika
miji ya Wamedi.

Israeli Inakwenda Uhamishoni Kwa Sababu Ya Dhambi

7 Yote haya yalitokea kwa sababu Waisraeli wali-
kuwa wametenda dhambi dhidi ya Bwana Mungu
wao, ambaye alikuwa amewapandisha kutoka
Misri akiwatoa chini ya utawala wa nguvu wa Farao
mfalme wa Misri. Waliabudu miungu mingine 8 na
kufuata desturi za mataifa ambayo Bwana alikuwa
ameyafukuza mbele yao, pamoja na desturi ambazo
wafalme wa Israeli walizileta. 9 Waisraeli wakafanya
vitu kwa siri dhidi ya Bwana Mungu wao, ambavyo

havikuwa sawa. Kuanzia kwenye mnara wa ulinzi hadi kwenye mji wenye maboma walijijengea wenyewe mahali pa juu pa kuabudia miungu katika miji yao yote. 10 Wakaweka mawe ya kuabudiwa na nguzo za Ashera juu ya kila kilima kirefu na chini ya kila mti uliotanda. 11 Wakafukiza uvumba kila mahali palipoinuka, kama yalivyofanya yale mataifa ambayo BWANA alikuwa ameyafukuza mbele yao. Wakafanya mambo maovu ambayo yalimghadhibisha BWANA. 12 Wakaabudu sanamu, ingawa BWANA alikuwa amesema, "Msifanye mambo haya." 13 BWANA akawaonya Israeli na Yuda kupitia kwa manabii na waonaji wake wote: "Acheni njia zenu mbaya. Shikeni amri na maagizo yangu, kufuatana na sheria yangu yote niliyowaagiza baba zenu kuitii ambayo niliileta kwenu kupitia kwa watumishi wangu manabii."

14 Lakini hawakusikiliza, walikuwa na shingo ngumu kama baba zao, ambao hawakumtegemea BWANA Mungu wao. 15 Walizikataa amri zake, na agano alilokuwa amelifanya na baba zao, na maonyo aliyokuwa amewapa. Wakafuata sanamu zisizofaa, nao wenyewe wakawa hawafai. Wakayaiga mataifa yaliyowazunguka, ingawa BWANA alikuwa amewaonya akiwaambia, "Msifanye kama wanavyofanya," nao wakafanya mambo ambayo BWANA alikuwa amewakataza wasifanye.

16 Wakayaacha maagizo yote ya BWANA Mungu wao na kujitengenezea sanamu mbili, walizozisubu katika sura ya ndama na nguzo ya Ashera. Wakasujudia mianga yote ya angani, na wakamtumikia Baali. 17 Wakawatoa kafara wana wao na mabinti zao katika moto. Wakafanya uaguzi na uchawi, nao wakajiuza wenyewe katika kutenda uovu machoni pa BWANA, wakamghadhibisha.

18 Basi BWANA akawakasirikia sana Israeli na kuwaondoa kwenye uwepo wake. Ni kabila la Yuda tu lililobaki; 19 na hata hivyo nao Yuda hawakuzishika amri za BWANA Mungu wao. Wakafuata desturi ambazo Israeli walikuwa wamezianzisha. 20 Kwa hiyo BWANA aliwakataa watu wote wa Israeli; akawatesa na kuwaachia katika mikono ya wateka nyara hadi alipowaondoa kutoka kwenye uwepo wake.

21 Alipokwisha kuwatenga Israeli mbali na nyumba ya Daudi, wakamfanya Yeroboamu mwana wa Nebati kuwa mfalme wao. Yeroboamu akawashawishi Israeli waache kumfuata BWANA na akawasababisha kutenda dhambi kuu. 22 Nao Israeli wakadumu katika dhambi zote za Yeroboamu mwana wa Nebati, nao hawakuziacha 23 hadi BWANA alipowaondoa kutoka kwenye uwepo wake, kama vile alivyokuwa ameonya kupitia watumishi wake wote manabii. Hivyo watu wa Israeli wakaondolewa kutoka nchi yao kwenda uhamishoni Ashuru, nao wako huko mpaka sasa.

Samaria Inakaliwa Tena

24 Mfalme wa Ashuru akawaleta watu kutoka Babeli, Kutha, Ava, Hamathi na Sefarvaimu na kuwaweka katika miji ya Samaria badala ya Waisraeli. Wakaimiliki Samaria na kuishi katika miji yake. 25 Wakati walianza kuishi humo, hawakumwabudu BWANA, kwa hiyo akatuma simba miongoni mwao, wakawaua baadhi ya watu. 26 Habari ikapelekwa kwa mfalme wa Ashuru, kusema: "Watu uliowahamisha na kuwaweka katika miji ya Samaria hawajui kile Mungu wa nchi hiyo anachokitaka. Ametuma simba miongoni mwao, ambao wanawaua, kwa sababu watu hawajui anachokitaka."

27 Ndipo mfalme wa Ashuru akaamuru hivi: "Mtwae mmoja wa makuhani uliowachukua mateka kutoka Samaria ili arudi kuishi humo na awafundishe watu kile ambacho Mungu wa nchi anataka." 28 Basi mmoja wa makuhani ambaye alikuwa amepelekwa uhamishoni kutoka Samaria akaja kuishi Betheli na kuwafundisha jinsi ya kumwabudu BWANA.

29 Hata hivyo, kila kikundi cha taifa lililoletwa Samaria kilitengeneza miungu yao wenyewe katika miji kadhaa mahali walipoishi, nao wakaiweka mahali pa ibada za miungu ambapo watu wa Samaria walikuwa wametengeneza katika mahali pa juu. 30 Watu kutoka Babeli wakamtengeneza Sukoth-Benothi kuwa mungu wao, watu kutoka Kutha wakamtengeneza Nergali, na watu kutoka Hamathi wakamtengeneza Ashima; 31 Waavi wakatengeneza Nibhazi na Tartaki, nao Wasefarvi wakachoma watoto wao kama kafara kwa Adrameleki na Anameleki, miungu ya Sefarvaimu. 32 Walimwabudu BWANA, lakini pia waliteua aina zote za watu wao ili kuwawakilisha kama makuhani katika mahali pa kuabudia miungu kwenye mahali pa juu pa ibada. 33 Walimwabudu BWANA, lakini pia waliitumikia miungu yao kulingana na desturi za mataifa walikotoka.

34 Mpaka leo wanashikilia desturi zao za zamani. Hawamwabudu BWANA wala kuzishika hukumu na maagizo, sheria na amri ambazo BWANA aliwapa uzao wa Yakobo, ambaye alimwita Israeli. 35 Wakati BWANA alipofanya Agano na Waisraeli, aliwaamuru akisema: "Msiiabudu miungu mingine yoyote wala kuisujudia, wala kuitumikia wala kuitolea dhabihu. 36 Bali imewapasa kumwabudu BWANA aliyewapandisha kutoka Misri kwa uwezo wake mkuu na kwa mkono wake ulionyooshwa. Kwake yeye mtasujudu na kwake yeye mtatoa dhabihu. 37 Imewapasa daima kuwa waangalifu kutunza hukumu na maagizo, sheria na amri alizowaandikia. Msiabudu miungu mingine. 38 Msisahau agano nililofanya nanyi, wala msiabudu miungu mingine. 39 Bali, mtamwabudu BWANA Mungu wenu, kwani yeye ndiye atakayewakomboa kutoka mikononi mwa adui zenu wote."

40 Hata hivyo hawakusikiliza, lakini waliendelea na desturi zao za awali. 41 Hata wakati watu hawa walipokuwa wanamwabudu BWANA, walikuwa bado wakitumikia sanamu zao. Mpaka leo watoto wao na watoto wa watoto wao wanaendelea kufanya kama baba zao walivyofanya.

Hezekia Mfalme Wa Yuda

18 Katika mwaka wa tatu wa utawala wa Hoshea mwana wa Ela mfalme wa Israeli, Hezekia mwana wa Ahazi mfalme wa Yuda alianza kutawala. 2 Alikuwa na umri wa miaka ishirini na mitano alipoanza kutawala, naye akatawala huko

Yerusalemu kwa miaka ishirini na tisa. Mama yake aliitwa Abiya binti Zekaria. 3 Akafanya yaliyo mema machoni pa Bwana, kama Daudi baba yake alivyofanya. 4 Akapaondoa mahali pa juu pa kuabudia miungu, akazivunja sanamu, akakatakata nguzo za Ashera. Akavunja vipande vipande ile nyoka ya shaba Mose aliyotengeneza, kwa kuwa hadi siku hizo wana wa Israeli walikuwa wanaifukizia uvumba (ilikuwa ikiitwa Nehushtani[a]).

5 Hezekia aliweka tumaini lake kwa Bwana, Mungu wa Israeli. Hapakuwepo na mfalme mwingine wa kufanana naye miongoni mwa wafalme wa Yuda, kabla yake au baada yake. 6 Alishikamana na Bwana kwa bidii wala hakuacha kumfuata; alishika amri ambazo Bwana alikuwa amempa Mose. 7 Naye Bwana alikuwa pamoja naye, akafanikiwa katika kila alichokifanya. Aliasi dhidi ya mfalme wa Ashuru, wala hakumtumikia. 8 Kuanzia mnara wa ulinzi hadi kwenye mji wenye ngome, aliwashinda Wafilisti, hadi kufikia Gaza na himaya yake yote.

9 Mwaka wa nne wa Mfalme Hezekia, ambao ulikuwa mwaka wa saba wa Hoshea mwana wa Ela kutawala Israeli, Shalmanesa mfalme wa Ashuru alikwenda kuishambulia Samaria na kuuzunguka kwa majeshi. 10 Baada ya miaka mitatu Waashuru wakautwaa. Kwa hiyo Samaria ulitekwa katika mwaka wa sita wa utawala wa Mfalme Hezekia, ambao ulikuwa mwaka wa tisa wa utawala wa Hoshea mfalme wa Israeli. 11 Mfalme wa Ashuru akawahamishia Waisraeli huko Ashuru na akawaweka Hala, na Gozani karibu na Mto Habori, na katika miji ya Wamedi. 12 Hili lilitokea kwa sababu hawakumtii Bwana Mungu wao, lakini walikuwa wamevunja agano lake, yale yote ambayo Mose mtumishi wa Bwana aliwaamuru. Hawakuzisikiliza amri wala kuzitimiza.

13 Katika mwaka wa kumi na nne wa utawala wa Mfalme Hezekia, Senakeribu mfalme wa Ashuru akaishambulia miji yote ya Yuda yenye ngome na kuiteka. 14 Basi Hezekia mfalme wa Yuda akamtumia ujumbe mfalme wa Ashuru huko Lakishi akisema: "Nimefanya makosa. Ondoka katika nchi yangu, nami nitakulipa chochote unachokitaka kwangu." Mfalme wa Ashuru akamtoza Hezekia mfalme wa Yuda talanta 300[b] za fedha, na talanta thelathini[c] za dhahabu. 15 Basi Hezekia akampa fedha yote iliyopatikana ndani ya Hekalu la Bwana na katika hazina ya jumba la mfalme.

16 Wakati huu Hezekia mfalme wa Yuda akabandua dhahabu yote iliyokuwa imefunika milango na miimo ya Hekalu la Bwana, akampa mfalme wa Ashuru.

Senakeribu Anaitishia Yerusalemu

17 Mfalme wa Ashuru akamtuma jemadari wake mkuu, na afisa wake mkuu, na jemadari wa jeshi, pamoja na jeshi kubwa kutoka Lakishi hadi kwa Mfalme Hezekia huko Yerusalemu. Wakaja Yerusalemu na kusimama kwenye mfereji wa Bwawa la Juu, lililojengwa katika barabara iendayo kwenye Uwanja wa Dobi. 18 Wakaagiza mfalme aitwe. Eliakimu mwana wa Hilkia aliyekuwa msimamizi wa jumba la mfalme, Shebna aliyekuwa katibu, na Yoa mwana wa Asafu mwandishi wakawaendea.

19 Yule jemadari wa jeshi akawaambia, "Mwambieni Hezekia:

" 'Hili ndilo asemalo mfalme mkuu, mfalme wa Ashuru: Ni wapi unapoweka hili tumaini lako? 20 Unasema mnayo mikakati na nguvu za kijeshi, lakini unasema maneno matupu tu. Je, wewe unamtegemea nani, hata ukaniasi mimi? 21 Tazama sasa, unaitegemea Misri, fimbo ile ya mwanzi uliopasuka, ambayo huuchoma na kuujeruhi mkono wa mtu akiiegemea! Hivyo ndivyo alivyo Farao mfalme wa Misri, kwa wote wanaomtegemea. 22 Nawe kama ukiniambia, "Tunamtumainia Bwana Mungu wetu": je, siyo yeye ambaye Hezekia aliondoa mahali pake pa juu pa kuabudia miungu na madhabahu zake, akiwaambia Yuda na Yerusalemu, "Ni lazima mwabudu mbele ya madhabahu haya katika Yerusalemu"?

23 " 'Njooni sasa, fanyeni mapatano na bwana wangu, mfalme wa Ashuru: Nitakupa farasi elfu mbili, kama unaweza kuwapandisha waendesha farasi juu yao! 24 Utawezaje kumzuia hata afisa mmoja aliye mdogo kati ya maafisa wa bwana wangu, ijapo unategemea Misri kwa magari ya vita na wapanda farasi? 25 Zaidi ya hayo, je, nimekuja kushambulia na kuangamiza mahali hapa pasipo neno kutoka kwa Bwana? Bwana mwenyewe ndiye aliniambia niishambulie nchi hii na kuiangamiza.' "

26 Ndipo Eliakimu mwana wa Hilkia, Shebna na Yoa wakamwambia yule jemadari wa jeshi, "Tafadhali zungumza na watumishi wako kwa lugha ya Kiaramu, kwa kuwa tunaifahamu. Usiseme nasi kwa Kiebrania watu walioko juu ya ukuta wakiwa wanasikia."

27 Lakini yule jemadari wa jeshi akajibu, "Je, bwana wangu amenituma kutoa ujumbe huu kwa bwana wenu na kwenu tu? Je, hakunituma pia kwa watu walioketi ukutani, ambao, kama ninyi, itawabidi kula mavi yao na kunywa mikojo yao wenyewe?"

28 Kisha yule jemadari wa jeshi akasimama na kuita kwa lugha ya Kiebrania, akasema: "Sikieni neno la mfalme mkuu, mfalme wa Ashuru! 29 Hili ndilo asemalo mfalme: Msikubali Hezekia awadanganye. Hawezi kuwaokoa mkononi mwangu. 30 Msikubali Hezekia awashawishi kumtumaini Bwana kwa kuwaambia, 'Hakika Bwana atatuokoa. Mji huu hautaangukia mikononi mwa mfalme wa Ashuru.'

31 "Msimsikilize Hezekia. Hili ndilo mfalme wa Ashuru asemalo: Fanyeni amani nami na mje kwangu. Kisha kila mmoja wenu atakula kutoka kwa mzabibu wake na mtini wake mwenyewe, na kunywa maji kutoka kisima chake mwenyewe, 32 mpaka nije nikawapeleke katika nchi iliyo kama nchi yenu wenyewe, nchi ya nafaka na divai mpya, nchi ya mkate na mashamba ya mizabibu, nchi ya mizeituni na asali. Chagueni uzima, sio mauti!

[a]4 Nehushtani maana yake Kipande cha shaba.
[b]14 Talanta 300 za fedha ni sawa na tani 10.
[c]14 Talanta 30 za dhahabu ni sawa na tani moja.

“Msimsikilize Hezekia, kwa kuwa anawapotosha
asemapo, ‘Bwana atatuokoa.’ 33 Je, yuko mungu
wa taifa lolote aliyewahi kuokoa nchi yake kutoka
mkononi mwa mfalme wa Ashuru? 34 Iko wapi miu-
ngu ya Hamathi na ya Arpadi? Iko wapi miungu
ya Sefarvaimu, Hena na Iva? Je, imeokoa Samaria
kutoka mkononi mwangu? 35 Ni yupi miongoni
mwa miungu yote ya nchi hizi ameweza kuokoa
nchi yake mkononi mwangu? Inawezekanaje basi
Bwana aiokoe Yerusalemu mkononi mwangu?”
36 Lakini wale watu wakakaa kimya, wala
hawakujibu lolote, kwa kuwa mfalme alikuwa
amewaamuru, “Msimjibu lolote.”
37 Kisha Eliakimu mwana wa Hilkia msimamizi
wa jumba la kifalme, Shebna katibu, na Yoa mwana
wa Asafu, mwandishi wakamwendea Hezekia,
nguo zao zikiwa zimeraruliwa, na kumwambia
yale jemadari wa jeshi aliyoyasema.

Hezekia Autafuta Msaada Wa Bwana

19 Mfalme Hezekia aliposikia haya, akararua
nguo zake na kuvaa nguo ya gunia, naye
akaenda katika Hekalu la Bwana. 2 Akawatuma
Eliakimu msimamizi wa nyumba ya mfalme, She-
bna mwandishi, na viongozi wa makuhani, wote
wakiwa wamevaa nguo za magunia, waende kwa
nabii Isaya mwana wa Amozi. 3 Wakamwambia,
“Hili ndilo asemalo Hezekia: Siku hii ni siku ya
dhiki, ya kukaripiwa na ya aibu, kama wakati
watoto wanapofikia karibu kuzaliwa na kumbe
hakuna nguvu ya kuwazaa. 4 Yamkini Bwana,
Mungu wako atayasikia maneno ya jemadari wa
jeshi, ambaye bwana wake, mfalme wa Ashuru,
amemtuma kumdhihaki Mungu aliye hai, tena
kwamba atamkemea kwa maneno ambayo Bwana,
Mungu wako ameyasikia. Kwa hiyo omba kwa ajili
ya mabaki ambao bado wako.”
5 Maafisa wa Mfalme Hezekia walipofika kwa
Isaya, 6 Isaya akawaambia, “Mwambieni bwana
wenu, ‘Hili ndilo asemalo Bwana: Usiogope kwa
hayo uliyoyasikia, yale maneno ambayo watumishi
wa mfalme wa Ashuru wamenitukana nayo. 7 Siki-
liza! Nitatia roho fulani ndani yake ili atakaposikia
taarifa fulani, atarudi nchi yake mwenyewe, nami
huko nitafanya auawe kwa upanga.’ ”
8 Jemadari wa jeshi aliposikia kwamba mfalme
wa Ashuru ameondoka Lakishi, alirudi, akamkuta
mfalme akipigana na Libna.
9 Basi Senakeribu akapata taarifa kwamba
Tirhaka, Mkushi mfalme wa Misri, alikuwa anae-
nda kupigana naye. Basi akatuma tena wajumbe
kwa Hezekia na neno hili: 10 “Mwambieni Hezekia
mfalme wa Yuda: Usikubali huyo Mungu unaye-
mtumainia akudanganye wakati anaposema,
‘Yerusalemu haitatiwa mkononi mwa mfalme wa
Ashuru.’ 11 Hakika umesikia yale ambayo wafalme
wa Ashuru wametenda kwa nchi zote, wakiwaa-
ngamiza kabisa. Je, wewe utaokolewa? 12 Je, miungu
ya mataifa ambayo yaliangamizwa na baba zangu
iliweza kuwaokoa, hiyo miungu ya Gozani, Harani,
Resefu, na ya watu wa Edeni waliokuwa Telasari?
13 Yuko wapi mfalme wa Hamathi, mfalme wa
Arpadi, mfalme wa mji wa Sefarvaimu, au wa
Hena au wa Iva?”

Maombi Ya Hezekia

14 Hezekia akapokea barua kutoka kwa wale
wajumbe, naye akaisoma. Kisha akapanda katika
Hekalu la Bwana, akaikunjua mbele za Bwana.
15 Naye Hezekia akamwomba Bwana akisema:
“Ee Bwana, Mungu wa Israeli, uketiye juu ya kiti
cha enzi kati ya makerubi, wewe peke yako ndiwe
Mungu juu ya falme zote za dunia. Wewe umeumba
mbingu na nchi. 16 Tega sikio, Ee Bwana, usikie;
fungua macho yako, Ee Bwana, uone; sikiliza
maneno ambayo Senakeribu ametuma kumtukana
Mungu aliye hai.
17 “Ni kweli, Ee Bwana, kwamba wafalme wa
Ashuru wameyaangamiza mataifa haya na nchi
zao. 18 Wameitupa miungu yao kwenye moto na
kuiangamiza, kwa kuwa haikuwa miungu, bali
miti na mawe tu iliyotengenezwa kwa mikono ya
wanadamu. 19 Sasa basi, Ee Bwana Mungu wetu,
tuokoe kutoka mkononi mwake, ili falme zote
duniani zipate kujua kwamba wewe peke yako,
Ee Bwana, ndiwe Mungu.”

*Isaya Anatoa Unabii Wa Kuanguka
Kwa Senakeribu*

20 Kisha Isaya mwana wa Amozi akapeleka uju-
mbe kwa Hezekia, akasema: “Hili ndilo asemalo
Bwana, Mungu wa Israeli: Nimesikia maombi yako
kuhusu Senakeribu mfalme wa Ashuru. 21 Hili ndilo
neno ambalo Bwana amelisema dhidi yake:

“ ‘Bikira Binti Sayuni anakudharau na
    kukudhihaki.
  Binti Yerusalemu anatikisa kichwa chake
    unapokimbia.
22 Ni nani uliyemtukana na kumkufuru?
  Ni nani uliyeinua sauti yako dhidi yake,
  na kumwinulia macho yako kwa kiburi?
  Ni dhidi ya yule Aliye Mtakatifu wa Israeli!
23 Kupitia kwa wajumbe wako
  umelundika matukano juu ya Bwana.
Nawe umesema,
  “Kwa magari yangu mengi ya vita,
nimepanda juu ya vilele vya milima,
  vilele vya juu sana katika Lebanoni.
Nami nimeiangusha mierezi yake mirefu,
  misunobari yake iliyo bora sana.
Nimefikia sehemu zake zilizo mbali sana,
  misitu yake iliyo mizuri sana.
24 Nimechimba visima katika nchi za kigeni
  na kunywa maji yake.
Kwa nyayo za miguu yangu
  nimekausha vijito vyote vya Misri.”

25 “ ‘Je, hujasikia?
  Zamani sana niliamuru hili.
Siku za kale nilipanga hili;
  sasa nimelifanya litokee,
kwamba umegeuza miji yenye ngome
  kuwa malundo ya mawe.
26 Watu wa miji hiyo wameishiwa nguvu,
  wanavunjika mioyo na kuaibishwa.
Wao ni kama mimea katika shamba,
  kama machipukizi mororo ya kijani,

kama majani yachipuayo juu ya paa la nyumba,
ambayo hukauka kabla ya kukua.
27 " 'Lakini ninajua mahali ukaapo,
kutoka kwako na kuingia kwako,
na jinsi unavyoghadhibika dhidi yangu.
28 Kwa sababu unaghadhibika dhidi yangu,
na ufidhuli wako umefika masikioni
mwangu,
nitaweka ndoana yangu puani mwako
na hatamu yangu kinywani mwako,
nami nitakufanya urudi kwa njia ile
uliyoijia.'

29 "Hii ndiyo itakuwa ishara kwako, ee Hezekia:

"Mwaka huu utakula kile kiotacho chenyewe,
na mwaka wa pili utakula kutoka
machipukizi yake.
Lakini katika mwaka wa tatu, panda
na uvune,
panda mashamba ya mizabibu na ule
matunda yake.
30 Mara nyingine tena mabaki ya nyumba
ya Yuda
wataeneza mizizi chini na kuzaa
matunda juu.
31 Kwa kuwa kutoka Yerusalemu watakuja
mabaki,
na kutoka Mlima Sayuni kundi la
walionusurika.

Wivu wa BWANA Mwenye Nguvu Zote ndio utatimiza jambo hili.

32 "Kwa hiyo hili ndilo asemalo BWANA kuhusu mfalme wa Ashuru:

"Hataingia katika mji huu
wala hatapiga mshale hapa.
Hatakuja mbele yake akiwa na ngao,
wala kupanga majeshi kuuzingira.
33 Kwa njia ile aliyoijia, ndiyo atakayorudi;
hataingia katika mji huu,
asema BWANA.
34 Nitaulinda mji huu na kuuokoa,
kwa ajili yangu mwenyewe,
na kwa ajili ya Daudi mtumishi wangu."

35 Usiku ule, malaika wa BWANA akaenda,
akawaua wanajeshi 185,000 katika kambi ya Waashuru. Wenzao walipoamka asubuhi yake, walikuta
maiti kila mahali! 36 Basi Senakeribu mfalme wa
Ashuru akavunja kambi na kuondoka. Akarudi
Ninawi na kukaa huko.
37 Siku moja, alipokuwa akiabudu katika hekalu
la mungu wake Nisroki, wanawe Adrameleki na
Shareza wakamuua kwa upanga, nao wakakimbilia
nchi ya Ararati. Naye Esar-Hadoni mwanawe akawa
mfalme badala yake.

Ugonjwa Wa Hezekia

20 Katika siku hizo, Hezekia akaugua, naye
akawa karibu kufa. Nabii Isaya mwana wa
Amozi akaenda kwake na kumwambia, "Hili ndilo
asemalo BWANA: Tengeneza mambo ya nyumba
yako, kwa sababu utakufa, hutapona."
2 Hezekia akaelekeza uso wake ukutani, akamwomba BWANA: 3 "Ee BWANA, kumbuka jinsi
nilivyoenenda mbele zako kwa uaminifu na kujitoa
kwa moyo wangu wote, na kufanya yaliyo mema
machoni pako." Naye Hezekia akalia kwa uchungu.
4 Kabla Isaya hajaondoka katika ua wa kati,
neno la BWANA likamjia, akaambiwa: 5 "Rudi ukamwambie Hezekia, kiongozi wa watu wangu, 'Hili
ndilo asemalo BWANA, Mungu wa baba yako Daudi:
Nimeyasikia maombi yako na nimeona machozi
yako; nitakuponya. Siku ya tatu kuanzia sasa utapanda kwenda Hekalu la BWANA. 6 Nitakuongezea
miaka kumi na mitano katika maisha yako. Nami
nitakuokoa wewe pamoja na mji huu mkononi mwa
mfalme wa Ashuru. Nitaulinda mji huu kwa ajili
yangu, na kwa ajili ya mtumishi wangu Daudi!' "
7 Kisha Isaya akasema, "Tengenezeni dawa ya
kubandika ya tini." Wakafanya hivyo na kuiweka
kwenye jipu, naye akapona.
8 Hezekia alikuwa amemuuliza Isaya, "Kutakuwa
na ishara gani kwamba BWANA ataniponya mimi,
na kwamba nitapanda kwenda Hekalu la BWANA
siku ya tatu tangu leo?"
9 Isaya akajibu, "Hii ndiyo ishara ya BWANA
kwako kwamba BWANA atafanya kile alichoahidi:
Je, kivuli kiende hatua kumi mbele, au kivuli kirudi
nyuma hatua kumi?"
10 Hezekia akasema, "Ni jambo rahisi kwa kivuli
kutangulia mbele hatua kumi, kuliko kukifanya
kirudi nyuma hatua kumi."
11 Ndipo nabii Isaya akamwita BWANA, naye
BWANA akakifanya kivuli kurudi nyuma hatua
kumi ambazo kilikuwa kimeshuka kwenye ngazi
ya Ahazi.

Wajumbe Kutoka Babeli

12 Wakati huo Merodaki-Baladani, mwana wa
Baladani mfalme wa Babeli, akamtumia Hezekia
barua na zawadi, kwa sababu alikuwa amesikia
habari za kuugua kwa Hezekia. 13 Hezekia akawapokea wale wajumbe na kuwaonyesha vitu
vyote vile vilivyokuwa katika ghala zake: yaani
fedha, dhahabu, vikolezo na mafuta safi, ghala la
silaha na kila kitu kilichokuwa katika hazina zake.
Hapakuwa na kitu chochote katika jumba lake la
kifalme au katika ufalme wake wote ambacho
Hezekia hakuwaonyesha.
14 Ndipo nabii Isaya akaenda kwa Mfalme Hezekia na kumuuliza, "Watu hao walisema nini, na
wametoka wapi?"
Hezekia akamjibu, "Wametoka nchi ya mbali.
Walikuja kutoka Babeli."
15 Nabii akauliza, "Waliona nini katika jumba
lako la kifalme?"
Hezekia akajibu, "Waliona kila kitu katika jumba
langu la kifalme. Hakuna kitu chochote katika
hazina yangu ambacho sikuwaonyesha."
16 Ndipo Isaya akamwambia Hezekia, "Sikia
neno la BWANA: 17 Hakika wakati unakuja ambapo
vitu vyote katika jumba lako la kifalme, na vyote
ambavyo baba zako waliweka akiba mpaka siku hii,

vitachukuliwa kwenda Babeli. Hakuna chochote
kitakachosalia, asema BWANA. 18 Nao baadhi ya
wazao wako, nyama yako na damu yako mwenyewe
watakaozaliwa kwako, watachukuliwa mbali, nao
watakuwa matowashi katika jumba la mfalme wa
Babeli."

19 Hezekia akamjibu Isaya, "Neno la BWANA
ulilosema ni jema." Kwa kuwa alifikiri, "Lakini si
patakuwa na amani na usalama wakati wa uhai
wangu?"

20 Matukio mengine ya utawala wa Hezekia,
mafanikio yake yote, na jinsi alivyotengeneza
bwawa na mfereji ambao ulileta maji katika mji,
je, hayakuandikwa katika kitabu cha kumbukumbu
za wafalme wa Yuda? 21 Hezekia akafa, akazikwa
pamoja na baba zake. Naye Manase mwanawe
akawa mfalme baada yake.

Manase Mfalme Wa Yuda

21 Manase alikuwa na umri wa miaka kumi na
miwili alipoanza kutawala, naye akatawala
huko Yerusalemu miaka hamsini na mitano. Mama
yake aliitwa Hefsiba. 2 Akafanya maovu machoni pa
BWANA, akafuata desturi za machukizo za mataifa
ambayo BWANA aliyafukuza mbele ya Waisraeli.
3 Akajenga upya mahali pa juu pa kuabudia miungu
ambapo Hezekia baba yake alikuwa amepabomoa.
Pia akasimamisha madhabahu za Baali na kute-
ngeneza nguzo ya Ashera, kama Ahabu mfalme
wa Israeli alivyofanya. Akalisujudia jeshi lote la
angani na kuliabudu. 4 Akajenga madhabahu katika
Hekalu la BWANA, ambamo BWANA alikuwa ame-
sema, "Katika Yerusalemu nitaliweka Jina langu."
5 Katika nyua zote mbili za Hekalu la BWANA, aka-
jenga madhabahu kwa ajili ya jeshi lote la angani.
6 Akamtoa kafara mwanawe mwenyewe katika
moto, akafanya uchawi na uaguzi, na akataka
shauri kwa wapiga ramli na kwa mizimu. Akafa-
nya maovu mengi sana machoni mwa BWANA na
kumghadhibisha.

7 Akachukua nguzo ya Ashera aliyoichonga na
kuiweka katika Hekalu, ambalo BWANA alikuwa
amemwambia Daudi na mwanawe Solomoni,
"Katika Hekalu hili na katika Yerusalemu niliou-
chagua kutoka kabila zote za Israeli, nitaliweka
Jina langu milele. 8 Sitaifanya tena miguu ya Wai-
sraeli itangetange kutoka nchi niliyowapa baba
zao, ikiwa watakuwa waangalifu kufanya kila kitu
nilichowaamuru, na kuishika Sheria yote ambayo
walipewa na Mose mtumishi wangu." 9 Lakini hawa
watu hawakusikiliza. Manase akawapotosha, hivyo
kwamba walifanya maovu mengi kuliko mataifa
ambayo BWANA aliyaangamiza mbele ya Waisraeli.

10 BWANA akasema kupitia watumishi wake
manabii: 11 "Manase mfalme wa Yuda ametenda
dhambi hizi za kuchukiza. Amefanya maovu
mengi kuliko Waamori waliokuwepo kabla yake,
na ameiongoza Yuda katika dhambi kwa sanamu
zake. 12 Kwa hiyo hili ndilo asemalo BWANA, Mungu
wa Israeli: Nitaleta maafa makubwa juu ya Yerusa-
lemu na Yuda, kiasi kwamba masikio ya kila mmoja
atakayesikia habari zake yatawasha. 13 Nitanyoosha
juu ya Yerusalemu kamba ya kupimia iliyotumika
dhidi ya Samaria, na timazi iliyotumika dhidi ya
nyumba ya Ahabu. Nitaifutilia mbali Yerusalemu
kama mtu afutaye sahani, nikiifuta na kuifunikiza.
14 Nitawakataa mabaki wa urithi wangu na kuwatia
mikononi mwa adui zao. Watapokonywa mali zao
na kutekwa nyara na adui zao wote, 15 kwa sababu
wametenda uovu machoni pangu na kunighadhi-
bisha tangu siku baba zao walipotoka Misri mpaka
siku ya leo."

16 Zaidi ya hayo, Manase pia alimwaga damu nyi-
ngi isiyo na hatia, hivi kwamba aliijaza Yerusalemu
kutoka mwanzo hadi mwisho, mbali na dhambi
ambayo alikuwa amesababisha Yuda kufanya, na
hivyo wakatenda maovu machoni pa BWANA.

17 Matukio mengine ya utawala wa Manase, na
yote aliyoyafanya, pamoja na dhambi alizotenda,
je, hayakuandikwa katika kitabu cha kumbukumbu
za wafalme wa Yuda? 18 Manase akalala pamoja na
baba zake na akazikwa katika bustani ya jumba
lake la kifalme, katika bustani ya Uza. Naye Amoni
mwanawe akawa mfalme baada yake.

Amoni Mfalme Wa Yuda

19 Amoni alikuwa na miaka ishirini na miwili ali-
poanza kutawala, naye akatawala huko Yerusalemu
kwa miaka miwili. Mamaye aliitwa Meshulemethi
binti Haruzi, kutoka Yotba. 20 Akatenda maovu
machoni mwa BWANA, kama baba yake Manase
alivyofanya. 21 Akaenenda katika njia zote za
baba yake, akaabudu sanamu ambazo baba yake
aliziabudu na kuzisujudia. 22 Akamwacha BWANA,
Mungu wa baba zake, wala hakuenenda katika
njia za BWANA.

23 Watumishi wa Amoni wakafanya fitina juu
yake, nao wakamuulia kwake nyumbani. 24 Kisha
watu wa nchi wakawaua wale wote waliokuwa
wamefanya hila dhidi ya Mfalme Amoni. Waka-
mfanya Yosia mwanawe kuwa mfalme mahali pake.

25 Matukio mengine ya utawala wa Amoni na yale
aliyoyafanya, je, hayakuandikwa katika kitabu cha
kumbukumbu za wafalme wa Yuda? 26 Akazikwa
kwenye kaburi lake katika bustani ya Uza. Naye
Yosia mwanawe akawa mfalme baada yake.

Yosia Mfalme Wa Yuda

22 Yosia alikuwa na miaka minane alipoanza
kutawala, naye akatawala huko Yerusalemu
miaka thelathini na mmoja. Mama yake aliitwa
Yedida binti Adaya, kutoka Boskathi. 2 Akafanya
yaliyo mema machoni pa BWANA na kuenenda
katika njia zote za Daudi baba yake. Hakugeuka
upande wa kuume wala wa kushoto.

3 Katika mwaka wa kumi na nane wa utawala
wake, Mfalme Yosia akamtuma mwandishi Shafani
mwana wa Azalia, mwana wa Meshulamu, kwenda
katika Hekalu la BWANA. Akasema: 4 "Panda uende
kwa Hilkia, kuhani mkuu, umwambie ahesabu zile
fedha ambazo zimeletwa katika Hekalu la BWANA,
ambazo mabawabu wamekusanya kutoka kwa
watu. 5 Waambie waikabidhi kwa watu walioteu-
liwa kusimamia kazi ya Hekalu. Waamuru watu
hawa wawalipe wafanyakazi ambao wanakarabati
Hekalu la BWANA: 6 wale maseremala, wajenzi na
waashi. Waambie pia wanunue mbao na mawe
yaliyochongwa ili kukarabati Hekalu. 7 Lakini

hawahitajiki kutoa hesabu ya fedha walizokabi-
dhiwa, kwa sababu wanafanya kwa uaminifu."
8 Hilkia kuhani mkuu akamwambia Shafani
mwandishi, "Nimekipata Kitabu cha Sheria ndani
ya Hekalu la Bwana." Akampa Shafani, ambaye
alikisoma. 9 Kisha Shafani mwandishi akamwendea
mfalme na kumpa taarifa akisema: "Maafisa wako
wametoa ile fedha ambayo ilikuwa ndani ya Hekalu
la Bwana na imekabidhiwa mikononi mwa wasima-
mizi wa marekebisho ya Hekalu." 10 Ndipo Shafani
mwandishi akampasha mfalme habari kwamba:
"Hilkia kuhani amenipa kitabu hiki." Naye Shafani
akakisoma kile kitabu mbele ya mfalme.
11 Mfalme aliposikia maneno ya kile Kitabu cha
Sheria, akararua mavazi yake. 12 Akatoa maagizo
haya kwa Hilkia kuhani, Ahikamu mwana wa
Shafani, Akbori mwana wa Mikaya, Shafani mwa-
ndishi, na Asaya mtumishi wa mfalme: 13 "Nendeni
mkamuulize Bwana kwa ajili yangu, na kwa ajili
ya watu na Yuda wote kuhusu yale yaliyoandi-
kwa ndani ya kitabu hiki ambacho kimepatikana.
Hasira ya Bwana ni kubwa inayowaka dhidi yetu
kwa sababu baba zetu hawakuyatii maneno ya
kitabu hiki. Hawajatenda kulingana na yale yote
yaliyoandikwa humo kutuhusu sisi."
14 Hilkia kuhani, Ahikamu, Akbori, Shafani na
Asaya wakaenda kuongea na nabii mke Hulda,
ambaye alikuwa mke wa Shalumu mwana wa
Tikwa, mwana wa Harhasi mtunzaji wa chumba
cha mavazi. Hulda aliishi Yerusalemu katika Mtaa
wa Pili.
15 Akawaambia, "Hivi ndivyo asemavyo Bwana,
Mungu wa Israeli: Mwambieni yule mtu aliyewa-
tuma ninyi kwangu, 16 'Hivi ndivyo asemavyo
Bwana: Nitaleta maafa juu ya mahali hapa na watu
wake, kulingana na kila kitu kilichoandikwa katika
kitabu hicho mfalme wa Yuda alichosoma. 17 Kwa
sababu wameniacha mimi na kufukiza uvumba
kwa miungu mingine, na kunighadhibisha kwa
sanamu zote zilizotengenezwa kwa mikono yao,
hasira yangu itawaka dhidi ya mahali hapa, wala
haitatulizwa.' 18 Mwambieni mfalme wa Yuda,
ambaye amewatuma kumuuliza Bwana, 'Hivi ndi-
vyo asemavyo Bwana, Mungu wa Israeli, kuhusu
maneno uliyoyasikia: 19 Kwa kuwa moyo wako uli-
kuwa msikivu na ulijinyenyekeza mbele za Bwana
uliposikia kile nilichosema dhidi ya mahali hapa
na watu wake, kwamba wangelaaniwa na kuachwa
ukiwa, basi kwa sababu uliyararua mavazi yako na
kulia mbele zangu, nimekusikia, asema Bwana.
20 Kwa hiyo nitakukusanya kwa baba zako, nawe
utazikwa kwa amani. Macho yako hayataona maafa
yote nitakayoleta juu ya mahali hapa.' "
Basi wakapeleka jibu lake kwa mfalme.

Yosia Analifanya Upya Agano

23 Kisha mfalme akawaita pamoja wazee wote
wa Yuda na Yerusalemu. 2 Akapanda kwenda
hekaluni mwa Bwana pamoja na watu wa Yuda,
watu wa Yerusalemu, makuhani na manabii, watu
wote wakubwa kwa wadogo. Akasoma wakiwa
wanasikia maneno yote ya Kitabu cha Agano,
ambacho kilikuwa kimepatikana katika Hekalu
la Bwana. 3 Mfalme akasimama karibu na nguzo,
na kufanya upya agano mbele za Bwana: yaani
kumfuata Bwana na kuzishika amri zake, maa-
gizo na sheria kwa moyo wake wote na kwa roho
yake yote, hivyo kuyathibitisha maneno ya agano
yaliyoandikwa katika kitabu hiki. Kisha watu wote
wakajifunga wenyewe kwa kiapo katika agano.
4 Mfalme akamwamuru Hilkia kuhani mkuu,
makuhani waliomfuata kwa cheo, na mabawabu
kuondoa kutoka kwenye Hekalu la Bwana vyombo
vyote vilivyofanywa kwa ajili ya Baali na Ashera
na jeshi lote la mianga ya angani! Akavichoma
nje ya Yerusalemu katika mashamba ya Bonde
la Kidroni, na kuyachukua hayo majivu mpaka
Betheli. 5 Akawafukuza makuhani wa kipagani
waliokuwa wameteuliwa na wafalme wa Yuda
kufukiza uvumba katika mahali pa juu pa kuabudia
miungu katika miji ya Yuda na ile iliyozunguka
Yerusalemu, yaani wale waliofukiza uvumba kwa
Baali, kwa jua na mwezi, kwa makundi ya nyota, na
jeshi lote la angani. 6 Akaiondoa nguzo ya Ashera
kutoka kwenye Hekalu la Bwana, na kuipeleka
kwenye Bonde la Kidroni nje ya Yerusalemu,
akaiteketeza huko. Akaisaga hadi ikawa unga na
kusambaza hilo vumbi juu ya makaburi ya watu wa
kawaida. 7 Akabomoa pia nyumba za mahanithi wa
mahali pa ibada za miungu, zilizokuwa ndani ya
Hekalu la Bwana na mahali wanawake walipofuma
kwa ajili ya Ashera.
8 Yosia akawaleta makuhani wote wa Bwana
kutoka miji yote ya Yuda, na kunajisi mahali
pa juu pa kuabudia miungu, kuanzia Geba hadi
Beer-Sheba, mahali pote ambapo hao makuhani
wa miungu walifukiza uvumba. Akabomoa mahali
pa kuwekea vitu vya ibada za miungu palipokuwa
katika malango, kwenye ingilio la Lango la Yoshua,
mtawala wa mji, lililoko upande wa kushoto wa
lango la mji. 9 Ingawa makuhani wa mahali pa
juu pa kuabudia miungu hawakuhudumu katika
madhabahu ya Bwana katika Yerusalemu, walikula
mikate isiyotiwa chachu miongoni mwa ndugu zao.
10 Kisha mfalme akanajisi Tofethi, palipokuwa
katika Bonde la Ben-Hinomu, ili mtu yeyote
asiweze kupatumia kumtoa kafara mwanawe au
binti yake katika moto kwa mungu Moleki. 11 Akao-
ndoa kutoka kwenye ingilio la Hekalu la Bwana
wale farasi ambao wafalme wa Yuda walikuwa
wamewaweka wakfu kwa ajili ya jua. Walikuwa
kwenye ua karibu na chumba cha afisa aliyeitwa
Nathan-Meleki. Basi Yosia akayachoma moto yale
magari yaliyokuwa yamewekwa wakfu kwa jua.
12 Alizivunja madhabahu ambazo wafalme wa
Yuda walikuwa wamezijenga kwenye paa la ghorofa
ya Ahazi, pia madhabahu alizokuwa amezijenga
Manase katika nyua mbili za Hekalu la Bwana.
Akaziondoa huko, akazivunja vipande vipande,
na kutupa hicho kifusi katika Bonde la Kidroni.
13 Mfalme pia akanajisi mahali pa juu pa kuabu-
dia miungu, palipokuwa mashariki ya Yerusalemu
upande wa kusini wa Kilima cha Uharibifu, pale
ambapo Solomoni mfalme wa Israeli alikuwa ame-
jenga kwa ajili ya Ashtorethi mungu mke chukizo la
Wasidoni, kwa ajili ya Kemoshi mungu chukizo la
Wamoabu, na kwa ajili ya Moleki mungu chukizo
la watu wa Amoni. 14 Yosia akapasua yale mawe ya

kuabudiwa na kuzikatakata nguzo za Ashera. Kisha akafunika hayo maeneo kwa mifupa ya wanadamu.

15 Hata madhabahu yaliyokuwa huko Betheli, mahali pa juu pa kuabudia miungu palipokuwa pamejengwa na Yeroboamu mwana wa Nebati, ambaye aliwafanya Israeli watende dhambi, alibomoa hata hayo madhabahu na mahali pa juu pa kuabudia miungu. Alipateketeza kwa moto hapo mahali pa juu pa kuabudia miungu na kupasaga hadi pakawa vumbi, na kuichoma hiyo nguzo ya Ashera pia. 16 Kisha Yosia akatazama huku na huko, naye alipoona makaburi yaliyokuwa huko kwenye kilima, akaamuru mifupa itolewe humo na akaichoma juu ya madhabahu ya Betheli ili kupanajisi. Hili lilitokea kulingana na neno la Bwana lililosemwa na mtu wa Mungu ambaye alitangulia kusema mambo haya.

17 Mfalme akauliza, "Lile kaburi lenye mnara wa ukumbusho ninaloliona ni kwa ajili gani?"

Watu wa mji wakasema, "Hii ni alama ya kaburi la mtu wa Mungu aliyekuja kutoka Yuda, naye akanena dhidi ya hii madhabahu ya Betheli mambo yale yale uliyoifanyia leo."

18 Akasema, "Liacheni, msiliguse. Msimruhusu mtu yeyote kuiondoa mifupa yake." Basi wakaiacha mifupa yake pamoja na ile ya yule nabii ambaye alikuwa amekuja kutoka Samaria.

19 Kama alivyokuwa amefanya huko Betheli, Yosia akabomoa na kunajisi mahali pa kuabudia miungu kwenye mahali pa juu ambapo wafalme wa Israeli walikuwa wamejenga ndani ya miji ya Samaria, ambayo ilikuwa imemghadhibisha Bwana. 20 Yosia akawachinja makuhani wote wa mahali pa juu pa kuabudia miungu katika madhabahu zao wenyewe, na kuchoma mifupa ya wanadamu juu yake. Kisha akarudi Yerusalemu.

Yosia Aadhimisha Pasaka

21 Mfalme akatoa agizo hili kwa watu wote: "Adhimisheni Pasaka kwa Bwana Mungu wenu, kama ilivyoandikwa katika Kitabu hiki cha Agano." 22 Hapakuwahi kuwepo na adhimisho lingine la Pasaka kama hilo tangu nyakati za Waamuzi walioongoza Israeli, wala katika nyakati zote za wafalme wa Israeli na wafalme wa Yuda. 23 Lakini katika mwaka wa kumi na nane wa utawala wa Mfalme Yosia, Pasaka hii iliadhimishwa kwa Bwana huko Yerusalemu.

24 Zaidi ya hayo, Yosia akawaondoa waaguzi, wanaoabudu mizimu, sanamu za kuagulia, sanamu za kuabudiwa, na vitu vingine vyote vya machukizo vilivyoonekana huko Yuda na Yerusalemu. Aliyafanya haya ili kutimiza matakwa ya sheria iliyoandikwa ndani ya kile kitabu ambacho Hilkia kuhani alikipata ndani ya Hekalu la Bwana. 25 Kabla wala baada ya Mfalme Yosia hapakuwepo na mfalme mwingine yeyote ambaye alimpenda Bwana kwa moyo wake wote, kwa roho yake yote, na kwa nguvu zake zote, sawasawa na Sheria yote ya Mose.

26 Hata hivyo, Bwana hakuacha ghadhabu yake iliyowaka dhidi ya Yuda kwa sababu ya yale yote ambayo Manase alikuwa amefanya kumghadhibisha. 27 Hivyo Bwana akasema, "Nitamwondoa Yuda mbele zangu kama nilivyomwondoa Israeli, nami nitaukataa Yerusalemu, mji niliouchagua, na Hekalu hili, ambalo nilisema, 'Jina langu litakaa humo.' "

28 Matukio mengine ya utawala wa Yosia na yote aliyoyafanya, je, hayakuandikwa katika kitabu cha kumbukumbu za wafalme wa Yuda?

29 Yosia alipokuwa mfalme, Farao Neko mfalme wa Misri akapanda mpaka Mto Frati kumsaidia mfalme wa Ashuru. Mfalme Yosia akatoka kwenda kupigana naye, lakini Neko akamkabili na kumuua huko Megido. 30 Watumishi wa Yosia wakauleta mwili wake katika gari la vita kutoka Megido hadi Yerusalemu, wakamzika kwenye kaburi lake mwenyewe. Nao watu wa nchi wakamchukua Yehoahazi mwana wa Yosia, wakamtia mafuta na kumfanya mfalme mahali pa baba yake.

Yehoahazi Mfalme Wa Yuda

31 Yehoahazi alikuwa na umri wa miaka ishirini na mitatu alipoanza kutawala, naye akatawala huko Yerusalemu kwa miezi mitatu. Jina la mama yake aliitwa Hamutali binti Yeremia kutoka Libna. 32 Akafanya maovu machoni mwa Bwana, kama baba zake walivyofanya. 33 Farao Neko akamfunga kwa minyororo huko Ribla katika nchi ya Hamathi ili asiweze kutawala huko Yerusalemu, naye akatoza kodi ya talanta mia moja[a] za fedha, na talanta moja ya dhahabu[b] katika Yuda. 34 Farao Neko akamfanya Eliakimu mwana wa Yosia kuwa mfalme mahali pa baba yake Yosia, na kulibadilisha jina la Eliakimu kuwa Yehoyakimu. Lakini akamchukua Yehoahazi na kumpeleka Misri, naye akafia huko.

Yehoyakimu Mfalme Wa Yuda

35 Yehoyakimu akamlipa Farao Neko ile fedha na dhahabu aliyodai. Ili kuweza kufanya hivyo, Yehoyakimu akatoza nchi kodi na kulipiza fedha na dhahabu kutoka kwa watu wa nchi kulingana na makadrio ya mapato yao.

36 Yehoyakimu alikuwa na umri wa miaka ishirini na mitano alipoanza kutawala, naye akatawala huko Yerusalemu miaka kumi na mmoja. Jina la mama yake aliitwa Zebida binti Pedaya kutoka Ruma. 37 Naye akafanya maovu machoni mwa Bwana, kama baba zake walivyokuwa wamefanya.

24 Wakati wa utawala wa Yehoyakimu, Nebukadneza mfalme wa Babeli aliishambulia nchi, naye Yehoyakimu akawa mtumwa wake kwa miaka mitatu. Lakini hatimaye akabadili mawazo yake na kuasi dhidi ya Nebukadneza. 2 Bwana akatuma wavamiaji wa Wakaldayo, Waaramu, Wamoabu na Waamoni ili kumshambulia. Aliwatuma kuiangamiza Yuda sawasawa na neno la Bwana lililosemwa na watumishi wake manabii. 3 Hakika mambo haya yalitokea Yuda kulingana na agizo la Bwana, ili kuwaondoa kutoka machoni pake kwa sababu ya dhambi za Manase na yote aliyoyafanya, 4 ikiwa ni pamoja na kumwaga damu isiyo na hatia. Kwa kuwa aliijaza Yerusalemu kwa damu isiyo na hatia, naye Bwana hakuwa radhi kusamehe.

5 Matukio mengine ya utawala wa Yehoyakimu na yote aliyoyafanya, je, hayakuandikwa katika

[a]33 Talanta 100 za fedha ni sawa na tani 3.4.
[b]33 Talanta moja ya dhahabu ni sawa na kilo 34.

kitabu cha kumbukumbu za wafalme wa Yuda?
6 Yehoyakimu akalala pamoja na baba zake. Naye
Yehoyakini mwanawe akawa mfalme baada yake.
7 Mfalme wa Misri hakutoka tena katika nchi
yake, kwa sababu mfalme wa Babeli alikuwa amei-
twaa himaya yake yote, kuanzia Kijito cha Misri
hadi Mto Frati.

Yehoyakini Mfalme Wa Yuda

8 Yehoyakini alikuwa na miaka kumi na minane
alipoanza kutawala, naye akatawala huko Yeru-
salemu miezi mitatu. Jina la mama yake aliitwa
Nehushta binti Elnathani kutoka Yerusalemu.
9 Akafanya maovu machoni pa BWANA, kama vile
baba yake alivyokuwa amefanya.
10 Wakati huo, maafisa wa Nebukadneza mfalme
wa Babeli walikuja ili kuishambulia Yerusalemu,
nao wakaizunguka kwa jeshi. 11 Nebukadneza
mwenyewe akaupandia mji wakati maafisa wake
walipokuwa wameuzunguka kwa jeshi. 12 Yeho-
yakini mfalme wa Yuda, mama yake, wahudumu
wake, wakuu na maafisa wake wote wakajisalimi-
sha kwa Nebukadneza.
Katika mwaka wa nane wa utawala wa mfalme wa
Babeli, akamchukua Yehoyakini kuwa mfungwa.
13 Kama vile BWANA alivyokuwa amesema, Nebu-
kadneza akaondoa hazina yote kutoka Hekalu la
BWANA na kutoka jumba la mfalme, akavichukua
vyombo vyote vya dhahabu ambavyo Solomoni
mfalme wa Israeli alikuwa amevitengeneza kwa
ajili ya Hekalu la BWANA. 14 Akawachukua watu
wa Yerusalemu wote kwenda uhamishoni: yaani
maafisa wote na mashujaa, watu wenye ustadi na
ufundi, jumla yao watu elfu kumi. Watu maskini
sana ndio tu waliobaki katika nchi.
15 Nebukadneza akamchukua mateka Yehoyakini
hadi Babeli. Pia akawachukua utumwani kutoka
Yerusalemu hadi Babeli mama yake mfalme, wake
zake, maafisa wake, na viongozi wote wa nchi.
16 Mfalme wa Babeli pia akawahamishia Babeli
mashujaa elfu saba, wenye nguvu na wanaofaa
kupigana vita, na watu wenye ustadi na mafundi
elfu moja. 17 Akamfanya Matania, ndugu wa baba
yake Yehoyakini, kuwa mfalme mahali pake, na
akalibadilisha jina lake kuwa Sedekia.

Sedekia Mfalme Wa Yuda

18 Sedekia alikuwa na umri wa miaka ishirini
na mmoja alipoanza kutawala, naye akatawala
huko Yerusalemu miaka kumi na mmoja. Jina la
mama yake aliitwa Hamutali binti Yeremia, kutoka
Libna. 19 Alifanya maovu machoni pa BWANA, kama
alivyofanya Yehoyakimu. 20 Ilikuwa ni kwa sababu
ya hasira ya BWANA haya yote yalitokea Yerusalemu
na Yuda, naye mwishoni akawaondoa mbele zake.
Basi, Sedekia akaasi dhidi ya mfalme wa Babeli.

Kuanguka Kwa Yerusalemu

25 Hivyo katika mwaka wa tisa wa utawala wa
Sedekia, katika siku ya kumi ya mwezi wa
kumi, Nebukadneza mfalme wa Babeli, akiwa
na jeshi lake lote, alifanya vita dhidi ya Yerusa-
lemu. Akapiga kambi nje ya mji na kuuzunguka
mji pande zote. 2 Mji ulizungukwa na jeshi mpaka
mwaka wa kumi na moja wa utawala wa Mfalme
Sedekia. 3 Ilipowadia siku ya tisa ya mwezi wa
nne, njaa ikazidi kuwa kali sana ndani ya mji, hadi
hapakuwa na chakula kwa ajili ya watu. 4 Kisha
ukuta wa mji ukavunjwa, na jeshi lote likakimbia.
Wakaondoka mjini usiku kupitia lango lililokuwa
kati ya kuta mbili karibu na bustani ya mfalme,
ingawa Wakaldayo walikuwa wameuzunguka
mji. Wakakimbia kuelekea Araba. 5 Lakini jeshi la
Wakaldayo likamfuatia mfalme na kumpata katika
sehemu tambarare za Yeriko. Askari wake wote
wakatengwa naye na kutawanyika, 6 naye akaka-
matwa. Akapelekwa kwa mfalme wa Babeli huko
Ribla, mahali ambapo hukumu yake ilitangazwa.
7 Wakawaua wana wa Sedekia mbele ya macho
yake. Kisha wakayang'oa macho yake, wakamfunga
kwa pingu za shaba na kumpeleka Babeli.
8 Mnamo siku ya saba ya mwezi wa tano, katika
mwaka wa kumi na tisa wa utawala wa Nebuka-
dneza mfalme wa Babeli, Nebuzaradani jemadari
wa askari walinzi wa mfalme, afisa wa mfalme
wa Babeli, alikuja Yerusalemu. 9 Alichoma moto
Hekalu la BWANA, jumba la kifalme, na nyumba
zote za Yerusalemu. Aliteketeza kila jengo muhimu.
10 Jeshi lote la Wakaldayo, chini ya jemadari wa
askari walinzi wa mfalme, walivunja kuta zilizoi-
zunguka Yerusalemu. 11 Nebuzaradani jemadari
wa askari walinzi akawapeleka uhamishoni watu
waliokuwa wamebaki katika mji, pamoja na mabaki
ya watu wa kawaida, na wale waliojisalimisha kwa
mfalme wa Babeli. 12 Lakini yule jemadari wa askari
walinzi akawaacha baadhi ya wale watu maskini
kabisa ili watunze mashamba ya mizabibu na
mashamba mengine.
13 Wakaldayo walivunja vipande zile nguzo za
shaba, vile vishikilio vya shaba vilivyohamishika,
na ile Bahari ya shaba, ambavyo vyote vilikuwa
katika Hekalu la BWANA. Hivyo wakaichukua hiyo
shaba na kuipeleka Babeli. 14 Wakachukua pia vyu-
ngu, masepetu, mikasi ya kusawazishia tambi,
sahani na vyombo vyote vya shaba vilivyotumika
katika huduma ya Hekalu. 15 Jemadari wa askari
walinzi wa mfalme akachukua vile vyetezo na yale
mabakuli ya kunyunyizia, vitu vyote vile vilivyo-
kuwa vimetengenezwa kwa dhahabu safi au fedha.
16 Shaba iliyotokana na zile nguzo mbili, ile
Bahari na vile vishikilio vilivyohamishika, amba-
vyo Solomoni alikuwa ametengeneza kwa ajili
ya Hekalu la BWANA, ilikuwa na uzito usioweza
kupimika. 17 Kila nguzo ilikuwa na urefu wa dhi-
raa kumi na nane.[a] Sehemu ya shaba juu ya nguzo
moja ilikuwa na urefu wa dhiraa tatu[b] na ilikuwa
imepambwa kwa wavu na makomamanga ya shaba
kuizunguka kote. Ile nguzo nyingine pamoja na
wavu wake ilifanana na hiyo ya kwanza.
18 Yule jemadari wa askari walinzi akawa-
chukua kama wafungwa Seraya kuhani mkuu,
kuhani Sefania aliyefuata kwa cheo, na mabawabu
watatu. 19 Miongoni mwa wale watu waliokuwa
wamesalia katika mji, alimchukua afisa kiongozi
wa wapiganaji, na washauri watano wa mfalme.

---

[a]17 Dhiraa 18 ni sawa na mita 8.2.
[b]17 Dhiraa 3 ni sawa na mita 1.35.

Akamchukua pia mwandishi aliyesimamia uandikishaji wa watu wa nchi, pamoja na watu wake sitini waliopatikana ndani ya mji. [20] Nebuzaradani jemadari akawachukua hao wote na kuwapeleka kwa mfalme wa Babeli huko Ribla. [21] Huko Ribla, katika nchi ya Hamathi, mfalme wa Babeli akaamuru wanyongwe.

Hivyo Yuda wakaenda utumwani, mbali na nchi yao.

[22] Nebukadneza mfalme wa Babeli akamteua Gedalia mwana wa Ahikamu, mwana wa Shafani, awe msimamizi wa watu aliowaacha Yuda. [23] Maafisa wote wa jeshi na watu wao waliposikia kwamba mfalme wa Babeli amemteua Gedalia kuwa mtawala, wakamjia Gedalia huko Mispa. Hawa walikuwa Ishmaeli mwana wa Nethania, Yohanani mwana wa Karea, Seraya mwana wa Tanhumethi Mnetofathi, na Yezania mwana wa Mmaaka, pamoja na watu wao. [24] Gedalia akaapa ili kuwatia moyo wao na watu wao. Akasema, "Msiwaogope maafisa wa Kikaldayo. Kaeni katika nchi na kumtumikia mfalme wa Babeli, na itakuwa vyema kwenu."

[25] Hata hivyo, katika mwezi wa saba Ishmaeli mwana wa Nethania mwana wa Elishama, aliyekuwa wa uzao wa mfalme, akaja pamoja na watu kumi, nao wakamuua Gedalia, na pia watu wa Yuda, pamoja na Wakaldayo waliokuwa naye huko Mispa. [26] Baada ya haya, watu wote kuanzia aliye mdogo sana hadi aliye mkubwa kabisa, pamoja na maafisa wa jeshi, wakakimbilia Misri kwa kuwaogopa Wakaldayo.

Yehoyakini Anaachiwa

[27] Katika mwaka wa thelathini na saba tangu Yehoyakini mfalme wa Yuda apelekwe uhamishoni, katika mwaka ule ambao Evil-Merodaki[a] alifanyika mfalme wa Babeli, alimwacha huru Yehoyakini kutoka gerezani siku ya ishirini na saba ya mwezi wa kumi na mbili. [28] Alizungumza naye kwa upole na kumpa kiti cha heshima zaidi kuliko wale wafalme wengine aliokuwa nao huko Babeli. [29] Hivyo Yehoyakini akayavua mavazi yake ya mfungwa, na siku zote za maisha yake zilizobaki alikula mezani mwa mfalme. [30] Siku kwa siku mfalme alimpa Yehoyakini posho siku zote za maisha yake.

---

[a]27 Pia aliitwa Ameli-Mariduki.

1 MAMBO YA NYAKATI

Kumbukumbu Za Historia Kuanzia Adamu Hadi Abrahamu

Adamu Hadi Wana Wa Noa

1 Adamu, Sethi, Enoshi, 2 Kenani, Mahalaleli,
Yaredi, 3 Enoki, Methusela, Lameki, Noa.

4 Wana wa Noa walikuwa:
Shemu, Hamu na Yafethi.

Wana Wa Yafethi

5 Wana wa Yafethi walikuwa:
Gomeri, Magogu, Madai, Yavani, Tubali, Mesheki na Tirasi.
6 Wana wa Gomeri walikuwa:
Ashkenazi, Rifathi na Togarma.
7 Wana wa Yavani walikuwa:
Elisha, Tarshishi, Kitimu na Rodanimu.

Wana Wa Hamu

8 Wana wa Hamu walikuwa:
Kushi, Misraimu,[a] Putu na Kanaani.
9 Wana wa Kushi walikuwa:
Seba, Havila, Sabta, Raama na Sabteka.
Wana wa Raama walikuwa:
Sheba na Dedani.
10 Kushi akamzaa
Nimrodi, ambaye alikua akawa mtu shujaa katika nchi.
11 Misraimu akawazaa:
Waludi, Waanami, Walehabi, Wanaftuhi,
12 Wapathrusi, Wakasluhi (hao ndio asili ya Wafilisti) na Wakaftori.
13 Wana wa Kanaani walikuwa:
Sidoni, mzaliwa wake wa kwanza, na
Hethi, 14 Wayebusi, Waamori, Wagirgashi,
15 Wahivi, Waariki, Wasini, 16 Waarvadi,
Wasemari na Wahamathi.

Wana Wa Shemu

17 Wana wa Shemu walikuwa:
Elamu, Ashuru, Arfaksadi, Ludi na Aramu.
Wana wa Aramu walikuwa:
Usi, Huli, Getheri na Mesheki.
18 Arfaksadi akamzaa Shela,
Shela akamzaa Eberi.
19 Eberi alipata wana wawili:
Mmoja wao aliitwa Pelegi,[b] kwa kuwa wakati wake dunia iligawanyika; nduguye aliitwa Yoktani.
20 Wana wa Yoktani walikuwa:
Almodadi, Shelefu, Hasarmawethi,
Yera, 21 Hadoramu, Uzali, Dikla, 22 Obali,
Abimaeli, Sheba, 23 Ofiri, Havila na Yobabu.
Wote hawa walikuwa wana wa Yoktani.

24 Wana wa Shemu walikuwa Arfaksadi,
Shela,
25 Eberi, Pelegi, Reu,
26 Serugi, Nahori, Tera,
27 Tera akamzaa Abramu (yaani, Abrahamu).

Jamaa Ya Abrahamu

28 Abrahamu alikuwa na wana wawili:
Isaki na Ishmaeli.

Wazao Wa Hagari

29 Hawa ndio waliokuwa wazao wa Hagari:
Nebayothi mzaliwa wa kwanza wa
Ishmaeli, Kedari, Adbeeli, Mibsamu,
30 Mishma, Duma, Masa, Hadadi, Tema,
31 Yeturi, Nafishi na Kedema. Hao ndio wana wa Ishmaeli.

Wazao Wa Ketura

32 Wana waliozaliwa na Ketura suria wa Abrahamu walikuwa:
Zimrani, Yokshani, Medani, Midiani, Ishbaki na Shua.
Wana wa Yokshani walikuwa:
Sheba na Dedani.
33 Wana wa Midiani walikuwa:
Efa, Eferi, Hanoki, Abida na Eldaa.
Wote hao walikuwa wa uzao wa Ketura.

Wazao Wa Sara

34 Abrahamu alikuwa baba wa Isaki.
Wana wa Isaki walikuwa:
Esau na Israeli.

Wana Wa Esau

35 Wana wa Esau walikuwa:
Elifazi, Reueli, Yeushi, Yalamu na Kora.
36 Wana wa Elifazi walikuwa:
Temani, Omari, Sefo, Gatamu na Kenazi;
Elifazi kwa Timna akamzaa Amaleki.
37 Wana wa Reueli walikuwa:
Nahathi, Zera, Shama na Miza.

Watu Wa Seiri Waliokuwa Edomu

38 Wana wa Seiri walikuwa:
Lotani, Shobali, Sibeoni, Ana, Dishoni, Eseri na Dishani.
39 Wana wa Lotani walikuwa wawili:
Hori na Homamu. Lotani alikuwa na dada yake aliyeitwa Timna.
40 Wana wa Shobali walikuwa:
Alvani,[c] Manahathi, Ebali, Shefo na Onamu.
Wana wa Sibeoni walikuwa:
Aiya na Ana.
41 Mwana wa Ana alikuwa:
Dishoni.

[a] 8 Yaani Misri.

[b] 19 Pelegi maana yake Mgawanyiko.

[c] 40 Maandishi ya Kiebrania yanamwita Alian.

Nao wana wa Dishoni walikuwa:
Hemdani, Eshbani, Ithrani na Kerani.
42 Wana wa Eseri walikuwa:
Bilhani, Zaavani na Akani.
Wana wa Dishani walikuwa:
Usi na Arani.

Watawala Wa Edomu

43 Hawa ndio wafalme waliotawala Edomu
kabla hajatawala mfalme yeyote wa
Waisraeli:
Bela mwana wa Beori, ambaye mji wake
ni Dinhaba.
44 Bela alipofariki, Yobabu mwana wa Zera
kutoka Bosra akawa mfalme baada yake.
45 Yobabu alipofariki, Hushamu kutoka
nchi ya Watemani akawa mfalme baada
yake.
46 Hushamu alipofariki, Hadadi mwana wa
Bedadi, aliyeshinda Midiani katika nchi
ya Moabu, akawa mfalme baada yake.
Mji wake uliitwa Avithi.
47 Hadadi alipofariki, Samla kutoka
Masreka akawa mfalme baada yake.
48 Samla alipofariki, Shauli kutoka
Rehobothi ng'ambo ya Mto Frati,
akawa mfalme baada yake.
49 Shauli alipofariki, Baal-Hanani mwana
wa Akbori akawa mfalme baada yake.
50 Baal-Hanani alipofariki, Hadadi akawa
mfalme baada yake. Mji wake uliitwa
Pau, na mkewe aliitwa Mehetabeli binti
Matredi, binti Me-Zahabu. 51 Naye Hadadi
pia akafa.

Wakuu wa Edomu walikuwa:
Timna, Alva, Yethethi, 52 Oholibama,
Ela, Pinoni, 53 Kenazi, Temani, Mibsari,
54 Magdieli na Iramu. Hao ndio wakuu
wa makabila ya Edomu.

Wana Wa Israeli

2 Hawa ndio waliokuwa wana wa Israeli:
Reubeni, Simeoni, Lawi, Yuda, Isakari,
Zabuloni, 2 Dani, Yosefu, Benyamini,
Naftali, Gadi na Asheri.

Yuda
Hadi Wana Wa Hesroni

3 Wana wa Yuda walikuwa:
Eri, Onani na Shela. Hawa watatu
walizaliwa kwake na mkewe Mkanaani,
binti wa Shua. Eri, mzaliwa wa kwanza
wa Yuda, alikuwa mwovu machoni
pa BWANA, kwa hiyo BWANA alimuua.
4 Tamari, mkwewe Yuda, alimzalia wana
wawili: Peresi na Zera. Yuda alikuwa na
jumla ya wana watano.

5 Wana wa Peresi walikuwa:
Hesroni na Hamuli.
6 Wana wa Zera walikuwa:
Zimri, Ethani, Hemani, Kalkoli na Dara.
Jumla ya wana wa Zera walikuwa watano.
7 Mwana wa Karmi alikuwa:
Akari,[a] ambaye alileta taabu kwa
Waisraeli kwa kukiuka onyo la
kutokuchukua vitu vilivyokuwa
vimewekwa wakfu.
8 Mwana wa Ethani alikuwa:
Azariya.
9 Wana wa Hesroni walikuwa:
Yerameeli, Ramu na Kalebu.

Kuanzia Ramu Mwana Wa Hesroni

10 Ramu alimzaa
Aminadabu, na Aminadabu akamzaa
Nashoni, kiongozi wa kabila la Yuda.
11 Nashoni akamzaa Salmoni, Salmoni
akamzaa Boazi, 12 Boazi akamzaa Obedi,
Obedi akamzaa Yese.
13 Yese akawazaa
Eliabu mwanawe wa kwanza; wa pili
Abinadabu, wa tatu Shimea,[b] 14 wa nne
Nethaneli, wa tano Radai, 15 wa sita
Osemu, na wa saba Daudi. 16 Dada zao
walikuwa Seruya na Abigaili. Wana wa
Seruya walikuwa watatu: Abishai, Yoabu
na Asaheli. 17 Abigaili alikuwa mama
yake Amasa, ambaye baba yake alikuwa
Yetheri, Mwishmaeli.

Kalebu Mwana Wa Hesroni

18 Kalebu mwana wa Hesroni akazaa wana na
mkewe Azuba (na pia na Yeriothi). Hawa
ndio wana Azuba aliomzalia Kalebu:
Yesheri, Shobabu na Ardoni. 19 Azuba
alipofariki, Kalebu akamwoa Efrathi,
ambaye alimzalia Huri. 20 Huri akamzaa
Uri, Uri akamzaa Bezaleli.
21 Hatimaye, Hesroni akakutana kimwili na
binti wa Makiri babaye Gileadi (ambaye
alimwoa alipokuwa na umri wa miaka
sitini), naye akamzaa Segubu. 22 Segubu
akamzaa Yairi, ambaye alitawala miji
ishirini na mitatu katika Gileadi. 23 (Lakini
Geshuri na Aramu wakateka miji ya
Hawoth-Yairi, pamoja na Kenathi na
viunga vyake; jumla ilikuwa miji sitini.)
Wote hawa walikuwa wazao wa Makiri
babaye Gileadi.

24 Baada ya Hesroni kufa huko Efrathi, Abiya
mjane wa Hesroni akamzalia Ashuru,
aliye baba wa Tekoa.

Yerameeli Mwana Wa Hesroni

25 Wana wa Yerameeli mzaliwa wa kwanza wa
Hesroni walikuwa:
Ramu mzaliwa wake wa kwanza, Buna,
Oreni, Osemu na Ahiya. 26 Yerameeli
alikuwa na mke mwingine, aliyeitwa
Atara, aliyekuwa mama yake Onamu.
27 Wana wa Ramu mzaliwa wa kwanza wa
Yerameeli walikuwa:

[a] 7 Akari maana yake Taabisha; pia anaitwa Akani (Yos 6:1-26; 22:20).
[b] 13 Au: Shima, maana yake Sifa njema (pia 1Sam 16:9; 17:13).

Maasi, Yamini na Ekeri.
28 Wana wa Onamu walikuwa:
Shamai na Yada.
Wana wa Shamai walikuwa:
Nadabu na Abishuri.
29 Mke wa Abishuri aliitwa Abihaili, ambaye
alimzalia Abani na Molidi.
30 Wana wa Nadabu walikuwa
Seledi na Apaimu, lakini Seledi alikufa
bila kuzaa watoto.
31 Apaimu akamzaa:
Ishi ambaye alikuwa baba wa Sheshani.
Sheshani akamzaa Alai.
32 Wana wa Yada, nduguye Shamai walikuwa:
Yetheri na Yonathani. Yetheri alikufa bila
kuzaa watoto.
33 Wana wa Yonathani walikuwa:
Pelethi na Zaza.
Hawa ndio waliokuwa wazao wa Yerameeli.
34 Sheshani hakuwa na watoto wa kiume, ila
wasichana tu.
Alikuwa na mtumishi Mmisri aliyeitwa
Yarha. 35 Sheshani akamwoza huyu
mtumishi wake Yarha binti yake,
akamzalia mwana jina lake Atai.
36 Atai akamzaa Nathani,
Nathani akamzaa Zabadi,
37 Zabadi akamzaa Eflali,
Eflali akamzaa Obedi,
38 Obedi akamzaa Yehu,
Yehu akamzaa Azaria,
39 Azaria akamzaa Helesi,
Helesi akamzaa Eleasa,
40 Eleasa akamzaa Sismai,
Sismai akamzaa Shalumu,
41 Shalumu akamzaa Yekamia,
naye Yekamia akamzaa Elishama.

Koo Za Kalebu

42 Wana wa Kalebu nduguye Yerameeli
walikuwa:
Mesha mzaliwa wake wa kwanza alimzaa
Zifu, naye mwanawe Maresha akamzaa
Hebroni.
43 Hebroni alikuwa na wana wanne:
Kora, Tapua, Rekemu na Shema. 44 Shema
alikuwa baba yake Rahamu na Rahamu
alikuwa baba wa Yorkeamu na Rekemu
alikuwa baba wa Shamai. 45 Shamai
akamzaa Maoni na Maoni akamzaa
Beth-Suri.
46 Efa, suria wa Kalebu alikuwa mamaye
Harani, Mosa na Gazezi. Harani alikuwa
baba wa Gazezi.
47 Wana wa Yadai walikuwa:
Regemu, Yothamu, Geshani, Peleti, Efa
na Shaafu.
48 Maaka suria wa Kalebu alikuwa mamaye
Sheberi na Tirhana. 49 Pia Maaka
akamzaa Shaafu babaye Madmana, na
Sheva babaye Makbena na Gibea. Kalebu
alikuwa na binti jina lake Aksa. 50 Hawa
ndio waliokuwa wazao wa Kalebu.
Wana wa Huri, mzaliwa mkuu wao wa
Efrathi, walikuwa:
Shobali akamzaa Kiriath-Yearimu,
51 Salma akamzaa Bethlehemu, naye
Harefu akamzaa Beth-Gaderi.
52 Wazao wa Shobali, baba yake
Kiriath-Yearimu, walikuwa:
Haroe, nusu ya wakazi wa mji wa
Menuhothi, 53 pamoja na koo za
Kiriath-Yearimu ambazo ni: Waithiri,
Waputhi, Washumathi na Wamishrai.
Kutokana na watu hawa walizaliwa
Wasorathi na Waeshtaoli.
54 Wazao wa Salma walikuwa:
Bethlehemu, Wanetofathi, Atroth-Beth-
Yoabu, nusu ya Wamanahathi, Wasori,
55 pamoja na koo za waandishi zilizoishi
katika mji wa Yabesi: yaani Watirathi,
Washimeathi na Wasukathi. Hawa ndio
Wakeni waliotokana na Hamathi, baba
wa nyumba ya Rekabu.

Wana Wa Daudi

3 Hawa ndio waliokuwa wana wa Daudi
waliozaliwa huko Hebroni:
Mzaliwa wa kwanza alikuwa Amnoni
ambaye mama yake aliitwa Ahinoamu wa
Yezreeli;
wa pili, Danieli ambaye mama yake
alikuwa Abigaili wa Karmeli;
2 wa tatu alikuwa Absalomu, ambaye
mama yake alikuwa Maaka, binti Talmai
mfalme wa Geshuri;
wa nne, Adoniya, ambaye mama yake
alikuwa Hagithi;
3 wa tano alikuwa Shefatia ambaye mama
yake alikuwa Abitali;
wa sita alikuwa Ithreamu, aliyezaliwa na
mke wake Egla.
4 Hawa sita walizaliwa huko Hebroni
ambako Daudi alitawala kwa miaka saba
na miezi sita.
Daudi alitawala Yerusalemu kwa miaka thelathini
na mitatu, 5 nao hawa ndio watoto wa Daudi walio-
zaliwa huko Yerusalemu:
mkewe Bathsheba, binti Amieli,
alimzalia Shamua,[a] Shobabu, Nathani
na Solomoni. 6 Pia kulikuwa na wana
wengine: Ibihari, Elishua, Elifeleti,
7 Noga, Nefegi, Yafia, 8 Elishama, Eliada
na Elifeleti; wote walikuwa tisa. 9 Hawa
wote walikuwa wana wa Daudi, mbali na
wale wana waliozaliwa na masuria. Naye
Tamari alikuwa dada yao.

Wafalme Wa Yuda

10 Mwana wa Solomoni alikuwa Rehoboamu,
mwanawe huyo alikuwa Abiya,
mwanawe huyo alikuwa Yehoshafati,
mwanawe huyo alikuwa Asa,
11 mwanawe huyo alikuwa Yehoramu,
mwanawe huyo alikuwa Ahazia,

---

[a]5 Sawa na Shimea; maana yake ni Mashuhuri, Maarufu.

mwanawe huyo alikuwa Yoashi,
12 mwanawe huyo alikuwa Amazia,
mwanawe huyo alikuwa Azaria,
mwanawe huyo alikuwa Yothamu,
13 mwanawe huyo alikuwa Ahazi,
mwanawe huyo alikuwa Hezekia,
mwanawe huyo alikuwa Manase,
14 mwanawe huyo alikuwa Amoni
na mwanawe huyo alikuwa Yosia.
15 Wana wa Yosia walikuwa:
Yohanani mzaliwa wake wa kwanza,
Yehoyakimu mwanawe wa pili,
wa tatu Sedekia,
wa nne Shalumu.
16 Walioingia mahali pa Yehoyakimu kama
wafalme ni:
Yekonia mwanawe,
na Sedekia.

Ukoo Wa Kifalme Baada Ya Uhamisho

17 Hawa ndio waliokuwa wazao wa Yekonia
aliyekuwa mateka:
Shealtieli mwanawe, 18 Malkiramu, Pedaya,
Shenasari, Yekamia, Hoshama na Nedabia.
19 Wana wa Pedaya walikuwa:
Zerubabeli na Shimei.
Wana wa Zerubabeli walikuwa:
Meshulamu na Hanania.
Shelomithi alikuwa dada yao.
20 Pia walikuwepo wengine watano:
Hashuba, Oheli, Berekia, Hasadia na
Yushab-Hesedi.
21 Wazao wa Hanania walikuwa:
Pelatia na Yeshaya, na wana wa Refaya,
na wana wa Arnani, na wana wa Obadia,
na wana wa Shekania.
22 Wazao wa Shekania:
Shemaya na wanawe:
Hatushi, Igali, Baria, Nearia na Shafati;
jumla yao walikuwa sita.
23 Wana wa Nearia walikuwa:
Elioenai, Hizkia na Azrikamu; jumla yao
watatu.
24 Wana wa Elioenai walikuwa:
Hodavia, Eliashibu, Pelaya, Akubu,
Yohanani, Delaya na Anani; jumla yao
wote saba.

Koo Nyingine Za Yuda

4 Wana wa Yuda walikuwa:
Peresi, Hesroni, Karmi, Huri na Shobali.
2 Reaya mwana wa Shobali akamzaa Yahathi,
Yahathi akawazaa Ahumai na Lahadi.
Hizi ndizo zilizokuwa koo za Wasorathi.
3 Hawa ndio waliokuwa wana wa Etamu:
Yezreeli, Ishma na Idbashi. Dada yao
aliitwa Haselelponi. 4 Penueli akamzaa
Gedori, naye Ezeri akamzaa Husha.
Hawa walikuwa wazao wa Huri, mzaliwa
wa kwanza wa Efrathi, na baba yake
Bethlehemu.
5 Ashuri baba yake Tekoa alikuwa na wake
wawili, Hela na Naara.
6 Hawa walikuwa wazao wa Naara: Ahuzamu,
Heferi, Temeni na Haahashtari.
7 Wana wa Hela walikuwa:
Serethi, Sohari, Ethnani, 8 na Kosi
ambaye aliwazaa Anubi, Sobeba na
jamaa zote za Aharheli mwana wa
Harumu.

9 Yabesi aliheshimiwa kuliko ndugu zake. Mama
yake alimwita Yabesi, akisema, "Nilimzaa kwa
huzuni." 10 Yabesi akamlilia Mungu wa Israeli aki-
sema, "Ee Mungu, laiti ungenibariki kweli kweli
na kuipanua mipaka yangu! Mkono wako na uwe
pamoja nami, uniepushe na uovu ili nisidhurike!"
Naye Mungu akamjalia hayo aliyoyaomba.

11 Kelubu, nduguye Shuha, akamzaa Mehiri,
naye Mehiri akamzaa Eshtoni. 12 Eshtoni
akawazaa Beth-Rafa, Pasea na Tehina.
Tehina alikuwa baba wa Iri-Nahashi.
Hawa ndio waliokuwa wazao wa Reka.
13 Wana wa Kenazi walikuwa:
Othnieli na Seraya.
Wana wa Othnieli walikuwa:
Hathathi na Meonathai. 14 Meonathai
akamzaa Ofra.
Seraya akamzaa Yoabu,
baba wa Ge-Harashimu.[a] Liliitwa hivyo
kwa sababu watu walioishi humo
walikuwa mafundi.
15 Kalebu mwana wa Yefune alikuwa na wana
watatu:
Iru, Ela na Naamu.
Naye mwana wa Ela alikuwa:
Kenazi.
16 Wana wa Yahaleleli walikuwa:
Zifu, Zifa, Tiria na Asareli.
17 Wana wa Ezra walikuwa:
Yetheri, Meredi, Eferi na Yaloni.
Mmojawapo wa wake zake Meredi
aliwazaa: Miriamu, Shamai na Ishba
aliyekuwa baba yake Eshtemoa. 18 Meredi
alikuwa na mke mwingine Myahudi
ambaye aliwazaa: Yeredi baba wa Gedori,
Heberi baba wa Soko na Yekuthieli
baba wa Zanoa. Hawa walikuwa watoto
wa Bithia binti Farao, ambaye Meredi
alikuwa amemwoa.
19 Wana wa mke wa Hodia aliyekuwa dada
yake Nahamu walikuwa:
baba yake Keila, Mgarmi na Eshtemoa,
Mmaakathi.
20 Wana wa Shimoni walikuwa:
Amnoni, Rina, Ben-Hanani na Tiloni.
Wazao wa Ishi walikuwa:
Zohethi na Ben-Zohethi.
21 Wana wa Shela, mwana wa Yuda, walikuwa:
Eri baba yake Leka, Laada baba yake
Maresha na jamaa za wafumaji nguo
za kitani safi waliokuwa wakiishi huko
Beth-Ashbea, 22 Yokimu, watu walioishi

[a]14 Maana yake Bonde la Mafundi.

Kozeba, Yoashi na Sarafi waliotawala
huko Moabu na Yashubi-Lehemu.
(Taarifa hizi ni za zamani sana.) 23 Hawa
walikuwa wafinyanzi walioishi Netaimu
na Gedera; waliishi huko wakimtumikia
mfalme.

Simeoni

24 Wazao wa Simeoni walikuwa:
Nemueli, Yamini, Yaribu, Zera na Shauli.
25 Mwana wa Shauli alikuwa Shalumu,
Shalumu akamzaa Mibsamu, na
Mibsamu akamzaa Mishma.
26 Wazao wa Mishma walikuwa:
Hamueli aliyemzaa Zakuri, Zakuri
akamzaa Shimei.

27 Shimei alikuwa na wana kumi na sita, na
binti sita, lakini ndugu zake hawakuwa na watoto
wengi, hivyo ukoo wao wote haukuwa na watu
wengi kama ukoo wa Yuda. 28 Waliishi Beer-Sheba,
Molada, Hasar-Shuali, 29 Bilha, Esemu, Toladi,
30 Bethueli, Horma, Siklagi, 31 Beth-Markabothi,
Hasar-Susimu, Beth-Biri na Shaaraimu. Hii ilikuwa
miji yao mpaka wakati wa utawala wa Daudi. 32 Vijiji
vilivyoizunguka vilikuwa Etamu, Aini, Rimoni,
Tokeni na Ashani; jumla miji mitano: 33 pamoja na
vijiji vyote kuizunguka hii miji hadi huko Baali.
Haya yalikuwa makao yao, nao waliweka kumbu-
kumbu ya ukoo wao.

34 Meshobabu, Yamleki, Yosha mwana wa
Amazia, 35 Yoeli, Yehu mwana wa Yoshibia,
mwana wa Seraya, mwana wa Asieli. 36 Pia
Elioenai, Yaakoba, Yeshohaya, Asaya, Adieli,
Yesimieli, Benaya, 37 Ziza mwana wa Shifi,
mwana wa Aloni, mwana wa Yedaya, mwana
wa Shimri, mwana wa Shemaya.

38 Watu hawa walioorodheshwa hapa juu kwa
majina walikuwa viongozi wa koo zao. Jamaa zao
ziliongezeka sana, 39 wakaenea mpaka kwenye viu-
nga vya Gedori kuelekea mashariki mwa bonde
wakitafuta malisho kwa ajili ya mifugo yao. 40 Huko
walipata malisho mengi mazuri, nayo nchi ilikuwa
na nafasi kubwa, yenye amani na utulivu. Baadhi
ya Wahamu waliishi huko zamani.

41 Watu walioorodheshwa majina walikuja
katika nchi hiyo wakati wa Hezekia mfalme wa
Yuda. Akawashambulia Wahamu katika makao yao
pamoja na Wameuni ambao walikuwako huko nao
wakawaangamiza kabisa, kama ilivyo dhahiri hadi
leo. Kisha wakafanya makazi yao huko kwa sababu
kulikuwa na malisho mazuri kwa ajili ya mifugo
yao. 42 Watu wa kabila la wa Simeoni wapatao mia
tano, wakiongozwa na Pelatia, Nearia, Refaya na
Uzieli wana wa Ishi, wakavamia nchi ya vilima ya
Seiri. 43 Wakawaua Waamaleki waliobaki, walio-
kuwa wamenusurika, nao wanaishi huko hadi leo.

Wana Wa Reubeni

5 Wana wa Reubeni mzaliwa wa kwanza wa Israeli
(yeye alikuwa mzaliwa wa kwanza, lakini kwa
kuwa alikinajisi kitanda cha baba yake, haki zake
za mzaliwa wa kwanza walipewa wana wa Yosefu
mwana wa Israeli. Hivyo hakuorodheshwa kwenye
orodha ya ukoo wao kulingana na haki yake ya
kuzaliwa. 2 Na ingawa Yuda alikuwa na nguvu zaidi
ya ndugu zake wote, na mtawala alitoka kwake,
haki za mzaliwa wa kwanza zilikuwa za Yosefu.)
3 Wana wa Reubeni mzaliwa wa kwanza wa Israeli
walikuwa:
Hanoki, Palu, Hesroni na Karmi.
4 Wazao wa Yoeli walikuwa:
Shemaya mwanawe, Gogu mwanawe;
Shimei mwanawe, 5 Mika mwanawe,
Reaya mwanawe, Baali mwanawe,
6 na Beera mwanawe, ambaye
Tiglath-Pileseri mfalme wa Ashuru
alimchukua kwenda uhamishoni. Beera
alikuwa kiongozi wa Wareubeni.
7 Jamaa zao kulingana na koo zao,
walioorodheshwa kwa kufuata koo zao
kama ifuatavyo:
Yeieli aliyekuwa mkuu wao, Zekaria,
8 Bela mwana wa Azazi, mwana wa
Shema, mwana wa Yoeli. Hao waliishi
katika eneo kuanzia Aroeri mpaka
Nebo na Baal-Meoni. 9 Kwa upande wa
mashariki walienea hadi pembeni mwa
jangwa linaloenea mpaka kwenye Mto
Frati, kwa sababu mifugo yao ilikuwa
imeongezeka huko Gileadi.
10 Wakati wa utawala wa Mfalme Sauli,
walipigana vita dhidi ya Wahagari, wakaa-
nguka kwa mikono yao, kisha wakaishi
katika mahema ya Wahagari katika eneo
lote la mashariki ya Gileadi.

Wana Wa Gadi

11 Wagadi waliishi jirani nao katika nchi ya
Bashani, mpaka Saleka.
12 Yoeli ndiye alikuwa mkuu wao, Shafamu
wa pili, na wakafuata Yanai na Shafati,
huko Bashani.
13 Ndugu zao kulingana na koo zao walikuwa
saba:
Mikaeli, Meshulamu, Sheba, Yorai,
Yakani, Zia na Eberi.
14 Hawa walikuwa ndio wana wa Abihaili
mwana wa Huri, mwana wa Yaroa,
mwana wa Gileadi, mwana wa Mikaeli,
mwana wa Yeshishai, mwana wa Yahdo,
mwana wa Buzi.
15 Ahi mwana wa Abdieli, mwana wa Guni,
alikuwa ndiye kiongozi wa jamaa yao.
16 Wagadi waliishi Gileadi, huko Bashani
pamoja na vijiji vilivyoizunguka, pia
katika nchi yote ya malisho ya Sharoni
kote walikoenea.

17 Yote haya yaliwekwa katika kumbukumbu za
ukoo wao wakati wa utawala wa Yothamu, mfalme
wa Yuda na Yeroboamu mfalme wa Israeli.

18 Wareubeni, Wagadi na nusu ya kabila la
Manase walikuwa na watu mashujaa 44,760 walio-
kuwa wameandaliwa kwa ajili ya vita: watu wenye
nguvu, hodari wa kutumia ngao na upanga, mashu-
jaa wa kutumia upinde, waliokuwa tayari kwa ajili

ya kazi hiyo. [19] Walipigana vita dhidi ya Wahagari,
Yeturi, Nafishi na Nodabu. [20] Walisaidiwa katika
kupigana nao, Mungu akawatia Wahagari pamoja
na wote walioungana nao mikononi mwao, kwa
sababu walimlilia Mungu wakati wa vita. Alijibu
maombi yao, kwa sababu walimtegemea. [21] Wali-
twaa mifugo ya Wahagari: ngamia 50,000, kondoo
250,000, punda 2,000. Pia wakateka watu 100,000,
[22] na wengine wengi waliuawa kwa sababu vita vili-
kuwa ni vya Mungu. Nao waliendelea kuikalia nchi
hiyo mpaka wakati wa uhamisho.

Nusu Ya Kabila La Manase

[23] Idadi ya nusu ya kabila la Manase walikuwa
wengi sana, Wakakaa kuanzia Bashani hadi
Baal-Hermoni, yaani mpaka Seniri na mlima
Hermoni.

[24] Hawa ndio waliokuwa viongozi wa jamaa
za kabila hilo: Eferi, Ishi, Elieli, Azrieli, Yeremia,
Hodavia na Yahdieli. Walikuwa askari shujaa
watu maarufu, viongozi wa jamaa zao. [25] Lakini
hawakuwa waaminifu kwa Mungu wa baba zao,
nao wakafanya ukahaba kwa miungu ya mataifa,
ambayo Mungu alikuwa ameyaangamiza mbele
yao. [26] Kwa hiyo Mungu wa Israeli akaiamsha roho
ya Pulu, mfalme wa Ashuru (ambaye pia alijuli-
kana kama Tiglath-Pileseri), ambaye aliwachukua
Wareubeni, Wagadi na nusu ya kabila la Manase
kwenda uhamishoni. Akawapeleka huko Hala,
Habori, Hara na mto Gozani, ambako wamekaa
mpaka leo.

Wana Wa Lawi

6 Wana wa Lawi walikuwa:
Gershoni, Kohathi na Merari.
[2] Wana wa Kohathi walikuwa:
Amramu, Ishari, Hebroni na Uzieli.
[3] Amramu alikuwa na wana:
Aroni, Mose, na Miriamu.
Aroni alikuwa na wana:
Nadabu, Abihu, Eleazari na Ithamari.
[4] Eleazari akamzaa Finehasi,
Finehasi akamzaa Abishua,
[5] Abishua akamzaa Buki,
Buki akamzaa Uzi,
[6] Uzi akamzaa Zerahia,
Zerahia akamzaa Merayothi,
[7] Merayothi akamzaa Amaria,
Amaria akamzaa Ahitubu,
[8] Ahitubu akamzaa Sadoki,
Sadoki akamzaa Ahimaasi,
[9] Ahimaasi akamzaa Azaria,
Azaria akamzaa Yohanani,
[10] Yohanani akamzaa Azaria (ndiye alifanya
kazi ya ukuhani katika Hekalu alilojenga
Mfalme Solomoni huko Yerusalemu),
[11] Azaria akamzaa Amaria,
Amaria akamzaa Ahitubu,
[12] Ahitubu akamzaa Sadoki,
Sadoki akamzaa Shalumu,
[13] Shalumu akamzaa Hilkia,
Hilkia akamzaa Azaria,
[14] Azaria akamzaa Seraya,
Seraya akamzaa Yehosadaki.
[15] Yehosadaki alihamishwa wakati BWANA
aliwapeleka uhamishoni watu wa Yuda
na Yerusalemu kwa mkono wa Mfalme
Nebukadneza.

[16] Wana wa Lawi walikuwa:
Gershoni, Kohathi na Merari.
[17] Haya ndiyo majina ya wana wa Gershoni:
Libni na Shimei.
[18] Wana wa Kohathi walikuwa:
Amramu, Ishari, Hebroni na Uzieli.
[19] Wana wa Merari walikuwa:
Mahli na Mushi.

Zifuatazo ni koo za Walawi
zilizoorodheshwa kufuatana na
baba zao:
[20] Wazao wa Gershoni:
Gershoni akamzaa Libni, Libni akamzaa
Yahathi,
Yahathi akamzaa Zima, [21] Zima akamzaa
Yoa,
Yoa akamzaa Ido, Ido akamzaa Zera,
Zera akamzaa Yeatherai.
[22] Wazao wa Kohathi:
Kohathi akamzaa Aminadabu,
Aminadabu akamzaa Kora,
Kora akamzaa Asiri, [23] Asiri akamzaa
Elikana,
Elikana akamzaa Ebiasafu, Ebiasafu
akamzaa Asiri,
[24] Asiri akamzaa Tahathi, Tahathi akamzaa
Urieli,
Urieli akamzaa Uzia, Uzia akamzaa Shauli.
[25] Wazao wa Elikana walikuwa:
Amasai na Ahimothi,
[26] Ahimothi akamzaa Elikana, Elikana
akamzaa Sofai,
Sofai akamzaa Nahathi, [27] Nahathi
akamzaa Eliabu,
Eliabu akamzaa Yerohamu, Yerohamu
akamzaa Elikana,
Elikana akamzaa Samweli.
[28] Wana wa Samweli walikuwa:
Yoeli mzaliwa wake wa kwanza,
na Abiya mwanawe wa pili.
[29] Wafuatao ndio wazao wa Merari:
Merari akamzaa Mahli, Mahli akamzaa
Libni,
Libni akamzaa Shimei, Shimei akamzaa
Uza,
[30] Uza akamzaa Shimea, Shimea akamzaa
Hagia,
Hagia akamzaa Asaya.

Waimbaji Wa Hekalu

[31] Hawa ndio watu ambao Daudi aliwaweka
kuwa viongozi wa uimbaji katika nyumba ya
BWANA, baada ya Sanduku la Agano kuletwa ili
kukaa huko. [32] Walihudumu kwa kuimba mbele
ya Maskani, Hema la Kukutania, mpaka hapo Mfa-
lme Solomoni alipojenga Hekalu la BWANA huko
Yerusalemu. Walitimiza wajibu wao kulingana na
taratibu walizokuwa wamewekewa.

[33] Wafuatao ni watu waliohudumu pamoja na wana wao:

Kutoka ukoo wa Kohathi walikuwa:
Hemani, mpiga kinanda,
alikuwa mwana wa Yoeli, mwana wa
Samweli,
34 mwana wa Elikana, mwana wa
Yerohamu,
mwana wa Elieli, mwana wa Toa,
35 mwana wa Sufu, mwana wa Elikana,
mwana wa Mahathi, mwana wa Amasai,
36 mwana wa Elikana, mwana wa Yoeli,
mwana wa Azaria, mwana wa Sefania,
37 mwana wa Tahathi, mwana wa Asiri,
mwana wa Ebiasafu, mwana wa Kora,
38 mwana wa Ishari, mwana wa Kohathi,
mwana wa Lawi, mwana wa Israeli;
[39] na msaidizi wa Hemani alikuwa Asafu,
aliyesimama mkono wa kuume:
Asafu mwana wa Berekia, mwana wa
Shimea,
40 mwana wa Mikaeli, mwana wa Baaseya,
mwana wa Malkiya, [41] mwana wa Ethni,
mwana wa Zera, mwana wa Adaya,
42 mwana wa Ethani, mwana wa Zima,
mwana wa Shimei, [43] mwana wa Yahathi,
mwana wa Gershoni, mwana wa Lawi.
[44] Na kutoka kwa walioshirikiana nao,
Wamerari, mkono wake wa kushoto:
Ethani mwana wa Kishi, mwana wa Abdi,
mwana wa Maluki, [45] mwana wa
Hashabia,
mwana wa Amazia, mwana wa Hilkia,
46 mwana wa Amsi, mwana wa Bani,
mwana wa Shemeri, [47] mwana wa Mahli,
mwana wa Mushi, mwana wa Merari,
mwana wa Lawi.

[48] Ndugu zao wengine Walawi walipewa huduma
nyingine za kuhudumia hema takatifu, nyumba
ya Mungu. [49] Lakini Aroni na uzao wake ndio
waliokuwa na wajibu wa kutoa sadaka katika
madhabahu ya sadaka ya kuteketezwa na kwenye
madhabahu ya kufukizia uvumba pamoja na yote
yaliyofanyika pa Patakatifu, wakifanya upatanisho
kwa ajili ya Israeli, sawasawa na yale yote aliyoagiza
Mose mtumishi wa Mungu.

[50] Hawa ndio waliokuwa wazao wa Aroni:
Aroni akamzaa Eleazari, Eleazari
akamzaa Finehasi,
Finehasi akamzaa Abishua, [51] Abishua
akamzaa Buki,
Buki akamzaa Uzi, Uzi akamzaa Zerahia,
52 Zerahia akamzaa Merayothi, Merayothi
akamzaa Amaria,
Amaria akamzaa Ahitubu, [53] Ahitubu
akamzaa Sadoki,
Sadoki akamzaa Ahimaasi.

[54] Zifuatazo ni sehemu walizopewa ziwe nchi
yao kwa ajili ya makazi yao (walipewa wazao wa
Aroni waliotoka katika ukoo wa Wakohathi, kwa
sababu kura ya kwanza iliwaangukia):

[55] Walipewa Hebroni katika nchi ya Yuda
pamoja na sehemu ya malisho inayouzu-
nguka. [56] Lakini mashamba pamoja na
vijiji vilivyouzunguka mji alipewa Kalebu
mwana wa Yefune.
[57] Kwa hiyo wazao wa Aroni walipewa
miji ifuatayo pamoja na eneo la malisho:
Hebroni (mji wa makimbilio), Libna, Yatiri,
Eshtemoa, [58] Hileni, Debiri, [59] Ashani, Yuta
na Beth-Shemeshi pamoja na maeneo yake
ya malisho. [60] Kutoka kabila la Benyamini
walipewa Gibeoni, Geba, Alemethi na Ana-
thothi, pamoja na maeneo yake ya malisho.
Miji hii kumi na mitatu iligawanywa
miongoni mwa koo za Wakohathi.
[61] Wazao waliobaki wa Wakohathi walipewa miji
kumi kutoka koo za nusu ya kabila la Manase.
[62] Wazao wa Gershoni, ukoo kwa ukoo, walipewa
miji kumi na mitatu kutoka kwa makabila ya Isa-
kari, Asheri na Naftali kutoka sehemu ya kabila la
Manase huko Bashani.
[63] Wazao wa Merari, ukoo kwa ukoo walipewa
miji kumi na miwili kutoka makabila ya Reubeni,
Gadi na Zabuloni.
[64] Kwa hiyo Waisraeli waliwapa Walawi miji
hii pamoja na maeneo yake ya malisho. [65] Kutoka
makabila ya Yuda, Simeoni na Benyamini walipewa
miji iliyotajwa hapo juu.
[66] Baadhi ya koo za Wakohathi walipewa kama
nchi yao miji kutoka kabila la Efraimu.
[67] Katika nchi ya vilima ya Efraimu
walipewa Shekemu (mji wa makimbilio)
na Gezeri, [68] Yokmeamu, Beth-Horoni,
[69] Aiyaloni na Gath-Rimoni, pamoja na
maeneo yake ya malisho.
[70] Kutoka nusu ya kabila la Manase,
Waisraeli waliwapa koo za Wakohathi
waliobaki miji ya Aneri na Bileamu pamoja
na maeneo yake ya malisho.

[71] Wagershoni walipokea miji ifuatayo pamoja
na maeneo yake ya malisho:
Katika nusu ya kabila la Manase:
walipewa Golani katika Bashani na pia
Ashtarothi.
[72] Kutoka kabila la Isakari
walipokea Kedeshi, Daberathi, [73] Ramothi
na Anemu, pamoja na maeneo yake ya
malisho.
[74] Kutoka kabila la Asheri
walipokea Mashali, Abdoni, [75] Hukoki
na Rehobu, pamoja na maeneo yake ya
malisho.
[76] Kutoka kabila la Naftali
walipokea Kedeshi katika Galilaya,
Hamoni na Kiriathaimu pamoja na
maeneo yake ya malisho.

[77] Wamerari (Walawi waliobakia) walipokea
miji ifuatayo:
kutoka kabila la Zabuloni
walipokea Yokneamu, Karta, Rimoni
na Tabori pamoja na maeneo yake ya
malisho.

[78] Kutoka kabila la Reubeni, ng'ambo ya
Yordani mashariki mwa Yeriko
walipokea Bezeri ulioko jangwani,
Yahasa, [79] Kedemothi na Mefaathi pamoja
na maeneo yake ya malisho.
[80] Na kutoka kabila la Gadi
walipokea Ramothi huko Gileadi,
Mahanaimu, [81] Heshboni na Yazeri,
pamoja na maeneo yake ya malisho.

Wana Wa Isakari

7 Wana wa Isakari walikuwa:
Tola, Pua, Yashubu na Shimroni; wote ni
wanne.
[2] Wana wa Tola walikuwa:
Uzi, Refaya, Yerieli, Yahmai, Ibsamu na
Shemueli waliokuwa viongozi wa jamaa
zao. Wakati wa utawala wa Mfalme
Daudi, wazao wa Tola walioorodheshwa
kama wapiganaji katika ukoo wao
walikuwa watu 22,600.
[3] Mwana wa Uzi alikuwa:
Izrahia.
Wana wa Izrahia walikuwa:
Mikaeli, Obadia, Yoeli na Ishia. Wote
hawa watano walikuwa wakuu wao.
[4] Kulingana na ukoo wa jamaa zao,
walikuwa na watu hodari wa vita
wapatao 36,000, kwa sababu walikuwa
na wanawake na watoto wengi.
[5] Jamaa ya watu waliokuwa wapiganaji
hodari kutoka koo zote za Isakari,
kama ilivyoorodheshwa katika ukoo wao,
jumla yao walikuwa 87,000.

Wana Wa Benyamini

[6] Wana watatu wa Benyamini walikuwa:
Bela, Bekeri na Yediaeli.
[7] Wana wa Bela walikuwa:
Esboni, Uzi, Uzieli, Yeremothi na Iri;
walikuwa viongozi wa jamaa zao;
wote ni watano. Watu wapiganaji
walioorodheshwa katika ukoo wao
walikuwa 22,034.
[8] Wana wa Bekeri walikuwa:
Zemira, Yoashi, Eliezeri, Elioenai,
Omri, Yeremothi, Abiya, Anathothi
na Alemethi. Hawa wote walikuwa
wana wa Bekeri. [9] Orodha ya ukoo wao
iliyoandikwa viongozi wa jamaa zao
walikuwa wapiganaji 20,200.
[10] Mwana wa Yediaeli alikuwa:
Bilhani.
Wana wa Bilhani walikuwa:
Yeushi, Benyamini, Ehudi, Kenaana,
Zethani, Tarshishi na Ahishahari.
[11] Hawa wana wote wa Yediaeli walikuwa
viongozi wa jamaa zao. Kulikuwako
wanaume wapiganaji 17,200 waliokuwa
tayari kwenda vitani.
[12] Washupimu na Wahupimu walikuwa wazao
wa Iri. Wahushimu walikuwa wazao wa
Aheri.

Wana Wa Naftali

[13] Wana wa Naftali walikuwa:
Yahzieli, Guni, Yeseri na Shalumu; hao
walikuwa wazao wa Bilha.

Wana Wa Manase

[14] Wana wa Manase walikuwa:
Asirieli alikuwa mzao wake kutokana
na suria wake wa Kiaramu. Huyu suria
akamzaa Makiri baba wa Gileadi. [15] Makiri
akatwaa mke kutoka miongoni mwa Wahu-
pimu na Washupimu. Jina la dada yake
aliitwa Maaka.
Mwana wa pili wa Makiri aliitwa Selo-
fehadi, ambaye alikuwa na wasichana tu.
[16] Maaka mkewe Makiri akamzaa mwana
aliyemwita Pereshi. Jina la nduguye lili-
kuwa Shereshi. Wana wa Pereshi walikuwa
Ulamu na Rakemu.
[17] Mwana wa Ulamu alikuwa:
Bedani.
Hawa ndio waliokuwa wana wa Gileadi
mwana wa Makiri, mwana wa Manase.
[18] Dada yake aliyeitwa Hamolekethi
aliwazaa Ish-Hodi, Abiezeri na Mahla.
[19] Wana wa Shemida walikuwa:
Ahiani, Shekemu, Liki na Aniamu.

Wana Wa Efraimu

[20] Wana wa Efraimu walikuwa:
Shuthela, ambaye alimzaa Beredi,
Beredi akamzaa Tahathi, Tahathi akazaa
Eleada,
Eleada akamzaa Tahathi, [21] Tahathi
akamzaa Zabadi,
na Zabadi akamzaa Shuthela.
Ezeri na Eleadi waliuawa na wenyeji
wa Gathi walipokuwa wamekwenda huko
kuwanyang'anya mifugo yao. [22] Baba yao
Efraimu akawaombolezea kwa siku nyingi,
na jamaa zake wakaja kumfariji. [23] Kisha
akakutana kimwili na mke wake tena, naye
akachukua mimba, akamzalia mwana.
Akamwita Beria, kwa sababu ya misiba
iliyoipata nyumba yake. [24] Beria alikuwa na
binti jina lake Sheera. Huyu ndiye aliijenga
miji ya Beth-Horoni ya Juu na Beth-Horoni
ya Chini, pamoja na Uzen-Sheera.
[25] Beria akamzaa pia Refa, naye Refa akamzaa
Reshefu,
Reshefu akamzaa Tela, Tela akamzaa
Tahani,
[26] Tahani akamzaa Ladani, Ladani akamzaa
Amihudi,
Amihudi akamzaa Elishama, [27] Elishama
akamzaa Nuni,
Nuni akamzaa Yoshua.
[28] Nchi zao na makazi yao yalijumuisha Betheli
na vijiji vilivyouzunguka, Naarani ilikuwa upa-
nde wa mashariki, Gezeri pamoja na vijiji vyake
upande wa magharibi, pia Shekemu na vijiji vyake
hadi kufikia Aya na vijiji vyake. [29] Katika mipaka ya
Manase walikuwepo Beth-Shani, Taanaki, Megido

na Dori pamoja na vijiji vyake. Wana wa Yosefu mwana wa Israeli waliishi katika miji hii.

Wana Wa Asheri

30 Wana wa Asheri walikuwa:
Imna, Ishva, Ishvi na Beria. Dada yao alikuwa Sera.
31 Wana wa Beria walikuwa:
Heberi na Malkieli, aliyekuwa baba yake Birzaithi.
32 Heberi akawazaa Yafleti, Shomeri na Hothamu, na Shua dada yao.
33 Wana wa Yafleti walikuwa:
Pasaki, Bimhali na Ashvathi.
Hawa walikuwa wana wa Yafleti.
34 Wana wa Shemeri walikuwa:
Ahi, Roga, Yehuba na Aramu.
35 Wana wa Helemu ndugu yake walikuwa:
Sofa, Imna, Sheleshi na Amali.
36 Wana wa Sofa walikuwa:
Sua, Harneferi, Shuali, Beri, Imra,
37 Bezeri, Hodu, Shama, Shilsha, Ithrani[a] na Beera.
38 Wana wa Yetheri walikuwa:
Yefune, Pispa na Ara.
39 Wana wa Ula walikuwa:
Ara, Hanieli na Risia.
40 Hawa wote ndio waliokuwa wazao wa Asheri,
viongozi wa jamaa zao, watu bora, mashujaa walio
hodari na viongozi maarufu. Idadi ya watu walio-
kuwa tayari kwa vita, kama ilivyoorodheshwa
katika ukoo wao, walikuwa 26,000.

Ukoo Wa Sauli Mbenyamini

8 Benyamini akamzaa: Bela mzaliwa wake wa kwanza,
Ashbeli mwanawe wa pili, Ahara mwanawe wa tatu,
2 Noha mwanawe wa nne na Rafa mwanawe wa tano.
3 Wana wa Bela walikuwa:
Adari, Gera, Abihudi, 4 Abishua,
Naamani, Ahoa, 5 Gera, Shefufani na Huramu.
6 Hawa ndio wazao wa Ehudi, waliokuwa viongozi wa jamaa za wale walioishi huko Geba na ambao walihamishiwa Manahathi:
7 Naamani, Ahiya na Gera. Gera alikuwa baba yao Uza na Ahihudi na ndiye aliwaongoza kwenda uhamishoni.
8 Shaharaimu aliwazaa wana katika nchi ya Moabu baada ya kuwapa talaka wake zake wawili yaani, Hushimu na Baara. 9 Kwa
mkewe Hodeshi, akawazaa wana saba:
Yobabu, Sibia, Mesha, Malkamu, 10 Yeuzi,
Sakia na Mirma. Hawa ndio waliokuwa wanawe, viongozi wa jamaa zao.
11 Hushimu alimzalia: Abitubu na Elpaali.
12 Wana wa Elpaali walikuwa:
Eberi, Mishamu, Shemedi (aliyeijenga miji ya Ono na Lodi, pamoja na vijiji vilivyoizunguka), 13 na Beria na Shema,
waliokuwa viongozi wa zile jamaa zilizokuwa zinaishi katika mji wa Aiyaloni, na ambao waliwafukuza wenyeji wa Gathi.
14 Wana wa Beria walikuwa Ahio, Shashaki,
Yeremothi, 15 Zebadia, Aradi, Ederi,
16 Mikaeli, Ishpa, na Yoha.
17 Zebadia, Meshulamu, Hizki, Heberi,
18 Ishmerai, Izlia na Yobabu ndio waliokuwa wana wa Elpaali.
19 Yakimu, Zikri, Zabdi, 20 Elienai, Silethai,
Elieli, 21 Adaya, Beraya na Shimrathi walikuwa wana wa Shimei.
22 Wana wa Shashaki walikuwa Ishpani, Eberi,
Elieli, 23 Abdoni, Zikri, Hanani, 24 Hanania,
Elamu, Anthothiya, 25 Ifdeya na Penueli.
26 Shamsherai, Sheharia, Athalia, 27 Yaareshia,
Eliya na Zikri walikuwa wana wa Yerohamu.
28 Hawa wote walikuwa viongozi wa jamaa zao
wakuu, kama ilivyoorodheshwa katika koo zao,
nao waliishi Yerusalemu.

29 Yeieli alikuwa baba yake Gibeoni naye aliishi huko Gibeoni.
Mke wake aliitwa Maaka. 30 Mwanawe
mzaliwa wa kwanza alikuwa Abdoni, akafuatiwa na Suri, Kishi, Baali, Neri,
Nadabu, 31 Gedori, Ahio, Zekeri, 32 na
Miklothi ambaye alikuwa baba yake Shimea. Hawa pia waliishi karibu na jamaa zao huko Yerusalemu.
33 Neri akamzaa Kishi, Kishi akamzaa Sauli,
Sauli akamzaa Yonathani, Malki-Shua, Abinadabu na Esh-Baali.
34 Yonathani akamzaa:
Merib-Baali,[b] naye Merib-Baali akamzaa Mika.
35 Wana wa Mika walikuwa:
Pithoni, Meleki, Tarea na Ahazi.
36 Ahazi akamzaa Yehoada. Naye Yehoada akawazaa Alemethi, Azmawethi na
Zimri, naye Zimri akamzaa Mosa. 37 Mosa
akamzaa Binea, Binea akamzaa Rafa, na mwanawe huyo ni Eleasa, na mwanawe huyo ni Aseli.
38 Aseli alikuwa na wana sita; haya ndiyo majina yao:
Azrikamu, Bokeru, Ishmaeli, Shearia,
Obadia na Hanani. Hawa wote ndio waliokuwa wana wa Aseli.
39 Wana wa Esheki, nduguye Aseli, walikuwa:
Mzaliwa wake wa kwanza alikuwa Ulamu, wa pili Yeushi na wa tatu Elifeleti.
40 Wana wa Ulamu walikuwa mashujaa hodari walioweza kutumia upinde.
Alikuwa na wana wengi na wajukuu, jumla yao 150.
Hawa wote ndio walikuwa wazao wa Benyamini.

[a]37 Kwa jina lingine Yetheri.

[b]34 Merib-Baali maana yake ni Baali na Ashindane naye (Amu 6:32); ni jina lingine la mwana wa Yonathani, Mefiboshethi ambalo nalo maana yake ni Mtu wa Aibu (ona 2Sam 4:4).

9 Waisraeli wote waliorodheshwa katika koo
zilizoandikwa kwenye kitabu cha wafalme wa
Israeli.

Watu Katika Yerusalemu

Watu wa Yuda walichukuliwa mateka kwenda
Babeli kwa sababu ya kukosa uaminifu kwa Mungu.
2 Basi watu wa kwanza kurudi kukaa kwenye milki
zao katika miji yao walikuwa baadhi ya Waisraeli,
makuhani, Walawi na watumishi wa Hekalu.[a]
3 Wale waliotoka Yuda, Benyamini, Efraimu na
Manase ambao waliishi Yerusalemu walikuwa:

Jamaa Za Yuda

4 Uthai mwana wa Amihudi, mwana wa
Omri, mwana wa Imri, mwana wa Bani,
wa wana wa Peresi, mwana wa Yuda.
5 Wazao wa Washiloni waliorudi ni:
Asaya mzaliwa wa kwanza na wanawe.
6 Kwa wana wa Zera:
Yeueli.
Watu wa Yuda jumla yao walikuwa watu
690.

Jamaa Za Benyamini

7 Kwa Benyamini walikuwa:
Salu mwana wa Meshulamu, mwana wa
Hodavia, mwana wa Hasenua;
8 Ibneya mwana wa Yerohamu, Ela mwana
wa Uzi, mwana wa Mikri; na Meshulamu
mwana wa Shefatia, mwana wa Reueli,
mwana wa Ibniya.
9 Watu kutoka Benyamini kama
walivyoorodheshwa katika koo zao jumla
yao ni 956. Watu hawa wote walikuwa
viongozi wa jamaa zao.

Jamaa Za Makuhani

10 Wa jamaa za makuhani walikuwa:
Yedaya, Yehoyaribu na Yakini;
11 Azaria mwana wa Hilkia, mwana wa
Meshulamu, mwana wa Sadoki, mwana
wa Merayothi, mwana wa Ahitubu
aliyekuwa afisa kiongozi wa nyumba ya
Mungu.
12 Adaya mwana wa Yerohamu, mwana wa
Pashuri, mwana wa Malkiya; Maasai,
mwana wa Adieli, mwana wa Yahzera,
mwana wa Meshulamu, mwana wa
Meshilemithi, mwana wa Imeri.
13 Makuhani waliokuwa viongozi wa jamaa
zao walikuwa 1,760. Walikuwa watu
wenye uwezo, waliowajibika kuhudumu
katika nyumba ya Mungu.

Jamaa Za Walawi

14 Jamaa za Walawi walikuwa:
Shemaya, mwana wa Hashubu, mwana
wa Azrikamu, mwana wa Hashabia, wa
wana wa Merari. 15 Bakbakari, Hereshi,
Galali na Matania mwana wa Mika,
mwana wa Zikri, mwana wa Asafu.
16 Obadia mwana wa Shemaya, mwana
wa Galali, mwana wa Yeduthuni.
Berekia mwana wa Asa, mwana wa
Elikana, ambao waliishi katika vijiji vya
Wanetofathi.

Jamaa Za Mabawabu

17 Mabawabu katika Hekalu la BWANA
waliorudi walikuwa:
Shalumu, Akubu, Talmoni, Ahimani na
ndugu zao. Shalumu alikuwa mlinzi wao
mkuu. 18 Walikuwa wamewekwa katika
lango la mfalme lililokuwa upande wa
mashariki, mpaka wakati huu. Hawa
walikuwa mabawabu wa kutoka kwenye
kambi ya Walawi. 19 Shalumu mwana wa
Kore, mwana wa Ebiasafu, mwana wa
Kora, pamoja na mabawabu wenzake
kutoka jamaa yake ya Kora waliwajibika
kulinda malango ya Hema, kama vile
baba zao walivyokuwa wamewajibika
kulinda ingilio la Maskani ya BWANA.
20 Hapo zamani Finehasi mwana wa
Eleazari alikuwa kiongozi wa mabawabu,
naye BWANA alikuwa pamoja naye:
21 Zekaria mwana wa Meshelemia alikuwa
bawabu katika ingilio la Hema la
Kukutania.
22 Jumla ya waliochaguliwa kuwa mabawabu
katika sakafu za kupuria nafaka walikuwa watu
212. Waliandikishwa kwa koo zao kwenye vijiji
vyao. Mabawabu hawa waliwekwa katika nafasi
zao za kuaminiwa na Daudi pamoja na mwonaji
Samweli. 23 Wao na wazao wao walikuwa vio-
ngozi wa kulinda malango ya nyumba ya BWANA,
nyumba iliyoitwa Hema. 24 Mabawabu walikuwa
pande zote nne: mashariki, magharibi, kaskazini
na kusini. 25 Ndugu zao katika vijiji vyao walikuwa
wakija mara kwa mara na kuwasaidia katika kazi
zao kwa vipindi mbalimbali vya siku saba. 26 Lakini
mabawabu wanne wakuu, waliokuwa Walawi,
walikabidhiwa wajibu kwa ajili ya vyumba na
hazina katika nyumba ya Mungu. 27 Walikesha
mahali walipowekwa kuizunguka nyumba ya
Mungu, kwa sababu iliwapasa kuilinda. Pia wali-
tunza funguo kwa ajili ya kufungua mlango kila
siku asubuhi.
28 Baadhi yao walikuwa viongozi wa kutunza
vifaa vilivyotumika katika huduma ndani ya
Hekalu; walivihesabu kila vilipoingizwa ndani
na kila vilipotolewa. 29 Wengine walipangiwa
kutunza mapambo na vifaa vingine vya pataka-
tifu, pamoja na unga, divai, mafuta, uvumba na
vikolezo. 30 Lakini baadhi ya makuhani walifanya
kazi ya kuchanganya vikolezo. 31 Mlawi aliyeitwa
Matithia, mwana mzaliwa wa kwanza wa Shalumu,
wa ukoo wa Kora, alikabidhiwa wajibu kwa ajili ya
kuoka mikate ya sadaka. 32 Baadhi ya ndugu zao wa
ukoo wa Kohathi walikuwa viongozi wa kuandaa
mikate ya Wonyesho kwa ajili ya kila Sabato, mikate
iliyokuwa inawekwa mezani.
33 Wale waliokuwa waimbaji, viongozi wa jamaa
za Walawi, waliishi katika vyumba vya Hekalu,
nao hawakufanya shughuli nyingine yoyote kwa

[a]2 Yaani *Wanethini.*

sababu iliwapasa kuwajibika kwa kazi hiyo usiku
na mchana.
34 Hawa wote walikuwa viongozi wa jamaa za
Walawi, wakuu kama walivyoorodheshwa katika
koo zao, nao waliishi Yerusalemu.

Ukoo Wa Sauli

35 Yeieli alikuwa baba yake Gibeoni naye
aliishi huko Gibeoni. Mke wake aliitwa
Maaka, 36 mwanawe mzaliwa wa kwanza
alikuwa Abdoni, akafuatiwa na Suri,
Kishi, Baali, Neri, Nadabu, 37 Gedori,
Ahio, Zekaria na Miklothi. 38 Miklothi
akamzaa Shimeamu. Wao pia waliishi
karibu na jamaa zao huko Yerusalemu.
39 Neri akamzaa Kishi, Kishi akamzaa Sauli.
Sauli akamzaa Yonathani, Malki-Shua,
Abinadabu na Esh-Baali.[a]
40 Yonathani akamzaa Merib-Baali,[b]
naye Merib-Baali akamzaa Mika.
41 Wana wa Mika walikuwa:
Pithoni, Meleki, Tarea, na Ahazi.
42 Ahazi akamzaa Yara, Yara akawazaa
Alemethi, Azmawethi na Zimri, naye
Zimri akamzaa Mosa. 43 Mosa akamzaa
Binea, Binea akamzaa Refaya, na
mwanawe huyo ni Eleasa, na mwanawe
huyo ni Aseli.
44 Aseli alikuwa na wana sita, na haya ndiyo
majina yao:
Azrikamu, Bokeru, Ishmaeli, Shearia,
Obadia na Hanani. Hawa ndio waliokuwa
wana wa Aseli.

Sauli Ajiua

10 Basi Wafilisti wakapigana na Israeli. Waisraeli
wakawakimbia, na wengi wakauawa katika
mlima Gilboa. 2 Wafilisti wakawafuatia kwa bidii
Sauli na wanawe, wakawaua Yonathani, Abina-
dabu na Malki-Shua. 3 Mapigano yakawa makali
kumzunguka Sauli na wakati wapiga mishale
walipompata, wakamjeruhi.
4 Sauli akamwambia mbeba silaha wake, "Futa
upanga wako unichome nao, la sivyo hawa watu
wasiotahiriwa watakuja na kunidhalilisha."
Lakini mbeba silaha wake akaogopa sana wala
hakuweza kufanya hivyo. Kwa hiyo Sauli aka-
chukua upanga wake mwenyewe na kuuangukia.
5 Mbeba silaha wake alipoona kwamba Sauli ame-
kufa, naye pia akauangukia upanga wake akafa.
6 Kwa hiyo Sauli na wanawe watatu wakafa, pamoja
na nyumba yake yote.
7 Waisraeli wote waliokuwa bondeni walipoona
kwamba jeshi limekimbia na kwamba Sauli na
wanawe wamekufa, waliacha miji yao wakakimbia.
Nao Wafilisti wakaja na kukaa humo.
8 Kesho yake Wafilisti walipokuja kuwavua
maiti silaha, walimkuta Sauli na wanawe wamea-
nguka katika Mlima Gilboa. 9 Wakamvua mavazi,
wakachukua kichwa chake pamoja na silaha zake,
wakawatuma wajumbe katika nchi yote ya Wafilisti
kutangaza habari hizi miongoni mwa sanamu zao
na watu wao. 10 Waliweka silaha zake katika hekalu
la miungu yao, wakatundika kichwa chake katika
hekalu la Dagoni.
11 Wakazi wote wa Yabeshi-Gileadi waliposikia
yote Wafilisti waliyomtendea Sauli, 12 mashujaa
wao wote wakaondoka, wakautwaa mwili wa Sauli
na miili ya wanawe, wakaileta Yabeshi. Wakaizika
mifupa yao chini ya mti mkubwa huko Yabeshi,
nao wakafunga kwa siku saba.
13 Sauli alikufa kwa sababu hakuwa mwaminifu
kwa BWANA. Hakulishika neno la BWANA, hata
akataka shauri kwa mwaguzi kwa ajili ya uongozi,
14 hakumuuliza BWANA. Kwa hiyo BWANA alimuua,
na ufalme akampa Daudi mwana wa Yese.

Daudi Atiwa Mafuta Kuwa Mfalme Wa Israeli

11 Israeli yote walimjia Daudi kwa pamoja huko
Hebroni wakamwambia, "Sisi ni nyama yako
na damu yako. 2 Zamani, wakati Sauli alikuwa
mfalme, wewe ndiwe uliyeiongoza Israeli vitani,
naye BWANA Mungu wako alikuambia, 'Wewe
utawachunga watu wangu Israeli, na utakuwa
mtawala wao.' "
3 Wazee wote wa Israeli walipokuwa wamewa-
sili kwa Mfalme Daudi huko Hebroni, alifanya
mapatano nao huko Hebroni mbele za BWANA,
nao wakamtia Daudi mafuta awe mfalme wa
Israeli, sawasawa na BWANA alivyoahidi kupitia
kwa Samweli.

Daudi Ateka Yerusalemu

4 Daudi na Waisraeli wote wakaenda Yerusa-
lemu (ndio Yebusi). Nao Wayebusi walioishi humo
5 wakamwambia Daudi, "Wewe hutaingia humu."
Hata hivyo, Daudi akaiteka ngome ya Sayuni, Mji
wa Daudi.
6 Daudi alikuwa amesema, "Yeyote aongozaye
mashambulizi dhidi ya Wayebusi, atakuwa jema-
dari mkuu." Yoabu mwana wa Seruya akawa wa
kwanza kukwea, naye akawa mkuu.
7 Daudi akafanya makao yake kwenye ngome,
hivyo ukaitwa Mji wa Daudi. 8 Akajenga mji
pande zote, kuanzia kwenye mito hadi kwenye
ukuta kuzunguka, wakati huo huo Yoabu akajenga
sehemu zingine zilizobaki za Yerusalemu. 9 Daudi
akazidi kuwa na nguvu zaidi na zaidi, kwa sababu
BWANA Mwenye Nguvu Zote alikuwa pamoja naye.

Mashujaa Wa Daudi

10 Hawa ndio waliokuwa wakuu wa mashujaa
wa Daudi: wao pamoja na Israeli wote wakaui-
marisha ufalme wake ili kuenea katika nchi yote,
kama BWANA alivyoahidi. 11 Hii ndio orodha ya
mashujaa wa Daudi:
Yashobeamu, Mhakmoni, alikuwa mkuu wa
maafisa; yeye aliinua mkuki wake dhidi ya watu
300, ambao aliwaua katika pambano moja.
12 Aliyefuata alikuwa Eleazari, mwana wa
Dodai, Mwahohi, mmojawapo wa wale mashujaa
watatu. 13 Huyo alikuwa pamoja na Daudi huko
Pas-Damimu, wakati Wafilisti walikusanyika
huko kwa ajili ya vita. Huko ambapo kulikuwa
na shamba lililokuwa limejaa shayiri, vikosi vya

[a]39 Anajulikana pia kwa jina la Ish-Boshethi, maana yake Mtu wa Aibu (2Sam 2:8).
[b]40 Pia anajulikana kwa jina la Mefiboshethi.

Israeli vikawakimbia Wafilisti. [14] Lakini Eleazari na
Daudi wakasimama imara katikati ya lile shamba,
nao wakalishindania na wakawaua Wafilisti. Naye
BWANA akawapa ushindi mkubwa.

[15] Wakuu watatu miongoni mwa wale thelathini,
walimwendea Daudi katika mwamba huko kwenye
pango la Adulamu, wakati kikundi cha Wafilisti
kilikuwa kimepiga kambi katika Bonde la Warefai. [16] Wakati huo Daudi alikuwa katika ngome,
na kambi ya Wafilisti ilikuwa huko Bethlehemu.
[17] Daudi akatamani maji, akasema, "Laiti mtu angenipatia maji ya kunywa kutoka kisima kilichoko
karibu na lango la Bethlehemu!" [18] Kwa hivyo wale
watatu, wakapita katikati ya safu za Wafilisti,
wakachota maji kutoka kwa kisima kilicho karibu
na lango la Bethlehemu, wakamletea Daudi. Lakini
yeye akakataa kuyanywa. Badala yake, aliyamimina mbele za BWANA. [19] Akasema, "Mungu apishie
mbali kwamba nifanye hivi! Je kweli, niinywe damu
ya watu hawa waliohatarisha maisha yao?" Kwa
sababu walihatarisha maisha yao kuyaleta yale
maji, Daudi hakukubali kuyanywa.

Huo ndio uliokuwa ujasiri wa wale mashujaa
watatu.

[20] Abishai, ndugu yake Yoabu ndiye alikuwa kiongozi wa hao Watatu. Aliinua mkuki wake dhidi
ya watu 300, ambao aliwaua, kwa hiyo naye akawa
na sifa kama hao Watatu. [21] Alitunukiwa heshima
maradufu ya wale Watatu, akawa jemadari wao,
ingawa hakuhesabiwa miongoni mwao.

[22] Benaya, mwana wa Yehoyada alikuwa mpiganaji hodari kutoka Kabseeli ambaye alifanya
mambo makubwa ya ujasiri. Aliwaua mashujaa
wawili waliokuwa hodari kuliko wote wa Moabu.
Pia alishuka shimoni kulipokuwa na theluji na
kumuua simba. [23] Alimuua Mmisri aliyekuwa na
urefu kama dhiraa tano.[a] Ingawa Mmisri alikuwa
na mkuki kama mti wa mfumaji mkononi mwake,
Benaya alimwendea na rungu. Akamnyang'anya
Mmisri mkuki wake na kumuua nao. [24] Haya yalikuwa mambo ya ushujaa ya Benaya mwana wa
Yehoyada; naye pia alikuwa maarufu kama wale
mashujaa watatu. [25] Yeye aliheshimiwa zaidi ya
wale Thelathini, lakini hakujumuishwa miongoni
mwa wale Watatu: Daudi akamweka kuwa kiongozi
wa walinzi wake.

[26] Wale watu mashujaa walikuwa:
Asaheli nduguye Yoabu,
Elhanani mwana wa Dodo kutoka Bethlehemu,
[27] Shamothi Mharori,
Helesi Mpeloni,
[28] Ira mwana wa Ikeshi kutoka Tekoa,
Abiezeri kutoka Anathothi,
[29] Sibekai Mhushathi,
Ilai Mwahohi,
[30] Maharai Mnetofathi,
Heledi mwana wa Baana, Mnetofathi,
[31] Itai mwana wa Ribai kutoka Gibea ya Benyamini,
Benaya Mpirathoni,
[32] Hurai kutoka mabonde ya Gaashi,
Abieli Mwaribathi,
[33] Azmawethi Mbaharumi,
Eliaba Mshaalboni,
[34] wana wa Hashemu Mgiloni,
Yonathani mwana wa Shagee Mharari,
[35] Ahiamu mwana wa Sakari Mharari,
Elifale mwana wa Uru,
[36] Heferi Mmekerathi,
Ahiya Mpeloni,
[37] Hezro Mkarmeli,
Naarai mwana wa Ezbai,
[38] Yoeli nduguye Nathani,
Mibhari mwana wa Hagri,
[39] Seleki Mwamoni,
Naharai Mbeerothi, mbeba silaha wa Yoabu mwana wa Seruya,
[40] Ira Mwithiri,
Garebu Mwithiri,
[41] Uria Mhiti,
Zabadi mwana wa Alai,
[42] Adina mwana wa Shiza Mreubeni,
ambaye alikuwa mkuu wa Wareubeni,
akiwa pamoja na watu thelathini,
[43] Hanani mwana wa Maaka,
Yoshafati Mmithni,
[44] Uzia Mwashterathi,
Shama na Yeieli wana wa Hothamu Mwaroeri,
[45] Yediaeli mwana wa Shimri,
nduguye Yoha Mtizi,
[46] Elieli Mmahawi,
Yeribai na Yoshavia wana wa Elnaamu,
Ithma Mmoabu,
[47] Elieli, na Obedi na Yaasieli Mmesobai.

Mashujaa Waungana Na Daudi

12 Hawa ndio watu waliomjia Daudi huko
Siklagi, wakati alikuwa amefukuzwa mbele
ya Sauli mwana wa Kishi (walikuwa miongoni mwa
mashujaa waliomsaidia Daudi vitani, [2] walikuwa na
pinde na walikuwa na uwezo wa kupiga mishale au
kutupa mawe kwa kombeo wakitumia mkono wa
kushoto au wa kulia; hawa walikuwa ndugu zake
Sauli kutoka kabila la Benyamini):

[3] Mkuu wao alikuwa Ahiezeri, na wa pili
Yoashi, wote wana wa Shemaa Mgibeathi;
pia Yezieli na Peleti wana wa Azmawethi;
Beraka, Yehu Mwanathothi, [4] na Ishmaya
Mgibeoni, shujaa miongoni mwa wale Thelathini, ambaye alikuwa kiongozi wa wale
Thelathini; Yeremia, Yahazieli, Yohanani,
Yozabadi, Mgederathi, [5] Eluzai, Yeremothi,
Bealia, Shemaria, Shefatia, Mharufi; [6] Elikana,
Ishia, Azareli, Yoezeri na Yashobeamu, wana
wa Kora; [7] Yoela na Zebadia, wana wa Yerohamu, kutoka Gedori.

[8] Baadhi ya Wagadi wakajitenga na kujiunga na
Daudi katika ngome yake huko jangwani. Walikuwa
mashujaa hodari, waliokuwa tayari kwa vita na
wenye uwezo wa kutumia ngao na mkuki. Nyuso
zao zilikuwa nyuso za simba na walikuwa na
wepesi kama paa milimani.

[a]23 Dhiraa 5 ni sawa na mita 2.25.

9 Ezeri alikuwa mkuu wao,
Obadia alikuwa wa pili katika uongozi,
Eliabu wa tatu,
10 Mishmana wa nne, Yeremia wa tano,
11 Atai wa sita, Elieli wa saba,
12 Yohanani wa nane, Elzabadi wa tisa,
13 Yeremia wa kumi, na Makbanai wa kumi
na moja.

14 Hawa Wagadi walikuwa majemadari. Aliye-
kuwa wa mwisho kuliko wote aliweza kuongoza
askari 100, na aliyekuwa na uweza zaidi ya wote
aliongoza 1,000. 15 Wao ndio walivuka Mto Yordani
katika mwezi wa kwanza ukiwa umefurika hadi
kwenye kingo zake zote na kusababisha watu wote
waliokuwa wanaishi kwenye mabonde kukimbilia
mashariki na wengine magharibi.

16 Wabenyamini wengine na baadhi ya watu
kutoka Yuda pia walikuja kwa Daudi katika
ngome yake. 17 Daudi akatoka nje kuwalaki na
akawaambia, "Kama mmekuja kwangu kwa amani,
kunisaidia, mimi niko tayari kuwaruhusu ninyi
kuungana nami. Lakini kama mmekuja ili kuni-
saliti kwa adui zangu wakati mimi mikono yangu
haina hatia, basi Mungu wa baba zetu aone na
awahukumu."

18 Kisha Roho akaja juu ya Amasai, mkuu wa wale
Thelathini, naye akasema:

"Sisi tu watu wako, ee Daudi!
Nasi tuko pamoja na wewe, ee mwana
wa Yese!
Ushindi, naam, ushindi uwe kwako,
pia ushindi kwa wale walio upande wako,
kwa kuwa Mungu wako atakusaidia."

Kwa hiyo Daudi akawapokea na kuwafanya
viongozi wa vikosi vyake vya uvamizi.

19 Baadhi ya watu kutoka kabila la Manase
wakajiunga na Daudi wakati alikwenda pamoja
na Wafilisti, kupigana na Sauli. (Daudi na watu
wake hawakuwasaidia Wafilisti kwa sababu, baada
ya ushauri, watawala wao walimrudisha. Waka-
sema, "Itatugharimu vichwa vyetu kama Daudi
atatuasi na kurudi kwa Sauli bwana wake.") 20 Daudi
alipokwenda Siklagi, hawa ndio watu wa kabila la
Manase waliojiunga naye: Adna, Yozabadi, Yediaeli,
Mikaeli, Yozabadi, Elihu na Silethai, viongozi wa
vikosi vya watu 1,000 katika kabila la Manase.
21 Walimsaidia Daudi dhidi ya makundi ya uvamizi,
kwa kuwa wote walikuwa mashujaa hodari na wali-
kuwa majemadari katika jeshi lake. 22 Siku baada ya
siku watu walikuja kumsaidia Daudi, mpaka akawa
na jeshi kubwa, kama jeshi la Mungu.

Wengine Waungana Na Daudi Huko Hebroni

23 Hawa ndio watu waliojiandaa kwa ajili ya vita
waliokuja kwa Daudi huko Hebroni ili kumtwalia
ufalme kutoka kwa Sauli, kama Bwana alivyokuwa
amesema:

24 watu wa Yuda, wanaochukua ngao na
mikuki walikuwa 6,800 wote wakiwa
tayari kwa vita.
25 Watu wa Simeoni, mashujaa waliokuwa
tayari kwa vita walikuwa 7,100.
26 Watu wa Lawi walikuwa 4,600, 27 pamoja
na Yehoyada, kiongozi wa jamaa ya
Aroni, aliyekuwa pamoja na watu 3,700,
28 na Sadoki, kijana shujaa na hodari,
aliyekuwa pamoja na maafisa ishirini na
wawili kutoka jamaa yake.
29 Watu wa Benyamini, ndugu zake Sauli,
walikuwa 3,000; wengi wao walikuwa
wameendelea kuwa waaminifu kwa Sauli
mpaka wakati huo.
30 Watu wa Efraimu, mashujaa hodari 20,800,
watu waliokuwa maarufu katika koo zao.
31 Watu wa nusu ya kabila la Manase,
waliotajwa kwa majina ili waje kumweka
Daudi kuwa mfalme, watu 18,000.
32 Watu wa Isakari, waliofahamu majira
na kujua kile ambacho Israeli inapasa
kufanya, walikuwa viongozi 200, pamoja
na jamaa zao wote chini ya uongozi wao.
33 Watu wa Zabuloni, askari wenye uzoefu
mkubwa walioandaliwa tayari kwa
vita wakiwa na silaha za kila aina, ili
kumsaidia Daudi kwa uaminifu thabiti,
walikuwa 50,000.
34 Watu wa Naftali, maafisa 1,000, pamoja na
watu 37,000 waliochukua ngao na mikuki.
35 Watu wa Dani 28,600 waliokuwa tayari kwa
vita.
36 Watu wa Asheri, askari 40,000 wenye uzoefu
mkubwa waliondaliwa kwa ajili ya vita.
37 Na pia watu kutoka mashariki ya Yordani,
watu wa Reubeni, Gadi na nusu ya kabila
la Manase, wakiwa na kila aina ya silaha,
watu 120,000.

38 Wote hawa walikuwa watu wapiganaji walioji-
tolea kutumika katika safu zao. Walikuja Hebroni
wakiwa wameamua kikamilifu kumfanya Daudi
mfalme juu ya Israeli yote. Waisraeli wengine
wote walikuwa pia na nia hiyo moja ya kumfanya
Daudi kuwa mfalme. 39 Watu hawa wakakaa huko
na Daudi siku tatu, wakila na kunywa, kwa sababu
jamaa zao zilikuwa zimewapatia mahitaji yao. 40 Pia,
majirani zao hata wale walio mbali hadi Isakari,
Zabuloni na Naftali, walikuja wakiwaletea vyakula
walivyovibeba kwa punda, ngamia, nyumbu na
maksai. Kulikuwepo na wingi wa unga, maandazi
ya tini, maandazi ya zabibu kavu, divai, mafuta,
ng'ombe na kondoo, kwa maana kulikuwa na
furaha katika Israeli.

Kurudishwa Kwa Sanduku La Mungu

13 Daudi alishauriana na kila afisa wake, maje-
madari wa maelfu na majemadari wa mamia.
2 Ndipo Daudi akaliambia kusanyiko lote la Israeli,
"Kama mkiona ni vyema, na kama ni mapenzi ya
Bwana Mungu wetu, tupeleke ujumbe kwa ndugu
zetu wengine walio mbali na walio karibu katika
nchi yote ya Israeli, pia kwa makuhani na Walawi
walio pamoja nao katika miji yao na katika sehemu
zao za malisho yao, waje waungane na sisi. 3 Sisi
na tulirudishe Sanduku la Mungu wetu kwetu kwa
maana hatukujali wakati wa utawala wa Sauli."
4 Kusanyiko lote likakubaliana kufanya hivyo, kwa
sababu ilionekana vyema kwa watu wote.

5 Basi Daudi akawakusanya Waisraeli
wote, kuanzia Mto Shihori ulioko Misri hadi
Lebo-Hamathi, ili kulileta Sanduku la Mungu
kutoka Kiriath-Yearimu. 6 Daudi akiwa pamoja na
Waisraeli wote wakaenda Baala ya Yuda (yaani
Kiriath-Yearimu) kulipandisha Sanduku la Mungu
BWANA, yeye anayeketi katika kiti cha enzi kati
ya makerubi: Sanduku linaloitwa kwa Jina lake,
kutoka huko.
7 Wakalisafirisha Sanduku la Mungu kwa gari
jipya la kukokotwa na maksai kutoka nyumba
ya Abinadabu, Uza na Ahio wakiliongoza gari
hilo. 8 Daudi pamoja na Waisraeli wote walikuwa
wanasifu kwa nguvu zao zote mbele za Mungu,
kwa nyimbo na kwa vinubi, zeze, matari, matoazi
na tarumbeta.
9 Walipofika kwenye uwanja wa kupuria nafaka
wa Kidoni, Uza akaunyoosha mkono wake ili kuli-
zuia Sanduku, kwa sababu maksai walijikwaa.
10 Hasira ya BWANA ikawaka dhidi ya Uza, aka-
mpiga kwa sababu aliuweka mkono wake kwenye
Sanduku. Kwa hiyo akafa pale mbele za Mungu.
11 Ndipo Daudi akakasirika kwa sababu gha-
dhabu ya BWANA ilifurika dhidi ya Uza, mahali
pale pakaitwa Peres-Uza[a] hadi leo.
12 Siku ile Daudi akamwogopa Mungu naye akau-
liza. "Nitawezaje kulichukua Sanduku la Mungu
kwangu?" 13 Hakulichukua hilo Sanduku akae
nalo katika Mji wa Daudi. Badala yake, akalipeleka
nyumbani kwa Obed-Edomu, Mgiti. 14 Sanduku la
Mungu likabaki pamoja na jamaa ya Obed-Edomu,
nyumbani kwake kwa miezi mitatu, naye BWANA
akaibariki nyumba yake pamoja na kila kitu ali-
chokuwa nacho.

Nyumba Ya Daudi Na Jamaa Yake

14 Basi Hiramu mfalme wa Tiro akawatuma
wajumbe kwa Daudi, wakiwa na magogo ya
mierezi, waashi na maseremala ili kumjengea
jumba la kifalme. 2 Naye Daudi akatambua kwa-
mba BWANA amemwimarisha kuwa mfalme juu
ya Israeli na kwamba ufalme wake umetukuzwa
kwa ajili ya Israeli, watu wake.
3 Huko Yerusalemu Daudi akaoa wake wengine
zaidi na akawa baba wa wana na mabinti wengi.
4 Haya ndiyo majina ya watoto waliozaliwa kwake
huko: Shamua, Shobabu, Nathani, Solomoni,
5 Ibihari, Elishua, Elpeleti, 6 Noga, Nefegi, Yafia,
7 Elishama, Beeliada na Elifeleti.

Daudi Awashinda Wafilisti

8 Wafilisti waliposikia kuwa Daudi ametiwa
mafuta kuwa mfalme wa Israeli yote, wakapa-
nda na jeshi lao lote kwenda kumsaka, lakini
Daudi akapata habari hizo, naye akatoka ili kwe-
nda kukabiliana nao. 9 Basi Wafilisti walikuwa
wameingia na kushambulia Bonde la Warefai,
10 Hivyo Daudi akamuuliza Mungu: "Je, niende
kuwashambulia hao Wafilisti? Je, utawatia miko-
noni mwangu?"
BWANA akamjibu, "Nenda, nitawatia mikononi
mwako."
11 Hivyo Daudi pamoja na watu wake waka-
kwea mpaka Baal-Perasimu,[b] akawashinda huko.
Akasema, "Kama maji yafurikavyo, Mungu ame-
wafurikia adui zangu kwa kutumia mkono wangu."
Kwa hiyo mahali pale pakaitwa Baal-Perasimu.
12 Wafilisti walikuwa wameacha miungu yao huko,
Daudi akaamuru iteketezwe kwa moto.
13 Kwa mara nyingine Wafilisti wakavamia lile
bonde; 14 hivyo Daudi akamuuliza Mungu tena,
naye Mungu akamjibu, "Usiwapandie moja kwa
moja, bali wazungukie na uwashambulie kutoka
mbele ya hiyo miti ya miforosadi. 15 Mara usikiapo
sauti ya kwenda juu ya hiyo miti ya miforosadi,
hapo ndipo utoke upigane vita, kwa sababu hiyo
itaonyesha kwamba Mungu amekutangulia ili
kupiga jeshi la Wafilisti." 16 Kwa hiyo Daudi akafa-
nya kama alivyoagizwa na Mungu, wakalipiga jeshi
la Wafilisti kuanzia Gibeoni hadi Gezeri.
17 Hivyo umaarufu wa Daudi ukaenea katika
kila nchi, naye BWANA akayafanya mataifa yote
kumwogopa Daudi.

Sanduku La Agano Laletwa Yerusalemu

15 Baada ya Daudi kujijengea nyumba zake katika
Mji wa Daudi, akatengeneza sehemu kwa ajili
ya Sanduku la Mungu, kisha akasimamisha hema
kwa ajili yake. 2 Kisha Daudi akasema, "Hakuna
mtu yeyote anayeruhusiwa kulibeba Sanduku la
Mungu isipokuwa Walawi peke yao, kwa sababu
BWANA aliwachagua kulibeba Sanduku la BWANA
na kuhudumu mbele zake milele."
3 Daudi akawakusanya Israeli wote huko Yerusa-
lemu ili kulipandisha Sanduku la BWANA na kulileta
hadi kwenye sehemu aliyokuwa ametengeneza
kwa ajili yake. 4 Kisha Daudi akawakusanya pamoja
wazao wa Aroni na Walawi:
5 Kutoka wazao wa Kohathi,
Urieli kiongozi na ndugu zake 120,
6 Kutoka wazao wa Merari,
Asaya kiongozi na ndugu zake 220.
7 Kutoka wazao wa Gershoni,[c]
Yoeli kiongozi na ndugu zake 130.
8 Kutoka wazao wa Elisafani,
Shemaya kiongozi na ndugu zake 200.
9 Kutoka wazao wa Hebroni,
Elieli kiongozi na ndugu zake 80.
10 Kutoka wazao wa Uzieli,
Aminadabu kiongozi na ndugu zake 112.
11 Kisha Daudi akawaita makuhani Sadoki na
Abiathari, pamoja na Walawi Urieli, Asaya, Yoeli,
Shemaya, Elieli na Aminadabu. 12 Akawaambia,
"Ninyi ndio viongozi wa jamaa za Walawi. Ninyi
pamoja na Walawi wenzenu inawapasa mjitakase
na kulipandisha Sanduku la BWANA, Mungu wa
Israeli hadi mahali ambapo nimetengeneza kwa
ajili yake. 13 Ilikuwa ni kwa sababu hii, ninyi Walawi,
hamkulipandisha Sanduku la BWANA mara ya
kwanza, hata ikasababisha BWANA Mungu wetu
kuwaka hasira dhidi yetu. Hatukumuuliza jinsi ya
kufanya ili tupate kulileta jinsi alivyoagiza." 14 Kwa
hiyo makuhani pamoja na Walawi wakajitakasa ili

[a]11 Maana yake ni Gadhabu dhidi ya Uza.

[b]11 Maana yake ni Bwana Afurikae.

[c]7 Namna nyingine ya kutaja Gershomu.

kulipandisha Sanduku la BWANA, Mungu wa Israeli.
15 Nao Walawi wakalichukua Sanduku la Mungu
mabegani mwao wakitumia mipiko, kama vile
Mose alivyoamuru sawasawa na neno la BWANA.
16 Daudi akawaambia viongozi wa Walawi kuwa-
weka ndugu zao waimbaji ili waimbe nyimbo za
shangwe, wakiwa na vyombo vya uimbaji: zeze,
vinubi na matoazi.
17 Basi Walawi wakawaweka Hemani mwana wa
Yoeli; kutoka miongoni mwa ndugu zake, Asafu
mwana wa Berekia; kutoka miongoni mwa ndugu
zao Wamerari, Ethani mwana wa Kushaiya; 18 hawa
ndio waliochaguliwa kuwa wasaidizi wao: Zeka-
ria, Yaazieli, Shemiramothi, Yehieli, Uni, Eliabu,
Benaya, Maaseya, Matithia, Elifelehu, Mikneya,
pamoja na mabawabu Obed-Edomu na Yehieli.
19 Waimbaji Hemani, Asafu na Ethani walicha-
guliwa kupiga matoazi ya shaba; 20 Zekaria, Azieli,
Shemiramothi, Yehieli, Uni, Eliabu, Maaseya na
Benaya walikuwa wapiga zeze kufuatana na sauti
ya *alamothi*,[a] 21 na Matithia, Elifelehu, Mikneya,
Obed-Edomu, Yehieli na Azazia walikuwa wapiga
vinubi, wakiongozwa kwa kufuata sauti ya *she-
minithi*.[b] 22 Kenania kiongozi wa Walawi alikuwa
msimamizi wa uimbaji; huu ndio uliokuwa wajibu
wake kwa sababu alikuwa stadi katika hilo.
23 Berekia na Elikana walikuwa mabawabu kwa
ajili ya Sanduku. 24 Shebania, Yoshafati, Nethaneli,
Amasai, Zekaria, Benaya na Eliezeri, makuhani,
walikuwa wapiga tarumbeta mbele ya Sanduku
la Mungu. Obed-Edomu na Yehiya waliwekwa pia
kuwa mabawabu wa Sanduku.
25 Basi Daudi pamoja na wazee wa Israeli na
majemadari wa vikosi vya elfu wakaenda ili kuli-
pandisha Sanduku la Agano la BWANA kutoka
nyumba ya Obed-Edomu kwa shangwe. 26 Kwa
sababu Mungu alikuwa amewasaidia Walawi walio-
kuwa wanalichukua Sanduku la Agano la BWANA,
mafahali saba na kondoo dume saba walitolewa
dhabihu. 27 Basi Daudi alikuwa amevaa joho la
kitani safi, kama walivyokuwa wamevaa Walawi
wote waliokuwa wanalichukua lile Sanduku, wai-
mbaji nao walivaa vivyo hivyo, pamoja na Kenania
aliyekuwa anaongoza nyimbo za waimbaji. Daudi
alivaa pia kisibau cha kitani safi. 28 Hivyo Israeli
wote wakalipandisha Sanduku la Agano la BWANA
kwa shangwe, wakipiga pembe za kondoo dume,
tarumbeta, matoazi, wakipiga zeze na vinubi.
29 Sanduku la Agano la BWANA lilipokuwa
linaingia katika Mji wa Daudi, Mikali binti Sauli
akachungulia dirishani. Naye alipomwona Mfalme
Daudi akicheza na kusherehekea, akamdharau
moyoni mwake.

Sanduku Lawekwa Ndani Ya Hema

16 Wakaleta Sanduku la Mungu na kuliweka
ndani ya hema ambalo Daudi alikuwa ame-
lisimamisha kwa ajili yake, na wakatoa sadaka za
kuteketezwa na sadaka za amani mbele za Mungu.
2 Baada ya Daudi kumaliza kutoa hizo sadaka za
kuteketezwa na hizo sadaka za amani, akawabariki
watu katika jina la BWANA. 3 Kisha akamgawia kila
Mwisraeli mwanaume na mwanamke mkate,
andazi la tende na andazi la zabibu kavu.
4 Akawaweka pia baadhi ya Walawi ili wahudumu
mbele ya Sanduku la BWANA kufanya maombi,
kumshukuru na kumsifu BWANA, Mungu wa Israeli:
5 Asafu ndiye alikuwa mkuu wao, akisaidiwa na
Zekaria, Yeieli, Shemiramothi, Yehieli, Matithia,
Eliabu, Benaya, Obed-Edomu na Yeieli. Hawa ndio
wangepiga zeze na vinubi, Asafu angepiga matoazi,
6 nao Benaya na Yahazieli makuhani, ndio wange-
piga tarumbeta mara kwa mara mbele ya Sanduku
la Agano la Mungu.

Zaburi Ya Daudi Ya Shukrani

7 Siku ile, kitu cha kwanza Daudi alichofanya
ni kumkabidhi Asafu na wenzake zaburi hii ya
shukrani kwa BWANA:

8 Mshukuruni BWANA, liitieni jina lake;
wajulisheni mataifa yale aliyoyatenda.
9 Mwimbieni yeye, mwimbieni yeye sifa;
waambieni matendo yake yote ya ajabu.
10 Lishangilieni jina lake takatifu;
mioyo ya wale wamtafutao BWANA
na ifurahi.
11 Mtafuteni BWANA na nguvu zake;
utafuteni uso wake siku zote.
12 Kumbuka matendo ya ajabu aliyoyafanya,
miujiza yake na hukumu alizozitamka,
13 enyi wazao wa Israeli mtumishi wake,
enyi wana wa Yakobo, wateule wake.

14 Yeye ndiye BWANA Mungu wetu;
hukumu zake zimo duniani pote.
15 Hulikumbuka agano lake milele,
neno ambalo aliamuru, kwa vizazi elfu,
16 agano alilolifanya na Abrahamu,
kiapo alichomwapia Isaki.
17 Alilithibitisha kwa Yakobo kuwa amri,
kwa Israeli liwe agano la milele:
18 "Nitakupa wewe nchi ya Kanaani
kuwa sehemu utakayoirithi."

19 Walipokuwa wachache kwa idadi,
wachache sana na wageni ndani yake,
20 walitangatanga kutoka taifa moja hadi
jingine,
kutoka ufalme mmoja hadi mwingine.
21 Hakuruhusu mtu yeyote awaonee;
kwa ajili yao aliwakemea wafalme,
akisema:
22 "Msiwaguse niliowatia mafuta;
msiwadhuru manabii wangu."

23 Mwimbieni BWANA dunia yote;
tangazeni wokovu wake siku baada ya siku.
24 Tangazeni utukufu wake katikati ya mataifa,
matendo yake ya ajabu miongoni mwa
mataifa yote.
25 Kwa kuwa BWANA ni mkuu,
mwenye kustahili kusifiwa kuliko wote;
yeye ni wa kuogopwa kuliko
miungu yote.

[a]20 Huenda ni aina ya uimbaji.
[b]21 Huenda ni aina ya uimbaji.

[26] Kwa maana miungu yote ya mataifa
ni sanamu,
lakini Bwana aliziumba mbingu.
[27] Fahari na enzi viko mbele yake;
nguvu na utukufu vimo patakatifu pake.
[28] Mpeni Bwana, enyi jamaa za mataifa,
mpeni Bwana utukufu na nguvu,
[29] mpeni Bwana utukufu
unaostahili jina lake.
Leteni sadaka na mje katika nyua zake;
mwabuduni Bwana katika uzuri
wa utakatifu wake.
[30] Dunia yote na itetemeke mbele zake!
Ulimwengu ameuweka imara; hauwezi
kusogezwa.
[31] Mbingu na zishangilie, nchi na ifurahi;
semeni katikati ya mataifa, "Bwana
anatawala!"
[32] Bahari na ivume, na vyote vilivyomo
ndani yake;
mashamba na yashangilie, na vyote
vilivyomo ndani yake.
[33] Kisha miti ya msituni itaimba,
itaimba kwa furaha mbele za Bwana,
kwa maana anakuja kuihukumu dunia.
[34] Mshukuruni Bwana kwa kuwa ni mwema;
upendo wake wadumu milele.
[35] Mlilieni, "Ee Mungu Mwokozi wetu, tuokoe.
Tukusanye tena na utukomboe kutoka
kwa mataifa,
ili tuweze kulishukuru jina lako takatifu,
na kushangilia katika sifa zako."
[36] Atukuzwe Bwana, Mungu wa Israeli,
tangu milele na hata milele.

Nao watu wote wakasema, "Amen," na "Msifuni
Bwana."

[37] Daudi akamwacha Asafu na wenzake mbele
ya Sanduku la Agano la Bwana ili wahudumu
humo mara kwa mara, kulingana na mahitaji ya
kila siku. [38] Pia akamwacha Obed-Edomu pamoja
na wenzake sitini na wanane wahudumu pamoja
nao. Obed-Edomu mwana wa Yeduthuni na pia
Hosa walikuwa mabawabu wa lango.
[39] Daudi akamwacha kuhani Sadoki pamoja na
makuhani wenzake mbele ya hema ya ibada ya
Bwana katika mahali pa juu pa kuabudia huko
Gibeoni [40] ili kutoa sadaka za kuteketezwa kwa
Bwana kwenye madhabahu ya sadaka ya kuteke-
tezwa mara kwa mara, asubuhi na jioni, sawasawa
na kila kitu kilichoandikwa katika sheria ya Bwana
ambayo alikuwa amempa Israeli. [41] Waliohudumu
pamoja nao walikuwa Hemani, Yeduthuni na wale
wote waliochaguliwa na kutajwa kwa jina kumpa
Bwana shukrani, "Kwa maana fadhili zake zadumu
milele." [42] Hemani na Yeduthuni walikuwa na
wajibu wa kupiga tarumbeta, matoazi na kutumia
vyombo vingine kwa ajili ya nyimbo za sifa kwa
Mungu. Wana wa Yeduthuni waliwekwa langoni.
[43] Kisha watu wote wakaondoka, kila mmoja
akarudi nyumbani kwake, naye Daudi akarudi
nyumbani kuibariki jamaa yake.

Ahadi Ya Mungu Kwa Daudi

17 Baada ya Daudi kuingia rasmi katika jumba
lake la kifalme, akamwambia nabii Nathani,
"Hebu tazama, mimi ninakaa kwenye nyumba
nzuri iliyojengwa kwa mierezi, wakati Sanduku
la Agano la Bwana liko ndani ya hema."
[2] Nathani akamjibu Daudi, "Lolote ulilo nalo
moyoni mwako litende, kwa maana Mungu yu
pamoja nawe." [3] Usiku ule neno la Mungu likamjia
Nathani, kusema:

[4] "Nenda ukamwambie mtumishi wangu
Daudi, 'Hili ndilo asemalo Bwana: Wewe
hutanijengea mimi nyumba ili nikae humo.
[5] Mimi sijakaa ndani ya nyumba tangu siku
ile niliyowatoa Israeli kutoka Misri mpaka leo.
Nimehama kutoka hema moja hadi jingine
na kutoka mahali pamoja hadi pengine. [6] Je,
popote nilipokwenda pamoja na Waisraeli
wote, wakati wowote nilimwambia kiongozi
yeyote niliyemwagiza kuwachunga watu
wangu, kwa nini hujanijengea nyumba ya
mierezi?'

[7] "Sasa basi, mwambie mtumishi wangu
Daudi, 'Hili ndilo asemalo Bwana Mwenye
Nguvu Zote: Nilikuchukua machungani na
kutoka kuandama kondoo ili uwatawale
watu wangu Israeli. [8] Nimekuwa pamoja
nawe popote ulipokwenda, nami nimekuo-
ndolea mbali adui zako wote mbele yako. Basi
nitalifanya jina lako kuwa kuu kama majina
ya watu walio wakuu sana duniani. [9] Nami
nitawapatia watu wangu Israeli mahali na
nitawapa ili wawe na mahali pao wenyewe pa
kuishi na wasisumbuliwe tena. Watu waovu
hawatawaonea tena, kama walivyofanya
mwanzoni, [10] na ambavyo wamefanya siku
zote tangu nilipowachagua viongozi kwa ajili
ya watu wangu Israeli. Pia nitawatiisha adui
zenu wote.

" 'Pamoja na hayo ninakuambia kwamba
Bwana atakujengea nyumba: [11] Wakati wako
utakapokuwa umekwisha, nawe ukawa
umekwenda kukaa na baba zako, nitamwi-
nua mzao wako aingie mahali pako kuwa
mfalme, mmoja wa wana wako mwenyewe,
nami nitaufanya imara ufalme wake. [12] Yeye
ndiye atakayejenga nyumba kwa ajili yangu,
nami nitakifanya imara kiti cha ufalme wake
milele. [13] Mimi nitakuwa baba yake, naye ata-
kuwa mwanangu. Kamwe sitaondoa upendo
wangu kwake, kama nilivyouondoa kwa yeye
aliyekutangulia. [14] Nitamweka juu ya nyumba
yangu na ufalme wangu milele; kiti chake cha
enzi nitakifanya imara milele.' "

[15] Nathani akamwarifu Daudi maneno yote ya
maono haya.

Maombi Ya Daudi

[16] Ndipo Mfalme Daudi akaingia ndani, akaketi
mbele za Bwana, akasema:

"Mimi ni nani, Ee Bwana Mungu, na jamaa
yangu ni nini, hata umenileta mpaka hapa
nilipo? 17 Kana kwamba hili halitoshi machoni
pako, Ee Mungu, umenena pia kuhusu siku
zijazo za nyumba ya mtumishi wako. Ume-
niangalia kama mtu aliyetukuka kuliko watu
wote, Ee Bwana Mungu.

18 "Daudi aweza kukuambia nini zaidi
kuhusu kumheshimu mtumishi wako? Kwa
maana wewe unamjua mtumishi wako, 19 Ee
Bwana Mungu. Kwa ajili ya mtumishi wako,
tena sawasawa na mapenzi yako, umefanya
jambo hili kubwa sana na kujulisha ahadi hizi
zote zilizo kubwa sana.

20 "Hakuna aliye kama wewe, Ee Bwana
Mungu, wala hakuna Mungu ila wewe, kama
vile tulivyosikia kwa masikio yetu wenyewe.
21 Naye ni nani aliye kama watu wako Israeli:
taifa pekee duniani ambalo Mungu wake
alitoka kwenda kulikomboa kwa ajili yake
mwenyewe na kujifanyia jina kwa ajili yake
mwenyewe, kwa kufanya maajabu makubwa
na ya kutisha kwa kuwafukuza mataifa mbele
ya watu wako, ambao uliwakomboa kutoka
Misri? 22 Uliwafanya watu wako Israeli kuwa
watu wako wewe mwenyewe milele, nawe, Ee
Bwana Mungu, umekuwa Mungu wao.

23 "Sasa basi, Bwana ahadi uliyoweka
kuhusu mtumishi wako na nyumba yake na
uithibitishe milele. Fanya kama ulivyoahidi,
24 ili ithibitike na jina lako litakuwa kuu milele.
Kisha watu watasema, 'Bwana Mungu Mwenye
Nguvu Zote, Mungu aliye juu ya Israeli, ndiye
Mungu wa Israeli.' Nayo nyumba ya mtumishi
wako Daudi itafanywa imara mbele zako.

25 "Wewe, Mungu wangu, umemfunulia
mtumishi wako Daudi kwamba utamjengea
yeye nyumba. Hivyo mtumishi wako ame-
kuwa na ujasiri wa kukuomba maombi haya.
26 Ee Bwana, wewe ndiwe Mungu! Umemwa-
hidi mtumishi wako mambo haya mazuri.
27 Basi imekupendeza kuibariki nyumba ya
mtumishi wako, ili idumu milele machoni
pako; kwa ajili yako, Ee Bwana, umeibariki,
nayo itabarikiwa milele."

Ushindi Wa Daudi

18 Baada ya muda, Daudi akawashinda Wafilisti
na kuwatiisha, naye akautwaa Gathi pamoja
na vijiji vinavyouzunguka kutoka utawala wa
Wafilisti.

2 Pia Daudi akawashinda Wamoabu, wakawa
watumishi wake, nao wakawa wanamletea ushuru.

3 Zaidi ya hayo, Daudi akapigana na Hadadezeri
mfalme wa Soba, hadi Hamathi, wakati alikwenda
kuimarisha utawala wake katika Mto Frati. 4 Daudi
akateka magari ya vita 1,000 miongoni mwa magari
yake, waendesha hayo magari ya kukokotwa na
farasi 7,000 na askari wa miguu 20,000. Daudi
akakata mishipa ya miguu ya nyuma ya farasi wote
wakokotao magari, ila akabakiza 100.

5 Waaramu wa Dameski, walipokuja kumsaidia
Hadadezeri mfalme wa Soba, Daudi akawasha-
mbulia na kuwaua 22,000 miongoni mwao. 6 Daudi
akaweka askari walinzi katika ufalme wa Waaramu
huko Dameski. Basi Waaramu wakawa watumwa
wa Daudi, na kumlipa ushuru. Bwana akampa
Daudi ushindi kote alipokwenda.

7 Daudi akazitwaa ngao za dhahabu zilizokuwa
za maafisa wa Hadadezeri na kuzileta Yerusalemu.
8 Kutoka miji ya Tibhathi na Kuni, iliyokuwa miji
ya Hadadezeri, Daudi akatwaa shaba nyingi sana,
ambayo Solomoni aliitumia kutengenezea ile
Bahari ya shaba, zile nguzo na vifaa mbalimbali
vya shaba.

9 Tou mfalme wa Hamathi aliposikia kwamba
Daudi amelishinda jeshi lote la Hadadezeri mfalme
wa Soba, 10 akamtuma mwanawe, Hadoramu kwa
Mfalme Daudi ili kumsalimu na kumpongeza kwa
ushindi wake katika vita dhidi ya Mfalme Hada-
dezeri, kwa kuwa alikuwa amepigana vita mara
nyingi na Tou. Hadoramu akamletea Daudi vifaa
mbalimbali vya dhahabu, fedha na shaba.

11 Mfalme Daudi akaviweka vifaa hivi wakfu kwa
Bwana kama vile alivyokuwa amefanya kwa fedha
na dhahabu aliyokuwa ameitwaa katika mataifa
yote haya: Edomu na Moabu, Waamoni, Wafilisti
na Waamaleki.

12 Abishai mwana wa Seruya akawaua Waedomu
18,000 katika Bonde la Chumvi. 13 Akaweka kambi
za askari walinzi huko Edomu, nao Waedomu wote
wakawa watumishi wa Daudi. Bwana akampa
Daudi ushindi kila alipokwenda.

Maafisa Wa Daudi

14 Daudi akatawala Israeli yote, akitenda lililo
haki na sawa kwa watu wake wote. 15 Yoabu mwana
wa Seruya alikuwa jemadari wa jeshi; Yehoshafati
mwana wa Ahiludi alikuwa mweka kumbuku-
mbu; 16 Sadoki mwana wa Ahitubu na Ahimeleki
mwana wa Abiathari walikuwa makuhani; Shau-
sha alikuwa mwandishi; 17 naye Benaya mwana wa
Yehoyada alikuwa msimamizi wa Wakerethi na
Wapelethi; nao wana wa Daudi walikuwa maafisa
wakuu katika utumishi wa mfalme.

Vita Dhidi Ya Waamoni

19 Baada ya muda, Nahashi mfalme wa Waamoni
akafa, mwanawe akaingia mahali pake. 2 Daudi
akawaza, "Nitamtendea wema Hanuni mwana wa
Nahashi, kwa sababu baba yake alinitendea wema."
Hivyo Daudi akatuma wajumbe ili kumfariji
Hanuni kwa ajili ya kifo cha baba yake. Watu
wa Daudi walipofika kwa Hanuni katika nchi
ya Waamoni ili kumfariji, 3 wakuu wa Waamoni
wakamwambia Hanuni, "Hivi unadhani Daudi
anamheshimu baba yako kwa kuwatuma wajumbe
kukufariji? Je, hawa watu hawakuja kuipeleleza na
kuidadisi nchi ili waishinde?" 4 Kwa hiyo Hanuni
akawakamata watu wa Daudi, akawanyoa ndevu
akakata nguo zao katikati kwenye matako, aka-
waacha waende zao.

5 Mtu mmoja alipofika na kumpasha Daudi
habari za watu hawa, akawatuma wajumbe
wengine kuwalaki, kwa maana walikuwa wame-
vunjiwa heshima sana. Mfalme akasema, "Kaeni
huko Yeriko mpaka ndevu zenu ziote, ndipo mje."

6 Waamoni walipotambua kuwa wamekuwa

machukizo kwa Daudi, Hanuni na Waamoni waka-
tuma talanta 1,000[a] za fedha ili kukodisha magari
ya vita pamoja na waendeshaji wa hayo magari ya
kukokotwa na farasi, kutoka Aramu-Naharaimu,[b]
Aramu-Maaka na Soba. 7 Wakakodisha magari ya
vita 32,000 yakiwa na waendeshaji wake, pamoja na
mfalme wa Maaka na vikosi vyake, wakaja na kupiga
kambi karibu na Medeba. Waamoni nao wakaku-
sanyika toka miji yao, wakatoka ili kupigana vita.
8 Daudi aliposikia jambo hili, akamtuma Yoabu
na jeshi lote la wapiganaji. 9 Waamoni wakatoka
wakajipanga wakiwa tayari kwa vita langoni la mji
wao, wakati wale wafalme wengine waliokuja nao
walijipanga kwa vita uwanjani.
10 Yoabu akaona kuwa mbele yake na nyuma yake
kumepangwa vita; kwa hiyo akachagua baadhi ya
vikosi vilivyo bora sana katika Israeli akavipanga
dhidi ya Waaramu. 11 Akawaweka wale wanaje-
shi wengine waliobaki chini ya amri ya Abishai
ndugu yake, nao wakapangwa ili wakabiliane na
Waamoni. 12 Yoabu akasema, "Kama Waaramu
watanizidi nguvu, basi itakupasa wewe unisaidie;
lakini kama Waamoni watakuzidi nguvu, basi mimi
nitakusaidia. 13 Uwe hodari na tupigane kwa uja-
siri kwa ajili ya watu wetu na miji ya Mungu wetu.
BWANA atafanya lile lililo jema machoni pake."
14 Basi Yoabu na vikosi vyake wakasonga mbele
kupigana na Waaramu, nao Waaramu wakakimbia
mbele yake. 15 Waamoni walipoona Waaramu
wanakimbia, nao pia wakakimbia mbele ya ndu-
guye Abishai na kuingia ndani ya mji. Basi Yoabu
akarudi Yerusalemu.
16 Baada ya Waaramu kuona kwamba wameshi-
ndwa na Israeli, wakapeleka wajumbe na kuwataka
Waaramu wengine kutoka ng'ambo ya Mto Frati,
wakiongozwa na Shofaki, jemadari wa jeshi la
Hadadezeri.
17 Daudi alipoambiwa haya, akawakusanya Israeli
wote na kuvuka Yordani. Akasonga mbele dhidi yao
na akajipanga kuwakabili. Daudi akapanga vita ili
kupigana na Waaramu, nao wakapigana dhidi yake.
18 Lakini Waaramu wakakimbia mbele ya Israeli,
naye Daudi akawaua waendesha magari 7,000 na
askari wao wa miguu 40,000. Pia akamuua Shofaki,
jemadari wa jeshi lao.
19 Raiya wa Hadadezeri walipoona kuwa wame-
shindwa na Israeli, wakafanya mapatano ya amani
na Daudi, wakawa watumishi wake.
Hivyo Waaramu hawakukubali kuwasaidia
Waamoni tena.

Kutekwa Kwa Raba

20 Mwanzoni mwa mwaka mpya, wakati ambapo
wafalme huenda vitani, Yoabu aliliongoza
jeshi. Aliangamiza nchi ya Waamoni, na akaenda
Raba na kuuzingira, lakini Daudi alibaki Yeru-
salemu. Yoabu akashambulia Raba na kuuacha
ukiwa magofu. 2 Daudi akachukua taji kutoka kwa
kichwa cha mfalme wao, lililokuwa na uzito wa
talanta moja ya dhahabu,[c] nayo ilizungushiwa vito
vya thamani. Ikawekwa juu ya kichwa cha Daudi.
Alichukua nyara nyingi kutoka mjini huo. 3 Akawa-
toa watu waliokuwa humo, akawaweka wafanye
kazi kwa misumeno, sululu za chuma na mashoka.
Daudi akafanya hivi kwa miji yote ya Waamoni.
Kisha Daudi na jeshi lake lote wakarudi Yerusalemu.

Vita Na Wafilisti

4 Baada ya muda, kulitokea vita dhidi ya Wafili-
sti, huko Gezeri. Wakati huo Sibekai, Mhushathi,
akamuua Sipai, aliyekuwa mmoja wa wazao wa
Warefai,[d] nao Wafilisti wakashindwa.
5 Katika vita vingine na Wafilisti, Elhanani
mwana wa Yairi alimuua Lahmi nduguye Goliathi,
Mgiti, ambaye mkuki wake ulikuwa na mpini kama
mti wa mfumaji.
6 Katika vita vingine tena, vilivyopiganwa huko
Gathi, kulikuwako na mtu mmoja mkubwa mwe-
nye vidole sita katika kila mkono na vidole sita
katika kila mguu: jumla vidole ishirini na vinne.
Yeye alikuwa pia mzao wa Mrefai. 7 Alipowadhihaki
Israeli, Yonathani, mwana wa Shimea, nduguye
Daudi, akamuua.
8 Hawa walikuwa ndio wazao wa Warefai huko
Gathi, nao walianguka kwa mikono ya Daudi na
watu wake.

Daudi Ahesabu Wapiganaji

21 Shetani akainuka dhidi ya Israeli na kumsha-
wishi Daudi ahesabu watu wa Israeli. 2 Kwa
hiyo Daudi akamwambia Yoabu na majemadari wa
jeshi, "Nendeni mkawahesabu Waisraeli kuanzia
Beer-Sheba mpaka Dani. Kisha nileteeni taarifa ili
kwamba niweze kufahamu wako wangapi."
3 Yoabu akajibu, "BWANA na aongeze jeshi lake
mara mia na zaidi. Mfalme bwana wangu, kwani
hawa wote si raiya wa bwana wangu? Kwa nini
bwana wangu unataka kufanya hivi? Kwa nini
kuleta hatia juu ya Israeli?"
4 Hata hivyo, neno la mfalme likawa na nguvu
juu ya Yoabu; kwa hiyo Yoabu akaondoka na
kuzunguka Israeli yote kisha akarudi Yerusalemu.
5 Yoabu akampa Daudi jumla ya idadi ya watu
wanaoweza kupigana. Katika Israeli kulikuwa
na watu 1,100,000 ambao wangeweza kutumia
upanga na katika Yuda watu 470,000.
6 Lakini Yoabu hakuwahesabu Walawi na Wabe-
nyamini, kwa sababu alichukizwa sana na amri
ya mfalme. 7 Amri hii ilikuwa mbaya machoni pa
Mungu pia; hivyo akaiadhibu Israeli.
8 Kisha Daudi akamwambia Mungu, "Nimetenda
dhambi kubwa kwa kufanya jambo hili. Sasa, nina-
kusihi, ondoa hatia ya mtumishi wako. Nimefanya
jambo la kipumbavu sana."
9 BWANA akamwambia Gadi, mwonaji wa Daudi,
10 "Nenda ukamwambie Daudi, hivi ndivyo asema-
vyo Bwana: 'Ninakupa wewe uchaguzi wa mambo
matatu. Nichagulie mojawapo nitakalotenda dhidi
yako.' "
11 Kwa hiyo Gadi akamwendea Daudi akamwa-
mbia, "Hili ndilo BWANA asemalo: 'Chagua: 12 miaka
mitatu ya njaa, au miezi mitatu ya kushindwa na
adui zako, ukipatwa na upanga wao, au siku tatu

[a]6 Talanta 1,000 za fedha ni sawa na tani 34.
[b]6 Yaani Mesopotamia ya Kaskazini-Magharibi.
[c]2 Talanta moja ya dhahabu ni sawa na kilo 34.
[d]4 Yaani majitu.

za upanga wa Bwana, yaani, siku tatu za tauni
katika nchi na malaika wa Bwana akiangamiza
kila mahali katika Israeli.' Sasa basi, amua jinsi
nitakavyomjibu yeye aliyenituma."
13 Daudi akamwambia Gadi, "Ninayo maha-
ngaiko makubwa. Mimi na nianguke mikononi
mwa Bwana kwa maana rehema zake ni kuu
mno, lakini usiniache niangukie mikononi mwa
wanadamu."
14 Basi Bwana akatuma tauni katika Israeli, watu
70,000 wa Israeli wakafa. 15 Mungu akapeleka
malaika kuangamiza Yerusalemu. Lakini malaika
alipokuwa akifanya hivyo, Bwana akaona na aka-
huzunika kwa sababu ya maafa, akamwambia yule
malaika aliyekuwa anaangamiza watu, "Yatosha!
Rudisha mkono wako." Wakati huo malaika wa
Bwana alikuwa amesimama katika sakafu ya kupu-
ria nafaka ya Arauna[a] Myebusi.
16 Daudi akayainua macho yake akamwona huyo
malaika wa Bwana akiwa amesimama katikati ya
mbingu na dunia, naye ameunyoosha upanga wake
juu ya Yerusalemu tayari kuangamiza. Kisha Daudi
na wazee, waliokuwa wamevaa nguo za gunia,
wakaanguka kifudifudi.
17 Daudi akamwambia Mungu, "Je, si mimi
ndiye niliyeamuru watu wahesabiwe? Mimi ndiye
niliyetenda dhambi na kukosa. Hawa ni kondoo
tu. Wamefanya nini? Ee Bwana, Mungu wangu,
mkono wako na uwe juu yangu mimi na jamaa
yangu, lakini usiache tauni hii iendelee juu ya
watu wako."
18 Kisha malaika wa Bwana akamwamuru Gadi
amwambie Daudi apande na kumjengea Bwana
madhabahu kwenye sakafu ya kupuria nafaka
ya Arauna Myebusi. 19 Kwa hiyo Daudi akakwea,
akalitii lile neno ambalo Gadi alikuwa amelisema
katika jina la Bwana.
20 Arauna alipokuwa akipura ngano, akageuka
akamwona yule malaika. Wanawe wanne walio-
kuwa pamoja naye wakajificha, yeye akaendelea
kupura ngano. 21 Kisha Daudi akakaribia, Arauna
alipotazama na kumwona, akaondoka kwenye
uwanja wa kupuria nafaka akamsujudia Daudi
akiuinamisha uso wake ardhini.
22 Daudi akamwambia, "Nipatie huu uwanja
wako wa kupuria nafaka ili niweze kujenga madha-
bahu ya Bwana tauni ipate kukomeshwa katika
watu. Niuzie kwa bei yake kamili."
23 Arauna akamwambia Daudi, "Uchukue huo
uwanja. Mfalme bwana wangu na afanye lolote
analopenda. Tazama, nitatoa maksai kwa ajili ya
sadaka za kuteketezwa, vifaa vya kupuria kuwa
kuni, pamoja na ngano kwa ajili ya dhabihu ya
nafaka. Natoa hivi vyote."
24 Lakini Mfalme Daudi akamjibu Arauna, "La
hasha! Lakini ninasisitiza kwamba nitalipa bei
yake kamili. Sitachukua kilicho chako kwa ajili
ya Bwana au kutoa sadaka ya kuteketezwa ambayo
hainigharimu chochote."
25 Basi Daudi akamlipa Arauna shekeli za dha-
habu 600[b] kwa ajili ya ule uwanja. 26 Kisha Daudi
akamjengea Bwana madhabahu mahali hapo, na
kutoa sadaka za kuteketezwa na sadaka za amani.
Akamwita Bwana naye Bwana akajibu maombi
yake kwa moto toka mbinguni juu ya madhabahu
ya sadaka ya kuteketezwa.
27 Kisha Bwana akanena na yule malaika, naye
akarudisha upanga wake katika ala yake. 28 Wakati
huo, Daudi alipoona kwamba Bwana amemjibu
kule kwenye uwanja wa kupuria nafaka wa Arauna
Myebusi, akatoa dhabihu huko. 29 Maskani ya
Bwana ambayo Mose aliitengeneza kule jangwani,
pamoja na madhabahu ya sadaka ya kuteketezwa
kwa wakati huo vilikuwa viko mahali pa juu pa
kuabudia huko Gibeoni. 30 Lakini Daudi hakuthu-
butu kuisogelea ili kumuuliza Mungu, kwa sababu
aliuogopa upanga wa yule malaika wa Bwana.

22 Ndipo Daudi akasema, "Nyumba ya Bwana
Mungu itakuwa mahali hapa, pia pamoja na
madhabahu ya sadaka ya kuteketezwa kwa ajili
ya Israeli."

Maandalizi Kwa Ajili Ya Hekalu

2 Kwa hiyo Daudi akatoa amri wakusanyike
wageni wote waliokuwa wanaishi Israeli, na kutoka
miongoni mwao akaweka waashi ili kuchonga
mawe kwa ajili ya kujenga nyumba ya Mungu.
3 Daudi akatoa chuma tele ili kutengenezea misu-
mari kwa ajili ya mafungo ya malango ya nyumba
na shaba tele isiyopimika. 4 Pia akatoa magogo ya
mierezi yasiyohesabika, kwa kuwa Wasidoni na
Watiro walikuwa wamemletea Daudi idadi kubwa
ya mierezi.
5 Daudi akasema, "Mwanangu Solomoni bado ni
mdogo wa umri na hana uzoefu. Nyumba itaka-
yojengwa kwa ajili ya Bwana inatakiwa iwe yenye
uzuri mwingi na sifa na fahari mbele ya mataifa
yote. Kwa hiyo nitaifanyia matayarisho." Daudi
akafanya matayarisho makubwa kabla ya kifo
chake.
6 Kisha akamwita Solomoni mwanawe aka-
mwagiza kujenga nyumba kwa ajili ya Bwana,
Mungu wa Israeli. 7 Daudi akamwambia Solomoni:
"Mwanangu, nilikuwa na jambo hili ndani ya moyo
wangu kujenga nyumba kwa ajili ya Jina la Bwana
Mungu wangu. 8 Lakini neno hili la Bwana likani-
jia, kusema: 'Wewe umemwaga damu nyingi na
kupigana vita vingi. Wewe hutajenga nyumba kwa
ajili ya Jina langu, kwa sababu umemwaga damu
nyingi juu ya nchi machoni pangu. 9 Lakini uta-
kuwa na mwana ambaye atakuwa mtu wa amani
na utulivu nami nitampa utulivu mbele ya adui
zake wote pande zote. Jina lake ataitwa Solomoni,
nami nitawapa Israeli amani na utulivu wakati wa
utawala wake. 10 Yeye ndiye atakayejenga nyumba
kwa ajili ya Jina langu. Yeye atakuwa mwanangu,
nami nitakuwa baba yake. Nami nitakifanya imara
kiti chake cha enzi cha utawala wake katika Israeli
milele.'
11 "Sasa, mwanangu, Bwana awe pamoja nawe,
nawe uwe na mafanikio upate kuijenga nyumba ya
Bwana Mungu wako, kama alivyosema utafanya.
12 Bwana na akupe hekima na ufahamu wakati ata-
kuweka juu ya Israeli, ili uweze kuishika sheria ya
Bwana Mungu wako. 13 Ndipo utakapofanikiwa,

[a]15 Pia anaitwa Ornani kwa Kiebrania.
[b]25 Shekeli 600 za dhahabu ni sawa na kilo 7.

ikiwa utakuwa na bidii kutii amri na sheria BWANA
alizompa Mose kwa ajili ya Israeli. Uwe hodari na
ushujaa. Usiogope wala usikate tamaa.
14 "Nimejitaabisha sana ili kupata mahitaji
kwa ajili ya Hekalu la BWANA: talanta 100,000[a]
za dhahabu, talanta 1,000,000[b] za fedha na kiasi
kisichopimika cha shaba na chuma, pia mbao
na mawe. Nawe waweza kuviongeza. 15 Unao
wafanyakazi wengi: Wachonga mawe, waashi
na maseremala, pamoja na watu walio na ustadi
katika kila kazi 16 wa kufua dhahabu, fedha, shaba
na chuma, mafundi wasiohesabika. Sasa basi anza
kazi hii, naye BWANA awe pamoja nawe."
17 Kisha Daudi akawaamuru viongozi wote wa
Israeli wamsaidie Solomoni mwanawe. 18 Akawaa-
mbia, "Je, BWANA Mungu wenu si yuko pamoja
na ninyi? Pia si amewapa raha pande zote? Kwa
maana amewatia wenyeji wa nchi mkononi mwa-
ngu, nayo nchi iko chini ya BWANA na watu wake.
19 Sasa itoeni mioyo yenu na nafsi zenu katika
kumtafuta BWANA Mungu wenu. Anzeni kujenga
Maskani ya BWANA Mungu, ili mweze kulileta
Sanduku la Agano la BWANA na vyombo vitakatifu
vya Mungu katika Hekalu litakalojengwa kwa ajili
ya Jina la BWANA."

Jamaa Za Walawi Na Utendaji Wao

23 Daudi alipokuwa mzee aliyeshiba siku, aka-
mfanya Solomoni mwanawe kuwa mfalme
juu ya Israeli.
2 Pia akawakusanya pamoja viongozi wote wa
Israeli, pamoja na makuhani na Walawi. 3 Walawi
waliokuwa na umri wa miaka thelathini au zaidi
walihesabiwa, nayo hesabu ya wanaume ilikuwa
38,000. 4 Daudi akasema, "Miongoni mwa hawa,
24,000 watasimamia kazi ya Hekalu la BWANA na
6,000 watakuwa maafisa na waamuzi, 5 na 4,000
watakuwa mabawabu, na wengine 4,000 wata-
msifu BWANA kwa ala za uimbaji nilizotoa kwa ajili
ya kusudi hilo."
6 Daudi akawagawa Walawi katika makundi
kufuatana na wana wa Lawi: Gershoni, Kohathi
na Merari.

Wagershoni

7 Wana wa Wagershoni walikuwa wawili:
Ladani na Shimei.
8 Wana wa Ladani walikuwa watatu:
Yehieli wa kwanza, Zethamu na Yoeli.
9 Wana wa Shimei walikuwa watatu:
Shelomothi,[c] Hazieli na Harani.
Hawa watatu walikuwa viongozi wa
jamaa za Ladani.
10 Nao wana wa Shimei walikuwa wanne:
Yahathi, Zina,[d] Yeushi na Beria.
11 Yahathi alikuwa wa kwanza na Ziza wa
pili, lakini Yeushi na Beria hawakuwa
na wana wengi; kwa hiyo walihesabiwa
kama jamaa moja, wakapewa wajibu kwa
pamoja.

Wakohathi

12 Wana wa Kohathi walikuwa wanne:
Amramu, Ishari, Hebroni na Uzieli.
13 Wana wa Amramu walikuwa:
Aroni na Mose.
Aroni waliwekwa wakfu, yeye na wazao
wake milele, wawe wakiweka wakfu
vitu ambavyo ni vitakatifu mno, kutoa
dhabihu mbele za BWANA, kuhudumu
mbele zake na kutamka baraka katika
Jina la BWANA milele. 14 Wana wa Mose
mtu wa Mungu walihesabiwa kama
sehemu ya kabila la Lawi.
15 Wana wa Mose walikuwa:
Gershomu na Eliezeri.
16 Wazao wa Gershomu:
Shebueli alikuwa wa kwanza.
17 Wazao wa Eliezeri:
Rehabia alikuwa wa kwanza.
Eliezeri alikuwa na mwana mmoja tu,
lakini wana wa Rehabia walikuwa wengi
sana.
18 Wana wa Ishari:
Shelomithi alikuwa wa kwanza.
19 Wana wa Hebroni walikuwa:
Yeria alikuwa wa kwanza, wa pili Amaria,
wa tatu Yahazieli, na wa nne Yekameamu.
20 Wana wa Uzieli walikuwa:
Mika wa kwanza na Ishia wa pili.

Wamerari

21 Wana wa Merari walikuwa:
Mahli na Mushi.
Wana wa Mahli walikuwa:
Eleazari na Kishi.
22 Eleazari akafa bila ya kuwa na wana:
alikuwa na binti tu. Binamu zao, wana wa
Kishi, wakawaoa.
23 Wana wa Mushi:
Mahli, Ederi na Yeremothi; wote
walikuwa watatu.

24 Hawa walikuwa wazao wa Lawi kwa jamaa
zao. Wakuu wa jamaa kama walivyoandikwa kwa
majina yao na kuhesabiwa kila mmoja, yaani, wenye
uwezo wa kufanya kazi kuanzia miaka ishirini au
zaidi, waliohudumu katika Hekalu la BWANA. 25 Kwa
maana Daudi alikuwa amesema, "Kwa vile BWANA,
Mungu wa Israeli amewapa watu wake raha na ame-
kuja kuishi Yerusalemu milele, 26 Walawi hawahitaji
tena kubeba Maskani wala chombo chochote cha
utumishi wake." 27 Kulingana na maagizo ya mwisho
ya Daudi, Walawi waliohesabiwa ni wale wa kuanzia
umri wa miaka ishirini au zaidi.
28 Wajibu wa Walawi ulikuwa kuwasaidia wazao
wa Aroni kuhudumu katika Hekalu la BWANA:
Kuwa wasimamizi wa nyua, vyumba vya pembeni,
kutakasa vyombo vitakatifu na utendaji mwingine
wowote katika nyumba ya Mungu. 29 Walikuwa
wasimamizi wa mikate iliyowekwa mezani, unga
kwa ajili ya sadaka za nafaka, mikate isiyotiwa cha-
chu, uokaji na uchanganyaji, pamoja na vipimo
vyote vya wingi na ukubwa. 30 Pia ulikuwa wajibu

---
[a]14 Talanta 100,000 za dhahabu ni sawa na tani 3,750.
[b]14 Talanta 1,000,000 za fedha ni sawa na tani 37,500.
[c]9 Yaani Shelomithi; maana yake ni Mpenda amani.
[d]10 Tafsiri zingine zinamwita Ziza.

wao kila asubuhi kumshukuru na kumsifu BWANA.
Iliwapasa pia kufanya hivyo jioni 31 na wakati
wowote sadaka za kuteketezwa zilipotolewa kwa
BWANA siku za Sabato na kwenye sikukuu za Mwezi
Mwandamo na katika sikukuu nyingine zilizoa-
mriwa. Iliwapasa kuhudumu mbele za BWANA
mara kwa mara kwa idadi maalum na kwa namna
waliyokuwa wamepewa maelekezo.
32 Hivyo Walawi wakafanya wajibu wao katika
Hema la Kukutania, katika Mahali Patakatifu chini
ya uongozi wa ndugu zao wazao wa Aroni, kwa ajili
ya utumishi katika Hekalu la BWANA.

Migawanyo Ya Makuhani

24 Hii ndiyo migawanyo ya wana wa Aroni:
Aroni alikuwa na wana wanne: Nadabu,
Abihu, Eleazari na Ithamari. 2 Nadabu na Abihu
walikufa kabla ya baba yao, nao hawakuwa na
wana; kwa hiyo ndugu zao Eleazari na Ithamari
wakahudumu kama makuhani. 3 Akisaidiwa na
Sadoki mwana wa Eleazari na Ahimeleki mwana
wa Ithamari, Daudi aliwapanga wazao wa Aroni
katika migawanyo kufuatana na wajibu wa huduma
zao. 4 Idadi kubwa ya viongozi walipatikana mio-
ngoni mwa wazao wa Eleazari, kuliko miongoni
mwa wazao wa Ithamari, nao waligawanywa kwa
uwiano: Viongozi kumi na sita kutoka jamaa ya
wazao wa Eleazari na viongozi wanane kutoka
jamaa ya wazao wa Ithamari. 5 Waliwagawanya bila
upendeleo kwa kupiga kura, kwa kuwa kulikuwa
na maafisa wa mahali patakatifu na maafisa wa
Mungu miongoni mwa wazao wale wa Eleazari
na wale wa Ithamari.
6 Mwandishi Shemaya mwana wa Nethaneli,
Mlawi, aliorodhesha majina yao mbele ya Mfa-
lme Daudi na maafisa: Kuhani Sadoki, Ahimeleki
mwana wa Abiathari, na viongozi wa jamaa za
makuhani na za Walawi: jamaa moja ikitoka upa-
nde wa Eleazari na nyingine upande wa Ithamari.

7 Kura ya kwanza ilimwangukia Yehoyaribu,
ya pili Yedaya,
8 ya tatu Harimu,
ya nne Seorimu,
9 ya tano Malkiya,
ya sita Miyamini,
10 ya saba Hakosi,
ya nane Abiya,
11 ya tisa Yeshua,
ya kumi Shekania,
12 ya kumi na moja Eliashibu,
ya kumi na mbili Yakimu,
13 ya kumi na tatu Hupa,
ya kumi na nne Yeshebeabu,
14 ya kumi na tano Bilga,
ya kumi na sita Imeri,
15 ya kumi na saba Heziri,
ya kumi na nane Hapisesi,
16 ya kumi na tisa Pethahia,
ya ishirini Yehezkeli,
17 ya ishirini na moja Yakini,
ya ishirini na mbili Gamuli,
18 ya ishirini na tatu Delaya,
ya ishirini na nne Maazia.

19 Huu ulikuwa ndio utaratibu wao uliokubalika
wa kuhudumu walipoingia katika Hekalu la BWANA
kulingana na masharti waliyoelekezwa na Aroni
baba yao, kama BWANA, Mungu wa Israeli, alivyo-
kuwa amemwamuru.

Walawi Waliobaki

20 Kuhusu wazao wa Lawi waliobaki:
Kutoka kwa wana wa Amramu: alikuwa
Shubaeli;
kutoka kwa wana wa Shubaeli: alikuwa
Yedeya.
21 Kwa wa Rehabia, kutoka kwa wanawe:
Ishia alikuwa wa kwanza.
22 Kutoka kwa Waishari: alikuwa Shelomithi,
kutoka kwa wana wa Shelomithi: alikuwa
Yahathi.
23 Wana wa Hebroni: Yeria alikuwa mkuu,
Amaria wa pili, Yahazieli wa tatu, na
Yekameamu wa nne.
24 Mwana wa Uzieli: alikuwa Mika;
kutoka kwa wana wa Mika: alikuwa
Shamiri.
25 Ndugu yake Mika: alikuwa Ishia;
na kutoka kwa wana wa Ishia: alikuwa
Zekaria.
26 Wana wa Merari: walikuwa Mahli na Mushi.
Mwana wa Yaazia: alikuwa Beno.
27 Wana wa Merari:
kutoka kwa Yaazia: ni Beno, Shohamu,
Zakuri na Ibri.
28 Kutoka kwa Mahli: alikuwa Eleazari,
ambaye hakuwa na wana.
29 Kutoka kwa Kishi: mwana wa Kishi:
alikuwa Yerameeli.
30 Nao wana wa Mushi: walikuwa Mahli, Ederi
na Yeremothi.

Hawa walikuwa Walawi kulingana na jamaa
zao. 31 Pia walipiga kura kama vile ndugu zao
wazao wa Aroni walivyofanya, mbele ya Mfalme
Daudi, Sadoki, Ahimeleki na mbele ya viongozi
wa jamaa ya makuhani na ya Walawi. Jamaa za
ndugu wakubwa zilitendewa sawasawa na zile za
ndugu wadogo.

Waimbaji

25 Daudi, pamoja na majemadari wa jeshi,
wakawatenga baadhi ya wana wa Asafu, wana
wa Hemani na wana wa Yeduthuni, kwa ajili ya
huduma ya kutoa unabii, wakitumia vinubi, zeze
na matoazi. Hii ndiyo orodha ya watu waliofanya
huduma hii:

2 Kutoka kwa wana wa Asafu walikuwa:
Zakuri, Yosefu, Nethania na Asarela.
Wana wa Asafu walikuwa chini ya
usimamizi wa Asafu, ambaye alitoa
unabii chini ya usimamizi wa mfalme.
3 Wana wa Yeduthuni walikuwa sita:
Gedalia, Seri, Yeshaya, Shimei, Hashabia,
na Matithia, nao walikuwa chini ya
usimamizi wa baba yao Yeduthuni, wao
walikuwa wakitoa unabii wakitumia

vinubi, wakimshukuru na kumtukuza
BWANA.
[4] Wana wa Hemani walikuwa:
Bukia, Matania, Uzieli, Shebueli na
Yeremothi, Hanania, Hanani, Eliatha,
Gidalti na Romamti-Ezeri, Yoshbekasha,
Malothi, Hothiri na Mahaziothi. [5] Wote
hawa walikuwa wana wa Hemani
mwonaji wa mfalme. Aliwapata wana
hawa kutokana na ahadi ya Mungu ili
kumwinua. Mungu alimpa Hemani wana
kumi na wanne na binti watatu.

[6] Hawa wanaume wote walikuwa chini ya usi-
mamizi wa baba yao kwa ajili ya uimbaji katika
Hekalu la BWANA wakitumia matoazi, zeze na
vinubi, kwa ajili ya huduma katika nyumba ya
Mungu. Asafu, Yeduthuni na Hemani walikuwa
chini ya usimamizi wa mfalme. [7] Pamoja na ndugu
zao wote walikuwa wamefundishwa na kuwa stadi
wa uimbaji kwa BWANA. Idadi yao walikuwa 288.
[8] Vijana kwa wazee, walimu kwa wanafunzi, wote
walipanga kazi zao kwa kupiga kura.

[9] Kura ya kwanza, ambayo ilikuwa kwa ajili
ya Asafu, ilimwangukia Yosefu,
wanawe na jamaa zake, 12
Ya pili ikamwangukia Gedalia,
yeye na wanawe pamoja na
jamaa zake, 12
[10] Ya tatu ikamwangukia Zakuri,
wanawe na jamaa zake, 12
[11] ya nne ikamwangukia Isri,[a]
wanawe na jamaa zake, 12
[12] ya tano ikamwangukia Nethania,
wanawe na jamaa zake, 12
[13] ya sita ikamwangukia Bukia,
wanawe na jamaa zake, 12
[14] ya saba ikamwangukia Yesarela,[b]
wanawe na jamaa zake, 12
[15] ya nane ikamwangukia Yeshaya,
wanawe na jamaa zake, 12
[16] ya tisa ikamwangukia Matania,
wanawe na jamaa zake, 12
[17] ya kumi ikamwangukia Shimei,
wanawe na jamaa zake, 12
[18] ya kumi na moja ikamwangukia
Azareli,[c] wanawe na jamaa zake, 12
[19] ya kumi na mbili ikamwangukia
Hashabia, wanawe na jamaa zake, 12
[20] ya kumi na tatu ikamwangukia
Shubaeli, wanawe na jamaa zake, 12
[21] ya kumi na nne ikamwangukia
Matithia, wanawe na jamaa zake, 12
[22] ya kumi na tano ikamwangukia
Yeremothi, wanawe na jamaa zake, 12
[23] Ya kumi na sita ikamwangukia
Hanania, wanawe na jamaa zake, 12
[24] ya kumi na saba ikamwangukia
Yoshbekasha, wanawe na jamaa zake, 12
[25] ya kumi na nane ikamwangukia
Hanani, wanawe na jamaa zake, 12
[26] ya kumi na tisa ikamwangukia
Malothi, wanawe na jamaa zake, 12
[27] ya ishirini ikamwangukia Eliatha,
wanawe na jamaa zake, 12
[28] ya ishirini na moja ikamwangukia
Hothiri, wanawe na jamaa zake, 12
[29] ya ishirini na mbili ikamwangukia
Gidalti, wanawe na jamaa zake, 12
[30] ya ishirini na tatu ikamwangukia
Mahaziothi, wanawe na
jamaa zake, 12
[31] ya ishirini na nne ikamwangukia
Romamti-Ezeri, wanawe na
jamaa zake, 12.

Mabawabu

26 Hii ndiyo migawanyo ya mabawabu:

Kutoka kwa wana wa Kora alikuwa:
Meshelemia mwana wa Kore, mmoja wa
wana wa Asafu.
[2] Meshelemia alikuwa na wana wafuatao:
Zekaria mzaliwa wa kwanza,
Yediaeli wa pili,
Zebadia wa tatu,
Yathnieli wa nne,
[3] Elamu wa tano
Yehohanani wa sita
na Eliehoenai wa saba.
[4] Obed-Edomu naye alikuwa na wana wafuatao:
Shemaya mzaliwa wa kwanza,
Yehozabadi wa pili,
Yoa wa tatu,
Sakari wa nne,
Nethaneli wa tano,
[5] Amieli wa sita,
Isakari wa saba,
na Peulethai wa nane.
(Kwa kuwa Mungu alikuwa amembariki
Obed-Edomu.)

[6] Shemaya mwanawe pia alikuwa na wana,
waliokuwa viongozi katika jamaa ya baba
yao kwa sababu walikuwa watu wenye
uwezo mkubwa. [7] Wana wa Shemaya
ni: Othni, Refaeli, Obedi na Elizabadi;
jamaa zake Elihu na Semakia walikuwa
pia watu wenye uwezo. [8] Hawa wote
walikuwa wazao wa Obed-Edomu; wao
na wana wao na jamaa zao walikuwa
watu wenye uwezo pamoja na nguvu za
kufanya kazi. Wazao wa Obed-Edomu
jumla yao walikuwa sitini na wawili.
[9] Meshelemia alikuwa na wana na jamaa
zake, waliokuwa watu wenye uwezo:
jumla yao watu kumi na wanane.

[10] Hosa, Mmerari, alikuwa na wana wafuatao:
Shimri alikuwa mkuu wao (baba yake
alikuwa amemweka yeye kuwa mkuu
ijapokuwa hakuwa mzaliwa wa kwanza),
[11] Hilkia wa pili, Tabalia wa tatu na

---
[a]11 Isri jina lingine ni Seri.
[b]14 Yesarela jina lingine ni Asarela.
[c]18 Azareli jina lingine ni Uzieli.

Zekaria wa nne. Wana na jamaa za Hosa
jumla yao walikuwa watu kumi na watatu.
12 Hii migawanyo ya mabawabu, kupitia wakuu
wao, walikuwa na zamu za kuhudumu hekaluni
mwa Bwana kama jamaa zao walivyokuwa nazo.
13 Kura zilipigwa kwa kila lango, kufuatana na jamaa
zao, wakubwa kwa wadogo.
14 Kura ya Lango la Mashariki ilimwangukia
Shelemia.[a] Kisha wakapiga kura kwa Zekaria mwa-
nawe, aliyekuwa mshauri mwenye hekima, nayo
kura ya Lango la Kaskazini ikamwangukia. 15 Kura
ya Lango la Kusini ikamwangukia Obed-Edomu,
nayo kura ya maghala ikawaangukia wanawe.
16 Kura za Lango la Magharibi na Lango la Sha-
lekethi kwenye barabara ya juu zikawaangukia
Shupimu na Hosa.
Zamu za walinzi ziligawanywa kwa usawa:
17 Kulikuwa na Walawi sita kila siku upande wa
mashariki, wanne upande wa kaskazini, wanne
upande wa kusini, na wawili wawili kwa mara
moja kwenye ghala. 18 Kuhusu ukumbi kuelekea
magharibi, kulikuwa na wanne barabarani na
wawili kwenye ukumbi wenyewe.
19 Hii ndiyo iliyokuwa migawanyo ya mabawabu
waliokuwa wazao wa Kora na wa Merari.

Watunza Hazina Na Maafisa Wengine

20 Katika Walawi, Ahiya alikuwa mwangalizi wa
hazina za nyumba ya Mungu na mwangalizi wa
hazina za vitu vilivyowekwa wakfu.
21 Wazao wa Ladani, waliokuwa Wagershoni
kupitia Ladani na waliokuwa viongozi wa jamaa
za Ladani Mgershoni, walikuwa Yehieli, 22 wana wa
Yehieli, wana wa Zethamu na wa nduguye Yoeli. Wao
walikuwa waangalizi wa hazina za Hekalu la Bwana.
23 Kutoka kwa wana wa Amramu, wana wa Ishari,
wana wa Hebroni na wana wa Uzieli:

24 Shebueli, mzao wa Gershomu mwana
wa Mose, alikuwa afisa mwangalizi
wa hazina. 25 Jamaa zake kutoka kwa
Eliezeri, wanawe walikuwa: Rehabia,
Yeshaya, Yoramu, Zikri na Shelomithi.
26 Shelomithi na jamaa zake walikuwa
waangalizi wa hazina zote za vitu vile
vilivyowekwa wakfu na Mfalme Daudi,
kwa viongozi wa jamaa waliokuwa
majemadari wa maelfu na majemadari
wa mamia, na kwa maafisa wengine
wa jeshi. 27 Baadhi ya nyara zilizotekwa
vitani waliziweka wakfu kwa ajili ya
ukarabati wa Hekalu la Bwana. 28 Kila
kitu kilichokuwa kimewekwa wakfu
na Samweli mwonaji, na Sauli mwana
wa Kishi, Abneri mwana wa Neri, na
Yoabu mwana wa Seruya, pamoja na vitu
vingine vyote vilivyokuwa vimewekwa
wakfu, vyote vilikuwa chini ya uangalizi
wa Shelomithi na jamaa zake.
29 Kutoka kwa wana wa Ishari: Kenania na
wanawe walipewa kazi nje ya Hekalu
kama maafisa na waamuzi juu ya Israeli.
30 Kutoka kwa wana wa Hebroni: Hashabia
na jamaa zake, watu 1,700 wenye uwezo,
waliwajibika katika Israeli magharibi ya
Yordani kwa ajili ya kazi zote za Bwana
na utumishi wa mfalme. 31 Kuhusu wana
wa Hebroni, Yeria alikuwa mkuu wao
kufuatana na orodha ya jamaa yao.
Katika mwaka wa arobaini wa utawala
wa Daudi uchunguzi ulifanyika katika
kumbukumbu, nao watu wenye uwezo
miongoni mwa wana wa Hebroni
wakapatikana huko Yazeri katika
Gileadi. 32 Yeria alikuwa na jamaa ya watu
2,700 waliokuwa watu wenye uwezo
na viongozi wa jamaa, naye Mfalme
Daudi akawaweka kuangalia Wareubeni,
Wagadi na nusu ya kabila Manase
kuhusu kila jambo lililomhusu Mungu na
shughuli za mfalme.

Vikosi Vya Jeshi

27 Hii ndiyo orodha ya Waisraeli: viongozi wa
jamaa, majemadari wa maelfu, majema-
dari wa mamia na maafisa wao, waliomtumikia
mfalme kwa lolote lililohusu vikosi vya jeshi
vilivyokuwa zamu mwezi baada ya mwezi katika
mwaka mzima. Kila kikosi kimoja kilikuwa na
watu 24,000.

2 Msimamizi wa kikosi cha kwanza kwa
mwezi wa kwanza alikuwa Yashobeamu
mwana wa Zabdieli. Kulikuwa na watu
24,000 katika kikosi chake. 3 Yeye
alikuwa mzao wa Peresi, na mkuu wa
maafisa wote wa jeshi kwa mwezi wa
kwanza.
4 Msimamizi wa kikosi kwa mwezi wa pili
alikuwa Dodai Mwahohi. Miklothi ndiye
alikuwa kiongozi wa kikosi chake. Kikosi
chake kilikuwa na watu 24,000.
5 Jemadari wa kikosi cha tatu kwa mwezi wa
tatu alikuwa Benaya mwana wa kuhani
Yehoyada. Ndiye alikuwa mkuu wa kikosi
chake kilichokuwa na watu 24,000.
6 Huyu ndiye yule Benaya aliyekuwa
shujaa miongoni mwa wale Thelathini
na ndiye alikuwa juu yao hao Thelathini.
Mwanawe Amizabadi ndiye alikuwa
mkuu katika kikosi chake.
7 Jemadari wa nne kwa mwezi wa nne
alikuwa Asaheli nduguye Yoabu,
mwanawe Zebadia ndiye aliingia mahali
pake kwenye uongozi. Kikosi chake
kilikuwa na watu 24,000.
8 Jemadari wa kikosi cha tano kwa mwezi
wa tano alikuwa Shamhuthi Mwizrahi.
Kikosi chake kilikuwa na watu 24,000.
9 Jemadari wa kikosi cha sita kwa mwezi wa
sita alikuwa Ira, mwana wa Ikeshi Mtekoa.
Kikosi chake kilikuwa na watu 24,000.
10 Jemadari wa kikosi cha saba kwa mwezi
wa saba alikuwa Helesi Mpeloni wa
Waefraimu. Kikosi chake kilikuwa na
watu 24,000.

[a] 14 Shelemia jina lingine ni Meshelemia.

[11] Jemadari wa nane kwa mwezi wa nane,
alikuwa Sibekai Mhushathi wa Wazera.
Kikosi chake kilikuwa na watu 24,000.
[12] Jemadari wa tisa kwa mwezi wa tisa alikuwa
Abiezeri Mwanathothi wa Wabenyamini.
Kikosi chake kilikuwa na watu 24,000.
[13] Jemadari wa kumi kwa mwezi wa kumi
alikuwa Maharai Mnetofathi wa Wazera.
Kikosi chake kilikuwa na watu 24,000.
[14] Jemadari wa kumi na moja kwa mwezi
wa kumi na moja alikuwa Benaya
Mpirathoni wa Waefraimu. Kikosi chake
kilikuwa na watu 24,000.
[15] Jemadari wa kumi na mbili kwa mwezi wa
kumi na mbili alikuwa Heldai Mnetofathi
kutoka jamaa ya Othnieli. Kikosi chake
kilikuwa na watu 24,000.

Maafisa Wa Makabila

[16] Maafisa waliokuwa wanaoongoza makabila
ya Israeli walikuwa:

Kwa Wareubeni: Eliezeri mwana wa Zikri;
kwa Wasimeoni: Shefatia mwana wa Maaka;
[17] kwa Walawi: Hashabia mwana wa Kemueli;
kwa Aroni: Sadoki;
[18] kwa Yuda: Elihu, nduguye Daudi;
kwa Waisakari: Omri mwana wa Mikaeli;
[19] kwa Wazabuloni: Ishmaya mwana wa
Obadia;
kwa Wanaftali: Yeremothi mwana wa
Azrieli;
[20] kwa Waefraimu: Hoshea mwana wa Azazia;
kwa nusu ya kabila la Manase: Yoeli mwana
wa Pedaya;
[21] kwa nusu nyingine ya kabila la Manase
huko Gileadi: Ido mwana wa Zekaria;
kwa Wabenyamini: Yaasieli mwana wa
Abneri;
[22] kwa Wadani: Azareli mwana wa Yerohamu.
Hao ndio waliokuwa maafisa wa makabila ya
Israeli.

[23] Daudi hakuwahesabu watu waliokuwa chini
ya miaka ishirini, kwa sababu Bwana alikuwa
ameahidi kuwafanya Israeli kuwa wengi kama
nyota za angani. [24] Yoabu mwana wa Seruya alia-
nza kuwahesabu watu lakini hakumaliza. Kwa
sababu ya kuwahesabu watu, hasira ya Mungu
iliwaka juu ya Israeli, nayo hiyo hesabu yao hai-
kuingizwa katika kitabu cha kumbukumbu za
Mfalme Daudi.

Wasimamizi Wa Mali Za Mfalme

[25] Azmawethi mwana wa Adieli ndiye alikuwa
msimamizi wa hazina za mfalme.

Msimamizi wa hazina katika mashamba, miji,
vijiji na kwenye ngome alikuwa Yonathani mwana
wa Uzia.

[26] Ezri mwana wa Kelubu alikuwa msimamizi wa
wafanyakazi waliolima katika mashamba.

[27] Shimei Mramathi alikuwa msimamizi wa
mashamba ya mizabibu.

Zabdi Mshifmi alikuwa msimamizi wa zabibu,
utengenezaji na uhifadhi wa divai katika mapipa
makubwa.

[28] Baal-Hanani Mgederi ndiye alikuwa mwa-
ngalizi wa mashamba ya mfalme ya mizeituni
na mikuyu katika tambarare za vilima vya
magharibi.

Yoashi alikuwa msimamizi wa ghala za mafuta
ya zeituni.

[29] Shitrai Msharoni alikuwa msimamizi wa
makundi ya ng'ombe waliojilisha huko Sharoni.

Shafati mwana wa Adlai alikuwa msimamizi wa
yale makundi ya ng'ombe yaliyokuwa makondeni.

[30] Obili Mwishmaeli alikuwa msimamizi wa
ngamia.

Yedeya Mmeronothi alikuwa msimamizi wa
punda.

[31] Yazizi Mhagri alikuwa msimamizi wa makundi
ya kondoo na mbuzi.

Hawa wote ndio waliokuwa maafisa wasimamizi
wa mali alizokuwa nazo Mfalme Daudi.

[32] Yonathani mjomba wa Daudi alikuwa mshauri,
mtu mwenye ufahamu mkubwa na mwandishi.
Yehieli mwana wa Hakmoni alikuwa akiwahudu-
mia wana wa mfalme.
[33] Ahithofeli alikuwa mshauri wa mfalme.

Hushai Mwariki alikuwa rafiki wa mfalme.
[34] Baada ya Ahithofeli, Yehoyada mwana wa Benaya
aliingia mahali pake kama mshauri wa mfalme
pamoja na Abiathari.

Yoabu alikuwa ndiye jemadari wa majeshi ya
mfalme.

Maandalizi Ya Daudi Ya Kujenga Hekalu

28 Daudi akawaita maafisa wote wa Israeli
wakusanyike huko Yerusalemu: yaani, maa-
fisa walio juu ya makabila, majemadari wa vikosi
katika utumishi wa mfalme, majemadari wa maelfu
na majemadari wa mamia, maafisa wanaosimamia
mali zote na mifugo ya mfalme na wanawe, waki-
wemo maafisa wa jumba la kifalme, mashujaa na
askari wote walio hodari.

[2] Mfalme Daudi akainuka na kusema: "Nisiki-
lizeni ndugu zangu nanyi watu wangu. Nilikuwa
na nia ya kujenga nyumba ili iwe mahali pa kukaa
Sanduku la Agano la Bwana kwa ajili ya kuwa
mahali pa kuwekea miguu ya Mungu wetu, nami
nikafanya maandalizi ya kuijenga. [3] Lakini Mungu
akaniambia, 'Wewe hutajenga nyumba kwa Jina
langu, kwa sababu wewe umepigana vita na ume-
mwaga damu.'

[4] "Hata hivyo, Bwana, Mungu wa Israeli, ali-
nichagua mimi kutoka jamaa yangu yote niwe
mfalme juu ya Israeli milele. Alimchagua Yuda
kuwa kiongozi na kutoka nyumba ya Yuda akai-
chagua jamaa yangu na kutoka wana wa baba
yangu ikampendeza kunifanya niwe mfalme juu
ya Israeli yote. [5] Miongoni mwa wanangu wote,
naye Bwana amenipa wengi, amemchagua Solo-
moni mwanangu ili kukikalia kiti cha enzi cha
ufalme wa Bwana juu ya Israeli. [6] Aliniambia,
'Solomoni mwanao ndiye atakayejenga nyumba
yangu na nyua zangu, kwa maana nimemcha-
gua yeye kuwa mwanangu, nami nitakuwa baba

yake. 7 Nitaufanya imara ufalme wake milele kama
akiendelea kuzishika amri zangu na sheria zangu,
kama afanyavyo hivi leo.’

8 “Hivyo basi ninawaagiza mbele za Israeli yote
na kusanyiko hili la BWANA naye Mungu wetu akiwa
anasikia: Kuweni na bidii kuzifuata amri za BWANA
Mungu wenu, ili mpate kumiliki nchi hii nzuri na
kuwaachia wana wenu kuwa urithi milele.

9 “Nawe Solomoni mwanangu, mjue Mungu wa
baba yako, ukamtumikie kwa kujitoa kwa moyo
wote na kwa nia ya kumkubali, kwa maana BWANA
huuchunguza kila moyo na kujua kila kusudi la kila
fikira. Ukimtafuta, ataonekana kwako; bali kama
ukimwacha, yeye atakukataa milele. 10 Angalia
basi, kwa maana BWANA amekuchagua wewe ili
ujenge Hekalu kuwa mahali patakatifu. Uwe hodari
ukafanye kazi hiyo.”

11 Ndipo Daudi akampa Solomoni mwanawe
kielelezo kwa ajili ya ukumbi wa Hekalu, nyumba
zake, vyumba vyake vya hazina, ghorofa zake,
vyumba vyake vya ndani na mahali pa kufanyia
upatanisho. 12 Akampa vielelezo vya yote Roho
alikuwa ameviweka moyoni mwake kwa ajili ya
kumbi za Hekalu la BWANA na vyumba vyote
vilivyolizunguka, kwa ajili ya hazina za Hekalu
la Mungu na kwa hazina za vitu vilivyowekwa
wakfu. 13 Mfalme pia akampa Solomoni maelekezo
kwa ajili ya migawanyo ya huduma za makuhani
na Walawi, pia kwa ajili ya kazi zote za huduma
katika Hekalu la BWANA. Akampa pia maelezo
kuhusu vifaa vyote vya kutumika katika huduma
ya Hekalu. 14 Akamwagizia uzito wa dhahabu kwa
ajili ya vitu vyote vya dhahabu vya kutumika katika
huduma mbalimbali, uzito wa fedha kwa ajili ya
vitu vyote vya fedha vya kutumika katika huduma
mbalimbali. 15 Uzito wa dhahabu kwa ajili ya vinara
vya dhahabu na taa zake, kukiwa na uzito kwa
ajili ya kila kinara na taa zake, pamoja na uzito wa
fedha kwa ajili ya kila kinara cha fedha na taa zake,
kulingana na matumizi ya kila kinara; 16 uzito wa
dhahabu kwa ajili ya meza ya mikate iliyowekwa
wakfu, uzito wa fedha kwa ajili ya meza ya fedha;
17 uzito wa dhahabu safi kwa ajili ya nyuma, maba-
kuli ya kunyunyizia na vikombe, masinia; uzito wa
dhahabu kwa ajili ya kila bakuli la dhahabu; uzito
wa fedha kwa ajili ya kila bakuli la fedha; 18 na uzito
wa dhahabu safi kwa ajili ya madhabahu ya kufuki-
zia uvumba. Pia alimpa kielelezo kwa ajili ya gari,
yaani, wale makerubi wa dhahabu waliokunjua
mbawa zao na kuweka kivuli juu ya Sanduku la
Agano la BWANA.

19 Daudi akasema, “Hii yote, ninayo kwa maandi-
shi kutoka mkononi mwa BWANA ulio juu yangu,
naye amenipa ufahamu kwa ajili ya habari zote
za kielelezo hiki.”

20 Daudi pia akamwambia Solomoni mwanawe,
“Uwe hodari na moyo mkuu, ukafanye kazi hii.
Usiogope wala usifadhaike, kwa maana BWANA
aliye Mungu, Mungu wangu yu pamoja nawe.
Hatakuacha wala hatakupungukia mpaka kazi hii
yote kwa ajili ya utumishi wa Hekalu la BWANA
itakapokamilika. 21 Migawanyo ya makuhani na
Walawi iko tayari kwa ajili ya kazi yote katika
Hekalu la Mungu, naye kila mtu mwenye moyo
wa kupenda mwenye ustadi katika aina yoyote ya
ufundi atakusaidia katika kazi yote. Maafisa na
watu wote watatii kila agizo lako.”

Matoleo Kwa Ajili Ya Ujenzi Wa Hekalu

29 Ndipo Mfalme Daudi akaliambia kusanyiko
lote: “Mwanangu Solomoni, yeye ambaye
Mungu amemchagua, ni kijana mdogo na asiye
na uzoefu. Kazi hii ni kubwa, kwa sababu Hekalu
hili la fahari si kwa ajili ya mwanadamu bali ni kwa
ajili ya BWANA. 2 Kwa uwezo wangu wote nime-
tenga mali kwa ajili ya Hekalu la Mungu wangu:
dhahabu kwa kazi za dhahabu, fedha kwa ajili
ya fedha, shaba kwa kazi za shaba, chuma kwa
kazi za chuma na miti kwa kazi za miti, vivyo
hivyo vito vya shohamu kwa ajili ya kutia kwe-
nye vijalizo, almasi, mawe ya rangi mbalimbali,
aina zote za vito vya thamani na marmar; yote
haya kwa wingi mno. 3 Zaidi ya hayo, kwa kujitolea
kwangu kwa ajili ya Hekalu la Mungu wangu, sasa
ninatoa hazina zangu mwenyewe za dhahabu na
fedha kwa ajili ya Hekalu la Mungu wangu, zaidi
ya mali niliyotoa kwa ajili ya Hekalu hili takatifu:
4 talanta 3,000[a] za dhahabu (dhahabu ya Ofiri) na
talanta 7,000[b] za fedha safi iliyosafishwa, kwa ajili
ya kufunika kuta za Hekalu, 5 kwa kazi ya dhahabu
na kazi ya fedha na kwa kazi yote itakayofanywa
na mafundi. Basi, ni nani anayependa kujitoa kwa
BWANA leo?”

6 Ndipo viongozi wa jamaa, maafisa wa kabila za
Israeli, majemadari wa maelfu na majemadari wa
mamia, pamoja na maafisa waliokuwa wasimamizi
wa kazi za mfalme wakatoa kwa hiari yao.

7 Wakatoa kwa ajili ya kazi ya Hekalu la Mungu
talanta 5,000[c] na darkoni 10,000[d] za dhahabu,
talanta 10,000[e] za fedha, talanta 18,000[f] za shaba
na talanta 100,000[g] za chuma. 8 Kila mmoja aliye-
kuwa na vito vya thamani akavitoa katika hazina
ya Hekalu la BWANA chini ya uangalizi wa Yehieli
Mgershoni. 9 Watu wakafurahi kwa sababu ya iti-
kio la hiari la viongozi wao, kwa kuwa walikuwa
wametoa kwa hiari na kwa moyo wote kwa BWANA.
Mfalme Daudi pia akafurahi sana.

Maombi Ya Daudi

10 Daudi akamhimidi BWANA mbele ya kusanyiko
lote, akisema:

“Uhimidiwe wewe, Ee BWANA,
  Mungu wa Israeli baba yetu,
  tangu milele hata milele.
11 Ukuu na uweza, ni vyako, Ee BWANA,
  na utukufu na enzi na uzuri,
kwa kuwa kila kilichoko mbinguni
    na duniani
  ni chako wewe.
Ee BWANA, ufalme ni wako;
  umetukuzwa kuwa mkuu juu ya yote.

---

[a]4 Talanta 3,000 za dhahabu sawa na tani 110.
[b]4 Talanta 7,000 za fedha ni sawa na tani 260.
[c]7 Talanta 5,000 za dhahabu ni sawa na tani 190.
[d]7 Darkoni 10,000 za dhahabu ni sawa na kilo 84.
[e]7 Talanta 10,000 za fedha ni sawa na tani 375.
[f]7 Talanta 18,000 za shaba ni sawa na tani 675.
[g]7 Talanta 100,000 za chuma ni sawa na tani 3,750.

12 Utajiri na heshima vyatoka kwako;
wewe ndiwe utawalaye vitu vyote.
Mikononi mwako kuna nguvu na uweza
ili kuinua na kuwapa wote nguvu,
13 Sasa, Mungu wetu, tunakushukuru
na kulisifu Jina lako tukufu.

14 "Lakini mimi ni nani, nao watu wangu ni nani,
hata tuweze kukutolea kwa ukarimu namna hii?
Vitu vyote vyatoka kwako, nasi tumekutolea tu
vile vitokavyo mkononi mwako. 15 Sisi ni wageni
na wapitaji machoni pako, kama walivyokuwa
baba zetu wote. Siku zetu duniani ni kama kivuli,
bila tumaini. 16 Ee BWANA Mungu wetu, kwa wingi
wote huu ambao tumekutolea kwa kujenga Hekalu
kwa ajili ya Jina lako Takatifu, vimetoka mkononi
mwako, navyo vyote ni mali yako. 17 Ninajua,
Mungu wangu, kwamba wewe huujaribu moyo
na unapendezwa na unyofu. Vitu hivi vyote
nimetoa kwa hiari na kwa moyo mnyofu. Nami
sasa nimeona kwa furaha jinsi watu wako walioko
hapa kwa hiari yao walivyokutolea wewe. 18 Ee
BWANA, Mungu wa baba zetu Abrahamu, Isaki na
Israeli, weka shauku hii ndani ya mioyo ya watu
wako daima na uifanye mioyo yao iwe na uami-
nifu kwako. 19 Nawe umpe mwanangu Solomoni
kujitolea kwako kwa moyo wote ili kuzishika amri
zako, masharti yako, maagizo yako na kufanya kila
kitu ili kujenga Hekalu hili la fahari ambalo kwa
ajili yake nimetoa."

20 Ndipo Daudi akaliambia kusanyiko lote,
"Mhimidini BWANA Mungu wenu." Hivyo wote
wakamhimidi BWANA, Mungu wa baba zao. Waka-
sujudu na kuanguka kifudifudi mbele za BWANA
na mfalme.

Solomoni Akubalika Kuwa Mfalme

21 Siku ya pili yake wakamtolea BWANA dhabihu
na sadaka za kuteketezwa: mafahali 1,000, kondoo
dume 1,000 na wana-kondoo dume 1,000, pamoja
na sadaka za kinywaji na sadaka nyingine nyingi
sana kwa ajili ya Israeli. 22 Wakala na kunywa kwa
furaha kubwa mbele za BWANA siku ile.

Wakamtawaza Solomoni mwana wa Daudi
mara ya pili kuwa mfalme, wakamtia mafuta kwa
ajili ya BWANA ili awe mfalme na Sadoki kuwa
kuhani. 23 Solomoni akaketi kwenye kiti cha enzi
cha BWANA kuwa mfalme mahali pa Daudi baba
yake. Akafanikiwa sana na Israeli wote wakamtii.
24 Maafisa wote na mashujaa, pamoja na wana wote
wa Daudi, wakaahidi kumtii Mfalme Solomoni.

25 BWANA akamtukuza sana Solomoni mbele ya
Israeli wote na kumvika fahari ya kifalme ambayo
hakuna mfalme yeyote wa Israeli kabla yake ali-
wahi kuwa nayo.

Muhtasari Wa Utawala Wa Daudi

26 Daudi mwana wa Yese alikuwa mfalme wa
Israeli yote. 27 Alitawala Israeli kwa miaka arobaini:
huko Hebroni alitawala miaka saba, na katika
Yerusalemu akatawala miaka thelathini na mitatu.
28 Daudi akafa akiwa mzee mwenye umri mwema,
akiwa ameshiba siku, utajiri na heshima. Naye
Solomoni mwanawe akawa mfalme baada yake.
29 Kuhusu matukio ya utawala wa Mfalme Daudi,
kuanzia mwanzo hadi mwisho, yameandikwa
katika kumbukumbu za mwonaji Samweli, na
kumbukumbu za nabii Nathani na kumbukumbu
za mwonaji Gadi, 30 pamoja na habari zote za uta-
wala wake, nguvu zake na matukio yaliyompata
yeye, na Israeli, na falme za nchi nyingine zote.

2 MAMBO YA NYAKATI

Solomoni Aomba Hekima

1 Solomoni mwana wa Daudi alijiimarisha kwenye milango yote! Katika ufalme wake, kwa kuwa BWANA Mungu wake alikuwa pamoja naye, naye akamfanya mkuu mno.

2 Ndipo Solomoni akasema na Israeli wote, majemadari wa maelfu na majemadari wa mamia, waamuzi na viongozi wote katika Israeli, pamoja na wakuu wa jamaa. 3 Naye Solomoni na kusanyiko lote wakakwea mpaka mahali pa juu pa kuabudia huko Gibeoni, kwa kuwa huko ndiko Hema la Kukutania la Mungu lilipokuwa, ambalo Mose mtumishi wa BWANA alikuwa amelitengeneza huko jangwani. 4 Basi Daudi alikuwa amelipandisha Sanduku la Mungu kutoka Kiriath-Yearimu mpaka mahali alipokuwa amepatengeneza kwa ajili yake, kwa sababu alikuwa amesimamisha hema kwa ajili ya hilo Sanduku huko Yerusalemu. 5 Lakini yale madhabahu ya shaba ambayo Bezaleli mwana wa Uri, mwana wa Huri, alikuwa ametengeneza yalikuwa huko Gibeoni mbele ya Maskani ya BWANA Mungu, hivyo Solomoni na kusanyiko lote walimtafuta Mungu huko. 6 Solomoni akapanda huko yalikokuwa madhabahu ya shaba mbele za BWANA katika Hema la Kukutania, na kutoa dhabihu 1,000 za sadaka za kuteketezwa juu yake.

7 Usiku ule Mungu akamtokea Solomoni na kumwambia, "Omba lolote utakalo nikupe."

8 Solomoni akamjibu Mungu, "Umemwonyesha baba yangu Daudi fadhili nyingi, nawe umeniweka niwe mfalme mahali pake. 9 Sasa, BWANA Mungu, ahadi yako kwa baba yangu Daudi na ithibitike, kwa kuwa umenifanya mimi mfalme juu ya watu ambao ni wengi kama mavumbi ya nchi. 10 Nakuomba unipe mimi hekima na maarifa, ili niweze kuongoza watu hawa, kwa kuwa ni nani awezaye kutawala hawa watu wako walio wengi hivi?"

11 Mungu akamwambia Solomoni, "Kwa kuwa jambo hili ndilo shauku ya moyo wako na hukuomba mali, utajiri au heshima, wala kifo kwa ajili ya adui zako, nawe kwa kuwa hukuomba maisha marefu, bali umeomba hekima na maarifa ili kuongoza watu wangu ambao nimekufanya uwe mfalme juu yao, 12 kwa hiyo utapewa hekima na maarifa. Tena nitakupa pia mali, utajiri na heshima, ambavyo hakuna mfalme yeyote aliyekuwepo kabla yako amewahi kuwa navyo, na hakuna yeyote baada yako atakayekuwa navyo."

Fahari Ya Solomoni

13 Ndipo Solomoni akaenda mpaka Yerusalemu kutoka mahali pa juu pa kuabudia huko Gibeoni, kutoka mbele ya Hema la Kukutania. Naye akatawala Israeli.

14 Solomoni akakusanya magari ya vita na farasi. Alikuwa na magari 1,400 na farasi 12,000, ambayo aliyaweka katika miji ya magari na mengine akawa nayo huko Yerusalemu. 15 Mfalme akafanya fedha na dhahabu kuwa vitu vya kawaida kama mawe huko Yerusalemu, mierezi akaifanya kuwa mingi kama mikuyu vilimani. 16 Farasi wa Solomoni waliletwa kutoka Misri na kutoka Kue.[a] Wafanyabiashara wa mfalme waliwanunua kutoka Kue. 17 Waliagiza magari kutoka Misri kwa bei ya shekeli 600[b] za fedha, na farasi kwa shekeli 150.[c] Pia waliwauza nje kwa wafalme wote wa Wahiti na wa Waaramu.

Maandalizi Ya Kujenga Hekalu

2 Solomoni akatoa amri kujenga Hekalu kwa ajili ya Jina la BWANA na jumba la kifalme kwa ajili yake mwenyewe. 2 Solomoni akaandika watu 70,000 kuwa wachukuzi wa mizigo, na watu 80,000 kuwa wachonga mawe vilimani, na watu 3,600 kuwa wasimamizi wao.

3 Solomoni akapeleka ujumbe huu kwa Mfalme Hiramu wa Tiro:

"Unitumie magogo ya mierezi kama ulivyomfanyia baba yangu Daudi wakati ulipompelekea mierezi ya kujenga jumba lake la kifalme la kuishi. 4 Sasa ninakaribia kujenga Hekalu kwa ajili ya Jina la BWANA Mungu wangu na kuliweka wakfu kwake kwa ajili ya kufukizia uvumba wenye harufu nzuri mbele zake, mahali pa kuweka mikate ya Wonyesho kwa kufuata utaratibu na kwa ajili ya mahali pa kutolea sadaka za kuteketezwa kila siku asubuhi na jioni, siku za Sabato na Mwezi Mwandamo pia katika sikukuu zilizoamriwa za BWANA Mungu wetu. Hili ni agizo la kudumu kwa ajili ya Waisraeli.

5 "Hekalu nitakalolijenga litakuwa kubwa, kwa sababu Mungu wetu ni mkuu kuliko miungu mingine yote. 6 Lakini ni nani awezaye kumjengea Hekalu, maadamu mbingu, hata mbingu zilizo juu sana, haziwezi kumtosha? Mimi ni nani basi hata nimjengee Hekalu, isipokuwa liwe tu mahali pa kutolea dhabihu za kuteketezwa mbele zake?

7 "Hivyo basi nitumie mtu mwenye ustadi wa kufanya kazi ya kutengeneza dhahabu na fedha, shaba na chuma, nyuzi za rangi ya zambarau, nyekundu na buluu, mwenye uzoefu wa kutia nakshi, ili afanye kazi Yuda na Yerusalemu pamoja na mafundi wangu wenye ustadi, ambao baba yangu Daudi aliwaweka.

8 "Pia nitumie magogo ya mierezi, miberoshi na misandali kutoka Lebanoni kwa maana najua kwamba watu wako wanao ujuzi wa kupasua mbao huko. Watu wangu watafanya

[a]16 Yaani Kilikia.
[b]17 Shekeli 600 za fedha ni sawa na kilo 7.
[c]17 Shekeli 150 ni sawa na kilo 1.7.

kazi pamoja na watu wako [9] ili wanipatie mbao kwa wingi kwa sababu Hekalu nitakalojenga lazima liwe kubwa na zuri kabisa. [10] Nitawapa watumishi wako, yaani, maseremala wakatao mbao, kori 20,000[a] za unga wa ngano, kori 20,000 za shayiri, bathi 20,000[b] za mvinyo, na bathi 20,000 za mafuta ya zeituni."

[11] Ndipo Hiramu mfalme wa Tiro akamjibu Solomoni kwa barua:

"Kwa sababu BWANA anawapenda watu wake, amekufanya wewe kuwa mfalme wao."

[12] Naye Hiramu akaongeza kusema:

"Ahimidiwe BWANA, Mungu wa Israeli aliyezifanya mbingu na nchi! Amempa Mfalme Daudi mwana mwenye hekima, aliyejaliwa maarifa na ufahamu, ambaye atajenga Hekalu kwa ajili ya BWANA, na jumba la kifalme kwa ajili yake mwenyewe.

[13] "Mimi nitamtuma kwako Huramu-Abi, mtu mwenye ustadi mwingi, [14] ambaye mama yake alitoka Dani na baba yake alitoka Tiro. Yeye ni stadi wa kutengeneza vitu, kufanya kazi zote za dhahabu, fedha, shaba, chuma, mawe na mbao pamoja na kufuma. Ni stadi katika kutia rangi ya zambarau, buluu, nyekundu na nguo za kitani safi. Yeye ana ujuzi katika aina zote za kutia nakshi na anaweza kufuatiliza mchoro wowote wa kazi anayopewa. Atafanya kazi na mafundi wako na wale wa bwana wangu, Daudi baba yako.

[15] "Sasa basi bwana wangu na awapelekee watumishi wake ngano, shayiri, mafuta ya zeituni na mvinyo kama alivyoahidi, [16] nasi tutakata magogo yote yale unayohitaji kutoka Lebanoni nasi tutayafunga pamoja na kuyaweka yaelee baharini mpaka Yafa. Kisha utaweza kuyachukua mpaka Yerusalemu."

[17] Ndipo Solomoni akaamuru ifanyike hesabu ya wageni wote waliokuwa katika Israeli, baada ya ile hesabu iliyofanywa na Daudi; wakapatikana watu 153,600. [18] Akawaweka watu 70,000 miongoni mwao kuwa wachukuzi wa mizigo, na 80,000 kuwa wachonga mawe vilimani, na 3,600 wakiwa wasimamizi juu yao ili wawahimize watu kufanya kazi.

Solomoni Ajenga Hekalu

3 Ndipo Solomoni akaanza kujenga Hekalu la BWANA katika Yerusalemu juu ya Mlima Moria, pale ambapo BWANA alikuwa amemtokea Daudi baba yake. Ilikuwa katika kiwanja cha kupuria cha Arauna,[c] Myebusi, mahali palipotolewa na Daudi. [2] Alianza kujenga siku ya pili ya mwezi wa pili katika mwaka wa nne wa utawala wake.

[3] Msingi aliouweka Solomoni kwa ajili ya kujenga Hekalu la Mungu ulikuwa urefu wa dhiraa sitini[d] na upana dhiraa ishirini.[e] [4] Ukumbi wa mbele wa Hekalu ulikuwa na urefu wa dhiraa ishirini, yaani, kuanzia upande mmoja hadi upande mwingine wa upana wa nyumba hiyo na kimo chake dhiraa thelathini.[f]

Akaufunika ndani kwa dhahabu safi. [5] Akaufunika ukumbi mkuu kwa mbao za miberoshi na kufunikwa kwa dhahabu safi na kuupamba kwa miti ya mitende na kuifanyizia kwa minyororo. [6] Alilipamba Hekalu kwa vito vya thamani. Hiyo dhahabu aliyotumia ilikuwa dhahabu ya Parvaimu. [7] Akazifunika boriti za dari, miimo na vizingiti vya milango, kuta na milango ya Hekalu kwa dhahabu, naye akatia nakshi ya makerubi kwenye kuta.

[8] Akajenga Patakatifu pa Patakatifu, urefu na upana wake ulikuwa dhiraa ishirini, sawasawa na upana wa Hekalu. Alifunika ndani kwa talanta 120[g] za dhahabu safi. [9] Misumari ya dhahabu ilikuwa na uzito wa shekeli hamsini.[h] Alivifunika pia vyumba vya juu kwa dhahabu.

[10] Katika sehemu ya Patakatifu pa Patakatifu akafanyiza jozi moja ya makerubi ya kuchongwa na kuyafunika kwa dhahabu. [11] Urefu wa mabawa ya hao makerubi ulikuwa jumla ya dhiraa ishirini. Bawa moja la kerubi wa kwanza lilikuwa na urefu wa dhiraa tano,[i] nalo liligusa ukuta wa Hekalu, bawa lake lingine, lilikuwa pia na urefu wa dhiraa tano, ambalo liligusa bawa la kerubi lingine. [12] Vivyo hivyo bawa moja la kerubi wa pili lilikuwa na urefu wa dhiraa tano na liligusa ukuta mwingine wa pili wa Hekalu na bawa lake lingine, lilikuwa pia na urefu wa dhiraa tano nalo liligusa bawa la kerubi wa kwanza. [13] Mabawa ya makerubi hawa yalitanda dhiraa ishirini. Walisimama kwa miguu yao, nyuso zao zikielekea ukumbi mkubwa.

[14] Akatengeneza pazia la nyuzi za rangi ya buluu, zambarau na nyekundu, na za kitani safi, na kutarizi makerubi juu yake.

[15] Mbele ya Hekalu Solomoni akatengeneza nguzo mbili, ambazo kwa pamoja zilikuwa na dhiraa thelathini na tano kwenda juu kwake, na urefu wa kila moja ilikuwa na taji juu yake yenye dhiraa tano. [16] Akatengeneza minyororo iliyosokotwa, na kuiweka juu ya zile nguzo. Pia akatengeneza makomamanga 100, na kuyashikamanisha kwenye minyororo. [17] Akazisimamisha hizo nguzo mbele ya Hekalu, moja upande wa kusini na nyingine upande wa kaskazini. Ile moja ya upande wa kusini akaiita Yakini,[j] na ya upande wa kaskazini akaiita Boazi.[k]

Vifaa Vya Hekalu

4 Mfalme Solomoni akatengeneza madhabahu ya shaba yenye urefu wa dhiraa ishirini,[l] upana wa dhiraa ishirini na kimo chake dhiraa kumi.[m] [2] Akatengeneza Bahari ya kusubu, yenye umbo

[a]10 Kori 20,000 za ngano ni sawa na lita 4,400.
[b]10 Bathi 20,000 za mvinyo au mafuta ni sawa na lita 440,000.
[c]1 Pia anaitwa Ornani kwa Kiebrania.
[d]3 Dhiraa 60 ni sawa na mita 27.
[e]3 Dhiraa 20 ni sawa na mita 9.
[f]4 Dhiraa 30 ni sawa na mita 13.5.
[g]8 Talanta 120 za dhahabu ni sawa na tani 23.
[h]9 Shekeli 50 za dhahabu ni sawa na gramu 600.
[i]11 Dhiraa 5 ni sawa na mita 2.25.
[j]17 Yakini maana yake Atathibitisha.
[k]17 Boazi maana yake Imo nguvu.
[l]1 Dhiraa 20 ni sawa na mita 9.
[m]1 Dhiraa 10 ni sawa na mita 4.5.

la mviringo, ya dhiraa kumi kutoka ukingo hadi
ukingo na kimo cha dhiraa tano. Kamba ya urefu
wa dhiraa thelathini[a] ingeweza kuizunguka. 3 Chini
ya huo ukingo, kulikuwa na mafahali kuizunguka,
yaani mafahali kumi katika kila dhiraa moja.[b] Hayo
mafahali waliyasubu katika safu mbili yakiwa ya
kitu kimoja na hiyo Bahari.
4 Bahari hiyo ilikaa juu ya mafahali kumi na
wawili, mafahali watatu walielekeza nyuso zao
kaskazini, watatu magharibi, watatu kusini na
watatu mashariki. Bahari hiyo ilikaa juu ya hao
mafahali, nazo sehemu zao za nyuma zilielekeana.
5 Unene wake ulikuwa nyanda nne,[c] na ukingo wake
ulifanana na ukingo wa kikombe, kama ua la yungi-
yungi iliyochanua. Iliweza kuchukua bathi 3,000.[d]
6 Kisha akatengeneza masinia kumi kwa ajili ya
kuoshea vifaa, naye akayaweka matano upande
wa kusini na matano upande wa kaskazini. Ndani
yake ndimo walioshea vifaa vya kutumika katika
sadaka za kuteketezwa, lakini ile Bahari ilikuwa
ni kwa ajili ya makuhani kunawia.
7 Akatengeneza vinara vya taa kumi vya dhahabu
kama ilivyoainishwa kwao na kuviweka hekaluni,
vinara vitano upande wa kusini na vitano upande
wa kaskazini.
8 Akatengeneza meza kumi na kuziweka heka-
luni, tano upande wa kusini na tano upande wa
kaskazini. Pia akatengeneza mabakuli 100 ya
dhahabu ya kunyunyizia.
9 Akatengeneza ukumbi wa makuhani na uku-
mbi mwingine mkubwa na milango yake, naye
akaifunika hiyo milango kwa shaba. 10 Akaweka
ile Bahari upande wa kusini, kwenye pembe ya
kusini mashariki ya nyumba.
11 Pia akatengeneza masufuria, masepetu na
mabakuli ya kunyunyizia.
Kwa hiyo Huramu akakamilisha kazi katika
Hekalu la Mungu kama vile Mfalme Solomoni
alikuwa amemwagiza, yaani:

12 zile nguzo mbili;
yale mataji mawili yaliyokuwa juu ya hizo
    nguzo,
zile nyavu mbili za kupamba hayo
    mataji mawili yenye umbo la bakuli
    yaliyowekwa juu ya zile nguzo;
13 yale makomamanga 400 kwa ajili
    ya hizo nyavu mbili (safu mbili
    za makomamanga kwa kila wavu
    yakipamba hayo mataji mawili yenye
    umbo la bakuli juu ya hizo nguzo);
14 vishikio pamoja na masinia yake;
15 hiyo Bahari na hao mafahali kumi na wawili
    chini yake;
16 pia hayo masufuria, masepetu, uma
    za nyama na vyombo vingine vyote
    vilivyohusiana.

Vitu vyote ambavyo Huramu-Abi alimtengene-
zea Mfalme Solomoni kwa ajili ya Hekalu la BWANA
vilikuwa vya shaba iliyosuguliwa. 17 Mfalme aliagiza
wavisubu vitu hivi kwenye kalibu za udongo wa
mfinyanzi katika uwanda wa Yordani kati ya Suko-
thi na Sereda.[e] 18 Vitu hivi vyote Mfalme Solomoni
alivyotengeneza vilikuwa vingi sana hivi kwamba
uzito wa shaba haungekadirika.
19 Solomoni pia akatengeneza samani zote zili-
zokuwa ndani ya Hekalu la Mungu:

madhabahu ya dhahabu;
meza za kuweka mikate ya Wonyesho;
20 vinara vya taa vya dhahabu safi pamoja
    na taa zake ili ziwake mbele ya sehemu
    takatifu ya ndani kama ilivyoelekezwa;
21 maua ya dhahabu yaliyofanyizwa, taa na
    makoleo (vilikuwa vya dhahabu bora
    kabisa);
22 mikasi ya dhahabu safi, mabakuli ya
    kunyunyizia, masinia na vyetezo;
    milango ya dhahabu ya Hekalu: yaani
    milango ya ndani ya Patakatifu pa
    Patakatifu, na milango ya ukumbi mkuu.

5 Hivyo Solomoni alipomaliza kazi ya Hekalu la
BWANA, akaviingiza ndani vile vitu ambavyo
Daudi baba yake alikuwa ameviweka wakfu: yaani,
fedha, dhahabu na samani; kisha akaviweka katika
hazina za Hekalu la Mungu.

Sanduku La Agano Laletwa Hekaluni

2 Kisha Solomoni akawaita huko Yerusalemu
wazee wa Israeli, viongozi wote wa makabila na
wakuu wa jamaa za Waisraeli, ili walilete Sanduku
la Agano la BWANA kutoka Sayuni, Mji wa Daudi.
3 Nao wanaume wote wa Israeli wakakusanyika
kwa mfalme wakati wa sikukuu mwezi wa saba.
4 Wazee wote wa Israeli walipofika, Walawi
wakajitwika Sanduku la Agano, 5 nao wakalipa-
ndisha Sanduku na Hema la Kukutania pamoja na
vyombo vyote vitakatifu vilivyokuwa ndani yake.
Makuhani, waliokuwa Walawi, walivibeba vitu
hivyo, 6 naye Mfalme Solomoni na kusanyiko lote
la Israeli waliokusanyika kumzunguka walikuwa
mbele ya hilo Sanduku, nao wakatoa dhabihu
nyingi za kondoo na ng'ombe ambao idadi yao
haikuwezekana kuandikwa au kuhesabiwa.
7 Makuhani wakalileta Sanduku la Agano la
BWANA hadi mahali pake ndani ya sehemu takatifu
ndani ya Hekalu, yaani Patakatifu pa Patakatifu, na
kuliweka chini ya mabawa ya makerubi. 8 Makerubi
yalitandaza mabawa yao juu ya mahali pa Sanduku
la Agano na kufunika Sanduku na mipiko yake ya
kubebea. 9 Mipiko hiyo ilikuwa mirefu sana kiasi
kwamba ncha zake zilizojitokeza kutoka kwe-
nye Sanduku, nazo zilionekana ukiwa mbele ya
Patakatifu pa Patakatifu, lakini sio nje ya Mahali
Patakatifu. Hiyo mipiko ipo hata leo. 10 Ndani ya
Sanduku hapakuwepo kitu kingine chochote
isipokuwa zile mbao mbili ambazo Mose alikuwa
ameziweka ndani yake huko Horebu, mahali
ambapo BWANA alifanya Agano na Waisraeli baada
ya kutoka Misri.

[a]2 Dhiraa 30 ni sawa na mita 13.5.
[b]3 Dhiraa moja ni sawa na sentimita 45.
[c]5 Nyanda nne ni sawa na sentimita 7.5.
[d]5 Bathi 3,000 ni sawa na lita 60,000.
[e]17 Au *Sarethani.*

11 Basi makuhani wakaondoka hapo Mahali
Patakatifu. Makuhani wote waliokuwa huko wali-
kuwa wamejiweka wakfu, bila kujali migawanyo
yao. 12 Walawi wote waliokuwa waimbaji, yaani,
Asafu, Hemani, Yeduthuni, wana wa ndugu zao,
walisimama upande wa mashariki wa madha-
bahu, wakiwa wamevaa kitani safi huku wakipiga
matoazi, vinubi na zeze. Walikuwa pamoja na
makuhani 120 wakipiga tarumbeta. 13 Wapiga
tarumbeta na waimbaji wakaungana katika
sauti linganifu, ikawa kama vile ni sauti moja,
wakimsifu na kumshukuru BWANA, nao alipoinua
sauti zao pamoja na tarumbeta na matoazi na
vyombo vingine vya uimbaji, wakamsifu BWANA
wakisema:

"Yeye ni mwema;
upendo wake unadumu milele."

Ndipo Hekalu la BWANA likajazwa na wingu,
14 nao makuhani hawakuweza kufanya huduma
yao kwa sababu ya lile wingu, kwa kuwa utukufu
wa BWANA ulijaza Hekalu la Mungu.

Kuweka Hekalu Wakfu

6 Ndipo Solomoni akasema, "BWANA alisema
kwamba ataishi katika giza nene. 2 Nimejenga
Hekalu zuri kwa ajili yako, mahali pako pa kukaa
milele."

3 Kusanyiko lote la Israeli lilipokuwa limesimama
hapo, mfalme akageuka na kuwabariki. 4 Kisha
akasema:

"Ahimidiwe BWANA, Mungu wa Israeli,
ambaye kwa mikono yake mwenyewe ameti-
miza lile alilomwahidi Daudi baba yangu kwa
kinywa chake mwenyewe. Kwa kuwa alisema,
5 'Tangu siku niliyowatoa watu wangu kutoka
Misri, sikuchagua mji katika kabila lolote la
Israeli ili Hekalu lijengwe humo ili Jina langu
lipate kuwamo humo, wala sikumchagua mtu
yeyote kuwa kiongozi wa watu wangu Israeli.
6 Lakini sasa nimeuchagua Yerusalemu ili Jina
langu lipate kuwamo humo, na nimemchagua
Daudi kuwatawala watu wangu Israeli.'

7 "Ilikuwa moyoni mwa Daudi baba yangu
kujenga Hekalu kwa ajili ya Jina la BWANA,
Mungu wa Israeli. 8 Lakini BWANA akamwa-
mbia Daudi baba yangu, 'Kwa sababu ilikuwa
moyoni mwako kujenga Hekalu kwa ajili ya
Jina langu, ulifanya vyema kuwa na jambo hili
moyoni mwako. 9 Hata hivyo, sio wewe utaka-
yenijengea Hekalu, bali mwanao, ambaye ni
nyama yako na damu yako mwenyewe, yeye
ndiye atakayejenga Hekalu kwa ajili ya Jina
langu.'

10 "BWANA ametimiza ahadi aliyoiweka:
Nimeingia mahali pa Daudi baba yangu na
sasa ninakikalia kiti cha ufalme cha Israeli,
kama vile BWANA alivyoahidi, nami nimeje-
nga Hekalu kwa ajili ya Jina la BWANA, Mungu
wa Israeli. 11 Nimeliweka humo Sanduku la
Agano, ambamo ndani yake kuna lile Agano
la BWANA alilofanya na watu wa Israeli."

Maombi Ya Solomoni Ya Kuweka Wakfu

12 Kisha Solomoni akasimama mbele ya madha-
bahu ya BWANA machoni pa kusanyiko lote la
Israeli, naye akakunjua mikono yake. 13 Basi Solo-
moni alikuwa ametengeneza jukwaa la shaba,
urefu wake dhiraa tano, na upana wake dhiraa
tano na kimo chake dhiraa tatu, naye akaliweka
katikati ya ukumbi wa nje. Akapanda juu ya hilo
jukwaa kisha akapiga magoti mbele ya kusanyiko
lote la Israeli, akanyoosha mikono yake kwelekea
mbinguni. 14 Akasema:

"Ee BWANA, Mungu wa Israeli, hakuna
Mungu kama wewe juu mbinguni wala chini
duniani, wewe unayetunza Agano lako la upe-
ndo na watumishi wanaodumu katika njia
yako kwa moyo wote. 15 Umetimiza ahadi yako
kwa mtumishi wako Daudi baba yangu, kwa
kinywa chako uliahidi na kwa mkono wako
umetimiza, kama ilivyo leo.

16 "Sasa BWANA, Mungu wa Israeli, mtimizie
mtumishi wako Daudi baba yangu ahadi zako
ulizomwahidi uliposema, 'Kamwe hutakosa
kuwa na mtu atakayeketi mbele zangu kwe-
nye kiti cha ufalme cha Israeli, kama wanao
wakiangalia yote wayafanyayo kuenenda
mbele zangu kama vile ulivyofanya.' 17 Sasa,
Ee BWANA, Mungu wa Israeli, acha neno lako
lile ulilomwahidi mtumishi wako Daudi baba
yangu litimie.

18 "Lakini kweli, je, Mungu atafanya makao
duniani na wanadamu? Mbingu, hata mbi-
ngu zilizo juu sana, haziwezi kukutosha
wewe. Sembuse Hekalu hili nililojenga!
19 Hata hivyo sikiliza dua ya mtumishi wako
na maombi yake kwa huruma, Ee BWANA
Mungu wangu. Sikia kilio na dua ambayo
mtumishi wako anaomba mbele zako siku hii
ya leo. 20 Macho yako na yafumbuke kuelekea
Hekalu hili usiku na mchana, mahali hapa
ambapo ulisema, 'Jina langu litakuwako
humo,' ili kwamba upate kusikia maombi
ambayo mtumishi wako ataomba kuelekea
mahali hapa. 21 Usikie maombi ya mtumi-
shi wako na ya watu wako Israeli wakati
wanapoomba kuelekea mahali hapa. Sikia
kutoka mbinguni, mahali pa makao yako na
usikiapo, samehe.

22 "Mtu anapomkosea jirani yake na
akatakiwa kuapa, akija na kuapa mbele ya
madhabahu yako ndani ya Hekalu hili, 23 basi,
sikia kutoka mbinguni na ukatende. Hukumu
kati ya watumishi wako, ukimwadhibu yule
mwenye hatia kwa kuleta juu ya kichwa chake
yale aliyoyatenda. Umtangazie mwenye haki
kwamba hana hatia, hivyo ukathibitishe kuwa
haki kwake.

24 "Wakati watu wako Israeli watakapokuwa
wameshindwa na adui kwa sababu ya dhambi
walizofanya dhidi yako, watakapokugeukia na
kulikiri jina lako, wakiomba na kufanya dua
kwako katika Hekalu hili, 25 basi usikie kutoka
mbinguni, ukasamehe dhambi ya watu wako

Israeli na kuwarudisha katika nchi uliyowapa
baba zao.
26 "Wakati mbingu zitakapokuwa zimefu-
ngwa kusiwe na mvua kwa sababu watu wako
wametenda dhambi dhidi yako, watakapoo-
mba kuelekea mahali hapa na kulikiri jina
lako nao wakageuka kutoka dhambi zao kwa
sababu umewaadhibu, 27 basi usikie kutoka
mbinguni na usamehe dhambi ya watumi-
shi wako, watu wako Israeli. Wafundishe njia
sahihi ya kuishi na ukanyeshe mvua juu ya
nchi uliyowapa watu wako kuwa urithi.
28 "Wakati njaa au tauni vikija juu ya nchi, au
koga au kawa, nzige au panzi, au wakati adui
atakapowazingira katika mji wao wowote,
maafa ya namna yoyote au ugonjwa wowote
unaoweza kuwajia, 29 wakati dua au maombi
yatakapofanywa na mmojawapo wa watu
wako Israeli, kila mmoja akitambua taabu
zake na uchungu wake, naye akainyoosha
mikono yake kuelekea Hekalu hili, 30 basi
usikie kutoka mbinguni, katika makao yako.
Usamehe na utende, umpe kila mtu kulingana
na matendo yake, kwa kuwa unaujua moyo
wake (kwa kuwa ni wewe peke yako ujuaye
mioyo ya watu wote), 31 ili wakuogope kwa
wakati wote watakaoishi katika nchi uliyo-
wapa baba zetu.
32 "Kwa habari ya mgeni ambaye si mio-
ngoni mwa watu wako Israeli, lakini amekuja
kutoka nchi ya mbali kwa sababu ya jina lako
kuu na mkono wako wenye nguvu ulionyoo-
shwa, atakapokuja kuomba kuelekea Hekalu
hili, 33 basi na usikie kutoka mbinguni, mahali
pa makao yako, ukafanye lolote ambalo mgeni
huyo anakuomba, ili mataifa yote ya dunia
wapate kujua jina lako na wakuogope kama
wafanyavyo watu wako Israeli nao wapate
pia kujua kwamba nyumba hii niliyoijenga
imeitwa kwa Jina lako.
34 "Wakati watu wako watakapokwenda
vitani dhidi ya adui zao, popote utakapowa-
peleka, wakati watakapoomba kwa Bwana
kuelekea mji ambao umeuchagua, na Hekalu
nililolijenga kwa ajili ya Jina lako, 35 basi usikie
dua na maombi yao kutoka mbinguni, uka-
watetee haki yao.
36 "Watakapotenda dhambi dhidi yako,
kwa kuwa hakuna mtu yeyote ambaye
hatendi dhambi, nawe ukachukizwa nao na
kuwakabidhi kwa adui, ambaye atawachukua
utumwani katika nchi iliyo mbali au karibu
37 na kama watabadilika mioyo yao katika nchi
wanakoshikiliwa mateka, nao wakatubu na
kukulilia katika nchi ya utumwa na kusema,
'Tumetenda dhambi, tumefanya makosa
na tumetenda uovu'; 38 kama wakikugeukia
kwa moyo wao wote na nafsi zao katika nchi
ya adui zao ambao waliwachukua mateka,
wakakuomba kuelekea nchi uliyowapa baba
zao, kuelekea mji uliouchagua na Hekalu
nililolijenga kwa ajili ya Jina lako, 39 basi
kutoka mbinguni, mahali pa makao yako,
usikie dua yao na maombi yao na kuitetea
haki yao. Uwasamehe watu wako, waliotenda
dhambi dhidi yako.
40 "Sasa, Mungu wangu, macho yako na
yafumbuke na masikio yako yasikie maombi
yaombwayo mahali hapa.

41 "Sasa inuka, Ee Bwana Mungu,
 na uje mahali pako pa kupumzikia,
 wewe na Sanduku la nguvu zako.
Makuhani wako, Ee Bwana Mungu,
 na wavikwe wokovu,
 watakatifu wako na wafurahi
 katika wema wako.
42 Ee Bwana Mungu, usimkatae
 mpakwa mafuta wako.
Kumbuka upendo mkuu uliomwahidia
 Daudi mtumishi wako."

Hekalu Lawekwa Wakfu

7 Baada ya Solomoni kumaliza kuomba, moto
ukashuka kutoka mbinguni na kuteketeza
sadaka ya kuteketezwa na dhabihu, nao utukufu
wa Bwana ukalijaza Hekalu. 2 Makuhani hawa-
kuweza kuingia ndani ya Hekalu la Bwana kwa
sababu utukufu wa Bwana ulilijaza. 3 Waisraeli
wote walipoona moto ukishuka na utukufu wa
Bwana ukiwa juu ya Hekalu, wakapiga magoti
sakafuni wakasujudu nyuso zao mpaka chini, nao
wakamwabudu na kumshukuru Bwana wakisema,

"Yeye ni mwema;
 upendo wake unadumu milele."

4 Ndipo mfalme na watu wote wakatoa dhabihu
mbele za Bwana Mungu. 5 Naye Mfalme Solomoni
akatoa dhabihu ya ng'ombe 22,000 pamoja na
kondoo na mbuzi 120,000. Hivyo ndivyo mfa-
lme na watu wote walivyoweka wakfu Hekalu la
Mungu. 6 Makuhani wakasimama kwenye nafasi
zao, vivyo hivyo Walawi wakiwa na vyombo vya
uimbaji vya Bwana ambavyo Mfalme Daudi ali-
kuwa ametengeneza kwa ajili ya kumsifu Bwana,
navyo vilitumika wakati aliposhukuru, akisema,
"Upendo wake wadumu milele." Mkabala na
Walawi, makuhani walipiga tarumbeta zao, nao
Waisraeli wote walikuwa wamesimama.
7 Solomoni akaweka wakfu sehemu ya katikati
ya ua uliokuwa mbele ya Hekalu la Bwana na hapo
akatoa sadaka za kuteketezwa na mafuta ya sadaka
za amani, kwa sababu madhabahu ya shaba aliyo-
kuwa ametengeneza haikutosha kuweka sadaka
hizo zote za kuteketezwa, sadaka za nafaka na za
mafuta.
8 Hivyo Solomoni akaiadhimisha sikukuu
wakati ule kwa muda wa siku saba, na Israeli
wote pamoja naye. Walikuwa kusanyiko kubwa
sana, watu kutoka Lebo-Hamathi hadi Kijito cha
Misri. 9 Katika siku ya nane walifanya kusanyiko,
kwa kuwa walikuwa wanaadhimisha kuwekwa
wakfu kwa madhabahu kwa muda wa siku saba
na sikukuu kwa muda wa siku nyingine saba zaidi.
10 Katika siku ya ishirini na tatu ya mwezi wa saba
Solomoni akawaaga watu waende nyumbani mwao,
wakishangilia na kufurahi mioyoni mwao, kwa

wema mwingi Bwana Mungu aliomtendea Daudi na Solomoni na kwa ajili ya watu wake Israeli.

Bwana Mungu Amtokea Solomoni

[11] Solomoni alipomaliza kujenga Hekalu la Bwana na jumba la kifalme, naye akiwa amefanikiwa kutenda yale yote aliyokuwa nayo moyoni mwake kufanya katika Hekalu la Bwana na katika jumba lake mwenyewe la kifalme, [12] Bwana akamtokea Solomoni usiku na kumwambia:

"Nimesikia maombi yako nami nimechagua mahali hapa kwa ajili yangu mwenyewe kuwa Hekalu kwa ajili ya dhabihu.

[13] "Wakati nitakapofunga mbingu ili isiwepo mvua, au nikiamuru nzige kula mazao ya nchi au nikituma tauni miongoni mwa watu wangu, [14] kama watu wangu, wanaoitwa kwa Jina langu, watajinyenyekesha na kuomba na kuutafuta uso wangu na kuacha njia zao mbaya, basi nitasikia toka mbinguni na kuwasamehe dhambi yao na nitaiponya nchi yao. [15] Sasa macho yangu yatafumbuka na masikio yangu yatasikiliza kwa makini maombi yaombwayo mahali hapa. [16] Kwa maana sasa nimechagua na kutakasa Hekalu hili ili kwamba Jina langu lipate kuwa huko milele. Macho yangu na moyo wangu utakuwepo huko daima.

[17] "Kwa habari yako wewe, kama ukienenda mbele zangu kama Daudi baba yako alivyoenenda na kufanya yote nikuamuruyo, nawe ukizishika amri zangu na sheria zangu, [18] Nitakiimarisha kiti chako cha enzi kama nilivyoagana na Daudi baba yako niliposema, 'Hutakosa kamwe mtu wa kutawala juu ya Israeli.'

[19] "Lakini kama ukigeuka na kuyaacha maagizo na amri nilizowapa na kwenda kuitumikia miungu mingine na kuiabudu, [20] ndipo nitakapoing'oa Israeli kutoka nchi yangu niliyowapa, nami nitalikataa Hekalu hili nililolitakasa kwa ajili ya Jina langu. Nitalifanya kitu cha kudharauliwa na kitu cha kudhihakiwa miongoni mwa watu wote. [21] Ingawa Hekalu hili linavutia sana sasa, wote watakaolipita watashangaa na kusema, 'Kwa nini Bwana amefanya kitu kama hiki katika nchi hii na kwa Hekalu hili?' [22] Watu watajibu, 'Ni kwa sababu wamemwacha Bwana, Mungu wa baba zao, aliyewatoa Misri, nao wamekumbatia miungu mingine, wakaiabudu na kuitumikia, ndiyo sababu ameyaleta maafa haya yote juu yao.' "

Shughuli Nyingine Za Solomoni

8 Miaka ishirini ilipopita, ambayo katika hiyo Solomoni alilijenga Hekalu la Bwana na jumba lake mwenyewe la kifalme, [2] Solomoni akajenga tena vijiji vile ambavyo Hiramu alikuwa amempa, naye akawapa Waisraeli waishi humo. [3] Kisha Solomoni akaenda Hamath-Soba na kuuteka. [4] Pia akajenga mji wa Tadmori katika jangwa na miji yote ya kuhifadhia vitu katika Hamathi. [5] Akajenga tena Beth-Horoni ya Juu na Beth-Horoni ya Chini, miji yenye ngome, kuta, malango na makomeo. [6] Solomoni pia akajenga Baalathi na miji yake yote ya kuhifadhia vitu, na miji kwa ajili ya magari yake na kwa ajili ya farasi wake, chochote alichotaka kujenga katika Yerusalemu, katika Lebanoni na katika nchi yote aliyotawala.

[7] Watu wote waliosalia kutoka kwa Wahiti, Waamori, Waperizi, Wahivi na Wayebusi (haya mataifa hayakuwa Waisraeli), [8] yaani, wazao wao waliobakia katika nchi, ambao Waisraeli hawakuwa wamewaangamiza: hawa Solomoni akawalazimisha kuwa watumwa katika shokoa, kama ilivyo hadi leo. [9] Lakini Solomoni hakuwafanya Waisraeli watumwa kwa ajili ya kazi yake, bali walikuwa wapiganaji, majemadari, maafisa wake, majemadari wa magari yake ya vita na waendesha magari ya vita. [10] Pia walikuwa maafisa wakuu wa Mfalme Solomoni, yaani, maafisa wakaguzi 250 waliosimamia watu.

[11] Solomoni akampandisha mke wake binti Farao kutoka Mji wa Daudi na kumleta jumba la kifalme alilokuwa amemjengea, kwa kuwa alisema, "Mke wangu hataishi katika jumba la kifalme la Daudi mfalme wa Israeli, kwa sababu mahali ambapo Sanduku la Bwana limefika ni patakatifu."

[12] Mfalme Solomoni akamtolea Bwana dhabihu za kuteketezwa juu ya madhabahu ya Bwana ambayo alikuwa ameijenga mbele ya ukumbi, [13] kulingana na mahitaji ya kila siku kwa ajili ya sadaka zilizoamriwa na Mose kwa ajili ya Sabato, Mwezi Mwandamo na sikukuu nyingine tatu za mwaka, yaani, Sikukuu ya Mikate Isiyotiwa Chachu, Sikukuu ya Majuma na Sikukuu ya Vibanda. [14] Kwa kushika maagizo ya Daudi baba yake, aliweka migawanyo ya makuhani kwa ajili ya kazi zao, nao Walawi kuongoza kusifu na kusaidia makuhani kufuatana na mahitaji ya kila siku. Pia akaweka mabawabu katika migawanyo kwa ajili ya malango mbalimbali, kwa sababu hili ndilo Daudi mtu wa Mungu alilokuwa ameagiza. [15] Nao hawakuziacha amri za mfalme alizoamuru makuhani au Walawi katika jambo lolote, ikiwa ni pamoja na zile za hazina.

[16] Kazi yote ya Mfalme Solomoni ilifanyika kuanzia siku msingi wa Hekalu la Bwana ulipowekwa mpaka kukamilika kwake. Kwa hiyo Hekalu la Bwana likamalizika kujengwa.

[17] Ndipo Solomoni akaenda Esion-Geberi na Elathi katika pwani ya Edomu. [18] Naye Hiramu alimpelekea meli zilizoongozwa na maafisa wake mwenyewe, watu waliokuwa na ujuzi wa baharini. Hawa watu pamoja na wale wa Solomoni wakasafiri kwa bahari mpaka Ofiri, wakaleta kutoka huko talanta 450 za dhahabu, ambazo walimkabidhi Mfalme Solomoni.

Malkia Wa Sheba Amtembelea Solomoni

9 Malkia wa Sheba aliposikia habari za umaarufu wa Solomoni, huyo malkia akaja Yerusalemu kumjaribu kwa maswali magumu. Alifika akiwa na msafara mkubwa sana, pamoja na ngamia waliobeba vikolezi, kiasi kikubwa cha dhahabu na vito vya thamani, alikuja kwa Solomoni na kuzungumza naye kuhusu yote ambayo alikuwa nayo moyoni mwake. 2 Solomoni akamjibu maswali yake yote, wala hakukuwa na jambo lolote lililokuwa gumu kwake asiweze kumwelezea. 3 Malkia wa Sheba alipoona hekima yote ya Solomoni na jumba la kifalme alilokuwa amejenga, 4 chakula kilichokuwa mezani pake, jinsi maafisa wake walivyokaa, wahudumu katika majoho yao, wanyweshaji wake na sadaka za kuteketezwa alizotoa katika Hekalu la Bwana alipatwa na mshangao.

5 Akamwambia mfalme, "Taarifa niliyosikia kwenye nchi yangu mwenyewe kuhusu mafanikio na hekima yako ni kweli. 6 Lakini sikuamini yaliyosemwa hadi nilipokuja na kuona kwa macho yangu mwenyewe. Naam, sikuambiwa hata nusu yake; katika hekima na mali umezidi sana kuliko ile taarifa niliyoisikia. 7 Heri watu wako! Heri hawa maafisa wako wasimamao mbele yako daima na kusikia hekima yako! 8 Ahimidiwe Bwana Mungu wako, ambaye amependezwa sana nawe, na akakuweka juu ya kiti chake cha ufalme utawale kwa niaba ya Bwana Mungu wako. Kwa sababu ya upendo wa Mungu wako kwa Israeli na shauku yake ya kuwadhibitisha milele, amekufanya wewe mfalme juu yao, ili kudumisha haki na uadilifu."

9 Naye akampa mfalme talanta 120[a] za dhahabu, kiasi kikubwa cha vikolezi na vito vya thamani. Haikuwahi kamwe kuletwa vikolezi vizuri kama vile Malkia wa Sheba alivyompa Mfalme Solomoni.

10 (Watumishi wa Hiramu na wa Solomoni wakaleta dhahabu kutoka Ofiri, tena wakaleta shehena kubwa ya miti ya msandali na vito vya thamani. 11 Mfalme akatumia hiyo miti ya msandali kuwa ngazi kwa ajili ya Hekalu la Bwana na kwa jumba la kifalme, pia kwa kutengeneza vinubi na zeze kwa ajili ya waimbaji. Kiasi hicho kingi cha msandali hakijawahi kuingizwa Yuda tangu siku ile.)

12 Mfalme Solomoni akampa Malkia wa Sheba kila kitu alichotamani na kukiomba, zaidi ya vile alivyokuwa amemletea mfalme. Kisha malkia akaondoka na kurudi katika nchi yake, yeye na watumishi wake.

Fahari Ya Solomoni

13 Uzito wa dhahabu ambayo Solomoni alipokea kwa mwaka ulikuwa talanta 666,[b] 14 mbali na mapato yaliyoletwa na wafanyabiashara na wachuuzi. Wafalme wote wa Arabuni na watawala wa nchi wakamletea Solomoni dhahabu na fedha. 15 Mfalme Solomoni akatengeneza ngao kubwa 200 kwa dhahabu iliyofuliwa. Kila ngao ilikuwa na dhahabu yenye uzito wa shekeli 600[c] 16 Akatengeneza pia ngao ndogo 300 za dhahabu iliyofuliwa, kila ngao ikiwa na uzito wa mane tatu[d] za dhahabu. Mfalme akaziweka katika Jumba la Kifalme la Msitu wa Lebanoni.

17 Kisha mfalme akatengeneza kiti kikubwa cha kifalme kwa kutumia pembe za ndovu na kukifunika kwa dhahabu safi. 18 Kiti hicho kilikuwa na ngazi sita na mahali pa kuwekea miguu vyote vya dhahabu. Pande zote za kiti kulikuwa na mahali pa kuegemeza mikono, na simba wawili wakisimama kando ya hiyo mikono. 19 Simba kumi na wawili walisimama kwenye ngazi sita, mmoja katika kila upande wa kila ngazi. Hakuna kitu kama hicho kilichokuwa kimefanyika kwenye ufalme mwingine wowote. 20 Vikombe vyote vya Mfalme Solomoni vya kunywea vilikuwa vya dhahabu na vyombo vyote vya nyumbani katika Jumba la Kifalme la Msitu wa Lebanoni vilikuwa vya dhahabu safi. Hakukuwa na kitu kilichotengenezwa kwa fedha, kwa sababu fedha ilionekana ya thamani ndogo wakati wa Solomoni. 21 Mfalme alikuwa na meli nyingi za biashara[e] baharini zilizoendeshwa na watu wa Hiramu. Kwa mara moja kila miaka mitatu zilirudi, zikiwa zimebeba dhahabu, fedha, pembe za ndovu na nyani wakubwa na wadogo.

22 Mfalme Solomoni alikuwa mkuu zaidi kwa utajiri na hekima kuliko wafalme wote wa dunia. 23 Wafalme wote wa dunia wakatafuta kukutana na Solomoni ili kusikia hekima ambayo Mungu alikuwa ameiweka katika moyo wake. 24 Mwaka baada ya mwaka, kila mmoja ambaye alikuja, alileta zawadi, vyombo vya fedha na dhahabu, majoho, silaha na vikolezi, farasi na nyumbu.

25 Solomoni alikuwa na mabanda 4,000 kwa ajili ya farasi na magari ya vita, farasi 12,000 ambao aliwaweka katika miji ya magari ya vita na katika Yerusalemu pamoja naye. 26 Solomoni akatawala juu ya wafalme wote kuanzia Mto Frati mpaka kwenye nchi ya Wafilisti na kuendelea hadi mpaka wa Misri. 27 Mfalme akafanya fedha kuwa kitu cha kawaida kama mawe huko Yerusalemu, mierezi akaifanya kuwa mingi kama mikuyu vilimani. 28 Farasi wa Solomoni waliletwa kutoka Misri na kutoka nchi nyingine zote.

Kifo Cha Solomoni

29 Kwa habari za matukio mengine ya utawala wa Solomoni, kuanzia mwanzo hadi mwisho, je, hayakuandikwa katika kumbukumbu za nabii Nathani, katika unabii wa Ahiya Mshiloni na katika maono ya Ido mwonaji kuhusu Yeroboamu mwana wa Nebati? 30 Solomoni alitawala Israeli yote miaka arobaini, akiwa Yerusalemu. 31 Kisha Solomoni akalala pamoja na baba zake, naye akazikwa katika mji wa Daudi baba yake. Naye Rehoboamu mwanawe akawa mfalme baada yake.

Israeli Wanamwasi Rehoboamu

10 Rehoboamu akaenda Shekemu, kwa kuwa Waisraeli wote walikuwa wamekwenda huko kumfanya yeye kuwa mfalme. 2 Yeroboamu mwana wa Nebati aliposikia hili (alikuwa bado yuko Misri alikokuwa amekimbilia awe mbali na Mfalme Solomoni), akarudi kutoka Misri. 3 Kwa hiyo wakatuma watu kumwita Yeroboamu, yeye na kusanyiko lote la Israeli wakamwendea Rehoboamu na kumwambia, 4 "Baba yako aliweka nira nzito, lakini sasa tupunguzie kazi za kikatili na nira nzito aliyoweka juu yetu, nasi tutakutumikia."

---

[a]9 Talanta 120 za dhahabu ni sawa na tani 4.5.
[b]13 Talanta 666 za dhahabu ni sawa na tani 25.
[c]15 Shekeli 600 za dhahabu ni sawa na kilo 3.5.
[d]16 Mane tatu za dhahabu ni sawa na kilo 1.7.

[e]21 Au: za Tarshishi (ona pia 1Fal 10:22; 22:48; 2Nya 20:36; Isa 2:16; 60:9).

5 Rehoboamu akajibu, "Nendeni kwa muda wa siku tatu na kisha mnirudie." Basi watu wakaenda zao.

6 Kisha Mfalme Rehoboamu akataka shauri kwa wazee ambao walimtumikia Solomoni baba yake wakati wa uhai wake akawauliza, "Mnanishauri nini katika kuwajibu watu hawa?"

7 Wakajibu, "Kama leo utakuwa mtumishi wa watu hawa na kuwahudumia na kuwapa jibu linaloridhisha, watakuwa watumishi wako daima."

8 Lakini Rehoboamu akakataa shauri alilopewa na wazee na akataka ushauri kwa vijana wanaume rika lake waliokuwa wakimtumikia. 9 Akawauliza, "Ninyi ushauri wenu ni nini? Tutawajibuje watu hawa wanaoniambia, 'Ifanye nyepesi nira baba yako aliyoweka juu yetu?' "

10 Wale vijana wa rika lake wakamjibu, "Waambie watu hawa waliokuambia, 'Baba yako aliweka nira nzito juu yetu, lakini ifanye nira yetu nyepesi,' kuwa, 'Kidole changu kidogo ni kinene kuliko kiuno cha baba yangu. 11 Baba yangu aliweka nira nzito juu yenu, mimi nitaifanya hata iwe nzito zaidi. Baba yangu aliwachapa kwa mijeledi; mimi nitawachapa kwa nge.' "

12 Siku tatu baadaye, Yeroboamu na watu wote wakamrudia Rehoboamu, kama mfalme alivyokuwa amesema, "Rudini kwangu baada ya siku tatu." 13 Mfalme akawajibu watu kwa ukatili. Akikataa shauri alilopewa na wazee, 14 akafuata shauri la vijana wa rika lake na kusema, "Baba yangu alifanya nira yenu kuwa nzito, mimi nitaifanya kuwa nzito zaidi. Baba yangu aliwachapa kwa mijeledi, mimi nitawachapa kwa nge." 15 Kwa hiyo mfalme hakuwasikiliza watu, kwa kuwa jambo hili lilitoka kwa Mungu ili kutimiza neno ambalo BWANA alikuwa amenena kwa Yeroboamu mwana wa Nebati kupitia Ahiya Mshiloni.

16 Israeli wote walipoona kuwa mfalme amekataa kuwasikiliza, wakamjibu mfalme:

"Tuna fungu gani kwa Daudi?
  Sisi hatuna urithi kwa mwana wa Yese.
Nendeni kwenye mahema yenu, ee Israeli,
  angalia nyumba yako mwenyewe,
    ee Daudi!"

Hivyo Waisraeli wakaenda kwenye mahema yao. 17 Lakini kwa habari ya Waisraeli waliokuwa wakiishi katika miji ya Yuda, Rehoboamu akaendelea kuwatawala bado.

18 Mfalme Rehoboamu akamtuma Adoniramu[a] aliyekuwa msimamizi wa wale waliofanya kazi ngumu kwa kulazimishwa, lakini Israeli wote wakampiga kwa mawe hadi akafa. Hata hivyo, Mfalme Rehoboamu, akafanikiwa kuingia kwenye gari lake na kutorokea Yerusalemu. 19 Hivyo Israeli wakaasi dhidi ya nyumba ya Daudi hadi leo.

Utabiri Wa Shamaya

11 Ikawa Rehoboamu alipofika Yerusalemu, akakusanya nyumba ya Yuda na ya Benyamini, wanaume wapiganaji 180,000, kufanya vita dhidi ya nyumba ya Israeli na kuurudisha tena ufalme kwa Rehoboamu mwana wa Solomoni.

2 Lakini neno hili la BWANA likamjia Shemaya mtu wa Mungu: 3 "Mwambie Rehoboamu mwana wa Solomoni mfalme wa Yuda, na Israeli wote walioko Yuda na Benyamini, 4 'Hili ndilo asemalo BWANA: Msipande kupigana dhidi ya ndugu zenu. Nendeni nyumbani, kila mmoja wenu, kwa kuwa hili nimelitenda mimi.' " Kwa hiyo wakalitii neno la BWANA na wakaacha kwenda kupigana dhidi ya Yeroboamu.

Yeroboamu Ajengea Yuda Ngome

5 Rehoboamu akaishi Yerusalemu akajenga miji yenye ngome katika Yuda: 6 Akajenga Bethlehemu, Etamu, Tekoa, 7 Beth-Suri, Soko, Adulamu, 8 Gathi, Maresha, Zifu, 9 Adoraimu, Lakishi, Azeka, 10 Sora, Aiyaloni na Hebroni. Hii ndiyo iliyokuwa miji iliyojengewa ngome katika Yuda na Benyamini. 11 Akaimarisha ulinzi wake na kuweka majemadari ndani yake, pamoja na ghala za mahitaji ya vyakula, mafuta ya zeituni na divai. 12 Akaweka ngao na mikuki katika miji na kuifanya iwe imara sana. Kwa hiyo Yuda na Benyamini zikawa zake.

13 Makuhani na Walawi kutoka sehemu zote za Israeli wakawa upande wake. 14 Pia Walawi wakaacha maeneo yao ya malisho na mali zao, wakaja Yuda na Yerusalemu kwa sababu Yeroboamu na wanawe walikuwa wamewakataa wasiwe makuhani wa BWANA. 15 Naye akawa amechagua makuhani wake mwenyewe kwa ajili ya mahali pa juu pa kuabudia sanamu za mbuzi na za ndama ambazo alikuwa ametengeneza. 16 Wale waliotoka katika kila kabila la Israeli ambao walielekeza mioyo yao kumtafuta BWANA, Mungu wa Israeli, wakawafuata Walawi huko Yerusalemu kumtolea BWANA dhabihu, Mungu wa baba zao. 17 Wakaimarisha ufalme wa Yuda na kumuunga mkono Rehoboamu mwana wa Solomoni miaka mitatu, wakienenda katika njia za Daudi na Solomoni katika wakati huu.

Jamaa Ya Rehoboamu

18 Rehoboamu alimwoa Mahalati ambaye alikuwa binti Yeremothi mwana wa Daudi, mamaye alikuwa Abihaili binti Eliabu mwana wa Yese. 19 Mahalati alimzalia Rehoboamu wana: Yeushi, Shemaria na Zahamu. 20 Kisha akamwoa Maaka binti Absalomu, ambaye alimzalia: Abiya, Atai, Ziza na Shelomithi. 21 Rehoboamu akampenda Maaka binti Absalomu zaidi kuliko wakeze wengine na masuria wake. Kwa jumla alikuwa na wake kumi na wanane na masuria sitini, wana ishirini na wanane na binti sitini.

22 Rehoboamu akamweka Abiya mwana wa Maaka, kuwa mkuu wa wana wa mfalme miongoni mwa ndugu zake ili amfanye mfalme. 23 Akatenda kwa busara, akiwasambaza baadhi ya wanawe katika wilaya zote za Yuda na Benyamini, pamoja na miji yote yenye ngome. Akawapa mahitaji tele na kuwaoza wake wengi.

Shishaki Ashambulia Yerusalemu

12 Baada ya nafasi ya Rehoboamu kuimarika na kuwa na nguvu, yeye na Israeli yote waliiacha

---

[a]18 Kiebrania ni Hadoramu.

sheria ya BWANA Mungu. 2 Kwa sababu hawakuwa
waaminifu kwa BWANA, Shishaki mfalme wa Misri
akashambulia Yerusalemu katika mwaka wa tano
wa utawala wa Mfalme Rehoboamu. 3 Akiwa na
magari ya vita 1,200 na wapanda farasi 60,000 na
idadi isiyohesabika ya majeshi ya Walibia, Wasukii
na Wakushi[a] yaliyokuja pamoja naye kutoka Misri.
4 Akateka miji ya Yuda yenye ngome akaendelea
mpaka Yerusalemu.

5 Ndipo nabii Shemaya akaja kwa Rehoboamu na
kwa viongozi wa Yuda waliokuwa wamekusanyika
huko Yerusalemu kwa ajili ya hofu ya Shishaki naye
akawaambia, "Hivi ndivyo asemavyo BWANA, 'Ninyi
mmeniacha mimi, kwa hiyo, mimi nami sasa nina-
waacha ninyi mkononi mwa Shishaki.' "

6 Viongozi wa Israeli na mfalme wakajinyenye-
keza na kusema, "BWANA Mungu ni mwenye haki."

7 BWANA Mungu alipoona kwamba wamejinye-
nyekeza, neno hili la BWANA likamjia Shemaya:
"Maadamu wamejinyenyekeza, sitawaangamiza
bali hivi karibuni nitawapatia wokovu. Ghadhabu
yangu haitamwagwa juu ya Yerusalemu kwa kupi-
tia Shishaki. 8 Hata hivyo, watamtumikia Shishaki
ili wapate kujifunza tofauti kati ya kunitumikia
mimi na kuwatumikia wafalme wa nchi nyingine."

9 Shishaki mfalme wa Misri alipoishambulia
Yerusalemu, alichukua hazina za Hekalu la BWANA
na hazina za jumba la kifalme. Akachukua kila kitu,
pamoja na zile ngao za dhahabu ambazo Solomoni
alikuwa amezitengeneza. 10 Kwa hiyo Mfalme Reho-
boamu akatengeneza ngao za shaba badala ya zile
za dhahabu na kuzikabidhi kwa majemadari wa
ulinzi wa zamu kwenye ingilio la jumba la mfalme.
11 Kila wakati mfalme alipokwenda katika Hekalu la
BWANA walinzi walikwenda pamoja naye wakiwa
wamebeba hizo ngao na baadaye walizirudisha
kwenye chumba cha ulinzi.

12 Kwa sababu Rehoboamu alijinyenyekeza,
hasira ya BWANA ikageukia mbali naye, hakuanga-
mizwa kabisa. Kukawa na hali nzuri katika Yuda.

13 Mfalme Rehoboamu akajiweka imara katika
Yerusalemu na akaendelea kuwa mfalme. Alikuwa
na umri wa miaka arobaini na mmoja alipoanza
kutawala, naye akatawala huko Yerusalemu miaka
kumi na saba, mji ambao BWANA alikuwa ameu-
chagua miongoni mwa makabila yote ya Israeli
ili aliweke Jina lake humo. Mama yake aliitwa
Naama, alikuwa Mwamoni. 14 Rehoboamu akate-
nda maovu kwa sababu hakuuelekeza moyo wake
katika kumtafuta BWANA Mungu.

15 Kwa habari ya matukio katika utawala wa
Rehoboamu, tangu mwanzo mpaka mwisho, je,
hayakuandikwa katika kumbukumbu za nabii She-
maya na mwonaji Ido zinazohusiana na vizazi?
Kulikuwako na vita mara kwa mara kati ya Reho-
boamu na Yeroboamu. 16 Rehoboamu akalala na
baba zake, akazikwa katika Mji wa Daudi. Naye
Abiya mwanawe akawa mfalme baada yake.

Abiya Mfalme Wa Yuda

13 Katika mwaka wa kumi na nane wa utawala
wa Yeroboamu, Abiya akawa mfalme wa Yuda,
2 naye akatawala huko Yerusalemu miaka mitatu.
Mama yake aliitwa Maaka, binti Urieli wa Gibea.

Basi kulikuwa na vita kati ya Abiya na Yero-
boamu. 3 Abiya aliingia vitani na jeshi la watu
400,000 wenye uwezo wa kupigana, naye Yero-
boamu akapanga jeshi dhidi ya Abiya akiwa na
jeshi la watu 800,000 wenye uwezo.

4 Abiya akasimama juu ya Mlima Semaraimu,
katika nchi ya vilima ya Efraimu, naye akasema,
"Yeroboamu na Israeli yote, nisikilizeni mimi!
5 Hamfahamu kwamba BWANA, Mungu wa Israeli,
alimpa Daudi na wazao wake ufalme juu ya
Israeli milele kwa Agano la chumvi? 6 Hata hivyo
Yeroboamu mwana wa Nebati afisa wa Solomoni
mwana wa Daudi, aliasi dhidi ya bwana wake.
7 Baadhi ya watu wasiofaa kitu, wabaya kabisa wali-
mkusanyikia na kumpinga Rehoboamu mwana wa
Solomoni alipokuwa kijana mdogo asiyekuwa na
uamuzi, asiye na nguvu za kuweza kupingana nao.

8 "Hata sasa unapanga kupingana na ufalme
wa BWANA ambao uko mikononi mwa wazao wa
Daudi. Kweli ninyi ni jeshi kubwa nanyi mnazo
ndama za dhahabu Yeroboamu alizozitengeneza
kuwa miungu yenu. 9 Lakini je, hamkuwafukuza
makuhani wa BWANA, wana wa Aroni na Walawi
na kujifanyia makuhani wenu wenyewe kama yafa-
nyavyo mataifa ya nchi nyingine? Yeyote anayekuja
kujiweka wakfu akiwa na ndama dume na kondoo
dume saba aweza kuwa kuhani wa kile ambacho
ni miungu kwenu.

10 "Lakini kwetu sisi, BWANA ndiye Mungu wetu,
wala hatujamwacha. Makuhani wanaomtumikia
BWANA ni wana wa Aroni, nao Walawi wakiwa-
saidia. 11 Kila asubuhi na jioni wao hutoa sadaka
za kuteketezwa na kufukiza uvumba wa harufu
nzuri kwa BWANA. Wao huweka mikate juu ya
meza safi kwa taratibu za kiibada na kuwasha taa
kwenye kinara cha dhahabu kila jioni. Sisi tunazi-
shika kanuni za BWANA Mungu wetu. Lakini ninyi
mmemwacha Mungu. 12 Mungu yu pamoja nasi,
yeye ndiye kiongozi wetu. Makuhani wake wakiwa
na tarumbeta zao watapiga baragumu ya vita dhidi
yenu. Watu wa Israeli, msipigane dhidi ya BWANA,
Mungu wa baba zenu, kwa maana hamtashinda."

13 Basi Yeroboamu alikuwa ametuma jeshi kuzu-
nguka nyuma ya Yuda ili kwamba akiwa mbele
ya Yuda, jeshi liwavizie kwa nyuma. 14 Basi Yuda
wakageuka na kuona kwamba wanashambu-
liwa mbele na nyuma. Ndipo wakamlilia BWANA.
Makuhani wakapiga tarumbeta zao, 15 nao watu
wa Yuda wakapaza sauti ya kilio cha vita. Katika
kupiga kelele za vita, Mungu akawafukuza Yero-
boamu na Israeli wote mbele ya Mfalme Abiya na
Yuda. 16 Waisraeli wakakimbia mbele ya Yuda, naye
Mungu akawatia Israeli mikononi mwao. 17 Abiya
na watu wake wakawachinja kwa machinjo makuu,
hata wakawepo majeruhi 500,000 miongoni mwa
watu wenye uwezo wa Israeli. 18 Watu wa Israeli
walitiishwa katika tukio lile, nao watu wa Yuda
wakawa washindi kwa sababu walimtegemea
BWANA, Mungu wa baba zao.

19 Abiya akamfuatia Yeroboamu na kuteka miji ya
Betheli, Yeshana na Efroni kutoka kwake, pamoja
na vijiji vinavyoizunguka miji hiyo. 20 Yeroboamu

[a]3 Yaani watu kutoka sehemu ya Naili ya juu.

hakupata nguvu tena wakati wa utawala wa Abiya.
Naye Bwana akampiga Yeroboamu akafa.
21 Lakini Abiya akapata nguvu. Alioa wanawake
kumi na wanne na alikuwa na wana ishirini na
wawili na binti kumi na sita.
22 Matukio mengine ya utawala wa Abiya, pamoja
na mambo aliyofanya na aliyosema, yameandikwa
katika kitabu cha maelezo cha nabii Ido.

Asa Atawala

14 Naye Abiya akalala na baba zake, akazikwa
katika Mji wa Daudi. Asa mwanawe akawa
mfalme baada yake. Katika siku zake, nchi ikawa
na amani kwa miaka kumi.
2 Asa akatenda yaliyo mema na haki machoni pa
Bwana Mungu wake. 3 Akaziondoa madhabahu za
kigeni na mahali pa juu pa kuabudia miungu, aka-
yavunja yale mawe ya kuabudiwa na kuzikatakata
nguzo za Maashera. 4 Akawaamuru Yuda kumtafuta
Bwana, Mungu wa baba zao na kutii sheria zake na
amri zake. 5 Akaondoa mahali pa juu pa kuabudia
miungu na madhabahu za kufukizia uvumba kwe-
nye kila mji katika Yuda, nao ufalme ulikuwa na
amani katika utawala wake. 6 Akajenga miji yenye
ngome katika Yuda, wakati nchi ikiwa na amani.
Hakuna mtu yeyote aliyepigana vita naye katika
miaka hiyo, kwa kuwa Bwana alimstarehesha.
7 Mfalme akawaambia Yuda, "Tuijenge hii miji
na tuizungushie kuta, pamoja na minara, mala-
ngo na makomeo. Nchi bado ni yetu, kwa sababu
tumemtafuta Bwana Mungu wetu, tulimtafuta
naye ametupa raha kila upande." Hivyo wakajenga
na wakafanikiwa.
8 Asa alikuwa na jeshi la watu 300,000 kutoka
Yuda, wenye ngao kubwa na mikuki na jeshi la watu
280,000 kutoka Benyamini, wenye ngao ndogo
na pinde. Watu hawa wote walikuwa wapiganaji
mashujaa.
9 Zera Mkushi akatoka kupigana dhidi yao akiwa
na jeshi la watu maelfu ya maelfu na magari ya vita
300, nao wakaja mpaka Maresha. 10 Asa akatoka
kumkabili, nao wakapanga vita katika Bonde la
Sefatha karibu na Maresha.
11 Kisha Asa akamlilia Bwana Mungu wake na
kusema, "Ee Bwana, hakuna yeyote aliye kama
wewe wa kuwasaidia wasio na nguvu dhidi ya
wenye nguvu. Utusaidie, Ee Bwana, wewe ndiwe
Mungu wetu, kwa kuwa tunakutumainia wewe,
nasi kwa jina lako tumekuja dhidi ya jeshi hili
kubwa. Ee Bwana, wewe ndiwe Mungu wetu, usi-
waache wanadamu wakushinde wewe."
12 Bwana akawapiga Wakushi mbele ya Asa na
Yuda. Wakushi wakakimbia, 13 naye Asa na jeshi
lake wakawafuatia mpaka Gerari. Idadi kubwa ya
Wakushi ilianguka hata wasiweze kuinuka tena,
wakapondapondwa mbele za Bwana na majeshi
yake. 14 Watu wa Yuda wakachukua nyara nyingi
sana, wakaangamiza vijiji vyote vinavyoizunguka
Gerari, kwa kuwa hofu ya Bwana ilikuwa imewaa-
ngukia. Wakateka nyara vijiji hivi vyote, kwani
kulikuwepo nyara nyingi huko. 15 Pia wakasha-
mbulia kambi za wachunga makundi ya wanyama
wakachukua na kuyaswaga makundi ya kondoo,
mbuzi na ngamia. Kisha wakarudi Yerusalemu.

Asa Afanya Matengenezo

15 Roho wa Bwana akamjia Azaria mwana
wa Odedi. 2 Akatoka ili kumlaki Asa na
kumwambia, "Nisikilizeni, Asa na Yuda wote na
Benyamini. Bwana yu pamoja nanyi mkiwa pamoja
naye. Kama mkimtafuta, ataonekana kwenu, lakini
kama mkimwacha yeye, naye atawaacha ninyi.
3 Kwa muda mrefu Israeli walikuwa hawana Mungu
wa kweli, walikuwa hawana kuhani wa kuwafundi-
sha na wala hawakuwa na sheria. 4 Lakini katika
taabu yao walimrudia Bwana, Mungu wa Israeli
na kumtafuta, naye akaonekana kwao. 5 Katika
siku hizo hapakuwa na amani kwa yeyote aliyesa-
firi, kutoka wala kuingia, kwa kuwa wakazi wote
wa nchi walikuwa katika machafuko makubwa.
6 Taifa moja lilipigana na taifa lingine na mji mmoja
ukapigana na mji mwingine, kwa sababu Mungu
alikuwa anawahangaisha kwa taabu za kila aina.
7 Lakini kwa habari yenu ninyi, kuweni hodari wala
msikate tamaa, kwa kuwa mtapata thawabu kwa
kazi yenu."
8 Asa aliposikia maneno haya na unabii wa
Azaria mwana wa Odedi nabii, akajipa moyo.
Akaziondoa sanamu zote zilizokuwa machukizo
katika nchi yote ya Yuda na Benyamini na kutoka
miji aliyoiteka ya vilima vya Efraimu. Akakarabati
madhabahu ya Bwana iliyokuwa mbele ya ukumbi
wa Hekalu la Bwana.
9 Kisha akakutanisha Yuda wote, Benyamini na
watu kutoka Efraimu, watu wa Manase na Simeoni
waliokuwa wanaishi miongoni mwao, kwa maana
idadi kubwa walikuwa wamemjia kutoka Israeli
walipoona kwamba Bwana Mungu wake alikuwa
pamoja naye.
10 Basi wakakusanyika huko Yerusalemu mwezi
wa tatu katika mwaka wa kumi na tano wa uta-
wala wa Asa. 11 Wakati huo wakamtolea Bwana
dhabihu za ng'ombe 700, kondoo na mbuzi
7,000 kutoka zile nyara walizoteka. 12 Wakafanya
agano kumtafuta Bwana, Mungu wa baba zao kwa
moyo wao wote na kwa roho yao yote. 13 Wale wote
ambao hawangemtafuta Bwana, Mungu wa Israeli
wangelazimika kuuawa, akiwa mdogo au mkubwa,
mwanaume au mwanamke. 14 Wakamwapia Bwana
kwa sauti kuu, kwa kupiga kelele, tarumbeta na
kwa mabaragumu. 15 Yuda wote wakafurahia kile
kiapo kwa sababu walikuwa wameapa kwa moyo
wao wote. Wakamtafuta Mungu kwa bidii, naye
akaonekana kwao. Kwa hiyo Bwana akawastare-
hesha pande zote.
16 Mfalme Asa akamwondolea Maaka mama
yake wadhifa wake kama mama malkia kwa
sababu alikuwa ametengeneza nguzo ya Ashera
ya kuchukiza. Asa akaikata hiyo nguzo, akaivu-
njavunja na kuiteketeza kwa moto katika Bonde
la Kidroni. 17 Ijapokuwa hakuondoa mahali pa juu
pa kuabudia miungu katika Israeli, moyo wa Asa
ulikuwa umejiweka kwa Bwana kikamilifu maisha
yake yote. 18 Akaleta ndani ya Hekalu la Mungu
fedha na dhahabu na vile vyombo ambavyo yeye
na baba yake walikuwa wameviweka wakfu.
19 Hapakuwepo vita tena mpaka mwaka wa the-
lathini na tano wa utawala wake Asa.

Miaka Ya Mwisho Ya Mfalme Asa

16 Katika mwaka wa thelathini na sita wa utawala
wa Asa, Mfalme Baasha wa Israeli akashambu-
lia Yuda na kuweka ngome mji wa Rama ili kumzuia
yeyote asitoke wala kuingia nchi ya Mfalme Asa
wa Yuda.
2 Ndipo Asa akachukua fedha na dhahabu
kutoka hazina ya Hekalu la Bwana na kutoka
jumba lake mwenyewe la kifalme na kumpelekea
Ben-Hadadi mfalme wa Aramu, ambaye alikuwa
anatawala huko Dameski. 3 Akasema, "Pawepo na
mkataba kati yangu na wewe, kama ulivyokuwepo
kati ya baba yangu na baba yako. Tazama, nimeku-
letea fedha na dhahabu. Sasa vunja mkataba wako
na Baasha mfalme wa Israeli ili aniondokee mimi."
4 Ben-Hadadi akakubaliana na Mfalme Asa na
kutuma majemadari wa majeshi yake dhidi ya miji
ya Israeli. Wakashinda Iyoni, Dani, Abel-Maimu na
miji yote ya hazina ya Naftali. 5 Baasha aliposikia
jambo hili, akasimamisha kujenga Rama na kuacha
kazi yake. 6 Ndipo Mfalme Asa akawaleta watu wote
wa Yuda, nao wakachukua mawe na miti ambayo
Baasha alikuwa anavitumia huko Rama. Kwa vitu
hivyo akajenga Geba na Mispa.
7 Ikawa wakati huo mwonaji Hanani akamjia
Mfalme Asa wa Yuda na kumwambia: "Kwa sababu
ulimtegemea mfalme wa Aramu nawe hukumte-
gemea Bwana Mungu wako, jeshi la mfalme wa
Aramu limeponyoka mkononi mwako. 8 Je, huku-
mbuki lililotendeka kwa Wakushi na Walibia,
hawakuwa jeshi lenye nguvu na magari mengi ya
vita na wapanda farasi? Hata hivyo, ulipomtege-
mea Bwana yeye aliwatia mkononi mwako. 9 Kwa
kuwa macho ya Bwana hukimbiakimbia duniani
kote ili kujionyesha mwenye nguvu kwa ajili ya
wale ambao mioyo yao inamtegemea kwa ukami-
lifu. Umefanya jambo la upumbavu na kuanzia
sasa na kuendelea utakuwa na vita."
10 Asa akamkasirikia mwonaji kwa sababu ya
jambo hili. Alikuwa ameghadhibika sana hata
akamweka gerezani. Wakati huo huo Asa akaanza
kuwatesa na kuwaonea baadhi ya watu kwa ukatili.
11 Matukio ya utawala wa Asa, kuanzia mwanzo
mpaka mwisho, yameandikwa katika kitabu cha
wafalme wa Yuda na Israeli. 12 Katika mwaka wa
thelathini na tisa wa utawala wake, Asa alipatwa
na ugonjwa kwenye miguu yake. Ingawa ugonjwa
wake ulimzidia sana, hata katika kuugua kwake
hakutafuta msaada kutoka kwa Bwana bali kwa
matabibu tu. 13 Katika mwaka wa arobaini na moja
wa utawala wa Asa, alikufa na kulala na baba zake.
14 Nao wakamzika katika kaburi lile alilokuwa
amejichongea mwenyewe katika Mji wa Daudi.
Wakamzika kwa jeneza lililowekwa vikolezi na
mchanganyiko wa manukato ya aina mbalimbali
yaliyotengenezwa kwa utaalamu wa mtengeneza
marashi, nao wakawasha moto mkubwa kwa
heshima yake.

Yehoshafati Mfalme Wa Yuda

17 Yehoshafati mwanawe akawa mfalme baada
yake na akajiimarisha dhidi ya Israeli. 2 Aka-
weka jeshi katika miji yote ya Yuda yenye ngome
na kuweka askari walinzi katika Yuda na katika
miji ya Efraimu ile ambayo baba yake Asa alikuwa
ameiteka.
3 Bwana Mungu alikuwa na Yehoshafati kwa
sababu katika miaka yake ya mwanzoni alienenda
katika njia za Daudi baba yake. Hakutafuta Mabaali
4 bali alimtafuta Mungu wa baba yake na kuzifuata
amri zake badala ya kufuata desturi za watu wa
Israeli. 5 Kwa hiyo Bwana akauimarisha ufalme
chini ya uongozi wake, nao Yuda wote wakamletea
Yehoshafati zawadi, hivyo akawa na utajiri mwingi
na heshima. 6 Moyo wake ukawa hodari katika njia
za Bwana na zaidi ya yote, akaondoa mahali pa
juu pa kuabudia miungu na nguzo za Maashera
katika Yuda.
7 Katika mwaka wa tatu wa utawala wa akatuma
maafisa wake ambao ni: Ben-Haili, Obadia, Zekaria,
Nethaneli na Mikaya ili kufundisha katika miji ya
Yuda. 8 Pamoja nao walikuwepo Walawi fulani nao
ni: Shemaya, Nethania, Zebadia, Asaheli, Shemira-
mothi, Yehonathani, Adoniya, Tobia, Tob-Adonia,
pamoja nao walikuwepo makuhani Elishama na
Yehoramu. 9 Wakafundisha Yuda yote, wakiwa
wamechukua Kitabu cha Sheria ya Bwana waka-
zunguka miji yote ya Yuda na kufundisha watu.
10 Hofu ya Bwana ikawa juu ya falme zote za nchi
zilizozunguka Yuda, hivyo hawakufanya vita na
Yehoshafati. 11 Baadhi ya Wafilisti wakamletea
Yehoshafati zawadi na fedha kama ushuru, nao
Waarabu wakamletea mifugo: kondoo dume 7,700
na mbuzi 7,700.
12 Yehoshafati akaendelea kupata nguvu zaidi
na zaidi, akajenga ngome na miji ya hazina katika
Yuda 13 na akawa na wingi mkubwa wa vitu katika
miji ya Yuda. Pia aliweka askari wa vita wenye
uzoefu huko Yerusalemu. 14 Wakaandikishwa
katika jamaa zao kama ifuatavyo:

Kutoka Yuda, majemadari wa vikosi vya elfu:
Jemadari Adna akiwa na askari wa vita
300,000;
15 aliyefuata ni jemadari Yehohanani, akiwa
na askari 280,000 walio tayari kwa vita;
16 aliyefuata ni Amasia mwana wa Zikri,
ambaye alijitolea kwa ajili ya kazi ya
Bwana, akiwa na askari 200,000.
17 Kutoka Benyamini:
Eliada, askari shujaa akiwa na watu
200,000 wenye silaha za nyuta na ngao;
18 aliyefuata ni Yehozabadi, akiwa na askari
180,000 wenye silaha za vita.

19 Hawa ndio waliomtumikia mfalme, mbali na
wale mfalme aliweka katika miji yenye ngome huko
Yuda yote.

Mikaya Atoa Unabii Dhidi Ya Ahabu

18 Basi, Yehoshafati alikuwa na mali nyingi
sana na heshima. Naye akafanya urafiki na
Ahabu kwa mwanawe kumwoa binti wa Ahabu.
2 Baada ya miaka kadhaa akashuka kumtembelea
Ahabu huko Samaria. Ahabu akachinja ng'ombe
na kondoo wengi kwa ajili yake na watu aliokuwa
amefuatana nao. Kisha Ahabu akamshawishi

Yehoshafati kukwea pamoja naye ili kuishambulia Ramoth-Gileadi. 3 Ahabu mfalme wa Israeli akamuuliza Yehoshafati mfalme wa Yuda, "Je, utakwenda pamoja nami kupigana dhidi ya Ramoth-Gileadi?"

Yehoshafati akamjibu mfalme wa Israeli, "Mimi ni kama wewe, watu wangu ni kama watu wako, farasi wangu ni kama farasi wako. Tutakuwa pamoja nawe vitani." 4 Lakini Yehoshafati pia akamwambia mfalme wa Israeli, "Kwanza tafuta shauri la Bwana."

5 Kwa hiyo mfalme wa Israeli akawaleta pamoja manabii wanaume wapatao mia nne, akawauliza, "Je, twende vitani dhidi ya Ramoth-Gileadi, au niache?"

Wakajibu, "Naam, nenda kwa kuwa Mungu ataiweka Ramoth-Gileadi mkononi mwa mfalme."

6 Lakini Yehoshafati akauliza, "Je, hayuko nabii wa Bwana hapa ambaye tunaweza kumuuliza?"

7 Mfalme wa Israeli akamjibu Yehoshafati, "Bado yupo mtu mmoja ambaye kupitia yeye twaweza kumuuliza shauri la Bwana, lakini namchukia kwa sababu huwa hatabiri jambo lolote jema kunihusu mimi, lakini kila mara hunitabiria mabaya tu. Yeye ni Mikaya mwana wa Imla."

Yehoshafati akajibu, "Mfalme hapaswi kusema hivyo."

8 Kwa hiyo mfalme wa Israeli akamwita mmoja wa maafisa wake na kusema, "Mlete Mikaya mwana wa Imla mara moja."

9 Wakiwa wamevalia majoho yao ya kifalme, mfalme wa Israeli na Yehoshafati mfalme wa Yuda walikuwa wameketi juu ya viti vyao vya kifalme katika sakafu ya kupuria, kwenye ingilio la lango la Samaria, pamoja na manabii wote wakiwa wakitabiri mbele yao. 10 Wakati huu Sedekia mwana wa Kenaana alikuwa ametengeneza pembe za chuma, akatangaza, "Hivi ndivyo Bwana asemavyo, 'Kwa hizi pembe utawapiga na kuwarudisha Waaramu nyuma mpaka wameangamizwa.' "

11 Manabii wengine wote walikuwa wanatabiri kitu hicho hicho, wakisema, "Ishambulie Ramoth-Gileadi na uwe mshindi. Kwa kuwa Bwana ataitia mkononi mwa mfalme."

12 Mjumbe aliyekuwa amekwenda kumwita Mikaya akamwambia, "Tazama, manabii wote kama mtu mmoja wanatabiri ushindi kwa mfalme. Neno lako na likubaliane na lao, nawe unene mema kuhusu mfalme."

13 Lakini Mikaya akasema, "Hakika kama Bwana aishivyo, nitamwambia kile tu Bwana atakachoniambia."

14 Alipofika, mfalme akamuuliza, "Mikaya, je, twende vitani dhidi ya Ramoth-Gileadi au niache?"

Akamjibu, "Shambulia na ushinde, kwa kuwa watatiwa mkononi mwako."

15 Mfalme akamwambia, "Je, ni mara ngapi nitakuapisha ili usiniambie kitu chochote ila kweli tu kwa jina la Bwana?"

16 Ndipo Mikaya akajibu, "Niliona Israeli wote wametawanyika vilimani kama kondoo wasio na mchungaji, naye Bwana akasema, 'Watu hawa hawana bwana. Mwache kila mmoja aende nyumbani kwa amani.' "

17 Mfalme wa Israeli akamwambia Yehoshafati, "Sikukuambia kwamba huwa hatabiri jambo lolote jema kunihusu bali mabaya tu?"

18 Mikaya akaendelea, "Kwa hiyo lisikie neno la Bwana: Nilimwona Bwana ameketi juu ya kiti chake cha enzi pamoja na jeshi lote la mbinguni likiwa limesimama upande wa kulia na wa kushoto. 19 Naye Bwana akasema, 'Ni nani atakayemshawishi Ahabu, mfalme wa Israeli, ili aishambulie Ramoth-Gileadi na kukiendea kifo chake huko?'

"Mmoja akapendekeza hili na mwingine lile. 20 Mwishoni, roho akajitokeza, akasimama mbele za Bwana na kusema, 'Nitamshawishi.'

"Bwana akauliza, 'Kwa njia gani?'

21 "Akasema, 'Nitakwenda na kuwa roho ya uongo katika vinywa vya manabii wake wote.'

"Bwana akasema, 'Utafanikiwa katika kumshawishi. Nenda ukafanye hivyo.'

22 "Kwa hiyo sasa Bwana ameweka roho ya kudanganya ndani ya vinywa vya hawa manabii wako wote. Bwana ameamuru maafa kwa ajili yako."

23 Kisha Sedekia mwana wa Kenaana akatoka na kumpiga Mikaya kofi usoni. Akauliza, "Huyo Roho kutoka kwa Bwana alipita njia gani alipotoka kwangu ili kusema nawe?"

24 Mikaya akajibu, "Utagundua siku hiyo utakapokwenda kujificha kwenye chumba cha ndani."

25 Kisha mfalme wa Israeli akaagiza, "Mchukueni na mkamrudishe kwa Amoni mtawala wa mji na kwa Yoashi mwana wa mfalme. 26 Mkaseme, 'Hivi ndivyo asemavyo mfalme: Mwekeni mtu huyu gerezani na asipewe chochote ila mkate na maji mpaka nitakaporudi salama.' "

27 Mikaya akasema, "Kama utarudi salama, basi Bwana hajanena kupitia kwangu." Kisha akaongeza kusema, "Zingatieni maneno yangu, enyi watu wote!"

Ahabu Anauawa Huko Ramoth-Gileadi

28 Basi mfalme wa Israeli na Yehoshafati mfalme wa Yuda wakaenda Ramoth-Gileadi. 29 Mfalme wa Israeli akamwambia Yehoshafati, "Nitaingia vitani nikiwa nimejibadilisha, lakini wewe uvae majoho yako ya kifalme." Kwa hiyo mfalme wa Israeli akajibadilisha na kwenda vitani.

30 Wakati huu, mfalme wa Aramu alikuwa amewaagiza majemadari thelathini na wawili wa magari ya vita, "Msipigane na yeyote, mdogo au mkubwa, isipokuwa mfalme wa Israeli." 31 Wakati wale majemadari wa magari ya vita walipomwona Yehoshafati, wakafikiri, "Hakika huyu ndiye mfalme wa Israeli." Kwa hiyo wakageuka ili wamshambulie, lakini Yehoshafati akapiga kelele, naye Bwana akamsaidia. Mungu akawaondoa kwake, 32 wale majemadari wakaona kwamba hakuwa mfalme wa Israeli nao wakaacha kumfuatilia.

33 Lakini mtu fulani akavuta upinde pasipo lengo na kumpiga mfalme wa Israeli katikati ya kiungio cha mavazi yake ya chuma, mfalme akamwambia mwendesha gari lake, "Geuza gari na uniondoe mimi katika mapigano, nimejeruhiwa." 34 Vita vikaendelea mchana kutwa, naye mfalme wa Israeli akajitegemeza ndani ya gari lake kuwaelekea Waaramu hadi jioni. Basi jioni yake akafa.

Yehu Amkemea Yehoshafati

19 Mfalme Yehoshafati wa Yuda akarudi
salama kwenye jumba lake la kifalme huko
Yerusalemu. 2 Yehu mwonaji, mwana wa Hanani,
akapanda kwenda kuonana naye akamwambia
Mfalme Yehoshafati, "Je, utawasaidia waovu na
kuwapenda wale wanaomchukia Bwana? Kwa
sababu ya jambo hili, ghadhabu ya Bwana iko juu
yako. 3 Hata hivyo, kuna mema yaliyoonekana
kwako, kwa kuwa umeondoa katika nchi nguzo
za Ashera na umeukaza moyo wako katika kumta-
futa Mungu."

Yehoshafati Aweka Waamuzi

4 Yehoshafati aliishi huko Yerusalemu, naye
akatoka akaenda tena miongoni mwa watu, kua-
nzia Beer-Sheba hadi nchi ya vilima ya Efraimu na
kuwageuza wakamrudia Bwana, Mungu wa baba
zao. 5 Akawaweka waamuzi katika nchi, kwenye
miji yote ya Yuda yenye maboma. 6 Akawaambia,
"Angalieni kwa makini yale mtendayo, kwa kuwa
hamkuhukumu kwa ajili ya mwanadamu bali kwa
ajili ya Bwana ambaye yu pamoja nanyi kila mtoapo
hukumu. 7 Basi sasa hofu ya Bwana na iwe juu yenu.
Hukumuni kwa uangalifu, kwa kuwa kwa Bwana
Mungu wetu hakuna jambo lisilo la haki, upende-
leo, wala rushwa."

8 Pia huko Yerusalemu, Yehoshafati akaweka
baadhi ya Walawi, makuhani na viongozi wa
jamaa za Waisraeli ili kutoa hukumu kwa ajili ya
Bwana na kuamua magomvi. Nao waliishi huko
Yerusalemu. 9 Akawapa maagizo haya: "Ni lazima
mtumike kwa uaminifu na kwa moyo wote katika
kicho cha Bwana. 10 Katika kila shauri lifikalo
mbele yenu kutoka kwa ndugu zenu wale wai-
shio katika miji, ikiwa ni la umwagaji wa damu au
mambo mengine yahusuyo sheria, amri, hukumu
au maagizo, inawapasa ninyi kuwaonya kwamba
wasiingie katika hatia dhidi ya Bwana, la sivyo
ghadhabu yake itakuja juu yenu na ndugu zenu.
Tendeni hivyo, nanyi hamtatenda dhambi.

11 "Amaria kuhani mkuu atakuwa juu yenu katika
jambo lolote linalomhusu Bwana naye Zebadia
mwana wa Ishmaeli, kiongozi wa kabila la Yuda,
atakuwa juu yenu kwa jambo lolote linalomhusu
mfalme, nao Walawi watatumika kama maafisa
mbele yenu. Tendeni kwa ujasiri, naye Bwana
atakuwa pamoja na wale watendao vyema."

20 Ikawa baada ya jambo hili, Wamoabu na Waa-
moni, pamoja na baadhi ya Wameuni wakaja
ili wapigane vita na Yehoshafati.

2 Watu fulani wakaja wakamwambia Yehoshafati,
"Jeshi kubwa linakuja dhidi yako kutoka Edomu
tokea ng'ambo ile nyingine ya Bahari.[a] Tayari liko
Hasason-Tamari" (yaani En-Gedi). 3 Yehoshafati
akaogopa, akaazimu kumtafuta Bwana, na aka-
tangaza kwa Yuda wote kufunga. 4 Watu wa Yuda
wakakusanyika pamoja ili kutafuta msaada kutoka
kwa Bwana. Wakaja kutoka kila mji wa Yuda ili
kumtafuta.

5 Kisha Yehoshafati akasimama katika kusanyiko
la Yuda na Yerusalemu katika Hekalu la Bwana,
mbele ya ua mpya, 6 akasema:

"Ee Bwana, Mungu wa baba zetu, si wewe
ndiwe uliye Mungu mbinguni? Si wewe ndiwe
utawalaye juu ya falme zote za mataifa?
Uweza na nguvu viko mkononi mwako, wala
hakuna yeyote awezaye kushindana nawe.
7 Je, si wewe, Ee Mungu wetu, uliyewafukuza
wenyeji wa nchi hii mbele ya watu wako
Israeli, ukawapa wazao wa Abrahamu, rafiki
yako, hata milele? 8 Wameishi ndani yake na
humo wamekujengea mahali patakatifu kwa
ajili ya Jina lako, wakisema: 9 'Kama maafa
yakitujia, ikiwa ni upanga, hukumu, tauni,
au njaa, tutasimama mbele zako, mbele ya
Hekalu hili ambalo limeitwa kwa Jina lako na
kukulilia katika shida yetu, nawe utatusikia
na kutuokoa.'

10 "Lakini sasa hawa watu wa kutoka Amoni,
Moabu na Mlima Seiri, ambao hukuwaruhusu
Israeli wazivamie nchi zao wakati walitoka
Misri, hivyo wakageukia mbali nao na hawa-
kuwaangamiza, 11 tazama jinsi wanavyotulipa
kwa kuja kututupa nje ya milki uliyotupa
sisi kuwa urithi. 12 Ee Mungu wetu, je, wewe
hutawahukumu? Kwa kuwa sisi hatuna uwezo
wa kukabiliana na jeshi hili kubwa linalokuja
kutushambulia. Sisi hatujui la kufanya, bali
macho yetu yanakutazama wewe."

13 Watu wote wa Yuda pamoja na wake zao,
watoto wao na wadogo wao wakasimama pale
mbele za Bwana.

14 Ndipo Roho wa Bwana akaja juu ya mtu mmoja
jina lake Yahazieli mwana wa Zekaria, mwana wa
Benaya, Mwana wa Yeieli, mwana wa Matania,
Mlawi mzao wa Asafu alipokuwa amesimama
katika kusanyiko.

15 Akasema: "Sikilizeni, enyi Yuda wote nanyi
nyote mkaao Yerusalemu, nawe Mfalme Yehosha-
fati! Hili ndilo Bwana asemalo kwenu, 'Msiogope
wala msifadhaike kwa sababu ya jeshi hili kubwa.
Kwa maana vita hivi si vyenu, bali ni vya Mungu.
16 Kesho shukeni kukabiliana nao. Watakwea kwa
kupandia Genge la Sisi, nanyi mtawakuta mwisho
wa bonde, kabla ya Jangwa la Yerueli. 17 Hamtahi-
taji kupigana vita hivi. Kaeni kwenye nafasi zenu,
simameni imara na mkaone wokovu Bwana ata-
kaowapatia, enyi Yuda na Yerusalemu. Msiogope,
wala msifadhaike. Kesho tokeni mwende mkawa-
kabili, naye Bwana atakuwa pamoja nanyi.' "

18 Yehoshafati akainamisha uso wake chini, nao
watu wote wa Yuda na Yerusalemu wakaanguka
chini ili kuabudu mbele za Bwana. 19 Ndipo baadhi
ya Walawi kutoka kwa Wakohathi na kwa wana wa
Kora wakasimama na kumsifu Bwana, Mungu wa
Israeli, kwa sauti kuu sana.

20 Asubuhi na mapema wakaondoka kuelekea
Jangwa la Tekoa. Walipoanza safari, Yehoshafati
akasimama akasema, "Nisikilizeni, enyi Yuda, na
watu wa Yerusalemu! Mwaminini Bwana Mungu
wenu, hivyo mtathibitika, wasadikini manabii wake
nanyi mtafanikiwa. 21 Alipomaliza kushauriana na

[a]2 Yaani Bahari ya Chumvi.

watu, Yehoshafati akawaweka watu wa kumwimbia
Bwana na kumsifu katika utukufu wa utakatifu
wake walipokuwa wametangulia mbele ya jeshi,
wakisema:

"Mshukuruni Bwana
kwa kuwa upendo wake wadumu milele."

22 Walipoanza kuimba na kusifu, Bwana aka-
weka waviziao dhidi ya watu wa Amoni, Moabu
na wale wa Mlima Seiri waliokuwa wamekuja
kuishambulia Yuda, nao wakashindwa. 23 Watu wa
Amoni na Moabu wakawainukia watu wa Mlima
Seiri ili kuwaua na kuwaangamiza kabisa. Baada
ya kumaliza kuwachinja watu wa Seiri, wakaanga-
mizana wao kwa wao.

24 Yuda walipofika katika mnara wa ulinzi wa
jangwani, wakaliangalia lile jeshi kubwa, wakaona
ni maiti tupu zimetapakaa ardhini, wala hakuna
yeyote aliyenusurika. 25 Hivyo Yehoshafati na watu
wake wakaenda kujitwalia nyara kutoka kwao, nao
wakakuta humo wingi wa mifugo, mali, nguo na
vitu vya thamani, ambavyo vilikuwa vingi zaidi
ya vile walivyoweza kuchukua. Wakakusanya
nyara kwa siku tatu kwa sababu zilikuwa nyingi
mno. 26 Siku ya nne wakakusanyika katika Bonde
la Beraka[a] kwa maana huko ndiko walikomsifu
Bwana. Ndiyo sababu linaitwa Bonde la Beraka
mpaka leo.

27 Kisha watu wote wa Yuda na Yerusalemu,
wakiongozwa na Yehoshafati, wakarudi Yeru-
salemu wakiwa na furaha kwa kuwa Bwana
alikuwa amewasababisha wafurahi juu ya adui
zao. 28 Wakaingia Yerusalemu na kwenda hekaluni
mwa Bwana wakiwa na vinubi, zeze na tarumbeta.

29 Hofu ya Mungu ikazipata falme zote za nchi
waliposikia jinsi Bwana alivyokuwa amepigana
dhidi ya adui za Israeli. 30 Ufalme wa Yehoshafati
ukawa na amani, kwa kuwa Mungu wake alikuwa
amemstarehesha pande zote.

Mwisho Wa Utawala Wa Yehoshafati

31 Hivyo Yehoshafati akatawala Yuda. Alikuwa
na umri wa miaka thelathini na mitano alipoanza
kutawala, akatawala katika Yerusalemu kwa miaka
ishirini na mitano. Mama yake aliitwa Azuba binti
Shilhi. 32 Alienenda katika njia za Asa baba yake
wala hakwenda kinyume chake. Alifanya yaliyo
mema machoni pa Bwana. 33 Hata hivyo mahali
pa juu pa kuabudia hapakuondolewa, na watu
wakawa bado hawajaelekeza mioyo yao kwa Mungu
wa baba zao.

34 Matukio mengine ya utawala wa Yehoshafati,
kuanzia mwanzo hadi mwisho, yameandikwa
katika kitabu cha kumbukumbu cha Yehu mwana
wa Hanani, ambazo zimeandikwa katika kitabu
cha wafalme wa Israeli.

35 Hatimaye Yehoshafati mfalme wa Yuda
akafanya urafiki na Ahazia mfalme wa Israeli
ambaye alifanya maovu sana. 36 Akaungana naye
kutengeneza meli nyingi za kwenda Tarshishi,[b]
nazo zilitengenezwa huko Esion-Geberi. 37 Ndipo
Eliezeri mwana wa Dodavahu wa Maresha akatoa
unabii dhidi ya Yehoshafati, akasema, "Kwa kuwa
umeungana na Ahazia, Bwana ataangamiza vile
mlivyotengeneza." Zile meli zikavunjika na hazi-
kuweza kung'oa nanga ili kwenda Tarshishi.

Yehoramu Atawala

21 Yehoshafati akalala na baba zake, akazikwa
pamoja nao katika Mji wa Daudi. Mwanawe
Yehoramu akawa mfalme baada yake. 2 Ndugu zake
Yehoramu, wana wa Yehoshafati walikuwa: Azaria,
Yehieli, Zekaria, Azaria, Mikaeli na Shefatia. Hawa
wote walikuwa wana wa Yehoshafati mfalme wa
Israeli.[c] 3 Baba yao alikuwa amewapa zawadi nyingi
za fedha na dhahabu na vitu vya thamani, pamoja
na miji yenye ngome huko Yuda, bali ufalme aka-
mpa Yehoramu kwa sababu alikuwa mwanawe
mzaliwa wa kwanza.

4 Baada ya Yehoramu kujiimarisha katika ufa-
lme wa baba yake, akawaua kwa upanga ndugu
zake wote pamoja na baadhi ya wakuu wa Israeli.
5 Yehoramu alikuwa na umri wa miaka thelathini
na miwili alipoanza kutawala, naye akatawala huko
Yerusalemu kwa miaka minane. 6 Akaenenda katika
njia za wafalme wa Israeli, kama nyumba ya Ahabu
ilivyokuwa imefanya, kwa kuwa alimwoa binti wa
Ahabu. Akatenda maovu machoni pa Bwana. 7 Hata
hivyo, kwa sababu ya Agano ambalo Bwana ali-
kuwa amefanya na Daudi, Bwana hakuwa radhi
kuangamiza nyumba ya Daudi. Mungu alikuwa
ameahidi kuidumisha taa kwa ajili yake na wazao
wake milele.

8 Wakati wa Yehoramu, Edomu waliasi dhidi ya
Yuda na kujiwekea mfalme wao wenyewe. 9 Basi
Yehoramu akaenda huko pamoja na maafisa wake
na magari yake ya vita. Waedomu wakamzunguka
yeye na majemadari wake wa magari yake ya vita,
lakini akaondoka, akapenya usiku na kuwasha-
mbulia Waedomu. 10 Hadi leo Edomu wameasi
dhidi ya Yuda.

Libna pia wakaasi wakati huo huo kwa sababu
Yehoramu alikuwa amemwacha Bwana, Mungu wa
baba zake. 11 Alikuwa pia ametengeneza mahali pa
juu pa kuabudia miungu katika vilima vya Yuda na
akawa amewasababisha watu wa Yerusalemu kufa-
nya uzinzi na akawa amewapotosha watu wa Yuda.

12 Yehoramu akapokea barua kutoka kwa nabii
Eliya iliyosema:

"Hili ndilo Bwana, Mungu wa Daudi baba
yako, asemalo: 'Hukuenenda katika njia za
Yehoshafati baba yako au za Asa mfalme
wa Yuda. 13 Lakini umeenenda katika njia za
wafalme wa Israeli, nawe umewaongoza Yuda
na watu wa Yerusalemu kuzini, kama vile
nyumba ya Ahabu ilivyofanya. Pia umewaua
ndugu zako mwenyewe, watu wa nyumbani
mwa baba yako, watu waliokuwa bora kuliko
wewe. 14 Hivyo basi Bwana yu karibu kuwa-
piga watu wako, wanao, wake zako na kila
kitu kilicho chako, kwa pigo zito. 15 Wewe

[a]26 Bonde la Beraka maana yake Bonde la Kusifu.
[b]36 Au: za biashara (ona pia 1Fal 10:22; 22:48; 2Nya 9:21; Isa 2:16; 60:9).
[c]2 Yaani Yuda.

mwenyewe utaugua sana kwa ugonjwa wa
tumbo kwa muda mrefu, hadi ugonjwa uta-
kaposababisha matumbo yako kutoka nje.' "

16 Bwana akaamsha chuki ya Wafilisti na ya
Waarabu walioishi karibu na Wakushi dhidi ya
Yehoramu. 17 Wakaishambulia Yuda, wakaivamia
na kuchukua mali zote zilizopatikana katika
jumba la mfalme pamoja na wanawe na wake zake.
Hakubakiziwa mwana yeyote isipokuwa Ahazia
aliyekuwa mdogo wa wote.
18 Baada ya mambo haya yote, Bwana akampiga
Yehoramu kwa ugonjwa usioponyeka wa matumbo.
19 Ikawa baada ya muda, mwisho wa mwaka wa
pili, matumbo yake yakatoka nje kwa sababu ya
ugonjwa, naye akafa katika maumivu makali sana.
Watu wake hawakuwasha moto kwa heshima yake,
kama walivyokuwa wamewafanyia baba zake.
20 Yehoramu alikuwa na umri wa miaka thela-
thini na miwili alipokuwa mfalme, naye akatawala
huko Yerusalemu miaka minane. Akafa, bila kusi-
kitikiwa na mtu yeyote, naye akazikwa katika Mji
wa Daudi, lakini si katika makaburi ya wafalme.

Ahazia Mfalme Wa Yuda

22 Watu wa Yerusalemu wakamfanya Ahazia,
mdogo wa wote wa wana wa Yerohamu, kuwa
mfalme mahali pa baba yake, kwa sababu washa-
mbuliaji wa ghafula waliokuwa wameingia kambini
pamoja na Waarabu, walikuwa wamewaua wana
wakubwa wote wa Yehoramu. Kwa hiyo Ahazia
mwana wa Yehoramu mfalme wa Yuda akaanza
kutawala.
2 Ahazia alikuwa na umri wa miaka ishirini na
miwili alipoanza kutawala, naye akatawala katika
Yerusalemu kwa mwaka mmoja. Mama yake aliitwa
Athalia, mjukuu wa Omri.
3 Ahazia naye akaenenda katika njia za nyumba
ya Ahabu, kwa sababu mama yake alimshawishi
katika kutenda maovu. 4 Akafanya yaliyo maovu
machoni pa Bwana kama walivyokuwa wamefa-
nya nyumba ya Ahabu, kwa kuwa baada ya kufa
kwa baba yake nyumba ya Ahabu ndio waliokuwa
washauri wake, kwa uangamivu wake. 5 Pia aka-
fuata shauri lao alipokwenda pamoja na Yoramu
mwana wa Ahabu mfalme wa Israeli kupigana na
Hazaeli mfalme wa Aramu huko Ramoth-Gileadi.
Waaramu wakamjeruhi Yoramu. 6 Hivyo akarudi
Yezreeli ili apate kuuguza majeraha aliyojeruhiwa
huko Ramothi[a] alipopigana na Hazaeli mfalme wa
Aramu.

Ndipo Ahazia mwana wa Yehoramu, mfalme
wa Yuda, akashuka kwenda Yezreeli kumtazama
Yoramu mwana wa Ahabu, kwa sababu alikuwa
amejeruhiwa.
7 Mungu alikuwa ameamuru kwamba kuanguka
kwa Ahazia kungetokea atakapokwenda kumwona
Yoramu. Ahazia alipowasili, wakatoka pamoja na
Yoramu ili kwenda kukutana na Yehu mwana wa
Nimshi, ambaye Bwana alikuwa amemtia mafuta
kuangamiza nyumba ya Ahabu. 8 Yehu alipokuwa
anatekeleza hukumu juu ya nyumba ya Ahabu,
akawakuta wakuu wa Yuda na wana wa jamaa ya
Ahazia waliokuwa wanamhudumia Ahazia, naye
akawaua. 9 Ndipo akaenda kumsaka Ahazia, nao
watu wake wakamkamata alipokuwa amejificha
huko Samaria. Akaletwa kwa Yehu, naye Yehu
akamuua. Wakamzika kwani walisema, "Alikuwa
mwana wa Yehoshafati, ambaye alimtafuta Bwana
kwa moyo wake wote." Hivyo hapakuwa na mtu
mwenye uwezo katika nyumba ya Ahazia aliyeweza
kushika ufalme.

Athalia Na Yoashi

10 Wakati Athalia mamaye Ahazia alipoona kuwa
mwanawe amekufa, akainuka na kuiangamiza
jamaa yote ya mfalme ya nyumba ya Yuda. 11 Lakini
Yehosheba, binti wa Mfalme Yehoramu, akamtwaa
Yoashi mwana wa Ahazia kwa siri kutoka miongoni
mwa wana wa mfalme waliokuwa karibu kuuawa.
Akamweka Yoashi pamoja na yaya wake ndani ya
chumba cha kulala. Kwa kuwa Yehosheba, aliye-
kuwa binti wa Mfalme Yehoramu, na pia alikuwa
mke wa kuhani Yehoyada, alikuwa dada yake Aha-
zia, akamficha huyo mtoto ili Athalia asimuue.
12 Alibaki amefichwa pamoja nao katika Hekalu la
Mungu kwa muda wa miaka sita wakati Athalia
alikuwa akitawala nchi.

Uasi Dhidi Ya Athalia

23 Katika mwaka wa saba, Yehoyada akaonye-
sha nguvu zake. Alifanya agano na wakuu wa
vikosi vya mamia: yaani Azaria mwana wa Yero-
hamu, Ishmaeli mwana wa Yehohanani, Azaria
mwana wa Obedi, Maaseya mwana wa Adaya, na
Elishafati mwana wa Zikri. 2 Wakazunguka katika
Yuda yote na kukusanya Walawi na viongozi wa
jamaa za Israeli kutoka miji yote. Walipofika Yeru-
salemu, 3 kusanyiko lote likafanya agano na mfalme
katika Hekalu la Mungu.

Yehoyada akawaambia, "Mwana wa mfalme ata-
tawala, kama Bwana alivyoahidi kuhusu wazao wa
Daudi. 4 Basi hivi ndivyo iwapasavyo kufanya: The-
luthi yenu makuhani na Walawi ambao mnaingia
zamu siku ya Sabato mtalinda milangoni, 5 theluthi
yenu mtalinda jumba la kifalme, na theluthi nyi-
ngine mtalinda Lango la Msingi. Walinzi wengine
wote mwe ndani ya nyua za Hekalu la Bwana.
6 Hakuna mtu yeyote ataingia katika Hekalu la
Bwana isipokuwa makuhani na Walawi walioko
kwenye zamu. Wao wanaweza kuingia kwa sababu
ni watakatifu, lakini watu wengine wote itawapasa
kulinda kile walichoamriwa na Bwana. 7 Walawi
watajipanga kumzunguka mfalme, kila mtu akiwa
na silaha zake mkononi. Mtu mwingine yeyote
aingiaye Hekaluni lazima auawe. Kaeni karibu na
mfalme popote aendapo."
8 Walawi na watu wote wa Yuda wakafanya kama
vile kuhani Yehoyada aliagiza. Kila mmoja aka-
wachukua watu wake, wale waliokuwa wakiingia
zamu siku ya Sabato na wale waliokuwa wakienda
mapumziko, kwa sababu kuhani Yehoyada haku-
ruhusu kikosi chochote kiondoke. 9 Kisha akawapa
wakuu wa vikosi vya mamia mikuki na ngao kubwa
na ndogo zilizokuwa za Mfalme Daudi, zilizokuwa
ndani ya Hekalu la Mungu. 10 Akawapanga walinzi

[a]6 Yaani Rama kwa Kiebrania.

wote kumzunguka mfalme, kila mmoja akiwa na silaha yake mkononi mwake, karibu na madhabahu na Hekalu, kuanzia upande wa kusini hadi upande wa kaskazini mwa Hekalu.

11 Yehoyada na wanawe wakamtoa Yoashi mwana wa mfalme nje na kumvika taji. Wakampa nakala ya agano na kumtangaza kuwa mfalme. Wakamtia mafuta na kupaza sauti, wakisema, "Mfalme aishi maisha marefu!"

12 Athalia aliposikia kelele za watu wakikimbia na kumsifu mfalme, akawaendea watu katika Hekalu la BWANA. 13 Athalia akaangalia, tazama alikuwepo mfalme akiwa amesimama karibu na nguzo yake kwenye ingilio. Maafisa na wapiga tarumbeta walikuwa kando ya mfalme, nao watu wote wa nchi walikuwa wanashangilia na kupiga tarumbeta na waimbaji wakiwa na vyombo vya uimbaji, walikuwa wakiongoza nyimbo za sifa. Ndipo Athalia akararua mavazi yake na kupiga kelele, akisema, "Uhaini! Uhaini!"

14 Kuhani Yehoyada akawatuma majemadari wa vikosi vya mamia, waliokuwa viongozi wa jeshi, na kuwaambia: "Mleteni nje kati ya safu, na mkamuue kwa upanga yeyote anayemfuata." Kwa kuwa kuhani alikuwa amesema, "Msimuulie ndani ya Hekalu la BWANA." 15 Kwa hiyo wakamkamata alipofika kwenye ingilio la Lango la Farasi katika viwanja vya jumba la mfalme wakamuulia hapo.

16 Kisha Yehoyada akafanya agano kwamba yeye na watu wote na mfalme watakuwa watu wa BWANA. 17 Kisha watu wote wakaenda kwenye hekalu la Baali na kulibomoa. Wakavunjavunja madhabahu pamoja na sanamu na kumuua Matani kuhani wa Baali mbele ya hayo madhabahu.

18 Kisha Yehoyada akaweka uangalizi wa Hekalu la BWANA mikononi mwa makuhani, waliokuwa Walawi, ambao Mfalme Daudi alikuwa amewagawa ili wahudumu hekaluni kwa ajili ya kutoa sadaka za kuteketezwa za BWANA kama ilivyoandikwa katika Sheria ya Mose, kwa kushangilia na kuimba kama Daudi alivyokuwa ameagiza. 19 Pia akawaweka mabawabu kwenye malango ya Hekalu la BWANA ili kwamba kwa vyovyote asije akaingia mtu yeyote aliye najisi.

20 Akawachukua majemadari wa mamia, watu waheshimiwa, viongozi wa watu pamoja na watu wote wa nchi na kumteremsha mfalme kutoka Hekalu la BWANA. Wakaingia kwenye jumba la mfalme kupitia Lango la Juu na kumkalisha mfalme kwenye kiti cha enzi, 21 nao watu wote wa nchi wakafurahi. Mji ukatulia kwa sababu Athalia alikuwa ameuawa kwa upanga.

Yoashi Akarabati Hekalu

24 Yoashi alikuwa na umri wa miaka saba alipoanza kutawala, naye akatawala huko Yerusalemu kwa miaka arobaini. Mama yake aliitwa Sibia aliyekuwa ametoka Beer-Sheba. 2 Yoashi akafanya yaliyo mema machoni pa BWANA miaka yote ya Yehoyada kuhani. 3 Yehoyada akamwoza wake wawili, akazaa watoto wa kiume na wa kike.

4 Baada ya muda, Yoashi akaamua kukarabati Hekalu la BWANA. 5 Akawaita pamoja makuhani na Walawi akawaambia, "Nendeni katika miji ya Yuda mkakusanye fedha wanazopaswa kulipa kila mwaka kutoka kwa Israeli wote, ili kukarabati Hekalu la Mungu wenu. Fanyeni hivyo sasa." Lakini Walawi hawakufanya upesi.

6 Kwa hiyo mfalme akamwita Yehoyada kuhani mkuu na kumwambia, "Kwa nini hukuwaambia Walawi walete kutoka Yuda na Yerusalemu kodi iliyowekwa na Mose mtumishi wa BWANA pamoja na kusanyiko la Israeli kwa ajili ya Hema ya Ushuhuda?"

7 Kwa kuwa wana wa yule mwanamke mwovu Athalia, walikuwa wamevunja na kuingia katika Hekalu la Mungu, nao wakawa wamevitumia hata vile vitu vilivyowekwa wakfu kwa BWANA kwa mabaali.

8 Kwa amri ya mfalme, likatengenezwa kasha, nalo likawekwa nje kwenye lango la Hekalu la BWANA. 9 Tangazo likatolewa katika Yuda na Yerusalemu kwamba inapasa wamletee BWANA kodi ile ambayo Mose, mtumishi wa BWANA alikuwa amewaagiza Israeli huko jangwani. 10 Maafisa wote na watu wote wakaleta michango yao kwa furaha, wakaweka kwenye kasha mpaka likajaa. 11 Ikawa kila wakati kasha lilipoletwa ndani na Walawi kwa maafisa wa mfalme na kuona kwamba kuna kiasi kikubwa cha fedha, mwandishi wa mfalme na afisa wa kuhani mkuu walikuwa wanakuja na kumimina, kisha kulirudisha mahali pake. Walifanya hivi mara kwa mara, nao wakakusanya fedha nyingi sana. 12 Mfalme na Yehoyada wakawapa wale watu waliofanya kazi iliyotakiwa katika Hekalu la BWANA. Wakawaajiri waashi na maseremala ili kutengeneza Hekalu la BWANA, pia wafanyakazi za chuma na shaba ili kukarabati Hekalu la BWANA.

13 Watu walioshughulika na kazi walikuwa wenye bidii, nayo kazi ya kukarabati ikaendelea vizuri mikononi mwao. Wakalitengeneza upya Hekalu la BWANA likarudi katika hali yake ya awali na kuliimarisha. 14 Walipokamilisha kazi hiyo ya kukarabati, wakaleta fedha zilizobaki wakampa mfalme na Yehoyada, nao kwa hizo wakatengeneza vyombo kwa ajili ya Hekalu la BWANA: Vyombo kwa ajili ya huduma na kwa ajili ya sadaka ya kuteketezwa, pia mabakuli na vitu vingine vya dhahabu na fedha. Wakati wote Yehoyada alipokuwa hai, sadaka za kuteketezwa zilitolewa wakati wote katika Hekalu la BWANA.

15 Basi Yehoyada alikuwa mzee aliyeshiba siku wakati alipofariki. Alikufa akiwa na umri wa miaka 130. 16 Wakamzika pamoja na wafalme katika Mji wa Daudi, kwa sababu ya mema aliyokuwa ametenda katika Israeli kwa ajili ya Mungu na Hekalu lake.

Uovu Wa Yoashi

17 Baada ya kifo cha Yehoyada, wakuu wa Yuda walikuja kumpa mfalme heshima, naye akawasikiliza. 18 Wakaacha Hekalu la BWANA, Mungu wa baba zao, wakaabudu nguzo za maashera na sanamu. Kwa sababu ya hatia yao, hasira ya Mungu ikawajia Yuda na Yerusalemu. 19 Ingawa BWANA aliwatuma manabii wawarudishe watu kwake na ingawa waliwaonya, hawakuwasikiliza.

20 Ndipo Roho wa BWANA akaja juu ya Zekaria mwana wa Yehoyada kuhani. Akasimama mbele

ya watu akasema, "Hili ndilo asemalo Mungu, 'Kwa
nini mnakataa kuzitii amri za BWANA? Hamtafa-
nikiwa kwa kuwa mmemwacha BWANA, yeye naye
amewaacha ninyi.'"

21 Lakini wakafanya shauri baya juu yake na kwa
amri ya mfalme wakampiga kwa mawe mpaka
akafa katika ukumbi wa Hekalu la BWANA. 22 Mfa-
lme Yoashi hakukumbuka wema aliotendewa na
Yehoyada baba yake Zekaria ila alimuua mwanawe,
ambaye alisema wakati akiwa amelala akingojea
kufa, "BWANA na alione hili na alipize kisasi."

23 Mwishoni mwa ule mwaka, jeshi la Waa-
ramu likaja dhidi ya Yoashi, likavamia Yuda na
Yerusalemu na kuwaua viongozi wote wa watu.
Wakapeleka nyara zao zote kwa mfalme wao huko
Dameski. 24 Ingawa jeshi la Waaramu lilikuwa lime-
kuja na watu wachache tu, BWANA akatia mikononi
mwao jeshi kubwa kuliko lao. Kwa sababu Yuda
walikuwa wamemwacha BWANA, Mungu wa baba
zao, hukumu ilitekelezwa juu ya Yoashi. 25 Waa-
ramu walipoondoka, walimwacha Yoashi akiwa
mgonjwa sana. Maafisa wake wakafanya hila dhidi
yake kwa sababu alikuwa amemuua mwana wa
Kuhani Yehoyada, nao wakamuulia kitandani
mwake. Hivyo akafa na wakamzika katika Mji wa
Daudi, lakini si katika makaburi ya wafalme.

26 Wale waliofanya hila mbaya dhidi yake wali-
kuwa Zabadi, mwana wa Shimeathi mwanamke
Mwamoni, Yehozabadi, mwana wa Shimrithi mwa-
namke Mmoabu. 27 Kwa habari za wanawe, unabii
mwingi kumhusu na kumbukumbu za kutenge-
nezwa upya kwa Hekalu la Mungu, zimeandikwa
katika kitabu cha kumbukumbu za wafalme. Ama-
zia mwanawe akawa mfalme baada yake.

Amazia Mfalme Wa Yuda

25 Amazia alikuwa na umri wa miaka ishirini na
mitano alipoanza kutawala, naye akatawala
huko Yerusalemu kwa miaka ishirini na tisa. Mama
yake aliitwa Yehoadani kutoka Yerusalemu. 2 Aka-
tenda yaliyo mema machoni pa BWANA, lakini sio
kwa moyo wake wote. 3 Baada ya ufalme kuimarika
mikononi mwake, aliwaua maafisa waliomuua
mfalme baba yake. 4 Hata hivyo hakuwaua watoto
wao, lakini akafanya sawasawa na ilivyoandikwa
katika Sheria, katika Kitabu cha Mose, ambako
BWANA aliamuru: "Baba hawatauawa kwa ajili ya
watoto wao, wala watoto hawatauawa kwa ajili ya
baba zao. Kila mmoja atakufa kwa ajili ya dhambi
zake mwenyewe."

5 Amazia akawaita watu wa Yuda pamoja,
akawaweka chini ya majemadari wa maelfu na
majemadari wa mamia kufuatana na jamaa zao
katika Yuda yote na Benyamini. Kisha akawahe-
sabu wale wenye umri wa miaka ishirini au zaidi
na akakuta kwamba walikuwa wanaume 300,000
watu walio tayari kwa utumishi wa jeshi, walio na
uwezo wa kutumia mkuki na ngao. 6 Akawaajiri
pia watu 100,000 wapiganaji kutoka Israeli kwa
talanta 100 za fedha.[a]

7 Lakini mtu wa Mungu akamjia na kumwambia,
"Ee mfalme, haya majeshi kutoka Israeli kamwe
usiyaruhusu yaende pamoja na wewe kwa kuwa
BWANA hayuko pamoja na Israeli, wala hayupo
pamoja na yeyote wa watu wa Efraimu. 8 Hata kama
ukienda na kupigana kwa ujasiri katika vita, Mungu
atakufanya ukimbie mbele ya adui, kwa kuwa
Mungu anao uwezo wa kusaidia au wa kuangusha."

9 Amazia akamuuliza yule mtu wa Mungu,
"Lakini itakuwaje kwa zile talanta 100 za fedha
nilizolipa kwa ajili ya haya majeshi ya Israeli?"

Yule mtu wa Mungu akajibu, "BWANA aweza
kukupa zaidi sana ya hizo."

10 Hivyo Amazia akayaondoa yale majeshi yali-
yokuwa yamekuja kutoka Efraimu na kuyarudisha
nyumbani. Waliwakasirikia sana Yuda, nao waka-
rudi nyumbani wakiwa na hasira kali.

11 Ndipo Amazia akajitia nguvu na kuliongoza
jeshi lake kwenye Bonde la Chumvi, ambako aliua
watu 10,000 wa Seiri. 12 Jeshi la Yuda pia likawateka
watu 10,000 wakiwa hai, likawapandisha juu ya
jabali na kuwatupa chini kwa nguvu hata wote
wakavunjika vipande vipande.

13 Wakati huo yale majeshi Amazia aliyoyaru-
disha na ambayo hakuyaruhusu kushiriki katika
vita, yalivamia miji ya Yuda kuanzia Samaria hata
Beth-Horoni. Yakawaua watu 3,000 na kuchukua
kiasi kikubwa sana cha mateka.

14 Amazia aliporudi kutoka kuwachinja Wae-
domu, alileta pia kutoka huko miungu ya watu
wa Seiri. Akaisimamisha kama miungu yake
mwenyewe, akaisujudia na kuitolea kafara za
kuteketezwa. 15 Hasira ya BWANA ikawaka dhidi
ya Amazia, naye akamtuma nabii kwake, ambaye
alisema: "Kwa nini unauliza kwa miungu ya hawa
watu, ambayo haikuweza kuwaokoa watu wake
wenyewe kutoka mkononi mwako?"

16 Wakati nabii alipokuwa angali anazungumza,
mfalme akamwambia, "Je, wewe tumekuchagua
kuwa mshauri wa mfalme? Nyamaza, ya nini
uuawe?"

Hivyo nabii akanyamaza lakini akasema,
"Najua kuwa Mungu ameazimia kukuangamiza
kwa sababu umefanya jambo hili na hukusikiliza
shauri langu."

17 Baada ya Amazia mfalme wa Yuda kushauriana
na washauri wake akatuma ujumbe kwa Yehoashi,
mwana wa Yehoahazi mwana wa Yehu, mfalme wa
Israeli kusema: "Njoo tukabiliane uso kwa uso."

18 Lakini Yehoashi mfalme wa Israeli akamjibu
Amazia mfalme wa Yuda, "Mbaruti uliokuwa
Lebanoni ulituma ujumbe kwa mwerezi uliokuwa
Lebanoni, 'Mtoe binti yako aolewe na mwanangu.'
Kisha mnyama wa mwituni aliyekuwa Lebanoni
akaja na kuukanyaga ule mbaruti. 19 Wewe unasema
moyoni mwako kwamba umemshinda Edomu,
nawe sasa unajigamba na kujivuna. Lakini kaa
nyumbani kwako! Kwa nini utafute matatizo na
kujiletea anguko lako mwenyewe na la Yuda pia?"

20 Hata hivyo, Amazia hakutaka kusikia, kwa
kuwa Mungu alifanya hivyo ili awatie mikononi
mwa Yehoashi, kwa sababu waliitafuta miungu
ya Edomu. 21 Hivyo Yehoashi mfalme wa Israeli
akakwea kuwashambulia. Yeye na Amazia mfa-
lme wa Yuda wakakabiliana uso kwa uso huko
Beth-Shemeshi katika Yuda. 22 Yuda ikashindwa

[a]6 Talanta 100 za fedha ni sawa na tani 3.75.

na Israeli na kila mtu akakimbilia nyumbani kwake. 23 Yehoashi mfalme wa Israeli akamteka Amazia mfalme wa Yuda, mwana wa Yoashi, mwana wa Ahazia, huko Beth-Shemeshi. Kisha Yehoashi akamleta Yerusalemu na kuubomoa ukuta wa Yerusalemu kuanzia lango la Efraimu hadi Lango la Pembeni, sehemu yenye urefu wa kama dhiraa 400.[a] 24 Akachukua dhahabu yote, fedha na vyombo vyote vilivyopatikana katika Hekalu la Mungu, ambavyo vilikuwa chini ya uangalizi wa Obed-Edomu, pamoja na hazina za jumba la mfalme na mateka, kisha akarudi Samaria.

25 Amazia mwana wa Yoashi mfalme wa Yuda aliishi miaka kumi na mitano baada ya kifo cha Yehoashi mwana wa Yehoahazi mfalme wa Israeli. 26 Kwa habari ya matukio mengine katika utawala wa Amazia, kuanzia mwanzo hadi mwisho, je, hayakuandikwa katika kitabu cha wafalme wa Yuda na wa Israeli? 27 Kuanzia wakati ule Amazia alipogeuka na kuacha kumfuata Bwana walifanya shauri baya dhidi yake huko Yerusalemu naye akakimbilia Lakishi, lakini wakawatuma watu wamfuatilie huko Lakishi nao wakamuulia huko. 28 Akarudishwa kwa farasi na akazikwa pamoja na baba zake katika Mji wa Yuda.

Uzia Mfalme Wa Yuda

26 Kisha watu wote wa Yuda wakamtwaa Uzia, aliyekuwa na umri wa miaka kumi na sita, nao wakamfanya mfalme mahali pa Amazia baba yake. 2 Ndiye alijenga upya Elathi kuirudisha kwa Yuda baada ya Amazia kulala pamoja na baba zake.

3 Uzia alikuwa na umri wa miaka kumi na sita alipoanza kutawala, naye akatawala huko Yerusalemu kwa miaka hamsini na miwili. Mama yake aliitwa Yekolia wa Yerusalemu. 4 Akatenda yaliyo mema machoni pa Bwana, kama Amazia baba yake alivyofanya. 5 Akamtafuta Mungu katika siku za Zekaria, aliyemwelekeza kumcha Mungu. Wakati wote alipomtafuta Bwana, Mungu alimfanikisha.

6 Alipigana vita dhidi ya Wafilisti na kubomoa kuta za Gathi, Yabne na Ashdodi. Kisha akajenga upya miji karibu na Ashdodi na mahali pengine katikati ya Wafilisti. 7 Mungu akamsaidia dhidi ya Wafilisti na dhidi ya Waarabu walioishi Gur-Baali na dhidi ya Wameuni. 8 Waamoni wakamletea Uzia ushuru, umaarufu wake ukaenea hadi kwenye mpaka wa Misri, kwa sababu alikuwa amekuwa na nguvu sana.

9 Uzia akajenga minara huko Yerusalemu katika Lango la Pembeni, katika Lango la Bondeni na katika pembe, mahali kuta zikutanapo, kisha akaijengea ngome. 10 Akajenga pia minara jangwani na kuchimba visima vingi vya maji, kwa sababu alikuwa na mifugo mingi chini ya vilimani na kwenye nchi tambarare. Alikuwa na watu wanaofanya kazi katika mashamba yake na kwenye mashamba yake ya mizabibu huko vilimani na katika ardhi zenye rutuba, kwa kuwa aliupenda udongo.

11 Zaidi ya hayo, Uzia alikuwa na jeshi lililofunzwa vizuri, lililokuwa tayari kwenda vitani kwa vikosi kufuatana na idadi yao kama walivyokusanywa na Yeieli mwandishi na Maaseya msimamizi chini ya maelekezo ya Hanania, mmojawapo wa maafisa wa mfalme. 12 Idadi yote ya viongozi wa jamaa waliowaongoza hawa wapiganaji walikuwa 2,600. 13 Chini ya uongozi wao kulikuwa na jeshi la askari 307,500 watu waliofundishwa kwa ajili ya vita, jeshi lenye nguvu la kumsaidia mfalme dhidi ya adui zake. 14 Uzia akalipatia jeshi lote ngao, mikuki, chapeo, dirii, pinde na mawe ya kombeo. 15 Huko Yerusalemu watu wenye utaalamu mkubwa wakatengeneza mitambo iliyotumika katika minara na kwenye pembe za ulinzi ili kurusha mishale na kuvurumisha mawe makubwa. Sifa zake zikaenea mbali sana kwa sababu alisaidiwa mno mpaka akawa na nguvu sana.

16 Lakini baada ya Uzia kuwa na nguvu sana, majivuno yake yakamsababishia kuanguka. Alikosa uaminifu kwa Bwana Mungu wake, naye akaingia hekaluni mwa Bwana ili afukize uvumba kwenye madhabahu ya kufukizia uvumba. 17 Azaria kuhani akiwa pamoja na makuhani wengine themanini wa Bwana wenye ujasiri wakamfuata huko ndani. 18 Wakamkabili na kumwambia, "Siyo sawa kwako, Uzia, kumfukizia Bwana uvumba. Hiyo ni kazi ya makuhani, wazao wa Aroni, ambao wamewekwa wakfu ili kufukiza uvumba. Ondoka mahali patakatifu, kwa kuwa umekosa uaminifu nawe hutaheshimiwa na Bwana."

19 Uzia, ambaye alikuwa na chetezo mkononi mwake tayari kufukiza uvumba, akakasirika. Alipokuwa anawaghadhibikia makuhani mbele ya madhabahu ya kufukizia uvumba katika Hekalu la Bwana, ukoma ukamtokea penye kipaji chake cha uso. 20 Azaria kuhani mkuu pamoja na makuhani wengine wote walipomtazama wakaona kwamba alikuwa na ukoma penye kipaji chake cha uso wakaharakisha kumtoa nje. Naam, hata yeye mwenyewe alikuwa anatamani kuondoka kwa sababu Bwana alikuwa amempiga.

21 Mfalme Uzia alikuwa na ukoma mpaka siku ya kufa kwake. Akatengwa katika nyumba ya pekee akiwa mwenye ukoma, naye akawa ametengwa kutoka Hekalu la Bwana. Yothamu mwanawe akawa msimamizi wa jumba la mfalme, pia akawaongoza watu wa nchi.

22 Matukio mengine ya utawala wa Uzia, kuanzia mwanzo mpaka mwisho, yameandikwa na nabii Isaya mwana wa Amozi. 23 Uzia akalala pamoja na baba zake, naye akazikwa karibu nao katika shamba la kuzikia lililokuwa mali ya wafalme, kwa kuwa watu walisema, "Alikuwa na ukoma." Yothamu mwanawe akawa mfalme baada yake.

Yothamu Mfalme Wa Yuda

27 Yothamu alikuwa na umri wa miaka ishirini na mitano alipoanza kutawala, naye akatawala huko Yerusalemu miaka kumi na sita. Mama yake aliitwa Yerusha binti Sadoki. 2 Akafanya yaliyo mema machoni pa Bwana kama Uzia baba yake alivyokuwa amefanya, lakini tofauti na yeye, hakuingilia huduma za hekaluni mwa Bwana. Lakini hata hivyo, watu wakaendelea na desturi zao mbaya. 3 Yothamu akajenga upya Lango la Juu la Hekalu la Bwana na kufanya kazi kubwa

[a]23 Dhiraa 400 ni sawa na mita 180.

kwenye ukuta katika kilima cha Ofeli. 4 Akajenga miji katika vilima vya Yuda pamoja na ngome na minara mwituni.

5 Yothamu akafanya vita na mfalme wa Waamoni na kumshinda. Mwaka ule Waamoni wakamlipa talanta 100[a] za fedha, kori 10,000[b] za ngano na kori 10,000 za shayiri. Waamoni wakamletea kiasi hicho hicho mwaka wa pili na wa tatu.

6 Yothamu akaendelea kuwa na nguvu kwa sababu alienenda kwa ukamilifu mbele za BWANA Mungu wake.

7 Matukio mengine ya utawala wa Yothamu, pamoja na vita vyake vyote na vitu vingine alivyofanya, vimeandikwa katika kitabu cha wafalme wa Israeli na Yuda. 8 Alikuwa na umri wa miaka ishirini na mitano alipoanza kutawala, naye akatawala huko Yerusalemu miaka kumi na sita. 9 Yothamu akalala na baba zake na akazikwa katika Mji wa Daudi. Naye Ahazi mwanawe akawa mfalme baada yake.

Ahazi Mfalme Wa Yuda

28 Ahazi alikuwa na miaka ishirini alipoanza kutawala. Akatawala huko Yerusalemu kwa miaka kumi na sita. Tofauti na Daudi baba yake, hakufanya yaliyo mema machoni pa BWANA. 2 Akaenenda katika njia za wafalme wa Israeli, na pia akasubu sanamu kwa ajili ya kuabudu Mabaali. 3 Akatoa sadaka za kuteketezwa katika Bonde la Ben-Hinomu, na kuwatoa wanawe kafara kwa kuwateketeza kwa moto, akifuata njia za machukizo za yale mataifa BWANA aliyoyafukuza humo mbele ya Waisraeli. 4 Akatoa sadaka na kufukiza uvumba katika mahali pa juu pa kuabudia miungu, juu ya vilima, na chini ya kila mti uliotanda.

5 Kwa hiyo BWANA Mungu wake akamtia mikononi mwa mfalme wa Aramu. Waaramu wakamshinda, wakachukua watu wake wengi mateka na kuwaleta mpaka Dameski.

Tena alitiwa mikononi mwa mfalme wa Israeli, ambaye aliwaua watu wake wengi. 6 Kwa siku moja Peka mwana wa Remalia aliwaua askari 120,000 katika Yuda, kwa kuwa Yuda walikuwa wamemwacha BWANA, Mungu wa baba zao. 7 Zikri, askari shujaa Mwefraimu, akamuua Maaseya mwana wa mfalme, Azrikamu mkuu wa jumba la kifalme na Elikana aliyekuwa wa pili kwa mfalme. 8 Waisraeli wakawachukua mateka kutoka ndugu zao, watu wapatao 200,000 hawa wakiwa ni wanawake, watoto wa kiume na wa kike. Wakachukua pia kiasi kikubwa cha nyara, ambazo walirudi nazo Samaria.

9 Lakini kulikuwako huko nabii wa BWANA aliyeitwa Odedi, akaondoka ili kukutana na jeshi liliporejea Samaria. Akawaambia, "Kwa kuwa BWANA, Mungu wa baba zenu, aliwakasirikia Yuda, aliwatia mikononi mwenu. Lakini mmewachinja kwa hasira ambayo imefika hadi mbinguni. 10 Nanyi sasa mnakusudia kuwafanya wanaume na wanawake wa Yuda na Yerusalemu watumwa wenu. Lakini ninyi je, hamna pia hatia ya dhambi mliyotenda dhidi ya BWANA Mungu wenu? 11 Basi nisikilizeni! Mkawarudishe mateka mliowachukua kutoka kwa ndugu zenu, kwa kuwa hasira kali ya BWANA iko juu yenu."

12 Ndipo baadhi ya viongozi katika Efraimu, yaani, Azaria mwana wa Yehohanani, Berekia mwana wa Meshilemothi, Yehizkia mwana wa Shalumu na Amasa mwana wa Hadlai, wakakubaliana na huyo nabii, hivyo wakawapinga wale waliokuwa wanawasili kutoka vitani. 13 Wakamwambia, "Hamna ruhusa kuwaleta hao wafungwa hapa, ama sivyo tutakuwa na hatia mbele za BWANA. Je, mnataka kuongezea dhambi yetu na hatia yetu? Kwa sababu hatia yetu tayari ni kubwa, nayo hasira kali ya BWANA iko juu ya Israeli."

14 Hivyo wale askari wakawaacha wale mateka pamoja na nyara mbele ya hao maafisa na kusanyiko lote. 15 Kisha watu waliotajwa kwa majina wakawachukua wale mateka na kutoka zile nyara, wakachukua mavazi wakawavika wale wafungwa wote waliokuwa uchi. Wakawapatia nguo na viatu, chakula na cha kunywa, wakawapa matibabu, wote waliokuwa dhaifu miongoni mwao wakawapandisha juu ya punda, wakawaleta ndugu zao mpaka Yeriko, ndio Mji wa Mitende, kisha wakarudi Samaria.

Waashuru Wakataa Kusaidia Yuda

16 Wakati ule, Mfalme Ahazi akatuma wajumbe kwa mfalme wa Ashuru kuomba msaada. 17 Waedomu walikuwa wamekuja tena na kuwashambulia Yuda na kuchukua mateka. 18 Pia Wafilisti walikuwa wameshambulia miji iliyokuwa chini ya vilima na katika miji ya Negebu ya Yuda. Nao wakawa wametwaa Beth-Shemeshi, Aiyaloni, Gederothi, Soko pamoja na vijiji vyake, Timna pamoja na vijiji vyake, Gimzo pia pamoja na vijiji vyake na kuishi humo. 19 BWANA aliishusha Yuda kwa sababu ya Ahazi mfalme wa Israeli, kwa kuwa alikuwa ameongeza uovu katika Yuda na kumkosea BWANA mno. 20 Hivyo Tiglath-Pileseri mfalme wa Ashuru akaja kumtesa badala ya kumsaidia. 21 Ahazi akachukua baadhi ya vitu kutoka Hekalu la BWANA, jumba la kifalme na kutoka kwa wakuu wake na kumpa mfalme wa Ashuru kama ushuru, lakini hilo halikumsaidia.

22 Katika wakati wake wa mateso Mfalme Ahazi akazidi kukosa uaminifu kwa BWANA. 23 Akatoa kafara kwa miungu ya Dameski, waliokuwa wamemshinda, kwa kuwa aliwaza, "Kwa kuwa miungu ya mfalme wa Aramu imewasaidia wao, nitaitolea dhabihu ili inisaidie na mimi." Lakini haya ndiyo yaliyokuwa maangamizi yake na Israeli wote.

24 Ahazi akakusanya pamoja vyombo vya nyumba ya Mungu na kuvivunja vipande vipande. Akafunga milango ya Hekalu la BWANA na kusimamisha madhabahu katika kila njia panda ya barabara za Yerusalemu. 25 Katika kila mji wa Yuda akajenga mahali pa juu pa kuabudia miungu ili kutolea miungu mingine kafara za kuteketezwa na kuchochea hasira ya BWANA, Mungu wa baba zake.

26 Matukio mengine ya utawala wake na njia zake nyingine zote, tangu mwanzo hadi mwisho, zimeandikwa katika kitabu cha wafalme wa Yuda na Israeli. 27 Ahazi akalala na baba zake na akazikwa katika Mji wa Yerusalemu, lakini hawakumleta

[a]5 Talanta 100 za fedha ni sawa na tani 3.75.
[b]5 Kori 10,000 za ngano ni sawa na tani 2.2.

kwenye makaburi ya wafalme wa Israeli. Naye
Hezekia mwanawe akawa mfalme baada yake.

Hezekia Mfalme Wa Yuda

29 Hezekia alikuwa na umri wa miaka ishirini na
mitano alipoanza kutawala, naye akatawala
huko Yerusalemu kwa miaka ishirini na tisa. Mama
yake aliitwa Abiya binti Zekaria. 2 Akafanya yaliyo
mema machoni pa BWANA kama Daudi baba yake
alivyofanya.
3 Katika mwezi wa kwanza wa mwaka wa kwa-
nza wa utawala wa alifungua milango ya Hekalu
la BWANA, na kuikarabati. 4 Akawaingiza makuhani
na Walawi ndani na kuwakutanisha katika uwanja
upande wa mashariki 5 na kusema: "Nisikilizeni
mimi, enyi Walawi! Jitakaseni nafsi zenu sasa,
mkaitakase na nyumba ya BWANA, Mungu wa
baba zenu. Ondoeni uchafu wote kutoka mahali
patakatifu. 6 Baba zetu hawakuwa waaminifu, wali-
fanya maovu machoni pa BWANA Mungu wetu na
wakamwacha yeye. Wakageuza nyuso zao mbali
na Maskani ya BWANA wakamgeuzia visogo vyao.
7 Pia walifunga milango ya ukumbi wa Hekalu na
kuzima taa zake. Hawakufukiza uvumba wala
kutoa sadaka yoyote ya kuteketezwa katika mahali
patakatifu kwa Mungu wa Israeli. 8 Kwa hiyo, hasira
ya BWANA ikashuka juu ya Yuda na Yerusalemu,
naye akawa amewafanya kitu cha kutisha, cha
kushangaza na kitu cha kufanyia mzaha kama
mnavyoona kwa macho yenu wenyewe. 9 Hii ndiyo
sababu baba zetu wameanguka kwa upanga na
ndiyo sababu wana wetu na binti zetu, pia wake
zetu wamekuwa mateka. 10 Sasa ninadhamiria
moyoni mwangu kuweka Agano na BWANA, Mungu
wa Israeli, ili hasira yake kali igeuziwe mbali nasi.
11 Wanangu, basi msipuuze jambo hili sasa, kwa
kuwa BWANA amewachagua ninyi msimame mbele
zake na kumtumikia, mkawe watumishi wake na
mkamfukizie uvumba."
12 Ndipo Walawi wafuatao wakaanza kazi:
Kutoka kwa Wakohathi,
Mahathi mwana wa Amasai na Yoeli
mwana wa Azaria;
kutoka kwa Wamerari,
Kishi mwana wa Abdi na Azaria mwana
wa Yahaleleli;
kutoka kwa Wagershoni,
Yoa mwana wa Zima na Edeni mwana
wa Yoa;
13 kutoka kwa wana wa Elisafani,
Shimri na Yeieli;
kutoka kwa wana wa Asafu,
Zekaria na Matania;
14 kutoka kwa wana wa Hemani,
Yehieli na Shimei;
kutoka kwa wana wa Yeduthuni,
Shemaya na Uzieli.
15 Walipomaliza kuwakusanya ndugu zao na
kujiweka wakfu, wakaingia ndani ili kutakasa
Hekalu la BWANA, kama vile mfalme alivyokuwa
ameagiza, kwa kufuata neno la BWANA. 16 Makuhani
wakaingia patakatifu pa Hekalu la BWANA ili kupa-
takasa. Wakatoa nje penye ua wa Hekalu la Mungu
kila kitu kichafu walichokikuta kwenye Hekalu la
BWANA. Walawi wakavichukua na kuvipeleka nje
katika Bonde la Kidroni. 17 Walianza kazi ya utakaso
siku ya kwanza ya mwezi wa kwanza na kufikia
siku ya nane ya mwezi huo wakawa wamefikia
kwenye ukumbi wa BWANA. Kwa siku zingine nane
wakalitakasa Hekalu lenyewe la BWANA wakaka-
milisha katika siku ya kumi na sita ya mwezi huo
wa kwanza.
18 Kisha wakaingia ndani kwa Mfalme Hezekia
kutoa habari na kusema: "Tumelitakasa Hekalu
lote la BWANA, madhabahu ya sadaka ya kuteke-
tezwa pamoja na vyombo vyake vyote, meza ya
kupanga mikate iliyowekwa wakfu, pamoja na
vyombo vyake vyote. 19 Tumeviandaa na kuvita-
kasa vyombo vyote vile ambavyo Mfalme Ahazi,
kwa kukosa uaminifu kwake, aliviondoa wakati
alipokuwa mfalme. Sasa viko mbele ya madhabahu
ya BWANA."

Ibada Hekaluni Yarejeshwa

20 Ndipo Mfalme Hezekia akainuka asubuhi
na mapema, akakusanya pamoja maafisa wa mji
wakakwea hekaluni mwa BWANA. 21 Wakaleta mafa-
hali saba, kondoo dume saba, wana-kondoo dume
saba na mabeberu saba kuwa sadaka ya dhambi
kwa ajili ya ufalme, kwa ajili ya mahali patakatifu
na kwa ajili ya Yuda. Mfalme akawaamuru maku-
hani, wazao wa Aroni, kuvitoa vitu hivyo sadaka
katika madhabahu ya BWANA. 22 Hivyo wakachi-
nja wale mafahali, nao makuhani wakachukua
ile damu na kuinyunyiza kwenye madhabahu,
halafu wakawachinja wale kondoo dume saba na
kunyunyiza hiyo damu yao kwenye madhabahu,
kisha wakawachinja wale wana-kondoo dume na
kunyunyiza damu yao kwenye madhabahu. 23 Wale
mabeberu waliokuwa kwa ajili ya sadaka ya dha-
mbi wakaletwa mbele ya mfalme na kusanyiko nao
wakaweka mikono yao juu hao mabeberu. 24 Ndipo
makuhani wakawachinja hao mabeberu na kuweka
damu yao kwenye madhabahu kwa ajili ya sadaka
ya dhambi ili kufanya upatanisho kwa ajili ya Israeli
yote, kwa sababu mfalme alikuwa ameamuru hiyo
sadaka ya kuteketezwa na hiyo sadaka ya dhambi
kwa ajili ya Israeli yote.
25 Akawaweka Walawi kwenye Hekalu la BWANA
wakiwa na matoazi, vinubi na zeze kama ilivyoagi-
zwa na Daudi na Gadi mwonaji wa mfalme pamoja
na nabii Nathani kwani hili lilikuwa limeamriwa
na BWANA kupitia manabii wake. 26 Hivyo Walawi
wakasimama tayari wakiwa na ala za uimbaji za
Daudi na makuhani walikuwa na tarumbeta zao.
27 Hezekia akatoa amri ya kutoa sadaka ya
kuteketezwa madhabahuni. Walipoanza kutoa
sadaka, wakaanza pia kumwimbia BWANA pamoja
na tarumbeta na zile ala za uimbaji za Daudi mfa-
lme wa Israeli. 28 Kusanyiko lote wakaabudu kwa
kusujudu, wakati waimbaji wakiwa wanaimba na
wenye tarumbeta wakipiga tarumbeta zao. Yote
haya yaliendelea mpaka walipomaliza kutoa ile
dhabihu ya sadaka ya kuteketezwa.
29 Kutoa sadaka kulipomalizika, mfalme na kila
mtu aliyekuwepo pamoja naye wakapiga magoti
na kuabudu. 30 Mfalme Hezekia na maafisa wake
wakawaamuru Walawi kumsifu BWANA kwa

maneno ya Daudi na ya Asafu mwonaji. Hivyo
wakaimba sifa kwa furaha nao wakainamisha
vichwa vyao na kuabudu.
31 Kisha Hezekia akasema, "Sasa mmejiweka
wakfu kwa BWANA. Njooni mlete dhabihu na
sadaka za shukrani Hekaluni mwa BWANA." Hivyo
kusanyiko likaleta dhabihu na sadaka za shukrani,
nao wote waliokuwa na mioyo ya hiari wakaleta
sadaka za kuteketezwa.
32 Idadi ya sadaka za kuteketezwa zilizoletwa
na kusanyiko zilikuwa mafahali sabini, kondoo
dume 100 na wana-kondoo dume 200. Wote hawa
walikuwa kwa ajili ya sadaka za kuteketezwa kwa
BWANA. 33 Wanyama waliowekwa wakfu kwa sadaka
ya kuteketezwa walikuwa mafahali 600, pamoja
na kondoo na mbuzi 3,000. 34 Lakini makuhani
walikuwa wachache sana kuweza kuchuna wale
wanyama wote wa sadaka za kuteketezwa, kwa
hiyo ndugu zao Walawi wakawasaidia mpaka
kazi ile ikakamilika na mpaka makuhani wengine
walipowekwa wakfu, kwa kuwa Walawi walikuwa
makini kujiweka wakfu kuliko walivyokuwa maku-
hani. 35 Kulikuwa na sadaka nyingi za kuteketezwa,
pamoja na mafuta ya wanyama ya sadaka za amani
na sadaka za kinywaji ambazo ziliambatana na
sadaka za kuteketezwa.
Kwa hiyo huduma ya Hekalu la BWANA ikarudi-
shwa kwa upya. 36 Hezekia pamoja na watu wote
wakafurahi kwa sababu ya lile Mungu alilolifanya
kwa ajili ya watu wake, kwa kuwa lilitendeka papo
hapo.

Hezekia Aadhimisha Pasaka

30 Hezekia akatuma ujumbe kuwaita Israeli
wote na Yuda, pia akaandika barua kwa
Efraimu na Manase, kuwakaribisha ili waje heka-
luni mwa BWANA huko Yerusalemu kuadhimisha
Pasaka kwa BWANA, Mungu wa Israeli. 2 Mfalme
na maafisa wake pamoja na kusanyiko lote katika
Yerusalemu waliamua kuadhimisha Pasaka katika
mwezi wa pili. 3 Kwa sababu makuhani hawakuwa
wamejitakasa idadi ya kutosha na watu wakawa
hawajakusanyika huko Yerusalemu, hawakuwa
wameweza kuadhimisha Pasaka kwa wakati wake
wa kawaida. 4 Mpango huu ukaonekana wafaa kwa
mfalme na kusanyiko lote. 5 Wakaamua kupeleka
tangazo Israeli kote, kuanzia Beer-Sheba hadi
Dani, wakiwaita watu waje Yerusalemu kuadhi-
misha Pasaka ya BWANA, Mungu wa Israeli. Ilikuwa
haijaadhimishwa na idadi kubwa ya watu kama
hiyo kufuatana na yale yaliyokuwa yameandikwa.
6 Kwa amri ya mfalme, matarishi wakapita katika
Israeli na Yuda kote wakiwa na barua kutoka kwa
mfalme na kutoka kwa maafisa wake zikisema:

"Watu wa Israeli, mrudieni BWANA, Mungu
wa Abrahamu, Isaki na Israeli, ili naye awa-
rudie ninyi mliosalia, mlionusurika kutoka
mikononi mwa wafalme wa Ashuru. 7 Msiwe
kama baba zenu na ndugu zenu, ambao
hawakuwa waaminifu kwa BWANA, Mungu
wa baba zao, hivyo akawafanya kitu cha
kushangaza kama mnavyoona. 8 Msiwe na
shingo ngumu, kama baba zenu walivyokuwa,
bali nyenyekeeni kwa BWANA. Njooni mahali
patakatifu, alipopatakasa milele. Mtumikieni
BWANA Mungu wenu, ili hasira yake kali igeu-
ziwe mbali nanyi. 9 Kama mkimrudia BWANA
ndipo wale ndugu zenu waliotekwa pamoja
na watoto wenu watakapoonewa huruma na
wale waliowateka na kuwaachia warudi katika
nchi hii, kwa kuwa BWANA Mungu wenu ni
mwenye neema na huruma, hatageuzia uso
wake mbali nanyi kama ninyi mkimrudia
yeye."

10 Matarishi wakaenda mji hadi mji katika
Efraimu na Manase, wakafika mpaka Zabuloni,
lakini watu wakawadharau na kuwadhihaki.
11 Lakini, baadhi ya watu wa Asheri, Manase na
Zabuloni, wakajinyenyekeza wakaja Yerusalemu.
12 Pia katika Yuda mkono wa Mungu ulikuwa juu ya
watu kuwapa umoja katika kutenda yale ambayo
mfalme na maafisa wake waliwaamuru, kulingana
na neno la BWANA.
13 Basi umati mkubwa wa watu ukakusanyika
huko Yerusalemu kuadhimisha Sikukuu ya
Mikate Isiyotiwa Chachu katika mwezi wa pili.
14 Wakajitia kazini kuyaondoa yale madhabahu
yaliyokuwa huko Yerusalemu, wakayaondoa pia
yale madhabahu ya kufukizia uvumba kwa miungu
na kuyatupa Bonde la Kidroni.
15 Kisha wakamchinja mwana-kondoo wa Pasaka
katika siku ya kumi na nne ya mwezi wa pili.
Makuhani na Walawi waliona aibu, wakajitakasa
na kuleta sadaka za kuteketezwa katika Hekalu la
BWANA. 16 Kisha wakachukua nafasi zao za kawaida
kama ilivyoelezwa katika Sheria ya Mose mtu
wa Mungu. Makuhani wakanyunyiza ile damu
waliyokabidhiwa na Walawi. 17 Kwa kuwa wengi
waliokuwa katika lile kusanyiko walikuwa hawaja-
jitakasa, iliwapasa Walawi wachinje wana-kondoo
wengine wa Pasaka kwa ajili ya wale watu ambao
hawakuwa safi, kwa kufuata taratibu za ibada ili
kuwatakasa kwa BWANA. 18 Ingawa watu wengi
miongoni mwa wale waliotoka Efraimu, Manase,
Isakari na Zabuloni walikuwa hawajajitakasa,
hata hivyo walikula Pasaka kinyume na ilivyoa-
ndikwa. Lakini Hezekia akawaombea, akisema,
"BWANA, ambaye ni mwema na amsamehe kila
mmoja 19 ambaye anauelekeza moyo wake kumta-
futa Mungu, BWANA, Mungu wa baba zake, hata
kama yeye si safi kulingana na sheria za mahali
patakatifu." 20 Naye BWANA akamsikia Hezekia
akawaponya watu.
21 Waisraeli waliokuwa Yerusalemu wakaadhimi-
sha Sikukuu ya Mikate Isiyotiwa Chachu kwa muda
wa siku saba, nao Walawi na makuhani walikuwa
wakiimba kila siku, wakiwa na ala za uimbaji za
kumsifu BWANA.
22 Hezekia akazungumza akiwatia moyo Walawi
wote, ambao walionyesha ustadi katika kumtu-
mikia BWANA. Hivyo watu wakala chakula cha
sikukuu kwa siku saba, wakitoa sadaka za amani
na kumshukuru BWANA, Mungu wa baba zao.
23 Kisha kusanyiko lote likakubali kuendelea
na sikukuu kwa siku saba zaidi, kwa hiyo kwa
siku saba nyingine wakaendelea kuiadhimisha

kwa furaha. 24 Hezekia, mfalme wa Yuda akatoa mafahali 1,000, kondoo na mbuzi 7,000 kwa ajili ya kusanyiko, nao maafisa wakatoa mafahali 1,000 pamoja na kondoo na mbuzi 10,000. Idadi kubwa ya makuhani wakajiweka wakfu. 25 Kusanyiko lote la Yuda, pamoja na makuhani na Walawi na lile kusanyiko lote lililotoka Israeli, pamoja na wale wageni waliotoka Israeli na wale walioishi katika Yuda wakafurahi. 26 Kulikuwa na furaha kubwa katika Yerusalemu, kwa sababu tangu siku za Mfalme Solomoni mwana wa Daudi mfalme wa Israeli halijakuwepo jambo kama hili katika Yerusalemu. 27 Ndipo makuhani na Walawi wakasimama wakawabariki watu, naye Mungu akawasikia, kwa sababu maombi yao yalifika mbinguni, makao yake matakatifu.

Sehemu Za Ibada Za Kipagani Zaondolewa

31 Baada ya mambo haya yote kumalizika, Waisraeli ambao walikuwako huko wakaenda kwenye miji ya Yuda, wakayavunja yale mawe ya kuabudia na kuzikatakata zile nguzo za Ashera. Wakabomoa mahali pa juu pa kuabudia miungu pamoja na madhabahu zake kila mahali katika Yuda na Benyamini na katika Efraimu na Manase. Baada ya kuviharibu hivi vyote, Waisraeli wakarudi katika miji yao wenyewe na kwenye milki zao.

2 Hezekia akawapanga makuhani na Walawi katika migawanyo, kila mgawanyo kulingana na wajibu wao, kama ni makuhani au Walawi, ili kutoa sadaka za kuteketezwa na sadaka za amani, kuhudumu, kushukuru na kuimba sifa katika malango ya makao ya Bwana. 3 Mfalme akatoa matoleo kutoka mali zake mwenyewe kwa ajili ya sadaka za kuteketezwa za asubuhi na za jioni na sadaka za kuteketezwa kwa siku za Sabato, kwa Sikukuu za Mwezi Mwandamo na kwa ajili ya sikukuu zilizoamriwa kama ilivyoandikwa katika Sheria ya Bwana. 4 Akawaagiza watu wanaoishi Yerusalemu watoe sehemu iliyo haki ya makuhani na Walawi ili waweze kujitoa kikamilifu kutimiza wajibu wao katika Sheria ya Bwana. 5 Mara tu baada ya kutolewa tangazo hilo, Waisraeli wakatoa kwa ukarimu malimbuko ya nafaka zao, divai mpya, mafuta na asali pamoja na vyote vilivyotoka mashambani. Wakaleta kiasi kikubwa cha fungu la kumi la kila kitu. 6 Watu wa Israeli na Yuda walioishi katika miji ya Yuda wakaleta pia fungu la kumi la makundi yao ya ng'ombe na makundi ya kondoo na mbuzi pia na fungu la kumi la vitu vitakatifu vilivyowekwa wakfu kwa ajili ya Bwana Mungu wao na kuvikusanya katika malundo. 7 Wakaanza kufanya haya katika mwezi wa tatu na kumaliza katika mwezi wa saba. 8 Wakati Hezekia na maafisa wake walipokuja na kuona yale malundo, wakamsifu Bwana na kuwabariki watu wake Israeli.

9 Hezekia akawauliza makuhani na Walawi kuhusu yale malundo, 10 naye Azaria aliyekuwa kuhani mkuu, kutoka jamaa ya Sadoki, akajibu, "Tangu watu walipoanza kuleta sadaka zao katika Hekalu la Bwana tumekuwa na chakula cha kutosha na vingi vya kuweka akiba kwa sababu Bwana amewabariki watu wake, hivyo tumekuwa na kiasi kingi kilichobaki."

Kutambuliwa Kwa Makuhani Na Walawi

11 Hezekia akatoa agizo la kutengeneza vyumba vya ghala katika Hekalu la Bwana nalo hili likafanyika. 12 Kisha kwa uaminifu wakaleta sadaka zao, mafungu yao ya kumi na vitu vilivyowekwa wakfu. Konania Mlawi, ndiye alikuwa msimamizi wa vitu hivi na Shimei ndugu yake ndiye alikuwa msaidizi wake. 13 Yehieli, Azazia, Nahathi, Asaheli, Yeremothi, Yozabadi, Elieli, Ismakia, Mahathi na Benaya walikuwa waangalizi chini ya Konania na Shimei ndugu yake, waliokuwa wamewekwa na Mfalme Hezekia na Azaria, afisa msimamizi wa Hekalu la Mungu.

14 Kore mwana wa Imna, Mlawi, bawabu wa Lango la Mashariki, alikuwa msimamizi wa sadaka za hiari zilizotolewa kwa Mungu, akiyagawanya hayo matoleo yaliyotolewa kwa Bwana na pia zile sadaka zilizowekwa wakfu. 15 Edeni, Miniamini, Yeshua, Shemaya, Amaria na Shekania walimsaidia kwa uaminifu katika miji ya makuhani, wakiwagawia makuhani wenzao kufuatana na migawanyo yao, wazee kwa vijana sawasawa.

16 Zaidi ya hao wakawagawia wanaume wenye umri wa miaka mitatu au zaidi ambao majina yao yalikuwa kwenye orodha ya vizazi, wale wote ambao wangeingia katika Hekalu la Bwana ili kufanya kazi zao mbalimbali za kila siku kulingana na wajibu katika mgawanyo wao. 17 Kuandikishwa kwa makuhani kulikuwa kwa kufuata chimbuko la nyumba za baba zao na Walawi kuanzia umri wa miaka ishirini au zaidi ilikuwa kufuatana na huduma zao, kwa migawanyo yao. 18 Makuhani waliandikishwa pamoja na watoto wao wadogo, wake zao, watoto wao wa kiume na wa kike, jamii yote iliandikishwa kwa kufuata orodha ya vizazi vyao. Kwa kuwa walikuwa waaminifu katika kujitakasa.

19 Kuhusu makuhani, wazao wa Aroni walioishi kwenye mashamba yaliyozunguka miji yao au katika miji mingine yoyote, watu walitajwa majina ili kumgawia kila mwanaume miongoni mwao na kwa wote waliokuwa katika orodha ya vizazi vya Walawi.

20 Hivi ndivyo Hezekia alivyofanya katika Yuda yote, akifanya lile lililo jema, sawa na la uaminifu mbele za Bwana Mungu wake. 21 Naye katika kila kitu alichofanya katika huduma kwenye Hekalu la Mungu na katika utii kwa sheria na amri, alimtafuta Mungu wake na kufanya kazi kwa moyo wake wote. Naye hivyo akafanikiwa.

Senakeribu Aitishia Yerusalemu

32 Baada ya yale yote aliyokuwa amefanya Hezekia kwa uaminifu mkubwa, Senakeribu mfalme wa Ashuru akaja na kuvamia Yuda. Akaizunguka miji yenye ngome kwa jeshi, akifikiri kuiteka iwe yake. 2 Hezekia alipoona kuwa Senakeribu amekuja na kwamba alikusudia kufanya vita juu ya Yerusalemu, 3 akafanya shauri na maafisa wake na mashujaa wake juu ya kuzuia maji kutoka chemchemi zilizo nje ya mji, nao wakamsaidia. 4 Umati mkubwa wa watu ukakusanyika na kuzuia chemchemi zote na vijito vilivyotiririka katika nchi

yote, wakisema: "Kwa nini wafalme wa Ashuru waje na kukuta maji tele?" 5 Hezekia akafanya kazi kwa bidii kukarabati sehemu zote zilizokuwa zimebomoka za ukuta na kujenga minara juu yake. Akajenga ukuta mwingine nje ya ule uliokuwepo na kuimarisha Milo[a] katika Mji wa Daudi. Akatengeneza pia silaha nyingi na ngao.

6 Akaweka maafisa wa jeshi juu ya watu, wakawakutanisha mbele yake katika uwanja kwenye lango la mji, naye akawatia moyo kwa maneno haya: 7 "Kuweni hodari na wenye moyo mkuu. Msiogope, msifadhaike wala msikate tamaa kwa sababu ya mfalme wa Ashuru na hili jeshi kubwa lililo pamoja naye, kwa kuwa aliye pamoja nasi ni mkuu kuliko aliye pamoja naye. 8 Kwake uko mkono wa mwili tu, bali kwetu yuko Bwana Mungu wetu kutusaidia na kutupigania vita vyetu." Nao watu wakatiwa moyo kutokana na maneno aliyowaambia Hezekia mfalme wa Yuda.

9 Hatimaye Senakeribu mfalme wa Ashuru na majeshi yake yote walipokuwa wameuzunguka Lakishi, akawatuma maafisa wake kwenda Yerusalemu wakiwa na ujumbe huu kwa Hezekia mfalme wa Yuda, na kwa watu wote wa Yuda waliokuwako humo, kusema:

10 "Hili ndilo asemalo Senakeribu mfalme wa Ashuru: Je, mmeweka tumaini lenu wapi, hata mnaendelea kukaa katika Yerusalemu, hali mmezungukwa na jeshi? 11 Hezekia asemapo, 'Bwana Mungu wetu atatuokoa kutokana na mkono wa mfalme wa Ashuru,' anawapotosha ninyi, naye atawaacha mfe kwa njaa na kiu. 12 Je, si Hezekia mwenyewe aliyeondoa mahali pa juu pa kuabudia miungu pamoja na madhabahu zake, akiwaambia Yuda wa Yerusalemu, 'Ni lazima mwabudu mbele ya madhabahu moja na kuteketeza dhabihu juu yake'?

13 "Je, hamjui yale mimi na baba zangu tuliyoyafanya kwa mataifa yote ya nchi zingine? Je, miungu ya mataifa hayo iliweza kuokoa nchi zao kutoka mkononi mwangu? 14 Ni yupi miongoni mwa miungu yote ya mataifa haya ambayo baba zangu waliyaangamiza ameweza kuwaokoa watu wake mkononi mwangu? Inawezekanaje basi Mungu wenu kuwaokoa mkononi mwangu? 15 Sasa basi, msikubali Hezekia awadanganye na kuwapotosha namna hii. Msimwamini, kwa kuwa hakuna mungu wa taifa lolote wala wa ufalme wowote aliyeweza kuwaokoa watu wake kutoka mkononi mwangu au mkononi mwa baba zangu. Sembuse huyo mungu wenu atawaokoaje kutoka mkononi mwangu!"

16 Maafisa wa Senakeribu wakaendelea kunena dhidi ya Bwana aliye Mungu na dhidi ya mtumishi wake Hezekia. 17 Mfalme pia aliandika barua akimtukana Bwana, Mungu wa Israeli na kusema haya dhidi yake: "Kama vile miungu ya mataifa ya nchi nyingine ilivyoshindwa kuwaokoa watu wao mkononi mwangu, vivyo hivyo Mungu wa Hezekia hataweza kuwaokoa watu wake kutoka mkononi mwangu." 18 Kisha wakawaita kwa Kiebrania watu wa Yerusalemu waliokuwa juu ya ukuta ili kuwatisha na kuwatia hofu ili waweze kuuteka mji. 19 Wakanena juu ya Mungu wa Yerusalemu kama vile walivyonena juu ya miungu ya mataifa mengine ya dunia ambayo ni kazi ya mikono ya wanadamu.

20 Mfalme Hezekia na nabii Isaya mwana wa Amozi wakalilia mbingu katika maombi kuhusu jambo hili. 21 Naye Bwana akamtuma malaika ambaye aliangamiza wanajeshi wote, na viongozi na maafisa katika kambi ya mfalme wa Ashuru. Kwa hiyo, mfalme wa Ashuru akarudi nchini mwake kwa aibu. Naye alipokwenda katika hekalu la mungu wake, baadhi ya watoto wake wakamuua kwa upanga.

22 Hivyo Bwana akamwokoa Hezekia na watu wa Yerusalemu kutoka mkononi mwa Senakeribu mfalme wa Ashuru na kutoka mikononi mwa wengine wote. Bwana akawastarehesha kila upande. 23 Watu wengi wakaleta sadaka Yerusalemu kwa ajili ya Bwana na zawadi za thamani kwa ajili ya Hezekia mfalme wa Yuda. Tangu hapo na kuendelea, Hezekia aliheshimiwa sana na mataifa yote.

Kiburi Cha Hezekia, Mafanikio Na Kifo

24 Katika siku hizo, Hezekia akaugua, naye akawa karibu kufa. Akamwomba Bwana, ambaye alimjibu na kumpa ishara. 25 Lakini moyo wa Hezekia ukajaa majivuno na hakuonyesha itikio kwa wema aliotendewa, kwa hiyo ghadhabu ya Bwana ikawa juu yake na juu ya Yuda na Yerusalemu. 26 Ndipo Hezekia akatubu kwa ajili ya kiburi cha moyo wake, kama walivyofanya watu wa Yerusalemu, kwa hiyo ghadhabu ya Bwana haikuja juu yao katika siku za Hezekia.

27 Hezekia alikuwa na utajiri mwingi sana na heshima, naye akajifanyia hazina kwa ajili ya fedha yake na dhahabu na kwa ajili ya vito vyake vya thamani, vikolezi, ngao na aina zote za vyombo vya thamani. 28 Akajenga pia maghala ya kuhifadhi mavuno ya nafaka, divai mpya na mafuta. Akatengeneza mabanda kwa ajili ya aina mbalimbali za mifugo, na mazizi kwa ajili ya kondoo na mbuzi. 29 Akajenga vijiji na kujipatia idadi kubwa ya kondoo na mbuzi, pamoja na ng'ombe kwa kuwa Mungu alikuwa amempa utajiri mwingi sana.

30 Ilikuwa ni Hezekia aliyeziba njia za kutolea maji za chemchemi za juu za Gihoni na kuyaelekeza maji kutiririkia upande wa magharibi wa Mji wa Daudi. Akafanikiwa katika kila kitu alichofanya. 31 Lakini wakati wajumbe walipotumwa na watawala wa Babeli kumuuliza juu ya ishara ambayo ilitokea katika nchi, Mungu alimwacha ili kumjaribu na kujua kila kitu kilichokuwa moyoni mwake.

32 Matukio mengine ya utawala wa Hezekia na matendo yake ya kujitoa kwa moyo yameandikwa katika maono ya nabii Isaya mwana wa Amozi kwenye kitabu cha wafalme wa Yuda na Israeli. 33 Hezekia akalala na baba zake na akazikwa kwenye kilima mahali yalipo makaburi ya wazao wa Daudi. Yuda wote na watu wa Yerusalemu

[a]5 Milo maana yake Boma la Ngome.

wakamheshimu alipofariki. Naye Manase mwa-
nawe akawa mfalme baada yake.

Manase Mfalme Wa Yuda

33 Manase alikuwa na umri wa miaka kumi na
miwili alipoanza kutawala, naye akatawala
huko Yerusalemu miaka hamsini na mitano. 2 Aka-
fanya maovu machoni pa Bwana, akafuata desturi
za machukizo za mataifa ambayo Bwana aliyafu-
kuza mbele ya Waisraeli. 3 Akajenga upya mahali
pa juu pa kuabudia miungu ambapo Hezekia baba
yake, alikuwa amepabomoa, pia akasimamisha
madhabahu za Mabaali na nguzo za Maashera.
Akalisujudia jeshi lote la angani na kuliabudu.
4 Akajenga madhabahu katika Hekalu la Bwana
ambamo Bwana alikuwa amesema, "Jina langu
litadumu Yerusalemu milele." 5 Katika nyua zote
mbili za Hekalu la Bwana akajenga madhabahu
kwa ajili ya jeshi lote la angani. 6 Akawatoa wanawe
kuwa kafara kwa kuwapitisha katika moto katika
Bonde la Ben-Hinomu, akafanya ulozi, uaguzi na
uchawi, akataka ushauri kwa wenye pepo wa uta-
mbuzi na wenye kuwasiliana na mizimu. Akafanya
maovu mengi machoni pa Bwana, akaichochea
hasira yake.

7 Akachukua ile sanamu aliyoichonga na kui-
weka katika Hekalu la Mungu ambalo Mungu
alikuwa amemwambia Daudi na mwanawe Solo-
moni, "Katika Hekalu hili na katika Yerusalemu
niliouchagua kutoka kabila zote za Israeli, nita-
liweka Jina langu milele. 8 Sitaifanya tena miguu
ya Waisraeli iondoke tena katika nchi niliyowapa
baba zenu, ikiwa watakuwa waangalifu kufanya
kila kitu nilichowaamuru kuhusu sheria zote, maa-
gizo na amri zilizotolewa kwa mkono wa Mose."
9 Lakini Manase akawaongoza Yuda na watu wa
Yerusalemu katika upotovu, kiasi kwamba walifa-
nya maovu mengi kuliko mataifa ambayo Bwana
aliwaangamiza mbele ya Waisraeli.

10 Bwana akasema na Manase pamoja na watu
wake, lakini hawakumjali. 11 Hivyo Bwana akaleta
juu yao majemadari wa jeshi la mfalme wa Ashuru,
ambao walimchukua Manase kwenda kifungoni,
wakaweka ndoana katika pua yake, wakamfunga
kwa pingu za shaba na kumpeleka Babeli. 12 Katika
dhiki yake akamsihi Bwana Mungu wake na kuji-
nyenyekeza sana mbele za Mungu wa baba zake.
13 Naye alipomwomba, Bwana akaguswa na kule
kusihi kwake na akasikiliza kilio chake, kwa hiyo
akamrudisha Yerusalemu na kwenye ufalme wake.
Ndipo Manase akatambua kwamba Bwana ndiye
Mungu.

14 Baadaye akajenga ukuta wa nje wa Mji wa
Daudi, magharibi mwa chemchemi ya Gihoni
katika bonde, hadi kufikia ingilio la Lango la
Samaki na akakizunguka kilima cha Ofeli, pia
akaufanya kuwa mrefu zaidi. Akawaweka majema-
dari katika miji yote ya Yuda iliyokuwa imejengewa
ngome.

15 Akaondolea mbali miungu ya kigeni na kuo-
ndoa sanamu kutoka Hekalu la Bwana pamoja na
madhabahu zote alizozijenga katika kile kilima
kilichojengwa Hekalu na katika Yerusalemu, aka-
zitupa nje ya mji. 16 Kisha akarudisha madhabahu
ya Bwana na kutolea juu yake dhabihu za sadaka
za amani pamoja na sadaka za shukrani, naye
akawaamuru Yuda wamtumikie Bwana, Mungu
wa Israeli. 17 Lakini hata hivyo watu wakaendelea
kutoa dhabihu mahali pa juu pa kuabudia miungu,
lakini wakimtolea Bwana Mungu wao peke yake.

18 Matukio mengine ya utawala wa Manase,
maombi yake kwa Mungu wake na maneno ali-
yoambiwa na waonaji walionena naye kwa jina la
Bwana, Mungu wa Israeli, yameandikwa katika
kitabu cha kumbukumbu za wafalme wa Israeli.
19 Maombi yake, pamoja na jinsi Mungu alivyo-
guswa na kusihi kwake, pia dhambi zake zote
na kukosa kwake uaminifu pamoja na sehemu
alizojenga mahali pa juu pa kuabudia miungu,
kule kusimamisha nguzo za Ashera na sanamu
kabla ya kujinyenyekeza kwake, yote yameandikwa
katika kumbukumbu za waonaji. 20 Manase akalala
pamoja na baba zake akazikwa katika jumba lake
la kifalme. Naye Amoni mwanawe akawa mfalme
baada yake.

Amoni Mfalme Wa Yuda

21 Amoni alikuwa na miaka ishirini na miwili, ali-
poanza kutawala, naye akatawala huko Yerusalemu
kwa miaka miwili. 22 Akatenda maovu machoni
mwa Bwana, kama baba yake Manase alivyofanya.
Amoni akaabudu na kutoa dhabihu kwa sanamu
zote alizokuwa ametengeneza Manase. 23 Lakini
tofauti na Manase baba yake, hakujinyenyekeza
mbele za Bwana, badala yake Amoni aliongeza
hatia zaidi na zaidi.

24 Watumishi wa Amoni wakafanya fitina juu
yake, nao wakamuulia kwake nyumbani. 25 Kisha
watu wa nchi wakawaua wale wote waliokuwa
wamefanya hila dhidi ya Mfalme Amoni. Waka-
mfanya Yosia mwanawe kuwa mfalme mahali pake.

Yosia Afanya Matengenezo

34 Yosia alikuwa na miaka minane alipoanza
kutawala, naye akatawala huko Yerusalemu
miaka thelathini na mmoja. 2 Akafanya yaliyo
mema machoni pa Bwana na kuenenda katika
njia za Daudi baba yake, hakugeuka upande wa
kuume wala wa kushoto.

3 Katika mwaka wa nane wa utawala wake, ali-
pokuwa angali bado mdogo, alianza kumtafuta
Mungu wa Daudi baba yake. Katika mwaka wake
wa kumi na mbili alianza kusafisha mahali pa
juu pa kuabudia miungu pa Yuda na Yerusalemu,
akiondoa nguzo za Ashera, sanamu za kuchonga
na vinyago vya kusubu. 4 Mbele ya macho yake,
wakazibomoa madhabahu za Mabaali, wakazivu-
nja madhabahu za kufukizia uvumba zilizokuwa
zimesimama juu yake, wakazivunja nguzo za
Ashera, sanamu na vinyago. Hivi alivivunja vipa-
nde vipande na kuvisambaza juu ya makaburi
ya waliokuwa wamevitolea kafara. 5 Akachoma
mifupa ya makuhani wao juu ya madhabahu zao
na kwa njia hiyo akaitakasa Yuda na Yerusalemu.
6 Katika miji ya Manase, Efraimu na Simeoni,
hadi Naftali na kwenye magofu yanayoizunguka,
7 akavunja madhabahu na nguzo za Ashera na
kuzipondaponda hizo sanamu hadi zikawa unga

na kukata vipande vipande madhabahu zote za kufukizia uvumba katika Israeli yote. Kisha akarudi Yerusalemu.

8 Katika mwaka wa kumi na nane wa utawala wa Yosia, ili kutakasa nchi na Hekalu, akawatuma Shafani, mwana wa Azalia na Maaseya mtawala wa mji, pamoja na Yoa mwana wa Yoahazi, mwandishi ili kukarabati Hekalu la Bwana Mungu wake.

9 Wakamwendea Hilkia kuhani mkuu na kumpa fedha ambazo zilikuwa zimeletwa ndani ya Hekalu la Bwana ambazo Walawi waliokuwa mabawabu walikuwa wamezikusanya kutoka kwa watu wa Manase, Efraimu na mabaki wote wa Israeli kutoka kwa watu wote wa Yuda na Benyamini na wakazi wa Yerusalemu. 10 Kisha wakazikabidhi hizo fedha kwa watu waliowekwa ili kusimamia kazi ya Hekalu la Bwana. Hawa watu waliwalipa wafanyakazi waliokarabati na kutengeneza Hekalu lipate kurudi katika hali yake. 11 Wakawapa pia mafundi seremala na waashi fedha ili kununua mawe yaliyochongwa, mbao kwa ajili ya kufungia na boriti kwa ajili ya majengo ambayo wafalme wa Yuda walikuwa wameyaacha yakawa magofu.

12 Watu wakafanya kazi kwa uaminifu. Waliokuwa wamewekwa juu yao ili kuwaelekeza ni Yahathi na Obadia, Walawi wa uzao wa Merari, Zekaria na Meshulamu, waliotoka kwenye uzao wa Kohathi. Walawi wote waliokuwa na ufundi wa kupiga ala za uimbaji, 13 wakawa wasimamizi wa vibarua na kuwaongoza wale waliofanya kila aina ya kazi. Baadhi ya Walawi walikuwa waandishi, maafisa na mabawabu.

Kitabu Cha Sheria Chapatikana

14 Wakati walikuwa wakizitoa nje fedha zilizokuwa zimetolewa kwenye Hekalu la Bwana, kuhani Hilkia akakipata kile Kitabu cha Sheria ya Bwana kilichokua kimetolewa kwa mkono wa Mose. 15 Hilkia akamwambia Shafani mwandishi, "Nimekipata Kitabu cha Sheria ndani ya Hekalu la Bwana." Akampa Shafani kile Kitabu.

16 Kisha Shafani akakipeleka kile Kitabu kwa mfalme na kumwambia, "Maafisa wako wanafanya kila kitu kama walivyokabidhiwa kufanya. 17 Wamelipa fedha zilizokuwa katika Hekalu la Bwana na wamewakabidhi wasimamizi na wafanyakazi." 18 Kisha Shafani mwandishi akamwarifu mfalme kuwa, "Kuhani Hilkia amenipa Kitabu." Naye Shafani akakisoma mbele ya mfalme.

19 Mfalme aliposikia yale maneno ya Sheria, akayararua mavazi yake. 20 Akatoa maagizo haya kwa Hilkia, Ahikamu mwana wa Shafani, Abdoni mwana wa Mika, Shafani mwandishi na Asaya mtumishi wa mfalme, 21 "Nendeni mkamuulize Bwana kwa ajili yangu na kwa ajili ya mabaki walioko Israeli na Yuda kuhusu yale yaliyoandikwa ndani ya kitabu hiki ambacho kimepatikana. Hasira ya Bwana ni kubwa mno ambayo imemwagwa juu yetu kwa sababu baba zetu hawakulishika neno la Bwana wala hawajatenda kulingana na yale yote yaliyoandikwa katika Kitabu hiki."

22 Hilkia pamoja na wale wote mfalme aliokuwa amewatuma pamoja naye wakaenda kuzungumza na nabii mke aitwaye Hulda, aliyekuwa mke wa Shalumu mwana wa Tokhathi, mwana wa Hasra mtunzaji wa chumba cha mavazi. Hulda aliishi Yerusalemu, katika Mtaa wa Pili.

23 Akawaambia, "Hivi ndivyo asemavyo Bwana, Mungu wa Israeli: Mwambieni yule mtu aliyewatuma ninyi kwangu, 24 'Hivi ndivyo asemavyo Bwana: Nitaleta maafa juu ya mahali hapa na watu wake, laana zote zilizoandikwa ndani ya hicho kitabu ambazo zimesomwa mbele ya mfalme wa Yuda. 25 Kwa sababu wameniacha mimi na kufukiza uvumba kwa miungu mingine na kunighadhibisha kwa kazi yote ya mikono yao, hivyo hasira yangu itamwagwa juu ya mahali hapa, wala haitatulizwa.' 26 Mwambieni mfalme wa Yuda, ambaye amewatuma kumuuliza Bwana, 'Hivi ndivyo asemavyo Bwana, Mungu wa Israeli kuhusu maneno uliyoyasikia: 27 Kwa kuwa moyo wako ulikuwa msikivu na ulijinyenyekeza mbele za Mungu uliposikia kile nilichosema dhidi ya mahali hapa na watu wake na kwa sababu ulijinyenyekeza mbele zangu na uliyararua mavazi yako na kulia mbele zangu, nimekusikia, asema Bwana. 28 Basi nitakukusanya kwa baba zako, nawe utazikwa kwa amani. Macho yako hayataona maafa yote nitakayoleta juu ya mahali hapa na juu ya wote wanaoishi hapa.' "

Kwa hiyo wakampelekea mfalme jibu lake.

Yosia Afanya Agano La Kutii

29 Kisha mfalme akawaita pamoja wazee wote wa Yuda na Yerusalemu. 30 Akapanda kwenda hekaluni mwa Bwana pamoja na watu wa Yuda, watu wa Yerusalemu, makuhani na Walawi, watu wote, wakubwa kwa wadogo. Akasoma wakiwa wanasikia maneno yote ya Kitabu cha Agano, ambacho kilikuwa kimepatikana katika Hekalu la Bwana. 31 Mfalme akasimama karibu na nguzo yake na kufanya upya Agano mbele za Bwana ili kumfuata Bwana na kuzishika amri zake, maagizo na sheria kwa moyo wake wote na kwa roho yake yote na ili kuyatii maneno ya Agano yaliyoandikwa katika kitabu hiki.

32 Ndipo akamtaka kila mmoja katika Yerusalemu na Benyamini kuweka ahadi zao wenyewe kwa hilo Agano, watu wa Yerusalemu wakafanya hivyo kwa kufuata Agano la Bwana, Mungu wa baba zao.

33 Yosia akaondoa machukizo yote ya sanamu kutoka nchi yote iliyokuwa mali ya Waisraeli na akawataka wale wote waliokuwako katika Israeli wamtumikie Bwana Mungu wao. Kwa muda wote alioishi, hawakushindwa kumfuata Bwana, Mungu wa baba zao.

Mfalme Yosia Anaadhimisha Pasaka

35 Yosia akaadhimisha Pasaka kwa Bwana katika Yerusalemu, mwana-kondoo wa Pasaka akachinjwa siku ya kumi na nne ya mwezi wa kwanza. 2 Akawaweka makuhani kwenye wajibu wao na kuwatia moyo katika utumishi wa Hekalu la Bwana. 3 Akawaambia Walawi, waliowafundisha Waisraeli wote na waliokuwa wamejiweka wakfu kwa ajili ya kazi ya Bwana, "Liwekeni hilo Sanduku takatifu katika Hekalu lile alilojenga Solomoni mwana wa Daudi mfalme wa Israeli. Halipaswi kubebwa huku na huko mabegani mwenu. Sasa mtumikieni Bwana

Mungu wenu na watu wake Israeli. 4 Jiandaeni kwa
kufuata jamaa zenu katika migawanyo yenu, kufua-
tana na maelezo yaliyoandikwa na Daudi mfalme
wa Israeli na mwanawe Solomoni.
5 "Simameni mahali patakatifu kwa kufuata
migawanyo ya jamaa za baba zenu kulingana
na koo zenu na pawepo Walawi kwa ajili ya kila
mgawanyo wa nyumba ya baba zenu. 6 Chinjeni
mwana-kondoo wa Pasaka, jitakaseni, nanyi kwa
niaba ya koo zenu fanyeni maandalizi, mkitenda
sawasawa na neno la BWANA kwa mkono wa Mose."
7 Ndipo Yosia akawapa watu wote wana-mbuzi
waliokuwepo jumla ya kondoo wapatao 30,000
kwa ajili ya sadaka ya Pasaka, pia na ng'ombe
10,000, vyote hivi kutoka mali binafsi ya mfalme.
8 Pia maafisa wake, wakatoa kwa hiari yao waka-
wapa watu, makuhani na Walawi. Hilkia, Zekaria
na Yehieli, waliokuwa maafisa wakuu wa Hekalu
la Mungu, wakawapa makuhani sadaka za Pasaka
wana-kondoo na wana-mbuzi 2,600 na mafahali
300. 9 Konania na nduguze wawili, Shemaya na
Nethaneli, pamoja na Hashabia, Yeieli na Yozabadi
waliokuwa viongozi wa Walawi, nao pia wakawapa
Walawi wana-kondoo na wana-mbuzi 5,000 na
mafahali 500, kwa ajili ya sadaka za Pasaka.
10 Huduma ilipomalizika kuandaliwa makuhani
wakasimama mahali pao na Walawi katika miga-
wanyo yao kama mfalme alivyokuwa ameamuru.
11 Wana-kondoo wa Pasaka wakachinjwa, nao
makuhani wakanyunyiza ile damu waliyokabi-
dhiwa, wakati Walawi wakiwa wanawachuna
wale wanyama ngozi. 12 Wakatenga sadaka za
kuteketezwa ili waweze kugawia ili migawanyo
kwa kufuata jamaa za baba zao ili watoe sadaka
kwa BWANA kama ilivyoandikwa katika Kitabu cha
Mose. Wakafanya vivyo hivyo kwa wale mafahali.
13 Wakawaoka wale wanyama wa Pasaka kwenye
moto kama ilivyoamriwa, wakachemsha zile
sadaka takatifu kwenye vyungu, masufuria maku-
bwa na vikaango na kuwagawia watu wote upesi.
14 Hatimaye wakafanya maandalizi kwa ajili yao
wenyewe na kwa ajili ya makuhani, kwa sababu
wale makuhani, yaani, wazao wa Aroni, walikuwa
wanatoa sadaka za kuteketezwa pamoja na zile
sehemu zilizonona mpaka usiku. Hivyo Walawi
wakafanya maandalizi kwa ajili yao wenyewe na
kwa ajili ya makuhani wa uzao wa Aroni.
15 Waimbaji, wazao wa Asafu, walikuwa katika
nafasi zao, kama ilivyoagizwa na Mfalme Daudi,
Asafu, Hemani na Yeduthuni mwonaji wa Mfalme.
Mabawabu katika kila lango hawakuhitaji kuacha
nafasi zao kwa sababu Walawi wenzao walifanya
maandalizi kwa ajili yao.
16 Kwa hiyo wakati ule huduma yote ya BWANA
ilifanyika katika kuadhimisha Pasaka, kutoa sadaka
za kuteketezwa juu ya madhabahu ya BWANA
kama alivyoamuru Mfalme Yosia. 17 Waisraeli
waliokuwepo wakaadhimisha Pasaka wakati huo
na Sikukuu ya Mikate Isiyotiwa Chachu kwa siku
saba. 18 Kulikuwa hakujafanyika Pasaka kama hii
katika Israeli tangu siku za nabii Samweli wala
hakukuwa na mfalme yeyote wa Israeli ambaye
kamwe alishaadhimisha Pasaka kama ile aliyofa-
nya Mfalme Yosia, akiwa na makuhani, Walawi na
watu wote wa Yuda na watu wa Israeli waliokuwepo
huko, pamoja na watu wa Yerusalemu. 19 Pasaka
iliadhimishwa katika mwaka wa kumi na nane wa
utawala wa Mfalme Yosia.

Kifo Cha Yosia

20 Baada ya haya yote, Yosia alipomaliza kuli-
tengeneza vizuri Hekalu, Neko mfalme wa Misri,
akapanda ili kupigana huko Karkemishi katika Mto
Frati, naye Yosia akatoka kwenda kupigana naye.
21 Lakini Neko akamtumia wajumbe kusema, "Kuna
ugomvi gani kati yangu mimi na wewe, Ee Mfalme
wa Yuda? Si wewe ninayekushambulia wakati huu,
bali ile nyumba ambayo nina vita nayo, Mungu
ameniambia niharakishe, kwa hivyo acha kumpi-
nga Mungu, ambaye yuko pamoja nami, la sivyo
atakuangamiza."
22 Lakini hata hivyo, Yosia hakukubali kumwa-
cha, bali alijibadilisha ili kupigana naye vita.
Hakusikiliza yale Neko aliyokuwa amemwambia
kwa agizo la Mungu bali alikwenda kupigana naye
katika tambarare ya Megido.
23 Wapiga upinde wakampiga Mfalme Yosia, naye
akawaambia maafisa wake, "Niondoeni, nimeje-
ruhiwa vibaya sana." 24 Kwa hiyo wakamshusha
kutoka kwenye gari lake la farasi, wakamweka
kwenye gari lingine alilokuwa nalo na kumleta
Yerusalemu, ambako alifia. Akazikwa katika maka-
buri ya baba zake, nayo Yuda yote na Yerusalemu
wakamwombolezea Yosia.
25 Nabii Yeremia akatunga maombolezo kwa
ajili ya kifo chake, nao waimbaji wote, wanaume
kwa wanawake, hufanya ukumbusho wa Yosia
katika maombolezo hadi leo. Haya yakafanywa
desturi katika Israeli, nayo yameandikwa katika
Maombolezo.
26 Matukio mengine ya utawala wa Yosia na mate-
ndo yake mema, kulingana na yale yaliyoandikwa
katika sheria ya BWANA: 27 matukio yote, kuanzia
mwanzo hadi mwisho, yameandikwa katika kitabu
cha wafalme wa Israeli na Yuda.

Mfalme Yehoahazi Wa Yuda

36 Watu wa nchi wakamchukua Yehoahazi
mwana wa Yosia na kumfanya mfalme mahali
pa baba yake huko Yerusalemu.
2 Yehoahazi alikuwa na umri wa miaka ishirini
na mitatu alipoanza kutawala, akatawala huko
Yerusalemu kwa miezi mitatu. 3 Mfalme wa Misri
akamwondoa madarakani huko Yerusalemu na
akatoza Yuda kodi ya talanta 100[a] za fedha na
talanta moja[b] ya dhahabu. 4 Mfalme wa Misri
akamweka Eliakimu, nduguye Yehoahazi, kuwa
mfalme juu ya Yuda na Yerusalemu na kubadili
jina la Eliakimu kuwa Yehoyakimu. Lakini Neko
akamchukua Yehoahazi, Nduguye Eliakimu aka-
mpeleka Misri.

Yehoyakimu Mfalme Wa Yuda

5 Yehoyakimu alikuwa na umri wa miaka ishirini
na mitano alipoanza kutawala, naye akatawala

---

[a]3 Talanta 100 za fedha ni sawa na tani 3.75.
[b]3 Talanta moja ya dhahabu ni sawa na kilo 34.

huko Yerusalemu miaka kumi na mmoja. Aka-
fanya maovu machoni pa BWANA Mungu wake.
6 Nebukadneza mfalme wa Babeli akamshambu-
lia na kumfunga kwa pingu za shaba akampeleka
Babeli. 7 Nebukadneza akachukua pia vyombo
kutoka Hekalu la BWANA na kuviweka katika hekalu
lake[a] huko Babeli.
8 Matukio mengine ya utawala wa Yehoyakimu,
machukizo aliyoyafanya na yote yaliyoonekana
dhidi yake, yameandikwa katika kitabu cha wafa-
lme wa Israeli na Yuda. Naye Yehoyakini mwanawe
akawa mfalme baada yake.

Yehoyakini Mfalme Wa Yuda

9 Yehoyakini alikuwa na miaka kumi na minane
alipoanza kutawala, naye akatawala huko Yerusa-
lemu miezi mitatu na siku kumi. Akafanya yaliyo
maovu machoni pa BWANA. 10 Mnamo majira ya
vuli, Mfalme Nebukadneza akatuma watu, nao
wakamleta Babeli, pamoja na vyombo vya thamani
kutoka Hekalu la BWANA. Naye akamfanya Sedekia,
ndugu yake Yehoyakimu kuwa mfalme wa Yuda
na Yerusalemu.

Mfalme Sedekia Wa Yuda

11 Sedekia alikuwa na umri wa miaka ishirini na
mmoja alipoanza kutawala, naye akatawala huko
Yerusalemu kwa miaka kumi na mmoja. 12 Alifa-
nya maovu machoni pa BWANA Mungu wake, wala
hakujinyenyekeza mbele ya nabii Yeremia, ambaye
alinena neno la BWANA. 13 Pia alimwasi Mfalme
Nebukadneza, ambaye alikuwa amemwapisha
kwa jina la Mungu. Akashupaza shingo na aka-
fanya moyo wake kuwa mgumu wala hakutaka
kumgeukia BWANA, Mungu wa Israeli. 14 Zaidi ya
hayo viongozi wote wa makuhani pamoja na watu
wakazidi kukosa uaminifu zaidi na zaidi, wakafa-
nya machukizo yote kama walivyofanya mataifa
wakinajisi Hekalu la BWANA alilokuwa amelitakasa
huko Yerusalemu.

Kuanguka Kwa Yerusalemu

15 BWANA, Mungu wa baba zao, akawapelekea
neno kupitia wajumbe wake tena na tena, kwa
sababu alikuwa anawahurumia watu wake
pamoja na mahali pa maskani yake. 16 Lakini
waliwadhihaki wajumbe wa BWANA wakaya-
dharau maneno yake na kuwacheka manabii
wake mpaka ghadhabu ya BWANA ikawa kubwa
dhidi ya watu wake na hakukuwa na namna ya
kuituliza. 17 Mungu akamwinua dhidi yao mfa-
lme wa Wakaldayo, aliyewaua vijana wao wa
kiume kwa upanga ndani ya mahali patakatifu,
ambaye hakumbakiza kijana mwanaume wala
kijana mwanamke, wazee wala vikongwe. Mungu
akawatia wote mikononi mwa Nebukadneza.
18 Akavichukua kwenda Babeli vyombo vyote
kutoka Hekalu la Mungu, vikubwa na vidogo,
hazina za Hekalu la BWANA pamoja na hazina
za mfalme na za maafisa wake. 19 Wakalichoma
Hekalu la Mungu na kuzibomoa kuta za Yerusa-
lemu, wakachoma moto majumba yote ya kifalme
na kuharibu kila kitu chake cha thamani.
20 Wale watu walionusurika kuuawa kwa upa-
nga wakachukuliwa kwenda uhamishoni Babeli.
Nao wakawa watumishi wake na wa wanawe
mpaka wakati wa utawala wa ufalme wa Uajemi
ulifika. 21 Nchi ikaendelea kufurahia pumziko
lake la Sabato, wakati wote wa kufanywa kwake
ukiwa ilipumzika mpaka ile miaka sabini ilipo-
timia katika kutimiza neno la BWANA lililonenwa
na Yeremia.

Koreshi Atangaza Uhuru Kwa Waliokuwa Uhamishoni

22 Katika mwaka wa kwanza wa utawala wa Kore-
shi mfalme wa Uajemi, ili kulitimiza neno la BWANA
lililosemwa na nabii Yeremia, BWANA aliusukuma
moyo wa Koreshi mfalme wa Uajemi kutangaza
katika himaya yake yote kwa maandishi:

23 "Hili ndilo asemalo Koreshi mfalme wa
Uajemi:

" 'BWANA, Mungu wa mbinguni, amenipa
falme zote duniani, na ameniagiza kumjengea
Hekalu huko Yerusalemu katika Yuda. Yeyote
wa watu wake miongoni mwenu, Mungu
wake na awe pamoja naye, wacha huyo mtu
na apande.' "

[a]7 Au: katika jumba lake la kifalme.

EZRA

Koreshi Asaidia Watu Kurudi Kutoka Uhamishoni

1 Katika mwaka wa kwanza wa utawala wa Koreshi
mfalme wa Uajemi, ili kulitimiza neno la Bwana
lililosemwa na nabii Yeremia, Bwana aliusukuma
moyo wa Koreshi mfalme wa Uajemi kutangaza
katika himaya yake yote kwa maandishi:

2 “Hili ndilo asemalo Koreshi mfalme wa Uajemi:

“ ‘Bwana, Mungu wa mbinguni, amenipa
falme zote duniani, na ameniagiza kumjengea
Hekalu huko Yerusalemu katika Yuda. 3 Yeyote
wa watu wake miongoni mwenu, Mungu wake
na awe pamoja naye, wacha apande kwenda
Yerusalemu katika Yuda na kujenga Hekalu
la Bwana, Mungu wa Israeli, Mungu aliyeko
huko Yerusalemu. 4 Nao watu wa mahali
popote wale walionusurika wanapoishi
sasa, watu hao wampe fedha na dhahabu,
pamoja na vifaa na mifugo, mbali na sadaka
za hiari kwa ajili ya Hekalu la Mungu huko
Yerusalemu.’ ”

5 Kisha viongozi wa jamaa ya Yuda na Benyamini
na makuhani na Walawi kila mmoja ambaye moyo
wake ulisukumwa na Mungu, akajiandaa kupanda
ili kuijenga nyumba ya Bwana huko Yerusalemu.
6 Majirani zao wote wakawasaidia vyombo vya
fedha na dhahabu, pamoja na vifaa na mifugo,
pia na zawadi za thamani, pamoja na sadaka zote
za hiari. 7 Zaidi ya hayo, Mfalme Koreshi akavitoa
vyombo vilivyokuwa mali ya Hekalu la Bwana,
ambavyo Nebukadneza alikuwa amevichukua
kutoka Yerusalemu na kuviweka katika hekalu la
mungu wake. 8 Koreshi mfalme wa Uajemi akavi-
toa kwa mkono wa Mithredathi mtunza hazina,
aliyevihesabu mbele ya Sheshbaza mkuu wa Yuda.

9 Hii ilikuwa ndio orodha ya vifaa:

masinia ya dhahabu yalikuwa 30
masinia ya fedha yalikuwa 1,000
vyetezo vya fedha vilikuwa 29
10 mabakuli ya dhahabu yalikuwa 30
mabakuli ya fedha yanayofanana
yalikuwa 410
vifaa vingine vilikuwa 1,000.

11 Kwa ujumla, kulikuwa na vyombo 5,400 vya
dhahabu na vya fedha. Sheshbaza akavileta hivi
vyote wakati watu walipotoka uhamishoni Babeli
kwenda Yerusalemu.

Orodha Ya Watu Waliorudi Kutoka Uhamishoni

2 Basi hawa ndio watu wa jimbo waliotoka
uhamishoni, ambao Nebukadneza
mfalme wa Babeli alikuwa amewachukua
mateka hadi Babeli (walirudi Yerusalemu
na Yuda, kila mmoja kwenye mji wake,
2 wakiwa wamefuatana na Zerubabeli,
Yeshua, Nehemia, Seraya, Reelaya,
Mordekai, Bilshani, Mispari, Bigwai,
Rehumu na Baana):

Orodha ya wanaume kati ya watu wa Israeli
ilikuwa:
3 wazao wa Paroshi 2,172
4 wazao wa Shefatia 372
5 wazao wa Ara 775
6 wazao wa Pahath-Moabu
(wa jamaa ya Yeshua na Yoabu) 2,812
7 wazao wa Elamu 1,254
8 wazao wa Zatu 945
9 wazao wa Zakai 760
10 wazao wa Bani 642
11 wazao wa Bebai 623
12 wazao wa Azgadi 1,222
13 wazao wa Adonikamu 666
14 wazao wa Bigwai 2,056
15 wazao wa Adini 454
16 wazao wa Ateri (kupitia Hezekia) 98
17 wazao wa Besai 323
18 wazao wa Yora 112
19 wazao wa Hashumu 223
20 wazao wa Gibari 95

21 watu wa Bethlehemu 123
22 watu wa Netofa 56
23 watu wa Anathothi 128
24 watu wa Azmawethi 42
25 wazao wa Kiriath-Yearimu,
Kefira na Beerothi 743
26 wazao wa Rama na Geba 621
27 watu wa Mikmashi 122
28 watu wa Betheli na Ai 223
29 wazao wa Nebo 52
30 wazao wa Magbishi 156
31 wazao wa Elamu ile ingine 1,254
32 wazao wa Harimu 320
33 wazao wa Lodi, Hadidi na Ono 725
34 wazao wa Yeriko 345
35 wazao wa Senaa 3,630

36 Makuhani:
wazao wa Yedaya (kwa jamaa ya Yeshua) 973
37 wazao wa Imeri 1,052
38 wazao wa Pashuri 1,247
39 wazao wa Harimu 1,017

40 Walawi:
wazao wa Yeshua na Kadmieli (kupitia
jamaa ya Hodavia) 74

41 Waimbaji:
wazao wa Asafu 128

42 Mabawabu wa lango la Hekalu:
wazao wa Shalumu, Ateri, Talmoni,
Akubu, Hatita na Shobai 139

43 Watumishi wa Hekalu:[a]
wazao wa Siha, Hasufa, Tabaothi,
44 wazao wa Kerosi, Siaha, Padoni,
45 wazao wa Lebana, Hagaba, Akubu,
46 wazao wa Hagabu, Shalmai, Hanani,
47 wazao wa Gideli, Gahari, Reaya,
48 wazao wa Resini, Nekoda, Gazamu,
49 wazao wa Uza, Pasea, Besai,
50 wazao wa Asna, Meunimu, Nefusimu,
51 wazao wa Bakbuki, Hakufa, Harhuri,
52 wazao wa Basluthi, Mehida, Harsha,
53 wazao wa Barkosi, Sisera, Tema,
54 wazao wa Nesia na Hatifa.

55 Wazao wa watumishi wa Solomoni:
wazao wa Sotai, Hasaferethi, Peruda,
56 wazao wa Yaala, Darkoni, Gideli,
57 wazao wa Shefatia, Hatili,
Pokereth-Hasebaimu na Ami.

58 Watumishi wa Hekalu wote na
wazao wa watumishi wa Solomoni 392

59 Wafuatao walikuja kutoka miji ya Tel-Mela,
Tel-Harsha, Kerubu, Adoni na Imeri,
lakini hawakuweza kuthibitisha kwamba
jamaa zao zilikuwa uzao wa Israeli:
60 wazao wa Delaya, Tobia na Nekoda 652

61 Kutoka miongoni mwa makuhani:
Wazao wa Hobaya, Hakosi, Barzilai (mtu
aliyekuwa amemwoa binti wa Barzilai,
Mgileadi, naye akaitwa kwa jina hilo).
62 Hawa walitafuta orodha za jamaa zao,
lakini hawakuonekana humo, kwa hiyo
waliondolewa kutoka kundi la makuhani
kwa kuwa walihesabiwa kuwa najisi.
63 Mtawala aliagiza kuwa wasile chochote
miongoni mwa vyakula vitakatifu hadi
kuwe kuhani atakayehudumu kwa Urimu
na Thumimu.[b]

64 Jumla ya watu wote waliorudi walikuwa
42,360; 65 tena zaidi ya hao walikuwepo
watumishi wa kiume na wa kike 7,337;
pia walikuwamo waimbaji wanaume na
wanawake 200. 66 Walikuwa na farasi 736,
nyumbu 245, 67 ngamia 435 na punda
6,720.

68 Walipofika kwenye nyumba ya BWANA huko
Yerusalemu, baadhi ya viongozi wa jamaa walitoa
sadaka za hiari kwa ajili ya kujenga upya nyumba ya
Mungu katika eneo lake. 69 Wakatoa kwa kadiri ya
uwezo wao na kutia katika hazina darkoni 61,000[c]
za dhahabu, mane 5,000[d] za fedha, na mavazi 100
ya ukuhani kwa ajili ya kazi hiyo.
70 Makuhani, Walawi, waimbaji, mabawabu,
na watumishi wa Hekalu waliishi katika miji yao
wenyewe, pamoja na baadhi ya watu wengine, nao
Waisraeli waliosalia waliishi katika miji yao.

Madhabahu Yajengwa Tena

3 Mwezi wa saba ulipowadia baada ya Waisraeli
kukaa katika miji yao, watu wote walikusanyika
huko Yerusalemu kama mtu mmoja. 2 Yeshua
mwana wa Yosadaki na makuhani wenzake, Zeru-
babeli mwana wa Shealtieli pamoja na wenzake
walianza kujenga madhabahu ya Mungu wa Israeli
ili kumtolea dhabihu za sadaka za kuteketezwa
kwa moto juu yake, kulingana na ilivyoandikwa
katika Sheria ya Mose mtu wa Mungu. 3 Ingawa
waliwaogopa watu waliowazunguka, walijenga
madhabahu juu ya ule msingi wake, wakamtolea
BWANA dhabihu za sadaka za kuteketezwa kwa
moto juu yake za asubuhi na za jioni. 4 Kisha kuli-
ngana na kile kilichoandikwa, wakaiadhimisha
Sikukuu ya Vibanda wakitoa idadi ya sadaka za
kuteketezwa kama ilivyohitajika kila siku sawa-
sawa na ilivyoagizwa. 5 Baada ya hayo, walitoa
sadaka za kuteketezwa za kawaida, sadaka za
Mwezi Mwandamo na dhabihu zote za sikukuu
takatifu za BWANA zilizoamriwa, pamoja na zile
sadaka za hiari zilizotolewa kwa BWANA. 6 Ingawa
bado msingi wa Hekalu la BWANA ulikuwa haujawe-
kwa, watu walianza kutoa sadaka za kuteketezwa
kwa moto kwa BWANA tangu siku ya kwanza ya
mwezi wa saba.

Kujenga Upya Hekalu

7 Kisha watu wakawapa mafundi wa uashi na
useremala fedha, wakawapa watu wa Sidoni na
Tiro vyakula, vinywaji na mafuta ili waweze kuleta
magogo ya mierezi kwa njia ya bahari kutoka Leba-
noni hadi Yafa, kama alivyoagiza Koreshi mfalme
wa Uajemi.
8 Katika mwezi wa pili wa mwaka wa pili baada
ya Waisraeli kufika kwenye nyumba ya Mungu
huko Yerusalemu, Zerubabeli mwana wa Shea-
ltieli, Yeshua mwana wa Yosadaki na ndugu zao
wengine (makuhani, Walawi na wote waliorejea
Yerusalemu kutoka uhamishoni) walianza kazi,
wakiteua Walawi wenye umri kuanzia miaka
ishirini au zaidi kusimamia ujenzi wa nyumba
ya BWANA. 9 Yeshua na wanawe, pamoja na ndugu
zake, Kadmieli na wanawe (wazao wa Hodavia),
wana wa Henadadi na wana wao na ndugu zao,
Walawi wote walijiunga pamoja kusimamia wale
waliofanya kazi katika nyumba ya Mungu.
10 Wajenzi walipoweka msingi wa Hekalu la
BWANA, makuhani wakiwa wamevalia mavazi
yao wakiwa na tarumbeta na Walawi (wana wa
Asafu) wakiwa na matoazi, walishika nafasi zao za
kumtukuza BWANA, kama ilivyoagizwa na Daudi
mfalme wa Israeli. 11 Waliimba nyimbo za sifa na
za shukrani kwa BWANA hivi:

[a]43 Yaani *Wanethini* (pia 2:58, 70).
[b]63 Urimu na Thumimu maana yake ni Nuru na Kweli; vifaa hivi viliwe-kwa kwenye kifuko cha kifuani cha kisibau cha kuhani mkuu ili kujua mapenzi ya Mungu kwenye mambo ya kutatanisha.
[c]69 Darkoni 61,000 za dhahabu ni sawa na kilo 500.
[d]69 Mane 5,000 za fedha ni sawa na kilo 2,900.

"Yeye ni mwema;
upendo wake kwa Israeli
wadumu milele."

Watu wote wakapaza sauti kubwa za sifa kwa
Bwana, kwa sababu msingi wa nyumba ya Bwana
ulikuwa umewekwa. [12] Lakini wengi wa makuhani
wazee, Walawi na viongozi wa jamaa waliokuwa
wameona Hekalu la mwanzoni, walilia kwa sauti
walipoona msingi wa Hekalu hili ukiwekwa,
huku wengine wengi wakipiga kelele kwa furaha.
[13] Hakuna mtu ambaye angeweza kutofautisha
sauti hizo za furaha na za kilio, kwa sababu watu
walipiga kelele sana. Nayo hiyo sauti ikasikika
mbali.

Upinzani Kuhusu Ujenzi Mpya

4 Adui za Yuda na Benyamini waliposikia
kwamba watu waliorudi kutoka uhamishoni
wanajenga Hekalu kwa ajili ya Bwana, Mungu
wa Israeli, [2] wakamjia Zerubabeli na viongozi wa
jamaa, nao wakasema, "Turuhusuni tuwasaidie
kujenga, kwa sababu sisi tunamtafuta Mungu
wenu kama ninyi na tumekuwa tukimtolea dhabihu
tangu wakati wa Esar-Hadoni mfalme wa
Ashuru, aliyetuleta hapa."

[3] Lakini Zerubabeli, Yeshua na viongozi wengine
wa jamaa ya Israeli wakawajibu, "Ninyi hamna
sehemu nasi katika kujenga Hekalu la Mungu
wetu. Sisi peke yetu tutajenga Hekalu kwa ajili ya
Bwana, Mungu wa Israeli, kama Mfalme Koreshi,
mfalme wa Uajemi alivyotuagiza."

[4] Ndipo watu waliowazunguka wakajipanga
kuwakatisha tamaa watu wa Yuda na kuwafanya
waogope walipokuwa wakiendelea na ujenzi.
[5] Wakaajiri washauri kuwapinga katika kazi yao,
nao wakaipinga mipango yao wakati wote wa utawala
wa Koreshi mfalme wa Uajemi hadi wakati wa
utawala wa Dario mfalme wa Uajemi.

Upinzani Mwingine Chini Ya Ahasuero Na Artashasta

[6] Mnamo mwanzo wa utawala wa Ahasuero, hao
adui waliandika mashtaka dhidi ya watu wa Yuda
na Yerusalemu.

[7] Pia katika siku za utawala wa Artashasta mfalme
wa Uajemi, Bishlamu, Mithredathi, Tabeeli
pamoja na wenzao waliandika barua kwa Artashasta.
Barua hiyo iliandikwa kwa mwandiko wa
Kiaramu na katika lugha ya Kiaramu.

[8] Rehumu afisa msimamizi na mwandishi Shimshai
waliandika barua kwa Mfalme Artashasta
dhidi ya watu wa Yerusalemu kama ifuatavyo:

[9] Rehumu afisa msimamizi na mwandishi
Shimshai, pamoja na wenzao, yaani mahakimu
na maafisa walio juu ya watu kuanzia
Tripoli, Uajemi, Ereki na Babeli, Waelami wa
Shushani, [10] na watu wengine ambao mheshimiwa
Asur-Banipali[a] aliwahamisha na
kuwakalisha katika mji wa Samaria na mahali
pengine Ng'ambo ya Mto Frati.

[11] (Hii ndiyo nakala ya barua waliyompelekea.)

Kwa Mfalme Artashasta,

Kutoka kwa watumishi wako, watu wa Ng'ambo
ya Mto Frati:

[12] Yapasa Mfalme ajue kuwa Wayahudi
waliopanda kuja kwetu kutoka kwenu, wamekwenda
Yerusalemu nao wanaujenga upya ule
mji wa uasi na uovu. Wanajenga kuta upya na
kukarabati misingi yake.

[13] Zaidi ya hayo, mfalme yampasa ajue kwamba
kama mji huu ukijengwa na kuta zake
zikafanywa upya, hakutakuwa na ulipaji wa
kodi wala ada au ushuru, hivyo hazina za
mfalme zitaathirika. [14] Sisi sasa kwa kuwa
tunawajibika kwa jumba la kifalme na kwamba
siyo sawasawa kwetu kuona mfalme
akidharauliwa, basi tunatuma ujumbe huu
kumtaarifu mfalme, [15] ili kwamba ufanyike
uchunguzi kwenye kumbukumbu ya maandishi
ya waliokutangulia. Katika kumbukumbu
hizi utagundua kwamba mji huu ni wa maasi,
unaowataabisha wafalme na majimbo, ni
mahali pa maasi tangu zamani. Ndiyo maana
mji huu uliharibiwa. [16] Tunamjulisha mfalme
kwamba kama mji huu ukijengwa na kuta
zake zikifanywa upya, hutabakiwa na chochote
Ng'ambo ya Mto Frati.

[17] Mfalme alirudisha jibu hili:

Kwa Rehumu, afisa msimamizi, mwandishi
Shimshai na wenzenu wote wanaoishi katika
Samaria na penginepo Ng'ambo ya Mto Frati:

Salamu.

[18] Barua mliyotutumia imesomwa na
kutafsiriwa mbele yangu. [19] Nilitoa amri na
uchunguzi ukafanyika na imegundulika
kwamba mji huu una historia ndefu ya maasi
dhidi ya wafalme na pamekuwa mahali pa
maasi na uchochezi. [20] Yerusalemu umepata
kuwa na wafalme wenye nguvu wakitawala
nchi yote iliyo Ng'ambo ya Mto Frati, wakitoza
kodi, ada na ushuru huko. [21] Kwa hiyo toeni
amri kwa watu hawa wasimamishe ujenzi, ili
kwamba mji huu usiendelee kujengwa hadi
nitakapoagiza. [22] Mwe waangalifu msipuuze
jambo hili. Kwa nini kuruhusu tishio hili kuendelea
na kusababisha hasara kwa ufalme?

[23] Mara walipo somewa nakala ya barua ya Mfalme
Artashasta, Rehumu na Shimshai aliyekuwa
mwandishi na wenzao, walikwenda mara moja kwa
Wayahudi huko Yerusalemu na kuwalazimisha kwa
nguvu kusimamisha ujenzi.

[24] Hivyo kazi ya ujenzi wa nyumba ya Mungu
huko Yerusalemu ikasimamishwa kabisa hadi
mwaka wa pili wa utawala wa Dario mfalme wa
Uajemi.

[a] 10 Yaani Osnapali au Asnapali kwa Kiaramu.

Barua Ya Tatenai Kwa Dario

5 Ndipo nabii Hagai na nabii Zekaria mzao wa Ido, wakawatolea unabii Wayahudi waliokuwa Yuda na Yerusalemu kwa jina la Mungu wa Israeli, aliyekuwa pamoja nao. 2 Ndipo Zerubabeli mwana wa Shealtieli na Yeshua mwana wa Yosadaki wakaanza kujenga tena nyumba ya Mungu huko Yerusalemu. Nao manabii wa Mungu walikuwa pamoja nao, wakiwasaidia.

3 Wakati ule Tatenai mtawala wa ng'ambo ya mto Frati na Shethar-Bozenai na wenzao waliwaendea, wakawauliza, "Ni nani aliyewapa ruhusa ya kujenga tena Hekalu hili na kurudishia upya kama lilivyokuwa?" 4 Pia waliwauliza, "Je, majina ya watu wanaofanya ujenzi huu ni nani?" 5 Lakini jicho la Mungu wao lilikuwa likiwaangalia wazee wa Wayahudi, nao hawakuzuiliwa kujenga mpaka taarifa ikaandikwa kwa Dario na majibu yake kupokelewa.

6 Hii ni nakala ya barua ile Tatenai, mtawala wa ng'ambo ya mto Frati na Shethar-Bozenai na wenzao maafisa wa ng'ambo ya mto Frati waliyompelekea Mfalme Dario. 7 Taarifa waliyompelekea ilisomeka kama ifuatavyo:

Kwa Mfalme Dario:

Salamu kwa moyo mkunjufu.

8 Inampasa Mfalme ajue kwamba tulikwenda katika eneo la Yuda, kwenye Hekalu la Mungu mkuu. Watu wanalijenga kwa mawe makubwa na kuweka mbao kwenye kuta. Kazi inafanyika kwa bidii na inaendelea kwa haraka chini ya uongozi wao.

9 Tuliwauliza viongozi, "Ni nani aliyewapa ruhusa kujenga upya Hekalu hili na kurejeza hali ya jengo kama lilivyokuwa?" 10 Pia tuliwauliza majina yao, ili tukuandikie kukujulisha majina ya viongozi wao.

11 Hili ndilo jibu walilotupa:

"Sisi ni watumishi wa Mungu wa mbingu na nchi, nasi tunalijenga upya Hekalu ambalo lilijengwa miaka mingi iliyopita, lile ambalo mfalme mkuu wa Israeli alilijenga na kulikamilisha. 12 Lakini kwa sababu baba zetu walimkasirisha Mungu wa mbinguni, basi aliwatia mkononi mwa Nebukadneza, Mkaldayo, mfalme wa Babeli, ambaye aliliharibu Hekalu hili na kuwaondoa watu na kuwapeleka uhamishoni huko Babeli.

13 "Pamoja na hayo, katika mwaka wa kwanza wa kutawala Koreshi mfalme wa Babeli, Mfalme Koreshi alitoa amri ya kujengwa upya nyumba hii ya Mungu. 14 Yeye hata aliviondoa vyombo vya dhahabu na fedha vya nyumba ya Mungu, kutoka Hekalu la Babeli ambavyo Nebukadneza alikuwa amevichukua kutoka ndani ya Hekalu huko Yerusalemu na kuvileta katika Hekalu la Babeli.

"Vyombo hivyo Mfalme Koreshi alimkabidhi mtu aliyeitwa Sheshbaza, ambaye Koreshi alikuwa amemteua awe mtawala, 15 naye akamwambia, 'Chukua vyombo hivi uende ukaviweke ndani ya Hekalu huko Yerusalemu. Nawe uijenge upya nyumba ya Mungu mahali pake.' 16 Hivyo huyu Sheshbaza alikuja na kuweka misingi ya nyumba ya Mungu iliyoko Yerusalemu. Tangu siku hiyo hadi sasa imekuwa ikiendelea kujengwa lakini bado haijamalizika."

17 Sasa kama ikimpendeza mfalme, uchunguzi na ufanyike katika kumbukumbu za maandishi ya ufalme mjini Babeli, kuona kama kweli Mfalme Koreshi alitoa amri ya kujenga upya nyumba ya Mungu katika Yerusalemu. Kisha tunaomba mfalme na atutumie uamuzi wake kuhusu jambo hili.

Amri Ya Dario

6 Kisha Mfalme Dario alitoa amri, nao wakafanya uchunguzi katika kumbukumbu zilizohifadhiwa katika hazina huko Babeli. 2 Karatasi moja ndefu ya maandishi ilipatikana huko Ekbatana katika jimbo la Umedi. Haya ndiyo yaliyokuwa yameandikwa humo:

Kumbukumbu:

3 Katika mwaka wa kwanza wa kutawala Mfalme Koreshi, mfalme alitoa amri kuhusu Hekalu la Mungu katika Yerusalemu:

Hekalu na lijengwe tena mahali palepale Wayahudi walipokuwa wakitoa dhabihu, kwenye msingi ule ule. Iwe na kimo cha mikono sitini,[a] upana wa mikono sitini, 4 kuta zijengwe kwa safu tatu za mawe makubwa kisha ifuate safu moja ya mbao. Gharama zitalipwa kutoka hazina ya mfalme. 5 Pia, vyombo vya dhahabu na vya fedha vya nyumba ya Mungu, ambavyo Nebukadneza alivichukua kutoka kwenye Hekalu huko Yerusalemu akavileta Babeli, yapasa virudishwe mahali pake ndani ya Hekalu huko Yerusalemu, yapasa viwekwe ndani ya nyumba ya Mungu.

6 Sasa basi, Tatenai, mtawala wa Ng'ambo ya Mto Frati na Shethar-Bozenai pamoja na ninyi, maafisa wenzao wa jimbo hilo kaeni mbali na mahali hapo. 7 Msiingilie kazi ya Hekalu hili la Mungu. Mwacheni mtawala wa Wayahudi na viongozi Wayahudi wajenge upya nyumba hii ya Mungu mahali pake.

8 Zaidi ya hayo, hapa natoa amri kuhusu mtakalofanya kwa ajili ya wazee wa Wayahudi katika ujenzi wa nyumba hii ya Mungu:

Gharama za watu hawa zitalipwa kikamilifu kutoka hazina ya mfalme, kutoka kwenye mapato ya Ng'ambo ya Mto Frati, ili ujenzi usisimame. 9 Chochote kinachohitajika kama mafahali wachanga, kondoo dume, wana-kondoo kwa ajili ya sadaka

[a]3 Mikono 60 ni sawa na mita 27.

za kuteketezwa kwa Mungu wa mbinguni,
ngano, chumvi, divai na mafuta kama vitaka-
vyohitajika na makuhani huko Yerusalemu,
lazima wapewe kila siku pasipo kukosa, 10 ili
waweze kutoa dhabihu inayompendeza
Mungu wa mbinguni na kumwombea mfalme
na wanawe hali njema.
11 Zaidi ya hayo, ninaamuru kwamba mtu
yeyote atakayebadilisha amri hii, boriti ita-
ng'olewa kutoka nyumba yake, ichongwe
upande mmoja na atumbuliwe nayo. Kwa
ajili ya kosa hili nyumba yake ifanywe lundo
la taka. 12 Naye Mungu, aliyeliweka Jina lake
huko, amwangushe mfalme yeyote au watu
watakaoinua mikono kubadili amri hii au
kuharibu Hekalu hili lililoko Yerusalemu.

Mimi Dario nimetoa amri hii. Nayo iteke-
lezwe kwa bidii na kwa makini.

Jengo Linakamilika Na Kuwekwa Wakfu

13 Kwa sababu ya amri aliyotoa Mfalme Dario,
Tatenai mtawala wa Ng'ambo ya Mto Frati na
Shethar-Bozenai na wenzao wakaitekeleza kwa
bidii na kwa makini. 14 Hivyo wazee wa Wayahudi
waliendelea kujenga na kustawi kutokana na
mahubiri ya manabii Hagai na Zekaria, mwana
wa Ido. Wakakamilisha ujenzi wa Hekalu kulingana
na agizo la Mungu wa Israeli na amri ya Koreshi,
Dario na Artashasta wafalme wa Uajemi. 15 Hekalu
lilikamilika siku ya kumi na mbili ya mwezi wa
Adari, ndio mwezi wa tatu, katika mwaka wa sita
wa utawala wa Mfalme Dario.
16 Kisha watu wa Israeli: makuhani, Walawi na
wengine wote waliohamishwa, wakaadhimisha
kule kuwekwa wakfu nyumba ya Mungu kwa
shangwe. 17 Kwa ajili ya kuwekwa wakfu nyumba
hii ya Mungu walitoa mafahali mia moja, kondoo
dume mia mbili, wana-kondoo mia nne, sadaka
kwa ajili ya dhambi ya Israeli yote walitoa mbuzi
dume kumi na wawili, mmoja kwa ajili ya kila
kabila la Israeli. 18 Wakawaweka makuhani katika
nafasi zao na Walawi wakawekwa katika makundi
yao ya huduma kwa Mungu huko Yerusalemu, kuli-
ngana na ilivyoandikwa katika Kitabu cha Mose.

Pasaka

19 Katika siku ya kumi na nne ya mwezi wa
kwanza, waliorudi kutoka uhamishoni wakaa-
dhimisha Pasaka. 20 Makuhani na Walawi walikuwa
wamekwisha kujitakasa nao wamekuwa safi kwa
kufuata kawaida za ibada. Walawi wakachinja
kondoo wa Pasaka kwa ajili ya wana wa waliorudi
kutoka utumwani uhamishoni, kwa ajili ya ndugu
zao makuhani na wao wenyewe. 21 Hivyo Waisraeli
waliokuwa wamerudi kutoka utumwani uhami-
shoni wakaila Pasaka, pamoja na wale waliokuwa
wamejitenga na matendo ya unajisi wa Mataifa
ya jirani ili kumtafuta BWANA, Mungu wa Israeli.
22 Kwa muda wa siku saba waliiadhimisha Siku-
kuu ya Mikate Isiyotiwa Chachu kwa furaha, kwa
sababu BWANA alikuwa amewajaza furaha kwa
kubadilisha nia ya mfalme wa Ashuru kwamba
awasaidie ujenzi wa nyumba ya Mungu, Mungu
wa Israeli.

Ezra Awasili Yerusalemu

7 Baada ya mambo haya, wakati wa utawala wa
Artashasta mfalme wa Uajemi, Ezra mwana
wa Seraya, mwana wa Azaria, mwana wa Hilkia,
2 mwana wa Shalumu, mwana wa Sadoki, mwana
wa Ahitubu, 3 mwana wa Amaria, mwana wa
Azaria, mwana wa Merayothi, 4 mwana wa Zera-
hia, mwana wa Uzi, mwana wa Buki, 5 mwana wa
Abishua, mwana wa Finehasi, mwana wa Eleazari,
mwana wa kuhani mkuu Aroni. 6 Huyu Ezra ali-
panda kutoka Babeli. Alikuwa mwalimu mwenye
ujuzi mzuri katika sheria ya Mose, ambayo BWANA,
Mungu wa Israeli, alikuwa ametoa. Mfalme alikuwa
amempa Ezra kila kitu alichoomba, kwa maana
BWANA Mungu wake alikuwa pamoja naye. 7 Pia
baadhi ya Waisraeli, wakiwemo makuhani, Walawi,
waimbaji, mabawabu na watumishi wa Hekalu,[a]
nao walikuja Yerusalemu mwaka wa saba wa uta-
wala wa Mfalme Artashasta.
8 Ezra aliwasili Yerusalemu mwezi wa tano wa
mwaka wa saba wa utawala wa Mfalme Artashasta.
9 Ezra alianza safari yake kutoka Babeli tangu siku
ya kwanza ya mwezi wa kwanza, naye akawasili
Yerusalemu siku ya kwanza ya mwezi wa tano, kwa
maana mkono wa neema wa Mungu wake ulikuwa
juu yake. 10 Kwa maana Ezra alikuwa amejitoa kwa
moyo wote kujifunza na kushika sheria ya BWANA
na kuwafundisha watu wa Israeli amri na sheria
zake.

Barua Ya Ezra Kutoka Kwa Mfalme Artashasta

11 Hii ni nakala ya barua ambayo Mfalme Arta-
shasta alikuwa amempa Ezra aliyekuwa kuhani
na mwalimu, mtu aliyeelimika katika mambo
yahusuyo maagizo na amri za BWANA kwa Israeli.

12 Artashasta, mfalme wa wafalme,

Kwa Ezra kuhani, mwalimu wa Sheria ya
Mungu wa mbinguni:

Salamu.

13 Sasa naamuru kwamba mtu yeyote
Mwisraeli katika ufalme wangu, pamoja na
makuhani na Walawi, ambaye anataka kwe-
nda Yerusalemu pamoja nawe aweza kwenda.
14 Unatumwa na mfalme na washauri wake
saba kuchunguza kuhusu Yuda na Yerusa-
lemu kulingana na Sheria ya Mungu wako,
iliyoko mkononi mwako. 15 Zaidi ya hayo,
uchukue pamoja nawe fedha na dhahabu
ambazo mfalme na washauri wake wamempa
Mungu wa Israeli kwa hiari, Mungu ambaye
maskani yake yako Yerusalemu, 16 pia fedha
na dhahabu zote unazoweza kupata kutoka
jimbo la Babeli, pamoja na sadaka za hiari
watakazotoa watu na makuhani kwa ajili ya
Hekalu la Mungu wao katika Yerusalemu.
17 Hakikisha kwamba fedha hizi zimetu-
mika kununua mafahali, kondoo dume na

[a]7 Yaani *Wanethini*

wana-kondoo pamoja na sadaka za nafaka
na sadaka za vinywaji, uvitoe dhabihu juu ya
madhabahu ya Hekalu la Mungu wenu katika
Yerusalemu.
18 Kisha wewe na Wayahudi ndugu zako
mnaweza kufanya lolote linaloonekana jema
sana kwa fedha na dhahabu zilizosalia, kuli-
ngana na mapenzi ya Mungu wenu. 19 Uvitoe
kwa Mungu wa Yerusalemu vyombo vyote
ulivyokabidhiwa kwa ajili ya ibada katika
Hekalu la Mungu wako. 20 Kitu kingine cho-
chote kinachohitajika kwa ajili ya Hekalu la
Mungu wenu ambacho unatakiwa kukitoa,
waweza kukitoa kutoka hazina ya mfalme.
21 Mimi, Mfalme Artashasta, sasa naagiza
watunza hazina wote wa Ng'ambo ya Mto
Frati kutoa kwa bidii chochote kwa Ezra
kuhani na mwalimu wa Sheria ya Mungu wa
mbinguni atakachohitaji kwenu, 22 talanta
100[a] za fedha, ngano kori 100,[b] divai bathi
100,[c] mafuta ya zeituni bathi 100, na chu-
mvi kiasi chochote. 23 Chochote ambacho
Mungu wa mbinguni ameagiza, kifanyike
kwa ukamilifu kwa ajili ya Hekalu la Mungu
wa mbinguni. Kwa nini pawepo ghadhabu
dhidi ya utawala wa mfalme na wanawe?
24 Pia ninyi fahamuni kuwa hamna mamlaka
ya kuwatoza kodi, ushuru au ada makuhani,
Walawi, waimbaji, mabawabu, watumishi
wa Hekalu au wafanyakazi wengine kwenye
nyumba ya Mungu.
25 Nawe Ezra, kufuatana na hekima ya
Mungu wenu uliyo nayo, weka mahakimu
na waamuzi wote wanaozifahamu sheria za
Mungu wenu ili watoe haki kwa watu wote wa
Ng'ambo ya Mto Frati. Nawe inakupasa umfu-
ndishe yeyote ambaye hazifahamu. 26 Yeyote
ambaye hataitii sheria ya Mungu wenu pia
sheria ya mfalme, hakika lazima aadhibiwe
kwa kuuawa, kuhamishwa, kunyang'anywa
mali au kufungwa gerezani.

27 Sifa ziwe kwa BWANA, Mungu wa baba zetu,
Mungu ambaye kwa njia hii ameweka ndani ya
moyo wa mfalme kuipa heshima nyumba ya BWANA
iliyoko Yerusalemu, kwa namna hii 28 ambaye ame-
niongezea kibali chake mbele ya mfalme, washauri
wake na maafisa wote wa mfalme wenye uwezo.
Kwa kuwa mkono wa BWANA Mungu wangu uli-
kuwa pamoja nami, nilijipa moyo nikakusanya
watu walio viongozi kutoka Israeli wakwee pamoja
nami.

Orodha Ya Viongozi Wa Jamaa Waliorudi Na Ezra

8 Hawa ndio viongozi wa jamaa pamoja na wale
walioandikwa ambao walikuja pamoja nami
kutoka Babeli wakati wa utawala wa Mfalme
Artashasta:

2 wa wazao wa Finehasi, alikuwa Gershoni;
wa wazao wa Ithamari, alikuwa Danieli;
wa wazao wa Daudi, alikuwa Hatushi 3 wa
wazao wa Shekania;
wa wazao wa Paroshi, alikuwa Zekaria, na
watu 150 walioandikishwa pamoja naye;
4 wa wazao wa Pahath-Moabu, alikuwa
Eliehoenai mwana wa Zerahia na
wanaume 200 pamoja naye;
5 wa wazao wa Zatu, alikuwa Shekania
mwana wa Yahazieli na wanaume 300
pamoja naye;
6 wa wazao wa Adini, alikuwa Ebedi mwana
wa Yonathani na wanaume 50 pamoja
naye;
7 wa wazao wa Elamu, alikuwa Yeshaya
mwana wa Athalia, na wanaume 70
pamoja naye;
8 wa wazao wa Shefatia, alikuwa Zebadia
mwana wa Mikaeli na wanaume 80
pamoja naye;
9 wa wazao wa Yoabu, alikuwa Obadia
mwana wa Yehieli na wanaume 218
pamoja naye;
10 wa wazao wa Bani, alikuwa Shelomithi
mwana wa Yosifia na wanaume 160
pamoja naye;
11 wa wazao wa Bebai, alikuwa Zekaria
mwana wa Bebai na wanaume 28 pamoja
naye;
12 wa wazao wa Azgadi, alikuwa Yohanani
mwana wa Hakatani na wanaume 110
pamoja naye;
13 wa wazao wa Adonikamu, hawa walikuwa
wa mwisho ambao majina yao ni Elifeleti,
Yeueli, Shemaya na wanaume 60 pamoja
nao;
14 wa wazao wa Bigwai, walikuwa Uthai na
Zakuri na wanaume 70 pamoja nao.

Kurudi Yerusalemu

15 Niliwakusanya kwenye mto utiririkao kuelekea
Ahava, nasi tukapiga kambi pale siku tatu. Wakati
nilipokagua kati ya watu na makuhani, sikuwapata
Walawi. 16 Basi niliwaita Eliezeri, Arieli, Shemaya,
Elnathani, Yaribu, Elnathani, Nathani, Zekaria
na Meshulamu waliokuwa viongozi na Yoyaribu
na Elnathani waliokuwa wasomi, 17 nikawatuma
kwa Ido kiongozi huko Kasifia. Niliwaambia
watakayomwambia Ido na ndugu zake, watumi-
shi wa Hekalu[d] huko Kasifia, ili waweze kutuletea
wahudumu kwa ajili ya nyumba ya Mungu wetu.
18 Kwa sababu mkono wa neema wa Mungu wetu
ulikuwa juu yetu, walituletea Sherebia, mtu mwe-
nye uwezo kutoka wazao wa Mahli mwana wa Lawi,
mwana wa Israeli, na wana wa Sherebia pamoja
na ndugu zao wanaume kumi na wanane. 19 Naye
Hashabia, pamoja na Yeshaya kutoka wazao wa
Merari na ndugu zake na wapwa wake wanaume
ishirini. 20 Vilevile walileta watumishi wa Hekalu
220, kikundi ambacho Daudi na maafisa walikuwa
wamekiweka kusaidia Walawi. Wote walikuwa
wameorodheshwa kwa majina.

[a]22 Talanta 100 za fedha ni sawa na kilo 3,400.
[b]22 Kori 100 za ngano ni sawa na kilo 10,000.
[c]22 Bathi 100 za divai ni sawa na lita 2,000.
[d]17 Yaani *Wanethini*

21 Kando ya Mto Ahava, hapo nilitangaza kufu-
nga, ili tujinyenyekeshe mbele za Mungu wetu na
kumwomba kwa ajili ya kutujalia safari ya amani
sisi na watoto wetu, pamoja na mali zetu zote.
22 Niliona aibu kumwomba mfalme askari na wapa-
nda farasi wa kutulinda njiani kutokana na adui
zetu, kwa sababu tulikwisha kumwambia mfalme,
"Mkono wa neema wa Mungu wetu uko juu ya kila
mmoja anayemtafuta, lakini hasira yake kubwa ni
dhidi ya wote wamwachao." 23 Kwa hiyo tulifunga
na kumwomba Mungu wetu kuhusu jambo hili,
naye akajibu maombi yetu.

24 Kisha niliwatenga viongozi wa makuhani kumi
na wawili, pamoja na Sherebia, Hashabia na ndugu
zao kumi, 25 nami nikawapimia fedha, dhahabu
na vifaa ambavyo mfalme, washauri wake, maa-
fisa wake na Israeli wote waliokuwepo walikuwa
wamevitoa sadaka kwa ajili ya nyumba ya Mungu
wetu. 26 Niliwapimia talanta 650[a] za fedha, vifaa
vingine vya fedha vya uzito wa talanta mia moja,[b]
talanta mia moja za dhahabu, 27 mabakuli ishirini
ya dhahabu ya thamani ya darkoni elfu moja,[c] na
vyombo viwili vya shaba iliyosuguliwa, ya thamani
kama dhahabu.

28 Niliwaambia, "Ninyi pamoja na vyombo hivi ni
wakfu kwa Bwana. Fedha na dhahabu ni sadaka ya
hiari kwa Bwana, Mungu wa baba zenu. 29 Vilindeni
kwa uangalifu mpaka mtakapovipima ndani ya
vyumba vya nyumba ya Bwana katika Yerusalemu
mbele ya makuhani, viongozi na Walawi pamoja
na wakuu wa jamaa za Israeli." 30 Ndipo makuhani
na Walawi wakapokea fedha, dhahabu na vyo-
mbo vilivyowekwa wakfu ambavyo vilipimwa na
kupelekwa katika nyumba ya Mungu wetu mjini
Yerusalemu.

31 Tulianza safari kutoka Mto Ahava kwenda
Yerusalemu kwenye siku ya kumi na mbili ya mwezi
wa kwanza. Mkono wa Mungu wetu ulikuwa juu
yetu, naye njiani alitulinda dhidi ya adui na wanya-
ng'anyi. 32 Kwa hiyo tuliwasili Yerusalemu ambapo
tulipumzika kwa siku tatu.

33 Katika siku ya nne, ndani ya nyumba ya Mungu
wetu, tulipima fedha, dhahabu na vyombo vilivyo-
wekwa wakfu, tukakabidhi mikononi mwa kuhani
Meremothi mwana wa Uria. Eleazari mwana wa
Finehasi alikuwa pamoja naye, pia walikuwako
Walawi wawili, Yozabadi mwana wa Yeshua na
Noadia mwana wa Binui. 34 Kila kitu kilihesabiwa
kwa idadi na kupimwa kwa uzito, nao uzito wote
uliandikwa wakati ule.

35 Kisha mateka waliokuwa wamerudi kutoka
utumwani wakatoa sadaka za kuteketezwa kwa
moto kwa Mungu wa Israeli: mafahali kumi na
wawili kwa ajili ya Israeli wote, kondoo dume tisini
na sita, wana-kondoo sabini na saba na mbuzi
dume kumi na wawili kuwa sadaka ya dhambi. Hii
yote ilikuwa sadaka ya kuteketezwa kwa moto kwa
Bwana. 36 Pia walikabidhi manaibu wa mfalme na
watawala wa Ng'ambo ya Mto Frati maagizo ya
mfalme, ambao baadaye walitoa msaada kwa watu
na kwa nyumba ya Mungu.

[a]26 Talanta 650 za fedha ni sawa na tani 25.
[b]26 Talanta 100 za fedha ni sawa na tani 3.75.
[c]27 Darkoni 1,000 ni sawa na kilo 8.5.

Maombi Ya Ezra Kuhusu Kuoa Wake Wa Kigeni

9 Baada ya mambo haya kutendeka, viongozi
walinijia na kusema, "Watu wa Israeli, waki-
wemo makuhani na Walawi, hawakujitenga na
majirani zao katika kufanya machukizo, kama
yale ya Wakanaani, Wahiti, Waperizi, Wayebusi,
Waamoni, Wamoabu, Wamisri na Waamori.
2 Wamewaoa baadhi ya binti zao kuwa wake zao
na wake za wana wao, nao wamechanganya taifa
takatifu na watu waliowazunguka. Nao viongozi
na maafisa wamekuwa mstari wa mbele katika njia
hii potovu."

3 Niliposikia jambo hili nilirarua koti langu na
joho langu, nikazing'oa nywele za kichwa changu
na ndevu zangu na kuketi nikishangaa. 4 Kisha kila
mmoja aliyetetemeshwa na maneno ya Mungu
wa Israeli alikusanyika kunizunguka kwa sababu
ya upotovu huu wa hao watu waliorudi kutoka
utumwani. Nami niliketi pale nikishangaa mpaka
wakati wa dhabihu ya jioni.

5 Ndipo wakati wa kutoa dhabihu ya jioni nikai-
nuka kutoka kujidhili kwangu nikiwa na koti na
joho langu lililoraruka, nikapiga magoti mikono
yangu ikiwa imeinuliwa kwa Bwana Mungu wangu.
6 Nami nikaomba:

"Ee Mungu wangu, natahayari na kuona
aibu kukuinulia uso wangu Mungu wangu,
kwa sababu dhambi zetu zimejikusanya hata
kupita juu ya vichwa vyetu na hatia yetu
imefika mbinguni. 7 Tokea siku za babu zetu
mpaka sasa, hatia yetu imekuwa kubwa. Kwa
sababu ya dhambi zetu, sisi na wafalme wetu
na makuhani wetu tumekabiliwa na vita, utu-
mwa, kutekwa na kudhiliwa katika mikono ya
wafalme wa kigeni, kama ilivyo leo.

8 "Lakini sasa, kwa muda mfupi, Bwana
Mungu wetu amekuwa na neema kwa
kutuachia mabaki na kutupa mahali imara
katika mahali pake patakatifu, hivyo
Mungu wetu atupa mwanga machoni petu
na unafuu katika utumwa wetu. 9 Ingawa tu
watumwa, Mungu wetu hajatuacha katika
kufungwa kwetu. Ametuonyesha huruma
mbele ya wafalme wa Uajemi: Ametujalia
maisha mapya kwa kujenga upya nyumba
ya Mungu wetu na kukarabati magofu yake,
naye ametupa ukuta wa ulinzi katika Yuda
na Yerusalemu.

10 "Lakini sasa, Ee Mungu wetu, tunaweza
kusema nini baada ya hili? Kwa maana
tumedharau maagizo 11 uliyoyatoa kupitia
watumishi wako manabii uliposema: 'Nchi
mnayoiingia kuimiliki ni nchi iliyochafuliwa
na uovu wa watu wake. Kwa matendo yao ya
machukizo wameijaza nchi kwa unajisi wao
kutoka mwisho mmoja hadi mwingine. 12 Kwa
hiyo, msiwaoze binti zenu kwa wana wao wala
binti zao kwa wana wenu. Msitafute mkataba
wa urafiki nao kwa wakati wowote. Ndipo
mtakapofanikiwa na kula mema ya nchi na
kuwaachia watoto wenu nchi hiyo kama urithi
wao wa milele.'

13 "Yale yaliyotupata ni matokeo ya matendo
yetu mabaya, pia hatia yetu kubwa. Hata hivyo,
wewe Mungu wetu, umetuadhibu kidogo
kuliko dhambi zetu zilivyostahili na umetupa
mabaki kama haya. 14 Je, tutavunja maagizo
yako tena na kuoana na watu ambao hufanya
mambo ya machukizo? Je, hutakuwa na hasira
ya kutosha juu yetu na kutuangamiza, bila
kutuachia mabaki wala atakayenusurika? 15 Ee
Bwana, Mungu wa Israeli, wewe ni mwenye
haki! Leo hii tumeachwa kama mabaki. Tupo
hapa mbele zako na hatia yetu, ingawa katika
hali hii hakuna hata mmoja wetu anayeweza
kusimama mbele zako."

Toba Ya Watu

10 Wakati Ezra alipokuwa anaomba na kuu-
ngama, huku akilia na kujitupa chini mbele
ya nyumba ya Mungu, umati mkubwa wa Waisraeli,
wanaume, wanawake na watoto walikusanyika
kumzunguka. Nao pia wakalia sana. 2 Kisha She-
kania mwana wa Yehieli, mmoja wa wazao wa
Elamu, akamwambia Ezra, "Tumekosa uaminifu
kwa Mungu wetu kwa kuoa wanawake wa kigeni
kutoka mataifa yanayotuzunguka. Lakini pamoja
na hili, bado liko tumaini kwa ajili ya Israeli. 3 Sasa
na tufanye agano mbele za Mungu wetu kuwafu-
kuza hawa wanawake wote pamoja na watoto wao,
kulingana na maonyo ya bwana wangu pamoja na
wale ambao wanaogopa amri za Mungu wetu. Hili
na lifanyike sawasawa na hii Sheria. 4 Inuka, suala
hili lipo mikononi mwako. Sisi tutaungana nawe,
uwe na ujasiri ukatende hili."

5 Basi Ezra akainuka na kuwaapisha makuhani
viongozi, Walawi na Israeli yote kufanya lile lili-
lokuwa limependekezwa. Nao wakaapa. 6 Ndipo
Ezra akaondoka hapo mbele ya nyumba ya Mungu
akaenda kwenye chumba cha Yehohanani mwana
wa Eliashibu. Wakati alipokuwa hapo, hakula cha-
kula wala hakunywa maji, kwa sababu aliendelea
kuomboleza kuhusu kukosa uaminifu kwa watu
wa uhamishoni.

7 Ndipo lilipotolewa tangazo Yuda yote na
Yerusalemu kwa watu wote waliokuwa uhami-
shoni kukusanyika Yerusalemu. 8 Yeyote ambaye
hangejitokeza kwa muda wa siku tatu angepoteza
mali yake yote, kulingana na uamuzi wa maafisa
na wazee, naye mtu huyo angefukuzwa kutoka
kusanyiko la watu waliokuwa uhamishoni.

9 Katika muda wa siku tatu, watu wote wa Yuda
na Benyamini wakawa wamekusanyika huko Yeru-
salemu. Kwenye siku ya ishirini ya mwezi wa tisa,
watu wote walikuwa wameketi ndani ya uwanja
mbele ya nyumba ya Mungu, wakiwa na majonzi
mno kwa tukio hilo na kwa sababu ya mvua kubwa.
10 Ndipo Kuhani Ezra aliposimama akawaambia,
"Mmekosa uaminifu, mmeoa wanawake wa kigeni,
mkaongezea hatia ya Israeli. 11 Sasa tubuni kwa
Bwana, Mungu wa baba zenu mkafanye mapenzi
yake. Jitengeni na mataifa wanaowazunguka na
wake zenu wa kigeni."

12 Kusanyiko lote likajibu kwa sauti kubwa: "Uko
sawa kabisa! Ni lazima tufanye kama unavyosema.
13 Lakini hapa pana watu wengi na ni wakati wa
mvua, hivyo hatuwezi kusimama nje. Hata hivyo,
shauri hili haliwezi kumalizika kwa siku moja
au mbili, kwa sababu tumefanya dhambi kubwa
katika jambo hili. 14 Maafisa wetu na wafanye kwa
niaba ya kusanyiko lote. Kisha kila mmoja katika
miji yetu ambaye ameoa mwanamke wa kigeni
aje kwa wakati uliopangwa, akiwa pamoja na
wazee na waamuzi wa kila mji, hadi hasira kali ya
Mungu wetu katika shauri hili itakapoondolewa
kwetu." 15 Yonathani mwana wa Asaheli na Yazeya
mwana wa Tikwa peke yao, wakiungwa mkono na
Meshulamu na Shabethai Mlawi, ndio waliopinga
jambo hili.

16 Basi watu wa uhamishoni wakafanya kama
ilivyokuwa imependekezwa. Kuhani Ezra aka-
chagua wanaume waliokuwa viongozi wa jamaa,
mmoja kutoka kila mgawanyo wa jamaa, nao wote
wakachaguliwa kwa majina. Katika siku ya kwanza
ya mwezi wa kumi waliketi kuchunguza mashauri
hayo. 17 Katika siku ya kwanza ya mwezi wa kwa-
nza wakawa wamemaliza kushughulikia wanaume
wote waliokuwa wameoa wanawake wa kigeni.

Wenye Hatia Ya Kuoa Wake Wa Kigeni

18 Miongoni mwa wazao wa makuhani,
wafuatao walikuwa wameoa wanawake
wa kigeni:

Kutoka wazao wa Yeshua mwana wa
Yosadaki na ndugu zake: Maaseya,
Eliezeri, Yaribu na Gedalia. 19 (Wote
walitoa nadhiri kwa kuandika kwa
mikono yao kuwafukuza wake zao, kwa
hatia yao, kila mmoja akatoa kondoo
dume kutoka kundini mwake kama
sadaka ya hatia.)

20 Kutoka wazao wa Imeri:
Hanani na Zebadia.

21 Kutoka wazao wa Harimu:
Maaseya, Eliya, Shemaya, Yehieli na Uzia.

22 Kutoka wazao wa Pashuri:
Elioenai, Maaseya, Ishmaeli, Nethaneli,
Yozabadi na Elasa.

23 Miongoni mwa Walawi:
Yozabadi, Shimei, Kelaya (ndiye Kelita),
Pethahia, Yuda na Eliezeri.

24 Kutoka waimbaji:
Eliashibu.

Kutoka mabawabu:
Shalumu, Telemu na Uri.

25 Miongoni mwa Waisraeli wengine:

Kutoka wazao wa Paroshi:
Ramia, Izia, Malkiya, Miyamini, Eleazari,
Malkiya na Benaya.

26 Kutoka wazao wa Elamu:
Matania, Zekaria, Yehieli, Abdi,
Yeremothi na Eliya.

27 Kutoka wazao wa Zatu:
Elioenai, Eliashibu, Matania, Yeremothi,
Zabadi na Aziza.

[28] Kutoka uzao wa Bebai:
Yehohanani, Hanania, Zabai na Athlai.
[29] Kutoka wazao wa Bani:
Meshulamu, Maluki, Adaya, Yashubu,
Sheali na Yeremothi.
[30] Kutoka wazao wa Pahath-Moabu:
Adna, Kelali, Benaya, Maaseya, Matania,
Bezaleli, Binui na Manase.
[31] Kutoka wazao wa Harimu:
Eliezeri, Ishiya, Malkiya, Shemaya,
Shimeoni, [32] Benyamini, Maluki, na
Shemaria.
[33] Kutoka wazao wa Hashumu:
Matenai, Matata, Zabadi, Elifeleti,
Yeremai, Manase na Shimei.

[34] Kutoka wazao wa Bani:
Maadai, Amramu, Ueli, [35] Benaya, Bedeya,
Keluhi, [36] Vania, Meremothi, Eliashibu,
[37] Matania, Matenai na Yaasu.
[38] Kutoka wazao wa Binui:
Shimei, [39] Shelemia, Nathani, Adaya,
[40] Maknadebai, Shashai, Sharai, [41] Azareli,
Shelemia, Shemaria, [42] Shalumu, Amaria
na Yosefu.
[43] Kutoka wazao wa Nebo:
Yeieli, Matithia, Zabadi, Zebina, Yadai,
Yoeli na Benaya.

[44] Hawa wote walikuwa wameoa wanawake wa kigeni, na baadhi yao walikuwa wamezaa nao watoto.

NEHEMIA

Maombi Ya Nehemia

1 Maneno ya Nehemia mwana wa Hakalia:

Katika mwezi wa Kisleu[a] katika mwaka wa
ishirini, wakati nilikuwa ngomeni katika jumba
la kifalme la Shushani, 2 Hanani, mmoja wa ndugu
zangu, alikuja kutoka Yuda akiwa na watu wengine,
nami nikawauliza kuhusu mabaki ya Wayahudi
wale walionusurika kwenda uhamishoni na pia
kuhusu Yerusalemu.

3 Wakaniambia, "Wale walionusurika kwenda
uhamishoni, wale ambao wamerudi kwenye lile
jimbo, wako katika taabu kubwa na aibu. Ukuta
wa Yerusalemu umebomoka, na malango yake
yamechomwa moto."

4 Niliposikia mambo haya, niliketi, nikalia.
Kwa siku kadhaa niliomboleza na kufunga na
kuomba mbele za Mungu wa mbinguni. 5 Kisha
nikasema:

"Ee Bwana, Mungu wa mbinguni, mkuu
na mwenye kuogofya, ambaye hulishika
agano lake la upendo na wale wampendao
na kutii amri zake, 6 tega masikio yako, na
ufungue macho yako, ili usikie maombi ya
mtumishi wako anayoomba mbele yako
usiku na mchana kwa ajili ya watumishi
wako, watu wa Israeli. Ninaungama dhambi
zetu sisi Waisraeli, pamoja na zangu na za
nyumba ya baba yangu, tulizotenda dhidi
yako. 7 Tumetenda uovu sana mbele zako.
Hatukutii amri, maagizo na sheria ulizompa
Mose mtumishi wako.

8 "Kumbuka agizo ulilompa Mose mtumi-
shi wako, ukisema, 'Kama mkikosa uaminifu,
nitawatawanya miongoni mwa mataifa,
9 lakini mkinirudia na kutii amri zangu, ndipo
hata kama watu wenu walio uhamishoni wako
mbali sana katika miisho ya dunia, nitawa-
kusanya kutoka huko na kuwaleta mahali
ambapo nimepachagua kuwa makao kwa
ajili ya Jina langu.'

10 "Hawa ni watumishi wako na watu
wako, uliowakomboa kwa nguvu zako
kuu na mkono wako wenye nguvu. 11 Ee
Bwana, tega sikio lako na usikie maombi
ya huyu mtumishi wako, na maombi ya
watumishi wako wanaofurahia kulihe-
shimu Jina lako. Nipe leo, mimi mtumishi
wako, mafanikio kwa kunipa kibali mbele
ya mtu huyu."

Kwa maana nilikuwa mnyweshaji wa mfalme.

Artashasta Amtuma Nehemia Yerusalemu

2 Katika mwezi wa Nisani[b] mwaka wa ishirini wa
utawala wa Mfalme Artashasta, wakati divai
ilipoletwa kwake, niliichukua na kumpa mfalme.
Sikuwahi kuonekana mwenye huzuni mbele yake
kabla ya hapo. 2 Basi mfalme akaniuliza, "Kwa nini
uso wako unaonekana una huzuni wakati wewe si
mgonjwa? Jambo hili si kitu kingine bali ni huzuni
ya moyo."

Niliogopa sana, 3 lakini nikamwambia mfalme,
"Mfalme na aishi milele! Kwa nini uso wangu usiwe
na huzuni wakati mji walipozikwa baba zangu
umebaki magofu, na malango yake yameteketе-
zwa kwa moto?"

4 Mfalme akaniambia, "Je, haja yako ni gani?"

Ndipo nikaomba kwa Mungu wa mbinguni, 5 na
nikamjibu mfalme, "Kama ikimpendeza mfalme,
na kama mtumishi wako amepata kibali machoni
pake, anitume kule mji wa Yuda, mahali baba
zangu walipozikwa, ili niweze kuujenga upya."

6 Kisha mfalme, na malkia akiwa ameketi karibu
naye, akaniuliza, "Safari yako itachukua muda
gani, nawe utarudi lini?" Ilimpendeza mfalme
kunituma, kwa hiyo nikapanga muda.

7 Pia nikamwambia, "Kama ikimpendeza mfa-
lme, naomba nipewe barua kwa watawala wa
Ng'ambo ya Frati, ili wanipe ulinzi mpaka nifike
Yuda. 8 Naomba nipewe barua nipeleke kwa Asafu,
mtunzaji wa msitu wa mfalme, ili anipe miti ya
kutengeneza boriti kwa ajili ya malango ya ngome
ya Hekalu, na ukuta wa mji, na makao yangu nita-
kapoishi." Kwa kuwa mkono wenye neema wa
Mungu wangu ulikuwa juu yangu, mfalme aka-
nijalia ombi langu. 9 Basi nilienda kwa watawala
wa Ng'ambo ya Frati na kuwapa barua za mfalme.
Pia mfalme alikuwa ametuma maafisa wa jeshi na
askari wapanda farasi pamoja nami.

10 Sanbalati Mhoroni na Tobia afisa Mwamoni
waliposikia juu ya jambo hili, waliudhika sana
kwamba amekuja mtu kuinua ustawi wa Waisraeli.

Nehemia Akagua Kuta Za Yerusalemu

11 Nilienda Yerusalemu, na baada ya kukaa huko
siku tatu, 12 nikaondoka wakati wa usiku pamoja na
watu wachache. Sikuwa nimemwambia mtu yeyote
kile ambacho Mungu wangu alikuwa ameweka
moyoni mwangu kufanya kwa ajili ya Yerusalemu.
Hapakuwepo na mnyama yeyote pamoja nami isi-
pokuwa yule niliyekuwa nimempanda.

13 Nikatoka nje usiku kupitia Lango la Bondeni,
kuelekea Kisima cha Joka na Lango la Samadi,
nikikagua kuta za Yerusalemu zilizokuwa
zimebomolewa, na malango yake yaliyokuwa
yameteketezwa kwa moto. 14 Kisha nikaelekea

[a]1 Kisleu ni mwezi wa tisa katika kalenda ya Kiyahudi; katika kalenda yetu ni Novemba/Desemba (ona pia Zekaria 7:1).

[b]1 Nisani (Abibu) ni mwezi wa kwanza katika kalenda ya Kiyunani; katika kalenda yetu ni Machi/Aprili.

mpaka Lango la Chemchemi na Bwawa la Mfalme,
lakini hapakuwepo nafasi ya kutosha kwa ajili ya
mnyama wangu kupita, 15 kwa hiyo nikapandia
bondeni usiku nikikagua ukuta. Mwishoni nikarudi
na kuingia tena kupitia Lango la Bondeni. 16 Maa-
fisa hawakujua nilikokwenda wala nilichokuwa
nikifanya, kwa sababu mpaka sasa nilikuwa bado
sijasema lolote kwa Wayahudi, wala makuhani,
wala wakuu, wala maafisa, wala mtu yeyote
ambaye angefanya kazi.

17 Ndipo nilipowaambia, "Mnaona taabu tuliyo
nayo: Yerusalemu imebaki magofu na malango
yake yameteketezwa kwa moto. Njooni tujenge
upya ukuta wa Yerusalemu, nasi hatutakuwa tena
katika aibu hii." 18 Pia niliwaambia kuhusu mkono
wenye neema wa Mungu wangu uliokuwa juu
yangu, na kile mfalme alichokuwa ameniambia.

Wakajibu, "Haya! Tuanze kujenga tena." Kwa
hiyo wakaanza kazi hii njema.

19 Lakini Sanbalati Mhoroni, Tobia afisa Mwa-
moni, na Geshemu Mwarabu waliposikia kuhusu
jambo hili, walitudhihaki na kutucheka. Wakau-
liza, "Ni nini hiki mnachokifanya? Je, mnaasi dhidi
ya mfalme?"

20 Nikawajibu kwa kusema, "Mungu wa mbinguni
atatufanikisha. Sisi watumishi wake tutaanza
kujenga upya, lakini kwenu ninyi, hamna sehemu
wala dai lolote wala kumbukumbu la haki katika
Yerusalemu."

Wajenzi Wa Ukuta

3 Eliashibu kuhani mkuu na makuhani wenzake
walikwenda kufanya kazi na kulijenga upya
Lango la Kondoo. Waliliweka wakfu na kuweka
milango mahali pake, wakajenga hadi kufikia
Mnara wa Mia, ambao waliuweka wakfu hadi
Mnara wa Hananeli. 2 Watu wa Yeriko wakajenga
sehemu zilizopakana nao, naye Zakuri mwana wa
Imri akajenga karibu nao.

3 Lango la Samaki lilijengwa upya na wana wa
Hasenaa. Waliweka boriti zake, na wakaweka
milango yake na makomeo na nondo. 4 Meremothi
mwana wa Uria, mwana wa Hakosi, alikarabati
sehemu iliyofuatia. Baada yake Meshulamu mwana
wa Berekia, mwana wa Meshezabeli, alifanya uka-
rabati na aliyemfuatia ni Sadoki mwana wa Baana.
5 Sehemu iliyofuatia ilikarabatiwa na watu kutoka
Tekoa, lakini wakuu wao walikataa kufanya kazi
chini ya wasimamizi wao.

6 Lango la Yeshana lilikarabatiwa na Yoyada
mwana wa Pasea, na Meshulamu mwana wa
Besodeya. Waliweka boriti zake, na wakaweka
milango, makomeo na nondo. 7 Karibu nao uka-
rabati ulifanywa na watu kutoka Gibeoni na Mispa,
yaani Melati Mgibeoni, na Yadoni Mmeronothi,
sehemu hizi zikiwa chini ya mamlaka ya mtawala
wa Ng'ambo ya Frati. 8 Uzieli mwana wa Harhaya,
mmoja wa masonara, alikarabati sehemu iliyo-
fuatia, naye Hanania mmoja wa watengenezaji
marashi akakarabati sehemu iliyofuatia. Walite-
ngeneza Yerusalemu mpaka kufikia Ukuta Mpana.
9 Refaya mwana wa Huri, mtawala wa nusu ya
wilaya ya Yerusalemu, alikarabati sehemu iliyo-
fuatia. 10 Kupakana na sehemu hii, Yedaya mwana
wa Harumafu alikarabati sehemu iliyokuwa
mkabala na nyumba yake, naye Hatushi mwana
wa Hashabnea akakarabati sehemu iliyofuatia.
11 Malkiya mwana wa Harimu, na Hashubu mwana
wa Pahath-Moabu walikarabati sehemu nyingine
pamoja na Mnara wa Matanuru. 12 Shalumu mwana
wa Haloheshi, mtawala wa nusu ya wilaya ya Yeru-
salemu, alikarabati sehemu iliyofuatia akisaidiwa
na binti zake.

13 Lango la Bondeni lilikarabatiwa na Hanuni
na wakazi wa Zanoa. Walilijenga upya, na kuweka
milango yake na makomeo na nondo mahali pake.
Pia walikarabati ukuta wenye urefu wa mita 450
hadi Lango la Samadi.

14 Lango la Samadi lilikarabatiwa na Malkiya
mwana wa Rekabu, mtawala wa wilaya ya
Beth-Hakeremu. Alilijenga upya, na kuweka mila-
ngo yake, na makomeo na nondo.

15 Lango la Chemchemi lilikarabatiwa na Sha-
lumu mwana wa Kolhoze, mtawala wa wilaya ya
Mispa. Alilijenga upya, akaliezeka na kuweka
milango yake, na makomeo na nondo mahali
pake. Pia alikarabati ukuta wa Bwawa la Siloamu
karibu na Bustani ya Mfalme, hadi kwenye ngazi
zinazoshuka kutoka Mji wa Daudi. 16 Baada yake,
Nehemia mwana wa Azbuki, mtawala wa nusu ya
wilaya ya Beth-Suri, alikarabati kufikia mkabala
na makaburi ya Daudi, mpaka kwenye bwawa
lililotengenezwa, na kufikia Nyumba ya Mashujaa.

17 Baada yake, ukarabati ulifanywa na Walawi
chini ya uongozi wa Rehumu mwana wa Bani. Ali-
yefuatia ni Hashabia, mtawala wa nusu ya wilaya ya
Keila, aliyekarabati sehemu ya wilaya yake. 18 Baada
yake, ukarabati ulifanywa na ndugu zao chini ya
usimamizi wa Binui mwana wa Henadadi, mtawala
wa nusu hiyo ingine ya wilaya ya Keila. 19 Baada
yao, Ezeri mwana wa Yeshua, mtawala wa Mispa,
alikarabati sehemu nyingine, kuanzia ile sehemu
inayotazamana na mwinuko wa kuelekea kwenye
ghala la kuhifadhia silaha, mpaka kwenye pembe
ya ukuta. 20 Baada yake, Baruku mwana wa Zakai
alikarabati kwa bidii sehemu nyingine kuanzia ile
pembe, mpaka kwenye lango la nyumba ya Elia-
shibu kuhani mkuu. 21 Kupakana naye, Meremothi
mwana wa Uria, mwana wa Hakosi, alikarabati
sehemu nyingine, kuanzia penye lango la nyumba
ya Eliashibu mpaka mwisho wake.

22 Baada yake, ukarabati ulifanywa na maku-
hani waliotoka eneo lililouzunguka mji. 23 Baada
yao Benyamini na Hashubu walikarabati mbele
ya nyumba zao, na baada yao Azaria mwana wa
Maaseya, mwana wa Anania alifanya ukarabati
kando ya nyumba yake. 24 Baada yake, Binui mwana
wa Henadadi alikarabati sehemu nyingine, kuanzia
kwenye nyumba ya Azaria mpaka kwenye pembe
ya ukuta. 25 Naye Palali, mwana wa Uzai alijenga
sehemu iliyokuwa mkabala na pembe ya ukuta,
mpaka kwenye mnara wa juu ambao unajitokeza
kuanzia kwenye jumba la kifalme, kando ya ua wa

walinzi. Baada yake, Pedaya mwana wa Paroshi, 26 na watumishi wa Hekalu walioishi juu ya kilima cha Ofeli walikarabati hadi kufikia mkabala na Lango la Maji, kuelekea mashariki na ule mnara uliojitokeza. 27 Baada yao, watu wa Tekoa walikarabati sehemu nyingine, kuanzia mnara mkubwa utokezao hadi ukuta wa Ofeli.

28 Makuhani walifanya ukarabati juu ya Lango la Farasi, kila mmoja mbele ya nyumba yake. 29 Baada yao, Sadoki mwana wa Imeri alifanya ukarabati mkabala na nyumba yake. Baada yake, Shemaya mwana wa Shekania, mlinzi wa Lango la Mashariki, alifanya ukarabati. 30 Baada yake, Hanania mwana wa Shelemia, na Hanuni mwana wa sita wa Salafu walikarabati sehemu nyingine. Baada yao, Meshulamu mwana wa Berekia alikarabati sehemu iliyokuwa mkabala na nyumba zake za kuishi. 31 Baada yake Malkiya, mmoja wa masonara, alifanya ukarabati mpaka kwenye nyumba za watumishi wa Hekalu[a] na wafanyabiashara, mkabala na Lango la Ukaguzi, hadi kufikia chumba kilicho juu ya pembe. 32 Masonara na wafanyabiashara walifanya ukarabati kutoka chumba kilichoko juu ya pembe hadi Lango la Kondoo.

Upinzani Wakati Wa Ujenzi

4 Sanbalati aliposikia kwamba tulikuwa tunajenga ukuta upya, alikasirika na akawa na uchungu sana. Aliwadhihaki Wayahudi 2 mbele ya rafiki zake na jeshi la Samaria, akisema, "Hawa Wayahudi wanyonge wanafanya nini? Je, wataweza kuurudishia ukuta wao? Je, watatoa dhabihu? Je, wataweza kumaliza kuujenga kwa siku moja? Je, wataweza kufufua mawe kutoka malundo ya vifusi yaliyoungua hivyo?"

3 Tobia Mwamoni aliyekuwa upande wake akasema, "Wanachokijenga, hata kama mbweha angepanda juu yake, huo ukuta wao wa mawe angeliubomoa!"

4 Ee Mungu wetu, utusikie, kwa kuwa tumedharauliwa. Warudishie matukano yao kwenye vichwa vyao wenyewe. Uwatoe ili wawe nyara katika nchi ya waliowateka. 5 Usijusitiri uovu wao, wala usifute dhambi zao mbele zako, kwa kuwa wamewatukana wajenzi mbele.

6 Basi tuliujenga upya ukuta mpaka wote ukafikia nusu ya kimo chake, kwa kuwa watu walifanya kazi kwa moyo wote.

7 Lakini wakati Sanbalati, Tobia, Waarabu, Waamoni na watu wa Ashdodi waliposikia kuwa ukarabati wa kuta za Yerusalemu ulikuwa umeendelea na mianya ilikuwa inazibwa, walikasirika sana. 8 Wote walifanya shauri pamoja kuja kupigana dhidi ya Yerusalemu, na kuchochea machafuko dhidi yake. 9 Lakini tulimwomba Mungu wetu, na tukaweka ulinzi usiku na mchana kupambana na tishio hili.

10 Wakati ule ule, watu wa Yuda wakasema, "Nguvu za wafanyakazi zinapungua, nacho kifusi ni kingi mno, kiasi kwamba hatuwezi kuujenga upya ukuta."

11 Pia adui zetu walisema, "Kabla hawajajua au kutuona, tutakuwa palepale katikati yao, na tutawaua na kuikomesha hiyo kazi."

12 Kisha Wayahudi ambao waliishi karibu nao walikuja zaidi ya mara kumi na kutuambia, "Popote mtakapoelekea, watatushambulia."

13 Kwa hiyo nikaweka baadhi ya watu nyuma ya sehemu za chini za ukuta kwenye sehemu zilizo wazi, nikawaweka kufuatana na jamaa zao, wakiwa na panga, mikuki na pinde zao. 14 Baada ya kuona hali ilivyo, nikasimama na kuwaambia wakuu, maafisa na wengine wote, "Msiwaogope. Mkumbukeni Bwana, ambaye ni mkuu mwenye kuogofya. Piganeni kwa ajili ya ndugu zenu, wana wenu na binti zenu, wake zenu na nyumba zenu."

15 Adui zetu waliposikia kwamba tumetambua hila yao, na kwamba Mungu amevuruga shauri lao, sote tulirudi kwenye ukuta, kila mmoja kwenye kazi yake.

16 Kuanzia siku ile na kuendelea, nusu ya watu wangu walifanya kazi ya ujenzi, na nusu nyingine wakashika mikuki, ngao, pinde na dirii. Maafisa walijipanga nyuma ya watu wote wa Yuda 17 waliokuwa wakijenga ukuta. Wale waliobeba vifaa vya ujenzi walifanya kazi yao kwa mkono mmoja, na kushika silaha kwa mkono mwingine, 18 na kila mjenzi alijifunga upanga wake upande mmoja akiwa anafanya kazi. Lakini mtu wa kupiga baragumu alikaa pamoja nami.

19 Kisha nikawaambia wakuu, maafisa na watu wengine wote, "Kazi hii ni kubwa na imeenea sehemu kubwa, nasi tumetawanyika kila mmoja akiwa mbali na mwenzake juu ya ukuta. 20 Popote mtakaposikia sauti ya baragumu, jiungeni nasi huko. Mungu wetu atatupigania!"

21 Basi tuliendelea na kazi, nusu ya watu wakishikilia mikuki, kuanzia mawio ya jua hadi nyota zilipoonekana. 22 Wakati huo pia niliwaambia watu, "Kila mtu na msaidizi wake wakae ndani ya Yerusalemu wakati wa usiku, ili waweze kutumika kama walinzi wakati wa usiku, na kufanya kazi wakati wa mchana." 23 Mimi, wala ndugu zangu, wala watu wangu, wala walinzi waliokuwa pamoja nami hatukuvua nguo zetu. Kila mmoja alikuwa na silaha yake, hata alipokwenda kuchota maji.

Nehemia Awasaidia Maskini

5 Wakati huu wanaume na wake zao wakalia kilio kikuu dhidi ya ndugu zao Wayahudi. 2 Baadhi yao walikuwa wakisema, "Sisi na wana wetu na binti zetu tuko wengi. Ili tuweze kula na kuishi, ni lazima tupate nafaka."

3 Wengine walikuwa wakisema, "Tunaweka rehani mashamba yetu, mashamba ya mizabibu, na nyumba zetu ili tupate nafaka wakati wa njaa."

4 Bado kukawa na wengine waliokuwa wakisema, "Ilitubidi tukope fedha ili kulipa kodi ya mfalme kwa ajili ya mashamba yetu na mashamba yetu ya mizabibu. 5 Ingawa sisi ni mwili na damu moja sawa na watu wa nchi yetu, na ijapo wana wetu ni wazuri kama wana wao, bado inatupasa kuwatoa wana wetu na binti zetu kwenye utumwa. Baadhi ya binti

[a]31 Yaani *Wanethini*

zetu wameshakuwa watumwa tayari, lakini hatuna
uwezo wa kuwakomboa, kwa sababu mashamba
yetu na mashamba ya mizabibu yetu ni mali ya
wengine."
6 Niliposikia kilio chao na malalamiko haya, nili-
kasirika sana. 7 Nikayatafakari katika akili yangu,
nikiwalaumu wakuu na maafisa. Nikawaambia,
"Mnawaonea ndugu zenu kwa kuwatoza riba!"
Basi nikaitisha mkutano mkubwa ili kuwashu-
ghulikia 8 na kusema: "Kulingana na uwezo wetu,
tumewakomboa ndugu zetu Wayahudi waliokuwa
wameuzwa kwa watu wasioamini. Sasa mnawauza
ndugu zenu, ili wauzwe tena kwetu!" Walinyamaza
kimya, kwa sababu hawakupata chochote cha
kusema.
9 Basi nikaendelea kusema, "Mnachokifanya si
sawa. Je, haikuwapasa kutembea katika hofu ya
Mungu wetu ili tuepukane na shutuma za adui
zetu wasioamini? 10 Mimi na ndugu zangu na watu
wangu tunawakopesha watu fedha na nafaka.
Lakini jambo hili la kutoza riba likome! 11 Waru-
dishieni mara moja mashamba yao, mashamba
yao ya mizabibu, mashamba yao ya mizeituni, na
nyumba zao, pia riba yao mnayowatoza na sehemu
ya fungu la mia la fedha, nafaka, divai mpya na
mafuta."
12 Wakasema, "Tutawarudishia na hatutataka
kitu chochote zaidi kutoka kwao. Tutafanya kama
ulivyosema."
Kisha nikawaita makuhani na kuwafanya wakuu
na maafisa kuapa kufanya kile walichoahidi. 13 Pia
nikakung'uta makunjo ya vazi langu na kusema,
"Kila mtu ambaye hatatimiza ahadi hii, Mungu na
amkung'ute hivi kutoka nyumba yake na katika
mali zake. Basi mtu wa namna hiyo akung'utiwe
nje na aachwe bila kitu!"
Waliposikia hili, mkutano wote ukasema,
"Amen," na wakamtukuza BWANA. Nao watu waka-
fanya kama walivyokuwa wameahidi.
14 Zaidi ya hayo, kutoka mwaka wa ishirini wa
Mfalme Artashasta, wakati nilipoteuliwa kuwa
mtawala wao katika nchi ya Yuda, mpaka mwaka
wake wa thelathini na mbili, yaani miaka kumi na
miwili, mimi wala ndugu zangu hatukula chakula
ambacho kwa kawaida hupewa watawala. 15 Lakini
watawala wa mwanzoni, wale walionitangulia,
waliwalemea watu na kuchukua kutoka kwao
shekeli arobaini za fedha,[a] pamoja na chakula
na mvinyo. Wasaidizi wao pia walijifanya wakuu
juu ya watu. Lakini kwa kumheshimu Mungu
sikufanya hivyo. 16 Badala yake, nilijitoa kwa
bidii katika kazi ya ukuta huu. Watu wangu wote
walikutanika pale kwa ajili ya kazi. Hatukujipatia
shamba lolote.
17 Zaidi ya hayo, Wayahudi na maafisa 150
walikula mezani pangu, pamoja na wale walioti-
jia kutoka mataifa jirani. 18 Kila siku niliandaliwa
maksai mmoja, kondoo sita wazuri, na kuku, na
mvinyo wa kila aina kwa wingi kila baada ya siku
kumi. Licha ya mambo haya yote, sikudai chakula
kilichokuwa fungu la mtawala, kwa sababu madai
yalikuwa mazito sana kwa watu hawa.
19 Unikumbuke kwa fadhili, Ee Mungu wangu,
kwa yote niliyofanya kwa ajili ya watu hawa.

Upinzani Zaidi Wakati Wa Ujenzi

6 Habari zilipofika kwa Sanbalati, Tobia, Geshemu
Mwarabu, na adui zetu wengine kwamba nime-
jenga tena ukuta na hakuna nafasi iliyobakia
ndani mwake, ingawa mpaka wakati huo sikuwa
nimeweka milango kwenye malango, 2 Sanbalati
na Geshemu wakanitumia ujumbe huu: "Njoo,
tukutane katika mojawapo ya vijiji katika nchi
tambarare ya Ono."
Lakini walikuwa wakikusudia kunidhuru. 3 Kwa
hiyo niliwatuma wajumbe kwao na majibu haya:
"Kazi ninayoifanya ni kubwa sana, siwezi kuja. Kwa
nini niiache kazi isimame nije kwenu?" 4 Mara nne
walinitumia ujumbe wa namna iyo hiyo, na kila
mara niliwapa jibu lile lile.
5 Basi, mara ya tano, Sanbalati akamtuma msai-
dizi wake kwangu akiwa na ujumbe wa aina ile ile,
naye alikuwa amechukua mkononi mwake barua
isiyofungwa, 6 iliyokuwa imeandikwa:

> "Habari imeenezwa miongoni mwa
> mataifa, naye Geshemu anasema kwamba
> ni kweli, kuwa wewe na Wayahudi mnafa-
> nya hila ya kuasi, ndiyo sababu mnajenga
> ukuta. Zaidi ya hayo, kufuatana na taarifa
> hizi, karibuni utakuwa mfalme wao, 7 na
> hata umewateua manabii wafanye tangazo
> hili kukuhusu wewe huko Yerusalemu: 'Yuko
> mfalme katika Yuda!' Sasa taarifa hii itarudi-
> shwa kwa mfalme. Basi njoo, tufanye shauri
> pamoja."

8 Nilimpelekea jibu hili: "Hakuna jambo kama
hilo unalosema linalofanyika. Unalitunga tu kwe-
nye kichwa chako."
9 Wote walikuwa wakijaribu kutuogopesha,
wakifikiri hivi: "Mikono ya watu italegea kiasi
kwamba hawataweza kufanya kazi, nayo haita-
kamilika."
Lakini niliomba, "Ee Mungu, sasa nitie mikono
yangu nguvu."
10 Siku moja nilikwenda nyumbani kwa Shemaya
mwana wa Delaya, mwana wa Mehetabeli, ambaye
alikuwa amefungwa ndani ya nyumba yake. Aka-
sema, "Tukutane katika nyumba ya Mungu, ndani
ya Hekalu, na tufunge milango ya Hekalu, kwa
sababu watu wanakuja kukuua. Naam, wanakuja
usiku kukuua."
11 Lakini nikasema, "Je, mtu kama mimi akimbie?
Au mtu kama mimi aende Hekaluni kuokoa maisha
yake? Sitakwenda!" 12 Nilitambua kwamba Mungu
hakumtuma, bali alitabiri dhidi yangu kwa sababu
Tobia na Sanbalati walikuwa wamemwajiri. 13 Ali-
kuwa ameajiriwa kunitisha ili kwa kufanya jambo
hili nitende dhambi, kisha waweze kuniharibia jina
langu na kuniaibisha.

14 Ee Mungu wangu, wakumbuke Tobia na
Sanbalati kwa sababu ya yale waliyotenda. Pia
kumbuka nabii mke Noadia na manabii wengine
ambao wamekuwa wakijaribu kunitisha.

---

[a]15 Shekeli 40 za fedha ni sawa na gramu 456.

Kukamilika Kwa Ukuta

15 Basi ukuta ukakamilika siku ya ishirini na
tano mwezi wa Eluli,[a] kazi ambayo ilichukua siku
hamsini na mbili. 16 Adui zetu wote waliposikia
kuhusu hili, mataifa yote yaliyotuzunguka yakao-
gopa na kupoteza ujasiri, kwa sababu yalitambua
kuwa kazi hii imefanyika kwa msaada wa Mungu
wetu.

17 Pia katika siku hizo wakuu wa Yuda walikuwa
wakituma barua nyingi kwa Tobia, nayo majibu
yaliyotoka kwa Tobia yaliendelea kuwajia. 18 Kwa
kuwa watu wengi katika Yuda walikuwa wame-
mwapia Tobia, kwani alikuwa mkwewe Shekania
mwana wa Ara, na Yehohanani mwanawe alikuwa
amemwoa binti wa Meshulamu mwana wa Berekia.
19 Zaidi ya hayo, walikuwa wakiniarifu jinsi Tobia
alivyo mtu mwema, nao walimwambia kila kitu
nilichosema. Naye Tobia alituma barua za kuni-
tisha.

7 Baada ya ukuta kukamilika kujengwa upya na
nikaweka milango, mabawabu wa lango, wai-
mbaji, na Walawi waliteuliwa. 2 Nikamweka Hanani
ndugu yangu kuwa kiongozi wa Yerusalemu,
pamoja na Hanania jemadari wa ngome, kwa kuwa
alikuwa mtu mwadilifu na mwenye kumcha Mungu
kuliko watu wengine. 3 Nikawaambia, "Malango
ya Yerusalemu yasifunguliwe mpaka jua litaka-
pokuwa limepanda. Walinzi wa malango wakiwa
bado kwenye zamu, waamuru wafunge milango na
waweke makomeo. Pia wateueni wenyeji wa Yeru-
salemu wawe walinzi, kila mmoja kwenye lindo
lake, na wengine karibu na nyumba zao wenyewe."

Orodha Ya Waliorudi Toka Uhamishoni

4 Mji ulikuwa mkubwa, tena wenye nafasi nyi-
ngi, lakini walikuwepo watu wachache ndani yake,
nazo nyumba zilikuwa bado ni magofu. 5 Hivyo
Mungu wangu akaweka moyoni mwangu kuwaku-
sanya wakuu, maafisa na watu wa kawaida kwa ajili
ya kuorodheshwa kulingana na jamaa zao. Nilikuta
orodha ya vizazi ya wale waliokuwa wa kwanza
kurudi toka utumwani. Haya ndiyo niliyokuta
yameandikwa humo:

6 Hawa ndio watu wa jimbo waliotoka
uhamishoni, ambao Nebukadneza
mfalme wa Babeli alikuwa amewachukua
mateka (walirudi Yerusalemu na Yuda,
kila mmoja kwenye mji wake, 7 wakiwa
wamefuatana na Zerubabeli, Yeshua,
Nehemia, Azaria, Raamia, Nahamani,
Mordekai, Bilshani, Mispereti, Bigwai,
Nehumu na Baana):

Orodha ya wanaume wa Israeli ilikuwa:
8 wazao wa Paroshi 2,172
9 wazao wa Shefatia 372
10 wazao wa Ara 652
11 wazao wa Pahath-Moabu
(wa jamaa ya Yeshua na Yoabu) 2,818
12 wazao wa Elamu 1,254
13 wazao wa Zatu 845
14 wazao wa Zakai 760
15 wazao wa Binui 648
16 wazao wa Bebai 628
17 wazao wa Azgadi 2,322
18 wazao wa Adonikamu 667
19 wazao wa Bigwai 2,067
20 wazao wa Adini 655
21 wazao wa Ateri (kupitia Hezekia) 98
22 wazao wa Hashumu 328
23 wazao wa Besai 324
24 wazao wa Harifu 112
25 wazao wa Gibeoni 95

26 watu wa Bethlehemu na Netofa 188
27 watu wa Anathothi 128
28 watu wa Beth-Azmawethi 42
29 watu wa Kiriath-Yearimu,
Kefira na Beerothi 743
30 watu wa Rama na Geba 621
31 watu wa Mikmashi 122
32 watu wa Betheli na Ai 123
33 watu wa Nebo 52
34 wazao wa Elamu 1,254
35 wazao wa Harimu 320
36 wazao wa Yeriko 345
37 wazao wa Lodi, Hadidi na Ono 721
38 wazao wa Senaa 3,930

39 Makuhani:
wazao wa Yedaya
(kwa jamaa ya Yeshua) 973
40 wazao wa Imeri 1,052
41 wazao wa Pashuri 1,247
42 wazao wa Harimu 1,017

43 Walawi:
wazao wa Yeshua (kupitia Kadmieli
kupitia jamaa ya Hodavia) 74

44 Waimbaji:
wazao wa Asafu 148

45 Mabawabu wa malango:
wazao wa Shalumu, Ateri, Talmoni,
Akubu, Hatita na Shobai 138

46 Watumishi wa Hekalu:[b]
wazao wa Siha, Hasufa, Tabaothi,
47 wazao wa Kerosi, Sia, Padoni,
48 wazao wa Lebana, Hagaba, Shalmai,
49 wazao wa Hanani, Gideli, Gahari,
50 wazao wa Reaya, Resini, Nekoda,
51 wazao wa Gazamu, Uza, Pasea,
52 wazao wa Besai, Meunimu, Nefusimu,
53 wazao wa Bakbuki, Hakufa, Harhuri,
54 wazao wa Basluthi, Mehida, Harsha,
55 wazao wa Barkosi, Sisera, Tema,
56 wazao wa Nesia na Hatifa.

57 Wazao wa watumishi wa Solomoni:

[a]15 Eluli ni mwezi wa sita kwenye kalenda ya Kiyunani; katika kalenda yetu ni Agosti/Septemba.

[b]46 Yaani *Wanethini*

wazao wa Sotai, Soferethi, Perida,
58 wazao wa Yaala, Darkoni, Gideli,
59 wazao wa Shefatia, Hatili,
Pokereth-Hasebaimu na Amoni.
60 Watumishi wa Hekalu wote na wazao wa
watumishi wa Solomoni 392

61 Wafuatao walikuja kutoka miji ya Tel-Mela,
Tel-Harsha, Kerubu, Adoni na Imeri,
lakini hawakuweza kuthibitisha kwamba
jamaa zao zilikuwa uzao wa Israeli:
62 wazao wa Delaya, Tobia na Nekoda 642

63 Na kutoka miongoni mwa makuhani:
wazao wa Hobaya, Hakosi na Barzilai (mtu
aliyekuwa amemwoa binti wa Barzilai,
Mgileadi, naye akaitwa kwa jina hilo).
64 Hawa walitafuta orodha za jamaa zao,
lakini hawakuonekana humo, kwa
hiyo waliondolewa kutoka kundi la
makuhani, kwa kuwa walihesabiwa
kuwa najisi. 65 Kwa hiyo, mtawala[a]
aliagiza kuwa wasile chochote miongoni
mwa vyakula vitakatifu hadi kuwe
kuhani atakayehudumu kwa Urimu na
Thumimu.[b]

66 Jumla ya watu wote waliorudi walikuwa
42,360; 67 tena zaidi ya hao walikuwepo
watumishi wa kiume na wa kike 7,337;
pia walikuwamo waimbaji wanaume
na wanawake 245. 68 Walikuwa na farasi
736, nyumbu 245 69 ngamia 435 na punda
6,720.

70 Baadhi ya viongozi wa jamaa walichangia
kazi ya ujenzi. Mtawala alikabidhi kwenye
hazina darkoni 1,000[c] za dhahabu, mabakuli
50, na mavazi 530 kwa ajili ya makuhani.
71 Baadhi ya viongozi wa jamaa walikabidhi
kwenye hazina darkoni 20,000 za dhahabu,[d]
na mane 2,200[e] za fedha kwa ajili ya kazi hiyo.
72 Jumla ya matoleo ya watu wengine yali-
kuwa ni darkoni 20,000 za dhahabu, mane
2,000 za fedha, na mavazi sitini na saba ya
makuhani.
73 Makuhani, Walawi, mabawabu, waimbaji
na watumishi wa Hekalu, pamoja na baadhi ya
watu wengine na Waisraeli waliosalia waliishi
katika miji yao wenyewe.

Ezra Asoma Sheria

8 Ilipotimia miezi saba, nao Waisraeli wakiwa
tayari wanaishi katika miji yao, watu wote
wakakusanyika kama mtu mmoja kwenye
uwanja mbele ya Lango la Maji. Wakamwambia
Ezra mwandishi alete Kitabu cha Sheria ya Mose,
ambacho BWANA aliamuru kwa ajili ya Israeli.

2 Basi katika siku ya kwanza ya mwezi wa saba,
kuhani Ezra akaleta Sheria mbele ya kusanyiko,
ambamo walikuwamo wanaume, wanawake na
watu wote walioweza kufahamu. 3 Akaisoma kwa
sauti kubwa tangu mapambazuko mpaka adhu-
huri, akiwa ameuelekea uwanja uliokuwa mbele
ya Lango la Maji mbele ya wanaume, wanawake na
wengine ambao waliweza kufahamu. Watu wote
wakasikiliza kwa makini kile Kitabu cha Sheria.
4 Mwandishi Ezra alikuwa amesimama juu ya
jukwaa la miti lililojengwa kwa kusudi hilo. Karibu
naye upande wa kuume alisimama Matithia,
Shema, Anaya, Uria, Hilkia na Maaseya. Upande
wake wa kushoto walikuwepo Pedaya, Mishaeli,
Malkiya, Hashumu, Hashbadani, Zekaria na
Meshulamu.
5 Ezra akakifungua kile kitabu. Watu wote wali-
weza kumwona kwa sababu alikuwa amesimama
juu zaidi, naye alipokifungua watu wote waka-
simama. 6 Ezra akamsifu BWANA, Mungu mkuu,
nao watu wote wakainua mikono yao na kuitikia,
"Amen! Amen!" Kisha wakasujudu na kumwabudu
BWANA hali nyuso zao zikigusa ardhi.
7 Watu wakiwa wamesimama pale, Walawi
wafuatao waliwafunza ile Sheria: Yeshua, Bani,
Sherebia, Yamini, Akubu, Shabethai, Hodia, Maa-
seya, Kelita, Azaria, Yozabadi, Hanani na Pelaya.
8 Walisoma kutoka kile Kitabu cha Sheria ya
Mungu, wakiifafanua na kuwapa maelezo ili watu
waweze kufahamu kile kilichokuwa kikisomwa.
9 Ndipo Nehemia aliyekuwa mtawala,[f] Ezra
kuhani na mwandishi, pamoja na Walawi walio-
kuwa wakiwafundisha watu wakawaambia wote,
"Siku hii ni takatifu kwa BWANA Mungu wenu.
Msiomboleze wala msilie." Kwa kuwa watu wote
walikuwa wakilia walipokuwa wakisikiliza maneno
ya ile Sheria.
10 Nehemia akasema, "Nendeni mkafurahie cha-
kula kizuri na vinywaji vitamu, na mpeleke sehemu
kwa wale ambao hawana chochote cha kula. Siku
hii ni takatifu kwa BWANA. Msihuzunike, kwa kuwa
furaha ya BWANA ni nguvu zenu."
11 Walawi wakawatuliza watu wote wakisema,
"Kuweni watulivu, kwa kuwa hii ni siku takatifu.
Msihuzunike."
12 Kisha watu wote wakaondoka kwenda kula
na kunywa, na kupeana sehemu ya chakula, na
wakaadhimisha kwa furaha kubwa, kwa sababu
sasa walifahamu maneno yale waliyokuwa wamee-
lezwa.
13 Katika siku ya pili ya mwezi, wakuu wa mbari
zote, pamoja na makuhani na Walawi, walikusa-
nyika wakimzunguka Ezra mwandishi ili wapate
kusikiliza kwa makini maneno ya Sheria. 14 Waka-
kuta imeandikwa katika ile Sheria, ambayo BWANA
aliiamuru kupitia kwa Mose, kwamba Waisraeli
walipaswa kukaa katika vibanda wakati wa siku-
kuu ya mwezi wa saba, 15 na kwamba walipaswa
kutangaza neno hili na kulieneza katika miji yao
na katika Yerusalemu wakisema: "Enendeni katika
nchi ya mlima na kuleta matawi kutoka miti ya
mizeituni, mizeituni mwitu, mihadasi, mitende

---

[a] 65 Au *Tirshatha*
[b] 65 Urimu na Thumimu maana yake ni Nuru na Kweli; vifaa hivi viliwekwa kwenye kifuko cha juu cha kisibau cha kuhani mkuu ili kujua mapenzi ya Mungu kwenye mambo ya kutatanisha.
[c] 70 Darkoni 1,000 za dhahabu ni sawa na uzito wa kilo 8.6.
[d] 71 Darkoni 20,000 za dhahabu ni sawa na kilo 172.
[e] 71 Mane 2,200 za fedha ni sawa na kilo 1,300.
[f] 9 Au *Tirshatha*

na miti ya kivuli, ili kutengeneza vibanda," kama
ilivyoandikwa.
16 Basi watu wakaenda na kuleta matawi, nao
wakajijengea vibanda juu ya paa za nyumba zao,
katika nyua zao, katika nyua za nyumba ya Mungu,
na katika uwanja karibu na Lango la Maji na uwanja
wa Lango la Efraimu. 17 Jamii yote ya watu waliorudi
kutoka utumwani wakajenga vibanda na kuishi
ndani yake. Tangu wakati wa Yoshua mwana wa
Nuni mpaka siku ile, Waisraeli hawakuwahi kuiadhi-
misha namna hii. Furaha yao ilikuwa kubwa sana.
18 Siku baada ya siku, kuanzia siku ya kwanza
hadi ya mwisho, Ezra alisoma kutoka kwenye
kile Kitabu cha Sheria ya Mungu. Wakaiadhimi-
sha sikukuu ile kwa siku saba, nayo siku ya nane,
kufuatana na maagizo, kulikuwa na kusanyiko
maalum.

Waisraeli Waungama Dhambi Zao

9 Katika siku ya ishirini na nne ya mwezi ule
ule, Waisraeli walikusanyika pamoja, wakifu-
nga na kuvaa nguo za gunia na kujitia mavumbi
vichwani mwao. 2 Wale wa uzao wa Israeli waliji-
tenga na wageni wote. Wakasimama mahali pao,
na kuungama dhambi zao na uovu wa baba zao.
3 Wakasimama pale walipokuwa, wakasoma kutoka
kwenye kile Kitabu cha Sheria ya Bwana Mungu
wao kwa muda wa robo siku, na wakatumia robo
nyingine kwa kuungama dhambi na kumwabudu
Bwana Mungu wao. 4 Walawi wafuatao walikuwa
wamesimama kwenye ngazi: Yeshua, Bani, Kadmieli,
Shebania, Buni, Sherebia, Bani na Kenani. Hawa
walimlilia Bwana Mungu wao kwa sauti kubwa.
5 Nao Walawi Yeshua, Kadmieli, Bani, Hashabnea,
Sherebia, Hodia, Shebania na Pethahia wakasema:
"Simameni mkamsifu Bwana Mungu wenu, yeye
ambaye ni Mungu tangu milele hata milele.

"Libarikiwe jina lake tukufu, litukuzwe
juu ya baraka zote na sifa. 6 Wewe peke yako
ndiwe Bwana. Uliziumba mbingu, hata mbi-
ngu za mbingu na jeshi lote la mbinguni,
dunia na vyote vilivyo ndani yake, na pia
bahari na vyote vilivyomo ndani yake. Huvipa
vitu vyote uhai, nalo jeshi la mbinguni lina-
kuabudu wewe.
7 "Wewe ni Bwana Mungu uliyemchagua
Abramu na kumtoa kutoka Uru ya Wakaldayo,
nawe ukamwita Abrahamu. 8 Uliona kuwa
moyo wake ni mwaminifu kwako, nawe uka-
fanya Agano naye kuwapa wazao wake nchi
ya Wakanaani, Wahiti, Waamori, Waperizi,
Wayebusi na Wagirgashi. Umetimiza ahadi
yako kwa sababu wewe ni mwenye haki.
9 "Uliona mateso ya baba zetu huko Misri,
ukasikia kilio chao huko Bahari ya Shamu.
10 Ulituma ishara za miujiza na maajabu dhidi
ya Farao, dhidi ya maafisa wake wote na watu
wote wa nchi yake, kwa kuwa ulifahamu jinsi
Wamisri walivyowafanyia ufidhuli. Ukajifa-
nyia jina linalodumu hadi leo. 11 Ukagawa
bahari mbele yao, ili waweze kupita katikati
yake penye nchi kavu, lakini uliwatupa Wami-
sri waliowafuatilia katika vilindi, kama jiwe
kwenye maji mengi. 12 Mchana uliwaongoza
kwa nguzo ya wingu, na usiku kwa nguzo ya
moto kuwamulikia njia iliyowapasa kuiendea.
13 "Ulishuka katika Mlima Sinai, ukanena
nao kutoka mbinguni. Uliwapa masharti
na sheria zile ambazo ni za kweli na haki,
pia amri na maagizo mazuri. 14 Uliwafaha-
misha Sabato yako takatifu na ukawapa
amri, maagizo na sheria kupitia mtumishi
wako Mose. 15 Katika njaa yao uliwapa mkate
kutoka mbinguni, na katika kiu yao uliwatolea
maji kutoka kwenye mwamba. Uliwaambia
waingie na kuimiliki nchi ambayo ulikuwa
umeapa kuwapa kwa mkono ulioinuliwa.
16 "Lakini wao, baba zetu, wakawa na
kiburi na shingo ngumu, nao hawakutii
maagizo yako. 17 Wakakataa kusikiliza na
kushindwa kukumbuka miujiza uliyoifanya
miongoni mwao. Wakawa na shingo ngumu,
na katika uasi wao wakamchagua kiongozi ili
warudi kwenye utumwa wao. Lakini wewe ni
Mungu mwenye kusamehe, mwenye neema
na mwingi wa huruma, si mwepesi wa hasira,
ni mwingi wa upendo. Kwa hiyo hukuwaacha,
18 hata wakati walijitengenezea sanamu ya
ndama ya kusubu na kusema, 'Huyu ni mungu
wenu, aliyewapandisha kutoka nchi ya Misri,'
au walipofanya makufuru makubwa.
19 "Kwa sababu ya huruma zako kuu
hukuwaacha jangwani. Wakati wa mchana
ile nguzo ya wingu haikukoma kuwaongoza
katika njia yao, wala nguzo ya moto haikua-
cha kuwamulikia usiku njia iliyowapasa
kuiendea. 20 Uliwapa Roho wako mwema ili
kuwafundisha. Hukuwanyima mana yako
vinywani mwao, nawe ukawapa maji kwa ajili
ya kiu yao. 21 Kwa miaka arobaini uliwatunza
jangwani. Hawakukosa chochote, na nguo zao
hazikuchakaa wala miguu yao haikuvimba.
22 "Uliwapa falme na mataifa, ukiwagawia
hata mipaka ya mbali. Wakaimiliki nchi ya
Sihoni mfalme wa Heshboni, na nchi ya Ogu
mfalme wa Bashani. 23 Uliwafanya wana wao
kuwa wengi kama nyota za angani, nawe
ukawaleta katika nchi ambayo uliwaambia
baba zao kuingia na kuimiliki. 24 Wana wao
wakaingia na kuimiliki nchi. Uliwatiisha
Wakanaani mbele yao, walioishi katika nchi,
ukawatia Wakanaani mikononi mwao, pamoja
na wafalme wao na watu wa nchi, wawafanyie
kama wapendavyo. 25 Wakateka miji yenye
ngome na nchi yenye rutuba, wakamiliki
nyumba zilizojazwa na vitu vizuri vya kila
aina, visima vilivyochimbwa tayari, masha-
mba ya mizabibu, mashamba ya mizeituni
na miti yenye matunda kwa wingi. Wakala,
wakashiba nao wakanawiri sana, wakajifu-
rahisha katika wema wako mwingi.
26 "Lakini hawakukutii nao wakaasi dhidi
yako, wakatupa sheria zako nyuma yao.
Wakawaua manabii wako, waliowaonya ili
wakurudie, na wakafanya makufuru maku-
bwa. 27 Hivyo ukawatia mikononi mwa adui
zao, ambao waliwatesa. Lakini walipoteswa,

wakakulilia wewe. Kutoka mbinguni uliwa-
sikia, nawe kwa huruma zako kuu ukawapa
waokozi, waliowaokoa kutoka mikononi mwa
adui zao.
28 “Lakini mara walipokuwa na raha,
wakafanya maovu tena machoni pako. Kisha
ukawaacha mikononi mwa adui zao, nao
wakawatawala. Walipokulilia tena, ukasikia
kutoka mbinguni, na kwa huruma zako uka-
waokoa kila mara.
29 “Ukawaonya warudi katika sheria yako,
lakini wakawa na kiburi na hawakutii amri
zako. Wakatenda dhambi dhidi ya maagizo
yako ambayo kwayo mtu ataishi kama akiya-
tii. Kwa ukaidi wakakugeuzia kisogo, wakawa
na shingo ngumu na wakakataa kusikiliza.
30 Kwa miaka mingi ulikuwa mvumilivu kwao.
Kwa njia ya Roho wako ukawaonya kupitia
manabii wako. Hata hivyo hawakujali, basi
ukawatia mikononi mwa mataifa jirani.
31 Lakini kwa rehema zako kuu hukuwako-
mesha wala kuwaacha, kwa kuwa wewe ni
Mungu mwenye neema na rehema.
32 “Basi sasa, Ee Mungu wetu, uliye mkuu,
mwenye nguvu na Mungu wa kuogofya, mwe-
nye kushika agano lake la upendo, usiache
taabu hizi zote zionekane kuwa kitu kidogo
mbele za macho yako, taabu hizi zilizotupata,
juu ya wafalme wetu na viongozi, juu ya
makuhani wetu na manabii, juu ya baba zetu
na watu wako wote, tangu siku za wafalme wa
Ashuru hadi leo. 33 Katika hayo yote yaliyotu-
pata, umekuwa mwenye haki, na umetenda
kwa uaminifu, wakati sisi tumetenda mabaya.
34 Wafalme wetu, viongozi wetu, makuhani
wetu na baba zetu hawakufuata sheria yako.
Hawakuzingatia amri zako wala maonyo uli-
yowapa. 35 Hata walipokuwa wangali katika
ufalme wao, wakiufurahia wema wako
mkuu katika nchi kubwa na yenye rutuba
uliyowapa, hawakukutumikia wala kugeuka
kutoka njia zao mbaya.
36 “Lakini tazama, sisi ni watumwa leo,
watumwa katika nchi uliyowapa baba zetu
ili wapate kula matunda yake na vitu vingine
vizuri inayozalisha. 37 Kwa sababu ya dhambi
zetu, mavuno yake mengi huenda kwa wafa-
lme uliowaweka watutawale. Wanatawala juu
ya miili yetu na mifugo yetu kama wapenda-
vyo. Tuko katika dhiki kuu.

Mapatano Ya Watu

38 “Kwa sababu ya haya yote, tunajifunga katika
mapatano, na kuyaandika, nao viongozi wetu,
Walawi wetu na makuhani wetu wanatia mihuri
yao.”

10 Wale waliotia muhuri walikuwa:

Nehemia mtawala, mwana wa Hakalia.

Sedekia, 2 Seraya, Azaria, Yeremia,
3 Pashuri, Amaria, Malkiya,
4 Hatushi, Shebania, Maluki,
5 Harimu, Meremothi, Obadia,
6 Danieli, Ginethoni, Baruku,
7 Meshulamu, Abiya, Miyamini,
8 Maazia, Bilgai na Shemaya.
Hawa ndio waliokuwa makuhani.

9 Walawi:
Yeshua mwana wa Azania, Binui wa wana
wa Henadadi, Kadmieli,
10 na wenzao: Shebania,
Hodia, Kelita, Pelaya, Hanani,
11 Mika, Rehobu, Hashabia,
12 Zakuri, Sherebia, Shebania,
13 Hodia, Bani na Beninu.

14 Viongozi wa watu:
Paroshi, Pahath-Moabu, Elamu, Zatu, Bani,
15 Buni, Azgadi, Bebai,
16 Adoniya, Bigwai, Adini,
17 Ateri, Hezekia, Azuri,
18 Hodia, Hashumu, Besai,
19 Harifu, Anathothi, Nebai,
20 Magpiashi, Meshulamu, Heziri,
21 Meshezabeli, Sadoki, Yadua,
22 Pelatia, Hanani, Anaya,
23 Hoshea, Hanania, Hashubu,
24 Haloheshi, Pilha, Shobeki,
25 Rehumu, Hashabna, Maaseya,
26 Ahiya, Hanani, Anani,
27 Maluki, Harimu na Baana.

28 “Watu wengine wote, wakiwa ni
makuhani, Walawi, mabawabu, waimbaji,
watumishi wa Hekalu,[a] na wale wote walio-
jitenga na mataifa jirani kwa ajili ya Sheria
ya Mungu, pamoja na wake zao na wana wao
na binti zao wote waliokuwa na uwezo wa
kufahamu, 29 basi hawa wote wanajiunga na
ndugu zao na wakuu wao, na kujifunga kwa
laana na kwa kiapo kufuata Sheria ya Mungu
iliyotolewa kupitia kwa Mose mtumishi wa
Mungu, na kutii kwa uangalifu amri zote,
maagizo na sheria za Bwana, Bwana wetu.
30 “Tunaahidi kutowaoza binti zetu kwa
watu wanaotuzunguka, wala kuwaoza wana
wetu binti zao.
31 “Wakati mataifa jirani waletapo bidhaa
zao au nafaka kuuza siku ya Sabato, hatuta-
zinunua kutoka kwao siku ya Sabato, wala
siku nyingine yoyote takatifu. Kila mwaka
wa saba, tutaacha kuilima ardhi na tutafuta
madeni yote.
32 “Tunakubali wajibu wa kutimiza amri za
kutoa theluthi ya shekeli[b] kila mwaka kwa ajili
ya utumishi wa nyumba ya Mungu: 33 Kwa ajili
ya mikate ya Wonyesho, kwa ajili ya sadaka za
kawaida za nafaka na sadaka za kuteketezwa,
kwa ajili ya sadaka za siku za Sabato, Sikukuu
za Mwandamo wa Mwezi na sikukuu nyingine
zilizoamriwa, kwa ajili ya sadaka takatifu,
kwa ajili ya sadaka za dhambi ili kufanya

[a]28 Yaani *Wanethini*
[b]32 Theluthi ya shekeli hapa kama gramu 4.

upatanisho kwa ajili ya Israeli, na kwa ajili
ya kazi zote za nyumba ya Mungu wetu.
34 “Sisi makuhani, Walawi na watu, tume-
piga kura kuamua kuwa kila mmoja wa jamaa
zetu lazima alete katika nyumba ya Mungu
wetu kwa nyakati maalum kila mwaka
mchango wa kuni za kukokea moto katika
madhabahu ya BWANA Mungu wetu, kama
ilivyoandikwa katika Sheria.
35 “Pia tunachukua wajibu wa kuleta mali-
mbuko ya mazao yetu na matunda ya kwanza
ya kila mti wa matunda katika nyumba ya
BWANA kila mwaka.
36 “Kama pia ilivyoandikwa katika Sheria,
tutawaleta wazaliwa wetu wa kwanza wa
kiume, na wa mifugo yetu, yaani wa ng'o-
mbe wetu na wa makundi yetu ya kondoo
na mbuzi, katika nyumba ya Mungu wetu,
kwa ajili ya makuhani wanaohudumu huko.
37 “Zaidi ya hayo, tutaleta katika ghala za
nyumba ya Mungu wetu, kwa makuhani, vya-
kula vya kwanza vya mashamba yetu, sadaka
zetu za nafaka, matunda ya miti yetu yote,
divai yetu mpya na mafuta. Nasi tutaleta zaka
za mazao yetu kwa Walawi, kwa kuwa Walawi
ndio ambao hukusanya zaka katika miji yote
tunakofanya kazi. 38 Kuhani atokanaye na uzao
wa Aroni atashirikiana na Walawi wakati
wanapopokea zaka, nao Walawi itawapasa
kuleta sehemu ya kumi ya zaka katika nyu-
mba ya Mungu wetu katika ghala za hazina.
39 Watu wa Israeli pamoja na Walawi itawapasa
kuleta michango yao ya nafaka, divai mpya
na mafuta katika vyumba vya ghala, mahali
vifaa vya mahali patakatifu vinapohifadhiwa,
na wanapokaa makuhani wanaohudumu, na
mabawabu na waimbaji.

“Hatutaacha kuijali nyumba ya Mungu
wetu.”

Wakazi Wapya Wa Yerusalemu

11 Basi viongozi wa watu walikaa Yerusalemu,
nao watu wale wengine walipiga kura ili kuleta
mtu mmoja kati ya watu kumi aje kuishi Yerusa-
lemu, mji mtakatifu, nao wengine tisa waliobaki
wakae katika miji yao wenyewe. 2 Watu waliwasifu
wale wote waliojitolea kuishi Yerusalemu.
3 Hawa ndio viongozi wa majimbo waliokuja
kuishi Yerusalemu (baadhi ya Waisraeli, maku-
hani, Walawi, watumishi wa Hekalu,[a] na wazao
wa watumishi wa Solomoni waliendelea kuishi
katika miji ya Yuda, kila mmoja katika milki yake
mwenyewe katika miji mbalimbali, 4 ambapo watu
wengine kutoka Yuda na Benyamini waliishi Yeru-
salemu).

Kutoka wazao wa Yuda:

Athaya mwana wa Uzia, mwana wa Zekaria,
mwana wa Amaria, mwana wa Shefatia,
mwana wa Mahalaleli, mzao wa Peresi. 5 Naye
Maaseya mwana wa Baruku, mwana wa
Kolhoze, mwana wa Hazaya, mwana wa
Adaya, mwana wa Yoyaribu, mwana wa
Zekaria, mzao wa Mshiloni. 6 Wazao wa
Peresi walioishi Yerusalemu walikuwa 468,
watu wenye uwezo.

7 Kutoka wazao wa Benyamini:

Salu mwana wa Meshulamu, mwana wa Yoedi,
mwana wa Pedaya, mwana wa Kolaya, mwana
wa Maaseya, mwana wa Ithieli, mwana wa
Yeshaya 8 na wafuasi wake, Gabai na Salai
watu 928. 9 Yoeli mwana wa Zikri alikuwa
afisa wao mkuu, naye Yuda mwana wa Hase-
nua alikuwa msimamizi juu ya Mtaa wa Pili
katika mji.

10 Kutoka makuhani:

Yedaya, mwana wa Yoyaribu, Yakini, 11 Seraya
mwana wa Hilkia, mwana wa Meshulamu,
mwana wa Sadoki, mwana wa Merayothi,
mwana wa Ahitubu, msimamizi katika
nyumba ya Mungu, 12 pamoja na wenzao
waliofanya kazi hekaluni: watu 822. Adaya
mwana wa Yerohamu, mwana wa Pelalia,
mwana wa Amsi, mwana wa Zekaria, mwana
wa Pashuri, mwana wa Malkiya, 13 na wenzao,
waliokuwa viongozi wa jamaa: watu 242.
Amashisai mwana wa Azareli, mwana wa
Azai, mwana wa Meshilemothi, mwana wa
Imeri, 14 na wenzao waliokuwa wenye uwezo:
watu 128. Afisa wao mkuu alikuwa Zabdieli
mwana wa Hagedolimu.

15 Kutoka Walawi:

Shemaya mwana wa Hashubu, mwana wa
Azrikamu, mwana wa Hashabia, mwana
wa Buni; 16 Shabethai na Yozabadi, viongozi
wawili wa Walawi, ambao walisimamia kazi za
nje za nyumba ya Mungu; 17 Matania mwana
wa Mika, mwana wa Zabdi, mwana wa Asafu,
kiongozi aliyeongoza kutoa shukrani na mao-
mbi; Bakbukia aliyekuwa msaidizi wake kati
ya wenzake; na Abda mwana wa Shamua,
mwana wa Galali, mwana wa Yeduthuni.
18 Jumla ya Walawi waliokaa katika mji mta-
katifu walikuwa watu 284.

19 Mabawabu:

Akubu, Talmoni na wenzao, waliolinda mala-
ngo: watu 172.

20 Waisraeli waliosalia, pamoja na makuhani na
Walawi, walikuwa katika miji yote ya Yuda, kila
mmoja katika urithi wa baba yake.
21 Watumishi wa Hekalu waliishi katika kilima
cha Ofeli. Siha na Gishpa walikuwa wasimamizi
wao.
22 Afisa mkuu wa Walawi huko Yerusalemu ali-
kuwa Uzi mwana wa Bani, mwana wa Hashabia,
mwana wa Matania, mwana wa Mika. Uzi alikuwa
mmoja wa wazao wa Asafu, waliokuwa waimbaji
wenye kuwajibika kwa ajili ya huduma ya nyumba
ya Mungu. 23 Waimbaji walikuwa chini ya amri za
mfalme, ambazo pia ziliratibu shughuli zao za
kila siku.

[a]3 Yaani *Wanethini*

24 Pethahia mwana wa Meshezabeli, mmoja wa
wazao wa Zera mwana wa Yuda, alikuwa mwa-
kilishi wa mfalme katika mambo yote kuhusu
mahusiano na watu.
25 Kuhusu vijiji na mashamba yake, baadhi ya
watu wa Yuda waliishi Kiriath-Arba na makazi
yaliyokizunguka, katika Diboni na makazi yake,
katika Yekabzeeli na vijiji vyake, 26 katika Yeshua,
katika Molada, katika Beth-Peleti, 27 katika
Hasar-Shuali, katika Beer-Sheba na makazi yake,
28 katika Siklagi, katika Mekona na makazi yake,
29 katika En-Rimoni, katika Sora, katika Yarmuthi,
30 Zanoa, Adulamu na vijiji vyake, katika Lakishi
na mashamba yake, na katika Azeka na makazi
yake. Hivyo walikuwa wakiishi kuanzia Beer-Sheba
mpaka Bonde la Hinomu.
31 Wazao wa Wabenyamini kutoka Geba waliishi
Mikmashi, Aiya, Betheli na makazi yake, 32 katika
Anathothi, Nobu na Anania, 33 katika Hazori, Rama
na Gitaimu, 34 katika Hadidi, Seboimu na Nebalati,
35 katika Lodi na Ono, na katika Bonde la Mafundi.
36 Baadhi ya makundi ya Walawi wa Yuda waliishi
huko Benyamini.

Makuhani Na Walawi Waliorudi Na Zerubabeli

12 Hawa wafuatao walikuwa makuhani na
Walawi ambao walirudi na Zerubabeli mwana
wa Shealtieli pamoja na Yeshua:
Seraya, Yeremia, Ezra,
2 Amaria, Maluki, Hatushi,
3 Shekania, Rehumu, Meremothi,
4 Ido, Ginethoni, Abiya,
5 Miyamini, Moadia, Bilga,
6 Shemaya, Yoyaribu, Yedaya,
7 Salu, Amoki, Hilkia na Yedaya.
Hawa walikuwa viongozi wa makuhani na wenzao
wakati wa Yeshua.
8 Walawi walikuwa Yeshua, Binui, Kadmieli, She-
rebia, Yuda, na pia Matania, ambaye pamoja na
wenzake, alikuwa kiongozi wa nyimbo za shukrani.
9 Bakbukia na Uni, wenzao, walisimama mkabala
nao wakati wa ibada.
10 Yeshua alikuwa baba wa Yoyakimu, Yoyakimu
alikuwa baba wa Eliashibu, Eliashibu alikuwa baba
wa Yoyada, 11 Yoyada alikuwa baba wa Yonathani,
na Yonathani alikuwa baba wa Yadua.
12 Katika siku za Yoyakimu, kulikuwa na wakuu
wa jamaa za kikuhani:
wa jamaa ya Seraya, Meraya;
wa jamaa ya Yeremia, Hanania;
13 wa jamaa ya Ezra, Meshulamu;
wa jamaa ya Amaria, Yehohanani;
14 wa jamaa ya Maluki, Yonathani;
wa jamaa ya Shebania, Yosefu;
15 wa jamaa ya Harimu, Adna;
wa jamaa ya Meremothi, Helkai;
16 wa jamaa ya Ido, Zekaria;
wa jamaa ya Ginethoni, Meshulamu;
17 wa jamaa ya Abiya, Zikri;
wa jamaa ya Miniamini na ya Maazia, Piltai;
18 wa jamaa ya Bilgai, Shamua;
wa jamaa ya Shemaya, Yehonathani;
19 wa jamaa ya Yoyaribu, Matenai;
wa jamaa ya Yedaya, Uzi;
20 wa jamaa ya Salu, Kalai;
wa jamaa ya Amoki, Eberi;
21 wa jamaa ya Hilkia, Hashabia;
wa jamaa ya Yedaya, Nethaneli.
22 Wakuu wa jamaa za Walawi katika siku za
Eliashibu, Yoyada, Yohanani na Yadua, pia wale
jamaa za makuhani, waliandikishwa wakati wa
utawala wa Dario, Mwajemi. 23 Wakuu wa jamaa
miongoni mwa wazao wa Lawi hadi wakati wa
Yohanani mwana wa Eliashibu waliandikishwa
katika kitabu cha kumbukumbu. 24 Viongozi wa
Walawi walikuwa: Hashabia, Sherebia, Yeshua
mwana wa Kadmieli na wenzao, waliosimama
mkabala nao kusifu na kushukuru, sehemu moja
ikipokezana na nyingine kama ilivyoagizwa na
Daudi mtu wa Mungu.
25 Mabawabu waliokuwa wakilinda kwenye
malango ya ghala ni: Matania, Bakbukia, Obadia,
Meshulamu, Talmoni na Akubu. 26 Walihudumu
siku za Yoyakimu mwana wa Yeshua, mwana wa
Yosadaki, na katika siku za mtawala Nehemia, na
za Ezra kuhani na mwandishi.

Kuwekwa Wakfu Ukuta Wa Yerusalemu

27 Wakati wa kuwekwa wakfu ukuta wa Yeru-
salemu, Walawi walitafutwa kule walikokuwa
wakiishi, nao wakaletwa Yerusalemu kuadhimisha
kwa shangwe huko kuweka wakfu kwa nyimbo
za shukrani na kwa uimbaji wakitumia matoazi,
vinubi na zeze. 28 Pia waimbaji walikusanywa
pamoja kutoka maeneo yaliyozunguka Yeru-
salemu, kutoka vijiji vya Wanetofathi, 29 kutoka
Beth-Gilgali, na kutoka eneo la Geba na Azmawe-
thi, kwa kuwa waimbaji walikuwa wamejijengea
vijiji kuzunguka Yerusalemu. 30 Wakati makuhani
na Walawi walipokuwa wamekwisha kujitakasa
kwa kufuatana na desturi, waliwatakasa watu,
malango na ukuta.
31 Niliwaagiza viongozi wa Yuda wapande juu ya
ukuta. Pia niliagiza makundi mawili makubwa ya
waimbaji waimbe nyimbo za kumshukuru Mungu.
Kundi moja lilipanda juu ya ukuta upande wa
kuume, kuelekea Lango la Samadi. 32 Hoshaya na
nusu ya viongozi wa Yuda wakawafuata, 33 pamoja
na Azaria, Ezra, Meshulamu, 34 Yuda, Benya-
mini, Shemaya, Yeremia, 35 pamoja na baadhi ya
makuhani wenye tarumbeta, na pia walikuwa na
Zekaria mwana wa Yonathani, mwana wa She-
maya, mwana wa Matania, mwana wa Mikaya,
mwana wa Zakuri, mwana wa Asafu, 36 pamoja na
wenzake, Shemaya, Azareli, Milalai, Gilalai, Maai,
Nethaneli, Yuda na Hanani, wakiwa na vyombo
vya uimbaji, kama ilivyoagizwa na Daudi mtu wa
Mungu. Mwandishi Ezra aliongoza maandamano.
37 Kwenye Lango la Chemchemi waliendelea moja
kwa moja mpaka kwenye ngazi za Mji wa Daudi,
kwenye mwinuko wa ukuta, na kupitia juu ya
nyumba ya Daudi mpaka kwenye Lango la Maji
upande wa mashariki.
38 Kundi la pili la waimbaji lilielekea upande
wa kushoto. Niliwafuata juu ya ukuta, pamoja
na nusu ya watu kupitia Mnara wa Tanuru mpaka
kwenye Ukuta Mpana, 39 juu ya Lango la Efraimu,
Lango la Yeshana, Lango la Samaki, Mnara wa

Hananeli, na Mnara wa Mia, mpaka kwenye Lango
la Kondoo. Walipofika kwenye Lango la Ulinzi
wakasimama.
40 Kisha yale makundi mawili ya waimbaji yaliyo-
shukuru yakachukua nafasi zao katika nyumba ya
Mungu. Nami pia nikafanya hivyo, pamoja na nusu
ya maafisa, 41 na makuhani wafuatao: Eliakimu,
Maaseya, Miniamini, Mikaya, Elioenai, Zekaria
na Hanania wakiwa na tarumbeta zao, 42 na pia
Maaseya, Shemaya, Eleazari, Uzi, Yehohanani,
Malkiya, Elamu na Ezeri. Makundi haya yaliimba
chini ya uongozi wa Yezrahia. 43 Siku hiyo watu
walitoa dhabihu nyingi, wakishangilia kwa sababu
Mungu aliwapa furaha kuu. Wanawake na watoto
walishangilia pia. Sauti ya kushangilia huko Yeru-
salemu iliweza kusikika mbali sana.
44 Wakati huo watu walichaguliwa kuwa wasi-
mamizi wa vyumba vya ghala kwa ajili ya matoleo,
malimbuko na zaka. Kutoka kwenye yale masha-
mba yaliyozunguka miji walipaswa walete kwenye
ghala mafungu kama sheria ilivyoamuru kwa ajili
ya makuhani na Walawi, kwa kuwa Yuda alifu-
rahishwa na huduma ya makuhani na Walawi.
45 Walifanya ibada ya Mungu wao na ibada ya uta-
kaso, nao waimbaji na walinzi wa lango wakafanya
hivyo pia, kufuatana na amri za Daudi na Solomoni
mwanawe. 46 Muda mrefu uliopita, katika siku za
Daudi na Asafu, walikuwepo viongozi wa waimbaji
na wa nyimbo za sifa na za kumshukuru Mungu.
47 Kwa hiyo katika siku za Zerubabeli na za Nehe-
mia, Israeli wote walitoa mafungu kila siku kwa
ajili ya waimbaji na mabawabu. Pia walitenga fungu
kwa ajili ya Walawi wengine, nao Walawi walitenga
fungu kwa ajili ya wazao wa Aroni.

Nehemia Afanya Matengenezo Ya Mwisho

13 Siku hiyo, Kitabu cha Mose kilisomwa kwa
sauti kuu, na watu wote wakasikia. Humo
ilionekana imeandikwa kwamba hakuna Mwa-
moni wala Mmoabu atakayeruhusiwa katika
kusanyiko la watu wa Mungu, 2 kwa sababu hawa-
kuwalaki Waisraeli kwa chakula na maji. Badala
yake walimwajiri Balaamu kuwalaani (lakini hata
hivyo Mungu wetu aligeuza laana kuwa baraka).
3 Watu waliposikia sheria hii, waliwatenga watu
wote wasio Waisraeli waliokuwa wa uzao wa
kigeni.
4 Kabla ya hili, kuhani Eliashibu alikuwa ame-
wekwa kuwa msimamizi wa vyumba vya ghala ya
nyumba ya Mungu wetu. Alikuwa na uhusiano
wa karibu na Tobia, 5 naye alikuwa amempa Tobia
chumba kikubwa ambacho mwanzo kilikuwa
kikitumika kuweka sadaka za nafaka, uvumba na
vyombo vya Hekalu, pamoja na zaka za nafaka,
divai mpya na mafuta waliyoagizwa Waisraeli kwa
ajili ya Walawi, waimbaji na mabawabu wa lango,
pamoja na matoleo kwa makuhani.
6 Lakini wakati haya yote yalipokuwa yaki-
tendeka, sikuwa Yerusalemu, kwa kuwa katika
mwaka wa thelathini na mbili wa utawala wa Arta-
shasta mfalme wa Babeli nilikuwa nimerudi kwa
mfalme. Baadaye nilimwomba ruhusa, 7 nikarudi
Yerusalemu. Hapo niligundua jambo la uovu alilo-
fanya Eliashibu kwa kumpa Tobia chumba katika
nyua za nyumba ya Mungu. 8 Nilikasirika sana na
nikavitupa nje vyombo vyote vya Tobia. 9 Nilitoa
amri kutakasa vyumba, kisha nikavirudisha vifaa
vya nyumba ya Mungu, pamoja na sadaka za nafaka
na uvumba.
10 Pia niligundua kuwa mafungu yaliyopangwa
kupewa Walawi hawakuwa wamepewa, nao Walawi
wote na waimbaji waliowajibika kwa huduma
walikuwa wamerudi katika mashamba yao. 11 Basi
niliwakemea maafisa na kuwauliza, "Kwa nini
nyumba ya Mungu imepuuzwa?" Kisha niliwaita
pamoja na kuwaweka kwenye nafasi zao.
12 Yuda wote walileta zaka za nafaka, divai
mpya na mafuta kwenye ghala. 13 Nikamweka
kuhani Shelemia, mwandishi Sadoki, na Mlawi
aliyeitwa Pedaya kuwa wasimamizi wa ghala, na
kumfanya Hanani mwana wa Zakuri, mwana wa
Matania kuwa msaidizi wao, kwa sababu watu
hawa walionekana kuwa waaminifu. Walipewa
wajibu wa kugawa mahitaji kwa ndugu zao.

14 Ee Mungu wangu, unikumbuke kwa hili, wala
usifute kile nilichokifanya kwa uaminifu kwa
ajili ya nyumba ya Mungu wangu na kwa ajili ya
huduma yake.

15 Siku hizo nikaona watu katika Yuda waki-
kanyaga mashinikizo ya divai siku ya Sabato na
kuleta nafaka wakiwapakiza punda, pamoja na
divai, zabibu, tini na aina nyingine za mizigo.
Nao walikuwa wakileta haya yote Yerusalemu
siku ya Sabato. Kwa hiyo niliwaonya dhidi ya
kuuza vyakula siku hiyo. 16 Watu kutoka Tiro
waliokuwa wakiishi Yerusalemu walileta samaki
na aina nyingi za bidhaa na kuziuza Yerusalemu
siku ya Sabato kwa watu wa Yuda. 17 Niliwakemea
wakuu wa Yuda na kuwaambia, "Ni uovu gani huu
mnaofanya wa kuinajisi siku ya Sabato? 18 Je, baba
zenu hawakufanya mambo kama haya, hata waka-
msababisha Mungu wetu kuleta maafa haya yote
juu yetu na juu ya mji huu? Sasa bado mnazidi
kuchochea ghadhabu yake dhidi ya Israeli kwa
kuinajisi Sabato."
19 Wakati vivuli vya jioni vilipoangukia juu ya
malango ya Yerusalemu kabla ya Sabato, nilia-
muru milango ifungwe, wala isifunguliwe mpaka
Sabato iishe. Nikawaweka baadhi ya watu wangu
mwenyewe kwenye malango ili pasiwepo mzigo
utakaoingizwa ndani siku ya Sabato. 20 Mara moja
au mbili wachuuzi na wauzaji wa bidhaa za aina
zote walilala usiku nje ya mji wa Yerusalemu.
21 Lakini niliwaonya na kuwaambia, "Kwa nini
mnalala karibu na ukuta? Kama mkifanya hivi
tena, nitawaadhibu." Kuanzia wakati ule hawakuja
tena siku ya Sabato. 22 Kisha nikawaamuru Walawi
kujitakasa na kwenda kulinda malango ili kutunza
Sabato iwe takatifu.

Ee Mungu wangu, unikumbuke kwa ajili ya hili
pia, nawe unionyeshe wema wako sawasawa na
upendo wako mkuu.

23 Zaidi ya hayo, niliona Wayahudi waliokuwa
wameoa wanawake kutoka Ashdodi, Amoni na

Moabu. [24] Nusu ya watoto wao walizungumza lugha
ya Kiashidodi au lugha ya watu wengine, bali hawa-
kuweza kuzungumza Kiyahudi. [25] Niliwakemea na
kuwalaani. Niliwapiga baadhi ya watu na kung'oa
nywele zao. Niliwaapisha kwa jina la Mungu na
kusema: "Msiwaoze binti zenu kwa wana wao,
wala binti zao wasiolewe na wana wenu wala ninyi
wenyewe. [26] Je, Solomoni hakutenda dhambi kwa
sababu ya wanawake wa namna hiyo? Miongoni
mwa mataifa mengi hapakuwepo mfalme kama
yeye. Alipendwa na Mungu wake. Naye Mungu
alimweka kuwa mfalme juu ya Israeli yote, lakini
hata yeye, wanawake wa mataifa mengine walimfa-
nya atende dhambi. [27] Je, tulazimike sasa kusikia
kwamba ninyi pia mmefanya uovu huu mkubwa
na kutokuwa waaminifu kwa Mungu wetu kwa
kuoa wanawake wa kigeni?"

[28] Mmoja wa wana wa Yoyada mwana wa Elia-
shibu kuhani mkuu alikuwa mkwewe Sanbalati
Mhoroni. Nami nilimfukuza mbele yangu.

[29] Ee Mungu wangu, uwakumbuke, kwa sababu
wamenajisi ukuhani, na agano la kikuhani na la
Walawi.

[30] Kwa hiyo niliwatakasa makuhani na Walawi
kutokana na chochote kilichokuwa cha kigeni, na
kuwapa wajibu, kila mmoja katika kazi yake. [31] Pia
nilihakikisha kwamba matoleo ya kuni yaliletwa
kwa wakati unaopaswa, na malimbuko kwa wakati
wake.

Ee Mungu wangu, unikumbuke, unitendee
mema.

ESTA

Malkia Vashti Aondolewa

1 Hili ndilo lililotokea wakati wa utawala wa Mfa-
lme Ahasuero, yule aliyetawala juu ya majimbo
mia na ishirini na saba tangu Bara Hindi hadi
Kushi.[a] 2 Wakati huo Mfalme Ahasuero alitawala
katika kiti chake cha enzi katika ngome ya mji
wa Shushani. 3 Katika mwaka wa tatu wa utawala
wake, alifanya karamu kwa ajili ya wakuu wake
wote pamoja na maafisa. Akawaalika viongozi wa
jeshi wa Uajemi na Umedi, wana wa wafalme na
wakuu wa majimbo.
4 Kwa siku zote 180 mfalme alionyesha utajiri
mwingi wa ufalme wake, fahari na utukufu wa
enzi yake. 5 Siku hizo zilipopita, mfalme alifanya
karamu kwa muda wa siku saba, katika bustani ya
ndani katika jumba la kifalme, kwa ajili ya watu
wote kuanzia mdogo hadi mkubwa, waliokuwa
katika ngome ya mji wa Shushani. 6 Bustani ilikuwa
na mapazia ya kitani nyeupe na buluu, yaliyofu-
ngiwa kamba za kitani nyeupe na kitambaa cha
zambarau, kwenye pete za fedha juu ya nguzo za
marmar. Kulikuwepo viti vya dhahabu na vya fedha
vilivyokuwa vimewekwa kwenye ile sakafu iliyote-
ngenezwa kwa mawe ya rangi, marmar, lulumizi na
mawe mengine ya thamani. 7 Vyombo vya dhahabu
vilitumika kwa watu kunywea mvinyo, kila kimoja
tofauti na kingine, naye mfalme akatoa mvinyo kwa
wingi kwa kadiri ya ukarimu wake. 8 Kwa amri ya
mfalme kila mgeni aliruhusiwa kunywa alichotaka,
kwa kuwa mfalme alitoa maagizo kwa watumishi
wote wa kuhudumu mvinyo kumhudumia kila mtu
kwa jinsi alivyotaka.
9 Malkia Vashti pia akawafanyia wanawake
karamu katika jumba la kifalme la Mfalme Aha-
suero.
10 Siku ya saba, wakati Mfalme Ahasuero alikuwa
amesisimka roho yake kwa mvinyo, aliamuru mato-
washi saba waliokuwa wakimhudumia, yaani,
Mehumani, Biztha, Harbona, Bigtha, Abagtha,
Zethari na Karkasi, 11 kumleta Malkia Vashti mbele
ya mfalme akiwa amevaa taji lake la kifalme, ili
aonyeshe uzuri wake kwa watu na wakuu, kwa
kuwa alikuwa ni mzuri wa kupendeza. 12 Lakini
wakati watumishi walipotoa amri ya mfalme,
Malkia Vashti alikataa kuja. Ndipo mfalme ali-
ghadhibika, na hasira yake ikawaka.
13 Kwa kuwa ilikuwa desturi ya mfalme kupata
ushauri kwa wataalamu katika mambo ya sheria na
haki, alizungumza na watu wenye busara, ambao
walijua nyakati, 14 nao waliokuwa karibu na mfa-
lme ni Karshena, Shethari, Admatha, Tarshishi,
Meresi, Marsena na Memukani, wakuu saba wa
Uajemi na Umedi waliokuwa na nafasi ya pekee
kwa mfalme nao walikuwa na vyeo vya juu kabisa
katika utawala wake.
15 Mfalme akauliza, "Kulingana na sheria, Malkia
Vashti anapaswa kutendewa nini? Malkia hakutii
amri ya Mfalme Ahasuero ambayo matowashi
walimpelekea."
16 Kisha Memukani akajibu mbele ya mfalme
na wakuu, "Malkia Vashti si kwamba amemkosea
mfalme tu bali pia amewakosea wakuu wote na
watu wa himaya yote ya Mfalme Ahasuero. 17 Kwa
maana tendo hili la malkia litajulikana kwa wana-
wake wote, kwa hiyo watawadharau waume zao
na kusema, 'Mfalme Ahasuero aliagiza Malkia
Vashti aletwe mbele yake, lakini alikataa.' 18 Leo hii
wanawake wa wakuu wa Uajemi na Umedi ambao
wamesikia juu ya tabia ya malkia watawatendea
wakuu wote wa mfalme vivyo hivyo. Hapataku-
wepo na mwisho wa dharau na magomvi.
19 "Kwa hiyo, kama itampendeza mfalme, atoe
amri ya kifalme na iandikwe katika sheria ya
Uajemi na Umedi, ambayo haitabadilika, kwa-
mba Vashti kamwe asije tena mbele ya Mfalme
Ahasuero. Pia mfalme na atoe hiyo nafasi yake
ya umalkia kwa mwanamke mwingine aliye bora
kumliko yeye. 20 Kisha mbiu hii ya mfalme itaka-
potangazwa katika himaya yake iliyo kubwa sana,
wanawake wote watawaheshimu waume zao, kua-
nzia mdogo hadi mkubwa."
21 Mfalme na wakuu wake walipendezwa na
shauri hili, hivyo basi mfalme akafanya kama
Memukani alivyopendekeza. 22 Alipeleka barua
katika sehemu zote za ufalme wake, kwa kila jimbo
kwa maandishi yake mwenyewe na kwa kila watu
katika lugha yao wenyewe, akitangaza kwa msemo
wa kila watu kwamba inampasa kila mwanaume
kuwa mtawala wa nyumba yake mwenyewe.

Esta Afanywa Malkia

2 Baadaye, wakati hasira ya Mfalme Ahasuero
ilikuwa imetulia, alimkumbuka Vashti na kile
alichokuwa amekifanya na alilokuwa ameamuru
juu yake. 2 Kisha watumishi waliomhudumia
mfalme walipendekeza, "Na ufanyike utafiti kwa
ajili ya wanawali mabikira wazuri wa sura kwa
ajili ya mfalme. 3 Mfalme na ateue maafisa katika
kila jimbo la himaya yake kuwaleta hao wanawali
wote wazuri wa sura katika nyumba ya wanawake
katika ngome ya mji wa Shushani. Kisha wawekwe
chini ya utunzaji wa Hegai, towashi wa mfalme,
msimamizi wa wanawake; na wapewe matunzo
yote ya urembo. 4 Kisha yule ambaye atampendeza
mfalme na awe malkia badala ya Vashti." Shauri hili
likampendeza mfalme, naye akalifuata.
5 Basi katika mji wa ngome ya Shushani pali-
kuwa na Myahudi wa kabila ya Benyamini, jina
lake Mordekai mwana wa Yairi, mwana wa Shimei,
mwana wa Kishi, 6 ambao walichukuliwa uhami-
shoni kutoka Yerusalemu na Mfalme Nebukadneza
wa Babeli, wakiwa miongoni mwa waliochuku-
liwa mateka pamoja na Mfalme Yekonia wa Yuda.

[a]1 Kushi hapa ina maana ya Ethiopia.

7 Mordekai alikuwa na binamu yake msichana aliyeitwa Hadasa, ambaye alimlea kwa kuwa hakuwa na baba wala mama. Msichana huyu, ambaye pia alijulikana kwa jina la Esta, alikuwa na umbo na sura ya kupendeza, naye Mordekai alimtunza kama binti yake mwenyewe baada ya baba yake na mama yake kufariki.

8 Wakati agizo na amri ya mfalme lilitangazwa, wanawali wengi waliletwa kwenye ngome ya mji wa Shushani na kuwekwa chini ya uangalizi wa Hegai. Pia Esta alipelekwa katika jumba la mfalme na akakabidhiwa Hegai, aliyekuwa mkuu wa nyumba ya wanawake. 9 Msichana huyu alimpendeza na kupata kibali mbele zake. Mara moja akaanza kumpa matunzo ya uzuri na chakula maalum. Alimpa Esta vijakazi saba waliochaguliwa kutoka jumba la kifalme, na kumhamishia yeye pamoja na vijakazi wake katika sehemu bora zaidi katika nyumba ya wanawake.

10 Esta alikuwa hajadhihirisha uraia wala kabila lake, kwa sababu Mordekai alikuwa amemkataza. 11 Kila siku Mordekai alikuwa akitembeatembea karibu na ua wa nyumba ya wanawake kujua Esta alivyoendelea na kuona yaliyokuwa yakitendeka kwake.

12 Kabla zamu ya msichana haijafika ya kwenda kwa Mfalme Ahasuero, ilimbidi atimize miezi kumi na miwili ya matunzo ya urembo kama ilivyokuwa imepangwa. Kwa miezi sita walikuwa wajipake mafuta ya manemane, na miezi sita kujipaka manukato na vipodozi. 13 Basi hivi ndivyo ambavyo msichana angeingia kwa mfalme: Kila kitu alichohitaji aliruhusiwa kuchukua kutoka nyumba ya wanawake na kwenda navyo katika jumba la mfalme. 14 Jioni angekwenda pale na asubuhi kurudi sehemu nyingine ya nyumba ya wanawake katika utunzaji wa Shaashgazi, towashi wa mfalme ambaye alikuwa mkuu wa masuria. Hangeweza kurudi kwa mfalme mpaka apendezwe naye na kuagiza aitwe kwa jina lake.

15 Zamu ya Esta ilipofika kwenda kwa mfalme (msichana ambaye Mordekai alikuwa amemlea, binti wa Abihaili mjomba wake), Esta hakutaka vitu zaidi ya vile ambavyo Hegai, towashi wa mfalme aliyekuwa mkuu wa nyumba ya wanawake alivyokuwa amemshauri. Naye Esta alipata kibali kwa kila mtu aliyemwona. 16 Esta alipelekwa kwa Mfalme Ahasuero katika makao ya mfalme mwezi wa kumi, yaani mwezi wa Tebethi, katika mwaka wake wa saba wa kutawala.

17 Basi ikawa mfalme alivutiwa na Esta kuliko wanawake wengine wote, naye akapata upendeleo na kibali kuliko mabikira wengine. Kisha akamvika taji la kifalme kichwani mwake na kumfanya malkia badala ya Vashti. 18 Mfalme akafanya karamu kubwa, karamu ya Esta, kwa wakuu wake wote na maafisa. Mfalme alitangaza mapumziko katika majimbo yake yote na kugawa zawadi kwa ukarimu wa kifalme.

Mordekai Afunua Hila

19 Wakati mabikira walikusanyika mara ya pili, Mordekai alikuwa ameketi katika lango la mfalme. 20 Lakini Esta alikuwa ameficha siri ya kabila lake na uraia wake, kama Mordekai alivyokuwa amemwambia, kwa maana aliendelea kufuata maelekezo ya Mordekai kama alivyokuwa akifanya alipokuwa akimlea.

21 Wakati Mordekai alikuwa ameketi kwenye lango la mfalme, Bigthana na Tereshi, maafisa wawili wa mfalme waliokuwa walinzi wa lango, walikasirika na kupanga njama ya kumuua Mfalme Ahasuero. 22 Lakini Mordekai aligundua hila hii na kumwambia Malkia Esta, ambaye baadaye alimwarifu mfalme, huku akimsifu Mordekai. 23 Taarifa hiyo ilipochunguzwa na kuonekana kuwa kweli, maafisa hao wawili waliangikwa juu ya miti ya kunyongea. Haya yote yaliandikwa katika kitabu cha kumbukumbu mbele ya mfalme.

Hila Ya Hamani Kuwaangamiza Wayahudi

3 Baada ya matukio haya, Mfalme Ahasuero alimheshimu Hamani mwana wa Hamedatha, Mwagagi, akampandisha na kumpa kiti chake cha heshima cha juu sana kuliko wakuu wengine wote. 2 Maafisa wote wa mfalme waliokaa langoni mwa mfalme walipiga magoti na kumpa Hamani heshima, kwa kuwa mfalme alikuwa ameamuru hili kuhusu Hamani. Lakini Mordekai hakumpigia magoti wala kumheshimu.

3 Kisha maafisa wa mfalme waliokuwa langoni mwa mfalme walimuuliza Mordekai, "Kwa nini hutii agizo la mfalme?" 4 Siku baada ya siku walizungumza naye lakini hakukubali. Kwa hiyo walimweleza Hamani kuona kama tabia ya Mordekai itaweza kuvumiliwa, kwa maana alikuwa amewaambia kuwa yeye ni Myahudi.

5 Wakati Hamani alipoona kuwa Mordekai hampigii magoti wala kumpa heshima alighadhibika. 6 Hata hivyo baada ya kujulishwa watu wa Mordekai ni akina nani, alibadili wazo la kumuua Mordekai peke yake. Badala yake Hamani alitafuta njia ya kuwaangamiza watu wote wa Mordekai, yaani, Wayahudi, walio katika ufalme wote wa Ahasuero.

7 Katika mwaka wa kumi na mbili wa utawala wa Mfalme Ahasuero, katika mwezi wa kwanza uitwao Nisani, walipiga puri (yaani kura) mbele ya Hamani ili kuchagua siku na mwezi. Kura ikaangukia kwenye mwezi wa kumi na mbili, yaani Adari.

8 Kisha Hamani akamwambia Mfalme Ahasuero, "Wako watu fulani wameenea na kutawanyika miongoni mwa watu katika majimbo yote ya ufalme wako, ambao desturi zao ni tofauti na zile za watu wengine wote, nao hawatii sheria za mfalme. Haifai mfalme kuwavumilia watu hawa. 9 Kama inampendeza mfalme, itolewe amri kuwaangamiza, nami nitaweka talanta 10,000[a] za fedha katika hazina ya mfalme kwa ajili ya watu watakaoshughulikia jambo hili."

10 Basi mfalme alichukua pete yake ya muhuri kutoka kwenye kidole chake na kumpa Hamani mwana wa Hamedatha, Mwagagi, adui wa Wayahudi. 11 Mfalme akamwambia Hamani, "Baki na fedha yako na uwatendee hao watu utakavyo."

[a]9 Talanta 10,000 za fedha ni sawa na tani 340.

12 Kisha siku ya kumi na tatu ya mwezi wa kwa-
nza waandishi wa mfalme waliitwa. Wakaandika
barua kwa kila jimbo na katika kila lugha ya watu
kama agizo la Hamani lilivyotoka kwa mfalme,
kwa watawala wa majimbo mbalimbali, na wakuu
wa watu mbalimbali. Hizi ziliandikwa kwa jina la
Mfalme Ahasuero mwenyewe na kutiwa muhuri
wa pete yake mwenyewe. 13 Barua zilipelekwa na
tarishi katika majimbo yote ya mfalme zikiwa na
amri ya kuharibu, kuua na kuangamiza Wayahudi
wote, wadogo kwa wakubwa, wanawake na watoto
wadogo, siku moja, yaani siku ya kumi na tatu ya
mwezi wa kumi na mbili, ndio mwezi wa Adari,
na pia kuteka nyara vitu vyao. 14 Nakala ya andiko
la amri ilipaswa kutolewa kama sheria katika kila
jimbo, na kufahamishwa kwa watu wa kila taifa ili
waweze kuwa tayari kwa siku ile.

15 Kwa kuharakishwa na amri ya mfalme, matari-
shi walikwenda na andiko lilitolewa katika mji wa
ngome ya Shushani. Mfalme na Hamani waliketi
na kunywa, lakini mji wa Shushani ulifadhaika.

Mordekai Amshawishi Esta Kusaidia

4 Mordekai alipojua yote yaliyokwisha kufanyika,
alirarua mavazi yake na kuvaa nguo za magunia
na kujipaka majivu, akaenda mjini, akiomboleza
kwa sauti na kwa uchungu. 2 Alikwenda akasimama
nje ya lango la mfalme, kwa sababu hakuna yeyote
aliyeruhusiwa kuingia akiwa amevaa nguo za
magunia. 3 Katika kila jimbo ambapo amri na agizo
la mfalme lilifika, kulikuwa na maombolezo makuu
miongoni mwa Wayahudi pamoja na kufunga, kulia
na kuomboleza. Watu wengi wakalala juu ya nguo
za magunia na majivu.

4 Wajakazi wa Esta na matowashi walipokuja na
kumwambia kuhusu Mordekai, alipatwa na huzuni
kuu. Alimtumia nguo avae badala ya nguo za magu-
nia, lakini Mordekai hakuzikubali. 5 Ndipo Esta
akamwita Hathaki, mmojawapo wa matowashi wa
mfalme ambaye alikuwa amewekwa kumhudumia
Esta, akamwagiza kutafuta ni nini kilikuwa kiki-
mtaabisha Mordekai na ni kwa nini.

6 Basi Hathaki alitoka nje kumwendea Mordekai
kwenye uwanja ulio wazi wa mji mbele ya lango la
mfalme. 7 Mordekai akamwambia kila kitu amba-
cho kimempata, pamoja na hesabu kamili ya fedha
ambazo Hamani aliahidi kulipa katika hazina ya
mfalme kwa ajili ya maangamizi ya Wayahudi.
8 Akampa nakala ya andiko la amri kwa ajili ya
maangamizi yao, lililokuwa limechapishwa huko
Shushani, kumwonyesha Esta na kumwelezea.
Mordekai akamwambia towashi amshawishi
Esta kwenda mbele ya mfalme kuomba rehema
na kumsihi kwa ajili ya watu wake.

9 Hathaki akarudi kwa Esta na kumwarifu ali-
lolisema Mordekai. 10 Kisha Esta akamwamuru
Hathaki amweleze Mordekai, 11 "Maafisa wote wa
mfalme na watu wa majimbo ya ufalme wanajua
kuwa mwanaume au mwanamke yeyote ambaye
ataingia kumwona mfalme katika ua wa ndani bila
kuitwa, mfalme ana sheria moja tu: Atauawa. Njia
pekee kinyume na hili ni mfalme kumnyooshea
fimbo ya dhahabu ili aishi. Lakini siku thelathini
zimepita tangu nilipoitwa kwenda kwa mfalme."

12 Wakati Mordekai aliarifiwa maneno ya Esta,
13 Mordekai alirudisha jibu hili: "Usifikiri kwamba
kwa sababu uko katika nyumba ya mfalme wewe
pekee katika Wayahudi wote utapona. 14 Kwa kuwa
kama utakaa kimya wakati huu, msaada na uko-
mbozi kwa Wayahudi utatoka mahali pengine,
lakini wewe na jamaa ya baba yako mtaangamia.
Nani ajuaye kwamba hukuja kwenye nafasi ya
mamlaka kwa ajili ya wakati kama huu?"

15 Kisha Esta alituma jibu hili kwa Mordekai:
16 "Nenda, kusanya pamoja Wayahudi wote walioko
Shushani, nanyi mfunge kwa ajili yangu. Msile
wala kunywa kwa siku tatu, usiku na mchana. Mimi
na wajakazi wangu tutafunga kama mnavyofanya.
Baada ya kufanyika hili, nitakwenda kwa mfalme,
hata ingawa ni kinyume cha sheria. Ikiwa ni kua-
ngamia na niangamie."

17 Kwa hiyo Mordekai alikwenda zake na kute-
keleza maagizo yote ya Esta.

Ombi La Esta Kwa Mfalme

5 Siku ya tatu, Esta alivaa mavazi yake ya kimalkia,
naye akasimama katika ua wa ndani wa jumba la
mfalme, mbele ya ukumbi wa mfalme. Naye mfa-
lme alikuwa akiketi katika kiti chake cha kifalme
katika ukumbi, akielekea langoni. 2 Alipomwona
Malkia Esta amesimama uani alipendezwa naye,
akamnyooshea fimbo ya utawala ya dhahabu ile
iliyokuwa mkononi mwake. Kwa hiyo Esta alikari-
bia na kuigusa ncha ya fimbo ya mfalme.

3 Kisha mfalme aliuliza, "Malkia Esta, ni nini?
Ombi lako ni nini? Hata kama ni nusu ya ufalme,
utapewa."

4 Esta akajibu, "Kama itampendeza mfalme, mfa-
lme pamoja na Hamani waje leo katika karamu
ambayo nimeiandaa kwa ajili yake."

5 Mfalme akasema, "Mleteni Hamani mara moja,
ili tupate kufanya lile Esta analoomba."

Kwa hiyo mfalme na Hamani walihudhuria
karamu aliyoiandaa Esta. 6 Walipokuwa wakinywa
mvinyo mfalme akamuuliza Esta tena, "Sasa haja
yako ni nini? Utapewa. Ombi lako ni nini? Hata
nusu ya ufalme, utapewa."

7 Esta akajibu, "Haja yangu na ombi langu ni hili:
8 Kama mfalme ameona vyema, nami nimepata
kibali kwake na kama ikimpendeza mfalme kunipa
ombi langu na kunitimizia haja yangu, mfalme na
Hamani waje kwangu kesho katika karamu nita-
kayowaandalia. Kisha nitajibu swali la mfalme."

Ghadhabu Ya Hamani Dhidi Ya Mordekai

9 Hamani alitoka siku hiyo kwa furaha na moyo
mchangamfu. Lakini alipomwona Mordekai
langoni mwa mfalme na kuona kwamba hakusi-
mama wala hakuonyesha hofu mbele yake, alijawa
na ghadhabu dhidi ya Mordekai. 10 Hata hivyo,
Hamani alijizuia akaenda zake nyumbani.

Akawaita pamoja rafiki zake na Zereshi, mkewe.
11 Hamani akajisifia kwao juu ya utajiri wake mwi-
ngi, wanawe wengi na kwa njia zote ambazo mfalme
amemheshimu kwazo na jinsi alivyomweka juu ya
wakuu na maafisa wengine. 12 Hamani akaongeza,
"Si hayo tu. Mimi ndiye mtu pekee ambaye Malkia
Esta amemwalika kumsindikiza mfalme kwenye

karamu aliyomwandalia. Naye amenialika pamoja
na mfalme kesho. 13 Lakini haya yote hayanipi kuri-
dhika iwapo ninaendelea kumwona yule Myahudi
Mordekai akiketi kwenye lango la mfalme."
14 Zereshi mkewe na rafiki zake wote wakamwa-
mbia, "Tengeneza mahali pa kuangika watu kimo
chake dhiraa hamsini,[a] kisha kesho asubuhi mwo-
mbe mfalme Mordekai aangikwe juu yake. Ndipo
uende na mfalme kwenye karamu kwa furaha."
Shauri hili lilimpendeza Hamani, naye akajenga
mahali pa kuangika watu.

Mordekai Anapewa Heshima

6 Usiku ule mfalme hakupata usingizi, hivyo
akaagiza aletewe kitabu cha kumbukumbu
za matukio ya utawala wake, asomewe. 2 Kitabu
hicho kilikutwa na kumbukumbu kwamba Morde-
kai alikuwa amefichua jinsi Bigthana na Tereshi,
waliokuwa maafisa wawili wa mfalme, walinzi wa
lango walivyokuwa wamepanga hila ya kumuua
Mfalme Ahasuero.
3 Mfalme akauliza, "Je, ni heshima na shukrani
gani Mordekai alipokea kwa ajili ya jambo hili?"
Watumishi wake wakajibu, "Hakuna lolote
alilofanyiwa."
4 Mfalme akasema, "Ni nani yuko uani?" Wakati
huo huo Hamani alikuwa ameingia ua wa nje wa
jumba la mfalme kusema na mfalme kuhusu
kumwangika Mordekai katika mahali pa kuangikia
watu alipokuwa amepajenga kwa ajili yake.
5 Watumishi wake wakamjibu, "Hamani ame-
simama uani."
Mfalme akaamuru, "Mleteni ndani."
6 Hamani alipoingia, mfalme alimuuliza,
"Afanyiwe nini mtu ambaye mfalme apenda
kumheshimu?"
Basi Hamani akawaza moyoni mwake, "Ni nani
mwingine ambaye mfalme angemheshimu kuliko
mimi?" 7 Kwa hiyo akamjibu mfalme, "Kwa mtu
ambaye mfalme apenda kumheshimu, 8 aletewe
joho la kifalme ambalo mfalme ameshalivaa na
farasi ambaye mfalme alishampanda, ambaye
amevikwa taji ya kifalme kichwani mwake. 9 Kisha
joho na farasi vikabidhiwe kwa mmojawapo wa
wakuu wa mfalme anayeheshimika sana. Nao
wamvike mtu yule ambaye mfalme anapenda
kumheshimu, na aongozwe akiwa juu ya farasi
kupitia barabara za mji, wakitangaza mbele yake,
'Hivi ndivyo anavyofanyiwa mtu ambaye mfalme
apenda kumheshimu!'"
10 Mfalme akamwamuru Hamani, "Nenda mara
moja, chukua joho na farasi na ufanye kama vile
ulivyopendekeza kwa Mordekai Myahudi, akaaye
langoni mwa mfalme. Usipuuze kufanya kitu cho-
chote ulichoshauri."
11 Hivyo Hamani akachukua joho na farasi.
Akamvika Mordekai, na kumpandisha juu ya
farasi akamtembeza katika barabara za mji aki-
tangaza mbele yake, "Hivi ndivyo anavyofanyiwa
mtu ambaye mfalme anapenda kumheshimu!"
12 Baadaye Mordekai akarudi kwenye lango la
mfalme. Lakini Hamani akakimbia nyumbani,
akiwa amejaa huzuni, 13 naye akamweleza Zere-
shi mkewe pamoja na rafiki zake wote kila kitu
ambacho kimempata.
Washauri wake pamoja na Zereshi mkewe waka-
mwambia, "Kwa kuwa Mordekai, ambaye mbele
yake umeanza kuanguka ni wa asili ya Kiyahudi,
huwezi kushindana naye; kwa hakika utaanguka!"
14 Walipokuwa bado wakizungumza naye, matowa-
shi wa mfalme wakaja na kumharakisha Hamani
aende katika karamu aliyoiandaa Esta.

Hamani Aangikwa

7 Basi mfalme na Hamani wakaenda kula chakula
pamoja na Malkia Esta. 2 Walipokuwa wakinywa
mvinyo katika siku ya pili, mfalme akauliza tena,
"Malkia Esta, ni nini haja yako? Utapewa. Ombi
lako ni nini? Hata nusu ya ufalme, utapewa."
3 Kisha Malkia Esta akajibu, "Kama nimepata
kibali kwako, ee mfalme, tena kama inapendeza
utukufu wako, nijalie maisha yangu, hii ndiyo haja
yangu. Pia uokoe watu wangu, hili ndilo ombi
langu. 4 Kwa kuwa mimi na watu wangu tumeu-
zwa kwa kuangamizwa, kuchinjwa na kuharibiwa.
Kama tungalikuwa tumeuzwa tu kuwa watumwa
wa kiume na wa kike, ningalinyamaza kimya, kwa
sababu shida kama hii isingalitosha kumsumbua
mfalme."
5 Mfalme Ahasuero akamuuliza Malkia Esta,
"Ni nani huyu? Yuko wapi mtu huyu aliyethubutu
kufanya jambo kama hili?"
6 Esta akasema, "Mtesi na adui ni huyu mwovu
Hamani."
Hamani alifadhaika mbele ya mfalme na malkia.
7 Mfalme akainuka kwa ghadhabu, akaacha mvinyo
wake, akaenda kwenye bustani ya jumba la kifa-
lme. Lakini Hamani, akitambua kwamba mfalme
ameshaamua hatima yake, alibaki nyuma kumsihi
Malkia Esta aokoe maisha yake.
8 Mara mfalme aliporudi kutoka bustani ya
jumba la kifalme na kuja kwenye ukumbi wa
karamu, Hamani alikuwa akijitupa juu ya kiti
mahali ambapo Esta alikuwa akiegemea.
Mfalme akasema kwa nguvu, "Je, atamdhalilisha
malkia hata huku nyumbani akiwa pamoja nami!"
Mara neno lilipotoka kinywani mwa mfalme,
walifunika uso wa Hamani. 9 Kisha Harbona,
mmoja wa matowashi wanaomtumikia mfalme,
akasema, "Mahali pa kuangika watu penye urefu
wa mita ishirini na mbili pako nyumbani mwa
Hamani. Alikuwa amepatengeneza kwa ajili ya
Mordekai, ambaye alizungumza ili kumsaidia
mfalme."
Mfalme akasema, "Mwangikeni juu yake!" 10 Kwa
hiyo wakamtundika Hamani mahali alipokuwa
ameandaa kwa ajili ya Mordekai. Ndipo ghadhabu
ya mfalme ikatulia.

Amri Ya Mfalme Kuhusu Wayahudi

8 Siku ile ile Mfalme Ahasuero akampa Malkia
Esta shamba la Hamani, adui wa Wayahudi.
Naye Mordekai akaja mbele ya mfalme, kwa kuwa
Esta alikuwa amesema jinsi anavyohusiana naye.
2 Mfalme akaivua pete yake ya muhuri, ambayo
alikuwa amemnyang'anya Hamani, akampa

[a]14 Dhiraa 50 ni sawa na mita 22.5.

Mordekai, naye Esta akamweka Mordekai juu ya shamba la Hamani.

3 Esta alimsihi tena mfalme, akianguka miguuni pake na kulia. Akamwomba akomeshe mpango mwovu wa Hamani Mwagagi ambao alikuwa ameupanga dhidi ya Wayahudi. 4 Kisha mfalme alimnyooshea Esta fimbo yake ya utawala ya dhahabu naye aliinuka na kusimama mbele yake.

5 Esta akasema, "Kama ikimpendeza mfalme, nami kama nikipata kibali naye akiona ni jambo lililo sawa kunitendea na kama akipendezwa nami, basi iandikwe amri ya kuzitangua barua zile Hamani mwana wa Hamedatha, Mwagagi, alizotunga na kuandika kuangamiza Wayahudi katika majimbo yote ya mfalme. 6 Kwa maana nitawezaje kuvumilia kuona maafa yakiwapata watu wangu? Nitawezaje kuvumilia kuona maangamizi ya jamaa yangu?"

7 Mfalme Ahasuero akawajibu Malkia Esta na Mordekai Myahudi, "Kwa sababu Hamani aliwashambulia Wayahudi, nimetoa shamba la Hamani kwa Esta, naye ameangikwa kwenye mti wa kunyongea. 8 Basi andika amri nyingine kwa jina la mfalme kwa ajili ya Wayahudi kama unavyoona vyema, kisha uifunge kwa kutia muhuri kwa pete ya mfalme kwa kuwa hakuna andiko lililoandikwa kwa jina la mfalme na kutiwa muhuri kwa pete ya mfalme linaloweza kutanguliwa."

9 Mara moja waandishi wa mfalme wakaitwa kwenye siku ya ishirini na tatu, mwezi wa tatu, ndio mwezi wa Siwani. Wakaandika yote Mordekai aliyoamuru kwa Wayahudi, kwa majemadari, watawala na wakuu wa majimbo 127 kuanzia Bara Hindi mpaka Kushi.[a] Maagizo haya yaliandikwa kwa maandishi ya kila jimbo na kwa lugha ya kila mtu pia kwa Wayahudi kwa maandishi yao wenyewe na lugha yao. 10 Mordekai aliandika nyaraka kwa jina la Mfalme Ahasuero, akazitia muhuri kwa pete ya mfalme na kuzipeleka kwa njia ya matarishi, ambao waliendesha farasi waendao kasi waliozalishwa maalum kwa ajili ya mfalme.

11 Waraka wa mfalme uliwaruhusu Wayahudi katika kila mji kuwa na haki ya kukusanyika na kujilinda wenyewe; kuharibu, kuua na kuangamiza jeshi lolote, taifa lolote au jimbo lile litakalowashambulia wao, wake zao, watoto wao na kuteka mali za adui zao. 12 Siku ambayo iliwekwa kwa Wayahudi kufanya hili katika majimbo yote ya Mfalme Ahasuero ilikuwa siku ya kumi na tatu ya mwezi wa kumi na mbili, yaani mwezi wa Adari. 13 Nakala ya tangazo ilikuwa itolewe kama sheria katika kila jimbo na iweze kujulikana kwa watu wa kila taifa, ili kwamba Wayahudi wawe tayari siku hiyo kulipiza kisasi kwa adui zao.

14 Matarishi, wakiwa wamepanda farasi wa kifalme, walitoka mbio wakichochewa na agizo la mfalme. Tangazo lilitolewa pia katika ngome ya mji wa Shushani.

15 Mordekai akaondoka mbele ya mfalme akiwa amevaa mavazi ya kifalme ya buluu na nyeupe, taji kubwa la dhahabu na joho la zambarau la kitani safi. Na mji wa Shushani ukasherehekea kwa furaha. 16 Kwa maana kwa Wayahudi ulikuwa wakati wa raha na furaha, shangwe na heshima. 17 Katika kila jimbo na katika kila jiji, popote waraka wa mfalme ulipofika, kulikuwepo furaha na shangwe miongoni mwa Wayahudi, pamoja na karamu na kushangilia. Na watu wengi wa mataifa mengine wakajifanya Wayahudi kwa sababu ya kuwahofu Wayahudi.

Ushindi Wa Wayahudi

9 Katika siku ya kumi na tatu ya mwezi wa kumi na mbili, yaani mwezi wa Adari, amri iliyoagizwa na mfalme ilikuwa itekelezwe. Siku hii adui wa Wayahudi walikuwa wametumaini kuwashinda, lakini sasa mambo yaliwageukia na Wayahudi wakawashinda wale waliokuwa wanawachukia. 2 Wayahudi walikusanyika katika miji yao, katika majimbo ya Mfalme Ahasuero kuwashambulia wale waliokuwa wanatafuta kuwaangamiza. Hakuna yeyote aliyeweza kushindana nao, kwa sababu watu wa mataifa mengine yote waliwaogopa. 3 Nao wakuu wote wa majimbo, majemadari, watawala na maafisa wa mfalme wakawasaidia Wayahudi, kwa sababu walimhofu Mordekai. 4 Mordekai alikuwa mtu mashuhuri katika jumba la mfalme; sifa zake zilienea katika majimbo yote naye alipata uwezo zaidi na zaidi.

5 Wayahudi waliwaangusha adui zao wote kwa upanga wakiwaua na kuwaangamiza, nao walifanya kile walichotaka kwa wale waliowachukia. 6 Katika ngome ya Shushani Wayahudi waliua na kuangamiza wanaume 500. 7 Pia waliwaua Parshendatha, Dalfoni, Aspatha, 8 Poratha, Adalia, Ardatha, 9 Parmashta, Arisai, Aridai na Waizatha, 10 wana kumi wa Hamani mwana wa Hamedatha, adui wa Wayahudi. Lakini hawakuchukua nyara.

11 Mfalme aliarifiwa siku iyo hiyo hesabu ya waliouawa katika ngome ya Shushani. 12 Mfalme akamwambia Malkia Esta, "Wayahudi wamewaua wanaume 500 na wana kumi wa Hamani ndani ya ngome ya Shushani. Wamefanyaje katika majimbo mengine ya mfalme yaliyobaki? Je, sasa haja yako ni nini? Nayo pia utapewa. Nalo ombi lako ni nini? Nalo utafanyiwa."

13 Esta akajibu, "Ikimpendeza mfalme, uwape ruhusa Wayahudi walioko Shushani warudie amri ya leo kesho pia, na wana wa Hamani kumi wanyongwe mahali pa kunyongea watu."

14 Basi mfalme akaamuru kwamba hili litendeke. Amri ilitolewa huko Shushani, nao wakawanyonga wana kumi wa Hamani. 15 Wayahudi huko Shushani wakakusanyika pamoja siku ya kumi na nne ya mwezi wa Adari, nao wakawaua wanaume 300 huko Shushani, lakini hawakuchukua nyara zao.

16 Wakati ule ule, Wayahudi wengine waliokuwa kwenye majimbo ya mfalme, wakakusanyika kujilinda nao wakapata nafuu kutokana na adui zao. Waliua adui zao wapatao 75,000 lakini hawakugusa nyara zao. 17 Hili lilitendeka siku ya kumi na tatu ya mwezi wa Adari na siku ya kumi na nne walipumzika na kuifanya siku ya karamu na furaha.

[a]9 Kushi hapa ina maana ya Ethiopia.

Kusherehekea Purimu

18 Wayahudi huko Shushani, hata hivyo, wali-
kuwa wamekusanyika siku ya kumi na tatu na ya
kumi na nne, pia siku ya kumi na tano walipumzika
na kuifanya siku ya karamu na furaha.
19 Ndiyo sababu Wayahudi wanaokaa vijijini na
katika miji midogo huadhimisha siku ya kumi na
nne ya mwezi wa Adari kama siku ya furaha na
karamu, siku ambayo wao hupeana zawadi mmoja
kwa mwingine.
20 Mordekai aliandika matukio haya, naye aka-
peleka barua kwa Wayahudi wote walioko katika
majimbo ya Mfalme Ahasuero, majimbo yaliyo
mbali na karibu, 21 akiwataka kila mwaka washe-
rehekee siku ya kumi na nne na ya kumi na tano ya
mwezi wa Adari 22 kama wakati ambao Wayahudi
walipata nafuu kutoka kwa adui zao na kama
mwezi ambao huzuni yao iligeuzwa kuwa furaha
na kuomboleza kwao kuwa siku ya kusherehe-
kea. Aliwaandikia kushika siku hizo kama siku za
karamu na za furaha na kupeana zawadi za vyakula
wao kwa wao na zawadi kwa maskini.
23 Hivyo Wayahudi walikubali kuendeleza
sherehe walizokuwa wamezianza, wakifanya lile
Mordekai alilokuwa amewaandikia. 24 Kwa maana
Hamani mwana wa Hamedatha Mwagagi, adui wa
Wayahudi wote, alikuwa amepanga hila dhidi ya
Wayahudi ili kuwaangamiza, na alikuwa amepiga
puri (yaani kura) kwa ajili ya maangamizi na
uharibifu wao. 25 Lakini wakati shauri hilo baya
lilipoarifiwa kwa mfalme, alitoa amri iliyoandi-
kwa kwamba mipango mibaya ambayo Hamani
ameipanga dhidi ya Wayahudi inapasa imrudie juu
ya kichwa chake mwenyewe, na kwamba yeye na
wanawe waangikwe mahali pa kunyongea watu.
26 (Kwa hiyo siku hizi ziliitwa Purimu, kutokana
na neno *puri.*) Kwa sababu ya kila kitu kilichoa-
ndikwa kwenye barua hii na kwa sababu ya yale
waliyoyaona na yale yaliyowatokea, 27 Wayahudi
wakachukua na kuifanya desturi kwamba wao
na wazao wao na wote ambao walijiunga nao
wangefanya bila kuacha kushika siku hizi mbili
kila mwaka, kwa njia ilivyoelekezwa na kwa wakati
wake. 28 Siku hizi zinapasa zikumbukwe na kua-
dhimishwa katika kila kizazi, kila jamaa na katika
kila jimbo na kila jiji. Nazo siku hizi za Purimu
kamwe zisikome kusherehekewa na Wayahudi,
wala kumbukumbu zake zisipotee miongoni mwa
wazao wake.
29 Basi Malkia Esta binti Abihaili, pamoja na
Mordekai, Myahudi, waliandika kwa mamlaka
yote kuthibitisha barua hii ya pili kuhusu Purimu.
30 Naye Mordekai akatuma barua kwa Wayahudi
wote katika majimbo 127 ya ufalme wa Ahasuero,
barua zenye maneno ya amani na matumaini,
31 ili kuimarisha siku hizi za Purimu katika majira
yake yaliyowekwa, kama Mordekai, Myahudi na
Malkia Esta walivyowaamuru, na walivyojiima-
risha wenyewe na wazao wao kuhusu nyakati za
kufunga na kuomboleza. 32 Amri ya Esta ilithibiti-
sha taratibu hizi kuhusu Purimu, nayo ikaandikwa
katika kumbukumbu.

Ukuu Wa Mordekai

10 Mfalme Ahasuero alitoza ushuru katika ufa-
lme wake wote hadi kwenye miambao yake
ya mbali. 2 Matendo yake yote ya nguvu na uwezo,
pamoja na habari zote za ukuu wa Mordekai ambao
mfalme alikuwa amemkuza, je, hayakuandikwa
katika kitabu cha kumbukumbu za wafalme wa
Umedi na Uajemi? 3 Mordekai Myahudi alikuwa
wa pili kwa cheo kutoka Mfalme Ahasuero, naye
alikuwa bora kabisa miongoni mwa Wayahudi,
akipandishwa katika heshima ya juu na ndugu
zake Wayahudi kwa sababu aliwatendea mema
watu wake, na alizungumza kwa ajili ya ustawi wa
Wayahudi wote.

AYUBU

Sehemu Ya Kwanza: Habari Za Awali

Ayubu Na Jamaa Yake

1 Katika nchi ya Usi paliishi mtu ambaye aliitwa
Ayubu. Mtu huyu alikuwa hana hatia, naye alikuwa
mkamilifu; alimcha Mungu na kuepukana na uovu.
2 Alikuwa na wana saba na binti watatu, 3 naye
alikuwa na kondoo elfu saba, ngamia elfu tatu,
jozi mia tano za maksai, na punda mia tano, tena
alikuwa na idadi kubwa ya watumishi. Alikuwa
mtu mkuu sana miongoni mwa watu wa Mashariki.
4 Wanawe walikuwa na desturi ya kufanya
karamu katika nyumba zao kwa zamu, nao
wangewaalika umbu zao watatu ili kula na kunywa
pamoja nao. 5 Wakati kipindi cha karamu kilima-
lizika, Ayubu angetuma waitwe na kuwafanyia
utakaso. Angetoa dhabihu ya sadaka ya kuteke-
tezwa kwa ajili ya kila mmoja wao asubuhi na
mapema, akifikiri, "Pengine wanangu wametenda
dhambi na kumlaani Mungu mioyoni mwao." Hii
ilikuwa ndiyo desturi ya kawaida ya Ayubu.

Jaribu La Kwanza La Ayubu

6 Siku moja wana wa Mungu[a] walikwenda
kujionyesha mbele za Bwana. Shetani[b] naye
akaja pamoja nao. 7 Bwana akamwambia Shetani,
"Umetoka wapi?"
Shetani akamjibu Bwana, "Natoka kuzunguka
pote duniani, nikitembea huku na huko humo."
8 Ndipo Bwana akamwambia Shetani, "Je, ume-
mwangalia huyo mtumishi wangu Ayubu? Hakuna
mtu mwingine duniani aliye kama yeye, asiye na
hatia, ni mnyofu, mwenye kumcha Mungu, na
kuepukana na uovu."
9 Shetani akamjibu Bwana, "Je, Ayubu anamcha
Mungu bure? 10 Je, wewe hukumjengea boma pande
zote yeye na wa nyumbani mwake pamoja na kila
kitu alicho nacho? Kazi za mikono yake umeziba-
riki na hivyo makundi yake ya kondoo na mbuzi
pamoja na ya wanyama yameenea katika nchi
nzima. 11 Lakini nyoosha mkono wako na kupiga
kila kitu alicho nacho, naye kwa hakika atakulaani
mbele za uso wako."
12 Bwana akamwambia Shetani, "Vema sana, kwa
hiyo, kila kitu alicho nacho kiko mikononi mwako,
lakini juu ya huyo mtu mwenyewe usimguse hata
kwa kidole."
Ndipo Shetani akatoka mbele za Bwana.
13 Siku moja watoto wa Ayubu walipokuwa
wakifanya karamu wakila na kunywa divai katika
nyumba ya ndugu yao mkubwa, 14 akaja mjumbe
kwa Ayubu na kusema, "Maksai walikuwa wakilima
na punda walikuwa wakilisha karibu nao, 15 Waseba
wakawashambulia na kuchukua mifugo. Kisha
wakawaua watumishi kwa upanga, nami ndimi
peke yangu niliyenusurika kukuletea habari!"
16 Alipokuwa bado ananena, mjumbe mwingine
akaja na kusema, "Moto wa Mungu ulishuka kutoka
mbinguni na kuteketeza kondoo na watumishi,
nami ndimi peke yangu niliyenusurika kukuletea
habari!"
17 Alipokuwa bado ananena, mjumbe mwingine
akaja na kusema, "Wakaldayo waliunda vikosi
vitatu vya uvamizi na kuwaangukia ngamia wako
na kuwachukua wakaondoka nao. Wakawaua
watumishi kwa upanga, nami ndimi peke yangu
niliyenusurika kukuletea habari."
18 Alipokuwa bado ananena, mjumbe mwingine
akaja na kusema, "Wana wako na binti zako wali-
pokuwa wakifanya karamu, wakila na kunywa divai
katika nyumba ya ndugu yao mkubwa, 19 ghafula
upepo wenye nguvu ukavuma kutoka jangwani,
nao ukaipiga nyumba hiyo pembe zake nne. Ika-
waangukia hao watoto nao wamekufa, nami ndimi
peke yangu niliyenusurika kukuletea habari!"
20 Ndipo Ayubu akasimama, akararua joho lake
na kunyoa nywele zake. Kisha akaanguka chini
katika kuabudu 21 na kusema:

"Nilitoka tumboni mwa mama yangu uchi,
nami nitaondoka uchi,[c]
Bwana alinipa, naye Bwana ameviondoa,
jina la Bwana litukuzwe."

22 Katika mambo haya yote, Ayubu hakutenda
dhambi kwa kumlaumu Mungu kwa kufanya
ubaya.

Jaribu La Pili La Ayubu

2 Siku nyingine wana wa Mungu walikuja kujio-
nyesha mbele za Bwana. Shetani naye akaja
pamoja nao kujionyesha mbele zake. 2 Bwana
akamuuliza Shetani, "Umetoka wapi?"
Shetani akamjibu Bwana "Natoka kuzunguka
pote duniani, nikitembea huku na huko humo."
3 Bwana akamwambia Shetani, "Je, umemwa-
ngalia huyo mtumishi wangu Ayubu? Hakuna mtu
mwingine duniani aliye kama yeye, mtu asiye na
hatia, ni mnyofu, mwenye kumcha Mungu na kue-
pukana na uovu. Naye bado anadumisha uadilifu
wake, ingawa ulinichochea dhidi yake, ili nimwa-
ngamize pasipo sababu."
4 Shetani akamjibu Bwana, "Ngozi kwa ngozi!
Mwanadamu atatoa vyote alivyo navyo kwa ajili
ya uhai wake. 5 Lakini nyoosha mkono wako na
kuipiga nyama yake na mifupa yake, naye kwa
hakika atakulaani mbele za uso wako."
6 Bwana akamwambia Shetani, "Vema sana, kwa
hiyo, yeye yumo mikononi mwako, lakini lazima
umwachie uhai wake."

---

[a]6 Wana wa Mungu hapa ina maana malaika au viumbe vya mbinguni.
[b]6 Shetani hapa ina maana ya mshtaki wa watakatifu.
[c]21 Au: nitarudi huko uchi.

7 Basi Shetani akatoka mbele za BWANA naye aka-
mpiga Ayubu kwa majipu mabaya tangu nyayo za
miguu yake hadi utosi wa kichwa. 8 Ndipo Ayubu
akachukua kigae na kujikuna nacho huku akiketi
kwenye majivu.

9 Mke wake akamwambia, "Je, bado unashi-
kamana na uadilifu wako? Mlaani Mungu nawe
ukafe!"

10 Akamjibu, "Unazungumza kama vile ambavyo
mwanamke mpumbavu[a] yeyote angenena. Je, tupo-
kee mema mikononi mwa Mungu, nasi tusipokee
na udhia?"

Katika mambo haya yote, Ayubu hakutenda
dhambi katika kusema kwake.

Marafiki Watatu Wa Ayubu

11 Basi marafiki watatu wa Ayubu, ndio Elifazi
Mtemani, na Bildadi Mshuhi na Sofari Mnaa-
mathi, waliposikia juu ya taabu yote iliyompata
Ayubu, wakajipanga toka manyumbani mwao, nao
wakakutana pamoja kwa makubaliano kwenda
kumtuliza katika taabu hiyo na kumfariji. 12 Wali-
pomwona kwa mbali, ilikuwa vigumu kumtambua.
Wakaanza kulia kwa sauti kubwa, wakayararua
majoho yao na kujirushia mavumbi juu ya vichwa
vyao. 13 Kisha wakaketi chini kwenye udongo
pamoja na Ayubu kwa siku saba usiku na mchana.
Hakuna yeyote aliyesema naye neno, kwa sababu
waliona jinsi mateso yake yalivyokuwa makubwa.

Sehemu Ya Pili: Mazungumzo Ya Ayubu Na Rafiki Zake Watatu

Hotuba Ya Kwanza Ya Ayubu

Ayubu Anazungumza

1 Baada ya jambo hili, Ayubu akafumbua kinywa
chake na kuilaani siku ya kuzaliwa kwake.

2 Kisha akasema:

3 "Siku ya kuzaliwa kwangu
na ipotelee mbali,
nao usiku ule iliposemekana,
'Mtoto wa kiume amezaliwa!'
4 Siku ile na iwe giza;
Mungu juu na asiiangalie;
nayo nuru isiiangazie.
5 Giza na kivuli kikuu kiikalie tena;
wingu na likae juu yake;
weusi na uifunike nuru yake.
6 Usiku ule na ushikwe na giza kuu;
usihesabiwe katika siku za mwaka,
wala usihesabiwe katika siku za mwezi
wowote.
7 Usiku ule na uwe tasa;
sauti ya furaha na isisikike ndani yake.
8 Wale wazilaanio siku wailaani hiyo siku,
wale walio tayari kumwamsha
Lewiathani.[b]
9 Nyota zake za alfajiri na ziwe giza;
nao ungojee mwanga bila mafanikio,
wala usiuone mwonzi wa kwanza
wa mapambazuko,
10 kwa sababu huo usiku haukunifungia
mlango wa tumbo la mama yangu,
ili kuyaficha macho yangu
kutokana na taabu.

11 "Kwa nini sikuangamia wakati
wa kuzaliwa?
Kwa nini sikufa nilipokuwa ninatoka
tumboni?
12 Kwa nini pakawa na magoti ya kunipokea
na matiti ili nipate kunyonyeshwa?
13 Kwa maana sasa ningekuwa nimepumzika
kwa amani.
Ningekuwa nimelala na kupumzika
14 pamoja na wafalme na washauri wa dunia,
waliojijengea mahali ambapo sasa
ni magofu,
15 pamoja na watawala waliokuwa
na dhahabu,
waliozijaza nyumba zao kwa fedha.
16 Au kwa nini sikufichwa ardhini kama
mtoto aliyezaliwa mfu,
kama mtoto mchanga ambaye kamwe
hakuuona mwanga?
17 Huko waovu huacha kusumbua
na huko waliochoka hupumzika.
18 Wafungwa nao hufurahia utulivu wao,
hawasikii tena sauti ya kukemea
ya kiongozi wa watumwa.
19 Wadogo na wakubwa wamo humo,
na mtumwa ameachiwa huru kutoka kwa
bwana wake.

20 "Mbona nuru inawaangazia wale walio
taabuni,
na hao wenye uchungu kupewa uhai,
21 wale wanaotamani kifo ambacho hakiji,
wale watafutao kufa zaidi ya kutafuta
hazina iliyofichwa,
22 ambao hujawa na furaha,
na hushangilia wafikapo kaburini?
23 Kwa nini uhai hupewa mtu
ambaye njia yake imefichika,
ambaye Mungu amemzungushia boma?
24 Kwa maana kulia kwangu kwa uchungu
kwanijia badala ya chakula;
kusononeka kwangu kunamwagika
kama maji.
25 Lile nililokuwa naliogopa limenijia;
lile nililokuwa ninalihofia limenipata.
26 Sina amani, wala utulivu;
sina pumziko, bali taabu tu."

Elifazi Anazungumza: Ayubu Ametenda Dhambi

4 Ndipo Elifazi Mtemani akajibu:

2 "Kama mtu akithubutu kuzungumza nawe,
kutakukasirisha?
Lakini ni nani awezaye
kujizuia asiseme?

[a]10 Mpumbavu hapa ina maana ya kupungukiwa maadili.
[b]8 Lewiathani ni mnyama mkubwa wa baharini mwenye magamba anayefanana na joka kubwa, mwenye umbo la kutisha, asiyeweza kuvuliwa.

3 Fikiri jinsi ambavyo umewafundisha
watu wengi,
jinsi ambavyo umeitia nguvu
mikono iliyokuwa dhaifu.
4 Maneno yako yamewategemeza wale
waliojikwaa;
umeyatia nguvu magoti yaliyokuwa
dhaifu.
5 Lakini sasa hii taabu imekujia wewe,
nawe unashuka moyo;
imekupiga wewe,
nawe unafadhaika.
6 Je, kumcha Mungu kwako hakupaswi kuwa
ndiyo matumaini yako
na njia zako kutokuwa na lawama
ndilo taraja lako?

7 "Fikiri sasa: Ni mtu yupi asiye na hatia
ambaye aliwahi kuangamia?
Ni wapi wanyofu waliwahi
kuangamizwa?
8 Kwa jinsi ambavyo mimi nimechunguza,
wale walimao ubaya
na wale hupanda uovu,
huvuna hayo hayo hayo.
9 Kwa pumzi ya Mungu huangamizwa;
kwa mshindo wa hasira zake huangamia.
10 Simba anaweza kunguruma na kukoroma,
lakini bado meno ya simba mkubwa
huvunjika.
11 Simba anaweza kuangamia kwa kukosa
mawindo,
nao wana wa simba jike hutawanyika.

12 "Neno lililetwa kwangu kwa siri,
masikio yangu yakasikia
mnong'ono wake.
13 Katikati ya ndoto za kutia wasiwasi wakati
wa usiku,
hapo usingizi mzito uwapatapo
wanadamu,
14 hofu na kutetemeka kulinishika
na kufanya mifupa yangu yote itetemeke.
15 Kuna roho aliyepita mbele ya uso wangu,
nazo nywele za mwili wangu
zikasimama.
16 Yule roho akasimama,
lakini sikuweza kutambua kilikuwa
kitu gani.
Umbo fulani lilisimama mbele
ya macho yangu,
kukawa na ukimya kisha nikasikia sauti:
17 'Je, binadamu aweza kuwa mwadilifu
kuliko Mungu?
Je, mtu aweza kuwa safi kuliko
Muumba wake?
18 Kama Mungu hawaamini watumishi wake,
kama yeye huwalaumu malaika zake kwa
kukosea,
19 ni mara ngapi zaidi wale waishio katika
nyumba
za udongo wa mfinyanzi,
ambazo misingi yake ipo mavumbini,
ambao wamepondwa kama nondo!
20 Kati ya mawio na machweo
huvunjwa vipande vipande;
bila yeyote kutambua,
huangamia milele.
21 Je, kamba za hema yao hazikung'olewa,
hivyo hufa bila hekima?'

Elifazi Anaendelea

5 "Ita kama unataka, lakini ni nani
atakayekujibu?
Ni yupi kati ya hao watakatifu
utakayemgeukia?
2 Kuweka uchungu moyoni humuua
mpumbavu,
nao wivu humchinja mjinga.
3 Mimi mwenyewe nimemwona mpumbavu
akistawi,
lakini ghafula nyumba yake ikawa
imelaaniwa.
4 Watoto wake wako mbali na usalama,
hushindwa mahakamani bila mtetezi.
5 Wenye njaa huyala mavuno yake,
wakiyatoa hata katikati ya miiba,
nao wenye kiu huitamani sana mali yake.
6 Kwa maana taabu haioti kutoka kwenye
udongo,
wala udhia hauchipui kutoka ardhini.
7 Lakini mwanadamu huzaliwa ili kutaabika,
kwa hakika kama cheche za moto
zirukavyo kuelekea juu.

8 "Lakini ingekuwa ni mimi,
ningemlalamikia Mungu,
ningeliweka shauri langu mbele zake.
9 Yeye hutenda maajabu yasiyoweza
kutambuliwa,
miujiza isiyoweza kuhesabika.
10 Yeye huipa nchi mvua,
huyapeleka maji kunyesha mashamba.
11 Huwainua juu wanyonge,
nao wale waombolezao huinuliwa
wakawa salama.
12 Huipinga mipango ya wenye hila,
ili mikono yao isifikie ufanisi.
13 Yeye huwanasa wenye hekima katika
hila yao,
nayo mipango ya wadanganyifu
huifagilia mbali.
14 Giza huwapata wakati wa mchana;
wakati wa adhuhuri hupapasa kama
vile usiku.
15 Humwokoa mhitaji kutokana na upanga
ulioko kinywani mwao;
huwaokoa kutokana na makucha
ya wenye nguvu.
16 Kwa hiyo maskini analo tarajio,
nao udhalimu hufumba kinywa chake.

17 "Heri mtu yule ambaye Mungu humrudi;
kwa hiyo usidharau adhabu yake
Mwenyezi.[a]

[a]17 Mwenyezi hapa ni jina la Kiebrania Shaddai (hapa na kila mahali katika kitabu hiki cha Ayubu).

[18] Kwa kuwa hutia jeraha, lakini pia
huyafunga;
huumiza, lakini mikono yake pia
huponya.
[19] Kutoka majanga sita atakuokoa;
naam, hata katika saba hakuna dhara
litakalokupata wewe.
[20] Wakati wa njaa atakukomboa wewe na kifo,
naye katika vita atakukomboa na pigo
la upanga.
[21] Utalindwa kutokana na kichapo cha ulimi,
wala hutakuwa na sababu ya kuogopa
maangamizi yatakapokujia.
[22] Utayacheka maangamizo na njaa,
wala hutakuwa na sababu ya kuwaogopa
wanyama wakali wa mwituni.
[23] Kwa kuwa utakuwa na agano na mawe
ya mashamba,
nao wanyama wa mwitu watakuwa
na amani nawe.
[24] Utajua ya kwamba hema lako li salama;
utahesabu mali zako wala hutakuta
chochote kilichopungua.
[25] Utajua ya kuwa watoto wako
watakuwa wengi,
nao wazao wako wengi kama majani
ya nchi.
[26] Utaingia kaburini ukiwa na umri wa uzee
mtimilifu,
kama masuke ya ngano yakusanywapo
kwa wakati wake.

[27] "Tumelichunguza hili, nalo ni kweli.
Hivyo lisikie na ulitendee kazi."

Hotuba Ya Pili Ya Ayubu

Ayubu Anajibu: Malalamiko Yangu Ni Ya Haki

6 Kisha Ayubu akajibu:

[2] "Laiti uchungu wangu ungeweza kupimwa,
nayo taabu yangu yote ingewekwa
kwenye mizani!
[3] Kwa kuwa hakika ingekuwa nzito kuliko
mchanga wa bahari zote,
kwa hiyo si ajabu maneno yangu
yamekuwa ya haraka.
[4] Mishale ya Mwenyezi iko ndani yangu,
roho yangu inakunywa sumu yake;
vitisho vya Mungu vimejipanga
dhidi yangu.
[5] Je, punda-mwitu hulia akiwa na majani,
au ng'ombe dume hulia akiwa
na chakula?
[6] Je, chakula kisicho na ladha huliwa bila
chumvi,
au upo utamu katika ute mweupe wa yai?
[7] Ninakataa kuvigusa;
vyakula vya aina hii hunichukiza.

[8] "Laiti ningepata haja yangu,
kwamba Mungu angenijalia hilo
nililotarajia,
[9] kwamba Mungu angekuwa radhi kuniponda,
kuuachia mkono wake
na kunikatilia mbali!
[10] Ndipo bado ningekuwa na hii faraja,
furaha yangu katika maumivu makali:
kwamba sikuwa nimeyakana maneno
yake yeye Aliye Mtakatifu.

[11] "Ninazo nguvu gani, hata niendelee
kutumaini?
Matazamio yangu ya mbele ni nini, hata
niendelee kuwa mvumilivu?
[12] Je, mimi nina nguvu za jiwe?
Je, mwili wangu ni shaba?
[13] Je, ninao uwezo wowote wa kujisaidia mimi
mwenyewe,
wakati ambapo mafanikio yamefukuziwa
mbali nami?

[14] "Mtu anayekata tamaa angetazamia moyo
wa kujitoa wa rafiki zake,
hata kama akiacha uchaji wa Mwenyezi.
[15] Lakini ndugu zangu sio wa kutegemewa,
ni kama vijito vya msimu,
ni kama vijito ambavyo hufurika
[16] wakati vimefunikwa barafu iyeyukayo,
ambavyo hujazwa na theluji
inayoyeyuka,
[17] lakini hukauka majira ya ukame,
na wakati wa hari hutoweka katika
mikondo yake.
[18] Misafara hugeuka kutoka njia zake;
hukwea kwenda kwenye nchi ya ukiwa
na kuangamia.
[19] Misafara ya Tema inatafuta maji,
wafanyabiashara wa Sheba wanaosafiri
hutazama kwa matarajio.
[20] Wamedhikika, kwa sababu walikuwa
na matumaini;
wanafika huko, lakini wanahuzunika
kwa kukosa walichotarajia.
[21] Sasa nanyi mmethibitika kwamba hamna
msaada wowote;
mnaona jambo la kutisha, nanyi
mnaogopa.
[22] Je, nimewahi kusema, 'Toeni kitu kwa
ajili yangu,
au mnilipie fidia kutoka mali zenu,
[23] au niokoeni mikononi mwa adui,
au nikomboeni kutoka makucha
ya wasio na huruma'?

[24] "Nifundisheni, nami nitanyamaza kimya;
nionyesheni nilikokosea.
[25] Tazama yalivyo ya kuumiza maneno ya kweli!
Lakini mabishano yenu yanathibitisha
nini?
[26] Je, mna maana ya kuyasahihisha
ninayosema,
na kuyafanya maneno ya mtu anayekata
tamaa kama upepo?
[27] Mngeweza hata kupiga kura kwa ajili
ya yatima,
na kubadilishana rafiki yenu na mali.

28 "Lakini sasa kuweni na huruma
mkaniangalie mimi.
Je, ningeweza kusema uongo
mbele zenu?
29 Tulizeni hasira, msiwe wadhalimu;
angalieni tena, kwa maana
nimehatarisha uadilifu wangu.[a]
30 Je, pana uovu wowote midomoni mwangu?
Je, kinywa changu hakiwezi
kupambanua hila?

Ayubu: Mateso Yangu Hayana Mwisho

7 "Je, mwanadamu hana kazi ngumu
duniani?
Siku zake si kama zile za mtu
aliyeajiriwa?
2 Kama mtumwa anavyovionea shauku vivuli
vya jioni,
au mtu aliyeajiriwa anavyoungojea
mshahara wake,
3 ndivyo nilivyogawiwa miezi ya ubatili,
nami nimeandikiwa huzuni usiku
hata usiku.
4 Wakati nilalapo ninawaza, 'Itachukua
muda gani kabla sijaamka?'
Usiku huwa mrefu, nami najigeuzageuza
hadi mapambazuko.
5 Mwili wangu umevikwa mabuu na uchafu,
ngozi yangu imetumbuka
na kutunga usaha.

Ayubu Anamlilia Mungu

6 "Siku zangu zinapita upesi kuliko mtande
wa kufuma,
nazo zinafikia mwisho wake bila
matumaini.
7 Kumbuka, Ee Mungu, maisha yangu ni
kama pumzi;
macho yangu kamwe hayataona
tena raha.
8 Lile jicho linaloniona sasa halitaniona tena;
utanitafuta, wala sitakuwepo.
9 Kama vile wingu liondokavyo na kutoweka,
vivyo hivyo yeye ashukaye kaburini[b]
harudi tena.
10 Kamwe harudi tena nyumbani mwake;
wala mahali pake hapatamjua tena.

11 "Kwa hiyo sitanyamaza;
nitanena kutokana na maumivu makuu
ya roho yangu,
nitalalama kwa uchungu wa nafsi yangu.
12 Je, mimi ni bahari, au mnyama mkubwa
mno akaaye vilindini,
hata uniweke chini ya ulinzi?
13 Ninapofikiri kwamba kitanda changu
kitanifariji,
nacho kiti changu cha fahari
kitapunguza malalamiko yangu,
14 ndipo wanitisha kwa ndoto
na kunitia hofu kwa maono,
15 hivyo ninachagua kujinyonga na kufa,
kuliko huu mwili wangu.
16 Ninayachukia maisha yangu; nisingetamani
kuendelea kuishi.
Niache; siku zangu ni ubatili.

17 "Mwanadamu ni kitu gani hata umjali
kiasi hiki,
kwamba unamtia sana maanani,
18 kwamba unamwangalia kila asubuhi
na kumjaribu kila wakati?
19 Je, hutaacha kamwe kunitazama,
au kuniacha japo kwa kitambo
kidogo tu?
20 Ikiwa nimetenda dhambi,
nimekufanyia nini,
Ewe mlinzi wa wanadamu?
Kwa nini umeniweka niwe shabaha yako?
Je, nimekuwa mzigo kwako?
21 Kwa nini husamehi makosa yangu
na kuachilia dhambi zangu?
Kwa kuwa hivi karibuni nitalala
mavumbini;
nawe utanitafuta, wala sitakuwepo."

Bildadi Anasema: Yampasa Ayubu Atubu

8 Kisha Bildadi Mshuhi akajibu:

2 "Hata lini wewe utasema mambo
kama haya?
Maneno yako ni kama upepo mkuu.
3 Je, Mungu hupotosha hukumu?
Je, Mwenyezi hupotosha kile kilicho haki?
4 Watoto wako walipomtenda dhambi,
aliwapa adhabu ya dhambi yao.
5 Lakini ukimtafuta Mungu,
nawe ukamsihi Mwenyezi,
6 ikiwa wewe ni safi na mnyofu,
hata sasa atainuka mwenyewe kwa
niaba yako,
na kukurudisha katika mahali pako
pa haki.
7 Ijapokuwa mwanzo wako ulikuwa mdogo,
lakini mwisho wako utakuwa
wa mafanikio.

8 "Ukaulize vizazi vilivyotangulia
na uone baba zao walijifunza nini,
9 kwa kuwa sisi tumezaliwa jana tu na
hatujui lolote,
nazo siku zetu duniani ni kama kivuli tu.
10 Je, hawatakufundisha na kukueleza?
Je, hawataleta maneno kutoka kwenye
kufahamu kwao?
11 Je, mafunjo yaweza kumea mahali pasipo
na matope?
Matete yaweza kustawi bila maji?
12 Wakati bado yanaendelea kukua kabla
ya kukatwa,
hunyauka haraka kuliko majani mengine.
13 Huu ndio mwisho wa watu wote
wanaomsahau Mungu;
vivyo hivyo matumaini ya wasiomjali
Mungu huangamia.

[a]29 Au: haki yangu bado inasimama.
[b]9 Kaburini hapa maana yake ni Kuzimu, kwa Kiebrania ni Sheol.

[14] Lile analolitumainia huvunjika upesi;
lile analolitegemea ni utando wa buibui.
[15] Huutegemea utando wake, lakini
hausimami;
huung'ang'ania, lakini haudumu.
[16] Yeye ni kama mti ulionyeshewa vizuri
wakati wa jua,
ukieneza machipukizi yake bustanini;
[17] huifunganisha mizizi yake kwenye lundo
la mawe,
na kutafuta nafasi katikati ya mawe.
[18] Unapong'olewa kutoka mahali pake,
ndipo mahali pale huukana na kusema,
'Mimi kamwe sikukuona.'
[19] Hakika uhai wake hunyauka,
na kutoka udongoni mimea mingine huota.

[20] "Hakika Mungu hamkatai mtu asiye na hatia,
wala kuitia nguvu mikono ya mtenda
mabaya.
[21] Bado atakijaza kinywa chako na kicheko,
na midomo yako na kelele za shangwe.
[22] Adui zako watavikwa aibu,
nazo hema za waovu
hazitakuwepo tena."

Hotuba Ya Tatu Ya Ayubu

Hakuna Mpatanishi

9 Kisha Ayubu akajibu:

[2] "Naam, najua hili ni kweli.
Lakini mwanadamu awezaje kuwa
mwadilifu mbele za Mungu?
[3] Ingawa mtu angetaka kushindana naye,
asingaliweza kumjibu Mungu hata mara
moja miongoni mwa elfu moja.
[4] Hekima yake ni kubwa sana na ana uwezo
mwingi mno.
Ni nani aliyempinga naye akawa salama?
[5] Aiondoa milima bila yenyewe kujua
na kuipindua kwa hasira yake.
[6] Aitikisa dunia kutoka mahali pake
na kuzifanya nguzo zake zitetemeke.
[7] Husema na jua, nalo likaacha kuangaza;
naye huizima mianga ya nyota.
[8] Yeye peke yake huzitandaza mbingu
na kuyakanyaga mawimbi ya bahari.
[9] Yeye ndiye Muumba wa nyota za Dubu,[a]
na Orioni,[b]
Kilimia,[c] na makundi ya nyota za kusini.
[10] Hutenda maajabu yasiyopimika,
miujiza isiyoweza kuhesabiwa.
[11] Anapopita karibu nami, siwezi kumwona;
apitapo mbele yangu, simtambui.
[12] Anapochukua kwa ghafula, ni nani
awezaye kumzuia?
Ni nani awezaye kumwambia,
'Unafanya nini?'

[a]9 Nyota za Dubu hapa ina maana ya kundi la nyota za kaskazini, ambazo zinaitwa kwa jina la Dubu Mkuu.
[b]9 Orioni ni kundi la nyota kubwa.
[c]9 Kilimia ni jina lililopewa nyota saba (Taurus).

[13] Mungu hataizuia hasira yake;
hata jeshi kubwa la Rahabu[d] lenye nguvu
linajikunyata miguuni pake.

[14] "Ni vipi basi mimi nitaweza kubishana naye?
Nawezaje kupata maneno
ya kuhojiana naye?
[15] Ingawa sikuwa na hatia, sikuweza kumjibu;
ningeweza tu kumsihi Mhukumu wangu
anihurumie.
[16] Hata kama ningemwita kwenye shauri,
naye akakubali,
siamini kama angenisikiliza.
[17] Yeye angeniangamiza kwa dhoruba
na kuongeza majeraha yangu pasipo
na sababu.
[18] Asingeniacha nipumue
bali angenifunika kabisa na huzuni kuu.
[19] Kama ni suala la nguvu, yeye ni
mwenye nguvu!
Kama ni suala la haki, ni nani awezaye
kumwita mahakamani?
[20] Hata kama sikuwa na hatia, kinywa changu
kingenihukumu;
kama sikuwa na kosa, kingenitangaza
kuwa mwenye hatia.

[21] "Ingawa mimi sina kosa,
haileti tofauti katika nafsi yangu;
nauchukia uhai wangu.
[22] Hayo yote ni sawa; ndiyo sababu nasema,
'Yeye huwaangamiza wasio na makosa
pamoja na waovu.'
[23] Wakati pigo liletapo kifo cha ghafula,
yeye hudhihaki kule kukata tamaa kwa
yule asiye na kosa.
[24] Wakati nchi inapoangukia mikononi
mwa waovu,
yeye huwafunga macho mahakimu wake.
Kama si yeye, basi ni nani?

[25] "Siku zangu zapita mbio kuliko mkimbiaji;
zinapita upesi bila kuona furaha hata
kidogo.
[26] Zinapita upesi kama mashua ya mafunjo,
mfano wa tai ayashukiaye mawindo kwa
ghafula.
[27] Kama nikisema, 'Nitayasahau
malalamiko yangu,
nitabadili sura ya uso wangu
na kutabasamu,'
[28] bado ninahofia mateso yangu yote,
kwa kuwa ninajua hutanihesabu kuwa
sina hatia.
[29] Kwa kuwa nimeonekana mwenye hatia,
kwa nini basi nitaabishwe bure?
[30] Hata kama ningejiosha kwa sabuni
na kutakasa mikono yangu kwa magadi,
[31] wewe ungenitupa kwenye shimo la utelezi
kiasi kwamba hata nguo zangu
zingenichukia sana.

[d]13 Rahabu hapa ina maana ya Misri kwa fumbo.

32 "Yeye si mwanadamu kama mimi ili niweze
kumjibu,
ili kwamba tuweze kushindana naye
mahakamani.
33 Laiti angelikuwepo mtu wa kutupatanisha
kati yetu,
aweke mkono wake juu yetu sote wawili,
34 mtu angeliiondoa fimbo ya Mungu
juu yangu,
ili utisho wake usiendelee kunitia hofu.
35 Ndipo ningenena naye, bila kumwogopa,
lakini kama ilivyo kwangu sasa, sitaweza.

Ayubu: Nayachukia Maisha Yangu

10 "Nayachukia sana haya maisha yangu;
kwa hiyo nitatoa malalamiko yangu kwa
wazi bila kujizuia,
nami nitanena kutokana na uchungu
wa moyo wangu.
2 Nitamwambia Mungu: Usinihukumu,
bali niambie una mashtaka gani
dhidi yangu.
3 Je, inakupendeza wewe kunionea,
kuikataa kwa dharau kazi ya mikono yako,
huku wewe ukitabasamu juu ya mipango
ya waovu?
4 Je, wewe una macho ya kimwili?
Je, wewe huona kama mwanadamu aonavyo?
5 Je, siku zako ni kama zile za mwanadamu,
au miaka yako ni kama ile ya mtu,
6 ili kwamba utafute makosa yangu
na kuichunguza dhambi yangu;
7 ingawa wajua kuwa mimi sina hatia,
na hakuna awezaye kunitoa
mkononi mwako?

8 "Mikono yako ndiyo iliyoniumba
na kunifanya.
Je, sasa utageuka na kuniangamiza?
9 Kumbuka kuwa ulinifinyanga kama udongo
wa mfinyanzi.
Je, sasa utanifanya kuwa mavumbi tena?
10 Je, wewe hukunimimina mimi kama maziwa,
na kunigandisha kama jibini,
11 ukanivika ngozi na nyama,
na kuniunga pamoja kwa mifupa
na mishipa?
12 Umenipa uhai na kunitendea wema,
katika uangalizi wako umeilinda
roho yangu.

13 "Lakini hili ndilo ulilolificha moyoni mwako,
nami ninajua kuwa hili lilikuwa katika
nia yako:
14 Kama nilifanya dhambi, ungekuwa
umenionа,
wala usingeacha kosa langu lipite bila
kuadhibiwa.
15 Kama nina hatia, ole wangu!
Hata kama ningekuwa sina hatia,
siwezi kukiinua kichwa changu,
kwa kuwa nimejawa na aibu,
na kuzama katika mateso yangu.
16 Kama nikiinua kichwa changu juu,
unaninyatia kama simba,
na kuonyesha tena uwezo wa kutisha
dhidi yangu.
17 Wewe waleta mashahidi wapya dhidi yangu
na kuzidisha hasira yako juu yangu;
nazo nguvu zako zinanijia wimbi moja
baada ya jingine.

18 "Kwa nini basi ulinitoa tumboni?
Ninatamani ningekufa kabla jicho lolote
halijaniona.
19 Laiti nisingekuwako kamwe,
au ningekuwa nimechukuliwa moja
kwa moja
kutoka tumboni kwenda kaburini!
20 Je, siku zangu chache si zimekaribia
kuisha?
Niachie ili niweze kupata muda mfupi
wa kufurahi
21 kabla sijaenda mahali ambapo hakuna
kurudi tena,
katika nchi ya giza na uvuli wa mauti,
22 nchi ya giza kuu sana,
yenye uvuli wa giza na machafuko,
mahali ambapo hata nuru ni giza."

Sofari Anasema: Hatia Ya Ayubu Inastahili Adhabu

11 Ndipo Sofari Mnaamathi akajibu:

2 "Je, maneno haya yote yapite bila kujibiwa?
Je, huyu mnenaji athibitishwe kuwa
na haki?
3 Je, maneno yako ya upuzi yawafanye watu
wanyamaze kimya?
Je, mtu asikukemee unapofanya dhihaka?
4 Unamwambia Mungu, 'Imani yangu
ni kamili
nami ni safi mbele zako.'
5 Aha! Laiti kwamba Mungu angesema,
kwamba angefungua midomo yake
dhidi yako,
6 naye akufunulie siri za hekima,
kwa kuwa hekima ya kweli ina
pande mbili.
Ujue hili: Mungu amesahau hata baadhi
ya dhambi zako.

7 "Je, waweza kujua siri za Mungu?
Je, waweza kuyachunguza mambo yote
kumhusu Mwenyezi?
8 Ni juu mno kuliko mbingu: waweza
kufanya nini?
Kina chake ni kirefu kuliko kuzimu:
wewe waweza kujua nini?
9 Kipimo chake ni kirefu kuliko dunia,
nacho ni kipana kuliko bahari.

10 "Kama akija na kukufunga gerezani,
na kuitisha mahakama, ni nani awezaye
kumpinga?
11 Hakika anawatambua watu wadanganyifu;
naye aonapo uovu, je, haangalii?

12 Mpumbavu aweza kuwa mwenye hekima,
endapo mtoto wa punda-mwitu
atazaliwa mwanadamu.

13 "Hata sasa ukiutoa moyo wako kwake
na kumwinulia mikono yako,
14 ukiiondolea mbali ile dhambi iliyo
mkononi mwako
wala usiuruhusu uovu ukae
hemani mwako,
15 ndipo utainua uso wako bila aibu;
utasimama imara bila hofu.
16 Hakika utaisahau taabu yako,
utaikumbuka tu kama maji yaliyokwisha
kupita.
17 Maisha yako yatang'aa kuliko adhuhuri,
nalo giza litakuwa kama alfajiri.
18 Utakuwa salama, kwa kuwa lipo tumaini;
utatazama pande zote na kupumzika
kwa salama.
19 Utalala, wala hakuna atakayekuogofya,
naam, wengi watajipendekeza kwako.
20 Bali macho ya waovu hayataona,
wokovu utawaepuka;
tarajio lao litakuwa ni hangaiko
la mtu anayekata roho."

Hotuba Ya Nne Ya Ayubu

Ayubu Anajibu: Mimi Ni Mtu Wa Kuchekwa

12 Ndipo Ayubu akajibu:

2 "Bila shaka ninyi ndio watu,
nayo hekima itakoma mtakapokufa!
3 Lakini mimi ninao ufahamu kama ninyi;
mimi si duni kwenu.
Ni nani asiyejua mambo haya yote?

4 "Nimekuwa mtu wa kuchekwa
na rafiki zangu,
ingawa nilimwita Mungu naye
akanijibu:
mimi ni mtu wa kuchekwa tu,
ingawa ni mwadilifu na nisiye na hatia!
5 Wanadamu wakiwa katika utulivu huwa
na dharau kwa wale wenye msiba
kana kwamba ndiyo haki ya wale ambao
miguu yao inateleza.
6 Hema za wanyang'anyi hazisumbuliwi,
wale wanaomghadhibisha Mungu wako
salama:
wale wamchukuao mungu wao
mikononi mwao.

7 "Lakini ulizeni wanyama, nao watawafundisha,
au ndege wa angani, nao watawaambia;
8 au zungumzeni na dunia, nayo
itawafundisha,
au acheni samaki wa baharini wawape
taarifa.
9 Ni nani miongoni mwa hawa wote asiyejua
kwamba mkono wa BWANA ndio
uliofanya hili?
10 Mkononi mwake kuna uhai wa kila kiumbe,
na pumzi ya wanadamu wote.
11 Je, sikio haliyajaribu maneno
kama vile ulimi uonjavyo chakula?
12 Je, hekima haipatikani katikati ya wazee?
Je, maisha marefu hayaleti ufahamu?

13 "Hekima na nguvu ni vya Mungu;
shauri na ufahamu ni vyake yeye.
14 Kile anachokibomoa hakiwezi
kujengeka tena;
mtu aliyefungiwa naye hawezi
kufunguliwa.
15 Akizuia maji, huwa pana ukame;
akiyaachia maji, huharibu nchi.
16 Kwake kuna nguvu na ushindi;
adanganywaye na adanganyaye, wote
wawili ni wake.
17 Yeye huwaondoa washauri wakiwa
wametekwa nyara,
naye huwapumbaza wanaotoa maamuzi.
18 Huondoa pingu zilizofungwa na wafalme,
na kuwafunga mishipi ya kiunoni.
19 Huwaondoa makuhani wakiwa
wametekwa nyara,
na kuwaangusha waliojiimarisha
muda mrefu.
20 Hunyamazisha midomo ya washauri
wanaoaminika,
na kuondoa busara ya wazee.
21 Huwamwagia dharau wanaoheshimika,
na kuwavua silaha wenye nguvu.
22 Hufunua mambo ya ndani ya gizani,
na kuyaleta nuruni yale yaliyositirika sana.
23 Huyafanya mataifa yatukuke na
kuyaangamiza;
hufanya mataifa kuwa makubwa, naye
huyatawanya.
24 Huwaondolea viongozi wa nchi akili zao;
huwapeleka watangetange nyikani
pasipo na njia.
25 Hupapasa gizani pasipokuwa na mwanga;
huwafanya wapepesuke kama walevi.

13 "Macho yangu yameona hili lote,
masikio yangu yamesikia na kulielewa.
2 Hayo mnayoyajua mimi pia ninayajua;
mimi si mtu duni kuliko ninyi.
3 Lakini ninayo shauku ya kuzungumza
na Mwenyezi
na kuhojiana shauri langu na Mungu.
4 Ninyi, hata hivyo, hunipakaza uongo;
ninyi ni matabibu wasiofaa kitu,
ninyi nyote!
5 Laiti wote mngenyamaza kimya!
Kwa kuwa kwenu hilo lingekuwa hekima.
6 Sikieni sasa hoja yangu;
sikilizeni kusihi kwangu.
7 Je, mtazungumza kwa uovu kwa niaba
ya Mungu?
Je, mtazungumza kwa udanganyifu kwa
niaba yake?
8 Mtamwonyesha upendeleo?
Mtamtetea Mungu kwenye mashtaka yake?

[9] Je, ingekuwa vyema Mungu akiwahoji ninyi?
Je, mngeweza kumdanganya kama
ambavyo mngeweza kuwadanganya
wanadamu?
[10] Hakika angewakemea
kama mkiwapendelea watu kwa siri.
[11] Je, huo ukuu wake haungewatisha ninyi?
Je, hofu yake isingewaangukia ninyi?
[12] Maneno yenu ni mithali za majivu;
utetezi wenu ni ngome za udongo
wa mfinyanzi.

[13] "Nyamazeni kimya nipate kusema;
kisha na yanipate yatakayonipata.
[14] Kwa nini nijiweke mwenyewe kwenye
hatari
na kuyaweka maisha yangu mikononi
mwangu?
[15] Ingawa ataniua, bado nitamtumaini;
hakika nitazitetea njia zangu mbele zake.
[16] Naam, hili litanigeukia kuwa
wokovu wangu,
kwa maana hakuna mtu
asiyemcha Mungu
atakayethubutu kuja mbele yake!
[17] Sikilizeni maneno yangu kwa makini;
nayo masikio yenu yaingize kile
nisemacho.
[18] Sasa kwamba nimekwisha kutayarisha
mambo yangu,
ninajua mimi nitahesabiwa kuwa
na haki.
[19] Je, kuna yeyote anayeweza kuleta
mashtaka dhidi yangu?
Kama ndivyo, nitanyamaza kimya
na nife.

[20] "Ee Mungu, unijalie tu mimi haya mambo
mawili,
nami sitajificha uso wako:
[21] Ondoa mkono wako uwe mbali nami,
nawe uache kuniogofya kwa hofu
zako kuu.
[22] Niite kwenye shauri nami nitajibu,
au niache niseme, nawe upate kujibu.
[23] Ni makosa na dhambi ngapi nilizotenda?
Nionyeshe kosa langu na dhambi yangu.
[24] Kwa nini kuuficha uso wako
na kunihesabu mimi kuwa adui yako?
[25] Je, utaliadhibu jani lipeperushwalo
na upepo?
Je, utayasaka makapi makavu?
[26] Kwa kuwa unaandika mambo machungu
dhidi yangu
na kunifanya nizirithi dhambi
za ujana wangu.
[27] Umeifunga miguu yangu kwenye pingu.
Unazichunga kwa makini njia zangu zote
kwa kutia alama kwenye nyayo
za miguu yangu.

[28] "Hivyo mwanadamu huangamia kama kitu
kilichooza,
kama vazi lililoliwa na nondo.

14 "Mwanadamu aliyezaliwa na mwanamke
siku zake ni chache nazo zimejaa taabu.
[2] Huchanua kama ua kisha hunyauka;
huwa kama kivuli kipitacho upesi, wala
hadumu.
[3] Je, unamwekea jicho lako mtu kama huyo?
Je, utamleta mbele yako katika hukumu?
[4] Ni nani awezaye kutoa kitu safi kutoka kitu
najisi?
Hakuna awezaye!
[5] Siku za mwanadamu zimewekewa mpaka;
umekwisha kutangaza idadi ya miezi yake
na kuweka mpaka ambao hawezi kuuvuka.
[6] Hivyo angalia mbali umwache,
hadi awe amekamilisha muda wake
kama mtu aliyeajiriwa.

[7] "Kwa maana lipo tumaini kwa mti;
kama ukikatwa utachipuka tena,
nayo machipukizi yake mapya
hayatakoma.
[8] Mizizi yake yaweza kuchakaa ardhini
na kisiki chake kufa udongoni,
[9] lakini kwa kupata dalili ya maji utachipua
na kutoa machipukizi kama mche.
[10] Lakini mwanadamu hufa, na huo ndio
mwisho wake;
hutoa pumzi ya mwisho, naye
hayuko tena!
[11] Kama vile maji yatowekavyo katika bahari,
au mkondo wa mto ukaushwavyo
na kuwa mkavu,
[12] ndivyo mwanadamu alalavyo chini asiamke;
hadi mbingu zitakapokuwa hazipo tena,
wanadamu hawataamka au kuamshwa
kutoka kwenye usingizi wao.

[13] "Laiti kama ungenificha kaburini,[a]
na kunisitiri hadi hasira yako ipite!
Laiti ungeniwekea wakati,
na kisha ukanikumbuka!
[14] Je, kama mtu akifa, aweza kuishi tena?
Siku zote za kazi zangu ngumu
nitangojea kufanywa upya kwangu.
[15] Utaniita nami nitakuitika;
utakionea shauku kiumbe ambacho
mikono yako ilikiumba.
[16] Hakika ndipo utakapozihesabu
hatua zangu,
lakini hutazifuatia dhambi zangu.
[17] Makosa yangu yatafungiwa kwa lakiri
kwenye mfuko,
nawe utazifunika dhambi zangu.

[18] "Lakini kama mlima umomonyokavyo
na kufikichika
na kama vile mwamba uondolewavyo
mahali pake,
[19] kama maji yamalizavyo mawe,
na mafuriko yachukuavyo udongo,
ndivyo unavyoharibu tegemeo
la mwanadamu.

---

[a]13 Kaburini hapa maana yake ni Kuzimu, kwa Kiebrania ni Sheol.

[20] Humshinda mara moja kwa daima, naye
hutoweka;
waibadilisha sura yake na kumwondoa.
[21] Kama wanawe wakipewa heshima, yeye
hafahamu;
kama wakidharauliwa, yeye haoni.
[22] Yeye hasikii kingine isipokuwa maumivu
ya mwili wake mwenyewe,
naye huomboleza kwa ajili yake
mwenyewe."

Elifazi Anaongea: Ayubu Anadhoofisha Imani

15 Kisha Elifazi Mtemani akajibu:

[2] "Je, mtu mwenye hekima hujibu kwa
mawazo matupu,
au kujaza tumbo lake kwa upepo wenye
joto wa mashariki?
[3] Je, aweza kubishana juu ya maneno
yasiyofaa,
kwa hotuba zisizo na maana?
[4] Lakini unadhoofisha hata uchaji wa Mungu
na kuzuia ibada mbele za Mungu.
[5] Dhambi yako inasukuma kinywa chako,
nawe umechagua ulimi wa hila.
[6] Kinywa chako mwenyewe kinakuhukumu,
wala si changu;
midomo yako mwenyewe inashuhudia
dhidi yako.

[7] "Je, wewe ni mtu wa kwanza kuzaliwa?
Ulizaliwa kabla ya vilima?
[8] Je, wewe husikiliza mashauri ya siri
ya Mungu?
Je, wewe unaizuia hekima iwe yako
mwenyewe?
[9] Wewe unajua kitu gani tusichokijua sisi?
Unafahamu kitu gani
tusichokifahamu sisi?
[10] Wale wenye mvi na wazee wako
upande wetu,
watu ambao ni wazee hata kuliko
baba yako.
[11] Je, faraja za Mungu hazikutoshi,
au maneno yaliyosemwa kwako kwa
upole si kitu?
[12] Kwa nini moyo wako unakudanganya,
na kwa nini macho yako yanang'aa,
[13] ili kwamba upate kutoa hasira yako dhidi
ya Mungu,
na kumwaga maneno kama hayo kutoka
kinywani mwako?

[14] "Mwanadamu ni kitu gani, hata aweze
kuwa safi,
au yeye aliyezaliwa na mwanamke, hata
aweze kuwa mwadilifu?
[15] Kama Mungu hawaamini watakatifu wake,
kama hata mbingu zenyewe si safi
machoni pake,
[16] sembuse mwanadamu ambaye ni mwovu
na mpotovu,
ambaye hunywa uovu kama
anywavyo maji!

[17] "Nisikilize mimi nami nitakueleza,
acha nikuambie yale niliyoyaona,
[18] ambayo watu wenye hekima
wameyanena,
bila kuficha lolote walilopokea
toka kwa baba zao
[19] (wakati ambao wao peke yao ndio
walipewa nchi,
hakuna mgeni aliyepita miongoni
mwao):
[20] Mtu mwovu siku zake zote hupata mateso,
miaka yote aliwekewa mkorofi.
[21] Sauti za kutisha hujaa masikioni mwake;
katika kufanikiwa kwake, wanyang'anyi
humshambulia.
[22] Hukata tamaa kuokoka gizani;
amewekwa kwa ajili ya upanga.
[23] Hutangatanga, akitafuta chakula;
anajua kwamba siku ya giza iko karibu.
[24] Taabu na maumivu makuu vinamtia hofu;
humshinda kama mfalme aliye tayari
kwa vita,
[25] kwa sababu amemkunjia Mungu
ngumi yake
na kujigamba dhidi ya Mwenyezi,
[26] kwa kiburi akishambulia dhidi ya Mungu
akiwa na ngao nene, iliyo imara.

[27] "Ingawa uso wake umefunikwa na
mafuta kwa unene
na kiuno chake kimevimba kwa
kunenepa,
[28] ataishi katika miji ya magofu,
na katika nyumba ambazo haziishi
mwanadamu yeyote,
nyumba zinazokuwa vifusi.
[29] Hatatajirika tena, nao utajiri wake
hautadumu,
wala mali zake hazitakuwa nyingi
juu ya nchi.
[30] Hatatoka gizani;
mwali wa moto utanyausha
machipukizi yake,
nayo pumzi ya kinywa cha Mungu
itamwondolea mbali.
[31] Asijidanganye mwenyewe kutumainia
ubatili,
kwa kuwa hatapata malipo yoyote.
[32] Atakuwa amelipwa kikamilifu kabla
ya wakati wake,
nayo matawi yake hayatastawi.
[33] Atafanana na mzabibu uliopukutishwa
matunda yake kabla hayajaiva,
kama mzeituni unaodondosha
maua yake.
[34] Kwa kuwa jamii ya wasiomcha Mungu
watakuwa tasa,
nao moto utateketeza hema za wale
wanaopenda rushwa.
[35] Hutunga mimba ya madhara
na kuzaa uovu;
matumbo yao huumba udanganyifu."

Hotuba Ya Tano Ya Ayubu

Ayubu Anathibitisha Tena Hali Yake Ya Kutokuwa Na Hatia

16 Kisha Ayubu akajibu:

2 "Nimepata kusikia mambo mengi
kama haya,
nanyi nyote ni wafariji wenye
kutaabisha!
3 Je, maneno yenu mengi yasiyo na maana
hayana mwisho?
Mna nini hata mwendelee kushindana
kwa maneno?
4 Mimi pia ningeweza kuzungumza
kama ninyi,
kama mngekuwa katika hali yangu;
ningeweza kutoa hotuba nzuri dhidi yenu,
na kuwatikisia ninyi kichwa changu.
5 Lakini kinywa changu kingewatia moyo;
faraja kutoka midomoni mwangu,
ingewaletea nafuu.

6 "Lakini kama nikisema, maumivu yangu
bado hayatulizwi;
nami kama nikijizuia, wala hayaondoki.
7 Ee Mungu, hakika umenichakaza;
umewaangamiza kabisa watu
wa nyumbani mwangu wote.
8 Umenikunjakunja, nalo limekuwa
ushahidi;
nako kukonda kwangu kumeongezeka
sana na kushuhudia dhidi yangu.
9 Mungu amenishambulia na kunirarua
katika hasira yake,
na kunisagia meno yake;
adui yangu hunikazia macho yake
makali.
10 Watu wamenifumbulia vinywa vyao
kunidhihaki;
hunipiga shavuni mwangu kwa dharau,
na kuungana pamoja dhidi yangu.
11 Mungu amenigeuzia kwa watu wabaya,
na kunitupa katika makucha ya waovu.
12 Mambo yote yalikuwa mazuri, lakini
alinivunjavunja;
amenikamata shingo na kuniponda.
Amenifanya mimi kuwa shabaha yake;
13 wapiga upinde wake wananizunguka.
Bila huruma, huchoma figo zangu,
na kuimwaga nyongo yangu juu ya nchi.
14 Huniponda tena na tena;
hunishambulia kama shujaa wa vita.

15 "Nimejishonea nguo ya gunia juu
ya mwili wangu
nami nimekizika kipaji cha uso wangu
kwenye vumbi.
16 Uso wangu umekuwa mwekundu
kwa kulia,
macho yangu yamepigwa na giza kuu.
17 Hata hivyo mikono yangu haijafanya jeuri,
na maombi yangu ni safi.

18 "Ee nchi, usiifunike damu yangu,
nacho kilio changu
kisinyamazishwe kamwe.
19 Hata sasa shahidi wangu yuko mbinguni;
wakili wangu yuko juu.
20 Mwombezi wangu ni rafiki yangu
macho yangu yamwagapo machozi
kwa Mungu;
21 kwa niaba ya mtu anamsihi Mungu
kama mtu anavyosihi kwa ajili
ya rafiki yake.

22 "Ni miaka michache tu itapita
kabla sijaenda safari ambayo sitarudi.
17 Moyo wangu umevunjika,
siku zangu zimefupishwa,
kaburi linaningojea.
2 Hakika wenye mizaha wamenizunguka;
macho yangu yamebaki kutazama
uadui wao.

Ayubu Anaomba Msaada

3 "Ee Mungu, nipe dhamana unayodai.
Ni nani mwingine atakayeweka dhamana
kwa ajili yangu?
4 Umezifunga akili zao zisipate ufahamu,
kwa hiyo hutawaacha wapate ushindi.
5 Kama mtu akiwashutumu rafiki zake ili
apate ujira,
macho ya watoto wake yatashindwa kuona.

6 "Mungu amenifanya kitu cha dhihaka kwa
kila mtu,
mtu ambaye watu humtemea mate usoni.
7 Macho yangu yamefifia kwa ajili
ya majonzi;
umbile langu lote ni kama kivuli.
8 Watu wanyofu wanatishwa na hili;
watu wasio na hatia wanasimama dhidi
ya wasiomcha Mungu.
9 Hata hivyo, waadilifu watazishika njia zao,
nao wale wenye mikono safi wataendelea
kupata nguvu.

10 "Lakini ninyi njooni, ninyi nyote,
jaribuni tena!
Sitampata mtu mwenye hekima
miongoni mwenu.
11 Siku zangu zimepita, mipango yangu
imevunjika,
vivyo hivyo shauku za moyo wangu.
12 Watu hawa hufanya usiku kuwa mchana,
kwenye giza wao husema, 'Mwanga
u karibu.'
13 Kama nyumba pekee ninayoitarajia
ni kaburi,[a]
kama nikikitandika kitanda changu
gizani,
14 kama nikiuambia uharibifu, 'Wewe u
baba yangu,'
na kuliambia buu, 'Wewe u mama yangu'
au 'Dada yangu,'

---

[a]13 Kaburi hapa maana yake ni Kuzimu, kwa Kiebrania ni Sheol.

[15] liko wapi basi tarajio langu?
Ni nani awezaye kuona tarajio lolote kwa ajili yangu?
[16] Je, litashuka chini hadi kwenye malango ya mauti?[a]
Je, tutashuka pamoja mavumbini?"

Bildadi Anasema: Mungu Huwaadhibu Waovu

18 Bildadi Mshuhi akajibu:

[2] "Je, ni lini utafika mwisho wa maneno haya?
Uwe mwenye busara, nasi ndipo tutakapoweza kuongea.
[3] Kwa nini sisi tunafikiriwa kama wanyama,
na kuonekana wajinga machoni pako?
[4] Wewe unayejirarua mwenyewe vipande vipande
katika hasira yako,
je, dunia iachwe kwa ajili yako wewe?
Au ni lazima miamba iondolewe mahali pake?

[5] "Taa ya mwovu imezimwa,
nao mwali wa moto wake umezimika.
[6] Mwanga hemani mwake umekuwa giza;
taa iliyo karibu naye imezimika.
[7] Nguvu za hatua zake zimedhoofishwa;
shauri lake baya litamwangusha.
[8] Miguu yake imemsukumia kwenye wavu,
naye anatangatanga kwenye matundu ya wavu.
[9] Tanzi litamkamata kwenye kisigino;
mtego utamshikilia kwa nguvu.
[10] Kitanzi kimefichwa ardhini kwa ajili yake;
mtego uko kwenye njia yake.
[11] Vitisho vimemtia hofu kila upande,
na adui zake humwandama kila hatua.
[12] Janga linamwonea shauku;
maafa yako tayari kwa ajili yake aangukapo.
[13] Nayo yatakula sehemu ya ngozi yake;
mzaliwa wa kwanza wa mauti atakula maungo yake.
[14] Atang'olewa kutoka usalama wa hema lake,
na kupelekwa kwa mfalme wa vitisho.
[15] Moto utakaa katika hema lake;
moto wa kiberiti utamwagwa juu ya makao yake.
[16] Mizizi yake chini itakauka
na matawi yake juu yatanyauka.
[17] Kumbukumbu lake litatoweka katika dunia,
wala hatakuwa na jina katika nchi.
[18] Ameondolewa nuruni na kusukumiwa gizani,
naye amefukuzwa mbali atoke duniani.
[19] Hana mtoto wala mzao miongoni mwa watu wake,
wala aliyenusurika mahali alipoishi.
[20] Watu wa magharibi watashangaa yaliyompata;
watu wa mashariki watapatwa na hofu.
[21] Hakika ndivyo yalivyo makao ya mtu mwovu;
ndivyo palivyo mahali pake mtu asiyemjua Mungu."

[a]16 Malango ya mauti hapa ina maana ya Kuzimu.

Hotuba Ya Sita Ya Ayubu

Ayubu Anajibu: Najua Mkombozi Wangu Yu Hai

19 Ndipo Ayubu akajibu:

[2] "Je, mtaendelea kunitesa mpaka lini,
na kuniponda kwa maneno yenu?
[3] Mara kumi hizi mmenishutumu;
bila aibu mnanishambulia.
[4] Kama ni kweli nimepotoka,
kosa langu ninabaki kuhusika nalo mwenyewe.
[5] Kama kweli mngejitukuza wenyewe juu yangu,
na kutumia unyonge wangu dhidi yangu,
[6] basi jueni kuwa Mungu amenitendea yaliyo mabaya,
naye amekokota wavu wake kunizunguka.

[7] "Ingawa ninalia, 'Nimetendewa mabaya!'
sipati jibu;
ingawa ninaomba msaada, hakuna haki.
[8] Yeye ameizuia njia yangu hivyo siwezi kupita;
ameyafunika mapito yangu na giza.
[9] Amenivua heshima yangu,
na kuniondolea taji kichwani pangu.
[10] Amenibomoa kila upande hadi nimeisha;
ameling'oa tegemeo langu kama mti.
[11] Hasira yake imewaka juu yangu;
amenihesabu kuwa miongoni mwa adui zake.
[12] Majeshi yake yananisogelea kwa nguvu;
yamenizingira,
yamepiga kambi kulizunguka hema langu.

[13] "Amewatenga ndugu zangu mbali nami;
wale tunaojuana nao wamefarakana nami kabisa.
[14] Watu wa jamaa yangu wamekwenda mbali;
rafiki zangu wamenisahau.
[15] Wageni wangu na watumishi wangu wa kike wananiona kama mgeni;
wananitazama kama mgeni.
[16] Namwita mtumishi wangu, wala haitiki,
ingawa namwomba kwa kinywa changu mwenyewe.
[17] Pumzi ya kinywa changu ni kinyaa kwa mke wangu;
nimekuwa chukizo mno kwa ndugu zangu mwenyewe.
[18] Hata watoto wadogo hunidhihaki;
ninapojitokeza, hunifanyia mzaha.
[19] Rafiki zangu wa moyoni wote wananichukia kabisa;
wale niwapendao wamekuwa kinyume nami.
[20] Mimi nimebaki mifupa na ngozi tu;
nimeponea nikiwa karibu kufa.

[21] "Nihurumieni, rafiki zangu, kuweni na huruma,
kwa kuwa mkono wa Mungu umenipiga.

22 Kwa nini mnanifuatia kama Mungu
afanyavyo?
Hamtosheki kamwe na mwili wangu?

23 "Laiti maneno yangu yangewekwa kwenye
kumbukumbu,
laiti kwamba yangeandikwa kwenye
kitabu,
24 kwamba yangechorwa kwenye risasi kwa
kifaa cha chuma,
au kuyachonga juu ya mwamba milele!
25 Ninajua kwamba Mkombozi[a] wangu yu hai,
naye kwamba mwishoni atasimama juu
ya nchi.
26 Nami baada ya ngozi yangu kuharibiwa,
bado nikiwa na mwili huu
nitamwona Mungu;
27 mimi nitamwona kwa macho yangu
mwenyewe:
mimi, wala si mwingine.
Tazama jinsi moyo wangu
unavyomtamani sana!

28 "Kama mkisema, 'Tazama
tutakavyomwinda,
maadamu mzizi wa tatizo uko
ndani yake,'
29 ninyi wenyewe uogopeni upanga,
kwa kuwa ghadhabu italeta adhabu kwa
upanga,
nanyi ndipo mtakapojua kwamba kuna
hukumu."

Sofari Anasema: Uovu Hupokea Malipo Ya Haki

20 Ndipo Sofari Mnaamathi akajibu:

2 "Mawazo yanayonisumbua yananisukuma
kujibu,
kwa sababu nimehangaika sana.
3 Ninasikia makaripio ambayo yananivunjia
heshima,
nao ufahamu wangu unanisukuma kujibu.

4 "Hakika unajua jinsi ilivyokuwa tangu
zamani,
tangu zamani mwanadamu alipowekwa
duniani,
5 macheko ya mtu mwovu ni ya muda mfupi,
nayo furaha ya wasiomcha Mungu
hudumu kwa kitambo tu.
6 Ingawa kujikweza kwake hufikia mbinguni
na kichwa chake hugusa mawingu,
7 ataangamia milele kama mavi yake
mwenyewe.
Wale waliomwona watauliza,
'Yuko wapi?'
8 Kama ndoto hutoweka, wala
hapatikani tena,
amefukuziwa mbali kama maono
ya usiku.
9 Jicho lililomwona halitamwona tena;
mahali pake hapatamwona tena.
10 Watoto wake watalipa yote baba yao
aliyowadhulumu maskini,
nayo mikono yake itarudisha mali yote
aliyonyang'anya watu.
11 Nguvu za ujana zilizoijaza mifupa yake,
zitalala naye mavumbini.

12 "Ingawa uovu ni mtamu kinywani mwake
naye huuficha chini ya ulimi wake,
13 ingawa hawezi kukubali kuuachia uende,
lakini huuweka kinywani mwake.
14 Hata hivyo chakula chake kitakuwa
kichungu tumboni mwake,
nacho kitakuwa sumu kali ya nyoka
ndani yake.
15 Atatema mali alizozimeza;
Mungu atalifanya tumbo lake kuzitapika.
16 Atanyonya sumu za majoka;
meno ya nyoka mwenye sumu kali
yatamuua.
17 Hatafurahia vijito,
mito inayotiririsha asali na siagi.
18 Vile alivyovitaabikia atavirudisha bila
kuvila;
hatafurahia faida itokanayo
na biashara yake.
19 Kwa kuwa aliwaonea maskini na kuwaacha
pasipo kitu;
amenyang'anya kwa nguvu nyumba
asizozijenga.

20 "Hakika hatakuwa na raha katika kutamani
kwake sana;
hawezi kujiokoa mwenyewe kwa
hazina zake.
21 Hakuna chochote kitakachosalia kwa ajili
yake ili ale;
kufanikiwa kwake hakutadumu.
22 Katikati ya wingi wa ustawi wake, dhiki
itampata;
taabu itamjia kwa nguvu zote.
23 Atakapokuwa amelijaza tumbo lake,
Mungu ataionyesha ghadhabu kali
dhidi yake,
na kumnyeshea mapigo juu yake.
24 Ijapokuwa aikimbia silaha ya chuma,
mshale wa shaba utamchoma.
25 Atauchomoa katika mgongo wake,
ncha ing'aayo kutoka ini lake.
Vitisho vitakuja juu yake;
26 giza nene linavizia hazina zake.
Moto usiopepewa na mtu utamteketeza,
na kuangamiza yaliyosalia
nyumbani mwake.
27 Mbingu zitaweka wazi hatia yake,
nayo nchi itainuka kinyume chake.
28 Mafuriko yataichukua nyumba yake,
maji yaendayo kasi katika siku
ya ghadhabu ya Mungu.
29 Hili ndilo fungu Mungu
alilowagawia waovu,
urithi uliowekwa kwa ajili yao
na Mungu."

[a]25 Au: Mtetezi.

Hotuba Ya Saba Ya Ayubu

Ayubu Anajibu: Waovu Mara Nyingi Huenda Bila Kuadhibiwa

21 Ndipo Ayubu akajibu:

2 "Yasikilizeni maneno yangu kwa makini;
hii na iwe faraja mnayonipa mimi.
3 Nivumilieni ninapozungumza,
nami nikishazungumza, endeleeni kunidhihaki.

4 "Je, kwani malalamiko yangu yanaelekezwa kwa mwanadamu?
Kwa nini nisikose subira?
5 Niangalieni mkastaajabu;
mkaweke mkono juu ya vinywa vyenu.
6 Ninapowaza juu ya hili, ninaogopa,
nao mwili wangu unatetemeka.
7 Kwa nini waovu wanaendelea kuishi,
wakifikia umri wa uzee na kuendelea kuwa na nguvu?
8 Huwaona watoto wao wakithibitika
wakiwa wamewazunguka,
wazao wao mbele za macho yao.
9 Nyumba zao zi salama wala hakuna hofu;
fimbo ya Mungu haiko juu yao.
10 Madume yao ya ng'ombe huvyaza bila kushindwa kamwe;
ng'ombe wao huzaa wala hawaharibu mimba.
11 Huwatoa watoto wao nje kama kundi;
wadogo wao huchezacheza.
12 Huimba nyimbo kwa matari na kwa kinubi,
nao huifurahia sauti ya filimbi.
13 Huitumia miaka yao katika mafanikio
nao hushuka kaburini kwa amani.
14 Lakini humwambia Mungu, 'Tuache sisi!'
Hatuna haja ya kufahamu njia zako.
15 Mwenyezi ni nani hata tumtumikie?
Tutapata faida gani kumwomba?
16 Lakini kufanikiwa kwao hakupo mikononi mwao wenyewe,
hivyo najitenga mbali na shauri la waovu.

17 "Lakini ni mara ngapi taa ya waovu huzimwa?
Ni mara ngapi maafa huwajia,
yale yawapatayo ambayo Mungu huwapangia katika hasira yake?
18 Ni mara ngapi huwa kama majani makavu mbele ya upepo,
kama makapi yachukuliwayo na dhoruba?
19 Imesemekana, 'Mungu huiweka akiba adhabu ya mtu
kwa ajili ya wanawe.'
Mungu na amlipe mtu mwenyewe,
ili apate kulijua!
20 Macho yake mwenyewe na yaone maangamizi yake;
yeye na ainywe ghadhabu ya Mwenyezi.
21 Kwani anajali nini kuhusu jamaa anayoiacha nyuma,
miezi yake aliyopangiwa ifikapo mwisho?

22 "Je, yuko mtu yeyote awezaye kumfundisha Mungu maarifa,
iwapo yeye ndiye ahukumuye hata walio juu ya wote?
23 Mtu mmoja hufa akiwa na nguvu zake kamili,
akiwa salama na mwenye raha kamili,
24 mwili wake ukiwa umenawiri,
nayo mifupa yake ikiwa imejaa mafuta ndani yake.
25 Mtu mwingine hufa katika uchungu wa nafsi,
akiwa hajafurahia kamwe jambo lolote zuri.
26 Hao wote hulala mavumbini,
nao mabuu huwafunika wote.

27 "Ninayajua kikamilifu yale mnayoyafikiri,
mipango ambayo kwayo mngenitendea mabaya.
28 Mwasema, 'Iko wapi sasa nyumba ya huyo mtu mkuu,
mahema ambayo watu waovu walikaa?'
29 Je, hamkuwahi kuwauliza hao wanaosafiri?
Je, hamkutafakari taarifa zao:
30 kwamba mtu mwovu huepushwa kutoka siku ya maafa,
kwamba huokolewa kutoka siku ya ghadhabu?
31 Ni nani hulaumu matendo yake mbele ya uso wake?
Ni nani ampatilizaye kwa yale aliyoyatenda?
32 Hupelekwa kaburini,
nao ulinzi ukawekwa kwenye kaburi lake.
33 Udongo ulio bondeni ni mtamu kwake;
watu wote watamfuata,
nao umati wa watu usiohesabika umemtangulia.

34 "Hivyo ninyi mnawezaje kunifariji kwa upuzi wenu?
Hakuna kilichosalia cha majibu yenu isipokuwa uongo!"

Elifazi Anasema: Uovu Wa Ayubu Ni Mkubwa

22 Ndipo Elifazi Mtemani akajibu:

2 "Je, mwanadamu aweza kuwa wa faida kwa Mungu?
Je, hata mtu mwenye hekima aweza kumfaidi?
3 Je, Mwenyezi angefurahia nini
kama ungekuwa mwadilifu?
Au je, yeye angepata faida gani
kama njia zako zingekuwa kamilifu?

4 "Je, ni kwa ajili ya utaua wako ndiyo maana anakukemea
na kuleta mashtaka dhidi yako?
5 Je, uovu wako si mkuu?
Dhambi zako si hazina mwisho?
6 Umedai dhamana kwa ndugu zako bila sababu;
umewavua watu nguo zao,
ukawaacha uchi.

[7] Hukumpa maji aliyechoka,
nawe ulimnyima chakula mwenye njaa,
[8] ingawa ulikuwa mtu mwenye uwezo
ukimiliki nchi:
mtu uliyeheshimiwa, ukiishi ndani yake.
[9] Umewafukuza wajane mikono mitupu
na kuzivunja nguvu za yatima.
[10] Ndiyo sababu mitego imekuzunguka
pande zote,
hatari ya ghafula inakutia hofu,
[11] ndiyo sababu ni giza sana huwezi kuona,
tena ndiyo sababu mafuriko ya maji
yamekufunika.

[12] "Je, Mungu hayuko katika mbingu za juu?
Juu kuliko nyota zilizo juu sana!
[13] Hivyo wewe wasema, 'Mungu anajua nini?'
Je, yeye huhukumu katika giza
kama hilo?
[14] Mawingu mazito ni pazia lake, hivyo
hatuoni sisi
atembeapo juu ya anga la dunia.
[15] Je, utaifuata njia ya zamani,
ambayo watu waovu waliikanyaga?
[16] Waliondolewa kabla ya wakati wao,
misingi yao ikachukuliwa na mafuriko.
[17] Walimwambia Mungu, 'Tuache sisi!
Huyo Mwenyezi aweza kutufanyia nini?'
[18] Lakini ndiye alizijaza nyumba zao na vitu
vizuri,
hivyo ninajitenga mbali na mashauri
ya waovu.
[19] "Wenye haki wanaona maangamizi yao
na kufurahi,
nao wasio na hatia huwadhihaki,
wakisema,
[20] 'Hakika adui zetu wameangamizwa,
nao moto umeteketeza mali zao.'

[21] "Mjue sana Mungu ili uwe na amani,
ndipo mema yatakapokujia.
[22] Uyapokee mafundisho toka kinywani mwake,
na maneno yake uyaweke moyoni mwako.
[23] Kama ukimrudia Mwenyezi,
utarudishwa upya:
Kama ukiuondoa uovu uwe mbali
na hema lako,
[24] kama dhahabu yako ukiihesabu kama
mavumbi,
dhahabu yako ya Ofiri kama miamba
ya mabondeni,
[25] ndipo Mwenyezi atakuwa dhahabu yako,
naye atakuwa fedha yako iliyo bora.
[26] Hakika ndipo utakapojifurahisha kwa
Mwenyezi,
nawe utamwinulia Mungu uso wako.
[27] Utamwomba yeye, naye atakusikia,
nawe utazitimiza nadhiri zako.
[28] Utakusudia jambo nalo litatendeka,
nao mwanga utaangazia njia zako.
[29] Watu watakaposhushwa, nawe ukasema,
'Wainue!'
ndipo atamwokoa aliyevunjika moyo.
[30] Atamwokoa hata yule ambaye ana hatia,
ataokolewa kwa sababu ya usafi
wa mikono yako."

Hotuba Ya Nane Ya Ayubu

Ayubu Anajibu: Kulalamika Kwangu Ni Uchungu

23 Ndipo Ayubu akajibu:

[2] "Hata leo malalamiko yangu ni chungu;
mkono wake ni mzito juu yangu hata
nikiugua.
[3] Laiti ningefahamu mahali pa kumwona;
laiti ningeweza kwenda mahali akaapo!
[4] Ningeliweka shauri langu mbele zake,
na kukijaza kinywa changu na hoja.
[5] Ningejua kwamba angenijibu nini,
na kuelewa lile ambalo angelisema.
[6] Je, angenipinga kwa nguvu nyingi?
La, asingenigandamiza.
[7] Hapo mtu mwadilifu angeweka shauri lake
mbele zake,
nami ningeokolewa milele na
mhukumu wangu.

[8] "Lakini nikienda mashariki, hayupo;
nikienda magharibi, simpati.
[9] Anapokuwa kazini pande za kaskazini,
simwoni;
akigeukia kusini, nako simwoni hata
kidogo.
[10] Lakini anaijua njia niiendeayo;
akiisha kunijaribu, nitatoka kama
dhahabu.
[11] Nyayo zangu zimefuata hatua zake kwa
karibu;
nimeishika njia yake bila kukengeuka.
[12] Sijaziacha amri zilizotoka midomoni
mwake;
nimeyathamini maneno ya kinywa
chake kuliko chakula changu
cha kila siku.

[13] "Lakini yeye husimama peke yake; ni nani
awezaye kumpinga?
Yeye hufanya lolote atakalo.
[14] Hutimiliza maagizo yake dhidi yangu,
na bado anayo mipango mingi kama hiyo
ambayo ameiweka akiba.
[15] Hiyo ndiyo sababu ninaingiwa na hofu
mbele zake;
nifikiriapo haya yote ninamwogopa.
[16] Mungu ameufanya moyo wangu kuzimia;
yeye Mwenyezi amenitia hofu.
[17] Hata hivyo sijanyamazishwa na giza,
wala kwa giza nene linalofunika
uso wangu.

Ayubu Analalamikia Jeuri Duniani

24 "Kwa nini Mwenyezi asiweke nyakati kwa
ajili ya hukumu?
Kwa nini wale wamjuao wazitafute siku
kama hizo bila mafanikio?

[2] Watu husogeza mawe ya mpaka;
huchunga makundi ya wanyama
waliyonyang'anya kwa nguvu.
[3] Huwanyang'anya yatima punda wao,
na kumchukua rehani fahali wa mjane.
[4] Humsukuma mhitaji kutoka njia,
na kuwafanya maskini wote wa nchi
kulazimika kujificha.
[5] Kama punda-mwitu jangwani,
maskini huzunguka katika kazi zao za
kutafuta chakula;
mahali palipo jangwa
huwapa chakula cha watoto wao.
[6] Hukusanya chakula mashambani na
kuokota masazo
katika mashamba ya mizabibu ya waovu.
[7] Kwa kukosa nguo, usiku kucha hukaa uchi;
hawana chochote cha kujifunika baridi.
[8] Hutota kwa mvua za mlimani,
nao huikumbatia miamba kwa ajili
ya kukosa pa kujisitiri.
[9] Mtoto yatima hupokonywa matitini;
mtoto wachanga wa maskini
hunyakuliwa kwa ajili ya deni.
[10] Kwa kukosa nguo, hutembea uchi;
hubeba miganda ya ngano, lakini huwa
na njaa.
[11] Hukamua zeituni katika mawe ya kusagia;
hukanyaga mashinikizo, lakini
wanaona kiu.
[12] Kilio cha huzuni cha wanaokufa kinapaa
kutoka mjini,
nazo nafsi za waliojeruhiwa zinalilia msaada.
Lakini Mungu hamlaumu mtu yeyote
kwa kutenda mabaya.

[13] "Wako wale wanaoiasi nuru,
wasiofahamu njia zake
wala hawakai katika mapito yake.
[14] Wakati mwanga wa mchana unapotoweka,
muuaji huinuka
naye huwaua maskini na mhitaji;
wakati wa usiku hunyemelea kama mwizi.
[15] Jicho la mzinzi hungojea wakati wa giza,
naye hufikiri, 'Hakuna jicho litakaloniona,'
naye huuficha uso wake.
[16] Katika giza, huvunja majumba,
lakini wakati wa mchana hujifungia ndani;
hawataki kufanya lolote nuruni.
[17] Kwa wote hawa, giza nene ndiyo asubuhi yao;
hujifanya rafiki na vitisho vya gizani.

[18] "Lakini wao ni povu juu ya maji;
sehemu yao juu ya nchi imelaaniwa,
hivyo hakuna hata mmoja
aendaye kwenye shamba la mizabibu.
[19] Kama vile joto na hari vinyakuavyo theluji
iliyoyeyuka,
ndivyo kuzimu kuwanyakuavyo
waliotenda dhambi.
[20] Tumbo lililowazaa huwasahau,
nao huwa karamu ya mabuu;
watu waovu hawakumbukwi tena,
lakini huvunjika kama mti.
[21] Huwafanya mawindo wanawake tasa
na wasio na watoto,
nao hawaonyeshi huruma kwa wajane.
[22] Lakini Mungu huwakokota wenye nguvu
kwa uwezo wake;
ingawa wamestawi, hawana hakika
ya maisha.
[23] Aweza akawaacha wakapumzika wakijihisi
salama,
lakini macho yake yanaona njia zao.
[24] Kwa kitambo kidogo hutukuka, hatimaye
hutoweka;
hushushwa na kukusanywa kama
wengine wote,
hukatwa kama masuke ya nafaka.

[25] "Kama hili sivyo, ni nani awezaye
kunithibitisha kuwa mwongo,
na kuyafanya maneno yangu kuwa
si kitu?"

Bildadi Anasema: Mwanadamu Awezaje Kuwa Mwadilifu Mbele Za Mungu?

25 Ndipo Bildadi Mshuhi akajibu:

[2] "Mamlaka na kuheshimiwa ni vyake Mungu;
yeye huthibitisha amani katika
mbingu juu.
[3] Je, majeshi yake yaweza kuhesabika?
Ni nani asiyeangaziwa na nuru yake?
[4] Mtu awezaje kuwa mwadilifu mbele
za Mungu?
Awezaje mtu aliyezaliwa na mwanamke
kuwa safi?
[5] Ikiwa hata mwezi sio mwangavu
nazo nyota si safi machoni pake,
[6] sembuse mtu ambaye ni funza:
mwanadamu ambaye ni buu tu!"

Hotuba Ya Tisa Ya Ayubu

Ayubu Anajibu: Utukufu Wa Mungu Hauchunguziki

26 Kisha Ayubu akajibu:

[2] "Tazama jinsi ulivyomsaidia mtu asiye
na uwezo!
Jinsi ulivyouokoa mkono ulio dhaifu!
[3] Ni shauri gani ulilompa yeye asiye
na hekima?
Nayo ni busara gani kubwa uliyoonyesha!
[4] Ni nani aliyekusaidia kutamka
maneno hayo?
Nayo ni roho ya nani iliyosema kutoka
kinywani mwako?

[5] "Wafu wako katika maumivu makuu,
wale walio chini ya maji na wale waishio
ndani yake.
[6] Mauti[a] iko wazi mbele za Mungu;
Uharibifu[b] haukufunikwa.

---

[a]6 Yaani Kuzimu; Kiebrania ni Sheol.
[b]6 Kwa Kiebrania ni Abadon.

[7] Hutandaza anga la kaskazini mahali patupu;
naye huining'iniza dunia mahali pasipo
na kitu.
[8] Huyafungia maji kwenye mawingu yake,
hata hivyo mawingu hayapasuki kwa
uzito wake.
[9] Huufunika uso wa mwezi mpevu,
akitandaza mawingu juu yake.
[10] Amechora mstari wa upeo juu ya uso wa maji,
ameweka mpaka wa nuru na giza.
[11] Nguzo za mbingu nazo zatetemeka,
zinatishika anapozikemea.
[12] Kwa nguvu zake aliisukasuka bahari;
kwa hekima yake alimkata Rahabu[a]
vipande vipande.
[13] Aliisafisha anga kwa pumzi yake;
kwa mkono wake alimchoma joka
aendaye mbio.
[14] Haya ni mambo madogo tu katika
matendo yake;
tazama jinsi ulivyo mdogo mnong'ono
tunaousikia kumhusu!
Ni nani basi awezaye kuelewa
ngurumo za nguvu zake?"

Hotuba Ya Mwisho Ya Ayubu

Ayubu Anadumisha Uadilifu Wake

27 Ndipo Ayubu akaendelea na hoja yake, akasema:

[2] "Hakika kama Mungu aishivyo,
aliyeninyima haki yangu,
Mwenyezi ambaye amenifanya
nionje uchungu wa nafsi,
[3] kwa muda wote nitakaokuwa na uhai
ndani yangu,
nayo pumzi ya Mungu ikiwa puani
mwangu,
[4] midomo yangu haitanena uovu,
wala ulimi wangu hautatamka udanganyifu.
[5] Sitakubaliana nanyi kabisa kuwa mko
sahihi;
hadi nife, sitakana uadilifu wangu.
[6] Nitadumisha haki yangu wala sitaiacha;
dhamiri yangu haitanisuta muda wote
ninaoishi.

[7] "Watesi wangu wawe kama waovu,
nao adui zangu wawe kama wasio haki!
[8] Kwa maana mtu asiyemcha Mungu
analo tegemeo gani anapokatiliwa mbali,
Mungu anapouondoa uhai wake?
[9] Je, Mungu husikiliza kilio chake,
shida zimjiapo?
[10] Je, anaweza kumfurahia Mwenyezi?
Je, atamwita Mungu nyakati zote?

[11] "Nitawafundisha juu ya uweza wa Mungu;
njia za Mwenyezi sitazificha.
[12] Ninyi nyote mmeona hili wenyewe.
Ni ya nini basi mazungumzo haya yasiyo
na maana?

[13] "Hili ndilo fungu ambalo Mungu humpa
mtu mwovu,
urithi ule mtu mdhalimu anapokea
kutoka kwa Mwenyezi:
[14] Hata kama watoto wake watakuwa wengi
kiasi gani,
fungu lao ni kuuawa kwa upanga;
wazao wake hawatakuwa kamwe
na chakula cha kuwatosha.
[15] Tauni itawazika wale watakaonusurika
miongoni mwao,
nao wajane wao hawatawaombolezea.
[16] Ajapokusanya fedha nyingi kama mavumbi,
na mavazi kama malundo ya udongo
wa mfinyanzi,
[17] yale yote mtu mwovu aliyojiwekea akiba,
mwenye haki atayavaa,
naye asiye na hatia ataigawanya
fedha yake.
[18] Nyumba aijengayo ni kama utando
wa buibui,
kama kibanda alichotengeneza mlinzi.
[19] Yeye hulala akiwa tajiri, lakini ndiyo mara
ya mwisho;
afunguapo macho yake, yote
yametoweka.
[20] Vitisho humjia kama mafuriko;
dhoruba humkumba ghafula usiku.
[21] Upepo mkali wa mashariki humchukua,
naye hutoweka;
humzoa kutoka mahali pake.
[22] Humvurumisha bila huruma,
huku akikimbia kasi kukwepa
nguvu zake.
[23] Upepo humpigia makofi kwa dharau,
na kumfukuza atoke mahali pake.

Mapumziko: Imani Inakopatikana

28 "Kuna machimbo ya fedha,
na mahali dhahabu isafishwapo.
[2] Chuma hupatikana ardhini,
nayo shaba huyeyushwa kutoka mawe
ya madini.
[3] Mwanadamu hukomesha giza;
huyatafuta hadi sehemu iliyo mbali,
kwa ajili ya kuchimbua mawe yenye madini
katika giza jeusi sana.
[4] Huchimba shimo jembamba mbali na
makao ya watu,
mahali paliposahaulika na nyayo za
wanadamu;
mbali na wanadamu huning'inia
na kupembea kwa kamba.
[5] Ardhi, ambako chakula hutoka,
chini hugeuzwa kwa moto;
[6] yakuti samawi hutoka katika miamba yake,
nalo vumbi lake lina vipande vya dhahabu.
[7] Hakuna ndege awindaye aijuaye njia ile
iliyofichika,
wala hakuna jicho la mwewe lililoiona.

[a]12 Rahabu hapa ni fumbo la kumaanisha Lewiathani, mnyama mkubwa wa baharini mwenye magamba anayefanana na joka kubwa, mwenye umbo la kutisha, asiyeweza kuvuliwa.

8 Wanyama wa porini wanaotamba
hawajawahi kupakanyaga,
wala simba azungukaye huko.
9 Mikono ya mwanadamu hushambulia
miamba migumu sana,
na kuiacha wazi mizizi ya milima.
10 Hutoboa shimo refu la kupenya chini kwa
chini kwenye miamba;
macho yake huona hazina zake zote.
11 Hutafuta vyanzo vya mito
na kuvileta vitu vilivyofichika katika nuru.

12 "Lakini hekima inaweza kupatikana wapi?
Ufahamu unakaa wapi?
13 Mwanadamu hatambui thamani yake;
haiwezi kupatikana katika nchi ya
walio hai.
14 Kilindi husema, 'Haiko ndani yangu';
bahari nayo husema, 'Haiko
pamoja nami.'
15 Haiwezi kununuliwa kwa dhahabu safi
kuliko zote,
wala thamani yake haiwezi kupimwa
kwa fedha.
16 Haiwezi kununuliwa kwa dhahabu ya Ofiri,
kwa shohamu ya thamani
kubwa au yakuti samawi
ya thamani kubwa.
17 Dhahabu wala mawe maangavu haviwezi
kulinganishwa nayo,
wala haiwezi hubadilishwa na vito vya
dhahabu.
18 Marijani na yaspi hazistahili kutajwa;
thamani ya hekima ni zaidi ya akiki
nyekundu.
19 Yakuti manjano ipatikanayo Kushi haiwezi
kulinganishwa nayo,
wala haiwezi kununuliwa kwa
dhahabu safi.

20 "Ni wapi basi hekima itokako?
Ufahamu hukaa wapi?
21 Imefichika machoni pa kila kitu kilicho hai,
imesitiriwa hata kwa ndege wa angani.
22 Uharibifu na Mauti husema,
'Ni uvumi wake tu uliotufikia
masikioni mwetu.'
23 Mungu anaifahamu njia ya kuiendea
hekima
na ndiye peke yake anayefahamu
inakokaa,
24 kwa maana yeye huitazama miisho
ya dunia
na huona kila kitu chini ya mbingu.
25 Alipofanyiza nguvu za upepo
na kuyapima maji,
26 alipofanya maagizo kwa ajili ya mvua
na njia kwa ajili ya umeme wa radi,
27 ndipo alipoitazama hekima na kuikadiria
thamani yake,
akaithibitisha na kuihakikisha.
28 Naye Mungu akamwambia mwanadamu,
'Kumcha Bwana: hiyo ndiyo hekima,
nako kujitenga na uovu ndio ufahamu.' "

Ayubu Anamaliza Utetezi Wake

29 Ayubu akaendelea na hoja yake, akasema:

2 "Tazama jinsi ninavyoitamani miezi
iliyopita,
zile siku ambazo Mungu alikuwa
akinilinda,
3 wakati taa yake iliniangazia kichwani
changu,
na kwa mwanga wake Mungu nikapita
katikati ya giza!
4 Natamani siku zile nilizokuwa katika
ustawi wangu,
wakati urafiki wa Mungu wa ndani
ulipoibariki nyumba yangu,
5 wakati Mwenyezi alikuwa pamoja nami,
nao watoto wangu walikuwa
wamenizunguka,
6 wakati njia yangu ilikuwa
imenyweshewa siagi,
nao mwamba ukanimiminia vijito vya
mafuta ya zeituni.

7 "Wakati nilipokwenda kwenye lango la mji
na kuketi katika kiwanja,
8 vijana waliniona wakakaa kando,
nao wazee walioketi wakasimama;
9 wakuu wakaacha kuzungumza
na kuziba vinywa vyao kwa mikono yao;
10 wenye vyeo wakanyamazishwa,
nazo ndimi zao zikagandamana
na makaakaa ya vinywa vyao.
11 Yeyote aliyenisikia alinena mema
juu yangu,
nao walioniona walinisifu,
12 kwa sababu nilimwokoa maskini aliyeomba
msaada,
naye yatima aliyekuwa hana
wa kumsaidia.
13 Mtu aliyekuwa karibu kufa alinibariki,
nami niliufanya moyo wa mjane kuimba.
14 Niliivaa haki kama vazi langu;
uadilifu ulikuwa joho langu na kilemba
changu.
15 Nilikuwa macho ya kipofu
na miguu kwa kiwete.
16 Nilikuwa baba kwa mhitaji;
nilimtetea mgeni.
17 Niliyavunja meno makali ya waovu,
na kuwapokonya wahanga kwenye
meno yao.

18 "Nikafikiri, 'Nitafia katika nyumba yangu
mwenyewe,
nazo siku zangu zitakuwa nyingi kama
chembechembe za mchanga.
19 Mizizi yangu itafika mpaka kwenye maji,
nao umande utakaa juu ya matawi yangu
usiku kucha.
20 Utukufu wangu utabakia kuwa mpya
ndani yangu,
upinde wangu daima utaendelea kuwa
mpya mkononi mwangu.'

[21] "Watu walinisikiliza kwa tumaini,
wakingojea ushauri wangu kwa utulivu.
[22] Baada ya mimi kuzungumza,
hawakusema zaidi;
maneno yangu yaliingia masikioni mwao
kwa makini.
[23] Waliningojea kama manyunyu ya mvua
na kuyapokea maneno yangu
kama ardhi inyonyavyo mvua ya vuli.
[24] Walipokata tamaa niliwaonyesha uso
wa furaha;
nuru ya uso wangu ilikuwa ya
thamani kwao.
[25] Niliwachagulia njia na kukaa kama
mkuu wao;
niliishi kama mfalme katikati ya
majeshi yake;
nikawa kama yeye anayewafariji
waombolezaji.

30 "Lakini sasa watu wadogo kwa umri
kuniliko wananidhihaki,
watu ambao baba zao ningekataa kwa dharau
kuwaweka pamoja na mbwa wangu
wa kulinda kondoo.
[2] Nguvu za mikono yao zingekuwa na faida
gani kwangu,
kwa kuwa nguvu zao zilikuwa
zimewaishia?
[3] Wakiwa wamekonda kutokana
na kupungukiwa na kwa njaa,
walizurura usiku katika nchi kame
iliyo ukiwa.
[4] Katika vichaka walikusanya mimea
ya chumvi,
nacho chakula chao kilikuwa mizizi
ya mti wa mfagio.
[5] Walifukuzwa mbali na watu wao,
wakipigiwa kelele kama wevi.
[6] Walilazimika kuishi katika mikondo
ya vijito vilivyokauka,
kwenye majabali na mahandaki.
[7] Kwenye vichaka walilia kama punda,
na walijisongasonga pamoja kwenye
vichaka.
[8] Wao ni watoto wa wapumbavu wenye asili
ya ubaya,
waliofukuzwa watoke katika nchi.

[9] "Nao sasa wana wao wananidhihaki katika
nyimbo;
nimekuwa kitu cha dhihaka kwao.
[10] Wananichukia sana na kujitenga nami,
wala hawasiti kunitemea mate usoni.
[11] Sasa kwa kuwa Mungu ameilegeza kamba
ya upinde wangu na kunitesa,
wamekuwa huru kunitendea waonavyo.
[12] Kuume kwangu kundi linashambulia;
wao huitegea miguu yangu tanzi,
na kunizingira.
[13] Huizuia njia yangu,
nao hufanikiwa katika kuniletea maafa,
nami sina yeyote wa kunisaidia.
[14] Wananijia kama watu wapitao katika
ufa mpana;
katikati ya magofu huja na kunishambulia.
[15] Vitisho vimenifunika;
heshima yangu imetoweshwa kama
kwa upepo,
salama yangu imetoweka kama wingu.

[16] "Sasa maisha yangu yamefikia mwisho;
siku za mateso zimenikamata.
[17] Usiku mifupa yangu inachoma;
maumivu yanayonitafuna
hayatulii kamwe.
[18] Kwa uwezo wake mkuu Mungu huwa
kwangu kama nguo;
hushikamana nami kama ukosi
wa vazi langu.
[19] Yeye amenitupa kwenye matope,
nami nimekuwa kama mavumbi
na majivu.

[20] "Ee Bwana, ninakulilia wewe lakini
hunijibu;
ninasimama, nawe unanitazama tu.
[21] Wewe unanigeukia bila huruma;
unanishambulia kwa nguvu
za mkono wako.
[22] Unaninyakua na kunipeperusha
kwa upepo;
umenirusha huku na huko kwenye
dhoruba kali.
[23] Ninajua utanileta mpaka kifoni,
mahali ambapo wenye uhai wote
wamewekewa.

[24] "Hakika hakuna yeyote amshambuliaye
mhitaji,
anapoomba msaada katika shida yake.
[25] Je, sikulia kwa ajili ya wale waliokuwa
katika taabu?
Je, nafsi yangu haikusononeka kwa ajili
ya maskini?
[26] Lakini nilipotazamia mema, mabaya
yalinijia;
nilipotafuta nuru, ndipo giza lilipokuja.
[27] Kusukwasukwa ndani yangu kamwe
hakutulii;
siku za mateso zinanikabili.
[28] Ninazunguka nikiwa nimeungua, lakini
si kwa jua;
ninasimama katika kusanyiko nikiomba
msaada.
[29] Nimekuwa ndugu wa mbweha,
rafiki wa mabundi.
[30] Ngozi yangu imekuwa nyeusi nayo
inachunika;
mifupa yangu inaungua kwa homa.
[31] Kinubi changu kimegeuka kuwa
maombolezo,
nayo filimbi yangu imekuwa sauti ya kilio.

31 "Nimefanya agano na macho yangu
yasimtazame msichana kwa kumtamani.

[2] Kwa kuwa fungu la mwanadamu ni gani
kutoka kwa Mungu juu,
urithi wake kutoka kwa Mungu Mwenye
Nguvu Aliye juu?
[3] Je, si uharibifu kwa watu waovu,
maangamizi kwa wale watendao
mabaya?
[4] Je, yeye hazioni njia zangu
na kuihesabu kila hatua yangu?

[5] "Kama nimeishi katika uongo
au mguu wangu umekimbilia
udanganyifu,
[6] Mungu na anipime katika mizani
za uaminifu,
naye atajua kwamba sina hatia:
[7] kama hatua zangu zimepotoka kutoka
kwenye njia,
kama moyo wangu umeongozwa
na macho yangu,
au kama mikono yangu imetiwa unajisi,
[8] basi wengine na wale nilichokipanda,
nayo yale yote niliyootesha
na yang'olewe.

[9] "Kama moyo wangu umeshawishiwa
na mwanamke,
au kama nimevizia mlangoni mwa
jirani yangu,
[10] basi mke wangu na asage nafaka
ya mwanaume mwingine,
nao wanaume wengine walale naye.
[11] Kwa kuwa hilo lingekuwa aibu,
naam, dhambi ya kuhukumiwa.
[12] Ni moto uwakao kwa Uharibifu;[a]
ungekuwa umeng'oa mavuno yangu.

[13] "Kama ningewanyima haki watumishi
wangu wanaume au vijakazi wangu,
walipokuwa na manung'uniko
dhidi yangu,
[14] nitafanya nini Mungu atakaponikabili?
Nitamjibu nini nitakapoitwa kutoa
hesabu?
[15] Je, yeye aliyeniumba tumboni mwa
mama yangu,
si ndiye aliwaumba?
Je, si ni yeye huyo mmoja aliyetuumba sote
ndani ya mama zetu?

[16] "Ikiwa nimewanyima maskini haja zao,
au kuyaacha macho ya wajane yadhoofike,
[17] kama nimekula chakula changu
mwenyewe,
bila kuwashirikisha yatima;
[18] lakini tangu ujana wangu nimemlea yatima
kama ambavyo baba angefanya,
nami tangu kuzaliwa kwangu
nimewaongoza wajane:
[19] kama nilimwona yeyote akiteseka kwa
kukosa nguo,
au mtu mhitaji asiye na mavazi
[20] ambaye wala moyo wake haukunibariki
kwa kumpatia joto kwa mavazi
ya manyoya ya kondoo zangu,
[21] na kama nimeinua mkono wangu dhidi
ya yatima,
nikijua kuwa nina ushawishi mahakamani,
[22] basi mkono wangu na unyofoke toka
begani mwangu,
nao na uvunjike kutoka kiungio chake.
[23] Kwa kuwa niliogopa uharibifu kutoka
kwa Mungu,
nami kwa kuuogopa utukufu wake
sikuweza kufanya mambo
kama hayo.

[24] "Kama nimeweka tumaini langu kwenye
dhahabu,
au kuiambia dhahabu safi, 'Wewe ndiwe
salama yangu,'
[25] kama nimefurahia wingi wa utajiri wangu,
ustawi ambao mikono yangu ilikuwa
imepata,
[26] kama nimelitazama jua katika
kung'aa kwake
au mwezi ukienda kwa fahari yake,
[27] hivyo moyo wangu kushawishiwa kwa siri,
au kubusu mkono wangu kwa
kuviheshimu,
[28] basi hiyo pia ingekuwa dhambi
ya kuhukumiwa,
kwa kuwa ningekuwa si mwaminifu kwa
Mungu aishiye juu sana.

[29] "Kama nimeshangilia msiba wa adui yangu,
au kutazama kwa furaha taabu iliyomjia,
[30] lakini sikuruhusu kinywa changu kufanya
dhambi
kwa kuomba laana dhidi ya maisha yake;
[31] kama watu wa nyumbani mwangu kamwe
hawakusema,
'Ni nani ambaye hajashibishwa na nyama
ya Ayubu?'
[32] Lakini hakuna mgeni aliyelala njiani,
kwa maana mlango wangu ulikuwa wazi
kwa msafiri;
[33] kama nimeifunika dhambi yangu kama
wanadamu wengine wafanyavyo,
kwa kuficha hatia yangu moyoni mwangu,
[34] kwa sababu ya kuogopa umati wa watu,
na hivyo kuwa na hofu ya kudharauliwa
na jamaa,
nikanyamaza kimya nisitoke nje
ya mlango:

[35] ("Laiti kama angekuwepo mtu wa kunisikia!
Tazama sasa ninatia sahihi kwenye
utetezi wangu:
Mwenyezi na anijibu;
mshtaki wangu na aweke mashtaka yake
kwenye maandishi.
[36] Hakika ningeyavaa begani mwangu,
ningeyavaa kama taji.
[37] Ningempa hesabu ya kila hatua yangu,
ningemwendea kama mwana wa mfalme.)

[a]12 Kwa Kiebrania ni Abadon (Ay 26:6; Mit 15:11).

38 "Kama nchi yangu inalia dhidi yangu,
na mifereji yake yote imelowana kwa machozi,
39 kama nimekula mazao yake bila malipo,
au kuvunja mioyo ya wapangaji wake,
40 basi miiba na iote badala ya ngano,
na magugu badala ya shayiri."

Mwisho wa maneno ya Ayubu.

Sehemu Ya Tatu: Mazungumzo Ya Elihu

Elihu Awakemea Rafiki Za Ayubu

1 Basi watu hawa watatu wakaacha kumjibu
Ayubu, kwa kuwa alikuwa mwadilifu machoni pake
mwenyewe. 2 Lakini Elihu mwana wa Barakeli, wa
kabila la Buzi wa jamaa ya Ramu, akamkasirikia
sana Ayubu, kwa sababu ya kujihesabia haki mwe-
nyewe badala ya Mungu. 3 Pia aliwakasirikia hao
rafiki watatu wa Ayubu, kwa sababu hawakuweza
kupata njia ya kuthibitisha ya kuwa hayo maneno
ya Ayubu hayakuwa ya kweli, nao bado walikuwa
wamemlaumu. 4 Basi Elihu alikuwa amesubiri kwa-
nza waongee na Ayubu kwa sababu walikuwa na
umri mkubwa kumliko yeye. 5 Lakini alipoona watu
hao watatu hawakuwa na kitu zaidi cha kusema,
hasira yake ikaamka.
6 Basi Elihu mwana wa Barakeli wa kabila la Buzi
akasema:

"Mimi ni mdogo kwa umri,
nanyi ni wazee;
ndiyo sababu niliogopa,
sikuthubutu kuwaambia kile ninachojua.
7 Nilifikiri, 'Yafaa umri useme,
nao wingi wa miaka ungefundisha hekima.'
8 Lakini ni Roho iliyoko ndani ya mwanadamu,
pumzi ya Mwenyezi, ndiyo impayo yeye ufahamu.
9 Sio wazee peke yao walio na hekima,
sio wenye umri mkubwa peke yao
wanaofahamu lililo sawa.

10 "Kwa hiyo nasema: Nisikilizeni mimi;
mimi nami nitawaambia lile ninalojua.
11 Nilingojea mlipokuwa mnaongea,
nilizisikiliza hoja zenu;
mlipokuwa mkitafuta maneno ya kusema,
12 niliwasikiliza kwa makini.
Lakini hakuna hata mmoja wenu
aliyethibitisha kwamba Ayubu amekosa;
hakuna hata mmoja wenu
aliyeweza kujibu hoja zake.
13 Msiseme, 'Tumepata hekima;
Mungu na amthibitishe kuwa mwongo,
wala si mwanadamu.'
14 Lakini Ayubu hajayapanga maneno yake
dhidi yangu,
nami sitamjibu kwa kutumia hoja zenu.

15 "Wametiwa hofu na hawana la zaidi la kusema;
maneno yamewaishia.
16 Je, ningoje sasa kwa sababu wamekuwa kimya,
kwa vile sasa wanasimama bila kuwa na la kujibu?
17 Mimi nami nitakuwa na la kusema;
mimi nami nitasema lile nilijualo.
18 Kwa kuwa nimejawa na maneno,
nayo Roho iliyomo ndani yangu yanisukuma;
19 ndani yangu niko kama chupa
iliyojazwa divai,
kama kiriba kipya cha divai kilicho tayari kupasuka.
20 Ni lazima niseme ili niweze kutulia;
ni lazima nifumbue midomo yangu
nipate kujibu.
21 Sitampendelea mtu yeyote,
wala sitajipendekeza kwa mtu yeyote;
22 kwa kuwa kama ningekuwa stadi wa
kujipendekeza,
Muumba wangu angeniondolea mbali kwa upesi.

Elihu Anamkemea Ayubu

33 "Lakini Ayubu, sasa, sikiliza maneno yangu;
zingatia kila kitu nitakachosema.
2 Karibu nitafungua kinywa changu;
maneno yangu yapo katika ncha ya ulimi wangu.
3 Maneno yangu yanatoka katika moyo mnyofu;
midomo yangu hunena kwa uaminifu
yale niyajuayo.
4 Roho wa Mungu ameniumba;
pumzi ya Mwenyezi hunipa uhai.
5 Unijibu basi, kama unaweza;
jiandae kunikabili mimi.
6 Mimi ni kama wewe mbele za Mungu;
mimi pia nimetolewa kwenye udongo.
7 Huna sababu ya kuniogopa,
wala mkono wangu haupaswi kukulemea.

8 "Lakini umesema nikiwa ninakusikia,
nami nilisikia maneno yenyewe:
9 'Mimi ni safi na sina dhambi;
mimi ni safi na sina hatia.
10 Lakini bado Mungu amepata dosari kwangu,
naye ananiona kama adui yake.
11 Ananifunga miguu kwa pingu,
tena anaziangalia njia zangu zote kwa karibu.'

12 "Lakini mimi ninakuambia, katika jambo
hili wewe una makosa,
kwa maana Mungu ni mkuu kuliko mwanadamu.
13 Kwa nini unamlalamikia
kwamba yeye hamjibu mwanadamu?
14 Kwa kuwa Mungu husema, wakati huu kwa njia moja,
au wakati mwingine kwa njia nyingine,
ingawa mwanadamu anaweza asielewe.

[15] Mungu husema na mwanadamu
katika ndoto,
katika maono ya usiku,
wakati usingizi mzito uwaangukiapo
wanadamu wasinziapo vitandani mwao,
[16] anaweza akasemea masikioni mwao,
na kuwatia hofu kwa maonyo,
[17] ili kumgeuza mtu kutoka kwenye kutenda
mabaya
na kumwepusha na kiburi,
[18] kuiokoa nafsi yake na shimo,
uhai wake usiangamizwe kwa upanga.
[19] Mtu anaweza kutiwa adabu kwa maumivu
kitandani mwake,
kwa dhiki za mfululizo katika
mifupa yake,
[20] kiasi kwamba maisha yake yenyewe
yanakataa chakula
nayo nafsi yake ikakichukia kabisa hata
chakula kizuri.
[21] Nyama ya mwili wake huisha kwa kukonda,
nayo mifupa yake ambayo mwanzoni
ilikuwa imefichika,
sasa inatokeza nje.
[22] Nafsi yake inakaribia kaburi,
nao uhai wake karibu na wajumbe wa kifo.

[23] "Kama bado kuna malaika upande wake
kama mtetezi, mmoja miongoni mwa elfu,
wa kumwambia mwanadamu lililo
jema kwake,
[24] kumwonea huruma na kusema,
'Mwokoe asije akatumbukia shimoni;
nimepata ukombozi kwa ajili yake':
[25] ndipo nyama ya mwili wake hufanywa
mpya kama ya mtoto;
hurudishwa upya kama siku za ujana wake.
[26] Humwomba Mungu, akapata kibali kwake,
huuona uso wa Mungu na kushangilia
kwa furaha;
Mungu humrudisha katika hali yake
ya uadilifu.
[27] Ndipo huja mbele za watu na kusema,
'Nilitenda dhambi na kupotosha
kilichokuwa haki,
lakini sikuadhibiwa kama nilivyostahili.
[28] Alinikomboa nafsi yangu nisitumbukie
shimoni,
nami nitaishi ili kuufurahia mwanga.'

[29] "Mungu hufanya haya yote kwa
mwanadamu;
mara mbili hata mara tatu,
[30] ili aigeuze nafsi yake toka shimoni,
ili nuru ya uzima imwangazie.

[31] "Ayubu, zingatia, nisikilize mimi;
nyamaza, nami nitanena.
[32] Kama unalo lolote la kusema, unijibu;
sema, kwa maana ninataka uonekane
huna hatia.
[33] Lakini kama huna la kusema, basi
nisikilize mimi;
nyamaza, nami nitakufundisha hekima."

Elihu Anatangaza Haki Ya Mungu

34 Kisha Elihu akasema:

[2] "Sikieni maneno yangu, enyi watu wenye
hekima;
nisikilizeni mimi, ninyi watu wenye
maarifa.
[3] Kwa kuwa sikio huyajaribu maneno
kama vile ulimi uonjavyo chakula.
[4] Tujichagulie wenyewe yaliyo sawa,
nasi tujifunze pamoja yaliyo mema.

[5] "Ayubu anasema, 'Mimi sina hatia,
lakini Mungu ameninyima haki yangu.
[6] Ingawa niko sawa,
ninaonekana mwongo;
nami ingawa sina kosa,
kidonda changu hakiponi.'
[7] Ni mtu gani aliye kama Ayubu,
anywaye dharau kama maji?
[8] Ashirikianaye na watenda mabaya
na kuchangamana na watu waovu.
[9] Kwa kuwa anasema, 'Haimfaidi mwanadamu
kitu chochote
anapojitahidi kumpendeza Mungu.'

[10] "Hivyo nisikilizeni mimi, ninyi watu wenye
ufahamu.
Kamwe Mungu hatendi uovu,
Mwenyezi hafanyi kosa.
[11] Humlipa mwanadamu kwa ajili ya lile
alilotenda;
huleta juu yake kile ambacho matendo
yake yanastahili.
[12] Ni jambo lisiloweza kufikiriwa kwamba
Mungu angefanya makosa,
kwamba Mwenyezi angepotosha hukumu.
[13] Je, ni nani aliyemtawaza juu ya dunia?
Ni nani aliyemweka kuwa mwangalizi
wa ulimwengu wote?
[14] Kama lilikuwa kusudi la Mungu,
naye akaiondoa Roho yake na
pumzi yake,
[15] wanadamu wote wangeliangamia kwa
pamoja,
na mtu angerudi mavumbini.

[16] "Kama ninyi mnaufahamu, sikieni hili;
sikilizeni hili nisemalo.
[17] Je, yeye aichukiaye haki aweza kutawala?
Je, utamhukumu mwenye haki, Aliye
na Nguvu Zote?
[18] Je, si ni yeye awaambiaye wafalme, 'Ninyi
hamfai kitu,'
nao watu mashuhuri, 'Ninyi ni waovu,'
[19] yeye asiyependelea wakuu,
wala haonyeshi upendeleo kwa matajiri
kuliko maskini,
kwa kuwa wote ni kazi ya mikono yake?
[20] Wanakufa ghafula, usiku wa manane;
watu wanatikiswa nao hupita;
wenye nguvu huondolewa
bila mkono wa mwanadamu.

21 "Macho yake yanazitazama njia za
wanadamu;
anaona kila hatua yao.
22 Hakuna mahali penye giza nene, wala uvuli
mkubwa,
ambapo watenda mabaya wanaweza
kujificha.
23 Mungu hana haja ya kumchunguza mtu sana,
ili apate kuja mbele zake kwa hukumu.
24 Bila kuuliza huwapondaponda wenye
nguvu nyingi
na kuwaweka wengine mahali pao.
25 Kwa sababu huyaangalia matendo yao yote,
huwaondoa usiku, nao wakaangamia.
26 Anawaadhibu kwa ajili ya uovu wao
mahali ambapo kila mmoja ataweza
kuwaona,
27 kwa sababu wameacha kumfuata Mungu,
nao hawakuiheshimu njia yake hata moja.
28 Wamesababisha kilio cha maskini kifike
mbele zake,
hivyo akasikia kilio cha wahitaji.
29 Lakini kama akinyamaza kimya,
ni nani awezaye kumhukumu?
Kama akiuficha uso wake,
ni nani awezaye kumwona?
Ikiwa ni taifa au mtu mmoja, kwake ni sawa,
30 ili kumzuia mtu mwovu kutawala,
au wale ambao huwategea watu mitego.

31 "Kama mwanadamu akimwambia Mungu,
'Nimekosa lakini sitatenda dhambi tena.
32 Nifundishe nisichoweza kuona;
kama nimekukosea, sitafanya hivyo tena.'
33 Je basi, Mungu atakulipa kwa masharti yako,
wakati wewe umekataa kutubu?
Yakupasa wewe uamue, wala si mimi;
sasa niambie lile ulijualo.

34 "Wanadamu wenye ufahamu husema,
wenye hekima wanaonisikia huniambia,
35 'Ayubu huongea bila maarifa;
maneno yake hayana busara.'
36 Laiti Ayubu angejaribiwa hadi kikomo cha
mwisho,
kwa sababu anajibu kama mtu mwovu!
37 Kwenye dhambi yake huongeza uasi;
kwa dharau hupiga makofi miongoni
mwetu,
na kuzidisha maneno yake dhidi ya Mungu."

Elihu Analaumu Mtu Kujiona Kuwa Mwenye Haki

35 Ndipo Elihu akasema:

2 "Je, unadhani hili ni haki?
Wewe unasema, 'Nina haki mbele
za Mungu.'
3 Bado unamuuliza, 'Ni faida gani nimepata,
na imenifaidi nini kwa kutokutenda
dhambi?'

4 "Ningependa nikujibu wewe
pamoja na marafiki zako walio
pamoja nawe.
5 Tazama juu mbinguni ukaone;
yaangalie mawingu yaliyo juu sana
juu yako.
6 Je, ukitenda dhambi, inamdhuruje Mungu?
Kama dhambi zako zikiwa nyingi,
hilo linamfanyia nini Mungu?
7 Kama wewe ni mwadilifu, unampa nini,
au yeye anapokea nini mkononi kwako?
8 Uovu wako unamdhuru tu mtu mwingine
kama wewe,
nayo haki yako inawafaa wanadamu tu.

9 "Wanadamu hulia kwa kulemewa
na mateso;
huomba msaada kutoka mkono
wenye nguvu.
10 Lakini hakuna asemaye, 'Yuko wapi Mungu
Muumba wangu,
yeye anifanyaye niimbe usiku,
11 yeye atufundishaye sisi zaidi kuliko
wanyama wa dunia,
na kutufanya wenye hekima kuliko
ndege wa angani?'
12 Yeye hajibu wakati watu waliapo
kwa sababu ya kiburi cha watu waovu.
13 Naam, Mungu hasikilizi maombi yao
ya ubatili;
Mwenyezi hayazingatii.
14 Si zaidi sana kwamba hatakusikiliza
wewe usemapo humwoni,
tena ya kwamba shauri lako liko
mbele zake
na wewe lazima umngojee,
15 pia zaidi, kwamba hasira yake kamwe
haiadhibu
wala haangalii uovu hata kidogo?
16 Hivyo Ayubu hufumbua kinywa chake kwa
maneno yasiyo na maana;
anaongea maneno mengi bila maarifa."

Elihu Atukuza Wema Wa Mungu

36 Elihu akaendelea kusema:

2 "Nivumilie kidogo zaidi nami
nitakuonyesha
kwamba yako mengi zaidi ya kusemwa
kwa ajili ya Mungu.
3 Ninayapata maarifa yangu kutoka mbali,
nami nitamhesabia haki Muumba wangu.
4 Uwe na hakika kwamba maneno yangu
si ya uongo;
mmoja aliye mkamilifu katika maarifa
yuko pamoja na wewe.

5 "Mungu ni mwenye nguvu, lakini
hamdharau mwanadamu;
ni mwenye nguvu, naye ni thabiti katika
shauri lake.
6 Hawaachi waovu waendelee kuishi,
bali huwapa walioteswa haki yao.
7 Yeye haondoi macho yake kwa wenye haki;
huwaketisha penye viti vya enzi pamoja
na wafalme
na kuwatukuza milele.

[8] Lakini ikiwa watu wamefungwa kwenye
minyororo,
wakiwa wameshikiliwa na kamba
za mateso,
[9] huwaonyesha yale waliyoyatenda,
kwamba wametenda dhambi kwa
majivuno.
[10] Huwafanya wao kusikia maonyo,
na huwaagiza kutubu uovu wao.
[11] Kama wakitii na kumtumikia,
wataishi siku zao zilizobaki katika
mafanikio,
na miaka yao katika utoshelevu.
[12] Lakini wasiposikiliza,
wataangamia kwa upanga,
nao watakufa pasipo maarifa.

[13] "Wasiomcha Mungu moyoni mwao
huficha chuki;
hata anapowafunga, hawamwombi
msaada.
[14] Wanakufa wangali vijana,
miongoni mwa wanaume hanithi
wa mahali pa kuabudia miungu.
[15] Bali wao wanaoteseka huwaokoa katika
mateso yao,
na kuzungumza nao katika dhiki zao.

[16] "Yeye anakubembeleza utoke katika
mataya ya dhiki,
ili kukuweka mahali palipo na nafasi
mbali na kizuizi,
hadi kwenye meza yako ya faraja iliyojaa
vyakula vizuri.
[17] Lakini sasa umelemewa na hukumu kwa
ajili ya uovu;
hukumu na haki vimekukamata.
[18] Uwe mwangalifu ili yeyote asikushawishi
kwa utajiri;
usipotoshwe kwa fungu kubwa la rushwa.
[19] Je, utajiri wako hata nguvu zako nyingi
vinaweza kukusaidia usiingie
kwenye dhiki?
[20] Usiutamani usiku uje,
ili uwaburute watu mbali na nyumba zao.
[21] Jihadhari usigeukie uovu,
ambao unaupenda zaidi kuliko mateso.

[22] "Mungu ametukuzwa katika nguvu zake.
Ni nani aliye mwalimu kama yeye?
[23] Ni nani aliyemwelekeza katika njia zake,
au kumwambia, 'Wewe umetenda
yasiyo sawa'?
[24] Kumbuka kuzitukuza kazi zake,
ambazo watu wamezisifu katika wimbo.
[25] Wanadamu wote wameiona;
watu wanaikazia macho kwa mbali.
[26] Tazama jinsi Mungu alivyo mkuu,
kupita ufahamu wetu!
Hesabu ya miaka yake haitafutiki.

[27] "Yeye huvuta juu matone ya maji,
ayachujayo kama mvua kutoka kwenye
vijito;
[28] mawingu huangusha chini maji yake,
nayo mvua nyingi huwanyeshea wanadamu.
[29] Ni nani ajuaye jinsi ayatandazavyo
mawingu,
jinsi angurumavyo kutoka
hemani mwake.
[30] Tazama jinsi anavyotandaza umeme
wa radi kumzunguka,
naye huvifunika vilindi vya bahari.
[31] Hivi ndivyo atawalavyo mataifa,
na kuwapa chakula kwa wingi.
[32] Huujaza mkono wake kwa umeme wa radi,
na kuuagiza kulenga shabaha yake.
[33] Ngurumo zake hutangaza dhoruba inayokuja;
hata mifugo hujulisha kukaribia kwake.[a]

37 "Kwa hili moyo wangu unatetemeka,
nao unaruka kutoka mahali pake.
[2] Sikiliza! Sikiliza ngurumo ya sauti yake,
sauti ya ngurumo itokayo
kinywani mwake.
[3] Huuachilia umeme wake wa radi chini
ya mbingu yote
na kuupeleka hata miisho ya dunia.
[4] Baada ya hayo huja sauti ya ngurumo yake;
Mungu hunguruma kwa sauti yake
ya fahari.
Wakati sauti yake ingurumapo tena,
huuachilia umeme wake wa radi.
[5] Sauti ya Mungu hunguruma kwa namna
za ajabu;
yeye hutenda mambo makuu kupita
ufahamu wetu.
[6] Huiambia theluji, 'Anguka juu ya dunia,'
nayo manyunyu ya mvua, 'Uwe mvua
ya nguvu.'
[7] Ili wanadamu wote aliowaumba wapate
kujua kazi zake,
yeye humzuilia kila mtu shughuli zake.
[8] Wanyama hujificha;
hubakia kwenye mapango yao.
[9] Dhoruba hutoka katika chumba chake,
baridi hutoka katika upepo uendao kasi.
[10] Pumzi ya Mungu hutoa barafu,
eneo kubwa la maji huganda.
[11] Huyasheheneza mawingu kwa maji,
naye husambaza umeme wake wa radi
kupitia hayo.
[12] Nayo mawingu huzungukazunguka pande
zote kwa amri yake,
juu ya uso wa dunia yote,
kufanya lolote ayaamuruyo.
[13] Huleta mawingu ili kuadhibu wanadamu,
au kuinyeshea dunia yake na kuonyesha
upendo wake.

[14] "Ayubu, sikiliza hili;
nyamaza na uyafikiri maajabu ya Mungu.
[15] Je, unajua jinsi Mungu anavyoyaongoza
mawingu,
na kufanya umeme wake wa radi utoe
mwanga?

[a]33 Au: hutangaza kuja kwake.

16 Je, wajua jinsi mawingu yanavyokaa yakiwa
yametulia,
hayo maajabu yake yeye aliye mkamilifu
katika maarifa?
17 Wewe unayeshindwa na joto katika nguo zako
wakati nchi imenyamazishwa kimya bila
upepo wa kusini,
18 je, waweza kuungana naye katika
kuzitandaza anga,
zilizo ngumu kama kioo cha shaba
ya kuyeyushwa?
19 "Tuambieni yatupasayo kumwambia;
hatuwezi kutayarisha shauri letu kwa
sababu ya ujinga wetu.
20 Je, aambiwe kwamba nataka kuongea?
Je, yuko mtu ambaye angeomba
kumezwa?
21 Basi hakuna awezaye kulitazama jua,
jinsi linavyong'aa angani,
upepo ukishafagia mawingu.
22 Kutoka kaskazini yeye huja na fahari kuu;
Mungu huja katika utukufu wa kutisha.
23 Yeye Mwenyezi hatuwezi kumfikia, naye
ametukuzwa katika uweza;
katika hukumu zake na haki yake kuu,
hataonea.
24 Kwa hiyo, wanadamu mheshimuni,
kwa kuwa yeye hamstahi yeyote
anayejidhania kuwa ana hekima."

Sehemu Ya Nne: Mungu Anazungumza

Bwana Anamjibu Ayubu

1 Kisha Bwana akamjibu Ayubu kutoka upepo
wa kisulisuli. Akasema:

2 "Nani huyu atiaye mashauri yangu giza
kwa maneno yasiyo na maarifa?
3 Jikaze kama mwanaume;
nitakuuliza swali,
nawe unijibu.

4 "Ulikuwa wapi nilipoweka misingi ya dunia?
Niambie, kama unafahamu.
5 Ni nani aliyeweka alama vipimo vyake?
Hakika wewe unajua!
Ni nani aliyenyoosha kamba ya kupimia
juu yake?
6 Je, misingi yake iliwekwa juu ya nini,
au ni nani aliyeweka jiwe la pembeni,
7 wakati nyota za asubuhi zilipoimba pamoja,
na malaika wote walipokuwa wakipiga
kelele kwa furaha?

8 "Ni nani aliyeifungia bahari milango
ilipopasuka kutoka tumbo,
9 nilipoyafanya mawingu kuwa vazi lake,
na kuyafungia katika giza nene,
10 nilipoamuru mipaka yake,
na kuiweka milango yake na makomeo
mahali pake,
11 nilipisema, 'Unaweza kufika mpaka hapa
wala si zaidi;
hapa ndipo mawimbi yako yenye kiburi
yatakapokomea'?

12 "Umepata kuiamrisha asubuhi ipambazuke,
au kuyaonyesha mapambazuko
mahali pake,
13 yapate kushika miisho ya dunia,
na kuwakung'uta waovu waliomo?
14 Dunia hubadilika kama udongo
wa mfinyanzi chini ya lakiri;
sura yake hukaa kama ile ya vazi.
15 Waovu huzuiliwa nuru yao,
nao mkono wao ulioinuliwa huvunjwa.

16 "Je, umepata kufika kwenye chemchemi
za bahari?
Au kutembea mahali pa ndani pa vilindi?
17 Umewahi kuonyeshwa malango ya mauti?
Umewahi kuiona milango ya uvuli
wa mauti?
18 Je, wewe unafahamu ukubwa wa dunia?
Niambie kama unajua haya yote.

19 "Njia ya kufika kwenye makao ya nuru
ni ipi?
Nako maskani mwa giza ni wapi?
20 Je, unaweza kuvirudisha kwenye
makao yake?
Unajua njia za kufika maskani mwake?
21 Hakika unajua, kwa kuwa ulikuwa
umeshazaliwa!
Kwani umeishi miaka mingi!

22 "Je, umeshawahi kuingia katika ghala
za theluji,
au kuona ghala za mvua ya mawe,
23 ambazo nimeziweka akiba kwa ajili
ya wakati wa taabu,
na kwa ajili ya wakati wa vita
na mapigano?
24 Ni ipi njia iendayo mahali umeme wa radi
unapotawanyiwa,
au mahali upepo wa mashariki
unaposambaziwa juu ya dunia?
25 Ni nani aliyepasua mifereji kwa ajili ya maji
mengi ya mvua yaendayo kasi
na njia ya umeme wa radi,
26 ili kusababisha mvua kunyeshea mahali
pasipokaliwa na mtu,
jangwa lisilo na yeyote ndani yake,
27 ili kuitosheleza nchi ya ukiwa na jangwa,
na majani yaanze kumea ndani yake?
28 Je, mvua ina baba?
Ni nani baba azaaye matone ya umande?
29 Barafu inatoka tumbo la nani?
Ni nani azaaye ukungu kutoka mbinguni,
30 wakati maji yawapo magumu kama jiwe,
wakati uso wa vilindi vya maji
unapoganda?

31 "Je, waweza kuufunga mnyororo wa Kilimia?
Waweza kulegeza kamba za Orioni?

32 Waweza kuyaongoza makundi ya nyota
kwa majira yake,
au kuongoza Dubu na watoto wake?
33 Je, unajua sheria zinazotawala mbingu?
Waweza kuweka utawala wa Mungu
duniani?

34 "Waweza kuiinua sauti yako mpaka
mawinguni,
na kujifunika mwenyewe na gharika
ya maji?
35 Je, wewe hutuma umeme wa radi kwenye
njia zake?
Je, hutoa taarifa kwako kukuambia, 'Sisi
tuko hapa'?
36 Ni nani aliyeujalia moyo hekima
au kuzipa akili ufahamu?
37 Nani mwenye hekima ya kuyahesabu
mawingu?
Ni nani awezaye kuinamisha magudulia
ya mbinguni
38 wakati mavumbi yawapo magumu,
na mabonge ya udongo kushikamana
pamoja?

39 "Je, utamwindia simba jike mawindo,
na kuwashibisha simba wenye njaa
40 wakati wao wamejikunyata mapangoni mwao,
au wakivizia kichakani?
41 Ni nani ampaye kunguru chakula
wakati makinda yake yanamlilia Mungu,
yakizungukazunguka kwa ajili ya kukosa
chakula?

39 "Je, wajua ni wakati gani mbuzi wa
mlimani wanapozaa?
Je, watambua ni wakati gani kulungu jike
azaapo mtoto wake?
2 Je, waweza kuhesabu miezi hadi wazaapo?
Je, unajua majira yao ya kuzaa?
3 Wao hujiinamisha na kuzaa watoto wao;
utungu wa kuzaa unakoma.
4 Watoto wao hustawi na kuongezeka nguvu
nyikani;
huenda zao wala hawarudi tena.

5 "Ni nani aliyemwachia punda-mwitu
awe huru?
Ni nani aliyezifungua kamba zake?
6 Nimempa nchi isiyokaliwa na watu kuwa
masikani yake,
nchi ya chumvi kuwa makao yake.
7 Huzicheka ghasia za mji,
wala hasikii kelele za mwendesha gari.
8 Huzunguka vilimani kwa ajili ya malisho
na kutafuta kila kitu kibichi.

9 "Je, nyati atakubali kukutumikia?
Atakaa karibu na hori lako usiku?
10 Je, waweza kumfungia kwenye matuta
kwa kamba?
Je, atalima mabonde nyuma yako?
11 Je, utamtumainia kwa ajili ya nguvu zake
nyingi?
Utamwachia yeye kazi zako nzito?
12 Utaweza kumwamini akuletee nafaka yako
nyumbani
kutoka shambani na kuikusanya kwenye
sakafu yako ya kupuria?

13 "Mbuni hupigapiga mabawa yake kwa furaha,
lakini hayawezi kulinganishwa
na mabawa na manyoya ya korongo.
14 Huyataga mayai yake juu ya ardhi,
na kuyaacha yapate joto mchangani,
15 bila kujali kuwa mguu waweza kuyaponda,
kwamba baadhi ya wanyama wa porini
wanaweza kuyakanyaga.
16 Yeye huyafanyia makinda yake ukatili kama
vile si yake;
hajali kwamba taabu yake inaweza
ikawa bure,
17 kwa kuwa Mungu hakumjalia hekima,
wala hakumpa fungu la akili njema.
18 Lakini akunjuapo mabawa yake kukimbia,
humcheka farasi pamoja na yeye
aliyempanda.

19 "Je, wewe humpa farasi nguvu
au kuivika shingo yake manyoya marefu?
20 Je, wewe humfanya farasi aruke
kama nzige,
akistaajabisha kwa tishio la mlio wake
wa majivuno?
21 Huparapara bila woga, akizifurahia
nguvu zake,
husonga mbele kukabiliana na silaha.
22 Huicheka hofu, haogopi chochote,
wala haukimbii upanga.
23 Podo hutoa sauti kando yake,
pamoja na mkuki unaong'aa na fumo.
24 Bila woga na kwa ghadhabu huimeza nchi,
wala tarumbeta iliapo yeye hawezi
kusimama.
25 Asikiapo sauti ya baragumu yeye hulia, 'Aha!'
Hunusa harufu ya vita toka mbali,
sauti ya mtoa amri na ukelele wa vita.

26 "Je, mwewe huruka kwa hekima yako
na kuyakunjua mabawa yake kuelekea
kusini?
27 Je, tai hupaa juu kwa amri yako
na kujenga kiota chake mahali pa juu?
28 Huishi juu ya miamba mirefu na kukaa
huko usiku;
majabali yenye ncha kali ndiyo
ngome yake.
29 Kutoka huko hutafuta chakula chake;
macho yake hukiona kutoka mbali.
30 Makinda yake hujilisha damu,
na pale palipo na machinjo, ndipo
yeye alipo."

40 BWANA akamwambia Ayubu:

2 "Je, mwenye kushindana na Mwenyezi
aweza kumsahihisha?
Mwenye kumlaumu Mungu na ajibu."

3 Ndipo Ayubu akamjibu BWANA:
4 "Mimi sistahili kabisa: ninawezaje
kukujibu wewe?
Nauweka mkono wangu juu ya kinywa
changu.
5 Nimesema mara moja, lakini sina jibu;
naam, nimesema mara mbili,
lakini sitasema tena."

6 Ndipo BWANA akasema na Ayubu kutoka upepo
wa kisulisuli:

7 "Jikaze kama mwanaume;
nitakuuliza maswali, nawe yakupasa
unijibu.

8 "Je, utabatilisha hukumu yangu?
Utanilaumu mimi ili kujihesabia haki
mwenyewe?
9 Je, una mkono kama wa Mungu,
nawe waweza kutoa sauti ya ngurumo
kama yake?
10 Basi jivike mwenyewe utukufu na fahari,
nawe uvae heshima na enzi.
11 Fungulia ukali wa ghadhabu yako,
mtafute kila mwenye kiburi umshushe,
12 mwangalie kila mtu mwenye kiburi
na umnyenyekeze,
waponde waovu mahali wasimamapo.
13 Wazike wote mavumbini pamoja;
wafunge nyuso zao kaburini.
14 Ndipo mimi mwenyewe nitakukubalia
kuwa mkono wako mwenyewe wa kuume
unaweza kukuokoa.

15 "Mwangalie mnyama aitwaye
Behemothi,[a]
niliyemuumba kama nilivyokuumba
wewe,
anayekula majani kama ng'ombe.
16 Tazama basi nguvu alizo nazo kwenye
viuno vyake,
uwezo alio nao kwenye misuli
ya tumbo lake!
17 Mkia wake hutikisika kama mwerezi;
mishipa ya mapaja yake imesukwa
pamoja.
18 Mifupa yake ni bomba za shaba,
maungo yake ni kama fito za chuma.
19 Yeye ni wa kwanza miongoni mwa kazi
za Mungu,
lakini Muumba wake anaweza
kumsogelea kwa upanga wake.
20 Vilima humletea yeye mazao yake,
nao wanyama wote wa porini hucheza
karibu naye.
21 Hulala chini ya mimea ya yungiyungi,
katika maficho ya matete kwenye
matope.
22 Hiyo mimea ya yungiyungi humficha
kwenye vivuli vyake;
miti mirefu karibu na kijito
humzunguka.
23 Wakati mto ufurikapo, yeye hapati
mshtuko wa hofu;
yeye yu salama, hata kama Yordani
ingefurika hadi kwenye
kinywa chake.
24 Je, mtu yeyote anaweza kumkamata yeye
akiwa macho,
au kumnasa kwa mtego na kutoboa
pua yake?

41 "Je, waweza kumvua Lewiathani[b] kwa
ndoano ya samaki,
au kufunga ulimi wake kwa kamba?
2 Waweza kupitisha kamba puani mwake,
au kutoboa taya lake kwa kulabu?
3 Je, ataendelea kukuomba umhurumie?
Atasema nawe maneno ya upole?
4 Je, atafanya agano nawe ili umtwae
awe mtumishi wako maisha
yake yote?
5 Je, utamfuga na kumfanya rafiki
kama ndege,
au kumfunga kamba kwa ajili
ya wasichana wako?
6 Je, wafanyabiashara watabadilishana
bidhaa kwa ajili yake?
Watamgawanya miongoni mwa wafanyao
biashara?
7 Je, waweza kuijaza ngozi yake kwa vyuma
vyenye ncha kali,
au kichwa chake kwa mkuki wa kuvulia
samaki?
8 Kama ukiweka mkono wako juu yake,
utavikumbuka hivyo vita na kamwe
hutarudia tena!
9 Tumaini lolote la kumtiisha
ni kujidanganya;
kule kumwona tu kunamwangusha
mtu chini.
10 Hakuna yeyote aliye mkali athubutuye
kumchokoza.
Ni nani basi awezaye kusimama
dhidi yangu?
11 Ni nani mwenye madai dhidi yangu ili
nipate kumlipa?
Kila kitu kilicho chini ya mbingu
ni mali yangu.

12 "Sitashindwa kunena juu ya maungo yake,
nguvu zake na umbo lake zuri.
13 Ni nani awezaye kumvua gamba lake
la nje?
Ni nani awezaye kumsogelea na lijamu?
14 Nani athubutuye kuufungua mlango
wa kinywa chake,
kilichozungukwa na meno yake
ya kutisha pande zote?

[a]15 Huyu alikuwa mnyama wa nyakati za zamani ambaye hajulikani hasa ni gani.

[b]1 Lewiathani ni mnyama mkubwa wa baharini mwenye magamba anayefanana na joka kubwa, mwenye umbo la kutisha, asiyeweza kuvuliwa.

[15] Mgongo wake una safu za ngao
zilizoshikamanishwa imara
pamoja;
[16] kila moja iko karibu sana na mwenzake,
wala hakuna hewa iwezayo kupita
kati yake.
[17] Zimeunganishwa imara kila moja
na nyingine;
zimeng'ang'aniana pamoja wala
haziwezi kutenganishwa.
[18] Akipiga chafya mwanga humetameta;
macho yake ni kama mionzi
ya mapambazuko.
[19] Mienge iwakayo humiminika kutoka
kinywani mwake;
cheche za moto huruka nje.
[20] Moshi hufuka kutoka puani mwake,
kama kutoka kwenye chungu
kinachotokota kwa moto
wa matete.
[21] Pumzi yake huwasha makaa ya mawe,
nayo miali ya moto huruka kutoka
kinywani mwake.
[22] Nguvu hukaa katika shingo yake;
utisho hutangulia mbele yake.
[23] Mikunjo ya nyama yake imeshikamana
imara pamoja;
iko imara na haiwezi kuondolewa.
[24] Kifua chake ni kigumu kama mwamba,
kigumu kama jiwe la chini la kusagia.
[25] Ainukapo, mashujaa wanaogopa;
hurudi nyuma mbele yake anapokwenda
kwa kishindo.
[26] Upanga unaomfikia haumdhuru,
wala mkuki au mshale wala fumo.
[27] Chuma hukiona kama unyasi,
na shaba kama mti uliooza.
[28] Mishale haimfanyi yeye akimbie;
mawe ya kombeo kwake ni kama
makapi.
[29] Rungu kwake huwa kama kipande cha
jani kavu;
hucheka sauti za kugongana kwa
mkuki.
[30] Sehemu zake za chini kwenye tumbo
zina menomeno na mapengo kama
vigae vya chungu,
zikiacha mburuzo kwenye matope
kama chombo chenye meno cha
kupuria.
[31] Huvisukasuka vilindi kama sufuria
kubwa ichemkayo,
na kukoroga bahari kama chungu
cha marhamu.
[32] Anapopita nyuma yake huacha mkondo
unaometameta;
mtu angedhani vilindi vilikuwa na mvi.
[33] Hakuna chochote duniani
kinacholingana naye:
yeye ni kiumbe kisicho na woga.
[34] Yeye huwatazama chini wale wote wenye
kujivuna;
yeye ni mfalme juu ya wote wenye
kiburi."

Sehemu Ya Tano

Ayubu Anamjibu Bwana

[1] Ndipo Ayubu akamjibu Bwana:

[2] "Ninajua ya kuwa unaweza kufanya
mambo yote,
wala hakuna mpango wako unaoweza
kuzuilika.
[3] Uliuliza, 'Ni nani huyu afichaye mashauri
yangu bila maarifa?'
Hakika nilisema juu ya mambo
niliyokuwa siyaelewi,
mambo ya ajabu mno kwangu mimi kuyajua.

[4] "Ulisema, 'Sikiliza sasa, nami nitanena;
nitakuuliza swali, nawe yakupasa kunijibu.'
[5] Masikio yangu yalikuwa yamesikia
habari zako,
lakini sasa macho yangu yamekuona.
[6] Kwa hiyo najidharau mwenyewe,
na kutubu katika mavumbi na majivu."

Mwisho: Marafiki Wa Ayubu Wanafedheheshwa

[7] Baada ya Bwana kusema mambo haya yote
na Ayubu, akamwambia Elifazi Mtemani, "Nina
hasira juu yako na juu ya rafiki zako wawili, kwa
sababu hamkusema yaliyo sawa kwa habari yangu,
kama alivyosema mtumishi wangu Ayubu. [8] Basi
sasa chukueni mafahali saba na kondoo dume
saba mkamwendee mtumishi wangu Ayubu
nanyi mkatoe sadaka za kuteketezwa kwa ajili
yenu wenyewe. Mtumishi wangu Ayubu ataomba
kwa ajili yenu, nami nitayakubali maombi yake
ili nisiwatendee sawasawa na upumbavu wenu.
Ninyi hamkusema yaliyo sawa kwa habari yangu,
kama alivyosema mtumishi wangu Ayubu." [9] Kwa
hiyo Elifazi Mtemani, Bildadi Mshuhi, na Sofari
Mnaamathi wakafanya kama Bwana alivyowaa-
mbia; naye Bwana akayakubali maombi ya Ayubu.
[10] Baada ya Ayubu kuwaombea rafiki zake,
Bwana akamwondoa kwenye uteka, akamfanikisha
tena naye akampa mara mbili ya vile alivyokuwa
navyo hapo mwanzoni. [11] Ndipo ndugu zake wote
waume kwa wake na kila mtu aliyemfahamu mwa-
nzoni, wakaja wakala pamoja naye katika nyumba
yake. Wakamfariji na kumtuliza moyo juu ya taabu
yote Bwana aliyoileta juu yake, nao kila mmoja
akampa kipande cha fedha na pete ya dhahabu.
[12] Bwana akaibariki sehemu ya mwisho ya mai-
sha ya Ayubu kuliko ile ya kwanza. Alikuwa na
kondoo elfu kumi na nne, ngamia elfu sita, jozi za
mafahali elfu moja, na punda wa kike elfu moja.
[13] Tena alikuwa na wana saba na binti watatu.
[14] Binti wa kwanza aliitwa Yemima, wa pili Kesia
na wa tatu Keren-Hapuki. [15] Hapakuwepo mahali
popote katika nchi ile yote palipopatikana wana-
wake wazuri kama binti za Ayubu; naye baba yao
akawapa urithi pamoja na ndugu zao.
[16] Baada ya hili Ayubu akaishi miaka 140; aka-
waona wanawe na wana wa wanawe hata kizazi cha
nne. [17] Hivyo Ayubu akafa, akiwa mzee aliyekuwa
ameshiba siku.

ZABURI

KITABU CHA KWANZA
(Zaburi 1–41)

Zaburi 1
Furaha Ya Kweli

1 Heri mtu yule ambaye
haendi katika shauri la watu waovu,
wala hasimami katika njia ya wenye dhambi,
au kuketi katika baraza la wenye mizaha.
2 Bali huifurahia sheria ya Bwana,
naye huitafakari hiyo sheria usiku na mchana.
3 Mtu huyo ni kama mti uliopandwa
kando ya vijito vya maji,
ambao huzaa matunda kwa majira yake
na majani yake hayanyauki.
Lolote afanyalo hufanikiwa.

Huzuni Ya Waovu

4 Sivyo walivyo waovu!
Wao ni kama makapi
yapeperushwayo na upepo.
5 Kwa hiyo waovu hawatastahimili hukumu,
wala wenye dhambi katika kusanyiko la
wenye haki.
6 Kwa maana Bwana huziangalia njia za
mwenye haki,
bali njia ya waovu itaangamia.

Zaburi 2
Mfalme Aliyechaguliwa Na Mungu

1 Kwa nini mataifa wanashauriana kufanya
mabaya,
na kabila za watu kula njama bure?
2 Wafalme wa dunia wanajipanga
na watawala wanajikusanya pamoja
dhidi ya Bwana
na dhidi ya Mpakwa Mafuta wake.
3 Wanasema, "Tuvunje minyororo yao
na kuvitupilia mbali vifungo vyao."

4 Yeye atawalaye mbinguni hucheka,
Bwana huwadharau.
5 Kisha huwakemea katika hasira yake
na kuwaogopesha katika ghadhabu yake,
akisema,
6 "Nimemtawaza Mfalme wangu
juu ya Sayuni, mlima wangu mtakatifu."

Ushindi Wa Mfalme

7 Nitatangaza amri ya Bwana:
Yeye aliniambia, "Wewe ni Mwanangu,
leo mimi nimekuzaa.
8 Niombe, nami nitayafanya mataifa
kuwa urithi wako,
miisho ya dunia kuwa milki yako.
9 Utawatawala kwa fimbo ya chuma
na kuwavunjavunja kama chombo cha
mfinyanzi."

10 Kwa hiyo, ninyi wafalme, kuweni na hekima;
mwonyeke, enyi watawala wa dunia.
11 Mtumikieni Bwana kwa hofu
na mshangilie kwa kutetemeka.
12 Mbusu Mwana, asije akakasirika
nawe ukaangamizwa katika njia yako,
kwa maana hasira yake inaweza kuwaka
ghafula.
Heri wote wanaomkimbilia.

Zaburi 3
Sala Ya Asubuhi Ya Kuomba Msaada

Zaburi ya Daudi.
Alipomkimbia mwanawe Absalomu.

1 Ee Bwana, tazama adui zangu
walivyo wengi!
Ni wengi kiasi gani wanaoinuka
dhidi yangu!
2 Wengi wanasema juu yangu,
"Mungu hatamwokoa."

3 Lakini wewe, Ee Bwana, ni ngao pande zote;
umeniwekea utukufu na kuinua kichwa
changu.
4 Ninamlilia Bwana kwa sauti kuu,
naye ananijibu kutoka mlima wake
mtakatifu.

5 Ninajilaza na kupata usingizi;
naamka tena, kwa maana Bwana
hunitegemeza.
6 Sitaogopa makumi elfu ya adui,
wanaojipanga dhidi yangu kila upande.

7 Ee Bwana, amka!
Niokoe, Ee Mungu wangu!
Wapige adui zangu wote kwenye taya,
vunja meno ya waovu.

8 Kwa maana wokovu watoka kwa Bwana.
Baraka yako na iwe juu ya watu wako.

Zaburi 4
Sala Ya Jioni Ya Kuomba Msaada

Kwa mwimbishaji. Kwa ala za nyuzi za muziki.
Zaburi ya Daudi.

1 Nijibu nikuitapo,
Ee Mungu wangu mwenye haki!
Nipumzishe katika shida zangu;
nirehemu, usikie ombi langu.

[2] Enyi watu, mtabadilisha utukufu wangu
kuwa aibu mpaka lini?
Mtapenda udanganyifu
na kufuata miungu ya uongo mpaka lini?
[3] Fahamuni hakika kwamba BWANA
amewatenga
wale wamchao kwa ajili yake;
BWANA atanisikia nimwitapo.

[4] Katika hasira yako, usitende dhambi.
Mkiwa vitandani mwenu, mtulie kimya
mkiichunguza mioyo yenu.
[5] Toeni dhabihu zilizo haki;
mtegemeeni BWANA.

[6] Wengi wanauliza, "Ni nani awezaye
kutuonyesha jema lolote?"
Ee BWANA, tuangazie nuru ya uso wako.
[7] Wewe umejaza moyo wangu kwa
furaha kubwa
kuliko watu waliopata nafaka na divai
kwa wingi.
[8] Nitajilaza chini na kulala kwa amani,
kwa kuwa wewe peke yako, Ee BWANA,
waniwezesha kukaa kwa salama.

Zaburi 5

Sala Kwa Ajili Ya Ulinzi Wakati Wa Hatari

Kwa mwimbishaji.
Kwa filimbi. Zaburi ya Daudi.

[1] Ee BWANA, tegea sikio maneno yangu,
uangalie kupiga kite kwangu.
[2] Sikiliza kilio changu ili unisaidie,
Mfalme wangu na Mungu wangu,
kwa maana kwako ninaomba.
[3] Asubuhi, unasikia sauti yangu, Ee BWANA;
asubuhi naleta haja zangu mbele zako,
na kusubiri kwa matumaini.

[4] Wewe si Mungu unayefurahia uovu,
kwako mtu mwovu hataishi.
[5] Wenye kiburi hawawezi kusimama
mbele yako,
unawachukia wote watendao mabaya.
[6] Unawaangamiza wasemao uongo.
BWANA huwachukia
wamwagao damu na wadanganyifu.

[7] Lakini mimi, kwa rehema zako kuu,
nitakuja katika nyumba yako,
kwa unyenyekevu, nitasujudu
kuelekea Hekalu lako takatifu.
[8] Niongoze katika haki yako, Ee BWANA,
kwa sababu ya adui zangu,
nyoosha njia yako mbele yangu.

[9] Hakuna neno kinywani mwao linaloweza
kuaminika,
mioyo yao imejaa maangamizi.
Koo lao ni kaburi lililo wazi,
kwa ndimi zao, wao hunena
udanganyifu.

[10] Uwatangaze kuwa wenye hatia,
Ee Mungu!
Hila zao ziwe anguko lao wenyewe.
Wafukuzie mbali kwa sababu ya dhambi
zao nyingi,
kwa kuwa wamekuasi wewe.

[11] Lakini wote wakimbiliao kwako
na wafurahi,
waimbe kwa shangwe daima.
Ueneze ulinzi wako juu yao,
ili wale wapendao jina lako
wapate kukushangilia.
[12] Kwa hakika, Ee BWANA, unawabariki
wenye haki,
unawazunguka kwa wema wako
kama ngao.

Zaburi 6

Sala Kwa Ajili Ya Msaada Wakati Wa Taabu

Kwa mwimbishaji.
Kwa ala za nyuzi za muziki.
Mtindo wa sheminithi.[a] Zaburi ya Daudi.

[1] Ee BWANA, usinikemee katika hasira yako,
wala usiniadhibu katika ghadhabu yako.
[2] Unirehemu BWANA,
kwa maana nimedhoofika;
Ee BWANA, uniponye,
kwa maana mifupa yangu
ina maumivu makali.
[3] Nafsi yangu ina uchungu mwingi.
Mpaka lini, Ee BWANA, mpaka lini?

[4] Geuka Ee BWANA, unikomboe,
uniokoe kwa sababu ya fadhili zako.
[5] Hakuna mtu anayekukumbuka
akiwa amekufa.
Ni nani awezaye kukusifu
akiwa kuzimu?

[6] Nimechakaa kwa kulia kwa huzuni;
usiku kucha nafurikisha
kitanda changu kwa machozi;
nimelowesha viti vyangu vya fahari
kwa machozi.
[7] Macho yangu yamedhoofika kwa
kuhuzunika,
yamedhoofika kwa sababu ya adui
zangu wote.

[8] Kaeni mbali nami, ninyi nyote mtendao
mabaya,
kwa maana BWANA amesikia kulia
kwangu.
[9] BWANA amesikia kilio changu kwa huruma,
BWANA amekubali sala yangu.
[10] Adui zangu wote wataaibika na kufadhaika,
watarudi nyuma kwa aibu ya ghafula.

---

[a] *Sheminithi* ni mtajo mmojawapo katika lugha ya uimbaji.

Zaburi 7

Sala Ya Mtu Anayedhulumiwa

Ombolezo la Daudi kwa BWANA kwa sababu ya Kushi, Mbenyamini.

1 Ee BWANA, Mungu wangu,
ninakukimbilia wewe,
uniokoe na kunikomboa na wote
wanaonifuatia,
2 la sivyo watanirarua kama simba
na kunichana vipande vipande, asiwepo
wa kuniokoa.

3 Ee BWANA, Mungu wangu, kama
nimetenda haya
na kuna hatia mikononi mwangu,
4 au ikiwa nimemtenda uovu aliye
na amani nami,
au nimemnyang'anya adui yangu pasipo
sababu,
5 basi adui anifuatie na kunipata,
auponde uhai wangu ardhini
na kunilaza mavumbini.

6 Amka kwa hasira yako, Ee BWANA,
inuka dhidi ya ghadhabu ya adui zangu.
Amka, Mungu wangu, uamue haki.
7 Kusanyiko la watu na likuzunguke.
Watawale kutoka juu.
8 BWANA na awahukumu kabila za watu.
Nihukumu Ee BWANA,
kwa kadiri ya haki yangu,
kwa kadiri ya uadilifu wangu,
Ewe Uliye Juu Sana.
9 Ee Mungu mwenye haki,
uchunguzaye mawazo na mioyo,
komesha ghasia za waovu
na ufanye wenye haki waishi kwa amani.

10 Ngao langu ni Mungu Aliye Juu Sana,
awaokoaye wanyofu wa moyo.
11 Mungu ni mwamuzi mwenye haki,
Mungu aghadhibikaye kila siku.
12 Kama hakutuhurumia,
atanoa upanga wake,
ataupinda na kuufunga uzi upinde wake.
13 Ameandaa silaha zake kali,
ameweka tayari mishale yake ya moto.

14 Yeye aliye na mimba ya uovu
na achukuaye mimba ya ghasia
huzaa uongo.
15 Yeye achimbaye shimo na kulifukua
hutumbukia katika shimo alilochimba
mwenyewe.
16 Ghasia azianzishazo humrudia mwenyewe,
ukatili wake humrudia kichwani.

17 Nitamshukuru BWANA kwa ajili
ya haki yake,
na nitaliimbia sifa jina la BWANA Aliye
Juu Sana.

Zaburi 8

Utukufu Wa Mungu Na Heshima Ya Mwanadamu

Kwa mwimbishaji. Mtindo wa gitithi. Zaburi ya Daudi.

1 Ee BWANA, Bwana wetu,
tazama jinsi lilivyo tukufu jina lako
duniani mwote!

Umeuweka utukufu wako
juu ya mbingu.
2 Midomoni mwa watoto wachanga
na wanyonyao
umeamuru sifa,
kwa sababu ya watesi wako,
kumnyamazisha adui na mlipiza kisasi.
3 Nikiziangalia mbingu zako,
kazi ya vidole vyako,
mwezi na nyota,
ulizoziratibisha,
4 mwanadamu ni kitu gani hata unamfikiria,
binadamu ni nani hata unamjali?
5 Umemfanya chini kidogo kuliko viumbe
wa mbinguni,
ukamvika taji ya utukufu na heshima.

6 Umemfanya mtawala juu ya kazi za
mikono yako;
umeweka vitu vyote chini ya miguu yake.
7 Mifugo na makundi yote pia,
naam, na wanyama wa kondeni,
8 ndege wa angani na samaki wa baharini,
naam, kila kiogeleacho katika njia
za bahari.

9 Ee BWANA, Bwana wetu,
tazama jinsi lilivyo tukufu jina lako
duniani mwote!

Zaburi 9[a]

Shukrani Kwa Mungu Kwa Ajili Ya Haki Yake

Kwa mwimbishaji. Mtindo wa muth-labeni.[b] Zaburi ya Daudi.

1 Ee BWANA, nitakutukuza kwa moyo
wangu wote,
nitayasimulia matendo yako yote ya ajabu.
2 Nitafurahi na kushangilia ndani yako.
Nitaliimbia sifa jina lako, Ewe Uliye
Juu Sana.

3 Adui zangu wamerudi nyuma,
wamejikwaa na kuangamia mbele zako.
4 Kwa maana umetetea haki yangu
na msimamo wangu;
umeketi kwenye kiti chako cha enzi,
ukihukumu kwa haki.

[a]Zaburi hii ikiunganishwa na ya 10 zimetungwa kila beti likianzia na herufi ya alfabeti ya Kiebrania zikifuatana tangu Aleph (A) hadi Taw (T); zote ni 22.
[b]Muth-labeni ni mtajo mmojawapo katika lugha za muziki.

[5] Umekemea mataifa na kuwaangamiza waovu;
umeyafuta majina yao milele na milele.
[6] Uharibifu usiokoma umempata adui,
umeing'oa miji yao;
hata kumbukumbu lao limetoweka.

[7] BWANA anatawala milele,
ameweka kiti chake cha enzi apate
kuhukumu.
[8] Mungu atahukumu ulimwengu kwa haki,
atatawala mataifa kwa haki.
[9] BWANA ni kimbilio la watu wanaoonewa,
ni ngome imara wakati wa shida.
[10] Wote wanaolijua jina lako
watakutumaini wewe,
kwa maana wewe BWANA,
hujawaacha kamwe wakutafutao.

[11] Mwimbieni BWANA sifa, amefanywa
mtawala Sayuni,
tangazeni miongoni mwa mataifa, yale
aliyoyatenda.
[12] Kwa maana yeye alipizaye kisasi cha damu
hukumbuka,
hapuuzi kilio cha wanaoonewa.

[13] Ee BWANA, tazama jinsi walivyo wengi adui
zangu wanaonitesa!
Nihurumie, uniinue kutoka malango
ya mauti,
[14] ili niweze kutangaza sifa zako
katika malango ya Binti Sayuni
na huko niushangilie wokovu wako.
[15] Mataifa wameanguka kwenye shimo
walilolichimba,
miguu yao imenaswa kwenye wavu
waliouficha.
[16] BWANA anajulikana kwa haki yake,
waovu wamenaswa katika kazi za
mikono yao.

[17] Waovu wataishia kuzimu,
naam, mataifa yote wanaomsahau Mungu.
[18] Lakini mhitaji hatasahaulika siku zote,
wala matumaini ya walioonewa hayatapotea.

[19] Ee BWANA, inuka, usimwache binadamu
ashinde.
Mataifa na yahukumiwe mbele zako.
[20] Ee BWANA, wapige kwa hofu,
mataifa na yajue kuwa wao ni watu tu.

Zaburi 10[a]

Sala Kwa Ajili Ya Haki

[1] Kwa nini, Ee BWANA, unasimama mbali?
Kwa nini unajificha wakati wa shida?

[2] Katika kiburi chake, mwovu humtesa maskini,
waovu na wanaswe katika hila
wanazozitunga.
[3] Hujivunia tamaa za moyo wake;
humbariki mlafi na kumtukana BWANA.
[4] Katika kiburi chake, mwovu
hamtafuti Mungu,
katika mawazo yake yote
hakuna nafasi ya Mungu.
[5] Njia zake daima hufanikiwa;
hujivuna na amri zako ziko mbali naye,
huwacheka kwa dharau adui zake wote.
[6] Anajisemea mwenyewe, "Hakuna
kitakachonitikisa,
daima nitakuwa na furaha,
kamwe sitakuwa na shida."
[7] Kinywa chake kimejaa laana, uongo
na vitisho;
shida na ubaya viko chini ya ulimi wake.
[8] Huvizia karibu na vijiji;
kutoka mafichoni huwanasa wasio
na hatia,
akivizia wapitaji.
[9] Huvizia kama simba aliye mawindoni;
huvizia kumkamata mnyonge,
huwakamata wanyonge na kuwaburuza
katika wavu wake.
[10] Mateka wake hupondwa, huzimia;
wanaanguka katika nguvu zake.
[11] Anajisemea mwenyewe, "Mungu
amesahau,
huficha uso wake na haoni kabisa."

[12] Inuka BWANA! Inua mkono wako,
Ee Mungu.
Usiwasahau wanyonge.
[13] Kwa nini mtu mwovu anamtukana Mungu?
Kwa nini anajiambia mwenyewe,
"Hataniita nitoe hesabu?"
[14] Lakini wewe, Ee Mungu, unaona shida
na huzuni,
umekubali kuyapokea mkononi mwako.
Mhanga anajisalimisha kwako,
wewe ni msaada wa yatima.
[15] Vunja mkono wa mtu mwovu na mbaya,
mwite atoe hesabu ya maovu yake
ambayo yasingejulikana.

[16] BWANA ni Mfalme milele na milele,
mataifa wataangamia watoke
nchini mwake.
[17] Unasikia, Ee BWANA, shauku
ya wanaoonewa,
wewe huwatia moyo, na kusikiliza
kilio chao,
[18] ukiwatetea yatima na walioonewa,
ili mwanadamu, ambaye ni udongo,
asiogopeshe tena.

Zaburi 11

Kumtumaini BWANA

Kwa mwimbishaji. Zaburi ya Daudi.

[1] Kwa BWANA ninakimbilia,
unawezaje basi kuniambia:
"Ruka kama ndege kwenye mlima wako.

---

[a]Zaburi hii ikiunganishwa na ya 9 zimetungwa kila beti likianzia na herufi ya alfabeti ya Kiebrania zikifuatana tangu Aleph (A) hadi Taw (T); zote ni 22.

2 Hebu tazama, waovu wanapinda pinde zao,
huweka mishale kwenye uzi wake,
wakiwa gizani ili kuwapiga
wale wanyofu wa moyo.
3 Wakati misingi imeharibiwa,
mwenye haki anaweza kufanya nini?"

4 BWANA yuko ndani ya Hekalu lake takatifu;
BWANA yuko kwenye kiti chake cha enzi
mbinguni.
Huwaangalia wana wa watu,
macho yake yanawajaribu.
5 BWANA huwajaribu wenye haki,
lakini waovu na wanaopenda jeuri,
nafsi yake huwachukia.
6 Atawanyeshea waovu makaa ya moto mkali
na kiberiti kinachowaka,
upepo wenye joto kali ndio fungu lao.

7 Kwa kuwa BWANA ni mwenye haki,
yeye hupenda haki.
Wanyofu watauona uso wake.

Zaburi 12

Kuomba Msaada

Kwa mwimbishaji. Mtindo wa sheminithi. Zaburi ya Daudi.

1 BWANA tusaidie, kwa kuwa wacha Mungu
wametoweka;
waaminifu wametoweka miongoni mwa
wanadamu.
2 Kila mmoja humwambia jirani yake uongo;
midomo yao ya hila huzungumza kwa
udanganyifu.

3 BWANA na akatilie mbali midomo yote
ya hila
na kila ulimi uliojaa majivuno,
4 ule unaosema, "Kwa ndimi zetu tutashinda;
midomo ni mali yetu, bwana wetu
ni nani?"

5 "Kwa sababu ya uonevu wa wanyonge
na kulia kwa uchungu kwa wahitaji,
nitainuka sasa," asema BWANA.
"Nitawalinda kutokana na wale
wenye nia mbaya juu yao."
6 Maneno ya BWANA ni safi,
kama fedha iliyosafishwa katika tanuru,
iliyosafishwa mara saba.

7 Ee BWANA, utatuweka salama
na kutulinda na kizazi hiki milele.
8 Watu waovu huenda wakiringa kila mahali
wakati ambapo yule aliye mbaya sana
ndiye anayeheshimiwa miongoni
mwa watu.

Zaburi 13

Sala Ya Kuomba Msaada

Kwa mwimbishaji. Zaburi ya Daudi.

1 Mpaka lini, Ee BWANA? Je, utanisahau
milele?
Utanificha uso wako mpaka lini?
2 Nitapambana na mawazo yangu
mpaka lini,
na kila siku kuwa na majonzi moyoni
mwangu?
Adui zangu watanishinda mpaka lini?

3 Nitazame, unijibu, Ee BWANA
Mungu wangu.
Yatie nuru macho yangu,
ama sivyo nitalala usingizi wa mauti.
4 Adui yangu atasema, "Nimemshinda,"
nao adui zangu watashangilia
nitakapoanguka.

5 Lakini ninategemea upendo wako
usiokoma;
moyo wangu unashangilia katika
wokovu wako.
6 Nitamwimbia BWANA,
kwa kuwa amekuwa mwema kwangu.

Zaburi 14

Uovu Wa Wanadamu

Kwa mwimbishaji. Zaburi ya Daudi.

1 Mpumbavu anasema moyoni mwake,
"Hakuna Mungu."
Wameharibika, matendo yao ni maovu
kabisa;
hakuna hata mmoja atendaye mema.

2 BWANA anawachungulia wanadamu chini
kutoka mbinguni
aone kama wako wenye akili,
wowote wanaomtafuta Mungu.
3 Wote wamepotoka,
wameharibika wote pamoja,
hakuna atendaye mema.
Naam, hakuna hata mmoja!

4 Je, watendao mabaya kamwe
hawatajifunza:
wale ambao huwala watu wangu
kama watu walavyo mkate,
hao ambao hawamwiti BWANA?
5 Wako hapo, wameingiwa na hofu kuu,
maana Mungu yupo pamoja
na wenye haki.
6 Ninyi watenda mabaya mnakwamisha
mipango ya maskini,
bali BWANA ndiye kimbilio lao.

[7] Laiti wokovu wa Israeli
ungalikuja kutoka Sayuni!
Wakati BWANA arejeshapo
wafungwa wa watu wake,
Yakobo na ashangilie,
Israeli na afurahi!

Zaburi 15

Kitu Mungu Anachotaka

Zaburi ya Daudi.

[1] BWANA, ni nani awezaye kukaa
katika Hekalu lako?
Nani awezaye kuishi
katika mlima wako mtakatifu?

[2] Ni yule aendaye pasipo mawaa,
atendaye yaliyo haki,
asemaye kweli toka moyoni mwake,
[3] na hana masingizio ulimini mwake,
asiyemtenda jirani yake vibaya,
na asiyemsingizia mwenzake,
[4] ambaye humdharau mtu mbaya,
lakini huwaheshimu wale
wamwogopao BWANA,
yule atunzaye kiapo chake
hata kama anaumia.
[5] Yeye akopeshaye fedha yake bila riba,
na hapokei rushwa dhidi ya mtu asiye
na hatia.

Mtu afanyaye haya
kamwe hatatikisika.

Zaburi 16

Sala Ya Matumaini

Utenzi wa Daudi.

[1] Ee Mungu, uniweke salama,
kwa maana kwako nimekimbilia.

[2] Nilimwambia BWANA, "Wewe ndiwe
Bwana wangu;
pasipo wewe sina jambo jema."
[3] Kwa habari ya watakatifu walioko duniani,
ndio walio wa fahari ambao
ninapendezwa nao.
[4] Huzuni itaongezeka kwa wale
wanaokimbilia miungu mingine.
Sitazimimina sadaka zao za damu
au kutaja majina yao midomoni mwangu.

[5] BWANA umeniwekea fungu langu
na kikombe changu;
umeyafanya mambo yangu yote yawe
salama.
[6] Alama za mipaka zimeniangukia mahali
pazuri,
hakika nimepata urithi mzuri.
[7] Nitamsifu BWANA ambaye hunishauri,
hata wakati wa usiku moyo wangu
hunifundisha.
[8] Nimemweka BWANA mbele yangu daima.
Kwa sababu yuko mkono wangu wa kuume,
sitatikisika.

[9] Kwa hiyo moyo wangu unafurahia, na ulimi
wangu unashangilia;
mwili wangu nao utapumzika salama,
[10] kwa maana hutaniacha kaburini,
wala hutamwacha Mtakatifu Wako
kuona uharibifu.
[11] Umenijulisha njia ya uzima;
utanijaza na furaha mbele zako,
pamoja na furaha za milele
katika mkono wako wa kuume.

Zaburi 17

Sala Ya Mtu Asiye Na Hatia

Sala ya Daudi.

[1] Sikia, Ee BWANA, kusihi kwangu kwa haki,
sikiliza kilio changu.
Tega sikio kwa ombi langu,
halitoki kwenye midomo ya udanganyifu.
[2] Hukumu yangu na itoke kwako,
macho yako na yaone yale yaliyo haki.

[3] Ingawa unauchunguza moyo wangu na
kunikagua usiku,
ingawa umenijaribu, hutaona chochote.
Nimeamua kwamba kinywa changu
hakitatenda dhambi.
[4] Kuhusu matendo ya wanadamu:
kwa neno la midomo yako,
nimejiepusha
na njia za wenye jeuri.
[5] Hatua zangu zimeshikamana na njia zako;
nyayo zangu hazikuteleza.

[6] Ee Mungu, ninakuita, kwa kuwa utanijibu,
nitegee sikio lako na usikie ombi langu.
[7] Uonyeshe ajabu ya upendo wako mkuu,
wewe uokoaye kwa mkono wako
wa kuume
wale wanaokukimbilia kutokana na
adui zao.
[8] Nilinde kama mboni ya jicho lako,
unifiche chini ya kivuli cha mbawa zako
[9] kutokana na waovu wanaonishambulia,
kutokana na adui wauaji wanaonizunguka.

[10] Huifunga mioyo yao iliyo migumu,
vinywa vyao hunena kwa majivuno.
[11] Wamenifuatia nyayo zangu, sasa
wamenizingira,
wakiwa macho, waniangushe chini.
[12] Wamefanana na simba mwenye njaa
awindaye,
kama simba mkubwa anyemeleaye
mafichoni.

13 Inuka, Ee BWANA, pambana nao, uwaangushe,
niokoe kutokana na waovu kwa
upanga wako.
14 Ee BWANA, mkono wako uniokoe na watu
wa jinsi hii,
kutokana na watu wa ulimwengu huu
ambao fungu lao liko katika maisha haya.

Na wapate adhabu ya kuwatosha.
Watoto wao na wapate zaidi ya hayo,
hukumu na iendelee kwa watoto wa
watoto wao.
15 Na mimi katika haki nitauona uso wako,
niamkapo, nitaridhika kwa kuona
sura yako.

Zaburi 18

Wimbo Wa Daudi Wa Ushindi

Kwa mwimbishaji. Zaburi ya Daudi mtumishi wa BWANA aliyomwimbia BWANA wakati BWANA alipomwokoa mikononi mwa adui zake wote, na pia mkononi mwa Sauli. Alisema hivi:

1 Nakupenda wewe, Ee BWANA,
nguvu yangu.

2 BWANA ni mwamba wangu,
ngome yangu na mwokozi wangu,
Mungu wangu ni mwamba,
ambaye kwake ninakimbilia.
Yeye ni ngao yangu na pembe ya
wokovu wangu,
ngome yangu.
3 Ninamwita BWANA anayestahili kusifiwa,
nami ninaokolewa kutoka kwa
adui zangu.

4 Kamba za mauti zilinizunguka,
mafuriko ya maangamizi yalinilemea.
5 Kamba za kuzimu zilinizunguka,
mitego ya mauti ilinikabili.
6 Katika shida yangu nalimwita BWANA,
nilimlilia Mungu wangu anisaidie.
Kutoka hekaluni mwake alisikia
sauti yangu,
kilio changu kikafika mbele zake,
masikioni mwake.

7 Dunia ilitetemeka na kutikisika,
misingi ya milima ikatikisika,
vilitetemeka kwa sababu alikuwa
amekasirika.
8 Moshi ukapanda kutoka puani mwake,
moto uteketezao ukatoka
kinywani mwake,
makaa ya moto yawakayo
yakatoka ndani mwake.
9 Akazipasua mbingu akashuka chini,
mawingu meusi yalikuwa chini
ya miguu yake.
10 Alipanda juu ya kerubi akaruka,
akapaa juu kwa mbawa za upepo.

11 Alifanya giza kuwa kitu chake cha
kujifunika,
hema lake kumzunguka,
mawingu meusi ya mvua ya angani.
12 Kutokana na mwanga wa uwepo wake
mawingu yalisogea,
ikanyesha mvua ya mawe
na umeme wa radi.
13 BWANA alinguruma kutoka mbinguni,
sauti ya Aliye Juu Sana ilisikika.
14 Aliipiga mishale yake na kutawanya adui,
naam, umeme mwingi wa radi
na kuwafukuza.
15 Mabonde ya bahari yalifunuliwa,
na misingi ya dunia ikawa wazi
kwa kukaripia kwako, Ee BWANA,
kwa uvumi wa pumzi kutoka
puani mwako.

16 Alinyoosha mkono kutoka juu
na kunishika;
alinitoa kutoka kilindi cha maji makuu.
17 Aliniokoa kutoka adui wangu mwenye
nguvu nyingi,
kutoka adui zangu waliokuwa na nguvu
nyingi kuliko mimi.
18 Walinikabili siku ya msiba wangu,
lakini BWANA alikuwa msaada wangu.
19 Alinileta nje mahali penye nafasi tele,
akaniokoa kwa kuwa alipendezwa nami.

20 BWANA alinitendea sawasawa na
uadilifu wangu;
sawasawa na usafi wa mikono yangu
amenilipa.
21 Kwa maana nimezishika njia za BWANA;
sijatenda ubaya nikamwacha
Mungu wangu.
22 Sheria zake zote zi mbele yangu,
wala sijayaacha maagizo yake.
23 Nimekuwa sina hatia mbele zake,
nami nimejilinda nisitende dhambi.
24 BWANA amenilipa sawasawa na
uadilifu wangu;
sawasawa na usafi wa mikono yangu
machoni pake.

25 Kwa yeye aliye mwaminifu, unajionyesha
kuwa mwaminifu,
kwa asiye na hatia, unajionyesha
kutokuwa na hatia.
26 Kwa aliye mtakatifu, unajionyesha kuwa
mtakatifu,
lakini kwa aliyepotoka, unajionyesha
kuwa mkaidi.
27 Wewe huwaokoa wanyenyekevu,
lakini huwashusha wenye kiburi.
28 Wewe, Ee BWANA, unaifanya taa yangu
iendelee kuwaka;
Mungu wangu hulifanya giza langu kuwa
mwanga.
29 Kwa msaada wako naweza kushinda jeshi,
nikiwa pamoja na Mungu wangu
nitaweza kuruka ukuta.

30 Kuhusu Mungu, njia yake ni kamilifu,
neno la Bwana halina dosari.
Yeye ni ngao kwa wote
wanaokimbilia kwake.
31 Kwa maana ni nani aliye Mungu
zaidi ya Bwana?
Ni nani aliye Mwamba
isipokuwa Mungu wetu?
32 Mungu ndiye anivikaye nguvu
na kufanya njia yangu kuwa kamilifu.
33 Huifanya miguu yangu kama miguu
ya kulungu,
huniwezesha kusimama mahali palipo juu.
34 Huifundisha mikono yangu kupigana vita;
mikono yangu inaweza kupinda upinde
wa shaba.
35 Hunipa ngao yako ya ushindi,
nao mkono wako wa kuume hunitegemeza,
unajishusha chini ili kuniinua.
36 Huyapanua mapito yangu,
ili miguu yangu isiteleze.

37 Niliwafuatia adui zangu na nikawapata,
sikurudi nyuma mpaka
walipoangamizwa.
38 Niliwaseta hata hawakuweza kuinuka tena;
walianguka chini ya miguu yangu.
39 Ulinivika nguvu kwa ajili ya kupigana vita;
uliwafanya adui zangu wasujudu
miguuni pangu.
40 Uliwafanya adui zangu wageuke
na kukimbia,
nami nikawaangamiza adui zangu.
41 Walipiga yowe, lakini hapakuwepo
na yeyote wa kuwaokoa;
walimlilia Bwana, lakini hakuwajibu.
42 Niliwaponda kama mavumbi
yanayopeperushwa na upepo;
niliwamwaga nje kama tope barabarani.

43 Umeniokoa kutokana na mashambulizi
ya watu;
umenifanya kuwa kiongozi wa mataifa,
watu ambao sikuwajua wananitumikia.
44 Mara wanisikiapo hunitii,
wageni hunyenyekea mbele yangu.
45 Wote wanalegea,
wanatoka katika ngome zao
wakitetemeka.

46 Bwana yu hai! Sifa ni kwa Mwamba wangu!
Atukuzwe Mungu Mwokozi wangu!
47 Yeye ndiye Mungu anilipiziaye kisasi,
awatiishaye mataifa chini yangu,
48 aniokoaye na adui zangu.
Uliniinua juu ya adui zangu;
uliniokoa toka kwa watu wajeuri.
49 Kwa hiyo nitakusifu katikati ya mataifa,
Ee Bwana;
nitaliimbia sifa jina lako.
50 Humpa mfalme wake ushindi mkuu,
huonyesha fadhili zake kwa mpakwa
mafuta wake,
kwa Daudi na wazao wake milele.

Zaburi 19

Utukufu Wa Mungu Katika Uumbaji

Kwa mwimbishaji. Zaburi ya Daudi.

1 Mbingu zinatangaza utukufu wa Mungu,
anga zahubiri kazi ya mikono yake.
2 Siku baada ya siku zinatoa habari,
usiku baada ya usiku zinatangaza maarifa.
3 Hakuna msemo wala lugha,
ambapo sauti zao hazisikiki.
4 Sauti yao imeenea duniani pote,
nayo maneno yao yameenea
hadi miisho ya ulimwengu.
Katika mbingu amepiga hema kwa ajili ya jua,
5 linafanana na bwana arusi
akitoka chumbani mwake,
kama shujaa afurahiavyo
kukamilisha kushindana kwake.
6 Huchomoza upande mmoja wa mbingu,
na kufanya mzunguko wake
hadi upande mwingine.
Hakuna kilichojificha joto lake.

7 Sheria ya Bwana ni kamilifu,
ikihuisha nafsi.
Shuhuda za Bwana ni za kuaminika,
zikimpa mjinga hekima.
8 Maagizo ya Bwana ni kamili,
nayo hufurahisha moyo.
Amri za Bwana huangaza,
zatia nuru machoni.
9 Kumcha Bwana ni utakatifu,
nako kwadumu milele.
Amri za Bwana ni za hakika,
nazo zina haki.
10 Ni za thamani kuliko dhahabu,
kuliko dhahabu iliyo safi sana,
ni tamu kuliko asali,
kuliko asali kutoka kwenye sega.
11 Kwa hizo mtumishi wako anaonywa,
katika kuzishika kuna thawabu kubwa.

12 Ni nani awezaye kutambua makosa yake?
Nisamehe makosa yangu nisiyoyajua.
13 Mlinde mtumishi wako na dhambi
za makusudi,
nazo zisinitawale.
Ndipo nitakapokuwa sina lawama,
wala sitakuwa na hatia ya kosa kubwa.

14 Maneno ya kinywa changu
na mawazo ya moyo wangu,
yapate kibali mbele zako, Ee Bwana,
Mwamba wangu na Mkombozi wangu.

Zaburi 20

Maombi Kwa Ajili Ya Ushindi

Kwa mwimbishaji. Zaburi ya Daudi.

1 Bwana na akujibu unapokuwa katika dhiki,
jina la Mungu wa Yakobo na liwe kinga yako.

2 Na akutumie msaada kutoka patakatifu
na akupatie msaada kutoka Sayuni.
3 Na azikumbuke dhabihu zako zote,
na azikubali sadaka zako za kuteketezwa.
4 Na akujalie haja ya moyo wako,
na aifanikishe mipango yako yote.
5 Tutashangilia kwa furaha utakaposhinda,
tutainua bendera zetu kwa jina la
Mungu wetu.
BWANA na akupe haja zako zote.

6 Sasa nafahamu kuwa BWANA
humwokoa mpakwa mafuta wake,
humjibu kutoka mbingu yake takatifu
kwa nguvu za wokovu wa mkono wake
wa kuume.
7 Wengine wanatumaini magari ya vita,
na wengine farasi,
bali sisi tutalitumainia jina la BWANA,
Mungu wetu.
8 Wao wameshushwa chini na kuanguka,
bali sisi tunainuka na kusimama imara.

9 Ee BWANA, mwokoe mfalme!
Tujibu tunapokuita!

Zaburi 21

Shukrani Kwa Mungu Kwa Ajili Ya Ushindi

Kwa mwimbishaji. Zaburi ya Daudi.

1 Ee BWANA, mfalme huzifurahia nguvu zako.
Tazama jinsi ilivyo kuu furaha yake
kwa ushindi unaompa!
2 Umempa haja ya moyo wake
na hukumzuilia maombi ya
midomo yake.
3 Ulimkaribisha kwa baraka tele
na kumvika taji ya dhahabu safi
kichwani pake.
4 Alikuomba maisha, nawe ukampa,
wingi wa siku milele na milele.
5 Kutokana na ushindi uliompa, utukufu
wake ni mkubwa,
umeweka juu yake fahari na utukufu.
6 Hakika umempa baraka za milele,
umemfanya awe na furaha
kwa shangwe ya uwepo wako.
7 Kwa kuwa mfalme anamtumaini BWANA;
kwa upendo usiokoma wa Aliye Juu Sana
hatatikiswa.

8 Mkono wako utawashika adui zako wote,
mkono wako wa kuume utawakamata
adui zako.
9 Wakati utakapojitokeza
utawafanya kama tanuru ya moto.
Katika ghadhabu yake BWANA atawameza,
moto wake utawateketeza.
10 Utawaangamiza wazao wao kutoka
duniani,
uzao wao kutoka wanadamu.
11 Ingawa watapanga mabaya dhidi yako
na kutunga hila, hawawezi kufanikiwa,
12 kwa kuwa utawafanya wakimbie
utakapowalenga usoni pao
kwa mshale kutoka kwenye upinde wako.

13 Ee BWANA, utukuzwe katika nguvu zako,
tutaimba na kusifu nguvu zako.

Zaburi 22

Kilio Cha Uchungu Na Wimbo Wa Sifa

Kwa mwimbishaji. Mtindo wa utenzi wa "Kulungu wa Alfajiri." Zaburi ya Daudi.

1 Mungu wangu, Mungu wangu, mbona
umeniacha?
Kwa nini uko mbali hivyo kuniokoa?
Mbali hivyo na maneno ya kuugua kwangu?
2 Ee Mungu wangu, ninalia mchana, lakini
hunijibu,
hata usiku, sinyamazi.

3 Hata hivyo umesimikwa katika kiti cha
enzi kama Uliye Mtakatifu;
wewe ni sifa ya Israeli.[a]
4 Kwako wewe baba zetu waliweka
tumaini lao,
walikutumaini nawe ukawaokoa.
5 Walikulilia wewe na ukawaokoa,
walikutegemea wewe nao hawakuaibika.

6 Mimi ni mnyoo wala si mwanadamu,
wanaume wamenibeza, na watu
wamenidharau.
7 Wote wanionao hunidhihaki,
hunivurumishia matusi, wakitikisa
vichwa vyao:
8 Husema, "Anamtegemea BWANA,
basi BWANA na amwokoe.
Amkomboe basi, kwa maana
anapendezwa naye."

9 Hata hivyo ulinitoa tumboni,
ukanifanya nikutegemee,
hata nilipokuwa ninanyonya
matiti ya mama yangu.
10 Nimekabidhiwa kwako tangu kuzaliwa,
toka tumboni mwa mama yangu
umekuwa Mungu wangu.
11 Usiwe mbali nami,
kwa maana shida iko karibu
na hakuna wa kunisaidia.

12 Mafahali wengi wamenizunguka,
mafahali wa Bashani wenye nguvu
wamenizingira.
13 Simba wangurumao wanaorarua mawindo
yao hupanua vinywa vyao dhidi yangu.
14 Nimemiminwa kama maji,
mifupa yangu yote imetoka katika
viungo vyake.
Moyo wangu umegeuka kuwa nta,
umeyeyuka ndani yangu.

---

[a]3 Tafsiri zingine zinasema: uketiye juu ya sifa za Israeli.

15 Nguvu zangu zimekauka kama kigae,
ulimi wangu umegandamana
na kaakaa la kinywa changu,
kwa sababu umenilaza
katika mavumbi ya kifo.
16 Mbwa wamenizunguka,
kundi la watu waovu limenizingira,
wametoboa mikono yangu
na miguu yangu.
17 Naweza kuhesabu mifupa yangu yote,
watu wananikodolea macho
na kunisimanga.
18 Wanagawana nguo zangu wao kwa wao,
na vazi langu wanalipigia kura.

19 Lakini wewe, Ee Bwana,
usiwe mbali.
Ee Nguvu yangu,
uje haraka unisaidie.
20 Okoa maisha yangu na upanga,
uhai wangu wa thamani kutoka nguvu
za mbwa.
21 Niokoe kutoka kinywani mwa simba,
niokoe kutoka pembe za mafahali
mwitu.

22 Nitalitangaza jina lako kwa ndugu zangu,
katika kusanyiko nitakusifu wewe.
23 Ninyi ambao mnamcha Bwana, msifuni!
Ninyi nyote wazao wote wa Yakobo,
mheshimuni yeye!
Mcheni yeye, ninyi wazao wote
wa Israeli!
24 Kwa maana hakupuuza wala kudharau
mateso ya aliyeonewa;
hakumficha uso wake
bali alisikiliza kilio chake ili amsaidie.

25 Kwako wewe hutoka kiini cha sifa zangu
katika kusanyiko kubwa,
nitatimiza nadhiri zangu mbele ya wale
wakuchao wewe.
26 Maskini watakula na kushiba,
wale wamtafutao Bwana watamsifu:
mioyo yenu na iishi milele!
27 Miisho yote ya dunia itakumbuka
na kumgeukia Bwana,
nazo jamaa zote za mataifa
watasujudu mbele zake,
28 kwa maana ufalme ni wa Bwana
naye hutawala juu ya mataifa.

29 Matajiri wote wa dunia watasherehekea
na kuabudu.
Wote waendao mavumbini
watapiga magoti mbele yake,
wote ambao hawawezi
kudumisha uhai wao.
30 Wazao wa baadaye watamtumikia yeye;
vizazi vijavyo vitajulishwa habari
za Bwana.
31 Watatangaza haki yake kwa watu
ambao hawajazaliwa bado,
kwa maana yeye ametenda hili.

Zaburi 23

Bwana Mchungaji Wetu

Zaburi ya Daudi.

1 Bwana ndiye mchungaji wangu,
sitapungukiwa na kitu.
2 Hunilaza katika malisho
ya majani mabichi,
kando ya maji matulivu huniongoza,
3 hunihuisha nafsi yangu.
Huniongoza katika njia za haki
kwa ajili ya jina lake.
4 Hata kama nikipita katikati
ya bonde la uvuli wa mauti,
sitaogopa mabaya,
kwa maana wewe upo pamoja nami;
fimbo yako na mkongojo wako
vyanifariji.

5 Waandaa meza mbele yangu
machoni pa adui zangu.
Umenipaka mafuta kichwani pangu,
kikombe changu kinafurika.
6 Hakika wema na upendo vitanifuata
siku zote za maisha yangu,
nami nitakaa nyumbani mwa Bwana
milele.

Zaburi 24

Mfalme Mkuu

Zaburi ya Daudi.

1 Dunia ni mali ya Bwana, na vyote
vilivyomo ndani yake,
ulimwengu, na wote waishio ndani yake,
2 maana aliiwekea misingi yake baharini
na kuifanya imara juu ya maji.

3 Nani awezaye kuupanda mlima wa Bwana?
Ni nani awezaye kusimama
patakatifu pake?
4 Ni yule mwenye mikono safi na moyo
mweupe,
yule ambaye hakuinulia sanamu
nafsi yake
au kuapa kwa kitu cha uongo.
5 Huyo atapokea baraka kutoka kwa Bwana,
na hukumu ya haki kutoka kwa Mungu
Mwokozi wake.
6 Hiki ndicho kizazi cha wale wamtafutao,
wale wautafutao uso wako, Ee Mungu
wa Yakobo.

7 Inueni vichwa vyenu, enyi malango,
inukeni enyi milango ya kale,
ili mfalme wa utukufu apate kuingia.
8 Ni nani huyu Mfalme wa utukufu?
Ni Bwana aliye na nguvu na uweza,
ni Bwana aliye hodari katika vita.
9 Inueni vichwa vyenu, enyi malango,
viinueni juu enyi milango ya kale,
ili Mfalme wa utukufu apate kuingia.

[10] Ni nani yeye, huyu Mfalme wa utukufu?
Ni BWANA Mwenye Nguvu Zote;
yeye ndiye Mfalme wa utukufu.

Zaburi 25[a]

Kumwomba Mungu Uongozi Na Ulinzi

Zaburi ya Daudi.

[1] Kwako wewe, Ee BWANA,
nainua nafsi yangu,
[2] ni wewe ninayekutumainia,
Ee Mungu wangu.
Usiniache niaibike,
wala usiache adui zangu
wakanishinda.
[3] Kamwe hakuna hata mmoja
anayekutegemea
atakayeaibishwa,
bali wataaibishwa
wafanyao hila bila sababu.

[4] Nionyeshe njia zako, Ee BWANA,
nifundishe mapito yako,
[5] niongoze katika kweli yako
na kunifundisha,
kwa maana wewe ni Mungu
Mwokozi wangu,
nalo tumaini langu liko kwako
wakati wote.
[6] Kumbuka, Ee BWANA, rehema zako kuu
na upendo,
kwa maana zimekuwepo tangu zamani.
[7] Usizikumbuke dhambi za ujana wangu
wala njia zangu za uasi,
sawasawa na upendo wako unikumbuke,
kwa maana wewe ni mwema, Ee BWANA.

[8] BWANA ni mwema na mwenye adili,
kwa hiyo huwafundisha wenye dhambi
njia zake.
[9] Huwaongoza wanyenyekevu katika haki,
naye huwafundisha njia yake.
[10] Njia zote za BWANA ni za upendo
na uaminifu
kwa wale wanaoshika shuhuda
za agano lake.
[11] Ee BWANA, kwa ajili ya jina lako,
unisamehe uovu wangu, ijapokuwa
ni mwingi.
[12] Ni nani basi, mtu yule anayemcha BWANA?
Atamfundisha katika njia
atakayoichagua kwa ajili yake.
[13] Mtu huyo atafanikiwa maishani mwake,
nao wazao wake watairithi nchi.
[14] Siri ya BWANA iko kwa wale wamchao,
yeye huwajulisha agano lake.
[15] Macho yangu humwelekea BWANA daima,
kwa kuwa yeye peke yake ndiye ataitoa
miguu yangu kutoka mtego.

[16] Nigeukie na unihurumie,
kwa maana mimi ni mpweke na mwenye
kuteseka.
[17] Shida za moyo wangu zimeongezeka,
niokoe katika dhiki yangu.
[18] Uangalie mateso na shida zangu
na uniondolee dhambi zangu zote.
[19] Tazama adui zangu walivyo wengi,
pia uone jinsi wanavyonichukia vikali!
[20] Uyalinde maisha yangu na uniokoe,
usiniache niaibike,
kwa maana nimekukimbilia wewe.
[21] Uadilifu na uaminifu vinilinde,
kwa sababu tumaini langu ni kwako.

[22] Ee Mungu, wakomboe Israeli,
katika shida zao zote!

Zaburi 26

Maombi Ya Mtu Mwema

Zaburi ya Daudi.

[1] Ee BWANA, nithibitishe katika haki,
maana nimeishi maisha yasiyo
na lawama;
nimemtumainia BWANA
bila kusitasita.
[2] Ee BWANA, unijaribu, unipime,
uuchunguze moyo wangu
na mawazo yangu;
[3] kwa maana upendo wako
uko mbele yangu daima,
nami natembea siku zote
katika kweli yako.
[4] Siketi pamoja na watu wadanganyifu,
wala siandamani na wanafiki,
[5] ninachukia kusanyiko la watenda mabaya
na ninakataa kuketi pamoja na waovu.
[6] Ninanawa mikono yangu kwa kuwa
sina hatia,
naikaribia madhabahu yako, Ee BWANA,
[7] nikitangaza sifa yako kwa sauti kubwa,
huku nikisimulia matendo yako ya ajabu.
[8] Ee BWANA, naipenda nyumba yako mahali
unakoishi,
mahali ambapo utukufu wako hukaa.

[9] Usiiondoe nafsi yangu pamoja na watenda
dhambi,
wala uhai wangu pamoja
na wamwagao damu,
[10] ambao mikononi mwao kuna
mipango miovu,
ambao mikono yao ya kuume imejaa
rushwa.
[11] Bali mimi ninaishi maisha yasiyo
na lawama;
nikomboe na unihurumie.

[12] Miguu yangu imesimama katika uwanja
tambarare;
katika kusanyiko kuu nitamsifu BWANA.

---
[a] Zaburi hii imetungwa kila mstari ukianzia na herufi ya alfabeti ya Kiebrania zikifuatana tangu Aleph (A) hadi Taw (T); zote ni 22.

Zaburi 27

Sala Ya Kusifu

Zaburi ya Daudi.

1 Bwana ni nuru yangu na wokovu wangu,
nimwogope nani?
Bwana ni ngome ya uzima wangu,
nimhofu nani?
2 Waovu watakaposogea dhidi yangu
ili wanile nyama yangu,
adui zangu na watesi wangu
watakaponishambulia,
watajikwaa na kuanguka.
3 Hata jeshi linizunguke pande zote,
moyo wangu hautaogopa;
hata vita vitokee dhidi yangu,
hata hapo nitakuwa na ujasiri.

4 Jambo moja ninamwomba Bwana,
hili ndilo ninalolitafuta:
niweze kukaa nyumbani mwa Bwana
siku zote za maisha yangu,
niutazame uzuri wa Bwana
na kumtafuta hekaluni mwake.
5 Kwa kuwa siku ya shida,
atanihifadhi salama katika maskani yake,
atanificha uvulini mwa hema yake
na kuniweka juu kwenye mwamba.
6 Kisha kichwa changu kitainuliwa
juu ya adui zangu wanaonizunguka.
Katika maskani yake nitatoa dhabihu kwa
kelele za shangwe;
nitamwimbia Bwana na kumsifu.

7 Isikie sauti yangu nikuitapo, Ee Bwana,
unihurumie na unijibu.
8 Moyo wangu unasema kuhusu wewe,
"Utafute uso wake!"
Uso wako, Bwana "Nitautafuta."
9 Usinifiche uso wako,
usimkatae mtumishi wako kwa hasira;
wewe umekuwa msaada wangu.
Usinikatae wala usiniache,
Ee Mungu Mwokozi wangu.
10 Hata kama baba yangu na mama
wakiniacha,
Bwana atanipokea.
11 Nifundishe njia yako, Ee Bwana,
niongoze katika njia iliyonyooka
kwa sababu ya watesi wangu.
12 Usiniachilie kwa nia za adui zangu,
kwa maana mashahidi wa uongo
wameinuka dhidi yangu,
wakipumua ujeuri.

13 Nami bado nina tumaini hili:
nitauona wema wa Bwana
katika nchi ya walio hai.
14 Mngojee Bwana,
uwe hodari na mwenye moyo mkuu,
nawe, umngojee Bwana.

Zaburi 28

Kuomba Msaada

Zaburi ya Daudi.

1 Ninakuita wewe, Ee Bwana,
Mwamba wangu;
usiwe kwangu kama kiziwi.
Kwa sababu ukinyamaza
nitafanana na walioshuka shimoni.
2 Sikia kilio changu unihurumie
ninapokuita kwa ajili ya msaada,
niinuapo mikono yangu kuelekea
Patakatifu pa Patakatifu pako.

3 Usiniburute pamoja na waovu,
pamoja na hao watendao mabaya,
ambao huzungumza na jirani zao maneno
mazuri,
lakini mioyoni mwao wameficha chuki.
4 Walipe sawasawa na matendo yao,
sawasawa na matendo yao maovu;
walipe sawasawa na kazi za mikono yao,
uwalipe wanavyostahili.
5 Kwa kuwa hawaheshimu kazi za Bwana,
na yale ambayo mikono yake imetenda,
atawabomoa na kamwe
hatawajenga tena.

6 Bwana asifiwe,
kwa maana amesikia kilio changu
nikimwomba anihurumie.
7 Bwana ni nguvu zangu na ngao yangu,
moyo wangu umemtumaini yeye,
nami nimesaidiwa.
Moyo wangu unarukaruka kwa furaha
nami nitamshukuru kwa wimbo.

8 Bwana ni nguvu ya watu wake,
ngome ya wokovu kwa mpakwa
mafuta wake.
9 Waokoe watu wako na uubariki
urithi wako;
uwe mchungaji wao na uwabebe milele.

Zaburi 29

Sauti Ya Bwana Wakati Wa Dhoruba

Zaburi ya Daudi.

1 Mpeni Bwana, enyi mashujaa,
mpeni Bwana utukufu na nguvu.
2 Mpeni Bwana utukufu unaostahili
jina lake;
mwabuduni Bwana katika uzuri
wa utakatifu wake.
3 Sauti ya Bwana iko juu ya maji;
Mungu wa utukufu hupiga radi,
Bwana hupiga radi juu ya maji makuu.

4 Sauti ya Bwana ina nguvu;
sauti ya Bwana ni tukufu.

5 Sauti ya BWANA huvunja mierezi;
BWANA huvunja vipande vipande
mierezi ya Lebanoni.
6 Hufanya Lebanoni irukaruke kama ndama,
Sirioni[a] urukaruke kama mwana nyati.
7 Sauti ya BWANA hupiga kwa miali
ya umeme wa radi.
8 Sauti ya BWANA hutikisa jangwa;
BWANA hutikisa Jangwa la Kadeshi.
9 Sauti ya BWANA huzalisha ayala,
na huuacha msitu wazi.
Hekaluni mwake wote wasema,
"Utukufu!"

10 BWANA huketi akiwa ametawazwa juu
ya gharika;
BWANA ametawazwa kuwa Mfalme
milele.
11 BWANA huwapa watu wake nguvu;
BWANA huwabariki watu wake kwa
kuwapa amani.

Zaburi 30

Maombi Ya Shukrani

Utenzi wa kuweka wakfu hekalu.
Zaburi ya Daudi.

1 Nitakutukuza wewe, Ee BWANA,
kwa kuwa umeniinua kutoka vilindi,
na hukuacha adui zangu
washangilie juu yangu.
2 Ee BWANA, Mungu wangu, nilikuita
unisaidie
na wewe umeniponya.
3 Ee BWANA, umenitoa Kuzimu,
umeniokoa nisishuke kwenye shimo
la mauti.

4 Mwimbieni BWANA, enyi watakatifu wake;
lisifuni jina lake takatifu.
5 Kwa maana hasira yake ni ya muda mfupi,
bali upendo wake hudumu siku zote.
Inawezekana kilio kiwepo usiku kucha,
lakini asubuhi kukawa na furaha.

6 Nilipofanikiwa nilisema,
"Sitatikiswa kamwe."
7 Ee BWANA, uliponijalia,
uliuimarisha mlima wangu,
lakini ulipouficha uso wako
nilifadhaika.

8 Kwako wewe, Ee BWANA, niliita,
kwa Bwana niliomba rehema:
9 "Kuna faida gani katika kuangamia
kwangu?
Katika kushuka kwangu shimoni?
Je, mavumbi yatakusifu?
Je, yatatangaza uaminifu wako?
10 Ee BWANA, unisikie na kunihurumia,
Ee BWANA, uwe msaada wangu."

11 Uligeuza maombolezo yangu kuwa
kucheza,
ulinivua nguo za gunia ukanivika
shangwe,
12 ili moyo wangu uweze kukusifu
na usikae kimya.
Ee BWANA Mungu wangu, nitakushukuru
milele.

Zaburi 31

Maombi Na Sifa Kwa Kuokolewa Kutoka Kwa Adui

Kwa mwimbishaji. Zaburi ya Daudi.

1 Ee BWANA, nimekukimbilia wewe,
usiache nikaaibika kamwe,
kwa haki yako uniokoe.
2 Nitegee sikio lako,
uje uniokoe haraka;
uwe kwangu mwamba wa kimbilio,
ngome imara ya kuniokoa.
3 Kwa kuwa wewe ni mwamba wangu
na ngome yangu,
uniongoze na kunilinda kwa ajili
ya jina lako.
4 Uniepushe na mtego niliotegewa,
maana wewe ndiwe kimbilio langu.
5 Ninaikabidhi roho yangu mikononi mwako,
unikomboe Ee BWANA, uliye Mungu
wa kweli.

6 Ninawachukia wale wanaong'ang'ania
sanamu batili;
mimi ninamtumaini BWANA.
7 Nitafurahia na kushangilia upendo wako,
kwa kuwa uliona mateso yangu
na ulijua maumivu ya nafsi yangu.
8 Hukunikabidhi kwa adui yangu
bali umeiweka miguu yangu mahali
penye nafasi.

9 Ee BWANA unihurumie, kwa kuwa niko
kwenye shida;
macho yangu yanafifia kwa huzuni,
nafsi yangu na mwili wangu kwa sikitiko.
10 Maisha yangu yamedhoofika kwa majonzi,
naam, miaka yangu kwa kulia kwa
maumivu makali;
nguvu zangu zinaisha kwa ajili ya mateso,
na mifupa yangu inachakaa.
11 Kwa sababu ya adui zangu wote,
nimedharauliwa kabisa na jirani zangu,
hata kwa rafiki zangu nimekuwa tisho,
wale wanionao barabarani hunikimbia.
12 Nimesahaulika miongoni mwao kama mtu
aliyekufa,
nimekuwa kama chombo cha mfinyanzi
kilichovunjika.
13 Kwa maana nimesikia maneno
niliyosingiziwa na wengi;
vitisho viko pande zote;
kwa kuwa wamefanya mashauri
dhidi yangu,
na kula njama kuniua.

[a]6 Yaani Mlima Hermoni.

14 Lakini mimi ninakutumaini wewe peke
yako, Ee Bwana;
nimesema, "Wewe ndiwe Mungu wangu."
15 Siku za maisha yangu ziko
mikononi mwako,
uniokoe mikononi mwa adui zangu
na wale wanifuatiao.
16 Mwangazie mtumishi wako uso wako,
uniokoe kwa ajili ya upendo wako usiokoma.
17 Usiniache niaibike, Ee Bwana,
kwa maana nimekulilia wewe,
bali waovu waaibishwe
na kunyamazishwa Kuzimu.
18 Midomo yao isemayo uongo
na inyamazishwe,
kwa maana kwa kiburi na dharau
wao husema kwa majivuno
dhidi ya wenye haki.

19 Tazama jinsi ulivyo mkuu wema wako,
uliowawekea akiba wakuchao,
ambao huwapa wale wakukimbiliao
machoni pa watu.
20 Unawahifadhi katika uvuli wa uwepo wako
kutokana na hila za wanadamu;
katika makao yako huwaweka salama
kutokana na ndimi za mashtaka.

21 Atukuzwe Bwana,
kwa kuwa amenionyesha upendo wake
wa ajabu
nilipokuwa katika mji uliozingirwa.
22 Katika hofu yangu nilisema,
"Nimekatiliwa mbali na macho yako!"
Hata hivyo ulisikia kilio changu
ukanihurumia nilipokuita unisaidie.

23 Mpendeni Bwana ninyi watakatifu
wake wote!
Bwana huwahifadhi waaminifu,
lakini wenye kiburi huwalipiza kikamilifu.
24 Kuweni hodari na mjipe moyo,
ninyi nyote mnaomtumaini Bwana.

Zaburi 32

Furaha Ya Msamaha

Zaburi ya Daudi. Funzo.

1 Heri mtu yule ambaye amesamehewa
makosa yake,
ambaye dhambi zake zimefunikwa.
2 Heri mtu yule ambaye Bwana
hamhesabii dhambi,
na ambaye rohoni mwake
hamna udanganyifu.

3 Niliponyamaza, mifupa yangu ilichakaa
kwa kulia kwa maumivu makali
mchana kutwa.
4 Usiku na mchana
mkono wako ulinilemea,
nguvu zangu zilinyonywa
kama vile katika joto la kiangazi.

5 Kisha nilikujulisha dhambi yangu
wala sikuficha uovu wangu.
Nilisema, "Nitaungama
makosa yangu kwa Bwana."
Ndipo uliponisamehe
hatia ya dhambi yangu.

6 Kwa hiyo kila mtu mcha Mungu akuombe
wakati unapopatikana,
hakika maji makuu yatakapofurika
hayatamfikia yeye.
7 Wewe ndiwe mahali pangu pa kujificha,
utaniepusha na taabu
na kunizunguka kwa nyimbo za wokovu.

8 Nitakufundisha na kukuonyesha njia
utakayoiendea;
nitakushauri na kukuangalia.
9 Usiwe kama farasi au nyumbu
wasio na akili,
ambao ni lazima waongozwe kwa lijamu
na hatamu
la sivyo hawatakukaribia.
10 Mtu mwovu ana taabu nyingi,
bali upendo usio na kikomo wa Bwana
unamzunguka mtu anayemtumaini.

11 Shangilieni katika Bwana na mfurahi, enyi
wenye haki!
Imbeni, nyote mlio wanyofu wa moyo!

Zaburi 33

Ukuu Na Wema Wa Mungu

1 Mwimbieni Bwana kwa furaha, enyi
wenye haki;
kusifu kunawapasa wanyofu wa moyo.
2 Msifuni Bwana kwa kinubi,
mwimbieni sifa kwa zeze la nyuzi kumi.
3 Mwimbieni wimbo mpya;
pigeni kwa ustadi, na mpaze sauti
za shangwe.

4 Maana neno la Bwana ni haki na kweli,
ni mwaminifu kwa yote atendayo.
5 Bwana hupenda uadilifu na haki;
dunia imejaa upendo wake usiokoma.

6 Kwa neno la Bwana mbingu ziliumbwa,
jeshi lao la angani kwa pumzi ya
kinywa chake.
7 Ameyakusanya maji ya bahari
kama kwenye chungu;
vilindi vya bahari
ameviweka katika ghala.
8 Dunia yote na imwogope Bwana,
watu wote wa dunia wamche.
9 Kwa maana Mungu alisema, na ikawa,
aliamuru na ikasimama imara.
10 Bwana huzuia mipango ya mataifa,
hupinga makusudi ya mataifa.
11 Lakini mipango ya Bwana inasimama
imara milele,
makusudi ya moyo wake kwa vizazi vyote.

[12] Heri taifa ambalo BWANA ni Mungu wao,
watu ambao aliwachagua kuwa
urithi wake.
[13] Kutoka mbinguni BWANA hutazama chini
na kuwaona wanadamu wote;
[14] kutoka maskani mwake huwaangalia
wote wakaao duniani:
[15] yeye ambaye huumba mioyo yao wote,
ambaye huangalia kila kitu
wanachokitenda.
[16] Hakuna mfalme aokokaye kwa ukubwa wa
jeshi lake;
hakuna shujaa aokokaye kwa wingi wa
nguvu zake.
[17] Farasi ni tumaini la bure kwa wokovu,
licha ya nguvu zake nyingi, hawezi
kuokoa.
[18] Lakini macho ya BWANA yako kwa wale
wamchao,
kwa wale tumaini lao liko katika upendo
wake usio na kikomo,
[19] ili awaokoe na mauti,
na kuwahifadhi wakati wa njaa.

[20] Sisi tunamngojea BWANA kwa matumaini,
yeye ni msaada wetu na ngao yetu.
[21] Mioyo yetu humshangilia,
kwa maana tunalitumainia jina lake
takatifu.
[22] Upendo wako usio na mwisho ukae juu
yetu, Ee BWANA,
tunapoliweka tumaini letu kwako.

Zaburi 34[a]

Sifa Na Wema Wa Mungu

Zaburi ya Daudi, alipojifanya mwendawazimu mbele ya Abimeleki, ambaye alimfukuza, naye akaondoka.

[1] Nitamtukuza BWANA nyakati zote,
sifa zake zitakuwa midomoni mwangu
siku zote.
[2] Nafsi yangu itajisifu katika BWANA,
walioonewa watasikia na wafurahi.
[3] Mtukuzeni BWANA pamoja nami,
naam, na tulitukuze jina lake pamoja.

[4] Nilimtafuta BWANA naye akanijibu,
akaniokoa kwenye hofu zangu zote.
[5] Wale wamtazamao hutiwa nuru,
nyuso zao hazifunikwi na aibu kamwe.
[6] Maskini huyu alimwita BWANA, naye
akamsikia,
akamwokoa katika taabu zake zote.
[7] Malaika wa BWANA hufanya kituo
akiwazunguka wale wamchao,
naye huwaokoa.

[8] Onjeni mwone kwamba BWANA ni mwema,
heri mtu yule anayemkimbilia.
[9] Mcheni BWANA enyi watakatifu wake,
kwa maana wale wamchao
hawapungukiwi na chochote.
[10] Wana simba wenye nguvu
hutindikiwa na kuona njaa,
bali wale wamtafutao BWANA
hawatakosa kitu chochote kilicho chema.

[11] Njooni, watoto wangu, mnisikilize,
nitawafundisha kumcha BWANA.
[12] Yeyote kati yenu anayependa uzima
na kutamani kuziona siku nyingi njema,
[13] basi auzuie ulimi wake na mabaya,
na midomo yake kutokana na
kusema uongo.
[14] Aache uovu, atende mema,
aitafute amani na kuifuatilia.

[15] Macho ya BWANA huwaelekea wenye haki,
na masikio yake yako makini kusikiliza
kilio chao.
[16] Uso wa BWANA uko kinyume
na watendao maovu,
ili kufuta kumbukumbu lao duniani.

[17] Wenye haki hulia, naye BWANA huwasikia,
huwaokoa katika taabu zao zote.
[18] BWANA yu karibu na waliovunjika moyo,
na huwaokoa waliopondeka roho.
[19] Mwenye haki ana mateso mengi,
lakini BWANA humwokoa nayo yote,
[20] huhifadhi mifupa yake yote,
hata mmoja hautavunjika.

[21] Ubaya utamuua mtu mwovu,
nao adui za mwenye haki
watahukumiwa.
[22] BWANA huwakomboa watumishi wake,
yeyote anayemkimbilia yeye
hatahukumiwa kamwe.

Zaburi 35

Kuomba Msaada: Kuokolewa Kutokana Na Maadui

Zaburi ya Daudi.

[1] Ee BWANA, pingana na wale
wanaopingana nami,
upigane na hao wanaopigana nami.
[2] Chukua ngao na kigao.
Inuka unisaidie.
[3] Inua mkuki wako na fumo[b] lako
dhidi ya hao wanaonifuatia.
Iambie nafsi yangu,
"Mimi ni wokovu wako."

[4] Wafedheheshwe na waaibishwe
wale wanaotafuta uhai wangu.
Wanaofanya shauri kuniangamiza
warudishwe nyuma kwa hofu.

---

[a] Zaburi hii imetungwa kila mstari ukianzia na herufi ya alfabeti ya Kiebrania zikifuatana tangu Aleph (A) hadi Taw (T); zote ni 22.

[b] 3 Fumo ni sawa na sagai, maana yake ni mkuki mfupi.

5 Wawe kama makapi yapeperushwayo
na upepo,
malaika wa BWANA akiwafukuza.
6 Njia yao na iwe giza na ya utelezi,
malaika wa BWANA akiwafuatilia.
7 Kwa vile walinifichia wavu wao bila sababu,
na bila sababu wamenichimbia shimo,
8 maafa na yawapate ghafula:
wavu walionifichia na uwatege wenyewe,
na waanguke katika shimo hilo,
kwa maangamizo yao.
9 Ndipo nafsi yangu itashangilia
katika BWANA
na kuufurahia wokovu wake.
10 Nitapaza sauti yangu nikisema,
"Ni nani aliye kama wewe, Ee BWANA?
Wewe huwaokoa maskini kutokana na wale
walio na nguvu kuliko wao,
maskini na mhitaji kutokana
na wanaowanyang'anya!"

11 Mashahidi wakatili wanainuka,
wananiuliza mambo nisiyoyajua.
12 Wananilipa baya kwa jema
na kuiacha nafsi yangu ukiwa.
13 Lakini walipokuwa wagonjwa, nilivaa nguo
ya gunia
na nikajinyenyekesha kwa kufunga.
Maombi yangu yaliponirudia bila kujibiwa,
14 niliendelea kuomboleza
kama vile wao ni rafiki au ndugu.
Niliinamisha kichwa chini kwa huzuni
kama ninayemwombolezea mama yangu.
15 Lakini nilipojikwaa,
walikusanyika kwa shangwe;
washambuliaji walijikusanya dhidi yangu
bila mimi kujua.
Walinisingizia pasipo kukoma.
16 Kama watu wasiomcha Mungu,
wamenidhihaki,
wamenisagia meno.
17 Ee BWANA, utatazama mpaka lini?
Niokoe maisha yangu na maangamizi yao,
uhai wangu wa thamani
kutokana na simba hawa.
18 Nami nitakushukuru mbele
ya kusanyiko kubwa,
nitakusifu katikati ya watu wengi.

19 Usiwaache wale wanaonisimanga,
wale ambao ni adui zangu bila sababu;
usiwaache wale ambao ni adui zangu bila
sababu
wakonyeze jicho kwa hila.
20 Hawazungumzi kwa amani,
bali wanatunga mashtaka ya uongo
dhidi ya wale wanaoishi
kwa utulivu katika nchi.
21 Hunifumbulia vinywa vyao wakisema,
"Aha! Aha!
Kwa macho yetu wenyewe tumeliona."

22 Ee BWANA, umeona hili, usiwe kimya.
Usiwe mbali nami, Ee BWANA.
23 Amka, inuka unitetee!
Unipiganie Mungu wangu na
Bwana wangu.
24 Nihukumu kwa haki yako, Ee BWANA
Mungu wangu,
sawasawa na haki yako;
usiwaache wakusimange.
25 Usiwaache wafikiri, "Aha, hili ndilo
tulilotaka!"
Au waseme, "Tumemmeza."

26 Wote wanaofurahia dhiki yangu
waaibishwe na wachanganyikiwe;
hao wanaojiinua dhidi yangu
wavikwe aibu na dharau.
27 Wale wanaofurahia hukumu yangu ya haki
wapige kelele za shangwe na furaha;
hebu waseme siku zote, "BWANA atukuzwe,
ambaye amefurahia mafanikio
ya mtumishi wake."
28 Ulimi wangu utanena haki yako
na sifa zako mchana kutwa.

Zaburi 36

Uovu Wa Mwanadamu

Kwa mwimbishaji.
Zaburi ya Daudi mtumishi wa BWANA.

1 Kuna neno moyoni mwangu
kuhusu hali ya dhambi ya mwovu.
Hakuna hofu ya Mungu
mbele ya macho yake.
2 Kwa kuwa machoni pake mwenyewe
hujisifu mno
hata hawezi kugundua au kuichukia
dhambi yake.
3 Maneno ya kinywa chake ni maovu na ya
udanganyifu,
ameacha kuwa mwenye hekima
na kutenda mema.
4 Hata kitandani mwake hupanga
hila mbaya,
hujitia katika njia ya dhambi
na hakatai lililo baya.

5 Upendo wako, Ee BWANA, unafika hadi
mbinguni,
uaminifu wako hadi kwenye anga.
6 Haki yako ni kama milima mikubwa,
hukumu zako ni kama kilindi kikuu.
Ee BWANA, wewe huwahifadhi
mwanadamu na mnyama.
7 Upendo wako usiokoma
ni wa thamani mno!
Watu wakuu na wadogo
hujificha uvulini wa mbawa zako.
8 Wanajifurahisha katika wingi
nyumbani mwako,
nawe utawanywesha katika mto
wa furaha zako.
9 Kuwa pamoja nawe ni kijito cha uzima,
katika nuru yako twaona nuru.

10 Dumisha upendo wako kwa wale
wanaokujua wewe,
haki yako kwa wale walio wanyofu wa moyo.
11 Mguu wa mwenye kiburi usije dhidi yangu,
wala mkono wa mwovu usinifukuze.
12 Angalia jinsi watenda mabaya
walivyoanguka:
wametupwa chini, hawawezi kuinuka!

Zaburi 37[a]

Mwisho Wa Mwovu Na Urithi Wa Mwenye Haki

Zaburi ya Daudi.

1 Usisumbuke kwa ajili ya watendao maovu,
wala usiwaonee wivu watendao mabaya,
2 kwa maana kama majani watanyauka mara,
kama mimea ya kijani watakufa mara.

3 Mtumaini BWANA na utende yaliyo mema;
Kaa katika nchi ukafurahie malisho
salama.
4 Jifurahishe katika BWANA
naye atakupa haja za moyo wako.

5 Mkabidhi BWANA njia yako,
mtumaini yeye, naye atatenda hili:
6 Yeye atafanya haki yako ing'ae kama
mapambazuko,
na hukumu ya shauri lako kama jua
la adhuhuri.

7 Tulia mbele za BWANA
na umngojee kwa uvumilivu;
usisumbuke watu wanapofanikiwa katika
njia zao,
wanapotekeleza mipango yao miovu.

8 Epuka hasira na uache ghadhabu,
usihangaike: itakuongoza tu
kutenda uovu.
9 Kwa maana waovu watakatiliwa mbali,
bali wale wanaomtumaini BWANA
watairithi nchi.

10 Bado kitambo kidogo, nao waovu
hawataonekana,
ingawa utawatafuta, hawataonekana.
11 Bali wanyenyekevu watairithi nchi
na wafurahie amani tele.

12 Waovu hula njama dhidi ya wenye haki
na kuwasagia meno,
13 bali Bwana huwacheka waovu,
kwa sababu anajua siku yao inakuja.

14 Waovu huchomoa upanga
na kupinda upinde,
ili wawaangushe maskini na wahitaji,
kuwachinja wale ambao njia zao
ni nyofu.

15 Lakini panga zao zitachoma mioyo yao
wenyewe,
na pinde zao zitavunjwa.

16 Bora kidogo walicho nacho wenye haki
kuliko wingi wa mali wa waovu wengi;
17 kwa maana nguvu za waovu zitavunjwa,
lakini BWANA humtegemeza
mwenye haki.

18 BWANA anazifahamu siku za wanyofu,
na urithi wao utadumu milele.
19 Siku za maafa hawatanyauka,
siku za njaa watafurahia wingi wa vitu.

20 Lakini waovu wataangamia:
Adui za BWANA watakuwa
kama uzuri wa mashamba,
watatoweka,
watatoweka kama moshi.

21 Waovu hukopa na hawalipi,
bali wenye haki hutoa kwa ukarimu.
22 Wale wanaobarikiwa na BWANA
watairithi nchi,
bali wale anaowalaani
watakatiliwa mbali.

23 Kama BWANA akipendezwa na njia ya mtu,
yeye huimarisha hatua zake,
24 ajapojikwaa, hataanguka,
kwa maana BWANA
humtegemeza kwa mkono wake.

25 Nilikuwa kijana na sasa ni mzee,
lakini sijaona kamwe wenye haki
wameachwa
au watoto wao wakiombaomba chakula.
26 Wakati wote ni wakarimu na hukopesha
bila masharti.
Watoto wao watabarikiwa.

27 Acha ubaya na utende wema,
nawe utaishi katika nchi milele.
28 Kwa kuwa BWANA huwapenda wenye haki
naye hatawaacha waaminifu wake.

Watalindwa milele,
lakini uzao wa waovu utakatiliwa mbali.
29 Wenye haki watairithi nchi,
na kuishi humo milele.

30 Kinywa cha mwenye haki hutamka hekima,
nao ulimi wake huzungumza lililo haki.
31 Sheria ya Mungu wake imo moyoni mwake;
nyayo zake hazitelezi.

32 Watu waovu huvizia wenye haki,
wakitafuta kuwaua;
33 lakini BWANA hatawaacha mikononi mwao
wala hatawaacha wahukumiwe
kuwa wakosa wanaposhtakiwa.

---

[a]Zaburi hii imetungwa kila beti likianzia na herufi ya alfabeti ya Kiebrania zikifuatana tangu Aleph (A) hadi Taw (T); zote ni 22.

34 Mngojee Bwana,
na uishike njia yake.
Naye atakutukuza uirithi nchi,
waovu watakapokatiliwa mbali,
utaliona hilo.

35 Nimemwona mtu mwovu na mkatili
akistawi
kama mwerezi wa Lebanoni,
36 lakini alitoweka mara na hakuonekana,
ingawa nilimtafuta, hakupatikana.

37 Watafakari watu wasio na hatia,
wachunguze watu wakamilifu,
kuna mafanikio kwa mtu
apendaye amani.
38 Lakini watenda dhambi wote
wataangamizwa,
mafanikio yao yatakatiliwa mbali.

39 Wokovu wa wenye haki hutoka
kwa Bwana,
yeye ni ngome yao wakati wa shida.
40 Bwana huwasaidia na kuwaokoa,
huwaokoa kutoka kwa waovu
na kuwahifadhi,
kwa maana wanamkimbilia.

Zaburi 38

Maombi Ya Mtu Anayeteseka

Zaburi ya Daudi. Maombi.

1 Ee Bwana, usinikemee katika hasira yako,
wala kuniadhibu katika ghadhabu yako.
2 Kwa kuwa mishale yako imenichoma,
na mkono wako umenishukia.
3 Hakuna afya mwilini mwangu
kwa sababu ya ghadhabu yako,
mifupa yangu haina uzima
kwa sababu ya dhambi zangu.
4 Maovu yangu yamenifunika
kama mzigo usiochukulika.

5 Majeraha yangu yameoza na yananuka,
kwa sababu ya upumbavu
wa dhambi zangu.
6 Nimeinamishwa chini na kushushwa sana,
mchana kutwa nazunguka nikiomboleza.
7 Viuno vyangu vimejaa maumivu
yaunguzayo,
hakuna afya mwilini mwangu.
8 Nimedhoofika na kupondwa kabisa,
nasononeka kwa maumivu makuu
ya moyoni.

9 Ee Bwana, yote ninayoyaonea shauku
yako wazi mbele zako,
kutamani kwangu sana
hakufichiki mbele zako.
10 Moyo wangu unapigapiga,
nguvu zangu zimeniishia;
hata macho yangu yametiwa giza.
11 Rafiki na wenzangu wananikwepa
kwa sababu ya majeraha yangu;
majirani zangu wanakaa mbali nami.
12 Wale wanaotafuta uhai wangu
wanatega mitego yao,
wale ambao wangetaka kunidhuru
huongea juu ya maangamizi yangu;
hufanya shauri la hila mchana kutwa.

13 Mimi ni kama mtu kiziwi, asiyeweza
kusikia,
ni kama bubu, asiyeweza kufungua
kinywa chake,
14 nimekuwa kama mtu asiyesikia,
ambaye kinywa chake hakiwezi
kutoa jibu.
15 Ee Bwana, ninakungojea wewe,
Ee Bwana Mungu wangu, utajibu.
16 Kwa kuwa nilisema, "Usiwaache wafurahie,
wala wasijitukuze juu yangu
mguu wangu unapoteleza."

17 Kwa maana ninakaribia kuanguka,
na maumivu yangu yananiandama
siku zote.
18 Naungama uovu wangu,
ninataabishwa na dhambi yangu.
19 Wengi ni wale ambao ni adui zangu
hodari,
wale wanaonichukia bila sababu
ni wengi.
20 Wanaolipa maovu kwa wema wangu
hunisingizia ninapofuata lililo jema.

21 Ee Bwana, usiniache,
usiwe mbali nami, Ee Mungu wangu.
22 Ee Bwana Mwokozi wangu,
uje upesi kunisaidia.

Zaburi 39

Maombi Ya Mtu Anayeteseka

Kwa mwimbishaji. Mtindo wa Yeduthuni.
Zaburi ya Daudi.

1 Nilisema, "Nitaziangalia njia zangu
na kuuzuia ulimi wangu usije ukatenda
dhambi;
nitaweka lijamu kinywani mwangu
wakati wote waovu wanapokuwa
karibu nami."
2 Lakini niliponyamaza kimya na kutulia,
hata pasipo kusema lolote jema,
uchungu wangu uliongezeka.
3 Moyo wangu ulipata moto ndani yangu,
nilipotafakari, moto uliwaka,
ndipo nikasema kwa ulimi wangu:

4 "Ee Bwana, nijulishe mwisho wa
maisha yangu
na hesabu ya siku zangu;
nijalie kujua jinsi maisha yangu
yanavyopita upesi.

[5] Umefanya maisha yangu mafupi
kama pumzi;
muda wangu wa kuishi ni kama
hauna thamani kwako.
Maisha ya kila mwanadamu
ni kama pumzi.
[6] Hakika kila binadamu ni kama njozi
aendapo huku na huko:
hujishughulisha na mengi lakini ni ubatili;
anakusanya mali nyingi,
wala hajui ni nani atakayeifaidi.

[7] "Lakini sasa Bwana, nitafute nini?
Tumaini langu ni kwako.
[8] Niokoe kutoka kwenye makosa yangu yote,
usinifanye kuwa dhihaka ya wapumbavu.
[9] Nilinyamaza kimya,
sikufumbua kinywa changu,
kwa sababu wewe ndiwe uliyetenda hili.
[10] Niondolee mjeledi wako,
nimeshindwa kwa mapigo
ya mkono wako.
[11] Unakemea na kuadhibu wanadamu
kwa ajili ya dhambi zao;
unaharibu utajiri wao kama nondo
aharibuvyo:
kila mwanadamu ni kama pumzi tu.

[12] "Ee Bwana, usikie maombi yangu,
usikie kilio changu unisaidie,
usiwe kiziwi kwa kulia kwangu.
Kwani mimi ninaishi na wewe kama mgeni,
kama walivyokuwa baba zangu wote,
[13] Tazama mbali nami, ili niweze
kufurahi tena
kabla sijaondoka na nisiwepo tena."

Zaburi 40

Wimbo Wa Sifa

Kwa mwimbishaji. Zaburi ya Daudi.

[1] Nilimngoja Bwana kwa saburi,
naye akaniinamia, akasikia kilio changu.
[2] Akanipandisha kutoka shimo la uharibifu,
kutoka matope na utelezi;
akaiweka miguu yangu juu ya mwamba
na kunipa mahali imara pa kusimama.
[3] Akaweka wimbo mpya kinywani mwangu,
wimbo wa sifa kwa Mungu wetu.
Wengi wataona na kuogopa
na kuweka tumaini lao kwa Bwana.

[4] Heri mtu yule amfanyaye Bwana kuwa
tumaini lake,
asiyewategemea wenye kiburi,
wale wenye kugeukia miungu ya uongo.
[5] Ee Bwana Mungu wangu,
umefanya mambo mengi ya ajabu.
Mambo uliyopanga kwa ajili yetu
hakuna awezaye kukuhesabia;
kama ningesema na kuyaelezea,
yangekuwa mengi mno kuyaelezea.

[6] Dhabihu na sadaka hukuvitaka,
lakini umefungua masikio yangu;[a]
sadaka za kuteketezwa na sadaka za dhambi
hukuzihitaji.
[7] Ndipo niliposema, "Mimi hapa, nimekuja:
imeandikwa kunihusu katika kitabu.
[8] Ee Mungu wangu,
natamani kuyafanya mapenzi yako;
sheria yako iko ndani ya moyo wangu."

[9] Nimehubiri haki katika kusanyiko kubwa,
sikufunga mdomo wangu,
Ee Bwana, kama ujuavyo.
[10] Sikuficha haki yako moyoni mwangu;
ninasema juu ya uaminifu wako
na wokovu wako.
Sikuficha upendo wako na kweli yako
mbele ya kusanyiko kubwa.

[11] Ee Bwana, usizuilie huruma zako,
upendo wako na kweli yako daima
vinilinde.
[12] Kwa maana taabu zisizo na hesabu
zimenizunguka,
dhambi zangu zimenikamata, hata
nisiweze kuona.
Zimekuwa nyingi kuliko nywele za kichwa
changu,
nao moyo unazimia ndani yangu.

[13] Ee Bwana, uwe radhi kuniokoa;
Ee Bwana, njoo hima unisaidie.
[14] Wote wanaotafuta kuuondoa uhai wangu,
waaibishwe na kufadhaishwa;
wote wanaotamani kuangamizwa kwangu,
warudishwe nyuma kwa aibu.
[15] Wale waniambiao, "Aha! Aha!"
wafadhaishwe na iwe aibu yao.
[16] Lakini wote wakutafutao
washangilie na kukufurahia,
wale wapendao wokovu wako siku zote
waseme,
"Bwana atukuzwe!"

[17] Lakini bado mimi ni maskini na mhitaji;
Bwana na anifikirie.
Wewe ndiwe msaada wangu na
Mwokozi wangu;
Ee Mungu wangu, usikawie.

Zaburi 41

Maombi Ya Mtu Mgonjwa

Kwa mwimbishaji. Zaburi ya Daudi.

[1] Heri mtu yule anayemjali mnyonge,
Bwana atamwokoa wakati wa shida.
[2] Bwana atamlinda na kuyahifadhi
maisha yake,
atambariki katika nchi
na hatamwacha katika tamaa
ya adui zake.

---

[a]6 Au: bali mwili uliniandalia.

[3] Bwana atamtegemeza awapo mgonjwa
kitandani,
atamwinua kutoka kitandani mwake.

[4] Nilisema, "Ee Bwana nihurumie,
niponye, maana nimekutenda
dhambi wewe."
[5] Adui zangu wanasema kwa hila,
"Lini atakufa, na jina lake litokomee
kabisa."
[6] Kila anapokuja mtu kunitazama,
huzungumza uongo,
huku moyo wake hukusanya masingizio;
kisha huondoka na kuyasambaza huku
na huko.

[7] Adui zangu wote hunong'onezana
dhidi yangu,
hao huniwazia mabaya sana, wakisema,
[8] "Ugonjwa mbaya sana umempata,
kamwe hatainuka tena kitandani mwake."
[9] Hata rafiki yangu wa karibu niliyemwamini,
yule aliyekula chakula changu
ameniinulia kisigino chake.

[10] Lakini wewe, Ee Bwana, nihurumie,
ukaniinue tena, ili niweze kuwalipiza
kisasi.
[11] Najua kwamba wapendezwa nami,
kwa kuwa adui yangu hanishindi.
[12] Katika uadilifu wangu unanitegemeza
na kuniweka kwenye uwepo wako milele.

[13] Msifuni Bwana, Mungu wa Israeli,
tangu milele na hata milele.
Amen na Amen.

KITABU CHA PILI
(Zaburi 42–72)

Zaburi 42
Maombi Ya Mtu Aliye Uhamishoni

Kwa mwimbishaji. Utenzi wa wana wa Kora.

[1] Kama vile ayala aoneavyo shauku vijito
vya maji,
ndivyo nafsi yangu ikuoneavyo shauku,
Ee Mungu.
[2] Nafsi yangu inamwonea Mungu kiu,
Mungu aliye hai.
Ni lini nitaweza kwenda kukutana
na Mungu?
[3] Machozi yangu yamekuwa chakula changu
usiku na mchana,
huku watu wakiniambia mchana kutwa,
"Yuko wapi Mungu wako?"
[4] Mambo haya nayakumbuka
ninapoimimina nafsi yangu:
Jinsi nilivyokuwa nikienda na umati wa watu,
nikiongoza maandamano kuelekea
kwenye nyumba ya Mungu,
kwa kelele za shangwe na za shukrani
katikati ya umati uliosherehekea.

[5] Ee nafsi yangu, kwa nini unasononeka?
Kwa nini unafadhaika hivyo
ndani yangu?
Weka tumaini lako kwa Mungu,
kwa sababu bado nitamsifu,
Mwokozi wangu na [6] Mungu wangu.

Nafsi yangu inasononeka ndani yangu;
kwa hiyo nitakukumbuka
kutoka nchi ya Yordani,
katika vilele vya Hermoni,
kutoka Mlima Mizari.
[7] Kilindi huita kilindi,
katika ngurumo za maporomoko
ya maji yako;
mawimbi yako yote pamoja na viwimbi
vimepita juu yangu.

[8] Mchana Bwana huelekeza upendo wake,
usiku wimbo wake uko nami:
maombi kwa Mungu wa uzima wangu.

[9] Ninamwambia Mungu Mwamba wangu,
"Kwa nini umenisahau?
Kwa nini niendelee kuomboleza,
nikiwa nimeonewa na adui?"
[10] Mifupa yangu inateseka kwa maumivu
makali
adui zangu wanaponidhihaki,
wakiniambia mchana kutwa,
"Yuko wapi Mungu wako?"

[11] Ee nafsi yangu, kwa nini unasononeka?
Kwa nini unafadhaika hivyo
ndani yangu?
Weka tumaini lako kwa Mungu,
kwa sababu bado nitamsifu,
Mwokozi wangu na Mungu wangu.

Zaburi 43
Maombi Ya Mtu Aliyeko Uhamishoni Yanaendelea

[1] Ee Mungu unihukumu,
nitetee dhidi ya taifa lisilomcha Mungu,
niokoe na watu wadanganyifu na waovu.
[2] Wewe ni Mungu ngome yangu.
Kwa nini umenikataa?
Kwa nini niendelee kuomboleza,
nikiwa nimeonewa na adui?
[3] Tuma hima nuru yako na kweli yako
na viniongoze;
vinilete mpaka mlima wako mtakatifu,
mpaka mahali unapoishi.
[4] Ndipo nitakwenda madhabahuni pa Mungu,
kwa Mungu, furaha yangu na
shangwe yangu.
Nitakusifu kwa kinubi,
Ee Mungu, Mungu wangu.

[5] Ee nafsi yangu, kwa nini unasononeka?
Kwa nini unafadhaika hivyo ndani yangu?
Weka tumaini lako kwa Mungu,
kwa sababu bado nitamsifu
Mwokozi wangu na Mungu wangu.

Zaburi 44

Kuomba Ulinzi Wa Mungu

Kwa mwimbishaji. Utenzi wa wana wa Kora.

1 Ee Mungu, tumesikia kwa masikio yetu,
baba zetu wametueleza
yale uliyotenda katika siku zao,
siku za kale.
2 Kwa mkono wako uliwafukuza mataifa
na ukawapanda baba zetu,
uliangamiza mataifa
na kuwastawisha baba zetu.
3 Sio kwa upanga wao waliipata nchi,
wala si mkono wao uliwapatia ushindi;
ilikuwa ni kitanga cha mkono wako
wa kuume,
na nuru ya uso wako,
kwa kuwa uliwapenda.

4 Wewe ni mfalme wangu na Mungu wangu,
unayeamuru ushindi kwa Yakobo.
5 Kwa uwezo wako tunawasukuma nyuma
watesi wetu;
kwa jina lako tunawakanyaga adui zetu.
6 Siutumaini upinde wangu,
upanga wangu hauniletei ushindi;
7 bali wewe unatupa ushindi juu
ya adui zetu,
unawaaibisha watesi wetu.
8 Katika Mungu wetu tunajivuna
mchana kutwa,
nasi tutalisifu jina lako milele.

9 Lakini sasa umetukataa na kutudhili,
wala huendi tena na jeshi letu.
10 Umetufanya turudi nyuma mbele ya adui,
nao watesi wetu wametuteka nyara.
11 Umetuacha tutafunwe kama kondoo
na umetutawanya katika mataifa.
12 Umewauza watu wako kwa fedha kidogo,
wala hukupata faida yoyote kwa
mauzo yao.

13 Umetufanya lawama kwa jirani zetu,
dharau na dhihaka kwa wale
wanaotuzunguka.
14 Umetufanya kuwa mithali miongoni mwa
mataifa,
mataifa hutikisa vichwa vyao.
15 Fedheha yangu iko mbele yangu
mchana kutwa,
na uso wangu umejaa aibu tele,
16 kwa ajili ya dhihaka ya wale wanaonilaumu
na kunitukana,
kwa sababu ya adui, ambaye anatamani
kulipiza kisasi.

17 Hayo yote yametutokea,
ingawa tulikuwa hatujakusahau
wala hatujaenda kinyume na agano lako.
18 Mioyo yetu ilikuwa haijarudi nyuma;
nyayo zetu zilikuwa hazijaiacha
njia yako.
19 Lakini ulituponda na kutufanya makao
ya mbweha,
na ukatufunika kwa giza nene.

20 Kama tungalikuwa tumelisahau jina
la Mungu wetu
au kunyooshea mikono yetu kwa
mungu mgeni,
21 je, Mungu hangaligundua hili,
kwa kuwa anazijua siri za moyo?
22 Hata hivyo kwa ajili yako tunauawa
mchana kutwa;
tumehesabiwa kama kondoo
wa kuchinjwa.

23 Amka, Ee Bwana! Kwa nini unalala?
Zinduka! Usitukatae milele.
24 Kwa nini unauficha uso wako
na kusahau taabu na mateso yetu?

25 Tumeshushwa hadi mavumbini,
miili yetu imegandamana na ardhi.
26 Inuka na utusaidie,
utukomboe kwa sababu ya upendo wako
usio na mwisho.

Zaburi 45

Wimbo Wa Arusi Ya Kifalme

Kwa mwimbishaji. Mtindo wa utenzi wa "Yungiyungi." Utenzi wa wana wa Kora. Wimbo wa arusi.

1 Moyo wangu umesisimuliwa na jambo jema
ninapomsimulia mfalme mabeti yangu;
ulimi wangu ni kalamu
ya mwandishi stadi.

2 Wewe ni bora kuliko watu wengine wote
na midomo yako imepakwa neema,
kwa kuwa Mungu amekubariki milele.
3 Jifunge upanga wako pajani mwako, ee
mwenye nguvu,
jivike fahari na utukufu.
4 Katika fahari yako, songa mbele kwa
ushindi,
kwa ajili ya kweli, unyenyekevu na haki,
mkono wako wa kuume na uonyeshe
matendo ya kutisha.
5 Mishale yako mikali na ichome mioyo
ya adui za mfalme,
mataifa na yaanguke chini ya nyayo zako.
6 Ee Mungu, kiti chako cha enzi
kitadumu milele na milele,
fimbo ya utawala wa haki
itakuwa fimbo ya utawala wa ufalme wako.
7 Unaipenda haki na kuchukia uovu;
kwa hiyo Mungu, Mungu wako,
amekuweka juu ya wenzako,
kwa kukupaka mafuta ya furaha.
8 Mavazi yako yote yana harufu nzuri
ya manemane, udi na mdalasini;
kutoka kwenye majumba ya kifalme
yaliyopambwa kwa pembe za ndovu,

sauti za vinanda vya nyuzi
zinakufanya ufurahi.
9 Binti za wafalme ni miongoni mwa
wanawake wako waheshimiwa;
kuume kwako yupo bibi arusi malkia
aliyevaa dhahabu ya Ofiri.

10 Sikiliza, ewe binti, fikiri na utege sikio:
Sahau watu wako na nyumba
ya baba yako.
11 Mfalme ameshangazwa na uzuri wako;
mheshimu, kwa kuwa yeye
ni bwana wako.
12 Binti wa Tiro atakuletea zawadi,
watu wenye utajiri watatafuta
upendeleo wako.

13 Utukufu wote una binti mfalme katika
chumba chake;
vazi lake limefumwa kwa nyuzi
za dhahabu.
14 Anaongozwa kwa mfalme, akiwa amevalia
mavazi yaliyotariziwa,
mabikira wenzake wanamfuata
na wanaletwa kwako.
15 Wanaingizwa ndani kwa shangwe
na furaha,
na kuingia katika jumba la mfalme.

16 Wana wenu watachukua nafasi
za baba zenu,
mtawafanya wakuu katika nchi yote.
17 Nitadumisha kumbukumbu lako katika
vizazi vyote,
kwa hiyo mataifa watakusifu milele
na milele.

Zaburi 46

Mungu Yuko Pamoja Nasi

Kwa mwimbishaji. Zaburi ya wana wa Kora.
Mtindo wa alamothi.

1 Mungu kwetu sisi ni kimbilio na nguvu,
msaada utakaoonekana tele wakati
wa mateso.
2 Kwa hiyo hatutaogopa, hata kama dunia
ikiondolewa
nayo milima ikiangukia moyoni mwa
bahari.
3 Hata kama maji yake yatanguruma
na kuumuka,
milima nayo ikitetemeka kwa
mawimbi yake.

4 Kuna mto ambao vijito vyake
vinaufurahisha mji wa Mungu,
mahali patakatifu ambako Aliye Juu Sana
anaishi.
5 Mungu yuko katikati yake, hautaanguka,
Mungu atausaidia asubuhi na mapema.
6 Mataifa yanafanya ghasia, falme
zinaanguka,
Yeye huinua sauti yake, dunia ikayeyuka.

7 Bwana Mwenye Nguvu Zote yu pamoja nasi,
Mungu wa Yakobo ni ngome yetu.

8 Njooni mkaone kazi za Bwana
jinsi alivyofanya ukiwa katika nchi.
9 Anakomesha vita hata miisho ya dunia,
anakata upinde na kuvunjavunja mkuki,
anateketeza ngao kwa moto.
10 "Tulieni, mjue ya kwamba mimi
ndimi Mungu;
nitatukuzwa katikati ya mataifa,
nitatukuzwa katika dunia."

11 Bwana Mwenye Nguvu Zote yu pamoja nasi;
Mungu wa Yakobo ni ngome yetu.

Zaburi 47

Mtawala Mwenye Enzi Yote

Kwa mwimbishaji. Zaburi ya wana wa Kora.

1 Pigeni makofi, enyi mataifa yote,
mpigieni Mungu kelele za shangwe!
2 Jinsi gani alivyo wa kutisha, Bwana Aliye
Juu Sana,
Mfalme mkuu juu ya dunia yote!
3 Ametiisha mataifa chini yetu
watu wengi chini ya miguu yetu.
4 Alituchagulia urithi wetu,
fahari ya Yakobo, aliyempenda.

5 Mungu amepaa kwa kelele za shangwe,
Bwana kwa sauti za tarumbeta.
6 Mwimbieni Mungu sifa, imbeni sifa,
mwimbieni sifa Mfalme wetu, imbeni sifa.

7 Kwa kuwa Mungu ni mfalme wa dunia yote,
mwimbieni zaburi za sifa.
8 Mungu anatawala juu ya mataifa,
Mungu ameketi juu ya kiti chake cha enzi
kitakatifu.
9 Wakuu wa mataifa wanakusanyika
kama watu wa Mungu wa Abrahamu,
kwa kuwa wafalme wa dunia ni mali
ya Mungu;
yeye ametukuka sana.

Zaburi 48

Sayuni, Mji Wa Mungu

Wimbo. Zaburi ya wana wa Kora.

1 Bwana ni mkuu, anayestahili
kusifiwa sana,
katika mji wa Mungu wetu,
mlima wake mtakatifu.
2 Ni mzuri katika kuinuka kwake juu sana,
furaha ya dunia yote.
Kama vilele vya juu sana vya Safoni[a] ni
Mlima Sayuni,
mji wa Mfalme Mkuu.

[a]2 Safoni inaweza ikawa na maana ya mlima mtakatifu au upande wa kaskazini.

3 Mungu yuko katika ngome zake;
amejionyesha mwenyewe kuwa
ngome yake.

4 Wakati wafalme walipounganisha nguvu,
waliposonga mbele pamoja,
5 walimwona nao wakashangaa,
wakakimbia kwa hofu.
6 Kutetemeka kuliwashika huko,
maumivu kama ya mwanamke
mwenye utungu wa kuzaa.
7 Uliwaangamiza kama meli za Tarshishi
zilizovunjwa na upepo wa mashariki.

8 Kama tulivyokuwa tumesikia,
ndivyo tulivyoona
katika mji wa Bwana Mwenye Nguvu Zote,
katika mji wa Mungu wetu:
Mungu ataufanya uwe salama milele.

9 Ee Mungu, hekaluni mwako
tunatafakari upendo wako usiokoma.
10 Ee Mungu, kama jina lako lilivyo,
sifa zako zinafika hadi miisho ya dunia,
mkono wako wa kuume umejazwa
na haki.
11 Mlima Sayuni unashangilia,
vijiji vya Yuda vinafurahi
kwa sababu ya hukumu zako.

12 Tembeeni katika Sayuni,
uzungukeni mji,
hesabuni minara yake;
13 yatafakarini vyema maboma yake,
angalieni ngome zake,
ili mpate kusimulia habari zake
kwa kizazi kijacho.
14 Kwa kuwa huyu Mungu ni Mungu wetu
milele na milele;
atakuwa kiongozi wetu hata mwisho.

Zaburi 49

Upumbavu Wa Kutegemea Mali

Kwa mwimbishaji. Zaburi ya wana wa Kora.

1 Sikieni haya, enyi mataifa yote,
sikilizeni, ninyi wote mkaao dunia hii.
2 Wakubwa kwa wadogo,
matajiri na maskini pamoja:
3 Kinywa changu kitasema maneno
ya hekima,
usemi wa moyo wangu utatoa ufahamu.
4 Nitatega sikio langu nisikilize mithali,
nitafafanua kitendawili kwa zeze:

5 Kwa nini niogope siku mbaya zinapokuja,
wakati wadanganyifu waovu
wanaponizunguka,
6 wale wanaotegemea mali zao
na kujivunia utajiri wao mwingi?
7 Hakuna mwanadamu awaye yote
awezaye kuukomboa uhai wa mwingine,
au kumpa Mungu fidia kwa ajili yake.
8 Fidia ya uhai ni gharama kubwa,
hakuna malipo yoyote yanayotosha,
9 ili kwamba aishi milele
na asione uharibifu.

10 Wote wanaona kwamba watu wenye
hekima hufa;
wajinga na wapumbavu vivyo hivyo
huangamia
na kuwaachia wengine mali zao.
11 Makaburi yao yatabaki kuwa nyumba zao
za milele,
makao yao vizazi vyote;
ingawa walikuwa na mashamba
na kuyaita kwa majina yao.

12 Lakini mwanadamu, licha ya utajiri wake,
hadumu;
anafanana na mnyama aangamiaye.

13 Hii ndiyo hatima ya wale wanaojitumainia
wenyewe,
pia ya wafuasi wao, waliothibitisha
misemo yao.
14 Kama kondoo, wamewekewa kwenda
kaburini,[a]
nacho kifo kitawala.
Wanyofu watawatawala asubuhi,
maumbile yao yataozea kaburini,
mbali na majumba yao makubwa
ya fahari.
15 Lakini Mungu atakomboa uhai[b] wangu
na kaburi,
hakika atanichukua kwake.
16 Usitishwe mtu anapotajirika,
fahari ya nyumba yake inapoongezeka,
17 kwa maana hatachukua chochote
atakapokufa,
fahari yake haitashuka pamoja naye.
18 Ingawa alipokuwa akiishi alijihesabu
kuwa heri,
na wanadamu wanakusifu
unapofanikiwa,
19 atajiunga na kizazi cha baba zake,
ambao hawataona kamwe nuru ya uzima.
20 Mwanadamu mwenye utajiri bila ufahamu
ni kama wanyama waangamiao.

Zaburi 50

Ibada Ya Kweli

Zaburi ya Asafu.

1 Mwenye Nguvu, Mungu, Bwana,
asema na kuiita dunia,
tangu mawio ya jua
hadi mahali pake liendapo kutua.
2 Kutoka Sayuni, penye uzuri mkamilifu,
Mungu anaangaza.

[a]14 Kaburini hapa ina maana ya Sheol kwa Kiebrania, yaani Kuzimu.
[b]15 Au: nafsi.

[3] Mungu wetu anakuja na hatakaa kimya,
moto uteketezao unamtangulia,
akiwa amezungukwa na tufani kali.
[4] Anaziita mbingu zilizo juu,
na nchi, ili aweze kuwahukumu watu wake:
[5] "Nikusanyieni watu wangu
waliowekwa wakfu,
waliofanya agano nami kwa dhabihu."
[6] Nazo mbingu zinatangaza haki yake,
kwa maana Mungu mwenyewe ni hakimu.

[7] "Sikieni, enyi watu wangu, nami nitasema,
ee Israeli, nami nitashuhudia dhidi yenu:
Mimi ndimi Mungu, Mungu wenu.
[8] Sikukemei kwa sababu ya dhabihu zako,
au sadaka zako za kuteketezwa,
ambazo daima ziko mbele zangu.
[9] Sina haja ya fahali wa banda lako,
au mbuzi wa zizi lako.
[10] Kwa maana kila mnyama wa msituni ni wangu,
na pia makundi ya mifugo juu ya
vilima elfu.
[11] Ninamjua kila ndege mlimani,
nao viumbe wa kondeni ni wangu.
[12] Kama ningekuwa na njaa,
nisingewaambia ninyi,
kwa maana ulimwengu ni wangu,
pamoja na vyote vilivyomo ndani yake.
[13] Je, mimi hula nyama ya mafahali
au kunywa damu ya mbuzi?
[14] Toa sadaka za shukrani kwa Mungu,
timiza nadhiri zako kwake Yeye Aliye
Juu Sana,
[15] na uniite siku ya taabu;
nami nitakuokoa, nawe utanitukuza."

[16] Lakini kwake mtu mwovu, Mungu asema:

"Una haki gani kunena sheria zangu
au kuchukua agano langu
midomoni mwako?
[17] Unachukia mafundisho yangu
na kuyatupa maneno yangu nyuma yako.
[18] Unapomwona mwizi, unaungana naye,
unapiga kura yako pamoja na wazinzi.
[19] Unakitumia kinywa chako kwa mabaya
na kuuongoza ulimi wako kwa hila.
[20] Wanena daima dhidi ya ndugu yako
na kumsingizia mwana wa mama yako.
[21] Mambo haya unayafanya, nami
nimekaa kimya,
ukafikiri Mimi nami ni kama wewe.
Lakini nitakukemea
na kuweka mashtaka mbele yako.

[22] "Yatafakarini haya, ninyi
mnaomsahau Mungu,
ama sivyo nitawararua vipande vipande,
wala hapatakuwepo na yeyote
wa kuwaokoa:
[23] Atoaye dhabihu za shukrani ananiheshimu
mimi,
naye aiandaa njia yake
ili nimwonyeshe wokovu wa Mungu."

Zaburi 51

Kuomba Msamaha

Kwa mwimbishaji. Zaburi ya Daudi.
Baada ya kukemewa na nabii Nathani
kwa kuzini na Bathsheba.

[1] Ee Mungu, unihurumie,
kwa kadiri ya upendo wako usiokoma,
kwa kadiri ya huruma yako kuu,
uyafute makosa yangu.
[2] Unioshe na uovu wangu wote
na unitakase dhambi yangu.

[3] Kwa maana ninajua makosa yangu,
na dhambi yangu iko mbele yangu daima.
[4] Dhidi yako, wewe peke yako, nimetenda
dhambi
na kufanya yaliyo mabaya machoni pako,
ili uthibitike kuwa wa kweli unenapo,
na kuwa na haki utoapo hukumu.
[5] Hakika mimi nilizaliwa mwenye dhambi,
mwenye dhambi tangu nilipotungwa
mimba kwa mama yangu.
[6] Hakika wewe wapendezwa na kweli
itokayo moyoni,
ndani sana ya moyo wangu wanifundisha
hekima.

[7] Nioshe kwa hisopo, nami nitakuwa safi,
unisafishe, nami nitakuwa mweupe
kuliko theluji.
[8] Unipe kusikia furaha na shangwe,
mifupa uliyoiponda na ifurahi.
[9] Ufiche uso wako usizitazame
dhambi zangu,
na uufute uovu wangu wote.

[10] Ee Mungu, uniumbie moyo safi,
uifanye upya roho ya uthabiti
ndani yangu.
[11] Usinitupe kutoka mbele zako
wala kuniondolea Roho wako Mtakatifu.
[12] Unirudishie tena furaha ya wokovu wako,
unipe roho ya utii, ili initegemeze.
[13] Ndipo nitakapowafundisha wakosaji
njia zako,
na wenye dhambi watakugeukia wewe.
[14] Ee Mungu, Mungu uniokoaye,
niokoe na hatia ya kumwaga damu,
nao ulimi wangu utaimba juu ya haki yako.
[15] Ee BWANA, fungua midomo yangu,
na kinywa changu kitatangaza sifa zako.
[16] Wewe hupendezwi na dhabihu,
au ningaliileta,
hufurahii sadaka za kuteketezwa.
[17] Bali dhabihu za Mungu ni roho iliyovunjika,
moyo uliovunjika wenye toba,
Ee Mungu, hutaudharau.

[18] Kwa wema wa radhi yako uifanye Sayuni
istawi,
ukazijenge upya kuta za Yerusalemu.

[19] Hapo ndipo kutakapokuwa na dhabihu
za haki,
sadaka nzima za kuteketezwa za
kukupendeza sana,
pia mafahali watatolewa
madhabahuni mwako.

Zaburi 52

Hukumu Ya Mungu

Kwa mwimbishaji. Utenzi wa Daudi.
Baada ya Doegi, Mwedomu kumwendea Sauli
na kumjulisha kuwa: "Daudi amekwenda
nyumbani kwa Ahimeleki."

[1] Ewe jitu, mbona unajivunia ubaya?
Kwa nini unajivuna mchana kutwa,
wewe ambaye ni fedheha mbele za Mungu?
[2] Ulimi wako hupanga mashauri mabaya
ya maangamizi.
Ni kama wembe mkali, ninyi
mfanyao hila.
[3] Unapenda mabaya kuliko mema,
uongo kuliko kusema kweli.
[4] Unapenda kila neno lenye kudhuru,
ewe ulimi wenye hila!
[5] Hakika Mungu atakushusha chini
kwa maangamizi ya milele:
atakunyakua na kukuondoa kwa nguvu
kutoka hema yako,
atakung'oa kutoka nchi ya walio hai.
[6] Wenye haki wataona na kuogopa,
watamcheka, wakisema,
[7] "Huyu ni yule mtu ambaye
hakumfanya Mungu kuwa ngome yake,
bali alitumainia wingi wa utajiri wake,
na akawa hodari kwa kuwaangamiza
wengine!"

Neema Ya Mungu

[8] Lakini mimi ni kama mti wa mzeituni
unaostawi katika nyumba ya Mungu,
nautegemea upendo wa Mungu usiokoma
milele na milele.
[9] Nitakusifu milele kwa yale uliyoyatenda,
nitatumaini jina lako, kwa kuwa jina lako
ni jema.
Nitakusifu mbele ya watakatifu wako.

Zaburi 53

Uovu Wa Wanadamu

Kwa mwimbishaji. Mtindo wa mahalathi.
Utenzi wa Daudi.

[1] Mpumbavu anasema moyoni mwake,
"Hakuna Mungu."
Wameharibika, na njia zao ni za uovu kabisa,
hakuna hata mmoja atendaye mema.

[2] Mungu anawachungulia wanadamu chini
kutoka mbinguni
aone kama wako wenye akili,
wowote wanaomtafuta Mungu.
[3] Kila mmoja amegeukia mbali,
wameharibika wote pamoja,
hakuna atendaye mema.
Naam, hakuna hata mmoja!

[4] Je, watendao mabaya kamwe hawatajifunza:
wale ambao huwala watu wangu
kama watu walavyo mkate,
hao ambao hawamwiti Mungu?
[5] Hapo waliingiwa na hofu kuu,
ambapo hapakuwa cha kutetemesha.
Mungu alitawanya mifupa ya wale
waliokushambulia;
uliwaaibisha, kwa sababu Mungu
aliwadharau.

[6] Laiti wokovu wa Israeli ungalikuja kutoka
Sayuni!
Wakati Mungu arejeshapo wafungwa
wa watu wake,
Yakobo na ashangilie, Israeli na afurahi!

Zaburi 54

Kuomba Ulinzi Wa Mungu Kutokana Na Adui

Kwa mwimbishaji. Na ala za nyuzi za uimbaji.
Utenzi wa Daudi. Wakati Wazifu walimwendea
Sauli na kumjulisha, "Je, Daudi hajifichi
miongoni mwetu?"

[1] Ee Mungu uniokoe kwa jina lako,
unifanyie hukumu kwa uwezo wako.
[2] Ee Mungu, sikia maombi yangu,
usikilize maneno ya kinywa changu.

[3] Wageni wananishambulia,
watu wakatili wanayatafuta maisha yangu,
watu wasiomjali Mungu.

[4] Hakika Mungu ni msaada wangu,
Bwana ndiye anayenitegemeza.
[5] Mabaya na yawarudie wale
wanaonisingizia,
kwa uaminifu wako uwaangamize.

[6] Nitakutolea dhabihu za hiari;
Ee Bwana, nitalisifu jina lako
kwa kuwa ni vyema.
[7] Kwa maana ameniokoa katika shida
zangu zote,
na macho yangu yamewatazama adui
zangu kwa ushindi.

Zaburi 55

Maombi Ya Mtu Aliyesalitiwa Na Rafiki

Kwa mwimbishaji. Na ala za uimbaji.
Utenzi wa Daudi.

[1] Ee Mungu, sikiliza maombi yangu,
wala usidharau hoja yangu.
[2] Nisikie na unijibu.

Mawazo yangu yananisumbua na
nimehangaishwa
3 kwa sauti ya adui,
kwa kukaziwa macho na waovu,
kwa sababu wananiletea mateso juu yangu
na kunitukana kwa hasira zao.

4 Moyo wangu umejaa uchungu,
hofu ya kifo imenishambulia.
5 Woga na kutetemeka vimenizunguka,
hofu kuu imenigharikisha.
6 Nilisema, "Laiti ningekuwa na mbawa
za njiwa!
Ningeruka niende mbali kupumzika.
7 Ningalitorokea mbali sana
na kukaa jangwani,
8 ningaliharakisha kwenda mahali
pa salama,
mbali na tufani kali na dhoruba."

9 Ee Bwana, uwatahayarishe waovu
na uwachanganyishie semi zao,
maana nimeona jeuri na ugomvi mjini.
10 Usiku na mchana wanazunguka juu
ya kuta zake,
uovu na dhuluma vimo ndani yake.
11 Nguvu za uharibifu zinatenda kazi mjini,
vitisho na uongo haviondoki
mitaani mwake.
12 Kama aliyenitukana ni adui yangu,
ningevumilia,
kama mtu mwovu angejiinua
dhidi yangu,
ningejificha asinione.
13 Kumbe ni wewe, mwenzangu,
mshiriki na rafiki yangu wa karibu,
14 ambaye awali tulifurahia ushirika mzuri,
tulipokuwa tukienda na umati hekaluni
mwa Mungu.

15 Kifo na kiwajie adui zangu ghafula,
na washuke kuzimu wangali hai,
kwa maana uovu upo ndani yao.

16 Lakini ninamwita Mungu,
naye Bwana huniokoa.
17 Jioni, asubuhi na adhuhuri
ninalia kwa huzuni,
naye husikia sauti yangu.
18 Huniokoa nikawa salama katika vita
vilivyopangwa dhidi yangu,
ingawa watu wengi hunipinga.
19 Mungu anayemiliki milele,
atawasikia na kuwaadhibu,
watu ambao hawabadilishi njia zao,
wala hawana hofu ya Mungu.

20 Mwenzangu hushambulia rafiki zake,
naye huvunja agano lake.
21 Mazungumzo yake ni laini kama siagi,
hata hivyo vita vimo moyoni mwake.
Maneno yake ni mororo kuliko mafuta,
hata hivyo ni upanga mkali uliofutwa.

22 Mtwike Bwana fadhaa zako,
naye atakutegemeza,
hatamwacha kamwe mwenye haki wake
aanguke.
23 Lakini wewe, Ee Mungu,
utawashusha waovu katika shimo
la uharibifu.
Wenye kiu ya kumwaga damu na wenye hila,
hawataishi nusu ya siku zao.

Lakini mimi ninakutumaini wewe.

Zaburi 56

Kumtumaini Mungu

Kwa mwimbishaji. Mtindo wa "Njiwa mkimya wa mbali." Utenzi wa Daudi. Baada ya kukamatwa na Wafilisti huko Gathi.

1 Ee Mungu unihurumie, maana watu
wananifuatia vikali;
mchana kutwa wanazidisha
mashambulizi yao.
2 Wasingiziaji wangu wananifuatia
mchana kutwa,
wengi wananishambulia kwa kiburi chao.

3 Wakati ninapoogopa,
nitakutumaini wewe.
4 Katika Mungu, ambaye neno lake ninalisifu,
katika Mungu ninatumaini; sitaogopa.
Mwanadamu apatikanaye na kufa,
atanitenda nini?

5 Mchana kutwa wanayageuza
maneno yangu,
siku zote wanapanga shauri
la kunidhuru.
6 Wananifanyia hila, wanajificha,
wanatazama hatua zangu,
wakiwa na shauku ya kuutoa uhai wangu.

7 Wasiepuke kwa vyovyote,
Ee Mungu, katika hasira yako yaangushe
mataifa.
8 Andika maombolezo yangu,
orodhesha machozi yangu katika
gombo lako:
je, haya hayapo katika
kumbukumbu zako?

9 Ndipo adui zangu watarudi nyuma
ninapoita msaada.
Kwa hili nitajua kwamba Mungu
yuko upande wangu.
10 Katika Mungu, ambaye neno lake
ninalisifu,
katika Bwana, ambaye neno lake
ninalisifu,
11 katika Mungu ninatumaini, sitaogopa.
Mwanadamu anaweza kunitenda nini?

12 Ee Mungu, nina nadhiri kwako,
nitakutolea wewe sadaka zangu za shukrani.

[13] Kwa kuwa umeniokoa toka kwenye mauti
na miguu yangu kwenye kujikwaa,
ili niweze kuenenda mbele za Mungu
katika nuru ya uzima.

Zaburi 57

Kuomba Msaada

Kwa mwimbishaji.
Mtindo wa "Usiharibu!" Utenzi wa Daudi.
Baada ya kumponyoka Sauli pangoni.

[1] Unihurumie, Ee Mungu, unihurumie,
kwa maana nafsi yangu inakukimbilia.
Chini ya uvuli wa mbawa zako nitakimbilia
mpaka maafa yapite.

[2] Namlilia Mungu Aliye Juu Sana,
Mungu atimizaye makusudi yake kwangu.
[3] Hutumana kutoka mbinguni na kuniokoa,
akiwakemea wale wanaonifuatilia vikali;
Mungu huutuma upendo wake
na uaminifu wake.

[4] Niko katikati ya simba,
nimelala katikati ya wanyama wenye
njaa kuu:
watu ambao meno yao ni mikuki na mishale,
ambao ndimi zao ni panga kali.
[5] Ee Mungu, utukuzwe juu ya mbingu,
utukufu wako na uenee duniani kote.

[6] Waliitegea miguu yangu nyavu,
nikainamishwa chini na dhiki.
Wamechimba shimo katika njia yangu,
lakini wametumbukia humo wao wenyewe.

[7] Ee Mungu, moyo wangu ni thabiti;
nitaimba na kusifu kwa moyo wangu wote.
[8] Amka, nafsi yangu!
Amka, kinubi na zeze!
Nitayaamsha mapambazuko.
[9] Nitakusifu wewe, Ee BWANA, katikati
ya mataifa;
nitaimba habari zako, katikati ya jamaa
za watu.
[10] Kwa maana upendo wako ni mkuu, waenea
hadi mbinguni,
uaminifu wako unazifikia anga.

[11] Ee Mungu, utukuzwe juu mbinguni,
utukufu wako na uwe duniani pote.

Zaburi 58

Mungu Kuwaadhibu Waovu

Kwa mwimbishaji. Mtindo wa "Usiharibu!"
Utenzi wa Daudi.

[1] Enyi watawala, je, kweli mwanena kwa haki?
Je, mnahukumu kwa unyofu miongoni
mwa watu?
[2] La, mioyoni mwenu mnatunga udhalimu,
na mikono yenu hupima jeuri duniani.
[3] Waovu ni wapotovu tangu kuzaliwa kwao,
toka tumboni mwa mama zao
ni wakaidi na husema uongo.
[4] Sumu yao ni kama sumu ya nyoka,
kama ile ya fira ambaye ameziba
masikio yake,
[5] ambaye hatasikia sauti ya kutumbuiza
ya mwaguzi,
hata kama mganga angecheza kwa ustadi
kiasi gani.

[6] Ee Mungu, yavunje meno katika vinywa vyao;
Ee BWANA, vunja meno makali
ya hao simba!
[7] Na watoweke kama maji yapitayo kwa kasi,
wavutapo pinde zao, mishale yao
na iwe butu.
[8] Kama konokono ayeyukavyo akitembea,
kama mtoto aliyezaliwa akiwa mfu,
wasilione jua.
[9] Kabla vyungu vyenu havijapata moto
wa kuni za miiba,
zikiwa mbichi au kavu,
waovu watakuwa
wamefagiliwa mbali.
[10] Wenye haki watafurahi waonapo
wakilipizwa kisasi,
watakapochovya nyayo zao katika damu
ya waovu.
[11] Ndipo wanadamu watasema,
"Hakika utulivu wa wenye haki bado una
thawabu,
hakika kuna Mungu ahukumuye dunia."

Zaburi 59

Kuomba Ulinzi Wa Mungu

Kwa mwimbishaji. Mtindo wa "Usiharibu!"
Utenzi wa Daudi. Wakati Sauli alipotuma
wapelelezi nyumbani mwa Daudi ili wamuue.

[1] Ee Mungu, uniokoe na adui zangu,
unilinde kutokana na hao wanaoinuka
dhidi yangu.
[2] Uniponye na watu watendao mabaya,
uniokoe kutokana na wamwagao damu.

[3] Tazama wanavyonivizia!
Watu wakali wananifanyia hila,
ingawa Ee BWANA, mimi sijakosea
wala kutenda dhambi.
[4] Sijatenda kosa; hata hivyo wako tayari
kunishambulia.
Inuka unisaidie, uone hali yangu mbaya!
[5] Ee BWANA Mwenye Nguvu Zote, Mungu
wa Israeli!
Zinduka uyaadhibu mataifa yote,
usionyeshe huruma kwa wasaliti.

[6] Hurudi wakati wa jioni,
wakibweka kama mbwa,
wakiuzurura mji.

7 Tazama yale wanayotema kutoka
vinywa vyao,
hutema upanga kutoka midomo yao,
nao husema, "Ni nani atakayetusikia?"
8 Lakini wewe, Bwana, uwacheke;
unayadharau mataifa hayo yote.

9 Ee nguvu yangu, ninakutazama wewe,
wewe, Ee Mungu, ndiwe ngome yangu,
10 Mungu wangu unipendaye.

Mungu atanitangulia,
naye atanifanya niwachekelee
wale wanaonisingizia.
11 Lakini usiwaue, Ee Bwana, ngao yetu,
au sivyo watu wangu watasahau.
Katika uwezo wako wafanye
watangetange
na uwashushe chini.
12 Kwa ajili ya dhambi za vinywa vyao,
kwa ajili ya maneno ya midomo yao,
waache wanaswe katika kiburi chao.
Kwa ajili ya laana na uongo wanaotamka,
13 wateketeze katika ghadhabu,
wateketeze hadi wasiwepo tena.
Ndipo itakapofahamika katika miisho
ya dunia
kwamba Mungu anatawala juu
ya Yakobo.

14 Hurudi jioni,
wakibweka kama mbwa,
wakiuzurura mji.
15 Wanatangatanga wakitafuta chakula,
wasipotosheka hubweka kama mbwa.
16 Lakini mimi nitaziimba nguvu zako,
asubuhi nitaimba juu ya upendo wako;
kwa maana wewe ndiwe ngome yangu
na kimbilio langu wakati wa shida.
17 Ee uliye Nguvu zangu, ninakuimbia sifa.
Wewe, Ee Mungu, ndiwe ngome yangu,
Mungu unipendaye.

Zaburi 60

Kuomba Kuokolewa

Kwa mwimbishaji.
Mtindo wa "Shushani Eduthi."
Utenzi wa Daudi wa kufundisha.
Wakati alipopigana na Waaramu kutoka
Aramu-Naharaimu na Aramu-Soba, naye
Yoabu akarudi nyuma na kuwaua Waedomu
12,000 katika Bonde la Chumvi.

1 Ee Mungu, umetukataa na kutokea ghafula
juu yetu,
umekasirika: sasa turejeshe upya!
2 Umetetemesha nchi na kuipasua;
uiponye mavunjiko yake, kwa maana
inatetemeka.
3 Umewaonyesha watu wako nyakati
za kukata tamaa;
umetunywesha mvinyo unaotuyumbisha.
4 Kwa wale wanaokucha wewe,
umewainulia bendera,
ili iweze kutwekwa dhidi ya upinde.

5 Tuokoe na utusaidie kwa mkono wako
wa kuume,
ili wale uwapendao wapate kuokolewa.
6 Mungu amenena kutoka patakatifu pake:
"Nitaigawa Shekemu kwa ushindi
na kulipima Bonde la Sukothi.
7 Gileadi ni yangu na Manase ni yangu;
Efraimu ni kofia yangu ya chuma,
nayo Yuda ni fimbo yangu ya utawala.
8 Moabu ni sinia langu la kunawia,
juu ya Edomu natupa kiatu changu;
nashangilia kwa kushindwa kwa Ufilisti."

9 Ni nani atakayenipeleka hadi mji
wenye ngome?
Ni nani atakayeniongoza hadi
nifike Edomu?
10 Ee Mungu, si ni wewe uliyetukataa sisi,
na hutoki tena na majeshi yetu?
11 Tuletee msaada dhidi ya adui,
kwa maana msaada wa mwanadamu
haufai kitu.
12 Kwa msaada wa Mungu tutapata ushindi,
naye atawaponda adui zetu.

Zaburi 61

Kuomba Ulinzi

Kwa mwimbishaji. Kwa ala za nyuzi za uimbaji.
Zaburi ya Daudi.

1 Ee Mungu, sikia kilio changu,
usikilize maombi yangu.

2 Kutoka miisho ya dunia ninakuita,
ninaita huku moyo wangu unadhoofika;
uniongoze kwenye mwamba
ule ulio juu kuliko mimi.
3 Kwa kuwa umekuwa kimbilio langu,
ngome imara dhidi ya adui.

4 Natamani kukaa hemani mwako milele,
na kukimbilia chini ya uvuli
wa mbawa zako.
5 Ee Mungu, kwa kuwa umesikia
nadhiri zangu,
umenipa urithi wa wale wanaoliogopa
jina lako.

6 Mwongezee mfalme siku za maisha yake,
miaka yake kwa vizazi vingi.
7 Yeye na atawazwe kwenye kiti cha enzi
mbele za Mungu milele;
amuru upendo wako na uaminifu wako
vimlinde.

8 Ndipo daima nitaliimbia sifa jina lako
na kuzitimiza nadhiri zangu siku baada
ya siku.

Zaburi 62

Mungu Kimbilio La Pekee

Kwa mwimbishaji. Mtindo wa Yeduthuni. Zaburi ya Daudi.

1 Kwa Mungu peke yake nafsi yangu inapata
pumziko;
wokovu wangu watoka kwake.
2 Yeye peke yake ndiye mwamba wangu na
wokovu wangu;
yeye ni ngome yangu, sitatikisika kamwe.

3 Mtamshambulia mtu hata lini?
Je, ninyi nyote mtamtupa chini,
ukuta huu ulioinama na uzio huu
unaotikisika?
4 Walikusudia kikamilifu kumwangusha
toka mahali pake pa fahari;
wanafurahia uongo.
Kwa vinywa vyao hubariki,
lakini ndani ya mioyo yao hulaani.

5 Ee nafsi yangu, upumzike, kwa Mungu
peke yake,
tumaini langu latoka kwake.
6 Yeye peke yake ndiye mwamba wangu na
wokovu wangu;
ndiye ngome yangu, sitatikisika.
7 Wokovu wangu na heshima yangu viko
kwa Mungu,
ndiye mwamba wangu wenye nguvu
na kimbilio langu.
8 Enyi watu, mtumainini yeye wakati wote,
miminieni mioyo yenu kwake,
kwa kuwa Mungu ni kimbilio letu.

9 Binadamu wa ngazi ya chini ni pumzi tu,
nao wa ngazi ya juu ni uongo tu;
wakipimwa kwenye mizani, si chochote;
wote kwa pamoja ni pumzi tu.
10 Usitumainie vya udhalimu
wala usijivune kwa vitu vya wizi;
ingawa utajiri wako utaongezeka,
usiviwekee moyo wako.

11 Jambo moja Mungu amelisema,
mambo mawili nimeyasikia:
kwamba, Ee Mungu,
wewe una nguvu,
12 na kwamba, Ee Bwana,
wewe ni mwenye upendo.
Hakika utampa kila mtu thawabu
kwa kadiri ya alivyotenda.

Zaburi 63

Shauku Kwa Ajili Ya Uwepo Wa Mungu

Zaburi ya Daudi. Wakati alipokuwa katika Jangwa la Yuda.

1 Ee Mungu, wewe ni Mungu wangu,
nakutafuta kwa moyo wote;
nafsi yangu inakuonea kiu,
mwili wangu unakuonea wewe shauku,
katika nchi kame na iliyochoka
mahali ambapo hapana maji.
2 Nimekuona katika mahali patakatifu
na kuuona uwezo wako na utukufu wako.
3 Kwa sababu upendo wako ni bora
kuliko uhai,
midomo yangu itakuadhimisha.
4 Nitakusifu siku zote za maisha yangu,
na kwa jina lako nitainua mikono yangu.
5 Nafsi yangu itatoshelezwa
kama kwa wingi wa vyakula;
kwa midomo iimbayo
kinywa changu kitakusifu wewe.

6 Kitandani mwangu ninakukumbuka wewe,
ninawaza juu yako makesha yote ya usiku.
7 Kwa sababu wewe ndiwe msaada wangu,
chini ya uvuli wa mbawa zako naimba.
8 Nafsi yangu inaambatana nawe,
mkono wako wa kuume hunishika.

9 Wale wanaotafuta uhai wangu
wataharibiwa,
watakwenda chini kwenye vilindi
vya dunia.
10 Watatolewa wafe kwa upanga,
nao watakuwa chakula cha mbweha.

11 Bali mfalme atafurahi katika Mungu,
wale wote waapao kwa jina la Mungu
watamsifu,
bali vinywa vya waongo vitanyamazishwa.

Zaburi 64

Kuomba Ulinzi Dhidi Ya Maadui

Kwa mwimbishaji. Zaburi ya Daudi.

1 Ee Mungu, unisikie ninapoeleza
lalamiko langu,
uyahifadhi maisha yangu kutokana
na vitisho vya adui.
2 Unifiche kutokana na shauri la siri
la waovu,
kutokana na zile kelele za kundi
la watenda mabaya.

3 Wananoa ndimi zao kama panga
na kuelekeza maneno yao kama mishale
ya kufisha.
4 Hurusha mishale kutoka kwenye mavizio
kwa mtu asiye na hatia,
humrushia ghafula bila woga.

5 Kila mmoja humtia moyo mwenzake
katika mipango mibaya;
huzungumza juu ya kuficha mitego yao,
nao husema, “Ni nani ataiona?”
6 Hufanya shauri baya la dhuluma na kusema,
“Tumebuni mpango mkamilifu!”
Hakika nia na moyo wa mwanadamu
vina hila.

7 Bali Mungu atawapiga kwa mishale,
nao ghafula wataangushwa.
8 Atageuza ndimi zao wenyewe dhidi yao
na kuwaleta kwenye maangamizi;
wote wawaonao watatikisa vichwa vyao
kwa dharau.
9 Wanadamu wote wataogopa,
watatangaza kazi za Mungu
na kutafakari yale aliyoyatenda.
10 Wenye haki na wafurahi katika Bwana,
na wakimbilie kwake;
wanyofu wote wa moyo na wamsifu yeye!

Zaburi 65

Kusifu Na Kushukuru

Kwa mwimbishaji. Zaburi ya Daudi. Wimbo.

1 Ee Mungu, sifa zakungojea katika Sayuni;
kwako wewe nadhiri zetu zitatimizwa.
2 Ewe usikiaye maombi,
kwako wewe watu wote watakuja.
3 Tulipokuwa tumefunikwa kabisa na dhambi,
wewe ulisamehe makosa yetu.
4 Heri wale uliowachagua
na kuwaleta karibu ili waishi katika
nyua zako!
Tunashibishwa kwa mema ya nyumba yako,
mema ya Hekalu lako takatifu.

5 Unatujibu kwa matendo ya kushangaza
ya haki,
Ee Mungu Mwokozi wetu,
tumaini la miisho yote ya duniani
na la bahari zilizo mbali sana,
6 uliyeumba milima kwa uwezo wako,
ukiwa umejivika nguvu,
7 uliyenyamazisha dhoruba za bahari,
ngurumo za mawimbi yake,
na ghasia za mataifa.
8 Wale wanaoishi mbali sana
wanaogopa maajabu yako,
kule asubuhi ipambazukiapo
na kule jioni inakofifilia
umeziita nyimbo za furaha.

9 Waitunza nchi na kuinyeshea,
waitajirisha kwa wingi.
Vijito vya Mungu vimejaa maji
ili kuwapa watu nafaka,
kwa maana wewe umeviamuru.
10 Umeilowesha mifereji yake
na kusawazisha kingo zake;
umeilainisha kwa manyunyu
na kuibariki mimea yake.
11 Umeuvika mwaka taji ya baraka,
magari yako yanafurika kwa wingi.
12 Mbuga za majani za jangwani umezineemesha;
vilima vimevikwa furaha.
13 Penye nyanda za malisho pamejaa makundi
ya wanyama,
na mabonde yamepambwa kwa mavuno;
vyote vinashangilia kwa furaha na kuimba.

Zaburi 66

Kusifu Mungu Kwa Ajili Ya Wema Wake

Kwa mwimbishaji. Wimbo. Zaburi.

1 Mpigieni Mungu kelele za shangwe,
dunia yote!
2 Imbeni utukufu wa jina lake;
mpeni sifa zake kwa utukufu!
3 Mwambieni Mungu, "Jinsi gani yalivyo
ya kutisha matendo yako!
Uwezo wako ni mkuu mno kiasi kwamba
adui wananyenyekea mbele zako.
4 Dunia yote yakusujudia,
wanakuimbia wewe sifa,
wanaliimbia sifa jina lako."

5 Njooni mwone yale Mungu aliyoyatenda,
mambo ya kutisha aliyoyatenda
miongoni mwa wanadamu!
6 Alifanya bahari kuwa nchi kavu,
wakapita kati ya maji kwa miguu,
njooni, tumshangilie.
7 Yeye hutawala kwa uwezo wake milele,
macho yake huangalia mataifa yote:
waasi wasithubutu kujiinua dhidi yake.

8 Enyi mataifa, msifuni Mungu wetu,
sauti ya sifa yake isikike,
9 ameyahifadhi maisha yetu
na kuizuia miguu yetu kuteleza.
10 Ee Mungu, wewe ulitujaribu,
ukatusafisha kama fedha.
11 Umetuingiza kwenye nyavu
na umetubebesha mizigo mizito
migongoni mwetu.
12 Uliwaruhusu watu watukalie vichwani,
tulipita kwenye moto na kwenye maji,
lakini ulituleta kwenye nchi
iliyojaa utajiri tele.

13 Nitakuja hekaluni mwako na sadaka
za kuteketezwa
na kukutimizia nadhiri zangu:
14 nadhiri ambazo midomo yangu iliahidi
na nilizotamka kwa kinywa changu
nilipokuwa katika shida.
15 Nitakutolea dhabihu za wanyama wanono
na sadaka za kondoo dume,
nitakutolea mafahali na mbuzi.

16 Njooni msikilize ninyi nyote
mnaomcha Mungu,
nami niwaambie aliyonitendea.
17 Nilimlilia kwa kinywa changu,
sifa zake zilikuwa katika ulimi wangu.
18 Kama ningekuwa nimeyaficha maovu
moyoni mwangu,
Bwana asingekuwa amenisikiliza;
19 lakini hakika Mungu amenisikiliza
na amesikia sauti yangu katika maombi.
20 Sifa apewe Mungu,
ambaye hakulikataa ombi langu
wala kunizuilia upendo wake!

Zaburi 67

Mataifa Yahimizwa Kumsifu Mungu

Kwa mwimbishaji. Na ala za nyuzi za muziki.
Zaburi. Wimbo.

1 Mungu aturehemu na kutubariki,
na kutuangazia nuru za uso wake,
2 ili njia zako zijulikane duniani,
wokovu wako katikati ya mataifa yote.

3 Ee Mungu, mataifa na wakusifu,
mataifa yote na wakusifu.
4 Mataifa yote wafurahi na kuimba kwa
shangwe,
kwa kuwa unatawala watu kwa haki
na kuongoza mataifa ya dunia.
5 Ee Mungu, mataifa na wakusifu,
mataifa yote na wakusifu.

6 Ndipo nchi itatoa mazao yake,
naye Mungu, Mungu wetu, atatubariki.
7 Mungu atatubariki
na miisho yote ya dunia itamcha yeye.

Zaburi 68

Wimbo Wa Taifa Wa Shangwe Kwa Ushindi

Kwa mwimbishaji. Zaburi ya Daudi. Wimbo.

1 Mungu na ainuke, watesi wake watawanyike,
adui zake na wakimbie mbele zake.
2 Kama vile moshi upeperushwavyo na upepo,
vivyo hivyo uwapeperushe mbali,
kama vile nta iyeyukavyo kwenye moto,
vivyo hivyo waovu na waangamie mbele
za Mungu.
3 Bali wenye haki na wafurahi,
washangilie mbele za Mungu,
wafurahi na kushangilia.

4 Mwimbieni Mungu, liimbieni sifa jina lake,
mtukuzeni yeye aendeshwaye juu
ya mawingu:
jina lake ni BWANA,
furahini mbele zake.
5 Baba wa yatima, mtetezi wa wajane,
ni Mungu katika makao yake matakatifu.
6 Mungu huwaweka wapweke katika jamaa,
huwaongoza wafungwa wakiimba,
bali waasi huishi katika nchi kame.

7 Ee Mungu, ulipowatangulia watu wako,
ulipopita nyikani,
8 dunia ilitikisika,
mbingu zikanyesha mvua,
mbele za Mungu, Yule wa Sinai,
mbele za Mungu, Mungu wa Israeli.
9 Ee Mungu, ulinyesha mvua nyingi
na kuiburudisha ardhi iliyokuwa
imechoka.
10 Ee Mungu, watu wako waliishi huko,
nawe kwa wingi wa utajiri wako
uliwapa maskini mahitaji yao.

11 Bwana alitangaza neno,
waliolitangaza neno hilo walikuwa
kundi kubwa:
12 "Wafalme na majeshi walikimbia upesi,
watu waliobaki kambini
waligawana nyara.
13 Hata ulalapo katikati ya mioto ya kambini,
mabawa ya njiwa wangu yamefunikwa
kwa fedha,
manyoya yake kwa dhahabu ing'aayo."
14 Wakati Mwenyezi[a] alipowatawanya
wafalme katika nchi,
ilikuwa kama theluji iliyoanguka juu
ya Salmoni.

15 Milima ya Bashani ni milima iliyotukuka,
milima ya Bashani ina vilele
vilivyochongoka.
16 Enyi milima yenye vilele vilivyochongoka,
kwa nini mnakazia macho kwa wivu,
katika mlima Mungu anaochagua kutawala,
ambako BWANA mwenyewe ataishi milele?
17 Magari ya Mungu ni makumi ya maelfu,
na maelfu ya maelfu;
Bwana amekuja kutoka Sinai
hadi katika patakatifu pake.
18 Ulipopanda juu, uliteka mateka,
ukapokea vipawa kutoka kwa
wanadamu,
hata kutoka kwa wale walioasi,
ili wewe, Ee BWANA Mungu, upate
kuishi huko.

19 Sifa apewe Bwana, Mungu Mwokozi wetu,
ambaye siku kwa siku hutuchukulia
mizigo yetu.
20 Mungu wetu ni Mungu aokoaye,
BWANA Mwenyezi hutuokoa na kifo.

21 Hakika Mungu ataponda vichwa vya
adui zake,
vichwa vya hao waendao katika njia
za dhambi.
22 Bwana alisema, "Nitawarudisha kutoka
Bashani;
nitawarudisha kutoka vilindi vya bahari,
23 ili uweze kuchovya miguu yako katika
damu ya adui zako,
huku ndimi za mbwa wako zikiwa
na fungu lake."

24 Ee Mungu, maandamano yako
yameonekana,
maandamano ya Mungu wangu,
Mfalme wangu,
yakielekea patakatifu pake.
25 Mbele wako waimbaji, baada yao wapiga
vinanda,
pamoja nao wako wanawali wakipiga
matari.
26 Msifuni Mungu katika kusanyiko kubwa,
msifuni BWANA katika kusanyiko la Israeli.

[a]14 Mwenyezi hapa ina maana ya Shaddai kwa Kiebrania.

27 Liko kabila dogo la Benyamini
likiwaongoza,
wakifuatwa na kundi kubwa la watawala
wa Yuda,
hatimaye watawala wa Zabuloni
na Naftali.
28 Ee Mungu, amuru uwezo wako,
Ee Mungu tuonyeshe nguvu zako,
kama ulivyofanya hapo awali.
29 Kwa sababu ya Hekalu lako Yerusalemu
wafalme watakuletea zawadi.
30 Mkemee mnyama aliyeko kwenye manyasi,
kundi la mafahali katikati ya ndama
za mataifa.
Na walete minara ya madini ya fedha
wakinyenyekea.
Tawanya mataifa yapendayo vita.
31 Wajumbe watakuja kutoka Misri,
Kushi[a] atajisalimisha kwa Mungu.

32 Mwimbieni Mungu, enyi falme za dunia,
mwimbieni Bwana sifa,
33 mwimbieni sifa yeye apandaye mbingu
za kale zilizo juu,
yeye angurumaye kwa sauti kuu.
34 Tangazeni uwezo wa Mungu,
ambaye fahari yake iko juu ya Israeli,
ambaye uwezo wake uko katika anga.
35 Ee Mungu, wewe unatisha katika mahali
patakatifu pako,
Mungu wa Israeli huwapa watu wake
uwezo na nguvu.

Mungu Asifiwe!

Zaburi 69

Kilio Cha Kuomba Msaada Wakati Wa Dhiki

Kwa mwimbishaji. Mtindo wa "Yungiyungi." Zaburi ya Daudi.

1 Ee Mungu, niokoe,
kwa maana maji yamenifika shingoni.
2 Ninazama kwenye vilindi vya matope,
pasipo mahali pa kukanyaga,
Nimefika kwenye maji makuu,
mafuriko yamenigharikisha.
3 Nimechoka kwa kuomba msaada,
koo langu limekauka.
Macho yangu yanafifia,
nikimtafuta Mungu wangu.
4 Wale wanaonichukia bila sababu
ni wengi kuliko nywele za kichwa
changu;
wengi ni adui kwangu bila sababu,
wale wanaotafuta kuniangamiza.
Ninalazimishwa kurudisha
kitu ambacho sikuiba.

5 Ee Mungu, wewe unajua upumbavu wangu,
wala hatia yangu haikufichika kwako.

6 Ee Bwana, ewe BWANA Mwenye
Nguvu Zote,
wakutumainio wasiaibishwe
kwa ajili yangu;
wakutafutao wasifedheheshwe kwa
ajili yangu,
Ee Mungu wa Israeli.
7 Kwa maana nimestahimili dharau kwa
ajili yako,
aibu imefunika uso wangu.
8 Nimekuwa mgeni kwa ndugu zangu,
mgeni kwa wana wa mama yangu
mwenyewe.
9 Kwa kuwa wivu wa nyumba yako unanila,
matukano ya wale wanaokutukana
yameniangukia.
10 Ninapolia na kufunga,
lazima nivumilie matusi.
11 Ninapovaa nguo ya gunia,
watu hunidharau.
12 Wale wanaoketi mlangoni wananisimanga,
nimekuwa wimbo wa walevi.

13 Lakini Ee BWANA, ninakuomba,
kwa wakati ukupendezao;
katika upendo wako mkuu, Ee Mungu,
unijibu kwa wokovu wako wa hakika.
14 Uniokoe katika matope,
usiniache nizame;
niokoe na hao wanichukiao,
kutoka kwenye vilindi vya maji.
15 Usiache mafuriko yanigharikishe
au vilindi vinimeze,
au shimo lifumbe kinywa chake
juu yangu.
16 Ee BWANA, unijibu, kwa wema
wa upendo wako;
kwa huruma zako nyingi unigeukie.
17 Usimfiche mtumishi wako uso wako,
uharakishe kunijibu, kwa sababu niko
katika shida.
18 Njoo karibu uniokoe,
nikomboe kwa sababu ya adui zangu.

19 Unajua jinsi ninavyodharauliwa,
kufedheheshwa na kuaibishwa,
adui zangu wote unawajua.
20 Dharau zimenivunja moyo
na nimekata tamaa,
nimetafuta wa kunihurumia, lakini
sikumpata,
wa kunituliza, lakini sikumpata.
21 Waliweka nyongo katika chakula changu
na walinipa siki nilipokuwa na kiu.

22 Meza iliyoandaliwa mbele yao
na iwe mtego,
nayo iwe upatilizo na tanzi.
23 Macho yao yatiwe giza ili wasiweze
kuona,
nayo migongo yao iinamishwe
daima.
24 Uwamwagie ghadhabu yako,
hasira yako kali na iwapate.

---

[a]31 Kushi hapa ina maana maeneo ya Naili ya juu, yaani Ethiopia.

25 Mahali pao na pawe ukiwa,
wala asiwepo yeyote atakayeishi katika
mahema yao.
26 Kwa kuwa wanawatesa wale uliowajeruhi,
na kuzungumza juu ya maumivu ya wale
uliowaumiza.
27 Walipize uovu juu ya uovu,
usiwaache washiriki katika
wokovu wako.
28 Wafutwe kutoka kitabu cha uzima
na wasiorodheshwe pamoja
na wenye haki.

29 Mimi niko katika maumivu na dhiki;
Ee Mungu, wokovu wako na unihifadhi.

30 Nitalisifu jina la Mungu kwa wimbo,
nami nitamtukuza kwa kumtolea
shukrani.
31 Hili litampendeza Bwana kuliko
ng'ombe dume,
zaidi ya fahali akiwa na pembe
na kwato zake.
32 Maskini wataona na kufurahi:
ninyi mnaomtafuta Mungu, mioyo yenu
na iishi!
33 Bwana huwasikia wahitaji
wala hadharau watu wake waliotekwa.

34 Mbingu na dunia zimsifu,
bahari na vyote viendavyo ndani yake,
35 kwa maana Mungu ataiokoa Sayuni
na kuijenga tena miji ya Yuda.
Kisha watu watafanya makao yao humo
na kuimiliki,
36 watoto wa watumishi wake watairithi
na wale wote walipendao jina lake
wataishi humo.

Zaburi 70

Kuomba Msaada

Kwa mwimbishaji. Zaburi ya Daudi. Maombi.

1 Ee Mungu, ufanye haraka kuniokoa;
Ee Bwana, njoo hima unisaidie.
2 Wale wanaotafuta kuuondoa uhai wangu,
waaibishwe na kufadhaishwa;
wote wanaotamani kuangamizwa kwangu,
warudishwe nyuma kwa aibu.
3 Wale waniambiao, "Aha! Aha!"
warudi nyuma kwa sababu ya aibu yao.
4 Lakini wote wakutafutao
washangilie na kukufurahia,
wale wapendao wokovu wako siku zote
waseme,
"Mungu na atukuzwe!"

5 Lakini bado mimi ni maskini na mhitaji;
Ee Mungu, unijie haraka.
Wewe ndiwe msaada wangu
na mwokozi wangu;
Ee Bwana, usikawie.

Zaburi 71

Kuomba Ulinzi Na Msaada Siku Zote Za Maisha

1 Ee Bwana, nimekukimbilia wewe,
usiache nikaaibika kamwe.
2 Kwa haki yako uniponye na kuniokoa,
unitegee sikio lako uniokoe.
3 Uwe kwangu mwamba wa kimbilio,
mahali nitakapokimbilia kila wakati;
toa amri ya kuniokoa, kwa kuwa wewe
ni mwamba wangu na ngome yangu.
4 Ee Mungu wangu uniokoe kutoka kwenye
mkono wa mwovu,
kutoka kwenye makucha ya watu wabaya
na wakatili.

5 Kwa kuwa umekuwa tumaini langu,
Ee Bwana Mwenyezi,
tegemeo langu tangu ujana wangu.
6 Tangu kuzaliwa nimekutegemea wewe,
ulinitoa tumboni mwa mama yangu.
Nitakusifu wewe daima.
7 Nimekuwa kama kioja kwa wengi,
lakini wewe ni kimbilio langu imara.
8 Kinywa changu kimejazwa sifa zako,
nikitangaza utukufu wako
mchana kutwa.

9 Usinitupe wakati wa uzee,
wala usiniache nguvu zangu
zinapopungua.
10 Kwa maana adui zangu wananisengenya,
wale wanaonivizia kuniua wafanya hila.
11 Wanasema, "Mungu amemwacha,
mkimbilieni mkamkamate,
kwani hakuna wa kumwokoa."
12 Ee Mungu, usiwe mbali nami,
njoo haraka kunisaidia,
Ee Mungu wangu.
13 Washtaki wangu na waangamie kwa aibu,
wale wanaotaka kunidhuru
na wafunikwe kwa dharau na fedheha.

14 Lakini mimi, nitatumaini siku zote,
nitakusifu zaidi na zaidi.
15 Kinywa changu kitasimulia haki yako,
wokovu wako mchana kutwa,
ingawa sifahamu kipimo chake.
16 Ee Bwana Mwenyezi, nitakuja
na kutangaza matendo yako makuu,
nitatangaza haki yako, yako peke yako.
17 Ee Mungu, umenifundisha tangu
ujana wangu,
hadi leo ninatangaza matendo yako
ya ajabu.
18 Ee Mungu, usiniache,
hata niwapo mzee wa mvi,
mpaka nitangaze uwezo wako kwa kizazi
kijacho,
nguvu zako kwa wote watakaokuja
baadaye.

19 Ee Mungu, haki yako imefika juu katika
mbingu,
wewe ambaye umefanya mambo makuu.
Ee Mungu, ni nani aliye kama wewe?
20 Ingawa umenifanya nipate taabu, nyingi
na chungu,
utanihuisha tena,
kutoka vilindi vya dunia
utaniinua tena.
21 Utaongeza heshima yangu
na kunifariji tena.

22 Ee Mungu wangu, nitakusifu kwa kinubi
kwa ajili ya uaminifu wako;
Ee Uliye Mtakatifu wa Israeli,
nitakuimbia sifa kwa zeze.
23 Midomo yangu itapaza sauti kwa furaha
ninapokuimbia sifa,
mimi, ambaye umenikomboa.
24 Ulimi wangu utasimulia matendo yako
ya haki
mchana kutwa,
kwa maana wale waliotaka kunidhuru,
wameaibishwa na kufadhaishwa.

Zaburi 72

Maombi Kwa Ajili Ya Mfalme

Zaburi ya Solomoni.

1 Ee Mungu, mjalie mfalme aamue kwa
haki yako,
mwana wa mfalme kwa haki yako.
2 Atawaamua watu wako kwa haki,
watu wako walioonewa kwa haki.
3 Milima italeta mafanikio kwa watu,
vilima tunda la haki.
4 Atawatetea walioonewa miongoni
mwa watu
na atawaokoa watoto wa wahitaji,
ataponda mdhalimu.

5 Atadumu kama jua lidumuvyo, kama
mwezi, vizazi vyote.
6 Atakuwa kama mvua inyeshayo juu
ya shamba lililofyekwa,
kama manyunyu yanyeshayo ardhi.
7 Katika siku zake wenye haki watastawi;
mafanikio yatakuwepo mpaka mwezi
utakapokoma.

8 Atatawala kutoka bahari hadi bahari
na kutoka Mto[a] mpaka miisho ya dunia.
9 Makabila ya jangwani watamsujudia,
na adui zake wataramba mavumbi.
10 Wafalme wa Tarshishi na wa pwani
za mbali
watamletea kodi;
wafalme wa Sheba na Seba
watampa zawadi.
11 Wafalme wote watamsujudia
na mataifa yote yatamtumikia.
12 Kwa maana atamwokoa mhitaji
anayemlilia,
aliyeonewa asiye na wa kumsaidia.
13 Atawahurumia wanyonge na wahitaji
na kuwaokoa wahitaji kutoka mauti.
14 Atawaokoa kutoka uonevu na ukatili,
kwani damu yao ni ya thamani
machoni pake.

15 Aishi maisha marefu!
Na apewe dhahabu ya Sheba.
Watu wamwombee daima
na kumbariki mchana kutwa.
16 Nafaka ijae tele katika nchi yote,
juu ya vilele vya vilima na istawi.
Tunda lake na listawi kama Lebanoni,
listawi kama majani ya kondeni.
17 Jina lake na lidumu milele,
na lidumu kama jua.

Mataifa yote yatabarikiwa kupitia kwake,
nao watamwita aliyebarikiwa.

18 Bwana Mungu, Mungu wa Israeli,
apewe sifa,
yeye ambaye peke yake hutenda mambo
ya ajabu.
19 Jina lake tukufu lisifiwe milele,
ulimwengu wote ujae utukufu wake.
Amen na Amen.

20 Huu ndio mwisho wa maombi ya Daudi
mwana wa Yese.

KITABU CHA TATU
(Zaburi 73–89)

Zaburi 73

Haki Ya Mungu

Zaburi ya Asafu.

1 Hakika Mungu ni mwema kwa Israeli,
kwa wale ambao mioyo yao ni safi.

2 Bali kwangu mimi, miguu yangu ilikuwa
karibu kuteleza;
nilikuwa karibu mguu wangu kuachia
uliposimama.
3 Kwa maana niliwaonea wivu wenye
kujivuna
nilipoona kufanikiwa kwa waovu.

4 Wao hawana taabu,[b]
miili yao ina afya na nguvu.
5 Hawapati shida zinazowataabisha watu
wengine,
wala hawapati mapigo kama wanadamu
wengine.
6 Kwa hiyo kiburi ni mkufu wao,
wamejivika jeuri.

[a]8 Yaani Mto Frati.

[b]4 Tafsiri nyingine zinasema: hawana maumivu katika kufa kwao.

7 Uovu hutoka katika mioyo yao
iliyokufa ganzi,
majivuno maovu kutoka mioyoni mwao
hauna kikomo.
8 Hudhihaki na kusema kwa ukorofi,
katika majivuno yao wanatishia kutesa.
9 Vinywa vyao huweka madai hata kwa
mbingu,
nazo ndimi zao humiliki duniani.
10 Kwa hiyo watu wao huwageukia
na kunywa maji tele.[a]
11 Wanasema, "Mungu awezaje kujua?
Je, Yeye Aliye Juu Sana anayo maarifa?"

12 Hivi ndivyo walivyo waovu:
siku zote hawajali,
wanaongezeka katika utajiri.

13 Hakika nimeuweka moyo wangu safi bure,
ni bure nimenawa mikono yangu nisiwe
na hatia.
14 Mchana kutwa nimetaabika,
nimeadhibiwa kila asubuhi.

15 Kama ningesema, "Nitasema hivi,"
ningelikuwa nimewasaliti watoto wako.
16 Nilipojaribu kuelewa haya yote,
yalikuwa magumu kwangu kuelewa.
17 Mpaka nilipoingia patakatifu pa Mungu,
ndipo nilipotambua mwisho wao.

18 Hakika unawaweka mahali pa utelezi,
unawaangusha chini kwa uharibifu.
19 Tazama jinsi wanavyoangamizwa ghafula,
wanatoweshwa kabisa na vitisho!
20 Kama ndoto mtu aamkapo,
hivyo wakati uinukapo, Ee BWANA,
utawatowesha kama ndoto.

21 Wakati moyo wangu ulipohuzunishwa,
na roho yangu ilipotiwa uchungu,
22 nilikuwa mpumbavu na mjinga,
nilikuwa mnyama mkatili mbele yako.

23 Hata hivyo niko pamoja nawe siku zote,
umenishika mkono wangu wa kuume.
24 Unaniongoza kwa shauri lako,
hatimaye utaniingiza katika utukufu.
25 Nani niliye naye mbinguni ila wewe?
Dunia haina chochote ninachokitamani
ila wewe.
26 Mwili na moyo wangu vyaweza kushindwa,
bali Mungu ni nguvu ya moyo wangu
na fungu langu milele.

27 Wale walio mbali nawe wataangamia,
unawaangamiza wote wasio
waaminifu kwako.
28 Lakini kwangu mimi,
ni vyema kuwa karibu na Mungu.
Nimemfanya BWANA Mwenyezi kimbilio langu;
nami nitayasimulia matendo yako yote.

[a]10 Au: na kupokea yote wasemayo.

Zaburi 74

Maombi Kwa Ajili Ya Taifa Kuokolewa

Utenzi wa Asafu.

1 Ee Mungu, mbona umetukataa milele?
Mbona hasira yako inatoka moshi
juu ya kondoo wa malisho yako?
2 Kumbuka watu uliowanunua zamani,
kabila la urithi wako, ambao
uliwakomboa:
Mlima Sayuni, ambamo uliishi.
3 Geuza hatua zako kuelekea magofu haya
ya kudumu,
uharibifu wote huu ambao adui ameuleta
pale patakatifu.

4 Adui zako wamenguruma pale
ulipokutana nasi,
wanaweka bendera zao kama alama.
5 Walifanya kama watu wanaotumia mashoka
kukata kichaka cha miti.
6 Walivunjavunja milango yote
iliyonakshiwa
kwa mashoka na vishoka vyao.
7 Waliteketeza kabisa mahali pako
patakatifu,
wakayanajisi makao ya Jina lako.
8 Walisema mioyoni mwao,
"Tutawaponda kabisa!"
Walichoma kila mahali ambapo Mungu
aliabudiwa katika nchi.
9 Hatukupewa ishara za miujiza;
hakuna manabii waliobaki,
hakuna yeyote kati yetu ajuaye
hali hii itachukua muda gani.

10 Ee Mungu, mtesi atakudhihaki mpaka lini?
Je, adui watalitukana jina lako milele?
11 Kwa nini unazuia mkono wako,
mkono wako wa kuume?
Uutoe kutoka makunjo ya vazi lako
na uwaangamize!

12 Lakini wewe, Ee Mungu, ni mfalme wangu
tangu zamani,
unaleta wokovu duniani.
13 Ni wewe uliyeigawanya bahari kwa
uweza wako;
ulivunja vichwa vya wanyama wakubwa
wa kutisha katika maji.
14 Ni wewe uliyeponda vichwa vya Lewiathani[b]
nawe ukamtoa kama chakula
kwa viumbe vya jangwani.
15 Ni wewe uliyefungua chemchemi na vijito,
ulikausha mito ambayo ilikuwa
ikitiririka daima.
16 Mchana ni wako, nao usiku ni wako pia,
uliziweka jua na mwezi.
17 Ni wewe uliyeiweka mipaka yote ya dunia,
ulifanya kiangazi na masika.

[b]14 Lewiathani ni mnyama mkubwa wa baharini mwenye magamba anayefanana na joka kubwa, mwenye umbo la kutisha, asiyeweza kuvuliwa.

[18] Ee Bwana, kumbuka jinsi mtesi
alivyokudhihaki,
jinsi watu wapumbavu walivyolitukana
jina lako.
[19] Usiukabidhi uhai wa njiwa wako kwa
wanyama wakali wa mwitu;
usisahau kabisa uhai wa watu wako
wanaoteseka milele.
[20] Likumbuke agano lako,
maana mara kwa mara mambo ya jeuri
yamejaa katika sehemu za giza nchini.
[21] Usiruhusu walioonewa warudi nyuma
kwa aibu;
maskini na wahitaji hebu walisifu
jina lako.

[22] Inuka, Ee Mungu, ujitetee;
kumbuka jinsi wapumbavu
wanavyokudhihaki mchana kutwa.
[23] Usipuuze makelele ya watesi wako,
ghasia za adui zako, zinazoinuka
mfululizo.

Zaburi 75

Mungu Ni Mwamuzi

Kwa mwimbishaji. Mtindo wa "Usiharibu!" Zaburi ya Asafu. Wimbo.

[1] Ee Mungu, tunakushukuru,
tunakushukuru wewe,
kwa kuwa jina lako li karibu;
watu husimulia matendo yako ya ajabu.

[2] Unasema, "Ninachagua wakati maalum;
ni mimi nihukumuye kwa haki.
[3] Wakati dunia na watu wake wote
inapotetemeka,
ni mimi ninayezishikilia nguzo
zake imara.
[4] Kwa wale wenye majivuno ninasema,
'Msijisifu tena,'
kwa wale waovu, 'Msiinue pembe zenu.
[5] Msiinue pembe zenu dhidi ya mbingu;
msiseme kwa shingo zilizonyooshwa.' "

[6] Hakuna yeyote atokaye mashariki wala
magharibi
au kutoka jangwani awezaye kumkweza
mwanadamu.
[7] Bali Mungu ndiye ahukumuye:
Humshusha huyu na kumkweza
mwingine.
[8] Mkononi mwa Bwana kuna kikombe
kilichojaa mvinyo unaotoka povu
uliochanganywa na vikolezo;
huumimina, nao waovu wote wa dunia
hunywa mpaka tone la mwisho.

[9] Bali mimi, nitatangaza hili milele;
nitaimba sifa kwa Mungu wa Yakobo.
[10] Nitazikatilia mbali pembe za waovu wote,
bali pembe za wenye haki
zitainuliwa juu.

Zaburi 76

Mungu Wa Israeli Ni Mhukumu Wa Dunia Yote

Kwa mwimbishaji. Kwa ala za nyuzi za muziki. Zaburi ya Asafu. Wimbo.

[1] Katika Yuda, Mungu anajulikana,
jina lake ni kuu katika Israeli.
[2] Hema lake liko Salemu,
makao yake katika Sayuni.
[3] Huko alivunja mishale imetametayo,
ngao na panga, silaha za vita.

[4] Wewe unang'aa kwa mwanga,
mwenye fahari zaidi ya milima yenye
utajiri wa wanyama pori.
[5] Mashujaa hulala wametekwa nyara,
hulala usingizi wao wa mwisho;
hakuna hata mmoja wa watu wa vita
anayeweza kuinua mikono yake.
[6] Kwa kukemea kwako, Ee Mungu
wa Yakobo,
farasi na gari la vita vilikaa kimya.
[7] Wewe peke yako ndiye wa kuogopwa.
Ni nani awezaye kusimama mbele yako
unapokasirika?
[8] Kutoka mbinguni ulitamka hukumu,
nayo nchi ikaogopa, ikawa kimya:
[9] wakati wewe, Ee Mungu, ulipoinuka
kuhukumu,
kuwaokoa wote walioonewa katika nchi.
[10] Hakika ghadhabu yako dhidi ya wanadamu
inakuletea sifa,
na masalia ya ghadhabu yako unajifunga
mshipi.

[11] Wekeni nadhiri kwa Bwana Mungu wenu
na kuzitimiza;
nchi zote za jirani na walete zawadi
kwa Yule astahiliye kuogopwa.
[12] Huvunja roho za watawala;
anaogopwa na wafalme wa dunia.

Zaburi 77

Matendo Makuu Ya Mungu Yanakumbukwa

Kwa mwimbishaji. Mtindo wa Yeduthuni. Zaburi ya Asafu.

[1] Nilimlilia Mungu ili anisaidie,
nilimlilia Mungu ili anisikie.
[2] Nilipokuwa katika taabu,
nilimtafuta Bwana,
usiku nilinyoosha mikono bila kuchoka
na nafsi yangu ilikataa kufarijika.

[3] Ee Mungu, nilikukumbuka wewe, nikalia
kwa huzuni;
nikatafakari, roho yangu ikadhoofika.
[4] Ulizuia macho yangu kufumba;
nilikuwa nasumbuka, nikashindwa
kusema.
[5] Nilitafakari juu ya siku zilizopita,
miaka mingi iliyopita,

6 nilikumbuka nilivyoimba nyimbo usiku.
Moyo wangu ulitafakari
na roho yangu ikauliza:

7 "Je, Bwana atakataa milele?
Je, hatatenda mema tena?
8 Je, upendo wake usio na mwisho
umetoweka milele?
Je, ahadi yake imekoma nyakati zote?
9 Je, Mungu amesahau kuwa na huruma?
Je, katika hasira amezuia huruma yake?"

10 Ndipo nikawaza, "Huu ndio
udhaifu wangu:
lakini nitakumbuka
miaka ya mkono wa kuume
wa Aliye Juu Sana."
11 Nitayakumbuka matendo ya BWANA;
naam, nitaikumbuka miujiza yako
ya zamani.
12 Nitazitafakari kazi zako zote
na kuyawaza matendo yako makuu.

13 Ee Mungu, njia zako ni takatifu.
Ni mungu yupi aliye mkuu kama
Mungu wetu?
14 Wewe ndiwe Mungu utendaye miujiza,
umeonyesha uwezo wako katikati
ya mataifa.
15 Kwa mkono wako wenye nguvu
umewakomboa watu wako,
uzao wa Yakobo na Yosefu.

16 Maji yalikuona, Ee Mungu,
maji yalikuona yakakimbia,
vilindi vilitetemeka.
17 Mawingu yalimwaga maji,
mbingu zikatoa ngurumo kwa radi,
mishale yako ikametameta huku na huko.
18 Ngurumo yako ilisikika katika upepo
wa kisulisuli,
umeme wako wa radi ukaangaza dunia,
nchi ikatetemeka na kutikisika.
19 Njia yako ilipita baharini,
mapito yako kwenye maji makuu,
ingawa nyayo zako hazikuonekana.

20 Uliongoza watu wako kama kundi
kwa mkono wa Mose na Aroni.

Zaburi 78

Mungu Na Watu Wake

Utenzi wa Asafu.

1 Enyi watu wangu, sikieni mafundisho yangu,
sikilizeni maneno ya kinywa changu.
2 Nitafungua kinywa changu kwa mafumbo,
nitazungumza mambo yaliyofichika,
mambo ya kale:
3 yale ambayo tuliyasikia na kuyajua,
yale ambayo baba zetu walituambia.
4 Hatutayaficha kwa watoto wao;
tutakiambia kizazi kijacho
matendo yastahiliyo sifa ya BWANA,
uweza wake, na maajabu aliyoyafanya.
5 Aliagiza amri kwa Yakobo
na akaweka sheria katika Israeli,
ambazo aliwaamuru baba zetu
wawafundishe watoto wao,
6 ili kizazi kijacho kizijue,
pamoja na watoto ambao watazaliwa,
nao pia wapate kuwaeleza watoto wao.
7 Ndipo wangeweka tumaini lao kwa Mungu,
nao wasingesahau matendo yake,
bali wangalizishika amri zake.
8 Ili wasifanane na baba zao,
waliokuwa kizazi cha ukaidi na uasi,
ambao roho zao hazikuwa
na uaminifu kwake,
ambao roho zao hazikumwamini.

9 Watu wa Efraimu, ingawa
walijifunga pinde,
walikimbia siku ya vita.
10 Hawakulishika agano la Mungu
na walikataa kuishi kwa sheria yake.
11 Walisahau aliyokuwa ameyatenda,
maajabu aliyokuwa amewaonyesha.
12 Alitenda miujiza machoni mwa baba zao,
huko Soani, katika nchi ya Misri.
13 Aliigawanya bahari akawapitisha,
alifanya maji yasimame imara kama ukuta.
14 Aliwaongoza kwa wingu mchana
na kwa nuru kutoka kwenye moto
usiku kucha.
15 Alipasua miamba jangwani
na akawapa maji tele kama bahari,
16 alitoa vijito kutoka kwenye jabali
lililochongoka,
akayafanya maji yatiririke kama mito.

17 Lakini waliendelea kutenda dhambi
dhidi yake,
wakiasi jangwani dhidi ya Aliye Juu Sana.
18 Kwa makusudi walimjaribu Mungu,
wakidai vyakula walivyovitamani.
19 Walinena dhidi ya Mungu, wakisema,
"Je, Mungu aweza kuandaa meza
jangwani?
20 Alipopiga mwamba, maji yalitoka
kwa nguvu,
vijito vikatiririka maji mengi.
Lakini je, aweza kutupa chakula pia?
Je, anaweza kuwapa watu wake nyama?"
21 BWANA alipowasikia, alikasirika sana,
moto wake ukawa dhidi ya Yakobo,
na ghadhabu yake ikawaka dhidi
ya Israeli,
22 kwa kuwa hawakumwamini Mungu,
wala kuutumainia ukombozi wake.
23 Hata hivyo alitoa amri kwa anga zilizo juu
na kufungua milango ya mbingu,
24 akawanyeshea mana ili watu wale;
aliwapa nafaka ya mbinguni.
25 Watu walikula mkate wa malaika,
akawatumia chakula chote ambacho
wangeliweza kula.

26 Aliachia upepo wa mashariki kutoka
kwenye mbingu
na kuuongoza upepo wa kusini kwa
uwezo wake.
27 Aliwanyeshea nyama kama mavumbi,
ndege warukao kama mchanga wa pwani.
28 Aliwafanya washuke ndani ya kambi yao,
kuzunguka mahema yao yote.
29 Walikula na kusaza,
kwa maana alikuwa amewapa kile
walichotamani.
30 Kabla hawajamaliza kula walichokitamani,
hata kilipokuwa kingali bado
vinywani mwao,
31 hasira ya Mungu ikawaka juu yao,
akawaua wale waliokuwa na nguvu zaidi
miongoni mwao,
akiwaangusha vijana wa Israeli.

32 Licha ya haya yote, waliendelea kutenda
dhambi,
licha ya maajabu yake, hawakuamini.
33 Kwa hiyo akamaliza siku zao katika ubatili
na miaka yao katika vitisho.
34 Kila mara Mungu alipowaua baadhi yao,
waliosalia walimtafuta,
walimgeukia tena kwa shauku.
35 Walikumbuka kwamba Mungu alikuwa
Mwamba wao,
kwamba Mungu Aliye Juu Sana alikuwa
Mkombozi wao.
36 Lakini walimdanganya kwa vinywa vyao,
wakisema uongo kwa ndimi zao,
37 mioyo yao haikuwa thabiti kwake,
wala hawakuwa waaminifu katika
agano lake.
38 Hata hivyo alikuwa na huruma,
alisamehe maovu yao
na hakuwaangamiza.
Mara kwa mara alizuia hasira yake,
wala hakuchochea ghadhabu yake yote.
39 Alikumbuka kwamba wao walikuwa nyama tu,
upepo upitao ambao haurudi.

40 Mara ngapi walimwasi jangwani
na kumhuzunisha nyikani!
41 Walimjaribu Mungu mara kwa mara,
wakamkasirisha yeye Aliye Mtakatifu
wa Israeli.
42 Hawakukumbuka uwezo wake,
siku aliyowakomboa kutoka kwa mtesi,
43 siku aliyoonyesha ishara zake za ajabu
huko Misri,
maajabu yake huko Soani.
44 Aligeuza mito yao kuwa damu,
hawakuweza kunywa maji kutoka
vijito vyao.
45 Aliwapelekea makundi ya mainzi yakawala,
na vyura wakawaharibu.
46 Aliruhusu tunutu kuharibu mimea yao,
mazao yao kwa nzige.
47 Aliharibu mizabibu yao kwa mvua ya mawe
na mikuyu yao kwa mvua
iliyochangamana na theluji.
48 Aliwaachia mifugo yao mvua ya mawe,
akayapiga makundi ya wanyama wao
kwa radi.
49 Aliwafungulia hasira yake kali,
ghadhabu yake, hasira na uadui,
na kundi la malaika wa kuharibu.
50 Aliitengenezea njia hasira yake,
hakuwaepusha na kifo,
bali aliwaachia tauni.
51 Aliwapiga wazaliwa wote wa kwanza
wa Misri,
matunda ya kwanza ya ujana katika
mahema ya Hamu.
52 Lakini aliwatoa watu wake kama kundi,
akawaongoza kama kondoo kupitia
jangwani.
53 Aliwaongoza salama, wala hawakuogopa,
bali bahari iliwameza adui zao.
54 Hivyo akawaleta hadi kwenye mpaka
wa nchi yake takatifu,
hadi nchi ya vilima ambayo mkono wake
wa kuume ulikuwa umeitwaa.
55 Aliyafukuza mataifa mbele yao,
na kuwagawia nchi zao kama urithi,
aliwakalisha makabila ya Israeli katika
makao yao.

56 Lakini wao walimjaribu Mungu,
na kuasi dhidi ya Yeye Aliye Juu Sana,
wala hawakuzishika sheria zake.
57 Kama baba zao, hawakuwa thabiti wala
waaminifu,
wakawa wasioweza kutegemewa
kama upinde wenye kasoro.
58 Wakamkasirisha Mungu kwa mahali pao
pa juu pa kuabudia miungu,
wakachochea wivu wake kwa
sanamu zao.
59 Wakati Mungu alipowasikia, alikasirika sana,
akamkataa Israeli kabisa.
60 Akaiacha hema ya Shilo,
hema aliyokuwa ameiweka katikati
ya wanadamu.
61 Akalipeleka Sanduku la nguvu zake
utumwani,
utukufu wake mikononi mwa adui.
62 Aliachia watu wake wauawe kwa upanga,
akaukasirikia sana urithi wake.
63 Moto uliwaangamiza vijana wao,
na wanawali wao hawakuimbiwa nyimbo
za arusi,
64 makuhani wao waliuawa kwa upanga,
wala wajane wao hawakuweza kulia.

65 Ndipo Bwana alipoamka kama vile kuamka
usingizini,
kama vile mtu aamkavyo kutoka kwenye
bumbuazi la mvinyo.
66 Aliwapiga na kuwashinda adui zake,
akawatia katika aibu ya milele.
67 Ndipo alipozikataa hema za Yosefu,
hakulichagua kabila la Efraimu,
68 lakini alilichagua kabila la Yuda,
Mlima Sayuni, ambao aliupenda.

[69] Alijenga patakatifu pake kama vilele,
kama dunia ambayo aliimarisha milele.
[70] Akamchagua Daudi mtumishi wake
na kumtoa kwenye mazizi ya kondoo.
[71] Kutoka kuchunga kondoo alimleta
kuwa mchungaji wa watu wake Yakobo,
wa Israeli urithi wake.
[72] Naye Daudi aliwachunga kwa uadilifu
wa moyo,
kwa mikono ya ustadi aliwaongoza.

Zaburi 79

Maombi Kwa Ajili Ya Wokovu Wa Taifa

Zaburi ya Asafu.

[1] Ee Mungu, mataifa yameuvamia
urithi wako,
wamelinajisi Hekalu lako takatifu,
wameifanya Yerusalemu kuwa magofu.
[2] Wametoa maiti za watumishi
kuwa chakula cha ndege wa angani
na nyama ya watakatifu wako
kwa wanyama wa nchi.
[3] Wamemwaga damu kama maji
kuzunguka Yerusalemu yote,
wala hakuna yeyote wa kuwazika.
[4] Tumekuwa kitu cha aibu kwa jirani zetu,
cha dharau na mzaha kwa wale
wanaotuzunguka.

[5] Hata lini, Ee Bwana? Je, wewe utakasirika
milele?
Wivu wako utawaka kama moto
hadi lini?
[6] Mwaga ghadhabu yako kwa mataifa
yasiyokukubali,
juu ya falme za hao wasioliitia jina lako,
[7] kwa maana wamemrarua Yakobo
na kuharibu nchi ya makao yake.
[8] Usituhesabie dhambi za baba zetu,
huruma yako na itujie hima,
kwa maana tu wahitaji mno.

[9] Ee Mungu Mwokozi wetu, utusaidie,
kwa ajili ya utukufu wa jina lako;
tuokoe na kutusamehe dhambi zetu
kwa ajili ya jina lako.
[10] Kwa nini mataifa waseme,
"Yuko wapi Mungu wenu?"
Mbele ya macho yetu,
dhihirisha kati ya mataifa
kwamba unalipiza kisasi damu
iliyomwagwa
ya watumishi wako.
[11] Kilio cha huzuni cha wafungwa kifike
mbele zako;
kwa nguvu za mkono wako
hifadhi wale waliohukumiwa kufa.

[12] Walipize jirani zetu mara saba
vifuani mwao
aibu walizovurumisha juu yako,
Ee Bwana.

[13] Ndipo sisi watu wako, kondoo wa
malisho yako,
tutakusifu milele;
toka kizazi hadi kizazi
tutasimulia sifa zako.

Zaburi 80

Maombi Kwa Ajili Ya Kuponywa Kwa Taifa

Kwa mwimbishaji. Mtindo wa "Yungiyungi za Agano." Zaburi ya Asafu.

[1] Ee Mchungaji wa Israeli tusikie,
wewe umwongozaye Yosefu kama kundi;
wewe uketiye katika kiti cha enzi
katikati ya makerubi, angaza
[2] mbele ya Efraimu, Benyamini na Manase.
Uamshe nguvu zako,
uje utuokoe.

[3] Ee Mungu, uturejeshe,
utuangazie uso wako,
ili tuweze kuokolewa.

[4] Ee Bwana Mungu Mwenye Nguvu Zote,
hata lini hasira yako itawaka
na kufoka moshi
dhidi ya maombi ya watu wako?
[5] Umewalisha kwa mkate wa machozi,
umewafanya wanywe machozi
bakuli tele.
[6] Tumekuwa chanzo cha ugomvi kwa
jirani zetu,
na adui zetu wanatudhihaki.

[7] Ee Mungu Mwenye Nguvu Zote, uturejeshe;
utuangazie uso wako,
nasi tuweze kuokolewa.

[8] Ulileta mzabibu kutoka Misri,
ukawafukuza mataifa, ukaupanda.
[9] Uliandaa shamba kwa ajili yake,
mizizi ikawa imara, ukajaza nchi.
[10] Milima ilifunikwa kwa kivuli chake,
matawi yake yakafunika mierezi
mikubwa.
[11] Matawi yake yalienea mpaka Baharini,[a]
machipukizi yake mpaka kwenye Mto.[b]

[12] Mbona umebomoa kuta zake
ili wote wapitao karibu
wazichume zabibu zake?
[13] Nguruwe mwitu wanauharibu
na wanyama wa kondeni hujilisha humo.
[14] Turudie, Ee Mungu Mwenye Nguvu Zote!
Tazama chini kutoka mbinguni na uone!
Linda mzabibu huu,
[15] mche ulioupanda kwa mkono wako
wa kuume,
mwana uliyemlea
kwa ajili yako mwenyewe.

---

[a]11 Huenda inamaanisha Bahari ya Mediterania.
[b]11 Yaani Mto Frati.

[16] Mzabibu wako umekatwa, umechomwa moto,
unapowakemea, watu wako huangamia.
[17] Mkono wako na utulie juu ya mtu aliyeko
mkono wako wa kuume,
mwana wa mtu uliyemlea kwa ajili yako
mwenyewe.
[18] Ndipo hatutakuacha tena,
utuhuishe, nasi tutaliitia jina lako.

[19] Ee BWANA Mungu Mwenye Nguvu Zote,
uturejeshe;
utuangazie uso wako,
ili tuweze kuokolewa.

Zaburi 81

Wimbo Wa Sikukuu

Kwa mwimbishaji. Mtindo wa gitithi. Zaburi ya Asafu.

[1] Mwimbieni kwa furaha, Mungu aliye
nguvu yetu;
mpigieni kelele za shangwe Mungu
wa Yakobo!
[2] Anzeni wimbo, pigeni matari,
pigeni kinubi na zeze kwa sauti nzuri.

[3] Pigeni baragumu za pembe za kondoo dume
wakati wa Mwandamo wa Mwezi,
na wakati wa mwezi mpevu,
katika siku ya Sikukuu yetu;
[4] hii ni amri kwa Israeli,
agizo la Mungu wa Yakobo.
[5] Aliiweka iwe kama sheria kwa Yosefu
alipotoka dhidi ya Misri,
huko tulikosikia lugha ambayo
hatukuielewa.

[6] Asema, "Nimeondoa mzigo
mabegani mwao;
mikono yao iliwekwa huru kutoka
kwenye kikapu.
[7] Katika shida yako uliniita nami
nikakuokoa,
nilikujibu katika mawingu yenye
ngurumo;
nilikujaribu katika maji ya Meriba.

[8] "Enyi watu wangu, sikieni, nami
nitawaonya:
laiti kama mngenisikiliza, ee Israeli!
[9] Hamtakuwa na mungu mgeni
miongoni mwenu;
msimsujudie mungu wa kigeni.
[10] Mimi ni BWANA Mungu wako,
niliyekutoa nchi ya Misri.
Panua sana kinywa chako
nami nitakijaza.

[11] "Lakini watu wangu hawakutaka
kunisikiliza;
Israeli hakutaka kunitii.
[12] Basi niliwaacha katika ukaidi wa mioyo yao
wafuate mashauri yao wenyewe.

[13] "Laiti kama watu wangu wangalinisikiliza,
kama Israeli wangalifuata njia zangu,
[14] ningaliwatiisha adui zao kwa haraka,
na kuugeuza mkono wangu dhidi
ya watesi wao!
[15] Wale wanaomchukia BWANA
wangalinyenyekea mbele zake,
na adhabu yao ingedumu milele.
[16] Bali ninyi mngalilishwa ngano iliyo bora,
na kuwatosheleza kwa asali itokayo
kwenye mwamba."

Zaburi 82

Maombi Kwa Ajili Ya Kutaka Haki

Zaburi ya Asafu.

[1] Mungu anaongoza kusanyiko kuu,
anatoa hukumu miongoni mwa "miungu":

[2] "Hata lini utaendelea kuwatetea wasio haki
na kuonyesha upendeleo kwa waovu?
[3] Teteeni wanyonge na yatima,
tunzeni haki za maskini na walioonewa.
[4] Mwokoeni mnyonge na mhitaji,
wakomboeni kutoka mkononi mwa mwovu.

[5] "Hawajui lolote, hawaelewi lolote.
Wanatembea gizani;
misingi yote ya dunia imetikisika.

[6] "Nilisema, 'Ninyi ni "miungu";
ninyi nyote ni wana wa Aliye Juu Sana.'
[7] Lakini mtakufa kama wanadamu
wa kawaida;
mtaanguka kama mtawala mwingine
yeyote."

[8] Ee Mungu, inuka uihukumu nchi,
kwa kuwa mataifa yote ni urithi wako.

Zaburi 83

Maombi Kwa Ajili Ya Kushindwa Kwa Adui Wa Israeli

Wimbo. Zaburi ya Asafu.

[1] Ee Mungu, usinyamaze kimya,
usinyamaze, Ee Mungu, usitulie.
[2] Tazama watesi wako wanafanya fujo,
jinsi adui zako wanavyoinua vichwa vyao.
[3] Kwa hila, wanafanya shauri dhidi ya
watu wako,
wanafanya shauri baya dhidi ya wale
unaowapenda.
[4] Wanasema, "Njooni, tuwaangamize
kama taifa,
ili jina la Israeli lisikumbukwe tena."

[5] Kwa nia moja wanapanga mashauri mabaya
pamoja,
wanafanya muungano dhidi yako,
[6] mahema ya Edomu na Waishmaeli,
ya Wamoabu na Wahagari,

[7] Gebali,[a] Amoni na Amaleki,
Ufilisti, pamoja na watu wa Tiro.
[8] Hata Ashuru wameungana nao
kuwapa nguvu wazao wa Loti.

[9] Uwatendee kama vile ulivyowatendea
Midiani,
na kama vile ulivyowatendea Sisera
na Yabini
hapo kijito cha Kishoni,
[10] ambao waliangamia huko Endori
na wakawa kama takataka juu ya nchi.
[11] Wafanye wakuu wao kama Orebu
na Zeebu,
watawala wao kama Zeba na Salmuna,
[12] ambao walisema, "Na tumiliki nchi
ya malisho ya Mungu."

[13] Ee Mungu wangu, wapeperushe kama
mavumbi ya kisulisuli,
kama makapi yapeperushwayo na upepo.
[14] Kama vile moto uteketezavyo msitu
au mwali wa moto unavyounguza milima,
[15] wafuatilie kwa tufani yako
na kuwafadhaisha kwa dhoruba yako.
[16] Funika nyuso zao kwa aibu
ili watu walitafute jina lako, Ee BWANA.

[17] Wao na waaibishwe na kufadhaishwa milele,
na waangamie kwa aibu.
[18] Hebu wajue kwamba wewe, ambaye jina
lako ni BWANA,
kwamba wewe peke yako ndiwe Uliye
Juu Sana ya dunia yote.

Zaburi 84

Kuionea Shauku Nyumba Ya Mungu

*Kwa mwimbishaji. Mtindo wa gitithi.
Zaburi ya wana wa Kora.*

[1] Ee BWANA Mwenye Nguvu Zote,
makao yako yapendeza kama nini!
[2] Nafsi yangu inatamani sana,
naam, hata kuona shauku,
kwa ajili ya nyua za BWANA;
moyo wangu na mwili wangu
vinamlilia Mungu Aliye Hai.

[3] Hata shomoro amejipatia makao,
mbayuwayu amejipatia kiota
mahali awezapo kuweka makinda yake:
mahali karibu na madhabahu yako,
Ee BWANA Mwenye Nguvu Zote,
Mfalme wangu na Mungu wangu.
[4] Heri wale wanaokaa nyumbani mwako,
wanaokusifu wewe daima.

[5] Heri wale ambao nguvu zao ziko kwako,
na njia ziendazo Sayuni zimo
mioyoni mwao.

[6] Wanapopita katika Bonde la Baka,[b]
hulifanya mahali pa chemchemi,
pia mvua za vuli hulijaza kwa madimbwi.[c]
[7] Huendelea toka nguvu hadi nguvu,
hadi kila mmoja afikapo
mbele za Mungu huko Sayuni.

[8] Ee BWANA Mungu Mwenye Nguvu Zote,
sikia maombi yangu;
nisikilize, Ee Mungu wa Yakobo.
[9] Ee Mungu, uitazame ngao yetu,
mtazame kwa wema mpakwa
mafuta wako.

[10] Siku moja katika nyua zako ni bora
kuliko siku elfu mahali pengine;
afadhali ningekuwa bawabu katika nyumba
ya Mungu wangu
kuliko kukaa katika mahema ya waovu.
[11] Kwa kuwa BWANA ni jua na ngao,
BWANA hutoa wema na heshima;
hakuna kitu chema anachowanyima
wale ambao hawana hatia.

[12] Ee BWANA Mwenye Nguvu Zote,
heri ni mtu yule anayekutumaini wewe.

Zaburi 85

Maombi Kwa Ajili Ya Ustawi Wa Taifa

Kwa mwimbishaji. Zaburi ya wana wa Kora.

[1] Ee BWANA, ulionyesha wema kwa nchi yako.
Ulimrejeshea Yakobo baraka zake.[d]
[2] Ulisamehe uovu wa watu wako,
na kufunika dhambi zao zote.
[3] Uliweka kando ghadhabu yako yote
na umegeuka na kuiacha hasira
yako kali.

[4] Ee Mungu Mwokozi wetu, uturejeshe tena,
nawe uiondoe chuki yako juu yetu.
[5] Je, utatukasirikia milele?
Utaendeleza hasira yako kwa vizazi vyote?
[6] Je, hutatuhuisha tena,
ili watu wako wakufurahie?
[7] Utuonyeshe upendo wako usiokoma,
Ee BWANA,
utupe wokovu wako.

[8] Nitasikiliza lile atakalosema Mungu
aliye BWANA;
anaahidi amani kwa watu wake,
watakatifu wake:
lakini nao wasirudie upumbavu.
[9] Hakika wokovu wake uko karibu na wale
wamchao,
ili utukufu wake udumu katika nchi yetu.

[10] Upendo na uaminifu hukutana pamoja,
haki na amani hubusiana.

---

[a]7 Yaani Bubilo, mji wa zamani sana wa Ufoinike (kama kilomita 80 kaskazini mwa Beiruti).

[b]6 Yaani Bonde la Vilio.
[c]6 Au: baraka.
[d]1 Au: Uliwarudisha mateka wa Yakobo.

[11] Uaminifu huchipua kutoka nchi,
haki hutazama chini kutoka mbinguni.
[12] Naam, hakika BWANA atatoa kilicho chema,
nayo nchi yetu itazaa mavuno yake.
[13] Haki itatangulia mbele yake
na kutengeneza njia kwa ajili ya hatua zake.

Zaburi 86

Kuomba Msaada

Maombi ya Daudi.

[1] Ee BWANA, sikia na unijibu,
kwa maana mimi ni maskini na mhitaji.
[2] Linda maisha yangu, kwa maana
nimejiweka kwako,
wewe ni Mungu wangu,
mwokoe mtumishi wako anayekutumaini.
[3] Ee BWANA, nihurumie mimi,
kwa maana ninakuita mchana kutwa.
[4] Mpe mtumishi wako furaha,
kwa kuwa kwako wewe, Ee BWANA,
ninainua nafsi yangu.

[5] Ee BWANA, wewe ni mwema na mwenye
kusamehe,
umejaa upendo kwa wote wakuitao.
[6] Ee BWANA, sikia maombi yangu,
sikiliza kilio changu unihurumie.
[7] Katika siku ya shida yangu nitakuita,
kwa maana wewe utanijibu.

[8] Ee BWANA, katikati ya miungu hakuna
kama wewe,
hakuna matendo ya kulinganishwa
na yako.
[9] Ee BWANA, mataifa yote uliyoyafanya
yatakuja na kuabudu mbele zako;
wataliletea utukufu jina lako.
[10] Kwa maana wewe ni mkuu, na unafanya
mambo ya ajabu;
wewe peke yako ndiwe Mungu.

[11] Ee BWANA, nifundishe njia yako,
nami nitakwenda katika kweli yako;
nipe moyo usiositasita,
ili niweze kulicha jina lako.
[12] Ee BWANA wangu, nitakusifu kwa
moyo wote;
nitaliadhimisha jina lako milele.
[13] Kwa maana upendo wako ni mkuu kwangu;
umeniokoa kutoka kwenye vilindi vya
kaburi.[a]

[14] Ee Mungu, wenye majivuno wananishambulia;
kundi la watu wakatili linatafuta
uhai wangu:
watu wasiokuheshimu wewe.
[15] Lakini wewe, Ee BWANA, ni Mungu wa
huruma na neema,
si mwepesi wa hasira, bali ni mwingi
wa upendo na uaminifu.
[16] Nigeukie na unihurumie;
mpe mtumishi wako nguvu zako,
mwokoe mwana wa mtumishi wako
wa kike.[b]
[17] Nipe ishara ya wema wako,
ili adui zangu waione nao waaibishwe,
kwa kuwa wewe, Ee BWANA,
umenisaidia na kunifariji.

Zaburi 87

Sifa Za Yerusalemu

Zaburi ya wana wa Kora. Wimbo.

[1] Ameuweka msingi wake katika mlima
mtakatifu;
[2] BWANA anayapenda malango ya Sayuni
kuliko makao yote ya Yakobo.
[3] Mambo matukufu yanasemwa juu yako,
ee mji wa Mungu:
[4] "Nitaweka kumbukumbu ya Rahabu[c]
na Babeli
miongoni mwa wale
wanaonikubali mimi:
Ufilisti pia na Tiro, pamoja na Kushi,[d]
nami nitasema, 'Huyu alizaliwa Sayuni.' "

[5] Kuhusu Sayuni itasemwa hivi,
"Huyu na yule walizaliwa humo,
naye Aliye Juu Sana mwenyewe
atamwimarisha."
[6] BWANA ataandika katika orodha ya mataifa:
"Huyu alizaliwa Sayuni."
[7] Watakapokuwa wanapiga vinanda
wataimba,
"Chemchemi zangu zote ziko kwako."

Zaburi 88

Kilio Kwa Ajili Ya Kuomba Msaada

Wimbo. Zaburi ya wana wa Kora.
Kwa mwimbishaji. Mtindo wa mahalathi leanothi.
Utenzi wa Hemani Mwezrahi.

[1] Ee BWANA, Mungu uniokoaye,
nimelia mbele zako usiku na mchana.
[2] Maombi yangu yafike mbele zako,
utegee kilio changu sikio lako.

[3] Kwa maana nafsi yangu imejaa taabu,
na maisha yangu yanakaribia kaburi.[e]
[4] Nimehesabiwa miongoni mwa wale
waendao shimoni,
niko kama mtu asiye na nguvu.
[5] Nimetengwa pamoja na wafu,
kama waliochinjwa walalao kaburini,
ambao huwakumbuki tena,
ambao wamekatiliwa mbali na
uangalizi wako.

---

[a]13 Yaani Kuzimu.

[b]16 Au: mwokoe mwanao mwaminifu.
[c]4 Rahabu hapa ni jina la ushairi la Misri.
[d]4 Kushi hapa ina maana ya Naili ya juu, yaani Ethiopia.
[e]3 Kaburi hapa maana yake ni Kuzimu, kwa Kiebrania ni Sheol.

6 Umenitupa katika shimo lenye kina
kirefu sana,
katika vina vya giza nene.
7 Ghadhabu yako imekuwa nzito juu yangu,
umenigharikisha kwa mawimbi
yako yote.

8 Umenitenga na rafiki zangu wa karibu
na kunifanya chukizo kwao.
Nimezuiliwa, wala siwezi kutoroka;
9 nuru ya macho yangu
imefifia kwa ajili ya huzuni.

Ee Bwana, ninakuita kila siku,
ninakunyooshea wewe mikono yangu.
10 Je, wewe huwaonyesha wafu maajabu yako?
Je, wale waliokufa huinuka na kukusifu?

11 Je, upendo wako hutangazwa kaburini,
uaminifu wako katika Uharibifu?[a]
12 Je, maajabu yako hujulikana mahali pa giza,
au matendo yako ya haki katika nchi
ya usahaulifu?

13 Lakini ninakulilia wewe, Ee Bwana,
unisaidie;
asubuhi maombi yangu huja mbele zako.
14 Ee Bwana, kwa nini unanikataa
na kunificha uso wako?

15 Tangu ujana wangu nimeteseka,
nikakaribia kifo;
nimepatwa na hofu zako, nami
nimekata tamaa.
16 Ghadhabu yako imepita juu yangu;
hofu zako zimeniangamiza.
17 Mchana kutwa zinanizunguka kama
mafuriko;
zimenimeza kabisa.
18 Umeniondolea marafiki
na wapendwa wangu;
giza limekuwa ndilo rafiki yangu
wa karibu kuliko wote.

Zaburi 89

Wimbo Wakati Wa Taabu Ya Kitaifa

Utenzi wa Ethani Mwezrahi.

1 Nitaimba juu ya upendo mkuu wa Bwana
milele;
kwa kinywa changu nitajulisha
uaminifu wako
ujulikane kwa vizazi vyote.
2 Nitatangaza kuwa upendo wako
unasimama imara milele
na uaminifu wako umeuthibitisha
mbinguni.

3 Ulisema, "Nimefanya agano na
mteule wangu,
nimemwapia mtumishi wangu Daudi,
4 'Nitaimarisha uzao wako milele
na kudumisha ufalme wako kwa vizazi
vyote.' "

5 Ee Bwana, mbingu zinayasifu
maajabu yako,
uaminifu wako pia katika kusanyiko
la watakatifu.
6 Kwa kuwa ni nani katika mbingu
anayeweza kulinganishwa na Bwana?
Ni nani miongoni mwa viumbe vya mbinguni
aliye kama Bwana?
7 Katika kusanyiko la watakatifu, Mungu
huogopwa sana,
anahofiwa kuliko wote wanaomzunguka.
8 Ee Bwana Mwenye Nguvu Zote,
ni nani aliye kama wewe?
Ee Bwana, wewe ni mwenye nguvu,
na uaminifu wako unakuzunguka.

9 Wewe unatawala bahari yenye msukosuko;
wakati mawimbi yake yanapoinuka,
wewe unayatuliza.
10 Wewe ulimponda Rahabu[b]
kama mmojawapo wa waliochinjwa;
kwa mkono wako wenye nguvu,
uliwatawanya adui zako.
11 Mbingu ni zako, nayo nchi pia ni yako,
uliuwekea ulimwengu msingi
pamoja na vyote vilivyomo.
12 Uliumba kaskazini na kusini;
Tabori na Hermoni wanaliimbia jina lako
kwa furaha.
13 Mkono wako umejaa uwezo;
mkono wako una nguvu,
mkono wako wa kuume umetukuzwa.

14 Haki na hukumu ndio msingi wa kiti chako
cha enzi;
upendo na uaminifu vinakutangulia.
15 Heri ni wale ambao wamejifunza kukusifu
kwa shangwe,
wanaotembea katika mwanga
wa uwepo wako, Ee Bwana.
16 Wanashangilia katika jina lako
mchana kutwa,
wanafurahi katika haki yako.
17 Kwa kuwa wewe ni utukufu na nguvu yao,
kwa wema wako unatukuza pembe[c] yetu.
18 Naam, ngao yetu ni mali ya Bwana,
na mfalme wetu mali ya Aliye Mtakatifu
wa Israeli.

19 Ulizungumza wakati fulani katika maono,
kwa watu wako waaminifu, ukasema:
"Nimeweka nguvu kwa shujaa,
nimemwinua kijana miongoni mwa watu.
20 Nimemwona Daudi, mtumishi wangu,
na nimemtia mafuta yangu matakatifu.
21 Kitanga changu kitamtegemeza,
hakika mkono wangu utamtia nguvu.

[a]11 Yaani *Abadon.*

[b]10 Rahabu hapa ina maana jina la Misri kwa fumbo, yaani mwenye majivuno (lakini sio Rahabu wa Yos 2).

[c]17 Pembe inawakilisha nguvu.

22 Hakuna adui atakayemtoza ushuru,
hakuna mtu mwovu atakayemwonea.
23 Nitawaponda adui zake mbele zake
na kuwaangamiza watesi wake.
24 Upendo wangu mkamilifu utakuwa
pamoja naye,
kwa Jina langu pembe yake itatukuzwa.
25 Nitauweka mkono wake juu ya bahari,
mkono wake wa kuume juu ya mito.
26 Naye ataniita kwa sauti, 'Wewe
ni Baba yangu,
Mungu wangu, Mwamba
na Mwokozi wangu.'
27 Nitamteua pia awe mzaliwa wangu
wa kwanza,
aliyetukuka kuliko wafalme wote
wa dunia.
28 Nitadumisha upendo wangu kwake milele,
na agano langu naye litakuwa imara.
29 Nitaudumisha uzao wake milele,
kiti chake cha enzi kama mbingu
zinavyodumu.

30 "Kama wanae wataacha amri yangu
na wasifuate sheria zangu,
31 kama wakihalifu maagizo yangu
na kutoshika amri zangu,
32 nitaadhibu dhambi yao kwa fimbo,
uovu wao kwa kuwapiga,
33 lakini sitauondoa upendo wangu kwake,
wala sitausaliti uaminifu wangu kamwe.
34 Mimi sitavunja agano langu
wala sitabadili lile ambalo midomo
yangu imelitamka.
35 Mara moja na kwa milele, nimeapa kwa
utakatifu wangu,
nami sitamdanganya Daudi:
36 kwamba uzao wake utaendelea milele,
na kiti chake cha enzi kitadumu mbele
zangu kama jua;
37 kitaimarishwa milele kama mwezi,
shahidi mwaminifu angani."

38 Lakini wewe umemkataa, umemdharau,
umemkasirikia sana mpakwa
mafuta wako.
39 Umelikana agano lako na mtumishi wako,
na umeinajisi taji yake mavumbini.
40 Umebomoa kuta zake zote,
na ngome zake zote umezifanya kuwa
magofu.
41 Wote wapitao karibu wamemnyang'anya
mali zake;
amekuwa dharau kwa jirani zake.
42 Umeutukuza mkono wa kuume
wa adui zake,
umewafanya watesi wake wote
washangilie.
43 Umegeuza makali ya upanga wake,
na hukumpa msaada katika vita.
44 Umeikomesha fahari yake,
na kukiangusha kiti chake cha enzi.
45 Umezifupisha siku za ujana wake,
umemfunika kwa vazi la aibu.

46 Hata lini, Ee BWANA? Utajificha milele?
Ghadhabu yako itawaka kama moto
hata lini?
47 Kumbuka jinsi maisha yangu yanavyopita
haraka.
Ni kwa ubatili kiasi gani umemuumba
mwanadamu!
48 Ni mtu gani awezaye kuishi na asione kifo,
au kujiokoa mwenyewe kutoka nguvu
za kaburi?[a]

49 Ee BWANA, uko wapi upendo wako mkuu
wa mwanzoni,
ambao katika uaminifu wako
ulimwapia Daudi?
50 Bwana kumbuka jinsi mtumishi wako
amesimangwa,
jinsi ninavyovumilia moyoni mwangu
dhihaka za mataifa yote,
51 dhihaka ambazo kwazo adui zako
wamenisimanga, Ee BWANA,
ambazo kwazo wamesimanga
kila hatua ya mpakwa mafuta wako.

52 Msifuni BWANA milele!
Amen na Amen.

KITABU CHA NNE
(Zaburi 90–106)

Zaburi 90

Umilele Wa Mungu Na Udhaifu Wa Mwanadamu

Maombi ya Mose, mtu wa Mungu.

1 BWANA, wewe umekuwa makao yetu
katika vizazi vyote.
2 Kabla ya kuzaliwa milima
au hujaumba dunia na ulimwengu,
wewe ni Mungu tangu milele hata milele.

3 Huwarudisha watu mavumbini,
ukisema, "Rudini mavumbini, enyi
wanadamu."
4 Kwa maana kwako miaka elfu
ni kama siku moja iliyokwisha pita,
au kama kesha la usiku.
5 Unawatowesha wanadamu katika usingizi
wa kifo,
nao ni kama majani machanga ya asubuhi:
6 ingawa asubuhi yanachipua,
ifikapo jioni huwa yamenyauka
na kukauka.

7 Tumeangamizwa kwa hasira yako
na tumetishwa kwa ghadhabu yako.
8 Umeyaweka maovu yetu mbele yako,
dhambi zetu za siri katika nuru ya
uwepo wako.
9 Tumeishi siku zetu zote chini ya
ghadhabu yako,
tunamaliza miaka yetu kwa kuomboleza.

---

[a]48 Kaburi hapa maana yake ni Kuzimu, kwa Kiebrania ni Sheol.

[10] Siku zetu za kuishi ni miaka sabini,
au miaka themanini ikiwa tuna nguvu,
lakini yote ni ya shida na taabu,
nazo zapita haraka, nasi twatoweka.

[11] Ni nani ajuaye nguvu za hasira yako?
Kwa maana ghadhabu yako ni kubwa
kama hofu tunayopaswa kuwa
nayo kwako.
[12] Tufundishe kuzihesabu siku zetu vizuri,
ili tujipatie moyo wa hekima.

[13] Ee BWANA, uwe na huruma! Utakawia
hata lini?
Wahurumie watumishi wako.
[14] Tushibishe asubuhi kwa upendo wako
usiokoma,
ili tuweze kuimba kwa shangwe
na kufurahi siku zetu zote.
[15] Utufurahishe kulingana na siku
ulizotuadhibu,
kulingana na miaka tuliyotaabika.
[16] Matendo yako na yaonekane kwa
watumishi wako,
utukufu wako kwa watoto wao.

[17] Wema wa BWANA Mungu wetu uwe
juu yetu;
uzithibitishe kazi za mikono yetu:
naam, uzithibitishe kazi za mikono yetu.

Zaburi 91

Mungu Mlinzi Wetu

[1] Yeye akaaye mahali pa salama pake Yeye
Aliye Juu Sana,
atadumu katika uvuli wake Mwenyezi.[a]
[2] Nitasema kumhusu BWANA, "Yeye ndiye
kimbilio langu na ngome yangu,
Mungu wangu, ambaye ninamtumaini."

[3] Hakika yeye ataniokoa na mtego
wa mwindaji,
na maradhi ya kuambukiza ya kuua.
[4] Atakufunika kwa manyoya yake,
chini ya mbawa zake utapata kimbilio,
uaminifu wake utakuwa ngao na
kinga yako.
[5] Hutaogopa vitisho vya usiku,
wala mshale urukao mchana,
[6] wala maradhi ya kuambukiza
yanayonyemelea gizani,
wala tauni iharibuyo adhuhuri.
[7] Ijapo watu elfu wataangukia kando yako,
kumi elfu mkono wako wa kuume,
lakini haitakukaribia wewe.
[8] Utatazama tu kwa macho yako
na kuona adhabu ya waovu.

[9] Kama ukimfanya Aliye Juu Sana kuwa
makao yako:
naam, BWANA ambaye ni kimbilio langu,
[10] basi hakuna madhara yatakayokupata
wewe,
hakuna maafa yataikaribia hema yako.
[11] Kwa kuwa atawaagiza malaika zake kwa
ajili yako,
wakulinde katika njia zako zote.
[12] Mikononi mwao watakuinua,
ili usijikwae mguu wako kwenye jiwe.
[13] Utawakanyaga simba na nyoka wakali,
simba mkubwa na nyoka utawaponda
kwa miguu.

[14] BWANA asema, "Kwa kuwa ananipenda,
nitamwokoa;
nitamlinda, kwa kuwa analikiri
Jina langu.
[15] Ataniita, nami nitamjibu;
nitakuwa pamoja naye katika taabu,
nitamwokoa na kumheshimu.
[16] Kwa siku nyingi nitamshibisha
na kumwonyesha wokovu wangu."

Zaburi 92

Wimbo Wa Kumsifu Mungu

Zaburi. Wimbo wa siku ya Sabato.

[1] Ni vyema kumshukuru BWANA
na kuliimbia jina lako, Ee Uliye Juu Sana,
[2] kuutangaza upendo wako asubuhi,
na uaminifu wako wakati wa usiku,
[3] kwa zeze yenye nyuzi kumi
na kwa sauti ya kinubi.

[4] Ee BWANA, kwa kuwa matendo yako
yamenifurahisha,
nitaziimba kwa shangwe kazi
za mikono yako.
[5] Ee BWANA, tazama jinsi yalivyo makuu
matendo yako,
tazama jinsi yalivyo ya kina
mawazo yako!
[6] Mjinga hafahamu,
mpumbavu haelewi,
[7] ingawa waovu huchipua kama majani
na wote watendao mabaya wanastawi,
wataangamizwa milele.

[8] Bali wewe, Ee BWANA,
utatukuzwa milele.

[9] Ee BWANA, hakika adui zako,
hakika adui zako wataangamia.
Wote watendao mabaya watatawanyika.
[10] Umeitukuza pembe[b] yangu kama ile
ya nyati dume,
mafuta mazuri yamemiminwa juu yangu.
[11] Macho yangu yamewaona adui zangu
wakishindwa,
masikio yangu yamesikia maangamizi
ya adui zangu waovu.

[a]1 Mwenyezi hapa ina maana ya Shaddai kwa Kiebrania.

[b]10 Pembe inawakilisha nguvu.

[12] Wenye haki watastawi kama mtende,
watakuwa kama mwerezi wa Lebanoni,
[13] waliopandwa katika nyumba ya BWANA,
watastawi katika nyua za Mungu wetu.
[14] Wakati wa uzee watakuwa bado wanazaa
matunda,
watakuwa wabichi tena wamejaa nguvu,
[15] wakitangaza, "BWANA ni mkamilifu;
yeye ni Mwamba wangu,
na ndani yake hamna uovu."

Zaburi 93

Mungu Mfalme

[1] BWANA anatawala, amejivika utukufu;
BWANA amejivika utukufu
tena amejivika nguvu.
Dunia imewekwa imara,
haitaondoshwa.
[2] Kiti chako cha enzi kimekuwa thabiti tangu
zamani;
wewe umekuwako tangu milele.

[3] Bahari zimeinua, Ee BWANA,
bahari zimeinua sauti zake;
bahari zimeinua sauti za mawimbi yake.
[4] Yeye ni mkuu kuliko ngurumo ya
maji makuu,
ni mkuu kuliko mawimbi ya bahari:
BWANA aishiye juu sana ni mkuu.

[5] Ee BWANA, sheria zako ni imara;
utakatifu umepamba nyumba yako
pasipo mwisho.

Zaburi 94

Mungu Mlipiza Kisasi Kwa Ajili Ya Wenye Haki

[1] Ee BWANA, ulipizaye kisasi,
Ee Mungu ulipizaye kisasi, uangaze sasa.
[2] Ee Mhukumu wa dunia, inuka,
uwalipize wenye kiburi kama
wanavyostahili.
[3] Hata lini, waovu, Ee BWANA,
hata lini waovu watashangilia?

[4] Wanamimina maneno ya kiburi,
watenda mabaya wote wamejaa
majivuno.
[5] Ee BWANA, wanawaponda watu wako,
wanawaonea urithi wako.
[6] Wanamchinja mjane na mgeni,
na kuwaua yatima.
[7] Nao husema, "BWANA haoni,
Mungu wa Yakobo hafahamu."

[8] Sikizeni, enyi wajinga miongoni mwa watu;
enyi wapumbavu, lini mtakuwa
na hekima?
[9] Je, aliyeweka sikio asisikie?
Aliyeumba jicho asione?
[10] Je, anayeadhibisha mataifa asiadhibu?
Je, awafundishaye wanadamu asiwe
na maarifa?
[11] BWANA anajua mawazo ya mwanadamu;
anajua kwamba ni ubatili.

[12] Ee BWANA, heri mtu anayeadhibishwa
na wewe,
mtu unayemfundisha kwa sheria yako,
[13] unampa utulivu siku za shida,
mpaka shimo litakapokuwa limechimbwa
kwa ajili ya mwovu.
[14] Kwa kuwa BWANA hatawakataa watu wake,
hatauacha urithi wake.
[15] Hukumu itasimamishwa tena kwenye haki,
wote walio na mioyo minyofu wataifuata.

[16] Ni nani atakayeinuka dhidi ya mwovu kwa
ajili yangu?
Ni nani atakayenikinga dhidi
ya watenda maovu?
[17] Kama BWANA asingelinisaidia upesi,
ningelikuwa ninaishi katika ukimya
wa kifo.
[18] Niliposema, "Mguu wangu unateleza,"
Ee BWANA, upendo wako ulinishikilia.
[19] Wakati wasiwasi ulipokuwa mwingi
ndani yangu,
faraja yako ilinipa furaha nafsini
mwangu.

[20] Je, kiti cha utawala wa udhalimu
kitajiunga nawe,
ule utawala uletao taabu kutokana
na sheria zake?
[21] Huungana kuwashambulia wenye haki,
kuwahukumu kufa wasio na hatia.
[22] Lakini BWANA amekuwa ngome yangu,
na Mungu wangu amekuwa mwamba
ninaoukimbilia.
[23] Yeye atawalipa kwa ajili ya dhambi zao
na atawaangamiza kwa ajili
ya maovu yao;
BWANA Mungu wetu atawaangamiza.

Zaburi 95

Wimbo Wa Kumsifu Mungu

[1] Njooni, tumwimbie BWANA kwa furaha;
tumfanyie kelele za shangwe
Mwamba wa wokovu wetu.
[2] Tuje mbele zake kwa shukrani,
tumtukuze kwa vinanda na nyimbo.

[3] Kwa kuwa BWANA ni Mungu mkuu,
mfalme mkuu juu ya miungu yote.
[4] Mkononi mwake mna vilindi vya dunia,
na vilele vya milima ni mali yake.
[5] Bahari ni yake, kwani ndiye aliifanya,
na mikono yake iliumba nchi kavu.

[6] Njooni, tusujudu, tumwabudu,
tupige magoti mbele za BWANA
Muumba wetu,
[7] kwa maana yeye ndiye Mungu wetu,
na sisi ni watu wa malisho yake,
kondoo chini ya utunzaji wake.

Kama mkiisikia sauti yake leo,
8 msiifanye mioyo yenu migumu
kama mlivyofanya kule Meriba,[a]
kama mlivyofanya siku ile
kule Masa[b] jangwani,
9 ambapo baba zenu walinijaribu
na kunipima,
ingawa walikuwa wameyaona
matendo yangu.
10 Kwa miaka arobaini nilikasirikia kizazi kile,
nikasema, "Hawa ni taifa ambalo mioyo
yao imepotoka,
nao hawajazijua njia zangu."
11 Hivyo nikatangaza kwa kiapo katika
hasira yangu,
"Kamwe hawataingia rahani mwangu."

Zaburi 96

Mungu Mfalme Mkuu

1 Mwimbieni BWANA wimbo mpya;
mwimbieni BWANA dunia yote.
2 Mwimbieni BWANA, lisifuni jina lake;
tangazeni wokovu wake siku baada
ya siku.
3 Tangazeni utukufu wake katikati
ya mataifa,
matendo yake ya ajabu miongoni mwa
mataifa yote.

4 Kwa kuwa BWANA ni mkuu mwenye
kustahili kusifiwa kuliko wote;
yeye ni wa kuogopwa kuliko
miungu yote.
5 Kwa maana miungu yote ya mataifa
ni sanamu,
lakini BWANA aliziumba mbingu.
6 Fahari na enzi viko mbele yake;
nguvu na utukufu vimo patakatifu pake.

7 Mpeni BWANA, enyi jamaa za mataifa,
mpeni BWANA utukufu na nguvu.
8 Mpeni BWANA utukufu unaostahili
jina lake;
leteni sadaka na mje katika nyua zake.
9 Mwabuduni BWANA katika uzuri
wa utakatifu wake;
dunia yote na itetemeke mbele zake.

10 Katikati ya mataifa semeni, "BWANA
anatawala."
Ulimwengu ameuweka imara, hauwezi
kusogezwa;
atawahukumu watu kwa uadilifu.
11 Mbingu na zishangilie, nchi na ifurahi;
bahari na ivume, na vyote vilivyomo
ndani yake;
12 mashamba na yashangilie,
pamoja na vyote vilivyomo ndani yake.
Kisha miti yote ya msituni itaimba kwa
furaha;
13 itaimba mbele za BWANA kwa maana
anakuja,
anakuja kuihukumu dunia.
Ataihukumu dunia kwa haki,
na mataifa katika kweli yake.

Zaburi 97

Mungu Mtawala Mkuu

1 BWANA anatawala, nchi na ifurahi,
visiwa vyote vishangilie.

2 Mawingu na giza nene vinamzunguka,
haki na hukumu ndio msingi wa kiti
chake cha enzi.
3 Moto hutangulia mbele zake
na huteketeza adui zake pande zote.
4 Umeme wake wa radi humulika dunia,
nchi huona na kutetemeka.
5 Milima huyeyuka kama nta mbele za BWANA,
mbele za Bwana wa dunia yote.
6 Mbingu zinatangaza haki yake,
na mataifa yote huona utukufu wake.

7 Wote waabuduo sanamu waaibishwa,
wale wajisifiao sanamu:
mwabuduni yeye, enyi miungu yote!

8 Sayuni husikia na kushangilia,
vijiji vya Yuda vinafurahi
kwa sababu ya hukumu zako, Ee BWANA.
9 Kwa kuwa wewe, Ee BWANA, ndiwe Uliye
Juu Sana kuliko dunia yote;
umetukuka sana juu ya miungu yote.

10 Wale wanaompenda BWANA
na wauchukie uovu,
kwa maana yeye hulinda maisha
ya waaminifu wake
na kuwaokoa kutoka mkononi
mwa mwovu.
11 Nuru huangaza wenye haki
na furaha kwa watu wanyofu wa moyo.
12 Furahini katika BWANA, ninyi mlio
wenye haki,
lisifuni jina lake takatifu.

Zaburi 98

Mungu Mtawala Wa Dunia

Zaburi.

1 Mwimbieni BWANA wimbo mpya,
kwa maana ametenda mambo ya ajabu;
kitanga chake cha kuume na mkono wake
mtakatifu
umemfanyia wokovu.
2 BWANA ameufanya wokovu wake ujulikane
na amedhihirisha haki yake kwa mataifa.
3 Ameukumbuka upendo wake
na uaminifu wake kwa nyumba ya Israeli;
miisho yote ya dunia imeuona
wokovu wa Mungu wetu.

---

[a]8 Meriba maana yake ni Kugombana.
[b]8 Masa maana yake ni Kujaribiwa.

4 Mpigieni Bwana kelele za shangwe,
dunia yote,
ipaze sauti kwa nyimbo za shangwe
na vinanda;
5 mwimbieni Bwana kwa kinubi,
kwa kinubi na sauti za kuimba,
6 kwa tarumbeta na mvumo wa baragumu
za pembe za kondoo dume:
shangilieni kwa furaha mbele za Bwana,
aliye Mfalme.

7 Bahari na ivume na kila kiliomo
ndani yake,
dunia na wote wakaao ndani yake.
8 Mito na ipige makofi,
milima na iimbe pamoja kwa furaha,
9 vyote na viimbe mbele za Bwana,
kwa maana yuaja kuhukumu dunia.
Atahukumu dunia kwa haki
na mataifa kwa haki.

Zaburi 99

Mungu Mfalme Mkuu

1 Bwana anatawala,
mataifa na yatetemeke;
anakalia kiti cha enzi katikati ya makerubi,
dunia na itikisike.
2 Bwana ni mkuu katika Sayuni;
ametukuzwa juu ya mataifa yote.
3 Wanalisifu jina lako ambalo ni kuu na la
kuogopwa:
yeye ni mtakatifu!

4 Mfalme ni mwenye nguvu
na hupenda haki,
wewe umethibitisha adili;
katika Yakobo umefanya
yaliyo haki na sawa.
5 Mtukuzeni Bwana Mungu wetu,
na mkaabudu katika mahali pa kuwekea
miguu yake;
yeye ni mtakatifu.

6 Mose na Aroni walikuwa miongoni mwa
makuhani wake,
Samweli alikuwa miongoni mwa
walioliitia jina lake;
walimwita Bwana,
naye aliwajibu.
7 Alizungumza nao kutoka nguzo ya wingu;
walizishika sheria zake na amri
alizowapa.

8 Ee Bwana, wetu,
ndiwe uliyewajibu,
kwa Israeli ulikuwa Mungu mwenye
kusamehe,
ingawa uliadhibu matendo yao mabaya.
9 Mtukuzeni Bwana Mungu wetu,
mwabuduni kwenye mlima wake
mtakatifu,
kwa maana Bwana Mungu wetu
ni mtakatifu.

Zaburi 100

Dunia Yote Yaitwa Kumsifu Mungu

Zaburi ya shukrani.

1 Mpigieni Bwana kelele za shangwe,
dunia yote.
2 Mwabuduni Bwana kwa furaha;
njooni mbele zake kwa nyimbo
za shangwe.
3 Jueni kwamba Bwana ndiye Mungu.
Yeye ndiye alituumba, sisi tu mali yake;
sisi tu watu wake,
kondoo wa malisho yake.

4 Ingieni malangoni mwake kwa shukrani
na katika nyua zake kwa kusifu,
mshukuruni yeye na kulisifu jina lake.
5 Kwa maana Bwana ni mwema
na upendo wake wadumu milele;
uaminifu wake unadumu kwa vizazi vyote.

Zaburi 101

Ahadi Ya Kuishi Kwa Uadilifu Na Kwa Haki

Zaburi ya Daudi.

1 Nitaimba juu ya upendo wako na haki yako;
kwako wewe, Ee Bwana, nitaimba sifa.
2 Nitazingatia kuishi maisha yasiyo na lawama:
utakuja kwangu lini?

Nitatembea nyumbani mwangu
kwa moyo usio na lawama.
3 Sitaweka mbele ya macho yangu
kitu kiovu.

Ninayachukia matendo ya watu wasio
na imani;
hawatashikamana nami.
4 Moyo wa ukaidi utakuwa mbali nami;
nitajitenga na kila ubaya.

5 Kila amsingiziaye jirani yake kwa siri,
huyo nitamnyamazisha;
mwenye macho ya dharau na moyo
wa kiburi
huyo sitamvumilia.

6 Macho yangu yatawaelekea waaminifu
katika nchi,
ili waweze kuishi pamoja nami;
yeye ambaye moyo wake hauna lawama
atanitumikia.

7 Mdanganyifu hatakaa
nyumbani mwangu,
yeye asemaye kwa uongo
hatasimama mbele yangu.

8 Kila asubuhi nitawanyamazisha
waovu wote katika nchi;
nitamkatilia mbali kila mtenda mabaya
kutoka mji wa Bwana.

Zaburi 102

Maombi Ya Mtu Mwenye Taabu

Maombi ya mtu aliyechoka. Anapoteseka na kumimina malalamiko yake kwa Bwana.

1 Ee Bwana, usikie maombi yangu,
kilio changu cha kuomba msaada
kikufikie.
2 Usinifiche uso wako
ninapokuwa katika shida.
Unitegee sikio lako,
ninapoita, unijibu kwa upesi.

3 Kwa kuwa siku zangu zinatoweka kama moshi,
mifupa yangu inaungua kama kaa
la moto.
4 Moyo wangu umefifia na kunyauka
kama jani,
ninasahau kula chakula changu.
5 Kwa sababu ya kusononeka kwangu kwa
uchungu,
nimebakia ngozi na mifupa.
6 Nimekuwa kama bundi wa jangwani,
kama bundi kwenye magofu.
7 Nilalapo sipati usingizi,
nimekuwa kama ndege mpweke
kwenye paa la nyumba.
8 Mchana kutwa adui zangu hunidhihaki,
wale wanaonizunguka hutumia jina
langu kama laana.
9 Ninakula majivu kama chakula changu
na nimechanganya kinywaji changu
na machozi
10 kwa sababu ya ghadhabu yako kuu,
kwa maana umeniinua na
kunitupa kando.
11 Siku zangu ni kama kivuli cha jioni,
ninanyauka kama jani.

12 Lakini wewe, Ee Bwana, umeketi katika kiti
chako cha enzi milele,
sifa zako za ukuu zaendelea vizazi vyote.
13 Utainuka na kuihurumia Sayuni,
kwa maana ni wakati
wa kumwonyesha wema;
wakati uliokubalika umewadia.
14 Kwa maana mawe yake ni ya thamani kwa
watumishi wako,
vumbi lake lenyewe hulionea huruma.
15 Mataifa wataogopa jina la Bwana,
wafalme wote wa dunia watauheshimu
utukufu wako.
16 Kwa maana Bwana ataijenga tena Sayuni
na kutokea katika utukufu wake.
17 Ataitikia maombi ya mtu mkiwa,
wala hatadharau hoja yao.

18 Hili na liandikwe kwa ajili ya kizazi kijacho,
ili taifa litakaloumbwa baadaye waweze
kumsifu Bwana:
19 "Bwana alitazama chini kutoka patakatifu
pake palipo juu,
kutoka mbinguni alitazama dunia,
20 kusikiliza vilio vya uchungu vya wafungwa
na kuwaweka huru wale
waliohukumiwa kufa."
21 Kwa hiyo jina la Bwana latangazwa huko
Sayuni
na sifa zake katika Yerusalemu,
22 wakati mataifa na falme zitakapokusanyika
ili kumwabudu Bwana.

23 Katika kuishi kwangu alivunja
nguvu zangu,
akafupisha siku zangu.
24 Ndipo niliposema:
"Ee Mungu wangu, usinichukue katikati
ya siku zangu;
miaka yako inaendelea vizazi vyote.
25 Hapo mwanzo uliweka misingi ya dunia,
nazo mbingu ni kazi ya mikono yako.
26 Hizi zitatoweka, lakini wewe utadumu,
zote zitachakaa kama vazi.
Utazibadilisha kama nguo
nazo zitaondoshwa.
27 Lakini wewe, U yeye yule,
nayo miaka yako haikomi kamwe.
28 Watoto wa watumishi wako wataishi
mbele zako;
wazao wao wataimarishwa mbele zako."

Zaburi 103

Upendo Wa Mungu

Zaburi ya Daudi.

1 Ee nafsi yangu, umhimidi Bwana.
Vyote vilivyomo ndani yangu
vilihimidi jina lake takatifu.
2 Ee nafsi yangu, umhimidi Bwana,
wala usisahau wema wake wote,
3 akusamehe dhambi zako zote,
akuponya magonjwa yako yote,
4 aukomboa uhai wako na kaburi,
akuvika taji ya upendo na huruma,
5 atosheleza mahitaji yako kwa vitu vyema,
ili ujana wako uhuishwe kama wa tai.

6 Bwana hutenda haki,
naye huwapa hukumu ya haki wote
wanaoonewa.

7 Alijulisha Mose njia zake,
na wana wa Israeli matendo yake.
8 Bwana ni mwingi wa huruma
na mwenye neema;
si mwepesi wa hasira, bali amejaa
upendo.
9 Yeye hatalaumu siku zote,
wala haweki hasira yake milele,
10 yeye hatutendei kulingana na dhambi zetu
wala hatupatilizi kwa kadiri
ya maovu yetu.
11 Kama vile mbingu zilivyo juu
ya dunia sana,
ndivyo wema wake ulivyo mwingi kwa
wanaomcha;

[12] kama mashariki ilivyo mbali na magharibi,
ndivyo Mungu alivyoziweka dhambi zetu
mbali nasi.
[13] Kama baba alivyo na huruma kwa
watoto wake,
ndivyo BWANA anavyowahurumia wale
wanaomcha;
[14] kwa kuwa anajua tulivyoumbwa,
anakumbuka kwamba sisi tu mavumbi.
[15] Kuhusu mwanadamu, siku zake ni kama
majani,
anachanua kama ua la shambani;
[16] upepo huvuma juu yake nalo hutoweka,
mahali pake hapalikumbuki tena.
[17] Lakini kutoka milele hata milele
upendo wa BWANA uko kwa wale
wamchao,
nayo haki yake kwa watoto wa
watoto wao:
[18] kwa wale walishikao agano lake
na kukumbuka kuyatii mausia yake.

[19] BWANA ameweka imara kiti chake cha enzi
mbinguni,
ufalme wake unatawala juu ya vyote.
[20] Mhimidini BWANA, enyi malaika zake,
ninyi mlio mashujaa mnaozitii amri zake,
ninyi mnaotii neno lake.
[21] Mhimidini BWANA, ninyi jeshi lake lote
la mbinguni,
ninyi watumishi wake mnaofanya
mapenzi yake.
[22] Mhimidini BWANA, kazi zake zote
kila mahali katika milki yake.

Ee nafsi yangu, umhimidi BWANA.

Zaburi 104

Kumsifu Muumba

[1] Ee nafsi yangu, umhimidi BWANA.

Ee BWANA Mungu wangu, wewe
ni mkuu sana,
umejivika utukufu na enzi.
[2] Amejifunika katika nuru kama vile
kwa vazi,
amezitandaza mbingu kama hema
[3] na kuziweka nguzo za orofa yake juu
ya maji.
Huyafanya mawingu kuwa gari lake,
na hupanda kwenye mbawa za upepo.
[4] Huzifanya pepo kuwa wajumbe[a] wake,
miali ya moto watumishi wake.

[5] Ameiweka dunia kwenye misingi yake,
haiwezi kamwe kuondoshwa.
[6] Uliifunika kwa kilindi kama kwa vazi,
maji yalisimama juu ya milima.
[7] Lakini kwa kukemea kwako maji
yalikimbia,
kwa sauti ya radi yako yakatoroka,
[8] yakapanda milima, yakateremka mabondeni,
hadi mahali pale ulipoyakusudia.
[9] Uliyawekea mpaka ambao hayawezi
kuuvuka,
kamwe hayataifunika dunia tena.

[10] Huzifanya chemchemi zimwage maji
mabondeni,
hutiririka kati ya milima.
[11] Huwapa maji wanyama wote wa kondeni,
punda-mwitu huzima kiu yao.
[12] Ndege wa angani hufanya viota kando
ya maji,
huimba katikati ya matawi.
[13] Huinyeshea milima kutoka orofa zake,
dunia inatoshelezwa kwa matunda
ya kazi yake.
[14] Huyafanya majani ya mifugo yaote,
na mimea kwa watu kulima,
wajipatie chakula kutoka ardhini:
[15] divai ya kuufurahisha moyo
wa mwanadamu,
mafuta kwa ajili ya kung'arisha
uso wake,
na mkate wa kutia mwili nguvu.
[16] Miti ya BWANA inanyeshewa vizuri,
mierezi ya Lebanoni aliyoipanda.
[17] Humo ndege hufanya viota vyao,
korongo ana nyumba yake kwenye
msunobari.
[18] Milima mirefu ni makao ya mbuzi-mwitu,
majabali ni kimbilio la pelele.

[19] Mwezi hugawanya majira,
na jua hutambua wakati wake wa kutua.
[20] Unaleta giza, kunakuwa usiku,
wanyama wote wa mwituni huzurura.
[21] Simba hunguruma kwa mawindo yao,
na kutafuta chakula chao kutoka
kwa Mungu.
[22] Jua huchomoza, nao huondoka,
hurudi na kulala katika mapango yao.
[23] Kisha mwanadamu huenda kazini mwake,
katika kazi yake mpaka jioni.

[24] Ee BWANA, jinsi matendo yako
yalivyo mengi!
Kwa hekima ulizifanya zote,
dunia imejaa viumbe vyako.
[25] Pale kuna bahari, kubwa na yenye
nafasi tele,
imejaa viumbe visivyo na idadi,
vitu vyenye uhai vikubwa na vidogo.
[26] Huko meli huenda na kurudi,
pia Lewiathani,[b] uliyemuumba acheze
ndani yake.

[27] Hawa wote wanakutazamia wewe,
uwape chakula chao kwa wakati wake.
[28] Wakati unapowapa,
wanakikusanya,

---

[a]4 Au: malaika.

[b]26 Lewiathani ni mnyama mkubwa wa baharini mwenye magamba anayefanana na joka kubwa, mwenye umbo la kutisha, asiyeweza kuvuliwa.

unapofumbua mkono wako,
wao wanashibishwa mema.
[29] Unapoficha uso wako,
wanapata hofu,
unapoondoa pumzi yao,
wanakufa na kurudi mavumbini.
[30] Unapopeleka Roho wako,
wanaumbwa,
nawe huufanya upya uso wa dunia.

[31] Utukufu wa BWANA na udumu milele,
BWANA na azifurahie kazi zake:
[32] yeye aitazamaye dunia, nayo ikatetemeka,
aigusaye milima, nayo ikatoa moshi.

[33] Nitamwimbia BWANA maisha yangu
yote;
nitaimba sifa kwa Mungu wangu muda
wote ninaoishi.
[34] Kutafakari kwangu na kumpendeze yeye,
ninapofurahi katika BWANA.
[35] Lakini wenye dhambi na watoweke
katika dunia
na waovu wasiwepo tena.

Ee nafsi yangu, msifu BWANA.

Msifuni BWANA.

Zaburi 105

Uaminifu Wa Mungu Kwa Israeli

[1] Mshukuruni BWANA, liitieni jina lake,
wajulisheni mataifa yale aliyoyatenda.
[2] Mwimbieni yeye, mwimbieni yeye sifa,
waambieni matendo yake yote ya
ajabu.
[3] Lishangilieni jina lake takatifu,
mioyo ya wale wamtafutao BWANA
na ifurahi.
[4] Mtafuteni BWANA na nguvu zake,
utafuteni uso wake siku zote.

[5] Kumbuka matendo ya ajabu aliyoyafanya,
miujiza yake na hukumu alizozitamka,
[6] enyi wazao wa Abrahamu mtumishi wake,
enyi wana wa Yakobo, wateule wake.
[7] Yeye ndiye BWANA Mungu wetu,
hukumu zake zimo duniani pote.

[8] Hulikumbuka agano lake milele,
neno ambalo aliamuru, kwa vizazi elfu,
[9] agano alilolifanya na Abrahamu,
kiapo alichomwapia Isaki.
[10] Alilithibitisha kwa Yakobo kuwa amri,
kwa Israeli liwe agano la milele:
[11] "Nitakupa wewe nchi ya Kanaani
kuwa sehemu utakayoirithi."

[12] Walipokuwa wachache kwa idadi,
wachache sana na wageni ndani yake,
[13] walitangatanga kutoka taifa moja hadi
jingine,
kutoka ufalme mmoja hadi mwingine.
[14] Hakuruhusu mtu yeyote awaonee;
kwa ajili yao aliwakemea wafalme,
akisema:
[15] "Msiwaguse niliowatia mafuta;
msiwadhuru manabii wangu."

[16] Akaiita njaa juu ya nchi
na kuharibu chakula chao chote,
[17] naye akatuma mtu mbele yao,
Yosefu, aliyeuzwa kama mtumwa.
[18] Walichubua miguu yake kwa minyororo,
shingo yake ilifungwa kwa chuma,
[19] hadi yale aliyotangulia kusema yalipotimia,
hadi neno la BWANA lilipomthibitisha.
[20] Mfalme alituma watu wakamfungua,
mtawala wa watu alimwachia huru.
[21] Alimfanya mkuu wa nyumba yake,
mtawala juu ya vyote alivyokuwa navyo,
[22] kuwaelekeza wakuu wa mfalme apendavyo
na kuwafundisha wazee wake hekima.

[23] Kisha Israeli akaingia Misri,
Yakobo akaishi kama mgeni katika nchi
ya Hamu.
[24] BWANA aliwafanya watu wake kuzaana sana,
akawafanya kuwa wengi sana kuliko
adui zao,
[25] ndiye aliigeuza mioyo yao iwachukie
watu wake,
wakatenda hila dhidi ya watumishi wake.
[26] Akamtuma Mose mtumishi wake,
pamoja na Aroni, aliyemchagua.
[27] Walifanya ishara zake za ajabu
miongoni mwao,
miujiza yake katika nchi ya Hamu.
[28] Alituma giza na nchi ikajaa giza,
kwani si walikuwa wameyaasi
maneno yake?
[29] Aligeuza maji yao kuwa damu,
ikasababisha samaki wao kufa.
[30] Nchi yao ilijaa vyura tele, ambao waliingia
hadi kwenye vyumba vya kulala vya
watawala wao.
[31] Alisema, yakaja makundi ya mainzi,
na viroboto katika nchi yao yote.
[32] Alibadilisha mvua yao ikawa mvua ya mawe,
yenye umeme wa radi nchini yao yote,
[33] akaharibu mizabibu yao na miti ya tini,
na akaangamiza miti ya nchi yao.
[34] Alisema, nzige wakaja,
tunutu wasio na idadi,
[35] wakala kila jani katika nchi yao,
wakala mazao ya ardhi yao.
[36] Kisha akawaua wazaliwa wote wa kwanza
katika nchi yao,
matunda ya kwanza ya ujana wao wote.

[37] Akawatoa Israeli katika nchi
wakiwa na fedha na dhahabu nyingi,
wala hakuna hata mmoja
kutoka kabila zao aliyejikwaa.
[38] Misri ilifurahi walipoondoka,
kwa sababu hofu ya Israeli ilikuwa
imewaangukia.

39 Alitandaza wingu kama kifuniko,
na moto kuwamulikia usiku.
40 Waliomba, naye akawaletea kware,
akawashibisha kwa mkate wa mbinguni.
41 Alipasua mwamba, maji yakabubujika,
yakatiririka jangwani kama mto.

42 Kwa maana alikumbuka ahadi yake takatifu,
aliyompa Abrahamu mtumishi wake.
43 Aliwatoa watu wake kwa furaha,
wateule wake kwa kelele za shangwe,
44 akawapa nchi za mataifa, wakawa warithi
wa mali wengine walikuwa
wameitaabikia:
45 alifanya haya ili wayashike mausia yake
na kuzitii sheria zake.

Msifuni BWANA.[a]

Zaburi 106

Wema Wa BWANA Kwa Watu Wake

1 Msifuni BWANA.

Mshukuruni BWANA, kwa kuwa ni mwema;
upendo wake wadumu milele.
2 Ni nani awezaye kusimulia matendo
makuu ya BWANA
au kutangaza kikamilifu sifa zake?
3 Heri wale wanaodumisha haki,
ambao daima wanafanya yaliyo mema.
4 Ee BWANA, unikumbuke unapowatendea
mema watu wako,
uwe msaada wangu unapowaokoa,
5 ili niweze kufurahia mafanikio ya
wateule wako,
niweze kushiriki katika furaha ya
taifa lako,
na kuungana na urithi wako katika
kukusifu.

6 Tumetenda dhambi, kama vile baba zetu
walivyotenda,
tumekosa na tumetenda uovu.
7 Wakati baba zetu walipokuwa Misri,
hawakuzingatia maajabu yako,
wala hawakukumbuka wingi wa
fadhili zako,
bali waliasi kando ya bahari, Bahari
ya Shamu.
8 Hata hivyo aliwaokoa kwa ajili ya jina lake,
ili apate kudhihirisha uweza wake mkuu.
9 Alikemea Bahari ya Shamu, nayo ikakauka,
akawaongoza katika vilindi vyake kama
vile jangwani.
10 Aliwaokoa mikononi mwa adui;
kutoka mikononi mwa adui
aliwakomboa.
11 Maji yaliwafunika adui zao,
hakunusurika hata mmoja.
12 Ndipo walipoamini ahadi zake,
nao wakaimba sifa zake.

13 Lakini mara walisahau aliyowatendea,
wala hawakungojea shauri lake.
14 Jangwani walitawaliwa na tamaa zao,
walimjaribu Mungu nyikani.
15 Kwa hiyo aliwapa kile walichoomba,
lakini akatuma juu yao ugonjwa
wa kudhoofisha.

16 Kambini walimwonea wivu Mose,
na pia Aroni aliyekuwa amewekwa wakfu
kwa BWANA.
17 Ardhi ilifunguka ikawameza Dathani,
ikawazika Abiramu na kundi lake.
18 Moto uliwaka katikati ya wafuasi wao,
mwali wa moto uliwateketeza waovu.

19 Huko Horebu walitengeneza ndama,
na kuabudu sanamu ya kusubu
kwa chuma.
20 Waliubadilisha Utukufu wao
kwa sanamu ya fahali, ambaye hula
majani.
21 Walimsahau Mungu aliyewaokoa,
aliyekuwa ametenda mambo makuu
huko Misri,
22 miujiza katika nchi ya Hamu
na mambo ya kutisha huko Bahari
ya Shamu.
23 Kwa hiyo alisema kwamba
angewaangamiza:
kama Mose mteule wake,
asingesimama kati yao na Mungu
kuizuia ghadhabu yake kuwaangamiza.

24 Kisha waliidharau ile nchi nzuri,
hawakuiamini ahadi yake.
25 Walinung'unika ndani ya mahema yao,
wala hawakumtii BWANA.
26 Kwa hiyo akaapa kwa mkono ulioinuliwa
kwamba atawafanya waanguke jangwani,
27 kuwatawanya wazao wao waanguke
miongoni mwa mataifa,
na kuwatawanya katika nchi zote.

28 Walijifunga nira na Baali wa Peori,
wakala dhabihu zilizotolewa kwa
miungu isiyo na uhai.
29 Waliichochea hasira ya BWANA,
wakamkasirisha kwa matendo
yao maovu,
nayo tauni ikazuka katikati yao.
30 Lakini Finehasi alisimama na kuingilia
kati,
nayo tauni ikazuiliwa.
31 Hili likahesabiwa kwake haki,
kwa vizazi visivyo na mwisho vijavyo.

32 Kwenye maji ya Meriba, walimkasirisha
BWANA,
janga likampata Mose kwa sababu yao;
33 kwa maana walimwasi Roho wa Mungu,
na maneno yasiyofaa yakatoka
midomoni kwa Mose.

---

[a]45 Msifuni BWANA kwa Kiebrania ni Hallelu Yah.

34 Hawakuyaangamiza yale mataifa
kama BWANA alivyowaagiza,
35 bali walijichanganya na mataifa
na wakazikubali desturi zao.
36 Waliabudu sanamu zao,
zikawa mtego kwao.
37 Wakawatoa wana wao
na binti zao dhabihu kwa mashetani.
38 Walimwaga damu isiyo na hatia,
damu za wana wao na binti zao,
ambao waliwatoa dhabihu kwa sanamu
za Kanaani,
nayo nchi ikanajisika kwa damu zao.
39 Wakajinajisi wenyewe kwa yale
waliyotenda;
kwa matendo yao wenyewe wakajifanyia
ukahaba.

40 Kwa hiyo BWANA akawakasirikia watu wake
na akauchukia sana urithi wake.
41 Akawakabidhi kwa mataifa
na adui zao wakawatawala.
42 Adui zao wakawaonea
na kuwatia chini ya mamlaka yao.
43 Mara nyingi aliwaokoa
lakini walikuwa wamezama kwenye uasi,
nao wakajiharibu katika dhambi zao.

44 Lakini akaangalia mateso yao
wakati aliposikia kilio chao;
45 kwa ajili yao akakumbuka agano lake,
na kutokana na upendo wake mkuu
akapooza hasira yake.
46 Akawafanya wahurumiwe
na wote waliowashikilia mateka.

47 Ee BWANA Mungu wetu, tuokoe.
Tukusanye tena kutoka kwa mataifa,
ili tuweze kulishukuru jina lako takatifu,
na kushangilia katika sifa zako.

48 Atukuzwe BWANA, Mungu wa Israeli,
tangu milele na hata milele.
Watu wote na waseme, "Amen!"

Msifuni BWANA.

KITABU CHA TANO
(Zaburi 107–150)

Zaburi 107

Kumsifu Mungu Kwa Wema Wake

1 Mshukuruni BWANA, kwa kuwa yeye
ni mwema,
upendo wake wadumu milele.
2 Waliokombolewa wa BWANA
na waseme hivi,
wale aliowaokoa kutoka mkono wa adui,
3 wale aliowakusanya kutoka nchi
mbalimbali,
kutoka mashariki na magharibi,
kutoka kaskazini na kusini.

4 Baadhi yao walitangatanga jangwani,
hawakuona njia ya kuwafikisha mji
ambao wangeweza kuishi.
5 Walikuwa na njaa na kiu,
nafsi zao zikadhoofika.
6 Ndipo walipomlilia BWANA katika
shida yao,
naye akawaokoa kutoka taabu yao.
7 Akawaongoza kwa njia iliyo sawa
hadi mji ambao wangeweza kuishi.
8 Basi na wamshukuru BWANA kwa upendo
wake usiokoma,
na kwa matendo yake ya ajabu kwa
wanadamu,
9 kwa maana yeye humtosheleza
mwenye kiu,
na kumshibisha mwenye njaa kwa
vitu vyema.

10 Wengine walikaa gizani na katika
huzuni kuu,
wafungwa wakiteseka katika minyororo,
11 kwa sababu walikuwa wameasi
dhidi ya maneno ya Mungu
na kudharau shauri
la Aliye Juu Sana.
12 Aliwatumikisha kwa kazi ngumu;
walijikwaa na hapakuwepo yeyote
wa kuwasaidia.
13 Ndipo walipomlilia BWANA katika
shida yao,
naye akawaokoa kutoka taabu yao.
14 Akawatoa katika giza na huzuni kuu
na akavunja minyororo yao.
15 Basi na wamshukuru BWANA kwa upendo
wake usiokoma,
na kwa matendo yake ya ajabu kwa
wanadamu,
16 kwa kuwa yeye huvunja malango ya shaba
na kukata mapingo ya chuma.

17 Wengine wakawa wapumbavu kutokana
na uasi wao,
wakapata mateso kwa sababu
ya uovu wao.
18 Wakachukia kabisa vyakula vyote,
wakakaribia malango ya mauti.
19 Ndipo walipomlilia BWANA katika
shida yao,
naye akawaokoa kutoka taabu yao.
20 Akalituma neno lake na kuwaponya,
akawaokoa kutoka maangamizo yao.
21 Basi na wamshukuru BWANA kwa upendo
wake usiokoma,
na kwa matendo yake ya ajabu kwa
wanadamu.
22 Na watoe dhabihu za kushukuru,
na wasimulie matendo yake kwa nyimbo
za furaha.

23 Wengine walisafiri baharini kwa meli,
walikuwa wafanyabiashara kwenye
maji makuu.

24 Waliziona kazi za BWANA,
matendo yake ya ajabu kilindini.
25 Kwa maana alisema na kuamsha tufani
iliyoinua mawimbi juu.
26 Yakainuka juu mbinguni, yakashuka chini
hadi vilindini,
katika hatari hii ujasiri wao uliyeyuka.
27 Walipepesuka na kuyumbayumba kama
walevi,
ujanja wao ukafikia ukomo.
28 Ndipo walipomlilia BWANA katika
shida yao,
naye akawatoa kwenye taabu yao.
29 Akatuliza dhoruba kwa mnong'ono,
mawimbi ya bahari yakatulia.
30 Walifurahi ilipokuwa shwari,
naye akawaongoza hadi bandari
waliyoitamani.
31 Basi na wamshukuru BWANA kwa upendo
wake usiokoma,
na kwa matendo yake ya ajabu kwa
wanadamu.
32 Na wamtukuze yeye katika kusanyiko
la watu,
na wamsifu katika baraza la wazee.

33 Yeye aligeuza mito kuwa jangwa,
chemchemi za maji zitiririkazo kuwa
ardhi yenye kiu,
34 nchi izaayo ikawa ya chumvi isiyofaa,
kwa sababu ya uovu wa wale
walioishi humo.
35 Aligeuza jangwa likawa madimbwi
ya maji,
nayo ardhi kame kuwa chemchemi
za maji zitiririkazo;
36 aliwaleta wenye njaa wakaishi humo,
nao wakajenga mji wangeweza kuishi.
37 Walilima mashamba na kupanda
mizabibu,
nayo ikazaa matunda mengi,
38 Mungu aliwabariki, hesabu yao
ikaongezeka sana,
wala hakuruhusu mifugo yao kupungua.

39 Kisha hesabu yao ilipungua,
na walinyenyekeshwa
kwa kuonewa, maafa na huzuni.
40 Yeye ambaye huwamwagia dharau wakuu,
aliwafanya watangetange nyikani isiyo
na njia.
41 Lakini yeye aliwainua wahitaji katika
taabu zao,
na kuongeza jamaa zao kama makundi
ya kondoo.
42 Wanyofu wataona na kufurahi,
lakini waovu wote watafunga
vinywa vyao.

43 Yeyote aliye na hekima, ayasikie
mambo haya,
na atafakari upendo mkuu wa BWANA.

Zaburi 108

Kuomba Msaada Dhidi Ya Adui

Wimbo. Zaburi ya Daudi.

1 Ee Mungu, moyo wangu ni thabiti;
nitaimba na kusifu kwa moyo wangu
wote.
2 Amka, kinubi na zeze!
Nitayaamsha mapambazuko.
3 Nitakusifu wewe, Ee BWANA, katikati
ya mataifa;
nitaimba habari zako, katikati ya jamaa
za watu.
4 Kwa maana upendo wako ni mkuu, ni juu
kuliko mbingu;
uaminifu wako unazifikia anga.
5 Ee Mungu, utukuzwe juu ya mbingu,
utukufu wako na uenee duniani kote.

6 Tuokoe na utusaidie kwa mkono wako
wa kuume,
ili wale uwapendao wapate kuokolewa.
7 Mungu amenena kutoka patakatifu pake:
"Nitaigawa Shekemu kwa ushindi
na kulipima Bonde la Sukothi.
8 Gileadi ni yangu, Manase ni yangu,
Efraimu ni kofia yangu ya chuma,
nayo Yuda ni fimbo yangu ya utawala.
9 Moabu ni sinia langu la kunawia,
juu ya Edomu natupa kiatu changu;
nashangilia kwa kushindwa kwa Ufilisti."

10 Ni nani atakayenipeleka hadi mji
wenye ngome?
Ni nani atakayeniongoza hadi
nifike Edomu?
11 Ee Mungu, si ni wewe uliyetukataa sisi,
na hutoki tena na majeshi yetu?
12 Tuletee msaada dhidi ya adui,
kwa maana msaada wa mwanadamu
haufai kitu.
13 Kwa msaada wa Mungu tutapata ushindi,
naye atawaponda adui zetu.

Zaburi 109

Lalamiko La Mtu Aliyeko Kwenye Shida

Kwa mwimbishaji. Zaburi ya Daudi.

1 Ee Mungu, ambaye ninakusifu,
usiwe kimya,
2 kwa maana watu waovu na wadanganyifu
wamefungua vinywa vyao dhidi yangu;
wasema dhidi yangu
kwa ndimi za udanganyifu.
3 Wamenizunguka kwa maneno ya chuki,
wananishambulia bila sababu.
4 Wanachonilipa badala ya urafiki wangu
ni kunishtaki,
lakini mimi ninawaombea.
5 Wananilipiza mabaya kwa mema,
chuki badala ya urafiki wangu.

[6] Agiza mtu mwovu ampinge,
mshtaki[a] asimame mkono wake wa kuume.
[7] Anapohukumiwa, apatikane na hatia,
nayo maombi yake yamhukumu.
[8] Siku zake za kuishi na ziwe chache,
nafasi yake ya uongozi ichukuliwe
na mtu mwingine.
[9] Watoto wake na waachwe yatima,
mke wake na awe mjane.
[10] Watoto wake na watangetange wakiomba,
na wafukuzwe kwenye magofu
ya nyumba zao.
[11] Mtu anayemdai na ateke vyote
alivyo navyo,
matunda ya kazi yake yatekwe nyara
na wageni.
[12] Asiwepo mtu yeyote wa kumtendea mema
wala wa kuwahurumia yatima wake.
[13] Uzao wake na ukatiliwe mbali,
majina yao yafutike katika kizazi kifuatacho.
[14] Maovu ya baba zake na yakumbukwe
mbele za BWANA,
dhambi ya mama yake
isifutwe kamwe.
[15] Dhambi zao na zibaki daima mbele za BWANA,
ili apate kukatilia mbali kumbukumbu
lao duniani.

[16] Kwa maana kamwe hakuweza
kutenda wema,
bali alimfukuza mnyonge na mhitaji,
aliwafanyia jeuri wahitaji na
waliovunjika moyo.
[17] Alipenda kulaani,
nayo laana ikampata;
hakupenda kubariki,
kwa hiyo baraka na ikae mbali naye.
[18] Alivaa kulaani kama vazi lake,
nayo laana ikamwingia mwilini mwake
kama maji,
kwenye mifupa yake kama mafuta.
[19] Na iwe kama joho alilozungushiwa,
kama mshipi aliofungiwa daima.
[20] Haya na yawe malipo ya BWANA kwa
washtaki wangu,
kwa wale wanaoninenea mabaya.

[21] Lakini wewe, Ee BWANA Mwenyezi,
unitendee wema kwa ajili ya jina lako,
uniokoe kwa wema wa pendo lako.
[22] Maana mimi ni maskini na mhitaji,
moyo wangu umejeruhiwa ndani yangu.
[23] Ninafifia kama kivuli cha jioni,
nimerushwa-rushwa kama nzige.
[24] Magoti yangu yamelegea kwa kufunga,
mwili wangu umedhoofika na kukonda.
[25] Nimekuwa kitu cha kudharauliwa kwa
washtaki wangu,
wanionapo, hutikisa vichwa vyao.

[26] Ee BWANA, Mungu wangu nisaidie,
niokoe sawasawa na upendo wako.
[27] Watu na wafahamu kuwa ni mkono wako,
kwamba wewe, Ee BWANA, umetenda hili.
[28] Wanaweza kulaani, lakini wewe utabariki,
watakaposhambulia wataaibishwa,
lakini mtumishi wako atashangilia.
[29] Washtaki wangu watavikwa fedheha,
na kufunikwa na aibu kama joho.

[30] Kwa kinywa changu nitamtukuza
sana BWANA,
katika umati mkubwa nitamsifu.
[31] Kwa maana husimama mkono wa kuume
wa mhitaji,
kuokoa maisha yake kutoka kwa wale
wanaomhukumu.

[a]6 Mshtaki hapa maana yake ni Shetani.

Zaburi 110

BWANA Na Mfalme Wake Mteule

Zaburi ya Daudi.

[1] BWANA amwambia Bwana wangu:
"Keti mkono wangu wa kuume,
mpaka nitakapowafanya adui zako
kuwa mahali pa kuweka miguu yako."

[2] BWANA ataeneza fimbo yako ya utawala
yenye nguvu kutoka Sayuni;
utatawala katikati ya adui zako.
[3] Askari wako watajitolea kwa hiari
katika siku yako ya vita.
Ukiwa umevikwa fahari takatifu,
kutoka tumbo la mapambazuko
utapokea umande wa ujana wako.[b]

[4] BWANA ameapa,
naye hatabadilisha mawazo yake:
"Wewe ni kuhani milele,
kwa mfano wa Melkizedeki."

[5] Bwana yuko mkono wako wa kuume,
atawaponda wafalme siku
ya ghadhabu yake.
[6] Atawahukumu mataifa, akilundika mizoga
na kuwaponda watawala
wa dunia nzima.
[7] Atakunywa maji katika kijito kando
ya njia,[c]
kwa hiyo atainua kichwa chake juu.

Zaburi 111[d]

Sifa Za BWANA Kwa Matendo Ya Ajabu

[1] Msifuni BWANA.

Nitamtukuza BWANA kwa moyo wangu wote,
katika baraza la wanyofu na katika
kusanyiko.

[b]3 Au: vijana wako watakujia kama umande.
[c]7 Au: Yeye atoaye mtu wa kurithi mwingine atamweka kwenye mamlaka.
[d]Zaburi hii imetungwa kila mstari ukianzia na herufi ya alfabeti ya Kiebrania zikifuatana tangu Aleph (A) hadi Taw (T); zote ni 22.

[2] Kazi za BWANA ni kuu,
wote wanaopendezwa nazo huzitafakari.
[3] Kazi zake zimejaa fahari na utukufu,
haki yake hudumu daima.
[4] Amefanya maajabu yake yakumbukwe,
BWANA ni mwenye neema na huruma.
[5] Huwapa chakula wale wanaomcha,
hulikumbuka agano lake milele.
[6] Amewaonyesha watu wake uwezo
wa kazi zake,
akiwapa nchi za mataifa mengine.
[7] Kazi za mikono yake ni za uaminifu na haki,
mausia yake yote ni ya kuaminika.
[8] Zinadumu milele na milele,
zikifanyika kwa uaminifu na unyofu.
[9] Aliwapa watu wake ukombozi,
aliamuru agano lake milele:
jina lake ni takatifu na la kuogopwa.

[10] Kumcha BWANA ndicho chanzo cha hekima,
wote wanaozifuata amri zake wana
busara.
Sifa zake zadumu milele.

Zaburi 112[a]

Baraka Za Mwenye Haki

[1] Msifuni BWANA.

Heri mtu yule amchaye BWANA,
mtu yule apendezwaye sana
na amri zake.

[2] Watoto wake watakuwa wenye uwezo
katika nchi,
kizazi cha watu waadilifu kitabarikiwa.
[3] Nyumbani mwake kuna mali na utajiri,
haki yake hudumu milele.
[4] Hata gizani nuru humzukia mtu mwadilifu,
yule mwenye rehema, huruma na haki.

[5] Mema yatamjia mtu yule aliye mkarimu
na mwenye kukopesha bila riba,
anayefanya mambo yake kwa haki.
[6] Hakika hatatikisika kamwe,
mtu mwenye haki atakumbukwa milele.
[7] Hataogopa habari mbaya,
moyo wake ni thabiti,
ukimtegemea BWANA.
[8] Moyo wake ni salama, hatakuwa na hofu,
mwishoni ataona ushindi dhidi
ya adui zake.
[9] Ametawanya vipawa vyake kwa ukarimu
akawapa maskini;
haki yake hudumu milele;
pembe yake itatukuzwa kwa heshima.

[10] Mtu mwovu ataona na kuchukizwa,
atasaga meno yake na kutoweka,
kutamani kwa mtu mwovu kutaishia
patupu.

[a]Zaburi hii imetungwa kila mstari ukianzia na herufi ya alfabeti ya Kiebrania zikifuatana tangu Aleph (A) hadi Taw (T); zote ni 22.

Zaburi 113

Kumsifu BWANA Kwa Wema Wake

[1] Msifuni BWANA.
Enyi watumishi wa BWANA msifuni,
lisifuni jina la BWANA.
[2] Jina la BWANA na lisifiwe,
sasa na hata milele.
[3] Kuanzia mawio ya jua hadi machweo yake,
jina la BWANA linapaswa kusifiwa.

[4] BWANA ametukuka juu ya mataifa yote,
utukufu wake juu ya mbingu.
[5] Ni nani aliye kama BWANA Mungu wetu,
Yeye ambaye ameketi juu kwenye kiti
cha enzi,
[6] ambaye huinama atazame chini
aone mbingu na nchi?

[7] Huwainua maskini kutoka mavumbini,
na kuwanyanyua wahitaji kutoka kwenye
jalala,
[8] huwaketisha pamoja na wakuu,
pamoja na wakuu wa watu wake.
[9] Humjalia mwanamke tasa kutulia
nyumbani mwake,
akiwa mama watoto mwenye furaha.

Msifuni BWANA.

Zaburi 114

Maajabu Ya Mungu Wakati Israeli Walipotoka Misri

[1] Wakati Israeli walipotoka Misri,
nyumba ya Yakobo kutoka kwa watu
wa lugha ngeni,
[2] Yuda alifanywa makao matakatifu ya Mungu,
Israeli akawa milki yake.

[3] Bahari ilitazama ikakimbia,
Yordani ulirudi nyuma,
[4] milima ilirukaruka kama kondoo dume,
vilima kama wana-kondoo.

[5] Ee bahari, ni nini kilichokufanya ukakimbia,
nawe, ee Yordani, ukarudi nyuma,
[6] enyi milima mkarukaruka kama
kondoo dume,
enyi vilima, kama wana-kondoo?

[7] Ee dunia, tetemeka mbele za Bwana,
mbele za Mungu wa Yakobo,
[8] aliyegeuza mwamba kuwa dimbwi la maji,
mwamba mgumu kuwa chemchemi za maji.

Zaburi 115

Mungu Mmoja Wa Kweli

[1] Sio kwetu sisi, Ee BWANA, sio kwetu sisi,
bali utukufu ni kwa jina lako,
kwa sababu ya upendo
na uaminifu wako.

[2] Kwa nini mataifa waseme,
"Yuko wapi Mungu wao?"
[3] Mungu wetu yuko mbinguni,
naye hufanya lolote limpendezalo.
[4] Lakini sanamu zao ni za fedha na dhahabu,
zilizotengenezwa kwa mikono
ya wanadamu.
[5] Zina vinywa, lakini haziwezi kusema,
zina macho, lakini haziwezi kuona;
[6] zina masikio, lakini haziwezi kusikia,
zina pua, lakini haziwezi kunusa;
[7] zina mikono, lakini haziwezi kupapasa,
zina miguu, lakini haziwezi kutembea;
wala koo zao haziwezi kutoa sauti.
[8] Wale wanaozitengeneza watafanana nazo,
vivyo hivyo wale wote wanaozitumainia.

[9] Ee nyumba ya Israeli, mtumainini BWANA,
yeye ni msaada na ngao yao.
[10] Ee nyumba ya Aroni, mtumainini BWANA,
yeye ni msaada na ngao yao.
[11] Ninyi mnaomcha, mtumainini BWANA,
yeye ni msaada na ngao yao.

[12] BWANA anatukumbuka na atatubariki:
ataibariki nyumba ya Israeli,
ataibariki nyumba ya Aroni,
[13] atawabariki wale wanaomcha BWANA,
wadogo kwa wakubwa.

[14] BWANA na awawezeshe kuongezeka,
ninyi na watoto wenu.
[15] Mbarikiwe na BWANA
Muumba wa mbingu na dunia.

[16] Mbingu zilizo juu sana ni mali ya BWANA,
lakini dunia amempa mwanadamu.
[17] Sio wafu wanaomsifu BWANA,
wale washukao mahali pa kimya,[a]
[18] bali ni sisi tunaomtukuza BWANA,
sasa na hata milele.

Msifuni BWANA.[b]

Zaburi 116

Shukrani Kwa Kuokolewa Kutoka Mauti

[1] Ninampenda BWANA kwa maana amesikia
sauti yangu;
amesikia kilio changu ili anihurumie.
[2] Kwa sababu amenitegea sikio lake,
nitamwita siku zote za maisha yangu.

[3] Kamba za mauti zilinizunguka,
maumivu makuu ya kuzimu yalinipata,
nikalemewa na taabu na huzuni.
[4] Ndipo nikaliitia jina la BWANA:
"Ee BWANA, niokoe!"

[5] BWANA ni mwenye neema na haki,
Mungu wetu ni mwingi wa huruma.
[6] BWANA huwalinda wanyenyekevu,
nilipokuwa katika shida kubwa, aliniokoa.

[7] Ee nafsi yangu, tulia tena,
kwa kuwa BWANA amekuwa
mwema kwako.
[8] Kwa kuwa wewe, Ee BWANA,
umeniokoa nafsi yangu na mauti,
macho yangu kutokana na machozi,
miguu yangu kutokana na kujikwaa,
[9] ili niweze kutembea mbele za BWANA,
katika nchi ya walio hai.
[10] Niliamini, kwa hiyo nilisema,
"Mimi nimeteseka sana."
[11] Katika taabu yangu nilisema,
"Wanadamu wote ni waongo."

[12] Nimrudishie BWANA nini
kwa wema wake wote alionitendea?
[13] Nitakiinua kikombe cha wokovu
na kulitangaza jina la BWANA.
[14] Nitazitimiza nadhiri zangu kwa BWANA
mbele za watu wake wote.

[15] Kifo cha watakatifu kina thamani
machoni pa BWANA.
[16] Ee BWANA, hakika mimi ni mtumishi wako,
mimi ni mtumishi wako,
mwana wa mjakazi wako;[c]
umeniweka huru
toka katika minyororo yangu.

[17] Nitakutolea dhabihu ya kukushukuru
na kuliita jina la BWANA.
[18] Nitazitimiza nadhiri zangu kwa BWANA
mbele za watu wake wote,
[19] katika nyua za nyumba ya BWANA,
katikati yako, ee Yerusalemu.
Msifuni BWANA.

Zaburi 117

Sifa Za BWANA

[1] Msifuni BWANA, enyi mataifa yote;
mtukuzeni yeye, enyi watu wote.
[2] Kwa kuwa upendo wake kwetu ni mkuu,
uaminifu wa BWANA unadumu milele.

Msifuni BWANA.

Zaburi 118

Shukrani Kwa Ajili Ya Ushindi

[1] Mshukuruni BWANA, kwa kuwa ni mwema;
upendo wake wadumu milele.

[2] Israeli na aseme sasa:
"Upendo wake wadumu milele."
[3] Nyumba ya Aroni na iseme sasa:
"Upendo wake wadumu milele."
[4] Wote wamchao BWANA na waseme sasa:
"Upendo wake wadumu milele."

[a]17 Mahali pa kimya maana yake ni Kuzimu, yaani Sheol kwa Kiebrania.
[b]18 Msifuni BWANA ni Kiebrania Hallelu Yah.
[c]16 Au: mwanao mwaminifu.

5 Wakati wa maumivu yangu makuu
nilimlilia BWANA,
naye akanijibu kwa kuniweka huru.
6 BWANA yuko pamoja nami, sitaogopa.
Mwanadamu anaweza kunitenda nini?
7 BWANA yuko pamoja nami,
yeye ni msaidizi wangu.
Nitawatazama adui zangu
wakiwa wameshindwa.

8 Ni bora kumkimbilia BWANA
kuliko kumtumainia mwanadamu.
9 Ni bora kumkimbilia BWANA
kuliko kuwatumainia wakuu.

10 Mataifa yote yalinizunguka,
lakini kwa jina la BWANA
naliwakatilia mbali.
11 Walinizunguka pande zote,
lakini kwa jina la BWANA
naliwakatilia mbali.
12 Walinizunguka kama kundi la nyuki,
lakini walikufa haraka kama miiba
iteketeayo;
kwa jina la BWANA naliwakatilia mbali.

13 Nilisukumwa nyuma karibu kuanguka,
lakini BWANA alinisaidia.
14 BWANA ni nguvu yangu na wimbo wangu,
yeye amefanyika wokovu wangu.

15 Sauti za shangwe na ushindi
zinavuma hemani mwa wenye haki:
"Mkono wa kuume wa BWANA
umetenda mambo makuu!
16 Mkono wa kuume wa BWANA
umeinuliwa juu,
mkono wa kuume wa BWANA
umetenda mambo makuu!"

17 Sitakufa, bali nitaishi,
nami nitatangaza yale BWANA
aliyoyatenda.
18 BWANA ameniadhibu vikali,
lakini hakuniacha nife.

19 Nifungulie malango ya haki,
nami nitaingia na kumshukuru BWANA.
20 Hili ni lango la BWANA
ambalo wenye haki wanaweza kuliingia.
21 Nitakushukuru, kwa kuwa ulinijibu,
umekuwa wokovu wangu.

22 Jiwe walilolikataa waashi,
limekuwa jiwe kuu la pembeni.
23 BWANA ametenda hili,
nalo ni la kushangaza machoni petu.
24 Hii ndiyo siku BWANA aliyoifanya,
tushangilie na kufurahi ndani yake.

25 Ee BWANA, tuokoe,
Ee BWANA, utujalie mafanikio.
26 Heri yule ajaye kwa jina la BWANA.
Kutoka nyumba ya BWANA tunakubariki.
27 BWANA ndiye Mungu,
naye ametuangazia nuru yake.
Mkiwa na matawi mkononi,
unganeni kwenye maandamano
ya sikukuu
hadi kwenye pembe za madhabahu.

28 Wewe ni Mungu wangu, nitakushukuru,
wewe ni Mungu wangu, nitakutukuza.

29 Mshukuruni BWANA kwa kuwa ni mwema;
upendo wake wadumu milele.

Zaburi 119[a]

Sifa Za Sheria Ya BWANA
Kujifunza Sheria Ya BWANA

1 Heri wale walio waadilifu katika njia zao,
wanaoenenda katika sheria ya BWANA.
2 Heri wale wanaozishika shuhuda zake,
wamtafutao kwa moyo wao wote.
3 Wasiofanya lolote lililo baya,
wanaoenenda katika njia zake.
4 Umetoa maagizo yako
ili tuyatii kwa ukamilifu.
5 Laiti mwenendo wangu ungekuwa imara
katika kuyatii maagizo yako!
6 Hivyo mimi sitaaibishwa
ninapozingatia amri zako zote.
7 Nitakusifu kwa moyo mnyofu
ninapojifunza sheria zako za haki.
8 Nitayatii maagizo yako;
usiniache kabisa.

Kutii Sheria Ya BWANA

9 Kijana aifanye njia yake kuwa safi jinsi gani?
Ni kwa kutii, akilifuata neno lako.
10 Ninakutafuta kwa moyo wangu wote,
usiniache niende mbali na amri zako.
11 Nimelificha neno lako moyoni mwangu
ili nisikutende dhambi.
12 Sifa ni zako, Ee BWANA,
nifundishe maagizo yako.
13 Kwa midomo yangu nitasimulia sheria zote
zinazotoka katika kinywa chako.
14 Ninafurahia kufuata sheria zako
kama mtu afurahiaye mali nyingi.
15 Ninatafakari maagizo yako
na kuziangalia njia zako.
16 Ninafurahia maagizo yako,
wala sitalipuuza neno lako.

Furaha Katika Sheria Ya BWANA

17 Mtendee mema mtumishi wako, nami
nitaishi;
nitalitii neno lako.
18 Yafungue macho yangu nipate kuona
mambo ya ajabu katika sheria yako.
19 Mimi ni mgeni duniani,
usinifiche amri zako.

---

[a] Zaburi hii imetungwa kila beti likianzia, na pia kila mstari katika lile beti, na herufi 22 za alfabeti ya Kiebrania zikifuatana tangu Aleph (A) hadi Taw (T).

20 Nafsi yangu inataabika kwa shauku kubwa
juu ya sheria zako wakati wote.
21 Unawakemea wenye majivuno,
waliolaaniwa
waendao mbali na amri zako.
22 Niondolee dharau na dhihaka,
kwa kuwa ninazishika sheria zako.
23 Ingawa watawala huketi pamoja na
kunisingizia,
mtumishi wako atatafakari juu ya
maagizo yako.
24 Sheria zako ni furaha yangu,
nazo ni washauri wangu.

Kuamua Kuitii Sheria Ya Bwana

25 Nimelazwa chini mavumbini,
yahifadhi maisha yangu sawasawa
na neno lako.
26 Nilikueleza njia zangu ukanijibu,
nifundishe sheria zako.
27 Nijulishe mafundisho ya mausia yako,
nami nitatafakari maajabu yako.
28 Nafsi yangu imechakazwa kwa huzuni,
uniimarishe sawasawa na neno lako.
29 Niepushe na njia za udanganyifu,
kwa neema unifundishe sheria zako.
30 Nimechagua njia ya kweli,
nimekaza moyo wangu katika sheria zako.
31 Nimeng'ang'ania sheria zako, Ee Bwana,
usiniache niaibishwe.
32 Nakimbilia katika njia ya maagizo yako,
kwa kuwa umeuweka moyo wangu huru.

Maombi Ili Kupata Ufahamu Wa Sheria

33 Ee Bwana, nifundishe kuyafuata
maagizo yako,
nami nitayashika mpaka mwisho.
34 Nipe ufahamu, nami nitaishika sheria yako
na kuitii kwa moyo wangu wote.
35 Niongoze kwenye njia ya amri zako,
kwa kuwa huko napata furaha.
36 Ugeuze moyo wangu kuelekea sheria zako,
na siyo kwenye mambo ya ubinafsi.
37 Geuza macho yangu kutoka kwenye
mambo yasiyofaa,
uyahifadhi maisha yangu sawasawa
na neno lako.
38 Mtimizie mtumishi wako ahadi yako,
ili upate kuogopwa.
39 Niondolee aibu ninayoiogopa,
kwa kuwa sheria zako ni njema.
40 Tazama jinsi ninavyoonea shauku
mausia yako!
Hifadhi maisha yangu katika haki yako.

Kuitumainia Sheria Ya Bwana

41 Ee Bwana, upendo wako usiokoma unijie,
wokovu wako sawasawa na ahadi yako,
42 ndipo nitakapomjibu anayenidhihaki,
kwa kuwa ninalitumainia neno lako.
43 Usilinyakue neno la kweli kutoka kinywani
mwangu,
kwa kuwa nimeweka tumaini langu
katika amri zako.
44 Nitaitii amri yako daima,
naam, milele na milele.
45 Nitatembea nikiwa huru,
kwa kuwa nimejifunza mausia yako.
46 Nitasema sheria zako mbele za wafalme
wala sitaaibishwa,
47 kwa kuwa ninazifurahia amri zako
kwa sababu ninazipenda.
48 Ninaziinulia amri zako ambazo ninazipenda
mikono yangu,
nami ninatafakari juu ya maagizo yako.

Matumaini Katika Sheria Ya Bwana

49 Kumbuka neno lako kwa mtumishi wako,
kwa sababu umenipa tumaini.
50 Faraja yangu katika mateso yangu ni hii:
Ahadi yako inahifadhi maisha yangu.
51 Wenye majivuno wamenisimanga bila
kuchoka,
hata hivyo sitaiacha sheria yako.
52 Ee Bwana, ninazikumbuka sheria zako
za zamani,
nazo zinanifariji.
53 Nimeshikwa sana na ghadhabu kwa ajili
ya waovu,
ambao wameacha sheria yako.
54 Maagizo yako ni kiini cha nyimbo zangu
popote ninapoishi.
55 Ee Bwana, wakati wa usiku ninalikumbuka
jina lako,
nami nitatii sheria yako.
56 Hili limekuwa zoezi langu:
nami ninayatii mausia yako.

Kujitolea Katika Sheria Ya Bwana

57 Ee Bwana, wewe ni fungu langu,
nimeahidi kuyatii maneno yako.
58 Nimetafuta uso wako kwa moyo
wangu wote,
nihurumie sawasawa na ahadi yako.
59 Nimezifikiri njia zangu
na nimeelekeza hatua zangu katika
mausia yako.
60 Nitafanya haraka bila kuchelewa
kuzitii amri zako.
61 Hata waovu wanifunge kwa kamba,
sitasahau sheria yako.
62 Usiku wa manane ninaamka kukushukuru
kwa sababu ya sheria zako za haki.
63 Mimi ni rafiki kwa wale wote wakuchao,
kwa wote wanaofuata mausia yako.
64 Ee Bwana, dunia imejaa upendo wako,
nifundishe maagizo yako.

Thamani Ya Sheria Ya Bwana

65 Mtendee wema mtumishi wako
Ee Bwana, sawasawa na neno lako.
66 Nifundishe maarifa na uamuzi mzuri,
kwa kuwa ninaamini amri zako.
67 Kabla sijapata shida nilipotea njia,
lakini sasa ninalitii neno lako.
68 Wewe ni mwema, unalotenda ni jema,
nifundishe maagizo yako.

[69] Ingawa wenye majivuno wamenisingizia
uongo,
nitafuata mausia yako kwa moyo
wangu wote.
[70] Mioyo yao ni katili na migumu,
bali mimi napendezwa na sheria yako.
[71] Ilikuwa vyema mimi kupata shida
ili nipate kujifunza maagizo yako.
[72] Sheria inayotoka kinywani mwako ina
thamani kubwa kwangu
kuliko maelfu ya vipande vya fedha
na dhahabu.

Haki Ya Sheria Ya Bwana

[73] Mikono yako ilinifanya na kuniumba,
nipe ufahamu niweze kujifunza
amri zako.
[74] Wakuchao wafurahie wanaponiona,
kwa kuwa nimeweka tumaini langu
katika neno lako.
[75] Ee Bwana, ninajua kwamba sheria zako
ni za haki,
katika uaminifu wako umeniadhibu.
[76] Upendo wako usiokoma uwe faraja yangu,
sawasawa na ahadi yako kwa
mtumishi wako.
[77] Huruma yako na inijie ili nipate kuishi,
kwa kuwa naifurahia sheria yako.
[78] Wenye majivuno na waaibishwe kwa
kunikosea mimi bila sababu,
lakini mimi nitatafakari juu
ya mausia yako.
[79] Wale wakuchao na wanigeukie mimi,
hao ambao wanazielewa sheria zako.
[80] Moyo wangu usiwe na lawama katika kutii
maagizo yako,
ili nisiaibishwe.

Maombi Kwa Ajili Ya Kuokolewa

[81] Nafsi yangu inazimia kwa kutamani
wokovu wako,
lakini nimeweka tumaini langu katika
neno lako.
[82] Macho yangu yamefifia, nikingoja
ahadi yako;
ninasema, "Utanifariji lini?"
[83] Ingawa nimekuwa kama kiriba
kwenye moshi,
bado sijasahau maagizo yako.
[84] Mtumishi wako itampasa angoje
mpaka lini?
Ni lini utawaadhibu washtaki wangu?
[85] Wenye majivuno wananichimbia mashimo,
kinyume na sheria yako.
[86] Amri zako zote ni za kuaminika;
unisaidie, kwa sababu watu
wananishtaki bila sababu.
[87] Walikaribia kabisa kunifuta kutoka uso
wa dunia,
lakini sijaacha mausia yako.
[88] Yahifadhi maisha yangu sawasawa
na upendo wako,
nami nitatii sheria za kinywa chako.

Imani Katika Sheria Ya Bwana

[89] Ee Bwana, neno lako ni la milele,
linasimama imara mbinguni.
[90] Uaminifu wako unaendelea kwa
vizazi vyote,
umeiumba dunia, nayo inadumu.
[91] Sheria zako zinadumu hadi leo,
kwa kuwa vitu vyote vinakutumikia.
[92] Kama nisingefurahia sheria yako,
ningeangamia katika taabu zangu.
[93] Sitasahau mausia yako kamwe,
kwa maana kwayo umehifadhi
maisha yangu.
[94] Uniokoe, kwa maana mimi ni wako,
kwa kuwa nimetafuta mausia yako.
[95] Waovu wanangojea kuniangamiza,
bali mimi ninatafakari sheria zako.
[96] Katika ukamilifu wote ninaona mna
kikomo,
lakini amri zako hazina mpaka.

Kuipenda Sheria Ya Bwana

[97] Aha! Tazama, sheria yako naipenda
mno ajabu.
Ninaitafakari mchana kutwa.
[98] Amri zako zimenipa hekima zaidi kuliko
adui zangu,
kwa kuwa nimezishika daima.
[99] Nina akili zaidi kuliko walimu wangu wote,
kwa kuwa ninatafakari juu
ya sheria zako.
[100] Nina ufahamu zaidi kuliko wazee,
kwa kuwa ninayatii mausia yako.
[101] Nimezuia miguu yangu isiende kwenye kila
njia mbaya,
ili niweze kutii neno lako.
[102] Sijaziacha sheria zako,
kwa kuwa umenifundisha wewe
mwenyewe.
[103] Tazama jinsi maneno yako yalivyo matamu
kwangu,
matamu kuliko asali katika kinywa
changu!
[104] Ninapata ufahamu kutoka mausia yako,
kwa hiyo ninachukia kila njia
ya upotovu.

Nuru Kutoka Kwenye Sheria Ya Bwana

[105] Neno lako ni taa ya miguu yangu
na mwanga katika njia yangu.
[106] Nimeapa na nimethibitisha,
kwamba nitafuata sheria zako za haki.
[107] Nimeteseka sana, uhifadhi maisha yangu,
Ee Bwana,
sawasawa na neno lako.
[108] Ee Bwana, pokea sifa za hiari za kinywa
changu,
nifundishe sheria zako.
[109] Ingawa maisha yangu yako hatarini
siku zote,
sitasahau sheria yako.
[110] Waovu wamenitegea mtego,
lakini sijayakiuka maagizo yako.

[111] Sheria zako ni urithi wangu milele,
naam ni furaha ya moyo wangu.
[112] Nimekusudia moyoni mwangu
kuyafuata maagizo yako mpaka mwisho.

Usalama Ndani Ya Sheria Ya Bwana

[113] Ninachukia watu wa nia mbili,
lakini ninapenda sheria yako.
[114] Wewe ni kimbilio langu na ngao yangu,
nimeweka tumaini langu katika
neno lako.
[115] Ondokeni kwangu, ninyi mtendao mabaya,
ili niweze kushika amri za Mungu wangu!
[116] Nihifadhi sawasawa na ahadi yako, nami
nitaishi;
usiache matumaini yangu yakavunjwa.
[117] Nitegemeze, nami nitaokolewa,
nami daima nitayaheshimu
maagizo yako.
[118] Unawakataa wote wanaoyaasi
maagizo yako,
kwa maana udanganyifu wao ni bure.
[119] Waovu wa nchi unawatupa kama takataka,
kwa hivyo nazipenda sheria zako.
[120] Mwili wangu unatetemeka kwa
kukuogopa wewe,
ninaziogopa sheria zako.

Kuitii Sheria Ya Bwana

[121] Nimetenda yaliyo haki na sawa,
usiniache mikononi mwa watesi wangu.
[122] Mhakikishie mtumishi wako usalama,
usiache wenye kiburi wanionee.
[123] Macho yangu yamefifia, yakitazamia
wokovu wako,
na kuitazamia ahadi yako ya kweli.
[124] Mfanyie mtumishi wako kulingana
na upendo wako
na unifundishe maagizo yako.
[125] Mimi ni mtumishi wako; nipe ufahamu
ili niweze kuelewa sheria zako.
[126] Ee Bwana, wakati wako wa kutenda
umewadia,
kwa kuwa sheria yako inavunjwa.
[127] Kwa sababu nazipenda amri zako zaidi
ya dhahabu,
naam, zaidi ya dhahabu safi,
[128] na kwa sababu naona maagizo yako yote
ni adili,
nachukia kila njia potovu.

Shauku Ya Kuitii Sheria Ya Bwana

[129] Sheria zako ni za ajabu,
hivyo ninazitii.
[130] Kuingia kwa maneno yako kunaleta nuru,
kunampa mjinga ufahamu.
[131] Nimefungua kinywa changu na kuhema,
nikitamani amri zako.
[132] Nigeukie na unihurumie, kama
uwafanyiavyo siku zote
wale wanaolipenda jina lako.
[133] Ongoza hatua zangu kulingana
na neno lako,
usiache dhambi yoyote initawale.
[134] Niokoe na uonevu wa wanadamu,
ili niweze kutii mausia yako.
[135] Mwangazie mtumishi wako uso wako
na unifundishe amri zako.
[136] Chemchemi za machozi zinatiririka kutoka
machoni yangu,
kwa kuwa sheria yako haifuatwi.

Haki Ya Sheria Ya Bwana

[137] Ee Bwana, wewe ni mwenye haki,
sheria zako ni sahihi.
[138] Sheria ulizoziweka ni za haki,
ni za kuaminika kikamilifu.
[139] Jitihada yangu imenidhoofisha, kwa kuwa
adui zangu
wanayapuuza maneno yako.
[140] Ahadi zako zimejaribiwa kikamilifu,
mtumishi wako anazipenda.
[141] Ingawa ni mdogo na ninadharauliwa,
sisahau mausia yako.
[142] Haki yako ni ya milele,
na sheria yako ni kweli.
[143] Shida na dhiki zimenipata,
lakini amri zako ni furaha yangu.
[144] Sheria zako ni sahihi milele,
hunipa ufahamu ili nipate kuishi.

Maombi Kwa Ajili Ya Kuokolewa

[145] Ee Bwana, ninakuita kwa moyo
wangu wote,
nami nitayatii maagizo yako.
[146] Ninakuita; niokoe
nami nitazishika sheria zako.
[147] Ninaamka asubuhi na mapema na
kukuomba msaada;
nimeweka tumaini langu katika
neno lako.
[148] Sikufumba macho yangu usiku kucha,
ili niweze kutafakari juu ya ahadi zako.
[149] Usikie sauti yangu sawasawa na
upendo wako,
Ee Bwana, uyahifadhi maisha yangu,
sawasawa na sheria zako.
[150] Wale wanaopanga mipango miovu wako
karibu nami,
lakini wako mbali na sheria yako.
[151] Ee Bwana, hata hivyo wewe u karibu,
na amri zako zote ni za kweli.
[152] Tangu zamani nimejifunza kutoka
shuhuda zako
kwamba umezithibitisha ili zidumu milele.

Maombi Kwa Ajili Ya Msaada

[153] Yaangalie mateso yangu, uniokoe,
kwa kuwa sijasahau sheria yako.
[154] Nitetee katika hali hii yangu
na unikomboe,
uyahifadhi maisha yangu sawasawa
na ahadi yako.
[155] Wokovu uko mbali na waovu,
kwa kuwa hawatafuti maagizo yako.
[156] Ee Bwana, huruma zako ni kuu,
uyahifadhi maisha yangu sawasawa
na sheria zako.

[157] Adui wanaonitesa ni wengi,
lakini mimi sitaziacha sheria zako.
[158] Ninawatazama wasioamini kwa chuki,
kwa kuwa hawalitii neno lako.
[159] Tazama jinsi ninavyopenda mausia yako;
Ee BWANA, uyahifadhi maisha yangu,
sawasawa na upendo wako.
[160] Maneno yako yote ni kweli,
sheria zako zote za haki ni za milele.

Kujiweka Wakfu Kwa Sheria Ya BWANA

[161] Watawala wamenitesa bila sababu,
lakini moyo wangu unatetemeka kwa
neno lako.
[162] Nafurahia ahadi zako
kama mtu aliyepata mateka mengi.
[163] Ninachukia na kuchukizwa sana na uongo,
lakini napenda sheria yako.
[164] Ninakusifu mara saba kwa siku,
kwa ajili ya sheria zako za haki.
[165] Wanaopenda sheria yako wana amani tele,
wala hakuna kitu kinachoweza kuwakwaza.
[166] Ee BWANA, ninangojea wokovu wako,
nami ninafuata amri zako,
[167] Ninazitii sheria zako,
kwa sababu ninazipenda mno.
[168] Nimetii mausia yako na sheria zako,
kwa kuwa njia zangu zote
zinajulikana kwako.

Kuomba Msaada

[169] Ee BWANA, kilio changu na kifike
mbele zako,
nipe ufahamu sawasawa na neno lako.
[170] Maombi yangu na yafike mbele zako,
niokoe sawasawa na ahadi yako.
[171] Midomo yangu na ibubujike sifa,
kwa kuwa unanifundisha maagizo yako.
[172] Ulimi wangu na uimbe kuhusu neno lako,
kwa kuwa amri zako zote ni za haki.
[173] Mkono wako uwe tayari kunisaidia,
kwa kuwa nimechagua mausia yako.
[174] Ee BWANA, ninatamani wokovu wako,
na sheria yako ni furaha yangu.
[175] Nijalie kuishi ili nipate kukusifu,
na sheria zako zinitegemeze.
[176] Nimetangatanga kama kondoo aliyepotea.
Mtafute mtumishi wako,
kwa kuwa sijasahau amri zako.

Zaburi 120

Kuomba Msaada

Wimbo wa kwenda juu.

[1] Katika dhiki yangu namwita BWANA,
naye hunijibu.
[2] Ee BWANA, uniokoe kutoka midomo
ya uongo
na ndimi za udanganyifu.

[3] Atakufanyia nini,
au akufanyie nini zaidi, ewe ulimi
mdanganyifu?
[4] Atakuadhibu kwa mishale mikali ya shujaa,
kwa makaa yanayowaka ya mti
wa mretemu.

[5] Ole wangu kwa kuwa naishi Mesheki,
kwamba naishi katikati ya hema za Kedari!
[6] Nimeishi muda mrefu mno
miongoni mwa wale wanaochukia amani.
[7] Mimi ni mtu wa amani;
lakini ninaposema, wao wanataka vita.

Zaburi 121

BWANA Mlinzi Wetu

Wimbo wa kwenda juu.

[1] Nayainua macho yangu nitazame vilima,
msaada wangu utatoka wapi?
[2] Msaada wangu hutoka kwa BWANA,
Muumba wa mbingu na dunia.

[3] Hatauacha mguu wako uteleze,
yeye akulindaye hatasinzia,
[4] hakika, yeye alindaye Israeli
hatasinzia wala hatalala usingizi.
[5] BWANA anakulinda,
BWANA ni uvuli wako mkono wako
wa kuume,
[6] jua halitakudhuru mchana,
wala mwezi wakati wa usiku.
[7] BWANA atakukinga na madhara yote,
atayalinda maisha yako,
[8] BWANA atakulinda unapoingia
na unapotoka,
tangu sasa na hata milele.

Zaburi 122

Sifa Kwa Yerusalemu

Wimbo wa kwenda juu. Wa Daudi.

[1] Nilishangilia pamoja na wale walioniambia,
"Twende nyumbani ya BWANA."
[2] Ee Yerusalemu, miguu yetu imesimama
malangoni mwako.

[3] Yerusalemu imejengwa vyema kama mji
ambao umeshikamanishwa pamoja.
[4] Huko ndiko makabila hukwea,
makabila ya BWANA,
kulisifu jina la BWANA kulingana
na maagizo
waliopewa Israeli.
[5] Huko viti vya enzi vya hukumu hukaa,
viti vya enzi vya nyumba ya Daudi.

[6] Omba kwa ajili ya amani ya Yerusalemu:
"Wote wakupendao na wawe salama.
[7] Amani na iwepo ndani ya kuta zako
na usalama ndani ya ngome zako."
[8] Kwa ajili ya ndugu zangu na marafiki,
nitasema, "Amani iwe ndani yako."
[9] Kwa ajili ya nyumba ya BWANA Mungu wetu,
nitatafuta mafanikio yako.

Zaburi 123

Kuomba Rehema

Wimbo wa kwenda juu.

1 Ninayainua macho yangu kwako,
kwako wewe ambaye kiti chako cha enzi
kiko mbinguni.
2 Kama vile macho ya watumwa
yatazamavyo mkono wa bwana wao,
kama vile macho ya mtumishi wa kike
yatazamavyo mkono wa bibi yake,
ndivyo macho yetu yamtazamavyo BWANA
Mungu wetu,
mpaka atakapotuhurumia.

3 Uturehemu, Ee BWANA, uturehemu,
kwa maana tumevumilia dharau nyingi.
4 Tumevumilia dhihaka nyingi kutoka kwa
wenye kiburi,
dharau nyingi kutoka kwa wenye
majivuno.

Zaburi 124

Shukrani Kwa Ukombozi Wa Israeli

Wimbo wa kwenda juu. Wa Daudi.

1 Kama BWANA asingalikuwa upande wetu;
Israeli na aseme sasa:
2 kama BWANA asingalikuwa upande wetu,
wakati watu walipotushambulia,
3 wakati hasira yao ilipowaka dhidi yetu,
wangalitumeza tungali hai,
4 mafuriko yangalitugharikisha,
maji mengi yangalitufunika,
5 maji yaendayo kasi
yangalituchukua.

6 BWANA asifiwe,
yeye ambaye hakuruhusu turaruliwe kwa
meno yao.
7 Tumeponyoka kama ndege
kutoka mtego wa mwindaji;
mtego umevunjika,
nasi tukaokoka.
8 Msaada wetu ni katika jina la BWANA,
Muumba wa mbingu na dunia.

Zaburi 125

Usalama Wa Watu Wa Mungu

Wimbo wa kwenda juu.

1 Wale wamtumainio BWANA ni kama mlima
Sayuni,
ambao hauwezi kutikisika, bali wadumu
milele.
2 Kama milima inavyozunguka Yerusalemu,
ndivyo BWANA anavyowazunguka
watu wake
sasa na hata milele.
3 Fimbo ya waovu haitadumu juu ya nchi
waliopewa wenye haki,
ili wenye haki wasije wakatumia
mikono yao kutenda ubaya.

4 Ee BWANA, watendee mema walio wema,
wale walio wanyofu wa moyo.
5 Bali wale wanaogeukia njia zilizopotoka,
BWANA atawafukuza pamoja na watenda
mabaya.

Amani iwe juu ya Israeli.

Zaburi 126

Kurejezwa Kutoka Utumwani

Wimbo wa kwenda juu.

1 BWANA alipowarejeza mateka Sayuni,
tulikuwa kama watu walioota ndoto.
2 Vinywa vyetu vilijaa kicheko,
ndimi zetu zilijaa nyimbo za shangwe.
Ndipo iliposemwa miongoni mwa mataifa,
"BWANA amewatendea mambo makuu."
3 BWANA ametutendea mambo makuu,
nasi tumejaa furaha.

4 Ee BWANA, turejeshee watu wetu
waliotekwa,
kama vijito katika Negebu.
5 Wapandao kwa machozi
watavuna kwa nyimbo za shangwe.
6 Yeye azichukuaye mbegu zake
kwenda kupanda, huku akilia,
atarudi kwa nyimbo za shangwe,
akichukua miganda ya mavuno yake.

Zaburi 127

Bila Mungu, Kazi Ya Mwanadamu Haifai

Wimbo wa kwenda juu. Wa Solomoni.

1 BWANA asipoijenga nyumba,
wajengao hufanya kazi bure.
BWANA asipoulinda mji,
walinzi wakesha bure.
2 Mnajisumbua bure kuamka mapema
na kuchelewa kulala,
mkitaabikia chakula:
kwa maana yeye huwapa usingizi
wapenzi wake.

3 Wana ni urithi utokao kwa BWANA,
watoto ni zawadi kutoka kwake.
4 Kama mishale mikononi mwa shujaa
ndivyo walivyo wana awazaao mtu katika
ujana wake.
5 Heri mtu ambaye podo lake
limejazwa nao.
Hawataaibishwa wanaposhindana
na adui zao langoni.

Zaburi 128

Thawabu Ya Kumtii BWANA

Wimbo wa kwenda juu.

1 Heri ni wale wote wamchao BWANA,
waendao katika njia zake.
2 Utakula matunda ya kazi yako;
baraka na mafanikio vitakuwa vyako.
3 Mke wako atakuwa kama mzabibu uzaao
ndani ya nyumba yako;
wana wako watakuwa kama machipukizi
ya mizeituni
kuizunguka meza yako.
4 Hivyo ndivyo atakavyobarikiwa
mtu amchaye BWANA.

5 BWANA na akubariki kutoka Sayuni
siku zote za maisha yako,
na uone mafanikio ya Yerusalemu,
6 nawe ujaliwe kuishi uone watoto wa
watoto wako.

Amani iwe juu ya Israeli.

Zaburi 129

Maombi Dhidi Ya Adui Za Israeli

Wimbo wa kwenda juu.

1 Wamenionea mno tangu ujana wangu;
Israeli na aseme sasa:
2 wamenionea mno tangu ujana wangu,
lakini bado hawajanishinda.
3 Wakulima wamelima mgongo wangu,
na kufanya mifereji yao mirefu.
4 Lakini BWANA ni mwenye haki;
amenifungua toka kamba za waovu.
5 Wale wote waichukiao Sayuni
na warudishwe nyuma kwa aibu.
6 Wawe kama majani juu ya paa,
ambayo hunyauka kabla hayajakua;
7 kwa hayo mvunaji hawezi kujaza vitanga vyake,
wala akusanyaye kujaza mikono yake.
8 Wale wapitao karibu na wasiseme,
"Baraka ya BWANA iwe juu yako;
tunakubariki katika jina la BWANA."

Zaburi 130

Kuomba Msaada

Wimbo wa kwenda juu.

1 Kutoka vilindini ninakulilia, Ee BWANA.
2 Ee BWANA, sikia sauti yangu.
Masikio yako na yawe masikivu
kwa kilio changu unihurumie.

3 Kama wewe, Ee BWANA, ungeweka
kumbukumbu ya dhambi,
Ee Bwana, ni nani angeliweza kusimama?
4 Lakini kwako kuna msamaha,
kwa hiyo wewe unaogopwa.

5 Namngojea BWANA, nafsi yangu inangojea,
katika neno lake naweka tumaini langu.
6 Nafsi yangu inamngojea Bwana
kuliko walinzi waingojeavyo asubuhi,
naam, kuliko walinzi
waingojeavyo asubuhi.

7 Ee Israeli, mtumaini BWANA,
maana kwa BWANA kuna upendo
usiokoma,
na kwake kuna ukombozi kamili.
8 Yeye mwenyewe ataikomboa Israeli
kutoka dhambi zao zote.

Zaburi 131

Kumtegemea Mungu Kwa Unyenyekevu

Wimbo wa kwenda juu. Wa Daudi.

1 Moyo wangu hauna kiburi, Ee BWANA,
macho yangu hayajivuni;
sijishughulishi na mambo makuu kunizidi
wala mambo ya ajabu mno kwangu.
2 Lakini nimetuliza na kunyamazisha
nafsi yangu;
kama mtoto aliyeachishwa kunyonya
na mama yake,
kama mtoto aliyeachishwa kunyonya
ndivyo ilivyo nafsi iliyoko ndani yangu.

3 Ee Israeli, mtumaini BWANA
tangu sasa na hata milele.

Zaburi 132

Maskani Ya Mungu Ya Milele Katika Sayuni

Wimbo wa kwenda juu.

1 Ee BWANA, mkumbuke Daudi
na taabu zote alizozistahimili.

2 Aliapa kiapo kwa BWANA
na akaweka nadhiri kwa Yule Mwenye
Nguvu wa Yakobo:
3 "Sitaingia nyumbani mwangu
au kwenda kitandani mwangu:
4 sitaruhusu usingizi katika macho yangu,
wala kope zangu kusinzia,
5 mpaka nitakapompatia BWANA mahali,
makao kwa ajili ya Yule Mwenye Nguvu
wa Yakobo."

6 Tulisikia habari hii huko Efrathi,
tulikutana nayo katika mashamba ya Yaara:[a]
7 "Twendeni kwenye makao yake,
na tuabudu kwenye kiti cha kuwekea
miguu yake;
8 inuka, Ee BWANA, uje mahali pako
pa kupumzikia,
wewe na Sanduku la nguvu zako.
9 Makuhani wako na wavikwe haki,
watakatifu wako na waimbe kwa furaha."

---

[a]6 Yaani Kiriath-Yearimu.

10 Kwa ajili ya Daudi mtumishi wako,
usimkatae mpakwa mafuta wako.

11 BWANA alimwapia Daudi kiapo,
kiapo cha uhakika ambacho
hatakitangua:
"Nitamweka mmoja wa wazao wako
mwenyewe
katika kiti chako cha enzi,
12 kama wanao watashika Agano langu
na sheria ninazowafundisha,
ndipo wana wao watarithi
kiti chako cha enzi milele na milele."

13 Kwa maana BWANA ameichagua Sayuni,
amepaonea shauku pawe maskani yake:
14 "Hapa ni mahali pangu pa kupumzika
milele na milele;
hapa ndipo nitakapoketi nikitawala, kwa
sababu nimepaonea shauku:
15 Nitambariki kwa kumpa mahitaji tele:
nitashibisha maskini wake kwa chakula.
16 Nitawavika makuhani wake wokovu,
nao watakatifu wake watadumu
wakiimba kwa furaha.

17 "Hapa nitamchipushia Daudi pembe,[a]
na kuweka taa kwa ajili ya masiya[b] wangu.
18 Adui zake nitawavika aibu,
bali taji kichwani pake itang'aa sana."

Zaburi 133

Sifa Za Pendo La Undugu

Wimbo wa kwenda juu. Wa Daudi.

1 Tazama jinsi ilivyo vyema na kupendeza
wakati ndugu wanapoishi pamoja
katika umoja!
2 Ni kama mafuta ya thamani
yaliyomiminwa kichwani,
yakitiririka kwenye ndevu,
yakitiririka kwenye ndevu za Aroni,
mpaka kwenye upindo wa mavazi yake.
3 Ni kama vile umande wa Hermoni
unavyoanguka juu ya Mlima Sayuni.
Kwa maana huko ndiko BWANA alikoamuru
baraka yake,
naam, hata uzima milele.

Zaburi 134

Wito Wa Kumsifu Mungu

Wimbo wa kwenda juu.

1 Msifuni BWANA, ninyi nyote watumishi
wa BWANA,
ninyi mnaotumika usiku ndani
ya nyumba ya BWANA.
2 Inueni mikono yenu katika pale patakatifu
na kumsifu BWANA.
3 Naye BWANA, Muumba wa mbingu
na dunia,
awabariki kutoka Sayuni.

Zaburi 135

Wimbo Wa Sifa Kwa Mungu

1 Msifuni BWANA.

Lisifuni jina la BWANA,
msifuni, enyi watumishi wa BWANA,
2 ninyi ambao mnatumika ndani ya nyumba
ya BWANA,
katika nyua za nyumba ya Mungu wetu.

3 Msifuni BWANA, kwa kuwa BWANA
ni mwema,
liimbieni sifa jina lake, kwa maana hilo
lapendeza.
4 Kwa maana BWANA amemchagua Yakobo
kuwa wake mwenyewe,
Israeli kuwa mali yake ya thamani.

5 Ninajua ya kuwa BWANA ni mkuu,
kwamba Bwana wetu ni mkuu kuliko
miungu yote.
6 BWANA hufanya lolote apendalo,
mbinguni na duniani,
katika bahari na vilindi vyake vyote.
7 Hufanya mawingu kupanda kutoka miisho
ya dunia;
hupeleka umeme wa radi pamoja
na mvua
na huleta upepo kutoka ghala zake.

8 Alimuua mzaliwa wa kwanza wa Misri,
mzaliwa wa kwanza wa wanadamu
na wanyama.
9 Alipeleka ishara zake na maajabu katikati
yako, ee Misri,
dhidi ya Farao na watumishi wake wote.
10 Aliyapiga mataifa mengi,
na akaua wafalme wenye nguvu:
11 Mfalme Sihoni na Waamori,
Ogu mfalme wa Bashani
na wafalme wote wa Kanaani:
12 akatoa nchi yao kuwa urithi,
urithi kwa watu wake Israeli.

13 Ee BWANA, jina lako ladumu milele,
kumbukumbu za fahari zako, Ee BWANA,
kwa vizazi vyote.
14 Maana BWANA atawathibitisha watu wake,
na kuwahurumia watumishi wake.

15 Sanamu za mataifa ni fedha na dhahabu,
zilizotengenezwa kwa mikono
ya wanadamu.
16 Zina vinywa, lakini haziwezi kusema,
zina macho, lakini haziwezi kuona;
17 zina masikio, lakini haziwezi kusikia,
wala hakuna pumzi katika vinywa vyao.
18 Wale wanaozitengeneza watafanana nazo,
vivyo hivyo wale wote wanaozitumainia.

---
[a]17 Pembe inawakilisha nguvu.
[b]17 Masiya yaani mpakwa mafuta.

[19] Ee nyumba ya Israeli, msifuni BWANA;
ee nyumba ya Aroni, msifuni BWANA;
[20] ee nyumba ya Lawi, msifuni BWANA;
ninyi mnaomcha, msifuni BWANA.
[21] Msifuni BWANA kutoka Sayuni,
msifuni yeye aishiye Yerusalemu.

Msifuni BWANA.

Zaburi 136

Wimbo Wa Kumshukuru Mungu

[1] Mshukuruni BWANA, kwa kuwa ni mwema.
Fadhili zake zadumu milele.
[2] Mshukuruni Mungu wa miungu.
Fadhili zake zadumu milele.
[3] Mshukuruni Bwana wa mabwana:
Fadhili zake zadumu milele.

[4] Kwake yeye pekee atendaye maajabu makuu,
Fadhili zake zadumu milele.
[5] Ambaye kwa ufahamu wake aliziumba mbingu,
Fadhili zake zadumu milele.
[6] Ambaye aliitandaza dunia juu ya maji,
Fadhili zake zadumu milele.
[7] Ambaye aliumba mianga mikubwa,
Fadhili zake zadumu milele.
[8] Jua litawale mchana,
Fadhili zake zadumu milele.
[9] Mwezi na nyota vitawale usiku,
Fadhili zake zadumu milele.

[10] Kwake yeye aliyemuua mzaliwa wa kwanza wa Misri,
Fadhili zake zadumu milele.
[11] Na kuwatoa Israeli katikati yao,
Fadhili zake zadumu milele.
[12] Kwa mkono wenye nguvu ulionyooshwa,
Fadhili zake zadumu milele.

[13] Kwake yeye aliyeigawa Bahari ya Shamu,
Fadhili zake zadumu milele.
[14] Na kuwapitisha Israeli katikati yake,
Fadhili zake zadumu milele.
[15] Lakini alimfagia Farao na jeshi lake katika Bahari ya Shamu,
Fadhili zake zadumu milele.

[16] Kwake yeye aliyewaongoza watu wake katika jangwa,
Fadhili zake zadumu milele.
[17] Ambaye aliwapiga wafalme wenye nguvu,
Fadhili zake zadumu milele.
[18] Naye aliwaua wafalme wenye nguvu,
Fadhili zake zadumu milele.
[19] Sihoni mfalme wa Waamori,
Fadhili zake zadumu milele.
[20] Ogu mfalme wa Bashani,
Fadhili zake zadumu milele.
[21] Akatoa nchi yao kuwa urithi,
Fadhili zake zadumu milele.
[22] Urithi kwa Israeli mtumishi wake,
Fadhili zake zadumu milele.
[23] Aliyetukumbuka katika unyonge wetu,
Fadhili zake zadumu milele.
[24] Alituweka huru toka adui zetu,
Fadhili zake zadumu milele.
[25] Ambaye humpa chakula kila kiumbe.
Fadhili zake zadumu milele.

[26] Mshukuruni Mungu wa mbinguni,
Fadhili zake zadumu milele.

Zaburi 137

Maombolezo Ya Israeli Uhamishoni

[1] Kando ya mito ya Babeli tuliketi, tukaomboleza
tulipokumbuka Sayuni.
[2] Kwenye miti ya huko
tulitundika vinubi vyetu,
[3] kwa maana huko hao waliotuteka
walitaka tuwaimbie nyimbo,
watesi wetu walidai nyimbo za furaha;
walisema, "Tuimbieni wimbo mmoja kati ya nyimbo za Sayuni!"

[4] Tutaimbaje nyimbo za BWANA,
tukiwa nchi ya kigeni?
[5] Nikikusahau wewe, ee Yerusalemu,
basi mkono wangu wa kuume na usahau ujuzi wake.
[6] Ulimi wangu ushikamane na kaakaa la kinywa changu
kama sitakukumbuka wewe,
kama nisipokufikiri Yerusalemu
kuwa furaha yangu kubwa.

[7] Kumbuka, Ee BWANA, walichokifanya Waedomu,
siku ile Yerusalemu ilipoanguka.
Walisema, "Bomoa, Bomoa
mpaka kwenye misingi yake!"

[8] Ee binti Babeli, uliyehukumiwa kuangamizwa,
heri yeye atakayekulipiza wewe
kwa yale uliyotutenda sisi:
[9] yeye ambaye atawakamata watoto wako wachanga
na kuwaponda juu ya miamba.

Zaburi 138

Maombi Ya Shukrani

Zaburi ya Daudi.

[1] Nitakusifu wewe, Ee BWANA, kwa moyo wangu wote,
mbele ya "miungu" nitaimba sifa zako.
[2] Nitasujudu nikielekea Hekalu lako takatifu,
nami nitalisifu jina lako
kwa ajili ya upendo wako na uaminifu,
kwa kuwa umelikuza jina lako na neno lako juu ya vitu vyote.
[3] Nilipoita, ulinijibu;
ulinifanya jasiri na mwenye moyo hodari.

4 Wafalme wote wa dunia wakusifu wewe
Ee Bwana,
wakati wanaposikia maneno ya
kinywa chako.
5 Wao na waimbe kuhusu njia za Bwana,
kwa maana utukufu wa Bwana ni mkuu.

6 Ingawa Bwana yuko juu,
humwangalia mnyonge,
bali mwenye kiburi
yeye anamjua kutokea mbali.
7 Nijapopita katikati ya shida,
wewe unayahifadhi maisha yangu,
unanyoosha mkono wako dhidi ya hasira
ya adui zangu,
kwa mkono wako wa kuume unaniokoa.
8 Bwana atatimiza kusudi lake kwangu,
Ee Bwana, upendo wako wadumu milele:
usiziache kazi za mikono yako.

Zaburi 139

Mungu Asiyeweza Kukwepwa

Kwa mwimbishaji. Zaburi ya Daudi.

1 Ee Bwana, umenichunguza
na kunijua.
2 Unajua ninapoketi na ninapoinuka;
unatambua mawazo yangu tokea mbali.
3 Unafahamu kutoka kwangu na kulala
kwangu;
unaelewa njia zangu zote.
4 Kabla neno halijafika katika ulimi wangu,
wewe walijua kikamilifu, Ee Bwana.

5 Umenizunguka nyuma na mbele;
umeweka mkono wako juu yangu.
6 Maarifa haya ni ya ajabu mno kwangu,
ni ya juu sana kwangu kuyafikia.

7 Niende wapi nijiepushe na Roho yako?
Niende wapi niukimbie uso wako?
8 Kama nikienda juu mbinguni, wewe uko huko;
nikifanya vilindi[a] kuwa kitanda changu,
wewe uko huko.
9 Kama nikipanda juu ya mbawa
za mapambazuko,
kama nikikaa pande za mbali za bahari,
10 hata huko mkono wako utaniongoza,
mkono wako wa kuume utanishika kwa
uthabiti.

11 Kama nikisema, "Hakika giza litanificha
na nuru inayonizunguka iwe usiku,"
12 hata giza halitakuwa giza kwako,
usiku utang'aa kama mchana,
kwa kuwa giza ni kama nuru kwako.

13 Kwa maana wewe ndiwe uliyeumba utu
wangu wa ndani;
uliniunga pamoja tumboni mwa
mama yangu.
14 Ninakusifu kwa sababu nimeumbwa
kwa namna ya ajabu na ya kutisha;
kazi zako ni za ajabu,
ninajua hayo kikamilifu.
15 Umbile langu halikufichika kwako,
nilipoumbwa mahali pa siri.
Nilipoungwa pamoja kwa ustadi katika
vilindi vya nchi,
16 macho yako yaliniona kabla mwili wangu
haujakamilika.
Siku zangu zote ulizonipangia
ziliandikwa katika kitabu chako
kabla haijakuwepo hata moja.

17 Tazama jinsi yalivyo ya thamani mawazo
yako kwangu, Ee Mungu!
Jinsi jumla yake ilivyo kubwa!
18 Kama ningezihesabu,
zingekuwa nyingi kuliko mchanga.
Niamkapo,
bado niko pamoja nawe.

19 Laiti ungewachinja waovu, Ee Mungu!
Ondokeni kwangu, ninyi
wamwaga damu!
20 Wanazungumza juu yako wakiwa
na kusudi baya,
adui zako wanatumia vibaya jina lako.
21 Ee Bwana, je, nisiwachukie
wanaokuchukia?
Nisiwachukie sana wanaoinuka
dhidi yako?
22 Sina kitu zaidi ya chuki dhidi yao,
ninawahesabu ni adui zangu.

23 Ee Mungu, nichunguze, uujue
moyo wangu,
nijaribu na ujue mawazo yangu.
24 Uone kama kuna njia iletayo machukizo
ndani yangu,
uniongoze katika njia ya milele.

Zaburi 140

Kuomba Ulinzi Wa Mungu

Kwa mwimbishaji. Zaburi ya Daudi.

1 Ee Bwana, niokoe, kutoka kwa
watu waovu;
nilinde na watu wenye jeuri,
2 ambao hupanga mipango mibaya
mioyoni mwao,
na kuchochea vita siku zote.
3 Wao hufanya ndimi zao kali kama
za nyoka,
sumu ya nyoka iko midomoni mwao.

4 Ee Bwana, niepushe na mikono ya waovu;
nilinde na watu wenye jeuri
wanaopanga kunikwaza miguu yangu.
5 Wenye kiburi wameficha mtego
wa kuninasa,
wametandaza kamba za wavu wao,
wametega mitego kwenye njia yangu.

[a]8 Vilindi ina maana ya Kuzimu, ambayo ni Sheol kwa Kiebrania.

[6] Ee BWANA, ninakuambia, "Wewe
ni Mungu wangu."
Ee BWANA, usikie kilio changu
na kunihurumia.
[7] Ee BWANA Mwenyezi, Mwokozi wangu
mwenye nguvu,
unikingaye kichwa changu siku ya vita:
[8] Ee BWANA, usiwape waovu matakwa yao,
usiache mipango yao ikafanikiwa,
wasije wakajisifu.

[9] Vichwa vya wanaonizunguka vifunikwe
na shida zinazosababishwa na
midomo yao.
[10] Makaa ya mawe ya moto na yawaangukie!
Na watupwe motoni,
katika mashimo ya matope,
wasiinuke tena kamwe.
[11] Wasingiziaji wasifanikiwe katika nchi;
maafa na yawawinde watu wenye jeuri.

[12] Najua kwamba BWANA huwapatia
maskini haki,
na kuitegemeza njia ya mhitaji.
[13] Hakika wenye haki watalisifu jina lako,
na waadilifu wataishi mbele zako.

Zaburi 141

Maombi Ya Kuhifadhiwa Dhidi Ya Uovu

Zaburi ya Daudi.

[1] Ee BWANA, ninakuita wewe, uje kwangu hima.
Sikia sauti yangu ninapokuita.
[2] Maombi yangu na yafike mbele zako kama
uvumba;
kuinua mikono yangu juu na kuwe kama
dhabihu ya jioni.

[3] Ee BWANA, weka mlinzi kinywani mwangu,
weka ulinzi mlangoni mwa
midomo yangu.
[4] Usiuache moyo wangu uvutwe katika
jambo baya,
nisije nikashiriki katika matendo maovu
pamoja na watu watendao mabaya,
wala nisije nikala vyakula vyao vya anasa.

[5] Mtu mwenye haki na anipige: ni jambo
la huruma;
na anikemee: ni mafuta kichwani
mwangu.
Kichwa changu hakitalikataa.

Hata hivyo, maombi yangu daima
ni kinyume cha watenda mabaya,
[6] watawala wao watatupwa chini
kutoka kwenye majabali,
waovu watajifunza kwamba maneno yangu
yalikuwa kweli.
[7] Watasema, "Kama mtu anavyolima
na kuvunja ardhi,
ndivyo mifupa yetu imetawanywa
kwenye mlango wa kaburi."

[8] Lakini nimekaza macho yangu kwako,
Ee BWANA Mwenyezi,
ndani yako nimekimbilia, usiniache nife.
[9] Niepushe na mitego waliyonitegea,
kutokana na mitego iliyotegwa
na watenda mabaya.
[10] Waovu na waanguke kwenye nyavu zao
wenyewe,
wakati mimi ninapita salama.

Zaburi 142

Maombi Ya Kuokolewa Dhidi Ya Watesi

Utenzi wa Daudi. Alipokuwa pangoni. Maombi.

[1] Namlilia BWANA kwa sauti,
nainua sauti yangu kwa BWANA
anihurumie.
[2] Namimina malalamiko yangu mbele zake,
mbele zake naeleza shida zangu.

[3] Wakati roho yangu inapozimia
ndani yangu,
wewe ndiwe unajua njia zangu.
Katika njia ninayopita
watu wameniwekea mtego.
[4] Tazama kuume kwangu na uone,
hakuna hata mmoja
anayejihusisha nami.
Sina kimbilio,
hakuna anayejali maisha yangu.

[5] Ee BWANA, nakulilia wewe,
nasema, "Wewe ni kimbilio langu,
fungu langu katika nchi ya walio hai."
[6] Sikiliza kilio changu,
kwa sababu mimi ni mhitaji sana;
niokoe na wale wanaonifuatilia,
kwa kuwa wamenizidi nguvu.
[7] Nifungue kutoka kifungo changu,
ili niweze kulisifu jina lako.

Ndipo wenye haki watanizunguka,
kwa sababu ya wema wako kwangu.

Zaburi 143

Maombi Ya Kuokolewa Dhidi Ya Adui

Zaburi ya Daudi.

[1] Ee BWANA, sikia sala yangu,
sikiliza kilio changu unihurumie;
katika uaminifu na haki yako
njoo unisaidie.
[2] Usimhukumu mtumishi wako,
kwa kuwa hakuna mtu anayeishi aliye
mwenye haki mbele zako.

[3] Adui hunifuatilia,
hunipondaponda chini;
hunifanya niishi gizani
kama wale waliokufa zamani.
[4] Kwa hiyo roho yangu inazimia ndani yangu,
moyo wangu ndani yangu unakata tamaa.

5 Nakumbuka siku za zamani;
natafakari juu ya kazi zako zote,
naangalia juu ya kazi
ambazo mikono yako imezifanya.
6 Nanyoosha mikono yangu kwako,
nafsi yangu inakuonea kiu kama
ardhi kame.

7 Ee BWANA, unijibu haraka,
roho yangu inazimia.
Usinifiche uso wako,
ama sivyo nitafanana na wale washukao
shimoni.
8 Asubuhi uniletee neno la upendo wako
usiokoma,
kwa kuwa nimeweka tumaini
langu kwako.
Nionyeshe njia nitakayoiendea,
kwa kuwa kwako nainua nafsi yangu.
9 Ee BWANA, uniokoe na adui zangu,
kwa kuwa nimejificha kwako.
10 Nifundishe kufanya mapenzi yako,
kwa maana wewe ndiwe Mungu wangu,
Roho wako mwema na aniongoze
katika nchi tambarare.

11 Ee BWANA, kwa ajili ya jina lako, hifadhi
maisha yangu,
kwa haki yako nitoe katika taabu.
12 Kwa upendo wako usiokoma,
nyamazisha adui zangu;
waangamize watesi wangu wote,
kwa kuwa mimi ni mtumishi wako.

Zaburi 144

Mfalme Amshukuru Mungu Kwa Ushindi

Zaburi ya Daudi.

1 Sifa ni kwa BWANA Mwamba wangu,
aifundishaye mikono yangu vita,
na vidole vyangu kupigana.
2 Yeye ni Mungu wangu wa upendo
na boma langu,
ngome yangu na mwokozi wangu,
ngao yangu ninayemkimbilia,
ambaye huwatiisha mataifa chini yangu.

3 Ee BWANA, mwanadamu ni nini hata umjali,
Binadamu ni nini hata umfikirie?
4 Mwanadamu ni kama pumzi,
siku zake ni kama kivuli kinachopita.

5 Ee BWANA, pasua mbingu zako, ushuke,
gusa milima ili itoe moshi.
6 Peleka umeme uwatawanye adui,
lenga mishale yako uwashinde.
7 Nyoosha mkono wako kutoka juu,
nikomboe na kuniokoa
kutoka maji makuu,
kutoka mikononi mwa wageni
8 ambao vinywa vyao vimejaa uongo,
na mikono yao ya kuume
ni midanganyifu.

9 Ee Mungu, nitakuimbia wimbo mpya,
kwa zeze yenye nyuzi kumi nitakuimbia,
10 kwa Yule awapaye wafalme ushindi,
ambaye humwokoa Daudi, mtumishi
wake kutokana na upanga hatari.

11 Nikomboe na uniokoe
kutoka mikononi mwa wageni
ambao vinywa vyao vimejaa uongo,
na mikono yao ya kuume
ni midanganyifu.

12 Kisha wana wetu wakati wa ujana wao
watakuwa kama mimea iliyotunzwa
vizuri,
binti zetu watakuwa kama nguzo
zilizoviringwa
kurembesha jumba la kifalme.
13 Ghala zetu zitajazwa
aina zote za mahitaji.
Kondoo zetu watazaa kwa maelfu,
kwa makumi ya maelfu katika
mashamba yetu;
14 maksai wetu watakokota
mizigo mizito.
Hakutakuwa na kubomoka kuta,
hakuna kuchukuliwa mateka,
wala kilio cha taabu
katika barabara zetu.

15 Heri watu ambao hili ni kweli;
heri wale ambao BWANA ni Mungu wao.

Zaburi 145[a]

Wimbo Wa Kusifu Ukuu Na Wema Wa Mungu

Wimbo wa Sifa. Wa Daudi.

1 Nitakutukuza wewe, Mungu wangu
Mfalme,
nitalisifu jina lako milele na milele.
2 Kila siku nitakusifu
na kulitukuza jina lako milele na milele.

3 BWANA ni mkuu, anayestahili
kusifiwa sana,
ukuu wake haupimiki.
4 Kizazi kimoja kitasifia kazi zako kwa kizazi
kingine,
watasimulia matendo yako makuu.
5 Watasema juu ya utukufu wa fahari
ya ukuu wako,
nami nitatafakari juu ya kazi zako
za ajabu.
6 Watasimulia uwezo wa kazi zako
za kutisha,
nami nitatangaza matendo yako makuu.
7 Wataadhimisha wema wako mwingi,
na wataimba kwa shangwe juu
ya haki yako.

[a]1 Zaburi hii imetungwa kila mstari (ikiwa ni pamoja na 13b) ukianzia na herufi ya alfabeti ya Kiebrania zikifuatana tangu Aleph (A) hadi Taw (T); zote ni 22.

[8] Bwana ni mwenye neema na mwingi
wa huruma,
si mwepesi wa hasira, bali ni mwingi
wa upendo.
[9] Bwana ni mwema kwa wote,
ana huruma kwa vyote alivyovifanya.
[10] Ee Bwana, vyote ulivyovifanya vitakusifu,
watakatifu wako watakutukuza.
[11] Watasimulia utukufu wa ufalme wako
na kusema juu ya ukuu wako,
[12] ili watu wote wajue matendo yako makuu
na utukufu wa fahari ya ufalme wako.
[13] Ufalme wako ni ufalme wa milele,
mamlaka yako hudumu vizazi vyote.

Bwana ni mwaminifu kwa ahadi zake zote
na mwenye upendo kwa vyote
alivyovifanya.
[14] Bwana huwategemeza wote waangukao,
na huwainua wote waliolemewa
na mizigo yao.
[15] Macho yao wote yanakutazama wewe,
nawe huwapa chakula chao wakati wake.
[16] Waufumbua mkono wako,
watosheleza haja ya kila kitu kilicho hai.

[17] Bwana ni mwenye haki katika njia zake zote,
na mwenye upendo kwa vyote alivyovifanya.
[18] Bwana yu karibu na wote wamwitao,
karibu na wote wamwitao kwa uaminifu.
[19] Huwatimizia wamchao matakwa yao,
husikia kilio chao na kuwaokoa.
[20] Bwana huwalinda wote wampendao,
bali waovu wote atawaangamiza.

[21] Kinywa changu kitazinena sifa za Bwana.
Kila kiumbe na kilisifu jina lake takatifu
milele na milele.

Zaburi 146

Kumsifu Mungu Mwokozi

[1] Msifuni Bwana![a]

Ee nafsi yangu, umsifu Bwana,
[2] Nitamsifu Bwana maisha yangu yote;
nitamwimbia Mungu wangu sifa
wakati wote niishipo.
[3] Usiweke tumaini lako kwa wakuu,
kwa wanadamu ambao hufa,
ambao hawawezi kuokoa.
[4] Roho yao itokapo hurudi mavumbini,
siku hiyo hiyo mipango yao yote hukoma.

[5] Heri yeye ambaye Mungu wa Yakobo
ni msaada wake,
ambaye tumaini lake ni katika Bwana,
Mungu wake,
[6] Muumba wa mbingu na nchi,
na bahari na vyote vilivyomo ndani yake:
Bwana anayedumu kuwa mwaminifu
milele na milele.
[7] Naye huwapatia haki walioonewa
na kuwapa wenye njaa chakula.
Bwana huwaweka wafungwa huru,
[8] Bwana huwafumbua vipofu macho,
Bwana huwainua waliolemewa na
mizigo yao,
Bwana huwapenda wenye haki.
[9] Bwana huwalinda wageni
na kuwategemeza yatima na wajane,
lakini hupinga njia za waovu.

[10] Bwana atamiliki milele,
Mungu wako, ee Sayuni,
kwa vizazi vyote.

Msifuni Bwana.

Zaburi 147

Kumsifu Mungu Mwenye Nguvu Zote

[1] Msifuni Bwana.

Tazama jinsi ilivyo vyema kumwimbia
Mungu wetu sifa,
jinsi inavyopendeza na kustahili
kumsifu yeye!

[2] Bwana hujenga Yerusalemu,
huwakusanya Israeli walio uhamishoni.
[3] Anawaponya waliovunjika mioyo
na kuvifunga vidonda vyao.

[4] Huzihesabu nyota
na huipa kila moja jina lake.
[5] Bwana wetu ni mkuu na mwenye uwezo
mwingi,
ufahamu wake hauna kikomo.
[6] Bwana huwahifadhi wanyenyekevu
lakini huwashusha waovu mpaka
mavumbini.

[7] Mwimbieni Bwana kwa shukrani,
mpigieni Mungu wetu kinubi.
[8] Yeye huzifunika anga kwa mawingu,
huinyeshea ardhi mvua,
na kuzifanya nyasi kuota juu ya vilima.
[9] Huwapa chakula mifugo
na pia makinda ya kunguru yanapolia.

[10] Furaha yake haipo katika nguvu za farasi,
wala furaha yake kwenye miguu
ya mwanadamu.
[11] Bwana hupendezwa na wale wamchao,
wale wanaoweka tumaini lao katika
upendo wake usiokoma.

[12] Mtukuze Bwana, ee Yerusalemu,
msifu Mungu wako, ee Sayuni,
[13] kwa maana huimarisha makomeo
ya malango yako
na huwabariki watu wako walio
ndani yako.
[14] Huwapa amani mipakani mwenu
na kukushibisha kwa ngano safi kabisa.

[a]1 Msifuni Bwana kwa Kiebrania ni Hallelu Yah.

15 Hutuma amri yake duniani,
neno lake hukimbia kasi.
16 Anatandaza theluji kama sufu
na kutawanya umande kama majivu.
17 Huvurumisha mvua yake ya mawe kama
changarawe.
Ni nani awezaye kustahimili ukali
wa baridi yake?
18 Hutuma neno lake na kuviyeyusha,
huvumisha upepo wake, nayo maji
hutiririka.

19 Amemfunulia Yakobo neno lake,
sheria zake na maagizo yake kwa Israeli.
20 Hajafanya hivyo kwa taifa lingine lolote,
hawazijui sheria zake.

Msifuni BWANA.

Zaburi 148

Mwito Kwa Ulimwengu Kumsifu Mungu

1 Msifuni BWANA.

Msifuni BWANA kutoka mbinguni,
msifuni juu vileleni.
2 Msifuni, enyi malaika wake wote,
msifuni yeye, enyi jeshi lake lote
la mbinguni.
3 Msifuni yeye, enyi jua na mwezi,
msifuni yeye, enyi nyota zote zing'aazo.
4 Msifuni yeye, enyi mbingu zilizo juu sana,
na ninyi maji juu ya anga.
5 Vilisifu jina la BWANA
kwa maana aliamuru navyo vikaumbwa.
6 Aliviweka mahali pake milele na milele,
alitoa amri ambayo haibadiliki milele.

7 Mtukuzeni BWANA kutoka duniani,
ninyi viumbe vikubwa vya baharini
na vilindi vyote vya bahari,
8 umeme wa radi na mvua ya mawe, theluji
na mawingu,
pepo za dhoruba zinazofanya amri zake,
9 ninyi milima na vilima vyote,
miti ya matunda na mierezi yote,
10 wanyama wa mwituni na mifugo yote,
viumbe vidogo na ndege warukao,
11 wafalme wa dunia na mataifa yote,
ninyi wakuu na watawala wote wa dunia,
12 wanaume vijana na wanawali,
wazee na watoto.

13 Wote na walisifu jina la BWANA,
kwa maana jina lake pekee limetukuka,
utukufu wake uko juu ya nchi na mbingu.
14 Amewainulia watu wake pembe,[a]
sifa ya watakatifu wake wote,
ya Israeli, watu walio karibu
na moyo wake.

Msifuni BWANA.

Zaburi 149

Wimbo Wa Kumsifu Mungu Kwa Wema Wake

1 Msifuni BWANA.

Mwimbieni BWANA wimbo mpya,
sifa zake katika kusanyiko la watakatifu.

2 Israeli na washangilie katika Muumba wao,
watu wa Sayuni na wafurahi katika
Mfalme wao.
3 Na walisifu jina lake kwa kucheza
na wampigie muziki kwa matari
na kinubi.
4 Kwa maana BWANA anapendezwa
na watu wake,
anawavika wanyenyekevu taji ya wokovu.
5 Watakatifu washangilie katika heshima hii,
na waimbe kwa shangwe
vitandani mwao.

6 Sifa za Mungu na ziwe vinywani mwao
na upanga ukatao kuwili
mikononi mwao,
7 ili walipize mataifa kisasi
na adhabu juu ya mataifa,
8 wawafunge wafalme wao kwa minyororo,
wakuu wao kwa pingu za chuma,
9 ili kuwafanyia hukumu iliyoandikwa
dhidi yao.
Huu ndio utukufu wa watakatifu
wake wote.

Msifuni BWANA.

Zaburi 150

Msifuni BWANA Kwa Ukuu Wake

1 Msifuni BWANA.

Msifuni Mungu katika patakatifu pake,
msifuni katika mbingu zake kuu.
2 Msifuni kwa matendo yake makuu,
msifuni kwa kadiri ya wingi
wa ukuu wake.
3 Msifuni kwa mvumo wa tarumbeta,
msifuni kwa kinubi na zeze,
4 msifuni kwa matari na kucheza,
msifuni kwa kinanda cha nyuzi
na filimbi,
5 msifuni kwa matoazi yaliayo,
msifuni kwa matoazi yavumayo sana.

6 Kila chenye pumzi na kimsifu BWANA.

Msifuni BWANA!

---

[a]14 Pembe hapa inawakilisha mwenye nguvu, yaani mfalme.

MITHALI

Utangulizi: Kusudi Na Kiini

1 Mithali za Solomoni mwana wa Daudi, mfalme wa Israeli:

[2] Kwa kupata hekima na nidhamu;
kwa kufahamu maneno ya busara;
[3] kwa kujipatia nidhamu na busara,
kufanya lililo sawa, haki na bila kupendelea;
[4] huwapa busara wajinga,
maarifa na akili kwa vijana;
[5] wenye hekima na wasikilize nao waongeze elimu yao,
wenye kupambanua na wapate mwongozo;
[6] kwa kufahamu mithali na mifano,
misemo na vitendawili vya wenye hekima.

[7] Kumcha Bwana ndicho chanzo cha maarifa,
lakini wapumbavu hudharau hekima na adabu.

Onyo Dhidi Ya Ushawishi Wa Marafiki Waovu

[8] Mwanangu, sikiliza mwongozo wa baba yako,
wala usiyaache mafundisho ya mama yako.
[9] Hayo yatakuwa taji la maua la neema kichwani pako,
na mkufu wa kuipamba shingo yako.

[10] Mwanangu, kama wenye dhambi wakikushawishi,
usikubaliane nao.
[11] Kama wakisema, "Twende tufuatane;
tukamvizie mtu na kumwaga damu,
njoo tukavizie nafsi isiyo na hatia;
[12] tuwameze wakiwa hai kama kaburi,[a]
wakiwa wazima kama wale wanaotumbukia shimoni.
[13] Tutapata aina zote za vitu vya thamani
na kujaza nyumba zetu kwa nyara.
[14] Njoo ushirikiane nasi,
vitu vyote tutakavyopata tutagawana."
[15] Mwanangu, usiandamane nao.
Usiweke mguu wako katika njia zao,
[16] kwa kuwa miguu yao hukimbilia kwenye dhambi,
ni wepesi kumwaga damu.
[17] Tazama ni jinsi gani ilivyo kazi bure kutandaza wavu
wakati ndege wote wanakuona!
[18] Watu hawa huvizia kumwaga damu yao wenyewe;
hujivizia tu wenyewe!
[19] Huu ndio mwisho wa wote ambao wanajipatia mali kwa hila;
huuondoa uhai wa wale wenye mali.

Onyo Dhidi Ya Kukataa Hekima

[20] Hekima huita kwa sauti kuu barabarani,
hupaza sauti yake kwenye viwanja vikubwa;
[21] kwenye makutano ya barabara za mji zenye makelele mengi hupaza sauti,
kwenye malango ya mji hutoa hotuba yake:

[22] "Enyi wajinga, mtang'ang'ania ujinga wenu hadi lini?
Mpaka lini wenye mizaha watafurahia mizaha,
na wapumbavu kuchukia maarifa?
[23] Kama mngekuwa mmeitikia karipio langu,
ningekuwa nimemimina roho yangu kwenu
na kuwafahamisha maneno yangu.
[24] Lakini kwa kuwa mlinikataa nilipowaita
na hakuna yeyote aliyekubali
niliponyoosha mkono wangu,
[25] kwa kuwa mliyapuuza mashauri yangu yote
na hamkukubali karipio langu,
[26] mimi nami nitawacheka katika maafa yenu,
nitawadhihaki wakati janga litawapata:
[27] wakati janga litawapata kama tufani,
wakati maafa yatawazoa kama upepo wa kisulisuli,
wakati dhiki na taabu zitawalemea.

[28] "Ndipo watakaponiita lakini sitawajibu;
watanitafuta lakini hawatanipata.
[29] Kwa kuwa walichukia maarifa,
wala hawakuchagua kumcha Bwana,
[30] kwa kuwa hawakukubali mashauri yangu,
na kukataa maonyo yangu,
[31] watakula matunda ya njia zao,
na watashibishwa matunda ya hila zao.
[32] Kwa kuwa ukaidi wa wajinga utawaua,
nako kuridhika kwa wajinga kutawaangamiza.
[33] Lakini yeyote anisikilizaye ataishi kwa usalama,
atatulia, bila kuwa na hofu ya madhara."

Faida Za Hekima

2 Mwanangu, kama utayakubali maneno yangu
na kuyaweka akiba maagizo yangu ndani mwako,
[2] kutega sikio lako kwenye hekima
na kuweka moyo wako katika ufahamu,
[3] na kama ukiita busara
na kuita kwa sauti ufahamu,

---

[a] 12 Kaburi hapa maana yake ni Kuzimu, kwa Kiebrania ni Sheol.

4 na kama utaitafuta kama fedha
na kuitafuta sana kama hazina
iliyofichwa,
5 ndipo utakapoelewa kumcha Bwana
na kupata maarifa ya Mungu.
6 Kwa maana Bwana hutoa hekima,
na kinywani mwake hutoka maarifa
na ufahamu.
7 Anahifadhi ushindi kwa ajili ya mwadilifu,
yeye ni ngao kwa wale wasio na lawama,
8 kwa kuwa hulinda mwenendo wa
mwenye haki
na kuhifadhi njia ya waaminifu wake.

9 Ndipo utafahamu lipi lililo kweli na haki
na sawa: yaani kila njia nzuri.
10 Kwa maana hekima itaingia
moyoni mwako,
nayo maarifa yataifurahisha nafsi yako.
11 Busara itakuhifadhi
na ufahamu utakulinda.

12 Hekima itakuokoa kutoka njia za waovu,
kutoka kwa watu ambao maneno yao
yamepotoka,
13 wale waachao mapito yaliyonyooka
wakatembea katika njia za giza,
14 wale wapendao kutenda mabaya
na kufurahia upotovu wa ubaya,
15 ambao mapito yao yamepotoka
na ambao ni wapotovu katika njia zao.

16 Itakuokoa pia kutokana na mwanamke
kahaba,
kutokana na mke aliyepotoka mwenye
maneno
ya kushawishi kutenda ubaya,
17 aliyemwacha mwenzi wa ujana wake
na kupuuza agano alilofanya mbele
ya Mungu.
18 Kwa maana nyumba yake huelekea
kwenye kifo
na mapito yake kwenye roho
za waliokufa.
19 Hakuna yeyote aendaye kwake akarudi,
au kufikia mapito ya uzima.

20 Hivyo utatembea katika njia za watu wema
na kushikamana na mapito
ya wenye haki.
21 Kwa maana wanyofu wataishi katika nchi,
nao wasio na lawama watabakia
ndani yake.
22 Bali waovu watakatiliwa mbali
kutoka nchi,
nao wasio waaminifu watang'olewa
kutoka humo.

Faida Nyingine Za Hekima

3 Mwanangu, usisahau mafundisho yangu,
bali zitunze amri zangu moyoni mwako,
2 kwa kuwa zitakuongezea miaka mingi
ya maisha yako
na kukuletea mafanikio.
3 Usiache kamwe upendo na uaminifu
vitengane nawe;
vifunge shingoni mwako,
viandike katika ubao wa moyo wako.
4 Ndipo utapata kibali na jina zuri
mbele za Mungu na mwanadamu.

5 Mtumaini Bwana kwa moyo wako wote
wala usizitegemee akili zako mwenyewe;
6 katika njia zako zote mkiri yeye,
naye atayanyoosha mapito yako.

7 Usiwe mwenye hekima machoni pako
mwenyewe;
mche Bwana ukajiepushe na uovu.
8 Hii itakuletea afya mwilini mwako,
na mafuta kwenye mifupa yako.

9 Mheshimu Bwana kwa mali zako na
kwa malimbuko ya mazao yako yote;
10 ndipo ghala zako zitakapojaa hadi
kufurika,
viriba vyako vitafurika kwa
mvinyo mpya.

11 Mwanangu, usiidharau adhabu ya Bwana
na usichukie kukaripiwa naye,
12 kwa sababu Bwana huwaadibisha wale
awapendao,
kama vile baba afanyavyo
kwa mwana apendezwaye naye.

13 Heri mtu yule aonaye hekima,
mtu yule apataye ufahamu,
14 kwa maana hekima ana faida kuliko fedha
na mapato yake ni bora kuliko
ya dhahabu safi.
15 Hekima ana thamani kuliko marijani;
hakuna chochote unachokitamani
kinachoweza kulinganishwa naye.
16 Maisha marefu yako katika mkono wake
wa kuume;
katika mkono wake wa kushoto
kuna utajiri na heshima.
17 Njia zake zinapendeza,
mapito yake yote ni amani.
18 Yeye ni mti wa uzima kwa wale
wanaomkumbatia;
wale wamshikao watabarikiwa.

19 Kwa hekima Bwana aliiweka misingi
ya dunia,
kwa ufahamu aliziweka mbingu
mahali pake;
20 kwa maarifa yake vilindi viligawanywa,
nayo mawingu yanadondosha umande.

21 Mwanangu, hifadhi maamuzi mema
na busara,
usiache vitoke machoni pako;
22 ndipo vitakapokuwa uzima nafsini mwako
na pambo la neema shingoni mwako.
23 Kisha utaenda katika njia yako salama,
wala mguu wako hautajikwaa;

[24] ulalapo, hautaogopa;
ulalapo usingizi wako utakuwa mtamu.

[25] Usiogope maafa ya ghafula
au maangamizi yanayowapata waovu,
[26] kwa kuwa Bwana atakuwa tumaini lako
na kuepusha mguu wako kunaswa
katika mtego.

[27] Usizuie wema kwa wale wanaostahili
ikiwa katika uwezo wako kutenda.
[28] Usimwambie jirani yako,
"Njoo baadaye, nitakupa kesho":
wakati wewe unacho kitu kile
karibu nawe.

[29] Usifanye hila ya kumdhuru jirani yako,
ambaye anaishi karibu na wewe
akikuamini.
[30] Usimshtaki mtu bila sababu,
wakati hajakutenda dhara lolote.

[31] Usimwonee wivu mtu mwenye jeuri
wala kuchagua njia yake iwayo yote,
[32] kwa kuwa Bwana humchukia mtu
mpotovu,
lakini siri yake iko kwa mwenye haki.

[33] Laana ya Bwana i juu ya nyumba
ya mwovu,
lakini yeye huibariki nyumba
ya mwenye haki.
[34] Huwadhihaki wale wanaodhihaki,
lakini huwapa neema wale
wanyenyekevu.
[35] Wenye hekima hurithi heshima,
bali huwaaibisha wapumbavu.

Hekima Ni Bora Kupita Vitu Vyote

4 Sikilizeni wanangu, mafundisho
ya baba yenu;
sikilizeni kwa makini na mpate ufahamu.
[2] Ninawapa mafundisho ya maana,
kwa hiyo msiyaache mafundisho yangu.
[3] Nilipokuwa mvulana mdogo katika
nyumba ya baba yangu,
ningali mchanga na mtoto pekee kwa
mama yangu,
[4] baba alinifundisha akisema,
"Yashike maneno yangu yote kwa moyo
wako wote;
yashike maagizo yangu na wewe utaishi.
[5] Pata hekima, pata ufahamu;
usiyasahau maneno yangu wala usiyaache.
[6] Usimwache hekima naye atakuweka salama;
mpende, naye atakulinda.
[7] Hekima ni bora kuliko vitu vyote; kwa hiyo
jipe hekima.
Hata ikikugharimu vyote ulivyo navyo,
pata ufahamu.
[8] Mstahi, naye atakukweza;
mkumbatie, naye atakuheshimu.
[9] Atakuvika shada la neema kichwani mwako
na kukupa taji ya utukufu."

[10] Sikiliza mwanangu, kubali
ninachokuambia,
nayo miaka ya maisha yako
itakuwa mingi.
[11] Ninakuongoza katika njia ya hekima
na kukuongoza katika mapito
yaliyonyooka.
[12] Utembeapo, hatua zako hazitazuiliwa;
ukimbiapo, hutajikwaa.
[13] Mkamate sana elimu, usimwache
aende zake;
mshike, maana yeye ni uzima wako.
[14] Usiuweke mguu wako katika njia ya waovu
wala usitembee katika njia ya watu
wabaya.
[15] Epukana nayo, usisafiri katika njia hiyo;
achana nayo, na uelekee njia yako.
[16] Kwa kuwa hawawezi kulala mpaka
watende uovu;
wanashindwa hata kusinzia mpaka
wamwangushe mtu.
[17] Wanakula mkate wa uovu,
na kunywa mvinyo wa jeuri.

[18] Njia ya wenye haki ni kama nuru
ya kwanza ya mapambazuko,
ambayo hung'aa zaidi na zaidi mpaka
mchana mkamilifu.
[19] Lakini njia ya waovu ni kama giza nene;
hawajui kinachowafanya wajikwae.

[20] Mwanangu, yasikilize kwa makini yale
ninayokuambia;
sikiliza kwa makini maneno yangu.
[21] Usiruhusu yaondoke machoni pako,
yahifadhi ndani ya moyo wako;
[22] kwa sababu ni uzima kwa wale
wanaoyapata
na afya kwa mwili wote wa mwanadamu.
[23] Zaidi ya yote, linda moyo wako, kuliko yote
uyalindayo,
maana ndiko zitokako chemchemi
za uzima.
[24] Epusha kinywa chako na ukaidi;
weka mazungumzo machafu mbali
na midomo yako.
[25] Macho yako na yatazame mbele,
kaza macho yako moja kwa moja
mbele yako.
[26] Sawazisha mapito ya miguu yako
na njia zako zote ziwe zimethibitika.
[27] Usigeuke kulia wala kushoto;
epusha mguu wako na ubaya.

Onyo Dhidi Ya Uzinzi

5 Mwanangu, sikiliza kwa makini
hekima yangu,
sikiliza vizuri maneno yangu ya busara,
[2] ili uweze kutunza busara
na midomo yako ihifadhi maarifa.
[3] Kwa maana midomo ya mwanamke kahaba
hudondoza asali,
na maneno ya kinywa chake
ni laini kuliko mafuta;

[4] lakini mwisho wake ni mchungu kama
nyongo,
mkali kama upanga ukatao kuwili.
[5] Miguu yake hushuka kuelekea kwenye kifo;
hatua zake huelekea moja kwa moja
kaburini.[a]
[6] Yeye hafikiri juu ya njia ya uzima;
njia zake zimepotoka, lakini yeye hajui.

[7] Sasa basi wanangu, nisikilizeni;
msiache ninalowaambia.
[8] Njia zenu ziwe mbali naye,
msiende karibu na mlango
wa nyumba yake,
[9] usije ukatoa nguvu zako nzuri kwa wengine
na miaka yako kwa aliye mkatili,
[10] wageni wasije wakasherehekea utajiri wako
na jitihada yako ikatajirisha
nyumba ya mwanaume mwingine.
[11] Mwishoni mwa maisha yako utalia kwa
uchungu,
wakati nyama na mwili wako
vimechakaa.
[12] Utasema, "Tazama jinsi gani nilivyochukia
adhabu!
Tazama jinsi moyo wangu ulivyodharau
maonyo!
[13] Sikuwatii walimu wangu
wala kuwasikiliza wakufunzi wangu.
[14] Nimefika ukingoni mwa maangamizi
kabisa
katikati ya kusanyiko lote."

[15] Kunywa maji kutoka kwenye kisima chako
mwenyewe,
maji yanayotiririka kutoka kwenye
kisima chako mwenyewe.
[16] Je, chemchemi zako zifurike katika
barabara za mji
na vijito vyako vya maji viwanjani?
[17] Na viwe vyako mwenyewe,
kamwe visishirikishwe wageni.
[18] Chemchemi yako na ibarikiwe
na umfurahie mke wa ujana wako.
[19] Kulungu jike apendaye, kulungu mzuri:
matiti yake na yakutosheleze siku zote,
nawe utekwe daima na upendo wake.
[20] Kwa nini mwanangu, utekwe
na mwanamke kahaba?
Kwa nini ukumbatie kifua cha mke
wa mwanaume mwingine?

[21] Kwa maana njia za mtu ni wazi kabisa
mbele za Bwana,
naye huyapima mapito yake yote.
[22] Matendo mabaya ya mtu mwovu humnasa
yeye mwenyewe;
kamba za dhambi yake humkamata
kwa nguvu.
[23] Atakufa kwa kukosa nidhamu,
akipotoshwa kwa upumbavu wake
mwenyewe.

[a]5 Kaburini hapa maana yake ni Kuzimu, kwa Kiebrania ni Sheol.

Maonyo Dhidi Ya Upumbavu

6 Mwanangu, kama umekuwa mdhamini
wa jirani yako,
ikiwa umeshika mikono kwa
kuweka ahadi
kwa ajili ya mwingine,
[2] kama umetegwa na ulichosema,
umenaswa kwa maneno
ya kinywa chako,
[3] basi fanya hivi mwanangu, ili ujiweke huru,
kwa kuwa umeanguka mikononi mwa
jirani yako:
Nenda ukajinyenyekeshe kwake;
msihi jirani yako!
[4] Usiruhusu usingizi machoni pako,
usiruhusu kope zako zisinzie.
[5] Jiweke huru, kama swala mkononi mwa
mwindaji,
kama ndege kutoka kwenye mtego
wa mwindaji.

[6] Ewe mvivu, mwendee mchwa;
zitafakari njia zake ukapate hekima!
[7] Kwa maana yeye hana msimamizi,
wala mwangalizi, au mtawala,
[8] lakini hujiwekea akiba wakati wa kiangazi
na hukusanya chakula chake wakati
wa mavuno.

[9] Ewe mvivu, utalala hata lini?
Utaamka lini kutoka usingizi wako?
[10] Bado kulala kidogo, kusinzia kidogo,
bado kukunja mikono kidogo upate
kupumzika:
[11] hivyo umaskini utakuja juu yako kama
mnyang'anyi,
na kupungukiwa kutakujia kama mtu
mwenye silaha.

[12] Mtu mbaya sana na mlaghai,
ambaye huzungukazunguka
na maneno ya upotovu,
[13] ambaye anakonyeza kwa jicho lake,
anayetoa ishara kwa miguu yake
na kuashiria kwa vidole vyake,
[14] ambaye hupanga ubaya
kwa udanganyifu moyoni mwake:
daima huchochea fitina.
[15] Kwa hiyo maafa yatamkumba ghafula;
ataangamizwa mara, pasipo msaada.

[16] Kuna vitu sita anavyovichukia Bwana,
naam, viko saba vilivyo chukizo kwake:
[17] macho ya kiburi,
ulimi udanganyao,
mikono imwagayo damu isiyo na hatia,
[18] moyo uwazao mipango miovu,
miguu iliyo myepesi kukimbilia uovu,
[19] shahidi wa uongo ambaye
humwaga uongo,
na mtu ambaye huchochea fitina kati
ya ndugu.

Onyo Dhidi Ya Uasherati

20 Mwanangu, zishike amri za baba yako,
wala usiyaache mafundisho
ya mama yako.
21 Yafunge katika moyo wako daima,
yakaze kuizunguka shingo yako.
22 Wakati utembeapo, yatakuongoza;
wakati ulalapo, yatakulinda;
wakati uamkapo, yatazungumza nawe.
23 Kwa maana amri hizi ni taa,
mafundisho haya ni mwanga
na maonyo ya maadili ni njia ya uzima,
24 yakikulinda na mwanamke aliyepotoka,
kutokana na maneno laini ya mwanamke
aliyepotoka.
25 Moyo wako usitamani uzuri wake
wala macho yake yasikuteke,
26 kwa maana kahaba atakufanya uwe
maskini,
hata ukose kipande cha mkate,
naye mwanamke mzinzi huwinda maisha
yako hasa.
27 Je, mtu aweza kuchotea moto kwenye
paja lake
bila nguo zake kuungua?
28 Je, mtu aweza kutembea juu ya makaa
ya moto yanayowaka
bila miguu yake kuungua?
29 Ndivyo alivyo mtu alalaye na mke
wa mwanaume mwingine;
hakuna yeyote amgusaye huyo
mwanamke ambaye hataadhibiwa.

30 Watu hawamdharau mwizi kama akiiba
kukidhi njaa yake wakati ana njaa.
31 Pamoja na hayo, kama akikamatwa,
lazima alipe mara saba,
ingawa inamgharimu utajiri wote
wa nyumba yake.
32 Lakini mwanaume aziniye na mwanamke
hana akili kabisa;
yeyote afanyaye hivyo hujiangamiza
mwenyewe.
33 Mapigo na aibu ni fungu lake
na aibu yake haitafutika kamwe;
34 kwa maana wivu huamsha ghadhabu
ya mume,
naye hataonyesha huruma alipizapo
kisasi.
35 Hatakubali fidia yoyote;
atakataa malipo, hata yakiwa makubwa
kiasi gani.

Onyo Dhidi Ya Mwanamke Mzinzi

7 Mwanangu, shika maneno yangu
na kuzihifadhi amri zangu ndani yako.
2 Shika amri zangu nawe utaishi;
linda mafundisho yangu kama mboni
ya jicho lako.
3 Yafunge katika vidole vyako;
yaandike katika kibao cha moyo wako.
4 Mwambie hekima, "Wewe ni dada yangu,"
uite ufahamu jamaa yako;
5 watakuepusha na mwanamke mzinzi,
kutokana na mwanamke mpotovu
na maneno yake ya kubembeleza.

6 Kwenye dirisha la nyumba yangu
nilitazama nje kupitia upenyo
kwenye mwimo wa dirisha.
7 Niliona miongoni mwa wajinga,
nikagundua miongoni mwa wanaume
vijana,
kijana asiye na akili.
8 Alikuwa akishuka njiani karibu na pembe
ya kwake,
akielekea kwenye nyumba ya huyo
mwanamke
9 wakati wa machweo, jua likipungua
nuru yake,
giza la usiku lilipokuwa likiingia.

10 Ndipo huyo mwanamke akatoka kumlaki,
hali amevaa kama kahaba akiwa na nia
ya udanganyifu.
11 (Ni mwanamke mwenye makelele
na mkaidi,
miguu yake haitulii nyumbani;
12 mara kwenye barabara za mji,
mara kwenye viwanja vikubwa,
kwenye kila pembe huvizia.)
13 Huyo mwanamke alimkumbatia kijana
na kumbusu,
na kwa uso usio na haya akamwambia:

14 "Nina sadaka za amani nyumbani;
leo nimetimiza nadhiri zangu.
15 Kwa hiyo nimetoka nje kukulaki;
nimekutafuta na nimekupata!
16 Nimetandika kitanda changu
kwa kitani za rangi kutoka Misri.
17 Nimetia manukato kitanda changu
kwa manemane, udi na mdalasini.
18 Njoo, tuzame katika mapenzi mpaka
asubuhi;
tujifurahishe wenyewe kwa mapenzi!
19 Mume wangu hayupo nyumbani;
amekwenda safari ya mbali.
20 Amechukua mkoba uliojazwa fedha
na hatakuwepo nyumbani karibuni."

21 Kwa maneno laini yule mwanamke
akampotosha;
alimshawishi kwa maneno yake laini.
22 Mara huyo kijana alimfuata yule
mwanamke
kama fahali aendaye machinjoni,
kama kulungu aingiaye kwenye kitanzi,
23 mpaka mshale umchome ini lake,
kama ndege anayenaswa kwenye mtego,
bila kujua itamgharimu maisha yake.

24 Sasa basi wanangu, nisikilizeni;
sikilizeni kwa makini nisemalo.
25 Usiruhusu moyo wako ugeukie njia za huyo
mwanamke,
wala usitangetange katika mapito yake.

26 Aliowaangusha ni wengi;
aliowachinja ni kundi kubwa.
27 Nyumba yake ni njia kuu iendayo
kaburini,[a]
ielekeayo chini kwenye vyumba
vya mauti.

Wito Wa Hekima

8 Je, hekima haitani?
Je, ufahamu hapazi sauti?
2 Juu ya miinuko karibu na njia,
penye njia panda, ndipo asimamapo;
3 kando ya malango yaelekeayo mjini,
kwenye maingilio, hulia kwa sauti
kubwa, akisema:
4 "Ni ninyi wanaume, ninaowaita;
ninapaza sauti yangu kwa
wanadamu wote.
5 Ninyi ambao ni wajinga, pateni akili;
ninyi mlio wapumbavu, pateni ufahamu.
6 Sikilizeni, kwa maana nina mambo
muhimu ya kusema;
ninafungua midomo yangu kusema
lililo sawa.
7 Kinywa changu husema lililo kweli,
kwa maana midomo yangu
huchukia uovu.
8 Maneno yote ya kinywa changu ni haki;
hakuna mojawapo lililopotoka wala
ukaidi.
9 Kwa wenye kupambanua yote ni sahihi;
hayana kasoro kwa wale wenye maarifa.
10 Chagua mafundisho yangu badala
ya fedha,
maarifa badala ya dhahabu safi,
11 kwa maana hekima ina thamani kuliko
marijani
na hakuna chochote unachohitaji
kinacholingana naye.

12 "Mimi hekima, nakaa pamoja na busara;
ninamiliki maarifa na busara.
13 Kumcha Bwana ni kuchukia uovu;
ninachukia kiburi na majivuno,
tabia mbaya na mazungumzo potovu.
14 Ushauri na hukumu sahihi ni vyangu;
nina ufahamu na nina nguvu.
15 Kwa msaada wangu wafalme hutawala
na watawala hutunga sheria zilizo za haki,
16 kwa msaada wangu wakuu hutawala,
na wenye vyeo wote watawalao dunia.
17 Nawapenda wale wanipendao,
na wale wanitafutao kwa bidii
wataniona.
18 Utajiri na heshima viko kwangu,
utajiri udumuo na mafanikio.
19 Tunda langu ni bora kuliko dhahabu safi;
kile nitoacho hupita fedha iliyo bora.
20 Natembea katika njia ya unyofu
katika mapito ya haki,
21 nawapa utajiri wale wanipendao
na kuzijaza hazina zao.

22 "Bwana aliniumba mwanzoni mwa
kazi yake,
kabla ya matendo yake ya zamani;
23 niliteuliwa tangu milele,
tangu mwanzoni, kabla ya dunia
kuumbwa.
24 Wakati hazijakuwepo bahari,
nilikwishazaliwa,
wakati hazijakuwepo chemchemi
zilizojaa maji;
25 kabla milima haijawekwa mahali pake,
kabla vilima havijakuwepo,
nilikwishazaliwa,
26 kabla hajaumba dunia wala
mashamba yake
au vumbi lolote la dunia.
27 Nilikuwepo alipoziweka mbingu
mahali pake,
wakati alichora mstari wa upeo
wa macho
juu ya uso wa kilindi,
28 wakati aliweka mawingu juu
na kuziweka imara chemchemi
za bahari,
29 wakati aliiwekea bahari mpaka wake
ili maji yasivunje agizo lake,
na wakati aliweka misingi ya dunia.
30 Wakati huo nilikuwa fundi stadi
kando yake.
Nilijazwa na furaha siku baada ya siku,
nikifurahi daima mbele zake,
31 nikifurahi katika dunia yake yote
nami nikiwafurahia wanadamu.

32 "Basi sasa wanangu, nisikilizeni;
heri wale wanaozishika njia zangu.
33 Sikilizeni mafundisho yangu mwe
na hekima;
msiyapuuze.
34 Heri mtu yule anisikilizaye mimi,
akisubiri siku zote malangoni mwangu,
akingoja kwenye vizingiti vya
mlango wangu.
35 Kwa maana yeyote anipataye mimi
amepata uzima
na kujipatia kibali kutoka kwa Bwana.
36 Lakini yeyote ashindwaye kunipata
hujiumiza mwenyewe;
na wote wanichukiao mimi
hupenda mauti."

Makaribisho Ya Hekima Na Ya Upumbavu

9 Hekima amejenga nyumba yake;
amechonga nguzo zake saba.
2 Ameandaa nyama na kuchanganya
divai yake;
pia ameandaa meza yake.
3 Amewatuma watumishi wake wa kike,
naye huita
kutoka mahali pa juu sana pa mji.
4 Anawaambia wale wasio na akili,
"Wote ambao ni wajinga na waje hapa!
5 Njooni, mle chakula changu
na mnywe divai niliyoichanganya.

[a]27 Kaburini hapa maana yake ni Kuzimu, kwa Kiebrania ni Sheol.

[6] Acheni njia zenu za ujinga nanyi mtaishi;
tembeeni katika njia ya ufahamu.

[7] "Yeyote anayemkosoa mwenye mzaha
hukaribisha matukano;
yeyote anayekemea mtu mwovu
hupatwa na matusi.
[8] Usimkemee mwenye mzaha la sivyo
atakuchukia;
mkemee mwenye hekima naye
atakupenda.
[9] Mfundishe mtu mwenye hekima
naye atakuwa na hekima zaidi;
mfundishe mtu mwadilifu
naye atazidi kufundishika.

[10] "Kumcha Bwana ndicho chanzo cha hekima,
na kumjua Aliye Mtakatifu ni ufahamu.
[11] Kwa maana kwa msaada wangu
siku zako zitakuwa nyingi,
na miaka itaongezwa katika maisha yako.
[12] Kama wewe una hekima, hekima yako
itakupa tuzo;
kama wewe ni mtu wa mzaha,
wewe mwenyewe ndiwe utateseka."

[13] Mwanamke aitwaye Mpumbavu ana kelele;
hana adabu na hana maarifa.
[14] Huketi kwenye mlango wa nyumba yake,
juu ya kiti katika mahali pa juu sana pa mji,
[15] akiita wale wapitao karibu,
waendao moja kwa moja kwenye njia yao.
[16] Anawaambia wale wasio na akili,
"Wote ambao ni wajinga na waje
hapa ndani!"
[17] "Maji yaliyoibiwa ni matamu;
chakula kinacholiwa sirini ni kitamu!"
[18] Lakini hawajui hata kidogo kuwa wafu
wako humo,
kwamba wageni wake huyo mwanamke
wako katika vilindi vya kuzimu.

Mithali Za Solomoni

10 Mithali za Solomoni:

Mwana mwenye hekima
huleta furaha kwa baba yake,
lakini mwana mpumbavu
huleta huzuni kwa mama yake.

[2] Hazina zilizopatikana kwa njia mbaya
hazifai,
lakini uadilifu huokoa kutoka mautini.

[3] Bwana hawaachi waadilifu kukaa njaa,
lakini hupinga tamaa ya mtu mwovu.

[4] Mikono mivivu hufanya mtu kuwa maskini
lakini mikono yenye bidii huleta utajiri.

[5] Yeye akusanyaye mazao wakati wa kiangazi
ni mwana mwenye hekima,
lakini yeye alalaye wakati wa mavuno
ni mwana mwenye kuaibisha.

[6] Baraka huwa taji kichwani mwa
mwenye haki,
lakini jeuri hufunika kinywa cha mwovu.

[7] Kumbukumbu ya mwenye haki itakuwa
baraka,
lakini jina la mwovu litaoza.

[8] Mwenye hekima moyoni hupokea maagizo,
lakini mpumbavu apayukaye huangamia.

[9] Mtu mwadilifu hutembea salama,
lakini mtu aendaye katika njia
zilizopotoka atagunduliwa.

[10] Yeye akonyezaye kwa nia mbaya
husababisha huzuni,
naye mpumbavu apayukaye huangamia.

[11] Kinywa cha mwenye haki ni chemchemi
ya uzima,
lakini jeuri hufunika kinywa cha mwovu.

[12] Chuki huchochea faraka,
lakini upendo husitiri mabaya yote.

[13] Hekima hupatikana katika midomo
ya wenye kupambanua,
lakini fimbo ni kwa ajili ya mgongo wake
asiye na ufahamu.

[14] Wenye hekima huhifadhi maarifa,
bali kinywa cha mpumbavu hualika
maangamizi.

[15] Mali ya tajiri ni mji wake wenye ngome,
bali ufukara ni maangamizi ya maskini.

[16] Ujira wa wenye haki huwaletea uzima,
lakini mapato ya waovu huwaletea
adhabu.

[17] Anayekubali kuadibishwa yuko katika njia
ya uzima,
lakini yeyote anayepuuza maonyo
hupotosha wengine.

[18] Yeye afichaye chuki yake ana midomo
ya uongo,
na yeyote anayeeneza uchonganishi
ni mpumbavu.

[19] Wakati maneno ni mengi, dhambi
haikosekani,
lakini yeye ambaye huzuia ulimi wake
ni mwenye busara.

[20] Ulimi wa mwenye haki ni fedha iliyo bora,
bali moyo wa mwovu una
thamani ndogo.

[21] Midomo ya mwenye haki hulisha wengi,
lakini wapumbavu hufa kwa kukosa
ufahamu.

22 Baraka ya BWANA hutajirisha,
wala haichanganyi huzuni.

23 Mpumbavu hufurahia tabia mbaya,
lakini mtu mwenye ufahamu
hupendezwa na hekima.

24 Kile anachoogopa mwovu ndicho
kitakachompata;
kile anachoonea shauku mwenye haki
atapewa.

25 Tufani inapopita, waovu hutoweka,
lakini wenye haki husimama imara
milele.

26 Kama siki ilivyo kwa meno na moshi
kwa macho,
ndivyo alivyo mvivu kwa wale
waliomtuma.

27 Kumcha BWANA huongeza urefu wa maisha,
lakini miaka ya mwovu inafupishwa.

28 Tarajio la mwenye haki ni furaha,
bali matumaini ya mwovu huwa si kitu.

29 Njia ya BWANA ni kimbilio kwa wenye haki,
lakini ni maangamizi ya wale watendao
mabaya.

30 Kamwe wenye haki hawataondolewa,
bali waovu hawatasalia katika nchi.

31 Kinywa cha mwenye haki hutoa hekima,
bali ulimi wa upotovu utakatwa.

32 Midomo ya wenye haki inajua kile
kinachofaa,
bali kinywa cha mwovu hujua kile
kilichopotoka tu.

11 BWANA huchukia sana mizani
za udanganyifu,
bali vipimo sahihi ni furaha yake.

2 Kiburi kinapokuja, ndipo huja aibu,
bali unyenyekevu huja na hekima.

3 Uadilifu wa wenye haki huwaongoza,
bali wasio waaminifu huharibiwa
na hila yao.

4 Utajiri haufaidi kitu katika siku ya ghadhabu,
bali haki huokoa kutoka mautini.

5 Haki ya wasio na lawama, huwatengenezea
njia iliyonyooka,
bali waovu huangushwa kwa uovu wao
wenyewe.

6 Haki ya wanyofu huwaokoa,
bali wasio waaminifu hunaswa
na tamaa mbaya.

7 Wakati mtu mwovu anapokufa, matumaini
yake hutoweka;
yote aliyoyatazamia kutokana na nguvu
zake huwa si kitu.

8 Mtu mwenye haki huokolewa
kutoka taabu,
naye mtu mwovu huingia humo
badala yake.

9 Kwa kinywa chake mtu
asiyemwamini Mungu
humwangamiza jirani yake,
bali kwa maarifa mwenye haki
huokolewa.

10 Wakati mwenye haki anapofanikiwa, mji
hufurahi;
mwovu atowekapo, kuna kelele za furaha.

11 Kutokana na baraka ya mtu mnyofu mji
hukwezwa,
bali kwa kinywa cha mwovu mji
huharibiwa.

12 Mtu asiye na akili humdharau jirani yake,
bali mtu mwenye ufahamu huuzuia
ulimi wake.

13 Masengenyo husaliti tumaini,
bali mtu mwaminifu hutunza siri.

14 Pasipo ushauri wa hekima taifa huanguka,
bali washauri wengi hufanya ushindi uwe
wa hakika.

15 Yeye amdhaminiye mgeni hakika atateseka,
bali yeyote akataaye kuunga mkono
dhamana ni salama.

16 Mwanamke mwenye moyo wa huruma
hupata heshima,
bali wanaume wakorofi hupata mali tu.

17 Mwenye huruma hujinufaisha mwenyewe,
bali mkatili hujiletea taabu mwenyewe.

18 Mtu mwovu hupata ujira wa udanganyifu,
bali yeye apandaye haki huvuna tuzo
ya uhakika.

19 Mtu mwenye haki kweli kweli
hupata uzima,
bali yeye afuatiliaye ubaya huendea
kifo chake.

20 BWANA huwachukia sana watu wenye moyo
wa upotovu,
bali hupendezwa na wale ambao njia zao
hazina lawama.

21 Uwe na hakika na hili: Waovu hawataepuka
kuadhibiwa,
bali wenye haki watakuwa huru.

[22] Kama pete ya dhahabu katika pua
ya nguruwe
ndivyo alivyo mwanamke mzuri ambaye
hana busara.

[23] Shauku ya mwenye haki huishia
tu kwenye mema,
bali tumaini la mwovu huishia tu kwenye
ghadhabu.

[24] Kuna mtu atoaye kwa ukarimu, hata hivyo
hupata zaidi,
mwingine huzuia, lakini huwa maskini.

[25] Mtu mkarimu atastawi;
yeye awaburudishaye wengine
ataburudishwa mwenyewe.

[26] Watu humlaani mtu awanyimae watu
nafaka,
bali baraka itamkalia kichwani kama taji
yeye aliye radhi kuiuza.

[27] Yeye atafutaye mema hupata ukarimu,
bali ubaya huja kwake yeye autafutaye.

[28] Yeyote ategemeaye utajiri wake ataanguka,
bali mwenye haki atastawi kama
jani bichi.

[29] Yeye aletaye taabu kwa jamaa yake atarithi
tu upepo,
naye mpumbavu atakuwa mtumishi
wa wenye hekima.

[30] Tunda la mwenye haki ni mti wa uzima,
naye mwenye hekima huvuta roho
za watu.

[31] Kama wenye haki watapokea ujira wao
duniani,
si zaidi sana yule asiyemcha Mungu
na mwenye dhambi?

Mafundisho Ya Kifamilia Na Ya Kijamii

12 Yeyote apendaye kuadibishwa hupenda
maarifa,
bali yeye achukiaye kuonywa
ni mpumbavu.

[2] Mtu mwema hupata kibali kutoka
kwa BWANA,
bali BWANA humhukumu mwenye hila.

[3] Mtu hathibitiki kutokana na uovu,
bali mwenye haki hataondolewa.

[4] Mke mwenye tabia nzuri ni taji
ya mumewe,
bali aaibishaye ni kama uozo
katika mifupa ya mumewe.

[5] Mipango ya mtu mwadilifu ni ya haki,
bali ushauri wa mwovu ni udanganyifu.

[6] Maneno ya waovu huotea kumwaga damu,
bali maneno ya waadilifu huwaokoa.

[7] Watu waovu huondolewa na kutoweka,
bali nyumba ya mwenye haki
husimama imara.

[8] Mtu husifiwa kulingana na hekima yake,
bali watu wenye akili zilizopotoka
hudharauliwa.

[9] Heri mtu wa hali ya chini mwenye
mtumishi,
kuliko kujifanya mtu wa hali ya juu nawe
huna chakula.

[10] Mtu mwenye haki hujali mahitaji
ya mnyama wake,
bali matendo ya huruma ya mwovu
ni ukatili.

[11] Yeye alimaye shamba lake atakuwa
na chakula tele,
bali yeye afuataye mambo ya upuzi
hana akili.

[12] Waovu hutamani mateka ya watu wabaya,
bali shina la mwenye haki hustawi.

[13] Mtu mwovu hunaswa kwa mazungumzo
yake ya dhambi,
bali mwenye haki huepuka taabu.

[14] Kutokana na tunda la midomo yake
mtu hujazwa na mambo mema,
hakika kama ilivyo kazi ya mikono yake
humtunza.

[15] Njia ya mpumbavu huonekana sawa
machoni pake mwenyewe,
bali mtu mwenye hekima husikiliza
ushauri.

[16] Mpumbavu huonyesha kuudhika kwake
mara moja,
bali mtu wa busara hupuuza matukano.

[17] Shahidi wa kweli hutoa ushuhuda
wa kuaminika,
bali shahidi wa uongo husema uongo.

[18] Maneno ya kipumbavu huchoma kama
upanga,
bali ulimi wa mwenye hekima huleta
uponyaji.

[19] Midomo isemayo kweli hudumu milele,
bali ulimi wa uongo hudumu kwa muda
mfupi tu.

[20] Upo udanganyifu katika mioyo
ya wale ambao hupanga mabaya,
bali kuna furaha kwa wale
wanaoleta amani.

21 Hakuna dhara linalompata mwenye haki,
bali waovu wana taabu nyingi.

22 BWANA anachukia sana midomo
idanganyayo,
bali hufurahia watu ambao ni wa kweli.

23 Mtu mwenye busara hujihifadhia maarifa
yeye mwenyewe,
bali moyo wa wapumbavu hububujika
upumbavu.

24 Mikono yenye bidii itatawala,
bali uvivu huishia katika kazi za utumwa.

25 Moyo wa wasiwasi humlemea mtu,
bali neno la huruma humfurahisha.

26 Mtu mwenye haki ni mwangalifu katika
urafiki,
bali njia ya waovu huwapotosha.

27 Mtu mvivu haoki mawindo yake,
bali mtu mwenye bidii ana mali za thamani.

28 Katika njia ya haki kuna uzima;
katika mapito hayo kuna maisha
ya milele.

Mema Ya Muda Mfupi Na Yale Ya Kudumu

13 Mwana mwenye hekima husikia
mafundisho ya babaye,
bali mwenye dharau hasikilizi maonyo.

2 Kutoka tunda la midomo yake mtu
hufurahia mambo mema,
bali wasio waaminifu wanatamani
sana jeuri.

3 Yeye alindaye midomo yake hulinda
nafsi yake,
bali yeye asemaye kwa haraka ataangamia.

4 Mvivu hutamani sana na hapati kitu,
bali nafsi ya mwenye bidii
hutoshelezwa kikamilifu.

5 Mwenye haki huchukia uongo,
bali waovu huleta aibu na fedheha.

6 Haki humlinda mtu mwadilifu,
bali uovu humwangusha mwenye dhambi.

7 Mtu mmoja hujifanya tajiri, kumbe hana
chochote;
mwingine hujifanya maskini, kumbe ana
utajiri mwingi.

8 Utajiri wa mtu waweza kukomboa
maisha yake,
bali mtu maskini hasikii kitisho.

9 Nuru ya mwenye haki hung'aa sana,
bali taa ya mwovu itazimwa.

10 Kiburi huzalisha magomvi tu,
bali hekima hupatikana kwa wale
wanaozingatia ushauri.

11 Fedha isiyo ya halali hupungua,
bali yeye akusanyaye fedha kidogo
kidogo huongezeka.

12 Kilichotarajiwa kikikawia kuja moyo huugua,
bali tumaini lililotimizwa ni mti wa uzima.

13 Yeye anayedharau mafundisho anajiletea
maangamizi,
bali yeye anayeheshimu agizo
hupewa tuzo.

14 Mafundisho ya mwenye busara ni
chemchemi ya uzima,
ili kumwepusha mtu na mitego ya mauti.

15 Ufahamu mzuri hupata upendeleo,
bali njia ya asiye mwaminifu ni ngumu.

16 Kila mwenye busara hutenda kwa maarifa,
bali mpumbavu hudhihirisha
upumbavu wake.

17 Mjumbe mwovu huanguka kwenye taabu,
bali mjumbe mwaminifu huleta uponyaji.

18 Yeye anayedharau maonyo hupata
umaskini na aibu,
bali yeye anayekubali maonyo
huheshimiwa.

19 Tarajio lililotimizwa ni tamu kwa nafsi,
bali wapumbavu huchukia sana
kuacha ubaya.

20 Yeye atembeaye na mwenye hekima atapata
hekima,
bali rafiki wa mpumbavu hupata madhara.

21 Balaa humwandama mtenda dhambi,
bali mafanikio ni thawabu kwa
mwenye haki.

22 Mtu mwema huwaachia wana wa wanawe
urithi,
bali mali ya wenye dhambi imehifadhiwa
kwa ajili ya wenye haki.

23 Shamba la mtu maskini laweza kuzalisha
chakula kingi,
bali dhuluma hukifutilia mbali.

24 Yeye aizuiaye fimbo yake hampendi
mwanawe,
bali yeye ampendaye
huwa mwangalifu kumwadibisha.

25 Mwenye haki hula mpaka akaridhisha
moyo wake,
bali tumbo la mwovu hutaabika kwa njaa.

14 Mwanamke mwenye hekima huijenga
nyumba yake,
bali mpumbavu huibomoa nyumba yake
kwa mikono yake mwenyewe.

2 Yeye ambaye njia zake ni nyofu
humcha Bwana,
bali yeye ambaye njia zake zimepotoka
humdharau Mungu.

3 Mazungumzo ya mpumbavu huleta fimbo
mgongoni mwake,
bali mwenye hekima hulindwa
na maneno ya midomo yake.

4 Pale ambapo hakuna mafahali, hori
ni tupu,
bali kutokana na nguvu za fahali huja
mavuno mengi.

5 Shahidi mwaminifu hadanganyi,
bali shahidi wa uongo humimina uongo.

6 Mwenye mzaha huitafuta hekima
na haipati,
bali maarifa huja kwa urahisi kwa
anayepambanua.

7 Kaa mbali na mtu mpumbavu,
kwa maana hutapata maarifa katika
midomo yake.

8 Hekima ya mwenye busara ni kufikiria
njia zake,
bali upumbavu wa wapumbavu
ni udanganyifu.

9 Wapumbavu hudhihaki kujirekebisha
kutoka dhambi,
bali wema hupatikana miongoni mwa
wanyofu.

10 Kila moyo hujua uchungu wake wenyewe,
wala hakuna yeyote awezaye kushiriki
furaha yake.

11 Nyumba ya mwovu itaangamizwa,
bali hema la mnyofu litastawi.

12 Iko njia ionekanayo kuwa sawa kwa mtu,
bali mwisho wake huelekeza mautini.

13 Hata katika kicheko moyo waweza kuuma,
nayo furaha yaweza kuishia katika
majonzi.

14 Wasio na imani watapatilizwa kikamilifu
kwa ajili ya njia zao,
naye mtu mwema atapewa thawabu kwa
ajili ya njia yake.

15 Mtu mjinga huamini kila kitu,
bali mwenye busara hufikiria hatua zake.

16 Mtu mwenye hekima humcha Bwana
na kuepuka mabaya,
bali mpumbavu hukasirika kwa hamaki
na uzembe.

17 Mtu anayekasirika kwa haraka hufanya
mambo ya upumbavu,
naye mtu wa hila huchukiwa.

18 Mjinga hurithi upumbavu,
bali wenye busara huvikwa maarifa
kichwani kama taji.

19 Watu wabaya watasujudu mbele
ya watu wema,
nao waovu kwenye malango
ya wenye haki.

20 Maskini huepukwa hata na majirani zao,
bali matajiri wana marafiki wengi.

21 Yeye anayemdharau jirani yake hutenda
dhambi,
bali amebarikiwa yeye aliye na huruma
kwa mhitaji.

22 Je, wale wanaopanga ubaya hawapotoki?
Bali wale wanaopanga kilicho chema
hupata upendo na uaminifu.

23 Kazi zote zinazofanywa kwa bidii
huleta faida,
bali mazungumzo matupu huelekea
umaskini tu.

24 Utajiri wa wenye hekima ni taji yao,
bali upumbavu wa wapumbavu huzaa
upumbavu.

25 Shahidi wa kweli huokoa maisha,
bali shahidi wa uongo ni mdanganyifu.

26 Yeye amchaye Bwana ana ngome salama,
na kwa watoto wake itakuwa kimbilio.

27 Kumcha Bwana ni chemchemi ya uzima,
ili kumwepusha mtu na mitego
ya mauti.

28 Wingi wa watu ni utukufu wa mfalme,
bali pasipo watu mkuu huangamia.

29 Mtu mwenye subira ana ufahamu mwingi,
bali anayekasirika haraka huonyesha
upumbavu.

30 Moyo wenye amani huupa mwili uzima,
bali wivu huozesha mifupa.

31 Yeye amwoneaye maskini huonyesha
dharau kwa Muumba wao,
bali yeyote anayemhurumia mhitaji
humheshimu Mungu.

[32] Waovu huangamizwa kwa matendo
yao maovu,
bali hata katika kifo wenye haki hupata
kimbilio.

[33] Hekima hukaa katika moyo wa mwenye
ufahamu
bali haijulikani miongoni mwa
wapumbavu.

[34] Haki huinua taifa,
bali dhambi ni aibu kwa watu wote.

[35] Mfalme hupendezwa na mtumishi mwenye
hekima,
bali ghadhabu yake humwangukia
mtumishi mwenye kuaibisha.

15 Jawabu la upole hugeuza ghadhabu,
bali neno liumizalo huchochea hasira.

[2] Ulimi wa mwenye hekima husifu maarifa,
bali kinywa cha mpumbavu hufoka
upumbavu.

[3] Macho ya Bwana yako kila mahali,
yakiwaangalia waovu na wema.

[4] Ulimi uletao uponyaji ni mti wa uzima,
bali ulimi udanganyao huponda roho.

[5] Mpumbavu hubeza maonyo ya baba yake,
bali yeyote akubaliye maonyo huonyesha
busara.

[6] Nyumba ya mwenye haki ina hazina kubwa,
bali mapato ya waovu huwaletea taabu.

[7] Midomo ya mwenye hekima hueneza
maarifa,
bali sivyo ilivyo mioyo ya wapumbavu.

[8] Bwana huchukia sana dhabihu za waovu,
bali maombi ya wanyofu
humfurahisha Mungu.

[9] Bwana huchukia sana njia ya waovu,
bali huwapenda wale wafuatao haki.

[10] Adhabu kali humngoja yeye aachaye njia;
yeye achukiaye maonyo atakufa.

[11] Mauti[a] na Uharibifu[b] viko wazi mbele
za Bwana:
je, si zaidi sana mioyo ya wanadamu!

[12] Mwenye mzaha huchukia maonyo;
hatataka shauri kwa mwenye hekima.

[13] Moyo wenye furaha hufanya uso uchangamke,
bali maumivu ya moyoni huponda roho.

[14] Moyo wa mwenye ufahamu hutafuta
maarifa,
bali kinywa cha mpumbavu hujilisha
upumbavu.

[15] Siku zote za wanaoonewa ni za taabu,
bali moyo mchangamfu una karamu
ya kudumu.

[16] Afadhali kuwa na kidogo pamoja
na kumcha Bwana,
kuliko mali nyingi pamoja na ghasia.

[17] Afadhali chakula cha mboga mahali palipo
na upendo
kuliko nyama ya ndama iliyononа
pamoja na chuki.

[18] Mtu mwepesi wa hasira huchochea
ugomvi,
bali mtu mvumilivu hutuliza ugomvi.

[19] Njia ya mvivu imezibwa na miiba,
bali njia ya mwenye haki ni barabara kuu.

[20] Mwana mwenye hekima huleta furaha kwa
baba yake,
bali mtu mpumbavu humdharau
mama yake.

[21] Upumbavu humfurahisha mtu ambaye
hana akili,
bali mtu mwenye ufahamu hushika njia
iliyonyooka.

[22] Mipango hushindwa kufanikiwa kwa ajili
ya kukosa ushauri,
bali kukiwa na washauri wengi
hufanikiwa.

[23] Mtu hupata furaha katika kutoa jibu
linalofaa:
je, ni zuri namna gani neno lililotoka kwa
wakati wake!

[24] Mapito ya uzima huelekea juu kwa ajili
ya wenye hekima
kumwepusha asiende chini kaburini.

[25] Bwana hubomoa nyumba ya mtu mwenye
kiburi,
bali huilinda mipaka ya mjane isiguswe.

[26] Bwana huchukia sana mawazo ya mwovu,
bali mawazo ya wale walio safi
humfurahisha yeye.

[27] Mtu mwenye tamaa huletea jamaa
yake taabu,
bali yeye achukiaye rushwa ataishi.

[28] Moyo wa mwenye haki hupima
majibu yake,
bali kinywa cha mwovu hufoka ubaya.

[a]11 Yaani Sheol, maana yake ni Kuzimu.
[b]11 Kwa Kiebrania ni Abadon.

[29] Bwana yuko mbali na waovu,
bali husikia maombi ya wenye haki.

[30] Mtazamo wa tabasamu huleta furaha
moyoni,
nazo habari njema huipa mifupa afya.

[31] Yeye asikilizaye maonyo yatoayo uzima
atakuwa miongoni mwa wenye hekima.

[32] Yeye anayedharau maonyo hujidharau
mwenyewe,
bali yeyote anayekubali maonyo hupata
ufahamu.

[33] Kumcha Bwana humfundisha mtu hekima,
nao unyenyekevu huja kabla ya heshima.

16 Mipango ya moyoni ni ya mwanadamu,
bali jibu la ulimi hutoka kwa Bwana.

[2] Njia zote za mtu huonekana safi machoni
pake mwenyewe,
bali makusudi hupimwa na Bwana.

[3] Mkabidhi Bwana lolote ufanyalo,
nayo mipango yako itafanikiwa.

[4] Bwana hufanya kila kitu kwa kusudi lake
mwenyewe;
hata waovu kwa siku ya maangamizi.

[5] Bwana huwachukia sana wote wenye
kiburi cha moyo.
Uwe na hakika kwa hili: Hawataepuka
kuadhibiwa.

[6] Kwa upendo na uaminifu uovu huondolewa;
kwa kumcha Bwana mtu hujiepusha
na ubaya.

[7] Njia za mtu zinapompendeza Bwana,
huwafanya hata adui zake waishi naye
kwa amani.

[8] Afadhali kitu kidogo pamoja na haki
kuliko mapato mengi pamoja
na udhalimu.

[9] Moyo wa mtu huifikiri njia yake,
bali Bwana huelekeza hatua zake.

[10] Midomo ya mfalme huzungumza kwa
hekima ya kiungu,
wala kinywa chake hakipotoshi haki.

[11] Vipimo na mizani za halali hutoka
kwa Bwana;
mawe yote ya kupimia yaliyo katika
mfuko ameyafanya yeye.

[12] Wafalme huchukia sana kutenda maovu,
kwa maana kiti cha ufalme hufanywa
imara kwa njia ya haki.

[13] Wafalme hufurahia midomo ya uaminifu;
humthamini mtu asemaye kweli.

[14] Ghadhabu ya mfalme ni mjumbe wa mauti,
bali mtu mwenye hekima ataituliza.

[15] Uso wa mfalme ung'aapo,
inamaanisha uhai;
upendeleo wake ni kama wingu la mvua
wakati wa vuli.

[16] Ni bora kiasi gani kupata hekima kuliko
dhahabu,
kuchagua ufahamu kuliko fedha!

[17] Njia kuu ya wanyofu huepuka ubaya;
yeye aichungaye njia yake, huchunga
maisha yake.

[18] Kiburi hutangulia maangamizi,
roho ya majivuno hutangulia maanguko.

[19] Ni afadhali kuwa mnyenyekevu katika roho
miongoni mwa walioonewa
kuliko kugawana nyara pamoja na wenye
kiburi.

[20] Yeyote anayekubali mafundisho hustawi,
tena amebarikiwa yeye
anayemtumaini Bwana.

[21] Wenye hekima moyoni huitwa wenye
ufahamu,
na maneno ya kupendeza huchochea
mafundisho.

[22] Ufahamu ni chemchemi ya uzima kwa wale
walio nao,
bali upumbavu huleta adhabu kwa
wapumbavu.

[23] Moyo wa mtu mwenye hekima huongoza
kinywa chake,
na midomo yake huchochea mafundisho.

[24] Maneno ya kupendeza ni kama sega
la asali,
ni matamu kwa nafsi na uponyaji kwenye
mifupa.

[25] Iko njia ionekanayo kuwa sawa kwa mtu,
bali mwisho wake huelekeza mautini.

[26] Shauku ya mfanyakazi humhimiza
kufanya kazi;
njaa yake humsukuma aendelee.

[27] Mtu mbaya kabisa hupanga mabaya,
maneno yake ni kama moto uunguzao.

[28] Mtu mpotovu huchochea ugomvi,
nayo maongezi ya upuzi hutenganisha
marafiki wa karibu.

[29] Mtu mkali humvuta jirani yake
na kumwongoza katika mapito yale
mabaya.

[30] Yeye akonyezaye kwa jicho lake anapanga
upotovu;
naye akazaye midomo yake amenuia
mabaya.

[31] Mvi ni taji ya utukufu;
hupatikana kwa maisha ya uadilifu.

[32] Ni afadhali mtu mstahimilivu kuliko
shujaa,
mtu anayeitawala hasira yake kuliko yule
autekaye mji.

[33] Kura hupigwa kwa siri,
lakini kila uamuzi wake hutoka
kwa BWANA.

17 Afadhali kula ukoko mkavu ukiwa
na amani na utulivu
kuliko kukaa kwenye nyumba ya karamu
kukiwa na magomvi.

[2] Mtumishi mwenye hekima atatawala juu
ya mwana aaibishaye,
naye atashirikiana katika urithi kama
mmoja wa hao ndugu.

[3] Kalibu ni kwa ajili ya fedha na tanuru
ni kwa ajili ya dhahabu,
bali BWANA huujaribu moyo.

[4] Mtu mwovu husikiliza midomo mibaya;
mwongo husikiliza kwa makini ulimi
wa madhara.

[5] Yeye anaye mdhihaki maskini huonyesha
dharau kwa Muumba wake;
yeyote afurahiaye maafa hataepuka
kuadhibiwa.

[6] Wana wa wana ni taji la wazee,
nao wazazi ni fahari ya watoto wao.

[7] Midomo yenye uwezo wa ushawishi
haimfai mpumbavu:
je, ni mibaya kiasi gani zaidi midomo
ya uongo kwa mtawala!

[8] Kipawa ni kama kito cha thamani machoni
pake yeye aliye nacho;
kokote kigeukiapo, hufanikiwa.

[9] Yeye anayesamehe kosa hudumisha
upendo,
bali yeyote arudiaye jambo hutenganisha
marafiki wa karibu.

[10] Karipio humwingia sana mtu mwenye
kutambua
kuliko mapigo mia kwa mpumbavu.

[11] Mtu mbaya hupenda kuasi tu;
mjumbe asiye na huruma atatumwa
dhidi yake.

[12] Ni afadhali ukutane na dubu
aliyenyang'anywa watoto wake,
kuliko mpumbavu katika
upumbavu wake.

[13] Ikiwa mtu atalipa baya kwa jema,
kamwe ubaya hautaondoka katika
nyumba yake.

[14] Kuanzisha ugomvi ni kama kutoboa bwawa
la maji;
kwa hiyo acha jambo hilo kabla
mabishano hayajaanza.

[15] Yeye asemaye kuwa asiye na haki ana haki,
naye asemaye kuwa mwenye haki
hana haki:
BWANA huwachukia sana wote wawili.

[16] Fedha ina faida gani mikononi mwa
mpumbavu,
wakati yeye hana haja ya kupata hekima?

[17] Rafiki hupenda wakati wote
naye ndugu amezaliwa kwa ajili
ya wakati wa shida.

[18] Mtu mjinga hupana mkono ili kuweka
rehani,
naye huweka dhamana kwa jirani yake.

[19] Yeye apendaye ugomvi apenda dhambi;
naye ainuaye sana lango lake[a] hutafuta
uharibifu.

[20] Mtu mwenye moyo mpotovu hawezi
kufanikiwa;
naye ambaye ulimi wake ni mdanganyifu
huanguka kwenye taabu.

[21] Kuwa na mwana mpumbavu huleta
huzuni;
hakuna furaha kwa baba
wa mpumbavu.

[22] Moyo wenye furaha ni dawa nzuri,
bali roho iliyopondeka hukausha mifupa.

[23] Mtu mwovu hukubali rushwa kwa siri
ili kupotosha njia ya haki.

[24] Mtu wa ufahamu huitazama hekima,
lakini macho ya mpumbavu huhangaika
hadi kwenye miisho ya dunia.

[25] Mwana mpumbavu huleta huzuni kwa
baba yake
na uchungu kwa yeye aliyemzaa.

---

[a]19 Kuinua lango maana yake ni kusema kwa majivuno.

26 Si vizuri kumwadhibu mtu asiye na hatia,
au kuwapiga sana maafisa kwa ajili
ya uadilifu wao.

27 Mtu mwenye maarifa hutumia maneno
kwa kujizuia,
naye mtu mwenye ufahamu ana moyo
wa utulivu.

28 Hata mtu mpumbavu hudhaniwa kuwa
na hekima kama akinyamaza,
na mwenye ufahamu kama akiuzuia
ulimi wake.

18 Mtu ajitengaye na wengine
hufuata matakwa yake mwenyewe;
hupiga vita kila shauri jema.

2 Mpumbavu hafurahii ufahamu,
bali hufurahia kutangaza
maoni yake mwenyewe.

3 Wakati uovu unapokuja, dharau huja pia,
pamoja na aibu huja lawama.

4 Maneno ya kinywa cha mwanadamu
ni kina cha maji,
bali chemchemi ya hekima ni kijito
kinachobubujika.

5 Sio vizuri kumpendelea mtu mwovu,
au kumnyima haki asiye na hatia.

6 Midomo ya mpumbavu humletea ugomvi
na kinywa chake hualika kipigo.

7 Kinywa cha mpumbavu ni uharibifu wake
na midomo yake ni mtego kwa
nafsi yake.

8 Maneno ya mchongezi ni kama chakula
kitamu;
huingia sehemu za ndani sana za mtu.

9 Mtu aliye mlegevu katika kazi yake
ni ndugu na yule anayeharibu.

10 Jina la BWANA ni ngome imara,
wenye haki huikimbilia na kuwa salama.

11 Mali ya tajiri ni mji wake wenye ngome,
wanaudhania kuwa ukuta usioweza
kurukwa.

12 Kabla ya anguko moyo wa mtu hujaa
kiburi,
bali unyenyekevu hutangulia heshima.

13 Yeye ajibuye kabla ya kusikiliza,
huo ni upumbavu wake na aibu yake.

14 Roho ya mtu itastahimili katika ugonjwa
bali roho iliyovunjika ni nani awezaye
kuistahimili?

15 Moyo wa mwenye ufahamu hujipatia
maarifa,
masikio ya mwenye hekima huyatafuta
maarifa.

16 Zawadi humfungulia njia mtoaji,
nayo humleta mbele ya wakuu.

17 Yeye aliye wa kwanza kuleta mashtaka
huonekana sahihi,
hadi mwingine ajitokezapo na kumuuliza
maswali.

18 Kupiga kura hukomesha mashindano
na kutenganisha wapinzani wakuu
wanaopingana.

19 Ndugu aliyechukizwa ni mgumu kuridhika
kuliko mji uliozungushiwa ngome,
nayo mabishano ni kama malango
ya ngome yenye makomeo.

20 Tumbo la mtu litajaa kutokana na tunda
la kinywa chake,
atashibishwa mavuno yanayotokana
na midomo yake.

21 Mauti na uzima viko katika uwezo
wa ulimi,
nao waupendao watakula matunda yake.

22 Apataye mke apata kitu chema
naye ajipatia kibali kwa BWANA.

23 Mtu maskini huomba kuhurumiwa
bali tajiri hujibu kwa ukali.

24 Mtu mwenye marafiki wengi wanaweza
kumharibu,
bali yuko rafiki aambatanaye na mtu kwa
karibu kuliko ndugu.

19 Afadhali mtu maskini ambaye mwenendo
wake hauna lawama,
kuliko mpumbavu ambaye midomo yake
imepotoka.

2 Sio vizuri kuwa na juhudi bila maarifa,
wala kufanya haraka na kuikosa njia.

3 Upumbavu wa mtu mwenyewe huharibu
maisha yake
hata hivyo moyo wake humkasirikia
BWANA.

4 Mali huleta marafiki wengi,
bali rafiki wa mtu maskini humwacha.

5 Shahidi wa uongo hataacha kuadhibiwa,
naye amwagaye uongo hataachwa huru.

6 Wengi hujipendekeza kwa mtawala
na kila mmoja ni rafiki wa mtu atoaye
zawadi.

[7] Mtu maskini huepukwa na ndugu zake wote:
Je, marafiki zake watamkwepa kiasi gani!
Ingawa huwafuata kwa kuwasihi,
hawapatikani popote.

[8] Yeye apataye hekima huipenda nafsi yake
mwenyewe,
yeye ahifadhiye ufahamu hustawi.

[9] Shahidi wa uongo hataacha kuadhibiwa,
naye amwagaye uongo ataangamia.

[10] Haistahili mpumbavu kuishi katika anasa,
itakuwa vibaya kiasi gani
kwa mtumwa kuwatawala wakuu.

[11] Hekima ya mtu humpa uvumilivu,
ni kwa utukufu wake kusamehe makosa.

[12] Ghadhabu ya mfalme ni kama mngurumo
wa simba,
bali wema wake ni kama umande juu
ya nyasi.

[13] Mwana mpumbavu ni maangamizi ya babaye,
naye mke mgomvi ni kama kutonatona
kusikoisha.

[14] Nyumba na mali hurithiwa kutoka kwa
wazazi,
bali mke mwenye busara hutoka
kwa BWANA.

[15] Uvivu huleta usingizi mzito,
naye mtu mzembe huona njaa.

[16] Yeye ambaye hutii mafundisho huulinda
uhai wake,
bali yeye anayezidharau njia zake atakufa.

[17] Yeye amhurumiaye maskini
humkopesha BWANA,
naye atamtuza kwa aliyotenda.

[18] Mrudi mwanao, kwa maana katika hiyo
kuna tumaini,
usiwe mshirika katika mauti yake.

[19] Mtu mwenye kukasirika haraka ni lazima
atapata adhabu yake,
kama utamwokoa, itakubidi kufanya
hivyo tena.

[20] Sikiliza mashauri na ukubali mafundisho,
nawe mwishoni utakuwa na hekima.

[21] Kuna mipango mingi ndani ya moyo wa mtu,
lakini kusudi la BWANA ndilo
litakalosimama.

[22] Lile mtu alionealo shauku ni upendo usio
na mwisho,
afadhali kuwa maskini kuliko kuwa
mwongo.

[23] Kumcha BWANA huongoza kwenye uzima,
kisha mtu hupumzika akiwa ameridhika,
bila kuguswa na shida.

[24] Mtu mvivu hutumbukiza mkono wake
kwenye sahani,
lakini hawezi hata kuupeleka kwenye
kinywa chake!

[25] Mpige mwenye mzaha, naye mjinga
atajifunza busara,
mkemee mwenye ufahamu naye atapata
maarifa.

[26] Yeye amwibiaye baba yake na kumfukuza
mama yake
ni mwana aletaye aibu na fedheha.

[27] Mwanangu, ukiacha kusikiliza
mafundisho,
utatangatanga mbali na maneno
ya maarifa.

[28] Shahidi mla rushwa hudhihaki hukumu
na kinywa cha mtu mwovu humeza
ubaya kwa upesi.

[29] Adhabu zimeandaliwa kwa ajili ya wenye
dhihaka
na mapigo kwa ajili ya migongo ya
wapumbavu.

20 Mvinyo ni mdhihaki na kileo ni mgomvi;
yeyote apotoshwaye navyo hana hekima.

[2] Ghadhabu ya mfalme ni kama ngurumo
ya simba;
yeye amkasirishaye hupoteza uhai wake.

[3] Ni kwa heshima ya mtu kujitenga ugomvi,
bali kila mpumbavu ni mwepesi
kugombana.

[4] Mvivu halimi kwa majira;
kwa hiyo wakati wa mavuno hutazama
lakini hapati chochote.

[5] Makusudi ya moyo wa mwanadamu ni maji
yenye kina,
lakini mtu mwenye ufahamu huyachota.

[6] Watu wengi hujidai kuwa na upendo
usiokoma,
bali mtu mwaminifu ni nani awezaye
kumpata?

[7] Mtu mwenye haki huishi maisha yasiyo
na lawama,
wamebarikiwa watoto wake baada yake.

[8] Wakati mfalme aketipo katika kiti chake
cha enzi kuhukumu,
hupepeta ubaya wote kwa macho yake.

9 Ni nani awezaye kusema, "Nimeuweka
moyo wangu safi;
mimi ni safi na sina dhambi?"

10 Mawe ya kupimia yaliyo tofauti na vipimo
tofauti,
BWANA huchukia vyote viwili.

11 Hata mtoto hujulikana kwa matendo yake,
kama tabia yake ni safi na adili.

12 Masikio yasikiayo na macho yaonayo,
BWANA ndiye alivifanya vyote viwili.

13 Usiupende usingizi la sivyo utakuwa maskini,
uwe macho nawe utakuwa na chakula
cha akiba.

14 "Haifai, haifai!" asema mnunuzi,
kisha huondoka akijisifia ununuzi wake.

15 Dhahabu kunayo, na marijani kwa wingi,
lakini midomo inenayo maarifa
ni kito cha thamani kilicho adimu.

16 Chukua vazi la yule awekaye dhamana
kwa ajili ya mgeni;
lishikilie iwe dhamana kama anafanya hivyo
kwa ajili ya mwanamke mpotovu.

17 Chakula kilichopatikana kwa hila ni kitamu
kwa mwanadamu,
bali huishia na kinywa kilichojaa
changarawe.

18 Fanya mipango kwa kutafuta mashauri,
ukipigana vita, tafuta maelekezo.

19 Maneno ya kusengenya husababisha
kutokuaminika,
kwa hiyo mwepuke mtu anayezungumza
kupita kiasi.

20 Ikiwa mtu atamlaani baba yake au mama yake,
taa yake itazimwa katika giza nene.

21 Urithi upatikanao haraka mwanzoni,
hautabarikiwa mwishoni.

22 Usiseme, "Nitakulipiza kwa ajili ya kosa hili!"
Mngojee BWANA, naye atakuokoa.

23 BWANA anachukia sana mawe ya kupimia
ya udanganyifu,
nazo mizani zisizo halali hazimpendezi.

24 Hatua za mtu huongozwa na BWANA.
Anawezaje basi mtu yeyote kuelewa njia
yake mwenyewe?

25 Ni mtego kwa mtu kuweka wakfu kitu kwa
haraka
na baada ya kitambo kidogo kufikiria
tena nadhiri zake.

26 Mfalme mwenye hekima hupepeta
waovu,
hulipitisha gurudumu la kupuria
juu yao.

27 Taa ya BWANA huchunguza roho
ya mwanadamu,
huchunguza utu wake wa ndani.

28 Upendo na uaminifu humweka mfalme
salama,
kwa njia ya upendo, kiti chake cha enzi
huwa salama.

29 Utukufu wa vijana ni nguvu zao,
mvi ni fahari ya uzee.

30 Mapigo na majeraha huusafisha ubaya,
nayo michapo hutakasa utu wa ndani.

21 Moyo wa mfalme uko katika mkono
wa BWANA;
huuongoza kama mkondo wa maji,
popote apendapo.

2 Njia zote za mwanadamu huonekana
sawa kwake,
bali BWANA huupima moyo.

3 Kufanya yaliyo sawa na haki inakubalika
zaidi kwa BWANA kuliko dhabihu.

4 Macho ya kudharau na moyo wa kiburi,
ambavyo ni taa ya waovu, vyote
ni dhambi!

5 Mipango ya mwenye bidii huelekeza
kwenye faida,
kama vile kwa hakika pupa huelekeza
kwenye umaskini.

6 Mali iliyopatikana kwa ulimi wa uongo
ni mvuke upitao upesi na mtego
wa kufisha.

7 Jeuri ya waovu itawaburuta mbali,
kwa kuwa wanakataa kufanya
yaliyo sawa.

8 Njia ya mwenye hatia ni ya upotovu,
bali tabia ya mtu asiye na hatia ni nyofu.

9 Ni afadhali kuishi pembeni mwa paa
la nyumba,
kuliko kuishi nyumba moja na mke
mgomvi.

10 Mtu mwovu hutamani sana ubaya,
jirani yake hapati huruma kutoka kwake.

11 Wakati mwenye mzaha ameadhibiwa,
mjinga hupata hekima;
wakati mtu mwenye hekima afundishwapo,
hupata maarifa.

[12] Mwenye Haki huyajua yanayotendeka
katika nyumba za waovu,
naye atawaangamiza waovu.

[13] Mtu akiziba masikio asisikie kilio cha
maskini,
yeye pia atalia, wala hatajibiwa.

[14] Zawadi itolewayo kwa siri hutuliza hasira
na rushwa iliyofichwa kwenye nguo
hutuliza ghadhabu kali.

[15] Wakati haki imetendeka, huleta furaha
kwa wenye haki,
bali kitisho kwa watenda mabaya.

[16] Mtu anayepotea kutoka mapito
ya ufahamu,
hupumzika katika kundi la waliokufa.

[17] Mtu apendaye anasa atakuwa maskini,
yeyote apendaye mvinyo na mafuta
kamwe hatakuwa tajiri.

[18] Waovu huwa fidia kwa ajili ya wenye haki,
nao wasio waaminifu kwa ajili
ya wanyofu.

[19] Ni afadhali kuishi jangwani
kuliko kuishi na mke mgomvi na mkorofi.

[20] Katika nyumba ya mwenye hekima
kuna akiba ya vyakula vizuri na mafuta,
lakini mtu mpumbavu
hutafuna vyote alivyo navyo.

[21] Yeye afuatiaye haki na upendo
hupata uzima, mafanikio na heshima.

[22] Mtu mwenye hekima huushambulia mji
wa wenye nguvu,
na kuangusha ngome wanazozitegemea.

[23] Yeye alindaye kinywa chake na ulimi wake
hujilinda na maafa.

[24] Mtu mwenye kiburi na majivuno,
"Mdhihaki" ndilo jina lake;
hutenda mambo kwa kiburi kilichozidi.

[25] Kutamani sana kwa mvivu kutakuwa
kifo chake,
kwa sababu mikono yake haitaki
kufanya kazi.

[26] Mchana kutwa hutamani zaidi,
lakini mnyofu hutoa pasipo kuzuia.

[27] Dhabihu ya mtu mwovu ni chukizo,
si zaidi sana itolewapo kwa nia mbaya!

[28] Shahidi wa uongo ataangamia,
bali maneno ya mwenye kusikia
yatadumu.

[29] Mtu mwovu ana uso wa ushupavu,
bali mtu mnyofu huzifikiria njia zake.

[30] Hakuna hekima, wala akili, wala mpango
unaoweza kufaulu dhidi ya BWANA.

[31] Farasi huandaliwa kwa ajili ya siku ya vita,
bali ushindi huwa kwa BWANA.

22 Heri kuchagua jina jema kuliko utajiri
mwingi,
kuheshimiwa ni bora kuliko fedha
au dhahabu.

[2] Tajiri na maskini wanafanana kwa hili:
BWANA ni Muumba wao wote.

[3] Mtu mwenye busara huona hatari na
kujificha,
bali mjinga huendelea mbele kama
kipofu nayo ikamtesa.

[4] Unyenyekevu na kumcha BWANA
huleta utajiri, heshima na uzima.

[5] Katika mapito ya waovu kuna miiba
na mitego,
bali yeye ailindaye nafsi yake hukaa
mbali nayo.

[6] Mfundishe mtoto njia impasayo kuiendea,
naye hataiacha hata akiwa mzee.

[7] Matajiri huwatawala maskini
naye akopaye ni mtumwa
wa akopeshaye.

[8] Yeye aupandaye uovu huvuna taabu,
nayo fimbo ya ghadhabu yake
itaangamizwa.

[9] Mtu mkarimu yeye mwenyewe atabarikiwa
kwa kuwa hushiriki chakula chake
na maskini.

[10] Mfukuze mwenye dhihaka,
na mvutano utatoweka;
ugomvi na matukano vitakoma.

[11] Yeye apendaye moyo safi na yeye
ambaye maneno yake ni
ya neema,
mfalme atakuwa rafiki yake.

[12] Macho ya BWANA hulinda maarifa,
bali huyapinga maneno ya asiye
mwaminifu.

[13] Mvivu husema, "Yuko simba nje!"
au, "Nitauawa katika mitaa!"

[14] Kinywa cha mwanamke kahaba
ni shimo refu;
yeye aliye chini ya ghadhabu ya BWANA
atatumbukia ndani yake.

[15] Upumbavu umefungwa ndani ya moyo
wa mtoto,
bali fimbo ya adhabu itaufukuzia
mbali naye.

[16] Yeye amwoneaye maskini ili kujiongezea mali,
naye ampaye tajiri zawadi, wote huwa
maskini.

Misemo Ya Wenye Hekima

[17] Tega sikio na usikie misemo ya wenye hekima,
elekeza moyo wako kwenye yale
nifundishayo,
[18] kwa maana inapendeza unapoyahifadhi
moyoni mwako
na kuwa nayo yote tayari
midomoni mwako.
[19] Ili tumaini lako liwe katika Bwana,
hata wewe, ninakufundisha leo.
[20] Je, sijakuandikia misemo thelathini,
misemo ya mashauri na maarifa,
[21] kukufundisha maneno ya kweli na ya
kuaminika,
ili uweze kutoa majibu sahihi
kwake yeye aliyekutuma?

[22] Usiwadhulumu maskini kwa sababu
ni maskini,
wala kumdhulumu mhitaji mahakamani,
[23] kwa sababu Bwana atalichukua shauri lao
naye atawateka wao waliowateka.

[24] Usifanye urafiki na mtu mwenye hasira
ya haraka,
usishirikiane na yule aliye mwepesi
kukasirika,
[25] la sivyo utajifunza njia zake
na kujiingiza mwenyewe kwenye mtego.

[26] Usiwe mwenye kupana mikono katika rehani,
au kuweka dhamana kwa ajili ya madeni.
[27] Kama ukikosa njia ya kulipa,
kitanda chako
kitachukuliwa ukiwa umekilalia.

[28] Usisogeze jiwe la mpaka wa zamani
lililowekwa na baba zako.

[29] Je, unamwona mtu stadi katika kazi yake?
Atahudumu mbele ya wafalme;
hatahudumu mbele ya watu duni.

23 Uketipo kula chakula na mtawala,
angalia vyema kile kilicho mbele yako,
[2] na utie kisu kooni mwako
kama ukiwa mlafi.
[3] Usitamani vyakula vyake vitamu
kwa kuwa chakula hicho ni cha hila.

[4] Usijitaabishe ili kuupata utajiri,
uwe na hekima kuonyesha kujizuia.
[5] Kufumba na kufumbua utajiri hutoweka,
huwa kama umepata mabawa ghafula,
ukaruka na kutoweka angani kama tai.

[6] Usile chakula cha mtu mchoyo,
usitamani vyakula vyake vitamu,
[7] kwa maana yeye ni aina ya mtu
ambaye kila mara anafikiri juu
ya gharama.
Anakuambia, “Kula na kunywa,”
lakini moyo wake hauko
pamoja nawe.
[8] Utatapika kile kidogo ulichokula,
nawe utakuwa umepoteza bure
maneno yako ya kumsifu.

[9] Usizungumze na mpumbavu,
kwa maana atadhihaki hekima
ya maneno yako.

[10] Usisogeze jiwe la mpaka wa zamani
wala kunyemelea kwenye mashamba
ya yatima,
[11] kwa kuwa Mtetezi wao ni mwenye nguvu,
atalichukua shauri lao dhidi yako.

[12] Elekeza moyo wako kwenye mafundisho
na masikio yako kwenye maneno
ya maarifa.

[13] Usimnyime mtoto adhabu,
ukimwadhibu kwa fimbo, hatakufa.
[14] Mwadhibu kwa fimbo
na kuiokoa nafsi yake kutoka mautini.[a]

[15] Mwanangu, kama moyo wako una hekima,
basi moyo wangu utafurahi,
[16] utu wangu wa ndani utafurahi,
wakati midomo yako
itakapozungumza lililo sawa.

[17] Usiuruhusu moyo wako kuwaonea wivu
wenye dhambi,
bali kila mara uwe na bidii katika
kumcha Bwana.
[18] Hakika kuna tumaini la baadaye kwa
ajili yako,
nalo tarajio lako halitakatiliwa mbali.

[19] Sikiliza, mwanangu na uwe na hekima,
weka moyo wako kwenye njia iliyo sawa.
[20] Usiwe miongoni mwa wanywao mvinyo,
au wale walao nyama kwa pupa,
[21] kwa maana walevi na walafi huwa maskini,
nako kusinzia huwavika matambara.

[22] Msikilize baba yako, aliyekuzaa,
wala usimdharau mama yako
atakapokuwa mzee.
[23] Nunua kweli wala usiiuze,
pata hekima, adabu na ufahamu.
[24] Baba wa mwenye haki ana furaha kubwa,
naye aliye na mwana mwenye hekima
humfurahia.
[25] Baba yako na mama yako na wafurahi,
mama aliyekuzaa na ashangilie!

[a]14 Mautini maana yake ni Kuzimu.

26 Mwanangu, nipe moyo wako,
macho yako na yafuate njia zangu,
27 kwa maana kahaba ni shimo refu
na mwanamke mpotovu ni kisima
chembamba.
28 Kama mnyang'anyi, hungojea akivizia,
naye huzidisha wasio waaminifu
miongoni mwa wanaume.

29 Ni nani mwenye ole?
Ni nani mwenye huzuni?
Ni nani mwenye ugomvi?
Ni nani mwenye malalamiko?
Ni nani aliye na majeraha yasiyo na sababu?
Ni nani mwenye macho mekundu?
30 Ni hao wakaao sana kwenye mvinyo,
hao waendao kuonja mabakuli ya mvinyo
uliochanganywa.
31 Usiukodolee macho mvinyo wakati ukiwa
mwekundu,
wakati unapometameta kwenye bilauri,
wakati ushukapo taratibu!
32 Mwishowe huuma kama nyoka
na kutia sumu yake kama nyoka
mwenye sumu.
33 Macho yako yataona mambo mageni
na moyo wako kuwazia mambo
yaliyopotoka.
34 Utakuwa kama alalaye katikati ya bahari,
alalaye juu ya kamba ya merikebu.
35 Utasema, "Wamenipiga lakini sikuumia!
Wamenichapa, lakini sisikii!
Nitaamka lini
ili nikanywe tena?"

24 Usiwaonee wivu watu waovu,
usitamani ushirika nao;
2 kwa maana mioyo yao hupanga mambo
ya jeuri,
nayo midomo yao husema juu ya kuleta
madhara.

3 Kwa hekima nyumba hujengwa,
nayo kwa njia ya ufahamu huimarishwa
4 kwa njia ya maarifa vyumba vyake hujazwa
vitu vya thamani na vya kupendeza.

5 Mtu mwenye hekima ana uwezo mkubwa,
naye mtu mwenye maarifa
huongeza nguvu,
6 kwa kufanya vita unahitaji uongozi
na kwa ushindi washauri wengi.

7 Hekima i juu mno kwa mpumbavu,
katika kusanyiko langoni
hana lolote la kusema.

8 Yeye apangaye mabaya
atajulikana kama mtu wa hila.
9 Mipango ya upumbavu ni dhambi,
watu huchukizwa na mwenye dhihaka.

10 Ukikata tamaa wakati wa taabu,
jinsi gani nguvu zako ni kidogo!

11 Okoa wale wanaoongozwa kwenye kifo;
wazuie wote wanaojikokota
kuelekea machinjoni.
12 Kama mkisema, "Lakini hatukujua lolote
kuhusu hili,"
je, yule apimaye mioyo halitambui hili?
Je, yule awalindaye maisha yenu
halijui hili?
Je, hatamlipa kila mtu kulingana
na aliyotenda?

13 Ule asali mwanangu, kwa kuwa ni nzuri;
asali kutoka kwenye sega ni tamu kwa
kuonja.
14 Ujue pia kwamba hekima ni tamu kwa
nafsi yako,
kama ukiipata, kuna matumaini kwako
ya siku zijazo,
nalo tumaini lako halitakatiliwa mbali.

15 Usivizie kama haramia afanyavyo ili
kuyashambulia
makao ya mwenye haki,
wala usiyavamie makazi yake,
16 Kwa maana ingawa mtu mwenye haki
huanguka mara saba, huinuka tena,
lakini waovu huangushwa chini
na maafa.

17 Usitazame kwa kufurahia adui yako
aangukapo;
wakati ajikwaapo,
usiruhusu moyo wako ushangilie.
18 Bwana asije akaona na kuchukia
akaiondoa ghadhabu yake mbali naye.

19 Usikasirike kwa sababu ya watu wabaya
wala usiwaonee wivu waovu,
20 kwa maana mtu mbaya hana tumaini
la siku zijazo,
nayo taa ya waovu itazimwa.

21 Mwanangu, mche Bwana na mfalme,
wala usijiunge na waasi,
22 kwa maana hao wawili watatuma
maangamizi ya ghafula juu yao,
naye ni nani ajuaye maafa wawezayo
kuleta?

Misemo Zaidi Ya Wenye Hekima

23 Hii pia ni misemo ya wenye hekima:

Kuonyesha upendeleo katika hukumu
si vyema:
24 Yeyote amwambiaye mwenye hatia,
"Wewe huna hatia,"
Kabila zitamlaani
na mataifa yatamkana.
25 Bali itakuwa vyema kwa wale watakaowatia
hatiani wenye hatia,
nazo baraka tele zitawajilia juu yao.

26 Jawabu la uaminifu
ni kama busu la midomoni.

27 Maliza kazi zako za nje,
nawe uweke mashamba yako tayari,
baada ya hayo, jenga nyumba yako.

28 Usishuhudie dhidi ya jirani yako bila sababu,
au kutumia midomo yako kudanganya.
29 Usiseme, "Nitamtenda kama
alivyonitenda mimi;
nitamlipiza mtu yule kwa kile
alichonitendea."

30 Nilipita karibu na shamba la mvivu,
karibu na shamba la mizabibu la mtu
asiye na akili,
31 miiba ilikuwa imeota kila mahali,
ardhi ilikuwa imefunikwa na magugu, na
ukuta wa mawe ulikuwa umebomoka.
32 Nikatafakari moyoni mwangu lile
nililoliona,
nami nikajifunza somo kutokana
na niliyoyaona:
33 Bado kulala kidogo, kusinzia kidogo,
bado kukunja mikono kidogo upate
kupumzika:
34 hivyo umaskini utakuja juu yako kama
mnyang'anyi,
na kupungukiwa kutakujia kama mtu
mwenye silaha.

Mithali Zaidi Za Solomoni

25 Hizi ni mithali zaidi za Solomoni, zilizona-
kiliwa na watu wa Hezekia mfalme wa Yuda:

2 Ni Utukufu wa Mungu kuficha jambo,
bali ni utukufu wa wafalme
kuchunguza jambo.

3 Kama mbingu zilivyo juu na nchi
ilivyo chini,
ndivyo ambavyo mioyo ya wafalme
haichunguziki.

4 Ondoa takataka kwenye madini ya fedha,
nako ndani yake kutatokea chombo
cha mfua fedha.
5 Ondoa waovu mbele ya mfalme,
nacho kiti chake cha enzi
kitaimarishwa kwa njia ya haki.

6 Usijikweze mwenyewe mbele ya mfalme,
wala usidai nafasi miongoni mwa
watu wakuu;
7 ni afadhali yeye akuambie, "Njoo huku juu,"
kuliko yeye kukuaibisha mbele ya mkuu.

Kile ulichokiona kwa macho yako
8 usiharakishe kukipeleka mahakamani,
maana utafanya nini mwishoni
kama jirani yako atakuaibisha?

9 Kama ukifanya shauri na jirani yako,
usisaliti siri ya mtu mwingine,
10 ama yeye aisikiaye aweza kukuaibisha
na kamwe sifa yako mbaya haitaondoka.

11 Neno lisemwalo kwa wakati ufaao
ni kama matunda ya mtofaa ya dhahabu
yaliyowekwa kwenye vijalizo vya fedha.

12 Kama vile kipuli cha dhahabu
au pambo la dhahabu safi,
ndivyo lilivyo karipio la mtu mwenye
hekima
kwa sikio lisikilizalo.

13 Kama vile ubaridi wa theluji wakati
wa mavuno
ndivyo alivyo mjumbe mwaminifu kwa
wale wamtumao,
huburudisha roho za bwana zake.

14 Kama vile mawingu na upepo pasipo mvua
ndivyo alivyo mtu ajisifuye kwa zawadi
ambazo hatoi.

15 Kwa njia ya uvumilivu mtawala aweza
kushawishiwa,
nao ulimi laini waweza kuvunja mfupa.

16 Ukipata asali, kula kiasi tu cha kukutosha,
ukila zaidi, utatapika.
17 Ingiza mguu wako nyumbani kwa jirani
yako mara chache,
ukizidisha, atakukinai na atakuchukia.

18 Kama vile rungu au upanga au
mshale mkali
ndivyo alivyo mtu atoaye ushuhuda
wa uongo dhidi ya jirani yake.

19 Kama vile jino bovu au mguu uliolemaa,
ndivyo ilivyo kumtegemea mtu asiye
mwaminifu wakati wa shida.

20 Kama vile avuaye mavazi siku ya baridi,
au kama siki iliyomwagwa juu ya magadi,
ndivyo alivyo yeye amuimbiaye nyimbo
mtu mwenye moyo mzito.

21 Kama adui yako ana njaa, mpe chakula ale;
kama ana kiu, mpe maji anywe.
22 Kwa kufanya hivyo, unaweka makaa
ya moto yanayowaka kichwani pake,
naye Bwana atakupa thawabu.

23 Kama vile upepo wa kaskazini
uletavyo mvua,
ndivyo ulimi usingiziao uletavyo uso
wa hasira.

24 Ni afadhali kuishi pembeni mwa paa
la nyumba,
kuliko kuishi nyumba moja na mke
mgomvi.

25 Kama vile maji baridi kwa nafsi iliyochoka
ndivyo zilivyo habari njema kutoka nchi
ya mbali.

[26] Kama vile chemchemi iliyotibuliwa
matope au
kisima kilichotiwa taka
ndivyo alivyo mtu mwenye haki
akishiriki na waovu.

[27] Si vyema kula asali nyingi sana,
wala si heshima
kujitafutia heshima yako mwenyewe.

[28] Kama vile mji ambao kuta zake zimebomoka
ndivyo alivyo mtu
ambaye hawezi kujitawala mwenyewe.

26 Kama theluji wakati wa kiangazi au mvua
wakati wa mavuno,
ndivyo asivyostahili heshima
mpumbavu.

[2] Kama shomoro apigapigavyo mabawa yake
au mbayuwayu katika kuruka kwake kasi,
ndivyo ilivyo laana isiyo na sababu
haimpati mtu.

[3] Mjeledi kwa farasi, lijamu kwa punda,
nayo fimbo kwa migongo ya wapumbavu!

[4] Usimjibu mpumbavu sawasawa na
upumbavu wake,
ama wewe mwenyewe utakuwa
kama yeye.

[5] Mjibu mpumbavu sawasawa na
upumbavu wake,
ama atakuwa mwenye hekima machoni
pake mwenyewe.

[6] Kama vile ilivyo kujikata miguu au kunywa
hasara,
ndivyo ilivyo kutuma ujumbe kwa
mkono wa mpumbavu.

[7] Kama miguu ya kiwete inavyoning'inia
ndivyo ilivyo mithali katika kinywa cha
mpumbavu.

[8] Kama kufunga jiwe kwenye kombeo,
ndivyo ilivyo kumpa mpumbavu heshima.

[9] Kama mwiba kwenye mkono wa mlevi
ndivyo ilivyo mithali kinywani mwa
mpumbavu.

[10] Kama mpiga upinde ambaye hujeruhi ovyo,
ndivyo alivyo yeye aajiriye mpumbavu
au yeyote apitaye njiani.

[11] Kama mbwa ayarudiavyo matapiko yake,
ndivyo mpumbavu arudiavyo
upumbavu wake.

[12] Je, unamwona mtu ajionaye mwenye hekima
machoni pake mwenyewe?
Liko tumaini zaidi kwa mpumbavu
kuliko kwake.

[13] Mvivu husema, "Yuko simba barabarani,
simba mkali anazunguka mitaa!"

[14] Kama vile mlango ugeukavyo kwenye
bawaba zake,
ndivyo mvivu ajigeuzavyo
kitandani mwake.

[15] Mtu mvivu hutumbukiza mkono wake
kwenye sahani,
naye huchoka kuupeleka kwenye
kinywa chake.

[16] Mtu mvivu ni mwenye hekima machoni
pake mwenyewe,
kuliko watu saba wawezao kujibu kwa
busara.

[17] Kama yeye amkamataye mbwa kwa
masikio,
ndivyo alivyo mtu apitaye njiani na
kujiingiza kwenye ugomvi
usiomhusu.

[18] Kama mtu mwendawazimu
atupaye vijinga vya moto au mishale
ya kufisha,
[19] ndivyo alivyo mtu amdanganyaye jirani
yake na kusema,
"Nilikuwa nikifanya mzaha tu!"

[20] Bila kuni moto huzimika;
pasipo uchongezi ugomvi humalizika.

[21] Kama makaa juu ya makaa yanayowaka,
na kama kuni kwenye moto,
ndivyo alivyo mtu mgomvi kwa
kuchochea ugomvi.

[22] Maneno ya mchongezi ni kama chakula
kitamu;
huingia sehemu za ndani sana za mtu.

[23] Kama rangi ing'aayo iliyopakwa kwenye
vyombo vya udongo
ndivyo ilivyo midomo laini pamoja
na moyo mbaya.

[24] Mtu mwenye nia ya kudhuru wengine
hujificha kwa maneno ya
midomo yake,
lakini moyoni mwake huficha
udanganyifu.
[25] Ingawa maneno yake huvutia, usimwamini,
kwa maana machukizo saba hujaza
moyo wake.
[26] Nia yake ya kudhuru wengine inaweza
kufichwa na udanganyifu,
lakini uovu wake utafichuliwa kwenye
kusanyiko.

[27] Kama mtu akichimba shimo, atatumbukia
ndani yake,
kama mtu akivingirisha jiwe, litamrudia.

26 Ulimi wa uongo, huwachukia wale
unaowaumiza,
nacho kinywa cha kujipendekeza
hutenda uharibifu.

27 Usijisifu kwa ajili ya kesho,
kwa kuwa hujui ni nini kitakachozaliwa
kwa siku moja.

2 Mwache mwingine akusifu,
wala si kinywa chako mwenyewe;
mtu mwingine afanye hivyo
na si midomo yako mwenyewe.

3 Jiwe ni zito na mchanga ni mzigo,
lakini kukasirishwa na mpumbavu ni
kuzito kuliko vyote viwili.

4 Hasira ni ukatili na ghadhabu kali
ni gharika,
lakini ni nani awezaye kusimama mbele
ya wivu?

5 Afadhali karipio la wazi
kuliko upendo uliofichika.

6 Majeraha kutoka kwa rafiki yaonyesha
uaminifu,
bali kubusu kwa adui ni kwingi sana.

7 Yeye aliyeshiba huchukia kabisa asali,
bali kwa mwenye njaa
hata kile kilicho kichungu
kwake ni kitamu.

8 Kama ndege atangatangavyo mbali na
kiota chake,
ndivyo alivyo mtu atangatangaye
mbali na nyumbani mwake.

9 Manukato na uvumba huleta furaha moyoni,
nao uzuri wa rafiki huchipuka
kutoka kwenye ushauri wake wa uaminifu.

10 Usimwache rafiki yako wala rafiki
wa baba yako,
tena usiende nyumbani mwa ndugu yako
wakati umepatwa na maafa.
Bora jirani wa karibu
kuliko ndugu aliye mbali.

11 Mwanangu, uwe na hekima,
nawe ulete furaha moyoni mwangu,
ndipo nitakapoweza kumjibu yeyote
anitendaye kwa dharau.

12 Mtu mwenye busara huona hatari
na kujificha,
bali mjinga huendelea mbele nayo
ikamtesa.

13 Chukua vazi la yule awekaye dhamana
kwa ajili ya mgeni;
lishikilie iwe dhamana kama anafanya hivyo
kwa ajili ya mwanamke mpotovu.

14 Kama mtu akimbariki jirani yake kwa
sauti kuu
asubuhi na mapema,
itahesabiwa kama ni laana.

15 Mke mgomvi ni kama
matone yasiyokoma ya siku ya mvua.
16 Kumzuia yeye ni kama kuuzuia upepo
au kukamata mafuta kwa kiganja
cha mkono.

17 Kama vile chuma kinoavyo chuma,
ndivyo mtu amnoavyo mwenzake.

18 Yeye autunzaye mtini atakula tunda lake,
naye amtunzaye bwana wake
ataheshimiwa.

19 Kama uso uonekanavyo kwenye maji,
ndivyo hivyo moyo wa mtu
humwonyesha alivyo.

20 Kuzimu na Uharibifu havishibi
kadhalika macho ya mwanadamu.

21 Kalibu ni kwa ajili ya fedha
na tanuru kwa ajili ya dhahabu,
bali mtu hupimwa kwa sifa azipokeazo.

22 Hata ukimtwanga mpumbavu kwenye kinu,
ukimtwanga kama nafaka kwa mchi,
hutauondoa upumbavu wake.

23 Hakikisha kuwa unajua hali ya
makundi yako
ya kondoo na mbuzi,
angalia kwa bidii ng'ombe zako.
24 Kwa kuwa utajiri haudumu milele,
nayo taji haidumu vizazi vyote.
25 Wakati majani makavu yameondolewa
na mapya yamechipua,
nayo majani toka milimani
yamekusanywa,
26 wana-kondoo watakupatia mavazi
na mbuzi thamani ya shamba.
27 Utakuwa na maziwa mengi ya mbuzi
kukulisha wewe na jamaa yako,
na kuwalisha watumishi wako wa kike.

28 Mtu mwovu hukimbia ingawa hakuna
yeyote anayemfukuza,
bali wenye haki ni wajasiri kama simba.

2 Wakati nchi inapokuwa na uasi, inakuwa
na viongozi wengi,
bali mwenye ufahamu na maarifa
hudumisha utaratibu.

3 Mtu maskini amwoneaye yeye aliye
maskini zaidi
ni kama mvua ya dhoruba
isiyosaza mazao.

4 Wale waiachao sheria huwasifu waovu,
bali wale waishikao sheria huwapinga.

[5] Watu wabaya hawaelewi haki,
bali wale wamtafutao Bwana wanaielewa kikamilifu.

[6] Afadhali maskini ambaye mwenendo wake hauna lawama
kuliko tajiri ambaye njia zake ni potovu.

[7] Yeye ashikaye sheria ni mwana mwenye ufahamu,
bali rafiki wa walafi humwaibisha baba yake.

[8] Yeye aongezaye utajiri wake kwa riba kubwa mno
hukusanya kwa ajili ya mwingine, ambaye atawahurumia maskini.

[9] Kama mtu yeyote akikataa kusikia sheria,
hata maombi yake ni chukizo.

[10] Yeye ambaye humwongoza mwenye haki kwenye mapito mabaya,
ataanguka kwenye mtego wake mwenyewe,
bali wasio na lawama watapokea urithi mwema.

[11] Mtu tajiri anaweza kuwa na hekima machoni pake mwenyewe,
bali mtu maskini mwenye ufahamu atamfichua.

[12] Mwenye haki ashindapo, kuna furaha kubwa,
bali waovu watawalapo, watu hujificha.

[13] Yeye afichaye dhambi zake hatafanikiwa,
bali yeyote aziungamaye na kuziacha hupata rehema.

[14] Amebarikiwa mtu ambaye siku zote humcha Bwana,
bali yeye afanyaye moyo wake kuwa mgumu
huangukia kwenye taabu.

[15] Kama simba angurumaye au dubu ashambuliaye,
ndivyo alivyo mtu mwovu atawalaye wanyonge.

[16] Mtawala dhalimu hana akili,
bali yeye achukiaye mapato ya udhalimu
atafurahia maisha marefu.

[17] Mtu mwenye kusumbuliwa na hatia ya kuua
atakuwa mtoro mpaka kufa;
mtu yeyote na asimsaidie.

[18] Yeye ambaye mwenendo wake hauna lawama
hulindwa salama,
bali yeye ambaye njia zake ni potovu
ataanguka ghafula.

[19] Yeye alimaye shamba lake atakuwa na chakula tele,
bali yule afuataye mambo ya upuzi
atakuwa na umaskini wa kumtosha.

[20] Mtu mwaminifu atabarikiwa sana,
bali yeye atamaniye kupata utajiri kwa haraka
hataacha kuadhibiwa.

[21] Kuonyesha upendeleo si vizuri,
hata hivyo mtu atafanya kosa kwa kipande cha mkate.

[22] Mtu mchoyo ana tamaa ya kupata utajiri,
naye hana habari kuwa umaskini unamngojea.

[23] Yeye amkemeaye mtu mwishoni hupata kibali zaidi,
kuliko mwenye maneno ya kusifu isivyostahili.

[24] Yeye amwibiaye babaye au mamaye
na kusema, "Si kosa,"
yeye ni mwenzi wa yule aharibuye.

[25] Mtu mwenye tamaa huchochea fitina,
bali yule amtegemeaye Bwana atafanikiwa.

[26] Yeye ajitumainiaye mwenyewe ni mpumbavu,
bali yeye atembeaye katika hekima
hulindwa salama.

[27] Yeye ampaye maskini
hatapungukiwa na kitu chochote,
bali yeye awafumbiaye maskini macho
hupata laana nyingi.

[28] Wakati waovu watawalapo,
watu huenda mafichoni,
bali waovu wanapoangamia,
wenye haki hufanikiwa.

29

[1] Mtu anayeendelea kuwa na shingo ngumu baada ya maonyo mengi,
ataangamia ghafula, wala hapati dawa.

[2] Wenye haki wanapostawi, watu hufurahi;
waovu watawalapo, watu hulia kwa huzuni.

[3] Mtu apendaye hekima huleta furaha kwa baba yake,
bali aambatanaye na makahaba hutapanya mali yake.

[4] Kwa haki mfalme huipa nchi uthabiti,
bali mfalme aliye na tamaa ya rushwa huiangamiza.

[5] Yeyote amsifuye jirani yake isivyostahili,
anautandaza wavu kuitega miguu yake.

6 Mtu mbaya hutegwa na dhambi yake
mwenyewe
bali mwenye haki huweza kuimba
na kufurahi.

7 Mwenye haki hujali haki kwa ajili
ya maskini,
bali mwovu hajishughulishi na hilo.

8 Wenye mzaha huuchochea mji,
bali watu wenye hekima hugeuzia mbali
hasira.

9 Kama mwenye hekima akienda
mahakamani na mpumbavu,
mpumbavu hukasirika na kudhihaki,
wala hakuna amani.

10 Watu wamwagao damu humchukia mtu
mwadilifu
na hutafuta kumuua mtu mnyofu.

11 Mpumbavu huonyesha hasira yake yote,
bali mwenye hekima hujizuia.

12 Kama mtawala akisikiliza uongo,
maafisa wake wote huwa waovu.

13 Mtu maskini na mtu anayeonea
wanafanana kwa jambo hili:
Bwana hutia nuru macho yao wote
wawili.

14 Kama mfalme akiwaamua maskini
kwa haki,
kiti chake cha enzi kitakuwa thabiti
siku zote.

15 Fimbo ya maonyo hutia hekima,
bali mtoto aliyeachiwa bila maonyo
humwaibisha mama yake.

16 Wakati waovu wanapostawi,
pia dhambi vivyo hivyo,
lakini wenye haki wataliona anguko lao.

17 Mrudi mwanao, naye atakupa amani,
atakufurahisha nafsi yako.

18 Mahali pasipo na ufunuo, watu kujizuia,
bali ana heri mtu yule aishikaye sheria.

19 Mtumishi hawezi kuonywa kwa maneno
matupu,
ajapoelewa, hataitikia.

20 Je, unamwona mtu azungumzaye kwa
haraka?
Kuna matumaini zaidi kwa mpumbavu
kuliko yeye.

21 Kama mtu akimdekeza mtumishi wake
tangu ujanani,
atamletea sikitiko mwishoni.

22 Mtu mwenye hasira huchochea ugomvi,
naye mtu mwenye hasira ya haraka
hutenda dhambi nyingi.

23 Kiburi cha mtu humshusha,
bali mtu mwenye roho ya unyenyekevu
hupata heshima.

24 Anayekubaliana na mwizi ni adui wa nafsi
yake mwenyewe;
huapishwa lakini hathubutu kushuhudia.

25 Kuwaogopa watu huwa ni mtego,
bali yeyote amtumainiaye Bwana
atakuwa salama.

26 Wengi hutafuta kusikilizwa na mtawala,
bali mtu hupata haki kutoka kwa Bwana.

27 Mwenye haki huwachukia sana wasio
waaminifu;
waovu huwachukia sana wenye haki.

Misemo Ya Aguri

30 Misemo ya Aguri mwana wa Yake, usia:

Huyu mtu alimwambia Ithieli,
naam, kwa Ithieli na kwa Ukali:

2 "Mimi ni mjinga kuliko wanadamu wote;
sina ufahamu wa kibinadamu.
3 Sijajifunza hekima,
wala sina maarifa ya kumjua yeye Aliye
Mtakatifu.
4 Ni nani ameshapanda mbinguni
na kushuka?
Ni nani ameshakusanya upepo
kwenye vitanga vya mikono yake?
Ni nani ameshafungia maji kwenye
nguo yake?
Ni nani ameimarisha miisho yote
ya dunia?
Jina lake ni nani, na mwanawe
anaitwa nani?
Niambie kama unajua!

5 "Kila neno la Mungu ni kamilifu;
yeye ni ngao kwa wale wanaomkimbilia.
6 Usiongeze kwenye maneno yake,
ama atakukemea na kukuthibitisha kuwa
mwongo.

7 "Ninakuomba vitu viwili, Ee Bwana;
usininyime kabla sijafa:
8 Uutenge mbali nami udanganyifu
na uongo;
usinipe umaskini wala utajiri,
bali unipe chakula cha kunitosha
kila siku.
9 Nisije nikawa na vingi vya kuzidi
nikakukana
na kusema, 'Bwana ni nani?'
Au nisije nikawa maskini nikaiba,
nami nikaliaibisha jina la Mungu wangu.

[10] "Usimchongee mtumishi kwa bwana wake,
asije akakulaani, ukapatilizwa kwalo.

[11] "Wako watu wale ambao huwalaani
baba zao
na wala hawawabariki mama zao;
[12] wale ambao ni safi machoni pao wenyewe
kumbe hawakuoshwa uchafu wao;
[13] wale ambao daima macho yao ni ya kiburi,
ambao kutazama kwao ni kwa dharau;
[14] wale ambao meno yao ni panga
na ambao mataya yao yamewekwa visu
kuwaangamiza maskini katika nchi,
na wahitaji kutoka miongoni mwa
wanadamu.

[15] "Mruba anao binti wawili waliao,
'Nipe! Nipe!'

"Kuna vitu vitatu visivyotosheka kamwe,
naam, viko vinne visivyosema, 'Yatosha!':
[16] Ni kaburi, tumbo lisilozaa,
nchi isiyoshiba maji kamwe,
na moto, usiosema kamwe, 'Yatosha!'

[17] "Jicho lile limdhihakilo baba,
lile linalodharau kumtii mama,
litang'olewa na kunguru wa bondeni,
litaliwa na tai.

[18] "Kuna vitu vitatu vinavyonishangaza sana,
naam, vinne nisivyovielewa:
[19] Ni mwendo wa tai katika anga,
mwendo wa nyoka juu ya mwamba,
mwendo wa meli katika maji makuu
ya bahari,
nao mwendo wa mtu pamoja na msichana.

[20] "Huu ndio mwendo wa mwanamke mzinzi,
hula akapangusa kinywa chake na kusema,
'Sikufanya chochote kibaya.'

[21] "Kwa mambo matatu nchi hutetemeka,
naam, kwa mambo manne haiwezi
kuvumilia:
[22] Mtumwa awapo mfalme,
mpumbavu ashibapo chakula,
[23] mwanamke asiyependwa aolewapo,
naye mtumishi wa kike achukuapo nafasi
ya bibi yake.

[24] "Vitu vinne duniani vilivyo vidogo,
lakini vina akili nyingi sana:
[25] Mchwa ni viumbe wenye nguvu ndogo,
hata hivyo hujiwekea akiba ya chakula
chao wakati wa kiangazi.
[26] Pelele ni viumbe vyenye uwezo mdogo
hata hivyo hujitengenezea nyumba zao
kwenye miamba.
[27] Nzige hawana mfalme,
hata hivyo huenda pamoja vikosi vikosi.
[28] Mjusi anaweza kushikwa kwa mkono,
hata hivyo huonekana katika majumba
ya kifalme.

[29] "Viko vitu vitatu ambavyo vinapendeza
katika mwendo wao,
naam, vinne ambavyo hutembea kwa
mwendo wa madaha:
[30] simba, mwenye nguvu miongoni mwa
wanyama,
asiyerudi nyuma kwa chochote;
[31] jogoo atembeaye kwa maringo, pia beberu,
naye mfalme pamoja na jeshi lake
lililomzunguka.

[32] "Ikiwa umefanya upumbavu na ukajitukuza
mwenyewe,
au kama umepanga mabaya,
basi funika mdomo wako na
mkono wako.
[33] Kwa maana kama vile kusukasuka maziwa
hutoa siagi,
na pia kule kufinya pua hutoa damu,
kadhalika kuchochea hasira hutokeza
ugomvi."

Misemo Ya Mfalme Lemueli

31 Misemo ya Mfalme Lemueli, usia wa mama
yake aliyomfundisha:

[2] "Ee mwanangu, ee mwana wa tumbo langu,
ee mwana wa nadhiri zangu,[a]
[3] Usitumie nguvu zako kwa wanawake,
uhodari wako kwa wale wanaowaharibu
wafalme.

[4] "Ee Lemueli, haifai wafalme,
haifai wafalme kunywa mvinyo,
haifai watawala kutamani sana kileo,
[5] wasije wakanywa na kusahau vile sheria
inavyoamuru
na kuwanyima haki zao wote
walioonewa.
[6] Wape kileo wale wanaoangamia,
mvinyo wale walio na uchungu,
[7] Wanywe na kusahau umaskini wao
na wasikumbuke taabu yao tena.

[8] "Sema kwa ajili ya wale wasioweza
kujisemea,
kwa ajili ya haki za wote walioachwa
ukiwa.
[9] Sema na uamue kwa haki,
tetea haki za maskini na wahitaji."

Maneno Ya Mwisho: Mke Mwenye Sifa Nzuri

[10] Mke mwenye sifa nzuri, ni nani awezaye
kumpata?
Yeye ni wa thamani sana kuliko
marijani.[b]
[11] Mume wake anamwamini kikamilifu
wala hakosi kitu chochote cha thamani.
[12] Humtendea mumewe mema, wala
si mabaya,
siku zote za maisha yake.

---
[a]2 Au: Ewe uliye jibu la maombi yangu.
[b]10 Mithali 31:10-31 imetungwa kila mstari ukianzia na herufi ya alfabeti ya Kiebrania zikifuatana tangu Aleph (A) hadi Taw (T); zote ni 22.

13 Huchagua sufu na kitani
naye hufanya kazi kwa mikono
yenye bidii.
14 Yeye ni kama meli za biashara
akileta chakula chake kutoka mbali.
15 Yeye huamka kungali bado giza
huwapa jamaa yake chakula
na mafungu kwa watumishi wake wa kike.
16 Huangalia shamba na kulinunua,
kutokana na mapato yake hupanda
shamba la mizabibu.
17 Hufanya kazi zake kwa nguvu,
mikono yake ina nguvu kwa ajili
ya kazi zake.
18 Huona kwamba biashara yake ina faida,
wala taa yake haizimiki usiku.
19 Huweka mikono yake kwenye pia,
navyo vidole vyake hushikilia kijiti
chenye uzi.
20 Huwanyooshea maskini mikono yake
na kuwakunjulia wahitaji vitanga vyake.
21 Theluji ishukapo, hana hofu kwa ajili ya
watu wa nyumbani mwake,
kwa maana wote wamevikwa nguo za
kutia joto.
22 Hutengeneza mazulia ya urembo ya
kufunika kitanda chake,
yeye huvaa kitani safi na urujuani.
23 Mume wake anaheshimiwa kwenye
lango la mji,
aketipo miongoni mwa wazee wa nchi.
24 Hutengeneza mavazi ya kitani na
kuyauza,
naye huwauzia wafanyabiashara
mishipi.
25 Amevikwa nguvu na heshima,
anaweza kucheka bila kuwa na hofu
kwa siku zijazo.
26 Huzungumza kwa hekima
na mafundisho ya kuaminika yapo
ulimini mwake.
27 Huangalia mambo ya nyumbani mwake
wala hali chakula cha uvivu.
28 Watoto wake huamka na kumwita
aliyebarikiwa,
mumewe pia humsifu, akisema:
29 "Wanawake wengi hufanya vitu vyenye
sifa nzuri,
lakini wewe umewapita wote."
30 Kujipamba ili kuvutia ni udanganyifu
na uzuri unapita upesi,
bali mwanamke anayemcha Bwana
atasifiwa.
31 Mpe thawabu anayostahili,
nazo kazi zake na zimletee sifa kwenye
lango la mji.

MHUBIRI

Kila Kitu Ni Ubatili Mtupu

1 Maneno ya Mhubiri, mwana wa Daudi, mfalme
huko Yerusalemu:

2 "Ubatili mtupu! Ubatili mtupu!"
Mhubiri anasema.
"Ubatili mtupu!
Kila kitu ni ubatili."

3 Mwanadamu anafaidi nini kutokana
na kazi yake yote
anayotaabikia chini ya jua?
4 Vizazi huja na vizazi hupita,
lakini dunia inadumu milele.
5 Jua huchomoza na jua huzama,
nalo huharakisha kurudi mawioni.
6 Upepo huvuma kuelekea kusini
na kugeukia kaskazini,
hurudia mzunguko huo huo,
daima ukirudia njia yake.
7 Mito yote hutiririka baharini,
hata hivyo bahari kamwe haijai.
Mahali mito inapotoka,
huko hurudi tena.
8 Vitu vyote vinachosha,
zaidi kuliko mtu anavyoweza kusema.
Jicho kamwe halitosheki kutazama,
wala sikio halishibi kusikia.
9 Kile kilichokuwepo kitakuwepo tena,
kile kilichofanyika kitafanyika tena,
hakuna kilicho kipya chini ya jua.
10 Kuna kitu chochote ambacho mtu anaweza
kusema,
"Tazama! Kitu hiki ni kipya"?
Kilikuwepo tangu zamani za kale,
kilikuwepo kabla ya wakati wetu.
11 Hakuna kumbukumbu ya watu wa zamani,
hata na wale ambao hawajaja bado
hawatakumbukwa
na wale watakaofuata baadaye.

Hekima Ni Ubatili

12 Mimi, Mhubiri, nilikuwa mfalme wa Israeli
katika Yerusalemu. 13 Nilitumia muda wangu
wote kujifunza na kuvumbua kwa hekima yote
yanayofanyika chini ya mbingu. Jinsi gani Mungu
ameweka mzigo mzito juu ya wanadamu! 14 Nime-
shaona mambo yote yanayotendeka chini ya jua,
hayo yote ni ubatili, hii ni kukimbiza upepo.

15 Kilichopindika hakiwezi kunyooshwa,
kile ambacho hakipo haiwezekani
kukihesabu.

16 Niliwaza mwenyewe, "Tazama, nimekua na
kuongezeka katika hekima kuliko yeyote aliyewahi
kutawala Yerusalemu kabla yangu. Nimekuwa na
uzoefu mkubwa wa hekima na maarifa." 17 Ndipo
nilipojitahidi kufahamu kutofautisha hekima,
wazimu na upumbavu, lakini nikatambua hata
hili nalo ni kukimbiza upepo.

18 Kwa kuwa hekima nyingi huleta
huzuni kubwa;
maarifa yanapoongezeka, masikitiko
yanaongezeka.

Anasa Ni Ubatili

2 Nikafikiri moyoni mwangu, "Haya basi, nita-
kujaribu kwa anasa nione ni lipi lililo jema."
Lakini hilo nalo likaonekana ni ubatili. 2 Nikasema,
"Kicheko nacho ni upumbavu. Nayo matokeo ya
anasa ni nini?" 3 Nikajaribu kujifurahisha kwa mvi-
nyo na kukumbatia upumbavu, huku bado akili
yangu inaniongoza kwa hekima. Nilitaka kuona ni
lipi bora watu wafanye kwa siku chache wanazoishi
chini ya mbingu.

4 Nikafanya miradi mikubwa: Nikajijengea
majumba na kulima mashamba ya mizabibu.
5 Nikatengeneza bustani na viwanja vya starehe
nikaotesha huko kila aina ya miti ya matunda. 6 Nika-
jenga mabwawa ya kukusanya maji ya kunyweshea
hii miti iliyokuwa inastawi vizuri. 7 Nikanunua watu-
mwa wa kiume na wa kike na watumwa wengine
walizaliwa nyumbani mwangu. Pia nilikuwa na
makundi ya ng'ombe, kondoo na mbuzi kuliko
mtu yeyote aliyewahi kuishi Yerusalemu kabla
yangu. 8 Nikajikusanyia fedha na dhahabu, hazina
za wafalme na za majimbo. Nikajipatia waimbaji
wanaume na wanawake, nazo nyumba za masuria:
vitu ambavyo moyo wa mwanadamu hufurahia.
9 Nikawa maarufu sana kuliko mtu mwingine yeyote
aliyepata kuishi Yerusalemu kabla yangu. Katika
haya yote bado nikawa nina hekima.

10 Sikujinyima kitu chochote ambacho macho
yangu yalikitamani,
hakuna anasa ambayo niliunyima moyo
wangu.
Moyo wangu ulifurahia kazi zangu zote,
hii ilikuwa thawabu ya kazi zangu zote.
11 Hata hivyo nilipokuja kuangalia yote ambayo
mikono yangu ilikuwa imefanya
na yale niliyotaabika kukamilisha,
kila kitu kilikuwa ni ubatili,
ni kukimbiza upepo;
hapakuwa na faida yoyote chini ya jua.

Hekima Na Upumbavu Ni Ubatili

12 Kisha nikageuza mawazo yangu kufikiria
hekima,
wazimu na upumbavu.
Ni nini zaidi mtu anayetawala baada ya mfalme
anachoweza kufanya ambacho
hakijafanywa?

[13] Nikaona kuwa hekima ni bora kuliko
upumbavu,
kama vile nuru ilivyo bora kuliko giza.
[14] Mtu mwenye hekima ana macho katika
kichwa chake,
lakini mpumbavu anatembea gizani;
lakini nikaja kuona kwamba
wote wawili hatima yao inafanana.

[15] Kisha nikafikiri moyoni mwangu,

"Hatima ya mpumbavu itanipata mimi pia.
Nitafaidi nini basi kwa kuwa na hekima?"
Nikasema moyoni mwangu,
"Hili nalo ni ubatili."
[16] Kwa maana kwa mtu mwenye hekima,
kama ilivyo kwa mpumbavu,
hatakumbukwa kwa muda mrefu,
katika siku zijazo wote watasahaulika.
Kama vile ilivyo kwa mpumbavu,
mtu mwenye hekima pia lazima atakufa!

Kutaabika Ni Ubatili

[17] Kwa hiyo nikachukia maisha, kwa sababu
kazi inayofanyika chini ya jua ilikuwa masikitiko
kwangu. Yote hayo ni ubatili, ni kukimbiza upepo.
[18] Nikachukia kila kitu nilichokuwa nimetaabikia
chini ya jua, kwa sababu ni lazima nimwachie yule
ajaye baada yangu. [19] Nani ajuaye kama atakuwa ni
mtu mwenye hekima au mpumbavu? Lakini hata
hivyo yeye ndiye atakayetawala kazi zote ambazo
nimemiminia juhudi na ustadi chini ya jua. Hili nalo
ni ubatili. [20] Kwa hiyo moyo wangu ukaanza kukata
tamaa juu ya kazi yangu yote niliyoifanya kwa taabu
chini ya jua. [21] Kwa kuwa mtu anaweza kufanya
kazi yake kwa hekima, maarifa na ustadi, kisha
analazimika kuacha vyote alivyo navyo kwa mtu
mwingine ambaye hajavifanyia kazi. Hili nalo pia
ni ubatili tena ni balaa kubwa. [22] Mtu atapata nini
kwa taabu yote na kuhangaika kwa bidii katika kazi
anayotaabikia chini ya jua? [23] Siku zake zote kazi
yake ni maumivu na masikitiko, hata usiku akili
yake haipati mapumziko. Hili nalo pia ni ubatili.
[24] Hakuna kitu bora anachoweza kufanya mtu
zaidi ya kula na kunywa na kuridhika katika kazi
yake. Hili nalo pia, ninaona, latokana na mkono wa
Mungu, [25] kwa sababu pasipo yeye, ni nani awezaye
kula na kufurahi? [26] Kwa yule mtu anayempendeza
Mungu, Mungu humpa hekima, maarifa na furaha,
bali kwa mwenye dhambi Mungu humpa kazi ya
kukusanya na kuhifadhi utajiri ili Mungu ampe
yule anayempenda. Hili nalo pia ni ubatili, ni
kukimbiza upepo.

Kila Jambo Lina Wakati Wake

3 Kuna wakati kwa ajili ya kila jambo,
nayo majira kwa kila tendo chini ya mbingu:

[2] wakati wa kuzaliwa na wakati wa kufa,
wakati wa kupanda na wakati wa kung'oa
yaliyopandwa,
[3] wakati wa kuua na wakati wa kuponya,
wakati wa kubomoa,
na wakati wa kujenga,
[4] wakati wa kulia na wakati wa kucheka,
wakati wa kuomboleza na wakati
wa kucheza,
[5] wakati wa kutawanya mawe na wakati
wa kukusanya mawe,
wakati wa kukumbatia na wakati
wa kutokumbatia,
[6] wakati wa kutafuta na wakati
wa kupoteza,
wakati wa kuweka na wakati wa kutupa,
[7] wakati wa kurarua na wakati
wa kushona,
wakati wa kunyamaza na wakati
wa kuzungumza,
[8] wakati wa kupenda na wakati
wa kuchukia,
wakati wa vita na wakati wa amani.

[9] Mfanyakazi anapata faida gani kutokana na
taabu yake? [10] Nimeona mzigo Mungu alioweka
juu ya wanadamu. [11] Amefanya kila kitu kiwe kizuri
kwa wakati wake. Pia ameiweka hiyo milele katika
mioyo ya wanadamu, wala hawawezi kutambua
kwa kina yale ambayo Mungu amefanya tangu
mwanzo hadi mwisho. [12] Ninajua kwamba hakuna
kitu bora kwa wanadamu kuliko kuwa na furaha
na kutenda mema wakati wanapoishi. [13] Tena ni
karama ya Mungu kila mtu apate kula na kunywa
na kujiburudisha kwa mema katika kazi yake yote.
[14] Ninajua kwamba kila kitu anachokifanya Mungu
kitadumu milele, hakuna kinachoweza kuongezwa
au kupunguzwa. Mungu hufanya hivyo ili watu
wamche yeye.

[15] Chochote kilichopo kilishakuwepo,
na kitakachokuwepo
kimekwishakuwepo kabla;
naye Mungu huyaita yale yaliyopita
yarudi tena.

[16] Pia nikaona kitu kingine tena chini ya jua:

Mahali pa kutolea hukumu,
uovu ulikuwepo,
mahali pa kupatia haki,
uovu ulikuwepo.

[17] Nikafikiri moyoni mwangu,

"Mungu atawaleta hukumuni
wote wawili wenye haki na waovu,
kwa maana kutakuwako na wakati kwa ajili
ya kila jambo,
wakati kwa ajili ya kila tendo."

[18] Pia nikafikiri, "Kuhusu wanadamu, Mungu huwa-
jaribu ili wajione kwamba wao ni kama wanyama.
[19] Hatima ya mwanadamu ni kama ile ya wanyama;
wote wana mwisho unaofanana: Jinsi anavyokufa
mnyama, ndivyo anavyokufa mwanadamu. Wote
wana pumzi inayofanana; mwanadamu hana cha
zaidi kuliko mnyama. Kila kitu ni ubatili. [20] Wote
huenda mahali panapofanana; wote hutoka mavu-
mbini, mavumbini wote hurudi. [21] Ni nani ajuaye

kama roho ya mtu huenda juu na roho ya mnyama
hushuka chini ardhini?"

22 Kwa hiyo nikaona kwamba hakuna kitu kili-
cho bora zaidi kwa mwanadamu kuliko kuifurahia
kazi yake, kwa sababu hilo ndilo fungu lake. Kwa
maana ni nani awezaye kumrudisha ili aje kuona
kile kitakachotendeka baada yake?

Uonevu, Taabu, Uadui

4 Nikatazama tena nikaona uonevu wote ulio-
kuwa unafanyika chini ya jua:

Nikaona machozi ya walioonewa,
wala hawana wa kuwafariji;
uwezo ulikuwa upande wa wale
wanaowaonea,
wala hawana wa kuwafariji.
2 Nami nikasema kwamba wafu,
waliokwisha kufa,
wana furaha kuliko watu walio hai,
ambao bado wanaishi.
3 Lakini aliye bora kuliko hao wawili
ni yule ambaye hajazaliwa bado,
ambaye hajaona ule uovu
unaofanyika chini ya jua.

4 Tena nikaona kuwa kazi zote na mafanikio
yote huchipuka kutokana na wivu wa mtu kwa
jirani yake. Hili nalo ni ubatili, ni kukimbiza
upepo.

5 Mpumbavu hukunja mikono yake
na kujiangamiza mwenyewe.
6 Afadhali konzi moja pamoja
na utulivu kuliko konzi mbili pamoja
na taabu
na kukimbiza upepo.

7 Tena nikaona kitu kingine kilicho ubatili chini
ya jua:

8 Kulikuwepo mwanadamu aliye peke yake,
hakuwa na mwana wala ndugu.
Hapakuwa na mwisho wa kazi yake,
hata hivyo macho yake
hayakutosheka na utajiri wake.
Aliuliza, "Ninajitaabisha hivi kwa ajili
ya nani,
nami kwa nini ninajinyima kufurahia?"
Hili pia ni ubatili,
ni shughuli yenye taabu!

9 Wawili ni afadhali kuliko mmoja,
kwa sababu wana malipo mazuri kwa
kazi yao:
10 Kama mmoja akianguka,
mwenzake atamwinua.
Lakini ni jambo la kuhuzunisha
kwa mtu yule aangukaye
naye hana wa kumwinua!
11 Pia, kama wawili wakilala pamoja
watapashana joto.
Lakini ni vipi mtu aweza
kujipasha joto mwenyewe?
12 Ingawa mtu mmoja aweza kushindwa,
watu wawili wanaweza
kumkabili adui na kumshinda.
Kamba ya nyuzi tatu
haikatiki kwa urahisi.

Maendeleo Ni Ubatili

13 Afadhali kijana maskini mwenye hekima
kuliko mfalme mzee mpumbavu ambaye hajui
tena kupokea maonyo. 14 Kijana huyo angeweza
kutokea gerezani akapata ufalme, au angeweza
kuwa amezaliwa katika umaskini kwenye huo
ufalme. 15 Nikaona kwamba wote walioishi na
kutembea chini ya jua walimfuata kijana, ali-
yepokea ufalme. 16 Hapakuwa na kikomo cha
watu wote aliowatawala. Lakini wale waliokuja
baadaye hawakufurahia kazi ya yule aliyepokea
ufalme. Hili nalo pia ni ubatili, ni kukimbiza
upepo.

Simama Katika Kicho Cha Mungu

5 Linda hatua zako uendapo katika nyumba ya
Mungu. Karibia usikilize kuliko kutoa dhabihu
ya wapumbavu, ambao hawajui kuwa wanafanya
kosa.

2 Usiwe mwepesi kuzungumza,
usiwe na haraka katika moyo wako
kuzungumza lolote mbele za Mungu.
Mungu yuko mbinguni
nawe uko duniani,
kwa hiyo maneno yako
na yawe machache.
3 Kama vile ndoto huja
wakati kuna shughuli nyingi,
ndivyo yalivyo mazungumzo ya mpumbavu
wakati kuna maneno mengi.

4 Wakati unapomwekea Mungu nadhiri, usika-
wie kuitimiza. Yeye hafurahii wapumbavu; timiza
nadhiri yako. 5 Ni afadhali usiweke nadhiri kuliko
kuiweka na usiitimize. 6 Usiruhusu kinywa chako
kukuingiza dhambini. Tena usijitetee mbele ya
huyo mjumbe wa hekaluni, ukisema, "Niliweka
nadhiri kwa makosa." Kwa nini Mungu akasirike
kwa ajili ya yale unayosema na kuiharibu kazi ya
mikono yako? 7 Kuota ndoto kwingi na maneno
mengi ni ubatili. Kwa hiyo simama katika kicho
cha Mungu.

Utajiri Ni Ubatili

8 Kama ukiona maskini wanaonewa katika nchi,
hukumu na haki vikipotoshwa, usishangazwe na
mambo hayo, kwa maana afisa mmoja anaangaliwa
na aliye juu yake zaidi na juu ya hao wawili kuna
wengine walio juu zaidi yao. 9 Mafanikio ya nchi ni
kwa ajili ya wote, hata mfalme mwenyewe hufaidi
kutoka mashambani.

10 Yeyote apendaye fedha kamwe
hatosheki na fedha;
yeyote apendaye utajiri kamwe
hatosheki na kipato chake.
Hili nalo pia ni ubatili.

11 Mali ikiongezeka, ndivyo walaji
wanavyoongezeka.
Hii nayo inamfaidia nini mwenye mali
isipokuwa ni kushibisha macho yake?

12 Usingizi wa kibarua ni mtamu,
awe amekula kidogo au kingi,
lakini wingi wa mali
humnyima tajiri usingizi.

13 Nimeshaona uovu mzito chini ya jua:

Utajiri uliolimbikizwa kwa kujinyima
na kuleta madhara kwa mwenye mali,
14 au utajiri uliopotea kwa bahati mbaya,
hivyo kwamba wakati akiwa na mwana
hakuna chochote kilichobaki kwa
ajili yake.
15 Mtu hutoka tumboni mwa mama yake uchi,
naye jinsi alivyokuja vivyo hivyo
huondoka.
Hachukui chochote kutokana na kazi yake
ambacho anaweza kukibeba
mkononi mwake.

16 Hili nalo ni baya la kusikitisha:

Kama vile mtu ajavyo, vivyo hivyo huondoka,
naye anapata faida gani,
maadamu hutaabika kwa ajili ya upepo?
17 Siku zake zote hula gizani,
pamoja na fadhaa kubwa,
mateso na hasira.

18 Ndipo nikatambua kwamba ni vyema na sahihi
kwa mtu kula na kunywa na kutosheka katika kazi
yake ngumu chini ya jua katika siku chache za mai-
sha yake Mungu alizompa, kwa maana hili ndilo
fungu lake. 19 Zaidi ya yote, Mungu anapompa mtu
yeyote utajiri na milki, humwezesha kuvifurahia,
kukubali fungu lake na kuwa na furaha katika kazi
yake, hii ni karama ya Mungu. 20 Mara chache mtu
huzifikiri siku za maisha yake, kwa sababu Mungu
humfanya ashikwe na furaha ya moyoni.

6 Nimeona ubaya mwingine chini ya jua, nao
unalemea sana wanadamu: 2 Mungu humpa
mwanadamu utajiri, mali na heshima, hivyo
hakukosa chochote moyo wake unachokitamani.
Lakini Mungu hamwezeshi kuvifurahia, badala
yake mgeni ndiye anayevifurahia. Hili ni ubatili,
ni ubaya unaosikitisha.

3 Mtu anaweza kuwa na watoto mia moja naye
akaishi miaka mingi, lakini haidhuru kuwa ataishi
muda mrefu kiasi gani, kama hawezi kufurahia
mafanikio yake na kwamba hapati mazishi ya
heshima, ninasema afadhali mtoto aliyezaliwa
akiwa amekufa kuliko yeye. 4 Kuzaliwa kwake
hakuna maana, huondokea gizani na gizani jina
lake hufunikwa. 5 Ingawa hakuwahi kuliona jua
wala kujua kitu chochote, yeye ana pumziko zaidi
kuliko mtu huyo, 6 Hata kama huyo mtu ataishi
miaka elfu mara mbili na zaidi, lakini akashindwa
kufurahia mafanikio yake, je, wote hawaendi
sehemu moja?

7 Juhudi zote za binadamu ni kwa ajili
ya kinywa chake,
hata hivyo hamu yake kamwe
haitoshelezwi.
8 Mtu mwenye hekima ana faida gani
zaidi ya mpumbavu?
Mtu maskini anapata faida gani
kwa kujua jinsi ya kujistahi
mbele ya watu wengine?
9 Ni bora kile ambacho jicho linakiona
kuliko hamu isiyotoshelezwa.
Hili nalo ni ubatili,
ni kukimbiza upepo.

10 Lolote lililopo limekwisha kupewa jina,
naye mwanadamu alivyo
ameshajulikana;
hakuna mtu awezaye kushindana
na mwenye nguvu kuliko yeye.
11 Maneno yanavyokuwa mengi,
ndivyo yanavyokosa maana,
Je, hilo linamfaidia vipi yeyote?

12 Kwa maana ni nani anayejua lililo jema kwa
ajili ya maisha ya mwanadamu, katika siku cha-
che na za ubatili anazopita kama kivuli? Ni nani
awezaye kumwambia yatakayotokea chini ya jua
baada ya yeye kuondoka?

Hekima

7 Afadhali sifa nzuri kuliko manukato safi,
nayo siku ya kufa kuliko ya kuzaliwa.
2 Afadhali kwenda kwenye nyumba ya msiba
kuliko kwenda kwenye nyumba
ya karamu,
kwa kuwa kifo ni hatima ya kila
mwanadamu,
imewapasa walio hai kuliweka hili
mioyoni mwao.
3 Huzuni ni afadhali kuliko kicheko,
kwa sababu uso wenye huzuni wafaa
kwa moyo.
4 Moyo wa wenye hekima uko katika nyumba
ya msiba,
lakini moyo wa wapumbavu uko katika
nyumba ya anasa.
5 Afadhali kusikia karipio la mtu mwenye
hekima,
kuliko kusikiliza wimbo wa wapumbavu.
6 Kama ilivyo kuvunjika kwa miiba chini
ya sufuria,
ndivyo kilivyo kicheko cha wapumbavu.
Hili nalo pia ni ubatili.

7 Dhuluma humfanya mtu mwenye hekima
kuwa mpumbavu,
nayo rushwa huuharibu moyo.

8 Mwisho wa jambo ni bora kuliko
mwanzo wake,
uvumilivu ni bora kuliko kiburi.
9 Usiwe mwepesi kukasirika rohoni mwako,
kwa kuwa hasira hukaa kifuani mwa
wapumbavu.

10 Usiseme, "Kwa nini siku za kale zilikuwa
bora kuliko siku hizi?"
Kwa maana si hekima kuuliza maswali
kama hayo.

11 Hekima, kama ulivyo urithi, ni kitu chema
na huwafaidia wale walionalo jua.
12 Hekima ni ulinzi kama fedha ilivyo ulinzi,
lakini faida ya maarifa ni hii:
kwamba hekima huhifadhi maisha
ya aliye nayo.

13 Tafakari kile Mungu alichokitenda:

Nani awezaye kunyoosha
kile ambacho yeye amekipinda?
14 Nyakati zikiwa nzuri, ufurahi,
lakini nyakati zikiwa mbaya, tafakari:
Mungu amefanya hiyo moja,
naam, sanjari[a] na hiyo nyingine.
Kwa hiyo, mwanadamu hawezi kugundua
kitu chochote kuhusu maisha yake
ya baadaye.

15 Katika maisha haya yangu ya ubatili nime-
shaona haya mawili:

mtu mwadilifu akiangamia katika uadilifu
wake,
naye mtu mwovu akiishi maisha marefu
katika uovu wake.
16 Usiwe mwenye haki kupita kiasi,
wala usiwe na hekima kupita kiasi:
kwa nini kujiangamiza mwenyewe?
17 Usiwe mwovu kupita kiasi,
wala usiwe mpumbavu:
kwa nini kufa kabla ya wakati wako?
18 Ni vyema kushika hilo moja
na wala usiache hilo jingine likupite.
Mtu amchaye Mungu ataepuka huko
kupita kiasi.[b]

19 Hekima humfanya yeye aliye nayo kuwa
na uwezo zaidi
kuliko watawala kumi katika mji.

20 Hakuna mtu mwenye haki duniani
ambaye hufanya mambo ya haki
na kamwe asitende dhambi.

21 Usitie maanani kila neno linalosemwa na watu,
la sivyo, waweza kumsikia
mtumishi wako akikulaani:
22 kwa kuwa unafahamu moyoni mwako
kwamba wewe mwenyewe mara nyingi
umewalaani wengine.

23 Yote haya niliyajaribu kwa hekima, nikasema,

"Nimeamua kuwa na hekima":
lakini hii ilikuwa nje ya uwezo wangu.

24 Vyovyote hekima ilivyo,
hekima iko mbali sana na imejificha,
ni nani awezaye kuigundua?
25 Nikageuza fikira zangu ili kuelewa,
kuchunguza na kuitafuta hekima
na kusudi la mambo,
na ili kuelewa ujinga wa uovu,
na wazimu wa upumbavu.

26 Nimeona jambo lililo chungu kuliko mauti,
mwanamke ambaye ni mtego,
ambaye moyo wake ni wavu wa kutegea
na mikono yake ni minyororo.
Mtu ampendezaye Mungu atamkwepa,
bali mwenye dhambi atanaswa naye.

27 Mhubiri anasema, "Tazama, hili ndilo nililo-
gundua:

"Nimegundua kitu kimoja baada ya kingine
nilipokuwa katika kusudi la mambo:
28 ningali natafiti
lakini sipati:
nilimpata mwanaume mmoja mnyofu
miongoni mwa elfu,
lakini hakuna mwanamke mmoja
mnyofu miongoni mwao.
29 Hili ndilo peke yake nililolipata:
Mungu amemuumba mwanadamu
mnyofu,
lakini mwanadamu amebuni
mambo mengi."

8 Ni nani aliye kama mtu mwenye hekima?
Ni nani ajuaye maelezo ya mambo?
Hekima hung'arisha uso wa mtu
na kubadili ugumu wa uso wake.

Mtii Mfalme

2 Nawaambia, Tii amri ya mfalme, kwa sababu
uliapa mbele za Mungu. 3 Usiharakishe kuondoka
mbele ya mfalme. Usiendelee kutenda lililo baya,
kwa maana mfalme atafanya lolote apendalo.
4 Kwa kuwa neno la mfalme ndilo lenye mamlaka
ya mwisho, nani awezaye kumwambia, "Je, wewe
unafanya nini?"

5 Yeyote anayetii agizo lake hatadhurika,
moyo wa hekima utajua wakati muafaka
na jinsi ya kutenda.
6 Kwa maana kuna wakati muafaka
na utaratibu wa kila jambo,
ingawa huzuni ya mwanadamu
huwa nzito juu yake.
7 Kwa vile hakuna mtu ajuaye siku zijazo,
ni nani awezaye kumwambia linalokuja?
8 Hakuna mwanadamu
awezaye kushikilia roho yake asife,
wala hakuna mwenye uwezo
juu ya siku ya kufa kwake.
Kama vile hakuna yeyote arudishwaye
nyuma wakati wa vita,
kadhalika uovu hautawaweka huru wale
wautendao.

[a]14 Sanjari hapa maana yake mwandamano wa vitu, wanyama au watu.
[b]18 Au: atafuata hayo yote mawili.

9 Yote haya niliyaona, nilipokuwa natafakari kila
kitu kinachotendeka chini ya jua. Kuna wakati
ambapo mtu hujifanya bwana juu ya wengine kwa
madhara yake mwenyewe. 10 Ndipo pia, nikaona
waovu wakizikwa, wale ambao walizoea kuingia
na kutoka mahali patakatifu na kupewa sifa katika
mji ambapo walikuwa wamefanya haya. Hili nalo
ni ubatili.

11 Wakati hukumu juu ya tendo ovu haitekelezwi
upesi, mioyo ya watu hujaa mipango ya kutenda
maovu. 12 Ingawa mtu mwovu hufanya maovu mia
moja na akaendelea kuishi maisha marefu, najua
kwamba itakuwa bora zaidi kwa watu wanao-
mwogopa Mungu, wamchao Mungu. 13 Lakini kwa
sababu waovu hawamwogopi Mungu, hawatafani-
kiwa, maisha yao hayatarefuka kama kivuli.

14 Kuna kitu kingine ambacho ni ubatili kina-
chotokea duniani: Watu waadilifu kupata yale
yanayowastahili waovu, nao waovu kupata yale
yanayowastahili waadilifu. Hili nalo pia, nasema
ni ubatili. 15 Kwa hiyo mimi ninasifu kufurahia
maisha, kwa sababu hakuna kitu bora zaidi kwa
mwanadamu chini ya jua kuliko kula, kunywa
na kufurahi. Kisha furaha itafuatana naye kazini
mwake siku zote za maisha yake ambazo amepewa
na Mungu chini ya jua.

16 Nilipotafakari akilini mwangu ili nijue hekima
na kuangalia kazi ya mwanadamu duniani, jinsi
ambavyo macho yake hayapati usingizi mchana
wala usiku, 17 ndipo nikaona yale yote ambayo
Mungu ameyafanya. Hakuna yeyote awezaye
kuelewa yale yanayotendeka chini ya jua. Licha ya
juhudi zake zote za kutafuta, mtu hawezi kugundua
maana yake. Hata ingawa mtu mwenye hekima ana-
dai kuwa anafahamu, kwa hakika hawezi kutambua.

Hatima Ya Wote

9 Kwa hiyo niliyatafakari yote haya nikafikia
uamuzi kwamba waadilifu na wenye hekima na
yale wanayoyafanya yako mikononi mwa Mungu,
lakini hakuna mtu ajuaye kama anangojewa na
upendo au chuki. 2 Wote wanayo hatima inayo-
fanana, mwadilifu na mwovu, mwema na mbaya,
aliye safi na aliye najisi, wale wanaotoa dhabihu
na wale wasiotoa.

Kama ilivyo kwa mtu mwema,
ndivyo ilivyo kwa mtu mwenye dhambi;
kama ilivyo kwa wale wanaoapa,
ndivyo ilivyo kwa wale wasioapa.

3 Huu ni ubaya ulio katika kila kitu kinachote-
ndeka chini ya jua: Mwisho unaofanana huwapata
wote. Zaidi ya hayo, mioyo ya watu, imejaa ubaya
na kuna wazimu mioyoni mwao wangali hai,
hatimaye huungana na waliokufa. 4 Yeyote aliye
miongoni mwa walio hai analo tumaini, hata mbwa
hai ni bora kuliko simba aliyekufa!

5 Kwa maana walio hai wanajua kwamba
watakufa,
lakini wafu hawajui chochote,
hawana tuzo zaidi,
hata kumbukumbu yao imesahaulika.

6 Upendo wao, chuki yao na wivu wao
vimetoweka tangu kitambo,
kamwe hawatakuwa tena na sehemu
katika lolote linalotendeka chini ya jua.

7 Nenda, kula chakula chako kwa furaha, unywe
divai yako kwa moyo wa shangwe, kwa maana sasa
Mungu anakubali unachofanya. 8 Daima uvae nguo
nyeupe na daima upake kichwa chako mafuta.
9 Furahia maisha na mke wako, umpendaye, siku
zote za maisha ya ubatili uliyopewa na Mungu
chini ya jua, siku zote za ubatili. Kwa maana hili
ndilo fungu lako katika maisha na katika kazi yako
ya taabu chini ya jua. 10 Lolote mkono wako upatalo
kufanya, fanya kwa nguvu zako zote, kwa kuwa
huko kuzimu, unakokwenda, hakuna kufanya kazi
wala mipango wala maarifa wala hekima.

11 Nimeona kitu kingine tena chini ya jua:

Si wenye mbio washindao mashindano
au wenye nguvu washindao vita,
wala si wenye hekima wapatao chakula
au wenye akili nyingi wapatao mali,
wala wenye elimu wapatao upendeleo,
lakini fursa huwapata wote.

12 Zaidi ya hayo, hakuna mwanadamu ajuaye
wakati saa yake itakapokuja:

Kama vile samaki wavuliwavyo katika wavu
mkatili,
au ndege wanaswavyo kwenye mtego,
vivyo hivyo wanadamu hunaswa na
nyakati mbaya
zinazowaangukia bila kutazamia.

Hekima Ni Bora Kuliko Upumbavu

13 Pia niliona chini ya jua mfano huu wa hekima
ambao ulinivutia sana: 14 Palikuwa na mji mdogo
uliokuwa na watu wachache ndani yake. Mfalme
mwenye nguvu akainuka dhidi yake, akauzunguka
akaweka jeshi kubwa dhidi yake. 15 Katika mji huo
kulikuwepo mtu mmoja maskini lakini mwenye
hekima, naye akauokoa ule mji kwa hekima yake.
Lakini hakuna aliyemkumbuka yule maskini.
16 Kwa hiyo, nikasema, "Hekima ni bora kuliko
nguvu." Lakini hekima ya maskini imedharauliwa,
wala hakuna anayesikiliza maneno yake.

17 Maneno ya utulivu ya mwenye hekima
husikiwa kuliko makelele ya mtawala
wa wapumbavu.
18 Hekima ni bora kuliko silaha za vita,
lakini mwenye dhambi mmoja
huharibu mema mengi.

10 Kama vile nzi waliokufa huacha harufu
mbaya kwenye manukato,
ndivyo upumbavu kidogo huzidi nguvu
hekima na heshima.
2 Moyo wa mwenye hekima huelekea kuume,
lakini moyo wa mpumbavu huelekea
kushoto.

3 Hata anapotembea barabarani,
mpumbavu hukosa ufahamu
na kudhihirisha kwa kila mmoja
jinsi alivyo mpumbavu.
4 Kama hasira ya mtawala ikiwaka dhidi yako,
usiache mahali pako,
utulivu huweza kuzuia makosa mengi.

5 Kuna ubaya niliouona chini ya jua,
aina ya kosa litokalo kwa mtawala:
6 Wapumbavu kuwekwa kwenye nafasi
nyingi za juu,
wakati matajiri hushika nafasi za chini.
7 Mimi nimeona watumwa wamepanda farasi,
wakati wakuu wakitembea
kwa miguu kama watumwa.

8 Yeye achimbaye shimo
aweza kutumbukia ndani yake,
yeyote abomoaye ukuta
anaweza kuumwa na nyoka.
9 Yeyote apasuaye mawe
inawezekana yakamuumiza,
yeyote apasuaye magogo
inawezekana yakamuumiza.

10 Kama shoka ni butu
na halikunolewa,
nguvu nyingi zinahitajika,
lakini ustadi utaleta mafanikio.

11 Kama nyoka akiuma kabla ya kufanyiwa
uaguzi,
mwaguzi hatahitajika tena.

12 Maneno yatokayo kinywani mwa mtu
mwenye hekima
yana neema,
bali mpumbavu huangamizwa
na midomo yake mwenyewe.
13 Mwanzoni maneno yake ni upumbavu,
mwishoni ni wazimu mbaya,
14 naye mpumbavu huzidisha maneno.

Hakuna yeyote ajuaye linalokuja,
ni nani awezaye kueleza ni jambo gani
litakalotokea baada yake?

15 Kazi ya mpumbavu humchosha mwenyewe,
hajui njia iendayo mjini.

16 Ole wako, ee nchi ambayo mfalme wako
alikuwa mtumwa
na ambayo wakuu wako hufanya karamu
asubuhi.
17 Heri wewe, ee nchi ambayo mfalme wako
ni wa uzao wenye kuheshimika
na ambayo wakuu wako hula chakula
kwa wakati unaofaa:
ili kupata nguvu na si kwa ajili ya ulevi.

18 Kama mtu ni mvivu paa la nyumba huinama,
kutokana na mikono milegevu, nyumba
huvuja.

19 Karamu hufanywa kwa ajili ya kicheko,
nao mvinyo hufurahisha maisha,
lakini fedha ni jawabu la mambo yote.

20 Usimshutumu mfalme hata ikiwa ni katika
mawazo yako,
au kumlaani tajiri katika chumba chako
cha kulala,
kwa sababu ndege wa angani wanaweza
kuchukua maneno yako,
naye ndege anayeruka anaweza kutoa
taarifa ya yale uliyosema.

Mkate Juu Ya Maji

11 Tupa mkate wako juu ya maji,
kwa maana baada ya siku nyingi
utaupata tena.
2 Wape sehemu watu saba, naam hata wanane,
kwa maana hujui ni baa gani
litakalokuwa juu ya nchi.

3 Kama mawingu yamejaa maji,
hunyesha mvua juu ya nchi.
Kama mti ukianguka kuelekea kusini
au kuelekea kaskazini,
mahali ulipoangukia,
hapo ndipo utakapolala.
4 Yeyote atazamaye upepo hatapanda,
yeyote aangaliaye mawingu hatavuna.

5 Kama vile usivyofahamu njia ya upepo,
au jinsi mwili uumbwavyo
ndani ya tumbo la mama,
vivyo hivyo huwezi kufahamu kazi ya Mungu,
Muumba wa vitu vyote.

6 Panda mbegu yako asubuhi,
nako jioni usiruhusu mikono yako ilegee,
kwa maana hujui ni ipi itakayofanikiwa,
kwamba ni hii au ni ile,
au kwamba zote zitafanikiwa sawasawa.

Mkumbuke Muumba Wako Ukiwa Bado Kijana

7 Nuru ni tamu,
tena inafurahisha macho kuona jua.
8 Hata kama mtu ataishi miaka mingi
kiasi gani,
na aifurahie yote.
Lakini na akumbuke siku za giza,
kwa maana zitakuwa nyingi.
Kila kitu kitakachokuja ni ubatili.

9 Furahi ewe kijana, wakati ungali kijana,
moyo wako na ukupe furaha
katika siku za ujana wako.
Fuata njia za moyo wako
na chochote macho yako yaonayo,
lakini ujue kwamba kwa ajili ya haya yote
Mungu atakuleta hukumuni.
10 Kwa hiyo basi, ondoa wasiwasi
moyoni mwako
na utupilie mbali masumbufu ya
mwili wako,
kwa kuwa ujana na nguvu ni ubatili.

12 Mkumbuke Muumba wako
siku za ujana wako,
kabla hazijaja siku za taabu,
wala haijakaribia miaka utakaposema,
"Mimi sifurahii hiyo":
2 kabla jua na nuru,
nao mwezi na nyota havijatiwa giza,
kabla ya kurudi mawingu baada ya mvua;
3 siku ile walinzi wa nyumba
watakapotetemeka,
nao watu wenye nguvu
watakapojiinamisha,
wakati wasagao watakapokoma kwa
sababu ya uchache,
nao wachunguliao madirishani
kutiwa giza;
4 wakati milango ya kuingia barabarani
itakapofungwa
na sauti ya kusaga kufifia;
wakati watu wataamshwa kwa sauti
ya ndege,
lakini nyimbo zao zote zikififia;
5 wakati watu watakapoogopa
kilichoinuka juu
na hatari zitakazokuwepo barabarani;
wakati mlozi utakapochanua maua
na panzi kujikokota
nawe usiwe na shauku ya kitu chochote.
Ndipo mwanadamu aiendea nyumba yake
ya milele
nao waombolezaji wakizunguka
barabarani.

6 Mkumbuke Muumba wako: kabla
haijakatika kamba ya fedha,
au bakuli la dhahabu halijavunjika;
kabla mtungi kuvunjika kwenye chemchemi,
au gurudumu kuvunjika kisimani,
7 nayo mavumbi kurudi ardhini yalikotoka,
na roho kurudi kwa Mungu aliyeitoa.

8 Mhubiri asema, "Ubatili! Ubatili!
Kila kitu ni ubatili!"

Hitimisho La Mambo

9 Mhubiri hakuwa tu na hekima, bali aliwagawia
watu maarifa pia. Alitafakari na kutafiti na aka-
weka katika utaratibu mithali nyingi. 10 Mhubiri
alitafiti ili kupata maneno sahihi na kila alichoa-
ndika kilikuwa sawa na kweli.

11 Maneno ya wenye hekima ni kama mchokoro,
mithali zao zilizokusanywa pamoja ni kama misu-
mari iliyogongomewa ikawa imara, yaliyotolewa na
Mchungaji mmoja. 12 Tena zaidi ya hayo, mwana-
ngu, kubali maonyo, hakuna mwisho wa kutunga
vitabu vingi, nako kusoma sana huuchosha mwili.

13 Hii ndiyo jumla ya maneno;
yote yamekwisha sikiwa:
Mche Mungu, nawe uzishike amri zake,
maana kwa jumla ndiyo impasayo mtu.
14 Kwa maana Mungu ataleta hukumuni
kila kazi,
pamoja na kila neno la siri,
likiwa jema au baya.

WIMBO ULIO BORA

1 Wimbo ulio bora wa Solomoni.

Shairi La Kwanza
Mpendwa

2 Unibusu kwa busu la kinywa chako,
kwa maana upendo wako unafurahisha
kuliko divai.
3 Manukato yako yananukia vizuri,
jina lako ni kama manukato
yaliyomiminwa.
Ndiyo sababu wanawali wanakupenda!
4 Nichukue twende nawe, na tufanye haraka!
Mfalme na anilete ndani ya vyumba vyake.

Marafiki

Tunakushangilia na kukufurahia,
tutasifu upendo wako zaidi kuliko divai.

Mpendwa

Tazama jinsi ilivyo bora wakupende!
5 Mimi ni mweusi, lakini napendeza,
enyi binti za Yerusalemu,
mweusi kama mahema ya Kedari,
kama mapazia ya hema la Solomoni.
6 Usinikazie macho kwa sababu mimi
ni mweusi,
kwa sababu nimefanywa mweusi na jua.
Wana wa mama yangu walinikasirikia
na kunifanya niwe mtunza mashamba
ya mizabibu.
Shamba langu mwenyewe la mizabibu
nimeliacha.
7 Niambie, wewe ambaye ninakupenda,
unalisha wapi kundi lako la kondoo
na ni wapi unapowapumzisha kondoo
wako adhuhuri.
Kwa nini niwe kama mwanamke
aliyefunikwa shela
karibu na makundi ya rafiki zako?

Marafiki

8 Kama hujui, ewe mwanamke mzuri
kuliko wote,
fuata nyayo za kondoo,
na kulisha wana-mbuzi wako
karibu na hema za wachungaji.

Mpenzi

9 Mpenzi wangu, ninakufananisha
na farasi jike
aliyefungwa katika mojawapo ya magari
ya vita ya Farao.
10 Mashavu yako yanapendeza yakiwa
na vipuli,
shingo yako ikiwa na mikufu ya vito.
11 Tutakufanyia vipuli vya dhahabu,
vyenye kupambwa kwa fedha.

Mpendwa

12 Wakati mfalme alipokuwa mezani pake,
manukato yangu yalisambaza harufu
yake nzuri.
13 Mpenzi wangu kwangu mimi ni kifuko cha
manemane
kati ya matiti yangu.
14 Mpenzi wangu kwangu mimi ni kama
kishada cha maua ya mhina
kutoka mashamba ya mizabibu ya En-Gedi.

Mpenzi

15 Tazama jinsi ulivyo mzuri, mpenzi wangu!
Tazama jinsi ulivyo mzuri!
Macho yako ni kama ya hua.

Mpendwa

16 Tazama jinsi ulivyo mzuri, mpenzi wangu!
Ee, tazama jinsi unavyopendeza!
Na kitanda chetu ni cha majani mazuri.

Mpenzi

17 Nguzo za nyumba yetu ni mierezi,
na mapao yetu ni miberoshi.

Mpendwa

2 Mimi ni ua la Sharoni,
yungiyungi ya bondeni.

Mpenzi

2 Kama yungiyungi katikati ya miiba
ndivyo alivyo mpenzi wangu katikati
ya wanawali.

Mpendwa

3 Kama mti wa mtofaa miongoni mwa miti
ya msituni
ndivyo alivyo mpenzi wangu
miongoni mwa wanaume vijana.
Ninafurahia kuketi kivulini mwa
mwanaume huyu,
na tunda lake ni tamu kwangu.
4 Amenichukua mpaka kwenye ukumbi
wa karamu,
na bendera ya huyu mwanaume
juu yangu ni upendo.
5 Nitie nguvu kwa zabibu kavu,
niburudishe kwa matofaa,
kwa maana ninazimia kwa mapenzi.
6 Mkono wake wa kushoto uko chini
ya kichwa changu,
na mkono wake wa kuume
unanikumbatia.
7 Binti za Yerusalemu, ninawaagiza
kwa paa na kwa ayala wa shambani:
Msichochee wala kuamsha mapenzi
hata yatakapotaka yenyewe.

Shairi La Pili

Mpendwa

8 Sikiliza! Mpenzi wangu!
Tazama! Huyu hapa anakuja,
akirukaruka juu milimani
akizunguka juu ya vilima.
9 Mpenzi wangu ni kama paa au ayala kijana.
Tazama! Anasimama nyuma
ya ukuta wetu,
akitazama kupitia madirishani,
akichungulia kimiani.
10 Mpenzi wangu alizungumza na kuniambia,
"Inuka, mpenzi wangu,
mrembo wangu, tufuatane.
11 Tazama! Wakati wa masika umepita,
mvua imekwisha na ikapita.
12 Maua yanatokea juu ya nchi;
majira ya kuimba yamewadia,
sauti za njiwa zinasikika
katika nchi yetu.
13 Mtini unatunga matunda yake
ya mwanzoni,
zabibu zinazochanua zaeneza
harufu nzuri.
Inuka, njoo mpenzi wangu.
Mrembo wangu, tufuatane."

Mpenzi

14 Hua wangu penye nyufa za majabali,
mafichoni pembezoni mwa mlima,
nionyeshe uso wako,
na niisikie sauti yako,
kwa maana sauti yako ni tamu,
na uso wako unapendeza.
15 Tukamatie mbweha,
mbweha wale wadogo
wanaoharibu mashamba ya mizabibu,
mashamba yetu ya mizabibu
yaliyochanua.

Mpendwa

16 Mpenzi wangu ni wangu, nami ni wake,
yeye hujilisha katikati ya yungiyungi.
17 Mpaka jua linapochomoza,
na vivuli vikimbie,
rudi, mpenzi wangu,
na uwe kama paa,
au kama ayala kijana
juu ya vilima vya Betheri.

3 Usiku kucha kwenye kitanda changu
nilimtafuta yule moyo wangu umpendaye;
nilimtafuta, lakini sikumpata.
2 Sasa nitaondoka na kuzunguka mjini,
katika barabara zake na viwanja;
nitamtafuta yule moyo wangu umpendaye.
Kwa hiyo nilimtafuta lakini sikumpata.
3 Walinzi walinikuta
walipokuwa wakizunguka mji.
Nikawauliza, "Je, mmemwona
yule moyo wangu umpendaye?"
4 Kitambo kidogo tu baada ya kuwapita
nilimpata yule moyo wangu umpendaye.
Nilimshika na sikumwachia aende
mpaka nilipomleta katika nyumba ya
mama yangu,
katika chumba cha yule aliyenichukua
mimba.
5 Binti za Yerusalemu, ninawaagiza
kwa paa na kwa ayala wa shambani:
Msichochee wala kuamsha mapenzi
hata yatakapotaka yenyewe.

Shairi La Tatu

Mpenzi

6 Ni nani huyu anayekuja kutoka jangwani
kama nguzo ya moshi,
anayenukia manemane na uvumba
iliyotengenezwa kwa vikolezo vyote
vya mfanyabiashara?
7 Tazama! Ni gari la Solomoni
lisindikizwalo na mashujaa sitini,
walio wakuu sana wa Israeli,
8 wote wamevaa panga,
wote wazoefu katika vita,
kila mmoja na upanga wake pajani,
wamejiandaa kwa ajili ya hofu za usiku.
9 Mfalme Solomoni alijitengenezea gari;
alilitengeneza kwa mbao kutoka
Lebanoni.
10 Nguzo zake alizitengeneza kwa fedha,
kitako chake kwa dhahabu.
Kiti chake kilipambwa kwa zambarau,
gari lake likanakshiwa njumu kwa
upendo
na binti za Yerusalemu.
11 Tokeni nje, ninyi binti za Sayuni,
mkamtazame Mfalme Solomoni akiwa
amevaa taji,
taji ambalo mama yake alimvika
siku ya arusi yake,
siku ambayo moyo wake ulishangilia.

Mpenzi

4 Tazama jinsi ulivyo mzuri, mpenzi wangu!
Ee, jinsi ulivyo mzuri!
Macho yako nyuma ya shela yako
ni kama ya hua.
Nywele zako ni kama kundi la mbuzi
zikishuka kutoka Mlima Gileadi.
2 Meno yako ni kama kundi la kondoo
waliokatwa manyoya sasa hivi,
watokao kuogeshwa.
Kila mmoja ana pacha lake,
hakuna hata mmoja aliye peke yake.
3 Midomo yako ni kama uzi mwekundu,
kinywa chako kinapendeza.
Mashavu yako nyuma ya shela yako
ni kama vipande viwili vya komamanga.
4 Shingo yako ni kama mnara wa Daudi,
uliojengwa kwa madaha,
juu yake zimetundikwa ngao elfu,
zote ni ngao za mashujaa.
5 Matiti yako mawili ni kama wana-paa wawili,
kama wana-paa mapacha
wajilishao katikati ya yungiyungi.

6 Hata kupambazuke na vivuli vikimbie,
nitakwenda kwenye mlima wa manemane
na kwenye kilima cha uvumba.
7 Wewe ni mzuri kote, mpenzi wangu,
hakuna hitilafu ndani yako.

8 Enda nami kutoka Lebanoni, bibi
arusi wangu,
enda nami kutoka Lebanoni.
Shuka kutoka ncha ya Amana,
kutoka juu ya Seniri, kilele cha Hermoni,
kutoka mapango ya simba
na kutoka mlima wapendapo kukaa chui.
9 Umeiba moyo wangu, dada yangu, bibi
arusi wangu;
umeiba moyo wangu
kwa mtazamo mmoja wa macho yako,
kwa kito kimoja cha mkufu wako.
10 Tazama jinsi pendo lako linavyofurahisha,
dada yangu, bibi arusi wangu!
Pendo lako linafurahisha aje zaidi ya divai,
na harufu ya manukato yako zaidi
ya kikolezo chochote!
11 Midomo yako inadondosha utamu kama
sega la asali,
bibi arusi wangu;
maziwa na asali viko chini ya ulimi wako.
Harufu nzuri ya mavazi yako ni kama ile
ya Lebanoni.
12 Wewe ni bustani iliyofungwa, dada yangu,
bibi arusi wangu;
wewe ni chanzo cha maji kilichozungushiwa
kabisa,
chemchemi yangu peke yangu.
13 Mimea yako ni bustani ya mikomamanga
yenye matunda mazuri sana,
yenye hina na nardo,
14 nardo na zafarani,
mchai na mdalasini,
pamoja na kila aina ya mti wa uvumba,
manemane na udi,
na aina zote za vikolezo bora
kuliko vyote.
15 Wewe ni chemchemi ya bustani,
kisima cha maji yatiririkayo,
yakitiririka kutoka Lebanoni.

Mpendwa

16 Amka, upepo wa kaskazini,
na uje, upepo wa kusini!
Vuma juu ya bustani yangu,
ili harufu yake nzuri iweze kuenea
mpaka ng'ambo.
Mpendwa wangu na aje bustanini mwake
na kuonja matunda mazuri sana.

Mpenzi

5 Nimekuja kwenye bustani yangu, dada yangu,
bibi arusi wangu;
nimekusanya manemane yangu pamoja
na kikolezo changu.
Nimekula sega langu la asali na asali yangu;
nimekunywa divai yangu
na maziwa yangu.

Marafiki

Kuleni, enyi marafiki, mnywe;
kunyweni ya kutosha, ee wapenzi.

Shairi La Nne

Mpendwa

2 Nililala lakini moyo wangu ulikuwa macho.
Sikiliza! Mpenzi wangu anabisha:
"Nifungulie, dada yangu, mpenzi wangu,
hua wangu, asiye na hitilafu.
Kichwa changu kimeloa umande,
na nywele zangu manyunyu ya usiku."
3 Nimevua joho langu:
je, ni lazima nivae tena?
Nimenawa miguu yangu:
je, ni lazima niichafue tena?
4 Mpenzi wangu aliweka mkono wake
kwenye tundu la komeo;
moyo wangu ulianza kugonga kwa ajili yake.
5 Niliinuka kumfungulia mpenzi wangu,
mikono yangu ikidondosha manemane,
vidole vyangu vikitiririka manemane,
penye vipini vya komeo.
6 Nilimfungulia mpenzi wangu,
lakini mpenzi wangu alishaondoka;
alikuwa amekwenda zake.
Moyo wangu ulishuka kwa kuondoka kwake.
Nilimtafuta lakini sikumpata.
Nilimwita lakini hakunijibu.
7 Walinzi walinikuta
walipokuwa wakifanya zamu za
ulinzi mjini.
Walinipiga, wakanijeruhi,
wakaninyang'anya joho langu,
hao walinzi wa kuta!
8 Enyi binti za Yerusalemu, ninawaagiza:
kama mkimpata mpenzi wangu,
mtamwambia nini?
Mwambieni ninazimia kwa mapenzi.

Marafiki

9 Je, mpendwa wako ni bora kuliko wengine
namna gani,
wewe uliye mzuri kupita
wanawake wote?
Je, mpendwa wako ni mzuri kuliko
wengine, namna gani,
hata unatuagiza hivyo?

Mpendwa

10 Mpenzi wangu anang'aa, tena ni mwekundu,
wa kuvutia miongoni mwa wanaume
kumi elfu.
11 Kichwa chake ni dhahabu safi kuliko zote,
nywele zake ni za mawimbi
na ni nyeusi kama kunguru.
12 Macho yake ni kama ya hua
kandokando ya vijito vya maji,
aliyeogeshwa kwenye maziwa,
yaliyopangwa kama vito vya thamani.
13 Mashavu yake ni kama matuta ya vikolezo
yakitoa manukato.

Midomo yake ni kama yungiyungi
inayodondosha manemane.
14 Mikono yake ni fimbo za dhahabu
iliyopambwa kwa krisolitho.
Mwili wake ni kama pembe ya ndovu
iliyong'arishwa
iliyopambwa na yakuti samawi.
15 Miguu yake ni nguzo za marmar
zilizosimikwa katika vitako vya dhahabu safi.
Sura yake ni kama Lebanoni,
bora kama miti yake ya mierezi.
16 Kinywa chake chenyewe ni utamu,
kwa ujumla yeye ni wa kupendeza.
Huyu ndiye mpenzi wangu, huyu ndiye
rafiki yangu,
ee binti za Yerusalemu.

Marafiki

6 Mpenzi wako amekwenda wapi,
ewe mzuri kupita wanawake wote?
Mpenzi wako amegeukia njia ipi,
tupate kumtafuta pamoja nawe?

Mpendwa

2 Mpenzi wangu amekwenda bustanini mwake,
kwenye vitalu vya vikolezo,
kujilisha bustanini
na kukusanya yungiyungi.
3 Mimi ni wake mpenzi wangu,
na mpenzi wangu ni wangu;
yeye hujilisha katikati ya yungiyungi.

Shairi La Tano

Mpenzi

4 Wewe ni mzuri, mpenzi wangu,
kama Tirsa,
upendezaye kama Yerusalemu,
umetukuka kama jeshi lenye bendera.
5 Uyageuze macho yako mbali nami,
yananigharikisha.
Nywele zako ni kama kundi la mbuzi
wanaoteremka kutoka Gileadi.
6 Meno yako ni kama kundi la kondoo
watokao kuogeshwa.
Kila mmoja ana pacha lake,
hakuna hata mmoja aliye peke yake.
7 Mashavu yako nyuma ya shela yako
ni kama vipande viwili vya komamanga.
8 Panaweza kuwepo malkia sitini,
masuria themanini
na mabikira wasiohesabika;
9 lakini hua wangu, mkamilifu wangu,
ni wa namna ya pekee,
binti pekee kwa mama yake,
kipenzi cha yeye aliyemzaa.
Wanawali walimwona na kumwita
aliyebarikiwa;
malkia na masuria walimsifu.

Marafiki

10 Ni nani huyu atokeaye kama mapambazuko,
mzuri kama mwezi, mwangavu kama jua,
ametukuka kama nyota zifuatanazo?

Mpenzi

11 Niliteremka kwenye bustani ya miti ya milozi
ili kutazama machipuko ya bondeni,
kuona kama mizabibu imechipua
au kama mikomamanga imechanua maua.
12 Kabla sijang'amua,
shauku yangu iliniweka
katikati ya magari ya kifalme ya kukokotwa
na farasi ya watu wangu.

Marafiki

13 Rudi, rudi, ee Mshulami;
rudi, rudi ili tupate kukutazama!

Mpenzi

Kwa nini kumtazama Mshulami,
kama kutazama ngoma ya Mahanaimu?[a]

7 Ee binti wa mwana wa mfalme,
tazama jinsi inavyopendeza miguu yako
katika viatu!
Miguu yako yenye madaha ni kama vito vya
thamani,
kazi ya mikono ya fundi stadi.
2 Kitovu chako ni kama bilauri ya mviringo
ambayo kamwe haikosi divai
iliyochanganywa.
Kiuno chako ni kichuguu cha ngano
kilichozungukwa kwa yungiyungi.
3 Matiti yako ni kama wana-paa wawili,
mapacha wa paa.
4 Shingo yako ni kama mnara wa pembe
ya ndovu.
Macho yako ni vidimbwi vya Heshboni
karibu na lango la Beth-Rabi.
Pua lako ni kama mnara wa Lebanoni
ukitazama kuelekea Dameski.
5 Kichwa chako kinakuvika taji kama mlima
Karmeli.
Nywele zako ni kama zulia la urujuani;
mfalme ametekwa na mashungi yake.
6 Tazama jinsi ulivyo mzuri na
unavyopendeza,
ee pendo, kwa uzuri wako!
7 Umbo lako ni kama la mtende,
nayo matiti yako kama vishada vya matunda.
8 Nilisema, "Nitakwea mtende,
nami nitayashika matunda yake."
Matiti yako na yawe kama vishada vya
mzabibu,
harufu nzuri ya pumzi yako kama matofaa,
9 na kinywa chako kama divai
bora kuliko zote.

Mpendwa

Divai na iende moja kwa moja hadi kwa
mpenzi wangu,
ikitiririka polepole juu ya midomo
na meno.
10 Mimi ni mali ya mpenzi wangu,
nayo shauku yake ni juu yangu.

---

[a]13 Mahanaimu hapa ina maana ya majeshi mawili.

[11] Njoo, mpenzi wangu, twende mashambani,
twende tukalale huko vijijini.
[12] Hebu na twende mapema
katika mashamba ya mizabibu
tuone kama mizabibu imechipua,
kama maua yake yamefunguka,
na kama mikomamanga imetoa maua:
huko nitakupa penzi langu.
[13] Mitunguja hutoa harufu zake nzuri,
kwenye milango yetu kuna matunda mazuri,
mapya na ya zamani,
ambayo nimekuhifadhia wewe,
mpenzi wangu.

8 Laiti ungelikuwa kwangu kama ndugu
wa kiume,
ambaye aliyanyonya matiti
ya mama yangu!
Kisha, kama ningekukuta huko nje,
ningelikubusu,
wala hakuna mtu yeyote angelinidharau.
[2] Ningelikuongoza na kukuleta
katika nyumba ya mama yangu,
yeye ambaye amenifundisha.
Ningelikupa divai iliyokolezwa unywe,
asali ya maua ya mikomamanga yangu.
[3] Mkono wake wa kushoto uko chini ya
kichwa changu,
na mkono wake wa kuume unanikumbatia.
[4] Binti za Yerusalemu, ninawaagiza:
msichochee wala kuamsha mapenzi
hata yatakapotaka yenyewe.

Shairi La Sita
Marafiki

[5] Ni nani huyu anayekuja kutoka nyikani
akimwegemea mpenzi wake?

Mpendwa

Nilikuamsha chini ya mtofaa,
huko mama yako alipotunga mimba yako,
huko yeye alipata utungu akakuzaa.
[6] Nitie kama muhuri moyoni mwako,
kama muhuri kwenye mkono wako;
kwa maana upendo una nguvu kama mauti,
wivu wake ni mkatili kama kuzimu.
Unachoma kama mwali wa moto,
kama mwali mkubwa wa moto wa
Bwana hasa.
[7] Maji mengi hayawezi kuuzimisha upendo,
mito haiwezi kuugharikisha.
Kama mtu angelitoa mali yote ya
nyumbani mwake
kwa ajili ya upendo,
angelidharauliwa kabisa.

Marafiki

[8] Tunaye dada mdogo,
matiti yake hayajakua bado.
Tutafanya nini kwa ajili ya dada yetu
wakati atakapokuja kuposwa?
[9] Kama yeye ni ukuta,
tutajenga minara ya fedha juu yake.
Na kama yeye ni mlango,
tutamzungushia mbao za mierezi.

Mpendwa

[10] Mimi ni ukuta,
nayo matiti yangu ni kama minara.
Ndivyo ambavyo nimekuwa machoni pake
kama yule anayeleta utoshelevu.
[11] Solomoni alikuwa na shamba la mizabibu
huko Baal-Hamoni;
alikodisha shamba lake la mizabibu kwa
wapangaji.
Kila mmoja angeleta kwa ajili ya
matunda yake
shekeli 1,000[a] za fedha.
[12] Lakini shamba langu la mizabibu
ambalo ni langu mwenyewe
ni langu kutoa;
hizo shekeli 1,000 ni kwa ajili yako,
ee Solomoni,
na shekeli mia mbili[b] ni kwa ajili
ya wale wanaotunza matunda yake.

Mpenzi

[13] Wewe ukaaye bustanini
pamoja na marafiki mliohudhuria,
hebu nisikie sauti yako!

Mpendwa

[14] Njoo, mpenzi wangu,
uwe kama swala
au kama ayala kijana
juu ya milima iliyojaa vikolezo.

---

[a]11 Shekeli 1,000 ni kama kilo 11.5.
[b]12 Shekeli 200 ni kama kilo 2.3.

ISAYA

1 Maono kuhusu Yuda na Yerusalemu ambayo
Isaya mwana wa Amozi aliyaona wakati wa
utawala wa Uzia, Yothamu, Ahazi na Hezekia,
wafalme wa Yuda.

Taifa Asi

2 Sikieni, enyi mbingu! Sikilizeni, enyi dunia!
Kwa maana BWANA amesema:
"Nimewalisha watoto na kuwalea,
lakini wameniasi mimi.
3 Ng'ombe anamjua bwana wake,
naye punda anajua hori la mmiliki wake,
lakini Israeli hajui,
watu wangu hawaelewi."

4 Lo! Taifa lenye dhambi,
watu walioolemewa na uovu,
uzao wa watenda mabaya,
watoto waliozoelea upotovu!
Wamemwacha BWANA,
Wamemkataa kwa dharau
yeye Aliye Mtakatifu wa Israeli
na kumgeuzia kisogo.

5 Kwa nini mzidi kupigwa?
Kwa nini kudumu katika uasi?
Kichwa chako chote kimejeruhiwa,
moyo wako wote ni mgonjwa.
6 Kutoka wayo wako wa mguu hadi kwenye
utosi wa kichwa chako
hakuna uzima:
ni majeraha matupu na makovu
na vidonda vitokavyo damu,
havikusafishwa au kufungwa
wala kulainishwa kwa mafuta.

7 Nchi yenu imekuwa ukiwa,
miji yenu imeteketezwa kwa moto;
nchi yenu imeachwa tupu na wageni
mbele ya macho yenu,
imeharibiwa kama vile imepinduliwa
na wageni.
8 Binti Sayuni ameachwa kama kipenu
katika shamba la mizabibu,
kama kibanda katika shamba
la matikitimaji,
kama mji uliohusuriwa.
9 Kama BWANA Mungu Mwenye Nguvu Zote[a]
asingelituachia walionusurika,
tungelikuwa kama Sodoma,
tungelifanana na Gomora.

10 Sikieni neno la BWANA,
ninyi watawala wa Sodoma;
sikilizeni sheria ya Mungu wetu,
enyi watu wa Gomora!
11 BWANA anasema, "Wingi wa sadaka zenu,
ni kitu gani kwangu?
Ninazo sadaka za kuteketezwa nyingi
kupita kiasi,
za kondoo dume na mafuta ya wanyama
walionona.
Sipendezwi na damu za mafahali
wala za wana-kondoo na mbuzi.
12 Mnapokuja kujihudhurisha mbele zangu,
ni nani aliyewataka ninyi mfanye hivyo,
huku kuzikanyaga nyua zangu?
13 Acheni kuniletea sadaka zisizokuwa na maana!
Uvumba wenu ni chukizo kwangu.
Miandamo ya Mwezi, Sabato
na makusanyiko ya ibada:
siwezi kuvumilia makusanyiko yenu maovu.
14 Sikukuu zenu za Miandamo ya Mwezi,
na sikukuu zenu zilizoamriwa:
moyo wangu unazichukia.
Zimekuwa mzigo kwangu,
nimechoka kuzivumilia.
15 Mnaponyoosha mikono yenu katika maombi,
nitaficha macho yangu nisiwaone;
hata mkiomba maombi mengi
sitasikiliza.
Mikono yenu imejaa damu;
16 jiosheni na mkajitakase.
Yaondoeni matendo yenu maovu
mbele zangu!
Acheni kutenda mabaya,
17 jifunzeni kutenda mema!
Tafuteni haki,
watieni moyo walioonewa.
Teteeni shauri la yatima,
wateteeni wajane.

18 "Njooni basi tuhojiane,"
asema BWANA.
"Ingawa dhambi zenu ni kama rangi
nyekundu,
zitakuwa nyeupe kama theluji;
ingawa ni nyekundu sana kama damu,
zitakuwa nyeupe kama sufu.
19 Kama mkikubali na kutii,
mtakula mema ya nchi,
20 lakini kama mkikataa na kuasi,
mtaangamizwa kwa upanga."
Kwa kuwa kinywa cha BWANA kimenena.

21 Tazama jinsi mji uliokuwa mwaminifu
umekuwa kahaba!
Mwanzoni ulikuwa umejaa unyofu,
haki ilikuwa inakaa ndani yake,
lakini sasa ni wauaji!
22 Fedha yenu imekuwa takataka,
divai yenu nzuri imechanganywa na maji.

[a]9 Bwana Mwenye Nguvu Zote hapa ni Yehova Sabaoth, yaani Bwana wa Majeshi; pia Warumi 9:29 na Yakobo 5:4.

[23] Watawala wenu ni waasi,
rafiki wa wevi,
wote wanapenda rushwa
na kukimbilia hongo.
Hawatetei yatima,
shauri la mjane haliletwi mbele yao
lisikilizwe.
[24] Kwa hiyo Bwana, BWANA Mwenye
Nguvu Zote,
Mwenye Nguvu wa Israeli, asema hivi:
"Lo, nitapata faraja kutoka kwa adui zangu
na kujilipizia kisasi juu ya watesi wangu.
[25] Nitaueleleza mkono wangu dhidi yenu,
nitawasafisha takataka zenu zote
na kuwaondolea unajisi wenu wote.
[26] Nitawarudishia waamuzi wenu kama
ilivyokuwa siku za zamani,
nao washauri wenu kama ilivyokuwa
mwanzoni.
Baadaye utaitwa,
Mji wa Haki,
Mji Mwaminifu."
[27] Sayuni itakombolewa kwa haki,
wale waliomo ndani yake waliotubu
kwa uaminifu.
[28] Lakini waasi na wenye dhambi wote
wataangamizwa,
nao wanaomwacha BWANA
wataangamia.
[29] "Mtaaibika kwa sababu ya hiyo mialoni
ambayo mlifurahia,
mtafadhaika kwa sababu ya bustani
mlizozichagua.
[30] Mtakuwa kama mwaloni wenye majani
yanayonyauka,
kama bustani isiyokuwa na maji.
[31] Mtu mwenye nguvu atatoweka kama
majani makavu yawakayo moto,
na kazi yake kama cheche ya moto;
vyote vitaungua pamoja,
wala hakuna wa kuuzima huo moto."

Mlima Wa Bwana

2 Hili ndilo alililoona Isaya mwana wa Amozi
kuhusu Yuda na Yerusalemu:
[2] Katika siku za mwisho

mlima wa Hekalu la BWANA utaimarishwa
kama mlima mkuu miongoni mwa
milima yote,
utainuliwa juu ya vilima,
na mataifa yote yatamiminika huko.

[3] Mataifa mengi yatakuja na kusema,

"Njooni, twendeni mlimani mwa BWANA,
kwenye nyumba ya Mungu wa Yakobo.
Atatufundisha njia zake,
ili tuweze kuenenda katika mapito yake."
Sheria itatoka Sayuni,
neno la BWANA litatoka Yerusalemu.
[4] Atahukumu kati ya mataifa
na ataamua migogoro ya mataifa mengi.
Watafua panga zao ziwe majembe,
na mikuki yao kuwa miundu ya kukata
matawi.
Taifa halitainua upanga dhidi ya taifa jingine,
wala hawatajifunza vita tena.

[5] Njooni, enyi nyumba ya Yakobo,
tutembeeni katika nuru ya BWANA.

Siku Ya Bwana

[6] Umewatelekeza watu wako,
nyumba ya Yakobo.
Wamejaa ushirikina utokao Mashariki,
wanapiga ramli kama Wafilisti
na wanashikana mikono na wapagani.
[7] Nchi yao imejaa fedha na dhahabu,
hakuna mwisho wa hazina zao.
Nchi yao imejaa farasi,
hakuna mwisho wa magari yao.
[8] Nchi yao imejaa sanamu,
wanasujudia kazi za mikono yao,
vitu vile vidole vyao vimevitengeneza.
[9] Kwa hiyo mwanadamu atashushwa
na binadamu atanyenyekezwa:
usiwasamehe.

[10] Ingieni kwenye miamba,
jificheni ardhini
kutokana na utisho wa BWANA
na utukufu wa enzi yake!
[11] Macho ya mtu mwenye majivuno
yatanyenyekezwa
na kiburi cha wanadamu kitashushwa,
BWANA peke yake ndiye atakayetukuzwa
siku hiyo.

[12] BWANA Mwenye Nguvu Zote anayo siku
aliyoiweka akiba
kwa wote wenye kujivuna na wenye kiburi,
kwa wote wanaojikweza
(nao watanyenyekezwa),
[13] kwa mierezi yote ya Lebanoni iliyo
mirefu sana,
na mialoni yote ya Bashani,
[14] kwa milima yote mirefu
na vilima vyote vilivyoinuka,
[15] kwa kila mnara ulio mrefu sana
na kila ukuta wenye ngome,
[16] kwa kila meli ya biashara,[a]
na kila chombo cha baharini cha fahari.
[17] Majivuno ya mwanadamu yatashushwa,
na kiburi cha wanadamu
kitanyenyekezwa,
BWANA peke yake ndiye atatukuzwa siku hiyo,
[18] nazo sanamu zitatoweka kabisa.

[19] Watu watakimbilia kwenye mapango ndani
ya miamba,
na kwenye mahandaki ardhini
kutokana na utisho wa BWANA
na utukufu wa enzi yake,
ainukapo kuitikisa dunia.

[a]16 Au: ya Tarshishi (ona pia 1Fal 10:22; 22:48; 2Nya 9:21; 20:36; Isa 60:9.)

[20] Siku ile, watu watawatupia
panya na popo
sanamu zao za fedha na za dhahabu,
walizozitengeneza ili waziabudu.
[21] Watakimbilia kwenye mapango miambani
na kwenye nyufa za miamba
kutokana na utisho wa BWANA
na utukufu wa enzi yake,
ainukapo kuitikisa dunia.

[22] Acheni kumtumainia mwanadamu,
ambaye hana kitu ila pumzi katika
pua zake.
Yeye ana thamani gani?

Hukumu Juu Ya Yerusalemu Na Yuda

3 Tazama sasa, Bwana,
BWANA Mwenye Nguvu Zote,
yu karibu kuwaondolea Yerusalemu
na Yuda
upatikanaji wa mahitaji na misaada,
upatikanaji wote wa chakula na tegemeo
lote la maji,
[2] shujaa na mtu wa vita,
mwamuzi na nabii,
mwaguzi na mzee,
[3] jemadari wa kikosi cha watu hamsini
na mtu mwenye cheo, mshauri,
fundi stadi na mlozi mjanja.

[4] Nitawafanya wavulana wawe maafisa wao,
watoto ndio watakaowatawala.
[5] Watu wataoneana wao kwa wao:
mtu dhidi ya mtu, na jirani dhidi
ya jirani yake.
Kijana atainuka dhidi ya mzee,
mtu mnyonge dhidi ya mtu mwenye
heshima.

[6] Mtu atamkamata mmoja wa ndugu zake
katika nyumba ya baba yake na kusema,
"Unalo joho, sasa uwe kiongozi wetu,
tawala lundo hili la magofu!"
[7] Lakini siku hiyo atapiga kelele akisema,
"Sina uponyaji.
Sina chakula wala mavazi katika
nyumba yangu,
msinifanye niwe kiongozi wa watu."

[8] Yerusalemu inapepesuka,
Yuda inaanguka;
maneno yao na matendo yao ni kinyume
na BWANA,
wakiudharau uwepo wake uliotukuka.
[9] Nyuso zao zinavyoonekana zinashuhudia
dhidi yao,
hujivunia dhambi yao kama Sodoma,
wala hawaifichi.
Ole wao!
Wamejiletea maafa juu yao wenyewe.

[10] Waambie wanyofu itakuwa heri kwao,
kwa kuwa watafurahia tunda la
matendo yao.
[11] Ole kwa watu waovu! Maafa yapo juu yao!
Watalipwa kwa ajili ya yale mikono yao
iliyotenda.

[12] Vijana wanawatesa watu wangu,
wanawake wanawatawala.
Enyi watu wangu, viongozi wenu
wanawapotosha,
wanawapoteza njia.

[13] BWANA anachukua nafasi yake
mahakamani,
anasimama kuhukumu watu.
[14] BWANA anaingia katika hukumu
dhidi ya wazee na viongozi wa watu wake:
"Ninyi ndio mlioharibu shamba langu
la mizabibu,
mali zilizonyang'anywa maskini zimo
nyumbani mwenu.
[15] Mnamaanisha nini kuwaponda
watu wangu
na kuzisaga nyuso za maskini?"
asema Bwana, BWANA Mwenye Nguvu Zote.

[16] BWANA asema,
"Wanawake wa Sayuni wana kiburi,
wanatembea na shingo ndefu,
wakikonyeza kwa macho yao,
wanatembea kwa hatua za madaha,
wakiwa na mapambo ya njuga kwenye
vifundo vya miguu yao.
[17] Kwa hiyo Bwana ataleta majipu kwenye
vichwa vya wanawake wa Sayuni;
BWANA atazifanya ngozi za vichwa vyao
kuwa vipara."

[18] Katika siku ile Bwana atawanyang'anya uzuri
wao: bangili, tepe za kichwani, mikufu yenye alama
za mwezi mwandamo, [19] vipuli, vikuku, shela,
[20] vilemba, mikufu ya vifundo vya miguu, mshipi,
chupa za manukato na hirizi, [21] pete zenye muhuri,
pete za puani, [22] majoho mazuri, mitandio, mavazi,
kifuko cha kutilia fedha, [23] vioo, mavazi ya kitani,
taji na shali.

[24] Badala ya harufu ya manukato kutakuwa
na uvundo;
badala ya mishipi, ni kamba;
badala ya nywele zilizotengenezwa vizuri,
ni upara;
badala ya mavazi mazuri, ni nguo
za magunia;
badala ya uzuri, ni alama ya aibu kwa
chuma cha moto.
[25] Wanaume wako watauawa kwa upanga,
nao mashujaa wako watauawa vitani.
[26] Malango ya Sayuni yataomboleza na kulia,
ataketi mavumbini akiwa fukara.

4 Katika siku ile wanawake saba
watamshika mwanaume mmoja
wakisema, "Tutakula chakula chetu wenyewe
na kuvaa nguo zetu wenyewe,
ila wewe uturuhusu tu tuitwe kwa jina lako.
Utuondolee aibu yetu!"

Tawi La Bwana

[2]Katika siku ile Tawi la Bwana litakuwa zuri na lenye utukufu, nalo tunda la nchi litakuwa fahari na utukufu wa wale Waisraeli watakaonusurika. [3]Wale watakaoachwa Sayuni, watakaobaki Yerusalemu, wataitwa watakatifu, wale wote ambao wameorodheshwa miongoni mwa walio hai huko Yerusalemu. [4]Bwana atausafisha uchafu wa wanawake wa Sayuni, atatakasa madoa ya damu kutoka Yerusalemu kwa Roho ya hukumu na Roho ya moto. [5]Kisha Bwana ataumba juu ya Mlima wote wa Sayuni, na juu ya wale wote wanaokusanyika hapo, wingu la moshi wakati wa mchana, na kung'aa kwa miali ya moto wakati wa usiku, nako juu ya huo utukufu wote kutatanda kifuniko cha ulinzi. [6]Utakuwa sitara na kivuli kutokana na joto la mchana, na kuwa mahali pa kujificha kutokana na dhoruba na mvua.

Wimbo Wa Shamba La Mizabibu

5 Nitaimba wimbo kwa ajili ya mmoja
nimpendaye,
kuhusu shamba lake la mizabibu:
Mpendwa wangu alikuwa na shamba
la mizabibu
kwenye kilima chenye rutuba.
[2]Alililima na kuondoa mawe
na akaliotesha mizabibu bora sana.
Akajenga mnara wa ulinzi ndani yake,
na kutengeneza shinikizo la kukamulia
divai pia.
Kisha akatazamia kupata mazao ya
zabibu nzuri,
lakini lilizaa matunda mabaya tu.

[3]"Basi enyi wakazi wa Yerusalemu na watu
wa Yuda,
hukumuni kati yangu na shamba langu
la mizabibu.
[4]Ni nini zaidi ambacho kingeweza
kufanyika kwa shamba langu
la mizabibu
kuliko yale niliyofanya?
Nilipotazamia kupata zabibu nzuri,
kwa nini lilizaa zabibu mbaya tu?
[5]Sasa nitawaambia lile nitakalolitendea
shamba langu la mizabibu:
Nitaondoa uzio wake,
nalo litaharibiwa,
nitabomoa ukuta wake,
nalo litakanyagwa.
[6]Nitalifanya nchi ya ukiwa isiyokaliwa
na watu,
halitakatiwa matawi wala kulimwa,
nayo michongoma na miiba itamea huko,
nitaamuru mawingu yasinyeshe mvua
juu yake."

[7]Shamba la mzabibu la Bwana Mwenye
Nguvu Zote
ni nyumba ya Israeli,
na watu wa Yuda
ni bustani yake ya kumpendeza.
Alitazamia haki, lakini akaona
umwagaji damu,
alitazamia uadilifu, lakini akasikia vilio
vya taabu.

Ole Na Hukumu

[8]Ole wenu mnaoongeza nyumba baada
ya nyumba
na kuunganisha mashamba baada
ya mashamba
hadi hakuna nafasi iliyobaki,
nanyi mnaishi peke yenu katika nchi.

[9]Bwana Mwenye Nguvu Zote amesema
nikisikia:
"Hakika nyumba kubwa zitakuwa ukiwa,
nayo majumba ya fahari yatabaki bila
kukaliwa.
[10]Shamba la mizabibu la eka kumi
litatoa bathi[a] moja ya divai,
na homeri[b] ya mbegu zilizopandwa
itatoa efa[c] moja tu ya nafaka."

[11]Ole wao wale waamkao asubuhi
na mapema
wakikimbilia kunywa vileo,
wale wakawiao sana mpaka usiku,
mpaka wamewaka kwa mvinyo.
[12]Wana vinubi na zeze kwenye karamu zao,
matari, filimbi na mvinyo,
lakini hawayajali matendo ya Bwana,
wala hawana heshima kwa ajili ya kazi
ya mikono yake.
[13]Kwa hiyo watu wangu watakwenda
uhamishoni
kwa sababu ya kukosa ufahamu,
watu wao wenye vyeo watakufa
kwa njaa
na watu wao wengi watakauka
kwa kiu.
[14]Kwa hiyo kaburi[d] limeongeza hamu yake
na kupanua mdomo wake bila kikomo,
ndani mwake watashuka wakuu wao
na wingi wa watu,
pamoja na wagomvi wao, na wafanyao
sherehe wote.
[15]Hivyo mwanadamu atashushwa,
na binadamu kunyenyekezwa,
macho ya wenye majivuno
yatanyenyekezwa.
[16]Lakini Bwana Mwenye Nguvu Zote
atatukuzwa
kwa ajili ya haki yake,
naye Mungu Mtakatifu atajionyesha
mwenyewe
kuwa mtakatifu kwa haki yake.
[17]Kondoo watajilisha kwenye malisho yao
wenyewe,
wana-kondoo watajilisha katika magofu
ya matajiri.

---

[a]10 Bathi moja ni sawa na lita 22.
[b]10 Homeri moja ni sawa na lita 220.
[c]10 Efa moja ni sawa na lita 22.
[d]14 Kaburi hapa maana yake ni Kuzimu, kwa Kiebrania ni Sheol.

18 Ole wao wanaovuta dhambi kwa kamba
za udanganyifu
na uovu kama kwa kamba za mkokoteni,
19 kwa wale wanaosema, "Mungu na afanye
haraka,
aharakishe kazi yake ili tupate kuiona.
Huo mpango wa Aliye Mtakatifu wa Israeli
na ukamilike,
tena udhihirike ili tupate kuujua."

20 Ole wao wanaoita ubaya ni wema,
na wema ni ubaya,
wawekao giza badala ya nuru,
na nuru badala ya giza,
wawekao uchungu badala ya utamu,
na utamu badala ya uchungu.

21 Ole wao walio na hekima machoni pao
wenyewe,
na kujiona wenye akili machoni pao
wenyewe.

22 Ole wao walio mashujaa kwa kunywa
mvinyo,
nao walio hodari katika
kuchanganya vileo,
23 wale wanaoachilia wenye hatia kwa
kupokea hongo,
lakini huwanyima haki wasio na hatia.

24 Kwa hiyo, kama ndimi za moto
zirambavyo nyasi,
na kama vile majani makavu yazamavyo
katika miali ya moto,
ndivyo mizizi yao itakavyooza
na maua yao yatakavyopeperushwa kama
mavumbi;
kwa kuwa wameikataa sheria ya Bwana
Mwenye Nguvu Zote
na kulisukumia mbali neno la Aliye
Mtakatifu wa Israeli.
25 Kwa hiyo hasira ya Bwana inawaka dhidi
ya watu wake,
mkono wake umeinuliwa na
anawapiga.
Milima inatetemeka,
maiti ni kama takataka kwenye barabara.

Hata kwa haya yote, hasira yake
haijageukia mbali,
mkono wake bado umeinuliwa juu.

26 Yeye anainua bendera kwa ajili ya mataifa
yaliyo mbali,
anapiga filimbi kwa ajili ya wale walio
kwenye miisho ya dunia.
Tazama wamekuja,
kwa kasi na kwa haraka!
27 Hakuna hata mmoja wao anayechoka wala
kujikwaa,
hakuna hata mmoja anayesinzia wala
kulala,
hakuna mkanda uliolegezwa kiunoni,
hakuna gidamu ya kiatu iliyokatika.

28 Mishale yao ni mikali,
pinde zao zote zimevutwa,
kwato za farasi wao ziko kama jiwe
la gumegume,
magurudumu ya magari yao ya vita
ni kama upepo wa kisulisuli.
29 Ngurumo yao ni kama ile ya simba,
wananguruma kama wana simba,
wanakoroma wanapokamata mawindo yao,
na kuondoka nayo pasipo yeyote
wa kuokoa.
30 Katika siku ile watanguruma juu yake
kama ngurumo za bahari.
Kama mtu akiitazama nchi,
ataona giza na dhiki;
hata nuru itatiwa giza kwa mawingu.

Agizo Kwa Isaya

6 Katika mwaka ule Mfalme Uzia alikufa, nili-
mwona Bwana ameketi katika kiti cha enzi,
kilicho juu na kilichotukuzwa sana, nalo pindo
la joho lake likajaza Hekalu. 2 Juu yake waliku-
wepo maserafi, kila mmoja alikuwa na mabawa
sita: Kwa mabawa mawili walifunika nyuso zao,
kwa mengine mawili walifunika miguu yao, na
kwa mawili walikuwa wakiruka. 3 Nao walikuwa
wakiitana kila mmoja na mwenzake:

"Mtakatifu, Mtakatifu, Mtakatifu
ni Bwana Mwenye Nguvu Zote;
dunia yote imejaa utukufu wake."

4 Kwa sauti zao, miimo ya milango na vizingiti
vilitikisika, nalo Hekalu likajaa moshi.
5 Ndipo nikalia, "Ole wangu! Nimeangamia! Kwa
kuwa mimi ni mtu mwenye midomo michafu, nami
ninaishi katikati ya watu wenye midomo michafu,
nayo macho yangu yamemwona Mfalme, Bwana
Mwenye Nguvu Zote."
6 Ndipo mmoja wa wale maserafi akaruka kunijia
akiwa na kaa la moto linalowaka mkononi mwake,
ambalo alikuwa amelichukua kwa koleo kutoka
madhabahuni. 7 Akanigusa nalo kinywa changu
na kusema, "Tazama, hili limegusa midomo yako,
uovu wako umeondolewa, nayo dhambi yako ime-
samehewa."
8 Kisha nikasikia sauti ya Bwana ikisema,
"Nimtume nani? Ni nani atakayekwenda kwa
ajili yetu?"
Nami nikasema, "Mimi hapa. Nitume mimi!"
9 Akasema, "Nenda ukawaambie watu hawa:

" 'Mtaendelea daima kusikiliza,
lakini kamwe hamtaelewa;
mtaendelea daima kutazama,
lakini kamwe hamtatambua.'
10 Fanya mioyo ya watu hawa kuwa migumu,
fanya masikio yao yasisikie,
na upofushe macho yao.
Wasije wakaona kwa macho yao,
na wakasikiliza kwa masikio yao,
wakaelewa kwa mioyo yao,
nao wakageuka, nikawaponywa."

11 Ndipo nikasema, "Hadi lini, Ee Bwana?"
Naye akanijibu:

"Hadi miji iwe imeachwa magofu
na bila wakazi,
hadi nyumba zitakapobaki bila watu,
na mashamba yatakapoharibiwa
na kuangamizwa,
12 hadi BWANA atakapokuwa amekwisha
kumpeleka kila mmoja mbali sana,
na nchi itakapokuwa imeachwa kabisa.
13 Hata kama sehemu ya kumi ya watu
watabaki katika nchi,
itaharibiwa tena.
Lakini kama vile mvinje na mwaloni
ibakizavyo visiki inapokatwa,
ndivyo mbegu takatifu
itakavyokuwa kisiki katika nchi."

Ishara Ya Imanueli

7 Wakati Ahazi mwana wa Yothamu, mwana wa
Uzia, alipokuwa mfalme wa Yuda, Mfalme Resini
wa Aramu,[a] na Peka mwana wa Remalia mfalme wa
Israeli walipanda kupigana dhidi ya Yerusalemu,
lakini hawakuweza kuushinda.
2 Wakati huu nyumba ya Daudi iliambiwa,
"Aramu wameungana na Efraimu." Kwa hiyo mioyo
ya Ahazi na watu wake ilitikiswa, kama miti ya
msituni inavyotikiswa na upepo.
3 Ndipo BWANA akamwambia Isaya, "Toka uende,
wewe na mwanao Shear-Yashubu,[b] mkutane na
Ahazi huko mwisho wa mfereji wa Bwawa la Juu,
kwenye barabara iendayo Shamba la Dobi. 4 Mwa-
mbie, 'Uwe mwangalifu, utulie na usiogope. Usife
moyo kwa ajili ya watu hawa wawili walio kama
visiki vya kuni vifukavyo moshi, kwa ajili ya hasira
kali ya Resini na Aramu na ya mwana wa Remalia.
5 Aramu, Efraimu na mwana wa Remalia wame-
panga shauri baya ili wakuangamize, wakisema,
6 "Tuishambulie Yuda, naam, tuirarue vipande
vipande na kuigawa miongoni mwetu, na kumta-
waza mwana wa Tabeeli awe mfalme juu yake."
7 Lakini BWANA Mwenyezi asema hivi:

" 'Jambo hili halitatendeka,
halitatokea,
8 kwa kuwa kichwa cha Aramu ni Dameski,
na kichwa cha Dameski ni Resini peke yake.
Katika muda wa miaka sitini na mitano,
Efraimu atakuwa ameharibiwa
kiasi kwamba hataweza tena kuwa taifa.
9 Kichwa cha Efraimu ni Samaria,
na kichwa cha Samaria
ni mwana wa Remalia peke yake.
Kama hamtasimama thabiti katika
imani yenu,
hamtaimarika kamwe.' "

10 BWANA akasema na Ahazi tena, 11 "Mwombe
BWANA Mungu wako ishara, iwe kwenye vina virefu
sana, au kwenye vimo virefu sana."

[a]1 Yaani Shamu.
[b]3 Shear-Yashubu maana yake Mabaki Watarudi.

12 Lakini Ahazi akasema, "Sitaomba; sitamjaribu
BWANA."
13 Ndipo Isaya akasema, "Sikia sasa, ewe nyu-
mba ya Daudi! Je, haitoshi kujaribu uvumilivu wa
wanadamu? Je, mtaujaribu uvumilivu wa Mungu
wangu pia? 14 Kwa hiyo Bwana mwenyewe atawapa
ishara: Bikira atachukua mimba, naye atamzaa
mwana, na ataitwa Imanueli.[c] 15 Atakula jibini na
asali atakapokuwa ameweza kukataa mabaya na
kuchagua mema. 16 Lakini kabla mtoto hajajua
kukataa mabaya na kuchagua mema, nchi ya wafa-
lme hao wawili unaowaogopa itafanywa ukiwa.
17 BWANA ataleta juu yako, juu ya watu wako, na juu
ya nyumba ya baba yako wakati ambao haujawahi
kuwako tangu Efraimu alipojitenga na Yuda: yeye
atawaleteeni mfalme wa Ashuru."
18 Katika siku ile BWANA atawapigia filimbi mai-
nzi kutoka vijito vya mbali vya Misri, na nyuki
kutoka nchi ya Ashuru. 19 Wote watakuja na kukaa
kwenye mabonde yenye miteremko, na kwenye
nyufa za miamba, kwenye vichaka vyote vyenye
miiba, na kwenye mashimo yote ya maji. 20 Katika
siku ile Bwana atatumia wembe ulioajiriwa kutoka
ng'ambo ya Mto,[d] yaani mfalme wa Ashuru, kunyoa
nywele za kichwa chako na malaika ya miguu yako,
na kuziondoa ndevu zako pia. 21 Katika siku ile, mtu
atahifadhi hai ndama mmoja na kondoo wawili.
22 Kwa ajili ya wingi wa maziwa watakayotoa,
atapata jibini ya kula. Wote watakaobakia katika
nchi watakula jibini na asali. 23 Katika siku ile, kila
mahali palipokuwa na mizabibu elfu moja yenye
thamani ya shekeli 1,000[e] za fedha, patakuwa na
michongoma na miiba tu. 24 Watu watakwenda
huko wakiwa na upinde na mshale, kwa maana
nchi itafunikwa na michongoma na miiba.
25 Kuhusu vilima vyote vilivyokuwa vikilimwa
kwa jembe, hamtakwenda huko tena kwa ajili ya
hofu ya michongoma na miiba. Patakuwa mahali
ambapo ng'ombe wataachiwa huru, na kondoo
kukimbia kimbia.

Ashuru, Chombo Cha BWANA

8 BWANA akaniambia, "Chukua gombo kubwa,
uandike juu yake kwa kalamu ya kawaida jina:
Maher-Shalal-Hash-Bazi.[f] 2 Nami nitawaita kuhani
Uria, na Zekaria mwana wa Yeberekia kama masha-
hidi wangu waaminifu."
3 Kisha nikaenda kwa nabii mke, naye akapata
mimba, akazaa mwana. Kisha BWANA akaniambia,
"Mwite huyo mtoto Maher-Shalal-Hash-Bazi.
4 Kabla mtoto hajaweza kusema 'Baba yangu' au
'Mama yangu,' utajiri wa Dameski na nyara za
Samaria zitachukuliwa na mfalme wa Ashuru."
5 BWANA akasema nami tena:

6 "Kwa sababu watu hawa wamekataa maji
ya Shilo yatiririkayo taratibu
wakamfurahia Resini na mwana
wa Remalia,

[c]14 Imanueli maana yake Mungu yu pamoja nasi.
[d]20 Yaani Frati.
[e]23 Shekeli 1,000 ni kama kilo 11.5.
[f]1 Maher-Shalal-Hash-Bazi maana yake ni Haraka kuteka nyara, Upesi kwenye hizo nyara.

7 kwa hiyo Bwana yu karibu kuleta dhidi yao
mafuriko makubwa ya Mto:[a]
yaani mfalme wa Ashuru na fahari
yake yote.
Yatafurika juu ya mifereji yake yote,
yatamwagikia juu ya kingo zake zote,
8 na kufika hadi Yuda, yakizunguka kwa kasi
juu yake,
yakipita katikati na yakifika hadi
shingoni.
Mabawa yake yaliyokunjuliwa
yatafunika upana wa nchi yako,
Ee Imanueli!"[b]

9 Inueni kilio cha vita, enyi mataifa,
na mkavunjwevunjwe!
Sikilizeni, enyi nyote nchi za mbali.
Jiandaeni kwa vita, nanyi
mkavunjwevunjwe!
Jiandaeni kwa vita, nanyi
mkavunjwevunjwe!
10 Wekeni mikakati yenu, lakini itashindwa;
fanyeni mipango yenu, lakini
haitafanikiwa,
kwa maana Mungu yu pamoja nasi.[c]

Mwogope Mungu

11 Bwana alisema nami mkono wake wenye
nguvu ukiwa juu yangu, akinionya nisifuate njia
za taifa hili. Akasema:

12 "Usiite fitina kila kitu ambacho watu hawa
hukiita fitina,
usiogope kile wanachokiogopa,
wala usikihofu.
13 Bwana Mwenye Nguvu Zote ndiye peke yake
ikupasaye kumheshimu kuwa mtakatifu,
ndiye peke yake utakayemwogopa,
ndiye peke yake utakayemhofu,
14 naye atakuwa mahali patakatifu;
lakini kwa nyumba zote mbili za Israeli
atakuwa
jiwe lile linalosababisha watu kujikwaa
na mwamba wa kuwaangusha.
Kwa watu wa Yerusalemu,
atakuwa mtego na tanzi.
15 Wengi wao watajikwaa;
wataanguka na kuvunjika,
watategwa na kunaswa."

16 Funga ushuhuda na kutia muhuri sheria
miongoni mwa wanafunzi wangu.
17 Nitamngojea Bwana,
ambaye ameificha nyumba ya Yakobo
uso wake.
Nitaliweka tumaini langu kwake.

18 Niko hapa, pamoja na watoto ambao Bwana
amenipa. Sisi ni ishara na mfano wake katika
Israeli, kutoka kwa Bwana Mwenye Nguvu Zote,
anayeishi juu ya Mlima Sayuni.

19 Wakati watu wanapowaambia ninyi kuta-
futa ushauri kwa waaguzi na wenye kuongea na
mizimu, ambao hunong'ona na kunung'unika,
je, watu wasingeuliza kwa Mungu wao? Kwa nini
watake shauri kwa wafu kwa ajili ya walio hai?
20 Kwa sheria na kwa ushuhuda! Kama hawata-
sema sawasawa na neno hili, hawana mwanga wa
mapambazuko. 21 Watazunguka katika nchi yote,
wakiwa na dhiki na njaa. Watakapotaabika kwa
njaa, watapatwa na hasira kali, nao, wakiwa wana-
tazama juu, watamlaani mfalme wao na Mungu
wao. 22 Kisha wataangalia duniani na kuona tu dhiki
na giza, hofu na huzuni tupu, nao watasukumiwa
kwenye giza nene kabisa.

Kwa Ajili Yetu Mtoto Amezaliwa

9 Hata hivyo, hapatakuwepo huzuni tena kwa
wale waliokuwa katika dhiki. Wakati uliopita
aliidhili nchi ya Zabuloni na nchi ya Naftali, lakini
katika siku zijazo ataiheshimu Galilaya ya Mataifa,
karibu na njia ya bahari, kando ya Yordani:

2 Watu wanaotembea katika giza
wameona nuru kuu,
wale wanaoishi katika nchi ya uvuli
wa mauti,
nuru imewazukia.
3 Umelikuza taifa,
na kuzidisha furaha yao,
wanafurahia mbele zako,
kama watu wanavyofurahia wakati
wa mavuno,
kama watu wafurahivyo
wagawanyapo nyara.
4 Kama vile siku ya kushindwa kwa
Wamidiani,
umevunja nira iliyowalemea,
ile gongo mabegani mwao na
fimbo yake yeye aliyewaonea.
5 Kila kiatu cha askari kilichotumiwa vitani,
na kila vazi lililovingirishwa katika damu
vitawekwa kwa ajili ya kuchomwa,
vitakuwa kuni za kuwasha moto.
6 Kwa maana, kwa ajili yetu mtoto
amezaliwa,
tumepewa mtoto mwanaume,
nao utawala utakuwa mabegani mwake.
Naye ataitwa
Mshauri wa Ajabu, Mungu
Mwenye Nguvu,
Baba wa Milele, Mfalme wa Amani.
7 Kuongezeka kwa utawala wake na amani
hakutakuwa na mwisho.
Atatawala katika kiti cha enzi cha Daudi
na juu ya ufalme wake,
akiuthibitisha na kuutegemeza
kwa haki na kwa adili,
tangu wakati huo na hata milele.
Wivu wa Bwana Mwenye Nguvu Zote
utatimiza haya.

Hasira Ya Bwana Dhidi Ya Israeli

8 Bwana ametuma ujumbe dhidi ya Yakobo,
utamwangukia Israeli.

[a]7 Yaani Frati.
[b]8 Imanueli maana yake Mungu yu pamoja nasi.
[c]10 Kiebrania ni Imanueli.

[9] Watu wote watajua hili:
Efraimu na wakazi wa Samaria,
wanaosema kwa kiburi
na majivuno ya mioyo,
[10] "Matofali yameanguka chini,
lakini tutajenga tena kwa mawe
yaliyochongwa,
mitini imeangushwa,
lakini tutapanda mierezi badala yake."
[11] Lakini BWANA amemtia nguvu adui
wa Resini dhidi yao
na kuchochea watesi wao.
[12] Waashuru kutoka upande wa mashariki
na Wafilisti kutoka upande wa magharibi
wameila Israeli kwa kinywa
kilichopanuliwa.

Hata kwa haya yote, hasira yake
haijageukia mbali,
mkono wake bado umeinuliwa juu.

[13] Lakini watu hawajamrudia yeye
aliyewapiga,
wala hawajamtafuta BWANA Mwenye
Nguvu Zote.
[14] Kwa hiyo BWANA atakatilia mbali kutoka
Israeli kichwa na mkia,
tawi la mtende na tete katika siku moja.
[15] Wazee na watu mashuhuri ndio vichwa,
nao manabii wanaofundisha uongo
ndio mkia.
[16] Wale wanaowaongoza watu hawa
wanawapotosha,
nao wale wanaoongozwa wamepotoka.
[17] Kwa hiyo Bwana hatawafurahia vijana,
wala hatawahurumia yatima na wajane,
kwa kuwa kila mmoja wao hamchi Mungu,
nao ni waovu,
na kila kinywa kinanena upotovu.

Hata kwa haya yote, hasira yake
haijageukia mbali,
mkono wake bado umeinuliwa juu.

[18] Hakika uovu huwaka kama moto;
huteketeza michongoma na miiba,
huwasha moto vichaka vya msituni,
hujiviringisha kuelekea juu kama nguzo
ya moshi.
[19] Kwa hasira ya BWANA Mwenye Nguvu Zote
nchi itachomwa kwa moto,
nao watu watakuwa kuni za
kuchochea moto.
Hakuna mtu atakayemhurumia
ndugu yake.
[20] Upande wa kuume watakuwa wakitafuna,
lakini bado wataona njaa;
upande wa kushoto watakuwa wakila,
lakini hawatashiba.
Kila mmoja atajilisha kwa nyama ya mtoto
wake mwenyewe:
[21] Manase atamla Efraimu,
naye Efraimu atamla Manase;
nao pamoja watakuwa kinyume na Yuda.

Hata kwa haya yote, hasira yake
haijageukia mbali,
mkono wake bado umeinuliwa juu.

10 Ole wao wawekao sheria zisizo za haki,
kwa wale watoao amri za kuonea,
[2] kuwanyima maskini haki zao
na kuzuilia haki za watu wangu
walioonewa,
kuwafanya wajane mawindo yao
na kuwanyang'anya yatima.
[3] Mtafanya nini siku ya kutoa hesabu,
wakati maafa yatakapokuja
kutoka mbali?
Mtamkimbilia nani awape msaada?
Mtaacha wapi mali zenu?
[4] Hakutasalia kitu chochote,
isipokuwa kujikunyata miongoni mwa
mateka,
au kuanguka miongoni mwa waliouawa.
Hata kwa haya yote, hasira yake
haijageukia mbali,
mkono wake bado umeinuliwa juu.

Hukumu Ya Mungu Juu Ya Ashuru

[5] "Ole kwa Ashuru, fimbo ya hasira yangu,
ambaye mkononi mwake ana rungu
ya ghadhabu yangu!
[6] Ninamtuma dhidi ya taifa
lisilomjua Mungu,
ninamtuma dhidi ya taifa
linalonikasirisha,
kukamata mateka na kunyakua nyara,
pia kuwakanyaga chini kama matope
ya barabarani.
[7] Lakini hili silo analokusudia,
hili silo alilo nalo akilini;
kusudi lake ni kuangamiza,
kuyakomesha mataifa mengi.
[8] Maana asema, 'Je, wafalme wote
si majemadari wangu?
[9] Je, Kalno hakutendwa kama Karkemishi?
Hamathi si kama Arpadi,
nayo Samaria si kama Dameski?
[10] Kama vile mkono wangu ulivyotwaa falme
za sanamu,
falme ambazo vinyago vyao vilizidi vile
vya Yerusalemu na Samaria:
[11] je, nisiishughulikie Yerusalemu
na sanamu zake
kama nilivyoshughulikia Samaria
na vinyago vyake?'"

[12] Bwana atakapokuwa amemaliza kazi yake yote
dhidi ya Mlima Sayuni na Yerusalemu, atasema,
"Nitamwadhibu mfalme wa Ashuru kwa ajili ya
majivuno ya ukaidi wa moyo wake na kutazama
kwa macho yenye dharau." [13] Kwa kuwa anasema:

" 'Kwa nguvu za mkono wangu
nimefanya hili,
kwa hekima yangu, kwa sababu nina
ufahamu.

Niliondoa mipaka ya mataifa,
niliteka nyara hazina zao,
kama yeye aliye shujaa
niliwatiisha wafalme wao.
14 Kama mtu atiavyo mkono kwenye kiota,
ndivyo mkono wangu ulivyochukua
utajiri wa mataifa;
kama watu wakusanyavyo mayai
yaliyoachwa,
ndivyo nilivyokusanya nchi zote;
wala hakuna hata mmoja aliyepiga bawa
au kufungua kinywa chake kutoa mlio.' "

15 Je, shoka laweza kujigamba kuwa na
nguvu zaidi
kuliko yule anayelitumia,
au msumeno kujisifu
dhidi ya yule anayeutumia?
Ni kana kwamba fimbo ingeweza
kumwinua yeye aichukuaye,
au mkongojo ungemwinua mwenye
kuutumia!
16 Kwa hiyo Bwana, BWANA Mwenye
Nguvu Zote,
atatuma ugonjwa wa kudhoofisha kwa
askari wake walio hodari,
katika fahari yake moto utawaka
kama mwali wa moto.
17 Nuru ya Israeli itakuwa moto,
Aliye Mtakatifu wao mwali wa moto;
katika siku moja utaunguza na
kuteketeza miiba
na michongoma yake.
18 Fahari ya misitu yake na mashamba
yenye rutuba
utateketeza kabisa,
kama vile mtu mgonjwa
adhoofikavyo.
19 Nayo miti inayobaki katika misitu yake
itakuwa michache sana
hata mtoto mdogo angeweza kuihesabu.

Mabaki Ya Israeli

20 Katika siku ile, mabaki ya Israeli,
walionusurika wa nyumba ya Yakobo,
hawatamtegemea tena yeye aliyewapiga,
lakini watamtegemea kwa kweli
BWANA Aliye Mtakatifu wa Israeli.
21 Mabaki watarudi,[a] mabaki wa Yakobo
watamrudia Mungu Mwenye Nguvu.
22 Ingawa watu wako, ee Israeli, ni wengi
kama mchanga wa pwani,
ni mabaki yao tu watakaorudi.
Maangamizi yamekwisha amriwa,
ni mengi tena ni haki.
23 Bwana, BWANA Mwenye Nguvu Zote,
atatekeleza
maangamizi yaliyoamriwa juu
ya nchi yote.

24 Kwa hiyo, hili ndilo Bwana, BWANA Mwenye
Nguvu Zote asemalo:

"Enyi watu wangu mkaao Sayuni,
msiwaogope Waashuru,
wanaowapiga ninyi kwa fimbo
na kuinua rungu dhidi yenu, kama Misri
ilivyofanya.
25 Bado kitambo kidogo sana hasira yangu
dhidi yenu itakoma,
na ghadhabu yangu itaelekezwa kwenye
maangamizi yao."

26 BWANA Mwenye Nguvu Zote atawachapa
kwa mjeledi,
kama alivyowapiga Wamidiani katika
mwamba wa Orebu,
naye atainua fimbo yake juu ya maji,
kama alivyofanya huko Misri.
27 Katika siku hiyo mzigo wao utainuliwa
kutoka mabegani mwenu,
na nira yao kutoka shingoni mwenu;
nira itavunjwa
kwa sababu ya kutiwa mafuta.

28 Wanaingia Ayathi,
wanapita katikati ya Migroni,
wanahifadhi mahitaji huko Mikmashi.
29 Wanavuka kivukoni, nao wanasema,
"Tutapiga kambi huko Geba
usiku kucha."
Rama inatetemeka;
Gibea ya Sauli inakimbia.
30 Piga kelele, ee Binti Galimu!
Sikiliza, ee Laisha!
Maskini Anathothi!
31 Madmena inakimbia;
watu wa Gebimu wanajificha.
32 Siku hii ya leo watasimama Nobu;
watatikisa ngumi zao
kwa mlima wa Binti Sayuni,
kwa kilima cha Yerusalemu.

33 Tazama, Bwana, BWANA Mwenye
Nguvu Zote,
atayakata matawi kwa nguvu kuu.
Miti mirefu sana itaangushwa,
ile mirefu itashushwa chini.
34 Atakata vichaka vya msitu kwa shoka;
Lebanoni itaanguka mbele zake yeye
Mwenye Nguvu.

Tawi Kutoka Kwa Yese

11 Chipukizi litatokea kutoka shina la Yese,
kutoka mizizi yake Tawi litazaa tunda.
2 Roho wa BWANA atakaa juu yake,
Roho wa hekima na wa ufahamu,
Roho wa shauri na wa uweza,
Roho wa maarifa na wa kumcha BWANA
3 naye atafurahia kumcha BWANA.

Hatahukumu kwa yale ayaonayo kwa
macho yake,
wala kuamua kwa yale ayasikiayo kwa
masikio yake,
4 bali kwa uadilifu atahukumu wahitaji,
kwa haki ataamua wanyenyekevu wa dunia.

---

[a]21 Kiebrania ni Shear-Yashubu, pia 22.

Ataipiga dunia kwa fimbo ya kinywa chake,
kwa pumzi ya midomo yake
atawaua waovu.
5 Haki itakuwa mkanda wake
na uaminifu utakuwa mshipi
kiunoni mwake.

6 Mbwa mwitu ataishi pamoja na mwana-kondoo,
naye chui atalala pamoja na mbuzi,
ndama, mwana simba na ng'ombe
wa mwaka mmoja watakaa pamoja,
naye mtoto mdogo atawaongoza.
7 Ng'ombe na dubu watalisha pamoja,
watoto wao watalala pamoja,
na simba atakula majani makavu kama
maksai.
8 Mtoto mchanga atacheza karibu na shimo
la nyoka,
naye mtoto mdogo ataweka mkono wake
kwenye kiota cha fira.
9 Hawatadhuru wala kuharibu
juu ya mlima wangu mtakatifu wote,
kwa kuwa dunia itajawa na kumjua BWANA
kama maji yajazavyo bahari.

10 Katika siku hiyo, Shina la Yese atasimama
kama bendera kwa ajili ya mataifa. Mataifa yata-
kusanyika kwake, na mahali pake pa kupumzikia
patakuwa utukufu. 11 Katika siku hiyo Bwana
atanyoosha mkono wake mara ya pili kurudisha
mabaki ya watu wake waliosalia kutoka Ashuru,
Misri, Pathrosi,[a] Kushi, Elamu, Babeli, Hamathi na
kutoka visiwa vya baharini.

12 Atainua bendera kwa mataifa
na kuwakusanya Waisraeli walioko
uhamishoni;
atawakusanya watu wa Yuda waliotawanyika
kutoka pembe nne za dunia.
13 Wivu wa Efraimu utatoweka,
na adui wa Yuda watakatiliwa mbali;
Efraimu hatamwonea Yuda wivu,
wala Yuda hatakuwa na uadui na Efraimu.
14 Watawashukia katika miteremko ya Wafilisti
hadi upande wa magharibi,
kwa pamoja watawateka watu nyara
hadi upande wa mashariki.
Watawapiga Edomu na Moabu,
na Waamoni watatawaliwa nao.
15 BWANA atakausha
ghuba ya bahari ya Misri;
kwa upepo mkavu ataupeleka mkono wake
juu ya Mto Frati.
Ataugawanya katika vijito saba
ili watu waweze kuuvuka wakiwa
wamevaa viatu.
16 Itakuwepo njia kuu kwa mabaki
ya watu wake
wale waliosalia kutoka Ashuru,
kama ilivyokuwa kwa Israeli
walipopanda kutoka Misri.

Kushukuru Na Kusifu

12 Katika siku ile utasema:

"Nitakusifu wewe, Ee BWANA.
Ingawa ulinikasirikia,
hasira yako imegeukia mbali
nawe umenifariji.
2 Hakika Mungu ni wokovu wangu;
nitamtumaini wala sitaogopa.
BWANA, BWANA, ni nguvu zangu na
wimbo wangu;
amekuwa wokovu wangu."
3 Kwa furaha mtachota maji
kutoka visima vya wokovu.

4 Katika siku hiyo mtasema:

"Mshukuruni BWANA, mliitie jina lake;
julisheni miongoni mwa mataifa yale
aliyoyafanya,
tangazeni kuwa jina lake limetukuka.
5 Mwimbieni BWANA, kwa kuwa ametenda
mambo makuu,
hili na lijulikane duniani kote.
6 Pazeni sauti mwimbe kwa furaha, watu
wa Sayuni,
kwa maana mkuu ni yeye Aliye Mtakatifu
wa Israeli miongoni mwenu."

Unabii Dhidi Ya Babeli

13 Neno kuhusu Babeli ambalo Isaya mwana wa
Amozi aliliona:

2 Twekeni bendera juu ya mlima usio na kitu,
wapazieni sauti,
wapungieni mkono waingie
katika malango ya wenye heshima.
3 Nimewaamuru watakatifu wangu;
nimewaita mashujaa wangu waitimize
hasira yangu:
wale wanaoshangilia ushindi wangu.
4 Sikilizeni kelele juu ya milima,
kama ile ya umati mkubwa wa watu!
Sikilizeni, makelele katikati ya falme,
kama mataifa yanayokusanyika pamoja!
BWANA Mwenye Nguvu Zote anakusanya
jeshi kwa ajili ya vita.
5 Wanakuja kutoka nchi za mbali sana,
kutoka miisho ya mbingu,
BWANA na silaha za ghadhabu yake,
kuangamiza nchi yote.

6 Ombolezeni, kwa maana siku ya BWANA
i karibu,
itakuja kama uharibifu kutoka kwa
Mwenyezi.[b]
7 Kwa sababu ya hili, mikono yote italegea,
moyo wa kila mtu utayeyuka.
8 Hofu itawakamata,
uchungu na maumivu makali
yatawashika,

---

[a]11 Pathrosi ina maana Misri ya Juu.

[b]6 Mwenyezi hapa ina maana ya Shaddai kwa Kiebrania.

watagaagaa kama mwanamke aliye
na utungu wa kuzaa.
Watatazamana kwa hofu kila mtu
na mwenzake,
nyuso zao zikiwaka kama moto.

9 Tazameni, siku ya BWANA inakuja,
siku katili, yenye ghadhabu na
hasira kali,
kuifanya nchi kuwa ukiwa
na kuwaangamiza wenye dhambi
waliomo ndani yake.
10 Nyota za mbinguni na makundi ya nyota
havitatoa mwanga wake.
Jua linalochomoza litatiwa giza
na mwezi hautatoa nuru yake.
11 Nitauadhibu ulimwengu kwa ajili ya
uovu wake,
waovu kwa ajili ya dhambi zao.
Nitakomesha majivuno ya wenye kiburi,
na nitakishusha kiburi cha watu
wakatili.
12 Nitawafanya wanadamu kuwa adimu
kuliko dhahabu safi,
watakuwa wachache sana kuliko
dhahabu ya Ofiri.
13 Kwa hiyo nitazifanya mbingu zitetemeke,
nayo dunia itatikisika kutoka
mahali pake
katika ghadhabu ya BWANA Mwenye
Nguvu Zote,
katika siku ya hasira yake iwakayo.

14 Kama swala awindwaye,
kama kondoo wasio na mchungaji,
kila mmoja atarudi kwa watu wake
mwenyewe,
kila mmoja atakimbilia nchi yake
ya kuzaliwa.
15 Yeyote atakayetekwa atapasuliwa tumbo,
wote watakaokamatwa watauawa kwa
upanga.
16 Watoto wao wachanga watavunjwa vipande
vipande
mbele ya macho yao;
nyumba zao zitatekwa
na wake zao watatendwa jeuri.

17 Tazama, nitawachochea Wamedi dhidi yao,
ambao hawajali fedha
wala hawafurahii dhahabu.
18 Mishale yao itawaangusha vijana,
hawatakuwa na huruma kwa watoto
wachanga
wala hawataangalia watoto kwa huruma.
19 Babeli, johari ya falme,
utukufu wa kiburi cha Wababeli,[a]
itaangushwa na Mungu
kama Sodoma na Gomora.
20 Hautakaliwa na watu kamwe
wala watu hawataishi humo kwa
vizazi vyote.
Hakuna Mwarabu atakayepiga hema
lake huko,
hakuna mchungaji atakayepumzisha
makundi yake huko.
21 Lakini viumbe wa jangwani watalala huko,
mbweha watajaza nyumba zake,
bundi wataishi humo
nao mbuzi-mwitu watarukaruka humo.
22 Fisi watalia ndani ya ngome zake,
mbweha ndani ya majumba yake
ya kifahari.
Wakati wake umewadia,
na siku zake hazitaongezwa.

Yuda Kufanywa Upya

14 BWANA atamhurumia Yakobo,
atamchagua Israeli tena,
na kuwakalisha katika nchi yao
wenyewe.
Wageni wataungana nao
na kujiunga na nyumba ya Yakobo.
2 Mataifa watawachukua
na kuwaleta mahali pao wenyewe.
Nayo nyumba ya Israeli itamiliki mataifa
kama watumishi na wajakazi katika nchi
ya BWANA.
Watawafanya watekaji wao kuwa mateka,
na kutawala juu ya wale waliowaonea.

3 Katika siku BWANA atakapokuondolea mateso,
udhia na utumwa wa kikatili, 4 utaichukua dhihaka
hii dhidi ya mfalme wa Babeli:

Tazama jinsi mtesi alivyofikia mwisho!
Tazama jinsi ghadhabu yake kali
ilivyokoma!
5 BWANA amevunja fimbo ya mwovu,
fimbo ya utawala ya watawala,
6 ambayo kwa hasira waliyapiga mataifa
kwa mapigo yasiyo na kikomo,
nao kwa ghadhabu kali waliwatiisha
mataifa
kwa jeuri pasipo huruma.
7 Nchi zote ziko kwenye mapumziko
na kwenye amani,
wanabubujika kwa kuimba.
8 Hata misunobari na mierezi ya Lebanoni
inashangilia mbele yako na kusema,
"Basi kwa sababu umeangushwa chini,
hakuna mkata miti atakayekuja
kutukata."

9 Kuzimu kote kumetaharuki
kukulaki unapokuja,
kunaamsha roho za waliokufa ili
kukupokea,
wote waliokuwa viongozi katika
ulimwengu,
kunawafanya wainuke kwenye viti vyao vya
kifalme:
wale wote waliokuwa wafalme juu
ya mataifa.
10 Wote wataitikia,
watakuambia,

[a]19 Wababeli hapa maana yake ni Wakaldayo.

"Wewe pia umekuwa dhaifu, kama sisi
tulivyo;
wewe umekuwa kama sisi."
11 Majivuno yako yote yameshushwa mpaka
kuzimu,
pamoja na kelele ya vinubi vyako,
mafunza yametanda chini yako,
na minyoo imekufunika.

12 Tazama jinsi ulivyoanguka kutoka mbinguni,
ewe nyota ya asubuhi, mwana
wa mapambazuko!
Umetupwa chini duniani,
wewe uliyepata kuangusha mataifa!
13 Ulisema moyoni mwako,
"Nitapanda juu hadi mbinguni,
nitakiinua kiti changu cha enzi
juu ya nyota za Mungu,
nitaketi nimetawazwa
juu ya mlima wa kusanyiko,
kwenye vimo vya juu sana vya Mlima
Mtakatifu.
14 Nitapaa juu kupita mawingu,
nitajifanya kama Yeye Aliye Juu Sana."
15 Lakini umeshushwa chini hadi kuzimu,
hadi kwenye vina vya shimo.

16 Wale wanaokuona wanakukazia macho,
wanatafakari hatima yako:
"Je, huyu ndiye yule aliyetikisa dunia
na kufanya falme zitetemeke,
17 yule aliyeifanya dunia kuwa jangwa,
aliyeipindua miji yake,
na ambaye hakuwaachia mateka wake
waende nyumbani?"

18 Wafalme wote wa mataifa wamelala kwa
heshima
kila mmoja katika kaburi lake.
19 Lakini wewe umetupwa nje ya kaburi lako
kama tawi lililokataliwa,
umefunikwa na waliouawa
pamoja na wale waliochomwa kwa upanga,
wale washukao mpaka
kwenye mawe ya shimo.
Kama mzoga uliokanyagwa chini ya nyayo,
20 Hutajumuika nao kwenye mazishi,
kwa kuwa umeharibu nchi yako
na kuwaua watu wako.

Mzao wa mwovu
hatatajwa tena kamwe.
21 Andaa mahali pa kuwachinjia wanawe
kwa ajili ya dhambi za baba zao,
wasije wakainuka ili kuirithi nchi
na kuijaza dunia kwa miji yao.

22 BWANA Mwenye Nguvu Zote asema,
"Nitainuka dhidi yao,
nitalikatilia mbali jina lake kutoka
Babeli pamoja na watu wake
walionusurika,
watoto wake na wazao wake,"
asema BWANA.

23 "Nitaifanya kuwa mahali pa bundi,
na kuwa nchi ya matope;
nitaifagia kwa ufagio wa maangamizi,"
asema BWANA Mwenye Nguvu Zote.

Unabii Dhidi Ya Ashuru

24 BWANA Mwenye Nguvu Zote ameapa,

"Hakika, kama vile nilivyopanga, ndivyo
itakavyokuwa,
nami kama nilivyokusudia, ndivyo
itakavyosimama.
25 Nitamponda Mwashuru katika nchi yangu,
juu ya milima yangu
nitawakanyagia chini.
Nira yake itaondolewa kutoka kwa
watu wangu,
nao mzigo wake utaondolewa kutoka
mabegani mwao."

26 Huu ndio mpango uliokusudiwa kwa ajili
ya ulimwengu wote,
huu ni mkono ulionyooshwa juu
ya mataifa yote.
27 Kwa kuwa BWANA Mwenye Nguvu Zote
amekusudia,
ni nani awezaye kumzuia?
Mkono wake umenyooshwa,
ni nani awezaye kuurudisha?

Unabii Dhidi Ya Wafilisti

28 Neno hili lilikuja mwaka ule Mfalme Ahazi
alipofariki:

29 Msifurahi, enyi Wafilisti wote,
kwamba fimbo iliyowapiga imevunjika;
kutoka mzizi wa huyo nyoka
atachipuka nyoka mwenye sumu kali,
uzao wake utakuwa joka lirukalo,
lenye sumu kali.
30 Maskini kuliko maskini wote watapata
malisho,
nao wahitaji watalala salama.
Lakini mzizi wako nitauangamiza kwa njaa,
nayo njaa itawaua walionusurika.

31 Piga yowe, ee lango! Bweka, ee mji!
Yeyukeni, enyi Wafilisti wote!
Wingu la moshi linakuja toka kaskazini,
wala hakuna atakayechelewa katika
safu zake.
32 Ni jibu gani litakalotolewa
kwa wajumbe wa taifa hilo?
"BWANA ameifanya imara Sayuni,
nako ndani yake watu wake walioonewa
watapata kimbilio."

Unabii Dhidi Ya Moabu

15 Neno kuhusu Moabu:

Ari iliyo Moabu imeangamizwa:
imeharibiwa kwa usiku mmoja!
Kiri iliyo Moabu imeangamizwa,
imeharibiwa kwa usiku mmoja!

2 Diboni anakwea hadi kwenye hekalu lake,
mpaka mahali pake pa juu ili walie,
Moabu anaombolezea Nebo na Medeba.
Kila kichwa kimenyolewa
na kila ndevu limeondolewa.
3 Wamevaa nguo za magunia barabarani,
juu ya mapaa na kwenye viwanja
wote wanaomboleza,
wamelala kifudifudi kwa kulia.
4 Heshboni na Eleale wanalia,
sauti zao zinasikika hadi Yahazi.
Kwa hiyo watu wenye silaha wa Moabu
wanapiga kelele,
nayo mioyo yao imezimia.

5 Moyo wangu unamlilia Moabu;
wakimbizi wake wanakimbilia Soari,
hadi Eglath-Shelishiya.
Wanapanda njia ya kwenda Luhithi,
wanakwenda huku wanalia;
barabarani iendayo Horonaimu
wanaombolezea maangamizi yao.
6 Maji ya Nimrimu yamekauka
na majani yamenyauka;
mimea imekauka wala hakuna
kitu chochote kibichi kilichobaki.
7 Kwa hiyo mali waliyoipata na
kujiwekea akiba
wamezichukua na kuvuka Bonde la Mierebi.
8 Mwangwi wa kilio chao umefika hadi
mpakani mwa Moabu,
kilio chao cha huzuni kimefika hadi
Eglaimu,
maombolezo yao hadi Beer-Elimu.
9 Maji ya Dimoni yamejaa damu,
lakini bado nitaleta pigo jingine juu
ya Dimoni:
simba juu ya wakimbizi wa Moabu
na juu ya wale wanaobaki katika nchi.

Hali Ya Kukata Tamaa Ya Moabu

16 Pelekeni wana-kondoo kama ushuru
kwa mtawala wa nchi,
Kutoka Sela, kupitia jangwani,
hadi mlima wa Binti Sayuni.
2 Kama ndege wanaopapatika
waliofukuzwa kutoka kwenye kiota,
ndivyo walivyo wanawake wa Moabu
kwenye vivuko vya Arnoni.

3 "Tupeni shauri,
toeni uamuzi.
Wakati wa adhuhuri,
fanyeni kivuli chenu kama usiku.
Waf icheni watoro,
msisaliti wakimbizi.
4 Waacheni watoro wa Moabu wakae
pamoja nanyi;
kuweni mahali pao pa salama ili kuepuka
mharabu."

Mtesi atafikia mwisho na maangamizi
yatakoma,
aletaye vita atatoweka kutoka nchi.
5 Kwa upendo kiti cha enzi kitaimarishwa,
kwa uaminifu mtu ataketi juu yake,
yeye atokaye nyumba ya Daudi:
yeye ambaye katika kuhukumu
hutafuta haki,
na huhimiza njia ya haki.

6 Tumesikia juu ya kiburi cha Moabu:
kiburi chake cha kujivuna
na udanganyifu,
kiburi chake na ufidhuli wake,
lakini majivuno yake si kitu.
7 Kwa hiyo Wamoabu wanaomboleza,
wanaiombolezea Moabu kwa pamoja.
Wanaomboleza na kuhuzunika
kwa ajili ya watu wa Kir-Haresethi.
8 Mashamba ya Heshboni yananyauka,
pia na mizabibu ya Sibma.
Watawala wa mataifa
wamekanyaga mizabibu iliyo
mizuri sana,
ambayo ilipata kufika Yazeri
na kuenea kuelekea jangwani.
Machipukizi yake yalienea
yakafika hadi baharini.
9 Hivyo ninalia kama Yazeri aliavyo,
kwa ajili ya mizabibu ya Sibma.
Ee Heshboni, ee Eleale,
ninakulowesha kwa machozi!
Kelele za furaha kwa ajili ya tunda lako
lililoiva
na kwa ajili ya mavuno zimekomeshwa.
10 Furaha na shangwe zimeondolewa
kutoka mashamba ya matunda;
hakuna yeyote aimbaye wala apazaye sauti
katika mashamba ya mizabibu;
hakuna yeyote akanyagaye zabibu
shinikizoni,
kwa kuwa nimekomesha makelele.
11 Moyo wangu unaomboleza kwa ajili
ya Moabu kama kinubi,
nafsi yangu yote kwa ajili ya Kir-Haresethi.
12 Wakati Moabu anapojitokeza mahali pake
pa juu,
anajichosha mwenyewe tu;
anapokwenda mahali pake pa kuabudia
miungu ili kuomba,
haitamfaidi lolote.

13 Hili ndilo neno ambalo BWANA ameshasema
kuhusu Moabu. 14 Lakini sasa BWANA anasema:
"Katika miaka mitatu, kama vile mtumishi aliye-
fungwa na mkataba angeihesabu, fahari ya Moabu
na watu wake wengi watadharauliwa, nao walionu-
surika watakuwa wachache sana, tena wanyonge."

Neno Dhidi Ya Dameski

17 Neno kuhusu Dameski:

"Tazama, Dameski haitakuwa tena mji
bali itakuwa lundo la magofu.
2 Miji ya Aroeri itaachwa
na itaachiwa mifugo ambayo italala huko,
bila yeyote wa kuyaogopesha.

[3] Mji wenye ngome utatoweka kutoka
Efraimu,
nao uweza wa ufalme kutoka Dameski;
mabaki ya Aramu yatakuwa
kama utukufu wa Waisraeli,"
asema BWANA Mwenye Nguvu Zote.

[4] "Katika siku ile utukufu wa Yakobo utafifia,
unono wa mwili wake utadhoofika.
[5] Itakuwa kama mvunaji akusanyavyo nafaka
na kuvuna nafaka kwa mikono yake,
kama wakati mtu aokotapo masazo
ya masuke
katika Bonde la Warefai.
[6] Hata hivyo baadhi ya masazo yatabaki,
kama vile mti wa mzeituni unavyopigwa,
kukiachwa zeituni mbili au tatu juu
ya matawi kileleni,
nne au tano katika matawi
yazaayo sana,"
asema BWANA, Mungu wa Israeli.

[7] Katika siku ile watu watamwangalia
Muumba wao,
na kuelekeza macho yao kwa yule Aliye
Mtakatifu wa Israeli.
[8] Hawataziangalia tena madhabahu,
kazi za mikono yao,
nao hawataheshimu nguzo za Ashera,[a]
na madhabahu za kufukizia uvumba
zilizofanywa kwa mikono yao.

[9] Katika siku ile miji yao iliyo imara, ambayo
waliihama kwa sababu ya Waisraeli, itakuwa kama
mahali palipoachwa pa vichaka na magugu. Nayo
yote itakuwa ukiwa.

[10] Mmemsahau Mungu Mwokozi wenu,
hamkumkumbuka Mwamba aliye
ngome yenu.
Kwa hiyo, hata ingawa mlipandikiza mimea
iliyo mizuri sana
na kuotesha mizabibu ya kigeni,
[11] hata kama siku ile unapoipandikiza,
unaifanya iote
na asubuhi ile ile unayoipanda,
unaifanya ichipue,
hata hivyo mavuno yatakuwa kama si kitu
katika siku ile ya ugonjwa na maumivu
yasiyoponyeka.

[12] Lo! Ghadhabu ya mataifa mengi,
wanaghadhibika kama bahari
iliyochafuka!
Lo! Makelele ya mataifa
wanavuma kama ngurumo
za maji mengi!
[13] Ingawa mataifa yanavuma kama
ngurumo za maji yanayofanya
mawimbi,
wakati anapoyakemea yanakimbia mbali,
yanafukuzwa mbele ya upepo kama
makapi juu ya milima,
kama jani livingirishwapo na dhoruba.
[14] Wakati wa jioni, hofu ya ghafula!
Kabla ya asubuhi, wametoweka!
Hili ndilo fungu la wale wanaotupora,
fungu la wale wanaotunyang'anya
mali zetu.

Unabii Dhidi Ya Kushi

18 Ole kwa nchi ya mvumo wa mabawa,[b]
kando ya mito ya Kushi,
[2] iwapelekayo wajumbe wake kwa njia
ya bahari
kwa mashua za mafunjo juu ya maji.

Nendeni, wajumbe wepesi,
kwa taifa la watu warefu wenye ngozi
nyororo,
kwa taifa linaloogopwa mbali na karibu,
taifa gomvi lenye lugha ngeni,
ambalo nchi yao imegawanywa kwa mito.
[3] Enyi mataifa yote ya ulimwengu,
ninyi mnaoishi duniani
wakati bendera itakapoinuliwa milimani,
mtaiona,
nayo tarumbeta itakapolia,
mtaisikia.
[4] Hili ndilo BWANA aliloniambia:
"Nitatulia kimya na kutazama
kutoka maskani yangu,
kama joto linalometameta katika mwanga
wa jua,
kama wingu la umande
katika joto la wakati wa mavuno."
[5] Kwa maana, kabla ya mavuno,
wakati wa kuchanua ukishapita
na maua yakawa zabibu zinazoiva,
atayakata machipukizi kwa mundu
wa kupogolea matawi,
naye atakata na kuyaondoa matawi
yaliyopanuka.
[6] Yote yataachwa kwa ajili ya ndege
wawindao wa mlimani
na wanyama pori,
ndege watajilisha juu yake wakati wote
wa kiangazi,
nao wanyama pori wakati wote
wa masika.

[7] Wakati huo matoleo yataletwa kwa BWANA
Mwenye Nguvu Zote

kutoka kwa taifa la watu warefu wenye
ngozi nyororo,
kutoka kwa taifa linaloogopwa mbali
na karibu,
kutoka taifa gomvi lenye lugha ngeni,
ambalo nchi yao imegawanywa kwa mito,

matoleo yataletwa katika Mlima Sayuni, mahali
pa Jina la BWANA Mwenye Nguvu Zote.

[a]8 Ashera hapa maana yake ni mungu mke aliyekuwa akiabudiwa pamoja na Baali.

[b]1 Au: wa nzige.

Unabii Kuhusu Misri

19 Neno kuhusu Misri:
naye anakuja Misri.
Sanamu za Misri zinatetemeka mbele yake,
nayo mioyo ya Wamisri inayeyuka
ndani yao.

2 "Nitamchochea Mmisri dhidi ya Mmisri,
ndugu atapigana dhidi ya ndugu,
jirani dhidi ya jirani,
mji dhidi ya mji,
ufalme dhidi ya ufalme.
3 Wamisri watakufa moyo,
na nitaibatilisha mipango yao.
Watatafuta ushauri kwa sanamu na kwa
roho za waliokufa,
kwa waaguzi na kwa wale waongeao
na mizimu.
4 Nitawatia Wamisri
mikononi mwa bwana mkatili
na mfalme mkali atatawala juu yao,"
asema Bwana, Bwana Mwenye
Nguvu Zote.

5 Maji ya mito yatakauka,
chini ya mto kutakauka kwa jua.
6 Mifereji itanuka;
vijito vya Misri vitapungua
na kukauka.
Mafunjo na nyasi vitanyauka,
7 pia mimea iliyoko kando ya Mto Naili,
pale mto unapomwaga maji baharini.
Kila shamba lililopandwa kando ya Mto
Naili litakauka,
litapeperushwa na kutoweka kabisa.
8 Wavuvi watalia na kuomboleza,
wale wote watupao ndoano katika
Mto Naili,
watadhoofika kwa majonzi.
9 Wale watu wafanyao kazi ya kitani
kilichochambuliwa watakata tamaa,
wafumaji wa kitani safi
watavunjika moyo.
10 Wafanyao kazi ya kufuma nguo
watahuzunishwa,
nao vibarua wataugua moyoni.

11 Maafisa wa Soani ni wapumbavu kabisa,
washauri wa Farao wenye busara
wanatoa ushauri wa kijinga.
Unawezaje kumwambia Farao,
"Mimi ni mmojawapo wa watu wenye
hekima,
mwanafunzi wa wafalme wa zamani"?

12 Wako wapi sasa watu wako wenye hekima?
Wao wakuonyeshe na kukufahamisha
ni nini Bwana Mwenye Nguvu Zote
amepanga dhidi ya Misri.
13 Maafisa wa Soani wamekuwa wapumbavu,
viongozi wa Memfisi[a] wamedanganyika,
walio mawe ya pembe ya taifa lake
wameipotosha Misri.
14 Bwana amewamwagia
roho ya kizunguzungu;
wanaifanya Misri iyumbayumbe
katika yale yote inayoyafanya,
kama vile mlevi ayumbayumbavyo
katika kutapika kwake.
15 Misri haiwezi kufanya kitu chochote,
cha kichwa wala cha mkia,
cha tawi la mtende wala cha tete.

16 Katika siku ile Wamisri watakuwa kama wana-
wake. Watatetemeka kwa hofu mbele ya mkono wa
Bwana Mwenye Nguvu Zote anaoinua dhidi yao.
17 Nayo nchi ya Yuda itawatia hofu Wamisri, kila
mmoja atakayetajiwa Yuda ataingiwa na hofu, kwa
sababu ya kile ambacho Bwana Mwenye Nguvu
Zote anapanga dhidi yao.
18 Katika siku hiyo miji mitano ya Misri, itazu-
ngumza lugha ya Kanaani, na kuapa kumtii Bwana
Mwenye Nguvu Zote. Mji mmojawapo utaitwa Mji
wa Uharibifu.[b]
19 Katika siku hiyo patakuwepo madhabahu ya
Bwana katikati ya Misri na mnara wa kumbu-
kumbu kwa Bwana kwenye mpaka wa Misri.
20 Itakuwa alama na ushahidi kwa ajili ya Bwana
Mwenye Nguvu Zote katika nchi ya Misri. Wataka-
pomlilia Bwana kwa sababu ya watesi wao, Mungu
atawapelekea mwokozi na mtetezi, naye atawao-
koa. 21 Hivyo Bwana atajijulisha mwenyewe kwa
Wamisri, nao katika siku hiyo watamkubali Bwana.
Wataabudu kwa kumtolea dhabihu na sadaka za
nafaka, watamwekea Bwana nadhiri na kuzitimiza.
22 Bwana ataipiga Misri kwa tauni; atawapiga na
kuwaponya. Watamgeukia Bwana, naye atayasikia
maombi yao na kuwaponya.
23 Katika siku hiyo kutakuwepo na njia kuu
kutoka Misri hadi Ashuru. Waashuru watakwenda
Misri, na Wamisri watakwenda Ashuru. Wamisri
na Waashuru wataabudu pamoja. 24 Katika siku
hiyo Israeli itakuwa ya tatu, pamoja na Misri na
Ashuru, nao watakuwa baraka kwa dunia. 25 Bwana
Mwenye Nguvu Zote atawabariki, akisema, "Baraka
iwe kwa Misri watu wangu, kwa Ashuru kazi ya
mikono yangu, na kwa Israeli urithi wangu."

Unabii Dhidi Ya Misri Na Kushi

20 Katika mwaka ule ambao jemadari mkuu ali-
tumwa na Mfalme Sargoni wa Ashuru, naye
akaja mpaka Ashdodi, akaushambulia na kuuteka,
2 wakati ule Bwana alisema kwa kinywa cha Isaya
mwana wa Amozi. Akamwambia, "Vua nguo ya
gunia kutoka mwilini mwako na viatu kutoka
miguuni mwako." Naye akafanya hivyo, akatembea
huku na huko uchi, bila viatu.
3 Kisha Bwana akasema, "Kama vile mtumishi
wangu Isaya alivyotembea uchi na bila viatu kwa
miaka mitatu, kama ishara na dalili mbaya dhidi
ya nchi ya Misri na Kushi, 4 vivyo hivyo mfalme
wa Ashuru atawaongoza mateka wa Wamisri, na
watu wa uhamisho wa Kushi, uchi na bila viatu,

[a]13 Memfisi kwa Kiebrania ni Nofu.

[b]18 Yaani Heliopoli (Mji wa Jua).

vijana hata wazee, wakiwa matako wazi, kwa
aibu ya Wamisri. [5] Wale waliotegemea Kushi na
kujivunia Misri wataogopa na kuaibika. [6] Katika
siku ile watu wanaoishi katika pwani hii watasema,
'Tazama lililowapata wale tuliowategemea, wale
tuliowakimbilia kwa msaada na wokovu kutoka
mikononi mwa mfalme wa Ashuru! Tutawezaje
basi kupona?' "

Unabii Dhidi Ya Babeli

21 Neno kuhusu Jangwa kando ya Bahari:
Kama upepo wa kisulisuli unaopita
katika nchi hadi kusini,
mshambuliaji anakuja kutoka jangwani,
kutoka nchi inayotisha.

2 Nimeonyeshwa maono ya kutisha:
Msaliti anasaliti, mteka nyara
anateka nyara.
Elamu, shambulia! Umedi, izunguke
kwa jeshi!
Nitakomesha huzuni zote
alizosababisha.

3 Katika hili mwili wangu umeteswa
na maumivu,
maumivu makali ya ghafula
yamenishika,
kama yale ya mwanamke mwenye
utungu wa kuzaa.
Nimeduwazwa na lile ninalolisikia,
nimeshangazwa na lile ninaloliona.
4 Moyo wangu unababaika,
woga unanifanya nitetemeke,
gizagiza la jioni nililolitamani sana,
limekuwa hofu kuu kwangu.

5 Wanaandaa meza,
wanatandaza mazulia,
wanakula, wanakunywa!
Amkeni, enyi maafisa,
zitieni ngao mafuta!

6 Hili ndilo Bwana analoniambia:

"Nenda, weka mlinzi,
na atoe taarifa ya kile anachokiona.
7 Anapoona magari ya vita
pamoja na kundi la farasi,
wapanda punda au wapanda ngamia,
na awe macho, awe macho kikamilifu."

8 Naye mlinzi alipaza sauti,

"Mchana baada ya mchana, bwana wangu,
ninasimama katika mnara wa ulinzi,
kila usiku ninakaa mahali pangu
nilipoamriwa.
9 Tazama, yuaja mtu anayepanda gari la vita
pamoja na kundi la farasi.
Naye anajibu:
'Babeli umeanguka, umeanguka!
Vinyago vyote vya miungu yake
vimelala chini vikiwa vimevunjwa!' "

10 Ee watu wangu, mliopondwa kwenye
sakafu ya kupuria,
ninawaambia kile nilichokisikia
kutoka kwa BWANA Mwenye Nguvu Zote,
kutoka kwa Mungu wa Israeli.

Unabii Dhidi Ya Edomu

11 Neno kuhusu Duma:

Mtu fulani ananiita kutoka Seiri,
"Mlinzi, usiku utaisha lini?
Mlinzi, usiku utaisha lini?"
12 Mlinzi anajibu,
"Asubuhi inakuja, lakini pia usiku.
Kama ungeliuliza, basi uliza;
bado na urudi tena."

Unabii Dhidi Ya Arabia

13 Neno kuhusu Arabia:

Enyi misafara ya Wadedani,
mnaopiga kambi katika vichaka vya Arabia,
14 leteni maji kwa wenye kiu,
ninyi mnaoishi Tema,
leteni chakula kwa ajili ya wakimbizi.
15 Wanaukimbia upanga,
kutoka upanga uliochomolewa alani,
kutoka upinde uliopindwa,
na kutoka kwenye joto la vita.

16 Hili ndilo Bwana analoniambia: "Katika muda
wa mwaka mmoja, kama vile mtumishi aliyefu-
ngwa na mkataba angeihesabu, majivuno yote
ya Kedari yatafikia mwisho. 17 Wanaume wavu-
tao pinde walionusurika, mashujaa wa Kedari,
watakuwa wachache." BWANA, Mungu wa Israeli,
amesema.

Unabii Kuhusu Yerusalemu

22 Neno kuhusu Bonde la Maono:

Nini kinachokutaabisha sasa,
kwamba ninyi nyote mmepanda juu
ya mapaa?
2 Ewe mji uliojaa ghasia,
ewe mji wa makelele na sherehe!
Watu wenu waliokufa hawakuuawa kwa
upanga,
wala hawakufa vitani.
3 Viongozi wako wote wamekimbia pamoja,
wamekamatwa bila kutumia upinde.
Ninyi nyote mliokamatwa mlichukuliwa
wafungwa pamoja,
mlikimbia wakati adui alipokuwa
bado mbali.
4 Kwa hiyo nilisema, "Geukia mbali nami,
niache nilie kwa uchungu.
Usijaribu kunifariji
juu ya maangamizi ya watu wangu."

5 Bwana, BWANA Mwenye Nguvu Zote,
anayo siku
ya ghasia, ya kukanyaga, na ya kuogofya
katika Bonde la Maono,

siku ya kuangusha kuta
na ya kupiga kelele mpaka milimani.
6 Elamu analichukua podo,
pamoja na waendesha magari ya vita
na farasi.
Kiri anaifungua ngao.
7 Mabonde yako yaliyo mazuri sana yamejaa
magari ya vita,
nao wapanda farasi wamewekwa kwenye
malango ya mji;
8 ulinzi wa Yuda umeondolewa.

Nawe ulitazama siku ile
silaha katika Jumba la Kifalme la Mwituni,
9 mkaona kuwa Mji wa Daudi
una matundu mengi katika ulinzi wake,
mkaweka akiba ya maji
kwenye Bwawa la Chini.
10 Mlihesabu majengo katika Yerusalemu
nanyi mkabomoa nyumba ili
kuimarisha ukuta.
11 Mlijenga bwawa la maji katikati
ya kuta mbili
kwa ajili ya maji ya Bwawa la Zamani,
lakini hamkumtazama Yule
aliyelitengeneza,
au kuwa na heshima kwa Yule aliyeubuni
tangu zamani za kale.

12 Bwana, Bwana Mwenye Nguvu Zote,
aliwaita siku ile
ili kulia na kuomboleza,
kung'oa nywele zenu na kuvaa nguo
ya gunia.
13 Lakini tazama, kuna furaha na sherehe,
kuchinja ng'ombe na kuchinja kondoo,
kula nyama na kunywa mvinyo!
Mnasema, "Tuleni na kunywa,
kwa kuwa kesho tutakufa!"

14 Bwana Mwenye Nguvu Zote amelifunua hili
nikiwa ninasikia: Bwana, Bwana Mwenye Nguvu
Zote, asema: "Mpaka siku ya kufa kwenu, dhambi
hii haitafanyiwa upatanisho."

15 Hili ndilo Bwana, Bwana Mwenye Nguvu Zote,
asemalo:

"Nenda ukamwambie huyu wakili Shebna,
ambaye ni msimamizi wa jumba
la kifalme:
16 Unafanya nini hapa, na ni nani aliyekupa
ruhusa
kujikatia kaburi lako mwenyewe,
ukichonga kaburi lako mahali palipo juu,
na kutoboa kwa patasi mahali pako
pa kupumzikia katika mwamba?

17 "Jihadhari, Bwana yu karibu kukukamata
thabiti,
na kukutupa mbali, ewe mtu
mwenye nguvu.
18 Atakuvingirisha uwe kama mpira
na kukutupa katika nchi kubwa.
Huko ndiko utakakofia,
na huko ndiko magari yako ya vita
ya fahari yatabakia,
wewe unayeifedhehesha nyumba
ya bwana wako!
19 Nitakuondoa kutoka kazi yako,
nawe utaondoshwa kutoka nafasi yako.

20 "Katika siku ile, nitamwita mtumishi wangu,
Eliakimu mwana wa Hilkia. 21 Nitamvika joho lako,
nami nitamfunga mshipi wako kiunoni mwake, na
kumkabidhi mamlaka yako. Yeye atakuwa baba
kwa wale wanaoishi Yerusalemu na kwa nyumba
ya Yuda. 22 Nitaweka mabegani mwake ufunguo wa
nyumba ya Daudi. Kile afunguacho hakuna awe-
zaye kufunga, na kile afungacho hakuna awezaye
kufungua. 23 Nitamgongomea kama kigingi kilicho
mahali palipo imara, naye atakuwa kiti cha enzi cha
heshima kwa ajili ya nyumba ya baba yake. 24 Utu-
kufu wote wa jamaa yake utakuwa juu yake: Watoto
wa jamaa hiyo na machipukizi yake, vyombo vyake
vyote vidogo, tangu bakuli hadi magudulia yote."
25 Bwana Mwenye Nguvu Zote asema, "Katika
siku ile, kigingi kilichogongomewa mahali imara
kitaachia njia. Kitakatwa, nacho kitaanguka na
mzigo ulioning'inia juu yake utaanguka chini."
Bwana amesema.

Unabii Kuhusu Tiro

23 Neno kuhusu Tiro:

Ombolezeni, enyi meli za Tarshishi!
Kwa kuwa Tiro imeangamizwa,
imeachwa bila nyumba wala bandari.
Kuanzia nchi ya Kitimu[a]
neno limewajia.

2 Nyamazeni kimya, enyi watu wa kisiwani,
pia ninyi wafanyabiashara wa Sidoni,
ambao mabaharia wamewatajirisha.
3 Kwenye maji makuu
nafaka za Shihori zilikuja;
mavuno ya Naili yalikuwa mapato ya Tiro,
naye akawa soko la mataifa.

4 Uaibishwe ee Sidoni, nawe ee ngome
la bahari,
kwa kuwa bahari imesema:
"Sijapata kuwa na uchungu wa kuzaa wala
sijapata kuzaa,
wala sijapata kulea wana wala kutunza
mabinti."
5 Habari ifikapo Misri,
watakuwa katika maumivu makuu kwa
ajili ya taarifa kutoka Tiro.

6 Vukeni mpaka Tarshishi,
ombolezeni, enyi watu wa kisiwani.
7 Je, huu ndio mji wenu uliojaa sherehe,
mji wa zamani, zamani kabisa
ambao miguu yake imeuchukua
kufanya makao nchi za mbali sana?

[a]1 Kitimu hapa ni Kipro, kisiwa katika Bahari ya Mediterania.

[8] Ni nani amepanga hili dhidi ya Tiro,
mji utoao mataji,
ambao wafanyabiashara wake ni wana
wa mfalme
na wachuuzi wake ni watu mashuhuri
wa dunia?
[9] BWANA Mwenye Nguvu Zote ndiye alipanga
jambo hili,
ili kukishusha kiburi cha utukufu wote
na kuwanyenyekesha wale wote
ambao ni mashuhuri duniani.

[10] Ee Binti Tarshishi,
pita katika nchi yako kama vile Mto Naili
kwa kuwa huna tena bandari.
[11] BWANA amenyoosha mkono wake juu
ya bahari
na kuzifanya falme zake zitetemeke.
Ametoa amri kuhusu Kanaani
kwamba ngome zake ziangamizwe.
[12] Alisema, "Usizidi kufurahi,
ee Bikira Binti Sidoni, sasa umepondwa!

"Simama, vuka uende Kitimu;
hata huko hutapata pumziko."
[13] Tazama katika nchi ya Wakaldayo,
watu hawa ambao sasa hawaonekani
kama wapo!
Waashuru wameifanya nchi hiyo
kuwa mahali pa viumbe wa jangwani.
Wamesimamisha minara yao ya vita
kuuzunguka,
wameziteka ngome zake
na kuziacha tupu
na kuufanya kuwa magofu.

[14] Ombolezeni, enyi meli za Tarshishi;
ngome yenu imeangamizwa!

[15] Wakati huo Tiro utasahauliwa kwa miaka
sabini, muda wa maisha ya mfalme. Lakini mwisho
wa miaka hiyo sabini, itakuwa kwa Tiro kama ilivyo
katika wimbo wa kahaba:

[16] "Twaa kinubi, tembea mjini kote,
ewe kahaba uliyesahauliwa;
piga kinubi vizuri, imba nyimbo nyingi,
ili upate kukumbukwa."

[17] Mwishoni mwa miaka sabini, BWANA ata-
shughulika na Tiro. Naye atarudia ajira yake ya
ukahaba, na atafanya biashara yake na falme zote
juu ya uso wa dunia. [18] Lakini faida na mapato yake
yatawekwa wakfu kwa BWANA; hayatahifadhiwa
wala kufichwa. Faida zake zitakwenda kwa wale
wakaao mbele za BWANA kwa ajili ya chakula tele
na mavazi mazuri.

Dunia Kuharibiwa Upesi

24 Tazama, BWANA ataifanya dunia kuwa
ukiwa
na kuiharibu,
naye atauharibu uso wake
na kutawanya wakaao ndani yake:
[2] ndivyo itakavyokuwa
kwa makuhani na kwa watu,
kwa bwana na kwa mtumishi,
kwa bibi na kwa mtumishi wake wa kike,
kwa muuzaji na kwa mnunuzi,
kwa mkopaji na kwa mkopeshaji,
kwa mdaiwa na kwa mdai.
[3] Dunia itaharibiwa kabisa
na kutekwa nyara kabisa.
BWANA amesema neno hili.

[4] Dunia inakauka na kunyauka,
dunia inanyong'onyea na kunyauka,
waliotukuzwa wa dunia
wananyong'onyea.
[5] Dunia imetiwa unajisi na watu wake;
wameacha kutii sheria,
wamevunja amri
na kuvunja agano la milele.
[6] Kwa hiyo laana inaiteketeza dunia,
watu wake lazima waichukue hatia yao.
Kwa hiyo wakazi wa dunia wameteketezwa,
nao waliosalia ni wachache sana.
[7] Divai mpya inakauka na mzabibu
unanyauka,
watu wote wafurahishao wanalia kwa
huzuni.
[8] Furaha ya matoazi imekoma,
kelele za wenye furaha zimekoma,
shangwe za kinubi zimenyamaza.
[9] Hawanywi tena mvinyo pamoja na wimbo,
kileo ni kichungu kwa wanywaji wake.
[10] Mji ulioharibiwa umekuwa ukiwa,
mlango wa kila nyumba umefungwa.
[11] Barabarani wanalilia kupata mvinyo,
furaha yote imegeuka kuwa majonzi,
furaha yote imefukuziwa mbali na dunia.
[12] Mji umeachwa katika uharibifu,
lango lake limevunjwa vipande.
[13] Ndivyo itakavyokuwa duniani
na miongoni mwa mataifa,
kama vile wakati mzeituni upigwavyo,
au kama vile wakati masazo yabakiavyo
baada ya zabibu kuvunwa.

[14] Wanainua sauti zao, wanapiga kelele kwa
furaha,
kutoka magharibi wanasifu kwa ukelele
utukufu wa BWANA.
[15] Kwa hiyo upande wa mashariki mpeni
BWANA utukufu,
liadhimisheni jina la BWANA, Mungu
wa Israeli,
katika visiwa vya bahari.
[16] Kutoka miisho ya dunia tunasikia uimbaji:
"Utukufu kwa Yule Mwenye Haki."

Lakini nilisema, "Ninadhoofika,
ninadhoofika!
Ole wangu!
Watenda hila wanasaliti!
Kwa hila watenda hila wanasaliti!"
[17] Hofu, shimo na mtego vinakungojea,
ewe mtu ukaaye duniani.

18 Kila akimbiaye asikiapo sauti ya hofu
atatumbukia shimoni,
naye yeyote apandaye kutoka shimoni,
atanaswa kwenye mtego.

Malango ya gharika ya mbinguni
yamefunguliwa,
misingi ya dunia inatikisika.
19 Dunia imepasuka,
dunia imechanika,
dunia imetikiswa kabisa.
20 Dunia inapepesuka kama mlevi,
inayumbayumba kama kibanda
kwenye upepo;
imelemewa sana na mzigo wa hatia
ya uasi wake
na ikianguka kamwe haitainuka tena.

21 Katika siku ile Bwana ataadhibu
nguvu zilizoko mbinguni juu,
na wafalme walioko duniani chini.
22 Watakusanywa pamoja
kama wafungwa waliofungwa gerezani,
watafungiwa gerezani
na kuadhibiwa baada ya siku nyingi.
23 Mwezi utatiwa haya, nalo jua litaaibishwa;
kwa maana Bwana Mwenye Nguvu Zote
atawala
juu ya Mlima Sayuni na katika Yerusalemu,
tena mbele ya wazee wake kwa utukufu.

Msifuni Bwana

25 Ee Bwana, wewe ni Mungu wangu,
nitakutukuza na kulisifu jina lako,
kwa maana katika ukamilifu wa uaminifu
umetenda mambo ya ajabu,
mambo yaliyokusudiwa tangu zamani.
2 Umeufanya mji kuwa lundo la kifusi,
mji wenye ngome kuwa magofu,
ngome imara ya wageni kuwa si mji tena,
wala hautajengwa tena kamwe.
3 Kwa hiyo mataifa yenye nguvu
yatakuheshimu,
miji ya mataifa katili itakuheshimu wewe.
4 Umekuwa kimbilio la watu maskini,
kimbilio la mhitaji katika taabu yake,
hifadhi wakati wa dhoruba
na kivuli wakati wa hari.
Kwa maana pumzi ya wakatili
ni kama dhoruba ipigayo ukuta
5 na kama joto la jangwani.
Wewe wanyamazisha makelele ya
wageni;
kama vile hari ipunguzwavyo na
kivuli cha wingu,
ndivyo wimbo wa wakatili
unyamazishwavyo.

6 Juu ya mlima huu Bwana Mwenye Nguvu
Zote ataandaa
karamu ya vinono kwa mataifa yote,
karamu ya mvinyo wa zamani,
nyama nzuri sana na divai zilizo
bora sana.
7 Juu ya mlima huu ataharibu
sitara ihifadhiyo mataifa yote,
kile kifuniko kifunikacho mataifa yote,
8 yeye atameza mauti milele.
Bwana Mwenyezi atafuta machozi katika
nyuso zote;
ataondoa aibu ya watu wake
duniani kote.
Bwana amesema hili.

9 Katika siku ile watasema,
"Hakika huyu ndiye Mungu wetu;
tulimtumaini, naye akatuokoa.
Huyu ndiye Bwana, tuliyemtumaini;
sisi tushangilie na kufurahia katika
wokovu wake."

10 Mkono wa Bwana utatulia juu ya
mlima huu,
bali Moabu atakanyagwa chini
kama majani makavu yakanyagwavyo
kwenye shimo la mbolea.
11 Watakunjua mikono yao katikati yake,
kama vile mwogeleaji akunjuavyo
mikono yake ili aogelee.
Mungu atashusha kiburi chao
licha ya ujanja wa mikono yao.
12 Atabomoa kuta ndefu za maboma yako
na kuziangusha chini,
atazishusha chini ardhini,
mpaka mavumbini kabisa.

Wimbo Wa Ushindi

26 Katika siku ile, wimbo huu utaimbwa katika
nchi ya Yuda:

Tuna mji ulio na nguvu,
Mungu huufanya wokovu kuwa kuta
zake na maboma yake.
2 Fungua malango ili taifa lenye haki lipate
kuingia,
taifa lile lidumishalo imani.
3 Utamlinda katika amani kamilifu
yeye ambaye moyo wake ni thabiti
kwa sababu anakutumaini wewe.
4 Mtumaini Bwana milele,
kwa kuwa Bwana, Bwana, ni Mwamba
wa milele.
5 Huwashusha wale wajikwezao,
huushusha chini mji wenye kiburi,
huushusha hadi ardhini
na kuutupa chini mavumbini.
6 Miguu huukanyaga chini,
miguu ya hao walioonewa,
hatua za hao maskini.

7 Mapito ya wenye haki yamenyooka.
Ewe uliye Mwenye Haki,
waisawazisha njia ya mtu mnyofu.
8 Naam, Bwana, tukienenda katika
sheria zako,
twakungojea wewe,
jina lako na sifa zako
ndizo shauku za mioyo yetu.

[9] Nafsi yangu yakutamani wakati wa usiku,
wakati wa asubuhi roho yangu yakuonea
shauku.
Wakati hukumu zako zinapokuja juu
ya dunia,
watu wa ulimwengu hujifunza haki.
[10] Ingawa neema yaonyeshwa kwa waovu,
hawajifunzi haki,
hata katika nchi ya unyofu huendelea
kutenda mabaya
wala hawazingatii utukufu
wa BWANA.
[11] Ee BWANA, mkono wako umeinuliwa juu,
lakini hawauoni.
Wao na waone wivu wako kwa ajili ya watu
wako tena waaibishwe,
moto uliowekwa akiba kwa ajili ya adui
zako na uwateketeze.

[12] BWANA, unaamuru amani kwa ajili yetu,
yale yote tuliyoweza kuyakamilisha
ni wewe uliyetenda kwa ajili yetu.
[13] Ee BWANA, Mungu wetu, mabwana wengine
zaidi ya wewe wametutawala,
lakini jina lako pekee ndilo
tunaloliheshimu.
[14] Wao sasa wamekufa, wala hawako tena hai,
roho za waliokufa hazitarudi tena.
Uliwaadhibu na kuwaangamiza,
umefuta kumbukumbu lao lote.
[15] Umeliongeza hilo taifa, Ee BWANA,
umeliongeza hilo taifa.
Umejipatia utukufu kwa ajili yako
mwenyewe,
umepanua mipaka yote ya nchi.

[16] BWANA, walikujia katika taabu yao,
wewe ulipowarudi,
waliweza kuomba kwa kunong'ona tu.
[17] Kama mwanamke mwenye mimba
aliyekaribia kuzaa
anavyogaagaa na kulia kwa ajili
ya maumivu yake,
ndivyo tulivyokuwa mbele zako,
Ee BWANA.
[18] Tulikuwa na mimba, tuligaagaa kwa
maumivu,
lakini tulizaa upepo.
Hatukuleta wokovu duniani,
hatujazaa watu katika ulimwengu huu.
[19] Lakini wafu wenu wataishi,
nayo miili yao itafufuka.
Ninyi mnaokaa katika mavumbi,
amkeni mkapige kelele kwa furaha.
Umande wenu ni kama umande
wa asubuhi,
dunia itawazaa wafu wake.

[20] Nendeni, watu wangu, ingieni
vyumbani mwenu
na mfunge milango nyuma yenu,
jificheni kwa kitambo kidogo
mpaka ghadhabu yake ipite.
[21] Tazama, BWANA anakuja kutoka
makao yake
ili kuwaadhibu watu wa dunia kwa ajili
ya dhambi zao.
Dunia itadhihirisha umwagaji damu
juu yake,
wala haitaendelea kuwaficha watu wake
waliouawa.

Wokovu Kwa Ajili Ya Israeli

27 Katika siku ile,

BWANA ataadhibu kwa upanga wake,
upanga wake mkali, mkubwa
na wenye nguvu,
ataadhibu Lewiathani[a] yule nyoka apitaye
kwa mwendo laini,
Lewiathani yule nyoka mwenye kujipinda;
atamuua joka huyo mkubwa sana
wa baharini.

[2] Katika siku ile:

"Imbeni kuhusu shamba la mizabibu lililozaa:
[3] Mimi, BWANA, ninalitunza,
nalinyweshea maji mfululizo.
Ninalichunga usiku na mchana
ili mtu yeyote asije akalidhuru.
[4] Mimi sijakasirika.
Licha pangekuwepo michongoma na
miiba kunikabili!
Ningepambana dhidi yake katika vita,
ningeliichoma moto yote.
[5] Au niwaache waje kwangu kwa ajili ya
kupata kimbilio,
wao na wafanye amani nami,
naam, wafanye amani nami."

[6] Katika siku zijazo, Yakobo atatia mizizi,
Israeli atatoa chipukizi na
kuchanua maua,
naye atajaza ulimwengu wote kwa
matunda.

[7] Je, BWANA amempiga
vile alivyowapiga wale waliompiga?
Je, yeye ameuawa
vile walivyouawa wale waliomuua yeye?
[8] Kwa vita na kwa kumfukuza
unapingana naye:
kwa mshindo wake mkali anamfukuza,
kama siku ile uvumapo upepo
wa mashariki.
[9] Kwa hili, basi, hatia ya Yakobo itafanyiwa
upatanisho,
nalo hili litakuwa matunda ya utimilizo
wa kuondolewa kwa dhambi yake:
Wakati atakapoyafanya mawe yote
ya madhabahu
kuwa kama mawe ya chokaa
yaliyopondwa vipande vipande,

---

[a]1 Lewiathani ni mnyama mkubwa wa baharini mwenye magamba anayefanana na joka kubwa, mwenye umbo la kutisha, asiyeweza kuvuliwa.

hakuna nguzo za Ashera au madhabahu
za kufukizia uvumba
zitakazobaki zimesimama.
10 Mji ulio na boma umebaki ukiwa,
makao yaliyotelekezwa, yaliyoachwa
kama jangwa.
Huko ndama hulisha,
huko hujilaza,
wanakwanyua matawi yake.
11 Wakati vijiti vyake vimekauka, huvunjwa
nao wanawake huja na kuwasha
navyo moto.
Kwa kuwa hili ni taifa lisilo na ufahamu,
kwa hiyo yeye aliyewafanya hana
huruma juu yao,
Muumba wao hawaonyeshi fadhili.

12 Katika siku ile Bwana atapura kutoka mati-
ririko ya Mto Frati hadi Kijito cha Misri, nanyi ee
Waisraeli, mtakusanywa mmoja mmoja. 13 Katika
siku ile tarumbeta kubwa italia. Wale waliokuwa
wakiangamia katika nchi ya Ashuru, nao wale
waliokuwa uhamishoni katika nchi ya Misri
watakuja na kumwabudu Bwana katika mlima
mtakatifu huko Yerusalemu.

Ole Wa Efraimu

28 Ole kwa lile taji la maua, kiburi cha
walevi wa Efraimu,
kwa ua linalosinyaa, uzuri
wa utukufu wake,
uliowekwa kwenye kichwa cha bonde lenye
rutuba:
kwa ule mji, kiburi cha wale
walioshushwa na mvinyo!
2 Tazama, Bwana anaye mmoja aliye
na uwezo na nguvu.
Kama dhoruba ya mvua ya mawe
na upepo uharibuo,
kama mvua inyeshayo kwa nguvu
na mafuriko yashukayo,
atakiangusha chini kwa nguvu.
3 Lile taji la maua, kiburi cha walevi cha
Efraimu,
kitakanyagwa chini ya nyayo.
4 Lile ua linalosinyaa, uzuri wa
utukufu wake,
uliowekwa kwenye kichwa cha bonde
lenye rutuba,
litakuwa kama tini iliyoiva kabla ya mavuno:
mara mtu aionapo, huichuma na kuila.

5 Katika siku ile, Bwana Mwenye Nguvu Zote
atakuwa taji la utukufu,
taji zuri la maua
kwa mabaki ya watu wake.
6 Atakuwa roho ya haki
kwa yeye aketiye katika kiti cha hukumu,
chanzo cha nguvu
kwa wale wazuiao vita langoni.

7 Hawa pia wanapepesuka kwa sababu
ya mvinyo,
wanayumbayumba kwa sababu ya kileo:
Makuhani na manabii wanapepesuka kwa
sababu ya kileo,
wanachanganyikiwa kwa sababu
ya mvinyo;
wanapepesuka wanapoona maono,
wanajikwaa wanapotoa maamuzi.
8 Meza zote zimejawa na matapishi
wala hakuna sehemu hata ndogo
isiyokuwa na uchafu.

9 "Yeye anajaribu kumfundisha nani?
Yeye anamwelezea nani ujumbe wake?
Je, ni kwa watoto walioachishwa kunyonya?
Je, ni wale ambao ndipo tu wametolewa
matitini?
10 Kwa maana ni:
Amri juu ya amri, amri juu ya amri,
kanuni juu ya kanuni, kanuni juu
ya kanuni;
hapa kidogo, kule kidogo."

11 Sawa kabisa, kwa midomo migeni
na kwa lugha ngeni,
Mungu atasema na watu hawa,
12 wale ambao aliwaambia,
"Hapa ni mahali pa kupumzika,
waliochoka na wapumzike,"
na, "Hapa ni mahali pa mapumziko,"
lakini hawakutaka kusikiliza.
13 Hivyo basi, neno la Bwana kwao litakuwa:
Amri juu ya amri, amri juu ya amri,
kanuni juu ya kanuni, kanuni juu
ya kanuni,
hapa kidogo, kule kidogo:
ili waende na kuanguka chali,
wakijeruhiwa, wakinaswa na kukamatwa.

14 Kwa hiyo sikieni neno la Bwana, enyi watu
wenye dharau
mnaotawala watu hawa wa Yerusalemu.
15 Ninyi mnajisifu, "Tumefanya agano
na mauti,
tumefanya mapatano na kuzimu.
Wakati pigo lifurikalo litakapopita,
haliwezi kutugusa sisi,
kwa kuwa tumefanya uongo kuwa
kimbilio letu
na miungu ya uongo kuwa mahali petu
pa kujificha."

16 Kwa hiyo hivi ndivyo Bwana Mwenyezi ase-
mavyo:

"Tazama, ninaweka jiwe katika Sayuni,
jiwe lililojaribiwa,
jiwe la pembeni la thamani kwa ajili
ya msingi thabiti.
Yeye atumainiye kamwe hatatiwa hofu.
17 Nitaifanya haki kuwa kamba ya kupimia
na uadilifu kuwa timazi;
mvua ya mawe itafagia kimbilio lenu,
huo uongo,
nayo maji yatafurikia mahali penu
pa kujificha.

18 Agano lenu na kifo litabatilishwa,
patano lenu na kuzimu halitasimama.
Wakati pigo lifurikalo litakapowakumba,
litawaangusha chini.
19 Kila mara lijapo litawachukua,
asubuhi baada ya asubuhi,
wakati wa mchana na wakati wa usiku,
litawakumba tangu mwanzo hadi mwisho."

Kuuelewa ujumbe huu
utaleta hofu tupu.
20 Kitanda ni kifupi mno kujinyoosha
juu yake,
nguo ya kujifunikia ni nyembamba mno
mtu hawezi kujifunikia.
21 BWANA atainuka kama alivyofanya kwenye
Mlima Perasimu,
ataghadhibika kama alivyofanya katika
Bonde la Gibeoni:
ili kufanya kazi yake, kazi yake ya ajabu,
ili kutimiza kazi yake, kazi yake ngeni.
22 Sasa acheni dharau zenu,
la sivyo minyororo yenu itakuwa
mizito zaidi.
Bwana, BWANA Mwenye Nguvu Zote,
ameniambia
habari za maangamizi yaliyoamriwa
dhidi ya nchi yote.

23 Sikilizeni msikie sauti yangu,
tegeni masikio na msikie niyasemayo.
24 Wakati mkulima alimapo ili apande,
je, hulima siku zote?
Je, huendelea kubomoa ardhi
na kusawazisha udongo?
25 Akiisha kusawazisha shamba,
je, hatapanyi mbegu za bizari na
kutawanya jira?
Je, hapandi ngano katika sehemu yake,
shayiri katika eneo lake,
na nafaka nyingine katika shamba lake?
26 Mungu wake humwelekeza
na kumfundisha njia iliyo sahihi.

27 Iliki haipurwi kwa nyundo,
wala gurudumu la gari halivingirishwi
juu ya jira;
iliki hupurwa kwa fimbo,
na jira kwa ufito.
28 Nafaka lazima isagwe ili kutengeneza mkate,
kwa hiyo mtu haendelei kuipura daima.
Ingawa huendesha magurudumu ya gari
lake la kupuria juu yake,
farasi wake hawasagi.
29 Haya yote pia hutoka kwa BWANA Mwenye
Nguvu Zote,
mwenye mashauri ya ajabu, na anayepita
wote kwa hekima.

Ole Wa Mji Wa Daudi

29 Ole wako, wewe Arieli, Arieli,
mji alimokaa Daudi!
Ongezeni mwaka kwa mwaka,
na mzunguko wa sikukuu zenu uendelee.
2 Hata hivyo nitauzunguka Arieli kwa jeshi,
utalia na kuomboleza,
utakuwa kwangu kama mahali
pa kuwashia moto madhabahuni.
3 Nitapiga kambi pande zote dhidi yako,
nitakuzunguka kwa minara
na kupanga mazingirwa yangu dhidi yako.
4 Utakaposhushwa, utanena kutoka ardhini,
utamumunya maneno yako kutoka
mavumbini.
Sauti yako itatoka katika nchi kama vile
ya mzimu,
utanong'ona maneno yako toka
mavumbini.

5 Lakini adui zako wengi watakuwa kama
vumbi laini,
kundi la wakatili watakuwa
kama makapi yapeperushwayo.
Naam, ghafula, mara moja,
6 BWANA Mwenye Nguvu Zote atakuja
na ngurumo, tetemeko la ardhi, na kwa
sauti kuu,
atakuja na dhoruba, tufani na miali
ya moto iteketezayo.
7 Kisha makundi ya mataifa yote yale
yapiganayo dhidi ya Arieli,
yale yanayomshambulia yeye na ngome
zake, na kumzunguka kwa jeshi,
watakuwa kama ilivyo ndoto,
kama maono wakati wa usiku:
8 kama vile mtu aliye na njaa aotavyo kuwa
anakula,
lakini huamka, bado njaa yake ingalipo,
kama vile mtu mwenye kiu aotavyo kuwa
anakunywa maji,
lakini huamka akiwa anazimia, akiwa
bado angali ana kiu.
Hivyo ndivyo itakavyokuwa kwa makundi
yote ya mataifa
yanayopigana dhidi ya Mlima Sayuni.

9 Duwaeni na kushangaa,
jifanyeni vipofu wenyewe na msione,
leweni, lakini si kwa mvinyo,
pepesukeni lakini si kwa kileo.
10 BWANA amewaleteeni usingizi mzito:
Amezibа macho yenu (ninyi manabii);
amefunika vichwa vyenu (ninyi waonaji).

11 Kwa maana kwenu ninyi, maono haya yote
si kitu ila maneno yaliyotiwa lakiri katika kitabu.
Kama mkimpa mtu yeyote awezaye kusoma kitabu
hiki, nanyi mkamwambia, "Tafadhali kisome," yeye
atajibu, "Mimi siwezi, kwa kuwa kimetiwa lakiri."
12 Au kama mkimpa mtu yeyote kitabu hiki asiye-
weza kusoma na kumwambia, "Tafadhali kisome,"
atajibu, "Mimi sijui kusoma."

13 Bwana anasema:

"Watu hawa hunikaribia kwa vinywa vyao
na kuniheshimu kwa midomo yao,
lakini mioyo yao iko mbali nami.

Ibada yao kwangu inatokana na maagizo
waliyofundishwa na wanadamu.
14 Kwa hiyo mara nyingine tena
nitawashangaza watu hawa,
kwa ajabu juu ya ajabu.
Hekima ya wenye hekima itapotea,
nayo akili ya wenye akili itatoweka."
15 Ole kwa wale wanaokwenda kwenye vilindi
virefu
kumficha BWANA mipango yao,
wafanyao kazi zao gizani na kufikiri,
"Ni nani anayetuona? Ni nani
atakayejua?"
16 Mnapindua mambo juu chini,
kana kwamba mfinyanzi aweza
kufikiriwa kuwa kama udongo
wa mfinyanzi!
Je, kile kilichofinyangwa chaweza
kumwambia yule aliyekifinyanga,
"Wewe hukunifinyanga mimi?"
Je, chungu kinaweza kumwambia
mfinyanzi,
"Wewe hujui chochote?"

17 Kwa muda mfupi sana, je, Lebanoni
haitageuzwa kuwa shamba lenye
rutuba,
na shamba lenye rutuba liwe
kama msitu?
18 Katika siku ile viziwi watasikia maneno
ya kitabu,
na katika utusitusi na giza
macho ya kipofu yataona.
19 Mara nyingine tena wanyenyekevu
watafurahi katika BWANA,
wahitaji watafurahi katika yeye Aliye
Mtakatifu wa Israeli.
20 Wakatili watatoweka na wenye kudhihaki
watatokomea,
nao wote wenye jicho la uovu
watakatiliwa mbali,
21 wale ambao kwa neno humfanya mtu kuwa
mwenye hatia,
wamtegeao mtego mtetezi katika
mahakama,
na kwa ushuhuda wa uongo humnyima haki
yeye asiye na hatia.

22 Kwa hiyo hili ndilo BWANA, aliyemkomboa
Abrahamu, analosema kwa nyumba ya Yakobo:

"Yakobo hataaibishwa tena,
wala nyuso zao hazitabadilika sura tena.
23 Wakati watakapoona watoto wao
miongoni mwao,
kazi ya mikono yangu,
watalitakasa Jina langu takatifu;
wataukubali utakatifu wa yeye Aliye
Mtakatifu wa Yakobo,
nao watamcha Mungu wa Israeli.
24 Wale wanaopotoka rohoni watapata
ufahamu,
nao wale wanaolalamika watayakubali
mafundisho."

Ole Wa Taifa Kaidi

30 BWANA asema,
"Ole kwa watoto wakaidi,
kwa wale wanaotimiza mipango ambayo
si yangu,
wakifanya makubaliano, lakini si kwa
Roho wangu,
wakilundika dhambi juu ya dhambi,
2 wale washukao kwenda Misri
bila kutaka shauri langu,
wanaotafuta msaada wa ulinzi wa Farao,
watafutao kivuli cha Misri kwa ajili
ya kimbilio.
3 Lakini ulinzi wa Farao utakuwa kwa aibu yenu,
kivuli cha Misri kitawaletea fedheha.
4 Ingawa wana maafisa katika Soani
na wajumbe wamewasili katika Hanesi,
5 kila mmoja ataaibishwa
kwa sababu ya taifa lisilowafaa kitu,
ambalo haliwaletei msaada wala faida,
bali aibu tu na fedheha."

6 Neno kuhusu wanyama wa Negebu:

Katika nchi ya taabu na shida,
ya simba za dume na jike,
ya nyoka mwenye sumu kali na nyoka
warukao,
wajumbe huchukua utajiri wao juu
ya migongo ya punda,
hazina zao juu ya nundu za ngamia,
kwa lile taifa lisilokuwa na faida,
7 kuvipeleka Misri,
ambaye msaada wake haufai kabisa.
Kwa hiyo nimemwita "Rahabu Asiyefanya
Chochote."

8 Nenda sasa, liandike neno hili juu ya kibao
kwa ajili yao,
liandike kwenye kitabu,
ili liweze kuwa shahidi milele
kwa ajili ya siku zijazo.
9 Hawa ni watu waasi, watoto wadanganyifu,
watoto ambao hawataki kusikiliza
mafundisho ya BWANA.
10 Wanawaambia waonaji,
"Msione maono tena!"
Nako kwa manabii wanasema,
"Msiendelee kutupatia maono
ambayo ni ya kweli!
Tuambieni mambo ya kupendeza,
tabirini mambo ya uongo.
11 Acheni njia hii,
ondokeni katika mapito haya,
nanyi acheni kutukabili pamoja
na yeye Aliye Mtakatifu wa Israeli!"

12 Kwa hiyo, hili ndilo asemalo yeye Aliye Mta-
katifu wa Israeli:

"Kwa sababu mmekataa ujumbe huu,
mkategemea uonevu na kutumainia
udanganyifu,

[13] dhambi hii itakuwa kwenu
kama ukuta mrefu,
wenye ufa na wenye kubetuka,
ambao unaanguka ghafula,
mara moja.
[14] Utavunjika vipande vipande kama chombo
cha udongo
ukipasuka pasipo huruma
ambapo katika vipande vyake
hakuna kipande kitakachopatikana
kwa kuukulia makaa kutoka jikoni
au kuchotea maji kisimani."

[15] Hili ndilo Bwana Mwenyezi, yeye Aliye Mta-
katifu wa Israeli, asemalo:

"Katika kutubu na kupumzika ndio
wokovu wenu,
katika kutulia na kutumaini ndizo
nguvu zenu,
lakini hamkutaka.
[16] Mlisema, 'Hapana, tutakimbia kwa farasi.'
Kwa hiyo mtakimbia!
Mlisema, 'Tutakimbia kwa farasi
waendao kasi.'
Kwa hiyo wanaowafukuza
watakwenda kasi!
[17] Watu 1,000 watakimbia
kwa ajili ya kitisho cha mtu mmoja,
kwa vitishio vya watu watano
wote mtakimbia,
hadi mtakapoachwa kama mlingoti
wa bendera
juu ya kilele cha mlima,
kama bendera juu ya kilima."

[18] Hata hivyo Bwana anatamani
kutupatia neema,
anainuka ili kuwaonyesha huruma.
Kwa kuwa Bwana ni Mungu wa haki.
Wamebarikiwa wote
wanaomngojea yeye!

[19] Enyi watu wa Sayuni, mnaoishi Yerusalemu,
hamtalia tena. Tazameni jinsi atakavyokuwa na
huruma mtakapolia kwa kumwomba msaada!
Mara asikiapo, atawajibu. [20] Ingawa Bwana huwapa
chakula cha shida na maji ya taabu, walimu wenu
hawatafichwa tena, kwa macho yenu wenyewe
mtawaona. [21] Mkigeuka kuume au kushoto, masi-
kio yenu yatasikia sauti nyuma yenu ikisema, "Hii
ndiyo njia, ifuateni." [22] Kisha mtanajisi sanamu
zenu zilizofunikwa kwa fedha, na vinyago vyenu
vilivyofunikwa kwa dhahabu. Mtazitupilia mbali
kama vitambaa vya wakati wa hedhi na kuziambia,
"Haya, tokeni hapa!"
[23] Pia atawapa mvua kwa ajili ya mbegu mna-
zootesha ardhini, chakula kinachotoka ardhini
kitakuwa kizuri sana, tena tele. Katika siku ile,
ng'ombe wenu watalisha katika shamba pana
la majani. [24] Maksai na punda walimao watakula
majani makavu na vyakula vilivyotengenezwa,
vinavyotandazwa kwa uma na sepeto. [25] Katika siku
ile ya mauaji makuu, wakati minara itakapoanguka,
vijito vya maji vitatiririka juu ya kila mlima mrefu
na kila kilima kilichoinuka sana. [26] Mwezi utaa-
ngaza kama jua, nao mwanga wa jua utang'aa
mara saba zaidi, kama nuru ya siku saba, wakati
Bwana atakapoyafunga majeraha ya watu wake
na kuwaponya vidonda alivyowatia.

[27] Tazama, Jina la Bwana linakuja
kutoka mbali,
likiwa na hasira kali inayowaka
pamoja na wingu zito la moshi,
midomo yake imejaa ghadhabu
na ulimi wake ni moto ulao.
[28] Pumzi yake ni kama mkondo wa maji
yaendayo kasi,
yakipanda hadi shingoni.
Hutikisa mataifa katika chekecheke
ya uharibifu,
huweka lijamu katika mataya ya mataifa
ambayo huwaongoza upotevuni.
[29] Nanyi mtaimba kama usiku ule
mnaadhimisha
sikukuu takatifu.
Mioyo yenu itashangilia
kama vile watu wanapokwea na filimbi
kwenye mlima wa Bwana,
kwa Mwamba wa Israeli.
[30] Bwana atawasababisha watu waisikie sauti
yake ya utukufu,
naye atawafanya wauone mkono wake
ukishuka
pamoja na hasira yake kali na moto ulao,
kukiwa na tufani ya mvua,
ngurumo za radi na mvua ya mawe.
[31] Sauti ya Bwana itaivunjavunja Ashuru,
kwa fimbo yake ya utawala atawapiga.
[32] Kila pigo Bwana atakaloliweka juu yao
kwa fimbo yake ya kuadhibu,
litakuwa kwa wimbo wa matari na vinubi,
anapopigana nao katika vita
kwa mapigo ya mkono wake.
[33] Tofethi imeandaliwa toka zamani,
imewekwa tayari kwa ajili ya mfalme.
Shimo lake la moto limetengenezwa kwa
kina kirefu
na kwa upana mkubwa,
likiwa na moto na kuni tele;
pumzi ya Bwana,
kama kijito cha kiberiti,
huuwasha moto.

Ole Wa Wale Wanaotegemea Misri

31 Ole wao wale washukao Misri kwa ajili
ya msaada,
wale wategemeao farasi,
wanaoweka tumaini katika wingi
wa magari yao ya vita,
na katika nguvu nyingi za wapanda farasi,
lakini hawamwangalii yeye Aliye Mtakatifu
wa Israeli,
wala hawatafuti msaada kwa Bwana.
[2] Hata hivyo yeye pia ana hekima
na anaweza kuleta maafa,
wala hayatangui maneno yake.

Yeye atainuka dhidi ya nyumba ya mwovu,
dhidi ya wale ambao huwasaidia watenda mabaya.
3 Lakini Wamisri ni wanadamu, wala si Mungu,
farasi wao ni nyama, wala si roho.
Wakati BWANA atakaponyoosha Mkono wake,
yeye anayesaidia atajikwaa,
naye anayesaidiwa ataanguka,
wote wawili wataangamia pamoja.

4 Hili ndilo BWANA analoniambia:

"Kama vile simba angurumavyo,
simba mkubwa juu ya mawindo yake:
hata ingawa kundi lote la wachunga mifugo
huitwa pamoja dhidi yake,
hatiwi hofu na kelele zao
wala kusumbuliwa na ghasia zao;
ndivyo BWANA Mwenye Nguvu Zote atakavyoshuka
kufanya vita juu ya Mlima Sayuni
na juu ya vilele vyake.
5 Kama ndege warukao,
BWANA Mwenye Nguvu Zote ataukinga Yerusalemu;
ataukinga na kuuokoa,
atapita juu yake na kuufanya salama."

6 Mrudieni yeye ambaye nyumba ya Israeli ime-
mwasi sana. 7 Kwa kuwa katika siku ile kila mmoja
wenu atazikataa sanamu za fedha na za dhahabu
zilizotengenezwa kwa mikono yenu yenye dhambi.

8 "Ashuru itaanguka kwa upanga ambao si wa mwanadamu;
upanga usio wa kibinadamu utawaangamiza.
Watakimbia mbele ya upanga
na vijana wao wa kiume watafanyizwa kazi kwa lazima.
9 Ngome zao zitaanguka kwa sababu ya hofu;
kwa kuona bendera ya vita,
majemadari wao watashikwa na hofu ya ghafula,"
asema BWANA,
ambaye moto wake uko Sayuni,
nayo tanuru yake iko Yerusalemu.

Ufalme Wa Haki

32 Tazama, mfalme atatawala kwa uadilifu
na watawala watatawala kwa haki.
2 Kila mtu atakuwa kama kivuli cha kujificha kutokana na upepo
na kimbilio kutokana na dhoruba,
kama vijito vya maji jangwani
na kivuli cha mwamba mkubwa katika ardhi yenye kiu.

3 Ndipo macho ya wale wanaoona hayatafumbwa tena,
nayo masikio ya wale wanaosikia yatasikiliza.
4 Moyo wa mtu mwenye hamaki utafahamu na kuelewa,
nao ulimi wenye kigugumizi utanena kwa ufasaha.
5 Mpumbavu hataitwa tena muungwana,
wala mtu mbaya kabisa kupewa heshima ya juu.
6 Kwa kuwa mpumbavu hunena upumbavu,
moyo wake hushughulika na uovu:
Hutenda mambo yasiyo ya kumcha Mungu,
na hueneza habari za makosa kuhusu BWANA;
yeye huwaacha wenye njaa bila kitu,
na wenye kiu huwanyima maji.
7 Taratibu za mtu mbaya kabisa ni ovu,
hufanya mipango miovu
ili kumwangamiza maskini kwa uongo,
hata wakati ambapo hoja za mhitaji ni za haki.
8 Lakini mtu muungwana hufanya mipango ya kiungwana,
na kwa matendo ya kiungwana yeye hufanikiwa.

Wanawake Wa Yerusalemu

9 Enyi wanawake wenye kuridhika sana,
amkeni na mnisikilize.
Enyi binti mnaojisikia kuwa salama,
sikieni lile ninalotaka kuwaambia!
10 Muda zaidi kidogo ya mwaka mmoja,
ninyi mnaojisikia salama mtatetemeka,
mavuno ya zabibu yatakoma
na mavuno ya matunda hayatakuwepo.
11 Tetemekeni, enyi wanawake wenye kuridhika,
tetemekeni kwa hofu, enyi binti mnaojisikia salama!
Vueni nguo zenu,
vaeni nguo ya gunia viunoni mwenu.
12 Pigeni matiti yenu kwa ajili ya mashamba mazuri,
kwa ajili ya mizabibu iliyozaa vizuri
13 na kwa ajili ya nchi ya watu wangu,
nchi ambayo miiba na michongoma imemea:
naam, ombolezeni kwa ajili ya nyumba zote za furaha
na kwa ajili ya mji huu wenye kufanya sherehe.
14 Ngome itaachwa,
mji wenye kelele nyingi utahamwa,
ngome ndani ya mji na mnara wa ulinzi vitakuwa ukiwa milele,
mahali pazuri pa punda na malisho ya makundi ya kondoo,
15 mpaka Roho amwagwe juu yetu kutoka juu,
nalo jangwa kuwa shamba lenye rutuba,
na shamba lenye rutuba kuwa kama msitu.
16 Haki itakaa katika jangwa,
na uadilifu utakaa katika shamba lenye rutuba.
17 Matunda ya haki yatakuwa amani,
matokeo ya haki yatakuwa utulivu
na matumaini milele.

[18] Watu wangu wataishi katika makao
ya mahali pa amani,
katika nyumba zilizo salama,
katika mahali pa kupumzika pasipo
na usumbufu.
[19] Hata kama mvua ya mawe iangushe msitu
na mji ubomolewe kabisa,
[20] tazama jinsi utakavyobarikiwa,
ukipanda mbegu yako katika kila kijito,
na kuwaacha ng'ombe wako
na punda wajilishe kwa uhuru.

Taabu Na Msaada

33 Ole wako wewe, ee mharabu,
wewe ambaye hukuharibiwa!
Ole wako, ee msaliti,
wewe ambaye hukusalitiwa!
Utakapokwisha kuharibu,
utaharibiwa;
utakapokwisha kusaliti,
utasalitiwa.

[2] Ee Bwana, uturehemu,
tunakutamani.
Uwe nguvu yetu kila asubuhi
na wokovu wetu wakati wa taabu.
[3] Kwa ngurumo ya sauti yako, mataifa
yanakimbia;
unapoinuka, mataifa hutawanyika.
[4] Mateka yenu, enyi mataifa, yamevunwa
kama vile wafanyavyo madumadu,
kama kundi la nzige watu huvamia
juu yake.

[5] Bwana ametukuka, kwa kuwa anakaa
mahali palipoinuka,
ataijaza Sayuni kwa haki na uadilifu.
[6] Atakuwa msingi ulio imara kwa
wakati wenu,
ghala za wokovu tele, hekima na maarifa;
kumcha Bwana ni ufunguo
wa hazina hii.

[7] Angalia, watu wake mashujaa wanapiga
kelele kwa nguvu barabarani,
wajumbe wa amani wanalia kwa
uchungu.
[8] Njia kuu zimeachwa,
hakuna wasafiri barabarani.
Mkataba umevunjika,
mashahidi wake wamedharauliwa,[a]
hakuna yeyote anayeheshimiwa.
[9] Ardhi inaomboleza[b] na kuchakaa,
Lebanoni imeaibika na kunyauka,
Sharoni ni kama Araba,
nayo Bashani na Karmeli
wanapukutisha majani yao.

[10] "Sasa nitainuka," asema Bwana.
"Sasa nitatukuzwa;
sasa nitainuliwa juu.
[11] Mlichukua mimba ya makapi,
mkazaa mabua,
pumzi yenu ni moto uwateketezao.
[12] Mataifa yatachomwa kama ichomwavyo
chokaa,
kama vichaka vya miiba vilivyokatwa
ndivyo watakavyochomwa."

[13] Ninyi mlio mbali sana, sikieni lile
nililofanya;
ninyi mlio karibu, tambueni
uweza wangu!
[14] Wenye dhambi katika Sayuni
wametiwa hofu,
kutetemeka kumewakumba
wasiomcha Mungu:
"Ni nani miongoni mwetu awezaye kuishi
na moto ulao?
Ni nani miongoni mwetu awezaye kuishi
na moto unaowaka milele?"
[15] Yeye aendaye kwa uadilifu
na kusema lililo haki,
yeye anayekataa faida ipatikanayo kwa
dhuluma
na kuizuia mikono yake isipokee rushwa,
yeye azuiaye masikio yake dhidi
ya mashauri ya mauaji,
na yeye afumbaye macho yake
yasitazame sana uovu:
[16] huyu ndiye mtu atakayeishi mahali pa juu,
ambaye kimbilio lake litakuwa ngome
ya mlimani.
Atapewa mkate wake,
na maji yake hayatakoma.

[17] Macho yenu yatamwona mfalme katika
uzuri wake
na kuiona nchi inayoenea mbali.
[18] Katika mawazo yenu mtaifikiria hofu iliyopita:
"Yuko wapi yule afisa mkuu?
Yuko wapi yule aliyechukua ushuru?
Yuko wapi afisa msimamizi wa minara?"
[19] Hutawaona tena wale watu wenye kiburi,
wale watu wenye usemi wa mafumbo,
wenye lugha ngeni, isiyoeleweka.

[20] Mtazame Sayuni, mji wa sikukuu zetu;
macho yenu yatauona Yerusalemu,
mahali pa amani pa kuishi, hema ambalo
halitaondolewa,
nguzo zake hazitang'olewa kamwe,
wala hakuna kamba yake yoyote
itakayokatika.
[21] Huko Bwana atakuwa Mwenye Nguvu wetu.
Patakuwa kama mahali pa mito mipana
na vijito.
Hakuna jahazi lenye makasia
litakalopita huko,
wala hakuna meli yenye nguvu
itakayopita huko.
[22] Kwa kuwa Bwana ni mwamuzi wetu,
Bwana ndiye mtoa sheria wetu,
Bwana ni mfalme wetu,
yeye ndiye atakayetuokoa.

[a]8 Au: miji yake imedharauliwa.
[b]9 Au: Ardhi inakauka.

[23] Kamba zenu za merikebu zimelegea:
Mlingoti haukusimama imara,
nalo tanga halikukunjuliwa.
Wingi wa mateka yatagawanywa,
hata yeye aliye mlemavu atachukua nyara.
[24] Hakuna yeyote aishiye Sayuni atakayesema,
"Mimi ni mgonjwa";
nazo dhambi za wale waishio humo
zitasamehewa.

Hukumu Dhidi Ya Mataifa

34 Njooni karibu, enyi mataifa, nanyi
msikilize;
sikilizeni kwa makini,
enyi kabila za watu!
Dunia na isikie, navyo vyote vilivyo
ndani yake,
ulimwengu na vyote vitokavyo
ndani yake!
[2] Bwana ameyakasirikia mataifa yote;
ghadhabu yake ni juu ya majeshi yao yote.
Atawaangamiza kabisa,
atawatia mikononi mwa wachinjaji.
[3] Waliouawa watatupwa nje,
maiti zao zitatoa uvundo,
milima itatota kwa damu zao.
[4] Nyota zote za mbinguni zitayeyuka
na anga litasokotwa kama kitabu,
jeshi lote la angani litaanguka
kama majani yaliyonyauka kutoka
kwenye mzabibu,
kama tini iliyonyauka kutoka
kwenye mtini.

[5] Upanga wangu umekunywa na kushiba
huko mbinguni,
tazama, unashuka katika hukumu juu
ya Edomu,
wale watu ambao nimeshawahukumu,
kuwaangamiza kabisa.
[6] Upanga wa Bwana umeoga katika damu,
umefunikwa na mafuta ya nyama:
damu ya kondoo na mbuzi,
mafuta kutoka figo za kondoo dume.
Kwa maana Bwana ana dhabihu huko Bosra,
na machinjo makuu huko Edomu.
[7] Nyati wataanguka pamoja nao,
ndama waume na mafahali wakubwa.
Nchi yao italowana kwa damu,
nayo mavumbi yataloa mafuta ya nyama.

[8] Kwa sababu Bwana anayo siku ya kulipiza
kisasi,
mwaka wa malipo,
siku ya kushindania shauri la Sayuni.
[9] Vijito vya Edomu vitageuka kuwa lami,
mavumbi yake yatakuwa kiberiti
kiunguzacho,
nchi yake itakuwa lami iwakayo!
[10] Haitazimishwa usiku wala mchana,
moshi wake utapaa juu milele.
Kutoka kizazi hadi kizazi itakuwa ukiwa,
hakuna mtu yeyote atakayepita
huko tena.
[11] Bundi wa jangwani na bundi mwenye sauti
nyembamba wataimiliki,
bundi wakubwa na kunguru wataweka
viota humo.
Mungu atanyoosha juu ya Edomu
kamba ya kupimia ya machafuko matupu,
na timazi ya ukiwa.
[12] Watu wake wa kuheshimiwa hawatakuwa
na chochote
kitakachoitwa ufalme huko,
nao wakuu wao wote watatoweka.
[13] Miiba itaenea katika ngome za ndani,
viwawi na michongoma itaota
kwenye ngome zake.
Itakuwa maskani ya mbweha,
makao ya bundi.
[14] Viumbe vya jangwani vitakutana na fisi,
nao mbuzi-mwitu watalia wakiitana;
huko viumbe vya usiku vitastarehe pia
na kujitafutia mahali pa kupumzika.
[15] Bundi wataweka viota huko na
kutaga mayai,
atayaangua na kutunza makinda yake
chini ya uvuli wa mabawa yake;
pia huko vipanga watakusanyika,
kila mmoja na mwenzi wake.

[16] Angalieni katika gombo la Bwana na msome:

Hakuna hata mmoja katika hawa
atakayekosekana,
hakuna hata mmoja atakayemkosa
mwenzi wake.
Kwa kuwa ni kinywa chake Mungu kimeagiza,
na Roho wake atawakusanya pamoja.
[17] Huwagawia sehemu zao,
mkono wake huwagawanyia kwa kipimo.
Wataimiliki hata milele
na kuishi humo kutoka kizazi hadi kizazi.

Furaha Ya Waliokombolewa

35 Jangwa na nchi kame vitafurahi;
nyika itashangilia na kuchanua maua.
Kama waridi, [2] litachanua maua;
litashangilia sana na kupaza sauti kwa
furaha.
Litapewa utukufu wa Lebanoni,
fahari ya Karmeli na Sharoni;
wataona utukufu wa Bwana,
fahari ya Mungu wetu.

[3] Itieni nguvu mikono iliyo dhaifu,
yafanyeni imara magoti yaliyolegea,
[4] waambieni wale wenye mioyo ya hofu,
"Kuweni hodari, msiogope;
tazama, Mungu wenu atakuja,
pamoja na malipo ya Mungu,
atakuja na kuwaokoa ninyi."

[5] Ndipo macho ya vipofu yatafumbuliwa
na masikio ya viziwi yatazibuliwa.
[6] Ndipo kilema atarukaruka kama kulungu,
nao ulimi wa aliye bubu utapaza sauti
kwa shangwe.

Maji yatatiririka kwa kasi katika nyika,
na vijito katika jangwa.
7 Mchanga wa moto utakuwa bwawa la maji,
ardhi yenye kiu itabubujika chemchemi.
Maskani ya mbweha walikolala hapo awali
patamea majani, matete na mafunjo.

8 Nako kutakuwa na njia kuu,
nayo itaitwa Njia ya Utakatifu.
Wasio safi hawatapita juu yake;
itakuwa ya wale watembeao katika Njia ile;
yeye asafiriye juu yake,
ajapokuwa mjinga, hatapotea.
9 Huko hakutakuwepo na simba,
wala mnyama mkali hatapita njia hiyo,
wala hawatapatikana humo.
Ila waliokombolewa tu ndio watakaopita huko,
10 waliokombolewa na Bwana watarudi.
Wataingia Sayuni wakiimba;
furaha ya milele itakuwa juu
ya vichwa vyao.
Watapata furaha na shangwe;
huzuni na majonzi vitakimbia.

Senakeribu Atishia Yerusalemu

36 Katika mwaka wa kumi na nne wa utawala
wa Mfalme Hezekia, Senakeribu mfalme wa
Ashuru akaishambulia miji yote ya Yuda yenye
ngome na kuiteka. 2 Kisha mfalme wa Ashuru aka-
mtuma jemadari wa jeshi pamoja na jeshi kubwa
kutoka Lakishi hadi kwa Mfalme Hezekia huko
Yerusalemu. Jemadari wa jeshi akasimama kwenye
mfereji wa Bwawa la Juu, lililojengwa katika bara-
bara iendayo kwenye Uwanja wa Dobi. 3 Eliakimu
mwana wa Hilkia aliyekuwa msimamizi wa jumba
la kifalme, Shebna aliyekuwa katibu, na Yoa mwana
wa Asafu mwandishi wakamwendea.
4 Jemadari wa jeshi akawaambia, "Mwambieni
Hezekia,

" 'Hili ndilo asemalo mfalme mkuu, mfalme
wa Ashuru: Ni wapi unapoweka hili tumaini
lako? 5 Unasema mnayo mikakati na nguvu za
kijeshi, lakini unasema maneno matupu tu.
Je, wewe unamtegemea nani, hata ukaniasi
mimi? 6 Tazama sasa, unaitegemea Misri,
fimbo ile ya mwanzi uliopasuka, ambayo
huuchoma na kuujeruhi mkono wa mtu akiie-
gemea! Hivyo ndivyo alivyo Farao mfalme wa
Misri, kwa wote wanaomtegemea. 7 Nawe
kama ukiniambia, "Tunamtumainia Bwana
Mungu wetu": je, siyo yeye ambaye Hezekia
aliondoa mahali pake pa juu pa kuabudia
miungu na madhabahu zake, akiwaambia
Yuda na Yerusalemu, "Ni lazima mwabudu
mbele ya madhabahu haya"?
8 " 'Njooni sasa, fanyeni mapatano na
bwana wangu, mfalme wa Ashuru: Nitakupa
farasi elfu mbili, kama unaweza kuwapandi-
sha waendesha farasi juu yao! 9 Utawezaje
kumzuia hata afisa mmoja aliye mdogo kati ya
maafisa wa bwana wangu, ijapo unategemea
Misri kwa magari ya vita na wapanda farasi?
10 Zaidi ya hayo, je, nimekuja kushambulia
na kuangamiza nchi hii bila Bwana? Bwana
mwenyewe ndiye aliniambia niishambulie
nchi hii na kuiangamiza.' "

11 Ndipo Eliakimu, Shebna na Yoa wakamwambia
yule jemadari wa jeshi, "Tafadhali zungumza na
watumishi wako kwa lugha ya Kiaramu, kwa kuwa
tunaifahamu. Usiseme nasi kwa Kiebrania watu
walioko juu ya ukuta wakiwa wanasikia."
12 Lakini yule jemadari wa jeshi akajibu, "Je,
bwana wangu amenituma kutoa ujumbe huu
kwa bwana wenu na kwenu tu? Je, hakunituma
pia kwa watu walioketi ukutani, ambao, kama
ninyi, itawabidi kula mavi yao na kunywa mikojo
yao wenyewe?"
13 Kisha yule jemadari wa jeshi akasimama na
kuita kwa lugha ya Kiebrania, akasema: "Sikieni
maneno ya mfalme mkuu, mfalme wa Ashuru!
14 Hili ndilo asemalo mfalme: Msikubali Hezekia
awadanganye. Hawezi kuwaokoa! 15 Msikubali
Hezekia awashawishi kumtumaini Bwana kwa
kuwaambia, 'Hakika Bwana atatuokoa. Mji huu
hautaangukia mikononi mwa mfalme wa Ashuru.'
16 "Msimsikilize Hezekia. Hili ndilo mfalme
wa Ashuru asemalo: Fanyeni amani nami na mje
kwangu. Kisha kila mmoja wenu atakula kutoka
kwa mzabibu wake na mtini wake mwenyewe, na
kunywa maji kutoka kisima chake mwenyewe,
17 mpaka nije nikawapeleke katika nchi iliyo kama
nchi yenu wenyewe, nchi ya nafaka na divai mpya,
nchi ya mkate na ya mashamba ya mizabibu.
18 "Msikubali Hezekia awapotoshe asemapo,
'Bwana atatuokoa.' Je, yuko mungu wa taifa lolote
aliyewahi kuokoa nchi yake kutoka mkononi mwa
mfalme wa Ashuru? 19 Iko wapi miungu ya Hamathi
na ya Arpadi? Iko wapi miungu ya Sefarvaimu?
Je, imeokoa Samaria kutoka mkononi mwangu?
20 Ni yupi miongoni mwa miungu yote ya nchi hizi
ameweza kuokoa nchi yake mkononi mwangu?
Inawezekanaje basi Bwana aiokoe Yerusalemu
mkononi mwangu?"
21 Lakini wale watu wakakaa kimya, wala
hawakujibu lolote, kwa kuwa mfalme alikuwa
amewaamuru, "Msimjibu lolote."
22 Kisha Eliakimu mwana wa Hilkia msimamizi
wa jumba la kifalme, Shebna katibu, na Yoa mwana
wa Asafu, mwandishi wakamwendea Hezekia,
nguo zao zikiwa zimeraruliwa, na kumwambia
yale jemadari wa jeshi aliyoyasema.

Kuokolewa Kwa Yerusalemu Kunatabiriwa

37 Mfalme Hezekia aliposikia haya, akararua
nguo zake na kuvaa nguo ya gunia, naye
akaenda katika Hekalu la Bwana. 2 Akawatuma
Eliakimu msimamizi wa nyumba ya mfalme, She-
bna mwandishi, na viongozi wa makuhani, wote
wakiwa wamevaa nguo za magunia, waende kwa
nabii Isaya mwana wa Amozi. 3 Wakamwambia,
"Hili ndilo asemalo Hezekia: Siku hii ni siku ya
dhiki, ya kukaripiwa na ya aibu, kama wakati
watoto wanapofikia karibu kuzaliwa na kumbe
hakuna nguvu ya kuwazaa. 4 Yamkini Bwana,
Mungu wako atayasikia maneno ya jemadari wa
jeshi, ambaye bwana wake, mfalme wa Ashuru,

amemtuma kumdhihaki Mungu aliye hai, tena
kwamba atamkemea kwa maneno ambayo BWANA,
Mungu wako ameyasikia. Kwa hiyo omba kwa ajili
ya mabaki ambao bado wako."
5 Maafisa wa Mfalme Hezekia walipofika kwa
Isaya, 6 Isaya akawaambia, "Mwambieni bwana
wenu, 'Hili ndilo asemalo BWANA: Usiogope kwa
hayo uliyoyasikia, yale maneno ambayo watumi-
shi wa mfalme wa Ashuru wamenitukana nayo.
7 Sikiliza! Nitatia roho fulani ndani yake ili kwamba
atakaposikia taarifa fulani, atarudi nchi yake mwe-
nyewe, nami huko nitafanya auawe kwa upanga.' "
8 Jemadari wa jeshi aliposikia kwamba mfalme
wa Ashuru ameondoka Lakishi, alirudi, akamkuta
mfalme akipigana na Libna.
9 Basi Senakeribu akapata taarifa kwamba Tirhaka,
Mkushi mfalme wa Misri, alikuwa anaenda kupigana
naye. Aliposikia jambo hili akatuma wajumbe kwa
Hezekia na neno hili: 10 "Mwambieni Hezekia mfalme
wa Yuda: Usikubali huyo Mungu unayemtumainia
akudanganye wakati anaposema, 'Yerusalemu hai-
tatiwa mkononi mwa mfalme wa Ashuru.' 11 Hakika
umesikia yale ambayo wafalme wa Ashuru wame-
tenda kwa nchi zote, wakiwaangamiza kabisa. Je,
wewe utaokolewa? 12 Je, miungu ya mataifa ambayo
yaliangamizwa na baba zangu iliweza kuwaokoa?
Yaani miungu ya Gozani, Harani, Resefu, na ya watu
wa Edeni waliokuwa Telasari? 13 Yuko wapi mfalme
wa Hamathi, mfalme wa Arpadi, mfalme wa mji wa
Sefarvaimu, au wa Hena au wa Iva?"

Maombi Ya Hezekia

14 Hezekia akapokea barua kutoka kwa wale
wajumbe naye akaisoma. Kisha akapanda katika
Hekalu la BWANA, akaikunjua mbele za BWANA.
15 Naye Hezekia akamwomba BWANA akisema: 16 "Ee
BWANA Mwenye Nguvu Zote, Mungu wa Israeli,
uketiye juu ya kiti cha enzi kati ya makerubi, wewe
peke yako ndiwe Mungu juu ya falme zote za dunia.
Wewe umeumba mbingu na nchi. 17 Tega sikio, Ee
BWANA, usikie; fungua macho yako, Ee BWANA,
uone; sikiliza maneno yote ambayo Senakeribu
ametuma kumtukana Mungu aliye hai.
18 "Ni kweli, Ee BWANA, kwamba wafalme wa
Ashuru wameyaangamiza mataifa haya yote
pamoja na nchi zao. 19 Wameitupa miungu yao
kwenye moto na kuiangamiza, kwa kuwa haikuwa
miungu, bali miti na mawe tu, iliyotengenezwa
kwa mikono ya wanadamu. 20 Sasa basi, Ee BWANA
Mungu wetu, tuokoe kutoka mkononi mwake, ili
kwamba falme zote duniani zipate kujua kwamba
wewe peke yako, Ee BWANA, ndiwe Mungu."

Kuanguka Kwa Senakeribu

21 Kisha Isaya mwana wa Amozi akapeleka uju-
mbe kwa Hezekia, akasema: "Hili ndilo asemalo
BWANA, Mungu wa Israeli: Kwa sababu umeniomba
kuhusu Senakeribu mfalme wa Ashuru, 22 hili ndilo
neno ambalo BWANA amelisema dhidi yake:

"Bikira binti Sayuni anakudharau na
kukudhihaki.
Binti Yerusalemu anatikisa kichwa chake
unapokimbia.
23 Ni nani uliyemtukana na kumkufuru?
Ni nani uliyeinua sauti yako dhidi yake,
na kumwinulia macho yako kwa kiburi?
Ni dhidi ya yule Aliye Mtakatifu
wa Israeli!
24 Kupitia kwa wajumbe wako
umelundika matukano juu ya Bwana.
Nawe umesema,
'Kwa magari yangu mengi ya vita,
nimepanda juu ya vilele vya milima,
vilele vya juu sana katika Lebanoni.
Nami nimeiangusha mierezi yake mirefu,
misunobari yake iliyo bora sana.
Nimefikia sehemu zake zilizoinuka juu sana,
misitu yake iliyo mizuri sana.
25 Nimechimba visima katika nchi za kigeni
na kunywa maji yake.
Kwa nyayo za miguu yangu
nimekausha vijito vyote vya Misri.'

26 "Je, hujasikia?
Zamani sana niliamuru hili.
Siku za kale nilipanga hili;
sasa nimelifanya litokee,
kwamba umegeuza miji yenye ngome
kuwa malundo ya mawe.
27 Watu wa miji hiyo wameishiwa nguvu,
wanavunjika mioyo na kuaibishwa.
Wao ni kama mimea katika shamba,
kama machipukizi mororo ya kijani,
kama majani yachipuayo juu ya paa
la nyumba,
ambayo hukauka kabla ya kukua.

28 "Lakini ninajua mahali ukaapo,
kutoka kwako na kuingia kwako,
na jinsi unavyoghadhibika dhidi yangu.
29 Kwa sababu unaghadhibika na ufidhuli
dhidi yangu,
na kwa sababu ufidhuli wako umefika
masikioni mwangu,
nitaweka ndoana yangu puani mwako
na hatamu yangu kinywani mwako,
nami nitakufanya urudi kwa njia ile
uliyoijia.

30 "Hii ndiyo itakuwa ishara kwako, ee Hezekia:

"Mwaka huu utakula kile kiotacho
chenyewe,
na mwaka wa pili utakula kutoka
machipukizi yake.
Lakini katika mwaka wa tatu panda
na uvune,
panda mashamba ya mizabibu na ule
matunda yake.
31 Mara nyingine tena mabaki ya nyumba
ya Yuda
wataeneza mizizi chini na kuzaa
matunda juu.
32 Kwa kuwa kutoka Yerusalemu watakuja
mabaki,
na kutoka Mlima Sayuni kundi la
walionusurika.

Wivu wa BWANA Mwenye Nguvu Zote,
ndio utatimiza jambo hili.

33 "Kwa hiyo hili ndilo asemalo BWANA kuhusu
mfalme wa Ashuru:

"Hataingia katika mji huu
wala hatapiga mshale hapa.
Hatakuja mbele yake na ngao
wala kupanga majeshi kuuzingira.
34 Kwa njia ile aliyoijia ndiyo atakayorudi;
hataingia katika mji huu,"
asema BWANA.
35 "Nitaulinda mji huu na kuuokoa,
kwa ajili yangu mwenyewe,
na kwa ajili ya Daudi mtumishi wangu!"

36 Ndipo malaika wa BWANA akaenda, akawaua
wanajeshi 185,000 katika kambi ya Waashuru.
Wenzao walipoamka asubuhi yake, walikuta maiti
kila mahali! 37 Basi Senakeribu mfalme wa Ashuru
akavunja kambi na kuondoka. Akarudi Ninawi na
kukaa huko.
38 Siku moja, alipokuwa akiabudu katika hekalu
la mungu wake Nisroki, wanawe Adrameleki na
Shareza wakamuua kwa upanga, nao wakakimbilia
nchi ya Ararati. Naye Esar-Hadoni mwanawe akawa
mfalme badala yake.

Kuugua Kwa Mfalme Hezekia

38 Katika siku hizo Hezekia akaugua, naye akawa
karibu kufa. Nabii Isaya mwana wa Amozi
akaenda kwake na kumwambia, "Hili ndilo ase-
malo BWANA: Tengeneza mambo ya nyumba yako,
kwa sababu utakufa, hutapona."
2 Hezekia akaelekeza uso wake ukutani, aka-
mwomba BWANA: 3 "Ee BWANA, kumbuka jinsi
nilivyoenenda mbele zako kwa uaminifu na kujitoa
kwa moyo wangu wote, na kufanya yaliyo mema
machoni pako." Naye Hezekia akalia kwa uchungu.
4 Ndipo neno la BWANA likamjia Isaya, kusema:
5 "Nenda ukamwambie Hezekia, 'Hili ndilo asemalo
BWANA, Mungu wa baba yako Daudi: Nimeyasikia
maombi yako na nimeona machozi yako. Nitakuo-
ngezea miaka kumi na mitano katika maisha yako.
6 Nami nitakuokoa wewe pamoja na mji huu mko-
noni mwa mfalme wa Ashuru. Nitaulinda mji huu.
7 " 'Hii ndiyo ishara ya BWANA kwako ya kwamba
BWANA atafanya kile alichoahidi: 8 Nitafanya kivuli
cha jua kwenye ngazi iliyojengwa na Ahazi kirudi
nyuma madaraja kumi.' " Hivyo jua likarudi nyuma
madaraja kumi ambayo lilikuwa limeshuka.

9 Maandiko ya Hezekia mfalme wa Yuda baada
ya kuugua kwake na kupona:

10 Nilisema, "Katika ustawi wa maisha yangu,
je, ni lazima nipite katika malango
ya mauti,[a]
na kupokonywa miaka yangu iliyobaki?"
11 Nilisema, "Sitamwona tena BWANA,
BWANA katika nchi ya walio hai,
wala sitamtazama tena mwanadamu,
wala kuwa na wale ambao sasa wanakaa
katika ulimwengu huu.
12 Kama hema la mchunga mifugo,
nyumba yangu imebomolewa
na kutwaliwa kutoka kwangu.
Kama mfumaji nimevingirisha
maisha yangu,
naye amenikatilia mbali kutoka kitanda
cha mfumi.
Mchana na usiku uliyakomesha
maisha yangu.
13 Nilingoja kwa uvumilivu hadi
mapambazuko,
lakini alivunja mifupa yangu yote
kama simba.
Mchana na usiku uliyakomesha
maisha yangu.
14 Nililia kama mbayuwayu au korongo,
niliomboleza kama hua aombolezaye.
Macho yangu yalififia nilipotazama
mbinguni.
Ee Bwana, ninataabika, njoo unisaidie!"

15 Lakini niseme nini?
Amesema nami, naye yeye mwenyewe
amelitenda hili.
Nitatembea kwa unyenyekevu
katika miaka yangu yote
kwa sababu ya haya maumivu makali
ya nafsi yangu.
16 Bwana, kwa mambo kama haya watu huishi,
nayo roho yangu hupata uzima katika
hayo pia.
Uliniponya
na kuniacha niishi.
17 Hakika ilikuwa ya faida yangu
ndiyo maana nikapata maumivu makali.
Katika upendo wako ukaniokoa
kutoka shimo la uharibifu;
umeziweka dhambi zangu zote
nyuma yako.
18 Kwa maana kaburi[b] haliwezi kukusifu,
mauti haiwezi kuimba sifa zako;
wale washukao chini shimoni
hawawezi kuutarajia uaminifu wako.
19 Walio hai, walio hai: hao wanakusifu,
kama ninavyofanya leo.
Baba huwaambia watoto wao
habari za uaminifu wako.
20 BWANA ataniokoa,
nasi tutaimba kwa vyombo vya nyuzi
siku zote za maisha yetu
katika Hekalu la BWANA.

21 Isaya alikuwa amesema, "Tengenezeni dawa
ya kubandika ya tini, mweke juu ya jipu, naye
atapona."
22 Hezekia alikuwa ameuliza, "Kutakuwa na
ishara gani kwamba nitapanda kwenda Hekalu
la BWANA?"

[a]10 Mauti hapa maana yake ni Kuzimu.

[b]18 Kaburini hapa maana yake ni Kuzimu, kwa Kiebrania ni Sheol.

Wajumbe Kutoka Babeli

39 Wakati huo Merodaki-Baladani, mwana
wa Baladani mfalme wa Babeli, akamtumia
Hezekia barua na zawadi, kwa sababu alikuwa
amesikia habari za kuugua na kupona kwake.
2 Hezekia akawapokea wale wajumbe kwa furaha
na kuwaonyesha vitu vile vilivyokuwa katika ghala
zake: yaani fedha, dhahabu, vikolezo na mafuta
safi, ghala la silaha lote, na kila kitu kilichokuwa
katika hazina zake. Hapakuwa na kitu chochote
katika jumba lake la kifalme au katika ufalme wake
wote ambacho Hezekia hakuwaonyesha.
3 Ndipo nabii Isaya akaenda kwa Mfalme Heze-
kia na kumuuliza, "Watu hao walisema nini, na
wametoka wapi?"
Hezekia akamjibu, "Wametoka nchi ya mbali.
Walikuja kwangu kutoka Babeli."
4 Nabii akauliza, "Waliona nini katika jumba
lako la kifalme?"
Hezekia akajibu, "Waliona kila kitu katika jumba
langu la kifalme. Hakuna kitu chochote katika
hazina yangu ambacho sikuwaonyesha."
5 Ndipo Isaya akamwambia Hezekia, "Sikia neno
la BWANA Mwenye Nguvu Zote: 6 Hakika wakati
unakuja ambapo vitu vyote katika jumba lako la
kifalme, na vyote ambavyo baba zako waliweka
akiba mpaka siku hii, vitachukuliwa kwenda
Babeli. Hakuna chochote kitakachosalia, asema
BWANA. 7 Nao baadhi ya wazao wako, nyama yako
na damu yako mwenyewe watakaozaliwa kwako,
watachukuliwa mbali, nao watakuwa matowashi
katika jumba la mfalme wa Babeli."
8 Hezekia akamjibu Isaya, "Neno la BWANA uli-
losema ni jema." Kwa kuwa alifikiri, "Patakuwepo
amani na usalama wakati wa uhai wangu."

Faraja Kwa Watu Wa Mungu

40 Wafarijini, wafarijini watu wangu,
asema Mungu wenu.
2 Sema na Yerusalemu kwa upole,
umtangazie
kwamba kazi yake ngumu imekamilika,
kwamba dhambi yake imefanyiwa fidia,
kwamba amepokea kutoka mkononi
mwa BWANA
maradufu kwa ajili ya dhambi
zake zote.

3 Sauti ya mtu aliaye:
"Itengenezeni jangwani njia
ya BWANA,
nyoosheni njia kuu nyikani
kwa ajili ya Mungu wetu.
4 Kila bonde litainuliwa,
kila mlima na kilima kitashushwa;
penye mabonde patanyooshwa,
napo palipoparuza patasawazishwa.
5 Utukufu wa BWANA utafunuliwa,
nao wanadamu wote wátauona pamoja.
Kwa maana kinywa cha BWANA kimenena."

6 Sauti husema, "Piga kelele."
Nami nikasema, "Nipige kelele gani?"
"Wanadamu wote ni kama majani,
nao utukufu wao wote
ni kama maua ya kondeni.
7 Majani hunyauka na maua huanguka,
kwa sababu pumzi ya BWANA huyapuliza.
Hakika wanadamu ni majani.
8 Majani hunyauka na maua huanguka,
lakini neno la Mungu wetu ladumu
milele."

9 Wewe uletaye habari njema Sayuni,
panda juu ya mlima mrefu.
Wewe uletaye habari njema Yerusalemu,
inua sauti yako kwa kupiga kelele,
inua sauti, usiogope;
iambie miji ya Yuda,
"Yuko hapa Mungu wenu!"
10 Tazameni, BWANA Mwenyezi anakuja
na nguvu,
nao mkono wake ndio utawalao kwa
ajili yake.
Tazameni, ujira wake u pamoja naye,
nayo malipo yake yanafuatana naye.
11 Huchunga kundi lake kama mchungaji
wa mifugo:
Hukusanya wana-kondoo katika
mikono yake
na kuwachukua karibu na moyo wake,
huwaongoza taratibu wale
wanyonyeshao.

12 Ni nani aliyepima maji ya bahari
kwenye konzi ya mkono wake,
au kuzipima mbingu kwa shibiri[a] yake?
Ni nani aliyeyashika mavumbi ya dunia
katika kikapu,
au kupima milima kwenye kipimio
na vilima kwenye mizani?
13 Ni nani aliyeyafahamu mawazo ya BWANA,
au kumfundisha akiwa kama
mshauri wake?
14 Ni nani ambaye BWANA ametaka shauri
kwake ili kumwelimisha,
naye ni nani aliyemfundisha njia
iliyo sawa?
Ni nani aliyemfundisha maarifa
au kumwonyesha mapito ya ufahamu?

15 Hakika mataifa ni kama tone ndani ya ndoo,
ni kama vumbi jembamba juu ya mizani,
huvipima visiwa kana kwamba vilikuwa
vumbi laini.
16 Lebanoni hautoshi kwa moto wa
madhabahuni,
wala wanyama wake hawatoshi kwa
sadaka za kuteketezwa.
17 Mbele yake mataifa yote ni kama si kitu,
yanaonekana yasio na thamani
na zaidi ya bure kabisa.

18 Basi, utamlinganisha Mungu na nani?
Utamlinganisha na kitu gani?

[a]12 Shibiri ni sawa na sentimita 20 au inchi 8.

[19] Kwa habari ya sanamu, fundi huisubu,
naye mfua dhahabu huifunika kwa dhahabu
na kuitengenezea mikufu ya fedha.
[20] Mtu aliye maskini sana asiyeweza kuleta
sadaka kama hii
huuchagua mti usiooza.
Humtafuta fundi stadi
wa kusimamisha sanamu ambayo
haitatikisika.

[21] Je, hujui?
Je, hujasikia?
Je, hujaambiwa tangu mwanzo?
Je, hujafahamu tangu kuumbwa kwa dunia?
[22] Anakaa kwenye kiti cha enzi juu ya duara
ya dunia,
nao watu wakaao ndani yake ni
kama panzi.
Huzitandaza mbingu kama chandarua,
na kuzitandaza kama hema la kuishi.
[23] Huwafanya wakuu kuwa si kitu,
na kuwashusha watawala wa dunia hii
kuwa kitu bure.
[24] Mara baada ya kupandwa,
mara baada ya kutiwa ardhini,
mara baada ya kutoa mizizi yao ardhini,
ndipo huwapulizia nao wakanyauka,
nao upepo wa kisulisuli
huwapeperusha kama makapi.

[25] "Utanilinganisha mimi na nani?
Au ni nani anayelingana nami?" asema
yeye Aliye Mtakatifu.
[26] Inueni macho yenu mtazame mbinguni:
Ni nani aliyeumba hivi vyote?
Ni yeye aletaye nje jeshi la nyota moja
baada ya nyingine
na kuziita kila moja kwa jina lake.
Kwa sababu ya uweza wake mkuu na nguvu
zake kuu,
hakuna hata mojawapo inayokosekana.

[27] Kwa nini unasema, ee Yakobo,
nanyi ee Israeli, kulalamika,
"Njia yangu imefichwa Bwana asiione,
Mungu wangu hajali shauri langu?"
[28] Je wewe, hufahamu?
Je wewe, hujasikia?
Bwana ni Mungu wa milele,
Muumba wa miisho ya dunia.
Hatachoka wala kulegea,
wala hakuna hata mmoja
awezaye kuupima ufahamu wake.
[29] Huwapa nguvu waliolegea
na huongeza nguvu za wadhaifu.
[30] Hata vijana huchoka na kulegea,
nao vijana wanaume hujikwaa
na kuanguka,
[31] bali wale wamtumainio Bwana
atafanya upya nguvu zao.
Watapaa juu kwa mbawa kama tai;
watapiga mbio wala hawatachoka,
watatembea kwa miguu wala
hawatazimia.

Msaidizi Wa Israeli

41 "Nyamazeni kimya mbele zangu, enyi
visiwa!
Mataifa na wafanye upya nguvu zao!
Wao na wajitokeze, kisha waseme,
tukutane pamoja mahali pa hukumu.

[2] "Ni nani aliyemchochea mmoja kutoka
mashariki,
akimwita katika haki kwa
utumishi wake?
Huyatia mataifa mikononi mwake,
na kuwatiisha wafalme mbele zake.
Huwafanya kuwa mavumbi kwa
upanga wake,
huwafanya makapi yapeperushwayo
na upepo kwa upinde wake.
[3] Huwafuatia na kuendelea salama,
katika njia ambayo miguu yake haijawahi
kupita.
[4] Ni nani aliyefanya jambo hili na kulitimiliza,
akiita vizazi tangu mwanzo?
Mimi, Bwana, ni wa kwanza
nami nitakuwa pamoja na wa mwisho:
mimi Bwana ndiye."
[5] Visiwa vimeliona na kuogopa,
miisho ya dunia inatetemeka.
Wanakaribia na kuja mbele,
[6] kila mmoja humsaidia mwingine
na kusema kwa ndugu yake, "Uwe hodari!"
[7] Fundi humtia moyo sonara,
yeye alainishaye kwa nyundo
humhimiza yeye agongeaye
kwenye fuawe,
Humwambia yeye aunganishaye,
"Ni kazi njema."
Naye huikaza sanamu kwa misumari
ili isitikisike.

[8] "Lakini wewe, ee Israeli, mtumishi wangu,
Yakobo, niliyemchagua,
ninyi wazao wa Abrahamu rafiki yangu,
[9] nilikuchukua toka miisho ya dunia,
nilikuita kutoka pembe zake za mbali.
Nilisema, 'Wewe ni mtumishi wangu';
nimekuchagua, wala sikukukataa.
[10] Hivyo usiogope, kwa maana niko
pamoja nawe;
usifadhaike, kwa maana mimi ni
Mungu wako.
Nitakutia nguvu na kukusaidia;
nitakutegemeza kwa mkono wa kuume
wa haki yangu.

[11] "Wote walioona hasira dhidi yako
hakika wataaibika na kutahayarika,
wale wakupingao
watakuwa kama vile si kitu, na kuangamia.
[12] Ingawa utawatafuta adui zako,
hutawaona.
Wale wanaopigana vita dhidi yako
watakuwa kama vile si kitu kabisa.

13 Kwa maana Mimi ndimi BWANA,
Mungu wako,
nikushikaye mkono wako wa kuume
na kukuambia, Usiwe na hofu,
nitakusaidia.
14 Usiogope, ee Yakobo uliye mdudu,
ee Israeli uliye mdogo,
kwa kuwa Mimi mwenyewe nitakusaidia,"
asema BWANA,
Mkombozi wako, yeye Aliye Mtakatifu
wa Israeli.
15 "Tazama, nitakufanya chombo cha kupuria,
kipya na chenye makali, chenye
meno mengi.
Utaipura milima na kuiponda
na kuvifanya vilima kuwa kama makapi.
16 Utaipepeta, nao upepo utaichukua,
dhoruba itaipeperushia mbali.
Bali wewe utajifurahisha katika BWANA
na katika utukufu wa yeye Aliye
Mtakatifu wa Israeli.

17 "Maskini na wahitaji wanatafuta maji,
lakini hayapo,
ndimi zao zimekauka kwa kiu.
Lakini Mimi BWANA nitawajibu,
Mimi, Mungu wa Israeli, sitawaacha.
18 Nitaifanya mito itiririke juu ya vilima
vilivyo kame,
nazo chemchemi ndani ya mabonde.
Nitaligeuza jangwa liwe mabwawa ya maji,
nayo ardhi iliyokauka kuwa chemchemi
za maji.
19 Katika jangwa nitaotesha
mwerezi, mshita, mhadasi na mzeituni.
Nitaweka misunobari, mivinje
na misanduku
pamoja huko nyikani,
20 ili kwamba watu wapate kuona na kujua,
wapate kufikiri na kuelewa,
kwamba mkono wa BWANA umetenda hili,
kwamba yeye Aliye Mtakatifu wa Israeli
ndiye alililifanya."

21 BWANA asema, "Leta shauri lako.
Toa hoja yako," asema Mfalme wa Yakobo.
22 "Leteni sanamu zenu zituambie
ni nini kitakachotokea.
Tuambieni mambo ya zamani yalikuwa nini,
ili tupate kuyatafakari
na kujua matokeo yake ya mwisho.
Au tutangazieni mambo yatakayokuja,
23 tuambieni ni nini kitakachotokea baadaye,
ili tupate kujua kuwa ninyi ni miungu.
Fanyeni jambo lolote zuri au baya,
ili tupate kutishika na kujazwa na hofu.
24 Lakini ninyi ni zaidi ya bure kabisa,
na kazi zenu hazifai kitu kabisa;
yeye awachaguaye ni chukizo sana.

25 "Nimemchochea mtu mmoja kutoka
kaskazini,
naye yuaja, mmoja toka mawio ya jua
aliitaye Jina langu.
Huwakanyaga watawala kana kwamba
ni matope,
kama mfinyanzi akanyagavyo udongo
wa kufinyangia.
26 Ni nani aliyenena hili tokea mwanzoni,
ili tupate kujua,
au kabla, ili tuweze kusema,
'Alikuwa sawa'?
Hakuna aliyenena hili,
hakuna aliyetangulia kusema hili,
hakuna yeyote aliyesikia maneno
kutoka kwenu.
27 Nilikuwa wa kwanza kumwambia Sayuni,
'Tazama, wako hapa!'
Nilimpa Yerusalemu mjumbe
wa habari njema.
28 Ninatazama, lakini hakuna yeyote:
hakuna yeyote miongoni mwao awezaye
kutoa shauri,
hakuna yeyote wa kutoa jibu wakati
ninapowauliza.
29 Tazama, wote ni ubatili!
Matendo yao ni bure;
vinyago vyao ni upepo mtupu
na machafuko.

Mtumishi Wa BWANA

42 "Huyu hapa mtumishi wangu,
ninayemtegemeza,
mteule wangu, ambaye
ninapendezwa naye;
nitaweka Roho yangu juu yake,
naye ataleta haki kwa mataifa.
2 Hatapaza sauti wala kupiga kelele,
wala hataiinua sauti yake barabarani.
3 Mwanzi uliopondeka hatauvunja,
na utambi unaofuka moshi hatauzima.
Kwa uaminifu ataleta haki,
4 hatazimia roho wala kukata tamaa,
mpaka atakaposimamisha haki juu
ya dunia.
Visiwa vitaweka tumaini lao katika
sheria yake."

5 Hili ndilo asemalo Mungu, BWANA,
yeye aliyeziumba mbingu na kuzitanda,
aliyeitandaza dunia na vyote
vitokavyo humo,
awapaye watu wake pumzi,
na uzima kwa wale waendao humo:
6 "Mimi, BWANA, nimekuita katika haki;
nitakushika mkono wako.
Nitakulinda na kukufanya
kuwa Agano kwa ajili ya watu
na nuru kwa Mataifa,
7 kuwafungua macho wale wasioona,
kuwaacha huru kutoka kifungoni
waliofungwa jela,
na kuwafungua kutoka gerezani
wale wanaokaa gizani.

8 "Mimi ndimi BWANA; hilo ndilo Jina langu!
Sitampa mwingine utukufu wangu
wala sanamu sifa zangu.

9 Tazama, mambo ya kwanza yametokea,
nami natangaza mambo mapya;
kabla hayajatokea
nawatangazia habari zake."

Wimbo Wa Kumsifu Bwana

10 Mwimbieni Bwana wimbo mpya,
sifa zake toka miisho ya dunia,
ninyi mshukao chini baharini,
na vyote vilivyomo ndani yake,
enyi visiwa na wote wakaao ndani yake.
11 Jangwa na miji yake na vipaze sauti zao;
makao anamoishi Kedari na
yashangilie.
Watu wa Sela waimbe kwa furaha,
na wapige kelele kutoka vilele vya
milima.
12 Wampe Bwana utukufu,
na kutangaza sifa zake katika visiwa.
13 Bwana ataenda kama mtu mwenye nguvu,
kama shujaa atachochea shauku yake,
kwa kelele ataamsha kilio cha vita,
naye atashinda adui zake.

14 "Kwa muda mrefu nimenyamaza kimya,
nimekaa kimya na kujizuia.
Lakini sasa, kama mwanamke wakati
wa kujifungua,
ninapiga kelele, ninatweta
na kushusha pumzi.
15 Nitaharibu milima na vilima
na kukausha mimea yako yote;
nitafanya mito kuwa visiwa
na kukausha mabwawa.
16 Nitawaongoza vipofu kwenye njia ambayo
hawajaijua,
kwenye mapito wasiyoyazoea
nitawaongoza;
nitafanya giza kuwa nuru mbele yao,
na kufanya mahali palipoparuza
kuwa laini.
Haya ndiyo mambo nitakayofanya;
mimi sitawaacha.
17 Lakini wale wanaotumaini sanamu,
wanaoviambia vinyago, 'Ninyi ndio
miungu yetu,'
watarudishwa nyuma kwa aibu kubwa.

Israeli Kipofu Na Kiziwi

18 "Sikieni, enyi viziwi;
tazameni, enyi vipofu, mpate kuona!
19 Ni nani aliye kipofu isipokuwa
mtumishi wangu,
na kiziwi kama mjumbe ninayemtuma?
Ni nani aliye kipofu kama yeye aliyejitoa
kwangu,
aliye kipofu kama mtumishi wa Bwana?
20 Mmeona vitu vingi, lakini hamkuzingatia;
masikio yenu yako wazi, lakini hamsikii
chochote."

21 Ilimpendeza Bwana
kwa ajili ya haki yake
kufanya sheria yake kuwa kuu na tukufu.
22 Lakini hili ni taifa lililoibwa na
kutekwa nyara,
wote wamenaswa katika mashimo,
au wamefichwa katika magereza.
Wamekuwa nyara,
wala hapana yeyote awaokoaye.
Wamefanywa mateka,
wala hapana yeyote asemaye, "Warudishe."

23 Ni nani miongoni mwenu atakayesikiliza
hili,
au atakayezingatia kwa makini katika
wakati ujao?
24 Ni nani aliyemtoa Yakobo kuwa mateka,
na Israeli kwa wateka nyara?
Je, hakuwa yeye, Bwana,
ambaye tumetenda dhambi dhidi yake?
Kwa kuwa hawakufuata njia zake,
hawakutii sheria zake.
25 Hivyo akawamwagia hasira yake inayowaka,
ukali wa vita.
Iliwazunguka kwa miali ya moto, lakini
hata hivyo hawakuelewa;
iliwateketeza, lakini hawakuyatia
moyoni.

Mwokozi Pekee Wa Israeli

43 Lakini sasa hili ndilo asemalo Bwana,
yeye aliyekuumba, ee Yakobo,
yeye aliyekuhuluku, ee Israeli:
"Usiogope kwa maana nimekukomboa,
nimekuita wewe kwa jina lako, wewe
u wangu.
2 Unapopita kwenye maji makuu,
nitakuwa pamoja nawe,
unapopita katika mito ya maji,
hayatakugharikisha.
Utakapopita katika moto,
hutaungua,
miali ya moto haitakuunguza.
3 Kwa kuwa Mimi ndimi Bwana, Mungu
wako,
yeye Aliye Mtakatifu wa Israeli,
Mwokozi wako.
Ninaitoa Misri kuwa fidia yako,
Kushi na Seba badala yako.
4 Kwa kuwa wewe ni wa thamani na wa
kuheshimiwa machoni pangu,
nami kwa kuwa ninakupenda,
nitatoa watu badala yako
na mataifa badala ya maisha yako.
5 Usiogope, kwa kuwa mimi nipo pamoja
nawe,
nitawaleta watoto wako kutoka mashariki,
na kukukusanya kutoka magharibi.
6 Nitaiambia kaskazini, 'Watoe!'
nayo kusini, 'Usiwazuie.'
Walete wana wangu kutoka mbali,
na binti zangu kutoka miisho ya dunia:
7 kila mmoja ambaye ameitwa kwa Jina langu,
niliyemuumba kwa utukufu wangu,
niliyemhuluku na kumfanya."
8 Uwaongoze wale wenye macho lakini hawaoni,
wenye masikio lakini hawasikii.

9 Mataifa yote yanakutanika pamoja,
na makabila yanakusanyika.
Ni nani miongoni mwao aliyetangulia
kutuambia haya,
na kututangazia mambo yaliyopita?
Walete mashahidi wao ili kuwathibitisha
kuwa walikuwa sahihi,
ili wengine waweze kusikia, waseme,
"Ni kweli."

10 "Ninyi ni mashahidi wangu," asema BWANA,
"na mtumishi wangu niliyemchagua,
ili mpate kunijua na kuniamini,
na kutambua kwamba Mimi ndiye.
Kabla yangu hakuna mungu aliyefanyizwa,
wala hatakuwepo mwingine baada yangu.
11 Mimi, naam mimi, ndimi BWANA,
zaidi yangu hakuna mwokozi.
12 Nimedhihirisha, kuokoa na kutangaza:
Mimi, wala si mungu mgeni katikati yenu.
Ninyi ni mashahidi wangu," asema BWANA,
"kwamba Mimi ndimi Mungu.
13 Naam, tangu siku za kale, Mimi ndiye.
Hakuna hata mmoja awezaye kuokoa
kutoka mkononi wangu.
Mimi ninapotenda,
ni nani awezaye kutangua?"

Huruma Za Mungu, Na Kukosa Uaminifu Kwa Israeli

14 Hili ndilo BWANA asemalo,
Mkombozi wako, yeye Aliye Mtakatifu
wa Israeli:
"Kwa ajili yenu nitatumana Babeli
na kuwaleta Wakaldayo wote kama
wakimbizi,
katika meli walizozionea fahari.
15 Mimi ndimi BWANA, yeye Aliye
Mtakatifu wako,
Muumba wa Israeli, Mfalme wako."

16 Hili ndilo asemalo BWANA,
yeye aliyefanya njia baharini,
mahali pa kupita kwenye maji mengi,
17 aliyeyakokota magari ya vita na farasi,
jeshi pamoja na askari wa msaada,
nao wakalala huko, wala hawatainuka
tena kamwe,
wakakomeshwa, na wakazimika kama
utambi:
18 "Msiyakumbuke mambo yaliyopita,
wala msiyatafakari mambo ya zamani.
19 Tazama, nitafanya jambo jipya!
Sasa litachipuka, je, hamtalitambua?
Nitafanya njia jangwani
na vijito vya maji katika nchi kame.
20 Wanyama wa mwituni wataniheshimu,
mbweha na bundi,
kwa sababu ninawapatia maji jangwani,
na vijito katika nchi kame,
ili kuwapa watu wangu maji, wale
niliowachagua,
21 watu wale niliowaumba kwa ajili yangu,
ili wapate kutangaza sifa zangu.

22 "Hata hivyo hukuniita mimi, ee Yakobo,
hujajitaabisha kwa ajili yangu, ee Israeli.
23 Hujaniletea kondoo kwa ajili ya sadaka
za kuteketezwa,
wala kuniheshimu kwa dhabihu zako.
Sikukulemea kwa sadaka za nafaka
wala kukuchosha kwa kuhitaji uvumba.
24 Hukuninunulia uvumba wowote wenye
manukato,
wala hukunipa kwa ukarimu
mafuta ya wanyama wa dhabihu zako.
Lakini umenilemea kwa dhambi zako,
na kunitaabisha kwa makosa yako.

25 "Mimi, naam mimi, ndimi nizifutaye
dhambi zako,
kwa ajili yangu mwenyewe,
wala sizikumbuki dhambi zako tena.
26 Tafakari mambo yaliyopita,
njoo na tuhojiane,
leta shauri lako uweze kupewa haki yako.
27 Baba yako wa kwanza alitenda dhambi,
wasemaji wako wameasi dhidi yangu.
28 Kwa hiyo nitawaaibisha wakuu
wa Hekalu lako,
nami nitamtoa Yakobo aangamizwe,
na Israeli adhihakiwe.

Israeli Aliyechaguliwa

44 "Lakini sasa sikiliza, ee Yakobo,
mtumishi wangu,
Israeli, niliyemchagua.
2 Hili ndilo asemalo BWANA,
yeye aliyekuhuluku, aliyekuumba
tumboni,
yeye atakayekusaidia:
Usiogope, ee Yakobo, mtumishi wangu,
Yeshuruni,[a] niliyekuchagua.
3 Kwa maana nitamimina maji juu ya nchi
yenye kiu,
na vijito vya maji juu ya ardhi iliyokauka;
nitamimina Roho wangu juu
ya watoto wako,
nayo baraka yangu juu ya wazao wako.
4 Nao watachipua kama manyasi katika
shamba la majani,
kama mierezi kando ya vijito vya maji
yatiririkayo.
5 Mmoja atasema, 'Mimi ni wa BWANA';
mwingine atajiita kwa jina la Yakobo;
vilevile mwingine ataandika juu ya mkono
wake, 'Wa BWANA,'
na kujiita kwa jina la Israeli.

Ni BWANA, Siyo Sanamu

6 "Hili ndilo asemalo BWANA,
Mfalme wa Israeli na Mkombozi,
BWANA Mwenye Nguvu Zote:
Mimi ni wa kwanza na Mimi ni
wa mwisho;
zaidi yangu hakuna Mungu.

---

[a]2 Yeshuruni hapa maana yake ni Yeye aliye mnyofu, yaani Israeli (ona pia Kum 32:15).

7 Ni nani basi aliye kama mimi? Yeye na
atangaze.
Yeye atangaze na kuweka mbele yangu
ni kitu gani kilichotokea tangu nilipoumba
watu wangu wa kale,
tena ni nini kitakachotokea:
naam, yeye na atoe unabii ni nini
kitakachokuja.
8 Msitetemeke, msiogope.
Je, sikutangaza hili, na kutoa unabii
tangu zamani?
Ninyi ni mashahidi wangu.
Je, yuko Mungu zaidi yangu mimi?
Hasha, hakuna Mwamba mwingine;
mimi simjui mwingine."

9 Wote wachongao sanamu ni ubatili,
navyo vitu wanavyovithamini havifai kitu.
Wale ambao wanazitetea ni vipofu,
ni wajinga, nao waaibika.
10 Ni nani atengenezaye mungu na kusubu
sanamu,
ambayo haiwezi kumfaidia kitu chochote?
11 Yeye pamoja na wenziwe wa aina yake
wataaibishwa,
mafundi wao si kitu ila ni wanadamu tu.
Wote wakusanyike pamoja na kuwa
na msimamo wao,
watashushwa chini kwa hofu na kwa
fedheha.

12 Muhunzi huchukua kifaa
na kukifanyia kazi kwenye makaa ya moto,
hutengeneza sanamu kwa nyundo,
huifanyiza kwa nguvu za mkono wake.
Huona njaa na kupoteza nguvu zake,
asipokunywa maji huzimia.
13 Seremala hupima kwa kutumia kamba
na huuchora mstari kwa kalamu;
huchonga kwa patasi
na kutia alama kwa bikari.
Huifanyiza katika umbo la binadamu,
la mwanadamu katika utukufu
wake wote,
ili iweze kukaa katika sehemu yake
ya ibada ya miungu.
14 Hukata miti ya mierezi,
huchukua mtiriza au mwaloni.
Huuacha ukue miongoni mwa miti
ya msituni,
au hupanda msunobari, nayo mvua
huufanya ukue.
15 Ni kuni ya binadamu:
yeye huchukua baadhi yake na
kuota moto,
huwasha moto na kuoka mkate.
Lakini pia huutumia kumtengeneza mungu
na akamwabudu,
huitengeneza sanamu na kuisujudia.
16 Sehemu ya kuni huziweka motoni,
akapikia chakula chake,
hubanika nyama na kula hadi ashibe.
Huota moto na kusema,
"Aha! Ninahisi joto, ninaona moto."
17 Mabaki yake hutengeneza mungu,
sanamu yake;
yeye huisujudia na kuiabudu.
Huiomba na kusema,
"Niokoe; wewe ni mungu wangu."
18 Hawajui chochote, hawaelewi chochote,
macho yao yamefungwa hata
hawawezi kuona,
akili zao zimefungwa hata hawawezi
kufahamu.
19 Hakuna anayefikiri,
hakuna mwenye maarifa wala ufahamu
wa kusema,
"Sehemu yake nilitumia kwa kuni;
hata pia nilioka mkate juu ya makaa yake,
nikabanika nyama na kuila.
Je, nifanye machukizo kwa kile kilichobaki?
Je, nisujudie gogo la mti?"
20 Hujilisha kwa majivu, moyo
uliodanganyika humpotosha;
hawezi kujiokoa mwenyewe, au kusema,
"Je, kitu hiki kilichoko katika mkono
wangu wa kuume si ni uongo?"

21 "Ee Yakobo, kumbuka mambo haya,
ee Israeli, kwa kuwa wewe ni
mtumishi wangu.
Nimekuumba wewe, wewe ni
mtumishi wangu.
Ee Israeli, sitakusahau.
22 Nimeyafuta makosa yako kama wingu,
dhambi zako kama ukungu wa asubuhi.
Nirudie mimi,
kwa kuwa nimekukomboa wewe."

23 Enyi mbingu, imbeni kwa furaha,
kwa maana Bwana amefanya jambo hili.
Ee vilindi vya dunia, piga kelele.
Enyi milima, pazeni sauti kwa nyimbo,
enyi misitu na miti yenu yote,
kwa maana Bwana amemkomboa Yakobo,
ameuonyesha utukufu wake katika Israeli.

Yerusalemu Kukaliwa

24 "Hili ndilo asemalo Bwana,
Mkombozi wako, aliyekuumba tumboni:

"Mimi ni Bwana,
niliyeumba vitu vyote,
niliyezitanda mbingu peke yangu,
niliyeitandaza nchi mwenyewe,

25 "mimi huzipinga ishara za manabii wa uongo,
na kuwatia upumbavu waaguzi,
niyapinduaye maarifa ya wenye hekima,
na kuyafanya kuwa upuzi,
26 niyathibitishaye maneno ya
watumishi wake,
na kutimiza utabiri wa wajumbe wake,

"niambiaye Yerusalemu, 'Itakaliwa na watu,'
niambiaye miji ya Yuda kuwa, 'Itajengwa,'
na kuhusu magofu yake, 'Mimi
nitayatengeneza,'

27 niambiaye kilindi cha maji, 'Kauka,
nami nitakausha vijito vyako,'
28 nisemaye kuhusu Koreshi, 'Yeye ni
mchungaji wangu,
naye atatimiza yote yanipendezayo;
atauambia Yerusalemu, "Ukajengwe tena,"
na kuhusu Hekalu, "Misingi yake
na iwekwe." '

Koreshi Chombo Cha Mungu

45 "Hili ndilo asemalo BWANA kwa mpakwa
mafuta wake,
Koreshi, ambaye nimemshika mkono
wake wa kuume
kutiisha mataifa mbele yake
na kuwavua wafalme silaha zao,
kufungua milango mbele yake
ili malango yasije yakafungwa:
2 Nitakwenda mbele yako
na kusawazisha milima;
nitavunjavunja malango ya shaba
na kukatakata mapingo ya chuma.
3 Nitakupa hazina za gizani,
mali zilizofichwa mahali pa siri,
ili upate kujua ya kwamba Mimi ndimi BWANA,
Mungu wa Israeli, akuitaye kwa jina lako.
4 Kwa ajili ya Yakobo mtumishi wangu,
Israeli niliyemchagua,
nimekuita wewe kwa jina lako,
na kukupa jina la heshima,
ingawa wewe hunitambui.
5 Mimi ndimi BWANA, wala hakuna mwingine,
zaidi yangu hakuna Mungu.
Nitakutia nguvu,
ingawa wewe hujanitambua,
6 ili kutoka mawio ya jua
mpaka machweo yake,
watu wapate kujua kwamba hakuna Mungu
mwingine ila Mimi.
Mimi ndimi BWANA wala hakuna
mwingine.
7 Mimi ninaumba nuru na kuhuluku giza,
ninaleta mafanikio na kusababisha maafa.
Mimi, BWANA, huyatenda haya yote.

8 "Enyi mbingu juu, nyesheni haki,
mawingu na yaidondoshe.
Dunia na ifunguke sana,
wokovu na uchipuke,
haki na ikue pamoja nao.
Mimi, BWANA, ndiye niliyeiumba.

9 "Ole wake yeye ashindanaye na Muumba wake,
yeye ambaye ni kigae tu kati ya vigae juu
ya ardhi.
Je, udongo wa kufinyangia humwambia
mfinyanzi,
'Unatengeneza nini wewe?'
Je, kazi yako husema,
'Hana mikono'?
10 Ole wake amwambiaye baba yake,
'Umezaa nini?'
Au kumwambia mama yake,
'Umezaa kitu gani?'

11 "Hili ndilo asemalo BWANA,
yeye Aliye Mtakatifu wa Israeli na
Muumba wake:
Kuhusu mambo yatakayokuja,
je, unaniuliza habari za watoto wangu,
au kunipa amri kuhusu kazi za
mikono yangu?
12 Mimi ndiye niliyeumba dunia
na kumuumba mwanadamu juu yake.
Mikono yangu mwenyewe ndiyo
iliyozitanda mbingu,
nikayapanga majeshi yake yote ya angani.
13 Mimi nitamwinua Koreshi katika
haki yangu:
nitazinyoosha njia zake zote.
Yeye atajenga mji wangu upya,
na kuwaweka huru watu wangu walio
uhamishoni,
lakini si kwa kulipiwa fedha wala kupewa
zawadi,
asema BWANA Mwenye Nguvu Zote."

14 Hili ndilo asemalo BWANA:

"Mazao ya Misri na bidhaa za Kushi,
nao wale Waseba warefu,
watakujia na kuwa wako,
watakujia wakijikokota nyuma yako,
watakujia wamefungwa minyororo.
Watasujudu mbele yako
wakikusihi na kusema,
'Hakika Mungu yu pamoja nawe,
wala hakuna mwingine;
hakuna Mungu mwingine.' "

15 Hakika wewe u Mungu unayejificha,
Ee Mungu na Mwokozi wa Israeli.
16 Wote watengenezao sanamu wataaibika
na kutahayarika;
wataenda kutahayarika pamoja.
17 Lakini Israeli ataokolewa na BWANA
kwa wokovu wa milele;
kamwe hutaaibika wala kutatahayarika,
milele yote.

18 Kwa kuwa hili ndilo asemalo BWANA,
yeye aliyeumba mbingu,
ndiye Mungu;
yeye aliyeifanya dunia na kuiumba,
yeye ndiye aliiwekea misingi imara,
hakuiumba ili iwe tupu,
bali aliiumba ikaliwe na viumbe vyake.
Anasema:
"Mimi ndimi BWANA,
wala hakuna mwingine.
19 Sijasema sirini,
kutoka mahali fulani katika nchi ya giza;
sijawaambia wazao wa Yakobo,
'Nitafuteni bure.'
Mimi, BWANA, nasema kweli;
ninatangaza lililo sahihi.

20 "Kusanyikeni pamoja mje,
enyi wakimbizi kutoka mataifa.

Wale wabebao sanamu za mti ni watu
wasio na akili,
wale waombao miungu isiyoweza kuokoa.
21 Tangazeni litakalokuwepo, lisemeni hilo,
wao na wafanye shauri pamoja.
Ni nani aliyetangulia kusema hili tangu
zamani,
aliyetangaza tangu zamani za kale?
Je, haikuwa Mimi, BWANA?
Wala hapana Mungu mwingine
zaidi yangu mimi,
Mungu mwenye haki na Mwokozi;
hapana mwingine ila mimi.

22 "Nigeukieni mimi, nanyi mkaokolewe,
enyi miisho yote ya dunia;
kwa maana mimi ndimi Mungu,
wala hapana mwingine.
23 Nimeapa kwa nafsi yangu,
kinywa changu kimenena katika
uadilifu wote
neno ambalo halitatanguka:
Kila goti litapigwa mbele zangu,
kwangu mimi kila ulimi utaapa.
24 Watasema kuhusu mimi,
'Katika BWANA peke yake
ndiko kuna haki na nguvu.'"
Wote ambao wamemkasirikia Mungu
watamjia yeye, nao watatahayarika.
25 Lakini katika BWANA wazao wote wa Israeli
wataonekana wenye haki
na watashangilia.

Miungu Ya Babeli

46 Beli anasujudu hadi nchi, Nebo anainama;
sanamu zao zabebwa na wanyama
wa mizigo.
Vinyago hivi mnavyobeba kila mahali
ni mzigo wa kulemea,
mzigo kwa waliochoka.
2 Vinyago pamoja na wale wanaovibeba
wanainama chini;
hiyo miungu haiwezi kuwaokoa watu,
wote wanakwenda utumwani pamoja.
3 "Nisikilizeni mimi, ee nyumba ya Yakobo,
ninyi nyote mliobaki wa nyumba
ya Israeli,
ninyi ambao nimewategemeza tangu
mlipotungwa mimba,
nami nimewabeba tangu
kuzaliwa kwenu.
4 Hata mpaka wakati wa uzee wenu na mvi,
Mimi ndiye,
Mimi ndiye nitakayewasaidia ninyi.
Nimewahuluku, nami nitawabeba,
nitawasaidia ninyi na kuwaokoa.

5 "Mtanilinganisha na nani, au mtanihesabu
kuwa sawa na nani?
Ni nani mtakayenifananisha naye ili
tuweze kulinganishwa?
6 Wengine humwaga dhahabu kutoka
kwenye mifuko yao,
na kupima fedha kwenye mizani;
huajiri mfua dhahabu kutengeneza mungu,
kisha huisujudia na kuiabudu.
7 Huiinua mabegani na kuichukua;
huiweka mahali pake, papo hapo ndipo
isimamapo.
Wala haiwezi kusogea kutoka
mahali pale.
Ingawa mtu huililia, haimjibu;
haiwezi kumwokoa kwenye taabu zake.

8 "Kumbukeni hili, litieni akilini,
liwekeni moyoni, enyi waasi.
9 Kumbukeni mambo yaliyopita, yale ya
zamani za kale;
mimi ndimi Mungu, wala hakuna
mwingine;
mimi ndimi Mungu,
wala hakuna mwingine aliye kama mimi.
10 Ni mimi nitangazaye mwisho tangu mwanzo,
naam, tangu zamani za kale,
mambo ambayo hayajatendeka.
Ninasema: Kusudi langu ndilo
litakalosimama,
nami nitatenda mapenzi yangu yote.
11 Kutoka mashariki ninaita ndege awindaye;
kutoka nchi ya mbali,
mtu atakayetimiza kusudi langu.
Lile ambalo nimelisema, ndilo
nitakalolitimiza;
lile nililolipanga, ndilo nitakalolitenda.
12 Nisikilizeni, ninyi wenye mioyo migumu,
ninyi mlio mbali na haki.
13 Ninaleta haki yangu karibu,
haiko mbali;
wala wokovu wangu hautachelewa.
Nitawapa Sayuni wokovu,
Israeli utukufu wangu.

Anguko La Babeli

47 "Shuka uketi mavumbini,
ee Bikira Binti Babeli;
keti chini pasipo na kiti cha enzi,
ee binti wa Wakaldayo.
Hutaitwa tena mwororo wala wa kupendeza.
2 Chukua mawe ya kusagia, usage unga,
vua shela yako.
Pandisha mavazi yako, ondoa viatu vyako,
vuka vijito kwa shida.
3 Uchi wako utafunuliwa
na aibu yako itaonekana.
Nitalipa kisasi;
sitamhurumia hata mmoja."
4 Mkombozi wetu: BWANA Mwenye Nguvu
Zote ndilo jina lake;
ndiye yeye Aliye Mtakatifu wa Israeli.

5 "Keti kimya, ingia gizani,
Binti wa Wakaldayo,
hutaitwa tena malkia wa falme.
6 Niliwakasirikia watu wangu
na kuaibisha urithi wangu;
niliwatia mikononi mwako,
nawe hukuwaonea huruma.

Hata juu ya wazee
uliweka nira nzito sana.
7 Ukasema, 'Nitaendelea
kuwa malkia milele!'
Lakini hukutafakari mambo haya
wala hukuwaza juu ya kile kingeweza
kutokea.

8 "Sasa basi, sikiliza, ewe kiumbe
mpenda anasa,
ukaaye mahali pako pa salama,
na kujiambia mwenyewe,
'Mimi ndiye, wala hakuna mwingine
zaidi yangu.
Kamwe sitakuwa mjane,
wala sitafiwa na watoto.'
9 Haya mawili yatakupata, kufumba
na kufumbua,
katika siku moja:
kufiwa na watoto, na ujane.
Yote yatakupata kwa kipimo kikamilifu,
ijapokuwa uchawi wako ni mwingi,
na uaguzi wako ni mwingi.
10 Umeutegemea uovu wako,
nawe umesema, 'Hakuna yeyote
anionaye.'
Hekima yako na maarifa yako
vinakupoteza
unapojiambia mwenyewe,
'Mimi ndiye, wala hakuna mwingine
zaidi yangu.'
11 Maafa yatakujia,
nawe hutaweza kuyaondoa kwa uaguzi.
Janga litakuangukia,
wala hutaweza kulikinga kwa fidia;
msiba mkuu usioweza kuutabiri
utakujia ghafula.

12 "Endelea basi na uaguzi wako,
na wingi wa uchawi wako,
ambao umeutumikia tangu utoto wako.
Labda utafanikiwa,
labda unaweza ukasababisha
hofu kuu.
13 Ushauri wote uliopokea
umekuchosha bure!
Wanajimu wako na waje mbele,
wale watazama nyota watabiriao mwezi
baada ya mwezi,
wao na wawaokoe na lile linalokuja
juu yenu.
14 Hakika wako kama mabua makavu;
moto utawateketeza.
Hawawezi hata kujiokoa wao wenyewe
kutokana na nguvu za mwali wa moto.
Hapa hakuna makaa ya kumtia mtu
yeyote joto;
hapa hakuna moto wa kuota.
15 Hayo ndiyo yote wanayoweza
kuwatendea ninyi,
hawa ambao umetaabika nao
na kufanya nao biashara tangu utoto.
Kila mmoja atatoroka;
hakuna yeyote awezaye kukuokoa.

Israeli Mkaidi

48 "Sikilizeni hili, ee nyumba ya Yakobo,
ninyi mnaoitwa kwa jina la Israeli,
na mnaotoka katika ukoo wa Yuda,
ninyi mnaoapa kwa jina la BWANA,
mnaomwomba Mungu wa Israeli,
lakini si katika kweli au kwa haki;
2 ninyi mnaojiita raiya wa mji mtakatifu,
na kumtegemea Mungu wa Israeli,
BWANA Mwenye Nguvu Zote ndilo jina lake:
3 Nilitoa unabii mambo ya kwanza tangu
zamani,
kinywa changu kiliyatangaza na
kuyafanya yajulikane;
kisha ghafula nikayatenda, nayo
yakatokea.
4 Kwa kuwa nalijua jinsi ulivyokuwa mkaidi;
mishipa ya shingo yako ilikuwa chuma,
kipaji chako cha uso kilikuwa shaba.
5 Kwa hiyo nilikuambia mambo haya tangu
zamani,
kabla hayajatokea nilikutangazia
ili usije ukasema,
'Sanamu zangu zilifanya hayo;
kinyago changu cha mti na mungu
wangu wa chuma aliyaamuru.'
6 Umesikia mambo haya; yaangalie hayo yote.
Je, hutayakubali?

"Kuanzia sasa na kuendelea nitakueleza
mambo mapya,
juu ya mambo yaliyofichika usiyoyajua.
7 Yameumbwa sasa, wala si tangu zamani;
hukupata kuyasikia kabla ya siku ya leo.
Hivyo huwezi kusema,
'Naam, niliyajua hayo.'
8 Hujayasikia wala kuyaelewa,
tangu zamani sikio lako halikufunguka.
Ninafahamu vyema jinsi ulivyo
mdanganyifu,
uliitwa mwasi tangu kuzaliwa kwako.
9 Kwa ajili ya Jina langu mwenyewe
ninaichelewesha ghadhabu yangu,
kwa ajili ya sifa zangu nimeizuia isikupate,
ili nisije nikakukatilia mbali.
10 Tazama, nimekusafisha, ingawa si
kama fedha,
nimekujaribu katika tanuru ya mateso.
11 Kwa ajili yangu mwenyewe,
kwa ajili yangu mwenyewe, nafanya hili.
Jinsi gani niliache Jina langu lichafuliwe?
Sitautoa utukufu wangu kwa mwingine.

Israeli Anawekwa Huru

12 "Ee Yakobo, nisikilize mimi,
Israeli, ambaye nimekuita:
Mimi ndiye;
mimi ndimi mwanzo na mwisho.
13 Mkono wangu mwenyewe uliweka misingi
ya dunia,
nao mkono wangu wa kuume
umezitanda mbingu;
niziitapo, zote husimama pamoja.

[14] "Kusanyikeni, ninyi nyote, msikilize:
Ni ipi miongoni mwa hizo sanamu
ambayo imetabiri vitu hivi?
Watu wa BWANA waliochaguliwa na kuungana
watatimiza kusudi lake dhidi ya Babeli;
mkono wa Mungu utakuwa dhidi ya
Wakaldayo.
[15] Mimi, naam, Mimi, nimenena;
naam, nimemwita yeye.
Nitamleta,
naye atafanikiwa katika lile nililomtuma.

[16] "Nikaribieni na msikilize hili:

"Tangu tangazo la kwanza sikusema kwa siri;
wakati litokeapo, nitakuwako hapo."

Sasa BWANA Mwenyezi amenituma,
kwa Roho wake.

[17] Hili ndilo asemalo BWANA,
Mkombozi wako, yeye Aliye Mtakatifu
wa Israeli:
"Mimi ni BWANA, Mungu wako,
nikufundishaye ili upate faida,
nikuongozaye katika njia ikupasayo
kuiendea.
[18] Laiti ungesikiliza kwa makini
maagizo yangu,
amani yako ingekuwa kama mto,
haki yako kama mawimbi ya bahari.
[19] Wazao wako wangekuwa kama mchanga,
watoto wako kama chembe zake
zisizohesabika;
kamwe jina lao lisingefutiliwa mbali,
wala kuangamizwa kutoka mbele zangu."

[20] Tokeni huko Babeli,
kimbieni kutoka kwa Wakaldayo!
Tangazeni hili kwa kelele za shangwe
na kulihubiri.
Lipelekeni mpaka miisho ya dunia;
semeni, "BWANA amemkomboa
mtumishi wake Yakobo."
[21] Hawakuona kiu alipowaongoza kupita
jangwani;
alifanya maji yatiririke kutoka kwenye
mwamba kwa ajili yao;
akapasua mwamba
na maji yakatoka kwa nguvu.

[22] "Hakuna amani kwa waovu,"
asema BWANA.

Mtumishi Wa Bwana

49 Nisikilizeni, enyi visiwa, sikieni hili,
ninyi mataifa mlio mbali:
Kabla sijazaliwa, BWANA aliniita,
tangu kuzaliwa kwangu, amelitaja jina langu.
[2] Akafanya kinywa changu kuwa kama
upanga ulionolewa,
katika uvuli wa mkono wake akanificha;
akanifanya kuwa mshale uliosuguliwa,
na kunificha katika podo lake.
[3] Akaniambia, "Wewe u mtumishi wangu,
Israeli, ambaye katika yeye
nitaonyesha utukufu wangu."
[4] Lakini nilisema, "Nimetumika bure,
nimetumia nguvu zangu bure bila faida.
Hata hivyo linalonistahili liko mkononi
mwa BWANA,
nao ujira wangu uko kwa Mungu wangu."

[5] Sasa BWANA asema:
yeye aliyeniumba tumboni kuwa
mtumishi wake,
kumrudisha tena Yakobo kwake
na kumkusanyia Israeli,
kwa maana nimepata heshima machoni
pa BWANA,
naye Mungu wangu amekuwa
nguvu yangu;
[6] yeye asema:
"Je, ni jambo dogo sana wewe kuwa
mtumishi wangu
ili kurejeza makabila ya Yakobo,
na kuwarudisha wale Waisraeli
niliowahifadhi?
Pia nitakufanya uwe nuru kwa ajili ya watu
wa Mataifa,
ili upate kuleta wokovu wangu hata
miisho ya dunia."

[7] Hili ndilo asemalo BWANA,
yeye Mkombozi na Aliye Mtakatifu
wa Israeli,
kwake yeye aliyedharauliwa na kuchukiwa
na taifa,
kwa mtumishi wa watawala:
"Wafalme watakuona na kusimama,
wakuu wataona na kuanguka kifudifudi,
kwa sababu ya BWANA, aliye mwaminifu,
yeye Aliye Mtakatifu wa Israeli,
aliyekuchagua wewe."

Kurejezwa Kwa Israeli

[8] Hili ndilo asemalo BWANA:

"Wakati wangu uliokubalika nitakujibu,
nami katika siku ya wokovu nitakusaidia;
nitakuhifadhi, nami nitakufanya
kuwa agano kwa ajili ya watu,
ili kurudisha nchi
na kugawanyia urithi tena wale
waliokuwa ukiwa,
[9] kuwaambia mateka, 'Tokeni nje,'
nao wale walio gizani, 'Kuweni huru!'

"Watajilisha kando ya barabara
na kupata malisho yao juu ya kila kilima
kilicho kitupu.
[10] Hawataona njaa wala kuona kiu,
wala hari ya jangwani au jua
halitawapiga.
Yeye mwenye huruma juu yao
atawaonyesha njia,
na kuwaongoza kando ya chemchemi
za maji.

11 Nitaifanya milima yangu yote kuwa
barabara,
na njia kuu zangu zitainuliwa.
12 Tazama, watakuja kutoka mbali:
wengine kutoka kaskazini, wengine
kutoka magharibi,
wengine kutoka nchi ya Sinimu."[a]

13 Pigeni kelele kwa furaha, enyi mbingu;
furahi, ee dunia;
pazeni sauti kwa kuimba, enyi milima!
Kwa maana BWANA anawafariji watu wake,
naye atakuwa na huruma kwa watu wake
walioumizwa.

14 Lakini Sayuni alisema, "BWANA ameniacha,
Bwana amenisahau."

15 "Je, mama aweza kumsahau mtoto
aliyeko matitini mwake akinyonya,
wala asiwe na huruma
juu ya mtoto aliyemzaa?
Ingawa anaweza kusahau,
mimi sitakusahau wewe!
16 Tazama, nimekuchora kama muhuri
katika vitanga vya mikono yangu,
kuta zako zi mbele yangu daima.
17 Wana wako wanaharakisha kurudi,
nao wale waliokuteka wanaondoka kwako.
18 Inua macho yako ukatazame pande zote:
wana wako wote wanakusanyika
na kukujia.
Kwa hakika kama vile niishivyo,
utawavaa wote kama mapambo,
na kujifunga nao kama bibi arusi,"
asema BWANA.

19 "Ingawa uliangamizwa na kufanywa ukiwa,
na nchi yako ikaharibiwa,
sasa nafasi itakuwa finyu kwa ajili
ya watu wako,
nao wale waliokuangamiza watakuwa
mbali sana.
20 Watoto waliozaliwa wakati wa msiba wako
bado watakuambia,
'Mahali hapa ni finyu sana kwetu,
tupe eneo kubwa zaidi la kuishi.'
21 Ndipo utasema moyoni mwako,
'Ni nani aliyenizalia hawa?
Nilikuwa nimefiwa, tena tasa;
nilikuwa nimehamishwa na kukataliwa.
Ni nani aliyewalea hawa?
Niliachwa peke yangu,
lakini hawa wametoka wapi?' "

22 Hili ndilo asemalo BWANA Mwenyezi:

"Tazama, nitawaashiria watu wa Mataifa,
nitainua bendera yangu kwa mataifa;
watawaleta wana wako mikononi yao,
na kuwabeba binti zenu juu
ya mabega yao.
23 Wafalme watakuwa baba zenu wa kuwalea,
na malkia wao watakuwa mama zenu
wa kuwalea.
Watasujudu mbele yako nyuso zao
zikigusa ardhi;
wataramba mavumbi yaliyo
miguuni mwako.
Ndipo utajua ya kuwa Mimi ndimi BWANA;
wale wanaonitumaini mimi
hawataaibika."

24 Je, nyara zaweza kuchukuliwa kutoka kwa
mashujaa wa vita,
au mateka kuokolewa kutoka kwa watu
wakali?

25 Lakini hili ndilo asemalo BWANA:

"Naam, mateka watachukuliwa kutoka kwa
mashujaa,
na nyara zitapokonywa kutoka kwa watu
wakali.
Nitashindana na wale wanaoshindana nawe,
nami nitawaokoa watoto wako.
26 Nitawafanya wale wanaokuonea kula
nyama yao wenyewe,
watalewa kwa damu yao wenyewe,
kama vile kwa mvinyo.
Ndipo wanadamu wote watajua
ya kuwa Mimi, BWANA, ni Mwokozi wako,
Mkombozi wako, niliye Mwenye Nguvu
wa Yakobo."

Dhambi Ya Israeli Na Utii Wa Mtumishi

50 Hili ndilo asemalo BWANA:

"Iko wapi hati ya talaka ya mama yako
ambayo kwayo niliachana naye?
Au nimewauza ninyi kwa nani
miongoni mwa watu wanaonidai?
Kwa ajili ya dhambi zenu mliuzwa,
kwa sababu ya makosa, mama yenu
aliachwa.
2 Nilipokuja, kwa nini hakuwepo
hata mmoja?
Nilipoita, kwa nini hakuwepo hata
mmoja wa kujibu?
Je, mkono wangu ni mfupi mno hata
nisiweze kuwakomboa?
Je, mimi sina nguvu za kukuokoa?
Kwa kukemea tu naikausha bahari,
naigeuza mito ya maji kuwa jangwa;
samaki wake wanaoza kwa kukosa maji
na kufa kwa ajili ya kiu.
3 Ninalivika anga weusi na kufanya nguo
ya gunia
kuwa kifuniko chake."

4 BWANA Mwenyezi amenipa ulimi
uliofundishwa,
ili kujua neno limtegemezalo aliyechoka.
Huniamsha asubuhi kwa asubuhi,
huamsha sikio langu lisikie kama mtu
afundishwaye.

[a]12 Sinimu hapa ina maana ya Aswani.

5 Bwana Mwenyezi amezibua masikio yangu,
nami sikuwa mwasi,
wala sikurudi nyuma.
6 Niliwapa mgongo wangu wale wanipigao,
mashavu yangu wale wang'oao
ndevu zangu;
sikuuficha uso wangu kutokana na fedheha
na kutemewa mate.
7 Kwa sababu Bwana Mwenyezi ananisaidia,
sitatahayarika.
Kwa hiyo nimekaza uso wangu kama jiwe
la gumegume,
nami ninajua sitaaibika.
8 Yeye anipatiaye haki yangu yu karibu.
Ni nani basi atakayeleta mashtaka
dhidi yangu?
Tukabiliane uso kwa uso!
Mshtaki wangu ni nani?
Ni nani aliye mshtaki wangu?
9 Ni Bwana Mwenyezi anisaidiaye mimi.
Ni nani huyo atakayenihukumu?
Wote watachakaa kama vazi,
nondo watawala wawamalize.

10 Ni nani miongoni mwenu amchaye Bwana,
na kulitii neno la mtumishi wake?
Yeye atembeaye gizani,
yeye asiye na nuru,
na alitumainie jina la Bwana,
na amtegemee Mungu wake.
11 Lakini sasa, ninyi nyote mnaowasha mioto,
na kupeana mienge iwakayo ninyi
kwa ninyi,
nendeni, tembeeni katika nuru ya
moto wenu
na ya mienge mliyoiwasha.
Hili ndilo mtakalolipokea kutoka mkononi
mwangu:
Mtalala chini kwa mateso makali.

Wokovu Wa Milele Kwa Sayuni

51 "Nisikilizeni, ninyi mnaofuatia haki
na mnaomtafuta Bwana:
Tazameni mwamba ambako mlichongwa,
na mahali pa kuvunjia mawe ambako
mlichimbwa;
2 mwangalieni Abrahamu, baba yenu,
na Sara, ambaye aliwazaa.
Wakati nilipomwita alikuwa mmoja tu,
nami nikambariki na kumfanya kuwa wengi.
3 Hakika Bwana ataifariji Sayuni,
naye atayaangalia kwa huruma magofu
yake yote;
atayafanya majangwa yake yawe
kama Edeni,
nazo sehemu zake zisizolimika ziwe
kama bustani ya Bwana.
Shangwe na furaha zitakuwako ndani yake,
shukrani na sauti za kuimba.

4 "Nisikilizeni, watu wangu;
nisikieni, taifa langu:
Sheria itatoka kwangu;
haki yangu itakuwa nuru kwa mataifa.
5 Haki yangu inakaribia mbio,
wokovu wangu unakuja,
nao mkono wangu utaleta hukumu kwa
mataifa.
Visiwa vitanitegemea
na kungojea mkono wangu kwa matumaini.
6 Inueni macho yenu mbinguni,
mkaitazame dunia chini;
mbingu zitatoweka kama moshi,
dunia itachakaa kama vazi,
na wakazi wake kufa kama mainzi.
Bali wokovu wangu utadumu milele,
haki yangu haitakoma kamwe.

7 "Nisikieni, ninyi mnaojua lililo sawa,
ninyi watu ambao mna sheria yangu
mioyoni mwenu:
Msiogope mashutumu ya wanadamu
wala msitiwe hofu na matukano yao.
8 Kwa maana nondo atawala kama vazi,
nao funza atawatafuna kama sufu.
Lakini haki yangu itadumu milele,
wokovu wangu kwa vizazi vyote."

9 Amka, Amka! Jivike nguvu,
ewe mkono wa Bwana,
Amka, kama siku zilizopita,
kama vile vizazi vya zamani.
Si ni wewe uliyemkata Rahabu vipande
vipande,
uliyemchoma yule joka?
10 Si ni wewe uliyekausha bahari,
maji ya kilindi kikuu,
uliyefanya barabara katika vilindi vya bahari
ili waliokombolewa wapate kuvuka?
11 Wale waliolipiwa fidia na Bwana watarudi.
Wataingia Sayuni wakiimba;
furaha ya milele itakuwa taji juu
ya vichwa vyao.
Furaha na shangwe zitawapata,
huzuni na kulia kwa uchungu
kutatoweka.

12 "Mimi, naam mimi,
ndimi niwafarijie ninyi.
Ninyi ni nani hata kuwaogopa
wanadamu wanaokufa,
wanadamu ambao ni majani tu,
13 kwamba mnamsahau Bwana Muumba wenu,
aliyezitanda mbingu
na kuiweka misingi ya dunia,
kwamba mnaishi katika hofu siku zote
kwa sababu ya ghadhabu ya mdhalimu,
ambaye nia yake ni kuangamiza?
Iko wapi basi ghadhabu ya mdhalimu?
14 Wafungwa waliojikunyata kwa hofu
watawekwa huru karibuni;
hawatafia kwenye gereza lao,
wala hawatakosa chakula.
15 Kwa maana Mimi ndimi Bwana,
Mungu wako,
ambaye huisukasuka bahari ili mawimbi
yake yangurume:
Bwana Mwenye Nguvu Zote ndilo jina lake.

16 Nimeweka maneno yangu kinywani mwako
na kukufunika kwa uvuli wa
mkono wangu:
Mimi niliyeweka mbingu mahali pake,
niliyeweka misingi ya dunia,
niwaambiaye Sayuni,
'Ninyi ni watu wangu.' "

Kikombe Cha Ghadhabu Ya Bwana

17 Amka, amka!
Simama, ee Yerusalemu,
wewe uliyekunywa kutoka mkono
wa Bwana
kikombe cha ghadhabu yake,
wewe uliyekunywa mpaka kufikia
machujo yake,
kikombe kile cha kunywea
kiwafanyacho watu kuyumbayumba.
18 Kati ya wana wote aliowazaa
hakuwepo hata mmoja wa kumwongoza,
kati ya wana wote aliowalea
hakuwepo hata mmoja wa
kumshika mkono.
19 Majanga haya mawili yamekuja juu yako:
ni nani awezaye kukufariji?
Maangamizi, uharibifu, njaa na upanga:
ni nani awezaye kukutuliza?
20 Wana wako wamezimia,
wamelala kwenye mwanzo wa kila
barabara,
kama swala aliyenaswa kwenye wavu.
Wamejazwa na ghadhabu ya Bwana
na makaripio ya Mungu wako.

21 Kwa hiyo sikiliza hili, wewe uliyeteswa,
uliyelewa, lakini si kwa mvinyo.
22 Hili ndilo asemalo Bwana Mwenyezi wako,
Mungu wako, yeye ambaye huwatetea
watu wake:
"Tazama, nimeondoa mkononi mwako
kikombe kilichokufanya uyumbayumbe;
kutoka kikombe hicho,
kikombe cha kunywa cha ghadhabu yangu,
kamwe hutakunywa tena.
23 Nitakiweka mikononi mwa watesi wako,
wale waliokuambia,
'Anguka kifudifudi
ili tuweze kutembea juu yako.'
Ukaufanya mgongo wako kama ardhi,
kama njia yao ya kupita."

52 Amka, amka, ee Sayuni,
jivike nguvu.
Vaa mavazi yako ya fahari,
ee Yerusalemu, mji mtakatifu.
Asiyetahiriwa na aliye najisi
hataingia kwako tena.
2 Jikung'ute mavumbi yako,
inuka, uketi kwenye kiti cha enzi,
ee Yerusalemu.
Jifungue minyororo iliyo shingoni
mwako,
ee Binti Sayuni uliye mateka.

3 Kwa kuwa hili ndilo asemalo Bwana:

"Mliuzwa pasipo malipo,
nanyi mtakombolewa bila fedha."

4 Kwa maana hili ndilo asemalo Bwana Mwenyezi:

"Hapo kwanza watu wangu walishuka
Misri kuishi,
hatimaye, Ashuru wakawaonea.

5 "Basi sasa nina nini hapa?" asema Bwana.

"Kwa kuwa watu wangu wamechukuliwa
pasipo malipo,
nao wale wanaowatawala
wanawadhihaki,"
asema Bwana.
"Mchana kutwa
jina langu limetukanwa bila kikomo.
6 Kwa hiyo watu wangu watalijua Jina langu;
kwa hiyo katika siku ile watajua
kwamba ndimi niliyetangulia kulisema.
Naam, ni mimi."

7 Tazama jinsi miguu ya wale waletao
habari njema
ilivyo mizuri juu ya milima,
wale wanaotangaza amani,
wanaoleta habari njema,
wanaotangaza wokovu,
wauambiao Sayuni,
"Mungu wako anatawala!"
8 Sikiliza! Walinzi wako wanapaza sauti zao,
pamoja wanapaza sauti zao kwa furaha.
Wakati Bwana atakaporejea Sayuni,
wataliona kwa macho yao wenyewe.
9 Pazeni sauti ya nyimbo za furaha pamoja,
enyi magofu ya Yerusalemu,
kwa maana Bwana amewafariji watu wake,
ameikomboa Yerusalemu.
10 Mkono mtakatifu wa Bwana umefunuliwa
machoni pa mataifa yote,
nayo miisho yote ya dunia itaona
wokovu wa Mungu wetu.

11 Ondokeni, ondokeni, tokeni huko!
Msiguse kitu chochote kilicho najisi!
Tokeni kati yake mwe safi,
ninyi mchukuao vyombo vya Bwana.
12 Lakini hamtaondoka kwa haraka,
wala hamtakwenda kwa kukimbia;
kwa maana Bwana atatangulia mbele yenu,
Mungu wa Israeli atakuwa mlinzi
nyuma yenu.

Mateso Na Utukufu Wa Mtumishi

13 Tazama, mtumishi wangu atatenda kwa
hekima;
atatukuzwa, na kuinuliwa juu, na
kukwezwa sana.
14 Kama walivyokuwa wengi
walioshangazwa naye,

kwani uso wake ulikuwa umeharibiwa sana
zaidi ya mtu yeyote
na umbo lake kuharibiwa
zaidi ya mfano wa mwanadamu:
15 hivyo atayashangaza mataifa mengi,
nao wafalme watafunga vinywa vyao kwa
sababu yake.
Kwa kuwa yale ambayo hawakuambiwa,
watayaona,
nayo yale wasiyoyasikia, watayafahamu.

53 Ni nani aliyeamini ujumbe wetu,
na mkono wa BWANA umefunuliwa
kwa nani?
2 Alikua mbele yake kama mche mwororo
na kama mzizi katika nchi kavu.
Hakuwa na uzuri wala utukufu
wa kutuvutia kwake,
hakuwa na chochote katika sura yake
cha kutufanya tumtamani.
3 Alidharauliwa na kukataliwa na wanadamu,
mtu wa huzuni nyingi, ajuaye mateso.
Kama mtu ambaye watu humficha
nyuso zao,
alidharauliwa, wala hatukumhesabu
kuwa kitu.

4 Hakika alichukua udhaifu wetu
na akajitwika huzuni zetu,
hata hivyo tulidhania kuwa amepigwa
na Mungu,
akapigwa sana naye, na kuteswa.
5 Lakini alitobolewa kwa ajili ya
makosa yetu,
alichubuliwa kwa ajili ya maovu yetu;
adhabu iliyotuletea sisi amani ilikuwa
juu yake,
na kwa majeraha yake sisi tumepona.
6 Sisi sote, kama kondoo, tumepotea,
kila mmoja wetu amegeukia njia yake
mwenyewe,
naye BWANA aliweka juu yake
maovu yetu sisi sote.

7 Alionewa na kuteswa,
hata hivyo hakufungua kinywa chake;
aliongozwa kama mwana-kondoo
apelekwaye machinjoni,
kama vile kondoo anyamazavyo mbele ya
wao wamkataye manyoya,
hivyo hakufungua kinywa chake.
8 Kwa kuonewa na kuhukumiwa
aliondolewa.
Nani awezaye kueleza kuhusu
kizazi chake?
Kwa maana alikatiliwa mbali na nchi
ya walio hai,
alipigwa kwa ajili ya makosa
ya watu wangu.
9 Wakamfanyia kaburi pamoja na waovu,
pamoja na matajiri katika kifo chake,
ingawa hakutenda jeuri,
wala hapakuwa na hila kinywani
mwake.

10 Lakini yalikuwa ni mapenzi ya BWANA
kumchubua na kumsababisha ateseke.
Ingawa BWANA amefanya maisha yake
kuwa sadaka ya hatia,
ataona uzao wake na kuishi siku nyingi,
nayo mapenzi ya BWANA yatafanikiwa
mkononi mwake.
11 Baada ya maumivu ya nafsi yake,
ataona nuru ya uzima na kuridhika;
kwa maarifa yake, mtumishi wangu
mwenye haki
atawafanya wengi kuwa wenye haki,
naye atayachukua maovu yao.
12 Kwa hiyo nitamgawia sehemu miongoni
mwa wakuu,
naye atagawana nyara pamoja
na wenye nguvu,
kwa sababu aliyamimina maisha yake
hadi mauti,
naye alihesabiwa pamoja na wakosaji.
Kwa kuwa alichukua dhambi za wengi,
na kuwaombea wakosaji.

Utukufu Wa Baadaye Wa Sayuni

54 "Imba, ewe mwanamke tasa,
wewe ambaye kamwe hukuzaa mtoto;
paza sauti kwa kuimba, piga kelele kwa
furaha,
wewe ambaye kamwe hukupata utungu;
kwa sababu watoto wa mwanamke
aliyeachwa ukiwa ni wengi
kuliko wa mwanamke mwenye mume,"
asema BWANA.
2 "Panua mahali pa hema lako,
tandaza mapazia ya hema lako
uyaeneze mbali,
wala usiyazuie;
ongeza urefu wa kamba zako,
imarisha vigingi vyako.
3 Kwa maana utaenea upande wa kuume
na upande wa kushoto;
wazao wako watayamiliki mataifa
na kukaa katika miji yao
iliyoachwa ukiwa.
4 "Usiogope, wewe hutaaibika.
Usiogope aibu, wewe hutaaibishwa.
Wewe utasahau aibu ya ujana wako,
wala hutakumbuka tena mashutumu
ya ujane wako.
5 Kwa maana Muumba wako ndiye
mume wako,
BWANA Mwenye Nguvu Zote ndilo
jina lake,
yeye Aliye Mtakatifu wa Israeli
ni Mkombozi wako,
yeye anaitwa Mungu wa dunia yote.
6 BWANA atakuita urudi
kana kwamba ulikuwa mke aliyeachwa
na kuhuzunishwa rohoni;
kama mke aliyeolewa bado angali kijana
na kukataliwa," asema Mungu wako.
7 "Kwa kitambo kidogo nilikuacha,
lakini kwa huruma nyingi nitakurudisha.

8 Katika ukali wa hasira
nilikuficha uso wangu kwa kitambo,
lakini kwa fadhili za milele
nitakuwa na huruma juu yako,"
asema Bwana Mkombozi wako.

9 "Kwangu mimi jambo hili ni kama siku za Noa,
nilipoapa kuwa maji ya Noa kamwe
hayatafunika tena dunia.
Hivyo sasa nimeapa sitawakasirikia ninyi,
kamwe sitawakemea tena.
10 Ijapotikisika milima, na vilima viondolewe,
hata hivyo upendo wangu usiokoma
kwenu hautatikisika,
wala agano langu la amani halitaondolewa,"
asema Bwana, mwenye huruma juu yenu.

11 "Ewe mji uliyeteswa, uliyepigwa kwa
dhoruba na usiyetulizwa,
nitakujenga kwa almasi, nitaweka
misingi yako kwa yakuti samawi.
12 Nitafanya minara yako ya akiki,
malango yako kwa vito ving'aavyo,
nazo kuta zako zote za vito vya thamani.
13 Watoto wako wote watafundishwa na Bwana,
nayo amani ya watoto wako itakuwa kuu.
14 Kwa haki utathibitika:
Kuonewa kutakuwa mbali nawe;
hutaogopa chochote.
Hofu itakuwa mbali nawe;
haitakukaribia wewe.
15 Kama mtu yeyote akikushambulia,
haitakuwa kwa ruhusa yangu;
yeyote akushambuliaye
atajisalimisha kwako.

16 "Tazama, ni mimi niliyemuumba mhunzi,
yeye afukutaye makaa kuwa moto,
na kutengeneza silaha inayofaa kwa
kazi yake.
Tena ni mimi niliyemwambia mharabu
kufanya uharibifu mwingi.
17 Hakuna silaha itakayofanyizwa dhidi yako
itakayofanikiwa,
nawe utauthibitisha kuwa mwongo
kila ulimi utakaokushtaki.
Huu ndio urithi wa watumishi wa Bwana
na hii ndiyo haki yao itokayo kwangu,"
asema Bwana.

Mwaliko Kwa Wenye Kiu

55 "Njooni, ninyi nyote wenye kiu,
njooni kwenye maji;
nanyi ambao hamna fedha,
njooni, nunueni na mle!
Njooni, nunueni divai na maziwa
bila fedha na bila gharama.
2 Kwa nini kutumia fedha kwa kitu ambacho
si chakula,
na kutaabikia kitu kisichoshibisha?
Sikilizeni, nisikilizeni mimi na mle kilicho
kizuri,
nazo nafsi zenu zitafurahia utajiri
wa unono.
3 Tegeni sikio mje kwangu,
nisikieni mimi, ili nafsi zenu zipate
kuishi.
Nitafanya agano la milele nanyi,
pendo la uaminifu nililomwahidi Daudi.
4 Tazama, nimemfanya kuwa shahidi
wa mataifa,
kiongozi na jemadari wa mataifa.
5 Hakika utaita mataifa usiyoyajua,
nayo mataifa yale yasiyokujua
yataharakisha kukujia,
kwa sababu ya Bwana Mungu wako,
yeye Aliye Mtakatifu wa Israeli,
kwa maana amekutukuza."

6 Mtafuteni Bwana maadamu anapatikana;
mwiteni maadamu yu karibu.
7 Mtu mwovu na aiache njia yake,
na mtu mbaya na ayaache mawazo yake.
Yeye na amrudie Bwana, naye
atamrehemu,
arudi kwa Mungu wetu, kwa kuwa
atamsamehe bure kabisa.

8 "Kwa kuwa mawazo yangu si mawazo yenu,
wala njia zenu si njia zangu,"
asema Bwana.
9 "Kama vile mbingu zilivyo juu
kuliko dunia,
ndivyo njia zangu zilivyo juu kuliko
njia zenu
na mawazo yangu kuliko mawazo yenu.
10 Kama vile mvua na theluji
ishukavyo kutoka mbinguni,
nayo hairudi tena huko
bila kunywesha dunia
na kuichipusha na kuistawisha,
hivyo hutoa mbegu kwa mpanzi
na mkate kwa mlaji,
11 ndivyo lilivyo neno langu lile litokalo
kinywani mwangu:
Halitanirudia tupu,
bali litatimiliza lile nililokusudia
na litafanikiwa katika kusudi lile
nililolituma.
12 Mtatoka nje kwa furaha
na kuongozwa kwa amani;
milima na vilima
vitapaza sauti kwa nyimbo mbele yenu,
nayo miti yote ya shambani
itapiga makofi.
13 Badala ya kichaka cha miiba
itaota miti ya misunobari,
na badala ya michongoma
utaota mhadasi.[a]
Hili litakuwa jambo la kumpatia
Bwana jina,
kwa ajili ya ishara ya milele,
ambayo haitaharibiwa."

[a]13 Mhadasi ni aina ya mti ambao huota milimani karibu na Yerusalemu, hutoa harufu nzuri itumikayo kutengeneza manukato; kwa Kiebrania ni "hadas", na ilikuwa inatumika kujenga vibanda wakati wa Sikukuu ya Vibanda (ona pia Neh 8:15).

Wokovu Kwa Ajili Ya Wengine

56 Hili ndilo asemalo Bwana:

"Dumisheni haki
na mkatende lile lililo sawa,
kwa maana wokovu wangu u karibu
na haki yangu itafunuliwa upesi.
2 Amebarikiwa mtu yule atendaye hili,
mtu yule alishikaye kwa uthabiti,
yeye ashikaye Sabato bila kuinajisi,
auzuiaye mkono wake usifanye uovu
wowote."

3 Usimwache mgeni aambatanaye na
Bwana aseme,
"Hakika Bwana atanitenga na
watu wake."
Usimwache towashi yeyote alalamike
akisema,
"Mimi ni mti mkavu tu."

4 Kwa kuwa hili ndilo asemalo Bwana:

"Kwa matowashi washikao Sabato zangu,
ambao huchagua kile kinachonipendeza
na kulishika sana agano langu:
5 hao nitawapa ndani ya Hekalu langu
na kuta zake
kumbukumbu na jina bora
kuliko kuwa na watoto wa kiume
na wa kike:
nitawapa jina lidumulo milele,
ambalo halitakatiliwa mbali.
6 Wageni wanaoambatana na Bwana
ili kumtumikia,
kulipenda jina la Bwana,
na kumwabudu yeye,
wote washikao Sabato bila kuinajisi
na ambao hushika sana agano langu:
7 hawa nitawaleta kwenye mlima wangu
mtakatifu
na kuwapa furaha ndani ya nyumba
yangu ya sala.
Sadaka zao za kuteketeza na dhabihu zao
zitakubalika juu ya madhabahu yangu;
kwa maana nyumba yangu itaitwa
nyumba ya sala kwa mataifa yote."
8 Bwana Mwenyezi asema, yeye awakusanyaye
Waisraeli waliohamishwa:
"Bado nitawakusanya wengine kwao
zaidi ya hao ambao wamekusanywa
tayari."

Mashtaka Ya Mungu Dhidi Ya Waovu

9 Njooni, enyi wanyama wote wa kondeni,
njooni mle, ninyi wanyama wote
wa mwituni!
10 Walinzi wa Israeli ni vipofu,
wote wamepungukiwa na maarifa;
wote ni mbwa walio bubu,
hawawezi kubweka;
hulala na kuota ndoto,
hupenda kulala.
11 Ni mbwa wenye tamaa kubwa,
kamwe hawatosheki.
Wao ni wachungaji waliopungukiwa
na ufahamu;
wote wamegeukia njia yao wenyewe,
kila mmoja hutafuta faida yake
mwenyewe.
12 Kila mmoja hulia, "Njooni, tupate mvinyo!
Tunywe kileo sana!
Kesho itakuwa kama leo,
au hata bora zaidi."

Ibada Ya Sanamu Ya Israeli Iliyo Batili

57 Mwenye haki hupotea,
wala hakuna hata mmoja awazaye hilo
moyoni mwake;
watu wanaomcha Mungu huondolewa,
wala hakuna hata mmoja anayeelewa
kuwa wenye haki wameondolewa
ili wasipatikane na maovu.
2 Wale waendao kwa unyofu
huwa na amani;
hupata pumziko walalapo mautini.

3 "Lakini ninyi:
Njooni hapa, ninyi wana wa wachawi,
ninyi wazao wa wazinzi na makahaba!
4 Mnamdhihaki nani?
Ni nani mnayemcheka kwa dharau,
na kumtolea ndimi zenu?
Je, ninyi si watoto wa waasi,
uzao wa waongo?
5 Mnawaka tamaa katikati ya mialoni
na chini ya kila mti uliotanda matawi;
mnawatoa kafara watoto wenu kwenye
mabonde
na chini ya majabali yenye mianya.
6 "Sanamu zilizo katikati ya mawe laini ya
mabondeni ndizo fungu lenu;
hizo ndizo sehemu yenu.
Naam, kwa hizo mmemimina sadaka
za vinywaji,
na kutoa sadaka za nafaka.
Katika haya yote,
niendelee kuona huruma?
7 Umeweka kitanda chako juu kwenye kilima
kirefu kilichoinuka,
huko ulikwenda kutoa dhabihu zako.
8 Nyuma ya milango yako na miimo yako
umeweka alama zako za kipagani.
Kwa kuniacha mimi, ulifunua kitanda chako,
umepanda juu yake na kukipanua sana;
ulifanya patano na wale ambao unapenda
vitanda vyao,
nawe uliangalia uchi wao.
9 Ulikwenda kwa Moleki[a] ukiwa na mafuta
ya zeituni,
na ukaongeza manukato yako.
Ukawatuma wajumbe wako mbali sana,
ukashuka kwenye kaburi[b] lenyewe!

[a]9 Moleki alikuwa mungu aliyekuwa anaabudiwa na Waamoni; pia alijulikana kama Malkomu, Maloki au Kemoshi wa Moabu.
[b]9 Kaburi hapa maana yake ni Kuzimu, kwa Kiebrania ni Sheol.

10 Ulikuwa umechoshwa na njia zako zote,
lakini hukusema, 'Hakuna tumaini.'
Ulipata uhuisho wa nguvu zako,
kwa sababu hiyo hukuzimia.

11 "Ni nani uliyemhofu hivyo na kumwogopa
hata ukawa mwongo kwangu,
wala hukunikumbuka
au kutafakari hili moyoni mwako?
Si ni kwa sababu nimekuwa kimya
muda mrefu
hata huniogopi?
12 Nitaifunua haki yako na matendo yako,
nayo hayatakufaidi.
13 Utakapolia kwa kuhitaji msaada,
sanamu zako ulizojikusanyia
na zikuokoe!
Upepo utazipeperusha zote,
pumzi peke yake itazipeperusha,
Lakini mtu atakayenifanya kimbilio lake,
atairithi nchi
na kuumiliki mlima wangu mtakatifu."

Faraja Kwa Wenye Majuto

14 Tena itasemwa:

"Jengeni, jengeni, itengenezeni njia!
Ondoeni vikwazo katika njia
ya watu wangu."
15 Kwa maana hili ndilo asemalo Aliye juu,
yeye aliyeinuliwa sana,
yeye aishiye milele, ambaye jina lake
ni Mtakatifu:
"Ninaishi mimi mahali palipoinuka
na patakatifu,
lakini pia pamoja na yeye aliye na roho
iliyotubu
na mwenye roho ya unyenyekevu,
ili kuzihuisha roho za wanyenyekevu
na kuihuisha mioyo yao waliotubu.
16 Sitaendelea kulaumu milele,
wala sitakasirika siku zote,
kwa kuwa roho ya mwanadamu
ingezimia mbele zangu:
yaani pumzi ya mwanadamu
niliyemuumba.
17 Nilighadhibika na tamaa yake ya dhambi;
nilimwadhibu, nikauficha uso wangu
kwa hasira,
na bado aliendelea katika njia zake
za tamaa.
18 Nimeziona njia zake, lakini nitamponya,
nitamwongoza na kumrudishia upya faraja,
19 nikiumba sifa midomoni ya waombolezaji
katika Israeli.
Amani, amani, kwa wale walio mbali
na kwa wale walio karibu,"
asema Bwana. "Nami nitawaponya."
20 Bali waovu ni kama bahari ichafukayo,
ambayo haiwezi kutulia,
mawimbi yake hutupa takataka na matope.
21 Mungu wangu asema,
"Hakuna amani kwa waovu."

Mfungo Wa Kweli

58 "Piga kelele, usizuie.
Paza sauti yako kama tarumbeta.
Watangazieni watu wangu uasi wao,
na kwa nyumba ya Yakobo dhambi zao.
2 Kwa maana kila siku hunitafuta,
wanaonekana kutaka kujua njia zangu,
kana kwamba walikuwa taifa linalotenda
lililo sawa,
na ambalo halijaziacha amri za
Mungu wake.
Hutaka kwangu maamuzi ya haki,
nao hutamani Mungu awakaribie.
3 Wao husema, 'Mbona tumefunga, nawe
hujaona?
Mbona tumejinyenyekeza, nawe
huangalii?'

"Lakini katika siku ya kufunga kwenu,
mnafanya mnavyotaka
na kuwadhulumu wafanyakazi
wenu wote.
4 Kufunga kwenu huishia kwenye magomvi
na mapigano,
na kupigana ninyi kwa ninyi kwa ngumi
za uovu.
Hamwezi kufunga kama mnavyofanya leo
na kutazamia sauti zenu kusikiwa
huko juu.
5 Je, hii ndiyo aina ya mfungo niliouchagua,
siku moja tu ya mtu kujinyenyekeza?
Je, ni kwa kuinamisha kichwa chini
kama tete,
na kwa kujilaza juu ya nguo ya gunia
na majivu?
Je, huo ndio mnaouita mfungo,
siku iliyokubalika kwa Bwana?

6 "Je, hii si ndiyo aina ya mfungo
niliyoichagua:
kufungua minyororo ya udhalimu,
na kufungua kamba za nira,
kuwaweka huru walioonewa,
na kuvunja kila nira?
7 Je, sio kushirikiana chakula chako
na wenye njaa
na kuwapatia maskini wasiokuwa
na makao hifadhi,
unapomwona aliye uchi, umvike,
wala si kumkimbia mtu wa nyama
na damu yako mwenyewe?
8 Ndipo nuru yako itajitokeza kama
mapambazuko
na uponyaji wako utatokea upesi;
ndipo haki yako itakapokutangulia
mbele yako,
na utukufu wa Bwana utakuwa mlinzi
nyuma yako.
9 Ndipo utaita, naye Bwana atajibu,
utalia kuomba msaada,
naye atasema: Mimi hapa.

"Kama ukiiondoa nira ya udhalimu,
na kunyoosha kidole na kuzungumza
maovu,
10 nanyi kama mkimkunjulia mtu mwenye
njaa nafsi zenu
na kutosheleza mahitaji ya walioonewa,
ndipo nuru yenu itakapong'aa gizani,
nao usiku wenu utakuwa kama adhuhuri.
11 BWANA atakuongoza siku zote,
atayatosheleza mahitaji yako katika
nchi kame,
naye ataitia nguvu mifupa yako.
Utakuwa kama bustani iliyonyweshwa
vizuri,
kama chemchemi ambayo maji yake
hayakauki kamwe.
12 Watu wako watajenga tena magofu
ya zamani
na kuinua misingi ya kale;
utaitwa Mwenye Kukarabati Kuta
Zilizobomoka,
Mwenye Kurejeza Barabara za Makao.

13 "Kama ukitunza miguu yako isivunje
Sabato,
na kutokufanya kama vile upendavyo
katika siku yangu takatifu,
kama ukiita Sabato siku ya furaha
na siku takatifu ya BWANA
ya kuheshimiwa,
kama utaiheshimu kwa kutoenenda
katika njia zako mwenyewe,
na kutokufanya yakupendezayo
au kusema maneno ya upuzi,
14 ndipo utakapojipatia furaha yako
katika BWANA,
nami nitakufanya upande juu ya
miinuko ya nchi
na kusherehekea urithi wa Yakobo
baba yako."
Kinywa cha BWANA kimenena haya.

Dhambi, Toba Na Ukombozi

59 Hakika mkono wa BWANA si mfupi hata
usiweze kuokoa,
wala sikio lake si zito hata lisiweze
kusikia.
2 Lakini maovu yenu yamewatenga
ninyi na Mungu wenu,
dhambi zenu zimewaficha ninyi uso wake,
ili asisikie.
3 Kwa maana mikono yenu imetiwa mawaa
kwa damu
na vidole vyenu kwa hatia.
Midomo yenu imenena uongo,
nazo ndimi zenu zimenong'ona
mambo maovu.
4 Hakuna hata mmoja anayedai kwa haki;
hakuna hata mmoja anayetetea shauri
lake kwa haki.
Wanategemea mabishano matupu
na kusema uongo,
huchukua mimba ya magomvi
na kuzaa uovu.
5 Huangua mayai ya nyoka wenye sumu kali
na kutanda wavu wa buibui.
Yeyote alaye mayai yao atakufa,
na wakati moja lianguliwapo, nyoka
hutoka humo.
6 Utando wao wa buibui haufai kwa nguo;
hawawezi kujifunika kwa kile
walichokitengeneza.
Matendo yao ni matendo maovu,
vitendo vya jeuri vipo mikononi mwao.
7 Miguu yao hukimbilia kwenye dhambi,
ni myepesi kumwaga damu isiyo na hatia.
Mawazo yao ni mawazo maovu;
uharibifu na maangamizi huonekana
katika njia zao.
8 Hawajui njia ya amani,
hakuna haki katika mapito yao.
Wameyageuza kuwa njia za upotovu,
hakuna apitaye njia hizo
atakayeifahamu amani.

9 Hivyo uadilifu uko mbali nasi,
nayo haki haitufikii.
Tunatazamia nuru, kumbe! Yote ni giza,
tunatazamia mwanga, lakini tunatembea
katika giza kuu.
10 Tunapapasa ukuta kama kipofu,
tunapapasa katika njia zetu kama watu
wasio na macho.
Adhuhuri tunajikwaa kama wakati
wa gizagiza;
katikati ya wenye nguvu, tuko
kama wafu.
11 Wote tunanguruma kama dubu;
tunalia kwa maombolezo kama hua.
Tunatafuta haki, kumbe hakuna kabisa;
tunatafuta wokovu, lakini uko mbali.

12 Kwa sababu makosa yetu ni mengi
machoni pako,
na dhambi zetu zinashuhudia dhidi yetu.
Makosa yetu yako pamoja nasi daima,
nasi tunayatambua maovu yetu:
13 Uasi na udanganyifu dhidi ya BWANA,
kumgeuzia Mungu wetu kisogo,
tukichochea udhalimu na maasi,
tukinena uongo ambao mioyo yetu
imeuhifadhi.
14 Hivyo uadilifu umerudishwa nyuma,
nayo haki inasimama mbali,
kweli imejikwaa njiani,
uaminifu hauwezi kuingia.
15 Kweli haipatikani popote,
na yeyote aepukaye uovu huwa mawindo.

BWANA alitazama naye akachukizwa
kwamba hapakuwepo haki.
16 Aliona kuwa hakuwepo hata mtu mmoja,
akashangaa kwamba hakuwepo hata
mmoja wa kuingilia kati;
hivyo mkono wake mwenyewe
ndio uliomfanyia wokovu,
nayo haki yake mwenyewe
ndiyo iliyomtegemeza.

[17] Alivaa haki kama dirii kifuani mwake,
na chapeo ya wokovu kichwani mwake,
alivaa mavazi ya kisasi
naye akajifunga wivu kama joho.
[18] Kulingana na kile walichokuwa
wametenda,
ndivyo atakavyolipa
ghadhabu kwa watesi wake
na kisasi kwa adui zake,
atavilipa visiwa sawa na wanavyostahili.
[19] Kuanzia magharibi, watu wataliogopa jina
la BWANA
na kuanzia mawio ya jua, watauheshimu
utukufu wake.
Wakati adui atakapokuja kama mafuriko,
Roho wa BWANA atainua kiwango dhidi
yake na kumshinda.

[20] "Mkombozi atakuja Sayuni,
kwa wale wa Yakobo
wanaozitubu dhambi zao,"
asema BWANA.

[21] "Kwa habari yangu mimi, hili ndilo agano langu
nao," asema BWANA. "Roho wangu, aliye juu yenu,
na maneno yangu ambayo nimeyaweka katika
vinywa vyenu, havitaondoka vinywani mwenu,
wala kutoka vinywani mwa watoto wenu, wala
kutoka vinywani mwa wazao wao, kuanzia sasa
na hata milele," asema BWANA.

Utukufu Wa Sayuni

60 "Ondoka, angaza, kwa kuwa nuru yako
imekuja
na utukufu wa BWANA umezuka juu yako.
[2] Tazama, giza litaifunika dunia
na giza kuu litayafunika mataifa,
lakini BWANA atazuka juu yako
na utukufu wake utaonekana juu yako.
[3] Mataifa watakuja kwenye nuru yako
na wafalme kwa mwanga wa
mapambazuko yako.

[4] "Inua macho yako na utazame pande zote:
Wote wanakusanyika na kukujia,
wana wako wanakuja toka mbali,
nao binti zako wanabebwa mikononi.
[5] Ndipo utatazama na kutiwa nuru,
moyo wako utasisimka na kujaa furaha,
mali zilizo baharini zitaletwa kwako,
utajiri wa mataifa utakujilia.
[6] Makundi ya ngamia yatajaa katika
nchi yako,
ngamia vijana wa Midiani na Efa.
Nao wote watokao Sheba watakuja,
wakichukua dhahabu na uvumba
na kutangaza sifa za BWANA.
[7] Makundi yote ya Kedari yatakusanyika
kwako,
kondoo dume wa Nebayothi
watakutumikia,
watakubalika kama sadaka juu ya
madhabahu yangu,
nami nitalipamba Hekalu langu tukufu.

[8] "Ni nani hawa warukao kama mawingu,
kama hua kuelekea kwenye viota vyao?
[9] Hakika visiwa vinanitazama,
merikebu za Tarshishi[a] ndizo
zinazotangulia,
zikiwaleta wana wenu kutoka mbali,
wakiwa na fedha na dhahabu zao,
kwa heshima ya BWANA, Mungu wenu,
yeye Aliye Mtakatifu wa Israeli,
kwa maana amekujalia utukufu.

[10] "Wageni watazijenga upya kuta zako,
na wafalme wao watakutumikia.
Ingawa katika hasira nilikupiga,
lakini katika upendeleo wangu
nitakuonyesha huruma.
[11] Malango yako yatakuwa wazi siku zote,
kamwe hayatafungwa, mchana
wala usiku,
ili watu wapate kukuletea utajiri wa mataifa:
wafalme wao wakiongoza maandamano
ya ushindi.
[12] Kwa maana taifa au ufalme ule ambao
hautakutumikia utaangamia;
utaharibiwa kabisa.

[13] "Utukufu wa Lebanoni utakujilia,
msunobari, mvinje pamoja na mteashuri,
ili kupapamba mahali pangu patakatifu,
nami nitapatukuza mahali
pa miguu yangu.
[14] Wana wa wale waliokuonea watakuja
wakisujudu mbele yako,
wote wanaokudharau watasujudu
kwenye miguu yako,
nao watakuita Mji wa BWANA,
Sayuni ya Aliye Mtakatifu wa Israeli.

[15] "Ingawa umeachwa na kuchukiwa,
bila yeyote anayesafiri ndani yako,
nitakufanya kuwa fahari ya milele,
na furaha ya vizazi vyote.
[16] Utanyonya maziwa ya mataifa,
na kunyonyeshwa matiti ya wafalme.
Ndipo utakapojua kwamba Mimi, BWANA,
ni Mwokozi wako,
Mkombozi wako, niliye Mwenye Nguvu
wa Yakobo.
[17] Badala ya shaba nitakuletea dhahabu,
na fedha badala ya chuma.
Badala ya mti nitakuletea shaba,
na chuma badala ya mawe.
Nitafanya amani kuwa mtawala wako,
na haki kuwa mfalme wako.
[18] Jeuri hazitasikika tena katika nchi yako,
wala maangamizi au uharibifu ndani
ya mipaka yako,
lakini utaita kuta zako Wokovu,
na malango yako Sifa.
[19] Jua halitakuwa tena nuru yako mchana,
wala mwangaza wa mwezi
hautakuangazia,

[a]9 Au: za biashara (ona pia 1Fal 10:22; 22:48; 2Nya 9:21; 20:36; Isa 2:16).

kwa maana Bwana atakuwa nuru yako
ya milele,
naye Mungu wako atakuwa
utukufu wako.
20 Jua lako halitazama tena,
nao mwezi wako hautafifia tena;
Bwana atakuwa nuru yako milele,
nazo siku zako za huzuni zitakoma.
21 Ndipo watu wako wote watakuwa waadilifu,
nao wataimiliki nchi milele.
Wao ni chipukizi nililolipanda,
kazi ya mikono yangu,
ili kuonyesha utukufu wangu.
22 Aliye mdogo kwenu atakuwa elfu,
mdogo kuliko wote atakuwa taifa
lenye nguvu.
Mimi ndimi Bwana;
katika wakati wake nitayatimiza
haya upesi."

Mwaka Wa Upendeleo Wa Bwana

61 Roho wa Bwana Mwenyezi yu juu yangu,
kwa sababu Bwana amenitia mafuta
kuwahubiria maskini habari njema.
Amenituma kuwaganga waliovunjika
moyo,
kuwatangazia mateka uhuru wao,
na hao waliofungwa
habari za kufunguliwa kwao;
2 kutangaza mwaka wa Bwana uliokubaliwa,
na siku ya kisasi ya Mungu wetu,
kuwafariji wote waombolezao,
3 na kuwapa mahitaji
wale wanaohuzunika katika Sayuni,
ili kuwapa taji ya uzuri badala ya majivu,
mafuta ya furaha badala ya maombolezo,
vazi la sifa badala ya roho ya
kukata tamaa.
Nao wataitwa mialoni ya haki,
pando la Bwana,
ili kuonyesha utukufu wake.

4 Watajenga upya magofu ya zamani
na kupatengeneza mahali palipoachwa
ukiwa zamani;
watafanya upya miji iliyoharibiwa,
iliyoachwa ukiwa kwa vizazi vingi.
5 Wageni watayachunga makundi yenu,
wageni watafanya kazi katika
mashamba yenu,
na kutunza mashamba yenu
ya mizabibu.
6 Nanyi mtaitwa makuhani wa Bwana,
mtaitwa watumishi wa Mungu wetu.
Mtakula utajiri wa mataifa,
nanyi katika utajiri wao mtajisifu.

7 Badala ya aibu yao
watu wangu watapokea sehemu maradufu,
na badala ya fedheha
watafurahia katika urithi wao;
hivyo watarithi sehemu maradufu
katika nchi yao,
nayo furaha ya milele itakuwa yao.

8 "Kwa maana Mimi, Bwana,
napenda haki,
na ninachukia unyang'anyi
na uovu.
Katika uaminifu wangu nitawapa
malipo yao
na kufanya agano la milele nao.
9 Wazao wao watajulikana miongoni
mwa mataifa,
na uzao wao miongoni mwa kabila
za watu.
Wale wote watakaowaona watatambua
kuwa ni taifa ambalo Bwana
amelibariki."

10 Ninafurahia sana katika Bwana,
nafsi yangu inashangilia katika
Mungu wangu.
Kwa maana amenivika mavazi ya wokovu,
na kunipamba kwa joho la haki,
kama vile bwana arusi apambavyo
kichwa chake kama kuhani,
na kama bibi arusi ajipambavyo
kwa vito vyake vya thamani.
11 Kwa maana kama vile ardhi ifanyavyo
chipukizi kuota,
na bustani isababishavyo mbegu kuota,
ndivyo Bwana Mwenyezi atafanya haki
na sifa
zichipuke mbele ya mataifa yote.

Jina Jipya La Sayuni

62 Kwa ajili ya Sayuni sitanyamaza,
kwa ajili ya Yerusalemu sitatulia,
mpaka haki yake itakapoangaza kama
mapambazuko,
wokovu wake kama mwanga
wa moto.
2 Mataifa wataona haki yako,
nao wafalme wote wataona
utukufu wako;
wewe utaitwa kwa jina jipya
lile ambalo kinywa cha Bwana
kitatamka.
3 Utakuwa taji ya fahari mkononi
mwa Bwana,
taji ya kifalme mkononi mwa
Mungu wako.
4 Hawatakuita tena Aliyeachwa,
wala nchi yako kuiita Ukiwa.
Bali utaitwa Hefsiba,[a]
nayo nchi yako itaitwa Beula,[b]
kwa maana Bwana atakufurahia,
nayo nchi yako itaolewa.
5 Kama vile kijana aoavyo mwanamwali,
ndivyo wanao[c] watakavyokuoa wewe;
kama bwana arusi amfurahiavyo bibi
arusi wake,
ndivyo Mungu wako atakavyokufurahia
wewe.

---

[a]4 Hefsiba maana yake Yeye ninayemfurahia.
[b]4 Beula maana yake Aliyeolewa.
[c]5 Au: wajenzi wako.

6 Nimeweka walinzi juu ya kuta zako,
ee Yerusalemu,
hawatanyamaza mchana wala usiku.
Ninyi wenye kumwita BWANA,
msitulie,
7 msimwache apumzike hadi atakapoufanya
imara Yerusalemu
na kuufanya uwe sifa ya dunia.

8 BWANA ameapa kwa mkono wake wa kuume
na kwa mkono wake wenye nguvu:
"Kamwe sitawapa tena adui zenu
nafaka zenu kama chakula chao;
kamwe wageni hawatakunywa tena
divai mpya ambayo mmeitaabikia,
9 lakini wale waivunao nafaka wataila
na kumsifu BWANA,
nao wale wakusanyao zabibu watainywa
divai yake
katika nyua za patakatifu pangu."

10 Piteni, piteni katika malango!
Tengenezeni njia kwa ajili ya watu.
Jengeni, jengeni njia kuu!
Ondoeni mawe.
Inueni bendera kwa ajili ya mataifa.

11 BWANA ametoa tangazo
mpaka miisho ya dunia:
"Mwambie Binti Sayuni,
'Tazama, mwokozi wako anakuja!
Tazama ujira wake uko pamoja naye,
na malipo yake yanafuatana naye!' "
12 Wataitwa Watu Watakatifu,
Waliokombolewa na BWANA;
nawe utaitwa Aliyetafutwa,
Mji Usioachwa Tena.

Siku Ya Mungu Ya Kisasi Na Ukombozi

63 Ni nani huyu anayekuja kutoka Edomu,
kutoka Bosra, mwenye mavazi yaliyotiwa
madoa mekundu?
Ni nani huyu, aliyevikwa joho la kifahari,
anayetembea kwa ukuu wa nguvu zake?

"Mimi ndimi, nisemaye katika haki,
mwenye nguvu wa kuokoa."

2 Kwa nini mavazi yako ni mekundu,
kama ya yule akanyagaye shinikizo
la zabibu?

3 "Nimekanyaga shinikizo la zabibu
peke yangu;
kutoka mataifa hakuna mtu aliyekuwa
pamoja nami.
Nimewaponda kwa miguu katika hasira yangu
na kuwakanyaga chini katika
ghadhabu yangu;
damu yao ilitia matone kwenye mavazi yangu,
na kutia madoa nguo zangu zote.
4 Kwa kuwa siku ya kisasi ilikuwa moyoni
mwangu,
mwaka wa ukombozi wangu umefika.
5 Nilitazama, lakini hakuwepo yeyote
wa kunisaidia,
nilishangaa kwa kuwa hakuwepo yeyote
aliyetoa msaada;
hivyo mkono wangu wenyewe ndio
ulionifanyia wokovu,
na ghadhabu yangu mwenyewe ndiyo
iliyonitegemeza.
6 Nilikanyaga mataifa kwa miguu katika
hasira yangu,
katika ghadhabu yangu niliwalewesha,
na kumwaga damu yao juu ya ardhi."

Kusifu Na Kuomba

7 Nitasimulia juu ya wema wa BWANA,
kwa matendo ambayo apaswa kusifiwa,
sawasawa na yote ambayo BWANA
ametenda kwa ajili yetu:
naam, mambo mengi mema aliyoyatenda
kwa ajili ya nyumba ya Israeli,
sawasawa na huruma zake
na wema wake mwingi.
8 Alisema, "Hakika wao ni watu wangu,
wana ambao hawatanidanganya";
hivyo akawa Mwokozi wao.
9 Katika taabu zao zote naye alitaabika,
na malaika wa uso wake akawaokoa.
Katika upendo wake na rehema zake
aliwakomboa,
akawainua na kuwachukua siku zote
zilizopita.
10 Lakini waliasi,
na kumhuzunisha Roho Mtakatifu wake.
Hivyo aligeuka na kuwa adui yao,
na yeye mwenyewe akapigana dhidi yao.

11 Ndipo watu wake wakazikumbuka siku
zilizopita,
siku za Mose na watu wake:
yuko wapi yeye aliyewaleta kupitia katikati
ya bahari,
pamoja na wachungaji wa kundi lake?
Yuko wapi yule aliyeweka
Roho wake Mtakatifu katikati yao,
12 aliyetuma mkono wake uliotukuka
wenye nguvu
kuwa katika mkono wa kuume wa Mose,
aliyegawa maji ya bahari mbele yao,
ili kujipatia jina milele,
13 aliyewaongoza kupitia kwenye vilindi?
Kama farasi katika nchi iliyo wazi,
wao hawakujikwaa,
14 kama ng'ombe washukao bondeni kwenye
malisho,
walipewa pumziko na Roho wa BWANA.
Hivi ndivyo ulivyowaongoza watu wako
ili kujipatia mwenyewe jina tukufu.

15 Tazama chini kutoka mbinguni ukaone
kutoka kiti chako cha enzi
kilichoinuliwa juu, kitakatifu
na kitukufu.
Uko wapi wivu wako na uweza wako?
Umetuzuilia wema wako na huruma zako.

16 Lakini wewe ni Baba yetu,
ingawa Abrahamu hatufahamu sisi
wala Israeli hatutambui;
wewe, Ee BWANA, ndiwe Baba yetu,
Mkombozi wetu tangu zamani za kale
ndilo jina lako.
17 Ee BWANA, kwa nini unatuacha twende
mbali na njia zako,
na kuifanya mioyo yetu migumu hata
hatukukuheshimu?
Rudi kwa ajili ya watumishi wako,
yale makabila ambayo ni urithi wako.
18 Kwa maana kwa muda mfupi watu wako
walimiliki mahali pako patakatifu,
lakini sasa adui zetu wamepakanyaga
mahali patakatifu pako.
19 Sisi tumekuwa kama wale ambao
hujawatawala kamwe,
kama wale ambao hawajaitwa kwa
jina lako.

64 Laiti ungelipasua mbingu na
kushuka chini,
ili milima ingelitetemeka mbele zako!
2 Kama vile moto uteketezavyo vijiti
na kusababisha maji kuchemka,
shuka ukafanye jina lako lijulikane kwa
adui zako,
na kusababisha mataifa yatetemeke
mbele zako!
3 Kwa maana ulipofanya mambo ya kutisha
ambayo hatukuyatazamia,
ulishuka, nayo milima ikatetemeka
mbele zako.
4 Tangu nyakati za zamani hakuna yeyote
aliyesikia,
hakuna sikio lililotambua,
hakuna jicho lililomwona Mungu
mwingine ila wewe,
anayetenda mambo kwa ajili ya wale
wamngojeao.
5 Uliwasaidia watu wale watendao yaliyo
haki kwa furaha,
wale wazikumbukao njia zako.
Lakini wakati tulipoendelea kutenda
dhambi kinyume na njia zako,
ulikasirika.
Tutawezaje basi kuokolewa?
6 Sisi sote tumekuwa kama mtu aliye najisi,
nayo matendo yetu yote ya uadilifu
ni kama matambaa machafu;
sisi sote tunasinyaa kama jani,
na kama upepo maovu yetu
hutupeperusha.
7 Hakuna yeyote anayeliitia jina lako
wala anayejitahidi kukushika,
kwa kuwa umetuficha uso wako
na kutuacha tudhoofike kwa sababu
ya dhambi zetu.

8 Lakini, Ee BWANA, wewe ndiwe Baba yetu.
Sisi ni udongo, wewe ndiye mfinyanzi;
sisi sote tu kazi ya mkono wako.
9 Ee BWANA, usikasirike kupita kiasi,
usizikumbuke dhambi zetu milele.
Ee Bwana, utuangalie, twakuomba,
kwa kuwa sisi sote tu watu wako.
10 Miji yako mitakatifu imekuwa jangwa;
hata Sayuni ni jangwa, Yerusalemu
ni ukiwa.
11 Hekalu letu takatifu na tukufu, mahali
ambapo baba zetu walikusifu wewe,
limechomwa kwa moto,
navyo vitu vyote tulivyovithamini
vimeharibika.
12 Ee BWANA, baada ya haya yote, utajizuia?
Je, utanyamaza kimya na kutuadhibu
kupita kiasi?

Hukumu Na Wokovu

65 "Nilijifunua kwa watu wale ambao
hawakuniulizia.
Nimeonekana na watu wale ambao
hawakunitafuta.
Kwa taifa lile ambalo halikuliita Jina langu,
nilisema, 'Niko hapa, niko hapa.'
2 Mchana kutwa nimeinyoosha
mikono yangu
kwa watu wakaidi,
wanaokwenda katika njia ambazo si nzuri,
wafuatao mawazo yao wenyewe:
3 taifa ambalo daima hunikasirisha
machoni pangu,
wakitoa dhabihu katika bustani
na kufukiza uvumba juu ya madhabahu
za matofali;
4 watu waketio katikati ya makaburi
na kukesha mahali pa siri,
walao nyama za nguruwe,
nazo sufuria zao zina mchuzi wa nyama
zilizo najisi,
5 wasemao, 'Kaa mbali; usinikaribie,
kwa maana mimi ni mtakatifu
mno kwako!'
Watu wa aina hiyo ni moshi katika
pua zangu,
ni moto uwakao mchana kutwa.

6 "Tazama, jambo hili hubakia limeandikwa
mbele zangu:
sitanyamaza, bali nitalipiza kwa
ukamilifu;
nitalipiza mapajani mwao:
7 dhambi zenu na dhambi za baba zenu,"
asema BWANA.
"Kwa sababu walitoa dhabihu
za kuteketezwa juu ya milima
na kunichokoza mimi juu ya vilima,
nitawapimia mapajani mwao
malipo makamilifu kwa matendo yao
ya zamani."

8 Hili ndilo asemalo BWANA:

"Kama vile divai mpya ingali bado
inapatikana
katika kishada cha zabibu,

nao watu husema, 'Usikiharibu,
kwa kuwa bado kuna kitu kizuri ndani yake,'
hivyo ndivyo nitakavyofanya kwa ajili
ya watumishi wangu;
sitawaangamiza wote.
9 Nitawaleta wazao kutoka kwa Yakobo,
na kutoka kwa Yuda wale watakaomiliki
milima yangu,
nao watu wangu wateule watairithi,
nako huko wataishi watumishi wangu.
10 Sharoni itakuwa malisho
kwa ajili ya makundi ya kondoo,
na Bonde la Akori mahali pa kupumzikia
kwa makundi ya ng'ombe,
kwa ajili ya watu wangu wanaonitafuta.

11 "Bali kwenu ninyi mnaomwacha BWANA
na kuusahau mlima wangu mtakatifu,
ninyi mnaoandaa meza kwa ajili ya Bahati,[a]
na kujaza mabakuli ya mvinyo
uliochanganywa
kwa ajili ya Ajali,[b]
12 nitawaagiza mfe kwa upanga,
nanyi nyote mtainama chini ili kuchinjwa;
kwa kuwa niliwaita lakini hamkuitika,
nilisema lakini hamkusikiliza.
Mlitenda maovu machoni pangu,
nanyi mkachagua mambo yale
yanayonichukiza."

13 Kwa hiyo hili ndilo asemalo BWANA Mwenyezi:

"Watumishi wangu watakula,
lakini ninyi mtaona njaa;
watumishi wangu watakunywa
lakini ninyi mtaona kiu;
watumishi wangu watafurahi,
lakini ninyi mtaona haya.
14 Watumishi wangu wataimba
kwa furaha ya mioyo yao,
lakini ninyi mtalia
kutokana na uchungu wa moyoni,
na kupiga yowe kwa sababu
ya uchungu wa roho zenu.
15 Mtaliacha jina lenu
kuwa laana kwa watu wangu
waliochaguliwa;
BWANA Mwenyezi atawaua ninyi,
lakini watumishi wake atawapa jina jingine.
16 Yeye aombaye baraka katika nchi
atafanya hivyo kwa Mungu wa kweli;
yeye aapaye katika nchi
ataapa kwa Mungu wa kweli.
Kwa kuwa taabu za zamani zitasahaulika
na kufichwa kutoka machoni pangu.

Mbingu Mpya Na Dunia Mpya

17 "Tazama, nitaumba
mbingu mpya na dunia mpya.
Mambo ya zamani hayatakumbukwa,
wala hayatakuja akilini.
18 Lakini furahini na kushangilia daima
katika hivi nitakavyoumba,
kwa kuwa nitaumba Yerusalemu uwe
wa kupendeza,
nao watu wake wawe furaha.
19 Nami nitaifurahia Yerusalemu
na kuwafurahia watu wangu;
sauti ya maombolezo na ya kilio
haitasikika humo tena.

20 "Kamwe hatakuwepo tena ndani yake
mtoto mchanga atakayeishi siku
chache tu,
au mzee ambaye hataishi akatimiza
miaka yake.
Yeye atakayekufa akiwa na umri wa miaka
mia moja
atahesabiwa kwamba ni kijana tu,
yeye ambaye hatafika miaka mia moja,
atahesabiwa kuwa amelaaniwa.
21 Watajenga nyumba na kuishi ndani yake;
watapanda mashamba ya mizabibu
na kula matunda yake.
22 Hawatajenga nyumba, nao watu wengine
waishi ndani yake,
au kupanda mazao na wengine wale.
Kwa kuwa kama zilivyo siku za mti,
ndivyo zitakavyokuwa siku
za watu wangu,
wateule wangu watafurahia kwa siku
nyingi
kazi za mikono yao.
23 Hawatajitaabisha kwa kazi bure,
wala hawatazaa watoto ili wapatwe
na majanga,
kwa kuwa watakuwa taifa lililobarikiwa
na BWANA,
wao na wazao wao pamoja nao.
24 Kabla hawajaita, nitajibu,
nao wakiwa katika kunena, nitasikia.
25 Mbwa mwitu na mwana-kondoo
watalisha pamoja,
naye simba atakula nyasi kama
maksai,
lakini mavumbi yatakuwa chakula
cha nyoka.
Hawatadhuru wala kuharibu
katika mlima wangu mtakatifu wote,"
asema BWANA.

Hukumu Na Matumaini

66 Hili ndilo asemalo BWANA,

"Mbingu ni kiti changu cha enzi,
nayo dunia ni mahali pa kuweka
miguu yangu.
Iko wapi nyumba mtakayoijenga kwa
ajili yangu?
Mahali pangu pa kupumzikia
patakuwa wapi?
2 Je, mkono wangu haukufanya vitu
hivi vyote,
hivyo vikapata kuwepo?"
asema BWANA.

[a]11 Bahati alikuwa mungu wa Wakaldayo ambaye pia alijulikana kama Gadi.
[b]11 Ajali au Meni alikuwa mungu wa majaliwa.

"Mtu huyu ndiye ninayemthamini:
yeye ambaye ni mnyenyekevu
na mwenye roho yenye toba,
atetemekaye asikiapo neno langu.
3 Lakini yeyote atoaye dhabihu ya fahali
ni kama yeye auaye mtu,
na yeyote atoaye sadaka ya mwana-kondoo,
ni kama yule avunjaye shingo ya mbwa.
Yeyote atoaye sadaka ya nafaka,
ni kama yule aletaye damu ya nguruwe,
na yeyote afukizaye uvumba
wa kumbukumbu,
ni kama yule aabuduye sanamu.
Wamejichagulia njia zao wenyewe,
nazo nafsi zao zinafurahia
machukizo yao.
4 Hivyo, mimi pia nitawachagulia mapigo
makali,
nami nitaleta juu yao kile
wanachokiogopa.
Kwa maana nilipoita, hakuna yeyote
aliyejibu,
niliposema, hakuna yeyote aliyesikiliza.
Walifanya maovu machoni pangu
na kuchagua lile linalonichukiza."

5 Sikieni neno la Bwana,
ninyi mtetemekao kwa neno lake:
"Ndugu zenu wanaowachukia ninyi
na kuwatenga ninyi kwa sababu ya Jina
langu, wamesema,
'Bwana na atukuzwe,
ili tupate kuona furaha yenu!'
Hata sasa wataaibika.
6 Sikieni hizo ghasia kutoka mjini,
sikieni hizo kelele kutoka hekaluni!
Ni sauti ya Bwana ikiwalipa adui zake
yote wanayostahili.

7 "Kabla hajasikia utungu, alizaa;
kabla hajapata maumivu,
alizaa mtoto mwanaume.
8 Ni nani amepata kusikia jambo kama hili?
Ni nani amepata kuona mambo
kama haya?
Je, nchi yaweza kuzaliwa kwa siku moja,
au taifa laweza kutokea mara?
Mara Sayuni alipoona utungu,
alizaa watoto wake.
9 Je, nilete mwana hadi wakati wa kuzaliwa
na nisizalishe?" asema Bwana.
"Je, nifunge tumbo la uzazi
wakati mimi ndiye nizalishaye?"
asema Mungu wako.
10 "Shangilieni pamoja na Yerusalemu
na mfurahi kwa ajili yake,
ninyi nyote mnaompenda,
shangilieni kwa nguvu pamoja naye,
ninyi nyote mnaoomboleza juu yake.
11 Kwa kuwa mtanyonya na kutosheka
katika faraja ya matiti yake;
mtakunywa sana,
na kuufurahia wingi wa mafuriko
ya ustawi wake."
12 Kwa kuwa hili ndilo asemalo Bwana:

"Nitamwongezea amani kama mto,
nao utajiri wa mataifa kama kijito
kifurikacho;
utanyonya na kuchukuliwa mikononi mwake
na kubembelezwa magotini pake.
13 Kama mama anavyomfariji mtoto wake,
ndivyo nitakavyokufariji wewe,
nawe utafarijiwa huko Yerusalemu."

14 Wakati mtakapoona jambo hili, mioyo yenu
itashangilia,
nanyi mtastawi kama majani;
mkono wa Bwana utajulikana kwa
watumishi wake,
bali ghadhabu yake kali
itaonyeshwa kwa adui zake.
15 Tazama, Bwana anakuja na moto,
magari yake ya vita ni kama upepo wa
kisulisuli,
atateremsha hasira yake kwa ghadhabu kali,
na karipio lake pamoja na miali ya moto.
16 Kwa maana kwa moto na kwa upanga wake
Bwana atatekeleza hukumu juu ya watu wote,
nao wengi watakuwa ni wale
waliouawa na Bwana.

17 "Watu wote wanaojiweka wakfu na kujitakasa
wenyewe ili kwenda bustanini, wakimfuata aliye
katikati ya wale ambao hula nyama za nguruwe na
panya pamoja na vitu vingine vilivyo machukizo,
watafikia mwisho wao pamoja," asema Bwana.
18 "Nami, kwa sababu ya matendo yao na mawazo
yao, niko karibu kuja na kukusanya mataifa yote na
lugha zote, nao watakuja na kuuona utukufu wangu.
19 "Nitaweka ishara katikati yao, nami nitapeleka
baadhi ya hao walionusurika kwa mataifa, hadi
Tarshishi, kwa Puli[a] na Waludi (wanaojulikana
kama wapiga upinde), kwa Tubali na Uyunani,
hadi visiwa vya mbali ambavyo havijasikia juu ya
sifa zangu au kuuona utukufu wangu. Watatangaza
utukufu wangu miongoni mwa mataifa. 20 Nao
watawaleta ndugu zenu wote, kutoka mataifa yote,
mpaka kwenye mlima wangu mtakatifu katika
Yerusalemu kama sadaka kwa Bwana, juu ya farasi,
katika magari ya vita na magari makubwa, juu ya
nyumbu na ngamia," asema Bwana. "Watawaleta,
kama Waisraeli waletavyo sadaka zao za nafaka,
katika Hekalu la Bwana, katika vyombo safi kwa
kufuata desturi za ibada. 21 Nami nitachagua baadhi
yao pia wawe makuhani na Walawi," asema Bwana.
22 "Kama vile mbingu mpya na nchi mpya nina-
zozifanya zitakavyodumu mbele zangu," asema
Bwana, "ndivyo jina lenu na wazao wenu wataka-
vyodumu. 23 Kutoka Mwezi Mpya hata mwingine,
na kutoka Sabato hadi nyingine, wanadamu
wote watakuja na kusujudu mbele zangu," asema
Bwana. 24 "Nao watatoka nje na kuona maiti za
wale walioniasi mimi. Funza wao hawatakufa,
wala moto wao hautazimika, nao watakuwa kitu
cha kuchukiza sana kwa wanadamu wote."

[a]19 Puli hapa inamaanisha Libya.

YEREMIA

1 Maneno ya Yeremia mwana wa Hilkia, mmoja
wa makuhani katika mji wa Anathothi, katika
nchi ya Benyamini. [2] Neno la BWANA lilimjia katika
mwaka wa kumi na tatu wa utawala wa Yosia
mwana wa Amoni mfalme wa Yuda, [3] na pia wakati
wa utawala wa Yehoyakimu mwana wa Yosia mfa-
lme wa Yuda, mpaka mwezi wa tano wa mwaka wa
kumi na moja wa utawala wa Sedekia mwana wa
Yosia mfalme wa Yuda, wakati watu wa Yerusalemu
walipopelekwa uhamishoni.

Wito Wa Yeremia

[4] Neno la BWANA lilinijia, kusema,

[5] "Kabla sijakuumba ndani ya tumbo la
mama yako, nilikujua;
kabla hujazaliwa nilikutenga kwa kazi
maalum;
nilikuweka uwe nabii kwa mataifa."

[6] Nami nikasema, "Aa, BWANA Mwenyezi, sijui
kusema, kwani mimi ni mtoto mdogo tu."
[7] Lakini BWANA akaniambia, "Usiseme, 'Mimi ni
mtoto mdogo tu.' Utaenda popote nitakapokutuma
na kunena lolote nitakalokuagiza. [8] Usiwaogope, kwa
maana niko pamoja nawe nikuokoe," asema BWANA.
[9] Kisha BWANA akaunyoosha mkono wake na
kugusa kinywa changu, akaniambia, "Sasa nime-
yaweka maneno yangu kinywani mwako. [10] Tazama,
leo nimekuweka juu ya mataifa na falme ili kung'oa
na kubomoa, kuharibu na kuangamiza, kujenga
na kupanda."
[11] Neno la BWANA likanijia kusema, "Je, Yeremia
unaona nini?"
Nami nikajibu, "Naona tawi la mti wa mlozi."
[12] BWANA akaniambia, "Umeona vyema kwa
maana ninaliangalia neno langu ili kuona kwamba
limetimizwa."
[13] Neno la BWANA likanijia tena, "Unaona nini?"
Nikajibu, "Naona chungu kinachochemka,
kikiwa kimeinama kutoka kaskazini."
[14] BWANA akaniambia, "Kutoka kaskazini maafa
yatamwagwa kwa wote waishio katika nchi. [15] Nita-
waita watu wote wa falme za kaskazini," asema
BWANA.

"Wafalme wao watakuja na kuweka viti
vyao vya enzi
katika maingilio ya malango ya Yerusalemu,
watakuja dhidi ya kuta zake zote
zinazouzunguka,
na dhidi ya miji yote ya Yuda.
[16] Nitatoa hukumu zangu kwa watu wangu
kwa sababu ya uovu wao wa kuniacha mimi,
kwa kufukiza uvumba kwa miungu mingine
na kuabudu kile ambacho mikono yao
imekitengeneza.

[17] "Jiandae! Simama useme chochote nitaka-
chokuamuru. Usiwaogope, la sivyo nitakufanya
uwaogope wao. [18] Leo nimekufanya mji wenye
ngome, nguzo ya chuma, na ukuta wa shaba ili
kusimama dhidi ya nchi yote: dhidi ya wafalme
wa Yuda, maafisa wake, makuhani wake na watu
wa nchi hiyo. [19] Watapigana nawe lakini hawa-
takushinda, kwa kuwa niko pamoja nawe, nami
nitakuokoa," asema BWANA.

Israeli Amwacha Mungu

2 Neno la BWANA lilinijia kusema, [2] "Nenda ukahu-
biri masikioni mwa watu wa Yerusalemu:

" 'Nakumbuka moyo wako wa uchaji katika
ujana wako,
jinsi ulivyonipenda kama bibi arusi
na kunifuata katika jangwa lile lote,
katika nchi isiyopandwa mbegu.
[3] Israeli alikuwa mtakatifu kwa BWANA,
kama malimbuko ya kwanza ya
mavuno yake;
wote waliowaangamiza walihesabiwa kuwa
na hatia,
nayo maafa yaliwakumba,' "
asema BWANA.

[4] Sikia neno la BWANA, ee nyumba
ya Yakobo,
nanyi nyote jamaa za nyumba
ya Israeli.

[5] Hivi ndivyo asemavyo BWANA:

"Je, baba zenu waliona kosa gani kwangu,
hata wakatangatanga mbali nami hivyo?
Walifuata sanamu zisizofaa,
nao wenyewe wakawa hawafai.
[6] Hawakuuliza, 'Yuko wapi BWANA,
aliyetupandisha kutoka Misri
na kutuongoza kupitia nyika kame,
kupitia nchi ya majangwa na mabonde,
nchi ya ukame na giza,
nchi ambayo hakuna mtu asafiriye
ndani yake
wala hakuna mtu aishiye humo?'
[7] Niliwaleta katika nchi yenye wingi wa vitu
ili mpate kula matunda yake
na utajiri wa mazao yake.
Lakini mkaja na kuinajisi nchi yangu,
na kuufanya urithi wangu chukizo.
[8] Makuhani hawakuuliza,
'Yuko wapi BWANA?'
Wale wanaoshughulikia sheria
hawakunijua mimi;
viongozi waliasi dhidi yangu.
Manabii walitabiri kwa jina la Baali,
wakifuata sanamu zisizofaa.

9 "Kwa hiyo naleta tena mashtaka dhidi yako,"
asema BWANA.
"Nami nitaleta mashtaka dhidi ya watoto
wa watoto wako.
10 Vuka, nenda ng'ambo mpaka pwani
ya Kitimu[a] nawe uangalie,
tuma watu waende Kedari, wachunguze
kwa makini,
uone kama kumekuwepo kitu kama hiki.
11 Je, taifa limebadili miungu yake wakati
wowote?
(Hata ingawa hao si miungu kamwe.)
Lakini watu wangu wamebadili
Utukufu wao
kwa sanamu zisizofaa kitu.
12 Shangaeni katika hili, ee mbingu,
nanyi tetemekeni kwa hofu kuu,"
asema BWANA.
13 "Watu wangu wametenda dhambi mbili:
Wameniacha mimi,
niliye chemchemi ya maji yaliyo hai,
nao wamejichimbia visima vyao wenyewe,
visima vilivyobomoka, visivyoweza
kuhifadhi maji.
14 Je, Israeli ni mtumishi, yaani mtumwa kwa
kuzaliwa?
Kwa nini basi amekuwa mateka?
15 Simba wamenguruma;
wamemngurumia.
Wameifanya nchi yake kuwa ukiwa;
miji yake imeteketezwa, nayo imeachwa
haina watu.
16 Pia watu wa Memfisi[b] na Tahpanhesi[c]
wamevunja taji ya kichwa chako.
17 Je, hukujiletea hili wewe mwenyewe
kwa kumwacha BWANA, Mungu wako
alipowaongoza njiani?
18 Sasa kwa nini uende Misri
kunywa maji ya Shihori?[d]
Nawe kwa nini kwenda Ashuru
kunywa maji ya Mto Frati?
19 Uovu wako utakuadhibu;
kurudi nyuma kwako kutakukemea.
Basi kumbuka, utambue
jinsi lilivyo ovu na chungu kwako
unapomwacha BWANA Mungu wako
na kutokuwa na hofu yangu,"
asema Bwana, BWANA Mwenye Nguvu Zote.

20 "Zamani nilivunja nira yako
na kukatilia mbali vifungo vyako;
ukasema, 'Sitakutumikia!'
Naam kweli, kwenye kila kilima kirefu
na chini ya kila mti uliotanda matawi
yake
ulijilaza kama kahaba.
21 Nilikupanda ukiwa mzabibu ulio bora sana,
mkamilifu na wa mbegu nzuri.
Ilikuwaje basi ukawa kinyume nami,
ukaharibika na kuwa mzabibu mwitu?
22 Hata ujisafishe kwa magadi
na kutumia sabuni nyingi,
bado doa la hatia yako liko mbele zangu,"
asema BWANA Mwenyezi.
23 "Wawezaje kusema, 'Mimi si najisi,
sijawafuata Mabaali'?
Kumbuka jinsi ulivyotenda kule bondeni;
fikiri uliyoyafanya.
Wewe ni ngamia jike mwenye mbio
ukikimbia hapa na pale,
24 punda-mwitu aliyezoea jangwa,
anayenusa upepo katika tamaa
yake kubwa:
katika wakati wake wa kuhitaji mbegu
ni nani awezaye kumzuia?
Madume yoyote yanayomfuatilia
hayana haja ya kujichosha;
wakati wa kupandwa kwake
watampata tu.
25 Usikimbie hadi miguu yako iwe
haina viatu,
na koo lako liwe limekauka.
Lakini ulisema, 'Haina maana!
Ninaipenda miungu ya kigeni,
nami lazima niifuatie.'

26 "Kama vile mwizi aaibikavyo wakati
amekamatwa,
hivyo ndivyo nyumba ya Israeli
inavyoaibishwa:
wao wenyewe, wafalme wao
na maafisa wao,
makuhani wao na manabii wao.
27 Wanaiambia miti, 'Wewe ndiwe
baba yangu,'
nalo jiwe, 'Wewe ndiwe uliyenizaa.'
Wamenipa visogo vyao
wala hawakunigeuzia nyuso zao;
lakini wakiwa katika taabu, wanasema,
'Njoo utuokoe!'
28 Iko wapi basi ile miungu
mliyojitengenezea?
Yenyewe na ije kama inaweza kuwaokoa
wakati mko katika taabu!
Kwa maana mna miungu mingi
kama mlivyo na miji, ee Yuda.

29 "Kwa nini mnaleta mashtaka dhidi yangu?
Ninyi nyote mmeniasi,"
asema BWANA.
30 "Nimeadhibu watu wako bure tu,
hawakujirekebisha.
Upanga wako umewala manabii wako
kama simba mwenye njaa.

31 "Enyi wa kizazi hiki, tafakarini neno la BWANA:

"Je, nimekuwa jangwa kwa Israeli
au nchi ya giza kuu?
Kwa nini watu wangu wanasema, 'Sisi tuko
huru kuzurura,
hatutarudi kwako tena'?
32 Je, mwanamwali husahau vito vyake,
au bibi arusi mapambo yake ya arusi?

[a]10 Kitimu hapa ni Kipro, kisiwa katika Bahari ya Mediterania.
[b]16 Memfisi kwa Kiebrania ni Nofu.
[c]16 Tahpanhesi ni mji katika nchi ya Misri.
[d]18 Kijito kinachoelekeza maji katika Mto Naili.

Lakini watu wangu wamenisahau mimi,
tena kwa siku zisizo na hesabu.
33 Je, wewe una ustadi kiasi gani katika
kufuatia mapenzi!
Hata wale wanawake wabaya kuliko wote
wanaweza kujifunza kutokana
na njia zako.
34 Katika nguo zako watu huona
damu ya uhai ya maskini wasio na hatia,
ingawa hukuwakamata wakivunja
nyumba.
Lakini katika haya yote
35 unasema, 'Sina hatia;
Mungu hajanikasirikia.'
Lakini nitakuhukumu kwa sababu unasema,
'Mimi sijatenda dhambi.'
36 Kwa nini unatangatanga sana,
kubadili njia zako?
Utakatishwa tamaa na Misri
kama ulivyokatishwa na Ashuru.
37 Pia utaondoka mahali hapo
ukiwa umeweka mikono kichwani,
kwa kuwa BWANA amewakataa wale
unaowatumainia;
hutasaidiwa nao.

Israeli Asiye Mwaminifu

3 "Kama mtu akimpa talaka mkewe,
naye akamwacha na akaolewa na mtu
mwingine,
je, huyo mume aweza kumrudia tena?
Je, hiyo nchi haitanajisika kabisa?
Lakini umeishi kama kahaba
na wapenzi wengi:
je, sasa utanirudia tena?"
asema BWANA.
2 "Inua macho utazame miinuko iliyo kame
na uone.
Je, pana mahali ambapo
hawajalala nawe?
Uliketi kando ya barabara ukiwasubiri
wapenzi,
ukakaa kama yeye ahamahamaye
jangwani.
Umeinajisi nchi
kwa ukahaba wako na uovu wako.
3 Kwa hiyo mvua imezuiliwa,
nazo mvua za vuli hazikunyesha.
Hata hivyo, una uso usio na haya kama
wa kahaba;
unakataa kutahayari kwa aibu.
4 Je, wewe hujaniita hivi punde tu:
'Baba yangu, rafiki yangu tangu
ujana wangu,
5 je, utakasirika siku zote?
Je, ghadhabu yako itaendelea milele?'
Hivi ndivyo unavyozungumza,
lakini unafanya maovu yote uwezayo."

Wito Kwa Ajili Ya Toba

6 Wakati wa utawala wa Mfalme Yosia, BWANA
aliniambia, "Umeona kile Israeli asiye mwaminifu
amekifanya? Amepanda juu ya kila kilima kirefu,
na chini ya kila mti uliotanda na amefanya uzinzi
huko. 7 Mimi nilifikiri kuwa baada ya kuyafanya
yote haya angelinirudia, lakini hakurudi, naye
dada yake Yuda mdanganyifu aliona hili. 8 Nili-
mpa Israeli asiye mwaminifu hati yake ya talaka,
na kumfukuza kwa ajili ya uzinzi wake wote. Hata
hivyo nikaona kuwa Yuda dada yake mdanganyifu
hakuogopa. Yeye pia alitoka na kufanya uzinzi.
9 Kwa sababu uasherati wa Israeli haukuwa kitu
kwake, Yuda aliinajisi nchi kwa kuzini na mawe
na miti. 10 Pamoja na hayo yote, Yuda dada yake
mdanganyifu hakunirudia kwa moyo wake wote,
bali kwa kujifanya tu," asema BWANA.
11 BWANA akaniambia, "Israeli asiye mwaminifu
ana haki kuliko Yuda mdanganyifu. 12 Nenda, uka-
tangaze ujumbe huu kuelekea kaskazini:

" 'Rudi, Israeli usiye mwaminifu,'
asema BWANA,
'sitakutazama tena kwa uso
uliokunjamana,
kwa kuwa mimi ni mwenye huruma,'
asema BWANA,
'Sitashika hasira yangu milele.
13 Ungama dhambi zako tu:
kwamba umemwasi BWANA Mungu wako,
umetapanya wema wako kwa miungu
ya kigeni
chini ya kila mti unaotanda,
nawe hukunitii mimi,' "
asema BWANA.

14 "Rudini, enyi watu msio waaminifu, kwa kuwa
mimi ni mume wenu," asema BWANA. "Nitawacha-
gua ninyi, mmoja kutoka kwenye mji, na wawili
kutoka kwenye ukoo, nami nitawaleta Sayuni.
15 Kisha nitawapeni wachungaji wanipendezao
moyo wangu, ambao watawaongoza kwa maarifa
na ufahamu. 16 Katika siku hizo, idadi yenu ita-
kapokuwa imeongezeka sana katika nchi, watu
hawatasema tena, 'Sanduku la Agano la BWANA,' "
asema BWANA. "Halitaingia tena kwenye mawazo
yao wala kukumbukwa, hawatalihitaji wala
halitatengenezwa jingine. 17 Wakati huo, wataita
Yerusalemu kuwa Kiti cha Enzi cha BWANA, nayo
mataifa yote watakusanyika Yerusalemu kulihe-
shimu jina la BWANA. Hawatafuata tena ukaidi wa
mioyo yao miovu. 18 Katika siku hizo, nyumba ya
Yuda itaungana na nyumba ya Israeli, wao kwa
pamoja watakuja kutoka nchi ya kaskazini hadi
nchi niliyowapa baba zenu kama urithi.
19 "Mimi mwenyewe nilisema,

" 'Tazama jinsi nitakavyowatunza kwa
furaha kama wana
na kuwapa nchi nzuri,
urithi ulio mzuri kuliko wa taifa jingine
lolote.'
Nilidhani mngeniita 'Baba,'
na msingegeuka, mkaacha kunifuata.
20 Lakini kama mwanamke asiye mwaminifu
kwa mumewe,
vivyo hivyo mmekosa uaminifu kwangu
pia, ee nyumba ya Israeli,"
asema BWANA.

21 Kilio kinasikika juu ya miinuko iliyo kame,
kulia na kuomboleza kwa watu wa
Israeli,
kwa sababu wamepotoka katika njia zao
na wamemsahau BWANA Mungu wao.

22 "Rudini, enyi watu msio waaminifu,
nami nitawaponya ukengeufu wenu."

"Naam, tutakuja kwako,
kwa maana wewe ni BWANA Mungu wetu.
23 Hakika zile ghasia za kuabudu sanamu
kwenye vilima
na milimani ni udanganyifu;
hakika katika BWANA, Mungu wetu,
uko wokovu wa Israeli.
24 Tangu ujana wetu miungu ya aibu imeyala
matunda ya kazi za baba zetu:
makundi yao ya kondoo na ng'ombe,
wana wao na binti zao.
25 Sisi na tulale chini katika aibu yetu,
na fedheha yetu itufunike.
Tumetenda dhambi dhidi ya BWANA Mungu
wetu,
sisi na mababa zetu;
tangu ujana wetu hadi leo
hatukumtii BWANA Mungu wetu."

4 "Ikiwa utataka kurudi, ee Israeli,
nirudie mimi,"
asema BWANA.
"Ikiwa utaondoa sanamu zako za
kuchukiza mbele ya macho yangu
na usiendelee kutangatanga,
2 ikiwa kwa kweli, kwa haki na kwa unyofu
utaapa,
'Kwa hakika kama vile BWANA aishivyo,'
ndipo mataifa yatakapobarikiwa naye
na katika yeye watajitukuza."

3 Hili ndilo asemalo BWANA kwa watu wa Yuda
na kwa Yerusalemu:

"Vunjeni mabonge kwenye mashamba yenu,
wala msipande katikati ya miiba.
4 Jitahirini katika BWANA,
tahirini mioyo yenu,
enyi wanaume wa Yuda
na watu wa Yerusalemu,
la sivyo ghadhabu yangu itatoka kwa nguvu
na kuwaka kama moto
kwa sababu ya uovu mliotenda,
ikiwaka pasipo wa kuizima.

Maafa Kutoka Kaskazini

5 "Tangaza katika Yuda na upige mbiu katika
Yerusalemu na kusema:
'Piga tarumbeta katika nchi yote!'
Piga kelele na kusema:
'Kusanyikeni pamoja!
Tukimbilie katika miji yenye maboma!'
6 Onyesheni ishara ili kwenda Sayuni!
Kimbilieni usalama pasipo kuchelewa!
Kwa kuwa ninaleta maafa kutoka kaskazini,
maangamizi ya kutisha."

7 Simba ametoka nje ya pango lake,
mharabu wa mataifa amejipanga.
Ametoka mahali pake
ili aangamize nchi yenu.
Miji yenu itakuwa magofu
pasipo mtu wa kuishi humo.
8 Hivyo vaeni nguo za magunia,
ombolezeni na kulia kwa huzuni,
kwa kuwa hasira kali ya BWANA
haijaondolewa kwetu.

9 "Katika siku ile," asema BWANA
"mfalme na maafisa watakata tamaa,
makuhani watafadhaika,
na manabii watashangazwa mno."

10 Ndipo niliposema, "Aa, BWANA Mwenyezi,
umewadanganyaje kabisa watu hawa na Yerusa-
lemu kwa kusema, 'Mtakuwa na amani,' wakati
upanga uko kwenye koo zetu!"

11 Wakati huo watu hawa na Yerusalemu wataa-
mbiwa, "Upepo wa moto kutoka miinuko iliyo
kame katika jangwa unavuma kuelekea watu
wangu, lakini sio kupepeta au kutakasa, 12 upepo
wenye nguvu sana kuliko wa kupepeta na kutakasa
utakuja kwa amri yangu. Sasa natangaza hukumu
zangu dhidi yao."

13 Tazama! Anakuja kama mawingu,
magari yake yanakuja kama upepo
wa kisulisuli,
farasi wake wana mbio kuliko tai.
Ole wetu! Tunaangamia!
14 Ee Yerusalemu, usafishe uovu kutoka
moyoni mwako na uokolewe.
Utaendelea kuficha mawazo mapotovu
mpaka lini?
15 Sauti inatangaza kutoka Dani,
ikipiga mbiu ya maafa kutoka vilima vya
Efraimu.
16 "Waambie mataifa jambo hili,
piga mbiu hii dhidi ya Yerusalemu:
'Jeshi la kuzingira linakuja kutoka nchi
ya mbali,
likipiga kelele ya vita dhidi ya miji
ya Yuda.
17 Wamemzunguka kama watu walindao
shamba,
kwa sababu amefanya uasi dhidi yangu,'"
asema BWANA.
18 "Mwenendo wako na matendo yako
mwenyewe
yameleta haya juu yako.
Hii ndiyo adhabu yako.
Tazama jinsi ilivyo chungu!
Tazama jinsi inavyochoma moyo!"

19 Ee mtima wangu, mtima wangu!
Ninagaagaa kwa maumivu.
Ee maumivu makuu ya moyo wangu!
Moyo wangu umefadhaika ndani yangu,
siwezi kunyamaza.
Kwa sababu nimesikia sauti ya tarumbeta,
nimesikia kelele ya vita.

[20] Maafa baada ya maafa,
nchi yote imekuwa magofu.
Kwa ghafula mahema yangu
yameangamizwa,
makazi yangu kwa muda mfupi.
[21] Hata lini nitaendelea kuona bendera ya vita
na kusikia sauti za tarumbeta?

[22] "Watu wangu ni wapumbavu,
hawanijui mimi.
Ni watoto wasio na akili,
hawana ufahamu.
Ni hodari kutenda mabaya,
hawajui kutenda yaliyo mema."

[23] Niliitazama dunia,
nayo haikuwa na umbo tena ni tupu;
niliziangalia mbingu,
mianga ilikuwa imetoweka.
[24] Niliitazama milima, nayo ilikuwa ikitetemeka,
vilima vyote vilikuwa vikiyumbayumba.
[25] Nilitazama, wala watu hawakuwepo;
kila ndege wa angani alikuwa
ameruka zake.
[26] Nilitazama, hata nchi iliyokuwa imestawi
vizuri imekuwa jangwa,
miji yake yote ilikuwa magofu
mbele za Bwana,
mbele ya hasira yake kali.
[27] Hivi ndivyo Bwana asemavyo:
"Nchi yote itaharibiwa,
ingawa sitaiangamiza kabisa.
[28] Kwa hiyo dunia itaomboleza
na mbingu zilizo juu zitakuwa giza,
kwa sababu nimesema nami
sitarudi nyuma,
nimeamua na wala sitageuka."

[29] Kwa sauti ya wapanda farasi na wapiga
upinde
kila mji unakimbia.
Baadhi wanakimbilia vichakani,
baadhi wanapanda juu ya miamba.
Miji yote imeachwa,
hakuna aishiye ndani yake.

[30] Unafanya nini, ewe uliyeharibiwa?
Kwa nini unajivika vazi jekundu
na kuvaa vito vya dhahabu?
Kwa nini unapaka macho yako rangi?
Unajipamba bure.
Wapenzi wako wanakudharau,
wanautafuta uhai wako.

[31] Nasikia kilio kama cha mwanamke
katika utungu wa kuzaa,
kilio cha uchungu kama cha anayemzaa
mtoto wake wa kwanza:
kilio cha Binti Sayuni akitweta ili aweze
kupumua,
akiinua mikono yake, akisema,
"Ole wangu! Ninazimia;
maisha yangu yamekabidhiwa kwa
wauaji."

Hakuna Hata Mmoja Aliye Mkamilifu

5 "Pandeni na kushuka katika mitaa
ya Yerusalemu,
tazameni pande zote na mtafakari,
tafuteni katika viwanja vyake.
Kama mtaweza kumpata hata mtu
mmoja tu
atendaye kwa uaminifu
na kutafuta kweli,
nitausamehe mji huu.
[2] Ingawa wanasema, 'Kwa hakika kama
Bwana aishivyo,'
bado wanaapa kwa uongo."

[3] Ee Bwana, je, macho yako
hayaitafuti kweli?
Uliwapiga, lakini hawakusikia maumivu,
uliwapondaponda, lakini walikataa
maonyo.
Walifanya nyuso zao kuwa ngumu
kuliko jiwe
nao walikataa kutubu.
[4] Ndipo nikasema, "Hawa ni maskini tu;
wao ni wapumbavu,
kwa maana hawaijui njia ya Bwana,
sheria ya Mungu wao.
[5] Kwa hiyo nitakwenda kwa viongozi
na kuzungumza nao,
hakika wao wanaijua njia ya Bwana,
sheria ya Mungu wao."
Lakini kwa nia moja nao pia walikuwa
wameivunja nira
na kuvivunja vifungo.
[6] Kwa hiyo simba kutoka mwituni
atawashambulia,
mbwa mwitu kutoka jangwani
atawaangamiza,
chui atawavizia karibu na miji yao,
ili kumrarua vipande vipande yeyote
atakayethubutu kutoka nje,
kwa maana maasi yao ni makubwa,
na kukengeuka kwao kumekuwa
ni kwingi.

[7] "Kwa nini niwasamehe?
Watoto wenu wameniacha na kuapa kwa
miungu ambayo si miungu.
Niliwapatia mahitaji yao yote,
lakini bado wamefanya uzinzi
na kusongana katika nyumba
za makahaba.
[8] Wamelishwa vizuri, kama farasi waume
wenye tamaa nyingi,
kila mmoja akimlilia mke wa mwanaume
mwingine.
[9] Je, nisiwaadhibu kwa ajili ya hili?"
asema Bwana.
"Je, nisijilipizie kisasi
juu ya taifa kama hili?

[10] "Piteni katika mashamba yake ya mizabibu
na kuyaharibu,
lakini msiangamize kabisa.

Pogoeni matawi yake,
kwa kuwa watu hawa sio wa BWANA.
11 Nyumba ya Israeli na nyumba ya Yuda
wamekuwa si waaminifu
kwangu kamwe,"
asema BWANA.

12 Wamedanganya kuhusu BWANA.
Wamesema, "Yeye hatafanya jambo lolote!
Hakuna dhara litakalotupata;
kamwe hatutaona upanga wala njaa.
13 Manabii ni upepo tu, wala neno halimo
ndani yao,
kwa hiyo hayo wayasemayo
na yatendeke kwao."

14 Kwa hiyo hili ndilo asemalo BWANA Mungu
Mwenye Nguvu Zote:

"Kwa sababu watu hawa wamesema
maneno haya,
nitayafanya maneno yangu vinywani
mwenu kuwa moto,
na watu hawa wawe kuni
zinazoliwa na huo moto.
15 Ee nyumba ya Israeli," asema BWANA,
"Ninaleta taifa toka mbali dhidi yako,
taifa la kale na linaloendelea kudumu,
taifa ambalo lugha yao huijui,
wala msemo wao huwezi kuuelewa.
16 Podo zao ni kama kaburi lililo wazi,
wote ni mashujaa hodari wa vita.
17 Watayaangamiza mazao yenu na
chakula chenu,
wataangamiza wana wenu na
mabinti zenu;
wataangamiza makundi yenu ya kondoo na
ya ng'ombe,
wataangamiza mizabibu yenu na
mitini yenu.
Kwa upanga wataangamiza
miji yenye maboma mliyoitumainia.

18 "Hata hivyo katika siku hizo, sitakuangamiza
kabisa," asema BWANA. 19 "Nao watu watakapou-
liza, 'Kwa nini BWANA, Mungu wetu ametufanyia
mambo haya yote?' utawaambia, 'Kama vile mli-
vyoniacha mimi na kutumikia miungu migeni
katika nchi yenu wenyewe, ndivyo sasa mtaka-
vyowatumikia wageni katika nchi ambayo si yenu.'

20 "Itangazie nyumba ya Yakobo hili
na ulipigie mbiu katika Yuda:
21 Sikieni hili, enyi watu wapumbavu, msio
na akili,
mlio na macho lakini hamwoni,
mlio na masikio lakini hamsikii:
22 Je, haiwapasi kuniogopa mimi?"
asema BWANA.
"Je, haiwapasi kutetemeka mbele zangu?
Niliufanya mchanga kuwa mpaka wa bahari,
kizuizi cha milele ambacho haiwezi kupita.
Mawimbi yanaweza kuumuka, lakini
hayawezi kuupita;
yanaweza kunguruma, lakini hayawezi
kuuvuka.
23 Lakini watu hawa wana mioyo ya ukaidi
na ya uasi,
wamegeukia mbali na kwenda zao.
24 Wao hawaambiani wenyewe,
'Sisi na tumwogope BWANA Mungu wetu,
anayetupatia mvua za masika na za vuli
kwa majira yake,
anayetuhakikishia majuma ya mavuno
kwa utaratibu.'
25 Matendo yenu mabaya yamezuia haya yote,
dhambi zenu zimewazuia msipate mema.

26 "Miongoni mwa watu wangu wamo
walio waovu
wanaovizia kama watu wanaotega ndege,
na kama wale wanaoweka mitego
kuwakamata watu.
27 Kama vitundu vilivyojaa ndege,
nyumba zao zimejaa udanganyifu;
wamekuwa matajiri na wenye nguvu,
28 wamenenepa na kunawiri.
Matendo yao maovu hayana kikomo;
hawatetei mashauri ya yatima wapate
kushinda,
hawatetei haki za maskini.
29 Je, nisiwaadhibu kwa ajili ya hili?"
asema BWANA.
"Je, nisijilipizie kisasi
juu ya taifa kama hili?

30 "Jambo la kutisha na kushtusha
limetokea katika nchi hii:
31 Manabii wanatabiri uongo,
makuhani wanatawala kwa mamlaka yao
wenyewe,
nao watu wangu wanapenda hivyo.
Lakini mtafanya nini mwisho wake?

Yerusalemu Imezingirwa Na Jeshi

6 "Kimbieni kwa usalama wenu, enyi watu
wa Benyamini!
Kimbieni kutoka Yerusalemu!
Pigeni tarumbeta katika Tekoa!
Inueni ishara juu ya Beth-Hakeremu!
Kwa kuwa maafa yanaonekana yakitoka
kaskazini,
na uharibifu wa kutisha.
2 Nitamwangamiza Binti Sayuni,
aliye mzuri sana na mwororo.
3 Wachungaji pamoja na makundi yao
watakuja dhidi yake;
watapiga mahema yao kumzunguka,
kila mmoja akichunga kundi lake
mwenyewe."

4 "Jiandaeni kwa vita dhidi yake!
Inukeni tumshambulie mchana!
Lakini, ole wetu, mchana unaisha,
na vivuli vya jioni vinazidi kuwa virefu.
5 Kwa hiyo inukeni, tufanye mashambulizi
usiku,
na kuharibu ngome zake!"

6 Hivi ndivyo asemavyo BWANA Mwenye Nguvu
Zote:

"Kateni miti mjenge boma
kuzunguka Yerusalemu.
Mji huu ni lazima uadhibiwe,
umejazwa na uonevu.
7 Kama vile kisima kinavyomwaga maji yake,
ndivyo anavyomwaga uovu wake.
Ukatili na maangamizi yasikika ndani yake,
ugonjwa wake na majeraha yake viko
mbele yangu daima.
8 Pokea onyo, ee Yerusalemu,
la sivyo nitageukia mbali nawe
na kuifanya nchi yako kuwa ukiwa,
asiweze mtu kuishi ndani yake."
9 Hivi ndivyo asemavyo BWANA Mwenye Nguvu
Zote:

"Wao na wayakusanye mabaki ya Israeli
kwa uangalifu kama kwenye mzabibu;
pitisha mkono wako kwenye matawi tena,
kama yeye avunaye zabibu."

10 Niseme na nani na kumpa onyo?
Ni nani atakayenisikiliza mimi?
Masikio yao yameziba,[a]
kwa hiyo hawawezi kusikia.
Neno la BWANA ni chukizo kwao,
hawalifurahii.
11 Lakini nimejaa ghadhabu ya BWANA,
nami siwezi kuizuia.

"Wamwagie watoto walioko barabarani,
na juu ya vijana waume waliokusanyika;
mume na mke watakumbwa pamoja
ndani yake,
hata nao wazee waliolemewa na miaka.
12 Nyumba zao zitapewa watu wengine,
pamoja na mashamba yao na wake zao,
nitakapounyoosha mkono wangu
dhidi ya wale waishio katika nchi,"
asema BWANA.
13 "Kuanzia aliye mdogo kabisa hadi aliye
mkubwa kabisa,
wote wana tamaa ya kupata faida zaidi;
manabii na makuhani wanafanana,
wote wanafanya udanganyifu.
14 Wanafunga majeraha ya watu wangu
bila uangalifu.
Wanasema, 'Amani, amani,'
wakati hakuna amani.
15 Je, wanaona aibu kwa ajili ya tabia yao
inayochukiza mno?
Hapana, hawana aibu hata kidogo;
hawajui hata kuona haya.
Kwa hiyo wataanguka miongoni mwa hao
walioanguka,
watashushwa chini nitakapowaadhibu,"
asema BWANA.

16 Hivi ndivyo asemavyo BWANA:

"Simama kwenye njia panda utazame,
ulizia mapito ya zamani,
ulizia wapi ilipo njia nzuri, uifuate hiyo,
nanyi mtapata raha nafsini mwenu.
Lakini ninyi mlisema, 'Hatutaipita hiyo.'
17 Niliweka walinzi juu yenu na kusema,
'Sikieni sauti ya tarumbeta!'
Lakini mkasema, 'Hatutasikiliza.'
18 Kwa hiyo sikilizeni, enyi mataifa,
angalieni, enyi mashahidi,
lile litakalowatokea.
19 Sikia, ee nchi:
Ninaleta maafa juu ya watu hawa,
matunda ya mipango yao,
kwa sababu hawakusikiliza maneno yangu
na wameikataa sheria yangu.
20 Unanifaa nini uvumba kutoka Sheba,
au udi wa harufu nzuri kutoka nchi
ya mbali?
Sadaka zako za kuteketezwa hazikubaliki,
dhabihu zako hazinifurahishi mimi."

21 Kwa hiyo hivi ndivyo asemavyo BWANA:

"Nitaweka vikwazo mbele ya watu hawa.
Baba na wana wao watajikwaa juu yake,
majirani na marafiki wataangamia."

22 Hivi ndivyo asemavyo BWANA:

"Tazama, jeshi linakuja
kutoka nchi ya kaskazini,
taifa kubwa linaamshwa
kutoka miisho ya dunia.
23 Wamejifunga pinde na mkuki,
ni wakatili na hawana huruma.
Wanatoa sauti kama bahari inayonguruma
wanapoendesha farasi zao.
Wanakuja kama watu waliojipanga tayari
kwa vita
ili kukushambulia, ee Binti Sayuni."
24 Tumesikia taarifa zao,
nayo mikono yetu imelegea.
Uchungu umetushika,
maumivu kama ya mwanamke katika
utungu wa kuzaa.
25 Usitoke kwenda mashambani
au kutembea barabarani,
kwa kuwa adui ana upanga,
na kuna vitisho kila upande.
26 Enyi watu wangu, vaeni magunia
mjivingirishe kwenye majivu,
ombolezeni kwa kilio cha uchungu
kama amliliaye mwana pekee,
kwa maana ghafula
mharabu atatujia.

27 "Nimekufanya wewe kuwa kitu cha
kujaribu chuma,
nao watu wangu kama mawe yenye madini,
ili upate kuzijua na kuzijaribu njia zao.

[a]10 Masikio yameziba kwa Kiebrania ina maana kwamba masikio yao hayajatahiriwa.

28 Wote ni waasi sugu,
wakienda huku na huko kusengenya.
Wao ni shaba na chuma,
wote wanatenda upotovu.
29 Mivuo inavuma kwa nguvu,
kinachoungua kwa huo moto ni risasi,
lakini pamoja na kusafisha kote huku
ni bure;
waovu hawaondolewi.
30 Wanaitwa fedha iliyokataliwa,
kwa sababu BWANA amewakataa."

Dini Za Uongo Hazina Maana

7 Hili ndilo neno lililomjia Yeremia kutoka kwa BWANA: 2 "Simama kwenye lango la nyumba ya BWANA, na huko upige mbiu ya ujumbe huu:

" 'Sikieni neno la BWANA, enyi watu wote wa Yuda mliokuja kupitia malango haya ili kumwabudu BWANA. 3 Hili ndilo asemalo BWANA Mwenye Nguvu Zote, Mungu wa Israeli: Tengenezeni njia zenu na matendo yenu, nami nitawaacha mkae mahali hapa. 4 Msitumainie maneno ya udanganyifu na kusema, "Hili ni Hekalu la BWANA, Hekalu la BWANA, Hekalu la BWANA!" 5 Kama kweli mkibadili njia zenu na matendo yenu, mkatendeana haki kila mmoja na mwenzake, 6 kama msipomwonea mgeni, yatima wala mjane, na kumwaga damu isiyo na hatia mahali hapa, nanyi kama msipofuata miungu mingine kwa madhara yenu wenyewe, 7 ndipo nitawaacha mkae mahali hapa, katika nchi niliyowapa baba zenu milele na milele. 8 Lakini tazama, mnatumainia maneno ya udanganyifu yasiyo na maana.

9 " 'Je, mtaiba na kuua, mtazini na kuapa kwa uongo, na kufukiza uvumba kwa Baali, na kufuata miungu mingine ambayo hamkuijua, 10 kisha mje na kusimama mbele yangu katika nyumba hii inayoitwa kwa Jina langu, mkisema, "Tuko salama." Salama kwa kufanya mambo haya yote ya kuchukiza? 11 Je, nyumba hii, iitwayo kwa Jina langu, imekuwa pango la wanyang'anyi kwenu? Lakini nimekuwa nikiona yanayotendeka! asema BWANA.

12 " 'Nendeni sasa mahali pangu palipokuwa huko Shilo, mahali ambapo nilipafanya pa kwanza kuwa makao ya Jina langu, nanyi mwone lile nililopafanyia kwa ajili ya uovu wa watu wangu Israeli. 13 Mlipokuwa mnafanya yote haya, asema BWANA, nilisema nanyi tena na tena, lakini hamkusikiliza; niliwaita, lakini hamkujibu. 14 Kwa hiyo, nililolifanyia Shilo, nitalifanya sasa kwa nyumba hii iitwayo kwa Jina langu, Hekalu mnalolitumainia, mahali nilipowapa ninyi na baba zenu. 15 Nitawafukuza mbele yangu, kama nilivyowafanyia ndugu zenu, watu wa Efraimu.'

16 "Kwa hiyo usiombe kwa ajili ya watu hawa, wala usinililie, na usifanye maombi kwa ajili yao; usinisihi, kwa sababu sitakusikiliza. 17 Je, huyaoni hayo wanayoyatenda katika miji ya Yuda na katika barabara za Yerusalemu? 18 Watoto wanakusanya kuni, baba zao wanawasha moto, na wanawake wanakanda unga na kuoka mikate kwa ajili ya Malkia wa Mbinguni. Wanamimina sadaka za vinywaji kwa miungu mingine ili kunikasirisha. 19 Lakini je, mimi ndiye wanayenikasirisha? asema BWANA. Je, hawajiumizi wenyewe na kujiaibisha?

20 " 'Kwa hiyo hivi ndivyo asemavyo BWANA Mwenyezi: Hasira yangu na ghadhabu yangu itamwagwa mahali hapa, juu ya mwanadamu na mnyama, juu ya miti ya shambani na juu ya matunda ya ardhini, nayo itaungua pasipo kuzimwa.

21 " 'Hivi ndivyo asemavyo BWANA Mwenye Nguvu Zote, Mungu wa Israeli: Endeleeni, ongezeni sadaka zenu za kuteketezwa juu ya dhabihu zenu nyingine, mle nyama hiyo wenyewe! 22 Kwa kuwa nilipowaleta baba zenu kutoka Misri na kusema nao, sikuwapa amri kuhusu sadaka za kuteketezwa na dhabihu tu, 23 lakini niliwapa amri hii nikisema: Nitiini mimi, nami nitakuwa Mungu wenu nanyi mtakuwa watu wangu. Enendeni katika njia zote ninazowaamuru ili mpate kufanikiwa. 24 Lakini hawakusikiliza wala kujali. Badala yake, walifuata ukaidi wa mioyo yao miovu. Walirudi nyuma badala ya kusonga mbele. 25 Tangu wakati ule baba zenu walipotoka Misri hadi sasa, siku baada ya siku, tena na tena nimewatumia watumishi wangu manabii. 26 Lakini hawakunisikiliza wala hawakujali. Walikuwa na shingo ngumu na kufanya maovu kuliko baba zao.'

27 "Utakapowaambia haya yote, hawatakusikiliza; utakapowaita, hawatajibu. 28 Kwa hiyo waambie, 'Hili ni taifa ambalo halimtii BWANA, Mungu wao, wala kukubali maonyo. Kweli imekufa, imetoweka midomoni mwao. 29 Nyoeni nywele zenu na kuzitupa, ombolezeni katika miinuko iliyo kame, kwa kuwa BWANA amekikataa na kukiacha kizazi hiki kilichomkasirisha.

Bonde La Machinjo

30 " 'Watu wa Yuda wamefanya maovu machoni pangu, asema BWANA. Wameziweka sanamu zao za machukizo ndani ya nyumba iitwayo kwa Jina langu, na wameitia unajisi. 31 Wamejenga mahali pa juu pa kuabudia sanamu pa Tofethi kwenye Bonde la Ben-Hinomu ili kuwateketeza wana wao na binti zao kwenye moto, kitu ambacho sikuamuru, wala hakikuingia akilini mwangu. 32 Kwa hiyo mjihadhari, siku zinakuja, asema BWANA, wakati watu watakapokuwa hawapaiti Tofethi au Bonde la Ben-Hinomu, lakini watapaita Bonde la Machinjo, kwa sababu watawazika wafu huko Tofethi mpaka pasiwe tena nafasi. 33 Ndipo mizoga ya watu hawa itakuwa chakula cha ndege wa angani na wanyama wa nchi, wala hapatakuwepo na yeyote wa kuwafukuza. 34 Nitazikomesha sauti za shangwe na furaha, na sauti za bwana arusi na bibi arusi katikati ya miji ya Yuda na barabara za Yerusalemu, kwa sababu nchi itakuwa ukiwa.

8 " 'Wakati huo, asema BWANA, mifupa ya wafalme na maafisa wa Yuda, mifupa ya makuhani na manabii, na mifupa ya watu wa Yerusalemu itaondolewa kutoka makaburi yao. 2 Itawekwa wazi kwa jua, na mwezi, na nyota zote za mbingu, ambazo walizipenda na kuzitumikia, na ambazo wamezifuata kutafuta ushauri na kuziabudu. Hawatakusanywa pamoja au kuzikwa, lakini watakuwa kama mavi yaliyotapakaa juu ya ardhi. 3 Popote nitakapowafukuzia, mabaki wote wa kizazi hiki kiovu watatamani kufa kuliko kuishi, asema BWANA Mwenye Nguvu Zote.'

Dhambi Na Adhabu

4 "Waambie, 'Hivi ndivyo asemavyo BWANA:

" 'Je, watu wanapoanguka hawainuki?
Je, mtu anapopotea harudi?
5 Kwa nini basi watu hawa walipotea?
Kwa nini Yerusalemu inapotea kila mara?
Wanang'ang'ania udanganyifu
na wanakataa kurudi.
6 Nimewasikiliza kwa makini,
lakini hawataki kusema lililo sawa.
Hakuna anayetubia makosa yake
akisema, "Nimefanya nini?"
Kila mmoja hufuata njia yake mwenyewe
kama farasi anayekwenda vitani.
7 Hata korongo aliyeko angani
anayajua majira yake yaliyoamriwa,
nao njiwa, mbayuwayu na koikoi
hufuata majira yao ya kurudi.
Lakini watu wangu hawajui
BWANA anachotaka kwao.

8 " 'Mwawezaje kusema, "Sisi tuna busara
kwa sababu tunayo sheria ya BWANA,"
wakati ambapo kwa hakika kalamu
ya uongo ya waandishi
imeandika kwa udanganyifu?
9 Wenye hekima wataaibika,
watafadhaika na kunaswa.
Kwa kuwa wamelikataa neno la BWANA,
hiyo hekima waliyo nayo ni ya
namna gani?
10 Kwa hiyo nitawapa watu wengine wake zao,
na mashamba yao kwa wamiliki wengine.
Kuanzia aliye mdogo kabisa hadi aliye
mkubwa kabisa,
wote wana tamaa ya kupata zaidi;
manabii na makuhani wanafanana,
wote wanafanya udanganyifu.
11 Wanafunga majeraha ya watu wangu
bila uangalifu.
Wanasema, "Amani, amani,"
wakati hakuna amani.
12 Je, wanaona aibu kwa ajili ya tabia yao
inayochukiza mno?
Hapana, hawana aibu hata kidogo,
hawajui hata kuona haya.
Kwa hiyo wataanguka miongoni mwa hao
walioanguka,
watashushwa chini watakapoadhibiwa,
asema BWANA.

13 " 'Nitayaondoa mavuno yao,
asema BWANA.
Hapatakuwepo zabibu kwenye
mzabibu.
Hapatakuwepo na tini kwenye mtini,
majani yake yatanyauka.
Kile nilichowapa
watanyang'anywa.' "

14 "Kwa nini tunaketi hapa?
Kusanyikeni pamoja!
Tukimbilie kwenye miji yenye maboma,
tukaangamie huko!
Kwa kuwa BWANA, Mungu wetu
ametuhukumu kuangamia,
na kutupa maji yenye sumu tunywe,
kwa sababu tumemtenda dhambi.
15 Tulitegemea amani,
lakini hakuna jema lililokuja,
tulitegemea wakati wa kupona,
lakini kulikuwa hofu tu.
16 Mkoromo wa farasi za adui
umesikika kuanzia Dani,
kwa mlio wa madume yao ya farasi,
nchi yote inatetemeka.
Wamekuja kuangamiza nchi na vyote
vilivyomo,
mji na wote waishio ndani yake."

17 "Tazama, nitatuma nyoka wenye sumu kali
katikati yenu,
fira ambao hawawezi kulogwa,
nao watawauma,"
asema BWANA.

18 Ee Mfariji wangu katika huzuni,
moyo wangu umezimia ndani yangu.
19 Sikia kilio cha watu wangu
kutoka nchi ya mbali:
"Je, BWANA hayuko Sayuni?
Je, Mfalme wake hayuko tena huko?"

"Kwa nini wamenikasirisha kwa
vinyago vyao,
kwa sanamu zao za kigeni zisizofaa?"

20 "Mavuno yamepita,
kiangazi kimekwisha,
nasi hatujaokolewa."

21 Kwa kuwa watu wangu wamepondwa, nami
nimepondeka pia;
ninaomboleza, nayo hofu kuu
imenishika.
22 Je, hakuna zeri ya kuponya katika Gileadi?
Je, hakuna tabibu huko?
Kwa nini basi hakuna uponyaji
wa majeraha ya watu wangu?
9 Laiti kichwa changu kingekuwa
chemchemi ya maji
na macho yangu yangekuwa kisima cha
machozi!
Ningelia usiku na mchana
kwa kuuawa kwa watu wangu.
2 Laiti ningekuwa na nyumba
ya kukaa wasafiri jangwani,
ningewaacha watu wangu
na kwenda mbali nao,
kwa kuwa wote ni wazinzi,
kundi la watu wadanganyifu.

3 "Huweka tayari ndimi zao kama upinde,
ili kurusha uongo;
wamekuwa na nguvu katika nchi
lakini si katika ukweli.

Wanatoka dhambi moja hadi nyingine,
hawanitambui mimi,"
asema BWANA.
4 "Jihadhari na rafiki zako;
usiwaamini ndugu zako.
Kwa kuwa kila ndugu ni mdanganyifu,
na kila rafiki ni msingiziaji.
5 Rafiki humdanganya rafiki,
hakuna yeyote asemaye kweli.
Wamefundisha ndimi zao kudanganya,
wanajichosha wenyewe katika kutenda
dhambi.
6 Unakaa katikati ya udanganyifu;
katika udanganyifu wao wanakataa
kunitambua mimi,"
asema BWANA.

7 Kwa hiyo hili ndilo asemalo BWANA Mwenye
Nguvu Zote:

"Tazama, nitawasafisha na kuwajaribu,
kwani ni nini kingine niwezacho kufanya
kwa sababu ya dhambi ya watu wangu?
8 Ndimi zao ni mshale wenye sumu,
hunena kwa udanganyifu.
Kwa kinywa chake kila mmoja huzungumza
maneno mazuri na jirani yake,
lakini moyoni mwake humtegea mtego.
9 Je, nisiwaadhibu kwa ajili ya jambo hili?"
asema BWANA.
"Je, nisijilipizie kisasi
kwa taifa kama hili?"

10 Nitalia na kuomboleza kwa ajili ya milima
na kuomboleza kuhusu malisho
ya jangwani.
Yamekuwa ukiwa, wala hakuna
apitaye humo,
milio ya ng'ombe haisikiki.
Ndege wa angani wametoroka
na wanyama wamekimbia.

11 "Nitaifanya Yerusalemu lundo la magofu,
makao ya mbweha;
nami nitaifanya miji ya Yuda kuwa ukiwa
ili asiwepo atakayeishi humo."

12 Ni mtu yupi aliye na hekima ya kutosha ayae-
lewe haya? Ni nani aliyefundishwa na BWANA
awezaye kuyaeleza haya? Kwa nini nchi imeha-
ribiwa na kufanywa ukiwa kama jangwa ambapo
hakuna awezaye kupita?
13 BWANA akasema, "Ni kwa sababu wameiacha
sheria yangu, niliyoiweka mbele yao: hawajanihe-
shimu mimi wala kufuata sheria yangu. 14 Badala
yake wamefuata ukaidi wa mioyo yao, wamefuata
Mabaali, kama vile baba zao walivyowafundisha."
15 Kwa hiyo, hivi ndivyo asemavyo BWANA Mwenye
Nguvu Zote, Mungu wa Israeli: "Tazama, nitawafa-
nya watu hawa wale chakula kichungu na kunywa
maji yenye sumu. 16 Nitawatawanya katika mataifa
ambayo wao wala baba zao hawakuwajua, nikiwa-
fuata kwa upanga mpaka niwe nimewaangamiza
kabisa."

17 Hivi ndivyo asemavyo BWANA Mwenye Nguvu
Zote:

"Fikiri sasa! Waite wanawake
waombolezao waje,
waite wale walio na ustadi kuliko wote.
18 Nao waje upesi
na kutuombolezea,
mpaka macho yetu yafurike machozi
na vijito vya maji vitoke kwenye
kope zetu.
19 Sauti ya kuomboleza imesikika kutoka
Sayuni:
'Tazama jinsi tulivyoangamizwa!
Tazama jinsi aibu yetu ilivyo kubwa!
Ni lazima tuihame nchi yetu
kwa sababu nyumba zetu zimekuwa
magofu.' "

20 Basi, enyi wanawake, sikieni neno
la BWANA;
fungueni masikio yenu msikie maneno
ya kinywa chake.
Wafundisheni binti zenu kuomboleza;
fundishaneni kila mmoja na mwenzake
maombolezo.
21 Mauti imeingia ndani kupitia madirishani,
imeingia kwenye majumba yetu
ya fahari;
imewakatilia mbali watoto katika barabara
na vijana waume kutoka viwanja
vya miji.

22 Sema, "Hili ndilo asemalo BWANA:

" 'Maiti za wanaume zitalala
kama mavi katika mashamba,
kama malundo ya nafaka nyuma
ya mvunaji,
wala hakuna anayekusanya.' "

23 Hili ndilo asemalo BWANA:

"Mwenye hekima asijisifu katika
hekima yake,
au mwenye nguvu ajisifu katika
nguvu zake,
wala tajiri ajisifu katika utajiri wake,
24 lakini yeye ajisifuye, na ajisifu kwa
sababu hili:
kwamba ananifahamu na kunijua
mimi,
kwamba mimi ndimi BWANA,
nitendaye wema,
hukumu na haki duniani,
kwa kuwa napendezwa na haya,"
asema BWANA.

25 "Siku zinakuja, nitakapowaadhibu wale wote
ambao wametahiriwa kimwili tu, asema BWANA,
26 yaani Misri, Yuda, Edomu, Amoni, Moabu na
wote wanaoishi jangwani sehemu za mbali. Kwa
maana mataifa haya yote hayakutahiriwa mioyo
yao, nayo nyumba yote ya Israeli haikutahiriwa."

Mungu Na Sanamu

10 Sikieni lile ambalo BWANA, anena nanyi ee
nyumba ya Israeli. 2 Hili ndilo asemalo BWANA:

"Usijifunze njia za mataifa
wala usitishwe na ishara katika anga,
ingawa mataifa yanatishwa nazo.
3 Kwa maana desturi za mataifa hazina maana,
wanakata mti msituni,
na fundi anauchonga kwa patasi.
4 Wanaparemba kwa fedha na dhahabu,
wanakikaza kwa nyundo na misumari ili
kisitikisike.
5 Sanamu zao ni kama sanamu
iliyowekwa shambani la matango
kutishia ndege
nazo haziwezi kuongea;
sharti zibebwe
sababu haziwezi kutembea.
Usiziogope; haziwezi kudhuru,
wala kutenda lolote jema."

6 Hakuna aliye kama wewe, Ee BWANA;
wewe ni mkuu,
jina lako ni lenye nguvu katika uweza.
7 Ni nani ambaye haimpasi kukuheshimu
wewe,
Ee Mfalme wa mataifa?
Hii ni stahili yako.
Miongoni mwa watu wote wenye hekima
katika mataifa na katika falme zao zote,
hakuna aliye kama wewe.
8 Wote hawana akili, tena ni wapumbavu,
wanafundishwa na sanamu za miti
zisizofaa lolote.
9 Huleta fedha iliyofuliwa kutoka Tarshishi
na dhahabu kutoka Ufazi.
Kile ambacho fundi na sonara
wametengeneza
huvikwa mavazi ya rangi ya samawi
na urujuani:
vyote vikiwa vimetengenezwa
na mafundi stadi.
10 Lakini BWANA ni Mungu wa kweli,
yeye ndiye Mungu aliye hai, Mfalme
wa milele.
Anapokasirika, dunia hutetemeka,
mataifa hayawezi kustahimili hasira yake.

11 "Waambie hivi: 'Miungu hii, ambayo haikuu-
mba mbingu na dunia, itaangamia kutoka dunia
na kutoka chini ya mbingu.' "

12 Lakini Mungu aliiumba dunia kwa
uweza wake,
akaweka misingi ya ulimwengu kwa
hekima yake,
na akazitandaza mbingu kwa
ufahamu wake.
13 Atoapo sauti yake, maji yaliyo katika
mbingu hunguruma;
huyafanya mawingu yainuke kutoka
miisho ya dunia.
Hupeleka umeme wa radi pamoja na mvua,
naye huuleta upepo kutoka ghala zake.

14 Kila mmoja ni mjinga na hana maarifa,
kila sonara ameaibishwa na
sanamu zake.
Vinyago vyake ni vya udanganyifu,
havina pumzi ndani yavyo.
15 Havifai kitu, ni vitu vya kufanyia mzaha tu,
hukumu yavyo itakapowadia,
vitaangamia.
16 Yeye aliye Fungu la Yakobo sivyo alivyo,
kwani ndiye Muumba wa vitu vyote,
pamoja na Israeli, kabila la urithi wake:
BWANA Mwenye Nguvu Zote ndilo
jina lake.

Maangamizi Yajayo

17 Kusanyeni mali na vitu vyenu mwondoke
nchi hii,
enyi mnaoishi katika hali ya kuzingirwa
na jeshi.
18 Kwa kuwa hili ndilo asemalo BWANA:
"Wakati huu, nitawatupa nje kwa nguvu
wote waishio katika nchi hii;
nitawataabisha
ili waweze kutekwa."

19 Ole wangu mimi kwa ajili ya kuumia kwangu!
Jeraha langu ni kubwa!
Lakini nilisema,
"Kweli hii ni adhabu yangu,
nami sharti niistahimili."
20 Hema langu limeangamizwa;
kamba zake zote zimekatwa.
Wana wangu wametekwa na hawapo tena;
hakuna hata mmoja aliyebaki wa
kusimamisha hema langu
wala wa kusimamisha kibanda changu.
21 Wachungaji hawana akili
wala hawamuulizi BWANA,
hivyo hawastawi
na kundi lao lote la kondoo
limetawanyika.
22 Sikilizeni! Taarifa inakuja:
ghasia kubwa kutoka nchi ya kaskazini!
Hii itafanya miji ya Yuda ukiwa,
makao ya mbweha.

Maombi Ya Yeremia

23 Ninajua, Ee BWANA, kwamba maisha
ya mwanadamu si yake mwenyewe;
hawezi kuziongoza hatua zake
mwenyewe.
24 Unirudi, Ee BWANA, lakini kwa kipimo
cha haki:
si katika hasira yako,
usije ukaniangamiza.
25 Umwage ghadhabu yako juu ya mataifa
wasiokujua wewe,
juu ya mataifa wasioliitia jina lako.
Kwa kuwa wamemwangamiza Yakobo;
wamemwangamiza kabisa
na kuiharibu nchi yake.

Agano Limevunjwa

11 Hili ndilo neno lililomjia Yeremia kutoka
kwa BWANA: 2 "Sikia maneno ya agano hili,
nawe uwaambie watu wa Yuda na wale waishio
Yerusalemu. 3 Waambie kwamba hili ndilo ase-
malo BWANA, Mungu wa Israeli: 'Amelaaniwa mtu
ambaye hatayatii maneno ya agano hili, 4 maneno
niliyowaamuru baba zenu nilipowatoa katika nchi
ya Misri, kutoka tanuru la kuyeyushia vyuma.'
Nilisema, 'Nitiini mimi na mfanye kila kitu nina-
chowaamuru, nanyi mtakuwa watu wangu, nami
nitakuwa Mungu wenu. 5 Kisha nitatimiza kiapo
nilichowaapia baba zenu, kuwapa nchi itiririkayo
maziwa na asali,' nchi ambayo mnaimiliki leo."

Nikajibu, "Amen, BWANA."

6 BWANA akaniambia, "Tangaza maneno haya
yote katika miji ya Yuda na katika barabara za
Yerusalemu: 'Sikilizeni maneno ya agano hili na
kuyafuata. 7 Tangu wakati ule niliwapandisha baba
zenu kutoka Misri mpaka leo, niliwaonya tena na
tena, nikisema "Nitiini mimi." 8 Lakini hawakusi-
kiliza wala kujali. Badala yake, walifuata ukaidi wa
mioyo yao miovu. Hivyo nikaleta juu yao laana zote
za agano nililokuwa nimewaamuru wao kulifuata,
lakini wao hawakulishika.' "

9 Kisha BWANA akaniambia, "Kuna shauri baya
linaloendelea miongoni mwa watu wa Yuda na
wale wanaoishi Yerusalemu. 10 Wamerudia dhambi
za baba zao, waliokataa kusikiliza maneno yangu.
Wameifuata miungu mingine kuitumikia. Nyumba
zote mbili za Israeli na Yuda zimelivunja agano nili-
lofanya na baba zao. 11 Kwa hivyo, hili ndilo asemalo
BWANA: 'Nitaleta juu yao maafa ambayo hawawezi
kuyakimbia. Hata kama wakinililia, sitawasikiliza.
12 Miji ya Yuda na watu wa Yerusalemu watakwenda
kuililia miungu ambayo wameifukizia uvumba,
lakini haitawasaidia kamwe wakati maafa yataka-
powapiga. 13 Mnayo miungu mingi kama miji mliyo
nayo, ee Yuda, nazo madhabahu mlizozijenga za
kufukizia uvumba huyo mungu wa aibu Baali ni
nyingi kama barabara za Yerusalemu.'

14 "Wewe usiwaombee watu hawa wala kufanya
maombezi yoyote au kunisihi kwa ajili yao, kwa
sababu sitawasikiliza watakaponiita wakati wa
taabu yao.

15 "Mpenzi wangu anafanya nini hekaluni
mwangu,
anapofanya mashauri yake maovu
na wengi?
Je, nyama iliyowekwa wakfu yaweza
kuondolea mbali adhabu yako?
Unapojiingiza katika ubaya wako,
ndipo unashangilia."

16 BWANA alikuita mti wa mzeituni uliostawi
ulio na matunda mazuri kwa sura.
Lakini kwa ngurumo ya mawimbi makuu
atautia moto,
nayo matawi yake yatavunjika.

17 BWANA Mwenye Nguvu Zote, aliyekupanda, ame-
tamka maafa kwa ajili yako, kwa sababu nyumba
ya Israeli na nyumba ya Yuda mmefanya maovu
na kunikasirisha kwa kumfukizia Baali uvumba.

Shauri Baya Dhidi Ya Yeremia

18 Kwa sababu BWANA alinifunulia hila zao mbaya,
nilizifahamu, kwa kuwa wakati ule alinionyesha
yale waliyokuwa wanayafanya. 19 Nilikuwa kama
mwana-kondoo mpole aliyeongozwa machinjoni;
mimi sikutambua kwamba walikuwa wamefanya
shauri baya dhidi yangu, wakisema,

"Sisi na tuuangamize mti na matunda yake;
nasi tumkatilie mbali kutoka nchi
ya walio hai,
ili jina lake lisikumbukwe tena."
20 Lakini, Ee BWANA Mwenye Nguvu Zote,
wewe uhukumuye kwa haki,
nawe uchunguzaye moyo na akili,
wacha nione ukiwalipiza wao kisasi,
kwa maana kwako nimeweka
shauri langu.

21 "Kwa hiyo hili ndilo BWANA asemalo kuhusu
watu wa Anathothi wale wanaotafuta uhai wako
wakisema, 'Usitoe unabii kwa jina la BWANA,
la sivyo utakufa kwa mikono yetu': 22 kwa hiyo
hili ndilo BWANA Mwenye Nguvu Zote asemalo:
'Nitawaadhibu. Vijana wao waume watakufa kwa
upanga, wana wao na binti zao kwa njaa. 23 Hawa-
tasaziwa hata mabaki kwao, kwa sababu nitaleta
maafa kwa watu wa Anathothi katika mwaka wa
adhabu yao.' "

Lalamiko La Yeremia

12 Wewe daima u mwenye haki, Ee BWANA,
niletapo mashtaka mbele yako.
Hata hivyo nitazungumza nawe kuhusu
hukumu yako:
Kwa nini njia ya waovu inafanikiwa?
Kwa nini wasio waaminifu
wote wanaishi kwa raha?
2 Umewapanda, nao wameota,
wanakua na kuzaa matunda.
Daima u midomoni mwao,
lakini mbali na mioyo yao.
3 Hata hivyo unanijua mimi, Ee BWANA;
unaniona na kuyachunguza mawazo
yangu kukuhusu wewe.
Wakokote kama kondoo wanaokwenda
kuchinjwa!
Watenge kwa ajili ya siku ya kuchinjwa!
4 Je, nchi itakaa katika hali ya kuomboleza
mpaka lini,
na majani katika kila shamba kunyauka?
Kwa sababu wale waishio ndani yake
ni waovu,
wanyama na ndege wameangamia.
Zaidi ya hayo, watu wanasema,
"BWANA hataona yatakayotupata sisi."

Jibu La Mungu

5 "Ikiwa umeshindana mbio na watu kwa
mguu na wakakushinda,
unawezaje kushindana na farasi?

Ikiwa unajikwaa kwenye nchi ambayo
ni salama,
utawezaje kwenye vichaka kando
ya Yordani?
6 Ndugu zako, watu wa jamaa yako
mwenyewe:
hata wao wamekusaliti;
wameinua kilio kikubwa dhidi yako.
Usiwaamini, ingawa wanazungumza
mema juu yako.

7 "Nitaiacha nyumba yangu,
nitupe urithi wangu;
nitamtia yeye nimpendaye
mikononi mwa adui zake.
8 Urithi wangu umekuwa kwangu
kama simba wa msituni.
Huningurumia mimi,
kwa hiyo ninamchukia.
9 Je, urithi wangu haukuwa
kama ndege wa mawindo wa madoadoa
ambaye ndege wengine wawindao
humzunguka na kumshambulia?
Nenda ukawakusanye pamoja wanyama
wote wa mwituni;
walete ili wale.
10 Wachungaji wengi wataliharibu shamba
langu la mizabibu
na kulikanyaga shamba langu;
watalifanya shamba langu zuri
kuwa jangwa la ukiwa.
11 Litafanywa kuwa jangwa,
lililokauka na kuachwa ukiwa
mbele zangu;
nchi yote itafanywa jangwa
kwa sababu hakuna hata mmoja
anayejali.
12 Juu ya miinuko yote ilivyo kama jangwani
mharabu atajaa,
kwa maana upanga wa Bwana utawala,
kuanzia ncha moja ya nchi hadi nyingine;
hakuna hata mmoja atakayekuwa salama.
13 Watapanda ngano lakini watavuna miiba;
watajitaabisha lakini hawatafaidi
chochote.
Kwa hiyo beba aibu ya mavuno yako
kwa sababu ya hasira kali
ya Bwana Mungu."

14 Hili ndilo asemalo Bwana: "Kwa habari ya
majirani zangu wote wabaya wanaonyang'anya
urithi ambao ninawapa watu wangu Israeli, nita-
wang'oa kutoka nchi zao, nami nitaing'oa nyumba
ya Yuda kutoka katikati yao. 15 Lakini baada ya
kuwang'oa, nitawahurumia tena na kumrudisha
kila mmoja wao kwenye urithi wake mwenyewe
na kwenye nchi yake mwenyewe. 16 Ikiwa watajifu-
nza vyema njia za watu wangu na kuapa kwa Jina
langu, wakisema, 'Hakika kama Bwana aishivyo,'
hata kama wakati fulani walifundisha watu wangu
kuapa kwa Baali, ndipo watakapofanywa imara
katikati ya watu wangu. 17 Lakini kama taifa lolote
halitasikiliza na kutii, nitaling'oa kabisa na kulia-
ngamiza," asema Bwana.

Mkanda Wa Kitani

13 Hili ndilo Bwana aliloniambia: "Nenda unu-
nue mkanda wa kitani, ujivike kiunoni mwako,
lakini usiuache uguse maji." 2 Kwa hiyo nikanunua
mkanda, kama Bwana alivyoniagiza, nikajivika
kiunoni.
3 Ndipo neno la Bwana likanijia kwa mara ya
pili: 4 "Chukua mkanda ulionunua ambao umeuvaa
kiunoni mwako, uende sasa Frati uufiche ndani ya
ufa mdogo kwenye mwamba." 5 Ndipo nikaenda
na kuuficha ule mkanda huko Frati, kama Bwana
alivyoniamuru.
6 Baada ya siku nyingi Bwana akaniambia,
"Nenda sasa Frati ukauchukue ule mkanda nilio-
kuambia uufiche huko." 7 Hivyo nikaenda Frati na
kuuchimbua ule mkanda kutoka pale nilipokuwa
nimeuficha, lakini sasa ulikuwa umeharibika na
haufai tena kabisa.
8 Ndipo neno la Bwana likanijia: 9 "Hili ndilo
Bwana asemalo: 'Vivyo hivyo ndivyo nitakavyo-
kiharibu kiburi cha Yuda na kiburi kikuu cha
Yerusalemu. 10 Watu hawa waovu, wanaokataa
kusikiliza maneno yangu, wafuatao ukaidi wa
mioyo yao na kufuata miungu mingine kuitumikia
na kuiabudu, watakuwa kama mkanda huu ambao
haufai kabisa! 11 Kwa maana kama vile mkanda ufu-
ngwavyo kiunoni mwa mtu, ndivyo nilivyojifunga
nyumba yote ya Israeli na nyumba yote ya Yuda,'
asema Bwana, 'ili wawe watu wangu kwa ajili ya
utukufu wangu, sifa na heshima yangu. Lakini
hawajasikiliza.'

Viriba Vya Mvinyo

12 "Waambie: 'Hili ndilo Bwana, Mungu wa Israeli,
asemalo: kila kiriba inapasa kijazwe mvinyo.' Kama
wao wakikuambia, 'Kwani hatujui kwamba kila
kiriba inapasa kijazwe mvinyo?' 13 Kisha uwaambie,
'Hili ndilo asemalo Bwana: nitawajaza ulevi wote
waishio katika nchi hii, pamoja na wafalme waketio
juu ya kiti cha enzi cha Daudi, makuhani, manabii
na wale wote waishio Yerusalemu. 14 Nitawagonga-
nisha kila mmoja na mwenzake, baba na wana wao,
asema Bwana. Sitawarehemu wala kuwahurumia
ili niache kuwaangamiza.' "

Tishio La Kutekwa

15 Sikieni na mzingatie,
msiwe na kiburi,
kwa kuwa Bwana amenena.
16 Mpeni utukufu Bwana Mungu wenu,
kabla hajaleta giza,
kabla miguu yenu haijajikwaa
juu ya vilima vitakavyotiwa giza.
Mlitarajia nuru,
lakini ataifanya kuwa giza nene
na kuibadili kuwa huzuni kubwa.
17 Lakini kama hamtasikiliza,
nitalia sirini
kwa ajili ya kiburi chenu;
macho yangu yatalia kwa uchungu,
yakitiririka machozi,
kwa sababu kundi la kondoo la Bwana
litachukuliwa mateka.

18 Mwambie mfalme na mamaye,
"Shukeni kutoka kwenye viti vyenu
vya enzi,
kwa kuwa taji zenu za utukufu
zitaanguka kutoka vichwani mwenu."
19 Miji iliyoko Negebu itafungwa,
wala hapatakuwa na mtu wa kuifungua.
Watu wa Yuda wote watapelekwa
uhamishoni,
wakichukuliwa kabisa waende mbali.

20 Inua macho yako uone
wale wanaokuja kutoka kaskazini.
Liko wapi lile kundi ulilokabidhiwa,
kondoo wale uliojivunia?
21 Utasema nini BWANA atakapowaweka
juu yako
wale uliounganana nao kama marafiki
wako maalum?
Je, hutapatwa na utungu kama mwanamke
aliye katika utungu wa kuzaa?
22 Nawe kama ukijiuliza,
"Kwa nini haya yamenitokea?"
Ni kwa sababu ya dhambi zako nyingi
ndipo marinda yako yameraruliwa
na mwili wako umetendewa vibaya.
23 Je, Mkushi aweza kubadili ngozi yake
au chui kubadili madoadoa yake?
Vivyo hivyo nawe huwezi kufanya mema
wewe uliyezoea kutenda mabaya.

24 "Nitawatawanya kama makapi
yapeperushwayo na upepo wa jangwani.
25 Hii ndiyo kura yako,
fungu nililokuamuria,"
asema BWANA,
"kwa sababu umenisahau mimi
na kuamini miungu ya uongo.
26 Nitayafunua marinda yako mpaka juu
ya uso wako
ili aibu yako ionekane:
27 uzinzi wako na kulia kwako kama farasi
kulikojaa tamaa,
ukahaba wako usio na aibu!
Nimeyaona matendo yako ya machukizo
juu ya vilima na mashambani.
Ole wako, ee Yerusalemu!
Utaendelea kuwa najisi mpaka lini?"

Ukame, Njaa Na Upanga

14 Hili ndilo neno la BWANA kwa Yeremia kuhusu ukame:

2 "Yuda anaomboleza,
miji yake inayodhoofika;
wanaomboleza kwa ajili ya nchi,
nacho kilio kinapanda kutoka
Yerusalemu.
3 Wakuu wanawatuma watumishi wao maji;
wanakwenda visimani
lakini humo hakuna maji.
Wanarudi na vyombo bila maji;
wakiwa na hofu na kukata tamaa,
wanafunika vichwa vyao.
4 Ardhi imepasuka nyufa
kwa sababu hakuna mvua katika nchi;
wakulima wana hofu
na wanafunika vichwa vyao.
5 Hata kulungu mashambani
anamwacha mtoto wake aliyezaliwa
wakati huo huo
kwa sababu hakuna majani.
6 Punda-mwitu wanasimama juu ya miinuko
iliyo kame
na kutweta kama mbweha;
macho yao yanakosa nguvu za kuona
kwa ajili ya kukosa malisho."

7 Ingawa dhambi zetu zinashuhudia
juu yetu,
Ee BWANA, tenda jambo kwa ajili
ya jina lako.
Kwa kuwa kukengeuka kwetu ni kukubwa,
nasi tumetenda dhambi dhidi yako.
8 Ee Tumaini la Israeli,
Mwokozi wake wakati wa taabu,
kwa nini unakuwa kama mgeni katika nchi,
kama msafiri anayekaa kwa usiku
mmoja tu?
9 Mbona unakuwa kama mtu aliyeshtukizwa,
kama shujaa asiye na uwezo wa kuokoa?
Wewe uko katikati yetu, Ee BWANA,
nasi tunaitwa kwa jina lako;
usituache!

10 Hili ndilo BWANA asemalo kuhusu watu hawa:

"Wanapenda sana kutangatanga,
hawaizuii miguu yao.
Hivyo BWANA hawakubali;
sasa ataukumbuka uovu wao
na kuwaadhibu kwa ajili ya dhambi zao."

11 Kisha BWANA akaniambia, "Usiombe kwa ajili
ya mafanikio ya watu hawa. 12 Ingawa wanafunga,
sitasikiliza kilio chao; hata wakitoa dhabihu za
kuteketezwa na dhabihu za nafaka, sitazikubali.
Badala yake, nitawaangamiza kwa upanga, njaa
na tauni."
13 Lakini nikasema, "Aa, BWANA Mwenyezi,
manabii wanaendelea kuwaambia, 'Hamtaona
upanga wala kukabiliwa na njaa. Naam, nitawapa
amani ya kudumu mahali hapa.'"
14 Ndipo BWANA akaniambia, "Manabii wana-
tabiri uongo kwa jina langu. Sikuwatuma, wala
sikuwaweka, wala sikusema nao. Wanawatabiria
maono ya uongo, maaguzi, maono ya sanamu
zisizofaa kitu, na madanganyo ya mawazo yao
wenyewe. 15 Kwa hiyo, hili ndilo BWANA asemalo
kuhusu manabii wanaotabiri kwa jina langu: Mimi
sikuwatuma, lakini wanasema, 'Hakuna upanga
wala njaa itakayoigusa nchi hii.' Manabii hao hao
watakufa kwa upanga na njaa. 16 Nao watu hao
wanaowatabiria watatupwa nje katika barabara
za Yerusalemu kwa sababu ya njaa na upanga.
Hapatakuwepo yeyote wa kuwazika wao au wake
zao, wana wao au binti zao. Nitawamwagia maafa
wanayostahili.

[17] "Nena nao neno hili:

" 'Macho yangu na yatiririkwe na machozi
usiku na mchana bila kukoma;
kwa kuwa binti yangu aliye bikira, yaani
watu wangu,
amepata jeraha baya,
pigo la kuangamiza.
[18] Kama nikienda mashambani,
ninaona wale waliouawa kwa upanga;
kama nikienda mjini,
ninaona maangamizi ya njaa.
Nabii na kuhani kwa pamoja
wamekwenda katika nchi wasiyoijua.' "
[19] Je, umemkataa Yuda kabisa?
Umemchukia Sayuni kabisa?
Kwa nini umetuumiza
hata hatuwezi kuponyeka?
Tulitarajia amani,
lakini hakuna jema lililotujia;
tulitarajia wakati wa kupona
lakini kuna hofu kuu tu.
[20] Ee Bwana, tunatambua uovu wetu
na kosa la baba zetu;
kweli tumetenda dhambi dhidi yako.
[21] Kwa ajili ya jina lako usituchukie kabisa;
usikidharau kiti chako cha enzi
kilichotukuka.
Kumbuka agano lako nasi
na usilivunje.
[22] Je, kuna sanamu yoyote isiyofaa kitu
ya mataifa
iwezayo kuleta mvua?
Je, anga peke yake zaweza kutoa mvua?
La hasha, ni wewe peke yako,
Ee Bwana, Mungu wetu.
Kwa hiyo tumaini letu liko kwako,
kwa kuwa wewe ndiwe ufanyaye
haya yote.

Adhabu Isiyoepukika

15 Kisha Bwana akaniambia: "Hata kama Mose
na Samweli wangesimama mbele zangu, moyo
wangu usingewaelekea watu hawa. Waondoe
mbele za macho yangu! Waache waende! [2] Nao
kama wakikuuliza, 'Twende wapi?' Waambie, 'Hili
ndilo Bwana asemalo:

" 'Wale waliowekwa kwa ajili ya kufa,
wakafe;
waliowekwa kwa ajili ya upanga, kwa
upanga;
waliowekwa kwa ajili ya njaa, kwa njaa:
waliowekwa kwa ajili ya kutekwa,
watekwe.' "

[3] Bwana asema, "Nitatuma aina nne za waha-
rabu dhidi yao: nazo ni upanga ili kuua na mbwa ili
wakokote mbali, ndege wa angani na wanyama wa
nchi ili kula na kuangamiza. [4] Nitawafanya wawe
machukizo kwa falme zote za dunia kwa sababu
ya kile alichofanya Manase mwana wa Hezekia
mfalme wa Yuda huko Yerusalemu.

[5] "Ni nani atakayekuhurumia,
ee Yerusalemu?
Ni nani atakayeomboleza kwa ajili yako?
Ni nani atakayesimama ili kuuliza
kuhusu hali yako?
[6] Umenikataa mimi," asema Bwana.
"Unazidi kukengeuka.
Hivyo nitanyoosha mkono wangu juu yako
na kukuangamiza,
siwezi kuendelea kukuonea huruma.
[7] Nitawapepeta kwa uma wa kupepetea
kwenye malango ya miji katika nchi.
Nitaleta msiba na maangamizi juu
ya watu wangu,
kwa maana hawajabadili njia zao.
[8] Nitawafanya wajane wao kuwa wengi
kuliko mchanga wa bahari.
Wakati wa adhuhuri nitamleta mharabu
dhidi ya mama wa vijana wao waume;
kwa ghafula nitaleta juu yao
maumivu makuu na hofu kuu.
[9] Mama mwenye watoto saba atazimia
na kupumua pumzi yake ya mwisho.
Jua lake litatua kungali bado mchana,
atatahayarika na kufedheheka.
Wale wote waliobaki nitawaua kwa upanga
mbele ya adui zao,"
asema Bwana.

[10] Ole wangu, mama yangu,
kwamba ulinizaa,
mtu ambaye ulimwengu wote
unashindana na kugombana naye!
Sikukopa wala sikukopesha,
lakini kila mmoja ananilaani.

[11] Bwana akasema,

"Hakika nitakuokoa kwa kusudi jema,
hakika nitawafanya adui zako wakuombe
msaada
nyakati za maafa na nyakati za dhiki.
[12] "Je, mtu aweza kuvunja chuma,
chuma kitokacho kaskazini, au shaba?
[13] Utajiri wako na hazina zako nitavitoa
kuwa nyara,
bila gharama,
kwa sababu ya dhambi zako zote
katika nchi yako yote.
[14] Nitakufanya uwe mtumwa wa adui zako
katika nchi usiyoijua,
kwa kuwa katika hasira yangu moto
umewashwa
utakaowaka juu yako daima."
[15] Wewe unafahamu, Ee Bwana,
unikumbuke na unitunze mimi.
Lipiza kisasi juu ya watesi wangu.
Kwa uvumilivu wako usiniondolee mbali;
kumbuka jinsi ninavyoshutumiwa.
[16] Maneno yako yalipokuja, niliyala;
yakawa shangwe yangu
na furaha ya moyo wangu,

kwa kuwa nimeitwa kwa jina lako,
Ee Bwana Mungu Mwenye Nguvu Zote.
17 Kamwe sikuketi katika kundi la wafanyao sherehe,
wala kamwe sikujifurahisha pamoja nao;
niliketi peke yangu kwa sababu mkono wako ulikuwa juu yangu,
na wewe ulikuwa umenijaza hasira.
18 Kwa nini maumivu yangu hayakomi,
na jeraha langu ni la kuhuzunisha,
wala haliponyeki?
Je, utakuwa kwangu kama kijito cha udanganyifu,
kama chemchemi iliyokauka?

19 Kwa hiyo hili ndilo asemalo Bwana:

"Kama ukitubu, nitakurejeza
ili uweze kunitumikia;
kama ukinena maneno yenye maana,
wala si ya upuzi,
utakuwa mnenaji wangu.
Watu hawa ndio watakaokugeukia,
wala si wewe utakayewageukia wao.
20 Nitakufanya wewe uwe ukuta kwa watu hawa,
ngome ya ukuta wa shaba;
watapigana nawe
lakini hawatakushinda,
kwa maana mimi niko pamoja nawe
kukuponya na kukuokoa,"
asema Bwana.
21 "Nitakuokoa kutoka mikono ya waovu,
na kukukomboa kutoka makucha
ya watu wakatili."

Siku Ya Maafa

16 Kisha neno la Bwana likanijia: 2 "Kamwe
usioe na kuwa na wana wala binti mahali
hapa." 3 Kwa maana hili ndilo asemalo Bwana
kuhusu wana na binti wazaliwao katika nchi hii,
na kuhusu wale wanawake ambao ni mama zao,
na wale wanaume ambao ni baba zao: 4 "Watakufa
kwa magonjwa ya kufisha. Hawataombolezewa
wala kuzikwa, lakini watakuwa kama mavi yaliyo-
sambaa juu ya ardhi. Watakufa kwa upanga na kwa
njaa, nazo maiti zao zitakuwa chakula cha ndege
wa angani, na cha wanyama wa nchi."
5 Kwa kuwa hili ndilo asemalo Bwana: "Usiingie
katika nyumba ambayo kuna chakula cha matanga,
usiende kuwaombolezea wala kuwahurumia, kwa
sababu nimeziondoa baraka zangu, upendo wangu
na huruma zangu kutoka kwa watu hawa," asema
Bwana. 6 "Wakubwa na wadogo watakufa katika
nchi hii. Hawatazikwa wala kuombolezewa, na
hakuna atakayejikatakata au kunyoa nywele za
kichwa chake kwa ajili yao. 7 Hakuna yeyote ataka-
yewapa chakula ili kuwafariji wale waombolezao
kwa ajili ya wale waliokufa, hata akiwa amefiwa na
baba au mama, wala hakuna yeyote atakayewapa
kinywaji ili kuwafariji.
8 "Usiingie katika nyumba ambayo kuna karamu,
na kuketi humo ili kula na kunywa. 9 Kwa kuwa hili
ndilo asemalo Bwana Mwenye Nguvu Zote, aliye
Mungu wa Israeli: 'Mbele ya macho yako na katika
siku zako, nitakomesha sauti zote za shangwe na
za furaha, na pia sauti za bibi arusi na bwana arusi
mahali hapa.'
10 "Utakapowaambia watu hawa mambo haya
yote na wakakuuliza, 'Kwa nini Bwana ameamuru
maafa makubwa kama haya dhidi yetu? Tumefa-
nya kosa gani? Tumetenda dhambi gani dhidi ya
Bwana, Mungu wetu?' 11 Basi waambie, 'Ni kwa
sababu baba zenu waliniacha mimi, wakafuata
miungu mingine ili kuitumikia na kuiabudu. Wali-
niacha mimi na hawakuishika sheria yangu,' asema
Bwana. 12 'Lakini ninyi mmetenda uovu zaidi kuliko
baba zenu. Tazama jinsi ambavyo kila mmoja wenu
anafuata ukaidi wa moyo wake mbaya, badala ya
kunitii mimi. 13 Kwa hiyo nitawaondoa katika nchi
hii na kuwatupa katika nchi ambayo ninyi wala
baba zenu hamkuijua, nako huko mtaitumikia
miungu mingine usiku na mchana, kwa maana
sitawapa fadhili zangu huko.'
14 "Hata hivyo, siku zinakuja," asema Bwana,
"wakati ambapo watu hawatasema tena, 'Hakika
kama Bwana aishivyo, aliyewapandisha Waisraeli
kutoka Misri,' 15 bali watasema, 'Hakika kama
Bwana aishivyo, aliyewatoa wana wa Israeli
kutoka nchi ya kaskazini na nchi zote alizokuwa
amewafukuzia.' Maana nitawarudisha katika nchi
niliyowapa baba zao.
16 "Lakini sasa nitawaagiza wavuvi wengi,"
asema Bwana, "nao watawavua. Baada ya hilo,
nitawaagizia wawindaji wengi, nao watawawinda
kwenye kila mlima na kilima, na katika nyufa za
miamba. 17 Macho yangu yanaziona njia zao zote,
hazikufichika kwangu, wala dhambi yao haikusi-
tirika. 18 Nitawalipiza maradufu kwa ajili ya uovu
wao na dhambi yao, kwa sababu wameinajisi nchi
yangu kwa maumbo yasiyo na uhai ya vinyago
vyao vibaya, na kuijaza urithi wangu na sanamu
za kuchukiza."

19 Ee Bwana, nguvu zangu na ngome yangu,
kimbilio langu wakati wa taabu,
kwako mataifa yatakujia
kutoka miisho ya dunia na kusema,
"Baba zetu hawakuwa na chochote zaidi
ya miungu ya uongo,
sanamu zisizofaa kitu
ambazo hazikuwafaidia lolote.
20 Je, watu hujitengenezea miungu yao wenyewe?
Naam, lakini hao si miungu!"

21 "Kwa hiyo nitawafundisha:
wakati huu nitawafundisha
nguvu zangu na uwezo wangu.
Ndipo watakapojua
kuwa Jina langu ndimi Bwana.

Dhambi Ya Yuda Na Adhabu Yake

17 "Dhambi ya Yuda imechorwa kwa kalamu
ya chuma,
imeandikwa kwa ncha ya almasi,
kwenye vibao vya mioyo yao
na kwenye pembe za madhabahu zao.

[2] Hata watoto wao wanakumbuka
madhabahu zao
na nguzo za Ashera,[a]
kandokando ya miti iliyotanda
na juu ya vilima virefu.
[3] Mlima wangu katika nchi pamoja na utajiri
na hazina zako zote nitazitoa ziwe nyara,
pamoja na mahali pako pa juu pa kuabudia
miungu
kwa sababu ya dhambi katika nchi
yako yote.
[4] Kwa kosa lako mwenyewe utaupoteza
urithi niliokupa.
Nitakufanya mtumwa wa adui zako
katika nchi usiyoijua,
kwa kuwa umeiwasha hasira yangu,
nayo itawaka milele."

[5] Hili ndilo asemalo BWANA:

"Amelaaniwa yeye amtegemeaye
mwanadamu,
ategemeaye mwenye mwili
kwa ajili ya nguvu zake,
ambaye moyo wake
umemwacha BWANA.
[6] Atakuwa kama kichaka cha jangwani;
hataona mafanikio yatakapokuja.
Ataishi katika sehemu zisizo na maji,
katika nchi ya chumvi ambapo
hakuna yeyote aishiye humo.

[7] "Lakini amebarikiwa mtu ambaye tumaini
lake ni katika BWANA,
ambaye matumaini yake
ni katika BWANA.
[8] Atakuwa kama mti uliopandwa kando ya maji
uenezao mizizi yake karibu na kijito
cha maji.
Hauogopi wakati wa joto ujapo;
majani yake ni mabichi daima.
Hauna hofu katika mwaka wa ukame
na hautaacha kuzaa matunda."

[9] Moyo ni mdanganyifu kuliko vitu vyote,
ni mwovu kupita kiasi.
Ni nani awezaye kuujua?

[10] "Mimi BWANA huchunguza moyo
na kuzijaribu nia,
ili kumlipa mtu kwa kadiri ya
mwenendo wake,
kwa kadiri ya matendo yake
yanavyostahili."

[11] Kama kware aanguaye mayai asiyoyataga,
ndivyo alivyo mtu apataye mali kwa njia
zisizo za haki.
Maisha yake yafikapo katikati, siku
zitamwacha,
na mwishoni atabainika kuwa
mpumbavu.

[12] Kiti cha enzi kilichotukuzwa,
kilichoinuliwa tangu mwanzo,
ndiyo sehemu yetu ya mahali patakatifu.
[13] Ee BWANA, uliye tumaini la Israeli,
wote wakuachao wataaibika.
Wale wanaogeukia mbali nawe
wataandikwa mavumbini
kwa sababu wamemwacha BWANA,
chemchemi ya maji yaliyo hai.

[14] Uniponye, Ee BWANA, nami nitaponyeka;
uniokoe nami nitaokoka,
kwa maana wewe ndiwe ninayekusifu.
[15] Wao huendelea kuniambia,
"Liko wapi neno la BWANA?
Sasa na litimie!"
[16] Sijakukimbia na kuacha kuwa
mchungaji wako;
unajua sijaitamani siku ya kukata tamaa.
Kile kipitacho midomoni mwangu
ki wazi mbele yako.
[17] Usiwe kwangu kitu cha kunitia hofu kuu;
wewe ndiwe kimbilio langu katika siku
ya maafa.
[18] Watesi wangu na waaibishwe,
lakini nilinde mimi nisiaibike;
wao na watiwe hofu kuu,
lakini unilinde mimi na hofu kuu.
Waletee siku ya maafa;
waangamize kwa maangamizi maradufu.

Kuiadhimisha Sabato

[19] Hili ndilo BWANA aliloniambia: "Nenda uka-
simame kwenye lango la watu, mahali ambako
wafalme wa Yuda huingilia na kutokea, simama
pia kwenye malango mengine yote ya Yerusalemu.
[20] Waambie, 'Sikieni neno la BWANA, enyi wafalme
wa Yuda, nanyi watu wote wa Yuda, na kila mmoja
aishiye Yerusalemu apitaye katika malango haya.
[21] Hili ndilo asemalo BWANA: Jihadharini msije mka-
beba mzigo siku ya Sabato, wala kuingiza mzigo
kupitia malango ya Yerusalemu. [22] Msitoe mizigo
nje ya nyumba zenu wala kufanya kazi yoyote
wakati wa Sabato, lakini itakaseni siku ya Sabato,
kama nilivyowaamuru baba zenu. [23] Hata hivyo
hawakusikiliza wala kujali, walishupaza shingo
zao, na hawakutaka kusikia wala kukubali adhabu.
[24] Lakini mkiwa waangalifu kunitii, asema BWANA,
nanyi msipoleta mzigo wowote kupitia malango ya
mji huu wakati wa Sabato, lakini mkaitakasa siku
ya Sabato kwa kutofanya kazi siku hiyo, [25] ndipo
wafalme wakaao juu ya kiti cha enzi cha Daudi
wataingia kupitia malango ya mji huu, pamoja na
maafisa wao. Wao na maafisa wao watakuja wakiwa
wamepanda magari na farasi, wakiandamana na
watu wa Yuda na wale waishio Yerusalemu, nao
mji huu utakaliwa na watu daima. [26] Watu wata-
kuja kutoka miji ya Yuda na vijiji vinavyoizunguka
Yerusalemu, kutoka nchi ya Benyamini na chini
ya vilima vya magharibi, kutoka nchi ya vilima
na Negebu, wakileta sadaka za kuteketezwa na
dhabihu, sadaka za nafaka, uvumba na sadaka
za shukrani kwenye nyumba ya BWANA. [27] Lakini
ikiwa hamtanitii mimi kwa kuitakasa Sabato na

[a]2 Ashera ni mungu mke aliyekuwa anaabudiwa na Wakanaani.

kwa kutochukua mzigo wowote mnapoingia katika
malango ya Yerusalemu wakati wa Sabato, basi
nitawasha moto usiozimika katika malango ya
Yerusalemu utakaoteketeza ngome zake.' "

Katika Nyumba Ya Mfinyanzi

18 Hili ndilo neno lililomjia Yeremia kutoka kwa
BWANA: 2 "Shuka uende mpaka nyumba ya
mfinyanzi, nami huko nitakupa ujumbe wangu."
3 Kwa hiyo nikashuka mpaka kwenye nyumba ya
mfinyanzi, nikamkuta akifinyanga kwa gurudumu
lake. 4 Lakini chombo alichokuwa akikifinyanga
kutokana na udongo kilivunjika mikononi mwake,
hivyo mfinyanzi akakifanya kuwa chombo kingine,
umbo jingine kama vile ilivyoonekana vyema
kwake yeye.
5 Kisha neno la BWANA likanijia kusema: 6 "Ee
nyumba ya Israeli, je, siwezi kuwafanyia kama huyu
mfinyanzi afanyavyo?" asema BWANA. "Kama vile
udongo ulivyo katika mikono ya mfinyanzi, ndivyo
mlivyo katika mkono wangu, ee nyumba ya Israeli.
7 Ikiwa wakati wowote nikitangaza kuwa taifa au
ufalme utang'olewa, utaangushwa na kuangami-
zwa, 8 ikiwa lile taifa nililolionya litatubia uovu
wake, ndipo nitakapokuwa na huruma, wala sita-
wapiga kwa maafa niliyokuwa nimewakusudia.
9 Ikiwa wakati mwingine nitatangaza kuwa taifa
ama utawala ujengwe na kuwekwa wakfu, 10 ikiwa
utafanya maovu mbele zangu na hukunitii, ndipo
nitakapoghairi makusudio yangu mema niliyo-
kuwa nimeyakusudia.
11 "Basi kwa hiyo waambie watu wa Yuda na wale
waishio Yerusalemu, 'Hili ndilo asemalo BWANA:
Tazama! Ninaandaa maafa kwa ajili yenu, nami
ninabuni mabaya dhidi yenu. Kwa hiyo geukeni
kutoka njia zenu mbaya, kila mmoja wenu, tenge-
nezeni njia zenu na matendo yenu.' 12 Lakini wao
watajibu, 'Hakuna faida. Tutaendelea na mipango
yetu wenyewe, kila mmoja wetu atafuata ukaidi wa
moyo wake mbaya.' "
13 Kwa hiyo hili ndilo asemalo BWANA:

"Ulizia miongoni mwa mataifa:
  Ni nani alishasikia jambo kama hili?
Jambo la kutisha sana limefanywa
  na Bikira Israeli.
14 Je, barafu ya Lebanoni iliwahi kutoweka
  kwenye miteremko yake ya mawe wakati
    wowote?
Je, maji yake baridi yatokayo katika vyanzo
    vilivyo mbali
  yaliwahi kukoma kutiririka wakati
    wowote?
15 Lakini watu wangu wamenisahau mimi,
  wanafukizia uvumba sanamu
    zisizofaa kitu,
zilizowafanya wajikwae katika njia zao
  na katika mapito ya zamani.
Zimewafanya wapite kwenye vichochoro
  na kwenye barabara ambazo hazikujengwa.
16 Nchi yao itaharibiwa,
  itakuwa kitu cha kudharauliwa daima;
wote wapitao karibu nayo watashangaa
  na kutikisa vichwa vyao.
17 Kama upepo utokao mashariki,
  nitawatawanya mbele ya adui zao;
nitawapa kisogo wala sio uso,
  katika siku ya maafa yao."

18 Wakasema, "Njooni, tutunge hila dhidi ya
Yeremia; kwa kuwa kufundisha sheria kwa kuhani
hakutapotea, wala shauri litokalo kwa mwenye
hekima, wala neno la manabii. Hivyo njooni,
tumshambulie kwa ndimi zetu na tusijali chochote
asemacho."

19 Nisikilize, Ee BWANA,
  sikia wanayosema washtaki wangu!
20 Je, mema yalipwe kwa mabaya?
  Lakini wao wamenichimbia shimo.
Kumbuka kwamba nilisimama mbele yako
  na kunena mema kwa ajili yao,
  ili wewe ugeuze hasira yako kali mbali nao.
21 Kwa hiyo uwaache watoto wao waone njaa;
  uwaache wauawe kwa makali ya upanga.
Wake zao wasiwe na watoto, na wawe
    wajane;
  waume wao wauawe,
nao vijana wao waume
  wachinjwe kwa upanga vitani.
22 Kilio na kisikike kutoka kwenye
    nyumba zao
  ghafula uwaletapo adui dhidi yao,
kwa kuwa wamechimba shimo ili
    kunikamata
  na wameitegea miguu yangu mitego.
23 Lakini unajua, Ee BWANA,
  hila zao zote za kuniua.
Usiyasamehe makosa yao
  wala usifute dhambi zao
  mbele za macho yako.
Wao na waangamizwe mbele zako;
  uwashughulikie wakati wa hasira yako.

Gudulia La Udongo Lililovunjika

19 Hili ndilo asemalo BWANA: "Nenda ukanu-
nue gudulia la udongo kutoka kwa mfinyanzi.
Wachukue baadhi ya wazee wa watu na wa maku-
hani 2 na mtoke mwende mpaka kwenye Bonde la
Ben-Hinomu, karibu na ingilio la Lango la Vigae.
Huko tangaza maneno ninayokuambia, 3 nawe
useme, 'Sikieni neno la BWANA, enyi wafalme wa
Yuda na watu wa Yerusalemu. Hili ndilo BWANA
Mwenye Nguvu Zote, Mungu wa Israeli, asemalo:
Sikilizeni! Nitaleta maafa mahali hapa, ambayo
yatafanya masikio ya kila mmoja atakayesikia
habari zake yawashe. 4 Kwa kuwa wameniacha na
kupafanya mahali hapa kuwa pa miungu ya kigeni.
Wameiteketezea sadaka miungu ambayo wao wala
baba zao wala wafalme wa Yuda kamwe hawakui-
jua, nao wamelijaza eneo hili kwa damu isiyo na
hatia. 5 Wamejenga mahali pa juu pa kuabudia miu-
ngu pa Baali ili kuteketeza wana wao katika moto
kama sadaka kwa Baali, kitu ambacho sikukiamuru
wala kukitaja, wala hakikuingia akilini mwangu.
6 Hivyo jihadharini, siku zinakuja, asema BWANA,
wakati watu hawatapaita tena mahali hapa Tofethi
ama Bonde la Ben-Hinomu, bali Bonde la Machinjo.

[7] " 'Nitaiharibu mipango ya Yuda na Yerusa-
lemu mahali hapa. Nitawafanya waanguke kwa
upanga mbele ya adui zao, katika mikono ya wale
watafutao uhai wao, nami nitaitoa mizoga yao
kuwa chakula cha ndege wa angani na wanyama
wa nchi. [8] Nitauharibu mji huu na kuufanya kitu
cha kudharauliwa. Wote wapitao karibu wata-
shangaa na kuudhihaki kwa sababu ya majeraha
yake yote. [9] Nitawafanya wao kula nyama ya wana
wao na binti zao; kila mmoja atakula nyama ya
mwenzake wakati wa dhiki ya kuzungukwa na
jeshi lililowekwa juu yao na adui wanaotafuta
uhai wao.'
[10] "Kisha livunje lile gudulia wale walio pamoja
nawe wakiwa wanaangalia, [11] uwaambie, 'Hili ndilo
BWANA Mwenye Nguvu Zote asemalo: Nitalivunja
taifa hili na mji huu kama gudulia hili la mfinyanzi
lilivyovunjwa, nalo haliwezi kutengenezeka tena.
Watawazika waliokufa huko Tofethi hata isiwepo
nafasi zaidi. [12] Hivi ndivyo nitakavyopafanya
mahali hapa na kwa wale waishio ndani yake,
asema BWANA. Nitaufanya mji huu kama Tofethi.
[13] Nyumba zilizoko Yerusalemu na zile za wafa-
lme wa Yuda zitatiwa unajisi kama mahali hapa,
Tofethi: yaani nyumba zote ambazo walifukiza
uvumba juu ya mapaa yake kwa jeshi lote la angani,
na kumimina dhabihu za vinywaji kwa miungu
mingine.' "
[14] Kisha Yeremia akarudi kutoka Tofethi, mahali
ambapo BWANA alikuwa amemtuma kutoa una-
bii, akasimama katika ua wa Hekalu la BWANA
na kuwaambia watu wote, [15] "Hili ndilo BWANA
Mwenye Nguvu Zote, Mungu wa Israeli, asemalo:
'Sikilizeni! Nitaleta juu ya mji huu pamoja na vijiji
vinavyouzunguka kila maafa niliyosema dhidi
yake, kwa sababu wamekuwa na shingo ngumu,
na hawakuyasikiliza maneno yangu.' "

Yeremia Ateswa Na Pashuri

20 Ikawa kuhani Pashuri mwana wa Imeri, mkuu
wa maafisa wa Hekalu la BWANA, alipomsi-
kia Yeremia akitoa unabii juu ya mambo haya,
[2] akaamuru Yeremia nabii apigwe na kufungwa
kwenye mkatale katika Lango la Juu la Benyamini
huko Hekaluni la BWANA. [3] Siku ya pili Pashuri
alipomwachia kutoka kwenye mkatale, Yeremia
akamwambia, "BWANA hakukuita jina lako kuwa
Pashuri bali Magor-Misabibu.[a] [4] Kwa kuwa hili
ndilo asemalo BWANA: 'Nitakufanya kuwa hofu
kuu kwako wewe mwenyewe na rafiki zako wote,
na kwa macho yako mwenyewe utawaona wakia-
nguka kwa upanga wa adui zao. Nitawatia Yuda
wote mikononi mwa mfalme wa Babeli, ambaye
atawachukua na kuwapeleka Babeli, ama awaue
kwa upanga. [5] Nitatia utajiri wote wa mji huu kwa
adui zao: yaani mazao yao yote, vitu vyao vyote
vya thamani, na hazina zote za wafalme wa Yuda.
Watavitwaa kwa nyara na kuvipeleka Babeli. [6] Nawe
Pashuri pamoja na wote waishio katika nyumba
yako mtakwenda uhamishoni Babeli. Mtafia humo
na kuzikwa, wewe na rafiki zako wote ambao ume-
watabiria uongo.' "

Malalamiko Ya Yeremia

[7] Ee BWANA, umenidanganya,
nami nikadanganyika;
wewe una nguvu kuniliko,
nawe umenishinda.
Ninadharauliwa mchana kutwa,
kila mmoja ananidhihaki.
[8] Kila ninenapo, ninapiga kelele
nikitangaza ukatili na uharibifu.
Kwa hiyo neno la BWANA limeniletea
matukano
na mashutumu mchana kutwa.
[9] Lakini kama nikisema, "Sitamtaja
wala kusema tena kwa jina lake,"
neno lake linawaka ndani ya moyo wangu
kama moto,
moto uliofungwa ndani ya mifupa yangu.
Nimechoka sana kwa kulizuia ndani
mwangu;
kweli, siwezi kujizuia.
[10] Ninasikia minong'ono mingi,
"Hofu iko pande zote!
Mshtakini! Twendeni tumshtaki!"
Rafiki zangu wote wananisubiri niteleze,
wakisema,
"Labda atadanganyika;
kisha tutamshinda
na kulipiza kisasi juu yake."

[11] Lakini BWANA yu pamoja nami
kama shujaa mwenye nguvu;
hivyo washtaki wangu watajikwaa
na kamwe hawatashinda.
Watashindwa, nao wataaibika kabisa;
kukosa adabu kwao hakutasahauliwa.
[12] Ee BWANA Mwenye Nguvu Zote,
wewe umjaribuye mwenye haki
na kupima moyo na nia,
hebu nione ukilipiza kisasi juu yao,
kwa maana kwako
nimeliweka shauri langu.

[13] Mwimbieni BWANA!
Mpeni BWANA sifa!
Yeye huokoa uhai wa mhitaji
kutoka mikononi mwa waovu.

[14] Ilaaniwe siku niliyozaliwa!
Nayo isibarikiwe ile siku
mama yangu aliyonizaa!
[15] Alaaniwe mtu yule aliyemletea baba yangu
habari,
yule aliyemfanya afurahi sana, akisema,
"Mtoto amezaliwa kwako,
tena mtoto wa kiume!"
[16] Mtu huyo na awe kama miji ile
ambayo BWANA Mungu
aliiangamiza bila huruma.
Yeye na asikie maombolezo asubuhi
na kilio cha vita adhuhuri.
[17] Kwa sababu hakuniua nikiwa tumboni,
hivyo mama yangu angekuwa
kaburi langu,

---

[a]3 Magor-Misabibu maana yake hapa ni Vitisho pande zote.

nalo tumbo lake la uzazi
lingebaki kuwa kubwa daima.
18 Kwa nini basi nilitoka tumboni
ili kuona taabu na huzuni,
na kuzimaliza siku zangu katika aibu?

Mungu Anakataa Ombi La Sedekia

21 Neno lilimjia Yeremia kutoka kwa BWANA
wakati Mfalme Sedekia alipowatuma Pashuri
mwana wa Malkiya, na kuhani Sefania mwana
wa Maaseya kwake, kusema: 2 "Tuulizie sasa kwa
BWANA, kwa sababu Nebukadneza mfalme wa
Babeli anatushambulia. Labda BWANA atatenda
maajabu kwa ajili yetu kama nyakati zilizopita, ili
Nebukadneza atuondokee."
3 Lakini Yeremia akawajibu, "Mwambieni Sede-
kia, 4 'Hili ndilo BWANA, Mungu wa Israeli, asemalo:
Ninakaribia kuwageuzia silaha za vita zilizo miko-
noni mwenu, ambazo mnatumia kupigana na
mfalme wa Babeli na Wakaldayo ambao wako nje ya
ukuta wakiwazunguka kwa jeshi. Nami nitawakusa-
nya ndani ya mji huu. 5 Mimi mwenyewe nitapigana
dhidi yenu kwa mkono wangu ulionyooshwa na
mkono wa nguvu, kwa hasira na ghadhabu kali na
ukali mwingi. 6 Nitawaangamiza waishio katika mji
huu, watu na wanyama, nao watauawa kwa tauni ya
kutisha. 7 Baada ya hayo, nitamtia Sedekia mfalme
wa Yuda, maafisa wake na watu wa mji huu ambao
walinusurika tauni, upanga na njaa, mkononi mwa
Nebukadneza mfalme wa Babeli, na kwa adui zao
wale wanaotafuta uhai wao. Atawaua kwa upanga;
hatakuwa na rehema juu yao au huruma wala kuwa-
sikitikia,' asema BWANA.
8 "Zaidi ya hayo, waambie watu hawa, 'Hili ndilo
asemalo BWANA: Tazama, naweka mbele yenu njia
ya uzima, na njia ya mauti. 9 Yeyote atakayekaa
katika mji huu atakufa kwa upanga, njaa au tauni.
Lakini yeyote atakayetoka na kujisalimisha kwa
Wakaldayo ambao wameuzunguka mji huu kwa
jeshi, atanusurika, naye ataishi. 10 Nimekusudia
kuufanyia mji huu jambo baya, wala si jema.
Utatiwa mikononi mwa mfalme wa Babeli, naye
atauteketeza kwa moto, asema BWANA.'
11 "Zaidi ya hayo, ambia nyumba ya mfalme ya
Yuda, 'Sikia neno la BWANA, 12 Ewe nyumba ya
Daudi, hili ndilo BWANA asemalo:

" 'Hukumuni kwa haki kila asubuhi,
mwokoeni mikononi mwa mdhalimu
yeye aliyetekwa nyara,
la sivyo ghadhabu yangu italipuka
na kuwaka kama moto
kwa sababu ya uovu mlioufanya:
itawaka na hakuna wa kuizima.
13 Niko kinyume nawe, ee Yerusalemu,
wewe uishiye juu ya bonde hili
kwenye uwanda wa juu wa miamba,
asema BWANA,
wewe usemaye, "Ni nani awezaye kuja
kinyume chetu?
Nani ataingia mahali pa kimbilio letu?"
14 Nitawaadhibu kama istahilivyo
matendo yenu,
asema BWANA.
Nitawasha moto katika misitu yenu
ambao utateketeza kila kitu
kinachowazunguka.' "

Hukumu Dhidi Ya Wafalme Waovu

22 Hili ndilo asemalo BWANA: "Shuka kwenye
jumba la kifalme la mfalme wa Yuda, uta-
ngaze ujumbe huu huko: 2 'Sikia neno la BWANA,
ee mfalme wa Yuda, wewe uketiye kwenye kiti
cha enzi cha Daudi: wewe, maafisa wako na watu
wako mnaopitia malango haya. 3 Hili ndilo BWANA
asemalo: Tenda haki na adili. Mwokoe mkononi
mwa mdhalimu yeye aliyetekwa nyara. Usimtendee
mabaya wala ukatili mgeni, yatima au mjane, wala
usimwage damu isiyo na hatia mahali hapa. 4 Kwa
kuwa ukiwa mwangalifu kushika maagizo haya,
ndipo wafalme watakaokalia kiti cha enzi cha
Daudi watakapoingia kupitia malango ya jumba
hili la kifalme, wakiwa wamepanda magari na
farasi, huku wakifuatana na maafisa wao na watu
wao. 5 Lakini kama hutayatii maagizo haya, asema
BWANA, ninaapa kwa nafsi yangu kwamba jumba
hili litakuwa gofu.' "
6 Kwa kuwa hili ndilo BWANA asemalo kuhusu
jumba la kifalme la mfalme wa Yuda:

"Ingawa uko kama Gileadi kwangu,
kama kilele cha Lebanoni,
hakika nitakufanya uwe kama jangwa,
kama miji ambayo haijakaliwa na watu.
7 Nitawatuma waharabu dhidi yako,
kila mtu akiwa na silaha zake,
nao watazikata boriti zako nzuri za mierezi
na kuzitupa motoni.

8 "Watu kutoka mataifa mengi watapitia karibu
na mji huu na kuulizana, 'Kwa nini BWANA amefa-
nya jambo la namna hii juu ya mji huu mkubwa?'
9 Nalo jibu litakuwa: 'Kwa sababu wameliacha
agano la BWANA, Mungu wao, na wameabudu na
kuitumikia miungu mingine.' "

10 Usimlilie yeye aliyekufa, wala
usimwombolezee;
badala yake, afadhali umlilie kwa uchungu
yule aliyepelekwa uhamishoni,
kwa sababu kamwe hatairudia
wala kuiona tena nchi yake alikozaliwa.

11 Kwa kuwa hili ndilo asemalo BWANA kuhusu
Shalumu[a] mwana wa Yosia, aliyeingia mahali pa
baba yake kuwa mfalme wa Yuda, lakini ameo-
ndoka mahali hapa: "Yeye kamwe hatarudi tena.
12 Atafia huko mahali walipompeleka kuwa mateka;
hataiona tena nchi hii."

13 "Ole wake yeye ajengaye jumba lake la
kifalme kwa njia ya dhuluma,
vyumba vyake vya juu kwa udhalimu,
akiwatumikisha watu wa nchi yake
pasipo malipo,
bila kuwalipa kwa utumishi wao.

[a]11 Shalumu ndiye pia anaitwa Yehoahazi.

14 Asema, 'Nitajijengea jumba kuu la kifalme,
na vyumba vya juu vyenye nafasi kubwa.'
Hivyo anaweka ndani yake madirisha
makubwa,
huweka kuta za mbao za mierezi,
na kuipamba kwa rangi nyekundu.

15 "Je, inakufanya kuwa mfalme
huko kuongeza idadi ya mierezi?
Je, baba yako hakuwa na chakula
na kinywaji?
Alifanya yaliyo sawa na haki,
hivyo yeye akafanikiwa katika yote.
16 Aliwatetea maskini na wahitaji,
hivyo yeye akafanikiwa katika yote.
Je, hiyo si ndiyo maana ya kunijua mimi?"
asema BWANA.
17 "Lakini macho yako na moyo wako
vimeelekezwa tu
katika mapato ya udhalimu,
kwa kumwaga damu isiyo na hatia,
kwa uonevu na ukatili."

18 Kwa hiyo hili ndilo asemalo BWANA kuhusu
Yehoyakimu mwana wa Yosia mfalme wa Yuda:

"Hawatamwombolezea wakisema:
'Ole, ndugu yangu! Ole, umbu langu!'
Hawatamwombolezea wakisema:
'Ole, bwana wangu! Ole, fahari yake!'
19 Atazikwa maziko ya punda:
ataburutwa na kutupwa
nje ya malango ya Yerusalemu."

20 "Panda Lebanoni ukapige kelele,
sauti yako na isikike huko Bashani,
piga kelele toka Abarimu,
kwa kuwa wote waliojiunga nawe
wameangamizwa.
21 Nilikuonya wakati ulipojisikia kwamba
uko salama,
lakini ulisema, 'Mimi sitasikiliza!'
Hii imekuwa kawaida yako tangu
ujana wako;
hujanitii mimi.
22 Upepo utawaondoa wachungaji wako
wote,
na wale ulioungana nao wataenda
uhamishoni.
Kisha utaaibika na kufedheheka
kwa sababu ya uovu wako wote.
23 Wewe uishiye Lebanoni,
wewe uliyetulia kwenye majengo
ya mierezi,
tazama jinsi utakavyoomboleza
maumivu makali yatakapokupata,
maumivu kama yale ya mwanamke
mwenye utungu wa kuzaa!

24 "Hakika kama niishivyo," asema BWANA,
"hata kama wewe, Yekonia[a] mwana wa Yehoya-
kimu mfalme wa Yuda, ungekuwa pete yangu ya
muhuri katika mkono wangu wa kuume, bado
ningekung'oa hapo. 25 Nitakutia mikononi mwa
wale wanaotafuta uhai wako, wale unaowaogopa,
yaani Nebukadneza mfalme wa Babeli na kwa
Wakaldayo. 26 Nitakutupa mbali wewe na mama
aliyekuzaa mwende katika nchi nyingine, ambayo
hakuna hata mmoja wenu aliyezaliwa huko, nanyi
mtafia huko. 27 Kamwe hamtarudi katika nchi mli-
yotamani kuirudia."

28 Je, huyu mtu Yekonia ni chungu
kilichodharauliwa,
chungu kilichovunjika,
chombo kisichotakiwa na mtu yeyote?
Kwa nini yeye na watoto wake watupwe
nje kwa nguvu,
na kutupwa kwenye nchi wasioijua?
29 Ee nchi, nchi, nchi,
sikia neno la BWANA!
30 Hili ndilo BWANA asemalo:
"Mwandike huyu mtu kama asiye
na mtoto,
mtu ambaye hatafanikiwa maisha
yake yote,
kwa maana hakuna mtoto wake
atakayefanikiwa,
wala kukaa kwenye kiti cha enzi
cha Daudi
wala kuendelea kutawala katika Yuda."

Tawi La Haki

23 "Ole wao wachungaji wanaoharibu na kuta-
wanya kondoo wa malisho yangu!" asema
BWANA. 2 Kwa hiyo hili ndilo BWANA, Mungu wa
Israeli, analowaambia wachungaji wanaowachunga
watu wangu: "Kwa sababu mmelitawanya kundi
langu na kuwafukuzia mbali, wala hamkuwatu-
nza, basi mimi nitawaadhibu kwa ajili ya uovu
mliofanya," asema BWANA. 3 "Mimi mwenyewe
nitayakusanya mabaki ya kundi langu kutoka nchi
zote ambazo nimewafukuzia, nami nitawarudisha
katika malisho yao, mahali ambapo watazaa na
kuongezeka idadi yao. 4 Nitaweka wachungaji juu
yao ambao watawachunga, nao hawataogopa tena
au kutishwa, wala hatapotea hata mmoja," asema
BWANA.

5 BWANA asema, "Siku zinakuja,
nitakapomwinulia Daudi Tawi lenye haki,
Mfalme atakayetawala kwa hekima,
na kutenda lililo haki na sawa katika nchi.
6 Katika siku zake, Yuda ataokolewa
na Israeli ataishi salama.
Hili ndilo jina atakaloitwa:
BWANA Haki Yetu.

7 "Hivyo basi, siku zinakuja, wakati ambapo
watu hawatasema tena, 'Hakika kama BWANA
aishivyo, aliyewapandisha Waisraeli kutoka
Misri,' 8 bali watasema, 'Hakika kama BWANA
aishivyo, aliyewatoa wazao wa Israeli kutoka
nchi ya kaskazini na nchi zote alizokuwa ame-
wafukuzia,' asema BWANA. Ndipo wataishi katika
nchi yao wenyewe."

---

[a]24 Yekonia au Konia ni jina jingine la Yehoyakini.

Manabii Wasemao Uongo

9 Kuhusu manabii:

Moyo wangu umevunjika ndani yangu;
mifupa yangu yote inatetemeka.
Nimekuwa kama mtu aliyelewa,
kama mtu aliyelemewa na divai,
kwa sababu ya BWANA
na maneno yake matakatifu.
10 Nchi imejaa wazinzi;
kwa sababu ya laana, nchi imekauka
na malisho yaliyoko nyikani yamekauka.
Mwenendo wa manabii ni mbaya
na mamlaka yao si ya haki.

11 "Nabii na kuhani wote si wacha Mungu;
hata hekaluni mwangu ninaona
uovu wao,"
asema BWANA.
12 "Kwa hiyo mapito yao yatakuwa utelezi,
watafukuziwa mbali gizani
na huko wataanguka.
Nitaleta maafa juu yao
katika mwaka wa kuadhibiwa kwao,"
asema BWANA.

13 "Miongoni mwa manabii wa Samaria
nililiona jambo la kuchukiza:
Walitabiri kwa Baali
na kuwapotosha Israeli watu wangu.
14 Nako miongoni mwa manabii
wa Yerusalemu
nimeona jambo baya sana:
Wanafanya uzinzi
na kuenenda katika uongo.
Wanatia nguvu mikono ya watenda
mabaya,
kwa ajili hiyo hakuna yeyote
anayeachana na uovu wake.
Wote wako kama Sodoma kwangu;
watu na Yerusalemu wako kama
Gomora."

15 Kwa hiyo, hili ndilo BWANA Mwenye Nguvu
Zote asemalo kuhusu manabii:

"Nitawafanya wale chakula kichungu
na kunywa maji yaliyotiwa sumu,
kwa sababu kutokana na manabii
wa Yerusalemu
kutokumcha Mungu kumeenea katika
nchi yote."

16 Hili ndilo BWANA Mwenye Nguvu Zote ase-
malo:

"Msisikilize wanachowatabiria manabii,
wanawajaza matumaini ya uongo.
Wanasema maono kutoka akili zao
wenyewe,
hayatoki katika kinywa cha BWANA.
17 Huendelea kuwaambia wale
wanaonidharau mimi,
'BWANA asema: Mtakuwa na amani.'
Kwa wale wote wafuatao ugumu wa
mioyo yao,
wao husema, 'Hakuna dhara
litakalowapata.'
18 Lakini ni yupi miongoni mwao aliyesimama
katika baraza la BWANA
ili kuona au kusikia neno lake?
Ni nani aliyesikiliza
na kusikia neno lake?
19 Tazama, dhoruba ya BWANA
itapasuka kwa ghadhabu,
kisulisuli kitazunguka na kuanguka
vichwani vya waovu.
20 Hasira ya BWANA haitageuka mpaka
amelitimiza kusudi la moyo wake.
Siku zijazo mtalifahamu kwa wazi.
21 Mimi sikuwatuma manabii hawa,
lakini bado wamekimbia wakitangaza
ujumbe wao.
Mimi sikusema nao,
lakini wametabiri.
22 Lakini kama wangesimama barazani
mwangu,
wangetangaza maneno yangu kwa
watu wangu,
nao wangewageuza kutoka njia zao mbaya
na kutoka matendo yao maovu."

23 "Je, mimi ni Mungu aliyeko hapa
karibu tu,"
BWANA asema,
"wala si Mungu aliyeko pia mbali?
24 Je, mtu yeyote aweza kujificha
mahali pa siri ili nisiweze kumwona?"
BWANA asema.
"Je, mimi sikuijaza mbingu na nchi?"
BWANA asema.

25 "Nimesikia wanayoyasema manabii, hao
wanaotabiri uongo kwa jina langu. Wanasema,
'Nimeota ndoto! Nimeota ndoto!' 26 Mambo haya
yataendelea mpaka lini ndani ya mioyo ya hawa
manabii wa uongo, ambao hutabiri maono ya
uongo ya akili zao wenyewe? 27 Wanadhani ndoto
wanazoambiana wao kwa wao zitawafanya watu
wangu walisahau jina langu, kama baba zao wali-
vyolisahau jina langu kwa kumwabudu Baali.
28 Mwache nabii aliye na ndoto aseme ndoto yake,
lakini yule aliye na neno langu na aliseme kwa
uaminifu. Kwa maana jani kavu lina uhusiano gani
na ngano?" asema BWANA. 29 "Je, neno langu si kama
moto," asema BWANA, "na kama nyundo ivunjayo
mwamba vipande vipande?

30 "Kwa hiyo, niko kinyume na manabii wanaoi-
biana maneno kana kwamba ni yangu," asema
BWANA. 31 "Naam, mimi niko kinyume na mana-
bii wanaotikisa ndimi zao wenyewe na kusema,
'BWANA asema.' 32 Kweli, niko kinyume na hao
wanaotabiri ndoto za uongo," asema BWANA.
"Wanazisimulia na kuwapotosha watu wangu
kwa uongo wao bila kujali, lakini sikuwatuma
wala sikuwaamuru. Hawawafaidi watu hawa hata
kidogo," asema BWANA.

Maneno Ya Uongo Na Manabii Wa Uongo

33 “Wakati watu hawa, au nabii, au kuhani wata-
kapokuuliza, ‘Mzigo wa BWANA ni nini?’ wewe
utawaambia, ‘Ninyi ndio mzigo. Nami nitawavua
kama vazi, asema BWANA.’ 34 Nabii, kuhani, au
mtu yeyote akisema, ‘Huu ndio mzigo wa BWANA,’
nitamwadhibu huyo na nyumba yake. 35 Hivyo
mnaambiana kila mmoja na mwenzake, au kwa
mtu wa nyumba yao: ‘BWANA amejibu nini?’ au
‘BWANA amesema nini?’ 36 Lakini kamwe msiseme
tena, ‘Nina mzigo wa BWANA,’ kwa sababu kila
neno la mtu binafsi linakuwa mzigo wake mwe-
nyewe, na hivyo kupotosha maneno ya Mungu
aliye hai, BWANA Mwenye Nguvu Zote, Mungu
wetu. 37 Hivi ndivyo utakavyoendelea kumuuliza
nabii: ‘BWANA amekujibu nini?’ au ‘Je, BWANA
amesema nini?’ 38 Ingawa unadai, ‘Huu ndio mzigo
wa BWANA,’ hili ndilo BWANA asemalo: Ulitumia
maneno, ‘Huu ndio mzigo wa BWANA,’ hata ingawa
nilikuambia kuwa kamwe usiseme, ‘Huu ni mzigo
wa BWANA.’ 39 Kwa hiyo, hakika nitakusahau na
kukutupa mbali na uso wangu pamoja na mji
niliowapa ninyi na baba zenu. 40 Nitaleta juu
yako fedheha ya kudumu: yaani aibu ya kudumu
ambayo haitasahaulika.”

Vikapu Viwili Vya Tini

24 Baada ya Yekonia[a] mwana wa Yehoyakimu
mfalme wa Yuda, pamoja na maafisa, mafundi
stadi na wahunzi wa Yuda, kuchukuliwa kutoka
Yerusalemu kwenda Babeli na Nebukadneza mfa-
lme wa Babeli kwenda uhamishoni huko Babeli,
BWANA akanionyesha vikapu viwili vya tini vilivyo-
wekwa mbele ya Hekalu la BWANA. 2 Kikapu kimoja
kilikuwa na tini nzuri sana, kama zile za mavuno
ya kwanza. Kikapu cha pili kilikuwa na tini dhaifu
sana, mbovu mno zisizofaa kuliwa.

3 Kisha BWANA akaniuliza, “Je, Yeremia, unaona
nini?”

Nikamjibu, “Ninaona tini zile zilizo nzuri ni
nzuri sana, lakini zilizo dhaifu ni mbovu mno
zisizofaa kuliwa.”

4 Kisha neno la BWANA likanijia: 5 “Hili ndilo
BWANA, Mungu wa Israeli, asemalo: ‘Kama zilivyo
hizi tini nzuri, ndivyo ninavyowaona kuwa bora
watu wa uhamisho kutoka Yuda, niliowaondoa
kutoka mahali hapa kwenda katika nchi ya Waka-
ldayo. 6 Macho yangu yatakuwa juu yao kwa ajili
ya kuwapatia mema, nami nitawarudisha tena
katika nchi hii. Nitawajenga wala sitawabomoa,
nitawapanda wala sitawang'oa, 7 nitawapa moyo
wa kunifahamu mimi, kwamba mimi ndimi
BWANA. Watakuwa watu wangu, nami nitakuwa
Mungu wao, kwa maana watanirudia kwa moyo
wao wote.

8 “ ‘Lakini kama zilivyo zile tini dhaifu, ambazo
ni mbovu mno zisizofaa kuliwa,’ asema BWANA,
‘ndivyo nitakavyomtendea Sedekia mfalme wa
Yuda, maafisa wake na mabaki wengine kutoka
Yerusalemu, wawe wamebaki katika nchi hii,
au wanaishi Misri. 9 Nitawafanya kuwa chukizo
kabisa na kitu cha kulaumiwa katika mataifa yote
ya dunia, watakuwa aibu na kitu cha kudharau-
liwa, chombo cha dhihaka na kulaaniwa, popote
nitakapowafukuzia. 10 Nitautuma upanga, njaa na
tauni dhidi yao hadi wawe wameangamia kutoka
nchi niliyowapa wao na baba zao.’ ”

Miaka Sabini Ya Kuwa Mateka

25 Neno likamjia Yeremia kuhusu watu wote wa
Yuda, katika mwaka wa nne wa utawala wa
Yehoyakimu mwana wa Yosia mfalme wa Yuda,
ambao ulikuwa mwaka wa kwanza wa utawala
wa Nebukadneza mfalme wa Babeli. 2 Hivyo nabii
Yeremia akawaambia watu wote wa Yuda na wale
wote waishio Yerusalemu: 3 Kwa miaka ishirini
na mitatu, kuanzia mwaka wa kumi na tatu wa
utawala wa Yosia mwana wa Amoni mfalme wa
Yuda, hadi siku hii ya leo, neno la BWANA limekuwa
likinijia, nami nimesema nanyi mara kwa mara,
lakini hamkusikiliza.

4 Ingawa BWANA amewatuma watumishi wake
wote hao manabii kwenu mara kwa mara, hamku-
sikiliza wala hamkujali. 5 Walisema, “Geukeni
sasa, kila mmoja wenu kutoka njia yake mbaya na
matendo yake maovu, ndipo mtaweza kukaa katika
nchi ambayo BWANA aliwapa ninyi na baba zenu
milele. 6 Msiifuate miungu mingine ili kuitumikia
na kuiabudu. Msinikasirishe kwa vitu ambavyo
mmevitengeneza kwa mikono yenu.”

7 “Lakini ninyi hamkunisikiliza mimi, tena
mkanikasirisha kwa vitu mlivyovitengeneza kwa
mikono yenu, nanyi mmejiletea madhara juu yenu
wenyewe,” asema BWANA.

8 Kwa hiyo BWANA Mwenye Nguvu Zote asema
hivi: “Kwa sababu hamkuyasikiliza maneno yangu,
9 nitayaita mataifa yote ya kaskazini na mtumishi
wangu Nebukadneza mfalme wa Babeli,” asema
BWANA. “Nitawaleta waishambulie nchi hii na
wakazi wake wote, na dhidi ya mataifa yote yanayo-
wazunguka. Nitawaangamiza kabisa na kuwafanya
kitu cha kuchukiwa na kudharauliwa, na kuwa
magofu daima. 10 Nitawaondolea sauti ya shangwe
na furaha, sauti ya bibi na bwana arusi, sauti ya
mawe ya kusagia, na mwanga wa taa. 11 Nchi hii
yote itakuwa ukiwa na isiyofaa kitu, nayo mataifa
haya yatamtumikia mfalme wa Babeli kwa miaka
sabini.”

12 “Lakini miaka sabini itakapotimia, nitamwa-
dhibu mfalme wa Babeli na taifa lake na nchi ya
Wakaldayo kwa ajili ya hatia yao,” asema BWANA.
“Nitaifanya kuwa ukiwa milele. 13 Nitaleta juu ya
nchi hiyo mambo yote niliyosema dhidi yake, yote
yaliyoandikwa katika kitabu hiki, na kutolewa
unabii na Yeremia dhidi ya mataifa yote. 14 Wao
wenyewe watakuwa watumwa wa mataifa mengi
na wafalme wakuu. Nitawalipizia sawasawa na
matendo yao na kazi ya mikono yao.”

Kikombe Cha Ghadhabu Ya Mungu

15 Hili ndilo BWANA, Mungu wa Israeli, alilonia-
mbia: “Chukua kutoka mkononi mwangu kikombe
hiki kilichojaa divai ya ghadhabu yangu, na kuya-
nywesha mataifa yote ambayo ninakutuma kwao.
16 Watakapoinywa, watapepesuka na kukasirika

---

[a]1 Yekonia au Konia ni jina jingine la Yehoyakini.

sana kwa sababu ya upanga nitakaoupeleka kati-
kati yao."
17 Hivyo nikakichukua kikombe kutoka mko-
noni mwa BWANA, na kuyafanya mataifa yote
aliyonituma kwao kukinywa: 18 Yaani Yerusalemu
na miji ya Yuda, wafalme wake na maafisa wake,
kuwafanya magofu na kuwa kitu cha kuchukiza,
cha dhihaka na laana, kama walivyo leo; 19 pia Farao
mfalme wa Misri, watumishi wake, maafisa wake
na watu wake wote, 20 pia wageni wote walioko
huko; wafalme wote wa nchi ya Usi; wafalme wote
wa Wafilisti (wale wa Ashkeloni, Gaza, Ekroni na
watu walioachwa huko Ashdodi); 21 Edomu, Moabu
na Amoni; 22 wafalme wote wa Tiro na Sidoni; wafa-
lme wa nchi za pwani ng'ambo ya bahari; 23 Dedani,
Tema, Buzi na wote walio maeneo ya mbali; 24 wafa-
lme wote wa Arabuni na wafalme wote wa watu
wageni wanaoishi katika jangwa; 25 wafalme wote
wa Zimri, Elamu na Umedi; 26 na wafalme wote
wa pande za kaskazini, wa karibu na wa mbali,
mmoja baada ya mwingine; yaani falme zote juu
ya uso wa dunia. Baada ya hao wote, mfalme wa
Sheshaki[a] atakunywa pia.
27 "Kisha uwaambie, 'Hili ndilo BWANA Mwenye
Nguvu Zote, Mungu wa Israeli, asemalo: Kunyweni,
mlewe na mtapike; angukeni, wala msiinuke
tena kwa sababu ya upanga nitakaotuma mio-
ngoni mwenu.' 28 Lakini kama wakikataa kupokea
kikombe kutoka mikononi mwako na kunywa,
waambie, 'Hili ndilo asemalo BWANA Mwenye
Nguvu Zote: Ni lazima mnywe! 29 Tazama, nimea-
nza kuleta maafa juu ya mji ulio na Jina langu, na
je, kweli ninyi mtaepuka kuadhibiwa? Hamwezi
kuepuka kuadhibiwa, kwa maana nitaleta vita juu
ya wote waishio duniani, asema BWANA Mwenye
Nguvu Zote.'
30 "Basi sasa toa unabii kwa maneno haya yote
dhidi yao, uwaambie:

" 'BWANA atanguruma kutoka juu;
atatoa sauti ya ngurumo
kutoka makao yake matakatifu
na kunguruma kwa nguvu sana
dhidi ya nchi yake.
Atapiga kelele kama wao wakanyagao
zabibu,
atapiga kelele dhidi ya wote waishio
duniani.
31 Ghasia zitasikika hadi miisho ya dunia,
kwa maana BWANA ataleta mashtaka
dhidi ya mataifa;
ataleta hukumu juu ya wanadamu wote
na kuwaua waovu wote,' "
asema BWANA.

32 Hili ndilo BWANA Mwenye Nguvu Zote ase-
malo:

"Tazama! Maafa yanaenea
kutoka taifa moja hadi jingine;
tufani kubwa inainuka
kutoka miisho ya dunia."

33 Wakati huo, hao waliouawa na BWANA watatapa-
kaa kila mahali, kuanzia mwisho mmoja wa dunia
hadi mwisho mwingine. Hawataombolezewa wala
kukusanywa au kuzikwa, lakini watakuwa kama
mavi yaliyoenea juu ya ardhi.

34 Lieni na kuomboleza, enyi wachungaji,
mgaagae mavumbini,
ninyi viongozi wa kundi.
Kwa maana wakati wenu wa kuchinjwa
umewadia;
mtaanguka na kuvunjavunjwa
kama vyombo vizuri vya udongo.
35 Wachungaji hawatakuwa na mahali
pa kukimbilia,
viongozi wa kundi hawatapata mahali
pa kutorokea.
36 Sikia kilio cha wachungaji, maombolezo
ya viongozi wa kundi,
kwa maana BWANA anayaharibu
malisho yao.
37 Makao yao ya amani yataharibiwa
kwa sababu ya hasira kali ya BWANA.
38 Kama simba ataacha pango lake,
nchi yao itakuwa ukiwa
kwa sababu ya upanga wa mdhalimu,
na kwa sababu ya hasira kali ya
BWANA Mungu.

Yeremia Atishiwa Kuuawa

26 Mwanzoni mwa utawala wa Yehoyakimu
mwana wa Yosia mfalme wa Yuda, neno hili
lilikuja kutoka kwa BWANA: 2 "Hili ndilo BWANA
asemalo: Simama katika ua wa nyumba ya BWANA
na useme na watu wote wa miji ya Yuda wanaokuja
kuabudu katika nyumba ya BWANA. Waambie kila
kitu nitakachokuamuru, usipunguze neno. 3 Huenda
watasikiliza, na kila mmoja akageuka kutoka njia
yake mbaya. Kisha nitawahurumia na kuacha kuwa-
letea maafa niliyokuwa ninapanga kwa sababu ya
maovu waliyofanya. 4 Waambie, 'Hili ndilo asemalo
BWANA: Ikiwa hamtanisikiliza na kuifuata sheria
yangu ambayo nimeiweka mbele yenu, 5 nanyi
ikiwa hamtayasikiliza maneno ya watumishi wangu
manabii, ambao nimewatuma kwenu tena na tena
(ijapokuwa hamkuwasikiliza), 6 ndipo nitaifanya
nyumba hii kama Shilo na mji huu kuwa kitu cha
kulaaniwa na mataifa yote ya dunia.' "
7 Makuhani, manabii na watu wote wakamsikia
Yeremia akiyasema maneno haya ndani ya nyumba
ya BWANA. 8 Lakini mara tu Yeremia alipomaliza
kuwaambia watu kila kitu BWANA alichomwamuru
kukisema, basi makuhani, manabii na watu wote
walimkamata wakisema, "Ni lazima ufe! 9 Kwa
nini unatoa unabii katika jina la BWANA kwamba
nyumba hii itakuwa kama Shilo na mji huu uta-
kuwa ukiwa na kuachwa tupu?" Nao watu wote
wakamkusanyikia na kumzunguka Yeremia ndani
ya nyumba ya BWANA.
10 Maafisa wa Yuda waliposikia kuhusu mambo
haya, wakapanda kutoka jumba la kifalme, wakae-
nda katika nyumba ya BWANA na kushika nafasi zao
kwenye ingilio la Lango Jipya la nyumba ya BWANA.
11 Kisha makuhani na manabii wakawaambia

[a]26 Sheshaki ni Babeli kwa fumbo.

maafisa pamoja na watu wote, "Mtu huyu ana-
stahili ahukumiwe kifo kwa sababu ametoa unabii
mbaya dhidi ya mji huu. Mmesikia kwa masikio
yenu wenyewe!"

12 Kisha Yeremia akawaambia maafisa wote na
watu wote: "BWANA amenituma kutoa unabii dhidi
ya nyumba hii na mji huu mambo yote mliyoya-
sikia. 13 Sasa tengenezeni njia zenu na matendo
yenu, na kumtii BWANA Mungu wenu. Ndipo
BWANA atawahurumia na kuacha kuleta maafa
aliyokuwa ameyatamka dhidi yenu. 14 Lakini kwa
habari yangu mimi, niko mikononi mwenu, nifa-
nyieni lolote mnaloona kuwa ni jema na la haki.
15 Hata hivyo, jueni kwa hakika, ikiwa mtaniua,
mtakuwa mmejipatia dhambi kwa damu isiyo na
hatia juu yenu wenyewe, na juu ya mji huu na wote
wanaoishi ndani yake, kwa maana ni kweli BWANA
amenituma kwenu ili niseme maneno haya yote
masikioni mwenu."

16 Kisha maafisa na watu wote wakawaambia
makuhani na manabii, "Mtu huyu asihukumiwe
kifo! Amesema nasi katika jina la BWANA, Mungu
wetu."

17 Baadhi ya wazee wa nchi wakasogea mbele,
wakaliambia kusanyiko lote la watu, 18 "Mika
Mmoreshethi alitoa unabii katika siku za Hezekia
mfalme wa Yuda. Akawaambia watu wote wa Yuda,
'Hili ndilo asemalo BWANA Mwenye Nguvu Zote:

" 'Sayuni italimwa kama shamba,
Yerusalemu itakuwa lundo la kokoto,
na kilima cha Hekalu kitakuwa kichuguu
kilichofunikwa na vichaka.'

19 Je, Hezekia mfalme wa Yuda au mtu mwingine
yeyote katika Yuda alimhukumu Mika kufa? Je,
Hezekia hakumcha BWANA na kuhitaji msaada
wake? Je, BWANA hakuwahurumia na akaacha
kuleta maafa aliyokuwa ametamka dhidi yao?
Tunakaribia sana kujiletea maangamizo ya kutisha
sisi wenyewe!"

20 (Wakati huu, Uria mwana wa Shemaya kutoka
mji wa Kiriath-Yearimu alikuwa mtu mwingine ali-
yetoa unabii kwa jina la BWANA. Alitoa unabii juu
ya mambo yaliyofanana na haya dhidi ya mji huu
na nchi hii kama alivyofanya Yeremia. 21 Mfalme
Yehoyakimu na wakuu wake wote na maafisa wali-
posikia maneno yake, mfalme alitafuta kumuua.
Lakini Uria alipata habari, na kwa kuogopa aka-
kimbilia Misri. 22 Hata hivyo, Mfalme Yehoyakimu
alimtuma Elnathani mwana wa Akbori huko Misri,
pamoja na watu wengine ili kwenda kumkamata
Uria. 23 Wakamrudisha Uria kutoka Misri na
kumpeleka kwa Mfalme Yehoyakimu, ambaye
alimuua kwa upanga, na mwili wake kutupwa
kwenye eneo la makaburi ya watu wasio na cheo.)

24 Zaidi ya hayo, Ahikamu mwana wa Shafani
akamuunga mkono Yeremia, kwa hiyo hakutiwa
tena mikononi mwa watu ili auawe.

Yuda Kumtumikia Nebukadneza

27 Mwanzoni mwa utawala wa Yehoyakimu
mwana wa Yosia mfalme wa Yuda, neno hili
lilimjia Yeremia kutoka kwa BWANA: 2 Hili ndilo
BWANA aliloniambia: "Tengeneza nira, ujivike
shingoni mwako, uifunge kwa kamba za ngozi.
3 Kisha utume ujumbe kwa wafalme wa Edomu,
Moabu, Amoni, Tiro na Sidoni kupitia wajumbe
ambao wamekuja Yerusalemu kwa Sedekia mfalme
wa Yuda. 4 Wape ujumbe kwa ajili ya mabwana zao
na uwaambie: Hili ndilo asemalo BWANA Mwenye
Nguvu Zote, Mungu wa Israeli: 'Waambieni hivi
mabwana zenu: 5 Kwa uwezo wangu mkuu na kwa
mkono wangu ulionyooshwa nimeumba dunia
na watu wake na wanyama walioko ndani yake,
nami humpa yeyote inipendezavyo. 6 Sasa nitazitia
nchi zenu zote mkononi mwa mtumishi wangu
Nebukadneza mfalme wa Babeli, na nitawafanya
hata wanyama wa mwituni wamtumikie. 7 Mataifa
yote yatamtumikia yeye, pamoja na mwanawe na
mwana wa mwanawe, hadi wakati wa nchi yake
utakapowadia, kisha mataifa mengi na wafalme
wenye nguvu nyingi watamshinda.

8 " ' "Lakini kama kukiwa na taifa lolote au
ufalme ambao hautamtumikia Nebukadneza
mfalme wa Babeli, ama kuinamisha shingo yake
chini ya nira yake, nitaliadhibu taifa hilo kwa
upanga, njaa na tauni, asema BWANA, mpaka
nitakapoliangamiza taifa hilo kwa mkono wake.
9 Kwa hiyo msiwasikilize manabii wenu, waaguzi
wenu, waota ndoto wenu, watabiri na wachawi
wanaowaambia ninyi: Hamtamtumikia mfalme
wa Babeli. 10 Wanawatabiria uongo ambao utawa-
fanya ninyi mhamishwe mbali kutoka nchi yenu.
Nitawafukuzia mbali, nanyi mtaangamia. 11 Lakini
ikiwa taifa lolote litainama na kuweka shingo lake
katika nira ya mfalme wa Babeli na kumtumikia,
nitaliacha taifa hilo katika nchi yake yenyewe ili
wailime na kuishi humo, asema BWANA." ' "

12 Nilitoa ujumbe huo huo kwa Sedekia mfalme
wa Yuda. Nilisema, "Ingiza shingo yako katika nira
ya mfalme wa Babeli, umtumikie yeye na watu
wake, nawe utaishi. 13 Kwa nini wewe na watu
wako mfe kwa upanga, njaa na tauni, ambazo
BWANA ameonya juu ya taifa lolote ambalo hali-
tamtumikia mfalme wa Babeli? 14 Msiyasikilize
maneno ya manabii wanaowaambia kwamba,
'Hamtamtumikia mfalme wa Babeli,' kwa sababu
wanawatabiria uongo. 15 'Sikuwatuma hao,' asema
BWANA. 'Wanatabiri uongo kwa jina langu. Kwa
hiyo, nitawafukuzia mbali, nanyi mtaangamia,
ninyi pamoja na manabii wanaowatabiria.' "

16 Kisha nikawaambia makuhani na watu hawa
wote, "Hili ndilo asemalo BWANA: Msiwasikilize
manabii wanaosema, 'Hivi karibuni sana vyombo
vya nyumba ya BWANA vitarudishwa kutoka Babeli.'
Wanawatabiria ninyi uongo. 17 Msiwasikilize. Mtu-
mikieni mfalme wa Babeli, nanyi mtaishi. Kwa nini
mji huu uwe magofu? 18 Kama wao ni manabii na
wanalo neno la BWANA, basi na wamsihi BWANA
Mwenye Nguvu Zote ili vyombo vilivyobaki katika
nyumba ya BWANA na katika jumba la kifalme la
mfalme wa Yuda na katika Yerusalemu visipe-
lekwe Babeli. 19 Kwa maana hili ndilo asemalo
BWANA Mwenye Nguvu Zote kuhusu zile nguzo,
ile Bahari, vile vishikizo viwezavyo kuhamishika,
vinara na vyombo vingine vilivyoachwa katika mji
huu, 20 ambavyo Nebukadneza mfalme wa Babeli

hakuvichukua wakati alipomchukua Yekonia[a]
mwana wa Yehoyakimu mfalme wa Yuda kwenda
uhamishoni huko Babeli kutoka Yerusalemu,
pamoja na wakuu wote wa Yuda na Yerusalemu.
21 Naam, hili ndilo BWANA Mwenye Nguvu Zote,
Mungu wa Israeli, asemalo kuhusu vitu ambavyo
vimebaki ndani ya nyumba ya BWANA, na ndani
ya jumba la kifalme la mfalme wa Yuda, na katika
Yerusalemu: 22 'Vitachukuliwa kupelekwa Babeli,
nako huko vitabaki mpaka siku nitakayovijilia,'
asema BWANA. 'Kisha nitavirudisha na kuvirejesha
mahali hapa.' "

Hanania Nabii Wa Uongo

28 Katika mwezi wa tano wa mwaka ule ule, yaani
mwaka wa nne, mwanzoni mwa utawala wa
Sedekia mfalme wa Yuda, nabii Hanania mwana wa
Azuri, ambaye alitoka Gibeoni, akaniambia katika
nyumba ya BWANA mbele ya makuhani na watu
wote: 2 "Hili ndilo BWANA Mwenye Nguvu Zote,
Mungu wa Israeli asemalo: 'Nitaivunja nira ya
mfalme wa Babeli. 3 Katika muda wa miaka miwili
nitavirudisha mahali hapa vyombo vyote vya nyu-
mba ya BWANA ambavyo Nebukadneza mfalme
wa Babeli aliviondoa kutoka hapa na kuvipeleka
Babeli. 4 Pia nitamrudisha mahali hapa Yekonia[b]
mwana wa Yehoyakimu mfalme wa Yuda, pamoja
na wote waliohamishwa kutoka Yuda ambao
walikwenda Babeli,' asema BWANA, 'kwa kuwa
nitaivunja nira ya mfalme wa Babeli.' "

5 Ndipo nabii Yeremia akamjibu nabii Hanania
mbele ya makuhani na watu wote waliokuwa
wamesimama ndani ya nyumba ya BWANA. 6 Aka-
sema, "Amen! BWANA na afanye hivyo! BWANA na
ayatimize maneno uliyotoa unabii kwa kuvirudisha
mahali hapa kutoka Babeli vyombo vya nyumba
ya BWANA pamoja na wote waliohamishwa. 7 Hata
hivyo, nisikilize nikuambie yale nitakayoyasema
masikioni mwako na masikioni mwa watu hawa
wote: 8 Tangu mwanzo, manabii waliokutangulia
wewe na mimi walitabiri vita, maafa na tauni
dhidi ya nchi nyingi na falme kubwa. 9 Lakini nabii
atakayetabiri amani atatambuliwa kuwa kweli
ametumwa na BWANA ikiwa unabii wake utatimia."

10 Kisha nabii Hanania akaiondoa nira iliyokuwa
shingoni mwa Yeremia na kuivunja, 11 naye aka-
sema mbele ya watu wote, "Hili ndilo asemalo
BWANA: 'Vivi hivi ndivyo nitakavyoivunja nira ya
Nebukadneza mfalme wa Babeli kutoka kwenye
shingo za mataifa katika muda huu wa miaka
miwili.' " Alipofanya hivi, nabii Yeremia akao-
ndoka zake.

12 Kitambo kidogo baada ya nabii Hanania kui-
vunja nira kutoka shingo ya nabii Yeremia, neno la
BWANA likamjia Yeremia: 13 "Nenda ukamwambie
Hanania, 'Hili ndilo asemalo BWANA: Umevunja
nira ya mti, lakini badala yake utapata nira ya
chuma. 14 Hili ndilo asemalo BWANA Mwenye Nguvu
Zote, Mungu wa Israeli: Nitaweka nira ya chuma
kwenye shingo za mataifa haya yote ili kufanya
yamtumikie Nebukadneza mfalme wa Babeli, nao
watamtumikia. Nitampa kutawala hata wanyama
wa mwituni.' "

15 Kisha nabii Yeremia akamwambia nabii Hana-
nia, "Sikiliza Hanania! BWANA hajakutuma, lakini
wewe umelishawishi taifa hili kuamini uongo.
16 Kwa hiyo, hili ndilo asemalo BWANA: 'Hivi kari-
buni nitakuondoa kutoka juu ya uso wa dunia.
Mwaka huu utakufa, kwa sababu umetangaza uasi
dhidi ya BWANA.' "

17 Katika mwezi wa saba wa mwaka ule ule, nabii
Hanania akafa.

Barua Kwa Watu Wa Uhamisho

29 Haya ndiyo maneno ya ile barua ambayo
nabii Yeremia aliituma kutoka Yerusalemu
kwenda kwa wazee waliobaki miongoni mwa wale
waliohamishwa, na kwa makuhani, manabii na
watu wengine wote ambao Nebukadneza alikuwa
amewachukua kwenda uhamishoni Babeli kutoka
Yerusalemu. 2 (Hii ilikuwa ni baada ya Mfalme Yeko-
nia[c] na malkia mamaye, maafisa wa mahakama,
viongozi wa Yuda na wa Yerusalemu, mafundi na
wahunzi kwenda uhamishoni kutoka Yerusalemu.)
3 Barua ilikabidhiwa kwa Elasa mwana wa Shafani,
na kwa Gemaria mwana wa Hilkia, ambao Sedekia
mfalme wa Yuda aliwatuma kwa Mfalme Nebuka-
dneza huko Babeli. Barua yenyewe ilisema:

4 Hili ndilo BWANA Mwenye Nguvu Zote,
Mungu wa Israeli, awaambialo wale wote
niliowapeleka kutoka Yerusalemu kwenda
uhamishoni Babeli: 5 "Jengeni nyumba na
mstarehe, pandeni bustani na mle mazao
yake. 6 Oeni wake na mzae wana na binti,
waozeni wana wenu wake, nanyi watoeni
binti zenu waolewe, ili nao pia wazae wana
na binti. Ongezekeni idadi yenu huko, wala
msipungue. 7 Pia tafuteni amani na mafanikio
ya mji ambamo nimewapeleka uhamishoni.
Mwombeni BWANA kwa ajili ya mji huo, kwa
sababu ukistawi, ninyi pia mtastawi."

8 Naam, hili ndilo BWANA Mwenye Nguvu
Zote, Mungu wa Israeli, asemalo: "Msikubali
manabii na wabashiri walioko miongoni
mwenu wawadanganye. Msisikilize ndoto
ambazo mmewatia moyo kuota. 9 Wana-
watabiria ninyi uongo kwa jina langu.
Sikuwatuma," asema BWANA.

10 Hili ndilo asemalo BWANA: "Miaka sabini
itakapotimia kwa ajili ya Babeli, nitakuja
kwenu na kutimiza ahadi yangu ya rehema
ya kuwarudisha mahali hapa. 11 Kwa maana
ninajua mipango niliyo nayo kwa ajili yenu,"
asema BWANA, "ni mipango ya kuwafaniki-
sha na wala si ya kuwadhuru, ni mipango ya
kuwapa tumaini katika siku zijazo. 12 Kisha
mtaniita, na mtakuja na kuniomba, nami
nitawasikiliza. 13 Mtanitafuta na kuniona,
mtakaponitafuta kwa moyo wenu wote.
14 Nitaonekana kwenu," asema BWANA,
"nami nitawarudisha watu wenu waliote-
kwa. Nitawakusanya kutoka mataifa yote

[a]20 Yekonia au Konia ni jina jingine la Yehoyakini.
[b]4 Yekonia au Konia ni jina jingine la Yehoyakini.
[c]2 Yekonia au Konia ni jina jingine la Yehoyakini.

na mahali pote nilipokuwa nimewafukuzia,
nami nitawarudisha mahali ambapo nilikuwa
nimewatoa walipochukuliwa uhamishoni,"
asema Bwana.
15 Mnaweza mkasema, "Bwana ameinua
manabii kwa ajili yetu huku Babeli," 16 lakini
hili ndilo asemalo Bwana kuhusu mfalme
aketiaye kiti cha enzi cha Daudi, na watu wa
kwenu wote wanaobaki katika mji huu, ndugu
zenu ambao hawakwenda pamoja nanyi uha-
mishoni. 17 Naam, hili ndilo asemalo Bwana
Mwenye Nguvu Zote: "Nitatuma upanga, njaa
na tauni dhidi yao, nami nitawafanya kuwa
kama tini dhaifu zile ambazo ni mbovu sana
zisizofaa kuliwa. 18 Nitawafukuza kwa upanga,
kwa njaa na kwa tauni, nami nitawafanya kitu
cha kuchukiza sana kwa falme zote za dunia,
na kuwa kitu cha laana na cha kuogofya, cha
dharau na kukemewa, miongoni mwa mataifa
yote nitakakokowafukuzia. 19 Kwa kuwa hawa-
kuyasikiliza maneno yangu," asema Bwana,
"maneno ambayo niliwatumia tena na tena
kupitia watumishi wangu manabii. Wala ninyi
watu wa uhamisho hamkusikiliza pia," asema
Bwana.
20 Kwa hiyo, sikieni neno la Bwana, enyi
nyote mlio uhamishoni, niliowapeleka Babeli
kutoka Yerusalemu. 21 Hili ndilo Bwana Mwe-
nye Nguvu Zote, Mungu wa Israeli, asemalo
kuhusu Ahabu mwana wa Kolaya, na Sedekia
mwana wa Maaseya, wanaowatabiria uongo
kwa jina langu: "Nitawatia mikononi mwa
Nebukadneza mfalme wa Babeli, naye ata-
waua mbele ya macho yenu hasa. 22 Kwa ajili
yao, watu wote wa uhamisho kutoka Yuda
walioko Babeli watatumia laana hii: 'Bwana
na akutendee kama Sedekia na Ahabu, ambao
mfalme wa Babeli aliwachoma kwa moto.'
23 Kwa kuwa wamefanya mambo maovu kabisa
katika Israeli, wamezini na wake za majirani
zao, tena kwa Jina langu wamesema uongo,
mambo ambayo sikuwaambia kuyafanya.
Nami nayajua haya, na ni shahidi wa jambo
hilo," asema Bwana.

Ujumbe Kwa Shemaya

24 Mwambie Shemaya Mnehelami, 25 "Hili ndilo
Bwana Mwenye Nguvu Zote, Mungu wa Israeli, ase-
malo: Ulituma barua kwa jina lako mwenyewe kwa
watu wote wa Yerusalemu, kwa Sefania mwana wa
kuhani Maaseya na kwa makuhani wengine wote.
Ulimwambia Sefania, 26 'Bwana amekuweka wewe
uwe kuhani badala ya Yehoyada ili uwe msimamizi
wa nyumba ya Bwana. Unapaswa kufunga kwa
mikatale na mnyororo wa shingoni mwendawa-
zimu yeyote anayejifanya nabii. 27 Kwa nini basi
hukumkemea Yeremia Mwanathothi, aliyejifanya
kama nabii miongoni mwenu? 28 Ametutumia uju-
mbe huu huku Babeli: Mtakuwako huko muda
mrefu. Kwa hiyo jengeni nyumba mkakae; pandeni
mashamba na mle mazao yake.' "
29 Kuhani Sefania, hata hivyo, akamsomea nabii
Yeremia ile barua. 30 Ndipo neno la Bwana likamjia
Yeremia kusema: 31 "Tuma ujumbe huu kwa watu
wote walio uhamishoni: 'Hili ndilo Bwana ase-
malo kuhusu Shemaya Mnehelami: Kwa sababu
Shemaya amewatabiria ninyi, hata ingawa siku-
mtuma, naye amewafanya kuamini uongo, 32 hili
ndilo Bwana asemalo: Hakika nitamwadhibu
Shemaya Mnehelami pamoja na uzao wake. Hapa-
takuwa na yeyote atakayebaki miongoni mwa watu
hawa, wala hataona mema nitakayowatendea watu
wangu, asema Bwana, kwa sababu ametangaza
uasi dhidi yangu.' "

Kurudishwa Kwa Israeli

30 Hili ndilo neno lililomjia Yeremia kutoka kwa
Bwana: 2 "Hili ndilo asemalo Bwana, Mungu
wa Israeli: 'Andika katika kitabu maneno yote nili-
yonena na wewe. 3 Siku zinakuja,' asema Bwana,
'nitakapowaleta watu wangu Israeli na Yuda kutoka
uhamishoni, na kuwarudisha katika nchi niliyo-
wapa baba zao ili kuimiliki,' asema Bwana."
4 Haya ndiyo maneno Bwana aliyoyanena kuhusu
Israeli na Yuda: 5 "Hili ndilo asemalo Bwana:

" 'Vilio vya woga vinasikika:
hofu kuu, wala si amani.
6 Ulizeni na mkaone:
Je, mwanaume aweza kuzaa watoto?
Kwa nini basi ninaona kila mwanaume
mwenye nguvu
ameweka mikono yake tumboni
kama mwanamke aliye na utungu
wa kuzaa,
kila uso ukigeuka rangi kabisa?
7 Tazama jinsi ile siku itakavyokuwa
ya kutisha!
Hakutakuwa na nyingine mfano wake.
Utakuwa wakati wa dhiki kwa Yakobo,
lakini ataokolewa kutoka hiyo.

8 " 'Katika siku ile,' asema Bwana Mwenye
Nguvu Zote,
'nitaivunja nira kutoka shingoni mwao
na kuvipasua vifungo vyao;
wageni hawatawafanya tena watumwa.
9 Badala yake, watamtumikia Bwana,
Mungu wao
na Daudi mfalme wao,
nitakayemwinua kwa ajili yao.

10 " 'Hivyo usiogope, ee Yakobo
mtumishi wangu,
usifadhaike, ee Israeli,'
asema Bwana.
'Hakika, nitakuokoa kutoka mbali,
wazao wako kutoka nchi
ya uhamisho wao.
Yakobo atakuwa tena na amani na usalama,
wala hakuna atakayemtia hofu.
11 Mimi niko pamoja nawe, nami nitakuokoa,'
asema Bwana.
'Ingawa nitayaangamiza kabisa mataifa yote
ambamo miongoni mwao nimewatawanya,
sitawaangamiza ninyi kabisa.
Nitawaadhibu, lakini kwa haki.
Sitawaacha kabisa bila adhabu.'

12 "Hili ndilo asemalo BWANA:

" 'Kidonda chako hakina dawa,
jeraha lako haliponyeki.
13 Hakuna yeyote wa kukutetea shauri lako,
hakuna dawa ya kidonda chako,
wewe hutapona.
14 Wale walioungana nawe wote
wamekusahau,
hawajali chochote kukuhusu wewe.
Nimekupiga kama vile adui angelifanya,
na kukuadhibu kama vile mtu mkatili
angelifanya,
kwa sababu hatia yako ni kubwa mno
na dhambi zako ni nyingi sana.
15 Kwa nini unalia kwa ajili ya jeraha lako,
yale maumivu yako yasiyoponyeka?
Kwa sababu ya uovu wako mkubwa na
dhambi zako nyingi
nimekufanyia mambo haya.

16 " 'Lakini watu wote wakuangamizao
wataangamizwa;
adui zako wote watakwenda
uhamishoni.
Wale wote wakutekao nyara
watatekwa nyara;
wote wakufanyao mateka nitawafanya
mateka.
17 Lakini nitakurudishia afya yako
na kuyaponya majeraha yako,'
asema BWANA,
'kwa sababu umeitwa mwenye kutupwa,
Sayuni ambaye hakuna yeyote
anayekujali.'

18 "Hili ndilo asemalo BWANA:

" 'Nitarudisha baraka za mahema
ya Yakobo,
na kuhurumia maskani yake.
Mji utajengwa tena juu ya magofu yake,
nalo jumba la kifalme litasimama mahali
pake halisi.
19 Nyimbo za kushukuru zitatoka kwao
na sauti ya furaha.
Nitaiongeza idadi yao
wala hawatapungua,
nitawapa heshima
na hawatadharauliwa.
20 Watoto wao watakuwa kama walivyokuwa
siku za zamani,
nayo jumuiya yao itaimarishwa
mbele yangu;
nitawaadhibu wale wote wawaoneao.
21 Mmoja wao atakuwa kiongozi wao;
mtawala wao atainuka miongoni mwao.
Nitamleta karibu nami,
naye atanikaribia mimi,
kwa maana ni nani yule atakayejitolea
kuwa karibu nami?'
asema BWANA.
22 'Kwa hiyo ninyi mtakuwa watu wangu,
nami nitakuwa Mungu wenu.' "

23 Tazama, tufani ya BWANA
italipuka kwa ghadhabu,
upepo wa kisulisuli uendao kasi
utashuka juu ya vichwa vya waovu.
24 Hasira kali ya BWANA haitarudi nyuma
mpaka atakapotimiza makusudi yote
ya moyo wake.
Siku zijazo
mtayaelewa haya.

Mahamisho Kurudi Kwa Shangwe

31 "Wakati huo, nitakuwa Mungu wa koo zote
za Israeli nao watakuwa watu wangu," asema
BWANA.

2 Hili ndilo asemalo BWANA:

"Watu watakaopona upanga
watapata upendeleo jangwani;
nitakuja niwape Israeli pumziko."

3 BWANA alitutokea wakati uliopita, akisema:

"Nimekupenda kwa upendo wa milele,
nimekuvuta kwa wema.
4 Nitakujenga tena nawe utajengeka upya,
ewe Bikira Israeli.
Utachukua tena matari yako
na kwenda kucheza na wenye furaha.
5 Utapanda tena shamba la mizabibu
juu ya vilima vya Samaria,
wakulima watapanda
na kufurahia matunda yake.
6 Itakuja siku wakati walinzi watakapowapigia
kelele
juu ya vilima vya Efraimu wakisema,
'Njooni, twendeni juu Sayuni,
kwake BWANA Mungu wetu.' "

7 Hili ndilo asemalo BWANA:

"Mwimbieni Yakobo kwa furaha,
mpigieni kelele aliye mkuu wa mataifa.
Zifanyeni sifa zenu zisikike, nanyi mseme,
'Ee BWANA, okoa watu wako,
mabaki ya Israeli.'
8 Tazama, nitawaleta kutoka nchi
ya kaskazini
na kuwakusanya kutoka miisho ya dunia.
Miongoni mwao watakuwepo vipofu
na viwete,
mama wajawazito na wenye utungu
wa kuzaa.
Umati mkubwa wa watu utarudi.
9 Watakuja wakilia;
wataomba wakati ninawarudisha.
Nitawaongoza kando ya vijito vya maji
katika mapito yaliyo tambarare ambapo
hawatajikwaa,
kwa sababu mimi ndimi baba wa Israeli,
naye Efraimu ni mzaliwa wangu
wa kwanza.

10 "Sikieni neno la BWANA, enyi mataifa,
litangazeni katika nchi za pwani ya mbali:

'Yeye aliyewatawanya Israeli atawakusanya
na atalichunga kundi lake la kondoo
kama mchungaji.'
11 Kwa kuwa BWANA atamlipia fidia Yakobo
na kuwakomboa mkononi mwa walio
na nguvu kuliko wao.
12 Watakuja na kupiga kelele kwa furaha
katika miinuko ya Sayuni;
watashangilia ukarimu wa BWANA:
nafaka, divai mpya na mafuta,
wana-kondoo wachanga
na ndama wa makundi ya ng'ombe
nitakaowapa.
Watakuwa kama bustani iliyonyeshewa
vizuri,
wala hawatahuzunika tena.
13 Kisha wanawali watacheza na kufurahi,
vijana waume na wazee pia.
Nitageuza maombolezo yao kuwa furaha,
nitawapa faraja na furaha badala ya huzuni.
14 Nitawashibisha makuhani kwa wingi,
nao watu wangu watajazwa kwa
ukarimu wangu,"
asema BWANA.

15 Hili ndilo asemalo BWANA:

"Sauti imesikika huko Rama,
maombolezo na kilio kikubwa,
Raheli akiwalilia watoto wake
na anakataa kufarijiwa,
kwa sababu watoto wake hawako tena."

16 Hili ndilo asemalo BWANA:

"Izuie sauti yako kulia,
na macho yako yasitoe machozi,
kwa kuwa kazi yako itapata thawabu,"
asema BWANA.
"Watarudi kutoka nchi ya adui.
17 Kwa hiyo kuna tumaini kwa siku zijazo,"
asema BWANA.
"Watoto wako watarudi nchi yao yenyewe.

18 "Hakika nimeyasikia maombolezo
ya Efraimu:
'Ulinirudi kama ndama mkaidi,
nami nimekubali kutii.
Unirudishe, nami nitarudi,
kwa sababu wewe ndiwe BWANA,
Mungu wangu.
19 Baada ya kupotea, nilitubu;
baada ya kuelewa, nilijipiga kifua.
Niliaibika na kuona haya
kwa sababu niliibeba aibu ya
ujana wangu.'
20 Je, Efraimu si mwanangu mpendwa,
mtoto ninayependezwa naye?
Ingawa mara kwa mara ninanena
dhidi yake,
bado ninamkumbuka.
Kwa hiyo moyo wangu unamwonea shauku,
nina huruma kubwa kwa ajili yake,"
asema BWANA.

21 "Weka alama za barabara,
weka vibao vya kuelekeza.
Zingatia vyema njia kuu,
barabara ile unayoipita.
Rudi, ee Bikira Israeli,
rudi kwenye miji yako.
22 Utatangatanga hata lini,
ee binti usiye mwaminifu?
BWANA ameumba kitu kipya duniani:
mwanamke atamlinda mwanaume."

23 Hili ndilo BWANA Mwenye Nguvu Zote, Mungu
wa Israeli, asemalo, "Nitakapowarudisha toka
nchi ya kutekwa kwenu, watu walio katika nchi
ya Yuda na miji yake kwa mara nyingine tena
watatumia maneno haya: 'BWANA akubariki,
ee makao ya haki, ee mlima mtakatifu.' 24 Watu
wataishi pamoja katika Yuda na miji yake yote,
wakulima na wote wanaohamahama na mifugo
yao. 25 Nitawaburudisha waliochoka na kuwatu-
liza walio na huzuni."
26 Kwa jambo hili niliamka na kuangalia pande
zote. Usingizi wangu ulikuwa mtamu kwangu.
27 BWANA asema, "Siku zinakuja, nitakapoo-
ngeza idadi ya watu, na kuzidisha hesabu ya
mifugo katika nyumba ya Israeli na nyumba ya
Yuda. 28 Kama vile nilivyowaangalia ili kung'oa na
kubomoa, kuharibu, kuangamiza na kuleta maafa
juu yao, vivyo hivyo nitawaangalia ili kujenga na
kupanda," asema BWANA. 29 "Katika siku hizo, watu
hawatasema tena,

" 'Baba wamekula zabibu chachu,
nayo meno ya watoto yakatiwa ganzi.'

30 Badala yake, kila mmoja atakufa kwa ajili ya dha-
mbi zake mwenyewe; yeyote alaye zabibu chachu,
meno yake mwenyewe yatatiwa ganzi.

31 "Siku zinakuja," asema BWANA,
"nitakapofanya agano jipya
na nyumba ya Israeli
na nyumba ya Yuda.
32 Halitafanana na agano
nililofanya na baba zao
wakati nilipowashika mkono
kuwaongoza watoke Misri,
kwa sababu walivunja agano langu,
ijapokuwa nilikuwa mume kwao,"
asema BWANA.
33 "Hili ndilo agano nitakalofanya na nyumba
ya Israeli
baada ya siku zile," asema BWANA.
"Nitaweka sheria yangu katika nia zao,
na kuiandika mioyoni mwao.
Nitakuwa Mungu wao,
nao watakuwa watu wangu.
34 Mtu hatamfundisha tena jirani yake,
wala mtu kumfundisha ndugu yake
akisema, 'Mjue BWANA Mungu,'
kwa sababu wote watanijua mimi,
tangu aliye mdogo kabisa kwao, hadi
aliye mkuu sana,"
asema BWANA.

"Kwa sababu nitasamehe uovu wao,
wala sitazikumbuka dhambi zao tena."

35 Hili ndilo asemalo BWANA,

yeye aliyeweka jua
liwake mchana,
yeye anayeamuru mwezi na nyota
kung'aa usiku,
yeye aichafuaye bahari
ili mawimbi yake yangurume;
BWANA Mwenye Nguvu Zote ndilo jina
lake:
36 "Ikiwa amri hizi zitaondoka machoni pangu,"
asema BWANA,
"ndipo wazao wa Israeli watakoma
kuwa taifa mbele yangu daima."

37 Hili ndilo asemalo BWANA:

"Ikiwa mbingu zilizo juu zitaweza kupimika
na misingi ya dunia chini
ikaweza kuchunguzwa,
ndipo nitakapowakataa wazao wote wa Israeli
kwa sababu ya yote waliyoyatenda,"
asema BWANA.

38 "Siku zinakuja," asema BWANA, "wakati mji huu
utajengwa upya kwa ajili yangu, kuanzia mnara
wa Hananeli hadi Lango la Pembeni. 39 Kamba ya
kupimia itaanzia hapo kuendelea hadi kwenye
kilima cha Garebu, na kisha kugeuka kuelekea Goa.
40 Bonde lote watupwapo maiti na majivu pia na
matuta yote kutoka Bonde la Kidroni upande wa
mashariki hadi pembe ya Lango la Farasi, itakuwa
takatifu kwa BWANA. Kamwe mji huu hautang'o-
lewa tena wala kubomolewa."

Yeremia Anunua Shamba

32 Hili ndilo neno lililomjia Yeremia kutoka kwa
BWANA, katika mwaka wa kumi wa utawala wa
Sedekia mfalme wa Yuda, ambao ulikuwa mwaka
wa kumi na nane wa utawala wa Mfalme Nebu-
kadneza. 2 Wakati huo jeshi la mfalme wa Babeli
lilikuwa limeuzunguka mji wa Yerusalemu, naye
nabii Yeremia alikuwa amezuiliwa katika ua wa
walinzi katika jumba la kifalme la Yuda.
3 Basi Sedekia mfalme wa Yuda alikuwa ame-
mfunga huko akisema, "Kwa nini unatabiri hivyo?
Wewe unasema, 'Hili ndilo asemalo BWANA: Nina-
karibia kuutia mji huu mkononi mwa mfalme wa
Babeli, naye atauteka. 4 Sedekia mfalme wa Yuda
hataweza kuponyoka mikononi mwa Wakaldayo,
lakini kwa hakika atatiwa mikononi mwa mfalme
wa Babeli, naye atazungumza naye ana kwa ana
na kumwona kwa macho yake mwenyewe. 5 Ata-
mchukua Sedekia hadi Babeli, mahali atakapoishi
mpaka nitakapomshughulikia, asema BWANA.
Kama utapigana dhidi ya Wakaldayo, hutashinda.'"
6 Yeremia akasema, "Neno la BWANA lilinijia
kusema: 7 Hanameli mwana wa Shalumu mjomba
wako atakuja kwako na kusema, 'Nunua shamba
langu huko Anathothi, kwa sababu wewe kama
jamaa ya karibu ni haki na wajibu wako kulinunua.'
8 "Kisha, kama BWANA alivyosema, binamu
yangu Hanameli alinijia katika ua wa walinzi na
kusema: 'Nunua shamba langu lililoko Anathothi
katika nchi ya Benyamini. Kwa kuwa ni haki yako
kulikomboa na kulimiliki, jinunulie.'
"Nilijua kwamba hili lilikuwa neno la BWANA.
9 Hivyo nikalinunua shamba hilo lililoko Anathothi
kutoka kwa binamu yangu Hanameli, nami nika-
mpimia shekeli kumi na saba[a] za fedha. 10 Nikatia
sahihi na kuweka muhuri hati ya kumiliki, nika-
weka mashahidi, na kupima ile fedha kwenye
mizani. 11 Nikachukua ile hati ya kununulia, nakala
iliyotiwa muhuri yenye makubaliano na masharti,
pia pamoja na ile nakala isiyo na muhuri, 12 nami
nikampa Baruku mwana wa Neria, mwana wa Maa-
seya, hati hii mbele ya binamu yangu Hanameli, na
mbele ya mashahidi waliokuwa wameweka sahihi
kwenye hati hii na mbele ya Wayahudi wote walio-
kuwa wameketi katika ua wa walinzi.
13 "Nilimpa Baruku maelezo haya mbele yao:
14 'Hili ndilo asemalo BWANA Mwenye Nguvu Zote,
Mungu wa Israeli: Chukua hati hizi, yaani nakala
zote zenye muhuri na zisizo na muhuri za hati ya
kununulia, na uziweke kwenye gudulia la udongo
wa mfinyanzi ili zidumu kwa muda mrefu. 15 Kwa
kuwa hili ndilo asemalo BWANA Mwenye Nguvu
Zote, Mungu wa Israeli: Nyumba, mashamba na
mashamba ya mizabibu yatanunuliwa tena katika
nchi hii.'
16 "Baada ya kumkabidhi Baruku mwana wa
Neria hii hati ya kununulia, nilimwomba BWANA:

17 "Ee BWANA Mwenyezi, umeumba mbi-
ngu na nchi kwa uwezo wako mkuu na kwa
mkono ulionyooshwa. Hakuna jambo lililo
gumu usiloliweza. 18 Wewe huonyesha upendo
kwa maelfu, lakini huleta adhabu kwa ajili
ya dhambi za baba mapajani mwa watoto
wao baada yao. Ee Mungu mkuu na mwenye
uweza, ambaye jina lako ni BWANA Mwenye
Nguvu Zote, 19 makusudi yako ni makuu,
na matendo yako ni yenye uwezo. Macho
yako yanaona njia zote za wanadamu, nawe
humlipa kila mmoja kulingana na mwenendo
wake, na kama yanavyostahili matendo yake.
20 Ulitenda ishara za miujiza na maajabu huko
Misri, na umeyaendeleza mpaka leo, katika
Israeli na miongoni mwa wanadamu wote,
nawe umejulikana na kufahamika hivyo
mpaka leo. 21 Uliwatoa watu wako Israeli
kutoka Misri kwa ishara na maajabu, kwa
mkono wenye nguvu na ulionyooshwa na kwa
matisho makuu. 22 Uliwapa nchi hii uliyokuwa
umeapa kuwapa baba zao, nchi inayotiririka
maziwa na asali. 23 Waliingia na kuimiliki,
lakini hawakukutii wala kuifuata sheria yako.
Hawakufanya kile ulichowaamuru kufanya.
Hivyo ukaleta maafa haya yote juu yao.

24 "Tazama jinsi tumezungukwa na jeshi
ili kuuteka mji huu. Kwa sababu ya upa-
nga, njaa na tauni, mji utatiwa mikononi
mwa Wakaldayo ambao wanaushambulia.

[a]9 Shekeli 17 za fedha ni sawa na gramu 200.

Ulilosema limetokea kama vile unavyoona sasa. 25 Ingawa mji utatiwa mikononi mwa Wakaldayo, wewe, Ee BWANA Mwenyezi, uliniambia, 'Nunua shamba kwa fedha, na jambo hilo lishuhudiwe.' "

26 Ndipo neno la BWANA likamjia Yeremia kusema: 27 "Mimi ndimi BWANA, Mungu wa wote wenye mwili. Je, kuna jambo lolote lililo gumu nisiloliweza? 28 Kwa hiyo, hili ndilo asemalo BWANA: Ninakaribia kuutia mji huu mikononi mwa Wakaldayo, na mwa Nebukadneza mfalme wa Babeli ambaye atauteka. 29 Wakaldayo ambao wanaushambulia mji huu watakuja na kuuchoma moto na kuuteketeza, pamoja na nyumba ambamo watu wamenikasirisha kwa kumfukizia Baali uvumba katika mapaa na kumimina sadaka za vinywaji kwa miungu mingine.

30 "Watu wa Israeli na wa Yuda hawakufanya kitu kingine ila uovu mbele zangu tangu ujana wao. Naam, watu wa Israeli hawakufanya kitu kingine ila kunikasirisha kwa kazi ambazo mikono yao imetengeneza, asema BWANA. 31 Tangu siku ulipojengwa hadi sasa, mji huu umenikasirisha na kunighadhibisha kiasi kwamba ni lazima niuondoe machoni pangu. 32 Watu wa Israeli na wa Yuda wamenikasirisha kwa uovu wote waliofanya: wao, wafalme wao na maafisa wao, makuhani wao na manabii wao, watu wa Yuda na wakazi wa Yerusalemu. 33 Waligeuzia visogo vyao, wala si nyuso zao. Ingawa niliwafundisha tena na tena, hawakupenda kusikiliza wala kuitikia adhabu. 34 Waliweka miungu yao ya kuchukiza sana katika nyumba iitwayo kwa Jina langu na kuinajisi. 35 Wakajenga mahali pa juu pa kuabudia miungu kwa ajili ya Baali katika Bonde la Ben-Hinomu, ambapo walitoa wana wao na binti zao kafara kwa Moleki, ingawa kamwe sikuamuru, wala halikuingia akilini mwangu, kwamba watafanya chukizo kama hilo na kumfanya Yuda atende dhambi.

36 "Mnasema kuhusu mji huu, 'Kwa upanga, njaa na tauni, mji utatiwa mkononi mwa mfalme wa Babeli,' lakini hili ndilo BWANA, Mungu wa Israeli asemalo: 37 Hakika nitawakusanya kutoka nchi zote nilizowafukuzia katika hasira yangu kali na ghadhabu yangu kuu, nitawarudisha mahali hapa na kuwaruhusu waishi kwa salama. 38 Watakuwa watu wangu, nami nitakuwa Mungu wao. 39 Nitawapa moyo mmoja na kutenda pamoja, ili kwamba waniche daima kwa mema yao wenyewe na kwa mema ya watoto wao baada yao. 40 Nitafanya nao agano la milele: Kamwe sitaacha kuwatendea mema, nami nitawavuvia kunicha mimi, ili kamwe wasigeukie mbali nami. 41 Nitafurahia kuwatendea mema, na kwa hakika nitawapanda katika nchi hii kwa moyo wangu wote na roho yangu yote.

42 "Hili ndilo asemalo BWANA: Kama nilivyoleta maafa haya makubwa kwa watu hawa, ndivyo nitakavyowapa mafanikio niliyowaahidi. 43 Kwa mara nyingine tena mashamba yatanunuliwa katika nchi hii ambayo mlisema, 'Imekuwa ukiwa, isiyofaa, isiyo na watu wala wanyama, kwa sababu imetiwa mikononi mwa Wakaldayo.' 44 Mashamba yatanunuliwa kwa fedha, na hati zitatiwa sahihi, zitatiwa muhuri na kushuhudiwa katika nchi ya Benyamini, katika vijiji vinavyoizunguka Yerusalemu, katika miji ya Yuda na katika miji ya nchi ya vilima, sehemu za magharibi katika miji ya tambarare na katika Negebu, kwa sababu nitarudisha tena mafanikio yao,[a] asema BWANA."

Ahadi Ya Kurudishwa

33 Wakati Yeremia alipokuwa angali amefungwa kwenye ua wa walinzi, neno la BWANA lilimjia mara ya pili kusema: 2 "Hili ndilo BWANA asemalo, yeye aliyeumba dunia, BWANA aliyeifanya na kuithibitisha, BWANA ndilo jina lake: 3 'Niite nami nitakuitika na kukuambia mambo makuu na yasiyochunguzika, usiyoyajua.' 4 Kwa maana hili ndilo BWANA, Mungu wa Israeli, asemalo kuhusu nyumba katika mji huu na majumba ya kifalme ya Yuda yaliyobomolewa ili yatumiwe dhidi ya kule kuzungukwa na jeshi na upanga 5 katika kupigana na Wakaldayo: 'Zitajazwa na maiti za watu nitakaowachinja katika hasira na ghadhabu yangu. Nitauficha uso wangu kwa sababu ya maovu yake yote.

6 " 'Hata hivyo, nitauletea afya na uponyaji, nitawaponya watu wangu na kuwafanya wafurahie amani tele na salama. 7 Nitawarudisha Yuda na Israeli kutoka nchi ya kutekwa kwao, na kuwajenga tena kama walivyokuwa hapo awali. 8 Nitawatakasa dhambi zote walizofanya dhidi yangu, na nitawasamehe dhambi zote za uasi dhidi yangu. 9 Kisha mji huu utaniletea utukufu, furaha, sifa na heshima mbele ya mataifa yote ya dunia yatakayosikia mambo yote mazuri ninayoufanyia. Nao watashangaa na kutetemeka kwa ajili ya wingi wa mafanikio na amani nitakayoupatia.'

10 "Hili ndilo asemalo BWANA: 'Mnasema kuhusu mahali hapa kwamba, "Ni mahali palipoachwa ukiwa, pasipo na wanadamu wala wanyama." Lakini katika miji ya Yuda na barabara za Yerusalemu ambazo zimeachwa, ambazo hazikaliwi na wanadamu wala wanyama, huko kutasikika kwa mara nyingine 11 sauti za shangwe na furaha, sauti za bibi na bwana arusi, na sauti za wale waletao sadaka za shukrani katika nyumba ya BWANA, wakisema,

" ' "Mshukuruni BWANA Mwenye
    Nguvu Zote,
kwa maana BWANA ni mwema;
upendo wake wadumu milele."

Kwa kuwa nitairudishia nchi baraka kama zilivyokuwa hapo awali,' asema BWANA.

12 "Hili ndilo asemalo BWANA Mwenye Nguvu Zote: 'Mahali hapa, ambapo ni ukiwa, pasipo na wanadamu wala wanyama: katika miji yake, patakuwepo tena malisho kwa ajili ya wachungaji kupumzisha makundi yao ya kondoo. 13 Katika miji ya nchi ya vilima, ya vilima vya magharibi na ya Negebu, katika nchi ya Benyamini, katika vijiji vinavyoizunguka Yerusalemu na katika miji ya Yuda, makundi ya kondoo yatapita tena chini ya mkono wa yeye ayahesabuye,' asema BWANA.

[a]44 Au: nitawarudisha tena kutoka utumwani.

14 " 'Siku zinakuja,' asema Bwana, 'wakati nita-
kapotimiza ahadi yangu ya rehema niliyoifanya
kwa nyumba ya Israeli na kwa nyumba ya Yuda.

15 " 'Katika siku hizo na wakati huo
nitalifanya Tawi la haki lichipuke kutoka
ukoo wa Daudi,
naye atafanya lile lililo haki na sawa
katika nchi.
16 Katika siku hizo, Yuda ataokolewa
na Yerusalemu ataishi salama.
Hili ndilo jina atakaloitwa:
Bwana Haki Yetu.'

17 Kwa maana hili ndilo asemalo Bwana: 'Daudi
kamwe hatakosa mtu wa kukalia kiti cha enzi cha
nyumba ya Israeli, 18 wala hata makuhani, ambao
ni Walawi, kamwe hawatakosa mtu wa kusimama
mbele zangu daima ili kutoa sadaka za kuteke-
tezwa, ili kuteketeza sadaka ya nafaka na kutoa
dhabihu.' "
19 Neno la Bwana likamjia Yeremia kusema:
20 "Hili ndilo asemalo Bwana: 'Ikiwa mtaweza
kuvunja agano langu kuhusu usiku na mchana, ili
usiku na mchana visiwepo kwa nyakati zake, 21 basi
agano langu na Daudi mtumishi wangu, na agano
langu na Walawi ambao ni makuhani wanaohu-
dumu mbele zangu, linaweza kuvunjwa, na Daudi
hatakuwa tena na mzao wa kutawala katika kiti
chake cha enzi. 22 Nitawafanya wazao wa Daudi
mtumishi wangu na Walawi wanaohudumu mbele
zangu wengi, wasioweza kuhesabika kama nyota
za angani, tena wasiopimika kama mchanga wa
ufuoni mwa bahari.' "
23 Neno la Bwana likamjia Yeremia kusema:
24 "Je, hujasikia kwamba watu hawa wanasema,
'Bwana amezikataa zile falme mbili alizozicha-
gua?' Kwa hiyo wamewadharau watu wangu, na
hawawaoni tena kama taifa. 25 Hili ndilo asemalo
Bwana: 'Kama sijathibitisha agano langu na usiku
na mchana, na kuziweka wakfu sheria za mbingu
na nchi, 26 basi nitawakataa wazao wa Yakobo na
Daudi mtumishi wangu, na sitachagua mmoja wa
wanawe kutawala juu ya wazao wa Abrahamu,
Isaki na Yakobo. Kwa maana nitawarudisha
kutoka nchi ya kutekwa kwao na kuwaonea
huruma.' "

Onyo Kwa Sedekia

34 Wakati Nebukadneza mfalme wa Babeli
na jeshi lake lote, pamoja na falme zote na
mataifa katika himaya aliyotawala walipokuwa
wakipigana dhidi ya Yerusalemu pamoja na miji
yote inayoizunguka, neno hili lilimjia Yeremia
kutoka kwa Bwana: 2 "Hili ndilo asemalo Bwana,
Mungu wa Israeli, kusema: Nenda kwa Sedekia
mfalme wa Yuda umwambie, 'Hili ndilo asemalo
Bwana: Ninakaribia kuutia mji huu mikononi mwa
mfalme wa Babeli, naye atauteketeza kwa moto.
3 Hutaweza kuepuka mkono wake, bali hakika
utatekwa na kukabidhiwa kwake. Utamwona
mfalme wa Babeli kwa macho yako mwenyewe,
naye atazungumza nawe ana kwa ana. Nawe uta-
kwenda Babeli.

4 " 'Lakini sikia ahadi ya Bwana, ee Sedekia
mfalme wa Yuda. Hili ndilo asemalo Bwana kuku-
husu: Hutakufa kwa upanga, 5 utakufa kwa amani.
Kama vile watu walivyowasha moto wa maziko
kwa heshima ya baba zako, wafalme waliokuta-
ngulia, ndivyo watu watakavyowasha moto kwa
heshima yako na kuomboleza, wakisema: "Ole,
Ee Bwana!" Mimi mwenyewe ninaweka ahadi hii,
asema Bwana.' "
6 Ndipo nabii Yeremia akamwambia Sedekia
mfalme wa Yuda mambo haya yote huko Yerusa-
lemu, 7 wakati jeshi la mfalme wa Babeli lilipokuwa
likipigana dhidi ya Yerusalemu na miji mingine ya
Yuda ambayo bado ilikuwa imara, yaani Lakishi
na Azeka. Hii ilikuwa miji pekee yenye ngome
iliyobaki katika Yuda.

Uhuru Kwa Watumwa

8 Hili ndilo neno lililomjia Yeremia kutoka kwa
Bwana, baada ya Mfalme Sedekia kufanya agano
na watu wote huko Yerusalemu ili kutangaza uhuru
kwa watumwa. 9 Kila mmoja alipaswa kuwaacha
huru watumwa wake wa Kiebrania, wanawake na
wanaume. Hakuna yeyote aliyeruhusiwa kumshi-
kilia Myahudi mwenzake kama mtumwa. 10 Kwa
hiyo maafisa wote na watu walioingia katika
agano hili wakakubali kwamba watawaacha huru
watumwa wao wa kiume na wa kike, na hawata-
washikilia tena kama watumwa. Wakakubali na
wakawaacha huru. 11 Lakini baadaye wakabadili
mawazo yao, na kuwarudisha wale watumwa
waliokuwa wamewaacha huru, wakawafanya
tena watumwa.
12 Ndipo neno la Bwana likamjia Yeremia kusema:
13 "Hili ndilo asemalo Bwana, Mungu wa Israeli:
Nilifanya agano na baba zenu nilipowatoa Misri,
kutoka nchi ya utumwa. Nilisema, 14 'Kila mwaka
wa saba, kila mmoja wenu ni lazima amwache
huru mtumwa ambaye ni Mwebrania mwenzenu
aliyejiuza kwenu. Baada ya kukutumikia kwa miaka
sita, ni lazima umwache huru aende zake.' Hata
hivyo baba zenu hawakunisikiliza wala kunijali.
15 Hivi karibuni tu mlitubu na kufanya yaliyo sawa
machoni pangu: Kila mmoja wenu aliwatangazia
uhuru Waebrania wake. Hata mlifanya agano
mbele zangu ndani ya nyumba iitwayo kwa Jina
langu. 16 Lakini sasa mmegeuka na kulinajisi jina
langu. Kila mmoja wenu amemrudisha mtumwa
wa kiume na wa kike ambao mlikuwa mmewaacha
huru waende zao walikotaka. Mmewalazimisha
kuwa watumwa wenu tena.
17 "Kwa hiyo, hili ndilo asemalo Bwana: Hamku-
nitii mimi. Hamkutangaza uhuru kwa ndugu zenu.
Hivyo sasa, ninawatangazia ninyi 'uhuru,' asema
Bwana: 'uhuru' ili kuanguka kwa upanga, tauni
na njaa. Nitawafanya mwe chukizo kwa falme
zote za dunia. 18 Watu waliovunja agano langu,
na ambao hawakutunza masharti ya agano wali-
lofanya mbele zangu, nitawafanya kama ndama
waliyemkata vipande viwili, kisha wakatembea
kati ya vile vipande vya huyo ndama. 19 Viongozi
wa Yuda na Yerusalemu, maafisa wa mahakama,
makuhani na watu wote wa nchi waliopita kati ya
vile vipande vya ndama, 20 nitawatia mikononi mwa

adui zao wanaotafuta uhai wao. Maiti zao zitakuwa
chakula cha ndege wa angani na wanyama wa nchi.
[21] "Nitamtia Sedekia mfalme wa Yuda na maa-
fisa wake mikononi mwa adui zao wanaotafuta
uhai wao, kwa jeshi la mfalme wa Babeli, lililo-
kuwa limeondoka kwenu. [22] Nitatoa amri, asema
BWANA, nami nitawarudisha tena katika mji huu.
Watapigana dhidi yake, wautwae na kuuteketeza
kwa moto. Nami nitaiangamiza miji ya Yuda hivyo
pasiwe na yeyote atakayeweza kuishi humo."

Warekabi Wasifiwa

35 Hili ndilo neno lililomjia Yeremia kutoka kwa
BWANA, wakati wa utawala wa Yehoyakimu
mwana wa Yosia mfalme wa Yuda: [2] "Nenda kwa
jamaa ya Warekabi, uwaalike waje kwenye moja
ya vyumba vya pembeni vya nyumba ya BWANA,
na uwape divai wanywe."
[3] Basi nikaenda kumwita Yaazania mwana wa
Yeremia, mwana wa Habazinia, na ndugu zake na
wanawe wote, yaani jamaa nzima ya Warekabi.
[4] Nikawaleta katika nyumba ya BWANA, ndani ya
chumba cha wana wa Hanani mwana wa Igdalia
mtu wa Mungu. Kilikuwa karibu na chumba cha
maafisa, ambacho kilikuwa juu ya kile cha Maaseya
mwana wa Shalumu, aliyekuwa bawabu. [5] Kisha
nikaweka mabakuli yaliyojaa divai na baadhi ya
vikombe mbele ya watu wa jamaa ya Warekabi na
kuwaambia, "Kunyweni divai."
[6] Lakini wao wakajibu, "Sisi hatunywi divai, kwa
sababu baba yetu Yonadabu mwana wa Rekabu,
alitupa agizo hili: 'Ninyi wala wazao wenu kamwe
msinywe divai. [7] Pia msijenge nyumba kamwe, wala
kuotesha mbegu au kupanda mashamba ya miza-
bibu. Kamwe msiwe na kitu chochote katika hivi,
lakini siku zote lazima muishi kwenye mahema.
Ndipo mtakapoishi kwa muda mrefu katika nchi
ambayo ninyi ni wahamiaji.' [8] Tumetii kila kitu
ambacho baba yetu Yonadabu mwana wa Rekabu
alituamuru. Sisi wenyewe wala wake zetu wala
wana wetu na binti zetu kamwe hatujanywa divai
[9] wala kujenga nyumba za kuishi au kuwa na
mashamba ya mizabibu, mashamba au mazao.
[10] Tumeishi katika mahema na tumetii kikamilifu
kila kitu alichotuamuru baba yetu Yonadabu.
[11] Lakini wakati Nebukadneza mfalme wa Babeli
alipoivamia nchi hii, tulisema, 'Njooni, lazima twe-
nde Yerusalemu ili kukimbia majeshi ya Wakaldayo
na ya Washamu.' Kwa hiyo tumeishi Yerusalemu."
[12] Ndipo neno la BWANA likamjia Yeremia
kusema: [13] "Hili ndilo BWANA Mwenye Nguvu
Zote, aliye Mungu wa Israeli, asemalo: Nenda
ukawaambie watu wa Yuda na watu wa Yerusa-
lemu, 'Je, hamwezi kujifunza kutoka kwa wana wa
Rekabu, na kuyatii maneno yangu?' asema BWANA.
[14] 'Yonadabu mwana wa Rekabu aliwaagiza wanawe
wasinywe divai, na agizo hilo wamelishika mpaka
leo hawanywi divai, kwa sababu wanatii amri ya
baba yao. Lakini nimenena nanyi tena na tena,
lakini hamkunitii mimi. [15] Tena na tena nimewa-
tuma watumishi wangu wote manabii kwenu.
Wakasema, "Kila mmoja wenu ni lazima ageuke na
kuacha njia zake mbaya, na kuyatengeneza mate-
ndo yake. Msifuate miungu mingine ili kuitumikia.
Ndipo mtakapoishi katika nchi niliyowapa ninyi
na baba zenu." Lakini hamkujali wala kunisikiliza.
[16] Wazao wa Yonadabu mwana wa Rekabu waliti-
miza amri ambayo baba yao aliwapa, lakini watu
hawa hawakunitii mimi.'
[17] "Kwa hiyo, hili ndilo BWANA Mungu Mwenye
Nguvu Zote, Mungu wa Israeli, asemalo: 'Sikilizeni!
Nitaleta juu ya Yuda na juu ya kila mmoja aishiye
Yerusalemu kila aina ya maafa niliyotamka dhidi
yao. Nilinena nao, lakini hawakusikiliza. Niliwaita,
lakini hawakujibu.' "
[18] Kisha Yeremia akaiambia jamaa ya Warekabi,
"Hili ndilo asemalo BWANA Mwenye Nguvu Zote,
Mungu wa Israeli: 'Mmetii amri ya baba yenu
Yonadabu, na mmefuata mafundisho yake yote
na mmefanya kila kitu alichowaamuru.' [19] Kwa hiyo
hili ndilo BWANA Mwenye Nguvu Zote, Mungu wa
Israeli, asemalo: 'Yonadabu mwana wa Rekabu
hatakosa kamwe kuwa na mtu wa kunitumikia
mimi.' "

Yehoyakimu Achoma Kitabu Cha Yeremia

36 Katika mwaka wa nne wa Yehoyakimu
mwana wa Yosia mfalme wa Yuda, neno hili
lilimjia nabii Yeremia kutoka kwa BWANA, kusema:
[2] "Chukua kitabu uandike ndani yake maneno yote
niliyonena nawe kuhusu Israeli, Yuda na mataifa
mengine yote, tangu nilipoanza kunena nawe
wakati wa utawala wa Yosia hadi sasa. [3] Labda watu
wa Yuda watakaposikia juu ya kila maafa ninayo-
kusudia kuwapiga nayo, kila mmoja wao atageuka
kutoka njia zake mbaya, kisha nitasamehe uovu
wao na dhambi yao."
[4] Hivyo Yeremia akamwita Baruku mwana wa
Neria, naye Yeremia alipokuwa akiyakariri maneno
yote aliyoyasema BWANA, Baruku akayaandika
katika kitabu. [5] Kisha Yeremia akamwambia
Baruku, "Nimezuiliwa, mimi siwezi kuingia katika
Hekalu la BWANA. [6] Basi wewe nenda katika nyu-
mba ya BWANA siku ya kufunga, uwasomee watu
maneno ya BWANA kutoka kitabu hiki yale uliyo-
yaandika kutoka kinywani mwangu. Wasomee
watu wote wa Yuda waliofika kutoka miji yao.
[7] Labda wataomba na kusihi mbele za BWANA na
kila mmoja akageuka kutoka njia zake mbaya, kwa
sababu hasira na ghadhabu zilizotamkwa dhidi ya
watu hawa na BWANA ni kubwa."
[8] Baruku mwana wa Neria akafanya kila kitu
nabii Yeremia alichomwambia kufanya. Alisoma
maneno ya BWANA katika Hekalu la BWANA kutoka
kile kitabu. [9] Katika mwezi wa tisa, mnamo mwaka
wa tano wa Yehoyakimu mwana wa Yosia mfalme
wa Yuda, wakati wa kufunga mbele za BWANA,
ilitangazwa kwa watu wote walioko Yerusalemu,
na wale wote waliokuwa wamekuja kutoka miji ya
Yuda. [10] Kutoka chumba cha Gemaria mwana wa
Shafani mwandishi, kilichokuwa katika ua wa juu
kwenye ingilio la Lango Jipya la Hekalu, Baruku
akawasomea watu wote waliokuwa katika Hekalu
la BWANA maneno ya Yeremia kutoka kwenye kile
kitabu.
[11] Basi Mikaya mwana wa Gemaria, mwana
wa Shafani, aliposikia maneno yote ya BWANA
kutoka kwenye kile kitabu, [12] alishuka hadi kwenye

chumba cha mwandishi kwenye jumba la kifalme,
mahali walipokuwa wameketi maafisa wote: yaani
Elishama mwandishi, Delaya mwana wa Shemaya,
Elnathani mwana wa Akbori, Gemaria mwana wa
Shafani, Sedekia mwana wa Hanania, na maafisa
wengine wote. 13 Baada ya Mikaya kuwaambia
kila kitu ambacho alikuwa amesikia Baruku
akiwasomea watu kutoka kwenye kile kitabu,
14 maafisa wote wakamtuma Yehudi mwana wa
Nethania, mwana wa Shelemia, mwana wa Kushi,
kumwambia Baruku, "Leta hicho kitabu ambacho
umewasomea watu, nawe mwenyewe uje." Ndipo
Baruku mwana wa Neria akawaendea akiwa na
hicho kitabu mkononi mwake. 15 Wakamwambia,
"Tafadhali, keti na utusomee hicho kitabu."

Ndipo Baruku akawasomea kile kitabu. 16 Wali-
poyasikia maneno hayo yote, wakatazamana
wao kwa wao kwa woga na kumwambia Baruku,
"Lazima tutoe taarifa ya maneno haya yote kwa
mfalme." 17 Kisha wakamuuliza Baruku, "Tuambie,
uliandikaje haya yote? Je, yalitoka kinywani mwa
Yeremia?"

18 Baruku akajibu, "Ndiyo, maneno haya yote
yalitoka kinywani mwa Yeremia, nami nikayaa-
ndika kwa wino katika hiki kitabu."

19 Ndipo wale maafisa wakamwambia Baruku,
"Wewe na Yeremia nendeni mkajifiche. Mtu yeyote
asijue mahali mlipo."

20 Baada ya kuhifadhi kile kitabu ndani ya chu-
mba cha Elishama mwandishi, wakamwendea
mfalme katika ua wa nje na kumwarifu kila kitu.
21 Mfalme akamtuma Yehudi akachukue kile kitabu.
Yehudi akakileta hicho kitabu kutoka kwenye
chumba cha Elishama mwandishi, na akakisoma
mbele ya mfalme na maafisa wakiwa wamesimama
kando ya mfalme. 22 Ulikuwa mwezi wa tisa, na
mfalme alikuwa ameketi chumba cha wakati wa
baridi akiota moto. 23 Hata ikawa kila wakati Yehudi
alipomaliza kusoma kurasa tatu au nne za hicho
kitabu, mfalme alizikata kwa kisu cha mwandishi
na kuzitupia motoni, hadi kitabu chote kikateke-
tea. 24 Mfalme na watumishi wake wote waliosikia
yote yaliyosomwa hawakuonyesha hofu yoyote,
wala hawakuyararua mavazi yao. 25 Hata ingawa
Elnathani, Delaya na Gemaria walimsihi mfalme
asikichome kile kitabu, yeye hakuwasikiliza.
26 Badala yake, mfalme akamwamuru Yerameeli,
mwana wa mfalme, Seraya mwana wa Azrieli, na
Shelemia mwana wa Abdeeli kuwakamata mwa-
ndishi Baruku na nabii Yeremia. Lakini Bwana
alikuwa amewaficha.

27 Baada ya mfalme kuchoma kile kitabu kili-
chokuwa na yale maneno Baruku aliyokuwa
ameyaandika kutoka kinywani mwa Yeremia, neno
la Bwana lilimjia Yeremia likisema: 28 "Chukua
kitabu kingine na uandike juu yake maneno yote
yaliyokuwa katika kile kitabu cha kwanza, amba-
cho Yehoyakimu mfalme wa Yuda amekiteketeza
kwa moto. 29 Mwambie pia Yehoyakimu mfalme wa
Yuda, 'Hili ndilo asemalo Bwana: Ulikiteketeza
kile kitabu ukasema, "Kwa nini uliandika kwe-
nye kitabu kwamba kwa hakika mfalme wa Babeli
angekuja na kuangamiza nchi hii, na kuwakatilia
mbali watu na wanyama kutoka humo?" 30 Kwa
hiyo, hili ndilo asemalo Bwana kuhusu Yehoya-
kimu mfalme wa Yuda: Hatakuwa na mtu yeyote
atakayekalia kiti cha enzi cha Daudi; maiti yake
itatupwa nje kwenye joto wakati wa mchana na
kupigwa na baridi wakati wa usiku. 31 Nitamwa-
dhibu yeye, watoto wake na watumishi wake kwa
ajili ya uovu wao. Nitaleta juu yao na wote waishio
Yerusalemu na watu wa Yuda kila maafa niliyo-
yasema dhidi yao, kwa sababu hawajasikiliza.' "

32 Kisha Yeremia akachukua kitabu kingine na
kumpa mwandishi Baruku mwana wa Neria, naye
kama Yeremia alivyosema, Baruku akaandika juu
yake maneno yote ya kile kitabu ambacho Yehoya-
kimu mfalme wa Yuda alikuwa amekichoma moto,
na maneno mengine mengi yaliyofanana na hayo
yaliyoongezewa humo.

Yeremia Gerezani

37 Sedekia mwana wa Yosia akafanywa kuwa
mfalme wa Yuda na Nebukadneza mfalme
wa Babeli, naye akatawala mahali pa Yehoyakini[a]
mwana wa Yehoyakimu. 2 Lakini sio Sedekia, wala
watumishi wake, wala watu wa nchi walisikiliza
maneno ya Bwana aliyonena kupitia kwa nabii
Yeremia.

3 Hata hivyo, Mfalme Sedekia akamtuma
Yehukali mwana wa Shelemia, pamoja na kuhani
Sefania mwana wa Maaseya kwa nabii Yeremia na
ujumbe huu: "Tafadhali utuombee kwa Bwana,
Mungu wetu."

4 Wakati huu Yeremia alikuwa huru kuingia na
kutoka katikati ya watu, kwa sababu alikuwa bado
hajatiwa gerezani. 5 Jeshi la Farao lilikuwa limetoka
Misri, nao Wakaldayo waliokuwa wameuzunguka
Yerusalemu kwa majeshi waliposikia taarifa
kuhusu jeshi hilo walijiondoa Yerusalemu.

6 Ndipo neno la Bwana likamjia nabii Yeremia
kusema: 7 "Hili ndilo asemalo Bwana, Mungu wa
Israeli: Mwambie mfalme wa Yuda aliyekutuma
uniulize mimi, 'Jeshi la Farao lililotoka kuja kuku-
saidia litarudi katika nchi yake yenyewe, yaani
Misri. 8 Kisha Wakaldayo watarudi na kushambulia
mji huu, watauteka na kuuchoma moto.'

9 "Hili ndilo Bwana asemalo: Msijidanganye
wenyewe mkifikiri, 'Hakika Wakaldayo wata-
tuacha na kwenda zao.' Hakika hawatawaacha!
10 Hata kama mngelishinda jeshi lote la Wakaldayo
linalowashambulia ninyi, na wakawa ni watu
waliojeruhiwa tu waliobaki kwenye mahema yao,
wangetoka na kuuchoma mji huu moto."

11 Baada ya jeshi la Wakaldayo kujiondoa kutoka
Yerusalemu kwa sababu ya jeshi la Farao, 12 Yeremia
akaanza kuondoka mjini ili kwenda nchi ya Benya-
mini ili akapate sehemu yake ya milki miongoni
mwa watu huko. 13 Lakini alipofika kwenye Lango
la Benyamini, mkuu wa walinzi, ambaye jina lake
lilikuwa Iriya mwana wa Shelemia mwana wa
Hanania, akamkamata Yeremia na kusema, "Wewe
unakwenda kujiunga na Wakaldayo!"

14 Yeremia akasema, "Hiyo si kweli, mimi sijiungi
na Wakaldayo." Lakini Iriya hakumsikiliza; badala
yake, akamkamata Yeremia na kumpeleka kwa

[a]1 Yehoyakini ni jina jingine la Yekonia au Konia.

maafisa. 15 Wakamkasirikia Yeremia, wakaamuru
apigwe, na akafungwa katika nyumba ya Yonathani
mwandishi waliyokuwa wameifanya gereza.

16 Yeremia akawekwa kwenye chumba kilicho-
fukuliwa chini, kilichojengwa kwa zege ndani ya
gereza chini ya ngome, akakaa huko kwa muda
mrefu. 17 Kisha Mfalme Sedekia akatumana aletwe
katika jumba la kifalme, mahali alipomuuliza kwa
siri, "Je, kuna neno lolote kutoka kwa BWANA?"

Yeremia akajibu, "Ndiyo, utatiwa mikononi mwa
mfalme wa Babeli."

18 Kisha Yeremia akamwambia Mfalme Sedekia,
"Nimefanya kosa gani dhidi yako na maafisa wako
au watu hawa, hata ukanitia gerezani? 19 Wako wapi
manabii wako waliokutabiria wakisema, 'Mfalme
wa Babeli hatakushambulia wewe wala nchi hii?'
20 Lakini sasa, bwana wangu mfalme, tafadhali
sikiliza. Niruhusu nilete maombi yangu mbele
yako, usinirudishe kwenye nyumba ya Yonathani
mwandishi, nisije nikafia humo."

21 Ndipo Mfalme Sedekia akatoa maagizo Yere-
mia awekwe katika ua wa walinzi, na apewe mkate
kutoka mitaa ya waokaji kila siku mpaka mikate
yote katika mji itakapokwisha. Kwa hiyo Yeremia
akabaki katika ua wa walinzi.

Yeremia Atupwa Kwenye Kisima

38 Shefatia mwana wa Matani, na Gedalia
mwana wa Pashuri, na Yehukali mwana wa
Shelemia, na Pashuri mwana wa Malkiya wakasikia
kile Yeremia alichokuwa akiwaambia watu wote
wakati aliposema, 2 "Hili ndilo asemalo BWANA:
'Yeyote akaaye ndani ya mji huu atakufa kwa upa-
nga, njaa au tauni, lakini yeyote atakayejisalimisha
kwa Wakaldayo ataishi. Atakayeyatoa maisha yake
kama nyara, ataishi.' 3 Tena hili ndilo asemalo
BWANA: 'Mji huu kwa hakika utatiwa mikononi
mwa jeshi la mfalme wa Babeli, ambaye atauteka.' "

4 Ndipo maafisa wakamwambia mfalme, "Mtu
huyu imempasa kuuawa. Anawakatisha tamaa
askari waliobaki katika mji huu, vivyo hivyo na
watu wote pia, kwa ajili ya mambo anayowaambia.
Mtu huyu hawatakii mema watu hawa, bali maa-
ngamizi yao."

5 Mfalme Sedekia akajibu, "Yeye yuko mikononi
mwenu! Mfalme hawezi kufanya lolote kuwapinga
ninyi."

6 Basi wakamchukua Yeremia na kumtia kwenye
kisima cha Malkiya, mwana wa mfalme, kilicho-
kuwa katika ua wa walinzi. Wakamteremsha
Yeremia kwa kamba ndani ya kisima. Hakikuwa na
maji ndani yake, ila tope tu, naye Yeremia akazama
ndani ya matope.

7 Lakini Ebed-Meleki Mkushi, aliyekuwa afisa
katika jumba la kifalme, akasikia kuwa walikuwa
wamemtia Yeremia ndani ya kisima. Wakati mfa-
lme alipokuwa ameketi katika Lango la Benyamini,
8 Ebed-Meleki akatoka nje ya jumba la kifalme na
kumwambia, 9 "Mfalme bwana wangu, watu hawa
wamefanya uovu kwa yote waliomtendea nabii
Yeremia. Wamemtupa ndani ya kisima, mahali
ambapo atakufa kwa njaa wakati ambapo hakuna
chakula popote katika mji."

10 Basi mfalme akamwamuru Ebed-Meleki
Mkushi, akisema, "Chukua watu thelathini kutoka
hapa pamoja nawe, mkamtoe nabii Yeremia huko
kwenye kisima kabla hajafa."

11 Basi Ebed-Meleki akawachukua watu pamoja
naye, wakaenda mpaka kwenye chumba kilichoko
chini ya hazina ndani ya jumba la kifalme. Aka-
chukua matambaa makuukuu pamoja na nguo
zilizochakaa kutoka huko, na kumshushia Yeremia
kwa kamba ndani ya kisima. 12 Ebed-Meleki Mku-
shi akamwambia Yeremia, "Weka haya matambaa
makuukuu na hizo nguo zilizochakaa makwapani
ili kuzuia kamba." Yeremia akafanya hivyo, 13 nao
wakamvuta juu kwa kamba na kumtoa katika
kisima. Yeremia akakaa katika ua wa walinzi.

Sedekia Amhoji Yeremia Tena

14 Ndipo Mfalme Sedekia akatuma watu wamwi-
tie nabii Yeremia wamlete kwake kwenye ingilio
la tatu la Hekalu la BWANA. Mfalme akamwambia
Yeremia, "Ninataka kukuuliza jambo fulani, usi-
nifiche kitu chochote."

15 Yeremia akamwambia Sedekia, "Nikikupa jibu,
je, hutaniua? Hata kama nikikupa shauri, wewe
hutanisikiliza."

16 Lakini Mfalme Sedekia akamwapia Yeremia
kiapo hiki kwa siri, akisema, "Hakika kama aishi-
vyo BWANA, ambaye ametupa pumzi, sitakuua
wala sitakutia mikononi mwa wale wanaotafuta
uhai wako."

17 Kisha Yeremia akamwambia Sedekia, "Hili
ndilo asemalo BWANA Mungu Mwenye Nguvu
Zote, Mungu wa Israeli: 'Ikiwa utajisalimisha
kwa maafisa wa mfalme wa Babeli, maisha yako
yatasalimika, na mji huu hautateketezwa kwa
moto. Pia wewe na jamaa yako mtaishi. 18 Lakini
ikiwa hutajisalimisha kwa maafisa wa mfalme wa
Babeli, mji huu utatiwa mikononi mwa Wakaldayo
na watauteketeza kwa moto, nawe mwenyewe
hutaweza kujiokoa mikononi mwao.' "

19 Mfalme Sedekia akamwambia Yeremia,
"Ninawaogopa Wayahudi ambao wamekimbilia
kwa Wakaldayo, kwa kuwa Wakaldayo wanaweza
kunitia mikononi mwao, nao wakanitenda vibaya."

20 Yeremia akajibu, "Hawatakutia mikononi
mwao. Mtii BWANA kwa kufanya kile ninachokua-
mbia. Kisha utafanikiwa na maisha yako yatakuwa
salama. 21 Lakini ukikataa kujisalimisha, hili ndilo
BWANA alilonifunulia: 22 Wanawake wote walioa-
chwa katika jumba la kifalme la mfalme wa Yuda
wataletwa mbele ya maafisa wa mfalme wa Babeli.
Wanawake hao watakuambia:

" 'Walikupotosha na kukushinda,
wale rafiki zako uliowaamini.
Miguu yako imezama matopeni;
rafiki zako wamekuacha.'

23 "Wake zako wote na watoto wataletwa na
kutiwa mikononi mwa Wakaldayo. Wewe mwe-
nyewe hutaweza kujiokoa mikononi mwao. Lakini
utatekwa na mfalme wa Babeli, na mji huu utate-
ketezwa kwa moto."

24 Kisha Sedekia akamwambia Yeremia, "Usiru-
husu mtu yeyote ajue kuhusu haya mazungumzo,

la sivyo utakufa. 25 Maafisa wakisikia kwamba nimezungumza nawe, nao wakakujia na kusema, 'Tuambie kile ulichozungumza na mfalme na kile mfalme alichokuambia, usitufiche au sivyo tutakuua,' 26 basi waambie, 'Nilikuwa ninamsihi mfalme asinirudishe kwenye nyumba ya Yonathani nisije nikafia humo.' "

27 Maafisa wote wakamjia Yeremia na kumuuliza, naye Yeremia akawaambia kila kitu mfalme alichomwagiza kusema. Kisha hawakusema lolote zaidi na Yeremia kwa sababu hakuna yeyote aliyesikia mazungumzo yake na mfalme.

28 Naye Yeremia akabaki katika ua wa walinzi hadi siku Yerusalemu ilipotekwa.

Anguko La Yerusalemu

39 Hivi ndivyo Yerusalemu ilivyotwaliwa: Katika mwaka wa tisa wa utawala wa Mfalme Sedekia wa Yuda, katika mwezi wa kumi, Nebukadneza mfalme wa Babeli akiwa na jeshi lake lote alifanya vita dhidi ya Yerusalemu na akauzunguka mji. 2 Katika siku ya tisa ya mwezi wa nne wa mwaka wa kumi na moja wa utawala wa Sedekia, ukuta wa mji ulibomolewa. 3 Kisha maafisa wote wa mfalme wa Babeli wakaja na kuketi kwenye Lango la Kati, nao ni: Nergal-Shareza wa Samgari, Nebo-Sarsekimu afisa mkuu, Nergal-Shareza afisa mwenye cheo cha juu, na maafisa wengine wote wa mfalme wa Babeli. 4 Mfalme Sedekia wa Yuda na askari wote walipowaona, wakakimbia na kuondoka mjini usiku kwa njia ya bustani ya mfalme, kupitia lango lililokuwa kati ya kuta mbili, wakaelekea Araba.[a]

5 Lakini jeshi la Wakaldayo likawafuatia na kumpata Sedekia katika sehemu tambarare za Yeriko. Wakamkamata na kumpeleka kwa Nebukadneza mfalme wa Babeli huko Ribla, katika nchi ya Hamathi, mahali ambapo alimtangazia hukumu. 6 Huko Ribla, mfalme wa Babeli aliwachinja wana wa Sedekia mbele ya macho yake, na pia akawaua wakuu wote wa Yuda. 7 Kisha akayang'oa macho ya Sedekia na kumfunga kwa pingu za shaba na kumpeleka Babeli.

8 Jeshi la Wakaldayo likachoma moto jumba la kifalme na nyumba za watu, na kuzibomoa kuta za Yerusalemu. 9 Nebuzaradani kiongozi wa walinzi wa mfalme akawachukua na kuwapeleka uhamishoni Babeli watu waliokuwa wamebaki ndani ya mji, pamoja na wale waliokuwa wamejisalimisha kwake, na watu wengine wote. 10 Lakini Nebuzaradani kiongozi wa walinzi aliwabakiza baadhi ya watu maskini katika nchi ya Yuda, ambao hawakuwa na kitu. Naye wakati huo akawapa mashamba ya mizabibu na mashamba mengine.

11 Basi, Nebukadneza mfalme wa Babeli alikuwa ametoa maagizo kuhusu Yeremia kupitia Nebuzaradani kiongozi wa walinzi wa mfalme akisema: 12 "Mchukue umtunze. Usimdhuru, lakini umfanyie chochote anachotaka." 13 Basi Nebuzaradani kiongozi wa walinzi, Nebushazbani afisa mkuu, Nergal-Shareza afisa wa cheo cha juu, na maafisa wengine wote wa mfalme wa Babeli 14 wakatuma watu kumwondoa Yeremia kutoka ua wa walinzi. Wakamkabidhi kwa Gedalia mwana wa Ahikamu mwana wa Shafani, ili amrudishe nyumbani kwake. Kwa hiyo akabaki miongoni mwa watu wake mwenyewe.

15 Wakati Yeremia alipokuwa amezuiliwa katika ua wa walinzi, neno la Bwana lilimjia kusema: 16 "Nenda ukamwambie Ebed-Meleki Mkushi, 'Hili ndilo Bwana Mwenye Nguvu Zote, Mungu wa Israeli, asemalo: Ninakaribia kutimiza maneno yangu dhidi ya mji huu kwa njia ya maafa, wala si kwa kuwafanikisha. Wakati huo hayo yatatimizwa mbele ya macho yako. 17 Lakini siku hiyo nitakuokoa, asema Bwana; hutatiwa mikononi mwa wale unaowaogopa. 18 Nitakuokoa; hutaanguka kwa upanga, lakini maisha yako yatakuwa salama, kwa sababu unanitumaini, asema Bwana.' "

Yeremia Aachiwa Huru

40 Neno likamjia Yeremia kutoka kwa Bwana baada ya Nebuzaradani kiongozi wa walinzi wa mfalme kumfungua huko Rama. Alikuwa amemkuta Yeremia akiwa amefungwa kwa minyororo miongoni mwa mateka wote kutoka Yerusalemu na Yuda waliokuwa wakipelekwa uhamishoni Babeli. 2 Kiongozi wa walinzi alipomwona Yeremia, akamwambia, "Bwana Mungu wako aliamuru maafa haya kwa mahali hapa. 3 Sasa Bwana ameyaleta haya, amefanya sawasawa na vile alivyosema angefanya. Yote haya yametokea kwa sababu ninyi mlifanya dhambi dhidi ya Bwana na hamkumtii. 4 Lakini leo ninakufungua minyororo iliyo kwenye viwiko vya mikono yako. Twende pamoja mpaka Babeli ikiwa unataka, nami nitakutunza. Lakini kama hutaki, basi usije. Tazama, nchi yote iko mbele yako, nenda kokote unakotaka." 5 Lakini kabla Yeremia hajageuka kuondoka, Nebuzaradani akaongeza kusema, "Rudi kwa Gedalia mwana wa Ahikamu mwana wa Shafani, ambaye mfalme wa Babeli amemchagua awe juu ya miji ya Yuda, ukaishi naye miongoni mwa watu, au uende popote panapokupendeza."

Kisha huyo kiongozi akampa posho yake na zawadi, akamwacha aende zake. 6 Kwa hiyo Yeremia akaenda kwa Gedalia mwana wa Ahikamu huko Mispa, na kuishi naye miongoni mwa watu walioachwa katika nchi.

Gedalia Auawa

7 Maafisa wote wa jeshi na watu wao waliokuwa bado wapo kwenye eneo la wazi waliposikia kwamba mfalme wa Babeli amemteua Gedalia mwana wa Ahikamu kuwa mtawala wa nchi, na amemweka kuwa kiongozi wa wanaume, wanawake na watoto waliokuwa maskini zaidi katika nchi ambao hawakuchukuliwa kwenda uhamishoni Babeli, 8 wakamjia Gedalia huko Mispa. Hawa walikuwa Ishmaeli mwana wa Nethania, Yohanani na Yonathani wana wa Karea, Seraya mwana wa Tanhumethi, wana wa Efai Mnetofathi, na Yezania mwana wa Mmaaka, pamoja na watu wao. 9 Gedalia mwana wa Ahikamu mwana wa Shafani akaapa ili kuwatia moyo wao na watu wao. Akasema: "Msiogope kuwatumikia Wakaldayo. Kaeni katika nchi na kumtumikia mfalme wa Babeli, na itakuwa

[a]4 Au: kuelekea Bonde la Yordani.

vyema kwenu. 10 Mimi mwenyewe nitakaa Mispa
ili kuwawakilisha mbele ya Wakaldayo wanaotujia,
lakini ninyi mtavuna divai, matunda ya kiangazi na
mafuta, nanyi mtaweka katika vyombo vyenu vya
kuhifadhia, na kuishi katika miji mliyojitwalia."

11 Wayahudi wote waliokuwa Moabu, Amoni,
Edomu na nchi nyingine zote waliposikia kwa-
mba mfalme wa Babeli ameacha mabaki ya watu
katika Yuda na amemweka Gedalia mwana wa
Ahikamu mwana wa Shafani kuwa mtawala wao,
12 wakarudi wote katika nchi ya Yuda kwa Gedalia
huko Mispa, kutoka nchi zote ambazo walikuwa
wametawanywa. Nao wakavuna divai na matunda
tele wakati wa kiangazi.

13 Yohanani mwana wa Karea pamoja na maa-
fisa wote wa jeshi waliokuwa bado wapo kwenye
eneo la wazi wakamjia Gedalia huko Mispa 14 na
kumwambia, "Je, hujui kwamba Baalisi mfalme wa
Waamoni amemtuma Ishmaeli mwana wa Netha-
nia akuue?" Lakini Gedalia mwana wa Ahikamu
hakuwaamini.

15 Kisha Yohanani mwana wa Karea akamwa-
mbia Gedalia kwa siri huko Mispa, "Acha niende
nikamuue Ishmaeli mwana wa Nethania, wala
hakuna atakayejua. Kwa nini akuue na kusababisha
Wayahudi wote waliokuzunguka watawanyike, na
mabaki wa Yuda waangamie?"

16 Lakini Gedalia mwana wa Ahikamu akamwa-
mbia Yohanani mwana wa Karea, "Usifanye jambo
kama hilo! Unalosema kuhusu Ishmaeli si kweli."

41 Katika mwezi wa saba Ishmaeli mwana wa
Nethania mwana wa Elishama, aliyekuwa
wa uzao wa mfalme na pia alikuwa mmoja wa
maafisa wa mfalme, akaja pamoja na watu kumi
kwa Gedalia mwana wa Ahikamu huko Mispa.
Walipokuwa wakila pamoja huko, 2 Ishmaeli
mwana wa Nethania pamoja na wale watu kumi
waliokuwa pamoja naye waliinuka na kumuua
Gedalia mwana wa Ahikamu mwana wa Shafani
kwa upanga, wakamuua yule ambaye mfalme wa
Babeli alikuwa amemteua awe mtawala wa nchi.
3 Ishmaeli akawaua pia Wayahudi wote waliokuwa
na Gedalia huko Mispa, pamoja na askari wa Kika-
ldayo waliokuwa huko.

4 Siku moja baada ya kuuawa kwa siri kwa
Gedalia, kabla mtu yeyote hajafahamu jambo hilo,
5 watu themanini waliokuwa wamenyoa ndevu
zao, waliorarua nguo zao na kujikatakata wali-
kuja kutoka Shekemu, Shilo na Samaria wakileta
sadaka za nafaka na uvumba katika nyumba ya
Bwana. 6 Ishmaeli mwana wa Nethania akaondoka
Mispa ili kwenda kuwalaki, huku akilia alipokuwa
akienda. Alipokutana nao, akasema, "Karibuni
kwa Gedalia mwana wa Ahikamu." 7 Walipoingia
mjini, Ishmaeli mwana wa Nethania na wale
watu waliokuwa pamoja naye wakawachinja na
kuwatupa ndani ya kisima. 8 Lakini watu kumi
miongoni mwao wakamwambia Ishmaeli, "Sisi
usituue! Tuna ngano na shayiri, mafuta na asali,
vilivyofichwa katika shamba." Kwa hiyo akawaacha
na hakuwaua pamoja na wale wengine. 9 Basi kile
kisima ambacho alitupa zile maiti za watu aliowaua
pamoja na Gedalia kilikuwa ni kile kisima ambacho
Mfalme Asa alikifanya sehemu ya ulinzi wake dhidi
ya Baasha mfalme wa Israeli. Ishmaeli mwana wa
Nethania akakijaza kisima hicho kwa maiti.

10 Ishmaeli akawafanya mateka watu wote ambao
Nebuzaradani kiongozi wa walinzi wa mfalme
alikuwa amewaacha huko Mispa na kumweka
Gedalia mwana wa Ahikamu juu yao: walikuwa
binti za mfalme pamoja na watu wote aliokuwa
amewaacha huko. Ishmaeli mwana wa Nethania
akawachukua mateka na kuondoka nao, akavuka
kwenda kwa Waamoni.

11 Yohanani mwana wa Karea na maafisa wote
wa jeshi waliokuwa pamoja naye waliposikia juu
ya uhalifu wote ambao Ishmaeli mwana wa Netha-
nia alikuwa ameufanya, 12 waliwachukua watu
wao wote kwenda kupigana na Ishmaeli mwana
wa Nethania. Wakakutana naye karibu na bwawa
kubwa huko Gibeoni. 13 Ikawa watu wote walio-
kuwa na Ishmaeli walipomwona Yohanani mwana
wa Karea pamoja na maafisa wa jeshi waliokuwa
pamoja naye, wakafurahi. 14 Watu wote ambao
Ishmaeli alikuwa amewachukua mateka huko
Mispa wakageuka na kumfuata Yohanani mwana
wa Karea. 15 Lakini Ishmaeli mwana wa Nethania
pamoja na watu wake wanane wakamtoroka Yoha-
nani na kukimbilia kwa Waamoni.

Kukimbilia Misri

16 Ndipo Yohanani mwana wa Karea pamoja
na maafisa wote wa jeshi waliokuwa pamoja
naye wakawaongoza wote walionusurika kutoka
Mispa, ambao walipona kutoka mikononi mwa
Ishmaeli mwana wa Nethania baada yake kumuua
Gedalia mwana wa Ahikamu: walikuwa askari,
wanawake, watoto na matowashi aliowaleta
kutoka Gibeoni. 17 Kisha wakaenda mbele na kutua
Geruth-Kimhamu karibu na Bethlehemu wakiwa
njiani kwenda Misri 18 ili kuwatoroka Wakaldayo.
Waliwaogopa kwa sababu Ishmaeli mwana wa
Nethania alikuwa amemuua Gedalia mwana wa
Ahikamu, ambaye alikuwa amewekwa na mfalme
wa Babeli kuwa mtawala wa nchi.

Yeremia Ashauri Walionusurika Wasihame Yuda

42 Ndipo maafisa wote wa jeshi, pamoja na Yoha-
nani mwana wa Karea, na Yezania mwana wa
Hoshaya, na watu wote kuanzia aliye mdogo kabisa
hadi aliye mkuu sana wakamjia 2 Yeremia nabii
na kumwambia, "Tafadhali sikia maombi yetu na
umwombe Bwana Mungu wako kwa ajili ya watu
hawa wote waliosalia. Kwa kuwa kama unavyoona
sasa, ingawa wakati fulani tulikuwa wengi, sasa
tumesalia wachache tu. 3 Omba ili Bwana Mungu
wako atuambie twende wapi na tufanye nini."

4 Nabii Yeremia akajibu, "Nimewasikia. Kwa
hakika nitamwomba Bwana Mungu wenu kama
mlivyoomba. Nitawaambia kila kitu asemacho
Bwana, wala sitawaficha chochote."

5 Kisha wakamwambia Yeremia, "Bwana na awe
shahidi wa kweli na mwaminifu kati yetu kama
hatutafanya sawasawa na kila kitu Bwana Mungu
wako atakachokutuma utuambie. 6 Likiwa jema au
likiwa baya, tutamtii Bwana Mungu wetu, ambaye
tunakutuma kwake, ili mambo yote yawe mema
kwetu, kwa maana tutamtii Bwana Mungu wetu."

7 Baada ya siku kumi, neno la Bwana likamjia Yeremia. 8 Kwa hiyo akawaita pamoja Yohanani mwana wa Karea, na maafisa wote wa jeshi waliokuwa pamoja naye na watu wote kuanzia mdogo kabisa hadi aliye mkuu sana. 9 Akawaambia, "Hili ndilo asemalo Bwana, Mungu wa Israeli, ambaye mlinituma kuwasilisha maombi yenu: 10 'Kama mkikaa katika nchi hii, nitawajenga wala sitawabomoa, nitawapanda wala sitawang'oa, kwani ninahuzunishwa na maafa niliyowapiga nayo. 11 Msimwogope mfalme wa Babeli, ambaye sasa mnamwogopa. Msimwogope, asema Bwana, kwa kuwa niko pamoja nanyi, nami nitawaokoa na kuwaponya kutoka mikononi mwake. 12 Nitawaonea huruma ili naye awe na huruma nanyi na kuwarudisha katika nchi yenu.'

13 "Hata hivyo, kama mkisema, 'Hatutakaa katika nchi hii,' hivyo mkaacha kumtii Bwana Mungu wenu, 14 nanyi kama mkisema, 'Hapana, tutakwenda kuishi Misri, mahali ambapo hatutaona vita au kusikia sauti ya tarumbeta au kuwa na njaa ya chakula,' 15 basi sikieni neno la Bwana, enyi mabaki ya Yuda. Hili ndilo Bwana Mwenye Nguvu Zote, Mungu wa Israeli, asemalo: 'Ikiwa mmekusudia kwenda Misri na kufanya makazi huko, 16 basi ule upanga mnaouogopa utawapata huko, na njaa mnayoihofia itawafuata huko Misri, nanyi mtafia huko. 17 Naam, wote waliokusudia kwenda kuishi Misri watakufa kwa upanga, njaa na tauni; hakuna hata mmoja wao atakayenusurika au kuokoka maafa nitakayoyaleta juu yao.' 18 Hili ndilo Bwana Mwenye Nguvu Zote, Mungu wa Israeli, asemalo: 'Kama vile hasira yangu na ghadhabu yangu ilivyomwagwa juu ya wale walioishi Yerusalemu, ndivyo ghadhabu yangu itakavyomwagwa juu yenu mtakapokwenda Misri. Mtakuwa kitu cha kulaania na cha kutisha, cha kulaumia na cha kushutumia, nanyi kamwe hamtaona mahali hapa tena.'

19 "Enyi mabaki ya Yuda, Bwana amewaambia, 'Msiende Misri.' Hakikisheni jambo hili: Ninawaonya leo 20 kwamba mmefanya kosa kubwa mioyoni mwenu mliponituma kwa Bwana Mungu wenu na kusema, 'Mwombe Bwana Mungu wetu kwa ajili yetu, nawe utuambie kila kitu atakachosema, nasi tutafanya.' 21 Nimewaambieni leo, lakini bado ninyi hamtaki kumtii Bwana Mungu wenu katika yote aliyonituma niwaambie. 22 Basi sasa, hakikisheni jambo hili: Mtakufa kwa upanga, njaa na tauni mahali ambapo mnataka kwenda kuishi."

Yeremia Apelekwa Misri

43 Yeremia alipomaliza kuwaambia watu maneno yote ya Bwana Mungu wao, yaani kila kitu Bwana alichokuwa amemtuma kuwaambia, 2 Azaria mwana wa Hoshaya, na Yohanani mwana wa Karea, na watu wote wenye kiburi wakamwambia Yeremia, "Wewe unasema uongo! Bwana Mungu wetu hajakutuma kusema, 'Kamwe msiende Misri kukaa huko.' 3 Lakini Baruku mwana wa Neria anakuchochea dhidi yetu ili ututie mikononi mwa Wakaldayo, ili watuue au watuchukue uhamishoni Babeli."

4 Basi Yohanani mwana wa Karea, na maafisa wote wa jeshi, na watu wote wakakataa kutii amri ya Bwana ya kukaa katika nchi ya Yuda. 5 Badala yake, Yohanani mwana wa Karea na maafisa wote wa jeshi wakawaongoza mabaki yote ya Yuda waliokuwa wamerudi kuishi katika nchi ya Yuda kutoka mataifa yote ambayo walikuwa wametawanywa. 6 Pia wakawaongoza wanaume wote, wanawake na watoto, na binti za mfalme ambao Nebuzaradani kiongozi wa walinzi wa mfalme alikuwa amewaacha na Gedalia mwana wa Ahikamu mwana wa Shafani, na nabii Yeremia, na Baruku mwana wa Neria. 7 Kwa hiyo wakaingia Misri kwa kutokumtii Bwana, wakaenda mpaka Tahpanhesi.

8 Huko Tahpanhesi neno la Bwana likamjia Yeremia kusema: 9 "Wayahudi wakiwa wanaona, chukua baadhi ya mawe makubwa na kuyazika katika udongo wa mfinyanzi katika njia iliyojengwa kwa matofali katika ingilio la jumba la kifalme la Farao huko Tahpanhesi. 10 Kisha uwaambie, 'Hili ndilo Bwana Mwenye Nguvu Zote, Mungu wa Israeli, asemalo: Nitamtumania mtumishi wangu Nebukadneza mfalme wa Babeli, nami nitakiweka kiti chake cha enzi juu ya haya mawe niliyoyazika hapa, naye atatandaza hema yake ya ufalme juu yake. 11 Atakuja na kuishambulia Misri, akiwaua wale waliokusudiwa kuuawa, awateke mateka wale waliokusudiwa kutekwa, na upanga kwa wale waliokusudiwa upanga. 12 Atachoma moto mahekalu yao ya miungu ya Misri, atachoma mahekalu yao na kuteka miungu yao. Kama vile mchungaji ajizungushiavyo vazi lake ndivyo atakavyojizungushia Misri na kuondoka mahali hapo bila kudhurika. 13 Humo ndani ya hekalu la jua[a] nchini ya Misri atabomoa nguzo za ibada, na kuteketeza kwa moto mahekalu ya miungu wa Misri.' "

Maafa Kwa Sababu Ya Ibada Za Sanamu

44 Neno hili lilimjia Yeremia kuhusu Wayahudi wote waishio Misri, huko Migdoli, Tahpanhesi na Memfisi,[b] katika nchi ya Pathrosi[c] kusema: 2 "Hili ndilo asemalo Bwana Mwenye Nguvu Zote, Mungu wa Israeli: Mliona maangamizi makubwa niliyoyaleta juu ya Yerusalemu na juu ya miji yote ya Yuda. Leo imeachwa ukiwa na magofu 3 kwa sababu ya uovu waliokuwa wameufanya. Walinikasirisha kwa kufukiza uvumba na kwa kuabudu miungu mingine ambayo kamwe wao, wala ninyi, wala baba zenu hawakuifahamu. 4 Tena na tena, niliwatuma watumishi wangu manabii ambao walisema, 'Msifanye jambo hili la kuchukiza ambalo nalichukia!' 5 Lakini hawakusikiliza wala hawakujali, hawakugeuka ili kuacha uovu wao, wala hawakuacha kufukiza uvumba kwa miungu mingine. 6 Kwa hiyo hasira yangu kali ilimwagika, ikawaka dhidi ya miji ya Yuda na barabara za Yerusalemu, na kuifanya ukiwa na magofu kama ilivyo leo.

7 "Basi hili ndilo Bwana Mungu Mwenye Nguvu Zote, Mungu wa Israeli, asemalo: Kwa nini kujiletea maafa makubwa kama haya juu yenu kwa kujikatilia mbali kutoka Yuda wanaume na wanawake, watoto na wanyonyao, hata kujiacha bila mabaki? 8 Kwa nini kuichochea hasira yangu kwa kile

[a]13 Yaani Heliopoli (Mji wa Jua).
[b]1 Memfisi kwa Kiebrania ni Nofu.
[c]1 Pathrosi ina maana Misri ya Juu.

ambacho mikono yenu imekitengeneza, mkaifu-
kizia uvumba miungu mingine huko Misri, mahali
mlipokuja kuishi? Mtajiangamiza wenyewe na
kujifanya kitu cha kulaania na shutumu miongoni
mwa mataifa yote duniani. 9 Je, mmesahau uovu
uliotendwa na baba zenu, na wafalme na malkia wa
Yuda, na uovu uliofanywa na ninyi na wake zenu
katika nchi ya Yuda na barabara za Yerusalemu?
10 Mpaka leo hawajajinyenyekeza au kuonyesha
heshima, wala hawajafuata sheria yangu na amri
nilizoweka mbele yenu na baba zenu.

11 "Kwa hiyo, hili ndilo BWANA Mwenye Nguvu
Zote, Mungu wa Israeli, asemalo: Mimi nimeku-
sudia kuleta maafa juu yenu, na kuiangamiza Yuda
yote. 12 Nitawaondoa mabaki ya Yuda waliokusudia
kwenda Misri kukaa humo. Wote wataangamia
huko Misri, wataanguka kwa upanga au kufa kwa
njaa. Kuanzia aliye mdogo kabisa hadi aliye mkuu
sana, watakufa kwa upanga au njaa. Watakuwa
kitu cha kulaania na cha kutisha, cha laumu na
shutumu. 13 Nitawaadhibu wale waishio Misri
kwa upanga, njaa na tauni kama nilivyoiadhibu
Yerusalemu. 14 Hakuna hata mmoja wa mabaki ya
Yuda ambaye amekwenda kuishi Misri atakayee-
puka au kunusurika ili kurudi katika nchi ya Yuda,
ambayo wanaitamani sana kurudi na kuishi ndani
yake, hakuna hata mmoja atakayerudi isipokuwa
wakimbizi wachache."

15 Kisha wanaume wote ambao walijua kwa-
mba wake zao walikuwa wakifukiza uvumba kwa
miungu mingine, pamoja na wanawake wote walio-
kuwako, yaani, kusanyiko kubwa na watu wote
walioishi nchi ya Misri na Pathrosi, wakamwambia
Yeremia, 16 "Hatutausikiliza ujumbe uliotuambia
katika jina la BWANA! 17 Hakika tutafanya kila kitu
tulichosema tutakifanya: Tutafukiza uvumba kwa
Malkia wa Mbinguni na tutammiminia sadaka zetu
za kinywaji kama vile sisi na baba zetu, wafalme
wetu na maafisa wetu tulivyofanya katika miji ya
Yuda na katika barabara za Yerusalemu. Wakati ule
tulikuwa na chakula tele, tulikuwa matajiri wala
hatukupata dhara lolote. 18 Lakini tangu tulipoa-
cha kumfukizia uvumba Malkia wa Mbinguni na
kummiminia sadaka za kinywaji, hatupati cho-
chote, na tumekuwa tukiangamizwa kwa upanga
na njaa."

19 Wanawake wakaongeza kusema, "Wakati
tulipomfukizia uvumba Malkia wa Mbinguni na
kummiminia sadaka zetu za kinywaji, je, waume
zetu hawakujua kwamba tulikuwa tukitengeneza
maandazi kwa mfano wake, na kummiminia yeye
sadaka za kinywaji?"

20 Ndipo Yeremia akawaambia watu wote,
wanaume na wanawake waliokuwa wakimjibu,
21 "Je, BWANA hakukumbuka na kufikiri juu ya
uvumba uliofukizwa katika miji ya Yuda na bara-
bara za Yerusalemu na ninyi pamoja na baba zenu,
wafalme wenu, maafisa wenu na watu wa nchi?
22 BWANA alipokuwa hawezi kuendelea kuvumilia
matendo yenu maovu na mambo ya machukizo
mliyoyafanya, nchi yenu ilikuwa kitu cha kulaania
na kuachwa ukiwa pasipo wakazi, kama ilivyo leo.
23 Kwa sababu mmefukiza uvumba na kufanya dha-
mbi dhidi ya BWANA, nanyi hamkumtii wala kufuata
sheria yake au amri zake au maagizo yake, maafa
haya yamekuja juu yenu, kama mnavyoona sasa."
24 Kisha Yeremia akawaambia watu wote, pamoja
na wanawake, "Sikieni neno la BWANA, enyi watu
wote wa Yuda mlioko Misri. 25 Hili ndilo asemalo
BWANA Mwenye Nguvu Zote, Mungu wa Israeli:
Ninyi na wake zenu mmeonyesha kwa matendo
yenu kile mlichoahidi mliposema, 'Hakika tutati-
miza nadhiri tulizoziweka za kumfukizia uvumba
na kummiminia sadaka za kinywaji Malkia wa
Mbinguni.'

"Endeleeni basi, fanyeni yale mliyoahidi!
Timizeni nadhiri zenu! 26 Lakini sikieni neno la
BWANA, enyi Wayahudi wote mnaoishi Misri:
'Ninaapa kwa Jina langu lililo kuu,' asema BWANA,
'kwamba hakuna hata mmoja atokaye Yuda ana-
yeishi popote Misri ambaye kamwe ataomba
tena kwa Jina langu au kuapa, akisema, "Hakika
kama BWANA Mwenyezi aishivyo." 27 Kwa maana
ninawaangalia kwa ajili ya madhara, wala sio kwa
mema. Wayahudi walioko Misri wataangamia kwa
upanga na njaa, hadi wote watakapoangamizwa.
28 Wale watakaonusurika upanga na kurudi katika
nchi ya Yuda kutoka Misri watakuwa wachache
sana. Ndipo mabaki wote wa Yuda waliokuja kuishi
Misri watakapojua ni neno la nani litakalosimama,
kwamba ni langu au lao.

29 " 'Hii itakuwa ndiyo ishara kwenu kwamba
nitawaadhibu mahali hapa, asema BWANA, ili
mpate kujua kuwa onyo langu la madhara dhidi
yenu hakika litatimizwa.' 30 Hili ndilo asemalo
BWANA: 'Nitamtia Farao Hofra mfalme wa Misri
mikononi mwa adui zake wanaoutafuta uhai wake,
kama vile nilivyomtia Sedekia mfalme wa Yuda
mikononi mwa Nebukadneza mfalme wa Babeli,
adui aliyekuwa akiutafuta uhai wake.' "

Ujumbe Kwa Baruku

45 Hili ndilo nabii Yeremia alilomwambia Baruku
mwana wa Neria katika mwaka wa nne wa
utawala wa Yehoyakimu mwana wa Yosia mfalme
wa Yuda, baada ya Baruku kuandika katika kitabu
maneno ambayo yalitoka kinywani mwa Yeremia
wakati ule: 2 "Hili ndilo BWANA, Mungu wa Israeli,
akuambialo wewe Baruku: 3 Ulisema, 'Ole wangu!
BWANA ameongeza huzuni juu ya maumivu yangu,
nimechoka kwa kulia kwa uchungu wala sipati
pumziko.' "

4 BWANA akasema, "Mwambie hivi: 'Hili ndilo
asemalo BWANA: Nitakibomoa kile nilichokijenga,
na kung'oa kile nilichokipanda katika nchi yote.
5 Je, utajitafutia mambo makubwa kwa ajili yako
mwenyewe? Usiyatafute hayo. Kwa kuwa nitaleta
maangamizi juu ya watu wote, asema BWANA, lakini
popote utakapokwenda, nitayaokoa maisha yako.' "

Ujumbe Kuhusu Misri

46 Hili ni neno la BWANA lililomjia nabii Yeremia
kuhusu mataifa:

2 Kuhusu Misri:

Huu ni ujumbe dhidi ya jeshi la Farao Neko
mfalme wa Misri, lililoshindwa huko Karkemishi

kwenye Mto Frati na Nebukadneza mfalme wa
Babeli, katika mwaka wa nne wa utawala wa Yeho-
yakimu mwana wa Yosia mfalme wa Yuda:

3 "Wekeni tayari ngao zenu, kubwa na ndogo,
mtoke kwa ajili ya vita!
4 Fungieni farasi lijamu,
pandeni farasi!
Shikeni nafasi zenu
mkiwa mmevaa chapeo!
Isugueni mikuki yenu,
vaeni dirii vifuani!
5 Je, ninaona nini?
Wametiwa hofu,
wanarudi nyuma,
askari wao wameshindwa.
Wanakimbia kwa haraka
pasipo kutazama nyuma,
tena kuna hofu kuu kila upande,"
asema BWANA.
6 Walio wepesi na wenye mbio hawawezi
kukimbia,
wala wenye nguvu hawawezi kutoroka.
Kaskazini, kando ya Mto Frati,
wanajikwaa na kuanguka.
7 "Ni nani huyu ajiinuaye kama Mto Naili,
kama mito yenye maji yanayofanya
mawimbi?
8 Misri hujiinua kama Mto Naili,
kama mito yenye maji yanayofanya
mawimbi.
Husema, 'Nitainuka na kufunika dunia,
nitaiangamiza miji na watu wake.'
9 Songeni mbele, enyi farasi!
Endesheni kwa ukali, enyi magari
ya farasi,
Endeleeni mbele, enyi mashujaa:
watu wa Kushi[a] na Putu[b]
wachukuao ngao,
watu wa Ludi[c] wavutao upinde.
10 Lakini ile siku ni ya Bwana, BWANA Mwenye
Nguvu Zote,
siku ya kulipiza kisasi,
kisasi juu ya adui zake.
Upanga utakula hata utakapotosheka,
hadi utakapozima kiu yake kwa damu.
Kwa maana Bwana, BWANA Mwenye Nguvu
Zote, atatoa dhabihu
kwenye nchi ya kaskazini, kando
ya Mto Frati.
11 "Panda hadi Gileadi ukapate zeri,
ee Bikira Binti wa Misri.
Lakini umetumia dawa nyingi bila
mafanikio;
huwezi kupona.
12 Mataifa yatasikia juu ya aibu yako,
kilio chako kitaijaza dunia.
Shujaa mmoja atajikwaa juu ya mwingine,
nao wataanguka chini pamoja."

13 Huu ndio ujumbe BWANA aliomwambia nabii
Yeremia kuhusu kuja kwa Nebukadneza mfalme
wa Babeli ili kuishambulia Misri:

14 "Tangaza hili katika Misri, nawe ulihubiri
katika Migdoli,
hubiri pia katika Memfisi[d]
na Tahpanhesi:[e]
'Shikeni nafasi zenu na mwe tayari,
kwa kuwa upanga unawala wale
wanaokuzunguka.'
15 Kwa nini mashujaa wako wamesombwa
na kupelekwa mbali?
Hawawezi kusimama, kwa maana BWANA
atawasukuma awaangushe chini.
16 Watajikwaa mara kwa mara,
wataangukiana wao kwa wao.
Watasema, 'Amka, turudi
kwa watu wetu na nchi yetu,
mbali na upanga wa mtesi.'
17 Huko watatangaza,
'Farao mfalme wa Misri ni makelele tu;
amekosa wasaa wake.'
18 "Kwa hakika kama niishivyo," asema
Mfalme,
ambaye jina lake ni BWANA Mwenye
Nguvu Zote,
"mmoja atakuja ambaye ni kama Tabori
miongoni mwa milima,
kama Karmeli kando ya bahari.
19 Funga mizigo yako kwenda uhamishoni,
wewe ukaaye Misri,
kwa kuwa Memfisi utaangamizwa
na kuwa magofu pasipo mkazi.
20 "Misri ni mtamba mzuri,
lakini kipanga anakuja dhidi yake kutoka
kaskazini.
21 Askari wake waliokodiwa katika safu zake
wako kama ndama walionenepeshwa.
Wao pia watageuka na kukimbia pamoja,
hawataweza kuhimili vita,
kwa maana siku ya msiba inakuja juu yao,
wakati wao wa kuadhibiwa.
22 Misri atatoa sauti kama ya nyoka
anayekimbia
kadiri adui anavyowasogelea na majeshi,
watakuja dhidi yake wakiwa na mashoka,
kama watu wakatao miti.
23 Wataufyeka msitu wake,"
asema BWANA,
"hata kama umesongamana kiasi gani.
Ni wengi kuliko nzige,
hawawezi kuhesabika.
24 Binti wa Misri ataaibishwa,
atatiwa mikononi mwa watu
wa kaskazini."

25 BWANA Mwenye Nguvu Zote, Mungu wa Israeli,
asema: "Nakaribia kuleta adhabu juu ya Amoni

[a]9 Kushi ni Naili ya Juu; sasa ni Sudan.
[b]9 Putu sasa ni Libya.
[c]9 Nchi iliyo Afrika ya Kaskazini, magharibi ya Mto Naili; sasa ni Libya.
[d]14 Memfisi kwa Kiebrania ni Nofu.
[e]14 Ni mji katika Misri.

mungu wa Thebesi,[a] na juu ya Farao, Misri na
miungu yake, na wafalme wake, pamoja na wale
wanaomtegemea Farao. 26 Nitawatia mikononi mwa
wale wanaotafuta uhai wao, yaani Nebukadneza
mfalme wa Babeli na maafisa wake. Hatimaye, hata
hivyo, Misri itakaliwa kama nyakati zilizopita,"
asema BWANA.

27 "Usiogope, ee Yakobo mtumishi wangu,
usifadhaike, ee Israeli.
Hakika nitakuokoa kutoka nchi za mbali,
uzao wako kutoka nchi ya uhamisho wao.
Yakobo atakuwa tena na amani na salama,
wala hakuna hata mmoja
atakayewatia hofu.
28 Usiogope, ee Yakobo mtumishi wangu,
kwa maana mimi niko pamoja nawe,"
asema BWANA.
"Ingawa nitayaangamiza kabisa mataifa yote
ambayo miongoni mwake nimekutawanya,
sitakuangamiza wewe kabisa.
Nitakurudi, lakini kwa haki tu,
wala sitakuacha kabisa bila kukuadhibu."

Ujumbe Kuhusu Wafilisti

47 Hili ndilo neno la BWANA lililomjia nabii
Yeremia kuhusu Wafilisti, kabla Farao hajai-
shambulia Gaza:
2 Hili ndilo asemalo BWANA:

"Tazama jinsi maji yanavyoinuka huko
kaskazini,
yatakuwa mafuriko yenye nguvu sana.
Yataifurikia nchi na vitu vyote vilivyomo
ndani yake,
miji na wale waishio ndani yake.
Watu watapiga kelele;
wote waishio katika nchi wataomboleza
3 kwa sauti ya kwato za farasi waendao mbio,
kwa sauti ya magari ya adui
na mngurumo wa magurudumu yake.
Baba hawatageuka kuwasaidia watoto wao,
mikono yao italegea.
4 Kwa maana siku imewadia
kuwaangamiza Wafilisti wote
na kuwakatilia mbali walionusurika wote
ambao wangeweza kusaidia Tiro
na Sidoni.
BWANA anakaribia kuwaangamiza
Wafilisti,
mabaki toka pwani za Kaftori.[b]
5 Gaza atanyoa kichwa chake katika
kuomboleza,
Ashkeloni atanyamazishwa.
Enyi mabaki kwenye tambarare,
mtajikatakata wenyewe mpaka lini?

6 "Mnalia, 'Aa, upanga wa BWANA,
utaendelea mpaka lini ndipo upumzike?
Rudi ndani ya ala yako;
acha na utulie.'
7 Lakini upanga utatuliaje
wakati BWANA ameuamuru,
wakati ameuagiza kuishambulia Ashkeloni
pamoja na pwani yake?"

Ujumbe Kuhusu Moabu

48 Kuhusu Moabu:

Hili ndilo BWANA Mwenye Nguvu Zote, Mungu
wa Israeli, asemalo:

"Ole wake Nebo, kwa maana utaharibiwa.
Kiriathaimu utaaibishwa na kutekwa;
Misgabu itaaibishwa na kuvunjavunjwa.
2 Moabu haitasifiwa tena;
huko Heshboni watu watafanya shauri
baya la anguko lake:
'Njooni na tuangamize taifa lile.'
Wewe nawe, ee Madmena, utanyamazishwa;
upanga utakufuatia.
3 Sikiliza kilio kutoka Horonaimu,
kilio cha maangamizi makuu na uharibifu.
4 Moabu utavunjwa,
wadogo wake watapiga kelele.
5 Wanapanda kwenda njia ya kuelekea
Luhithi,
wakilia kwa uchungu wanapotembea,
kwenye njia inayoshuka kwenda
Horonaimu,
kilio cha uchungu kwa ajili ya uharibifu
kinasikika.
6 Kimbieni! Okoeni maisha yenu,
kuweni kama kichaka jangwani.
7 Kwa kuwa mmetumainia matendo yenu
na mali zenu,
ninyi pia mtachukuliwa mateka,
naye Kemoshi[c] atakwenda uhamishoni,
pamoja na makuhani wake
na maafisa wake.
8 Mharabu atakuja dhidi ya kila mji,
wala hakuna mji utakaookoka.
Bonde litaangamizwa na uwanda
utaharibiwa,
kwa sababu BWANA amesema.
9 Wekeni chumvi kwa ajili ya Moabu,
kwa kuwa ataangamizwa;
miji yake itakuwa ukiwa,
pasipo kuwa na mtu atakayeishi
ndani yake.

10 "Alaaniwe yeye afanyaye kazi ya BWANA
kwa hila!
Alaaniwe yeye auzuiaye upanga wake
usimwage damu!

11 "Moabu amestarehe tangu ujana wake,
kama divai iliyoachwa kwenye
machujo yake,
haikumiminwa kutoka chombo kimoja
hadi kingine,
hajaenda uhamishoni.

[a]25 Thebesi kwa Kiebrania ni No (au No-Amoni), mji katika Misri.
[b]4 Kaftori ndio Krete.
[c]7 Kemoshi alikuwa mungu wa Wamoabu.

Kwa hiyo ana ladha ile ile kama
aliyokuwa nayo,
nayo harufu yake haijabadilika.
12 Lakini siku zinakuja,"
asema BWANA,
"nitakapotuma watu wamiminao kutoka
kwenye magudulia,
nao watamimina;
wataacha magudulia yake yakiwa matupu
na kuvunja mitungi yake.
13 Kisha Moabu atamwonea aibu mungu wao
Kemoshi,
kama vile nyumba ya Israeli
walivyoona aibu
walipotegemea mungu wa Betheli.[a]

14 "Mwawezaje kusema, 'Sisi ni mashujaa,
watu jasiri katika vita'?
15 Moabu ataangamizwa na miji yake
itavamiwa,
vijana wake waume walio bora sana
watachinjwa,"
asema Mfalme, ambaye jina lake
ni BWANA Mungu Mwenye Nguvu Zote.
16 "Kuanguka kwa Moabu kumekaribia,
janga kubwa litamjia kwa haraka.
17 Ombolezeni kwa ajili yake, ninyi nyote
mnaomzunguka,
ninyi nyote mnaojua sifa zake,
semeni, 'Tazama jinsi ilivyovunjika fimbo
ya kifalme yenye nguvu,
tazama jinsi ilivyovunjika fimbo
iliyotukuka!'

18 "Shuka kutoka fahari yako
na uketi katika ardhi iliyokauka,
enyi wenyeji wa Binti wa Diboni,
kwa maana yeye aangamizaye Moabu
atakuja dhidi yako,
na kuangamiza miji yako
iliyozungushiwa maboma.
19 Simama kando ya barabara na
utazame,
wewe unayeishi Aroeri.
Muulize mwanaume anayekimbia
na mwanamke anayetoroka,
waulize, 'Kumetokea nini?'
20 Moabu amefedheheshwa, kwa kuwa
amevunjavunjwa.
Lieni kwa huzuni na kupiga kelele!
Tangazeni kando ya Arnoni
kwamba Moabu ameangamizwa.
21 Hukumu imefika kwenye uwanda wa juu:
katika Holoni, Yahasa na Mefaathi,
22 katika Diboni, Nebo
na Beth-Diblathaimu,
23 katika Kiriathaimu, Beth-Gamuli
na Beth-Meoni,
24 katika Keriothi na Bosra;
kwa miji yote ya Moabu,
iliyoko mbali na karibu.
25 Pembe[b] ya Moabu imekatwa,
mkono wake umevunjwa,"
asema BWANA.

26 "Mlevye,
kwa kuwa amemdharau BWANA.
Moabu na agaegae katika matapishi yake,
yeye na awe kitu cha dhihaka.
27 Je, Israeli hakuwa kitu chako cha
kudhihakiwa?
Je, alikamatwa miongoni mwa wezi,
kiasi cha kutikisa kichwa chako kwa
dharau
kila mara unapozungumza juu yake?
28 Ondokeni kwenye miji yenu, mkaishi
katikati ya miamba,
enyi mnaoishi Moabu.
Kuweni kama huwa ambaye hutengeneza
kiota chake
kwenye mdomo wa pango.

29 "Tumesikia juu ya kiburi cha Moabu:
kutakabari kwake kwa kiburi
na majivuno,
kiburi chake na ufidhuli wake,
na kujivuna kwa moyo wake.
30 Ninaujua ujeuri wake, lakini ni bure,"
asema BWANA,
"nako kujisifu kwake hakumsaidii
chochote.
31 Kwa hiyo namlilia Moabu,
kwa ajili ya Moabu yote ninalia,
ninaomboleza kwa ajili
ya watu wa Kir-Haresethi.
32 Ninalia machozi kwa ajili yenu, kama
Yazeri aliavyo,
enyi mizabibu ya Sibma.
Matawi yako yameenea hadi baharini;
yamefika hadi bahari ya Yazeri.
Mharabu ameyaangukia matunda yako
yaliyoiva
na mizabibu yako iliyoiva.
33 Shangwe na furaha vimetoweka
kutoka bustani na mashamba ya Moabu.
Nimekomesha kutiririka kwa divai kutoka
mashinikizo;
hakuna hata mmoja ayakanyagaye kwa
kelele za shangwe.
Ingawa kuna kelele,
sio kelele za shangwe.

34 "Sauti ya kilio chao inapanda
kutoka Heshboni hadi Eleale na Yahazi,
kutoka Soari hadi Horonaimu na Eglath-
Shelishiya,
kwa kuwa hata maji ya Nimrimu yamekauka.
35 Nitakomesha wale wote katika Moabu
watoao sadaka mahali pa juu,
na kufukiza uvumba kwa miungu yao,"
asema BWANA.
36 "Kwa hiyo moyo wangu unaomboleza kwa
ajili ya Moabu kama filimbi;

[a]13 Betheli ina maana ya Nyumba ya Mungu; lakini pia ni mahali ambapo Mfalme Yeroboamu alisimamisha moja ya sanamu za ndama ili kuabudiwa; nyingine aliiweka huko Dani (1Fal 12:29-33).

[b]25 Pembe hapa ni ishara ya nguvu.

unaomboleza kama filimbi kwa ajili
ya watu wa Kir-Haresethi.
Utajiri waliojipatia umetoweka.
37 Kila kichwa kimenyolewa
na kila mwenye ndevu zimekatwa;
kila mkono umekatwa
na kila kiuno kimefunikwa kwa nguo
ya gunia.
38 Juu ya mapaa yote katika Moabu
na katika viwanja
hakuna kitu chochote isipokuwa
maombolezo,
kwa kuwa nimemvunja Moabu
kama gudulia ambalo hakuna mtu yeyote
anayelitaka,"
asema BWANA.
39 "Tazama jinsi alivyovunjikavunjika!
Jinsi wanavyolia kwa huzuni!
Tazama jinsi Moabu anavyogeuka
kwa aibu!
Moabu amekuwa kitu cha kudhihakiwa,
kitu cha kutisha kwa wale wote
wanaomzunguka."

40 Hili ndilo asemalo BWANA:

"Tazama! Tai anashuka chini,
akitanda mabawa yake juu ya Moabu.
41 Miji itatekwa na ngome zake
zitatwaliwa.
Katika siku hiyo, mioyo ya mashujaa
wa Moabu
itakuwa kama moyo wa mwanamke
katika utungu wa kuzaa.
42 Moabu ataangamizwa kama taifa
kwa sababu amemdharau BWANA.
43 Hofu kuu, shimo na mtego vinawangojea,
enyi watu wa Moabu,"
asema BWANA.
44 "Yeyote atakayeikimbia hiyo hofu kuu
ataanguka ndani ya shimo,
yeyote atakayepanda kutoka shimoni,
atanaswa katika mtego,
kwa sababu nitaletea Moabu
mwaka wa adhabu yake,"
asema BWANA.

45 "Katika kivuli cha Heshboni,
wakimbizi wamesimama pasipo msaada,
kwa kuwa moto umezimika huko
Heshboni,
mwali wa moto kutoka katikati ya Sihoni;
unaunguza vipaji vya nyuso za Moabu,
mafuvu yao wenye kujivuna kwa kelele.
46 Ole wako, ee Moabu!
Watu wa Kemoshi wameangamizwa;
wana wako wamepelekwa uhamishoni
na binti zako wamechukuliwa mateka.

47 "Lakini nitarudisha mateka wa Moabu,
katika siku zijazo,"
asema BWANA.

Huu ndio mwisho wa hukumu juu ya Moabu.

Ujumbe Kuhusu Amoni

49 Kuhusu Waamoni:

Hili ndilo asemalo BWANA:

"Je, Israeli hana wana?
Je, hana warithi?
Kwa nini basi Moleki amechukua milki
ya Gadi?
Kwa nini watu wake wanaishi katika
miji yake?
2 Lakini siku zinakuja,"
asema BWANA,
"nitakapopiga kelele ya vita
dhidi ya Raba mji wa Waamoni;
utakuwa kilima cha magofu,
navyo vijiji vinavyouzunguka
vitateketezwa kwa moto.
Kisha Israeli atawafukuza
wale waliomfukuza,"
asema BWANA.
3 "Lia kwa huzuni, ee Heshboni, kwa kuwa
Ai umeangamizwa!
Pigeni kelele, enyi wakazi wa Raba!
Vaeni nguo za gunia na kuomboleza,
kimbieni hapa na pale ndani ya kuta,
kwa kuwa Moleki atakwenda uhamishoni,
yeye pamoja na makuhani
na maafisa wake.
4 Kwa nini unajivunia mabonde yako,
kujivunia mabonde yako yaliyozaa sana?
Ee binti usiye mwaminifu, unayeutumainia
utajiri wako na kusema,
'Ni nani atakayenishambulia?'
5 Nitaleta hofu kuu juu yako
kutoka kwa wale wote
wanaokuzunguka,"
asema Bwana, BWANA Mwenye Nguvu Zote.
"Kila mmoja wenu ataondolewa,
wala hakuna hata mmoja atakayekusanya
wakimbizi.

6 "Lakini hatimaye,
nitarudisha mateka wa Waamoni,"
asema BWANA.

Ujumbe Kuhusu Edomu

7 Kuhusu Edomu:

Hili ndilo asemalo BWANA Mwenye Nguvu Zote:

"Je, hakuna tena hekima katika Temani?
Je, shauri limewapotea wenye busara?
Je, hekima yao imechakaa?
8 Geuka na ukimbie, jifiche katika mapango
marefu kabisa,
wewe uishiye Dedani,
kwa kuwa nitaleta maafa juu
ya Esau
wakati nitakapomwadhibu.
9 Je, kama wachuma zabibu wangekuja
kwako,
wasingebakiza zabibu chache?

Kama wezi wangekujia usiku,
je, si wangeiba tu kiasi ambacho
wangehitaji?
10 Lakini nitamvua Esau nguo abaki uchi,
nitayafunua maficho yake,
ili asiweze kujificha.
Watoto wake, jamaa na majirani
wataangamia,
naye hatakuwepo tena.
11 Waache yatima wako; nitayalinda
maisha yao.
Wajane wako pia
wanaweza kunitumaini mimi."

12 Hili ndilo asemalo Bwana: "Kama wale wasio-
stahili kukinywea kikombe ni lazima wakinywe,
kwa nini wewe usiadhibiwe? Hutakwepa kua-
dhibiwa, ni lazima ukinywe. 13 Ninaapa kwa nafsi
yangu," asema Bwana, "kwamba Bosra utakuwa
magofu na kitu cha kutisha, cha aibu na cha kulaa-
nia; miji yake yote itakuwa magofu milele."

14 Nimesikia ujumbe kutoka kwa Bwana:
Mjumbe alitumwa kwa mataifa kusema,
"Jikusanyeni ili kuushambulia!
Inukeni kwa ajili ya vita!"
15 "Sasa nitakufanya uwe mdogo miongoni
mwa mataifa,
aliyedharauliwa miongoni mwa watu.
16 Vitisho vyako na kiburi cha moyo wako
vimekudanganya,
wewe unayeishi katika majabali
ya miamba,
wewe unayedumu katika miinuko
ya kilima.
Ujapojenga kiota chako juu sana kama
cha tai,
nitakushusha chini kutoka huko,"
asema Bwana.
17 "Edomu atakuwa kitu cha kuogofya;
wote wapitao karibu
watashangaa na kuzomea
kwa sababu ya majeraha yake yote.
18 Kama vile Sodoma na Gomora
zilivyoangamizwa,
pamoja na miji iliyokuwa jirani nayo,"
asema Bwana,
"vivyo hivyo hakuna mtu yeyote
atakayeishi humo.
Naam, hakuna mtu yeyote
atakayekaa humo.

19 "Kama simba anayepanda kutoka vichaka
vya Yordani
kuja kwenye nchi ya malisho mengi,
ndivyo nitamfukuza Edomu kutoka nchi
yake ghafula.
Ni nani aliye mteule nitakayemweka kwa
ajili ya jambo hili?
Ni nani aliye kama mimi,
na ni nani awezaye kunipinga?
Tena ni mchungaji yupi awezaye
kusimama kinyume nami?"

20 Kwa hiyo, sikia kile Bwana alichokipanga
dhidi ya Edomu,
kile alichokusudia dhidi ya wale waishio
Temani:
Aliye mchanga katika kundi
ataburutwa mbali;
yeye ataharibu kabisa malisho yao kwa
sababu yao.
21 Kwa sauti ya anguko lao, dunia itatetemeka.
Kilio chao kitasikika hadi Bahari
ya Shamu.[a]
22 Tazama! Tai atapaa juu angani na kuruka
chini kwa ghafula,
akitandaza mabawa yake juu ya Bosra.
Katika siku hiyo, mioyo ya mashujaa
wa Edomu
itakuwa kama moyo wa mwanamke
katika utungu wa kuzaa.

Ujumbe Kuhusu Dameski

23 Kuhusu Dameski:

"Hamathi na Arpadi imetahayarika,
kwa kuwa wamesikia habari mbaya.
Wamevunjika moyo na wametaabika
kama bahari iliyochafuka.
24 Dameski amedhoofika,
amegeuka na kukimbia,
hofu ya ghafula imemkamata sana;
amepatwa na uchungu na maumivu,
maumivu kama ya mwanamke katika
utungu wa kuzaa.
25 Kwa nini mji ambao unajulikana
haujaachwa,
mji ambao ninaupenda?
26 Hakika, vijana wake wanaume wataanguka
barabarani;
askari wake wote watanyamazishwa
siku hiyo,"
asema Bwana Mwenye Nguvu Zote.
27 "Nitatia moto kuta za Dameski;
utaangamiza ngome za Ben-Hadadi."

Ujumbe Kuhusu Kedari Na Hazori

28 Kuhusu Kedari na falme za Hazori, ambazo
Nebukadneza mfalme wa Babeli alizishambulia:

Hili ndilo asemalo Bwana:

"Inuka, ushambulie Kedari
na kuwaangamiza watu wa mashariki.
29 Hema zao na makundi yao ya kondoo
yatachukuliwa;
vibanda vyao vitatwaliwa
pamoja na mali zao zote na ngamia zao.
Watu watawapigia kelele,
'Hofu kuu iko kila upande!'

30 "Kimbieni haraka!
Kaeni kwenye mapango marefu sana,
ninyi mkaao Hazori,"
asema Bwana.

[a]21 Kwa Kiebrania ni Bahari ya Mafunjo.

"Nebukadneza, mfalme wa Babeli
amepanga shauri baya dhidi yenu;
amebuni hila dhidi yenu.
31 "Inuka na ulishambulie taifa lililo starehe,
linaloishi kwa kujiamini,"
asema BWANA,
"taifa lisilo na malango wala makomeo;
watu wake huishi peke yao.
32 Ngamia wao watakuwa nyara,
nayo makundi yao makubwa ya ng'ombe
yatatekwa.
Wale walio maeneo ya mbali
nitawatawanya pande zote,
nami nitaleta maafa juu yao
kutoka kila upande,"
asema BWANA.
33 "Hazori itakuwa makao ya mbweha,
mahali pa ukiwa milele.
Hakuna yeyote atakayeishi humo;
hakuna mtu atakayekaa ndani yake."

Ujumbe Kuhusu Elamu

34 Hili ndilo neno la BWANA lililomjia nabii Yere-
mia kuhusu Elamu, mapema katika utawala wa
Sedekia mfalme wa Yuda:

35 Hili ndilo BWANA Mwenye Nguvu Zote asemalo:

"Tazama, nitavunja upinde wa Elamu,
ulio tegemeo la nguvu zao.
36 Nitaleta pepo nne dhidi ya Elamu
toka pande nne za mbingu,
nitawatawanya katika hizo pande nne,
wala hapatakuwa na taifa
ambalo watu wa Elamu waliofukuzwa
hawatakwenda.
37 Nitamfadhaisha Elamu mbele ya adui zao,
mbele yao wale wanaotafuta uhai wao;
nitaleta maafa juu yao,
naam, hasira yangu kali,"
asema BWANA.
"Nitawafuatia kwa upanga
mpaka nitakapowamaliza.
38 Nitaweka kiti changu cha enzi huko Elamu
na kumwangamiza mfalme wake
na maafisa wake,"
asema BWANA.

39 "Lakini nitarudisha mateka wa Elamu
katika siku zijazo,"
asema BWANA.

Ujumbe Kuhusu Babeli

50 Hili ndilo neno alilosema BWANA kupitia
nabii Yeremia kuhusu Babeli na nchi ya
Wakaldayo:

2 "Tangazeni na mhubiri katikati ya mataifa,
tawekeni bendera na mkahubiri;
msiache kitu chochote, bali semeni,
'Babeli utatekwa;
Beli ataaibishwa,
Merodaki atajazwa na hofu kuu.
Sanamu zake zitaaibishwa
na vinyago vyake vitajazwa hofu kuu.'
3 Taifa kutoka kaskazini litamshambulia,
na kuifanya nchi yake ukiwa.
Hakuna hata mmoja atakayeishi
ndani yake,
watu na wanyama wataikimbia.

4 "Katika siku hizo, wakati huo,"
asema BWANA,
"watu wa Israeli pamoja na watu wa Yuda
wataenda wakilia ili kumtafuta BWANA
Mungu wao.
5 Wataiuliza njia iendayo Sayuni
na kuelekeza nyuso zao huko.
Watakuja na kuambatana na BWANA
katika agano la milele
ambalo halitasahaulika.

6 "Watu wangu wamekuwa kondoo
waliopotea;
wachungaji wao wamewapotosha
na kuwasababisha kuzurura
juu ya milima.
Walitangatanga juu ya mlima na kilima,
na kusahau mahali pao wenyewe
pa kupumzikia.
7 Yeyote aliyewakuta aliwala;
adui zao walisema, 'Sisi hatuna hatia,
kwa kuwa wao walitenda dhambi dhidi
ya BWANA, malisho yao halisi,
BWANA, aliye tumaini la baba zao.'

8 "Kimbieni kutoka Babeli;
ondokeni katika nchi ya Wakaldayo
tena kuweni kama mbuzi wale
waongozao kundi.
9 Kwa maana nitaamsha na kuleta dhidi
ya Babeli
muungano wa mataifa makubwa kutoka
nchi ya kaskazini.
Watashika nafasi zao dhidi yake,
naye kutokea kaskazini atatekwa.
Mishale yao itakuwa kama mishale
ya mashujaa walio hodari,
ambao hawawezi kurudi mikono mitupu.
10 Kwa hiyo Ukaldayo utatekwa nyara;
wote wamtekao nyara watapata
za kutosha,"
asema BWANA.

11 "Kwa sababu hushangilia na kufurahi,
wewe utekaye urithi wangu,
kwa sababu unachezacheza kama mtamba
anayepura nafaka,
na kulia kama farasi dume,
12 mama yako ataaibika mno,
yeye aliyekuzaa atatahayari.
Atakuwa mdogo kuliko mataifa
mengine yote,
atakuwa nyika, nchi kame na jangwa.
13 Kwa sababu ya hasira ya BWANA hatakaliwa
na mtu,
lakini ataachwa ukiwa kabisa.

Wote watakaopita Babeli watatiwa hofu
na kudhihaki
kwa sababu ya majeraha yake yote.

14 "Shikeni nafasi zenu kuzunguka Babeli,
enyi nyote mvutao upinde.
Mpigeni! Msibakize mshale wowote,
kwa kuwa ametenda dhambi dhidi
ya Bwana.
15 Piga kelele dhidi yake kila upande!
Anajisalimisha, minara yake inaanguka,
kuta zake zimebomoka.
Kwa kuwa hiki ni kisasi cha Bwana,
mlipizeni kisasi;
mtendeeni kama alivyowatendea wengine.
16 Katilieni mbali mpanzi kutoka Babeli,
pamoja na mvunaji na mundu wake
akivuna.
Kwa sababu ya upanga wa mdhalimu
kila mmoja na arejee kwa watu wake
mwenyewe,
kila mmoja na akimbilie
kwenye nchi yake mwenyewe.

17 "Israeli ni kundi lililotawanyika
ambalo simba wamelifukuzia mbali.
Wa kwanza kumla alikuwa mfalme
wa Ashuru,
wa mwisho kuponda mifupa yake
alikuwa Nebukadneza mfalme
wa Babeli."

18 Kwa hiyo hili ndilo Bwana Mwenye Nguvu
Zote, Mungu wa Israeli, asemalo:

"Nitamwadhibu mfalme wa Babeli na
nchi yake
kama nilivyomwadhibu mfalme
wa Ashuru.
19 Lakini nitamrudisha Israeli katika malisho
yake mwenyewe
naye atalisha huko Karmeli na Bashani;
njaa yake itashibishwa
juu ya vilima vya Efraimu na Gileadi.
20 Katika siku hizo, wakati huo,"
asema Bwana,
"uchunguzi utafanyika kwa ajili ya kosa
la Israeli,
lakini halitakuwepo,
kwa ajili ya dhambi za Yuda,
lakini haitapatikana hata moja,
kwa kuwa nitawasamehe
mabaki nitakaowaacha.

21 "Shambulieni nchi ya Merathaimu
na wale waishio huko Pekodi.
Wafuatieni, waueni
na kuwaangamiza kabisa,"
asema Bwana.
"Fanyeni kila kitu nilichowaamuru.
22 Kelele ya vita iko ndani ya nchi,
kelele ya maangamizi makuu!
23 Tazama jinsi nyundo ya dunia yote
ilivyovunjika na kuharibika!
Tazama jinsi Babeli ilivyokuwa ukiwa
miongoni mwa mataifa!
24 Nimetega mtego kwa ajili yako, ee Babeli,
nawe ukakamatwa kabla haujafahamu;
ulipatikana na ukakamatwa
kwa sababu ulimpinga Bwana.
25 Bwana amefungua ghala lake la silaha
na kuzitoa silaha za ghadhabu yake,
kwa kuwa Bwana Mwenyezi Mwenye
Nguvu Zote
anayo kazi ya kufanya
katika nchi ya Wakaldayo.
26 Njooni dhidi yake kutoka mbali.
Zifungueni ghala zake za nafaka;
mlundikeni kama lundo la nafaka.
Mwangamizeni kabisa
na msimwachie mabaki yoyote.
27 Waueni mafahali wake wachanga wote;
waacheni washuke machinjoni!
Ole wao! Kwa kuwa siku yao imewadia,
wakati wao wa kuadhibiwa.
28 Wasikilizeni watoro na wakimbizi kutoka
Babeli
wakitangaza katika Sayuni
jinsi Bwana, Mungu wetu alivyolipiza kisasi,
kisasi kwa ajili ya Hekalu lake.

29 "Waiteni wapiga mishale dhidi ya Babeli,
wote wale wavutao upinde.
Pigeni kambi kumzunguka kabisa,
asitoroke mtu yeyote.
Mlipizeni kwa matendo yake;
mtendeeni kama alivyotenda.
Kwa kuwa alimdharau Bwana,
yeye Aliye Mtakatifu wa Israeli.
30 Kwa hiyo, vijana wake wanaume
wataanguka barabarani;
askari wake wote watanyamazishwa
siku ile,"
asema Bwana.
31 "Tazama, niko kinyume nawe, ewe mwenye
majivuno,"
asema Bwana, Bwana Mwenye Nguvu Zote,
"kwa kuwa siku yako imewadia,
yaani, wakati wako wa kuadhibiwa.
32 Mwenye majivuno atajikwaa na kuanguka,
wala hakuna yeyote atakayemuinua;
nitawasha moto katika miji yake,
utakaowateketeza wote
wanaomzunguka."

33 Hili ndilo asemalo Bwana Mwenye Nguvu
Zote:

"Watu wa Israeli wameonewa,
nao watu wa Yuda pia.
Wote waliowateka wamewashikilia sana,
wanakataa kuwaachia waende.
34 Lakini Mkombozi wao ana nguvu;
Bwana Mwenye Nguvu Zote ndilo jina lake.
Atatetea kwa nguvu shauri lao
ili alete raha katika nchi yao,
lakini ataleta msukosuko
kwa wale waishio Babeli.

35 "Upanga dhidi ya Wakaldayo!"
asema BWANA,
"dhidi ya wale waishio Babeli
na dhidi ya maafisa wake na watu wenye
busara!
36 Upanga dhidi ya manabii wake wa uongo!
Watakuwa wapumbavu.
Upanga dhidi ya mashujaa wake!
Watajazwa na hofu kuu
37 Upanga dhidi ya farasi na magari yake
ya vita
pamoja na askari wake wote wa kigeni
katika safu zake!
Wao watakuwa kama wanawake.
Upanga dhidi ya hazina zake!
Hizo zitatekwa nyara.
38 Ukame juu ya maji yake!
Nayo yatakauka.
Kwa kuwa ni nchi ya sanamu,
wao wanaenda wazimu kwa ajili
ya sanamu.

39 "Kwa hiyo, viumbe vya jangwani na fisi
wataishi humo,
nao bundi watakaa humo.
Kamwe haitakaliwa tena
wala watu hawataishi humo kutoka
kizazi hadi kizazi.
40 Kama vile Mungu alivyoangamiza Sodoma
na Gomora
pamoja na miji iliyokuwa jirani nayo,"
asema BWANA,
"vivyo hivyo hakuna mtu yeyote
atakayeishi humo.
Naam, hakuna mtu yeyote
atakayekaa humo.

41 "Tazama! Jeshi linakuja kutoka kaskazini;
taifa kubwa na wafalme wengi
wanaamshwa kutoka miisho ya dunia.
42 Wamejifunga pinde na mikuki;
ni wakatili na wasio na huruma.
Wanatoa sauti kama bahari inayonguruma
wanapoendesha farasi zao;
wanakuja kama watu waliojipanga tayari
kwa vita
ili kukushambulia, ee Binti Babeli.
43 Mfalme wa Babeli amesikia habari
kuwahusu,
nayo mikono yake imelegea.
Uchungu umemshika,
maumivu kama ya mwanamke katika
utungu wa kuzaa.
44 Kama simba anayepanda kutoka vichaka
vya Yordani
kuja kwenye nchi ya malisho mengi,
ndivyo nitamfukuza Babeli kutoka nchi
yake ghafula.
Ni nani aliye mteule,
nitakayemweka kwa ajili ya jambo hili?
Ni nani aliye kama mimi,
na ni nani awezaye kunipinga?
Tena ni mchungaji yupi
awezaye kusimama kinyume nami?"
45 Kwa hiyo, sikia kile BWANA alichokipanga
dhidi ya Babeli,
kile alichokusudia dhidi ya nchi
ya Wakaldayo:
Aliye mchanga katika kundi
ataburutwa mbali.
Yeye ataharibu kabisa malisho yao kwa
sababu yao.
46 Kwa sauti ya kutekwa kwa Babeli, dunia
itatetemeka;
kilio chake kitasikika pote miongoni
mwa mataifa.

51 Hili ndilo asemalo BWANA:

"Tazama nitaamsha roho ya mwangamizi
dhidi ya Babeli na watu wakaao Leb-
Kamai.[a]
2 Nitawatuma wageni Babeli
kumpepeta na kuiharibu nchi yake;
watampinga kila upande
katika siku ya maafa yake.
3 Usimwache mpiga upinde afunge kamba
upinde wake,
wala usimwache avae silaha zake.
Usiwaonee huruma vijana wake;
angamiza jeshi lake kabisa.
4 Wataanguka waliouawa katika Babeli,
wakiwa na majeraha ya kutisha
barabarani zake.
5 Kwa maana Israeli na Yuda hawajaachwa
na Mungu wao, BWANA Mwenye
Nguvu Zote,
ingawa nchi yao imejaa uovu
mbele zake yeye Aliye Mtakatifu wa Israeli.

6 "Kimbieni kutoka Babeli!
Okoeni maisha yenu!
Msiangamizwe kwa sababu ya
dhambi zake.
Ni wakati wa kisasi cha BWANA,
atamlipa kile anachostahili.
7 Babeli alikuwa kikombe cha dhahabu
katika mkono wa BWANA;
aliufanya ulimwengu wote ulewe.
Mataifa walikunywa mvinyo wake;
kwa hiyo sasa wameingiwa na wazimu.
8 Babeli ataanguka ghafula na kuvunjika.
Mwombolezeni!
Tafuteni zeri ya kutuliza maumivu yake,
labda anaweza kupona.

9 " 'Tungemponya Babeli,
lakini hawezi kuponyeka;
tumwacheni, na kila mmoja wetu aende
nchi yake mwenyewe,
kwa kuwa hukumu yake inafika angani,
inapanda juu hadi mawinguni.'

10 " 'BWANA amethibitisha haki yetu;
njooni, tutangaze katika Sayuni
kitu ambacho BWANA Mungu wetu amefanya.'

[a]1 Leb-Kamai ni Ukaldayo, yaani Babeli, kwa fumbo.

11 "Noeni mishale,
chukueni ngao!
BWANA amewaamsha wafalme wa Wamedi,
kwa sababu nia yake ni kuangamiza Babeli.
BWANA atalipiza kisasi,
kisasi kwa ajili ya Hekalu lake.
12 Twekeni bendera juu ya kuta za Babeli!
Imarisheni ulinzi,
wekeni walinzi,
andaeni waviziao!
BWANA atatimiza kusudi lake,
amri yake juu ya watu wa Babeli.
13 Wewe uishiye kando ya maji mengi
na uliye na wingi wa hazina,
mwisho wako umekuja,
wakati wako wa kukatiliwa mbali.
14 BWANA Mwenye Nguvu Zote
ameapa kwa nafsi yake mwenyewe:
'Hakika nitakujaza na watu, kama kundi
la nzige,
nao watapiga kelele za ushindi juu yako.'

15 "Aliiumba dunia kwa uweza wake;
akaweka misingi ya ulimwengu kwa
hekima yake
na akazitandaza mbingu kwa
ufahamu wake.
16 Atoapo sauti yake, maji yaliyo katika
mbingu hunguruma,
huyafanya mawingu yainuke kutoka
miisho ya dunia.
Hupeleka umeme wa radi pamoja na mvua,
naye huuleta upepo kutoka ghala zake.

17 "Kila mtu ni mjinga na hana maarifa;
kila sonara ameaibishwa
na sanamu zake.
Vinyago vyake ni vya udanganyifu,
havina pumzi ndani yavyo.
18 Havifai kitu, ni vitu vya kufanyia mzaha,
hukumu yavyo itakapowadia,
vitaangamia.
19 Yeye Aliye Fungu la Yakobo sivyo alivyo,
kwani ndiye Muumba wa vitu vyote,
pamoja na kabila la urithi wake:
BWANA Mwenye Nguvu Zote ndilo
jina lake.

20 "Wewe ndiwe rungu langu la vita,
silaha yangu ya vita:
kwa wewe navunjavunja mataifa,
kwa wewe naangamiza falme,
21 kwa wewe navunjavunja
farasi na mpanda farasi,
kwa wewe navunjavunja
gari la vita na mwendeshaji wake,
22 kwa wewe napondaponda
mwanaume na mwanamke,
kwa wewe napondaponda
mzee na kijana,
kwa wewe napondaponda
kijana wa kiume na mwanamwali,
23 kwa wewe nampondaponda
mchungaji na kundi,
kwa wewe nampondaponda
mkulima na maksai,
kwa wewe nawapondaponda
watawala na maafisa.

24 "Mbele ya macho yako nitamlipiza Babeli na
wote waishio Ukaldayo kwa ajili ya makosa yote
waliyofanya katika Sayuni," asema BWANA.

25 "Mimi niko kinyume nawe, ee mlima
unaoharibu,
wewe uangamizaye dunia yote,"
asema BWANA.
"Nitanyoosha mkono wangu dhidi yako,
nikuvingirishe kutoka kwenye kilele cha
mwamba,
na kukufanya mlima ulioteketezwa
kwa moto.
26 Hakuna jiwe litakalochukuliwa
kutoka kwako
kwa ajili ya kufanywa jiwe la pembeni,
wala jiwe lolote kwa ajili ya msingi,
kwa maana utakuwa ukiwa milele,"
asema BWANA.

27 "Twekeni bendera katika nchi!
Pigeni tarumbeta katikati ya mataifa!
Andaeni mataifa kwa ajili ya vita
dhidi yake,
iteni falme hizi dhidi yake:
Ararati, Mini na Ashkenazi.
Wekeni jemadari dhidi yake,
pelekeni farasi wengi kama kundi la nzige.
28 Andaeni mataifa kwa ajili ya vita
dhidi yake,
wafalme wa Wamedi,
watawala wao na maafisa wao wote,
pamoja na nchi zote wanazotawala.
29 Nchi inatetemeka na kugaagaa,
kwa kuwa makusudi ya BWANA dhidi
ya Babeli yanasimama:
yaani, kuangamiza nchi ya Babeli
ili pasiwe na yeyote atakayeishi humo.
30 Mashujaa wa Babeli wameacha kupigana,
wamebaki katika ngome zao.
Nguvu zao zimekwisha,
wamekuwa kama wanawake.
Makazi yake yameteketezwa kwa moto,
makomeo ya malango yake yamevunjika.
31 Tarishi mmoja humfuata mwingine,
na mjumbe humfuata mjumbe,
kumtangazia mfalme wa Babeli
kwamba mji wake wote umetekwa,
32 Vivuko vya mito vimekamatwa,
mabwawa yenye mafunjo
yametiwa moto,
nao askari wameingiwa na hofu kuu."

33 Hili ndilo BWANA Mwenye Nguvu Zote, Mungu
wa Israeli, asemalo:

"Binti Babeli ni kama sakafu ya kupuria
wakati inapokanyagwa;
wakati wa kumvuna utakuja upesi."

34 "Nebukadneza mfalme wa Babeli ametula,
ametufanya tuchangayikiwe,
ametufanya tuwe gudulia tupu.
Kama nyoka ametumeza
na kujaza tumbo lake kwa vyakula vyetu
vizuri,
kisha akatutapika.
35 Jeuri iliyofanyiwa miili yetu[a] na iwe juu
ya Babeli,"
ndivyo wasemavyo wakaao Sayuni.
"Damu yetu na iwe juu ya wale waishio Babeli,"
asema Yerusalemu.

36 Kwa hiyo, hili ndilo BWANA asemalo:

"Tazama, nitatetea shauri lako
na kulipiza kisasi kwa ajili yako;
nitaikausha bahari yake
na kuzikausha chemchemi zake.
37 Babeli utakuwa lundo la magofu
na makao ya mbweha,
kitu cha kutisha na kudharauliwa,
mahali asipoishi mtu.
38 Watu wake wote wananguruma kama
simba wadogo,
wanakoroma kama wana simba.
39 Lakini wakati wakiwa wameamshwa,
nitawaandalia karamu
na kuwafanya walewe,
ili wapige kelele kwa kicheko,
kisha walale milele na wasiamke,"
asema BWANA.
40 "Nitawateremsha kama wana-kondoo
waendao machinjoni,
kama kondoo dume na mbuzi.

41 "Tazama jinsi Sheshaki[b] atakamatwa,
majivuno ya dunia yote
yatakavyonyakuliwa.
Babeli atakuwa mwenye hofu kiasi gani
kati ya mataifa!
42 Bahari itainuka juu ya Babeli;
mawimbi yake yenye kunguruma
yatamfunika.
43 Miji yake itakuwa ukiwa,
kame na jangwa,
nchi ambayo hakuna yeyote anayeishi
ndani yake,
ambayo hakuna mtu anayepita humo.
44 Nitamwadhibu Beli katika Babeli,
na kumfanya atapike kile alichokimeza.
Mataifa hayatamiminika tena kwake.
Nao ukuta wa Babeli utaanguka.

45 "Tokeni ndani yake, enyi watu wangu!
Okoeni maisha yenu!
Ikimbieni hasira kali ya BWANA.
46 Msikate tamaa wala msiogope tetesi
zitakaposikika katika nchi;
tetesi moja inasikika mwaka huu,
nyingine mwaka unaofuata;
tetesi juu ya jeuri katika nchi,
na ya mtawala dhidi ya mtawala.
47 Kwa kuwa hakika wakati utawadia
nitakapoziadhibu sanamu za Babeli;
nchi yake yote itatiwa aibu,
na watu wake wote waliouawa
wataangukia ndani yake.
48 Ndipo mbingu na dunia na vyote vilivyomo
ndani yake
vitapiga kelele za shangwe juu ya Babeli,
kwa kuwa kutoka kaskazini
waharabu watamshambulia,"
asema BWANA.
49 "Babeli ni lazima aanguke kwa sababu
ya kuwaua Waisraeli,
kama vile waliouawa duniani kote
walivyoanguka kwa sababu ya Babeli.
50 Wewe uliyepona upanga,
ondoka wala usikawie!
Mkumbuke BWANA ukiwa katika nchi
ya mbali,
na utafakari juu ya Yerusalemu."

51 "Tumetahayari, kwa maana tumetukanwa
na aibu imefunika nyuso zetu,
kwa sababu wageni wameingia
mahali patakatifu pa nyumba ya BWANA."

52 "Lakini siku zinakuja," asema BWANA,
"nitakapoadhibu sanamu zake,
na katika nchi yake yote
waliojeruhiwa watalia kwa maumivu
makali.
53 Hata kama Babeli ikifika angani
na kuziimarisha ngome zake ndefu,
nitatuma waharabu dhidi yake,"
asema BWANA.

54 "Sauti ya kilio inasikika kutoka Babeli,
sauti ya uharibifu mkuu
kutoka nchi ya Wakaldayo.
55 BWANA ataiangamiza Babeli,
atanyamazisha makelele ya
kishindo chake.
Mawimbi ya adui yatanguruma kama
maji makuu,
ngurumo ya sauti zao itavuma.
56 Mharabu atakuja dhidi ya Babeli,
mashujaa wake watakamatwa,
nazo pinde zao zitavunjwa.
Kwa kuwa BWANA ni Mungu wa kisasi,
yeye atalipiza kikamilifu.
57 Nitawafanya maafisa wake na wenye
busara walewe,
watawala wao, maafisa, pamoja
na wapiganaji wao;
watalala milele na hawataamka,"
asema Mfalme, ambaye jina lake ni
BWANA Mwenye Nguvu Zote.

58 Hili ndilo BWANA Mwenye Nguvu Zote asemalo:

[a]35 Au: Jeuri tuliyofanyiwa sisi na watoto wetu.
[b]41 Sheshaki ni Babeli kwa fumbo.

"Ukuta mnene wa Babeli utasawazishwa,
na malango yaliyoinuka yatateketezwa
kwa moto;
mataifa yanajichosha bure,
taabu ya mataifa ni nishati tu ya miali
ya moto."

59 Huu ndio ujumbe Yeremia aliompa afisa
Seraya mwana wa Neria mwana wa Maaseya,
alipokwenda Babeli pamoja na Sedekia mfalme
wa Yuda, katika mwaka wa nne wa utawala wake.
60 Yeremia alikuwa ameandika ndani ya kitabu
kuhusu maafa yote yatakayoipata Babeli, yaani
yote yaliyokuwa yameandikwa kuhusu Babeli.
61 Yeremia akamwambia Seraya, "Utakapofika
Babeli, hakikisha kwamba umesoma maneno
haya yote kwa sauti kubwa. 62 Kisha sema, 'Ee
BWANA, umesema utaangamiza mahali hapa
ili mtu wala mnyama asiishi ndani yake, napo
patakuwa ukiwa milele.' 63 Utakapomaliza kusoma
hiki kitabu, kifungie jiwe kisha ukitupe ndani
ya Mto Frati. 64 Kisha sema, 'Hivi ndivyo Babeli
utakavyozama na usiinuke tena, kwa sababu
ya maafa nitakayoleta juu yake. Nao watu wake
wataanguka.' "

Maneno ya Yeremia yanaishia hapa.

Anguko La Yerusalemu

52 Sedekia alikuwa na umri wa miaka ishirini na
mmoja alipoanza kutawala, naye akatawala
huko Yerusalemu kwa miaka kumi na mmoja.
Jina la mama yake aliitwa Hamutali binti Yeremia,
kutoka Libna. 2 Alifanya maovu machoni pa BWANA,
kama alivyofanya Yehoyakimu. 3 Ilikuwa ni kwa
sababu ya hasira ya BWANA haya yote yalitokea
Yerusalemu na Yuda, naye mwishoni akawaondoa
mbele zake.

Basi, Sedekia akaasi dhidi ya mfalme wa
Babeli.

4 Hivyo katika mwaka wa tisa wa utawala wa
Sedekia, katika siku ya kumi ya mwezi wa kumi,
Nebukadneza mfalme wa Babeli akiwa na jeshi
lake lote alifanya vita dhidi ya Yerusalemu.
Wakapiga kambi nje ya mji na kuuzunguka mji
pande zote. 5 Mji ulizungukwa na jeshi mpaka
mwaka wa kumi na moja wa utawala wa Mfalme
Sedekia.

6 Ilipowadia siku ya tisa ya mwezi wa nne, njaa
ikazidi kuwa kali sana ndani ya mji, hadi hapakuwa
na chakula kwa ajili ya watu. 7 Kisha ukuta wa mji
ukavunjwa na jeshi lote likakimbia. Wakaondoka
mjini usiku kupitia lango lililokuwa kati ya kuta
mbili karibu na bustani ya mfalme, ingawa Waka-
ldayo walikuwa wameuzunguka mji. Wakakimbia
kuelekea Araba. 8 Lakini jeshi la Wakaldayo lika-
mfuatia Mfalme Sedekia na kumpata katika sehemu
tambarare za Yeriko. Askari wake wote wakatengwa
naye na kutawanyika, 9 naye akakamatwa.

Akapelekwa kwa mfalme wa Babeli huko
Ribla, katika nchi ya Hamathi, mahali ambapo
alimtangazia hukumu. 10 Huko Ribla mfalme wa
Babeli aliwachinja wana wa Sedekia mbele ya
macho yake. Pia akawaua maafisa wote wa Yuda.
11 Kisha akayang'oa macho ya Sedekia, akamfu-
nga kwa pingu za shaba na kumpeleka Babeli,
alipomweka gerezani mpaka siku ya kifo chake.

12 Mnamo siku ya kumi ya mwezi wa tano,
katika mwaka wa kumi na tisa wa utawala wa
Nebukadneza mfalme wa Babeli, Nebuzaradani
jemadari wa askari walinzi wa mfalme, aliye-
mtumikia mfalme wa Babeli, alikuja Yerusalemu.
13 Alichoma moto Hekalu la BWANA, jumba la
kifalme, na nyumba zote za Yerusalemu. Ali-
teketeza kila jengo muhimu. 14 Jeshi lote la
Wakaldayo chini ya jemadari wa askari walinzi
wa mfalme walivunja kuta zote zilizoizunguka
Yerusalemu. 15 Nebuzaradani, jemadari wa askari
walinzi, akawapeleka uhamishoni baadhi ya
watu maskini sana na wale waliobaki katika mji,
pamoja na mabaki ya watu wa kawaida, na wale
waliojisalimisha kwa mfalme wa Babeli. 16 Lakini
Nebuzaradani akawaacha mabaki ya wale watu
maskini kabisa ili watunze mashamba ya miza-
bibu na mashamba mengine.

17 Wakaldayo walivunja vipande zile nguzo za
shaba, vile vishikilio vya shaba vilivyohamishika,
na ile Bahari ya shaba, ambavyo vyote vilikuwa
katika Hekalu la BWANA. Hivyo wakaichukua hiyo
shaba yote na kuipeleka Babeli. 18 Wakachukua
pia vyungu, masepetu, mikasi ya kusawazishia
tambi, mabakuli ya kunyunyizia, sahani na
vyombo vyote vya shaba vilivyotumika katika
huduma ya Hekalu. 19 Jemadari wa askari walinzi
wa mfalme akachukua yale masinia, vile vyetezo,
yale mabakuli ya kunyunyizia, zile sufuria, vile
vinara vya taa, zile sahani na yale mabakuli yali-
yotumika kwa sadaka za vinywaji, vitu vyote vile
vilivyokuwa vimetengenezwa kwa dhahabu safi
au fedha.

20 Shaba iliyotokana na zile nguzo mbili, ile
Bahari na wale mafahali kumi na mawili wa
shaba waliokuwa chini yake, pamoja na vile
vishikilio vilivyohamishika, ambavyo Mfalme
Solomoni alikuwa ametengeneza kwa ajili ya
Hekalu la BWANA, ilikuwa na uzito usioweza
kupimika. 21 Kila nguzo ilikuwa na urefu wa
dhiraa kumi na nane, kimo chake na mzunguko
dhiraa kumi na mbili, na unene wa nyanda
nne, na zote zilikuwa wazi ndani. 22 Sehemu ya
shaba juu ya ile nguzo moja ilikuwa na urefu wa
dhiraa tano, na ilikuwa imepambwa kwa wavu
na makomamanga ya shaba kuizunguka kote.
Ile nguzo nyingine pamoja na makomamanga
yake ilifanana na hiyo ya kwanza. 23 Kulikuwa
na makomamanga tisini na sita pembeni; jumla
ya makomamanga juu ya wavu uliokuwa ume-
zunguka yalikuwa mia moja.

24 Yule jemadari wa askari walinzi akawachu-
kua kama wafungwa Seraya kuhani mkuu, kuhani
Sefania aliyefuata kwa cheo, na mabawabu watatu.
25 Miongoni mwa wale watu waliokuwa wamesalia
katika mji, alimchukua afisa kiongozi wa wapiga-
naji, na washauri saba wa mfalme. Akamchukua
pia mwandishi aliyesimamia uandikishaji wa watu
wa nchi, pamoja na watu wake sitini waliopatikana
ndani ya mji. 26 Nebuzaradani jemadari akawa-
chukua hao wote na kuwapeleka kwa mfalme wa

Babeli huko Ribla. [27] Huko Ribla, katika nchi ya Hamathi, mfalme wa Babeli akaamuru wanyongwe.

Hivyo Yuda wakaenda utumwani, mbali na nchi
yao. [28] Hii ndiyo hesabu ya watu ambao Nebukadneza aliwachukua kwenda uhamishoni:

katika mwaka wa saba,
 Wayahudi 3,023;
[29] katika mwaka wa kumi na nane wa utawala
 wa Nebukadneza,
 watu 832 kutoka Yerusalemu;
[30] katika mwaka wa ishirini na tatu wa
 utawala wake,
 Wayahudi 745 walichukuliwa kwenda
 uhamishoni na Nebuzaradani jemadari
 wa askari walinzi wa mfalme.
 Jumla ya watu wote walikuwa 4,600.

Yehoyakini Anaachiwa Huru

[31] Katika mwaka wa thelathini na saba tangu Yehoyakini mfalme wa Yuda apelekwe uhamishoni, katika mwaka ule ambao Evil-Merodaki[a] alifanyika mfalme wa Babeli, alimwacha huru Yehoyakini mfalme wa Yuda, na kumfungua kutoka gerezani siku ya ishirini na tano ya mwezi
wa kumi na mbili. [32] Alizungumza naye kwa upole na kumpa kiti cha heshima zaidi kuliko wale wafalme wengine aliokuwa nao huko Babeli.
[33] Hivyo Yehoyakini akayavua mavazi yake ya mfungwa, na siku zote za maisha yake zilizobaki alikula mezani
mwa mfalme. [34] Siku kwa siku mfalme wa Babeli alimpa Yehoyakini posho siku zote za maisha yake, hadi siku ya kifo chake.

[a]31 Pia aliitwa Ameli-Mariduki.

MAOMBOLEZO

1 [a] Tazama jinsi mji ulivyoachwa ukiwa,
mji ambao zamani ulikuwa umejaa watu!
Jinsi ambavyo umekuwa kama mama mjane,
ambaye wakati fulani alikuwa maarufu
miongoni mwa mataifa!
Yule ambaye alikuwa malkia miongoni
mwa majimbo
sasa amekuwa mtumwa.

2 Kwa uchungu, hulia sana usiku,
machozi yapo kwenye mashavu yake.
Miongoni mwa wapenzi wake wote
hakuna yeyote wa kumfariji.
Rafiki zake wote wamemsaliti,
wamekuwa adui zake.

3 Baada ya mateso na kufanyishwa kazi kikatili,
Yuda amekwenda uhamishoni.
Anakaa miongoni mwa mataifa,
hapati mahali pa kupumzika.
Wote ambao wanamsaka wamemkamata
katikati ya dhiki yake.

4 Barabara zielekeazo Sayuni zaomboleza,
kwa kuwa hakuna yeyote anayekuja
kwenye sikukuu zake zilizoamriwa.
Malango yake yote yamekuwa ukiwa,
makuhani wake wanalia kwa uchungu,
wanawali wake wanahuzunika,
naye yuko katika uchungu wa
maumivu makuu.

5 Adui zake wamekuwa mabwana zake,
watesi wake wana raha.
BWANA amemletea huzuni
kwa sababu ya dhambi zake nyingi.
Watoto wake wamekwenda uhamishoni,
mateka mbele ya adui.

6 Fahari yote imeondoka
kutoka kwa Binti Sayuni.
Wakuu wake wako kama ayala
ambaye hapati malisho,
katika udhaifu wamekimbia
mbele ya anayewasaka.

7 Katika siku za mateso yake na kutangatanga,
Yerusalemu hukumbuka hazina zote
ambazo zilikuwa zake siku za kale.
Wakati watu wake walipoanguka katika
mikono ya adui,
hapakuwepo na yeyote wa kumsaidia.
Watesi wake walimtazama
na kumcheka katika maangamizi yake.

8 Yerusalemu ametenda dhambi sana
kwa hiyo amekuwa najisi.
Wote waliomheshimu wanamdharau,
kwa maana wameuona uchi wake.
Yeye mwenyewe anapiga kite
na kugeukia mbali.

9 Uchafu wake umegandamana
na nguo zake;
hakuwaza juu ya maisha yake
ya baadaye.
Anguko lake lilikuwa la kushangaza,
hapakuwepo na yeyote wa kumfariji.
"Tazama, Ee BWANA, teso langu,
kwa maana adui ameshinda."

10 Adui ametia mikono
juu ya hazina zake zote,
aliona mataifa ya kipagani
wakiingia mahali patakatifu pake,
wale uliowakataza kuingia
kwenye kusanyiko lako.

11 Watu wake wote wanalia kwa uchungu
watafutapo chakula;
wanabadilisha hazina zao kwa chakula
ili waweze kuendelea kuishi.
"Tazama, Ee BWANA, ufikiri,
kwa maana nimedharauliwa."

12 "Je, si kitu kwenu, ninyi nyote
mpitao kando?
Angalieni kote mwone.
Je, kuna maumivu kama maumivu yangu
yale yaliyotiwa juu yangu,
yale BWANA aliyoyaleta juu yangu
katika siku ya hasira yake kali?

13 "Kutoka juu alipeleka moto,
akaushusha katika mifupa yangu.
Aliitandia wavu miguu yangu
na akanirudisha nyuma.
Akanifanya mkiwa,
na mdhaifu mchana kutwa.

14 "Dhambi zangu zimefungwa kwenye nira,
kwa mikono yake zilifumwa pamoja.
Zimefika shingoni mwangu
na Bwana ameziondoa nguvu zangu.
Amenitia mikononi mwa wale
ambao siwezi kushindana nao.

15 "Bwana amewakataa wapiganaji wa vita
wote walio kati yangu,
ameagiza jeshi dhidi yangu
kuwaponda vijana wangu wa kiume.

---

[a] Sura hii imetungwa kila beti likianzia, na pia kila mstari katika lile beti, na herufi ya alfabeti ya Kiebrania zikifuatana tangu Aleph (A) hadi Taw (T); zote ni 22.

Katika shinikizo lake la divai Bwana
amemkanyaga
Bikira Binti Yuda.

16 "Hii ndiyo sababu ninalia
na macho yangu yanafurika machozi.
Hakuna yeyote aliye karibu kunifariji,
hakuna yeyote wa kuhuisha roho yangu.
Watoto wangu ni wakiwa
kwa sababu adui ameshinda."

17 Sayuni ananyoosha mikono yake,
lakini hakuna yeyote wa kumfariji.
BWANA ametoa amri kwa ajili ya Yakobo
kwamba majirani zake wawe adui zake;
Yerusalemu umekuwa
kitu najisi miongoni mwao.

18 "BWANA ni mwenye haki,
hata hivyo niliasi dhidi ya amri yake.
Sikilizeni, enyi mataifa yote,
tazameni maumivu yangu.
Wavulana wangu na wasichana wangu
wamekwenda uhamishoni.

19 "Niliita washirika wangu
lakini walinisaliti.
Makuhani wangu na wazee wangu
waliangamia mjini
walipokuwa wakitafuta chakula
ili waweze kuishi.

20 "Angalia, Ee BWANA, jinsi nilivyo katika dhiki!
Nina maumivu makali ndani yangu,
nami ninahangaika moyoni mwangu,
kwa kuwa nimekuwa mwasi sana.
Huko nje, upanga unaua watu,
ndani, kipo kifo tu.

21 "Watu wamesikia ninavyolia kwa uchungu,
lakini hakuna yeyote wa kunifariji.
Adui zangu wote wamesikia juu
ya dhiki yangu,
wanafurahia lile ulilolitenda.
Naomba uilete siku uliyoitangaza
ili wawe kama mimi.

22 "Uovu wao wote na uje mbele zako;
uwashughulikie wao
kama vile ulivyonishughulikia mimi
kwa sababu ya dhambi zangu zote.
Kulia kwangu kwa uchungu ni kwingi
na moyo wangu umedhoofika."

2[a] Tazama jinsi Bwana alivyomfunika Binti
Sayuni
kwa wingu la hasira yake!
Ameitupa chini fahari ya Israeli
kutoka mbinguni mpaka duniani,
hakukumbuka kiti chake cha
kuwekea miguu
katika siku ya hasira yake.

[a]Sura hii imetungwa kila beti likianzia, na pia kila mstari katika lile beti, na herufi ya alfabeti ya Kiebrania zikifuatana tangu Aleph (A) hadi Taw (T); zote ni 22.

2 Bila huruma Bwana ameyameza
makao yote ya Yakobo;
katika ghadhabu yake amebomoa
ngome za Binti Yuda.
Ameuangusha ufalme wake na wakuu wake
chini kwa aibu.

3 Katika hasira kali amevunja
kila pembe[b] ya Israeli.
Ameuondoa mkono wake wa kuume
alipokaribia adui.
Amemteketeza Yakobo kama moto uwakao
ule uteketezao kila kitu kinachouzunguka.

4 Ameupinda upinde wake kama adui,
mkono wake wa kuume uko tayari.
Kama vile adui amewachinja
wote waliokuwa wanapendeza jicho,
amemwaga ghadhabu yake kama moto
juu ya hema la Binti Sayuni.

5 Bwana ni kama adui;
amemmeza Israeli.
Amemeza majumba yake yote ya kifalme
na kuangamiza ngome zake.
Ameongeza huzuni na maombolezo
kwa ajili ya Binti Yuda.

6 Ameharibu maskani yake kama bustani,
ameharibu mahali pake pa mkutano.
BWANA amemfanya Sayuni kusahau
sikukuu zake zilizoamriwa
na Sabato zake;
katika hasira yake kali amewadharau
mfalme na kuhani.

7 Bwana amekataa madhabahu yake
na kuacha mahali patakatifu pake.
Amemkabidhi adui kuta
za majumba yake ya kifalme;
wamepiga kelele katika nyumba ya BWANA
kama katika siku ya sikukuu iliyoamriwa.

8 BWANA alikusudia kuangusha
ukuta uliomzunguka Binti Sayuni.
Ameinyoosha kamba ya kupimia
na hakuuzuia mkono wake usiangamize.
Alifanya maboma na kuta ziomboleze,
vyote vikaharibika pamoja.

9 Malango yake yamezama ardhini,
makomeo yake ameyavunja
na kuyaharibu.
Mfalme wake na wakuu wake
wamepelekwa uhamishoni
miongoni mwa mataifa,
sheria haipo tena,
na manabii wake hawapati tena
maono kutoka kwa BWANA.

10 Wazee wa Binti Sayuni
wanaketi chini kimya,

[b]3 Pembe inawakilisha nguvu; pia 2:17.

wamenyunyiza mavumbi kwenye vichwa vyao
na kuvaa nguo za gunia.
Wanawali wa Yerusalemu
wamesujudu hadi ardhini.

11 Macho yangu yamedhoofika kwa kulia,
nina maumivu makali ndani,
moyo wangu umemiminwa ardhini
kwa sababu watu wangu
wameangamizwa,
kwa sababu watoto na wanyonyao
wanazimia
kwenye barabara za mji.

12 Wanawaambia mama zao,
"Wapi mkate na divai?"
wazimiapo kama watu waliojeruhiwa
katika barabara za mji,
maisha yao yadhoofikavyo
mikononi mwa mama zao.

13 Ninaweza kusema nini kwa ajili yako?
Nikulinganishe na nini,
ee Binti Yerusalemu?
Nitakufananisha na nini,
ili nipate kukufariji,
ee Bikira Binti Sayuni?
Jeraha lako lina kina kama bahari.
Ni nani awezaye kukuponya?

14 Maono ya manabii wako
yalikuwa ya uongo na yasiyofaa kitu,
hawakuifunua dhambi yako
ili kukuzuilia kwenda utumwani.
Maneno waliyokupa
yalikuwa ya uongo na ya kupotosha.

15 Wote wapitiao njia yako
wanakupigia makofi,
wanakudhihaki na kutikisa vichwa vyao
kwa Binti Yerusalemu:
"Huu ndio ule mji ulioitwa
mkamilifu wa uzuri,
furaha ya dunia yote?"

16 Adui zako wote wanapanua
vinywa vyao dhidi yako,
wanadhihaki na kusaga meno yao
na kusema, "Tumemmeza.
Hii ndiyo siku tuliyoingojea,
tumeishi na kuiona."

17 Bwana amefanya lile alilolipanga;
ametimiza neno lake
aliloliamuru siku za kale.
Amekuangusha bila huruma,
amewaacha adui wakusimange,
ametukuza pembe ya adui yako.

18 Mioyo ya watu
inamlilia Bwana.
Ee ukuta wa Binti Sayuni,
machozi yako na yatiririke kama mto
usiku na mchana;
usijipe nafuu,
macho yako yasipumzike.

19 Inuka, lia usiku,
zamu za usiku zianzapo;
mimina moyo wako kama maji
mbele za Bwana.
Mwinulie yeye mikono yako
kwa ajili ya maisha ya watoto wako,
ambao wanazimia kwa njaa
kwenye kila mwanzo wa barabara.

20 "Tazama, Ee Bwana, ufikirie:
Ni nani ambaye umepata
kumtendea namna hii?
Je, wanawake wakule wazao wao,
watoto waliowalea?
Je, kuhani na nabii auawe
mahali patakatifu pa Bwana?

21 "Vijana na wazee hujilaza pamoja
katika mavumbi ya barabarani,
wavulana wangu na wasichana
wameanguka kwa upanga.
Umewaua katika siku ya hasira yako,
umewachinja bila huruma.

22 "Kama ulivyoita siku ya karamu,
ndivyo ulivyoagiza hofu kuu
dhidi yangu kila upande.
Katika siku ya hasira ya Bwana
hakuna yeyote aliyekwepa au kupona;
wale niliowatunza na kuwalea,
adui yangu amewaangamiza."

3 [a] Mimi ndiye mtu aliyeona mateso
kwa fimbo ya ghadhabu yake.
2 Amenifukuzia mbali na kunifanya nitembee
gizani wala si katika nuru;
3 hakika, amegeuza mkono wake dhidi yangu
tena na tena, mchana kutwa.

4 Amefanya ngozi yangu na nyama yangu
kuchakaa
na ameivunja mifupa yangu.
5 Amenizingira na kunizunguka
kwa uchungu na taabu.
6 Amenifanya niishi gizani
kama wale waliokufa.

7 Amenizungushia ukuta ili nisiweze
kutoroka,
amenifunga kwa minyororo mizito.
8 Hata ninapoita au kulia ili kuomba msaada,
anakataa kupokea maombi yangu.
9 Ameizuia njia yangu kwa mapande ya mawe,
amepotosha njia zangu.

10 Kama dubu aviziaye,
kama simba mafichoni,
11 ameniburuta kutoka njia,
akanirarua na kuniacha bila msaada.

---

[a]Sura hii imetungwa kila beti likianzia, na pia kila mstari katika lile beti, na herufi ya alfabeti ya Kiebrania zikifuatana tangu Aleph (A) hadi Taw (T); zote ni 22.

[12] Amevuta upinde wake
na kunifanya mimi niwe lengo
kwa ajili ya mishale yake.

[13] Alinichoma moyo wangu kwa mishale
iliyotoka kwenye podo lake.
[14] Nimekuwa kichekesho kwa watu
wangu wote,
wananidhihaki kwa wimbo
mchana kutwa.
[15] Amenijaza kwa majani machungu
na kunishibisha kwa nyongo.

[16] Amevunja meno yangu kwa changarawe,
amenikanyagia mavumbini.
[17] Amani yangu imeondolewa,
nimesahau kufanikiwa ni nini.
[18] Kwa hiyo nasema, "Fahari yangu
imeondoka
na yale yote niliyokuwa nimetarajia
kutoka kwa BWANA."

[19] Nayakumbuka mateso yangu
na kutangatanga kwangu,
uchungu na nyongo.
[20] Ninayakumbuka vyema,
nayo nafsi yangu imezimia ndani yangu.
[21] Hata hivyo najikumbusha neno hili
na kwa hiyo ninalo tumaini.

[22] Kwa sababu ya upendo mkuu wa BWANA,
hatuangamii,
kwa kuwa huruma zake hazikomi kamwe.
[23] Ni mpya kila asubuhi,
uaminifu wako ni mkuu.
[24] Nimeiambia nafsi yangu, "BWANA
ni fungu langu,
kwa hiyo nitamngojea."

[25] BWANA ni mwema kwa wale ambao tumaini
lao ni kwake,
kwa yule ambaye humtafuta;
[26] ni vyema kungojea kwa utulivu
kwa ajili ya wokovu wa BWANA.
[27] Ni vyema mtu kuchukua nira
bado angali kijana.

[28] Na akae peke yake awe kimya,
kwa maana BWANA ameiweka juu yake.
[29] Na azike uso wake mavumbini
bado panawezekana kuwa na matumaini.
[30] Na atoe shavu lake kwa yule ampigaye,
na ajazwe na aibu.

[31] Kwa kuwa watu hawakatiliwi mbali
na Bwana milele.
[32] Ingawa huleta huzuni, ataonyesha huruma,
kwa kuwa upendo wake usiokoma
ni mkuu.
[33] Kwa maana hapendi kuwaletea mateso
au huzuni watoto wa wanadamu.

[34] Kuwaponda chini ya nyayo
wafungwa wote katika nchi,
[35] Kumnyima mtu haki zake
mbele za Aliye Juu Sana,
[36] kumnyima mtu haki:
Je, Bwana asione mambo kama haya?

[37] Nani awezaye kusema nalo likatendeka
kama Bwana hajaamuru?
[38] Je, si ni kwenye kinywa cha Aliye Juu Sana
ndiko yatokako maafa na mambo mema?
[39] Mwanadamu yeyote aliye hai aweza
kulalamika
wakati anapoadhibiwa kwa ajili
ya dhambi zake?

[40] Tuzichunguze njia zetu na kuzijaribu,
na tumrudie BWANA Mungu.
[41] Tuinue mioyo yetu pamoja na mikono yetu
kwa Mungu mbinguni, na tuseme:
[42] "Tumetenda dhambi na kuasi
nawe hujasamehe.

[43] "Umejifunika mwenyewe kwa hasira
na kutufuatilia;
umetuchinja bila huruma.
[44] Unajifunika mwenyewe kwa wingu,
ili pasiwe na ombi
litakaloweza kupenya.
[45] Umetufanya takataka na uchafu
miongoni mwa mataifa.

[46] "Adui zetu wote wamefumbua vinywa vyao
wazi dhidi yetu.
[47] Tumeteseka kwa hofu kuu na shida
ya ghafula,
uharibifu na maangamizi."
[48] Vijito vya machozi vinatiririka kutoka
machoni mwangu,
kwa sababu watu wangu
wameangamizwa.

[49] Macho yangu yatatiririka machozi bila
kukoma,
bila kupata nafuu,
[50] hadi BWANA atazame chini
kutoka mbinguni na kuona.
[51] Lile ninaloliona huniletea huzuni nafsini
kwa sababu ya wanawake wote
wa mji wangu.

[52] Wale waliokuwa adui zangu bila sababu
wameniwinda kama ndege.
[53] Walijaribu kukomesha maisha yangu ndani
ya shimo
na kunitupia mawe;
[54] maji yalifunika juu ya kichwa changu,
nami nikafikiri nilikuwa karibu
kukatiliwa mbali.

[55] Nililiitia jina lako, Ee BWANA,
kutoka vina vya shimo.
[56] Ulisikia ombi langu: "Usikizibie masikio yako
kilio changu nikuombapo msaada."
[57] Ulikuja karibu nilipokuita,
nawe ukasema, "Usiogope."

58 Ee Bwana, ulichukua shauri langu,
ukaukomboa uhai wangu.
59 Umeona, Ee BWANA, ubaya niliotendewa.
Tetea shauri langu!
60 Umeona kina cha kisasi chao,
mashauri yao yote mabaya dhidi yangu.

61 Ee BWANA, umesikia matukano yao,
mashauri yao yote mabaya dhidi yangu:
62 kile adui zangu wanachonong'ona na
kunung'unikia
dhidi yangu mchana kutwa.
63 Watazame! Wakiwa wameketi au
wamesimama,
wananidhihaki katika nyimbo zao.

64 Uwalipe kile wanachostahili, Ee BWANA,
kwa yale ambayo mikono yao imetenda.
65 Weka pazia juu ya mioyo yao,
laana yako na iwe juu yao!
66 Wafuatilie katika hasira na uwaangamize
kutoka chini ya mbingu za BWANA.

4 [a] Jinsi dhahabu ilivyopoteza mng'ao wake,
dhahabu iliyo safi haing'ai!
Vito vya thamani vimetawanywa
kwenye mwanzo wa kila barabara.

2 Wana wa Sayuni wenye thamani,
ambao mwanzo uzito wa thamani yao
ulikuwa wa dhahabu,
sasa wanaangaliwa kama vyungu vya udongo,
kazi ya mikono ya mfinyanzi!

3 Hata mbweha hutoa matiti yao
kunyonyesha watoto wao,
lakini watu wangu wamekuwa wasio na
huruma
kama mbuni jangwani.

4 Kwa sababu ya kiu ulimi wa mtoto mchanga
umegandamana na kaakaa la
kinywa chake,
watoto huomba mkate,
lakini hakuna yeyote awapaye.

5 Wale waliokula vyakula vya kifahari
ni maskini barabarani.
Wale waliokuzwa wakivaa nguo za
zambarau
sasa wanalalia majivu.

6 Adhabu ya watu wangu
ni kubwa kuliko ile ya Sodoma,
ambayo ilipinduliwa ghafula
bila kuwepo mkono wa msaada.

7 Wakuu wao walikuwa wameng'aa kuliko
theluji
na weupe kuliko maziwa,
miili yao ilikuwa myekundu kuliko marijani,
kuonekana kwao kama yakuti samawi.

8 Lakini sasa ni weusi kuliko masizi;
hawatambulikani barabarani.
Ngozi yao imeshikamana juu ya
mifupa yao,
imekuwa mikavu kama fimbo.

9 Wale waliouawa kwa upanga ni bora
kuliko wale wanaokufa njaa;
wanateseka kwa njaa, wanatokomea
kwa kukosa chakula kutoka shambani.

10 Kwa mikono yao wenyewe wanawake
wenye huruma
wanapika watoto wao wenyewe,
waliokuwa chakula chao
watu wangu walipoangamizwa.

11 BWANA ametoa nafasi kamilifu ya
ghadhabu yake;
ameimwaga hasira yake kali.
Amewasha moto katika Sayuni
ambao umeteketeza misingi yake.

12 Wafalme wa dunia hawakuamini,
wala mtu yeyote wa duniani,
kwamba adui na watesi wangeweza kuingia
kwenye malango ya Yerusalemu.

13 Lakini hili lilitokea kwa sababu ya dhambi
za manabii wake,
na maovu ya makuhani wake,
waliomwaga ndani yake
damu ya wenye haki.

14 Sasa wanapapasa papasa barabarani
kama watu ambao ni vipofu.
Wamenajisiwa kabisa kwa damu,
hata hakuna anayethubutu kugusa
mavazi yao.

15 Watu wanawapigia kelele, "Ondokeni!
Ninyi ni najisi!
Ondokeni! Ondokeni! Msituguse!"
Wanapokimbia na kutangatanga huku
na huko,
watu miongoni mwa mataifa wanasema,
"Hawawezi kukaa hapa zaidi."

16 BWANA mwenyewe amewatawanya;
hawaangalii tena.
Makuhani hawaonyeshwi heshima,
wazee hawakubaliki.

17 Zaidi ya hayo, macho yetu yalichoka,
kwa kutazamia bure msaada;
tuliangalia kutoka minara yetu
kwa taifa lisiloweza kutuokoa.

18 Watu walituvizia katika kila hatua
hata hatukuweza kutembea katika
barabara zetu.
Mwisho wetu ulikuwa karibu, siku zetu
zilikuwa zimetimia,
kwa maana mwisho wetu ulikuwa umefika.

[a] Sura hii imetungwa kila beti likianzia, na pia kila mstari katika lile beti, na herufi ya alfabeti ya Kiebrania zikifuatana tangu Aleph (A) hadi Taw (T); zote ni 22.

19 Waliotufuatia walikuwa wepesi
kuliko tai angani;
walitusaka juu milimani
na kutuvizia jangwani.

20 Mpakwa mafuta wa Bwana, pumzi ya uhai
wetu hasa,
alinaswa katika mitego yao.
Tulifikiri kwamba chini ya kivuli chake
tungeliweza kuishi miongoni mwa
mataifa.

21 Shangilia na ufurahi, ee Binti Edomu,
wewe unayeishi nchi ya Usi.
Lakini kwako pia kikombe kitapitishwa,
Utalewa na kuvuliwa nguo ubaki uchi.

22 Ee Binti Sayuni, adhabu yako itaisha,
hatarefusha muda wako wa kukaa
uhamishoni.
Lakini, ee Binti Edomu, ataadhibu
dhambi yako,
na atafunua uovu wako.

5 Kumbuka, Ee Bwana, yaliyotupata,
tazama, nawe uione aibu yetu.
2 Urithi wetu umegeuziwa kwa wageni,
na nyumba zetu kwa wageni.
3 Tumekuwa yatima wasio na baba,
mama zetu wamekuwa kama wajane.
4 Ni lazima tununue maji tunayokunywa,
kuni zetu zapatikana tu kwa kununua.
5 Wanaotufuatilia wapo kwenye
visigino vyetu,
tumechoka na hakuna pumziko.
6 Tumejitolea kwa Misri na Ashuru
tupate chakula cha kutosha.
7 Baba zetu walitenda dhambi
na hawapo tena,
na sisi tunachukua adhabu yao.
8 Watumwa wanatutawala
na hakuna wa kutuokoa mikononi yao.
9 Tunapata chakula chetu kwa kuhatarisha
maisha yetu
kwa sababu ya upanga jangwani.
10 Ngozi yetu ina joto kama tanuru,
kwa sababu ya fadhaa itokanayo na njaa.
11 Wanawake wametendwa jeuri katika
Sayuni,
na mabikira katika miji ya Yuda.
12 Wakuu wametungikwa juu kwa mikono yao,
wazee hawapewi heshima.
13 Vijana wanataabika kwenye mawe
ya kusagia,
wavulana wanayumbayumba chini
ya mizigo ya kuni.
14 Wazee wameondoka langoni la mji,
vijana wameacha kuimba nyimbo zao.
15 Furaha imeondoka mioyoni mwetu,
kucheza kwetu kumegeuka maombolezo.
16 Taji imeanguka kutoka kichwani petu.
Ole wetu, kwa maana tumetenda dhambi!
17 Kwa sababu hiyo, mioyo yetu inazimia,
kwa sababu ya hayo, macho yetu
yamefifia,
18 kwa ajili ya Mlima Sayuni, ambao
unakaa ukiwa,
nao mbweha wanatembea juu yake.
19 Wewe, Ee Bwana unatawala milele,
kiti chako cha enzi chadumu kizazi hadi
kizazi.
20 Kwa nini watusahau siku zote?
Kwa nini umetuacha kwa muda mrefu?
21 Turudishe kwako mwenyewe, Ee Bwana,
ili tupate kurudi.
Zifanye mpya siku zetu kama siku
za kale,
22 isipokuwa uwe umetukataa kabisa
na umetukasirikia pasipo kipimo.

EZEKIELI

Viumbe Hai Na Utukufu Wa Bwana

1 Katika mwaka wa thelathini, mwezi wa nne, siku
ya tano ya mwezi, wakati nilipokuwa miongoni
mwa hao waliokuwa uhamishoni kando ya Mto
Kebari, mbingu zilifunguka nami nikaona maono
ya Mungu.
2 Katika siku ya tano ya mwezi, ilikuwa mwaka
wa tano wa kuhamishwa kwa Mfalme Yehayakini,
3 neno la Bwana lilimjia Ezekieli kuhani, mwana wa
Buzi, kando ya Mto Kebari, katika nchi ya Waka-
ldayo. Huko mkono wa Bwana ulikuwa juu yake.
4 Nilitazama, nikaona dhoruba kubwa ikitoka
kaskazini, wingu kubwa sana pamoja likiwa na
umeme wa radi likiwa limezungukwa na mwanga
mkali. Katikati ya huo moto kulikuwa kama rangi
ya manjano ya chuma kinapokuwa ndani ya moto.
5 Katika ule moto kulikuwa na kitu kinachofanana
na viumbe vinne vyenye uhai. Katika kuonekana
kwake vilikuwa na umbo mfano wa mwanadamu,
6 lakini kila kimoja kilikuwa na nyuso nne na
mabawa manne. 7 Miguu yao ilikuwa imenyooka,
nyayo za miguu yao zilikuwa kama kwato za miguu
ya ndama, nazo zilimetameta kama shaba iliyosu-
guliwa. 8 Chini ya mabawa yao katika pande zao nne
walikuwa na mikono ya mwanadamu. Wote wanne
walikuwa na nyuso na mabawa, 9 nayo mabawa
yao yaligusana. Kila mmoja alikwenda kuelekea
mbele moja kwa moja, hawakugeuka walipokuwa
wanatembea.
10 Kuonekana kwa nyuso zao kulikuwa hivi:
Kila mmoja wa wale wanne alikuwa na uso wa
mwanadamu na kwa upande wa kulia kila mmoja
alikuwa na uso wa simba, upande wa kushoto ali-
kuwa na uso wa ng'ombe pia kila mmoja alikuwa
na uso wa tai. 11 Hivyo ndivyo zilivyokuwa nyuso
zao. Mabawa yao yalikunjuliwa kuelekea juu, kila
mmoja alikuwa na mabawa mawili ambayo kila
moja liligusa bawa la mwenzake kila upande na
mabawa mengine mawili yakifunika mwili wake.
12 Kila mmoja alikwenda kuelekea mbele moja kwa
moja. Popote roho alipotaka kwenda, ndipo wali-
pokwenda pasipo kugeuka. 13 Kuonekana kwa vile
viumbe hai katikati kulikuwa kama makaa ya mawe
yanayowaka au kama mienge. Moto ule ulikuwa
ukienda mbele na nyuma katikati ya vile viumbe,
ulikuwa na mwangaza mkali na katikati ya ule moto
kulitoka kimulimuli kama umeme wa radi. 14 Vile
viumbe vilipiga mbio kwenda na kurudi, kama
vimulimuli vya umeme wa radi.
15 Nilipokuwa nikitazama vile viumbe hai,
niliona gurudumu moja juu ya ardhi kando ya kila
kiumbe kikiwa na nyuso zake nne. 16 Hivi ndivyo
ilivyokuwa kuonekana kwa hayo magurudumu na
muundo wake: yaling'aa kama zabarajadi, nayo
yote manne yalifanana. Kila gurudumu lilikuwa
na gurudumu jingine ndani yake. 17 Yalipokwe-
nda yalielekea upande wowote wa pande nne
walipoelekea wale viumbe, magurudumu hayaku-
zunguka wakati viumbe vile vilipokwenda. 18 Kingo
zake zilikuwa ndefu kwenda juu na za kutisha,
nazo zote nne zilijawa na macho pande zote.
19 Vile viumbe hai vilipokwenda, magurudumu
yaliyokuwa kando yao yalisogea na wakati hivyo
viumbe hai vilipoinuka kutoka ardhini magu-
rudumu nayo yaliinuka. 20 Mahali popote roho
alipokwenda wale viumbe nao walikwenda, nayo
magurudumu yaliinuka pamoja navyo, kwa sababu
roho ya vile viumbe hai alikuwa ndani ya hayo
magurudumu. 21 Wakati viumbe vile viliposogea,
nayo magurudumu yalisogea, viumbe viliposi-
mama kimya, nayo pia yalisimama kimya, viumbe
vilipoinuka juu ya nchi magurudumu yaliinuliwa
pamoja navyo kwa kuwa roho ya hivyo viumbe hai
alikuwa ndani ya hayo magurudumu.
22 Juu ya vichwa vya hao viumbe hai palikuwa
na kitu mfano wa eneo lililokuwa wazi, lililo-
kuwa angavu kabisa na lenye kutisha. 23 Chini ya
hiyo nafasi mabawa yao yalitanda moja kuelekea
jingine, kila mmoja alikuwa na mabawa mengine
mawili yaliyofunika mwili wake. 24 Viumbe wale
waliposogea nilisikia sauti ya mabawa yao, kama
ngurumo ya maji yaendayo kasi, kama sauti ya
Mwenyezi,[a] kama makelele ya jeshi. Waliposimama
kimya walishusha mabawa yao.
25 Ndipo ikaja sauti toka juu ya ile nafasi ya wazi
iliyokuwa juu ya vichwa vyao, waliposimama
mabawa yao yakiwa yameshushwa. 26 Juu ya ile
nafasi ya wazi iliyokuwa juu ya vichwa vyao kuli-
kuwa na kitu mfano wa kiti cha enzi cha yakuti
samawi. Na juu ya kile kiti cha enzi kulikuwa na
umbo mfano wa mwanadamu. 27 Nikaona kwamba
kutokana na kile nilichoona kama kiuno chake
kuelekea juu alionekana kama chuma inayowaka
kana kwamba imejaa moto na kuanzia kiuno
kwenda chini alionekana kama moto na mwanga
mkali ulimzunguka. 28 Kama vile kuonekana kwa
upinde wa mvua mawinguni siku ya mvua, ndivyo
ulivyokuwa ule mng'ao uliomzunguka.
Hivi ndivyo ilivyokuwa kuonekana kwa utukufu
wa Bwana. Nilipouona, nikaanguka kifudifudi,
nikasikia sauti ya mtu anaongea.

Wito Wa Ezekieli

2 Akaniambia, "Mwanadamu, simama kwa miguu
yako nami nitasema nawe." 2 Alipokuwa akio-
ngea nami, Roho akanijia na kunisimamisha wima,
nikamsikia akisema nami.
3 Akaniambia: "Mwanadamu, ninakutuma kwa
Waisraeli, kwa taifa asi ambalo limeniasi mimi, wao
na baba zao wananikosea mimi hadi leo. 4 Watu
ambao ninakutuma kwao ni wapotovu na wakaidi.
Waambie, 'Hivi ndivyo anavyosema Bwana Mwe-
nyezi.' 5 Kama watasikiliza au hawatasikiliza, kwa

[a]24 Mwenyezi hapa ina maana ya Shaddai kwa Kiebrania.

kuwa wao ni nyumba ya kuasi, watajua nabii
amekuwa miongoni mwao. 6 Nawe mwanadamu,
usiwaogope wao wala maneno yao, usiogope,
ingawa michongoma na miiba vinakuzunguka na
unaishi katikati ya nge. Usiogope yale wasemayo
wala usitishwe nao, ingawa wao ni nyumba ya uasi.
7 Wewe lazima uwaambie maneno yangu, ikiwa
wanasikiliza au hawasikilizi, kwa kuwa wao ni watu
waasi. 8 Lakini wewe mwanadamu, sikiliza ninalo-
kuambia. Usiwe mwenye kuasi kama hiyo nyumba
ya kuasi. Fungua kinywa chako na ule nikupacho."
9 Ndipo nikatazama, nami nikaona mkono ulio-
nyooshwa kunielekea. Nao ulikuwa na ukurasa wa
kitabu, 10 ambao aliukunjua mbele yangu. Pande
zote mbili ulikuwa umeandikwa maneno ya mao-
mbolezo, vilio na ole.

3 Naye akaniambia, "Mwanadamu, kula kile
kilichoko mbele yako, kula huu ukurasa wa
kitabu, kisha uende ukaseme na nyumba ya
Israeli." 2 Ndipo nikafungua kinywa changu, naye
akanilisha ule ukurasa wa kitabu.

3 Ndipo akaniambia, "Mwanadamu, kula ukurasa
huu wa kitabu ninaokupa ujaze tumbo lako." Kwa
hiyo nikaula, ulikuwa mtamu kama asali kinywani
mwangu.

4 Kisha akaniambia, "Mwanadamu, sasa nenda
katika nyumba ya Israeli ukaseme nao maneno
yangu. 5 Hukutumwa kwa taifa lenye maneno ya
kutatiza na lugha ngumu, bali kwa nyumba ya
Israeli. 6 Sikukutuma kwa mataifa mengi yenye
maneno ya kutatiza na lugha ngumu ambao
maneno yao hutayaelewa. Hakika ningekutuma
kwa watu hao, wangekusikiliza. 7 Lakini nyu-
mba ya Israeli haitakusikiliza kwa kuwa hawako
radhi kunisikiliza mimi, kwa kuwa nyumba yote
ya Israeli ni wenye vipaji vya nyuso vigumu na
mioyo ya ukaidi. 8 Tazama nimefanya uso wako
mgumu dhidi ya nyuso zao na kipaji cha uso wako
kigumu dhidi ya vipaji vya nyuso zao. 9 Kama vile
almasi ilivyo ngumu kuliko gumegume, ndivyo
nilivyokifanya kipaji cha uso wako. Usiwaogope
wala usiwahofu, ijapokuwa ni nyumba ya kuasi."

10 Naye akaniambia, "Mwanadamu, sikiliza kwa
makini na uyatie moyoni mwako maneno yote nita-
kayosema nawe. 11 Kisha nenda kwa watu wa taifa
lako walio uhamishoni, ukaseme nao. Waambie,
'Hivi ndivyo Bwana Mwenyezi asemavyo,' kwamba
watasikiliza au hawatasikiliza."

12 Ndipo Roho akaniinua, nikasikia sauti kubwa
nyuma yangu ya ngurumo. (Utukufu wa Bwana na
utukuzwe katika mahali pa makao yake!) 13 Ilikuwa
ni sauti ya mabawa ya wale viumbe hai yakisu-
guana moja kwa jingine, sauti kama ya ngurumo.
14 Ndipo Roho aliponiinua na kunipeleka mbali.
Nikaenda nikiwa na uchungu na hasira moyoni
mwangu, nao mkono wa Bwana ukiwa juu yangu.
15 Nikafika kwa wale watu waliokuwa uhamishoni
huko Tel-Abibu karibu na Mto Kebari. Nikakaa
miongoni mwao kwa muda wa siku saba, nikiwa
nimejawa na mshangao.

Onyo Kwa Israeli

16 Mwishoni mwa hizo siku saba neno la Bwana
likanijia kusema: 17 "Mwanadamu, nimekufanya
uwe mlinzi wa nyumba ya Israeli, kwa hiyo sikia
neno nisemalo, ukawape onyo litokalo kwangu.
18 Nimwambiapo mtu mwovu, 'Hakika utakufa,' na
wewe usipomwonya mtu huyo au kumshauri aache
njia zake mbaya ili kuokoa maisha yake, huyo mtu
mwovu atakufa katika dhambi yake na damu yake
nitaidai mkononi mwako. 19 Lakini ukimwonya mtu
mwovu naye akakataa kuacha uovu wake na njia
zake mbaya, atakufa katika dhambi yake, lakini
wewe utakuwa umejiokoa nafsi yako.

20 "Tena, mtu mwenye haki akiacha haki yake na
kutenda maovu, nami nikaweka kikwazo mbele
yake mtu huyo atakufa. Kwa kuwa hukumwonya,
atakufa katika dhambi yake. Mambo ya haki ali-
yotenda, hayatakumbukwa, damu yake nitaidai
mkononi mwako. 21 Lakini ukimwonya mwenye
haki asitende dhambi na akaacha kutenda dhambi,
hakika ataishi kwa sababu alipokea maonyo na
utakuwa umejiokoa nafsi yako."

22 Mkono wa Bwana ulikuwa juu yangu huko,
naye akaniambia, "Simama uende mpaka sehemu
tambarare, nami nitasema nawe huko." 23 Kwa hiyo
niliinuka nikaenda mpaka mahali pa tambarare.
Utukufu wa Bwana ulikuwa umesimama huko,
kama utukufu ule nilioouona kando ya Mto Kebari,
nami nikaanguka kifudifudi.

24 Ndipo Roho akaja ndani yangu akanisimami-
sha kwa miguu yangu. Akasema nami akaniambia:
"Nenda ukajifungie ndani ya nyumba yako. 25 Nawe,
ee mwanadamu, watakufunga kwa kamba, wata-
kufunga ili usiweze kutoka na kuwaendea watu.
26 Nitaufanya ulimi wako ushikamane kwenye kaa
la kinywa chako, ili uwe kimya usiweze kuwake-
mea, wajapokuwa ni nyumba ya kuasi. 27 Lakini
nitakaposema nawe, nitafungua kinywa chako
nawe utawaambia, 'Hili ndilo Bwana Mwenyezi
asemalo.' Yeyote atakayesikiliza na asikilize, na
yeyote atakayekataa na akatae; kwa kuwa wao ni
nyumba ya kuasi.

Kuzingirwa Kwa Yerusalemu Kwaonyeshwa Kwa Mfano

4 "Mwanadamu, sasa chukua tofali, uliweke
mbele yako na uchore juu yake ramani ya mji wa
Yerusalemu. 2 Kisha uuzingire: Simamisha askari
dhidi yake kuuzunguka, uzunguke kwa majeshi,
weka kambi dhidi yake pande zote pamoja na
magogo ya kubomolea boma vitani. 3 Kisha chukua
bamba la chuma, ukalisimamishe liwe kama ukuta
wa chuma kati yako na huo mji, nawe uuelekeze
uso wako. Huo mji utakuwa katika hali ya kuzi-
ngirwa, nawe utauzingira. Hii itakuwa ishara kwa
nyumba ya Israeli.

4 "Kisha ulale kwa upande wako wa kushoto na
uweke dhambi za nyumba ya Israeli juu yake. Uta-
zibeba dhambi zao kwa idadi ya siku utakazolala
kwa huo upande mmoja. 5 Nimekupangia idadi ya
siku kama miaka ya dhambi yao. Kwa hiyo kwa siku
390 utabeba dhambi za nyumba ya Israeli.

6 "Baada ya kumaliza hili, lala chini tena, wakati
huu ulale chini kwa upande wa kuume, uchukue
dhambi za nyumba ya Yuda. Nimekupangia siku
arobaini, siku moja kwa kila mwaka mmoja.
7 Geuza uso wako uelekeze kwenye kuzingirwa

kwa Yerusalemu na mkono wako ambao haukuvikwa nguo tabiri dhidi yake. 8 Nitakufunga kwa kamba ili usiweze kugeuka kutoka upande mmoja hadi upande mwingine, mpaka hapo utakapokuwa umetimiza siku za kuzingirwa kwako.

9 "Chukua ngano na shayiri, maharagwe na dengu, mtama na mawele, uviweke na kuvihifadhi vyote kwenye gudulia la kuhifadhia, na uvitumie kujitengenezea mkate. Utaula mkate huo kwa hizo siku 390 utakazokuwa umelala kwa upande mmoja. 10 Pima shekeli ishirini[a] za chakula utakachokula kwa kila siku, nawe utakula kwa wakati uliopangwa. 11 Pia pima maji moja ya sita ya hini,[b] nawe utakunywa kwa wakati uliopangwa. 12 Nawe utakula chakula kama vile ambavyo ungekula mkate wa shayiri, uoke mkate mbele ya macho ya watu, ukitumia kinyesi cha mwanadamu." 13 BWANA akasema, "Hivi ndivyo watu wa Israeli watakavyokula chakula kilicho najisi miongoni mwa mataifa ninakowapeleka."

14 Ndipo nikasema, "Sivyo BWANA Mwenyezi! Kamwe mimi sijajitia unajisi. Tangu ujana wangu hadi sasa sijala kamwe kitu chochote kilichokufa au kilichoraruliwa na wanyama wa mwituni. Hakuna nyama yeyote najisi iliyoingia kinywani mwangu."

15 Akasema, "Vema sana, basi nitakuruhusu uoke mkate wako kwa kutumia kinyesi cha ng'ombe badala ya kinyesi cha mwanadamu."

16 Ndipo Mungu akaniambia, "Mwanadamu, mimi nitakatilia mbali upatikanaji wa chakula katika Yerusalemu. Watu watakula chakula cha kupimwa kwa wasiwasi pamoja na maji ya kupimiwa kwa kukata tamaa, 17 kwa kuwa chakula na maji vitakuwa adimu. Watastajabiana kila mmoja, nao watadhoofika kwa sababu ya dhambi yao.

Upanga Dhidi Ya Yerusalemu

5 "Mwanadamu, sasa chukua upanga mkali na uutumie kama wembe wa kinyozi ili kunyolea nywele za kichwa chako na ndevu zako. Kisha uchukue mizani ya kupimia ukazigawanye nywele hizo. 2 Wakati siku zako za kuzingirwa zitakapokwisha, choma theluthi moja ya hizo nywele zako kwa moto ndani ya mji. Chukua theluthi nyingine ya hizo nywele uzipige kwa upanga kuuzunguka mji wote na theluthi nyingine ya mwisho utaitawanya kwa upepo. Kwa kuwa nitawafuatia kwa upanga uliofutwa. 3 Lakini chukua nywele chache uzifungie ndani ya pindo la vazi lako. 4 Tena chukua nywele nyingine chache uzitupe motoni uziteketeze. Moto utaenea kutoka humo na kufika katika nyumba yote ya Israeli.

5 "Hili ndilo BWANA Mwenyezi asemalo: Huu ndio Yerusalemu ambao nimeuweka katikati ya mataifa ukiwa umezungukwa na nchi pande zote. 6 Lakini katika uovu wake umeasi sheria na amri zangu kuliko mataifa na nchi zinazouzunguka. Umeasi sheria zangu wala haukufuata amri zangu.

7 "Kwa hiyo hili ndilo BWANA Mwenyezi asemalo: Ninyi mmekuwa wakaidi kuliko mataifa yanayowazunguka na hamkufuata amri zangu wala kuzishika sheria zangu. Wala hamkuweza hata kuzifuata kawaida za mataifa yanayowazunguka.

8 "Kwa hiyo, hili ndilo BWANA Mwenyezi asemalo, Mimi mwenyewe, niko kinyume nanyi Yerusalemu, nitawapiga kwa adhabu yangu mbele ya mataifa. 9 Kwa ajili ya sanamu zenu zote za machukizo, nitawafanyia kile ambacho kamwe sijawafanyia kabla wala kamwe sitawafanyia tena. 10 Kwa hiyo katikati yenu baba watakula watoto wao na watoto watakula baba zao. Nitawapiga kwa adhabu, nami nitawatawanya watu wenu walionusurika pande zote za dunia. 11 Kwa hiyo hakika kama niishivyo, asema BWANA Mwenyezi, kwa kuwa mmenajisi mahali pangu patakatifu kwa sanamu zenu mbaya sana na desturi zenu za machukizo, mimi mwenyewe nitaondoa fadhili zangu kwenu. 12 Theluthi ya watu wako watakufa kwa tauni au kwa njaa humu ndani yako, theluthi nyingine itaanguka kwa upanga nje ya kuta zako, nayo theluthi nyingine nitaitawanya kwenye pande nne kuwafuatia kwa upanga uliofutwa.

13 "Ndipo hasira yangu itakapokoma na ghadhabu yangu dhidi yao itatulia, nami nitakuwa nimelipiza kisasi. Baada ya kuimaliza ghadhabu yangu juu yao, watajua kuwa mimi BWANA nimenena katika wivu wangu.

14 "Nitakuangamiza na kukufanya kitu cha kudharauliwa miongoni mwa mataifa yanayokuzunguka, machoni pa watu wote wapitao karibu nawe. 15 Utakuwa kitu cha kudharauliwa na cha aibu, cha dhihaka, ovyo na kitu cha kutisha kwa mataifa yanayokuzunguka, nitakapokupiga kwa adhabu yangu katika hasira na ghadhabu yangu kwa kukukemea kwa ukali. Mimi BWANA nimesema. 16 Nitakapokupiga kwa mishale yangu ya kufisha na yenye kuharibu ya njaa, nitaipiga ili kukuangamiza. Nitaleta njaa zaidi na zaidi juu yako na kukomesha upatikanaji wa chakula kwako. 17 Nitapeleka njaa na wanyama wa mwituni dhidi yenu, navyo vitawaacha bila watoto. Tauni na umwagaji wa damu utapita katikati yenu, nami nitaleta upanga juu yenu. Mimi BWANA nimenena haya."

Unabii Dhidi Ya Milima Ya Israeli

6 Neno la BWANA likanijia kusema, 2 "Mwanadamu, elekeza uso wako kukabili milima ya Israeli, utabiri dhidi yake 3 na useme: 'Ee milima ya Israeli, sikia neno la BWANA Mwenyezi. Hili ndilo BWANA Mwenyezi aliambiayo milima na vilima, magenge na mabonde: Ninakaribia kuleta upanga dhidi yenu, nami nitapaharibu mahali penu pote pa juu pa kuabudia miungu. 4 Madhabahu yenu yatabomolewa na madhabahu yenu ya kufukizia uvumba yatavunjavunjwa, nami nitawachinja watu wenu mbele ya sanamu zenu. 5 Nitazilaza maiti za Waisraeli mbele ya sanamu zao, nami nitatawanya mifupa yenu kuzunguka madhabahu yenu. 6 Popote mnapoishi, miji hiyo itafanywa ukiwa na mahali pa juu pa kuabudia miungu patabomolewa, ili madhabahu yenu ifanywe ukiwa na kuharibiwa, sanamu zenu zitavunjavunjwa na kuharibiwa,

[a]10 Shekeli 20 ni sawa na gramu 200.
[b]11 Moja ya sita ya hini ni sawa na mililita (ml) 600.

madhabahu yenu ya kufukizia uvumba yatabomolewa na kila mlichokifanya kitakatiliwa mbali. 7 Watu wenu watachinjwa katikati yenu, nanyi mtatambua Mimi ndimi BWANA.

8 " 'Lakini nitawabakiza hai baadhi yenu, kwa kuwa baadhi yenu watanusurika kuuawa watakapokuwa wametawanyika katika nchi na mataifa. 9 Ndipo katika mataifa ambamo watakuwa wamechukuliwa mateka, wale ambao watanusurika watanikumbuka, jinsi ambavyo nimehuzunishwa na mioyo yao ya uzinzi, ambayo imegeukia mbali nami na macho yao ambayo yametamani sanamu zao. Watajichukia wenyewe kwa ajili ya uovu walioutenda na kwa ajili ya desturi zao za kuchukiza. 10 Nao watajua kuwa Mimi ndimi BWANA, sikuwaonya bure kuwa nitaleta maafa hayo yote juu yao.

11 " 'Hili ndilo BWANA Mwenyezi asemalo: Piga makofi, kanyaga chini kwa mguu na upige kelele, "Ole!" kwa sababu ya maovu yote na machukizo yote yanayofanywa na nyumba ya Israeli, kwa kuwa wataanguka kwa upanga, njaa na tauni. 12 Yeye aliye mbali sana atakufa kwa tauni, naye aliye karibu atauawa kwa upanga, naye yule atakayenusurika na kubaki atakufa kwa njaa. Hivyo ndivyo nitakavyotimiza ghadhabu yangu dhidi yao. 13 Nao watajua kwamba Mimi ndimi BWANA, wakati maiti za watu wao zitakapokuwa zimelala katikati ya sanamu zao kuzunguka madhabahu yao, juu ya kila kilima kilichoinuka na juu ya vilele vyote vya milima, chini ya kila mti uliotanda na kila mwaloni wenye majani, yaani, sehemu walizofukizia uvumba kwa sanamu zao zote. 14 Nami nitanyoosha mkono wangu dhidi yao na kuifanya nchi yao ukiwa, kuanzia jangwani hadi Dibla, kila mahali wanapoishi. Ndipo watakapojua ya kwamba Mimi ndimi BWANA.' "

Mwisho Umewadia

7 Neno la BWANA likanijia kusema: 2 "Mwanadamu, hili ndilo BWANA Mwenyezi asemalo kwa nchi ya Israeli: Mwisho! Mwisho umekuja juu ya pembe nne za nchi. 3 Sasa mwisho umekuja juu yenu nami nitamwaga hasira yangu dhidi yenu. Nitawahukumu sawasawa na matendo yenu na kuwalipiza kwa ajili ya desturi zenu zote za kuchukiza. 4 Sitawaonea huruma wala sitawarehemu, hakika nitalipiza kwa ajili ya matendo yenu na desturi zenu za machukizo miongoni mwenu. Ndipo mtakapojua kuwa Mimi ndimi BWANA.

5 "Hili ndilo BWANA Mwenyezi asemalo: Maafa! Maafa ambayo hayajasikiwa yanakuja. 6 Mwisho umewadia! Mwisho umewadia! Umejiinua wenyewe dhidi yenu. Umewadia! 7 Maangamizi yamekuja juu yenu, ninyi mnaoishi katika nchi. Wakati umewadia, siku imekaribia, kuna hofu kuu ya ghafula, wala si furaha, juu ya milima. 8 Ninakaribia kumwaga ghadhabu yangu juu yenu na kumaliza hasira yangu dhidi yenu, nitawahukumu sawasawa na matendo yenu na kuwalipiza kwa ajili ya desturi zenu zote za machukizo. 9 Sitawaonea huruma wala sitawarehemu; nitawalipiza sawasawa na matendo yenu na desturi zenu za machukizo miongoni mwenu. Ndipo mtajua kuwa Mimi ndimi BWANA ambaye huwapiga kwa mapigo.

10 "Siku imefika! Imewadia! Maangamizi yamezuka ghafula, fimbo imechanua majivuno yamechipua! 11 Jeuri imeinuka kuwa fimbo ya kuadhibu uovu, hakuna hata mmoja wa hao watu atakayeachwa, hata mmoja wa kundi lile, hakuna utajiri, hakuna chenye thamani. 12 Wakati umewadia, siku imefika. Mnunuzi na asifurahi wala muuzaji asihuzunike, kwa maana ghadhabu iko juu ya kundi lote. 13 Muuzaji hatajipatia tena ardhi aliyoiuza wakati wote wawili wangali hai, kwa kuwa maono kuhusu kundi lote hayatatanguka. Kwa sababu ya dhambi zao, hakuna hata mmoja atakayeokoa maisha yake. 14 Wajapopiga tarumbeta na kuweka kila kitu tayari, hakuna hata mmoja atakayekwenda vitani, kwa maana ghadhabu yangu iko juu ya kundi lote.

15 "Nje ni upanga, ndani ni tauni na njaa, wale walioko shambani watakufa kwa upanga, nao wale waliomo mjini njaa na tauni vitawala. 16 Wale wote watakaopona na kutoroka watakuwa milimani, wakiomboleza kama hua wa mabondeni, kila mmoja kwa sababu ya dhambi zake. 17 Kila mkono utalegea na kila goti litakuwa dhaifu kama maji. 18 Watavaa nguo ya gunia na kufunikwa na hofu. Nyuso zao zitafunikwa na aibu na nywele za vichwa vyao zitanyolewa. 19 Watatupa fedha yao barabarani, nayo dhahabu yao itakuwa najisi. Fedha yao na dhahabu yao havitaweza kuwaokoa katika siku hiyo ya ghadhabu ya BWANA. Hawatashibisha njaa yao au kujaza matumbo yao kwa hiyo fedha wala dhahabu, kwa sababu imewaponza wajikwae dhambini. 20 Walijivunia vito vyao vizuri na kuvitumia kufanya sanamu za machukizo na vinyago vya upotovu. Kwa hiyo nitavifanya vitu hivyo kuwa najisi kwao. 21 Nitavitia vyote mikononi mwa wageni kuwa nyara na kuwa vitu vilivyoteka mikononi mwa watu waovu wa dunia, nao watavinajisi. 22 Nitageuza uso wangu mbali nao, nao waovu wa dunia watapanajisi mahali pangu pa thamani, wanyang'anyi watapaingia na kupanajisi.

23 "Andaa minyororo, kwa sababu nchi imejaa umwagaji wa damu na mji umejaa udhalimu. 24 Nitaleta taifa ovu kuliko yote ili kumiliki nyumba zao, nitakomesha kiburi cha wenye nguvu na mahali pao patakatifu patatiwa unajisi. 25 Hofu ya ghafula itakapokuja, watatafuta amani, lakini haitakuwepo. 26 Maafa juu ya maafa yatakuja, tetesi ya mabaya juu ya tetesi ya mabaya. Watajitahidi kupata maono kutoka kwa nabii, mafundisho ya sheria toka kwa kuhani yatapotea, vivyo hivyo shauri kutoka kwa wazee. 27 Mfalme ataomboleza, mwana wa mfalme atavikwa kukata tamaa, nayo mikono ya watu wa nchi itatetemeka. Nitawashughulikia sawasawa na matendo yao na kwa kanuni zao wenyewe nitawahukumu. Ndipo watajua kwamba Mimi ndimi BWANA."

Ibada Ya Sanamu Hekaluni

8 Katika siku ya tano ya mwezi wa sita mwaka wa sita, baada ya kupelekwa uhamishoni nilipokuwa nimeketi katika nyumba yangu na wazee wa Yuda walikuwa wameketi mbele yangu, mkono wa BWANA Mwenyezi ulikuja juu yangu. 2 Nikatazama, nikaona umbo mfano wa mwanadamu. Kutokana

na kile kilichoonekana kuwa kiuno chake kuelekea
chini alifanana na moto. Kuanzia kwenye kiuno
kuelekea juu sura yake kama chuma king'aavyo
kikiwa ndani ya moto. 3 Akanyoosha kitu kili-
choonekana kama mkono, akaniinua kwa kushika
nywele za kichwa changu. Roho akaniinua juu kati
ya nchi na mbingu nikiwa katika maono ya Mungu
akanichukua mpaka Yerusalemu, kwenye ingilio
la lango la upande wa kaskazini ya ukumbi wa
ndani, mahali iliposimama ile sanamu ichocheayo
wivu. 4 Hapo mbele yangu palikuwa na utukufu
wa Mungu wa Israeli, kama utukufu ule niliouona
katika maono kule ua wa ndani.

5 Kisha akaniambia, "Mwanadamu, tazama kue-
lekea kaskazini." Hivyo nikatazama na kwenye
ingilio upande wa kaskazini wa lango la madha-
bahu, nikaona sanamu hii ya wivu.

6 Ndipo akaniambia, "Mwanadamu, je, unaona
yale wanayofanya, haya mambo ya machukizo
kabisa nyumba ya Israeli wanayotenda hapa,
ambayo yatanifanya niende mbali na mahali pangu
patakatifu? Lakini utaona vitu ambavyo vinachu-
kiza zaidi hata kuliko hivi."

7 Kisha akanileta mpaka ingilio la ukumbi.
Nikatazama, nami nikaona tundu ukutani. 8 Aka-
niambia, "Mwanadamu, sasa toboa kwenye ukuta
huu." Ndipo nikatoboa ule ukuta, nikaona hapo
pana mlango.

9 Naye akaniambia, "Ingia ndani, ukaone maovu
na machukizo wanayofanya humu." 10 Hivyo
nikaingia ndani na kutazama, nikaona kuta zote
zimechorwa kila aina ya vitu vitambaavyo na ya
wanyama wachukizao wa kila aina na sanamu
zote za nyumba ya Israeli. 11 Mbele yao walisi-
mama wazee sabini wa nyumba ya Israeli, naye
Yaazania mwana wa Shafani alikuwa amesimama
miongoni mwao. Kila mmoja alikuwa na chetezo
mkononi na moshi wa harufu nzuri ya uvumba
ulikuwa unapanda juu.

12 Akaniambia, "Mwanadamu, umeona wanayo-
yafanya wazee wa nyumba ya Israeli gizani, kila
mmoja kwenye sehemu yake mwenyewe ya kufa-
nyia ibada za sanamu yake? Wao husema, 'Bwana
hatuoni, Bwana ameiacha nchi.' " 13 Akasema tena,
"Bado utaona machukizo wanayofanya ambayo ni
makubwa kuliko haya."

14 Ndipo akanileta mpaka ingilio la lango la kaska-
zini la nyumba ya Bwana, nami nikaona wanawake
wameketi hapo, wakimwombolezea Tamuzi. 15 Aka-
niambia, "Unaliona hili, mwanadamu? Utaona vitu
ambavyo ni machukizo kuliko hili."

16 Ndipo akanileta mpaka kwenye ukumbi wa
ndani wa nyumba ya Bwana, nako huko katika
ingilio la Hekalu, kati ya baraza na madhabahu,
walikuwepo wanaume wapatao ishirini na watano.
Wakiwa wamelipa kisogo Hekalu la Bwana na
kuelekeza nyuso zao upande wa mashariki, waki-
lisujudia jua huko mashariki.

17 Akaniambia, "Je, umeona hili mwanadamu? Je,
ni jambo dogo sana kwa nyumba ya Yuda kufanya
machukizo wanayoyafanya hapa? Je, ni lazima pia
waijaze nchi dhuluma na kuendelea siku zote kuni-
kasirisha? Watazame wanavyonibania pua kana
kwamba ninanuka! 18 Kwa hiyo nitashughulika
nao kwa hasira, sitawaonea huruma wala kuwaa-
chilia. Wajapopiga makelele masikioni mwangu,
sitawasikiliza."

Waabudu Sanamu Wauawa

9 Kisha nikamsikia akiita kwa sauti kubwa aki-
sema, "Walete wasimamizi wa mji hapa, kila
mmoja akiwa na silaha mkononi mwake." 2 Nami
nikaona watu sita wakija toka upande wa lango la
juu, linalotazama kaskazini kila mmoja na silaha
za kuangamiza mkononi mwake. Pamoja nao ali-
kuwepo mtu aliyekuwa amevaa mavazi ya kitani
safi, naye alikuwa na vifaa vya mwandishi akiwa
amevishikilia upande mmoja. Wakaingia ndani ya
Hekalu wakasimama pembeni mwa madhabahu
ya shaba.

3 Basi utukufu wa Mungu wa Israeli ukaondoka
hapo juu ya makerubi, ulikokuwa umekaa, ukaenda
kwenye kizingiti cha Hekalu. Ndipo Bwana aka-
mwita yule mtu aliyevaa kitani safi aliyekuwa na
vifaa vya mwandishi akiwa amevishikilia upande
wake mmoja, 4 akamwambia, "Pita katika mji wote
wa Yerusalemu ukaweke alama juu ya vipaji vya
nyuso za wale watu wanaohuzunika na kuombo-
leza kwa sababu ya machukizo yote yanayotendeka
katika mji huu."

5 Nikiwa ninasikia, akawaambia wale wengine,
"Mfuateni anapopita katika mji wote mkiua, pasipo
huruma wala masikitiko. 6 Waueni wazee, vijana wa
kiume na wa kike, wanawake na watoto, lakini msi-
mguse mtu yeyote mwenye alama. Anzieni katika
mahali pangu patakatifu." Kwa hiyo wakaanza na
wale wazee waliokuwa mbele ya Hekalu.

7 Ndipo akawaambia, "Linajisini Hekalu na
mkazijaze kumbi zake maiti za wale waliouawa.
Nendeni!" Kwa hiyo wakaenda wakaanza kuua
watu mjini kote. 8 Wakati walikuwa wakiwaua watu,
nami nilikuwa nimeachwa peke yangu, nikaanguka
kifudifudi, nikapiga kelele nikisema, "Ee Bwana
Mwenyezi! Je, utaangamiza mabaki yote ya Israeli,
katika kumwagwa huku kwa ghadhabu yako juu
ya Yerusalemu?"

9 Bwana akanijibu, "Dhambi ya nyumba ya Israeli
na Yuda imekuwa kubwa mno kupita kiasi, nchi
imejaa umwagaji damu na mjini kumejaa udha-
limu. Kwani wamesema, 'Bwana ameiacha nchi,
Bwana hauoni.' 10 Kwa hiyo sitawahurumia wala
kuwaachilia lakini nitaleta juu ya vichwa vyao, yale
waliyoyatenda."

11 Ndipo mtu yule aliyekuwa amevaa nguo ya
kitani safi na vifaa vya mwandishi akiwa amevi-
shikilia upande wake mmoja, akarudi na kutoa
taarifa akisema, "Nimefanya kama ulivyoniagiza."

Utukufu Unaondoka Hekaluni

10 Nikatazama, nikaona juu ya ile nafasi ili-
yokuwa juu ya vichwa vya wale makerubi
kulikuwa na kitu mfano wa kiti cha enzi cha
yakuti samawi. 2 Bwana akamwambia mtu yule
aliyekuwa amevaa nguo ya kitani, "Ingia katikati
ya yale Magurudumu yaliyo chini ya makerubi.
Ukaijaze mikono yako makaa ya mawe ya moto
kutoka katikati ya makerubi na uyatawanye juu
ya mji." Nilipokuwa nikiangalia, akaingia ndani.

3 Basi wale makerubi walikuwa wamesimama upande wa kusini wa Hekalu wakati yule mtu alipoingia ndani, wingu likaujaza ule ukumbi wa ndani. 4 Kisha utukufu wa BWANA ukainuka kutoka juu ya wale makerubi ukaenda kwenye kizingiti cha Hekalu. Wingu likajaza Hekalu, nao ukumbi ukajawa na mng'ao wa utukufu wa BWANA. 5 Sauti ya mabawa ya wale makerubi ingeweza kusikika mpaka kwenye ukumbi wa nje, kama sauti ya Mungu Mwenyezi[a] wakati anapoongea.

6 BWANA alipomwamuru yule mtu aliyevaa nguo za kitani akisema, "Chukua moto toka katikati ya magurudumu, kutoka katikati ya makerubi," yule mtu aliingia ndani akasimama pembeni mwa gurudumu. 7 Ndipo mmoja wa wale makerubi akanyoosha mkono wake kwenye moto uliokuwa katikati yao. Akachukua baadhi ya moto na kuutia mikononi mwa yule mtu aliyevaa mavazi ya kitani, naye akaupokea akatoka nje. 8 (Chini ya mabawa ya makerubi paliweza kuonekana kitu kilichofanana na mikono ya mwanadamu.)

9 Nikatazama, nikaona magurudumu manne kando ya makerubi, moja kando ya kila kerubi. Magurudumu hayo yalimetameta kama kito cha zabarajadi. 10 Kule kuonekana kwake, yote manne yalifanana kila gurudumu lilikuwa kama linazunguka ndani ya lingine. 11 Yalipozunguka, yalikwenda kokote katika pande nne walikoelekea wale makerubi. Magurudumu hayakugeuka wakati makerubi yalipokwenda. Makerubi walikwenda upande wowote kichwa kilikoelekea pasipo kugeuka walipokuwa wakienda. 12 Miili yao yote, pamoja na migongo yao, mikono na mabawa yao yote yalikuwa yamejaa macho kabisa kama yalivyokuwa yale magurudumu yao manne. 13 Nikasikia magurudumu yakiitwa, "Magurudumu ya kisulisuli." 14 Kila mmoja wa wale makerubi alikuwa na nyuso nne: Uso mmoja ulikuwa kama vile wa kerubi, uso wa pili ulikuwa wa mwanadamu, uso wa tatu ulikuwa wa simba na uso wa nne ulikuwa wa tai.

15 Kisha makerubi wakapaa juu. Hawa ndio wale viumbe walio hai niliowaona kando ya Mto Kebari. 16 Wakati makerubi walipokwenda, magurudumu yaliyoko kando yao yalikwenda na wakati makerubi walipotanda mabawa yao wapate kupaa juu kutoka ardhi, magurudumu yale hayakuondoka pembeni mwao. 17 Makerubi yaliposimama kimya, nayo pia yalitulia kimya, nao makerubi yalipoinuka juu, magurudumu nayo yaliinuka juu pamoja nao, kwa sababu roho ya vile viumbe hai ilikuwa ndani yake.

18 Kisha utukufu wa BWANA ukaondoka pale kwenye kizingiti cha Hekalu na kusimama juu ya wale makerubi. 19 Nilipokuwa nikitazama, makerubi yakatanda mabawa yao na kuinuka kutoka ardhini, nao walipokuwa wakienda, yale magurudumu yakaenda pamoja nao. Wakasimama kwenye ingilio la lango la mashariki la nyumba ya BWANA, nao utukufu wa Mungu wa Israeli ukawa juu yao.

20 Hawa walikuwa ndio viumbe hai niliokuwa nimewaona chini ya Mungu wa Israeli kando ya Mto Kebari, nami nikatambua ya kuwa hao walikuwa makerubi. 21 Kila mmoja alikuwa na nyuso nne, mabawa manne, chini ya mabawa yao kulikuwa na kile kilichoonekana kama mikono ya mwanadamu. 22 Nyuso zao zilifanana kama zile nilizokuwa nimeziona kando ya Mto Kebari. Kila mmoja alikwenda mbele moja kwa moja.

Hukumu Juu Ya Viongozi Wa Israeli

11 Ndipo Roho akaniinua na kunileta mpaka kwenye lango la nyumba ya BWANA linalotazama upande wa mashariki. Pale kwenye ingilio la lango kulikuwepo wanaume ishirini na watano, nami nikaona miongoni mwao Yaazania mwana wa Azuri na Pelatia mwana wa Benaya, viongozi wa watu. 2 BWANA akaniambia, "Mwanadamu, hawa ndio wafanyao hila na kutoa mashauri potovu katika mji huu. 3 Wao husema, 'Je, hivi karibuni hautakuwa wakati wa kujenga nyumba? Mji huu ni chungu cha kupikia, nasi ndio nyama.' 4 Kwa hiyo toa unabii dhidi yao, tabiri, Ewe mwanadamu."

5 Kisha Roho wa BWANA akaja juu yangu, naye akaniambia niseme: "Hili ndilo BWANA asemalo: Hili ndilo ninyi mnalosema, ee nyumba ya Israeli, lakini ninajua mnalowaza mioyoni mwenu. 6 Mmewaua watu wengi katika mji huu na kujaza barabara zake maiti.

7 "Kwa hiyo hili ndilo asemalo BWANA Mwenyezi: maiti ulizozitupa huko ni nyama na mji huu ni chungu, lakini nitawaondoa mtoke huko. 8 Mnaogopa upanga, nao upanga huo ndio nitakaouleta juu yenu, asema BWANA Mwenyezi. 9 Nitawaondoa mtoke katika mji na kuwatia mikononi mwa wageni nami nitawaadhibu. 10 Mtaanguka kwa upanga, nami nitatimiza hukumu dhidi yenu katika mipaka ya Israeli. Ndipo mtajua kuwa Mimi ndimi BWANA. 11 Mji huu hautakuwa chungu kwa ajili yenu, wala hamtakuwa nyama ndani yake. Nitatoa hukumu dhidi yenu katika mipaka ya Israeli. 12 Nanyi mtajua ya kuwa Mimi ndimi BWANA, kwa kuwa hamkufuata amri zangu wala kuzishika sheria zangu, bali mmefuata mwenendo wa mataifa yanayowazunguka."

13 Basi nilipokuwa ninatoa unabii, Pelatia mwana wa Benaya akafa. Ndipo nikaanguka kifudifudi, nikalia kwa sauti kuu nikasema, "Ee BWANA Mwenyezi! Je utaangamiza kabisa mabaki ya Israeli?"

14 Neno la BWANA likanijia kusema: 15 "Mwanadamu, ndugu zako, ndugu zako ambao ni wa uhusiano wa damu na nyumba yote ya Israeli, ndio wale ambao watu wa Yerusalemu wamesema, 'Wako mbali na BWANA; nchi hii tulipewa sisi kuwa milki yetu.'

Ahadi Ya Kurudi Kwa Israeli

16 "Kwa hiyo sema, 'Hili ndilo BWANA Mwenyezi asemalo: Ingawa niliwapeleka mbali miongoni mwa mataifa na kuwatawanya katika nchi mbalimbali, lakini kwa kitambo kidogo mimi nimekuwa mahali patakatifu kwao katika nchi walizokwenda.'

17 "Kwa hiyo sema: 'Hili ndilo BWANA Mwenyezi asemalo: Nitawakusanyeni kutoka mataifa na kuwarudisha kutoka nchi ambazo mmetawanywa, nami nitawarudishia nchi ya Israeli.'

18 "Watairudia nchi na kuondoa vinyago vyote

[a]5 Mungu Mwenyezi hapa ni jina la Kiebrania, El-Shaddai (yaani Mungu Mwenye utoshelevu wote).

vya upotovu na sanamu zote za machukizo. 19 Nitawapa moyo mmoja na kuweka roho mpya ndani yao, nitaondoa kutoka ndani yao moyo wa jiwe na kuwapa moyo wa nyama. 20 Kisha watafuata amri zangu na kuwa waangalifu kutii sheria zangu. Watakuwa watu wangu nami nitakuwa Mungu wao. 21 Lakini kwa wale ambao mioyo yao imeambatana na vinyago vyao vya upotovu na sanamu zao za machukizo, nitaleta juu ya vichwa vyao yale waliyotenda asema Bwana Mwenyezi."

22 Ndipo wale makerubi, wenye magurudumu pembeni mwao, wakakunjua mabawa yao, nao utukufu wa Mungu wa Israeli ulikuwa juu yao. 23 Basi utukufu wa Bwana ukapaa juu kutoka mji, ukatua juu ya mlima ulio upande wa mashariki ya mji. 24 Roho akaniinua na kunileta mpaka kwa watu wa uhamisho huko Ukaldayo nikiwa katika yale maono niliyopewa na Roho wa Mungu.

Ndipo maono niliyokuwa nimeyaona yakanitoka, 25 nami nikawaeleza wale watu wa uhamisho kila kitu Bwana alichokuwa amenionyesha.

Kutekwa Kwa Yuda Kwaelezewa

12 Neno la Bwana likanijia kusema: 2 "Mwanadamu, unaishi miongoni mwa watu waasi. Wana macho ya kuona, lakini hawaoni na masikio ya kusikia lakini hawasikii, kwa kuwa ni watu waasi.

3 "Kwa hiyo, mwanadamu, funga mizigo yako kwa kwenda uhamishoni tena wakati wa mchana, wakiwa wanakutazama, toka nje na uende mahali pengine kutoka hapo ulipo. Labda wataelewa, ingawa wao ni nyumba ya kuasi. 4 Wakati wa mchana, wakiwa wanakutazama, toa nje mizigo yako iliyofungwa kwa ajili ya kwenda uhamishoni. Kisha wakati wa jioni, wakiwa wanakutazama toka nje kama wale waendao uhamishoni. 5 Wakiwa wanakutazama, toboa ukuta utolee mizigo yako hapo. 6 Beba mizigo hiyo begani mwako wakikuangalia uichukue nje wakati wa giza la jioni. Funika uso wako ili usione nchi, kwa maana nimekufanya ishara kwa nyumba ya Israeli."

7 Basi nikafanya kama nilivyoamriwa. Wakati wa mchana nilitoa vitu vyangu nje vilivyofungwa tayari kwa uhamishoni. Kisha wakati wa jioni nikatoboa ukuta kwa mikono yangu. Nikachukua mizigo yangu nje wakati wa giza la jioni, nikiwa nimeibeba mabegani mwangu huku wakinitazama.

8 Asubuhi neno la Bwana likanijia kusema: 9 "Mwanadamu, je, nyumba ile ya kuasi ya Israeli haikukuuliza, 'Unafanya nini?'

10 "Waambie, 'Hili ndilo Bwana Mwenyezi asemalo: Neno hili linamhusu mkuu aliye katika Yerusalemu na nyumba yote ya Israeli ambao wako huko.' 11 Waambie, 'Mimi ndiye ishara kwenu.'

"Kama vile nilivyotenda, basi litatendeka vivyo hivyo kwao. Watakwenda uhamishoni kama mateka.

12 "Naye mkuu aliye miongoni mwao atabeba mizigo yake begani mwake kwenye giza la jioni na kuondoka na tundu litatobolewa ukutani kwa ajili yake ili kupitia hapo. Atafunika uso wake ili kwamba asiweze kuiona nchi. 13 Nitatandaza wavu wangu kwa ajili yake, naye atanaswa kwenye mtego wangu, nitamleta mpaka Babeli, nchi ya Wakaldayo, lakini hataiona, naye atafia huko. 14 Wote wanaomzunguka nitawatawanya pande zote, watumishi wake na majeshi yake yote, nami nitawafuatilia kwa upanga uliofutwa.

15 "Wao watajua kwamba Mimi ndimi Bwana, nitakapowatawanya miongoni mwa mataifa na kuwafukuza huku na huko katika nchi zote. 16 Lakini nitawaacha wachache wao waokoke na upanga, njaa na tauni, ili kwamba katika mataifa watakakokwenda waweze kutambua matendo ya machukizo waliotenda. Ndipo watajua kuwa Mimi ndimi Bwana."

17 Neno la Bwana likanijia kusema: 18 "Mwanadamu, tetemeka wakati ulapo chakula chako, tetemeka kwa hofu wakati unywapo maji yako. 19 Waambie watu wa nchi: 'Hili ndilo Bwana Mwenyezi asemalo kuhusu hao wanaoishi Yerusalemu na katika nchi ya Israeli: Watakula chakula chao kwa wasiwasi na kunywa maji yao kwa kufadhaika, kwa kuwa nchi yao itanyang'anywa kila kitu chake kwa sababu ya udhalimu wa wote wanaoishi humo. 20 Miji inayokaliwa na watu itaharibiwa na nchi itakuwa ukiwa. Ndipo mtakapojua kwamba Mimi ndimi Bwana.' "

21 Neno la Bwana likanijia kusema: 22 "Mwanadamu, ni nini hii mithali mlio nayo katika nchi ya Israeli: 'Siku zinapita na hakuna maono yoyote yanayotimia?' 23 Waambie, 'Hili ndilo Bwana Mwenyezi asemalo: Nitaikomesha mithali hii, nao hawataitumia tena katika Israeli.' Waambie, 'Siku zimekaribia wakati kila maono yatakapotimizwa. 24 Kwa maana hapatakuwepo tena na maono ya uongo wala ubashiri wa udanganyifu miongoni mwa watu wa Israeli. 25 Lakini Mimi Bwana nitasema neno nitakalo, nalo litatimizwa bila kuchelewa. Kwa maana katika siku zako, wewe nyumba ya kuasi, nitatimiza kila nisemalo, asema Bwana Mwenyezi.' "

26 Neno la Bwana likanijia kusema: 27 "Mwanadamu, nyumba ya Israeli inasema, 'Maono yale anayoyaona ni kwa ajili ya miaka mingi ijayo, naye hutabiri kuhusu siku zijazo zilizo mbali.'

28 "Kwa hiyo, waambie, 'Hili ndilo Bwana Mwenyezi asemalo: Hakuna maneno yangu yatakayocheleweshwa tena zaidi, lolote nisemalo litatimizwa, asema Bwana Mwenyezi.' "

Manabii Wa Uongo Walaumiwa

13 Neno la Bwana likanijia kusema: 2 "Mwanadamu, tabiri dhidi ya manabii wa Israeli wanaotabiri sasa. Waambie hao ambao hutabiri kutokana na mawazo yao wenyewe: 'Sikia neno la Bwana! 3 Hili ndilo Bwana Mwenyezi asemalo: Ole wao manabii wapumbavu wafuatao roho yao wenyewe na wala hawajaona chochote! 4 Manabii wako, ee Israeli, ni kama mbweha katikati ya magofu. 5 Hamjakwea kwenda kuziba mahali palipobomoka katika ukuta ili kuukarabati kwa ajili ya nyumba ya Israeli, ili kwamba isimame imara kwenye vita katika siku ya Bwana. 6 Maono yao ni ya uongo na ubashiri wao ni wa udanganyifu. Wao husema, "Bwana amesema," wakati Bwana hakuwatuma, bado wakitarajia maneno yao kutimizwa.

7 Je, hamjaona maono ya uongo na kusema ubashiri
wa udanganyifu hapo msemapo, "BWANA asema,"
lakini Mimi sijasema?
8 " 'Kwa hiyo hili ndilo BWANA Mwenyezi ase-
malo: Kwa sababu ya uongo wa maneno yenu na
kwa madanganyo ya maono yenu, Mimi ni kinyume
na ninyi, asema BWANA Mwenyezi. 9 Mkono wangu
utakuwa dhidi ya manabii ambao huona maono ya
uongo na kusema ubashiri wa udanganyifu. Hawa-
takuwa katika baraza la watu wangu au kuandikwa
katika kumbukumbu ya nyumba ya Israeli wala
hawataingia katika nchi ya Israeli. Ndipo mtajua
kuwa Mimi ndimi BWANA Mwenyezi.
10 " 'Kwa sababu ni kweli wanapotosha watu
wangu, wakisema, "Amani," wakati ambapo
hakuna amani, pia kwa sababu, wakati ukuta
dhaifu unapojengwa, wanaufunika kwa kupaka
chokaa, 11 kwa hiyo waambie hao wanaoupaka
chokaa isiyokorogwa vyema kwamba ukuta huo
utaanguka. Mvua kubwa ya mafuriko itanyesha,
nami nitaleta mvua ya mawe inyeshe kwa nguvu,
nao upepo wa dhoruba utavuma juu yake. 12 Wakati
ukuta utakapoanguka, je, watu hawatawauliza,
"Iko wapi chokaa mliyopaka ukuta?"
13 " 'Kwa hiyo hili ndilo BWANA Mwenyezi ase-
malo: Katika ghadhabu yangu nitauachia upepo wa
dhoruba, pia katika hasira yangu mvua ya mawe na
mvua ya mafuriko itanyesha ikiwa na ghadhabu ya
kuangamiza. 14 Nitaubomoa ukuta mlioupaka cho-
kaa na kuuangusha chini ili msingi wake uachwe
wazi. Utakapoanguka, mtaangamizwa ndani yake,
nanyi mtajua kuwa Mimi ndimi BWANA. 15 Hivyo
ndivyo nitakavyoitimiza ghadhabu yangu dhidi ya
huo ukuta na dhidi yao walioupaka chokaa. Nita-
waambia ninyi, "Ukuta umebomoka na vivyo hivyo
wale walioupaka chokaa, 16 wale manabii wa Israeli
waliotabiri juu ya Yerusalemu na kuona maono ya
amani kwa ajili yake wakati kulipokuwa hakuna
amani, asema BWANA Mwenyezi." '
17 "Sasa, mwanadamu, kaza uso wako dhidi ya
binti za watu wako wanaotabiri mambo kutoka
mawazo yao wenyewe. Tabiri dhidi yao 18 na
useme, 'Hili ndilo BWANA Mwenyezi asemalo: Ole
wao wanawake washonao hirizi za uchawi juu
ya viwiko vyao vyote na kutengeneza shela za
urefu wa aina mbalimbali kwa ajili ya kufunika
vichwa vyao kwa makusudi ya kuwanasa watu. Je,
mtatega uhai wa watu wangu lakini ninyi mponye
wa kwenu? 19 Ninyi mmeninajisi miongoni mwa
watu wangu kwa ajili ya konzi chache za shayiri
na chembe za mkate. Kwa kuwaambia uongo watu
wangu, wale ambao husikiliza uongo, mmewaua
wale watu ambao wasingekufa na kuwaacha hai
wale ambao wasingeishi.
20 " 'Kwa hiyo hili ndilo BWANA Mwenyezi ase-
malo: Mimi niko kinyume na hizo hirizi zenu za
uchawi ambazo kwa hizo mnawatega watu kama
ndege, nami nitazirarua kutoka mikononi mwenu,
nitawaweka huru watu wale mliowatega kama
ndege. 21 Nitazirarua shela zenu na kuwaokoa watu
wangu kutoka mikononi mwenu, nao hawatakuwa
tena mawindo ya nguvu zenu. Ndipo mtakapojua
kuwa Mimi ndimi BWANA. 22 Kwa sababu mliwa-
vunja moyo wenye haki kwa uongo wenu, wakati
mimi sikuwaletea huzuni na kwa kuwa mliwatia
moyo waovu ili wasiziache njia zao mbaya na hivyo
kuokoa maisha yao, 23 kwa hiyo hamtaona tena
maono ya uongo wala kufanya ubashiri. Nitawao-
koa watu wangu kutoka mikononi mwenu. Nanyi
ndipo mtakapojua kuwa Mimi ndimi BWANA.' "

Waabudu Sanamu Walaumiwa

14 Baadhi ya wazee wa Israeli walinijia na kuketi
mbele yangu. 2 Ndipo neno la BWANA likanijia
kusema: 3 "Mwanadamu, watu hawa wameweka
sanamu katika mioyo yao na kuweka vitu viovu vya
kukwaza mbele ya macho yao. Je, kweli niwaruhusu
waniulize jambo lolote? 4 Kwa hiyo sema nao uwaa-
mbie, 'Hili ndilo BWANA Mwenyezi asemalo: Wakati
Mwisraeli yeyote anapoweka sanamu moyoni
mwake na kuweka kitu kiovu cha kukwaza mbele
ya macho yake na kisha akaenda kwa nabii, Mimi
BWANA nitamjibu peke yangu sawasawa na ukubwa
wa ibada yake ya sanamu. 5 Nitafanya jambo hili ili
kukamata tena mioyo ya watu wa Israeli, ambao
wote wameniacha kwa ajili ya sanamu zao.'
6 "Kwa hiyo iambie nyumba ya Israeli, 'Hili ndilo
BWANA Mwenyezi asemalo: Tubuni! Geukeni
kutoka kwenye sanamu zenu na mkatae matendo
yenu yote ya machukizo!
7 " 'Mwisraeli yeyote au mgeni yeyote anayei-
shi katika Israeli anapojitenga nami na kujiwekea
sanamu katika moyo wake na kwa hivyo kuweka
kitu kiovu cha kukwaza mbele ya macho yake na
kisha akamwendea nabii kuuliza shauri kwangu,
mimi BWANA nitamjibu mwenyewe. 8 Nitaukaza
uso wangu dhidi ya mtu huyo na kumwadhibu na
kumfanya ishara kwa watu. Nitamkatilia mbali
kutoka watu wangu. Ndipo mtakapojua kuwa
Mimi ndimi BWANA.
9 " 'Naye nabii kama atakuwa ameshawishika
kutoa unabii, Mimi BWANA nitakuwa nimemshawi-
shi nabii huyo, nami nitaunyoosha mkono wangu
dhidi yake na kumwangamiza kutoka miongoni
mwa watu wangu Israeli. 10 Watachukua hatia yao,
nabii atakuwa na hatia sawa na yule mtu aliyekuja
kuuliza neno kwake.
11 " 'Ndipo watu wa Israeli hawataniacha tena,
wala kujitia unajisi tena kwa dhambi zao zote.
Ndipo watakuwa watu wangu nami nitakuwa
Mungu wao, asema BWANA Mwenyezi.' "

Hukumu Isiyoepukika

12 Neno la BWANA likanijia kusema, 13 "Mwa-
nadamu, kama nchi itanitenda dhambi kwa
kutokuwa waaminifu nami nikinyoosha mkono
wangu dhidi yake kukatilia mbali upatikanaji wake
wa chakula na kuipelekea njaa na kuua watu wake
na wanyama wao, 14 hata kama watu hawa watatu:
Noa, Danieli na Ayubu wangekuwa ndani ya nchi
hiyo, ndio hao tu wangeweza kujiokoa wenyewe
kwa uadilifu wao, asema BWANA Mwenyezi.
15 "Au kama nikipeleka wanyama pori katika
nchi hiyo yote na kuifanya isiwe na watoto, nayo
ikawa ukiwa kwamba hakuna mtu apitaye katika
nchi hiyo kwa sababu ya wanyama pori, 16 hakika
kama niishivyo, asema BWANA Mwenyezi, hata
kama watu hawa watatu wangekuwa humo ndani

yake, wasingeweza kuokoa wana wao wala binti
zao. Wao peke yao wangeokolewa, lakini nchi
ingekuwa ukiwa.

17 "Au kama nikileta upanga dhidi ya nchi hiyo na
kusema, 'Upanga na upite katika nchi yote,' nami
nikiua watu wake na wanyama wao, 18 hakika kama
niishivyo, asema Bwana Mwenyezi, hata kama
watu hawa watatu wangekuwa humo ndani yake,
wasingeweza kuokoa wana wao wala binti zao. Wao
wenyewe tu wangeokolewa.

19 "Au kama nikipeleka tauni katika nchi hiyo na
kumwaga ghadhabu yangu juu yake kwa njia ya
kumwaga damu, kuua watu wake na wanyama wao,
20 hakika kama niishivyo, asema Bwana Mwenyezi,
hata kama Noa, Danieli na Ayubu wangekuwa
humo ndani yake, wasingeweza kumwokoa mwana
wala binti. Wao wangeweza kujiokoa wenyewe tu
kwa uadilifu wao.

21 "Kwa maana hili ndilo Bwana Mwenyezi ase-
malo: Itakuwa vibaya kiasi gani nitakapopeleka
dhidi ya Yerusalemu hukumu zangu nne za kuti-
sha, yaani, upanga, njaa, wanyama pori na tauni,
ili kuua watu wake na wanyama wao! 22 Lakini
watakuwepo wenye kuokoka, wana na binti wata-
letwa kutoka nje ya nchi hiyo. Watawajia ninyi,
nanyi mtakapoona mwenendo wao na matendo
yao, mtafarijika kuhusu maafa niliyoleta juu ya
Yerusalemu, kwa ajili ya yale yote niliyoleta juu
yake. 23 Mtafarijika wakati mtakapoona mwenendo
wao na matendo yao, kwa kuwa mtajua kwamba
sikufanya lolote ndani yake bila sababu, asema
Bwana Mwenyezi."

Yerusalemu Mzabibu Usiofaa

15 Neno la Bwana likanijia kusema: 2 "Mwana-
damu, je, ni vipi mti wa mzabibu unaweza
kuwa bora zaidi kuliko tawi la mti mwingine
wowote ndani ya msitu? 3 Je, mti wake kamwe
huchukuliwa na kutengeneza chochote cha manu-
faa? Je, watu hutengeneza vigingi vya kuning'inizia
vitu kutokana na huo mti wake? 4 Nao baada ya
kutiwa motoni kama nishati na moto ukateketeza
ncha zote mbili na kuunguza sehemu ya kati, je,
unafaa kwa lolote? 5 Kama haukufaa kitu chochote
ulipokuwa mzima, je, si zaidi sana sasa ambapo
hauwezekani kufanyishwa chochote cha kufaa
baada ya moto kuuchoma na kuuunguza?

6 "Kwa hiyo hili ndilo Bwana Mwenyezi asemalo:
Kama nilivyoutoa mti wa mzabibu miongoni mwa
miti ya msituni kuwa nishati kwa ajili ya moto,
hivyo ndivyo nitakavyowatendea watu waishio
Yerusalemu. 7 Nitaukaza uso wangu dhidi yao.
Ingawa watakuwa wameokoka kwenye moto,
bado moto utawateketeza. Nami nitakapoukaza
uso wangu dhidi yao, ninyi mtajua kwamba Mimi
ndimi Bwana. 8 Nitaifanya nchi kuwa ukiwa kwa
sababu wamekuwa si waaminifu, asema Bwana
Mwenyezi."

Yerusalemu, Mwanamke Asiye Mwaminifu

16 Neno la Bwana likanijia kusema: 2 "Mwana-
damu, ijulishe Yerusalemu kuhusu mwenendo
wake wa machukizo 3 na useme, 'Hili ndilo Bwana
Mwenyezi, analomwambia Yerusalemu: Wewe asili
yako na kuzaliwa kwako ni katika nchi ya Kanaani,
baba yako alikuwa Mwamori, naye mama yako
alikuwa Mhiti. 4 Siku uliyozaliwa kitovu chako
hakikukatwa, wala hukuogeshwa kwa maji ili
kukufanya safi, wala hukusuguliwa kwa chu-
mvi wala kufunikwa kwa nguo. 5 Hakuna yeyote
aliyekuonea huruma au kukusikitikia kiasi cha
kukutendea mojawapo ya mambo haya. Badala
yake, ulipozaliwa ulitupwa nje penye uwanja, kwa
kuwa katika siku uliyozaliwa ulidharauliwa.

6 " 'Ndipo nilipopita karibu nawe nikakuona
ukigaagaa kwenye damu yako, nawe ulipokuwa
umelala hapo penye hiyo damu nikakuambia,
"Ishi!" 7 Nilikufanya uote kama mmea wa sha-
mbani. Ukakua na kuongezeka sana, ukawa kito
cha thamani kuliko vyote. Matiti yako yakatokeza
na nywele zako zikaota, wewe uliyekuwa uchi na
bila kitu chochote.

8 " 'Baadaye nikapita karibu nawe, nilipoku-
tazama na kukuona kuwa umefikia umri wa
kupendwa, nililitandaza vazi langu juu yako na
kuufunika uchi wako. Nikakuapia na kuingia
kwenye Agano na wewe, asema Bwana Mwenyezi,
nawe ukawa wangu.

9 " 'Nilikuogesha kwa maji, nikakuosha ile damu
na kukupaka mafuta. 10 Nikakuvika vazi lililotari-
ziwa na kukuvalisha viatu vya kamba vya ngozi.
Nikakuvika nguo za kitani safi na kukufunika
kwa mavazi ya thamani kubwa. 11 Nikakupamba
kwa vito: nikakuvika bangili mikononi mwako
na mkufu shingoni mwako, 12 nikaweka hazama
puani mwako, vipuli masikioni mwako na taji nzuri
sana kichwani mwako. 13 Kwa hiyo ulipambwa kwa
dhahabu na fedha, nguo zako zilikuwa za kitani
safi, hariri na nguo iliyokuwa imetariziwa. Cha-
kula chako kilikuwa unga laini, asali na mafuta ya
zeituni. Ukawa mzuri sana ukainuka kuwa malkia.
14 Umaarufu wako ulifahamika miongoni mwa
mataifa kwa ajili ya uzuri wako, kwani ulikuwa
mkamilifu kwa ajili ya utukufu wangu niliokuwa
nimeuweka juu yako, asema Bwana Mwenyezi.

15 " 'Lakini ulitumainia uzuri wako na kutumia
umaarufu wako kuwa kahaba. Ulifanya uzinzi kwa
kila mtu aliyepita, uzuri wako ukawa kwa ajili yake.
16 Ulichukua baadhi ya mavazi yako ukayatumia
kupamba mahali pako pa juu pa kuabudia miungu,
mahali ambapo ulifanyia ukahaba wako. Mambo
ya namna hiyo hayastahili kutendeka wala kamwe
kutokea. 17 Pia ulichukua vito vizuri nilivyokupa,
vito vilivyotengenezwa kwa dhahabu yangu na
fedha yangu, ukajitengenezea navyo sanamu za
kiume na ukafanya ukahaba nazo. 18 Ukayachukua
mavazi yako niliyokupa yaliyotariziwa na ukaziva-
lisha hizo sanamu, ukatoa mbele ya hizo sanamu
mafuta yangu na uvumba wangu. 19 Pia chakula
changu nilichokupa ili ule: unga laini, mafuta ya
zeituni na asali, ulivitoa mbele yao kuwa uvumba
wa harufu nzuri. Hayo ndiyo yaliyotokea, asema
Bwana Mwenyezi.

20 " 'Nawe uliwachukua wanao na binti zako
ulionizalia mimi na kuwatoa kafara kuwa chakula
kwa sanamu. Je, ukahaba wako haukukutosha?
21 Uliwachinja watoto wangu na kuwatoa kafara
kwa sanamu. 22 Katika matendo yako yote ya

machukizo, pamoja na ukahaba wako hukuku-
mbuka siku za ujana wako, wakati ulipokuwa uchi
kabisa bila kitu chochote, ulipokuwa ukigaagaa
kwenye damu yako.
23 " 'Ole! Ole wako! Asema Bwana Mwenyezi.
Pamoja na maovu yako yote mengine, 24 Ukaji-
jengea jukwaa na kujifanyia mahali pa fahari pa
ibada za miungu kwenye kila uwanja wa mikutano.
25 Katika kila mwanzo wa barabara ulijenga mahali
pa fahari pa ibada za miungu na kuaibisha uzuri
wako, ukiutoa mwili wako kwa kuzidisha uzinzi
kwa kila apitaye. 26 Ulifanya ukahaba wako na
Wamisri, jirani zako waliojaa tamaa, ukaichochea
hasira yangu kwa kuongezeka kwa uzinzi wako.
27 Hivyo nilinyoosha mkono wangu dhidi yako na
kuipunguza nchi yako, nikakutia kwenye ulafi
wa adui zako, binti za Wafilisti, walioshtushwa
na tabia yako ya uasherati. 28 Ulifanya ukahaba
na Waashuru pia, kwa kuwa hukuridhika, hata
baada ya hayo, ukawa bado hukutosheleka. 29 Ndipo
ukaongeza uzinzi wako kwa Wakaldayo nchi ya
wafanyabiashara, hata katika hili hukutosheka.
30 " 'Tazama jinsi ulivyo na dhamiri dhaifu, asema
Bwana Mwenyezi, unapofanya mambo haya yote,
ukifanya kama kahaba asiyekuwa na aibu! 31 Una-
pojenga jukwaa lako kila mwanzo wa barabara na
kufanyiza mahali pa fahari pa ibada za miungu
katika kila kiwanja cha wazi, lakini hukuwa kama
kahaba, kwa sababu ulidharau malipo.
32 " 'Wewe mke mzinzi! Unapenda wageni, kuliko
mume wako mwenyewe. 33 Kila kahaba hupokea
malipo, lakini wewe hutoa zawadi kwa wapenzi
wako wote, ukiwahonga ili waje kwako kutoka kila
mahali kwa ajili ya ukahaba wako. 34 Kwa hiyo wewe
ulikuwa tofauti na wanawake wengine kwenye
ukahaba wako, hakuna aliyekutongoza ili kuzini
naye, wewe ndiye uliyelipa wakati hakuna malipo
uliyolipwa wewe. Wewe ulikuwa tofauti.
35 " 'Kwa hiyo, wewe kahaba, sikia neno la
Bwana! 36 Hili ndilo Bwana Mwenyezi asemalo: Kwa
kuwa umemwaga tamaa zako na kuonyesha uchi
wako katika uzinzi wako kwa wapenzi wako na
kwa sababu ya sanamu zako zote za machukizo na
kwa sababu uliwapa damu ya watoto wako, 37 kwa
hiyo nitawakusanya wapenzi wako wote, wale
ambao ulijifurahisha nao, wale uliowapenda na
wale uliowachukia pia. Nitawakusanya wote dhidi
yako kutoka pande zote na nitakuvua nguo mbele
yao, nao wataona uchi wako wote. 38 Nitakuhu-
kumia adhabu wanayopewa wanawake wafanyao
uasherati na hao wamwagao damu, nitaleta juu
yenu kisasi cha damu cha ghadhabu yangu na
wivu wa hasira yangu. 39 Kisha nitakutia mikononi
mwa wapenzi wako, nao watabomoa majukwaa
yako na kuharibu mahali pako pa fahari pa ibada
ya miungu. Watakuvua nguo zako na kuchukua
vito vyako vya thamani na kukuacha uchi na bila
kitu. 40 Wataleta kundi la watu dhidi yako, wata-
kaokupiga kwa mawe na kukukatakata vipande
vipande kwa panga zao. 41 Watachoma nyumba
zako na kutekeleza adhabu juu yako machoni pa
wanawake wengi. Nitakomesha ukahaba wako,
nawe hutawalipa tena wapenzi wako. 42 Ndipo gha-
dhabu yangu dhidi yako itakapopungua na wivu
wa hasira yangu utaondoka kwako. Nitatulia wala
sitakasirika tena.
43 " 'Kwa sababu hukuzikumbuka siku za ujana
wako, lakini ulinikasirisha kwa mambo haya yote,
hakika nitaleta juu ya kichwa chako yale uliyo-
tenda, asema Bwana Mwenyezi. Je hukuongeza
uasherati juu ya matendo yako yote ya kuchukiza?
44 " 'Kila mtu atumiaye maneno ya mithali
hii, atayatumia juu yako: "Alivyo mama, ndivyo
alivyo bintiye." 45 Wewe ni binti halisi wa mama
yako, ambaye alimchukia kabisa mume wake na
watoto wake, tena wewe ni dada halisi wa dada
zako, waliowachukia kabisa waume zao na watoto
wao. Mama yako alikuwa Mhiti na baba yako ali-
kuwa Mwamori. 46 Dada yako mkubwa alikuwa
Samaria, aliyeishi upande wako wa kaskazini na
binti zake, pamoja na dada yake, naye dada yako
mdogo, aliyeishi kusini yako pamoja na binti zake,
alikuwa Sodoma. 47 Hukuziendea njia zao tu na
kuiga matendo yao ya kuchukiza, bali kwa muda
mfupi katika njia zako zote uliharibika tabia zaidi
kuliko wao. 48 Hakika kama niishivyo, asema Bwana
Mwenyezi, dada yako Sodoma pamoja na binti
zake, kamwe hawakufanya yale ambayo wewe na
binti zako mmefanya.
49 " 'Sasa hii ilikuwa ndiyo dhambi ya dada yako
Sodoma: yeye na binti zake walikuwa na majivuno,
walafi na wazembe, hawakuwasaidia maskini
na wahitaji. 50 Walijivuna na kufanya mambo ya
machukizo sana mbele zangu. Kwa hiyo niliwa-
katilia mbali nami kama mlivyoona. 51 Samaria
hakufanya hata nusu ya dhambi ulizofanya.
Wewe umefanya mambo mengi sana ya kuchu-
kiza kuwaliko wao, nawe umewafanya dada zako
waonekane kama wenye haki kwa ajili ya mambo
haya yote uliyoyafanya. 52 Chukua aibu yako, kwa
kuwa umefanya uovu wa dada zako uwe si kitu, nao
waonekane kama wenye haki. Kwa kuwa dhambi
zako zilikuwa mbaya zaidi kuliko zao, wameone-
kana wenye haki zaidi kuliko wewe. Kwa hiyo basi,
chukua aibu yako, kwa kuwa umewafanya dada
zako waonekane wenye haki.
53 " 'Lakini nitarudisha baraka za Sodoma na
binti zake na za Samaria na binti zake, nami
nitarudisha baraka zako pamoja na zao, 54 ili
upate kuchukua aibu yako na kufedheheka kwa
ajili ya yote uliyotenda ambayo yamekuwa faraja
kwao wakijilinganisha na wewe. 55 Nao dada zako,
Sodoma na binti zake na Samaria na binti zake,
watarudishwa kama vile walivyokuwa mwanzoni,
nawe pamoja na binti zako mtarudishwa kama mli-
vyokuwa hapo awali. 56 Hukuweza hata kumtaja
dada yako Sodoma kwa sababu ya dharau yako
katika siku za kiburi chako, 57 kabla uovu wako
haujafunuliwa. Hata hivyo, sasa unadhihakiwa
na binti za Edomu na jirani zake wote, na binti za
Wafilisti, wale wote wanaokuzunguka wanaku-
dharau. 58 Utachukua matokeo ya uasherati wako
na matendo yako ya kuchukiza, asema Bwana.
59 " 'Hili ndilo Bwana Mwenyezi asemalo: Nita-
kushughulikia kama unavyostahili, kwa kuwa
umedharau kiapo changu kwa kuvunja Agano.
60 Lakini nitakumbuka Agano nililolifanya nawe
wakati wa ujana wako, nami nitaweka nawe Agano

imara la milele. 61 Ndipo utakapozikumbuka njia
zako na kuona aibu utakapowapokea dada zako,
wale walio wakubwa wako na wadogo wako. Nita-
kupa hao wawe binti zako, lakini si katika msingi
wa Agano langu na wewe. 62 Hivyo nitalifanya imara
Agano langu na wewe, nawe utajua kuwa Mimi
ndimi Bwana. 63 Basi, nitakapofanya upatanisho
kwa ajili yako, kwa yale yote uliyoyatenda, uta-
kumbuka na kuaibika, nawe kamwe hutafumbua
tena kinywa chako kwa sababu ya aibu yako, asema
Bwana Mwenyezi.' "

Tai Wawili Na Mizabibu

17 Neno la Bwana likanijia kusema: 2 "Mwana-
damu, tega kitendawili, ukawaambie nyumba
ya Israeli fumbo. 3 Waambie hivi, 'Hili ndilo Bwana
Mwenyezi asemalo: Tai mkubwa mwenye mabawa
yenye nguvu, yaliyojaa manyoya marefu ya rangi
mbalimbali, alikuja Lebanoni. Akatua kwenye
kilele cha mwerezi, 4 akakwanyua ncha yake na
kuichukua mpaka nchi ya wafanyabiashara, akai-
panda huko katika mji wa wachuuzi.

5 " 'Akachukua baadhi ya mbegu za nchi yako
na kuziweka katika udongo wenye rutuba. Aka-
zipanda kama mti umeao kando ya maji mengi,
6 nazo zikaota na kuwa mzabibu mfupi, unaoeneza
matawi yake. Matawi yake yakamwelekea huyo tai,
mizizi yake ikabaki chini ya huo mzabibu. Kwa
hiyo ukawa mzabibu na kutoa matawi na vitawi
vyenye majani mengi.

7 " 'Lakini kulikuwa na tai mwingine mkubwa,
mwenye mabawa yenye nguvu yaliyojaa manyoya.
Tazama! Huu mzabibu ukatoa mizizi yake kumwe-
lekea huyo tai kutoka mle kwenye shamba lile
ulikopandwa na kutanda matawi yake kumwelekea
kwa ajili ya kupata maji. 8 Ulikuwa umepandwa
katika udongo mzuri wenye maji mengi ili uweze
kutoa matawi, kuzaa matunda na uweze kuwa
mzabibu mzuri sana.'

9 "Waambie, 'Hili ndilo Bwana Mwenyezi
asemalo: Je, utastawi? Je, hautang'olewa na kuo-
ndolewa matunda yake, ili uweze kunyauka?
Majani yake mapya yanayochipua yote yatanyauka.
Hautahitaji mkono wenye nguvu au watu wengi
kuung'oa na mizizi yake. 10 Hata kama utapandwa
pengine, Je, utastawi? Je, hautanyauka kabisa
wakati upepo wa mashariki utakapoupiga, yaani,
hautanyauka kabisa katika udongo mzuri ambamo
ulikuwa umestawi vizuri?' "

11 Ndipo neno la Bwana likanijia kusema:
12 "Waambie nyumba hii ya kuasi, 'Je, mnajua hii
ina maana gani?' Waambie: 'Mfalme wa Babeli ali-
kwenda Yerusalemu na kumchukua mfalme na
watu maarufu, akarudi nao na kuwaleta mpaka
Babeli. 13 Ndipo akamchukua mmoja wa jamaa ya
mfalme na kufanya mapatano naye, akamfanya
aape. Akawachukua pia viongozi wa nchi, 14 ili
kuudhoofisha ufalme huo, usiweze kuinuka tena,
ila uweze kuendelea tu chini ya mapatano yake.
15 Lakini mfalme aliasi dhidi yake kwa kutuma
wajumbe wake kwenda Misri ili kupatiwa farasi
na jeshi kubwa. Je, atashinda? Je, atafanikiwa? Je,
mtu afanyaye mambo kama hayo ataokoka? Je,
atavunja mapatano na bado aokoke?

16 " 'Hakika kama niishivyo, asema Bwana Mwe-
nyezi, atafia huko Babeli, katika nchi ya mfalme
aliyemketisha katika kiti cha enzi, ambaye ali-
dharau kiapo chake na kuvunja mapatano yake.
17 Farao na jeshi lake kubwa, na wingi wake wa watu
hawataweza kusaidia chochote katika vita, wakati
watakapozungukwa na jeshi ili kukatilia mbali
maisha ya watu wengi. 18 Alidharau kiapo kwa
kuvunja Agano. Kwa sababu aliahidi kwa mkono
wake mwenyewe na bado akafanya mambo haya
yote, hataokoka.

19 " 'Kwa hiyo hili ndilo Bwana Mwenyezi ase-
malo: Hakika kama niishivyo, nitaleta juu ya
kichwa chake kiapo changu, alichokidharau na
Agano langu lile alilolivunja. 20 Nitautandaza wavu
wangu kwa ajili yake, naye atanaswa katika mtego
wangu. Nitamleta mpaka Babeli na kutekeleza
hukumu juu yake huko kwa kuwa hakuwa mwa-
minifu kwangu. 21 Askari wake wote wanaotoroka
wataanguka kwa upanga, nao watakaonusurika
watatawanyika katika pande zote za dunia. Ndipo
utakapojua kuwa Mimi Bwana nimesema.

Hatimaye Israeli Kutukuzwa

22 " 'Hili ndilo Bwana Mwenyezi asemalo: Mimi
mwenyewe nitachukua chipukizi kutoka kwenye
kilele cha juu sana cha mwerezi na kukipanda,
nitavunja kitawi kichanga kutoka matawi yake
ya juu kabisa na kukipanda juu ya mlima mrefu
ulioinuka sana. 23 Katika vilele vya mlima mrefu
wa Israeli nitakipanda, kitatoa matawi na kuzaa
matunda na kuwa mwerezi mzuri sana. Ndege
wa kila aina wataweka viota vyao ndani yake, nao
watapata makazi katika kivuli cha matawi yake.
24 Miti yote ya kondeni itajua kuwa Mimi Bwana
ninaishusha miti mirefu na kuikuza miti mifupi
kuwa miti mirefu. Mimi naikausha miti mibichi
na kuifanya miti mikavu istawi.

" 'Mimi Bwana nimesema, nami nitatenda.' "

Roho Itendayo Dhambi Itakufa

18 Neno la Bwana likanijia kusema: 2 "Je, ninyi
watu mna maana gani kutumia mithali hii
inayohusu nchi ya Israeli:

" 'Baba wamekula zabibu zenye chachu,
nayo meno ya watoto yametiwa ganzi'?

3 "Hakika kama niishivyo, asema Bwana Mwe-
nyezi, hamtatumia tena mithali hii katika Israeli.
4 Kwa kuwa kila roho ni mali yangu, kama vile
ilivyo roho ya baba, vivyo hivyo roho ya mtoto
ni mali yangu. Roho itendayo dhambi ndiyo ita-
kayokufa.

5 "Mtu aweza kuwa ni mwenye haki
atendaye yaliyo haki na sawa.
6 Hakula katika mahali pa ibada za miungu
kwenye milima
wala hakuziinulia macho sanamu
za nyumba ya Israeli.
Hakumtia unajisi mke wa jirani yake,
wala hakukutana kimwili na mwanamke
wakati wa siku zake za hedhi.

7 Hamwonei mtu yeyote,
bali hurudisha kilichowekwa rehani kwake.
Hanyang'anyi, bali huwapa wenye njaa
chakula chake
na huwapa nguo walio uchi.
8 Hakopeshi kwa riba
wala hajipatii faida ya ziada.
Huuzuia mkono wake usifanye mabaya,
naye huhukumu kwa haki kati ya mtu
na mtu.
9 Huzifuata amri zangu
na kuzishika sheria zangu kwa uaminifu.
Huyo mtu ni mwenye haki;
hakika ataishi,
asema Bwana Mwenyezi.

10 "Aweza kuwa ana mwana jeuri, amwagaye
damu au atendaye mojawapo ya mambo haya
11 (ingawa baba yake hakufanya mojawapo ya haya):

"Hula katika mahali pa ibada za miungu
kwenye milima.
Humtia unajisi mke wa jirani yake.
12 Huwaonea maskini na wahitaji.
Hunyang'anyana.
Harudishi kile kilichowekwa rehani kwake.
Huziinulia sanamu macho.
Hufanya mambo ya machukizo.
13 Hukopesha kwa riba na kutafuta faida ya ziada.

Je, mtu wa namna hii ataishi? Hapana, hataishi!
Kwa sababu amefanya mambo haya yote ya machu-
kizo, hakika atauawa na damu yake itakuwa juu ya
kichwa chake mwenyewe.

14 "Lakini yawezekana mwana huyo ana mwana
aonaye dhambi hizi zote anazofanya baba yake,
naye ingawa anaziona, yeye hafanyi mabaya kama
haya:

15 "Hakula katika mahali pa ibada za miungu
kwenye milima,
wala hainulii macho sanamu
za nyumba ya Israeli.
Hakumtia unajisi
mke wa jirani yake.
16 Hakumwonea mtu yeyote
wala hakutaka rehani kwa ajili ya mkopo.
Hanyang'anyi,
bali huwapa wenye njaa chakula chake
na huwapa nguo walio uchi.
17 Huuzuia mkono wake usitende dhambi,
hakopeshi kwa riba
wala hajipatii faida ya ziada.
Huzishika amri zangu
na kuzifuata sheria zangu.

Hatakufa kwa ajili ya dhambi za baba yake; hakika
ataishi. 18 Lakini baba yake atakufa kwa ajili ya dha-
mbi yake mwenyewe, kwa sababu alitoza bei isiyo
halali kwa nguvu, akamnyang'anya ndugu yake na
kufanya yaliyo mabaya miongoni mwa watu wake.

19 "Lakini mnauliza, 'Kwa nini mwana asiadhi-
biwe kwa uovu wa baba yake?' Kwa vile mwana
ametenda yaliyo haki na sawa na amekuwa
mwangalifu kuzishika amri zangu zote, hakika
ataishi. 20 Roho itendayo dhambi ndiyo itakayo-
kufa. Mwana hataadhibiwa kwa ajili ya makosa
ya baba yake, wala baba hataadhibiwa kwa ajili ya
makosa ya mwanawe. Haki ya mtu mwenye haki
itahesabiwa juu yake na uovu wa mtu mwovu
utalipizwa juu yake.

21 "Lakini mtu mwovu akiacha dhambi zake zote
alizozitenda na kushika amri zangu zote na kufa-
nya lililo haki na sawa, hakika ataishi, hatakufa.
22 Hakuna kosa lolote alilotenda litakalokumbukwa
juu yake. Kwa ajili ya mambo ya haki aliyoyate-
nda, ataishi. 23 Je, mimi ninafurahia kifo cha mtu
mwovu? Asema Bwana Mwenyezi. Je, si mimi
ninafurahi wanapogeuka kutoka njia zao mbaya
na kuishi?

24 "Lakini kama mtu mwenye haki akiacha haki
yake na kutenda dhambi na kufanya mambo
ya machukizo ambayo mtu mwovu hufanya, Je,
ataishi? Hakuna hata mojawapo ya matendo ya
haki aliyotenda litakalokumbukwa. Kwa sababu
ya kukosa uaminifu kwake anayo hatia na kwa
sababu ya dhambi alizozitenda, atakufa.

25 "Lakini mnasema, 'Njia ya Bwana si ya haki.'
Sikia, ee nyumba ya Israeli: Njia yangu siyo iliyo
ya haki? Je, si njia zenu ndizo ambazo si za haki?
26 Kama mtu mwenye haki akiacha haki yake na
kutenda dhambi, atakufa kwa ajili ya dhambi
yake, kwa sababu ya dhambi alizotenda, atakufa.
27 Lakini mtu mwovu akigeuka kutoka maovu ali-
yoyatenda na kufanya yaliyo haki na sawa, ataokoa
maisha yake. 28 Kwa kuwa anayafikiria na kugeuka
kutoka makosa yake yote aliyoyatenda na kuyaa-
cha, hakika ataishi, hatakufa. 29 Lakini nyumba
ya Israeli inasema, 'Njia za Bwana si haki.' Je, njia
zangu si za haki, ee nyumba ya Israeli? Je, si njia
zenu ndizo ambazo si za haki?"

30 "Kwa hiyo, ee nyumba ya Israeli, nitawahu-
kumu, kila mmoja sawasawa na njia zake, asema
Bwana Mwenyezi. Tubuni! Geukeni kutoka makosa
yenu yote, ndipo dhambi haitakuwa anguko lenu.
31 Tupilieni mbali makosa yenu yote mliyoyatenda,
nanyi mpate moyo mpya na roho mpya. Kwa nini
mfe, ee nyumba ya Israeli? 32 Kwa maana sifurahii
kifo cha mtu awaye yote afaye katika uovu, asema
Bwana Mwenyezi. Tubuni basi, mkaishi!

Maombolezo Kwa Ajili Ya Wakuu Wa Israeli

19 "Wewe fanya maombolezo kuhusu wakuu wa
Israeli 2 na useme:

" 'Tazama jinsi gani mama yako alivyokuwa
simba jike
miongoni mwa simba!
Alilala katikati ya wana simba
na kulisha watoto wake.
3 Alimlea mmoja wa watoto wake,
naye akawa simba mwenye nguvu.
Akajifunza kurarua mawindo
naye akala watu.
4 Mataifa wakasikia habari zake,
naye akanaswa katika shimo lao.
Wakamwongoza kwa ndoana
mpaka nchi ya Misri.

5 " 'Mama yake alipongoja na kuona tumaini
lake halitimiziki,
nayo matarajio yake yametoweka,
akamchukua mwanawe mwingine
na kumfanya simba mwenye nguvu.
6 Alizungukazunguka miongoni mwa simba,
kwa kuwa sasa alikuwa simba
mwenye nguvu.
Akajifunza kurarua mawindo
naye akala watu.
7 Akabomoa ngome zao
na kuiharibu miji yao.
Nchi na wote waliokuwa ndani yake
wakatiwa hofu kwa kunguruma kwake.
8 Kisha mataifa wakaja dhidi yake
kutoka sehemu zilizomzunguka.
Wakatanda nyavu zao kwa ajili yake,
naye akanaswa katika shimo lao.
9 Kwa kutumia ndoana wakamvutia
kwenye tundu
na kumleta mpaka kwa mfalme wa Babeli.
Wakamtia gerezani, hivyo kunguruma kwake
hakukusikika tena
katika milima ya Israeli.

10 " 'Mama yako alikuwa kama mzabibu
katika shamba lako la mizabibu
uliopandwa kando ya maji,
ukiwa unazaa sana na wenye matawi mengi
kwa sababu ya wingi wa maji.
11 Matawi yake yalikuwa na nguvu,
yaliyofaa kuwa fimbo ya enzi ya mtawala.
Ulikuwa mrefu kupita miti mingine
katikati ya matawi manene;
ulionekana kwa urahisi
kwa ajili ya urefu wake
na wingi wa matawi yake.
12 Lakini uling'olewa kwa hasira kali
na kutupwa chini.
Upepo wa mashariki uliufanya usinyae,
matunda yake yakapukutika,
matawi yake yenye nguvu yakanyauka
na moto ukayateketeza.
13 Sasa umepandwa jangwani
katika nchi kame na ya kiu.
14 Moto ulienea kuanzia katika mmojawapo
ya matawi yake makubwa
na kuteketeza matunda yake.
Hakuna tawi lenye nguvu lililobaki
juu yake
lifaalo kuwa fimbo ya enzi ya mtawala.'

Hili ndilo ombolezo, na litumike kama ombolezo."

Israeli Waasi

20 Katika mwaka wa saba, mwezi wa tano siku
ya kumi, baadhi ya wazee wa Israeli wakaja ili
kutaka ushauri kwa BWANA, wakaketi mbele yangu.
2 Ndipo neno la BWANA likanijia kusema: 3 "Mwa-
nadamu, sema na wazee wa Israeli uwaambie,
'Hili ndilo BWANA Mwenyezi asemalo: Kwa nini
mmekuja? Je, ni kutaka ushauri kwangu? Hakika
kama niishivyo, sitawaruhusu mtake ushauri toka
kwangu, asema BWANA Mwenyezi.'
4 "Je, utawahukumu? Je, mwanadamu, utawa-
hukumu? Basi uwakabili kwa ajili ya machukizo
ya baba zao 5 na uwaambie: 'Hili ndilo BWANA
Mwenyezi asemalo: Siku ile nilipochagua Israeli,
niliwaapia wazao wa nyumba ya Yakobo kwa
mkono ulioinuliwa nami nikajidhihirisha kwao
huko Misri. Kwa mkono ulioinuliwa niliwaambia,
"Mimi ndimi BWANA, Mungu wenu." 6 Siku ile nili-
waapia wao kwamba nitawatoa katika nchi ya Misri
na kuwaleta katika nchi niliyowachagulia, nchi
itiririkayo maziwa na asali, nchi nzuri kupita zote.
7 Nami nikawaambia, "Kila mmoja wenu aondo-
lee mbali sanamu za chukizo ambazo mmekazia
macho, nanyi msijitie unajisi kwa sanamu za Misri.
Mimi ndimi BWANA, Mungu wenu."
8 " 'Lakini waliniasi na hawakunisikiliza, hawa-
kuondolea mbali sanamu za machukizo ambazo
walikuwa wamezikazia macho, wala kuondolea
mbali sanamu za Misri. Ndipo nikasema, nita-
wamwagia ghadhabu yangu na kutimiza hasira
yangu dhidi yao huko Misri. 9 Lakini kwa ajili ya
Jina langu nilifanya kile ambacho kingelifanya
lisitiwe unajisi machoni mwa mataifa waliyoishi
miongoni mwao na ambao machoni pao nilikuwa
nimejifunua kwa Waisraeli kwa kuwatoa katika
nchi ya Misri. 10 Kwa hiyo nikawaongoza watoke
Misri na kuwaleta jangwani. 11 Nikawapa amri
zangu na kuwajulisha sheria zangu, kwa kuwa mtu
anayezitii ataishi kwa hizo. 12 Pia niliwapa Sabato
zangu kama ishara kati yangu nao, ili wapate kujua
kuwa Mimi BWANA niliwafanya kuwa watakatifu.
13 " 'Lakini watu wa Israeli waliniasi Mimi
jangwani. Hawakufuata amri zangu, bali wali-
kataa sheria zangu, ingawa mtu yule anayezitii
ataishi kwa hizo sheria, nao walizinajisi Sabato
zangu kabisa. Hivyo nilisema ningemwaga gha-
dhabu yangu juu yao na kuwaangamiza huko
jangwani. 14 Lakini kwa ajili ya Jina langu nikafa-
nya kile ambacho kitalifanya Jina langu lisitiwe
unajisi machoni mwa mataifa ambao mbele yao
nilikuwa nimewatoa Waisraeli. 15 Tena kwa mkono
ulioinuliwa nikawaapia huko jangwani kwamba
nisingewaingiza katika nchi niliyokuwa nimewapa,
yaani, nchi itiririkayo maziwa na asali, nchi nzuri
kuliko zote, 16 kwa sababu walikataa sheria zangu
na hawakufuata amri zangu na wakazinajisi Sabato
zangu. Kwa kuwa mioyo yao iliandama sanamu
zao. 17 Lakini niliwahurumia wala sikuwaangamiza
wala hakuwafuta kabisa jangwani. 18 Niliwaambia
watoto wao kule jangwani, "Msifuate amri za
baba zenu wala kushika sheria zao au kujinajisi
kwa sanamu zao. 19 Mimi ndimi BWANA, Mungu
wenu, fuateni amri zangu tena kuweni waangalifu
kushika sheria zangu. 20 Zitakaseni Sabato zangu
ili ziwe ishara kati yangu nanyi. Ndipo mtakapojua
kuwa Mimi ndimi BWANA, Mungu wenu."
21 " 'Lakini watoto hao wakaniasi: Hawakufuata
amri zangu, wala hawakuwa waangalifu kushika
sheria zangu, ingawa mtu anayezitii anaishi kwa
hizo sheria, nao wakazinajisi Sabato zangu. Hivyo
nikasema ningemwaga ghadhabu yangu juu yao na
kutimiza hasira yangu dhidi yao huko jangwani.
22 Lakini nikauzuia mkono wangu na kwa ajili ya
Jina langu nikafanya kile ambacho kingelifanya

Jina langu lisitiwe unajisi machoni mwa mataifa ambao mbele yao nilikuwa nimewatoa Waisraeli. 23 Tena kwa mkono ulioinuliwa nikawaapia huko jangwani kwamba ningewatawanya miongoni mwa mataifa na kuwatawanya katika nchi mbalimbali, 24 kwa sababu hawakutii sheria zangu lakini walikuwa wamekataa amri zangu na kuzinajisi Sabato zangu, nayo macho yao yakatamani sanamu za baba zao. 25 Pia niliwaacha wafuate amri ambazo hazikuwa nzuri na sheria ambazo mtu hawezi kuishi kwa hizo sheria. 26 Nikawaacha wanajisiwe kwa matoleo yao, kuwatoa wazaliwa wao wa kwanza kafara kwa sanamu, yaani, kule kuwapitisha wazaliwa wao wa kwanza kwenye moto, nipate kuwajaza na hofu ili wajue kwamba Mimi ndimi Bwana.'

27 "Kwa hiyo, mwanadamu, sema na watu wa Israeli na uwaambie, 'Hili ndilo Bwana Mwenyezi asemalo: Katika hili pia, baba zenu walinikufuru kwa kuniacha mimi: 28 Nilipowaleta katika nchi ile ambayo nilikuwa nimeapa kuwapa na kuona kilima chochote kirefu au mti wowote wenye majani mengi, huko walitoa dhabihu zao, wakatoa sadaka ambazo zilichochea hasira yangu, wakafukiza uvumba wenye harufu nzuri na kumimina sadaka zao za kinywaji. 29 Ndipo nikawaambia: Ni nini maana yake hapa mahali pa juu pa kuabudia miungu mnapopaendea?' " (Basi jina la mahali pale panaitwa Bama[a] hata hivi leo.)

Hukumu Na Kurudishwa

30 "Kwa hiyo iambie nyumba ya Israeli: 'Hili ndilo Bwana Mwenyezi asemalo: Je, mtajinajisi kama vile baba zenu walivyofanya na kutamani vinyago vyao vya machukizo? 31 Mnapotoa matoleo yenu, yaani, wana wenu kafara katika moto, mnaendelea kujinajisi na sanamu zenu zote hadi siku hii ya leo. Je, niulizwe neno na ninyi, ee nyumba ya Israeli? Hakika kama niishivyo, asema Bwana Mwenyezi, mimi sitaulizwa neno na ninyi.

32 " 'Lile lililoko mioyoni mwenu kamwe halitatokea, mnaposema, "Tunataka tuwe kama mataifa mengine, kama watu wengine wa dunia, wanaotumikia miti na mawe." 33 Hakika kama niishivyo asema Bwana Mwenyezi, nitatawala juu yenu kwa mkono wa nguvu na kwa mkono ulionyooshwa na kwa ghadhabu iliyomwagwa. 34 Nitawatoa toka katika mataifa na kuwakusanya kutoka nchi mlikotawanywa, kwa mkono wa nguvu na kwa mkono ulionyooshwa na kwa ghadhabu iliyomwagwa. 35 Nitawaleta katika jangwa la mataifa na huko nitatekeleza hukumu juu yenu uso kwa uso. 36 Kama nilivyowahukumu baba zenu katika jangwa la nchi ya Misri, ndivyo nitakavyowahukumu ninyi, asema Bwana Mwenyezi. 37 Nitawafanya mpite chini ya fimbo yangu, nami nitawaleta katika mkataba wa Agano. 38 Nitawaondoa miongoni mwenu wale wanaohalifu na wale wanaoasi dhidi yangu. Ingawa nitawatoa katika nchi wanazoishi, hawataingia katika nchi ya Israeli. Ndipo mtakapojua kuwa Mimi ndimi Bwana.

39 " 'Kwa habari zenu ninyi, ee nyumba ya Israeli, hili ndilo Bwana Mwenyezi asemalo: Nendeni mkatumikie sanamu zenu, kila mmoja wenu! Lakini baadaye hakika mtanisikiliza mimi nanyi hamtalinajisi tena Jina langu takatifu, kwa matoleo yenu na sanamu zenu. 40 Kwa kuwa katika mlima wangu mtakatifu, mlima mrefu wa Israeli, asema Bwana Mwenyezi, hapo katika nchi nyumba yote ya Israeli itanitumikia mimi, nami huko nitawakubali. Huko nitataka sadaka zenu na matoleo ya malimbuko yenu, pamoja na dhabihu zenu takatifu zote. 41 Nitawakubali ninyi kama uvumba wenye harufu nzuri wakati nitakapowatoa katika mataifa na kuwakusanya kutoka nchi mlipokuwa mmetawanyika, nami nitajionyesha kuwa mtakatifu miongoni mwenu na machoni mwa mataifa. 42 Ndipo mtakapojua kuwa Mimi ndimi Bwana, nitakapowaleta katika nchi ya Israeli, nchi niliyokuwa nimeapa kwa mkono ulioinuliwa kuwapa baba zenu. 43 Hapo ndipo nitakapokumbuka mwenendo wenu na matendo yenu yote ambayo kwayo mlijitia unajisi, nanyi mtajichukia wenyewe kwa ajili ya maovu yote mliyokuwa mmetenda. 44 Nanyi mtajua kuwa mimi ndimi Bwana, nitakaposhughulika nanyi kwa ajili ya Jina langu na wala si sawasawa na njia zenu mbaya na matendo yenu maovu, ee nyumba ya Israeli, asema Bwana Mwenyezi.' "

Unabii Dhidi Ya Kusini

45 Neno la Bwana likanijia kusema: 46 "Mwanadamu, uelekeze uso wako upande wa kusini, hubiri juu ya upande wa kusini na utoe unabii juu ya msitu wa Negebu. 47 Waambie watu wa Negebu: 'Sikieni neno la Bwana. Hili ndilo Bwana Mwenyezi asemalo: Ninakaribia kukutia moto, nao utateketeza miti yako yote, mibichi na iliyokauka. Miali ya moto haitaweza kuzimwa na kila uso kutoka kusini mpaka kaskazini utakaushwa kwa moto huo. 48 Kila mmoja ataona kuwa mimi Bwana ndiye niliyeuwasha huo moto, nao hautazimwa.' "

49 Ndipo niliposema, "Aa, Bwana Mwenyezi! Wao hunisema, 'Huyu si huzungumza mafumbo tu?' "

Babeli, Upanga Wa Mungu Wa Hukumu

21 Neno la Bwana likanijia kusema: 2 "Mwanadamu, uelekeze uso wako juu ya Yerusalemu na uhubiri dhidi ya mahali patakatifu. Tabiri dhidi ya nchi ya Israeli 3 uiambie: 'Hili ndilo Bwana asemalo: Mimi niko kinyume nawe. Nitautoa upanga wangu kwenye ala yake na kumkatilia mbali mwenye haki na mwovu. 4 Kwa sababu nitamkatilia mbali mwenye haki na mwovu, upanga wangu utakuwa wazi dhidi ya kila mmoja kuanzia kusini mpaka kaskazini. 5 Ndipo watu wote watajua ya kuwa Mimi Bwana nimeutoa upanga wangu kwenye ala yake, nao hautarudi humo tena.'

6 "Kwa hiyo lia kwa uchungu, mwanadamu! Lia kwa uchungu mbele yao kwa moyo uliopondeka na kwa huzuni nyingi. 7 Nao watakapokuuliza, 'Kwa nini unalia kwa uchungu?' Utasema hivi, 'Kwa sababu ya habari zinazokuja. Kila moyo utayeyuka na kila mkono utalegea, kila roho itazimia na kila goti litalegea kama maji.' Habari hizo zinakuja! Hakika zitatokea, asema Bwana Mwenyezi."

8 Neno la Bwana likanijia, kusema: 9 "Mwanadamu, tabiri na useme, 'Hili ndilo Bwana asemalo:

[a]29 Bama maana yake ni mahali pa juu pa kuabudia miungu.

" 'Upanga, upanga,
ulionolewa na kusuguliwa:
10 umenolewa kwa ajili ya mauaji,
umesuguliwa ili ung'ae
kama umeme wa radi!

" 'Je, tuifurahie fimbo ya utawala ya mwanangu Yuda? Upanga unaidharau kila fimbo ya namna hiyo.

11 " 'Upanga umewekwa tayari ili kusuguliwa,
ili upate kushikwa mkononi,
umenolewa na kusuguliwa,
umewekwa tayari kwa mkono wa muuaji.
12 Piga kelele na uomboleze, ee mwanadamu,
kwa kuwa upanga u dhidi ya watu wangu;
u dhidi ya wakuu wote wa Israeli.
Wametolewa wauawe kwa upanga
pamoja na watu wangu.
Kwa hiyo pigapiga kifua chako.

13 " 'Kwa maana upanga huu umejaribiwa na kuhakikishwa, itakuwaje basi fimbo ya ufalme ya Yuda inayoudharau kama haitakuwepo tena, bali itakuwa imeondolewa kabisa? asema Bwana Mwenyezi.'

14 "Hivyo basi, mwanadamu, tabiri
na ukapige makofi.
Upanga wako na upige mara mbili,
naam, hata mara tatu.
Ni upanga wa kuchinja,
upanga wa mauaji makuu,
ukiwashambulia kutoka kila upande.
15 Ili mioyo ipate kuyeyuka
na wanaouawa wawe wengi,
nimeweka upanga wa kuchinja
kwenye malango yao yote.
Lo! Umetengenezwa
umetemete kama umeme wa radi,
umeshikwa kwa ajili ya kuua.
16 Ee upanga, kata upande wa kuume,
kisha upande wa kushoto,
mahali popote makali yako
yatakapoelekezwa.
17 Mimi nami nitapiga makofi,
nayo ghadhabu yangu itapungua.
Mimi Bwana nimesema."

18 Neno la Bwana likanijia kusema: 19 "Mwanadamu, weka alama njia mbili ambazo upanga wa mfalme wa Babeli utapitia, njia hizo zikianzia katika nchi hiyo hiyo. Weka kibao pale ambapo njia zinagawanyika kuelekea mjini. 20 Weka alama njia moja kwa ajili ya upanga upate kuja dhidi ya Raba ya Waamoni na nyingine upate kuja dhidi ya Yuda na Yerusalemu iliyozungushiwa ngome. 21 Kwa kuwa mfalme wa Babeli sasa amesimama katika njia panda, katika makutano ya njia mbili, akipiga ramli: anapiga kura kwa kutumia mishale, anataka shauri kwa sanamu zake, anachunguza maini ya wanyama. 22 Upande wake wa kuume inakuja kura ya Yerusalemu, ambapo ataweka vyombo vya kuvunjia boma, ili kuamrisha mauaji, kupiga ukelele wa vita, kuweka vyombo vya kuvunjia boma kwenye malango, kuweka jeshi kuzunguka na kufanya uzingiraji. 23 Itakuwa kama kupiga ramli kwa uongo kwa wale watu ambao wameapa kumtii yeye. Lakini mfalme wa Babeli atawakumbusha juu ya uovu wao na kuwachukua mateka.

24 "Kwa hiyo hili ndilo Bwana Mwenyezi asemalo: 'Kwa sababu enyi watu mmekumbusha uovu wenu kwa kuasi waziwazi, mkidhihirisha dhambi zenu katika yale yote mfanyayo, kwa kuwa mmefanya jambo hili, mtachukuliwa mateka.

25 " 'Ee mtawala kafiri na mwovu wa Israeli, ambaye siku yako imewadia, ambaye wakati wako wa adhabu umefikia kilele chake, 26 hili ndilo Bwana Mwenyezi asemalo: Vua kilemba, ondoa taji. Kwa kuwa mambo hayatakuwa kama yalivyokuwa. Aliye mnyonge atakwezwa na aliyekwezwa atashushwa. 27 Mahame! Mahame! Nitaufanya mji kuwa mahame! Hautajengwa upya mpaka aje yule ambaye ndiye mwenye haki nao; yeye ndiye nitakayempa.'

28 "Nawe, mwanadamu, tabiri na useme, 'Hili ndilo Bwana Mwenyezi asemalo kuhusu Waamoni na matukano yao.

" 'Upanga, upanga,
umefutwa kwa ajili ya kuua,
umesuguliwa ili kuangamiza
na unametameta kama umeme wa radi!
29 Wakati wakitoa maono ya uongo kwa
ajili yako,
wanapobashiri uongo kwa ajili yako,
wanakuweka wewe kwenye shingo za watu
wapotovu,
wale walio waovu,
wale ambao siku yao imewadia,
wakati wa adhabu yao ya mwisho.
30 Urudishe upanga kwenye ala yake!
Katika mahali ulipoumbiwa,
katika nchi ya baba zako,
huko nitakuhukumu.
31 Nitamwaga ghadhabu yangu juu yako
na kupuliza moto wa hasira yangu
dhidi yako;
nitakutia mikononi mwa watu wakatili,
watu stadi katika kuangamiza.
32 Mtakuwa kuni za kuwashia moto,
damu yenu itamwagwa katika nchi yenu,
wala hamtakumbukwa tena;
kwa maana Mimi Bwana nimesema.' "

Dhambi Za Yerusalemu

22 Neno la Bwana likanijia kusema: 2 "Mwanadamu, je, wewe utauhukumu? Je, utauhukumu huu mji umwagao damu? Basi uujulishe juu ya matendo yake yote ya machukizo 3 uuambie: 'Hili ndilo Bwana Mwenyezi asemalo: Ee mji ule ujileteao maangamizi wenyewe kwa kumwaga damu ndani yake na kujinajisi wenyewe kwa kutengeneza sanamu, 4 umekuwa na hatia kwa sababu ya damu uliyomwaga na umetiwa unajisi kwa sanamu ulizotengeneza. Umejiletea mwisho wa siku zako na mwisho wa miaka yako umewadia. Kwa hiyo nitakufanya kitu cha kudharauliwa kwa mataifa na

kitu cha mzaha kwa nchi zote. 5 Wale walio karibu na wale walio mbali watakudhihaki, Ewe mji wenye sifa mbaya, uliyejaa ghasia.

6 " 'Ona jinsi kila mkuu wa Israeli aliyeko ndani yako anavyotumia nguvu zake kumwaga damu. 7 Ndani yako wamewadharau baba na mama, ndani yako wamewatendea wageni udhalimu na kuwaonea yatima na wajane. 8 Mmedharau vitu vyangu vitakatifu na kuzinajisi Sabato zangu. 9 Ndani yako wako watu wasingiziaji, watu walio tayari kumwaga damu, ndani yako wako wale wanaokula vyakula vilivyotolewa mahali pa ibada za miungu kwenye milima, na kutenda matendo ya uasherati. 10 Ndani yako wako wale wanaovunjia heshima vitanda vya baba zao, ndani yako wamo wale wanaowatendea wanawake jeuri wakiwa katika hedhi, wakati wakiwa si safi. 11 Ndani yako mtu hufanya mambo ya machukizo na mke wa jirani yake, mwingine kwa aibu kubwa hukutana kimwili na mke wa mwanawe, mwingine humtenda jeuri dada yake, binti wa baba yake hasa. 12 Ndani yako watu hupokea rushwa ili kumwaga damu, mnapokea riba na faida ya ziada na kupata faida isiyokuwa halali kutoka kwa jirani ili kupata faida kubwa kupita kiasi. Nawe umenisahau mimi, asema Bwana Mwenyezi.

13 " 'Hakika nitapiga makofi kwa ajili ya faida isiyo halali uliyojipatia na kwa damu uliyoimwaga ndani yako. 14 Je, ujasiri wako utadumu au mikono yako itakuwa na nguvu siku hiyo nitakapokushughulikia? Mimi Bwana nimesema na nitalifanya. 15 Nitakutawanya miongoni mwa mataifa na kukutapanya katika nchi mbalimbali nami nitakomesha unajisi wako. 16 Ukiisha kunajisika mbele ya mataifa, utajua kuwa Mimi ndimi Bwana.' "

17 Ndipo neno la Bwana likanijia kusema: 18 "Mwanadamu, nyumba ya Israeli imekuwa kwangu takataka ya chuma, wote kwangu wamekuwa shaba, bati, chuma na risasi iliyoachwa kalibuni. Wao ni taka ya madini ya fedha tu. 19 Kwa hiyo hili ndilo Bwana Mwenyezi asemalo: 'Kwa kuwa wote mmekuwa takataka ya chuma, nitawakusanya Yerusalemu. 20 Kama vile watu wakusanyavyo fedha, shaba, chuma, risasi na bati kalibuni ili kuyeyusha kwa moto mkali, ndivyo nitakavyowakusanya katika hasira yangu na ghadhabu yangu kuwaweka ndani ya mji na kuwayeyusha. 21 Nitawakusanya na kupuliza juu yenu moto wa hasira yangu na ghadhabu yangu nanyi mtayeyushwa ndani ya huo mji. 22 Kama fedha iyeyukavyo kalibuni, ndivyo mtakavyoyeyuka ndani ya huo mji, nanyi mtajua kuwa Mimi Bwana nimemwaga ghadhabu yangu juu yenu.' "

23 Neno la Bwana likanijia tena kusema: 24 "Mwanadamu, iambie nchi, 'Wewe ni nchi ambayo haijapata mvua wala manyunyu katika siku ya ghadhabu.' 25 Kuna hila mbaya ya wakuu ndani yake kama simba angurumaye akirarua mawindo yake, wanakula watu, wanachukua hazina na vitu vya thamani na kuongeza idadi ya wajane ndani yake. 26 Makuhani wake wameihalifu sheria yangu na kunajisi vitu vyangu vitakatifu, hawatofautishi kati ya vitu vitakatifu na vitu vya kawaida. Wanafundisha kuwa hakuna tofauti kati ya vitu vilivyo najisi na visivyo najisi, nao wanafumba macho yao katika kutunza Sabato zangu, hivyo katikati yao nimetiwa unajisi. 27 Maafisa wake walioko ndani yake ni kama mbwa mwitu wararuao mawindo yao, wanamwaga damu na kuua watu ili kupata faida ya udhalimu. 28 Manabii wake wanapaka chokaa matendo haya kwa maono ya uongo na utabiri wa udanganyifu. Wanasema, 'Hili ndilo Bwana Mwenyezi asemalo,' wakati Bwana hajasema. 29 Watu wa nchi wanatoza kwa nguvu na kufanya unyang'anyi, wanawatenda jeuri maskini na wahitaji na kuwaonea wageni, wakiwanyima haki.

30 "Nami nikatafuta mtu miongoni mwao, ambaye angejenga ukuta na kusimama mbele zangu mahali palipobomoka kwa ajili ya watu wa nchi ili nisije nikaiangamiza, lakini sikumwona mtu yeyote. 31 Hivyo nitaimwaga ghadhabu yangu juu yao na kuwateketeza kwa moto wa hasira yangu, nikiyaleta juu ya vichwa vyao yale yote waliyotenda, asema Bwana Mwenyezi."

Dada Wawili Makahaba

23 Neno la Bwana likanijia kusema: 2 "Mwanadamu, walikuwepo wanawake wawili, binti wa mama mmoja. 3 Wakawa makahaba huko Misri, wakajitia kwenye ukahaba tangu ujana wao. Katika nchi ile vifua vyao vya ubikira vikakumbatiwa huko na wakapoteza ubikira wao. 4 Mkubwa aliitwa Ohola na mdogo wake Oholiba. Walikuwa wangu nao wakazaa wavulana na msichana. Ohola ni Samaria, Oholiba ni Yerusalemu.

5 "Ohola akajitia kwenye ukahaba alipokuwa bado ni wangu, akatamani sana wapenzi wake, mashujaa Waashuru, 6 waliovaa nguo za buluu, watawala na majemadari, wote walikuwa wanaume vijana wa kuvutia, wapandao farasi. 7 Akafanya ukahaba na wasomi wote wa Ashuru, na kujinajisi kwa sanamu zote za kila mwanaume aliyemtamani. 8 Hakuacha ukahaba wake aliouanza huko Misri, wakati ambapo tangu ujana wake wanaume walilala naye, wakikumbatia kifua cha ubikira wake na kumwaga tamaa zao juu yake.

9 "Kwa hiyo nilimtia mikononi mwa wapenzi wake, Waashuru, kwa kuwa ndio aliowatamani. 10 Wakamvua nguo zake wakamwacha uchi, wakawachukua wanawe na binti zake, naye wakamuua kwa upanga. Akawa kitu cha kudharauliwa miongoni mwa wanawake na adhabu ikatolewa dhidi yake.

11 "Oholiba dada yake aliliona jambo hili, lakini kwa tamaa zake na ukahaba wake, akaharibu tabia zake kuliko Ohola dada yake. 12 Yeye naye aliwatamani Waashuru, watawala na majemadari, mashujaa waliovalia sare, wapandao farasi, wanaume vijana wote waliovutia. 13 Nikaona kuwa yeye pia alijinajisi, wote wawili wakaelekea njia moja.

14 "Lakini yeye akazidisha ukahaba wake. Akaona wanaume waliochorwa ukutani, picha za Wakaldayo[a] waliovalia nguo nyekundu, 15 wakiwa na mikanda viunoni mwao na vilemba vichwani mwao, wote walifanana na maafisa wa Babeli wapandao magari ya vita, wenyeji wa Ukaldayo.[b] 16 Mara

[a]14 *Wakaldayo* yaani *Wababeli.*
[b]15 *Ukaldayo* yaani *Babeli.*

tu alipowaona, aliwatamani, akatuma wajumbe
kwao huko Ukaldayo. 17 Ndipo hao Wababeli wakaja
kwake kwenye kitanda cha mapenzi, nao katika
tamaa zao wakamtia unajisi. Baada ya kutiwa
unajisi, akawaacha kwa kuwachukia. 18 Alipofanya
ukahaba wake waziwazi na kuonyesha hadharani
uchi wake, nilimwacha kwa kumchukia, kama vile
nilivyokuwa nimemwacha dada yake. 19 Lakini
akazidisha zaidi ukahaba wake alipozikumbuka
siku zake za ujana, alipokuwa kahaba huko Misri.
20 Huko aliwatamani wapenzi wake, ambao viungo
vyao vya uzazi ni kama vya punda, na kile kiwatoka-
cho ni kama kiwatokacho farasi. 21 Hivyo ulitamani
uasherati wa ujana wako wakati ulipokuwa Misri,
kifua chako kilipokumbatiwa, na walipokutomasa
kwa sababu ya matiti yako machanga.

22 "Kwa hiyo, Oholiba, hili ndilo Bwana Mwe-
nyezi asemalo: Nitawachochea wapenzi wako
wawe kinyume na wewe, wale uliowaacha kwa
kuchukia, nitawaleta dhidi yako kutoka kila upa-
nde: 23 Wababeli na Wakaldayo wote, watu kutoka
Pekodi, na Shoa na Koa, wakiwa pamoja na Waa-
shuru wote, vijana wazuri, wote wakiwa watawala
na majemadari, maafisa wa magari ya vita na watu
wa vyeo vya juu, wote wakiwa wamepanda farasi.
24 Watakuja dhidi yako wakiwa na silaha, magari ya
vita, magari ya kukokota, pamoja na umati mkubwa
wa watu. Watakuzingira pande zote kwa ngao na
vigao na kofia za chuma. Nitakutia mikononi mwao
ili wakuadhibu, nao watakuadhibu sawasawa na
sheria zao. 25 Nitaelekeza wivu wa hasira yangu
dhidi yako, nao watakushughulikia kwa hasira
kali. Watakatilia mbali pua yako na masikio yako,
na wale watakaosalia miongoni mwako watauawa
kwa upanga. Watachukua wana wako na binti zako,
na wale watakaosalia miongoni mwenu watateke-
tezwa kwa moto. 26 Watakuvua pia nguo zako na
kuchukua mapambo yako yaliyotengenezwa kwa
vito na dhahabu. 27 Hivyo ndivyo nitakavyokome-
sha uasherati wako na ukahaba wako uliouanza
huko Misri. Hutatazama vitu hivi kwa kuvitamani
tena, wala kukumbuka Misri tena.

28 "Kwa hiyo hili ndilo Bwana Mwenyezi asemalo:
Ninakaribia kukutia mikononi mwa wale unaowa-
chukia, kwa wale uliojitenga nao kwa kuwachukia.
29 Watakushughulikia kwa chuki na kukunyang'a-
nya kila kitu ulichokifanyia kazi. Watakuacha uchi
na mtupu na aibu ya ukahaba wako itafunuliwa.
Uasherati wako na uzinzi wako 30 umekuletea haya
yote, kwa sababu ulitamani mataifa na kujinajisi
kwa sanamu zao. 31 Umeiendea njia ya dada yako,
hivyo nitakitia kikombe chake mkononi mwako.

32 "Hili ndilo Bwana Mwenyezi asemalo:

"Utakinywea kikombe cha dada yako,
kikombe kikubwa na chenye kina kirefu;
nitaletea juu yako dharau na dhihaka,
kwa kuwa kimejaa sana.
33 Utalewa ulevi na kujawa huzuni,
kikombe cha maangamizo na ukiwa,
kikombe cha dada yako Samaria.
34 Utakinywa chote na kukimaliza;
utakivunja vipande vipande
na kuyararua matiti yako.
Nimenena haya, asema Bwana Mwenyezi.

35 "Kwa hiyo hili ndilo Bwana Mwenyezi asemalo:
Kwa kuwa tangu uliponisahau mimi na kunitupa
nyuma yako, lazima ubebe matokeo ya uasherati
wako na ukahaba wako."

36 Bwana akaniambia, "Mwanadamu, Je, uta-
wahukumu Ohola na Oholiba? Basi wakabili kwa
ajili ya matendo yao ya machukizo, 37 kwa kuwa
wamefanya uzinzi na damu imo mikononi mwao.
Wamefanya uzinzi na sanamu zao, hata wamewa-
toa watoto wao walionizalia kuwa kafara, kuwa
chakula kwao. 38 Pia wamenifanyia hili: wakati huo
huo wamenajisi patakatifu pangu na kuzitangua
Sabato zangu. 39 Siku ile ile walitoa watoto wao
kuwa kafara kwa sanamu zao, waliingia patakatifu
pangu na kupatia unajisi. Hilo ndilo walilolifanya
katika nyumba yangu.

40 "Walituma hata wajumbe kuwaita watu kutoka
mbali, nao walipowasili ulioga kwa ajili yao, uka-
paka macho yako rangi na ukavaa mapambo
yako yaliyotengenezwa kwa vito vya dhahabu.
41 Ukaketi kwenye kiti cha anasa, kukiwa na meza
iliyoandaliwa mbele yake ambayo juu yake ulikuwa
umeweka uvumba na mafuta ambayo yalikuwa
yangu.

42 "Kelele za umati wa watu wasiojali zilikuwa
zimemzunguka, wakaleta watu wengi waliokuwa
wakifanya makelele na walevi kutoka nyikani,
ambao walitia bangili kwenye mikono ya yule
mwanamke na dada yake na pia taji nzuri za
kupendeza kwenye vichwa vyao. 43 Ndipo nika-
sema kuhusu yule aliyechakazwa na uzinzi, 'Basi
wamtumie kama kahaba, kwa kuwa ndivyo alivyo.'
44 Nao wakazini naye. Kama vile watu wazinivyo na
kahaba, ndiyo hivyo walivyozini na hao wanawake
waasherati, Ohola na Oholiba. 45 Lakini watu wenye
haki, watawahukumia adhabu wanawake wafanyao
uzinzi na kumwaga damu, kwa kuwa ni wazinzi na
damu iko mikononi mwao.

46 "Hili ndilo Bwana Mwenyezi asemalo, Leteni
watu wengi wenye makelele dhidi yao na uwaache
wapate hofu na watekwe nyara. 47 Hao watu wengi
watawapiga kwa mawe na kuwaua kwa panga zao,
watawaua wana wao na binti zao na kuzichoma
nyumba zao.

48 "Hivyo nitaukomesha uasherati katika
nchi, ili wanawake wote wapate onyo nao wasije
wakafanya uasherati kama ninyi mlivyofanya.
49 Utapata adhabu kwa ajili ya uasherati wako na
kuchukua matokeo ya dhambi zako za uashe-
rati. Ndipo utakapojua kuwa Mimi ndimi Bwana
Mwenyezi."

Chungu Cha Kupikia

24 Katika mwaka wa tisa, mwezi wa kumi, siku
ya kumi, neno la Bwana likanijia kusema:
2 "Mwanadamu, weka kumbukumbu ya tarehe
hii, tarehe hii hasa, kwa kuwa mfalme wa Babeli
ameuzingira mji wa Yerusalemu kwa jeshi siku
hii ya leo. 3 Iambie nyumba hii ya kuasi fumbo, na
uwaambie, 'Hili ndilo Bwana Mwenyezi asemalo:

" 'Teleka sufuria jikoni; iteleke
na umimine maji ndani yake,

4 Weka vipande vya nyama ndani yake,
vipande vyote vizuri,
vya paja na vya bega.
Ijaze hiyo sufuria kwa mifupa hii mizuri;
5 chagua yule aliye bora wa kundi la kondoo.
Panga kuni chini ya sufuria kwa ajili ya
mifupa;
chochea mpaka ichemke
na uitokose hiyo mifupa ndani yake.

6 " 'Kwa kuwa hili ndilo Bwana Mwenyezi ase-
malo:

" 'Ole wa mji umwagao damu,
ole wa sufuria ambayo sasa
ina ukoko ndani yake,
ambayo ukoko wake hautoki.
Kipakue kipande baada ya kipande,
bila kuvipigia kura.
7 " 'Kwa kuwa damu aliyoimwaga ipo
katikati yake:
huyo mwanamke aliimwaga
juu ya mwamba ulio wazi;
hakuimwaga kwenye ardhi,
ambako vumbi lingeifunika.
8 Kuchochea ghadhabu na kulipiza kisasi,
nimemwaga damu yake
juu ya mwamba ulio wazi,
ili isifunikwe.

9 " 'Kwa hiyo, hili ndilo Bwana Mwenyezi ase-
malo:

" 'Ole wa mji umwagao damu!
Mimi nami nitalundikia kuni nyingi.
10 Kwa hiyo lundika kuni
na uwashe moto.
Pika hiyo nyama vizuri,
changanya viungo ndani yake,
na uiache mifupa iungue kwenye moto.
11 Kisha teleka sufuria tupu kwenye makaa
mpaka iwe na moto sana na shaba yake
ing'ae,
ili uchafu wake upate kuyeyuka
na ukoko wake upate kuungua na kuondoka.
12 Imezuia juhudi zote,
ukoko wake mwingi haujaondoka,
hata ikiwa ni kwa moto.

13 " 'Sasa uchafu wako ni uasherati wako. Kwa
sababu nilijaribu kukutakasa lakini haikuweze-
kana kutakaswa kutoka kwenye huo uchafu wako,
hutatakasika tena mpaka ghadhabu yangu dhidi
yako iwe imepungua.

14 " 'Mimi Bwana nimesema, wakati umewadia
wa mimi kutenda. Mimi sitazuia, mimi sitaona
huruma wala sitapunguza hasira yangu, Utahu-
kumiwa sawasawa na mwenendo na matendo yako,
asema Bwana Mwenyezi.' "

Kifo Cha Mke Wa Ezekieli

15 Neno la Bwana likanijia kusema: 16 "Mwana-
damu, kwa pigo moja nakaribia kukuondolea kile
kilicho furaha ya macho yako. Lakini usiomboleze
au kulia wala kudondosha machozi yoyote. 17 Lia
kwa uchungu kimya kimya usimwombolezee mtu
aliyekufa. Jifunge kilemba chako na uvae viatu
vyako miguuni mwako, usifunike sehemu ya chini
ya uso wako, wala usile vyakula vya kawaida vya
wakati wa matanga."

18 Hivyo nikanena na watu asubuhi na jioni
mke wangu akafa. Asubuhi yake nilifanya kama
nilivyoamriwa.

19 Ndipo watu wakaniuliza, "Je, jambo hili una-
lofanya linamaanisha nini kwetu?"

20 Kwa hiyo nikawaambia, "Neno la Bwana lili-
nijia kusema: 21 'Sema na nyumba ya Israeli. Hili
ndilo Bwana Mwenyezi asemalo: Ninakaribia
kupatia unajisi mahali pangu patakatifu, ngome
ambayo ndani yake mnaona fahari, furaha ya
macho yenu, kitu mnachokipenda. Wana wenu
na binti zenu mliowaacha nyuma wataanguka
kwa upanga. 22 Nanyi mtafanya kama nilivyofanya.
Hamtafunika sehemu ya chini ya nyuso zenu wala
hamtakula vyakula vya kawaida vya waombolezaji.
23 Mtajifunga vilemba vichwani mwenu na kuvaa
viatu vyenu miguuni mwenu. Hamtaomboleza au
kulia, lakini mtadhoofika kwa sababu ya dhambi
zenu na kulia kwa uchungu kila mtu na mwenzake.
24 Ezekieli atakuwa ishara kwenu, mtafanya kama
yeye alivyofanya. Wakati jambo hili litakapotokea,
mtajua kuwa Mimi ndimi Bwana Mwenyezi.'

25 "Nawe, mwanadamu, siku ile nitakapoondoa
ngome yao iliyo furaha yao na utukufu wao, kitu
cha kupendeza macho yao, kile kilicho shauku ya
mioyo yao, wana wao na binti zao vilevile, 26 siku
hiyo atakayetoroka atakuja kuwapasha habari.
27 Katika siku ile kinywa chako kitamfumbukia yeye
aliyenusurika, nawe utaongea wala hutanyamaza
tena. Hivyo wewe utakuwa ishara kwao, nao wata-
jua kuwa Mimi ndimi Bwana."

Unabii Dhidi Ya Amoni

25 Neno la Bwana likanijia kusema: 2 "Mwana-
damu, elekeza uso wako juu ya Waamoni
utabiri dhidi yao. 3 Waambie, 'Sikieni neno la
Bwana Mwenyezi. Hili ndilo Bwana Mwenyezi
asemalo: Kwa sababu ulisema, "Aha!" juu ya
mahali pangu patakatifu palipotiwa unajisi, na
juu ya nchi ya Israeli ilipoangamizwa, na juu ya
watu wa Yuda walipokwenda uhamishoni, 4 kwa
hiyo nitawatia mikononi mwa watu wa mashariki
mkawe mali yao. Watapiga kambi zao katikati yenu
na kufanya makazi miongoni mwenu, watakula
matunda yenu na kunywa maziwa yenu. 5 Nitau-
fanya mji wa Raba kuwa malisho ya ngamia na
Amoni kuwa mahali pa kondoo pa kupumzikia.
Ndipo mtakapojua kuwa Mimi ndimi Bwana. 6 Kwa
kuwa hili ndilo Bwana Mwenyezi asemalo: Kwa
kuwa umepiga makofi yako na kufanya kishindo
kwa miguu, mkifurahia kwa mioyo yenu miovu
juu ya yale mabaya yaliyoipata nchi ya Israeli,
7 hivyo nitaunyoosha mkono wangu dhidi yako
na kukutoa kuwa nyara kwa mataifa. Nitakukatilia
mbali kutoka kwenye mataifa na kukung'oa katika
nchi. Nitakuangamiza, nawe utajua ya kuwa Mimi
ndimi Bwana.' "

Unabii Dhidi Ya Moabu

8 "Hili ndilo BWANA Mwenyezi asemalo: 'Kwa
sababu Moabu na Seiri wamesema, "Tazama, nyu-
mba ya Yuda imekuwa kama mataifa mengine yote,"
9 kwa hiyo nitaiondoa ile miji iliyo kando ya Moabu,
kuanzia miji iliyoko mipakani, yaani: Beth-Yeshimo-
thi, Baal-Meoni na Kiriathaimu, iliyo utukufu wa
nchi hiyo. 10 Nitaitia Moabu pamoja na Waamoni
mikononi mwa watu wa Mashariki kuwa milki yao,
ili kwamba Waamoni wasikumbukwe miongoni
mwa mataifa, 11 nami nitatoa adhabu kwa Moabu.
Ndipo watakapojua kuwa Mimi ndimi BWANA.' "

Unabii Dhidi Ya Edomu

12 "Hili ndilo BWANA Mwenyezi asemalo: 'Kwa
sababu Edomu ulilipiza kisasi juu ya nyumba ya
Yuda na kukosa sana kwa kufanya hivyo, 13 kwa
hiyo hili ndilo BWANA Mwenyezi asemalo: Nitau-
nyoosha mkono wangu dhidi ya Edomu na kuua
watu wake na wanyama wao. Nitaufanya ukiwa,
kuanzia Temani hadi Dedani wataanguka kwa upa-
nga. 14 Nitalipiza Edomu kisasi kwa mkono wa watu
wangu Israeli, nao watawatendea Edomu sawasawa
na hasira yangu na ghadhabu yangu, nao watakijua
kisasi changu, asema BWANA Mwenyezi.' "

Unabii Dhidi Ya Ufilisti

15 "Hili ndilo BWANA Mwenyezi asemalo: 'Kwa
sababu Wafilisti wamewalipiza kisasi kwa uovu wa
mioyo yao na kwa uadui wa siku nyingi wakataka
kuangamiza Yuda, 16 kwa hiyo hili ndilo BWANA
Mwenyezi asemalo: Mimi ninakaribia kuunyoosha
mkono wangu dhidi ya Wafilisti, nami nitawa-
katilia mbali Wakerethi na kuwaangamiza wale
waliosalia katika pwani. 17 Nitalipiza kisasi kikubwa
juu yao na kuwaadhibu katika ghadhabu yangu.
Ndipo watakapojua kuwa Mimi ndimi BWANA,
nitakapolipiza kisasi juu yao.' "

Unabii Dhidi Ya Tiro

26 Mwaka wa kumi na moja, siku ya kwanza
ya mwezi, neno la BWANA likanijia kusema:
2 "Mwanadamu, kwa sababu Tiro amesema kuhusu
Yerusalemu, 'Aha! Lango la kwenda kwa mataifa
limevunjika, nayo milango yake iko wazi mbele
yangu, sasa kwa kuwa amekuwa magofu nitastawi.'
3 Kwa hiyo hili ndilo BWANA Mwenyezi asemalo:
Mimi niko kinyume na wewe, ee Tiro, nami nitaleta
mataifa mengi dhidi yako, kama bahari inayovu-
rumisha mawimbi yake. 4 Watavunja kuta za Tiro
na kuibomoa minara yake, nitakwangua udongo
wake na kuufanya mwamba mtupu. 5 Itakuwa huko
katikati ya bahari patakuwa mahali pa kutandaza
nyavu za kuvulia samaki, kwa maana nimenena,
asema BWANA Mwenyezi. Atakuwa nyara kwa
mataifa, 6 nayo makao yake huko bara yataanga-
mizwa kwa upanga. Ndipo watakapojua kwamba
Mimi ndimi BWANA.

7 "Kwa maana hili ndilo BWANA Mwenyezi ase-
malo: Kutoka kaskazini nitamleta dhidi ya Tiro
Mfalme Nebukadneza wa Babeli, mfalme wa wafa-
lme, akiwa na farasi na magari ya vita, wapanda
farasi na jeshi kubwa. 8 Atayaharibu makao yako
huko bara kwa upanga, ataweka jeshi kukuzingira,
atakuzingira mpaka kwenye kuta za ngome zako na
kuinua ngao zake dhidi yako. 9 Ataelekeza mapigo
ya vyombo vyake vya kubomolea dhidi ya kuta
zako na kubomoa minara yako kwa silaha zake.
10 Farasi zake zitakuwa nyingi sana kiasi kwamba
utafunikwa na mavumbi watakayotimua. Kuta
zako zitatikisika kwa mshindo wa farasi wa vita,
magari makubwa na magari ya vita wakati aingiapo
malango yako kama watu waingiao mji ambao kuta
zake zimebomolewa kote.

11 "Kwato za farasi zake zitakanyaga barabara
zako zote, atawaua watu wako kwa upanga na
nguzo zako zilizo imara zitaanguka chini. 12 Wata-
teka utajiri wako na kuchukua nyara bidhaa zako,
watazivunja kuta zako na kuzibomoa nyumba zako
nzuri, watatupa baharini mawe yako, mbao zako
na kifusi chako. 13 Nitakomesha kelele za nyimbo
zako, na uimbaji wako wa kinubi kamwe hautasi-
kika tena. 14 Nitakufanya mwamba mtupu, nawe
utakuwa mahali pa kutandazia nyavu za kuvulia
samaki. Kamwe hutajengwa tena, kwa maana Mimi
BWANA nimenena, asema BWANA Mwenyezi.

15 "Hili ndilo BWANA Mwenyezi asemalo kwa Tiro:
'Je, nchi za pwani hazitatetemeka kwa kishindo
cha anguko lako, wakati majeruhi wanapolia kwa
maumivu makali na wakati mauaji yanaendelea
ndani yako? 16 Ndipo wakuu wote wa mataifa ya
pwani watashuka kutoka kwenye viti vyao vya
enzi na kuweka kando majoho yao na kuvua nguo
zao zilizotariziwa. Wakiwa wamevikwa hofu kuu,
wataketi chini ardhini, wakiwa wanatetemeka kila
dakika na wakikustajabia. 17 Ndipo wao watakuo-
mbolezea na kukuambia:

" 'Tazama jinsi ulivyoharibiwa,
ee mji uliokuwa na sifa,
wewe uliyekaliwa na mabaharia!
Ulikuwa na nguvu kwenye bahari,
wewe na watu wako;
wote walioishi huko,
uliwatia hofu kuu.
18 Sasa nchi za pwani zinatetemeka
katika siku ya anguko lako;
visiwa vilivyomo baharini
vinaogopa kwa kuporomoka kwako.'

19 "Hili ndilo BWANA Mwenyezi asemalo: Nitaka-
pokufanya uwe mji wa ukiwa, kama miji isiyokaliwa
tena na watu, nitakapoleta vilindi vya bahari juu
yako na maji yake makuu yatakapokufunika,
20 ndipo nitakapokushusha chini pamoja na wale
washukao shimoni, kwa watu wa kale, nami nita-
kufanya uishi katika pande za chini za nchi kama
katika magofu ya kale, pamoja na wale washukao
shimoni, nawe hutarudi au kurejea kwenye makao
yako katika nchi ya walio hai. 21 Nitakufikisha
mwisho wa kutisha wala hutakuwepo tena. Watu
watakutafuta, lakini kamwe hutaonekana tena,
asema BWANA Mwenyezi."

Maombolezo Kwa Ajili Ya Tiro

27 Neno la BWANA likanijia kusema: 2 "Mwana-
damu, fanya maombolezo kwa ajili ya Tiro.

3 Umwambie Tiro, ulioko kwenye lango la bahari, ufanyao biashara na mataifa mengi ya pwani, 'Hili ndilo BWANA Mwenyezi asemalo:

" 'Ee Tiro, wewe umesema,
"Mimi ni mkamilifu katika uzuri."
4 Mipaka yako ilikuwa katika moyo
wa bahari,
wajenzi wako walikamilisha uzuri wako.
5 Walizifanya mbao zako zote
kwa misunobari itokayo Seniri;[a]
walichukua mierezi kutoka Lebanoni
kukutengenezea mlingoti.
6 Walichukua mialoni toka Bashani
wakakutengenezea makasia yako;
kwa miti ya msanduku
kutoka pwani ya Kitimu
wakatengeneza sitaha[b] yako
na kuipamba kwa pembe za ndovu.
7 Kitani safi kilichotariziwa kutoka Misri
kilikuwa tanga lako,
nacho kilikuwa bendera yako;
chandarua chako kilikuwa cha rangi
ya buluu na ya zambarau
kutoka visiwa vya Elisha.
8 Watu kutoka Sidoni na Arvadi walikuwa
wapiga makasia yako;
watu wako wenye ustadi, ee Tiro,
walikuwa ndio mabaharia wako.
9 Wazee wa Gebali[c] pamoja na mafundi stadi
walikuwa mafundi wako melini.
Meli zote za baharini na mabaharia wao
walikuja kwako ili kubadilishana
bidhaa zako.

10 " 'Watu wa Uajemi, Ludi na Putu
walikuwa askari katika jeshi lako.
Walitundika ngao zao na chapeo zao
kwenye kuta zako,
wakileta fahari yako.
11 Watu wa Arvadi na wa Heleki
walikuwa juu ya kuta zako pande zote;
watu wa Gamadi
walikuwa kwenye minara yako.
Walitundika ngao zao kuzizunguka
kuta zako;
wakaukamilisha uzuri wako.

12 " 'Tarshishi walifanya biashara nawe kwa
sababu ya utajiri wako mkubwa wa bidhaa, waliba-
dilisha fedha, chuma, bati na risasi kwa mali zako.
13 " 'Uyunani, Tubali na Mesheki, walifanya bia-
shara nawe, walibadilisha watumwa na vyombo
vya shaba kwa bidhaa zako.
14 " 'Watu wa Beth-Togarma walibadilisha farasi
wa mizigo, farasi wa vita na nyumbu kwa mali zako.
15 " 'Watu wa Dedani[d] walifanya biashara nawe,
watu wengi wa nchi za pwani walikuwa wachuuzi
wako, walikulipa kwa pembe za ndovu na mpingo.
16 " 'Watu wa Aramu walifanya biashara nawe
kwa ajili ya wingi wa kazi za mikono yako, waki-
badilishana kwa almasi, vitambaa vya rangi ya
zambarau, vitambaa vilivyotariziwa, kitani safi,
matumbawe[e] na akiki nyekundu.
17 " 'Yuda na Israeli walifanya biashara nawe,
walibadilishana kwa ngano kutoka Minithi,
mtama, asali, mafuta na zeri ya kuponyeshea.
18 " 'Dameski, kwa sababu ya wingi wa kazi za
mikono yako na ukuu wa utajiri wa mali, walifanya
biashara nawe wakibadilishana mvinyo kutoka
Helboni na sufu kutoka Zahari.
19 " 'Wadani na Wayunani kutoka Uzali, waliku-
letea mali za biashara, nao wakabadilishana nawe
chuma kilichofuliwa, mdalasini na mchaichai.
20 " 'Dedani alifanya biashara nawe kwa mata-
ndiko ya farasi.
21 " 'Arabuni na wakuu wote wa Kedari walikuwa
wanunuzi wako waliobadilishana bidhaa zako na
wana-kondoo, kondoo dume na mbuzi.
22 " 'Wafanyabiashara wa Sheba na wa Raama
walifanya biashara nawe, wakabadilishana bidhaa
zako na aina zote za vikolezi, vito vya thamani
na dhahabu.
23 " 'Harani, Kane na Edeni na wafanyabiashara
wa Sheba, Ashuru na Kilmadi walifanya biashara
nawe. 24 Kwenye soko lako, walifanya biashara nawe
kwa mavazi mazuri, vitambaa vya buluu, nguo za
kutariziwa na mazulia ya rangi mbalimbali yenye
kamba zilizosokotwa na kuwekwa mafundo imara.

25 " 'Merikebu za Tarshishi ndizo
zinazokusafirishia bidhaa zako.
Umejazwa shehena kubwa
katika moyo wa bahari.
26 Wapiga makasia wako wanakupeleka
mpaka kwenye maji makavu.
Lakini upepo wa mashariki umekuvunja
vipande vipande
katika moyo wa bahari.
27 Utajiri wako, bidhaa zako na mali zako,
mabaharia wako, manahodha wako,
mafundi wako wa meli,
wafanyabiashara wako na askari
wako wote,
na kila mmoja aliyeko melini
atazama kwenye moyo wa bahari
siku ile ya kuvunjika kwa meli yako.
28 Nchi za pwani zitatetemeka
wakati mabaharia wako watakapopiga
kelele.
29 Wote wapigao makasia
wataacha meli zao,
mabaharia wote na wanamaji wote
watasimama pwani.
30 Watapaza sauti zao
na kulia sana kwa ajili yako;
watajitupia mavumbi juu ya vichwa vyao
na kujivingirisha kwenye majivu.
31 Watanyoa nywele zao kwa ajili yako,
nao watavaa nguo za magunia.

[a]5 Yaani Hermoni.
[b]6 Yaani sakafu ya merikebu au mashua.
[c]9 Yaani Bubilo, mji wa zamani sana wa Ufoinike (kama kilomita 80 kaskazini mwa Beiruti).
[d]15 Yaani *Rhodes*.
[e]16 Yaani marijani, jiwe laini la pwani au baharini, kama mawe ya chokaa.

Watakulilia kwa uchungu wa moyo
na kwa maombolezo makuu.
32 Watakapokuwa wanalia na kuomboleza
juu yako,
watafanya maombolezo kukuhusu
wakisema:
"Ni nani aliyepata kuangamizwa kama Tiro,
katika moyo wa bahari?"
33 Wakati bidhaa zako zilipotoka baharini,
ulitosheleza mataifa mengi;
kwa wingi wa utajiri wako na bidhaa zako
ulitajirisha wafalme wa dunia.
34 Sasa umevunjavunjwa na bahari,
katika vilindi vya maji,
bidhaa zako na kundi lako lote
vimezama pamoja nawe.
35 Wote waishio katika nchi za pwani
wanakustaajabia;
wafalme wao wanatetemeka kwa hofu kuu,
nazo nyuso zao zimekunjamana
kwa woga.
36 Wafanyabiashara miongoni mwa mataifa
wanakucheka;
umefikia mwisho wa kutisha
nawe hutakuwepo tena.' "

Unabii Dhidi Ya Mfalme Wa Tiro

28 Neno la Bwana likanijia kusema: 2 "Mwana-
damu, mwambie mfalme wa Tiro, 'Hili ndilo
Bwana Mwenyezi asemalo:

" 'Kwa sababu moyo wako umejivuna
na umesema, "Mimi ni mungu;
nami ninaketi katika kiti cha enzi cha mungu
katika moyo wa bahari."
Lakini wewe ni mwanadamu, wala si mungu,
ingawa unafikiri kuwa una hekima
kama mungu.
3 Je, wewe una hekima kuliko Danieli?
Je, hakuna siri iliyofichika kwako?
4 Kwa hekima yako na ufahamu wako,
umejipatia utajiri,
nawe umejikusanyia dhahabu
na fedha katika hazina zako.
5 Kwa werevu wako mwingi katika biashara,
umeongeza utajiri wako
na kwa sababu ya utajiri wako
moyo wako umekuwa na kiburi.

6 " 'Kwa hiyo, hili ndilo Bwana Mwenyezi ase-
malo:

" 'Kwa sababu unafikiri una hekima,
mwenye hekima kama mungu,
7 mimi nitawaleta wageni dhidi yako,
taifa katili kuliko yote;
watafuta panga zao dhidi ya uzuri
wa hekima yako,
na kuchafua fahari yako inayong'aa.
8 Watakushusha chini shimoni,
nawe utakufa kifo cha kikatili
katika moyo wa bahari.
9 Je, wakati huo utasema, "Mimi ni mungu,"
mbele ya wale wanaokuua?
Utakuwa mwanadamu tu, wala si mungu,
mikononi mwa hao wanaokuua.
10 Utakufa kifo cha wasiotahiriwa
kwa mkono wa wageni.

Kwa kuwa mimi nimenena, asema Bwana Mwe-
nyezi.' "

11 Neno la Bwana likanijia kusema: 12 "Mwana-
damu, mfanyie maombolezo mfalme wa Tiro, nawe
umwambie: 'Hili ndilo Bwana Mwenyezi asemalo:

" 'Ulikuwa kipeo cha ukamilifu,
ukiwa umejaa hekima
na mkamilifu katika uzuri.
13 Ulikuwa ndani ya Edeni,
bustani ya Mungu;
kila kito cha thamani kilikupamba:
akiki nyekundu, yakuti manjano
na zumaridi,
krisolitho, shohamu na yaspi,
yakuti samawi, almasi na zabarajadi.
Kuwekwa kwa hayo mapambo
na kushikizwa kwake
kulifanywa kwa dhahabu;
siku ile ulipoumbwa yaliandaliwa tayari.
14 Ulitiwa mafuta kuwa kerubi mlinzi,
kwa kuwa hivyo ndivyo
nilivyokuweka wakfu.
Ulikuwa kwenye mlima mtakatifu
wa Mungu;
ulitembea katikati ya vito vya moto.
15 Ulikuwa mnyofu katika njia zako
tangu siku ile ya kuumbwa kwako,
hadi uovu ulipoonekana ndani yako.
16 Kutokana na biashara yako iliyoenea,
ulijazwa na dhuluma,
nawe ukatenda dhambi.
Hivyo nilikuondoa kwa aibu kutoka mlima
wa Mungu,
nami nikakufukuza, ee kerubi mlinzi,
kutoka katikati ya vito vya moto.
17 Moyo wako ukawa na kiburi
kwa ajili ya uzuri wako,
nawe ukaiharibu hekima yako
kwa sababu ya fahari yako.
Kwa hiyo nikakutupa chini;
nimekufanya kioja mbele ya wafalme.
18 Kwa dhambi zako nyingi na biashara yako
ya dhuluma,
umenajisi mahali pako patakatifu.
Kwa hiyo nilifanya moto utoke ndani yako,
nao ukakuteketeza,
nami nikakufanya majivu juu ya nchi,
machoni pa wote waliokuwa
wakitazama.
19 Mataifa yote yaliyokujua
yanakustajabia;
umefikia mwisho wa kutisha
na hutakuwepo tena milele.' "

Unabii Dhidi Ya Sidoni

20 Neno la Bwana likanijia kusema: 21 "Mwana-
damu, elekeza uso wako juu ya Sidoni, ukatabiri

dhidi yake, 22 nawe useme: 'Hili ndilo Bwana Mwe-
nyezi asemalo:

" 'Mimi ni kinyume chako, ee Sidoni,
nami nitapata utukufu ndani yako.
Nao watajua kwamba Mimi ndimi Bwana,
nitakapotekeleza hukumu zangu
na kuonyesha utakatifu wangu
ndani yake.
23 Nitapeleka tauni ndani yake
na kufanya damu itiririke katika
barabara zake.
Waliochinjwa wataanguka ndani yake,
kwa upanga dhidi yake kila upande.
Ndipo watakapojua kwamba Mimi
ndimi Bwana.

24 " 'Nyumba ya Israeli hawatakuwa tena na maji-
rani wenye nia ya kuwadhuru wanaoumiza kama
michongoma na miiba mikali. Ndipo watakapojua
kwamba Mimi ndimi Bwana Mwenyezi.
25 " 'Hili ndilo Bwana Mwenyezi asemalo: Nita-
kapoikusanya nyumba ya Israeli kutoka mataifa
ambako wametawanyika, nitajionyesha kuwa
mtakatifu miongoni mwao machoni pa mataifa.
Ndipo watakapoishi katika nchi yao wenyewe,
niliyompa mtumishi wangu Yakobo. 26 Wataishi
humo kwa salama na watajenga nyumba na kupa-
nda mashamba ya mizabibu, wataishi kwa salama
nitakapowaadhibu majirani zao wote ambao wali-
wafanyia uovu. Ndipo watakapojua kwamba Mimi
ndimi Bwana, Mungu wao.' "

Unabii Dhidi Ya Misri

29 Katika mwaka wa kumi, mwezi wa kumi, siku
ya kumi na mbili, neno la Bwana likanijia
kusema: 2 "Mwanadamu, elekeza uso wako juu ya
Farao mfalme wa Misri na utabiri dhidi yake na
dhidi ya Misri yote. 3 Nena, nawe useme: 'Hili ndilo
Bwana Mwenyezi asemalo:

" 'Mimi ni kinyume nawe, Farao, mfalme
wa Misri,
joka kubwa ulalaye katikati
ya vijito vyako.
Unasema, "Mto Naili ni wangu mwenyewe;
niliufanya kwa ajili yangu mwenyewe."
4 Lakini nitatia ndoana katika mataya yako
nami nitawafanya samaki wa vijito vyako
washikamane na magamba yako.
Nitakutoa katikati ya vijito vyako,
pamoja na samaki wote
walioshikamana na magamba yako.
5 Nitakutupa jangwani,
wewe pamoja na samaki wote wa
vijito vyako.
Utaanguka uwanjani,
nawe hutakusanywa au kuchukuliwa.
Nitakutoa uwe chakula
kwa wanyama wa nchi
na ndege wa angani.

6 Ndipo wale wote waishio Misri watakapojua kuwa
Mimi ndimi Bwana.

" 'Umekuwa fimbo ya tete kwa nyumba ya
Israeli. 7 Walipokushika kwa mikono yao, ulivu-
njika na kuchana mabega yao; walipokuegemea,
ulivunjika na migongo yao ikateguka.
8 " 'Kwa hiyo hili ndilo Bwana Mwenyezi ase-
malo: Nitaleta upanga juu yako na kuua watu wako
na wanyama wao. 9 Misri itakuwa ukiwa na isiyoli-
mwa wala kukaliwa na watu. Ndipo watakapojua
kuwa Mimi ndimi Bwana.
" 'Kwa sababu ulisema, "Mto Naili ni wangu;
mimi niliufanya," 10 kwa hiyo mimi ni kinyume
nawe na kinyume na vijito vyako, nami nitaifanya
nchi ya Misri kuwa magofu na ukiwa isiyolimwa
wala kukaliwa na watu kuanzia Migdoli hadi
Aswani, hata kufikia mpakani wa Ethiopia.
11 Hakuna unyayo wa mtu au mnyama utakaopita
ndani yake, wala hakuna yeyote atakayeishi humo
kwa muda wa miaka arobaini. 12 Nitaifanya nchi
ya Misri ukiwa, miongoni mwa nchi zilizo ukiwa,
nayo miji yake itabaki ukiwa miaka arobaini mio-
ngoni mwa miji iliyo magofu. Nami nitawatawanya
Wamisri miongoni mwa mataifa na kuwafukuza
huku na huko katika nchi nyingine.
13 " 'Lakini hili ndilo Bwana Mwenyezi asemalo:
Mwishoni mwa hiyo miaka arobaini, nitawakusanya
Wamisri kutoka mataifa walikotawanywa. 14 Nita-
warudisha hao Wamisri kutoka kwenye kutekwa
kwao na kuwaweka katika Pathrosi,[a] nchi ya baba
zao. Huko watakuwa na ufalme usiokuwa na nguvu.
15 Utakuwa ufalme dhaifu kuliko zote na kamwe
Misri haitajikweza tena juu ya mataifa mengine.
Nitaufanya ufalme wake dhaifu sana kiasi kwamba
kamwe hautatawala tena juu ya mataifa mengine.
16 Misri haitakuwa tena tumaini la watu wa Israeli
bali itakuwa kumbukumbu ya dhambi yao kwa
kuigeukia kuomba msaada. Ndipo watakapojua
kuwa Mimi ndimi Bwana Mwenyezi.' "
17 Katika mwaka wa ishirini na saba, mwezi wa
kwanza, siku ya kwanza, neno la Bwana likanijia,
kusema: 18 "Mwanadamu, Nebukadneza mfalme wa
Babeli aliongoza jeshi lake kufanya kazi ngumu
dhidi ya Tiro; kila kichwa kilipata upaa na kila bega
likachunika. Lakini yeye na jeshi lake hawakupata
malipo yoyote kutokana na muda wote aliongoza
hiyo vita dhidi ya Tiro. 19 Kwa hiyo hili ndilo Bwana
Mwenyezi asemalo: Nitaitia Misri mikononi mwa
Nebukadneza mfalme wa Babeli, naye atachukua
utajiri wa Misri. Atateka mateka na kuchukua
nyara mali za Misri kama ujira kwa ajili ya jeshi
lake. 20 Nimempa mfalme wa Babeli nchi ya Misri
kuwa ujira kwa juhudi zake kwa sababu yeye na
jeshi lake walifanya kwa ajili yangu, asema Bwana
Mwenyezi.
21 "Katika siku hiyo nitaifanya nyumba ya Israeli
iwe na nguvu nami nitakifungua kinywa chako
miongoni mwao. Ndipo watakapojua kwamba
Mimi ndimi Bwana."

Maombolezo Kwa Ajili Ya Misri

30 Neno la Bwana likanijia kusema: 2 "Mwana-
damu, toa unabii na useme: 'Hili ndilo Bwana
Mwenyezi asemalo:

---

[a]14 Pathrosi ni Misri ya Juu.

" 'Ombolezeni ninyi na mseme,
"Ole wa siku ile!"
3 Kwa kuwa siku ile imekaribia,
siku ya BWANA imekaribia,
siku ya mawingu,
siku ya maangamizi kwa mataifa.
4 Upanga utakuja dhidi ya Misri,
nayo maumivu makuu yataijia Ethiopia.
Mauaji yatakapoangukia Misri,
utajiri wake utachukuliwa
na misingi yake itabomolewa.

5 Kushi[a] na Putu, Ludi na Arabia yote, Libya[b] na
watu wa nchi ya Agano watauawa kwa upanga
pamoja na Misri.
6 " 'Hili ndilo BWANA asemalo:

" 'Wale waliotungana na Misri wataanguka
na kiburi cha nguvu zake kitashindwa.
Kutoka Migdoli hadi Aswani,
watauawa ndani yake kwa upanga,
asema BWANA Mwenyezi.

7 " 'Hizo nchi zitakua ukiwa
miongoni mwa nchi zilizo ukiwa,
nayo miji yao itakuwa magofu
miongoni mwa miji iliyo magofu.
8 Ndipo watakapojua kwamba mimi
ndimi BWANA,
nitakapoiwasha Misri moto
na wote wamsaidiao watapondwa.

9 " 'Siku hiyo wajumbe watatoka kwangu kwa
merikebu, ili kuwatia hofu Ethiopia, wakiwa katika
hali yao ya kuridhika. Maumivu makali yatawapata
siku ya maangamizi ya Misri, kwa kuwa hakika
itakuja.
10 " 'Hili ndilo BWANA Mwenyezi asemalo:

" 'Nitakomesha makundi ya wajeuri
ya Misri
kwa mkono wa Nebukadneza mfalme
wa Babeli.
11 Yeye na jeshi lake, taifa lililo katili kuliko
mataifa yote,
litaletwa ili kuangamiza nchi.
Watafuta panga zao dhidi ya Misri
na kuijaza nchi kwa waliouawa.
12 Nitakausha vijito vya Naili
na nitaiuza nchi kwa watu waovu,
kwa mkono wa wageni,
nitaifanya nchi ukiwa na kila kitu
kilichomo ndani yake.

Mimi BWANA nimenena haya.
13 " 'Hili ndilo BWANA Mwenyezi asemalo:

" 'Nitaangamiza sanamu
na kukomesha vinyago katika Memfisi[c]
Hapatakuwepo tena na mkuu katika nchi
ya Misri,
nami nitaeneza hofu katika nchi nzima.
14 Nitaifanya Pathrosi[d] kuwa ukiwa
na kuitia moto Soani,
nami nitaipiga kwa adhabu Thebesi[e]
15 Nitaimwaga ghadhabu yangu juu
ya Pelusiumu,[f]
ngome ya Misri,
nami nitakatilia mbali
makundi ya wajeuri wa Thebesi.
16 Nitaitia moto nchi ya Misri;
Pelusiumu itagaagaa kwa maumivu makuu.
Thebesi itachukuliwa na tufani,
Memfisi itakuwa katika taabu daima.
17 Wanaume vijana wa Oni[g] na wa Pi-Besethi[h]
wataanguka kwa upanga
nayo hiyo miji itatekwa.
18 Huko Tahpanhesi mchana utatiwa giza
nitakapovunja kongwa la Misri;
hapo kiburi cha nguvu zake kitakoma.
Atafunikwa na mawingu
na vijiji vyake vitatekwa.
19 Kwa hiyo nitaipiga Misri kwa adhabu,
nao watajua kuwa Mimi ndimi BWANA.' "

20 Katika mwaka wa kumi na moja, mwezi wa
kwanza, siku ya saba, neno la BWANA likanijia
kusema: 21 "Mwanadamu, nimevunja mkono wa
Farao mfalme wa Misri. Haukufungwa ili upone
au kuwekewa kipande cha ubao ili upate nguvu
za kuweza kuchukua upanga. 22 Kwa hiyo hili ndilo
BWANA Mwenyezi asemalo: Mimi ni kinyume na
Farao mfalme wa Misri. Nitavunja mikono yake
yote miwili, ule mkono ulio mzima pia na ule
uliovunjika na kuufanya upanga uanguke toka
mkononi mwake. 23 Nitawatawanya Wamisri mio-
ngoni mwa mataifa na kuwafukuza huku na huko
katika nchi zote. 24 Nitaitia nguvu mikono ya mfa-
lme wa Babeli na kuutia upanga wangu mkononi
mwake, lakini nitavunja mikono ya Farao, naye
atalia kwa huzuni mbele yake kama mtu aliyetiwa
jeraha la kumfisha. 25 Nitaitia nguvu mikono ya
mfalme wa Babeli, lakini mikono ya Farao italegea.
Ndipo watakapojua kwamba Mimi ndimi BWANA,
nitakapoutia upanga wangu mkononi mwa mfalme
wa Babeli, naye ataunyoosha dhidi ya Misri. 26 Nita-
watawanya Wamisri miongoni mwa mataifa na
kuwafukuza huku na huko katika nchi mbalimbali.
Ndipo watakapojua kwamba Mimi ndimi BWANA."

Mwerezi Katika Lebanoni

31 Katika mwaka wa kumi na moja, mwezi wa
tatu, siku ya kwanza, neno la BWANA likanijia,
kusema: 2 "Mwanadamu, mwambie Farao mfalme
wa Misri na makundi yake ya wajeuri:

" 'Je, ni nani awezaye kulinganishwa
na wewe katika fahari.

---

[a]5 Kushi ndiyo Ethiopia.
[b]5 Libya ndiyo Kubu.
[c]13 Kiebrania ni Nofu.
[d]14 Pathrosi ni Misri ya Juu.
[e]14 Thebesi kwa Kiebrania ni No (au No-Amoni), mji katika Misri.
[f]15 Kiebrania ni Sini.
[g]17 Yaani Heliopoli (Mji wa Jua).
[h]17 Yaani Bubasti.

3 Angalia Ashuru, wakati fulani ilikuwa
mwerezi huko Lebanoni,
ukiwa na matawi mazuri ukitia msitu
kivuli;
ulikuwa mrefu sana,
kilele chake kilipita majani ya miti yote.
4 Maji mengi yaliustawisha,
chemchemi zenye maji mengi ziliufanya
urefuke;
vijito vyake vilitiririka pale
ulipoota pande zote
na kupeleka mifereji yake
kwenye miti yote ya shambani.
5 Hivyo ukarefuka
kupita miti yote ya shambani;
vitawi vyake viliongezeka
na matawi yake yakawa marefu,
yakitanda kwa sababu ya wingi wa maji.
6 Ndege wote wa angani
wakaweka viota kwenye vitawi vyake,
wanyama wote wa shambani
wakazaana chini ya matawi yake,
mataifa makubwa yote
yaliishi chini ya kivuli chake.
7 Ulikuwa na fahari katika uzuri,
ukiwa na matawi yaliyotanda,
kwa kuwa mizizi yake ilikwenda chini
mpaka kwenye maji mengi.
8 Mierezi katika bustani ya Mungu
haikuweza kushindana nao,
wala misunobari haikuweza
kulingana na vitawi vyake,
wala miaramoni
haikulinganishwa na matawi yake,
wala hakukuwa na mti katika bustani
ya Mungu
wa kulinganisha na uzuri wake.
9 Niliufanya kuwa mzuri
ukiwa na matawi mengi,
ulionewa wivu na miti yote ya Edeni
katika bustani ya Mungu.

10 " 'Kwa hiyo hili ndilo Bwana Mwenyezi ase-
malo: Kwa sababu ulikuwa mrefu sana, kilele
chake kikiwa juu ya majani manene ya miti na
kwa sababu ulikuwa na kiburi cha urefu wake,
11 niliutia mikononi mwa mtawala wa mataifa,
ili yeye aushughulikie sawasawa na uovu wake.
Nikaukatilia mbali, 12 nayo mataifa mageni yaliyo
makatili sana yaliukata huo mti na kuuacha.
Matawi yake yalianguka juu ya milima na kwe-
nye mabonde yote, vitawi vyake vikavunjika na
kusambaa katika makorongo yote ya nchi. Mataifa
yote ya duniani yakaondoka kutoka kwenye kivuli
chake na kuuacha. 13 Ndege wote wa angani waka-
kaa kwenye ule mti ulioanguka na wanyama pori
wote wakakaa katikati ya vitawi vyake. 14 Kamwe
hakutakuwa na miti mingine kando ya hayo maji
itakayorefuka zaidi ya huo, vilele vyake vikiwa juu
ya majani yote ya miti. Hakuna miti mingine, hata
kama imekunywa maji vizuri namna gani, itaka-
yofikia urefu huo. Yote mwisho wake ni kifo, na
kuingia ardhini, kama vile ilivyo kwa wanadamu,
pamoja na wale waendao shimoni.

15 " 'Hili ndilo Bwana Mwenyezi asemalo: Katika
siku ile mwerezi uliposhushwa chini kaburini[a]
nilizifunika chemchemi zenye maji mengi kwa
maombolezo: Nilivizuia vijito vyake na wingi wa
maji yake nikauzuia. Kwa sababu yake niliivika
Lebanoni huzuni, nayo miti yote ya shambani
ikanyauka. 16 Niliyafanya mataifa yatetemeke kwa
kishindo cha kuanguka kwake wakati nilipou-
shusha chini kaburini pamoja na wale washukao
shimoni. Ndipo miti yote ya Edeni, miti iliyo bora
kuliko yote na iliyo mizuri sana ya Lebanoni, miti
yote ile iliyokunywa maji vizuri, ilifarijika hapa
duniani. 17 Wale walioishi katika kivuli chake, wale
walioungana naye miongoni mwa mataifa, nao pia
walikuwa wamezikwa pamoja naye, wakiungana
na wale waliouawa kwa upanga.

18 " 'Ni miti ipi ya Edeni inayoweza kulinganishwa
nawe kwa fahari na utukufu? Hata hivyo, wewe pia,
utashushwa chini pamoja na miti ya Edeni mpaka
kuzimu, utalala miongoni mwa wasiotahiriwa,
pamoja na wale waliouawa kwa upanga.

" 'Huyu ni Farao pamoja na makundi yake yote
ya wajeuri, asema Bwana Mwenyezi.' "

Maombolezo Kwa Ajili Ya Farao

32 Katika mwaka wa kumi na mbili, mwezi wa
kumi na mbili, siku ya kwanza ya mwezi, neno
la Bwana likanijia, kusema: 2 "Mwanadamu, fanya
maombolezo kwa ajili ya Farao mfalme wa Misri
na umwambie:

" 'Wewe ni kama simba miongoni mwa
mataifa,
wewe ni kama joka kubwa baharini,
unayevuruga maji kwa miguu yako
na kuchafua vijito.

3 " 'Hili ndilo Bwana Mwenyezi asemalo:

" 'Nikiwa pamoja na wingi mkubwa wa watu
nitautupa wavu wangu juu yako,
nao watakukokota katika wavu wangu.
4 Nitakutupa nchi kavu
na kukuvurumisha uwanjani.
Nitawafanya ndege wote wa angani watue
juu yako
na wanyama wote wa nchi
watajishibisha nyama yako.
5 Nitatawanya nyama yako juu ya milima
na kujaza mabonde kwa mabaki yako.
6 Nitailowanisha nchi kwa damu yako
inayotiririka
njia yote hadi milimani,
nayo mabonde yatajazwa na nyama yako.
7 Nitakapokuzimisha, nitafunika mbingu
na kuzitia nyota zake giza;
nitalifunika jua kwa wingu,
nao mwezi hautatoa nuru yake.
8 Mianga yote itoayo nuru angani
nitaitia giza juu yako;
nitaleta giza juu ya nchi yako,
asema Bwana Mwenyezi.

---

[a]15 Yaani Kuzimu, Sheol kwa Kiebrania; pia mstari 16, 17.

9 Nitaifadhaisha mioyo ya mataifa mengi
nitakapokuangamiza miongoni mwa
mataifa,
nikikuleta uhamishoni miongoni mwa nchi
ambazo haujapata kuzijua.
10 Nitayafanya mataifa mengi wakustaajabie,
wafalme wao watatetemeka
kwa hofu kwa ajili yako
nitakapotikisa upanga wangu mbele yao.
Siku ya anguko lako
kila mmoja wao atatetemeka
kila dakika kwa ajili ya maisha yake.

11 “ ‘Kwa kuwa hili ndilo BWANA Mwenyezi ase-
malo:

“ ‘Upanga wa mfalme wa Babeli
utakuja dhidi yako.
12 Nitafanya makundi yako ya wajeuri kuanguka
kwa panga za watu mashujaa,
taifa katili kuliko mataifa yote.
Watakivunjavunja kiburi cha Misri,
nayo makundi yake yote
ya wajeuri yatashindwa.
13 Nitaangamiza mifugo yake yote
wanaojilisha kando ya maji mengi,
hayatavurugwa tena kwa mguu wa
mwanadamu
wala kwato za mnyama
hazitayachafua tena.
14 Kisha nitafanya maji yake yatulie
na kufanya vijito vyake
vitiririke kama mafuta,
asema BWANA Mwenyezi.
15 Nitakapoifanya Misri kuwa ukiwa
na kuiondolea nchi kila kitu
kilichomo ndani yake,
nitakapowapiga wote waishio humo,
ndipo watakapojua kuwa
Mimi ndimi BWANA.’

16 “Hili ndilo ombolezo watakalomwimbia. Binti
za mataifa wataliimba, kwa kuwa Misri na makundi
yake yote ya wajeuri wataliimba, asema BWANA
Mwenyezi.”

17 Katika mwaka wa kumi na mbili, mwezi wa
kwanza, siku ya kumi na tano ya mwezi, neno la
BWANA likanijia kusema: 18 “Mwanadamu, omboleza
kwa ajili ya makundi ya wajeuri wa Misri na uwa-
tupe kuzimu yeye na binti za mataifa yenye nguvu,
waende huko pamoja nao washukao shimoni. 19 Je,
ninyi mnamzidi nani kwa uzuri? Shukeni chini!
Nanyi mkalazwe pamoja na hao wasiotahiriwa!
20 Wataanguka miongoni mwa wale waliouawa
kwa upanga. Upanga umefutwa, mwache aburutwe
mbali pamoja na hao wajeuri wake wote. 21 Kutoka
kuzimu viongozi hodari watanena kuhusu Misri
pamoja na wale walioungana nao, ‘Wameshuka
chini, nao wamelala kimya pamoja na hao wasio-
tahiriwa, pamoja na wale waliouawa kwa upanga.’
22 “Ashuru yuko huko pamoja na jeshi lake lote,
amezungukwa na makaburi ya watu wake wote
waliouawa, wale wote walioanguka kwa upanga.
23 Makaburi yao yako kwenye kina cha chini cha
shimo na jeshi lake limelala kulizunguka kaburi
lake. Wote waliokuwa wameeneza hofu kuu katika
nchi ya walio hai wameuawa, wameanguka kwa
upanga.
24 “Elamu yuko huko, pamoja na makundi yake
yote ya wajeuri wakiwa wamelizunguka kaburi
lake. Wote wameuawa, wameanguka kwa upa-
nga. Wote waliokuwa wameeneza hofu katika
nchi ya walio hai walishuka kuzimu bila kuta-
hiriwa. Wanaichukua aibu yao pamoja na wale
washukao shimoni. 25 Kitanda kimetandikwa kwa
ajili yake miongoni mwa waliouawa, pamoja na
makundi yake yote ya wajeuri wakiwa wamelizu-
nguka kaburi lake. Wote ni watu wasiotahiriwa,
wameuawa kwa upanga. Kwa sababu vitisho vyao
vilienea katika nchi ya walio hai, wameichukua
aibu yao pamoja na wale washukao shimoni, nao
wamewekwa miongoni mwa waliouawa.
26 “Mesheki na Tubali wako humo, pamoja na
makundi yao ya wajeuri wakiwa wameyazunguka
makaburi yao. Wote hawakutahiriwa, wameuawa
kwa upanga kwa sababu walieneza vitisho vyao
katika nchi ya walio hai. 27 Je, hawakulala na
mashujaa wengine wasiotahiriwa waliouawa,
ambao wameshuka kaburini wakiwa na silaha
zao za vita, ambao panga zao ziliwekwa chini
ya vichwa vyao na uovu wao juu ya mifupa yao?
Adhabu kwa ajili ya dhambi zao ilikuwa juu ya
mifupa yao, ingawa vitisho vya mashujaa hawa
vilikuwa vimeenea hadi kwenye nchi ya walio hai.
28 “Wewe pia, ee Farao, utavunjwa nawe utalala
miongoni mwa wasiotahiriwa, pamoja na wale
waliouawa kwa upanga.
29 “Edomu yuko humo, wafalme wake wote na
wakuu wake wote, ambao ijapokuwa wana nguvu,
wamelazwa pamoja na wale waliouawa kwa upa-
nga. Wamelala pamoja na wasiotahiriwa, pamoja
na wale washukao shimoni.
30 “Wakuu wote wa kaskazini na Wasidoni
wote wako huko, wameshuka chini pamoja na
waliouawa kwa aibu ijapokuwa kuna vitisho
vilivyosababishwa na nguvu zao. Wamelala bila
kutahiriwa pamoja na wale waliouawa kwa upanga
na kuchukua aibu yao pamoja na wale washukao
chini shimoni.
31 “Farao, yeye pamoja na jeshi lake lote, atakapo-
waona atafarijiwa kwa ajili ya makundi yake yote
ya wajeuri, wale waliouawa kwa upanga, asema
BWANA Mwenyezi. 32 Ingawa nilimfanya Farao
aeneze vitisho vyake katika nchi ya walio hai, Farao
pamoja na makundi yake yote ya wajeuri watala-
zwa miongoni mwa wasiotahiriwa, pamoja na wale
waliouawa kwa upanga, asema BWANA Mwenyezi.”

Wajibu Wa Ezekieli Kuwa Mlinzi Kwa Watu Wake

33 Neno la BWANA likanijia kusema: 2 “Mwa-
nadamu, sema na watu wako uwaambie,
‘Nitakapoleta upanga dhidi ya nchi, nao watu
wa nchi wakamchagua mmoja wa watu wao na
kumfanya awe mlinzi wao, 3 naye auonapo upa-
nga unakuja dhidi ya nchi na kupiga tarumbeta
kuonya watu, 4 kama mtu yeyote asikiapo sauti
ya tarumbeta hakukubali kuonywa, basi upanga

ujapo na kuutoa uhai wake, damu yake itakuwa juu
ya kichwa chake mwenyewe. 5 Kwa kuwa alisikia
sauti ya tarumbeta lakini hakukubali maonyo,
damu yake itakuwa juu ya kichwa chake mwe-
nyewe. Kama angekubali maonyo, angelijiokoa
mwenyewe. 6 Lakini kama mlinzi akiona upanga
unakuja na asipige tarumbeta kuonya watu na upa-
nga ukija na kutoa uhai wa mmoja wao, yule mtu
ataondolewa kwa sababu ya dhambi yake, lakini
damu yake nitaitaka mkononi mwa mlinzi huyo.'

7 "Mwanadamu, nimekufanya wewe kuwa mli-
nzi kwa ajili ya nyumba ya Israeli, kwa hiyo sikia
neno nisemalo na uwape maonyo kutoka kwangu.
8 Nimwambiapo mtu mwovu, 'Ewe mtu mwovu,
hakika utakufa,' nawe hukusema neno la kumwo-
nya ili atoke katika njia zake, yule mtu mwovu
atakufa kwa ajili ya dhambi yake, mimi nitaitaka
damu yake mkononi mwako. 9 Lakini kama uta-
mwonya huyo mtu mwovu aache njia zake mbaya
naye hafanyi hivyo, atakufa kwa ajili ya dhambi
yake, lakini utakuwa umejiokoa mwenyewe.

10 "Mwanadamu, sema na nyumba ya Israeli
uwaambie, 'Hili ndilo mnalosema: "Makosa yetu
na dhambi zetu zimetulemea, nasi tunadhoofika
kwa sababu ya hayo. Tutawezaje basi kuishi?" '
11 Waambie, 'Hakika kama mimi niishivyo, asema
Bwana Mwenyezi, sifurahii kifo cha watu waovu,
bali kwamba wageuke kutoka njia zao mbaya
wapate kuishi. Geukeni! Geukeni kutoka njia zenu
mbaya! Kwa nini mkafe, ee nyumba ya Israeli?'

12 "Kwa hiyo, mwanadamu, waambie watu wako,
'Haki ya mtu mwenye haki haitamwokoa wakati
anapoacha kutii, wala uovu wa mtu mwovu hauta-
msababisha yeye kuanguka anapotubu na kuacha
uovu. Mtu mwenye haki, kama akitenda dhambi,
hataishi kwa sababu ya uadilifu wake wa awali.'
13 Kama nikimwambia mtu mwenye haki kwamba
hakika utaishi, lakini akategemea hiyo haki yake
na kutenda uovu, hakuna tendo lolote la haki ali-
lotenda litakalokumbukwa, atakufa kwa ajili ya
uovu alioutenda. 14 Nami kama nikimwambia mtu
mwovu, 'Hakika utakufa,' kisha akageuka kutoka
dhambi yake na kufanya lile lililo haki na sawa,
15 kama akirudisha kile alichochukua rehani kwa
ajili ya deni, akarudisha alichoiba na kufuata amri
zile ziletazo uzima, wala hafanyi uovu, hakika atai-
shi, hatakufa. 16 Hakuna dhambi yoyote aliyoitenda
itakayokumbukwa juu yake. Ametenda lile lililo
haki na sawa, hakika ataishi.

17 "Lakini watu wako wanasema, 'Njia ya Bwana
si sawa.' Lakini ni njia zao ambazo si sawa. 18 Kama
mtu mwenye haki akigeuka kutoka uadilifu wake
na kufanya uovu, atakufa kwa ajili ya huo uovu.
19 Naye mtu mwovu kama akigeuka kutoka uovu
wake na kufanya lile lililo haki na sawa, kwa
kufanya hivyo ataishi. 20 Lakini, ee nyumba ya
Israeli, unasema, 'Njia ya Bwana si sawa.' Lakini
nitamhukumu kila mmoja wenu sawasawa na njia
zake mwenyewe."

Anguko La Yerusalemu Laelezewa

21 Mwaka wa kumi na mbili wa uhamisho wetu,
mwezi wa kumi, siku ya tano, mtu aliyekuwa ame-
toroka kutoka Yerusalemu akanijia na kusema, "Mji
wa Yerusalemu umeanguka!" 22 Basi jioni kabla mtu
huyo hajaja, mkono wa Bwana, ulikuwa juu yangu,
naye alifungua kinywa changu kabla ya mtu yule
aliyenijia asubuhi hajafika. Basi kinywa changu
kilifunguliwa na sikuweza tena kunyamaza.

23 Ndipo neno la Bwana likanijia kusema:
24 "Mwanadamu, watu wanaoishi katika magofu
hayo katika nchi ya Israeli wanasema hivi, 'Abra-
hamu alikuwa mtu mmoja tu, hata hivyo akaimiliki
nchi. Lakini sisi ni wengi, hakika tumepewa nchi
kuwa milki yetu.' 25 Kwa hiyo waambie, 'Hili ndilo
Bwana Mwenyezi asemalo: Kwa kuwa mnakula
nyama pamoja na damu na kuinulia sanamu zenu
macho na kumwaga damu, je, mtaimiliki nchi?
26 Mnategemea panga zenu, mnafanya mambo ya
machukizo na kila mmoja wenu humtia unajisi
mke wa jirani yake. Je, mtaimiliki nchi?'

27 "Waambie hivi: 'Hili ndilo Bwana Mwenyezi
asemalo: Hakika kama niishivyo, wale waliobaki
katika magofu wataanguka kwa upanga, wale
walio nje mashambani nitawatoa wararuliwe na
wanyama pori, nao wale walio katika ngome na
kwenye mapango watakufa kwa tauni. 28 Nitaifanya
nchi kuwa ukiwa na utupu na kiburi cha nguvu
zake zitafikia mwisho, nayo milima ya Israeli ita-
kuwa ukiwa ili mtu yeyote asipite huko. 29 Kisha
watajua kuwa Mimi ndimi Bwana, nitakapokuwa
nimeifanya nchi kuwa ukiwa na utupu kwa sababu
ya mambo yote ya machukizo waliyotenda.'

30 "Kwa habari yako wewe, mwanadamu, watu
wako wanaongea habari zako wakiwa karibu na
kuta na kwenye milango ya nyumba, wakiambiana
kila mmoja na mwenzake, 'Njooni msikie ujumbe
ule utokao kwa Bwana.' 31 Watu wangu wanakujia,
kama wafanyavyo, nao wanaketi mbele yako kama
watu wangu na kusikiliza maneno yako, lakini
hawayatendi. Kwa maana udanganyifu u katika
midomo yao, lakini mioyo yao ina tamaa ya faida
isiyo halali. 32 Naam, mbele yao umekuwa tu kama
yeye aimbaye nyimbo za mapenzi kwa sauti nzuri
za kuvutia na kupiga vyombo kwa ustadi, kwa kuwa
wanasikia maneno yako lakini hawayatendi.

33 "Wakati mambo haya yote yatakapotimia,
kwa kuwa hakika yatatokea, ndipo watakapojua
kwamba nabii amekuwepo miongoni mwao."

Wachungaji Na Kondoo

34 Neno la Bwana likanijia kusema: 2 "Mwana-
damu, tabiri juu ya wachungaji wa Israeli,
tabiri na uwaambie: 'Hili ndilo Bwana Mwe-
nyezi asemalo: Ole wa wachungaji wa Israeli
ambao hujitunza wenyewe tu! Je, haiwapasi
wachungaji kutunza kundi la kondoo? 3 Mnakula
mafuta ya wanyama, mnavaa mavazi ya sufu na
kuchinja kondoo walionona, lakini hamlitunzi
kundi. 4 Hamkuwatia nguvu walio dhaifu wala
hamkuwaganga wenye maradhi wala kuwafunga
waliojeruhiwa. Hamkuwarudisha waliotanga-
tanga wala kuwatafuta wale waliopotea. Badala
yake mmewatawala kwa ukali na kwa ukatili.
5 Hivyo walitawanyika kwa sababu hapakuwepo
mchungaji, nao walipotawanyika, wakawa chakula
cha wanyama wa mwitu wote. 6 Kondoo wangu
walitawanyika, wakatangatanga kwenye milima

yote na kwenye kila kilima kirefu. Kondoo wangu walitawanyika juu ya uso wa dunia yote bila kuwa na yeyote wa kuwaulizia wala wa kuwatafuta.

7 " 'Kwa hiyo, ninyi wachungaji, lisikieni neno la BWANA: 8 Kwa hakika kama niishivyo, asema BWANA Mwenyezi, kwa sababu kondoo zangu wamekosa mchungaji na hivyo wametekwa nyara na kuwa chakula cha wanyama wote wa mwituni na kwa sababu wachungaji wangu, hawakuwatafuta kondoo zangu, bali wachungaji wamejitunza wenyewe, nao hawakuwalisha kondoo zangu, 9 kwa hiyo enyi wachungaji, sikieni neno la BWANA: 10 Hili ndilo BWANA Mwenyezi asemalo: Mimi ni kinyume na wachungaji nami nitawadai kondoo zangu mikononi mwao. Nitawafukuza kutoka kwenye kuchunga kundi langu, ili wachungaji wasiendelee kujitunza wenyewe. Nitaokoa kondoo zangu kutoka kwenye vinywa vyao, nao kondoo hawatakuwa tena chakula chao.

11 " 'Kwa kuwa hili ndilo BWANA Mwenyezi asemalo: Mimi mwenyewe nitawaulizia kondoo wangu na kuwatafuta. 12 Kama vile mchungaji atafutavyo kundi lake lililotawanyika wakati akiwa pamoja nalo, hivyo ndivyo nitakavyowatafuta kondoo wangu. Nitawaokoa kutoka mahali pote walipokuwa wametawanyikia katika siku ya mawingu na giza nene. 13 Nitawatoa katika mataifa na kuwakusanya kutoka nchi mbalimbali, nami nitawaleta katika nchi yao wenyewe. Nitawalisha kwenye milima ya Israeli, katika mabonde na mahali pote panapokalika katika nchi. 14 Nitawachunga kwenye malisho mazuri na miinuko ya mlima wa Israeli patakuwa mahali pao pa malisho. Huko watajipumzisha kwa amani katika nchi ya malisho mazuri, nao watajilisha huko katika malisho tele katika milima ya Israeli. 15 Mimi mwenyewe nitawachunga kondoo zangu na kuwafanya wapumzike, asema BWANA Mwenyezi. 16 Nitawaulizia kondoo waliopotea na kuwaleta waliotangatanga. Nitawafunga waliojeruhiwa na kuwatia nguvu walio dhaifu lakini wale waliojikinai na wenye nguvu nitawaangamiza. Nitalichunga kundi kwa haki.

17 " 'Kwa habari yenu, enyi kundi langu, hili ndilo BWANA Mwenyezi asemalo: Nitahukumu kati ya kondoo na kondoo, kati ya kondoo dume na mbuzi. 18 Je, haiwatoshi ninyi kujilisha kwenye malisho mazuri? Je, ni lazima ninyi kuyakanyaga pia malisho yenu yaliyobaki kwa miguu yenu? Je, haiwatoshi ninyi kunywa maji safi? Je, ni lazima kuyachafua maji mengine kwa miguu yenu? 19 Je, ni lazima kundi langu wajilishe kwa yale mliyoyakanyaga na kunywa maji mliyoyachafua kwa miguu yenu?

20 " 'Kwa hiyo, hili ndilo BWANA Mwenyezi awaambialo: Tazama, mimi mwenyewe nitahukumu kati ya kondoo wanono na waliokonda. 21 Kwa sababu mmewapiga kikumbo na kuwapiga kwa pembe zenu kondoo wote walio dhaifu mpaka wakawafukuza, 22 nitaliokoa kundi langu na hawatatekwa nyara tena. Nitahukumu kati ya kondoo na kondoo. 23 Nitaweka juu yao mchungaji mmoja, mtumishi wangu Daudi, naye atawachunga, atawachunga na kuwa mchungaji wao. 24 Mimi BWANA nitakuwa Mungu wao, naye mtumishi wangu Daudi atakuwa mkuu miongoni mwao. Mimi BWANA nimenena.

25 " 'Nitafanya nao Agano la amani na kuwaondoa wanyama wa mwitu kutoka nchi yao ili kondoo wangu waweze kupumzika nyikani na msituni kwa salama. 26 Nitawabariki wao pamoja na maeneo yanayozunguka kilima changu. Nitawanyeshea mvua kwa majira yake, kutakuwepo mvua za baraka. 27 Miti ya shambani itatoa matunda yake na ardhi itatoa mazao yake, watu watakaa salama katika nchi yao. Watajua kuwa Mimi ndimi BWANA, nitakapovunja vifungo vya nira zao na kuwaokoa kutoka mikono ya wale waliowafanya watumwa. 28 Hawatatekwa tena nyara na mataifa, wala wanyama pori hawatawala tena. Wataishi kwa salama, wala hakuna yeyote atakayewatia hofu. 29 Nitawapa nchi yenye sifa kutokana na mazao yake, hawatapatwa na njaa katika nchi tena wala hawatadharauliwa na mataifa. 30 Ndipo watakapojua kuwa Mimi, BWANA, Mungu wao, niko pamoja nao, na kwamba wao, nyumba ya Israeli, ni watu wangu, asema BWANA Mwenyezi. 31 Ninyi ni kondoo wangu, kondoo wa malisho yangu, ninyi ni watu wangu, nami ni Mungu wenu, asema BWANA Mwenyezi.' "

Unabii Dhidi Ya Edomu

35 Neno la BWANA likanijia kusema: 2 "Mwanadamu, elekeza uso wako juu ya mlima Seiri, utabiri dhidi yake 3 na useme: 'Hili ndilo BWANA Mwenyezi asemalo: Mimi ni kinyume nawe, ee mlima Seiri, nami nitanyoosha mkono wangu dhidi yako na kukufanya ukiwa na usiyekaliwa na watu wala kulimika. 4 Nitaifanya miji yako kuwa magofu nawe utakuwa ukiwa. Ndipo utakapojua kuwa Mimi ndimi BWANA.

5 " 'Kwa sababu ulificha moyoni uadui wa siku nyingi nawe ukawatoa Waisraeli wauawe kwa upanga wakati wa maafa yao, wakati adhabu yake ilipofikia kilele chake, 6 kwa hiyo hakika kama niishivyo, asema BWANA Mwenyezi, nitakutia katika umwagaji damu nao utakufuatia. Kwa kuwa hakuchukia kumwaga damu, kumwaga damu kutakufuatia. 7 Nitaufanya Mlima Seiri ukiwa na usiokaliwa na watu wala kulimika na kuukatilia mbali na wote wanaokuja na wanaokwenda. 8 Nitaijaza milima yenu kwa watu wake waliouawa, wale waliouawa kwa upanga wataanguka juu ya vilima vyako na katika mabonde yako na katika makorongo yako yote. 9 Nitakufanya ukiwa milele, watu hawataishi katika miji yako. Ndipo utakapojua kuwa Mimi ndimi BWANA.

10 " 'Kwa sababu umesema, "Mataifa haya mawili na nchi hizi zitakuwa zetu nasi tutazimiliki," ingawa hata mimi BWANA nilikuwa huko, 11 kwa hiyo hakika kama niishivyo, asema BWANA Mwenyezi, nitakutenda kwa kadiri ya hasira na wivu ulioonyesha katika chuki yako juu yao nami nitafanya nijulikane miongoni mwao wakati nitakapokuhukumu. 12 Ndipo utakapojua kuwa Mimi BWANA nimesikia mambo yote ya dharau uliyosema dhidi ya milima ya Israeli. Ulisema, "Wamefanyika ukiwa na kutiwa mikononi mwetu tuwararue." 13 Ulijigamba dhidi yangu na kusema maneno dhidi yangu bila kujizuia, nami nikayasikia. 14 Hili ndilo BWANA

Mwenyezi asemalo: Wakati dunia yote inashangilia nitakufanya ukiwa. 15 Kwa sababu ulishangilia wakati urithi wa nyumba ya Israeli ulipofanyika ukiwa, hivyo ndivyo nitakavyokutendea. Utakuwa ukiwa, ee mlima Seiri, wewe na Edomu yote. Kisha ndipo watajua kuwa Mimi ndimi Bwana.' "

Unabii Kwa Milima Ya Israeli

36 "Mwanadamu, itabirie milima ya Israeli na useme, 'Ee milima ya Israeli, sikieni neno la Bwana. 2 Hili ndilo Bwana Mwenyezi asemalo: Kwa sababu adui wanasema juu yako, "Aha! Mahali palipoinuka pa zamani pamekuwa milki yetu." ' 3 Kwa hiyo tabiri na useme, 'Hili ndilo Bwana Mwenyezi asemalo: Kwa sababu wamewafanya ukiwa na kuwagandamiza kila upande ili mpate kuwa milki ya mataifa mengine na kuwa kitu cha kusimangwa na kudhihakiwa miongoni mwa watu, 4 kwa hiyo, ee milima ya Israeli, sikieni neno la Bwana Mwenyezi: Hili ndilo Bwana Mwenyezi asemalo kwa milima na vilima, kwa makorongo na mabonde, kwa mahame yaliyo ukiwa, miji iliyoachwa ambayo imetekwa nyara na kudharauliwa na mataifa mengine yanayowazunguka, 5 hili ndilo Bwana Mwenyezi asemalo: Katika wivu wangu uwakao nimenena dhidi ya mataifa mengine na dhidi ya Edomu yote, kwa maana kwa furaha na hila katika mioyo yao waliifanya nchi yangu kuwa milki yao ili wapate kuteka nyara sehemu yake ya malisho.' 6 Kwa hiyo tabiri kuhusu nchi ya Israeli na uiambie milima na vilima, makorongo na vijito na mabonde: 'Hili ndilo Bwana Mwenyezi asemalo: Ninanena katika wivu wa ghadhabu yangu kwa sababu mmedharauliwa na mataifa. 7 Kwa hiyo hili ndilo Bwana Mwenyezi asemalo: Ninaapa kwa mkono wangu ulioinuliwa kwamba mataifa wanaowazunguka nao pia watadharauliwa.

8 " 'Lakini ninyi, ee milima ya Israeli, mtatoa matawi na matunda kwa ajili ya watu wangu Israeli, kwa sababu hivi karibuni watakuja nyumbani. 9 Mimi ninawajibika nanyi na nitawaangalia kwa upendeleo, mtalimwa na kupandwa mbegu, 10 nami nitaizidisha idadi ya watu kwenu, naam, nyumba yote ya Israeli. Miji itakaliwa na watu na magofu yatajengwa upya. 11 Nitaongeza idadi ya watu na wanyama juu yenu, nao watazaana sana na kuwa wengi mno. Nitawakalisha watu ndani yenu kama ilivyokuwa wakati uliopita, nami nitawafanya mfanikiwe kuliko hapo kwanza. Ndipo mtakapojua kuwa Mimi ndimi Bwana. 12 Nitawafanya watu, watu wangu Israeli, kutembea juu yenu. Watawamiliki ninyi, nanyi mtakuwa urithi wao, kamwe hamtawaondolea tena watoto wao.

13 " 'Hili ndilo Bwana Mwenyezi asemalo: Kwa sababu watu wanakuambia, "Unawala watu na kuliondolea taifa lako watoto wake," 14 kwa hiyo hutakula tena watu wala kulifanya tena taifa lako lisiwe na watoto, asema Bwana Mwenyezi. 15 Sitakufanya tena usikie dhihaka za mataifa, wala kudharauliwa na kabila za watu, wala kulifanya taifa lako lianguke, asema Bwana Mwenyezi.' "

16 Neno la Bwana likanijia tena, kusema: 17 "Mwanadamu, nyumba ya Israeli walipokuwa wakiishi katika nchi yao wenyewe, waliinajisi kwa mwenendo wao na matendo yao. Mwenendo wao mbele zangu ulikuwa kama mwanamke aliye katika hedhi. 18 Hivyo nilimwaga ghadhabu yangu juu yao kwa sababu walikuwa wamemwaga damu katika nchi na kwa sababu walikuwa wameitia nchi unajisi kwa sanamu zao. 19 Nikawatawanya miongoni mwa mataifa, nao wakaenda huku na huko katika nchi mbalimbali, nikawahukumu sawasawa na mwenendo wao na matendo yao. 20 Tena popote walipokwenda miongoni mwa mataifa walilitia unajisi Jina langu takatifu, kwa kuwa watu walisema kuwahusu, 'Hawa ndio watu wa Bwana, lakini imewapasa kuondoka katika nchi yake.' 21 Lakini niliwahurumia kwa ajili ya Jina langu takatifu, ambalo nyumba ya Israeli imelitia unajisi miongoni mwa mataifa huko walikokwenda.

22 "Kwa hiyo iambie nyumba ya Israeli, 'Hili ndilo Bwana Mwenyezi asemalo: Si kwa ajili yako, ee nyumba ya Israeli, kwamba ninafanya mambo haya, bali ni kwa ajili ya Jina langu takatifu, ambalo mmelitia unajisi miongoni mwa mataifa mliyoyaendea. 23 Nitauonyesha utakatifu wa Jina langu kuu, ambalo limetiwa unajisi miongoni mwa mataifa, jina ambalo limetiwa unajisi miongoni mwao. Ndipo mataifa watakapojua kuwa Mimi ndimi Bwana, asema Bwana Mwenyezi, nitakapojionyesha mwenyewe kuwa mtakatifu kwa kuwapitia ninyi mbele ya macho yao.

24 " 'Kwa kuwa nitawaondoa ninyi toka mataifa, nitawakusanya kutoka nchi zote na kuwarudisha kwenye nchi yenu wenyewe. 25 Nitawanyunyizia maji safi, nanyi mtakuwa safi, nitawatakasa kutoka uchafu wenu wote na kutoka sanamu zenu zote. 26 Nitawapa moyo mpya na kuweka roho mpya ndani yenu, nitaondoa ndani yenu moyo wenu wa jiwe na kuwapa moyo wa nyama. 27 Nami nitaweka Roho yangu ndani yenu na kuwafanya ninyi mfuate amri zangu na kuwafanya kuwa waangalifu kuzishika sheria zangu. 28 Mtaishi katika nchi niliyowapa baba zenu, ninyi mtakuwa watu wangu nami nitakuwa Mungu wenu. 29 Nitawaokoa ninyi kutoka unajisi wenu wote. Nitaiita nafaka na kuiongeza iwe nyingi sana nami sitaleta njaa juu yenu. 30 Nitaongeza matunda ya miti na mazao ya mashamba, ili kwamba msipate tena aibu miongoni mwa mataifa kwa ajili ya njaa. 31 Ndipo mtakapozikumbuka njia zenu za uovu na matendo yenu maovu, nanyi mtajichukia wenyewe kwa ajili ya dhambi zote na matendo yenu ya kuchukiza. 32 Ninataka ninyi mjue kwamba sifanyi hili kwa ajili yenu, asema Bwana Mwenyezi. Oneni aibu na mkatahayari kwa ajili ya mwenendo wenu, ee nyumba ya Israeli!

33 " 'Hili ndilo Bwana Mwenyezi asemalo: Siku ile nitakapowasafisha kutoka dhambi zenu zote, nitarudisha watu waishi katika miji yenu na magofu yatajengwa upya. 34 Nchi iliyokuwa ukiwa italimwa badala ya kukaa ukiwa machoni mwa wale wote wanaopita ndani yake. 35 Watasema, "Hii nchi iliyokuwa imeachwa ukiwa sasa imekuwa kama bustani ya Edeni, miji ile iliyokuwa magofu, ukiwa na kuangamizwa, sasa imejengewa ngome na kukaliwa na watu." 36 Ndipo mataifa yanayowazunguka yaliyobakia watakapojua kuwa Mimi Bwana nimejenga tena kile kilichoharibiwa na nimepanda tena kile

kilichokuwa ukiwa. Mimi BWANA nimenena, nami
nitalifanya.’
37 “Hili ndilo BWANA Mwenyezi asemalo: Mara
nyingine tena nitasikia maombi ya nyumba ya
Israeli na kuwatendea jambo hili: Nitawafanya
watu wake kuwa wengi kama kondoo, 38 kuwa
wengi kama kundi la kondoo kwa ajili ya dhabihu
huko Yerusalemu wakati wa sikukuu zao za wakati
ulioamriwa. Hivyo ndivyo miji iliyokuwa magofu
itajazwa na makundi ya watu. Ndipo watakapojua
kuwa Mimi ndimi BWANA.”

Bonde La Mifupa Mikavu

37 Mkono wa BWANA ulikuwa juu yangu, naye
akanitoa nje kwa Roho wa BWANA na kuni-
weka katikati ya bonde lililokuwa limejaa mifupa
tele. 2 Akanipitisha pande zote kwenye hiyo
mifupa, nami nikaona mifupa mingi sana ndani
ya lile bonde, mifupa iliyokuwa imekauka sana.
3 Akaniuliza, “Mwanadamu, mifupa hii yaweza
kuishi?”

Nikajibu, “Ee BWANA Mwenyezi, wewe peke
yako wajua.”

4 Ndipo akaniambia, “Itabirie mifupa hii na uia-
mbie, ‘Enyi mifupa mikavu, sikieni neno la BWANA!
5 Hili ndilo BWANA Mwenyezi asemalo kwa hii
mifupa: Nitatia pumzi[a] ndani yenu, nanyi mtaishi.
6 Nitawawekea mishipa, nami nitaifanya nyama ije
juu yenu na kuwafunika kwa ngozi. Nitatia pumzi
ndani yenu, nanyi mtakuwa hai. Ndipo mtakapojua
kuwa Mimi ndimi BWANA.’ ”

7 Basi nikatabiri kama nilivyoamriwa. Wakati
nilipokuwa ninatabiri, kukawa na sauti, sauti ya
kugongana, nayo mifupa ikasogeleana, mfupa kwa
mfupa mwenziwe. 8 Nikatazama, mishipa na nyama
vikatokea juu ya mifupa na ngozi ikaifunika, lakini
hapakuwepo pumzi ndani yake.

9 Ndipo aliponiambia, “Utabirie upepo, tabiri,
mwanadamu na uuambie, ‘Hili ndilo BWANA Mwe-
nyezi asemalo: Njoo kutoka pande nne, ee pumzi,
nawe upulizie pumzi ndani ya hawa waliouawa, ili
wapate kuishi.’ ” 10 Hivyo nikatabiri kama alivyo-
niamuru, nayo pumzi ikawaingia, wakawa hai na
wakasimama kwa miguu yao, jeshi kubwa mno.

11 Ndipo akaniambia: “Mwanadamu, mifupa hii
ni nyumba yote ya Israeli. Nao wanasema, ‘Mifupa
yetu imekauka na tumaini letu limetoweka, tume-
katiliwa mbali.’ 12 Hivyo watabirie na uwaambie:
‘Hili ndilo BWANA Mwenyezi asemalo: Enyi watu
wangu, nitayafunua makaburi yenu na kuwatoa
ndani yake, nami nitawarudisha tena katika nchi
ya Israeli. 13 Ndipo ninyi watu wangu, mtakapo-
jua kuwa Mimi ndimi BWANA, nitakapoyafunua
makaburi yenu na kuwatoa humo. 14 Nitatia Roho
yangu ndani yenu nanyi mtaishi, nami nitawakali-
sha katika nchi yenu wenyewe. Ndipo mtakapojua
kwamba Mimi BWANA nimenena, nami nitalitenda,
asema BWANA!’ ”

Taifa Moja Chini Ya Mfalme Mmoja

15 Neno la BWANA likanijia kusema: 16 “Mwana-
damu, chukua fimbo na uandike juu yake, ‘Hii ni
kwa ajili ya Yuda na Waisraeli waliofungamana
naye.’ Kisha chukua fimbo nyingine, uandike juu
yake, ‘Fimbo ya Efraimu, ni kwa ajili ya Yosefu na
nyumba yote ya Israeli wanaofungamana naye.’
17 Ziunganishe pamoja kuwa fimbo moja ili kwamba
ziwe fimbo moja katika mkono wako.

18 “Watu wako watakapokuuliza, ‘Je, hutatua-
mbia ni nini maana ya jambo hili?’ 19 Waambie,
‘Hili ndilo BWANA Mwenyezi asemalo: Nitaichukua
fimbo ya Yosefu, iliyoko mikononi mwa Efraimu
na ya makabila ya Israeli yanayofungamana naye
na kuiunganisha na fimbo ya Yuda, nikizifanya
kuwa fimbo moja, nao watakuwa wamoja katika
mkono wangu.’ 20 Inua mbele ya macho yao zile
fimbo ulizoziandika 21 kisha waambie, ‘Hili ndilo
BWANA Mwenyezi asemalo: Nitawatoa Waisraeli
katika mataifa walikokuwa wamekwenda. Nita-
wakusanya popote walipo na kuwarudisha katika
nchi yao wenyewe. 22 Nitawafanya kuwa taifa moja
katika nchi, katika milima ya Israeli. Patakuwa na
mfalme mmoja juu yao wote na kamwe hawataga-
wanyika tena kuwa mataifa mawili au kugawanyika
katika falme mbili. 23 Hawatajitia tena unajisi kwa
sanamu zao na vinyago vyao visivyo na maana wala
kwa makosa yao yoyote, kwa maana nitawaokoa
kutoka dhambi zao zote zilizowarudisha nyuma,
nami nitawatakasa. Wao watakuwa watu wangu,
nami nitakuwa Mungu wao.

24 “ ‘Mtumishi wangu Daudi atakuwa mfalme
juu yao, nao wote watakuwa na mchungaji mmoja.
Watafuata sheria zangu na kuzishika amri zangu
kwa uangalifu. 25 Wataishi katika nchi niliyompa
mtumishi wangu Yakobo, nchi ambamo baba zenu
waliishi. Wao na watoto wao na watoto wa watoto
wao wataishi humo milele, naye Daudi mtumishi
wangu atakuwa mkuu wao milele. 26 Nitafanya nao
Agano la amani, litakuwa Agano la milele. Nitawa-
fanya imara na kuongeza idadi yao, nami nitaweka
mahali patakatifu pangu miongoni mwao milele.
27 Maskani yangu yatakuwa pamoja nao, nitakuwa
Mungu wao, nao watakuwa watu wangu. 28 Ndipo
mataifa watakapojua kwamba Mimi BWANA ndiye
ninayeifanya Israeli kuwa takatifu, wakati mahali
patakatifu pangu patakapokuwa miongoni mwao
milele.’ ”

Unabii Dhidi Ya Gogu

38 Neno la BWANA likanijia kusema: 2 “Mwana-
damu, kaza uso wako dhidi ya Gogu, katika
nchi ya Magogu, mkuu wa Roshi, Mesheki na
Tubali, tabiri dhidi yake 3 na useme: ‘Hili ndilo
BWANA Mwenyezi asemalo: Ee Gogu, mimi ni
kinyume nawe, mtawala mkuu wa Roshi, Mesheki
na Tubali. 4 Nitakugeuza kuelekea ulikotoka na
kukutia ndoana kwenye mataya yako na kukutoa
nje wewe pamoja na jeshi lako lote, yaani, farasi
wako, wapanda farasi wako waliojiandaa tayari kwa
vita, pamoja na kundi kubwa la wajeuri wakiwa na
ngao na vigao, wote wakipunga panga zao. 5 Uajemi,
Kushi[b] na Putu watakuwa pamoja nao, wote wakiwa
na ngao na kofia za chuma, 6 pia Gomeri pamoja
na vikosi vyake vyote, na Beth-Togarma kutoka

[a]5 Pumzi pia ina maana ya roho kwa Kiebrania.

[b]5 Kushi ni Ethiopia.

kaskazini ya mbali pamoja na vikosi vyake vyote, mataifa mengi wakiwa pamoja nawe.

[7]“ ‘Jiandae, uwe tayari, wewe na makundi yako yote ya wajeuri yaliyokusanyika pamoja nawe, nawe waamrishe. [8]Baada ya siku nyingi utaitwa vitani. Katika miaka ijayo, utaivamia nchi ile ambayo imepona kutoka vita, ambayo watu wake walikusanywa kutoka mataifa mengi kuja katika milima ya Israeli, ambayo kwa muda mrefu ilikuwa imeachwa ukiwa. Wameletwa kutoka mataifa na sasa wote wanaishi katika hali ya salama. [9]Wewe na vikosi vyako vyote na mataifa mengi yaliyo pamoja nawe mtapanda juu, mtawazoa kama tufani na kuifunika nchi kama wingu.

[10]“ ‘Hili ndilo Bwana Mwenyezi asemalo: Katika siku ile mawazo yataingia moyoni mwako nawe utapanga mipango mibaya. [11]Utasema, “Nitapigana vita na nchi ambayo vijiji vyake havina maboma. Nitawashambulia watu wanaoishi kwa amani na wasiotarajia vita: wote wanaishi bila maboma na bila malango na makomeo. [12]Nitateka mateka na kuchukua nyara mali za wale waliorudi kuishi katika mahame na wale watu waliokusanywa kutoka kwa mataifa, ambao sasa wana mifugo na mali nyingi, wanaoishi katikati ya nchi.” [13]Sheba na Dedani pamoja na wafanyabiashara wa Tarshishi na vijiji vyake vyote watakuambia, “Je, umekuja kuteka mateka? Je, umekusanya makundi yako ya wajeuri ili kuchukua nyara mali, kutwaa fedha na dhahabu, kutunyang'anya mifugo na mali na kuteka nyara nyingi zaidi?” ’

[14]“Kwa hiyo, mwanadamu, tabiri na umwambie Gogu: ‘Hili ndilo Bwana Mwenyezi asemalo: Katika siku ile, watu wangu Israeli watakapokuwa wanaishi salama, Je, wewe mwenyewe hutalijua hilo? [15]Utakuja kutoka kwako huko kaskazini ya mbali, ukiwa pamoja na mataifa mengi, wote wakiwa wamepanda farasi, kundi kubwa, jeshi kuu. [16]Utakuja dhidi ya watu wangu Israeli kama wingu lifunikavyo nchi. Siku zijazo, ee Gogu, nitakuleta wewe dhidi ya nchi yangu, ili kwamba mataifa wapate kunijua Mimi nitakapojionyesha mtakatifu kwa kukupitia wewe mbele ya macho yao.

[17]“ ‘Hili ndilo Bwana Mwenyezi asemalo: Je, wewe si yule niliyenena juu yako katika siku za zamani kwa kupitia kwa watumishi wangu manabii wa Israeli? Wakati ule walitabiri kwa miaka mingi kwamba ningekuleta upigane nao. [18]Hili ndilo litakalotokea katika siku ile: Gogu atakaposhambulia nchi ya Israeli, hasira yangu kali itaamka, asema Bwana Mwenyezi. [19]Katika wivu wangu na ghadhabu yangu kali ninasema kuwa wakati ule patakuwepo tetemeko kuu katika nchi ya Israeli. [20]Samaki wa baharini, ndege wa angani, wanyama wa kondeni, kila kiumbe kitambaacho ardhini, na watu wote walio juu ya uso wa nchi watatetemeka mbele zangu. Milima itapinduka, majabali yatapasuka na kila ukuta utaanguka chini. [21]Nitaita upanga vita dhidi ya Gogu juu ya milima yangu yote, asema Bwana Mwenyezi. Upanga wa kila mtu utakuwa dhidi ya ndugu yake. [22]Nitatekeleza hukumu juu yake kwa tauni na kwa umwagaji wa damu. Nitaifanya mvua ya mafuriko kunyesha, mvua ya mawe na moto wa kiberiti juu yake na juu ya vikosi vyake na juu ya mataifa mengi walio pamoja naye. [23]Nami hivyo ndivyo nitakavyoonyesha ukuu wangu na utakatifu wangu, nami nitajijulisha mbele ya macho ya mataifa mengi. Ndipo watakapojua kuwa Mimi ndimi Bwana.’

Majeshi Ya Gogu Yataangamizwa

39 “Mwanadamu, tabiri dhidi ya Gogu useme: ‘Hili ndilo Bwana Mwenyezi asemalo: Ee Gogu mimi ni kinyume nawe, mtawala mkuu wa Roshi, Mesheki na Tubali. [2]Nitakugeuza kuelekea ulikotoka na kukuburuta. Nitakuleta kutoka kaskazini ya mbali na kukupeleka wewe dhidi ya milima ya Israeli. [3]Kisha nitaupiga upinde wako kutoka mkono wako wa kushoto na kuifanya mishale ianguke kutoka mkono wako wa kuume. [4]Utaanguka kwenye milima ya Israeli, wewe pamoja na vikosi vyako vyote na yale mataifa yaliyo pamoja nawe. Nitakutoa uwe chakula cha ndege wa aina zote walao nyama na cha wanyama wa mwituni. [5]Utaanguka katika uwanja, kwa kuwa nimenena, asema Bwana Mwenyezi. [6]Nitatuma moto juu ya Magogu na kwa wale wanaoishi kwa salama huko pwani, nao watajua kwamba Mimi ndimi Bwana.

[7]“ ‘Nitalifanya Jina langu takatifu lijulikane miongoni mwa watu wangu Israeli. Sitaliacha tena Jina langu takatifu litiwe unajisi, nayo mataifa watajua kuwa Mimi Bwana ndimi Aliye Mtakatifu wa Israeli. [8]Hili jambo linakuja! Hakika litatokea, asema Bwana Mwenyezi. Hii ndiyo siku ile niliyosema habari zake.

[9]“ ‘Ndipo wale wanaoishi katika miji ya Israeli watakapotoka na kutumia hizo silaha kuwashia moto na kuziteketeza, yaani, kigao na ngao, pinde na mishale, rungu za vita na mikuki. Kwa miaka saba watavitumia kama kuni. [10]Hawatahitaji kukusanya kuni kutoka mashambani wala kukata kuni kutoka kwenye misitu, kwa sababu watatumia silaha kuwa kuni. Nao watawateka mateka wale waliowateka na kuchukua nyara mali za wale waliochukua mali zao nyara, asema Bwana Mwenyezi.

[11]“ ‘Siku ile nitampa Gogu mahali pa kuzikia katika Israeli, katika bonde la wale wasafirio upande wa mashariki kuelekea baharini. Jambo hili litazuia njia ya wasafiri kwa sababu Gogu na makundi yake yote ya wajeuri watazikwa huko. Kwa hiyo litaitwa Bonde la Hamon-Gogu.[a]

[12]“ ‘Kwa miezi saba nyumba ya Israeli itakuwa ikiwazika ili kuisafisha nchi. [13]Watu wote wa nchi watawazika, nayo siku nitakayotukuzwa itakuwa siku ya kumbukumbu kwa ajili yao, asema Bwana Mwenyezi.

[14]“ ‘Watu wataajiriwa mara kwa mara kuisafisha nchi. Baadhi yao watapita nchini kote na zaidi yao hao wengine, watawazika wale waliosalia juu ya uso wa nchi. Mwisho wa hiyo miezi saba wataanza upekuzi wao. [15]Wakati wanapopita nchini kote na mmoja wao akaona mfupa wa mwanadamu, ataweka alama kando yake mpaka wachimba kaburi wawe wameuzika katika Bonde la Hamon-Gogu.

[a]11 Hamon-Gogu maana yake Makundi ya wajeuri wa Gogu.

16 (Pia mji uitwao Hamona[a] utakuwa humo.) Hivyo
ndivyo watakavyoisafisha nchi.'
17 "Mwanadamu, hili ndilo BWANA Mwenyezi
asemalo: Ita kila aina ya ndege na wanyama wote
wa mwituni, waambie: 'Kusanyikeni mje pamoja
kutoka pande zote kwa ajili ya dhabihu ninayowaa-
ndalia, dhabihu kuu katika milima ya Israeli. Huko
mtakula nyama na kunywa damu. 18 Mtakula nyama
za watu mashujaa na kunywa damu za wakuu wa
dunia kana kwamba ni za kondoo dume na kondoo
wake, mbuzi na mafahali, wote walionona kutoka
Bashani. 19 Katika dhabihu ninayoandaa kwa ajili
yenu, mtakula mafuta mpaka mkinai na kunywa
damu mpaka mlewe. 20 Kwenye meza yangu wata-
jishibisha kwa farasi na wapanda farasi, watu
mashujaa na askari wa kila aina,' asema BWANA
Mwenyezi.
21 "Nitauonyesha utukufu wangu miongoni mwa
mataifa, nayo mataifa yote wataiona adhabu nita-
kayotoa na mkono wangu nitakaouweka juu yao.
22 Kuanzia siku ile na kuendelea nyumba ya Israeli
itajua kuwa Mimi ndimi BWANA, Mungu wao. 23 Na
mataifa watajua kuwa nyumba ya Israeli walikwe-
nda utumwani kwa ajili ya dhambi yao, kwa sababu
hawakuwa waaminifu kwangu. Hivyo niliwaficha
uso wangu na kuwatia mikononi mwa adui zao,
nao wote wakaanguka kwa upanga. 24 Niliwatendea
sawasawa na uchafu wao na makosa yao, nami
nikawaficha uso wangu.
25 "Kwa hiyo hili ndilo BWANA Mwenyezi asemalo:
Sasa nitamrudisha Yakobo kutoka utumwani,
nami nitawahurumia watu wote wa Israeli, nami
nitakuwa na wivu kwa ajili ya Jina langu takatifu.
26 Wataisahau aibu yao na jinsi walivyoonyesha
kutokuwa waaminifu kwangu mimi wakati waliishi
salama katika nchi yao, bila kuwa na mtu yeyote
wa kuwatia hofu. 27 Nitakapokuwa nimewarudisha
kutoka mataifa na kuwakusanya kutoka nchi za
adui zao, mimi nitajionyesha kuwa mtakatifu kwa
kupitia kwao machoni mwa mataifa mengi. 28 Ndipo
watakapojua kwamba Mimi ndimi BWANA, Mungu
wao, ingawa niliwapeleka uhamishoni miongoni
mwa mataifa, nitawakusanya tena katika nchi yao
wenyewe, bila kumwacha yeyote nyuma. 29 Sita-
waficha tena uso wangu, kwa maana nitamimina
Roho wangu juu ya nyumba ya Israeli, asema
BWANA Mwenyezi."

Eneo La Hekalu Jipya

40 Katika mwaka wa ishirini na tano wa uhami-
sho wetu, mwanzoni mwa huo mwaka, siku
ya kumi ya mwezi, katika mwaka wa kumi na nne
baada ya kuanguka kwa mji, siku hiyo hiyo mkono
wa BWANA ulikuwa juu yangu, naye akanipeleka
huko. 2 Nikiwa katika maono ya Mungu alinichu-
kua mpaka nchi ya Israeli, naye akaniweka kwenye
mlima mrefu sana, ambako upande wa kusini kuli-
kuwepo baadhi ya majengo ambayo yalionekana
kama mji. 3 Akanipeleka huko, nami nikamwona
mtu ambaye kuonekana kwake kulikuwa kama
kuonekana kwa shaba. Alikuwa amesimama
kwenye lango akiwa na kamba ya kitani na ufito
wa kupimia mkononi mwake. 4 Mtu huyo akania-
mbia, "Mwanadamu, angalia kwa macho yako
na usikie kwa masikio yako nawe uzingatie kitu
nitakachokuonyesha, kwa kuwa ndiyo sababu
umeletwa hapa. Iambie nyumba ya Israeli kila
kitu utakachoona."

Lango La Mashariki Kuelekea Ukumbi Wa Nje

5 Nikaona ukuta uliozunguka eneo lote la
Hekalu. Ule ufito wa kupimia uliokuwa mkononi
mwa yule mtu ulikuwa na urefu wa dhiraa ndefu
sita,[b] yaani, dhiraa ndefu ni sawa na dhiraa na nya-
nda nne, akapima ule ukuta. Ukuta huo ulikuwa
na unene wa dhiraa ndefu sita na kimo cha dhiraa
ndefu sita.
6 Kisha akaenda kwenye lango linaloelekea
mashariki. Akapanda ngazi zake akapima kizingiti
cha lango, nacho kilikuwa na kina cha huo ufito.
7 Vyumba vya kupumzikia vya walinzi vilikuwa na
urefu wa huo ufito mmoja na upana wa huo ufito,
kuta zilizogawa vyumba hivyo vya mapumziko zili-
kuwa na unene wa dhiraa tano.[c] Nacho kizingiti
cha lango lililokuwa karibu na ukumbi unaoelekea
hekaluni ulikuwa na kina cha huo ufito.
8 Kisha akapima baraza ya njia ya lango, 9 ambayo
ilikuwa na kina cha dhiraa nane[d] na miimo yake
ilikuwa na unene wa dhiraa mbili.[e] Baraza ya lango
ilielekea Hekalu.
10 Ndani ya lango la mashariki kulikuwepo vyu-
mba vitatu vya kupumzikia kila upande, vyote
vitatu vilikuwa na vipimo vilivyo sawa, nazo nyuso
za kuta zilizotenganisha kila upande zilikuwa na
vipimo vilivyo sawa. 11 Kisha akapima upana wa
ingilio la lango, ilikuwa dhiraa kumi na urefu
wake ulikuwa dhiraa kumi na tatu. 12 Mbele ya
kila chumba cha kupumzikia kulikuwepo ukuta
uliokuwa na kimo cha dhiraa moja[f] kwenda juu,
navyo hivyo vyumba vilikuwa dhiraa sita mraba.
13 Kisha akapima njia ya lango kuanzia juu ya ukuta
wa nyuma wa chumba kimoja cha kupumzikia hadi
juu ya ukuta wa nyuma wa chumba upande wa pili;
kukawa na nafasi ya dhiraa ishirini na tano kuanzia
lango la ukuta mmoja hadi lango la ukuta uliokuwa
upande mwingine. 14 Akapima pia ukumbi, urefu wa
dhiraa ishirini[g] na lango linalofuatia hiyo nguzo kila
upande wa huo ukumbi. 15 Umbali kuanzia ingilio
la njia ya lango hadi mwisho kabisa wa baraza yake
ulikuwa dhiraa hamsini.[h] 16 Kulikuwa na vidirisha
kwenye hivyo vyumba vya walinzi na nguzo za
hivyo vyumba zilikuwa kwenye mzunguko wa hilo
lango, vivyo hivyo kulikuwa na madirisha yaliyo-
zunguka kuelekeana na ua na juu ya kila nguzo
kulikuwa na mapambo ya miti ya mitende.

Ukumbi Wa Nje

17 Kisha akanileta katika ukumbi wa nje. Huko
nikaona vyumba vingine pamoja na njia iliyokuwa
imejengwa kuzunguka ukumbi wote, kulikuwa na

[a]16 Hamona maana yake Kundi (la wajeuri).

[b]5 Dhiraa ndefu 6 ni sawa na mita 3.18.
[c]7 Dhiraa 5 ni sawa na mita 2.25.
[d]9 Dhiraa 8 ni sawa na mita 3.6.
[e]9 Dhiraa 2 ni sawa na sentimita 90.
[f]12 Dhiraa 1 ni sawa na sentimita 45.
[g]14 Dhiraa 20 ni sawa na mita 9.
[h]15 Dhiraa 50 ni sawa na mita 22.5.

vyumba thelathini vimepangana kando ya hiyo njia. 18 Njia hii iliyojengwa iliambaa na lango, ikiwa na urefu sawa na lango, hii ilikuwa ni njia ya chini. 19 Kisha akapima umbali kutoka ndani ya lango la chini mpaka nje ya ukumbi wa ndani, nao ulikuwa dhiraa mia moja[a] upande wa mashariki na dhiraa mia moja upande wa kaskazini.

Lango La Kaskazini

20 Kisha akapima urefu na upana wa lango linaloelekea kaskazini, kukabili ukumbi wa nje. 21 Vyumba vyake vilikuwa vitatu kila upande, kuta zilizogawanya vyumba na baraza ilikuwa na vipimo sawa na zile kuta za lango la kwanza. Zilikuwa na urefu wa dhiraa hamsini na upana wa dhiraa ishirini na tano.[b] 22 Madirisha yake, baraza yake na nakshi yake ya miti ya mitende vilikuwa na vipimo sawasawa na vile vya lango linaloelekea mashariki. Kulikuwa na ngazi saba za kupandia huko, pamoja na baraza yake mkabala nazo. 23 Kulikuwa na lango kwenye ukumbi wa ndani lililoelekea lile lango la kaskazini, kama vile ilivyokuwa ule upande wa mashariki. Akapima kutoka lango moja hadi lile lililo mkabala nalo, lilikuwa dhiraa mia moja.

Lango La Kusini

24 Ndipo akaniongoza mpaka upande wa kusini, nami nikaona lango linaloelekea kusini. Akaipima miimo yake na baraza yake, navyo vilikuwa na vipimo sawa kama hivyo vingine. 25 Lango na baraza yake vilikuwa na madirisha membamba pande zote, kama madirisha ya huko kwingine. Ilikuwa na urefu wa dhiraa hamsini na upana wake dhiraa ishirini na tano. 26 Kulikuwa na ngazi saba za kupandia huko, pamoja na baraza yake mkabala nazo. Ilikuwa na nakshi za miti ya mitende kwenye kuta zilizogawanya vyumba kila upande. 27 Ukumbi wa ndani pia ulikuwa na lango lililoelekea kusini. Naye akapima kutoka lango hili mpaka kwenye lango la nje upande wa kusini; ilikuwa dhiraa mia moja.

Malango Ya Kuelekea Ukumbi Wa Ndani

28 Kisha akanileta mpaka ukumbi wa ndani kwa kupitia lango la kusini, naye akapima lango la kusini, ambalo lilikuwa na vipimo sawa na yale mengine. 29 Vyumba vyake, kuta zilizogawanya vyumba na ukumbi wake zilikuwa na vipimo sawasawa na zile nyingine. Hilo lango na baraza yake vilikuwa na madirisha pande zote. Navyo vilikuwa na urefu wa dhiraa hamsini na upana wa dhiraa ishirini na tano. 30 (Baraza za malango zilizozunguka ukumbi wa ndani zilikuwa na upana wa dhiraa ishirini na tano na kina cha dhiraa tano.) 31 Baraza yake ilielekeana na ukumbi wa nje, miimo yake ilinakshiwa miti ya mitende, kulikuwa na ngazi nane za kupandia huko.

32 Kisha akanileta mpaka kwenye ukumbi wa ndani ulioko upande wa mashariki, naye akalipima lango hilo, lilikuwa na vipimo vilivyo sawasawa na yale mengine. 33 Vyumba vyake, kuta zake na baraza yake vilikuwa na vipimo vilivyo sawa na vile vingine. Lile lango pamoja na baraza yake vilikuwa na madirisha pande zote. Urefu wake ulikuwa dhiraa hamsini na upana wake dhiraa ishirini na tano. 34 Baraza yake ilielekea ukumbi wa nje, miimo yake ilinakshiwa miti ya mitende pande zote. Kulikuwa na ngazi nane za kupandia huko.

35 Kisha akanileta mpaka kwenye lango la kaskazini na kulipima. Lilikuwa na vipimo sawa na yale mengine, 36 kama vile ilivyokuwa kwa vyumba, kuta zake na baraza yake, tena kulikuwa na madirisha pande zote. Ilikuwa na urefu wa dhiraa hamsini na upana wake dhiraa ishirini na tano. 37 Baraza yake ilielekeana na ukumbi wa nje, miimo yake ilinakshiwa miti ya mitende pande zote, kulikuwa na ngazi nane za kupandia huko.

Vyumba Vya Kutayarishia Dhabihu

38 Kulikuwa na chumba na mlango karibu na baraza katika kila njia ya ndani ya lango ambamo sadaka za kuteketezwa zilioshwa. 39 Kwenye baraza ya lile lango kulikuwepo meza mbili kila upande, ambako sadaka za kuteketezwa, sadaka za dhambi na sadaka za hatia zilichinjiwa. 40 Karibu na ukuta wa nje wa baraza ya lile lango karibu na ngazi kwenye ingilio kuelekea kaskazini kulikuwa na meza mbili, nako upande mwingine wa ngazi kulikuwepo na meza mbili. 41 Kwa hiyo kulikuwa na meza nne upande mmoja wa lango na nyingine nne upande mwingine, zote zilikuwa meza nane, ambapo dhabihu zilichinjiwa. 42 Pia kulikuwa na meza nne za mawe yaliyochongwa kwa ajili ya sadaka za kuteketezwa, kila meza ilikuwa na urefu wa dhiraa moja na nusu,[c] upana wake dhiraa moja na nusu na kimo cha dhiraa moja. Juu ya meza hizo viliwekwa vyombo vya kuchinjia sadaka za kuteketezwa na dhabihu nyingine mbalimbali. 43 Kulikuwa na kulabu, urefu wake nyanda nne,[d] zilikuwa zimeshikizwa ukutani pande zote. Meza zilikuwa kwa ajili ya nyama za sadaka.

Vyumba Kwa Ajili Ya Makuhani

44 Nje ya lango la ndani, kwenye ukumbi wa ndani, kulikuwa na vyumba viwili, kimoja upande wa lango la kaskazini nacho kilielekea kusini, kingine upande wa lango la kusini nacho kilielekea kaskazini. 45 Akaniambia, "Chumba kinachoelekea upande wa kusini ni kwa ajili ya makuhani ambao wana usimamizi wa hekaluni, 46 nacho chumba kinachoelekea upande wa kaskazini ni kwa ajili ya makuhani wenye usimamizi wa madhabahuni. Hawa ni wana wa Sadoki, ambao ndio Walawi pekee wanaoweza kumkaribia Bwana ili kuhudumu mbele zake."

47 Ndipo alipopima ukumbi: nao ulikuwa mraba wa dhiraa mia moja urefu na upana. Madhabahu yalikuwa mbele ya Hekalu.

Hekalu

48 Akanileta mpaka kwenye baraza ya Hekalu naye akaipima miimo ya hiyo baraza, nayo ilikuwa na upana wa dhiraa tatu[e] kila upande. Upana wa

[a]19 Dhiraa 100 ni sawa na mita 45.
[b]21 Dhiraa 25 ni sawa na mita 11.25.
[c]42 Dhiraa 1.5 ni sawa na sentimita 67.5.
[d]43 Nyanda 4 ni sawa na sentimita 8.
[e]48 Dhiraa 3 ni sawa na mita 1.35.

ingilio ulikuwa dhiraa kumi na nne[a] na kuta zake
zilikuwa na upana wa dhiraa tatu kila upande.
49 Baraza ilikuwa na dhiraa ishirini kwenda juu na
dhiraa kumi na mbili[b] kuanzia mbele hadi nyuma.
Kulikuwa na ngazi kumi za kupandia huko, pia
kulikuwa na nguzo kwa kila upande wa miimo.

41 Kisha yule mtu akanileta katika sehemu ya nje
ya patakatifu, naye akaipima miimo; upana
wake ulikuwa dhiraa sita[c] kila upande. 2 Ingilio
lilikuwa la upana wa dhiraa kumi na kuta zilizoji-
tokeza kila upande zilikuwa na upana wa dhiraa
tano. Pia akapima sehemu ya nje ya patakatifu,
nayo ilikuwa na urefu wa dhiraa arobaini[d] na upana
wa dhiraa ishirini.

3 Kisha akaingia sehemu takatifu ndani ya
Hekalu na kupima miimo ya ingilio, kila mmoja
ulikuwa na upana wa dhiraa mbili. Ingilio lilikuwa
na upana wa dhiraa sita, na kuta zilizotokeza kila
upande zilikuwa na upana wa dhiraa saba.[e] 4 Naye
akapima urefu wa sehemu takatifu ndani, nao
ulikuwa dhiraa ishirini, na upana wake ulikuwa
dhiraa ishirini hadi mwisho wa sehemu ya nje ya
sehemu takatifu. Akaniambia, "Hapa ndipo Pata-
katifu pa Patakatifu."

5 Kisha akapima ukuta wa Hekalu, nao ulikuwa
na unene wa dhiraa sita, na kila chumba cha
pembeni kuzunguka Hekalu kilikuwa na upana
wa dhiraa nne. 6 Vyumba vya pembeni vilikuwa
na ghorofa tatu, kimoja juu ya kingine, kila gho-
rofa ilikuwa na vyumba thelathini. Kulikuwa na
boriti katika ukuta wote wa Hekalu ili kuimari-
sha vyumba vya pembeni, kwa hiyo boriti hizo
hazikushikamanishwa kwenye ukuta wa Hekalu.
7 Vyumba vya pembeni vilivyozunguka Hekalu vili-
zidi kupanuka kulingana na sakafu zilivyokwenda
juu. Ujenzi uliozunguka Hekalu ulijengwa kukwea
juu, kwa hiyo vyumba vilipanuka kwa kadiri ya
kila kimoja kilivyokwenda juu. Ngazi za kupandia
zilianzia sakafu ya chini hadi sakafu ya juu kabisa
kwa kupitia sakafu ya kati.

8 Nikaona pia kuwa Hekalu lilikuwa na kitako
kilichoinuliwa pande zote, huu ulikuwa ndio msi-
ngi wa vile vyumba vya pembeni ambao ulikuwa
na urefu wa ule ufito mmoja wa kupimia, yaani,
dhiraa ndefu sita. 9 Ukuta wa nje wa vyumba vya
pembeni ulikuwa na unene wa dhiraa tano. Eneo la
wazi katikati ya vyumba vya pembeni vya Hekalu
10 na vyumba vya makuhani lilikuwa na upana wa
dhiraa ishirini kuzunguka Hekalu pande zote.
11 Kulikuwa na maingilio kwenye vyumba vya
pembeni kutokea eneo lililo wazi, moja upande wa
kaskazini na lingine upande wa kusini, nao msingi
uliounganisha lile eneo la wazi ulikuwa na upana
wa dhiraa tano ukilizunguka lote.

12 Jengo lililoelekeana na ua wa Hekalu upande wa
magharibi lilikuwa na upana wa dhiraa sabini. Ukuta
wa jengo hilo ulikuwa na unene wa dhiraa tano,
kulizunguka lote, urefu ulikuwa wa dhiraa tisini.[f]

[a]48 Dhiraa 14 ni sawa na mita 6.3.
[b]49 Dhiraa 12 ni sawa na mita 5.4.
[c]1 Dhiraa 6 ni sawa na mita 2.7.
[d]2 Dhiraa 40 ni sawa na mita 18.
[e]3 Dhiraa 7 ni sawa na mita 3.15.
[f]12 Dhiraa 90 ni sawa na mita 40.5.

13 Kisha akapima Hekalu, lilikuwa na urefu wa
dhiraa mia moja na ua wa Hekalu na jengo pamoja
na kuta zake vilikuwa na urefu wa dhiraa mia
moja pia. 14 Upana wa ua wa Hekalu upande wa
mashariki, pamoja na upande wa mbele wa Hekalu
ulikuwa dhiraa mia moja.

15 Kisha akapima urefu wa jengo linaloelekeana
na ua upande wa nyuma wa Hekalu, pamoja na
vyumba vyake kila upande, ilikuwa dhiraa mia
moja.

Sehemu takatifu ya nje, sehemu takatifu ya
ndani, pamoja na baraza inayoelekeana na uku-
mbi, 16 pamoja na vizingiti, madirisha membamba
na vyumba vyote vitatu, kila kimoja pamoja na
kizingiti vilifunikwa kwa mbao. Sakafu, ukuta
mpaka kwenye madirisha na madirisha yenyewe
vilifunikwa kwa mbao. 17 Katika nafasi iliyokuwa
juu ya upande wa nje wa ingilio la sehemu takatifu
ya ndani, na katika kuta zilizozunguka sehemu
takatifu ya ndani na sehemu takatifu ya nje, kwa
nafasi zilizo sawa, 18 kulinakshiwa makerubi na miti
ya mitende. Miti ya mitende ilikuwa kati ya kerubi
na kerubi. Kila kerubi alikuwa na nyuso mbili:
19 upande mmoja uso wa mwanadamu kuelekea
mti wa mtende na upande mwingine uso wa simba
ukielekea mti mwingine wa mtende. Ilinakshiwa
kuzunguka Hekalu lote. 20 Kuanzia sakafu mpaka
eneo lililo juu ya ingilio, palinakshiwa makerubi
na miti ya mitende pamoja na kwenye ukuta wa
nje wa patakatifu.

21 Mahali patakatifu pa nje palikuwa na miimo
ya mlango uliokuwa mraba na ule uliokuwa katika
Patakatifu Pa Patakatifu ulikuwa unafanana na
huo mwingine. 22 Kulikuwa na madhabahu ya
mbao kimo chake dhiraa tatu na ilikuwa dhiraa
mbili mraba pande zote, tako lake na pande zake
zilikuwa za mbao. Yule mtu akaniambia, "Hii ni
meza ambayo iko mbele za BWANA." 23 Mahali pata-
katifu pa nje na Patakatifu Pa Patakatifu zilikuwa
na milango miwili. 24 Kila mlango ulikuwa na vipa-
nde viwili, vipande viwili vilivyoshikwa na bawaba
vyenye kufunguka kwa kila mlango. 25 Juu ya hiyo
milango ya Patakatifu palinakshiwa makerubi na
miti ya mitende kama yale yaliyonakshiwa kwenye
kuta, na kulikuwa na ubao ulioning'inia mbele ya
baraza kwa nje. 26 Katika kuta za pembeni za ukumbi
kulikuwa na madirisha membamba yaliyonakshiwa
miti ya mitende kila upande. Vyumba vya pembeni
vya Hekalu pia vilikuwa vimefunikwa kwa mbao.

Vyumba Vya Makuhani

42 Ndipo yule mtu akaniongoza kuelekea kaska-
zini mpaka kwenye ua wa nje na kunileta
mpaka kwenye vyumba vinavyoelekeana na ua
wa Hekalu na kuelekeana na ukuta wa nje upande
wa kaskazini. 2 Jengo ambalo mlango wake ulie-
lekea kaskazini lilikuwa na urefu wa dhiraa mia
moja na upana wa dhiraa hamsini. 3 Mbele ya zile
dhiraa ishirini za ule ua wa ndani unaoelekeana
na ile njia ya ua wa nje, kuliinuka vyumba virefu
kimoja baada ya kingine vya ghorofa tatu. 4 Mbele
ya hivi vyumba kulikuwa na njia ya ndani yenye
upana wa dhiraa kumi na urefu wa dhiraa mia
moja. Milango yake ilikuwa upande wa kaskazini.

5 Basi vyumba vya juu vilikuwa vyembamba zaidi,
kwa kuwa ujia[a] ulichukua nafasi zaidi ndani yake
kuliko katika vyumba vya sakafu ya chini na vya
katikati ya jengo. 6 Vyumba katika ghorofa ya tatu
havikuwa na nguzo, kama kumbi zilivyokuwa
nazo, kwa hiyo eneo la sakafu ya vyumba vya juu
lilikuwa ni dogo kuliko la sakafu ya chini na ya kati.
7 Kulikuwa na ukuta wa nje uliokuwa sambamba
na vile vyumba na ukumbi wa nje, ulitokeza urefu
wa dhiraa hamsini. 8 Wakati safu ya vyumba katika
ua wa nje vilikuwa na urefu wa dhiraa hamsini,
vile vyumba vilivyokuwa karibu zaidi na Hekalu
vilikuwa na urefu wa dhiraa mia moja. 9 Vyumba
vya chini vilikuwa na ingilio upande wa mashariki
unapoingia kutoka ukumbi wa nje.

10 Upande wa kusini kufuata urefu wa ukuta
wa ukumbi wa nje, unaopakana na ukumbi wa
Hekalu na kuelekeana na ukuta wa nje, kulikuwa
na vyumba 11 vyenye ujia unayopita mbele yake.
Hivi vilifanana na vile vyumba vya upande wa
kaskazini, vilikuwa na urefu na upana ulio sawa,
mahali pa kutokea na vipimo vyake vilikuwa sawa.
Kama ilivyokuwa milango ya upande wa kaska-
zini, 12 ndivyo ilivyokuwa milango ya vyumba vya
upande wa kusini. Kulikuwa na ingilio kuanzia
mwanzo wa njia ambao ulikuwa sambamba na
ukuta wa pili uliokuwa upande wa mashariki,
ambako ndiko kwa kuingia vyumbani.

13 Kisha akaniambia, "Vyumba vya upande
wa kaskazini na vya upande wa kusini ambavyo
vinaelekeana na ukumbi wa Hekalu ni vyumba vya
makuhani, mahali ambapo wale makuhani ambao
humkaribia BWANA watakula zile sadaka taka-
tifu sana. Huko ndiko watakakoweka zile sadaka
takatifu sana, yaani, sadaka za nafaka, sadaka za
dhambi na sadaka za hatia, kwa kuwa mahali ni
patakatifu. 14 Mara makuhani waingiapo mahali
patakatifu, hawaruhusiwi kwenda kwenye ukumbi
wa nje mpaka wayaache mavazi ambayo walivaa
wakiwa wanahudumu, kwa kuwa hayo mavazi ni
matakatifu. Inawapasa kuvaa mavazi mengine kabla
hawajakaribia eneo lililo wazi kwa ajili ya watu."

15 Alipomaliza kupima vile vilivyokuwa katika
eneo la ndani la Hekalu, akanitoa nje kupitia lango
la upande wa mashariki na kupima eneo lote lina-
lozunguka: 16 Akapima upande wa mashariki kwa
ule ufito wa kupimia, nao ulikuwa dhiraa 500[b]
17 Akapima upande wa kaskazini, nao ulikuwa
dhiraa 500 kwa ufito ule wa kupimia. 18 Tena
akapima upande wa kusini, nao ulikuwa dhiraa
500 kwa ufito ule wa kupimia. 19 Kisha akageukia
upande wa magharibi na kuupima, ulikuwa dhiraa
500 kwa ufito ule wa kupimia. 20 Hivyo akapima
eneo katika pande zote nne. Lilikuwa na ukuta
kulizunguka wenye urefu wa dhiraa 500 na upana
wa dhiraa 500, uliotenganisha mahali Patakatifu
na eneo la watu wote.

Utukufu Warudi Hekaluni

43 Kisha yule mtu akanileta kwenye lango lina-
loelekea upande wa mashariki, 2 nami nikaona
utukufu wa Mungu wa Israeli ukija kutoka upande
wa mashariki. Sauti yake ilikuwa kama ya ngu-
rumo ya maji yaendayo kasi, nayo nchi ikang'aa
kwa utukufu wake. 3 Maono niliyoyaona yalikuwa
kama maono yale niliyokuwa nimeyaona wakati
Mungu alipokuja kuangamiza mji na kama maono
niliyokuwa nimeyaona kando ya Mto wa Kebari,
nami nikaanguka kifudifudi. 4 Utukufu wa BWANA
ukaingia hekaluni kwa kupitia lango linaloelekea
upande wa mashariki. 5 Kisha Roho akanichukua
na kunileta katika ule ua wa ndani, nao utukufu
wa BWANA ulilijaza Hekalu.

6 Wakati yule mtu akiwa amesimama kando
yangu, nilisikia mtu mmoja akisema nami kutoka
ndani ya Hekalu. 7 Akasema, "Mwanadamu, hapa
ni mahali pa kiti changu cha enzi na mahali pa
kuweka nyayo za miguu yangu. Hapa ndipo nita-
kapoishi miongoni mwa Waisraeli milele. Kamwe
nyumba ya Israeli hawatalinajisi tena Jina langu
takatifu, yaani, wao wala wafalme wao, kwa
ukahaba wao na kwa sanamu zao zisizokuwa na
uhai za wafalme wao katika mahali pao pa juu pa
kuabudia miungu. 8 Walipoweka kizingiti chao
karibu na kizingiti changu na miimo yao ya mila-
ngo karibu na miimo yangu, pakiwa na ukuta tu
kati yangu na wao, walilinajisi Jina langu takatifu
kwa matendo yao ya machukizo. Kwa sababu hiyo
niliwaangamiza kwa hasira yangu. 9 Basi sasa na
waweke mbali nami ukahaba wao na sanamu za
wafalme wao zisizo na uhai, nami nitakaa mio-
ngoni mwao milele.

10 "Mwanadamu, elezea hilo Hekalu kwa watu wa
Israeli, ili wapate kuona aibu kwa ajili ya dhambi
zao. Wao na wapime hicho kielelezo. 11 Wakishaona
aibu kwa ajili ya yale yote waliyotenda, wafaha-
mishe kielelezo cha hilo Hekalu, yaani mpangilio
wake, maingilio yake ya kutoka na kuingia, kiele-
lezo chake chote, na masharti yake yote na sheria
zake zote. Yaandike haya mbele yao ili wapate kuwa
waaminifu kwa hicho kielelezo chake na kufuata
masharti yake yote.

12 "Hii ndiyo sheria ya Hekalu: Eneo lote linalo-
zunguka Hekalu juu ya mlima litakuwa takatifu
kuliko yote. Hii ndiyo sheria ya Hekalu.

Madhabahu

13 "Hivi ndivyo vipimo vya madhabahu kwa dhi-
raa ndefu, yaani, dhiraa moja na nyanda nne:[c] Tako
lake liwe na kina cha hiyo dhiraa moja na upana
wa hiyo dhiraa moja, ikiwa na ukingo wa shibiri
moja[d] kuizunguka pembeni. Hiki kitakuwa ndicho
kimo cha madhabahu: 14 Kimo cha msingi kuanzia
usawa wa ardhi mpaka kwenye mfereji sehemu ya
chini kimo chake ni dhiraa mbili na upana wake ni
dhiraa moja na kuanzia kwenye ukingo mdogo hadi
kwenye ukingo mpana kimo chake ni dhiraa nne
na upana wake ni dhiraa moja. 15 Pale pawashwapo
moto madhabahuni kimo chake kitakuwa dhiraa
nne, na pembe nne zinazoelekeza juu kutoka pale
pawashwapo moto. 16 Pale pawashwapo moto pa
madhabahu ni mraba, urefu wake ni dhiraa kumi

[a]5 *Ujia* ina maana ya njia ndani ya nyumba.
[b]16 Dhiraa 500 ni sawa na mita 225.
[c]13 Dhiraa 1 na nyanda 4 ni sawa na sentimita 53.
[d]13 Shibiri 1 ni sawa na sentimita 22.5.

na mbili[a] na upana wa dhiraa kumi na mbili. 17 Pia
sehemu ya juu ni mraba, urefu wake dhiraa kumi
na nne na upana wa dhiraa kumi na nne, ikiwa
na ukingo wa nusu dhiraa na mfereji kuizunguka
madhabahu. Ngazi za kupandia madhabahuni
zitaelekea upande wa mashariki."

18 Kisha akaniambia, "Mwanadamu, hili ndilo
Bwana Mwenyezi asemalo: Haya ndiyo yatakayo-
kuwa masharti ya kutoa dhabihu za kuteketezwa
na kunyunyiza damu juu ya madhabahu itaka-
pokuwa imejengwa. 19 Utatoa fahali mchanga
kuwa sadaka ya dhambi kwa makuhani, ambao
ni Walawi, wa jamaa ya Sadoki, ndio watakaoni-
karibia kuhudumu mbele zangu, asema Bwana
Mwenyezi. 20 Itakupasa kuchukua baadhi ya hiyo
damu ya mnyama huyo na kuiweka juu ya hizo
pembe nne za madhabahu na juu ya ncha zake
nne za sehemu ya juu kuzunguka ukingo wote,
ili kuitakasa madhabahu na kufanya upatanisho
kwa ajili yake. 21 Itakupasa kumchukua huyo fahali
mchanga kwa ajili ya sadaka ya dhambi na kumte-
keteza mahali palipoagizwa katika eneo la Hekalu
nje ya mahali Patakatifu.

22 "Siku ya pili yake utamtoa beberu asiye
na dosari kwa ajili ya sadaka ya dhambi, nayo
madhabahu itatakaswa kama ilivyotakaswa kwa
yule fahali. 23 Utakapokuwa umemaliza kazi ya
kuitakasa, utamtoa fahali mchanga pamoja na
kondoo dume toka kwenye kundi, wote wawe
hawana dosari. 24 Utawatoa mbele za Bwana,
nao makuhani watanyunyizia chumvi juu yao na
kuwatoa kuwa sadaka ya kuteketezwa kwa Bwana.

25 "Kwa siku saba itakupasa kutoa beberu kila
siku kwa ajili ya sadaka ya dhambi, pia itakupasa
kutoa fahali mchanga na kondoo dume kutoka
zizini, wote wawe hawana dosari. 26 Kwa siku
saba itawapasa kufanya upatanisho kwa ajili ya
madhabahu na kuitakasa na hivyo ndivyo wataka-
vyoiweka wakfu. 27 Mwishoni mwa hizi siku saba,
kuanzia siku ya nane na kuendelea, itawapasa
makuhani kutoa sadaka zenu za kuteketezwa na
sadaka za amani juu ya madhabahu. Kisha nitawa-
kubali ninyi, asema Bwana Mwenyezi."

Mkuu, Walawi, Makuhani

44 Ndipo yule mtu akanirudisha mpaka kwe-
nye lango la nje la mahali Patakatifu, lile
linaloelekea upande wa mashariki, nalo lilikuwa
limefungwa. 2 Bwana akaniambia, "Lango hili
litabaki limefungwa. Haliruhusiwi kufunguliwa,
wala hakuna mtu yeyote anayeruhusiwa kuingi-
lia kwenye lango hili. Litabaki limefungwa kwa
sababu Bwana, Mungu wa Israeli, ameingia kwa
kupitia lango hili. 3 Yeye aliye mkuu peke yake
ndiye anayeweza kukaa penye njia ya hilo lango
na kula chakula mbele za Bwana. Itampasa aingie
kwa njia hiyo ya lango la ukumbini na kutokea
njia iyo hiyo."

4 Kisha yule mtu akanileta kwa njia ya lango la
kaskazini mpaka mbele ya Hekalu. Nikatazama
nami nikauona utukufu wa Bwana ukilijaza Hekalu
la Bwana, nami nikaanguka kifudifudi.

5 Bwana akaniambia, "Mwanadamu, angalia kwa
uangalifu, usikilize kwa bidii na uzingatie kila kitu
ninachokuambia kuhusu masharti yote yanayo-
husu Hekalu la Bwana. Uwe mwangalifu kuhusu
wale wanaoruhusiwa hekaluni na wale wasioruhu-
siwa kuingia mahali patakatifu. 6 Iambie nyumba
ya kuasi ya Israeli, 'Hili ndilo Bwana Mwenyezi
asemalo: Matendo yenu ya machukizo yatosha,
ee nyumba ya Israeli! 7 Zaidi ya matendo yenu yote
ya machukizo, mmewaleta wageni wasiotahiriwa
mioyo na miili katika patakatifu pangu, mkilinajisi
Hekalu langu, huku mkinitolea chakula, mafuta ya
wanyama na damu, nanyi mmevunja Agano langu.
8 Badala ya kutimiza wajibu wenu kuhusiana na
vitu vyangu vitakatifu, mmeweka watu wengine
kuwa viongozi katika patakatifu pangu. 9 Hili ndilo
Bwana Mwenyezi asemalo: Hakuna mgeni asiye-
tahiriwa moyo na mwilini anayeruhusiwa kuingia
patakatifu pangu, wala hata wageni wanaoishi
miongoni mwa Waisraeli.

10 " 'Walawi walioniacha wakati Waisraeli wali-
popotoka wakatoka kwangu na kutangatanga
kwa kufuata sanamu zao, watachukua adhabu
ya dhambi zao. 11 Wanaweza wakatumika katika
mahali patakatifu pangu, wakiwa na uangalizi
wa malango ya Hekalu, nao watachinja sadaka za
kuteketezwa na dhabihu kwa ajili ya watu na kusi-
mama mbele ya watu ili kuwahudumia. 12 Lakini
kwa sababu waliwatumikia watu mbele ya sanamu
zao na kuifanya nyumba ya Israeli ianguke kwenye
dhambi, kwa hiyo nimeapa kwa mkono ulioinuliwa
kwamba ni lazima wachukue matokeo ya dhambi
yao, asema Bwana Mwenyezi. 13 Hawaruhusiwi
kukaribia ili kunitumikia kama makuhani wala
kukaribia chochote changu kilicho kitakatifu au
sadaka iliyo takatifu kupita zote, bali watachukua
aibu ya matendo yao ya kuchukiza. 14 Lakini nita-
waweka katika uangalizi wa Hekalu na kazi zote
zile zinazotakiwa kufanyika ndani yake.

15 " 'Lakini makuhani, ambao ni Walawi na
wazao wa Sadoki, ambao walitimiza wajibu wao
kwa uaminifu katika patakatifu pangu wakati
Waisraeli walipopotoka, watakaribia ili kutu-
mika mbele zangu. Itawapasa wasimame mbele
zangu ili kutoa dhabihu za mafuta ya wanyama
na damu, asema Bwana Mwenyezi. 16 Wao peke
yao ndio wenye ruhusa ya kuingia mahali pata-
katifu pangu. Wao peke yao ndio watakaokaribia
meza yangu ili kuhudumu mbele zangu na kufanya
utumishi wangu.

17 " 'Watakapoingia kwenye malango ya ukumbi
wa ndani, watavaa nguo za kitani safi, hawaru-
husiwi kamwe kuvaa mavazi ya sufu wakati
wanapokuwa wakihudumu kwenye malango ya
ukumbi wa ndani wala ndani ya Hekalu. 18 Watavaa
vilemba vya kitani safi vichwani mwao na nguo
za ndani za kitani safi viunoni mwao. Hawata-
vaa chochote kitakachowafanya kutoa jasho.
19 Watakapotoka ili kuingia katika ukumbi wa nje
mahali watu walipo, watavua nguo walizokuwa
wakihudumu nazo na wataziacha katika vyumba
vitakatifu nao watavaa nguo nyingine, ili kwamba
wasije wakaambukiza watu utakatifu kwa njia ya
mavazi yao.

[a]16 Dhiraa 12 ni sawa na mita 5.4.

20 " 'Hawatanyoa nywele za vichwa vyao wala kuziacha ziwe ndefu, bali watazipunguza. 21 Kuhani yeyote asinywe mvinyo aingiapo katika ukumbi wa ndani. 22 Wasioe wanawake wajane wala walioachika, inawapasa kuoa wanawake bikira wenye heshima wa Israeli au wajane wa makuhani. 23 Watawafundisha watu wangu tofauti kati ya vitu vitakatifu na vitu vya kawaida na kuwaonyesha jinsi ya kupambanua kati ya vitu najisi na vitu safi.

24 " 'Katika magombano yoyote, makuhani watatumika kama mahakimu na kuamua hilo jambo kufuatana na sheria zangu. Watazishika sheria zangu na maagizo yangu katika sikukuu zangu zote zilizoamriwa, nao watatakasa Sabato zangu.

25 " 'Kuhani asijitie unajisi kwa kukaribia maiti, lakini, kama mtu aliyekufa alikuwa baba yake au mama yake, mwana au binti yake, ndugu yake au dada ambaye hajaolewa, basi aweza kujitia unajisi kwa hao. 26 Baada ya kujitakasa, atakaa hali hiyo kwa muda wa siku saba. 27 Siku atakapoingia katika ukumbi wa ndani wa mahali patakatifu ili kuhudumu, atatoa sadaka ya dhambi kwa ajili yake mwenyewe, asema Bwana Mwenyezi.

28 " 'Mimi nitakuwa ndio urithi pekee walio nao makuhani katika Israeli. Msiwape wao milki, mimi nitakuwa milki yao. 29 Wao watakula sadaka za nafaka, sadaka za dhambi na sadaka za hatia na kila kitu kitakachotolewa kwa Bwana katika Israeli kitakuwa chao. 30 Yote yaliyo bora ya malimbuko ya vitu vyote na matoleo yenu maalum vitakuwa vya makuhani. Inawapasa kuwapa malimbuko ya kwanza ya unga wenu ili kwamba baraka ipate kuwa katika nyumba zenu. 31 Makuhani hawaruhusiwi kula chochote, ikiwa ni ndege au mnyama, aliyekutwa akiwa amekufa au aliyeraruliwa na wanyama pori.

Mgawanyo Wa Nchi

45 " 'Mtakapogawa nchi kuwa urithi, mtaitoa sehemu ya nchi kwa Bwana kuwa eneo takatifu, urefu wake dhiraa 25,000,[a] upana wake dhiraa 20,000[b] eneo hili lote litakuwa takatifu. 2 Katika hiyo, itakuwepo sehemu mraba ambayo ni mahali patakatifu kila upande dhiraa 500 ikiwa imezungukwa na eneo la wazi lenye upana wa dhiraa hamsini. 3 Katika eneo takatifu, pima sehemu yenye urefu wa dhiraa 25,000 na upana wa dhiraa 10,000.[c] Ndani ya hilo eneo kutakuwa mahali patakatifu, Patakatifu pa Patakatifu. 4 Itakuwa sehemu takatifu ya nchi kwa ajili ya makuhani, wale wanaohudumu ndani ya mahali patakatifu na ambao hukaribia ili kuhudumu mbele za Bwana. Patakuwa mahali pa nyumba zao pamoja na sehemu kwa ajili ya mahali patakatifu. 5 Eneo la urefu wa dhiraa 25,000 na upana wa dhiraa 10,000 litakuwa la Walawi wale wanaotumika hekaluni, kama milki yao kwa ajili ya miji ya kuishi.

6 " 'Utatoa mji kama mali yao wenye upana wa dhiraa 5,000[d] na urefu wa dhiraa 25,000, karibu na sehemu takatifu, itakuwa mali ya nyumba yote ya Israeli.

7 " 'Mkuu anayetawala atakuwa na lile eneo linalopakana na lile eneo lililowekwa wakfu upande huu na upande huu na eneo la mji. Eneo la mji litaenea upande wa magharibi kuanzia upande wa magharibi na upande wa mashariki kuanzia upande wa mashariki, likiendelea kwa urefu kutoka magharibi hadi mpaka wa mashariki sambamba na mojawapo ya sehemu za makabila. 8 Nchi hii itakuwa milki yake katika Israeli. Nao wakuu wangu hawataonea tena watu wangu bali wataruhusu nyumba ya Israeli kuimiliki nchi kulingana na makabila yao.

9 " 'Hili ndilo Bwana Mwenyezi asemalo: Yatosha, enyi wakuu wa Israeli! Acheni mbali ukatili wenu na uonevu wenu mkafanye lile lililo haki na sawa. Acheni kuwatoza watu wangu isivyo haki, asema Bwana Mwenyezi. 10 Tumieni mizani sahihi na vipimo sahihi vya efa[e] na bathi.[f] 11 Efa na bathi viwe sawa, bathi iwe sehemu ya kumi ya homeri na efa iwe sehemu ya kumi ya homeri, homeri itakuwa ndicho kiwango cha kukubalika kwa vyote viwili. 12 Shekeli moja itakuwa gera ishirini.[g] Shekeli ishirini, jumlisha na shekeli ishirini na tano, jumlisha na shekeli kumi na tano zitakuwa mina moja.[h]

Sadaka Na Siku Takatifu

13 " 'Hili ndilo toleo maalum mtakalotoa: moja ya sita ya efa kutoka kila homeri ya ngano na moja ya sita ya efa kutoka kila homeri ya shayiri. 14 Sehemu ya mafuta iliyoamriwa, yaliyopimwa kwa bathi, ni sehemu ya kumi ya bathi kutoka kila kori moja[i] (ambayo ina bathi kumi au homeri moja.) 15 Pia kondoo mmoja atachukuliwa kutoka kwenye kila kundi la kondoo mia mbili kutoka kwenye malisho yaliyonyeshewa vizuri ya Israeli. Hivi vitatumika kwa ajili ya sadaka ya nafaka, sadaka ya kuteketezwa na sadaka za amani ili kufanya upatanisho kwa ajili ya watu, asema Bwana Mwenyezi. 16 Watu wote wa nchi wataungana pamoja na mkuu anayetawala Israeli ili kutoa hii sadaka maalum. 17 Huu utakuwa ndio wajibu wa mkuu anayetawala kutoa sadaka ya kuteketezwa, sadaka ya nafaka na sadaka ya kinywaji kwenye sikukuu, Mwezi Mwandamo na Sabato, kwenye sikukuu zote zilizoamriwa za nyumba ya Israeli. Atatoa sadaka za dhambi, sadaka za nafaka, sadaka za kuteketezwa na sadaka za amani ili kufanya upatanisho kwa ajili ya nyumba ya Israeli.

18 " 'Hili ndilo Bwana Mwenyezi asemalo: Katika mwezi wa kwanza, siku ya kwanza ya huo mwezi utamchukua fahali mchanga asiye na dosari na kutakasa mahali patakatifu. 19 Kuhani itampasa achukue sehemu ya hiyo damu ya sadaka ya dhambi na kuipaka kwenye miimo ya Hekalu, kwenye pembe nne za juu za ukingo wa hayo madhabahu

[a]1 Dhiraa 25,000 ni sawa na kilomita 11.25.
[b]1 Dhiraa 20,000 ni sawa na kilomita 9.
[c]3 Dhiraa 10,000 ni sawa na kilomita 4.5.
[d]6 Dhiraa 5,000 ni sawa na kilomita 2.25.
[e]10 Efa ni kipimo cha ujazo cha kupimia vitu vikavu ambacho ni sawa na omeri 10; efa 1 ni sawa na kilo 22.
[f]10 Bathi ni kipimo cha ujazo cha kupimia vitu vya humiminika ambacho ni sawa na 1/10 ya homeri; homeri 1 ni bathi 10 au efa 10.
[g]12 Gera 20 ni sawa na shekeli 1.
[h]12 Mina 1 hapa ni sawa na shekeli 60; mina ya kawaida ilikuwa sawa na shekeli 50.
[i]14 Kori 1 ni sawa na bathi 10 au homeri 1.

na juu ya miimo ya lango la ukumbi wa ndani. 20 Itakupasa kufanya vivyo hivyo katika siku ya saba ya mwezi huo kwa ajili ya mtu yeyote ambaye hutenda dhambi bila kukusudia au bila kujua, hivyo utafanya upatanisho kwa ajili ya Hekalu.

21 " 'Katika mwezi wa kwanza siku ya kumi na nne utaadhimisha Pasaka. Sikukuu itaendelea kwa siku saba, wakati huo wa hizo siku saba mtakula mikate isiyotiwa chachu. 22 Katika siku hiyo mkuu anayetawala atatoa fahali kuwa sadaka ya dhambi kwa ajili yake mwenyewe na kwa ajili ya watu wote wa nchi. 23 Kila siku wakati wa hizo siku saba za sikukuu atatoa mafahali saba na kondoo dume saba wasio na dosari kuwa sadaka ya kuteketezwa kwa Bwana na beberu kwa ajili ya sadaka ya dhambi. 24 Pia atatoa sadaka ya nafaka efa moja kwa kila fahali na efa moja kwa kila kondoo dume, pamoja na hini moja[a] ya mafuta kwa kila efa.

25 " 'Wakati wa hizo siku saba za sikukuu, ambayo huanza katika mwezi wa saba kwenye siku ya kumi na tano, mkuu anayetawala atatoa mahitaji yale yale kwa ajili ya sadaka za dhambi, sadaka za kuteketezwa, sadaka za nafaka na mafuta.

Sheria Nyingine Mbalimbali

46 " 'Hili ndilo Bwana Mwenyezi asemalo: Lango la ukumbi wa ndani linaloelekea upande wa mashariki litakuwa linafungwa kwa siku sita za juma, ila siku ya Sabato na siku ya Mwezi Mwandamo litafunguliwa. 2 Mkuu anayetawala ataingia kupitia baraza ya njia ya lango la ukumbi na kusimama karibu na nguzo ya lango. Makuhani watatoa sadaka za mkuu anayetawala za kuteketezwa na sadaka za amani. Mkuu anayetawala atasujudu kwenye kizingiti cha njia ya lango, kisha atatoka nje, lakini lango halitafungwa mpaka jioni. 3 Siku za Sabato na za Mwezi mwandamo watu wote wa nchi wataabudu mbele za Bwana penye lile ingilio la ile njia. 4 Sadaka ya kuteketezwa aletazo mkuu anayetawala kwa Bwana siku ya Sabato itakuwa ni wana-kondoo sita na kondoo dume mmoja, wote wasiwe na dosari. 5 Sadaka ya nafaka inayotolewa pamoja na huyo kondoo dume itakuwa efa moja na sadaka ya nafaka inayotolewa na hao wana-kondoo itakuwa kiasi apendacho mtu pamoja na hini ya mafuta kwa kila efa. 6 Siku ya mwezi mwandamo atatoa fahali mchanga, wana-kondoo sita na kondoo dume, wote wasiwe na dosari. 7 Atatoa kuwa sadaka ya nafaka efa moja pamoja na fahali mmoja, efa moja na kondoo dume mmoja na pamoja na wana-kondoo kama atakavyo kutoa, pamoja na hini ya mafuta kwa kila efa. 8 Wakati mkuu anayetawala aingiapo, atapitia kwenye baraza ya njia ya lango, naye atatoka nje kwa njia hiyo hiyo.

9 " 'Wakati watu wa nchi wanapokuja mbele za Bwana katika sikukuu zilizoamriwa, yeyote aingiaye kwa lango la kaskazini kuabudu atatoka nje kwa lango la kusini na yeyote aingiaye kwa lango la kusini atatoka nje kwa lango la kaskazini. Hakuna mtu yeyote atakayerudi kwa kupitia lango lile aliloingilia, lakini kila mmoja atatoka nje kwa lango linalokabili lile aliloingilia. 10 Mkuu anayetawala atakuwa miongoni mwao, akiingia nao ndani wanapoingia, naye atatoka nao nje wanapotoka.

11 " 'Kwenye sikukuu na kwenye sikukuu zilizoamriwa, sadaka ya nafaka itakuwa efa moja pamoja na fahali mmoja, efa moja pamoja na kondoo dume mmoja, pamoja na idadi ya wana-kondoo kama mtu apendavyo kutoa, pamoja na hini ya mafuta kwa kila efa. 12 Mkuu anayetawala anapotoa sadaka ya hiari kwa Bwana, ikiwa ni sadaka ya kuteketezwa au sadaka ya amani, lango linaloelekea mashariki litafunguliwa kwa ajili yake. Atatoa sadaka yake ya kuteketezwa au sadaka yake ya amani kama afanyavyo katika siku ya Sabato. Kisha atatoka nje, naye akiisha kutoka nje, lango litafungwa.

13 " 'Kila siku utamtoa mwana-kondoo wa mwaka mmoja asiyekuwa na dosari kwa ajili ya sadaka ya kuteketezwa kwa Bwana, utaitoa kila siku asubuhi. 14 Pia kila siku asubuhi pamoja na hiyo sadaka utatoa sadaka ya nafaka, ikiwa na sehemu ya sita ya efa pamoja na theluthi moja ya hini[b] ya mafuta ya kuchanganya na ule unga. Utoaji wa sadaka hii ya nafaka kwa Bwana ni amri ya daima. 15 Kwa hiyo mwana-kondoo na sadaka ya nafaka na mafuta vitatolewa kila siku asubuhi kwa ajili ya sadaka ya daima ya kuteketezwa.

16 " 'Hili ndilo Bwana Mwenyezi asemalo: Ikiwa mkuu atawalaye atatoa zawadi kutoka kwenye urithi wake na kumpa mmoja wa wanawe, hiyo zawadi itakuwa pia kwa wazao wake, itakuwa mali yao kwa urithi. 17 Hata hivyo, kama atatoa zawadi kutoka urithi wake na kumpa mmoja wa watumishi wake, mtumishi anaweza kuiweka mpaka mwaka wa uhuru, kisha itarudishwa kwa mkuu anayetawala. Urithi wake ni wa wanawe peke yao, ni mali yao. 18 Mkuu anayetawala hana ruhusa kuchukua urithi wowote wa watu na kuwaondoa kwenye mali zao. Mkuu atawalaye atawapa wanawe urithi wao, kutoka kwenye mali zake mwenyewe, ili kwamba pasiwe na mtu wangu yeyote atakayetengwa na urithi wake.' "

19 Kisha mtu yule akanileta kwa kupitia kwenye ingilio lililokuwa kando ya lango mpaka kwenye vyumba vitakatifu vinavyoelekea kaskazini, ambavyo ni vya makuhani, naye akanionyesha mahali fulani upande wa mwisho wa magharibi. 20 Akaniambia, "Mahali hapa ndipo makuhani watakapotokosea sadaka ya hatia na sadaka ya dhambi na kuoka sadaka ya nafaka, kuepuka kuzileta katika ukumbi wa nje na kushirikisha utakatifu kwa watu."

21 Baada ya hapo akanileta kwenye ukumbi wa nje na kunizungusha kwenye pembe zake nne, nami nikaona katika kila pembe ya huo ukumbi kulikuwa na ukumbi mwingine. 22 Katika pembe nne za huo ukumbi wa nje kulikuwa na kumbi nyingine, zenye urefu wa dhiraa arobaini na upana wake dhiraa thelathini, ambapo hizo kumbi kwenye hizo pembe nne zilikuwa na vipimo vilivyo sawa. 23 Mzunguko wa ndani wa hizo kumbi nne ulikuwa na ukingo wa jiwe, zikiwa na sehemu

[a]24 Hini ni kipimo cha kupimia vitu vya humiminika chenye ujazo wa 1/6 ya bathi, na ni sawa na lita 4.

[b]14 Theluthi moja ya hini ni sawa na lita 1.3.

zilizojengwa kwa ajili ya moto kuzunguka chini ya huo ukingo. 24 Akaniambia, "Hizi ndizo sehemu za kupikia ambazo wale wanaohudumu kwenye Hekalu watatokosea dhabihu za watu."

Mto Kutoka Hekaluni

47 Yule mtu akanirudisha mpaka kwenye ingilio la Hekalu, nami nikaona maji yakitoka chini ya kizingiti cha Hekalu yakitiririkia upande wa mashariki (kwa maana upande wa mbele wa Hekalu ulielekea mashariki). Maji yalikuwa yakitoka chini upande wa kusini wa Hekalu, kusini mwa madhabahu. 2 Ndipo akanitoa nje kupitia lango la kaskazini na kunizungusha mpaka kwenye lango la nje linaloelekea mashariki, nayo maji yalikuwa yakitiririka kutoka upande wa kusini.

3 Mtu yule alipokwenda upande wa mashariki akiwa na kamba ya kupimia mkononi mwake, akapima dhiraa 1,000[a] kisha akanipitisha kwenye hayo maji ambayo yalifika kwenye vifundo vya miguu. 4 Akapima dhiraa 1,000 nyingine na kunipitisha kwenye hayo maji ambayo yalifika magotini. Akapima dhiraa nyingine 1,000 na kunipitisha kwenye hayo maji ambayo yalifika kiunoni. 5 Akapima tena dhiraa 1,000 nyingine, lakini wakati huu yalikuwa mto ambao sikuweza kuvuka, kwa kuwa maji yalikuwa na kina kirefu ambacho ni cha kuogelea, mto ambao hakuna mtu yeyote ambaye angeweza kuvuka. 6 Akaniuliza, "Je, mwanadamu, unaona hili?"

Kisha akanirudisha mpaka kwenye ukingo wa huo mto. 7 Nilipofika pale, nikaona idadi kubwa ya miti kila upande wa ule mto.

8 Akaniambia, "Haya maji yanatiririka kuelekea nchi ya mashariki na kushuka mpaka Araba,[b] ambapo huingia Baharini. Yanapomwagikia kwenye hiyo Bahari,[c] maji yaliyoko humo huponywa na kuwa safi. 9 Popote mto huu uendapo kila kiumbe hai kinachoyaparamia hayo maji kitaishi, nako kutakuwa na samaki wengi mno, mara maji haya yafikapo huko. Maji hayo yatakuwa hai na kila kitu kitakachoishi kule mto uendako. 10 Wavuvi watasimama kando ya bahari, kuanzia En-Gedi hadi En-Eglaimu huko patakuwa mahali pa kutandaza nyavu za kuvulia samaki. Samaki watakuwa wa aina nyingi, kama samaki wa Bahari Kuu[d] 11 Lakini madimbwi yake na mabwawa yake hayatakuwa na maji yanayofaa kunywa, bali yatabakia kuwa maji ya chumvi. 12 Miti ya matunda ya kila aina itaota kwenye kingo zote mbili za mto huu. Majani yake hayatanyauka wala haitaacha kuwa na matunda katika matawi yake. Kila mwezi kutakuwa na matunda, kwa sababu maji yatokayo patakatifu yanaitiririkia. Matunda yake yatakuwa chakula na majani yake yatakuwa dawa."

Mipaka Mipya Ya Nchi

13 Hili ndilo Bwana Mwenyezi asemalo: "Hii ndiyo mipaka ambayo kwayo mtagawanya hiyo nchi kuwa urithi miongoni mwa hayo makabila kumi na mawili ya Israeli, pamoja na mafungu mawili ya Yosefu. 14 Mtagawa kwa usawa miongoni mwao. Kwa sababu niliapa kwa mkono ulioinuliwa kuwapa baba zenu, nchi hii itakuwa urithi wenu.

15 "Huu ndio utakuwa mpaka wa hiyo nchi:

"Upande wa kaskazini utaanzia Bahari
Kuu kwa njia ya Hethloni kupitia
Lebo-Hamathi hadi maingilio ya
Sedadi. 16 Berotha na Sibraimu (ambao
uko kwenye mpaka kati ya Dameski na
Hamathi), hadi kufikia Haser-Hatikoni,
ambao uko katika mpaka wa Haurani.
17 Hivyo mpaka utaendelea kuanzia
Baharini hadi Hasar-Enoni, ukiambaa
na mpaka wa kaskazini wa Dameski,
pamoja na mpaka wa Hamathi upande
wa kaskazini. Huu utakuwa ndio mpaka
wa kaskazini.
18 Upande wa mashariki mpaka utapita kati ya
Haurani na Dameski, kuambaa Yordani
na kati ya Gileadi na nchi ya Israeli, hadi
bahari ya mashariki[e] na kufika Tamari.
Huu utakuwa ndio mpaka wa mashariki.
19 Upande wa kusini utaanzia Tamari hadi
kufikia maji ya Meriba-Kadeshi, kisha
utaambaa na Kijito cha Misri hadi Bahari
Kuu. Huu utakuwa ndio mpaka wa kusini.
20 Upande wa magharibi, Bahari Kuu itakuwa
ndio mpaka hadi kwenye sehemu
mkabala na Lebo-Hamathi. Huu utakuwa
ndio mpaka wa magharibi.

21 "Mtagawanya nchi hii miongoni mwenu kufuatana na makabila ya Israeli. 22 Mtaigawanya kuwa urithi kwa ajili yenu na kwa ajili ya wageni wanaoishi miongoni mwenu na ambao wana watoto. Wao watakuwa kwenu kama wenyeji wazawa wa Israeli, pamoja na ninyi watagawiwa urithi miongoni mwa makabila ya Israeli. 23 Katika kabila lolote mgeni atakapoishi hapo ndipo mtakapompatia urithi wake," asema Bwana Mwenyezi.

Mgawanyo Wa Nchi

48 "Haya ndiyo majina ya makabila na sehemu zao: Kwenye mpaka wa kaskazini, Dani atakuwa na sehemu moja, mpaka huo utafuata barabara ya Hethloni hadi Lebo-Hamathi, Hasar-Enani hata mpaka wa kaskazini wa Dameski karibu na Hamathi utakuwa sehemu ya huo mpaka wake kuanzia upande wa mashariki hadi upande wa magharibi.

2 "Asheri atakuwa na sehemu moja, itapakana na nchi ya Dani kuanzia mashariki hadi upande wa magharibi.

3 "Naftali atakuwa na sehemu moja, itapakana na nchi ya Asheri kuanzia mashariki hadi magharibi.

4 "Manase atakuwa na sehemu moja, itapakana na nchi ya Naftali kuanzia mashariki hadi magharibi.

5 "Efraimu atakuwa na sehemu moja, itapakana

[a]3 Dhiraa 1,000 ni sawa na mita 450.
[b]8 Araba hapa ina maana ya Bonde la Yordani.
[c]8 Bahari hapa ina maana ya Bahari ya Chumvi.
[d]10 Bahari Kuu hapa ina maana ya Bahari ya Mediterania.
[e]18 Bahari ya mashariki hapa ina maana ya Bahari ya Chumvi.

na nchi ya Manase kuanzia mashariki hadi magha-
ribi.
6 "Reubeni atakuwa na sehemu moja, itapa-
kana na nchi ya Efraimu kuanzia mashariki hadi
magharibi.
7 "Yuda atakuwa na sehemu moja, itapakana na
nchi ya Reubeni kuanzia mashariki hadi magharibi.
8 "Kupakana na nchi ya Yuda kuanzia mashariki
mpaka magharibi itakuwa ndiyo sehemu utakayoi-
toa ili kuwa toleo maalum. Itakuwa na upana wa
dhiraa 25,000[a] na urefu wake kuanzia mashariki
mpaka magharibi utakuwa ule ule wa sehemu moja
ya kabila, mahali patakatifu patakuwa katikati ya
eneo hilo.
9 "Hiyo sehemu maalum mtakayotoa kwa BWANA
itakuwa na urefu wa dhiraa 25,000 na upana wa
dhiraa 10,000[b] 10 Hii itakuwa ni sehemu takatifu
kwa ajili ya makuhani. Itakuwa na urefu wa dhi-
raa 25,000 upande wa kaskazini, upana wa dhiraa
10,000 upande wa magharibi, dhiraa 10,000 upande
wa mashariki na urefu wa dhiraa 25,000 upande wa
kusini. Katikati yake patakuwa mahali patakatifu
pa BWANA. 11 Hii itakuwa kwa ajili ya makuhani
waliowekwa wakfu, Wasadoki, waliokuwa waa-
minifu katika kunitumikia nao hawakupotoka
kama Walawi walivyofanya wakati Waisraeli wali-
popotoka. 12 Itakuwa toleo maalum kwao kutoka
sehemu takatifu ya nchi, yaani, sehemu takatifu
sana, inayopakana na nchi ya Walawi.
13 "Kando ya nchi ya makuhani, Walawi wata-
kuwa na mgawo wa urefu wa dhiraa 25,000 na
upana wa dhiraa 10,000. Urefu wake utakuwa
jumla dhiraa 25,000 na upana wa dhiraa 10,000.
14 Hawataruhusiwa kuuza wala kuibadilisha hata
mojawapo. Hii ndiyo sehemu nzuri ya nchi kuliko
nyingine zote, hivyo haitakuwa mikononi mwa
watu wengine, kwa sababu ni takatifu kwa BWANA.
15 "Eneo linalobaki lenye upana wa dhiraa 5,000[c]
na urefu wa dhiraa 25,000, litakuwa kwa ajili ya
matumizi ya kawaida ya mji, kwa ajili ya ujenzi
wa nyumba na malisho. Mji utakuwa katikati yake
16 nao utakuwa na vipimo hivi: upande wa kaska-
zini dhiraa 4,500,[d] upande wa kusini dhiraa 4,500,
upande wa mashariki dhiraa 4,500 na upande wa
magharibi dhiraa 4,500. 17 Sehemu ya malisho kwa
ajili ya mji itakuwa na eneo la dhiraa 250[e] upande
wa kaskazini, dhiraa 250 upande wa kusini, dhiraa
250 upande wa mashariki na dhiraa 250 upande
wa magharibi. 18 Eneo linalobaki, linalopakana
na sehemu takatifu likiwa na urefu sawa nalo,
litakuwa dhiraa 10,000 upande wa mashariki na
dhiraa 10,000 upande wa magharibi. Mazao yake
yatawapa watumishi wa mji chakula. 19 Watumishi
wa mji wanaolima shamba hili watatoka katika
makabila yote ya Israeli. 20 Eneo lote la hiyo sehemu
litakuwa mraba, yaani, dhiraa 25,000 kila upande.
Kama toleo maalum mtatenga sehemu takatifu,
pamoja na milki ya mji.
21 "Eneo linalobaki pande zote za eneo
linalofanya sehemu takatifu na milki ya mji lita-
kuwa mali ya mkuu atawalaye. Eneo hili litaenea
upande wa mashariki kuanzia kwenye dhiraa
25,000 za sehemu takatifu hadi mpaka wa masha-
riki na kuelekea upande wa magharibi kuanzia
kwenye dhiraa 25,000 hadi mpaka wa magharibi.
Maeneo yote haya mawili yanayoenda sambamba
na urefu wa sehemu za makabila yatakuwa ya
mkuu anayetawala, na sehemu ile takatifu pamoja
na mahali patakatifu pa Hekalu itakuwa katikati
yake. 22 Kwa hiyo milki ya Walawi na milki ya mji
vitakuwa katikati ya eneo lile ambalo ni mali ya
mkuu anayetawala. Eneo la mkuu anayetawala
litakuwa kati ya mpaka wa Yuda na mpaka wa
Benyamini.
23 "Kuhusu makabila yaliyobaki: Benyamini ata-
kuwa na sehemu moja, itakayoanzia upande wa
mashariki hadi upande wa magharibi.
24 "Simeoni atakuwa na sehemu moja, itakayo-
pakana na nchi ya Benyamini kuanzia mashariki
hadi magharibi.
25 "Isakari atakuwa na sehemu moja, itakayopa-
kana na nchi ya Simeoni kuanzia mashariki hadi
magharibi.
26 "Zabuloni atakuwa na sehemu moja, itaka-
yopakana na nchi ya Isakari kuanzia mashariki
hadi magharibi.
27 "Gadi atakuwa na sehemu moja, itakayopa-
kana na nchi ya Zabuloni kuanzia mashariki hadi
magharibi.
28 "Mpaka wa kusini wa Gadi utapita kusini kua-
nzia Tamari hadi maji ya Meriba-Kadeshi, kisha
kupitia upande wa Kijito cha Misri hadi Bahari
Kuu.[f]
29 "Hii ndiyo nchi mtakayogawanya kuwa urithi
kwa makabila ya Israeli, nazo zitakuwa sehemu
zao," asema BWANA Mwenyezi.

Malango Ya Mji

30 "Haya yatakuwa ndiyo malango ya mji ya
kutokea: Kuanzia upande wa kaskazini, ambayo
urefu wake ni dhiraa 4,500, utakuwa na malango
matatu, 31 malango hayo ya mji yatapewa majina ya
makabila ya Israeli. Malango hayo matatu ya upa-
nde wa kaskazini moja litakuwa lango la Reubeni,
lango la Yuda na lango la Lawi.
32 "Upande wa mashariki, wenye urefu wa dhi-
raa 4,500, utakuwa na malango matatu: lango la
Yosefu, lango la Benyamini na lango la Dani.
33 "Upande wa kusini, wenye urefu wa dhiraa
4,500, utakuwa na malango matatu: lango la
Simeoni, lango la Isakari na lango la Zabuloni.
34 "Upande wa magharibi, wenye urefu wa dhiraa
4,500, utakuwa na malango matatu: lango la Gadi,
lango la Asheri na lango la Naftali.
35 "Urefu wote kuzunguka utakuwa dhiraa
18,000.[g]
"Nalo jina la mji huo kuanzia wakati huo na
kuendelea litakuwa:

BWANA YUPO HAPA."

[a]8 Dhiraa 25,000 ni sawa na kilomita 11.25.
[b]9 Dhiraa 10,000 ni sawa na kilomita 4.5.
[c]15 Dhiraa 5,000 ni sawa na kilomita 2.25.
[d]16 Dhiraa 4,500 ni sawa na kilomita 2.025.
[e]17 Dhiraa 250 ni sawa na sentimita 112.5.
[f]28 Bahari Kuu hapa ina maana ya Bahari ya Mediterania.
[g]35 Dhiraa 18,000 ni sawa na kilomita 8.1.

DANIELI

Mafunzo Ya Danieli Huko Babeli

1 Katika mwaka wa tatu wa utawala wa Yehoya-
kimu mfalme wa Yuda, Nebukadneza mfalme
wa Babeli alikuja akazingira Yerusalemu kwa
jeshi. 2 Bwana akamtia Yehoyakimu mfalme wa
Yuda mkononi mwa Nebukadneza, pamoja na
baadhi ya vyombo kutoka Hekalu la Mungu. Hivi
akavichukua hadi kwenye hekalu la mungu wake
huko Shinari, naye akaviweka nyumbani ya hazina
ya mungu wake.

3 Kisha mfalme akamwagiza Ashpenazi, mkuu
wa maafisa wa mfalme, kumletea baadhi ya Wai-
sraeli kutoka jamaa ya mfalme na kutoka jamaa
kuu, 4 vijana wanaume wasio na dosari mwilini,
wenye sura nzuri, wanaoonyesha kipaji katika
kila aina ya elimu, wenye ufahamu mzuri, wepesi
kuelewa, na waliofuzu kuhudumu katika jumba la
kifalme. Alikuwa awafundishe lugha na maandiko
ya Wakaldayo. 5 Mfalme akawaagizia kiasi cha cha-
kula na divai ya kila siku kutoka meza ya mfalme.
Walikuwa wafundishwe kwa miaka mitatu, na
hatimaye waingie kwenye utumishi wa mfalme.

6 Baadhi ya hawa vijana walitoka Yuda: nao ni
Danieli, Hanania, Mishaeli na Azaria. 7 Mkuu wa
maafisa akawapa majina mapya: Danieli akamwita
Belteshaza, Hanania akamwita Shadraki, Mishaeli
akamwita Meshaki, na Azaria akamwita Abednego.

8 Lakini Danieli alikusudia kuwa hatajitia unajisi
kwa chakula cha mfalme na divai, naye akamwo-
mba mkuu wa maafisa ruhusa ili asijinajisi kwa njia
hii. 9 Basi Mungu alikuwa amemfanya huyo mkuu
wa maafisa kuonyesha upendeleo na huruma
kwa Danieli, 10 lakini huyo mkuu wa maafisa aka-
mwambia Danieli, "Ninamwogopa bwana wangu
mfalme, aliyeagizia chakula na kinywaji chenu.
Kwa nini aone nyuso zenu zikiwa mbaya kuliko
za vijana wengine wa rika lenu? Mfalme atakata
kichwa changu kwa sababu yenu."

11 Ndipo Danieli akamwambia mlinzi aliyeteu-
liwa na huyo mkuu wa maafisa kuwasimamia
Danieli, Hanania, Mishaeli na Azaria, 12 "Tafadhali
wajaribu watumishi wako kwa siku kumi. Usitupe
chochote ila nafaka na mboga za majani[a] tule, na
maji ya kunywa. 13 Baadaye ulinganishe sura zetu
na vijana wanaokula chakula cha mfalme, ukawa-
tendee watumishi wako kulingana na unachoona."
14 Basi akakubali jambo hili, akawajaribu kwa siku
kumi.

15 Mwisho wa zile siku kumi, walionekana kuwa
na afya na kunawiri zaidi kuliko yeyote kati ya wale
vijana waliokula chakula cha mfalme. 16 Hivyo
mlinzi wao akaondoa chakula chao na divai yao
waliopangiwa kula na kunywa, akawapa nafaka
na mboga za majani badala yake.

17 Mungu akawapa hawa vijana wanne maarifa
na ufahamu wa kila aina ya maandiko na elimu.
Naye Danieli aliweza kufahamu maono na aina
zote za ndoto.

18 Mwisho wa muda uliowekwa na mfalme
kuwaingiza kwake, mkuu wa maafisa akawa-
leta mbele ya Mfalme Nebukadneza. 19 Mfalme
akazungumza nao, akaona hakuna aliyelingana
na Danieli, Hanania, Mishaeli na Azaria. Hivyo
wakaingia katika utumishi wa mfalme. 20 Katika
kila jambo la hekima na ufahamu kuhusu kile mfa-
lme alichowauliza, aliwaona bora mara kumi zaidi
kuliko waganga na wasihiri wote katika ufalme
wake wote.

21 Naye Danieli akabaki huko mpaka mwaka wa
kwanza wa utawala wa Mfalme Koreshi.

Ndoto Ya Nebukadneza

2 Katika mwaka wa pili wa utawala wake, Nebuka-
dneza aliota ndoto. Mawazo yake yakasumbuka
na hakuweza kulala. 2 Hivyo mfalme akawaita
waganga, wasihiri, wachawi na wanajimu ili
wamwambie ndoto yake aliyokuwa ameota.
Walipoingia ndani na kusimama mbele ya mfa-
lme, 3 akawaambia, "Niliota ndoto inayonisumbua,
nami nataka nijue maana yake."

4 Ndipo wanajimu wakamjibu mfalme kwa lugha
ya Kiaramu,[b] "Ee mfalme, uishi milele! Waambie
watumishi wako hiyo ndoto, nasi tutaifasiri."

5 Mfalme akawajibu wanajimu, "Nimeamua hivi
kwa uthabiti: Ikiwa hamtaniambia ndoto yangu
ilikuwa ipi na kuifasiri, mtakatwa vipande vipande
na nyumba zenu zitafanywa kuwa vifusi. 6 Lakini
mkiniambia ndoto yangu na kuielezea, mtapokea
kwangu zawadi, tuzo na heshima kubwa. Basi nia-
mbieni ndoto yangu na mnifasirie."

7 Wakajibu kwa mara nyingine, "Mfalme na
awaambie watumishi wake ndoto yake, nasi
tutaifasiri."

8 Ndipo mfalme akajibu, "Nina hakika kuwa
mnajaribu kupata muda zaidi, kwa sababu mna-
tambua kuwa nimeamua hivi kwa uthabiti: 9 Ikiwa
hamtaniambia ndoto yangu, ipo adhabu moja tu
kwenu. Mmefanya shauri kuniambia habari za
kunipotosha na mambo maovu, mkitumaini kwa-
mba hali itabadilika. Hivyo basi, niambieni hiyo
ndoto, nami nitajua kuwa mwaweza kunifasiria."

10 Wanajimu wakamjibu mfalme, "Hakuna mtu
duniani ambaye anaweza kufanya analotaka
mfalme! Vilevile hakuna mfalme hata awe mkuu
na mwenye uweza namna gani, aliyeuliza kitu
kama hicho kwa mganga au kwa msihiri, wala
kwa mnajimu yeyote. 11 Anachouliza mfalme ni
kigumu mno. Hakuna yeyote awezaye kumfunulia
mfalme isipokuwa miungu, nao hawaishi miongoni
mwa wanadamu."

[a]12 Nafaka na mboga za majani, yaani *zeroimu* kwa Kiebrania, ina maana ya aina za ngano na shayiri, na jamii ya kunde kama maharagwe, dengu, choroko, n.k.

[b]4 Kutoka hapa hadi Dan 7:28, mwandishi aliandika na Kiaramu.

12 Jambo hili lilimkasirisha na kumghadhibisha
mfalme mno hata kuagiza kuuawa kwa wenye
hekima wote wa Babeli. 13 Hivyo amri ikatolewa
ya kuwaua wenye hekima, nao watu wakatumwa
kuwatafuta Danieli na rafiki zake ili wawaue.
14 Wakati Arioko, mkuu wa askari wa walinzi
wa mfalme, alikuwa amekwenda kuwaua watu
wenye hekima wa Babeli, Danieli akazungumza
naye kwa hekima na busara. 15 Akamuuliza huyo
afisa wa mfalme, "Kwa nini mfalme ametoa amri
kali hivyo?" Ndipo Arioko akamweleza Danieli
jambo hilo. 16 Aliposikia jambo hili, Danieli aka-
mwendea mfalme, akamwomba ampe muda ili
aweze kumfasiria ile ndoto.
17 Ndipo Danieli akarudi nyumbani kwake na
kuwaeleza rafiki zake Hanania, Mishaeli na Azaria
jambo hilo. 18 Aliwasihi waombe rehema kutoka
kwa Mungu wa mbinguni kuhusu siri hii, ili yeye
na rafiki zake wasije wakauawa pamoja na wenye
hekima wengine wa Babeli. 19 Wakati wa usiku lile
fumbo lilifunuliwa kwa Danieli katika maono.
Ndipo Danieli akamhimidi Mungu wa mbinguni,
20 na akasema:

"Lihimidiwe jina la Mungu milele na milele;
hekima na uweza ni vyake.
21 Yeye hubadili nyakati na majira;
huwaweka wafalme na kuwaondoa.
Huwapa hekima wenye hekima,
na maarifa wenye ufahamu.
22 Hufunua siri na mambo yaliyofichika;
anajua yale yaliyo gizani,
nayo nuru hukaa kwake.
23 Ninakushukuru na kukuhimidi,
Ee Mungu wa baba zangu:
Umenipa hekima na uwezo,
umenijulisha kile tulichokuomba,
umetujulisha ndoto ya mfalme."

Danieli Aifasiri Ndoto

24 Ndipo Danieli akamwendea Arioko, ambaye
mfalme alikuwa amemteua kuwaua wenye hekima
wa Babeli, akamwambia, "Usiwaue wenye hekima
wa Babeli. Nipeleke kwa mfalme, nami nitamfasiria
ndoto yake."
25 Arioko akampeleka Danieli kwa mfalme mara
moja na kumwambia, "Nimempata mtu miongoni
mwa watu wa uhamisho kutoka Yuda ambaye ana-
weza kumwambia mfalme maana ya ndoto yake."
26 Mfalme akamuuliza Danieli (aliyeitwa pia
Belteshaza), "Je, unaweza kuniambia nilichoona
katika ndoto yangu na kuifasiri?"
27 Danieli akajibu, "Hakuna mwenye hekima,
msihiri, mganga au mwaguzi anayeweza kumwe-
leza mfalme siri aliyouliza, 28 lakini yuko Mungu
mbinguni afunuaye siri. Amemwonyesha Mfalme
Nebukadneza kitakachotokea siku zijazo. Ndoto
yako na maono yaliyopita mawazoni mwako ulipo-
kuwa umelala kitandani mwako ni haya:
29 "Ee mfalme, ulipokuwa umelala kitandani,
yalikujia mawazo kuhusu mambo yatakayotokea
baadaye, naye mfunuaji wa siri akakuonyesha ni
kitu gani kitakachotokea. 30 Kwangu mimi, nimefu-
nuliwa siri hii, si kwa sababu nina hekima kubwa
kuliko watu wengine wanaoishi, bali ni ili wewe, ee
mfalme, upate kujua tafsiri, na ili uweze kuelewa
kile kilichopita mawazoni mwako.
31 "Ee mfalme, ulitazama, na mbele yako ilisi-
mama sanamu kubwa, kubwa mno kupita kiasi,
sanamu iliyong'aa na kutisha kwa kuonekana
kwake. 32 Kichwa cha ile sanamu kilikuwa kime-
tengenezwa kwa dhahabu safi, kifua chake na
mikono yake vilikuwa vya fedha, tumbo lake na
mapaja yake vilikuwa vya shaba, 33 miguu yake
ilikuwa ya chuma, na nyayo zake zilikuwa chuma
nazo sehemu nyingine zilikuwa udongo wa mfi-
nyanzi uliochomwa. 34 Ulipokuwa unaangalia, jiwe
lilikatwa, lakini si kwa mikono ya mwanadamu.
Lile jiwe liliipiga ile sanamu kwenye nyayo zake
za chuma na udongo wa mfinyanzi, na kuivunja.
35 Ndipo ile chuma, ule udongo wa mfinyanzi, ile
shaba, ile fedha na ile dhahabu vikavunjika vipa-
nde vipande kwa wakati mmoja, na vikawa kama
makapi katika sakafu ya kupuria nafaka wakati
wa kiangazi. Upepo ukavipeperusha bila kuacha
hata alama. Lakini lile jiwe lililoipiga ile sanamu
likawa mlima mkubwa mno na kuijaza dunia yote.
36 "Hii ndiyo iliyokuwa ndoto, nasi sasa tuta-
mfasiria mfalme. 37 Ee mfalme, wewe ni mfalme
wa wafalme. Mungu wa mbinguni amekupa wewe
utawala, uweza, nguvu na utukufu. 38 Mikononi
mwako amewaweka wanadamu, wanyama wa
kondeni, na ndege wa angani. Popote waishipo
amekufanya wewe kuwa mtawala juu yao wote.
Wewe ndiye kile kichwa cha dhahabu.
39 "Baada yako, ufalme mwingine utainuka, ulio
dhaifu kuliko wako. Baadaye utafuata ufalme wa
tatu, ule wa shaba, nao utatawala juu ya dunia
yote. 40 Hatimaye, kutakuwako na ufalme wa nne,
wenye nguvu kama chuma, kwa maana chuma
huvunja na kupondaponda kila kitu; kama vile
chuma ivunjavyo vitu vipande vipande, ndivyo
ufalme huo utakavyopondaponda na kuvunjavunja
nyingine zote. 41 Kama vile ulivyoona kuwa kwa
sehemu nyayo na vidole vilikuwa vya udongo wa
mfinyanzi uliochomwa na kwa sehemu nyingine
chuma, hivyo huu utakuwa ufalme uliogawanyika;
hata hivyo utakuwa na sehemu zenye nguvu za
chuma ndani yake, kama vile ulivyoona chuma
imechanganywa na udongo wa mfinyanzi. 42 Kama
vile vidole vyake vya miguu vilikuwa kwa sehemu
chuma na sehemu udongo wa mfinyanzi, hivyo
ufalme huo kwa sehemu utakuwa na nguvu na
kwa sehemu udhaifu. 43 Kama vile ulivyoona chuma
kikiwa kimechanganyikana na udongo wa mfi-
nyanzi uliochomwa, ndivyo watu watakavyokuwa
mchanganyiko, wala hawatabaki wameungana
tena, kama vile chuma kisivyoweza kuchanga-
nyikana na udongo wa mfinyanzi.
44 "Katika siku za wafalme hao, Mungu wa
mbinguni atauweka ufalme ambao kamwe hau-
taangamizwa, wala hautaachiwa taifa jingine.
Utaziponda zile falme zote na kuzikomesha, bali
wenyewe utadumu milele. 45 Hii ndiyo maana ya
maono ya jiwe lililochongwa kutoka mlimani,
lakini si kwa mikono ya mwanadamu, lile jiwe
ambalo lilivunja chuma, shaba, udongo wa mfi-
nyanzi, fedha na dhahabu vipande vipande.

"Mungu Mkuu amemwonyesha mfalme kile
kitakachotokea wakati ujao. Ndoto hii ni ya kweli
na tafsiri yake ni ya kuaminika."

46 Ndipo Mfalme Nebukadneza akaanguka
kifudifudi mbele ya Danieli kumpa heshima,
akaagiza wamtolee Danieli sadaka na uvumba.
47 Mfalme akamwambia Danieli, "Hakika Mungu
wako ni Mungu wa miungu, na Bwana wa wafalme,
na mfunuaji wa siri zote, kwa maana umeweza
kufunua siri hii."

48 Ndipo mfalme akamweka Danieli nafasi ya juu,
na kumpa zawadi nyingi tele. Akamfanya kuwa
mtawala wa jimbo lote la Babeli, na kumweka
kuwa mkuu wa wenye hekima wote. 49 Zaidi ya
hayo, kwa ombi la Danieli, mfalme akawateua
Shadraki, Meshaki na Abednego kuwa wasimamizi
wa jimbo la Babeli, huku Danieli akibaki katika
ukumbi wa mfalme.

Sanamu Ya Dhahabu Na Moto Mkali

3 Mfalme Nebukadneza alitengeneza sanamu
ya dhahabu, yenye kimo cha dhiraa sitini,[a]
na upana wa dhiraa sita,[b] akaisimamisha kwe-
nye tambarare ya Dura katika jimbo la nchi ya
Babeli. 2 Kisha mfalme akaita wakuu, wasimamizi,
watawala, washauri, watunza hazina, waamuzi,
mahakimu na maafisa wengine wote wa jimbo
kuja kuizindua sanamu ambayo Mfalme Nebu-
kadneza alikuwa ameisimamisha. 3 Basi wakuu,
wasimamizi, watawala, washauri, watunza hazina,
waamuzi, mahakimu na maafisa wengine wa jimbo
walikusanyika ili kuizindua sanamu ile Mfalme
Nebukadneza alikuwa ameisimamisha, nao waka-
simama mbele ya hiyo sanamu.

4 Ndipo mpiga mbiu akatangaza kwa sauti kubwa,
"Enyi watu wa kabila zote, mataifa na watu wa kila
lugha, hili ndilo mnaloamriwa kulifanya: 5 Mara
mtakaposikia sauti ya baragumu, filimbi, marimba,
zeze, kinubi, zumari na aina zote za sauti za ala
za uimbaji, lazima mwanguke chini na kuabudu
sanamu ya dhahabu ambayo Mfalme Nebukadneza
ameisimamisha. 6 Mtu yeyote ambaye hataanguka
chini na kuiabudu sanamu hiyo, atatupwa saa iyo
hiyo ndani ya tanuru iwakayo moto."

7 Kwa hiyo, mara waliposikia sauti ya baragumu,
filimbi, kinubi, zeze, kinanda na aina zote za ala
za uimbaji, watu wa kabila zote, mataifa na watu
wa kila lugha wakaanguka chini na kuiabudu ile
sanamu ya dhahabu ambayo Mfalme Nebukadneza
alikuwa ameisimamisha.

8 Wakati huo baadhi ya Wakaldayo walijito-
keza na kuwashtaki Wayahudi. 9 Wakamwambia
Mfalme Nebukadneza, "Ee mfalme, uishi milele!
10 Ee mfalme, umetoa amri kwamba kila mmoja
atakayesikia sauti ya baragumu, filimbi, kinubi,
zeze, kinanda, zumari na aina zote za ala za uimbaji
lazima aanguke chini na kuiabudu ile sanamu ya
dhahabu, 11 na kwamba yeyote ambaye hataanguka
chini na kuiabudu atatupwa saa iyo hiyo ndani
ya tanuru iwakayo moto. 12 Lakini wako baadhi
ya Wayahudi ambao umewaweka juu ya mambo
ya jimbo la Babeli: yaani, Shadraki, Meshaki na
Abednego, ambao hawakujali wewe, ee mfalme.
Hawaitumikii miungu yako wala kuiabudu ile
sanamu ya dhahabu uliyoisimamisha."

13 Mfalme Nebukadneza, akiwa amekasirika
na mwenye ghadhabu kali, akawaita Shadraki,
Meshaki na Abednego. Hivyo watu hawa wakaletwa
mbele ya mfalme, 14 naye Nebukadneza akawauliza,
"Je, ni kweli kwamba ninyi Shadraki, Meshaki na
Abednego hamuitumikii miungu yangu wala kuia-
budu sanamu ya dhahabu niliyoisimamisha? 15 Basi
wakati mtakaposikia sauti ya baragumu, filimbi,
marimba, zeze, kinubi, zumari na aina zote za
ala za uimbaji, kama mtakuwa tayari kusujudu na
kuiabudu hiyo sanamu niliyoitengeneza, vyema
sana. Lakini kama hamtaiabudu, mtatupwa saa
iyo hiyo ndani ya tanuru iwakayo moto. Naye ni
mungu yupi atakayeweza kuwaokoa ninyi, kutoka
mkono wangu?"

16 Shadraki, Meshaki na Abednego wakamjibu
mfalme, "Ee Nebukadneza, hatuhitaji kujitetea
mbele zako kuhusu jambo hili. 17 Ikiwa tutatupwa
ndani ya tanuru iwakayo moto, Mungu tunayemtu-
mikia anaweza kutuokoa na moto, naye atatuokoa
kutoka mkononi mwako, ee mfalme. 18 Lakini hata
ikiwa hatatuokoa, ee mfalme, tunataka ufahamu
kwamba, hatutaitumikia miungu yako wala kuia-
budu sanamu ya dhahabu uliyoisimamisha."

19 Ndipo Nebukadneza akawa na ghadhabu kali
sana kwa Shadraki, Meshaki na Abednego, nayo nia
yake ikabadilika kwao. Akaagiza tanuru ichochewe
moto mara saba kuliko kawaida yake 20 na kuwaa-
muru baadhi ya askari wake wenye nguvu zaidi
katika jeshi lake kuwafunga Shadraki, Meshaki na
Abednego na kuwatupa ndani ya tanuru iwakayo
moto. 21 Hivyo watu hawa, walifungwa na kutupwa
ndani ya tanuru iwakayo moto wakiwa wamevaa
majoho yao, suruali, vilemba na nguo zao nyi-
ngine. 22 Amri ya mfalme ilikuwa ya haraka sana
na tanuru ilikuwa na moto mkali kiasi kwamba
miali ya moto iliwaua wale askari waliowapeleka
Shadraki, Meshaki na Abednego. 23 Watu hawa
watatu walianguka ndani ya tanuru iwakayo moto
wakiwa wamefungwa kwa uthabiti sana.

24 Ndipo Mfalme Nebukadneza akashangaa,
akainuka kwa haraka na kuwauliza washauri wake,
"Je, hawakuwa watu watatu ambao tuliwafunga na
kuwatupa ndani ya moto?"

Washauri wakajibu, "Hakika, ee mfalme."

25 Mfalme akasema, "Tazama! Naona watu
wanne wakitembeatembea ndani ya moto, hawa-
jafungwa wala kudhurika, naye mtu yule wa nne
anaonekana kama mwana wa miungu."

26 Ndipo Nebukadneza akaukaribia mdomo wa
ile tanuru iwakayo moto na kupaza sauti, "Sha-
draki, Meshaki na Abednego, watumishi wa Mungu
Aliye Juu Sana, tokeni! Njooni hapa!"

Ndipo Shadraki, Meshaki na Abednego waka-
toka ndani ya moto. 27 Nao maliwali, wasimamizi,
watawala na washauri wa mfalme wakakusanyika
kuwazunguka. Waliona kwamba moto hauku-
dhuru miili yao, wala unywele wa vichwa vyao
haukuungua, majoho yao hayakuungua, wala
hapakuwepo na harufu ya moto kwenye miili yao.

---

[a]1 Dhiraa sitini ni sawa na mita 27.
[b]1 Dhiraa sita ni sawa na mita 2.7.

28 Ndipo Nebukadneza akasema, "Ahimidiwe
Mungu wa Shadraki, Meshaki na Abednego,
ambaye amemtuma malaika wake na kuwaokoa
watumishi wake. Walimtumaini na kukaidi amri ya
mfalme, nao wakawa tayari kufa kuliko kutumikia
au kuabudu mungu mwingine yeyote isipokuwa
Mungu wao. 29 Kwa hiyo ninaamuru kwamba watu
wa taifa lolote au lugha yoyote watakaosema kitu
chochote dhidi ya Mungu wa Shadraki, Meshaki
na Abednego wakatwe vipande vipande na nyu-
mba zao zifanywe kuwa malundo ya kokoto, kwa
maana hakuna mungu mwingine awezaye kuokoa
namna hii."

30 Kisha mfalme akawapandisha vyeo Shadraki,
Meshaki na Abednego katika jimbo la Babeli.

Ndoto Ya Nebukadneza Ya Mti

4 Mfalme Nebukadneza,

Kwa kabila za watu, mataifa na watu wa kila
lugha, wanaoishi katika ulimwengu wote:

Mafanikio yawe kwenu sana!

2 Ni furaha yangu kuwaambia kuhusu
ishara za miujiza na maajabu ambayo Mungu
Aliye Juu Sana amenifanyia.

3 Ishara zake ni kuu aje,
na maajabu yake yana nguvu aje!
Ufalme wake ni ufalme wa milele;
enzi yake hudumu kutoka kizazi hadi
kizazi.

4 Mimi, Nebukadneza, nilikuwa nyumbani
katika jumba langu la kifalme, nikiwa ninai-
shi kwa raha na hali ya kufanikiwa. 5 Niliota
ndoto iliyoniogopesha. Nilipokuwa nimelala
kitandani mwangu, njozi na maono yaliyopita
mawazoni mwangu vilinitisha. 6 Hivyo nikaa-
giza kwamba watu wote wenye hekima wa
Babeli waletwe mbele yangu kunifasiria ndoto
yangu. 7 Walipokuja waganga, wasihiri, wana-
jimu na waaguzi, niliwaambia ndoto yangu,
lakini hawakuweza kunifasiria. 8 Mwishoni,
Danieli alikuja mbele yangu nikamweleza
hiyo ndoto. (Danieli anaitwa Belteshaza, kwa
jina la mungu wangu, nayo roho ya miungu
mitakatifu inakaa ndani yake.)

9 Nilisema, "Belteshaza, mkuu wa waganga,
ninajua kuwa roho ya miungu mitakatifu iko
ndani yako, wala hakuna siri iliyo ngumu
kwako. Hii ndiyo ndoto yangu, nifasirie.
10 Haya ndiyo maono niliyoona nilipokuwa
nimelala kitandani mwangu: Nilitazama, na
mbele yangu ulisimama mti katikati ya nchi.
Ulikuwa mrefu sana. 11 Mti ule ulikua, ukawa
mkubwa na wenye nguvu, nayo ncha yake
ikagusa anga; ulionekana mpaka miisho ya
dunia. 12 Majani yake yalikuwa ya kupendeza,
matunda yake yalikuwa mengi, na juu yake
kulikuwa na chakula kwa ajili ya wote. Chini
ya kivuli chake wanyama wa kondeni walipata
hifadhi, na ndege wa angani waliishi katika
matawi yake. Kila kiumbe kililishwa kutokana
na mti huo.

13 "Katika maono niliyoyaona nikiwa nime-
lala kitandani mwangu, nilitazama, na mbele
yangu alikuwepo mlinzi, aliye mtakatifu, aki-
shuka kutoka mbinguni. 14 Akaita kwa sauti
kubwa: 'Kateni mti huu, myafyeke matawi
yake; yaondoeni majani yake na kuyatawa-
nya matunda yake. Wanyama na wakimbie
kutoka chini yake na ndege waondoke kutoka
matawi yake. 15 Lakini acheni kisiki chake na
mizizi, kikiwa kimefungwa kwa chuma na
shaba, kibaki ardhini, kwenye majani ya
kondeni.

" 'Mwacheni aloweshwe na umande wa
mbinguni, naye aachwe aishi pamoja na
wanyama miongoni mwa mimea ya dunia.
16 Akili yake na ibadilishwe kutoka ile ya mwa-
nadamu na apewe akili ya mnyama, mpaka
nyakati saba zipite juu yake.

17 " 'Uamuzi huu umetangazwa na walinzi,
hukumu imetangazwa na watakatifu, ili walio
hai wajue kuwa Aliye Juu Sana ndiye anaye-
tawala juu ya falme zote za wanadamu, naye
humpa yeyote amtakaye na kumtawaza juu
yake hata yeye aliye mnyonge sana miongoni
mwa wanadamu.'

18 "Hii ndiyo ndoto niliyoipata mimi, Mfa-
lme Nebukadneza. Sasa Belteshaza, niambie
maana yake, kwa maana hakuna hata mmoja
wa wenye hekima katika ufalme wangu ana-
yeweza kunifasiria. Bali wewe waweza, kwa
sababu roho ya miungu mitakatifu imo ndani
yako."

Danieli Anafasiri Ndoto

19 Ndipo Danieli (aliyeitwa pia Belteshaza)
alipofadhaika sana kwa muda, nayo mawazo
yake yakamtia hofu. Basi mfalme akasema,
"Belteshaza, usiruhusu ndoto wala maana
yake kukutia hofu."

Belteshaza akamjibu, "Bwana wangu, laiti
ndoto hii ingehusu adui zako, na maana yake
iwahusu watesi wako! 20 Mti uliouona, uliokua
ukawa mkubwa na wenye nguvu, nayo ncha
yake ikagusa anga na kuonekana duniani
kote, 21 ukiwa na majani ya kupendeza na
matunda mengi, ukitoa chakula kwa wote,
na ukiwapa hifadhi wanyama wa kondeni na
kuwa mahali pa viota katika matawi yake kwa
ajili ya ndege wa angani. 22 Ee mfalme, wewe
ndiwe ule mti! Umekuwa mkubwa na mwenye
nguvu, nao ukuu wako umekua mpaka kufika
juu angani, nayo mamlaka yako yameenea
mpaka miisho ya dunia.

23 "Ee mfalme, wewe ulimwona mlinzi,
aliye mtakatifu, akishuka kutoka mbinguni
na kusema, 'Ukateni mti na kuuangamiza,
lakini kiacheni kisiki kikiwa kimefungwa
kwa chuma na kwa shaba, kwenye majani ya
kondeni, wakati mizizi yake inabaki ardhini.
Mwacheni aloweshwe na umande wa mbi-
nguni, mwacheni aishi kama wanyama pori
mpaka nyakati saba zipite juu yake.'

24 "Ee mfalme, hii ndiyo tafsiri, na hii ni
amri ya Aliye Juu Sana aliyoitoa dhidi ya
bwana wangu mfalme: 25 Wewe utafukuzwa
mbali na wanadamu, nawe utaishi pamoja na
wanyama pori; utakula manyasi kama ng'o-
mbe, na kuloana kwa umande wa mbinguni.
Nyakati saba zitapita juu yako, mpaka uta-
kapokubali kuwa Yeye Aliye Juu Sana ndiye
anayetawala juu ya falme za wanadamu,
naye humtawaza yeyote amtakaye. 26 Amri
ya kuacha kisiki pamoja na mizizi yake ina-
maanisha kwamba ufalme wako utarejezwa
kwako utakapokubali kwamba Mbingu ndizo
zitawalazo. 27 Kwa hiyo, ee mfalme, uwe radhi
kupokea shauri langu: Acha dhambi zako kwa
kutenda yaliyo haki, ukaache uovu wako, na
uwe na huruma kwa walioonewa. Hivyo
itawezekana baada ya hayo, mafanikio yako
yakaendelea."

Ndoto Inatimia

28 Haya yote yalimpata Mfalme Nebu-
kadneza. 29 Miezi kumi na miwili baadaye,
mfalme alipokuwa akitembea juu ya paa la
jumba la kifalme la Babeli, 30 alisema, "Je, huu
si Babeli mji mkuu nilioujenga kama makao ya
kifalme, kwa uwezo wangu mkubwa, na kwa
ajili ya utukufu wa enzi yangu?"
31 Maneno hayo yalikuwa bado katika
midomo yake wakati sauti ilipokuja kutoka
mbinguni, ikisema, "Mfalme Nebukadneza,
hiki ndicho kilichoamriwa kwa ajili yako:
Mamlaka yako ya ufalme yameondolewa
kutoka kwako. 32 Utafukuzwa mbali na wana-
damu, ukaishi pamoja na wanyama pori, na
utakula manyasi kama ng'ombe. Nyakati saba
zitapita juu yako, mpaka utakapokubali kuwa
Yeye Aliye Juu Sana ndiye anayetawala juu ya
falme za wanadamu, naye humtawaza yeyote
amtakaye."
33 Papo hapo yale yaliyokuwa yamesemwa
kuhusu Nebukadneza yakatimia. Alifukuzwa
mbali na wanadamu, akala majani kama ng'o-
mbe. Mwili wake uliloweshwa kwa umande
wa mbinguni mpaka nywele zake zikakua
kama manyoya ya tai na kucha zake kama
makucha ya ndege.

34 Mwisho wa huo wakati, mimi Nebu-
kadneza, niliinua macho yangu kuelekea
mbinguni, nazo fahamu zangu zikanirudia.
Ndipo nikamsifu Yeye Aliye Juu Sana, nika-
mheshimu na kumhimidi yeye aishiye milele.

Utawala wake ni utawala wa milele;
ufalme wake hudumu kutoka kizazi
na kizazi.
35 Mataifa yote ya dunia
yanahesabiwa kuwa si kitu.
Hufanya kama atakavyo
kwa majeshi ya mbinguni,
na kwa mataifa ya dunia.
Hakuna anayeweza kuzuia mkono wake
au kumwambia, "Umefanya nini wewe?"

36 Wakati huo huo fahamu zangu zilipo-
nirudia, nikarudishiwa heshima yangu na
fahari yangu kwa ajili ya utukufu wa ufalme
wangu. Washauri wangu na wakuu wangu
walikuja kunitafuta, nami nikarudishwa
kwenye kiti changu cha ufalme hata nikawa
mkuu kuliko mwanzoni. 37 Basi mimi, Nebu-
kadneza, humhimidi, na humtukuza na
kumsifu Mfalme wa mbinguni, kwa sababu
kila kitu afanyacho ni haki, na njia zake zote
ni adili. Nao waendao kwa kiburi anaweza
kuwashusha.

Maandishi Ukutani

5 Mfalme Belshaza alifanya karamu kubwa kwa
ajili ya maelfu ya wakuu wake na akanywa
mvinyo pamoja nao. 2 Wakati Belshaza alipokuwa
akinywa mvinyo wake, aliamuru viletwe vile viko-
mbe vya dhahabu na fedha ambavyo Nebukadneza
baba yake alikuwa amevichukua kutoka hekaluni
huko Yerusalemu, ili mfalme na wakuu wake,
wake zake na masuria wake waweze kuvinywea.
3 Kwa hiyo wakavileta vile vikombe vya dhahabu
ambavyo vilikuwa vimechukuliwa kutoka Hekalu
la Mungu huko Yerusalemu, naye mfalme na wakuu
wake, wake zake na masuria wake wakavinywea.
4 Walipokuwa wakinywa mvinyo, wakaisifu miungu
ya dhahabu na fedha, ya shaba, chuma, miti na
mawe.
5 Ghafula vidole vya mkono wa mwanadamu
vilitokea na kuandika juu ya ukuta, karibu na
kinara cha taa ndani ya jumba la mfalme. Mfalme
akatazama kitanga kilivyokuwa kikiandika. 6 Uso
wa mfalme ukageuka rangi, naye akaogopa sana,
kiasi kwamba magoti yake yaligongana na miguu
yake ikalegea.
7 Mfalme akawaita wasihiri, wanajimu na
waganga waletwe, naye akawaambia hawa wenye
hekima wa Babeli, "Yeyote asomaye maandishi
haya na kuniambia maana yake atavikwa nguo za
zambarau, na kuvikwa mkufu wa dhahabu shi-
ngoni mwake, naye atafanywa mtawala wa cheo
cha tatu katika ufalme."
8 Ndipo watu wote wa mfalme wenye hekima
wakaingia, lakini hawakuweza kusoma yale maa-
ndishi wala kumwambia mfalme maana yake. 9 Basi
Mfalme Belshaza akazidi kujawa na hofu, na uso
wake ukageuka rangi zaidi. Wakuu wake wakapi-
gwa na bumbuazi.
10 Malkia[a] aliposikia sauti za mfalme na wakuu
wake, alikuja katika ukumbi wa karamu. Akasema,
"Ee mfalme, uishi milele! Usishtuke! Usibadilike
rangi kiasi hicho! 11 Yuko mtu katika ufalme wako
ambaye ana roho ya miungu mitakatifu ndani yake.
Wakati wa baba yako, mtu huyo alionekana kuwa
na ufahamu, akili na hekima kama ile ya miungu.
Mfalme Nebukadneza baba yako, yaani nasema
mfalme baba yako, alimweka kuwa mkuu wa waga-
nga, wasihiri, wanajimu na waaguzi. 12 Mtu huyu
Danieli, ambaye mfalme alimwita Belteshaza, alio-
nekana kuwa na akili nyepesi, maarifa na ufahamu,
pia uwezo wa kufasiri ndoto, kueleza mafumbo na

[a]10 Au: Mama yake mfalme.

kutatua matatizo magumu. Mwite Danieli, naye
atakuambia maana ya haya maandishi."
13 Hivyo Danieli akaletwa mbele ya mfalme,
naye mfalme akamuuliza, "Je, wewe ndiwe
Danieli, mmoja wa watu wa uhamisho walioletwa
na mfalme baba yangu kutoka Yuda? 14 Nimesi-
kia kwamba roho ya miungu iko ndani yako, na
kwamba una ufahamu, akili na hekima ya pekee.
15 Watu wenye hekima na wasihiri waliletwa mbele
yangu ili kusoma maandishi haya na kuniambia
maana yake, lakini hawakuweza kunifafanulia.
16 Basi nimesikia kwamba unaweza kutoa tafsiri na
kutatua matatizo magumu. Ikiwa unaweza kusoma
maandishi haya na kuniambia maana yake, uta-
vikwa nguo za zambarau na mkufu wa dhahabu
shingoni mwako, nawe utafanywa mtawala wa tatu
katika ufalme."
17 Ndipo Danieli akamjibu mfalme, "Waweza
kubaki na zawadi zako mwenyewe na kumpa mtu
mwingine zawadi zako. Hata hivyo, nitasoma maa-
ndishi kwa mfalme na kumwambia maana yake.
18 "Ee mfalme, Mungu Aliye Juu Sana alimpa
baba yako Nebukadneza utawala, ukuu, utukufu
na fahari. 19 Kwa sababu ya nafasi ya juu aliyompa
baba yako, kabila zote za watu, mataifa na watu
wa kila lugha walimhofu na kumwogopa. Wale
ambao mfalme alitaka kuwaua, aliwaua; wale
aliotaka kuwaacha hai, aliwaacha hai; wale alio-
taka kuwapandisha cheo, aliwapandisha; aliotaka
kuwashusha, aliwashusha. 20 Lakini moyo wake uli-
pokuwa na majivuno na kuwa mgumu kwa kiburi,
aliondolewa kutoka kwa kiti chake cha ufalme na
kuvuliwa utukufu wake. 21 Akafukuzwa mbali na
wanadamu na kupewa akili ya mnyama, akaishi
pamoja na punda-mwitu, akala majani kama ng'o-
mbe, nao mwili wake ukaloweshwa kwa umande
wa mbingu, mpaka alipotambua kwamba Mungu
Aliye Juu Sana ndiye mtawala juu ya falme za
wanadamu na kwamba humtawaza juu yao yeyote
amtakaye.
22 "Lakini wewe mwanawe, ee Belshaza, hukuji-
nyenyekeza, ingawa ulifahamu haya yote. 23 Badala
yake, umejiinua dhidi ya Bwana wa mbingu. Uli-
letewa vikombe vya Hekalu lake, nawe na wakuu
wako, wake zako na masuria wako mlivitumia
kwa kunywea mvinyo. Ukaisifu miungu ya fedha
na dhahabu, ya shaba, chuma, miti na mawe,
miungu ambayo haiwezi kuona, au kusikia wala
kufahamu. Lakini hukumheshimu Mungu ambaye
anaushikilia uhai wako na njia zako zote mkononi
mwake. 24 Kwa hiyo ameutuma mkono ule ulioa-
ndika maneno.
25 "Haya ndiyo maneno yaliyoandikwa:

MENE, MENE, TEKELI NA PERESI

26 "Hii ndiyo maana ya maneno haya:

"*Mene*: Mungu amezihesabu siku za
utawala wako na kuukomesha.
27 *Tekeli*: Wewe umepimwa katika mizani na
umeonekana umepungua.
28 *Peresi*: Ufalme wako umegawanywa na
kupewa Wamedi na Waajemi."

29 Ndipo kwa amri ya Belshaza, Danieli akavikwa
nguo za zambarau na mkufu wa dhahabu shingoni,
tena akatangazwa kuwa mtawala wa tatu katika
ufalme.
30 Usiku ule ule, Belshaza mfalme wa Wakaldayo
akauawa, 31 naye Dario Mmedi akashika ufalme
akiwa na miaka sitini na miwili.

Danieli Katika Tundu La Simba

6 Ilimpendeza Dario kuteua wakuu 120 kuta-
wala katika ufalme wake wote, 2 pamoja na
wasimamizi watatu juu yao, ambao mmoja wao
alikuwa Danieli. Wakuu walitoa hesabu kwa
hao wasimamizi ili mfalme asipate hasara. 3 Basi
Danieli alijidhihirisha, miongoni mwa wasimamizi
na wakuu kwa sifa zake za kipekee hata mfalme
akapanga kumweka juu ya ufalme wote. 4 Walipo-
fahamu hilo, wakuu na wasimamizi wakajaribu
kutafuta sababu za kumshtaki Danieli kuhusu
usimamizi wake wa shughuli za serikali, lakini
hawakuweza kufanikiwa. Hawakuweza kupata
kosa kwake, kwa sababu alikuwa mwaminifu, wala
hakupatikana na upotovu au uzembe. 5 Mwishoni
watu hawa walisema, "Kamwe hatutapata msingi
wa mashtaka dhidi ya huyu Danieli isipokuwa iwe
inahusiana na sheria ya Mungu wake."
6 Basi wasimamizi na wakuu wakaingia kwa mfa-
lme kama kikundi wakasema, "Ee Mfalme Dario,
uishi milele! 7 Wasimamizi wa ufalme, wasaidizi,
wakuu, washauri na watawala wote wamekuba-
liana kwamba mfalme atoe sheria na kukazia amri
kuwa yeyote atakayetoa dua kwa mungu au mwa-
nadamu yeyote katika muda huu wa siku thelathini
zijazo, isipokuwa kwako wewe, ee mfalme, atupwe
ndani ya tundu la simba. 8 Sasa, ee mfalme, toa amri
na uiandike ili isiweze kubadilishwa: kulingana na
sheria za Wamedi na Waajemi, ambazo haziwezi
kubatilishwa." 9 Hivyo Mfalme Dario akaiweka amri
hiyo katika maandishi.
10 Basi Danieli alipofahamu kuwa amri ile ime-
tangazwa, alikwenda nyumbani kwenye chumba
chake cha ghorofani ambako madirisha yalifu-
nguka kuelekea Yerusalemu. Akapiga magoti na
kuomba mara tatu kwa siku, akimshukuru Mungu
wake kama alivyokuwa akifanya mwanzoni.
11 Ndipo watu hawa wakaenda kama kikundi na
kumkuta Danieli akiomba na kumsihi Mungu kwa
ajili ya msaada. 12 Basi wakaenda kwa mfalme na
kusema naye kuhusu amri ya mfalme: "Je, huku-
tangaza amri kwamba kwa muda huu wa siku
thelathini zijazo mtu yeyote ambaye atamwomba
mungu au mwanadamu yeyote isipokuwa wewe,
ee mfalme, angetupwa ndani ya tundu la simba?"
Mfalme akajibu, "Amri ndivyo ilivyo, kulingana
na sheria za Wamedi na Waajemi, ambazo haziwezi
kubatilishwa."
13 Ndipo wakamwambia mfalme, "Danieli,
ambaye ni mmoja wa mahamisho kutoka Yuda,
hakuheshimu, ee mfalme, wala hajali amri uli-
yoiweka kwa maandishi. Bado anaomba mara
tatu kwa siku." 14 Wakati mfalme aliposikia hili,
akahuzunika mno. Akakusudia kumwokoa Danieli,
hivyo akafanya kila jitihada ya kumwokoa hadi
jua likatua.

15 Ndipo wale watu wakamwendea mfalme
kama kikundi na kumwambia, "Ee mfalme,
kumbuka kwamba kulingana na sheria ya
Wamedi na Waajemi, hakuna amri wala sheria
ambayo mfalme ameitoa inayoweza kubadili-
shwa."
16 Basi mfalme akatoa amri, nao wakamleta
Danieli, na wakamtupa ndani ya tundu la simba.
Mfalme akamwambia Danieli, "Mungu wako una-
yemtumikia daima na akuokoe!"
17 Jiwe likaletwa na kuwekwa kwenye mdomo
wa tundu, naye mfalme akalitia muhuri kwa pete
yake mwenyewe pamoja na kwa pete za wakuu
wake, ili hali ya Danieli isiweze kubadilishwa.
18 Kisha mfalme akarudi kwenye jumba lake la
kifalme, naye usiku kucha hakula chakula wala
kutumia viburudisho alivyoletewa. Lakini haku-
weza kulala.
19 Asubuhi na mapema, mfalme akaondoka na
kuharakisha kwenda kwenye tundu la simba.
20 Wakati alipokaribia lile tundu, akamwita Danieli
kwa sauti ya uchungu, "Danieli, mtumishi wa
Mungu aliye hai! Je, Mungu wako unayemtumikia
daima, ameweza kukuokoa kwa simba?"
21 Danieli akajibu, "Ee mfalme, uishi milele!
22 Mungu wangu alimtuma malaika wake, naye
akafunga vinywa vya hawa simba. Hawajanidhuru,
kwa sababu nilionekana sina hatia mbele zake.
Wala kamwe sijafanya jambo lolote baya mbele
yako, ee mfalme."
23 Mfalme akafurahi mno, naye akatoa amri
Danieli atolewe kutoka kwa lile tundu. Danieli
alipotolewa kutoka kwa lile tundu, hakukutwa na
jeraha lolote, kwa sababu alikuwa amemtumaini
Mungu wake.
24 Kwa amri ya mfalme, wale watu waliokuwa
wamemshtaki Danieli kwa uongo walileltwa na
kutupwa ndani ya lile tundu la simba, pamoja na
wake zao na watoto wao. Nao kabla hawajafika
chini kwenye sakafu ya lile tundu, simba waka-
wakamata na kusaga mifupa yao yote.
25 Kisha Mfalme Dario akawaandikia kabila zote
za watu, mataifa, na watu wa kila lugha katika nchi
yote:

"Ninyi na mstawi sana!

26 "Natoa amri hii, kwamba katika kila
sehemu ya ufalme wangu, lazima watu
wamwogope na kumheshimu Mungu wa
Danieli.

"Kwa maana yeye ni Mungu aliye hai,
naye hudumu milele,
ufalme wake hautaangamizwa,
nao utawala wake hauna mwisho.
27 Huponya na kuokoa;
hufanya ishara na maajabu
mbinguni na duniani.
Amemwokoa Danieli
kutoka nguvu za simba."

28 Hivyo Danieli akastawi wakati wa utawala wa
Dario, na utawala wa Koreshi Mwajemi.

Ndoto Ya Danieli Ya Wanyama Wanne

7 Katika mwaka wa kwanza wa utawala wa
Belshaza mfalme wa Babeli, Danieli aliota ndoto,
nayo maono yakapita mawazoni yake alipokuwa
amelala kitandani mwake. Akayaandika mambo
aliyoyaona katika ndoto yake.
2 Danieli akasema: "Katika maono yangu usiku
nilitazama, na hapo mbele yangu kulikuwepo na
upepo kutoka pande nne za mbingu, ukivuruga
bahari kuu. 3 Wanyama wanne wakubwa, kila mmoja
tofauti na mwenzake, wakajitokeza kutoka bahari.
4 "Mnyama wa kwanza alifanana na simba,
naye alikuwa na mabawa kama ya tai. Nikata-
zama mpaka mabawa yake yalipong'olewa, naye
akainuliwa katika nchi, akasimama kwa miguu
miwili kama mwanadamu, naye akapewa moyo
wa binadamu.
5 "Hapo mbele yangu kulikuwa na mnyama wa
pili, ambaye alionekana kama dubu. Upande wake
mmoja ulikuwa umeinuka, na alikuwa na mbavu
tatu katika kinywa chake kati ya meno yake. Akaa-
mbiwa, 'Amka, ule nyama mpaka ushibe!'
6 "Baada ya huyo, nilitazama, na mbele yangu
kulikuwa na mnyama mwingine, aliyefanana na
chui. Juu ya mgongo wake alikuwa na mabawa
manne kama ya ndege. Mnyama huyu alikuwa na
vichwa vinne, naye akapewa mamlaka ya kutawala.
7 "Baada ya huyo, katika maono yangu usiku
nilitazama, na mbele yangu kulikuwa na mnyama
wa nne, mwenye kutisha na kuogofya, tena mwe-
nye nguvu nyingi. Alikuwa na meno makubwa ya
chuma; akapondaponda na kuangamiza wahanga
wake, na kukanyaga chini ya nyayo zake chochote
kilichosalia. Alikuwa tofauti na wanyama wote
waliotangulia, naye alikuwa na pembe kumi.
8 "Wakati nilipokuwa ninafikiri kuhusu pembe
hizo, mbele yangu kulikuwa na pembe nyingine,
ambayo ni ndogo, iliyojitokeza miongoni mwa
zile kumi; pembe tatu za mwanzoni ziling'olewa
ili kuipa nafasi hiyo ndogo. Pembe hii ilikuwa na
macho kama ya mwanadamu, na mdomo ulionena
kwa majivuno.
9 "Nilipoendelea kutazama,

"viti vya enzi vikawekwa,
naye Mzee wa Siku akaketi.
Mavazi yake yalikuwa meupe kama theluji;
nywele za kichwa chake zilikuwa nyeupe
kama sufu.
Kiti chake cha enzi kilikuwa kinawaka kwa
miali ya moto,
nayo magurudumu yake yote yalikuwa
yanawaka moto.
10 Mto wa moto ulikuwa unatiririka,
ukipita mbele yake.
Maelfu elfu wakamhudumia;
kumi elfu mara kumi elfu wakasimama
mbele zake.
Mahakama ikakaa kuhukumu,
na vitabu vikafunguliwa.

11 "Kisha nikaendelea kutazama kwa sababu
ya yale maneno ya majivuno yaliyosemwa na

ile pembe. Nikaendelea kuangalia mpaka yule
mnyama alipouawa, na mwili wake ukaharibiwa
na kutupwa katika ule moto uliowaka. 12 (Wanyama
wengine walikuwa wamevuliwa mamlaka yao,
lakini waliruhusiwa kuishi kwa muda fulani.)

13 "Katika maono yangu ya usiku nilitazama, na
mbele yangu nikamwona anayefanana na mwa-
nadamu, akija pamoja na mawingu ya mbinguni.
Akamkaribia huyo Mzee wa Siku, na akaongozwa
mbele zake. 14 Akapewa mamlaka, utukufu na
ufalme wenye nguvu; nao watu wa kabila zote,
mataifa, na watu wa kila lugha wakamwabudu.
Utawala wake ni utawala wa milele ambao hau-
tapita, nao ufalme wake ni ule ambao kamwe
hautaangamizwa.

Tafsiri Ya Ndoto

15 "Mimi, Danieli, nilipata mahangaiko rohoni,
nayo maono yale yaliyopita ndani ya mawazo
yangu yalinisumbua. 16 Nikamkaribia mmoja wa
wale waliosimama pale na kumuuliza maana halisi
ya haya yote.

"Basi akaniambia na kunipa tafsiri ya vitu hivi:
17 'Hao wanyama wanne wakubwa ni falme nne
zitakazoinuka duniani. 18 Lakini watakatifu wa Yeye
Aliye Juu Sana watapokea ufalme na kuumiliki
milele: naam, milele na milele.'

19 "Kisha nilitaka kufahamu maana ya kweli ya
mnyama yule wa nne, ambaye alikuwa tofauti na
wale wengine wote, tena wa kutisha sana, na meno
yake ya chuma na makucha ya shaba: mnyama
ambaye alipondaponda na kuangamiza wahanga
wake, na kukanyaga chochote kilichosalia. 20 Pia
mimi nilitaka kujua kuhusu zile pembe kumi juu
ya kichwa chake, na pia kuhusu ile pembe nyi-
ngine iliyojitokeza, ambayo mbele yake zile tatu
za mwanzoni zilianguka, ile pembe ambayo ilione-
kana kuvutia macho zaidi kuliko zile nyingine, na
ambayo ilikuwa na macho na kinywa kilichonena
kwa majivuno. 21 Nilipoendelea kutazama, pembe
hii ilikuwa inapigana vita dhidi ya watakatifu na
kuwashinda, 22 mpaka huyo Mzee wa Siku alipokuja
na kutamka hukumu kwa kuwapa ushindi wata-
katifu wa Yeye Aliye Juu Sana, na wakati ukawadia
walipoumiliki ufalme.

23 "Alinipa maelezo haya: 'Mnyama wa nne ni
ufalme wa nne ambao utatokea duniani. Utakuwa
tofauti na falme nyingine zote, nao utaharibu dunia
nzima, ukiikanyaga chini na kuipondaponda. 24 Zile
pembe kumi ni wafalme kumi watakaotokana na
ufalme huu. Baada yao mfalme mwingine atainuka,
ambaye atakuwa tofauti na wale waliotangulia,
naye atawaangusha wafalme watatu. 25 Atanena
maneno kinyume cha Yeye Aliye Juu Sana na
kuwaonea watakatifu wake, huku akijaribu kuba-
dili majira na sheria. Watakatifu watatiwa chini
ya mamlaka yake kwa wakati, nyakati mbili, na
nusu wakati.[a]

26 " 'Lakini mahakama itakaa kuhukumu, nayo
mamlaka yake yataondolewa na kuangamizwa
kabisa milele. 27 Ndipo ufalme, mamlaka na ukuu
wa falme chini ya mbingu yote utakabidhiwa kwa
watakatifu, watu wa Yeye Aliye Juu Sana. Ufalme
wake utakuwa ufalme wa milele, nao watawala
wote watamwabudu na kumtii yeye.'

28 "Huu ndio mwisho wa jambo lile. Mimi Danieli
nilitaabika sana katika mawazo yangu, nao uso
wangu ukabadilika, lakini nililiweka jambo hilo
moyoni mwangu."

Maono Ya Danieli Ya Kondoo Dume Na Beberu

8 Katika mwaka wa tatu wa utawala wa Mfalme
Belshaza, mimi Danieli, nilipata maono, baada
ya maono ambayo yalikuwa yamenitokea mbeleni.
2 Katika maono yangu, nilijiona nikiwa ndani ya
ngome ya Shushani katika jimbo la Elamu. Katika
maono nilikuwa kando ya Mto Ulai.[b] 3 Nikatazama
juu, na hapo mbele yangu kulikuwa na kondoo
dume mwenye pembe mbili, akiwa amesimama
kando ya mto, nazo pembe zake zilikuwa ndefu.
Pembe moja ilikuwa ndefu kuliko hiyo nyingine,
lakini iliendelea kukua baadaye. 4 Nikamtazama
yule kondoo dume alivyokuwa akishambulia
kuelekea magharibi, kaskazini na kusini. Hakuna
mnyama yeyote aliyeweza kusimama dhidi yake,
wala hakuna aliyeweza kuokoa kutoka nguvu zake.
Alifanya kama atakavyo, naye akawa mkuu.

5 Nilipokuwa ninatafakari hili, ghafula beberu
mwenye pembe moja kubwa sana katikati ya
macho yake alikuja kutoka magharibi, akiruka
kasi juu ya dunia yote bila kugusa ardhi. 6 Alikuja
akimwelekea yule kondoo dume mwenye pembe
mbili niliyemwona akisimama kando ya mto,
akamshambulia kwa hasira nyingi. 7 Nikamwona
akimshambulia yule kondoo dume kwa hasira
nyingi, akimpiga yule kondoo dume na kuvunja
pembe zake mbili. Yule kondoo dume hakuwa na
nguvu za kumzuia yule beberu, hivyo akamwa-
ngusha yule kondoo dume chini na kumkanyaga,
wala hakuna aliyeweza kumwokoa yule kondoo
dume kutoka nguvu za huyo beberu. 8 Yule beberu
akawa mkubwa sana, lakini katika kilele cha nguvu
zake ile pembe yake ndefu ilivunjika, na mahali
pake pakaota pembe nne kubwa kuelekea pande
nne za dunia.

9 Kutoka mojawapo ya zile pembe nne palito-
kea pembe ndogo ukaongezeka nguvu kuelekea
kusini, na kuelekea mashariki, na kuelekea Nchi
ya Kupendeza. 10 Pembe hiyo ikaendelea kukua hadi
kufikia jeshi la mbinguni, nayo ikalitupa baadhi
ya jeshi la vitu vya angani hapa chini duniani, na
kulikanyaga. 11 Pembe hiyo ikajikweza ili iwe kama
Mkuu wa hilo jeshi; ikamwondolea dhabihu ya kila
siku, napo mahali pake patakatifu pakashushwa
chini. 12 Kwa sababu ya uasi, jeshi la watakatifu na
dhabihu za kila siku vikatiwa mikononi mwake.
Ikafanikiwa katika kila kitu ilichofanya, nayo kweli
ikatupwa chini.

13 Kisha nikamsikia mtakatifu mmoja akizungu-
mza na mtakatifu mwingine, akamwambia, "Je,
itachukua muda gani maono haya yatimie: maono
kuhusu dhabihu ya kila siku, uasi unaosababisha

[a]25 Wakati, nyakati mbili, na nusu wakati maana yake ni mwaka mmoja, miaka miwili, na nusu mwaka, yaani miaka mitatu na nusu.

[b]2 Mto Ulai ni mfereji uliokuwa kati ya Shushani na Elymaisi; sasa unaitwa Mto Karuni.

ukiwa, kutwaliwa kwa mahali patakatifu, na jeshi
litakalokanyagwa chini ya nyayo?"
14 Akaniambia, "Itachukua siku 2,300. Ndipo
mahali patakatifu patawekwa wakfu tena."

Tafsiri Ya Maono

15 Mimi Danieli nilipokuwa ninaangalia maono
na kujaribu kuelewa, mbele yangu alisimama
mmoja aliyefanana na mwanadamu. 16 Kisha
nikasikia sauti ya mwanadamu kutoka Mto Ulai
ikiita, "Gabrieli, mwambie mtu huyu maana ya
maono haya."
17 Alipokuwa akikaribia pale nilipokuwa
nimesimama, niliogopa, nikaanguka kifudifudi.
Akaniambia, "Mwana wa mwanadamu, fahamu
kuwa maono haya yanahusu siku za mwisho."
18 Alipokuwa akinena nami, nilikuwa katika
usingizi mzito, huku nimelala kifudifudi. Ndipo
aliponigusa na kunisimamisha wima.
19 Akaniambia, "Nitakuambia yale yatakayotokea
baadaye wakati wa ghadhabu, kwa sababu maono
haya yanahusu wakati wa mwisho ulioamriwa.
20 Kondoo dume mwenye pembe mbili ambaye
ulimwona anawakilisha wafalme wa Umedi na
Uajemi. 21 Yule beberu mwenye nywele nyingi ni
mfalme wa Uyunani, nayo ile pembe ndefu katikati
ya macho yake ni mfalme wa kwanza. 22 Zile pembe
nne zilizoota badala ya ile pembe iliyovunjika zina-
wakilisha falme nne ambazo zitatokea kutoka taifa
lake, lakini hakuna hata mmoja utakaokuwa na
nguvu kama ule uliovunjika.
23 "Katika sehemu ya mwisho ya utawala wao,
wakati waasi watakapokuwa waovu kabisa, atai-
nuka mfalme mwenye uso mkali, aliye stadi wa hila.
24 Atakuwa na nguvu nyingi, lakini si kwa uwezo
wake mwenyewe. Atasababisha uharibifu wa kuti-
sha, na atafanikiwa kwa chochote anachofanya.
Atawaangamiza watu maarufu na watu watakatifu.
25 Atasababisha udanganyifu ustawi, naye atajihe-
sabu mwenyewe kuwa bora. Wakati wajisikiapo
kuwa wako salama, atawaangamiza wengi, na
kushindana na Mkuu wa wakuu. Lakini ataanga-
mizwa, isipokuwa si kwa uwezo wa mwanadamu.
26 "Maono kuhusu jioni na asubuhi ambayo ume-
pewa ni kweli, lakini yatie muhuri maono haya,
kwa maana yanahusu wakati mrefu ujao."
27 Mimi Danieli nilikuwa nimechoka sana, na
nikalala nikiwa mgonjwa kwa siku kadhaa. Ndipo
nikaamka, nikaenda kwenye shughuli za mfalme.
Nilifadhaishwa na maono hayo, nami sikuweza
kuyaelewa.

Maombi Ya Danieli

9 Katika mwaka wa kwanza wa utawala wa Dario
mwana wa Ahasuero (mzaliwa wa Umedi),
ambaye alifanywa mtawala juu ya ufalme wa
Babeli, 2 katika mwaka wa kwanza wa utawala
wake, mimi Danieli nilielewa kutokana na Maa-
ndiko, kulingana na neno la Bwana alilopewa
nabii Yeremia, kwamba ukiwa wa Yerusalemu
ungetimizwa kwa miaka sabini. 3 Kwa hiyo nika-
mgeukia Bwana Mungu na kumsihi katika maombi
na dua, katika kufunga, na kuvaa nguo ya gunia
na kujipaka majivu.
4 Nikamwomba Bwana Mungu wangu na kutubu:

"Ee Bwana, Mungu mkuu na unayetisha,
anayeshika agano lake la upendo kwao
wanaompenda na kutii maagizo yake, 5 tume-
tenda dhambi na kufanya mabaya. Tumekuwa
waovu na tumeasi; tumegeuka mbali na maa-
gizo yako na sheria zako. 6 Hatukuwasikiliza
watumishi wako manabii, ambao kwa jina
lako walisema na wafalme wetu, wakuu wetu,
baba zetu, na watu wote wa nchi.
7 "Bwana, wewe ni mwenye haki, lakini
siku hii ya leo tumefunikwa na aibu: tukiwa
wanaume wa Yuda, na watu wa Yerusalemu,
na Israeli yote, wote walio karibu na walio
mbali, katika nchi zote ulikotutawanya
kwa sababu ya kukosa uaminifu kwako.
8 Ee Bwana, sisi na wafalme wetu, wakuu
wetu na baba zetu tumefunikwa na aibu
kwa sababu tumefanya dhambi dhidi yako.
9 Bwana Mungu wetu ni mwenye rehema na
anayesamehe, hata ingawa tumefanya uasi
dhidi yake. 10 Hatukumtii Bwana Mungu wetu
wala kuzishika sheria alizotupa kupitia kwa
watumishi wake manabii. 11 Israeli yote ime-
kosea sheria yako na kugeuka mbali, nao
wamekataa kukutii.

"Kwa hiyo laana na viapo vya hukumu
vilivyoandikwa katika Sheria ya Mose,
mtumishi wa Mungu, vimemiminwa juu
yetu, kwa sababu tumefanya dhambi dhidi
yako. 12 Umetimiza maneno uliyosema dhidi
yetu na dhidi ya watawala wetu, kwa kuleta
maafa makubwa juu yetu. Chini ya mbingu
yote kamwe hapajatendeka kitu kama kile
kilichotendeka kwa Yerusalemu. 13 Kama vile
ilivyoandikwa katika sheria ya Mose, misiba
hii yote imekuja juu yetu, lakini hatujaomba
fadhili kwa Bwana Mungu wetu kwa kugeuka
kutoka dhambi zetu na kuwa wasikivu katika
kweli yake. 14 Bwana hakusita kuleta maafa
juu yetu, kwa maana Bwana Mungu wetu ni
mwenye haki katika kila afanyalo; lakini hata
hivyo hatujamtii.
15 "Sasa, Ee Bwana Mungu wetu, ambaye
uliwatoa watu wako Misri kwa mkono
wenye nguvu, na ambaye umejifanyia Jina
linalodumu mpaka leo, tumetenda dhambi,
tumefanya mabaya. 16 Ee Bwana, wewe kwa
kadiri ya matendo yako ya haki, ondoa hasira
yako na ghadhabu yako juu ya Yerusalemu,
mji wako, mlima wako mtakatifu. Dhambi
zetu na maovu ya baba zetu yameifanya Yeru-
salemu na watu wako kitu cha kudharauliwa
kwa wale wote wanaotuzunguka.
17 "Basi Mungu wetu, sasa sikia maombi na
dua ya mtumishi wako. Ee Bwana, kwa ajili
yako angalia kwa huruma ukiwa wa mahali
pako patakatifu. 18 Ee Mungu, tega sikio na
ukasikie; fumbua macho yako ukaone ukiwa
wa mji ule wenye Jina lako. Hatukutolei mao-
mbi yetu kwa sababu sisi tuna haki, bali kwa
sababu ya rehema zako nyingi. 19 Ee Bwana,
sikiliza! Ee Bwana, samehe! Ee Bwana, sikia

na ukatende! Kwa ajili yako, Ee Mungu wangu,
usikawie, kwa sababu mji wako na watu wako
wanaitwa kwa Jina lako."

Majuma Sabini

20 Basi, nilipokuwa bado nikinena na kuomba,
nikiungama dhambi yangu na dhambi ya watu
wangu Israeli, na nikifanya maombi yangu kwa
BWANA Mungu wangu kwa ajili ya mlima wake
mtakatifu, 21 wakati nilipokuwa bado katika mao-
mbi, Gabrieli, yule mtu niliyekuwa nimemwona
katika maono hapo awali, alinijia kwa kasi karibu
wakati wa kutoa dhabihu ya jioni. 22 Akanielimisha
na kuniambia, "Danieli, sasa nimekuja kukupa akili
na ufahamu. 23 Mara ulipoanza kuomba, jibu lili-
tolewa, ambalo nimekuja kukupasha habari, kwa
maana wewe unapendwa sana. Kwa hiyo, tafakari
ujumbe huu na uelewe maono haya:

24 "Majuma sabini yameamriwa kwa ajili ya
watu wako na kwa ajili ya mji wako mtakatifu, ili
kumaliza makosa, kukomesha dhambi, kufanya
upatanisho kwa ajili ya uovu, kuleta haki ya milele,
kutia muhuri maono na unabii, na pia kumtia
mafuta yeye aliye mtakatifu sana.

25 "Ujue na kuelewa hili: Tangu kutolewa kwa
amri ya kuutengeneza na kuujenga upya Yeru-
salemu mpaka kuja kwa Mpakwa mafuta, aliye
mtawala, kutakuwako majuma saba na majuma
sitini na mawili. Barabara zitajengwa tena pamoja
na mahandaki, lakini katika wakati wa taabu.
26 Baada ya majuma sitini na mawili, Mpakwa
Mafuta atakatiliwa mbali, wala hatabaki na kitu.
Watu wa mtawala atakayekuja watauharibu mji
pamoja na mahali patakatifu. Mwisho utakuja
kama mafuriko: Vita vitaendelea mpaka mwisho,
nao ukiwa umeamriwa. 27 Mtawala huyo atathibiti-
sha agano na watu wengi kwa juma moja. Katikati
ya juma hilo atakomesha dhabihu na sadaka.
Mahali pa dhabihu katika Hekalu atasimamisha
chukizo la uharibifu, hadi mwisho ulioamriwa
utakapomiminwa juu yake yeye aletaye uharibifu."

Maono Ya Danieli Kuhusu Mtu

10 Katika mwaka wa tatu wa utawala wa Koreshi
mfalme wa Uajemi, Danieli (ambaye aliitwa
Belteshaza) alipewa ufunuo. Ujumbe wake ulikuwa
kweli, nao ulihusu vita vikubwa. Ufahamu wa uju-
mbe ulimjia katika maono.

2 Wakati huo, mimi Danieli nikaomboleza kwa
majuma matatu. 3 Sikula chakula kizuri; nyama
wala divai havikugusa midomo yangu; nami
sikujipaka mafuta kamwe mpaka majuma matatu
yalipotimia.

4 Kwenye siku ya ishirini na nne ya mwezi wa
kwanza, nilipokuwa nimesimama kwenye ukingo
wa mto mkubwa Hidekeli,[a] 5 nikatazama juu, na
mbele yangu alikuwepo mtu aliyevaa mavazi ya
kitani na mshipi wa dhahabu safi kutoka ufazi
kiunoni mwake. 6 Mwili wake ulikuwa kama kito
cha zabarajadi safi, uso wake kama umeme wa radi,
macho yake kama mwali wa moto, mikono yake na
miguu yake kama mng'ao wa shaba iliyosuguliwa
sana, nayo sauti yake kama ya umati mkubwa wa
watu.

7 Mimi Danieli, ni mimi peke yangu niliyeona
hayo maono; watu waliokuwa pamoja nami hawa-
kuyaona, lakini waligubikwa na hofu kuu, hata
wakakimbia na kujificha. 8 Kwa hiyo niliachwa peke
yangu, nikikodolea macho maono hayo makubwa;
sikubakiwa na nguvu, na rangi ya uso wangu ika-
badilika kama aliyekufa, nikakosa nguvu. 9 Kisha
nikamsikia akisema, nami nilipokuwa nikimsi-
kiliza, nikalala kifudifudi, nikapatwa na usingizi
mzito.

10 Mkono ulinigusa, ukaninyanyua, na kuniweka
nikipiga magoti na mikono yangu ikashika chini,
huku nikiwa bado ninatetemeka. 11 Akasema,
"Danieli, wewe mtu upendwaye sana, fikiri kwa
makini maneno ninayokwenda kunena nawe
sasa; simama wima, kwa maana sasa nimetumwa
kwako." Naye aliponiambia haya, nikasimama
nikitetemeka.

12 Ndipo akaendelea kusema, "Danieli, usio-
gope. Tangu siku ya kwanza ulipotia moyo wako
ili kupata ufahamu na kujinyenyekeza mbele
ya Mungu wako, maneno yako yalisikiwa, nami
nimekuja ili kujibu maneno yako. 13 Lakini mkuu
wa ufalme wa Uajemi alinipinga kwa siku ishirini
na moja. Ndipo Mikaeli, mmoja wa malaika wakuu,
alikuja kunisaidia, kwa sababu nilikuwa nimezui-
liwa huko na mfalme wa Uajemi. 14 Sasa nimekuja
kukuelezea mambo yatakayowatokea watu wako
wakati ujao, kwa maana maono hayo yanahusu
wakati ambao haujaja bado."

15 Alipokuwa akinielezea haya, nilisujudu uso
wangu ukiwa umeelekea chini, nikawa bubu.
16 Ndipo mmoja aliyeonekana kama mwanadamu
akanigusa midomo yangu, nami nikafungua
kinywa changu, nikaanza kunena. Nikamwambia
yule aliyesimama mbele yangu, "Nimepatwa na
huzuni kubwa kwa sababu ya maono haya, bwana
wangu, nami nimeishiwa nguvu. 17 Bwana wangu,
mimi mtumishi wako nitawezaje kuzungumza na
wewe? Nguvu zangu zimeniishia hata ninashindwa
kupumua."

18 Tena yule aliyeonekana kama mwanadamu
akanigusa na kunitia nguvu. 19 Akasema, "Ee mtu
upendwaye sana, usiogope. Amani iwe kwako! Uwe
na nguvu sasa; jipe nguvu."

Alipozungumza nami, nilipata nguvu, nikasema,
"Nena, bwana wangu, kwa kuwa umenipa nguvu."

20 Kwa hiyo akasema, "Je, unajua kwa nini nime-
kujia? Sasa hivi nitarudi kupigana dhidi ya mkuu
wa Uajemi, nami nikienda, mkuu wa Uyunani
atakuja. 21 Lakini kwanza nitakuambia kile kili-
choandikwa katika Kitabu cha Kweli. (Hakuna hata
mmoja anayenisaidia dhidi yao isipokuwa Mikaeli,
11 mkuu wenu. 1 Nami katika mwaka wa kwa-
nza wa utawala wa Dario Mmedi, nilisimama
kumsaidia na kumlinda.)

Wafalme Wa Kusini Na Wa Kaskazini

2 "Sasa basi, ninakuambia kweli: Wafalme watatu
zaidi watatokea Uajemi, kisha atatokea mfalme wa
nne, ambaye atakuwa tajiri sana kuliko wengine
wote. Wakati atakapokuwa amekwisha kujipatia

[a]4 Hedekeli ndio Mto Tigrisi.

nguvu kwa utajiri wake, atamchochea kila mmoja
dhidi ya ufalme wa Uyunani. 3 Ndipo mfalme mwe-
nye nguvu atatokea, ambaye atatawala kwa nguvu
nyingi na kufanya anavyopenda. 4 Baada ya kujito-
keza, milki yake itavunjwa na kugawanyika katika
pande nne za mbinguni. Hautakwenda kwa wazao
wake, wala hautakuwa na nguvu alizotumia, kwa
sababu milki yake itang'olewa na kupewa wengine.
5 "Mfalme wa Kusini atakuwa na nguvu, lakini
mmoja wa majemadari wake atakuwa na nguvu
zaidi kuliko mfalme, naye atatawala ufalme wake
mwenyewe kwa nguvu nyingi. 6 Baada ya miaka
kadha, wataungana. Binti wa mfalme wa Kusini
ataolewa kwa mfalme wa Kaskazini ili kuimarisha
mapatano, lakini huyo binti nguvu zake hazita-
dumu; hata mfalme hatadumu wala nguvu zake.
Katika siku hizo atafukuzwa, pamoja na hao wasi-
ndikizaji wake wa kifalme, watoto wake, na yeyote
aliyemuunga mkono.
7 "Mmoja kutoka jamaa ya huyo binti atainuka
na kuchukua nafasi yake. Atashambulia majeshi
ya mfalme wa Kaskazini na kuingia katika ngome
yake; atapigana dhidi yao naye atashinda. 8 Tena
ataitwaa miungu yao, vinyago vyao vya chuma,
na vitu vyao vya thamani vya fedha na dhahabu,
na kuvichukua hadi Misri. Kwa miaka kadha ata-
mwacha mfalme wa Kaskazini bila kumsumbua.
9 Kisha mfalme wa Kaskazini atashambulia nchi
ya mfalme wa Kusini, lakini atarudi nyuma hadi
kwenye nchi yake. 10 Wana wa mfalme wa Kaskazini
watajiandaa kwa vita na kukusanya jeshi kubwa,
ambalo litafagia nchi kama mafuriko yasiyozui-
lika na kuendelea na vita hadi kwenye ngome ya
mfalme wa Kusini.
11 "Kisha mfalme wa Kusini atatoka kwa gha-
dhabu na kupigana dhidi ya mfalme wa Kaskazini,
ambaye ataunda jeshi kubwa, lakini litashindwa.
12 Wakati jeshi litakapokuwa limechukuliwa,
mfalme wa Kusini atajawa na kiburi na atachinja
maelfu mengi, hata hivyo hatabaki na ushindi.
13 Kwa maana mfalme wa Kaskazini atakusanya
jeshi jingine kubwa kuliko lile la kwanza; na baada
ya miaka kadha, atasonga mbele na jeshi kubwa
mno lililoandaliwa vizuri.
14 "Katika nyakati hizo wengi watainuka dhidi ya
mfalme wa Kusini. Watu wenye ghasia miongoni
mwa watu wako mwenyewe wataasi ili kutimiza
maono, lakini bila mafanikio. 15 Ndipo mfalme wa
Kaskazini atakuja na kuuzunguka mji kwa maje-
shi, na kuuteka mji wa ngome. Majeshi ya Kusini
yatakosa nguvu za kuyazuia; naam, hata vikosi
vyao vya askari vilivyo bora zaidi, havitakuwa na
nguvu ya kuwakabili. 16 Huyo mvamia nchi atafanya
apendavyo; hakuna yeyote atakayeweza kumpi-
nga. Atajiimarisha katika Nchi ya Kupendeza, na
atakuwa na uwezo wa kuiangamiza. 17 Ataamua
kuja na nguvu za ufalme wake wote na kufanya
mapatano ya amani na mfalme wa Kusini. Naye
atamtoa binti yake aolewe naye ili kuuangusha
ufalme, lakini mipango yake haitafanikiwa wala
kumsaidia. 18 Ndipo atabadili nia yake kupigana na
nchi za pwani na ataziteka nyingi, lakini jemadari
mmoja atakomesha ufidhuli wake na kurudisha
ufidhuli wake juu yake. 19 Baada ya hili atazigeukia
ngome za nchi yake mwenyewe, lakini atajikwaa
na kuanguka, wala hataonekana tena.
20 "Atakayetawala baada yake atamtuma mtoza
ushuru ili kudumisha fahari ya kifalme. Hata hivyo,
baada ya miaka michache ataangamizwa, lakini si
katika hasira wala katika vita.
21 "Atakayetawala baada yake atakuwa mtu
wa kudharauliwa ambaye hajapewa heshima ya
kifalme. Atauvamia ufalme wakati watu wake
wanapojiona wako salama, naye atautwaa kwa hila.
22 Ndipo jeshi kubwa litafagiliwa mbele yake; jeshi
pamoja na mkuu mmoja wa agano wataangamizwa.
23 Baada ya kufanya mapatano naye, atatenda kwa
udanganyifu, na akitumia watu wachache tu atai-
ngia madarakani. 24 Wakati majimbo yaliyo tajiri
sana yanajiona salama, atayavamia, naye atafa-
nikisha kile ambacho baba zake wala babu zake
hawakuweza. Atagawa nyara, mateka na utajiri
miongoni mwa wafuasi wake. Atafanya hila ya
kupindua miji yenye maboma, lakini kwa muda
mfupi tu.
25 "Pamoja na jeshi kubwa atachochea nguvu
zake na ushujaa wake dhidi ya mfalme wa Kusini.
Mfalme wa Kusini atafanya vita na jeshi lenye
nguvu sana, lakini hataweza kusimama kwa sababu
ya kwa hila zilizofanywa dhidi yake. 26 Wale wanao-
kula kutoka kwenye ruzuku za mfalme watajaribu
kumwangamiza; jeshi lake litafagiliwa mbali, nao
wengi watakufa vitani. 27 Wafalme hawa wawili,
mioyo yao ikiwa imekusudia mabaya, wataketi
kwenye meza moja na kudanganyana wao kwa
wao, lakini pasipo faida, kwa sababu bado mwisho
utakuja katika wakati ulioamriwa. 28 Mfalme wa
Kaskazini atarudi katika nchi yake na utajiri mwi-
ngi, lakini atakuwa ameukaza moyo wake kinyume
na agano takatifu. Atachukua hatua dhidi ya hilo
agano, kisha atarudi nchi yake.
29 "Wakati ulioamriwa, atavamia tena Kusini,
lakini wakati huu matokeo yake yatakuwa tofauti
na yale ya wakati wa kwanza. 30 Meli za nchi ya
Kitimu zitampinga, naye atavunjika moyo. Ndipo
atarudi nyuma na kutoa wazi hasira yake dhidi ya
agano takatifu. Atarudi na kuonyesha fadhili kwa
wale waliachao agano takatifu.
31 "Majeshi yake yenye silaha yatainuka ili kuna-
jisi ngome ya Hekalu, na kuondolea mbali sadaka
ya kuteketezwa ya kila siku. Ndipo watalisima-
misha chukizo la uharibifu lisababishalo ukiwa.
32 Kwa udanganyifu atapotosha wale walionajisi
agano, lakini watu wanaomjua Mungu wao wata-
mpinga kwa uthabiti.
33 "Wenye hekima watawafundisha wengi,
ingawa kwa kitambo watauawa kwa upanga au
kuchomwa moto, au kukamatwa au kufanywa
mateka. 34 Watakapoanguka, watapokea msaada
kidogo, nao wengi ambao si waaminifu watau-
ngana nao. 35 Baadhi ya wenye hekima watajikwaa,
ili waweze kusafishwa, kutakaswa na kufanywa
wasio na waa mpaka wakati wa mwisho, kwa
maana bado litakuja kwa wakati ulioamriwa.

Mfalme Ajikwezaye Mwenyewe

36 "Mfalme atafanya apendavyo. Atajikweza
na kujitukuza juu ya kila mungu, naye atasema

mambo ambayo hayajasikiwa dhidi ya Mungu wa
miungu. Atafanikiwa hadi wakati wa ghadhabu
utimie, kwa maana kile kilichokusudiwa lazima
kitokee. 37 Hataonyesha heshima kwa miungu
ya baba zake au kwa yule aliyetamaniwa na
wanawake, wala hatajali mungu yeyote, bali
atajikweza mwenyewe juu yao wote. 38 Badala ya
kuwajali miungu, ataheshimu mungu wa ngome;
mungu ambaye hakujulikana na baba zake ndiye
atamheshimu kwa dhahabu na fedha, kwa vito
vya thamani na zawadi za thamani kubwa.
39 Atashambulia ngome zenye nguvu mno kwa
msaada wa mungu wa kigeni naye atawaheshimu
sana wale watakaomkubali yeye. Atawafanya
watawala juu ya watu wengi, na atagawa nchi
kwa gharama.

40 "Katika wakati wa mwisho, mfalme wa Kusini
atapigana naye vita, naye mfalme wa Kaskazini
atamshambulia kwa magari ya vita, askari wapa-
nda farasi, na idadi kubwa ya meli. Atavamia nchi
nyingi na kuzikumba nchi hizo kama mafuriko.
41 Pia ataivamia Nchi ya Kupendeza. Nchi nyingi
zitapinduliwa, bali Edomu, Moabu na viongozi
wa Amoni wataokolewa kutoka mkono wake.
42 Atapanua mamlaka yake juu ya nchi nyingi; hata
Misri haitaepuka. 43 Atamiliki hazina za dhahabu,
fedha na utajiri wote wa Misri, pamoja na Walibia
na Wakushi kwa kujisalimisha. 44 Lakini taarifa
kutoka mashariki na kaskazini zitamshtua, naye
ataondoka kwa ghadhabu nyingi ili kuangamiza
na kuharibu kabisa wengi. 45 Atasimika hema zake
za ufalme kati ya bahari na mlima mtakatifu wa
kupendeza. Hata hivyo, atafikia mwisho wake,
wala hakuna yeyote atakayemsaidia.

Nyakati Za Mwisho

12 "Katika wakati huo Mikaeli, mtawala mkuu
ambaye huwalinda watu wako, atainuka.
Kutakuwako wakati wa taabu ambao haujato-
kea tangu mwanzo wa mataifa hadi wakati huo.
Lakini wakati huo, watu wako, kila mmoja ambaye
jina lake litakutwa limeandikwa kwenye kitabu,
ataokolewa. 2 Wengi ambao wamelala kwenye
mavumbi wataamka, baadhi yao kwa uzima wa
milele, wengine kwa aibu na kudharauliwa milele.
3 Wale wenye hekima watang'aa kama mwanga wa
mbingu, nao wale ambao huwaongoza wengi kute-
nda haki, watang'aa kama nyota milele na milele.
4 Lakini wewe Danieli, yafunge na kuyatia muhuri
maneno ya kitabu hiki mpaka wakati wa mwisho.
Wengi watakwenda huku na huko, na maarifa
yataongezeka."

5 Ndipo mimi Danieli nikaangalia, nako mbele
yangu walisimama wengine wawili, mmoja katika
ukingo huu wa mto, na mwingine ukingo wa pili
wa mto. 6 Mmoja wao akasema na yule mtu aliye-
vaa nguo za kitani, aliyekuwa juu ya maji ya mto,
"Je, itachukua muda gani kabla mambo haya ya
kushangaza hayajatimizwa?"

7 Kisha mtu yule aliyevaa nguo za kitani, aliye-
kuwa juu ya maji ya mto, akainua mkono wake wa
kuume na mkono wake wa kushoto kuelekea mbi-
nguni, nami nikamsikia akiapa kwa jina lake yeye
aishiye milele, akisema, "Itakuwa wakati, nyakati
mbili, na nusu wakati.[a] Nguvu za watu watakatifu
zitakapokuwa zimevunjwa kabisa, ndipo mambo
haya yote yatakapotimizwa."

8 Nilisikia, lakini sikuelewa. Kwa hiyo nikauliza,
"Bwana wangu, matokeo ya haya yote yatakuwa
nini?"

9 Akajibu, "Danieli, enenda zako, kwa sababu
maneno haya yamefungwa na kutiwa muhuri
mpaka wakati wa mwisho. 10 Wengi watatakaswa,
na kuondolewa mawaa na kufanywa safi, lakini
waovu wataendelea kuwa waovu. Hakuna mmoja
wa waovu atakayefahamu, lakini wale wenye
hekima watafahamu.

11 "Tangu wakati ule wa kukomeshwa dhabihu ya
kila siku na kusimamishwa kwa chukizo la uhari-
bifu, kutakuwako siku 1,290. 12 Amebarikiwa mtu
yule atakayevumilia hadi kufikia mwisho wa hizo
siku 1,335.

13 "Lakini wewe, enenda zako mpaka mwisho.
Utapumzika, nawe ndipo mwisho wa hizo siku
utafufuka ili kuupokea urithi uliowekewa."

---

[a]7 Wakati, nyakati mbili na nusu wakati maana yake mwaka mmoja, miaka miwili, na nusu mwaka, yaani miaka mitatu na nusu.

HOSEA

1 Neno la BWANA lililomjia Hosea mwana wa Beeri
wakati wa utawala wa Uzia, Yothamu, Ahazi na
Hezekia, wafalme wa Yuda, na wakati wa utawala
wa Yeroboamu mwana wa Yehoashi, mfalme wa
Israeli.

Mke Wa Hosea Na Watoto

2 Wakati BWANA alipoanza kuzungumza kupitia
Hosea, BWANA alimwambia, "Nenda ukajitwalie
mwanamke wa uzinzi na watoto wa uzinzi, kwa
sababu nchi ina hatia ya uzinzi wa kupindukia kwa
kumwacha BWANA." 3 Kwa hiyo alimwoa Gomeri
binti Diblaimu, naye akachukua mimba na kumza-
lia Hosea mwana.

4 Kisha BWANA akamwambia Hosea, "Mwite
Yezreeli,[a] kwa kuwa kitambo kidogo nitaiadhibu
nyumba ya Yehu kwa ajili ya mauaji ya kule
Yezreeli, nami nitaukomesha ufalme wa Israeli.
5 Katika siku ile nitavunja upinde wa Israeli katika
Bonde la Yezreeli."

6 Gomeri akachukua tena mimba akamzaa
binti. Kisha BWANA akamwambia Hosea, "Mwite
Lo-Ruhama,[b] kwa maana sitaonyesha tena upendo
kwa nyumba ya Israeli, kwamba nisije kabisa nika-
wasamehe. 7 Hata hivyo nitaonyesha upendo kwa
nyumba ya Yuda, nami nitawaokoa si kwa upinde,
upanga au vita, wala kwa farasi na wapanda farasi,
bali kwa njia ya BWANA Mungu wao."

8 Baada ya Gomeri kumwachisha Lo-Ruhama
kunyonya, Gomeri alipata mwana mwingine.
9 Kisha BWANA akasema, "Mwite Lo-Ami[c] kwa
maana ninyi si watu wangu, nami si Mungu
wenu.

10 "Hata hivyo Waisraeli watakuwa kama mcha-
nga kando ya bahari, ambao hauwezi kupimika
wala kuhesabiwa. Mahali pale walipoambiwa,
'Ninyi si watu wangu,' wao wataitwa 'wana wa
Mungu aliye hai.' 11 Watu wa Yuda na watu wa
Israeli wataunganishwa tena, nao watamchagua
kiongozi mmoja nao watakwea watoke katika
nchi, kwa kuwa siku ya Yezreeli itakuwa kuu
sana.

2 "Waambie ndugu zako, 'Watu wangu,' na pia
waambie dada zako, 'Wapendwa wangu.'

Israeli Aadhibiwa Na Kurudishwa

2 "Mkemeeni mama yenu, mkemeeni,
kwa maana yeye si mke wangu,
nami si mume wake.
Aondoe sura ya uzinzi katika uso wake
na uzinzi kati ya matiti yake.
3 Kama sivyo nitamvua nguo zake awe uchi
na kumwacha uchi kama siku ile
aliyozaliwa.
Nitamfanya kama jangwa,
nitamgeuza awe nchi ya kiu,
nami nitamuua kwa kiu.
4 Sitaonyesha upendo wangu kwa
watoto wake,
kwa sababu ni watoto wa uzinzi.
5 Mama yao amekosa uaminifu
na amewachukua mimba katika aibu.
Gomeri alisema, 'Nitawaendea
wapenzi wangu,
ambao hunipa chakula changu
na maji yangu,
sufu yangu na kitani yangu, mafuta yangu
na kinywaji changu.'
6 Kwa hiyo mimi Mungu nitaizuia njia yake
kwa vichaka vya miiba,
nitamjengea ukuta ili kwamba
asiweze kutoka.
7 Gomeri atawafuatia wapenzi wake lakini
hatawapata;
atawatafuta lakini hatawapata.
Kisha atasema,
'Nitarudi kwa mume wangu kama kwanza,
kwa maana nilikuwa na hali njema zaidi
kuliko sasa.'
8 Gomeri hajakubali kuwa mimi ndiye
niliyempa nafaka, divai mpya na mafuta,
niliyemwongezea fedha na dhahabu
waliyoitumia
kwa kumtumikia Baali.

9 "Kwa hiyo nitachukua nafaka yangu wakati
itakapokomaa
na divai yangu mpya wakati itakapokuwa
tayari.
Nitamnyang'anya sufu yangu na kitani yangu
iliyokusudiwa kufunika uchi wake.
10 Basi sasa nitaufunua ufisadi wake
mbele ya wapenzi wake;
hakuna yeyote atakayemtoa
mikononi mwangu.
11 Nitakomesha furaha na macheko yake yote:
sikukuu zake za mwaka,
sikukuu za Miandamo ya Mwezi,
siku zake za Sabato,
sikukuu zake zote zilizoamriwa.
12 Nitaiharibu mizabibu yake na mitini yake,
ambayo alisema yalikuwa malipo yake
kutoka kwa wapenzi wake;
nitaifanya kuwa kichaka,
nao wanyama pori wataila.
13 Nitamwadhibu kwa ajili ya siku
alizowafukizia uvumba Mabaali;
alipojipamba kwa pete
na kwa vito vya thamani,
na kuwaendea wapenzi wake,
lakini mimi alinisahau,"
asema BWANA.

[a]4 Yezreeli maana yake Mungu hupanda.
[b]6 Lo-Ruhama maana yake Sio mpenzi wangu.
[c]9 Lo-Ami maana yake Sio watu wangu.

14 "Kwa hiyo sasa nitamshawishi;
nitamwongoza hadi jangwani
na kuzungumza naye kwa upole.
15 Huko nitamrudishia mashamba yake
ya mizabibu,
nami nitalifanya Bonde la Akori[a]
mlango wa matumaini.
Huko ataimba kama alivyofanya katika siku
za ujana wake,
kama siku zile alizotoka Misri.

16 "Katika siku ile," asema Bwana,
"utaniita mimi 'Mume wangu';
hutaniita tena mimi 'Bwana wangu.'
17 Nitaondoa majina ya Mabaali kutoka
midomoni mwake,
wala hataomba tena kwa majina yao.
18 Katika siku ile nitafanya Agano kwa ajili yao
na wanyama wa kondeni, na ndege
wa angani,
na viumbe vile vitambaavyo ardhini.
Upinde, upanga na vita,
nitaondolea mbali katika nchi,
ili kwamba wote waweze kukaa salama.
19 Nitakuposa uwe wangu milele;
nitakuposa kwa uadilifu na haki,
kwa upendo na huruma.
20 Nitakuposa kwa uaminifu,
nawe utamkubali Bwana.

21 "Katika siku ile nitajibu,"
asema Bwana,
"nitajibu kwa anga,
nazo anga zitajibu kwa nchi;
22 nayo nchi itajibu kwa nafaka,
divai mpya na mafuta,
navyo vitajibu kwa Yezreeli.
23 Nitampanda katika nchi kwa ajili yangu
mwenyewe;
nami nitaonyesha pendo langu kwake
yule ambaye nilimwita, 'Si mpenzi
wangu.'[b]
Nitawaambia wale walioitwa, 'Sio watu
wangu,'[c]
'Ninyi ni watu wangu';
nao watasema, 'Wewe ndiwe Mungu
wangu.' "

Upatanisho Wa Hosea Na Mkewe

3 Bwana akaniambia, "Nenda, ukaonyeshe
upendo wako kwa mke wako tena, ingawa
amependwa na mwingine naye ni mzinzi. Mpe-
nde kama Bwana apendavyo Waisraeli, ingawa
wanageukia miungu mingine na kupenda mikate
mitamu ya zabibu kavu iliyowekwa wakfu."
2 Basi nilimnunua huyo mwanamke kwa shekeli
kumi na tano[d] za fedha, pia kwa kiasi kama cha
homeri moja na nusu[e] ya shayiri. 3 Kisha nilimwa-
mbia, "Utaishi nami kwa siku nyingi, hupaswi
kuwa kahaba au kuwa na uhusiano wa karibu na
mtu yeyote, nami nitaishi na wewe."
4 Kwa maana Waisraeli wataishi siku nyingi bila
kuwa na mfalme wala mkuu, bila kuwa na dhabihu
wala mawe matakatifu, bila kisibau wala sanamu.
5 Baadaye Waisraeli watarudi na kumtafuta Bwana
Mungu wao na Daudi mfalme wao. Watakuja waki-
tetemeka kwa Bwana na kwa baraka zake katika
siku za mwisho.

Shtaka Dhidi Ya Israeli

4 Sikieni neno la Bwana, enyi Waisraeli,
kwa sababu Bwana analo shtaka
dhidi yenu ninyi mnaoishi katika nchi:
"Hakuna uaminifu, hakuna upendo,
hakuna kumjua Mungu katika nchi.
2 Kuna kulaani tu, uongo na uuaji,
wizi na uzinzi,
bila kuwa na mipaka,
nao umwagaji damu mmoja
baada ya mwingine.
3 Kwa sababu hii nchi huomboleza,
wote waishio ndani mwake wanadhoofika;
wanyama wa kondeni, ndege wa angani
na samaki wa baharini wanakufa.

4 "Lakini mtu awaye yote na asilete shtaka,
mtu yeyote na asimlaumu mwenzake,
kwa maana watu wako ni kama wale
waletao mashtaka dhidi ya kuhani.
5 Unajikwaa usiku na mchana,
nao manabii hujikwaa pamoja nawe.
Kwa hiyo nitamwangamiza mama yako:
6 watu wangu wanaangamizwa
kwa kukosa maarifa,

"Kwa kuwa wewe umeyakataa maarifa,
mimi nami nitakukataa wewe
usiwe kuhani kwangu mimi;
kwa kuwa umeacha kuijali sheria ya
Mungu wako
mimi nami sitawajali watoto wako.
7 Kadiri makuhani walivyoongezeka,
ndivyo walivyozidi kutenda dhambi
dhidi yangu,
walibadilisha utukufu wao kwa kitu
cha aibu.
8 Hujilisha dhambi za watu wangu
na kupendezwa na uovu wao.
9 Hata itakuwa: Kama walivyo watu,
ndivyo walivyo makuhani.
Nitawaadhibu wote wawili kwa ajili ya
njia zao
na kuwalipa kwa matendo yao.

10 "Watakula lakini hawatashiba;
watajiingiza katika ukahaba
lakini hawataongezeka,
kwa sababu wamemwacha Bwana
na kujiingiza wenyewe
11 katika ukahaba,
divai ya zamani na divai mpya,
ambavyo huondoa ufahamu
12 wa watu wangu.

[a]15 Akori maana yake ni Taabu.
[b]23 Kiebrania ni Lo-Ruhama.
[c]23 Kiebrania ni Lo-Ami.
[d]2 Shekeli 15 za fedha ni sawa na gramu 170.
[e]2 Homeri moja na nusu ni kama lita 330.

Hutaka shauri kutoka kwa sanamu ya mti
nao hujibiwa na fimbo ya mti.
Roho ya ukahaba imewapotosha,
hawana uaminifu kwa Mungu wao.
13 Wanatoa dhabihu juu ya vilele vya milima
na sadaka za kuteketezwa juu ya vilima,
chini ya mialoni, milibua na miela,
ambako kuna vivuli vizuri.
Kwa hiyo binti zenu wamegeukia ukahaba
na wake za wana wenu uzinzi.

14 "Sitawaadhibu binti zenu wakati
wanapogeukia ukahaba,
wala wake za wana wenu
wanapofanya uzinzi,
kwa sababu wanaume wenyewe
huandamana na malaya
na kutambikia pamoja na makahaba
wa mahali pa kuabudia miungu:
watu wasiokuwa na ufahamu
wataangamia!

15 "Ingawa umefanya uzinzi, ee Israeli,
Yuda naye asije akawa na hatia.

"Usiende Gilgali,
usipande kwenda Beth-Aveni[a]
Wala usiape,
'Hakika kama Bwana aishivyo!'
16 Waisraeli ni wakaidi,
kama mtamba wa ng'ombe ambaye
ni mkaidi.
Ni jinsi gani basi Bwana anaweza
kuwachunga
kama wana-kondoo
katika shamba la majani?
17 Efraimu amejiunga na sanamu,
ondokana naye!
18 Hata wakati wamemaliza vileo vyao
wanaendelea na ukahaba wao,
watawala wao hupenda sana
njia za aibu.
19 Kisulisuli kitawafagilia mbali
na dhabihu zao zitawaletea aibu.

Hukumu Dhidi Ya Israeli

5 "Sikieni hili, enyi makuhani!
Kuweni wasikivu, enyi Waisraeli!
Sikieni, ee nyumba ya mfalme!
Hukumu hii ni dhidi yenu:
Mmekuwa mtego huko Mispa,
wavu uliotandwa juu ya Tabori.
2 Waasi wamezidisha sana mauaji.
Mimi nitawatiisha wote.
3 Ninajua yote kuhusu Efraimu,
Israeli hukufichika kwangu.
Efraimu, sasa umegeukia ukahaba,
Israeli amenajisika.

4 "Matendo yao hayawaachii
kurudi kwa Mungu wao.
Roho ya ukahaba imo ndani ya mioyo yao,
hawamkubali Bwana.
5 Kiburi cha Israeli kinashuhudia dhidi yao;
Waisraeli, hata Efraimu,
wanajikwaa katika dhambi zao;
pia Yuda atajikwaa pamoja nao.
6 Wakati wanapokwenda na makundi yao
ya kondoo na ng'ombe
kumtafuta Bwana,
hawatampata;
yeye amejiondoa kutoka kwao.
7 Wao si waaminifu kwa Bwana;
wamezaa watoto haramu.
Sasa sikukuu zao za Mwandamo wa Mwezi
zitawaangamiza wao
pamoja na mashamba yao.

8 "Pigeni tarumbeta huko Gibea,
baragumu huko Rama.
Paza kilio cha vita huko Beth-Aveni,[b]
ongoza, ee Benyamini.
9 Efraimu ataachwa ukiwa
katika siku ya kuadhibiwa.
Miongoni mwa makabila ya Israeli
ninatangaza lile ambalo halina budi
kutukia.
10 Viongozi wa Yuda ni kama wale
wanaosogeza mawe ya mpaka.
Nitamwaga ghadhabu yangu juu yao
kama mafuriko ya maji.
11 Efraimu ameonewa,
amekanyagwa katika hukumu
kwa kuwa amekusudia kufuatia sanamu.
12 Mimi ni kama nondo kwa Efraimu,
na kama uozo kwa watu wa Yuda.

13 "Wakati Efraimu alipoona ugonjwa wake,
naye Yuda vidonda vyake,
ndipo Efraimu alipogeukia Ashuru,
na kuomba msaada kwa mfalme mkuu.
Lakini hawezi kukuponya,
wala hawezi kukuponya vidonda vyako.
14 Kwa maana nitakuwa kama simba kwa
Efraimu,
kama simba mkubwa kwa Yuda.
Nitawararua vipande vipande
na kuondoka;
nitawachukua mbali,
na hakuna wa kuwaokoa.
15 Kisha nitarudi mahali pangu
mpaka watakapokubali kosa lao.
Nao watautafuta uso wangu;
katika taabu yao watanitafuta
kwa bidii."

Israeli Asiye Na Toba

6 "Njooni, tumrudie Bwana.
Ameturarua vipande vipande
lakini atatuponya;
ametujeruhi lakini
atatufunga majeraha yetu.

[a]15 Beth-Aveni maana yake Nyumba ya Ubatili (au Uovu), jina lingine la Betheli kwa dhihaka.

[b]8 Beth-Aveni maana yake Nyumba ya Ubatili (au Uovu), jina lingine la Betheli kwa dhihaka.

2 Baada ya siku mbili atatufufua;
katika siku ya tatu atatuinua,
ili tuweze kuishi mbele zake.
3 Tumkubali BWANA,
tukaze kumkubali yeye.
Kutokea kwake ni hakika kama vile
kuchomoza kwa jua;
atatujia kama mvua za masika,
kama vile mvua za vuli
ziinyweshavyo nchi."

4 "Nifanye nini nawe, Efraimu?
Nifanye nini nawe, Yuda?
Upendo wako ni kama ukungu wa asubuhi,
kama umande wa alfajiri utowekao.
5 Kwa hiyo ninawakata ninyi vipande vipande
kwa kutumia manabii wangu;
nimewaua ninyi kwa maneno ya kinywa
changu,
hukumu zangu zinawaka
kama umeme juu yenu.
6 Kwa maana nataka rehema, wala si dhabihu,
kumkubali Mungu zaidi
kuliko sadaka za kuteketezwa.
7 Wamevunja Agano kama Adamu:
huko hawakuwa waaminifu kwangu.
8 Gileadi ni mji wenye watu waovu,
umetiwa madoa kwa nyayo za damu.
9 Kama wanyang'anyi wamviziavyo mtu,
ndivyo magenge ya makuhani
wafanyavyo;
wanaulia watu kwenye njia iendayo
Shekemu,
wakifanya uhalifu wa aibu.
10 Nimeona jambo la kutisha
katika nyumba ya Israeli.
Huko Efraimu amejitolea kwa ukahaba
na Israeli amenajisika.

11 "Pia kwa ajili yako, Yuda,
mavuno yameamriwa.

"Wakati wowote ningerejesha neema
ya watu wangu,
7 kila mara nilipotaka kumponya Israeli,
dhambi za Efraimu zinafichuliwa
na maovu ya Samaria yanafunuliwa.
Wanafanya udanganyifu,
wevi huvunja nyumba,
maharamia hunyang'anya barabarani,
2 lakini hawafahamu kwamba
ninakumbuka matendo yao yote mabaya.
Dhambi zao zimewameza,
ziko mbele zangu siku zote.

3 "Wanamfurahisha sana mfalme kwa
maovu yao,
wakuu wao kwa uongo wao.
4 Wote ni wazinzi,
wanawaka kama tanuru
ambayo moto wake mwokaji hana haja
ya kuuchochea
kuanzia kukanda unga
hadi umekwisha kuumuka.
5 Katika sikukuu ya mfalme wetu
wakuu wanawaka kwa mvinyo,
naye anawaunga mkono wenye mizaha.
6 Mioyo yao ni kama tanuru,
wanamwendea kwa hila.
Hasira yao inafoka moshi usiku kucha,
wakati wa asubuhi inalipuka
kama miali ya moto.
7 Wote ni moto kama tanuru;
wanawaangamiza watawala wao.
Wafalme wake wote wanaanguka,
wala hakuna yeyote kati yao
aniitaye mimi.

8 "Efraimu anajichanganya na mataifa;
Efraimu ni mkate ambao haukuiva.
9 Wageni wananyonya nguvu zake,
lakini hafahamu hilo.
Nywele zake zina mvi hapa na pale,
lakini hana habari.
10 Kiburi cha Israeli kinashuhudia dhidi yake,
lakini pamoja na haya yote
harudi kwa BWANA Mungu wake
wala kumtafuta.

11 "Efraimu ni kama hua,
hudanganywa kwa urahisi na hana akili:
mara anaita Misri,
mara anageukia Ashuru.
12 Wakati watakapokwenda,
nitatupa wavu wangu juu yao;
nitawavuta chini waanguke
kama ndege wa angani.
Nitakaposikia wakikusanyika pamoja,
nitawanasa.
13 Ole wao, kwa sababu
wamepotoka kutoka kwangu!
Maangamizi ni yao
kwa sababu wameniasi!
Ninatamani kuwakomboa,
lakini wanasema uongo dhidi yangu.
14 Hawanililii mimi kutoka mioyoni mwao,
bali wanaomboleza vitandani mwao.
Hukusanyika pamoja kwa ajili ya nafaka
na divai mpya,
lakini hugeukia mbali nami.
15 Niliwafundisha na kuwatia nguvu,
lakini wanapanga mabaya dhidi yangu.
16 Hawamgeukii Yeye Aliye Juu Sana,
wako kama upinde wenye kasoro.
Viongozi wao wataanguka kwa upanga
kwa sababu ya maneno yao ya jeuri.
Kwa ajili ya hili watadhihakiwa
katika nchi ya Misri.

Israeli Kuvuna Kisulisuli

8 "Wekeni tarumbeta midomoni mwenu!
Tai yuko juu ya nyumba ya BWANA
kwa sababu watu wamevunja Agano langu,
wameasi dhidi ya sheria yangu.
2 Israeli ananililia,
'Ee Mungu wetu, tunakukubali!'
3 Lakini Israeli amekataa lile lililo jema,
adui atamfuatia.

4 Wanaweka wafalme bila idhini yangu,
wamechagua wakuu bila kibali changu.
Kwa fedha zao na dhahabu
wamejitengenezea sanamu kwa ajili
ya maangamizi yao wenyewe.
5 Ee Samaria, tupilieni mbali sanamu yenu
ya ndama!
Hasira yangu inawaka dhidi yao.
Watakuwa najisi mpaka lini?
6 Zimetoka katika Israeli!
Ndama huyu: ametengenezwa na fundi,
si Mungu.
Atavunjwa vipande vipande,
yule ndama wa Samaria.

7 "Wanapanda upepo
na kuvuna upepo wa kisulisuli.
Bua halina suke,
halitatoa unga.
Kama lingetoa nafaka,
wageni wangeila yote.
8 Israeli amemezwa;
sasa yupo miongoni mwa mataifa
kama kitu kisicho na thamani.
9 Kwa kuwa wamepanda kwenda Ashuru
kama punda-mwitu anayetangatanga
peke yake.
Efraimu amejiuza mwenyewe
kwa wapenzi.
10 Ingawa wamejiuza wenyewe miongoni
mwa mataifa,
sasa nitawakusanya pamoja.
Wataanza kudhoofika chini ya uonevu
wa mfalme mwenye nguvu.

11 "Ingawa Efraimu alijenga madhabahu
nyingi
kwa ajili ya sadaka za dhambi,
hizi zimekuwa madhabahu
za kufanyia dhambi.
12 Nimeandika kwa ajili yao mambo mengi
kuhusu sheria yangu,
lakini wameziangalia
kama kitu cha kigeni.
13 Wanatoa dhabihu nilizopewa mimi
nao wanakula hiyo nyama,
lakini BWANA hapendezwi nao.
Sasa ataukumbuka uovu wao
na kuadhibu dhambi zao:
Watarudi Misri.
14 Israeli amemsahau Muumba wake
na kujenga majumba ya kifalme,
Yuda amejengea miji mingi ngome.
Lakini nitatuma moto kwenye miji yao
utakaoteketeza ngome zao."

Adhabu Kwa Israeli

9 Usifurahie, ee Israeli;
usishangilie kama mataifa mengine.
Kwa kuwa hukuwa
mwaminifu kwa Mungu wako;
umependa ujira wa kahaba kwenye kila
sakafu
ya kupuria nafaka.
2 Sakafu za kupuria nafaka na mashinikizo
ya kukamulia divai
havitalisha watu,
divai mpya itawapungukia.
3 Hawataishi katika nchi ya BWANA,
Efraimu atarudi Misri
na atakula chakula
kilicho najisi huko Ashuru.
4 Hawatammiminia BWANA sadaka ya divai
wala dhabihu zao hazitampendeza.
Dhabihu kama hizo zitakuwa kwao
kama mkate wa waombolezaji;
nao wote wazilao watakuwa najisi.
Chakula hiki kitakuwa kwa ajili yao
wenyewe;
kisije katika Hekalu la BWANA.

5 Mtafanya nini katika siku ya sikukuu zenu
zilizoamriwa,
katika siku za sikukuu za BWANA?
6 Hata ikiwa wataokoka maangamizi,
Misri atawakusanya,
nayo Memfisi[a] itawazika.
Hazina zao za fedha zitasongwa
na michongoma,
nayo miiba itafunika mahema yao.
7 Siku za adhabu zinakuja,
siku za malipo zimewadia.
Israeli na afahamu hili.
Kwa sababu dhambi zenu ni nyingi sana
na uadui wenu ni mkubwa sana,
nabii anadhaniwa ni mpumbavu,
mtu aliyeongozwa na Mungu
anaonekana mwendawazimu.
8 Nabii, pamoja na Mungu wangu,
ndiye mlinzi juu ya Efraimu,
hata hivyo mitego inamngojea
katika mapito yake yote,
na uadui katika nyumba ya Mungu wake.
9 Wamezama sana katika rushwa,
kama katika siku za Gibea.
Mungu atakumbuka uovu wao
na kuwaadhibu kwa ajili ya dhambi zao.

10 "Nilipompata Israeli, ilikuwa kama
kupata zabibu jangwani;
nilipowaona baba zenu, ilikuwa kama kuona
matunda ya kwanza katika mtini.
Lakini walipofika Baal-Peori,
walijiweka wakfu
kwa ile sanamu ya aibu,
nao wakawa najisi
kama kitu kile walichokipenda.
11 Utukufu wa Efraimu utaruka kama ndege:
hakuna kuzaa, hakuna kuchukua mimba,
hakuna kutunga mimba.
12 Hata wakilea watoto,
nitamuua kila mmoja.
Ole wao
nitakapowapiga kisogo!
13 Nimemwona Efraimu, kama Tiro,
aliyeoteshwa mahali pazuri.

[a]6 Memfisi kwa Kiebrania ni Nofu.

Lakini Efraimu wataleta
watoto wao kwa mchinjaji."

14 Wape, Ee BWANA,
je, utawapa nini?
Wape matumbo ya kuharibu mimba
na matiti yaliyokauka.

15 "Kwa sababu ya uovu wao wote huko Gilgali,
niliwachukia huko.
Kwa sababu ya matendo yao ya dhambi,
nitawafukuza katika nyumba yangu.
Sitawapenda tena,
viongozi wao wote ni waasi.
16 Efraimu ameharibiwa,
mzizi wao umenyauka,
hawazai tunda.
Hata kama watazaa watoto,
nitawachinja watoto wao
waliotunzwa vizuri."

17 Mungu wangu atawakataa
kwa sababu hawakumtii;
watakuwa watu wa kutangatanga
miongoni mwa mataifa.

10 Israeli alikuwa mzabibu uliostawi sana,
alijizalia matunda mwenyewe.
Kadiri matunda yake yalivyoongezeka,
alijenga madhabahu zaidi;
kadiri nchi yake ilivyostawi,
alipamba mawe yake ya ibada.
2 Moyo wao ni mdanganyifu,
nao sasa lazima wachukue hatia yao.
BWANA atabomoa madhabahu zao
na kuharibu mawe yao ya ibada.

3 Kisha watasema, "Hatuna mfalme
kwa sababu hatukumheshimu BWANA.
Lakini hata kama tungelikuwa na mfalme,
angeweza kutufanyia nini?"
4 Wanaweka ahadi nyingi,
huapa viapo vya uongo
wanapofanya mapatano;
kwa hiyo mashtaka huchipuka
kama magugu ya sumu
katika shamba lililolimwa.
5 Watu wanaoishi Samaria huogopa
kwa ajili ya sanamu ya ndama ya
Beth-Aveni.[a]
Watu wake wataiombolezea,
vivyo hivyo kuhani wake wa kuabudu
sanamu,
wale waliokuwa wamefurahia fahari yake,
kwa sababu itaondolewa kutoka kwao
kwenda uhamishoni.
6 Itachukuliwa kwenda Ashuru
kama ushuru kwa mfalme mkuu.
Efraimu atafedheheshwa;
Israeli ataaibika kwa ajili ya sanamu zake
za mti.
7 Samaria na mfalme wake wataelea
kama kijiti juu ya uso wa maji.
8 Mahali pa kuabudia sanamu pa uovu[b]
pataharibiwa:
ndiyo dhambi ya Israeli.
Miiba na mibaruti itaota
na kufunika madhabahu zao.
Kisha wataiambia milima, "Tufunikeni!"
na vilima, "Tuangukieni!"

9 "Tangu siku za Gibea, mmetenda dhambi,
ee Israeli,
huko ndiko mlikobaki.
Je, vita havikuwapata
watenda mabaya huko Gibea?
10 Wakati nitakapopenda, nitawaadhibu;
mataifa yatakusanywa dhidi yao
ili kuwaweka katika vifungo
kwa ajili ya dhambi zao mbili.
11 Efraimu ni mtamba wa ng'ombe
aliyefundishwa
ambaye hupenda kupura,
hivyo nitamfunga nira
juu ya shingo yake nzuri.
Nitamwendesha Efraimu,
Yuda lazima alime,
naye Yakobo lazima avunjavunje
mabonge ya udongo.
12 Jipandieni wenyewe haki,
vuneni matunda ya upendo usio
na kikomo,
vunjeni ardhi yenu isiyolimwa;
kwa kuwa ni wakati wa
kumtafuta BWANA,
mpaka atakapokuja
na kuwanyeshea juu yenu haki.
13 Lakini mmepanda uovu,
mkavuna ubaya,
mmekula tunda la udanganyifu.
Kwa sababu mmetegemea nguvu zenu
wenyewe
na wingi wa mashujaa wenu,
14 mngurumo wa vita utainuka dhidi
ya watu wako,
ili kwamba ngome zako zote
zitaharibiwa:
kama Shalmani alivyoharibu Beth-Arbeli
katika siku ile ya vita,
wakati mama pamoja na watoto wao
walipotupwa kwa nguvu ardhini.
15 Ndivyo itakavyotokea kwako, ee Betheli,
kwa sababu uovu wako ni mkuu.
Siku ile itakapopambazuka,
mfalme wa Israeli ataharibiwa kabisa.

Upendo Wa Mungu Kwa Israeli

11 "Wakati Israeli alipokuwa mtoto,
nilimpenda,
nilimwita mwanangu kutoka Misri.
2 Lakini kadiri nilivyomwita Israeli,
ndivyo walivyokwenda mbali nami.

[a]5 Beth-Aveni maana yake Nyumba ya Ubatili (au Uovu), jina lingine la Betheli kwa dhihaka.

[b]8 Yaani *Aveni* kwa Kiebrania, kumaanisha *Beth-Aveni*, jina lingine la Betheli kwa dhihaka.

Walitoa dhabihu kwa Mabaali
na kufukiza uvumba kwa vinyago.
3 Mimi ndiye niliyemfundisha Efraimu
kutembea,
nikiwashika mikono;
lakini hawakutambua
kuwa ni mimi niliyewaponya.
4 Niliwaongoza kwa kamba za huruma
ya kibinadamu,
kwa vifungo vya upendo;
niliondoa nira shingoni mwao
nami nikainama kuwalisha.

5 "Je, hawatarudi Misri,
nayo Ashuru haitawatawala
kwa sababu wamekataa kutubu?
6 Panga zitametameta katika miji yao,
zitaharibu makomeo ya malango yao
na kukomesha mipango yao.
7 Watu wangu wamedhamiria kuniacha.
Hata kama wakimwita Yeye Aliye Juu Sana,
kwa vyovyote hatawainua.

8 "Efraimu, ninawezaje kukuacha?
Ee Israeli, ninawezaje kukutoa?
Nitawezaje kukutendea kama Adma?
Nitawezaje kukufanya kama Seboimu?
Moyo wangu umegeuka ndani yangu,
huruma zangu zote zimeamshwa.
9 Sitatimiza hasira yangu kali,
wala sitageuka na kumharibu Efraimu.
Kwa kuwa mimi ndimi Mungu,
wala si mwanadamu,
Aliye Mtakatifu miongoni mwenu.
Sitakuja kwa ghadhabu.
10 Watamfuata Bwana;
atanguruma kama simba.
Wakati angurumapo,
watoto wake watakuja wakitetemeka
kutoka magharibi.
11 Watakuja wakitetemeka
kama ndege wakitoka Misri,
kama hua wakitoka Ashuru.
Nitawakalisha katika nyumba zao,"
asema Bwana.

Dhambi Ya Israeli

12 Efraimu amenizunguka kwa uongo,
nyumba ya Israeli kwa udanganyifu.
Naye Yuda ni mkaidi dhidi ya Mungu,
hata kinyume cha yule mwaminifu Aliye
Mtakatifu.

12 Efraimu anajilisha upepo;
hufukuzia upepo wa mashariki kutwa nzima
na kuzidisha uongo na jeuri.
Anafanya mkataba na Ashuru
na kutuma mafuta ya zeituni Misri.
2 Bwana analo shtaka dhidi ya Yuda,
atamwadhibu Yakobo kwa kadiri
ya njia zake
na kumlipa kwa kadiri ya matendo yake.
3 Yakobo akiwa tumboni alishika kisigino
cha kaka yake;
kama mwanadamu, alishindana na Mungu.
4 Alishindana na malaika na kumshinda;
alilia na kuomba upendeleo wake.
Alimkuta huko Betheli
na kuzungumza naye huko:
5 Bwana Mungu Mwenye Nguvu Zote,
Bwana ndilo jina lake!
6 Lakini ni lazima urudi kwa Mungu wako;
dumisha upendo na haki,
nawe umngojee Mungu wako siku zote.

7 Mfanyabiashara hutumia vipimo vya
udanganyifu;
hupenda kupunja.
8 Efraimu hujisifu akisema,
"Mimi ni tajiri sana; nimetajirika.
Pamoja na utajiri wangu wote hawatakuta
ndani yangu
uovu wowote au dhambi."

9 "Mimi ndimi Bwana Mungu wenu
niliyewaleta kutoka Misri;
nitawafanya mkae tena kwenye mahema,
kama vile katika siku
za sikukuu zenu zilizoamriwa.
10 Niliongea na manabii, nikawapa
maono mengi
na kusema mifano kupitia wao."

11 Je, Gileadi si mwovu?
Watu wake hawafai kitu!
Je, hawatoi dhabihu za mafahali huko Gilgali?
Madhabahu zao zitakuwa
kama malundo ya mawe
katika shamba lililolimwa.
12 Yakobo alikimbilia katika nchi ya Aramu;
Israeli alitumika ili apate mke,
ili aweze kulipa kwa ajili yake alichunga
kondoo.
13 Bwana alimtumia nabii
kumpandisha Israeli kutoka Misri,
kwa njia ya nabii alimtunza.
14 Lakini Efraimu amemchochea sana hasira;
Bwana wake ataleta juu yake
hatia yake ya kumwaga damu naye
atamlipiza
kwa ajili ya dharau yake.

Hasira Ya Bwana Dhidi Ya Israeli

13 Wakati Efraimu alipozungumza,
watu walitetemeka,
alikuwa ametukuzwa katika Israeli.
Lakini alikuwa na hatia ya
kumwabudu Baali
naye akafa.
2 Sasa wanatenda dhambi zaidi na zaidi;
wanajitengenezea sanamu
kutokana na fedha yao,
vinyago vilivyotengenezwa kwa uhodari,
vyote kazi ya fundi stadi.
Inasemekana kuhusu hawa watu,
"Hutoa dhabihu za binadamu
na kubusu sanamu za ndama."
3 Kwa hiyo watakuwa kama ukungu wa asubuhi,
kama umande wa alfajiri utowekao,

kama makapi yapeperushwayo
kutoka sakafu ya kupuria nafaka,
kama moshi utorokao kupitia dirishani.

4 "Bali mimi ndimi BWANA Mungu wenu,
niliyewaleta ninyi toka Misri.
Msimkubali Mungu mwingine ila mimi,
hakuna Mwokozi isipokuwa mimi.
5 Niliwatunza huko jangwani,
katika nchi yenye joto liunguzalo.
6 Nilipowalisha, walishiba,
waliposhiba, wakajivuna,
kisha wakanisahau mimi.
7 Kwa hiyo nitakuja juu yao kama simba,
kama chui nitawavizia kando ya njia.
8 Kama dubu aliyenyang'anywa watoto wake,
nitawashambulia na kurarua
vifua vyenu.
Kama simba nitawala;
mnyama pori atawararua vipande
vipande.

9 "Ee Israeli, umeangamizwa,
kwa sababu wewe u kinyume nami,
kinyume na msaidizi wako.
10 Yuko wapi mfalme wako,
ili apate kukuokoa?
Wako wapi watawala wako katika miji
yako yote
ambao ulisema kuwahusu,
'Nipe mfalme na wakuu'?
11 Hivyo katika hasira yangu nilikupa mfalme
na katika ghadhabu yangu nilimwondoa.
12 Kosa la Efraimu limehifadhiwa,
dhambi zake zimewekwa katika
kumbukumbu.
13 Utungu kama wa mwanamke
anayejifungua mtoto humjia,
lakini yeye ni mtoto asiyekuwa
na hekima;
wakati utakapowadia hatatoka
katika tumbo la mama yake.

14 "Nitawakomboa watu hawa kutoka nguvu
za kaburi,
nitawakomboa kutoka mautini.
Yako wapi, ee mauti, mateso yako?
Uko wapi, ee kuzimu, uharibifu wako?

"Sitakuwa na huruma,
15 hata ingawa Efraimu atastawi
miongoni mwa ndugu zake.
Upepo wa mashariki kutoka kwa BWANA
utakuja,
ukivuma kutoka jangwani,
chemchemi yake haitatoa maji
na kisima chake kitakauka.
Ghala lake litatekwa
hazina zake zote.
16 Watu wa Samaria ni lazima wabebe
hatia yao,
kwa sababu wameasi dhidi
ya Mungu wao.
Wataanguka kwa upanga;
watoto wao wadogo watatupwa kwa
nguvu ardhini,
wanawake wao walio na mimba
watatumbuliwa."

Toba Iletayo Baraka

14 Rudi, ee Israeli, kwa BWANA Mungu wako.
Dhambi zako zimekuwa
ndilo anguko lako!
2 Chukueni maneno pamoja nanyi,
mkamrudie BWANA.
Mwambieni:
"Samehe dhambi zetu zote
na utupokee kwa neema,
ili tuweze kutoa matunda yetu
kama sadaka za mafahali.
3 Ashuru hawezi kutuokoa,
hatutapanda farasi wa vita.
Kamwe hatutasema tena 'Miungu yetu'
kwa kile ambacho mikono yetu wenyewe
imetengeneza,
kwa kuwa kwako wewe yatima hupata
huruma."

4 "Nitaponya ukaidi wao
na kuwapenda kwa hiari yangu,
kwa kuwa hasira yangu imeondoka kwao.
5 Nitakuwa kama umande kwa Israeli;
atachanua kama yungiyungi.
Kama mwerezi wa Lebanoni
atashusha mizizi yake chini;
6 matawi yake yatatanda.
Fahari yake itakuwa kama mti wa mzeituni,
harufu yake nzuri kama mwerezi
wa Lebanoni.
7 Watu wataishi tena kwenye kivuli chake.
Atastawi kama nafaka.
Atachanua kama mzabibu,
nao umaarufu wake utakuwa
kama divai itokayo Lebanoni.
8 Ee Efraimu, utasema, Ee Efraimu, nina
shughuli gani tena na sanamu?
Nitamjibu na kumtunza.
Mimi ni kama msunobari wenye majani
mabichi;
kuzaa kwako matunda kunatoka kwangu."

9 Ni nani mwenye hekima? Atayatambua
mambo haya.
Ni nani mwenye ufahamu? Huyu
atayaelewa.
Njia za BWANA ni adili;
wenye haki huenda katika njia hizo,
lakini waasi watajikwaa ndani yake.

YOELI

1 Neno la BWANA ambalo lilimjia Yoeli mwana wa Pethueli.

Uvamizi Wa Nzige

2 Sikilizeni hili, enyi wazee;
sikilizeni, ninyi nyote mnaoishi katika nchi.
Je, jambo kama hili lilishawahi kutokea
katika siku zenu au katika siku za
babu zenu?
3 Waelezeni watoto wenu,
na watoto wenu wawaambie watoto wao,
na watoto wao kwa kizazi kitakachofuata.
4 Kilichosazwa na kundi la tunutu
nzige wakubwa wamekula,
kilichosazwa na nzige wakubwa
parare wamekula,
kilichosazwa na parare
madumadu wamekula.
5 Amkeni, enyi walevi, mlie!
Pigeni yowe enyi wanywaji wote wa mvinyo,
pigeni yowe kwa sababu ya mvinyo mpya,
kwa kuwa mmenyang'anywa
kutoka midomoni mwenu.
6 Taifa limevamia nchi yangu,
lenye nguvu tena lisilo na idadi;
lina meno ya simba,
magego ya simba jike.
7 Limeharibu mizabibu yangu
na kuangamiza mitini yangu.
Limebambua magome yake
na kuyatupilia mbali,
likayaacha matawi yake yakiwa meupe.

8 Omboleza kama bikira aliyevaa nguo ya gunia
anayehuzunika kwa ajili ya mume
wa ujana wake.
9 Sadaka za nafaka na sadaka za kinywaji
zimekatiliwa mbali kutoka nyumba
ya BWANA.
Makuhani wanaomboleza,
wale wanaohudumu mbele za BWANA.
10 Mashamba yameharibiwa,
ardhi imekauka;
nafaka imeharibiwa,
mvinyo mpya umekauka,
mafuta yamekoma.
11 Kateni tamaa, enyi wakulima,
lieni, enyi mlimao mizabibu;
huzunikeni kwa ajili ya ngano na shayiri,
kwa sababu mavuno ya shambani
yameharibiwa.
12 Mzabibu umekauka
na mtini umenyauka;
mkomamanga, mtende na mtofaa,
miti yote shambani, imekauka.
Hakika furaha yote ya mwanadamu
imeondoka.

Wito Wa Toba

13 Vaeni nguo ya gunia, enyi makuhani,
muomboleze;
pigeni yowe, enyi mnaohudumu
madhabahuni.
Njooni, vaeni nguo ya gunia usiku kucha,
enyi mnaohudumu mbele
za Mungu wangu;
kwa kuwa sadaka za nafaka na sadaka
za kinywaji
zimezuiliwa kufika katika nyumba
ya Mungu wenu.
14 Tangazeni saumu takatifu;
liiteni kusanyiko takatifu.
Iteni wazee
na wote waishio katika nchi
waende katika nyumba ya BWANA
Mungu wenu,
wakamlilie BWANA.

15 Ole kwa siku hiyo!
Kwa kuwa siku ya BWANA iko karibu;
itakuja kama uharibifu
kutoka kwa Mwenyezi.[a]

16 Je, chakula hakikukatiliwa mbali
mbele ya macho yetu:
furaha na shangwe
kutoka nyumba ya Mungu wetu?
17 Mbegu zinakauka
chini ya mabonge ya udongo.
Ghala zimeachwa katika uharibifu,
ghala za nafaka zimebomolewa,
kwa maana hakuna nafaka.
18 Jinsi gani ng'ombe wanavyolia!
Makundi ya mifugo yanahangaika
kwa sababu hawana malisho;
hata makundi ya kondoo yanateseka.

19 Kwako, Ee BWANA, naita,
kwa kuwa moto umeteketeza
malisho ya mbugani
na miali ya moto imeunguza
miti yote shambani.
20 Hata wanyama wa porini wanakuonea
shauku;
vijito vya maji vimekauka,
na moto umeteketeza
malisho yote ya mbugani.

Jeshi La Nzige

2 Pigeni tarumbeta katika Sayuni;
pigeni mbiu katika mlima wangu mtakatifu.
Wote waishio katika nchi na watetemeke,
kwa kuwa siku ya BWANA inakuja. Iko karibu,

[a]15 Mwenyezi hapa ina maana ya Shaddai kwa Kiebrania.

2 siku ya giza na huzuni,
siku ya mawingu na utusitusi.
Kama mapambazuko yasambaavyo
toka upande huu wa milima
hata upande mwingine
jeshi kubwa na lenye nguvu linakuja.
Jambo kama hili halijakuwepo tangu zamani
wala halitakuwepo tena kamwe
kwa vizazi vijavyo.
3 Mbele yao moto unateketeza,
nyuma yao miali ya moto
inawaka kwa nguvu.
Mbele yao nchi iko kama bustani ya Edeni,
nyuma yao ni jangwa lisilofaa:
hakuna kitu kinachowaepuka.
4 Wanaonekana kama farasi;
wanakwenda mbio
kama askari wapanda farasi.
5 Wanatoa sauti kama magari ya vita,
wanaporukaruka juu ya vilele vya milima,
kama mlio wa miali ya moto ilayo mabua,
kama jeshi kubwa lililojipanga kwa ajili
ya vita.

6 Wanapoonekana, mataifa yanakuwa katika
maumivu makuu;
kila uso unabadilika rangi.
7 Wanashambulia kama wapiganaji wa vita;
wanapanda kuta kama askari.
Wote wanatembea katika safu,
hawapotoshi safu zao.
8 Hakuna anayemsukuma mwenzake;
kila mmoja anakwenda mbele moja
kwa moja.
Wanapita katika vizuizi
bila kuharibu safu zao.
9 Wanaenda kasi kuingia mjini;
wanakimbia ukutani.
Wanaingia ndani ya nyumba;
kwa kuingilia madirishani kama wevi.

10 Mbele yao dunia inatikisika,
anga linatetemeka,
jua na mwezi vinatiwa giza,
na nyota hazitoi mwanga wake tena.
11 BWANA anatoa mshindo wa ngurumo
mbele ya jeshi lake;
majeshi yake hayana idadi,
ni wenye nguvu nyingi
wale ambao hutii agizo lake.
Siku ya BWANA ni kuu,
ni ya kutisha.
Ni nani anayeweza kuistahimili?

Rarueni Mioyo Yenu

12 "Hata sasa," asema BWANA,
"nirudieni kwa mioyo yenu yote,
kwa kufunga, kwa kulia na kuomboleza."

13 Rarueni mioyo yenu
na siyo mavazi yenu.
Mrudieni BWANA, Mungu wenu,
kwa maana yeye ndiye mwenye neema
na mwingi wa huruma,
si mwepesi wa hasira, ni mwingi
wa upendo,
huona huruma, hujizuia kuleta maafa.
14 Ni nani ajuaye? Yeye aweza kugeuka
na kuwa na huruma
na kuacha baraka nyuma yake:
sadaka za nafaka na sadaka za vinywaji
kwa ajili ya BWANA Mungu wenu.

15 Pigeni tarumbeta katika Sayuni,
tangazeni saumu takatifu,
liiteni kusanyiko takatifu.
16 Wakusanyeni watu,
wekeni wakfu kusanyiko;
waleteni pamoja wazee,
wakusanyeni watoto,
wale wanyonyao maziwa.
Bwana arusi na atoke chumbani mwake
na bibi arusi naye atoke katika
chumba chake.
17 Makuhani, ambao wanahudumu mbele
za BWANA,
na walie katikati ya ukumbi
wa Hekalu na madhabahu.
Waseme, "Wahurumie watu wako,
Ee BWANA.
Usifanye urithi wako kitu cha
kudharauliwa,
neno la dhihaka kati ya mataifa.
Kwa nini wasemezane miongoni mwao,
'Yuko wapi Mungu wao?' "

Jibu La BWANA

18 Kisha BWANA atakuwa na wivu kwa ajili
ya nchi yake
na kuwa na huruma juu ya watu wake.
19 BWANA atawajibu:
"Ninawapelekea nafaka,
mvinyo mpya na mafuta,
vya kuwatosha ninyi
hadi mridhike kabisa;
kamwe sitawafanya tena
kitu cha kudharauliwa na mataifa.

20 "Nitafukuza jeshi la kaskazini likae
mbali nanyi,
nikilisukuma ndani ya jangwa,
askari wa safu za mbele wakienda
ndani ya bahari ya mashariki
na wale wa safu za nyuma
katika bahari ya magharibi.
Uvundo wake utapaa juu;
harufu yake itapanda juu."

Hakika ametenda mambo makubwa.
21 Usiogope, ee nchi;
furahi na kushangilia.
Hakika BWANA ametenda mambo
makubwa.
22 Msiogope, enyi wanyama pori,
kwa kuwa mbuga za malisho yenu
zinarudia ubichi.
Miti nayo inazaa matunda,
mtini na mzabibu inatoa utajiri wake.

23 Furahini, enyi watu wa Sayuni,
shangilieni katika BWANA Mungu wenu,
kwa kuwa amewapa mvua za vuli
kwa kipimo cha haki.
Anawapelekea mvua nyingi,
mvua ya vuli na ya masika, kama
mwanzoni.
24 Sakafu za kupuria zitajaa nafaka,
mapipa yatafurika mvinyo mpya
na mafuta.

25 "Nitawalipa kwa ajili ya miaka ile iliyoliwa
na nzige:
parare, madumadu na tunutu,
jeshi langu kubwa ambalo
nililituma katikati yenu.
26 Mtakuwa na wingi wa vyakula mpaka mshibe,
na mtalisifu jina la BWANA Mungu wenu,
ambaye amefanya maajabu kwa ajili yenu;
kamwe watu wangu
hawataaibishwa tena.
27 Ndipo mtakapojua kwamba mimi niko
katika Israeli
kwamba mimi ndimi BWANA
Mungu wenu,
na kwamba hakuna mwingine;
kamwe watu wangu hawataaibika tena.

Siku Ya BWANA

28 "Hata itakuwa, baada ya hayo,
nitamimina Roho wangu juu ya wote
wenye mwili.
Wana wenu na binti zenu watatabiri,
wazee wenu wataota ndoto,
na vijana wenu wataona maono.
29 Hata juu ya watumishi wangu, wanaume
kwa wanawake,
katika siku zile nitamimina Roho wangu.
30 Nami nitaonyesha maajabu katika mbingu
na duniani:
damu, moto na mawimbi ya moshi.
31 Jua litageuzwa kuwa giza
na mwezi kuwa mwekundu kama damu,
kabla ya kuja siku ya BWANA
ile kuu na ya kutisha.
32 Na kila mtu atakayeliitia
jina la BWANA ataokolewa.
Kwa maana juu ya Mlima Sayuni na katika
Yerusalemu
kutakuwepo wokovu,
kama BWANA alivyosema,
miongoni mwa walionusurika
ambao BWANA awaita.

Mataifa Yahukumiwa

3 "Katika siku hizo na wakati huo,
nitakaporejesha neema ya Yuda
na Yerusalemu,
2 nitayakusanya mataifa yote na kuyaleta
katika Bonde la Yehoshafati[a]
Hapo nitaingia kwenye hukumu dhidi yao
kuhusu urithi wangu, watu wangu Israeli,
kwa kuwa waliwatawanya watu wangu
miongoni mwa mataifa
na kuigawa nchi yangu.
3 Wanawapigia kura watu wangu
na kuwauza wavulana ili kupata makahaba;
waliwauza wasichana
ili wapate kunywa mvinyo.

4 "Sasa una nini dhidi yangu, ee Tiro na Sidoni,
nanyi nchi zote za Ufilisti? Je, mnanilipiza kwa
yale niliyoyafanya? Kama mnalipa, mimi nitalipiza
juu ya vichwa vyenu kwa kasi na kwa haraka yale
mliyoyatenda. 5 Kwa kuwa mlichukua fedha na dha-
habu yangu pia mkabeba hazina zangu nzuri sana
mkapeleka kwenye mahekalu yenu. 6 Mliwauza
watu wa Yuda na Yerusalemu kwa Wayunani, ili
kwamba mpate kuwapeleka mbali na nchi yao.
7 "Tazama nitawaamsha kutoka zile sehemu
mlizowauza, nami nitawalipiza juu ya vichwa
vyenu kile mlichofanya. 8 Nitawauza wana wenu
na binti zenu kwa watu wa Yuda, nao watawauza
kwa Waseba, taifa lililo mbali." BWANA amesema.

9 Tangazeni hili miongoni mwa mataifa:
Jiandaeni kwa vita!
Amsha askari!
Wanaume wote wapiganaji
wasogee karibu na kushambulia.
10 Majembe yenu yafueni yawe panga
na miundu yenu ya kukatia iwe mikuki.
Aliye dhaifu na aseme,
"Mimi nina nguvu!"
11 Njooni haraka, ninyi mataifa yote kutoka
pande zote,
kusanyikeni huko.

Shusha wapiganaji wako, Ee BWANA!

12 "Mataifa na yaamshwe;
na yasonge mbele kuelekea Bonde
la Yehoshafati,
kwa kuwa nitaketi mahali pale
kuhukumu mataifa yote yaliyoko kila
upande.
13 Tia mundu,
kwa kuwa mavuno yamekomaa.
Njooni, mkanyage zabibu,
kwa kuwa shinikizo la kukamua zabibu
limejaa
na mapipa yanafurika:
kwa kuwa uovu wao ni mkubwa!"

14 Umati mkubwa, umati mkubwa
katika bonde la uamuzi!
Kwa kuwa siku ya BWANA ni karibu
katika bonde la uamuzi.
15 Jua na mwezi vitatiwa giza,
na nyota hazitatoa mwanga wake tena.
16 BWANA atanguruma kutoka Sayuni
na mshindo wa ngurumo kutoka
Yerusalemu;
dunia na mbingu vitatikisika.
Lakini BWANA atakuwa kimbilio la watu wake,
ngome imara kwa ajili ya watu wa Israeli.

---

[a]2 Yehoshafati maana yake BWANA huhukumu.

Baraka Kwa Watu Wa Mungu

17 "Ndipo mtakapojua kwamba Mimi,
BWANA Mungu wenu,
nakaa Sayuni, mlima wangu
mtakatifu.
Yerusalemu utakuwa mtakatifu;
kamwe wageni hawatavamia tena.

18 "Katika siku hiyo milima itadondosha
divai mpya,
na vilima vitatiririka maziwa;
mabonde yote ya Yuda yatatiririka maji.
Chemchemi itatiririka kutoka kwenye
nyumba ya BWANA
na kunywesha Bonde la Shitimu.[a]
19 Lakini Misri itakuwa ukiwa,
Edomu itakuwa jangwa tupu,
kwa sababu ya jeuri waliofanya kwa
watu wa Yuda,
ambao katika nchi yao
walimwaga damu isiyo na hatia.
20 Yuda itakaliwa na watu milele
na Yerusalemu itadumu vizazi vyote.
21 Hatia yao ya damu, ambayo sijasamehe,
nitasamehe."

BWANA anakaa Sayuni!

---

[a]18 Au: *Bonde la Migunga.*

AMOSI

1 Maneno ya Amosi, mmoja wa wachunga
wanyama wa Tekoa: yale aliyoyaona kuhusu
Israeli miaka miwili kabla ya tetemeko la ardhi,
wakati Uzia alikuwa mfalme wa Yuda, na Yero-
boamu mwana wa Yehoashi alikuwa mfalme wa
Israeli.

2 Alisema:

"BWANA anannguruma toka Sayuni,
pia ananguruma kutoka Yerusalemu;
malisho ya wachunga wanyama yanakauka,
kilele cha Karmeli kinanyauka."

Hukumu Juu Ya Majirani Wa Israeli

3 Hili ndilo asemalo BWANA:

"Kwa dhambi tatu za Dameski,
hata kwa dhambi nne, sitaizuia
ghadhabu yangu.
Kwa sababu aliipura Gileadi
kwa vyombo vya chuma vyenye meno.
4 Nitatuma moto juu ya nyumba ya Hazaeli
ambao utateketeza ngome za Ben-Hadadi.
5 Nitalivunja lango la Dameski;
nitamwangamiza mfalme aliyeko katika
Bonde la Aveni,[a]
na yeye ambaye anaishika fimbo
ya utawala katika Beth-Edeni.
Watu wote wa Aramu watakwenda
uhamishoni huko Kiri,"
asema BWANA.

6 Hili ndilo asemalo BWANA:

"Kwa dhambi tatu za Gaza,
hata kwa dhambi nne, sitaizuia
ghadhabu yangu.
Kwa sababu walichukua mateka
jumuiya nzima
na kuwauza kwa Edomu,
7 nitatuma moto juu ya kuta za Gaza
ambao utateketeza ngome zake.
8 Nitamwangamiza mfalme wa Ashdodi
na yeye aishikaye fimbo ya utawala
katika Ashkeloni.
Nitaugeuza mkono wangu dhidi ya Ekroni,
hadi Mfilisti wa mwisho atakapokufa,"
asema BWANA Mwenyezi.

9 Hili ndilo asemalo BWANA:

"Kwa dhambi tatu za Tiro,
hata kwa dhambi nne, sitaizuia
ghadhabu yangu.
Kwa sababu ameuza jumuiya nzima ya
mateka kwa Edomu,
na kutokujali mapatano ya undugu,
10 Nitatuma moto kwenye kuta za Tiro
ambao utateketeza ngome zake."

11 Hili ndilo BWANA asemalo:

"Kwa dhambi tatu za Edomu,
hata kwa dhambi nne, sitaizuia
ghadhabu yangu.
Kwa sababu alimfuatia ndugu yake kwa
upanga,
alikataa kuonyesha huruma yoyote,
kwa sababu hasira yake kali iliendelea
kupanda wakati wote
na ghadhabu iliwaka bila kuzuiliwa.
12 Nitatuma moto juu ya Temani
ambao utateketeza ngome za Bosra."

13 Hili ndilo asemalo BWANA:

"Kwa dhambi tatu za Amoni,
hata kwa dhambi nne, sitaizuia
ghadhabu yangu.
Kwa sababu aliwatumbua wanawake
wajawazito wa Gileadi
ili kuongeza mipaka yake.
14 Nitatuma moto kwenye kuta za Raba
ambao utateketeza ngome zake
katikati ya vilio vya vita katika siku
ya mapigano,
katikati ya upepo mkali katika siku
ya dhoruba.
15 Mfalme wake atakwenda uhamishoni,
yeye pamoja na maafisa wake,"
asema BWANA.

2 Hili ndilo asemalo BWANA:

"Kwa dhambi tatu za Moabu,
hata kwa dhambi nne, sitaizuia
ghadhabu yangu.
Kwa sababu alichoma mifupa ya mfalme
wa Edomu,
ikawa kama chokaa.
2 Nitatuma moto juu ya Moabu
ambao utateketeza ngome za Keriothi.
Moabu ataanguka kwa ghasia kubwa
katikati ya vilio vya vita na mlio
wa tarumbeta.
3 Nitamwangamiza mtawala wake
na kuwaua maafisa wake wote
pamoja naye,"
asema BWANA.

4 Hili ndilo asemalo BWANA:

[a]5 Bonde la Aveni maana yake Bonde la Uovu.

"Kwa dhambi tatu za Yuda,
hata kwa dhambi nne, sitaizuia
ghadhabu yangu.
Kwa sababu wameikataa sheria ya BWANA
na hawakuzishika amri zake,
kwa sababu wamepotoshwa na miungu
ya uongo,
miungu ambayo babu zao waliifuata.
5 Nitatuma moto juu ya Yuda
ambao utateketeza ngome za Yerusalemu."

Hukumu Juu Ya Israeli

6 Hili ndilo asemalo BWANA:

"Kwa dhambi tatu za Israeli,
hata kwa dhambi nne, sitaizuia
ghadhabu yangu.
Wanawauza wenye haki kwa fedha,
na maskini kwa jozi ya viatu.
7 Wanakanyaga juu ya vichwa vya maskini,
kama vile juu ya mavumbi ya nchi,
na kukataa haki kwa walioonewa.
Baba na mwanawe hushiriki
msichana mmoja,
kwa hivyo hulinajisi Jina langu takatifu.
8 Watu hulala kando ya kila madhabahu
juu ya nguo zilizowekwa rehani.
Katika nyumba ya mungu wao hunywa
mvinyo
ulionunuliwa kwa fedha walizotozwa watu.

9 "Nilimwangamiza Mwamori mbele yao,
ingawa alikuwa mrefu kama mierezi,
na mwenye nguvu kama mialoni.
Niliyaangamiza matunda yake juu
na mizizi yake chini.

10 "Niliwapandisha toka Misri,
na nikawaongoza miaka arobaini
jangwani
niwape nchi ya Waamori.
11 Pia niliinua manabii kutoka miongoni mwa
wana wenu
na Wanadhiri kutoka miongoni mwa
vijana wenu.
Je, hii si kweli, enyi watu wa Israeli?"
asema BWANA.
12 "Lakini mliwafanya Wanadhiri kunywa
mvinyo
na kuwaamuru manabii wasitoe unabii.

13 "Sasa basi, nitawaponda
kama gari lipondavyo wakati limejazwa
nafaka.
14 Mkimbiaji hodari hatanusurika,
wenye nguvu wataishiwa nguvu zao,
na shujaa hataweza kuokoa maisha yake.
15 Mpiga upinde atakimbia,
askari wapiga mbio hawataweza
kutoroka,
na mpanda farasi hataokoa maisha yake.
16 Hata askari walio mashujaa sana
siku hiyo watakimbia uchi,"
asema BWANA.

Mashahidi Waitwa Dhidi Ya Israeli

3 Sikilizeni neno hili alilosema BWANA dhidi yenu,
enyi watu wa Israeli, dhidi ya jamaa nzima nilio-
wapandisha toka Misri:

2 "Ni ninyi tu niliowachagua
kati ya jamaa zote za dunia;
kwa hiyo nitawaadhibu
kwa ajili ya dhambi zenu zote."

3 Je, watu wawili hutembea pamoja
wasipokubaliana kufanya hivyo?
4 Je, simba hunguruma katika kichaka
wakati hana mawindo?
Aweza kuvuma katika pango
wakati ambao hajakamata chochote?
5 Je, ndege aweza kuanguka kwenye mtego
ulio ardhini
ambapo hajategewa chambo?
Je, mtego unaweza kufyatuka toka ardhini
wakati ambapo hakuna chochote
cha kunasa?
6 Je, tarumbeta inapopigwa mjini
kujulisha hatari,
watu hawatetemeki?
Mji upatwapo na maafa,
je, si BWANA amesababisha?

7 Hakika BWANA Mwenyezi hatafanya neno
lolote
bila kuwafunulia watumishi wake
manabii siri yake.

8 Simba amenguruma:
je, ni nani ambaye hataogopa?
BWANA Mwenyezi ametamka:
je, ni nani awezaye kukosa kutoa unabii?

9 Tangazeni katika ngome za Ashdodi
na katika ngome za Misri:
"Kusanyikeni juu ya milima ya Samaria;
angalieni wingi wa wasiwasi ulio
ndani yake,
na uonevu ulio miongoni mwa
watu wake."

10 BWANA asema: "Hawajui kutenda
lililo jema,
wale ambao hujilundikia nyara
na vitu vilivyotekwa katika ngome zao."
11 Kwa hiyo hili ndilo asemalo BWANA Mwenyezi:

"Adui ataizingira nchi;
ataangusha chini ngome zenu
na kuteka nyara maboma yenu."

12 Hili ndilo asemalo BWANA:

"Kama vile mchungaji aokoavyo kinywani
mwa simba
vipande viwili tu vya mfupa wa mguu
au kipande cha sikio,

hivyo ndivyo Waisraeli watakavyookolewa,
wale wakaao Samaria
kwenye kingo za vitanda vyao,
na katika Dameski
kwenye viti vyao vya fahari."

13 "Sikia hili na ushuhudie dhidi ya nyumba ya
Yakobo," asema Bwana, BWANA Mungu Mwenye
Nguvu Zote.

14 "Siku nitakapomwadhibu Israeli kwa
sababu ya dhambi zake,
nitaharibu madhabahu za Betheli;
pembe za madhabahu zitakatiliwa mbali
na kuanguka chini.
15 Nitabomoa nyumba ya wakati wa masika,
pamoja na nyumba ya wakati wa
kiangazi;
nyumba zilizonakshiwa kwa pembe
za ndovu
na majumba makubwa ya fahari
yatabomolewa,"
asema BWANA.

Israeli Hajarudi Kwa Mungu

4 Sikilizeni neno hili, ninyi ng'ombe wa Bashani
mlioko juu ya Mlima Samaria,
ninyi wanawake mnaowaonea maskini,
na kuwagandamiza wahitaji,
na kuwaambia wanaume wenu,
"Tuleteeni vinywaji!"
2 BWANA Mwenyezi ameapa kwa
utakatifu wake:
"Hakika wakati utakuja
mtakapochukuliwa na kulabu,
na wanaosalia kwa ndoana za samaki.
3 Nanyi mtakwenda moja kwa moja
kupitia mahali palipobomolewa
kwenye ukuta,
nanyi mtatupwa nje kuelekea Harmoni,"
asema BWANA.

4 "Nendeni Betheli mkatende dhambi;
nendeni Gilgali mkazidi kutenda dhambi.
Leteni dhabihu zenu kila asubuhi,
zaka zenu kila mwaka wa tatu.
5 Mchome mkate uliotiwa chachu kama
sadaka ya shukrani,
jisifuni kuhusu sadaka zenu za hiari:
jigambeni kwa ajili ya sadaka hizo, enyi
Waisraeli,
kwa kuwa hili ndilo mnalopenda kulitenda,"
asema BWANA Mwenyezi.

6 "Niliwapa njaa kwenye kila mji,
na ukosefu wa chakula katika kila mji,
hata hivyo bado hamjanirudia mimi,"
asema BWANA.

7 "Pia niliwazuilia ninyi mvua miezi mitatu
kabla ya kufikia mavuno.
Nilinyesha mvua kwenye mji mmoja,
lakini niliizuia mvua isinyeshe mji
mwingine.
Shamba moja lilipata mvua,
na lingine halikupata, nalo likakauka.
8 Watu walitangatanga mji hata mji
kutafuta maji,
lakini hawakupata ya kuwatosha kunywa,
hata hivyo hamjanirudia mimi,"
asema BWANA.

9 "Mara nyingi nilizipiga bustani zenu na
mashamba ya mizabibu,
niliyapiga kwa kutu na ukungu.
Nzige walitafuna tini zenu na miti
ya mizeituni,
hata hivyo hamjanirudia mimi,"
asema BWANA.

10 "Niliwapelekea tauni miongoni mwenu
kama nilivyofanya kule Misri.
Niliwaua vijana wenu wa kiume kwa upanga,
niliwachukua farasi wenu.
Nilijaza pua zenu kwa uvundo kutoka
kwenye kambi zenu,
hata hivyo hamjanirudia mimi,"
asema BWANA.

11 "Niliwaangamiza baadhi yenu kama
nilivyoangamiza Sodoma na Gomora.
Mlikuwa kama kijiti kiwakacho
kilichonyakuliwa motoni,
hata hivyo hamjanirudia,"
asema BWANA.

12 "Kwa hiyo hili ndilo nitakalowafanyia,
Israeli,
na kwa sababu nitawafanyia hili,
jiandaeni kukutana na Mungu wenu,
ee Israeli."

13 Yeye ambaye hufanya milima,
anaumba upepo,
na kufunua mawazo yake kwa
mwanadamu,
yeye ageuzaye asubuhi kuwa giza,
na kukanyaga mahali pa juu pa nchi:
BWANA Mungu Mwenye Nguvu Zote
ndilo jina lake.

Maombolezo Na Wito Wa Toba

5 Sikia neno hili, ee nyumba ya Israeli, ombolezo
hili ninalifanya kuwahusu ninyi:

2 "Bikira Israeli ameanguka,
kamwe hatainuka tena,
ameachwa pweke katika nchi yake,
hakuna yeyote wa kumwinua."

3 Hili ndilo BWANA Mwenyezi asemalo:

"Wakati mmoja wa miji yako
utakapopeleka watu elfu moja vitani
kwa ajili ya Israeli,
mia moja tu watarudi;
wakati mji utakapopeleka mia moja,
kumi tu ndio watarudi hai."

[4] Hili ndilo BWANA asemalo kwa nyumba ya
Israeli:

"Nitafuteni mpate kuishi;
[5] msitafute Betheli,
msiende Gilgali,
msisafiri kwenda Beer-Sheba.
Kwa maana kwa hakika Gilgali itakwenda
uhamishoni,
na Betheli itafanywa kuwa si kitu."[a]
[6] Mtafuteni BWANA mpate kuishi,
au atafagia nyumba ya Yosefu kama moto;
utawateketeza, nayo Betheli
haitakuwa na yeyote wa kuuzima.

[7] Ninyi ambao mnageuza haki kuwa uchungu
na kuiangusha haki chini
[8] (yeye ambaye alifanya Kilimia na Orioni,
ambaye hugeuza giza kuwa
mapambazuko
na mchana kuwa usiku,
ambaye huyaita maji ya bahari
na kuyamwaga juu ya uso wa nchi:
BWANA ndilo jina lake;
[9] yeye hufanya maangamizo kwenye ngome
na kufanya mji uliozungushiwa ngome
kuwa ukiwa),
[10] mnamchukia yule akemeaye mahakamani,
na kumdharau yule ambaye
husema kweli.

[11] Mnamgandamiza maskini
na kumlazimisha awape nafaka.
Kwa hiyo, ingawa mmejenga majumba
ya mawe ya fahari,
hamtaishi ndani yake;
ingawa mmepanda mashamba mazuri
ya mizabibu,
hamtakunywa divai yake.
[12] Kwa kuwa ninajua hesabu ya makosa yenu
na ukubwa wa dhambi zenu.

Mmewaonea wenye haki na kupokea
rushwa
na kuzuia haki ya maskini mahakamani.
[13] Kwa hiyo mtu mwenye busara hunyamaza
kimya nyakati kama hizo,
kwa kuwa nyakati ni mbaya.

[14] Tafuteni mema, wala si mabaya,
ili mpate kuishi.
Ndipo BWANA Mungu Mwenye Nguvu Zote
atakuwa pamoja nanyi,
kama msemavyo yupo nanyi.
[15] Yachukieni maovu, yapendeni mema;
dumisheni haki mahakamani.
Yamkini BWANA Mungu Mwenye Nguvu Zote
atawahurumia mabaki ya Yosefu.

[16] Kwa hiyo hili ndilo Bwana, BWANA Mungu
Mwenye Nguvu Zote, asemalo:

"Kutakuwepo maombolezo katika
barabara zote
na vilio vya uchungu katika njia
kuu zote.
Wakulima wataitwa kuja kulia,
na waombolezaji waje kuomboleza.
[17] Kutakuwepo kuomboleza katika
mashamba yote ya mizabibu,
kwa kuwa nitapita katikati yenu,"
asema BWANA.

Siku Ya Bwana

[18] Ole wenu ninyi mnaoitamani
siku ya BWANA!
Kwa nini mnaitamani siku ya BWANA?
Siku hiyo itakuwa giza, si nuru.
[19] Itakuwa kama vile mtu aliyemkimbia simba
kumbe akakutana na dubu,
kama vile mtu aliyeingia nyumbani mwake
na kuupumzisha mkono wake
kwenye ukuta,
kumbe akaumwa na nyoka.
[20] Je, siku ya BWANA haitakuwa giza,
na si nuru:
giza nene, bila mwonzi wa mwanga?

[21] "Ninachukia, ninazidharau sikukuu zenu
za dini;
siwezi kuvumilia makusanyiko yenu.
[22] Hata ingawa mnaniletea sadaka zenu
za kuteketezwa na sadaka za nafaka,
sitazikubali.
Ingawa mnaniletea sadaka nzuri za amani,
sitazitambua.
[23] Niondoleeni kelele za nyimbo zenu!
Sitasikiliza sauti za vinubi vyenu.
[24] Lakini acheni haki itiririke kama mto,
na uadilifu uwe kama kijito kisichokauka!

[25] "Je, mliniletea dhabihu na sadaka
kwa miaka arobaini kule jangwani,
ee nyumba ya Israeli?
[26] Mmeyainua madhabahu ya mfalme wenu,
Sikuthi mungu wenu mtawala,
na Kiuni mungu wenu wa nyota,
ambao mliwatengeneza wenyewe.
[27] Kwa sababu hiyo nitawapeleka uhamishoni
mbali kupita Dameski,"
asema BWANA, ambaye jina lake
ni Mungu Mwenye Nguvu Zote.

Ole Kwa Wanaoridhika

6 Ole wenu ninyi mnaostarehe na kuridhika
katika Sayuni,
na ninyi mnaojisikia salama juu ya Mlima
Samaria,
ninyi watu mashuhuri wa taifa lililoendelea
kuliko mataifa mengine,
ambao watu wa Israeli wanawategemea!
[2] Nendeni Kalne mkaone kutoka huko;
mwende hadi Hamathi iliyo kuu,
kisha mshuke hadi Gathi ya Wafilisti.
Je, wao ni bora kuliko falme zenu mbili?
Je, nchi yao ni kubwa kuliko yenu?

---

[a]5 Yaani *Aveni* kwa Kiebrania, kumaanisha Beth-Aveni, jina lingine la Betheli kwa dhihaka.

[3] Mnaiweka mbali siku iliyo mbaya
na kuleta karibu utawala wa kuogofya.
[4] Ninyi mnalala juu ya vitanda
vilivyofunikwa kwa
pembe za ndovu,
na kujinyoosha juu ya viti vya fahari.
Mnajilisha kwa wana-kondoo wazuri
na ndama walionenepeshwa.
[5] Ninyi mnapiga vinubi kama Daudi,
huku mkitunga nyimbo za vinanda
mbalimbali.
[6] Mnakunywa mvinyo kwa bakuli
zilizojazwa,
na mnajipaka mafuta mazuri,
lakini hamhuzuniki kwa maangamizi
ya Yosefu.
[7] Kwa hiyo mtakuwa miongoni mwa watu
wa kwanza kwenda uhamishoni;
karamu zenu na kustarehe kutakoma.

BWANA Anachukia Kiburi Cha Israeli

[8] BWANA Mwenyezi ameapa kwa nafsi yake mwe-
nyewe: BWANA Mungu Mwenye Nguvu Zote asema:

"Nachukia kiburi cha Yakobo,
nachukia ngome zake;
nitautoa mji wao na kila kitu
kilichomo ndani mwake."

[9] Kama watu kumi watabaki katika nyumba
moja, wao pia watakufa. [10] Kama jamaa ambaye
atachoma miili akija ili kuitoa nje ya nyumba, na
kumuuliza yeyote ambaye bado anajificha humo,
"Je, yuko mtu yeyote pamoja nawe?" Naye akisema,
"Hapana," ndipo atakaposema, "Nyamaza kimya!
Haturuhusiwi kutaja jina la BWANA."

[11] Kwa kuwa BWANA ameamuru,
naye atabomoa jumba kubwa vipande
vipande
na nyumba ndogo vipande vidogo vidogo.

[12] Je, farasi waweza kukimbia kwenye
miamba mikali?
Je, aweza mtu kulima huko kwa maksai?
Lakini mmegeuza haki kuwa sumu
na matunda ya uadilifu kuwa uchungu:
[13] ninyi mnaoshangilia kushindwa kwa
Lo-Debari
na kusema, "Je, hatukuteka Karnaimu
kwa nguvu zetu wenyewe?"

[14] Maana BWANA Mungu Mwenye Nguvu
Zote asema,
"Nitainua taifa dhidi yenu, ee nyumba
ya Israeli,
nalo litawatesa kuanzia Lebo-Hamathi
hadi Bonde la Araba."

Maono Ya Kwanza: Nzige

7 Hili ndilo alilonionyesha BWANA Mwenyezi
katika maono: Alikuwa anaandaa makundi
ya nzige baada ya kuvunwa fungu la mfalme na
wakati ule tu mimea ya pili ilipokuwa ikichipua.
[2] Wakati nzige walikuwa wamekula mimea yote
ya nchi, nililia kwa sauti kuu, "BWANA Mwenyezi,
samehe! Je, Yakobo atawezaje kuendelea kuishi?
Yeye ni mdogo sana!"
[3] Kwa hiyo BWANA akaghairi.
Kisha BWANA akasema, "Hili halitatokea."

Maono Ya Pili: Moto

[4] Hili ndilo BWANA Mwenyezi alilonionyesha
katika maono: BWANA Mwenyezi alikuwa akiita
hukumu ya moto; nao ulikausha vilindi vikuu, uka-
teketeza nchi. [5] Ndipo nikalia, "BWANA Mwenyezi,
nakusihi, zuia! Je, Yakobo atawezaje kuendelea
kuishi? Yeye ni mdogo sana!"
[6] Kwa hiyo BWANA akaghairi.
BWANA Mwenyezi akasema, "Hili nalo halita-
tokea."

Maono Ya Tatu: Timazi

[7] Hili ndilo alilonionyesha katika maono: Bwana
alikuwa amesimama karibu na ukuta ambao uli-
kuwa umejengwa kwa timazi, akiwa na uzi wa
timazi mkononi mwake. [8] Naye BWANA akaniuliza,
"Je, Amosi unaona nini?"
Nikamjibu, "Uzi wa timazi."
Kisha Bwana akasema, "Tazama, ninaweka
uzi wa timazi miongoni mwa watu wangu Israeli;
sitawahurumia tena.

[9] "Mahali pa Isaki pa juu pa kuabudia
miungu pataangamizwa,
na mahali patakatifu pa Israeli pa
kuabudia pataharibiwa;
kwa upanga wangu nitainuka
dhidi ya nyumba ya Yeroboamu."

Amosi Na Amazia

[10] Kisha Amazia kuhani wa Betheli akatuma uju-
mbe kwa Yeroboamu mfalme wa Israeli, akisema:
"Amosi analeta fitina juu yako katikati ya Israeli.
Nchi haiwezi kuvumilia maneno yake yote. [11] Kwa
kuwa hili ndilo Amosi analosema:

" 'Yeroboamu atakufa kwa upanga,
na kwa hakika Israeli watakwenda
uhamishoni,
mbali na nchi yao.' "

[12] Kisha Amazia akamwambia Amosi, "Nenda
zako, ewe mwonaji! Urudi katika nchi ya Yuda.
Ujipatie riziki yako huko na kutoa unabii wako.
[13] Usiendelee kutoa unabii katika Betheli, kwa
sababu hapa ni mahali pa mfalme pa kuabudia
na Hekalu la ufalme huu."
[14] Amosi akamjibu Amazia, "Mimi sikuwa nabii
wala mwana wa nabii, lakini nilikuwa mchungaji
wa kondoo na mtunza mikuyu. [15] Lakini BWANA
akanitoa kutoka kuchunga kondoo na kuniambia,
'Nenda, ukawatabirie watu wangu Israeli.' [16] Sasa
basi, sikieni neno la BWANA. Ninyi mnasema,

" 'Usitabiri dhidi ya Israeli,
na uache kuhubiri dhidi ya nyumba
ya Isaki.'

[17]"Kwa hiyo hili ndilo asemalo BWANA:

" 'Mke wako atakuwa kahaba mjini,
nao wana wako na binti zako watauawa
kwa upanga.
Shamba lako litapimwa na kugawanywa,
na wewe mwenyewe utafia katika nchi
ya kipagani.
Nayo Israeli kwa hakika itakwenda
uhamishoni,
mbali na nchi yao.' "

Maono Ya Nne: Kikapu Cha Matunda Yaliyoiva

8 Hili ndilo alilonionyesha BWANA Mwenyezi
katika maono: kikapu cha matunda yaliyoiva.
[2] Akaniuliza, "Amosi, unaona nini?"
Nikajibu, "Kikapu chenye matunda yaliyoiva."
Ndipo BWANA akaniambia, "Wakati umewadia
kwa watu wangu Israeli; sitawahurumia zaidi."
[3] BWANA Mwenyezi asema, "Katika siku ile, nyi-
mbo katika Hekalu zitageuka kuwa maombolezo.
Miili mingi, mingi sana: itatupwa kila mahali!
Kimya!"

[4] Lisikieni hili, ninyi ambao mnawagandamiza
wahitaji,
na kuwaonea maskini wa nchi,

[5] mkisema,

"Ni lini Mwezi Mwandamo utakapopita
ili tupate kuuza nafaka,
na Sabato itakwisha lini
ili tuweze kuuza ngano?"
Mkipunguza vipimo,
na kuongeza bei,
na kudanganya kwa mizani zisizo sawa,
[6] mkiwanunua maskini kwa fedha,
na wahitaji kwa jozi ya viatu,
na mkiuza hata takataka za ngano
pamoja na ngano.

[7] BWANA ameapa kwake mwenyewe, aliye Kiburi
cha Yakobo: "Kamwe sitasahau chochote ambacho
wamefanya.

[8] "Je, nchi haitatetemeka kwa ajili ya hili,
nao wote waishio ndani mwake
hawataomboleza?
Nchi yote itainuka kama Naili;
itapanda na kushuka kama mto wa Misri.

[9] "Katika siku ile," asema BWANA Mwenyezi,

"Nitalifanya jua litue alasiri na
kuifanya dunia
iwe giza wakati wa mchana mwangavu.
[10] Nitageuza sikukuu zenu za kidini kuwa
maombolezo,
na kuimba kwenu kote kuwe kilio.
Nitawafanya ninyi nyote mvae nguo
ya gunia
na kunyoa nywele zenu.
Nitaufanya wakati ule uwe kama
wa kuombolezea mwana
wa pekee,
na mwisho wake kama siku ya
uchungu.

[11] "Siku zinakuja," asema BWANA Mwenyezi,
"wakati nitakapotuma njaa katika
nchi yote:
si njaa ya chakula wala kiu ya maji,
lakini njaa ya kusikia maneno
ya BWANA.
[12] Wanaume watayumbayumba kutoka
bahari hadi bahari
na kutangatanga kutoka kaskazini
mpaka mashariki,
wakitafuta neno la BWANA,
lakini hawatalipata.

[13] "Katika siku ile

"wasichana wazuri na vijana wanaume
wenye nguvu
watazimia kwa sababu ya kiu.
[14] Wale waapao kwa aibu ya Samaria,
au kusema, 'Hakika kama miungu yenu
iishivyo, ee Dani,'
au 'Hakika kama mungu wa Beer-Sheba
aishivyo':
wataanguka, wala hawatasimama tena."

Israeli Kuangamizwa

9 Nilimwona Bwana akiwa amesimama kando ya
madhabahu, naye akasema:

"Piga vichwa vya nguzo
ili vizingiti vitikisike.
Viangushe juu ya vichwa vya watu wote;
na wale watakaosalia nitawaua kwa
upanga.
Hakuna awaye yote atakayekimbia,
hakuna atakayetoroka.
[2] Wajapojichimbia chini mpaka kwenye vina
vya kuzimu,
kutoka huko mkono wangu utawatoa.
Wajapopanda juu hadi kwenye mbingu,
kutoka huko nitawashusha.
[3] Wajapojificha juu ya kilele cha Karmeli,
huko nitawawinda na kuwakamata.
Wajapojificha kutoka kwenye uso wangu
katika vilindi vya bahari,
huko nako nitaamuru joka kuwauma.
[4] Wajapopelekwa uhamishoni na adui zao,
huko nako nitaamuru upanga uwaue.
Nitawakazia macho yangu kwa mabaya
wala si kwa mazuri."

[5] Bwana, BWANA Mwenye Nguvu Zote,
yeye agusaye dunia nayo ikayeyuka,
na wote wakaao ndani mwake
wakaomboleza:
nayo nchi yote huinuka kama Naili,
kisha hushuka kama mto wa Misri;

[6] yeye ambaye hujenga jumba lake la kifalme
katika mbingu
na kuisimika misingi yake juu ya dunia,
yeye aitaye maji ya bahari
na kuyamwaga juu ya uso wa nchi:
BWANA ndilo jina lake.

[7] "Je, Waisraeli,
ninyi si sawa kwangu kama Wakushi?"
asema BWANA.
"Je, sikuleta Israeli kutoka Misri,
Wafilisti kutoka Kaftori,[a]
na Washamu kutoka Kiri?

[8] "Hakika macho ya BWANA Mwenyezi
yako juu ya ufalme wenye dhambi.
Nami nitauangamiza
kutoka kwenye uso wa dunia:
hata hivyo sitaiangamiza kabisa
nyumba ya Yakobo,"
asema BWANA.
[9] "Kwa kuwa nitatoa amri,
na nitaipepeta nyumba ya Israeli
miongoni mwa mataifa yote,
kama vile nafaka ipepetwavyo katika ungo,
na hakuna hata punje moja
itakayoanguka chini.
[10] Watenda dhambi wote miongoni mwa
watu wangu
watauawa kwa upanga,
wale wote wasemao,
'Maafa hayatatupata wala kutukuta.'

[a]7 Yaani Krete.

Kurejezwa Kwa Israeli

[11] "Katika siku ile nitaisimamisha
hema ya Daudi iliyoanguka.
Nitakarabati mahali palipobomoka
na kujenga upya magofu yake,
na kuijenga kama ilivyokuwa awali,
[12] ili wapate kuyamiliki mabaki ya Edomu,
na mataifa yote yale yanayobeba
Jina langu,"
asema BWANA ambaye atafanya
mambo haya.

[13] "Siku zinakuja," asema BWANA,

"wakati mvunaji atatanguliwa na
mkulima,
naye mpanzi atatanguliwa na yeye
akamuaye zabibu.
Divai mpya itadondoka kutoka milimani,
na kutiririka kutoka vilima vyote.
[14] Nitawarejesha tena watu wangu Israeli
waliohamishwa;
wataijenga tena miji iliyoachwa magofu,
nao wataishi ndani mwake.
Watapanda mizabibu na kunywa
divai yake;
watalima bustani na kula matunda yake.
[15] Nitaipanda Israeli katika nchi yao
wenyewe,
hawatang'olewa tena
kutoka nchi ambayo nimewapa,"

asema BWANA Mungu wenu.

OBADIA

[1] Maono ya Obadia.

Hili ndilo asemalo Bwana Mwenyezi kuhusu Edomu:

Tumesikia ujumbe kutoka kwa Bwana:
Mjumbe alitumwa kwa mataifa kusema,
"Inukeni, twendeni tukapigane vita dhidi yake."

[2] "Angalieni, nitawafanya wadogo miongoni mwa mataifa,
mtadharauliwa kabisa.
[3] Kiburi cha moyo wako kimekudanganya,
wewe unayeishi katika majabali ya miamba
na kufanya makao yako juu,
wewe unayejiambia mwenyewe,
'Ni nani awezaye kunishusha chini?'
[4] Ingawa unapaa juu kama tai
na kufanya kiota chako kati ya nyota,
nitakushusha chini kutoka huko,"
asema Bwana.
[5] "Ikiwa wevi wangekuja kwako,
ikiwa wanyang'anyi wangekujia usiku:
Lo! Tazama ni maafa kiasi gani yangekuwa yanakungojea:
je, si wangeiba tu kiasi ambacho wangehitaji?
Kama wachuma zabibu wangekuja kwako,
je, wasingebakiza zabibu chache?
[6] Lakini tazama jinsi Esau atakavyotekwa,
jinsi hazina zake zilizofichwa
zitatekwa nyara!
[7] Wote ulioungana nao watakufukuza hadi mpakani,
rafiki zako watakudanganya na kukushinda,
wale wanaokula mkate wako
watakutegea mtego,
lakini hutaweza kuugundua.

[8] "Katika siku hiyo," asema Bwana,
"je, sitaangamiza watu wenye hekima wa Edomu,
watu wenye ufahamu katika milima ya Esau?
[9] Ee Temani, mashujaa wako watatiwa hofu,
kila mmoja katika milima ya Esau
ataangushwa chini kwa kuchinjwa.
[10] Kwa sababu ya jeuri uliyofanya dhidi ya ndugu yako Yakobo,
aibu itakufunika;
utaangamizwa milele.
[11] Siku ile ulisimama mbali ukiangalia
wakati wageni walipojichukulia utajiri wake
na watu wa nchi nyingine walipoingia malango yake
wakipiga kura kwa ajili ya Yerusalemu,
ulikuwa kama mmoja wao.
[12] Usingemdharau ndugu yako
katika siku ya msiba wake,
wala kufurahia juu ya watu wa Yuda
katika siku ya maangamizi yao,
wala kujigamba sana
katika siku ya taabu yao.
[13] Usingeingia katika malango ya watu wangu
katika siku ya maafa yao,
wala kuwadharau katika janga lao
katika siku ya maafa yao,
wala kunyang'anya mali zao
katika siku ya maafa yao.
[14] Usingengoja kwenye njia panda
na kuwaua wakimbizi wao,
wala kuwatoa watu wake waliosalia
katika siku ya shida yao.

[15] "Siku ya Bwana iko karibu
kwa mataifa yote.
Kama ulivyofanya, nawe utafanyiwa
vivyo hivyo,
matendo yako yatakurudia juu
ya kichwa chako.
[16] Kama vile ulivyokunywa juu ya mlima wangu mtakatifu,
vivyo hivyo mataifa yote watakunywa mfululizo,
watakunywa na kunywa,
nao watatoweka kana kwamba
hawajawahi kuwepo.
[17] Lakini katika Mlima Sayuni kutakuwepo
na wale watakaookoka;
nao utakuwa mtakatifu,
nayo nyumba ya Yakobo
itamiliki urithi wake.
[18] Nyumba ya Yakobo itakuwa moto,
na nyumba ya Yosefu itakuwa mwali wa moto;
nayo nyumba ya Esau itakuwa bua kavu,
nao wataiwasha moto na kuiteketeza.
Hakutakuwa na watakaosalimika
kutoka nyumba ya Esau."
Bwana amesema.

[19] Watu kutoka nchi ya Negebu
wataikalia milima ya Esau,
na watu kutoka miteremko ya vilima
watamiliki nchi ya Wafilisti.
Watayakalia mashamba ya Efraimu
na Samaria,
naye Benyamini atamiliki Gileadi.
[20] Kundi la Waisraeli walioko uhamishoni Kanaani
watarudi na kumiliki nchi mpaka Sarepta.
Walioko uhamishoni Sefaradi kutoka Yerusalemu
watamiliki miji ya Negebu.
[21] Waokoaji watakwea juu ya Mlima Sayuni
kutawala milima ya Esau.
Nao ufalme utakuwa wa Bwana.

YONA

Yona Anamkimbia Bwana

1 Neno la Bwana lilimjia Yona mwana wa Amitai:
2 “Nenda katika mji mkubwa wa Ninawi ukahubiri juu yake, kwa sababu uovu wake umekuja juu
mbele zangu.”
3 Lakini Yona alimkimbia Bwana na kuelekea
Tarshishi. Alishuka mpaka Yafa, ambapo alikuta
meli iliyokuwa imepangwa kuelekea bandari ile.
Baada ya kulipa nauli, akapanda melini na kuelekea
Tarshishi ili kumkimbia Bwana. 4 Ndipo Bwana
akatuma upepo mkali baharini, nayo dhoruba kali
sana ikavuma hata meli ikawa hatarini kuvunjika.
5 Mabaharia wote waliogopa na kila mmoja akamlilia mungu wake mwenyewe. Nao wakatupa mizigo
baharini ili meli ipungue uzito.
Lakini Yona alikuwa ameteremkia chumba cha
ndani ya meli, mahali ambapo alilala na kupatwa na
usingizi mzito. 6 Nahodha akamwendea na kusema,
“Wewe unawezaje kulala? Amka ukamwite mungu
wako! Huenda akatuangalia, tusiangamie.”
7 Kisha mabaharia wakasemezana wao kwa wao,
“Njooni, tupige kura tumtafute anayehusika na
maafa haya.” Wakapiga kura, kura ikamwangukia
Yona.
8 Kwa hiyo walimuuliza, “Tuambie, ni nani anayehusika kwa kutuletea tatizo hili lote? Unafanya
kazi gani? Umetoka wapi? Nchi yako ni ipi? Wewe
ni kutoka taifa lipi?”
9 Akajibu, “Mimi ni Mwebrania, nami namwabudu Bwana, Mungu wa Mbinguni, aliyeumba
bahari na nchi kavu.”
10 Hili liliwaogopesha nao wakamuuliza,
“Umefanya nini?” (Walijua alikuwa anamkimbia
Bwana, kwa sababu alishawaambia hivyo.)
11 Bahari ilikuwa inazidi kuchafuka. Kwa hiyo
walimuuliza, “Tukutendee nini ili kufanya bahari
itulie kwa ajili yetu?”
12 Akawajibu, “Niinueni mnitupe baharini, nayo
itakuwa shwari. Ninajua mawimbi haya makubwa
yamewatokea kwa ajili ya kosa langu.”
13 Badala yake, wale watu walijitahidi kupiga
makasia wawezavyo ili wapate kurudi pwani. Lakini
hawakuweza, kwa kuwa bahari ilizidi kuchafuka
kuliko mwanzo. 14 Ndipo wakamlilia Bwana, “Ee
Bwana, tafadhali usituue kwa kuondoa uhai wa mtu
huyu. Usituhesabie hatia kwa kuutoa uhai wa mtu
asiyekuwa na hatia, kwa kuwa wewe, Ee Bwana,
umefanya kama ilivyokupendeza.” 15 Kisha walimchukua Yona, wakamtupa baharini nayo bahari
iliyokuwa imechafuka ikatulia. 16 Katika jambo hili
watu wakamwogopa Bwana sana, wakamtolea
Bwana dhabihu na kumwekea nadhiri.
17 Lakini Bwana akamwandaa nyangumi[a]
kummeza Yona, naye Yona alikuwa ndani ya tumbo
la nyangumi kwa siku tatu, usiku na mchana.

[a]17 Yaani samaki mkubwa sana.

Maombi Ya Yona Katika Tumbo La Nyangumi

2 Akiwa ndani ya tumbo la nyangumi, Yona alimwomba Bwana Mungu wake. 2 Akasema:

“Katika shida yangu nalimwita Bwana,
naye akanijibu.
Kutoka kina cha kaburi[b] niliomba msaada,
nawe ukasikiliza kilio changu.
3 Ulinitupa kwenye kilindi,
ndani kabisa ya moyo wa bahari,
mikondo ya maji ilinizunguka,
mawimbi yako yote na viwimbi
vilipita juu yangu.
4 Nikasema, ‘Nimefukuziwa
mbali na uso wako,
hata hivyo nitatazama tena
kuelekea Hekalu lako takatifu.’
5 Maji yaliyonimeza yalinitisha,
kilindi kilinizunguka;
mwani[c] ulijisokota kichwani pangu.
6 Nilizama chini sana mpaka pande za
mwisho za milima,
makomeo ya hiyo nchi yalinifungia hata
milele.
Lakini uliuleta uhai wangu kutoka shimoni,
Ee Bwana Mungu wangu.

7 “Wakati uhai wangu ulipokuwa unatoka,
nilikukumbuka wewe, Bwana,
nayo maombi yangu yalikufikia wewe,
katika Hekalu lako takatifu.

8 “Wale watu wanaong'ang'ana na sanamu
zisizofaa
hupoteza neema ile ambayo
ingekuwa yao.
9 Lakini mimi, kwa wimbo wa shukrani,
nitakutolea dhabihu.
Lile nililowekea nadhiri nitalitimiza.
Wokovu watoka kwa Bwana.”

10 Basi Bwana akamwamuru yule nyangumi, naye
akamtapika Yona katika nchi kavu.

Yona Aenda Ninawi

3 Ndipo neno la Bwana likamjia Yona mara ya pili:
2 “Ondoka uende katika mji mkubwa wa Ninawi,
ukautangazie ujumbe ninaokupa.”
3 Yona akalitii neno la Bwana naye akaenda
Ninawi. Basi Ninawi ulikuwa mji maarufu sana,
ilichukua siku tatu kuuzunguka. 4 Siku ya kwanza,
Yona aliingia mjini. Akatangaza: “Baada ya siku
arobaini Ninawi utaangamizwa.” 5 Watu wa Ninawi
wakamwamini Mungu, wakatangaza kufunga,

[b]2 Kaburi hapa maana yake ni Kuzimu, kwa Kiebrania ni Sheol.
[c]5 Mwani hapa maana yake ni magugu yaotayo kwenye sakafu ya kilindi cha bahari.

watu wote kuanzia mkubwa sana hadi yule mdogo kabisa, wakavaa nguo za gunia.

6 Habari zilipomfikia mfalme wa Ninawi, aliondoka kwenye kiti chake cha enzi, akavua majoho yake ya kifalme, akajifunika nguo ya gunia kisha akaketi chini mavumbini. 7 Ndipo akatoa tangazo katika Ninawi yote:

"Kwa amri ya mfalme na wakuu wake:

"Msiruhusu mtu yeyote au mnyama, makundi ya ng'ombe au wanyama wengine wafugwao, kuonja kitu chochote, msiwaruhusu kula wala kunywa. 8 Bali wanadamu na wanyama wafunikwe kwa nguo za gunia. Kila mmoja afanye hima kumwomba Mungu. Waziache njia zao mbaya na udhalimu ulio mikononi mwao. 9 Ni nani ajuaye? Huenda Mungu akaghairi kwa huruma yake akaacha hasira yake kali ili tusiangamie."

10 Mungu alipoona walivyofanya na jinsi walivyogeuka kutoka njia zao mbaya, akawa na huruma wala hakuleta maangamizi juu yao kama alivyokuwa ameonya.

Hasira Ya Yona Kwa Ajili Ya Huruma Ya Bwana.

4 Lakini Yona alichukizwa sana akakasirika. 2 Akamwomba Bwana, "Ee Bwana, hili si lile nililolisema nilipokuwa ningali nyumbani? Hii ndiyo sababu niliharikisha kukimbilia Tarshishi. Nikifahamu kuwa wewe ni Mungu mwenye neema na huruma, si mwepesi wa hasira na umejaa upendo, ni Mungu ambaye hughairi katika kupeleka maafa. 3 Sasa, Ee Bwana, niondolee uhai wangu, kwa kuwa ni afadhali mimi nife kuliko kuishi."

4 Lakini Bwana akamjibu, "Je unayo haki yoyote kukasirika?"

5 Yona akatoka nje akaketi mahali upande wa mashariki wa mji. Hapo akajitengenezea kibanda, akaketi kwenye kivuli chake na kungojea ni nini kitakachotokea katika mji. 6 Ndipo Bwana, Mungu akaweka tayari mzabibu na kuufanya uote, kumpa Yona kivuli kilichomfunika kichwa ili kuondoa taabu yake, naye Yona akafurahi sana kwa ajili ya ule mzabibu. 7 Lakini kesho yake asubuhi na mapema Mungu akaamuru buu, autafune mzabibu huo nao ukanyauka. 8 Wakati jua lilipochomoza, Mungu akautuma upepo wa hari wa mashariki, nalo jua likawaka juu ya kichwa cha Yona mpaka akazimia. Akatamani kufa, naye akasema, "Ni afadhali mimi nife kuliko kuishi."

9 Lakini Mungu alimwambia Yona, "Je, unayo haki kukasirika kuhusu mzabibu huo?"

Akasema, "Ndiyo, ninayo haki. Nimekasirika kiasi cha kufa."

10 Lakini Bwana akamwambia, "Wewe unakasirika kwa ajili ya mzabibu huu, nawe hukuusababisha kuota wala kuutunza. Uliota usiku mmoja, nao ukafa usiku mmoja. 11 Lakini Ninawi ina zaidi ya watu 120,000 ambao hawawezi kupambanua kulia au kushoto, pamoja na ng'ombe wengi. Je, hainipasi kufikiri juu ya mji ule mkubwa?"

MIKA

1 Neno la BWANA lilimjia Mika, Mmoreshethi,
wakati wa utawala wa Yothamu, Ahazi na Heze-
kia, wafalme wa Yuda; ufunuo aliouona kuhusu
Samaria na Yerusalemu.

2 Sikieni, enyi mataifa, enyi nyote,
sikilizeni, ee dunia na wote mliomo
ndani yake,
ili BWANA Mwenyezi ashuhudie dhidi yenu,
Bwana kutoka Hekalu lake takatifu.

Hukumu Dhidi Ya Samaria Na Yerusalemu

3 Tazama! BWANA anakuja kutoka mahali pake;
anashuka na kukanyaga
mahali palipoinuka juu pa dunia.
4 Milima inayeyuka chini yake
na mabonde yanagawanyika
kama nta mbele ya moto,
kama maji yatiririkayo kasi
kwenye mteremko.
5 Yote haya ni kwa sababu ya kosa la Yakobo,
ni kwa sababu ya dhambi za nyumba
ya Israeli.
Kosa la Yakobo ni lipi?
Je, sio Samaria?
Je, mahali pa juu pa Yuda pa kuabudia
miungu ni nini?
Je, sio Yerusalemu?

6 "Kwa hiyo nitaufanya Samaria kuwa lundo
la kokoto,
mahali pa kuotesha mizabibu.
Nitayamwaga mawe yake katika bonde
na kuacha wazi misingi yake.
7 Sanamu zake zote
zitavunjwa vipande vipande;
zawadi zake zote za Hekalu
zitachomwa kwa moto;
nitaharibu vinyago vyake vyote.
Kwa kuwa alikusanya zawadi zake
kutokana na ujira wa kahaba,
nazo zitatumika tena
kulipa mishahara ya kahaba."

Kulia Na Kuomboleza

8 Kwa ajili ya hili nitalia na kuomboleza;
nitatembea bila viatu na tena uchi.
Nitabweka kama mbweha
na kuomboleza kama bundi.
9 Kwa sababu jeraha lake halitibiki;
limekuja Yuda.
Limefika hasa kwenye lango la watu wangu,
hata Yerusalemu kwenyewe.
10 Usiliseme hili huko Gathi;
usilie hata kidogo.
Huko Beth-le-Afra
gaagaa mavumbini.
11 Piteni mkiwa uchi na wenye aibu,
ninyi mkaao Shafiri.
Wale waishio Saanani
hawatatoka nje.
Beth-Eseli iko katika maombolezo;
kinga yake imeondolewa kwako.
12 Wale waishio Marothi wanagaagaa kwa
maumivu
wakingoja msaada,
kwa sababu maangamizi yamekuja
kutoka kwa BWANA,
hata katika lango la Yerusalemu.
13 Enyi mkaao Lakishi,
fungeni farasi kwenye magari ya vita.
Mlikuwa chanzo cha dhambi
kwa Binti Sayuni,
kwa kuwa makosa ya Israeli
yalikutwa kwako.
14 Kwa hiyo utaipa Moresheth-Gathi
zawadi za kuagana.
Mji wa Akzibu utaonyesha wazi udanganyifu
kwa wafalme wa Israeli.
15 Nitawaleteeni atakayewashinda
ninyi mnaoishi Maresha.
Yeye aliye utukufu wa Israeli
atakuja Adulamu.
16 Nyoeni nywele zenu katika kuomboleza
kwa ajili ya watoto wenu mnaowafurahia;
jifanyieni upara kama tai,
kwa kuwa watawaacha
na kwenda uhamishoni.

Mipango Ya Mwanadamu Na Ya Mungu

2 Ole kwa wale wapangao uovu,
kwa wale wafanyao shauri la hila
vitandani mwao!
Kunapopambazuka wanalitimiza
kwa sababu uko katika uwezo wao
kutekeleza.
2 Wanatamani mashamba na kuyakamata,
pia nyumba na kuzichukua.
Wanamlaghai mwanaume nyumba yake,
mwanadamu mwenzake urithi wake.

3 Kwa hiyo, BWANA asema:

"Ninapanga maangamizi dhidi ya
watu hawa,
ambayo hamwezi kujiokoa wenyewe.
Hamtatembea tena kwa majivuno,
kwa kuwa utakuwa ni wakati wa maafa.
4 Siku hiyo watu watawadhihaki,
watawafanyia mzaha
kwa wimbo huu wa maombolezo:
'Tumeangamizwa kabisa;
mali ya watu wangu imegawanywa.
Ameninyang'anya!
Ametoa mashamba yetu kwa wasaliti.'"

5 Kwa hiyo hutakuwa na yeyote katika
kusanyiko la BWANA
wa kugawanya mashamba kwa kura.

Manabii Wa Uongo

6 Manabii wao husema, "Usitabiri.
Usitabiri kuhusu vitu hivi;
aibu haitatupata."
7 Je, ingesemwa, ee nyumba ya Yakobo:
"Je, Roho wa BWANA amekasirika?
Je, yeye hufanya vitu kama hivyo?"

"Je, maneno yangu hayamfanyii mema
yeye ambaye njia zake ni nyofu?
8 Siku hizi watu wangu wameinuka
kama adui.
Unawavua joho la kitajiri wale wanaopita
pasipo kujali,
kama watu warudio kutoka vitani.
9 Unawahamisha wanawake wa watu wangu
kutoka kwenye nyumba zao za kupendeza.
Unaondoa baraka yangu
kwa watoto wao milele.
10 Inuka, nenda zako!
Kwa maana hapa sio mahali pako
pa kupumzikia,
kwa sababu pametiwa unajisi,
pameharibiwa, wala
hapatengenezeki tena.
11 Ikiwa mwongo na mdanganyifu atakuja
na kusema,
'Nitawatabiria divai na pombe
kwa wingi,'
angekuwa ndiye nabii
anayekubalika na watu hawa!

Ahadi Ya Ukombozi

12 "Hakika nitawakusanya ninyi nyote,
ee Yakobo,
Hakika nitawaleta pamoja mabaki
ya Israeli.
Nitawaleta pamoja kama kondoo ndani
ya zizi,
kama kundi kwenye malisho yake,
mahali hapa patakuwa na msongamano
wa watu.
13 Yeye afunguaye njia atawatangulia;
watapita kwenye lango na kutoka nje.
Mfalme wao atawatangulia,
BWANA atakuwa kiongozi."

Viongozi Na Manabii Wakemewa

3 Kisha nikasema,

"Sikilizeni enyi viongozi wa Yakobo,
enyi watawala wa nyumba ya Israeli.
Je, hampaswi kujua hukumu,
2 ninyi mnaochukia mema
na kupenda maovu;
ninyi mnaowachuna watu wangu ngozi
na kuondoa nyama kwenye mifupa yao;
3 ninyi mnaokula nyama ya watu wangu,
mnaowachuna ngozi
na kuvunja mifupa yao vipande vipande;
mnaowakatakata kama nyama
ya kuwekwa kwenye sufuria
na kama nyama
ya kuwekwa kwenye chungu?"

4 Kisha watamlilia BWANA,
lakini hatawajibu.
Wakati huo atawaficha uso wake
kwa sababu ya uovu waliotenda.

5 Hili ndilo asemalo BWANA:

"Kuhusu manabii wanaowapotosha
watu wangu,
mtu akiwalisha,
wanatangaza 'amani';
kama hakufanya hivyo,
wanaandaa kupigana vita dhidi yake.
6 Kwa hiyo usiku utawajieni, msiweze kuwa
na maono,
na giza, msiweze kubashiri.
Jua litawachwea manabii hao,
nao mchana utakuwa giza kwao.
7 Waonaji wataaibika
na waaguzi watafedheheka.
Wote watafunika nyuso zao
kwa sababu hakuna jibu litokalo kwa Mungu."
8 Lakini kuhusu mimi, nimejazwa nguvu,
nimejazwa Roho wa BWANA,
haki na uweza,
kumtangazia Yakobo kosa lake,
na Israeli dhambi yake.
9 Sikieni hili, enyi viongozi wa nyumba
ya Yakobo,
enyi watawala wa nyumba ya Israeli,
mnaodharau haki
na kupotosha kila lililo sawa;
10 mnaojenga Sayuni kwa kumwaga damu
na Yerusalemu kwa uovu.
11 Viongozi wake wanahukumu kwa rushwa,
na makuhani wake wanafundisha kwa
malipo,
nao manabii wake wanatabiri kwa fedha.
Hata hivyo wanamwegemea BWANA
na kusema,
"Je, BWANA si yumo miongoni mwetu?
Hakuna maafa yatakayotupata."
12 Kwa hiyo kwa sababu yenu,
Sayuni italimwa kama shamba,
Yerusalemu itakuwa lundo la kokoto,
na kilima cha Hekalu
kitakuwa kichuguu
kilichofunikwa na vichaka.

Mlima Wa BWANA

4 Katika siku za mwisho

mlima wa Hekalu la BWANA utaimarishwa
kama mlima mkuu miongoni mwa
milima yote;
utainuliwa juu ya vilima,
na watu wa mataifa watamiminika humo.

2 Mataifa mengi yatakuja na kusema,

"Njooni, twendeni mlimani mwa BWANA,
kwenye nyumba ya Mungu wa Yakobo.
Atatufundisha njia zake,
ili tuweze kuenenda katika mapito yake."
Sheria itatoka Sayuni,
neno la BWANA litatoka Yerusalemu.
3 Atahukumu kati ya mataifa mengi,
na ataamua migogoro ya mataifa
yenye nguvu na yaliyo mbali.
Watafua panga zao ziwe majembe,
na mikuki yao kuwa miundu ya kukata
matawi.
Taifa halitainua upanga dhidi ya taifa jingine,
wala hawatajifunza vita tena.
4 Kila mtu ataketi chini ya mzabibu wake
na chini ya mtini wake,
wala hakuna mtu atakayewaogopesha,
kwa kuwa BWANA Mwenye Nguvu Zote
amesema.
5 Mataifa yote yanaweza kutembea
katika jina la miungu yao;
sisi tutatembea katika jina la BWANA
Mungu wetu milele na milele.

Mpango Wa BWANA

6 "Katika siku hiyo," asema BWANA,

"nitawakusanya walemavu;
nitawakusanya walio uhamishoni
na wale niliowahuzunisha.
7 Nitawafanya walemavu kuwa mabaki,
wale waliofukuzwa kuwa taifa
lenye nguvu.
BWANA atatawala juu yao katika Mlima Sayuni
kuanzia siku hiyo na hata milele.
8 Lakini kuhusu wewe, ee mnara wa ulinzi
wa kundi,
ee ngome ya Binti Sayuni,
milki ya awali itarudishwa kwako,
ufalme utakuja kwa Binti Yerusalemu."

9 Kwa nini sasa unalia kwa nguvu:
kwani huna mfalme?
Je, mshauri wako amekufa, hata maumivu
yakukamate
kama ya mwanamke
aliye na utungu wa kuzaa?
10 Gaagaa kwa utungu, ee Binti Sayuni,
kama mwanamke mwenye utungu
wa kuzaa,
kwa kuwa sasa ni lazima uuache mji
ukapige kambi uwanjani.
Utakwenda Babeli;
huko utaokolewa.
Huko BWANA atakukomboa
kutoka mikononi mwa adui zako.

11 Lakini sasa mataifa mengi
yamekusanyika dhidi yako.
Wanasema, "Mwache anajisiwe,
macho yetu na yatazame Sayuni kwa
furaha!"
12 Lakini hawayajui
mawazo ya BWANA;
hawauelewi mpango wake,
yeye awakusanyaye kama miganda
kwenye sakafu ya kupuria.

13 "Inuka upure, ee Binti Sayuni,
kwa kuwa nitakupa pembe
za chuma;
nitakupa kwato za shaba
na utavunja vipande vipande
mataifa mengi."
Utatoa mapato yao waliopata kwa
udanganyifu kwa BWANA,
utajiri wao kwa Bwana wa dunia yote.

Mtawala Aliyeahidiwa Kutoka Bethlehemu

5 Panga majeshi yako, ee mji wa majeshi,
kwa kuwa kuzingirwa kumepangwa
dhidi yetu.
Watampiga mtawala wa Israeli
shavuni kwa fimbo.

2 "Lakini wewe, Bethlehemu Efrathi,
ingawa u mdogo miongoni mwa koo
za Yuda,
kutoka kwako atatokea kwa ajili yangu
yeye atakayekuwa mtawala katika Israeli,
ambaye asili yake ni kutoka zamani,
kutoka milele."

3 Kwa hiyo Israeli utaachwa mpaka wakati
mwanamke aliye na utungu atakapozaa
na ndugu zake wengine warudi
kujiunga na Waisraeli.

4 Atasimama na kulichunga kundi lake
katika nguvu ya BWANA,
katika utukufu wa jina la BWANA
Mungu wake.
Nao wataishi kwa usalama, kwa kuwa
wakati huo
ukuu wake utaenea hadi miisho
ya dunia.
5 Naye atakuwa amani yao.

Ukombozi Na Uharibifu

Wakati Mwashuru atakapovamia nchi yetu
na kupita katika ngome zetu,
tutawainua wachungaji saba dhidi yake,
hata viongozi wanane wa watu.
6 Wataitawala nchi ya Ashuru kwa upanga,
nchi ya Nimrodi kwa upanga.
Atatuokoa kutoka kwa Mwashuru
atakapoivamia nchi yetu
na kuingia katika mipaka yetu.

7 Mabaki ya Yakobo yatakuwa
katikati ya mataifa mengi
kama umande kutoka kwa BWANA,
kama manyunyu juu ya majani,
ambayo hayamngoji mtu
wala kukawia kwa mwanadamu.

8 Mabaki ya Yakobo yatakuwa miongoni
mwa mataifa,
katikati ya mataifa mengi,
kama simba miongoni mwa wanyama
wa msituni,
kama mwana simba miongoni
mwa makundi ya kondoo,
ambaye anaumiza vibaya na kuwararua
kila anapopita katikati yao,
wala hakuna awezaye kuokoa.
9 Mkono wako utainuliwa juu kwa ushindi
juu ya watesi wako,
nao adui zako wote wataangamizwa.

10 "Katika siku ile," asema BWANA,

"nitaangamiza farasi zenu katikati yenu
na kubomoa magari yenu ya vita.
11 Nitaiangamiza miji ya nchi yenu
na kuziangusha chini ngome zenu zote.
12 Nitaangamiza uchawi wenu
na hamtapiga tena ramli.
13 Nitaangamiza vinyago vyenu vya kuchonga
na mawe yenu ya ibada yatoke
katikati yenu;
hamtasujudia tena
kazi ya mikono yenu.
14 Nitang'oa nguzo za Ashera katikati yenu
na kubomoa miji yenu.
15 Nitalipiza kisasi kwa hasira na ghadhabu
juu ya mataifa ambayo hayajanitii."

Shauri La BWANA Dhidi Ya Israeli

6 Sikiliza asemalo BWANA:

"Simama, tetea shauri lako mbele
ya milima;
vilima na visikie lile unalotaka kusema.
2 Sikilizeni, ee milima, mashtaka ya BWANA,
sikilizeni, enyi misingi ya milele ya dunia.
Kwa kuwa BWANA ana shauri dhidi ya
watu wake;
anatoa mashtaka dhidi ya Israeli.

3 "Watu wangu, nimewatendea nini?
Nimewalemea kwa jinsi gani? Mnijibu.
4 Nimewatoa kutoka Misri na kuwakomboa
kutoka nchi ya utumwa.
Nilimtuma Mose awaongoze,
pia Aroni na Miriamu.
5 Watu wangu, kumbukeni jinsi Balaki
mfalme wa Moabu
alivyofanya shauri
na kile Balaamu mwana wa Beori
alichojibu.
Kumbukeni safari yenu kutoka Shitimu
mpaka Gilgali,
ili mfahamu matendo ya haki ya BWANA."

6 Nimjie BWANA na kitu gani na kusujudu
mbele za Mungu aliyetukuka?
Je, nije mbele zake na sadaka
za kuteketezwa,
nije na ndama za mwaka mmoja?
7 Je, BWANA atafurahishwa na kondoo dume elfu,
au mito elfu kumi ya mafuta?
Je, nimtoe mzaliwa wangu wa kwanza kwa
ajili ya kosa langu,
mtoto wangu mwenyewe
kwa ajili ya dhambi ya nafsi yangu?
8 Amekuonyesha yaliyo mema,
ee mwanadamu.
BWANA anataka nini kwako?
Ila kutenda kwa haki na kupenda rehema,
na kwenda kwa unyenyekevu na
Mungu wako.

Hatia Na Adhabu Ya Israeli

9 Sikiliza! BWANA anauita mji:
kulicha jina lako ni hekima:
"Tii hiyo fimbo na yeye aliyeiamuru.
10 Je, bado nisahau, ee nyumba ya uovu,
hazina yako uliyopata kwa udanganyifu
na vipimo vilivyopunguka,
ambavyo vimelaaniwa?
11 Je, naweza kuhukumu kuwa
mtu mwenye mizani ya udanganyifu
hana hatia,
aliye na mfuko wa mawe ya kupimia
ya uongo?
12 Matajiri wake ni wajeuri;
watu wake ni waongo
na ndimi zao zinazungumza
kwa udanganyifu.
13 Kwa hiyo, nimeanza kukuharibu,
kuwaangamiza kwa sababu ya dhambi zenu.
14 Mtakula lakini hamtashiba;
matumbo yenu bado yatakuwa matupu.
Mtaweka akiba lakini hamtaokoa chochote,
kwa sababu mtakachoweka akiba
nitatoa kwa upanga.
15 Mtapanda lakini hamtavuna;
mtakamua zeituni lakini
hamtatumia mafuta yake.
Mtakamua zabibu
lakini hamtakunywa hiyo divai.
16 Mmezishika sheria za Omri
na matendo yote ya nyumba ya Ahabu,
tena umefuata desturi zao.
Kwa hiyo nitakutoa kwa maangamizi
na watu wako kuwa dhihaka;
mtachukua dharau za mataifa."

Taabu Ya Israeli

7 Taabu gani hii niliyo nayo!
Nimefanana na yule akusanyaye
matunda ya kiangazi,
aokotaye masazo baada ya kuvunwa
shamba la mizabibu;
hakuna kishada chenye matunda ya kula,
hakuna hata ile tini ya mwanzoni
ninayoitamani.
2 Wanaomcha Mungu wameondolewa
kutoka nchi;
hakuna mtu mnyofu hata mmoja aliyebaki.
Watu wote wanavizia kumwaga damu,
kila mmoja anamwinda ndugu yake
kwa wavu.

3 Mikono yote miwili ni hodari katika
kufanya ubaya,
mtawala anadai zawadi,
hakimu anapokea rushwa,
wenye nguvu wanaamuru wanachotaka:
wote wanafanya shauri baya pamoja.
4 Aliye mwema kupita wote kati yao
ni kama mchongoma,
anayeonekana mnyofu zaidi
miongoni mwao
ni mbaya kuliko uzio wa miiba.
Siku ya walinzi wako imewadia,
siku atakayokutembelea Mungu.
Sasa ni wakati wao
wa kuchanganyikiwa.
5 Usimtumaini jirani;
usiweke matumaini kwa rafiki.
Hata kwa yule alalaye kifuani mwako
uwe mwangalifu kwa maneno yako.
6 Kwa kuwa mwana humdharau baba yake,
naye binti huinuka dhidi ya mama yake,
mkwe kuwa kinyume na mama
mkwe wake:
adui wa mtu ni wale wa nyumbani
mwake hasa.

7 Lakini mimi, namtazama Bwana kwa
matumaini,
namngoja Mungu Mwokozi wangu;
Mungu wangu atanisikia mimi.

Israeli Atainuka

8 Usifurahie msiba wangu, ee adui yangu!
Ingawa nimeanguka, nitainuka.
Japo ninaketi gizani,
Bwana atakuwa nuru yangu.
9 Kwa sababu nimetenda dhambi dhidi yake,
nitabeba ghadhabu ya Bwana,
mpaka atakaponitetea shauri langu
na kuithibitisha haki yangu.
Atanileta nje kwenye mwanga,
nami nitaiona haki yake.
10 Kisha adui yangu ataliona
naye atafunikwa na aibu,
yule aliyeniambia,
"Yu wapi Bwana Mungu wako?"
Macho yangu yataona kuanguka kwake,
hata sasa atakanyagwa chini ya mguu
kama tope barabarani.

11 Siku ya kujenga kuta zako itawadia,
siku ya kupanua mipaka yako.
12 Siku hiyo watu watakuja kwako
kutoka Ashuru na miji ya Misri,
hata kutoka Misri hadi Frati
na kutoka bahari hadi bahari
na kutoka mlima hadi mlima.
13 Dunia itakuwa ukiwa kwa sababu
ya wakazi wake,
kwa sababu ya matunda ya
matendo yao.

Sala Na Sifa

14 Wachunge watu wako kwa fimbo yako,
kundi la urithi wako,
ambalo linaishi peke yake msituni,
katika nchi ya malisho yenye rutuba.
Waache walishe katika Bashani na Gileadi
kama ilivyokuwa siku za kale.

15 "Kama siku zile mlipotoka Misri,
nitawaonyesha maajabu yangu."

16 Mataifa yataona na kuaibika,
waliondolewa nguvu zao zote.
Wataweka mikono yao kwenye vinywa vyao
na masikio yao yatakuwa na uziwi.
17 Wataramba mavumbi kama nyoka,
kama viumbe vitambaavyo juu ya ardhi.
Watatoka nje ya mapango yao
wakitetemeka;
watamgeukia Bwana Mungu wetu
kwa hofu
nao watakuogopa.
18 Ni nani Mungu kama wewe,
ambaye anaachilia dhambi
na kusamehe makosa
ya mabaki ya urithi wake?
Wewe huwi na hasira milele,
bali unafurahia kuonyesha rehema.
19 Utatuhurumia tena,
utazikanyaga dhambi zetu
chini ya nyayo zako,
na kutupa maovu yetu yote
katika vilindi vya bahari.
20 Utakuwa wa kweli kwa Yakobo,
nawe utamwonyesha Abrahamu rehema,
kama ulivyowaahidi kwa kiapo baba zetu
siku za kale.

NAHUMU

1 Neno alilosema Mungu kuhusu Ninawi. Kitabu cha maono cha Nahumu, Mwelkoshi.

Hasira Ya Mungu Dhidi Ya Ninawi

2 BWANA ni mwenye wivu na Mungu mlipiza kisasi;
BWANA hulipiza kisasi na amejaa ghadhabu.
BWANA hulipiza kisasi juu ya watesi wake,
naye anadumisha ghadhabu yake dhidi ya adui zake.
3 BWANA si mwepesi wa hasira naye ni mwenye nguvu,
BWANA hataacha kuadhibu wenye hatia.
Njia yake ipo katika kisulisuli na tufani,
na mawingu ni vumbi la miguu yake.
4 Anakemea bahari na kuikausha,
anafanya mito yote kukauka.
Bashani na Karmeli zinanyauka
na maua ya Lebanoni hukauka.
5 Milima hutikisika mbele yake
na vilima huyeyuka.
Nchi hutetemeka mbele yake,
dunia na wote waishio ndani yake.
6 Ni nani awezaye kuzuia hasira yake yenye uchungu?
Nani awezaye kuvumilia hasira yake kali?
Ghadhabu yake imemiminwa kama moto,
na miamba inapasuka mbele zake.

7 BWANA ni Mwema,
kimbilio wakati wa taabu.
Huwatunza wale wanaomtegemea,
8 lakini kwa mafuriko makubwa,
ataangamiza Ninawi;
atafuatilia adui zake hadi gizani.

9 Shauri baya lolote wapangalo dhidi ya BWANA
yeye atalikomesha;
taabu haitatokea mara ya pili.
10 Watasongwa katikati ya miiba
na kulewa kwa mvinyo wao.
Watateketezwa kama mabua makavu.
11 Ee Ninawi, kutoka kwako amejitokeza mmoja,
ambaye anapanga shauri baya
dhidi ya BWANA
na kushauri uovu.

12 Hili ndilo asemalo BWANA:

"Ingawa wana muungano nao ni wengi sana,
watakatiliwa mbali na kuangamia.
Ingawa nimekutesa wewe, ee Yuda,
sitakutesa tena.
13 Sasa nitavunja nira zao kutoka shingo yako,
nami nitazivunjilia mbali pingu zako."

14 Hii ndiyo amri BWANA aliyoitoa kukuhusu wewe, Ninawi:
"Hutakuwa na wazao
watakaoendeleza jina lako.
Nitaharibu sanamu za kuchonga na sanamu za kuyeyusha
ambazo zipo katika hekalu la miungu yenu.
Nitaandaa kaburi lako,
kwa maana wewe ni mwovu kabisa."
15 Tazama, huko juu milimani,
miguu ya huyo mmoja aletaye habari njema,
ambaye anatangaza amani!
Ee Yuda, sherehekea sikukuu zako,
nawe utimize nadhiri zako.
Waovu hawatakuvamia tena;
wataangamizwa kabisa.

Ninawi Kuanguka

2 Mshambuliaji anasogea dhidi yako, Ninawi.
Linda ngome,
chunga barabara,
jitieni nguvu wenyewe,
kusanya nguvu zako zote!
2 BWANA atarudisha fahari ya Yakobo,
kama fahari ya Israeli,
ingawa waangamizi wamewaacha ukiwa
na wameharibu mizabibu yao.

3 Ngao za askari wake ni nyekundu,
mashujaa wamevaa nguo nyekundu.
Chuma kwenye magari ya vita chametameta,
katika siku aliyoyaweka tayari,
mikuki ya mierezi inametameta.
4 Magari ya vita yanafanya msukosuko barabarani,
yakikimbia nyuma na mbele uwanjani.
Yanaonekana kama mienge ya moto;
yanakwenda kasi kama umeme.

5 Anaita vikosi vilivyochaguliwa,
lakini bado wanajikwaa njiani.
Wanakimbilia haraka kwenye ukuta wa mji,
ile ngao ya kuwakinga imetayarishwa.
6 Malango ya mto yamefunguliwa wazi,
na jumba la kifalme limeanguka.
7 Imeagizwa kwamba mji uchukuliwe
na upelekwe uhamishoni.
Vijakazi wake wanaomboleza kama hua
na kupigapiga vifua vyao.
8 Ninawi ni kama dimbwi,
nayo maji yake yanakauka.
Wanalia, "Simama! Simama!"
Lakini hakuna anayegeuka nyuma.
9 Chukueni nyara za fedha!
Chukueni nyara za dhahabu!

Wingi wake hauna mwisho,
utajiri kutoka hazina zake zote!
10 Ameharibiwa, ametekwa nyara,
ameachwa uchi!
Mioyo inayeyuka, magoti yanalegea,
miili inatetemeka,
na kila uso umebadilika rangi.

11 Liko wapi sasa pango la simba,
mahali ambapo waliwalisha watoto wao,
ambapo simba dume na simba jike
walikwenda
na ambapo wana simba walikwenda
bila kuogopa chochote?
12 Simba aliua mawindo ya kutosha
watoto wake,
alinyonga mawindo kwa ajili
ya mwenzi wake,
akijaza makao yake kwa alivyoua
na mapango yake kwa mawindo.

13 Bwana Mwenye Nguvu Zote anatangaza,
"Mimi ni kinyume na ninyi.
Magari yenu ya vita nitayateketeza
kwa moto,
na upanga utakula wana simba wako.
Sitawaachia mawindo juu ya nchi.
Sauti za wajumbe wako
hazitasikika tena."

Ole Wa Ninawi

3 Ole wa mji umwagao damu,
uliojaa uongo,
umejaa nyara,
usiokosa kuwa na vitu vya
kuteka nyara.
2 Kelele za mijeledi,
vishindo vya magurudumu,
farasi waendao mbio
na mshtuo wa magari ya vita!
3 Wapanda farasi wanaenda mbio,
panga zinameremeta,
na mikuki inang'aa!
Majeruhi wengi,
malundo ya maiti,
idadi kubwa ya miili isiyohesabika,
watu wanajikwaa juu ya mizoga:
4 yote haya kwa sababu ya wingi wa
tamaa za kahaba,
anayeshawishi, bibi wa mambo
ya uchawi,
anayewatia utumwani mataifa kwa
ukahaba wake
na pia jamaa za watu kwa ulozi wake.

5 Bwana Mwenye Nguvu Zote anasema,
"Mimi ni kinyume na ninyi.
Nitafunika uso wako kwa gauni lako.
Nitaonyesha mataifa uchi wako
na falme aibu yako.
6 Nitakutupia uchafu,
nitakufanyia dharau
na kukufanya kioja.
7 Wote wanaokuona watakukimbia
na kusema,
'Ninawi ipo katika kuangamia:
ni nani atakayeomboleza kwa ajili yake?'
Nitampata wapi yeyote wa kukufariji?"

8 Je, wewe ni bora kuliko No-Amoni,
uliopo katika Mto Naili,
uliozungukwa na maji?
Mto ulikuwa kinga yake,
nayo maji yalikuwa ukuta wake.
9 Kushi[a] na Misri walikuwa nguvu zake zisizo
na mpaka;
Putu na Libia walikuwa miongoni mwa
wale walioungana naye.
10 Hata hivyo alichukuliwa mateka
na kwenda uhamishoni.
Watoto wake wachanga walivunjwa vunjwa
vipande
kwenye mwanzo wa kila barabara.
Kura zilipigwa kwa watu wake wenye
heshima,
na watu wake wote wakuu walifungwa
kwa minyororo.
11 Wewe pia utalewa;
utakwenda mafichoni
na kutafuta kimbilio kutoka kwa adui.

12 Ngome zako zote ni kama mitini
yenye matunda yake ya kwanza
yaliyoiva;
wakati inapotikiswa,
tini huanguka kwenye kinywa
chake alaye.
13 Tazama vikosi vyako:
wote ni wanawake!
Malango ya nchi yako
yamekuwa wazi kwa adui zako;
moto umeteketeza mapingo yake.

14 Teka maji kwa ajili ya kuzingirwa kwako,
imarisha ulinzi wako,
Ufanyie udongo wa mfinyanzi kazi,
yakanyage matope,
karabati tanuru la kuchomea matofali!
15 Huko moto utakuteketeza,
huko upanga utakuangusha chini
na kama vile panzi, watakumaliza.
Ongezeka kama panzi,
ongezeka kama nzige!
16 Umeongeza idadi ya wafanyabiashara wako
mpaka wamekuwa wengi kuliko nyota
za angani,
lakini kama nzige wanaacha nchi tupu
kisha huruka na kwenda zake.
17 Walinzi wako ni kama nzige,
maafisa wako ni kama makundi ya nzige
watuao kwenye kuta wakati wa siku
ya baridi:
lakini wakati jua linapotokea wanaruka
kwenda zao,
na hakuna ajuaye waendako.

---

[a]9 Kushi ni Ethiopia.

[18] Ee mfalme wa Ashuru, wachungaji wako
wanasinzia;
wakuu wako wanalala chini mavumbini
kupumzika.
Watu wako wametawanyika juu ya milima
bila kuwa na mtu yeyote
wa kuwakusanya.

[19] Hakuna kitu kinachoweza kuponya
jeraha lako;
jeraha lako ni la kukuua.
Kila anayesikia habari zako,
hupiga makofi kwa kuanguka kwako,
kwa kuwa ni nani ambaye hajaguswa
na ukatili wako usio na mwisho?

HABAKUKI

1 Neno alilopokea nabii Habakuki.

Lalamiko La Habakuki

2 Ee BWANA, hata lini nitakuomba msaada,
lakini wewe husikilizi?
Au kukulilia, "Udhalimu!"
Lakini hutaki kuokoa?
3 Kwa nini unanifanya nitazame dhuluma?
Kwa nini unavumilia makosa?
Uharibifu na udhalimu viko mbele yangu;
kuna mabishano na mapambano
kwa wingi.
4 Kwa hiyo sheria imepotoshwa,
nayo haki haipo kabisa.
Waovu wanawazunguka wenye haki,
kwa hiyo haki imepotoshwa.

Jibu La BWANA

5 "Yatazame mataifa,
uangalie na ushangae kabisa.
Kwa sababu katika siku zako nitafanya kitu
ambacho hungeamini,
hata kama ungeambiwa.
6 Nitawainua Wakaldayo,
watu hao wakatili na wenye haraka,
ambao hupita dunia yote
kuteka mahali pa kuishi pasipo pao
wenyewe.
7 Ni watu wanoogopwa na wanaotisha;
wenyewe ndio sheria yao,
na huinua heshima yao wenyewe.
8 Farasi wao ni wepesi kuliko chui,
na wakali kuliko mbwa mwitu wakati
wa machweo.
Askari wapanda farasi wao huenda mbio;
waendesha farasi wao wanatoka mbali.
Wanaruka kasi kama tai ili kurarua;
9 wote wanakuja tayari kwa fujo.
Makundi yao ya wajeuri yanasonga mbele
kama upepo wa jangwani,
na kukusanya wafungwa
kama mchanga.
10 Wanawabeza wafalme,
na kuwadhihaki watawala.
Wanaicheka miji yote iliyozungushiwa
maboma;
wanafanya malundo ya udongo na kuiteka
hiyo miji.
11 Kisha wanapita kasi kama upepo
na kusonga mbele:
watu wenye hatia, ambao nguvu zao ndio
mungu wao."

Lalamiko La Pili La Habakuki

12 Ee BWANA, je, wewe sio wa tangu milele?
Mungu wangu, Uliye Mtakatifu wangu,
hatutakufa.
Ee BWANA, umewachagua wao ili
watekeleze hukumu;
Ee Mwamba, umewaamuru watuadhibu.
13 Macho yako ni safi mno hata yasiweze
kuutazama uovu,
wala huwezi kuvumilia makosa.
Kwa nini basi unawavumilia wadanganyifu?
Kwa nini unakuwa kimya wakati waovu
wanawameza wale wenye haki
kuliko wao wenyewe?
14 Umewafanya watu kama samaki baharini,
kama viumbe wa bahari wasio
na mtawala.
15 Adui mwovu anawavuta wote kwa ndoana,
anawakamata katika wavu wake,
anawakusanya katika juya lake;
kwa hiyo anashangilia na anafurahi.
16 Kwa hiyo anatoa kafara kwa wavu wake,
na kuchoma uvumba kwa juya lake,
kwa kuwa kwa wavu wake anaishi kwa
starehe,
na anafurahia chakula kizuri.
17 Je, aendelee kuwatoa walio katika
wavu wake,
akiangamiza mataifa bila huruma?

2 Nitasimama katika zamu yangu,
na kujiweka mwenyewe juu ya maboma;
nitatazama nione atakaloniambia,
na ni jibu gani nitakalotoa kuhusu
lalamiko hili.

Jibu La BWANA

2 Kisha BWANA akajibu:

"Andika ufunuo huu,
na ukaufanye wazi juu ya vibao,
ili mpiga mbiu akimbie nao.
3 Kwa kuwa ufunuo huu unasubiri wakati
uliokubalika;
unazungumzia mambo ya mwisho,
na kamwe hautakosea.
Iwapo utakawia, wewe usubiri;
kwa hakika utakuja na hautachelewa.

4 "Tazama, amejaa majivuno;
anavyovitamani si vya unyofu:
lakini mwenye haki ataishi kwa
imani yake:
5 hakika mvinyo humsaliti;
ni mwenye kiburi na hana amani.
Kwa sababu ni mlafi kama kuzimu
na kama kifo kamwe hatosheki;
anajikusanyia mataifa yote
na kuchukua watu wote mateka.

6 "Je, watu wote hawatamsuta kwa dhihaka na
kumbeza, wakisema,

" 'Ole wake yeye akusanyaye bidhaa
zilizoibwa
na kujifanyia utajiri kwa kutoza
kwa nguvu!
Ataendelea hivi kwa muda gani?'
7 Je, wadai wako hawatainuka ghafula?
Je, hawataamka na kukufanya utetemeke?
Kisha utakuwa mhanga kwao.
8 Kwa kuwa umeteka nyara mataifa mengi,
watu waliobaki watakuteka nyara wewe.
Kwa kuwa umemwaga damu ya mtu;
umeharibu nchi na miji, na kila mmoja
ndani yake.

9 "Ole wake yeye ajengaye milki yake kwa
mapato ya udhalimu,
awekaye kiota chake juu,
ili kukimbia makucha ya uharibifu!
10 Umefanya shauri la maangamizi
ya watu wengi,
ukiaibisha nyumba yako mwenyewe,
na kupotewa na maisha yako.
11 Mawe ya kuta yatapiga kelele,
na mihimili ya kazi ya mbao itarudisha
mwangwi wake.

12 "Ole wake yeye ajengaye mji kwa kumwaga
damu na kuusimamisha mji kwa uhalifu!
13 Je, Bwana Mwenye Nguvu Zote
hakuonyesha
kwamba kazi ya wanadamu ni mafuta
tu kwa ajili ya moto,
na kwamba mataifa
yanajichosha bure?
14 Kwa kuwa dunia itajazwa na maarifa
ya utukufu wa Bwana,
kama maji yaifunikavyo bahari.

15 "Ole wake yeye awapaye jirani zake kileo,
akiimimina kutoka kwenye kiriba
cha mvinyo mpaka wamelewa,
ili apate kutazama miili yao iliyo uchi.
16 Utajazwa na aibu badala ya utukufu.
Sasa ni zamu yako! Kunywa na ujifunue!
Kikombe kutoka kwenye mkono wa kuume
wa Bwana kinakujia,
na aibu itafunika utukufu wako.
17 Ukatili ulioifanyia Lebanoni utakufunika,
na uharibifu uliowafanyia wanyama
utakutisha.
Kwa sababu umemwaga damu ya mtu;
umeharibu nchi na miji na kila mmoja
aliyeko ndani yake.

18 "Sanamu ina thamani gani,
kwani mwanadamu ndiye alichonga?
Ama kinyago kinachofundisha uongo?
Kwa kuwa yeye aliyekitengeneza
hutegemea kazi ya mikono yake
mwenyewe;
hutengeneza sanamu zisizoweza
kuzungumza.
19 Ole wake yeye auambiaye mti, 'Uwe hai!'
Ama asemaye na jiwe lisilo na uhai, 'Amka!'
Je, linaweza kuongoza?
Limefunikwa kwa dhahabu na fedha;
hakuna pumzi ndani yake.
20 Lakini Bwana yuko katika Hekalu lake
takatifu;
dunia yote na inyamaze mbele yake."

Maombi Ya Habakuki

3 Sala ya nabii Habakuki iliyoimbwa kwa shigio-
nothi.[a]

2 Bwana, nimezisikia sifa zako;
nami naogopa kwa matendo yako,
Ee Bwana.
Fufua kazi yako katikati ya miaka,
katikati ya miaka tangaza habari yako;
katika ghadhabu kumbuka rehema.

3 Mungu alitoka Temani,
yeye Aliye Mtakatifu kutoka Mlima Parani.
Utukufu wake ulifunika mbingu,
na sifa zake zikaifunika dunia.
4 Mng'ao wake ulikuwa kama jua
lichomozalo;
mionzi ilimulika kutoka mkononi mwake,
ambako nguvu zake zilifichwa.
5 Tauni ilimtangulia;
maradhi ya kuambukiza yalifuata
nyayo zake.
6 Alisimama, akaitikisa dunia;
alitazama, na kuyafanya mataifa
yatetemeke.
Milima ya zamani iligeuka mavumbi
na vilima vilivyozeeka vikaanguka.
Njia zake ni za milele.
7 Niliona watu wa Kushani katika dhiki,
na makazi ya Midiani katika maumivu
makali.

8 Ee Bwana, uliikasirikia mito?
Je, ghadhabu yako ilikuwa dhidi ya vijito?
Je, ulighadhibikia bahari
ulipoendesha farasi wako
na magari yako ya ushindi?
9 Uliufunua upinde wako
na kuita mishale mingi.
Uliigawa dunia kwa mito;
10 milima ilikuona ikatetemeka.
Mafuriko ya maji yakapita huko;
vilindi vilinguruma
na kuinua mawimbi yake juu.

11 Jua na mwezi vilisimama kimya mbinguni
katika mng'ao wa mishale yako inayoruka,
na katika mng'ao wa mkuki wako
unaometameta.
12 Kwa ghadhabu ulipita juu ya dunia,
na katika hasira ulikanyaga mataifa.
13 Ulikuja kuwaokoa watu wako,
kumwokoa uliyemtia mafuta.
Ulimponda kiongozi wa nchi ya uovu,
ukamvua toka kichwani hadi wayo.

[a]1 Ni kifaa cha uimbaji chenye nyuzi; pia maombi kutumia kifaa hiki.

[14] Kwa mkuki wake mwenyewe ulitoboa
kichwa chake
wakati mashujaa wake walifurika nje kwa
kishindo kututawanya,
wakifurahi kama walio karibu kutafuna
wale wanyonge waliokuwa mafichoni.
[15] Ulikanyaga bahari kwa farasi wako,
ukisukasuka maji makuu.

[16] Nilisikia na moyo wangu ukagonga kwa nguvu,
midomo yangu ikatetemeka kwa hofu
niliposikia sauti;
uchakavu ukanyemelea mifupa yangu,
na miguu yangu ikatetemeka.
Hata hivyo nitasubiri kwa uvumilivu siku
ya maafa
kuyajilia mataifa yaliyotuvamia.

[17] Ingawa mtini hauchanui maua
na hakuna zabibu juu ya mizabibu,
ingawaje mzeituni hauzai,
na hata mashamba hayatoi chakula,
iwapo hakuna kondoo katika banda,
wala ng'ombe katika zizi,
[18] hata hivyo nitashangilia katika BWANA,
nitamfurahia Mungu Mwokozi wangu.

[19] BWANA Mwenyezi ni nguvu yangu;
huifanya miguu yangu kama
miguu ya ayala,
huniwezesha kupita juu ya vilima.

Kwa kiongozi wa uimbaji. Kwa vinanda
vyangu vya nyuzi.

SEFANIA

1 Neno la Bwana lililomjia Sefania mwana wa
Kushi, mwana wa Gedalia, mwana wa Amaria,
mwana wa Hezekia, wakati wa utawala wa Yosia
mwana wa Amoni mfalme wa Yuda:

Onyo La Maangamizi Yanayokuja

2 Bwana asema,
"Nitafagia kila kitu
kutoka kwenye uso wa dunia."
3 "Nitafagilia mbali watu na wanyama;
nitafagilia mbali ndege wa angani
na samaki wa baharini.
Wafanyao maovu watapata tu kokoto,
nami nitamkatilia mbali mwanadamu
atoke katika dunia,"
asema Bwana.

Dhidi Ya Yuda

4 "Nitaiadhibu Yuda
na wote wakaao Yerusalemu.
Kutoka mahali hapa nitakatilia mbali
kila mabaki ya Baali,
majina ya wapagani na makuhani
waabuduo sanamu:
5 wale ambao husujudu juu ya mapaa
kuabudu jeshi la vitu vya angani,
wale ambao husujudu na kuapa kwa Bwana
na ambao pia huapa kwa Malkamu,
6 wale wanaoacha kumfuata Bwana,
wala hawamtafuti Bwana
wala kutaka shauri lake.
7 Nyamazeni mbele za Bwana Mwenyezi,
kwa maana siku ya Bwana iko karibu.
Bwana ameandaa dhabihu,
amewaweka wakfu wale aliowaalika.
8 Katika siku ya dhabihu ya Bwana
nitawaadhibu wakuu
na wana wa mfalme
na wale wote wanaovaa
nguo za kigeni.
9 Katika siku hiyo nitaadhibu wote ambao
hukwepa kukanyaga kizingiti,
ambao hujaza hekalu la miungu yao
kwa dhuluma na udanganyifu."

10 Bwana asema, "Katika siku hiyo
kilio kitapanda juu kutoka lango la Samaki,
maombolezo kutoka mtaa wa pili,
na mshindo mkubwa kutoka vilimani.
11 Ombolezeni, ninyi mnaoishi katika eneo
la sokoni;
wafanyabiashara wenu wote
wameangamizwa,
wote ambao wanafanya biashara ya fedha
wataangamizwa.
12 Wakati huo nitasaka mji wa Yerusalemu
kwa taa,
na kuwaadhibu wale ambao
wanakaa katika hali ya kuridhika,
ambao ni kama divai
iliyobaki kwenye machicha,
ambao hudhani, 'Bwana hatafanya lolote,
jema au baya.'
13 Utajiri wao utatekwa nyara,
nyumba zao zitabomolewa.
Watajenga nyumba,
lakini hawataishi ndani yake;
watapanda mizabibu
lakini hawatakunywa divai yake.

Siku Kubwa Ya Bwana

14 "Siku kubwa ya Bwana iko karibu:
iko karibu na inakuja haraka.
Sikilizeni! Kilio katika siku ya Bwana
kitakuwa kichungu,
hata shujaa atapiga kelele.
15 Siku ile ni siku ya ghadhabu,
siku ya fadhaa na dhiki,
siku ya uharibifu na ukiwa,
siku ya giza na utusitusi,
siku ya mawingu na giza nene,
16 siku ya tarumbeta na mlio wa vita
dhidi ya miji yenye ngome
na dhidi ya minara mirefu.
17 Nitawaletea watu dhiki,
nao watatembea kama vipofu,
kwa sababu wametenda dhambi
dhidi ya Bwana.
Damu yao itamwagwa kama vumbi
na matumbo yao kama taka.
18 Fedha yao wala dhahabu yao
hazitaweza kuwaokoa
katika siku hiyo ya ghadhabu ya Bwana.
Katika moto wa wivu wake
dunia yote itateketezwa,
kwa maana ataleta mwisho
wa wote wanaoishi katika dunia
ghafula."

2 Kusanyikeni pamoja, kusanyikeni pamoja,
enyi taifa lisilo na aibu,
2 kabla ya wakati ulioamriwa haujafika
na siku ile inayopeperusha kama makapi,
kabla hasira kali ya Bwana haijaja juu yenu,
kabla siku ya ghadhabu ya Bwana
haijaja juu yenu.
3 Mtafuteni Bwana, enyi nyote
wanyenyekevu wa nchi,
ninyi ambao hufanya lile analoamuru.
Tafuteni haki, tafuteni unyenyekevu;
labda mtahifadhiwa
siku ya hasira ya Bwana.

Dhidi Ya Ufilisti

4 Gaza utaachwa
na Ashkeloni utaachwa magofu.
Wakati wa adhuhuri Ashdodi
utaachwa mtupu
na Ekroni utang'olewa.
5 Ole wenu ninyi ambao mnaishi kando
ya bahari,
enyi Wakerethi;
neno la BWANA liko dhidi yenu,
ee Kanaani, nchi ya Wafilisti.

"Mimi nitawaangamiza,
na hakuna atakayebaki."

6 Nchi kando ya bahari, mahali ambapo
wanaishi Wakerethi,
patakuwa mahali pa wachungaji
na mazizi ya kondoo.
7 Itakuwa mali ya mabaki ya nyumba ya Yuda,
hapo watapata malisho.
Wakati wa jioni watajilaza chini
katika nyumba za Ashkeloni.
BWANA Mungu wao atawatunza,
naye atawarudishia wafungwa wao.

Dhidi Ya Moabu Na Amoni

8 "Nimeyasikia matukano ya Moabu
nazo dhihaka za Waamoni,
ambao waliwatukana watu wangu
na kutoa vitisho dhidi ya nchi yao.
9 Hakika, kama niishivyo,"
asema BWANA Mwenye Nguvu Zote,
Mungu wa Israeli,
"hakika Moabu itakuwa kama Sodoma,
Waamoni kama Gomora:
mahali pa magugu na mashimo ya chumvi,
nchi ya ukiwa milele.
Mabaki ya watu wangu watawateka nyara;
mabaki ya taifa langu watarithi nchi yao."

10 Hiki ndicho watarudishiwa kwa ajili
ya kiburi chao,
kwa kutukana na kudhihaki
watu wa BWANA Mwenye Nguvu Zote.
11 BWANA atakuwa wa kuhofisha kwao
atakapoangamiza miungu yote ya nchi.
Mataifa katika kila pwani yatamwabudu,
kila moja katika nchi yake.

Dhidi Ya Kushi

12 "Ninyi pia, ee Wakushi,
mtauawa kwa upanga wangu."

Dhidi Ya Ashuru

13 Mungu atanyoosha mkono wake dhidi
ya kaskazini
na kuangamiza Waashuru,
akiiacha Ninawi ukiwa
na pakame kama jangwa.
14 Makundi ya kondoo na ng'ombe
yatajilaza pale,
viumbe vya kila aina.
Bundi wa jangwani na bundi waliao kwa
sauti nyembamba
wataishi juu ya nguzo zake.
Mwangwi wa kuita kwao utapita
madirishani,
kifusi kitakuwa milangoni,
boriti za mierezi zitaachwa wazi.
15 Huu ndio mji uliotukuka na kuishi kwa
furaha
wakijisikia salama.
Ulisema moyoni mwako,
"Mimi ndimi, na wala hapana mwingine
ila mimi."
Jinsi gani umekuwa gofu,
mahali pa kulala wanyama pori!
Wote wanaopita kando yake wanauzomea
na kutikisa mkono kwa dharau.

Hatima Ya Yerusalemu

3 Ole mji wa wadhalimu,
waasi na waliotiwa unajisi!
2 Hautii mtu yeyote,
haukubali maonyo.
Haumtumaini BWANA,
haukaribii karibu na Mungu wake.
3 Maafisa wake ni simba wangurumao,
watawala wake ni mbwa mwitu wa jioni,
ambao hawabakizi chochote
kwa ajili ya asubuhi.
4 Manabii wake ni wenye kiburi,
ni wadanganyifu.
Makuhani wake hunajisi patakatifu
na kuihalifu sheria.
5 BWANA aliye ndani yake ni mwenye haki,
hafanyi kosa.
Asubuhi kwa asubuhi hutoa haki yake,
kila kukipambazuka huitimiza,
bali mtu dhalimu hana aibu.

6 "Nimeyafutilia mbali mataifa,
ngome zao zimebomolewa.
Nimeziacha barabara ukiwa,
hakuna anayepita humo.
Miji yao imeharibiwa;
hakuna mmoja atakayeachwa:
hakuna hata mmoja.
7 Niliuambia huo mji,
'Hakika utaniogopa na kukubali
maonyo!'
Ndipo makao yake hayatafutiliwa mbali,
wala adhabu zangu zote hazitakuja
juu yake.
Lakini walikuwa bado na shauku
kutenda kwa upotovu katika yote
waliyofanya."
8 BWANA anasema,
"Kwa hiyo ningojee mimi,
siku nitakayosimama kuteka nyara.
Nimeamua kukusanya mataifa,
kukusanya falme
na kumimina ghadhabu yangu juu yao,
hasira yangu kali yote.
Dunia yote itateketezwa
kwa moto wa wivu wa hasira yangu.

9 "Ndipo nitatakasa midomo ya mataifa,
kwamba wote waweze kuliitia jina la BWANA
na kumtumikia kwa pamoja.
10 Kutoka ng'ambo ya mito ya Kushi
watu wangu wanaoniabudu,
watu wangu waliotawanyika,
wataniletea sadaka.
11 Siku hiyo hutaaibishwa
kwa ajili ya makosa yote ulionitendea,
kwa sababu nitawaondoa kutoka mji huu
wale wote wanaoshangilia
katika kiburi chao.
Kamwe hutajivuna tena
katika kilima changu kitakatifu.
12 Lakini nitakuachia ndani yako
wapole na wanyenyekevu,
ambao wanatumaini jina la BWANA.
13 Mabaki ya Israeli hayatafanya kosa;
hawatasema uongo,
wala udanganyifu hautakuwa
katika vinywa vyao.
Watakula na kulala
wala hakuna yeyote
atakayewaogopesha."

14 Imba, ee Binti Sayuni;
paza sauti, ee Israeli!
Furahi na kushangilia kwa moyo wako wote,
ee Binti Yerusalemu!
15 BWANA amekuondolea adhabu yako,
amewarudisha nyuma adui zako.
BWANA, Mfalme wa Israeli, yu pamoja nawe;
kamwe hutaogopa tena madhara yoyote.
16 Katika siku hiyo watauambia Yerusalemu,
"Usiogope, ee Sayuni;
usiiache mikono yako ilegee.
17 BWANA Mungu wako yu pamoja nawe,
yeye ni mwenye nguvu kuokoa.
Atakufurahia kwa furaha kubwa,
atakutuliza kwa pendo lake,
atakufurahia kwa kuimba."

18 "Huzuni katika sikukuu zilizoamriwa
nitaziondoa kwenu;
hizo ni mzigo na fedheha kwenu.
19 Wakati huo nitawashughulikia
wote waliokudhulumu;
nitaokoa vilema na kukusanya
wale ambao wametawanywa.
Nitawapa sifa na heshima
katika kila nchi ambayo waliaibishwa.
20 Wakati huo nitawakusanya;
wakati huo nitawaleta nyumbani.
Nitawapa sifa na heshima
miongoni mwa mataifa yote ya dunia
wakati nitakapowarudishia mateka yenu
mbele ya macho yenu hasa,"
asema BWANA.

HAGAI

Wito Wa Kuijenga Nyumba Ya Bwana

1 Katika mwaka wa pili wa utawala wa Mfalme
Dario wa Uajemi, katika siku ya kwanza ya
mwezi wa sita, neno la Bwana lilikuja kupitia
kwa nabii Hagai kwenda kwa Zerubabeli mwana
wa Shealtieli, mtawala wa Yuda na kwa Yoshua[a]
mwana wa kuhani mkuu Yehosadaki:
2 Hivi ndivyo asemavyo Bwana Mwenye Nguvu
Zote: "Hawa watu husema, 'Wakati haujawadia wa
kujenga nyumba ya Bwana.' "
3 Kisha neno la Bwana likaja kupitia kwa nabii
Hagai: 4 "Je, ni wakati wenu ninyi wa kuishi katika
nyumba zenu zilizojengwa vizuri, wakati hii nyu-
mba ikibaki, gofu?"
5 Sasa hili ndilo asemalo Bwana Mwenye Nguvu
Zote: "Zitafakarini vyema njia zenu. 6 Mmepanda
vingi, lakini mmevuna haba. Mnakula lakini
hamshibi, mnakunywa, lakini hamtosheki. Mnavaa
nguo, lakini hamsikii joto. Mnapata mishahara,
lakini inatoweka kama imewekwa kwenye mfuko
uliotobokatoboka."
7 Hili ndilo asemalo Bwana Mwenye Nguvu Zote:
"Zitafakarini vyema njia zenu. 8 Pandeni milimani
mkalete miti na kujenga nyumba, ili nipate kuifu-
rahia, na nitukuzwe," asema Bwana. 9 "Mlitarajia
mengi, kumbe, yametokea kidogo. Ulichokileta
nyumbani nilikipeperusha. Kwa nini?" asema
Bwana Mwenye Nguvu Zote. "Ni kwa sababu ya
nyumba yangu, inayobaki katika hali ya magofu,
wakati kila mmoja wenu anajishughulisha na
nyumba yake mwenyewe. 10 Kwa hiyo, kwa sababu
yenu mbingu zimezuia umande wake na ardhi
mavuno yake. 11 Niliita ukame mashambani na
milimani, kwenye nafaka, mvinyo mpya, mafuta
pamoja na chochote kinachozalishwa na ardhi, juu
ya watu na ng'ombe, pamoja na kazi za mikono
yenu."

12 Kisha Zerubabeli mwana wa Shealtieli, Yoshua
kuhani mkuu mwana wa Yehosadaki, pamoja na
mabaki yote ya watu wakaitii sauti ya Bwana
Mungu wao pamoja na ujumbe wa nabii Hagai,
kwa sababu alikuwa ametumwa na Bwana Mungu
wao. Watu walimwogopa Bwana.
13 Kisha Hagai, mjumbe wa Bwana, akawapa
watu ujumbe huu wa Bwana: "Mimi niko pamoja
nanyi," asema Bwana. 14 Kwa hiyo Bwana akacho-
chea roho ya Zerubabeli mwana wa Shealtieli,
mtawala wa Yuda, na roho ya kuhani mkuu Yoshua
mwana wa Yehosadaki, pamoja na roho za mabaki
yote ya watu. Walikuja wakaanza kufanya kazi
katika nyumba ya Bwana Mwenye Nguvu Zote,
Mungu wao, 15 katika siku ya ishirini na nne mwezi
wa sita, katika mwaka wa pili wa utawala wa Mfa-
lme Dario.

Utukufu Ulioahidiwa Wa Nyumba Mpya

2 Katika siku ya ishirini na moja ya mwezi wa
saba, neno la Bwana lilikuja kupitia nabii
Hagai, kusema: 2 "Sema na Zerubabeli mwana
wa Shealtieli, mtawala wa Yuda, kuhani mkuu
Yoshua mwana wa Yehosadaki, na mabaki ya
watu. Uwaulize, 3 'Ni nani miongoni mwenu ali-
yebaki ambaye aliiona hii nyumba katika utukufu
wake wa mwanzo? Sasa inaonekanaje kwenu?
Je, haionekani kwenu kama si kitu? 4 Lakini sasa
uwe imara, ee Zerubabeli,' asema Bwana. 'Kuwa
imara, ee kuhani mkuu Yoshua mwana wa Yehosa-
daki. Mwe imara, enyi watu wote wa nchi,' asema
Bwana, 'na mfanye kazi. Kwa kuwa mimi nipo
pamoja nanyi,' asema Bwana Mwenye Nguvu
Zote. 5 'Hili ndilo nililoagana nanyi mlipotoka
katika nchi ya Misri. Pia Roho wangu anadumu
katikati yenu. Msiogope.'
6 "Hili ndilo asemalo Bwana Mwenye Nguvu
Zote: 'Baada ya muda kidogo kwa mara nyi-
ngine nitazitikisa mbingu na nchi, bahari na
nchi kavu. 7 Nitatikisa mataifa yote, nacho kile
kinachotamaniwa na mataifa yote kitakuja,
nami nitaujaza utukufu katika nyumba hii,'
asema Bwana Mwenye Nguvu Zote. 8 'Fedha ni
mali yangu na dhahabu ni mali yangu,' asema
Bwana Mwenye Nguvu Zote. 9 'Utukufu wa
nyumba hii ya sasa utakuwa mkubwa kuliko
utukufu wa ile nyumba ya mwanzoni,' asema
Bwana Mwenye Nguvu Zote. 'Na mahali hapa
nitawapa amani,' asema Bwana Mwenye Nguvu
Zote."

Baraka Kwa Watu Waliotiwa Unajisi

10 Katika siku ya ishirini na nne ya mwezi wa
tisa, katika mwaka wa pili wa utawala wa Mfalme
Dario, neno la Bwana lilikuja kwa nabii Hagai:
11 "Hili ndilo asemalo Bwana Mwenye Nguvu
Zote: 'Ulizeni makuhani jinsi sheria inavyosema:
12 Kama mtu akibeba nyama iliyowekwa wakfu
katika pindo la vazi lake, kisha lile pindo lika-
gusa mkate au mchuzi, divai, mafuta au chakula
kingine, je, kitu hicho kitakuwa kimewekwa
wakfu?' "
Makuhani wakajibu, "La hasha."
13 Kisha Hagai akasema, "Je, kama mtu aliye-
tiwa unajisi kwa kugusa maiti akigusa mojawapo
ya vitu hivi, kitu hicho kitakuwa kimetiwa una-
jisi?"
Makuhani wakajibu, "Ndiyo, huwa kimenaji-
siwa."
14 Kisha Hagai akasema, " 'Basi ndivyo walivyo
machoni pangu hawa watu na taifa hili,' asema
Bwana. 'Lolote wafanyalo na chochote watoacho
hapo ni najisi.
15 " 'Sasa fikirini kwa uangalifu kuanzia
leo na kuendelea: tafakarini jinsi mambo

---

[a]1 Yoshua kwa Kiebrania ni Yeshua, maana yake ni Yehova ni wokovu.

yalivyokuwa kabla halijawekwa jiwe moja juu
ya lingine katika Hekalu la BWANA. [16] Wakati mtu
alipoendea lundo la nafaka la vipimo ishirini,
kulikuwa na vipimo kumi tu. Wakati mtu alipoe-
ndea pipa la mvinyo ili kuchota vipimo hamsini,
kulikuwa na vipimo ishirini tu. [17] Kazi zenu zote
za mikono nilizipiga kwa ukame, ukungu na
mvua ya mawe, lakini hata hivyo, hamkuni-
geukia mimi,' asema BWANA. [18] 'Tangu leo na
kuendelea, kuanzia siku hii ya ishirini na nne
ya mwezi wa tisa, tafakarini siku ambayo msingi
wa Hekalu la BWANA uliwekwa. Tafakarini: [19] Je,
bado kuna mbegu iliyobakia ghalani? Mpaka
sasa, hakuna mzabibu au mtini, mkomamanga
wala mzeituni uliozaa tunda.

" 'Kuanzia leo na kuendelea, nitawabariki.' "

Zerubabeli Pete Ya Muhuri Ya BWANA

[20] Neno la BWANA likamjia Hagai kwa mara ya pili
katika siku ya ishirini na nne ya mwezi kusema:
[21] "Mwambie Zerubabeli mtawala wa Yuda kwa-
mba nitazitikisa mbingu na nchi. [22] Nitapindua viti
vya enzi vya falme, na kuziharibu kabisa nguvu
za falme za kigeni. Nitapindua magari ya vita
pamoja na waendeshaji wake; farasi na wapanda
farasi wataanguka, kila mmoja kwa upanga wa
ndugu yake.

[23] " 'Katika siku ile,' asema BWANA Mwenye
Nguvu Zote, 'nitakuchukua wewe, mtumishi
wangu Zerubabeli mwana wa Shealtieli,' asema
BWANA. 'Nitakufanya kama pete yangu ya muhuri,
kwa kuwa nimekuchagua,' asema BWANA Mwenye
Nguvu Zote."

ZEKARIA

Wito Wa Kumrudia Bwana

1 Katika mwezi wa nane wa mwaka wa pili wa utawala wa Mfalme Dario, neno la BWANA lilimjia nabii Zekaria mwana wa Berekia, mwana wa Ido, kusema:

2 "BWANA aliwakasirikia sana baba zako wa zamani. 3 Kwa hiyo waambie watu: Hivi ndivyo BWANA Mwenye Nguvu Zote asemavyo: 'Nirudieni mimi,' asema BWANA Mwenye Nguvu Zote, 'nami nitawarudia ninyi,' asema BWANA Mwenye Nguvu Zote. 4 Msiwe kama baba zenu, ambao manabii waliotangulia waliwatangazia: Hivi ndivyo BWANA Mwenye Nguvu Zote asemavyo: 'Geukeni, mziache njia zenu mbaya na matendo yenu maovu.' Lakini hawakunisikiliza wala kufuata maelekezo yangu, asema BWANA. 5 Wako wapi baba zako sasa? Nao manabii, je, wanaishi milele? 6 Je, maneno yangu na amri zangu nilizowaagiza manabii watumishi wangu, hayakuwapata baba zenu?"

"Kisha walitubu na kusema, 'BWANA Mwenye Nguvu Zote ametutenda sawasawa na njia zetu na matendo yetu yalivyostahili, kama alivyokusudia kufanya.' "

Maono Ya Kwanza: Mtu Katikati Ya Miti Ya Mihadasi

7 Katika siku ya ishirini na nne ya mwezi wa kumi na moja, yaani mwezi uitwao Shebati, katika mwaka wa pili wa utawala wa Mfalme Dario, neno la BWANA lilimjia nabii Zekaria mwana wa Berekia mwana wa Ido.

8 Wakati wa usiku nilipata maono, mbele yangu alikuwepo mtu akiendesha farasi mwekundu! Alikuwa amesimama katikati ya miti ya mihadasi kwenye bonde. Nyuma yake walikuwepo farasi wekundu, wa kikahawia na weupe.

9 Nikauliza, "Hivi ni vitu gani bwana wangu?"

Malaika aliyekuwa akizungumza na mimi akanijibu, "Nitakuonyesha kuwa ni nini."

10 Kisha yule mtu aliyesimama katikati ya miti ya mihadasi akaeleza, "Ni wale ambao BWANA amewatuma waende duniani kote."

11 Nao wakatoa taarifa kwa yule malaika wa BWANA, aliyekuwa amesimama katikati ya miti ya mihadasi, "Tumepita duniani kote na kukuta ulimwengu wote umepumzika kwa amani."

12 Kisha malaika wa BWANA akasema, "BWANA Mwenye Nguvu Zote, utazuia mpaka lini rehema kutoka Yerusalemu na miji ya Yuda, ambayo umeikasirikia kwa miaka hii sabini?" 13 Kwa hiyo BWANA akazungumza maneno ya upole na ya kufariji kwa malaika aliyezungumza nami.

14 Kisha malaika yule aliyekuwa akizungumza nami akasema, "Tangaza neno hili: Hili ndilo BWANA Mwenye Nguvu Zote asemalo: 'Nina wivu sana kwa ajili ya Yerusalemu na Sayuni, 15 lakini nimeyakasirikia sana mataifa yanayojisikia kuwa yako salama. Nilikuwa nimewakasirikia Israeli kidogo tu, lakini mataifa hayo yaliwazidishia maafa.'

16 "Kwa hiyo, hivi ndivyo asemavyo BWANA: 'Nitairudia Yerusalemu kwa rehema na huko nyumba yangu itajengwa tena. Nayo kamba ya kupimia itanyooshwa Yerusalemu,' asema BWANA Mwenye Nguvu Zote.

17 "Endelea kutangaza zaidi kwamba: Hivi ndivyo asemavyo BWANA Mwenye Nguvu Zote: 'Miji yangu itafurika tena ustawi na BWANA atamfariji tena Sayuni na kumchagua Yerusalemu.' "

Maono Ya Pili: Pembe Nne Na Mafundi Wanne

18 Kisha nikatazama juu, na pale mbele yangu nikaona pembe nne! 19 Nikamuuliza yule malaika aliyekuwa akizungumza nami, "Ni nini hivi?"

Akanijibu, "Hizi ni zile pembe zilizowatawanya Yuda, Israeli na Yerusalemu."

20 Kisha BWANA akanionyesha mafundi wanne. 21 Nikauliza, "Hawa wanakuja kufanya nini?"

Akanijibu, "Hizi ndizo pembe zilizowatawanya Yuda ili asiwepo atakayeweza kuinua kichwa chake, lakini mafundi wamekuja kuzitia hofu na kuzitupa chini hizi pembe za mataifa ambayo yaliinua pembe zao dhidi ya nchi ya Yuda na kuwatawanya watu wake."

Maono Ya Tatu: Mtu Mwenye Kamba Ya Kupimia

2 Kisha nikatazama juu: pale mbele yangu alikuwepo mtu mwenye kamba ya kupimia mkononi mwake! 2 Nikamuuliza, "Unakwenda wapi?"

Akanijibu, "Kupima Yerusalemu, kupata urefu na upana wake."

3 Kisha malaika aliyekuwa akizungumza nami akaondoka, malaika mwingine akaja kukutana naye 4 na kumwambia: "Kimbia, umwambie yule kijana, 'Yerusalemu utakuwa mji usio na kuta kwa sababu ya wingi wa watu na mifugo iliyomo. 5 Mimi mwenyewe nitakuwa ukuta wa moto kuuzunguka,' asema BWANA, 'nami nitakuwa utukufu wake ndani yake.'

6 "Njooni! Njooni! Kimbieni mtoke katika nchi ya kaskazini," asema BWANA, "Kwa kuwa nimewatawanya kwenye pande nne za mbingu," asema BWANA.

7 "Njoo, ee Sayuni! Kimbia, wewe ukaaye ndani ya Binti Babeli!" 8 Kwa kuwa hivi ndivyo asemavyo BWANA Mwenye Nguvu Zote: "Baada ya yeye kuniheshimu na kunituma mimi dhidi ya mataifa yaliyokuteka nyara, kwa kuwa yeyote awagusaye ninyi, anaigusa mboni ya jicho lake, 9 hakika nitauinua mkono wangu dhidi yao ili watumwa wao wawateke nyara. Ndipo mtakapojua ya kwamba BWANA Mwenye Nguvu Zote amenituma.

10 "Piga kelele na ufurahie, ee Binti Sayuni, kwa maana ninakuja, nami nitaishi miongoni mwenu," asema BWANA. 11 "Mataifa mengi yataunganishwa

na BWANA siku hiyo, nao watakuwa watu wangu.
Nitaishi miongoni mwenu nanyi mtajua kwamba
BWANA Mwenye Nguvu Zote amenituma kwenu.
12 BWANA atairithi Yuda kama fungu lake katika nchi
takatifu na atachagua tena Yerusalemu. 13 Tulieni
mbele za BWANA, enyi watu wote, kwa sababu
ameinuka kutoka makao yake matakatifu."

Maono Ya Nne: Mavazi Safi Kwa Ajili Ya Kuhani Mkuu

3 Kisha akanionyesha Yoshua,[a] kuhani mkuu,
akiwa amesimama mbele ya malaika wa BWANA,
naye Shetani amesimama upande wake wa kuume
ili amshtaki. 2 BWANA akamwambia Shetani, "BWANA
akukemee Shetani! BWANA, ambaye ameichagua
Yerusalemu, akukemee! Je, mtu huyu siyo kijinga
kinachowaka kilichonyakuliwa kwenye moto?"
3 Wakati huu, Yoshua alikuwa amevaa nguo
chafu alipokuwa amesimama mbele ya malaika.
4 Malaika akawaambia wale waliokuwa wamesi-
mama mbele yake, "Mvueni hizo nguo zake chafu."
Kisha akamwambia Yoshua, "Tazama, nimeio-
ndoa dhambi yako, nami nitakuvika mavazi ya
kitajiri."
5 Kisha nikasema, "Mvike kilemba kilicho safi
kichwani mwake." Kwa hiyo wakamvika kilemba
safi kichwani na kumvika yale mavazi mengine,
wakati malaika wa BWANA akiwa amesimama
karibu.
6 Malaika wa BWANA akamwamuru Yoshua:
7 "Hivi ndivyo asemavyo BWANA Mwenye Nguvu
Zote: 'Ikiwa utakwenda katika njia zangu na
kushika masharti yangu, basi utaitawala nyumba
yangu na kuwa na amri juu ya nyua zangu, nami
nitakupa nafasi miongoni mwa hawa wasimamao
hapa.
8 " 'Sikiliza, ee Yoshua kuhani mkuu, pamoja na
wenzako walioketi mbele yako, ambao ni watu
walio ishara ya mambo yatakayokuja: Ninakwenda
kumleta mtumishi wangu, Tawi. 9 Tazama, jiwe
nililoliweka mbele ya Yoshua! Kuna macho saba
juu ya jiwe lile moja, nami nitachora maandishi juu
yake,' asema BWANA Mwenye Nguvu Zote, 'nami
nitaiondoa dhambi ya nchi hii kwa siku moja.
10 " 'Katika siku hiyo kila mmoja wenu atamwa-
lika jirani yake akae chini ya mzabibu wake na
mtini wake,' asema BWANA Mwenye Nguvu Zote."

Maono Ya Tano: Kinara Cha Taa Cha Dhahabu Na Mizeituni Miwili

4 Kisha malaika aliyezungumza nami akarudi na
kuniamsha, kama mtu aamshwavyo kutoka usi-
ngizi wake. 2 Akaniuliza, "Unaona nini?"
Nikajibu, "Ninaona kinara cha taa cha dhahabu
tupu, nacho kina bakuli juu yake na taa zake saba
juu yake, tena iko mirija saba ya kuleta mafuta,
kwenye taa zote zilizo juu yake. 3 Pia kuna mizei-
tuni miwili karibu yake, mmoja upande wa kuume
wa bakuli na mwingine upande wa kushoto."
4 Nikamuuliza malaika aliyezungumza nami,
"Hivi ni vitu gani, bwana wangu?"
5 Akanijibu, "Hujui kuwa hivi ni vitu gani?"
Nikajibu, "Hapana, bwana wangu."
6 Kisha akaniambia, "Hili ni neno la BWANA kwa
Zerubabeli: 'Si kwa uwezo, wala si kwa nguvu, bali
ni kwa Roho yangu,' asema BWANA Mwenye Nguvu
Zote.
7 "Wewe ni kitu gani, ee mlima mkubwa sana?
Mbele ya Zerubabeli wewe utakuwa ardhi tamba-
rare. Kisha ataweka jiwe la juu kabisa la mwisho na
watu wakipiga kelele wakisema, 'Mungu libariki!
Mungu libariki!' "
8 Kisha neno la BWANA likanijia: 9 "Mikono ya
Zerubabeli iliweka msingi wa Hekalu hili, mikono
yake pia italimalizia. Kisha mtajua ya kuwa BWANA
Mwenye Nguvu Zote amenituma mimi kwenu.
10 "Ni nani anayeidharau siku ya mambo
madogo? Watu watashangilia watakapoona timazi
mkononi mwa Zerubabeli.
"(Hizi saba ni macho ya BWANA ambayo huzu-
nguka duniani kote.)"
11 Kisha nikamuuliza yule malaika, "Hii mizei-
tuni miwili iliyoko upande wa kuume na wa
kushoto wa kinara cha taa ni nini?"
12 Tena nikamuuliza, "Haya matawi mawili ya
mizeituni karibu na hiyo mirija miwili ya dhahabu
inayomimina mafuta ya dhahabu ni nini?"
13 Akajibu, "Hujui kuwa haya ni nini?"
Nikamjibu, "Hapana, bwana wangu."
14 Kwa hiyo akasema, "Hawa ni wawili ambao
wamepakwa mafuta ili kumtumikia Bwana wa
dunia yote."

Maono Ya Sita: Kitabu Kinachoruka

5 Nikatazama tena: na hapo mbele yangu kuli-
kuwa na kitabu kilichoruka!
2 Akaniuliza, "Unaona nini?"
Nikamjibu, "Naona kitabu kinachoruka che-
nye, urefu wa dhiraa ishirini[b] na upana wa dhiraa
kumi."[c]
3 Akaniambia, "Hii ni laana inayotoka kwenda
juu ya nchi yote, kwa kuwa kufuatana na yale
yaliyoandikwa katika upande mmoja, kila mwizi
atafukuziwa mbali, pia kufuatana na yaliyo upande
wa pili, kila aapaye kwa uongo atafukuziwa mbali.
4 BWANA Mwenye Nguvu Zote asema, 'Nitaituma
hiyo laana, nayo itaingia katika nyumba ya mwizi
na nyumba ya huyo aapaye kwa uongo kwa Jina
langu. Itabaki katika nyumba yake na kuiharibu,
pamoja na mbao zake na mawe yake.' "

Maono Ya Saba: Mwanamke Ndani Ya Kikapu

5 Kisha yule malaika aliyekuwa akizungumza
nami akanijia na kuniambia, "Tazama juu uone
ni nini kile kinachojitokeza."
6 Nikamuuliza, "Ni kitu gani?"
Akanijibu, "Ni kikapu cha kupimia." Kisha
akaongeza kusema, "Huu ni uovu wa watu katika
nchi nzima."
7 Kisha kifuniko kilichotengenezwa kwa madini
ya risasi kilichokuwa kimefunika kile kikapu,
kiliinuliwa na ndani ya kile kikapu alikuwako
mwanamke ameketi! 8 Akasema, "Huu ni uovu,"

---

[a]1 Yoshua kwa Kiebrania ni Yeshua, maana yake ni Yehova ni wokovu.

[b]2 Dhiraa 20 ni sawa na mita 9.
[c]2 Dhiraa 10 ni sawa mita 4.5.

tena akamsukumia ndani ya kikapu na kushindilia kifuniko juu ya mdomo wa kikapu.

9 Kisha nikatazama juu: na pale mbele yangu, walikuwepo wanawake wawili, wakiwa na upepo katika mabawa yao! Walikuwa na mabawa kama ya korongo, nao wakainua kile kikapu na kuruka nacho kati ya mbingu na nchi.

10 Nikamuuliza yule malaika aliyekuwa akizungumza nami, “Wanakipeleka wapi hicho kikapu?”

11 Akanijibu, “Wanakipeleka katika nchi ya Babeli na kujenga nyumba kwa ajili yake. Itakapokuwa tayari, kikapu kitawekwa pale mahali pake.”

Maono Ya Nane: Magari Manne Ya Vita

6 Nikatazama juu tena: nikaona mbele yangu magari manne ya vita yakija kutoka kati ya milima miwili, milima ya shaba! 2 Gari la kwanza lilivutwa na farasi wekundu, la pili lilivutwa na farasi weusi, 3 la tatu lilivutwa na farasi weupe na gari la nne lilivutwa na farasi wa madoadoa ya kijivu, wote wenye nguvu. 4 Nikamuuliza malaika aliyekuwa akizungumza nami, “Hawa ni nani bwana wangu?”

5 Malaika akanijibu, “Hizi ni roho nne za mbinguni zisimamazo mbele ya uwepo wa Bwana wa dunia yote, zinatoka kwenda kufanya kazi yake. 6 Gari linalovutwa na farasi weusi linaelekea katika nchi ya kaskazini, la farasi weupe linaelekea magharibi na la farasi wa madoadoa ya kijivu linaelekea kusini.”

7 Wakati hao farasi wenye nguvu walipokuwa wakitoka, walikuwa wakijitahidi kwenda duniani kote. Akasema, “Nenda duniani kote!” Kwa hiyo wakaenda duniani kote.

8 Kisha akaniita, “Tazama, wale wanaokwenda kuelekea nchi ya kaskazini wamepumzisha Roho yangu katika nchi ya kaskazini.”

Taji Kwa Ajili Ya Yoshua

9 Neno la BWANA likanijia kusema: 10 “Chukua fedha na dhahabu kutoka kwa watu waliohamishwa, yaani Heldai, Tobia na Yedaya ambao wamefika kutoka Babeli. Siku iyo hiyo nenda nyumbani kwa Yosia mwana wa Sefania. 11 Chukua fedha na dhahabu utengeneze taji, nawe uiweke kichwani mwa kuhani mkuu Yoshua, mwana wa Yehosadaki. 12 Umwambie, hili ndilo asemalo BWANA Mwenye Nguvu Zote: ‘Huyu ndiye mtu ambaye jina lake ni Tawi, naye atachipua kutoka mahali pake na kujenga Hekalu la BWANA. 13 Ni yeye atakayejenga Hekalu la BWANA, naye atavikwa utukufu na ataketi kumiliki katika kiti cha enzi naye atakuwa kuhani katika kiti chake cha enzi. Hapo patakuwa amani kati ya hao wawili.’ 14 Taji itatolewa kwa Heldai, Tobia, Yedaya na Heni mwana wa Sefania kama kumbukumbu ndani ya Hekalu la BWANA. 15 Wale walio mbali sana watakuja na kusaidia kulijenga Hekalu la BWANA, nanyi mtajua ya kwamba BWANA Mwenye Nguvu Zote amenituma kwenu. Hili litatokea ikiwa mtamtii BWANA Mungu wenu kwa bidii.”

Haki Na Rehema, Sio Kufunga

7 Katika mwaka wa nne wa utawala wa Mfalme Dario, neno la BWANA lilimjia Zekaria siku ya nne ya mwezi wa tisa, mwezi wa Kisleu. 2 Watu wa Betheli walikuwa wamemtuma Shareza na Regem-Meleki pamoja na watu wao, kumsihi BWANA 3 kwa kuwauliza makuhani wa nyumba ya BWANA Mwenye Nguvu Zote na manabii, “Je, imempasa kuomboleza na kufunga katika mwezi wa tano, kama ambavyo nimekuwa nikifanya kwa miaka mingi?”

4 Kisha neno la BWANA Mwenye Nguvu Zote likanijia kusema: 5 “Waulize watu wote wa nchi na makuhani, ‘Je, mlipofunga na kuomboleza katika mwezi wa tano na wa saba kwa miaka sabini iliyopita, mlifunga kweli kwa ajili yangu? 6 Na mlipokuwa mkila na kunywa, je, hamkuwa mnasherehekea kwa ajili ya nafsi zenu? 7 Je, haya sio maneno ya BWANA aliyosema kupitia manabii waliotangulia, wakati Yerusalemu pamoja na miji inayoizunguka ilipokuwa katika hali ya utulivu na ya mafanikio, wakati Negebu na Shefala zikiwa zimekaliwa na watu?’ ”

8 Neno la BWANA likamjia tena Zekaria: 9 “Hivi ndivyo asemavyo BWANA Mwenye Nguvu Zote: ‘Fanyeni hukumu za haki, onyesheni rehema na huruma ninyi kwa ninyi. 10 Msimwonee mjane wala yatima, mgeni wala maskini. Msiwaziane mabaya mioyoni mwenu ninyi kwa ninyi.’

11 “Lakini wakakataa kusikiliza, wakanipa kisogo kwa ukaidi na kuziba masikio yao. 12 Wakaifanya mioyo yao migumu kama jiwe gumu na hawakuisikiliza sheria au maneno ambayo BWANA Mwenye Nguvu Zote aliyatuma kwa njia ya Roho wake kupitia manabii waliotangulia. Kwa hiyo BWANA Mwenye Nguvu Zote alikasirika sana.

13 “ ‘Wakati nilipoita, hawakusikiliza, kwa hiyo walipoita, sikusikiliza,’ asema BWANA Mwenye Nguvu Zote. 14 ‘Niliwatawanya kwa upepo wa kisulisuli miongoni mwa mataifa yote, mahali ambapo walikuwa wageni. Nchi ikaachwa ukiwa nyuma yao kiasi kwamba hakuna aliyeweza kuingia au kutoka. Hivi ndivyo walivyoifanya ile nchi iliyokuwa imependeza kuwa ukiwa.’ ”

BWANA Anaahidi Kuibariki Yerusalemu

8 Neno la BWANA Mwenye Nguvu Zote likanijia tena. 2 Hili ndilo asemalo BWANA Mwenye Nguvu Zote: “Nina wivu sana kwa ajili ya Sayuni, ninawaka wivu kwa ajili yake.”

3 Hili ndilo asemalo BWANA: “Nitarudi Sayuni na kufanya makao Yerusalemu. Kisha Yerusalemu utaitwa mji wa kweli, mlima wa BWANA Mwenye Nguvu Zote utaitwa Mlima Mtakatifu.”

4 Hili ndilo asemalo BWANA Mwenye Nguvu Zote: “Kwa mara nyingine tena wazee wanaume kwa wanawake walioshiba umri wataketi katika barabara za Yerusalemu, kila mmoja akiwa na mkongojo wake mkononi kwa sababu ya umri wake. 5 Barabara za mji zitajaa wavulana na wasichana wanaocheza humo.”

6 Hili ndilo asemalo BWANA Mwenye Nguvu Zote: “Mambo haya yanaweza kuonekana ya ajabu kwa mabaki ya watu wakati huo, lakini yaweza kuwa ya ajabu kwangu?” asema BWANA Mwenye Nguvu Zote.

7 Hili ndilo asemalo BWANA Mwenye Nguvu Zote:

"Nitawaokoa watu wangu kutoka nchi za mashariki
na magharibi. 8 Nitawarudisha waje kuishi Yeru-
salemu, watakuwa watu wangu nami nitakuwa
mwaminifu na wa haki kwao kama Mungu wao."
9 Hili ndilo asemalo Bwana Mwenye Nguvu
Zote: "Ninyi ambao sasa mnasikia maneno haya
yanayozungumzwa na manabii ambao walikuwepo
wakati wa kuwekwa kwa msingi wa nyumba ya
Bwana Mwenye Nguvu Zote, mikono yenu na iwe
na nguvu ili Hekalu liweze kujengwa. 10 Kabla ya
wakati huo, hapakuwepo na ujira kwa mtu wala
mnyama. Hakuna mtu aliyeweza kufanya shughuli
yake kwa usalama kwa sababu ya adui yake, kwa
kuwa nilikuwa nimemfanya kila mtu adui wa jirani
yake. 11 Lakini sasa sitawatendea mabaki ya watu
hawa kama nilivyowatenda zamani," asema Bwana
Mwenye Nguvu Zote.
12 "Mbegu itakua vizuri, mzabibu utazaa matu-
nda yake, ardhi itatoa mazao yake, na mbingu
zitadondosha umande wake. Vitu hivi vyote
nitawapa mabaki ya watu kama urithi wao. 13 Jinsi
mlivyokuwa kitu cha laana katikati ya mataifa, ee
Yuda na Israeli, ndivyo nitakavyowaokoa, nanyi
mtakuwa baraka. Msiogope, bali iacheni mikono
yenu iwe na nguvu."
14 Hili ndilo asemalo Bwana Mwenye Nguvu
Zote: "Kama nilivyokuwa nimekusudia kuleta
maangamizi juu yenu, wakati baba zenu waliponi-
kasirisha na sikuonyesha huruma," asema Bwana
Mwenye Nguvu Zote, 15 "hivyo sasa nimeazimia
kufanya mema tena kwa Yerusalemu na Yuda.
Msiogope. 16 Haya ndiyo mtakayoyafanya: Semeni
kweli kila mtu kwa mwenzake, na mtoe hukumu ya
kweli na haki kwenye mahakama zenu, 17 usipange
mabaya dhidi ya jirani yako, wala msipende kuapa
kwa uongo. Nayachukia yote haya," asema Bwana.
18 Neno la Bwana Mwenye Nguvu Zote likanijia
tena. 19 Hili ndilo asemalo Bwana Mwenye Nguvu
Zote: "Saumu za miezi ya nne, tano, saba na kumi
itakuwa sikukuu za furaha na za shangwe kwa
Yuda. Kwa hiyo uipende kweli na amani."
20 Hili ndilo asemalo Bwana Mwenye Nguvu
Zote: "Mataifa mengi na wakazi wa miji mingi
watakuja, 21 na wenyeji wa mji mmoja watakwenda
kwenye mji mwingine na kusema, 'Twende mara
moja na tukamsihi Bwana, na kumtafuta Bwana
Mwenye Nguvu Zote. Mimi mwenyewe ninakwe-
nda.' 22 Pia watu wa kabila nyingi na mataifa yenye
nguvu yatakuja Yerusalemu kumtafuta Bwana
Mwenye Nguvu Zote na kumsihi."
23 Hili ndilo asemalo Bwana Mwenye Nguvu
Zote: "Katika siku hizo watu kumi kutoka lugha
zote na mataifa, watang'ang'ania upindo wa joho
la Myahudi mmoja na kusema, 'Twende pamoja
nawe kwa sababu tumesikia kwamba Mungu yu
pamoja nawe.' "

Hukumu Juu Ya Adui Za Israeli

9 Neno:

Neno la Bwana liko kinyume na nchi
ya Hadraki
na Dameski itakuwa mahali pa
kupumzika,
kwa kuwa macho ya watu na ya
kabila zote
za Israeli yako kwa Bwana,
2 pia juu ya Hamathi inayopakana nayo,
juu ya Tiro na Sidoni,
ingawa wana ujuzi mwingi sana.
3 Tiro amejijengea ngome imara,
amelundika fedha kama mavumbi
na dhahabu kama taka za mitaani.
4 Lakini Bwana atamwondolea mali zake
na kuuangamiza uwezo wake
wa baharini,
naye atateketezwa kwa moto.
5 Ashkeloni ataona hili na kuogopa;
Gaza atagaagaa kwa maumivu makali,
pia Ekroni, kwa sababu
matumaini yake yatanyauka.
Gaza atampoteza mfalme wake
na Ashkeloni ataachwa pweke.
6 Wageni watakalia mji wa Ashdodi,
nami nitakatilia mbali kiburi cha
Wafilisti.
7 Nitaondoa damu vinywani mwao,
chakula kile walichokatazwa kati
ya meno yao.
Mabaki yao yatakuwa mali ya Mungu wetu,
nao watakuwa viongozi katika Yuda,
naye Ekroni atakuwa kama Wayebusi.
8 Lakini nitailinda nyumba yangu
dhidi ya majeshi ya wanyang'anyi.
Kamwe mdhalimu hatashambulia watu
wangu tena,
kwa maana sasa ninawachunga.

Kuja Kwa Mfalme Wa Sayuni

9 Shangilia sana, ee Binti Sayuni!
Piga kelele, Binti Yerusalemu!
Tazama, Mfalme wako anakuja kwako,
ni mwenye haki, naye ana wokovu,
ni mpole, naye amepanda punda,
mwana-punda, mtoto wa punda.
10 Nitaondoa magari ya vita kutoka Efraimu
na farasi wa vita kutoka Yerusalemu,
nao upinde wa vita utavunjwa.
Atatangaza amani kwa mataifa.
Utawala wake utaenea kutoka bahari
hadi bahari,
na kutoka Mto Frati hadi mwisho
wa dunia.
11 Kwako wewe, kwa sababu ya damu
ya Agano langu nawe,
nitawaacha huru wafungwa wako
watoke kwenye shimo lisilo na maji.
12 Rudieni ngome yenu, enyi wafungwa
wa tumaini;
hata sasa ninatangaza kwamba
nitawarejesheeni maradufu.
13 Nitampinda Yuda kama nipindavyo
upinde wangu,
nitamfanya Efraimu mshale wangu.
Nitawainua wana wako, ee Sayuni,
dhidi ya wana wako, ee Uyunani,
na kukufanya kama upanga wa shujaa
wa vita.

Bwana Atatokea

[14] Kisha Bwana atawatokea;
mshale wake utamulika
kama umeme wa radi.
Bwana Mwenyezi atapiga tarumbeta,
naye atatembea katika tufani za kusini,
[15] na Bwana Mwenye Nguvu Zote
atawalinda.
Wataangamiza na kushinda
kwa mawe ya kutupa kwa kombeo.
Watakunywa na kunguruma kama
waliolewa mvinyo;
watajaa kama bakuli linalotumika
kunyunyizia
kwenye pembe za madhabahu.
[16] Bwana Mungu wao atawaokoa siku hiyo
kama kundi la watu wake.
Watang'ara katika nchi yake
kama vito vya thamani kwenye taji.
[17] Jinsi gani watavutia na kuwa wazuri!
Nafaka itawastawisha vijana wanaume,
nayo divai mpya vijana wanawake.

Bwana Atqitunza Yuda

10 Mwombeni Bwana mvua wakati wa vuli;
ndiye Bwana atengenezaye
mawingu ya tufani.
Huwapa watu manyunyu ya mvua,
pia mimea ya shambani kwa ajili
ya kila mtu.
[2] Sanamu huzungumza udanganyifu,
waaguzi huona maono ya uongo;
husimulia ndoto ambazo si za kweli,
wanatoa faraja batili.
Kwa hiyo watu wanatangatanga kama
kondoo
walioonewa kwa kukosa mchungaji.

[3] "Hasira yangu inawaka dhidi
ya wachungaji,
nami nitawaadhibu viongozi;
kwa kuwa Bwana Mwenye Nguvu Zote
atalichunga kundi lake,
nyumba ya Yuda,
naye atawafanya kuwa kama farasi
mwenye kiburi akiwa vitani.
[4] Kutoka Yuda litatokea Jiwe la pembeni,
kutoka kwake vitatoka vigingi vya hema,
kutoka kwake utatoka upinde wa vita,
kutoka kwake atatoka kila mtawala.
[5] Kwa pamoja watakuwa kama mashujaa
wanaokanyaga barabara za matope
wakati wa vita.
Kwa sababu Bwana yu pamoja nao,
watapigana na kuwashinda wapanda
farasi.

[6] "Nitaiimarisha nyumba ya Yuda
na kuiokoa nyumba ya Yosefu.
Nitawarejesha kwa sababu
nina huruma juu yao.
Watakuwa kama watu ambao
sijawahi kuwakataa
kwa sababu mimi ndimi Bwana Mungu wao,
nami nitawajibu.
[7] Waefraimu watakuwa kama mashujaa,
mioyo yao itafurahi kana kwamba
ni kwa divai.
Watoto wao wataona na kufurahi,
mioyo yao itashangilia katika Bwana.
[8] Nitawaashiria na kuwakusanya ndani.
Hakika nitawakomboa,
nao watakuwa wengi
kama walivyokuwa mwanzoni.
[9] Ijapokuwa niliwatawanya miongoni mwa
mataifa,
hata hivyo wakiwa katika nchi za mbali
watanikumbuka mimi.
Wao na watoto wao watanusurika katika
hatari
nao watarudi.
[10] Nitawarudisha kutoka Misri
na kuwakusanya toka Ashuru.
Nitawaleta katika nchi ya Gileadi
na Lebanoni,
na hapo hapatakuwa na nafasi
ya kuwatosha.
[11] Watapita katika bahari ya mateso;
bahari iliyochafuka itatulizwa
na vilindi vyote vya Mto Naili vitakauka.
Kiburi cha Ashuru kitashushwa,
nayo fimbo ya utawala ya Misri
itatoweka.
[12] Nitawaimarisha katika Bwana,
na katika jina lake watatembea,"
asema Bwana.

11 Fungua milango yako, ee Lebanoni,
ili moto uteketeze mierezi yako!
[2] Piga yowe, ee mti wa msunobari,
kwa kuwa mwerezi umeanguka;
miti ya fahari imeharibiwa!
Piga yowe, enyi mialoni ya Bashani,
msitu mnene umefyekwa!
[3] Sikiliza yowe la wachungaji;
malisho yao manono yameangamizwa!
Sikia ngurumo za simba;
kichaka kilichostawi sana
cha Yordani kimeharibiwa!

Wachungaji Wawili Wa Kondoo

[4] Hili ndilo asemalo Bwana Mungu wangu: "Lili-
she kundi lililokusudiwa kuchinjwa. [5] Wanunuzi
wake huwachinja na kuondoka pasipo kuadhibiwa.
Wale wanaowauza husema, 'Bwana asifiwe, mimi
ni tajiri!' Wachungaji wao wenyewe hawawahuru-
mii. [6] Kwa kuwa sitawahurumia tena watu wa nchi,"
asema Bwana. "Nitawakabidhi kila mtu mkononi
mwa jirani yake na mfalme wake. Wataitenda jeuri
nchi, nami sitawaokoa kutoka mikononi mwao."
[7] Kwa hiyo nikalilisha kundi lililotiwa alama kwa
kuchinjwa, hasa kundi lililoonewa sana. Kisha
nikachukua fimbo mbili, moja nikaiita Fadhili na
nyingine Umoja, nami nikalilisha kundi. [8] Katika
mwezi mmoja nikawaondoa wachungaji watatu.
Kundi la kondoo likanichukia, nami nika-
choshwa nao, [9] nikasema, "Sitakuwa mchungaji
wenu. Waache wanaokufa wafe na wanaoangamia

waangamie. Wale waliobakia kila mmoja na ale
nyama ya mwenzake."
10 Kisha nikachukua fimbo yangu inayoitwa
Fadhili nikaivunja, kutangua Agano nililofanya
na mataifa yote. 11 Likatanguka siku hiyo, kwa
hiyo wale waliodhurika katika kundi, waliokuwa
wakiniangalia wakajua kuwa hilo lilikuwa neno
la BWANA.
12 Nikawaambia, "Mkiona kuwa ni vyema, nipeni
ujira wangu, la sivyo, basi msinipe." Kwa hiyo
wakanilipa vipande thelathini vya fedha.
13 Naye BWANA akaniambia, "Mtupie mfinya-
nzi," hiyo bei nzuri waliyonithaminia! Kwa hiyo
nikachukua hivyo vipande thelathini vya fedha
na kumtupia huyo mfinyanzi katika nyumba ya
BWANA.
14 Kisha nikaivunja fimbo yangu ya pili iitwayo
Umoja, kuvunja undugu kati ya Yuda na Israeli!
15 Kisha BWANA akaniambia, "Vitwae tena
vifaa vya mchungaji mpumbavu. 16 Kwa maana
ninakwenda kumwinua mchungaji juu ya nchi
ambaye hatamjali aliyepotea, wala kuwatafuta
wale wachanga au kuwaponya waliojeruhiwa, wala
kuwalisha wenye afya, lakini atakula nyama ya
kondoo wanono na kuzirarua kwato zao.

17 "Ole wa mchungaji asiyefaa,
anayeliacha kundi!
Upanga na uupige mkono wake na jicho
lake la kuume!
Mkono wake na unyauke kabisa,
jicho lake la kuume lipofuke kabisa!"

Maadui Wa Yerusalemu Kuangamizwa

12 Hili ni neno la BWANA kuhusu Israeli. BWANA,
yeye azitandaye mbingu, awekaye misingi ya
dunia na aiumbaye roho ya mwanadamu ndani
yake, asema: 2 "Nitakwenda kufanya Yerusalemu
kuwa kikombe cha kuyumbisha mataifa yote
yanayoizunguka. Yuda utazingirwa kwa vita na
Yerusalemu pia. 3 Katika siku hiyo, wakati mataifa
yote ya dunia yatakapokusanyika dhidi yake,
nitaufanya Yerusalemu kuwa jabali lisilosogezwa
kwa mataifa yote. Wote watakaojaribu kulisogeza
watajiumiza wenyewe. 4 Katika siku hiyo nitampiga
kila farasi kwa hofu ya ghafula, naye ampandaye
nitampiga kwa uwazimu," asema BWANA. "Nitalie-
lekeza jicho langu la ulinzi juu ya nyumba ya Yuda,
nami nitawapofusha farasi wote wa mataifa. 5 Kisha
viongozi wa Yuda watasema mioyoni mwao, 'Watu
wa Yerusalemu wana nguvu kwa sababu BWANA
Mwenye Nguvu Zote ni Mungu wao.'
6 "Katika siku hiyo nitawafanya viongozi wa
Yuda kuwa kama kigae cha moto ndani ya lundo
la kuni, kama mwenge uwakao kati ya miganda.
Watateketeza kulia na kushoto mataifa yote yana-
yowazunguka, lakini Yerusalemu utabaki salama
mahali pake.
7 "BWANA atayaokoa makao ya Yuda kwanza,
ili heshima ya nyumba ya Daudi na wakazi wa
Yerusalemu isiwe kubwa zaidi kuliko ile ya Yuda.
8 Katika siku hiyo, BWANA atawakinga wale waishio
Yerusalemu, ili kwamba aliye dhaifu kupita wote
miongoni mwao awe kama Daudi, nayo nyumba
ya Daudi itakuwa kama Mungu, kama Malaika wa
BWANA akiwatangulia. 9 Katika siku hiyo nitatoka
kuangamiza mataifa yote yatakayoshambulia
Yerusalemu.

Kumwombolezea Yule Aliyechomwa Mkuki

10 "Nami nitamiminia nyumba ya Daudi na
wakazi wa Yerusalemu roho ya neema[a] na maombi.
Watanitazama mimi, yule waliyemchoma. Nao
watamwombolezea kama mtu anayemwombolezea
mwanawe wa pekee na kusikitika kwa uchungu
kama anayemsikitikia mzaliwa wake wa kwanza
wa kiume. 11 Katika siku hiyo kilio kitakuwa kiku-
bwa Yerusalemu, kama kilio cha Hadad-Rimoni
katika tambarare ya Megido. 12 Nchi itaomboleza,
kila ukoo peke yake, nao wake zao peke yao. Ukoo
wa nyumba ya Daudi na wake zao, ukoo wa nyumba
ya Nathani na wake zao, 13 ukoo wa nyumba ya Lawi
na wake zao, ukoo wa Shimei na wake zao, 14 na koo
zote zilizobaki na wake zao.

Kutakaswa Dhambi

13 "Katika siku hiyo, chemchemi itafunguliwa
kwa nyumba ya Daudi na wakazi wa Yerusa-
lemu, kuwatakasa dhambi na unajisi.
2 "Katika siku hiyo, nitayakatilia mbali majina ya
sanamu kutoka nchi, nayo hayatakumbukwa tena,"
asema BWANA Mwenye Nguvu Zote. "Nitaondoa
manabii wao pamoja na roho ya uchafu katika nchi.
3 Ikiwa yupo yeyote atakayeendelea kutabiri, baba
yake na mama yake waliomzaa watamwambia, 'Ni
lazima ufe, kwa sababu umesema uongo kwa jina
la BWANA.' Atakapotabiri, wazazi wake mwenyewe
watampasua tumbo.
4 "Katika siku hiyo, kila nabii ataaibika kwa
maono ya unabii wake. Hatavaa vazi la kinabii
la nywele ili apate kudanganya watu. 5 Atasema,
'Mimi sio nabii. Mimi ni mkulima; ardhi imekuwa
kazi yangu tangu ujana wangu.' 6 Ikiwa mtu ata-
muuliza, 'Majeraha haya yaliyo mwilini mwako ni
ya nini?' Atajibu, 'Ni majeraha niliyoyapata katika
nyumba ya rafiki zangu.'

Mchungaji Apigwa, Nao Kondoo Watawanyika

7 "Amka, ee upanga, dhidi ya mchungaji wangu,
dhidi ya mtu aliye karibu nami!"
asema BWANA Mwenye Nguvu Zote.
"Mpige mchungaji,
nao kondoo watatawanyika,
nami nitageuza mkono wangu
dhidi ya walio wadogo,
8 katika nchi yote," asema BWANA,
"theluthi mbili watapigwa na kuangamia;
hata hivyo theluthi moja watabaki
ndani yake.
9 Hii theluthi moja nitaileta katika moto;
nitawasafisha kama fedha isafishwavyo
na kuwajaribu kama dhahabu.
Wataliitia Jina langu
nami nitawajibu;
nitasema, 'Hawa ni watu wangu,'
nao watasema, 'BWANA ni Mungu wetu.' "

---

[a]10 Au: Roho wa neema.

Bwana Yuaja Kutawala

14 Siku ya Bwana inakuja ambayo nyara zilizote-
kwa kwenu zitagawanywa miongoni mwenu.
2 Nitayakusanya mataifa yote huko Yerusalemu
kupigana dhidi yake, mji utatekwa, nyumba zita-
vamiwa na kuporwa na wanawake watanajisiwa.
Nusu ya mji watakwenda uhamishoni, lakini wata-
kaobaki hawataondolewa kutoka mjini.
3 Kisha Bwana atatoka na kupigana dhidi ya watu
wa yale mataifa, kama apiganavyo siku ya vita.
4 Siku hiyo miguu yake itasimama juu ya Mlima wa
Mizeituni, mashariki mwa Yerusalemu, nao Mlima
wa Mizeituni utagawanyika mara mbili kuanzia
mashariki hadi magharibi, ukifanya bonde kubwa,
nusu ya mlima ukisogea kuelekea kaskazini na
nusu kuelekea kusini. 5 Nanyi mtakimbia kupi-
tia katika bonde hilo la mlima wangu kwa kuwa
litaenea hadi Aseli. Mtakimbia kama mlivyokimbia
tetemeko la ardhi katika siku za Uzia mfalme wa
Yuda. Kisha Bwana Mungu wangu atakuja na wata-
katifu wote pamoja naye.
6 Siku hiyo hakutakuwepo nuru, baridi wala
theluji. 7 Itakuwa siku ya kipekee, isiyo na mchana
wala usiku, siku ijulikanayo na Bwana. Jioni ina-
pofika nuru itakuwepo.
8 Siku hiyo, maji yaliyo hai yatatiririka kutoka
Yerusalemu, nusu kwenda kwenye bahari ya
mashariki,[a] na nusu kwenda kwenye bahari ya
magharibi[b] wakati wa kiangazi na wakati wa
masika.
9 Bwana atakuwa mfalme juu ya dunia yote.
Katika siku hiyo atakuwepo Bwana mmoja na jina
lake litakuwa jina pekee.
10 Nchi yote kuanzia Geba, kaskazini mwa Yuda,
hadi Rimoni, kusini mwa Yerusalemu, itakuwa
kama Araba.[c] Lakini Yerusalemu utainuliwa juu
na kubaki mahali pake, toka Lango la Benyamini
hadi mahali pa Lango la Kwanza, mpaka kwenye
Lango la Pembeni na kutoka Mnara wa Hananeli
hadi kwenye mashinikizo ya divai ya mfalme.
11 Utakaliwa na watu, kamwe hautaharibiwa tena,
Yerusalemu utakaa salama.
12 Hii ndiyo tauni ambayo Bwana atapiga
nayo mataifa yote ambayo yalipigana dhidi ya
Yerusalemu: Nyama ya miili yao itaoza wangali
wamesimama kwa miguu yao, macho yao yataoza
kwenye matundu yake na ndimi zao zitaoza
vinywani mwao. 13 Katika siku hiyo Bwana atawatia
wanaume hofu kuu. Kila mwanaume atakamata
mkono wa mwenzake nao watashambuliana.
14 Yuda pia atapigana katika Yerusalemu. Utajiri
wa mataifa yote yanayoizunguka Yerusalemu
utakusanywa, wingi wa dhahabu, fedha na nguo.
15 Tauni ya aina iyo hiyo itapiga farasi na nyumbu,
ngamia na punda, nao wanyama wote walioko kwe-
nye kambi za adui.
16 Kisha walionusurika katika mataifa yote
ambayo yaliushambulia Yerusalemu watakuwa
wakipanda Yerusalemu kila mwaka kumwabudu
Mfalme, Bwana Mwenye Nguvu Zote na kuadhi-
misha Sikukuu ya Vibanda. 17 Ikiwa taifa lolote la
dunia hawatakwenda Yerusalemu kumwabudu
Mfalme, Bwana Mwenye Nguvu Zote, mvua
haitanyesha kwao. 18 Ikiwa watu wa Misri nao
hawatakwenda kushiriki, hawatapata mvua.
Bwana ataleta juu yao tauni ile ambayo itawapiga
mataifa yale ambayo hayatakwenda kuadhimisha
Sikukuu ya Vibanda. 19 Hii itakuwa adhabu ya Misri
na adhabu ya mataifa yote yale ambayo hayatakwe-
nda Yerusalemu kuadhimisha Sikukuu ya Vibanda.
20 Katika siku hiyo, kengele zilizofungwa kwenye
farasi zitaandikwa maneno haya: Takatifu kwa
Bwana, navyo vyungu vya kupikia katika nyumba
ya Bwana vitakuwa kama bakuli takatifu mbele ya
madhabahu. 21 Kila chungu kilichoko Yerusalemu
na Yuda kitakuwa kitakatifu kwa Bwana Mwenye
Nguvu Zote na wote wanaokuja kutoa dhabihu
watachukua baadhi ya vyungu hivyo na kupikia.
Katika siku hiyo hatakuwepo tena mfanyabiashara
katika nyumba ya Bwana Mwenye Nguvu Zote.

---

[a]8 Yaani Bahari ya Chumvi au Bahari Mfu.
[b]8 Yaani Bahari ya Mediterania.
[c]10 Araba maana yake Nchi tambarare.

MALAKI

1 Ujumbe: Neno la BWANA kwa Israeli kupitia kwa
Malaki.

Yakobo Alipendwa, Esau Alichukiwa

[2] BWANA asema, "Nimewapenda ninyi."
"Lakini ninyi mnauliza, 'Wewe umetupendaje?' "
BWANA asema, "Je, Esau hakuwa ndugu yake
Yakobo? Hata hivyo nimempenda Yakobo, [3] lakini
nikamchukia Esau, nami nimeifanya milima yake
kuwa ukiwa, na urithi wake nimewapa mbweha
wa jangwani."
[4] Edomu anaweza kusema, "Ingawa tumeponda-
pondwa, tutajenga upya magofu."
Lakini hili ndilo BWANA Mwenye Nguvu Zote
asemalo: "Wanaweza kujenga, lakini nitabomoa.
Wataitwa Nchi Ovu, watu ambao siku zote wapo
chini ya ghadhabu ya BWANA. [5] Mtayaona kwa
macho yenu wenyewe na kusema, 'BWANA ni mkuu,
hata nje ya mipaka ya Israeli!'

Dhabihu Zilizo Na Mawaa

[6] "Mwana humheshimu baba yake, naye mtu-
mishi humheshimu bwana wake. Kama mimi ni
baba, iko wapi heshima ninayostahili? Kama mimi
ni bwana, iko wapi heshima ninayostahili?" asema
BWANA Mwenye Nguvu Zote. "Ni ninyi, enyi maku-
hani, mnaolidharau Jina langu.
"Lakini mnauliza, 'Tumelidharau Jina lako kwa
namna gani?'
[7] "Mnatoa sadaka chakula kilichotiwa unajisi
juu ya madhabahu yangu.
"Lakini ninyi mnauliza, 'Tumekutia unajisi kwa
namna gani?'
"Kwa kusema kuwa meza ya BWANA ni ya kudha-
rauliwa. [8] Wakati mletapo dhabihu za wanyama
walio vipofu, je, hilo si kosa? Mnapoleta dhabihu
zilizo vilema au wanyama wagonjwa, je, hilo si
kosa? Jaribuni kuvitoa kwa mtawala wenu! Je,
angefurahishwa nanyi? Je, atawakubalia?" asema
BWANA Mwenye Nguvu Zote.
[9] "Basi mwombeni Mungu awe na neema kwetu.
Je, kwa sadaka kama hizo kutoka mikononi mwenu,
atawapokea?" asema BWANA Mwenye Nguvu Zote.
[10] "Laiti mmoja wenu angalifunga milango
ya Hekalu, ili msije mkawasha moto usiokuwa
na faida juu ya madhabahu yangu! Sina furaha
nanyi," asema BWANA Mwenye Nguvu Zote, "nami
sitaikubali sadaka toka mikononi mwenu. [11] Jina
langu litakuwa kuu miongoni mwa mataifa, kua-
nzia mawio ya jua hata machweo yake. Kila mahali
uvumba na sadaka safi zitaletwa kwa Jina langu,
kwa sababu Jina langu litakuwa kuu miongoni mwa
mataifa," asema BWANA Mwenye Nguvu Zote.
[12] "Lakini mnalinajisi Jina langu kwa kusema
kuhusu meza ya Bwana, 'Imetiwa unajisi pamoja
na chakula chake. Ni ya kudharauliwa.' [13] Nanyi
mnasema, 'Mzigo gani huu!' Nanyi mnaidharau
kwa kiburi," asema BWANA Mwenye Nguvu Zote.
"Wakati mnapowaleta wanyama mliopokonya
kwa nguvu, walio vilema au walio wagonjwa na
kuwatoa kama dhabihu, je, niwakubali kutoka
mikononi mwenu?" asema BWANA. [14] "Amelaaniwa
yeye adanganyaye, aliye na mnyama wa kiume ana-
yekubalika katika kundi lake na kuweka nadhiri ya
kumtoa, lakini akatoa dhabihu ya mnyama aliye
na dosari kwa BWANA. Kwa kuwa mimi ni Mfa-
lme Mkuu, nalo Jina langu linapaswa kuogopwa
miongoni mwa mataifa," asema BWANA Mwenye
Nguvu Zote.

Onyo Kwa Makuhani

2 "Sasa onyo hili ni kwa ajili yenu, enyi makuhani.
[2] Kama hamtasikiliza, na kama hamtaki kuiele-
keza mioyo yenu kuheshimu Jina langu, nitatuma
laana juu yenu, nami nitalaani baraka zenu. Naam,
nimekwisha kuzilaani, kwa sababu hamkuielekeza
mioyo yenu kuniheshimu mimi," Asema BWANA
Mwenye Nguvu Zote.
[3] "Kwa sababu yenu nitawakatilia mbali wazao
wenu. Nitazipaka nyuso zenu mavi, mavi ya dha-
bihu zenu. Nanyi mtafukuzwa pamoja nazo mtoke
mbele zangu. [4] Nanyi mtajua kuwa nimewapelekea
onyo hili ili kwamba Agano langu na Lawi lipate
kuendelea," asema BWANA Mwenye Nguvu Zote.
[5] "Agano langu lilikuwa pamoja naye, agano la
uhai na amani, nami nilimpa yote, ili aniche na
kuniheshimu, naye akaniheshimu na kusimama
akilicha Jina langu. [6] Fundisho la kweli lilikuwa
kinywani mwake, wala hakuna uongo wowote
uliopatikana katika midomo yake. Alitembea nami
katika amani na unyofu, naye akawageuza wengi
kutoka dhambini.
[7] "Kwa maana yapasa midomo ya kuhani kuhi-
fadhi maarifa. Tena kutoka kinywani mwake watu
wangepaswa kutafuta mafundisho, kwa sababu
yeye ni mjumbe wa BWANA Mwenye Nguvu Zote.
[8] Lakini mmegeuka mkaiacha njia, na kwa mafu-
ndisho yenu mmesababisha wengi kujikwaa.
Mmevunja agano na Lawi," asema BWANA Mwe-
nye Nguvu Zote. [9] "Kwa hiyo nimewasababisha
ninyi kudharauliwa na kufedheheshwa mbele ya
watu wote, kwa sababu hamkufuata njia zangu,
bali mmeonyesha upendeleo katika mambo ya
sheria."

Yuda Si Mwaminifu

[10] Je, sote hatuna Baba mmoja? Hatukuumbwa na
Mungu mmoja? Kwa nini basi tunalinajisi Agano la
baba zetu kwa kukosa uaminifu kila mmoja kwa
mwenzake?
[11] Yuda amevunja uaminifu. Jambo la kuchukiza
limetendeka katika Israeli na katika Yerusalemu:
Yuda amepanajisi mahali patakatifu apendapo
BWANA, kwa kuoa binti wa mungu mgeni. [12] Kwa
maana kwa mtu yeyote atendaye jambo hili, BWANA
na amkatilie mbali kutoka hema za Yakobo, hata

kama huwa anamletea BWANA Mwenye Nguvu
Zote sadaka.
13 Kitu kingine mnachokifanya: Mnaifurikisha
madhabahu ya BWANA kwa machozi. Mnalia na
kuugua kwa sababu yeye haziangalii tena sadaka
zenu wala hazikubali kwa furaha kutoka mikononi
mwenu. 14 Mnauliza, "Kwa nini?" Ni kwa sababu
BWANA ni shahidi kati yako na mke wa ujana wako,
kwa sababu umevunja uaminifu naye, ingawa yeye
ni mwenzako, mke wa agano lako la ndoa.
15 Je, BWANA hakuwafanya wao kuwa mmoja?
Katika mwili na katika roho wao ni wa Mungu. Kwa
nini wawe mmoja? Kwa sababu Mungu alikuwa
akitafuta mzao mwenye kumcha Mungu. Kwa hiyo
jihadharini wenyewe katika roho zenu, mtu asivu-
nje uaminifu kwa mke wa ujana wake.
16 "Ninachukia kuachana," asema BWANA,
Mungu wa Israeli, "pia nachukia mtu anayejivika
jeuri kama vazi," asema BWANA Mwenye Nguvu
Zote.

Kwa hiyo jihadharini wenyewe katika roho zenu,
wala msije mkavunja uaminifu.

Siku Ya Hukumu

17 Mmemchosha BWANA kwa maneno yenu.
Nanyi mnauliza, "Tumemchosha kwa namna
gani?"
Mmemchosha kwa kusema, "Wote watendao
mabaya ni wema machoni pa BWANA, naye ana-
pendezwa nao" au "Mungu wa haki yuko wapi?"

3 "Angalieni, nitamtuma mjumbe wangu, ata-
kayeiandaa njia mbele yangu. Ndipo ghafula
Bwana mnayemtafuta atakuja hekaluni mwake.
Mjumbe wa Agano, ambaye mnamwonea shauku,
atakuja," asema BWANA Mwenye Nguvu Zote.
2 Lakini ni nani atakayeweza kustahimili hiyo
siku ya kuja kwake? Ni nani awezaye kusimama
atakapotokea? Kwa kuwa atakuwa kama moto
wa mfua fedha au kama sabuni ya afuaye nguo.
3 Ataketi kama mfuaji na asafishaye fedha.
Atawatakasa Walawi, naye atawasafisha kama
dhahabu na fedha. Kisha BWANA atakuwa na watu
watakaoleta sadaka katika haki, 4 nazo sadaka za
Yuda na Yerusalemu zitakubalika kwa BWANA,
kama katika siku zilizopita, kama katika miaka
ya zamani.
5 "Basi nitakuja karibu nanyi ili kuhukumu. Nami
nitakuwa mwepesi kushuhudia dhidi ya wachawi,
wazinzi, waapao kwa uongo, wanaopunja vibarua
malipo yao, wanaowaonea wajane na yatima, na
wanaowanyima wageni haki, lakini hawaniogopi
mimi," asema BWANA Mwenye Nguvu Zote.

Kumwibia Mungu

6 "Mimi BWANA sibadiliki. Kwa hiyo ninyi, enyi
uzao wa Yakobo, hamjaangamizwa. 7 Tangu wakati
wa baba zenu mmegeukia mbali na amri zangu
nanyi hamkuzishika. Nirudieni mimi, nami nita-
warudia ninyi," asema BWANA Mwenye Nguvu
Zote.
"Lakini mnauliza, 'Tutarudi kwa namna gani?'
8 "Je, mwanadamu atamwibia Mungu? Hata
hivyo mnaniibia mimi.
"Lakini mnauliza, 'Tunakuibia kwa namna
gani?'
"Mnaniibia zaka na dhabihu. 9 Mko chini ya
laana, ninyi taifa lote, kwa sababu mnaniibia
mimi. 10 Leteni zaka kamili ghalani, ili kuwe na
chakula katika nyumba yangu. Nijaribuni katika
hili," asema BWANA Mwenye Nguvu Zote, "nanyi
mwone kama sitawafungulia madirisha ya mbi-
nguni na kuwamwagieni baraka nyingi mpaka
mkose nafasi ya kutosha. 11 Nami kwa ajili yenu
nitamkemea yeye alaye, wala hataharibu mazao
ya ardhi yenu, wala mzabibu wenu hautapukuti-
sha matunda yake kabla ya wakati wake," asema
BWANA Mwenye Nguvu Zote. 12 "Ndipo mataifa
yote yatawaita mliobarikiwa, kwa maana nchi
yenu itakuwa ya kupendeza sana," asema BWANA
Mwenye Nguvu Zote.
13 "Mmesema vitu vigumu dhidi yangu," asema
BWANA.
"Hata hivyo mnauliza, 'Tumesema nini dhidi
yako?'
14 "Mmesema, 'Ni bure kumtumikia Mungu.
Tumepata faida gani kwa kushika maagizo yake
na kwenda kama waombolezaji mbele za BWANA
Mwenye Nguvu Zote? 15 Lakini sasa wenye kiburi
wanabarikiwa. Hakika watenda mabaya wana-
stawi, pia hata wale wanaoshindana na Mungu
ndio wanaosalimika.' "
16 Ndipo wale waliomcha BWANA wakasemezana
wao kwa wao, naye BWANA akasikiliza na akasikia.
Kitabu cha kumbukumbu kikaandikwa mbele yake
kuhusu wale ambao walimcha BWANA na kulihe-
shimu jina lake.
17 "Nao watakuwa watu wangu," asema BWANA
Mwenye Nguvu Zote, "katika siku ile nitakapowa-
fanya watu kuwa hazina yangu. Nitawahurumia,
kama vile kwa huruma mtu amhurumiavyo mwa-
nawe anayemtumikia. 18 Kwa mara nyingine tena
utaona tofauti kati ya wenye haki na waovu, kati
ya wale wanaomtumikia Mungu na wale wasio-
mtumikia.

Siku Ya BWANA

4 "Hakika siku inakuja, itawaka kama tanuru.
Wote wenye kiburi na kila mtenda mabaya
watakuwa mabua makavu, na siku ile inayokuja
itawawasha moto," asema BWANA Mwenye Nguvu
Zote. "Hakuna mzizi wala tawi litakalosalia kwao.
2 Bali kwenu ninyi mnaoliheshimu Jina langu, jua
la haki litawazukia, lenye kuponya katika mabawa
yake. Nanyi mtatoka nje na kurukaruka kama
ndama aliyeachiwa kutoka zizini. 3 Kisha ninyi mta-
wakanyaga waovu, nao watakuwa majivu chini ya
nyayo za miguu yenu siku ile nitakayofanya mambo
haya," asema BWANA Mwenye Nguvu Zote.
4 "Kumbukeni sheria ya mtumishi wangu Mose,
amri na sheria nilizompa huko Horebu kwa ajili
ya Israeli wote.
5 "Tazama, nitawapelekea nabii Eliya kabla ya
kuja siku ile iliyo kuu na ya kutisha ya BWANA.
6 Ataigeuza mioyo ya baba iwaelekee watoto wao,
na mioyo ya watoto iwaelekee baba zao, la sivyo
nitakuja na kuipiga nchi kwa laana."

AGANO JIPYA

MATHAYO

Kumbukumbu Za Ukoo Wa Yesu Kristo

1 Habari za ukoo wa Yesu Kristo mwana wa Daudi,
mwana wa Abrahamu:

2 Abrahamu akamzaa Isaki,
Isaki akamzaa Yakobo,
Yakobo akawazaa Yuda na ndugu zake,
3 Yuda akawazaa Peresi na Zera, ambao
mama yao alikuwa Tamari,
Peresi akamzaa Hesroni,
Hesroni akamzaa Aramu,
4 Aramu akamzaa Aminadabu,
Aminadabu akamzaa Nashoni,
Nashoni akamzaa Salmoni,
5 Salmoni akamzaa Boazi, na mama yake
Boazi alikuwa Rahabu,
Boazi akamzaa Obedi, ambaye mama
yake alikuwa Ruthu,
Obedi akamzaa Yese,
6 Yese akamzaa Daudi ambaye alikuwa
mfalme.

Daudi akamzaa Solomoni, ambaye mama
yake ni yule aliyekuwa mke wa Uria.
7 Solomoni akamzaa Rehoboamu,
Rehoboamu akamzaa Abiya,
Abiya akamzaa Asa,
8 Asa akamzaa Yehoshafati,
Yehoshafati akamzaa Yoramu,[a]
Yoramu akamzaa Uzia,
9 Uzia akamzaa Yothamu,
Yothamu akamzaa Ahazi,
Ahazi akamzaa Hezekia,
10 Hezekia akamzaa Manase,
Manase akamzaa Amoni,
Amoni akamzaa Yosia,
11 wakati wa uhamisho wa Babeli, Yosia
alimzaa Yekonia na ndugu zake.

12 Baada ya uhamisho wa Babeli:
Yekonia alimzaa Shealtieli,
Shealtieli akamzaa Zerubabeli,
13 Zerubabeli akamzaa Abiudi,
Abiudi akamzaa Eliakimu,
Eliakimu akamzaa Azori,
14 Azori akamzaa Sadoki,
Sadoki akamzaa Akimu,
Akimu akamzaa Eliudi,
15 Eliudi akamzaa Eleazari,
Eleazari akamzaa Matani,
Matani akamzaa Yakobo,
16 naye Yakobo akamzaa Yosefu ambaye
alikuwa mumewe Maria, mama yake
Yesu, aitwaye Kristo.[b]

[a]8 *Yoramu* ndiye *Yehoramu,* maana yake ni *Yehova yu juu.*
[b]16 *Kristo* maana yake ni *Masiya,* yaani *Aliyetiwa mafuta.*

17 Hivyo, kulikuwepo na jumla ya vizazi kumi na
vinne tangu Abrahamu mpaka Daudi, vizazi kumi
na vinne tangu Daudi hadi wakati wa uhamisho
kwenda utumwani Babeli, na vizazi kumi na vinne
tangu wakati wa uhamisho kwenda utumwani
Babeli hadi Kristo.

Kuzaliwa Kwa Yesu Kristo

18 Basi Kuzaliwa kwake Yesu Kristo kulikuwa
hivi: Maria mama yake alikuwa ameposwa na
Yosefu, lakini kabla hawajakutana kimwili, Maria
alionekana kuwa na mimba kwa uweza wa Roho
Mtakatifu. 19 Kwa kuwa Yosefu, mwanaume aliye-
kuwa amemposa alikuwa mtu mwadilifu, hakutaka
kumwaibisha Maria hadharani, aliazimu kumwa-
cha kwa siri.
20 Lakini mara alipoazimu kufanya jambo hili,
malaika wa Bwana akamtokea katika ndoto na
kusema, "Yosefu mwana wa Daudi, usiogope
kumchukua Maria awe mke wako, kwa maana
mimba aliyo nayo ni kwa uweza wa Roho Mtaka-
tifu. 21 Naye atamzaa mwana, nawe utamwita Jina
lake Yesu,[c] kwa maana yeye ndiye atakayewaokoa
watu wake kutoka dhambi zao."
22 Haya yote yalitukia ili litimie lile Bwana alilo-
kuwa amenena kupitia nabii, akisema: 23 "Tazama,
bikira atachukua mimba, naye atamzaa mwana,
nao watamwita Jina lake Imanueli": maana yake,
"Mungu pamoja nasi."
24 Yosefu alipoamka kutoka usingizini, akafa-
nya kama vile alivyoagizwa na malaika wa Bwana,
akamchukua Maria kuwa mke wake. 25 Lakini
hawakukutana kimwili mpaka Maria alipojifu-
ngua mwanawe kifungua mimba akamwita Jina
lake Yesu.

Wataalamu Wa Nyota Wafika Kumwona Mtoto Yesu

2 Baada ya Yesu kuzaliwa katika mji wa Bethle-
hemu huko Uyahudi, wakati wa utawala wa
Mfalme Herode, wataalamu wa mambo ya nyota
kutoka mashariki walifika Yerusalemu 2 wakiuliza,
"Yuko wapi huyo aliyezaliwa mfalme wa Waya-
hudi? Kwa maana tumeona nyota yake ikitokea
mashariki, nasi tumekuja kumwabudu."
3 Mfalme Herode aliposikia jambo hili aliingiwa
na hofu sana pamoja na watu wote wa Yerusalemu.
4 Herode akawaita pamoja viongozi wa makuhani
na walimu wa sheria, akawauliza ni mahali gani
ambapo Kristo[d] angezaliwa. 5 Nao wakamwambia,
"Katika Bethlehemu ya Uyahudi, kwa maana hivyo
ndivyo ilivyoandikwa na nabii:

6 " 'Nawe, Bethlehemu, katika nchi ya Yuda,
wewe si mdogo miongoni
mwa watawala wa Yuda;

[c]21 *Yesu* ni *Iesous* kwa Kiyunani, na kwa Kiebrania ni *Yoshua* au *Yeshua.* Maana yake ni *Yehova ni wokovu.*
[d]4 *Kristo* maana yake ni *Masiya,* yaani *Aliyetiwa mafuta.*

kwa maana kutoka kwako atakuja mtawala
atakayekuwa mchungaji
wa watu wangu Israeli.' "

[7] Ndipo Herode akawaita wale wataalamu wa
nyota kwa siri na kutaka kujua kutoka kwao uha-
kika kamili wa wakati ile nyota ilionekana. [8] Kisha
akawatuma waende Bethlehemu akiwaambia,
"Nendeni mkamtafute kwa bidii huyo mtoto. Nanyi
mara mtakapomwona, mniletee habari ili na mimi
niweze kwenda kumwabudu."
[9] Baada ya kumsikia mfalme, wale wataalamu
wa nyota wakaenda zao, nayo ile nyota waliyoiona
mashariki ikawatangulia, nao wakaifuata mpaka
iliposimama mahali pale alipokuwa mtoto. [10] Wali-
poiona ile nyota wakajawa na furaha kubwa mno.
[11] Walipoingia ndani ya ile nyumba, wakamwona
mtoto pamoja na Maria mama yake, wakamsujudu
na kumwabudu yule mtoto Yesu. Ndipo wakafu-
ngua hazina zao, wakamtolea zawadi za dhahabu,
uvumba na manemane. [12] Nao wakiisha kuonywa
katika ndoto wasirudi kwa Herode, wakarudi kwe-
nda katika nchi yao kwa njia nyingine.

Yosefu, Maria Na Mtoto Yesu Wakimbilia Misri

[13] Walipokwisha kwenda zao, malaika wa Bwana
akamtokea Yosefu katika ndoto akamwambia,
"Ondoka, mchukue mtoto na mama yake mkimbi-
lie Misri. Kaeni huko mpaka nitakapowaambia,
kwa maana Herode anataka kumtafuta huyu mtoto
ili amuue."
[14] Kisha Yosefu akaondoka, akamchukua mtoto
pamoja na mama yake wakati wa usiku, nao
wakaenda Misri [15] ambako walikaa mpaka Herode
alipofariki. Hili lilifanyika ili litimie lile lililonenwa
na Bwana kwa kinywa cha nabii kusema: "Nili-
mwita mwanangu kutoka Misri."
[16] Herode alipong'amua kwamba wale wataa-
lamu wa nyota wamemshinda kwa akili, alikasirika
sana, naye akatoa amri ya kuwaua watoto wote
wa kiume wenye umri wa miaka miwili kurudi
chini katika mji wa Bethlehemu na sehemu zote
za jirani, kufuatana na ule muda alioambiwa na
wale wataalamu wa nyota. [17] Ndipo lilipotimia neno
lililonenwa na nabii Yeremia.

[18] "Sauti ilisikika huko Rama,
maombolezo na kilio kikubwa,
Raheli akilia kwa ajili ya wanawe,
akikataa kufarijiwa,
kwa sababu hawako tena."

Kurudi Kutoka Misri

[19] Baada ya Herode kufa, malaika wa Bwana
akamtokea Yosefu katika ndoto huko Misri [20] na
kusema, "Ondoka, mchukue mtoto na mama
yake mwende, mrudi katika nchi ya Israeli kwa
sababu wale waliokuwa wanatafuta uhai wa mtoto
wamekufa."
[21] Basi Yosefu, akaondoka akamchukua mtoto
na mama yake wakaenda mpaka nchi ya Israeli.
[22] Lakini aliposikia kwamba Arkelao alikuwa ana-
tawala huko Uyahudi mahali pa Herode baba yake,
aliogopa kwenda huko. Naye akiisha kuonywa
katika ndoto, akaenda zake sehemu za Galilaya,
[23] akaenda akaishi katika mji ulioitwa Nazareti.
Hivyo likawa limetimia neno lililonenwa na mana-
bii, "Ataitwa Mnazarayo."

Yohana Mbatizaji Atayarisha Njia

3 Siku hizo Yohana Mbatizaji alikuja akihubiri
katika nyika ya Uyahudi, akisema, [2] "Tubuni,
kwa maana Ufalme wa Mbinguni umekaribia."
[3] Huyu ndiye yule aliyenenwa habari zake na nabii
Isaya aliposema:

"Sauti ya mtu aliaye huko nyikani,
'Tayarisheni njia kwa ajili ya Bwana,
yanyoosheni mapito yake.' "

[4] Basi Yohana alivaa mavazi yaliyotengenezwa
kwa singa za ngamia, akiwa na mkanda wa ngozi
kiunoni mwake. Chakula chake kilikuwa nzige na
asali ya mwitu. [5] Watu walikuwa wakimwendea
kutoka Yerusalemu, Uyahudi yote na nchi zote za
kandokando ya Mto Yordani. [6] Nao wakaziungama
dhambi zao, akawabatiza katika Mto Yordani.
[7] Lakini alipowaona Mafarisayo na Masadukayo
wengi wakija ili kubatizwa, aliwaambia: "Ninyi
watoto wa nyoka! Ni nani aliyewaonya kuikimbia
ghadhabu inayokuja? [8] Basi zaeni matunda yasta-
hiliyo toba. [9] Wala msidhani mnaweza kusema
mioyoni mwenu kuwa, 'Sisi tunaye Abrahamu,
baba yetu.' Nawaambia kuwa Mungu anaweza
kumwinulia Abrahamu watoto kutoka kwa mawe
haya. [10] Hata sasa shoka limeshawekwa tayari kwe-
nye shina la kila mti, basi kila mti usiozaa matunda
mazuri, hukatwa na kutupwa motoni.
[11] "Mimi nawabatiza kwa maji kwa ajili ya toba.
Lakini nyuma yangu anakuja yeye aliye na uwezo
kuliko mimi, ambaye sistahili hata kuvichukua
viatu vyake. Yeye atawabatiza kwa Roho Mtakatifu[a]
na kwa moto. [12] Pepeto lake liko mkononi mwake,
naye atasafisha sakafu yake ya kupuria, na kuiku-
sanya ngano ghalani na kuyateketeza makapi kwa
moto usiozimika."

Yesu Abatizwa

[13] Kisha Yesu akaja kutoka Galilaya mpaka Mto
Yordani ili Yohana ambatize. [14] Lakini Yohana aka-
jitahidi kumzuia, akimwambia, "Mimi ninahitaji
kubatizwa na wewe, nawe waja kwangu nikubatize?"
[15] Lakini Yesu akamjibu, "Kubali hivi sasa, kwa
maana ndivyo itupasavyo kwa njia hii kuitimiza
haki yote." Hivyo Yohana akakubali.
[16] Naye Yesu alipokwisha kubatizwa, mara alipo-
toka ndani ya maji, ghafula mbingu zikafunguka,
akamwona Roho wa Mungu akishuka kama hua
na kutulia juu yake. [17] Nayo sauti kutoka mbinguni
ikasema, "Huyu ni Mwanangu mpendwa, ambaye
ninapendezwa sana naye."

Kujaribiwa Kwa Yesu

4 Kisha Yesu akaongozwa na Roho Mtakatifu kwe-
nda nyikani ili akajaribiwe na ibilisi. [2] Baada ya
kufunga siku arobaini usiku na mchana, hatimaye

[a]11 ...*kwa Roho Mtakatifu* hapa ina maana ya *katika Roho Mtakatifu.*

akaona njaa. 3 Mjaribu akamjia na kumwambia, "Ikiwa wewe ndiye Mwana wa Mungu, amuru mawe haya yawe mikate."

4 Lakini Yesu akajibu, "Imeandikwa: 'Mtu haishi kwa mkate tu, ila kwa kila neno litokalo katika kinywa cha Mungu.' "

5 Ndipo ibilisi akamchukua Yesu mpaka mji mtakatifu na kumweka juu ya mnara mrefu wa Hekalu, 6 akamwambia, "Kama wewe ndiwe Mwana wa Mungu jitupe chini. Kwa kuwa imeandikwa:

" 'Atakuagizia malaika zake,
nao watakuchukua mikononi mwao
ili usije ukajikwaa mguu wako katika jiwe.' "

7 Yesu akamjibu, "Pia imeandikwa: 'Usimjaribu Bwana Mungu wako.' "

8 Kwa mara nyingine, ibilisi akamchukua Yesu mpaka kwenye kilele cha mlima mrefu na kumwonyesha falme zote za dunia na fahari zake, 9 kisha akamwambia, "Nitakupa hivi vyote kama ukinisujudia na kuniabudu."

10 Yesu akamwambia, "Ondoka mbele yangu, Shetani! Kwa maana imeandikwa, 'Mwabudu Bwana Mungu wako, na umtumikie yeye peke yake.' "

11 Ndipo ibilisi akamwacha, nao malaika wakaja na kumhudumia.

Yesu Aanza Kuhubiri

12 Yesu aliposikia kwamba Yohana Mbatizaji alikuwa ametiwa gerezani, alirudi Galilaya. 13 Akaondoka Nazareti akaenda kuishi Kapernaumu, mji ulioko karibu na bahari, katika mipaka ya nchi ya Zabuloni na Naftali, 14 ili kutimiza unabii wa nabii Isaya, kama alivyosema:

15 "Nchi ya Zabuloni na nchi ya Naftali,
kwenye njia ya kuelekea baharini,
ng'ambo ya Yordani,
Galilaya ya watu wa Mataifa:
16 watu wale waliokaa gizani
wameona nuru kuu;
nao wale walioishi katika nchi ya uvuli wa mauti,
nuru imewazukia."

17 Tangu wakati huo, Yesu alianza kuhubiri akisema: "Tubuni, kwa maana Ufalme wa Mbinguni umekaribia."

Yesu Awaita Wanafunzi Wake Wa Kwanza

18 Yesu alipokuwa anatembea kando ya Bahari ya Galilaya, aliwaona ndugu wawili, Simoni aitwaye Petro, na Andrea ndugu yake. Walikuwa wakizitupa nyavu zao baharini kwa kuwa wao walikuwa wavuvi. 19 Yesu akawaambia, "Njooni, nifuateni nami nitawafanya mwe wavuvi wa watu." 20 Mara wakaziacha nyavu zao, wakamfuata.

21 Alipoendelea mbele kutoka pale, akawaona ndugu wengine wawili, Yakobo mwana wa Zebedayo na Yohana nduguye, wakiwa wamekaa kwenye mashua pamoja na baba yao Zebedayo, wakizitengeneza nyavu zao. Yesu akawaita. 22 Nao mara wakaiacha mashua yao, pamoja na baba yao, wakamfuata.

Yesu Ahubiri Na Kuponya Wagonjwa

23 Yesu akapita katika Galilaya yote, akifundisha katika masinagogi yao, akihubiri habari njema za Ufalme, na akiponya kila ugonjwa na kila aina ya maradhi miongoni mwa watu. 24 Kwa hiyo sifa zake zikaenea sehemu zote za Shamu, nao watu wakamletea wote waliokuwa na magonjwa mbalimbali na maumivu, waliopagawa na pepo wachafu, wenye kifafa na waliopooza, naye akawaponya. 25 Makutano makubwa ya watu yakawa yanamjia kutoka Galilaya, Dekapoli,[a] Yerusalemu, Uyahudi na kutoka ng'ambo ya Mto Yordani.

Mahubiri Ya Yesu Kwenye Mlima

Sifa Za Aliyebarikiwa

1 Basi Yesu alipoona makutano, alipanda mlimani akaketi chini, nao wanafunzi wake wakamjia. 2 Ndipo akaanza kuwafundisha, akisema:

3 "Heri walio maskini wa roho,
maana Ufalme wa Mbinguni ni wao.
4 Heri wale wanaohuzunika,
maana hao watafarijiwa.
5 Heri walio wapole,
maana hao watairithi nchi.
6 Heri wenye njaa na kiu ya haki,
maana hao watatoshelezwa.
7 Heri wenye huruma,
maana hao watapata rehema.
8 Heri walio na moyo safi,
maana hao watamwona Mungu.
9 Heri walio wapatanishi,
maana hao wataitwa wana wa Mungu.
10 Heri wanaoteswa kwa sababu ya haki,
maana Ufalme wa Mbinguni ni wao.

11 "Heri ninyi watu watakapowashutumu, na kuwatesa na kunena dhidi yenu mabaya ya aina zote kwa uongo kwa ajili yangu. 12 Furahini na kushangilia kwa maana thawabu yenu ni kubwa mbinguni, kwa kuwa hivyo ndivyo walivyowatesa manabii waliokuwa kabla yenu.

Chumvi Na Nuru

13 "Ninyi ni chumvi ya ulimwengu. Lakini chumvi ikipoteza ladha yake, yawezaje kurudishiwa ladha yake tena? Haifai tena kwa kitu chochote, ila kutupwa nje ikanyagwe na watu.

14 "Ninyi ni nuru ya ulimwengu. Mji uliojengwa kilimani hauwezi kufichika. 15 Wala watu hawawashi taa na kuifunika kwa bakuli. Badala yake, huiweka kwenye kinara chake, nayo hutoa mwanga kwa kila mtu aliyemo ndani ya ile nyumba. 16 Vivyo hivyo, nuru yenu iangaze mbele ya watu, ili wapate kuona matendo yenu mema wamtukuze Baba yenu aliye mbinguni.

Kutimiza Sheria

17 "Msidhani kwamba nimekuja kufuta Sheria au Manabii; sikuja kuondoa bali kutimiza. 18 Kwa

[a]25 Yaani Miji Kumi.

maana, amin nawaambia, mpaka mbingu na dunia
zitakapopita, hakuna hata herufi moja ndogo wala
nukta itakayopotea kwa namna yoyote kutoka
kwenye Sheria, mpaka kila kitu kiwe kimetimia.
19 Kwa hiyo, yeyote atakayevunja mojawapo ya
amri ndogo kuliko zote ya amri hizi, naye akawa-
fundisha wengine kufanya hivyo, ataitwa mdogo
kabisa katika Ufalme wa Mbinguni, lakini yeyote
azitendaye na kuzifundisha hizi amri ataitwa
mkuu katika Ufalme wa Mbinguni. 20 Kwa maana
nawaambia, haki yenu isipozidi haki ya Mafarisayo
na walimu wa sheria, kamwe hamtaingia katika
Ufalme wa Mbinguni.

Kuhusu Hasira

21 "Mmesikia walivyoambiwa watu wa zamani
kwamba, 'Usiue. Yeyote atakayeua atapaswa
hukumu.' 22 Lakini mimi nawaambia kwamba,
yeyote atakayemkasirikia ndugu yake, atapaswa
hukumu. Tena, yeyote atakayemwambia ndugu
yake, 'Raka,'[a] atapaswa kujibu kwa Baraza la
Wayahudi.[b] Lakini yeyote atakayesema 'Wewe
mpumbavu!' atapaswa hukumu ya moto wa jeha-
namu.

23 "Kwa hiyo, kama unatoa sadaka yako madha-
bahuni, ukakumbuka kuwa ndugu yako ana kitu
dhidi yako, 24 iache sadaka yako hapo mbele ya
madhabahu. Enda kwanza ukapatane na ndugu
yako; kisha urudi na ukatoe sadaka yako.

25 "Patana na mshtaki wako upesi wakati
uwapo njiani pamoja naye kwenda mahakamani,
ili mshtaki wako asije akakutia mikononi mwa
hakimu, naye hakimu akakutia mikononi mwa
askari, nawe ukatupwa gerezani. 26 Amin, nakua-
mbia, hautatoka humo hadi uwe umelipa senti ya
mwisho.

Kuhusu Uzinzi

27 "Mmesikia kwamba ilinenwa, 'Usizini.'
28 Lakini mimi nawaambia kwamba, yeyote amta-
zamaye mwanamke kwa kumtamani, amekwisha
kuzini naye moyoni mwake. 29 Jicho lako la kuume
likikusababisha kutenda dhambi, ling'oe ulitupe
mbali. Ni afadhali kwako kupoteza kiungo kimoja
cha mwili wako kuliko mwili wako mzima ukatu-
pwa jehanamu. 30 Kama mkono wako wa kuume
ukikusababisha kutenda dhambi, ukate, uutupe
mbali. Ni afadhali kwako kupoteza kiungo kimoja
cha mwili wako kuliko mwili wako mzima utupwe
jehanamu.

Kuhusu Talaka

31 "Pia ilinenwa kwamba, 'Mtu yeyote amwa-
chaye mkewe sharti ampe hati ya talaka.' 32 Lakini
mimi nawaambia, yeyote amwachaye mkewe isi-
pokuwa kwa kosa la uasherati, amfanya mkewe
kuwa mzinzi. Na yeyote amwoaye yule mwanamke
aliyeachwa, anazini.

Kuhusu Kuapa

33 "Tena mmesikia walivyoambiwa watu wa
zamani kwamba, 'Usiape kwa uongo, bali timiza
kiapo kile ulichofanya kwa Bwana.' 34 Lakini mimi
nawaambia, msiape kabisa: iwe kwa mbingu,
kwa kuwa ni kiti cha enzi cha Mungu; 35 au kwa
dunia, kwa kuwa ndipo mahali pake pa kuwekea
miguu; au kwa Yerusalemu, kwa kuwa ndio mji
wa Mfalme Mkuu. 36 Nanyi msiape kwa vichwa
vyenu, kwa kuwa hamwezi kuufanya hata unywele
mmoja kuwa mweupe au mweusi. 37 'Ndiyo' yenu
iwe 'Ndiyo,' na 'Hapana' yenu iwe 'Hapana.' Lolote
zaidi ya hili latoka kwa yule mwovu.

Kuhusu Kulipiza Kisasi

38 "Mmesikia kwamba ilinenwa, 'Jicho kwa
jicho na jino kwa jino.' 39 Lakini mimi nawaambia,
msishindane na mtu mwovu. Lakini kama mtu aki-
kupiga kwenye shavu la kuume, mgeuzie na la pili
pia. 40 Kama mtu akitaka kukushtaki na kuchukua
joho lako, mwachie achukue na koti pia. 41 Kama
mtu akikulazimisha kwenda maili moja, nenda
naye maili mbili. 42 Mpe yeye akuombaye, wala
usimgeuzie kisogo yeye atakaye kukukopa.

Upendo Kwa Adui

43 "Mmesikia kwamba ilinenwa, 'Mpende jirani
yako na umchukie adui yako.' 44 Lakini nina-
waambia: Wapendeni adui zenu na waombeeni
wanaowatesa ninyi, 45 ili mpate kuwa watoto wa
Baba yenu aliye mbinguni. Kwa maana yeye huwaa-
ngazia jua lake watu waovu na watu wema, naye
huwanyeshea mvua wenye haki na wasio haki.
46 Kama mkiwapenda tu wale wanaowapenda,
mtapata thawabu gani? Je, hata watoza ushuru
hawafanyi hivyo? 47 Nanyi kama mkiwasalimu
ndugu zenu tu, je, mnafanya nini zaidi ya wengine?
Je, hata watu wasiomjua Mungu, hawafanyi hivyo?
48 Kwa hiyo kuweni wakamilifu kama Baba yenu wa
mbinguni alivyo mkamilifu.

Kuwapa Wahitaji

6 "Angalieni msitende wema wenu mbele ya watu
ili wawaone. Kwa maana mkifanya hivyo, hamna
thawabu kutoka kwa Baba yenu aliye mbinguni.

2 "Hivyo mnapowapa wahitaji, msipige panda
mbele yenu kama wafanyavyo wanafiki katika
masinagogi na mitaani, ili wasifiwe na watu. Amin
nawaambia wao wamekwisha kupokea thawabu
yao. 3 Lakini ninyi mtoapo sadaka, fanyeni kwa siri,
hata mkono wako wa kushoto usijue mkono wako
wa kuume unachofanya, 4 ili sadaka yako iwe ni siri.
Ndipo Baba yako wa mbinguni, yeye aonaye sirini
atakupa thawabu kwa wazi.

Kuhusu Maombi

5 "Nanyi msalipo, msiwe kama wanafiki, maana
wao hupenda kusali wakiwa wamesimama katika
masinagogi na kando ya barabara ili waonekane
na watu. Amin nawaambia, wao wamekwisha
kupata thawabu yao. 6 Lakini wewe unaposali,
ingia chumbani mwako, funga mlango na umwo-
mbe Baba yako aliye sirini. Naye Baba yako aonaye

---

[a]22 Raka ni neno la Kiaramu ambalo maana yake ni dharau au dhihaka ya hali ya juu.
[b]22 *Baraza la Wayahudi* lilikuwa kundi kuu kabisa la utawala wa Wayahudi lililoundwa na wazee 70 pamoja na kuhani mkuu.

sirini atakupa thawabu yako. 7 Nanyi mnaposali msiseme maneno kama wafanyavyo watu wasiomjua Mungu. Kwa maana wao hudhani kwamba watasikiwa kwa sababu ya wingi wa maneno yao. 8 Msiwe kama wao, kwa sababu Baba yenu anajua kile mnachohitaji kabla hamjamwomba.

9 "Hivi basi, ndivyo iwapasavyo kuomba:

" 'Baba yetu uliye mbinguni,
Jina lako litukuzwe.
10 Ufalme wako uje.
Mapenzi yako yafanyike
hapa duniani kama huko mbinguni.
11 Utupatie riziki yetu
ya kila siku.
12 Utusamehe deni zetu,
kama sisi nasi tulivyokwisha
kuwasamehe wadeni wetu.
13 Usitutie majaribuni,
bali utuokoe kutoka kwa yule mwovu
[kwa kuwa Ufalme ni wako, na nguvu,
na utukufu, hata milele. Amen].'

14 Kwa kuwa kama mkiwasamehe watu wengine wanapowakosea, Baba yenu wa mbinguni atawasamehe ninyi pia. 15 Lakini msipowasamehe watu wengine makosa yao, naye Baba yenu hatawasamehe ninyi makosa yenu.

Kuhusu Kufunga

16 "Mnapofunga, msiwe wenye huzuni kama wafanyavyo wanafiki. Maana wao hukunja nyuso zao ili kuwaonyesha wengine kwamba wamefunga. Amin, amin nawaambia wao wamekwisha kupata thawabu yao kamilifu. 17 Lakini mnapofunga, jipakeni mafuta kichwani na kunawa nyuso zenu 18 ili kufunga kwenu kusionekane na watu wengine ila Baba yenu aketiye mahali pa siri; naye Baba yenu aonaye sirini atawapa thawabu yenu kwa wazi.

Akiba Ya Mbinguni

19 "Msijiwekee hazina duniani, mahali ambapo nondo na kutu huharibu, nao wevi huvunja na kuiba. 20 Lakini jiwekeeni hazina mbinguni, mahali ambapo nondo na kutu haviharibu, wala wevi hawavunji na kuiba. 21 Kwa sababu mahali hazina yako ilipo, hapo ndipo pia moyo wako utakapokuwa.

Jicho Ni Taa Ya Mwili

22 "Jicho ni taa ya mwili. Kama jicho lako ni nyofu, mwili wako wote utajaa nuru. 23 Lakini kama jicho lako ni ovu, mwili wako wote utajawa na giza. Kwa hiyo basi, kama nuru iliyomo ndani yako ni giza, hilo ni giza kuu namna gani!

Mungu Na Mali

24 "Hakuna mtu awezaye kuwatumikia mabwana wawili. Kwa kuwa atamchukia huyu na kumpenda yule mwingine, au atashikamana sana na huyu na kumdharau yule mwingine. Hamwezi kumtumikia Mungu pamoja na Mali.[a]

Msiwe Na Wasiwasi

25 "Kwa hiyo nawaambia, msisumbukie maisha yenu kwamba mtakula nini au mtakunywa nini; au msumbukie miili yenu kwamba mtavaa nini. Je, maisha si zaidi ya chakula, na mwili zaidi ya mavazi? 26 Waangalieni ndege wa angani; wao hawapandi wala hawavuni au kuweka ghalani, lakini Baba yenu wa mbinguni huwalisha. Je, ninyi si wa thamani zaidi kuliko hao ndege? 27 Ni nani miongoni mwenu ambaye kwa kujitaabisha kwake anaweza kujiongezea hata saa moja zaidi katika maisha yake?

28 "Nanyi kwa nini mnajitaabisha kwa ajili ya mavazi? Fikirini maua ya shambani yameavyo. Hayafanyi kazi wala hayafumi. 29 Lakini nawaambia, hata Solomoni katika fahari yake yote hakuvikwa vizuri kama mojawapo ya hayo maua. 30 Basi ikiwa Mungu huyavika hivi majani ya shambani, ambayo leo yapo na kesho yanatupwa motoni, je, hatawavika ninyi vizuri zaidi, enyi wa imani haba? 31 Kwa hiyo msiwe na wasiwasi, mkisema, 'Tutakula nini?' Au 'Tutakunywa nini?' Au 'Tutavaa nini?' 32 Watu wasiomjua Mungu ndio wanaoshindania hayo, lakini Baba yenu wa mbinguni anafahamu kuwa mnahitaji haya yote. 33 Lakini utafuteni kwanza Ufalme wa Mungu na haki yake, na haya yote atawapa pia. 34 Kwa hiyo msiwe na wasiwasi kuhusu kesho, kwa sababu kesho itajitaabikia yenyewe. Yatosha kwa siku masumbufu yake.

Kuwahukumu Wengine

7 "Usihukumu ili usije ukahukumiwa. 2 Kwa maana jinsi unavyowahukumu wengine, ndivyo utakavyohukumiwa, na kwa kipimo kile upimiacho, ndicho utakachopimiwa.

3 "Mbona unatazama kibanzi kilicho ndani ya jicho la ndugu yako, na wala huoni boriti iliyo ndani ya jicho lako mwenyewe? 4 Au unawezaje kumwambia ndugu yako, 'Acha nitoe kibanzi kwenye jicho lako,' wakati kuna boriti kwenye jicho lako mwenyewe? 5 Ewe mnafiki, ondoa boriti ndani ya jicho lako kwanza, ndipo utaweza kuona dhahiri jinsi ya kuondoa kibanzi kilicho ndani ya jicho la ndugu yako.

6 "Msiwape mbwa vitu vilivyo vitakatifu; wala msitupie nguruwe lulu zenu. Kama mkifanya hivyo, watazikanyagakanyaga na kisha watawageukia na kuwararua vipande vipande.

Omba, Tafuta, Bisha

7 "Ombeni nanyi mtapewa; tafuteni nanyi mtapata; bisheni nanyi mtafunguliwa mlango. 8 Kwa kuwa kila aombaye hupewa; naye kila atafutaye hupata; na kila abishaye hufunguliwa mlango.

9 "Au ni nani miongoni mwenu ambaye mwanawe akimwomba mkate atampa jiwe? 10 Au mwanawe akimwomba samaki atampa nyoka? 11 Ikiwa ninyi basi mlio waovu mnajua kuwapa watoto wenu vitu vizuri, si zaidi sana Baba yenu aliye mbinguni atawapa vitu vizuri wale wamwombao? 12 Kwa hiyo chochote mnachotaka mtendewe na watu, ninyi nanyi watendeeni vivyo hivyo. Kwa kuwa hii ndiyo Sheria na Manabii.

---

[a]24 Mali (au Utajiri) hapa inatoka neno Mamoni kwa Kiaramu au Mamona kwa Kiyunani.

Njia Nyembamba Na Njia Pana

13 "Ingieni kupitia mlango mwembamba, kwa
maana lango ni pana na njia ni pana ielekeayo upo-
tevuni, nao ni wengi waingiao kwa kupitia lango
hilo. 14 Lakini mlango ni mwembamba na njia ni
finyu ielekeayo kwenye uzima, nao ni wachache
tu waionao.

Mti Na Tunda Lake

15 "Jihadharini na manabii wa uongo, wanao-
wajia wakiwa wamevaa mavazi ya kondoo, lakini
ndani ni mbwa mwitu wakali. 16 Mtawatambua kwa
matunda yao. Je, watu huchuma zabibu kwenye
miiba, au tini kwenye michongoma? 17 Vivyo hivyo,
mti mwema huzaa matunda mazuri, na mti mbaya
huzaa matunda mabaya. 18 Mti mwema hauwezi
kuzaa matunda mabaya, wala mti mbaya hauwezi
kuzaa matunda mazuri. 19 Kila mti usiozaa matu-
nda mazuri hukatwa na kutupwa motoni. 20 Hivyo,
mtawatambua kwa matunda yao.

Mwanafunzi Wa Kweli

21 "Si kila mtu aniambiaye, 'Bwana, Bwana,'
atakayeingia katika Ufalme wa Mbinguni, bali
ni yeye afanyaye mapenzi ya Baba yangu aliye
mbinguni. 22 Wengi wataniambia siku ile, 'Bwana,
Bwana, hatukutoa unabii kwa jina lako, na kwa
jina lako kutoa pepo wachafu na kufanya miujiza
mingi?' 23 Ndipo nitakapowaambia wazi, 'Siku-
wajua kamwe. Ondokeni kwangu, ninyi watenda
maovu!'

Msikiaji Na Mtendaji

24 "Kwa hiyo kila mtu ayasikiaye haya maneno
yangu na kuyatenda, ni kama mtu mwenye busara
aliyejenga nyumba yake kwenye mwamba. 25 Mvua
ikanyesha, mafuriko yakaja, na upepo ukavuma
ukaipiga hiyo nyumba. Lakini haikuanguka; kwa
sababu msingi wake ulikuwa kwenye mwamba.
26 Naye kila anayesikia haya maneno yangu wala
asiyatende, ni kama mtu mjinga aliyejenga nyu-
mba yake kwenye mchanga. 27 Mvua ikanyesha,
mafuriko yakaja, nao upepo ukavuma ukaipiga
hiyo nyumba, nayo ikaanguka kwa kishindo
kikubwa."

28 Yesu alipomaliza kusema maneno haya, maku-
tano ya watu wakashangazwa sana na mafundisho
yake, 29 kwa sababu alifundisha kama yeye aliye
na mamlaka, wala si kama walimu wao wa sheria.

Yesu Amtakasa Mwenye Ukoma

8 Yesu aliposhuka kutoka mlimani, makutano
makubwa ya watu yakamfuata. 2 Mtu mmoja
mwenye ukoma akaja na kupiga magoti mbele
yake, akasema, "Bwana, kama ukitaka, unaweza
kunitakasa."

3 Yesu akanyoosha mkono wake akamgusa yule
mtu, akamwambia, "Nataka. Takasika!" Mara yule
mtu akatakasika ukoma wake. 4 Kisha Yesu aka-
mwambia, "Hakikisha humwambii mtu yeyote.
Lakini nenda ukajionyeshe kwa kuhani, na utoe
sadaka aliyoamuru Mose, ili kuwa ushuhuda
kwao."

Yesu Amponya Mtumishi Wa Jemadari

5 Yesu alipoingia Kapernaumu, jemadari mmoja
alimjia, kumwomba msaada, 6 akisema, "Bwana,
mtumishi wangu amelala nyumbani na amepooza,
tena ana maumivu makali ya kutisha."

7 Yesu akamwambia, "Nitakuja na kumponya."

8 Lakini yule jemadari akamwambia, "Bwana,
mimi sistahili wewe kuingia chini ya dari yangu.
Lakini sema neno tu, naye mtumishi wangu
atapona. 9 Kwa kuwa mimi mwenyewe ni mtu
niliyewekwa chini ya mamlaka, nikiwa na askari
chini yangu. Nikimwambia huyu, 'Nenda,' yeye
huenda; na mwingine nikimwambia, 'Njoo,' yeye
huja. Nikimwambia mtumishi wangu, 'Fanya hivi,'
yeye hufanya."

10 Yesu aliposikia maneno haya, alishangaa, aka-
waambia wale waliomfuata, "Amin, nawaambia,
hata katika Israeli sijapata kuona yeyote mwenye
imani kubwa namna hii. 11 Ninawaambia kwamba
wengi watatoka mashariki na magharibi, nao
wataketi karamuni pamoja na Abrahamu, Isaki
na Yakobo katika Ufalme wa Mbinguni. 12 Lakini
warithi wa Ufalme watatupwa katika giza la nje,
ambako kutakuwako kilio na kusaga meno."

13 Kisha Yesu akamwambia yule jemadari,
"Nenda na iwe kwako sawasawa na imani yako."
Naye yule mtumishi akapona saa ile ile.

Yesu Aponya Wengi

14 Yesu alipoingia nyumbani kwa Petro, alimkuta
mama mkwe wa Petro amelala kitandani, akiwa
ana homa. 15 Akamgusa mkono wake na homa ika-
mwacha, naye akainuka na kuanza kumhudumia.

16 Jioni ile, wakamletea watu wengi waliopa-
gawa na pepo wachafu, naye akawatoa wale pepo
wachafu kwa neno lake, na kuwaponya wagonjwa
wote. 17 Haya yalifanyika ili litimie lile lililonenwa
kwa kinywa cha nabii Isaya kwamba:

"Mwenyewe alitwaa udhaifu wetu
na alichukua magonjwa yetu."

Gharama Ya Kumfuata Yesu

18 Yesu alipoona makutano mengi wamemzu-
nguka, aliwaamuru wanafunzi wake wavuke
mpaka ng'ambo ya ziwa. 19 Kisha mwalimu mmoja
wa sheria akamjia Yesu na kumwambia, "Mwalimu,
nitakufuata kokote uendako."

20 Naye Yesu akamjibu, "Mbweha wana mapango,
nao ndege wa angani wana viota, lakini Mwana
wa Adamu hana mahali pa kulaza kichwa chake."

21 Mwanafunzi mwingine akamwambia, "Bwana,
niruhusu kwanza nikamzike baba yangu."

22 Lakini Yesu akamwambia, "Nifuate, uwaache
wafu wawazike wafu wao."

Yesu Atuliza Dhoruba

23 Naye alipoingia kwenye mashua, wanafunzi
wake wakamfuata. 24 Ghafula, kukainuka dhoruba
kali baharini hata mashua ikaanza kufunikwa na
mawimbi, lakini Yesu alikuwa amelala usingizi.
25 Wanafunzi wake wakamwendea na kumwamsha,
wakisema, "Bwana, tuokoe! Tunazama!"

26 Naye Yesu akawaambia, "Kwa nini mnaogopa,
enyi wa imani haba?" Kisha akaamka na kukemea
dhoruba na mawimbi, nako kukawa shwari kabisa.
27 Wale watu wakashangaa, wakisema, "Ni mtu
wa namna gani huyu? Hata upepo na mawimbi
vinamtii!"

Wawili Wenye Pepo Waponywa

28 Walipofika ng'ambo katika nchi ya Wage-
rasi, watu wawili waliopagawa na pepo wachafu
walitoka makaburini nao wakakutana naye. Watu
hawa walikuwa wakali mno kiasi kwamba hakuna
mtu aliyeweza kupita njia ile. 29 Wakapiga kelele,
"Una nini nasi, Mwana wa Mungu? Umekuja hapa
kututesa kabla ya wakati ulioamriwa?"
30 Mbali kidogo kutoka pale walipokuwa, kuli-
kuwa na kundi kubwa la nguruwe wakilisha. 31 Wale
pepo wachafu wakamsihi Yesu, "Ukitutoa humu,
turuhusu twende kwenye lile kundi la nguruwe."
32 Akawaambia, "Nendeni!" Hivyo wakatoka na
kuwaingia wale nguruwe, nalo kundi lote likate-
remka gengeni kwa kasi, likaingia katika ziwa na
kufa ndani ya maji. 33 Wale watu waliokuwa waki-
wachunga hao nguruwe wakakimbia wakaingia
mjini, wakaeleza yote kuhusu yale yaliyowatokea
wale waliokuwa wamepagawa na pepo wachafu.
34 Kisha watu wote wa mji huo wakatoka kwenda
kukutana na Yesu. Nao walipomwona wakamsihi
aondoke kwenye nchi yao.

Yesu Amponya Mtu Aliyepooza

9 Yesu akaingia kwenye chombo, akavuka na
kufika katika mji wa kwao. 2 Wakati huo huo
wakamletea mtu aliyepooza, akiwa amelazwa kwe-
nye mkeka. Yesu alipoiona imani yao, alimwambia
yule mtu aliyepooza, "Mwanangu, jipe moyo mkuu.
Dhambi zako zimesamehewa."
3 Kwa ajili ya jambo hili, baadhi ya walimu wa
sheria wakasema mioyoni mwao, "Huyu mtu
anakufuru!"
4 Lakini Yesu akiyafahamu mawazo yao, akawaa-
mbia, "Kwa nini mnawaza maovu mioyoni mwenu?
5 Je, ni lipi lililo rahisi zaidi: kusema, 'Umesame-
hewa dhambi zako,' au kusema, 'Inuka, uende'?
6 Lakini, ili mpate kujua kwamba Mwana wa Adamu
anayo mamlaka duniani kusamehe dhambi..."
Ndipo akamwambia yule aliyepooza, "Inuka,
chukua mkeka wako, uende nyumbani kwako."
7 Yule mtu akasimama, akaenda nyumbani kwake.
8 Makutano walipoyaona haya, wakajawa na hofu
ya Mungu, wakamtukuza Mungu ambaye alikuwa
ametoa mamlaka kama haya kwa wanadamu.

Kuitwa Kwa Mathayo

9 Yesu alipokuwa akienda kutoka huko, alimwona
mtu mmoja jina lake Mathayo akiwa ameketi foro-
dhani mahali pa kutoza ushuru. Yesu akamwambia,
"Nifuate." Mathayo akaondoka, akamfuata.
10 Yesu alipokuwa akila chakula ndani ya nyumba
ya Mathayo, watoza ushuru wengi na "wenye dha-
mbi" wakaja kula pamoja naye na wanafunzi wake.
11 Mafarisayo walipoona mambo haya, wakawauliza
wanafunzi wake, "Kwa nini Mwalimu wenu anakula
pamoja na watoza ushuru na 'wenye dhambi'?"
12 Lakini Yesu aliposikia hayo, akawaambia,
"Watu wenye afya hawahitaji tabibu, lakini
wale walio wagonjwa ndio wanaohitaji tabibu.
13 Nendeni mkajifunze maana ya maneno haya:
'Nataka rehema, wala si dhabihu.' Kwa maana
sikuja kuwaita wenye haki, bali wenye dhambi."

Yesu Aulizwa Kuhusu Kufunga

14 Wanafunzi wa Yohana Mbatizaji wakaja na
kumuuliza Yesu, "Imekuwaje kwamba sisi na
Mafarisayo tunafunga, lakini wanafunzi wako
hawafungi?"
15 Yesu akawajibu, "Wageni wa bwana arusi
wawezaje kuomboleza wakati angali pamoja nao?
Wakati utafika ambapo bwana arusi ataondolewa
kwao. Hapo ndipo watakapofunga.
16 "Hakuna mtu anayeshonea kiraka kipya
kwenye nguo iliyochakaa, kwa maana kile kiraka
kitachanika kutoka kwenye hiyo nguo, nayo hiyo
nguo itachanika zaidi. 17 Wala watu hawaweki divai
mpya kwenye viriba vikuukuu. Kama wakifanya
hivyo, viriba vitapasuka nayo divai itamwagika,
navyo viriba vitaharibika. Lakini divai mpya huwe-
kwa kwenye viriba vipya, na hivyo divai na viriba
huwa salama."

Mwanamke Aponywa

18 Yesu alipokuwa akiwaambia mambo haya, mara
akaingia kiongozi wa sinagogi akapiga magoti mbele
yake, akamwambia, "Binti yangu amekufa sasa hivi.
Lakini njoo uweke mkono wako juu yake, naye ata-
kuwa hai." 19 Yesu akaondoka akafuatana naye, nao
wanafunzi wake pia wakaandamana naye.
20 Wakati huo huo, mwanamke mmoja, ambaye
alikuwa na ugonjwa wa kutokwa damu kwa muda
wa miaka kumi na miwili, akaja nyuma ya Yesu,
akagusa upindo wa vazi lake, 21 kwa maana alisema
moyoni mwake, "Kama nikigusa tu vazi lake, nita-
ponywa."
22 Yesu akageuka, naye alipomwona aka-
mwambia, "Binti, jipe moyo mkuu, imani yako
imekuponya." Naye yule mwanamke akapona
kuanzia saa ile ile.

Yesu Amfufua Binti Wa Kiongozi Wa Sinagogi

23 Yesu alipofika nyumbani kwa yule kiongozi
wa sinagogi na kuwaona waombolezaji wakipiga
filimbi za maombolezo na watu wengi wakipiga
kelele, 24 akawaambia, "Ondokeni! Kwa maana
binti huyu hakufa, bali amelala." Wakamcheka
kwa dhihaka. 25 Lakini watu walipokwisha kuto-
lewa nje, akaingia mle ndani na kumshika yule
binti mkono, naye akaamka. 26 Habari hizi zikaenea
katika maeneo yale yote.

Yesu Awaponya Vipofu

27 Yesu alipokuwa akiondoka mahali pale, vipofu
wawili wakamfuata wakipiga kelele kwa nguvu na
kusema, "Mwana wa Daudi, tuhurumie!"
28 Alipoingia mle nyumbani wale vipofu waka-
mjia. Naye Yesu akawauliza, "Mnaamini kwamba
ninaweza kufanya jambo hili?"
Wakamjibu, "Ndiyo, Bwana."
29 Ndipo Yesu akagusa macho yao na kusema,

"Iwe kwenu sawasawa na imani yenu." 30 Macho yao yakafunguka. Yesu akawaonya vikali, akisema, "Angalieni mtu yeyote asijue kuhusu jambo hili." 31 Lakini wao wakaenda na kueneza habari zake katika eneo lile lote.

Yesu Amponya Mtu Bubu

32 Walipokuwa wanatoka, mtu mmoja aliyekuwa amepagawa na pepo mchafu na ambaye hakuweza kuongea aliletwa kwa Yesu. 33 Yule pepo mchafu alipotolewa, yule mtu aliyekuwa bubu akaongea. Ule umati wa watu ukastaajabu na kusema, "Jambo kama hili kamwe halijapata kuonekana katika Israeli."

34 Lakini Mafarisayo wakasema, "Huyo anatoa pepo wachafu kwa uwezo wa mkuu wa pepo wachafu."

Watendakazi Ni Wachache

35 Yesu akazunguka katika miji yote na vijiji vyote, akifundisha katika masinagogi yao, akihubiri habari njema za Ufalme, na akiponya kila ugonjwa na kila aina ya maradhi. 36 Alipoona makutano, aliwahurumia kwa sababu walikuwa wanasumbuka bila msaada, kama kondoo wasiokuwa na mchungaji. 37 Ndipo akawaambia wanafunzi wake, "Mavuno ni mengi lakini watendakazi ni wachache. 38 Kwa hiyo mwombeni Bwana wa mavuno, ili apeleke watendakazi katika shamba lake la mavuno."

Yesu Awatuma Wale Kumi Na Wawili

10 Ndipo Yesu akawaita wanafunzi wake kumi na wawili, naye akawapa mamlaka juu ya pepo wachafu, ili waweze kuwatoa na kuponya kila ugonjwa na maradhi ya kila aina.

2 Haya ndiyo majina ya hao mitume kumi na wawili: wa kwanza, Simoni aitwaye Petro, na Andrea nduguye; Yakobo mwana wa Zebedayo, na Yohana nduguye; 3 Filipo, na Bartholomayo; Tomaso, na Mathayo mtoza ushuru; Yakobo mwana wa Alfayo, na Thadayo; 4 Simoni Mkananayo, na Yuda Iskariote aliyemsaliti Yesu.

5 Hawa kumi na wawili, Yesu aliwatuma akawaagiza: "Msiende miongoni mwa watu wa Mataifa, wala msiingie mji wowote wa Wasamaria. 6 Lakini afadhali mshike njia kuwaendea kondoo wa nyumba ya Israeli waliopotea. 7 Wakati mnapokwenda, hubirini mkisema, 'Ufalme wa Mbinguni umekaribia.' 8 Ponyeni wagonjwa, fufueni wafu, takaseni wenye ukoma, toeni pepo wachafu. Mmepata bure, toeni bure. 9 Msichukue dhahabu, wala fedha, wala shaba kwenye vifuko vyenu. 10 Msichukue mkoba wa safari, wala kanzu mbili, wala jozi ya pili ya viatu, wala fimbo, kwa maana mtendakazi anastahili posho yake.

11 "Mji wowote au kijiji chochote mtakapoingia, tafuteni humo mtu anayestahili, nanyi kaeni kwake mpaka mtakapoondoka. 12 Mkiingia kwenye nyumba, itakieni amani. 13 Kama nyumba hiyo inastahili, amani yenu na iwe juu yake. La sivyo, amani yenu na iwarudie ninyi. 14 Kama mtu yeyote hatawakaribisha ninyi, wala kusikiliza maneno yenu, kung'uteni mavumbi kutoka kwenye miguu yenu mtakapokuwa mnatoka kwenye nyumba hiyo au mji huo. 15 Amin, nawaambia, itakuwa rahisi zaidi kwa miji ya Sodoma na Gomora kustahimili katika hukumu kuliko mji huo.

Mateso Yanayokuja

16 "Tazama, ninawatuma kama kondoo katikati ya mbwa mwitu. Kwa hiyo mwe werevu kama nyoka na wapole kama hua.

17 "Jihadharini na wanadamu; kwa maana watawapeleka katika mabaraza yao na kuwapiga kwenye masinagogi yao. 18 Nanyi mtaburutwa mbele ya watawala na wafalme kwa ajili yangu, ili kuwa ushuhuda kwao na kwa watu wa Mataifa. 19 Lakini watakapowapeleka humo, msisumbuke kufikiria mtakalosema, kwa maana mtapewa la kusema wakati huo. 20 Kwa sababu si ninyi mtakaokuwa mkinena, bali ni Roho wa Baba yenu atakayekuwa akinena kupitia kwenu.

21 "Ndugu atamsaliti ndugu yake ili auawe, naye baba atamsaliti mtoto wake. Watoto nao wataasi dhidi ya wazazi wao na kusababisha wauawe. 22 Watu wote watawachukia kwa ajili ya Jina langu. Lakini yule atakayevumilia hadi mwisho ataokolewa. 23 Wakiwatesa katika mji mmoja, kimbilieni mji mwingine. Amin, amin nawaambia, hamtamaliza miji yote ya Israeli kabla Mwana wa Adamu kuja.

24 "Mwanafunzi hawezi kumzidi mwalimu wake, wala mtumishi hamzidi bwana wake. 25 Yatosha mwanafunzi kuwa kama mwalimu wake, na mtumishi kuwa kama bwana wake. Ikiwa mkuu wa nyumba ameitwa Beelzebuli,[a] je, si watawaita zaidi wale wa nyumbani mwake!

Anayestahili Kuogopwa

26 "Kwa hiyo msiwaogope hao, kwa maana hakuna kilichofichika ambacho hakitafunuliwa, wala hakuna siri ambayo haitajulikana. 27 Ninalowaambia gizani, ninyi lisemeni mchana peupe. Na lile mnalosikia likinong'onwa masikioni mwenu, lihubirini juu ya nyumba. 28 Msiwaogope wale wauao mwili lakini hawawezi kuua roho. Afadhali mwogopeni yeye awezaye kuiangamiza roho na mwili katika jehanamu.[b] 29 Je, shomoro wawili hawauzwi kwa senti moja tu? Lakini hakuna hata mmoja wao atakayeanguka chini pasipo Baba yenu kujua. 30 Hata nywele za vichwa vyenu zote zimehesabiwa. 31 Hivyo msiogope; kwa maana ninyi ni wa thamani kubwa kuliko shomoro wengi.

32 "Kila mtu atakayenikiri mbele ya watu, mimi nami nitamkiri yeye mbele za Baba yangu aliye mbinguni. 33 Lakini yeyote atakayenikana mimi mbele ya watu, mimi nami nitamkana mbele za Baba yangu aliye mbinguni."

Sikuleta Amani, Bali Upanga

34 "Msidhani kwamba nimekuja kuleta amani duniani. Sikuja kuleta amani bali upanga. 35 Kwa maana nimekuja kumfitini

[a]25 Beelzebuli kwa Kiyunani ni Beelzebubu, yaani mkuu wa pepo wachafu.

[b]28 Jehanamu kwa Kiyunani ni Gehena, maana yake ni Kuzimu, yaani motoni.

" 'mtu na babaye,
binti na mamaye,
mkwe na mama mkwe wake;
36 nao adui za mtu watakuwa
ni wale watu wa nyumbani kwake.'

37 "Yeyote ampendaye baba yake au mama
yake kuliko anavyonipenda mimi, hastahili kuwa
wangu. Yeyote ampendaye mwanawe au binti
yake kuliko anavyonipenda mimi, hastahili kuwa
wangu. 38 Tena yeyote asiyeuchukua msalaba wake
na kunifuata, hastahili kuwa wangu. 39 Kwa maana
yeyote anayetaka kuyaokoa maisha yake atayapo-
teza, lakini yeyote atakayeyapoteza maisha yake
kwa ajili yangu atayapata.

Watakaopokea Thawabu

40 "Mtu yeyote atakayewapokea ninyi atakuwa
amenipokea mimi, na yeyote atakayenipokea mimi
atakuwa amempokea yeye aliyenituma. 41 Mtu
yeyote anayempokea nabii kwa kuwa ni nabii ata-
pokea thawabu ya nabii, naye mtu anayempokea
mwenye haki kwa kuwa ni mwenye haki atapokea
thawabu ya mwenye haki. 42 Kama yeyote akimpa
hata kikombe cha maji baridi mmoja wa hawa
wadogo kwa kuwa ni mwanafunzi wangu, amin,
nawaambia, hataikosa thawabu yake."

Yesu Na Yohana Mbatizaji

11 Baada ya Yesu kumaliza kutoa maagizo kwa
wanafunzi wake kumi na wawili, aliondoka
hapo akaenda kufundisha na kuhubiri katika miji
yao.

2 Yohana aliposikia akiwa gerezani mambo
ambayo Kristo[a] alikuwa akiyafanya, aliwatuma
wanafunzi wake 3 ili wakamuulize, "Wewe ndiye
yule aliyekuwa aje, au tumngojee mwingine?"
4 Yesu akajibu, "Rudini mkamwambie Yohana
yale mnayosikia na kuyaona: 5 Vipofu wanapata
kuona, viwete wanatembea, wenye ukoma wana-
takaswa, viziwi wanasikia, wafu wanafufuliwa, na
maskini wanahubiriwa habari njema. 6 Amebari-
kiwa mtu yule asiyechukizwa na mimi."
7 Wale wanafunzi wa Yohana walipokuwa
wanaondoka, Yesu akaanza kusema na makutano
kuhusu Yohana Mbatizaji. Akawauliza, "Mlipo-
kwenda kule nyikani, mlikwenda kuona nini? Je,
ni unyasi ukipeperushwa na upepo? 8 Kama sivyo,
mlikwenda kuona nini basi? Mtu aliyevaa mavazi
ya kifahari? La hasha, watu wanaovaa mavazi ya
kifahari wako katika majumba ya wafalme. 9 Basi
mlikwenda kuona nini? Mlikwenda kumwona
nabii? Naam, nawaambia, yeye ni zaidi ya nabii.
10 Huyu ndiye ambaye habari zake zimeandikwa:

" 'Tazama nitamtuma mjumbe wangu
mbele yako,
atakayetengeneza njia mbele yako.'

11 Amin, nawaambia, miongoni mwa wale walio-
zaliwa na wanawake, hajatokea mtu aliye mkuu
kuliko Yohana Mbatizaji. Lakini aliye mdogo
kabisa katika Ufalme wa Mbinguni ni mkuu
kuliko Yohana. 12 Tangu siku za Yohana Mbatizaji
hadi sasa, Ufalme wa Mbinguni hupatikana kwa
nguvu, nao wenye nguvu wanauteka. 13 Kwa maana
manabii wote na Sheria walitabiri mpaka wakati
wa Yohana. 14 Ikiwa mko tayari kukubali hilo, yeye
ndiye yule Eliya ambaye manabii walikuwa wame-
sema angekuja. 15 Yeye aliye na masikio, na asikie.
16 "Lakini kizazi hiki nikifananishe na nini?
Kinafanana na watoto waliokaa sokoni wakiwaita
wenzao na kuwaambia,

17 " 'Tuliwapigia filimbi,
lakini hamkucheza;
tuliwaimbia nyimbo za maombolezo,
lakini hamkuomboleza.'

18 Kwa maana Yohana Mbatizaji alikuja, alikuwa
hali wala hanywi, nao wanasema, 'Yeye ana pepo
mchafu.' 19 Mwana wa Adamu alikuja akila na
kunywa, nao wanasema, 'Tazameni huyu mlafi
na mlevi, rafiki wa watoza ushuru na "wenye dha-
mbi." ' Lakini hekima huthibitishwa kuwa kweli
kwa matendo yake."

Onyo Kwa Miji Isiyotubu

20 Ndipo Yesu akaanza kushutumu miji ambamo
alifanya miujiza yake mingi kuliko kwingine, kwa
maana watu wake hawakutubu. 21 "Ole wako,
Korazini! Ole wako Bethsaida! Kwa maana kama
miujiza iliyofanyika kwenu, ingefanyika Tiro
na Sidoni, miji hiyo ingekuwa imetubu zamani
kwa kuvaa magunia na kujipaka majivu. 22 Lakini
nawaambia, itakuwa rahisi zaidi kwa Tiro na
Sidoni kustahimili katika siku ya hukumu,
kuliko ninyi. 23 Nawe Kapernaumu, je, utainuliwa
hadi mbinguni? La hasha, utashushwa mpaka
kuzimu.[b] Miujiza iliyofanyika kwako ingefanyika
huko Sodoma, mji huo ungalikuwepo hadi leo.
24 Lakini nakuambia kwamba, itakuwa rahisi zaidi
kwa Sodoma kustahimili katika siku ya hukumu
kuliko wewe."

Hakuna Amjuaye Baba Ila Mwana

25 Wakati huo Yesu alisema, "Nakuhimidi Baba,
Bwana wa mbingu na nchi, kwa kuwa umewaficha
mambo haya wenye hekima na wenye elimu, nawe
ukawafunulia watoto wadogo. 26 Naam, Baba, kwa
kuwa hivyo ndivyo ilivyokupendeza.
27 "Nimekabidhiwa vitu vyote na Baba yangu:
Hakuna mtu amjuaye Mwana ila Baba, wala hakuna
amjuaye Baba ila Mwana na yeyote ambaye Mwana
anapenda kumfunulia.

Yesu Awaita Waliolemewa Na Mizigo

28 "Njooni kwangu, ninyi nyote mnaotaabika
na kulemewa na mizigo, nami nitawapumzisha.
29 Jifungeni nira yangu, mjifunze kutoka kwangu,
kwa maana mimi ni mpole na mnyenyekevu wa
moyo, nanyi mtapata raha nafsini mwenu. 30 Kwa
maana nira yangu ni laini na mzigo wangu ni
mwepesi."

---

[a]2 *Kristo* maana yake ni *Masiya*, yaani *Aliyetiwa mafuta.*

[b]23 *Kuzimu* ni *Mahali pa wafu.*

Bwana Wa Sabato

12 Wakati huo Yesu alipitia kwenye mashamba
ya nafaka siku ya Sabato. Wanafunzi wake
walikuwa na njaa, nao wakaanza kuvunja masuke
ya nafaka na kuyala. 2 Lakini Mafarisayo walipoona
jambo hili, wakamwambia, "Tazama! Wanafunzi
wako wanafanya jambo lisilo halali kufanywa siku
ya Sabato."

3 Yesu akawajibu, "Je, hamjasoma alichofanya
Daudi na wenzake walipokuwa na njaa? 4 Aliingia
katika nyumba ya Mungu, akala mikate iliyowekwa
wakfu, yeye na wenzake, jambo ambalo halikuwa
halali kwao kufanya, isipokuwa makuhani peke
yao. 5 Au hamjasoma katika Sheria kwamba siku
ya Sabato makuhani huvunja sheria ya Sabato
Hekaluni lakini hawahesabiwi kuwa na hatia?
6 Nawaambia wazi kwamba, yeye aliye mkuu kuliko
Hekalu yupo hapa. 7 Kama mngekuwa mmejua
maana ya maneno haya, 'Nataka rehema, wala si
dhabihu,' msingewalaumu watu wasio na hatia,
8 kwa maana Mwana wa Adamu ndiye Bwana wa
Sabato."

Yesu Anamponya Mtu Aliyepooza Mkono

9 Yesu akaondoka mahali hapo, akaingia ndani
ya sinagogi lao, 10 na huko alikuwepo mtu aliye-
pooza mkono. Wakitafuta sababu ya kumshtaki
Yesu, wakamuuliza, "Je, ni halali kuponya siku ya
Sabato?"

11 Yesu akawaambia, "Ni nani miongoni mwenu,
mwenye kondoo wake ambaye huyo kondoo akitu-
mbukia shimoni siku ya Sabato hatamtoa? 12 Mtu
ana thamani kubwa kuliko kondoo. Kwa hiyo ni
halali kutenda mema siku ya Sabato."

13 Ndipo akamwambia yule mtu, "Nyoosha
mkono wako." Akaunyoosha, nao ukaponywa
ukawa mzima kama ule mwingine. 14 Lakini Mafa-
risayo wakatoka nje, wakafanya shauri baya juu ya
Yesu jinsi watakavyoweza kumuua.

Mtumishi Aliyechaguliwa Na Mungu

15 Lakini Yesu alipoyatambua mawazo yao, akao-
ndoka mahali hapo. Watu wengi wakamfuata, naye
akawaponya wagonjwa wao wote, 16 akiwakataza
wasiseme yeye ni nani. 17 Hii ilikuwa ili litimie
lile neno lililonenwa kwa kinywa cha nabii Isaya
kusema:

18 "Tazama mtumishi wangu niliyemchagua,
    mpendwa wangu, ninayependezwa naye.
Nitaweka Roho wangu juu yake,
    naye atatangaza haki kwa mataifa.
19 Hatagombana wala hatapiga kelele,
    wala hakuna atakayesikia sauti yake njiani.
20 Mwanzi uliopondeka hatauvunja,
    na utambi unaofuka moshi hatauzima,
mpaka atakapoifanya haki ishinde.
21 Katika Jina lake mataifa
    wataweka tumaini lao."

Yesu Na Beelzebuli

22 Kisha wakamletea mtu aliyekuwa amepagawa
na pepo mchafu, na alikuwa kipofu na bubu. Yesu
akamponya, hata akaweza kusema na kuona.
23 Watu wote wakashangaa na kusema, "Je, yawe-
zekana huyu ndiye Mwana wa Daudi?"

24 Lakini Mafarisayo waliposikia jambo hili waka-
sema, "Mtu huyu anatoa pepo wachafu kwa uwezo
wa Beelzebuli,[a] mkuu wa pepo wachafu."

25 Yesu alijua walichokuwa wakiwaza, hivyo aka-
waambia, "Kila ufalme ukigawanyika dhidi yake
wenyewe huangamia. Hali kadhalika kila mji au
watu wa nyumba moja waliogawanyika dhidi yao
wenyewe hawawezi kusimama. 26 Kama Shetani
akimtoa Shetani, atakuwa amegawanyika yeye
mwenyewe. Basi ufalme wake utawezaje kusi-
mama? 27 Nami kama natoa pepo wachafu kwa
nguvu za Beelzebuli, watu wenu je, wao hutoa pepo
wachafu kwa uwezo wa nani? Hivyo basi, wao ndio
watakaowahukumu. 28 Lakini kama mimi ninatoa
pepo wachafu kwa Roho wa Mungu, basi Ufalme
wa Mungu umekuja juu yenu.

29 "Au tena, mtu awezaje kuingia katika nyumba
ya mtu mwenye nguvu na kuteka nyara mali zake
asipomfunga kwanza yule mwenye nguvu? Aki-
shamfunga, ndipo hakika anaweza kuteka nyara
mali zake.

30 "Mtu asiyekuwa pamoja nami yu kinyume
nami, na mtu ambaye hakusanyi pamoja nami,
hutawanya. 31 Kwa hiyo nawaambia, kila dhambi
na kufuru watu watasamehewa, lakini mtu ata-
kayemkufuru Roho Mtakatifu hatasamehewa.
32 Mtu yeyote atakayesema neno dhidi ya Mwana
wa Adamu atasamehewa, lakini yeyote anenaye
neno dhidi ya Roho Mtakatifu hatasamehewa, iwe
katika ulimwengu huu au katika ulimwengu ujao.

Mti Na Matunda Yake

33 "Ufanye mti kuwa mzuri, nayo matunda yake
yatakuwa mazuri. Au ufanye mti kuwa mbaya, na
matunda yake yatakuwa mabaya. Kwa maana mti
hutambulika kwa matunda yake. 34 Enyi uzao wa
nyoka! Mnawezaje kunena mambo mema, wakati
ninyi ni waovu? Kwa maana kinywa cha mtu huya-
nena yale yaliyoujaza moyo wake. 35 Mtu mwema
hutoa yaliyo mema kutoka hazina ya mambo mema
yaliyohifadhiwa ndani yake, naye mtu mwovu
hutoa yaliyo maovu kutoka hazina ya mambo
maovu yaliyohifadhiwa ndani yake. 36 Lakini
nawaambia, katika siku ya hukumu watu watatoa
hesabu kuhusu kila neno lisilo maana walilonena.
37 Kwa maana kwa maneno yako utahesabiwa haki,
na kwa maneno yako utahukumiwa."

Ishara Ya Yona

38 Kisha baadhi ya Mafarisayo na walimu wa
sheria wakamwambia, "Mwalimu, tunataka kuona
ishara kutoka kwako."

39 Lakini yeye akawajibu, "Kizazi kiovu na cha
uzinzi kinaomba ishara! Lakini hakitapewa ishara
yoyote isipokuwa ile ishara ya nabii Yona. 40 Kwa
maana kama vile Yona alivyokuwa ndani ya tumbo
la nyangumi[b] kwa siku tatu, usiku na mchana,
vivyo hivyo Mwana wa Adamu atakuwa katika

---

[a]24 Beelzebuli au Beelzebubu; pia 12:27.
[b]40 Nyangumi ni samaki mkubwa sana.

moyo wa nchi siku tatu, usiku na mchana. [41] Siku
ya hukumu watu wa Ninawi watasimama pamoja
na kizazi hiki na kukihukumu; kwa maana wao
walitubu waliposikia mahubiri ya Yona. Na tazama,
hapa yupo yeye aliye mkuu kuliko Yona. [42] Malkia
wa Kusini atasimama wakati wa hukumu na kuki-
hukumu kizazi hiki. Kwa kuwa yeye alikuja kutoka
miisho ya dunia ili kuisikiliza hekima ya Solomoni.
Na hapa yupo aliye mkuu kuliko Solomoni."

Mafundisho Kuhusu Pepo Mchafu

[43] "Pepo mchafu amtokapo mtu, hutangatanga
katika sehemu zisizo na maji akitafuta mahali
pa kupumzika, lakini hapati. [44] Ndipo husema,
'Nitarudi kwenye nyumba yangu nilikotoka.'
Naye arudipo huikuta ile nyumba ikiwa tupu,
imefagiliwa na kupangwa vizuri. [45] Kisha huenda
na kuwaleta pepo wachafu wengine saba wabaya
kuliko yeye mwenyewe, nao huingia na kukaa
humo. Nayo hali ya mwisho ya yule mtu huwa ni
mbaya kuliko ile ya kwanza. Ndivyo itakavyokuwa
kwa kizazi hiki kiovu."

Mama Na Ndugu Zake Yesu

[46] Wakati alikuwa angali anazungumza na maku-
tano, mama yake na ndugu zake wakasimama nje
wakitaka kuongea naye. [47] Ndipo mtu mmoja aka-
mwambia, "Tazama, mama yako na ndugu zako
wamesimama nje, wanataka kuongea na wewe."
[48] Lakini yeye akamjibu na kumwambia yule
mtu, "Mama yangu ni nani, nao ndugu zangu ni
nani?" [49] Akawanyooshea mkono wanafunzi wake,
akasema, "Hawa hapa ndio mama yangu na ndugu
zangu! [50] Kwa maana yeyote afanyaye mapenzi
ya Baba yangu wa mbinguni, huyo ndiye ndugu
yangu, na dada yangu na mama yangu."

Mfano Wa Mpanzi

13 Siku iyo hiyo Yesu akatoka nje ya nyumba,
akaketi kando ya bahari. [2] Umati mkubwa
mno wa watu ukakusanyika kumzunguka, hata
ikabidi aingie katika chombo na kuketi humo, nao
watu wote wakawa wamesimama ukingoni mwa
bahari. [3] Ndipo akawaambia mambo mengi kwa
mifano, akisema: "Mpanzi alitoka kwenda kupa-
nda mbegu zake. [4] Alipokuwa akitawanya mbegu,
nyingine ziliangukia kando ya njia, nao ndege
wakaja na kuzila. [5] Nyingine zilianguka kwenye
ardhi yenye mwamba isiyo na udongo wa kuto-
sha. Zikaota haraka, kwa kuwa udongo ulikuwa
haba. [6] Lakini jua lilipozidi, mimea ikanyauka na
kukauka kwa kuwa mizizi yake haikuwa na kina.
[7] Mbegu nyingine zilianguka kwenye miiba, nayo
miiba hiyo ikakua, ikaisonga hiyo mimea. [8] Mbegu
nyingine zilianguka kwenye udongo mzuri ambapo
zilitoa mazao, nyingine mara mia moja, nyingine
mara sitini, na nyingine mara thelathini. [9] Mwenye
masikio ya kusikia, na asikie."

Sababu Ya Kufundisha Kwa Mifano

[10] Wanafunzi wake wakamwendea, wakamuu-
liza, "Kwa nini unasema na watu kwa mifano?"
[11] Akawajibu, "Ninyi mmepewa kuzifahamu siri
za Ufalme wa Mbinguni, lakini wao hawajapewa.
[12] Kwa maana yule aliye na kitu atapewa zaidi, naye
atakuwa navyo tele. Lakini yule asiye na kitu, hata
kile alicho nacho atanyang'anywa. [13] Hii ndiyo
sababu nasema nao kwa mifano:

"Ingawa wanatazama, hawaoni;
wanasikiliza, lakini hawasikii,
wala hawaelewi.

[14] Kwao unatimia ule unabii wa Isaya aliposema:

" 'Hakika mtasikiliza lakini hamtaelewa;
na pia mtatazama lakini hamtaona.
[15] Kwa kuwa mioyo ya watu hawa imekuwa
migumu;
hawasikii kwa masikio yao,
na wamefumba macho yao.
Wasije wakaona kwa macho yao,
na wakasikiliza kwa masikio yao,
wakaelewa kwa mioyo yao,
na kugeuka nami nikawaponya.'

[16] Lakini heri macho yenu kwa sababu yanaona, na
heri masikio yenu kwa sababu yanasikia. [17] Amin,
nawaambia, manabii wengi na wenye haki walita-
mani kuona yale mnayoyaona lakini hawakuyaona,
na walitamani kusikia yale mnayoyasikia lakini
hawakuyasikia.

Maelezo Ya Mfano Wa Mbegu

[18] "Sikilizeni basi maana ya ule mfano wa
mpanzi: [19] Mtu yeyote anaposikia neno la Ufalme
naye asilielewe, yule mwovu huja na kunyakua
kile kilichopandwa moyoni mwake. Hii ndiyo ile
mbegu iliyopandwa kando ya njia. [20] Ile mbegu
iliyopandwa kwenye sehemu yenye mawe ni mtu
yule ambaye hulisikia neno na mara hulipokea kwa
furaha. [21] Lakini kwa kuwa hana mizizi yenye kina
ndani yake, lile neno hudumu kwa muda mfupi tu.
Kisha dhiki au mateso yanapoinuka kwa ajili ya lile
neno, yeye mara huchukizwa. [22] Ile mbegu iliyo-
pandwa katika miiba ni yule mtu alisikiaye neno,
lakini masumbufu ya maisha haya na udanganyifu
wa mali hulisonga lile neno na kulifanya lisizae
matunda. [23] Lakini ile mbegu iliyopandwa kwenye
udongo mzuri ni yule mtu ambaye hulisikia neno
na kulielewa. Naye hakika huzaa matunda, akizaa
mara mia, au mara sitini, au mara thelathini ya
mbegu iliyopandwa."

Mfano Wa Magugu

[24] Yesu akawaambia mfano mwingine, akasema:
"Ufalme wa Mbinguni unaweza kufananishwa na
mtu aliyepanda mbegu nzuri katika shamba lake.
[25] Lakini wakati kila mtu alipokuwa amelala, adui
yake akaja na kupanda magugu katikati ya ngano,
akaenda zake. [26] Ngano ilipoota na kutoa masuke,
magugu nayo yakatokea.
[27] "Watumishi wa yule mwenye shamba wakamjia
na kumwambia, 'Bwana, si tulipanda mbegu nzuri
shambani mwako? Basi, magugu yametoka wapi?'
[28] "Akawajibu, 'Adui ndiye alifanya jambo hili.'
"Wale watumishi wakamuuliza, 'Je, unataka
twende tukayang'oe?'

29 "Lakini akasema, 'Hapana, msiyang'oe, kwa
maana wakati mking'oa magugu mnaweza mka-
ng'oa na ngano pamoja nayo. 30 Acheni ngano
na magugu vikue vyote pamoja mpaka wakati
wa mavuno. Wakati huo nitawaambia wavunaji
wayakusanye magugu kwanza, wayafunge matita
matita ili yachomwe moto; kisha wakusanye ngano
na kuileta ghalani mwangu.' "

Mfano Wa Mbegu Ya Haradali

31 Akawaambia mfano mwingine, akasema,
"Ufalme wa Mbinguni ni kama punje ya haradali,
ambayo mtu aliichukua, akaipanda shambani
mwake. 32 Ingawa mbegu hiyo ni ndogo kuliko
mbegu zote, lakini inapokua ni mmea mkubwa
kuliko yote ya bustanini, nao huwa mti mkubwa,
hadi ndege wa angani wanakuja na kutengeneza
viota katika matawi yake."

Mfano Wa Chachu

33 Akawaambia mfano mwingine, "Ufalme wa
Mbinguni unafanana na chachu ambayo mwa-
namke aliichukua akaichanganya katika kiasi
kikubwa cha unga mpaka wote ukaumuka."

Sababu Ya Yesu Kutumia Mifano

34 Yesu alinena mambo haya yote kwa makutano
kwa mifano. Wala hakuwaambia lolote pasipo
mfano. 35 Hii ilikuwa ili kutimiza lile lililonenwa
kwa kinywa cha nabii aliposema:

"Nitafungua kinywa changu niseme
nao kwa mifano;
nitahubiri mambo yaliyofichika
tangu kuumbwa kwa misingi
ya ulimwengu."

Ufafanuzi Wa Mfano Wa Magugu

36 Kisha Yesu akaagana na makutano, akaingia
nyumbani. Wanafunzi wake wakamjia wakamwa-
mbia, "Tueleze maana ya ule mfano wa magugu
shambani."

37 Akawaambia, "Aliyepanda mbegu nzuri ni
Mwana wa Adamu. 38 Shamba ni ulimwengu na
mbegu nzuri ni wana wa Ufalme. Magugu ni wana
wa yule mwovu. 39 Yule adui aliyepanda magugu ni
ibilisi. Mavuno ni mwisho wa dunia, nao wavunaji
ni malaika.

40 "Kama vile magugu yang'olewavyo na kucho-
mwa motoni, ndivyo itakavyokuwa wakati wa
mwisho wa dunia. 41 Mwana wa Adamu atawatuma
malaika zake, nao watakusanya kutoka Ufalme
wake kila kitu kinachosababisha dhambi na wate-
nda maovu wote. 42 Nao watawatupa katika tanuru
la moto ambako kutakuwa na kilio na kusaga meno.
43 Ndipo wenye haki watang'aa kama jua katika Ufa-
lme wa Baba yao. Yeye aliye na masikio, na asikie.

Mfano Wa Hazina Iliyofichwa Na Lulu

44 "Ufalme wa Mbinguni unafanana na hazina ili-
yofichwa shambani, ambayo mtu mmoja alipoiona
akaificha tena. Kisha katika furaha yake, akaenda
akauza vyote alivyokuwa navyo, akalinunua lile
shamba."

45 "Tena, Ufalme wa Mbinguni unafanana na
mfanyabiashara aliyekuwa akitafuta lulu safi. 46 Ali-
poipata lulu moja ya thamani kubwa, alikwenda
akauza vyote alivyokuwa navyo akainunua."

Mfano Wa Wavu

47 "Tena, Ufalme wa Mbinguni ni kama wavu wa
kuvua samaki uliotupwa baharini ukavua samaki
wa kila aina. 48 Ulipojaa, wavuvi wakavuta pwani,
wakaketi na kukusanya samaki wazuri kuwaweka
kwenye vyombo safi, lakini wale samaki wabaya
wakawatupa. 49 Hivi ndivyo itakavyokuwa wakati
wa mwisho wa dunia. Malaika watakuja na kuwa-
tenganisha watu waovu na watu wenye haki. 50 Nao
watawatupa hao waovu katika tanuru la moto
ambako kutakuwa na kilio na kusaga meno."

51 Yesu akauliza, "Je, mmeyaelewa haya yote?"
Wakamjibu, "Ndiyo."

52 Akawaambia, "Basi kila mwalimu wa sheria
aliyefundishwa elimu ya Ufalme wa Mbinguni ni
kama mwenye nyumba anayetoa kutoka ghala yake
mali mpya na mali ya zamani."

Yesu Akataliwa Nazareti

53 Yesu alipomaliza kutoa mifano hii, akaondoka.
54 Alipofika mji wa kwao, akawafundisha watu
katika sinagogi lao. Nao wakastaajabu, wakauliza,
"Mtu huyu amepata wapi hekima hii na uwezo huu
wa kufanya miujiza?" 55 "Huyu si yule mwana wa
seremala? Mama yake si yeye aitwaye Maria, nao
ndugu zake si Yakobo, Yosefu, Simoni na Yuda?
56 Nao dada zake wote, hawako hapa pamoja nasi?
Mtu huyu amepata wapi basi mambo haya yote?"
57 Wakachukizwa naye.

Lakini Yesu akawaambia, "Nabii hakosi heshima,
isipokuwa katika nchi yake na nyumbani kwake."
58 Naye hakufanya miujiza mingi huko kwa
sababu ya kutokuamini kwao.

Yohana Mbatizaji Akatwa Kichwa

14 Wakati huo, Mfalme Herode, mtawala wa
Galilaya, alisikia habari za Yesu, 2 akawaambia
watumishi wake, "Huyu ni Yohana Mbatizaji; ame-
fufuka kutoka kwa wafu! Hii ndiyo sababu nguvu
za kutenda miujiza zinafanya kazi ndani yake."

3 Herode alikuwa amemkamata Yohana, akamfu-
nga na kumweka gerezani kwa sababu ya Herodia,
mke wa Filipo, ndugu yake, 4 kwa kuwa Yohana
alikuwa amemwambia Herode: "Si halali kwako
kuwa na huyo mwanamke." 5 Herode alitaka sana
kumuua Yohana, lakini akaogopa watu, kwa maana
walimtambua kuwa ni nabii.

6 Katika siku ya kuadhimisha sikukuu ya
kuzaliwa kwa Herode, binti wa Herodia alicheza
mbele ya watu waliohudhuria, akamfurahisha
sana Herode, 7 kiasi kwamba aliahidi kwa kiapo
kumpa huyo binti chochote angeomba. 8 Huyo
binti, akiwa amechochewa na mama yake, aka-
sema, "Nipe kichwa cha Yohana Mbatizaji kwenye
sinia." 9 Mfalme akasikitika, lakini kwa sababu ya
viapo alivyoapa mbele ya wageni, akaamuru kwa-
mba apatiwe ombi lake. 10 Hivyo akaagiza Yohana
Mbatizaji akatwe kichwa mle gerezani. 11 Kichwa
chake kikaletwa kwenye sinia, akapewa yule binti,

naye akampelekea mama yake. [12] Wanafunzi wa Yohana wakaja na kuuchukua mwili wake kwenda kuuzika. Kisha wakaenda wakamwambia Yesu.

Yesu Alisha Wanaume 5,000

[13] Yesu aliposikia yaliyokuwa yametukia, aliondoka kwa chombo akaenda mahali pasipo na watu ili awe peke yake. Lakini watu walipopata habari, wakamfuata kwa miguu kupitia nchi kavu kutoka miji. [14] Yesu alipofika kando ya bahari, aliona makutano makubwa ya watu, akawahurumia na akawaponya wagonjwa wao.

[15] Ilipofika jioni, wanafunzi wake walienda kwake, wakamwambia, "Mahali hapa ni nyikani, na muda sasa umekwisha. Waage makutano ili waende zao vijijini wakajinunulie chakula."

[16] Yesu akawaambia, "Hakuna sababu ya wao kuondoka. Ninyi wapeni chakula."

[17] Wakamjibu, "Tuna mikate mitano na samaki wawili tu."

[18] Akawaambia, "Nileteeni hivyo vitu hapa." [19] Yesu akaagiza makutano wakae chini kwenye nyasi. Akaichukua ile mikate mitano na wale samaki wawili, akainua macho yake akatazama mbinguni, akavibariki na kuimega ile mikate. Kisha akawapa wanafunzi, nao wanafunzi wakawagawia makutano. [20] Wote wakala, wakashiba. Nao wanafunzi wakakusanya vipande vilivyosalia, wakajaza vikapu kumi na viwili. [21] Idadi ya watu waliokula walikuwa wanaume wapatao 5,000, bila kuhesabu wanawake na watoto.

Yesu Atembea Juu Ya Maji

[22] Mara Yesu akawaambia wanafunzi wake waingie kwenye mashua watangulie kwenda ng'ambo ya bahari, wakati yeye alikuwa akiwaaga wale makutano. [23] Baada ya kuwaaga, akaenda zake mlimani peke yake kuomba. Jioni ilipofika, Yesu alikuwa huko peke yake. [24] Wakati huo ile mashua ilikuwa mbali kutoka nchi kavu ikisukwasukwa na mawimbi, kwa sababu upepo ulikuwa wa mbisho.

[25] Wakati wa zamu ya nne ya usiku,[a] Yesu akawaendea wanafunzi wake akiwa anatembea juu ya maji. [26] Wanafunzi wake walipomwona akitembea juu ya maji, waliingiwa na hofu kuu, wakasema, "Ni mzimu." Wakapiga yowe kwa kuogopa.

[27] Lakini mara Yesu akasema nao, akawaambia, "Jipeni moyo! Ni mimi. Msiogope."

[28] Petro akamjibu, "Bwana, ikiwa ni wewe, niambie nije kwako nikitembea juu ya maji."

[29] Yesu akamwambia, "Njoo."

Basi Petro akatoka kwenye chombo, akatembea juu ya maji kumwelekea Yesu. [30] Lakini alipoona upepo mkali aliingiwa na hofu, naye akaanza kuzama, huku akipiga kelele, "Bwana, niokoe!"

[31] Mara Yesu akaunyoosha mkono wake na kumshika, akamwambia, "Wewe mwenye imani haba, kwa nini uliona shaka?"

[32] Nao walipoingia ndani ya mashua, upepo ukakoma. [33] Ndipo wote waliokuwa ndani ya ile mashua wakamwabudu Yesu, wakisema, "Hakika, wewe ndiwe Mwana wa Mungu."

Yesu Awaponya Wagonjwa Genesareti

[34] Walipokwisha kuvuka, wakafika nchi ya Genesareti. [35] Watu wa eneo lile walipomtambua Yesu, walipeleka habari sehemu zote za jirani. Watu wakamletea wagonjwa wao wote, [36] wakamsihi awaruhusu wagonjwa waguse tu pindo la vazi lake, nao wote waliomgusa, wakaponywa.

Mapokeo Ya Wazee

15 Ndipo baadhi ya Mafarisayo na walimu wa sheria wakamjia Yesu kutoka Yerusalemu na kumuuliza, [2] "Mbona wanafunzi wako wanakiuka mapokeo ya wazee? Kwa maana wao hawanawi mikono yao kabla ya kula!"

[3] Yesu akawajibu, "Mbona ninyi mnavunja amri ya Mungu kwa ajili ya mapokeo yenu? [4] Kwa maana Mungu alisema, 'Waheshimu baba yako na mama yako,' na, 'Yeyote amtukanaye baba yake au mama yake, na auawe.' [5] Lakini ninyi mwafundisha kwamba mtu akimwambia baba yake au mama yake, 'Kile ambacho ningeweza kukusaidia kimewekwa wakfu kwa Mungu,' [6] basi hana tena sababu ya kumheshimu baba yake nacho. Basi kwa ajili ya mafundisho yenu mnavunja amri ya Mungu. [7] Ninyi wanafiki! Isaya alikuwa sawa alipotabiri juu yenu kwamba:

[8] " 'Watu hawa huniheshimu kwa midomo yao,
lakini mioyo yao iko mbali nami.
[9] Huniabudu bure;
nayo mafundisho yao
ni maagizo ya wanadamu tu.' "

Vitu Vitiavyo Unajisi

[10] Yesu akaita ule umati wa watu, akawaambia, "Sikilizeni na mwelewe: [11] kinachomfanya mtu kuwa najisi mbele za Mungu si kile kiingiacho kinywani mwake, bali ni kile kitokacho kinywani mwake."

[12] Kisha wanafunzi wake wakamjia na kumuuliza, "Je, unajua kwamba Mafarisayo walichukizwa sana waliposikia yale uliyosema?"

[13] Akawajibu, "Kila pando ambalo Baba yangu wa mbinguni hakulipanda, litang'olewa. [14] Waacheni; wao ni viongozi vipofu, wanaoongoza vipofu. Kama kipofu akimwongoza kipofu mwenzake, wote wawili watatumbukia shimoni."

[15] Petro akasema, "Tueleze maana ya huu mfano."

[16] Yesu akawauliza, "Je, bado ninyi hamfahamu? [17] Je, hamwelewi kwamba chochote kiingiacho kinywani huenda tumboni, na hatimaye hutolewa nje kikiwa uchafu? [18] Lakini kitokacho kinywani hutoka moyoni, na hiki ndicho kimtiacho mtu unajisi. [19] Kwa maana ndani ya moyo hutoka mawazo mabaya, uuaji, uzinzi, uasherati, wizi, ushahidi wa uongo na masingizio. [20] Haya ndiyo yamtiayo mtu unajisi; lakini kula bila kunawa mikono hakumtii mtu unajisi."

Imani Ya Mwanamke Mkanaani

[21] Yesu aliondoka mahali pale, akaenda sehemu za Tiro na Sidoni. [22] Mwanamke mmoja Mkanaani aliyeishi sehemu jirani na hizo akaja kwake akilia,

---

[a]25 Zamu ya nne ya usiku ni kati ya saa tisa na saa kumi na mbili asubuhi.

akasema, "Nihurumie, Ee Bwana, Mwana wa
Daudi! Binti yangu amepagawa na pepo mchafu,
na anateseka sana."
23 Lakini Yesu hakumjibu neno. Hivyo wanafunzi
wake wakamwendea na kumsihi sana, wakisema,
"Mwambie aende zake, kwa maana anaendelea
kutupigia kelele."
24 Yesu akajibu, "Nimetumwa tu kwa ajili ya
kondoo wa Israeli waliopotea."
25 Lakini yule mwanamke akaja, akapiga magoti
mbele ya Yesu, akasema, "Bwana, nisaidie!"
26 Yesu akajibu, "Si haki kuchukua chakula cha
watoto na kuwatupia mbwa."
27 Yule mwanamke akajibu, "Ndiyo, Bwana, lakini
hata mbwa hula makombo yanayoanguka kutoka
kwenye meza za bwana zao."
28 Ndipo Yesu akamwambia, "Mwanamke, imani
yako ni kubwa! Iwe kwako kama unavyotaka." Naye
binti yake akapona tangu saa ile.

Yesu Aponya Watu Wengi

29 Yesu akaondoka na kwenda kando ya Bahari ya
Galilaya. Kisha akapanda mlimani, akaketi huko.
30 Umati mkubwa wa watu ukamjia, wakiwaleta
vilema, vipofu, viwete, bubu na wengine wengi,
wakawaweka miguuni pake; naye akawaponya.
31 Hao watu wakashangaa walipoona bubu waki-
sema, vilema wakipona, viwete wakitembea na
vipofu wakiona, wakamtukuza Mungu wa Israeli.

Yesu Alisha Watu Elfu Nne

32 Kisha Yesu akawaita wanafunzi wake, akawaa-
mbia, "Ninauhurumia huu umati wa watu, kwa
sababu sasa wamekuwa pamoja nami kwa muda
wa siku tatu, na hawana chakula chochote. Nami
sipendi kuwaaga wakiwa na njaa, wasije wakazimia
njiani."
33 Wanafunzi wake wakasema, "Tutapata wapi
mikate ya kutosha kuwalisha umati huu wa watu
mkubwa namna hii, nasi tuko nyikani?"
34 Yesu akawauliza, "Mnayo mikate mingapi?"
Wakamjibu, "Tunayo mikate saba na visamaki
vichache."
35 Yesu akawaambia ule umati wa watu waketi
chini. 36 Kisha akachukua ile mikate saba na wale
samaki, naye akiisha kumshukuru Mungu, akavi-
mega na kuwapa wanafunzi wake, nao wakawapa
ule umati wa watu. 37 Wote wakala na kushiba. Baa-
daye wanafunzi wakakusanya vipande vilivyosalia,
wakajaza vikapu saba. 38 Idadi ya watu walikuwa
wanaume 4,000, bila kuhesabu wanawake na
watoto. 39 Baada ya kuaga ule umati wa watu,
Yesu aliingia katika mashua, akaenda sehemu za
Magadani.[a]

Mafarisayo Wadai Ishara

16 Mafarisayo na Masadukayo wakamjia Yesu
na kumjaribu kwa kumwomba awaonyeshe
ishara kutoka mbinguni.
2 Yesu akawajibu, "Ifikapo jioni, mnasema,
'Hali ya hewa itakuwa nzuri, kwa kuwa anga ni
nyekundu.' 3 Nanyi wakati wa asubuhi mnasema,
'Leo kutakuwa na dhoruba, kwa sababu anga ni
nyekundu na mawingu yametanda.' Mnajua jinsi
ya kupambanua kule kuonekana kwa anga, lakini
hamwezi kupambanua dalili za nyakati. 4 Kizazi
kiovu na cha uzinzi kinatafuta ishara, lakini haki-
tapewa ishara yoyote isipokuwa ishara ya Yona."
Yesu akawaacha, akaenda zake.

Chachu Ya Mafarisayo Na Masadukayo

5 Wanafunzi wake walipofika ng'ambo ya bahari,
walikuwa wamesahau kuchukua mikate. 6 Yesu
akawaambia, "Jihadharini. Jilindeni na chachu ya
Mafarisayo na ya Masadukayo."
7 Wakajadiliana wao kwa wao, wakisema, "Ni
kwa sababu hatukuleta mikate."
8 Yesu, akifahamu majadiliano yao, akauliza,
"Enyi wa imani haba! Mbona mnajadiliana mio-
ngoni mwenu kuhusu kutokuwa na mikate? 9 Je,
bado hamwelewi? Je, hamkumbuki ile mikate
mitano iliyolisha watu 5,000 na idadi ya vikapu
vingapi vya mabaki mlivyokusanya? 10 Au ile mikate
saba iliyolisha watu 4,000 na idadi ya vikapu
vingapi vya mabaki mlivyokusanya? 11 Inakuwaje
mnashindwa kuelewa kwamba nilikuwa sisemi
nanyi habari za mikate? Jilindeni na chachu ya
Mafarisayo na Masadukayo." 12 Ndipo wakaelewa
kwamba alikuwa hasemi juu ya chachu ya kutenge-
neza mikate, bali juu ya mafundisho ya Mafarisayo
na Masadukayo.

Petro Amkiri Yesu Kuwa Ni Mwana Wa Mungu

13 Basi Yesu alipofika katika eneo la Kai-
saria-Filipi, akawauliza wanafunzi wake, "Watu
husema kwamba mimi Mwana wa Adamu ni nani?"
14 Wakamjibu, "Baadhi husema ni Yohana Mba-
tizaji; wengine husema ni Eliya; na bado wengine
husema ni Yeremia au mmojawapo wa manabii."
15 Akawauliza, "Je, ninyi mnasema mimi ni nani?"
16 Simoni Petro akamjibu, "Wewe ndiwe Kristo,[b]
Mwana wa Mungu aliye hai."
17 Naye Yesu akamwambia, "Heri wewe, Simoni
Bar-Yona,[c] kwa maana hili halikufunuliwa kwako
na mwanadamu, bali na Baba yangu aliye mbi-
nguni. 18 Nami nakuambia, wewe ndiwe Petro na
juu ya mwamba huu nitalijenga kanisa langu, hata
malango ya Kuzimu hayataweza kulishinda. 19 Nita-
kupa funguo za Ufalme wa mbinguni, na lolote
utakalolifunga duniani litakuwa limefungwa Mbi-
nguni, nalo lolote utakalofungua duniani litakuwa
limefunguliwa mbinguni." 20 Kisha akawakataza
wanafunzi wake wasimwambie mtu yeyote kwa-
mba yeye ndiye Kristo.

Yesu Anatabiri Juu Ya Kifo Chake

21 Tangu wakati huo, Yesu alianza kuwaeleza
wanafunzi wake kwamba hana budi kwenda
Yerusalemu na kupata mateso mengi mikononi
mwa wazee, viongozi wa makuhani, na walimu
wa sheria, na kwamba itampasa auawe lakini siku
ya tatu kufufuliwa.

---

[a]39 Magadani ni Magdala, mji wa Galilaya, kama kilomita 16 kusini mwa Kapernaumu.

[b]16 *Kristo* maana yake ni *Masiya*, yaani *Aliyetiwa mafuta.*

[c]17 Bar-Yona ni neno la Kiaramu, maana yake ni Mwana wa Yona.

22 Petro akamchukua kando, akaanza kumkemea
akisema, "Haiwezekani, Bwana! Jambo hili kamwe
halitakupata!"
23 Lakini Yesu akageuka na kumwambia Petro,
"Rudi nyuma yangu, Shetani! Wewe ni kikwazo
kwangu. Moyo wako hauwazi yaliyo ya Mungu,
bali ya wanadamu."
24 Ndipo Yesu akawaambia wanafunzi wake,
"Mtu yeyote akitaka kunifuata, ni lazima ajikane
mwenyewe, auchukue msalaba wake, anifuate.
25 Kwa maana yeyote anayetaka kuyaokoa maisha
yake atayapoteza, lakini yeyote atakayeyapoteza
maisha yake kwa ajili yangu atayapata. 26 Kwa
maana, je, itamfaidi nini mtu kuupata ulimwengu
wote, lakini akayapoteza maisha yake? Au mtu
atatoa nini badala ya nafsi yake? 27 Kwa maana
Mwana wa Adamu atakuja katika utukufu wa
Baba yake pamoja na malaika zake, naye ndipo
atakapomlipa kila mtu kwa kadiri ya matendo yake.
28 Nawaambia kweli, baadhi yenu hapa hawataonja
mauti kabla ya kumwona Mwana wa Adamu akija
katika Ufalme wake."

Yesu Abadilika Sura Mlimani

17 Siku sita baada ya jambo hili, Yesu akawa-
chukua Petro, Yakobo na Yohana ndugu yake
Yakobo, akawapeleka juu ya mlima mrefu peke yao.
2 Wakiwa huko, Yesu alibadilika sura mbele yao. Uso
wake ukang'aa kama jua na nguo zake zikawa na
weupe wa kuumiza macho. 3 Ghafula wakawatokea
mbele yao Mose na Eliya, wakizungumza na Yesu.
4 Ndipo Petro akamwambia Yesu, "Bwana, ni
vyema sisi tukae hapa. Ukitaka, nitafanya vibanda
vitatu: kimoja chako, kingine cha Mose na kingine
cha Eliya."
5 Petro alipokuwa angali ananena, ghafula wingu
lililong'aa likawafunika, na sauti ikatoka kwenye
hilo wingu ikisema, "Huyu ni Mwanangu mpe-
ndwa. Ninapendezwa naye sana. Msikieni yeye."
6 Wanafunzi waliposikia haya, wakaanguka chini
kifudifudi, wakajawa na hofu. 7 Lakini Yesu akaja
na kuwagusa, akawaambia, "Inukeni na wala msio-
gope." 8 Walipoinua macho yao, hawakumwona
mtu mwingine yeyote isipokuwa Yesu.
9 Walipokuwa wakishuka kutoka mlimani, Yesu
akawaagiza, "Msimwambie mtu yeyote mambo
mliyoyaona hapa, mpaka Mwana wa Adamu ata-
kapofufuliwa kutoka kwa wafu."
10 Wale wanafunzi wakamuuliza, "Kwa nini basi
walimu wa sheria husema kwamba ni lazima Eliya
aje kwanza?"
11 Yesu akawajibu, "Ni kweli, Eliya lazima aje
kwanza, naye atatengeneza mambo yote. 12 Lakini
nawaambia, Eliya amekwisha kuja, nao hawaku-
mtambua, bali walimtendea kila kitu walichotaka.
Vivyo hivyo Mwana wa Adamu pia atateswa miko-
noni mwao." 13 Ndipo wale wanafunzi wakaelewa
kuwa alikuwa anazungumza nao habari za Yohana
Mbatizaji.

Yesu Amponya Kijana Mwenye Pepo

14 Walipofika penye umati wa watu, mtu mmoja
akamjia Yesu na kupiga magoti mbele yake, aka-
sema, 15 "Bwana, mhurumie mwanangu. Yeye ana
kifafa na anateseka sana. Mara kwa mara huanguka
kwenye moto au kwenye maji. 16 Nilimleta kwa
wanafunzi wako, lakini hawakuweza kumponya."
17 Yesu akajibu, "Enyi kizazi kisichoamini na
kilichopotoka! Nitakaa nanyi mpaka lini? Nita-
wavumilia mpaka lini? Mleteni mvulana hapa
kwangu." 18 Yesu akamkemea yule pepo mchafu,
akamtoka yule kijana, naye akapona saa ile ile.
19 Kisha wanafunzi wakamwendea Yesu wakiwa
peke yao, wakamuuliza, "Kwa nini sisi hatukuweza
kumtoa?"
20 Akawajibu, "Kwa sababu ya imani yenu
ndogo. Ninawaambia kweli, mkiwa na imani
ndogo kama punje ya haradali, mtauambia mlima
huu, 'Ondoka hapa uende pale,' nao utaondoka.
Wala hakutakuwa na jambo lisilowezekana
kwenu. [21 Lakini hali kama hii haitoki ila kwa
kuomba na kufunga.]"
22 Siku moja walipokuwa pamoja huko Galilaya,
Yesu akawaambia, "Mwana wa Adamu atasalitiwa
na kutiwa mikononi mwa watu. 23 Nao watamuua,
lakini siku ya tatu atafufuliwa." Wanafunzi waka-
huzunika sana.

Yesu Na Petro Watoa Kodi Ya Hekalu

24 Baada ya Yesu na wanafunzi wake kufika
Kapernaumu, wakusanya kodi ya Hekalu[a] waka-
mjia Petro na kumuuliza, "Je, Mwalimu wenu halipi
kodi ya Hekalu?"
25 Petro akajibu, "Ndiyo, yeye hulipa." Petro
aliporudi nyumbani, Yesu akawa wa kwanza
kulizungumzia, akamuuliza, "Unaonaje Simoni?
Wafalme wa dunia hupokea ushuru na kodi kutoka
kwa nani? Je, ni kutoka kwa watoto wao au kutoka
kwa watu wengine?"
26 Petro akamjibu, "Kutoka kwa watu wengine."
Yesu akamwambia, "Kwa hiyo watoto wao wame-
samehewa. 27 Lakini ili tusije tukawaudhi, nenda
baharini ukatupe ndoana. Mchukue samaki wa
kwanza utakayemvua. Fungua kinywa chake nawe
utakuta humo fedha, ichukue ukalipe kodi yako
na yangu."

Aliye Mkuu Katika Ufalme Wa Mbinguni

18 Wakati huo, wanafunzi wakamjia Yesu na
kumuuliza, "Je, nani aliye mkuu kuliko wote
katika Ufalme wa Mbinguni?"
2 Yesu akamwita mtoto mdogo na kumsi-
mamisha katikati yao. 3 Naye akasema: "Amin,
nawaambia, msipookoka na kuwa kama watoto
wadogo, kamwe hamtaingia katika Ufalme wa
Mbinguni. 4 Kwa hiyo mtu yeyote anyenyekeaye
kama huyu mtoto, ndiye aliye mkuu kuliko wote
katika Ufalme wa Mbinguni.
5 "Yeyote amkaribishaye mtoto mdogo kama
huyu kwa Jina langu, anikaribisha mimi. 6 Lakini
kama mtu yeyote akimsababisha mmojawapo wa
hawa wadogo wanaoniamini kutenda dhambi,
ingekuwa bora kwake afungiwe jiwe kubwa la
kusagia shingoni mwake, na kutoswa katika kili-
ndi cha bahari.

[a]24 Kodi ya Hekalu ilikuwa didrachmas, yaani drakma mbili, ambazo ni sawa na nusu shekeli.

Kujaribiwa Ili Kutenda Dhambi

7 “Ole kwa ulimwengu kwa sababu ya yale
mambo yanayosababisha watu kutenda dhambi!
Mambo hayo lazima yawepo, lakini ole wake mtu
yule ambaye huyasababisha. 8 Ikiwa mkono wako
au mguu wako unakusababisha utende dhambi,
ukate na uutupe mbali. Ni afadhali kwako kuingia
katika uzima ukiwa huna mkono mmoja au mguu
mmoja, kuliko kuwa na mikono miwili au miguu
miwili, na kutupwa katika moto wa milele. 9 Nalo
jicho lako likikusababisha kutenda dhambi, ling'oe,
ulitupe mbali. Ni afadhali kwako kuingia katika
uzima ukiwa na jicho moja, kuliko kuwa na macho
mawili lakini ukatupwa katika moto wa jehanamu.

Mfano Wa Kondoo Aliyepotea

10 “Angalia ili usimdharau mmojawapo wa hawa
wadogo, kwa maana nawaambia, malaika wao mbi-
nguni daima wanauona uso wa Baba yangu aliye
mbinguni. [11 Kwa maana Mwana wa Adamu alikuja
kuokoa kile kilichopotea.]

12 “Mwaonaje? Ikiwa mtu ana kondoo mia moja,
na mmoja wao akapotea, je, hatawaacha wale tisini
na tisa vilimani na kwenda kumtafuta huyo mmoja
aliyepotea? 13 Naye akishampata, amin, nawaa-
mbia, hufurahi zaidi kwa ajili ya huyo kondoo
mmoja kuliko wale tisini na tisa ambao hawa-
kupotea. 14 Vivyo hivyo, Baba yenu wa mbinguni
hapendi hata mmojawapo wa hawa wadogo apotee.

Ndugu Yako Akikukosea

15 “Kama ndugu yako akikukosea, nenda uka-
mwonyeshe kosa lake, kati yenu ninyi wawili peke
yenu. Kama akikusikiliza, utakuwa umempata tena
ndugu yako. 16 Lakini kama hatakusikiliza, nenda
na mtu mwingine mmoja au wawili ili kila neno
lithibitishwe kwa ushahidi wa mashahidi wawili
au watatu. 17 Kama akikataa kuwasikiliza hao, lia-
mbie kanisa. Naye kama akikataa hata kulisikiliza
kanisa, basi awe kwenu kama mtu asiyeamini au
mtoza ushuru.

18 “Amin, nawaambia, lolote mtakalolifunga
duniani litakuwa limefungwa mbinguni, na lolote
mtakalolifungua duniani litakuwa limefunguliwa
mbinguni.

19 “Tena nawaambia, ikiwa wawili wenu
watakubaliana duniani kuhusu jambo lolote
watakaloomba, watafanyiwa na Baba yangu aliye
mbinguni. 20 Kwa kuwa wanapokusanyika pamoja
watu wawili au watatu kwa Jina langu, mimi niko
papo hapo pamoja nao.”

Kusamehe

21 Ndipo Petro akamjia Yesu na kumuuliza,
“Bwana, ndugu yangu anikosee mara ngapi nami
nimsamehe? Je, hata mara saba?”

22 Yesu akamjibu, “Sikuambii hata mara saba,
bali hata saba mara sabini.

Mfano Wa Mtumishi Asiyesamehe

23 “Kwa hiyo Ufalme wa Mbinguni unaweza kufa-
nanishwa na mfalme aliyetaka kufanya hesabu
zake za fedha na watumishi wake. 24 Alipoanza
kufanya hesabu zake, mtu mmoja aliyekuwa
anadaiwa talanta[a] 10,000, aliletwa kwake. 25 Kwa
kuwa alikuwa hawezi kulipa deni hilo, bwana wake
akaamuru kwamba auzwe, yeye, mkewe, watoto
wake na vyote alivyokuwa navyo, ili lile deni lipate
kulipwa.

26 “Yule mtumishi akampigia magoti, akamsihi
yule bwana akisema, ‘Naomba univumilie, nami
nitakulipa deni lako lote.’ 27 Yule bwana wa huyo
mtumishi akamwonea huruma, akafuta deni lake
lote, akamwacha aende zake.

28 “Lakini yule mtumishi alipokuwa anatoka
nje, akakutana na mtumishi mwenzake aliyekuwa
amemkopesha dinari[b] mia moja. Akamkamata,
akamkaba koo akimwambia, ‘Nilipe kile nina-
chokudai!’

29 “Yule mtumishi mwenzake akapiga magoti
akamsihi akisema, ‘Naomba univumilie, nami
nitakulipa deni lako lote.’

30 “Lakini akakataa. Badala yake, alienda
akamtupa gerezani hata atakapolipa hilo deni.
31 Watumishi wenzake walipoona haya yaliyotukia
wakaudhika sana, nao wakaenda na kumwambia
bwana wao kila kitu kilichokuwa kimetukia.

32 “Yule bwana akamwita yule mtumishi
akamwambia, ‘Wewe mtumishi mwovu! Mimi
nilikusamehe deni lako lote uliponisihi. 33 Je,
haikukupasa kumhurumia mtumishi mwenzako
kama mimi nilivyokuhurumia wewe?’ 34 Kwa hasira,
yule bwana wake akamtia yule mtumishi mikononi
mwa askari wa gereza ili ateswe mpaka atakapolipa
yote aliyokuwa anadaiwa.

35 “Hivi ndivyo Baba yangu wa mbinguni ataka-
vyomfanyia kila mmoja wenu ikiwa hatamsamehe
ndugu yake kutoka moyoni mwake.”

Yesu Afundisha Kuhusu Talaka

19 Yesu alipomaliza kusema maneno haya, alio-
ndoka Galilaya, akaenda sehemu za Uyahudi,
ng'ambo ya Mto Yordani. 2 Umati mkubwa wa watu
ukamfuata, naye akawaponya huko.

3 Baadhi ya Mafarisayo wakamjia ili kumjaribu,
wakamuuliza, “Ni halali mtu kumwacha mke wake
kwa sababu yoyote?”

4 Akawajibu, “Je, hamkusoma kwamba hapo
mwanzo Muumba aliwaumba mwanaume na
mwanamke, 5 naye akasema, ‘Kwa sababu hii mwa-
naume atamwacha baba yake na mama yake, naye
ataambatana na mkewe, na hao wawili watakuwa
mwili mmoja’? 6 Hivyo si wawili tena, bali mwili
mmoja. Kwa hiyo alichokiunganisha Mungu, mwa-
nadamu asikitenganishe.”

7 Wakamuuliza, “Kwa nini basi Mose aliagiza
mtu kumpa mkewe hati ya talaka na kumwacha?”

8 Yesu akawajibu, “Mose aliwaruhusu kuwaa-
cha wake zenu kwa sababu ya ugumu wa mioyo
yenu. Lakini tangu mwanzo haikuwa hivyo. 9 Mimi
nawaambia, yeyote amwachaye mkewe isipokuwa
kwa sababu ya uasherati naye akaoa mke mwi-
ngine, anazini. Naye amwoaye yule mwanamke
aliyeachwa pia anazini.”

---

[a]24 Talanta moja ni sawa na mshahara wa kibarua wa miaka 15.
[b]28 Dinari moja ilikuwa kama mshahara wa kibarua wa siku moja.

10 Wanafunzi wake wakamwambia, "Kama hali ndiyo hii kati ya mume na mke, ni afadhali mtu asioe!"

11 Yesu akawaambia, "Si watu wote wanaoweza kupokea neno hili, isipokuwa wale tu waliojaliwa na Mungu. 12 Kwa maana wengine ni matowashi kwa sababu wamezaliwa hivyo; wengine wamefanywa matowashi na wanadamu; na wengine wamejifanya matowashi kwa ajili ya Ufalme wa Mbinguni. Yeye awezaye kulipokea neno hili na alipokee."

Yesu Awabariki Watoto Wadogo

13 Kisha watoto wadogo wakaletwa kwa Yesu ili aweke mikono yake juu yao na awaombee. Lakini wanafunzi wake wakawakemea wale waliowaleta.

14 Yesu akasema, "Waacheni watoto wadogo waje kwangu, wala msiwazuie, kwa maana Ufalme wa Mbinguni ni wa wale walio kama hawa." 15 Naye akaweka mikono yake juu yao, na akaondoka huko.

Kijana Tajiri

16 Mtu mmoja akamjia Yesu na kumuuliza, "Mwalimu mwema, nifanye jambo gani jema ili nipate uzima wa milele?"

17 Yesu akamjibu, "Mbona unaniuliza habari ya mema? Aliye mwema ni Mmoja tu. Lakini ukitaka kuingia uzimani, zitii amri."

18 Yule mtu akamuuliza, "Amri zipi?"

Yesu akamjibu, "Usiue, usizini, usiibe, usishuhudie uongo, 19 waheshimu baba yako na mama yako, na umpende jirani yako kama nafsi yako."

20 Yule kijana akasema, "Hizi zote nimezishika. Je, bado nimepungukiwa na nini?"

21 Yesu akamwambia, "Kama ukitaka kuwa mkamilifu, nenda, ukauze vitu vyote ulivyo navyo, na hizo fedha uwape maskini, nawe utakuwa na hazina mbinguni. Kisha njoo, unifuate."

22 Yule kijana aliposikia hayo, akaenda zake kwa huzuni, kwa sababu alikuwa na mali nyingi.

Hatari Za Utajiri

23 Ndipo Yesu akawaambia wanafunzi wake, "Amin, nawaambia, itakuwa vigumu kwa mtu tajiri kuingia katika Ufalme wa Mbinguni. 24 Tena nawaambia, ni rahisi zaidi kwa ngamia kupita kwenye tundu la sindano kuliko mtu tajiri kuingia katika Ufalme wa Mungu."

25 Wanafunzi wake waliposikia haya, walishangaa sana na kuuliza, "Ni nani basi awezaye kuokoka?"

26 Lakini Yesu akawatazama, akawaambia, "Kwa mwanadamu jambo hili haliwezekani, lakini mambo yote yanawezekana kwa Mungu."

27 Ndipo Petro akamjibu, "Tazama, sisi tumeacha kila kitu na kukufuata! Tutapata nini basi?"

28 Yesu akawaambia, "Amin, nawaambia, wakati wa kufanywa upya vitu vyote, Mwana wa Adamu atakapoketi kwenye kiti chake kitukufu cha enzi, ninyi mlionifuata pia mtaketi katika viti vya enzi kumi na viwili, mkiyahukumu makabila kumi na mawili ya Israeli. 29 Kila mtu aliyeacha nyumba, au ndugu zake wa kiume au wa kike, baba au mama, watoto au mashamba kwa ajili yangu, atapokea mara mia zaidi ya hayo, na atаurithi uzima wa milele. 30 Lakini wengi walio wa kwanza watakuwa wa mwisho, na walio wa mwisho watakuwa wa kwanza.

Mfano Wa Wafanyakazi Katika Shamba La Mizabibu

20 "Kwa maana Ufalme wa Mbinguni unafanana na mtu mwenye shamba aliyetoka alfajiri ili kwenda kuajiri vibarua kufanya kazi katika shamba lake la mizabibu. 2 Baada ya kukubaliana na hao vibarua kuwalipa ujira wa dinari[a] moja kwa siku, akawapeleka kwenye shamba lake la mizabibu.

3 "Mnamo saa tatu akatoka tena, akawakuta wengine wamesimama sokoni bila kazi. 4 Akawaambia, 'Ninyi nanyi nendeni mkafanye kazi katika shamba langu la mizabibu, nami nitawalipa chochote kilicho haki yenu.' 5 Kwa hiyo wakaenda.

"Akatoka tena mnamo saa sita na pia saa tisa akafanya vivyo hivyo. 6 Mnamo saa kumi na moja akatoka tena akawakuta wengine bado wamesimama bila kazi. Akawauliza, 'Kwa nini mmesimama hapa kutwa nzima pasipo kufanya kazi?'

7 "Wakamjibu, 'Ni kwa sababu hakuna yeyote aliyetuajiri.'

"Akawaambia, 'Ninyi nanyi nendeni mkafanye kazi katika shamba langu la mizabibu.'

8 "Ilipofika jioni, yule mwenye shamba la mizabibu akamwambia msimamizi, 'Waite hao vibarua na uwalipe ujira wao, ukianzia na wale walioajiriwa mwisho na kuishia na wale walioajiriwa kwanza.'

9 "Wale vibarua walioajiriwa mnamo saa kumi na moja, wakaja na kila mmoja wao akapokea dinari moja. 10 Hivyo wale walioajiriwa kwanza walipofika, walidhani watalipwa zaidi. Lakini kila mmoja wao pia alipokea dinari moja. 11 Walipoipokea, wakaanza kulalamika dhidi ya yule mwenye shamba, 12 wakisema, 'Hawa watu walioajiriwa mwisho wamefanya kazi kwa muda wa saa moja tu, nawe umewafanya sawa na sisi ambao tumestahimili taabu na joto lote la mchana kutwa?'

13 "Yule mwenye shamba akamjibu mmoja wao, 'Rafiki, sijakudhulumu. Je, hukukubaliana nami kwa ujira wa kawaida wa dinari moja? 14 Chukua ujira wako na uende. Mimi nimeamua kumlipa huyu mtu aliyeajiriwa mwisho kama nilivyokupa wewe. 15 Je, sina haki yangu kufanya kile nitakacho na mali yangu mwenyewe? Au unaona wivu kwa kuwa nimekuwa mkarimu?'

16 "Vivyo hivyo, wa mwisho watakuwa wa kwanza, na wa kwanza watakuwa wa mwisho."

Yesu Atabiri Tena Kuhusu Kifo Chake

17 Basi Yesu alipokuwa anapanda kwenda Yerusalemu, aliwachukua kando wale wanafunzi wake kumi na wawili na kuwaambia, 18 "Tunapanda kwenda Yerusalemu, na Mwana wa Adamu atatiwa mikononi mwa viongozi wa makuhani na walimu wa sheria. Nao watamhukumu kifo 19 na kumtia mikononi mwa watu wa Mataifa ili wamdhihaki na kumpiga mijeledi na kumsulubisha msalabani. Naye atafufuliwa siku ya tatu!"

---

[a] 2 Dinari moja ilikuwa kama mshahara wa kibarua wa siku moja.

Ombi La Mama Yake Yakobo Na Yohana

[20] Kisha mama yao wana wa Zebedayo akamjia
Yesu pamoja na wanawe, naye akapiga magoti
mbele yake, akamwomba Yesu amfanyie jambo
fulani.

[21] Yesu akamuuliza, "Unataka nini?" Akajibu,
"Tafadhali, wajalie wanangu hawa ili mmoja aketi
upande wako wa kuume, na mwingine upande
wako wa kushoto katika Ufalme wako."

[22] Yesu akawaambia, "Ninyi hamjui mnaloliomba.
Je, mnaweza kukinywea kikombe nitakachonywea
mimi?"

Wakajibu, "Tunaweza."

[23] Yesu akawaambia, "Kwa kweli kikombe changu mtakinywea, lakini kuketi upande wangu wa kuume au wa kushoto si langu mimi kuwapa. Nafasi hizo ni za wale ambao wameandaliwa na Baba yangu."

[24] Wale wanafunzi wengine kumi waliposikia
haya, waliwakasirikia hao ndugu wawili. [25] Lakini
Yesu akawaita wote pamoja na kuwaambia,
"Mnafahamu kuwa watawala wa watu wa Mataifa huwatawala kwa nguvu, nao wenye vyeo huonyesha mamlaka yao. [26] Isiwe hivyo kwenu. Badala
yake, yeyote anayetaka kuwa mkuu miongoni
mwenu hana budi kuwa mtumishi wenu, [27] naye
anayetaka kuwa wa kwanza miongoni mwenu hana
budi kuwa mtumwa wenu: [28] kama vile ambavyo
Mwana wa Adamu hakuja ili kutumikiwa, bali
kutumika na kuutoa uhai wake uwe fidia kwa
ajili ya wengi."

Yesu Awaponya Vipofu Wawili

[29] Yesu na wanafunzi wake walipokuwa wakiondoka Yeriko, umati mkubwa wa watu ulimfuata.
[30] Vipofu wawili walikuwa wameketi kando ya barabara. Waliposikia kwamba Yesu alikuwa anapita,
wakapiga kelele wakisema, "Bwana, Mwana wa
Daudi, tuhurumie!"

[31] Ule umati wa watu ukawakemea na kuwaambia wanyamaze, lakini wao wakazidi kupaza sauti,
wakisema, "Bwana, Mwana wa Daudi, tuhurumie."

[32] Yesu akasimama na kuwaita, akawauliza,
"Mnataka niwafanyie nini?"

[33] Wakamjibu, "Bwana, tunataka kuona."

[34] Yesu akawahurumia na kuwagusa macho yao.
Mara macho yao yakapata kuona, nao wakamfuata.

Yesu Anaingia Yerusalemu Kwa Shangwe

21 Walipokaribia Yerusalemu, wakafika
Bethfage katika Mlima wa Mizeituni. Ndipo
Yesu akawatuma wanafunzi wake wawili, [2] akawaambia, "Nendeni katika kijiji kilichoko mbele
yenu, nanyi mtamkuta punda amefungwa hapo,
na mwana-punda pamoja naye. Wafungueni na
mniletee. [3] Kama mtu yeyote akiwasemesha lolote,
mwambieni kwamba Bwana ana haja nao, naye
atawaruhusu mwalete mara."

[4] Haya yalitukia ili litimie lile lililonenwa na
nabii, akisema:

[5] "Mwambieni Binti Sayuni,
'Tazama, mfalme wako anakuja kwako,
ni mnyenyekevu, naye amepanda punda,
juu ya mwana-punda, mtoto wa punda.' "

[6] Wale wanafunzi wakaenda, wakafanya kama
Yesu alivyokuwa amewaagiza. [7] Wakamleta yule
punda na mwana-punda, nao wakatandika mavazi
yao juu ya hao punda, naye Yesu akaketi juu yake.
[8] Umati mkubwa wa watu ukatandaza mavazi yao
barabarani, na wengine wakakata matawi kutoka
kwenye miti, wakayatandaza barabarani. [9] Ule
umati wa watu uliomtangulia na ule uliomfuata
ukapiga kelele ukisema,

"Hosana,[a] Mwana wa Daudi!"

"Amebarikiwa yeye ajaye kwa Jina la Bwana!"

"Hosana juu mbinguni!"

[10] Yesu alipoingia Yerusalemu, mji wote ukataharuki, watu wakauliza, "Huyu ni nani?"

[11] Ule umati wa watu ukajibu, "Huyu ni Yesu, yule
nabii kutoka Nazareti katika Galilaya."

Yesu Atakasa Hekalu

[12] Yesu akaingia katika eneo la Hekalu na kuwafukuza wote waliokuwa wakinunua na kuuza vitu
Hekaluni. Akazipindua meza za wale waliokuwa
wakibadilisha fedha, na pia viti vya wale waliokuwa wakiuza njiwa. [13] Akawaambia, "Imeandikwa,
'Nyumba yangu itaitwa nyumba ya sala;' lakini
ninyi mmeifanya kuwa pango la wanyang'anyi."

[14] Vipofu na vilema wakamwendea kule Hekaluni, naye akawaponya. [15] Lakini viongozi wa
makuhani na walimu wa sheria walipoona mambo
ya ajabu aliyofanya na kuwasikia watoto wakishangilia katika eneo la Hekalu wakisema, "Hosana
Mwana wa Daudi," walikasirika.

[16] Wakamuuliza Yesu, "Je, unasikia hayo hawa
wanayosema?"

Akawajibu, "Naam; kwani hamkusoma,

" 'Midomoni mwa watoto wachanga na
wanyonyao
umeamuru sifa'?"

[17] Akawaacha, akatoka nje ya mji, akaenda hadi
Bethania, akalala huko.

Mtini Wanyauka

[18] Asubuhi na mapema, Yesu alipokuwa akirudi
mjini, alikuwa na njaa. [19] Akauona mtini kando ya
barabara, naye akaukaribia, lakini hakupata tunda
lolote ila majani. Ndipo akauambia, "Wewe usizae matunda tena kamwe!" Papo hapo ule mtini
ukanyauka.

[20] Wanafunzi wake walipoona jambo hili, wakashangaa, wakamuuliza, "Imekuwaje mtini huu
kunyauka ghafula?"

[21] Yesu akawajibu, "Amin, nawaambia, kama
mkiwa na imani wala msiwe na shaka, si kwamba
mtaweza kufanya tu yale yaliyofanyika kwa huu

[a]9 Kiebrania kusema Okoa, basi likawa neno la shangwe.

mtini, bali hata mkiuambia huu mlima, 'Ng'oka,
ukatupwe baharini,' litafanyika. 22 Yoyote mtakayo-
yaomba mkisali na mkiamini, mtayapokea."

Wahoji Kuhusu Mamlaka Ya Yesu

23 Yesu alipoingia Hekaluni, viongozi wa maku-
hani na wazee wa watu wakamjia alipokuwa
anafundisha na kusema, "Unafanya mambo haya
kwa mamlaka gani? Na ni nani aliyekupa mamlaka
hayo?"

24 Yesu akawajibu, "Nami nitawauliza swali
moja. Kama mkinijibu, nami nitawaambia ni kwa
mamlaka gani ninafanya mambo haya. 25 Ubatizo
wa Yohana, ulitoka wapi? Je, ulitoka mbinguni au
kwa wanadamu?"

Wakahojiana wao kwa wao na kusema, "Tuki-
sema ulitoka mbinguni atatuuliza, 'Mbona basi
hamkumwamini?' 26 Lakini tukisema, 'Ulitoka kwa
wanadamu,' tunawaogopa hawa watu, maana wote
wanamtambua Yohana kuwa ni nabii."

27 Kwa hiyo wakamjibu Yesu, "Sisi hatujui."

Naye akawaambia, "Wala mimi sitawaambia ni
kwa mamlaka gani ninatenda mambo haya."

Mfano Wa Wana Wawili

28 "Lakini mwaonaje? Mtu mmoja alikuwa
na wana wawili. Akamwendea yule wa kwanza
akamwambia, 'Mwanangu, nenda ukafanye kazi
kwenye shamba la mizabibu leo.'

29 "Yule mwanawe akamjibu 'Mimi sitakwenda.'
Baadaye akabadili mawazo yake akaenda.

30 "Kisha yule baba akamwendea yule mwanawe
mwingine akamwambia vilevile. Yeye akajibu,
'Nitakwenda, bwana,' lakini hakwenda.

31 "Ni yupi kati yao hao wawili aliyetimiza kile
alichotaka baba yake?"

Wakamjibu, "Ni yule wa kwanza."

Yesu akawaambia, "Amin, amin nawaambia,
watoza ushuru na makahaba wanawatangulia
kuingia katika Ufalme wa Mungu. 32 Kwa maana
Yohana alikuja kwenu kuwaonyesha njia ya haki,
lakini hamkumsadiki, lakini watoza ushuru na
makahaba wakamsadiki. Nanyi hata mlipoona
hayo, baadaye hamkutubu na kumsadiki."

Mfano Wa Wapangaji Waovu

33 "Sikilizeni mfano mwingine: Kulikuwa na
mtu mmoja mwenye shamba ambaye alipanda
shamba la mizabibu. Akajenga ukuta kulizunguka,
akatengeneza shinikizo ndani yake na akajenga
mnara wa ulinzi. Kisha akalikodisha hilo shamba
la mizabibu kwa wakulima fulani, naye akaondoka,
akasafiri kwenda nchi nyingine. 34 Wakati wa
mavuno ulipokaribia, akawatuma watumishi wake
kwa hao wapangaji ili kukusanya matunda yake.

35 "Wale wapangaji wakawakamata wale watumi-
shi, wakampiga mmoja, wakamuua mwingine, na
yule wa tatu wakampiga mawe. 36 Kisha akawatuma
kwao watumishi wengine, wengi kuliko wale wa
kwanza, nao wale wapangaji wakawatendea vile-
vile. 37 Mwisho wa yote, akamtuma mwanawe kwao,
akisema, 'Watamheshimu mwanangu.'

38 "Lakini wale wapangaji walipomwona mwa-
nawe, wakasemezana wao kwa wao, 'Huyu ndiye
mrithi. Njooni tumuue, ili tuchukue urithi wake.'
39 Hivyo wakamchukua, wakamtupa nje ya shamba
la mizabibu, wakamuua.

40 "Kwa hiyo, huyo mwenye shamba la mizabibu
atakapokuja, atawafanyia nini hao wakulima?"

41 Wakamjibu, "Kwa huzuni kuu atawaangamiza
kabisa hao wadhalimu na kulipangisha shamba lake
la mizabibu kwa wakulima wengine ambao wata-
mpatia fungu lake la matunda wakati wa mavuno."

42 Yesu akawaambia, "Je, hamjasoma katika
Maandiko kwamba:

" 'Jiwe walilolikataa waashi
limekuwa jiwe kuu la pembeni.
Bwana ndiye alitenda jambo hili,
nalo ni la ajabu machoni petu'?

43 "Kwa hiyo ninawaambia, Ufalme wa Mungu
utaondolewa kwenu na kupewa watu wengine
wawezao kuzaa matunda yake. 44 Yeye aangukaye
juu ya jiwe hili atavunjika vipande vipande, lakini
yule litakayemwangukia atasagwa kabisa."

45 Viongozi wa Makuhani na Mafarisayo wali-
posikia mifano ya Yesu, walitambua kuwa alikuwa
akiwasema wao. 46 Wakatafuta njia ya kumkamata,
lakini wakaogopa umati wa watu, kwa kuwa watu
walimwona Yesu kuwa ni nabii.

Mfano Wa Karamu Ya Arusi

22 Yesu akasema nao tena kwa mifano, aka-
waambia, 2 "Ufalme wa Mbinguni unaweza
kufananishwa na mfalme mmoja aliyemwandalia
mwanawe karamu ya arusi. 3 Akawatuma watumi-
shi wake kuwaita wale waliokuwa wamealikwa
karamuni, lakini wakakataa kuja.

4 "Kisha akawatuma watumishi wengine aki-
sema, 'Waambieni wale walioalikwa kwamba
nimeandaa chakula. Nimekwisha kuchinja mafa-
hali wangu na vinono, karamu iko tayari. Karibuni
kwa karamu ya arusi.'

5 "Lakini hawakuzingatia, wakaenda zao: huyu
shambani mwake na mwingine kwenye bia-
shara zake. 6 Wengine wao wakawakamata wale
watumishi wake, wakawatesa na kuwaua. 7 Yule
mfalme akakasirika sana, akapeleka jeshi lake
likawaangamiza wale wauaji na kuuteketeza mji
wao kwa moto.

8 "Kisha akawaambia watumishi wake, 'Karamu
ya arusi imeshakuwa tayari, lakini wale niliowaa-
lika hawakustahili kuja. 9 Kwa hiyo nendeni katika
njia panda mkamwalike karamuni yeyote mtakaye-
mwona.' 10 Wale watumishi wakaenda barabarani,
wakawakusanya watu wote waliowaona, wema na
wabaya. Ukumbi wa arusi ukajaa wageni.

11 "Lakini mfalme alipoingia ndani ili kuwaona
wageni, akamwona mle mtu mmoja ambaye
hakuwa amevaa vazi la arusi. 12 Mfalme akamuu-
liza, 'Rafiki, uliingiaje humu bila vazi la arusi?' Yule
mtu hakuwa na la kusema.

13 "Ndipo mfalme akawaambia watumishi wake,
'Mfungeni mikono na miguu mkamtupe nje, kwe-
nye giza. Huko kutakuwa na kilio na kusaga meno.'

14 "Kwa maana walioitwa ni wengi, lakini walio-
teuliwa ni wachache."

Kulipa Kodi Kwa Kaisari

15 Ndipo Mafarisayo wakatoka nje wakaandaa mpango wa kumtega Yesu katika maneno yake. 16 Wakatuma wanafunzi wao kwake pamoja na Maherode. Nao wakasema, "Mwalimu, tunajua kwamba wewe ni mtu mwadilifu na unafundisha njia ya Mungu katika kweli bila kuyumbishwa na mtu wala kuonyesha upendeleo. 17 Tuambie basi, wewe unaonaje? Je, ni halali kulipa kodi kwa Kaisari, au la?"

18 Lakini Yesu, akijua makusudi yao mabaya, akawaambia, "Enyi wanafiki, kwa nini mnajaribu kunitega? 19 Nionyesheni hiyo sarafu inayotumika kwa kulipia kodi." Wakamletea dinari. 20 Naye akawauliza, "Sura hii ni ya nani? Na maandishi haya ni ya nani?"

21 Wakamjibu, "Ni vya Kaisari."

Basi Yesu akawaambia, "Mpeni Kaisari kilicho cha Kaisari, naye Mungu mpeni kilicho cha Mungu."

22 Waliposikia hili, wakashangaa. Hivyo wakamwacha, wakaenda zao.

Ndoa Na Ufufuo

23 Siku hiyo hiyo Masadukayo, wale wasemao kwamba hakuna ufufuo wa wafu, wakamjia Yesu na kumuuliza swali, wakisema, 24 "Mwalimu, Mose alisema, 'Kama mtu akifa bila kuwa na watoto, ndugu yake inampasa amwoe huyo mjane ili ampatie watoto huyo nduguye aliyekufa.' 25 Basi palikuwa na ndugu saba miongoni mwetu. Yule wa kwanza akaoa mke, naye akafa, na kwa kuwa hakuwa na watoto, akamwachia nduguye yule mjane. 26 Ikatokea vivyo hivyo kwa yule ndugu wa pili, na wa tatu, hadi wote saba. 27 Hatimaye, yule mwanamke naye akafa. 28 Sasa basi, siku ya ufufuo, yeye atakuwa mke wa nani miongoni mwa wale ndugu saba, kwa kuwa wote walikuwa wamemwoa huyo mwanamke?"

29 Yesu akawajibu, "Mwapotoka kwa sababu hamjui Maandiko wala uweza wa Mungu. 30 Wakati wa ufufuo, watu hawataoa wala kuolewa, bali watakuwa kama malaika wa mbinguni. 31 Lakini kuhusu ufufuo wa wafu, hamjasoma kile Mungu alichowaambia, kwamba, 32 'Mimi ni Mungu wa Abrahamu, Mungu wa Isaki, na Mungu wa Yakobo'? Yeye si Mungu wa wafu, bali ni Mungu wa walio hai."

33 Ule umati wa watu uliposikia hayo, ulishangaa sana kwa mafundisho yake.

Amri Kuu Kuliko Zote

34 Mafarisayo waliposikia kwamba Yesu alikuwa amewanyamazisha Masadukayo, Mafarisayo wakakusanyika pamoja. 35 Mmoja wao, mtaalamu wa sheria, akamuuliza swali ili kumjaribu, akisema, 36 "Mwalimu, ni amri ipi katika Sheria iliyo kuu kuliko zote?"

37 Yesu akamjibu, " 'Mpende Bwana Mungu wako kwa moyo wako wote na kwa roho yako yote na kwa akili zako zote.' 38 Hii ndiyo amri iliyo kuu, tena ni ya kwanza. 39 Nayo ya pili ni kama hiyo, nayo ni hii: 'Mpende jirani yako kama nafsi yako.' 40 Amri hizi mbili ndizo msingi wa Sheria na Manabii."

Swali Kuhusu Mwana Wa Daudi

41 Wakati Mafarisayo walikuwa wamekusanyika pamoja, Yesu akawauliza, 42 "Mnaonaje kuhusu Kristo?[a] Yeye ni mwana wa nani?"

Wakamjibu, "Yeye ni mwana wa Daudi."

43 Akawaambia, "Inakuwaje basi kwamba Daudi, akinena kwa kuongozwa na Roho, anamwita Kristo 'Bwana'? Kwa maana asema,

44 " 'Bwana alimwambia Bwana wangu:
"Keti mkono wangu wa kuume,
hadi nitakapowaweka adui zako
chini ya miguu yako." '

45 Kama basi Daudi anamwita yeye 'Bwana,' awezaje kuwa mwanawe?" 46 Hakuna mtu aliyeweza kumjibu Yesu neno. Tena tangu siku hiyo hakuna aliyethubutu kumuuliza tena maswali.

Yesu Awashutumu Walimu Wa Sheria Na Mafarisayo

23 Kisha Yesu akauambia umati wa watu pamoja na wanafunzi wake: 2 "Walimu wa sheria na Mafarisayo wameketi katika kiti cha Mose, 3 hivyo inawapasa kuwatii na kufanya kila kitu wanachowaambia. Lakini msifuate yale wanayotenda, kwa sababu hawatendi yale wanayohubiri. 4 Wao hufunga mizigo mikubwa na kuiweka mabegani mwa watu, lakini wao wenyewe hawako radhi hata kuinua kidole ili kuisogeza.

5 "Wao hutenda mambo yao yote ili waonekane na watu. Hupanua vikasha vyao vyenye maandiko ya sheria na kurefusha matamvua ya mavazi yao. 6 Wanapenda kukalia viti vya heshima katika karamu, na vile viti maalum sana katika masinagogi. 7 Hupenda kusalimiwa masokoni na kutaka watu wawaite 'Rabi.'[b]

8 "Lakini ninyi msiitwe 'Rabi,' kwa sababu mnaye Bwana mmoja na ninyi nyote ni ndugu. 9 Nanyi msimwite mtu yeyote 'Baba,' hapa duniani, kwa maana mnaye Baba mmoja, naye yuko mbinguni. 10 Wala msiitwe 'Mwalimu,' kwa maana mnaye mwalimu mmoja tu, ndiye Kristo.[c] 11 Yeye aliye mkuu kuliko ninyi nyote miongoni mwenu atakuwa mtumishi wenu. 12 Kwa kuwa yeyote anayejikweza atashushwa, na yeyote anayejinyenyekeza atakwezwa.

13 "Lakini ole wenu, walimu wa sheria na Mafarisayo, enyi wanafiki! Kwa maana mnawafungia watu milango ya Ufalme wa Mbinguni. Ninyi wenyewe hamuingii humo, nao wale wanaotaka kuingia mnawazuia. [14 Ole wenu walimu wa sheria na Mafarisayo, enyi wanafiki! Mnakula katika nyumba za wajane, nanyi kwa kujifanya kuwa wema, mnasali sala ndefu. Kwa hiyo hukumu yenu itakuwa kuu zaidi.]

15 "Ole wenu walimu wa sheria na Mafarisayo, enyi wanafiki! Ninyi mnasafiri baharini na nchi kavu ili kumfanya mtu mmoja mwongofu, lakini baada ya kumpata, mnamfanya mwana wa jehanamu mara mbili kuliko ninyi!

[a]42 *Kristo* maana yake ni *Masiya*, yaani *Aliyetiwa mafuta.*
[b]7 Rabi maana yake Bwana, Mwalimu.
[c]10 *Kristo* maana yake ni *Masiya*, yaani *Aliyetiwa mafuta.*

16 "Ole wenu, viongozi vipofu! Ninyi mwasema,
'Mtu akiapa kwa Hekalu, kiapo hicho si kitu; lakini
mtu akiapa kwa dhahabu ya Hekalu, amefungwa
kwa kiapo chake.' 17 Ninyi vipofu wapumbavu! Ni
kipi kilicho kikuu zaidi: ni ile dhahabu, au ni lile
Hekalu linaloifanya hiyo dhahabu kuwa takatifu?
18 Pia mnasema, 'Mtu akiapa kwa madhabahu, si
kitu; lakini mtu akiapa kwa sadaka iliyo juu ya
madhabahu, amefungwa kwa kiapo chake' 19 Ninyi
vipofu! Ni kipi kikuu zaidi: ni sadaka, au ni madha-
bahu yanayoifanya hiyo sadaka kuwa takatifu?
20 Kwa hiyo, mtu aapaye kwa madhabahu, huapa
kwa hayo madhabahu na vitu vyote vilivyo juu
yake. 21 Naye mtu aapaye kwa Hekalu, huapa kwa
hilo Hekalu na kwa huyo akaaye ndani yake. 22 Naye
aapaye kwa mbingu, huapa kwa kiti cha enzi cha
Mungu na kwa yeye aketiye juu ya kiti hicho.

23 "Ole wenu walimu wa sheria na Mafarisayo,
ninyi wanafiki! Kwa maana mnatoa zaka ya mna-
naa, bizari na jira, lakini mmeacha mambo makuu
zaidi ya sheria, yaani haki, huruma na uaminifu.
Iliwapasa kufanya haya makuu ya sheria bila
kupuuza hayo matoleo. 24 Ninyi viongozi vipofu,
mnachuja kiroboto lakini mnameza ngamia!

25 "Ole wenu, walimu wa sheria na Mafarisayo,
ninyi wanafiki! Kwa maana mnasafisha kikombe
na sahani kwa nje, lakini ndani mmejaa unyang'a-
nyi na kutokuwa na kiasi. 26 Ewe Farisayo kipofu!
Safisha ndani ya kikombe na sahani kwanza, ndipo
nje itakuwa safi pia.

27 "Ole wenu, walimu wa sheria na Mafarisayo,
ninyi wanafiki! Mnafanana na makaburi yaliyo-
pakwa chokaa, ambayo yanapendeza kwa nje,
lakini ndani yamejaa mifupa ya wafu na kila aina
ya uchafu. 28 Vivyo hivyo, kwa nje ninyi mnaone-
kana kwa watu kuwa wenye haki, lakini kwa ndani
mmejaa unafiki na uovu.

29 "Ole wenu, walimu wa sheria na Mafarisayo,
ninyi wanafiki! Mnajenga makaburi ya manabii
na kuyapamba makaburi ya wenye haki. 30 Nanyi
mwasema, 'Kama tungaliishi wakati wa baba zetu,
tusingalikuwa tumeshiriki katika kumwaga damu
ya manabii!' 31 Hivyo mnajishuhudia wenyewe kwa-
mba ninyi ni wana wa wale waliowaua manabii.
32 Haya basi, kijazeni kipimo cha dhambi ya baba
zenu!

33 "Ninyi nyoka, ninyi uzao wa nyoka wenye
sumu! Mtaiepukaje hukumu ya jehanamu? 34 Kwa
sababu hii, tazameni, natuma kwenu manabii na
wenye hekima na walimu. Baadhi yao mtawaua na
kuwasulubisha, na wengine wao mtawapiga mije-
ledi katika masinagogi yenu na kuwafuatia kutoka
mji mmoja hadi mji mwingine. 35 Hivyo ile damu
ya wenye haki wote iliyomwagwa hapa duniani,
tangu damu ya Abeli, ambaye alikuwa hana hatia,
hadi damu ya Zekaria mwana wa Barakia, mliye-
muua kati ya patakatifu na madhabahu, itawajia
juu yenu. 36 Amin, nawaambia, haya yote yatakuja
juu ya kizazi hiki.

Yesu Aililia Yerusalemu

37 "Ee Yerusalemu, Yerusalemu, uwauaye mana-
bii na kuwapiga mawe wale waliotumwa kwako!
Mara ngapi nimetamani kuwakusanya watoto
wako pamoja, kama vile kuku akusanyavyo vifa-
ranga wake chini ya mabawa yake, lakini hukutaka!
38 Tazama nyumba yenu imeachwa ukiwa. 39 Kwa
maana nawaambia, hamtaniona tena tangu sasa
mpaka mtakaposema, 'Amebarikiwa yeye ajaye kwa
Jina la Bwana.' "

Kubomolewa Kwa Hekalu Kwatabiriwa

24 Yesu akatoka Hekaluni na alipokuwa akie-
nda zake, wanafunzi wake wakamwendea ili
kumwonyesha majengo ya Hekalu. 2 Ndipo Yesu
akawauliza, "Je, mnayaona haya yote? Amin,
nawaambia, hakuna hata jiwe moja hapa litaka-
lobaki juu ya jingine, bali kila moja litabomolewa."

Ishara Za Nyakati Za Mwisho

3 Yesu alipokuwa ameketi kwenye Mlima wa
Mizeituni, wanafunzi wake wakamjia faraghani,
wakamuuliza, "Tuambie, mambo haya yatatukia
lini, nayo dalili ya kuja kwako na ya mwisho wa
dunia ni gani?"

4 Yesu akawajibu, "Jihadharini, mtu yeyote asi-
wadanganye. 5 Kwa maana wengi watakuja kwa
Jina langu, wakidai, 'Mimi ndiye Kristo,'[a] nao wata-
wadanganya wengi. 6 Mtasikia habari za vita na
matetesi ya vita. Angalieni msitishike, kwa maana
haya hayana budi kutukia. Lakini ule mwisho bado.
7 Taifa litainuka dhidi ya taifa, na ufalme dhidi ya
ufalme. Kutakuwa na njaa na mitetemeko ya ardhi
sehemu mbalimbali. 8 Haya yote yatakuwa ndio
mwanzo wa utungu.

9 "Ndipo mtasalitiwa, ili mteswe na kuuawa,
nanyi mtachukiwa na mataifa yote kwa ajili
yangu. 10 Wakati huo, wengi wataacha imani
yao, nao watasalitiana kila mmoja na mwenzake
na kuchukiana. 11 Watatokea manabii wengi wa
uongo, nao watawadanganya watu wengi. 12 Kwa
sababu ya kuongezeka kwa uovu upendo wa watu
wengi utapoa, 13 lakini yule atakayevumilia hadi
mwisho ataokolewa. 14 Injili ya Ufalme itahubiriwa
ulimwenguni kote kuwa ushuhuda kwa mataifa
yote. Ndipo mwisho utakapokuja.

15 "Hivyo mtakapoona lile 'chukizo la uharibifu'
lililonenwa na nabii Danieli limesimama mahali
patakatifu (asomaye na afahamu), 16 basi wale
walioko Uyahudi wakimbilie milimani. 17 Yeyote
aliye juu ya dari ya nyumba asishuke ili kuchukua
chochote kutoka ndani ya nyumba. 18 Aliye sha-
mbani asirudi nyumbani kuchukua vazi lake. 19 Ole
wao wenye mimba na wale wanaonyonyesha watoto
siku hizo! 20 Ombeni ili kukimbia kwenu kusiwe
wakati wa baridi au siku ya Sabato. 21 Kwa maana
wakati huo kutakuwa na dhiki kuu ambayo haija-
pata kuwako tangu mwanzo wa dunia mpaka sasa:
wala haitakuwako tena kamwe. 22 Kama siku hizo
zisingefupishwa, hakuna hata mtu mmoja ambaye
angeokoka. Lakini kwa ajili ya wateule, siku hizo
zitafupizwa. 23 Wakati huo kama mtu yeyote akiwaa-
mbia, 'Tazama, Kristo huyu hapa!' Au, 'Kristo yuko
kule,' msisadiki. 24 Kwa maana watatokea makristo
wa uongo na manabii wa uongo, nao watafanya
ishara kubwa na maajabu mengi ili kuwapotosha,

[a]5 *Kristo* maana yake ni *Masiya*, yaani *Aliyetiwa mafuta.*

ikiwezekana, hata wale wateule hasa. 25 Angalieni,
nimekwisha kuwaambia mapema.
26 "Kwa hiyo mtu yeyote akiwaambia, 'Yule
kule nyikani,' msiende huko. Au akisema, 'Yuko
kwenye chumba,' msisadiki. 27 Kwa maana kama
vile umeme utokeavyo mashariki na kuonekana
hata magharibi, ndivyo itakavyokuwa kuja kwake
Mwana wa Adamu. 28 Kwa maana popote ulipo
mzoga, huko ndiko wakusanyikapo tai.

Kuja Kwa Mwana Wa Adamu

29 "Mara baada ya dhiki ya siku zile,

" 'jua litatiwa giza,
nao mwezi hautatoa nuru yake;
nazo nyota zitaanguka kutoka angani,
na nguvu za anga zitatikisika.'

30 "Ndipo itakapotokea ishara ya Mwana wa
Adamu angani, na makabila yote ya dunia yatao-
mboleza. Nao watamwona Mwana wa Adamu
akija juu ya mawingu ya angani, katika uwezo na
utukufu mkuu. 31 Naye atawatuma malaika zake
kwa sauti kuu ya tarumbeta, nao watawakusanya
wateule wake kutoka pande zote nne za dunia,
kutoka mwisho mmoja wa mbingu hadi mwisho
mwingine.
32 "Basi jifunzeni somo hili kutokana na mtini:
Matawi yake yanapoanza kuchipua na kutoa
majani, mnatambua kwamba wakati wa kiangazi
umekaribia. 33 Vivyo hivyo, myaonapo mambo
haya yote, mnatambua kwamba wakati u karibu,
hata malangoni. 34 Amin, nawaambia, kizazi hiki
hakitapita hadi mambo haya yote yawe yametimia.
35 Mbingu na nchi zitapita, lakini maneno yangu
hayatapita kamwe.

Hakuna Ajuaye Siku Wala Saa

36 "Kwa habari ya siku ile na saa, hakuna ajuaye,
hata malaika walio mbinguni wala Mwana, ila
Baba peke yake. 37 Kama ilivyokuwa wakati wa
Noa, ndivyo itakavyokuwa kuja kwake Mwana wa
Adamu. 38 Kwa maana siku zile kabla ya gharika,
watu walikuwa wakila na kunywa, wakioa na kuo-
lewa, mpaka siku ile Noa alipoingia katika safina.
39 Nao hawakujua lolote mpaka gharika ilipokuja
ikawakumba wote. Hivyo ndivyo itakavyokuwa
atakapokuja Mwana wa Adamu. 40 Watu wawili
watakuwa shambani, naye mmoja atatwaliwa na
mwingine ataachwa. 41 Wanawake wawili watakuwa
wanasaga pamoja, naye mmoja atatwaliwa na mwi-
ngine ataachwa.
42 "Basi kesheni, kwa sababu hamjui ni siku
gani atakapokuja Bwana wenu. 43 Lakini fahamuni
jambo hili: Kama mwenye nyumba angejua ni
wakati gani wa usiku ambao mwizi atakuja, angeke-
sha na hangekubali nyumba yake kuvunjwa. 44 Kwa
hiyo ninyi pia hamna budi kuwa tayari, kwa sababu
Mwana wa Adamu atakuja saa msiyotazamia.

Mfano Wa Mtumishi Mwaminifu

45 "Ni nani basi aliye mtumishi mwaminifu na
mwenye busara, ambaye bwana wake amemweka
kusimamia watumishi wengine katika nyumba
yake, ili awape chakula chao kwa wakati unao-
faa? 46 Heri mtumishi yule ambaye bwana wake
atakaporudi atamkuta akifanya hivyo. 47 Amin,
nawaambia, atamweka mtumishi huyo kuwa
msimamizi wa mali yake yote. 48 Lakini kama
huyo mtumishi ni mwovu, naye akasema moyoni
mwake, 'Bwana wangu atakawia muda mrefu,'
49 kisha akaanza kuwapiga watumishi wenzake, na
kula na kunywa pamoja na walevi. 50 Basi bwana wa
mtumishi huyo atakuja siku asiyodhani na saa asi-
yoijua. 51 Atamkata vipande na kumweka
katika sehemu moja pamoja na wanafiki, mahali
ambako kutakuwa ni kulia na kusaga meno.

Mfano Wa Wanawali Kumi

25 "Wakati huo, Ufalme wa Mbinguni utakuwa
kama wanawali kumi waliochukua taa zao
na kwenda kumlaki bwana arusi. 2 Watano wao
walikuwa wapumbavu na watano walikuwa wenye
busara. 3 Wale wapumbavu walichukua taa zao
lakini hawakuchukua mafuta ya akiba, 4 lakini wale
wenye busara walichukua taa zao na mafuta ya
akiba kwenye vyombo. 5 Bwana arusi alipokawia
kuja wale wanawali wote wakasinzia na kulala.
6 "Usiku wa manane pakawa na kelele: 'Taza-
meni, huyu hapa bwana arusi! Tokeni nje
mkamlaki!'
7 "Ndipo wale wanawali wote wakaamka na
kuzitengeneza taa zao. 8 Wale wapumbavu waka-
waambia wale wenye busara, 'Tupatieni mafuta
yenu kidogo; taa zetu zinazimika.'
9 "Lakini wale wenye busara wakawajibu, 'Sivyo,
hayatutoshi sisi na ninyi pia. Afadhali mwende kwa
wauzao mkajinunulie mafuta yenu.'
10 "Nao walipokuwa wakienda kununua mafuta,
bwana arusi akafika. Wale wanawali waliokuwa
tayari wakaingia ndani pamoja naye kwenye
karamu ya arusi na mlango ukafungwa.
11 "Baadaye wale wanawali wengine nao wakaja,
wakaita, 'Bwana! Bwana! Tufungulie mlango!'
12 "Lakini yeye bwana arusi akawajibu, 'Amin,
amin nawaambia, siwajui ninyi!'
13 "Kwa hiyo kesheni, kwa sababu hamjui siku
wala saa.

Mfano Wa Watumishi Watatu Na Talanta

14 "Tena, Ufalme wa Mbinguni ni kama mtu ali-
yetaka kusafiri, naye akawaita watumishi wake na
kuweka mali yake kwenye uangalizi wao. 15 Mmoja
akampa talanta[a] tano, mwingine talanta mbili,
na mwingine talanta moja. Kila mmoja alipewa
kwa kadiri ya uwezo wake. Kisha yeye akasafiri.
16 Yule aliyepewa talanta tano akaenda mara moja
akafanya nazo biashara akapata talanta nyingine
tano zaidi. 17 Yule aliyepewa talanta mbili akafanya
vivyo hivyo, akapata nyingine mbili zaidi. 18 Lakini
yule mtumishi aliyekuwa amepokea talanta moja,
alikwenda akachimba shimo ardhini na kuificha
ile fedha ya bwana wake.
19 "Baada ya muda mrefu, yule bwana wa wale
watumishi akarudi na kufanya hesabu nao. 20 Yule
mtumishi aliyepokea talanta tano akaja, akaleta

[a]15 Talanta moja ilikuwa sawa na mshahara wa kibarua wa miaka 15.

nyingine tano zaidi. Akasema, 'Bwana uliweka kwenye uangalizi wangu talanta tano. Tazama, nimepata faida ya talanta tano zaidi.'

21 "Bwana wake akamwambia, 'Umefanya vizuri sana, mtumishi mwema na mwaminifu! Umekuwa mwaminifu kwa vitu vichache; nami nitakuweka kuwa msimamizi wa vitu vingi. Njoo ushiriki katika furaha ya bwana wako!'

22 "Yule mwenye talanta mbili naye akaja. Akasema, 'Bwana, uliweka kwenye uangalizi wangu talanta mbili. Tazama nimepata hapa talanta mbili zaidi.'

23 "Bwana wake akajibu, 'Umefanya vizuri sana, mtumishi mwema na mwaminifu. Umekuwa mwaminifu kwa vitu vichache; nami nitakuweka kuwa msimamizi wa vitu vingi. Njoo ushiriki katika furaha ya bwana wako!'

24 "Kisha yule mtumishi aliyepokea talanta moja akaja, akasema, 'Bwana, nilijua kwamba wewe ni mtu mgumu, unayevuna mahali usipopanda na kukusanya mahali usipotawanya mbegu. 25 Kwa hiyo niliogopa, nikaenda, nikaificha talanta yako ardhini. Tazama, hii hapa ile iliyo mali yako.'

26 "Bwana wake akajibu, 'Wewe mtumishi mwovu na mvivu! Ulijua kwamba ninavuna mahali nisipopanda na kukusanya mahali nisipotawanya mbegu. 27 Vyema basi, ingekupasa kuweka fedha yangu kwa watoa riba, ili nirudipo, nichukue ile iliyo yangu na faida yake.

28 " 'Basi mnyang'anyeni hiyo talanta, mkampe yule mwenye talanta kumi. 29 Kwa maana kila mtu aliye na kitu atapewa zaidi, naye atakuwa navyo tele. Lakini yule asiye na kitu, hata kile alicho nacho atanyang'anywa. 30 Nanyi mtupeni huyo mtumishi asiyefaa nje, kwenye giza, mahali ambako kutakuwa na kilio na kusaga meno.'

Kondoo Na Mbuzi

31 "Mwana wa Adamu atakapokuja katika utukufu wake na malaika wote watakatifu pamoja naye, ndipo atakapoketi juu ya kiti cha enzi cha utukufu wake. 32 Mataifa yote watakusanyika mbele zake, naye atawatenga kama mchungaji anavyotenga kondoo na mbuzi. 33 Atawaweka kondoo upande wake wa kuume, na mbuzi upande wake wa kushoto.

34 "Ndipo Mfalme atawaambia wale walioko upande wake wa kuume, 'Njooni, ninyi mliobarikiwa na Baba yangu; urithini Ufalme ulioandaliwa kwa ajili yenu tangu kuumbwa kwa ulimwengu. 35 Kwa maana nilikuwa na njaa mkanipa chakula, nilikuwa na kiu mkaninywesha, nilikuwa mgeni mkanikaribisha, 36 nilikuwa uchi mkanivika, nilikuwa mgonjwa mkanitunza, nami nilikuwa kifungoni mkaja kunitembelea.'

37 "Ndipo wale wenye haki watakapomjibu, 'Bwana, ni lini tulikuona ukiwa na njaa tukakulisha, au ukiwa na kiu tukakunywesha? 38 Lini tulikuona ukiwa mgeni tukakukaribisha, au ukiwa uchi tukakuvika? 39 Tena ni lini tulikuona ukiwa mgonjwa tukakutunza, au ukiwa kifungoni tukakutembelea?'

40 "Naye Mfalme atawajibu, 'Amin nawaambia, kwa jinsi mlivyomtendea mmojawapo wa hawa ndugu zangu walio wadogo, mlinitendea mimi.'

41 "Kisha atawaambia wale walio upande wake wa kushoto, 'Ondokeni kwangu, ninyi mliolaaniwa, nendeni kwenye moto wa milele ulioandaliwa kwa ajili ya ibilisi na malaika zake. 42 Kwa maana nilikuwa na njaa hamkunipa chakula, nilikuwa na kiu hamkuninywesha, 43 nilikuwa mgeni nanyi hamkunikaribisha, nilikuwa uchi hamkunivika, nilikuwa mgonjwa hamkunitunza, na nilikuwa gerezani nanyi hamkuja kunitembelea.'

44 "Ndipo wao pia watajibu, 'Bwana ni lini tulikuona ukiwa na njaa au kiu, au ukiwa mgeni au uchi, au ukiwa mgonjwa na kifungoni na hatukukuhudumia?'

45 "Naye atawajibu, 'Amin nawaambia, kwa jinsi ambavyo hamkumtendea mmojawapo wa hawa ndugu zangu walio wadogo, hamkunitendea mimi.'

46 "Ndipo hawa watakapoingia kwenye adhabu ya milele, lakini wale wenye haki wataingia katika uzima wa milele."

Shauri Baya La Kumuua Yesu

26 Yesu alipomaliza kusema hayo yote, akawaambia wanafunzi wake, 2 "Kama mnavyojua, baada ya siku mbili itakuwa Pasaka, naye Mwana wa Adamu atasalitiwa ili asulubiwe."

3 Basi viongozi wa makuhani na wazee wa watu wakakusanyika katika jumba la utawala la kuhani mkuu, jina lake Kayafa. 4 Wakafanya shauri ili kumkamata Yesu kwa siri na kumuua. 5 Lakini wakasema, "Isiwe wakati wa Sikukuu, kusitokee ghasia miongoni mwa watu."

Yesu Anapakwa Mafuta Huko Bethania

6 Yesu alikuwa Bethania nyumbani mwa Simoni aliyekuwa na ukoma, 7 naye mwanamke mmoja akamjia akiwa na chupa ya marhamu yenye manukato ya thamani kubwa; akayamimina kichwani mwa Yesu alipokuwa ameketi mezani kula chakula.

8 Lakini wanafunzi wake walipoona hayo wakakasirika, wakasema, "Upotevu huu wote ni wa nini? 9 Manukato haya yangeuzwa kwa bei kubwa, na fedha hizo wakapewa maskini."

10 Yesu, akijua jambo hili, akawaambia, "Mbona mnamsumbua huyu mwanamke? Yeye amenitendea jambo zuri sana. 11 Maskini mtakuwa nao siku zote, lakini mimi hamtakuwa nami siku zote. 12 Alipomiminia haya manukato kwenye mwili wangu, amefanya hivyo ili kuniandaa kwa ajili ya maziko yangu. 13 Amin, nawaambia, mahali popote ulimwenguni ambapo hii Injili itahubiriwa, jambo hili alilolitenda huyu mwanamke litatajwa pia kwa ukumbusho wake."

Yuda Akubali Kumsaliti Yesu

14 Kisha mmojawapo wa wale kumi na wawili, aitwaye Yuda Iskariote, alikwenda kwa viongozi wa makuhani 15 na kuuliza, "Mtanipa nini nikimtia Yesu mikononi mwenu?" Wakamlipa vipande thelathini vya fedha. 16 Tangu wakati huo Yuda akawa anatafuta wakati uliofaa wa kumsaliti Yesu.

Yesu Ala Pasaka Pamoja Na Wanafunzi

17 Siku ya kwanza ya Sikukuu ya Mikate Isiyotiwa Chachu, wanafunzi walimjia Yesu wakamuuliza,

"Unataka twende wapi ili tukuandalie mahali pa
kula Pasaka?"
18 Akajibu, "Nendeni kwa mtu fulani huko mjini,
mkamwambie, 'Mwalimu asema hivi: Saa yangu
imekaribia. Nitaiadhimisha Pasaka pamoja na
wanafunzi wangu katika nyumba yako.' " 19 Hivyo
wanafunzi wakafanya kama vile Yesu alivyokuwa
amewaelekeza, nao wakaandaa Pasaka.
20 Ilipofika jioni, Yesu alikuwa ameketi mezani
pamoja na wale wanafunzi wake kumi na wawili.
21 Nao walipokuwa wakila, Yesu akasema, "Amin,
nawaambia, mmoja wenu atanisaliti."
22 Wakahuzunika sana, wakaanza kumuuliza
mmoja baada ya mwingine, "Je, ni mimi Bwana?"
23 Yesu akawaambia, "Yule aliyechovya mkono
wake katika bakuli pamoja nami ndiye atakayeni-
saliti. 24 Mwana wa Adamu anaenda zake kama vile
alivyoandikiwa. Lakini ole wake mtu yule amsali-
tiye Mwana wa Adamu. Ingekuwa heri kwake mtu
huyo kama hangezaliwa!"
25 Kisha Yuda, yule mwenye kumsaliti, akasema,
"Je, ni mimi Rabi?"
Yesu akajibu, "Naam, wewe mwenyewe ume-
sema."

Kuanzishwa Kwa Meza Ya Bwana

26 Walipokuwa wanakula, Yesu akachukua
mkate, akashukuru, akaumega, na kuwapa wana-
funzi wake, akisema, "Twaeni, mle; huu ndio mwili
wangu."
27 Kisha akakitwaa kikombe, akashukuru, aka-
wapa, akisema, "Nyweni nyote katika kikombe
hiki. 28 Hii ndiyo damu yangu ya Agano, imwagikayo
kwa ajili ya wengi kwa ondoleo la dhambi. 29 Lakini
ninawaambia, tangu sasa sitakunywa tena katika
uzao huu wa mzabibu, hadi siku ile nitakapounywa
mpya pamoja nanyi katika Ufalme wa Baba yangu."
30 Walipokwisha kuimba wimbo, wakatoka
wakaenda Mlima wa Mizeituni.

Yesu Atabiri Petro Kumkana

31 Kisha Yesu akawaambia, "Usiku huu, ninyi
nyote mtaniacha, kwa maana imeandikwa:

" 'Nitampiga mchungaji,
nao kondoo wa hilo kundi watatawanyika.'

32 Lakini baada ya kufufuka kwangu, nitawatangu-
lia kwenda Galilaya."
33 Petro akajibu, "Hata kama wote watakuacha,
kamwe mimi sitakuacha."
34 Yesu akamjibu, "Amin, nakuambia, usiku huu,
kabla jogoo hajawika, utanikana mara tatu."
35 Lakini Petro akasisitiza, "Hata kama itabidi
kufa pamoja nawe, sitakukana kamwe." Nao wana-
funzi wale wengine wote wakasema vivyo hivyo.

Yesu Anaomba Gethsemane

36 Kisha Yesu akaenda pamoja na wanafunzi
wake mpaka kwenye bustani iitwayo Gethsemane,
akawaambia, "Kaeni hapa, nami niende kule
nikaombe." 37 Akamchukua Petro pamoja na wale
wana wawili wa Zebedayo, akaanza kuhuzunika
na kufadhaika. 38 Kisha Yesu akawaambia, "Moyo
wangu umejawa na huzuni kiasi cha kufa. Kaeni
hapa na mkeshe pamoja nami."
39 Akaenda mbele kidogo, akaanguka kifudifudi,
akaomba akisema, "Baba yangu, kama inaweze-
kana, kikombe hiki na kiniondokee. Lakini si kama
nipendavyo mimi, bali kama upendavyo wewe."
40 Kisha akarudi kwa wanafunzi wake, aka-
wakuta wamelala. Akamuuliza Petro, "Je, ninyi
hamkuweza kukesha pamoja nami hata kwa saa
moja? 41 Kesheni na mwombe, msije mkaingia maja-
ribuni. Roho iko radhi, lakini mwili ni mdhaifu."
42 Akaenda tena mara ya pili na kuomba, "Baba
yangu, kama haiwezekani kikombe hiki kiniepuke
nisikinywe, basi mapenzi yako yafanyike."
43 Aliporudi, akawakuta tena wamelala kwa
sababu macho yao yalikuwa mazito. 44 Hivyo aka-
waacha akaenda zake tena mara ya tatu na kuomba
akisema maneno yale yale.
45 Kisha akarudi kwa wanafunzi wake, akawaa-
mbia, "Bado mmelala na kupumzika? Tazameni,
saa imefika ambapo Mwana wa Adamu anasalitiwa
na kutiwa mikononi mwa wenye dhambi. 46 Inu-
keni, twende zetu! Tazameni, msaliti wangu yuaja!"

Yesu Akamatwa

47 Alipokuwa bado anazungumza, Yuda, mmoja
wa wale Kumi na Wawili, akafika. Alikuwa amefua-
tana na umati mkubwa wa watu wenye panga na
marungu, waliokuwa wametumwa na viongozi wa
makuhani na wazee wa watu. 48 Basi msaliti alikuwa
amewapa hao watu ishara, kwamba: "Yule nitaka-
yembusu ndiye. Mkamateni." 49 Mara Yuda akamjia
Yesu na kumsalimu, "Salamu, Rabi!" Akambusu.
50 Yesu akamwambia, "Rafiki, fanya kile ulicho-
kuja kufanya hapa."
Kisha wale watu wakasogea mbele, wakamka-
mata Yesu. 51 Ghafula mmoja wa wale waliokuwa
na Yesu alipoona hivyo, akaushika upanga wake,
akauchomoa na kumpiga mtumishi wa kuhani
mkuu, akamkata sikio.
52 Ndipo Yesu akamwambia, "Rudisha upanga
wako mahali pake, kwa maana wote watumiao upa-
nga watakufa kwa upanga. 53 Je, unadhani siwezi
kumwomba Baba yangu naye mara moja akanile-
tea zaidi ya majeshi kumi na mawili ya malaika?
54 Lakini je, yale Maandiko yanayotabiri kwamba
ni lazima itendeke hivi yatatimiaje?"
55 Wakati huo, Yesu akawaambia ule umati wa
watu, "Je, mmekuja na panga na marungu kuni-
kamata kana kwamba mimi ni mnyang'anyi? Siku
kwa siku niliketi Hekaluni nikifundisha, mbona
hamkunikamata? 56 Lakini haya yote yametukia
ili maandiko ya manabii yapate kutimia." Ndipo
wanafunzi wake wote wakamwacha na kukimbia.

Yesu Mbele Ya Kuhani Mkuu

57 Wale waliokuwa wamemkamata Yesu waka-
mpeleka kwa Kayafa, kuhani mkuu, mahali ambapo
walimu wa sheria pamoja na wazee walikuwa
wamekusanyika. 58 Lakini Petro akamfuata kwa
mbali hadi uani kwa kuhani mkuu. Akaingia ndani,
akaketi pamoja na walinzi ili aone litakalotukia.
59 Viongozi wa makuhani na Baraza la Wayahudi
lote wakatafuta ushahidi wa uongo dhidi ya Yesu ili

wapate kumuua. 60 Lakini hawakupata jambo lolote,
ingawa mashahidi wengi wa uongo walijitokeza.

Hatimaye wakajitokeza mashahidi wawili wa
uongo 61 na kusema, "Huyu mtu alisema, 'Ninaweza
kulivunja Hekalu la Mungu na kulijenga tena kwa
siku tatu.' "

62 Kisha kuhani mkuu akasimama na kumwa-
mbia Yesu, "Je, wewe hutajibu? Ni ushahidi gani
hawa watu wanauleta dhidi yako?" 63 Lakini Yesu
akakaa kimya.

Ndipo kuhani mkuu akamwambia, "Nakuapisha
mbele za Mungu aliye hai. Tuambie kama wewe
ndiwe Kristo,[a] Mwana wa Mungu."

64 Yesu akajibu, "Wewe umenena. Lakini nina-
waambia nyote: Siku za baadaye, mtamwona
Mwana wa Adamu akiwa ameketi mkono wa
kuume wa Mwenye Nguvu, na akija juu ya mawi-
ngu ya mbinguni."

65 Ndipo kuhani mkuu akararua mavazi yake
na kusema, "Amekufuru! Tuna haja gani tena ya
mashahidi zaidi? Tazama, sasa ninyi mmesikia
hayo makufuru. 66 Uamuzi wenu ni gani?"

Wakajibu, "Anastahili kufa."

67 Kisha wakamtemea mate usoni na wengine
wakampiga ngumi. Wengine wakampiga makofi
68 na kusema, "Tutabirie, wewe Kristo! Ni nani
aliyekupiga?"

Petro Amkana Bwana Yesu

69 Wakati huu Petro alikuwa amekaa nje uani.
Mtumishi mmoja wa kike akamjia na kumwambia,
"Wewe pia ulikuwa pamoja na Yesu wa Galilaya."

70 Lakini Petro akakana mbele yao wote akisema,
"Sijui hilo usemalo."

71 Alipotoka nje kufika kwenye lango, mtumishi
mwingine wa kike alimwona, akawaambia watu
waliokuwepo, "Huyu mtu alikuwa pamoja na Yesu,
Mnazareti."

72 Akakana tena kwa kiapo akisema, "Mimi
simjui huyo!"

73 Baada ya muda mfupi, wale waliokuwa wame-
simama pale wakamwendea Petro, wakamwambia,
"Hakika wewe ni mmoja wao, kwa maana usemi
wako ni kama wao."

74 Ndipo Petro akaanza kujilaani na kuwaapia,
"Mimi simjui mtu huyo!"

Papo hapo jogoo akawika. 75 Ndipo Petro akaku-
mbuka lile neno Yesu alilokuwa amesema: "Kabla
jogoo hajawika, utanikana mara tatu." Naye akae-
nda nje, akalia kwa majonzi.

Yesu Aletwa Mbele Ya Pilato

27 Asubuhi na mapema, viongozi wa makuhani
wote na wazee wa watu wakafanya shauri
pamoja dhidi ya Yesu ili kumuua. 2 Wakamfunga,
wakampeleka na kumkabidhi kwa Pilato, ambaye
alikuwa mtawala wa Kirumi.

Yuda Ajinyonga

3 Yuda, ambaye alikuwa amemsaliti Yesu, ali-
poona kuwa Yesu amehukumiwa, akajuta na
akarudisha vile vipande thelathini vya fedha
alivyopewa na viongozi wa makuhani na wazee
wa watu. 4 Akasema, "Nimetenda dhambi, kwa
maana nimeisaliti damu isiyo na hatia."

Wakamjibu, "Hilo latuhusu nini sisi? Ni shauri
yako."

5 Basi Yuda akavitupa vile vipande vya fedha
ndani ya Hekalu akaondoka akaenda kujinyonga.

6 Wale viongozi wa makuhani wakazichukua zile
fedha wakasema, "Si halali kuchanganya fedha
hizi na sadaka kwa sababu hizi ni fedha zenye
damu." 7 Kwa hiyo baada ya kushauriana, walia-
mua kuzitumia kununulia shamba la mfinyanzi,
liwe mahali pa kuzikia wageni. 8 Hii ndiyo sababu
lile shamba likaitwa Shamba la Damu hadi leo.
9 Ndipo likatimia lile lililonenwa na nabii Yeremia,
kwamba, "Walichukua vile vipande thelathini vya
fedha, thamani aliyopangiwa na watu wa Israeli,
10 wakanunulia shamba la mfinyanzi, kama vile
Bwana alivyoniagiza."

Yesu Mbele Ya Pilato

11 Wakati huo Yesu akiwa amesimama mbele
ya mtawala, mtawala akamuuliza, "Wewe ndiye
mfalme wa Wayahudi?"

Yesu akasema, "Wewe wasema hivyo."

12 Lakini viongozi wa makuhani na wazee
walipomshtaki, hakujibu neno. 13 Ndipo Pilato
akamuuliza, "Je, husikii ni mambo mangapi
wanayokushtaki nayo?" 14 Lakini Yesu hakumjibu
hata kwa shtaka moja, kiasi kwamba mtawala
alishangaa sana.

15 Basi ilikuwa ni desturi ya mtawala kumfungua
mfungwa mmoja aliyechaguliwa na umati wa
watu wakati wa sikukuu. 16 Wakati huo alikuwepo
mfungwa mmoja mwenye sifa mbaya, aliyeitwa
Baraba. 17 Hivyo umati wa watu walipokusanyika,
Pilato akawauliza, "Mnataka niwafungulie nani,
Baraba au Yesu yeye aitwaye Kristo?" 18 Kwa kuwa
alitambua Yesu alikuwa amekabidhiwa kwake kwa
ajili ya wivu.

19 Pilato akiwa ameketi kwenye kiti cha hukumu,
mkewe akampelekea ujumbe huu: "Usiwe na jambo
lolote juu ya mtu huyu asiye na hatia, kwa kuwa leo
nimeteseka sana katika ndoto kwa sababu yake."

20 Lakini viongozi wa makuhani na wazee wakau-
shawishi ule umati wa watu kwamba waombe
Baraba afunguliwe, naye Yesu auawe.

21 Mtawala akawauliza tena, "Ni yupi kati ya
hawa wawili mnayetaka niwafungulie?"

Wakajibu, "Baraba."

22 Pilato akawaambia, "Basi nifanye nini na huyu
Yesu aitwaye Kristo?"

Wakajibu wote, "Msulubishe!"

23 Pilato akauliza, "Kwa nini? Amefanya kosa
gani?"

Lakini wao wakazidi kupiga kelele, wakisema,
"Msulubishe!"

24 Pilato alipoona kwamba hawezi kufanya lolote,
lakini badala yake ghasia zilikuwa zinaanza, aka-
chukua maji, akanawa mikono yake mbele ya ule
umati wa watu, akasema, "Sina hatia juu ya damu
ya mtu huyu, hili ni jukumu lenu!"

25 Watu wote wakajibu, "Damu yake na iwe juu
yetu na juu ya watoto wetu!"

---

[a]63 *Kristo* maana yake ni *Masiya,* yaani *Aliyetiwa mafuta.*

[26] Basi akawafungulia Baraba. Lakini baada ya kuamuru Yesu achapwe mijeledi, akamtoa ili asulubishwe.

Askari Wamdhihaki Yesu

[27] Kisha askari wa mtawala wakampeleka Yesu kwenye Praitorio[a] na wakakusanya kikosi kizima cha askari kumzunguka. [28] Wakamvua nguo zake na kumvika vazi la rangi nyekundu, kisha [29] wakasokota taji ya miiba, wakaiweka kichwani pake. Wakamwekea fimbo katika mkono wake wa kuume, na wakapiga magoti mbele zake na kumdhihaki, wakisema, "Salamu, mfalme wa Wayahudi!" [30] Wakamtemea mate, wakachukua ile fimbo wakampiga kichwani tena na tena. [31] Baada ya kumdhihaki, wakamvua lile joho, wakamvika tena nguo zake. Kisha wakampeleka ili wakamsulubishe.

Yesu Asulubishwa

[32] Walipokuwa wakienda, wakakutana na mtu mmoja kutoka Kirene, jina lake Simoni, nao wakamlazimisha kuubeba ule msalaba. [33] Wakafika mahali palipoitwa Golgotha (maana yake ni Mahali pa Fuvu la Kichwa). [34] Hapo wakampa Yesu divai iliyochanganywa na nyongo ili anywe; lakini alipoionja, akakataa kuinywa. [35] Walipokwisha kumsulubisha wakagawana mavazi yake kwa kuyapigia kura. [Hili lilifanyika ili litimie lile neno lililonenwa na nabii, "Waligawa nguo zangu miongoni mwao na vazi langu wakalipigia kura."] [36] Kisha wakaketi, wakamchunga. [37] Juu ya kichwa chake, kwenye msalaba, wakaandika shtaka lake hivi: HUYU NI YESU, MFALME WA WAYAHUDI. [38] Wanyang'anyi wawili walisulubiwa pamoja naye, mmoja upande wake wa kuume na mwingine upande wa kushoto. [39] Watu waliokuwa wakipita njiani wakamtukana huku wakitikisa vichwa vyao [40] na kusema, "Wewe ambaye utalivunja Hekalu na kulijenga kwa siku tatu, jiokoe mwenyewe basi! Kama wewe ni Mwana wa Mungu, shuka kutoka msalabani."

[41] Vivyo hivyo, viongozi wa makuhani, walimu wa sheria pamoja na wazee wakamdhihaki wakisema, [42] "Aliwaokoa wengine, lakini hawezi kujiokoa mwenyewe! Yeye ni Mfalme wa Israeli! Ashuke sasa kutoka msalabani, nasi tutamwamini. [43] Anamwamini Mungu, basi Mungu na amwokoe sasa kama anamtaka, kwa maana alisema, 'Mimi ni Mwana wa Mungu.' " [44] Hata wale wanyang'anyi waliosulubiwa pamoja naye wakamtukana vivyo hivyo.

Kifo Cha Yesu

[45] Tangu saa sita hadi saa tisa giza liliifunika nchi yote. [46] Ilipofika saa tisa, Yesu akapaza sauti akalia, *"Eloi, Eloi, lama sabakthani?"* Maana yake, "Mungu wangu, Mungu wangu, mbona umeniacha?"

[47] Baadhi ya watu waliokuwa wamesimama pale waliposikia hayo, wakasema, "Anamwita Eliya."

[48] Ghafula mmoja wao akaenda mbio na kuleta sifongo, akaichovya kwenye siki, akaiweka kwenye mwanzi na akampa Yesu ili anywe. [49] Wengine wakasema, "Basi mwacheni. Hebu tuone kama Eliya atakuja kumwokoa."

[50] Yesu alipolia tena kwa sauti kuu, akaitoa roho yake.

[51] Wakati huo huo pazia la Hekalu likachanika vipande viwili, kuanzia juu hadi chini. Dunia ikatetemeka na miamba ikapasuka. [52] Makaburi yakafunguka na miili ya watakatifu waliokuwa wamekufa ikafufuliwa. [53] Wakatoka makaburini, na baada ya Yesu kufufuka, waliingia kwenye Mji Mtakatifu na kuwatokea watu wengi.

[54] Basi yule jemadari na wale waliokuwa pamoja naye wakimlinda Yesu walipoona lile tetemeko na yale yote yaliyokuwa yametukia, waliogopa, wakasema, "Hakika huyu alikuwa Mwana wa Mungu!"

[55] Walikuwako wanawake huko wakiangalia kwa mbali. Hawa walikuwa wamemfuata Yesu tangu Galilaya ili kushughulikia mahitaji yake. [56] Miongoni mwao walikuwepo Maria Magdalene, na Maria mama yao Yakobo na Yosefu, na mama yao wana wa Zebedayo.

Maziko Ya Yesu

[57] Ilipofika jioni, alifika mtu mmoja tajiri kutoka Arimathaya aitwaye Yosefu, ambaye pia alikuwa mwanafunzi wa Yesu. [58] Akamwendea Pilato ili kumwomba mwili wa Yesu. Pilato akaamuru apewe. [59] Yosefu akauchukua mwili wa Yesu, akaufunga katika kitambaa cha kitani safi, [60] na kuuweka katika kaburi lake mwenyewe jipya, alilokuwa amelichonga kwenye mwamba. Kisha akavingirisha jiwe kubwa katika ingilio la kaburi, akaenda zake. [61] Maria Magdalene na yule Maria mwingine walikuwepo mahali pale, wakiwa wameketi mkabala na kaburi.

Walinzi Pale Kaburini

[62] Kesho yake, yaani siku iliyofuata ile ya Maandalizi ya Sabato, viongozi wa makuhani na Mafarisayo wakamwendea Pilato [63] na kusema, "Bwana, tumekumbuka kwamba yule mdanganyifu wakati alikuwa bado hai alisema, 'Baada ya siku tatu nitafufuka.' [64] Kwa hiyo uamuru kaburi lilindwe kwa uthabiti mpaka baada ya siku tatu. La sivyo, wanafunzi wake wanaweza kuja kuuiba mwili wake na kuwaambia watu kwamba amefufuliwa kutoka kwa wafu. Udanganyifu huu wa mwisho utakuwa mbaya kuliko ule wa kwanza."

[65] Pilato akawaambia, "Ninyi mnao askari walinzi. Nendeni, liwekeeni ulinzi kadri mwezavyo." [66] Kwa hiyo wakaenda na walinzi ili kulilinda kaburi kwa uthabiti, wakatia muhuri kwenye lile jiwe na kuweka ulinzi.

Yesu Afufuka

28 Baada ya Sabato, alfajiri mapema siku ya kwanza ya juma, Maria Magdalene na yule Maria mwingine walikwenda kulitazama kaburi.

[2] Ghafula, pakawa na tetemeko kubwa la ardhi, kwa sababu malaika wa Bwana alishuka kutoka mbinguni, akaenda penye kaburi, akalivingirisha lile jiwe na kulikalia. [3] Sura ya huyo malaika ilikuwa

[a]27 Praitorio maana yake ni makao makuu ya mtawala, jumba la kifalme lililokuwa linakaliwa na Pontio Pilato huko Yerusalemu, palipokuwa na kiti cha hukumu.

kama umeme, na mavazi yake yalikuwa meupe
kama theluji. 4 Wale walinzi wa kaburi walimwo-
gopa sana, wakatetemeka hata wakawa kama wafu.
5 Yule malaika akawaambia wale wanawake,
"Msiogope, kwa maana ninajua kuwa mnamtafuta
Yesu aliyesulubiwa. 6 Hayupo hapa, kwa kuwa ame-
fufuka, kama vile alivyosema. Njooni mpatazame
mahali alipokuwa amelazwa. 7 Kisha nendeni upesi
mkawaambie wanafunzi wake kwamba, 'Amefu-
fuka kutoka kwa wafu, naye awatangulia kwenda
Galilaya. Huko ndiko mtamwona. Sasa nimekwisha
kuwaambia.' "

8 Hivyo wale wanawake wakaondoka pale kabu-
rini wakiwa wamejawa na hofu, bali wakiwa na
furaha nyingi. Wakaenda mbio kuwaeleza wana-
funzi wake habari hizo. 9 Ghafula, Yesu akakutana
nao, akasema, "Salamu!" Wale wanawake waka-
mkaribia, wakaishika miguu yake, wakamwabudu.
10 Ndipo Yesu akawaambia, "Msiogope. Nendeni
mkawaambie ndugu zangu waende Galilaya, ndiko
watakakoniona."

Taarifa Ya Walinzi

11 Wakati wale wanawake walikuwa njiani
wakienda, baadhi ya wale askari waliokuwa waki-
linda kaburi walienda mjini na kuwaeleza viongozi
wa makuhani kila kitu kilichokuwa kimetukia.
12 Baada ya viongozi wa makuhani kukutana na
wazee na kutunga hila, waliwapa wale askari kiasi
kikubwa cha fedha 13 wakiwaambia, "Inawapasa
mseme, 'Wanafunzi wake walikuja wakati wa
usiku na kumwiba sisi tulipokuwa tumelala.'
14 Kama habari hizi zikimfikia mtawala, sisi tuta-
mwondolea mashaka nanyi hamtapata tatizo
lolote." 15 Kwa hiyo wale askari wakazipokea hizo
fedha nao wakafanya kama walivyoelekezwa.
Habari hii imeenea miongoni mwa Wayahudi
mpaka leo.

Yesu Awatuma Wanafunzi Wake

16 Basi wale wanafunzi kumi na mmoja wakae-
nda hadi Galilaya kwenye ule mlima ambao Yesu
alikuwa amewaagiza. 17 Walipomwona, wakamwa-
budu; lakini baadhi yao wakaona shaka. 18 Yesu
akawajia na kusema, "Nimepewa mamlaka yote
mbinguni na duniani. 19 Kwa sababu hii, enendeni
mkawafanye mataifa yote kuwa wanafunzi, mki-
wabatiza kwa Jina la Baba na la Mwana na la
Roho Mtakatifu, 20 nanyi wafundisheni kuyashika
mambo yote niliyowaamuru ninyi. Hakika mimi
niko pamoja nanyi siku zote, hadi mwisho wa
nyakati."

MARKO

Mahubiri Ya Yohana Mbatizaji

1 Mwanzo wa Injili ya Yesu Kristo, Mwana wa
Mungu.
2 Kama ilivyoandikwa katika kitabu cha nabii
Isaya:

"Tazama, nitamtuma mjumbe wangu
mbele yako,
atakayetengeneza njia mbele yako":
3 "sauti ya mtu aliaye nyikani.
'Itengenezeni njia ya Bwana,
yanyoosheni mapito yake.' "

4 Yohana alikuja, akibatiza huko nyikani, akihu-
biri ubatizo wa toba kwa ajili ya msamaha wa
dhambi. 5 Watu kutoka Uyahudi wote na sehemu
zote za Yerusalemu walikuwa wakimwendea. Nao
wakaziungama dhambi zao, akawabatiza katika
Mto Yordani. 6 Yohana alivaa mavazi yaliyotenge-
nezwa kwa singa za ngamia na mkanda wa ngozi
kiunoni mwake. Chakula chake kilikuwa nzige na
asali ya mwitu. 7 Naye alihubiri akisema, "Baada
yangu atakuja yeye aliye na uwezo kuniliko mimi,
ambaye sistahili hata kuinama na kulegeza kamba
za viatu vyake. 8 Mimi nawabatiza kwa maji, lakini
yeye atawabatiza kwa Roho Mtakatifu."

Ubatizo Wa Yesu

9 Wakati huo Yesu akaja kutoka Nazareti ya
Galilaya, naye akabatizwa na Yohana katika Mto
Yordani. 10 Yesu alipokuwa akitoka ndani ya maji,
aliona mbingu zikifunguka na Roho akishuka juu
yake kama hua. 11 Nayo sauti kutoka mbinguni
ikasema, "Wewe ni Mwanangu mpendwa; nami
nimependezwa nawe sana."

Majaribu Ya Yesu

12 Wakati huo huo, Roho akamwongoza Yesu
kwenda nyikani, 13 naye akawa huko nyikani kwa
muda wa siku arobaini, akijaribiwa na Shetani.
Alikaa na wanyama wa mwituni, nao malaika
wakamhudumia.

Yesu Aanza Kuhubiri

14 Baada ya Yohana kukamatwa na kutiwa gere-
zani, Yesu aliingia Galilaya akaanza kuhubiri habari
njema ya Mungu, 15 akisema, "Wakati umewadia,
Ufalme wa Mungu umekaribia. Tubuni na kuiamini
Habari Njema."

Yesu Awaita Wanafunzi Wanne

16 Yesu alipokuwa akitembea kando ya Bahari
ya Galilaya, aliwaona Simoni na Andrea nduguye
wakizitupa nyavu zao baharini, kwa kuwa wao
walikuwa wavuvi. 17 Yesu akawaambia, "Njooni,
nifuateni nami nitawafanya mwe wavuvi wa watu."
18 Mara wakaacha nyavu zao, wakamfuata.
19 Alipokwenda mbele kidogo, akamwona Yakobo
mwana wa Zebedayo na Yohana nduguye, wakiwa
kwenye mashua yao wakizitengeneza nyavu zao.
20 Papo hapo akawaita, nao wakamwacha Zebedayo
baba yao kwenye mashua pamoja na watumishi wa
kuajiriwa, nao wakamfuata Yesu.

Yesu Amtoa Pepo Mchafu

21 Wakaenda mpaka Kapernaumu. Ilipofika siku ya
Sabato, mara Yesu akaingia sinagogi, akaanza kufu-
ndisha. 22 Watu wakashangaa sana kwa mafundisho
yake, kwa maana aliwafundisha kama yeye aliye na
mamlaka, wala si kama walimu wa sheria. 23 Wakati
huo huo katika sinagogi lao palikuwa na mtu aliye-
kuwa amepagawa na pepo mchafu, 24 naye akapiga
kelele akisema, "Tuna nini nawe, Yesu wa Nazareti?
Je, umekuja kutuangamiza? Ninakujua wewe ni nani.
Wewe ndiwe Aliye Mtakatifu wa Mungu!"
25 Lakini Yesu akamkemea, akamwambia, "Nya-
maza kimya! Nawe umtoke!" 26 Yule pepo mchafu
akamtikisatikisa huyo mtu kwa nguvu, kisha aka-
mtoka akipiga kelele kwa sauti kubwa.
27 Watu wote wakashangaa, hata wakaulizana
wao kwa wao, "Haya ni mambo gani? Ni mafu-
ndisho mapya, tena yenye mamlaka! Anaamuru
hata pepo wachafu, nao wanamtii!" 28 Sifa zake
zikaanza kuenea haraka katika eneo lote la karibu
na Galilaya.

Yesu Amponya Mama Mkwe Wa Simoni

29 Mara walipotoka katika sinagogi, walikwenda
pamoja na Yakobo na Yohana hadi nyumbani kwa
Simoni na Andrea. 30 Mama mkwe wa Simoni ali-
kuwa kitandani, ana homa, nao wakamweleza Yesu
habari zake. 31 Hivyo Yesu akamwendea, akamshika
mkono na kumwinua. Kisha homa ikamwacha,
naye akaanza kuwahudumia.

Yesu Aponya Wengi

32 Jioni ile baada ya jua kutua, watu wakamle-
tea Yesu wagonjwa wote na waliopagawa na pepo
wachafu. 33 Mji wote ukakusanyika mbele ya nyumba
hiyo. 34 Yesu akawaponya watu wengi waliokuwa
na magonjwa ya aina mbalimbali. Akawatoa pepo
wachafu wengi, lakini hakuwaacha hao pepo
wachafu waseme, kwa sababu walimjua yeye ni nani.

Yesu Aenda Galilaya

35 Alfajiri na mapema sana kulipokuwa bado
kuna giza, Yesu akaamka, akaondoka, akaenda
mahali pa faragha ili kuomba. 36 Simoni na wenzake
wakaenda kumtafuta, 37 nao walipomwona, waka-
mwambia, "Kila mtu anakutafuta!"
38 Yesu akawajibu, "Twendeni mahali pengine
kwenye vijiji jirani, ili niweze kuhubiri huko pia,
kwa sababu hicho ndicho nilichokuja kukifanya."
39 Kwa hiyo akazunguka Galilaya kote, akihubiri
katika masinagogi yao na kutoa pepo wachafu.

Yesu Amtakasa Mwenye Ukoma

40 Mtu mmoja mwenye ukoma alimjia Yesu, aka-
mwomba akipiga magoti, akamwambia, "Ukitaka,
waweza kunitakasa."
41 Yesu, akiwa amejawa na huruma, akanyoosha
mkono wake akamgusa, akamwambia, "Nataka.
Takasika!" 42 Mara ukoma ukamtoka, naye aka-
takasika. 43 Baada ya Yesu kumwonya vikali,
akamruhusu aende zake 44 akimwambia, "Haki-
kisha humwambii mtu yeyote habari hizi, bali
nenda ukajionyeshe kwa kuhani, na ukatoe sadaka
alizoagiza Mose kwa utakaso wako, ili kuwa ushu-
huda kwao." 45 Lakini yule mtu akaenda akaanza
kutangaza habari za kuponywa kwake waziwazi.
Kwa hiyo, Yesu hakuweza tena kuingia katika miji
waziwazi lakini alikaa sehemu zisizo na watu. Hata
hivyo watu wakamfuata huko kutoka kila upande.

Yesu Amponya Mtu Aliyepooza

2 Baada ya siku kadhaa Yesu alirudi Kapernaumu,
watu wakasikia kwamba amerudi nyumbani.
2 Hivyo watu wengi wakakusanyika kiasi kwamba
hapakubaki nafasi yoyote hata mlangoni! Naye
akawahubiria Neno. 3 Ndipo baadhi ya watu wakaja
wakamletea Yesu mtu aliyepooza, akiwa amebebwa
na watu wanne. 4 Kwa kuwa walikuwa hawawezi
kumfikisha kwa Yesu kwa ajili ya umati wa watu,
walitoboa tundu kwenye paa mahali pale alipo-
kuwa Yesu, wakamshusha yule aliyepooza kwa
kitanda alichokuwa amelalia. 5 Yesu alipoiona
imani yao, alimwambia yule mtu aliyepooza,
"Mwanangu, dhambi zako zimesamehewa."
6 Basi baadhi ya walimu wa sheria waliokuwa
wameketi huko wakawaza mioyoni mwao, 7 "Kwa
nini mtu huyu anasema hivi? Huyu anakufuru! Ni
nani awezaye kusamehe dhambi isipokuwa Mungu
peke yake?"
8 Mara moja Yesu akatambua rohoni mwake
kile walichokuwa wanawaza mioyoni mwao, naye
akawaambia, "Kwa nini mnawaza hivyo mioyoni
mwenu? 9 Je, ni lipi lililo rahisi zaidi: kumwambia
huyu aliyepooza, 'Umesamehewa dhambi zako,'
au kusema, 'Inuka, uchukue mkeka wako, uende'?
10 Lakini ili mpate kujua ya kwamba Mwana wa
Adamu anayo mamlaka duniani kusamehe
dhambi..." Yesu akamwambia yule aliyepooza,
11 "Nakuambia, inuka, chukua mkeka wako, uende
nyumbani kwako." 12 Yule mtu aliyekuwa amepooza
akasimama, akachukua mkeka wake, akatembea
machoni pao wote! Jambo hili likawashangaza
wote, wakamtukuza Mungu, wakisema, "Hatuja-
pata kuona jambo kama hili kamwe!"

Yesu Amwita Lawi

13 Yesu akaenda tena kandokando ya Bahari ya
Galilaya. Umati mkubwa wa watu ukamfuata, naye
akaanza kuwafundisha. 14 Alipokuwa akitembea,
akamwona Lawi mwana wa Alfayo ameketi foro-
dhani mahali pa kutoza ushuru, akamwambia,
"Nifuate." Lawi akaondoka, akamfuata Yesu.
15 Yesu alipokuwa akila chakula nyumbani mwa
Lawi, watoza ushuru wengi pamoja na "wenye dha-
mbi" walikuwa wakila pamoja naye na wanafunzi
wake, kwa maana kulikuwa na watu wengi walio-
kuwa wakimfuata. 16 Baadhi ya walimu wa sheria
waliokuwa Mafarisayo walipomwona akila pamoja
na watoza ushuru na "wenye dhambi," wakawau-
liza wanafunzi wake: "Mbona Yesu anakula pamoja
na watoza ushuru na 'wenye dhambi'?"
17 Yesu aliposikia haya akawaambia, "Watu
wenye afya hawahitaji tabibu, bali walio wagonjwa.
Sikuja kuwaita wenye haki, bali wenye dhambi."

Yesu Aulizwa Kuhusu Kufunga

18 Basi wanafunzi wa Yohana pamoja na Mafa-
risayo walikuwa wakifunga. Baadhi ya watu
wakamjia Yesu na kumuuliza, "Mbona wanafu-
nzi wa Yohana na wa Mafarisayo hufunga lakini
wanafunzi wako hawafungi?"
19 Yesu akawajibu, "Wageni wa bwana arusi
wawezaje kufunga wakati angali pamoja nao?
Wakati bwana arusi bado yuko pamoja nao, hawa-
wezi kufunga. 20 Lakini wakati utafika ambapo
bwana arusi ataondolewa kwao. Siku hiyo ndipo
watakapofunga.
21 "Hakuna mtu ashoneaye kiraka cha nguo
mpya kwenye nguo iliyochakaa. Akifanya hivyo,
kile kiraka kipya kitachanika kutoka ile nguo iliyo-
chakaa, nayo itachanika zaidi. 22 Wala hakuna mtu
awekaye divai mpya kwenye viriba vikuukuu. Aki-
fanya hivyo, ile divai mpya itavipasua hivyo viriba,
nayo hiyo divai itamwagika na viriba vitaharibika.
Lakini divai mpya huwekwa kwenye viriba vipya."

Bwana Wa Sabato

23 Siku moja ya Sabato, Yesu pamoja na wanafu-
nzi wake walikuwa wakipita katikati ya mashamba
ya nafaka. Walipokuwa wakitembea, wanafunzi
wake wakaanza kuvunja masuke. 24 Mafarisayo
wakamwambia, "Tazama, mbona wanafanya jambo
lisilo halali kufanywa siku ya Sabato?"
25 Yesu akawajibu, "Je, hamjasoma kamwe alivyo-
fanya Daudi wakati yeye na wenzake walikuwa na
njaa, wakahitaji chakula? 26 Daudi aliingia katika
nyumba ya Mungu, wakati Abiathari alikuwa
kuhani mkuu, akaila ile mikate iliyowekwa wakfu,
ambayo ni halali kuliwa na makuhani peke yao.
Naye pia akawapa wenzake."
27 Kisha Yesu akawaambia, "Sabato ilifanyika kwa
ajili ya mwanadamu, lakini si mwanadamu kwa
ajili ya Sabato. 28 Hivyo, Mwana wa Adamu ndiye
Bwana wa Sabato."

Mtu Aliyepooza Mkono Aponywa

3 Yesu akaingia tena ndani ya sinagogi, na huko
palikuwa na mtu aliyepooza mkono. 2 Wakawa
wanamwangalia waone kama atamponya siku ya
Sabato, ili wapate sababu ya kumshtaki. 3 Yesu aka-
mwambia yule mwenye mkono uliopooza, "Njoo
hapa mbele ya watu wote."
4 Kisha Yesu akawauliza, "Je, ni lipi lililo halali
siku ya Sabato: Ni kutenda mema au kutenda
mabaya? Ni kuokoa maisha au kuua?" Lakini wao
wakanyamaza kimya.
5 Yesu akawatazama pande zote kwa hasira, aka-
huzunika sana kwa ajili ya ugumu wa mioyo yao.
Akamwambia yule mtu mwenye mkono uliopooza,

"Nyoosha mkono wako." Akaunyoosha, nao ukapo-
nywa kabisa! 6 Kisha Mafarisayo wakatoka nje, nao
wakaanza kufanya shauri la kumuua Yesu wakiwa
na Maherode.

Umati Wa Watu Wamfuata Yesu

7 Yesu pamoja na wanafunzi wake wakaondoka
huko wakaenda baharini, nao umati mkubwa wa
watu kutoka Galilaya ukamfuata. 8 Waliposikia
mambo yote aliyokuwa akiyafanya, umati mkubwa
wa watu ukamjia kutoka Uyahudi, Yerusalemu,
Idumaya, na ng'ambo ya Yordani, pamoja na wale
wa sehemu za karibu na Tiro na Sidoni. 9 Kwa
sababu ya umati mkubwa wa watu, aliwaambia
wanafunzi wake waweke tayari mashua ndogo kwa
ajili yake, ili kuwazuia watu kumsonga. 10 Kwa kuwa
alikuwa amewaponya wagonjwa wengi, wale wenye
magonjwa walikuwa wanasukumana ili wapate
kumgusa. 11 Kila mara pepo wachafu walipomwona,
walianguka chini mbele yake na kupiga kelele
wakisema, "Wewe ndiwe Mwana wa Mungu."
12 Lakini aliwaonya wasimseme yeye ni nani.

Yesu Achagua Mitume Kumi Na Wawili

13 Yesu akapanda mlimani na kuwaita wale alio-
wataka, nao wakamjia. 14 Akawachagua kumi na
wawili, ambao aliwaita mitume, ili wapate kuwa
pamoja naye, na awatume kwenda kuhubiri 15 na
kuwa na mamlaka ya kutoa pepo wachafu. 16 Hawa
ndio wale kumi na wawili aliowachagua: Simoni
(ambaye alimwita Petro); 17 Yakobo mwana wa
Zebedayo, na Yohana nduguye (ambao aliwaita
Boanerge, maana yake Wana wa Ngurumo);
18 Andrea, Filipo, Bartholomayo, Mathayo, Tomaso,
Yakobo mwana wa Alfayo, Thadayo, Simoni Mka-
nanayo, 19 na Yuda Iskariote aliyemsaliti Yesu.

Yesu Na Beelzebuli

20 Kisha Yesu aliporudi nyumbani, umati wa watu
ukakusanyika tena, kiasi kwamba yeye na wana-
funzi wake hawakuweza kula chakula. 21 Ndugu
zake walipopata habari wakaja ili kumchukua kwa
maana watu walikuwa wakisema, "Amerukwa na
akili."

22 Walimu wa sheria walioteremka kutoka
Yerusalemu walisema, "Amepagawa na Beelzebu-
li![a] Anatoa pepo wachafu kwa kutumia mkuu wa
pepo wachafu!"

23 Basi Yesu akawaita na kuzungumza nao kwa
mifano akasema: "Shetani awezaje kumtoa She-
tani? 24 Kama ufalme ukigawanyika dhidi yake
wenyewe, ufalme huo hauwezi kusimama. 25 Nayo
nyumba kama ikigawanyika dhidi yake yenyewe,
nyumba hiyo haiwezi kusimama. 26 Naye Shetani
kama akijipinga mwenyewe na awe amegawanyika,
hawezi kusimama bali mwisho wake umewadia.
27 Hakuna mtu yeyote awezaye kuingia kwenye
nyumba ya mtu mwenye nguvu na kuteka nyara
mali zake asipomfunga kwanza yule mwenye
nguvu. Ndipo ataweza kuteka nyara mali zake.
28 Amin, nawaambia, dhambi zote na makufuru
yote ya wanadamu watasamehewa. 29 Lakini yeyote
anayemkufuru Roho Mtakatifu hatasamehewa
kamwe, atakuwa na hatia ya dhambi ya milele."

30 Yesu alisema hivi kwa sababu walikuwa wana-
sema, "Ana pepo mchafu."

Mama Na Ndugu Zake Yesu

31 Kisha wakaja ndugu zake Yesu pamoja na
mama yake. Wakasimama nje, wakamtuma mtu
kumwita. 32 Umati wa watu ulikuwa umeketi
kumzunguka, nao wakamwambia, "Mama yako
na ndugu zako wako nje, wanakutafuta."

33 Akawauliza, "Mama yangu na ndugu zangu
ni nani?"

34 Kisha akawatazama wale watu waliokuwa
wameketi kumzunguka pande zote, akasema,
"Hawa ndio mama yangu na ndugu zangu. 35 Mtu
yeyote anayetenda mapenzi ya Mungu, huyo ndiye
ndugu yangu, na dada yangu na mama yangu."

Mfano Wa Mpanzi

4 Yesu akaanza kufundisha tena kando ya bahari.
Umati wa watu uliokuwa umekusanyika kumzu-
nguka ulikuwa mkubwa, kiasi kwamba ilimbidi
Yesu aingie kwenye mashua iliyokuwa baharini
na kuketi humo, nao watu wote walikuwa ufuoni
mwa bahari. 2 Akawafundisha mambo mengi kwa
mifano, naye katika mafundisho yake akasema:
3 "Sikilizeni! Mpanzi alitoka kwenda kupanda
mbegu zake. 4 Alipokuwa akitawanya mbegu,
nyingine zilianguka kando ya njia, nao ndege
wakaja na kuzila. 5 Nyingine zilianguka kwenye
ardhi yenye mwamba isiyo na udongo wa kutosha.
Zikaota haraka, kwa kuwa udongo ulikuwa haba.
6 Lakini jua lilipozidi, mimea ikanyauka na kukauka
kwa kuwa mizizi yake haikuwa na kina. 7 Mbegu
nyingine zilianguka kwenye miiba, nayo miiba
hiyo ikakua, ikaisonga hiyo mimea, hivyo haiku-
toa mazao. 8 Mbegu nyingine zilianguka kwenye
udongo mzuri, zikaota vizuri na kukua, zikatoa
mazao, moja mara thelathini, nyingine mara sitini,
na nyingine mara mia moja."

9 Kisha Yesu akasema, "Mwenye masikio ya
kusikia, na asikie."

Sababu Za Mifano

10 Alipokuwa peke yake, watu waliokuwepo naye
pamoja na wanafunzi wake kumi na wawili waka-
muuliza kuhusu mifano yake. 11 Naye akawaambia,
"Ninyi mmepewa kujua siri ya Ufalme wa Mungu.
Lakini kwa wale walioko nje, kila kitu husemwa
kwao kwa mifano, 12 ili,

" 'daima waone lakini wasitambue,
daima wasikie lakini wasielewe;
wasije wakageuka, wakatubu na
kusamehewa!' "

Yesu Afafanua Maana Ya Mfano Wa Mbegu

13 Kisha Yesu akawauliza, "Hamwelewi maana
ya mfano huu? Basi mtaelewaje mifano mingine?
14 Yule mpanzi hupanda neno. 15 Hawa ndio wale
walio kando ya njia ambako neno lilipandwa. Wali-
sikiapo neno, Shetani huja mara na kulinyakua lile

---

[a]22 Beelzebuli kwa Kiyunani ni Beelzebubu, yaani mkuu wa pepo wachafu.

neno lililopandwa ndani yao. 16 Nazo zile mbegu
zilizoanguka kwenye udongo wenye miamba,
ni wale wanaolisikia neno, na mara hulipokea
kwa furaha. 17 Lakini kwa kuwa hawana mizizi,
wao hudumu kwa muda mfupi tu. Kisha dhiki au
mateso yanapoinuka kwa ajili ya lile neno, mara
wao huiacha imani. 18 Lakini wengine, kama mbegu
iliyopandwa kwenye miiba, hulisikia lile neno;
19 lakini masumbufu ya maisha haya, na udanga-
nyifu wa mali na tamaa ya mambo mengine huja na
kulisonga lile neno na kulifanya lisizae. 20 Wengine,
kama mbegu iliyopandwa kwenye udongo mzuri,
hulisikia lile neno, wakalipokea na kuzaa mazao.
Wao huzaa mara thelathini, au mara sitini, au mara
mia ya mbegu iliyopandwa."

Mfano Wa Taa

21 Akawaambia, "Je, taa huwashwa na kufunikwa
chini ya kikapu au mvunguni mwa kitanda? Je,
haiwashwi na kuwekwa juu ya kinara chake? 22 Kwa
kuwa hakuna kilichofichika ambacho hakitafu-
nuliwa, wala hakuna jambo lolote la siri ambalo
halitaletwa nuruni. 23 Mwenye masikio ya kusikia,
na asikie."

24 Naye akawaambia, "Kuweni waangalifu na
yale mnayosikia. Kipimo kile mpimacho, ndicho
mtakachopimiwa ninyi, hata na zaidi. 25 Kwa maana
kila mtu aliye na kitu atapewa zaidi, naye atakuwa
navyo tele. Lakini yule asiye na kitu, hata kile ali-
cho nacho atanyang'anywa."

Mfano Wa Mbegu Inayoota

26 Pia akawaambia, "Ufalme wa Mungu unafa-
nana na mtu apandaye mbegu shambani. 27 Akiisha
kuzipanda, usiku na mchana, akiwa amelala au
ameamka, mbegu huota na kukua pasipo yeye
kujua ikuavyo. 28 Udongo huifanya iote kuwa
mche, halafu suke, kisha nafaka kamili kwenye
suke. 29 Lakini nafaka inapokuwa imekomaa, mara
mkulima huingia shambani na mundu wa kuvunia,
maana mavuno yamekuwa tayari."

Mfano Wa Mbegu Ya Haradali

30 Akawaambia tena, "Tuufananishe Ufalme
wa Mungu na nini? Au tutumie mfano gani ili
kuueleza? 31 Ni kama punje ya haradali, ambayo
ni mbegu ndogo sana kuliko mbegu zote zinazo-
pandwa ardhini. 32 Lakini ikishaota, hukua ikawa
mmea mkubwa kuliko yote ya bustanini, ikawa na
matawi makubwa hata ndege wa angani wanaweza
kujenga viota kwenye matawi yake."

33 Kwa mifano mingine mingi kama hii Yesu
alinena nao neno lake, kwa kadiri walivyoweza
kulielewa. 34 Hakusema nao neno lolote pasipo
mfano. Lakini alipokuwa na wanafunzi wake,
aliwafafanulia kila kitu.

Yesu Atuliza Dhoruba

35 Siku hiyo ilipokaribia jioni, aliwaambia wana-
funzi wake, "Tuvukeni twende mpaka ng'ambo."
36 Wakauacha ule umati wa watu, na wakamchukua
vile alivyokuwa kwenye mashua. Palikuwa pia na
mashua nyingine nyingi pamoja naye. 37 Kukawa na
dhoruba kali, nayo mawimbi yakaipiga ile mashua
hata ikawa karibu kujaa maji. 38 Yesu alikuwa katika
shetri, akiwa analala juu ya mto. Wanafunzi wake
wakamwamsha, wakamwambia, "Mwalimu, hujali
kama tunazama?"

39 Akaamka, akaukemea ule upepo, akayaambia
yale mawimbi, "Uwe kimya! Tulia!" Ule upepo uka-
tulia, kukawa shwari kabisa.

40 Yesu akawaambia wanafunzi wake, "Kwa nini
mnaogopa hivyo? Je, bado hamna imani?"

41 Nao wakawa wameogopa sana, wakaulizana,
"Ni nani huyu ambaye hata upepo na mawimbi
vinamtii?"

Yesu Amponya Mtu Mwenye Pepo

5 Wakafika upande wa pili wa ziwa wakaingia
katika nchi ya Wagerasi. 2 Yesu alipotoka kwe-
nye mashua, mara mtu mmoja mwenye pepo
mchafu akatoka makaburini akakutana naye.
3 Mtu huyu aliishi makaburini, wala hakuna ali-
yeweza kumzuia hata kwa kumfunga minyororo.
4 Kwa kuwa mara kwa mara alikuwa amefungwa
minyororo mikononi na miguuni, lakini akaikata
hiyo minyororo na kuzivunja zile pingu miguuni
mwake. Hapakuwa na mtu yeyote aliyekuwa na
nguvu za kumzuia. 5 Usiku na mchana alikuwa
makaburini na milimani, akipiga kelele na kuji-
katakata kwa mawe.

6 Alipomwona Yesu kwa mbali, alimkimbilia,
akapiga magoti mbele yake. 7 Akapiga kelele kwa
nguvu akisema, "Una nini nami, Yesu, Mwana wa
Mungu Aliye Juu Sana? Ninakusihi kwa jina la
Mungu, usinitese!" 8 Kwa kuwa Yesu alikuwa ame-
mwambia, "Mtoke mtu huyu, wewe pepo mchafu!"
9 Yesu akamuuliza, "Jina lako ni nani?"

Akamjibu, "Jina langu ni Legioni,[a] kwa kuwa
tuko wengi." 10 Akamsihi Yesu sana asiwapeleke
nje ya nchi ile.

11 Palikuwa na kundi kubwa la nguruwe lililo-
kuwa likilisha karibu kando ya kilima. 12 Wale pepo
wachafu wakamsihi Yesu wakisema, "Tuamuru
twende kwenye wale nguruwe. Turuhusu tuwai-
ngie." 13 Basi Yesu akawaruhusu, nao wale pepo
wachafu wakatoka, wakawaingia hao nguruwe.
Lile kundi lilikuwa na nguruwe wapatao 2,000,
nao wote wakateremkia gengeni kwa kasi, nao
wakatumbukia ziwani na kuzama.

14 Wale watu waliokuwa wakichunga hao
nguruwe wakakimbilia mjini na vijijini kueleza
yaliyotukia. Watu wakatoka kwenda kuona hayo
yaliyokuwa yametukia. 15 Walipofika kwa Yesu,
wakamwona yule mtu aliyekuwa amepagawa na
pepo wachafu legioni akiwa ameketi hapo, ame-
vaa nguo na mwenye akili timamu. Wakaogopa.
16 Wale walioyaona mambo hayo wakawaeleza watu
wengine yaliyomtokea yule mtu aliyekuwa ame-
pagawa na pepo wachafu, na habari za lile kundi
la nguruwe pia. 17 Basi watu wakaanza kumwomba
Yesu aondoke katika nchi yao.

18 Yesu alipokuwa anaingia kwenye mashua, yule
mtu aliyekuwa amepagawa na pepo wachafu aka-
msihi Yesu waende pamoja. 19 Yesu hakumruhusu,
bali alimwambia, "Nenda nyumbani kwa jamaa

[a]9 Legioni maana yake ni Jeshi.

yako ukawaeleze mambo makuu aliyokutendea
Bwana, na jinsi alivyokuhurumia." 20 Yule mtu
akaenda zake, akaanza kutangaza katika Dekapoli
mambo makuu Yesu aliyomtendea. Nao watu wote
wakastaajabu.

Mwanamke Aponywa

21 Yesu alipokwisha kuvuka tena na kufika ng'a-
mbo, umati mkubwa wa watu ukamzunguka yeye
akiwa hapo kando ya bahari. 22 Kisha mmoja wa
viongozi wa sinagogi aliyeitwa Yairo akafika pale.
Naye alipomwona Yesu, akapiga magoti miguuni
pake, 23 akamsihi akisema, "Binti yangu mdogo
ni mgonjwa mahututi. Tafadhali nakusihi, njoo
uweke mikono yako juu yake ili apate kupona, naye
atakuwa hai." 24 Hivyo Yesu akaenda pamoja naye.

Umati mkubwa wa watu ukamfuata, nao
watu wakawa wanamsonga. 25 Hapo palikuwa na
mwanamke aliyekuwa amesumbuliwa na tatizo
la kutokwa damu kwa miaka kumi na miwili.
26 Mwanamke huyu alikuwa ameteseka sana kwa
mikono ya matabibu wengi, na kutumia kila kitu
alichokuwa nacho. Lakini badala ya kupona, hali
yake ilizidi kuwa mbaya. 27 Alikuwa amesikia habari
za Yesu, naye akaja kwa nyuma yake kwenye umati
wa watu, akaligusa vazi lake, 28 kwa maana ali-
sema moyoni mwake, "Kama nikiweza kuligusa
vazi lake tu, nitaponywa." 29 Mara kutoka damu
kwake kukakoma, naye akajisikia mwilini mwake
amepona kabisa.

30 Ghafula Yesu akatambua kuwa nguvu zime-
mtoka. Akaugeukia ule umati wa watu na kuuliza,
"Ni nani aliyegusa mavazi yangu?"

31 Wanafunzi wake wakamjibu, "Unaona jinsi
umati wa watu unavyokusonga. Wawezaje kuuliza,
'Ni nani aliyenigusa?' "

32 Lakini Yesu akaangalia pande zote ili aone
ni nani aliyemgusa. 33 Yule mwanamke, akijua
kilichomtokea, akaja, akaanguka miguuni pake
akitetemeka kwa hofu, akamweleza ukweli wote.
34 Yesu akamwambia, "Binti, imani yako imeku-
ponya. Nenda kwa amani, upone kabisa ugonjwa
wako."

Yesu Amfufua Binti Yairo

35 Alipokuwa bado anaongea, watu wakafika
kutoka nyumbani kwa Yairo. Wakamwambia, "Binti
yako amekufa. Kwa nini kuendelea kumsumbua
Mwalimu?"

36 Aliposikia hayo waliyosema, Yesu akamwa-
mbia huyo kiongozi wa sinagogi, "Usiogope. Amini
tu."

37 Hakumruhusu mtu mwingine yeyote amfuate
isipokuwa Petro, Yakobo na Yohana, nduguye
Yakobo. 38 Walipofika nyumbani kwa yule kiongozi
wa sinagogi, Yesu akaona ghasia, watu wakilia na
kuomboleza kwa sauti kubwa. 39 Alipokwisha
kuingia ndani, akawaambia, "Kwa nini mnafanya
ghasia na kulia? Mtoto hajafa, bali amelala tu."
40 Wale watu wakamcheka kwa dharau.

Lakini yeye akawatoa wote nje, akawachukua
baba na mama wa yule mtoto, pamoja na wale
wanafunzi aliokuwa nao. Wakaingia ndani mpaka
pale alipokuwa yule mtoto. 41 Akamshika mtoto
mkono, akamwambia, "Talitha koum!"[a] (maana
yake ni, "Msichana, nakuambia: amka!") 42 Mara
yule msichana akasimama, akaanza kutembea
(alikuwa na umri wa miaka kumi na miwili).
Walipoona haya, wakastaajabu sana. 43 Yesu
akawaagiza kwa ukali wasimweleze mtu yeyote
jambo hilo, naye akawaambia wampe yule msi-
chana chakula.

Nabii Hana Heshima Kwao

6 Yesu akaondoka huko na kwenda mji wa kwao,
akiwa amefuatana na wanafunzi wake. 2 Ilipo-
fika siku ya Sabato, akaanza kufundisha katika
sinagogi, na wengi waliomsikia wakashangaa.

Nao wakauliza, "Mtu huyu ameyapata wapi
mambo haya yote? Tazama ni hekima ya namna
gani hii aliyopewa? Tazama matendo ya miujiza
ayafanyayo kwa mikono yake! 3 Huyu si yule sere-
mala, mwana wa Maria? Na ndugu zake si Yakobo,
Yose,[b] Yuda na Simoni? Dada zake wote si tuko nao
hapa kwetu?" Nao wakachukizwa sana kwa ajili
yake, wakakataa kumwamini.

4 Yesu akawaambia, "Nabii hakosi heshima isi-
pokuwa katika mji wake mwenyewe, na miongoni
mwa jamaa na ndugu zake, na nyumbani kwake."
5 Hakufanya miujiza yoyote huko isipokuwa
kuweka mikono yake juu ya wagonjwa wachache
na kuwaponya. 6 Naye akashangazwa sana kwa jinsi
wasivyokuwa na imani.

Yesu Awatuma Wale Kumi Na Wawili

Kisha Yesu akawa anakwenda kutoka kijiji
kimoja hadi kingine akifundisha. 7 Akawaita wale
kumi na wawili, akawatuma wawili wawili, na
kuwapa mamlaka kutoa pepo wachafu.

8 Akawaagiza akisema, "Msichukue chochote
kwa ajili ya safari isipokuwa fimbo tu. Msichukue
mkate, wala mkoba, wala fedha kwenye mikanda
yenu. 9 Vaeni viatu, lakini msivae nguo ya ziada."
10 Akawaambia, "Mkiingia kwenye nyumba yoyote,
kaeni humo hadi mtakapoondoka katika mji huo.
11 Kama mahali popote hawatawakaribisha wala
kuwasikiliza, mtakapoondoka huko, kung'uteni
mavumbi kutoka kwenye miguu yenu ili kuwa
ushuhuda dhidi yao."

12 Kwa hiyo wakatoka na kuhubiri kwamba ina-
wapasa watu kutubu na kuacha dhambi. 13 Wakatoa
pepo wachafu wengi, wakawapaka wagonjwa
wengi mafuta na kuwaponya.

Yohana Mbatizaji Akatwa Kichwa

14 Mfalme Herode akasikia habari hizi, kwa
maana jina la Yesu lilikuwa limejulikana sana.
Watu wengine walikuwa wakisema, "Yohana
Mbatizaji amefufuliwa kutoka kwa wafu, ndiyo
sababu nguvu za kutenda miujiza zinafanya kazi
ndani yake."

15 Wengine wakasema, "Yeye ni Eliya."

Nao wengine wakasema, "Yeye ni nabii, kama
mmojawapo wa wale manabii wa zamani."

16 Lakini Herode aliposikia habari hizi, akasema,

[a]41 *Talitha koum* ni lugha ya Kiaramu.
[b]3 Yosefu kwa Kiyunani ni Joses.

"Huyo ni Yohana Mbatizaji, niliyemkata kichwa,
amefufuliwa kutoka kwa wafu!"
17 Kwa kuwa Herode alikuwa ameagiza kwamba
Yohana Mbatizaji akamatwe, afungwe na kutiwa
gerezani. Alifanya hivi kwa sababu ya Herodia,
mke wa Filipo, ndugu yake, ambaye Herode ali-
kuwa amemwoa. 18 Yohana alikuwa amemwambia
Herode, "Si halali kwako kuwa na mke wa ndugu
yako." 19 Kwa hiyo Herodia alikuwa amemwekea
Yohana kinyongo akataka kumuua. Lakini haku-
weza, 20 kwa sababu Herode alimwogopa Yohana
akijua kwamba ni mtu mwenye haki na mtakatifu,
hivyo akamlinda. Herode alifadhaika sana alipo-
msikia Yohana, lakini bado alipenda kumsikiliza.
21 Mfalme Herode alifanya karamu kubwa wakati
wa sikukuu ya kuzaliwa kwake. Akawaalika maa-
fisa wake wakuu, majemadari wa jeshi na watu
mashuhuri wa Galilaya. Hatimaye Herodia alipata
wasaa aliokuwa akiutafuta. 22 Binti yake Herodia
alipoingia na kucheza, akamfurahisha Herode
pamoja na wageni wake walioalikwa chakulani.

Mfalme Herode akamwambia yule binti, "Nio-
mbe kitu chochote utakacho, nami nitakupa."
23 Tena akamwahidi kwa kiapo, akamwambia,
"Chochote utakachoomba nitakupa, hata kama
ni nusu ya ufalme wangu."
24 Yule binti akatoka nje, akaenda kumuuliza
mama yake, "Niombe nini?"

Mama yake akamjibu, "Omba kichwa cha
Yohana Mbatizaji."
25 Yule binti akarudi haraka kwa mfalme, aka-
mwambia, "Nataka unipe sasa hivi kichwa cha
Yohana Mbatizaji kwenye sinia."
26 Mfalme akasikitika sana, lakini kwa sababu
alikuwa ameapa viapo mbele ya wageni wake,
hakutaka kumkatalia. 27 Mara mfalme akatuma
askari mmojawapo wa walinzi wake kukileta
kichwa cha Yohana. Akaenda na kumkata Yohana
kichwa humo gerezani, 28 akakileta kichwa chake
kwenye sinia na kumpa yule msichana, naye yule
msichana akampa mama yake. 29 Wanafunzi wa
Yohana walipopata habari hizi, wakaja na kuuchu-
kua mwili wake, wakauzika kaburini.

Yesu Awalisha Wanaume 5,000

30 Wale mitume wakakusanyika kwa Yesu na
kumpa taarifa ya mambo yote waliyokuwa wame-
fanya na kufundisha. 31 Basi kwa kuwa watu wengi
mno walikuwa wakija na kutoka, hata wakawa
hawana nafasi ya kula, Yesu akawaambia wanafu-
nzi wake, "Twendeni peke yetu mahali pa faragha,
mpate kupumzika."
32 Hivyo wakaondoka kwa mashua peke yao,
wakaenda mahali pasipo na watu. 33 Lakini watu
wengi waliowaona wakiondoka, wakawatambua,
nao wakaenda haraka kwa miguu kutoka miji yote,
nao wakatangulia kufika. 34 Yesu alipofika kando
ya bahari, aliona makutano makubwa ya watu,
akawahurumia kwa maana walikuwa kama kondoo
wasiokuwa na mchungaji. Kwa hiyo akaanza kuwa-
fundisha mambo mengi.
35 Mchana ulipokuwa umeendelea sana, wana-
funzi wake walienda kwake, wakamwambia,
"Mahali hapa ni nyikani, nazo saa zimekwenda
sana. 36 Waage watu ili waende mashambani na
vijijini jirani, wakajinunulie chakula."
37 Lakini Yesu akawajibu, "Ninyi wapeni cha-
kula."

Wakamwambia, "Je, twende tukanunue mikate
ya dinari 200[a] ili tuwape watu hawa wale?"
38 Akawauliza, "Kuna mikate mingapi? Nendeni
mkaangalie."

Walipokwisha kujua wakarudi, wakamwambia,
"Kuna mikate mitano na samaki wawili."
39 Kisha Yesu akawaamuru wawaketishe watu
makundi makundi kwenye majani, 40 nao waka-
keti kwenye makundi ya watu mia mia na wengine
hamsini hamsini. 41 Yesu akaichukua ile mikate
mitano na wale samaki wawili, akainua macho yake
akatazama mbinguni, akavibariki na kuimega ile
mikate. Kisha akawapa wanafunzi wake ili wawa-
gawie wale watu wote. Pia akawagawia wote wale
samaki wawili. 42 Watu wote wakala, wakashiba.
43 Nao wanafunzi wake wakakusanya vipande vili-
vyosalia vya mikate na samaki, wakajaza vikapu
kumi na viwili. 44 Idadi ya wanaume waliokula
walikuwa 5,000.

Yesu Atembea Juu Ya Maji

45 Mara Yesu akawaambia wanafunzi wake
waingie kwenye mashua watangulie kwenda
Bethsaida, wakati yeye alikuwa akiwaaga wale
makutano. 46 Baada ya kuwaaga wale watu, akaenda
mlimani kuomba.
47 Ilipofika jioni, ile mashua ilikuwa imefika kati-
kati ya bahari, na Yesu alikuwa peke yake katika
nchi kavu. 48 Akawaona wanafunzi wake wanaha-
ngaika na kupiga makasia kwa nguvu, kwa sababu
upepo ulikuwa wa mbisho. Wakati wa zamu ya
nne ya usiku, Yesu akawaendea wanafunzi wake,
akiwa anatembea juu ya maji. Alikuwa karibu
kuwapita, 49 lakini walipomwona akitembea juu ya
maji, wakadhani ni mzimu. Wakapiga yowe, 50 kwa
sababu wote walipomwona waliogopa.

Mara Yesu akasema nao, akawaambia, "Jipeni
moyo! Ni mimi. Msiogope!" 51 Akapanda ndani ya
mashua nao, na ule upepo ukakoma! Wakashangaa
kabisa, 52 kwa kuwa walikuwa hawajaelewa kuhusu
ile mikate. Mioyo yao ilikuwa migumu.
53 Walipokwisha kuvuka, wakafika nchi ya
Genesareti, wakatia nanga. 54 Mara waliposhuka
kutoka mashua yao, watu wakamtambua Yesu.
55 Wakaenda katika vijiji vyote upesi, wakawabeba
wagonjwa kwenye mikeka ili kuwapeleka mahali
popote waliposikia kuwa Yesu yupo. 56 Kila mahali
Yesu alipokwenda, iwe vijijini, mijini au masha-
mbani, watu waliwaweka wagonjwa wao masokoni.
Wakamwomba awaruhusu hao wagonjwa waguse
japo upindo wa vazi lake. Nao wote waliomgusa
waliponywa.

Kilicho Safi Na Kilicho Najisi

7 Mafarisayo na baadhi ya walimu wa sheria walio-
kuwa wametoka Yerusalemu wakakusanyika
mbele ya Yesu. 2 Wakawaona baadhi ya wanafunzi

[a]37 Dinari moja ilikuwa kama mshahara wa kibarua wa siku moja;
hivyo dinari 200 ni sawa na mshahara wa siku 200.

wake wakila chakula kwa mikono iliyo najisi, yaani, bila kunawa kama ilivyotakiwa na sheria ya dini ya Wayahudi. 3 Kwa kuwa Mafarisayo na Wayahudi wote hawali chakula pasipo kunawa kwa kufuata desturi za wazee wao. 4 Wanapotoka sokoni hawawezi kula pasipo kunawa. Pia kuna desturi nyingine nyingi wanazofuata kama vile jinsi ya kuosha vikombe, vyungu na vyombo vya shaba.

5 Kwa hiyo wale Mafarisayo na walimu wa sheria wakamuuliza Yesu, "Mbona wanafunzi wako hawafuati desturi za wazee, na badala yake wanakula kwa mikono najisi?"

6 Yesu akawajibu, "Nabii Isaya alisema ukweli alipotabiri juu yenu, ninyi wanafiki. Kama ilivyoandikwa:

"'Watu hawa huniheshimu kwa midomo yao,
lakini mioyo yao iko mbali nami.
7 Huniabudu bure,
nayo mafundisho yao ni maagizo ya
wanadamu tu.'

8 Ninyi mmeziacha amri za Mungu na kushika desturi za watu."

9 Naye akawaambia, "Ninyi mnayo njia nzuri ya kukataa amri za Mungu ili mpate kuyashika mapokeo yenu! 10 Kwa mfano, Mose alisema, 'Waheshimu baba yako na mama yako,' na, 'Yeyote amtukanaye baba yake au mama yake, na auawe.' 11 Lakini ninyi mwafundisha kwamba mtu akimwambia baba yake au mama yake, 'Kile ambacho ningeweza kukusaidia ni Korbani' (yaani kimewekwa wakfu kwa Mungu), 12 basi hawajibiki tena kumsaidia baba yake au mama yake. 13 Kwa njia hiyo ninyi mnabatilisha neno la Mungu kwa mapokeo yenu mliyojiwekea. Nanyi mnafanya mambo mengi ya aina hiyo."

14 Yesu akaita tena ule umati wa watu, akawaambia, "Nisikilizeni, kila mmoja wenu na mwelewe jambo hili. 15 Hakuna kitu kinachomwingia mtu kimtiacho unajisi, lakini kile kimtokacho ndicho kimtiacho unajisi. [16 Kama mtu yeyote ana masikio ya kusikia na asikie.]"

17 Akiisha kuuacha ule umati wa watu na kuingia ndani, wanafunzi wake wakamuuliza maana ya mfano ule. 18 Akawajibu, "Je, hata nanyi hamwelewi? Je, hamfahamu kwamba kitu kimwingiacho mtu hakimtii unajisi? 19 Mtu akila kitu hakiingii moyoni mwake bali tumboni, na baadaye hutolewa nje ya mwili wake." (Kwa kusema hivi, Yesu alivihalalisha vyakula vyote kuwa ni "safi.")

20 Akaendelea kusema, "Kile kimtokacho mtu ndicho kimtiacho unajisi. 21 Kwa maana kutoka ndani ya moyo wa mtu hutoka mawazo mabaya, uasherati, wizi, uuaji, uzinzi, 22 tamaa mbaya, uovu, udanganyifu, ufisadi, wivu, matukano, kiburi na upumbavu. 23 Maovu haya yote hutoka ndani ya mtu, nayo ndiyo yamtiayo mtu unajisi."

Imani Ya Mwanamke Msirofoinike

24 Ndipo Yesu akaondoka hapo akaenda sehemu za Tiro. Akaingia katika nyumba moja, naye hakutaka mtu yeyote ajue kwamba yuko humo. Lakini hakuweza kujificha. 25 Mara mwanamke mmoja, ambaye binti yake mdogo alikuwa na pepo mchafu, akaja na kumpigia magoti miguuni pake. 26 Basi huyo mwanamke alikuwa Myunani, aliyezaliwa Foinike ya Siria.[a] Akamsihi Yesu amtoe binti yake huyo pepo mchafu.

27 Yesu akamwambia, "Waache watoto washibe kwanza, kwa maana si vyema kuchukua chakula cha watoto na kuwatupia mbwa."

28 Lakini yule mwanamke akamjibu, "Bwana, hata mbwa walio chini ya meza hula makombo ya chakula cha watoto."

29 Ndipo Yesu akamjibu, "Kwa sababu ya jibu lako, nenda zako nyumbani; yule pepo mchafu amemtoka binti yako."

30 Akaenda zake nyumbani akamkuta binti yake amelala kitandani, yule pepo mchafu akiwa amemtoka.

Yesu Amponya Mtu Aliyekuwa Kiziwi Na Bubu

31 Kisha Yesu akaondoka sehemu za Tiro, akapita katikati ya Sidoni, hadi Bahari ya Galilaya na kuingia eneo la Dekapoli. 32 Huko, watu wakamletea Yesu mtu mmoja kiziwi, ambaye pia alikuwa na kigugumizi, wakamwomba aweke mkono wake juu ya huyo mtu na amponye.

33 Baadaye Yesu akampeleka yule kiziwi kando mbali na watu, Yesu akatia vidole vyake masikioni mwa yule mtu. Kisha akatema mate na kuugusa ulimi wa yule mtu. 34 Ndipo Yesu akatazama mbinguni, akavuta hewa ndani kwa nguvu akamwambia, "Efatha!" Yaani, "Funguka!" 35 Mara masikio yake yakafunguka na ulimi wake ukaachiliwa, akaanza kuongea sawasawa.

36 Yesu akawaamuru wasimwambie mtu yeyote habari hizi. Lakini kadiri alivyowazuia, ndivyo walivyozidi kutangaza kwa bidii. 37 Walistaajabu mno. Wakasema, "Amefanya mambo yote vizuri mno! Amewawezesha viziwi wasikie na bubu waseme!"

Yesu Alisha Wanaume 4,000

8 Katika siku hizo, umati mkubwa wa watu ulikusanyika tena. Kwa kuwa walikuwa hawana chakula, Yesu akawaita wanafunzi wake akawaambia, 2 "Ninauhurumia huu umati wa watu, kwa sababu sasa wamekuwa nami kwa muda wa siku tatu na hawana chakula. 3 Nikiwaaga waende nyumbani bila kula, watazimia njiani kwa sababu baadhi yao wametoka mbali."

4 Wanafunzi wake wakamjibu, "Lakini hapa nyikani tutapata wapi mikate ya kutosha kuwalisha?"

5 Yesu akawauliza, "Mna mikate mingapi?"

Wakajibu, "Tuna mikate saba."

6 Akawaambia watu waketi chini. Akiisha kuichukua mikate saba na kushukuru, akaimega na kuwapa wanafunzi wake ili wawagawie watu. Wanafunzi wake wakafanya hivyo. 7 Walikuwa pia na visamaki vichache, Yesu akavibariki, akawaamuru wanafunzi wake wawagawie watu. 8 Wale watu walikula na kutosheka. Baadaye wanafunzi wakakusanya vipande vilivyosalia, wakajaza vikapu saba. 9 Watu waliokula walikuwa wapata

[a]26 Kulikuwa na Foinike ya Siria (ndio Shamu) na Foinike ya Libya.

4,000. Akiisha kuwaaga, [10] aliingia kwenye mashua
pamoja na wanafunzi wake, akaenda sehemu za
Dalmanutha.

Mafarisayo Waomba Ishara

[11] Mafarisayo wakaja, wakaanza kumhoji Yesu.
Ili kumtega, wakamwomba awaonyeshe ishara
kutoka mbinguni. [12] Akahuzunika moyoni, aka-
waambia, "Kwa nini kizazi hiki kinataka ishara?
Amin nawaambieni, hakitapewa ishara yoyote."
[13] Kisha akawaacha, akarudi kwenye mashua, aka-
vuka hadi ng'ambo.

Chachu Ya Mafarisayo Na Ya Herode

[14] Wanafunzi walikuwa wamesahau kuchukua
mikate ya kutosha. Walikuwa na mkate mmoja tu
kwenye mashua. [15] Yesu akawaonya: "Jihadharini
na chachu ya Mafarisayo na ya Herode."
[16] Wakajadiliana wao kwa wao, na kusema, "Ana-
sema hivi kwa sababu hatukuleta mikate."
[17] Yesu, akifahamu majadiliano yao, akawau-
liza: "Mbona mnajadiliana kuhusu kutokuwa na
mikate? Je, bado hamtambui wala hamwelewi? Je,
mbona mioyo yenu ni migumu kiasi hicho? [18] Je,
mna macho lakini mnashindwa kuona, na mna
masikio lakini mnashindwa kusikia? Je, hamku-
mbuki? [19] Nilipoimega ile mikate mitano kuwalisha
watu 5,000, mlikusanya vikapu vingapi vilivyojaa
vya masazo?"

Wakamjibu, "Kumi na viwili."

[20] "Je, nilipoimega ile mikate saba kuwalisha watu
4,000, mlikusanya vikapu vingapi vilivyojaa vya
masazo?"

Wakamjibu, "Saba."

[21] Ndipo akawauliza, "Je, bado hamwelewi?"

Yesu Amponya Kipofu Huko Bethsaida

[22] Wakafika Bethsaida na baadhi ya watu waka-
mleta mtu mmoja kipofu wakamsihi Yesu amguse.
[23] Yesu akamshika mkono huyo kipofu akampeleka
nje ya kijiji. Baada ya kuyatemea mate macho ya
yule kipofu na kumwekea mikono, Yesu akamuu-
liza, "Unaona chochote?"
[24] Yule kipofu akaangalia, akasema, "Ninaona
watu, wanaonekana kama miti inayotembea."
[25] Yesu akamwekea tena mikono machoni. Kisha
macho yake yakafunguka, kuona kwake kukarejea
naye akaona kila kitu dhahiri. [26] Yesu akamuaga
aende nyumbani kwake, akimwambia, "Hata kiji-
jini usiingie."

Petro Amkiri Yesu Kuwa Ndiye Kristo

[27] Yesu na wanafunzi wake wakaondoka kwenda
katika vijiji vya Kaisaria-Filipi. Walipokuwa njiani,
Yesu akawauliza, "Watu husema mimi ni nani?"
[28] Wakamjibu, "Baadhi husema wewe ni Yohana
Mbatizaji, wengine husema ni Eliya, na bado
wengine husema wewe ni mmojawapo wa manabii."
[29] Akawauliza, "Je, ninyi mnasema mimi ni nani?"

Petro akajibu, "Wewe ndiwe Kristo."[a]

[30] Yesu akawaonya wasimwambie mtu yeyote
habari zake.

Yesu Atabiri Kifo Chake

[31] Ndipo akaanza kuwafundisha wanafunzi
wake kuwa Mwana wa Adamu lazima atapata
mateso mengi na kukataliwa na wazee, viongozi
wa makuhani, na walimu wa sheria, na kwamba
itampasa auawe lakini baada ya siku tatu afufuke.
[32] Aliyasema haya waziwazi, ndipo Petro akamchu-
kua kando na akaanza kumkemea.
[33] Lakini Yesu alipogeuka na kuwaangalia wana-
funzi wake, akamkemea Petro. Akasema, "Rudi
nyuma yangu, Shetani! Moyo wako hauwazi yaliyo
ya Mungu, bali ya wanadamu."
[34] Ndipo akauita ule umati wa watu pamoja na
wanafunzi wake, akasema, "Mtu yeyote akitaka
kunifuata, ni lazima ajikane mwenyewe, auchukue
msalaba wake, anifuate. [35] Kwa maana yeyote ana-
yetaka kuyaokoa maisha yake atayapoteza, lakini
yeyote atakayeyapoteza maisha yake kwa ajili
yangu na kwa ajili ya Injili atayaokoa. [36] Je, itamfaidi
nini mtu kuupata ulimwengu wote, lakini akaya-
poteza maisha yake? [37] Au mtu atatoa nini badala
ya nafsi yake? [38] Mtu yeyote akinionea aibu mimi
na maneno yangu katika kizazi hiki cha uzinzi na
dhambi, Mwana wa Adamu naye atamwonea aibu
wakati atakapokuja katika utukufu wa Baba yake
pamoja na malaika watakatifu."

9 Yesu akaendelea kuwaambia, "Amin, nawaa-
mbia, kuna watu waliosimama hapa ambao
hawataonja mauti kabla ya kuuona Ufalme wa
Mungu ukija kwa nguvu."

Yesu Ageuka Sura

[2] Baada ya siku sita, Yesu akawachukua Petro,
Yakobo na Yohana, akawapeleka juu ya mlima
mrefu, mahali walipokuwa faraghani. Huko, Yesu
akageuka sura mbele yao. [3] Mavazi yake yakawa na
weupe wa kuzima macho, meupe kuliko ambavyo
mtu yeyote duniani angaliweza kuyang'arisha.
[4] Mose na Eliya wakawatokea, wakawa wanazu-
ngumza na Yesu.
[5] Petro akamwambia Yesu, "Rabi, ni vyema sisi
tukae hapa. Turuhusu tujenge vibanda vitatu:
kimoja chako, kingine cha Mose na kingine cha
Eliya." [6] Petro hakujua aseme nini kwa maana yeye
na wenzake walikuwa wameogopa sana.
[7] Ndipo pakatokea wingu, likawafunika, nayo
sauti kutoka lile wingu ikasema, "Huyu ni Mwa-
nangu mpendwa. Msikieni yeye."
[8] Mara walipotazama huku na huku, hawakuona
tena mtu mwingine yeyote pamoja nao isipokuwa
Yesu.
[9] Walipokuwa wakishuka kutoka mlimani,
Yesu akawakataza wasimwambie mtu yeyote
mambo waliyoona, mpaka Mwana wa Adamu
atakapokuwa amefufuka kutoka kwa wafu.
[10] Wakalihifadhi jambo hilo wao wenyewe, lakini
wakawa wanajiuliza, "Huku kufufuka kwa wafu
maana yake nini?"
[11] Wakamuuliza, "Kwa nini walimu wa sheria
husema kwamba ni lazima Eliya aje kwanza?"
[12] Yesu akawajibu, "Ni kweli, Eliya yuaja kwa-
nza ili kutengeneza mambo yote. Mbona basi
imeandikwa kwamba Mwana wa Adamu ni

[a]29 *Kristo* maana yake ni *Masiya*, yaani *Aliyetiwa mafuta.*

lazima ateseke sana na kudharauliwa? 13 Lakini
ninawaambia, Eliya amekwisha kuja, nao waka-
mtendea walivyopenda, kama ilivyoandikwa
kumhusu yeye."

Mvulana Mwenye Pepo Mchafu Aponywa

14 Walipowafikia wale wanafunzi wengine,
wakawakuta wamezungukwa na umati mkubwa
wa watu na baadhi ya walimu wa sheria waki-
bishana nao. 15 Mara wale watu walipomwona
Yesu, wakastaajabu sana, wakamkimbilia ili
kumsalimu.

16 Akawauliza wanafunzi wake, "Mnabishana
nao kuhusu nini?"

17 Mtu mmoja miongoni mwa ule umati wa
watu akajibu, "Mwalimu, nilimleta kwako mwa-
nangu ambaye ana pepo mchafu anayemfanya
asiweze kuongea. 18 Kila mara huyo pepo mchafu
ampagaapo mwanangu, humwangusha chini na
kumfanya atokwe povu mdomoni na kusaga meno,
kisha mwili wake hukauka. Niliwaomba wanafunzi
wako wamtoe huyo pepo mchafu, lakini hawaku-
weza."

19 Yesu akawaambia, "Enyi kizazi kisicho na
imani! Nitakuwa pamoja nanyi mpaka lini?
Nitawavumilia mpaka lini? Mleteni mvulana
kwangu."

20 Nao wakamleta yule mvulana. Yule pepo
mchafu alipomwona Yesu, mara akamtia yule
mvulana kifafa, akaanguka, akagaagaa chini huku
akitokwa na povu kinywani.

21 Yesu akamuuliza baba yake, "Mwanao ame-
kuwa katika hali hii tangu lini?"

Akamjibu, "Tangu utoto wake. 22 Mara kwa mara
huyo pepo mchafu amekuwa akimwangusha kwe-
nye moto au kwenye maji ili kumwangamiza. Lakini
kama unaweza kufanya jambo lolote, tafadhali
tuhurumie utusaidie."

23 Yesu akamwambia, "Kama ukiweza kuamini,
yote yawezekana kwake yeye aaminiye."

24 Mara baba yake yule mvulana akapiga kelele
akisema, "Ninaamini. Nisaidie kutokuamini kwa-
ngu!" 25 Yesu alipoona kwamba umati wa watu
unakusanyika pamoja mbio, akamkemea yule pepo
mchafu, akimwambia, "Wewe pepo bubu na kiziwi,
nakuamuru umtoke, wala usimwingie tena!"

26 Yule pepo mchafu akiisha kupiga kelele, aka-
mtia kifafa kwa nguvu, na akamtoka. Yule mvulana
alikuwa kama maiti, hivyo watu wengi wakasema,
"Amekufa." 27 Lakini Yesu akamshika mkono, aka-
mwinua, naye akasimama.

28 Baada ya Yesu kuingia ndani ya nyumba, wana-
funzi wake wakamuuliza wakiwa peke yao, "Mbona
sisi hatukuweza kumtoa huyo pepo mchafu?"

29 Yesu akawajibu, "Hali hii haiwezi kutoka isi-
pokuwa kwa kuomba na kufunga."

Yesu Atabiri Tena Kifo Chake Na Ufufuo

30 Wakaondoka huko, wakapitia Galilaya. Yesu
hakutaka mtu yeyote afahamu mahali walipo,
31 kwa maana alikuwa anawafundisha wanafunzi
wake. Akawaambia, "Mwana wa Adamu atasalitiwa
na kutiwa mikononi mwa watu. Nao watamuua,
lakini siku tatu baada ya kuuawa atafufuka."
32 Lakini wao hawakuelewa kile alimaanisha, nao
waliogopa kumuuliza maana yake.

Mabishano Kuhusu Aliye Mkuu Zaidi

33 Basi wakafika Kapernaumu na baada ya
kuingia nyumbani akawauliza, "Mlikuwa mna-
bishana nini kule njiani?" 34 Lakini hawakumjibu,
kwa sababu njiani walikuwa wakibishana kuhusu
nani miongoni mwao alikuwa mkuu zaidi ya
wote.

35 Akaketi chini, akawaita wote kumi na wawili,
akawaambia: "Kama mtu yeyote akitaka kuwa wa
kwanza, hana budi kuwa wa mwisho na mtumishi
wa wote."

36 Kisha akamchukua mtoto mdogo, akamsima-
misha katikati yao. Akamkumbatia, akawaambia,
37 "Mtu yeyote amkaribishaye mmoja wa hawa
watoto wadogo kwa Jina langu, anikaribisha
mimi. Naye anikaribishaye mimi, amkaribisha
Baba yangu aliyenituma."

Yeyote Asiye Kinyume Nasi Yuko Upande Wetu

38 Yohana akamwambia, "Mwalimu, tumemwona
mtu akitoa pepo wachafu kwa jina lako, nasi tuka-
mkataza, kwa sababu yeye si mmoja wetu."

39 Yesu akasema, "Msimkataze, kwa kuwa
hakuna yeyote atendaye miujiza kwa Jina langu
ambaye baada ya kitambo kidogo aweza kunena
lolote baya dhidi yangu. 40 Kwa maana yeyote
asiye kinyume chetu, yuko upande wetu. 41 Amin,
nawaambia, yeyote awapaye ninyi kikombe cha
maji kwa Jina langu kwa sababu ninyi ni mali ya
Kristo, hakika hataikosa thawabu yake."

Kusababisha Kutenda Dhambi

42 "Kama mtu yeyote akimsababisha mmoja-
wapo wa wadogo hawa wanaoniamini kutenda
dhambi, ingekuwa bora kwake afungiwe jiwe
kubwa la kusagia shingoni mwake, na kutoswa
baharini. 43 Kama mkono wako ukikusababi-
sha kutenda dhambi, ukate. Ni afadhali kwako
kuingia katika uzima ukiwa na mkono mmoja,
kuliko kuwa na mikono miwili lakini ukaingia
jehanamu, mahali ambako moto hauzimiki. [
44 Mahali ambako funza wake hawafi wala moto
wake hauzimiki.] 45 Kama mguu wako ukikusaba-
bisha kutenda dhambi, ukate. Ni afadhali kwako
kuingia katika uzima ukiwa kiwete, kuliko kuwa
na miguu miwili lakini ukaingia jehanamu. [
46 Mahali ambako funza wake hawafi wala moto
hauzimiki.] 47 Nalo jicho lako likikusababisha
kutenda dhambi, ling'oe. Ni afadhali kwako
kuingia katika Ufalme wa Mungu ukiwa na jicho
moja, kuliko kuwa na macho mawili lakini uka-
tupwa jehanamu, 48 mahali ambako

" 'funza wake hawafi,
wala moto wake hauzimiki.'

49 Kila mmoja atatiwa chumvi kwa moto.

50 "Chumvi ni nzuri, lakini ikipoteza ladha yake
utaifanyaje ili iweze kukolea tena? Mwe na chumvi
ndani yenu, mkaishi kwa amani, kila mmoja na
mwenzake."

Mafundisho Kuhusu Talaka

10 Yesu akaondoka huko, akavuka Mto Yordani,
akaenda sehemu za Uyahudi. Umati mkubwa
wa watu ukaenda kwake tena, naye kama ilivyo-
kuwa desturi yake, akawafundisha.
2 Baadhi ya Mafarisayo wakaja ili kumjaribu
kwa kumuuliza, "Je, ni halali mtu kumwacha mke
wake?"
3 Yesu akawajibu, "Je, Mose aliwaamuru nini?"
4 Wakajibu, "Mose aliruhusu kwamba mume
anaweza kumwandikia mkewe hati ya talaka na
kumwacha."
5 Yesu akawaambia, "Mose aliwaandikia sheria
hiyo kwa sababu ya ugumu wa mioyo yenu. 6 Lakini
tangu mwanzo wa uumbaji, 'Mungu aliwaumba
mwanaume na mwanamke. 7 Kwa sababu hii mwa-
naume atamwacha baba yake na mama yake na
kuambatana na mkewe, na hao wawili watakuwa
mwili mmoja.' 8 Kwa hiyo hawatakuwa wawili
tena, bali mwili mmoja. 9 Basi, alichokiunganisha
Mungu, mwanadamu asikitenganishe."
10 Walipokuwa tena ndani ya nyumba, wanafunzi
wake wakamuuliza kuhusu jambo hili. 11 Akawa-
jibu, "Mtu yeyote amwachaye mkewe na kuoa
mke mwingine, anazini naye. 12 Naye mwanamke
amwachaye mumewe na kuolewa na mume mwi-
ngine, anazini."

Yesu Anawabariki Watoto Wadogo

13 Watu walikuwa wakimletea Yesu watoto
wadogo ili awaguse, lakini wanafunzi wake
wakawakemea. 14 Yesu alipoona yaliyokuwa
yakitukia, akachukizwa. Akawaambia wana-
funzi wake, "Waacheni watoto wadogo waje
kwangu, wala msiwazuie, kwa maana Ufalme
wa Mungu ni wa wale walio kama hawa. 15 Amin,
nawaambia, mtu yeyote asiyeupokea Ufalme wa
Mungu kama mtoto mdogo, hatauingia kamwe."
16 Akawachukua watoto mikononi mwake, aka-
wakumbatia, akaweka mikono yake juu yao,
akawabariki.

Kijana Tajiri

17 Yesu alipokuwa anaondoka, mtu mmoja
akamkimbilia, akapiga magoti mbele yake, aka-
muuliza, "Mwalimu mwema, nifanye nini ili
niurithi uzima wa milele?"
18 Yesu akamwambia, "Mbona unaniita mwema?
Hakuna yeyote aliye mwema ila Mungu peke yake.
19 Unazijua amri: 'Usiue, usizini, usiibe, usishuhu-
die uongo, usidanganye, waheshimu baba yako na
mama yako.' "
20 Akamjibu, "Mwalimu, amri hizi zote nimezi-
shika tangu nikiwa mtoto."
21 Yesu akamtazama na kumpenda, akamwa-
mbia, "Umepungukiwa na kitu kimoja. Nenda
ukauze kila kitu ulicho nacho uwape maskini hizo
fedha, nawe utakuwa na hazina mbinguni. Kisha
njoo, unifuate."
22 Yule mtu aliposikia hayo, akasikitika sana.
Akaondoka kwa huzuni kwa sababu alikuwa na
mali nyingi.
23 Yesu akatazama pande zote, akawaambia
wanafunzi wake, "Itakuwa vigumu sana kwa wenye
mali kuingia katika Ufalme wa Mungu!"
24 Wanafunzi wake wakashangazwa sana na
maneno hayo. Lakini Yesu akawaambia tena,
"Wanangu, tazama jinsi ilivyo vigumu kwa wale
wanaotumainia mali kuingia katika Ufalme wa
Mungu. 25 Ni rahisi zaidi kwa ngamia kupita kwenye
tundu la sindano kuliko mtu tajiri[a] kuingia katika
Ufalme wa Mungu."
26 Wanafunzi wake wakashangaa sana. Wakau-
lizana wao kwa wao, "Ni nani basi awezaye
kuokoka?"
27 Yesu akawatazama, akawaambia, "Kwa mwa-
nadamu jambo hili haliwezekani, lakini kwa
Mungu sivyo. Mambo yote yanawezekana kwa
Mungu."
28 Ndipo Petro akamjibu, "Tazama, tumeacha
kila kitu na kukufuata wewe!"
29 Yesu akasema, "Amin, nawaambia, hakuna
mtu yeyote aliyeacha nyumba, ndugu wa kiume
au wa kike, au mama au baba, au watoto au
mashamba kwa ajili yangu na kwa ajili ya Injili,
30 ambaye hatalipwa mara mia katika ulimwe-
ngu huu: nyumba, ndugu wa kiume na wa kike,
mama na baba na watoto, mashamba pamoja
na mateso, kisha uzima wa milele katika uli-
mwengu ujao. 31 Lakini wengi walio wa kwanza
watakuwa wa mwisho, na wa mwisho watakuwa
wa kwanza."

Yesu Atabiri Mara Ya Tatu Kufa Na Kufufuka Kwake

32 Walikuwa njiani wakipanda kwenda Yerusa-
lemu, na Yesu alikuwa ametangulia. Wanafunzi
wake walishangaa, nao watu waliowafuata walijawa
na hofu. Yesu akawachukua tena wale wanafu-
nzi wake kumi na wawili kando na kuwaambia
yatakayompata. 33 Akasema, "Tunapanda kwenda
Yerusalemu, na Mwana wa Adamu atasalitiwa kwa
viongozi wa makuhani na walimu wa sheria. Wao
watamhukumu kifo na kumtia mikononi mwa watu
wa Mataifa, 34 ambao watamdhihaki na kumtemea
mate, watampiga na kumuua. Siku tatu baadaye
atafufuka."

Ombi La Yakobo Na Yohana

35 Kisha Yakobo na Yohana, wana wa Zebedayo,
wakaja kwake na kumwambia, "Mwalimu, tunataka
utufanyie lolote tutakalokuomba."
36 Naye akawaambia, "Je, mwataka niwafanyie
jambo gani?"
37 Wakamwambia, "Tupe kukaa mmoja upande
wako wa kuume na mwingine upande wako wa
kushoto katika utukufu wako."
38 Lakini Yesu akawaambia, "Ninyi hamjui
mnaloliomba. Je, mnaweza kukinywea kikombe
ninyweacho mimi, au kubatizwa ubatizo nibati-
zwao mimi?"
39 Wakajibu, "Tunaweza."
Kisha Yesu akawaambia, "Kikombe niki-
nyweacho mtakinywea na ubatizo nibatizwao
mtabatizwa, 40 lakini kuketi mkono wangu wa

---

[a]25 Tajiri ina maana wale wanaotumainia mali.

kuume au wa kushoto si juu yangu mimi kuwapa.
Nafasi hizi ni kwa ajili ya wale walioandaliwa."
41 Wale wanafunzi wengine kumi waliposikia
hayo, wakaanza kuwakasirikia Yakobo na Yohana.
42 Lakini Yesu akawaita wote pamoja na kuwaambia,
"Mnafahamu kuwa wale wanaodhaniwa kuwa
watawala wa watu wa Mataifa huwatawala watu
kwa nguvu, nao wenye vyeo huonyesha mamlaka
yao. 43 Lakini isiwe hivyo kwenu. Badala yake,
yeyote anayetaka kuwa mkuu miongoni mwenu
hana budi kuwa mtumishi wenu, 44 na yeyote
anayetaka kuwa wa kwanza, hana budi kuwa
mtumwa wa wote. 45 Kwa kuwa hata Mwana wa
Adamu hakuja ili kutumikiwa, bali kutumika na
kuutoa uhai wake uwe fidia kwa ajili ya wengi."

Yesu Amponya Kipofu Bartimayo

46 Kisha wakafika Yeriko. Yesu alipokuwa
akiondoka mjini na wanafunzi wake pamoja na
umati mkubwa wa watu, kipofu mmoja, jina lake
Bartimayo, mwana wa Timayo, alikuwa ameketi
kando ya njia akiomba msaada. 47 Aliposikia kuwa
ni Yesu wa Nazareti aliyekuwa anapita, akaanza
kupaza sauti akisema, "Yesu, Mwana wa Daudi,
nihurumie!"
48 Watu wengi wakamkemea, wakamwambia
akae kimya, lakini yeye akazidi kupaza sauti, aki-
sema, "Mwana wa Daudi, nihurumie!"
49 Yesu akasimama na kusema, "Mwiteni."
Hivyo wakamwita yule mtu kipofu, waka-
mwambia, "Jipe moyo! Inuka, anakuita." 50 Akiwa
analivua lile joho lake, alisimama na kumwendea
Yesu.
51 Yesu akamuuliza, "Unataka nikufanyie nini?"
Yule kipofu akajibu, "Mwalimu, nataka kuona."
52 Yesu akamwambia, "Nenda zako, imani yako
imekuponya." Mara akapata kuona, akamfuata
Yesu njiani.

Yesu Aingia Yerusalemu Kwa Shangwe

11 Walipokaribia Yerusalemu, wakafika Bethfage
na Bethania katika Mlima wa Mizeituni.
Yesu akawatuma wawili wa wanafunzi wake,
2 akawaambia, "Nendeni katika kijiji kilichoko
mbele yenu. Na hapo mtakapoingia kijijini, mta-
mkuta mwana-punda amefungwa hapo, ambaye
hajapandwa na mtu bado. Mfungueni, mkamlete
hapa. 3 Kama mtu yeyote akiwauliza, 'Mbona
mnamfungua?' Mwambieni, 'Bwana anamhitaji,
na atamrudisha hapa baada ya muda mfupi.' "
4 Wakaenda, wakamkuta mwana-punda ame-
fungwa kando ya barabara, karibu na mlango wa
nyumba. 5 Walipokuwa wanamfungua, watu walio-
kuwa wamesimama karibu wakawauliza, "Mna
maana gani mnapomfungua huyo mwana-punda?"
6 Wakawajibu kama vile Yesu alivyokuwa ame-
waagiza, nao wale watu wakawaruhusu. 7 Kisha
wakamleta huyo mwana-punda kwa Yesu na
kutandika mavazi yao juu yake, naye akampanda.
8 Watu wengi wakatandaza mavazi yao barabarani,
na wengine wakatandaza matawi waliyokuwa
wamekata mashambani. 9 Kisha wale waliokuwa
wametangulia mbele na wale waliokuwa wakifuata
nyuma wakapaza sauti, wakisema,

"Hosana!"[a]

"Amebarikiwa yeye ajaye kwa Jina la Bwana!"
10 "Umebarikiwa Ufalme unaokuja wa baba
yetu Daudi!"

"Hosana kwake yeye aliye juu!"

11 Yesu akaingia Yerusalemu na kwenda Heka-
luni. Akaangalia kila kitu kilichokuwamo, lakini
kwa kuwa ilishakuwa jioni, akaenda zake Bethania
pamoja na wale kumi na wawili.

Yesu Alaani Mtini Usiozaa

12 Kesho yake walipokuwa wakitoka Bethania,
Yesu alikuwa na njaa. 13 Akauona mtini kwa mbali,
naye akaenda ili aone kama ulikuwa na matunda.
Alipoufikia, akakuta una majani tu, kwa kuwa
hayakuwa majira ya tini. 14 Akauambia ule mti,
"Tangu leo mtu yeyote asile kamwe matunda
kutoka kwako." Wanafunzi wake walimsikia aki-
sema hayo.

Yesu Atakasa Hekalu

15 Walipofika Yerusalemu, Yesu akaingia katika
eneo la Hekalu, akaanza kuwafukuza wale
waliokuwa wakinunua na kuuza humo ndani.
Akazipindua meza za wale waliokuwa wakibadi-
lisha fedha, na pia viti vya wale waliokuwa wakiuza
njiwa, 16 wala hakumruhusu mtu yeyote kuchukua
bidhaa kupitia ukumbi wa Hekalu. 17 Naye alipo-
kuwa akiwafundisha, akasema, "Je, haikuandikwa
kuwa:

" 'Nyumba yangu itaitwa
nyumba ya sala kwa mataifa yote'?

Lakini ninyi mmeifanya kuwa 'pango la wanya-
ng'anyi.' "
18 Viongozi wa makuhani na walimu wa sheria
wakapata habari hizi, nao wakaanza kutafuta njia
ya kumuua, kwa kuwa walikuwa wakimwogopa,
kwa sababu umati wote ulikuwa unashangazwa
na mafundisho yake.
19 Ilipofika jioni, Yesu na wanafunzi wake waka-
toka nje ya mji.

Mtini Ulionyauka

20 Asubuhi yake walipokuwa wakipita, wakauona
ule mtini umenyauka kutoka juu hadi kwenye
mizizi yake. 21 Petro akakumbuka na kumwambia
Yesu, "Rabi, tazama! Ule mtini ulioulaani ume-
nyauka!"
22 Yesu akawajibu, "Mwaminini Mungu. 23 Amin,
nawaambia, mtu yeyote atakayeuambia mlima
huu, 'Ng'oka ukatupwe baharini,' wala asione
shaka moyoni mwake, bali aamini kwamba hayo
asemayo yametukia, atatimiziwa. 24 Kwa sababu
hiyo nawaambia, yoyote mtakayoyaomba mkisali,
amini ya kwamba mmeyapokea, nayo yatakuwa
yenu. 25 Nanyi kila msimamapo kusali, sameheni

[a]9 Kiebrania kusema Okoa, basi likawa neno la shangwe.

mkiwa na neno na mtu, ili naye Baba yenu aliye
mbinguni awasamehe ninyi makosa yenu. [26 Lakini
kama ninyi msiposamehe, wala Baba yenu aliye
mbinguni hatawasamehe ninyi makosa yenu.]"

Swali Kuhusu Mamlaka Ya Yesu

27 Wakafika tena Yerusalemu, na Yesu alipokuwa
akitembea Hekaluni, viongozi wa makuhani,
walimu wa sheria pamoja na wazee wa watu waka-
mjia. 28 Wakamuuliza, "Unafanya mambo haya kwa
mamlaka gani? Na ni nani aliyekupa mamlaka ya
kufanya hayo?"

29 Yesu akawajibu, "Nitawauliza swali moja.
Nijibuni, nami nitawaambia ni kwa mamlaka
gani ninafanya mambo haya. 30 Niambieni, je,
ubatizo wa Yohana ulitoka mbinguni au kwa
wanadamu?"

31 Wakahojiana wao kwa wao, wakisema, "Kama
tukisema, 'Ulitoka mbinguni,' atatuuliza, 'Mbona
hamkumwamini?' 32 Lakini tukisema, 'Ulitoka kwa
wanadamu,'..." (Waliwaogopa watu, kwa sababu
kila mtu aliamini kwamba Yohana alikuwa nabii
wa kweli.)

33 Kwa hiyo wakamjibu Yesu, "Hatujui."

Naye Yesu akawaambia, "Wala mimi sitawaa-
mbia ni kwa mamlaka gani ninatenda mambo
haya."

Mfano Wa Wapangaji Waovu

12 Yesu akaanza kusema nao kwa mifano, aka-
waambia: "Mtu mmoja alipanda shamba la
mizabibu. Akajenga ukuta kulizunguka, akachimba
shimo ndani yake kwa ajili ya shinikizo la kusi-
ndika divai, na akajenga mnara wa ulinzi. Kisha
akalikodisha shamba hilo la mizabibu kwa waku-
lima fulani, kisha akasafiri kwenda nchi nyingine.
2 Wakati wa mavuno ulipofika, mwenye shamba
akamtuma mtumishi wake kwa hao wapangaji ili
kuchukua sehemu yake ya mavuno ya shamba
la mizabibu kutoka kwa hao wapangaji. 3 Lakini
wale wakulima walimkamata yule mtumishi, waka-
mpiga, wakamfukuza mikono mitupu. 4 Kisha yule
mwenye shamba akamtuma mtumishi mwingine
kwao; nao wale wakulima wakampiga kichwani
na kumfanyia mambo ya aibu. 5 Kisha akamtuma
mtumishi mwingine, naye huyo wakamuua. Aka-
watuma wengine wengi; baadhi yao wakawapiga,
na wengine wakawaua.

6 "Mwenye shamba alikuwa bado na mmoja
wa kumtuma, mwanawe aliyempenda. Hatimaye
akamtuma akisema, 'Watamheshimu mwanangu.'

7 "Lakini wale wapangaji wakasemezana pamoja,
'Huyu ndiye mrithi. Njooni tumuue, nao urithi uta-
kuwa wetu.' 8 Hivyo wakamchukua na kumuua,
wakamtupa nje ya lile shamba la mizabibu.

9 "Sasa basi yule mwenye shamba atafanya nini?
Atakuja na kuwaua hao wapangaji, kisha atawapa
wapangaji wengine hilo shamba la mizabibu. 10 Je,
hamjasoma Andiko hili:

"'Jiwe walilolikataa waashi
limekuwa jiwe kuu la pembeni;
11 Bwana ndiye alitenda jambo hili,
nalo ni ajabu machoni petu'?"

12 Walipotambua kuwa amesema mfano huo kwa
ajili yao, wakataka kumkamata, lakini wakaogopa
ule umati wa watu. Wakamwacha, wakaondoka,
wakaenda zao.

Swali Kuhusu Kulipa Kodi

13 Baadaye wakawatuma baadhi ya Mafarisayo
na Maherode ili kwenda kumtega Yesu katika yale
anayosema. 14 Wakamjia, wakamwambia, "Mwa-
limu, tunajua kwamba wewe ni mtu mwadilifu.
Wewe huyumbishwi na wanadamu, kwa kuwa
huna upendeleo. Lakini wewe huifundisha njia
ya Mungu katika kweli. Je, ni halali kulipa kodi
kwa Kaisari, au la? 15 Je, tulipe kodi au tusilipe?"

Lakini Yesu alijua unafiki wao. Akawauliza
"Mbona mnajaribu kunitega? Nileteeni hiyo
dinari[a] niione." 16 Wakamletea hiyo sarafu. Naye
akawauliza, "Sura hii ni ya nani? Na maandishi
haya ni ya nani?"

Wakamjibu, "Ni vya Kaisari."

17 Ndipo Yesu akawaambia, "Mpeni Kaisari kili-
cho cha Kaisari, naye Mungu mpeni kilicho cha
Mungu."

Nao wakamstaajabia sana.

Ndoa Wakati Wa Ufufuo

18 Kisha Masadukayo, wale wasemao kuwa
hakuna ufufuo wa wafu, wakamjia Yesu, 19 waka-
sema, "Mwalimu, Mose alituandikia kuwa kama
ndugu wa mtu akifa na kumwacha mkewe bila
mtoto, basi huyo mtu inampasa amwoe huyo
mjane ili amzalie ndugu yake watoto. 20 Basi pali-
kuwepo ndugu saba. Yule wa kwanza akaoa mke,
naye akafa pasipo kuwa na mtoto yeyote. 21 Wa pili
akamwoa yule mjane, lakini naye akafa bila kuacha
mtoto yeyote. Ikawa vivyo hivyo kwa yule wa tatu.
22 Hakuna hata mmojawapo wa hao ndugu wote
saba aliyeacha mtoto. Hatimaye yule mwanamke
naye akafa. 23 Kwa hiyo wakati wa ufufuo, yeye
atakuwa mke wa nani, maana aliolewa na ndugu
wote saba?"

24 Yesu akawajibu, "Je, hampotoki kwa sababu
hamfahamu Maandiko wala uweza wa Mungu?
25 Wafu watakapofufuka, hawataoa wala kuolewa,
bali watakuwa kama malaika wa mbinguni. 26 Basi
kuhusu wafu kufufuliwa, je hamjasoma katika
Kitabu cha Mose jinsi Mungu alivyosema na Mose
kutoka kile kichaka akisema, 'Mimi ni Mungu wa
Abrahamu, na Mungu wa Isaki, na Mungu wa
Yakobo?' 27 Yeye si Mungu wa wafu, bali ni Mungu
wa walio hai. Kwa hiyo mmekosea kabisa."

Amri Iliyo Kuu

28 Mwalimu mmoja wa sheria akaja, akawasikia
wakijadiliana. Akiona kwamba Yesu amewajibu
vyema, naye akamuuliza, "Katika amri zote, ni ipi
iliyo kuu?"

29 Yesu akajibu, "Amri iliyo kuu ndiyo hii: 'Sikia ee
Israeli. Bwana Mungu wetu, Bwana ndiye mmoja.
30 Mpende Bwana Mungu wako kwa moyo wako
wote, kwa roho yako yote, kwa akili zako zote, na
kwa nguvu zako zote.' 31 Ya pili ndiyo hii: 'Mpende

[a]15 Dinari moja ilikuwa sawa na mshahara wa kibarua wa siku moja.

jirani yako kama nafsi yako.' Hakuna amri nyingine
iliyo kuu kuliko hizi."
32 Yule mwalimu wa sheria akamwambia Yesu,
"Mwalimu, umejibu vyema kwamba Mungu ni
mmoja, wala hakuna mwingine ila yeye. 33 Kumpe-
nda Mungu kwa moyo wote na kwa akili zote na
kwa nguvu zote, na kumpenda jirani kama mtu
anavyojipenda mwenyewe ni bora zaidi kuliko
kutoa sadaka za kuteketezwa na dhabihu zote."
34 Yesu alipoona kwamba amejibu kwa busara,
akamwambia, "Wewe hauko mbali na Ufalme wa
Mungu." Tangu wakati huo, hakuna mtu yeyote
aliyethubutu kumuuliza maswali tena.

Kristo Ni Mwana Wa Nani?

35 Yesu alipokuwa akifundisha Hekaluni, akau-
liza, "Imekuwaje walimu wa sheria wanasema
kwamba Kristo[a] ni Mwana wa Daudi? 36 Kwa maana
Daudi mwenyewe, akinena kwa kuongozwa na
Roho Mtakatifu, alisema:

" 'Bwana alimwambia Bwana wangu:
"Keti mkono wangu wa kuume,
hadi nitakapowaweka adui zako
chini ya miguu yako." '

37 Kwa hiyo Daudi mwenyewe anamwita 'Bwana.'
Awezaje basi yeye kuwa mwanawe?"
Ule umati wote wa watu wakamsikiliza kwa
furaha.

Yesu Awatahadharisha Watu Kuhusu Walimu Wa Sheria

38 Alipokuwa akifundisha, Yesu alisema, "Jiha-
dharini na walimu wa sheria. Wao hupenda
kutembea wakiwa wamevaa mavazi marefu, na
kusalimiwa kwa heshima masokoni. 39 Pia wao
hupenda kukaa kwenye viti vya mbele katika
masinagogi, na kupewa nafasi za heshima katika
karamu. 40 Wao hula nyumba za wajane, na ili
waonekane kuwa wema wanasali sala ndefu. Watu
kama hawa watapata hukumu iliyo kuu sana."

Sadaka Ya Mjane

41 Kisha Yesu akaketi mkabala na sehemu ambapo
sadaka zilikuwa zinawekwa na kuangalia umati
wa watu wakiweka fedha zao kwenye sanduku la
hazina ya Hekalu. Matajiri wengi wakaweka kiasi
kikubwa cha fedha. 42 Lakini mjane mmoja maskini
akaja na kuweka sarafu mbili ndogo za shaba zenye
thamani ya senti mbili.
43 Yesu akawaita wanafunzi wake, akawaambia,
"Amin, nawaambia, huyu mjane maskini ameweka
katika sanduku la hazina zaidi ya watu wengine
wote. 44 Wengine wote wametoa kutokana na ziada
ya mali zao. Lakini huyu mjane ametoa kutokana
na umaskini wake, akaweka kila kitu alichokuwa
nacho, hata kile alichohitaji ili kuishi."

Dalili Za Siku Za Mwisho

13 Yesu alipokuwa akitoka Hekaluni, mmojawapo
wa wanafunzi wake akamwambia, "Mwalimu!
Tazama jinsi mawe haya yalivyo makubwa, na
majengo haya yalivyo mazuri!"
2 Ndipo Yesu akajibu akasema, "Je, unayaona
majengo haya yalivyo makubwa? Hakuna hata
jiwe moja litakalobaki juu ya jingine, bali yote
yatabomolewa."

Mateso Yatabiriwa

3 Yesu alipokuwa ameketi kwenye Mlima wa
Mizeituni mkabala na Hekalu, Petro, Yakobo,
Yohana na Andrea wakamuuliza faraghani,
4 "Tafadhali tuambie, mambo haya yatatukia lini?
Nayo dalili ya kuwa hayo yote yanakaribia kutimia
itakuwa gani?"
5 Yesu akawaambia: "Jihadharini mtu yeyote
asiwadanganye. 6 Wengi watakuja kwa Jina langu
wakidai, 'Mimi ndiye,' nao watawadanganya wengi.
7 Msikiapo habari za vita na uvumi wa vita, msiwe
na hofu. Mambo haya hayana budi kutukia, lakini
ule mwisho bado. 8 Taifa litainuka dhidi ya taifa na
ufalme dhidi ya ufalme. Kutakuwa na mitetemeko
sehemu mbalimbali na njaa. Haya yatakuwa ndio
mwanzo wa utungu.
9 "Lakini ninyi jihadharini. Kwa maana wata-
wapeleka katika mabaraza yao na kupigwa
mijeledi katika masinagogi. Mtashtakiwa mbele
ya watawala na wafalme kwa ajili yangu, ili kuwa
ushuhuda kwao. 10 Nayo habari njema lazima ihu-
biriwe kwanza kwa mataifa yote kabla ule mwisho
haujawadia. 11 Mtakapokamatwa na kushtakiwa,
msisumbuke awali kuhusu mtakalosema. Semeni
tu lolote mtakalopewa wakati huo, kwa kuwa si
ninyi mtakaokuwa mkinena, bali ni Roho Mta-
katifu.
12 "Ndugu atamsaliti ndugu yake ili auawe, naye
baba atamsaliti mtoto wake. Watoto nao wataasi
dhidi ya wazazi wao na kusababisha wauawe.
13 Watu wote watawachukia kwa ajili ya Jina
langu. Lakini yule atakayevumilia hadi mwisho
ataokolewa.

Chukizo La Uharibifu

14 "Mtakapoona 'chukizo la uharibifu' limesi-
mama mahali pasipolipasa (asomaye na afahamu),
basi wale walioko Uyahudi wakimbilie milimani.
15 Yeyote aliye juu ya dari ya nyumba asishuke
au kuingia ndani ili kuchukua chochote. 16 Aliye
shambani asirudi nyumbani kuchukua vazi lake.
17 Ole wao wenye mimba na wale wanaonyonyesha
watoto siku hizo! 18 Ombeni mambo haya yasitokee
wakati wa baridi. 19 Kwa maana siku hizo zitakuwa
za dhiki kuu ambayo haijapata kuwako tangu mwa-
nzo, hapo Mungu alipoumba ulimwengu, mpaka
leo, na wala haitakuwako tena kamwe. 20 Kama
Bwana asingelifupisha siku hizo, kamwe asingelio-
koka mtu yeyote. Lakini kwa ajili ya wateule, wale
aliowachagua, amezifupisha siku hizo. 21 Wakati
huo mtu yeyote akiwaambia, 'Tazama, Kristo[b] huyu
hapa!' au, 'Tazama, yuko kule,' msisadiki. 22 Kwa
maana watatokea makristo wa uongo na manabii
wa uongo, nao watafanya ishara na maajabu ili
kuwapotosha, ikiwezekana, hata wale wateule.

[a]35 *Kristo* maana yake ni *Masiya*, yaani *Aliyetiwa mafuta.*

[b]21 *Kristo* maana yake ni *Masiya*, yaani *Aliyetiwa mafuta.*

23 Hivyo jihadharini. Nimekwisha kuwaambia
mambo haya yote mapema kabla hayajatukia.

Kuja Kwa Mwana Wa Adamu

24 "Lakini katika siku hizo, baada ya hiyo dhiki,
" 'jua litatiwa giza
nao mwezi hautatoa nuru yake;
25 nazo nyota zitaanguka kutoka angani,
na nguvu za anga zitatikisika.'

26 "Ndipo watu wote watakapomwona Mwana
wa Adamu akija mawinguni kwa nguvu nyingi
na utukufu. 27 Naye atawatuma malaika wake
wawakusanye wateule wake kutoka pande zote
nne za dunia, kutoka miisho ya dunia hadi miisho
ya mbingu.

Somo Kuhusu Mtini

28 "Basi jifunzeni somo hili kutokana na mtini:
Matawi yake yanapoanza kuchipua na kutoa
majani, mnatambua kwamba wakati wa kiangazi
umekaribia. 29 Vivyo hivyo, myaonapo mambo haya
yakitukia, mnatambua kwamba wakati u karibu,
hata malangoni. 30 Amin, nawaambia, kizazi hiki
hakitapita hadi mambo haya yote yawe yametimia.
31 Mbingu na nchi zitapita, lakini maneno yangu
hayatapita kamwe.

Hakuna Ajuaye Siku Wala Saa

32 "Kwa habari ya siku ile na saa hakuna yeyote
ajuaye, hata malaika walio mbinguni wala Mwana,
ila Baba peke yake. 33 Jihadharini! Kesheni! Kwa
maana hamjui wakati ule utakapowadia. 34 Ni
kama mtu anayesafiri. Anaiacha nyumba yake na
kuwaachia watumishi wake kuiangalia, kila mtu na
kazi yake, kisha akamwamuru yule bawabu aliye
mlangoni akeshe.
35 "Basi kesheni kwa sababu hamjui ni lini
mwenye nyumba atakaporudi: iwapo ni jioni, au
ni usiku wa manane, au alfajiri awikapo jogoo,
au mapambazuko. 36 Kama akija ghafula, asije
akawakuta mmelala. 37 Lile ninalowaambia ninyi,
nawaambia watu wote: 'Kesheni!' "

Shauri La Kumuua Yesu

14 Zilikuwa zimebaki siku mbili tu kabla ya
Sikukuu ya Pasaka, na Sikukuu ya Mikate
Isiyotiwa Chachu. Viongozi wa makuhani na
walimu wa sheria walikuwa wakitafuta njia ya
kumkamata Yesu kwa hila na kumuua. 2 Lakini
walisema, "Tusilifanye jambo hili wakati wa
Sikukuu, maana watu wanaweza wakafanya
ghasia."

Yesu Kupakwa Mafuta Huko Bethania

3 Yesu alikuwa Bethania nyumbani kwa Simoni
aliyekuwa na ukoma. Wakati alipokuwa ameketi
mezani akila chakula cha jioni, mwanamke mmoja
aliingia akiwa na chupa ya marhamu yenye manu-
kato ya nardo[a] safi ya thamani kubwa. Akaivunja
hiyo chupa, akamiminia hayo manukato kichwani
mwa Yesu.
4 Baadhi ya watu waliokuwepo pale walikuwa
wakisemezana wao kwa wao, "Upotevu huu wote
ni wa nini? 5 Mafuta haya yangeweza kuuzwa kwa
zaidi ya dinari[b] 300, na fedha hizo wakapewa
maskini." Wakamkemea vikali huyo mwanamke.
6 Lakini Yesu akawaambia, "Mbona mna-
msumbua huyu mwanamke? Mwacheni! Yeye
amenitendea jambo zuri sana. 7 Maskini mtakuwa
nao siku zote na mnaweza kuwasaidia wakati
wowote mnaotaka. Lakini mimi hamtakuwa nami
siku zote. 8 Huyu mwanamke amenitendea lile ali-
loweza. Ameumiminia mwili wangu manukato ili
kuniandaa kwa maziko yangu. 9 Amin, nawaambia,
mahali popote ulimwenguni ambapo Injili itahu-
biriwa, jambo hili alilolitenda huyu mwanamke
litatajwa pia kwa ukumbusho wake."

Yuda Akubali Kumsaliti Yesu

10 Kisha Yuda Iskariote, mmoja wa wale wana-
funzi kumi na wawili, akaenda kwa viongozi wa
makuhani ili kumsaliti Yesu kwao. 11 Walifurahi
sana kusikia jambo hili na wakaahidi kumpa fedha.
Hivyo yeye akawa anatafuta wakati uliofaa wa
kumsaliti.

Yesu Ala Pasaka Na Wanafunzi Wake

12 Siku ya kwanza ya Sikukuu ya Mikate Isiyotiwa
Chachu, siku ambayo kwa desturi mwana-kondoo
wa Pasaka huchinjwa, wanafunzi wa Yesu waka-
muuliza, "Unataka twende wapi ili tukuandalie
mahali pa kula Pasaka?"
13 Basi akawatuma wawili miongoni mwa wana-
funzi wake, akawaambia, "Nendeni mjini. Huko
mtakutana na mwanaume amebeba mtungi wa
maji. Mfuateni. 14 Mwambieni mwenye nyumba
ile atakayoingia, 'Mwalimu anauliza: Kiko wapi
chumba changu cha wageni, ambamo mimi na
wanafunzi wangu tutakula Pasaka?' 15 Atawaonye-
sha chumba kikubwa ghorofani, kilichopambwa
tena kilicho tayari. Tuandalieni humo."
16 Wale wanafunzi wakaondoka na kwenda
mjini, nao wakakuta kila kitu kama Yesu alivyo-
waambia. Hivyo wakaiandaa Pasaka.
17 Ilipofika jioni, Yesu akaja pamoja na wale
wanafunzi wake kumi na wawili. 18 Walipoketi
mezani wakila, Yesu akawaambia, "Amin, nawaa-
mbia, mmoja wenu atanisaliti, mmoja anayekula
pamoja nami."
19 Wakaanza kuhuzunika na kumuuliza mmoja
baada ya mwingine, "Je, ni mimi Bwana?"
20 Akawajibu, "Ni mmoja miongoni mwenu ninyi
kumi na wawili, yule anayechovya mkate kwenye
bakuli pamoja nami. 21 Mwana wa Adamu anaenda
zake kama vile alivyoandikiwa. Lakini ole wake
mtu yule amsalitiye Mwana wa Adamu! Ingekuwa
heri kwake mtu huyo kama hangezaliwa."

Kuanzishwa Kwa Meza Ya Bwana

22 Walipokuwa wanakula, Yesu akachukua
mkate, akashukuru, akaumega na kuwapa

---

[a]3 Nardo ni aina ya manukato yaliyotengenezwa kutokana na mimea yenye mizizi inayotoa harufu nzuri.

[b]5 Dinari 300 ni sawa na mshahara wa kibarua wa siku 300.

wanafunzi wake, akisema, "Twaeni mle; huu ndio
mwili wangu."
23 Kisha akakitwaa kikombe, akashukuru, aka-
wapa, nao wote wakanywa kutoka humo.
24 Akawaambia, "Hii ndiyo damu yangu ya agano,
imwagikayo kwa ajili ya wengi. 25 Amin, nawaa-
mbia, sitakunywa tena katika uzao wa mzabibu,
hadi siku ile nitakapounywa mpya katika Ufalme
wa Mungu."
26 Walipokwisha kuimba wimbo, wakatoka
wakaenda Mlima wa Mizeituni.

Yesu Atabiri Kuwa Petro Atamkana

27 Yesu akawaambia, "Ninyi nyote mtaniacha,
kwa maana imeandikwa:

" 'Nitampiga mchungaji,
nao kondoo watatawanyika.'

28 Lakini baada ya kufufuka kwangu, nitawatangu-
lia kwenda Galilaya."
29 Petro akasema, "Hata kama wengine wote
watakuacha, mimi sitakuacha."
30 Yesu akamwambia, "Amin, nakuambia; leo,
usiku huu, kabla jogoo hajawika mara mbili, wewe
mwenyewe utanikana mara tatu."
31 Lakini Petro akasisitiza zaidi, "Hata kama
itabidi kufa pamoja nawe, sitakukana kamwe."
Nao wale wengine wote wakasema vivyo hivyo.

Yesu Aomba Katika Bustani Ya Gethsemane

32 Wakaenda mahali paitwapo Gethsemane.
Yesu akawaambia wanafunzi wake, "Kaeni hapa,
nami niende nikaombe." 33 Kisha akawachukua
pamoja naye Petro, Yakobo na Yohana. Akaanza
kuhuzunika sana na kutaabika. 34 Akawaambia,
"Moyo wangu umejawa na huzuni kiasi cha kufa.
Kaeni hapa na mkeshe."
35 Akaenda mbele kidogo, akaanguka kifudifudi,
akaomba kwamba kama ingewezekana saa hiyo ya
mateso imwondokee. 36 Akasema, "Abba,[a] Baba,
mambo yote yawezekana kwako. Niondolee kiko-
mbe hiki. Lakini si kama nipendavyo mimi, bali
vile upendavyo wewe."
37 Akarudi kwa wanafunzi wake, akawakuta
wamelala. Akamwambia Petro, "Simoni, ume-
lala? Je, hukuweza kukesha hata kwa saa moja?
38 Kesheni na mwombe, msije mkaingia majaribuni.
Roho iko radhi, lakini mwili ni mdhaifu."
39 Akaenda tena kuomba, akisema maneno yale
yale. 40 Aliporudi, akawakuta tena wamelala kwa
sababu macho yao yalikuwa mazito. Nao hawaku-
jua la kumwambia.
41 Akaja mara ya tatu, akawaambia, "Bado
mmelala na kupumzika? Imetosha! Saa imewa-
dia. Tazameni, Mwana wa Adamu anasalitiwa na
kutiwa mikononi mwa wenye dhambi. 42 Inukeni,
twende zetu! Tazameni, msaliti wangu yuaja!"

Yesu Akamatwa

43 Yesu alipokuwa bado anazungumza, Yuda,
mmoja wa wale wanafunzi Kumi na Wawili,
akatokea. Alikuwa amefuatana na umati wa watu
wenye panga na marungu, waliokuwa wametumwa
na viongozi wa makuhani, walimu wa sheria, na
wazee.
44 Basi msaliti alikuwa amewapa hao watu ishara,
kwamba: "Yule nitakayembusu ndiye. Mkamateni,
mkamchukue chini ya ulinzi." 45 Mara Yuda akamjia
Yesu na kusema, "Rabi."[b] Akambusu. 46 Wale watu
wakamkamata Yesu, wakamweka chini ya ulinzi.
47 Ndipo mmoja wa wale waliokuwa wamesimama
karibu aliuchomoa upanga wake na kumpiga mtu-
mishi wa kuhani mkuu, akamkata sikio.
48 Kisha Yesu akawaambia, "Mmekuja na panga
na marungu kunikamata kana kwamba mimi ni
mnyang'anyi? 49 Siku kwa siku nilikuwa pamoja
nanyi nikifundisha Hekaluni, wala hamkunika-
mata. Lakini Maandiko sharti yatimie." 50 Ndipo
wanafunzi wake wote wakamwacha, wakakimbia.
51 Kijana mmoja, ambaye hakuwa amevaa kitu
isipokuwa alijitanda nguo ya kitani, alikuwa aki-
mfuata Yesu. Walipomkamata, 52 alikimbia uchi,
akaliacha vazi lake.

Yesu Mbele Ya Baraza La Wayahudi

53 Wakampeleka Yesu kwa kuhani mkuu, nao
viongozi wa makuhani wote, na wazee na walimu
wa sheria wote wakakusanyika pamoja. 54 Petro
akamfuata kwa mbali, hadi uani kwa kuhani mkuu.
Huko akaketi pamoja na walinzi, akiota moto.
55 Viongozi wa makuhani na Baraza la Wayahudi[c]
lote wakatafuta ushahidi dhidi ya Yesu ili wapate
kumuua. Lakini hawakupata jambo lolote. 56 Wengi
walitoa ushahidi wa uongo dhidi yake, lakini mae-
lezo yao hayakukubaliana.
57 Ndipo wengine wakasimama wakatoa usha-
hidi wa uongo dhidi yake, wakisema: 58 "Sisi
tulimsikia akisema, 'Mimi nitalibomoa Hekalu
hili lililojengwa na wanadamu, na katika siku
tatu nitajenga jingine ambalo halikujengwa na
wanadamu.' " 59 Lakini hata hivyo, ushahidi wao
haukukubaliana.
60 Basi kuhani mkuu akasimama mbele yao, aka-
muuliza Yesu, "Je, wewe hutajibu? Ni ushahidi gani
hawa watu wanauleta dhidi yako?" 61 Lakini Yesu
akakaa kimya, hakusema neno lolote.
Kuhani mkuu akamuuliza tena, "Je, wewe ndiwe
Kristo,[d] Mwana wa Mungu Aliyebarikiwa?"
62 Yesu akajibu, "Mimi ndimi. Nanyi mtamwona
Mwana wa Adamu akiwa ameketi mkono wa
kuume wa Mwenye Nguvu, na akija juu ya mawi-
ngu ya mbinguni."
63 Kuhani mkuu akararua mavazi yake, akasema,
"Tuna haja gani tena ya mashahidi zaidi? 64 Ninyi
mmesikia hayo makufuru. Uamuzi wenu ni gani?"
Wote wakamhukumu kwamba anastahili kifo.
65 Kisha baadhi ya watu wakaanza kumtemea mate;
wakamfunga kitambaa machoni, wakampiga kwa

---

[a]36 *Abba* ni neno la Kiaramu ambalo maana yake ni *Baba*

[b]45 *Rabi* ni neno la Kiebrania ambalo maana yake ni daktari, mwalimu au bwana. Walikuwa na madaraja matatu: La chini kabisa *Rab* (bwana), la pili *Rabi* (bwana wangu), na la juu kabisa *Raboni* (mkuu wangu, bwana wangu mkuu).

[c]55 *Baraza la Wayahudi* hapa ina maana ya *Sanhedrin* ambalo lilikuwa ndilo baraza la juu kabisa la utawala wa Kiyahudi, lililoundwa na wazee 70 pamoja na kuhani mkuu.

[d]61 *Kristo* maana yake ni *Masiya*, yaani *Aliyetiwa mafuta*.

ngumi na kumwambia, "Tabiri!" Walinzi wakamchukua na kumpiga makofi.

Petro Amkana Yesu

66 Petro alipokuwa bado yuko chini kwenye ua wa jumba la kifalme, tazama akaja mmoja wa watumishi wa kike wa kuhani mkuu. 67 Alipomwona Petro akiota moto, akamtazama sana, akamwambia,

"Wewe pia ulikuwa pamoja na Yesu, Mnazareti."

68 Lakini Petro akakana, akasema, "Sijui wala sielewi unalosema." Naye akaondoka kuelekea kwenye njia ya kuingilia.

69 Yule mtumishi wa kike alipomwona mahali pale, akawaambia tena wale waliokuwa wamesimama hapo, "Huyu mtu ni mmoja wao." 70 Lakini Petro akakana tena.

Baada ya muda kidogo wale waliokuwa wamesimama hapo karibu na Petro wakamwambia, "Hakika wewe ni mmoja wao, kwa maana wewe pia ni Mgalilaya!" 71 Petro akaanza kujilaani na kuwaapia, "Mimi simjui huyu mtu mnayesema habari zake!"

72 Papo hapo jogoo akawika mara ya pili. Ndipo Petro akakumbuka lile neno Yesu alikuwa amemwambia: "Kabla jogoo hajawika mara mbili, utanikana mara tatu." Akavunjika moyo, akalia sana.

Yesu Mbele Ya Pilato

15 Asubuhi na mapema, viongozi wa makuhani, pamoja na wazee, walimu wa sheria na Baraza lote, wakafikia uamuzi. Wakamfunga Yesu, wakamchukua na kumkabidhi kwa Pilato.

2 Pilato akamuuliza, "Je, wewe ndiye Mfalme wa Wayahudi?"

Yesu akajibu, "Wewe umesema."

3 Viongozi wa makuhani wakamshtaki kwa mambo mengi. 4 Pilato akamuuliza tena, "Je, huna la kujibu? Tazama ni mashtaka mangapi wanayaleta juu yako."

5 Lakini Yesu hakujibu lolote, hivyo Pilato akashangaa.

Pilato Amtoa Yesu Asulubiwe

6 Ilikuwa desturi wakati wa Sikukuu ya Pasaka kumfungulia mfungwa yeyote ambaye watu wangemtaka. 7 Wakati huo, mtu aliyeitwa Baraba alikuwa amefungwa gerezani pamoja na waasi wengine waliokuwa wametekeleza uuaji wakati wa maasi. 8 Ule umati wa watu ukamjia Pilato na kumwomba awafanyie kama ilivyokuwa desturi yake.

9 Pilato akawauliza, "Mnataka niwafungulie huyu Mfalme wa Wayahudi?" 10 Kwa maana yeye alitambua kuwa viongozi wa makuhani walikuwa wamemtia Yesu mikononi mwake kwa ajili ya wivu. 11 Lakini viongozi wa makuhani wakauchochea ule umati wa watu wamwombe awafungulie Baraba badala yake.

12 Pilato akawauliza tena, "Basi mnataka nifanye nini na huyu mtu mnayemwita Mfalme wa Wayahudi?"

13 Wakapiga kelele wakisema, "Msulubishe!"

14 Pilato akawauliza, "Kwa nini? Amefanya kosa gani?"

Lakini wao wakapiga kelele kwa nguvu zaidi, wakisema, "Msulubishe!"

15 Pilato, akitaka kuuridhisha ule umati wa watu, akawafungulia Baraba. Naye baada ya kuamuru Yesu achapwe mijeledi, akamtoa ili asulubishwe.

Askari Wamdhihaki Yesu

16 Askari wakampeleka Yesu hadi kwenye ukumbi wa ndani wa jumba la kifalme, ndio Praitorio,[a] wakakusanya kikosi kizima cha askari. 17 Wakamvalisha Yesu joho la zambarau, wakasokota taji ya miiba, wakamvika kichwani. 18 Wakaanza kumsalimu kwa dhihaka, "Salamu, mfalme wa Wayahudi!" 19 Wakampiga kwa fimbo ya mwanzi tena na tena kichwani na kumtemea mate. Wakapiga magoti mbele yake, wakamsujudia kwa kumdhihaki. 20 Walipokwisha kumdhihaki, wakamvua lile joho la zambarau, wakamvika tena nguo zake. Kisha wakamtoa nje ili wakamsulubishe.

Kusulubiwa Kwa Yesu

21 Mtu mmoja kutoka Kirene, jina lake Simoni, baba yao Aleksanda na Rufo, alikuwa anapita zake kuingia mjini kutoka shamba, nao wakamlazimisha kuubeba ule msalaba. 22 Kisha wakampeleka Yesu mpaka mahali palipoitwa Golgotha (maana yake ni Mahali pa Fuvu la Kichwa). 23 Nao wakampa divai iliyochanganywa na manemane, lakini hakuinywa. 24 Basi wakamsulubisha, nazo nguo zake wakagawana miongoni mwao kwa kuzipigia kura ili kuamua ni gani kila mtu ataichukua.

25 Ilikuwa yapata saa tatu asubuhi walipomsulubisha. 26 Tangazo likaandikwa la mashtaka dhidi yake lenye maneno haya: "MFALME WA WAYAHUDI." 27 Pamoja naye walisulubiwa wanyang'anyi wawili, mmoja upande wake wa kuume na mwingine upande wa kushoto. [28 Nayo maandiko yakatimizwa, yale yasemayo, "Alihesabiwa pamoja na watenda dhambi."] 29 Watu waliokuwa wakipita njiani wakamtukana huku wakitikisa vichwa vyao na kusema, "Aha! Wewe ambaye utalivunja Hekalu na kulijenga kwa siku tatu, 30 basi shuka kutoka msalabani na ujiokoe mwenyewe!"

31 Vivyo hivyo, viongozi wa makuhani pamoja na walimu wa sheria wakamdhihaki miongoni mwao wakisema, "Aliwaokoa wengine, lakini hawezi kujiokoa mwenyewe! 32 Basi huyu Kristo,[b] huyu Mfalme wa Israeli, ashuke sasa kutoka msalabani, ili tupate kuona na kuamini." Wale waliosulubiwa pamoja naye pia wakamtukana.

Kifo Cha Yesu Msalabani

33 Ilipofika saa sita, giza liliifunika nchi yote hadi saa tisa. 34 Mnamo saa tisa, Yesu akapaza sauti, akalia, "Eloi, Eloi, lama sabakthani?" Maana yake, "Mungu wangu, Mungu wangu, mbona umeniacha?"

35 Baadhi ya watu waliokuwa wamesimama karibu waliposikia hayo, wakasema, "Msikieni anamwita Eliya."

---

[a]16 Praitorio maana yake ni makao makuu ya mtawala; ni jumba la kifalme lililokuwa linakaliwa na Pontio Pilato huko Yerusalemu, palipokuwa na kiti cha hukumu.

[b]32 *Kristo* maana yake ni *Masiya*, yaani *Aliyetiwa mafuta*.

36 Mtu mmoja akaenda mbio, akachovya sifongo
kwenye siki, akaiweka kwenye mwanzi na akampa
Yesu ili anywe, akisema, "Basi mwacheni. Hebu
tuone kama Eliya atakuja kumshusha kutoka hapo
msalabani."
37 Kisha Yesu akatoa sauti kuu, akakata roho.
38 Pazia la Hekalu likachanika vipande viwili
kuanzia juu hadi chini. 39 Basi yule jemadari aliye-
kuwa amesimama hapo mbele ya msalaba wa Yesu
aliposikia ile sauti yake na kuona jinsi alivyokata
roho, akasema, "Hakika mtu huyu alikuwa Mwana
wa Mungu!"
40 Walikuwepo pia wanawake waliokuwa wakia-
ngalia kwa mbali. Miongoni mwao walikuwepo
Maria Magdalene, na Maria mama yao Yakobo
mdogo na Yose, pia na Salome. 41 Hawa walifua-
tana na Yesu na kushughulikia mahitaji yake
alipokuwa Galilaya. Pia walikuwepo wanawake
wengine wengi waliokuwa wamekuja pamoja naye
Yerusalemu.

Maziko Ya Yesu

42 Ilipofika jioni, kwa kuwa ilikuwa Siku ya
Maandalizi, yaani siku moja kabla ya Sabato,
43 Yosefu wa Arimathaya, mtu aliyeheshimiwa
katika Baraza, na ambaye alikuwa anautarajia
Ufalme wa Mungu, akamwendea Pilato kwa ujasiri
na kumwomba mwili wa Yesu. 44 Pilato alikuwa
akijiuliza kama Yesu alikuwa amekwisha kufa.
Hivyo akamwita yule jemadari, akamuuliza iwapo
Yesu alikuwa amekwisha kufa. 45 Baada ya kupata
habari kutoka kwa yule jemadari kwamba kweli
amekwisha kufa, Pilato akampa Yosefu ruhusa
ya kuuchukua huo mwili. 46 Hivyo Yosefu aka-
nunua kitambaa cha kitani safi, akaushusha
mwili kutoka msalabani, akaufunga katika kile
kitambaa cha kitani, na kuuweka ndani ya kaburi
lililochongwa kwenye mwamba. Kisha akavi-
ngirisha jiwe kwenye ingilio la kaburi. 47 Maria
Magdalene na Maria mamaye Yose walipaona
mahali pale alipolazwa.

Kufufuka Kwa Yesu

16 Sabato ilipomalizika, Maria Magdalene, Maria
mama yake Yakobo, na Salome walinunua
manukato ili wakaupake mwili wa Yesu. 2 Asu-
buhi na mapema, siku ya kwanza ya juma, mara
tu baada ya kuchomoza jua, walikwenda kaburini.
3 Njiani wakawa wanaulizana wao kwa wao, "Ni
nani atakayetuvingirishia lile jiwe kutoka kwenye
ingilio la kaburi?"
4 Lakini walipotazama, wakaona lile jiwe, ambalo
lilikuwa kubwa sana, limekwisha kuvingirishwa
kutoka pale penye ingilio la kaburi. 5 Walipokuwa
wakiingia mle kaburini, wakamwona kijana mmoja
aliyevaa joho jeupe akiwa ameketi upande wa
kuume, nao wakastaajabu.
6 Yule malaika akawaambia, "Msistaajabu.
Mnamtafuta Yesu, Mnazareti, aliyesulubiwa.
Amefufuka! Hayuko hapa. Tazameni mahali wali-
pomlaza. 7 Lakini nendeni mkawaambie wanafunzi
wake pamoja na Petro, kwamba, 'Anawatangulia
kwenda Galilaya. Huko ndiko mtamwona, kama
alivyowaambia.'"
8 Hivyo wakatoka, wakakimbia kutoka mle
kaburini wakiwa na hofu kuu na mshangao. Nao
hawakumwambia mtu yeyote neno lolote, kwa
sababu waliogopa.

Yesu Anamtokea Maria Magdalene

9 Yesu alipofufuka alfajiri na mapema siku ya
kwanza ya juma alimtokea kwanza Maria Magda-
lene, yule ambaye alikuwa amemtoa pepo wachafu
saba. 10 Maria akaenda, naye akawaambia wale
waliokuwa wamefuatana na Yesu, waliokuwa
wanaomboleza na kulia. 11 Lakini waliposikia
kwamba Yesu yu hai na kwamba Maria alikuwa
amemwona, hawakusadiki.

Yesu Awatokea Wanafunzi Wawili

12 Baadaye Yesu akawatokea wawili miongoni
mwa wanafunzi wake walipokuwa wakienda sha-
mbani akiwa katika sura nyingine. 13 Nao wakarudi
na kuwaambia wenzao. Lakini hawakuwasadiki
wao pia.

Yesu Awaagiza Wale Wanafunzi Kumi Na Mmoja

14 Baadaye Yesu akawatokea wale wanafunzi
kumi na mmoja walipokuwa wakila chakula. Aka-
wakemea kwa kutoamini kwao na kwa ugumu wa
mioyo yao kwa kutosadiki wale waliomwona baada
yake kufufuka.
15 Akawaambia, "Enendeni ulimwenguni kote,
mkaihubiri Injili kwa kila kiumbe. 16 Yeyote
aaminiye na kubatizwa ataokoka. Lakini yeyote
asiyeamini atahukumiwa. 17 Nazo ishara hizi zita-
fuatana na wanaoamini: Kwa Jina langu watatoa
pepo wachafu; watasema kwa lugha mpya; 18 wata-
shika nyoka kwa mikono yao; na hata wakinywa
kitu chochote cha kuua, hakitawadhuru kamwe;
wataweka mikono yao juu ya wagonjwa, nao wata-
pona."

[*Yesu Apaa Kwenda Mbinguni*

19 Baada ya Bwana Yesu kusema nao, alichuku-
liwa juu mbinguni na kuketi mkono wa kuume
wa Mungu. 20 Kisha wanafunzi wake wakatoka,
wakahubiri kila mahali, naye Bwana akatenda
kazi pamoja nao na kulithibitisha neno lake kwa
ishara zilizofuatana nalo.]

LUKA

1 Kwa kuwa watu wengi wamekaa ili kuandika habari za mambo yaliyotukia katikati yetu, 2 kama vile yalivyokabidhiwa kwetu na wale waliokuwa mashahidi walioyaona na watumishi wa Bwana, 3 mimi nami baada ya kuchunguza kila kitu kwa uangalifu kuanzia mwanzo, niliamua kukuandikia habari za mambo hayo, ewe mtukufu Theofilo, 4 ili upate kujua ukweli kuhusu yale uliyofundishwa.

Kuzaliwa Kwa Yohana Mbatizaji Kwatabiriwa

5 Wakati wa Herode mfalme wa Uyahudi, palikuwa na kuhani mmoja jina lake Zekaria, ambaye alikuwa wa ukoo wa kikuhani wa Abiya. Elizabeti mkewe alikuwa pia mzao wa Aroni. 6 Zekaria na Elizabeti mkewe wote walikuwa watu wanyofu mbele za Mungu, wakizishika amri zote za Bwana na maagizo yote bila lawama. 7 Lakini walikuwa hawana watoto, kwa sababu Elizabeti alikuwa tasa; nao wote wawili walikuwa wazee sana.

8 Siku moja ilipokuwa zamu ya kikundi cha Zekaria, yeye akifanya kazi ya ukuhani Hekaluni mbele za Mungu, 9 alichaguliwa kwa kura kwa kufuata desturi za ukuhani, kuingia Hekaluni mwa Bwana ili kufukiza uvumba. 10 Nao wakati wa kufukiza uvumba ulipowadia, wale wote waliokuwa wamekusanyika ili kuabudu walikuwa nje wakiomba.

11 Ndipo malaika wa Bwana, akiwa amesimama upande wa kuume wa madhabahu ya kufukizia uvumba, akamtokea Zekaria. 12 Zekaria alipomwona huyo malaika, akafadhaika sana, akajawa na hofu. 13 Lakini malaika akamwambia, "Usiogope, Zekaria, kwa maana Mungu amesikia maombi yako. Mkeo Elizabeti atakuzalia mtoto wa kiume, nawe utamwita jina lake Yohana. 14 Yeye atakuwa furaha na shangwe kwako, nao watu wengi watashangilia kwa sababu ya kuzaliwa kwake. 15 Kwa kuwa atakuwa mkuu mbele za Bwana, kamwe hataonja mvinyo wala kinywaji chochote cha kulevya, naye atajazwa Roho Mtakatifu hata kabla ya kuzaliwa kwake. 16 Naye atawageuza wengi wa wana wa Israeli warudi kwa Bwana Mungu wao. 17 Naye atatangulia mbele za Bwana katika roho na nguvu ya Eliya, ili kuigeuza mioyo ya baba kuwaelekea watoto wao, na wasiotii warejee katika hekima ya wenye haki, ili kuliweka tayari taifa lililoandaliwa kwa ajili ya Bwana."

18 Zekaria akamuuliza malaika, "Jambo hilo linawezekanaje? Mimi ni mzee na mke wangu pia ana umri mkubwa."

19 Malaika akamjibu, akamwambia, "Mimi ni Gabrieli, nisimamaye mbele za Mungu, nami nimetumwa kwako ili nikuambie habari hizi njema. 20 Basi sasa kwa kuwa hujaamini maneno yangu ambayo yatatimizwa kwa wakati wake, utakuwa bubu hadi siku ile mambo haya yatakapotukia."

21 Wakati huo watu walikuwa wanamngojea Zekaria nje huku wakishangaa kukawia kwake mle Hekaluni. 22 Alipotoka akawa hawezi kusema nao, wao wakatambua kuwa ameona maono ndani ya Hekalu. Lakini kwa kuwa alikuwa bubu, akawa anawaashiria kwa mikono.

23 Muda wake wa kuhudumu Hekaluni ulipomalizika, akarudi nyumbani kwake. 24 Baada ya muda usio mrefu, Elizabeti mkewe akapata mimba, naye akajitenga kwa miezi mitano.

25 Akasema, "Hili ndilo Bwana alilonitendea aliponiangalia kwa upendeleo na kuniondolea aibu yangu mbele ya watu."

Kuzaliwa Kwa Yesu Kwatabiriwa

26 Mwezi wa sita baada ya Elizabeti kupata mimba, Mungu alimtuma malaika Gabrieli aende Galilaya katika mji wa Nazareti, 27 kwa mwanamwali bikira aliyekuwa ameposwa na mtu mmoja jina lake Yosefu wa nyumba ya Daudi. Jina la huyu mwanamwali bikira ni Maria. 28 Naye malaika akaja kwake akamwambia: "Salamu, wewe uliyebarikiwa, Bwana yu pamoja nawe!"

29 Maria akafadhaishwa sana na maneno haya, akajiuliza moyoni, "Salamu hii ni ya namna gani?" 30 Ndipo malaika akamwambia, "Usiogope, Maria, umepata kibali kwa Mungu. 31 Tazama, utachukua mimba, nawe utamzaa mtoto mwanaume na utamwita jina lake Yesu. 32 Yeye atakuwa mkuu, naye ataitwa Mwana wa Aliye Juu Sana. Bwana Mungu atampa kiti cha enzi cha Daudi baba yake. 33 Atamiliki nyumba ya Yakobo milele, na ufalme wake hautakuwa na mwisho."

34 Maria akamuuliza huyo malaika, "Maadamu mimi ni bikira, jambo hili litawezekanaje?"

35 Malaika akamjibu, "Roho Mtakatifu atakujilia juu yako, nazo nguvu zake Yeye Aliye Juu Sana zitakufunika kama kivuli. Kwa hiyo mtoto atakayezaliwa atakuwa mtakatifu, naye ataitwa Mwana wa Mungu. 36 Tazama, jamaa yako Elizabeti amechukua mimba katika uzee wake, na huu ni mwezi wake wa sita, yeye aliyeitwa tasa. 37 Kwa maana kwa Mungu hakuna lisilowezekana."

38 Maria akasema, "Tazama, mimi ni mtumishi wa Bwana. Na iwe kwangu kama ulivyosema." Kisha malaika akaondoka, akamwacha.

Maria Aenda Kumtembelea Elizabeti

39 Wakati huo Maria akajiandaa, akaharakisha kwenda katika mji mmoja kwenye vilima vya Uyahudi. 40 Akaingia nyumbani kwa Zekaria na kumsalimu Elizabeti. 41 Naye Elizabeti aliposikia salamu ya Maria, mtoto aliyekuwa tumboni mwake akaruka. Elizabeti akajazwa na Roho Mtakatifu, 42 akapaza sauti kwa nguvu akasema, "Umebarikiwa wewe miongoni mwa wanawake, naye mtoto utakayemzaa amebarikiwa. 43 Lakini ni kwa nini mimi nimepata upendeleo kiasi hiki, hata mama wa Bwana wangu afike kwangu? 44 Mara tu niliposikia sauti ya salamu yako, mtoto aliyeko tumboni

mwangu aliruka kwa furaha. 45 Amebarikiwa yeye
aliyeamini kwamba lile Bwana alilomwambia lita-
timizwa."

Wimbo Wa Maria Wa Sifa

46 Naye Maria akasema:

"Moyo wangu wamwadhimisha Bwana,
47 nayo roho yangu inamfurahia
Mungu Mwokozi wangu,
48 kwa kuwa ameangalia kwa fadhili
unyonge wa mtumishi wake.
Hakika tangu sasa vizazi vyote vitaniita
aliyebarikiwa,
49 kwa maana yeye Mwenye Nguvu
amenitendea mambo ya ajabu:
jina lake ni takatifu.
50 Rehema zake huwaendea wale wamchao,
kutoka kizazi hadi kizazi.
51 Kwa kuwa ametenda mambo ya ajabu kwa
mkono wake;
amewatawanya wale wenye kiburi
ndani ya mioyo yao.
52 Amewashusha watawala toka kwenye viti
vyao vya enzi,
lakini amewainua wanyenyekevu.
53 Amewashibisha wenye njaa kwa vitu vizuri,
bali matajiri amewafukuza mikono mitupu.
54 Amemsaidia mtumishi wake Israeli,
kwa kukumbuka ahadi yake
ya kumrehemu
55 Abrahamu na uzao wake milele,
kama alivyowaahidi baba zetu."

56 Maria akakaa na Elizabeti karibu miezi mitatu,
kisha akarudi nyumbani kwake.

Kuzaliwa Kwa Yohana Mbatizaji

57 Ulipowadia wakati wa Elizabeti kujifungua,
alizaa mtoto mwanaume. 58 Majirani zake na jamii
zake wakasikia jinsi Bwana alivyomfanyia rehema
kuu, nao wakafurahi pamoja naye.
59 Siku ya nane wakaja kumtahiri mtoto, waka-
taka yule mtoto aitwe Zekaria, ambalo ndilo jina
la baba yake. 60 Lakini mama yake akakataa na
kusema, "Hapana! Jina lake ataitwa Yohana."
61 Wakamwambia, "Hakuna mtu yeyote katika
jamaa yako mwenye jina kama hilo."
62 Basi wakamfanyia Zekaria baba yake ishara ili
kujua kwamba yeye angependa kumpa mtoto jina
gani. 63 Akaomba wampe kibao cha kuandikia na
kwa mshangao wa kila mtu akaandika: "Jina lake ni
Yohana." 64 Papo hapo kinywa chake kikafunguliwa
na ulimi wake ukaachiwa, akawa anaongea aki-
msifu Mungu. 65 Majirani wote wakajawa na hofu ya
Mungu, na katika nchi yote ya vilima vya Uyahudi
watu walikuwa wakinena juu ya mambo haya yote.
66 Kila aliyesikia habari hizi alishangaa akauliza, "Je,
mtoto huyu atakuwa mtu wa namna gani?" Maana
mkono wa Bwana ulikuwa pamoja naye.

Unabii Wa Zekaria

67 Zekaria, baba yake, akajazwa na Roho Mtaka-
tifu, naye akatoa unabii, akisema:

68 "Ahimidiwe Bwana, Mungu wa Israeli,
kwa kuwa amewajilia watu wake
na kuwakomboa.
69 Naye ametusimamishia pembe[a] ya wokovu
katika nyumba ya Daudi mtumishi wake,
70 kama alivyonena kwa vinywa vya manabii
wake watakatifu tangu zamani,
71 kwamba atatuokoa kutoka kwa adui zetu,
na kutoka mikononi mwao wote
watuchukiao:
72 ili kuonyesha rehema kwa baba zetu
na kukumbuka Agano lake takatifu,
73 kiapo alichomwapia baba yetu Abrahamu:
74 kutuokoa kutoka mikononi mwa adui zetu,
tupate kumtumikia yeye pasipo hofu
75 katika utakatifu na haki mbele zake,
siku zetu zote.

76 "Nawe mtoto wangu, utaitwa nabii
wa Aliye Juu Sana;
kwa kuwa utamtangulia Bwana
na kuandaa njia kwa ajili yake,
77 kuwajulisha watu wake juu ya wokovu
utakaopatikana kwa kusamehewa
dhambi zao,
78 kwa ajili ya wingi wa rehema za
Mungu wetu,
nuru itokayo juu itatuzukia
79 ili kuwaangazia wale waishio gizani
na katika uvuli wa mauti,
kuiongoza miguu yetu katika njia ya amani."

80 Yule mtoto akakua na kuongezeka nguvu
katika roho; akaishi nyikani hadi siku ile alipojio-
nyesha hadharani kwa Waisraeli.

Kuzaliwa Kwa Yesu

2 Siku zile Kaisari Augusto alitoa amri kwamba
watu wote waandikishwe katika ulimwengu wa
Kirumi. 2 (Orodha hii ndiyo ya kwanza iliyofanyika
wakati Krenio alikuwa mtawala wa Shamu[b]). 3 Kila
mtu alikwenda kuandikishwa katika mji wake ali-
kozaliwa.
4 Hivyo Yosefu akapanda kutoka mji wa Nazareti
ulioko Galilaya kwenda Uyahudi, mpaka Bethle-
hemu, mji wa Daudi, kwa sababu yeye alikuwa wa
ukoo na wa nyumba ya Daudi. 5 Alikwenda huko
kujiandikisha pamoja na Maria, ambaye alikuwa
amemposa naye alikuwa mjamzito. 6 Wakiwa
Bethlehemu, wakati wa Maria wa kujifungua
ukawa umetimia, 7 naye akamzaa mwanawe,
kifungua mimba. Akamfunika nguo za kitoto na
kumlaza katika hori ya kulia ng'ombe, kwa sababu
hapakuwa na nafasi katika nyumba ya wageni.

Wachungaji Na Malaika

8 Katika eneo lile walikuwako wachungaji walio-
kuwa wakikaa mashambani, wakilinda makundi
yao ya kondoo usiku. 9 Ghafula tazama, malaika
wa Bwana akawatokea, nao utukufu wa Bwana
ukawang'aria kotekote, wakaingiwa na hofu.

---

[a]69 Pembe hapa inamaanisha nguvu.
[b]2 Shamu inamaanisha Syria.

10 Lakini malaika akawaambia: "Msiogope. Kwa
maana tazama nawaletea habari njema za furaha
itakayokuwa kwa watu wote. 11 Leo katika mji wa
Daudi kwa ajili yenu amezaliwa Mwokozi, ndiye
Kristo[a] Bwana. 12 Hii ndiyo itakayokuwa ishara
kwenu: Mtamkuta mtoto mchanga amefunikwa
nguo za kitoto na kulazwa katika hori ya kulia
ng'ombe."

13 Ghafula pakawa na jeshi kubwa la mbinguni
pamoja na huyo malaika wakimsifu Mungu wakisema,

14 "Atukuzwe Mungu juu mbinguni,
na duniani iwe amani kwa watu aliowaridhia."

15 Hao malaika walipokwisha kuondoka na
kwenda zao mbinguni, wale wachungaji wakasemezana wao kwa wao, "Twendeni Bethlehemu
tukaone mambo haya ya ajabu yaliyotukia, ambayo
Bwana ametuambia habari zake."

16 Hivyo wakaenda haraka Bethlehemu, wakawakuta Maria na Yosefu na yule mtoto mchanga
akiwa amelala katika hori la kulia ng'ombe.
17 Walipomwona yule mtoto, wakawaeleza yale
waliyokuwa wameambiwa kuhusu huyo mtoto.
18 Nao wote waliosikia habari hizi wakastaajabia
yale waliyoambiwa na wale wachungaji wa kondoo.
19 Lakini Maria akayaweka mambo haya yote
moyoni mwake na kuyatafakari. 20 Wale wachungaji
wakarudi, huku wakimtukuza Mungu na kumsifu
kwa ajili ya mambo yote waliyokuwa wameambiwa
na kuyaona.

21 Hata zilipotimia siku nane, ulikuwa ndio
wakati wa kumtahiri mtoto, akaitwa Yesu, jina
alilokuwa amepewa na malaika kabla hajatungwa
mimba.

Yesu Apelekwa Hekaluni

22 Ulipotimia wakati wa utakaso wake Maria kwa
mujibu wa Sheria ya Mose, basi Yosefu na Maria
walimpeleka mtoto Yerusalemu, ili kumweka
wakfu kwa Bwana 23 (kama ilivyoandikwa katika
Sheria ya Bwana, kwamba, "Kila mtoto wa kiume
kifungua mimba atawekwa wakfu kwa Bwana"),
24 na pia kutoa dhabihu kulingana na yale yaliyonenwa katika Sheria ya Bwana: "Hua wawili au
makinda mawili ya njiwa."

25 Basi alikuwako huko Yerusalemu mtu mmoja
jina lake Simeoni, ambaye alikuwa mwenye haki
na mcha Mungu, akitarajia faraja ya Israeli, na
Roho Mtakatifu alikuwa juu yake. 26 Roho Mtakatifu alikuwa amemfunulia kuwa hatakufa kabla
hajamwona Kristo wa Bwana. 27 Simeoni, akiwa
ameongozwa na Roho Mtakatifu, alikwenda
Hekaluni. Wazazi walipomleta mtoto Yesu ili
kumfanyia kama ilivyokuwa desturi ya Sheria,
28 ndipo Simeoni akampokea mtoto mikononi
mwake na kumsifu Mungu, akisema:

29 "Bwana Mwenyezi, kama ulivyoahidi,
sasa wamruhusu mtumishi wako
aende zake kwa amani.
30 Kwa maana macho yangu yameuona
wokovu wako,
31 ulioweka tayari machoni pa watu wote,
32 nuru kwa ajili ya ufunuo kwa watu
wa Mataifa
na kwa ajili ya utukufu kwa watu wako
Israeli."

33 Naye Yosefu na mama yake mtoto wakastaajabu kwa yale yaliyokuwa yamesemwa kumhusu
huyo mtoto. 34 Kisha Simeoni akawabariki,
akamwambia Maria mama yake, "Mtoto huyu
amewekwa kwa makusudi ya kuanguka na kuinuka
kwa wengi katika Israeli. Atakuwa ishara ambayo
watu watanena dhidi yake, 35 ili mawazo ya mioyo
mingi yadhihirike. Nao upanga utauchoma moyo
wako."

36 Tena alikuwako Hekaluni nabii mmoja mwanamke, jina lake Ana binti Fanueli, wa kabila la
Asheri. Alikuwa mzee sana; naye alikuwa ameolewa na kuishi na mume kwa miaka saba tu, kisha
mumewe akafa. 37 Hivyo alikuwa mjane na umri
wake ulikuwa miaka themanini na minne. Yeye
hakuondoka humo Hekaluni usiku wala mchana,
bali alikuwa akimwabudu Mungu, akifunga na
kuomba. 38 Wakati huo huo, Ana alikuja akaanza
kusifu, akimshukuru Mungu na kusema habari za
huyo mtoto kwa watu wote waliokuwa wakitarajia
ukombozi wa Yerusalemu.

39 Yosefu na Maria walipokuwa wamekamilisha
mambo yote yaliyotakiwa na Sheria ya Bwana,
walirudi mjini kwao Nazareti huko Galilaya. 40 Naye
yule mtoto akakua na kuongezeka nguvu, akiwa
amejaa hekima, na neema ya Mungu ilikuwa juu
yake.

Kijana Yesu Hekaluni

41 Kila mwaka Yosefu na Maria mama yake Yesu
walikuwa na desturi ya kwenda Yerusalemu kwa
ajili ya Sikukuu ya Pasaka. 42 Yesu alipokuwa na
umri wa miaka kumi na miwili, walipanda kwenda
kwenye Sikukuu hiyo kama ilivyokuwa desturi.
43 Baada ya Sikukuu kumalizika, wakati Yosefu na
Maria mama yake walipokuwa wakirudi nyumbani,
Yesu alibaki Yerusalemu lakini hawakutambua.
44 Wao wakidhani kuwa yuko miongoni mwa wasafiri, walienda mwendo wa kutwa nzima. Ndipo
wakaanza kumtafuta miongoni mwa jamaa zao na
marafiki. 45 Walipomkosa walirudi Yerusalemu ili
kumtafuta. 46 Baada ya siku tatu wakamkuta ndani
ya Hekalu, akiwa ameketi katikati ya walimu wa
sheria, akiwasikiliza na kuwauliza maswali. 47 Wote
waliomsikia walistaajabishwa na uwezo wake mkubwa wa kuelewa, na majibu aliyoyatoa. 48 Yosefu
na Maria mama yake walipomwona walishangaa.
Mama yake akamuuliza, "Mwanangu, mbona
umetufanyia hivi? Tazama, mimi na baba yako
tumekuwa tukikutafuta kwa wasiwasi mkubwa
kila mahali."

49 Yesu akawaambia, "Kwa nini kunitafuta?
Hamkujua kwamba imenipasa kuwa katika nyumba ya Baba yangu?"

50 Lakini wao hawakuelewa maana ya lile alilowaambia.

[a]11 *Kristo* maana yake ni *Masiya*, yaani *Aliyetiwa mafuta.*

51 Ndipo akashuka pamoja nao hadi Nazareti,
naye alikuwa mtiifu kwao. Lakini mama yake aka-
yaweka moyoni mwake mambo haya yote. 52 Naye
Yesu akakua katika hekima na kimo, akimpendeza
Mungu na wanadamu.

Yohana Mbatizaji Aanza Kuhubiri

3 Katika mwaka wa kumi na tano wa utawala wa
Kaisari Tiberio, Pontio Pilato akiwa mtawala
wa Uyahudi, Herode akiwa mfalme wa Galilaya,
Filipo ndugu yake akiwa mfalme wa Iturea na
nchi ya Trakoniti, na Lisania akiwa mfalme wa
Abilene, 2 nao Anasi na Kayafa wakiwa makuhani
wakuu, neno la Mungu likamjia Yohana, mwana
wa Zekaria huko jangwani. 3 Akaenda katika nchi
yote kandokando ya Mto Yordani, akihubiri ubatizo
wa toba kwa ajili ya msamaha wa dhambi. 4 Kama
ilivyoandikwa katika kitabu cha nabii Isaya:

“Sauti ya mtu aliaye nyikani,
‘Itengenezeni njia ya Bwana,
yanyoosheni mapito yake.
5 Kila bonde litajazwa,
kila mlima na kilima vitashushwa.
Njia zilizopinda zitanyooshwa,
na zilizoparuza zitasawazishwa.
6 Nao watu wote watauona
wokovu wa Mungu.’ ”

7 Yohana akauambia ule umati wa watu uliokuwa
unakuja ili kubatizwa naye, “Ninyi watoto wa
nyoka! Ni nani aliyewaonya kuikimbia ghadhabu
inayokuja? 8 Basi zaeni matunda yastahiliyo toba.
Wala msianze kusema mioyoni mwenu kuwa,
‘Sisi tunaye Abrahamu, baba yetu.’ Kwa maana
nawaambia kuwa Mungu anaweza kumwinulia
Abrahamu watoto kutoka mawe haya. 9 Hata sasa
shoka limeshawekwa tayari kwenye shina la kila
mti. Basi kila mti usiozaa matunda mazuri hukatwa
na kutupwa motoni.”

10 Ule umati wa watu ukamuuliza, “Inatupasa
tufanyeje basi?”

11 Yohana akawaambia, “Aliye na kanzu mbili
amgawie asiye nayo, naye aliye na chakula na
afanye vivyo hivyo.”

12 Watoza ushuru nao wakaja ili wabatizwe,
wakamuuliza, “Bwana na sisi inatupasa tufa-
nyeje?”

13 Akawaambia, “Msichukue zaidi ya kiwango
mlichopangiwa.”

14 Askari nao wakamuuliza, “Je, nasi inatupasa
tufanye nini?”

Akawaambia, “Msimdhulumu mtu wala
msimshtaki mtu kwa uongo, bali mridhike na
mishahara yenu.”

15 Watu walikuwa na matazamio makubwa.
Wakawa wanajiuliza mioyoni mwao iwapo Yohana
angeweza kuwa ndiye Kristo.[a] 16 Yohana akawa-
jibu akawaambia, “Mimi nawabatiza kwa maji.[b]
Lakini atakuja aliye na nguvu kuniliko mimi,
ambaye sistahili hata kufungua kamba za viatu
vyake. Yeye atawabatiza kwa Roho Mtakatifu na
kwa moto. 17 Pepeto lake liko mkononi, tayari
kusafisha sakafu yake ya kupuria na kuikusanya
ngano ghalani, lakini makapi atayateketeza kwa
moto usiozimika.” 18 Basi, kwa maonyo mengine
mengi Yohana aliwasihi na kuwahubiria watu
Habari Njema.

19 Lakini Yohana alipomkemea Mfalme Herode
kuhusu uhusiano wake na Herodia, mke wa ndugu
yake, na maovu mengine aliyokuwa amefanya,
20 Herode aliongezea jambo hili kwa hayo mengine
yote: alimfunga Yohana gerezani.

Kubatizwa Kwa Bwana Yesu

21 Baada ya watu wote kubatizwa, Yesu naye
akabatizwa. Naye alipokuwa akiomba, mbingu
zilifunguka. 22 Roho Mtakatifu akashuka juu yake
kwa umbo kama la hua, nayo sauti kutoka mbi-
nguni ikasema: “Wewe ni Mwanangu mpendwa;
nami nimependezwa nawe sana.”

Ukoo Wa Bwana Yesu

23 Yesu alikuwa na umri wa miaka thelathini ali-
poanza huduma yake. Alikuwa akidhaniwa kuwa
mwana wa Yosefu,

Yosefu alikuwa mwana wa Eli,
24 Eli alikuwa mwana wa Mathati,
Mathati alikuwa mwana wa Lawi,
Lawi alikuwa mwana wa Melki,
Melki alikuwa mwana wa Yanai,
Yanai alikuwa mwana wa Yosefu,
25 Yosefu alikuwa mwana wa Matathia,
Matathia alikuwa mwana wa Amosi,
Amosi alikuwa mwana wa Nahumu,
Nahumu alikuwa mwana wa Esli,
Esli alikuwa mwana wa Nagai,
26 Nagai alikuwa mwana wa Maathi,
Maathi alikuwa mwana wa Matathia,
Matathia alikuwa mwana wa Semeini,
Semeini alikuwa mwana wa Yoseki,
Yoseki alikuwa mwana wa Yoda,
27 Yoda alikuwa mwana wa Yoanani,
Yoanani alikuwa mwana wa Resa,
Resa alikuwa mwana wa Zerubabeli,
Zerubabeli alikuwa mwana wa Shealtieli,
Shealtieli alikuwa mwana wa Neri,
28 Neri alikuwa mwana wa Melki,
Melki alikuwa mwana wa Adi,
Adi alikuwa mwana wa Kosamu,
Kosamu alikuwa mwana wa Elmadamu,
Elmadamu alikuwa mwana wa Eri,
29 Eri alikuwa mwana wa Yoshua,
Yoshua alikuwa mwana wa Eliezeri,
Eliezeri alikuwa mwana wa Yorimu,
Yorimu alikuwa mwana wa Mathati,
Mathati alikuwa mwana wa Lawi,
30 Lawi alikuwa mwana wa Simeoni,
Simeoni alikuwa mwana wa Yuda,
Yuda alikuwa mwana wa Yosefu,
Yosefu alikuwa mwana wa Yonamu,
Yonamu alikuwa mwana wa Eliakimu,
Eliakimu alikuwa mwana wa Melea,
31 Melea alikuwa mwana wa Mena,

[a]15 *Kristo* maana yake ni *Masiya*, yaani *Aliyetiwa mafuta*.
[b]16 Tafsiri nyingine zinasema ndani ya maji.

Mena alikuwa mwana wa Matatha,
Matatha alikuwa mwana wa Nathani,
Nathani alikuwa mwana wa Daudi,
32 Daudi alikuwa mwana wa Yese,
Yese alikuwa mwana wa Obedi,
Obedi alikuwa mwana wa Boazi,
Boazi alikuwa mwana wa Salmoni,
Salmoni alikuwa mwana wa Nashoni,
33 Nashoni alikuwa mwana wa Aminadabu,
Aminadabu alikuwa mwana wa Aramu,
Aramu alikuwa mwana wa Hesroni,
Hesroni alikuwa mwana wa Peresi,
Peresi alikuwa mwana wa Yuda,
34 Yuda alikuwa mwana wa Yakobo,
Yakobo alikuwa mwana wa Isaki,
Isaki alikuwa mwana wa Abrahamu,
Abrahamu alikuwa mwana wa Tera,
Tera alikuwa mwana wa Nahori,
35 Nahori alikuwa mwana wa Serugi,
Serugi alikuwa mwana wa Reu,
Reu alikuwa mwana wa Pelegi,
Pelegi alikuwa mwana wa Eberi,
Eberi alikuwa mwana wa Sala,
36 Sala alikuwa mwana wa Kenani,
Kenani alikuwa mwana wa Arfaksadi,
Arfaksadi alikuwa mwana wa Shemu,
Shemu alikuwa mwana wa Noa,
Noa alikuwa mwana wa Lameki,
37 Lameki alikuwa mwana wa Methusela,
Methusela alikuwa mwana wa Enoki,
Enoki alikuwa mwana wa Yaredi,
Yaredi alikuwa mwana wa Mahalaleli,
Mahalaleli alikuwa mwana wa Kenani,
38 Kenani alikuwa mwana wa Enoshi,
Enoshi alikuwa mwana wa Sethi,
Sethi alikuwa mwana wa Adamu,
Adamu alikuwa mwana wa Mungu.

Yesu Ajaribiwa Na Shetani

4 Yesu, akiwa amejaa Roho Mtakatifu, akarudi
kutoka Yordani. Akaongozwa na Roho Mtakatifu
hadi nyikani, 2 mahali ambako kwa siku arobaini
alikuwa akijaribiwa na ibilisi. Kwa siku zote hizo
hakula chochote, hivyo baada ya muda huo akaona
njaa.
3 Ibilisi akamwambia, "Ikiwa wewe ni Mwana wa
Mungu, amuru jiwe hili liwe mkate."
4 Yesu akajibu akamwambia, "Imeandikwa: 'Mtu
haishi kwa mkate tu.' "
5 Ibilisi akampeleka hadi juu ya mlima mrefu
akamwonyesha milki zote za dunia kwa mara moja.
6 Akamwambia, "Nitakupa mamlaka juu ya milki
hizi na fahari zake zote, kwa maana zimekabidhiwa
mkononi mwangu nami ninaweza kumpa yeyote
ninayetaka. 7 Hivyo ikiwa utanisujudia na kunia-
budu, vyote vitakuwa vyako."
8 Yesu akamjibu, "Imeandikwa: 'Mwabudu
Bwana Mungu wako na umtumikie yeye peke
yake.' "
9 Kisha ibilisi akampeleka mpaka Yerusalemu,
akamweka juu ya mnara mrefu wa Hekalu, aka-
mwambia, "Kama wewe ndiwe Mwana wa Mungu,
jitupe chini kutoka hapa, 10 kwa maana imeandi-
kwa:

" 'Atakuagizia malaika zake
ili wakulinde;
11 nao watakuchukua mikononi mwao,
usije ukajikwaa mguu wako katika jiwe.' "

12 Yesu akamjibu, "Imesemwa, 'Usimjaribu
Bwana Mungu wako.' "
13 Ibilisi alipomaliza kila jaribu, akamwacha Yesu
mpaka wakati mwingine ufaao.

Mwanzo Wa Huduma Ya Galilaya

14 Kisha Yesu akarudi mpaka Galilaya, akiwa
amejaa nguvu za Roho Mtakatifu, nazo habari zake
zikaenea katika sehemu zote za nchi za kandoka-
ndo. 15 Akaanza kufundisha kwenye masinagogi
yao, na kila mmoja akamsifu.

Yesu Akataliwa Nazareti

16 Yesu akaenda Nazareti, alipolelewa, na siku
ya Sabato alikwenda katika sinagogi kama ilivyo-
kuwa desturi yake. Akasimama ili asome, 17 naye
akapewa kitabu cha nabii Isaya, akakifungua na
kukuta mahali palipoandikwa:

18 "Roho wa Bwana yu juu yangu,
kwa sababu amenitia mafuta
kuwahubiria maskini habari njema.
Amenituma kuwatangazia wafungwa
kufunguliwa kwao,
na vipofu kupata kuona tena,
kuwaweka huru wanaoonewa,
19 na kutangaza mwaka wa Bwana
uliokubalika."

20 Kisha akakifunga kitabu, akamrudishia mtu-
mishi na akaketi. Watu wote waliokuwamo katika
sinagogi wakamkazia macho. 21 Ndipo akaanza kwa
kuwaambia, "Leo Andiko hili limetimia mkiwa
mnasikia."
22 Wote waliokuwako wakamsifu na kuyastaaja-
bia maneno yake yaliyojaa neema, wakaulizana,
"Je, huyu si mwana wa Yosefu?"
23 Yesu akawaambia, "Bila shaka mtatumia
mithali hii: 'Tabibu, jiponye mwenyewe! Mambo
yale tuliyosikia kwamba uliyafanya huko Kape-
rnaumu, yafanye na hapa kwenye mji wako.' "
24 Yesu akasema, "Amin, nawaambia, hakuna
nabii anayekubalika katika mji wake mwenyewe.
25 Lakini ukweli ni kwamba palikuwa na wajane
wengi katika Israeli wakati wa Eliya, mbingu zili-
pofungwa kwa miaka mitatu na miezi sita pakawa
na njaa kuu katika nchi nzima. 26 Hata hivyo Eliya
hakutumwa hata kwa mmoja wao, bali kwa mjane
mmoja wa Sarepta katika nchi ya Sidoni. 27 Pia pali-
kuwa na wengi wenye ukoma katika Israeli katika
siku za nabii Elisha, lakini hakuna hata mmoja
wao aliyetakaswa, isipokuwa Naamani mtu wa
Shamu."[a]
28 Watu wote katika sinagogi waliposikia maneno
haya, wakakasirika sana. 29 Wakasimama, waka-
mtoa nje ya mji, wakamchukua hadi kwenye
kilele cha mlima mahali ambapo mji huo ulikuwa

[a]27 Shamu hapa inamaanisha Syria.

umejengwa, ili wamtupe chini kutoka kwenye
mteremko mkali. 30 Lakini yeye akapita papo hapo
katikati ya huo umati wa watu akaenda zake.

Yesu Atoa Pepo Mchafu

31 Kisha Yesu akashuka kwenda Kapernaumu, mji
wa Galilaya, na katika siku ya Sabato akawa ana-
fundisha. 32 Wakashangazwa sana na mafundisho
yake, maana maneno yake yalikuwa na mamlaka.
33 Ndani ya sinagogi palikuwa na mtu aliyekuwa
amepagawa na pepo mchafu. Naye akapiga kelele
kwa nguvu akisema, 34 "Tuache! Tuna nini nawe,
Yesu wa Nazareti? Je, umekuja kutuangamiza?
Ninakujua wewe ni nani. Wewe ndiwe Aliye Mta-
katifu wa Mungu!"
35 Basi Yesu akamkemea yule pepo mchafu,
akisema, "Nyamaza kimya! Nawe umtoke!" Yule
pepo mchafu akamwangusha yule mtu chini mbele
yao wote, akatoka pasipo kumdhuru. 36 Watu wote
wakashangaa, wakaambiana, "Mafundisho haya ni
ya namna gani? Anawaamuru pepo wachafu kwa
mamlaka na nguvu, nao wanatoka!" 37 Habari zake
zikaanza kuenea kila mahali katika sehemu ile.

Yesu Awaponya Wengi

38 Yesu akatoka katika sinagogi, akaenda nyu-
mbani kwa Simoni. Basi huko alimkuta mama
mkwe wa Simoni akiwa ameshikwa na homa
kali, nao wakamwomba Yesu amsaidie. 39 Hivyo
Yesu akamwinamia na kukemea ile homa, nayo
ikamwacha. Akaamka saa ile ile, naye akaanza
kuwahudumia.
40 Jua lilipokuwa linatua, watu wakamletea Yesu
watu wote waliokuwa na maradhi mbalimbali, naye
akaweka mikono yake juu ya kila mgonjwa, naye
akawaponya. 41 Pepo wachafu pia wakawatoka watu
wengi, nao walipokuwa wakitoka wakapiga kelele,
wakisema: "Wewe ni Mwana wa Mungu!" Lakini
Yesu akawakemea na kuwazuia wasiseme, kwa
maana walimjua kuwa yeye ndiye Kristo.[a]
42 Kesho yake, kulipopambazuka, Yesu alikwenda
mahali pa faragha. Watu wengi wakawa wanamta-
futa kila mahali, nao walipomwona wakajaribu
kumzuia asiondoke. 43 Lakini yeye akawaambia,
"Imenipasa kuhubiri habari njema za Ufalme wa
Mungu katika miji mingine pia, kwa maana kwa
kusudi hili nilitumwa." 44 Naye aliendelea kuhubiri
katika masinagogi ya Uyahudi.

Kuitwa Kwa Wanafunzi Wa Kwanza

5 Siku moja Yesu alipokuwa amesimama karibu
na Ziwa la Genesareti,[b] watu wengi wakiwa
wanasongana kumzunguka ili wapate kusikia neno
la Mungu, 2 akaona mashua mbili ukingoni mwa
ziwa, zikiwa zimeachwa hapo na wavuvi waliokuwa
wanaosha nyavu zao. 3 Akaingia katika mojawapo
ya hizo mashua ambayo ilikuwa ya Simoni, aka-
mwomba aisogeze ndani ya maji kidogo kutoka
ufuoni. Kisha akaketi na kufundisha watu akiwa
mle ndani ya mashua.
4 Alipomaliza kunena, akamwambia Simoni,
"Sasa peleka mashua hadi kilindini kisha mshushe
nyavu zenu mkavue samaki."
5 Simoni akamjibu, "Bwana, tumefanya kazi ya
kuchosha usiku kucha na hatukuvua chochote.
Lakini, kwa neno lako nitazishusha nyavu."
6 Nao walipozishusha nyavu zao, wakavua
samaki wengi sana, nyavu zao zikajaa zikaanza
kukatika. 7 Wakawaashiria wavuvi wenzao kwenye
ile mashua nyingine ili waje kuwasaidia. Wakaja,
wakajaza mashua zote mbili samaki hata zikaanza
kuzama.
8 Simoni Petro alipoona haya yaliyotukia, alia-
nguka miguuni mwa Yesu na kumwambia, "Bwana,
ondoka kwangu. Mimi ni mtu mwenye dhambi!"
9 Kwa kuwa yeye na wavuvi wenzake walikuwa
wameshangazwa sana na wingi wa samaki walio-
kuwa wamepata. 10 Vivyo hivyo wenzake Simoni,
yaani Yakobo na Yohana, wana wa Zebedayo,
walishangazwa pia.
Ndipo Yesu akamwambia Simoni, "Usiogope,
tangu sasa utakuwa mvuvi wa watu." 11 Hivyo waka-
sogeza mashua zao mpaka ufuoni mwa bahari,
wakaacha kila kitu na kumfuata.

Yesu Amtakasa Mtu Mwenye Ukoma

12 Ikawa siku moja Yesu alipokuwa katika mji
fulani, mtu mmoja mwenye ukoma mwili mzima
akamjia. Alipomwona Yesu, alianguka chini mpaka
uso wake ukagusa ardhi, akamsihi akisema,
"Bwana, ukitaka, waweza kunitakasa."
13 Yesu akanyoosha mkono wake, akamgusa yule
mtu, akamwambia, "Nataka. Takasika!" Na mara
ukoma wake ukatakasika.
14 Yesu akamwagiza akisema, "Usimwambie mtu
yeyote, bali nenda ukajionyeshe kwa kuhani na
ukatoe sadaka alizoagiza Mose kwa utakaso wako,
ili kuwa ushuhuda kwao."
15 Lakini habari zake Yesu zikazidi sana kuenea
kotekote kuliko wakati mwingine wowote. Maku-
tano makubwa ya watu yalikuwa yakikusanyika ili
kumsikiliza na kuponywa magonjwa yao. 16 Lakini
mara kwa mara Yesu alijitenga nao ili kwenda
mahali pa faragha kuomba.

Yesu Amponya Mtu Mwenye Kupooza

17 Siku moja Yesu alipokuwa akifundisha, Mafa-
risayo na walimu wa sheria, waliokuwa wametoka
kila kijiji cha Galilaya na kutoka Uyahudi na Yeru-
salemu, walikuwa wameketi huko. Nao uweza
wa Bwana ulikuwa juu yake kuponya wagonjwa.
18 Wakaja watu wamembeba mgonjwa aliyepooza
kwenye mkeka. Wakajaribu kumwingiza ndani ili
wamweke mbele ya Yesu. 19 Walipokuwa hawawezi
kufanya hivyo kwa sababu ya umati wa watu, waka-
panda juu ya paa, wakaondoa baadhi ya matofali,
wakamteremsha yule mgonjwa kwa mkeka wake
hadi katikati ya ule umati pale mbele ya Yesu.
20 Yesu alipoiona imani yao, akamwambia
yule mgonjwa, "Rafiki, dhambi zako zimesa-
mehewa."
21 Mafarisayo na wale walimu wa sheria wakaa-
nza kuuliza, "Ni nani mtu huyu anayesema maneno
ya kukufuru? Ni nani awezaye kusamehe dhambi
isipokuwa Mungu peke yake?"

[a]41 *Kristo* maana yake ni *Masiya*, yaani *Aliyetiwa mafuta*.
[b]1 Yaani Bahari ya Galilaya.

22 Yesu akijua mawazo yao akawauliza, “Kwa nini
mnawaza hivyo mioyoni mwenu? 23 Je, ni lipi lililo
rahisi zaidi, kumwambia, ‘Umesamehewa dhambi
zako,’ au kusema, ‘Inuka, uende’? 24 Lakini ili mpate
kujua kwamba Mwana wa Adamu anayo mamlaka
duniani kusamehe dhambi...” Akamwambia yule
aliyepooza, “Nakuambia, inuka, chukua mkeka
wako, uende nyumbani kwako.” 25 Mara yule mtu
aliyekuwa amepooza akasimama mbele yao wote,
akachukua mkeka wake, akaenda zake nyumbani,
huku akimtukuza Mungu. 26 Kila mmoja akasha-
ngaa na kumtukuza Mungu. Wakajawa na hofu
ya Mungu, wakasema, “Leo tumeona mambo ya
ajabu.”

Yesu Amwita Lawi

27 Baada ya haya, Yesu alitoka na kumwona
mtoza ushuru mmoja jina lake Lawi akiwa ame-
kaa forodhani, mahali pake pa kutoza ushuru.
Akamwambia, “Nifuate.” 28 Naye Lawi akaacha
kila kitu, akaondoka, akamfuata.

29 Kisha Lawi akamfanyia Yesu karamu kubwa
nyumbani kwake, nao umati mkubwa wa watoza
ushuru na watu wengine walikuwa wakila pamoja
nao. 30 Lakini Mafarisayo na walimu wa sheria
waliokuwa wa dhehebu lao wakawalalamikia
wanafunzi wa Yesu, wakisema, “Mbona mnakula
na kunywa pamoja na watoza ushuru na ‘wenye
dhambi’?”

31 Yesu akawajibu, “Wenye afya hawahitaji
tabibu, bali walio wagonjwa. 32 Sikuja kuwaita
wenye haki, bali wenye dhambi wapate kutubu.”

Yesu Aulizwa Kuhusu Kufunga

33 Wakamwambia Yesu, “Wanafunzi wa Yohana
na wa Mafarisayo mara kwa mara hufunga na kuo-
mba, lakini wanafunzi wako wanaendelea kula
na kunywa.”

34 Yesu akawajibu, “Je, mnaweza kuwafanya
wageni wa bwana arusi kufunga wakati yuko
pamoja nao? 35 Lakini wakati utafika ambapo
bwana arusi ataondolewa kwao. Hapo ndipo
watakapofunga.”

36 Yesu akawapa mfano huu, akawaambia:
“Hakuna mtu achanaye kiraka kutoka kwenye
nguo mpya na kukishonea kwenye nguo iliyo-
chakaa. Akifanya hivyo, atakuwa amechana
nguo mpya, na kile kiraka hakitalingana na ile
nguo iliyochakaa. 37 Hakuna mtu awekaye divai
mpya kwenye viriba vikuukuu. Akifanya hivyo,
hiyo divai mpya itavipasua hivyo viriba, nayo yote
itamwagika. 38 Divai mpya lazima iwekwe kwenye
viriba vipya. 39 Wala hakuna mtu anayependelea
divai mpya baada ya kunywa divai ya zamani, bali
husema, ‘Ile ya zamani ni nzuri zaidi.’ ”

Bwana Wa Sabato

6 Ikawa siku moja ya Sabato Yesu alikuwa akipita
katika mashamba ya nafaka, nao wanafu-
nzi wake wakaanza kuvunja masuke ya nafaka,
wakayafikicha kwa mikono yao na kula punje
zake. 2 Baadhi ya Mafarisayo wakawauliza, “Mbona
mnafanya mambo yasiyo halali kufanywa siku ya
Sabato?”

3 Yesu akawajibu, “Je, ninyi hamjasoma kamwe
alivyofanya Daudi wakati yeye na wenzake wali-
kuwa na njaa? 4 Aliingia ndani ya nyumba ya
Mungu, akaichukua na kuila ile mikate iliyowekwa
wakfu, ambayo ni halali kuliwa na makuhani peke
yao. Naye pia akawapa wenzake.” 5 Yesu akawaa-
mbia, “Mwana wa Adamu ndiye Bwana wa Sabato.”

Mtu Aliyepooza Mkono Aponywa

6 Ikawa siku nyingine ya Sabato, Yesu aliingia
ndani ya sinagogi na akawa anafundisha. Huko
palikuwa na mtu ambaye mkono wake wa kuume
ulikuwa umepooza. 7 Mafarisayo na walimu wa she-
ria walikuwa wakitafuta sababu ya kumshtaki Yesu.
Kwa hivyo wakawa wanamwangalia sana ili waone
kama ataponya katika siku ya Sabato. 8 Lakini Yesu
alijua mawazo yao, hivyo akamwambia yule mwe-
nye mkono uliopooza, “Inuka usimame mbele ya
watu wote.” Hivyo yule mtu akainuka, akasimama
mbele yao wote.

9 Ndipo Yesu akawaambia wale walimu wa she-
ria na Mafarisayo, “Nawauliza ninyi, ni lipi lililo
halali siku ya Sabato? Ni kutenda mema au kutenda
mabaya? Ni kuokoa maisha au kuyaangamiza?”

10 Akawatazama watu wote waliokuwepo, kisha
akamwambia yule aliyepooza mkono, “Nyoosha
mkono wako!” Akaunyoosha na mkono wake
ukaponywa kabisa. 11 Wale wakuu wakakasirika
sana, wakashauriana wao kwa wao ni nini wata-
kachomtendea Yesu.

Yesu Achagua Mitume Kumi Na Wawili

12 Ikawa katika siku hizo Yesu alikwenda mli-
mani kuomba, akakesha usiku kucha akimwomba
Mungu. 13 Kulipopambazuka, akawaita wanafunzi
wake, naye akachagua kumi na wawili, ambao
pia aliwaita mitume: 14 Simoni aliyemwita Petro,
Andrea nduguye, Yakobo, Yohana, Filipo, Bartho-
lomayo, 15 Mathayo, Tomaso, Yakobo mwana wa
Alfayo, Simoni aliyeitwa Zelote, 16 Yuda mwana
wa Yakobo, na Yuda Iskariote ambaye alikuwa
msaliti.

Yesu Aponya Wengi

17 Akashuka pamoja nao, akasimama mahali
penye uwanja tambarare. Hapo palikuwa na idadi
kubwa ya wanafunzi wake na umati mkubwa wa
watu kutoka sehemu zote za Uyahudi, kutoka
Yerusalemu, na kutoka pwani ya Tiro na Sidoni.
18 Walikuwa wamekuja kumsikiliza na kuponywa
magonjwa yao. Wale waliokuwa wakiteswa na
pepo wachafu akawaponya. 19 Watu wote walikuwa
wanajitahidi kumgusa kwa sababu nguvu zilikuwa
zikimtoka na kuwaponya wote.

Baraka Na Ole

20 Akawatazama wanafunzi wake, akasema:

“Mmebarikiwa ninyi mlio maskini,
kwa sababu Ufalme wa Mungu ni wenu.
21 Mmebarikiwa ninyi mlio na njaa sasa,
kwa sababu mtashibishwa.
Mmebarikiwa ninyi mnaolia sasa,
kwa sababu mtacheka.

22 Mmebarikiwa ninyi, watu watakapowachukia,
watakapowatenga na kuwatukana
na kulikataa jina lenu kama neno ovu,
kwa ajili ya Mwana wa Adamu.

23 "Furahini na kurukaruka kwa shangwe, kwa
sababu thawabu yenu ni kubwa mbinguni, kwa
kuwa hivyo ndivyo baba zao walivyowatenda
manabii.

24 "Lakini ole wenu ninyi mlio matajiri,
kwa sababu mmekwisha kupokea
faraja yenu.
25 Ole wenu ninyi mlioshiba sasa,
maana mtaona njaa.
Ole wenu ninyi mnaocheka sasa,
maana mtaomboleza na kulia.
26 Ole wenu watu watakapowasifu,
kwani ndivyo baba zao walivyowasifu
manabii wa uongo.

Wapendeni Adui Zenu

27 "Lakini nawaambia ninyi mnaonisikia:
Wapendeni adui zenu. Watendeeni mema wanao-
wachukia. 28 Wabarikini wale wanaowalaani,
waombeeni wale wanaowatendea mabaya. 29 Kama
mtu akikupiga shavu moja, mgeuzie na la pili pia.
Mtu akikunyang'anya koti lako, usimzuie kuchu-
kua joho pia. 30 Mpe kila akuombaye, na kama
mtu akichukua mali yako usitake akurudishie.
31 Watendeeni wengine kama ambavyo mngetaka
wawatendee ninyi.
32 "Kama mkiwapenda tu wale wanaowapenda,
mwapata sifa gani? Hata 'wenye dhambi' huwape-
nda wale wawapendao. 33 Tena mkiwatendea mema
wale tu wanaowatendea ninyi mema, mwapata sifa
gani? Hata 'wenye dhambi' hufanya vivyo hivyo.
34 Tena mnapowakopesha wale tu mnaotegemea
wawalipe, mwapata sifa gani? Hata 'wenye dhambi'
huwakopesha 'wenye dhambi' wenzao wakitarajia
kulipwa mali yao yote. 35 Lakini wapendeni adui
zenu, watendeeni mema, wakopesheni bila kutege-
mea kurudishiwa mlichokopesha. Ndipo thawabu
yenu itakapokuwa kubwa, nanyi mtakuwa wana
wa Aliye Juu Sana, kwa sababu yeye ni mwema
kwa watu wasio na shukrani na kwa wale waovu.
36 Kuweni na huruma, kama Baba yenu alivyo na
huruma.

Kuwahukumu Wengine

37 "Msihukumu, nanyi hamtahukumiwa.
Msilaumu, nanyi hamtalaumiwa. Sameheni,
nanyi mtasamehewa. 38 Wapeni watu vitu, nanyi
mtapewa. Kipimo cha kujaa na kushindiliwa na
kusukwasukwa hata kumwagika, ndicho watu
watakachowapa vifuani mwenu. Kwa kuwa kipimo
kile mpimacho, ndicho mtakachopimiwa."
39 Pia akawapa mfano akasema, "Je, kipofu aweza
kumwongoza kipofu? Je, wote wawili hawatatu-
mbukia shimoni? 40 Mwanafunzi hawezi kumzidi
mwalimu wake, ila yule aliyehitimu aweza kuwa
kama mwalimu wake.
41 "Mbona unatazama kibanzi kilicho ndani ya
jicho la ndugu yako, wala huoni boriti iliyo ndani
ya jicho lako mwenyewe? 42 Utawezaje kumwambia
ndugu yako, 'Ndugu yangu, acha nitoe kibanzi kili-
cho ndani ya jicho lako,' wakati wewe mwenyewe
huoni boriti iliyo ndani ya jicho lako? Ewe mnafiki,
ondoa boriti ndani ya jicho lako kwanza, ndipo
utaweza kuona dhahiri jinsi ya kuondoa kibanzi
kilicho ndani ya jicho la ndugu yako.

Mti Na Mazao Yake

43 "Hakuna mti mzuri uzaao matunda mabaya,
wala hakuna mti mbaya uzaao matunda mazuri.
44 Kila mti hujulikana kwa matunda yake. Kwa
maana watu hawachumi tini kwenye miiba, wala
zabibu kwenye michongoma. 45 Vivyo hivyo mtu
mwema hutoa mambo mema kutoka kwenye
hazina ya moyo wake, naye mtu mwovu hutoa
mambo maovu kutoka kwenye hazina ya moyo
wake. Kwa kuwa mtu hunena kwa kinywa chake
yale yaliyoujaza moyo wake.

Mjenzi Mwenye Busara Na Mjenzi Mpumbavu

46 "Kwa nini mnaniita, 'Bwana, Bwana,' nanyi
hamfanyi ninayowaambia? 47 Nitawaonyesha
jinsi alivyo mtu yule anayekuja kwangu na kusi-
kia maneno yangu na kuyatenda. 48 Yeye ni kama
mtu aliyejenga nyumba, akachimba chini sana,
na kuweka msingi kwenye mwamba. Mafuriko
yalipokuja, maji ya ghafula yaliipiga ile nyumba,
lakini haikutikisika, kwa sababu ilikuwa imeje-
ngwa vizuri. 49 Lakini yeye anayesikia maneno
yangu wala asiyatende, ni kama mtu aliyejenga
nyumba juu ya ardhi bila kuweka msingi. Mafu-
riko yalipoikumba nyumba ile, ikaanguka mara
na kubomoka kabisa."

Yesu Amponya Mtumishi Wa Jemadari

7 Baada ya Yesu kumaliza kusema haya yote watu
wakiwa wanamsikiliza, akaingia Kapernaumu.
2 Mtumishi wa jemadari mmoja wa Kirumi, ambaye
bwana wake alimthamini sana, alikuwa mgonjwa
sana karibu kufa. 3 Jemadari huyo aliposikia habari
za Yesu, aliwatuma wazee wa Kiyahudi kwake,
wakamwomba aje kumponya mtumishi wa huyo
jemadari. 4 Wale wazee walipofika kwa Yesu, waka-
msihi sana amsaidie yule jemadari wakisema, "Mtu
huyu anastahili wewe umfanyie jambo hili, 5 kwa
sababu analipenda taifa letu tena ametujengea
sinagogi." 6 Hivyo Yesu akaongozana nao, lakini ali-
pokuwa hayuko mbali na nyumbani, yule jemadari
akatuma rafiki zake kumwambia Yesu, "Bwana,
usijisumbue, kwani mimi sistahili wewe kuingia
chini ya dari yangu. 7 Ndiyo maana sikujiona hata
ninastahili kuja kwako wewe. Lakini sema neno tu,
naye mtumishi wangu atapona. 8 Kwa kuwa mimi
mwenyewe ni mtu niliyewekwa chini ya mamlaka,
nikiwa na askari chini yangu. Nikimwambia huyu,
'Nenda,' yeye huenda; na mwingine nikimwambia,
'Njoo,' yeye huja. Nikimwambia mtumishi wangu,
'Fanya hivi,' yeye hufanya."
9 Yesu aliposikia maneno haya, alishangazwa
naye sana. Akaugeukia ule umati wa watu ulio-
kuwa unamfuata, akawaambia, "Sijaona imani
kubwa namna hii hata katika Israeli." 10 Nao
wale watu waliokuwa wametumwa kwa Yesu

waliporudi nyumbani walimkuta yule mtumishi amepona.

Yesu Amfufua Mwana Wa Mjane

[11] Baadaye kidogo, Yesu alikwenda katika mji mmoja ulioitwa Naini. Nao wanafunzi wake na umati mkubwa wa watu walikwenda pamoja naye. [12] Alipokaribia lango la mji, alikutana na watu waliokuwa wamebeba maiti wakitoka nje ya mji. Huyu aliyekufa alikuwa mwana pekee wa mwanamke mjane. Umati mkubwa wa watu wa mji ule ulikuwa pamoja na huyo mwanamke. [13] Bwana Yesu alipomwona yule mjane, moyo wake ulimhurumia, akamwambia, "Usilie."

[14] Kisha akasogea mbele akaligusa lile jeneza na wale waliokuwa wamelibeba wakasimama kimya. Akasema, "Kijana, nakuambia inuka." [15] Yule aliyekuwa amekufa akaketi akaanza kuongea, naye Yesu akamkabidhi kwa mama yake.

[16] Watu wote wakajawa na hofu ya Mungu, nao wakamtukuza Mungu wakisema, "Nabii mkuu ametokea miongoni mwetu, Mungu amekuja kuwakomboa watu wake." [17] Habari hizi za mambo aliyoyafanya Yesu zikaenea Uyahudi wote na sehemu zote za jirani.

Yesu Na Yohana Mbatizaji

[18] Wanafunzi wa Yohana Mbatizaji wakamweleza Yohana mambo haya yote. Hivyo Yohana akawaita wanafunzi wake wawili [19] na kuwatuma kwa Bwana ili kumuuliza, "Wewe ndiye yule aliyekuwa aje, au tumngojee mwingine?"

[20] Wale watu walipofika kwa Yesu wakamwambia, "Yohana Mbatizaji ametutuma tukuulize, 'Wewe ndiye yule aliyekuwa aje, au tumngojee mwingine?' "

[21] Wakati huo huo, Yesu aliwaponya wengi waliokuwa na magonjwa, maradhi na pepo wachafu, na pia akawafungua vipofu wengi macho wakapata kuona. [22] Hivyo akawajibu wale wajumbe, "Rudini mkamwambie Yohana yote mnayoyaona na kuyasikia: Vipofu wanapata kuona, viwete wanatembea, wenye ukoma wanatakaswa, viziwi wanasikia, wafu wanafufuliwa na maskini wanahubiriwa habari njema. [23] Amebarikiwa mtu yule asiyechukizwa na mimi."

[24] Wajumbe wa Yohana walipoondoka, Yesu akaanza kusema na makutano kuhusu Yohana Mbatizaji. Akawauliza, "Mlipokwenda kule nyikani, mlikwenda kuona nini? Je, ni unyasi ukipeperushwa na upepo? [25] Kama sivyo, mlikwenda kuona nini basi? Mtu aliyevaa mavazi ya kifahari? La hasha, watu wanaovaa mavazi ya kifahari na kuishi maisha ya anasa wako katika majumba ya kifalme. [26] Lakini mlikwenda kuona nini? Mlikwenda kumwona nabii? Naam, nawaambia, yeye ni zaidi ya nabii. [27] Huyu ndiye ambaye habari zake zimeandikwa:

" 'Tazama, nitamtuma mjumbe wangu
mbele yako,
atakayetengeneza njia mbele yako.'

[28] Nawaambia, miongoni mwa wale waliozaliwa na wanawake, hakuna aliye mkuu kuliko Yohana. Lakini yeye aliye mdogo kabisa katika Ufalme wa Mungu ni mkuu kuliko Yohana."

[29] (Watu wote hata watoza ushuru waliposikia maneno ya Yesu, walikubali kwamba mpango wa Mungu ni haki, maana walikuwa wamebatizwa na Yohana. [30] Lakini Mafarisayo na wataalamu wa sheria walikataa mpango wa Mungu kwao kwa kutokubali kubatizwa na Yohana.)

[31] Yesu akawauliza, "Niwafananishe na nini watu wa kizazi hiki? Wanafanana na nini? [32] Wao ni kama watoto waliokaa sokoni wakiitana wao kwa wao, wakisema:

" 'Tuliwapigia filimbi,
lakini hamkucheza;
tuliwaimbia nyimbo za maombolezo,
lakini hamkulia.'

[33] Kwa maana Yohana Mbatizaji alikuja, alikuwa hali mkate wala hanywi divai, nanyi mkasema, 'Yeye ana pepo mchafu.' [34] Mwana wa Adamu alikuja akila na kunywa, nanyi mnasema: 'Tazameni huyu mlafi na mlevi, rafiki wa watoza ushuru na "wenye dhambi." ' [35] Nayo hekima huthibitishwa kuwa kweli na watoto wake wote."

Yesu Apakwa Mafuta Na Mwanamke Mwenye Dhambi

[36] Basi Farisayo mmoja alimwalika Yesu nyumbani kwake kwa chakula. Hivyo Yesu akaenda nyumbani mwa yule Farisayo na kukaa katika nafasi yake mezani. [37] Naye mwanamke mmoja kwenye ule mji, ambaye alikuwa mwenye dhambi, alipojua kwamba Yesu alikuwa akila chakula nyumbani kwa yule Farisayo, akaleta chupa ya marhamu yenye manukato. [38] Yule mwanamke akasimama nyuma ya miguu ya Yesu akilia. Akailowanisha miguu yake kwa machozi yake, kisha akaifuta kwa nywele zake, akaibusu na kuimiminia manukato.

[39] Yule Farisayo aliyemwalika Yesu alipoona yanayotendeka, akawaza moyoni mwake, "Kama huyu mtu angekuwa nabii, angejua kwamba ni nani anayemgusa, na kwamba yeye ni mwanamke wa namna gani, na ya kuwa huyu mwanamke ni mwenye dhambi."

[40] Yesu akanena akamwambia, "Simoni, nina jambo la kukuambia."

Simoni akajibu, "Mwalimu, sema."

[41] "Palikuwa na mtu mmoja aliyewakopesha watu wawili fedha: Mmoja alidaiwa dinari 500[a] na mwingine dinari hamsini. [42] Wote wawili walipokuwa hawawezi kulipa, aliyafuta madeni yao wote wawili. Sasa ni yupi kati yao atakayempenda yule aliyewasamehe zaidi?"

[43] Simoni akajibu, "Nadhani ni yule aliyesamehewa deni kubwa zaidi."

Naye Yesu akamwambia, "Umehukumu kwa usahihi."

[44] Kisha akamgeukia yule mwanamke, akamwambia Simoni, "Je, unamwona mwanamke huyu? Nilipoingia nyumbani mwako, hukunipa maji ya

---

[a]41 Dinari 500 ni sawa na mshahara wa kibarua wa siku mia tano.

kunawa miguu yangu, lakini huyu ameninawi-
sha miguu kwa machozi yake, na kunifuta kwa
nywele zake. 45 Hukunisalimu kwa busu, lakini
huyu mwanamke hajaacha kuibusu miguu yangu
tangu nilipoingia. 46 Hukunipaka mafuta kichwani
mwangu, lakini yeye ameipaka miguu yangu
manukato. 47 Kwa hiyo, nakuambia, dhambi zake
zilizokuwa nyingi zimesamehewa, kwani ameo-
nyesha upendo mwingi. Lakini yule aliyesamehewa
kidogo, hupenda kidogo."

48 Kisha akamwambia yule mwanamke, "Dhambi
zako zimesamehewa."

49 Lakini wale waliokuwa wameketi pamoja naye
chakulani wakaanza kusemezana wao kwa wao,
"Huyu ni nani ambaye hata anasamehe dhambi?"

50 Yesu akamwambia yule mwanamke, "Imani
yako imekuokoa; nenda kwa amani."

Mfano Wa Mpanzi

8 Baada ya haya Yesu alikwenda, akawa anazu-
nguka katika miji na vijiji akihubiri habari njema
za Ufalme wa Mungu. Wale wanafunzi wake kumi
na wawili walikuwa pamoja naye, 2 pia baadhi ya
wanawake waliokuwa wametolewa pepo wachafu
na kuponywa magonjwa. Miongoni mwao aliku-
wepo Maria Magdalene, aliyetolewa pepo wachafu
saba; 3 Yoana mkewe Kuza, msimamizi wa nyumba
ya watu wa nyumbani mwa Herode; Susana; na
wengine wengi waliokuwa wakimhudumia kwa
mali zao.

4 Umati mkubwa wa watu ulipokuwa ukija kwa
Yesu kutoka kila mji, akawaambia mfano huu:
5 "Mpanzi alitoka kwenda kupanda mbegu zake.
Alipokuwa akitawanya mbegu, nyingine zilia-
nguka kando ya njia; zikakanyagwa, nao ndege
wa angani wakazila. 6 Mbegu nyingine zilianguka
penye miamba, nazo zilipoota, hiyo mimea ika-
kauka kwa kukosa unyevu. 7 Nazo mbegu nyingine
zilianguka kwenye miiba, nayo ile miiba ikakua
pamoja nazo, na kuisonga hiyo mimea. 8 Mbegu
nyingine zilianguka kwenye udongo mzuri.
Zikaota na kuzaa mara mia moja zaidi ya mbegu
alizopanda."

Baada ya kusema haya, Yesu akapaza sauti,
akasema, "Mwenye masikio ya kusikia, na asikie."

9 Wanafunzi wake wakamuuliza maana ya mfano
huo. 10 Naye akasema, "Ninyi mmepewa kufahamu
siri za Ufalme wa Mungu, lakini kwa wengine nazu-
ngumza kwa mifano, ili,

"'ingawa wanatazama, wasione;
ingawa wanasikiliza, wasielewe.'

11 "Maana ya mfano huu ni hii: Mbegu ni neno
la Mungu. 12 Zile zilizoanguka kando ya njia ni
wale ambao husikia neno, naye ibilisi anakuja na
kuliondoa neno kutoka mioyoni mwao, ili wasije
wakaamini na kuokoka. 13 Zile mbegu zilizoanguka
kwenye mwamba ni wale ambao hulipokea neno
kwa furaha wanapolisikia, lakini hawana mizizi.
Wanaamini kwa muda mfupi, lakini wakati wa
kujaribiwa huiacha imani. 14 Zile mbegu zilizoa-
nguka kwenye miiba ni mfano wa wale wanaosikia,
lakini wanapoendelea husongwa na masumbufu
ya maisha haya, utajiri na anasa, nao hawakui.
15 Lakini zile mbegu zilizoanguka kwenye udongo
mzuri ni mfano wa wale ambao hulisikia neno la
Mungu na kulishika kwa moyo mnyofu wa utiifu,
nao kwa kuvumilia kwingi huzaa matunda.

Mfano Wa Taa

16 "Hakuna mtu awashaye taa na kuificha ndani
ya gudulia au kuiweka mvunguni mwa kitanda.
Badala yake, huiweka juu ya kinara, ili wale wai-
ngiao ndani waone mwanga. 17 Kwa maana hakuna
jambo lolote lililofichika ambalo halitafichuliwa,
wala lolote lililositirika ambalo halitajulikana na
kuwekwa wazi. 18 Kwa hiyo, kuweni waangalifu
mnavyosikia. Kwa maana yeyote aliye na kitu
atapewa zaidi. Lakini yule asiye na kitu, hata kile
anachodhani anacho atanyang'anywa."

Mama Yake Yesu Na Ndugu Zake

19 Wakati mmoja mama yake Yesu na ndugu zake
walikuja kumwona, lakini hawakuweza kumfikia
kwa sababu ya msongamano wa watu. 20 Mtu
mmoja akamwambia, "Mama yako na ndugu zako
wako nje wanataka kukuona."

21 Yesu akamjibu, "Mama yangu na ndugu zangu
ni wale wote wanaolisikia neno la Mungu na kuli-
fanya."

Yesu Atuliza Dhoruba

22 Siku moja Yesu alipanda ndani ya mashua
pamoja na wanafunzi wake, akawaambia, "Tuvu-
keni twende mpaka ng'ambo ya ziwa." Nao
wakaondoka. 23 Hivyo walipokuwa wakienda,
akalala usingizi. Dhoruba kali ikatokea mle ziwani,
hata mashua ikawa inajaa maji, nao walikuwa
katika hatari kubwa.

24 Wanafunzi wake wakamwendea na kumwa-
msha, wakisema, "Bwana, Bwana, tunaangamia!"

Yeye akaamka, akaukemea ule upepo na yale
mawimbi; dhoruba ikakoma, nako kukawa shwari.
25 Akawauliza wanafunzi wake, "Imani yenu iko
wapi?"

Kwa woga na mshangao wakaulizana, "Huyu
ni nani, ambaye anaamuru hata upepo na maji,
navyo vikamtii?"

Yesu Amponya Mtu Mwenye Pepo Mchafu

26 Basi wakafika katika nchi ya Wagerasi, ambayo
iko upande wa pili wa ziwa kutoka Galilaya. 27 Yesu
aliposhuka kutoka mashua na kukanyaga ufuoni,
alikutana na mtu mmoja wa mji ule aliyekuwa ame-
pagawa na pepo mchafu, naye kwa muda mrefu
alikuwa havai nguo wala kuishi nyumbani, bali
aliishi makaburini. 28 Alipomwona Yesu, alipiga
kelele, akajitupa chini mbele yake na kusema kwa
sauti kuu, "Una nini nami, Yesu, Mwana wa Mungu
Aliye Juu Sana? Nakuomba, usinitese!" 29 Wakati
huo Yesu alikuwa amemwamuru yule pepo mchafu
amtoke huyo mtu. Mara nyingi huyo pepo mchafu
alimpagaa, na hata alipofungwa kwa minyororo
mikono na miguu na kuwekwa chini ya ulinzi, ali-
kata hiyo minyororo na kupelekwa na huyo pepo
mchafu kwenda nyikani.

30 Yesu akamuuliza, "Jina lako ni nani?"

Akamjibu, "Legioni,"[a] kwa kuwa alikuwa amei-
ngiwa na pepo wachafu wengi mno. 31 Wale pepo
wachafu wakamsihi sana asiwaamuru kwenda
katika Shimo.[b]

32 Palikuwa na kundi kubwa la nguruwe hapo
likilisha kando ya kilima. Wale pepo wachafu
wakamsihi Yesu awaruhusu wawaingie hao ngu-
ruwe, naye akawaruhusu. 33 Wale pepo wachafu
walipomtoka yule mtu, wakawaingia wale ngu-
ruwe, nalo kundi lote likateremkia gengeni kwa
kasi, likatumbukia ziwani na kuzama.

34 Wale watu waliokuwa wakichunga lile kundi
la nguruwe walipoona yaliyotukia, wakakimbia,
wakaeneza habari hizi mjini na mashambani.
35 Nao watu wakatoka kwenda kujionea wenyewe
yaliyotukia. Walipofika hapo alipokuwa Yesu,
wakamkuta yule mtu aliyetokwa na pepo wachafu
amekaa karibu na Yesu, akiwa amevaa nguo na
mwenye akili timamu! Wakaogopa. 36 Wale walio-
yaona mambo hayo wakawaeleza watu wengine
jinsi yule mtu aliyekuwa amepagawa na pepo
wachafu alivyoponywa. 37 Ndipo watu wote wa
nchi ile ya Wagerasi wakamwomba Yesu aondoke
kwao, kwa sababu walikuwa wamejawa na hofu.
Basi akaingia katika mashua, akaondoka zake.

38 Yule mtu aliyetokwa na pepo wachafu aka-
msihi Yesu afuatane naye, lakini Yesu akamuaga,
akamwambia: 39 "Rudi nyumbani ukawaeleze
mambo makuu Mungu aliyokutendea." Kwa hiyo
yule mtu akaenda, akatangaza katika mji wote
mambo makuu ambayo Yesu alimtendea.

Msichana Afufuliwa, Na Mwanamke Aponywa

40 Basi Yesu aliporudi, umati mkubwa wa watu
ukampokea kwa furaha, kwani walikuwa waki-
mngojea. 41 Kisha mtu mmoja, jina lake Yairo,
aliyekuwa kiongozi wa sinagogi, akaja na kuanguka
miguuni mwa Yesu, akimwomba afike nyumbani
kwake, 42 kwa kuwa binti yake wa pekee, mwenye
umri wa miaka kumi na miwili, alikuwa anakufa.

Yesu alipokuwa akienda, umati wa watu uka-
msonga sana. 43 Katika umati huo palikuwa na
mwanamke mmoja aliyekuwa na tatizo la kutokwa
damu kwa muda wa miaka kumi na miwili. Tena
alikuwa amegharimia yote aliyokuwa nayo kwa
ajili ya matibabu, wala hakuna yeyote aliyeweza
kumponya. 44 Huyo mwanamke akaja kwa nyuma ya
Yesu na kugusa upindo wa vazi lake. Mara kutokwa
damu kwake kukakoma.

45 Yesu akauliza, "Ni nani aliyenigusa?"

Watu wote walipokana, Petro akasema, "Bwana,
huu umati wa watu unakusonga na kukusukuma
kila upande."

46 Lakini Yesu akasema, "Kuna mtu aliyenigusa,
kwa maana nimetambua kuwa nguvu zimenitoka."

47 Yule mwanamke alipofahamu ya kuwa hawezi
kuendelea kujificha, alikuja akitetemeka, akaa-
nguka miguuni mwa Yesu. Akaeleza mbele ya watu
wote kwa nini alimgusa na jinsi alivyoponywa
mara. 48 Basi Yesu akamwambia, "Binti, imani yako
imekuponya. Nenda kwa amani."

49 Yesu alipokuwa bado anasema, akaja mtumishi
kutoka nyumbani kwa Yairo, yule kiongozi wa sina-
gogi, kumwambia, "Binti yako amekwisha kufa.
Usiendelee kumsumbua Mwalimu."

50 Yesu aliposikia jambo hili, akamwambia Yairo,
"Usiogope. Amini tu, naye binti yako atapona."

51 Walipofika nyumbani kwa Yairo, hakumru-
husu mtu yeyote aingie ndani naye isipokuwa
Petro, Yakobo na Yohana, pamoja na baba na
mama wa yule binti. 52 Wakati ule ule watu wote
walikuwa wakilia na kuomboleza kwa ajili ya huyo
binti. Yesu akawaambia, "Acheni kulia. Huyu binti
hajafa, ila amelala."

53 Wao wakamcheka kwa dharau, wakijua
kuwa amekwisha kufa. 54 Yesu akamshika yule
binti mkono na kuita, "Binti, amka!" 55 Roho yake
ikamrudia, naye akainuka mara moja. Akaamuru
apewe kitu cha kula. 56 Wazazi wake wakastaajabu
sana, lakini Yesu akawakataza wasimwambie mtu
yeyote juu ya yale yaliyotukia.

Yesu Awatuma Wale Kumi Na Wawili

9 Yesu kisha akawaita wale kumi na wawili
pamoja, akawapa mamlaka na uwezo wa kutoa
pepo wachafu wote na kuponya magonjwa yote,
2 kisha akawatuma waende wakahubiri Ufalme
wa Mungu na kuponya wagonjwa. 3 Akawaagiza
akisema, "Msichukue chochote safarini: sio fimbo,
wala mkoba, wala mkate, wala fedha, hata msi-
chukue kanzu ya ziada. 4 Katika nyumba yoyote
mwingiayo, kaeni humo hadi mtakapoondoka
katika mji huo. 5 Kama watu wasipowakaribisha,
mnapoondoka katika mji wao, kung'uteni mavu-
mbi kutoka kwenye miguu yenu ili kuwa ushuhuda
dhidi yao." 6 Hivyo wale wanafunzi wakaondoka
wakaenda kutoka kijiji hadi kijiji, wakihubiri habari
njema na kuponya wagonjwa kila mahali.

Herode Afadhaika

7 Basi Mfalme Herode, mtawala wa Galilaya,
alisikia habari za yote yaliyotendeka. Naye aka-
fadhaika, kwa kuwa baadhi ya watu walikuwa
wakisema Yohana Mbatizaji amefufuliwa kutoka
kwa wafu. 8 Wengine wakasema Eliya amewato-
kea, na wengine wakasema kwamba mmoja wa
manabii wa kale amefufuka. 9 Herode akasema,
"Yohana nilimkata kichwa. Lakini ni nani huyu
ambaye ninasikia mambo kama haya kumhusu?"
Akatamani sana kumwona.

Yesu Awalisha Wanaume 5,000

10 Mitume wake waliporudi, wakamweleza Yesu
yote waliyofanya. Akawachukua, akaenda nao fara-
ghani mpaka mji uitwao Bethsaida. 11 Lakini umati
wa watu ukafahamu alikokwenda, ukamfuata.
Akawakaribisha na kunena nao kuhusu Ufalme
wa Mungu na kuwaponya wale wote waliokuwa
wanahitaji uponyaji.

12 Ilipokaribia jioni, wale mitume kumi na wawili
wakaenda kwa Yesu na kumwambia, "Waage maku-
tano ili waende vijijini jirani na mashambani, ili
wapate chakula na mahali pa kulala, kwa maana
hapa tuko nyikani."

13 Yesu akawajibu, "Ninyi wapeni chakula."

---

[a]30 Legioni maana yake ni Jeshi.
[b]31 Shimo hapa ina maana Abyss (shimo lisilo na mwisho), yaani
Kuzimu; kwa Kiebrania ni Sheol.

Nao wakajibu, "Hatuna zaidi ya mikate mitano
na samaki wawili. Labda twende tukanunue
chakula cha kuwatosha watu hawa wote." 14 Wali-
kuwako wanaume wapatao 5,000.

Yesu akawaambia wanafunzi wake, "Waketi-
sheni katika makundi ya watu hamsini hamsini."
15 Wanafunzi wakafanya hivyo, wakawaketisha
wote. 16 Yesu akaichukua ile mikate mitano na
wale samaki wawili, akatazama mbinguni, aka-
vibariki na kuvimega. Kisha akawapa wanafunzi
ili wawagawie watu. 17 Wote wakala, wakashiba.
Nao wanafunzi wakakusanya vipande vilivyosalia,
wakajaza vikapu kumi na viwili.

Petro Amkiri Yesu Kuwa Ndiye Kristo

18 Wakati mmoja, Yesu alipokuwa akiomba fara-
ghani, nao wanafunzi wake wakiwa pamoja naye,
akawauliza, "Watu husema mimi ni nani?"

19 Wakamjibu, "Baadhi husema wewe ni Yohana
Mbatizaji, wengine husema ni Eliya, na bado
wengine husema kwamba ni mmoja wa manabii
wa kale amefufuka kutoka kwa wafu."

20 Kisha akawauliza, "Je, ninyi mnasema mimi
ni nani?"

Petro akajibu, "Wewe ndiwe Kristo[a] wa Mungu."

21 Yesu akawakataza wasimwambie mtu yeyote
jambo hilo. 22 Yesu akasema, "Imempasa Mwana
wa Adamu kupata mateso mengi na kukataliwa
na wazee, viongozi wa makuhani, na walimu wa
sheria, na itampasa auawe, lakini siku ya tatu
kufufuliwa kutoka mauti."

23 Kisha akawaambia wote, "Mtu yeyote akitaka
kunifuata, ni lazima ajikane mwenyewe, auchukue
msalaba wake kila siku, anifuate. 24 Kwa maana
yeyote anayetaka kuyaokoa maisha yake atayapo-
teza, lakini yeyote atakayeyapoteza maisha yake
kwa ajili yangu atayaokoa. 25 Je, itamfaidi nini mtu
kuupata ulimwengu wote, lakini akapoteza au kua-
ngamiza nafsi yake? 26 Mtu yeyote akinionea aibu
mimi na maneno yangu, Mwana wa Adamu naye
atamwonea aibu atakapokuja katika utukufu wake
na katika utukufu wa Baba, pamoja na malaika
watakatifu. 27 Amin, nawaambia, wako baadhi ya
watu waliosimama hapa ambao hawataonja mauti
kabla ya kuuona Ufalme wa Mungu."

Bwana Yesu Abadilika Sura

28 Yapata siku nane baada ya Yesu kusema hayo,
aliwachukua Petro, Yakobo na Yohana, akaenda
nao mlimani kuomba. 29 Alipokuwa akiomba,
sura ya uso wake ikabadilika, nayo mavazi yake
yakametameta kama mwanga wa umeme wa radi.
30 Ghafula wakawaona watu wawili, ndio Mose na
Eliya, wakizungumza naye. 31 Walionekana katika
utukufu wakizungumza na Yesu kuhusu kifo chake
ambacho kingetokea huko Yerusalemu. 32 Petro
na wenzake walikuwa wamelala usingizi mzito.
Walipoamka, wakaona utukufu wa Yesu na wale
watu wawili waliokuwa wamesimama pamoja naye.
33 Mose na Eliya walipokuwa wanaondoka, Petro
akamwambia Yesu, "Bwana, ni vizuri tukae hapa!
Tutajenga vibanda vitatu: kimoja chako, kingine
cha Mose na kingine cha Eliya." Lakini Petro ali-
kuwa hajui asemacho.

34 Alipokuwa bado anazungumza, pakatokea
wingu, likawafunika, nao wakaogopa walipoingia
mle kwenye wingu. 35 Sauti ikatoka kwenye lile
wingu ikisema, "Huyu ni Mwanangu mpendwa,
niliyemchagua. Msikieni yeye." 36 Baada ya sauti
hiyo kusema, walimkuta Yesu akiwa peke yake.
Wale wanafunzi wakalihifadhi jambo hili, wala
kwa wakati huo hawakumwambia mtu yeyote yale
waliyokuwa wameyaona.

Kuponywa Kwa Kijana Mwenye Pepo Mchafu

37 Kesho yake waliposhuka kutoka mlimani, ali-
kutana na umati mkubwa wa watu. 38 Mtu mmoja
katika ule umati wa watu akapaza sauti, akasema,
"Mwalimu, naomba umwangalie mwanangu,
kwani ndiye mtoto wangu wa pekee. 39 Mara kwa
mara pepo mchafu humpagaa na kumfanya apige
kelele, kisha humwangusha na kumtia kifafa hata
akatokwa na povu kinywani. Huyo pepo mchafu
anamtesa sana, na hamwachi ila mara chache.
40 Niliwaomba wanafunzi wako wamtoe huyo pepo
mchafu, lakini hawakuweza."

41 Yesu akawajibu, "Enyi kizazi kisichoamini
na kilichopotoka! Nitakaa nanyi na kuwavumilia
mpaka lini? Mlete mwanao hapa."

42 Hata yule mtoto alipokuwa akija, yule pepo
mchafu akamwangusha, akamtia kifafa. Lakini
Yesu akamkemea yule pepo mchafu amtoke, aka-
mponya yule mtoto, na akamrudisha kwa baba
yake. 43 Watu wote wakastaajabia uweza mkuu wa
Mungu.

Wakati bado watu walikuwa wanastaajabia hayo
yote aliyokuwa akiyafanya Yesu, yeye akawaambia
wanafunzi wake: 44 "Sikilizeni kwa makini haya
nitakayowaambia sasa: Mwana wa Adamu atasali-
tiwa na kutiwa mikononi mwa watu." 45 Lakini wao
hawakuelewa alimaanisha nini. Maana ya maneno
hayo ilifichika kwao, hivyo hawakuyaelewa, nao
wakaogopa kumuuliza maana yake.

Ni Nani Atakayekuwa Mkubwa Kuliko Wote

46 Kukazuka mabishano miongoni mwa wanafu-
nzi kuhusu ni nani miongoni mwao atakayekuwa
mkuu kuliko wote. 47 Lakini Yesu akayatambua
mawazo yao, naye akamchukua mtoto mdogo,
akamsimamisha kando yake. 48 Kisha akawaambia,
"Yeyote amkaribishaye mtoto huyu mdogo kwa
Jina langu, anikaribisha mimi, na yeyote ataka-
yenikaribisha mimi, atakuwa amemkaribisha
yeye aliyenituma. Kwa maana yeye aliye mdogo
miongoni mwenu, ndiye aliye mkuu kuliko wote."

49 Yohana akasema, "Bwana, tumemwona mtu
akitoa pepo wachafu kwa jina lako, nasi tukamzuia,
kwa sababu yeye si mmoja wetu."

50 Yesu akasema, "Msimzuie, kwa sababu yeyote
ambaye si kinyume nanyi, yu upande wenu."

Yesu Akataliwa Samaria

51 Wakati ulipokaribia wa yeye kuchukuliwa
mbinguni, alikaza uso wake kwenda Yerusalemu.
52 Akatuma watu wamtangulie, nao wakaenda
katika kijiji kimoja cha Samaria kumwandalia kila

[a]20 *Kristo* maana yake ni *Masiya,* yaani *Aliyetiwa mafuta.*

kitu; 53 lakini watu wa kijiji kile hawakumkaribisha
kwa sababu alikuwa anakwenda zake Yerusalemu.
54 Wanafunzi wake, yaani Yakobo na Yohana, wali-
poona hayo, wakasema: "Bwana, unataka tuagize
moto kutoka mbinguni ili uwaangamize?" 55 Yesu
akageuka na kuwakemea, 56 nao wakaenda kijiji
kingine.

Gharama Ya Kumfuata Yesu

57 Walipokuwa njiani wakienda, mtu mmoja
akamwambia Yesu, "Nitakufuata kokote uendako."
58 Yesu akamjibu, "Mbweha wana mapango,
nao ndege wa angani wana viota, lakini Mwana
wa Adamu hana mahali pa kulaza kichwa chake."
59 Yesu akamwambia mtu mwingine, "Nifuate."
Mtu huyo akamjibu, "Bwana, niruhusu kwanza
nikamzike baba yangu."
60 Yesu akamwambia, "Waache wafu wawazike
wafu wao, bali wewe nenda ukautangaze Ufalme
wa Mungu."
61 Mtu mwingine akamwambia, "Bwana, nita-
kufuata lakini naomba kwanza nikawaage jamaa
yangu."
62 Yesu akamwambia, "Mtu yeyote atiaye mkono
wake kulima, kisha akatazama nyuma, hafai kwa
Ufalme wa Mungu."

Yesu Awatuma Wale Sabini Na Wawili

10 Baada ya hayo, Bwana akawachagua wengine
sabini na wawili, akawatuma wawili wawili
katika kila mji na kila sehemu aliyokusudia kwenda
baadaye. 2 Akawaambia, "Mavuno ni mengi, lakini
watendakazi ni wachache. Kwa hiyo mwombeni
Bwana wa mavuno, ili apeleke watendakazi katika
shamba lake la mavuno. 3 Haya! nendeni. Ninawa-
tuma kama wana-kondoo katikati ya mbwa mwitu.
4 Msichukue mkoba, wala mfuko, wala viatu, na
msimsalimu mtu yeyote njiani.
5 "Mkiingia katika nyumba yoyote, kwanza
semeni, 'Amani iwe kwenu.' 6 Kama kuna mtu wa
amani humo, basi amani yenu itakuwa juu yake.
La sivyo, itawarudia. 7 Kaeni katika nyumba hiyo,
mkila na kunywa kile watakachowapa, kwa sababu
kila mtendakazi anastahili malipo yake. Msihame-
hame kutoka nyumba hadi nyumba.
8 "Mkienda katika mji na watu wake wakawa-
karibisha, kuleni chochote kiwekwacho mbele
yenu, 9 waponyeni wagonjwa waliomo na waa-
mbieni: 'Ufalme wa Mungu umekaribia.' 10 Lakini
mkiingia katika mji, nao hawakuwakaribisha,
tokeni mwende katika barabara zake mkaseme:
11 'Hata mavumbi ya mji wenu yaliyoshikamana
na miguu yetu, tunayakung'uta dhidi yenu. Lakini
mjue kwamba Ufalme wa Mungu umekaribia.'
12 Ninawaambia, itakuwa rahisi zaidi kwa Sodoma
kustahimili katika siku ile kuliko mji ule.

Onyo Kwa Miji Isiyotubu

13 "Ole wako Korazini! Ole wako Bethsaida!
Kwa kuwa kama miujiza iliyofanyika kwenu
ingefanyika Tiro na Sidoni, miji hiyo ingekuwa
imetubu zamani, kwa kuvaa magunia na kujipaka
majivu. 14 Lakini itakuwa rahisi zaidi kwa Tiro na
Sidoni kustahimili katika siku ya hukumu, kuliko
ninyi. 15 Nawe, Kapernaumu, je, utainuliwa hadi
mbinguni? La hasha, utashushwa mpaka kuzimu."
16 "Yeye awasikilizaye ninyi anisikiliza mimi;
naye awakataaye ninyi amenikataa mimi. Lakini
yeye anikataaye mimi amkataa yeye aliyenituma."
17 Wale sabini na wawili wakarudi kwa furaha,
na kusema, "Bwana, hata pepo wachafu wanatutii
kwa jina lako."
18 Yesu akawaambia, "Nilimwona Shetani akia-
nguka kutoka mbinguni kama umeme wa radi.
19 Tazama nimewapa mamlaka ya kukanyaga
nyoka na nge na juu ya nguvu zote za adui; wala
hakuna kitu chochote kitakachowadhuru. 20 Basi,
msifurahi kwa kuwa pepo wachafu wanawatii,
bali furahini kwa kuwa majina yenu yameandikwa
mbinguni."

Yesu Anashangilia

21 Wakati huo Yesu akashangilia katika Roho
Mtakatifu, akasema, "Nakuhimidi Baba, Bwana
wa mbingu na nchi, kwa kuwa umewaficha mambo
haya wenye hekima na wenye elimu, nawe ukawa-
funulia watoto wadogo. Naam, Baba, kwa kuwa
hivyo ndivyo ilivyokupendeza.
22 "Nimekabidhiwa vitu vyote na Baba yangu.
Hakuna mtu amjuaye Mwana ni nani ila Baba, wala
hakuna amjuaye Baba ni nani ila Mwana na yeyote
ambaye Mwana anapenda kumfunulia."
23 Basi Yesu akawageukia wanafunzi wake aka-
nena nao faraghani, akawaambia, "Heri macho
yanayoona yale mambo mnayoyaona. 24 Kwa maana
nawaambia, manabii wengi na wafalme walita-
mani kuona yale mnayoyaona lakini hawakuyaona,
na walitamani kusikia yale mnayoyasikia lakini
hawakuyasikia."

Mfano Wa Msamaria Mwema

25 Wakati huo mtaalamu mmoja wa sheria alisi-
mama ili kumjaribu Yesu, akamuuliza, "Mwalimu,
nifanye nini ili niurithi uzima wa milele?"
26 Yesu akamjibu, "Imeandikwaje katika Sheria?
Kwani unasoma nini humo?"
27 Akajibu, " 'Mpende Bwana Mungu wako kwa
moyo wako wote, kwa roho yako yote, kwa nguvu
zako zote, na kwa akili zako zote'; tena, 'Mpende
jirani yako kama unavyojipenda mwenyewe.' "
28 Yesu akamwambia, "Umejibu vyema. Fanya
hivyo nawe utaishi."
29 Lakini yule mtaalamu wa sheria, akitaka
kujionyesha kuwa mwenye haki, akamuuliza Yesu,
"Jirani yangu ni nani?"
30 Yesu akamjibu akasema, "Mtu mmoja alikuwa
akiteremka kutoka Yerusalemu kwenda Yeriko,
naye akaangukia mikononi mwa wanyang'anyi.
Wakampiga, wakaondoka, wakamwacha akiwa
karibu kufa. 31 Kuhani mmoja alikuwa akipitia
njia ile, alipomwona huyo mtu, akapita upande
mwingine, akamwacha hapo barabarani. 32 Vivyo
hivyo, Mlawi mmoja naye alipofika mahali pale,
alimwona, akapita upande mwingine, akamwa-
cha hapo barabarani 33 Lakini Msamaria mmoja
aliyekuwa akisafiri alipomwona, alimhurumia.
34 Akaenda alipokuwa na akasafisha majeraha
yake kwa divai na mafuta, kisha akayafunga. Ndipo

akampandisha kwenye punda wake, akampeleka mpaka kwenye nyumba ya wageni na kumtunza. 35 Kesho yake, yule Msamaria akachukua dinari mbili[a] akampa yule mwenye nyumba ya wageni na kusema, 'Mtunze, nami nirudipo nitakulipa gharama yoyote ya ziada uliyotumia kwa ajili yake.'

36 "Ni yupi basi miongoni mwa hawa watatu wewe unadhani ni jirani yake yule mtu aliyeangukia mikononi mwa wanyang'anyi?"

37 Yule mtaalamu wa sheria akajibu, "Ni yule aliyemhurumia."

Ndipo Yesu akamwambia, "Nenda, ukafanye vivyo hivyo."

Yesu Awatembelea Martha Na Maria

38 Ikawa Yesu na wanafunzi wake walipokuwa wakienda Yerusalemu, akaingia kwenye kijiji kimoja ambapo mwanamke mmoja aliyeitwa Martha alimkaribisha nyumbani kwake. 39 Martha alikuwa na mdogo wake aliyeitwa Maria, ambaye aliketi chini miguuni mwa Bwana akisikiliza yale aliyokuwa akisema. 40 Lakini Martha alikuwa akihangaika na maandalizi yote yaliyokuwa yafanyike. Martha akaja kwa Yesu na kumuuliza, "Bwana, hujali kwamba ndugu yangu ameniachia kazi zote mwenyewe? Basi mwambie anisaidie."

41 Lakini Bwana akamjibu, "Martha, Martha, mbona unasumbuka na kuhangaika na mengi? 42 Lakini kunahitajika kitu kimoja tu. Maria amechagua kile kilicho bora, wala hakuna mtu atakayemwondolea."

Yesu Afundisha Wanafunzi Wake Kuomba

11 Siku moja, Yesu alikuwa mahali fulani akiomba. Alipomaliza kuomba, mmoja wa wanafunzi wake akamwambia, "Bwana, tufundishe kuomba, kama vile Yohana alivyowafundisha wanafunzi wake."

2 Akawaambia, "Mnapoomba, semeni:

" 'Baba yetu (uliye mbinguni),
jina lako litukuzwe,
ufalme wako uje.
(Mapenzi yako yafanyike
hapa duniani kama huko mbinguni.)
3 Utupatie kila siku riziki yetu.
4 Utusamehe dhambi zetu,
kwa kuwa na sisi huwasamehe wote
wanaotukosea.
Wala usitutie majaribuni
(bali utuokoe kutoka kwa yule mwovu).' "

5 Kisha akawaambia, "Ni nani miongoni mwenu mwenye rafiki yake, naye akamwendea usiku wa manane na kumwambia, 'Rafiki, nikopeshe mikate mitatu. 6 Kwa sababu rafiki yangu amekuja kutoka safarini, nami sina kitu cha kumpa.'

7 "Kisha yule aliyeko ndani amjibu, 'Usinisumbue. Mlango umefungwa, nami na watoto wangu tumelala. Siwezi kuamka nikupe chochote.' 8 Nawaambia, ingawa huyo mtu hataamka na kumpa hiyo mikate kwa sababu ni rafiki yake, lakini kwa sababu ya kuendelea kwake kuomba, ataamka na kumpa kiasi anachohitaji.

9 "Kwa hiyo nawaambia: Ombeni nanyi mtapewa; tafuteni nanyi mtapata; bisheni nanyi mtafunguliwa mlango. 10 Kwa kuwa kila aombaye hupewa; naye kila atafutaye hupata; na kila abishaye hufunguliwa mlango.

11 "Je, kuna yeyote miongoni mwenu ambaye mtoto wake akimwomba samaki, atampa nyoka badala yake? 12 Au mtoto akimwomba yai atampa nge? 13 Basi ikiwa ninyi mlio waovu, mnajua kuwapa watoto wenu vitu vizuri, si zaidi sana Baba yenu aliye mbinguni atawapa Roho Mtakatifu wale wamwombao!"

Yesu Na Beelzebuli

14 Basi Yesu alikuwa anamtoa pepo mchafu kutoka kwa mtu aliyekuwa bubu. Yule pepo mchafu alipomtoka yule mtu aliyekuwa bubu, akaanza kuongea, nao umati wa watu ukashangaa. 15 Lakini wengine wakasema, "Anatoa pepo wachafu kwa uwezo wa Beelzebuli,[b] yule mkuu wa pepo wachafu wote." 16 Wengine ili kumjaribu wakataka awaonyeshe ishara kutoka mbinguni.

17 Yesu akajua mawazo yao, naye akawaambia, "Kila ufalme ukigawanyika dhidi yake wenyewe huangamia. Nayo nyumba iliyogawanyika dhidi yake yenyewe itaanguka. 18 Kama Shetani amegawanyika mwenyewe, ufalme wake utasimamaje? Nawaambia haya kwa sababu ninyi mnadai ya kuwa mimi ninatoa pepo wachafu kwa uwezo wa Beelzebuli. 19 Kama mimi natoa pepo wachafu kwa nguvu za Beelzebuli, wafuasi wenu nao je, wao hutoa pepo wachafu kwa uwezo wa nani? Hivyo basi, wao ndio watakaowahukumu. 20 Lakini kama mimi ninatoa pepo wachafu kwa kidole cha Mungu, basi Ufalme wa Mungu umewajia.

21 "Mtu mwenye nguvu aliyejifunga silaha anapoilinda nyumba yake, mali yake iko salama. 22 Lakini mtu mwenye nguvu zaidi kumliko akimshambulia na kumshinda, yeye humnyang'anya silaha zake zote alizozitegemea, na kuchukua nyara.

23 "Mtu asiyekuwa pamoja nami yu kinyume nami, na mtu ambaye hakusanyi pamoja nami, hutawanya.

Kurudi Kwa Pepo Mchafu

24 "Pepo mchafu amtokapo mtu, hutangatanga katika sehemu zisizo na maji akitafuta mahali pa kupumzika, lakini hapati. Ndipo husema, 'Nitarudi kwenye nyumba yangu nilikotoka.' 25 Naye arudipo na kuikuta ile nyumba imefagiliwa na kupangwa vizuri, 26 ndipo huenda na kuchukua pepo wachafu wengine saba wabaya kuliko yeye mwenyewe, nao huingia na kukaa humo. Nayo hali ya mwisho ya yule mtu huwa ni mbaya kuliko ile ya kwanza."

27 Ikawa Yesu alipokuwa akisema hayo, mwanamke mmoja katikati ya ule umati wa watu akapaza sauti akasema, "Limebarikiwa tumbo lililokuzaa na matiti uliyonyonya!"

---

[a]35 Dinari mbili ni sawa na mshahara wa kibarua wa siku mbili.

[b]15 Beelzebubu au Beelzebuli; ni mkuu wa pepo wachafu; pia 18, 19.

28 Yesu akajibu, "Wamebarikiwa zaidi wale
wanaolisikia neno la Mungu na kulitii."

Ishara Ya Yona

29 Umati wa watu ulipokuwa unazidi kuonge-
zeka, Yesu akaendelea kusema, "Hiki ni kizazi
kiovu. Kinatafuta ishara, lakini hakitapewa ishara
yoyote isipokuwa ile ya Yona. 30 Kwa maana kama
vile Yona alivyokuwa ishara kwa watu wa Ninawi,
ndivyo Mwana wa Adamu atakavyokuwa ishara
kwa kizazi hiki. 31 Malkia wa Kusini atasimama
wakati wa hukumu na kuwahukumu watu wa
kizazi hiki. Kwa kuwa yeye alikuja kutoka miisho
ya dunia ili kuisikiliza hekima ya Solomoni. Na
hapa yupo aliye mkuu kuliko Solomoni. 32 Siku ya
hukumu, watu wa Ninawi watasimama pamoja
na kizazi hiki na kukihukumu; kwa maana wao
walitubu waliposikia mahubiri ya Yona. Na tazama,
hapa yupo yeye aliye mkuu kuliko Yona.

Taa Ya Mwili

33 "Hakuna mtu yeyote awashaye taa na kuiweka
mahali palipofichika au kuifunikia chini ya bakuli.
Badala yake huiweka juu ya kinara chake, ili watu
wote wanaoingia waone nuru. 34 Jicho lako ni taa ya
mwili wako. Kama jicho lako ni zima, mwili wako
wote pia umejaa nuru. Lakini kama jicho ni bovu,
mwili wako wote pia umejaa giza. 35 Kwa hiyo, haki-
kisha kwamba nuru iliyoko ndani yako isiwe giza.
36 Basi ikiwa mwili wako wote umejaa nuru, bila
sehemu yake yoyote kuwa gizani, basi utakuwa na
nuru kama vile taa ikuangazavyo kwa nuru yake."

Yesu Awashutumu Mafarisayo Na Wanasheria

37 Yesu alipomaliza kuzungumza, Farisayo
mmoja alimwalika nyumbani mwake kwa cha-
kula. Yesu akaingia na kuketi katika sehemu yake
mezani. 38 Yule Farisayo akashangaa kwamba Yesu
hakunawa kwanza kabla ya kula.

39 Ndipo Bwana akamwambia, "Sasa, enyi Mafa-
risayo, mnasafisha kikombe na sahani kwa nje,
lakini ndani mmejaa unyang'anyi na uovu. 40 Enyi
wapumbavu! Hamjui kuwa yeye aliyetengeneza
nje ndiye alitengeneza na ndani pia? 41 Basi toeni
sadaka ya vile mlivyo navyo, na tazama, vitu vyote
vitakuwa safi kwenu.

42 "Lakini ole wenu, Mafarisayo, kwa maana
mnampa Mungu zaka za mnanaa, mchicha na kila
aina ya mboga, lakini mnapuuza haki na upendo
wa Mungu. Iliwapasa kufanya haya ya pili bila
kupuuza hayo ya kwanza.

43 "Ole wenu Mafarisayo, kwa sababu ninyi mna-
penda kukalia viti vya mbele katika masinagogi,
na kusalimiwa kwa heshima masokoni.

44 "Ole wenu, kwa sababu ninyi ni kama makaburi
yasiyokuwa na alama, ambayo watu huyakanyaga
pasipo kujua."

45 Mtaalamu mmoja wa sheria akamjibu, aka-
sema, "Mwalimu, unaposema mambo haya,
unatutukana na sisi pia."

46 Yesu akamjibu, "Nanyi wataalamu wa sheria,
ole wenu, kwa sababu mnawatwika watu mizigo
mizito ambayo hawawezi kubeba, wala ninyi
wenyewe hamwinui hata kidole kimoja kuwasaidia.

47 "Ole wenu, kwa sababu ninyi mnajenga maka-
buri ya manabii waliouawa na baba zenu. 48 Hivyo
ninyi mwashuhudia na mnathibitisha kile baba
zenu walichofanya. Wao waliwaua manabii, nanyi
mnawajengea makaburi. 49 Kwa sababu ya jambo
hili, Mungu katika hekima yake alisema, 'Tazama,
nitatuma kwao manabii na mitume, nao wata-
waua baadhi yao na wengine watawatesa.' 50 Kwa
hiyo kizazi hiki kitawajibika kwa ajili ya damu ya
manabii iliyomwagwa tangu kuwekwa misingi ya
ulimwengu, 51 tangu damu ya Abeli mpaka damu ya
Zekaria, aliyeuawa kati ya madhabahu na mahali
patakatifu. Naam, nawaambia, kizazi hiki kitawa-
jibika kwa haya yote.

52 "Ole wenu ninyi wataalamu wa sheria, kwa
sababu mmeuondoa ufunguo wa maarifa. Ninyi
wenyewe hamkuingia, na wale waliokuwa wanai-
ngia mkawazuia."

53 Yesu alipoondoka huko, walimu wa sheria na
Mafarisayo wakaanza kumpinga vikali na kumso-
nga kwa maswali, 54 wakivizia kumkamata kwa kitu
atakachosema ili wamshtaki.

Maonyo Dhidi Ya Unafiki

12 Wakati huo, umati mkubwa wa watu maelfu,
walipokuwa wamekusanyika hata wakawa
wanakanyagana, Yesu akaanza kuzungumza
kwanza na wanafunzi wake, akawaambia: "Jihadha-
rini na chachu ya Mafarisayo, yaani, unafiki wao.
2 Hakuna jambo lolote lililositirika ambalo halitafu-
nuliwa, au lililofichwa ambalo halitajulikana. 3 Kwa
hiyo, lolote mlilosema gizani litasikiwa nuruni. Na
kile mlichonong'ona masikioni mkiwa kwenye vyu-
mba vya ndani, kitatangazwa juu ya paa.

4 "Nawaambieni rafiki zangu, msiwaogope
wale wauao mwili, lakini baada ya hilo hawawezi
kufanya lolote zaidi. 5 Lakini nitawaambia nani
wa kumwogopa: Mwogopeni yule ambaye baada
ya kuua mwili, ana mamlaka ya kuwatupa motoni.
Naam, nawaambia, mwogopeni huyo! 6 Mnajua
kwamba shomoro watano huuzwa kwa senti mbili?
Lakini Mungu hamsahau hata mmoja wao. 7 Naam,
hata nywele za vichwa vyenu zote zimehesabiwa.
Hivyo msiogope, kwa maana ninyi ni wa thamani
kubwa kuliko shomoro wengi.

8 "Ninawaambia kwamba yeyote atakayenikiri
mbele ya watu, Mwana wa Adamu naye ata-
mkiri mbele za malaika wa Mungu. 9 Lakini yeye
atakayenikana mimi mbele ya watu, Mwana wa
Adamu naye atamkana mbele ya malaika wa
Mungu. 10 Naye kila atakayenena neno baya dhidi
ya Mwana wa Adamu atasamehewa, lakini yeyote
atakayemkufuru Roho Mtakatifu hatasamehewa.

11 "Watakapowapeleka katika masinagogi, na
mbele ya watawala na wenye mamlaka, msiwe
na wasiwasi kuhusu namna mtakavyojitetea au
mtakavyosema. 12 Kwa maana Roho Mtakatifu
atawafundisha wakati huo huo mnachopaswa
kusema."

Mfano Wa Tajiri Mpumbavu

13 Mtu mmoja katika umati wa watu akamwambia
Yesu, "Mwalimu, mwambie ndugu yangu tugawane
naye urithi wetu."

14 Lakini Yesu akamwambia, "Rafiki, ni nani ali-
yeniweka mimi kuwa hakimu wenu au msuluhishi
juu yenu?" 15 Ndipo Yesu akawaambia, "Jihadharini!
Jilindeni na aina zote za choyo. Kwa maana maisha
ya mtu hayatokani na wingi wa mali alizo nazo."
16 Kisha akawaambia mfano huu: "Shamba la
mtu mmoja tajiri lilizaa sana. 17 Akawaza moyoni
mwake, 'Nifanye nini? Sina mahali pa kuhifadhi
mavuno yangu.'
18 "Ndipo huyo tajiri akasema, 'Nitafanya hivi:
Nitabomoa ghala zangu za nafaka na kujenga nyi-
ngine kubwa zaidi na huko nitayahifadhi mavuno
yangu yote na vitu vyangu. 19 Nami nitaiambia nafsi
yangu, "Nafsi, unavyo vitu vingi vizuri ulivyojiwe-
kea akiba kwa miaka mingi. Pumzika; kula, unywe,
ufurahi." '
20 "Lakini Mungu akamwambia, 'Mpumbavu
wewe! Usiku huu uhai wako unatakiwa. Sasa hivyo
vitu ulivyojiwekea akiba vitakuwa vya nani?'
21 "Hivyo ndivyo ilivyo kwa wale wanaojiwekea
mali lakini hawajitajirishi kwa Mungu."

Msiwe Na Wasiwasi

22 Kisha Yesu akawaambia wanafunzi wake:
"Kwa hiyo nawaambia, msisumbukie maisha yenu
kwamba mtakula nini; au msumbukie miili yenu
kwamba mtavaa nini. 23 Maisha ni zaidi ya chakula,
na mwili ni zaidi ya mavazi. 24 Fikirini ndege! Wao
hawapandi wala hawavuni, hawana ghala wala
popote pa kuhifadhi nafaka; lakini Mungu huwa-
lisha. Ninyi ni wa thamani zaidi kuliko ndege! 25 Ni
nani miongoni mwenu ambaye kwa kujitaabisha
kwake anaweza kujiongezea hata saa moja zaidi
katika maisha yake? 26 Kama hamwezi kufanya
jambo dogo kama hilo, kwa nini basi kuyasumbu-
kia hayo mengine?
27 "Angalieni maua jinsi yameavyo: Hayafanyi
kazi wala hayafumi. Lakini nawaambia, hata
Solomoni katika fahari yake yote hakuvikwa
vizuri kama mojawapo ya hayo maua. 28 Basi
ikiwa Mungu huyavika hivi majani ya shambani,
ambayo leo yapo, na kesho yanatupwa motoni, si
atawavika ninyi vizuri zaidi, enyi wa imani haba!
29 Wala msisumbuke mioyoni mwenu mtakula
nini au mtakunywa nini. Msiwe na wasiwasi juu
ya haya. 30 Watu wa mataifa ya duniani husumbuka
sana kuhusu vitu hivi vyote, lakini Baba yenu ana-
fahamu kuwa mnahitaji haya yote. 31 Bali utafuteni
Ufalme wa Mungu, na haya yote atawapa pia.

Utajiri Wa Mbinguni

32 "Msiogope enyi kundi dogo, kwa maana Baba
yenu ameona vyema kuwapa ninyi Ufalme. 33 Uzeni
mali zenu mkawape maskini. Jifanyieni mifuko
isiyochakaa, mkajiwekee hazina mbinguni isi-
yokwisha, mahali ambapo mwizi hakaribii wala
nondo haharibu. 34 Kwa sababu mahali hazina yako
ilipo, hapo ndipo moyo wako utakapokuwa pia.

Kukesha

35 "Kuweni tayari mkiwa mmevikwa kwa ajili
ya huduma na taa zenu zikiwa zinawaka, 36 kama
watumishi wanaomngojea bwana wao arudi kutoka
kwenye karamu ya arusi, ili ajapo na kubisha
mlango waweze kumfungulia mara. 37 Heri wale
watumishi ambao bwana wao atakapokuja ata-
wakuta wakiwa wanakesha. Amin, nawaambia,
atajifunga mkanda wake na kuwaketisha ili wale,
naye atakuja na kuwahudumia. 38 Itakuwa heri
kwa watumwa hao ikiwa bwana wao atakapokuja
atawakuta wamekesha hata kama atakuja mnamo
usiku wa manane, au karibu na mapambazuko.
39 Lakini fahamuni jambo hili: Kama mwenye
nyumba angalijua saa mwizi atakuja, asingaliia-
cha nyumba yake kuvunjwa. 40 Ninyi nanyi hamna
budi kuwa tayari, kwa sababu Mwana wa Adamu
atakuja saa msiyotazamia."

Mtumishi Mwaminifu Na Yule Asiye Mwaminifu

41 Ndipo Petro akamuuliza, "Bwana, mfano huu
unatuambia sisi peke yetu au watu wote?"
42 Yesu akamjibu, "Ni yupi basi wakili mwaminifu
na mwenye busara, ambaye bwana wake atamfa-
nya msimamizi juu ya watumishi wake wote, ili
awape watumishi wengine chakula chao wakati
unaofaa? 43 Heri mtumishi yule ambaye bwana
wake atakaporudi atamkuta akifanya hivyo.
44 Amin nawaambia, atamweka mtumishi huyo
kuwa msimamizi wa mali yake yote. 45 Lakini kama
yule mtumishi atasema moyoni mwake, 'Bwana
wangu anakawia kurudi,' kisha akaanza kuwapiga
wale watumishi wa kiume na wa kike, na kula na
kunywa na kulewa. 46 Basi bwana wa mtumishi
huyo atakuja siku asiyodhani na saa asiyoijua.
Atamkata vipande vipande na kumweka katika
sehemu moja pamoja na wale wasioamini.
47 "Yule mtumishi anayefahamu vyema mapenzi
ya bwana wake na asijiandae wala kufanya kama
apendavyo bwana wake, atapigwa kwa mapigo
mengi. 48 Lakini yeyote ambaye hakujua naye aka-
fanya yale yastahiliyo kupigwa, atapigwa kidogo.
Yeyote aliyepewa vitu vingi, atadaiwa vingi; na
yeyote aliyekabidhiwa vingi, kwake vitatakiwa vingi.

Yesu Kuleta Mafarakano

49 "Nimekuja kuleta moto duniani; laiti kama
ungekuwa tayari umewashwa! 50 Lakini ninao uba-
tizo ambao lazima nibatizwe, nayo dhiki yangu ni
kuu mpaka ubatizo huo ukamilike! 51 Mnadhani
nimekuja kuleta amani duniani? La, nawaambia
sivyo, nimekuja kuleta mafarakano. 52 Kuanzia
sasa, kutakuwa na watu watano katika nyumba
moja, watatu dhidi ya wawili, na wawili dhidi ya
watatu. 53 Watafarakana baba dhidi ya mwanawe
na mwana dhidi ya babaye, mama dhidi ya bintiye
na binti dhidi ya mamaye, naye mama mkwe dhidi
ya mkwewe na mkwe dhidi ya mama mkwe wake."

Kutambua Majira

54 Pia Yesu akauambia ule umati wa watu, "Mwo-
napo wingu likitokea magharibi, mara mwasema,
'Mvua itanyesha,' nayo hunyesha. 55 Nanyi mwo-
napo upepo wa kusini ukivuma, ninyi husema,
'Kutakuwa na joto,' na huwa hivyo. 56 Enyi wanafiki!
Mnajua jinsi ya kutambua kuonekana kwa dunia
na anga. Inakuwaje basi kwamba mnashindwa
kutambua wakati huu wa sasa?
57 "Kwa nini hamwamui wenyewe lililo haki?

58 Uwapo njiani na mshtaki wako kwenda kwa
hakimu, jitahidi kupatana naye mkiwa njiani. La
sivyo, atakupeleka kwa hakimu, naye hakimu ata-
kukabidhi kwa afisa, naye afisa atakutupa gerezani.
59 Nakuambia, hautatoka humo hadi uwe umelipa
senti ya mwisho."

Tubu, La Sivyo Utaangamia

13 Wakati huo huo, kulikuwa na watu waliomwa-
mbia Yesu habari za Wagalilaya ambao Pilato
aliwaua, na damu ya hao watu akaichanganya na
dhabihu yao waliyokuwa wanatoa. 2 Yesu akawau-
liza, "Mnadhani kwamba hawa Wagalilaya ambao
walikufa kifo cha namna hiyo walikuwa na dhambi
kuwazidi Wagalilaya wengine wote? 3 La hasha!
Ninyi nanyi msipotubu, mtaangamia vivyo hivyo.
4 Au wale watu kumi na wanane waliokufa wali-
poangukiwa na mnara huko Siloamu: mnadhani
wao walikuwa waovu kuliko watu wote waliokuwa
wanaishi Yerusalemu? 5 Nawaambia, la hasha! Ninyi
nanyi msipotubu, wote mtaangamia vivyo hivyo."

Mfano Wa Mti Usiozaa Matunda

6 Kisha Yesu akawaambia mfano huu: "Mtu
mmoja alikuwa na mtini uliopandwa katika sha-
mba lake la mizabibu, akaja ili kutafuta tini kwenye
mti huo, lakini hakupata hata moja. 7 Hivyo aka-
mwambia mtunza shamba: 'Tazama, kwa muda
wa miaka mitatu sasa nimekuwa nikija kutafuta
matunda kwenye mtini huu, nami sikupata hata
moja. Ukate! Kwa nini uendelee kuharibu ardhi?'
8 "Yule mtunza shamba akamjibu, 'Bwana, uache
tena kwa mwaka mmoja zaidi, nami nitaupalilia na
kuuwekea mbolea. 9 Kama ukizaa matunda mwaka
ujao, vyema, la sivyo uukate.' "

Yesu Amponya Mwanamke Kilema Siku Ya Sabato

10 Basi Yesu alikuwa akifundisha katika sinagogi
mojawapo siku ya Sabato. 11 Wakati huo huo akaja
mwanamke mmoja aliyekuwa na pepo mchafu, naye
alikuwa amepinda mgongo kwa muda wa miaka
kumi na minane, wala alikuwa hawezi kunyooka
wima. 12 Yesu alipomwona, akamwita, akamwambia,
"Mwanamke, uwe huru, umepona ugonjwa wako."
13 Yesu alipomwekea mikono yake, mara akasimama
wima akaanza kumtukuza Mungu.

14 Lakini kiongozi wa sinagogi akakasirika
kwa sababu Yesu alikuwa ameponya mtu siku ya
Sabato. Akaambia ule umati wa watu, "Kuna siku
sita ambazo watu wanapaswa kufanya kazi. Katika
siku hizo, njooni mponywe, lakini si katika siku
ya Sabato."

15 Lakini Bwana akamjibu, "Enyi wanafiki! Je, kila
mmoja wenu hamfungulii ng'ombe wake au punda
wake kutoka zizini akampeleka kumnywesha maji
siku ya Sabato? 16 Je, huyu mwanamke, ambaye ni
binti wa Abrahamu, aliyeteswa na Shetani akiwa
amemfunga kwa miaka yote hii kumi na minane,
hakustahili kufunguliwa kutoka kifungo hicho
siku ya Sabato?"

17 Aliposema haya, wapinzani wake wakaaibika,
lakini watu wakafurahi kwa ajili ya mambo ya ajabu
aliyoyafanya.

Mfano Wa Punje Ya Haradali

18 Kisha Yesu akauliza, "Ufalme wa Mungu
unafanana na nini? Nitaufananisha na nini?
19 Umefanana na punje ya haradali ambayo mtu
aliichukua na kuipanda katika shamba lake. Nayo
ikakua, ikawa mti nao ndege wa angani wakatenge-
neza viota vyao kwenye matawi yake."

Mfano Wa Chachu

20 Yesu akauliza tena, "Nitaufananisha Ufalme
wa Mungu na nini? 21 Unafanana na chachu ambayo
mwanamke aliichukua akaichanganya katika kiasi
kikubwa cha unga mpaka wote ukaumuka."

Mlango Mwembamba

22 Yesu akapita katika miji na vijiji, akifundisha
wakati alisafiri kwenda Yerusalemu. 23 Mtu mmoja
akamuuliza, "Bwana, ni watu wachache tu wata-
kaookolewa?"

24 Yesu akawaambia, "Jitahidini sana kuingia
kupitia mlango mwembamba, kwa maana nawaa-
mbia wengi watajaribu kuingia, lakini hawataweza.
25 Wakati mwenye nyumba atakapoondoka na
kufunga mlango, mtasimama nje mkibisha mlango
na kusema, 'Bwana! Tufungulie mlango!'

"Lakini yeye atawajibu, 'Siwajui ninyi, wala
mtokako.'

26 "Ndipo mtamjibu, 'Tulikula na kunywa pamoja
nawe, tena ulifundisha katika mitaa yetu.'

27 "Lakini yeye atawajibu, 'Siwajui ninyi, wala
mtokako. Ondokeni kwangu, ninyi watenda
maovu!'

28 "Ndipo kutakuwako kilio na kusaga meno,
mtakapowaona Abrahamu, Isaki, Yakobo na mana-
bii wote wakiwa katika Ufalme wa Mungu, lakini
ninyi mkiwa mmetupwa nje. 29 Watu watatoka
mashariki na magharibi, kaskazini na kusini, nao
wataketi kwenye sehemu walizoandaliwa kara-
muni katika Ufalme wa Mungu. 30 Tazama, kunao
walio wa mwisho watakaokuwa wa kwanza, nao
wa kwanza watakaokuwa wa mwisho."

Yesu Aomboleza Kwa Ajili Ya Yerusalemu

31 Wakati huo huo baadhi ya Mafarisayo waka-
mwendea Yesu na kumwambia, "Ondoka hapa
uende mahali pengine kwa maana Herode anataka
kukuua."

32 Yesu akawajibu, "Nendeni mkamwambie yule
mbweha, 'Ninafukuza pepo wachafu na kuponya
wagonjwa leo na kesho, nami siku ya tatu nitai-
kamilisha kazi yangu.' 33 Sina budi kuendelea na
safari yangu leo, kesho na kesho kutwa: kwa maana
haiwezekani nabii kufa mahali pengine isipokuwa
Yerusalemu.

34 "Ee Yerusalemu, Yerusalemu, uwauaye mana-
bii na kuwapiga mawe wale waliotumwa kwako!
Mara ngapi nimetamani kuwakusanya watoto
wako pamoja, kama vile kuku akusanyavyo vifa-
ranga wake chini ya mabawa yake, lakini hukutaka!
35 Tazama nyumba yenu imeachwa ukiwa. Nina-
waambia, hamtaniona tena mpaka wakati ule
mtakaposema, 'Amebarikiwa yeye ajaye kwa jina
la Bwana.' "

Yesu Nyumbani Mwa Farisayo

14 Ikawa siku moja Yesu alipokuwa amekwe-
nda kula chakula kwa mmoja wa viongozi
wa Mafarisayo siku ya Sabato, watu walikuwa
wakimchunguza kwa bidii. 2 Papo hapo mbele
yake palikuwa na mtu mmoja mwenye ugonjwa wa
kuvimba mwili. 3 Yesu akawauliza wale Mafarisayo
na walimu wa sheria, "Je, ni halali kuponya watu
siku ya Sabato au la?" 4 Wakakaa kimya. Hivyo Yesu
akamshika yule mgonjwa mkono na kumponya,
akamruhusu aende zake.
5 Kisha akawauliza, "Kama mmoja wenu ange-
kuwa na mtoto au ng'ombe wake aliyetumbukia
katika kisima siku ya Sabato, je, hamtamvuta mara
moja na kumtoa?" 6 Nao hawakuwa na la kusema.

Unyenyekevu Na Ukarimu

7 Alipoona jinsi wageni walivyokuwa wanacha-
gua mahali pa heshima wakati wa kula, akawaambia
mfano huu: 8 "Mtu akikualika arusini, usikae mahali
pa mgeni wa heshima kwa kuwa inawezekana
amealikwa mtu mheshimiwa kuliko wewe. 9 Kama
mkifanya hivyo yule aliyewaalika ninyi wawili
atakuja na kukuambia, 'Mpishe huyu mtu kiti
chako.' Ndipo kwa aibu utalazimika kukaa katika
nafasi ya chini kabisa. 10 Badala yake, unapoalikwa,
chagua nafasi ya chini, ili yule mwenyeji wako ata-
kapokuona atakuja na kukuambia, 'Rafiki yangu,
nenda kwenye nafasi iliyo bora zaidi.' Kwa jinsi
hii utakuwa umepewa heshima mbele ya wageni
wenzako wote. 11 Kwa maana kila mtu ajikwezaye
atashushwa, naye ajishushaye atakwezwa."
12 Kisha Yesu akamwambia yule aliyewaalika,
"Uandaapo karamu ya chakula cha mchana au
cha jioni, usialike rafiki zako au ndugu zako au
jamaa zako au majirani zako walio matajiri tu. Uki-
fanya hivyo, wao nao wanaweza kukualika kwao,
nawe ukawa umelipwa kile ulichofanya na kupata
thawabu yako. 13 Bali ufanyapo karamu, waalike
maskini, vilema na vipofu, 14 nawe utabarikiwa kwa
sababu hawa hawana uwezo wa kukulipa. Mungu
atakulipa wakati wa ufufuo wa wenye haki."

Mfano Wa Karamu Kuu

15 Mmoja wa wale waliokuwa pamoja naye
mezani aliposikia hivi akamwambia Yesu, "Ame-
barikiwa mtu yule atakayekula katika karamu ya
Ufalme wa Mungu!"
16 Yesu akamjibu, "Mtu mmoja alikuwa anaandaa
karamu kubwa, akaalika watu wengi. 17 Wakati wa
karamu ulipofika, akamtuma mtumishi wake aka-
waambie wale walioalikwa, 'Karibuni, kila kitu ki
tayari sasa.'
18 "Lakini wote, kila mmoja, wakaanza kutoa
udhuru: Wa kwanza akasema, 'Nimenunua sha-
mba, lazima niende kuliona. Tafadhali niwie radhi.'
19 "Mwingine akasema, 'Ndipo tu nimenunua jozi
tano za ng'ombe wa kulimia, nami ninakwenda
kuwajaribu, tafadhali niwie radhi.' 20 Naye mwi-
ngine akasema, 'Nimeoa mke, kwa hiyo siwezi
kuja.'
21 "Yule mtumishi akarudi, akampa bwana wake
taarifa. Ndipo yule mwenye nyumba akakasirika,
akamwagiza yule mtumishi wake, akisema, 'Nenda
upesi kwenye mitaa na vichochoro vya mjini uwa-
lete maskini, vilema, vipofu na viwete.'
22 "Yule mtumishi akamwambia, 'Bwana, yale
uliyoniagiza nimefanya, lakini bado ipo nafasi.'
23 "Ndipo yule bwana akamwambia mtumishi
wake, 'Nenda kwenye barabara na vijia vilivyoko
nje ya mji na uwalazimishe watu waingie ili nyu-
mba yangu ipate kujaa. 24 Kwa maana nawaambia,
hakuna hata mmoja wa wale walioalikwa ataka-
yeionja karamu yangu.' "

Gharama Ya Kuwa Mwanafunzi

25 Umati mkubwa wa watu ulikuwa ukisafiri
pamoja na Yesu, naye akageuka, akawaambia,
26 "Mtu yeyote anayekuja kwangu hawezi kuwa
mwanafunzi wangu kama hatanipenda mimi
zaidi ya baba yake na mama yake, mke wake na
watoto wake, ndugu zake na dada zake, naam, hata
maisha yake mwenyewe. 27 Yeyote asiyeuchukua
msalaba wake na kunifuata hawezi kuwa mwa-
nafunzi wangu.
28 "Ni nani miongoni mwenu ambaye kama
anataka kujenga nyumba, hakai kwanza chini
na kufanya makisio ya gharama aone kama ana
fedha za kutosha kukamilisha? 29 La sivyo, akiisha
kuweka msingi, naye akiwa hana uwezo wa kui-
kamilisha, wote waionao wataanza kumdhihaki,
30 wakisema, 'Mtu huyu alianza kujenga lakini
hakuweza kukamilisha.'
31 "Au ni mfalme gani atokaye kwenda kupigana
vita na mfalme mwingine, ambaye hakai chini kwa-
nza na kufikiri iwapo akiwa na jeshi la watu 10,000
ataweza kupigana na yule anayekuja na jeshi la
watu 20,000? 32 Kama hawezi, basi wakati yule
mwingine akiwa bado yuko mbali, yeye hutuma
ujumbe wa watu na kuomba masharti ya amani.
33 Vivyo hivyo, yeyote miongoni mwenu ambaye
hawezi kuacha vyote alivyo navyo, hawezi kuwa
mwanafunzi wangu.

Chumvi Isiyofaa

34 "Chumvi ni nzuri, lakini chumvi ikiwa ime-
poteza ladha yake, itafanywaje ili iweze kukolea
tena? 35 Haifai ardhi wala kwa lundo la mbolea,
bali hutupwa nje.
"Mwenye masikio ya kusikia, na asikie."

Mfano Wa Kondoo Aliyepotea

15 Basi watoza ushuru na wenye dhambi wote
walikuwa wanakusanyika ili wapate kumsiki-
liza Yesu. 2 Lakini Mafarisayo na walimu wa sheria
wakanung'unika wakisema, "Huyu mtu anawaka-
ribisha wenye dhambi na kula nao."
3 Ndipo Yesu akawaambia mfano huu: 4 "Ikiwa
mmoja wenu ana kondoo mia moja, naye akapoteza
mmoja wao, je, hawaachi wale tisini na tisa nyi-
kani na kwenda kumtafuta huyo aliyepotea mpaka
ampate? 5 Naye akishampata, humbeba mabegani
mwake kwa furaha 6 na kwenda nyumbani. Kisha
huwaita rafiki zake na majirani, na kuwaambia,
'Furahini pamoja nami; nimempata kondoo wangu
aliyepotea.' 7 Nawaambieni, vivyo hivyo kutakuwa
na furaha zaidi mbinguni kwa sababu ya mwenye

dhambi mmoja atubuye, kuliko kwa wenye haki tisini na tisa ambao hawana haja ya kutubu."

Mfano Wa Sarafu Iliyopotea

8 "Au ikiwa mwanamke ana sarafu za fedha kumi, naye akapoteza moja, je, hawashi taa na kufagia nyumba na kuitafuta kwa bidii mpaka aipate? 9 Naye akiisha kuipata, huwaita rafiki zake na majirani na kuwaambia, 'Furahini pamoja nami; nimeipata ile sarafu yangu ya fedha iliyopotea.' 10 Vivyo hivyo, nawaambia, kuna furaha mbele ya malaika wa Mungu juu ya mwenye dhambi mmoja atubuye."

Mfano Wa Mwana Mpotevu

11 Yesu akaendelea kusema: "Kulikuwa na mtu mmoja aliyekuwa na wana wawili. 12 Yule mdogo akamwambia baba yake, 'Baba, nipe urithi wangu.' Hivyo akawagawia wanawe mali yake.

13 "Baada ya muda mfupi, yule mdogo akakusanya vitu vyote alivyokuwa navyo, akaenda nchi ya mbali, na huko akaitapanya mali yake kwa maisha ya anasa. 14 Baada ya kutumia kila kitu alichokuwa nacho, kukawa na njaa kali katika nchi ile yote, naye akawa hana chochote. 15 Kwa hiyo akaenda akaajiriwa na mwenyeji mmoja wa nchi ile ambaye alimpeleka shambani kwake kulisha nguruwe. 16 Akatamani kujishibisha kwa maganda waliyokula wale nguruwe, wala hakuna mtu aliyempa chochote.

17 "Lakini alipozingatia moyoni mwake, akasema, 'Ni watumishi wangapi walioajiriwa na baba yangu ambao wana chakula cha kuwatosha na kusaza, bali mimi hapa nakufa kwa njaa! 18 Nitaondoka na kurudi kwa baba yangu na kumwambia: Baba, nimetenda dhambi mbele za Mungu na mbele yako. 19 Sistahili tena kuitwa mwanao; nifanye kama mmoja wa watumishi wako.' 20 Basi akaondoka, akaenda kwa baba yake.

"Lakini alipokuwa bado yuko mbali, baba yake akamwona, moyo wake ukajawa na huruma. Akamkimbilia mwanawe, akamkumbatia na kumbusu.

21 "Yule mwana akamwambia baba yake, 'Baba, nimekosa mbele za Mungu na mbele yako. Sistahili kuitwa mwanao tena.'

22 "Lakini baba yake akawaambia watumishi, 'Leteni upesi joho lililo bora sana, tieni pete kidoleni mwake na viatu miguuni mwake. 23 Leteni ndama aliyenona, mkamchinje ili tuwe na karamu, tule na kufurahi. 24 Kwa maana huyu mwanangu alikuwa amekufa na sasa yu hai tena; alikuwa amepotea na sasa amepatikana!' Nao wakaanza kufanya tafrija.

25 "Wakati huo, yule mwana mkubwa alikuwa shambani. Alipokaribia nyumbani, akasikia sauti ya nyimbo na watu wakicheza. 26 Akamwita mmoja wa watumishi na kumuuliza, 'Kuna nini?' 27 Akamwambia, 'Ndugu yako amekuja, naye baba yako amemchinjia ndama aliyenona kwa sababu mwanawe amerudi nyumbani akiwa salama na mzima.'

28 "Yule mwana mkubwa akakasirika, akakataa kuingia ndani. Basi baba yake akatoka nje na kumsihi. 29 Lakini yeye akamjibu baba yake, 'Tazama! Miaka yote hii nimekutumikia na hata siku moja sijaacha kutii amri zako, lakini hujanipa hata mwana-mbuzi ili nifurahi na rafiki zangu. 30 Lakini huyu mwanao ambaye ametapanya mali yako kwa makahaba aliporudi nyumbani, wewe umemchinjia ndama aliyenona!'

31 "Baba yake akamjibu, 'Mwanangu, umekuwa nami siku zote na vyote nilivyo navyo ni vyako. 32 Lakini ilitubidi tufurahi na kushangilia kwa sababu huyu ndugu yako alikuwa amekufa na sasa yu hai; alikuwa amepotea naye amepatikana.' "

Mfano Wa Msimamizi Mjanja

16 Yesu akawaambia wanafunzi wake, "Palikuwa na tajiri mmoja na msimamizi wake. Ilisemekana kwamba huyo msimamizi alikuwa anatumia vibaya mali ya tajiri yake. 2 Hivyo huyo tajiri akamwita na kumuuliza, 'Ni mambo gani haya ninayoyasikia kukuhusu? Toa taarifa ya usimamizi wako, kwa sababu huwezi kuendelea kuwa msimamizi.'

3 "Yule msimamizi akawaza moyoni mwake, 'Nitafanya nini sasa? Bwana wangu ananiondoa katika kazi yangu. Sina nguvu za kulima, nami ninaona aibu kuombaomba. 4 Najua nitakalofanya ili nikiachishwa kazi yangu hapa, watu wanikaribishe nyumbani kwao.'

5 "Kwa hiyo akawaita wadeni wote wa bwana wake, mmoja mmoja. Akamuuliza wa kwanza, 'Deni lako kwa bwana wangu ni kiasi gani?'

6 "Akajibu, 'Galoni 800[a] za mafuta ya mizeituni.'

"Msimamizi akamwambia, 'Chukua hati ya deni lako, ibadilishe upesi, uandike galoni 400.'

7 "Kisha akamuuliza wa pili, 'Wewe deni lako ni kiasi gani?'

"Akajibu, 'Vipimo 1,000[b] vya ngano.'

"Yule msimamizi akamwambia, 'Chukua hati yako, andika vipimo 800!'

8 "Yule bwana akamsifu yule msimamizi dhalimu kwa jinsi alivyotumia ujanja. Kwa maana watu wa dunia hii wana ujanja zaidi wanapojishughulisha na mambo ya dunia kuliko watu wa nuru. 9 Nawaambia, tumieni mali ya kidunia kujipatia marafiki, ili itakapokwisha, mkaribishwe katika makao ya milele.

10 "Yeyote aliye mwaminifu katika mambo madogo, pia ni mwaminifu hata katika mambo makubwa, naye mtu ambaye si mwaminifu katika mambo madogo pia si mwaminifu katika mambo makubwa. 11 Ikiwa hamkuwa waaminifu katika mali ya kidunia, ni nani atakayewaaminia mali ya kweli? 12 Nanyi kama hamkuwa waaminifu na mali ya mtu mwingine, ni nani atakayewapa iliyo yenu wenyewe?

13 "Hakuna mtumishi awezaye kuwatumikia mabwana wawili. Kwa kuwa atamchukia huyu na kumpenda yule mwingine, au atashikamana sana na huyu na kumdharau yule mwingine. Hamwezi kumtumikia Mungu pamoja na Mali."[c]

14 Mafarisayo, waliokuwa wapenda fedha, waliyasikia hayo yote na wakamcheka kwa dharau. 15 Yesu akawaambia, "Ninyi mnajionyesha kuwa wenye haki

---

[a]6 Galoni 800 ni sawa na lita 4,000.
[b]7 Vipimo 1,000 ni kama magunia 100.
[c]13 Mali (au Utajiri) hapa inatoka neno Mamoni kwa Kiaramu au Mamona kwa Kiyunani.

mbele za wanadamu, lakini Mungu anaijua mioyo
yenu. Kwa maana vile vitu ambavyo wanadamu
wanavithamini sana, kwa Mungu ni machukizo.

Sheria Na Ufalme Wa Mungu

16 "Sheria na Manabii vilihubiriwa mpaka kuja
kwa Yohana Mbatizaji. Tangu wakati huo habari
njema za Ufalme wa Mungu zinahubiriwa, na kila
mmoja hujiingiza kwa nguvu. 17 Lakini ni rahisi
zaidi mbingu na dunia kupita kuliko hata herufi
moja kuondoka katika Sheria.

18 "Mtu yeyote amwachaye mkewe na kumwoa
mwanamke mwingine anazini, naye mwanaume
amwoaye mwanamke aliyetalikiwa anazini.

Tajiri Na Lazaro

19 "Palikuwa na mtu mmoja tajiri aliyevaa nguo
za rangi ya zambarau na kitani safi, ambaye aliishi
kwa anasa kila siku. 20 Hapo penye mlango wake
aliishi maskini mmoja, jina lake Lazaro, mwenye
vidonda mwili mzima. 21 Huyo Lazaro alitamani
kujishibisha kwa makombo yaliyoanguka kutoka
mezani kwa yule tajiri. Hata mbwa walikuwa wakija
na kuramba vidonda vyake.

22 "Wakati ukafika yule maskini akafa, nao
malaika wakamchukua akae pamoja na Abrahamu.
Yule tajiri naye akafa na akazikwa. 23 Kule kuzimu
alipokuwa akiteseka, alitazama juu, akamwona
Abrahamu kwa mbali, naye Lazaro alikuwa karibu
yake. 24 Hivyo yule tajiri akamwita, 'Baba Abrahamu,
nihurumie na umtume Lazaro achovye ncha ya
kidole chake ndani ya maji aupoze ulimi wangu, kwa
sababu nina maumivu makuu kwenye moto huu.'

25 "Lakini Abrahamu akamjibu, 'Mwanangu,
kumbuka kwamba wakati wa uhai wako ulipata
mambo mazuri, lakini Lazaro alipata mambo
mabaya. Lakini sasa anafarijiwa hapa na wewe
uko katika maumivu makuu. 26 Zaidi ya hayo, kati
yetu na ninyi huko kumewekwa shimo kubwa, ili
wale wanaotaka kutoka huku kuja huko wasiweze,
wala mtu yeyote asiweze kuvuka kutoka huko kuja
kwetu.'

27 "Akasema, 'Basi, nakuomba, umtume Lazaro
aende nyumbani kwa baba yangu, 28 maana ninao
ndugu watano. Awaonye, ili wasije nao wakafika
mahali hapa pa mateso.'

29 "Abrahamu akamjibu, 'Ndugu zako wana
Maandiko ya Mose na Manabii, wawasikilize hao.'

30 "Yule tajiri akasema, 'Hapana, baba Abra-
hamu, lakini mtu kutoka kwa wafu akiwaendea,
watatubu.'

31 "Abrahamu akamwambia, 'Kama wasipowasi-
kiliza Mose na Manabii, hawataweza kushawishika
hata kama mtu akifufuka kutoka kwa wafu.' "

Yesu Afundisha Kuhusu Majaribu, Dhambi Na Imani

17 Yesu akawaambia wanafunzi wake, "Mambo
yanayosababisha watu watende dhambi
hayana budi kutukia. Lakini ole wake mtu yule
anayeyasababisha. 2 Ingekuwa heri kama mtu huyo
angefungiwa jiwe la kusagia shingoni na kutoswa
baharini, kuliko kumsababisha mmojawapo wa
hawa wadogo kutenda dhambi. 3 Kwa hiyo, jilindeni.

"Kama ndugu yako akikukosea mwonye, naye
akitubu, msamehe. 4 Kama akikukosea mara saba
kwa siku moja na mara saba kwa siku moja akaja
kwako akisema, 'Ninatubu,' msamehe."

Imani

5 Mitume wake wakamwambia Bwana, "Tuo-
ngezee imani."

6 Bwana akawajibu, "Kama mkiwa na imani
ndogo kama punje ya haradali, mngeweza kuua-
mbia mti huu wa mkuyu, 'Ng'oka ukaote baharini,'
nao ungewatii.

Wajibu Wa Mtumishi

7 "Ikiwa mmoja wenu ana mtumishi anayelima
shambani au anayechunga kondoo, je, mtumishi
huyo arudipo atamwambia, 'Karibu hapa keti ule
chakula?' 8 Je, badala yake, hatamwambia, 'Nianda-
lie chakula, nile, jifunge unitumikie ninapokula
na kunywa; baadaye waweza kula na kunywa?'
9 Je, huyo mtu atamshukuru mtumishi huyo kwa
kutimiza yale aliyoamriwa? 10 Vivyo hivyo nanyi
mkiisha kufanya mliyoagizwa, semeni, 'Sisi tu
watumishi tusiostahili; tumefanya tu yale tuliyo-
paswa kufanya.' "

Yesu Atakasa Wakoma Kumi

11 Yesu alipokuwa njiani akienda Yerusalemu,
alipitia mpakani mwa Samaria na Galilaya. 12 Ali-
pokuwa akiingia kwenye kijiji kimoja, watu kumi
waliokuwa na ukoma wakakutana naye. Wakasi-
mama mbali, 13 wakapaza sauti, wakasema, "Yesu,
Bwana, tuhurumie!"

14 Alipowaona akawaambia, "Nendeni mkajio-
nyeshe kwa makuhani." Nao walipokuwa njiani
wakienda, wakatakasika.

15 Mmoja wao alipoona kwamba amepona, aka-
rudi kwa Yesu, akimsifu Mungu kwa sauti kuu.
16 Akajitupa miguuni mwa Yesu akamshukuru.
Yeye alikuwa Msamaria.

17 Yesu akauliza, "Je, hawakutakaswa wote
kumi? Wako wapi wale wengine tisa? 18 Hakuna
hata mmoja aliyeonekana kurudi ili kumshu-
kuru Mungu isipokuwa huyu mgeni?" 19 Yesu
akamwambia, "Inuka na uende zako, imani yako
imekuponya."

Kuja Kwa Ufalme Wa Mungu

20 Yesu alipoulizwa na Mafarisayo Ufalme wa
Mungu utakuja lini, yeye akawajibu, "Ufalme wa
Mungu hauji kwa kuchunguza kwa bidii, 21 wala
watu hawatasema, 'Huu hapa,' au 'Ule kule,' kwa
maana Ufalme wa Mungu umo ndani yenu."

22 Kisha Yesu akawaambia wanafunzi wake,
"Wakati utafika ambapo mtatamani kuiona moja
ya siku ya Mwana wa Adamu, lakini hamtaiona.
23 Watu watawaambia, 'Yule kule!' Au, 'Huyu hapa!'
Msiwakimbilie. 24 Kwa maana kama vile umeme
wa radi umulikavyo katika anga kuanzia mwisho
mmoja hadi mwingine, ndivyo atakavyokuwa
Mwana wa Adamu katika siku yake. 25 Lakini
kwanza itampasa kuteseka katika mambo mengi
na kukataliwa na kizazi hiki.

26 "Kama ilivyokuwa siku za Noa, ndivyo

itakavyokuwa katika siku za Mwana wa Adamu.
27 Watu walikuwa wakila na kunywa, wakioa na
kuolewa, mpaka siku ile Noa alipoingia katika
safina. Ndipo gharika ikaja na kuwaangamiza wote.
28 "Ndivyo ilivyokuwa katika siku za Loti: Watu
walikuwa wakila na kunywa, wakinunua na
kuuza, wakilima na kujenga. 29 Lakini siku ile Loti
alipoondoka Sodoma, ikanyesha mvua ya moto na
kiberiti kutoka mbinguni ukawaangamiza wote.
30 "Hivyo ndivyo itakavyokuwa siku ile Mwana
wa Adamu atakapofunuliwa. 31 Siku hiyo, mtu
yeyote aliye juu ya dari ya nyumba yake, hata vitu
vyake vikiwa ndani ya hiyo nyumba, asishuke kuvi-
chukua. Vivyo hivyo mtu aliye shambani asirudi
nyumbani kuchukua chochote. 32 Mkumbukeni
mke wa Loti! 33 Mtu yeyote anayejaribu kuyaokoa
maisha yake atayapoteza, na yeyote atakayeyapo-
teza maisha yake atayaokoa. 34 Nawaambia, usiku
huo watu wawili watakuwa wamelala kitanda
kimoja; naye mmoja atatwaliwa na mwingine
ataachwa. 35 Wanawake wawili watakuwa wana-
saga nafaka pamoja; naye mmoja atatwaliwa na
mwingine ataachwa. [36 Wanaume wawili wata-
kuwa wanafanya kazi pamoja shambani; mmoja
atachukuliwa na mwingine ataachwa.]"
37 Kisha wakamuuliza, "Haya yatatukia wapi
Bwana?"
Akawaambia, "Pale ulipo mzoga, huko ndiko tai
watakapokusanyika."

Mfano Wa Mjane Asiyekata Tamaa

18 Kisha Yesu akawapa wanafunzi wake mfano ili
kuwaonyesha kuwa yawapasa kuomba pasipo
kukata tamaa. 2 Akawaambia, "Katika mji mmoja
alikuwepo hakimu ambaye hakumwogopa Mungu
wala kumjali mtu. 3 Katika mji huo alikuwako mjane
mmoja ambaye alikuwa akija kwake mara kwa mara
akimwomba, 'Tafadhali nipatie haki kati yangu
na adui yangu.'
4 "Kwa muda mrefu yule hakimu alikataa. Lakini
hatimaye akasema moyoni mwake, 'Ijapokuwa
simwogopi Mungu wala simjali mwanadamu,
5 lakini kwa kuwa huyu mjane ananisumbuasumbua,
nitahakikisha amepata haki yake ili asiendelee kuni-
chosha kwa kunijia mara kwa mara!' "
6 Bwana akasema, "Sikilizeni asemavyo huyu
hakimu dhalimu. 7 Je, Mungu hatawatendea haki
wateule wake wanaomlilia usiku na mchana? Je,
atakawia kuwasaidia? 8 Ninawaambia, atawapatia
haki upesi. Lakini je, Mwana wa Adamu atakapo-
kuja ataikuta imani duniani?"

Mfano Wa Farisayo Na Mtoza Ushuru

9 Yesu akatoa mfano huu kwa wale waliojiamini
kuwa wao ni wenye haki na kuwadharau wengine:
10 "Watu wawili walikwenda Hekaluni kusali,
mmoja wao alikuwa Farisayo na mwingine alikuwa
mtoza ushuru. 11 Yule Farisayo, akasimama, akasali
hivi na kuomba kwake mwenyewe: 'Mungu, naku-
shukuru kwa sababu mimi si kama watu wengine
ambao ni wanyang'anyi, wadhalimu, na wazinzi,
wala kama huyu mtoza ushuru. 12 Mimi nafunga
mara mbili kwa juma, na natoa sehemu ya kumi
ya mapato yangu.'
13 "Lakini yule mtoza ushuru akasimama mbali,
wala hakuthubutu hata kuinua uso wake kutazama
mbinguni, bali alijipigapiga kifuani na kusema:
'Mungu, nihurumie, mimi mwenye dhambi.'
14 "Nawaambia, huyu mtoza ushuru alirudi
nyumbani akiwa amehesabiwa haki mbele za
Mungu zaidi ya yule Farisayo. Kwa maana yeyote
ajikwezaye atashushwa, na yeyote ajishushaye
atakwezwa."

Yesu Awabariki Watoto Wadogo

15 Pia, watu walikuwa wakimletea Yesu watoto
wachanga ili awaguse. Wanafunzi wake walipoona
hivyo, wakawakemea. 16 Lakini Yesu akawaita wale
watoto waje kwake, akasema, "Waacheni watoto
wadogo waje kwangu, wala msiwazuie, kwa maana
Ufalme wa Mungu ni wa wale walio kama hawa.
17 Amin, nawaambia, mtu yeyote asiyeupokea Ufa-
lme wa Mungu kama mtoto mdogo, hatauingia
kamwe."

Mtawala Tajiri

18 Mtawala mmoja akamuuliza Yesu, "Mwalimu
mwema, nifanye nini ili niurithi uzima wa milele?"
19 Yesu akamjibu, "Mbona unaniita mwema?
Hakuna yeyote aliye mwema ila Mungu peke
yake. 20 Unazijua amri: 'Usizini, usiue, usiibe,
usishuhudie uongo, waheshimu baba yako na
mama yako.' "
21 Akajibu, "Amri hizi zote nimezishika tangu
nikiwa mtoto."
22 Yesu aliposikia haya, akamwambia, "Bado kuna
jambo moja ulilopungukiwa. Nenda ukauze kila
kitu ulicho nacho, uwape maskini, nawe utakuwa
na hazina mbinguni. Kisha njoo, unifuate."
23 Aliposikia jambo hili, alisikitika sana kwa
maana alikuwa mtu mwenye mali nyingi. 24 Yesu
akamtazama, akasema, "Tazama jinsi ilivyo
vigumu kwa tajiri kuingia katika Ufalme wa
Mungu! 25 Hakika ni rahisi zaidi kwa ngamia kupita
kwenye tundu la sindano kuliko mtu tajiri kuingia
katika Ufalme wa Mungu."
26 Wale waliosikia haya wakauliza, "Ni nani basi
awezaye kuokoka?"
27 Yesu akajibu, "Yasiyowezekana kwa wanadamu
yanawezekana kwa Mungu."
28 Ndipo Petro akamjibu, "Tazama, tumeacha
vyote tulivyokuwa navyo tukakufuata!"
29 Yesu akajibu, "Amin, nawaambia, hakuna hata
mtu aliyeacha nyumba yake, au mke, au ndugu, au
wazazi au watoto kwa ajili ya Ufalme wa Mungu
30 ambaye hatapewa mara nyingi zaidi ya hivyo
katika maisha haya, na hatimaye kupata uzima
wa milele ujao."

Yesu Atabiri Kifo Chake Mara Ya Tatu

31 Yesu akawachukua wale wanafunzi wake kumi
na wawili kando na kuwaambia, "Tunapanda kwe-
nda Yerusalemu, na kila kitu kilichoandikwa na
manabii kumhusu Mwana wa Adamu kitatimizwa.
32 Kwa kuwa atatiwa mikononi mwa watu wasio-
mjua Mungu, nao watamdhihaki, watamtukana na
kumtemea mate, watampiga mijeledi na kumuua.
33 Naye siku ya tatu atafufuka."

34 Wanafunzi wake hawakuelewa mambo haya,
kwa kuwa maana yake ilikuwa imefichika kwao,
nao hawakujua Yesu alikuwa anazungumzia nini.

Yesu Amponya Kipofu Karibu Na Yeriko

35 Yesu alipokuwa anakaribia Yeriko, kipofu
mmoja alikuwa ameketi kando ya njia akiomba
msaada. 36 Kipofu huyo aliposikia umati wa watu
ukipita, akauliza, "Kuna nini?" 37 Wakamwambia,
"Yesu wa Nazareti anapita."

38 Akapaza sauti, akasema, "Yesu, Mwana wa
Daudi, nihurumie!"

39 Wale waliokuwa wametangulia mbele waka-
mkemea, wakamwambia akae kimya. Lakini yeye
akapaza sauti zaidi, "Mwana wa Daudi, nihuru-
mie!"

40 Yesu akasimama, akawaamuru wamlete huyo
mtu kwake. Alipokaribia, Yesu akamuuliza, 41 "Una-
taka nikufanyie nini?"

Akajibu, "Bwana, nataka kuona."

42 Yesu akamwambia, "Basi upate kuona. Imani
yako imekuponya." 43 Akapata kuona saa ile ile,
akamfuata Yesu, huku akimsifu Mungu. Watu wote
walipoona mambo hayo, nao wakamsifu Mungu.

Zakayo Mtoza Ushuru

19 Yesu akaingia Yeriko, naye alikuwa anapita
katikati ya huo mji. 2 Tazama, palikuwa na
mtu mmoja mkuu wa watoza ushuru naye alikuwa
tajiri, jina lake Zakayo. 3 Yeye alikuwa akijitahidi
kumwona Yesu ni mtu wa namna gani. Lakini
kutokana na umati mkubwa wa watu hakuweza
kwa sababu alikuwa mfupi wa kimo. 4 Kwa hiyo
akatangulia mbio mbele ya umati wa watu aka-
panda juu ya mkuyu ili amwone Yesu, kwa sababu
angeipitia njia ile.

5 Yesu alipofika pale chini ya huo mkuyu, aka-
tazama juu, akamwambia, "Zakayo, shuka upesi,
kwa maana leo nitakuwa mgeni nyumbani kwako!"
6 Hivyo Zakayo akashuka upesi, akamkaribisha
Yesu nyumbani kwake kwa furaha kubwa.

7 Watu wote walipoona hivyo, wakaanza kunu-
ng'unika wakisema, "Amekwenda kuwa mgeni wa
'mtu mwenye dhambi.' "

8 Lakini Zakayo akasimama na kumwambia
Bwana, "Tazama, Bwana! Sasa hivi nusu ya mali
yangu ninawapa maskini, nami kama nimemdhu-
lumu mtu yeyote kitu chochote, nitamrudishia
mara nne ya hicho kiwango."

9 Ndipo Yesu akamwambia, "Leo, wokovu umei-
ngia nyumbani humu, kwa sababu huyu naye ni
mwana wa Abrahamu. 10 Kwa maana Mwana wa
Adamu amekuja kutafuta na kuokoa kile kilicho-
potea."

Mfano Wa Fedha

11 Walipokuwa wanasikiliza haya, Yesu akae-
ndelea kuwaambia mfano, kwa sababu alikuwa
anakaribia Yerusalemu na watu walikuwa waki-
dhani ya kuwa Ufalme wa Mungu ulikuwa unakuja
saa iyo hiyo. 12 Hivyo akawaambia: "Mtu mmoja
mwenye cheo kikubwa alisafiri kwenda nchi ya
mbali ili akapokee madaraka ya kuwa mfalme,
kisha arudi. 13 Hivyo akawaita kumi miongoni mwa
watumishi wake, na akawapa kila mmoja fungu la
fedha. Akawaambia, 'Fanyeni biashara na fedha
hizi mpaka nitakaporudi.'

14 "Lakini raiya wa nchi yake walimchukia waka-
peleka ujumbe na kusema, 'Hatutaki huyu mtu
awe mfalme wetu.'

15 "Hata hivyo alirudi akiwa amekwisha kupo-
kea mamlaka ya ufalme, akawaita wale watumishi
wake aliokuwa amewaachia fedha, ili afahamu ni
faida kiasi gani kila mmoja wao aliyopata kwa
kufanya biashara.

16 "Wa kwanza akaja na kusema, 'Bwana, kuto-
kana na fedha uliyoniachia, nimepata faida mara
kumi zaidi.'

17 "Yule bwana akamjibu, 'Umefanya vizuri mtu-
mishi mwema! Kwa sababu umekuwa mwaminifu
katika wajibu mdogo sana, nakupa mamlaka juu
ya miji kumi.'

18 "Wa pili naye akaja. Akasema, 'Bwana, fedha
yako imeleta faida mara tano zaidi.'

19 "Bwana wake akajibu, 'Nakupa mamlaka juu
ya miji mitano.'

20 "Kisha akaja yule mtumishi mwingine, aka-
sema, 'Bwana, hii hapa fedha yako. Niliitunza
vizuri kwenye kitambaa. 21 Nilikuogopa, kwa
sababu wewe ni mtu mgumu. Unachukua ambapo
hukuweka kitu, na unavuna mahali ambapo huku-
panda kitu.'

22 "Bwana wake akamjibu, 'Nitakuhukumu kwa
maneno yako mwenyewe, wewe mtumishi mwovu!
Kama ulifahamu kwamba mimi ni mtu mgumu,
nichukuaye mahali ambapo sikuweka kitu na
kuvuna mahali ambapo sikupanda, 23 kwa nini
basi hukuweka fedha zangu kwa watoa riba, ili
nitakaporudi nichukue iliyo yangu na riba yake?'

24 "Ndipo akawaambia wale waliokuwa wamesi-
mama karibu, 'Mnyang'anyeni fungu lake la fedha,
mkampe yule mwenye kumi.'

25 "Wakamwambia, 'Bwana, mbona; tayari anayo
mafungu kumi!'

26 "Akawajibu, 'Nawaambia kwamba kila aliye
na kitu, ataongezewa. Lakini yule asiye na kitu,
hata alicho nacho atanyang'anywa. 27 Lakini wale
adui zangu ambao hawakutaka mimi niwe mfalme
juu yao. Waleteni hapa mkawaue mbele yangu.' "

Yesu Aingia Yerusalemu Kwa Ushindi

28 Baada ya Yesu kusema haya, alitangulia
kupanda kwenda Yerusalemu. 29 Naye alipokaribia
Bethfage na Bethania kwenye mlima uitwao Mlima
wa Mizeituni, aliwatuma wanafunzi wake wawili,
akawaambia, 30 "Nendeni katika kijiji kilichoko
mbele yenu. Na mtakapokuwa mnaingia kijijini,
mtamkuta mwana-punda amefungwa hapo,
ambaye hajapandwa na mtu bado. Mfungueni,
mkamlete hapa. 31 Kama mtu akiwauliza, 'Mbona
mnamfungua?' Mwambieni, 'Bwana anamhitaji.' "

32 Wale waliotumwa wakaenda, wakakuta kila
kitu kama vile Yesu alivyokuwa amewaambia.
33 Walipokuwa wanamfungua yule mwana-punda,
wenyewe wakawauliza, "Mbona mnamfungua
huyo mwana-punda?"

34 Wale wanafunzi wakajibu, "Bwana anamhi-
taji."

[35] Wakamleta kwa Yesu, nao baada ya kutandika mavazi yao juu ya huyo mwana-punda, wakampandisha Yesu juu yake. [36] Alipokuwa akienda akiwa amempanda, watu wakatandaza mavazi yao barabarani.

[37] Alipokaribia mahali yanapoanzia materemko ya Mlima wa Mizeituni, umati wote wa wafuasi wake wakaanza kumsifu Mungu kwa furaha kwa sauti kuu kwa ajili ya matendo yote ya miujiza waliyoyaona. Wakasema:

[38] "Amebarikiwa Mfalme ajaye kwa Jina
la Bwana!"
"Amani mbinguni na utukufu huko
juu sana."

[39] Baadhi ya Mafarisayo waliokuwamo miongoni mwa ule umati wa watu wakamwambia, "Mwalimu, waamuru wanafunzi wako wanyamaze."

[40] Yesu akawajibu, "Nawaambia ninyi, kama hawa wakinyamaza, mawe yatapiga kelele."

Yesu Anaulilia Mji Wa Yerusalemu

[41] Alipokaribia Yerusalemu na kuuona mji, aliulilia, [42] akisema, "Laiti ungalijua hata wewe leo yale ambayo yangeleta amani, lakini sasa yamefichika machoni pako. [43] Hakika siku zinakujia, ambazo adui zako watakuzingira, nao watakuzunguka pande zote na kukuzuilia ndani. [44] Watakuponda chini, wewe na watoto walioko ndani ya kuta zako. Nao hawataacha hata jiwe moja juu ya jingine, kwa sababu hukutambua wakati wa kujiliwa kwako."

Yesu Atakasa Hekaluni

[45] Ndipo akaingia eneo la Hekalu, akaanza kuwafukuza wale waliokuwa wakiuza vitu humo. [46] Naye akawaambia, "Imeandikwa, 'Nyumba yangu itakuwa nyumba ya sala,' lakini ninyi mmeifanya kuwa 'pango la wanyang'anyi.' "

[47] Kila siku alikuwa akifundisha Hekaluni. Lakini viongozi wa makuhani, walimu wa sheria na viongozi wa watu walikuwa wakitafuta njia ili kumuua. [48] Lakini hawakupata nafasi kwa sababu watu wote walimfuata wakiyasikiliza maneno yake kwa usikivu mwingi.

Swali Kuhusu Mamlaka Ya Yesu

20 Siku moja, Yesu alipokuwa akifundisha watu Hekaluni na kuhubiri habari njema, viongozi wa makuhani, walimu wa sheria, pamoja na wazee wa watu wakamjia. [2] Wakamuuliza, "Tuambie, unafanya mambo haya kwa mamlaka gani? Ni nani aliyekupa mamlaka haya?"

[3] Akawajibu, "Nami nitawauliza swali. [4] Je, ubatizo wa Yohana ulitoka mbinguni au kwa wanadamu?"

[5] Wakahojiana wao kwa wao wakisema, "Kama tukisema, 'Ulitoka mbinguni,' atatuuliza, 'Mbona hamkumwamini?' [6] Lakini tukisema, 'Ulitoka kwa wanadamu,' watu wote watatupiga mawe, kwa sababu wanaamini kwamba Yohana alikuwa nabii."

[7] Basi wakajibu, "Hatujui ulikotoka."

[8] Yesu akawaambia, "Wala mimi sitawaambia ni kwa mamlaka gani ninatenda mambo haya."

Mfano Wa Wapangaji Waovu

[9] Akaendelea kuwaambia watu mfano huu: "Mtu mmoja alipanda shamba la mizabibu, akalikodisha kwa wakulima fulani, kisha akasafiri kwa muda mrefu. [10] Wakati wa mavuno ulipofika, akamtuma mtumishi wake kwa hao wapangaji ili wampe sehemu ya mavuno ya shamba la mizabibu. Lakini wale wakulima wakampiga, wakamfukuza mikono mitupu. [11] Akamtuma mtumishi mwingine, huyo naye wakampiga, wakamfanyia mambo ya aibu na kumfukuza. [12] Bado akamtuma na mwingine wa tatu, huyu pia wakamjeruhi na kumtupa nje ya shamba.

[13] "Basi yule mwenye shamba la mizabibu akasema, 'Nifanye nini? Nitamtuma mwanangu mpendwa, huenda yeye watamheshimu.'

[14] "Lakini wale wapangaji walipomwona, wakasemezana wao kwa wao. Wakasema, 'Huyu ndiye mrithi. Basi na tumuue ili urithi uwe wetu.' [15] Kwa hiyo wakamtupa nje ya shamba la mizabibu, wakamuua."

"Sasa basi yule mwenye shamba la mizabibu atawafanyia nini wapangaji hawa? [16] Atakuja na kuwaua hao wapangaji, na kuwapa wapangaji wengine hilo shamba la mizabibu."

Watu waliposikia hayo wakasema, "Mungu apishie mbali jambo hili lisitokee!"

[17] Lakini Yesu akawakazia macho, akasema, "Basi ni nini maana ya yale yaliyoandikwa:

" 'Jiwe walilolikataa waashi,
limekuwa jiwe kuu la pembeni'?

[18] Kila mtu aangukaye juu ya jiwe hilo atavunjika vipande vipande, lakini yule litakayemwangukia atasagwa kabisa."

[19] Walimu wa sheria na viongozi wa makuhani wakatafuta njia ya kumkamata mara moja, kwa sababu walifahamu kwamba amesema mfano huo kwa ajili yao. Lakini waliwaogopa watu.

Kumlipa Kaisari Kodi

[20] Kwa hiyo wakawa wanamchunguza na kutuma wapelelezi waliojifanya kuwa wenye haki ili wapate kumtega kwa maneno asemayo, ili wamtie katika uwezo na mamlaka ya mtawala. [21] Hivyo wale wapelelezi wakamuuliza, "Mwalimu, tunajua unasema na kufundisha yaliyo kweli wala humpendelei mtu, bali wafundisha njia ya Mungu katika kweli. [22] Je, ni halali sisi kulipa kodi kwa Kaisari, au la?"

[23] Lakini Yesu akatambua hila yao, kwa hiyo akawaambia, [24] "Nionyesheni dinari. Je, sura hii na maandishi haya yaliyoko juu yake ni vya nani?"

[25] Wakamjibu, "Ni vya Kaisari."

Akawaambia, "Basi mpeni Kaisari kilicho cha Kaisari, naye Mungu mpeni kilicho cha Mungu."

[26] Wakashindwa kumkamata kwa yale aliyokuwa amesema hadharani. Nao wakashangazwa mno na majibu yake, wakanyamaza kimya.

Ufufuo Na Ndoa

[27] Baadhi ya Masadukayo, wale wasemao kwamba hakuna ufufuo wa wafu, wakamjia Yesu na

kumuuliza, 28 “Mwalimu, Mose alituandikia kwamba kama ndugu wa mtu akifa na kumwacha mkewe bila mtoto, basi huyo mtu inampasa amwoe huyo mjane ili amzalie ndugu yake watoto. 29 Basi palikuwepo ndugu saba. Yule wa kwanza akaoa, akafa bila kuzaa mtoto. 30 Kisha yule wa pili akamwoa huyo mjane, naye akafa bila mtoto, 31 naye wa tatu pia akamwoa. Vivyo hivyo ndugu wote saba wakawa wamemwoa huyo mwanamke, na wote wakafa pasipo yeyote kupata mtoto. 32 Mwishowe, yule mwanamke naye akafa. 33 Sasa basi, siku ya ufufuo huyo mwanamke atakuwa mke wa nani, maana aliolewa na ndugu wote saba?”

34 Yesu akawajibu, “Katika maisha haya watu huoa na kuolewa. 35 Lakini wale ambao wamehesabiwa kwamba wanastahili kupata nafasi katika ulimwengu ule na katika ufufuo wa wafu, hawaoi wala hawaolewi. 36 Hawa hawawezi kufa tena, kwa maana wao ni kama malaika. Wao ni watoto wa Mungu, kwa sababu ni watoto wa ufufuo. 37 Hata Mose alidhihirisha kuwa wafu wanafufuka, kwa habari ya kile kichaka kilichokuwa kikiwaka moto bila kuteketea, alipomwita Bwana, ‘Mungu wa Abrahamu, Mungu wa Isaki, na Mungu wa Yakobo.’ 38 Yeye si Mungu wa wafu, bali wa walio hai, kwa kuwa kwake wote ni hai.”

39 Baadhi ya walimu wa sheria wakasema, “Mwalimu, umesema sawasawa kabisa!”

40 Baada ya hayo hakuna mtu aliyethubutu kumuuliza maswali tena.

Kristo Ni Mwana Wa Nani?

41 Kisha Yesu akawaambia, “Imekuwaje basi wao husema Kristo[a] ni Mwana wa Daudi? 42 Daudi mwenyewe anasema katika Kitabu cha Zaburi:

“ ‘Bwana alimwambia Bwana wangu:
“Keti mkono wangu wa kuume,
43 hadi nitakapowaweka adui zako
chini ya miguu yako.” ’

44 Ikiwa Daudi anamwita yeye ‘Bwana,’ basi atakuwaje mwanawe?”

Yesu Awashutumu Walimu Wa Sheria

45 Wakati watu wote walikuwa wanamsikiliza, Yesu akawaambia wanafunzi wake, 46 “Jihadharini na walimu wa sheria. Wao hupenda kutembea wakiwa wamevaa mavazi marefu, na kusalimiwa kwa heshima masokoni. Hupenda kukaa kwenye viti vya mbele katika masinagogi, na kukaa kwenye nafasi za heshima katika karamu. 47 Wao hula nyumba za wajane, na ili waonekane kuwa wema, wanasali sala ndefu. Watu kama hawa watapata hukumu iliyo kuu sana.”

Sadaka Ya Mjane

21 Yesu alipoinua macho yake, aliwaona matajiri wakiweka sadaka zao kwenye sanduku la hazina ya Hekalu. 2 Akamwona pia mjane mmoja maskini akiweka humo sarafu mbili ndogo za shaba. 3 Yesu akasema, “Amin, nawaambia, huyu mjane maskini ameweka humo zaidi ya watu wengine wote. 4 Hawa watu wengine wote wametoa sadaka kutokana na wingi wa mali zao. Lakini huyu mjane ametoa kutokana na umaskini wake vyote alivyokuwa navyo, hata kile alichohitaji ili kuishi.”

Dalili Za Siku Za Mwisho

5 Baadhi ya wanafunzi wake wakawa wanamwonyesha jinsi Hekalu lilivyopambwa kwa mawe mazuri na kwa vitu vilivyotolewa kuwa sadaka kwa Mungu. Lakini Yesu akawaambia, 6 “Kuhusu haya mnayoyaona hapa, wakati utafika ambapo hakuna jiwe moja litakalobaki juu ya jingine, bali kila moja litabomolewa.”

Mateso

7 Wakamuuliza, “Mwalimu, mambo haya yatatukia lini? Ni dalili gani itaonyesha kwamba yanakaribia kutendeka?”

8 Yesu akawajibu, “Jihadharini msije mkadanganywa. Maana wengi watakuja kwa Jina langu, wakidai, ‘Mimi ndiye,’ na, ‘Wakati umekaribia.’ Msiwafuate. 9 Lakini msikiapo habari za vita na machafuko, msiogope. Kwa maana hayo ni lazima yatokee kwanza, ila ule mwisho hautakuja wakati huo.”

10 Kisha akawaambia: “Taifa litainuka dhidi ya taifa jingine, na ufalme mmoja dhidi ya ufalme mwingine. 11 Kutakuwa na mitetemeko mikubwa ya ardhi, na njaa kali, na magonjwa ya kuambukiza katika sehemu mbalimbali. Pia kutakuwa na matukio ya kutisha na ishara kuu kutoka mbinguni.

12 “Lakini kabla yote hayajatokea, watawakamata ninyi na kuwatesa. Watawatia mikononi mwa wakuu wa masinagogi na kuwafunga magerezani. Nanyi mtapelekwa mbele ya wafalme na watawala kwa ajili ya Jina langu. 13 Hii itawapa nafasi ya kushuhudia. 14 Lakini kusudieni mioyoni mwenu msisumbuke awali kuhusu mtakalosema mbele ya mashtaka. 15 Kwa maana nitawapa maneno na hekima ambayo hakuna hata adui yenu mmoja atakayeweza kushindana nayo wala kuipinga. 16 Mtasalitiwa hata na wazazi, ndugu, jamaa na marafiki, na baadhi yenu watawaua. 17 Mtachukiwa na watu wote kwa ajili ya Jina langu. 18 Lakini hapatakuwa na unywele mmoja wa kichwa chenu utakaoangamia. 19 Kwa kuvumilia mtaokoa roho zenu.

Kuharibiwa Kwa Yerusalemu Kwatabiriwa

20 “Mtakapoona mji wa Yerusalemu umezungukwa na majeshi, basi fahamuni kwamba kuharibiwa kwake kumekaribia. 21 Wakati huo, wale walio Uyahudi wakimbilie milimani, walio mjini Yerusalemu watoke humo, nao wale walioko mashambani wasiingie mjini. 22 Kwa sababu huu utakuwa ni wakati wa adhabu ili kutimiza yote yaliyoandikwa. 23 Ole wao wenye mimba na wale wanaonyonyesha watoto siku hizo! Kutakuwa na dhiki kuu katika nchi na ghadhabu juu ya hawa watu. 24 Wataanguka kwa makali ya upanga, na wengine watachukuliwa kuwa mateka katika mataifa yote. Nao mji wa Yerusalemu utakanyagwa

---

[a]41 *Kristo* maana yake ni *Masiya,* yaani *Aliyetiwa mafuta.*

na watu wa Mataifa hadi muda wa hao watu wa
Mataifa utimie.

Kuja Kwa Mwana Wa Adamu

25 "Kutakuwa na ishara katika jua, mwezi na
nyota. Hapa duniani, mataifa yatakuwa katika
dhiki na fadhaa kutokana na ngurumo na misu-
kosuko ya bahari. 26 Watu watazimia roho kutokana
na hofu kuu na kuyaona yale mambo yanayotokea
duniani, kwa maana nguvu za angani zitatikisika.
27 Wakati huo ndipo watakapomwona Mwana wa
Adamu akija mawinguni pamoja na uweza na
utukufu mkuu. 28 Mambo haya yatakapoanza kute-
ndeka, simameni na mkaviinue vichwa vyenu, kwa
sababu ukombozi wenu umekaribia."
29 Akawaambia mfano huu: "Uangalieni mtini
na miti mingine yote. 30 Inapochipua majani, ninyi
wenyewe mnaweza kuona na kutambua wenyewe
ya kuwa wakati wa kiangazi umekaribia. 31 Vivyo
hivyo, myaonapo mambo haya yakitukia, mna-
tambua kwamba Ufalme wa Mungu umekaribia.
32 "Amin, nawaambia, kizazi hiki hakitapita hadi
mambo haya yote yawe yametimia. 33 Mbingu na
nchi zitapita, lakini maneno yangu hayatapita
kamwe."

Siku Ya Mwisho Itakuja Ghafula

34 "Jihadharini mioyo yenu isije ikalemewa na
anasa, ulevi na fadhaa za maisha haya, nayo siku
ile ikawakuta ninyi bila kutazamia kama vile mtego
unasavyo. 35 Kwa maana kama vile mtego unasa-
vyo, ndivyo siku hiyo itakavyowapata wanadamu
wote waishio katika uso wa dunia yote. 36 Kesheni
daima na mwombe ili mweze kuokoka na yale yote
yatakayotokea na kusimama mbele ya Mwana wa
Adamu."
37 Kila siku Yesu alikuwa akifundisha Hekaluni,
na jioni ilipofika, alikwenda zake kwenye Mlima
wa Mizeituni na kukaa huko usiku kucha. 38 Nao
watu wote walikuja asubuhi na mapema Hekaluni
ili kumsikiliza.

Yuda Akubali Kumsaliti Yesu

22 Wakati huu Sikukuu ya Mikate Isiyotiwa
Chachu, iitwayo Pasaka, ilikuwa imekaribia.
2 Viongozi wa makuhani na walimu wa sheria
walikuwa wanatafuta njia ya kumuua Yesu, kwa
sababu waliwaogopa watu. 3 Shetani akamwingia
Yuda, aliyeitwa Iskariote, mmoja wa wale Kumi na
Wawili. 4 Yuda akaenda kwa viongozi wa makuhani
na kwa maafisa wa walinzi wa Hekalu, akazungu-
mza nao jinsi ambavyo angeweza kumsaliti Yesu.
5 Wakafurahi na wakakubaliana kumpa fedha.
6 Naye akakubali, akaanza kutafuta wakati uliofaa
wa kumsaliti Yesu kwao, wakati ambapo hakuna
umati wa watu.

Maandalizi Ya Pasaka

7 Basi ikawadia siku ya Mikate Isiyotiwa Chachu,
siku ambayo mwana-kondoo wa Pasaka huchinjwa.
8 Hivyo Yesu akawatuma Petro na Yohana, akisema,
"Nendeni mkatuandalie chakula cha Pasaka ili
tuweze kuila."
9 Wakamuuliza, "Unataka tukuandalie wapi?"
10 Yesu akawaambia, "Tazameni, mtakapokuwa
mkiingia mjini, mtakutana na mwanaume ame-
beba mtungi wa maji. Mfuateni mpaka kwenye
nyumba atakayoingia. 11 Nanyi mwambieni
mwenye nyumba, 'Mwalimu anauliza: Kiko wapi
chumba cha wageni, ambamo mimi na wanafunzi
wangu tutakula Pasaka?' 12 Atawaonyesha chumba
kikubwa ghorofani, kikiwa kimepambwa vizuri.
Andaeni humo."
13 Wakaenda, nao wakakuta kila kitu kama Yesu
alivyowaambia. Hivyo wakaiandaa Pasaka.

Kuanzishwa Kwa Meza Ya Bwana

14 Wakati ulipowadia, Yesu akaketi mezani
pamoja na wale mitume wake. 15 Kisha akawaa-
mbia, "Nimetamani sana kuila Pasaka hii pamoja
nanyi kabla ya kuteswa kwangu. 16 Kwa maana,
nawaambia, sitaila tena Pasaka mpaka itakapo-
timizwa katika Ufalme wa Mungu."
17 Akiisha kukichukua kikombe, akashukuru,
akasema, "Chukueni hiki mnywe wote. 18 Kwa
maana nawaambia tangu sasa sitakunywa tena
katika uzao wa mzabibu, hadi Ufalme wa Mungu
utakapokuja."
19 Kisha akachukua mkate, akashukuru, akau-
mega, na kuwapa, akisema, "Huu ni mwili wangu
unaotolewa kwa ajili yenu. Fanyeni hivi kwa uku-
mbusho wangu."
20 Vivyo hivyo baada ya kula, akakitwaa kikombe,
akisema, "Kikombe hiki ni agano jipya katika damu
yangu, imwagikayo kwa ajili yenu. 21 Lakini mkono
wake huyo atakayenisaliti uko hapa mezani pamoja
nami. 22 Mwana wa Adamu anaenda zake kama
ilivyokusudiwa. Lakini ole wake mtu huyo amsa-
litiye." 23 Wakaanza kuulizana wenyewe ni nani
miongoni mwao angeweza kufanya jambo hilo.

Mabishano Kuhusu Ukuu

24 Pia yakazuka mabishano katikati ya wana-
funzi kwamba ni nani aliyeonekana kuwa mkuu
kuliko wote miongoni mwao. 25 Yesu akawaambia,
"Wafalme na watu wa Mataifa huwatawala watu
kwa nguvu. Nao wenye mamlaka juu yao hujiita
'Wafadhili.' 26 Lakini ninyi msifanane nao. Bali
yeye aliye mkuu kuliko wote miongoni mwenu,
inampasa kuwa kama yeye aliye mdogo wa wote,
naye atawalaye na awe kama yeye ahudumuye.
27 Kwani ni nani aliye mkuu? Ni yule aketiye
mezani au ni yule ahudumuye? Si ni yule aliyekaa
mezani? Lakini mimi niko miongoni mwenu kama
yule ahudumuye. 28 Ninyi mmekuwa pamoja nami
katika majaribu yangu. 29 Nami kama Baba yangu
alivyonipa ufalme, kadhalika mimi nami ninawapa
ninyi, 30 ili mpate kula na kunywa mezani pangu
katika karamu ya ufalme wangu, na kukaa katika
viti vya enzi, mkihukumu makabila kumi na mawili
ya Israeli."

Yesu Atabiri Kuwa Petro Atamkana

31 Yesu akasema, "Simoni, Simoni, sikiliza, She-
tani ameomba kuwapepeta ninyi wote kama ngano.
32 Lakini nimekuombea wewe Simoni ili imani yako
isishindwe, nawe ukiisha kunirudia, uwaimarishe
ndugu zako."

33 Petro akajibu, "Bwana, niko tayari kwenda pamoja nawe gerezani na hata kifoni."

34 Yesu akamjibu, "Ninakuambia Petro, kabla jogoo hajawika usiku wa leo, utakana mara tatu kwamba hunijui mimi."

Mfuko, Mkoba Na Upanga

35 Kisha Yesu akawauliza, "Nilipowatuma bila mfuko, wala mkoba, wala viatu, mlipungukiwa na kitu chochote?"

Wakajibu, "La, hatukupungukiwa na kitu chochote."

36 Akawaambia, "Lakini sasa, aliye na mfuko na auchukue, na aliye na mkoba vivyo hivyo. Naye asiye na upanga, auze joho lake anunue mmoja. 37 Kwa sababu, nawaambia, andiko hili lazima litimizwe juu yangu, kwamba, 'Alihesabiwa pamoja na wakosaji'; kwa kweli yaliyoandikwa kunihusu mimi hayana budi kutimizwa."

38 Wanafunzi wake wakamwambia, "Bwana, tazama hapa kuna panga mbili."

Akawajibu, "Inatosha."

Yesu Aomba Kwenye Mlima Wa Mizeituni

39 Yesu akatoka, akaenda kwenye Mlima wa Mizeituni kama ilivyokuwa kawaida yake, nao wanafunzi wake wakamfuata. 40 Walipofika huko, akawaambia wanafunzi wake, "Ombeni, msije mkaingia majaribuni." 41 Akajitenga nao kama umbali wa kutupa jiwe, akapiga magoti, akaomba 42 akisema, "Baba, kama ni mapenzi yako, niondolee kikombe hiki. Lakini si kama nipendavyo, bali mapenzi yako yatendeke." 43 Malaika kutoka mbinguni akamtokea, akamtia nguvu. 44 Naye akiwa katika maumivu makuu, akaomba kwa bidii, nalo jasho lake likawa kama matone ya damu yakidondoka ardhini.

45 Baada ya kuomba, akawarudia wanafunzi wake akawakuta wamelala, wakiwa wamechoka kutokana na huzuni. 46 Naye akawauliza, "Mbona mmelala? Amkeni, mwombe ili msije mkaingia majaribuni."

Yesu Akamatwa

47 Yesu alipokuwa bado anazungumza, umati mkubwa wa watu ukaja. Uliongozwa na Yuda, ambaye alikuwa mmoja wa wale wanafunzi Kumi na Wawili. Akamkaribia Yesu ili ambusu. 48 Lakini Yesu akamwambia, "Yuda, je, unamsaliti Mwana wa Adamu kwa busu?"

49 Wafuasi wa Yesu walipoona yale yaliyokuwa yanakaribia kutokea, wakasema, "Bwana, tuwakatekate kwa panga zetu?" 50 Mmoja wao akampiga mtumishi wa kuhani mkuu kwa upanga, akamkata sikio la kuume.

51 Lakini Yesu akasema, "Acheni!" Akaligusa lile sikio la yule mtu na kumponya.

52 Kisha Yesu akawaambia wale viongozi wa makuhani, maafisa wa walinzi wa Hekalu, pamoja na wazee waliokuwa wamekuja kumkamata, "Mmekuja na panga na marungu, kana kwamba mimi ni mnyang'anyi? 53 Siku kwa siku nilikuwa pamoja nanyi Hekaluni lakini hamkunikamata. Lakini hii ni saa yenu, wakati giza linatawala!"

Petro Amkana Yesu

54 Kisha wakamkamata Yesu, wakamchukua, wakaenda naye mpaka nyumbani kwa kuhani mkuu. Lakini Petro akafuata kwa mbali. 55 Walipokwisha kuwasha moto katikati ya ua na kuketi pamoja, Petro naye akaketi pamoja nao. 56 Mtumishi mmoja wa kike akamwona kwa mwanga wa moto akiwa ameketi pale. Akamtazama sana, akasema, "Huyu mtu pia alikuwa pamoja na Yesu!"

57 Lakini Petro akakana, akasema, "Ewe mwanamke, hata simjui!"

58 Baadaye kidogo, mtu mwingine alimwona Petro akasema, "Wewe pia ni mmoja wao!" Petro akajibu, "Wewe mtu, mimi sio mmoja wao!"

59 Baada ya muda wa kama saa moja hivi, mtu mwingine akazidi kusisitiza, "Kwa hakika huyu mtu naye alikuwa pamoja na Yesu, kwa maana yeye pia ni Mgalilaya."

60 Petro akajibu, "Wewe mtu, mimi sijui unalosema!" Wakati huo huo, akiwa bado anazungumza, jogoo akawika. 61 Naye Bwana akageuka, akamtazama Petro. Ndipo Petro akakumbuka lile neno ambalo Bwana alimwambia: "Kabla jogoo hajawika leo, utanikana mara tatu." 62 Naye akaenda nje, akalia kwa majonzi.

Walinzi Wamdhihaki Yesu Na Kumpiga

63 Watu waliokuwa wanamlinda Yesu wakaanza kumdhihaki na kumpiga. 64 Wakamfunga kitambaa machoni na kumuuliza, "Tabiri! Tuambie ni nani aliyekupiga?" 65 Wakaendelea kumtukana kwa matusi mengi.

Yesu Apelekwa Mbele Ya Baraza

66 Kulipopambazuka, baraza la wazee wa watu,[a] yaani viongozi wa makuhani na walimu wa sheria, wakakutana pamoja, naye Yesu akaletwa mbele yao. 67 Wakamwambia, "Kama wewe ndiye Kristo,[b] tuambie."

Yesu akawajibu, "Hata nikiwaambia hamtaamini. 68 Nami nikiwauliza swali, hamtanijibu. 69 Lakini kuanzia sasa, Mwana wa Adamu ataketi mkono wa kuume wa Mungu Mwenye Nguvu."

70 Wote wakauliza, "Wewe basi ndiwe Mwana wa Mungu?"

Yeye akawajibu, "Ninyi mwasema kwamba mimi ndiye."

71 Kisha wakasema, "Tuna haja gani tena ya ushahidi zaidi? Tumesikia wenyewe kutoka kinywani mwake."

Yesu Apelekwa Kwa Pilato

23 Kisha umati wote wa watu ukainuka na kumpeleka Yesu kwa Pilato. 2 Nao wakaanza kumshtaki wakisema: "Tumemwona huyu mtu akipotosha taifa letu, akiwazuia watu wasilipe kodi kwa Kaisari na kujiita kuwa yeye ni Kristo,[c] mfalme."

---

[a]66 Baraza la wazee hapa ina maana ya Sanhedrin ambalo lilikuwa ndilo Baraza la juu kabisa la utawala wa Kiyahudi, lililoundwa na wazee 70 pamoja na kuhani mkuu.

[b]67 *Kristo* maana yake ni *Masiya*, yaani *Aliyetiwa mafuta*.

[c]2 *Kristo* maana yake ni *Masiya*, yaani *Aliyetiwa mafuta*.

3 Basi Pilato akamuuliza Yesu, "Wewe ndiye
mfalme wa Wayahudi?"
Yesu akajibu, "Wewe wasema."
4 Pilato akawaambia viongozi wa makuhani na
watu wote waliokuwepo, "Sioni sababu ya kutosha
kumshtaki mtu huyu!"
5 Lakini wao wakakazana kusema, "Anawacho-
chea watu kwa mafundisho yake katika Uyahudi
yote, tangu Galilaya alikoanzia, hadi sehemu hii!"

Yesu Apelekwa Kwa Herode

6 Pilato aliposikia hayo akauliza, "Huyu mtu ni
Mgalilaya?" 7 Alipofahamu kwamba Yesu alikuwa
chini ya mamlaka ya Herode, akampeleka kwa
Herode, ambaye wakati huo alikuwa pia Yerusa-
lemu.
8 Herode alipomwona Yesu alifurahi sana,
kwa sababu kwa muda mrefu alikuwa amesi-
kia mambo mengi kumhusu yeye. Pia alitarajia
kumwona akifanya miujiza kadha wa kadha.
9 Herode akamuuliza maswali mengi, lakini
Yesu hakumjibu lolote. 10 Wakati huo viongozi
wa makuhani na walimu wa sheria walikuwepo
wakitoa mashtaka yao kwa nguvu sana. 11 Herode
na askari wake wakamdhihaki Yesu na kumfanyia
mzaha. Wakamvika vazi zuri sana, wakamrudisha
kwa Pilato. 12 Siku hiyo, Herode na Pilato wakawa
marafiki; kabla ya jambo hili walikuwa na uadui
kati yao.

Yesu Ahukumiwa Kifo

13 Basi Pilato akawaita pamoja viongozi wa maku-
hani, viongozi wengine na watu, 14 akawaambia,
"Ninyi mlimleta huyu mtu kwangu kana kwamba
ni mtu anayewachochea watu ili waasi. Nimemhoji
mbele yenu nami nimeona hakuna msingi wowote
wa mashtaka yenu dhidi yake. 15 Wala Herode
hakumwona na kosa lolote, ndiyo sababu ame-
mrudisha kwetu. Kama mnavyoona, mtu huyu
hakufanya jambo lolote linalostahili kifo. 16 Kwa
hiyo nitaamuru apigwe mijeledi na kumwachia." [
17 Kwa kuwa ilikuwa lazima kuwafungulia mfungwa
mmoja wakati wa Sikukuu.]
18 Ndipo watu wote wakapiga kelele kwa pamoja,
"Mwondoe mtu huyo! Tufungulie Baraba!"
19 (Baraba alikuwa amefungwa gerezani kwa sababu
ya maasi yaliyokuwa yametokea mjini, na kwa ajili
ya uuaji).
20 Pilato, akitaka kumwachia Yesu, akasema nao
tena. 21 Lakini wao wakaendelea kupiga kelele waki-
sema, "Msulubishe! Msulubishe!"
22 Kwa mara ya tatu, Pilato akawauliza, "Kwani
amefanya kosa gani huyu mtu? Sikuona kwake
sababu yoyote inayostahili adhabu ya kifo. Kwa
hiyo nitaamuru apigwe mijeledi, na kisha nita-
mwachia."
23 Lakini watu wakazidi kupiga kelele kwa nguvu
zaidi, wakidai kwamba Yesu asulubiwe. Hivyo,
kelele zao zikashinda. 24 Kwa hiyo Pilato akatoa
hukumu kwamba madai yao yatimizwe. 25 Akamfu-
ngua yule mtu aliyekuwa amefungwa gerezani kwa
kuhusika katika uasi dhidi ya serikali na mauaji.
Akamkabidhi Yesu mikononi mwao, wamfanyie
watakavyo.

Kusulubiwa Kwa Yesu

26 Walipokuwa wakienda naye, wakamkamata
mtu mmoja aitwaye Simoni mwenyeji wa Kirene,
aliyekuwa anapita zake kuingia mjini kutoka
shambani. Wakambebesha msalaba, wakamlazi-
misha auchukue nyuma ya Yesu. 27 Idadi kubwa
ya watu wakamfuata Yesu, wakiwamo wanawake
waliokuwa wakimlilia na kumwombolezea. 28 Yesu
akawageukia, akawaambia, "Enyi binti za Yerusa-
lemu, msinililie mimi bali jililieni ninyi wenyewe
na watoto wenu. 29 Kwa maana wakati utafika
mtakaposema, 'Wamebarikiwa wanawake tasa,
ambao matumbo yao hayakuzaa, wala matiti yao
hayakunyonyesha!' 30 Ndipo

" 'wataiambia milima, "Tuangukieni!"
na vilima, "Tufunikeni!" '

31 Kwa maana kama wamefanya hivi kwa mti mbi-
chi, kwa mti mkavu itakuwaje?"
32 Watu wengine wawili wahalifu, walipelekwa
pamoja na Yesu ili wakasulubiwe. 33 Walipofika
mahali paitwapo Fuvu la Kichwa, hapo ndipo
walipomsulubisha Yesu pamoja na hao wahalifu,
mmoja upande wake wa kuume na mwingine
upande wake wa kushoto. 34 Yesu akasema, "Baba,
wasamehe, kwa maana hawajui walitendalo!"
Wakagawana nguo zake kwa kupiga kura.
35 Watu wakasimama hapo wakimwangalia, nao
viongozi wa Wayahudi wakamdhihaki wakisema,
"Aliokoa wengine! Ajiokoe mwenyewe basi, kama
yeye ndiye Kristo wa Mungu, Mteule wake."
36 Askari nao wakaja, wakamdhihaki. Wakamle-
tea siki ili anywe, 37 na wakamwambia, "Kama wewe
ni Mfalme wa Wayahudi, jiokoe mwenyewe."
38 Kwenye msalaba juu ya kichwa chake, kuli-
kuwa na maandishi haya: HUYU NDIYE MFALME
WA WAYAHUDI.
Maandishi haya yalikuwa yameandikwa kwa
lugha za Kiyunani, Kilatini na Kiebrania.
39 Mmoja wa wale wahalifu waliosulubiwa
pamoja naye akamtukana, akasema: "Wewe si
ndiye Kristo? Jiokoe mwenyewe na utuokoe na
sisi."
40 Lakini yule mhalifu mwingine akamkemea
mwenzake, akasema, "Je, wewe humwogopi
Mungu, wakati uko kwenye adhabu iyo hiyo? 41 Sisi
tumehukumiwa kwa haki kwa kuwa tunapata tuna-
yostahili kwa ajili ya matendo yetu. Lakini huyu
mtu hajafanya kosa lolote."
42 Kisha akasema, "Yesu, unikumbuke utakapo-
kuja katika Ufalme wako."
43 Yesu akamjibu, "Amin, nakuambia, leo hii
utakuwa pamoja nami Paradiso."[a]

Kifo Cha Yesu

44 Ilikuwa kama saa sita mchana, nalo giza lika-
funika nchi yote hadi saa tisa, 45 kwa sababu jua
liliacha kutoa nuru. Pazia la Hekalu likachanika
vipande viwili. 46 Yesu akapaza sauti yake akasema,

[a]43 Paradiso maana yake bustani nzuri, hapa ina maana mahali zinapokwenda roho za wacha Mungu, yaani watakatifu.

"Baba, mikononi mwako naikabidhi roho yangu." Baada ya kusema haya, akakata roho.

47 Yule jemadari alipoona yaliyotukia, akamsifu Mungu, akasema, "Hakika, mtu huyu alikuwa mwenye haki." 48 Watu wote waliokuwa wamekusanyika hapo kushuhudia tukio hili walipoyaona hayo, wakapigapiga vifua vyao kwa huzuni na kwenda zao. 49 Lakini wale wote waliomfahamu, pamoja na wale wanawake waliokuwa wamemfuata kutoka Galilaya, walisimama kwa mbali wakiyatazama mambo haya.

Maziko Ya Yesu

50 Basi kulikuwa na mtu mmoja mwema na mwenye haki, jina lake Yosefu. Yeye alikuwa mjumbe wa Baraza la Wayahudi,[a] 51 lakini yeye hakuwa amekubaliana na maamuzi na vitendo vya viongozi wenzake. Huyu alikuwa mwenyeji wa Arimathaya huko Uyahudi, naye alikuwa anaungojea Ufalme wa Mungu kwa matarajio makubwa. 52 Yosefu alikwenda kwa Pilato, akaomba apewe mwili wa Yesu. 53 Akaushusha kutoka msalabani, akaufunga katika kitambaa cha kitani safi, na kuuweka katika kaburi lililochongwa kwenye mwamba, ambalo halikuwa limezikiwa mtu mwingine bado. 54 Ilikuwa Siku ya Maandalizi, nayo Sabato ilikuwa karibu kuanza.

55 Wale wanawake waliokuwa wamekuja pamoja na Yesu wakimfuata kutoka Galilaya wakamfuata Yosefu, wakaliona kaburi na jinsi mwili wa Yesu ulivyolazwa. 56 Kisha wakarudi nyumbani, wakaandaa manukato na marhamu ya kuupaka huo mwili. Lakini wakapumzika siku ya Sabato kama ilivyoamriwa.

Kufufuka Kwa Yesu

24 Mnamo siku ya kwanza ya juma, alfajiri na mapema, wale wanawake walichukua yale manukato waliyokuwa wameyaandaa, wakaenda kaburini. 2 Wakakuta lile jiwe limevingirishwa kutoka kwenye kaburi, 3 lakini walipoingia ndani, hawakuuona mwili wa Bwana Yesu. 4 Walipokuwa wanashangaa juu ya jambo hili, ghafula watu wawili waliokuwa wamevaa mavazi yanayong'aa kama umeme wakasimama karibu nao. 5 Wale wanawake, wakiwa na hofu, wakainamisha nyuso zao mpaka chini. Lakini wale watu wakawaambia, "Kwa nini mnamtafuta aliye hai miongoni mwa wafu? 6 Hayuko hapa; amefufuka! Kumbukeni alivyowaambia alipokuwa bado yuko pamoja nanyi huko Galilaya kwamba: 7 'Ilikuwa lazima Mwana wa Adamu atiwe mikononi mwa watu wenye dhambi na waovu ili asulubiwe, na siku ya tatu afufuke.' " 8 Ndipo wakayakumbuka maneno ya Yesu.

9 Waliporudi kutoka huko kaburini, wakawaeleza wale wanafunzi kumi na mmoja pamoja na wengine wote mambo haya yote. 10 Basi Maria Magdalene, Yoana, na Maria mama yake Yakobo, pamoja na wanawake wengine waliofuatana nao ndio waliwaelezea mitume habari hizi. 11 Lakini hawakuwasadiki hao wanawake, kwa sababu maneno yao yalionekana kama upuzi. 12 Hata hivyo, Petro akainuka na kukimbia kwenda kule kaburini. Alipoinama kuchungulia, akaona vile vitambaa vya kitani, ila hakuona kitu kingine. Naye akaenda zake akijiuliza nini kilichotokea.

Njiani Kwenda Emau

13 Ikawa siku iyo hiyo, wanafunzi wawili wa Yesu walikuwa njiani wakienda kijiji kilichoitwa Emau, yapata maili saba[b] kutoka Yerusalemu. 14 Walikuwa wakizungumza wao kwa wao kuhusu mambo yote yaliyotukia. 15 Walipokuwa wakizungumza na kujadiliana, Yesu mwenyewe akaja akatembea pamoja nao, 16 lakini macho yao yakazuiliwa ili wasimtambue.

17 Akawauliza, "Ni mambo gani haya mnayozungumza wakati mnatembea?"

Wakasimama, nyuso zao zikionyesha huzuni. 18 Mmoja wao, aliyeitwa Kleopa, akamuuliza, "Je, wewe ndiye peke yako mgeni huku Yerusalemu ambaye hufahamu mambo yaliyotukia humo siku hizi?"

19 Akawauliza, "Mambo gani?"

Wakamjibu, "Mambo ya Yesu wa Nazareti. Yeye alikuwa nabii, mwenye uwezo mkuu katika maneno yake na matendo yake, mbele za Mungu na mbele ya wanadamu wote. 20 Viongozi wa makuhani na viongozi wetu walimtoa ahukumiwe kufa, nao wakamsulubisha. 21 Lakini tulikuwa tumetegemea kwamba yeye ndiye angelikomboa Israeli. Zaidi ya hayo, leo ni siku ya tatu tangu mambo haya yatokee. 22 Isitoshe, baadhi ya wanawake katika kundi letu wametushtusha. Walikwenda kaburini leo alfajiri, 23 lakini hawakuukuta mwili wake. Walirudi wakasema wameona maono ya malaika ambao waliwaambia kwamba Yesu yu hai. 24 Kisha baadhi ya wenzetu walikwenda kaburini wakalikuta kama vile wale wanawake walivyokuwa wamesema, lakini yeye hawakumwona."

25 Yesu akawaambia, "Ninyi ni wajinga kiasi gani, nanyi ni wazito mioyoni mwenu kuamini mambo yote yaliyonenwa na manabii! 26 Je, haikumpasa Kristo[c] kuteswa kwa njia hiyo na kisha aingie katika utukufu wake?" 27 Naye akianzia na Sheria ya Mose na Manabii wote, akawafafanulia jinsi Maandiko yalivyosema kumhusu yeye.

28 Nao walipokaribia kile kijiji walichokuwa wakienda, Yesu akawa kama anaendelea mbele. 29 Lakini wao wakamsihi sana akae nao, wakisema, "Kaa hapa nasi, kwa maana sasa ni jioni na usiku unaingia." Basi akaingia ndani kukaa nao.

30 Alipokuwa mezani pamoja nao, akachukua mkate, akashukuru, akaumega, akaanza kuwagawia. 31 Ndipo macho yao yakafumbuliwa, nao wakamtambua, naye akatoweka machoni pao. Hawakumwona tena. 32 Wakaulizana wao kwa wao, "Je, mioyo yetu haikuwakawaka kwa furaha ndani yetu alipokuwa anazungumza nasi njiani na kutufafanulia Maandiko?"

33 Wakaondoka mara, wakarudi Yerusalemu. Wakawakuta wale wanafunzi kumi na mmoja na wale waliokuwa pamoja nao, wamekusanyika

[a]50 *Baraza la Wayahudi* hapa ina maana ya *Sanhedrin* ambalo lilikuwa ndilo baraza la juu kabisa la utawala wa Kiyahudi, lililoundwa na wazee 70 pamoja na kuhani mkuu.

[b]13 Maili saba ni kama kilomita 11.2.

[c]26 *Kristo* maana yake ni *Masiya*, yaani *Aliyetiwa mafuta*.

34 wakisema, "Ni kweli! Bwana amefufuka, naye
amemtokea Simoni." 35 Kisha wale wanafunzi
wawili wakaeleza yaliyotukia njiani na jinsi wali-
vyomtambua Yesu alipoumega mkate.

Yesu Awatokea Wanafunzi Wake

36 Walipokuwa bado wanazungumza hayo, Yesu
mwenyewe akasimama katikati yao, akasema,
"Amani iwe nanyi!"
37 Wakashtuka na kuogopa wakidhani kwamba
wameona mzuka. 38 Lakini Yesu akawauliza, "Kwa
nini mnaogopa? Kwa nini mna shaka mioyoni
mwenu? 39 Tazameni mikono yangu na miguu
yangu, mwone kuwa ni mimi hasa. Niguseni
mwone; kwa maana mzuka hauna nyama na
mifupa, kama mnionavyo kuwa navyo."
40 Aliposema haya, akawaonyesha mikono na
miguu yake. 41 Wakashindwa kuamini kwa ajili ya
furaha na mshangao waliokuwa nao. Akawauliza,
"Mna chakula chochote hapa?"
42 Wakampa kipande cha samaki aliyeokwa,
43 naye akakichukua na kukila mbele yao.
44 Akawaambia, "Haya ndiyo yale niliyo-
waambia nilipokuwa bado niko pamoja nanyi,
kwamba yote yaliyoandikwa kunihusu mimi
katika Sheria ya Mose, Manabii na Zaburi hayana
budi kutimizwa."
45 Ndipo akafungua fahamu zao ili waweze
kuyaelewa Maandiko. 46 Akawaambia, "Haya ndiyo
yaliyoandikwa: Kristo atateswa na siku ya tatu ata-
fufuka kutoka kwa wafu. 47 Toba na msamaha wa
dhambi zitatangaziwa mataifa yote kupitia jina
lake kuanzia Yerusalemu. 48 Ninyi ni mashahidi
wa mambo haya.

Kuahidiwa Kwa Roho Mtakatifu

49 "Tazama nitawatumia ahadi ya Baba yangu;
lakini kaeni humu mjini hadi mtakapovikwa uwezo
utokao juu."

Kupaa Kwa Yesu Mbinguni

50 Akiisha kuwaongoza mpaka kwenye viunga
vya Bethania, akainua mikono yake juu na kuwa-
bariki. 51 Alipokuwa anawabariki, akawaacha,
akachukuliwa mbinguni. 52 Kisha wakamwabudu
na kurudi Yerusalemu wakiwa wamejawa na furaha
kuu. 53 Nao wakadumu ndani ya Hekalu wakimtu-
kuza Mungu. Amen.

YOHANA

Neno Alifanyika Mwili

1 Hapo mwanzo alikuwako Neno, huyo Neno alikuwa pamoja na Mungu, naye Neno alikuwa Mungu. 2 Tangu mwanzo huyo Neno alikuwa pamoja na Mungu.

3 Vitu vyote viliumbwa kwa yeye, wala pasipo yeye hakuna chochote kilichoumbwa ambacho kimeumbwa. 4 Ndani yake ndimo ulimokuwa uzima na huo uzima ulikuwa nuru ya watu. 5 Nuru hung'aa gizani nalo giza halikuishinda.

6 Alikuja mtu mmoja aliyetumwa kutoka kwa Mungu, jina lake Yohana. 7 Alikuja kama shahidi apate kuishuhudia hiyo nuru, ili kwa kupitia kwake watu wote waweze kuamini. 8 Yeye mwenyewe hakuwa ile nuru, bali alikuja kuishuhudia hiyo nuru. 9 Kwamba nuru halisi, imwangaziayo kila mtu ilikuwa inakuja ulimwenguni.

10 Huyo Neno alikuwako ulimwenguni na ingawa ulimwengu uliumbwa kupitia kwake, haukumtambua. 11 Alikuja kwa walio wake, lakini wao hawakumpokea. 12 Bali wote waliompokea, aliwapa uwezo wa kufanyika watoto wa Mungu, ndio wale waliaminio jina lake. 13 Hawa ndio wasiozaliwa kwa damu, wala kwa mapenzi ya mwili au kwa mapenzi ya mtu, bali kwa mapenzi ya Mungu.

14 Neno alifanyika mwili, akakaa miongoni mwetu, nasi tukauona utukufu wake, utukufu kama wa Mwana pekee atokaye kwa Baba, amejaa neema na kweli.

15 Yohana alishuhudia habari zake, akapaza sauti, akisema, "Huyu ndiye yule niliyewaambia kwamba, 'Yeye ajaye baada yangu ni mkuu kuniliko mimi, kwa kuwa alikuwepo kabla yangu.' " 16 Kutokana na ukamilifu wake, sisi sote tumepokea neema juu ya neema. 17 Kwa kuwa sheria ilitolewa kwa mkono wa Mose, lakini neema na kweli imekuja kupitia Yesu Kristo. 18 Hakuna mtu yeyote aliyemwona Mungu wakati wowote, ila ni Mungu Mwana pekee, aliye kifuani mwa Baba ndiye ambaye amemdhihirisha.

Ushuhuda Wa Yohana Mbatizaji

19 Huu ndio ushuhuda wa Yohana wakati Wayahudi walipowatuma makuhani na Walawi kutoka Yerusalemu kumuuliza, "Wewe ni nani?" 20 Yohana alikiri waziwazi pasipo kuficha akasema, "Mimi si Kristo."[a]

21 Wakamuuliza, "Wewe ni nani basi? Je, wewe ni Eliya?"

Yeye akajibu, "Hapana, mimi siye."

"Je, wewe ni yule Nabii?"

Akajibu, "Hapana."

22 Ndipo wakasema, "Basi tuambie wewe ni nani ili tupate jibu la kuwapelekea wale waliotutuma. Wewe wasemaje juu yako mwenyewe?"

23 Akawajibu kwa maneno ya nabii Isaya, akisema, "Mimi ni sauti ya mtu aliaye nyikani, 'Yanyoosheni mapito ya Bwana.' "

24 Basi walikuwa wametumwa watu kutoka kwa Mafarisayo 25 wakamuuliza, "Kama wewe si Kristo, wala si Eliya na wala si yule Nabii, kwa nini basi unabatiza?"

26 Yohana akawajibu, "Mimi ninabatiza kwa maji,[b] lakini katikati yenu yupo mtu msiyemjua. 27 Yeye ajaye baada yangu, sistahili hata kufungua kamba za viatu vyake."

28 Mambo haya yote yalitukia huko Bethania, ng'ambo ya Mto Yordani, mahali Yohana alipokuwa akibatiza.

Yesu Mwana-Kondoo Wa Mungu

29 Siku iliyofuata, Yohana alimwona Yesu akimjia akasema, "Tazama, Mwana-Kondoo wa Mungu aichukuaye dhambi ya ulimwengu! 30 Huyu ndiye yule niliyewaambia kwamba, 'Mtu anakuja baada yangu ambaye ni mkuu kuniliko mimi, kwa kuwa alikuwepo kabla yangu.' 31 Mimi mwenyewe sikumfahamu, lakini sababu ya kuja nikibatiza kwa maji ni ili yeye apate kufunuliwa kwa Israeli."

32 Kisha Yohana akatoa ushuhuda huu: "Nilimwona Roho akishuka kutoka mbinguni kama hua, akakaa juu yake. 33 Mimi nisingemtambua, lakini yeye aliyenituma nibatize kwa maji alikuwa ameniambia, 'Yule mtu utakayemwona Roho akimshukia na kukaa juu yake, huyo ndiye atakayebatiza kwa Roho Mtakatifu.' 34 Mimi mwenyewe nimeona jambo hili na ninashuhudia kuwa huyu ndiye Mwana wa Mungu."

Wanafunzi Wa Kwanza Wa Yesu

35 Siku iliyofuata, Yohana alikuwa huko tena pamoja na wanafunzi wake wawili. 36 Alipomwona Yesu akipita, akasema, "Tazama, Mwana-Kondoo wa Mungu!"

37 Wale wanafunzi wawili walipomsikia Yohana akisema haya, wakamfuata Yesu. 38 Yesu akageuka, akawaona wakimfuata akawauliza, "Mnataka nini?"

Wakamwambia, "Rabi," (maana yake Mwalimu), "Unaishi wapi?"

39 Yesu akawajibu, "Njooni, nanyi mtapaona!"

Hivyo wakaenda na kupaona mahali alipokuwa anaishi, wakakaa naye siku ile, kwa kuwa ilikuwa yapata saa kumi.

40 Andrea nduguye Simoni Petro, alikuwa mmoja wa wale wawili waliosikia yale Yohana aliyokuwa amesema, naye ndiye alimfuata Yesu. 41 Kitu cha kwanza Andrea alichofanya ni kumtafuta Simoni nduguye na kumwambia, "Tumemwona Masiya" (yaani, Kristo). 42 Naye akamleta kwa Yesu.

Yesu akamwangalia na kusema, "Wewe ni

---

[a]20 *Kristo* maana yake ni *Masiya*, yaani *Aliyetiwa mafuta*.

[b]26 Hapa tafsiri zingine zinasema ndani ya maji.

Simoni mwana wa Yohana. Utaitwa Kefa" (ambalo
limetafsiriwa Petro[a]).

Yesu Awaita Filipo Na Nathanaeli

43 Siku iliyofuata Yesu aliamua kwenda Galilaya.
Akamkuta Filipo, akamwambia, "Nifuate."
44 Basi Filipo alikuwa mwenyeji wa Bethsaida, mji
alikotoka Andrea na Petro. 45 Filipo naye akamkuta
Nathanaeli na kumwambia, "Tumemwona yeye
ambaye Mose aliandika habari zake katika She-
ria na ambaye pia manabii waliandika kumhusu,
yaani, Yesu wa Nazareti, mwana wa Yosefu."

46 Nathanaeli akauliza, "Nazareti! Je, kitu cho-
chote chema chaweza kutoka Nazareti?" Filipo
akamwambia, "Njoo uone."

47 Yesu alipomwona Nathanaeli anakaribia,
akanena habari zake akasema, "Tazama huyu ni
Mwisraeli kweli kweli, hana hila ndani yake."

48 Nathanaeli akamuuliza, "Umenifahamuje?"

Yesu akamjibu, "Nilikuona ulipokuwa bado uko
chini ya mtini, kabla hata Filipo hajakuita."

49 Nathanaeli akamwambia, "Rabi, wewe ni
Mwana wa Mungu! Wewe ni Mfalme wa Israeli!"

50 Yesu akamwambia, "Unaamini kwa kuwa
nilikuambia nilikuona ulipokuwa bado uko chini
ya mtini? Basi utaona mambo makuu zaidi kuliko
hilo." 51 Ndipo akawaambia, "Amin, amin nawaa-
mbia, ninyi mtaona mbingu ikifunguka na malaika
wa Mungu wakipanda na kushuka juu ya Mwana
wa Adamu."

Arusi Huko Kana

2 Siku ya tatu kulikuwa na arusi katika mji wa
Kana ya Galilaya, naye mama yake Yesu ali-
kuwepo pale. 2 Yesu pamoja na wanafunzi wake
walikuwa wamealikwa arusini pia. 3 Divai ilipokwi-
sha, mama yake Yesu akamwambia, "Wameishiwa
na divai."

4 Yesu akamwambia, "Mwanamke, nina nini
nawe? Saa yangu haijawadia."

5 Mama yake akawaambia wale watumishi,
"Lolote atakalowaambia, fanyeni."

6 Basi ilikuwepo mitungi sita ya kuhifadhia maji
iliyotengenezwa kwa mawe kwa ajili ya kujitakasa
kwa desturi ya Kiyahudi; kila mtungi ungeweza
kuchukua vipipa viwili au vitatu.[b]

7 Yesu akawaambia wale watumishi, "Ijazeni
hiyo mitungi maji." Nao wakaijaza ile mitungi
mpaka juu.

8 Kisha akawaambia, "Sasa choteni hayo maji
kidogo, mpelekeeni mkuu wa meza."

Hivyo wakachota, wakampelekea. 9 Yule mkuu
wa meza akayaonja yale maji ambayo yalikuwa
yamebadilika kuwa divai. Hakujua divai hiyo iliko-
toka ingawa wale watumishi waliochota yale maji
wao walifahamu. Basi akamwita bwana arusi kando
10 akamwambia, "Watu wote hutoa kwanza divai
nzuri, kisha huleta ile divai hafifu wageni wakisha
kunywa vya kutosha, lakini wewe umeiweka ile
nzuri kupita zote mpaka sasa."

11 Huu, ndio uliokuwa muujiza wa kwanza
Yesu aliofanya Kana ya Galilaya. Hivyo Yesu ali-
dhihirisha utukufu wake, nao wanafunzi wake
wakamwamini.

Yesu Atakasa Hekalu

12 Baada ya hayo, Yesu pamoja na mama yake,
ndugu zake na wanafunzi wake, walishuka mpaka
Kapernaumu, wakakaa huko siku chache.

13 Ilipokaribia wakati wa Pasaka ya Wayahudi,
Yesu alipanda kwenda Yerusalemu. 14 Huko Heka-
luni aliwakuta watu wakiuza ng'ombe, kondoo na
njiwa, nao wengine walikuwa wameketi mezani
wakibadili fedha. 15 Akatengeneza mjeledi kutokana
na kamba, akawafukuza wote kutoka kwenye eneo
la Hekalu, pamoja na kondoo na ng'ombe. Akazipi-
ndua meza za wale wabadili fedha na kuzimwaga
fedha zao. 16 Akawaambia wale waliokuwa wakiuza
njiwa, "Waondoeni hapa! Mnathubutuje kuifanya
nyumba ya Baba yangu kuwa mahali pa biashara?"

17 Wanafunzi wake wakakumbuka kuwa imea-
ndikwa: "Wivu wa nyumba yako utanila."

18 Ndipo Wayahudi wakamuuliza, "Unaweza
kutuonyesha ishara gani ili kuthibitisha mamlaka
uliyo nayo ya kufanya mambo haya?"

19 Yesu akawajibu, "Libomoeni hili Hekalu, nami
nitalijenga tena kwa siku tatu!"

20 Wale Wayahudi wakamjibu, "Hekalu hili lilije-
ngwa kwa muda wa miaka arobaini na sita, nawe
wasema utalijenga kwa siku tatu?" 21 Lakini yeye
Hekalu alilozungumzia ni mwili wake. 22 Baada ya
kufufuliwa kutoka kwa wafu, wanafunzi wake
wakakumbuka yale aliyokuwa amesema. Ndipo
wakayaamini Maandiko na yale maneno Yesu
aliyokuwa amesema.

23 Ikawa Yesu alipokuwa Yerusalemu kwenye
Sikukuu ya Pasaka, watu wengi waliona ishara
na miujiza aliyokuwa akifanya, wakaamini katika
jina lake. 24 Lakini Yesu hakujiaminisha kwao kwa
sababu aliwajua wanadamu wote. 25 Hakuhitaji
ushuhuda wa mtu yeyote kuhusu mtu, kwa kuwa
alijua yote yaliyokuwa moyoni mwa mtu.

Nikodemo Amwendea Yesu Usiku

3 Basi palikuwa na mtu mmoja Farisayo, jina lake
Nikodemo, mmoja wa Baraza la Wayahudi[c] lili-
lotawala. 2 Huyu alimjia Yesu usiku akamwambia,
"Rabi, tunajua kuwa wewe ni mwalimu uliyetu-
mwa na Mungu, kwa maana hakuna mtu awezaye
kufanya miujiza hii uifanyayo wewe, kama Mungu
hayuko pamoja naye."

3 Yesu akamjibu, "Amin, amin nakuambia,
hakuna mtu anayeweza kuuona Ufalme wa Mungu
kama hajazaliwa mara ya pili."

4 Nikodemo akauliza, "Awezaje mtu kuzaliwa
wakati akiwa mzee? Hakika hawezi kuingia mara
ya pili kwenye tumbo la mama yake ili azaliwe!"

5 Yesu akamwambia, "Amin, amin nakuambia,
hakuna mtu yeyote anayeweza kuingia Ufalme wa
Mungu kama hajazaliwa kwa maji na kwa Roho.
6 Mwili huzaa mwili, lakini Roho huzaa roho.

[a]42 Petro kwa Kiyunani au Kefa kwa Kiaramu; maana yake ni Kipande cha mwamba.

[b]6 Kipipa kimoja chenye ujazo wa lita 40; hivyo kila mtungi ulikuwa na ujazo wa lita 80 au 120.

[c]1 Baraza la Wayahudi hapa ina maana ya Sanhedrin ambalo lilikuwa ndilo Baraza la juu kabisa la utawala wa Kiyahudi, lililoundwa na wazee 70 pamoja na kuhani mkuu.

[7] Kwa hiyo usishangae ninapokuambia huna budi 'kuzaliwa mara ya pili.' [8] Upepo huvuma popote upendapo. Mvumo wake unausikia lakini huwezi ukafahamu utokako wala uendako. Ndivyo ilivyo kwa kila mtu aliyezaliwa na Roho."

[9] Nikodemo akamuuliza, "Mambo haya yanawezekanaje?"

[10] Yesu akamwambia, "Wewe ni mwalimu mashuhuri wa Waisraeli, nawe huelewi mambo haya? [11] Amin, amin ninakuambia, sisi tunazungumza lile tunalolijua na tunashuhudia lile tulililoliona. Lakini ninyi watu hamkubali ushuhuda wetu. [12] Nimewaambia mambo ya duniani, nanyi hamkuniamini, mtaniaminije basi nitakapowaambia mambo ya mbinguni? [13] Hakuna mtu yeyote aliyekwenda mbinguni isipokuwa yeye aliyeshuka kutoka mbinguni, yaani, Mwana wa Adamu. [14] Kama vile Mose alivyomwinua yule nyoka kule jangwani, vivyo hivyo Mwana wa Adamu hana budi kuinuliwa juu. [15] Ili kila mtu amwaminiye awe na uzima wa milele.

[16] "Kwa maana jinsi hii Mungu aliupenda ulimwengu hata akamtoa Mwanawe wa pekee, ili kila mtu amwaminiye asipotee, bali awe na uzima wa milele. [17] Kwa maana Mungu hakumtuma Mwanawe kuuhukumu ulimwengu, bali kupitia kwake ulimwengu upate kuokolewa. [18] Yeyote amwaminiye hahukumiwi, lakini asiyeamini amekwisha kuhukumiwa, kwa sababu hakuliamini jina la Mwana pekee wa Mungu. [19] Hii ndiyo hukumu kwamba: Nuru imekuja ulimwenguni, nao watu wakapenda giza kuliko nuru kwa sababu matendo yao ni maovu. [20] Kwa kuwa kila atendaye maovu huchukia nuru, wala haji kwenye nuru ili matendo yake maovu yasifichuliwe. [21] Lakini yule aishiye kwa ukweli huja kwenye nuru, ili ionekane wazi kwamba matendo yake yametendeka katika Mungu."

Ushuhuda Wa Yohana Mbatizaji Kuhusu Yesu

[22] Baada ya haya, Yesu na wanafunzi wake walikwenda katika nchi ya Uyahudi, nao wakakaa huko kwa muda na kubatiza. [23] Yohana naye alikuwa akibatiza huko Ainoni karibu na Salimu kwa sababu huko kulikuwa na maji tele. Watu wazima wakamjia huko ili kubatizwa. [24] (Hii ilikuwa kabla Yohana hajatiwa gerezani). [25] Mashindano yakazuka kati ya baadhi ya wanafunzi wa Yohana na Myahudi mmoja kuhusu suala la desturi ya kunawa kwa utakaso. [26] Wakamwendea Yohana wakamwambia, "Rabi, yule mtu aliyekuwa pamoja nawe ng'ambo ya Mto Yordani, yule uliyeshuhudia habari zake, sasa anabatiza na kila mtu anamwendea!"

[27] Yohana akawajibu, "Hakuna mtu yeyote awezaye kupata kitu chochote isipokuwa kile tu alichopewa kutoka mbinguni. [28] Ninyi wenyewe ni mashahidi wangu kwamba nilisema, 'Mimi si Kristo,[a] ila nimetumwa nimtangulie.' [29] Bibi arusi ni wa bwana arusi. Lakini rafiki yake bwana arusi anayesimama karibu naye na kusikiliza kutoka kwake, hufurahi sana aisikiapo sauti ya bwana arusi. Kwa sababu hii furaha yangu imekamilika. [30] Yeye hana budi kuwa mkuu zaidi na mimi nizidi kuwa mdogo."

Yeye Aliyetoka Mbinguni

[31] "Yeye ajaye kutoka juu yu juu ya yote, yeye aliye wa duniani ni wa dunia, naye huzungumza mambo ya duniani. Yeye aliyekuja kutoka mbinguni, yu juu ya yote. [32] Yeye hushuhudia yale aliyoyaona na kuyasikia, lakini hakuna yeyote anayekubali ushuhuda wake. [33] Lakini yeyote anayekubali huo ushuhuda anathibitisha kwamba, Mungu ni kweli. [34] Yeye aliyetumwa na Mungu husema maneno ya Mungu, kwa kuwa Mungu humtoa Roho pasipo kipimo. [35] Baba anampenda Mwana, naye ametia vitu vyote mikononi mwake. [36] Yeyote anayemwamini Mwana ana uzima wa milele, lakini yeye asiyemwamini Mwana hatauona uzima, bali ghadhabu ya Mungu itakuwa juu yake."

Yesu Azungumza Na Mwanamke Msamaria

4 Mafarisayo wakasikia kwamba Yesu alikuwa anapata na kubatiza wanafunzi wengi zaidi kuliko Yohana, [2] ingawa kwa kweli si Yesu mwenyewe aliyekuwa akibatiza, ila ni wanafunzi wake. [3] Bwana alipojua mambo haya, aliondoka Uyahudi akarudi tena Galilaya.

[4] Wakati huo ilimlazimu apitie Samaria. [5] Akafika kwenye mji mmoja wa Samaria uitwao Sikari, karibu na lile shamba ambalo Yakobo alimpa mwanawe Yosefu. [6] Huko ndiko kulikokuwa na kile kisima cha Yakobo. Naye Yesu alikuwa amechoka kwa kuwa alikuwa ametoka safarini. Akaketi karibu na hicho kisima. Ilikuwa yapata saa sita mchana.

[7] Mwanamke mmoja Msamaria akaja kuteka maji, Yesu akamwambia, "Naomba maji ninywe." [8] (Wakati huo wanafunzi wake walikuwa wamekwenda mjini kununua chakula.)

[9] Yule mwanamke Msamaria akamjibu, "Wewe ni Myahudi na mimi ni Msamaria. Yawezekanaje uniombe nikupe maji ya kunywa?" Wayahudi walikuwa hawashirikiani kabisa na Wasamaria.

[10] Yesu akajibu akamwambia, "Kama ungelijua karama ya Mungu, naye ni nani anayekuambia, Nipe maji ninywe, wewe ungelimwomba yeye, naye angelikupa maji yaliyo hai."

[11] Yule mwanamke akamjibu, "Bwana, wewe huna chombo cha kutekea maji na kisima hiki ni kirefu. Hayo maji ya uzima utayapata wapi? [12] Kwani wewe ni mkuu kuliko baba yetu Yakobo ambaye alitupatia kisima hiki, ambacho yeye pamoja na watoto wake na mifugo yake walikitumia?"

[13] Yesu akamjibu, "Kila mtu anayekunywa maji ya kisima hiki, ataona kiu tena. [14] Lakini yeyote anywaye maji nitakayompa, hataona kiu kamwe. Maji nitakayompa yatakuwa ndani yake chemchemi ya maji yakibubujika uzima wa milele."

[15] Yule mwanamke akamwambia, "Bwana, tafadhali nipe maji hayo ili nisipate kiu tena na wala nisije tena hapa kuteka maji!"

[16] Yesu akamjibu, "Nenda ukamwite mumeo, uje naye hapa."

[17] Yule mwanamke akajibu, "Sina mume."

Yesu akamwambia, "Umesema kweli kuwa huna mume. [18] Kwa maana umeshakuwa na wanaume watano na mwanaume unayeishi naye sasa si mume wako! Umesema ukweli."

---

[a]28 *Kristo* maana yake ni *Masiya*, yaani *Aliyetiwa mafuta*.

19 Yule mwanamke akasema, "Bwana, naona bila
shaka wewe ni nabii. 20 Baba zetu waliabudu kwe-
nye mlima huu, lakini ninyi Wayahudi mnasema
ni lazima tukaabudu huko Yerusalemu."
21 Yesu akamjibu, "Mwanamke, niamini, wakati
unakuja ambapo hamtamwabudu Baba katika
mlima huu, wala huko Yerusalemu. 22 Ninyi Wasa-
maria mnaabudu msichokijua. Sisi Wayahudi
tunamwabudu Mungu tunayemjua kwa sababu
wokovu unatoka kwa Wayahudi. 23 Lakini saa yaja,
tena ipo, ambapo wale waabuduo halisi, watamwa-
budu Baba katika roho na kweli. Watu wanaoabudu
namna hii, ndio Baba anawatafuta. 24 Mungu ni
Roho na wote wanaomwabudu imewapasa kumwa-
budu katika roho na kweli."
25 Yule mwanamke akamwambia, "Ninafahamu
kwamba Masiya (aitwaye Kristo) anakuja. Yeye
akija, atatueleza mambo yote."
26 Yesu akamwambia, "Mimi ninayezungumza
nawe, ndiye."
27 Wakati huo wanafunzi wake wakarudi,
wakashangaa sana kumwona akizungumza na
mwanamke. Lakini hakuna aliyemuuliza, "Unataka
nini kwake?" Au "Kwa nini unazungumza naye?"
28 Yule mwanamke akaacha mtungi wake, aka-
rudi mjini akawaambia watu, 29 "Njooni mkamwone
mtu aliyeniambia kila kitu nilichotenda! Je, yawe-
zekana huyu ndiye Kristo?"[a] 30 Basi wakamiminika
watu kutoka mjini wakamwendea Yesu.
31 Wakati huo wanafunzi wake walikuwa waki-
msihi, "Rabi, kula angalau chochote."
32 Lakini yeye akawajibu, "Mimi ninacho chakula
ambacho ninyi hamkifahamu."
33 Basi wanafunzi wakaanza kuulizana, "Kuna
mtu ambaye amemletea chakula?" 34 Lakini Yesu
akawajibu, "Chakula changu ni kufanya mapenzi
ya Mungu ambaye amenituma na kuikamilisha
kazi yake. 35 Je, ninyi hamsemi, 'Bado miezi
minne tuvune?' Inueni macho yenu myaangalie
mashamba jinsi mazao yalivyo tayari kuvunwa!
36 Mvunaji tayari anapokea mshahara wake, naye
anakusanya mazao kwa ajili ya uzima wa milele.
Ili yeye apandaye na yeye avunaye wafurahi
pamoja. 37 Hivyo kule kusema, 'Mmoja hupanda na
mwingine huvuna,' ni kweli kabisa. 38 Niliwatuma
mkavune mazao ambayo hamkupanda, wengine
walifanya kazi ngumu, nanyi mmevuna faida ya
taabu yao."

Wasamaria Wengi Waamini

39 Wasamaria wengi katika mji ule wakamwamini
Yesu kwa sababu ya ushuhuda wa yule mwana-
mke alipowaambia kwamba, "Ameniambia kila
kitu nilichotenda." 40 Hivyo wale Wasamaria
walipomjia, wakamsihi akae kwao. Naye akakaa
huko siku mbili. 41 Kwa sababu ya neno lake, watu
wengi wakaamini.
42 Wakamwambia yule mwanamke, "Sasa tunaa-
mini, wala si kwa sababu ya maneno yako tu, bali
kwa kuwa tumemsikia sisi wenyewe. Tumejua
hakika kweli ya kwamba huyu ndiye Kristo, Mwo-
kozi wa ulimwengu."

Yesu Amponya Mwana Wa Afisa

43 Baada ya zile siku mbili, Yesu aliondoka
kwenda Galilaya. 44 (Basi Yesu mwenyewe alikuwa
amesema kwamba nabii hapati heshima katika
nchi yake mwenyewe.) 45 Alipofika Galilaya, Waga-
lilaya walimkaribisha, kwani walikuwa wameona
yale aliyoyatenda huko Yerusalemu wakati wa
Sikukuu ya Pasaka. Kwa maana wao pia walikuwa
wamehudhuria hiyo Sikukuu.
46 Hivyo Yesu akaja tena mpaka Kana ya Galilaya,
kule alikokuwa amebadili maji kuwa divai. Huko
kulikuwepo na afisa mmoja wa mfalme, ambaye
mwanawe alikuwa mgonjwa huko Kapernaumu.
47 Huyo mtu aliposikia kwamba Yesu alikuwa ame-
wasili Galilaya kutoka Uyahudi, alimwendea na
kumwomba ili aje kumponya mwanawe, aliyekuwa
mgonjwa karibu ya kufa.
48 Yesu akamwambia, "Ninyi watu msipoona
ishara na miujiza kamwe hamtaamini."
49 Yule afisa wa mfalme akamwambia, "Bwana,
tafadhali shuka kabla mwanangu hajafa."
50 Yesu akamjibu, "Enenda zako, mwanao yu hai."
Yule afisa akaamini yale maneno Yesu aliyo-
mwambia, akaondoka akaenda zake. 51 Alipokuwa
bado yuko njiani, akakutana na watumishi wake
wakamwambia kwamba mwanawe yu mzima.
52 Akawauliza saa ambayo alianza kupata nafuu.
Wakamwambia, "Jana yapata saa saba, homa ili-
mwacha."
53 Ndipo baba wa huyo mtoto akakumbuka
kuwa huo ndio wakati ambapo Yesu alikuwa
amemwambia, "Mwanao yu hai." Kwa hiyo yeye,
pamoja na wote wa nyumbani mwake wakamwa-
mini Yesu.
54 Hii ilikuwa ishara ya pili ambayo Yesu alifanya
aliporudi Galilaya kutoka Uyahudi.

Yesu Amponya Mtu Kwenye Bwawa La Bethzatha

5 Baada ya haya, kulikuwa na Sikukuu ya Waya-
hudi, naye Yesu akapanda kwenda Yerusalemu.
2 Huko Yerusalemu, karibu na mlango uitwao
Mlango wa Kondoo, palikuwa na bwawa moja
lililoitwa kwa Kiebrania Bethzatha,[b] ambalo
lilikuwa limezungukwa na kumbi tano. 3 Hapa
palikuwa na idadi kubwa ya wasiojiweza, yaani,
vipofu, viwete, na waliopooza [wakingojea maji
yatibuliwe. 4 Kwa maana malaika alikuwa akishuka
wakati fulani, akayatibua maji. Yule aliyekuwa wa
kwanza kuingia ndani baada ya maji kutibuliwa ali-
pona ugonjwa wowote aliokuwa nao]. 5 Mtu mmoja
alikuwako huko ambaye alikuwa ameugua kwa
miaka thelathini na minane. 6 Yesu alipomwona
akiwa amelala hapo, naye akijua kuwa amekuwa
hapo kwa muda mrefu, akamwambia, "Je, wataka
kuponywa?"
7 Yule mgonjwa akamjibu, "Bwana, mimi sina
mtu wa kuniingiza bwawani maji yanapotibuliwa.
Nami ninapotaka kutumbukia bwawani, mtu mwi-
ngine huingia kabla yangu."

[a]29 *Kristo* maana yake ni *Masiya*, yaani *Aliyetiwa mafuta*.

[b]2 Bethzatha ni neno la Kiebrania ambalo maana yake ni Nyumba ya mizeituni; mahali pengine limetajwa kama Bethesda kwa Kiaramu, yaani Nyumba ya huruma, na pengine kama Bethsaida, yaani Nyumba ya uvuvi.

8 Yesu akamwambia, "Inuka, chukua mkeka
wako, uende." 9 Mara yule mtu akapona, akachukua
mkeka wake, akaanza kutembea.
Basi siku hiyo ilikuwa siku ya Sabato. 10 Kwa hiyo
Wayahudi wakamwambia yule mtu aliyeponywa,
"Leo ni Sabato, si halali wewe kubeba mkeka
wako."
11 Yeye akawajibu, "Yule mtu aliyeniponya alinia-
mbia, 'Chukua mkeka wako na uende.' "
12 Wakamuuliza, "Ni mtu gani huyo aliyekuambia
uchukue mkeka wako uende?"
13 Basi yule mtu aliyeponywa hakufahamu ni
nani aliyemponya, kwa sababu Yesu alikuwa ame-
jiondoa katika ule umati wa watu uliokuwa hapo.
14 Baadaye Yesu akamkuta yule mtu aliyempo-
nya ndani ya Hekalu na kumwambia, "Tazama
umeponywa, usitende dhambi tena. La sivyo,
lisije likakupata jambo baya zaidi." 15 Yule mtu
akaenda, akawaambia wale Wayahudi kuwa ni
Yesu aliyemponya.

Uzima Kupitia Mwana

16 Kwa hiyo Wayahudi wakaanza kumsumbua
Yesu, kwa sababu alikuwa anafanya mambo kama
hayo siku ya Sabato. 17 Yesu akawajibu, "Baba yangu
anafanya kazi yake daima hata siku hii ya leo, nami
pia ninafanya kazi." 18 Maneno haya yaliwaudhi
sana viongozi wa Wayahudi. Wakajaribu kila njia
wapate jinsi ya kumuua, kwani si kwamba alivunja
Sabato tu, bali alikuwa akimwita Mungu Baba yake,
hivyo kujifanya sawa na Mungu.

Mamlaka Ya Mwana Wa Mungu

19 Yesu akawaambia, "Amin, amin nawaambia,
Mwana hawezi kufanya jambo lolote peke yake,
yeye aweza tu kufanya lile analomwona Baba
yake akifanya, kwa maana lolote afanyalo Baba,
Mwana pia hufanya vivyo hivyo. 20 Baba ampenda
Mwana na kumwonyesha yale ambayo yeye Baba
mwenyewe anayafanya, naye atamwonyesha kazi
kuu kuliko hizi ili mpate kushangaa. 21 Hakika kama
vile Baba awafufuavyo wafu na kuwapa uzima,
vivyo hivyo Mwana huwapa uzima wale anaope-
nda. 22 Wala Baba hamhukumu mtu yeyote, lakini
hukumu yote amempa Mwana, 23 ili wote wamhe-
shimu Mwana kama vile wanavyomheshimu Baba.
Yeyote asiyemheshimu Mwana, hamheshimu Baba
aliyemtuma.
24 "Amin, amin nawaambia, yeyote anayesikia
maneno yangu na kumwamini yeye aliyenituma,
anao uzima wa milele, naye hatahukumiwa, bali
amepita kutoka mautini, na kuingia uzimani.
25 Amin, amin nawaambia, saa yaja, nayo saa ipo,
wafu watakapoisikia sauti ya Mwana wa Mungu,
nao watakaoisikia watakuwa hai. 26 Kama vile Baba
alivyo na uzima ndani yake, vivyo hivyo amempa
Mwana kuwa na uzima ndani yake. 27 Naye amempa
Mwanawe mamlaka ya kuhukumu kwa kuwa yeye
ni Mwana wa Adamu.
28 "Msishangae kusikia haya, kwa maana saa
inakuja ambapo wale walio makaburini wataisikia
sauti yake. 29 Nao watatoka nje, wale waliotenda
mema watafufuka wapate uzima na wale walio-
tenda maovu, watafufuka wahukumiwe.

Shuhuda Kuhusu Yesu

30 "Mimi siwezi kufanya jambo lolote peke
yangu. Ninavyosikia ndivyo ninavyohukumu,
nayo hukumu yangu ni ya haki kwa kuwa sitafuti
kufanya mapenzi yangu mwenyewe, bali mapenzi
yake yeye aliyenituma.
31 "Kama ningejishuhudia mimi mwenyewe,
ushuhuda wangu si kweli. 32 Lakini yuko mwingine
anishuhudiaye na ninajua kwamba ushuhuda wake
ni wa kweli.
33 "Mlituma wajumbe kwa Yohana, naye aka-
shuhudia juu ya kweli. 34 Si kwamba naukubali
ushuhuda wa mwanadamu, la, bali ninalitaja hili
kusudi ninyi mpate kuokolewa. 35 Yohana alikuwa
taa iliyowaka na kutoa nuru, nanyi kwa muda mli-
chagua kuifurahia nuru yake.
36 "Lakini ninao ushuhuda mkuu zaidi kuliko
wa Yohana. Kazi zile nizifanyazo, zinashuhu-
dia juu yangu, zile ambazo Baba amenituma
nizikamilishe, naam, ishara hizi ninazofanya, zina-
shuhudia kuwa Baba ndiye alinituma. 37 Naye Baba
mwenyewe ameshuhudia juu yangu. Hamjapata
kamwe kuisikia sauti yake wala kuona umbo lake,
38 wala hamna neno lake ndani yenu, kwa sababu
hamkumwamini yeye aliyetumwa naye. 39 Ninyi
mnachunguza Maandiko mkidhani ya kuwa ndani
yake mna uzima wa milele, maandiko haya ndiyo
yanayonishuhudia Mimi. 40 Lakini mnakataa kuja
kwangu ili mpate uzima.
41 "Mimi sitafuti kutukuzwa na wanadamu.
42 Lakini ninajua kwamba hamna upendo wa
Mungu mioyoni mwenu. 43 Mimi nimekuja kwa
jina la Baba yangu, nanyi hamnipokei, lakini mtu
mwingine akija kwa jina lake mwenyewe, mtampo-
kea. 44 Ninyi mwawezaje kuamini ikiwa mnapeana
utukufu ninyi kwa ninyi, lakini hamna bidii kupata
utukufu utokao kwa Mungu?
45 "Lakini msidhani kuwa mimi nitawashtaki
mbele za Baba, mshtaki wenu ni Mose, ambaye
mmemwekea tumaini lenu. 46 Kama mngelimwa-
mini Mose, mngeliniamini na mimi kwa maana
aliandika habari zangu. 47 Lakini ikiwa hamwamini
aliyoandika Mose, mtaaminije ninayoyasema?"

Yesu Alisha Wanaume 5,000

6 Baada ya haya, Yesu alikwenda ng'ambo ya
Bahari ya Galilaya, ambayo pia huitwa Bahari
ya Tiberia. 2 Umati mkubwa wa watu uliendelea
kumfuata, kwa sababu waliona ishara nyingi za
miujiza alizofanya kwa wagonjwa. 3 Kisha Yesu aka-
panda mlimani akaketi huko pamoja na wanafunzi
wake. 4 Pasaka ya Wayahudi ilikuwa imekaribia.
5 Yesu alipotazama na kuuona ule umati mkubwa
wa watu ukimjia, akamwambia Filipo, "Tutanunua
wapi mikate ili watu hawa wale?" 6 Aliuliza swali
hili kumpima, kwa maana alishajua la kufanya.
7 Filipo akamjibu, "Hata fedha kiasi cha dinari
mia mbili,[a] hazitoshi kununua mikate ya kuwapa
watu hawa ili kila mtu apate kidogo."
8 Mmoja wa wanafunzi wake aitwaye Andrea,

[a]7 Dinari 200 ni sawa na mshahara wa kibarua wa siku 200; mshahara wa kibarua ulikuwa dinari moja kwa siku.

ndugu yake Simoni Petro, akamwambia, 9 “Hapa
kuna mvulana mmoja mwenye mikate mitano
ya shayiri na samaki wawili wadogo. Lakini hivi
vitatosha nini kwa umati huu wote?”

10 Yesu akasema, “Waketisheni watu chini.” Pali-
kuwa na majani mengi katika eneo lile, nao watu
wakaketi. Palikuwa na wanaume wapatao 5,000.
11 Ndipo Yesu akachukua ile mikate, akamshukuru
Mungu na kuwagawia wale watu waliokuwa wame-
keti. Akafanya vivyo hivyo na wale samaki. Kila
mtu akapata kadiri alivyotaka.

12 Watu wote walipokwisha kula na kushiba,
akawaambia wanafunzi wake, “Kusanyeni vipande
vilivyobaki vya ile mikate, kisipotee chochote.”
13 Hivyo wakavikusanya, wakajaza vikapu kumi na
viwili kwa vipande vya ile mikate mitano ya shayiri
na samaki wale wawili wadogo vilivyobakishwa
na waliokula.

14 Baada ya watu kuona muujiza ule Yesu aliofa-
nya, walianza kusema, “Hakika huyu ndiye Nabii
ajaye ulimwenguni!” 15 Yesu akijua kwamba wali-
taka kuja kumfanya awe mfalme wao, kwa nguvu,
akajitenga nao akaenda milimani peke yake.

Yesu Atembea Juu Ya Maji

16 Ilipofika jioni, wanafunzi wake waliteremka
kwenda baharini. 17 Wakaingia kwenye mashua,
wakaanza kuvuka bahari kwenda Kapernaumu.
Wakati huu kulikuwa tayari giza na Yesu alikuwa
hajajumuika nao. 18 Bahari ikachafuka kwa sababu
upepo mkali ulikuwa unavuma. 19 Wanafunzi wali-
pokuwa wamekwenda mwendo wa karibu maili
tatu au nne,[a] walimwona Yesu akitembea juu ya
maji akikaribia mashua, nao wakaogopa sana.
20 Lakini Yesu akawaambia, “Ni mimi. Msiogope.”
21 Ndipo wakamkaribisha kwa furaha ndani ya
mashua, na mara wakafika ufuoni walikokuwa
wakienda.

Watu Wanamtafuta Yesu

22 Siku iliyofuata, wale watu waliokuwa wame-
baki ng'ambo waliona kwamba palikuwepo na
mashua moja tu na kwamba Yesu hakuwa ameo-
ndoka pamoja na wanafunzi wake, ila walikuwa
wameondoka peke yao. 23 Lakini zikaja mashua
nyingine kutoka Tiberia zikafika karibu na mahali
pale walipokula mikate baada ya Bwana kumshu-
kuru Mungu. 24 Mara wale watu wakatambua
kwamba Yesu hakuwepo hapo, wala wanafunzi
wake. Wakaingia kwenye mashua hizo, wakaenda
Kapernaumu ili kumtafuta Yesu.

Yesu Ni Mkate Wa Uzima

25 Walipomkuta Yesu ng'ambo ya bahari waka-
muuliza, “Rabi, umefika lini huku?”

26 Yesu akawajibu, “Amin, amin nawaambia,
ninyi hamnitafuti kwa kuwa mliona ishara na
miujiza, bali kwa sababu mlikula ile mikate mka-
shiba. 27 Msishughulikie chakula kiharibikacho,
bali chakula kidumucho hata uzima wa milele,
ambacho Mwana wa Adamu atawapa. Yeye ndiye
ambaye Mungu Baba amemtia muhuri.”

28 Ndipo wakamuuliza, “Tufanye nini ili tupate
kuitenda kazi ya Mungu?”

29 Yesu akawajibu, “Kazi ya Mungu ndiyo hii:
Mwaminini yeye aliyetumwa naye.”

30 Hivyo wakamuuliza, “Utafanya ishara gani ya
muujiza, ili tuione tukuamini? Utafanya jambo
gani? 31 Baba zetu walikula mana jangwani, kama
ilivyoandikwa, ‘Aliwapa mikate kutoka mbinguni
ili wale.’ ”

32 Yesu akawaambia, “Amin, amin nawaambia,
si Mose aliyewapa mikate kutoka mbinguni, bali
Baba yangu ndiye anawapa mkate wa kweli kutoka
mbinguni. 33 Kwa maana mkate wa Mungu ni yule
ashukaye kutoka mbinguni na kuupa ulimwengu
uzima.”

34 Wakamwambia, “Bwana, kuanzia sasa tupatie
huo mkate siku zote.”

35 Yesu akawaambia, “Mimi ndimi mkate wa
uzima. Yeye ajaye kwangu, hataona njaa kamwe
na yeye aniaminiye, hataona kiu kamwe. 36 Lakini
kama nilivyowaambia, mmeniona lakini bado
hamwamini. 37 Wale wote anipao Baba watakuja
kwangu na yeyote ajaye kwangu, sitamfukuzia nje
kamwe. 38 Kwa kuwa nimeshuka kutoka mbinguni
si ili kufanya mapenzi yangu, bali mapenzi yake
yeye aliyenituma. 39 Haya ndiyo mapenzi yake yeye
aliyenituma, kwamba, nisimpoteze hata mmoja
wa wale alionipa, bali niwafufue siku ya mwisho.
40 Kwa maana mapenzi ya Baba yangu ni kwamba
kila mmoja amtazamaye, Mwana na kumwamini
awe na uzima wa milele, nami nitawafufua siku
ya mwisho.”

41 Wayahudi wakaanza kunung'unika kwa kuwa
alisema, “Mimi ndimi mkate ulioshuka kutoka
mbinguni.” 42 Wakasema, “Huyu si Yesu, mwana
wa Yosefu, ambaye baba yake na mama yake tuna-
wajua? Anawezaje basi sasa kusema, ‘Nimeshuka
kutoka mbinguni’?”

43 Hivyo Yesu akawaambia, “Acheni kunung'uni-
kiana ninyi kwa ninyi. 44 Hakuna mtu awezaye kuja
kwangu kama asipovutwa na Baba aliyenituma,
nami nitamfufua siku ya mwisho. 45 Imeandikwa
katika Manabii, ‘Wote watafundishwa na Mungu.’
Yeyote amsikilizaye Baba na kujifunza kutoka
kwake, huyo huja kwangu. 46 Hakuna mtu yeyote
aliyemwona Baba isipokuwa yeye atokaye kwa
Mungu, yeye ndiye peke yake aliyemwona Baba.
47 Amin, amin nawaambia, yeye anayeamini anao
uzima wa milele. 48 Mimi ni mkate wa uzima. 49 Baba
zenu walikula mana jangwani, lakini wakafa.
50 Lakini hapa kuna mkate utokao mbinguni, ambao
mtu yeyote akiula, hatakufa. 51 Mimi ni mkate wa
uzima ule uliotoka mbinguni. Mtu yeyote akiula
mkate huu, ataishi milele. Mkate huu ni mwili
wangu, ambao nitautoa kwa ajili ya uzima wa
ulimwengu.”

52 Ndipo Wayahudi wakaanza kuhojiana vikali
wao kwa wao wakisema, “Mtu huyu awezaje kutu-
patia mwili wake tuule?”

53 Hivyo Yesu akawaambia, “Amin, amin nawaa-
mbia, msipoula mwili wa Mwana wa Adamu na
kuinywa damu yake, hamna uzima ndani yenu.
54 Mtu yeyote aulaye mwili wangu na kunywa damu
yangu, anao uzima wa milele. Nami nitamfufua

---

[a]19 Maili tatu au nne ni kama kilomita 5 au 6.

siku ya mwisho. 55 Kwa maana mwili wangu ni chakula cha kweli na damu yangu ni kinywaji cha kweli. 56 Yeyote alaye mwili wangu na kunywa damu yangu, atakaa ndani yangu nami nitakaa ndani yake. 57 Kama vile Baba aliye hai alivyonituma mimi, na kama nami ninavyoishi kwa sababu ya Baba, hivyo anilaye mimi ataishi kwa sababu yangu. 58 Huu ndio mkate ushukao kutoka mbinguni, si kama ule mkate baba zenu waliokula nao wakafa. Lakini yeye aulaye mkate huu ataishi milele." 59 Yesu alisema maneno haya alipokuwa akifundisha katika sinagogi huko Kapernaumu.

Wafuasi Wengi Wamwacha Yesu

60 Wengi wa wafuasi wake waliposikia jambo hili wakasema, "Mafundisho haya ni magumu. Ni nani awezaye kuyapokea?"

61 Yesu alipojua kwamba wafuasi wake wananung'unika kuhusu mafundisho yake, akawaambia, "Je, jambo hili limewaudhi? 62 Ingekuwaje basi kama mngemwona Mwana wa Adamu akipaa kwenda zake huko alipokuwa kwanza? 63 Roho ndiye atiaye uzima, mwili haufai kitu. Maneno haya niliyowaambia ni Roho tena ni uzima. 64 Lakini baadhi yenu hamwamini." Kwa maana Yesu alifahamu tangu mwanzo wale ambao hawangemwamini miongoni mwao na yule ambaye angemsaliti. 65 Akaendelea kusema, "Hii ndiyo sababu niliwaambia kwamba hakuna mtu awezaye kuja kwangu isipokuwa amejaliwa na Baba yangu."

66 Tangu wakati huo wafuasi wake wengi wakarejea nyuma wakaacha kumfuata.

67 Hivyo Yesu akawauliza wale wanafunzi wake kumi na wawili, "Je, ninyi pia mnataka kuondoka?"

68 Simoni Petro akamjibu, "Bwana, tuondoke twende kwa nani? Wewe unayo maneno ya uzima wa milele. 69 Tunaamini na kujua kuwa wewe ndiwe Aliye Mtakatifu wa Mungu."

70 Ndipo Yesu akajibu, "Je, sikuwachagua ninyi kumi na wawili? Lakini mmoja wenu ni ibilisi." 71 (Hapa alikuwa anasema juu ya Yuda, mwana wa Simoni Iskariote. Ingawa alikuwa mmoja wa wale kumi na wawili, ndiye ambaye baadaye angemsaliti Yesu.)

Kutokuamini Kwa Ndugu Zake Yesu

7 Baada ya mambo haya, Yesu alikwenda sehemu mbalimbali za Galilaya. Hakutaka kwenda Uyahudi kwa sababu Wayahudi huko walitaka kumuua. 2 Sikukuu ya Vibanda ya Wayahudi ilikuwa imekaribia. 3 Hivyo ndugu zake Yesu wakamwambia, "Ondoka hapa uende Uyahudi ili wanafunzi Wako wapate kuona miujiza unayofanya. 4 Mtu anayetaka kujulikana hafanyi mambo yake kwa siri. Kama unafanya mambo haya, jionyeshe kwa ulimwengu." 5 Hata ndugu zake mwenyewe hawakumwamini.

6 Yesu akawaambia, "Wakati wangu bado haujawadia, lakini wakati wenu upo siku zote. 7 Ulimwengu hauwezi kuwachukia ninyi, lakini unanichukia mimi kwa sababu ninawashuhudia kwamba matendo yao ni maovu. 8 Ninyi nendeni kwenye Sikukuu, lakini mimi sitahudhuria Sikukuu hii kwa sababu wakati wangu haujawadia." 9 Akiisha kusema hayo, akabaki Galilaya.

Yesu Kwenye Sikukuu Ya Vibanda

10 Lakini ndugu zake walipokwisha kuondoka kwenda kwenye Sikukuu, yeye pia alikwenda lakini kwa siri. 11 Wayahudi walikuwa wakimtafuta huko kwenye Sikukuu na kuulizana, "Yuko wapi huyu mtu?"

12 Kulikuwa na minong'ono iliyoenea kumhusu Yesu katika umati wa watu, wakati wengine wakisema, "Ni mtu mwema."

Wengine walikuwa wakisema, "La, yeye anawadanganya watu." 13 Lakini hakuna mtu yeyote aliyemsema waziwazi kumhusu kwa sababu ya kuwaogopa Wayahudi.

Yesu Afundisha Kwenye Sikukuu

14 Ilipokaribia katikati ya Sikukuu, Yesu alipanda kwenda Hekaluni na kuanza kufundisha. 15 Wayahudi wakastaajabia mafundisho yake wakasema, "Mtu huyu amepataje kujua mambo haya bila kufundishwa?"

16 Ndipo Yesu akawajibu, "Mafundisho yangu si yangu mwenyewe, bali yanatoka kwake yeye aliyenituma. 17 Mtu yeyote akipenda kufanya mapenzi ya Mungu, atajua kama mafundisho yangu yanatoka kwa Mungu au ninasema kwa ajili yangu mwenyewe. 18 Wale wanenao kwa ajili yao wenyewe hufanya hivyo kwa kutaka utukufu wao wenyewe. Lakini yeye atafutaye utukufu wa yule aliyemtuma ni wa kweli, wala hakuna uongo ndani yake. 19 Je, Mose hakuwapa ninyi sheria? Lakini hakuna hata mmoja wenu anayeishika hiyo sheria. Kwa nini mnataka kuniua?"

20 Ule umati wa watu ukamjibu, "Wewe una pepo mchafu! Ni nani anayetaka kukuua?"

21 Yesu akawajibu, "Nimefanya muujiza mmoja na nyote mkastaajabu. 22 Lakini kwa kuwa Mose aliwaamuru tohara (ingawa kwa kweli haikutoka kwa Mose bali kwa baba zenu wakuu), mnamtahiri mtoto hata siku ya Sabato. 23 Ikiwa mtoto aweza kutahiriwa siku ya Sabato kusudi sheria ya Mose isivunjwe, kwa nini mnanikasirikia kwa kumponya mtu mwili wake wote siku ya Sabato? 24 Acheni kuhukumu mambo kwa jinsi mnavyoona tu, bali hukumuni kwa haki."

Je, Yesu Ndiye Kristo?

25 Ndipo baadhi ya watu wa Yerusalemu wakawa wanasema, "Tazameni, huyu si yule mtu wanayetaka kumuua? 26 Mbona yuko hapa anazungumza hadharani na wala hawamwambii neno lolote? Je, inawezekana viongozi wanafahamu kuwa huyu ndiye Kristo?[a] 27 Tunafahamu huyu mtu anakotoka, lakini Kristo atakapokuja, hakuna yeyote atakayejua atokako."

28 Ndipo Yesu, akaendelea kufundisha Hekaluni, akisema, "Ninyi mnanifahamu na kujua nitokako. Mimi sikuja kwa ajili yangu mwenyewe, bali yeye aliyenituma ni wa kweli na ninyi hammjui. 29 Mimi namjua kwa kuwa nimetoka kwake, naye ndiye alinituma."

30 Ndipo wakatafuta kumkamata, lakini hakuna

---

[a]26 *Kristo* maana yake ni *Masiya*, yaani *Aliyetiwa mafuta.*

mtu yeyote aliyethubutu kumshika kwa sababu saa yake ilikuwa bado haijawadia. 31 Nao watu wengi wakamwamini, wakasema, "Je, Kristo atakapokuja, atafanya miujiza mikuu zaidi kuliko aliyoifanya mtu huyu?"

Walinzi Wanatumwa Kumkamata Yesu

32 Mafarisayo wakasikia watu wakinong'ona mambo kama hayo kuhusu Yesu, ndipo wao pamoja na viongozi wa makuhani wakatuma walinzi wa Hekalu waende kumkamata.

33 Yesu akasema, "Mimi bado niko pamoja nanyi kwa kitambo kidogo, kisha nitarudi kwake yeye aliyenituma. 34 Mtanitafuta lakini hamtaniona, nami niliko ninyi hamwezi kuja."

35 Wayahudi wakaulizana wao kwa wao, "Huyu mtu anataka kwenda wapi ambako hatuwezi kumfuata? Je, anataka kwenda kwa Wayunani ambako baadhi ya watu wetu wametawanyikia, akawafundishe Wayunani? 36 Yeye ana maana gani anaposema, 'Mtanitafuta lakini hamtaniona,' na, 'nami niliko ninyi hamwezi kuja'?"

Mito Ya Maji Ya Uzima

37 Siku ile ya mwisho ya Sikukuu, siku ile kuu, wakati Yesu akiwa amesimama huko, akapaza sauti yake akasema, "Kama mtu yeyote anaona kiu na aje kwangu anywe. 38 Yeyote aniaminiye mimi, kama Maandiko yasemavyo, vijito vya maji ya uzima vitatiririka ndani mwake." 39 Yesu aliposema haya alimaanisha Roho Mtakatifu ambaye wote waliomwamini wangempokea, kwani mpaka wakati huo, Roho alikuwa hajatolewa, kwa kuwa Yesu alikuwa bado hajatukuzwa.

Mgawanyiko Miongoni Mwa Watu

40 Waliposikia maneno hayo, baadhi ya watu miongoni mwa ule umati wakasema, "Hakika huyu ndiye yule Nabii."

41 Wengine wakasema, "Huyu ndiye Kristo!"

Lakini wengine wakauliza, "Je, Kristo kwao ni Galilaya? 42 Je, Maandiko hayasemi kwamba Kristo atakuja kutoka jamaa ya Daudi na kutoka Bethlehemu, mji alioishi Daudi?" 43 Kwa hiyo watu wakagawanyika kwa ajili ya Yesu. 44 Baadhi yao walitaka kumkamata, lakini hakuna aliyethubutu kumgusa.

Kutokuamini Kwa Viongozi Wa Wayahudi

45 Hatimaye wale walinzi wa Hekalu wakarudi kwa viongozi wa makuhani na Mafarisayo waliokuwa wamewatuma ili kumkamata Yesu, wakaulizwa, "Mbona hamkumkamata?"

46 Wale walinzi wakajibu, "Kamwe hajanena mtu yeyote kama yeye anenavyo."

47 Mafarisayo wakajibu, "Je, nanyi pia mmedanganyika? 48 Je, kuna kiongozi yeyote au mmoja wa Mafarisayo ambaye amemwamini? 49 Lakini huu umati wa watu wasiojua Sheria ya Mose, wamelaaniwa."

50 Ndipo Nikodemo, yule aliyekuwa amemwendea Yesu siku moja usiku, ambaye alikuwa mmoja wao akauliza, 51 "Je, sheria zetu zinaturuhusu kumhukumu mtu kabla ya kumsikiliza na kufahamu alilotenda?"

52 Wakamjibu, "Je, wewe pia unatoka Galilaya? Chunguza nawe utaona kwamba hakuna nabii atokae Galilaya!" [53 Kisha wakaondoka, kila mtu akarudi nyumbani kwake.

Mwanamke Aliyefumaniwa Akizini

8 Lakini Yesu akaenda katika Mlima wa Mizeituni. 2 Alfajiri na mapema Yesu akaja tena Hekaluni, watu wote wakakusanyika, akakaa akaanza kuwafundisha. 3 Walimu wa sheria na Mafarisayo wakamleta mwanamke mmoja aliyefumaniwa akizini. Wakamsimamisha katikati ya umati wa watu wote. 4 Wakamwambia Yesu, "Mwalimu, huyu mwanamke amekutwa akizini. 5 Katika sheria, Mose alituamuru kuwapiga kwa mawe wanawake wa namna hii, mpaka wafe. Sasa wewe wasemaje?" 6 Walimuuliza swali hili kama mtego ili wapate sababu ya kumshtaki.

Lakini Yesu akainama akaanza kuandika ardhini kwa kidole chake. 7 Walipoendelea kumuulizauliza akainuka, akawaambia, "Kama kuna mtu yeyote miongoni mwenu ambaye hana dhambi na awe wa kwanza kumtupia jiwe." 8 Akainama tena na kuandika ardhini.

9 Waliposikia haya, wakaanza kuondoka mmoja mmoja, wakianzia wazee, hadi Yesu akabaki peke yake na yule mwanamke akiwa amesimama mbele yake. 10 Yesu akainuka na kumwambia, "Wako wapi wale waliokuwa wanakuhukumu kuwa mwenye hatia?"

11 Yule mwanamke akajibu, "Hakuna hata mmoja Bwana."

Yesu akamwambia, "Hata mimi sikuhukumu. Nenda zako, kuanzia sasa usitende dhambi tena."]

Yesu Nuru Ya Ulimwengu

12 Kisha Yesu akasema nao tena akawaambia, "Mimi ni nuru ya ulimwengu. Mtu yeyote akinifuata hatatembea gizani kamwe, bali atakuwa na nuru ya uzima."

13 Mafarisayo wakamwambia, "Ushuhuda wako haukubaliki kwa kuwa unajishuhudia mwenyewe."

14 Yesu akawajibu, "Hata kama najishuhudia mwenyewe, ushuhuda wangu ni kweli kwa sababu najua nilikotoka na ninakokwenda. Lakini ninyi hamjui nilikotoka wala ninakokwenda. 15 Ninyi mnahukumu kwa kufuata vipimo vya kibinadamu, mimi simhukumu mtu yeyote. 16 Lakini hata kama nikihukumu, uamuzi wangu ni sahihi kwa sababu sitoi hukumu yangu peke yangu, bali niko pamoja na Baba, aliyenituma. 17 Imeandikwa katika Sheria yenu kwamba, ushahidi wa watu wawili ni thabiti. 18 Mimi najishuhudia mwenyewe, naye Baba aliyenituma hunishuhudia."

19 Ndipo wakamuuliza, "Huyo Baba yako yuko wapi?"

Yesu akawajibu, "Ninyi hamnifahamu mimi ni nani, wala hammfahamu Baba yangu. Kama mngenifahamu mimi, mngemfahamu na Baba yangu." 20 Yesu alisema maneno haya alipokuwa akifundisha katika chumba cha hazina Hekaluni. Lakini hakuna mtu aliyemkamata kwa kuwa saa yake ilikuwa haijawadia.

Yesu Atabiri Kifo Chake Mwenyewe

21 Yesu akawaambia tena, "Ninaenda zangu, nanyi mtanitafuta, lakini mtakufa katika dhambi zenu. Niendako mimi ninyi hamwezi kuja."

22 Ndipo wale Wayahudi wakasema, "Je, atajiua? Je, hii ndiyo sababu amesema, 'Niendako mimi ninyi hamwezi kuja'?"

23 Akawaambia, "Ninyi mmetoka chini, mimi nimetoka juu. Ninyi ni wa ulimwengu huu, mimi si wa ulimwengu huu. 24 Niliwaambia kuwa mtakufa katika dhambi zenu, kwa maana msipoamini ya kwamba 'Mimi Ndiye,' mtakufa katika dhambi zenu."

25 Wakamuuliza, "Wewe ni nani?"

Naye Yesu akawajibu, "Mimi ndiye yule ambaye nimekuwa nikiwaambia tangu mwanzo. 26 Nina mambo mengi ya kusema juu yenu na mengi ya kuwahukumu. Lakini yeye aliyenituma ni wa kweli, nami nanena na ulimwengu niliyoyasikia kutoka kwake."

27 Hawakuelewa kuwa alikuwa akiwaambia juu ya Baba yake wa Mbinguni. 28 Kisha Yesu akawaambia, "Mtakapokwisha kumwinua juu Mwana wa Adamu, ndipo mtakapojua kuwa, 'Mimi ndiye yule niliyesema na kwamba mimi sitendi jambo lolote peke yangu bali ninasema yale tu ambayo Baba yangu amenifundisha. 29 Yeye aliyenituma yu pamoja nami, hajaniacha, kwa kuwa siku zote nafanya mapenzi yake.' " 30 Wengi waliomsikia Yesu akisema maneno haya wakamwamini.

Wanafunzi Wa Kweli

31 Kisha Yesu akawaambia wale Wayahudi waliomwamini, "Kama mkidumu katika maneno yangu, mtakuwa wanafunzi wangu kweli kweli. 32 Ndipo mtaijua kweli nayo kweli itawaweka huru."

33 Wao wakamjibu, "Sisi tu wazao wa Abrahamu, nasi hatujawa watumwa wa mtu yeyote. Wawezaje kusema kwamba tutawekwa huru?"

34 Yesu akajibu, "Amin, amin nawaambia, kila atendaye dhambi ni mtumwa wa dhambi. 35 Mtumwa hakai nyumbani anakotumika siku zote, lakini mwana hukaa nyumbani daima. 36 Hivyo Mwana akiwaweka huru mtakuwa huru kweli kweli. 37 Ninajua ya kuwa ninyi ni wazao wa Abrahamu, lakini mnatafuta wasaa wa kuniua kwa sababu ndani yenu hamna nafasi ya neno langu. 38 Ninasema yale niliyoyaona mbele za Baba yangu, nanyi inawapa kufanya yale mliyosikia kutoka kwa baba yenu."

Yesu Na Abrahamu

39 Wakajibu, "Baba yetu ni Abrahamu."

Yesu akawaambia, "Kama mngekuwa wazao wa Abrahamu mngefanya mambo yale aliyofanya Abrahamu. 40 Lakini sasa ninyi mnatafuta kuniua, mtu ambaye nimewaambia kweli ile niliyosikia kutoka kwa Mungu, Abrahamu hakufanya jambo la namna hii. 41 Ninyi mnafanya mambo afanyayo baba yenu."

Wakamjibu, "Sisi hatukuzaliwa kwa uzinzi. Tunaye Baba mmoja, Mungu pekee."

42 Yesu akawaambia, "Kama Mungu angekuwa Baba yenu, mngenipenda, kwa maana nilitoka kwa Mungu na sasa niko hapa. Sikuja kwa ajili yangu mwenyewe, ila yeye alinituma. 43 Kwa nini hamwelewi ninayowaambia? Ni kwa sababu hamwezi kusikia nisemacho. 44 Ninyi ni watoto wa baba yenu ibilisi, nanyi mnataka kutimiza matakwa ya baba yenu. Yeye alikuwa muuaji tangu mwanzo, wala hakushikamana na kweli maana hamna kweli ndani yake. Asemapo uongo husema yaliyo yake mwenyewe kwa maana yeye ni mwongo na baba wa huo uongo. 45 Lakini kwa sababu nimewaambia kweli hamkuniamini! 46 Je, kuna yeyote miongoni mwenu awezaye kunithibitisha kuwa mwenye dhambi? Kama nawaambia yaliyo kweli, mbona hamniamini? 47 Yeye atokaye kwa Mungu husikia kile Mungu asemacho. Sababu ya ninyi kutosikia ni kwa kuwa hamtokani na Mungu."

Maelezo Ya Yesu Kuhusu Yeye Mwenyewe

48 Wayahudi wakamjibu Yesu, "Je, hatuko sahihi tunaposema ya kwamba wewe ni Msamaria na ya kwamba una pepo mchafu?"

49 Yesu akawajibu, "Mimi sina pepo mchafu, bali ninamheshimu Baba yangu, nanyi mnanidharau. 50 Lakini mimi sitafuti utukufu wangu mwenyewe, bali yuko anayetaka kunitukuza, naye ndiye mwamuzi. 51 Amin, amin nawaambia, mtu yeyote akilitii neno langu hataona mauti milele."

52 Ndipo Wayahudi wakamwambia, "Sasa tumejua kwamba una pepo mchafu. Ikiwa Abrahamu alikufa na vivyo hivyo manabii, nawe unasema 'Mtu akitii neno langu hatakufa milele.' 53 Je, wewe ni mkuu kuliko baba yetu Abrahamu ambaye alikufa na manabii ambao nao pia walikufa? Hivi wewe unajifanya kuwa nani?"

54 Yesu akawajibu, "Kama nikijitukuza utukufu wangu hauna maana. Baba yangu, huyo ambaye ninyi mnadai kuwa ni Mungu wenu, ndiye anitukuzaye mimi. 55 Ingawa hamkumjua, mimi ninamjua. Kama ningesema simjui, ningekuwa mwongo kama ninyi, lakini mimi ninamjua na ninalitii neno lake. 56 Baba yenu Abrahamu alishangilia kwamba angaliiona siku yangu, naye akaiona na akafurahi."

57 Wayahudi wakamwambia, "Wewe hujatimiza hata miaka hamsini, wewe wasema umemwona Abrahamu?"

58 Yesu akawaambia, "Amin, amin nawaambia, kabla Abrahamu hajakuwako, 'Mimi niko.' " 59 Ndipo wakaokota mawe ili kumpiga, lakini Yesu akajificha, naye akatoka Hekaluni.

Yesu Amponya Mtu Aliyezaliwa Kipofu

9 Yesu alipokuwa akipita, akamwona mtu aliyekuwa kipofu tangu kuzaliwa. 2 Wanafunzi wake wakamuuliza, "Rabi, ni nani aliyetenda dhambi, ni huyu mtu au wazazi wake hata azaliwe kipofu?"

3 Yesu akawajibu, "Huyu mtu wala wazazi wake hawakutenda dhambi. Alizaliwa kipofu ili kazi za Mungu zidhihirishwe katika maisha yake. 4 Yanipasa kuzifanya kazi zake yeye aliyenituma wakati bado ni mchana, kwa kuwa usiku waja ambapo hakuna mtu awezaye kufanya kazi. 5 Wakati niko ulimwenguni, mimi ni nuru ya ulimwengu."

6 Baada ya kusema haya, akatema mate ardhini,

akatengeneza tope kwa mate na kumpaka yule mtu kipofu machoni. 7 Kisha akamwambia, "Nenda ukanawe katika bwawa la Siloamu." (Siloamu, maana yake ni aliyetumwa.) Ndipo yule kipofu akaenda, akanawa, naye akarudi akiwa anaona.

8 Majirani zake na wale wote waliokuwa wamemwona hapo awali akiombaomba wakaanza kuuliza, "Je, huyu si yule aliyekuwa akiketi akiombaomba?" 9 Wengine wakasema, "Ndiye."

Wengine wakasema, "Siye, bali wamefanana."

Lakini yeye akawaambia, "Mimi ndiye."

10 Wakamuuliza, "Basi macho yako yalifumbuliwaje?"

11 Yeye akawajibu, "Yule mtu aitwaye Yesu alitengeneza tope, akanipaka machoni mwangu, naye akaniambia nenda ukanawe katika Bwawa la Siloamu, ndipo nikanawa nami nikapata kuona!"

12 Wale wakamuuliza, "Yeye huyo mtu yuko wapi?"

Akawajibu, "Sijui."

Mafarisayo Wachunguza Kuponywa Kwa Kipofu

13 Wakamleta kwa Mafarisayo yule mtu aliyekuwa kipofu hapo awali. 14 Basi siku hiyo Yesu alipotengeneza tope na kuyafungua macho ya huyo mtu ilikuwa Sabato. 15 Mafarisayo nao wakaanza kumuuliza alivyopata kuponywa. Naye akawaambia, "Alinipaka tope kwenye macho yangu, nikanawa na sasa ninaona."

16 Baadhi ya Mafarisayo wakasema, "Huyu mtu hatoki kwa Mungu, kwa sababu hashiki Sabato."

Lakini wengine wakasema, "Awezaje mtu mwenye dhambi kufanya miujiza kama hii?" Wakagawanyika.

17 Hivyo wakamwambia tena yule mtu aliyekuwa kipofu, "Wewe ndiwe uliyefumbuliwa macho, wasemaje kuhusu mtu huyo?" Maana macho yako ndiyo yaliyofumbuliwa.

Yeye akawajibu, "Yeye ni nabii."

18 Wale Wayahudi hawakuamini ya kuwa mtu huyo alikuwa kipofu, akapata kuona, mpaka walipowaita wazazi wake. 19 Wakawauliza, "Je, huyu ni mtoto wenu, ambaye mnasema alizaliwa kipofu? Imekuwaje basi sasa anaona?"

20 Wazazi wake wakajibu, "Tunajua ya kuwa huyu ni mtoto wetu na ya kuwa alizaliwa kipofu. 21 Lakini sisi hatujui ni kwa jinsi gani kwamba sasa anaona, wala hatujui ni nani aliyemfungua macho yake. Muulizeni, yeye ni mtu mzima na anaweza kujieleza mwenyewe." 22 Wazazi wake walisema hivi kwa sababu waliwaogopa Wayahudi kwani walikuwa wamekubaliana kuwa mtu yeyote atakayemkiri Yesu kuwa ndiye Kristo[a] atafukuzwa kutoka sinagogi. 23 Kwa hiyo wazazi wake wakasema, "Yeye ni mtu mzima. Muulizeni."

24 Hivyo kwa mara ya pili wakamwita yule aliyekuwa kipofu, nao wakamwambia, "Mpe Mungu utukufu! Sisi tunafahamu kuwa mtu huyu aliyekuponya ni mwenye dhambi."

25 Akawajibu, "Mimi sijui kama yeye ni mwenye dhambi. Lakini jambo moja ninalojua, nilikuwa kipofu na sasa ninaona."

26 Wakamuuliza, "Alikufanyia nini? Aliyafumbuaje macho yako?"

27 Akawajibu, "Tayari nimekwisha kuwaambia, nanyi hamtaki kunisikiliza. Mbona mnataka kusikia tena? Je, ninyi nanyi mnataka kuwa wanafunzi wake?"

28 Ndipo wakamtukana na kusema, "Wewe ndiwe mwanafunzi wake, Sisi ni wanafunzi wa Mose. 29 Tunajua kwamba Mungu alisema na Mose, lakini kwa habari ya mtu huyu hatujui atokako."

30 Yule mtu akawajibu, "Hili ni jambo la ajabu! Hamjui anakotoka, naye amenifungua macho yangu! 31 Tunajua ya kuwa Mungu hawasikilizi wenye dhambi, lakini huwasikiliza wote wanaomcha na kumtii. 32 Tangu zamani hatujasikia kwamba mtu amemponya yeyote aliyezaliwa kipofu. 33 Kama huyu mtu hakutoka kwa Mungu, asingeweza kufanya lolote."

34 Wao wakamjibu, "Wewe ulizaliwa katika dhambi kabisa, nawe unajaribu kutufundisha?" Wakamfukuza atoke nje.

Upofu Wa Kiroho

35 Yesu aliposikia kuwa wamemfukuzia nje yule mtu aliyemfumbua macho, alimkuta akamuuliza, "Je, unamwamini Mwana wa Adamu?"

36 Yule mtu akamjibu, "Yeye ni nani, Bwana? Niambie ili nipate kumwamini."

37 Yesu akamjibu, "Umekwisha kumwona, naye anayezungumza nawe, ndiye."

38 Yule mtu akasema, "Bwana, naamini." Naye akamwabudu.

39 Yesu akasema, "Nimekuja ulimwenguni humu kwa ajili ya kuhukumu, ili wale walio vipofu wapate kuona, nao wale wanaoona, wawe vipofu."

40 Baadhi ya Mafarisayo waliokuwa karibu naye wakamsikia na kumwambia, "Je, kweli sisi ni vipofu?"

41 Yesu akawajibu, "Kama mngekuwa vipofu kweli, msingekuwa na hatia ya dhambi, lakini kwa kuwa mnasema, 'Tunaona,' basi mna hatia.

Mchungaji Mwema

10 "Amin, amin nawaambia, yeye asiyeingia katika zizi la kondoo kwa kupitia kwenye lango, lakini akwea kuingia ndani kwa njia nyingine, ni mwizi na mnyang'anyi. 2 Yeye anayeingia kwa kupitia kwenye lango ndiye mchungaji wa kondoo. 3 Mlinzi humfungulia lango na kondoo huisikia sauti yake. Huwaita kondoo wake kwa majina yao na kuwatoa nje ya zizi. 4 Akiisha kuwatoa wote nje, hutangulia mbele yao na kondoo humfuata kwa kuwa wanaijua sauti yake. 5 Lakini kondoo hawatamfuata mgeni bali watamkimbia, kwa sababu hawaijui sauti ya mgeni." 6 Yesu alitumia mfano huu, lakini wao hawakuelewa hayo aliyokuwa akiwaambia.

7 Kwa hiyo Yesu akasema nao tena akawaambia, "Amin, amin nawaambia, mimi ndimi lango la kondoo. 8 Wote walionitangulia ni wevi na wanyang'anyi, lakini kondoo hawakuwasikia. 9 Mimi ndimi lango, yeyote anayeingia zizini kwa kupitia kwangu ataokoka, ataingia na kutoka, naye atapata malisho. 10 Mwizi huja ili aibe, kuua

[a]22 *Kristo* maana yake ni *Masiya*, yaani *Aliyetiwa mafuta*.

na kuangamiza. Mimi nimekuja ili wapate uzima kisha wawe nao tele.

11 "Mimi ndimi mchungaji mwema. Mchungaji mwema huutoa uhai wake kwa ajili ya kondoo. 12 Mtu wa kuajiriwa sio mchungaji mwenye kondoo. Amwonapo mbwa mwitu akija, yeye hukimbia na kuwaacha kondoo. Naye mbwa mwitu hulishambulia kundi na kulitawanya. 13 Yeye hukimbia kwa sababu ameajiriwa wala hawajali kondoo.

14 "Mimi ndimi mchungaji mwema. Ninawajua kondoo wangu nao kondoo wangu wananijua. 15 Kama vile Baba anavyonijua mimi, nami ninavyomjua Baba, nami nautoa uhai wangu kwa ajili ya kondoo. 16 Ninao kondoo wengine ambao si wa zizi hili, inanipasa kuwaleta, nao wataisikia sauti yangu, hivyo patakuwa na kundi moja na mchungaji mmoja. 17 Baba yangu ananipenda kwa kuwa ninautoa uhai wangu ili niupate tena. 18 Hakuna mtu aniondoleaye uhai wangu, bali ninautoa kwa hiari yangu mwenyewe. Ninao uwezo wa kuutoa uhai wangu na pia ninao uwezo wa kuutwaa tena. Amri hii nimepewa na Baba yangu."

19 Kwa maneno haya Wayahudi waligawanyika. 20 Wengi wao wakasema, "Huyu amepagawa na pepo mchafu, naye amechanganyikiwa."

21 Wengine wakasema, "Haya si maneno ya mtu aliyepagawa na pepo mchafu. Je, pepo mchafu aweza kufungua macho ya kipofu?"

Yesu Akataliwa Na Wayahudi

22 Wakati huo ilikuwa Sikukuu ya Kuwekwa wakfu kwa Hekalu[a] huko Yerusalemu, nao ulikuwa wakati wa majira ya baridi. 23 Naye Yesu alikuwa akitembea ndani ya Hekalu katika ukumbi wa Solomoni. 24 Wayahudi wakamkusanyikia wakamuuliza, "Utatuweka katika hali ya mashaka mpaka lini? Kama wewe ndiye Kristo[b] tuambie waziwazi."

25 Yesu akawajibu, "Nimewaambia, lakini hamwamini. Mambo ninayoyatenda kwa jina la Baba yangu yananishuhudia. 26 Lakini hamwamini, kwa sababu ninyi si wa kundi la kondoo wangu. 27 Kondoo wangu huisikia sauti yangu nami nawajua, nao hunifuata, 28 nami ninawapa uzima wa milele, hawataangamia kamwe wala hakuna mtu atakayewapokonya kutoka mikono yangu. 29 Baba yangu aliyenipa hawa ni mkuu kuliko wote na hakuna awezaye kuwapokonya kutoka mikononi mwake. 30 Mimi na Baba yangu tu umoja."

31 Kwa mara nyingine Wayahudi wakainua mawe ili wampige nayo, 32 lakini Yesu akawaambia, "Nimewaonyesha miujiza mingi mikubwa kutoka kwa Baba yangu. Ni ipi katika hiyo mnataka kunipiga mawe?"

33 Wayahudi wakamjibu, "Hatukupigi mawe kwa sababu ya mambo mema uliyotenda, bali ni kwa kuwa umekufuru. Wewe ingawa ni mwanadamu unajifanya kuwa Mungu."

34 Yesu akawajibu, "Je, haikuandikwa katika Sheria ya kwamba, 'Nimesema kuwa, ninyi ni miungu?' 35 Kama aliwaita 'miungu,' wale ambao neno la Mungu liliwafikia, nayo Maandiko hayawezi kutanguka, 36 je, mwawezaje kusema kwamba yule ambaye Baba amemweka wakfu na kumtuma ulimwenguni anakufuru, kwa sababu nilisema, 'Mimi ni Mwana wa Mungu?' 37 Ikiwa sifanyi kazi za Baba yangu, basi msiniamini, 38 lakini ikiwa nazifanya kazi za Mungu, hata kama hamniamini mimi ziaminini hizo kazi, ili mpate kujua na kuelewa kwamba Baba yu ndani yangu, nami ndani yake." 39 Ndipo wakajaribu kumkamata kwa mara nyingine, lakini akaponyoka kutoka mikononi mwao.

40 Akaenda tena ng'ambo ya Mto Yordani mpaka mahali pale ambapo Yohana alikuwa akibatiza hapo awali, naye akakaa huko. 41 Watu wengi wakamjia, nao wakawa wakisema, "Yohana hakufanya muujiza wowote, lakini kila jambo alilosema kumhusu huyu mtu ni kweli." 42 Nao wengi wakamwamini Yesu huko.

Kifo Cha Lazaro

11 Basi mtu mmoja jina lake Lazaro alikuwa mgonjwa. Yeye alikuwa akiishi Bethania kijiji cha Maria na Martha dada zake. 2 Huyu Maria, ambaye Lazaro kaka yake alikuwa mgonjwa, ndiye yule ambaye alimpaka Bwana mafuta na kuifuta miguu yake kwa nywele zake. 3 Hivyo hawa dada wawili walituma ujumbe kwa Yesu kumwambia, "Bwana, yule umpendaye ni mgonjwa."

4 Lakini Yesu aliposikia hayo, akasema, "Ugonjwa huu hautaleta mauti bali umetokea ili kudhihirisha utukufu wa Mungu, ili Mwana wa Mungu apate kutukuzwa kutokana na ugonjwa huu." 5 Pamoja na hivyo, ingawa Yesu aliwapenda Martha, Maria na Lazaro ndugu yao, 6 baada ya kusikia kwamba Lazaro ni mgonjwa, aliendelea kukawia huko alikokuwa kwa siku mbili zaidi.

7 Ndipo akawaambia wanafunzi wake, "Haya, turudi Uyahudi."

8 Wanafunzi wake wakamwambia, "Rabi, Wayahudi walikuwa wanataka kukupiga mawe, nawe unataka kurudi huko?"

9 Yesu akawajibu, "Si kuna saa kumi na mbili za mchana katika siku moja? Wala watembeao mchana hawawezi kujikwaa kwa maana wanaona nuru ya ulimwengu huu. 10 Lakini wale watembeao usiku hujikwaa kwa sababu hakuna nuru ndani yao."

11 Baada ya kusema haya, Yesu akawaambia, "Rafiki yetu Lazaro amelala, lakini naenda kumwamsha."

12 Wanafunzi wakamwambia, "Bwana, kama amelala usingizi ataamka." 13 Hata hivyo, Yesu alikuwa anazungumzia kuwa Lazaro amekufa, lakini wanafunzi wake hawakuelewa, walidhani kwamba anasema Lazaro amelala usingizi tu.

14 Kwa hiyo Yesu akawaambia waziwazi, "Lazaro amekufa. 15 Hata hivyo nafurahi kwa kuwa sikuwepo huko kabla ya Lazaro kufa, ili mpate kuamini. Lakini sasa twendeni kwake."

16 Tomaso aliyeitwa Pacha akawaambia wanafunzi wenzake, "Sisi nasi twendeni tukafe pamoja naye."

Yesu Ndiye Ufufuo Na Uzima

17 Yesu alipowasili huko alikuta Lazaro amekuwa kaburini siku nne. 18 Basi Bethania ulikuwa

[a]22 Sikukuu ya Kuwekwa wakfu kwa Hekalu ni Hanukkah kwa Kiebrania.

[b]24 *Kristo* maana yake ni *Masiya*, yaani *Aliyetiwa mafuta.*

karibu na Yerusalemu umbali wa karibu maili
mbili,[a] 19 na Wayahudi wengi walikuwa wamekuja
kuwafariji Martha na Maria kwa ajili ya kufiwa
na ndugu yao. 20 Martha aliposikia kwamba Yesu
anakuja, alitoka kwenda kumlaki, ila Maria ali-
baki nyumbani.
21 Martha akamwambia Yesu, "Bwana, kama
ungalikuwa hapa, ndugu yangu hangalikufa.
22 Lakini sasa ninajua kuwa chochote utakacho-
mwomba Mungu, atakupa."
23 Yesu akamwambia, "Ndugu yako atafufuka."
24 Martha akamjibu, "Ninajua ya kuwa atafufuka
wakati wa ufufuo wa wafu siku ya mwisho."
25 Yesu akamwambia, "Mimi ndiye huo ufufuo na
uzima. Yeye aniaminiye mimi, hata akifa atakuwa
anaishi 26 na yeyote aishiye na kuniamini hatakufa
kabisa hata milele. Je, unasadiki haya?"
27 Martha akamwambia, "Ndiyo Bwana, ninaa-
mini ya kuwa wewe ndiwe Kristo,[b] Mwana wa
Mungu, yeye ajaye ulimwenguni."

Yesu Alia

28 Baada ya kusema haya Martha alikwenda, aka-
mwita Maria dada yake faraghani na kumwambia,
"Mwalimu yuko hapa anakuita." 29 Maria aliposikia
hivyo, akaondoka upesi akaenda mpaka alipokuwa
Yesu. 30 Yesu alikuwa hajaingia kijijini, bali alikuwa
bado yuko mahali pale alipokutana na Martha.
31 Wale Wayahudi waliokuwa pamoja na Maria nyu-
mbani wakimfariji walipoona ameondoka haraka
na kutoka nje, walimfuata wakidhani ya kwamba
alikuwa anakwenda kule kaburini kulilia huko.
32 Maria alipofika mahali pale Yesu alipokuwa,
alipiga magoti miguuni Pake na kusema, "Bwana,
kama ungalikuwa hapa, ndugu yangu hangalikufa."
33 Yesu alipomwona Maria akilia na wale Waya-
hudi waliokuja pamoja naye pia wakilia, Yesu
alisikia uchungu moyoni, akafadhaika sana.
34 Akauliza, "Mmemweka wapi?"
Wakamwambia, "Bwana, njoo upaone."
35 Yesu akalia machozi.
36 Ndipo Wayahudi wakasema, "Tazama jinsi
alivyompenda Lazaro!"
37 Lakini wengine wakasema, "Je, yule aliyefu-
ngua macho ya kipofu, hakuweza kumfanya na
huyu asife?"

Yesu Amfufua Lazaro

38 Yesu kwa mara nyingine akiwa amefadhaika
sana, akafika penye kaburi. Hilo kaburi lilikuwa
pango ambalo jiwe lilikuwa limewekwa kwenye
ingilio lake. 39 Yesu akasema, "Liondoeni hilo jiwe."
Martha ndugu yake yule aliyekuwa amekufa
akasema, "Lakini Bwana, wakati huu atakuwa ana-
nuka kwani amekwisha kuwa kaburini siku nne."
40 Yesu akamwambia, "Sikukuambia kwamba
kama ukiamini utauona utukufu wa Mungu?"
41 Kwa hiyo wakaliondoa lile jiwe kutoka kabu-
rini. Yesu akainua macho yake juu akasema, "Baba,
ninakushukuru kwa kuwa wanisikia. 42 Ninajua ya
kuwa wewe hunisikia siku zote, lakini nimesema
haya kwa ajili ya umati huu uliosimama hapa, ili
wapate kuamini ya kuwa wewe umenituma."
43 Baada ya kusema haya, Yesu akapaza sauti
yake akaita, "Lazaro, njoo huku!" 44 Yule aliyekuwa
amekufa akatoka nje, mikono yake na miguu yake
ikiwa imeviringishiwa vitambaa vya kitani na leso
usoni pake.
Yesu akawaambia, "Mfungueni, mwacheni
aende zake."

Shauri La Kumuua Yesu

45 Hivyo Wayahudi wengi waliokuwa wamekuja
kumfariji Maria, walipoona yale Yesu aliyoyate-
nda wakamwamini. 46 Lakini baadhi yao wakaenda
kwa Mafarisayo na kuwaambia mambo Yesu ali-
yoyafanya. 47 Kwa hiyo viongozi wa makuhani na
Mafarisayo wakaita mkutano wa baraza.
Wakaulizana, "Tufanyeje? Huyu mtu anafanya
ishara nyingi. 48 Kama tukimwacha aendelee hivi,
kila mtu atamwamini, nao Warumi watakuja na
kupaharibu mahali petu patakatifu na taifa letu."
49 Mmoja wao aliyeitwa Kayafa, ambaye alikuwa
kuhani mkuu mwaka huo, akasema, "Ninyi hamjui
kitu chochote! 50 Hamjui kwamba ni afadhali mtu
mmoja afe kwa ajili ya watu, kuliko taifa lote lia-
ngamie?"
51 Hakusema haya kutokana na mawazo yake
mwenyewe bali kama kuhani mkuu mwaka huo,
alitabiri kuwa Yesu angelikufa kwa ajili ya taifa la
Wayahudi, 52 wala si kwa ajili ya taifa hilo pekee,
bali pia kwa ajili ya watoto wa Mungu waliotawa-
nyika, ili kuwaleta pamoja na kuwafanya wawe
wamoja. 53 Hivyo tangu siku hiyo wakawa wana-
fanya mipango ili wamuue Yesu.
54 Kwa hiyo Yesu akawa hatembei hadharani
miongoni mwa Wayahudi, bali alijitenga akaenda
sehemu iliyo karibu na jangwa kwenye kijiji kii-
twacho Efraimu. Akakaa huko na wanafunzi wake.
55 Basi Pasaka ya Wayahudi ilipokuwa imekaribia,
watu wengi walitoka vijijini wakaenda Yerusalemu
kabla ya Pasaka ili wakajitakase. 56 Watu wakawa
wanamtafuta Yesu, nao walipVosimama kwenye
eneo la Hekalu waliulizana, Je, mtu huyu hatakuja
kamwe kwenye Sikukuu? 57 Viongozi wa maku-
hani na Mafarisayo walikuwa wametoa amri kuwa
yeyote atakayejua mahali Yesu aliko, lazima atoe
taarifa ili wapate kumkamata.

Maria Ampaka Yesu Mafuta Huko Bethania

12 Siku sita kabla ya Pasaka, Yesu alikwenda
Bethania mahali ambako Lazaro aliyekuwa
amefufuliwa na Yesu alikuwa anaishi. 2 Wakaandaa
karamu kwa heshima ya Yesu. Martha akawahu-
dumia wakati Lazaro alikuwa miongoni mwa
waliokaa mezani pamoja na Yesu. 3 Kisha Maria
akachukua chupa ya painti moja[c] yenye manukato
ya nardo[d] safi ya thamani kubwa, akayamimina
miguuni mwa Yesu na kuifuta kwa nywele zake.
Nyumba nzima ikajaa harufu nzuri ya manukato.
4 Ndipo Yuda Iskariote mwana wa Simoni, mmoja
wa wale wanafunzi ambaye ndiye angemsaliti Yesu,

---

[a] 18 Maili mbili ni kama kilomita tatu.
[b] 27 *Kristo* maana yake ni *Masiya*, yaani *Aliyetiwa mafuta*.
[c] 3 Painti moja ni kama nusu lita.
[d] 3 Nardo ni aina ya mafuta yaliyokuwa yanatengenezwa kutokana na mimea yenye mizizi inayotoa harufu nzuri.

akasema, 5 "Kwa nini manukato haya hayakuuzwa
kwa dinari 300[a] na fedha hizo wakapewa maskini?"
6 Yuda alisema hivi si kwa kuwa aliwajali maskini,
bali kwa kuwa alikuwa mwizi, kwani ndiye alikuwa
akitunza mfuko wa fedha akawa anaiba kile kili-
chowekwa humo.
7 Yesu akasema, "Mwacheni. Aliyanunua manu-
kato hayo ili ayaweke kwa ajili ya siku ya maziko
yangu. 8 Maskini mtakuwa nao siku zote, lakini
mimi hamtakuwa nami siku zote."

Shauri La Kumuua Lazaro

9 Umati mkubwa wa Wayahudi walipojua kwa-
mba Yesu alikuwa huko Bethania, walikuja si tu kwa
ajili ya Yesu, lakini pia kumwona Lazaro ambaye
Yesu alikuwa amemfufua. 10 Kwa hiyo viongozi wa
makuhani wakafanya mpango wa kumuua Lazaro
pia, 11 kwa kuwa kutokana na habari za kufufuliwa
kwake Wayahudi wengi walikuwa wanamwendea
Yesu na kumwamini.

Kuingia Kwa Yesu Yerusalemu Kwa Ushindi

12 Siku iliyofuata umati mkubwa uliokuwa
umekuja kwenye Sikukuu walisikia kwamba Yesu
angekuja Yerusalemu. 13 Basi wakachukua matawi
ya mitende, wakatoka kwenda kumlaki, huku waki-
paza sauti wakisema,

"Hosana!"[b]

"Amebarikiwa yeye ajaye kwa Jina la Bwana!"

"Amebarikiwa Mfalme wa Israeli!"

14 Yesu akamkuta mwana-punda akampanda, kama
ilivyoandikwa,

15 "Usiogope, Ewe binti Sayuni;
tazama, Mfalme wako anakuja,
amepanda mwana-punda!"

16 Wanafunzi wake Yesu mwanzoni hawakue-
lewa mambo haya, lakini Yesu alipotukuzwa, ndipo
walipokumbuka kuwa mambo haya yalikuwa
yameandikwa kwa ajili yake na alitendewa yeye.
17 Wale waliokuwepo wakati Yesu alipomwita
Lazaro kutoka kaburini na kumfufua kutoka kwa
wafu, waliendelea kushuhudia. 18 Ni kwa sababu
pia walikuwa wamesikia kwamba alikuwa ame-
tenda muujiza huu ndiyo maana umati wa watu
ukaenda kumlaki. 19 Hivyo Mafarisayo walipoona
hayo wakaambiana, "Mnaona, hamwezi kufanya
lolote. Angalieni, ulimwengu wote unamfuata
yeye!"

Yesu Anatabiri Kifo Chake

20 Basi palikuwa Wayunani fulani miongoni mwa
wale waliokuwa wamekwenda kuabudu wakati wa
Sikukuu. 21 Hawa wakamjia Filipo, ambaye alikuwa
mwenyeji wa Bethsaida huko Galilaya, wakiwa na
ombi. Wakamwambia, "Tungependa kumwona
Yesu." 22 Filipo akaenda akamweleza Andrea, nao
wote wawili wakamwambia Yesu.
23 Yesu akawajibu, "Saa imewadia ya Mwana wa
Adamu kutukuzwa. 24 Amin, amin nawaambia,
mbegu ya ngano isipoanguka ardhini na kufa,
hubakia kama mbegu peke yake. Lakini ikifa huzaa
mbegu nyingi. 25 Mtu yeyote anayependa maisha
yake atayapoteza, naye ayachukiaye maisha yake
katika ulimwengu huu atayaokoa hata kwa uzima
wa milele. 26 Mtu yeyote akinitumikia lazima ani-
fuate, nami mahali nilipo ndipo mtumishi wangu
atakapokuwa. Mtu akinitumikia, Baba yangu
atamheshimu.
27 "Sasa roho yangu imefadhaika sana. Niseme
nini? 'Baba, niokoe katika saa hii.' Lakini ni kwa
kusudi hili nimeufikia wakati huu. 28 Baba, litukuze
jina lako."
Ndipo ikaja sauti kutoka mbinguni, "Nimelitu-
kuza, nami nitalitukuza tena." 29 Ule umati wa watu
uliokuwa mahali pale uliisikia nao ukasema, "Hiyo
ni sauti ya radi," wengine wakasema, "Malaika
ameongea naye."
30 Yesu akawaambia, "Sauti hii imesikika kwa
faida yenu, wala si kwa faida yangu. 31 Sasa ni saa
ya hukumu kwa ajili ya ulimwengu huu, sasa mkuu
wa ulimwengu huu atatupwa nje. 32 Lakini mimi,
nikiinuliwa kutoka nchi, nitawavuta watu wote
waje kwangu." 33 Yesu aliyasema haya akionyesha
ni kifo gani atakachokufa.
34 Ule umati wa watu ukapiga kelele ukasema,
"Tumesikia kutoka Sheria kwamba 'Kristo[c] adumu
milele,' wewe wawezaje kusema, 'Mwana wa
Adamu hana budi kuinuliwa juu?' Huyu 'Mwana
wa Adamu' ni nani?' "
35 Ndipo Yesu akawaambia, "Bado kitambo
kidogo nuru ingalipo pamoja nanyi. Enendeni
maadamu mna nuru, msije mkakumbwa na giza.
Mtu anayetembea gizani hajui anakokwenda.
36 Wekeni tumaini lenu katika nuru hiyo ili mpate
kuwa wana wa nuru." Baada ya kusema haya, Yesu
aliondoka, akajificha wasimwone.

Wayahudi Waendelea Kutokuamini

37 Hata baada ya Yesu kufanya miujiza hii yote
mbele yao, bado hawakumwamini. 38 Hili lilikuwa
ili kutimiza lile neno la nabii Isaya lililosema:

"Bwana, ni nani aliyeamini ujumbe wetu,
na mkono wa Bwana umefunuliwa
kwa nani?"

39 Kwa hivyo hawakuamini, kwa sababu Isaya
anasema mahali pengine:

40 "Amewafanya vipofu,
na kuifanya mioyo yao kuwa migumu,
ili wasiweze kuona kwa macho yao,
wala kuelewa kwa mioyo yao,
wasije wakageuka nami nikawaponya."

41 Isaya alisema haya alipoona utukufu wa Yesu na
kunena habari zake.

---

[a]5 Dinari 300 ni sawa na mshahara wa kibarua wa siku 300.
[b]13 Kiebrania kusema Okoa, basi likawa neno la shangwe.
[c]34 *Kristo* maana yake ni *Masiya*, yaani *Aliyetiwa mafuta*.

42 Lakini wengi miongoni mwa viongozi wa
Wayahudi walimwamini, lakini kwa sababu ya
Mafarisayo hawakukiri waziwazi kwa maana
waliogopa kufukuzwa katika masinagogi. 43 Wao
walipenda sifa za wanadamu kuliko sifa zitokazo
kwa Mungu.

Amwaminiye Yesu Hatabaki Gizani

44 Yesu akapaza sauti akasema, "Yeyote ania-
miniye, haniamini mimi peke yangu, bali yeye
aliyenituma. 45 Yeyote anionaye mimi, amemwona
yeye aliyenituma. 46 Mimi nimekuja kama nuru
ulimwenguni, ili kwamba kila mtu aniaminiye
asibaki gizani.

47 "Mimi simhukumu mtu yeyote anayesikia
maneno yangu na asiyatii, kwa maana sikuja
kuuhukumu ulimwengu, bali kuuokoa. 48 Yuko
amhukumuye yeye anikataaye mimi na kuto-
kuyapokea maneno yangu, yaani, yale maneno
niliyosema yenyewe yatamhukumu siku ya
mwisho. 49 Kwa maana sisemi kwa ajili yangu
mwenyewe, bali Baba aliyenituma aliniamuru
ni nini cha kusema na jinsi ya kukisema. 50 Nami
ninajua amri zake huongoza hadi kwenye uzima
wa milele. Hivyo lolote nisemalo, ndilo lile Baba
aliloniambia niseme."

Yesu Awanawisha Wanafunzi Wake Miguu

13 Ilikuwa mara tu kabla ya Sikukuu ya Pasaka.
Yesu alijua ya kuwa wakati wake wa kuondoka
ulimwenguni ili kurudi kwa Baba umewadia.
Alikuwa amewapenda watu wake waliokuwa uli-
mwenguni, naam, aliwapenda hadi kipimo cha
mwisho.

2 Wakati alipokuwa akila chakula cha jioni
na wanafunzi wake, ibilisi alikuwa amekwisha
kutia ndani ya moyo wa Yuda Iskariote, mwana
wa Simoni, wazo la kumsaliti Yesu. 3 Yesu akijua
ya kwamba Baba ameweka vitu vyote chini ya
mamlaka yake na kwamba yeye alitoka kwa Mungu
na alikuwa anarudi kwa Mungu, 4 hivyo aliondoka
chakulani, akavua vazi lake la nje, akajifunga kita-
mbaa kiunoni. 5 Kisha akamimina maji kwenye
sinia na kuanza kuwanawisha wanafunzi wake
miguu na kuikausha kwa kile kitambaa alichokuwa
amejifunga kiunoni.

6 Alipomfikia Simoni Petro, Petro akamwambia,
"Bwana, je, wewe utaninawisha mimi miguu?"

7 Yesu akamjibu, "Hivi sasa hutambui lile nina-
lofanya, lakini baadaye utaelewa."

8 Petro akamwambia, "La, wewe hutaninawisha
miguu kamwe."

Yesu akamjibu, "Kama nisipokunawisha, wewe
huna sehemu nami."

9 Ndipo Simoni Petro akajibu, "Usininawishe
miguu peke yake, Bwana, bali pamoja na mikono
na kichwa pia!"

10 Yesu akamjibu, "Mtu aliyekwisha kuoga ana-
hitaji kunawa miguu tu, kwani mwili wake wote
ni safi. Ninyi ni safi, ingawa si kila mmoja wenu."
11 Kwa kuwa yeye alijua ni nani ambaye angemsaliti,
ndiyo sababu akasema si kila mmoja aliyekuwa safi.

12 Alipomaliza kuwanawisha miguu yao, alivaa
tena mavazi yake, akarudi alikokuwa ameketi,
akawauliza, "Je, mmeelewa nililowafanyia? 13 Ninyi
mnaniita mimi 'Mwalimu' na 'Bwana,' hii ni sawa,
maana ndivyo nilivyo. 14 Kwa hiyo, ikiwa mimi
niliye Bwana wenu na Mwalimu wenu nimewana-
wisha ninyi miguu, pia hamna budi kunawishana
miguu ninyi kwa ninyi. 15 Mimi nimewawekea
kielelezo kwamba imewapasa kutenda kama vile
nilivyowatendea ninyi. 16 Amin, amin nawaambia,
mtumishi si mkuu kuliko bwana wake, wala ali-
yetumwa si mkuu kuliko yule aliyemtuma. 17 Sasa
kwa kuwa mmejua mambo haya, heri yenu ninyi
kama mkiyatenda.

18 "Sisemi hivi kuhusu ninyi nyote. Ninawajua
wale niliowachagua. Lakini ni ili Andiko lipate
kutimia, kwamba, 'Yeye aliyekula chakula changu,
ameinua kisigino chake dhidi yangu.'

19 "Ninawaambia mambo haya kabla hayaja-
tukia, ili yatakapotukia mpate kuamini ya kuwa
Mimi ndiye. 20 Amin, amin nawaambia, yeyote
anayempokea yule niliyemtuma anipokea mimi,
naye anipokeaye mimi ampokea yeye aliyenituma
mimi."

Yesu Anatabiri Kusalitiwa Kwake

21 Baada ya kusema haya, Yesu alifadhaika sana
moyoni, akasema, "Amin, amin nawaambia, mmoja
wenu atanisaliti."

22 Wanafunzi wake wakatazamana bila kujua
kuwa alikuwa anamsema nani. 23 Mmoja wa wana-
funzi wake ambaye Yesu alimpenda sana, alikuwa
ameegama kifuani mwa Yesu. 24 Simoni Petro aka-
mpungia mkono yule mwanafunzi, akamwambia,
"Muulize anamaanisha nani."

25 Yule mwanafunzi akamwegemea Yesu, aka-
muuliza, "Bwana, tuambie, ni nani?"

26 Yesu akajibu, "Ni yule nitakayempa hiki
kipande cha mkate baada ya kukichovya kwenye
bakuli." Hivyo baada ya kukichovya kile kipande
cha mkate, akampa Yuda Iskariote, mwana wa
Simoni. 27 Mara tu baada ya kukipokea kile kipande
cha mkate, Shetani akamwingia.

Yesu akamwambia Yuda, "Lile unalotaka kuli-
tenda litende haraka." 28 Hakuna hata mmoja wa
wale waliokuwa wameketi naye mezani aliyeelewa
kwa nini Yesu alimwambia hivyo. 29 Kwa kuwa Yuda
alikuwa mtunza fedha, wengine walifikiri Yesu ali-
kuwa amemwambia akanunue vitu vilivyohitajika
kwa ajili ya Sikukuu, au kuwapa maskini chochote.
30 Mara tu baada ya kupokea ule mkate, Yuda aka-
toka nje. Wakati huo ulikuwa ni usiku.

Yesu Atabiri Petro Kumkana

31 Baada ya Yuda kutoka nje, Yesu akasema, "Sasa
Mwana wa Adamu ametukuzwa, naye Mungu ame-
tukuzwa ndani yake. 32 Ikiwa Mungu ametukuzwa
ndani ya Mwana, Mungu atamtukuza Mwana ndani
yake mwenyewe naye atamtukuza mara.

33 "Watoto wangu, mimi bado niko pamoja nanyi
kwa kitambo kidogo. Mtanitafuta, na kama vile
nilivyowaambia Wayahudi, vivyo hivyo sasa nawaa-
mbia na ninyi. Niendako, ninyi hamwezi kuja.

34 "Amri mpya nawapa: Mpendane kama mimi
nilivyowapenda ninyi, vivyo hivyo nanyi mpe-
ndane. 35 Kama mkipendana ninyi kwa ninyi, kwa

njia hii, watu wote watajua kuwa ninyi ni wana-
funzi wangu."
36 Simoni Petro akamuuliza, "Bwana, unakwenda
wapi?"
Yesu akamjibu, "Ninakokwenda huwezi kuni-
fuata sasa, lakini utanifuata baadaye."
37 Petro akamuuliza tena, "Bwana, kwa nini
siwezi kukufuata sasa? Mimi niko tayari kuutoa
uhai wangu kwa ajili yako."
38 Yesu akamjibu, "Je, ni kweli uko tayari kuutoa
uhai wako kwa ajili yangu? Amin, amin nakuambia,
kabla jogoo hajawika, utanikana mara tatu."

Yesu Awatia Moyo Wanafunzi Wake

14 Yesu akawaambia, "Msifadhaike mioyoni
mwenu, mnamwamini Mungu, niaminini
na mimi pia. 2 Nyumbani kwa Baba yangu kuna
makao mengi. Kama sivyo, ningeliwaambia. Naenda
kuwaandalia makao. 3 Nami nikienda na kuwaa-
ndalia makao, nitarudi tena na kuwachukua mkae
pamoja nami, ili mahali nilipo, nanyi mpate kuwepo.
4 Ninyi mnajua njia ya kufika ninakokwenda."

Yesu Ndiye Njia Ya Kwenda Kwa Baba

5 Tomaso akamwambia, "Bwana, sisi hatujui
unakokwenda, tutaijuaje njia?"
6 Yesu akawaambia, "Mimi ndimi njia na kweli
na uzima. Mtu hawezi kuja kwa Baba isipokuwa
kwa kupitia kwangu. 7 Kama mngenijua mimi,
mngemjua na Baba pia. Tangu sasa, mnamjua Baba
yangu, tena mmemwona."
8 Filipo akamwambia, "Bwana, tuonyeshe Baba
yako yatosha."
9 Yesu akamjibu, "Filipo, nimekaa nanyi muda
huu wote hata usinijue? Mtu yeyote aliyeniona
mimi, amemwona Baba. Sasa wawezaje kusema,
'Tuonyeshe Baba?' 10 Je, huamini ya kuwa mimi
niko ndani ya Baba, naye Baba yuko ndani yangu?
Maneno ninayowaambia siyasemi kwa ajili yangu
mwenyewe, bali Baba akaaye ndani yangu ndiye
atendaye hizi kazi. 11 Nisadiki mimi kwamba niko
ndani ya Baba na Baba yuko ndani yangu, la sivyo,
niaminini kwa sababu ya zile kazi nizitendazo.
12 Amin, amin nawaambia, yeyote aniaminiye mimi,
kazi nizifanyazo yeye atazifanya, naam na kubwa
kuliko hizi atazifanya, kwa sababu mimi ninakwe-
nda kwa Baba. 13 Nanyi mkiomba lolote kwa Jina
langu, hilo nitalifanya, ili Baba apate kutukuzwa
katika Mwana. 14 Kama mkiniomba lolote kwa Jina
langu nitalifanya.

Yesu Aahidi Roho Mtakatifu

15 "Kama mnanipenda, mtazishika amri zangu.
16 Nami nitamwomba Baba, naye atawapa Msaidizi
mwingine akae nanyi milele. 17 Huyo ndiye Roho
wa kweli ambaye ulimwengu hauwezi kumpokea,
kwa sababu haumwoni wala haumjui. Ninyi mna-
mjua kwa kuwa yuko pamoja nanyi naye anakaa
ndani yenu. 18 Sitawaacha ninyi yatima, naja kwenu.
19 Bado kitambo kidogo ulimwengu hautaniona
tena, ila ninyi mtaniona, kwa kuwa mimi ni hai,
ninyi nanyi mtakuwa hai. 20 Wakati huo mtajua ya
kuwa mimi niko ndani ya Baba na ninyi mko ndani
yangu na mimi niko ndani yenu. 21 Yeyote mwenye
amri zangu na kuzishika ndiye anipendaye, naye
anipendaye atapendwa na Baba yangu, nami nita-
mpenda na kujidhihirisha kwake."
22 Ndipo Yuda, siyo Iskariote, akamwambia,
"Bwana, itakuwaje kwamba utajidhihirisha kwetu
na si kwa ulimwengu?"
23 Yesu akamjibu, "Mtu yeyote akinipenda atali-
shika neno langu na Baba yangu atampenda, nasi
tutakuja kwake na kufanya makao yetu kwake.
24 Mtu yeyote asiyenipenda hayashiki maneno
yangu na maneno niliyowapa si yangu bali ni ya
Baba aliyenituma.
25 "Nimewaambia mambo haya yote wakati bado
niko pamoja nanyi. 26 Lakini huyo Msaidizi, yaani,
huyo Roho Mtakatifu, ambaye Baba atamtuma
kwenu kwa Jina langu, atawafundisha mambo yote
na kuwakumbusha yote niliyowaambia. 27 Amani
nawaachia, amani yangu nawapa, amani hii niwa-
payo si kama ile ulimwengu utoayo. Msifadhaike
mioyoni mwenu, wala msiogope.
28 "Mlinisikia nikisema, 'Ninakwenda zangu,
lakini nitarudi tena.' Kama kweli mngelinipenda
mngelifurahi kwa kuwa naenda kwa Baba, kwani
Baba ni mkuu kuniliko mimi. 29 Nimewaambia
mambo haya kabla hayajatukia, ili yatakapotu-
kia mpate kuamini. 30 Sitasema nanyi zaidi, kwa
sababu yule mkuu wa ulimwengu huu anakuja,
naye hana kitu kwangu, 31 lakini ulimwengu upate
kujua kuwa ninampenda Baba, nami hufanya vile
Baba alivyoniamuru.
"Haya inukeni; twendeni zetu.

Yesu Mzabibu Wa Kweli

15 "Mimi ndimi mzabibu wa kweli na Baba yangu
ndiye mkulima. 2 Kila tawi ndani yangu lisi-
lozaa matunda, Baba yangu hulikata, nalo kila
tawi lizaalo, hulisafisha ili lipate kuzaa matunda
zaidi. 3 Ninyi mmekwisha kuwa safi kwa sababu
ya lile neno nililonena nanyi. 4 Kaeni ndani yangu,
nami nikae ndani yenu. Kama vile tawi lisivyo-
weza kuzaa matunda lisipokaa ndani ya mzabibu,
vivyo hivyo ninyi msipokaa ndani yangu hamwezi
kuzaa matunda.
5 "Mimi ni mzabibu, ninyi ni matawi. Akaaye
ndani yangu, nami ndani yake, huyo huzaa sana,
maana pasipo mimi ninyi hamwezi kufanya jambo
lolote. 6 Mtu yeyote asipokaa ndani yangu, hutu-
pwa nje kama tawi na kunyauka. Matawi kama
hayo hukusanywa na kutupwa motoni, yakateke-
tea. 7 Ninyi mkikaa ndani yangu na maneno yangu
yakikaa ndani yenu, ombeni lolote mtakalo, nanyi
mtatendewa. 8 Kwa hiyo Baba yangu hutukuzwa,
kwa vile mzaavyo matunda mengi, nanyi mtakuwa
wanafunzi wangu.
9 "Kama vile Baba alivyonipenda mimi, hivyo
ndivyo mimi nilivyowapenda ninyi. Basi kaeni
katika pendo langu. 10 Mkizishika amri zangu
mtakaa katika pendo langu, kama mimi nilivyo-
zishika amri za Baba yangu na kukaa katika pendo
lake. 11 Nimewaambia mambo haya ili furaha yangu
iwe ndani yenu na furaha yenu iwe kamili. 12 Amri
yangu ndiyo hii: Mpendane kama mimi nilivyo-
wapenda ninyi. 13 Hakuna mtu mwenye upendo
mkuu kuliko huu, mtu kuutoa uhai wake kwa ajili

ya rafiki zake. 14 Ninyi ni rafiki zangu mkifanya ninayowaamuru. 15 Siwaiti ninyi watumishi tena, kwa sababu watumishi hawajui bwana wao analofanya, bali nimewaita ninyi rafiki, kwa maana nimewajulisha mambo yote niliyoyasikia kutoka kwa Baba yangu. 16 Si ninyi mlionichagua, bali mimi ndiye niliyewachagua ninyi na kuwaweka mwende mkazae matunda, na matunda yenu yapate kudumu. Ili nalo lolote mtakalomwomba Baba katika Jina langu, awape ninyi. 17 Amri yangu ndiyo hii: Mpendane.

Ulimwengu Wawachukia Wanafunzi

18 "Kama ulimwengu ukiwachukia ninyi, kumbukeni kwamba ulinichukia mimi kabla yenu. 19 Kama mngekuwa wa ulimwengu, ulimwengu ungeliwapenda kama vile unavyowapenda walio wake. Kwa sababu ninyi si wa ulimwengu, lakini mimi nimewachagua kutoka ulimwengu, hii ndiyo sababu ulimwengu unawachukia. 20 Kumbukeni lile neno nililowaambia, 'Hakuna mtumishi aliye mkuu kuliko bwana wake.' Kama wamenitesa mimi, nanyi pia watawatesa. Kama wamelishika neno langu, watalishika na neno lenu pia. 21 Watawatendea ninyi haya yote kwa ajili ya Jina langu, kwa sababu hawamjui yeye aliyenituma. 22 Kama sikuja na kusema nao wasingalikuwa na hatia ya dhambi. Lakini sasa hawana udhuru kwa ajili ya dhambi zao. 23 Yeyote anayenichukia mimi, anamchukia pia na Baba yangu. 24 Kama sikuwa nimefanya miujiza ambayo haijapata kufanywa na mtu mwingine yeyote, wasingalikuwa na hatia ya dhambi. Lakini sasa wameiona miujiza hii na bado wakatuchukia mimi na Baba yangu. 25 Lakini hii ni kutimiza lile neno lililoandikwa kwenye Sheria kwamba, 'Walinichukia pasipo sababu.'

26 "Lakini atakapokuja huyo Msaidizi nitakayemtuma kwenu kutoka kwa Baba, yaani, huyo Roho wa kweli atokaye kwa Baba, yeye atanishuhudia mimi. 27 Ninyi nanyi itawapasa kushuhudia kwa sababu mmekuwa pamoja nami tangu mwanzo.

16 "Nimewaambia mambo haya yote ili msije mkaiacha imani. 2 Watawatenga na masinagogi. Naam, saa yaja ambayo mtu yeyote atakayewaua atadhani kwa kufanya hivyo anamtumikia Mungu. 3 Nao watawatenda haya kwa sababu hawamjui Baba wala mimi. 4 Lakini nimewaambia ninyi mambo haya, ili saa hiyo ikiwadia mpate kukumbuka ya kuwa nilikuwa nimewaambia. Sikuwaambia mambo haya tangu mwanzo kwa sababu nilikuwa pamoja nanyi.

Kazi Ya Roho Mtakatifu

5 "Sasa mimi ninakwenda kwake yeye aliyenituma, lakini hakuna hata aniulizaye, 'Unakwenda wapi?' 6 Kwa sababu nimewaambia mambo haya, mioyo yenu imejawa na huzuni. 7 Lakini nawaambia kweli, yafaa mimi niondoke, kwa kuwa nisipoondoka, huyo Msaidizi hatakuja kwenu, lakini nikienda nitamtuma kwenu. 8 Naye atakapokuja, atauthibitishia ulimwengu kuhusu dhambi, haki na hukumu. 9 Kwa habari ya dhambi, kwa sababu hawaniamini mimi, 10 kwa habari ya haki, kwa sababu ninakwenda kwa Baba, nanyi hamtaniona tena, 11 kwa habari ya hukumu, kwa sababu yule mkuu wa ulimwengu huu amekwisha kuhukumiwa.

12 "Bado ninayo mambo mengi ya kuwaambia, lakini hamwezi kuyastahimili sasa. 13 Atakapokuja huyo Roho wa kweli atawaongoza awatie katika kweli yote. Yeye hatanena kwa ajili yake mwenyewe, bali atanena yale yote atakayosikia, naye atawaonyesha mambo yajayo. 14 Atanitukuza mimi, kwa maana atayachukua yaliyo yangu na kuwajulisha ninyi. 15 Vyote alivyo navyo Baba ni vyangu. Ndiyo maana nimesema Roho atachukua yaliyo yangu na kuwajulisha ninyi.

16 "Bado kitambo kidogo nanyi hamtaniona na tena bado kitambo kidogo nanyi mtaniona."

Huzuni Itageuka Kuwa Furaha

17 Baadhi ya wanafunzi wakaulizana, "Ana maana gani asemapo, 'Bado kitambo kidogo nanyi hamtaniona na tena bado kitambo kidogo nanyi mtaniona?' Naye ana maana gani asemapo, 'Kwa sababu ninakwenda kwa Baba?' " 18 Wakaendelea kuulizana, "Ana maana gani asemapo, 'Kitambo kidogo?' Hatuelewi hilo analosema."

19 Yesu akatambua kuwa walitaka kumuuliza juu ya hilo, hivyo akawaambia, "Je, mnaulizana nina maana gani niliposema, 'Bado kitambo kidogo nanyi hamtaniona na tena bado kitambo kidogo nanyi mtaniona?' 20 Amin, amin nawaambia, ninyi mtalia na kuomboleza, lakini ulimwengu utafurahi. Ninyi mtahuzunika, lakini huzuni yenu itageuka kuwa furaha. 21 Mwanamke anapokuwa na utungu wa kuzaa huwa na maumivu kwa sababu saa yake imewadia. Lakini mtoto akiisha kuzaliwa, yule mwanamke husahau maumivu hayo kwa sababu ya furaha ya kuzaliwa mtoto ulimwenguni. 22 Hivyo ninyi mna maumivu sasa, lakini nitawaona tena, nayo mioyo yenu itafurahi na furaha yenu hakuna awaondoleaye. 23 Katika siku hiyo hamtaniuliza neno lolote. Amin, amin nawaambia, kama mkimwomba Baba jambo lolote kwa jina langu, yeye atawapa. 24 Mpaka sasa hamjaomba jambo lolote kwa Jina langu. Ombeni nanyi mtapewa, ili furaha yenu ipate kuwa kamili.

Amani Kwa Wanafunzi

25 "Nimewaambia mambo haya kwa mafumbo. Saa yaja ambapo sitazungumza nanyi tena kwa mafumbo bali nitawaeleza waziwazi kuhusu Baba. 26 Siku hiyo mtaomba kwa Jina langu. Wala sitawaambia kwamba nitamwomba Baba kwa ajili yenu, 27 kwa maana Baba mwenyewe anawapenda, kwa sababu mmenipenda mimi na mmeamini kwamba nimetoka kwa Mungu. 28 Nilitoka kwa Baba na kuja ulimwenguni, sasa naondoka ulimwenguni na kurudi kwa Baba."

29 Ndipo wanafunzi wake wakasema, "Sasa unazungumza waziwazi, wala si kwa mafumbo. 30 Sasa tumejua kwamba wewe unajua mambo yote, wala hakuna haja ya mtu kukuuliza maswali. Kwa jambo hili tunaamini kwamba ulitoka kwa Mungu."

31 Yesu akawajibu, "Je, sasa mnaamini? 32 Saa inakuja, naam, imekwisha kuwadia, mtakapotawanyika kila mmoja kwenda nyumbani kwake

na kuniacha peke yangu. Lakini mimi siko peke
yangu kwa sababu Baba yu pamoja nami. 33 Nime-
waambia mambo haya, ili mpate kuwa na amani
mkiwa ndani yangu. Ulimwenguni mtapata dhiki.
Lakini jipeni moyo, kwa maana mimi nimeushinda
ulimwengu."

Yesu Ajiombea Mwenyewe

17 Baada ya Yesu kusema haya, alitazama kuele-
kea mbinguni akawaombea na kusema:

"Baba, saa imewadia. Umtukuze Mwanao,
ili Mwanao apate kukutukuza wewe. 2 Kwa
kuwa umempa mamlaka juu ya wote wenye
mwili ili awape uzima wa milele wale ulio-
mpa. 3 Nao uzima wa milele ndio huu, wakujue
wewe uliye Mungu wa pekee, wa kweli na Yesu
Kristo uliyemtuma. 4 Nimekutukuza wewe
duniani kwa kuitimiza ile kazi uliyonipa nii-
fanye. 5 Hivyo sasa, Baba, unitukuze mbele
zako kwa ule utukufu niliokuwa nao pamoja
na wewe kabla ulimwengu haujakuwepo.

Yesu Awaombea Wanafunzi Wake

6 "Nimelidhihirisha jina lako kwa wale
ulionipa kutoka ulimwengu. Walikuwa wako,
nawe ukanipa mimi, nao wamelitii neno lako.
7 Sasa wamejua ya kuwa vyote ulivyonipa
vimetoka kwako, 8 kwa kuwa maneno yale
ulionipa nimewapa wao, nao wameyapokea
na kujua kwamba kweli nimetoka kwako, nao
wameamini kuwa wewe ulinituma. 9 Nina-
waombea wao. Mimi siuombei ulimwengu,
bali nawaombea wale ulionipa kwa sababu
wao ni wako. 10 Wote walio wangu ni wako
na walio wako ni wangu, nami nimetukuzwa
ndani yao. 11 Mimi sasa simo tena ulimwe-
nguni, lakini wao bado wamo ulimwenguni,
nami naja kwako. Baba Mtakatifu, uwalinde
kwa uweza wa jina lako ulilonipa, ili wawe
na umoja kama sisi tulivyo wamoja. 12 Nili-
pokuwa pamoja nao, niliwalinda, wakawa
salama kwa lile jina ulilonipa. Hakuna hata
mmoja aliyepotea, isipokuwa yule aliyekusu-
diwa upotevu, ili Maandiko yapate kutimia.

13 "Lakini sasa naja kwako, nami ninasema
mambo haya wakati bado nikiwa ulimwe-
nguni, ili wawe na furaha yangu kamili ndani
yao. 14 Nimewapa neno lako, nao ulimwengu
umewachukia kwa kuwa wao si wa ulimwengu
kama mimi nisivyo wa ulimwengu huu. 15 Sio-
mbi kwamba uwaondoe ulimwenguni, bali
uwalinde dhidi ya yule mwovu. 16 Wao si wa
ulimwengu huu, kama vile mimi nisivyo wa
ulimwengu. 17 Uwatakase kwa ile kweli, neno
lako ndilo kweli. 18 Kama vile ulivyonituma
mimi ulimwenguni, nami nawatuma vivyo
hivyo. 19 Kwa ajili yao najiweka wakfu ili wao
nao wapate kutakaswa katika ile kweli.

Yesu Awaombea Wote Wamwaminio

20 "Siwaombei hawa peke yao, bali nawao-
mbea na wale wote watakaoniamini kupitia
neno lao 21 ili wawe na umoja kama vile wewe
Baba ulivyo ndani yangu na mimi nilivyo
ndani yako, wao nao wawe ndani yetu, ili uli-
mwengu upate kuamini ya kuwa wewe ndiye
uliyenituma mimi. 22 Utukufu ule ulionipa
nimewapa wao, ili wawe na umoja kama sisi
tulivyo wamoja. 23 Mimi ndani yako na wewe
ndani yangu, ili wawe wamekamilika katika
umoja na ulimwengu upate kujua ya kuwa
umenituma, nami nimewapenda wao kama
unavyonipenda mimi.

24 "Baba, shauku yangu ni kwamba, wale
ulionipa wawe pamoja nami pale nilipo, ili
waweze kuuona utukufu wangu, yaani, utu-
kufu ule ulionipa kwa kuwa ulinipenda hata
kabla ya kuwekwa misingi ya ulimwengu.

25 "Baba Mwenye Haki, ingawa ulimwengu
haukujui, mimi ninakujua, nao wanajua ya
kuwa umenituma. 26 Nimefanya jina lako
lijulikane kwao nami nitaendelea kufanya
lijulikane, ili kwamba upendo ule unaonipe-
nda mimi uwe ndani yao na mimi mwenyewe
nipate kuwa ndani yao."

Yesu Akamatwa

18 Yesu alipomaliza kuomba, akaondoka na
wanafunzi wake wakavuka Bonde la Kidroni.
Upande wa pili palikuwa na bustani, yeye na wana-
funzi wake wakaingia humo.

2 Basi Yuda, yule aliyemsaliti alipafahamu mahali
hapo kwani Yesu alikuwa akikutana humo na
wanafunzi wake mara kwa mara. 3 Hivyo Yuda
akaja bustanini. Aliongoza kikosi cha askari wa
Kirumi, na baadhi ya maafisa kutoka kwa viongozi
wa makuhani na Mafarisayo. Nao walikuwa wame-
chukua taa, mienge na silaha.

4 Yesu akijua yale yote yatakayompata, akajito-
keza mbele yao akawauliza, "Mnamtafuta nani?"

5 Wao wakamjibu, "Yesu wa Nazareti."

Yesu akawajibu, "Mimi ndiye." Yuda, yule ali-
yemsaliti alikuwa amesimama pamoja nao. 6 Yesu
alipowaambia, "Mimi ndiye," walirudi nyuma na
kuanguka chini!

7 Akawauliza tena, "Mnamtafuta nani?"

Nao wakamjibu, "Yesu wa Nazareti."

8 Yesu akawaambia, "Nimekwisha kuwaambia
kuwa, mimi ndiye; kwa hiyo kama mnanitafuta
mimi, waacheni hawa watu waende zao." 9 Hii ili-
kuwa ili litimie lile neno alilosema, "Sikumpoteza
hata mmoja miongoni mwa wale ulionipa."

10 Simoni Petro, aliyekuwa na upanga, akaufuta
na kumkata sikio la kuume mtumishi wa kuhani
mkuu. Jina la mtumishi huyo aliitwa Malko.

11 Yesu akamwambia Petro, "Rudisha upanga
wako kwenye ala yake. Je, hainipasi kukinywea
kikombe alichonipa Baba?"

Yesu Mbele Ya Kuhani Mkuu

12 Hivyo wale askari, wakiwa pamoja na majema-
dari wao na maafisa wa Wayahudi, wakamkamata
Yesu na kumfunga. 13 Kwanza wakampeleka kwa
Anasi, mkwewe Kayafa, aliyekuwa kuhani mkuu
mwaka ule. 14 Kayafa ndiye alikuwa amewashauri
Wayahudi kwamba imempasa mtu mmoja kufa
kwa ajili ya watu.

Petro Anamkana Yesu

15 Simoni Petro pamoja na mwanafunzi mwingine
walikuwa wakimfuata Yesu. Huyu mwanafunzi
mwingine alikuwa anafahamika kwa kuhani mkuu,
hivyo aliingia ndani ya ukumbi pamoja na Yesu.
16 Lakini Petro alisimama nje karibu na lango,
ndipo yule mwanafunzi mwingine, aliyejulikana
na kuhani mkuu, akazungumza na msichana ali-
yekuwa analinda lango, akamruhusu Petro aingie
ndani.
17 Yule msichana akamuuliza Petro, "Je, wewe pia
si mmoja wa wanafunzi wa mtu huyu?"
Petro akajibu, "Sio mimi."
18 Wale watumishi na askari walikuwa wame-
simama wakiota moto wa makaa kwa sababu
palikuwa na baridi, Petro naye alikuwa amesimama
pamoja nao akiota moto.

Kuhani Mkuu Amhoji Yesu

19 Wakati huo kuhani mkuu akawa anamuuliza
Yesu kuhusu wanafunzi wake na mafundisho yake.
20 Yesu akamjibu, "Nimekuwa nikizungumza
waziwazi mbele ya watu wote. Siku zote nime-
fundisha katika masinagogi na Hekaluni, mahali
ambapo Wayahudi wote hukusanyika. Sikusema
jambo lolote kwa siri. 21 Mbona unaniuliza mimi
maswali? Waulize wale walionisikia yale niliyo-
waambia. Wao wanajua niliyosema."
22 Alipomaliza kusema hayo, mmoja wa askari
aliyekuwa amesimama karibu naye, akampiga
Yesu kofi usoni, kisha akasema, "Je, hivyo ndivyo
unavyomjibu kuhani mkuu?"
23 Yesu akamjibu akasema, "Kama nimesema
jambo baya, shuhudia huo ubaya niliousema.
Lakini kama nimesema yaliyo kweli, mbona
umenipiga?" 24 Ndipo Anasi akampeleka Yesu
kwa kuhani mkuu Kayafa, akiwa bado amefungwa.

Petro Amkana Yesu Tena

25 Wakati huo Simoni Petro alikuwa amesimama
akiota moto. Baadhi ya wale waliokuwepo waka-
muuliza, "Je, wewe si mmoja wa wanafunzi wake?"
Petro akakana, akasema, "Sio mimi."
26 Mmoja wa watumishi wa kuhani mkuu, ndugu
yake yule mtu ambaye Petro alikuwa amemkata
sikio, akamuuliza, "Je, mimi sikukuona kule busta-
nini ukiwa na Yesu?" 27 Kwa mara nyingine tena
Petro akakana, naye jogoo akawika wakati huo huo.

Yesu Apelekwa Kwa Pilato

28 Ndipo Wayahudi wakamchukua Yesu kutoka
kwa Kayafa na kumpeleka kwenye jumba la kifa-
lme la mtawala wa Kirumi.[a] Wakati huo ilikuwa
ni alfajiri, ili kuepuka kuwa najisi kwa taratibu za
ibada, Wayahudi hawakuingia ndani kwa sababu
ya sheria za Kiyahudi. Wangehesabiwa kuwa najisi
kama wangeingia nyumbani mwa mtu asiye Mya-
hudi na wasingeruhusiwa kushiriki katika Sikukuu
ya Pasaka. 29 Hivyo Pilato akatoka nje walikokuwa
akawauliza, "Mmeleta mashtaka gani kumhusu
mtu huyu?"
30 Wao wakamjibu, "Kama huyu mtu hakuwa
mhalifu tusingemleta kwako."
31 Pilato akawaambia, "Basi mchukueni ninyi
mkamhukumu kwa kufuata sheria zenu."
Wayahudi wakamjibu, "Sisi haturuhusiwi kutoa
hukumu ya kifo kwa mtu yeyote." 32 Walisema
hivyo ili yale maneno aliyosema Yesu kuhusu kifo
atakachokufa yapate kutimia.
33 Kwa hiyo Pilato akaingia ndani ya jumba la
kifalme, akamwita Yesu, akamuuliza, "Wewe ndiye
mfalme wa Wayahudi?"
34 Yesu akamjibu, "Je, unauliza swali hili kuto-
kana na mawazo yako mwenyewe, au uliambiwa
na watu kunihusu mimi?"
35 Pilato akamjibu, "Mimi si Myahudi, ama sivyo?
Taifa lako mwenyewe na viongozi wa makuhani
wamekukabidhi kwangu. Umefanya kosa gani?"
36 Yesu akajibu, "Ufalme wangu si wa ulimwengu
huu. Ufalme wangu ungekuwa wa ulimwengu huu,
wafuasi wangu wangenipigania ili nisitiwe miko-
noni mwa Wayahudi. Lakini kama ilivyo, ufalme
wangu hautoki hapa ulimwenguni."
37 Pilato akamuuliza, "Kwa hiyo wewe ni mfa-
lme?" Yesu akajibu, "Wewe wasema kwamba mimi
ni mfalme. Kwa kusudi hili nilizaliwa, na kwa ajili
ya hili nilikuja ulimwenguni, ili niishuhudie kweli.
Mtu yeyote aliye wa kweli husikia sauti yangu."
38 Pilato akamuuliza Yesu, "Kweli ni nini?" Baada
ya kusema haya Pilato akaenda nje tena akawaa-
mbia wale viongozi wa Wayahudi waliomshtaki
Yesu, "Sioni kosa lolote alilotenda mtu huyu.
39 Lakini ninyi mna desturi yenu kwamba wakati
wa Pasaka nimwachie huru mfungwa mmoja mna-
yemtaka. Je, mnataka niwafungulie huyu 'Mfalme
wa Wayahudi'?"
40 Wao wakapiga kelele wakisema, "Si huyu
mtu, bali tufungulie Baraba!" Yule Baraba alikuwa
mnyang'anyi.

Yesu Ahukumiwa Kusulubiwa

19 Ndipo Pilato akamtoa Yesu akaamuru apigwe
mijeledi. 2 Askari wakasokota taji ya miiba,
wakamvika Yesu kichwani. Wakamvalisha joho la
zambarau. 3 Wakawa wanapanda pale alipo tena na
tena, wakisema, "Salamu! Mfalme wa Wayahudi!"
Huku wakimpiga makofi usoni.
4 Pilato akatoka tena nje akawaambia wale walio-
kusanyika, "Tazameni, namkabidhi Yesu kwenu
kuwajulisha kwamba mimi sikumwona ana hatia."
5 Kwa hiyo Yesu akatoka nje akiwa amevaa ile taji ya
miiba na lile vazi la zambarau. Pilato akawaambia,
"Tazameni, huyu hapa huyo mtu!"
6 Wale viongozi wa makuhani na maafisa walipo-
mwona, wakapiga kelele wakisema, "Msulubishe!
Msulubishe!"
Pilato akawaambia, "Mchukueni ninyi mkamsu-
lubishe, mimi sioni hatia juu yake."
7 Wayahudi wakamjibu, "Sisi tunayo sheria na
kutokana na sheria hiyo, hana budi kufa kwa
sababu yeye alijiita Mwana wa Mungu."
8 Pilato aliposikia haya, akaogopa zaidi. 9 Akai-
ngia tena ndani ya jumba la kifalme, akamuuliza
Yesu, "Wewe umetoka wapi?" Lakini Yesu haku-
mjibu. 10 Pilato akamwambia, "Wewe unakataa

---

[a]28 Jumba la mfalme la mtawala wa Kirumi lilikuwa linaitwa Praitorio.

kuongea na mimi? Hujui ya kuwa nina mamlaka ya kukuachia huru au kukusulubisha?"

11 Ndipo Yesu akamwambia, "Wewe hungekuwa na mamlaka yoyote juu yangu kama hungepewa kutoka juu. Kwa hiyo yeye aliyenitia mikononi mwako ana hatia ya dhambi iliyo kubwa zaidi."

12 Tangu wakati huo, Pilato akajitahidi kutafuta njia ya kumfungua Yesu, lakini Wayahudi wakazidi kupiga kelele wakisema, "Ukimwachia huyu mtu, wewe si rafiki wa Kaisari. Mtu yeyote anayedai kuwa mfalme anampinga Kaisari."

13 Pilato aliposikia maneno haya akamtoa Yesu nje tena akaketi katika kiti chake cha hukumu, mahali palipoitwa Sakafu ya Jiwe, kwa Kiebrania paliitwa Gabatha[a] 14 Basi ilikuwa siku ya Maandalio ya Pasaka, yapata kama saa sita hivi.

Pilato akawaambia Wayahudi, "Huyu hapa mfalme wenu!"

15 Wao wakapiga kelele, "Mwondoe! Mwondoe! Msulubishe!"

Pilato akawauliza, "Je, nimsulubishe mfalme wenu?"

Wale viongozi wa makuhani wakamjibu, "Sisi hatuna mfalme mwingine ila Kaisari."

16 Ndipo Pilato akamkabidhi Yesu kwao ili wamsulubishe.

Kusulubiwa Kwa Yesu

Kwa hiyo askari wakamchukua Yesu. 17 Yesu, akiwa ameubeba msalaba wake, akatoka kuelekea mahali palipoitwa Fuvu la Kichwa (kwa Kiebrania ni Golgotha). 18 Hapo ndipo walipomsulubisha. Pamoja naye walisulubisha watu wengine wawili, mmoja kila upande wake, naye Yesu katikati.

19 Pilato akaamuru tangazo liandikwe na liwekwe juu kwenye msalaba wa Yesu, likasema: "YESU WA NAZARETI, MFALME WA WAYAHUDI." 20 Kwa kuwa mahali hapo Yesu aliposulubiwa palikuwa karibu na mjini, Wayahudi wengi walisoma maandishi haya yaliyokuwa yameandikwa kwa lugha za Kiebrania, Kiyunani na Kilatini. 21 Viongozi wa makuhani wa Wayahudi wakapinga, wakamwambia Pilato, "Usiandike 'Mfalme wa Wayahudi,' bali andika kwamba mtu huyu alisema yeye ni mfalme wa Wayahudi."

22 Pilato akawajibu, "Nilichokwisha kuandika, nimeandika!"

Mavazi Ya Yesu Yagawanywa

23 Askari walipokwisha kumsulubisha Yesu, walichukua nguo zake wakazigawa mafungu manne, kila askari fungu lake. Ila walikubaliana wasilichane lile vazi lake kwa maana lilikuwa halina mshono bali limefumwa tangu juu hadi chini. 24 Wakaambiana, "Tusilichane ila tulipigie kura ili kuamua ni nani atalichukua."

Hili lilitukia ili Maandiko yapate kutimizwa yale yaliyosema,

"Wanagawana nguo zangu,
 na vazi langu wanalipigia kura."

Hayo ndiyo waliyoyafanya wale askari.

25 Wakati huo huo karibu na msalaba wa Yesu walikuwa wamesimama mama yake, na dada wa mamaye, na Maria mke wa Klopa, na Maria Magdalene. 26 Yesu alipomwona mama yake mahali pale pamoja na yule mwanafunzi aliyempenda wamesimama karibu, akamwambia mama yake, "Mwanamke, huyo hapo ndiye mwanao," 27 Kisha akamwambia yule mwanafunzi, "Nawe huyo hapo ndiye mama yako." Tangu wakati huo yule mwanafunzi akamchukua mama yake Yesu nyumbani kwake.

Kifo Cha Yesu

28 Baada ya haya, Yesu hali akijua kuwa mambo yote yamemalizika, alisema ili kutimiza Maandiko, "Naona kiu." 29 Hapo palikuwa na bakuli lililojaa siki. Kwa hiyo wakachovya sifongo kwenye hiyo siki, wakaiweka kwenye ufito wa mti wa hisopo, wakampelekea mdomoni. 30 Baada ya kuionja hiyo siki, Yesu akasema, "Imekwisha." Akainamisha kichwa chake, akaitoa roho yake.

Yesu Achomwa Mkuki Ubavuni

31 Kwa kuwa ilikuwa siku ya Maandalio ya Pasaka, Wayahudi hawakutaka miili ibaki msalabani siku ya Sabato, hasa kwa kuwa hiyo Sabato ingekuwa Sikukuu. Wakamwomba Pilato aamuru miguu ya wale waliosulubiwa ivunjwe ili wafe haraka miili iondolewe kwenye misalaba. 32 Kwa hiyo askari wakaenda wakavunja miguu ya mtu wa kwanza aliyesulubiwa pamoja na Yesu na yule mwingine pia. 33 Lakini walipomkaribia Yesu, wakaona ya kuwa amekwisha kufa, hivyo hawakuvunja miguu yake. 34 Badala yake mmoja wa wale askari akamchoma mkuki ubavuni na mara pakatoka damu na maji. 35 Mtu aliyeona mambo hayo ndiye alitoa ushuhuda, nao ushuhuda wake ni kweli. Anajua kuwa anasema kweli, naye anashuhudia ili pia nanyi mpate kuamini. 36 Kwa maana mambo haya yalitukia ili Maandiko yapate kutimia, yale yasemayo, "Hakuna hata mfupa wake mmoja utakaovunjwa." 37 Tena Andiko lingine lasema, "Watamtazama yeye waliyemchoma."

Maziko Ya Yesu

38 Baada ya mambo haya, Yosefu wa Arimathaya, aliyekuwa mfuasi wa Yesu, ingawa kwa siri kwa sababu ya kuwaogopa Wayahudi, alimwomba Pilato ruhusa ili kuuchukua mwili wa Yesu. Pilato alimruhusu, hivyo akaja, akauchukua. 39 Naye Nikodemo, yule ambaye kwanza alimwendea Yesu usiku, akaja, akaleta mchanganyiko wa manemane na manukato, yenye uzito wa zaidi ya kilo thelathini[b] 40 Wakauchukua mwili wa Yesu, wakaufunga katika sanda ya kitani safi pamoja na yale manukato, kama ilivyokuwa desturi ya Wayahudi. 41 Basi palikuwa na bustani karibu na mahali pale aliposulubiwa, na pale ndani ya ile bustani palikuwa na kaburi jipya, ambalo halikuwa limezikiwa mtu bado. 42 Kwa hiyo, kwa kuwa ilikuwa

[a]13 Gabatha ni neno la Kiebrania ambalo maana yake ni Sakafu ya jiwe; ni mahali pa wazi palipoinuliwa ambako palitumika kama mahakama.

[b]39 Zaidi ya kilo 30; tafsiri nyingine zinasema ratili 100, na nyingine ratili 75, ambazo ni kama kilo 34.

siku ya Wayahudi ya Maandalio, nalo kaburi hilo
lilikuwa karibu, wakamzika Yesu humo.

Kufufuka Kwa Yesu

20 Alfajiri na mapema siku ya kwanza ya
juma, kulipokuwa kungali giza bado, Maria
Magdalene alikwenda kaburini na kukuta lile
jiwe limeondolewa penye ingilio. 2 Hivyo akaja
akikimbia kwa Simoni Petro pamoja na yule
mwanafunzi mwingine ambaye Yesu alimpenda,
na kusema, "Wamemwondoa Bwana kaburini, na
hatujui walikomweka!"

3 Petro na yule mwanafunzi mwingine wakao-
ndoka mara kuelekea kaburini. 4 Wote wawili
walikuwa wanakimbia, lakini yule mwanafunzi
mwingine akakimbia mbio zaidi kuliko Petro, aka-
tangulia kufika kaburini. 5 Alipofika, akainama na
kuchungulia mle kaburini, akaona vile vitambaa
vya kitani mle ndani, lakini hakuingia. 6 Ndipo
Simoni Petro akaja, akimfuata nyuma akaenda
moja kwa moja hadi ndani ya kaburi. Naye akaona
vile vitambaa vya ile sanda vikiwa pale chini 7 na
kile kitambaa kilichokuwa kichwani mwa Yesu.
Kitambaa hicho kilikuwa kimekunjwa mahali pa
peke yake, mbali na vile vitambaa vya kitani vya
ile sanda. 8 Kisha yule mwanafunzi aliyetangulia
kufika kaburini naye akaingia ndani, akaona,
akaamini, 9 (kwa kuwa mpaka wakati huo walikuwa
bado hawajaelewa kutoka Maandiko kwamba ili-
kuwa lazima Yesu afufuke kutoka kwa wafu).

10 Kisha hao wanafunzi wakaondoka wakarudi
nyumbani kwao.

Yesu Anamtokea Maria Magdalene

11 Lakini Maria Magdalene akasimama nje ya
kaburi akilia. Alipokuwa akilia, akainama, kuchu-
ngulia mle kaburini, 12 naye akaona malaika wawili
wamevaa mavazi meupe, wameketi pale mwili wa
Yesu ulipokuwa umelazwa, mmoja upande wa
kichwani na mwingine upande wa miguuni.

13 Wakamuuliza Maria, "Mwanamke, mbona
unalia?"

Akawaambia, "Nalia kwa kuwa wamemchukua
Bwana wangu na sijui walikomweka." 14 Baada ya
kusema hayo, akageuka, akamwona Yesu amesi-
mama, lakini hakumtambua.

15 Yesu akamwambia, "Mwanamke, mbona una-
lia? Unamtafuta nani?"

Maria akidhani ya kuwa aliyekuwa anaongea
naye ni mtunza bustani, kwa hiyo akamwambia,
"Bwana, kama ni wewe umemchukua, tafadhali
nionyeshe ulikomweka, nami nitamchukua."

16 Yesu akamwita, "Maria!"

Ndipo Maria akamgeukia Yesu na kusema naye
kwa Kiebrania, "Rabboni!" (Maana yake Mwalimu).

17 Yesu akamwambia, "Usinishike, kwa maana
sijapaa kwenda kwa Baba. Lakini nenda kwa ndugu
zangu ukawaambie, 'Ninapaa kwenda kwa Baba
yangu ambaye ni Baba yenu, kwa Mungu wangu
ambaye ni Mungu wenu.' "

18 Kwa hiyo Maria Magdalene akaenda kuwata-
ngazia wanafunzi wa Yesu, akisema, "Nimemwona
Bwana!" Naye akawaambia kwamba Yesu alikuwa
amemweleza mambo hayo yote.

Yesu Awatokea Wanafunzi Wake

19 Ikawa jioni ya ile siku ya kwanza ya juma,
wanafunzi wake walikuwa pamoja, milango
ikiwa imefungwa kwa kuwaogopa Wayahudi.
Naye Yesu aliwatokea, akasimama katikati yao,
akasema, "Amani iwe nanyi!" 20 Baada ya kusema
haya, akawaonyesha mikono yake na ubavu wake.
Wanafunzi wake wakafurahi sana walipomwona
Bwana.

21 Yesu akawaambia tena, "Amani iwe nanyi!
Kama vile Baba alivyonituma mimi, mimi nami
nawatuma ninyi." 22 Naye alipokwisha kusema
haya, akawavuvia, akawaambia, "Pokeeni Roho
Mtakatifu. 23 Mkimwondolea mtu yeyote dhambi
zake, zitaondolewa, na yeyote msiyemwondolea
dhambi zake, hazitaondolewa."

Yesu Anamtokea Tomaso

24 Lakini Tomaso, aliyeitwa Didimasi, yaani
Pacha, mmoja wa wale kumi na wawili, hakuwa
pamoja nao Yesu alipokuja. 25 Hivyo wale wana-
funzi wengine wakamwambia, "Tumemwona
Bwana."

Lakini yeye akawaambia, "Nisipoona zile alama
za misumari mikononi mwake, na kuweka kidole
changu kwenye hizo alama za misumari na mkono
wangu ubavuni mwake, sitaamini."

26 Baada ya siku nane, wanafunzi wake walikuwa
tena pamoja ndani ya nyumba, naye Tomaso ali-
kuwa pamoja nao. Ndipo Yesu akaja milango ikiwa
imefungwa na kusimama katikati yao akasema,
"Amani iwe nanyi." 27 Kisha akamwambia Tomaso,
"Weka kidole chako hapa na uone mikono yangu,
nyoosha mkono wako uguse ubavuni mwangu.
Usiwe na shaka, bali uamini tu."

28 Tomaso akamwambia, "Bwana wangu na
Mungu wangu!"

29 Yesu akamwambia, "Umeamini kwa kuwa
umenìona? Wamebarikiwa wale ambao hawajaona
lakini wameamini."

Kusudi La Kitabu Hiki

30 Yesu alifanya miujiza mingine mingi mbele
za wanafunzi wake, ambayo haikuandikwa katika
kitabu hiki. 31 Lakini haya yameandikwa ili mweze
kuamini ya kuwa Yesu ndiye Kristo,[a] Mwana wa
Mungu, na kwa kumwamini mpate uzima katika
jina lake.

Yesu Awatokea Wanafunzi Saba

21 Baada ya haya Yesu akawatokea tena wana-
funzi wake kando ya Bahari ya Tiberia.[b] Yeye
alijionyesha kwao hivi: 2 Simoni Petro, Tomaso
aitwaye Didimasi, yaani Pacha, Nathanaeli wa
Kana ya Galilaya, wana wa Zebedayo na wana-
funzi wengine wawili walikuwa pamoja. 3 Simoni
Petro akawaambia wenzake, "Mimi naenda kuvua
samaki." Nao wakamwambia, "Tutakwenda
pamoja nawe." Wakatoka, wakaingia ndani ya
mashua, lakini usiku ule hawakupata chochote.

[a]31 *Kristo* maana yake ni *Masiya*, yaani *Aliyetiwa mafuta.*
[b]1 Yaani Bahari ya Galilaya.

4 Mara baada ya kupambazuka, Yesu akasimama
ufuoni, lakini wanafunzi hawakumtambua kwa-
mba alikuwa Yesu.
5 Yesu akawaambia, "Wanangu, je, mna samaki
wowote?"
Wakamjibu, "La."
6 Akawaambia, "Shusheni nyavu upande wa
kuume wa mashua yenu nanyi mtapata samaki."
Wakashusha nyavu na tazama wakapata samaki
wengi mno hata wakashindwa kuvutia zile nyavu
zilizojaa samaki ndani ya mashua.
7 Yule mwanafunzi aliyependwa na Yesu aka-
mwambia Petro, "Huyu ni Bwana!" Simoni Petro
aliposikia haya, akajifunga nguo yake kwa kuwa
alikuwa uchi, naye akajitosa baharini. 8 Wale
wanafunzi wengine wakaja kwa ile mashua huku
wakikokota ule wavu uliyojaa samaki, maana
hawakuwa mbali na nchi kavu, ilikuwa yapata
dhiraa 200[a] 9 Walipofika ufuoni, wakaona moto
wa makaa na samaki wakiokwa juu yake na mikate.
10 Yesu akawaambia, "Leteni baadhi ya hao
samaki mliovua sasa hivi."
11 Simoni Petro akapanda kwenye mashua na
kuukokota ule wavu pwani. Ulikuwa umejaa
samaki wakubwa 153. Ingawa samaki walikuwa
wengi kiasi hicho, ule wavu haukuchanika. 12 Yesu
akawaambia, "Njooni mpate kifungua kinywa."
Hakuna hata mmoja wa wanafunzi aliyethubutu
kumuuliza, "Wewe ni nani?" Kwa sababu wali-
jua ya kuwa ni Bwana. 13 Yesu akaja, akachukua
ule mkate, akawapa na vivyo hivyo akawagawia
pia wale samaki. 14 Hii ilikuwa mara ya tatu Yesu
kuwatokea wanafunzi wake baada yake kufufuliwa
kutoka kwa wafu.

Yesu Amuuliza Petro Kama Anampenda

15 Walipokwisha kula, Yesu akamuuliza Simoni
Petro, "Je, Simoni mwana wa Yohana, unanipenda
kweli kuliko hawa?"
Yeye akamjibu, "Ndiyo Bwana, wewe unajua ya
kuwa ninakupenda."
Yesu akamwambia, "Lisha wana-kondoo
wangu."
16 Yesu akamwambia tena, "Simoni, mwana wa
Yohana, wanipenda?"
Petro akamjibu, "Ndiyo Bwana, wewe unajua ya
kuwa ninakupenda."
Yesu akamwambia, "Chunga kondoo zangu."
17 Kwa mara ya tatu Yesu akamuuliza Petro,
"Simoni mwana wa Yohana, unanipenda?"
Petro akahuzunika sana kwa kuwa Yesu ali-
muuliza mara ya tatu, "Unanipenda?" Akamjibu,
"Bwana, wewe unajua yote, unajua ya kuwa nina-
kupenda."
Yesu akamwambia, "Lisha kondoo wangu.
18 Amin, amin nakuambia, ulipokuwa kijana uli-
vaa na kwenda unakotaka, lakini utakapokuwa
mzee utanyoosha mikono yako na mtu mwingine
atakuvika na kukupeleka usipotaka kwenda."
19 Yesu alisema haya ili kuashiria ni kifo cha aina
gani Petro atakachomtukuza nacho Mungu. Kisha
Yesu akamwambia Petro, "Nifuate!"
20 Petro akageuka, akamwona yule mwanafunzi
aliyependwa na Yesu akiwafuata. (Huyu ndiye yule
mwanafunzi aliyeegama kifuani mwa Yesu walipo-
kula naye chakula cha mwisho na kuuliza, "Bwana,
ni nani atakayekusaliti?") 21 Petro alipomwona huyo
mwanafunzi, akamuuliza Yesu, "Bwana na huyu
je?"
22 Yesu akamjibu, "Ikiwa nataka aishi mpaka
nitakaporudi, inakuhusu nini? Wewe inakupasa
unifuate!" 23 Kwa sababu ya maneno haya ya Yesu,
uvumi ukaenea miongoni mwa ndugu kwamba huyu
mwanafunzi hangekufa. Lakini Yesu hakusema
kuwa hangekufa. Yeye alisema tu kwamba, "Ikiwa
nataka aishi mpaka nitakaporudi, inakuhusu nini?"
24 Huyu ndiye yule mwanafunzi anayeshuhudia
mambo haya na ndiye ambaye ameandika habari
hizi. Nasi tunajua ya kuwa ushuhuda wake ni kweli.
25 Lakini kuna mambo mengine mengi ambayo
Yesu alifanya. Kama yote yangeliandikwa, nadhani
hata ulimwengu wote usingekuwa na nafasi ya
kutosha kuweka vitabu vyote ambavyo vingea-
ndikwa. Amen.

[a]8 Dhiraa 200 ni kama mita 90.

MATENDO YA MITUME

Kanisa La Kwanza

Ahadi Ya Roho Mtakatifu

1 Katika kitabu changu cha kwanza nilikuandikia, mpendwa Theofilo, kuhusu mambo yote Yesu aliyofanya na kufundisha tangu mwanzo, 2 hadi siku ile alipochukuliwa kwenda mbinguni, baada ya kuwapa maagizo kupitia kwa Roho Mtakatifu wale mitume aliowachagua. 3 Baada ya mateso yake, alijionyesha kwao na kuwathibitishia kwa njia nyingi kwamba yeye yu hai. Katika muda wa siku arobaini baada ya kufufuka kwake aliwatokea na kunena kuhusu Ufalme wa Mungu. 4 Wakati mmoja alipokuwa pamoja nao, aliwapa amri hii, "Msitoke Yerusalemu, bali ingojeni ahadi ya Baba, ambayo mmenisikia nikisema habari zake. 5 Yohana aliwabatiza kwa maji, lakini baada ya siku chache mtabatizwa kwa Roho Mtakatifu."

Yesu Apaa Mbinguni

6 Mitume walipokuwa wamekusanyika pamoja, wakamuuliza Yesu, "Bwana, je, huu ndio wakati wa kuwarudishia Israeli ufalme?"

7 Yesu akawaambia, "Si juu yenu kujua nyakati na majira ambayo Baba ameyaweka katika mamlaka yake mwenyewe. 8 Lakini mtapokea nguvu akiisha kuwajilia juu yenu Roho Mtakatifu, nanyi mtakuwa mashahidi wangu katika Yerusalemu, Uyahudi kote na Samaria, hadi miisho ya dunia."

9 Baada ya kusema mambo haya, walipokuwa wanatazama, akachukuliwa juu mbinguni mbele ya macho yao na wingu likampokea wasimwone tena. 10 Walipokuwa bado wakikaza macho yao kuelekea juu alipokuwa akienda zake Mbinguni, tazama ghafula, wanaume wawili waliovaa mavazi meupe wakasimama karibu nao, 11 wakasema, "Enyi watu wa Galilaya, mbona mnasimama mkitazama juu angani? Huyu Yesu aliyechukuliwa kutoka kwenu kwenda Mbinguni, atarudi tena jinsi iyo hiyo mlivyomwona akienda zake Mbinguni."

Mathiya Achaguliwa Badala Ya Yuda

12 Ndipo waliporudi Yerusalemu kutoka Mlima wa Mizeituni, uliokuwa karibu na Yerusalemu, umbali wa mwendo wa Sabato[a] kutoka mjini. 13 Walipowasili mjini Yerusalemu, walikwenda ghorofani kwenye chumba walichokuwa wakiishi. Wale waliokuwepo walikuwa: Petro, Yohana, Yakobo, Andrea, Filipo, Tomaso, Bartholomayo, Mathayo, Yakobo mwana wa Alfayo, Simoni Zelote[b] na Yuda mwana wa Yakobo. 14 Hawa wote waliungana pamoja katika maombi. Pamoja nao walikuwepo wanawake kadha, na Maria mama yake Yesu, pamoja na ndugu zake Yesu.

15 Katika siku hizo Petro akasimama katikati ya waumini (jumla yao wote walikuwa watu wapatao 120), akasema, 16 "Ndugu zangu, ilibidi Andiko litimie ambalo Roho Mtakatifu alitabiri kupitia kwa Daudi kumhusu Yuda aliyewaongoza wale waliomkamata Yesu. 17 Yuda alikuwa mmoja wetu, kwa maana na yeye alichaguliwa ashiriki katika huduma hii."

18 (Basi Yuda alinunua shamba kwa zile fedha za uovu alizopata; akiwa huko shambani akaanguka, akapasuka na matumbo yote yakatoka nje. 19 Kila mtu Yerusalemu akasikia habari hizi, kwa hiyo wakapaita mahali hapo kwa lugha yao, Akeldama, yaani Shamba la Damu).

20 "Kama vile ilivyoandikwa katika kitabu cha Zaburi,

" 'Mahali pake na pawe ukiwa,
wala asiwepo yeyote atakayeishi humo,'

na,

" 'Mtu mwingine aichukue nafasi yake
ya uongozi.'

21 Kwa hiyo inatubidi tumchague mtu mwingine miongoni mwa wale ambao wamekuwa pamoja nasi wakati wote Bwana Yesu alipoingia na kutoka katikati yenu, 22 kuanzia ubatizo wa Yohana mpaka siku aliyochukuliwa kutoka kwetu kwenda Mbinguni. Kwa kuwa mmoja wao inabidi awe shahidi pamoja nasi wa ufufuo wake."

23 Wakapendekeza majina ya watu wawili: Yosefu, aitwaye Barsaba (ambaye pia alijulikana kama Yusto) na Mathiya. 24 Kisha wakaomba, wakasema, "Bwana, wewe waujua moyo wa kila mtu. Tuonyeshe ni yupi kati ya hawa wawili uliyemchagua 25 ili achukue nafasi ya huduma ya utume ambayo Yuda aliiacha ili aende mahali pake mwenyewe." 26 Kisha wakawapigia kura, nayo kura ikamwangukia Mathiya, naye akaongezwa kwenye wale mitume kumi na mmoja.

Kushuka Kwa Roho Mtakatifu

2 Siku ya Pentekoste ilipowadia, waamini wote walikuwa mahali pamoja. 2 Ghafula sauti kama mvumo mkubwa wa upepo mkali uliotoka mbinguni ukaijaza nyumba yote walimokuwa wameketi. 3 Zikatokea ndimi kama za moto zilizogawanyika na kukaa juu ya kila mmoja wao. 4 Wote wakajazwa na Roho Mtakatifu, wakaanza kunena kwa lugha nyingine, kama Roho alivyowajalia.

5 Basi walikuwepo Yerusalemu Wayahudi wanaomcha Mungu kutoka kila taifa chini ya mbingu. 6 Waliposikia sauti hii, umati wa watu ulikusanyika pamoja wakistaajabu, kwa sababu kila mmoja wao aliwasikia wakisema kwa lugha yake mwenyewe. 7 Wakiwa wameshangaa na kustaajabu wakauliza,

---

[a]12 Mwendo wa Sabato hapa ina maana umbali wa mita 1,100.
[b]13 Zelote hapa ina maana alikuwa mwanachama wa Wazelote, kikundi cha Kiyahudi cha kupinga jeuri ya Warumi.

"Je, hawa wote wanaozungumza si Wagalilaya?
8 Imekuwaje basi kila mmoja wetu anawasikia
wakinena kwa lugha yake ya kuzaliwa? 9 Wapathi,
Wamedi, Waelami, wakazi wa Mesopotamia, Uya-
hudi, Kapadokia, Ponto na Asia, 10 Frigia, Pamfilia,
Misri na pande za Libya karibu na Kirene na wageni
kutoka Rumi, 11 Wayahudi na waongofu, Wakrete na
Waarabu, sote tunawasikia watu hawa wakisema
mambo makuu ya ajabu ya Mungu katika lugha zetu
wenyewe." 12 Wakiwa wameshangaa na kufadhaika
wakaulizana, "Ni nini maana ya mambo haya?"
13 Lakini wengine wakawadhihaki wakasema,
"Hawa wamelewa divai!"

Petro Ahutubia Umati

14 Ndipo Petro akasimama pamoja na wale
mitume kumi na mmoja, akainua sauti yake na
kuhutubia ule umati wa watu, akasema: "Waya-
hudi wenzangu na ninyi nyote mkaao Yerusalemu,
jueni jambo hili mkanisikilize. 15 Hakika watu hawa
hawakulewa kama mnavyodhania, kwa kuwa sasa
ni saa tatu asubuhi! 16 La, hili ni jambo lililotabiriwa
na nabii Yoeli, akisema:

17 " 'Katika siku za mwisho, asema Mungu,
nitamimina Roho wangu
juu ya wote wenye mwili.
Wana wenu na binti zenu watatabiri,
vijana wenu wataona maono,
na wazee wenu wataota ndoto.
18 Hata juu ya watumishi wangu, wanaume
kwa wanawake,
katika siku zile nitamimina Roho wangu,
nao watatabiri.
19 Nami nitaonyesha maajabu juu mbinguni,
na ishara chini duniani:
damu, moto, na mawimbi ya moshi.
20 Jua litakuwa giza
na mwezi utakuwa mwekundu kama damu,
kabla ya kuja siku ile kuu ya Bwana
iliyo tukufu.
21 Na kila mtu atakayeliitia
jina la Bwana, ataokolewa.'

22 "Enyi Waisraeli, sikilizeni maneno haya
nisemayo: Yesu wa Nazareti alikuwa mtu aliyethi-
bitishwa kwenu na Mungu kwa miujiza, maajabu
na ishara, ambayo Mungu alitenda miongoni
mwenu kupitia kwake, kama ninyi wenyewe mjua-
vyo. 23 Huyu mtu akiisha kutolewa kwa shauri la
Mungu lililokusudiwa kwa kujua kwake Mungu
tangu zamani, ninyi, kwa mikono ya watu wabaya,
mlimuua kwa kumgongomea msalabani. 24 Lakini
Mungu alimfufua kutoka kwa wafu akamwondolea
uchungu wa mauti, kwa sababu haikuwezekana
yeye kushikiliwa na nguvu za mauti. 25 Kwa maana
Daudi asema kumhusu yeye:

" 'Nalimwona Bwana mbele yangu daima.
Kwa sababu yuko mkono wangu wa kuume,
sitatikisika.
26 Kwa hiyo moyo wangu unafurahia,
na ulimi wangu unashangilia;
mwili wangu nao utapumzika kwa tumaini.
27 Kwa maana hutaniacha kaburini,
wala hutamwacha Aliye Mtakatifu wako
kuona uharibifu.
28 Umenionyesha njia za uzima,
utanijaza na furaha mbele zako.'

29 "Ndugu zangu Waisraeli, nataka niwaambie
kwa uhakika kwamba baba yetu Daudi alikufa na
kuzikwa, nalo kaburi lake lipo hapa mpaka leo.
30 Lakini alikuwa nabii na alijua ya kuwa Mungu
alikuwa amemwahidi kwa kiapo kwamba ange-
mweka mmoja wa wazao wake penye kiti chake
cha enzi. 31 Daudi, akiona mambo yaliyoko mbele,
akanena juu ya kufufuka kwa Kristo,[a] kwamba
hakuachwa kaburini, wala mwili wake haukuona
uharibifu. 32 Mungu alimfufua huyu Yesu na sisi
sote ni mashahidi wa jambo hilo. 33 Basi ikiwa yeye
ametukuzwa kwa mkono wa kuume wa Mungu,
amepokea kutoka kwa Baba ahadi ya Roho Mta-
katifu, naye amemimina kile mnachoona sasa
na kusikia. 34 Kwa kuwa Daudi hakupaa kwenda
mbinguni, lakini anasema,

" 'Bwana alimwambia Bwana wangu:
"Keti mkono wangu wa kuume,
35 hadi nitakapowaweka adui zako
chini ya miguu yako." '

36 "Kwa hiyo Israeli wote na wajue jambo hili
kwa uhakika kwamba: Mungu amemfanya huyu
Yesu, ambaye ninyi mlimsulubisha, kuwa Bwana
na Kristo."

Waumini Waongezeka

37 Watu waliposikia maneno haya yakawachoma
mioyo yao, wakawauliza Petro na wale mitume
wengine, "Ndugu zetu tufanye nini?"
38 Petro akawajibu, "Tubuni, mkabatizwe kila
mmoja wenu kwa jina la Yesu Kristo, ili mpate kusa-
mehewa dhambi zenu, nanyi mtapokea kipawa cha
Roho Mtakatifu. 39 Kwa kuwa ahadi hii ni kwa ajili
yenu na watoto wenu, na kwa wote walio mbali,
na kila mtu ambaye Bwana Mungu wetu atamwita
amjie."
40 Petro akawaonya kwa maneno mengine mengi
na kuwasihi akisema, "Jiepusheni na kizazi hiki
kilichopotoka." 41 Wale wote waliopokea ujumbe
wa Petro kwa furaha wakabatizwa na siku ile walio-
ngezeka watu wapatao 3,000.

Ushirika Wa Waumini

42 Nao wakawa wanadumu katika mafundisho
ya mitume, katika ushirika, katika kumega mkate
na katika kusali. 43 Kila mtu akaingiwa na hofu
ya Mungu, nayo miujiza mingi na ishara zikafa-
nywa na mitume. 44 Walioamini wote walikuwa
mahali pamoja, nao walikuwa na kila kitu shirika.
45 Waliuza mali zao na vitu walivyokuwa navyo, kila
mtu akagawiwa kadiri ya mahitaji yake. 46 Siku zote
kwa moyo mmoja walikutana ndani ya ukumbi wa
Hekalu, wakimega mkate nyumba kwa nyumba,
wakila chakula chao kwa furaha na moyo mweupe,

[a]31 *Kristo* maana yake ni *Masiya*, yaani *Aliyetiwa mafuta.*

47 wakimsifu Mungu na kuwapendeza watu wote.
Kila siku Bwana akaliongeza kanisa wale walio-
kuwa wakiokolewa.

Petro Amponya Mlemavu Kwa Jina La Yesu

3 Siku moja Petro na Yohana walikuwa wana-
panda kwenda Hekaluni kusali yapata saa tisa
alasiri. 2 Basi palikuwa na mtu mmoja aliyekuwa
kiwete tangu kuzaliwa. Alichukuliwa na kuwekwa
kwenye lango la Hekalu liitwalo Zuri, kila siku ili
aombe msaada kwa watu wanaoingia Hekaluni.
3 Huyu mtu alipowaona Petro na Yohana wakikari-
bia kuingia Hekaluni, akawaomba wampe sadaka.
4 Wakamkazia macho, kisha Petro akamwambia,
"Tutazame sisi." 5 Hivyo yule mtu akawatazama,
akitazamia kupata kitu kutoka kwao.

6 Ndipo Petro akamwambia, "Sina fedha wala
dhahabu, lakini nilicho nacho ndicho nikupacho.
Kwa jina la Yesu Kristo wa Nazareti, tembea!" 7 Petro
akamshika yule mtu kwa mkono wa kuume aka-
mwinua, mara nyayo zake na vifundo vya miguu
yake vikapata nguvu. 8 Akaruka juu na kusimama,
akaanza kutembea. Kisha akaingia Hekaluni
pamoja na Petro na Yohana, huku akitembea
na kurukaruka na kumsifu Mungu. 9 Watu wote
walipomwona akitembea na kumsifu Mungu,
10 wakamtambua kuwa ni yule mtu aliyekuwa
akiketi nje ya Hekalu penye lango liitwalo Zuri
akiomba msaada, nao wakajawa na mshangao,
wakastaajabu juu ya yale yaliyomtukia.

Petro Anashuhudia Kuwa Yesu Anaponya

11 Aliyeponywa alipokuwa akiambatana na Petro
na Yohana, watu wote walishangaa mno, wakaja
wakiwakimbilia pale ukumbi wa Solomoni. 12 Petro
alipoona watu wamekusanyika akawaambia, "Enyi
Waisraeli, kwa nini mnastaajabu kuhusu jambo
hili? Mbona mnatukazia macho kwa mshangao
kana kwamba ni kwa uwezo wetu au utakatifu wetu
tumemfanya mtu huyu kutembea? 13 Mungu wa
Abrahamu na Isaki na Yakobo, Mungu wa baba
zetu amemtukuza Mwanawe Yesu, ambaye ninyi
mlimtoa ahukumiwe kifo na mkamkana mbele ya
Pilato, ingawa yeye alikuwa ameamua kumwachia
aende zake. 14 Ninyi mlimkataa huyo Mtakatifu
na Mwenye Haki mkaomba mpewe yule muuaji.
15 Hivyo mkamuua aliye chanzo cha uzima, lakini
Mungu akamfufua kutoka kwa wafu. Sisi tu masha-
hidi wa mambo haya. 16 Kwa imani katika jina la
Yesu, huyu mtu mnayemwona na kumfahamu ame-
tiwa nguvu. Ni kwa jina la Yesu na imani itokayo
kwake ambayo imemponya kabisa huyu mtu, kama
ninyi wote mnavyoona.

17 "Sasa ndugu zangu, najua ya kuwa ninyi mlite-
nda bila kujua, kama walivyofanya viongozi wenu.
18 Lakini kwa njia hii Mungu alitimiza kile ambacho
alikuwa ametabiri kwa vinywa vya manabii wake
wote, kwamba Kristo[a] atateswa. 19 Tubuni basi mka-
mgeukie Mungu, dhambi zenu zifutwe, ili zipate
kuja nyakati za kuburudishwa kwa kuwepo kwake
Bwana, 20 naye apate kumtuma Kristo, ambaye
ameteuliwa kwa ajili yenu, yaani Yesu. 21 Ilimpasa
mbingu zimpokee mpaka wakati wa kufanywa
upya kila kitu, kama Mungu alivyoahidi zamani
kupitia kwa vinywa vya manabii wake watakatifu.
22 Kwa maana Mose alisema, 'Bwana Mungu wenu
atawainulia nabii kama mimi kutoka miongoni
mwa ndugu zenu. Itawapasa kumtii huyo kwa
kila jambo atakalowaambia. 23 Mtu yeyote ambaye
hatamsikiliza huyo nabii, atatupiliwa mbali kabisa
na watu wake.'

24 "Naam, manabii wote tangu Samweli na
waliokuja baada yake, wote walitabiri kuhusu siku
hizi. 25 Ninyi ndio wana wa manabii na wa Agano
ambalo Mungu alifanya na baba zenu, akimwambia
Abrahamu, 'Kupitia kwa uzao wako, watu wote wa
ulimwengu watabarikiwa.' 26 Mungu alipomfufua
Yesu Mwanawe, alimtuma kwenu kwanza, ili awa-
bariki kwa kumgeuza kila mmoja wenu kutoka njia
yake mbaya."

Petro Na Yohana Mbele Ya Baraza

4 Wakati Petro na Yohana walipokuwa waki-
sema na watu, makuhani, mkuu wa walinzi wa
Hekalu na Masadukayo wakawajia, 2 huku wakiwa
wamekasirika sana kwa sababu mitume walikuwa
wanawafundisha watu na kuhubiri kwamba kuna
ufufuo wa wafu ndani ya Yesu. 3 Wakawakamata
Petro na Yohana na kuwatia gerezani mpaka kesho
yake kwa kuwa ilikuwa jioni. 4 Lakini wengi walio-
sikia lile neno waliamini, idadi yao ilikuwa yapata
wanaume 5,000.

5 Kesho yake, viongozi wa Kiyahudi, wazee na
walimu wa sheria wakakusanyika Yerusalemu.
6 Walikuwepo kuhani mkuu Anasi, Kayafa, Yohana,
Iskanda, na wengi wa jamaa ya kuhani mkuu.
7 Baada ya kuwasimamisha Petro na Yohana kati-
kati yao, wakawauliza, "Ni kwa uwezo gani au kwa
jina la nani mmefanya jambo hili?"

8 Petro, akiwa amejaa Roho Mtakatifu, akajibu,
"Enyi watawala na wazee wa watu, 9 kama leo tuki-
hojiwa kwa habari ya mambo mema aliyotendewa
yule kiwete na kuulizwa jinsi alivyoponywa, 10 iju-
likane kwenu nyote na kwa watu wote wa Israeli
kwamba: Ni kwa jina la Yesu Kristo wa Nazareti,
ambaye ninyi mlimsulubisha lakini Mungu aka-
mfufua kutoka kwa wafu, kwa jina hilo mtu huyu
anasimama mbele yenu akiwa mzima kabisa.
11 Huyu ndiye

" 'jiwe ambalo ninyi wajenzi mlilikataa,
ambalo limekuwa jiwe kuu la pembeni.'

12 Wala hakuna wokovu katika mwingine awaye
yote, kwa maana hakuna jina jingine chini ya
mbingu walilopewa wanadamu litupasalo sisi
kuokolewa kwalo."

Ujasiri Wa Petro Na Yohana Washangaza Watu

13 Wale viongozi na wazee walipoona ujasiri wa
Petro na Yohana na kujua ya kuwa walikuwa watu
wa kawaida, wasio na elimu, walishangaa sana,
wakatambua kwamba hawa watu walikuwa na
Yesu. 14 Lakini kwa kuwa walikuwa wanamwona
yule kiwete aliyeponywa amesimama pale pamoja
nao, hawakuweza kusema lolote kuwapinga.

[a]18 *Kristo* maana yake ni *Masiya*, yaani *Aliyetiwa mafuta.*

15 Wakawaamuru watoke nje ya Baraza la Wayahudi[a]
wakati wakisemezana jambo hilo wao kwa wao.
16 Wakaulizana, "Tuwafanyie nini watu hawa? Hatu-
wezi kukanusha muujiza huu mkubwa walioufanya
ambao ni dhahiri kwa kila mtu Yerusalemu. 17 Lakini
ili kuzuia jambo hili lisiendelee kuenea zaidi kwa
watu, ni lazima tuwaonye watu hawa ili wasiseme
tena na mtu yeyote kwa jina la Yesu." 18 Kisha waka-
waita tena ndani na kuwaamuru wasiseme wala
kufundisha kamwe kwa hili jina la Yesu.

Imetupasa Kumtii Mungu Kuliko Wanadamu

19 Lakini Petro na Yohana wakajibu, "Amueni
ninyi wenyewe iwapo ni haki mbele za Mungu
kuwatii ninyi kuliko kumtii Mungu. 20 Lakini sisi
hatuwezi kuacha kusema yale tuliyoyaona na
kuyasikia."

21 Baada ya vitisho vingi, wakawaacha waende
zao. Hawakuona njia yoyote ya kuwaadhibu, kwa
sababu ya watu, kwa kuwa watu wote walikuwa
wakimsifu Mungu kwa kile kilichokuwa kimetukia.
22 Kwa kuwa umri wa yule mtu aliyekuwa amepo-
nywa kwa muujiza ulikuwa zaidi ya miaka arobaini.

Maombi Ya Waumini

23 Punde Petro na Yohana walipoachiliwa,
walirudi kwa waumini wenzao wakawaeleza wali-
yoambiwa na viongozi wa makuhani na wazee.
24 Watu waliposikia hayo, wakainua sauti zao,
wakamwomba Mungu kwa pamoja, wakisema,
"Bwana Mwenyezi, uliyeziumba mbingu na nchi
na bahari, na vitu vyote vilivyomo. 25 Wewe ulisema
kwa Roho Mtakatifu kupitia kwa kinywa cha baba
yetu Daudi, mtumishi wako, ukasema:

" 'Mbona mataifa wanaghadhibika,
na kabila za watu zinawaza ubatili?
26 Wafalme wa dunia wamejipanga,
na watawala wanakusanyika pamoja
dhidi ya Bwana
na dhidi ya Mpakwa Mafuta wake.'

27 Ni kweli Herode na Pontio Pilato pamoja na watu
wa Mataifa na Waisraeli, walikusanyika katika mji
huu dhidi ya mwanao mtakatifu Yesu uliyemtia
mafuta. 28 Wao wakafanya yale ambayo uweza wako
na mapenzi yako yalikuwa yamekusudia yatokee
tangu zamani. 29 Sasa, Bwana angalia vitisho vyao
na utuwezeshe sisi watumishi wako kulinena neno
lako kwa ujasiri mkuu. 30 Nyoosha mkono wako ili
kuponya wagonjwa na kutenda ishara na miujiza
kwa jina la Mwanao mtakatifu Yesu."
31 Walipokwisha kuomba, mahali walipokuwa
wamekutanika pakatikiswa, wote wakajazwa na
Roho Mtakatifu, wakanena neno la Mungu kwa
ujasiri.

Walioamini Washirikiana Mali Zao

32 Wale walioamini wote walikuwa na moyo
mmoja na nia moja. Wala hakuna hata mmoja
aliyesema chochote alichokuwa nacho ni mali
yake mwenyewe, lakini walishirikiana kila kitu
walichokuwa nacho. 33 Mitume wakatoa ushuhuda
wa kufufuka kwa Bwana Yesu kwa nguvu nyingi
na neema ya Mungu ilikuwa juu yao wote. 34 Wala
hapakuwepo mtu yeyote miongoni mwao aliye-
kuwa mhitaji, kwa sababu mara kwa mara wale
waliokuwa na mashamba na nyumba waliviuza,
wakaleta thamani ya vitu vilivyouzwa, 35 wakai-
weka miguuni pa mitume, kila mtu akagawiwa
kadiri ya mahitaji yake.
36 Yosefu, Mlawi kutoka Kipro, ambaye mitume
walimwita Barnaba (maana yake Mwana wa Faraja),
37 aliuza shamba alilokuwa nalo, akaleta hizo fedha
alizopata na kuziweka miguuni pa mitume.

Anania Na Safira

5 Lakini mtu mmoja jina lake Anania pamoja na
mkewe Safira waliuza kiwanja. 2 Huku mkewe
akijua kikamilifu, Anania alificha sehemu ya fedha
alizopata, akaleta kiasi kilichobaki na kukiweka
miguuni pa mitume.
3 Petro akamuuliza, "Anania, mbona Shetani
ameujaza moyo wako ili kumwambia uongo
Roho Mtakatifu, ukaficha sehemu ya fedha uli-
zopata kutokana na kiwanja? 4 Je, kabla hujauza
hicho kiwanja si kilikuwa mali yako? Hata baada
ya kukiuza, fedha ulizopata si zilikuwa kwenye
uwezo wako? Kwa nini basi umewaza hila hii
moyoni mwako kufanya jambo kama hili? Wewe
hukumwambia uongo mwanadamu bali Mungu."
5 Anania aliposikia maneno haya akaanguka
chini na kufa. Hofu kuu ikawapata wote walio-
sikia jambo lililokuwa limetukia. 6 Vijana wakaja,
wakaufunga mwili wake sanda, wakamchukua nje
kumzika.
7 Saa tatu baadaye mkewe Anania akaingia,
naye hana habari ya mambo yaliyotukia. 8 Petro
akamuuliza, "Niambie, je, mliuza kiwanja kwa
thamani hii?" Akajibu, "Ndiyo, tuliuza kwa tha-
mani hiyo."
9 Ndipo Petro akamwambia, "Imekuwaje mka-
kubaliana kumjaribu Roho wa Bwana? Tazama!
Nyayo za vijana waliomzika mumeo ziko mlangoni,
wewe nawe watakuchukua nje."
10 Saa ile ile akaanguka chini miguuni mwake
na kufa. Nao wale vijana wakaingia, wakamkuta
amekufa, wakamchukua wakamzika kando ya
mumewe. 11 Hofu kuu ikalipata kanisa lote pamoja
na watu wote waliosikia juu ya matukio haya.

Mitume Waponya Wengi

12 Mitume wakafanya ishara nyingi na miujiza
miongoni mwa watu. Walioamini wote walikuwa
wakikusanyika katika ukumbi wa Solomoni.
13 Hakuna mtu mwingine aliyethubutu kuambatana
nao ijapokuwa waliheshimiwa sana na watu. 14 Hata
hivyo, waliomwamini Bwana wakazidi kuongezeka,
wanaume na wanawake. 15 Hata wakawa wanawa-
leta wagonjwa na kuwalaza kwenye magodoro na
kwenye vitanda barabarani ili yamkini Petro aki-
pita kivuli chake kiwaguse baadhi yao. 16 Pia watu
wakakusanyika kutoka miji iliyokuwa karibu na
Yerusalemu, wakileta wagonjwa na watu walio-
teswa na pepo wachafu. Hao wote wakaponywa.

[a]15 *Baraza la Wayahudi* hapa ina maana ya *Sanhedrin* ambalo lilikuwa ndilo baraza la juu kabisa la utawala wa Kiyahudi, lililoundwa na wazee 70 pamoja na kuhani mkuu.

Mitume Washtakiwa

17 Kisha kuhani mkuu na wenzake wote waliokuwa pamoja naye, waliokuwa wa kundi la Masadukayo, wakajawa na wivu. 18 Wakawakamata mitume na kuwatia gerezani. 19 Lakini wakati wa usiku, malaika wa Bwana akaja, akafungua milango ya gereza na akawatoa nje. Akawaambia, 20 "Nendeni, mkasimame Hekaluni mkawaambie watu maneno yote ya uzima huu mpya."

21 Waliposikia haya wakaenda Hekaluni alfajiri wakaendelea kufundisha watu.

Kuhani mkuu na wale waliokuwa pamoja nao walipowasili, alikusanya baraza na wazee wote wa Israeli wakatuma wale mitume waletwe kutoka gerezani. 22 Lakini wale walinzi wa Hekalu walipokwenda gerezani hawakuwakuta mitume mle. Kwa hiyo wakarudi na kutoa habari. 23 Wakasema, "Tumekuta milango ya gereza imefungwa sawasawa na askari wa gereza wamesimama nje ya mlango, lakini tulipofungua milango hakuwepo mtu yeyote ndani." 24 Basi mkuu wa walinzi wa Hekalu na viongozi wa makuhani waliposikia haya, wakafadhaika na kushangaa sana kwa ajili yao kwamba jambo hili litakuwaje.

25 Ndipo mtu mmoja akaja akawaambia, "Tazameni watu mliowatia gerezani wako Hekaluni wakiwafundisha watu." 26 Ndipo yule mkuu wa walinzi wa Hekalu wakaenda pamoja na askari wakawaleta wale mitume, lakini bila ghasia kwa sababu waliogopa kupigwa mawe na watu.

27 Wakiisha kuwaleta mitume wakawaamuru kusimama mbele ya baraza ili kuhani mkuu awahoji. 28 "Tuliwaonya kwa nguvu msifundishe kwa jina hili, lakini ninyi mmeijaza Yerusalemu yote mafundisho yenu na tena mmekusudia kuleta damu ya mtu huyu juu yetu."

29 Petro na wale mitume wengine wakajibu, "Imetupasa kumtii Mungu kuliko wanadamu. 30 Mungu wa baba zetu alimfufua Yesu kutoka kwa wafu, ambaye ninyi mlimuua kwa kumtundika kwenye msalaba. 31 Mungu alimtukuza, akamweka mkono wake wa kuume kuwa Kiongozi na Mwokozi ili awape Israeli toba na msamaha wa dhambi. 32 Nasi tu mashahidi wa mambo haya, vivyo hivyo na Roho Mtakatifu ambaye Mungu amewapa wale wanaomtii."

33 Wale wajumbe wa baraza la wazee waliposikia haya, walijawa na ghadhabu, wakataka kuwaua mitume. 34 Lakini Farisayo mmoja, jina lake Gamalieli, aliyekuwa mwalimu wa sheria, aliyeheshimiwa na watu wote, akasimama mbele ya baraza akaamuru mitume watolewe nje kwa muda. 35 Ndipo alipowaambia wajumbe wa baraza, "Enyi watu wa Israeli, fikirini kwa uangalifu mnayotaka kuwatendea watu hawa. 36 Kwa maana wakati uliopita, aliinuka mtu mmoja jina lake Theuda, alijidai kuwa yeye ni mtu maarufu, akapata wafuasi wapatao 400 walioambatana naye. Lakini aliuawa, na wafuasi wake wote wakatawanyika, wakawa si kitu. 37 Baada yake, alitokea Yuda Mgalilaya wakati wa kuorodhesha watu, naye akaongoza kundi la watu kuasi. Yeye pia aliuawa, nao wafuasi wake wakatawanyika. 38 Kwa hiyo, kwa habari ya jambo hili nawashauri, jiepusheni na watu hawa. Waacheni waende zao! Kwa maana kama kusudi lao na shughuli yao imetokana na mwanadamu, haitafanikiwa. 39 Lakini ikiwa imetoka kwa Mungu, hamtaweza kuwazuia watu hawa. Badala yake mtajikuta mnapigana na Mungu."

40 Wakapokea ushauri wa Gamalieli. Wakawaita mitume ndani, wakaamuru wachapwe mijeledi, kisha wakawaagiza wasinene tena kwa jina la Yesu, wakawaachia waende zao.

41 Nao mitume wakatoka nje ya baraza, wakiwa wamejaa furaha kwa sababu wamehesabiwa kustahili kupata aibu kwa ajili ya jina la Yesu. 42 Kila siku, Hekaluni na nyumba kwa nyumba, hawakuacha kufundisha na kuhubiri habari njema kwamba Yesu ndiye Kristo.[a]

Mateso Na Kuenea Kwa Injili

Saba Wachaguliwa Kuhudumu

1 Basi ikawa katika siku hizo, wakati idadi ya wanafunzi ilipokuwa ikiongezeka sana, palitokea manung'uniko kati ya Wayahudi wa Kiyunani, dhidi ya Waebrania kwa sababu wajane wao walisahaulika katika mgawanyo wa chakula wa kila siku. 2 Wale mitume kumi na wawili wakakusanya wanafunzi wote pamoja wakasema, "Haitakuwa vyema sisi kuacha huduma ya neno la Mungu ili kuhudumu mezani. 3 Kwa hiyo ndugu, chagueni watu saba miongoni mwenu, watu wenye sifa njema, waliojawa na Roho Mtakatifu na hekima, ambao tunaweza kuwakabidhi kazi hii, 4 nasi tutatumia muda wetu kuomba na huduma ya neno."

5 Yale waliyosema yakawapendeza watu wote, nao wakamchagua Stefano (mtu aliyejawa na imani na Roho Mtakatifu) pamoja na Filipo, Prokoro, Nikanori, Timoni, Parmena na Nikolao, mwongofu kutoka Antiokia. 6 Wakawaleta watu hawa mbele ya mitume, nao wakawaombea na kuwawekea mikono juu yao.

7 Neno la Mungu likazidi kuenea. Idadi ya wanafunzi ikazidi kuongezeka sana katika Yerusalemu hata makuhani wengi wakaitii ile imani.

Kukamatwa Kwa Stefano

8 Stefano, akiwa amejaa neema na nguvu za Mungu, alifanya ishara na miujiza mikubwa miongoni mwa watu. 9 Hata hivyo, ukainuka upinzani wa watu wa Sinagogi la Watu Huru (kama lilivyokuwa linaitwa), la Wayahudi wa Kirene na wa Iskanderia, na wengine kutoka Kilikia na Asia. Watu hawa wakaanza kupingana na Stefano. 10 Lakini hawakuweza kushindana na hekima yake wala huyo Roho ambaye alisema kwake.

11 Ndipo kwa siri wakawashawishi watu fulani waseme, "Tumemsikia Stefano akisema maneno ya kufuru dhidi ya Mose na dhidi ya Mungu."

Stefano Afikishwa Mbele Ya Baraza

12 Wakawachochea watu, wazee na walimu wa Sheria, nao wakamkamata Stefano wakamfikisha mbele ya baraza. 13 Wakaweka mashahidi wa uongo

[a]42 *Kristo* maana yake ni *Masiya*, yaani *Aliyetiwa mafuta.*

ambao walishuhudia wakisema, "Mtu huyu kamwe
haachi kusema dhidi ya mahali hapa patakatifu na
dhidi ya Sheria. 14 Kwa maana tumemsikia akisema
kwamba Yesu wa Nazareti atapaharibu mahali
patakatifu na kubadili desturi zote tulizopewa
na Mose."

15 Watu wote waliokuwa wameketi katika baraza
wakimkazia macho Stefano, wakaona uso wake
unang'aa kama uso wa malaika.

Hotuba Ya Stefano

7 Ndipo kuhani mkuu akamuuliza Stefano, "Je,
mashtaka haya ni ya kweli?"

2 Stefano akajibu, "Ndugu zangu na baba zangu,
nisikilizeni! Mungu wa utukufu alimtokea baba
yetu Abrahamu, alipokuwa bado yuko Mesopota-
mia, kabla hajaishi Harani, 3 akamwambia, 'Ondoka
kutoka nchi yako na kutoka kwa jamii yako, uende
hadi nchi nitakayokuonyesha.'

4 "Hivyo aliondoka katika nchi ya Wakaldayo
akaenda kukaa Harani. Baada ya kifo cha baba
yake, Mungu akamtoa huko akamleta katika nchi
hii ambayo mnaishi sasa. 5 Mungu hakumpa uri-
thi wowote katika nchi hii, hakumpa hata mahali
pa kuweka wayo mmoja. Bali Mungu alimwahidi
kuwa yeye na uzao wake baada yake wangeirithi
hii nchi, ingawa wakati huo Abrahamu hakuwa na
mtoto. 6 Mungu akasema naye hivi: 'Wazao wako
watakuwa wageni kwenye nchi ambayo si yao, nao
watafanywa watumwa na kuteswa kwa miaka mia
nne.' 7 Mungu akasema, 'Lakini mimi nitaliadhibu
taifa watakalolitumikia kama watumwa, na baa-
daye watatoka katika nchi hiyo na wataniabudu
mahali hapa.' 8 Ndipo akampa Abrahamu Agano
la tohara. Naye Abrahamu akamzaa Isaki na
kumtahiri siku ya nane. Baadaye Isaki akamzaa
Yakobo, naye Yakobo akawazaa wale wazee wetu
kumi na wawili.

9 "Kwa sababu wazee wetu walimwonea wivu
Yosefu ndugu yao, walimuuza kama mtumwa
huko Misri. Lakini Mungu alikuwa pamoja naye.
10 Akamwokoa kutoka mateso yote yaliyompata,
tena akampa kibali na hekima aliposimama mbele
ya Farao, mfalme wa Misri, ambaye alimweka
kuwa mtawala juu ya Misri na juu ya jumba lote
la kifalme.

11 "Basi kukawa na njaa katika nchi yote ya Misri
na Kanaani, ikasababisha dhiki kubwa, nao baba
zetu wakawa hawana chakula. 12 Lakini Yakobo
aliposikia kwamba kuna nafaka huko Misri, ali-
watuma baba zetu, wakaenda huko kwa mara yao
ya kwanza. 13 Walipokwenda mara ya pili, Yosefu
alijitambulisha kwa ndugu zake, nao ndugu zake
Yosefu wakajulishwa kwa Farao. 14 Ndipo Yosefu
akawatuma kumleta Yakobo baba yake pamoja na
jamaa yake yote, jumla yao walikuwa watu sabini
na watano. 15 Hivyo Yakobo akaenda Misri ambako
yeye na baba zetu walifia. 16 Miili yao ilirudishwa
Shekemu na kuzikwa katika kaburi ambalo Abra-
hamu alinunua kutoka kwa wana wa Hamori kwa
kiasi fulani cha fedha.

17 "Lakini wakati ulipokuwa unakaribia wa
kutimizwa kwa ile ahadi ambayo Mungu ali-
kuwa amempa Abrahamu, watu wetu walizidi
kuongezeka sana huko Misri. 18 Ndipo mfalme
mwingine ambaye hakujua lolote kuhusu Yosefu
akatawala Misri. 19 Huyu mfalme akawatendea watu
wetu hila na kuwatesa baba zetu kwa kuwalazi-
misha wawatupe watoto wao wachanga ili wafe.

20 "Wakati huo Mose alizaliwa, naye hakuwa
mtoto wa kawaida. Akalelewa nyumbani kwa baba
yake kwa muda wa miezi mitatu. 21 Waliposhindwa
kumficha zaidi, wakamweka nje mtoni na binti
Farao akamchukua akamtunza kama mtoto wake
mwenyewe. 22 Mose akafundishwa hekima yote
ya Wamisri, akawa mtu hodari kwa maneno na
matendo.

23 "Mose alipokuwa na umri wa miaka arobaini
aliamua kuwatembelea ndugu zake Waisraeli.
24 Aliona mmoja wao akidhulumiwa na Mmisri,
akamtetea yule aliyeonewa, akampiga yule Mmisri
akamuua kulipiza kisasi. 25 Mose alidhani kuwa
ndugu zake wangetambua kwamba Mungu ana-
mtumia ili kuwaokoa, lakini wao hawakuelewa.
26 Siku iliyofuata Mose aliwakuta Waisraeli wawili
wakigombana, akajaribu kuwapatanisha kwa
kuwaambia, 'Enyi watu, ninyi ni ndugu, mbona
mnataka kudhulumiana?'

27 "Lakini yule mtu aliyekuwa akimdhulumu
mwenzake akamsukuma Mose kando, akamuu-
liza, 'Ni nani aliyekufanya mtawala na mwamuzi
juu yetu? 28 Je, unataka kuniua kama ulivyomuua
yule Mmisri jana?' 29 Mose aliposikia maneno haya,
alikimbilia huko Midiani alikokaa kama mgeni,
naye akapata watoto wawili wa kiume.

30 "Basi baada ya miaka arobaini kupita, malaika
wa Mungu akamtokea Mose jangwani karibu na
Mlima Sinai katika kichaka kilichokuwa kina-
waka moto. 31 Alipoona mambo haya, alishangaa
yale maono. Aliposogea ili aangalie kwa karibu,
akaisikia sauti ya Bwana, ikisema: 32 'Mimi ndimi
Mungu wa baba zako, Mungu wa Abrahamu, Isaki
na Yakobo.' Mose alitetemeka kwa hofu na haku-
thubutu kutazama.

33 "Ndipo Bwana akamwambia, 'Vua viatu vyako
kwa maana mahali unaposimama ni patakatifu.
34 Hakika nimeona mateso ya watu wangu huko
Misri. Nimesikia kilio chao cha uchungu, nami
nimeshuka ili niwaokoe. Basi sasa njoo, nami
nitakutuma Misri.'

35 "Huyu ndiye Mose yule waliyemkataa waki-
sema, 'Ni nani aliyekufanya mtawala na mwamuzi
juu yetu?' Alikuwa ametumwa na Mungu mwe-
nyewe kuwa mtawala na mkombozi wao, kwa njia
ya yule malaika aliyemtokea katika kile kichaka.
36 Aliwaongoza wana wa Israeli kutoka Misri, baada
ya kufanya ishara na maajabu mengi huko Misri,
katika Bahari ya Shamu,[a] na katika jangwa kwa
muda wa miaka arobaini.

37 "Huyu ndiye yule Mose aliyewaambia Wai-
sraeli, 'Mungu atawainulia nabii kama mimi kutoka
miongoni mwa ndugu zenu wenyewe.' 38 Huyu
ndiye yule Mose aliyekuwa katika kusanyiko huko
jangwani, ambaye malaika alisema naye pamoja
na baba zetu kwenye Mlima Sinai, naye akapokea
maneno yaliyo hai ili atupatie.

[a]36 Yaani Bahari ya Mafunjo.

39 “Lakini baba zetu walikataa kumtii Mose,
badala yake wakamkataa na kuielekeza mioyo yao
Misri tena. 40 Wakamwambia Aroni, ‘Tufanyie miu-
ngu watakaotuongoza, kwa maana mtu huyu Mose
aliyetutoa nchi ya Misri, hatujui yaliyompata.’
41 Huu ni ule wakati walitengeneza sanamu katika
umbo la ndama, wakailetea sadaka kufanya maa-
dhimisho kwa ajili ya kile kitu walichokitengeneza
kwa mikono yao wenyewe. 42 Ndipo Mungu aka-
geuka, akawaacha waabudu jeshi lote la mbinguni,
kama ilivyoandikwa katika Kitabu cha Manabii:

“ ‘Je, mliniletea dhabihu na sadaka
kwa miaka arobaini kule jangwani,
ee nyumba ya Israeli?
43 La, ninyi mliinua madhabahu ya Moleki,
na nyota ya mungu wenu Refani,
vinyago mlivyotengeneza ili kuviabudu.
Kwa hiyo nitawapeleka mbali’ kuliko Babeli.

44 “Baba zetu walikuwa na lile Hema la Ushu-
huda huko jangwani. Lilikuwa limetengenezwa
kama Mungu alivyokuwa amemwelekeza Mose,
kulingana na kielelezo alichoona. 45 Baba zetu
wakiisha kulipokea hema kwa kupokezana wakio-
ngozwa na Yoshua katika milki ya nchi kutoka kwa
yale mataifa ambayo Mungu aliyafukuza mbele
yao, nalo likadumu katika nchi mpaka wakati wa
Daudi, 46 ambaye alipata kibali kwa Mungu, naye
akaomba kwamba ampatie Mungu wa Yakobo
maskani. 47 Lakini alikuwa Solomoni ndiye ali-
mjengea Mungu nyumba.
48 “Hata hivyo, Yeye Aliye Juu Sana hakai kwenye
nyumba zilizojengwa kwa mikono ya wanadamu.
Kama nabii alivyosema:

49 “ ‘Mbingu ni kiti changu cha enzi,
nayo dunia ni mahali pa kuweka
miguu yangu.
Mtanijengea nyumba ya namna gani?
asema Bwana.
Au mahali pangu pa kupumzikia
patakuwa wapi?
50 Je, mkono wangu haukufanya vitu
hivi vyote?’

51 “Enyi watu wenye shingo ngumu, msiotahiriwa
mioyo wala masikio, daima hamwachi kumpinga
Roho Mtakatifu, kama walivyofanya baba zenu.
52 Je, kuna nabii gani ambaye baba zenu hawaku-
mtesa? Waliwaua wale waliotabiri habari za kuja
kwake yule Mwenye Haki. Nanyi sasa mmekuwa
wasaliti wake na wauaji. 53 Ninyi ndio mlipokea
sheria zilizoletwa kwenu na malaika, lakini
hamkuzitii.”

Stefano Apigwa Mawe

54 Waliposikia haya wakaghadhibika, wakamsa-
gia meno. 55 Lakini yeye Stefano, akiwa amejaa
Roho Mtakatifu, alikaza macho mbinguni, akaona
utukufu wa Mungu, na Yesu akiwa amesimama
mkono wa kuume wa Mungu. 56 Akasema, “Taza-
meni! Naona mbingu zimefunguka, na Mwana wa
Adamu amesimama upande wa kuume wa Mungu.”
57 Lakini wao wakapiga kelele kwa sauti kubwa,
wakaziba masikio yao, wakamrukia kwa nia moja.
58 Wakamtupa nje ya mji, wakampiga kwa mawe.
Nao mashahidi wakaweka mavazi yao miguuni
mwa kijana mmoja ambaye jina lake aliitwa Sauli.
59 Walipokuwa wakimpiga mawe, Stefano alio-
mba, “Bwana Yesu, pokea roho yangu.” 60 Kisha
akapiga magoti, akalia kwa sauti kubwa aka-
sema, “Bwana usiwahesabie dhambi hii.” Baada
ya kusema hayo, akalala.

8 Naye Sauli alikuwepo pale, akiridhia kuuawa
kwa Stefano.

Kanisa Lateswa Na Kutawanyika

Siku ile kukatukia mateso makuu dhidi ya
kanisa huko Yerusalemu, waumini wote isipokuwa
mitume wakatawanyika, wakakimbilia Uyahudi na
Samaria. 2 Watu wacha Mungu wakamzika Stefano
na kumwombolezea sana. 3 Lakini kwa habari ya
Sauli alikuwa analiharibu kanisa, akiingia nyumba
kwa nyumba, akiwaburuta wanawake na wanaume
na kuwatupa gerezani.

Filipo Ahubiri Injili Samaria

4 Kwa hiyo wale waliotawanyika wakalihubiri
neno la Mungu kila mahali walipokwenda. 5 Filipo
akateremkia mji mmoja wa Samaria akawahubiria
habari za Kristo[a] 6 Watu walipomsikia Filipo na
kuona ishara na miujiza aliyofanya, wakasikiliza
kwa bidii yale aliyosema. 7 Pepo wachafu wakawa
wakiwatoka watu wengi huku wakipiga kelele na
wengi waliopooza na viwete wakaponywa. 8 Hivyo
pakawa na furaha kuu katika mji huo.

Simoni Mchawi

9 Basi mtu mmoja jina lake Simoni alikuwa
amefanya uchawi kwa muda mrefu katika mji
huo akiwashangaza watu wote wa Samaria. Aliji-
tapa kwamba yeye ni mtu mkuu, 10 nao watu wote
wakubwa kwa wadogo wakamsikiliza na kumaka,
wakisema “Mtu huyu ndiye uweza wa Mungu uju-
likanao kama ‘Uweza Mkuu.’ ” 11 Wakamfuata kwa
sababu kwa muda mrefu alikuwa amewashangaza
kwa uchawi wake. 12 Lakini watu walipomwa-
mini Filipo alipohubiri habari njema za Ufalme
wa Mungu na jina la Yesu Kristo, wakabatizwa
wanaume na wanawake. 13 Simoni naye akaamini
na akabatizwa. Akamfuata Filipo kila mahali, aki-
staajabishwa na ishara kuu na miujiza aliyoiona.
14 Basi mitume waliokuwa Yerusalemu walipo-
sikia kuwa Samaria wamelipokea neno la Mungu,
wakawatuma Petro na Yohana waende huko. 15 Nao
walipofika wakawaombea ili wampokee Roho
Mtakatifu, 16 kwa sababu Roho Mtakatifu alikuwa
bado hajawashukia hata mmoja ila wamebatizwa tu
katika jina la Bwana Yesu. 17 Ndipo Petro na Yohana
wakaweka mikono yao juu ya wale waliobatizwa,
nao wakapokea Roho Mtakatifu.
18 Simoni alipoona kuwa watu wanapokea
Roho Mtakatifu mitume walipoweka mikono juu
yao, akataka kuwapa fedha 19 akisema, “Nipeni
na mimi uwezo huu ili kila mtu nitakayeweka

[a]5 *Kristo* maana yake ni *Masiya*, yaani *Aliyetiwa mafuta.*

mikono yangu juu yake apate kupokea Roho
Mtakatifu."
20 Petro akamjibu, "Fedha yako na iangamie
pamoja nawe, kwa sababu ulidhani unaweza kunu-
nua karama ya Mungu kwa fedha! 21 Wewe huna
sehemu wala fungu katika huduma hii kwa kuwa
moyo wako si mnyofu mbele za Mungu. 22 Kwa hiyo
tubu kwa uovu huu wako na umwombe Bwana.
Yamkini aweza kukusamehe mawazo uliyo nayo
moyoni mwako. 23 Kwa maana ninaona kwamba
wewe umejawa na uchungu na ni mfungwa wa
dhambi."
24 Ndipo Simoni akajibu, "Niombeeni kwa
Bwana, ili hayo mliyosema lolote yasinitukie."
25 Nao walipokwisha kutoa ushuhuda na
kuhubiri neno la Bwana, wakarudi Yerusalemu
wakihubiri Injili katika vijiji vingi vya Samaria.

Filipo Na Towashi Wa Kushi

26 Basi malaika wa Bwana akamwambia Filipo,
"Nenda upande wa kusini kwenye ile barabara
itokayo Yerusalemu kuelekea Gaza ambayo ni
jangwa." 27 Hivyo akaondoka. Akiwa njiani aka-
kutana na towashi wa Kushi, aliyekuwa afisa mkuu,
mwenye mamlaka juu ya hazina zote za Kandake,
Malkia wa Kushi. Huyu towashi alikuwa amekwe-
nda Yerusalemu ili kuabudu, 28 naye akiwa njiani
kurudi nyumbani alikuwa ameketi garini mwake
akisoma kitabu cha nabii Isaya. 29 Roho Mtakatifu
akamwambia Filipo, "Nenda kwenye lile gari ukae
karibu nalo."
30 Ndipo Filipo akakimbilia lile gari na kumsikia
yule mtu anasoma kitabu cha nabii Isaya. Filipo
akamuuliza, "Je, unaelewa hayo usomayo?"
31 Yule towashi akasema, "Nitawezaje kuelewa
mtu asiponifafanulia?" Hivyo akamkaribisha Filipo
ili apande na kuketi pamoja naye.
32 Huyu towashi alikuwa anasoma fungu hili la
Maandiko:

"Aliongozwa kama kondoo aendaye
machinjoni,
kama mwana-kondoo anyamazavyo
mbele yake yule amkataye manyoya,
hivyo hakufungua kinywa chake.
33 Katika kufedheheshwa kwake alinyimwa
haki yake.
Nani awezaye kueleza juu ya kizazi chake?
Kwa maana maisha yake yaliondolewa
kutoka duniani."

34 Yule towashi akamuuliza Filipo, "Tafadhali
niambie, nabii huyu anena habari zake mwenyewe
au habari za mtu mwingine?" 35 Ndipo Filipo akaa-
nza kutumia fungu lile la Maandiko, akamweleza
habari njema za Yesu.
36 Walipokuwa wakiendelea na safari wakafika
mahali palipokuwa na maji, yule towashi akamuu-
liza Filipo, "Tazama, hapa kuna maji. Kitu gani
kitanizuia nisibatizwe?" [37 Filipo akamwambia,
"Kama ukiamini kwa moyo wako wote unaweza
kubatizwa." Akajibu, "Naamini kuwa Yesu Kristo ni
Mwana wa Mungu."] 38 Naye akaamuru lile gari lisi-
mamishwe. Wakateremka kwenye maji wote wawili,
yule towashi na Filipo, naye Filipo akambatiza.
39 Nao walipopanda kutoka kwenye maji, ghafula
Roho wa Bwana akamnyakua Filipo, naye towashi
hakumwona tena, lakini akaenda zake akifurahi.
40 Filipo akajikuta yuko Azoto, akasafiri akihubiri
Injili katika miji yote mpaka alipofika Kaisaria.

Kuokoka Kwa Sauli

9 Wakati ule ule, Sauli alikuwa bado anazidi-
sha vitisho vya kuua wanafunzi wa Bwana,
akamwendea kuhani mkuu, 2 naye akamwomba
kuhani mkuu ampe barua za kwenda kwenye masi-
nagogi huko Dameski, ili akimkuta mtu yeyote wa
Njia Ile, akiwa mwanaume au mwanamke, aweze
kuwafunga na kuwaleta Yerusalemu. 3 Basi akiwa
katika safari yake, alipokaribia Dameski, ghafula
nuru kutoka mbinguni ikamwangaza kotekote.
4 Akaanguka chini, akasikia sauti ikimwambia,
"Sauli, Sauli, mbona unanitesa?"
5 Sauli akajibu, "U nani wewe, Bwana?"
Ile sauti ikajibu, "Mimi ni Yesu unayemtesa."
6 "Sasa inuka uingie mjini, nawe utaambiwa yaku-
pasayo kutenda."
7 Watu waliokuwa wakisafiri pamoja na Sauli
wakasimama bila kuwa na la kusema, kwa sababu
walisikia sauti lakini hawakumwona aliyekuwa
akizungumza. 8 Sauli akainuka kutoka pale chini
na alipojaribu kufungua macho yake hakuweza
kuona kitu chochote. Basi wakamshika mkono
wakamwongoza mpaka Dameski. 9 Naye kwa
muda wa siku tatu alikuwa kipofu naye hakula
wala kunywa chochote.
10 Huko Dameski alikuwepo mwanafunzi mmoja
jina lake Anania. Bwana alimwita katika maono,
"Anania!"
Akajibu, "Mimi hapa Bwana."
11 Bwana akamwambia, "Ondoka uende katika
barabara iitwayo Nyofu ukaulize katika nyumba ya
Yuda mtu kutoka Tarso, jina lake Sauli, kwa maana
wakati huu anaomba, 12 katika maono amemwona
mtu aitwaye Anania akija na kuweka mikono juu
yake ili apate kuona tena."
13 Anania akajibu, "Bwana, nimesikia kutoka
kwa watu wengi habari nyingi kuhusu mtu huyu
na madhara yote aliyowatendea watakatifu wako
huko Yerusalemu. 14 Naye amekuja hapa Dame-
ski akiwa na mamlaka kutoka kwa viongozi wa
makuhani ili awakamate wote wanaotaja jina lako."
15 Lakini Bwana akamwambia Anania, "Nenda!
Mtu huyu ni chombo changu kiteule nilichoki-
chagua, apate kulichukua Jina langu kwa watu
wa Mataifa na wafalme wao na mbele ya watu wa
Israeli. 16 Nami nitamwonyesha jinsi impasavyo
kuteseka kwa ajili ya Jina langu."
17 Kisha Anania akaenda kwenye ile nyumba,
akaingia ndani. Akaweka mikono yake juu ya Sauli
akasema, "Ndugu Sauli, Bwana Yesu aliyekutokea
njiani amenituma kwako ili upate kuona tena na
ujazwe Roho Mtakatifu." 18 Ghafula vitu kama
magamba vikaanguka chini, kutoka machoni mwa
Sauli, akapata kuona tena. Akasimama, akabati-
zwa. 19 Baada ya kula chakula, akapata nguvu tena.
Sauli akakaa siku kadhaa pamoja na wanafunzi
huko Dameski.

Sauli Ahubiri Dameski

[20] Papo hapo akaanza kuhubiri kwenye masina-
gogi kwamba "Yesu Kristo ni Mwana wa Mungu"
[21] Watu wote waliomsikia Sauli walishangaa na
kuuliza, "Huyu si yule mtu aliyesababisha maa-
ngamizi makuu huko Yerusalemu miongoni mwa
watu waliolitaja jina hili? Naye si amekuja hapa
kwa kusudi la kuwakamata na kuwapeleka wakiwa
wafungwa mbele ya viongozi wa makuhani?"
[22] Sauli akazidi kuwa hodari na kuwashangaza
Wayahudi walioishi Dameski kwa kuthibitisha
kuwa Yesu ndiye Kristo.[a]
[23] Baada ya siku nyingi kupita, Wayahudi waka-
fanya shauri kumuua Sauli. [24] Lakini shauri lao
likajulikana kwa Sauli. Wayahudi wakawa wana-
linda malango yote ya mji, usiku na mchana ili
wapate kumuua. [25] Lakini wafuasi wake waka-
mchukua usiku wakamshusha akiwa ndani ya
kapu kupitia mahali penye nafasi ukutani.

Sauli Huko Yerusalemu

[26] Sauli alipofika Yerusalemu akajaribu kujiu-
nga na wanafunzi lakini wote walimwogopa, kwa
maana hawakuamini kwamba kweli naye alikuwa
mwanafunzi. [27] Lakini Barnaba akamchukua, aka-
mpeleka kwa wale mitume. Akawaeleza jinsi Sauli
akiwa njiani alivyomwona Bwana, jinsi Bwana
alivyosema naye na jinsi alivyohubiri kwa ujasiri
kwa jina la Yesu huko Dameski. [28] Kwa hiyo Sauli
akakaa nao akitembea kwa uhuru kila mahali huko
Yerusalemu, akihubiri kwa ujasiri katika jina la
Bwana. [29] Alinena na kuhojiana na Wayahudi wenye
asili ya Kiyunani lakini wao walijaribu kumuua.
[30] Wale ndugu walipopata habari wakampeleka
hadi Kaisaria, wakamsafirisha kwenda Tarso.
[31] Ndipo kanisa katika Uyahudi wote, Galilaya
na Samaria likafurahia wakati wa amani. Likatiwa
nguvu, na kwa faraja ya Roho Mtakatifu, idadi yake
ikazidi kuongezeka, na likaendelea kudumu katika
kumcha Bwana.

Matendo Ya Petro

Kuponywa Kwa Ainea

[32] Petro alipokuwa akisafiri sehemu mbalimbali,
alikwenda kuwatembelea watakatifu walioishi
huko Lida. [33] Huko alimkuta mtu mmoja aitwaye
Ainea, ambaye alikuwa amepooza na kwa muda
wa miaka minane alikuwa hajaondoka kitandani.
[34] Petro akamwambia, "Ainea, Yesu Kristo anaku-
ponya, inuka utandike kitanda chako." Mara Ainea
akainuka. [35] Watu wote wa Lida na Sharoni wali-
pomwona Ainea akitembea wakamgeukia Bwana.

Petro Amfufua Dorkasi

[36] Huko Yafa palikuwa na mwanafunzi jina lake
Tabitha (ambalo kwa Kiyunani ni Dorkasi[b]). Huyu
alikuwa mkarimu sana, akitenda mema na kuwa-
saidia maskini. [37] Wakati huo akaugua, akafa na
wakiisha kuuosha mwili wake wakauweka katika
chumba cha ghorofani. [38] Kwa kuwa Yafa hapakuwa
mbali sana na Lida, wanafunzi waliposikia kwamba
Petro yuko huko waliwatuma watu wawili kwake
ili kumwomba, "Tafadhali njoo huku pasipo kuka-
wia."
[39] Kwa hiyo Petro akainuka akaenda nao, naye
alipowasili, wakampeleka hadi kwenye chumba
cha ghorofani alipokuwa amelazwa. Wajane wengi
walisimama karibu naye wakilia na kuonyesha
majoho na nguo nyingine ambazo Dorkasi alikuwa
amewashonea alipokuwa pamoja nao.
[40] Petro akawatoa wote nje ya kile chumba, kisha
akapiga magoti akaomba, akaugeukia ule mwili
akasema, "Tabitha, inuka." Akafumbua macho
yake na alipomwona Petro, akaketi. [41] Petro aka-
mshika mkono akamwinua, ndipo akawaita wale
watakatifu na wajane akamkabidhi kwao akiwa hai.
[42] Habari hizi zikajulikana sehemu zote za Yafa na
watu wengi wakamwamini Bwana. [43] Petro akakaa
Yafa kwa siku nyingi akiishi na Simoni mtenge-
nezaji ngozi.

Kornelio Amwita Petro

10 Katika mji wa Kaisaria palikuwa na mtu jina
lake Kornelio, ambaye alikuwa jemadari
wa kile kilichojulikana kama kikosi cha Kiitalia.
[2] Yeye alikuwa mcha Mungu pamoja na wote wa
nyumbani mwake. Aliwapa watu sadaka nyingi
na kumwomba Mungu daima. [3] Siku moja alasiri,
yapata saa tisa, aliona maono waziwazi, malaika
wa Mungu akimjia na kumwambia, "Kornelio!"
[4] Kornelio akamkazia macho kwa hofu akasema,
"Kuna nini, Bwana?"

Malaika akamwambia, "Sala zako na sadaka
zako kwa maskini zimefika juu na kuwa ukumbu-
sho mbele za Mungu. [5] Sasa tuma watu waende Yafa
wakamwite mtu mmoja jina lake Simoni aitwaye
Petro. [6] Yeye anaishi na Simoni mtengenezaji ngozi
ambaye nyumba yake iko kando ya bahari."
[7] Yule malaika aliyekuwa akizungumza naye
alipoondoka, Kornelio akawaita watumishi wake
wawili pamoja na askari mmoja mcha Mungu
aliyekuwa miongoni mwa wale waliomtumikia.
[8] Akawaambia mambo yote yaliyotukia, kisha
akawatuma waende Yafa.

Maono Ya Petro

[9] Siku ya pili yake, walipokuwa wameukaribia
mji, wakati wa adhuhuri, Petro alipanda juu ya nyu-
mba kuomba. [10] Alipokuwa akiomba akahisi njaa,
akatamani kupata chakula. Lakini wakati walikuwa
wakiandaa chakula, akalala usingizi mzito sana.
[11] Akaona mbingu zimefunguka na kitu kama nguo
kubwa kikishushwa duniani kwa ncha zake nne.
[12] Ndani yake walikuwepo aina zote za wanyama
wenye miguu minne, nao watambaao nchini,
na ndege wa angani. [13] Ndipo sauti ikamwambia
"Petro, ondoka, uchinje na ule."
[14] Petro akajibu, "La hasha Bwana! Sijawahi
kamwe kula kitu chochote kilicho najisi."
[15] Ile sauti ikasema naye mara ya pili, "Usikiite
najisi kitu chochote Mungu alichokitakasa."
[16] Jambo hili lilitokea mara tatu na ghafula ile
nguo ikarudishwa mbinguni.

---

[a]22 *Kristo* maana yake ni *Masiya*, yaani *Aliyetiwa mafuta*.
[b]36 Tabitha kwa Kiaramu na Dorkasi kwa Kiaramu yote yamaanisha Paa.

17 Wakati Petro akiwa bado anajiuliza kuhusu maana ya maono haya, wale watu waliokuwa wametumwa na Kornelio wakaipata nyumba ya Simoni mtengenezaji wa ngozi wakawa wamesimama mbele ya lango. 18 Wakabisha hodi na kuuliza kama Simoni aliyeitwa Petro alikuwa anaishi hapo.

19 Wakati Petro akiwa anafikiria juu ya yale maono, Roho Mtakatifu akamwambia, "Simoni, wako watu watatu wanaokutafuta. 20 Inuka na ushuke, usisite kwenda nao kwa kuwa mimi nimewatuma."

21 Petro akashuka na kuwaambia wale watu waliokuwa wametumwa kutoka kwa Kornelio, "Mimi ndiye mnayenitafuta. Mmekuja kwa sababu gani?"

22 Wale watu wakamjibu, "Tumetumwa na Kornelio yule jemadari. Yeye ni mtu mwema anayemcha Mungu, na anaheshimiwa na Wayahudi wote. Yeye ameagizwa na malaika mtakatifu akukaribishe nyumbani kwake, ili asikilize maneno utakayomwambia." 23 Basi Petro akawakaribisha wakafuatana naye ndani, akawapa pa kulala. Kesho yake akaondoka pamoja nao, na baadhi ya ndugu kutoka Yafa wakafuatana naye.

Petro Nyumbani Mwa Kornelio

24 Siku iliyofuata wakawasili Kaisaria. Kornelio alikuwa akiwangoja pamoja na jamaa yake na marafiki zake wa karibu. 25 Petro alipokuwa akiingia ndani, Kornelio alikuja kumlaki, akaanguka miguuni pake kwa heshima. 26 Lakini Petro akamwinua akamwambia, "Simama, mimi ni mwanadamu tu."

27 Petro alipokuwa akizungumza naye akaingia ndani na kukuta watu wengi wamekusanyika. 28 Akawaambia, "Mnajua kabisa kwamba ni kinyume cha sheria yetu Myahudi kuchangamana na mtu wa Mataifa au kumtembelea. Lakini Mungu amenionyesha kwamba nisimwite mtu yeyote kuwa najisi au asiye safi. 29 Ndiyo sababu ulipotuma niitwe nilikuja bila kupinga lolote. Basi sasa naomba unieleze kwa nini umeniita?"

30 Kornelio akajibu, "Siku nne zilizopita, nilikuwa nyumbani nikisali saa kama hii, saa tisa alasiri. Ghafula mtu aliyevaa nguo zilizong'aa akasimama mbele yangu, 31 akasema, 'Kornelio, maombi yako yamesikiwa na sadaka zako kwa maskini zimekumbukwa mbele za Mungu. 32 Basi tuma watu waende Yafa wakaulize mtu mmoja Simoni aitwaye Petro, yeye ni mgeni katika nyumba ya Simoni mtengenezaji ngozi, ambaye nyumba yake iko kando ya bahari.' 33 Nilituma watu kwako mara moja, nawe umefanya vyema kuja. Basi sasa sisi sote tuko hapa mbele za Mungu kuyasikiliza yote ambayo Bwana amekuamuru kutuambia."

Hotuba Ya Petro

34 Ndipo Petro akafungua kinywa chake akasema, "Mungu hana upendeleo, 35 Lakini katika kila taifa, kila mtu amchaye na kutenda yaliyo haki hukubaliwa naye. 36 Ninyi mnajua ule ujumbe uliotumwa kwa Israeli, ukitangaza habari njema za amani kwa Yesu Kristo. Yeye ni Bwana wa wote. 37 Mnajua yale yaliyotukia katika Uyahudi wote kuanzia Galilaya baada ya mahubiri ya Yohana Mbatizaji: 38 Jinsi Mungu alivyomtia Yesu wa Nazareti mafuta katika Roho Mtakatifu na jinsi alivyokwenda huku na huko akitenda mema na kuponya wote waliokuwa wameonewa na nguvu za ibilisi, kwa sababu Mungu alikuwa pamoja naye.

39 "Sisi ni mashahidi wa mambo yote aliyoyafanya katika Uyahudi na Yerusalemu. Wakamuua kwa kumtundika msalabani. 40 Lakini Mungu alimfufua kutoka kwa wafu siku ya tatu na akamwezesha kuonekana na watu. 41 Hakuonekana kwa watu wote, lakini kwetu sisi tuliochaguliwa na Mungu kuwa mashahidi, ambao tulikula na kunywa naye baada ya kufufuka kwake kutoka kwa wafu. 42 Naye alituamuru kuhubiri kwa watu wote na kushuhudia kwamba ndiye alitiwa mafuta na Mungu kuwa hakimu wa walio hai na wafu. 43 Manabii wote walishuhudia juu yake kwamba kila mtu amwaminiye hupokea msamaha wa dhambi katika Jina lake."

Watu Wa Mataifa Wapokea Roho Mtakatifu

44 Wakati Petro alikuwa akisema maneno haya, Roho Mtakatifu aliwashukia wote waliokuwa wakisikiliza ule ujumbe. 45 Wale wa tohara walioamini waliokuja na Petro walishangaa kwa kuona kuwa kipawa cha Roho Mtakatifu kimemwagwa juu ya watu wa Mataifa. 46 Kwa kuwa waliwasikia wakinena kwa lugha mpya na kumwadhimisha Mungu.

Ndipo Petro akasema, 47 "Je, kuna mtu yeyote anayeweza kuzuia watu hawa wasibatizwe kwa maji? Wamempokea Roho Mtakatifu kama sisi tulivyompokea." 48 Kwa hiyo akaamuru wabatizwe kwa jina la Yesu Kristo. Wakamsihi Petro akae nao kwa siku chache.

Petro Aeleza Alivyotumwa Kwa Watu Wa Mataifa

11 Mitume na ndugu walioamini waliokuwa huko Uyahudi wakasikia kuwa watu wa Mataifa nao wamepokea neno la Mungu. 2 Hivyo Petro alipopanda Yerusalemu, wale wa tohara waliokuwa wameamini wakamshutumu, 3 wakisema, "Ulikwenda kwa watu wasiotahiriwa na kula pamoja nao."

4 Ndipo Petro akaanza kuwaeleza kuhusu mambo yote yalivyotokea hatua kwa hatua akisema, 5 "Nilikuwa katika mji wa Yafa nikiomba, nami nikapitiwa na usingizi wa ghafula, nikaona maono. Kulikuwa na kitu kama nguo kubwa ikishuka kutoka mbinguni, ikishushwa kwa ncha zake nne, nayo ikanikaribia. 6 Nilipoangalia ndani yake kwa karibu niliona wanyama wenye miguu minne wa nchini, wanyama wa mwitu, watambaao na ndege wa angani. 7 Ndipo nikasikia sauti ikiniambia 'Petro, ondoka uchinje na ule.'

8 "Nikajibu, 'La hasha Bwana! Kitu chochote kilicho najisi hakijaingia kinywani mwangu.'

9 "Sauti ikasema kutoka mbinguni mara ya pili, 'Usikiite najisi kitu chochote Mungu alichokitakasa.' 10 Jambo hili lilitokea mara tatu, ndipo kile kitu kikavutwa tena mbinguni.

11 "Wakati ule ule watu watatu, waliokuwa

wametumwa kutoka Kaisaria waliwasili katika
nyumba niliyokuwa nikikaa. 12 Roho Mtakatifu
akaniambia niende nao bila kuwa na ubaguzi
kati yao na sisi. Hawa ndugu sita pia walifua-
tana nami, nasi tukaingia nyumbani mwa huyo
Kornelio. 13 Akatuambia jinsi alivyoona malaika
aliyekuwa amesimama katika nyumba yake na
kusema, 'Tuma watu waende Yafa wakamlete
Simoni aitwaye Petro. 14 Yeye atakupa ujumbe
ambao kwa huo wewe na wa nyumbani mwako
wote mtaokoka.'

15 "Nami nilipoanza kusema, Roho Mtakatifu
akashuka juu yao kama vile alivyotushukia sisi
hapo mwanzo. 16 Nami nikakumbuka neno la
Bwana alivyosema, 'Yohana alibatiza kwa maji,
lakini ninyi mtabatizwa katika Roho Mtakatifu.'
17 Basi ikiwa Mungu aliwapa hawa watu kipawa
kile kile alichotupa sisi tuliomwamini Bwana Yesu
Kristo, mimi ni nani hata nifikirie kuwa ningeweza
kumpinga Mungu?"

18 Waliposikia haya hawakuwa na la kupinga
zaidi. Nao wakamwadhimisha Mungu wakisema,
"Basi, Mungu amewapa hata watu wa Mataifa toba
iletayo uzima wa milele."

Kanisa La Antiokia

19 Basi wale waliotawanyika kwa ajili ya mateso
yaliyotokana na kifo cha Stefano, wakasafiri hadi
Foinike na Kipro na Antiokia. Nao hawakuhubiri
lile Neno kwa mtu yeyote isipokuwa Wayahudi.
20 Lakini baadhi yao walikuwepo watu wa Kipro
na Kirene, ambao walipokuja Antiokia walinena
na Wayunani pia wakiwahubiria habari njema za
Bwana Yesu. 21 Mkono wa Bwana ulikuwa pamoja
nao, nayo idadi kubwa ya watu wakaamini na
kumgeukia Bwana.

22 Habari hizi zilipofika masikioni mwa kanisa
huko Yerusalemu, wakamtuma Barnaba aende
Antiokia. 23 Alipofika na kuona madhihirisho ya
neema ya Mungu, akafurahi na kuwatia moyo wae-
ndelee kuwa waaminifu kwa Bwana kwa mioyo
yao yote. 24 Barnaba alikuwa mtu mwema, aliyejaa
Roho Mtakatifu, mwenye imani, nayo idadi kubwa
ya watu wakaongezeka kwa Bwana.

25 Kisha Barnaba akaenda Tarso kumtafuta Sauli,
26 naye alipompata akamleta Antiokia. Hivyo kwa
mwaka mzima Barnaba na Sauli wakakutana na
kanisa na kufundisha idadi kubwa ya watu. Ilikuwa
ni katika kanisa la Antiokia kwa mara ya kwanza
wanafunzi waliitwa Wakristo.

27 Wakati huo manabii walishuka toka Yeru-
salemu hadi Antiokia. 28 Mmoja wao, jina lake
Agabo, akasimama akatabiri kwa uweza wa Roho
Mtakatifu kwamba njaa kubwa itaenea ulimwengu
mzima. Njaa hiyo ilitokea wakati wa utawala wa
Klaudio. 29 Mitume wakaamua kwamba kila mtu,
kulingana na uwezo alio nao, atoe msaada kwa ajili
ya ndugu wanaoishi Uyahudi. 30 Wakafanya hivyo,
misaada yao ikapelekwa kwa wazee kwa mikono
ya Barnaba na Sauli.

Yakobo Auawa, Petro Atiwa Gerezani

12 Wakati huo huo Mfalme Herode Agripa aliwa-
kamata baadhi ya watu wa kanisa. 2 Akaamuru
Yakobo, ndugu yake Yohana, auawe kwa upanga.
3 Alipoona jambo hilo limewapendeza Wayahudi,
akaendelea, akamkamata pia Petro. Hii ilitokea
wakati wa Sikukuu ya Mikate Isiyotiwa Chachu.
4 Baada ya kumkamata alimtia gerezani, chini ya
ulinzi wa vikundi vinne vya askari, vyenye askari
wanne kila kimoja. Herode alikuwa amekusudia
kumtoa na kumfanyia mashtaka mbele ya watu
baada ya Pasaka.

5 Kwa hiyo Petro akawekwa gerezani, lakini
kanisa lilikuwa likimwombea kwa Mungu kwa
bidii.

6 Usiku ule kabla ya siku ambayo Herode Agripa
alikuwa amekusudia kumtoa na kumfanyia
mashtaka, Petro alikuwa amelala kati ya askari
wawili, akiwa amefungwa kwa minyororo miwili.
Nao walinzi wa zamu walikuwa wakilinda penye
lango la gereza. 7 Ghafula malaika wa Bwana aka-
tokea na nuru ikamulika mle ndani ya gereza. Yule
malaika akampiga Petro ubavuni na kumwamsha,
akisema, "Ondoka upesi!" Mara ile minyororo ikaa-
nguka kutoka mikononi mwa Petro.

8 Yule malaika akamwambia, "Vaa nguo zako
na viatu vyako." Petro akafanya hivyo. Kisha aka-
mwambia, "Jifunge vazi lako na unifuate." 9 Petro
akatoka mle gerezani akiwa amefuatana na yule
malaika. Hakujua wakati huo kuwa yaliyokuwa
yakitukia yalikuwa kweli. Alidhani kuwa anaona
maono. 10 Wakapita lindo la kwanza na la pili,
ndipo wakafika kwenye lango la chuma linaloe-
lekea mjini. Lango likawafungukia lenyewe, nao
wakapita hapo wakatoka nje. Baada ya kutembea
umbali wa mtaa mmoja, ghafula yule malaika
akamwacha Petro.

11 Ndipo Petro akarudiwa na fahamu, akasema,
"Sasa ninajua bila shaka yoyote kuwa Bwana
amemtuma malaika wake na kuniokoa kutoka
makucha ya Herode Agripa na kutoka matazamio
yote ya Wayahudi."

12 Mara Petro alipotambua hili alikwenda nyu-
mbani kwa Maria, mama yake Yohana aliyeitwa pia
Marko, ambako watu wengi walikuwa wameku-
tana kwa maombi. 13 Petro alipobisha hodi kwenye
lango la nje, mtumishi wa kike jina lake Roda, akaja
kumfungulia. 14 Alipoitambua sauti ya Petro, ali-
furahi mno akarudi bila kufungua na kuwaeleza
kwamba, "Petro yuko langoni!"

15 Wakamwambia yule mtumishi wa kike, "Ume-
rukwa na akili." Alipozidi kusisitiza kuwa ni kweli,
wakasema, "Lazima awe ni malaika wake."

16 Lakini Petro aliendelea kugonga langoni, nao
walipofungua lango na kumwona Petro, wali-
staajabu sana. 17 Yeye akawaashiria kwa mkono
wake wanyamaze kimya, akawaeleza jinsi Bwana
alivyomtoa gerezani. Naye akaongeza kusema,
"Waelezeni Yakobo na ndugu wengine habari
hizi." Kisha akaondoka akaenda sehemu nyingine.

18 Kulipokucha kukawa na fadhaa kubwa mio-
ngoni mwa wale askari kuhusu yaliyomtukia Petro.
19 Baada ya Herode kuamuru atafutwe kila mahali
na bila kumpata, aliwahoji wale askari walinzi
kisha akatoa amri wauawe. Basi Herode Agripa
akatoka Uyahudi akaenda Kaisaria, akakaa huko
kwa muda.

Kifo Cha Herode Agripa

20 Basi Herode Agripa alikuwa amekasirishwa
sana na watu wa Tiro na Sidoni. Hivyo watu wa
miji hiyo miwili wakaungana pamoja wakatafuta
kukutana naye. Wakiisha kuungwa mkono na
Blasto, mtumishi maalum wa Mfalme Herode
Agripa aliyeaminika, wakaomba mapatano ya
amani maana nchi zao zilitegemea nchi ya huyo
mfalme kwa mahitaji yao ya chakula.
21 Katika siku iliyochaguliwa Herode Agripa
akavaa mavazi yake ya kifalme, akaketi kwenye
kiti chake cha enzi na kuwahutubia watu. 22 Watu
waliokuwa wamekusanyika wakapiga kelele,
wakisema, "Hii si sauti ya mwanadamu, bali ni ya
Mungu." 23 Ghafula, kwa kuwa Herode hakumpa
Mungu utukufu, malaika wa Bwana akampiga, naye
akaliwa na chango, akafa.
24 Lakini neno la Mungu likaendelea mbele na
kuenea, nao wengi wakaambatana nalo.
25 Barnaba na Sauli walipomaliza ile huduma
yao iliyowapeleka, wakarudi Yerusalemu wakiwa
pamoja na Yohana aitwaye Marko.

Safari Ya Kwanza Ya Paulo Kueneza Injili

Barnaba Na Sauli Wanatumwa

1 Katika kanisa huko Antiokia ya Shamu waliku-
wako manabii na walimu, yaani: Barnaba, Simeoni
aitwaye Nigeri, Lukio Mkirene, Manaeni aliyekuwa
amelelewa pamoja na Mfalme Herode Agripa, na
Sauli. 2 Walipokuwa wakimwabudu Bwana na kufu-
nga, Roho Mtakatifu akasema, "Nitengeeni Sauli
na Barnaba kwa kazi ile maalum niliyowaitia."
3 Ndipo baada ya kufunga na kuomba, wakawa-
wekea mikono yao na wakawatuma waende zao.

Barnaba Na Sauli Waenda Kipro

4 Hivyo, wakiwa wametumwa na Roho Mtaka-
tifu, wakashuka kwenda Seleukia na kutoka huko
wakasafiri baharini mpaka kisiwa cha Kipro. 5 Wali-
powasili katika mji wa Salami, wakahubiri neno la
Mungu katika sinagogi la Wayahudi. Pia walikuwa
na Yohana Marko kuwa msaidizi wao.
6 Walipokwisha kupita katika nchi zote hizo
wakafika Pafo, ambapo walikutana na Myahudi
mmoja mchawi aliyekuwa nabii wa uongo, jina
lake Bar-Yesu. 7 Mtu huyu alikuwa pamoja na Sergio
Paulo, mtu mwenye hekima aliyekuwa msaidizi
wa mwakilishi wa mtawala wa kile kisiwa. Sergio
Paulo akawaita Sauli na Barnaba akitaka kusikia
neno la Mungu. 8 Lakini Elima yule mchawi (hii
ndiyo maana ya jina lake), aliwapinga Barnaba na
Sauli na kujaribu kumpotosha yule mkuu wa kile
kisiwa aiache imani. 9 Ndipo Sauli, ambaye pia
aliitwa Paulo, akiwa amejawa na Roho Mtakatifu,
akamkazia macho Elima huyo mchawi, 10 akamwa-
mbia, "Ewe mwana wa ibilisi, wewe ni adui wa kila
kilicho haki! Umejaa kila aina ya udanganyifu na
ulaghai. Je, hutaacha kuzipotosha njia za Bwana
zilizonyooka? 11 Nawe sasa sikiliza, mkono wa
Bwana u dhidi yako. Utakuwa kipofu, wala hutaona
jua kwa muda."
Mara ukungu na giza vikamfunika, naye akae-
nda huku na huko akitafuta mtu wa kumshika
mkono ili amwonyeshe njia. 12 Yule mkuu wa kile
kisiwa alipoona yaliyotukia, akaamini kwa sababu
alistaajabishwa na mafundisho kuhusu Bwana.

Paulo Na Barnaba Huko Antiokia Ya Pisidia

13 Kisha Paulo na wenzake wakasafiri toka Pafo
wakafika Perga huko Pamfilia. Lakini, Yohana
Marko akawaacha huko, akarejea Yerusalemu.
14 Kutoka Perga wakaendelea hadi Antiokia ya Pisi-
dia. Siku ya Sabato wakaingia ndani ya sinagogi,
wakaketi. 15 Baada ya Sheria ya Mose na Kitabu cha
Manabii kusomwa, viongozi wa sinagogi waka-
watumia ujumbe wakisema, "Ndugu, kama mna
neno la kuwafariji watu hawa, tafadhali lisemeni."
16 Paulo akasimama, akawapungia mkono na
kusema: "Enyi wanaume wa Israeli na ninyi nyote
mnaomcha Mungu. 17 Mungu wa watu hawa wa
Israeli aliwachagua baba zetu, akawafanya kustawi
walipokuwa huko Misri, kwa uwezo mwingi akawao-
ngoza na kuwatoa katika nchi ile. 18 Kwa muda wa
miaka arobaini alivumilia matendo yao walipokuwa
jangwani. 19 Naye baada ya kuyaangamiza mataifa
saba waliokuwa wakiishi katika nchi ya Kanaani,
akawapa Waisraeli nchi yao iwe urithi wao. 20 Haya
yote yalichukua kama muda wa miaka 450.
"Baada ya haya, Mungu akawapa waamuzi
mpaka wakati wa nabii Samweli. 21 Ndipo watu
wakaomba wapewe mfalme, naye Mungu akawapa
Sauli mwana wa Kishi wa kabila la Benyamini,
aliyetawala kwa miaka arobaini. 22 Baada ya
kumwondoa Sauli katika ufalme, akawainulia
Daudi kuwa mfalme wao. Mungu pia alimshuhu-
dia, akisema, 'Nimemwona Daudi mwana wa Yese,
mtu anayeupendeza moyo wangu, atakayetimiza
mapenzi yangu yote.'
23 "Kutoka uzao wa mtu huyu, Mungu amewale-
tea Israeli Mwokozi Yesu, kama alivyoahidi. 24 Kabla
ya kuja kwa Yesu, Yohana alihubiri toba na ubatizo
kwa watu wote wa Israeli. 25 Yohana alipokuwa
anakamilisha kazi yake, alisema: 'Ninyi mnadhani
mimi ni nani? Mimi si yeye. La hasha, lakini yeye
yuaja baada yangu, ambaye mimi sistahili kufu-
ngua kamba za viatu vya miguu yake.'
26 "Ndugu zangu, wana wa Abrahamu, nanyi
watu wa Mataifa mnaomcha Mungu, ujumbe huu
wa wokovu umeletwa kwetu. 27 Kwa sababu wakaao
Yerusalemu na viongozi wao hawakumtambua
wala kuelewa maneno ya manabii yasomwayo
kila Sabato, bali waliyatimiza maneno hayo kwa
kumhukumu yeye. 28 Ijapokuwa hawakupata
sababu yoyote ya kumhukumu kifo, walimwomba
Pilato aamuru auawe. 29 Walipokwisha kufanya
yale yote yaliyoandikwa kumhusu, walimshusha
kutoka msalabani na kumzika kaburini. 30 Lakini
Mungu alimfufua kutoka kwa wafu. 31 Naye kwa
siku nyingi akawatokea wale waliokuwa pamoja
naye kuanzia Galilaya hadi Yerusalemu. Nao sasa
wamekuwa mashahidi wake kwa watu wetu.
32 "Nasi tunawaletea habari njema, kwamba yale
Mungu aliyowaahidi baba zetu 33 sasa ameyatimiza
kwetu sisi watoto wao, kwa kumfufua Yesu, kama
ilivyoandikwa katika Zaburi ya pili:

" 'Wewe ni Mwanangu;
leo mimi nimekuzaa.'
34 Kwa kuwa Mungu alimfufua kutoka kwa wafu
asioze kamwe, alitamka maneno haya:

" 'Nitakupa wewe baraka takatifu zilizo
za hakika
nilizomwahidi Daudi.'

35 Kama ilivyosemwa mahali pengine katika Zaburi,

" 'Hutamwacha Aliye Mtakatifu wako
kuona uharibifu.'

36 "Kwa maana Daudi akiisha kulitumikia kusudi
la Mungu katika kizazi chake, alilala; akazikwa
pamoja na baba zake na mwili wake ukaoza.
37 Lakini yule ambaye Mungu alimfufua kutoka
kwa wafu hakuona uharibifu.
38 "Kwa hiyo ndugu zangu, nataka ninyi mjue
kwamba kwa kupitia huyu Yesu msamaha wa dha-
mbi unatangazwa kwenu. 39 Kwa kupitia yeye, kila
mtu amwaminiye anahesabiwa haki kwa kila kitu
ambacho asingeweza kuhesabiwa haki kwa sheria
ya Mose. 40 Kwa hiyo jihadharini ili yale waliyosema
manabii yasiwapate:

41 " 'Angalieni, enyi wenye dhihaka,
mkastaajabu, mkaangamie,
kwa maana nitatenda jambo wakati wenu
ambalo hamtasadiki,
hata kama mtu akiwaambia.' "

42 Paulo na Barnaba walipokuwa wakitoka nje
ya sinagogi, watu wakawaomba wazungumze tena
mambo hayo Sabato iliyofuata. 43 Baada ya kusa-
nyiko la Sinagogi kutawanyika, wengi wa Wayahudi
na waongofu wa dini ya Kiyahudi wakawafuata
Paulo na Barnaba, wakazungumza nao na kuwa-
himiza wadumu katika neema ya Mungu.
44 Sabato iliyofuata, karibu watu wote wa
mji walikuja kusikiliza neno la Bwana. 45 Lakini
Wayahudi walipoona ule umati mkubwa wa watu
walijawa na wivu, wakayakanusha maneno Paulo
aliyokuwa akisema.
46 Ndipo Paulo na Barnaba wakawajibu kwa
ujasiri, wakisema, "Ilitupasa kunena nanyi neno
la Mungu kwanza. Lakini kwa kuwa mmelikataa,
mkajihukumu wenyewe kuwa hamstahili uzima wa
milele, sasa tunawageukia watu wa Mataifa. 47 Kwa
maana hili ndilo Bwana alilotuamuru:

" 'Nimewafanya ninyi kuwa nuru kwa watu
wa Mataifa,
ili mpate kuuleta wokovu hadi miisho
ya dunia.' "

48 Watu wa Mataifa waliposikia haya wakafurahi
na kulitukuza neno la Bwana; nao wote waliokuwa
wamekusudiwa uzima wa milele wakaamini.
49 Neno la Bwana likaenea katika eneo lile lote.
50 Lakini Wayahudi wakawachochea wanawake
wenye kumcha Mungu, wenye vyeo pamoja na
watu maarufu katika mji, wakachochea mateso
dhidi ya Paulo na Barnaba na kuwafukuza kutoka
eneo hilo. 51 Hivyo Paulo na Barnaba wakakung'uta
mavumbi ya miguu yao ili kuwapinga, nao wakae-
nda Ikonio. 52 Wanafunzi wakajawa na furaha na
Roho Mtakatifu.

Paulo Na Barnaba Huko Ikonio

14 Huko Ikonio Paulo na Barnaba waliingia
pamoja katika sinagogi la Wayahudi kama ili-
vyokuwa desturi yao. Huko wakahubiri kwa uwezo
mkubwa kiasi kwamba Wayahudi pamoja na watu
wa Mataifa wakaamini. 2 Lakini wale Wayahudi
waliokataa kuamini, wakawachochea watu wa
Mataifa, wakatia chuki ndani ya mioyo yao dhidi ya
wale walioamini. 3 Hivyo Paulo na Barnaba waka-
kaa huko kwa muda wa kutosha wakihubiri kwa
ujasiri juu ya Bwana, ambaye alithibitisha ujumbe
wa neema yake kwa kuwawezesha kufanya ishara
na miujiza. 4 Lakini watu wa mji ule waligawanyika,
wengine wakakubaliana na Wayahudi na wengine
na mitume. 5 Watu wa Mataifa na Wayahudi waka-
jiunga na baadhi ya viongozi, wakafanya mpango
wa kuwatendea mitume mabaya na kuwapiga
mawe. 6 Lakini mitume walipopata habari hizi
wakakimbilia Listra na Derbe, miji ya Likaonia na
sehemu zilizopakana nayo. 7 Huko wakaendelea
kuhubiri habari njema.

Paulo Na Barnaba Huko Listra

8 Katika mji wa Listra, alikuwako kiwete, ambaye
alikuwa amelemaa tangu kuzaliwa na hakuwa
ametembea kamwe. 9 Alimsikiliza Paulo alipokuwa
akihubiri. Paulo alipomtazama akaona ana imani
ya kuponywa. 10 Paulo akapaza sauti, "Simama kwa
miguu yako!" Mara yule mtu akasimama upesi
akaanza kutembea!
11 Ule umati wa watu ulipoona yaliyokuwa yame-
fanywa na Paulo, wakapiga kelele kwa lugha yao
ya Kilikaonia wakasema, "Miungu imetushukia
katika umbo la binadamu!" 12 Wakamwita Barnaba
Zeu na Paulo wakamwita Herme kwa kuwa ndiye
alikuwa msemaji mkuu. 13 Kuhani wa Zeu, ambaye
hekalu lake lilikuwa nje kidogo tu ya mji, akaleta
mafahali na mashada ya maua penye lango la mji
kwa sababu yeye na ule umati wa watu walitaka
kuwatolea dhabihu.
14 Lakini mitume Paulo na Barnaba waliposikia
haya, wakararua nguo zao, wakawaendea wale
watu kwa haraka, wakawapigia kelele, wakisema,
15 "Enyi watu, kwa nini mnafanya mambo haya?
Sisi ni wanadamu tu kama ninyi! Tunawaletea
habari njema, tukiwaambia kwamba mgeuke
mtoke katika mambo haya yasiyofaa, mmwe-
lekee Mungu aliye hai, aliyeziumba mbingu na
nchi na bahari na vitu vyote vilivyomo. 16 Zamani
aliwaachia mataifa waishi walivyotaka. 17 Lakini
hakuacha kuwaonyesha watu uwepo wake:
Ameonyesha wema kwa kuwanyeshea mvua toka
mbinguni na kuwapa mazao kwa majira yake, naye
amewapa chakula tele na kuijaza mioyo yenu na
furaha." 18 Hata kwa maneno haya yote, ilikuwa
vigumu kuzuia ule umati wa watu kuwatolea
dhabihu.

19 Ndipo wakaja baadhi ya Wayahudi kutoka
Antiokia na Ikonio wakawashawishi wale watu,
wakampiga Paulo kwa mawe, wakamburuta hadi
nje ya mji, wakidhani amekufa. 20 Lakini baada
ya wanafunzi kukusanyika akainuka na kurudi
mjini. Kesho yake yeye na Barnaba wakaondoka
kwenda Derbe.

Paulo Na Barnaba Warudi Antiokia Huko Syria

21 Wakahubiri habari njema katika mji huo na
kupata wanafunzi wengi. Kisha wakarudi Listra,
Ikonio na Antiokia, 22 wakiwaimarisha wanafunzi
na kuwatia moyo waendelee kudumu katika imani.
Wakawaonya wakisema, "Imetupasa kuingia katika
Ufalme wa Mungu kwa kupitia katika taabu nyi-
ngi." 23 Nao baada ya kuwateua wazee katika kila
kanisa, kwa kufunga na kuomba wakawakabidhi
kwa Bwana waliyemwamini. 24 Kisha wakapitia
Pisidia wakafika Pamfilia. 25 Baada ya kuhubiri
neno la Mungu huko Perga, wakateremkia Atalia.
26 Kutoka Atalia wakasafiri baharini wakarudi
Antiokia, ambako walikuwa wamesifiwa kwa ajili
ya neema ya Mungu kutokana na ile huduma wali-
yokuwa wameikamilisha. 27 Walipowasili Antiokia
wakaliita kanisa pamoja na kutoa taarifa ya yale
yote Mungu aliyokuwa ametenda kupitia kwao
na jinsi alivyokuwa amefungua mlango wa imani
kwa ajili ya watu wa Mataifa. 28 Nao wakakaa huko
pamoja na wanafunzi kwa muda mrefu.

Baraza La Yerusalemu

15 Baadhi ya watu wakashuka Antiokia kutoka
Uyahudi, nao wakawa wanawafundisha
wandugu: "Msipotahiriwa kufuatana na desturi
aliyofundisha Mose, hamwezi kuokoka." 2 Baada
ya Paulo na Barnaba kutokubaliana nao kukawa
na mabishano makali, Paulo na Barnaba na baa-
dhi ya wengine miongoni mwao wakachaguliwa
kwenda Yerusalemu ili kujadiliana jambo hili
na mitume na wazee. 3 Hivyo wakasafirishwa na
kanisa, wakiwa njiani wakapitia nchi ya Foinike
na Samaria, wakawaeleza jinsi watu wa Mataifa
walivyookoka. Habari hizi zikaleta furaha kubwa
kwa ndugu wote. 4 Walipofika Yerusalemu, wali-
pokelewa na kanisa na mitume pamoja na wazee,
ndipo Paulo na Barnaba wakawaarifu kila kitu
Mungu alichokuwa amefanya kupitia kwao.
5 Ndipo baadhi ya walioamini wa madhehebu ya
Mafarisayo wakasimama na kusema, "Hao watu
wa Mataifa lazima watahiriwe na waagizwe kutii
sheria ya Mose."
6 Mitume na wazee wakakutana pamoja ili kufi-
kiri jambo hili. 7 Baada ya majadiliano mengi, Petro
akasimama na kusema, "Ndugu zangu, mnajua
kwamba siku za kwanza Mungu alinichagua ili
kwa midomo yangu watu wa Mataifa wapate kusi-
kia ujumbe wa Injili na kuamini. 8 Mungu, yeye
ajuaye mioyo, alionyesha kwamba anawakubali
kwa kuwapa Roho Mtakatifu kama vile alivyotupa
sisi. 9 Mungu hakutofautisha kati yetu na wao, bali
alitakasa mioyo yao kwa imani. 10 Sasa basi, mbona
mnataka kumjaribu Mungu kwa kuweka kongwa
shingoni mwa wanafunzi ambalo baba zetu wala
sisi hatukuweza kulibeba? 11 Lakini sisi tunaamini
ya kuwa tunaokolewa kwa neema ya Bwana Yesu
Kristo, kama wao wanavyookolewa."
12 Kusanyiko lote likakaa kimya, wakawasikiliza
Paulo na Barnaba wakieleza jinsi Mungu alivyo-
watumia kutenda ishara na maajabu kwa watu wa
Mataifa. 13 Walipomaliza kunena, Yakobo akasema,
"Ndugu zangu, nisikilizeni. 14 Simoni amekwisha
kutueleza jinsi Mungu, kwa mara ya kwanza
alivyoonyesha kuhusika kwa kujichagulia watu
kutoka watu wa Mataifa kwa ajili ya Jina lake.
15 Maneno ya manabii yanakubaliana na jambo
hili, kama ilivyoandikwa:

16 " 'Baada ya mambo haya nitarudi,
nami nitajenga upya
nyumba ya Daudi iliyoanguka.
Nitajenga tena magofu yake
na kuisimamisha,
17 ili wanadamu wengine wote
wapate kumtafuta Bwana,
hata wale watu wa Mataifa wote
ambao wanaitwa kwa Jina langu,
asema Bwana, afanyaye mambo haya'
18 ambayo yamejulikana tangu zamani.

19 "Kwa hivyo uamuzi wangu ni kwamba, tusiwa-
taabishe watu wa Mataifa wanaomgeukia Mungu.
20 Badala yake, tuwaandikie kwamba wajiepushe
na vyakula vilivyonajisiwa kwa kutolewa sanamu,
wajiepushe na uasherati, au kula mnyama aliye-
nyongwa, na damu. 21 Kwa maana katika kila mji
kwa vizazi vilivyopita, Mose amekuwa na wale
wanaotangaza sheria yake kwa kuwa imekuwa
ikisomwa kwa sauti kubwa katika masinagogi
kila Sabato."

Barua Kwa Waumini Wa Mataifa

22 Mitume na wazee pamoja na kanisa lote,
wakaamua kuwachagua baadhi ya watu wao na
kuwatuma Antiokia pamoja na Paulo na Barnaba.
Wakamchagua Yuda aitwaye Barsaba pamoja na
Sila, watu wawili waliokuwa viongozi miongoni
mwa ndugu. 23 Wakatumwa na barua ifuatayo:

Sisi mitume na wazee, ndugu zenu,

Kwa ndugu Mataifa mlioamini mlioko Antio-
kia, Shamu na Kilikia:

Salamu.

24 Tumesikia kwamba kuna baadhi ya watu
waliokuja huko kutoka kwetu bila ruhusa yetu
na kuwasumbua, wakiyataabisha mawazo
yenu. 25 Hivyo tumekubaliana wote kuwa-
chagua baadhi ya watu na kuwatuma kwenu
pamoja na wapendwa wetu Barnaba na Paulo,
26 watu ambao wamehatarisha maisha yao kwa
ajili ya jina la Bwana wetu Yesu Kristo. 27 Kwa
hiyo tunawatuma Yuda na Sila, kuthibitisha
kwa maneno ya mdomo mambo haya tunayo-
waandikia. 28 Kwa maana imempendeza Roho
Mtakatifu na sisi tusiwatwike mzigo wowote
mkubwa zaidi ya mambo haya yafuatayo

ambayo ni ya lazima: 29 Kwamba mjiepushe na vyakula vilivyotolewa sadaka kwa sanamu, na damu, au kula nyama ya mnyama aliyenyongwa, na mjiepushe na uasherati. Mkiyaepuka mambo haya, mtakuwa mmefanya vyema.

Kwaherini.

30 Hivyo wakaagwa, wakashuka kwenda Antiokia. Baada ya kulikusanya kanisa pamoja, wakawapa ile barua. 31 Nao hao watu wakiisha kuisoma, wakafurahishwa sana kwa ujumbe wake wa kutia moyo. 32 Yuda na Sila, ambao wenyewe walikuwa manabii, wakanena maneno mengi ya kuwatia moyo na kuwajenga katika imani wale ndugu walioamini. 33 Baada ya kukaa huko Antiokia kwa muda, wakaagwa kwa amani na wale ndugu ili waende kwa wale waliowatuma. [34 Lakini Sila bado akaendelea kukaa huko.] 35 Lakini Paulo na Barnaba walibaki Antiokia ambako wao pamoja na wengine wengi walifundisha na kuhubiri neno la Bwana.

Safari Ya Pili Ya Paulo Kueneza Injili

Paulo Na Barnaba Wagawanyika

36 Baada ya muda, Paulo akamwambia Barnaba, "Turudi tukawatembelee ndugu katika miji yote tuliyohubiri neno la Bwana tuone jinsi wanavyoendelea." 37 Barnaba alitaka wamchukue Yohana aitwaye Marko waende naye. 38 Lakini Paulo aliona si vyema kwa sababu aliwahi kuwaacha walipokuwa huko Pamfilia, hakutaka kuendelea kufanya kazi naye. 39 Pakatokea ubishi mkali kati ya Paulo na Barnaba kuhusu jambo hili, hivyo wakagawanyika. Barnaba akamchukua Yohana Marko wakasafiri baharini kwenda Kipro. 40 Lakini Paulo akamchagua Sila na akaondoka baada ya ndugu kuwatakia neema ya Bwana. 41 Akapitia Shamu na Kilikia, akiimarisha makanisa ya huko.

Timotheo Aungana Na Paulo Na Sila

16 Paulo akafika Derbe na kisha Listra, ambako kulikuwa na mwanafunzi mmoja jina lake Timotheo, ambaye mama yake alikuwa Myahudi aliyeamini, lakini baba yake alikuwa Myunani. 2 Alikuwa amesifiwa sana na wale ndugu waliokuwa wameamini huko Listra na Ikonio 3 Paulo alitaka Timotheo afuatane naye, hivyo akamchukua na kumtahiri kwa sababu ya Wayahudi waliokuwa wanaishi eneo lile kwa maana wote walimjua baba yake ni Myunani. 4 Walipokuwa wakienda mji kwa mji, wakawa wanawapa maamuzi yaliyotolewa na mitume na wazee huko Yerusalemu ili wayafuate. 5 Hivyo makanisa yakawa imara katika imani na kuongezeka kiidadi kila siku.

6 Paulo pamoja na wenzake wakasafiri sehemu za Frigia na Galatia, kwa kuwa Roho Mtakatifu hakuwaruhusu kulihubiri neno huko Asia. 7 Walipofika mpaka wa Misia, wakajaribu kuingia Bithinia lakini Roho wa Yesu hakuwaruhusu. 8 Kwa hiyo wakapita Misia, wakafika Troa. 9 Wakati wa usiku Paulo akaona maono, mtu wa Makedonia amesimama akimsihi, "Vuka uje huku Makedonia utusaidie." 10 Baada ya Paulo kuona maono haya, tulijiandaa kwa haraka kuondoka kwenda Makedonia tukiwa tumesadiki kuwa Mungu alikuwa ametuita kuhubiri habari njema huko.

Kuokoka Kwa Lidia

11 Tukasafiri kwa njia ya bahari kutoka Troa na kwenda moja kwa moja hadi Samothrake, kesho yake tukafika Neapoli. 12 Kutoka huko tukasafiri hadi Filipi, mji mkuu wa jimbo hilo la Makedonia, uliokuwa koloni ya Warumi. Nasi tukakaa huko siku kadhaa.

13 Siku ya Sabato tukaenda nje ya lango la mji kando ya mto, mahali ambapo tulitarajia tungepata mahali pa kufanyia maombi. Tukaketi, tukaanza kuongea na baadhi ya wanawake waliokuwa wamekusanyika huko. 14 Mmoja wa wale wanawake waliotusikiliza aliitwa Lidia, mfanyabiashara wa nguo za zambarau, mwenyeji wa mji wa Thiatira, aliyekuwa mcha Mungu. Bwana akaufungua moyo wake akaupokea ujumbe wa Paulo. 15 Basi alipokwisha kubatizwa yeye na watu wa nyumba yake, alitukaribisha nyumbani kwake akisema, "Kama mmeona kweli mimi nimemwamini Bwana, karibuni mkae nyumbani mwangu." Naye akatushawishi.

Paulo Na Sila Watiwa Gerezani

16 Siku moja, tulipokuwa tukienda mahali pa kusali, tulikutana na mtumwa mmoja wa kike ambaye alikuwa na pepo wa uaguzi. Naye alikuwa amewapa mabwana zake mapato makubwa ya fedha kwa ubashiri. 17 Huyu msichana alikuwa akimfuata Paulo na sisi akipiga kelele, "Watu hawa ni watumishi wa Mungu Aliye Juu Sana, wao wanawatangazieni njia ya wokovu." 18 Akaendelea kufanya hivi kwa siku nyingi, lakini Paulo akiwa ameudhika sana, akageuka na kumwambia yule pepo mchafu, "Ninakuamuru katika jina la Yesu Kristo, umtoke!" Yule pepo mchafu akamtoka saa ile ile.

19 Basi mabwana wa yule mtumwa wa kike walipoona kuwa tumaini lao la kuendelea kujipatia fedha limetoweka, wakawakamata Paulo na Sila wakawaburuta mpaka sokoni mbele ya viongozi wa mji. 20 Baada ya kuwafikisha mbele ya mahakimu wakawashtaki wakisema, "Hawa watu wanaleta ghasia katika mji wetu, nao ni Wayahudi. 21 Wanafundisha desturi ambazo sisi raiya wa Kirumi hatuwezi kuzikubali au kuzitimiza."

22 Umati wa watu waliokuwepo wakajiunga katika kuwashambulia Paulo na Sila na wale mahakimu wakaamuru wavuliwe nguo zao na wachapwe viboko. 23 Baada ya kuwachapa sana, wakawatupa gerezani na kumwagiza mkuu wa gereza awalinde kikamilifu. 24 Kufuata maelekezo haya, yule mkuu wa gereza akawaweka katika chumba cha ndani sana mle gerezani, na akawafunga miguu yao kwa minyororo.

25 Ilipokaribia usiku wa manane, Paulo na Sila walikuwa wakiomba na kuimba nyimbo za kumsifu Mungu, nao wafungwa wengine walikuwa wakiwasikiliza. 26 Ghafula pakatokea tetemeko kubwa la ardhi, hata msingi wa gereza ukatikisika. Mara milango ya gereza ikafunguka na ile minyororo

iliyowafunga kila mmoja ikafunguka. 27 Yule mkuu
wa gereza alipoamka na kuona milango ya gereza
iko wazi, akachomoa upanga wake akataka kujiua,
akidhani ya kuwa wafungwa wote wametoroka.
28 Lakini Paulo akapiga kelele kwa sauti kubwa, aka-
sema, "Usijidhuru kwa maana sisi sote tuko hapa!"
29 Yule askari wa gereza akaagiza taa ziletwe,
akaingia ndani ya kile chumba cha gereza, akapiga
magoti akitetemeka mbele ya Paulo na Sila. 30 Kisha
akawaleta nje akisema, "Bwana zangu, nifanye nini
nipate kuokoka?"

31 Wakamjibu, "Mwamini Bwana Yesu Kristo,
nawe utaokoka, pamoja na watu wa nyumbani
mwako." 32 Wakamwambia neno la Bwana yeye
pamoja na wote waliokuwako nyumbani mwake.
33 Wakati ule ule, yule mkuu wa gereza akawachu-
kua, akawaosha majeraha yao, kisha akabatizwa
yeye pamoja na wote waliokuwa nyumbani mwake
bila kuchelewa. 34 Akawapandisha nyumbani
mwake akawaandalia chakula, yeye pamoja na
nyumba yake yote wakafurahi sana kwa kuwa
sasa walikuwa wamemwamini Mungu.

35 Kulipopambazuka wale mahakimu wakawa-
tuma maafisa wao kwa mkuu wa gereza wakiwa na
agizo linalosema, "Wafungue wale watu, waache
waende zao." 36 Mkuu wa gereza akamwambia
Paulo "Mahakimu wameagiza niwaache huru, kwa
hiyo tokeni na mwende zenu kwa amani."

37 Lakini Paulo akawaambia wale maafisa,
"Wametupiga hadharani bila kutufanyia mashtaka
na kutuhoji, nao wakatutupa gerezani, hata ingawa
sisi ni raiya wa Rumi. Nao sasa wanataka kututoa
gerezani kwa siri? Hapana! Wao na waje wenyewe
watutoe humu gerezani."

38 Wale maafisa wakarudi na kuwaambia wale
mahakimu maneno haya, wakaogopa sana walipo-
fahamu kuwa Paulo na Sila ni raiya wa Rumi. 39 Kwa
hiyo wakaja wakawaomba msamaha, wakawatoa
gerezani, wakawaomba waondoke katika ule mji.
40 Baada ya Paulo na Sila kutoka gerezani walikwe-
nda nyumbani kwa Lidia, ambapo walikutana na
wale ndugu walioamini, wakawatia moyo, ndipo
wakaondoka.

Ghasia Huko Thesalonike

17 Wakasafiri kupitia Amfipoli na Apolonia
wakafika Thesalonike, ambako kulikuwa na
sinagogi la Wayahudi. 2 Kama desturi yake, Paulo
aliingia ndani ya sinagogi, na kwa muda wa Sabato
tatu akawa anahojiana nao kutoka kwenye Maa-
ndiko, 3 akidhihirisha wazi na kuthibitisha kwamba
ilikuwa lazima Kristo[a] ateswe na afufuke kutoka
kwa wafu. Akasema, "Huyu Yesu ninayewaambia
habari zake, ndiye Kristo." 4 Baadhi ya Wayahudi
wakasadiki, wakaungana na Paulo na Sila, waki-
wepo idadi kubwa ya Wayunani waliomcha Mungu
na wanawake wengi mashuhuri.

5 Lakini Wayahudi ambao hawakuwa wameamini
wakawa na wivu, wakawakodi watu waovu kutoka
sokoni, wakakutanisha umati wa watu, wakaanzi-
sha ghasia mjini. Wakaenda mbio nyumbani kwa
Yasoni wakiwatafuta Paulo na Sila ili kuwaleta nje
penye ule umati wa watu. 6 Lakini walipowakosa
wakamburuta Yasoni na ndugu wengine mbele ya
maafisa wa mji, wakipiga kelele: "Watu hawa ni
wale walioupindua ulimwengu wamekuja huku,
7 naye Yasoni amewakaribisha nyumbani mwake.
Hawa wote wanaasi amri za Kaisari wakisema
yuko mfalme mwingine aitwaye Yesu." 8 Walipo-
sikia haya, ule umati wa watu na maafisa wa mji
wakaongeza ghasia. 9 Nao baada ya kuchukua dha-
mana kwa ajili ya Yasoni na wenzake wakawaacha
waende zao.

Paulo Na Sila Huko Beroya

10 Usiku ule ule, wale ndugu walioamini waka-
wapeleka Paulo na Sila waende zao Beroya.
Walipowasili huko wakaenda kwenye sinagogi
la Wayahudi. 11 Hawa Waberoya walikuwa wau-
ngwana zaidi kuliko wale wa Thesalonike, kwa
kuwa waliupokea ule ujumbe kwa shauku kubwa
na kuyachunguza Maandiko kila siku ili kuona
kama yale Paulo aliyosema yalikuwa kweli. 12 Waya-
hudi wengi wakaamini pamoja na wanawake na
wanaume wa Kiyunani wa tabaka la juu.

13 Lakini wale Wayahudi wa Thesalonike wali-
posikia kuwa Paulo anahubiri neno la Mungu
huko Beroya, wakaenda huko ili kuwashawishi
watu na kuwachochea. 14 Mara hiyo, wale ndugu
wakamsafirisha Paulo hadi pwani, lakini Sila na
Timotheo wakabaki Beroya. 15 Wale waliomsindi-
kiza Paulo wakaenda naye mpaka Athene, kisha
wakarudi Beroya wakiwa na maagizo kutoka kwa
Paulo kuhusu Sila na Timotheo kwamba wamfuate
upesi iwezekanavyo.

Paulo Huko Athene

16 Paulo alipokuwa akiwasubiri huko Athene,
alisumbuka sana moyoni mwake kuona vile mji
huo ulivyojaa sanamu. 17 Hivyo akahojiana kwe-
nye sinagogi na Wayahudi pamoja na Wayunani
waliomcha Mungu, na pia sokoni kila siku na watu
aliopatana nao huko. 18 Kisha baadhi ya Waepikureo
na Wastoiko wenye falsafa wakakutana naye. Baa-
dhi yao wakasema, "Je, huyu mpayukaji anajaribu
kusema nini?" Wengine wakasema, "Inaonekana
anasema habari za miungu ya kigeni." Walisema
haya kwa sababu Paulo alikuwa anahubiri habari
njema kuhusu Yesu na ufufuo wa wafu. 19 Hivyo
wakamchukua na kumleta kwenye mkutano wa
Areopago, walikomwambia, "Je, tunaweza kujua
mafundisho haya mapya unayofundisha ni nini?
20 Wewe unaleta mambo mapya masikioni mwetu,
hivyo tungetaka kujua maana yake ni nini."
21 (Waathene na wageni wote walioishi humo
hawakutumia muda wao kufanya chochote kingine
isipokuwa kueleza au kusikia mambo mapya).

22 Ndipo Paulo akasimama katikati ya Areopago
akasema, "Enyi watu wa Athene! Ninaona kwamba
katika kila jambo ninyi ni watu wa dini sana. 23 Kwa
kuwa nilipokuwa nikitembea mjini na kuangalia
kwa bidii vitu vyenu vya kuabudiwa, niliona huko
madhabahu moja iliyoandikwa: KWA MUNGU ASI-
YEJULIKANA. Basi sasa kile ambacho mmekuwa
mkikiabudu kama kisichojulikana, ndicho nina-
chowahubiria.

[a]3 *Kristo* maana yake ni *Masiya*, yaani *Aliyetiwa mafuta*.

24 "Mungu aliyeumba dunia na vyote vilivyomo
ndani yake, yeye ndiye Bwana wa mbingu na nchi,
hakai katika mahekalu yaliyojengwa kwa mikono
ya wanadamu. 25 Wala hatumikiwi na mikono ya
wanadamu kana kwamba anahitaji chochote, kwa
sababu yeye mwenyewe ndiye awapaye watu wote
uhai na pumzi na vitu vyote. 26 Kutoka kwa mtu
mmoja, yeye aliumba mataifa yote ya wanadamu
ili waikalie dunia yote, naye akaweka nyakati za
kuishi. 27 Mungu alifanya hivyo ili wanadamu
wamtafute na huenda wakamfikia ingawa kwa
kupapasapapasa ijapokuwa kwa kweli hakai mbali
na kila mmoja wetu. 28 'Kwa kuwa katika yeye tunai-
shi, tunatembea na kuwa na uzima wetu.' Kama
baadhi ya watunga mashairi wenu walivyosema,
'Sisi ni watoto wake.'

29 "Kwa kuwa sisi ni watoto wa Mungu, haitupasi
kudhani kuwa uungu ni kama sanamu ya dhahabu
au ya fedha au ya jiwe, mfano uliotengenezwa kwa
ubunifu na ustadi wa mwanadamu. 30 Zamani wakati
wa ujinga, Mungu alijifanya kama haoni, lakini
sasa anawaamuru watu wote kila mahali watubu.
31 Kwa kuwa ameweka siku ambayo atauhukumu
ulimwengu kwa haki akimtumia mtu aliyemcha-
gua. Amewahakikishia watu wote mambo haya kwa
kumfufua Kristo kutoka kwa wafu."

32 Waliposikia habari za ufufuo wa wafu, baa-
dhi yao wakadhihaki, lakini wengine wakasema,
"Tunataka kukusikia tena ukizungumza juu ya
jambo hili." 33 Kwa hiyo Paulo akaondoka katikati
yao. 34 Lakini baadhi yao wakaungana naye wakaa-
mini. Kati yao alikuwepo Dionisio, Mwareopago na
mwanamke mmoja aliyeitwa Damari na wengine
wengi.

Paulo Huko Korintho

18 Baada ya haya, Paulo akaondoka Athene
akaenda Korintho. 2 Huko akakutana na Mya-
hudi mmoja jina lake Akila, mwenyeji wa Ponto,
ambaye alikuwa amewasili karibuni kutoka Italia
pamoja na mkewe Prisila, kwa sababu Klaudio
alikuwa ameamuru Wayahudi wote waondoke
Rumi. Paulo akaenda kuwaona, 3 naye kwa kuwa
alikuwa mtengeneza mahema kama wao, akakaa
na kufanya kazi pamoja nao. 4 Kila Sabato Paulo
alikuwa akihojiana nao katika sinagogi, akijitahidi
kuwashawishi Wayahudi na Wayunani.

5 Sila na Timotheo walipowasili kutoka Makedo-
nia, walimkuta Paulo akiwa amejitolea muda wake
wote katika kuhubiri, akiwashuhudia Wayahudi
kwamba Yesu ndiye Kristo[a] 6 Wayahudi walipo-
mpinga Paulo na kukufuru, yeye aliyakung'uta
mavazi yake, akawaambia, "Damu yenu na iwe
juu ya vichwa vyenu! Mimi sina hatia, nimetimiza
wajibu wangu. Kuanzia sasa nitawaendea watu wa
Mataifa."

7 Kisha akaondoka mle kwenye sinagogi, akae-
nda nyumbani kwa mtu mmoja jina lake Tito
Yusto, aliyekuwa mcha Mungu. Nyumba yake
ilikuwa karibu na sinagogi. 8 Kiongozi wa hilo
sinagogi, aliyeitwa Krispo, akamwamini Bwana,
yeye pamoja na watu wote wa nyumbani mwake.
Nao Wakorintho wengi waliomsikia Paulo pia
wakaamini na kubatizwa.

9 Usiku mmoja Bwana akamwambia Paulo katika
maono, "Usiogope, lakini endelea kusema wala
usinyamaze, 10 kwa maana mimi niko pamoja nawe,
wala hakuna mtu atakayeweza kukushambulia ili
kukudhuru, kwa kuwa ninao watu wengi katika mji
huu ambao ni watu wangu." 11 Hivyo Paulo akakaa
huko kwa muda wa mwaka mmoja na nusu, aki-
wafundisha neno la Mungu.

12 Lakini wakati Galio alipokuwa msaidizi wa
mwakilishi wa mtawala huko Akaya, Wayahudi
waliungana kumshambulia Paulo, wakamkamata
na kumpeleka mahakamani. 13 Wakamshtaki
wakisema, "Mtu huyu anawashawishi watu
wamwabudu Mungu kinyume cha sheria."

14 Paulo alipotaka kujitetea, Galio akawaambia
Wayahudi, "Kama ninyi Wayahudi mlikuwa mki-
lalamika kuhusu makosa makubwa ya uhalifu
ingekuwa haki kwangu kuwasikiliza. 15 Lakini
kwa kuwa linahusu maneno, majina na sheria
yenu, amueni ninyi wenyewe. Mimi sitakuwa
mwamuzi wa mambo haya." 16 Akawafukuza
kutoka mahakamani. 17 Ndipo wote wakamkamata
Sosthene kiongozi wa sinagogi, wakampiga mbele
ya mahakama, lakini Galio hakujali kitendo chao
hata kidogo.

Paulo Arudi Antiokia

18 Baada ya kukaa Korintho kwa muda, Paulo
akaagana na wale ndugu walioamini, akasafiri kwa
njia ya bahari kwenda Shamu akiwa amefuatana na
Prisila na Akila. Walipofika Kenkrea, Paulo alinyoa
nywele zake kwa kuwa alikuwa ameweka nadhiri.
19 Walipofika Efeso, Paulo aliwaacha Prisila na
Akila huko, lakini yeye akaingia kwenye sinagogi
akawa anajadiliana na Wayahudi. 20 Walipomwo-
mba akae nao kwa muda mrefu zaidi hakukubali.
21 Lakini alipokuwa akiondoka, akaahidi, "Nitarudi
kama Mungu akipenda." Kisha akasafiri kwa njia
ya bahari kutoka Efeso. 22 Alitia nanga Kaisaria,
akaenda Yerusalemu na kulisalimu kanisa, kisha
akaenda Antiokia.

Safari Ya Tatu Ya Paulo Kueneza Injili

23 Baada ya kukaa huko kwa muda, akaondoka na
kwenda sehemu moja hadi nyingine huko Galatia
na Frigia, akiwaimarisha wanafunzi wote.

Huduma Ya Apolo Huko Efeso Na Korintho

24 Basi akaja Efeso Myahudi mmoja, jina lake
Apolo, mwenyeji wa Iskanderia. Yeye alikuwa na
elimu kubwa, pia alikuwa hodari katika Maandiko.
25 Alikuwa amefundishwa katika njia ya Bwana,
naye alikuwa na bidii katika roho, akafundisha
kwa usahihi juu ya Yesu, ingawa alijua tu ubatizo
wa Yohana. 26 Apolo alianza kunena kwa ujasiri
mkubwa katika sinagogi. Lakini Prisila na Akila
walipomsikia, walimchukua kando na kumweleza
njia ya Mungu kwa ufasaha zaidi.

27 Naye Apolo alipotaka kwenda Akaya, ndugu wa
Efeso walimtia moyo, wakawaandikia wanafunzi
huko ili wamkaribishe. Alipofika huko, aliwasaidia

[a]5 *Kristo* maana yake ni *Masiya*, yaani *Aliyetiwa mafuta*.

sana wale ambao, kwa neema ya Mungu, walikuwa
wameamini. 28 Kwa uwezo mkubwa aliwakanusha
hadharani Wayahudi waliokuwa wakipinga, akio-
nyesha kwa njia ya Maandiko kwamba Yesu ndiye
Kristo.

Paulo Huko Efeso

19 Apolo alipokuwa huko Korintho, Paulo ali-
safiri sehemu za bara, akafika Efeso. Huko
akawakuta wanafunzi kadhaa, 2 akawauliza, "Je,
mlipokea Roho Mtakatifu mlipoamini?"

Wakajibu, "Hapana, hata hatukusikia kuwa kuna
Roho Mtakatifu." 3 Ndipo Paulo akawauliza, "Je,
mlibatizwa kwa ubatizo gani?" Wakajibu, "Kwa
ubatizo wa Yohana."

4 Paulo akasema, "Ubatizo wa Yohana ulikuwa wa
toba, aliwaambia watu wamwamini yeye atakaye-
kuja baada yake, yaani, Yesu." 5 Waliposikia haya,
wakabatizwa katika jina la Bwana Yesu. 6 Paulo
alipoweka mikono yake juu yao, Roho Mtakatifu
akawashukia, nao wakanena kwa lugha mpya na
kutabiri. 7 Walikuwa kama wanaume kumi na wawili.

8 Paulo akaingia katika sinagogi na kunena humo
kwa ujasiri kwa muda wa miezi mitatu, akijadi-
liana na watu na kuwashawishi katika mambo ya
Ufalme wa Mungu. 9 Lakini baadhi yao walikaidi.
Walikataa kuamini, na wakakashifu ujumbe wake
mbele ya umati wa watu. Basi Paulo aliachana nao.
Akawachukua wanafunzi naye, akahojiana nao
kila siku katika darasa la Tirano. 10 Jambo hili likae-
ndelea kwa muda wa miaka miwili, kiasi kwamba
Wayahudi na Wayunani wote walioishi huko Asia
wakawa wamesikia neno la Bwana.

Wana Wa Skewa Wajaribu Kutoa Pepo Mchafu

11 Mungu akafanya miujiza mingi isiyo ya
kawaida kwa mkono wa Paulo, 12 hivi kwamba
leso au vitambaa vilivyokuwa vimegusa mwili wa
Paulo viliwekwa juu ya wagonjwa, nao wakapona
magonjwa yao, na pepo wachafu wakawatoka.

13 Basi baadhi ya Wayahudi wenye kutangatanga
huku na huko wakitoa pepo wachafu wakajaribu
kutumia jina la Bwana Yesu wale wenye pepo
wakisema, "Kwa jina la Yesu, yule anayehubiriwa
na Paulo, nakuamuru utoke." 14 Wana saba wa
Skewa, Myahudi aliyekuwa kiongozi wa makuhani,
walikuwa wanafanya hivyo. 15 Lakini pepo mchafu
akawajibu, "Yesu namjua na Paulo pia namjua, lakini
ninyi ni nani?" 16 Kisha yule mtu aliyekuwa na pepo
mchafu akawarukia, akawashambulia vikali, akawa-
shinda nguvu wote, wakatoka ndani ya ile nyumba
wakikimbia wakiwa uchi na wenye majeraha.

17 Habari hii ikajulikana kwa Wayahudi wote na
Wayunani waliokaa Efeso, hofu ikawajaa wote, nalo
jina la Bwana Yesu likaheshimiwa sana. 18 Wengi wa
wale waliokuwa wameamini wakati huu wakaja
na kutubu waziwazi kuhusu matendo yao maovu.
19 Idadi kubwa ya wale waliofanya mambo ya uga-
nga wakaleta vitabu vyao na kuviteketeza kwa
moto hadharani. Walipofanya hesabu ya thamani
ya vitabu vilivyoteketezwa ilikuwa drakma 50,000[a]
za fedha. 20 Hivyo neno la Bwana likaenea sana na
kuwa na nguvu.

21 Baada ya mambo haya kutukia, Paulo akakusu-
dia rohoni kwenda Yerusalemu kupitia Makedonia
na Akaya. Akasema, "Baada ya kufika huko, yani-
pasa pia kwenda Rumi." 22 Hivyo akatuma wasaidizi
wake wawili, Timotheo na Erasto, waende Make-
donia, wakati yeye mwenyewe alibaki kwa muda
kidogo huko Asia.

Ghasia Huko Efeso

23 Wakati huo huo pakatokea dhiki kubwa kwa
sababu ya Njia ile ya Bwana. 24 Mtu mmoja jina
lake Demetrio mfua fedha aliyekuwa akitengeneza
vinyago vya fedha vya Artemi na kuwapatia mafu-
ndi wake biashara kubwa, 25 aliwaita pamoja watu
wengine waliofanya kazi ya ufundi kama yake na
kusema, "Enyi watu, mnajua ya kuwa utajiri wetu
unatokana na biashara hii! 26 Pia ninyi mmeona na
kusikia jinsi ambavyo si huku Efeso peke yake lakini
ni karibu Asia yote, huyu Paulo amewashawishi
na kuvuta idadi kubwa ya watu kwa kusema kuwa
miungu iliyotengenezwa na watu si miungu. 27 Kwa
hiyo kuna hatari si kwa kazi yetu kudharauliwa tu,
bali pia hata hekalu la mungu mke Artemi, aliye
mkuu, anayeabudiwa Asia yote na ulimwengu wote,
litakuwa limepokonywa fahari yake ya kiungu."

28 Waliposikia maneno haya, wakaghadhibika,
wakaanza kupiga kelele, "Artemi wa Waefeso ni
mkuu!" 29 Mara mji wote ukajaa ghasia. Wakawa-
kamata Gayo na Aristarko, watu wa Makedonia
waliokuwa wakisafiri pamoja na Paulo, na watu
wakakimbilia katika ukumbi wa michezo kama mtu
mmoja. 30 Paulo akataka kuingia katikati ya umati
huo, lakini wanafunzi hawakumruhusu. 31 Hata
baadhi ya viongozi wa sehemu ile, waliokuwa rafiki
zake Paulo, wakatuma watu wakitamani asiingie
katika ule ukumbi.

32 Ule umati ulikuwa na taharuki. Wengine
walikuwa wakipiga kelele, hawa wakisema hili
na wengine lile. Idadi kubwa ya watu hawakujua
hata ni kwa nini walikuwa wamekusanyika huko.
33 Wayahudi wakamsukumia Aleksanda mbele na
baadhi ya watu kwenye ule umati wakampa mae-
lekezo. Akawaashiria kwa mkono ili watulie aweze
kujitetea mbele ya watu. 34 Lakini walipotambua
kwamba alikuwa Myahudi, wote wakapiga kelele
kwa sauti moja kwa karibu muda wa saa mbili,
wakisema, "Artemi wa Efeso ni mkuu!"

35 Baadaye karani wa mji akaunyamazisha ule
umati wa watu na kusema, "Enyi watu wa Efeso,
je, ulimwengu wote haujui ya kuwa mji wa Efeso
ndio unaotunza hekalu la Artemi aliye mkuu na
ile sanamu yake iliyoanguka kutoka mbinguni?
36 Kwa hiyo, kwa kuwa mambo haya hayakanushiki,
inawapasa mnyamaze na wala msifanye lolote kwa
haraka. 37 Kwa kuwa mmewaleta hawa watu hapa,
ingawa hawajaiba hekaluni wala kumkufuru huyu
mungu wetu wa kike. 38 Basi, ikiwa Demetrio na
mafundi wenzake wana jambo zito dhidi ya mtu
yeyote, mahakama ziko wazi na wasaidizi wa
mwakilishi wa mtawala. Wanaweza kufungua
mashtaka. 39 Lakini kama kuna jambo jingine lolote
zaidi mnalotaka kulileta, itabidi lisuluhishwe

[a]19 Drakma ilikuwa ni sarafu ya fedha, thamani yake ni sawa na mshahara wa kibarua wa siku moja.

katika kusanyiko halali. 40 Kama ilivyo sasa, tuko hatarini kushtakiwa kwa kufanya ghasia kwa sababu ya tukio la leo. Kwa kuwa hakuna sababu tutakayoweza kutoa kuhalalisha msukosuko huu." 41 Baada ya kusema haya akavunja mkutano.

Paulo Apita Makedonia Na Uyunani

20 Baada ya zile ghasia kumalizika, Paulo aliwaita wanafunzi pamoja akawatia moyo, akawaaga, akaanza safari kwenda Makedonia. 2 Alipita katika sehemu zile, akinena na watu maneno mengi ya kuwatia moyo. Ndipo hatimaye akawasili Uyunani, 3 ambako alikaa kwa muda wa miezi mitatu. Alipokuwa anakaribia kuanza safari kwa njia ya bahari kwenda Shamu, kwa sababu Wayahudi walikuwa wamefanya shauri baya dhidi yake, aliamua kurudi kupitia njia ya Makedonia. 4 Paulo alikuwa amefuatana na Sopatro mwana wa Piro, Mberoya, Aristarko na Sekundo kutoka Thesalonike na Gayo, mtu wa Derbe, Timotheo pamoja na Tikiko na Trofimo kutoka sehemu ya Asia. 5 Hawa watu walitutangulia wakaenda kutungojea Troa. 6 Lakini sisi tukasafiri kwa njia ya bahari kwa siku tano kutoka Filipi baada ya siku za Sikukuu ya Mikate Isiyotiwa Chachu, nasi tukaungana na wengine huko Troa, ambako tulikaa kwa siku saba.

Eutiko Afufuliwa Huko Troa

7 Siku ya kwanza ya juma tulikutana pamoja kwa ajili ya kumega mkate. Paulo akaongea na watu, naye kwa kuwa alikuwa amekusudia kuondoka kesho yake, aliendelea kuongea mpaka usiku wa manane. 8 Kwenye chumba cha ghorofani walimokuwa wamekutania kulikuwa na taa nyingi. 9 Kijana mmoja jina lake Eutiko, alikuwa amekaa dirishani, wakati Paulo alipokuwa akihubiri kwa muda mrefu, alipatwa na usingizi mzito, akaanguka kutoka ghorofa ya tatu, wakamwinua akiwa amekufa. 10 Paulo akashuka chini, akajitupa juu yake na kumkumbatia, akasema, "Msishtuke, uzima wake bado umo ndani yake." 11 Kisha Paulo akapanda tena ghorofani, akamega mkate na kula. Baada ya kuongea mpaka mapambazuko, akaondoka. 12 Watu wakamrudisha yule kijana nyumbani akiwa hai nao wakafarijika sana.

Paulo Awaaga Wazee Wa Efeso

13 Tukatangulia melini tukasafiri mpaka Aso ambako tungempakia Paulo. Alikuwa amepanga hivyo kwa maana alitaka kufika kwa miguu. 14 Alipotukuta huko Aso, tulimpakia melini, tukasafiri wote mpaka Mitilene. 15 Kutoka huko tuliendelea kwa njia ya bahari, na kesho yake tukafika mahali panapokabili Kio. Siku iliyofuata tukavuka kwenda Samo, na kesho yake tukawasili Mileto. 16 Paulo alikuwa ameamua tusipitie Efeso ili asitumie muda mwingi huko sehemu za Asia, kwa sababu alikuwa anatamani kama ikiwezekana kufika Yerusalemu kabla ya siku ya Pentekoste.

17 Paulo akiwa Mileto, alituma mjumbe kwenda Efeso kuwaita wazee wa kanisa waje wakutane naye. 18 Walipofika akawaambia, "Ninyi wenyewe mnajua jinsi nilivyoishi katikati yenu muda wote tangu siku ya kwanza nilipokanyaga hapa Asia. 19 Nilimtumikia Bwana kwa unyenyekevu wote na kwa machozi nikivumilia taabu na mapingamizi yaliyonipata kutokana na hila za Wayahudi. 20 Mnajua kwamba sikusita kuhubiri jambo lolote ambalo lingekuwa la kuwafaa ninyi, lakini nilifundisha hadharani na nyumba kwa nyumba. 21 Nimewashuhudia Wayahudi na Wayunani kwamba inawapasa kumgeukia Mungu kwa kutubu dhambi na kumwamini Bwana wetu Yesu Kristo.

22 "Nami sasa nimesukumwa na Roho, ninakwenda Yerusalemu wala sijui ni nini kitakachonipata huko. 23 Ila ninachojua tu ni kwamba Roho Mtakatifu amenionya kuwa vifungo na mateso vinaningoja. 24 Lakini siyahesabu maisha yangu kuwa ya thamani kwangu, kama kuyamaliza mashindano na kukamilisha ile kazi Bwana Yesu aliyonipa, yaani, kazi ya kuishuhudia Injili ya neema ya Mungu.

25 "Nami sasa najua ya kuwa hakuna hata mmoja miongoni mwenu ambaye nimemhubiria Ufalme wa Mungu katika kwenda kwangu huku na huko, atakayeniona uso tena. 26 Kwa hiyo nawatangazia leo, sina hatia ya damu ya mtu awaye yote. 27 Kwa kuwa sikusita kuwatangazia mapenzi yote ya Mungu. 28 Jilindeni nafsi zenu na mlilinde lile kundi lote ambalo Roho Mtakatifu amewaweka ninyi kuwa waangalizi wake. Lichungeni kanisa lake Mungu alilolinunua kwa damu yake mwenyewe. 29 Najua kwamba baada yangu kuondoka, mbwa mwitu wakali watakuja katikati yenu ambao hawatalihurumia kundi. 30 Hata kutoka miongoni mwenu watainuka watu na kuupotosha ukweli ili wawavute wanafunzi wawafuate. 31 Hivyo jilindeni! Kumbukeni kwamba kwa miaka mitatu sikuacha kamwe kuwaonya kila mmoja kwa machozi usiku na mchana.

32 "Sasa nawakabidhi kwa Mungu na kwa neno la neema yake, linaloweza kuwajenga na kuwapa ninyi urithi miongoni mwa wote ambao wametakaswa. 33 Sikutamani fedha wala dhahabu wala vazi la mtu yeyote. 34 Ninyi wenyewe mnajua kwamba mikono yangu hii imetumika kwa mahitaji yangu na ya wale waliokuwa pamoja nami. 35 Katika kila jambo nimewaonyesha kwamba kwa njia hii ya kufanya kazi kwa bidii imetupasa kuwasaidia wadhaifu, mkikumbuka maneno ya Bwana Yesu mwenyewe jinsi alivyosema, 'Ni heri kutoa kuliko kupokea.'"

36 Paulo alipomaliza kusema haya akapiga magoti pamoja nao wote akaomba. 37 Wote wakalia, wakamkumbatia Paulo na kumbusu, 38 Kilichowahuzunisha zaidi ni kwa sababu ya yale maneno aliyosema kwamba kamwe hawatauona uso wake tena. Wakaenda naye mpaka kwenye meli.

Paulo Aenda Yerusalemu

21 Tulipokwisha kujitenga nao, tukaanza safari kwa njia ya bahari moja kwa moja mpaka Kosi. Siku ya pili yake tukafika Rodo na kutoka huko tukaenda Patara. 2 Hapo tukapata meli iliyokuwa inavuka kwenda Foinike tukapanda tukasafiri nayo. 3 Tulipokiona kisiwa cha Kipro, tukakizunguka tukakiacha upande wetu wa kushoto, tukasafiri mpaka Shamu, tukatia nanga katika bandari ya Tiro ambapo meli yetu ilikuwa ipakue

shehena yake. 4 Baada ya kuwatafuta wanafunzi
wa huko, tukakaa nao kwa siku saba. Wale wana-
funzi wakiongozwa na Roho wakamwambia Paulo
asiende Yerusalemu. 5 Lakini muda wetu ulipo-
kwisha, tukaondoka tukaendelea na safari yetu.
Wale wanafunzi pamoja na wake zao na watoto
wakatusindikiza hadi nje ya mji. Wote tukapiga
magoti pale pwani tukaomba. 6 Baada ya kuagana,
tukapanda melini, nao wakarudi majumbani mwao.

7 Tukaendelea na safari yetu toka Tiro tukafika
Tolemai, tukawasalimu ndugu wa huko, tukakaa
nao kwa siku moja. 8 Siku iliyofuata tukaondoka,
tukafika Kaisaria. Huko tukaenda nyumbani kwa
mwinjilisti mmoja jina lake Filipo, aliyekuwa mmoja
wa wale Saba, tukakaa kwake. 9 Filipo alikuwa na
binti wanne mabikira waliokuwa wanatoa unabii.

10 Baada ya kukaa kwa siku kadhaa, akateremka
nabii mmoja kutoka Uyahudi jina lake Agabo.
11 Alipotufikia akachukua mshipi wa Paulo akaji-
funga, akautumia kufunga mikono na miguu yake
mwenyewe akasema, "Roho Mtakatifu anasema:
'Hivi ndivyo Wayahudi wa Yerusalemu watakavyo-
mfunga mwenye mshipi huu na kumkabidhi kwa
watu wa Mataifa.' "

12 Tuliposikia maneno haya sisi na ndugu
wengine tukamsihi Paulo asiende Yerusalemu.
13 Lakini Paulo akajibu, "Kwa nini mnalia na
kunivunja moyo? Mimi niko tayari si kufungwa
tu, bali hata kufa huko Yerusalemu kwa ajili ya
jina la Bwana Yesu." 14 Alipokuwa hashawishiki,
tukaacha kumsihi, tukasema, "Mapenzi ya Bwana
na yatendeke."

15 Baada ya haya, tukajiandaa, tukaondoka kwe-
nda Yerusalemu. 16 Baadhi ya wanafunzi kutoka
Kaisaria wakafuatana nasi na kutupeleka nyu-
mbani kwa Mnasoni, ambaye tungekaa kwake.
Yeye alikuwa mtu wa Kipro, mmoja wa wanafunzi
wa zamani.

Kukamatwa Kwa Paulo, Na Safari Yake Kwenda Rumi

Paulo Awasili Yerusalemu

17 Tulipofika Yerusalemu ndugu wakatukaribisha
kwa furaha. 18 Kesho yake Paulo pamoja na wengine
wetu tulikwenda kumwona Yakobo, na wazee wote
walikuwepo. 19 Baada ya kuwasalimu, Paulo akatoa
taarifa kamili ya mambo yote ambayo Mungu ali-
kuwa amefanya miongoni mwa watu wa Mataifa
kupitia huduma yake.

20 Baada ya kusikia mambo haya wakamwa-
dhimisha Mungu. Ndipo wakamwambia Paulo,
"Ndugu, unaona kulivyo na maelfu ya Wayahudi
walioamini, nao wote wana juhudi kwa ajili ya she-
ria. 21 Lakini wameambiwa habari zako kwamba
unafundisha Wayahudi wote waishio miongoni
mwa watu wa Mataifa kumkataa Mose, na kwa-
mba unawaambia wasiwatahiri watoto wao wala
kufuata desturi zetu. 22 Sasa tufanyeje? Bila shaka
watasikia kwamba umekuja Yerusalemu. 23 Kwa
hiyo fanya lile tunalokuambia. Tunao watu wanne
hapa ambao wameweka nadhiri. 24 Jiunge na watu
hawa, mfanye utaratibu wa ibada ya kujitakasa
pamoja nao, na ulipe gharama ili wanyoe nywele
zao. Kwa njia hii kila mtu atafahamu ya kuwa
mambo waliyosikia si ya kweli na kwamba wewe
unaishika sheria. 25 Lakini kuhusu wale watu wa
Mataifa walioamini, tumewaandikia uamuzi wetu:
kwamba wajitenge na vyakula vilivyotolewa sadaka
kwa sanamu, na damu, au kula nyama ya mnyama
aliyenyongwa, na wajiepushe na uasherati."

26 Ndipo kesho yake Paulo akawachukua wale
watu na akajitakasa pamoja nao. Akaingia ndani ya
hekalu ili atoe taarifa ya tarehe ambayo siku zao za
utakaso zingemalizika na sadaka ingetolewa kwa
ajili ya kila mmoja wao.

Paulo Akamatwa

27 Zile siku saba zilipokaribia kumalizika, baadhi
ya Wayahudi kutoka sehemu za Asia waliokuwa
wamemwona Paulo ndani ya Hekalu, wakacho-
chea umati wote wa watu, nao wakamkamata.
28 Wakapiga kelele wakisema, "Waisraeli wenzetu,
tusaidieni! Huyu ndiye yule mtu anayefundisha
kila mtu na kila mahali, kinyume na watu wetu,
sheria zetu na hata Hekalu hili. Zaidi ya hayo ame-
waleta Wayunani ndani ya Hekalu na kupanajisi
mahali hapa patakatifu." 29 (Walikuwa wame-
mwona Trofimo, mwenyeji wa Efeso, akiwa mjini
pamoja na Paulo wakadhani kuwa Paulo alikuwa
amemwingiza Hekaluni.)

30 Mji wote ukataharuki, watu wakaja wakikimbia
kutoka pande zote wakamkamata Paulo, waka-
mburuta kutoka Hekaluni. Milango ya Hekalu
ikafungwa. 31 Walipokuwa wakitaka kumuua,
habari zikamfikia jemadari wa jeshi la askari wa
Kirumi kwamba mji wa Yerusalemu wote ulikuwa
katika machafuko. 32 Mara yule jemadari akachukua
maafisa wengine wa jeshi pamoja na askari waka-
kimbilia kwenye ile ghasia, wale watu waliokuwa
wakifanya ghasia walipomwona yule jemadari na
askari wakija, wakaacha kumpiga Paulo.

33 Yule jemadari akaja, akamkamata Paulo akaa-
muru afungwe kwa minyororo miwili. Akauliza
yeye ni nani, na alikuwa amefanya nini. 34 Baadhi
ya watu katika ule umati wakapiga kelele, hawa
wakisema hili na wengine lile. Yule jemadari ali-
poona kuwa hawezi kupata hakika ya habari kwa
sababu ya zile kelele, akaamuru Paulo apelekwe
katika ngome ya jeshi. 35 Paulo alipofika penye
ngazi, ilibidi askari wambebe juu juu kwa sababu
fujo za ule umati wa watu zilikuwa kubwa. 36 Umati
wa watu ulikuwa ukifuata ukiendelea kupiga kelele
ukisema, "Mwondoe huyu!"

Paulo Anajitetea

37 Mara tu Paulo alipokaribia kuingizwa kwenye
ngome ya jeshi, akamwambia yule jemadari, "Je,
naweza kukuambia jambo moja?"

Yule jemadari akamjibu, "Je, unajua Kiyunani?
38 Je, wewe si yule Mmisri ambaye siku hizi za kari-
buni alianzisha uasi akaongoza kundi la magaidi
4,000 wenye silaha jangwani?"

39 Paulo akajibu, "Mimi ni Myahudi, mzaliwa wa
Tarso, huko Kilikia, raiya wa mji maarufu. Tafadhali
niruhusu nizungumze na hawa watu."

40 Akiisha kupata ruhusa ya yule jemadari, Paulo
akasimama penye ngazi akawapungia watu mkono

ili wanyamaze. Wote waliponyamaza kimya, Paulo akazungumza nao kwa lugha ya Kiebrania, akasema:

Ushuhuda Wa Paulo Kwa Wayahudi Wa Yerusalemu

22 "Ndugu zangu na baba zangu, sikilizeni utetezi wangu."

2 Waliposikia akisema kwa lugha ya Kiebrania, wakanyamaza kimya kabisa.

Ndipo Paulo akasema, 3 "Mimi ni Myahudi, niliyezaliwa Tarso huko Kilikia, lakini nimelelewa katika mji huu. Miguuni mwa Gamalieli, nilifundishwa kikamilifu katika sheria ya baba zetu, na nikawa mwenye juhudi kwa ajili ya Mungu kama kila mmoja wenu alivyo leo. 4 Niliwatesa watu wa Njia hii hadi kufa, nikiwakamata waume kwa wake na kuwatupa gerezani, 5 kama kuhani mkuu na baraza zima la wazee wanavyoweza kushuhudia kunihusu. Hata nilipokea barua kutoka kwao kwenda kwa ndugu wale wa Dameski, nami nikaenda huko ili kuwaleta watu hawa Yerusalemu kama wafungwa ili waadhibiwe.

Paulo Aeleza Juu Ya Kuokoka Kwake

6 "Nilipokuwa njiani kuelekea Dameski, yapata saa sita mchana, ghafula nuru kubwa kutoka mbinguni ikanimulika kotekote. 7 Nikaanguka chini, nikasikia sauti ikiniambia, 'Sauli, Sauli, Mbona unanitesa?'

8 "Nikajibu, 'Wewe ni nani Bwana?'

"Naye akaniambia, 'Mimi ni Yesu wa Nazareti unayemtesa.' 9 Basi wale watu waliokuwa pamoja nami waliiona ile nuru, lakini hawakuisikia sauti ya yule aliyekuwa akisema nami.

10 "Nikauliza, 'Nifanye nini Bwana?'

"Naye Bwana akaniambia, 'Inuka uingie Dameski, huko utaambiwa yote yakupasayo kufanya.' 11 Kwa kuwa nilikuwa siwezi kuona kwa ajili ya mng'ao wa ile nuru, wenzangu wakanishika mkono wakaniongoza kuingia Dameski.

12 "Mtu mmoja mcha Mungu, jina lake Anania, alikuja kuniona. Alizishika sana sheria zetu, na aliheshimiwa sana na Wayahudi waliokuwa wakiishi huko Dameski. 13 Akasimama karibu nami, akasema, 'Ndugu Sauli, pata kuona tena!' Saa ile ile nikapata kuona tena, nami nikaweza kumwona.

14 "Akasema, 'Mungu wa baba zetu amekuchagua wewe ili ujue mapenzi yake, umwone yeye Aliye Mwenye Haki na upate kusikia maneno kutoka kinywani mwake. 15 Kwa kuwa utakuwa shahidi wake kwa watu kuhusu kile ulichokiona na kukisikia. 16 Sasa basi, mbona unakawia? Inuka, ukabatizwe na dhambi zako zikasafishwe, ukiliita Jina lake.'

Paulo Atumwa Kwa Watu Wa Mataifa

17 "Baada ya kurudi Yerusalemu, nilipokuwa ninaomba Hekaluni, nilipitiwa na usingizi wa ghafula 18 nikamwona Bwana akiniambia, 'Harakisha utoke Yerusalemu upesi, maana hawataukubali ushuhuda wako kunihusu mimi.'

19 "Nami nikasema, 'Bwana, wao wenyewe wanajua jinsi nilivyokwenda kwenye kila sinagogi ili kuwatupa gerezani na kuwapiga wale waliokuamini. 20 Wakati damu ya shahidi wako Stefano ilipomwagwa, mimi mwenyewe nilikuwa nimesimama kando, nikikubaliana na kitendo hicho na kutunza mavazi ya wale waliomuua.'

21 "Ndipo Bwana akaniambia, 'Nenda, kwa maana nitakutuma mbali, kwa watu wa Mataifa.' "

Paulo Na Jemadari Wa Kirumi

22 Ule umati wa watu wakamsikiliza Paulo mpaka aliposema neno hilo, ndipo wakapaza sauti zao na kupiga kelele wakisema, "Mwondoeni duniani, hafai kuishi!"

23 Walipokuwa wakipiga kelele na kutoa mavazi yao huku wakirusha mavumbi juu hewani, 24 yule jemadari akaamuru Paulo aingizwe kwenye ngome. Akaelekeza kwamba achapwe viboko na aulizwe ili kujua kwa nini watu walikuwa wanampigia kelele namna hiyo. 25 Lakini walipokwisha kumfunga kwa kamba za ngozi ili wamchape viboko, Paulo akamwambia kiongozi wa askari aliyekuwa amesimama pale karibu naye, "Je, ni halali kwenu kwa mujibu wa sheria kumchapa mtu ambaye ni raiya wa Rumi hata kabla hajapatikana na hatia?"

26 Yule kiongozi aliposikia maneno haya, alimwendea yule jemadari na kumwambia, "Unataka kufanya nini? Kwa maana huyu mtu ni raiya wa Rumi."

27 Yule jemadari akaja akamuuliza Paulo, "Niambie, wewe ni raiya wa Rumi?"

Paulo akajibu, "Naam, hakika ndiyo."

28 Ndipo yule jemadari akasema, "Mimi ilinigharimu kiasi kikubwa cha fedha kupata uraia wangu."

Paulo akasema "Lakini mimi ni raiya wa Rumi kwa kuzaliwa."

29 Mara wale waliokuwa wanataka kumhoji wakajiondoa haraka, naye yule jemadari akaingiwa na hofu alipotambua ya kuwa amemfunga Paulo, ambaye ni raiya wa Rumi, kwa minyororo.

Paulo Apelekwa Mbele Ya Baraza

30 Kesho yake, kwa kuwa yule jemadari alitaka kujua hakika kwa nini Paulo alikuwa anashutumiwa na Wayahudi, alimfungua, na akawaagiza viongozi wa makuhani na baraza lote likutane. Kisha akamleta Paulo, akamsimamisha mbele yao.

23 Paulo akawakazia macho wale wajumbe wa baraza, akasema, "Ndugu zangu, nimetimiza wajibu wangu kwa Mungu kwa dhamiri safi kabisa hadi leo." 2 Kwa ajili ya jambo hili kuhani mkuu Anania akaamuru wale waliokuwa karibu na Paulo wampige kofi kinywani. 3 Ndipo Paulo akamwambia, "Mungu atakupiga wewe, ewe ukuta uliopakwa chokaa! Wewe umeketi hapo ili kunihukumu kwa mujibu wa sheria, lakini wewe mwenyewe unakiuka sheria kwa kuamuru kwamba nipigwe kinyume cha sheria!"

4 Wale watu waliokuwa wamesimama karibu na Paulo wakamwambia, "Je, wewe wathubutu kumtukana kuhani mkuu wa Mungu?"

5 Paulo akajibu, "Ndugu zangu, sikujua kwamba yeye alikuwa kuhani mkuu. Kwa maana imeandikwa, 'Usimnenee mabaya kiongozi wa watu wako.' "

6 Paulo alipotambua ya kuwa baadhi yao wali-
kuwa Masadukayo na wengine ni Mafarisayo,
akapaza sauti kwenye baraza, "Ndugu zangu, mimi
ni Farisayo, mwana Farisayo. Hapa nimeshtakiwa
kuhusu tumaini langu katika ufufuo wa wafu."
7 Aliposema haya, farakano likaanza kati ya Mafari-
sayo na Masadukayo na baraza lote likagawanyika.
8 (Kwa maana Masadukayo wanasema kwamba
hakuna ufufuo, wala hakuna malaika au roho,
lakini Mafarisayo wanaamini haya yote.)

9 Kukawa na ghasia kubwa, nao baadhi ya walimu
wa sheria ambao ni Mafarisayo, wakasimama
wakapinga kwa nguvu wakisema, "Hatuoni kosa
lolote la mtu huyu! Huenda ikawa roho au malaika
amezungumza naye" 10 Ugomvi ukawa mkubwa
kiasi kwamba yule jemadari akahofu kuwa wange-
mrarua Paulo vipande vipande, akaamuru vikosi
vya askari vishuke na kumwondoa Paulo katikati
yao kwa nguvu na kumleta ndani ya ngome ya
jeshi.

11 Usiku uliofuata, Bwana akasimama karibu
naye akamwambia, "Jipe moyo! Kama vile ulivyo-
nishuhudia hapa Yerusalemu, hivyo imekupasa
kunishuhudia huko Rumi pia."

Hila Za Kumuua Paulo

12 Kulipopambazuka Wayahudi wakafanya
shauri pamoja na kujifunga kwa kiapo kwamba
hawatakula wala kunywa mpaka wawe wamemuua
Paulo. 13 Waliofanya mpango huo walikuwa zaidi
ya watu arobaini. 14 Wakawaendea viongozi wa
makuhani na wazee na kusema, "Tumejifunga
pamoja kwa kiapo kwamba hatutakula wala
kunywa mpaka tuwe tumemuua Paulo. 15 Hivyo
basi, wewe pamoja na baraza, inawapasa mka-
mjulishe jemadari ili amteremshe Paulo kwenu,
mjifanye kama mnataka kufanya uchunguzi wa
kina zaidi wa shauri lake. Nasi tuko tayari kumuua
kabla hajafika hapa."

16 Lakini mtoto wa dada yake Paulo aliposikia
juu ya shauri hilo baya, alikwenda kule kwenye
ngome ya askari na kumweleza Paulo.

17 Ndipo Paulo akamwita mmoja wa viongozi
wa askari, akamwambia, "Mpeleke huyu kijana
kwa jemadari, analo jambo la kumweleza." 18 Hivyo
yule kiongozi wa askari akampeleka yule kijana
kwa jemadari, akamwambia, "Paulo yule mfungwa
aliniita na kuniomba nimlete huyu kijana kwako,
kwa sababu ana neno la kukueleza."

19 Yule jemadari akamshika yule kijana mkono,
akampeleka kando na kumuuliza, "Unataka kunia-
mbia nini?"

20 Yule kijana akasema, "Wayahudi wamekuba-
liana wakuombe umpeleke Paulo kwenye baraza
lao kesho kwa kisingizio kwamba wanataka kufa-
nya uchunguzi wa kina wa shauri lake. 21 Lakini
usishawishiwe nao kwa maana zaidi ya watu
arobaini wanamvizia. Wamejifunga kwa kiapo
kwamba hawatakula wala kunywa mpaka wawe
wamemuua Paulo. Sasa wako tayari, wanangoja
idhini yako kwa ajili ya ombi lao."

22 Yule jemadari akamruhusu yule kijana aende
na akamwonya, akisema, "Usimwambie mtu yeyote
kwamba umenieleza habari hizi."

Paulo Ahamishiwa Kaisaria

23 Kisha yule jemadari akawaita viongozi
wake wawili wa askari akawaambia, "Jiandaeni
kuondoka saa tatu usiku huu kuelekea Kaisaria
pamoja na askari 200, wapanda farasi sabini na
watu 200 wenye mikuki. 24 Pia tayarisheni na farasi
watakaotumiwa na Paulo, mkampeleke salama kwa
mtawala Feliksi."

25 Kisha akaandika barua kwa Feliksi kama
ifuatavyo:

26 Klaudio Lisia,

Kwa Mtawala, Mtukufu Feliksi:

Salamu.

27 Mtu huyu alikamatwa na Wayahudi
wakakaribia kumuua, lakini nikaja na vikosi
vyangu vya askari nikamwokoa, kwa kuwa
nilipata habari kwamba yeye ni raiya wa
Rumi. 28 Nilitaka kujua kwa nini walikuwa
wanamshutumu, hivyo nikamleta mbele ya
baraza lao. 29 Ndipo nikaona kuwa alikuwa
anashutumiwa kwa mambo yanayohusu
sheria yao, lakini hakuwa ameshtakiwa kwa
jambo lolote linalostahili kifo au kifungo.
30 Nilipoarifiwa kuwa kulikuwa na shauri
baya dhidi ya mtu huyu, nilimtuma kwako
mara moja. Niliwaagiza washtaki wake pia
waeleze mashtaka yao dhidi yake mbele yako.

31 Hivyo askari, kwa kufuata maelekezo wali-
yopewa, wakamchukua Paulo wakati wa usiku
na kumleta mpaka Antipatri. 32 Kesho yake waka-
waacha wale wapanda farasi waendelee na safari
wakiwa na Paulo, wao wakarudi kwenye ngome
ya askari. 33 Askari walipofika Kaisaria, walimpa
mtawala ile barua, na kumkabidhi Paulo kwake.
34 Mtawala alipokwisha kuisoma ile barua alimuu-
liza Paulo alikuwa mtu wa jimbo gani. Alipojua
kuwa anatoka Kilikia, 35 alisema, "Nitasikiliza
shauri lako washtaki wako watakapofika hapa."
Kisha akaamuru Paulo awekwe chini ya ulinzi
kwenye jumba la kifalme la Herode.

Mbele Ya Feliksi Huko Kaisaria

24 Baada ya siku tano, kuhani mkuu Anania aka-
shuka akiwa amefuatana na baadhi ya wazee
pamoja na mwanasheria mmoja aitwaye Tertulo,
nao wakaleta mashtaka yao dhidi ya Paulo mbele
ya mtawala. 2 Paulo alipoitwa aingie ndani, Tertulo
akaanza kutoa mashtaka akisema, "Mtukufu
Feliksi, kwa muda mrefu tumefurahia amani na
matengenezo mengi mazuri yamefanywa kwa ajili
ya watu hawa kwa sababu ya upeo wako wa kuona
mambo ya mbele. 3 Wakati wote na kila mahali,
kwa namna yoyote, mtukufu sana Feliksi, tume-
yapokea mambo haya yote kwa shukrani nyingi.
4 Lakini nisije nikakuchosha zaidi, ningekuomba
kwa hisani yako utusikilize kwa kifupi.

5 "Tumemwona mtu huyu kuwa ni msumbufu,
anayechochea ghasia miongoni mwa Wayahudi

duniani pote. Yeye ndiye kiongozi wa dhehebu la Wanazarayo, 6 na hata amejaribu kulinajisi Hekalu, hivyo tukamkamata; [tukataka kumhukumu kufuatana na sheria zetu. 7 Lakini jemadari Lisia alitujia na nguvu nyingi, akamwondoa mikononi mwetu, 8 akiwaamuru washtaki wake waje mbele yako: ili] kwa kumchunguza wewe mwenyewe unaweza kujua kutoka kwake mambo yote tunayomshtaki kwayo."

9 Pia wale Wayahudi wakaunga mkono wakithibitisha kuwa mashtaka yote haya ni kweli.

Paulo Ajitetea Mbele Ya Feliksi

10 Mtawala Feliksi alipompungia Paulo mkono ili ajitetee, yeye akajibu, "Najua kwamba wewe umekuwa hakimu katika taifa hili kwa miaka mingi, hivyo natoa utetezi wangu kwa furaha. 11 Unaweza kuhakikisha kwa urahisi kuwa hazijapita zaidi ya siku kumi na mbili tangu nilipopanda kwenda Yerusalemu kuabudu. 12 Hawa wanaonishtaki hawakunikuta nikibishana na mtu yeyote Hekaluni au kuchochea umati wa watu katika sinagogi au mahali pengine popote mjini. 13 Wala hawawezi kabisa kukuthibitishia mashtaka haya wanayonishtaki kwayo. 14 Lakini, ninakubali kwamba mimi namwabudu Mungu wa baba zetu, mfuasi wa Njia, ile ambayo wao wanaiita dhehebu. Ninaamini kila kitu kinachokubaliana na Sheria na kile kilichoandikwa katika Manabii, 15 nami ninalo tumaini kwa Mungu, ambalo hata wao wenyewe wanalikubali kwamba kutakuwa na ufufuo wa wafu, kwa wenye haki na wasio na haki. 16 Kwa hiyo ninajitahidi siku zote kuwa na dhamiri safi mbele za Mungu na mbele za wanadamu.

17 "Basi, baada ya kutokuwepo kwa miaka mingi nilikuja Yerusalemu ili kuwaletea watu wangu msaada kwa ajili ya maskini na kutoa dhabihu. 18 Nilikuwa nimeshatakaswa kwa taratibu za kiibada waliponikuta Hekaluni nikifanya mambo haya. Hapakuwa na umati wa watu, pamoja nami wala aliyehusika kwenye fujo yoyote. 19 Lakini kulikuwa na baadhi ya Wayahudi kutoka Asia, ambao wangelazimika wawepo hapa mbele yako ili watoe mashtaka kama wanalo jambo lolote dhidi yangu. 20 Au, watu hawa walioko hapa waseme ni uhalifu gani walioniona nao waliponisimamisha mbele ya baraza, 21 isipokuwa ni kuhusu jambo hili moja nililopiga kelele mbele yao kwamba, 'Mimi nashtakiwa mbele yenu leo kwa sababu ya ufufuo wa wafu.' "

22 Basi Feliksi ambaye alikuwa anafahamu vizuri habari za Njia ile, akaahirisha shauri lile kwa maelezo yake akisema, "Wakati jemadari Lisia atakapoteremka huku, nitaamua shauri lako." 23 Ndipo akaamuru kiongozi wa askari amweke chini ya ulinzi lakini ampe uhuru na kuwaruhusu rafiki zake wamhudumie.

24 Baada ya siku kadhaa, Feliksi alikuja pamoja na Drusila mkewe, ambaye alikuwa Myahudi. Alituma aitiwe Paulo, naye akamsikiliza alipokuwa akinena juu ya imani katika Kristo Yesu. 25 Naye Paulo alipokuwa akinena juu ya haki, kuwa na kiasi na juu ya hukumu ijayo, Feliksi aliingiwa na hofu na kusema, "Hiyo yatosha sasa! Waweza kuondoka. Nitakapokuwa na wasaa nitakuita." 26 Wakati huo Feliksi alitazamia kwamba Paulo angempa rushwa. Hivyo akawa anamwita mara kwa mara na kuzungumza naye.

27 Baada ya miaka miwili kupita, Porkio Festo akaingia kwenye utawala mahali pa Feliksi, lakini kwa kuwa Feliksi alitaka kuwapendeza Wayahudi, akamwacha Paulo gerezani.

Paulo Mbele Ya Festo

25 Siku tatu baada ya Festo kuwasili Kaisaria kuchukua wajibu wake mpya, alipanda kwenda Yerusalemu, 2 ambako viongozi wa makuhani na viongozi wa Wayahudi walikuja mbele yake na kuleta mashtaka yao dhidi ya Paulo. 3 Wakamsihi sana Festo, kama upendeleo kwao, aamuru Paulo ahamishiwe Yerusalemu, kwa kuwa walikuwa wanaandaa kumvizia ili wamuue akiwa njiani. 4 Festo akawajibu, "Paulo amezuiliwa huko Kaisaria, nami mwenyewe ninakwenda huko hivi karibuni. 5 Baadhi ya viongozi wenu wafuatane nami na kutoa mashtaka dhidi ya mtu huyo huko, kama amekosa jambo lolote."

6 Baada ya Festo kukaa miongoni mwao kwa karibu siku nane au kumi, akashuka kwenda Kaisaria na siku iliyofuata akaitisha mahakama, akaketi penye kiti chake cha hukumu, akaamuru Paulo aletwe mbele yake. 7 Paulo alipotokea, wale Wayahudi waliokuwa wameteremka toka Yerusalemu wakasimama wakiwa wamemzunguka, wakileta mashtaka mengi mazito dhidi yake ambayo hawakuweza kuyathibitisha.

8 Ndipo Paulo akajitetea, akasema, "Mimi sikufanya jambo lolote kinyume cha sheria ya Wayahudi au dhidi ya Hekalu au kinyume cha Kaisari."

9 Festo, akitaka kuwapendeza Wayahudi, akamuuliza Paulo, "Je, ungependa kwenda Yerusalemu na kukabili mashtaka mbele yangu huko?"

10 Paulo akasema, "Mimi sasa nimesimama mbele ya mahakama ya Kaisari, ambako ndiko ninakostahili kushtakiwa. Kama vile wewe mwenyewe ujuavyo vyema kabisa sijawatendea Wayahudi kosa lolote. 11 Basi kama mimi nina hatia ya kutenda kosa lolote linalostahili kifo, sikatai kufa. Lakini kama mashtaka yaliyoletwa dhidi yangu na hawa Wayahudi si kweli, hakuna yeyote aliye na haki ya kunikabidhi mikononi mwao. Naomba rufaa kwa Kaisari!"

12 Baada ya Festo kufanya shauri pamoja na baraza lake, akatangaza, "Wewe umeomba rufaa kwa Kaisari, nako kwa Kaisari utakwenda!"

Festo Aomba Ushauri Kwa Agripa

13 Baada ya siku kadhaa Mfalme Agripa na Bernike wakapanda kuja Kaisaria kumsalimu Festo. 14 Kwa kuwa walikuwa wakae huko Kaisaria kwa siku nyingi, Festo alijadili shauri la Paulo na mfalme, akisema, "Kuna mtu mmoja hapa ambaye Feliksi alimwacha gerezani. 15 Nilipokuwa huko Yerusalemu, viongozi wa makuhani na wazee wa Wayahudi walinijulisha habari zake na wakaomba hukumu dhidi yake.

16 "Lakini mimi nikawaambia kwamba si desturi ya Kirumi kumtoa mtu yeyote auawe kabla mshtakiwa kuonana uso kwa uso na washtaki wake, naye

awe amepewa nafasi ya kujitetea kuhusu mashtaka
anayoshutumiwa. 17 Hivyo walipokutana hapa,
sikukawia, kesho yake niliitisha baraza, nikaketi
penye kiti changu cha hukumu, nikaagiza huyo
mtu aletwe. 18 Washtaki wake waliposimama,
hawakushtaki kwa uhalifu wowote niliokuwa
ninatarajia. 19 Badala yake walikuwa na vipengele
fulani vya kutokukubaliana naye kuhusu dini
yao na juu ya mtu mmoja aitwaye Yesu, ambaye
alikufa, lakini yeye Paulo alidai kwamba yu hai.
20 Kwa kuwa sikujua jinsi ya kupeleleza jambo hili,
nilimuuliza kama angependa kwenda Yerusalemu
na kuhojiwa huko kuhusu mashtaka haya. 21 Lakini
Paulo alipoomba afadhiliwe ili rufaa yake isikilizwe
na Mfalme Agusto, nilimwamuru alindwe mpaka
nitakapoweza kumpeleka kwa Kaisari."

22 Ndipo Agripa akamwambia Festo, "Ningepe-
nda kumsikiliza mtu huyo mimi mwenyewe."

Yeye akajibu, "Kesho utamsikia."

Paulo Aletwa Mbele Ya Agripa

23 Siku iliyofuata Agripa na Bernike walifika kwa
fahari kubwa wakaingia katika ukumbi wa maha-
kama, pamoja na majemadari wa jeshi na watu
mashuhuri wa mji. Ndipo kwa amri ya Festo, Paulo
akaletwa ndani. 24 Festo akasema, "Mfalme Agripa,
nanyi nyote mlio hapa pamoja nasi, mnamwona mtu
huyu! Jumuiya yote ya Kiyahudi wamenilalamikia
kuhusu mtu huyu huko Yerusalemu na hapa Kaisa-
ria, wakipiga kelele kwamba haimpasi kuendelea
kuishi. 25 Sikuona kwamba ametenda jambo lolote
linalostahili kifo, ila kwa kuwa alikuwa ameomba
rufaa yake kwa mfalme, niliamua kumpeleka Rumi.
26 Lakini mimi sina kitu maalum cha kumwandikia
Bwana Mtukufu kumhusu mtu huyu. Kwa hiyo
nimemleta mbele yenu ninyi nyote, hasa mbele
yako, Mfalme Agripa, ili kutokana na matokeo ya
uchunguzi huu, niweze kupata kitu cha kuandika.
27 Kwa kuwa naona hakuna sababu ya kumpeleka
mfungwa bila kuainisha mashtaka dhidi yake."

Paulo Ajitetea Mbele Ya Agripa

26 Ndipo Agripa akamwambia Paulo, "Unayo
ruhusa kujitetea."

Hivyo Paulo akawaashiria kwa mkono wake,
akaanza kujitetea, akasema: 2 "Mfalme Agripa,
najiona kuwa na heri kusimama mbele yako leo
ninapojitetea kuhusu mashtaka yote ya Wayahudi,
3 hasa kwa sababu unajua vyema desturi zote za
Kiyahudi na ya kuwa wewe unajua kwa undani
mila na masuala ya mabishano. Kwa hiyo, nakusihi
unisikilize kwa uvumilivu.

4 "Wayahudi wote wanajua jinsi nilivyoishi tangu
nilipokuwa mtoto, kuanzia mwanzo wa maisha
yangu katika nchi yangu na pia huko Yerusalemu.
5 Wao wamefahamu kwa muda mrefu na wanaweza
kushuhudia kama wakipenda, ya kwamba kuto-
kana na misimamo mikali sana ya dhehebu letu
kwenye dini yetu, niliishi nikiwa Farisayo. 6 Nami
sasa ni kwa sababu ya tumaini langu katika kile
ambacho Mungu aliwaahidi baba zetu, ninashta-
kiwa leo. 7 Hii ndiyo ahadi ambayo makabila yetu
kumi na mawili yanatarajia kuiona ikitimizwa
wanapomtumikia Mungu kwa bidii usiku na
mchana. Ee mfalme, ninashtakiwa na Wayahudi
kwa ajili ya tumaini hili. 8 Kwa nini yeyote miongoni
mwenu afikiri kwamba ni jambo lisilosadikika
Mungu kufufua wafu?

9 "Mimi pia nilikuwa nimeshawishika kwamba
imenipasa kufanya yote yale yaliyowezekana kupi-
nga Jina la Yesu wa Nazareti. 10 Nami hayo ndiyo
niliyoyafanya huko Yerusalemu. Kwa mamlaka
ya viongozi wa makuhani, niliwatia wengi wa
watakatifu gerezani na walipokuwa wakiuawa,
nilipiga kura yangu kuunga mkono. 11 Mara nyingi
nilikwenda kutoka sinagogi moja hadi ingine nikia-
muru waadhibiwe, nami nilijaribu kuwalazimisha
wakufuru. Katika shauku yangu dhidi yao, hata
nilikwenda miji ya kigeni ili kuwatesa.

Paulo Aeleza Kuhusu Kuokoka Kwake

12 "Siku moja nilipokuwa katika mojawapo ya
safari hizi nikiwa ninakwenda Dameski, nili-
kuwa na mamlaka na agizo kutoka kwa kiongozi
wa makuhani. 13 Ilikuwa yapata adhuhuri, ee
mfalme, nilipokuwa njiani, niliona nuru kutoka
mbinguni kali kuliko jua, iking'aa kunizunguka
pande zote mimi na wale niliokuwa pamoja nao.
14 Wote tulipokuwa tumeanguka chini, nikasikia
sauti ikisema nami kwa lugha ya Kiebrania, 'Sauli,
Sauli, mbona unanitesa? Ni vigumu kwako kuupiga
teke mchokoo.'

15 "Nikauliza, 'Ni nani wewe, Bwana?'

"Naye Bwana akajibu, 'Ni Mimi Yesu unaye-
mtesa. 16 Sasa inuka usimame kwa miguu yako.
Nimekutokea ili nikuteue uwe mtumishi na
shahidi wa mambo ambayo umeyaona, na yale
nitakayokuonyesha. 17 Nitakuokoa kutoka kwa
watu wako na watu wa Mataifa ambao ninaku-
tuma kwao, 18 uyafumbue macho yao ili wageuke
kutoka gizani waingie nuruni, na kutoka kwenye
nguvu za Shetani wamgeukie Mungu, ili wapate
msamaha wa dhambi na sehemu miongoni mwa
wale waliotakaswa kwa kuniamini mimi.'

19 "Hivyo basi, Mfalme Agripa, sikuacha
kuyatii yale maono yaliyotoka mbinguni, 20 bali
niliyatangaza kwanza kwa wale wa Dameski, kisha
Yerusalemu na katika vijiji vyote vya Uyahudi na
pia kwa watu wa Mataifa, kwamba inawapasa
kutubu na kumgeukia Mungu na kuthibitisha
toba yao kwa matendo yao. 21 Ni kwa sababu hii
Wayahudi walinikamata nilipokuwa Hekaluni,
wakataka kuniua. 22 Hadi leo nimepata msaada
kutoka kwa Mungu, na hivyo nasimama hapa
nikishuhudia kwa wakubwa na wadogo. Sisemi
chochote zaidi ya yale ambayo manabii na Mose
walisema yatatukia: 23 kwamba Kristo[a] atateswa,
na kwamba yeye atakuwa wa kwanza kufufuka
kutoka kwa wafu, na atatangaza nuru kwa watu
wake na kwa watu wa Mataifa."

Paulo Aeleza Juu Ya Kuhubiri Kwake

24 Paulo alipokuwa akifanya utetezi huu, Festo
akasema kwa sauti kubwa, "Paulo, wewe umeru-
kwa na akili! Kusoma kwingi kunakufanya uwe
kichaa!"

---

[a]23 *Kristo* maana yake ni *Masiya*, yaani *Aliyetiwa mafuta.*

25 Lakini Paulo akajibu, "Mimi sijarukwa na akili, mtukufu sana Festo, bali nanena kweli nikiwa na akili zangu timamu. 26 Naam, Mfalme anajua kuhusu mambo haya yote, nami nasema naye kwa uhuru. Kwa sababu nina hakika kwamba hakuna hata mojawapo ya mambo haya asilolijua, kwa kuwa hayakufanyika mafichoni. 27 Mfalme Agripa, je, unaamini manabii? Najua kuwa unaamini."

28 Agripa akamwambia Paulo, "Je, unanishawishi kwa haraka namna hii niwe Mkristo?"

29 Paulo akasema, "Ikiwa ni kwa haraka au la, namwomba Mungu, si wewe peke yako bali pia wale wote wanaonisikiliza leo, wawe kama mimi nilivyo, kasoro minyororo hii."

30 Baada ya kusema hayo, mfalme akainuka pamoja na mtawala na Bernike na wale waliokuwa wameketi pamoja nao. 31 Walipokuwa wakiondoka, wakaambiana, "Mtu huyu hafanyi jambo lolote linalostahili kufa au kufungwa."

32 Agripa akamwambia Festo, "Mtu huyu angeachwa huru kama hangekuwa amekata rufaa kwa Kaisari."

Paulo Asafiri Kwenda Rumi

27 Ilipoamuliwa kwamba tungesafiri kwa njia ya bahari kwenda Italia, Paulo na wafungwa wengine wakakabidhiwa kwa kiongozi mmoja wa askari aliyeitwa Juliasi, aliyekuwa wa Kikosi cha Walinzi wa Kaisari. 2 Tulipanda meli iliyotoka Adramitio, iliyokuwa inakaribia kusafiri kwenda kwenye bandari zilizopo pwani ya Asia, tukaanza safari yetu tukiwa pamoja na Aristarko, Mmakedonia kutoka Thesalonike.

3 Kesho yake tukatia nanga Sidoni, naye Juliasi akamfanyia wema Paulo, akamruhusu aende kwa rafiki zake ili wamtimizie mahitaji yake. 4 Kutoka huko tukaingia baharini tena na tukapita upande wa chini wa kisiwa cha Kipro kwa sababu upepo ulikuwa wa mbisho. 5 Baada ya sisi kuvuka bahari iliyoko upande wa Kilikia na Pamfilia, tukafika Mira huko Likia. 6 Huko yule kiongozi wa askari akapata meli ya Iskanderia ikielekea Italia, akatupandisha humo. 7 Tukasafiri polepole kwa siku nyingi na kwa shida, hatimaye tukafika karibu na Nido. Kwa kuwa upepo wa mbisho ulituzuia tusiweze kushika mwelekeo tuliokusudia, tukapita chini ya Krete mkabala na Salmone. 8 Tukaambaa na pwani kwa shida, tukafika sehemu iitwayo Bandari Nzuri, karibu na mji wa Lasea.

9 Muda mwingi ulikuwa umepotea na kusafiri baharini kulikuwa hatari kwa sababu wakati huu ulikuwa baada ya siku za kufunga. Hivyo Paulo akawaonya akasema, 10 "Mabwana, naona kuwa hii safari ni yenye maafa na ya kuleta hasara kubwa kwa meli na shehena, pia kwa maisha yetu." 11 Lakini badala ya yule kiongozi wa askari kusikiliza yale Paulo aliyosema, akafuata zaidi ushauri wa nahodha na mwenye meli. 12 Kwa kuwa ile bandari ilikuwa haifai kukaa wakati wa majira ya baridi, wengi wakashauri kwamba tuendelee na safari wakitarajia kufika Foinike na kukaa huko kwa majira ya baridi. Hii ilikuwa bandari iliyoko katika kisiwa cha Krete ikikabili upande wa kusini-magharibi na kaskazini-magharibi.

Dhoruba Baharini

13 Upepo mtulivu ulipoanza kuvuma toka kusini, wakadhani kuwa wangeweza kufikia lengo lao, hivyo wakang'oa nanga na kusafiri wakipita kandokando ya pwani ya kisiwa cha Krete. 14 Lakini baada ya muda mfupi ikavuma tufani kubwa iitwayo "Eurakilo" toka kisiwa cha Krete. 15 Meli ikapigwa na dhoruba na haikuweza kushindana na ule upepo, tukarudishwa baharini upepo ulikokuwa unaelekea. 16 Hatimaye tukisafiri kupita chini ya kisiwa kidogo kiitwacho Kauda, ambapo kwa kuwa tulikuwa tumekingiwa upepo na hicho kisiwa, tuliweza kwa shida kuifunga mashua ya kuokolea watu. 17 Watu walipokwisha kuivuta mashua hiyo na kuiingiza katika meli, waliifunga kwa kamba chini ya meli yenyewe ili kuzishikanisha pamoja. Wakiogopa kupelekwa kwenye mchanga karibu na pwani ya Sirti, wakashusha matanga wakaiacha meli isukumwe na huo upepo. 18 Tulikuwa tunapigwa na dhoruba kwa nguvu, kiasi kwamba kesho yake walianza kutupa shehena toka melini. 19 Siku ya tatu, wakatupa vyombo vya meli baharini kwa mikono yao wenyewe. 20 Kulipokuwa hakuna kuonekana kwa jua wala nyota kwa siku nyingi, nayo dhoruba ikiwa inaendelea kuwa kali, hatimaye tulikata kabisa tamaa ya kuokoka.

21 Baada ya watu kukaa siku nyingi bila kula chakula, Paulo akasimama katikati yao akasema, "Enyi watu, iliwapasa kunisikiliza na kuacha kusafiri baharini kutoka Krete, ndipo ninyi mngekuwa mmejinusuru na uharibifu huu na hasara hii. 22 Sasa ninawasihi sana, jipeni moyo mkuu kwa kuwa hakuna hata mmoja wenu atakayepoteza maisha yake, ila meli itaangamia. 23 Jana usiku, malaika wa Mungu yule ambaye mimi ni wake na ambaye ninamwabudu alisimama karibu nami, 24 naye akasema, 'Paulo usiogope, kwa kuwa ni lazima usimame mbele ya Kaisari, naye Mungu amekupa kwa neema uhai wa wote wanaosafiri pamoja nawe.' 25 Hivyo jipeni moyo, enyi watu, kwa kuwa ninamwamini Mungu kwamba yatakuwa kama vile alivyoniambia.' 26 Lakini hata hivyo meli yetu itakwama kwenye kisiwa fulani."

Maangamizi Ya Meli

27 Usiku wa kumi na nne ulipofika, tulikuwa bado tunasukumwa na upepo katika Bahari ya Adria. Ilipokuwa yapata usiku wa manane, mabaharia wakahisi kwamba walikuwa wanakaribia nchi kavu. 28 Kwa hiyo wakapima kina cha maji na kukuta kilikuwa pima ishirini,[a] baada ya kuendelea mbele kidogo wakapima tena wakapata kina cha pima kumi na tano.[b] 29 Wakiogopa kwamba meli yetu ingegonga kwenye miamba, wakashusha nanga nne za nyuma ya meli, wakawa wanaomba kupambazuke. 30 Katika jaribio la kutoroka kutoka kwenye meli, mabaharia wakashusha mashua ya kuokolea watu baharini, wakijifanya kwamba wanakwenda kushusha nanga za omo.[c]

[a]28 Pima 20 ni kama mita 40.
[b]28 Pima 15 ni kama mita 30.
[c]30 Omo hapa maana yake ni sehemu ya mbele ya meli, yaani gubeti.

31 Ndipo Paulo akamwambia yule jemadari na
askari, "Hawa watu wasipobaki katika meli,
hamtaweza kuokoka." 32 Hivyo basi wale askari
wakakata kamba zilizoshikilia ile mashua ya
kuokolea watu kwenye meli, wakaiacha ianguke
humo baharini.

33 Kabla ya mapambazuko, Paulo akawasihi watu
wote wale chakula akisema, "Leo ni siku ya kumi
na nne mmekuwa katika wasiwasi mkiwa mmefu-
nga na bila kula chochote. 34 Kwa hiyo nawasihi mle
chakula, kwa maana itawasaidia ili mweze kuishi.
Kwa kuwa hakuna hata mmoja wenu atakayepoteza
unywele hata mmoja kutoka kichwani mwake."
35 Baada ya kusema maneno haya, Paulo akachu-
kua mkate, akamshukuru Mungu mbele yao wote,
akaumega akaanza kula. 36 Ndipo wote wakatiwa
moyo, wakaanza kula chakula. 37 Ndani ya meli
tulikuwa jumla ya watu 276. 38 Baada ya watu wote
kula chakula cha kutosha, wakapunguza uzito wa
meli kwa kutupa ngano baharini.

39 Kulipopambazuka, mabaharia hawakuita-
mbua ile nchi, lakini waliona ghuba yenye ufuko
wa mchanga, ambako waliamua kuipweleza meli
kama ingewezekana. 40 Kwa hiyo wakatupa nanga
zote na kuziacha baharini, na wakati huo huo
wakalegeza kamba zilizokuwa zikishikilia usukani
wa meli. Kisha wakatweka tanga la mbele lishike
upepo na kuisukuma meli kuelekea pwani. 41 Lakini
wakafika mahali ambapo bahari mbili zinakutana,
wakaipweleza meli ufuoni, omo ikakwama sana,
ikawa haiwezi kuondolewa, lakini sehemu ya she-
tri[a] ikavunjika vipande vipande kwa kule kupiga
kwa mawimbi yenye nguvu.

42 Wale askari wakapanga kuwaua wale wafu-
ngwa ili kuzuia hata mmoja wao asiogelee na
kutoroka. 43 Lakini yule jemadari alitaka kuokoa
maisha ya Paulo, basi akawazuia askari wasite-
keleze mpango wao. Akaamuru wale wanaoweza
kuogelea wajitupe baharini kwanza, waogelee
mpaka nchi kavu. 44 Waliosalia wangefika nchi kavu
kwa kutumia mbao au vipande vya meli iliyovu-
njika, hivyo ikatimia kwamba wote wakaokoka na
kufika nchi kavu salama.

Paulo Kisiwani Malta

28 Baada ya kufika nchi kavu salama, ndipo
tukafahamu kwamba jina la kile kisiwa ni
Malta. 2 Wenyeji wa kile kisiwa wakatufanyia
ukarimu usio wa kawaida. Waliwasha moto na
kutukaribisha sisi sote kwa sababu mvua ilikuwa
inanyesha na kulikuwa na baridi. 3 Paulo alikuwa
amekusanya mzigo wa kuni na alipokuwa ana-
weka kwenye moto kwa ajili ya joto, nyoka mwenye
sumu akatoka humo na kujisokotea mkononi
mwake. 4 Wale wenyeji wa kile kisiwa walipo-
mwona yule nyoka akining'inia mkononi mwa
Paulo, wakaambiana, "Huyu mtu lazima awe ni
muuaji, ingawa ameokoka kutoka baharini, haki
haijamwacha aishi." 5 Lakini Paulo akamkung'utia
yule nyoka ndani ya moto wala yeye hakupata
madhara yoyote. 6 Watu walikuwa wanangoja avi-
mbe au aanguke ghafula na kufa. Lakini baada
ya kungoja kwa muda mrefu na kuona kwamba
hakuna chochote kisicho cha kawaida kilichomto-
kea, wakabadili mawazo yao na kuanza kusema
kwamba yeye ni mungu.

7 Basi karibu na sehemu ile, palikuwa na shamba
kubwa la mtu mmoja kiongozi wa kile kisiwa, ali-
yeitwa Publio. Alitupokea na akatuhudumia kwa
ukarimu mkubwa kwa muda wa siku tatu. 8 Baba
yake Publio alikuwa mgonjwa kitandani, akiwa
anaumwa homa na kuhara damu. Paulo akaingia
ndani ili kumwona na baada ya maombi, aka-
weka mikono juu yake na kumponya. 9 Jambo hili
lilipotukia, watu wote wa kisiwa kile waliokuwa
wagonjwa wakaja, nao wakaponywa. 10 Wakatupa
heshima nyingi, nasi tulipokuwa tayari kusafiri
kwa njia ya bahari, wakapakia melini vitu vyote
tulivyokuwa tunavihitaji.

Paulo Awasili Rumi

11 Miezi mitatu baadaye tukaanza safari kwa
meli iliyokuwa imetia nanga kwenye kisiwa hicho
kwa ajili ya majira ya baridi. Hii ilikuwa meli ya
Iskanderia yenye alama ya miungu pacha waitwao
Kasta na Poluksi. 12 Kituo chetu cha kwanza kili-
kuwa Sirakusa na tukakaa huko siku tatu. 13 Kisha
tukang'oa nanga, tukafika Regio. Siku iliyofuata,
upepo mkali wa kusi ukavuma, na siku ya pili yake
tukafika Puteoli. 14 Huko tukawakuta ndugu, nasi
tukakaribishwa tukae nao kwa siku saba. Hivyo
tukaendelea na safari mpaka Rumi. 15 Ndugu wa
huko Rumi waliposikia habari zetu, walikuja
mpaka Soko la Apio na mahali paitwapo Mikahawa
Mitatu kutulaki. Paulo alipowaona, alimshukuru
Mungu akatiwa moyo. 16 Tulipofika Rumi, Paulo
aliruhusiwa kuishi peke yake akiwa na askari wa
kumlinda.

Paulo Ahubiri Rumi Chini Ya Ulinzi

17 Siku tatu baadaye Paulo akawaita pamoja vio-
ngozi wa Kiyahudi. Walipokwisha kukusanyika
akawaambia, "Ndugu zangu, ingawa sikufanya
jambo lolote dhidi ya watu wetu au dhidi ya
desturi za baba zetu, lakini nilikamatwa huko
Yerusalemu nikakabidhiwa kwa Warumi. 18 Wao
walipokwisha kunihoji, wakataka kuniachia huru
kwa sababu hawakuona kosa lolote nililolifanya
linalostahili adhabu ya kifo. 19 Lakini Wayahudi
walipopinga uamuzi huo, nililazimika kukata
rufaa kwa Kaisari, ingawa sikuwa na lalamiko
lolote juu ya taifa langu. 20 Basi hii ndiyo sababu
nimewatumania, ili niseme nanyi. Kwa kuwa ni
kwa ajili ya tumaini la Israeli nimefungwa kwa
minyororo."

21 Wakamjibu, "Hatujapokea barua zozote
kutoka Uyahudi zinazokuhusu, wala hapana
ndugu yeyote aliyekuja hapa ambaye ametoa
taarifa au kuzungumza jambo lolote baya juu
yako. 22 Lakini tungependa kusikia kutoka kwako
unalofikiri kwa sababu tunajua kwamba kila
mahali watu wanazungumza mabaya kuhusu
jamii hii."

23 Baada ya kupanga siku ya kuonana naye, watu
wengi wakaja kuanzia asubuhi hadi jioni aka-
waeleza na kutangaza kuhusu Ufalme wa Mungu

---

[a]41 Shetri ni sehemu ya nyuma ya meli ambayo pia huitwa tezi.

akijaribu kuwahadithia juu ya Yesu kutoka Sheria
ya Mose na kutoka Manabii. 24 Baadhi wakasadiki
yale aliyosema, lakini wengine hawakuamini.
25 Hivyo hawakukubaliana, nao walipokuwa
wanaondoka, Paulo akatoa kauli moja zaidi: "Roho
Mtakatifu alinena kweli na baba zenu aliposema
mambo yale yaliyomhusu Bwana Yesu kwa kinywa
cha nabii Isaya kwamba:

26 " 'Nenda kwa watu hawa na useme,
"Hakika mtasikiliza lakini hamtaelewa;
na pia mtatazama, lakini hamtaona."
27 Kwa kuwa mioyo ya watu hawa
imekuwa migumu;
hawasikii kwa masikio yao,
na wamefumba macho yao.
Wasije wakaona kwa macho yao,
na wakasikiliza kwa masikio yao,
wakaelewa kwa mioyo yao,
na kugeuka nami nikawaponya.'

28 "Basi na ijulikane kwenu kwamba, huu wokovu
wa Mungu umepelekwa kwa watu wa Mataifa, nao
watasikiliza." [29 Naye akiisha kusema maneno
haya, Wayahudi wakaondoka wakiwa na hoja
nyingi miongoni mwao.]
30 Kwa miaka miwili mizima Paulo alikaa huko
kwa nyumba aliyokuwa amepanga. Akawakari-
bisha wote waliokwenda kumwona. 31 Akahubiri
Ufalme wa Mungu na kufundisha mambo yale
yaliyomhusu Bwana Yesu Kristo, kwa ujasiri wote
na bila kizuizi chochote.

WARUMI

1 Paulo, mtumishi wa Kristo Yesu, aliyeitwa kuwa mtume na kutengwa kwa ajili ya Injili ya Mungu, 2 Injili ambayo Mungu alitangulia kuiahidi kwa vinywa vya manabii wake katika Maandiko Matakatifu, 3 yaani, Injili inayomhusu Mwanawe, yeye ambaye kwa uzao wa mwili alikuwa mzao wa Daudi, 4 na ambaye kwa uwezo wa Roho wa utakatifu alidhihirishwa kuwa Mwana wa Mungu kwa ufufuo wake kutoka kwa wafu, yaani, Yesu Kristo, Bwana wetu. 5 Kwa kupitia kwake na kwa ajili ya Jina lake, tumepokea neema na utume ili kuwaita watu miongoni mwa watu wa mataifa yote, waje kwenye utii utokanao na imani. 6 Ninyi nyote pia mko miongoni mwa watu walioitwa ili mpate kuwa mali ya Yesu Kristo.

7 Kwa wote walioko Rumi wapendwao na Mungu na kuitwa kuwa watakatifu:

Neema na amani itokayo kwa Mungu Baba yetu na kwa Bwana wetu Yesu Kristo iwe nanyi.

Maombi Na Shukrani

8 Kwanza kabisa, namshukuru Mungu wangu kwa njia ya Yesu Kristo kwa ajili yenu nyote, kwa sababu imani yenu inatangazwa duniani kote. 9 Kwa maana Mungu ninayemtumikia kwa moyo wangu wote katika kuhubiri Injili ya Mwanawe, ni shahidi wangu jinsi ninavyowakumbuka 10 katika maombi yangu siku zote, nami ninaomba kwamba hatimaye sasa kwa mapenzi ya Mungu, njia ipate kufunguliwa kwa ajili yangu ili nije kwenu.

11 Ninatamani sana kuwaona ili nipate kuweka juu yenu karama za rohoni ili mwe imara, 12 au zaidi, ninyi pamoja nami tuweze kutiana moyo katika imani sisi kwa sisi. 13 Ndugu zangu, napenda mfahamu kwamba mara nyingi nimekusudia kuja kwenu (ingawa mpaka sasa nimezuiliwa), ili nipate kuvuna mavuno miongoni mwenu kama nilivyovuna miongoni mwa wengine ambao ni watu wa Mataifa wasiomjua Mungu.

14 Mimi ni mdeni kwa Wayunani na kwa wasio Wayunani, kwa wenye hekima na kwa wasio na hekima. 15 Ndiyo sababu ninatamani sana kuihubiri Injili kwenu pia ninyi mlioko Rumi.

16 Mimi siionei haya Injili ya Kristo kwa maana ni uweza wa Mungu uletao wokovu kwa kila aaminiye, kwanza kwa Myahudi na kwa Myunani pia. 17 Kwa maana katika Injili haki itokayo kwa Mungu imedhihirishwa, haki ile iliyo kwa njia ya imani hadi imani. Kama ilivyoandikwa: "Mwenye haki ataishi kwa imani."

Ghadhabu Ya Mungu Kwa Wanadamu

18 Ghadhabu ya Mungu imedhihirishwa kutoka mbinguni dhidi ya uasi wote na uovu wa wanadamu ambao huipinga kweli kwa uovu wao, 19 kwa maana yote yanayoweza kujulikana kumhusu Mungu ni dhahiri kwao, kwa sababu Mungu mwenyewe ameyadhihirisha kwao. 20 Kwa maana tangu kuumbwa kwa ulimwengu, asili ya Mungu asiyeonekana kwa macho, yaani, uweza wake wa milele na asili yake ya Uungu, imeonekana waziwazi, ikitambuliwa kutokana na yale aliyoyafanya ili wanadamu wasiwe na udhuru.

21 Kwa maana ingawa walimjua Mungu, hawakumtukuza yeye kama ndiye Mungu wala hawakumshukuru, bali fikira zao zimekuwa batili na mioyo yao ya ujinga ikatiwa giza. 22 Ingawa walijidai kuwa wenye hekima, wakawa wajinga 23 na kubadili utukufu wa Mungu aishiye milele kwa sanamu zilizofanywa zifanane na mwanadamu ambaye hufa, na mfano wa ndege, wanyama na viumbe vitambaavyo.

24 Kwa hiyo, Mungu akawaacha wazifuate tamaa mbaya za mioyo yao katika uasherati, hata wakavunjiana heshima miili yao wao kwa wao. 25 Kwa sababu waliibadili kweli ya Mungu kuwa uongo, wakaabudu na kutumikia kiumbe badala ya Muumba, ahimidiwaye milele! Amen.

26 Kwa sababu hii, Mungu aliwaacha wavunjiane heshima kwa kufuata tamaa zao za aibu. Hata wanawake wao wakabadili matumizi ya asili ya miili yao wakaitumia isivyokusudiwa. 27 Vivyo hivyo wanaume pia wakiacha matumizi ya asili ya wanawake wakawakiana tamaa wao kwa wao. Wanaume wakafanyiana matendo ya aibu na wanaume wengine nao wakapata katika maisha yao adhabu iliyowastahili kwa ajili ya upotovu wao.

28 Nao kwa kuwa hawakuona umuhimu wa kudumisha ufahamu wa Mungu, yeye akawaachilia wafuate akili za upotovu, watende mambo yale yasiyostahili kutendwa. 29 Wakiwa wamejawa na udhalimu wa kila namna, uasherati, uovu, tamaa mbaya na hila. Wamejawa na husuda, uuaji, ugomvi, udanganyifu, hadaa na nia mbaya. Wao pia ni wasengenyaji, 30 wasingiziaji, wanaomchukia Mungu, wajeuri, wenye kiburi na majivuno, wenye hila, wasiotii wazazi wao, 31 wajinga, wasioamini, wasio na huruma na wakatili. 32 Ingawa wanafahamu sheria ya haki ya Mungu kwamba watu wanaofanya mambo kama hayo wanastahili mauti, si kwamba wanaendelea kutenda hayo tu, bali pia wanakubaliana na wale wanaoyatenda.

Hukumu Ya Mungu

2 Kwa hiyo huna udhuru wowote, wewe utoaye hukumu kwa mwingine, kwa maana katika jambo lolote unalowahukumu wengine, unajihukumu wewe mwenyewe kwa sababu wewe unayehukumu unafanya mambo hayo hayo. 2 Basi tunajua kwamba hukumu ya Mungu dhidi ya wale wafanyao mambo kama hayo ni ya kweli. 3 Hivyo wewe mwanadamu, utoapo hukumu juu yao na bado unafanya mambo yale yale, unadhani utaepuka hukumu ya Mungu? 4 Au waudharau wingi wa wema, ustahimili na uvumilivu wake, bila kujua kuwa wema wa Mungu wakuelekeza kwenye toba?

5 Lakini kwa sababu ya ukaidi wenu na mioyo yenu isiyotaka kutubu, mnajiwekea akiba ya ghadhabu dhidi yenu wenyewe kwa siku ile ya ghadhabu ya Mungu, wakati hukumu yake ya haki itakapodhihirishwa. 6 Kwa maana Mungu atamlipa kila mtu sawasawa na matendo yake. 7 Wale ambao kwa kuvumilia katika kutenda mema hutafuta utukufu, heshima na maisha yasiyoharibika, Mungu atawapa uzima wa milele. 8 Lakini kwa wale watafutao mambo yao wenyewe na wale wanaokataa kweli na kuzifuata njia mbaya, kutakuwa na ghadhabu na hasira ya Mungu. 9 Kutakuwa na taabu na dhiki kwa kila mmoja atendaye maovu, Myahudi kwanza na mtu wa Mataifa pia, 10 bali utukufu, heshima na amani kwa ajili ya kila mmoja atendaye mema, kwa Myahudi kwanza, kisha kwa mtu wa Mataifa. 11 Kwa maana Mungu hana upendeleo.

12 Watu wote waliotenda dhambi pasipo sheria wataangamia pasipo sheria, nao wote wale waliotenda dhambi chini ya sheria watahukumiwa kwa sheria. 13 Kwa maana si wale wanaoisikia sheria ambao ni wenye haki mbele za Mungu, bali ni wale wanaoitii sheria ndio watakaohesabiwa haki. 14 (Naam, wakati wa watu wa Mataifa, ambao hawana sheria, wanapofanya kwa asili mambo yatakiwayo na sheria, wao ni sheria kwa nafsi zao wenyewe, hata ingawa hawana sheria. 15 Wao wanaonyesha kwamba lile linalotakiwa na sheria limeandikwa kwenye mioyo yao, ambayo pia dhamiri zao zikiwashuhudia, nayo mawazo yao yenye kupingana yatawashtaki au kuwatetea.) 16 Hili litatukia siku hiyo Mungu atakapozihukumu siri za wanadamu kwa njia ya Yesu Kristo, kama isemavyo Injili yangu.

Wayahudi Na Sheria

17 Tazama, wewe ukiwa unaitwa Myahudi na kuitegemea sheria na kujisifia uhusiano wako na Mungu, 18 kama unajua mapenzi ya Mungu na kukubali lililo bora kwa sababu umefundishwa na hiyo sheria, 19 kama unatambua kuwa wewe ni kiongozi wa vipofu, na mwanga kwa wale walio gizani, 20 mkufunzi wa wajinga na mwalimu wa watoto wachanga, kwa kuwa una maarifa ya kweli katika hiyo sheria, 21 basi wewe, uwafundishaye wengine, mbona hujifunzi mwenyewe? Wewe uhubiriye kwamba mtu asiibe, wewe mwenyewe waiba? 22 Wewe usemaye mtu asizini, wewe mwenyewe wazini? Wewe uchukiaye miungu ya sanamu, wafanya jambo la kumchukiza katika mahekalu? 23 Wewe ujivuniaye sheria, wamwaibisha Mungu kwa kuvunja sheria? 24 Kama ilivyoandikwa, "Kwa ajili yenu ninyi, Jina la Mungu linatukanwa miongoni mwa watu wa Mataifa."

25 Kutahiriwa kuna thamani ikiwa unatii sheria, lakini kama unavunja sheria, kutahiriwa kwako kumekuwa kutokutahiriwa. 26 Hivyo, ikiwa wale wasiotahiriwa wanatimiza mambo ambayo sheria inataka, je, kutokutahiriwa kwao hakutahesabiwa kuwa sawa na kutahiriwa? 27 Ndipo wale ambao hawakutahiriwa kimwili lakini wanaitii sheria watawahukumu ninyi, ambao ingawa mmetahiriwa na kuijua sana sheria ya Mungu iliyoandikwa, lakini mwaivunja.

28 Kwa maana mtu si Myahudi kwa vile alivyo kwa nje, wala tohara ya kweli si kitu cha nje au cha kimwili. 29 Lakini mtu ni Myahudi alivyo ndani, nayo tohara ya kweli ni jambo la moyoni, ni la Roho, wala si la sheria iliyoandikwa. Mtu wa namna hiyo hapokei sifa kutoka kwa wanadamu bali kwa Mungu.

Uaminifu Wa Mungu

3 Basi kuna faida gani kuwa Myahudi? Au kuna thamani gani katika tohara? 2 Kuna faida kubwa kwa kila namna! Kwanza kabisa, Wayahudi wamekabidhiwa lile Neno halisi la Mungu. 3 Ingekuwaje kama wengine hawakuwa na imani? Je, kutokuamini kwao kungebatilisha uaminifu wa Mungu? 4 La hasha! Mungu na aonekane mwenye haki, na kila mwanadamu kuwa mwongo, kama ilivyoandikwa:

"Ili uthibitike kuwa wa kweli unaponena,
na ukashinde utoapo hukumu."

5 Ikiwa uovu wetu unathibitisha haki ya Mungu waziwazi, tuseme nini basi? Je, Mungu kuileta ghadhabu yake juu yetu ni kwamba yeye si mwenye haki? (Nanena kibinadamu.) 6 La hasha! Kama hivyo ndivyo ilivyo, Mungu angehukumuje ulimwengu? 7 Mtu aweza kuuliza, "Kama uongo wangu unasaidia kuonyesha kweli ya Mungu na kuzidisha utukufu wake, kwa nini basi mimi nahukumiwa kuwa mwenye dhambi?" 8 Nasi kwa nini tusiseme, kama wengine wanavyotusingizia kuwa tunasema, "Tutende maovu ili mema yapate kuja?" Wao wanastahili hukumu yao.

Wote Wametenda Dhambi

9 Tusemeje basi? Je, sisi ni bora kuwaliko wao? La hasha! Kwa maana tumekwisha kuhakikisha kwa vyovyote kwamba Wayahudi na watu wa Mataifa wote wako chini ya nguvu ya dhambi. 10 Kama ilivyoandikwa:

"Hakuna mwenye haki, hakuna
hata mmoja.
11 Hakuna hata mmoja mwenye ufahamu,
hakuna hata mmoja amtafutaye Mungu.
12 Wote wamepotoka,
wote wameoza pamoja;
hakuna atendaye mema,
naam, hakuna hata mmoja."
13 "Makoo yao ni makaburi wazi;
kwa ndimi zao wao hufanya
udanganyifu."
"Sumu ya nyoka iko midomoni mwao."
14 "Vinywa vyao vimejaa laana na uchungu."
15 "Miguu yao ina haraka kumwaga damu;
16 maangamizi na taabu viko katika njia zao,
17 wala njia ya amani hawaijui."
18 "Hakuna hofu ya Mungu machoni pao."

19 Basi tunajua ya kwamba chochote sheria inachosema, inawaambia wale walio chini ya sheria ili kila kinywa kinyamazishwe na ulimwengu wote uwajibike kwa Mungu. 20 Kwa hiyo hakuna

binadamu hata mmoja atakayehesabiwa haki
mbele za Mungu kwa matendo ya sheria, kwa
maana sheria hutufanya tuitambue dhambi.

Haki Kwa Njia Ya Imani

21 Lakini sasa, haki itokayo kwa Mungu imedhi-
hirishwa pasipo sheria, ambayo Sheria na Manabii
wanaishuhudia. 22 Haki hii itokayo kwa Mungu
hupatikana kwa Yesu Kristo kwa wote wamwa-
minio. Kwa maana hapo hakuna tofauti, 23 kwa
kuwa wote wametenda dhambi na kupungukiwa
na utukufu wa Mungu, 24 wanahesabiwa haki bure
kwa neema yake kwa njia ya ukombozi ulio katika
Kristo Yesu. 25 Yeye ambaye Mungu alimtoa awe
dhabihu ya upatanisho kwa njia ya imani katika
damu yake. Alifanya hivi ili kuonyesha haki yake,
kwa sababu kwa ustahimili wake aliziachilia zile
dhambi zilizotangulia kufanywa. 26 Alifanya hivyo
ili kuonyesha haki yake wakati huu, ili yeye awe
mwenye haki na mwenye kumhesabia haki yule
anayemwamini Yesu.

Umuhimu Wa Kuwa Na Imani

27 Basi, kujivuna kuko wapi? Kumewekwa mbali.
Kwa sheria gani? Je, ni kwa ile ya matendo? La
hasha, bali kwa ile sheria ya imani. 28 Kwa maana
twaona kwamba mwanadamu huhesabiwa haki
kwa njia ya imani wala si kwa matendo ya sheria.
29 Je, Mungu ni Mungu wa Wayahudi peke yao? Je,
yeye si Mungu wa watu wa Mataifa pia? Naam, yeye
ni Mungu wa watu wa Mataifa pia. 30 Basi kwa kuwa
tuna Mungu mmoja tu, atawahesabia haki wale
waliotahiriwa kwa imani na wale wasiotahiriwa
kwa imani iyo hiyo. 31 Je, basi ni kwamba tunai-
batilisha sheria kwa imani hii? La, hasha! Badala
yake tunaithibitisha sheria.

Abrahamu Alihesabiwa Haki Kwa Imani

4 Tuseme nini basi, kuhusu Abrahamu baba yetu
kwa jinsi ya mwili: yeye alipataje kujua jambo
hili? 2 Kwa maana ikiwa Abrahamu alihesabiwa
haki kwa matendo, basi, anacho kitu cha kujivunia,
lakini si mbele za Mungu. 3 Kwa maana Maandiko
yasemaje? "Abrahamu alimwamini Mungu na ika-
hesabiwa kwake kuwa haki."

4 Basi mtu afanyapo kazi, mshahara wake hau-
hesabiwi kwake kuwa ni zawadi, bali ni haki yake
anayostahili. 5 Lakini kwa mtu ambaye hafanyi kazi
na anamtumaini Mungu, yeye ambaye huwahesa-
bia waovu haki, imani yake inahesabiwa kuwa haki.
6 Daudi pia alisema vivyo hivyo aliponena juu ya
baraka za mtu ambaye Mungu humhesabia haki
pasipo matendo:

7 "Wamebarikiwa wale
ambao wamesamehewa makosa yao,
ambao dhambi zao zimefunikwa.
8 Heri mtu yule
Bwana hamhesabii dhambi zake."

Haki Kabla Ya Tohara

9 Je, huku kubarikiwa ni kwa wale waliotahi-
riwa peke yao, au pia na kwa wale wasiotahiriwa?
Tunasema, "Imani ya Abrahamu ilihesabiwa kwake
kuwa haki." 10 Je, ni lini basi ilipohesabiwa kwake
kuwa haki? Je, ilikuwa kabla au baada ya kutahi-
riwa kwake? Haikuwa baada, ila kabla hajatahiriwa.
11 Alipewa ishara ya tohara kuwa muhuri wa haki
aliyokuwa nayo kwa imani hata alipokuwa bado
hajatahiriwa. Kusudi lilikuwa kumfanya baba wa
wote wale waaminio pasipo kutahiriwa na ambao
wamehesabiwa haki. 12 Vivyo hivyo awe baba wa
wale waliotahiriwa ambao si kwamba wameta-
hiriwa tu, bali pia wanafuata mfano wa imani
ambayo Baba yetu Abrahamu alikuwa nayo kabla
ya kutahiriwa.

Ahadi Ya Mungu Hufahamika Kwa Imani

13 Kwa maana ile ahadi kwamba angeurithi uli-
mwengu haikuja kwa Abrahamu au kwa wazao
wake kwa njia ya sheria bali kwa njia ya haki
ipatikanayo kwa imani. 14 Kwa maana ikiwa wale
waishio kwa sheria ndio warithi, imani haina
thamani na ahadi haifai kitu, 15 kwa sababu sheria
huleta ghadhabu. Mahali ambapo hakuna sheria
hakuna makosa.

16 Kwa hiyo, ahadi huja kwa njia ya imani, ili iwe
ni kwa neema, na itolewe kwa wazao wa Abra-
hamu, si kwa wale walio wa sheria peke yao, bali pia
kwa wale walio wa imani ya Abrahamu. Yeye ndiye
baba yetu sisi sote. 17 Kama ilivyoandikwa: "Nime-
kufanya wewe kuwa baba wa mataifa mengi." Yeye
ni baba yetu mbele za Mungu, ambaye yeye ali-
mwamini, yule Mungu anaye fufua waliokufa, na
kuvitaja vile vitu ambavyo haviko kana kwamba
vimekwisha kuwako.

Mfano Wa Imani Ya Abrahamu

18 Akitarajia yasiyoweza kutarajiwa, Abrahamu
akaamini, akawa baba wa mataifa mengi, kama
alivyoahidiwa kwamba, "Uzao wako utakuwa
mwingi mno." 19 Abrahamu hakuwa dhaifu katika
imani hata alipofikiri juu ya mwili wake, ambao
ulikuwa kama uliokufa, kwani umri wake ulikuwa
unakaribia miaka mia moja, au alipofikiri juu ya
ufu wa tumbo la Sara. 20 Lakini Abrahamu haku-
sitasita kwa kutokuamini ahadi ya Mungu, bali
alitiwa nguvu katika imani yake na kumpa Mungu
utukufu, 21 akiwa na hakika kabisa kwamba Mungu
alikuwa na uwezo wa kutimiza lile aliloahidi. 22 Hii
ndio sababu, "ilihesabiwa kwake kuwa haki."
23 Maneno haya "ilihesabiwa kwake kuwa haki,"
hayakuandikwa kwa ajili yake peke yake, 24 bali
kwa ajili yetu sisi pia ambao Mungu atatupa haki,
sisi tunaomwamini yeye aliyemfufua Yesu Bwana
wetu kutoka kwa wafu. 25 Alitolewa afe kwa ajili
ya dhambi zetu, naye alifufuliwa kutoka mauti ili
tuhesabiwe haki.

Matokeo Ya Kuhesabiwa Haki

5 Kwa hiyo, kwa kuwa tumekwisha kuhesabiwa
haki kwa imani, tuna amani na Mungu kwa njia
ya Bwana wetu Yesu Kristo, 2 ambaye kwa kupitia
kwake tumepata kwa njia ya imani kuifikia neema
hii ambayo ndani yake sasa tunasimama, nasi twa-
furahia katika tumaini letu la kushiriki utukufu
wa Mungu. 3 Si hivyo tu, bali twafurahi pia katika
mateso, kwa sababu tunajua kuwa mateso huleta

saburi, 4 nayo saburi huleta uthabiti wa moyo, na
uthabiti wa moyo huleta tumaini, 5 wala tumaini
halitukatishi tamaa, kwa sababu Mungu amekwi-
sha kumimina pendo lake mioyoni mwetu kwa njia
ya Roho Mtakatifu ambaye ametupatia.
6 Kwa maana hata tulipokuwa dhaifu, wakati
ulipowadia, Kristo alikufa kwa ajili yetu sisi wenye
dhambi. 7 Hakika, ni vigumu mtu yeyote kufa kwa
ajili ya mwenye haki, ingawa inawezekana mtu
akathubutu kufa kwa ajili ya mtu mwema. 8 Lakini
Mungu anaudhihirisha upendo wake kwetu kwa-
mba: Tulipokuwa tungali wenye dhambi, Kristo
alikufa kwa ajili yetu.
9 Basi, kwa kuwa sasa tumehesabiwa haki kwa
damu yake, si zaidi sana tutaokolewa kutoka gha-
dhabu ya Mungu kupitia kwake! 10 Kwa kuwa kama
tulipokuwa adui wa Mungu tulipatanishwa naye
kwa njia ya kifo cha Mwanawe, si zaidi sana tukii-
sha kupatanishwa, tutaokolewa kwa uzima wake.
11 Lakini zaidi ya hayo, pia tunafurahi katika Mungu
kwa njia ya Bwana wetu Yesu Kristo, ambaye kupi-
tia kwake tumepata upatanisho.

Adamu Alileta Kifo, Yesu Ameleta Uzima

12 Kwa hiyo kama vile dhambi ilivyoingia ulimwe-
nguni kupitia kwa mtu mmoja, na kupitia dhambi
hii mauti ikawafikia watu wote, kwa sababu wote
wamefanya dhambi: 13 kwa maana kabla sheria
haijatolewa, dhambi ilikuwepo ulimwenguni.
Lakini dhambi haihesabiwi wakati hakuna she-
ria. 14 Hata hivyo, tangu wakati wa Adamu hadi
wakati wa Mose, mauti ilitawala watu wote, hata
wale ambao hawakutenda dhambi kwa kuvunja
amri, kama alivyofanya Adamu, ambaye alikuwa
mfano wa yule atakayekuja.
15 Lakini ile karama iliyotolewa haikuwa kama
lile kosa. Kwa maana ikiwa watu wengi walikufa
kwa sababu ya kosa la mtu mmoja, zaidi sana
neema ya Mungu na ile karama iliyokuja kwa
neema ya mtu mmoja, yaani, Yesu Kristo, imezidi
kuwa nyingi kwa ajili ya wengi. 16 Tena, ile karama
ya Mungu si kama matokeo ya ile dhambi. Hukumu
ilikuja kwa njia ya mtu mmoja, ikaleta adhabu, bali
karama ya neema ya Mungu ilikuja kwa njia ya
makosa mengi, ikaleta kuhesabiwa haki. 17 Kwa
maana ikiwa kutokana na kosa la mtu mmoja,
mauti ilitawala kupitia huyo mtu mmoja, zaidi
sana wale wanaopokea wingi wa neema ya Mungu
na karama yake ya kuhesabiwa haki, watatawala
katika uzima kwa njia ya huyo mtu mmoja, yaani,
Yesu Kristo.
18 Kwa hiyo, kama vile kosa la mtu mmoja lili-
vyoleta adhabu kwa watu wote, vivyo hivyo pia
kwa tendo la haki la mtu mmoja lilileta kuhesa-
biwa haki ambako huleta uzima kwa wote. 19 Kwa
maana kama vile kwa kutokutii kwa yule mtu
mmoja wengi walifanywa wenye dhambi, vivyo
hivyo kwa kutii kwa mtu mmoja wengi watafanywa
wenye haki.
20 Zaidi ya hayo, sheria ilikuja, ili uvunjaji wa
sheria uongezeke. Lakini dhambi ilipoongezeka,
neema iliongezeka zaidi, 21 ili kwamba kama vile
dhambi ilivyotawala kwa njia ya mauti, vivyo hivyo
neema iweze kutawala kwa njia ya kuhesabiwa
haki hata kuleta uzima wa milele katika Yesu Kristo
Bwana wetu.

Kufa Na Kufufuka Pamoja Na Kristo

6 Tuseme nini basi? Je, tuendelee kutenda dha-
mbi ili neema ipate kuongezeka? 2 La hasha!
Sisi tulioifia dhambi, tutawezaje kuendelea kuishi
tena katika dhambi? 3 Au hamjui ya kuwa sisi sote
tuliobatizwa katika Kristo Yesu tulibatizwa katika
mauti yake? 4 Kwa hiyo tulizikwa pamoja naye kwa
njia ya ubatizo katika mauti, ili kama vile Kristo
alivyofufuliwa kutoka kwa wafu kwa utukufu wa
Baba, vivyo hivyo sisi nasi pia tupate kuenenda
katika upya wa uzima.
5 Kwa maana ikiwa tumeungana naye katika
mauti yake, bila shaka tutaungana naye katika
ufufuo wake. 6 Kwa maana twajua kwamba utu
wetu wa kale ulisulubiwa pamoja naye ili ule mwili
wa dhambi upate kuangamizwa, nasi tusiendelee
kuwa tena watumwa wa dhambi. 7 Kwa maana
mtu yeyote aliyekufa amehesabiwa haki mbali
na dhambi.
8 Basi ikiwa tulikufa pamoja na Kristo, tunaamini
kwamba pia tutaishi pamoja naye. 9 Kwa maana
tunajua kwamba Kristo, kwa sababu alifufuliwa
kutoka kwa wafu, hawezi kufa tena; mauti haina
tena mamlaka juu yake. 10 Kifo alichokufa, aliifia
dhambi mara moja tu, lakini uzima alio nao ana-
mwishia Mungu.
11 Vivyo hivyo, jihesabuni wafu katika dhambi
lakini mlio hai kwa Mungu katika Kristo Yesu.
12 Kwa hiyo, msiruhusu dhambi itawale ndani ya
miili yenu, ipatikanayo na kufa, ili kuwafanya
mzitii tamaa mbaya. 13 Wala msivitoe viungo vya
miili yenu vitumike kama vyombo vya uovu vya
kutenda dhambi, bali jitoeni kwa Mungu, kama
watu waliotolewa kutoka mautini kuingia uzimani.
Nanyi vitoeni viungo vya miili yenu kwake kama
vyombo vya haki. 14 Kwa maana dhambi haitakuwa
na mamlaka juu yenu, kwa sababu hampo chini ya
sheria, bali chini ya neema.

Watumwa Wa Haki

15 Ni nini basi? Je, tutende dhambi kwa kuwa
hatuko chini ya sheria bali chini ya neema? La,
hasha! 16 Je, hamjui kwamba mnapojitoa kwa mtu
yeyote kama watumwa watiifu, ninyi ni watumwa
wa yule mnayemtii, aidha watumwa wa dhambi,
ambayo matokeo yake ni mauti, au watumwa wa
utii ambao matokeo yake ni haki? 17 Lakini Mungu
ashukuriwe kwa kuwa ninyi ambao kwanza mli-
kuwa watumwa wa dhambi, mmekuwa watii
kutoka moyoni kwa mafundisho mliyopewa.
18 Nanyi, mkiisha kuwekwa huru mbali na dhambi,
mmekuwa watumwa wa haki.
19 Ninasema kwa namna ya kibinadamu kwa
sababu ya udhaifu wenu wa hali ya asili. Kama
vile mlivyokuwa mkivitoa viungo vya miili yenu
kama watumwa wa mambo machafu na uovu
uliokuwa ukiongezeka zaidi, hivyo sasa vitoeni
viungo vyenu kama watumwa wa haki inayowae-
lekeza mpate kutakaswa. 20 Mlipokuwa watumwa
wa dhambi, mlikuwa hamtawaliwi na haki. 21 Lakini
mlipata faida gani kwa mambo hayo ambayo

sasa mnayaonea aibu? Mwisho wa mambo hayo ni mauti. 22 Lakini sasa kwa kuwa mmewekwa huru mbali na dhambi na mmekuwa watumwa wa Mungu, faida mnayopata ni utakatifu, ambao mwisho wake ni uzima wa milele. 23 Kwa maana mshahara wa dhambi ni mauti, bali karama ya Mungu ni uzima wa milele katika Kristo Yesu Bwana wetu.

Hatufungwi Tena Na Sheria

7 Ndugu zangu (sasa ninasema na wale wanaoijua sheria), je, hamjui ya kwamba sheria ina mamlaka tu juu ya mtu wakati akiwa hai? 2 Kwa mfano, mwanamke aliyeolewa amefungwa kwa mumewe wakati akiwa hai, lakini yule mume akifa, yule mwanamke amefunguliwa kutoka sheria ya ndoa. 3 Hivyo basi, kama huyo mwanamke ataolewa na mwanaume mwingine wakati mumewe akiwa bado yuko hai, ataitwa mzinzi. Lakini kama mumewe akifa, mwanamke huyo hafungwi tena na sheria ya ndoa, naye akiolewa na mtu mwingine haitwi mzinzi.

4 Vivyo hivyo, ndugu zangu, ninyi mmeifia sheria kwa njia ya mwili wa Kristo, ili mweze kuwa mali ya mwingine, yeye ambaye alifufuliwa kutoka kwa wafu, ili tupate kuzaa matunda kwa Mungu. 5 Kwa maana tulipokuwa tunatawaliwa na asili ya dhambi, tamaa za dhambi zilizochochewa na sheria zilikuwa zikitenda kazi katika miili yetu, hivyo tulizaa matunda ya mauti. 6 Lakini sasa, kwa kufia kile kilichokuwa kimetufunga kwanza, tumewekwa huru kutokana na sheria ili tutumike katika njia mpya ya Roho, wala si katika njia ya zamani ya sheria iliyoandikwa.

Sheria Na Dhambi

7 Tuseme nini basi? Kwamba sheria ni dhambi? La, hasha! Lakini, isingekuwa kwa sababu ya sheria, nisingalijua dhambi. Nisingalijua kutamani ni nini kama sheria haikusema, "Usitamani." 8 Lakini dhambi kwa kupata nafasi katika amri, hii ikazaa ndani yangu kila aina ya tamaa. Kwa maana pasipo sheria, dhambi imekufa. 9 Wakati fulani nilikuwa hai pasipo sheria, lakini amri ilipokuja, dhambi ikawa hai, nami nikafa. 10 Nikaona kwamba ile amri iliyokusudiwa kuleta uzima, ilileta mauti. 11 Kwa maana dhambi kwa kupata nafasi katika amri, ilinidanganya, na kupitia katika hiyo amri, ikaniua. 12 Hivyo basi, sheria yenyewe ni takatifu, na amri ni takatifu na ya haki, tena ni njema.

13 Je, kile kilicho chema basi kilikuwa mauti kwangu? La, hasha! Lakini ili dhambi itambuliwe kuwa ni dhambi, ilileta mauti ndani yangu kupitia kile kilichokuwa chema, ili kwa njia ya amri dhambi izidi kuwa mbaya kupita kiasi.

Mgongano Wa Ndani

14 Kwa maana tunajua kwamba sheria ni ya kiroho, lakini mimi ni wa kimwili nikiwa nimeuzwa kwenye utumwa wa dhambi. 15 Sielewi nitendalo, kwa maana lile ninalotaka kulitenda, silitendi, lakini ninatenda lile ninalolichukia. 16 Basi kama ninatenda lile nisilotaka kutenda, ni kwamba ninakubali kuwa sheria ni njema. 17 Lakini, kwa kweli si mimi tena nitendaye lile nisilotaka bali ni ile dhambi ikaayo ndani yangu. 18 Kwa maana ninafahamu kwamba hakuna jema lolote likaalo ndani yangu, yaani, katika asili yangu ya dhambi. Kwa kuwa nina shauku ya kutenda lililo jema, lakini siwezi kulitenda. 19 Sitendi lile jema nitakalo kutenda, bali lile baya nisilolitaka, ndilo nitendalo. 20 Basi kama ninatenda lile nisilotaka kutenda, si mimi tena nifanyaye hivyo, bali ni ile dhambi ikaayo ndani yangu.

21 Hivyo naiona sheria ikitenda kazi. Ninapotaka kutenda jema, jambo baya liko papo hapo. 22 Kwa maana katika utu wangu wa ndani naifurahia sheria ya Mungu. 23 Lakini ninaona kuna sheria nyingine inayotenda kazi katika viungo vya mwili wangu inayopigana vita dhidi ya ile sheria ya akili yangu. Sheria hii inanifanya mateka wa ile sheria ya dhambi inayofanya kazi katika viungo vya mwili wangu.

24 Ole wangu mimi maskini! Ni nani atakayeniokoa na mwili huu wa mauti?

25 Ashukuriwe Mungu kwa njia ya Yesu Kristo Bwana wetu! Hivyo basi, mimi mwenyewe kwa akili zangu ni mtumwa wa sheria ya Mungu, lakini katika asili ya dhambi ni mtumwa wa sheria ya dhambi.

Maisha Katika Roho

8 Kwa hiyo, sasa hakuna hukumu ya adhabu kwa wale walio ndani ya Kristo Yesu, wale ambao hawaenendi kwa kuufuata mwili bali kwa kufuata Roho. 2 Kwa sababu sheria ya Roho wa uzima katika Kristo Yesu imeniweka huru mbali na sheria ya dhambi na mauti. 3 Kwa maana kile ambacho sheria haikuwa na uwezo wa kufanya, kwa vile ilivyokuwa dhaifu katika mwili, Mungu kwa kumtuma Mwanawe mwenyewe kwa mfano wa mwanadamu mwenye mwili ulio wa dhambi na kwa ajili ya dhambi, yeye aliihukumu dhambi katika mwili, 4 ili kwamba haki ipatikanayo kwa sheria itimizwe ndani yetu sisi, ambao hatuenendi kwa kuufuata mwili bali kwa kufuata Roho.

5 Kwa maana wale wanaoishi kwa kuufuata mwili huziweka nia zao katika vitu vya mwili, lakini wale wanaoishi kwa kufuata Roho, huziweka nia zao katika mambo ya Roho. 6 Kwa maana kuwa na nia ya mwili ni mauti, bali kuwa na nia inayoongozwa na Roho ni uzima na amani. 7 Kwa kuwa ile nia ya mwili ni uadui na Mungu, kwa maana haiitii sheria ya Mungu, wala haiwezi kuitii. 8 Wale wanaotawaliwa na mwili, hawawezi kumpendeza Mungu.

9 Lakini ninyi, hamtawaliwi na mwili, bali na Roho, ikiwa Roho wa Mungu anakaa ndani yenu. Mtu yeyote ambaye hana Roho wa Kristo, yeye si wa Kristo. 10 Lakini kama Kristo anakaa ndani yenu, miili yenu imekufa kwa sababu ya dhambi, lakini roho zenu zi hai kwa sababu ya haki. 11 Nanyi ikiwa Roho wa Mungu aliyemfufua Yesu kutoka kwa wafu anakaa ndani yenu, yeye aliyemfufua Kristo Yesu kutoka kwa wafu ataihuisha pia miili yenu ambayo hufa, kwa njia ya Roho wake akaaye ndani yenu.

12 Kwa hiyo ndugu zangu, sisi tu wadeni, si wa mwili, ili tuishi kwa kuufuata mwili, 13 kwa maana

mkiishi kwa kuufuata mwili, mtakufa, lakini kama
mkiyaua matendo ya mwili kwa Roho, mtaishi.
14 Kwa kuwa wote wanaoongozwa na Roho wa
Mungu, hao ndio watoto wa Mungu. 15 Kwa
maana hamkupokea roho ya utumwa iwaleteayo
tena hofu, bali mlipokea roho ya kufanywa wana,
ambaye kwa yeye twalia, "Abba,[a] yaani, Baba,"
16 Roho mwenyewe hushuhudia pamoja na roho
zetu ya kwamba sisi tu watoto wa Mungu. 17 Hivyo,
ikiwa sisi ni watoto, basi tu warithi, warithi wa
Mungu, warithio pamoja na Kristo, naam, tuki-
teswa pamoja naye tupate pia kutukuzwa pamoja
naye.

Utukufu Ujao

18 Nayahesabu mateso yetu ya wakati huu kuwa
si kitu kulinganisha na utukufu utakaodhihirishwa
kwetu. 19 Kwa maana viumbe vyote vinangoja kwa
shauku kudhihirishwa kwa watoto wa Mungu.
20 Kwa kuwa viumbe vyote viliwekwa chini ya uba-
tili, si kwa chaguo lao, bali kwa mapenzi yake yeye
aliyevitiisha katika tumaini, 21 ili kwamba viumbe
vyote vipate kuwekwa huru kutoka kwa utumwa
wa kuharibika na kupewa uhuru wa utukufu wa
watoto wa Mungu.
22 Kwa maana twajua ya kuwa hata sasa viumbe
vyote vimekuwa vikilia kwa maumivu kama utu-
ngu wa mwanamke wakati wa kuzaa. 23 Wala si
hivyo viumbe peke yao, bali hata sisi ambao ndio
matunda ya kwanza ya Roho, kwa ndani tunalia
kwa uchungu tukisubiri kwa shauku kufanywa
wana wa Mungu, yaani, ukombozi wa miili yetu.
24 Kwa kuwa tuliokolewa kwa tumaini hili. Lakini
kama kinachotumainiwa kikionekana hakiwi
tumaini tena. Je, kuna mtu anayetumaini kupata
kitu alicho nacho tayari? 25 Lakini tunapotumaini
kupata kitu ambacho hatuna, basi twakingojea
kwa saburi.
26 Vivyo hivyo, Roho hutusaidia katika udhaifu
wetu, kwa sababu hatujui kuomba ipasavyo. Lakini
Roho mwenyewe hutuombea kwa uchungu usio-
weza kutamkwa. 27 Naye Mungu aichunguzaye
mioyo, anaijua nia ya Roho, kwa sababu Roho
huwaombea watakatifu sawasawa na mapenzi ya
Mungu.

Tunashinda Na Zaidi Ya Kushinda

28 Nasi tunajua ya kuwa katika mambo yote
Mungu hutenda kazi pamoja na wote wampendao,
katika kuwapatia mema, yaani, wale walioitwa kwa
kusudi lake. 29 Maana wale Mungu aliowajua tangu
mwanzo, pia aliwachagua tangu mwanzo, wapate
kufanana na mfano wa Mwanawe, ili yeye awe mza-
liwa wa kwanza miongoni mwa ndugu wengi. 30 Nao
wale Mungu aliotangulia kuwachagua, akawaita,
wale aliowaita pia akawahesabia haki, nao wale
aliowahesabia haki, pia akawatukuza.

Upendo Wa Mungu

31 Tuseme nini basi kuhusu haya? Ikiwa Mungu
yuko upande wetu, ni nani awezaye kuwa kinyume
chetu? 32 Ikiwa Mungu hakumhurumia Mwanawe,
bali alimtoa kwa ajili yetu sote, atakosaje basi
kutupatia vitu vyote kwa ukarimu pamoja naye?
33 Ni nani atakayewashtaki wale ambao Mungu
amewateua? Ni Mungu mwenyewe ndiye mwenye
kuwahesabia haki. 34 Ni nani basi atakayewahuku-
mia adhabu? Kristo Yesu aliyekufa, naam, zaidi ya
hayo, aliyefufuliwa kutoka kwa wafu, yuko mkono
wa kuume wa Mungu, naye pia anatuombea. 35 Ni
nani atakayetutenga na upendo wa Kristo? Je, ni
shida au taabu au mateso au njaa au uchi au hatari
au upanga? 36 Kama ilivyoandikwa:

> "Kwa ajili yako tunauawa mchana kutwa;
> tumehesabiwa kama kondoo
> wa kuchinjwa."

37 Lakini katika mambo haya yote tunashinda,
naam na zaidi ya kushinda, kwa yeye aliyetupenda.
38 Kwa maana nimekwisha kujua kwa hakika ya
kuwa sio mauti, wala uzima, wala malaika, wala
wenye mamlaka, wala yaliyopo, wala yatakayokuja,
wala wenye uwezo, 39 wala yaliyo juu, wala yaliyo
chini, wala kiumbe kingine chochote zitaweza
kututenga na upendo wa Mungu ulio katika Kristo
Yesu, Bwana wetu.

Kuteuliwa Kwa Israeli Na Mungu

9 Ninasema kweli katika Kristo, wala sisemi
uongo, dhamiri yangu inanishuhudia katika
Roho Mtakatifu. 2 Nina huzuni kuu na uchungu
usiokoma moyoni mwangu. 3 Kwa maana ninge-
tamani hata mimi nilaaniwe na kutengwa na
Kristo kwa ajili ya ndugu zangu hasa, wale walio
wa kabila langu kwa jinsi ya mwili, 4 yaani, watu
wa Israeli, ambao ndio wenye kule kufanywa
wana, ule utukufu wa Mungu, yale maagano,
kule kupokea sheria, ibada ya kwenye Hekalu na
zile ahadi. 5 Wao ni wa uzao wa mababa wakuu wa
kwanza, ambao kutoka kwao Kristo alikuja kwa
jinsi ya mwili kama mwanadamu, yeye ambaye ni
Mungu aliye juu ya vyote, mwenye kuhimidiwa
milele! Amen.
6 Si kwamba Neno la Mungu limeshindwa. Kwa
maana si kila Mwisraeli ambaye ni wa uzao utoka-
nao na Israeli ni Mwisraeli halisi. 7 Wala hawakuwi
wazao wa Abrahamu kwa sababu wao ni watoto
wake, lakini: "Uzao wako utahesabiwa kupitia
kwake Isaki." 8 Hii ina maana kwamba, si watoto
waliozaliwa kimwili walio watoto wa Mungu, bali
ni watoto wa ahadi wanaohesabiwa kuwa uzao wa
Abrahamu. 9 Kwa maana ahadi yenyewe ilisema,
"Nitakurudia tena wakati kama huu, naye Sara
atapata mtoto wa kiume."
10 Wala si hivyo tu, bali pia watoto aliowazaa
Rebeka walikuwa na baba huyo huyo mmoja,
yaani, baba yetu Isaki. 11 Lakini, hata kabla hao
mapacha hawajazaliwa au kufanya jambo lolote
jema au baya, ili kwamba kusudi la Mungu la
kuchagua lipate kusimama, 12 si kwa matendo,
bali kwa yeye mwenye kuita, Rebeka aliambiwa,
"Yule mkubwa atamtumikia yule mdogo." 13 Kama
vile ilivyoandikwa, "Nimempenda Yakobo, lakini
nimemchukia Esau."

---

[a]15 Abba ni neno la Kiaramu ambalo maana yake ni Baba; ni neno ambalo lingetumiwa na mtoto kwa yule ambaye amemzaa.

Mungu Hana Upendeleo

14 Tuseme nini basi? Je, Mungu ni dhalimu? La,
hasha! 15 Kwa maana Mungu alimwambia Mose,

"Nitamrehemu yeye nimrehemuye,
na pia nitamhurumia yeye nimhurumiaye."

16 Kwa hiyo haitegemei kutaka kwa mwanadamu au
jitihada, bali hutegemea huruma ya Mungu. 17 Kwa
maana Maandiko yamwambia Farao, "Nilikuinua
kwa kusudi hili hasa, ili nipate kuonyesha uweza
wangu juu yako, na ili Jina langu lipate kutangazwa
duniani yote."
18 Kwa hiyo basi, Mungu humhurumia yeye
atakaye kumhurumia na humfanya mgumu yeye
atakaye kumfanya mgumu.
19 Basi mtaniambia, "Kama ni hivyo, kwa nini
basi bado Mungu anatulaumu? Kwa maana ni nani
awezaye kupinga mapenzi yake?" 20 Lakini, ewe
mwanadamu, u nani wewe ushindane na Mungu?
"Je, kilichoumbwa chaweza kumwambia yeye
aliyekiumba, 'Kwa nini umeniumba hivi?' " 21 Je,
mfinyanzi hana haki ya kufinyanga kutoka bonge
moja vyombo vya udongo, vingine kwa matumizi
ya heshima na vingine kwa matumizi ya kawaida?
22 Iweje basi, kama Mungu kwa kutaka kuo-
nyesha ghadhabu yake na kufanya uweza wake
ujulikane, amevumilia kwa uvumilivu mwingi
vile vyombo vya ghadhabu vilivyoandaliwa kwa
uharibifu? 23 Iweje basi, kama yeye alitenda hivi ili
kufanya wingi wa utukufu wake ujulikane kwa vile
vyombo vya rehema yake, alivyotangulia kuvite-
ngeneza kwa ajili ya utukufu wake, 24 yaani pamoja
na sisi, ambao pia alituita, si kutoka kwa Wayahudi
peke yao, bali pia kutoka kwa watu wa Mataifa?

Yote Yalitabiriwa Katika Maandiko

25 Kama vile Mungu asemavyo katika Hosea:

"Nitawaita 'watu wangu'
wale ambao si watu wangu;
nami nitamwita 'mpenzi wangu'
yeye ambaye si mpenzi wangu,"

26 tena,

"Itakuwa hasa mahali pale walipoambiwa,
'Ninyi si watu wangu,'
wao wataitwa 'wana wa Mungu aliye hai.' "

27 Isaya anapiga kelele kuhusu Israeli:

"Ingawa idadi ya wana wa Israeli
ni wengi kama mchanga wa pwani,
ni mabaki yao tu watakaookolewa.
28 Kwa kuwa Bwana ataitekeleza
hukumu yake duniani kwa haraka
na kwa ukamilifu."

29 Ni kama vile alivyotabiri Isaya akisema:

"Kama Bwana Mwenye Nguvu Zote
asingelituachia uzao,
tungelikuwa kama Sodoma,
tungelifanana na Gomora."

Kutokuamini Kwa Israeli

30 Kwa hiyo tuseme nini basi? Kwamba watu
wa Mataifa ambao hawakutafuta haki, wamepata
haki ile iliyo kwa njia ya imani. 31 Lakini Israeli,
ambao walijitahidi kupata haki kwa njia ya sheria,
hawakuipata. 32 Kwa nini? Kwa sababu hawakuita-
futa kwa njia ya imani bali kwa njia ya matendo.
Wakajikwaa kwenye lile "jiwe la kukwaza." 33 Kama
ilivyoandikwa:

"Tazama naweka katika Sayuni jiwe la
kukwaza watu
na mwamba wa kuwaangusha.
Yeyote atakayemwamini
hataaibika kamwe."

10 Ndugu zangu, shauku ya moyo wangu na
maombi yangu kwa Mungu ni kwa ajili ya
Waisraeli, kwamba waokolewe. 2 Kwa maana nina-
weza nikashuhudia wazi kwamba wao wana juhudi
kubwa kwa ajili ya Mungu, lakini juhudi yao haina
maarifa. 3 Kwa kuwa hawakuijua haki itokayo kwa
Mungu, wakatafuta kuweka haki yao wenyewe,
hawakujitia chini ya haki ya Mungu. 4 Kwa maana
Kristo ni ukomo wa sheria ili kuwe na haki kwa
kila mtu aaminiye.

Wokovu Ni Kwa Ajili Ya Wote

5 Mose anaandika kuhusu haki ile itokanayo na
sheria, kwamba, "Mtu atendaye matendo hayo
ataishi kwa hayo." 6 Lakini ile haki itokanayo na
imani husema hivi: "Usiseme moyoni mwako, 'Ni
nani atakayepanda mbinguni?' " (yaani ili kumleta
Kristo chini) 7 "au 'Ni nani atashuka kwenda
kuzimu?' " (yaani ili kumleta Kristo kutoka kwa
wafu.) 8 Lakini andiko lasemaje? "Lile neno liko
karibu nawe, liko kinywani mwako na moyoni
mwako," yaani, lile neno la imani tunalolihubiri.
9 Kwa sababu kama ukikiri kwa kinywa chako kwa-
mba "Yesu ni Bwana," na kuamini moyoni mwako
kwamba Mungu alimfufua kutoka kwa wafu,
utaokoka. 10 Kwa maana kwa moyo mtu huamini
na hivyo kuhesabiwa haki, tena kwa kinywa mtu
hukiri na hivyo kupata wokovu. 11 Kama yasema-
vyo Maandiko, "Yeyote amwaminiye hataaibika
kamwe." 12 Kwa maana hakuna tofauti kati ya Mya-
hudi na Myunani, yeye ni Bwana wa wote, mwenye
utajiri kwa wote wamwitao. 13 Kwa maana, "Kila
mtu atakayeliitia Jina la Bwana, ataokolewa."
14 Lakini watamwitaje yeye ambaye hawajamwa-
mini? Nao watawezaje kumwamini yeye ambaye
hawajamsikia? Tena watamsikiaje bila mtu kuwa-
hubiria? 15 Nao watahubirije wasipopelekwa? Kama
ilivyoandikwa, "Tazama jinsi ilivyo mizuri miguu
yao wale wanaohubiri habari njema!"
16 Lakini si wote waliotii Habari Njema. Kwa
maana Isaya asema, "Bwana, ni nani aliyeamini
ujumbe wetu?" 17 Basi, imani chanzo chake ni kusi-
kia, na kusikia huja kwa neno la Kristo. 18 Lakini
nauliza: Je, wao hawakusikia? Naam, wamesikia,
kwa maana:

"Sauti yao imeenea duniani pote,
nayo maneno yao yameenea
hadi miisho ya ulimwengu."

19 Nami nauliza tena: Je, Waisraeli hawakuelewa?
Kwanza, Mose asema,

"Nitawafanya mwe na wivu
kwa watu wale ambao si taifa.
Nitawakasirisha kwa taifa
lile lisilo na ufahamu."

20 Naye Isaya kwa ujasiri mwingi anasema,

"Nimeonekana na watu wale ambao
hawakunitafuta.
Nilijifunua kwa watu
wale ambao hawakunitafuta."

21 Lakini kuhusu Israeli anasema,

"Mchana kutwa nimewanyooshea
watu wakaidi na wasiotii mikono yangu."

Mabaki Ya Israeli

11 Basi nauliza: Je, Mungu amewakataa watu
wake? La, hasha! Mimi mwenyewe ni Mwi-
sraeli, tena uzao wa Abrahamu kutoka kabila
la Benyamini. 2 Mungu hajawakataa watu wake,
ambao yeye aliwajua tangu mwanzo. Je, hamjui
yale Maandiko yasemayo kuhusu Eliya, jinsi ali-
vyomlalamikia Mungu kuhusu Israeli? 3 Alisema,
"Bwana, wamewaua manabii wako na kuzibomoa
madhabahu zako, nimebaki mimi peke yangu, nao
wanataka kuniua?" 4 Je, Mungu alimjibuje? "Nime-
jibakizia watu elfu saba ambao hawajapiga magoti
kumwabudu Baali." 5 Vivyo hivyo pia, sasa wapo
mabaki waliochaguliwa kwa neema ya Mungu.
6 Lakini ikiwa wamechaguliwa kwa neema, si tena
kwa msingi wa matendo. Kama ingekuwa kwa
matendo, neema isingekuwa neema tena.

7 Tuseme nini basi? Kile kitu ambacho Israeli
alikitafuta kwa bidii hakukipata. Lakini waliocha-
guliwa walikipata. Waliobaki walifanywa wagumu,
8 kama ilivyoandikwa:

"Mungu aliwapa bumbuazi la mioyo,
macho ili wasiweze kuona,
na masikio ili wasiweze kusikia,
hadi leo."

9 Naye Daudi anasema:

"Karamu zao na ziwe tanzi na mtego
wa kuwanasa,
kitu cha kuwakwaza waanguke,
na adhabu kwao.
10 Macho yao yatiwe giza ili wasiweze kuona,
nayo migongo yao iinamishwe daima."

Matawi Yaliyopandikizwa

11 Hivyo nauliza tena: Je, Waisraeli walijikwaa ili
waanguke na kuangamia kabisa? La, hasha! Lakini
kwa sababu ya makosa yao, wokovu umewafikia
watu wa Mataifa, ili kuwafanya Waisraeli waone
wivu. 12 Basi ikiwa kukosa kwao kumekuwa utajiri
mkubwa kwa ulimwengu, tena kama kuangamia
kwao kumeleta utajiri kwa watu wa Mataifa, kuru-
dishwa kwao kutaleta utajiri mkuu zaidi.

13 Sasa ninasema nanyi watu wa Mataifa. Maa-
damu mimi ni mtume kwa watu wa Mataifa,
naitukuza huduma yangu 14 ili kuwafanya watu
wangu waone wivu na hivyo kuwaokoa baadhi
yao. 15 Kwa kuwa ikiwa kukataliwa kwao ni kupa-
tanishwa kwa ulimwengu, kukubaliwa kwao si
kutakuwa ni uhai baada ya kufa? 16 Kama sehemu
ya donge la unga uliotolewa kuwa limbuko ni mta-
katifu, basi unga wote ni mtakatifu, nalo shina
kama ni takatifu, vivyo hivyo na matawi nayo.

17 Lakini kama baadhi ya matawi yalikatwa,
nawe chipukizi la mzeituni mwitu ukapandikizwa
mahali pao ili kushiriki unono pamoja na matawi
mengine kutoka shina la mzeituni, 18 basi usijivune
juu ya hayo matawi. Kama ukijivuna, kumbuka
jambo hili: si wewe unayelishikilia shina, bali
ni shina linalokushikilia wewe. 19 Basi utasema,
"Matawi yale yalikatwa ili nipate kupandikizwa
katika hilo shina." 20 Hii ni kweli. Matawi hayo yali-
katwa kwa sababu ya kutokuamini kwake, lakini
wewe umesimama tu kwa sababu ya imani. Kwa
hiyo usijivune, bali simama kwa kuogopa. 21 Kwa
maana kama Mungu hakuyahurumia matawi ya
asili, wala hatakuhurumia wewe.

22 Angalia basi wema na ukali wa Mungu: Kwa
wale walioanguka, ukali, bali kwako wewe wema
wa Mungu, kama utadumu katika wema wake. La
sivyo, nawe utakatiliwa mbali. 23 Wao nao wasipo-
dumu katika kutokuamini kwao, watapandikizwa
tena kwenye shina, kwa maana Mungu anao uwezo
wa kuwapandikiza tena kwenye hilo shina. 24 Ikiwa
wewe ulikatwa kutoka kile ambacho kwa asili ni
mzeituni mwitu na kupandikizwa kinyume cha
asili kwenye mzeituni uliopandwa, si rahisi zaidi
matawi haya ya asili kupandikizwa tena kwenye
shina lake la mzeituni!

Israeli Wote Wataokolewa

25 Ndugu zangu, ili msije mkajidai kuwa wenye
hekima kuliko mlivyo, nataka mfahamu siri hii:
Ugumu umewapata Israeli kwa sehemu hadi idadi
ya watu wa Mataifa watakaoingia itimie. 26 Hivyo
Israeli wote wataokolewa. Kama ilivyoandikwa:

"Mkombozi atakuja kutoka Sayuni;
ataondoa kutokumcha Mungu katika
Yakobo.
27 Hili ndilo agano langu nao
nitakapoziondoa dhambi zao."

28 Kwa habari ya Injili, wao ni adui wa Mungu
kwa ajili yenu, lakini kuhusu kule kuteuliwa
kwao ni wapendwa, kwa ajili ya mababa zao wa
zamani, 29 kwa maana akishawapa watu karama,
Mungu haziondoi, wala wito wake. 30 Kama vile
ninyi wakati fulani mlivyokuwa waasi kwa Mungu
lakini sasa mmepata rehema kwa sababu ya kuto-
kutii kwao, 31 hivyo nao Waisraeli wamekuwa waasi
ili kwamba wao nao sasa waweze kupata rehema

kwa ajili ya rehema za Mungu kwenu. 32 Kwa maana
Mungu amewafunga wanadamu wote kwenye
kuasi ili apate kuwarehemu wote.

Wimbo Wa Shukrani

33 Tazama jinsi kilivyo kina cha utajiri
wa hekima na maarifa ya Mungu!
Tazama jinsi ambavyo hukumu zake
hazichunguziki,
na ambavyo njia zake zisivyotafutikana!
34 "Ni nani aliyeyafahamu mawazo ya Bwana?
Au ni nani ambaye amekuwa
mshauri wake?"
35 "Au ni nani aliyempa chochote
ili arudishiwe?"
36 Kwa maana vitu vyote vyatoka kwake, viko
kwake na kwa ajili yake.
Utukufu ni wake milele! Amen.

Maisha Mapya Katika Kristo

12 Kwa hiyo, ndugu zangu, nawasihi kwa rehema
zake Mungu, itoeni miili yenu iwe dhabihu
iliyo hai, takatifu na inayompendeza Mungu, hii
ndiyo ibada yenu yenye maana. 2 Msifuatishe
tena mfano wa ulimwengu huu, bali mgeuzwe
kwa kufanywa upya nia zenu. Ndipo mtaweza
kuonja na kuhakikisha ni nini mapenzi ya Mungu
yaliyo mema, yanayopendeza machoni pake na
ukamilifu.
3 Kwa ajili ya neema niliyopewa nawaambia
kila mmoja miongoni mwenu, asijidhanie kuwa
bora kuliko impasavyo, bali afikiri kwa busara
kwa kulingana na kipimo cha imani Mungu ali-
yompa. 4 Kama vile katika mwili mmoja tulivyo
na viungo vingi, navyo viungo vyote havina kazi
moja, 5 vivyo hivyo na sisi tulio wengi, tu mwili
mmoja katika Kristo, nasi kila mmoja ni kiungo
cha mwenzake. 6 Tuna karama zilizotofautiana kila
mmoja kutokana na neema tuliyopewa. Kama ni
unabii na tutoe unabii kwa kadiri ya imani. 7 Kama
ni kuhudumu na tuhudumu, mwenye kufundisha
na afundishe, 8 kama ni kutia moyo na atie moyo,
kama ni kuchangia kwa ajili ya mahitaji ya wengine
na atoe kwa ukarimu, kama ni uongozi na aongoze
kwa bidii, kama ni kuhurumia wengine na afanye
hivyo kwa furaha.

Alama Za Mkristo Wa Kweli

9 Upendo lazima usiwe na unafiki. Chukieni
lililo ovu, shikamaneni na lililo jema. 10 Penda-
neni ninyi kwa ninyi kwa upendo wa ndugu.
Waheshimuni na kuwatanguliza wengine.
11 Msiwe wavivu, bali mwe na bidii katika roho
mkimtumikia Bwana. 12 Kuweni na furaha katika
tumaini, katika dhiki kuweni na saburi, dumuni
katika maombi. 13 Changieni katika mahitaji ya
watakatifu, wakaribisheni wageni.
14 Wabarikini wale wanaowatesa, barikini wala
msilaani. 15 Furahini pamoja na wenye kufurahi,
lieni pamoja na wale waliao. 16 Kaeni kwa amani
ninyi kwa ninyi. Msijivune, bali mwe tayari kushi-
rikiana na wanyonge. Wala msiwe watu wenye
kujivuna kwamba mnajua kila kitu.
17 Msimlipe mtu yeyote ovu kwa ovu. Jitahidini
ili mtende yaliyo mema machoni pa watu wote.
18 Kama ikiwezekana, kwa upande wenu kaeni kwa
amani na watu wote. 19 Wapendwa, msilipize kisasi,
bali ipisheni ghadhabu ya Mungu, maana imea-
ndikwa: "Ni juu yangu kulipiza kisasi, nitalipiza,"
asema Bwana. 20 Badala yake:

"Kama adui yako ana njaa, mlishe;
kama ana kiu, mpe kinywaji.
Kwa kufanya hivyo,
unaweka makaa ya moto yanayowaka
kichwani pake."

21 Usishindwe na ubaya, bali uushinde ubaya kwa
wema.

Kutii Mamlaka

13 Kila mtu na atii mamlaka inayotawala, kwa
maana hakuna mamlaka isiyotoka kwa
Mungu, nazo mamlaka zilizopo zimewekwa
na Mungu. 2 Kwa hiyo yeye anayeasi dhidi ya
mamlaka inayotawala anaasi dhidi ya kile kili-
chowekwa na Mungu, nao wale wafanyao hivyo
watajiletea hukumu juu yao wenyewe. 3 Kwa kuwa
watawala hawawatishi watu wale wanaotenda
mema bali wale wanaotenda mabaya. Je, wataka
usimwogope mwenye mamlaka? Basi tenda lile
lililo jema naye atakusifu. 4 Kwa maana mwe-
nye mamlaka ni mtumishi wa Mungu kwa ajili
ya mema. Lakini kama ukitenda mabaya, basi
ogopa, kwa kuwa hauinui upanga bila sababu.
Yeye ni mtumishi wa Mungu, mjumbe wa Mungu
wa kutekeleza adhabu juu ya watenda mabaya.
5 Kwa hiyo ni lazima kutii wenye mamlaka, si kwa
sababu ya kuogopa adhabu iwezayo kutolewa,
bali pia kwa ajili ya dhamiri.
6 Kwa sababu hii mnalipa kodi, kwa maana
watawala ni watumishi wa Mungu, ambao hutumia
muda wao wote kutawala. 7 Mlipeni kila mtu kile
mnachodaiwa. Kama mnadaiwa kodi lipeni kodi,
kama ni ushuru, lipeni ushuru, astahiliye hofu,
mhofu, astahiliye heshima, mheshimu.

Kupendana Kila Mmoja Na Mwingine

8 Msidaiwe kitu na mtu yeyote, isipokuwa kupe-
ndana, kwa maana yeye ampendaye mwenzake,
ameitimiza sheria. 9 Kwa kuwa amri hizi zisemazo,
"Usizini," "Usiue," "Usiibe," "Usitamani," na amri
nyingine zote, zinajumlishwa katika amri hii moja:
"Mpende jirani yako kama nafsi yako." 10 Upendo
haumfanyii jirani jambo baya. Kwa hiyo upendo
ndio utimilifu wa sheria.
11 Nanyi fanyeni hivi, mkiutambua wakati tulio
nao. Saa ya kuamka kutoka usingizini imewadia,
kwa maana sasa wokovu wetu umekaribia zaidi
kuliko hapo kwanza tulipoamini. 12 Usiku umee-
ndelea sana, mapambazuko yamekaribia. Kwa hiyo
tuyaweke kando matendo ya giza na tuvae silaha za
nuru. 13 Basi na tuenende kwa adabu kama inavyo-
pasa wakati wa mchana, si kwa kufanya karamu za
ulafi na ulevi, si kwa ufisadi na uasherati, si kwa
ugomvi na wivu. 14 Bali jivikeni Bwana Yesu Kristo,
wala msifikiri jinsi mtakavyotimiza tamaa za miili
yenu yenye asili ya dhambi.

Msiwahukumu Wengine

14 Mkaribisheni yeye ambaye imani yake ni
dhaifu, lakini si kwa kugombana na kubi-
shana juu ya mawazo yake. 2 Mtu mmoja imani
yake inamruhusu kula kila kitu, lakini mwingine
ambaye imani yake ni dhaifu, hula mboga tu.
3 Yeye alaye kila kitu asimdharau yeye asiyekula.
Wala yeye asiyekula kila kitu asimhukumu yule
alaye kila kitu, kwa maana Mungu amemkubali.
4 Wewe ni nani hata umhukumu mtumishi wa
mtu mwingine? Kwa bwana wake tu anasimama
au kuanguka. Naye atasimama kwa sababu Bwana
anaweza kumsimamisha.

5 Mtu mmoja anaitukuza siku fulani kuwa ni
bora kuliko nyingine, na mwingine anaona kuwa
siku zote ni sawa. Basi kila mmoja awe na hakika
na yale anayoamini. 6 Yeye anayehesabu siku moja
kuwa takatifu kuliko nyingine, hufanya hivyo kwa
kumheshimu Bwana. Naye alaye nyama hula kwa
Bwana, kwa maana humshukuru Mungu, naye
akataaye kula nyama hufanya hivyo kwa Bwana
na humshukuru Mungu. 7 Kwa kuwa hakuna hata
mmoja wetu anayeishi kwa ajili yake mwenyewe,
wala hakuna hata mmoja wetu afaye kwa ajili
yake mwenyewe. 8 Kama tunaishi, tunaishi kwa
Bwana, nasi pia tukifa tunakufa kwa Bwana. Kwa
hiyo basi, kama tukiishi au kama tukifa, sisi ni
mali ya Bwana.

9 Kwani kwa sababu hii hasa, Kristo alikufa na
akawa hai tena kusudi apate kuwa Bwana wa wote,
yaani, waliokufa na walio hai. 10 Basi kwa nini wewe
wamhukumu ndugu yako? Au kwa nini wewe una-
mdharau ndugu yako? Kwa kuwa sote tutasimama
mbele ya kiti cha Mungu cha hukumu. 11 Kwa kuwa
imeandikwa:

" 'Kama vile niishivyo,' asema Bwana,
'kila goti litapigwa mbele zangu,
na kila ulimi utakiri kwa Mungu.' "

12 Hivyo basi kila mmoja wetu atatoa habari zake
mwenyewe kwa Mungu.

Usimfanye Ndugu Yako Ajikwae

13 Kwa hiyo tusiendelee kuhukumiana: Badala
yake mtu asiweke kamwe kikwazo au kizuizi katika
njia ya ndugu mwingine. 14 Ninajua tena nimehaki-
kishiwa sana katika Bwana Yesu kwamba hakuna
kitu chochote ambacho ni najisi kwa asili yake.
Lakini kama mtu anakiona kitu kuwa ni najisi, basi
kwake huyo kitu hicho ni najisi. 15 Kama ndugu
yako anahuzunishwa kwa sababu ya kile unacho-
kula, basi huenendi tena katika upendo. Usiruhusu
kile unachokula kiwe sababu ya kumwangamiza
ndugu yako ambaye Kristo alikufa kwa ajili yake.
16 Usiruhusu kile ambacho unakiona kuwa chema
kisemwe kuwa ni kiovu. 17 Kwa maana Ufalme wa
Mungu si kula na kunywa, bali ni haki, amani na
furaha katika Roho Mtakatifu. 18 Kwa sababu mtu
yeyote anayemtumikia Kristo kwa jinsi hii, ana-
mpendeza Mungu na kukubaliwa na wanadamu.

19 Kwa hiyo na tufanye bidii kutafuta yale yale-
tayo amani na kujengana sisi kwa sisi. 20 Usiiharibu
kazi ya Mungu kwa ajili ya chakula. Hakika vyakula
vyote ni safi, lakini ni kosa kula kitu chochote kina-
chomsababisha ndugu yako ajikwae. 21 Ni afadhali
kutokula nyama wala kunywa divai au kufanya
jambo lingine lolote litakalomsababisha ndugu
yako ajikwae.

22 Je, wewe unayo imani? Ile imani uliyo nayo,
uwe nayo nafsini mwako mbele za Mungu. Heri
mtu yule asiye na sababu ya kujihukumu nafsi yake
kwa ajili ya kile anachokifanya. 23 Lakini kama mtu
ana shaka kuhusu kile anachokula, amehukumiwa,
kwa sababu hakula kwa imani. Kwa kuwa chochote
kinachofanywa pasipo imani ni dhambi.

Usijipendeze Mwenyewe, Bali Wapendeze Wengine

15 Sisi tulio na nguvu, hatuna budi kuchukuliana
na kushindwa kwa wale walio dhaifu wala si
kujipendeza nafsi zetu wenyewe. 2 Kila mmoja wetu
inampasa kumpendeza jirani yake kwa mambo
mema, ili kumjenga katika imani. 3 Kwa maana
hata Kristo hakujipendeza mwenyewe, bali kama
ilivyoandikwa: "Matukano yao wale wanaokutu-
kana wewe yalinipata mimi." 4 Kwa maana kila kitu
kilichoandikwa zamani, kiliandikwa kutufundisha,
ili kwamba kwa saburi na faraja tunayopata katika
Maandiko tuwe na tumaini.

5 Mungu atoaye saburi na faraja, awajalie ninyi
roho ya umoja miongoni mwenu mnapomfuata
Kristo Yesu, 6 ili kwa moyo mmoja mpate kumtu-
kuza Mungu aliye Baba wa Bwana wetu Yesu Kristo.

Injili Sawa Kwa Wayahudi Na Kwa Watu Wa Mataifa

7 Karibishaneni ninyi kwa ninyi kama Kristo
alivyowakaribisha ninyi ili kumletea Mungu utu-
kufu. 8 Kwa maana nawaambia kwamba, Kristo
amekuwa mtumishi kwa wale waliotahiriwa ili
kuonyesha kweli ya Mungu na kuthibitisha zile
ahadi walizopewa baba zetu wa zamani, 9 pia ili
watu wa Mataifa wamtukuze Mungu kwa rehema
zake. Kama ilivyoandikwa:

"Kwa hiyo nitakutukuza katikati ya watu
wa Mataifa;
nitaliimbia sifa jina lako."

10 Tena yasema,

"Enyi watu wa Mataifa, furahini
pamoja na watu wa Mungu."

11 Tena,

"Msifuni Bwana, ninyi watu wa
Mataifa wote,
na kumwimbia sifa, enyi watu wote."

12 Tena Isaya anasema,

"Shina la Yese litachipuka,
yeye atakayeinuka ili kutawala juu
ya mataifa.
Watu wa Mataifa watamtumaini."

13 Mungu wa tumaini awajaze ninyi furaha yote
na amani katika kumwamini, ili mpate kujawa na
tumaini tele kwa nguvu ya Roho Mtakatifu.

Paulo Mhudumu Wa Watu Wa Mataifa

14 Ndugu zangu, mimi mwenyewe ninasadiki
kwamba mmejaa wema na ufahamu wote, tena
mnaweza kufundishana ninyi kwa ninyi. 15 Nime-
waandikia kwa ujasiri vipengele kadha wa kadha
katika waraka huu kama kuwakumbusha tena kwa
habari ya ile neema Mungu aliyonipa, 16 ili kuwa
mhudumu wa Kristo Yesu kwa watu wa Mataifa
nikiwa na huduma ya kikuhani ya kutangaza Injili
ya Mungu, ili watu wa Mataifa wapate kuwa dha-
bihu inayokubaliwa na Mungu, iliyotakaswa na
Roho Mtakatifu.
17 Kwa hiyo ninajisifu katika Kristo Yesu, kwenye
utumishi wangu kwa Mungu. 18 Kwa maana sitathu-
butu kusema kitu chochote zaidi ya kile ambacho
Kristo amefanya kwa kunitumia mimi katika kuwao-
ngoza watu wa Mataifa wamtii Mungu kwa yale
niliyosema na kufanya, 19 kwa nguvu za ishara na
miujiza, kwa uweza wa Roho wa Mungu, hivyo kua-
nzia Yerusalemu hadi maeneo yote ya kandokando
yake mpaka Iliriko, nimekwisha kuihubiri Injili ya
Kristo kwa ukamilifu. 20 Hivyo ni nia yangu kuhubiri
Habari Njema, si pale ambapo Kristo amekwisha
kujulikana, ili nisije nikajenga juu ya msingi wa mtu
mwingine. 21 Lakini kama ilivyoandikwa:

"Wale ambao hawajahubiriwa habari zake
wataona,
nao wale ambao hawajazisikia watafahamu."

22 Hii ndiyo sababu nimezuiliwa mara nyingi nisi-
weze kuja kwenu.

Paulo Apanga Kwenda Rumi

23 Lakini sasa kwa kuwa hakuna nafasi zaidi
kwa ajili yangu katika sehemu hii, ninatamani
kuja kwenu kama ambavyo nimekuwa na shauku
kwa miaka mingi. 24 Nimekusudia kufanya hivyo
nitakapokuwa njiani kwenda Hispania. Natara-
jia kuwaona katika safari yangu na kusafirishwa
nanyi mpaka huko, baada ya kufurahia ushirika
wenu kwa kitambo kidogo. 25 Sasa, niko njiani
kuelekea Yerusalemu kwa ajili ya kuwahudumia
watakatifu huko. 26 Kwa kuwa imewapendeza watu
wa Makedonia na Akaya kufanya changizo kwa
ajili ya maskini walioko miongoni mwa watakatifu
huko Yerusalemu. 27 Imewapendeza kufanya hivyo,
naam, kwani ni wadeni wao. Kwa maana ikiwa
watu wa Mataifa wameshiriki baraka za rohoni
za Wayahudi, wao ni wadeni wa Wayahudi, ili
Wayahudi nao washiriki baraka zao za mambo ya
mwilini. 28 Kwa hiyo baada ya kukamilisha kazi hii
na kuhakikisha kuwa wamepokea kila kitu kilicho-
kusanywa, nitapitia kwenu nikiwa njiani kwenda
Hispania. 29 Ninajua kwamba nitakapokuja kwenu,
nitakuja na wingi wa baraka za Kristo.
30 Basi, ndugu zangu, nawasihi kwa Jina la Bwana
wetu Yesu Kristo na kwa upendo wa Roho Mtaka-
tifu, kujiunga nami katika taabu zangu mkiniombea
kwa Mungu. 31 Ombeni ili nipate kuokolewa
mikononi mwa wale wasioamini walioko Uyahudi,
na kwamba utumishi wangu upate kukubaliwa na
watakatifu wa huko Yerusalemu, 32 ili kwa mapenzi
ya Mungu niweze kuja kwenu kwa furaha, nami
niburudishwe pamoja nanyi. 33 Mungu wa amani
na awe pamoja nanyi nyote. Amen.

Salamu Kwa Watu Binafsi

16 Napenda kumtambulisha kwenu dada yetu
Foibe, mtumishi katika kanisa la Kenkrea.
2 Naomba mpokeeni katika Bwana ipasavyo wata-
katifu na kumpa msaada wowote atakaohitaji
kutoka kwenu, kwa maana yeye amekuwa msaada
kwa watu wengi, mimi nikiwa miongoni mwao.

3 Wasalimuni Prisila[a] na Akila, watumishi
wenzangu katika Kristo Yesu. 4 Wao
walihatarisha maisha yao kwa ajili yangu;
wala si mimi tu ninayewashukuru bali pia
makanisa yote ya watu wa Mataifa.
5 Lisalimuni pia kanisa linalokutana
nyumbani mwao.
Msalimuni rafiki yangu mpendwa Epaineto,
aliyekuwa mtu wa kwanza kumwamini
Kristo huko Asia.
6 Msalimuni Maria, aliyefanya kazi kwa bidii
kwa ajili yenu.
7 Wasalimuni Androniko na Yunia, jamaa
zangu ambao wamekuwa gerezani
pamoja nami. Wao ni maarufu miongoni
mwa mitume, nao walikuwa katika Kristo
kabla yangu.
8 Msalimuni Ampliato, yeye nimpendaye
katika Bwana.
9 Msalimuni Urbano, mtendakazi mwenzetu
katika Kristo, pamoja na rafiki yangu
mpendwa Stakisi.
10 Msalimuni Apele aliyejaribiwa na
akaithibitisha imani yake katika Kristo.
Wasalimuni wote walio nyumbani mwa
Aristobulo.
11 Msalimuni ndugu yangu Herodioni.
Wasalimuni wote walio nyumbani mwa
Narkisi walio katika Bwana.
12 Wasalimuni Trifaina na Trifosa, wale
wanawake wanaofanya kazi kwa bidii
katika Bwana.
Msalimuni rafiki yangu mpendwa Persisi,
mwanamke mwingine aliyefanya kazi
kwa bidii katika Bwana.
13 Msalimuni Rufo, mteule katika Bwana,
pamoja na mama yake, ambaye amekuwa
mama kwangu pia.
14 Wasalimuni Asinkrito, Flegoni, Herme,
Patroba, Herma na ndugu wote walio
pamoja nao.
15 Wasalimuni Filologo, Yulia, Nerea na dada
yake, na Olimpa na watakatifu wote
walio pamoja nao.
16 Salimianeni ninyi kwa ninyi kwa busu takatifu.
Makanisa yote ya Kristo yanawasalimu.

---

[a]3 Prisila kwa Kiyunani ni Priska, hivyo tafsiri nyingine zimemuita Priska.

Maelekezo Ya Mwisho

[17] Ndugu zangu, nawasihi mjihadhari na
kujiepusha na wale watu waletao matengano na
kuweka vikwazo mbele yenu dhidi ya mafundisho
mliyojifunza. [18] Kwa maana watu kama hao hawa-
mtumikii Bwana Kristo, bali wanatumikia tamaa
zao wenyewe. Kwa kutumia maneno laini na ya
kubembeleza, hupotosha mioyo ya watu wajinga.
[19] Kila mtu amesikia juu ya utii wenu, nami nime-
jawa na furaha tele kwa ajili yenu. Lakini nataka
mwe na hekima katika mambo mema na bila hatia
katika mambo maovu.

[20] Mungu wa amani atamponda Shetani chini ya
miguu yenu upesi.

Neema ya Bwana wetu Yesu iwe nanyi. Amen.

[21] Timotheo, mtendakazi mwenzangu anawa-
salimu. Vivyo hivyo Lukio, Yasoni, na Sosipatro,
ndugu zangu.

[22] Mimi, Tertio, niliye mwandishi wa waraka huu,
nawasalimu katika Bwana.

[23] Gayo, ambaye ni mwenyeji wangu na wa kanisa
lote, anawasalimu.

Erasto, mweka hazina wa mji huu, pamoja na Kwarto ndugu yetu pia wanawasalimu.

[[24] Neema ya Bwana wetu Yesu Kristo iwe pamoja
nanyi nyote. Amen.]

Maneno Ya Mwisho Ya Kumsifu Mungu

[25] Sasa atukuzwe yeye awezaye kuwafanya ninyi
imara kwa Injili yangu na kuhubiriwa kwa Yesu
Kristo, kutokana na kufunuliwa siri zilizofichika
tangu zamani za kale. [26] Lakini sasa siri hiyo imefu-
nuliwa na kujulikana kupitia maandiko ya kinabii
kutokana na amri ya Mungu wa milele, ili mataifa
yote yaweze kumwamini na kumtii [27] Mungu aliye
pekee, mwenye hekima, ambaye kwa njia ya Yesu
Kristo utukufu ni wake milele na milele! Amen.

1 WAKORINTHO

Salamu

1 Paulo, niliyeitwa kwa mapenzi ya Mungu kuwa mtume wa Kristo Yesu, na Sosthene ndugu yetu. 2 Kwa kanisa la Mungu lililoko Korintho, kwa wale waliotakaswa katika Kristo Yesu na walioitwa kuwa watakatifu, pamoja na wale wote ambao kila mahali wanaliitia Jina la Kristo Yesu Bwana wetu, aliye Bwana wao na wetu pia:

3 Neema na amani itokayo kwa Mungu Baba yetu na kwa Bwana Yesu Kristo iwe nanyi.

Shukrani

4 Ninamshukuru Mungu siku zote kwa ajili yenu kwa sababu ya neema yake mliyopewa katika Kristo Yesu. 5 Kwa kuwa katika Kristo mmetajirishwa kwa kila hali, katika kusema kwenu na katika maarifa yenu yote, 6 kwa sababu ushuhuda wetu kumhusu Kristo ulithibitishwa ndani yenu. 7 Kwa hiyo hamkupungukiwa na karama yoyote ya kiroho wakati mnangoja kwa shauku kudhihirishwa kwa Bwana wetu Yesu Kristo. 8 Atawafanya imara mpaka mwisho, ili msiwe na hatia siku ile ya Bwana wetu Yesu Kristo. 9 Mungu ambaye mmeitwa naye ili mwe na ushirika na Mwanawe Yesu Kristo, Bwana wetu ni mwaminifu.

Mgawanyiko Ndani Ya Kanisa

10 Nawasihi ndugu zangu, katika Jina la Bwana wetu Yesu Kristo, kwamba mpatane nia zenu ninyi kwa ninyi, ili pasiwepo na matengano katikati yenu na kwamba mwe na umoja kikamilifu katika nia na katika kusudi. 11 Ndugu zangu, nimepata habari kutoka kwa baadhi ya watu wa nyumbani mwa Kloe kwamba kuna magomvi katikati yenu. 12 Maana yangu ni kwamba: Mmoja wenu husema, "Mimi ni wa Paulo"; mwingine, "Mimi ni wa Apolo"; mwingine, "Mimi ni wa Kefa,"[a] na mwingine, "Mimi ni wa Kristo."

13 Je, Kristo amegawanyika? Je, Paulo ndiye alisulubishwa kwa ajili yenu? Je, mlibatizwa kwa jina la Paulo? 14 Nashukuru kwamba sikumbatiza mtu yeyote isipokuwa Krispo na Gayo. 15 Kwa hiyo hakuna mtu yeyote anayeweza kusema kwamba alibatizwa kwa jina langu. 16 (Naam, niliwabatiza pia watu wa nyumbani mwa Stefana. Lakini zaidi ya hao sijui kama nilimbatiza mtu mwingine yeyote.) 17 Kwa maana Kristo hakunituma ili kubatiza bali kuhubiri Injili; sio kwa maneno ya hekima ya kibinadamu, ili msalaba wa Kristo usije ukakosa nguvu yake.

Kristo Ni Hekima Na Nguvu Ya Mungu

18 Kwa maana ujumbe wa msalaba kwa wale wanaopotea ni upuzi, lakini kwetu sisi tunaookolewa ni nguvu ya Mungu. 19 Kwa maana imeandikwa:

"Nitaiharibu hekima ya wenye hekima,
na kubatilisha akili ya wenye akili."

20 Yuko wapi mwenye hekima? Yuko wapi msomi? Yuko wapi mwanafalsafa wa nyakati hizi? Je, Mungu hakufanya hekima ya ulimwengu huu kuwa upumbavu? 21 Kwa kuwa katika hekima ya Mungu, ulimwengu kwa hekima yake haukumjua yeye, ilimpendeza Mungu kuwaokoa wale walioamini kwa upuzi wa lile neno lililohubiriwa. 22 Wayahudi wanadai ishara za miujiza na Wayunani wanatafuta hekima. 23 Lakini sisi tunamhubiri Kristo aliyesulubiwa: yeye kwa Wayahudi ni kikwazo na kwa Wayunani ni upuzi. 24 Lakini kwa wale ambao Mungu amewaita, Wayahudi na pia Wayunani, Kristo ndiye nguvu ya Mungu na pia hekima ya Mungu. 25 Kwa maana upumbavu wa Mungu una hekima zaidi kuliko hekima ya wanadamu, nao udhaifu wa Mungu una nguvu kuliko nguvu ya wanadamu.

26 Ndugu zangu, kumbukeni mlivyokuwa mlipoitwa. Kwa kipimo cha kibinadamu, si wengi wenu mliokuwa na hekima. Si wengi mliokuwa na ushawishi, si wengi mliozaliwa katika jamaa zenye vyeo. 27 Lakini Mungu alivichagua vitu vipumbavu vya ulimwengu ili awaaibishe wenye hekima, Mungu alivichagua vitu dhaifu vya ulimwengu ili awaaibishe wenye nguvu. 28 Alivichagua vitu vya chini na vinavyodharauliwa vya dunia hii, vitu ambavyo haviko, ili avibatilishe vile vilivyoko, 29 ili mtu yeyote asijisifu mbele zake. 30 Bali kwa yeye ninyi mmepata kuwa katika Kristo Yesu, aliyefanyika kwetu hekima itokayo kwa Mungu, yaani haki, na utakatifu na ukombozi. 31 Hivyo, kama ilivyoandikwa: "Yeye ajisifuye na ajisifu katika Bwana."

Kumtangaza Kristo Aliyesulubiwa

2 Ndugu zangu nilipokuja kwenu, sikuja na maneno ya ushawishi wala hekima ya hali ya juu nilipowahubiria siri ya Mungu. 2 Kwa kuwa niliamua kutokujua kitu chochote wakati nikiwa nanyi isipokuwa Yesu Kristo aliyesulubiwa. 3 Mimi nilikuja kwenu nikiwa dhaifu na mwenye hofu na kwa kutetemeka sana. 4 Kuhubiri kwangu na ujumbe wangu haukuwa kwa hekima na maneno ya ushawishi bali kwa madhihirisho ya nguvu za Roho 5 ili imani yenu isiwe imejengwa katika hekima ya wanadamu bali katika nguvu za Mungu.

Hekima Ya Kweli Itokayo Kwa Mungu

6 Lakini miongoni mwa watu waliokomaa twanena hekima, wala si hekima ya ulimwengu huu au ya watawala wa dunia hii wanaobatilika. 7 Sisi tunanena hekima ya Mungu ambayo ni siri, tena iliyofichika, ambayo Mungu aliikusudia kabla ya ulimwengu kuwepo, kwa ajili ya utukufu wetu. 8 Hakuna hata mtawala mmoja wa nyakati hizi aliyeelewa jambo hili. Kwa maana kama

[a]12 Yaani Petro.

wangelielewa, wasingemsulubisha Bwana wa utukufu. 9 Lakini ni kama ilivyoandikwa:

“Hakuna jicho limepata kuona,
  wala sikio limepata kusikia,
wala hayakuingia moyoni wowote,
  yale Mungu amewaandalia
  wale wampendao”:

10 Lakini mambo haya Mungu ametufunulia kwa Roho wake.

Roho huchunguza kila kitu, hata mambo ya ndani sana ya Mungu. 11 Kwa maana ni nani anayejua mawazo ya mtu isipokuwa roho iliyo ndani ya huyo mtu? Vivyo hivyo hakuna mtu ajuaye mawazo ya Mungu isipokuwa Roho wa Mungu. 12 Basi hatukupokea roho ya dunia bali Roho atokaye kwa Mungu, ili tuweze kuelewa kile kipawa ambacho Mungu ametupatia bure. 13 Haya ndiyo tusemayo, si kwa maneno tuliyofundishwa kwa hekima ya wanadamu bali kwa maneno tuliyofundishwa na Roho, tukifafanua kweli za kiroho kwa maneno ya kiroho. 14 Mtu ambaye hana Roho hawezi kupokea mambo yatokayo kwa Roho wa Mungu, kwa kuwa ni upuzi kwake, naye hawezi kuyaelewa kwa sababu hayo yanaeleweka tu kwa upambanuzi wa rohoni. 15 Mtu wa kiroho hubainisha mambo yote, lakini yeye mwenyewe habainishwi na mtu yeyote.

16 “Kwa maana ni nani aliyefahamu mawazo
    ya Bwana
  ili apate kumfundisha?”

Lakini sisi tunayo mawazo ya Kristo.

Kuhusu Mgawanyiko Katika Kanisa

3 Ndugu zangu, mimi sikuweza kusema nanyi kama watu wa kiroho, bali kama watu wa mwilini, kama watoto wachanga katika Kristo. 2 Naliwanywesha maziwa, wala si chakula kigumu, kwa kuwa hamkuwa tayari kwa hicho chakula. Naam, hata sasa hamko tayari. 3 Ninyi bado ni watu wa mwilini. Kwa kuwa bado kuna wivu na magombano miongoni mwenu, je, ninyi si watu wa mwilini? Je, si mwaendelea kama watu wa kawaida? 4 Kwa maana mmoja anaposema, “Mimi ni wa Paulo,” na mwingine, “Mimi ni wa Apolo,” je, ninyi si wanadamu wa kawaida?

5 Kwani, Apolo ni nani? Naye Paulo ni nani? Ni watumishi tu ambao kupitia wao mliamini, kama vile Bwana alivyompa kila mtu huduma yake. 6 Mimi nilipanda mbegu, Apolo akatia maji, lakini Mungu ndiye aliikuza. 7 Hivyo mwenye kupanda na mwenye kutia maji si kitu, bali Mungu peke yake ambaye huifanya ikue. 8 Apandaye mbegu ana lengo sawa na yule atiaye maji na kila mmoja atalipwa kulingana na kazi yake. 9 Kwa kuwa sisi tu watendakazi pamoja na Mungu. Ninyi ni shamba la Mungu, jengo la Mungu.

10 Kwa neema Mungu aliyonipa, niliweka msingi kama mjenzi stadi na mtu mwingine anajenga juu yake. Lakini kila mmoja inampasa awe mwangalifu jinsi anavyojenga. 11 Kwa maana hakuna mtu yeyote awezaye kuweka msingi mwingine wowote isipokuwa ule uliokwisha kuwekwa, ambao ni Yesu Kristo. 12 Kama mtu yeyote akijenga juu ya msingi huu kwa kutumia dhahabu, fedha, vito vya thamani, miti, majani au nyasi, 13 kazi yake itaonekana ilivyo, kwa kuwa Siku ile itaidhihirisha. Itadhihirishwa kwa moto, nao moto utapima ubora wa kazi ya kila mtu. 14 Kama kile alichojenga kitabaki, atapokea thawabu yake. 15 Kama kazi kitateketea, atapata hasara, ila yeye mwenyewe ataokolewa, lakini tu kama mtu aliyenusurika kwenye moto.

16 Je, hamjui ya kwamba ninyi wenyewe ni hekalu la Mungu na kwamba Roho wa Mungu anakaa ndani yenu? 17 Kama mtu yeyote akiliharibu hekalu la Mungu, Mungu atamwangamiza; kwa maana hekalu la Mungu ni takatifu, na ninyi ndiyo hilo hekalu.

18 Msijidanganye. Kama mtu yeyote miongoni mwenu akidhani kuwa ana hekima kwa viwango vya dunia hii, inampasa awe mjinga ili apate kuwa na hekima. 19 Kwa maana hekima ya ulimwengu huu ni upuzi mbele za Mungu. Kama ilivyoandikwa: “Mungu huwanasa wenye hekima katika hila yao,” 20 tena, “Bwana anajua kwamba mawazo ya wenye hekima ni ubatili.” 21 Hivyo basi, mtu asijivune kuhusu wanadamu! Vitu vyote ni vyenu, 22 ikiwa ni Paulo au Apolo au Kefa[a] au dunia au uzima au mauti, au wakati uliopo au wakati ujao, haya yote ni yenu 23 na ninyi ni wa Kristo, naye Kristo ni wa Mungu.

Mawakili Wa Siri Za Mungu

4 Basi, watu na watuhesabu sisi kuwa tu watumishi wa Kristo na mawakili wa siri za Mungu. 2 Tena, litakiwalo ni mawakili waonekane kuwa waaminifu. 3 Lakini kwangu mimi ni jambo dogo sana kwamba nihukumiwe na ninyi au na mahakama yoyote ya kibinadamu. Naam, hata mimi mwenyewe sijihukumu. 4 Dhamiri yangu ni safi, lakini hilo halinihesabii kuwa asiye na hatia. Bwana ndiye anihukumuye. 5 Kwa hiyo msihukumu jambo lolote kabla ya wakati wake. Ngojeni mpaka Bwana atakapokuja. Yeye atayaleta nuruni mambo yale yaliyofichwa gizani, na kuweka wazi nia za mioyo ya wanadamu. Wakati huo kila mmoja atapokea sifa anayostahili kutoka kwa Mungu.

6 Basi ndugu zangu, mambo haya nimeyafanya kwangu binafsi na Apolo kwa faida yenu, ili mweze kujifunza kutoka kwetu maana ya ule usemi usemao, “Msivuke zaidi ya yale yaliyoandikwa.” Hivyo hamtajivunia mtu fulani na kumdharau mwingine. 7 Kwa maana ni nani aliyewafanya kuwa tofauti na wengine? Ni nini mlicho nacho ambacho hamkupokea? Nanyi kama mlipokea, kwa nini mnajivuna kama vile hamkupokea?

8 Sasa tayari mnayo yale yote mnayohitaji! Tayari mmekwisha kuwa matajiri! Mmekuwa wafalme, tena bila sisi! Laiti mngekuwa wafalme kweli ili na sisi tupate kuwa wafalme pamoja nanyi! 9 Kwa maana ninaona kwamba Mungu ametuweka sisi mitume katika nafasi ya mwisho kabisa, kama watu waliohukumiwa kufa kwenye uwanja wa tamasha, kwa sababu tumefanywa kuwa maonyesho kwa

---

[a]22 Yaani Petro.

ulimwengu wote, kwa malaika na kwa wanadamu
pia. 10 Kwa ajili ya Kristo sisi ni wajinga, lakini ninyi
mna hekima sana ndani ya Kristo. Sisi tu dhaifu,
lakini ninyi mna nguvu. Tunadharauliwa, lakini
ninyi mnaheshimiwa. 11 Mpaka saa hii tuna njaa na
kiu, tu uchi, tumepigwa na hatuna makao. 12 Tuna-
fanya kazi kwa bidii kwa mikono yetu wenyewe.
Tunapolaaniwa, tunabariki, tunapoteswa, tuna-
stahimili, 13 tunaposingiziwa, tunajibu kwa upole.
Mpaka sasa tumekuwa kama takataka ya dunia na
uchafu wa ulimwengu.

14 Siwaandikii mambo haya ili kuwaaibisha, bali
ili kuwaonya, kama wanangu wapendwa. 15 Hata
kama mnao walimu 10,000 katika Kristo, lakini
hamna baba wengi. Mimi nilikuwa baba yenu
katika Kristo Yesu kwa kuwaletea Injili. 16 Basi
nawasihi igeni mfano wangu. 17 Kwa sababu hii
ninamtuma Timotheo, mwanangu mpendwa na
mwaminifu katika Bwana. Yeye atawakumbusha
kuhusu njia za maisha yangu katika Kristo Yesu,
ambayo yanakubaliana na mafundisho yangu
ninayofundisha katika kila kanisa.

18 Baadhi yenu mmekuwa na jeuri mkidhani
kuwa sitafika kwenu. 19 Lakini kama Bwana aki-
penda, nitafika kwenu mapema, nami nitapenda
kujua, si tu kile wanachosema hawa watu jeuri,
bali pia kujua nguvu yao. 20 Kwa kuwa Ufalme wa
Mungu si maneno matupu tu bali ni nguvu. 21 Ninyi
amueni. Je, nije kwenu na fimbo, au nije kwa upe-
ndo na kwa roho ya upole?

Mwasherati Atengwe

5 Yamkini habari imeenea ya kuwa miongoni
mwenu kuna uzinzi ambao haujatokea hata
miongoni mwa watu wasiomjua Mungu: Kwamba
mtu anaishi na mke wa baba yake. 2 Nanyi mwaji-
vuna! Je, haiwapasi kuhuzunika na kumtenga na
ushirika wenu mtu huyo aliyefanya mambo hayo?
3 Hata kama siko pamoja nanyi katika mwili, niko
nanyi katika roho. Nami nimekwisha kumhukumu
mtu huyo aliyetenda jambo hili, kama vile ninge-
kuwepo. 4 Mnapokutana katika Jina la Bwana wetu
Yesu nami nikiwepo pamoja nanyi katika roho na
uweza wa Bwana Yesu ukiwepo, 5 mkabidhini mtu
huyu kwa Shetani, ili mwili wake uharibiwe, ili
roho yake iokolewe katika siku ya Bwana.

6 Majivuno yenu si mazuri. Je, hamjui ya kwa-
mba chachu kidogo huchachusha donge zima la
unga? 7 Ondoeni chachu ya kale ili mpate kuwa
donge jipya lisilotiwa chachu, kama vile mlivyo.
Kwa maana Kristo, Mwana-Kondoo wetu wa
Pasaka amekwisha tolewa kuwa dhabihu. 8 Kwa
hiyo, tusiiadhimishe sikukuu hii, kwa chachu ya
zamani, chachu ya nia mbaya na uovu, bali kwa
mkate usiotiwa chachu, ndio weupe wa moyo na
kweli.

9 Niliwaandikia katika waraka wangu kuwa
msishirikiane na wazinzi. 10 Sina maana kwamba
msishirikiane na wazinzi wa ulimwengu huu, au
wenye tamaa mbaya, wanyang'anyi au waabudu
sanamu. Kwa kufanya hivyo ingewalazimu mtoke
ulimwenguni humu. 11 Lakini sasa nawaandikia
kwamba msishirikiane na mtu yeyote anayejiita
ndugu, hali akiwa ni mzinzi, au mwenye tamaa
mbaya, mwabudu sanamu au msingiziaji, mlevi
au mdhalimu. Mtu kama huyo hata msile naye.

12 Yanihusu nini kuwahukumu wale watu walio
nje ya kanisa? Je, si mnapaswa kuwahukumu hao
walio ndani? 13 Mungu atawahukumu hao walio nje.
"Ninyi mwondoeni huyo mtu mwovu miongoni
mwenu."

Kushtakiana Miongoni Mwa Waumini

6 Kama mtu yeyote wa kwenu ana ugomvi na
mwenzake, anathubutuje kuupeleka kwa wasio-
mcha Mungu ili kuamuliwa badala ya kuupeleka
kwa watakatifu? 2 Je, hamjui kwamba watakatifu
watauhukumu ulimwengu? Nanyi kama mtauhu-
kumu ulimwengu, je, hamwezi kuamua mambo
madogo madogo? 3 Hamjui kwamba tutawahu-
kumu malaika? Je, si zaidi mambo ya maisha haya?
4 Kwa hiyo kama kuna ugomvi miongoni mwenu
kuhusu mambo kama haya, chagueni kuwa waa-
muzi, watu ambao wanaonekana hata sio wa
heshima katika kanisa. 5 Nasema hivi ili mwone
aibu. Je, inawezekana kuwa miongoni mwenu
hakuna mtu mwenye hekima ya kutosha kuamua
ugomvi kati ya waaminio? 6 Badala yake ndugu
mmoja anampeleka mwenzake mahakamani, tena
mbele ya watu wasioamini!

7 Huko kuwa na mashtaka miongoni mwenu
ina maana kwamba tayari ni kushindwa kabisa.
Kwa nini msikubali kutendewa mabaya? Kwa nini
msikubali kunyang'anywa? 8 Badala yake, ninyi
wenyewe mwadanganya na kutenda mabaya, tena
mwawatendea ndugu zenu.

9 Je, hamjui kwamba wasio haki hawataurithi
Ufalme wa Mungu? Msidanganyike: Waasherati,
wala waabudu sanamu, wala wazinzi, wala wahani-
thi, wala walawiti, 10 wala wezi, wala wenye tamaa
mbaya, wala walevi, wala wanaodhihaki, wala
wanyang'anyi hawataurithi Ufalme wa Mungu.
11 Baadhi yenu mlikuwa kama hao. Lakini mlio-
shwa, mlitakaswa, mlihesabiwa haki kwa jina la
Bwana Yesu Kristo na katika Roho wa Mungu wetu.

Dhambi Za Zinaa

12 "Vitu vyote ni halali kwangu": lakini si vitu
vyote vyenye faida. "Vitu vyote ni halali kwangu":
lakini sitatawaliwa na kitu chochote. 13 "Chakula ni
cha tumbo, na tumbo ni la chakula": lakini Mungu
ataviangamiza vyote viwili. Mwili haukuumbwa
kwa ajili ya zinaa bali kwa ajili ya Bwana na Bwana
kwa ajili ya mwili. 14 Naye Mungu aliyemfufua
Bwana kutoka kwa wafu atatufufua sisi pia kwa
uweza wake. 15 Je, hamjui kwamba miili yenu ni
viungo vya Kristo mwenyewe? Je, nichukue viungo
vya mwili wa Kristo na kuviunganisha na mwili wa
kahaba? La hasha! 16 Hamjui kwamba aliyeungwa
na kahaba anakuwa mwili mmoja naye? Kwa kuwa
imenenwa, "Hao wawili watakuwa mwili mmoja."
17 Lakini mtu aliyeungwa na Bwana anakuwa roho
moja naye.

18 Ikimbieni zinaa. Dhambi zingine zote ate-
ndazo mtu ziko nje ya mwili wake, lakini yeye
aziniye hutenda dhambi ndani ya mwili wake
mwenyewe. 19 Je, hamjui ya kwamba miili yenu
ni hekalu la Roho Mtakatifu akaaye ndani yenu,

ambaye mmepewa na Mungu? Ninyi si mali yenu wenyewe, [20] kwa maana mmenunuliwa kwa gharama. Kwa hiyo mtukuzeni Mungu katika miili yenu.

Kuhusu Ndoa

7 Basi kuhusu mambo yale mliyoyaandika: Ni vyema mwanaume asimguse mwanamke. [2] Lakini ili kuepuka zinaa, kila mwanaume na awe na mke wake mwenyewe na kila mwanamke awe na mume wake mwenyewe. [3] Mume atimize wajibu wake wa ndoa kwa mkewe, naye vivyo hivyo mke kwa mumewe. [4] Mwanamke hana mamlaka juu ya mwili wake bali mumewe, wala mume hana mamlaka juu ya mwili wake bali mkewe. [5] Msinyimane, isipokuwa mmekubaliana kufanya hivyo kwa muda fulani ili mweze kujitoa kwa maombi, kisha mrudiane tena ili Shetani asije akapata nafasi ya kuwajaribu kwa sababu ya kutokuwa na kiasi. [6] Nasema haya kama ushauri na si amri. [7] Laiti watu wangekuwa kama mimi nilivyo. Lakini kila mtu amepewa kipawa chake kutoka kwa Mungu, mmoja ana kipawa cha namna hii na mwingine ana cha namna ile.

[8] Kwa wale wasiooa na kwa wajane, nasema hivi, ingekuwa vizuri wasioe. [9] Lakini kama hawawezi kujizuia, basi waoe na kuolewa, kwa maana ni afadhali kuoa au kuolewa kuliko kuwaka tamaa.

[10] Kwa wale walioana nawapa amri (si mimi ila ni Bwana): Mke asitengane na mumewe. [11] Lakini akitengana, ni lazima akae bila kuolewa, ama sivyo apatane tena na mumewe. Wala mume asimpe mkewe talaka.

[12] Lakini kwa wengine nasema (si Bwana ila ni mimi): Kama ndugu ana mke asiyeamini, naye huyo mke anakubali kuishi pamoja naye, basi asimwache. [13] Naye mwanamke aaminiye kama ameolewa na mwanaume asiyeamini na huyo mume anakubali kuishi naye, basi huyo mwanamke asimwache. [14] Kwa maana huyo mume asiyeamini anatakaswa kupitia mkewe, naye mke asiyeamini anatakaswa kupitia mumewe anayeamini. Kama isingalikuwa hivyo watoto wenu wangalikuwa si safi, lakini ilivyo sasa wao ni watakatifu. [15] Lakini kama yule asiyeamini akijitenga, basi afanye hivyo. Katika hali kama hiyo mwanamke au mwanaume aaminiye hafungwi, kwa sababu Mungu ametuita tuishi kwa amani. [16] Wewe mke, unajuaje kama utamwokoa mumeo? Au wewe mume unajuaje kama utamwokoa mkeo?

Kuishi Kama Alivyoagiza Bwana

[17] Lakini kila mtu na aishi maisha aliyopangiwa na Bwana, yale Mungu aliyomwitia. Hii ni sheria ninayoiweka kwa makanisa yote. [18] Je, mtu alikuwa tayari ametahiriwa alipoitwa? Asijifanye asiyetahiriwa. Je, mtu alikuwa hajatahiriwa alipoitwa? Asitahiriwe. [19] Kutahiriwa si kitu, na kutokutahiriwa si kitu. Lakini kuzitii amri za Mungu ndilo jambo muhimu. [20] Basi kila mmoja wenu na abaki katika hali aliyoitwa nayo. [21] Je, wewe ulipoitwa ulikuwa mtumwa? Jambo hilo lisikusumbue. Ingawaje unaweza kupata uhuru, tumia nafasi uliyo nayo sasa kuliko wakati mwingine wowote. [22] Kwa maana yeyote aliyeitwa katika Bwana akiwa mtumwa yeye ni mtu huru kwa Bwana, kama vile yeyote aliyekuwa huru alipoitwa yeye ni mtumwa wa Kristo. [23] Mlinunuliwa kwa gharama; msiwe watumwa wa wanadamu. [24] Ndugu zangu, kama kila mtu alivyoitwa, akae katika wito wake alioitiwa na Mungu.

Wajane Na Wasioolewa

[25] Basi, kuhusu wale walio bikira, mimi sina amri kutoka kwa Bwana, lakini mimi natoa shauri kama mtu ambaye ni mwaminifu kwa rehema za Bwana. [26] Kwa sababu ya shida iliyoko kwa sasa, naona ni vyema mkibaki kama mlivyo. [27] Je, umeolewa? Basi usitake talaka. Je, hujaoa? Usitafute mke. [28] Lakini kama ukioa, hujatenda dhambi; na kama bikira akiolewa, hajatenda dhambi. Lakini wale wanaooa watakabiliana na matatizo mengi katika maisha haya, nami nataka kuwazuilia hayo.

[29] Lakini ndugu zangu, nina maana kwamba muda uliobaki ni mfupi. Tangu sasa wale walioa waishi kama wasio na wake; [30] nao wanaoomboleza, kama ambao hawaombolezi; wenye furaha kama wasiokuwa nayo; wale wanaonunua, kama vile vitu walivyonunua si mali yao; [31] nao wale wanaoshughulika na vitu vya dunia hii, kama ambao hawahusiki navyo. Kwa maana dunia hii kama tunavyoiona sasa inapita.

[32] Ningetaka msiwe na masumbufu. Mwanaume ambaye hajaoa anajishughulisha na mambo ya Bwana, jinsi ya kumpendeza Bwana. [33] Lakini mwanaume aliyeoa anajishughulisha na mambo ya dunia, jinsi ya kumfurahisha mkewe, [34] na mawazo yake yamegawanyika. Mwanamke asiyeolewa hujishughulisha na mambo ya Bwana: lengo lake ni awe mtakatifu kimwili na kiroho. Lakini yule aliyeolewa hujishughulisha na mambo ya dunia, jinsi atakavyoweza kumfurahisha mumewe. [35] Ninasema haya kwa faida yenu wenyewe, sio ili kuwawekea vizuizi bali mpate kuishi kwa jinsi ilivyo vyema bila kuvutwa pengine katika kujitoa kwenu kwa Bwana.

[36] Kama mtu yeyote anadhani kwamba hamtendei ilivyo sawa mwanamwali ambaye amemposa, naye akiwa umri wake unazidi kuendelea na mtu huyo anajisikia kwamba inampasa kuoa, afanye kama atakavyo. Yeye hatendi dhambi. Yawapasa waoane. [37] Lakini mwanaume ambaye ameamua moyoni mwake kutooa bila kulazimishwa na mtu yeyote, bali anaweza kuzitawala tamaa zake kutomwoa huyo mwanamwali, basi anafanya ipasavyo. [38] Hivyo basi, mwanaume amwoaye mwanamwali afanya vyema, lakini yeye asiyemwoa afanya vyema zaidi.

[39] Mwanamke aliyeolewa amefungwa na sheria maadamu mumewe yu hai. Lakini mumewe akifa, basi mwanamke huyo yuko huru kuolewa na mume mwingine ampendaye, lakini lazima awe katika Bwana. [40] Lakini kwa maoni yangu, angekuwa na furaha zaidi akibaki alivyo. Nami nadhani pia nina Roho wa Mungu.

Chakula Kilichotolewa Sadaka Kwa Sanamu

8 Sasa kuhusu chakula kilichotolewa sadaka kwa sanamu, tunajua kwamba "sisi sote tuna ujuzi." Lakini ujuzi hujivuna, bali upendo hujenga. [2] Mtu

yeyote anayedhani kwamba anajua kitu, bado hajui
kama impasavyo kujua. [3] Lakini mtu ampendaye
Mungu, hujulikana naye Mungu.

[4] Hivyo basi, kuhusu kula chakula kilichotolewa
sadaka kwa sanamu: Tunajua kwamba "Sanamu si
kitu chochote kabisa duniani," na kwamba "Kuna
Mungu mmoja tu." [5] Kwa kuwa hata kama wapo
hao wanaoitwa miungu kama wakiwa mbinguni au
duniani (kama ilivyo kweli wapo "miungu" wengi
na "mabwana" wengi), [6] kwetu sisi yuko Mungu
mmoja, aliye Baba, ambaye vitu vyote vyatoka
kwake na kwa ajili yake sisi twaishi; na kuna Bwana
mmoja tu, Yesu Kristo, ambaye kwa yeye vitu vyote
vimekuwepo na kwa yeye tunaishi.

[7] Lakini si wote wanaojua jambo hili. Baadhi
ya watu bado wamezoea sanamu, kuwa halisi
hivi kwamba wanapokula chakula kama hicho
wanadhani kimetolewa sadaka kwa sanamu na
kwa kuwa dhamiri zao ni dhaifu, dhamiri yao
inanajisika. [8] Lakini chakula hakituleti karibu na
Mungu, wala hatupotezi chochote tusipokula, wala
hatuongezi chochote kama tukila.

[9] Lakini angalieni jinsi mnavyotumia uhuru
wenu usije ukawa kikwazo kwao walio dhaifu.
[10] Kwa maana kama mtu yeyote mwenye dhamiri
dhaifu akiwaona ninyi wenye ujuzi huu mkila
katika hekalu la sanamu, je, si atatiwa moyo kula
chakula kilichotolewa sadaka kwa sanamu? [11] Kwa
njia hiyo, huyo ndugu mwenye dhamiri dhaifu,
ambaye Kristo alikufa kwa ajili yake, ataangamia
kwa sababu ya ujuzi wenu. [12] Mnapotenda dhambi
dhidi ya ndugu zenu kwa njia hii na kujeruhi dha-
miri zao zilizo dhaifu, mnamkosea Kristo. [13] Kwa
hiyo, kama kile ninachokula kitamfanya ndugu
yangu aanguke katika dhambi, sitakula nyama
kamwe, nisije nikamfanya ndugu yangu aanguke.

Haki Za Mtume

9 Je, mimi si huru? Je, mimi si mtume? Je, mimi
sikumwona Yesu, Bwana wetu? Je, ninyi si matu-
nda ya kazi yangu katika Bwana? [2] Hata kama mimi
si mtume kwa wengine, hakika mimi ni mtume
kwenu, kwa maana ninyi ni mhuri wa utume
wangu katika Bwana.

[3] Huu ndio utetezi wangu kwa hao wanaokaa
kunihukumu. [4] Je, hatuna haki ya kula na kunywa?
[5] Je, hatuna haki ya kusafiri na mke anayeamini,
kama wanavyofanya mitume wengine na ndugu
zake Bwana na Kefa?[a] [6] Au ni mimi na Barnaba tu
inatubidi kufanya kazi ili tuweze kupata mahitaji
yetu?

[7] Ni askari yupi aendaye vitani kwa gharama
zake mwenyewe? Ni nani apandaye shamba la
mizabibu na asile matunda yake? Ni nani achu-
ngaye kundi na asipate maziwa yake. [8] Je, nasema
mambo haya katika mtazamo wa kibinadamu
tu? Je, sheria haisemi vivyo hivyo? [9] Kwa maana
imeandikwa katika Sheria ya Mose: "Usimfunge
maksai kinywa apurapo nafaka." Je, Mungu hapa
anahusika na ng'ombe? [10] Je, Mungu hasemi haya
hasa kwa ajili yetu? Hakika yameandikwa kwa
ajili yetu, kwa sababu mtu anapolima na mpuraji
akapura nafaka, wote wanapaswa kufanya hivyo
wakiwa na tumaini la kushiriki mavuno. [11] Je, ikiwa
sisi tulipanda mbegu ya kiroho miongoni mwenu,
itakuwa ni jambo kubwa iwapo tutavuna vitu vya
mwili kutoka kwenu? [12] Kama wengine wana haki
ya kupata msaada kutoka kwenu, isingepasa tuwe
na haki hiyo hata zaidi?

Lakini sisi hatukutumia haki hii. Kinyume
chake, tunavumilia kila kitu ili tusije tukazuia Injili
ya Kristo. [13] Je, hamjui kwamba, watu wafanyao kazi
hekaluni hupata chakula chao kutoka hekaluni,
nao wale wahudumiao madhabahuni hushiriki kile
kitolewacho madhabahuni? [14] Vivyo hivyo, Bwana
ameamuru kwamba wale wanaohubiri Injili wapate
riziki yao kutokana na Injili.

[15] Lakini sijatumia hata mojawapo ya haki
hizi. Nami siandiki haya nikitumaini kwamba
mtanifanyia mambo hayo. Heri nife kuliko mtu
yeyote kuninyima huku kujisifu kwangu. [16] Lakini
ninapohubiri Injili siwezi kujisifu maana ninala-
zimika kuhubiri. Ole wangu nisipoihubiri Injili!
[17] Nikihubiri kwa hiari, ninayo thawabu. Lakini
kama si kwa hiari, basi ninachofanya ni kuteke-
leza tu uwakili niliowekewa. [18] Basi je, thawabu
yangu ni nini? Thawabu yangu ni hii: Ya kwamba
katika kuhubiri Injili niitoe bila gharama, bila
kutumia kwa utimilifu uwezo wangu nilio nao
katika Injili.

[19] Ingawa mimi ni huru, wala si mtumwa wa mtu
yeyote, nimejifanya kuwa mtumwa wa kila mtu, ili
niweze kuwavuta wengi kadri iwezekanavyo. [20] Kwa
Wayahudi, nilikuwa kama Myahudi, ili niwapate
Wayahudi. Kwa watu wale walio chini ya sheria,
nilikuwa kama aliye chini ya sheria (ingawa mimi
siko chini ya sheria), ili niweze kuwapata wale
walio chini ya sheria. [21] Kwa watu wasio na sheria
nilikuwa kama asiye na sheria (ingawa siko huru
mbali na sheria ya Mungu, bali niko chini ya sheria
ya Kristo), ili niweze kuwapata wale wasio na she-
ria. [22] Kwa walio dhaifu nilikuwa dhaifu, ili niweze
kuwapata walio dhaifu. Nimekuwa mtu wa hali
zote kwa watu wote ili kwa njia yoyote niweze
kuwaokoa baadhi yao. [23] Nafanya haya yote kwa
ajili ya Injili, ili nipate kushiriki baraka zake.

[24] Je, hamjui kwamba katika mashindano ya mbio
wote wanaoshindana hukimbia, lakini ni mmoja
wao tu apewaye tuzo? Kwa hiyo kimbieni katika
mashindano kwa jinsi ambavyo mtapata tuzo.

[25] Kila mmoja anayeshiriki katika mashindano
hufanya mazoezi makali. Wao hufanya hivyo ili
wapokee taji isiyodumu, lakini sisi tunafanya hivyo
ili kupata taji idumuyo milele. [26] Kwa hiyo mimi
sikimbii kama mtu akimbiaye bila lengo, sipigani
kama mtu anayepiga hewa, [27] la, bali nautesa mwili
wangu na kuutumikisha ili nikiisha kuwahubiria
wengine, mimi nisiwe mtu wa kukataliwa.

Onyo Kutoka Historia Ya Waisraeli

10 Ndugu zangu, sitaki mkose kufahamu ukweli
huu kwamba baba zetu walikuwa wote chini
ya wingu na kwamba wote walipita katikati ya
bahari. [2] Wote wakabatizwa kuwa wa Mose ndani
ya lile wingu na ndani ya ile bahari. [3] Wote walikula
chakula kile kile cha roho, [4] na wote wakanywa kile

---

[a]5 Yaani Petro.

kile kinywaji cha roho, kwa maana walikunywa kutoka ule mwamba wa roho uliofuatana nao, nao ule mwamba ulikuwa Kristo. 5 Lakini Mungu hakupendezwa na wengi wao, kwa hiyo miili yao ilitapakaa jangwani.

6 Basi mambo haya yalitokea kama mifano ili kutuzuia tusiweke mioyo yetu katika mambo maovu kama wao walivyofanya. 7 Msiwe waabudu sanamu, kama baadhi yao walivyokuwa, kama ilivyoandikwa, "Watu waliketi chini kula na kunywa, kisha wakainuka kucheza na kufanya sherehe za kipagani." 8 Wala tusifanye uzinzi kama baadhi yao walivyofanya, wakafa watu 23,000 kwa siku moja. 9 Wala tusimjaribu Kristo, kama baadhi yao walivyofanya, wakafa kwa kuumwa na nyoka. 10 Msinung'unike kama baadhi yao walivyofanya, wakaangamizwa na mharabu.

11 Mambo haya yote yaliwapata wao ili yawe mifano kwa wengine, nayo yaliandikwa ili yatuonye sisi ambao mwisho wa nyakati umetufikia. 12 Hivyo, yeye ajidhaniaye amesimama, aangalie asianguke. 13 Hakuna jaribu lolote lililowapata ambalo si la kawaida kwa wanadamu. Naye Mungu ni mwaminifu; hataruhusu mjaribiwe kupita mnavyoweza. Lakini mnapojaribiwa atawapa njia ya kutokea ili mweze kustahimili.

Karamu Za Sanamu Na Meza Ya Bwana

14 Kwa hiyo wapenzi wangu, zikimbieni ibada za sanamu. 15 Nasema watu wenye ufahamu, amueni wenyewe kuhusu haya niyasemayo. 16 Je, kikombe cha baraka ambacho tunakibariki, si ushirika katika damu ya Kristo? Mkate tuumegao, si ushirika wa mwili wa Kristo? 17 Kwa kuwa mkate ni mmoja, sisi tulio wengi tu mwili mmoja, kwa kuwa wote twashiriki mkate mmoja.

18 Waangalieni watu wa Israeli: Je, wale wote walao dhabihu si ni wale watendao kazi madhabahuni? 19 Je, nina maana kwamba kafara iliyotolewa kwa sanamu ni kitu chenye maana yoyote? Au kwamba sanamu ni kitu chenye maana yoyote? 20 La hasha! Lakini kafara za watu wasiomjua Mungu hutolewa kwa mashetani, wala si kwa Mungu. Nami sitaki ninyi mwe na ushirika na mashetani. 21 Hamwezi kunywa katika kikombe cha Bwana na cha mashetani pia. Hamwezi kuwa na sehemu katika meza ya Bwana na katika meza ya mashetani pia. 22 Je, tunataka kuamsha wivu wa Bwana? Je, sisi tuna nguvu kuliko yeye?

Fanyeni Yote Kwa Utukufu Wa Mungu

23 "Vitu vyote ni halali," lakini si vitu vyote vilivyo na faida. "Vitu vyote ni halali," lakini si vyote vinavyojenga. 24 Mtu yeyote asitafute yaliyo yake mwenyewe, bali kila mtu atafute yale yanayowafaa wengine.

25 Kuleni chochote kinachouzwa sokoni, bila kuuliza swali lolote kwa ajili ya dhamiri. 26 Kwa maana, "Dunia na vyote vilivyomo ni mali ya Bwana."

27 Kama ukikaribishwa chakula na mtu asiyeamini nawe ukikubali kwenda, kula kila kitu kitakachowekwa mbele yako bila kuuliza maswali kwa ajili ya dhamiri. 28 Lakini kama mtu yeyote akikuambia, "Hiki kimetolewa kafara kwa sanamu," basi usikile kwa ajili ya huyo aliyekuambia na kwa ajili ya dhamiri. 29 Nina maana dhamiri ya huyo aliyekuambia, wala si kwa ajili ya dhamiri yako. Lakini kwa nini uhuru wangu uhukumiwe na dhamiri ya mtu mwingine? 30 Kama nikila kwa shukrani, kwa nini nashutumiwa kwa kile ambacho kwa hicho ninamshukuru Mungu?

31 Basi, lolote mfanyalo, kama ni kula au kunywa, fanyeni yote kwa utukufu wa Mungu. 32 Msiwe kikwazo kwa mtu yeyote, wawe Wayahudi au Wayunani, au kwa kanisa la Mungu, 33 kama hata mimi ninavyojaribu kumpendeza kila mtu kwa kila namna. Kwa maana sitafuti mema kwa ajili yangu mwenyewe bali kwa ajili ya wengi, ili waweze kuokolewa.

11 Igeni mfano wangu, kama ninavyouiga mfano wa Kristo.

Utaratibu Katika Kuabudu

2 Ninawasifu kwa kuwa mnanikumbuka katika kila jambo na kwa kushika mafundisho niliyowapa. 3 Napenda mfahamu kwamba kichwa cha kila mwanaume ni Kristo, na kichwa cha mwanamke ni mwanaume, nacho kichwa cha Kristo ni Mungu. 4 Kila mwanaume anayeomba au kutoa unabii akiwa amefunika kichwa chake, anakiaibisha kichwa chake. 5 Naye kila mwanamke anayeomba au kutoa unabii pasipo kufunika kichwa chake, anakiaibisha kichwa chake, kwani ni sawa na yeye aliyenyoa nywele. 6 Kama mwanamke hatajifunika kichwa chake, basi inampasa kunyoa nywele zake. Lakini kama ni aibu kwa mwanamke kukata au kunyoa nywele zake, basi afunike kichwa chake. 7 Haimpasi mwanaume kufunika kichwa chake kwa kuwa yeye ni mfano wa Mungu na utukufu wa Mungu, lakini mwanamke ni utukufu wa mwanaume. 8 Kwa maana mwanaume hakutoka kwa mwanamke, bali mwanamke alitoka kwa mwanaume. 9 Wala mwanaume hakuumbwa kwa ajili ya mwanamke, bali mwanamke kwa ajili ya mwanaume. 10 Kwa sababu hii na kwa sababu ya malaika, inampasa mwanamke awe na ishara ya mamlaka juu yake.

11 Lakini katika Bwana, mwanamke hajitegemei pasipo mwanaume na mwanaume hajitegemei pasipo mwanamke. 12 Kama vile mwanamke alivyoumbwa kutoka kwa mwanaume, vivyo hivyo mwanaume huzaliwa na mwanamke. Lakini vitu vyote vyatoka kwa Mungu. 13 Hukumuni ninyi wenyewe: Je, inafaa kwa mwanamke kumwomba Mungu bila kufunika kichwa chake? 14 Je, maumbile ya asili hayatufundishi kuwa ni aibu kwa mwanaume kuwa na nywele ndefu? 15 Lakini mwanamke akiwa na nywele ndefu ni utukufu kwake? Kwa maana mwanamke amepewa nywele ndefu ili kumfunika. 16 Kama mtu anataka kubishana juu ya jambo hili, sisi wala makanisa ya Mungu hatutambui desturi nyingine.

Matumizi Mabaya Ya Meza Ya Bwana

17 Basi katika maagizo yafuatayo, siwezi kuwasifu, kwa sababu mkutanikapo si kwa ajili ya faida bali kwa hasara. 18 Kwanza, mnapokutana kama kanisa, nasikia kwamba kuna mgawanyiko

miongoni mwenu, nami kwa kiasi fulani nasadiki
kuwa ndivyo ilivyo. 19 Bila shaka lazima pawe na
tofauti miongoni mwenu ili kuonyesha ni nani ana-
yekubaliwa na Mungu. 20 Mkutanikapo pamoja si
chakula cha Bwana mnachokula, 21 kwa kuwa mna-
pokula, kila mmoja wenu anakula bila kuwangoja
wengine. Mmoja hukaa njaa na mwingine analewa.
22 Je, hamna nyumbani kwenu ambako mnaweza
kula na kunywa? Au mnalidharau kanisa la Mungu
na kuwadhalilisha wale wasio na kitu? Niwaambie
nini? Je, niwasifu juu ya jambo hili? La, hasha!

Kuanzishwa Kwa Meza Ya Bwana

23 Kwa maana mimi nilipokea kutoka kwa Bwana
yale niliyowapa ninyi, kwamba Bwana Yesu, usiku
ule aliposalitiwa, alitwaa mkate, 24 naye akiisha
kushukuru, akaumega, akasema, "Huu ndio mwili
wangu, uliotolewa kwa ajili yenu. Fanyeni hivi kwa
ukumbusho wangu." 25 Vivyo hivyo baada ya kula,
akakitwaa kikombe, akisema, "Kikombe hiki ni
agano jipya katika damu yangu. Fanyeni hivi kila
mnywapo, kwa ukumbusho wangu." 26 Maana kila
mlapo mkate huu na kunywea kikombe hiki, mna-
tangaza mauti ya Bwana mpaka ajapo.

Kushiriki Meza Ya Bwana Isivyostahili

27 Kwa hiyo, mtu yeyote alaye mkate huo au
kukinywea kikombe hicho cha Bwana isivyostahili,
atakuwa na hatia ya dhambi juu ya mwili na damu
ya Bwana. 28 Inampasa mtu ajichunguze mwe-
nyewe, kabla ya kula mkate na kukinywea kikombe.
29 Kwa maana mtu yeyote alaye na kunywa pasipo
kuutambua mwili wa Bwana, hula na kunywa
hukumu juu yake mwenyewe. 30 Hii ndiyo sababu
wengi miongoni mwenu ni wagonjwa na dhaifu
na wengine wenu hata wamekufa. 31 Lakini kama
tungejichunguza wenyewe tusingehukumiwa.
32 Tunapohukumiwa na Bwana, tunaadibishwa
ili tusije tukahukumiwa pamoja na ulimwengu.
33 Kwa hiyo, ndugu zangu, mkutanikapo pamoja
ili kula, mngojane. 34 Kama mtu akiwa na njaa, ale
nyumbani kwake ili mkutanapo pamoja msije
mkahukumiwa.

Nami nitakapokuja nitawapa maelekezo zaidi.

Karama Za Rohoni

12 Basi ndugu zangu, kuhusu karama za rohoni,
sitaki mkose kufahamu. 2 Mnajua kwamba mli-
pokuwa watu wasiomjua Mungu, kwa njia moja au
ingine mlishawishika na kupotoshwa mkielekezwa
kwa sanamu zisizonena. 3 Kwa hiyo nawaambieni
ya kuwa hakuna mtu anayeongozwa na Roho wa
Mungu anayeweza kusema, "Yesu na alaaniwe."
Pia hakuna mtu awezaye kusema, "Yesu ni Bwana,"
isipokuwa ameongozwa na Roho Mtakatifu.

4 Kuna aina mbalimbali za karama, lakini Roho
ni yule yule. 5 Kuna huduma za aina mbalimbali,
lakini Bwana ni yule yule. 6 Kisha kuna tofauti za
kutenda kazi, lakini ni Mungu yule yule atendaye
kazi zote kwa watu wote.

7 Basi kila mmoja hupewa ufunuo wa Roho
kwa faida ya wote. 8 Maana mtu mmoja kwa Roho
hupewa neno la hekima na mwingine neno la maa-
rifa kwa Roho huyo huyo. 9 Mtu mwingine imani
kwa huyo Roho na mwingine karama za kuponya
kwa huyo Roho mmoja. 10 Kwa mwingine matendo
ya miujiza, kwa mwingine unabii kwa mwingine
kupambanua roho, kwa mwingine aina mbalimbali
za lugha, na kwa mwingine bado, tafsiri za lugha.
11 Haya yote hufanywa na huyo huyo Roho mmoja,
Roho naye humgawia kila mtu, kama apendavyo.

Mwili Mmoja, Wenye Viungo Vingi

12 Kama vile mwili ulivyo mmoja nao una viu-
ngo vingi, navyo viungo vyote vya mwili ingawa
ni vingi, ni mwili mmoja, vivyo hivyo na Kristo.
13 Kwa maana katika Roho mmoja wote tulibati-
zwa katika mwili mmoja, kama ni Wayahudi au
Wayunani, kama ni watumwa au watu huru, nasi
sote tulinyweshwa Roho mmoja.

14 Basi mwili si kiungo kimoja, bali ni viungo
vingi. 15 Kama mguu ungesema, "Kwa kuwa mimi
si mkono basi mimi si wa mwili," hiyo isingefanya
huo mguu usiwe sehemu ya mwili. 16 Na kama sikio
lingesema, "Kwa kuwa mimi si jicho, basi mimi
si wa mwili," hiyo isingefanya hilo sikio lisiwe
sehemu ya mwili. 17 Kama mwili wote ungeli-
kuwa jicho, kusikia kungekuwa wapi? Au kama
mwili wote ungelikuwa sikio, kunusa kungekuwa
wapi? 18 Lakini kama ilivyo, Mungu ameweka viu-
ngo katika mwili, kila kimoja kama alivyopenda.
19 Kama vyote vingekuwa kiungo kimoja, mwili
ungekuwa wapi? 20 Kama ulivyo, una viungo vingi,
lakini mwili ni mmoja.

21 Jicho haliwezi kuuambia mkono, "Sina haja
nawe!" Wala kichwa hakiwezi kuiambia miguu,
"Sina haja na ninyi!" 22 Lakini badala yake, vile
viungo vya mwili vinavyoonekana kuwa dhaifu,
ndivyo ambavyo ni vya muhimu sana. 23 Navyo
vile viungo tunavyoviona havina heshima, ndi-
vyo tunavipa heshima maalum. Vile viungo vya
mwili ambavyo havina uzuri, tunavipa heshima
ya pekee; 24 wakati vile viungo vyenye uzuri havi-
hitaji utunzaji wa pekee. Lakini Mungu ameviweka
pamoja viungo vya mwili na akavipa heshima zaidi
vile vilivyopungukiwa, 25 ili pasiwe na mafarakano
katika mwili, bali viungo vyote vihudumiane kwa
usawa kila kimoja na mwenzake. 26 Kama kiungo
kimoja kikiumia, viungo vyote huumia pamoja
nacho, kama kiungo kimoja kikipewa heshima,
viungo vyote hufurahi pamoja nacho.

27 Sasa ninyi ni mwili wa Kristo na kila mmoja
wenu ni sehemu ya huo mwili. 28 Mungu ameweka
katika kanisa, kwanza mitume, pili manabii,
tatu walimu, kisha watenda miujiza, pia karama
za kuponya, karama za kusaidiana, karama za
uongozi, aina mbalimbali za lugha. 29 Je, wote ni
mitume? Je, wote ni manabii? Je, wote ni walimu?
Je, wote wanatenda miujiza? 30 Je, wote wana
karama ya kuponya? Je, wote hunena kwa lugha
mpya? Je, wote wanatafsiri? 31 Basi tamanini sana
karama zilizo kuu.

Nami nitawaonyesha njia iliyo bora zaidi.

Karama Ya Upendo

13 Hata kama nitasema kwa lugha za wanadamu
na za malaika, kama sina upendo, nimekuwa
kengele inayolialia au toazi livumalo. 2 Ningekuwa

na karama ya unabii na kujua siri zote na maa-
rifa yote, hata kama nina imani kiasi cha kuweza
kuhamisha milima, kama sina upendo, mimi si
kitu. 3 Kama nikitoa mali yote niliyo nayo na kama
nikijitolea mwili wangu uchomwe moto, kama sina
upendo, hainifaidi kitu.

4 Upendo huvumilia, upendo hufadhili, upe-
ndo hauoni wivu, hauna majivuno, hauna kiburi.
5 Haukosi kuwa na adabu, hautafuti mambo yake,
haukasiriki upesi, hauweki kumbukumbu ya
mabaya. 6 Upendo haufurahii mabaya bali hufu-
rahi pamoja na kweli. 7 Upendo huvumilia yote,
huamini yote, hutumaini yote, hustahimili yote.

8 Upendo haushindwi kamwe. Lakini ukiwepo
unabii, utakoma; zikiwepo lugha, zitakoma;
yakiwepo maarifa, yatapita. 9 Kwa maana tunafa-
hamu kwa sehemu na tunatoa unabii kwa sehemu.
10 Lakini ukamilifu ukija, yale yasiyo kamili huto-
weka. 11 Nilipokuwa mtoto, nilisema kama mtoto,
niliwaza kama mtoto, nilifikiri kama mtoto. Nili-
pokuwa mtu mzima niliacha mambo ya kitoto.
12 Kwa maana sasa tunaona taswira kama kwa kioo,
lakini wakati huo tutaona wazi. Sasa nafahamu
kwa sehemu, wakati huo nitafahamu kikamilifu,
kama vile mimi ninavyofahamika kikamilifu.

13 Basi sasa, yanadumu mambo haya matatu:
Imani, tumaini na upendo. Lakini lililo kuu mio-
ngoni mwa haya matatu ni upendo.

Karama Za Unabii Na Lugha

14 Fuateni upendo na kutaka sana karama za
roho, hasa karama ya unabii. 2 Kwa maana
mtu yeyote anayesema kwa lugha, hasemi na
wanadamu bali anasema na Mungu. Kwa kuwa
hakuna mtu yeyote anayemwelewa, kwani ana-
sema mambo ya siri kwa roho. 3 Lakini anayetoa
unabii anasema na watu akiwajenga, kuwatia
moyo na kuwafariji. 4 Anenaye kwa lugha hujijenga
mwenyewe, bali atoaye unabii hulijenga kanisa.
5 Ningependa kila mmoja wenu anene kwa lugha
lakini ningependa zaidi nyote mtoe unabii. Kwa
kuwa yeye atoaye unabii ni mkuu kuliko anenaye
kwa lugha, isipokuwa atafsiri, ili kanisa lipate
kujengwa.

6 Sasa ndugu zangu, kama nikija kwenu nika-
sema kwa lugha mpya nitawafaidia nini kama
sikuwaletea ufunuo au neno la maarifa au unabii
au mafundisho? 7 Hata vitu visivyo na uhai vitoapo
sauti, kama vile filimbi au kinubi, mtu atajuaje ni
wimbo gani unaoimbwa kusipokuwa na tofauti ya
upigaji? 8 Tena kama tarumbeta haitoi sauti inayoe-
leweka, ni nani atakayejiandaa kwa ajili ya vita?
9 Vivyo hivyo na ninyi, kama mkinena maneno
yasiyoeleweka katika akili, mtu atajuaje mnalo-
sema? Kwa maana mtakuwa mnasema hewani tu.
10 Bila shaka ziko sauti nyingi ulimwenguni, wala
hakuna isiyo na maana. 11 Basi kama sielewi maana
ya hiyo sauti, nitakuwa mgeni kwa yule msemaji,
naye atakuwa mgeni kwangu. 12 Vivyo hivyo na
ninyi. Kwa kuwa mnatamani kuwa na karama za
rohoni, jitahidini kuzidi sana katika karama kwa
ajili ya kulijenga kanisa.

13 Kwa sababu hii, yeye anenaye kwa lugha na
aombe kwamba apate kutafsiri kile anachonena.
14 Kwa maana nikiomba kwa lugha, roho yangu
inaomba, lakini akili yangu haina matunda. 15 Nifa-
nyeje basi? Nitaomba kwa roho, na pia nitaomba
kwa akili yangu. Nitaimba kwa roho na nitaimba
kwa akili yangu pia. 16 Ikiwa unabariki kwa roho,
mtu mwingine atakayejikuta miongoni mwa
hao wasiojua, atawezaje kusema "Amen" katika
kushukuru kwako, wakati haelewi unachosema?
17 Mnaweza kuwa mnatoa shukrani kweli, sawa,
lakini huyo mtu mwingine hajengeki.

18 Namshukuru Mungu kwamba mimi nanena
kwa lugha kuliko ninyi nyote. 19 Lakini ndani ya
kanisa ni afadhali niseme maneno matano ya kue-
leweka ili niwafundishe wengine kuliko kusema
maneno 10,000 kwa lugha.

20 Ndugu zangu, msiwe kama watoto katika
kufikiri kwenu, afadhali kuhusu uovu mwe kama
watoto wachanga, lakini katika kufikiri kwenu,
mwe watu wazima. 21 Katika Sheria imeandikwa
kwamba:

"Kupitia kwa watu wenye lugha ng'eni
na kupitia midomo ya wageni,
nitasema na watu hawa,
lakini hata hivyo hawatanisikiliza,"
asema Bwana.

22 Basi kunena kwa lugha ni ishara, si kwa watu
waaminio, bali kwa wasioamini, wakati unabii si
kwa ajili ya wasioamini, bali kwa ajili ya waami-
nio. 23 Kwa hiyo kama kanisa lote likikutana na
kila mmoja akanena kwa lugha, kisha wakaingia
wageni wasioelewa wasioamini, je, hawatasema
kwamba wote mna wazimu? 24 Lakini kama mtu
asiyeamini au asiyeelewa akiingia wakati kila mtu
anatoa unabii, ataaminishwa na watu wote kuwa
yeye ni mwenye dhambi na kuhukumiwa na wote,
25 nazo siri za moyo wake zitawekwa wazi. Kwa hiyo
ataanguka chini na kumwabudu Mungu akikiri,
"Kweli Mungu yuko katikati yenu!"

Kumwabudu Mungu Kwa Utaratibu

26 Basi tuseme nini ndugu zangu? Mnapoku-
tana pamoja, kila mmoja ana wimbo, au neno la
mafundisho, au ufunuo, lugha mpya au atatafsiri.
Mambo yote yatendeke kwa ajili ya kulijenga
kanisa. 27 Kama mtu yeyote akinena kwa lugha,
basi waseme watu wawili au watatu si zaidi, mmoja
baada ya mwingine na lazima awepo mtu wa kuta-
fsiri. 28 Lakini kama hakuna mtu wa kutafsiri, hao
watu na wanyamaze kimya kanisani na wanene
na nafsi zao wenyewe na Mungu.

29 Manabii wawili au watatu wanene na wengine
wapime yale yasemwayo. 30 Kama mtu yeyote aliye-
keti karibu, akipata ufunuo, basi yule wa kwanza
na anyamaze. 31 Kwa maana wote mnaweza kutoa
unabii, mmoja baada ya mwingine, ili kila mtu
apate kufundishwa na kutiwa moyo. 32 Roho za
manabii huwatii manabii. 33 Kwa maana Mungu
si Mungu wa machafuko bali ni Mungu wa amani.

Kama ilivyo katika makusanyiko yote ya wataka-
tifu, 34 wanawake wanapaswa kuwa kimya kanisani.
Hawaruhusiwi kusema, bali wanyenyekee kama
sheria isemavyo. 35 Kama wakitaka kuuliza kuhusu

jambo lolote, wawaulize waume zao nyumbani.
Kwa maana ni aibu kwa mwanamke kuzungumza
kanisani.
36 Je, neno la Mungu lilianzia kwenu? Au ni ninyi
tu ambao neno la Mungu limewafikia? 37 Kama
mtu yeyote akidhani kwamba yeye ni nabii, au
ana karama za rohoni, basi na akubali kwamba
haya ninayoandika ni maagizo kutoka kwa Bwana.
38 Kama mtu akipuuza jambo hili yeye mwenyewe
atapuuzwa.
39 Kwa hiyo ndugu zangu, takeni sana kutoa una-
bii na msikataze watu kusema kwa lugha. 40 Lakini
kila kitu kitendeke kwa heshima na kwa utaratibu.

Kufufuka Kwa Kristo

15 Basi ndugu zangu nataka niwakumbushe
kuhusu Injili niliyowahubiria, mkaipokea na
ambayo katika hiyo mmesimama. 2 Kwa Injili hii
mnaokolewa mkishikilia kwa uthabiti neno nililo-
wahubiria ninyi. La sivyo, mmeamini katika ubatili.
3 Kwa maana yale niliyopokea ndiyo niliyowapa
ninyi, kama yenye umuhimu wa kwanza: Kwamba
Kristo alikufa kwa ajili ya dhambi zetu, kama yase-
mavyo Maandiko, 4 ya kuwa alizikwa na alifufuliwa
siku ya tatu, kama yasemavyo Maandiko, 5 na
kwamba alimtokea Kefa,[a] kisha akawatokea wale
kumi na wawili. 6 Baadaye akawatokea wale ndugu
waumini zaidi ya 500 kwa pamoja, ambao wengi
wao bado wako hai, ingawa wengine wamelala.
7 Ndipo akamtokea Yakobo na kisha mitume wote.
8 Mwisho wa wote, akanitokea mimi pia, ambaye ni
kama aliyezaliwa si kwa wakati wake.
9 Kwa maana mimi ndiye mdogo kuliko mitume
wote, nisiyestahili kuitwa mtume, kwa sababu
nililitesa kanisa la Mungu. 10 Lakini kwa neema
ya Mungu nimekuwa hivi nilivyo na neema yake
kwangu haikuwa kitu bure. Bali nilizidi sana kufa-
nya kazi kuliko mitume wote, lakini haikuwa mimi,
bali ni ile neema ya Mungu iliyokuwa pamoja nami.
11 Hivyo basi, kama ilikuwa mimi au wao, hili ndilo
tunalohubiri, na hili ndilo mliloamini.

Ufufuo Wa Wafu

12 Basi kama tumehubiri ya kwamba Kristo ali-
fufuliwa kutoka kwa wafu, mbona baadhi yenu
mnasema hakuna ufufuo wa wafu? 13 Lakini kama
hakuna ufufuo wa wafu, basi hata Kristo hakufu-
fuliwa. 14 Tena ikiwa Kristo hakufufuliwa kutoka
kwa wafu, kuhubiri kwetu kumekuwa ni bure na
imani yenu ni batili. 15 Zaidi ya hayo, twaonekana
kuwa mashahidi wa uongo kuhusu Mungu, kwa
sababu tumeshuhudia kumhusu Mungu kwamba
alimfufua Kristo kutoka kwa wafu, lakini hilo
haliwezi kuwa kweli kama wafu hawafufuliwi.
16 Kwa kuwa kama wafu hawafufuliwi, basi hata
Kristo hajafufuka. 17 Tena kama Kristo hajafufu-
liwa, imani yenu ni batili; nanyi bado mko katika
dhambi zenu. 18 Hivyo basi, wote waliolala katika
Kristo wamepotea. 19 Ikiwa tumaini letu ndani ya
Kristo ni kwa ajili ya maisha haya tu, sisi tunastahili
kuhurumiwa kuliko watu wote.
20 Lakini kweli Kristo amefufuliwa kutoka kwa
wafu, tunda la kwanza la wale wote waliolala.
21 Kwa maana kama vile mauti ilivyokuja kwa njia ya
mtu mmoja, vivyo hivyo, ufufuo wa wafu umekuja
kwa njia ya mtu mmoja. 22 Kwa maana kama vile
katika Adamu watu wote wanakufa, vivyo hivyo
katika Kristo wote watafanywa hai. 23 Lakini kila
mmoja kwa wakati wake: Kristo, tunda la kwa-
nza kisha, wale walio wake, wakati atakapokuja.
24 Ndipo mwisho utafika, wakati atakapomkabidhi
Mungu Baba ufalme, akiisha angamiza kila utawala
na kila mamlaka na nguvu. 25 Kwa maana lazima
Kristo atawale mpaka awe amewaweka adui zake
wote chini ya miguu yake. 26 Adui wa mwisho ata-
kayeangamizwa ni mauti. 27 Kwa maana Mungu
"ameweka vitu vyote chini ya miguu yake." Lakini
isemapo kwamba "vitu vyote" vimewekwa chini
yake, ni wazi kwamba Mungu aliyetiisha vitu vyote
chini ya Kristo hayumo miongoni mwa hivyo vili-
vyotiishwa. 28 Atakapokuwa amekwisha kuyafanya
haya, ndipo Mwana mwenyewe atatiishwa chini
yake yeye aliyetiisha vitu vyote, ili Mungu awe
yote katika yote.
29 Basi kama hakuna ufufuo, watafanyaje wale
wabatizwao kwa ajili ya wafu? Kama wafu hawa-
fufuliwi kamwe, mbona watu wanabatizwa kwa
ajili yao? 30 Nasi kwa upande wetu kwa nini tuna-
jihatarisha kila saa? 31 Kama majivuno yangu kwa
ajili yenu katika Kristo Yesu Bwana wetu ni kweli,
ndugu zangu, ninakufa kila siku. 32 Kama kwa
sababu za kibinadamu tu nilipigana na wanyama
wakali huko Efeso, ningekuwa nimepata faida gani?
Kama wafu hawafufuliwi,

"Tuleni na kunywa,
kwa kuwa kesho tutakufa."

33 Msidanganyike: "Ushirika na watu wabaya huha-
ribu tabia njema." 34 Zindukeni mwe na akili kama
iwapasavyo, wala msitende dhambi tena; kwa
maana watu wengine hawamjui Mungu. Nasema
mambo haya ili mwone aibu.

Mwili Wa Ufufuo

35 Lakini mtu anaweza kuuliza, "Wafu wafufuli-
waje? Watakuwa na mwili wa namna gani?" 36 Ninyi
wapumbavu kiasi gani? Mpandacho hakiwi hai
kama hakikufa. 37 Mpandapo, hampandi mwili ule
utakao kuwa, bali mwapanda mbegu tu, pengine
ya ngano au ya kitu kingine. 38 Lakini Mungu huipa
mbegu umbo kama alivyokusudia mwenyewe na
kila aina ya mbegu huipa umbo lake. 39 Kwa maana
nyama zote si za aina moja. Binadamu wana nyama
ya aina moja, wanyama wana aina nyingine, kadha-
lika ndege na samaki wana nyama tofauti. 40 Pia
kuna miili ya mbinguni na miili ya duniani, lakini
fahari wa ile miili ya mbinguni ni wa aina moja na
fahari wa ile miili ya duniani ni wa aina nyingine.
41 Jua lina fahari ya aina moja, mwezi nao una fahari
yake na nyota pia, nazo nyota hutofautiana katika
fahari.
42 Hivyo ndivyo itakavyokuwa wakati wa ufufuo
wa wafu. Ule mwili wa kuharibika uliopandwa, uta-
fufuliwa usioharibika, 43 unapandwa katika aibu,
unafufuliwa katika utukufu, unapandwa katika

[a]5 Yaani Petro.

udhaifu, unafufuliwa katika nguvu, 44 unapandwa mwili wa asili, unafufuliwa mwili wa kiroho.

Kama kuna mwili wa asili, basi kuna mwili wa kiroho pia. 45 Kwa hiyo imeandikwa, "Mtu wa kwanza Adamu alifanyika kiumbe hai"; Adamu wa mwisho, yeye ni roho iletayo uzima. 46 Lakini si ule wa kiroho uliotangulia, bali ni ule wa asili, kisha ule wa kiroho. 47 Mtu wa kwanza aliumbwa kwa mavumbi ya ardhini, mtu wa pili alitoka mbinguni. 48 Kama vile alivyokuwa yule wa ardhini, ndivyo walivyo wale walio wa ardhini; na kwa vile alivyo mtu yule aliyetoka mbinguni, ndivyo walivyo wale walio wa mbinguni. 49 Kama vile tulivyochukua mfano wa mtu wa ardhini, ndivyo tutakavyochukua mfano wa yule mtu aliyetoka mbinguni.

50 Ndugu zangu nisemalo ni hili: nyama na damu haviwezi kuurithi ufalme wa Mungu, wala kuharibika kurithi kutokuharibika. 51 Sikilizeni, nawaambia siri: Sote hatutalala, lakini sote tutabadilishwa 52 ghafula, kufumba na kufumbua, parapanda ya mwisho itakapolia. Kwa kuwa parapanda italia, nao wafu watafufuliwa na miili isiyoharibika, nasi tutabadilishwa. 53 Kwa maana mwili huu wa kuharibika lazima uvae kutokuharibika, nao huu wa kufa lazima uvae kutokufa. 54 Kwa hiyo, mwili huu wa kuharibika utakapovaa kutokuharibika, nao huu mwili wa kufa utakapovaa kutokufa, ndipo lile neno lililoandikwa litakapotimia: "Mauti imemezwa kwa kushinda."

55 "Kuko wapi, ee mauti, kushinda kwako?
Uko wapi, ee mauti, uchungu wako?"

56 Uchungu wa mauti ni dhambi na nguvu ya dhambi ni sheria. 57 Lakini ashukuriwe Mungu, yeye atupaye ushindi kwa njia ya Bwana wetu Yesu Kristo.

58 Kwa hiyo, ndugu zangu wapenzi, simameni imara, msitikisike, mzidi sana katika kuitenda kazi ya Bwana, kwa maana mnajua ya kuwa, kazi yenu katika Bwana si bure.

Changizo Kwa Ajili Ya Watakatifu

16 Basi kuhusu changizo kwa ajili ya watakatifu: Kama nilivyoyaagiza makanisa ya Galatia, fanyeni vivyo hivyo. 2 Siku ya kwanza ya kila juma, kila mmoja wenu atenge kiasi cha fedha, kulingana na mapato yake na fedha hizo aziweke akiba, ili nitakapokuja pasiwe na lazima ya kufanya mchango. 3 Kwa hiyo nitakapowasili, nitawapa wale mtakaowachagua barua za kuwatambulisha, ili kuwatuma wapeleke zawadi zenu huko Yerusalemu. 4 Kama ikionekana ni vyema na mimi niende, basi hao watu watafuatana nami.

Mahitaji Binafsi

5 Baada ya kupitia Makedonia nitakuja kwenu, maana ninakusudia kupitia Makedonia. 6 Huenda nitakaa nanyi kwa muda, au hata kukaa nanyi kipindi chote cha baridi, ili mweze kunisaidia katika safari yangu, popote niendapo. 7 Kwa maana sitaki niwaone sasa na kupita tu; natarajia kuwa nanyi kwa muda wa kutosha, kama Bwana akipenda. 8 Lakini nitakaa Efeso mpaka wakati wa Pentekoste, 9 kwa maana mlango mkubwa umefunguliwa kwangu kufanya kazi yenye matunda, nako huko kuna adui wengi wanaonipinga.

10 Ikiwa Timotheo atakuja kwenu, hakikisheni kwamba hana hofu yoyote akiwa nanyi, kwa sababu anafanya kazi ya Bwana, kama mimi nifanyavyo. 11 Basi asiwepo mtu atakayekataa kumpokea. Msafirisheni kwa amani ili aweze kunijia tena. Namtarajia pamoja na ndugu.

12 Basi kwa habari za ndugu yetu Apolo, nimemsihi kwa bidii aje kwenu pamoja na hao ndugu. Ingawa alikuwa hapendi kabisa kuja sasa, lakini atakuja apatapo nafasi.

Maneno Ya Mwisho

13 Kesheni, simameni imara katika imani, fanyeni kiume, kuweni mashujaa kuweni hodari. 14 Fanyeni kila kitu katika upendo.

15 Ninyi mnajua kwamba watu wa nyumbani mwa Stefana ndio waliokuwa wa kwanza kuamini katika Akaya, nao wamejitoa kwa ajili ya kuwahudumia watakatifu. Ndugu nawasihi, 16 mjitie katika kuwahudumia watu kama hawa na kila mmoja aingiaye kwenye kazi na kuifanya kwa bidii. 17 Nilifurahi wakati Stefana, Fortunato na Akaiko walipofika, kwa sababu wamenipatia yale niliyopungukiwa kutoka kwenu. 18 Kwa kuwa waliiburudisha roho yangu na zenu pia. Watu kama hawa wanastahili kutambuliwa.

Salamu Za Mwisho

19 Makanisa ya Asia yanawasalimu. Akila na Prisila,[a] pamoja na kanisa lililoko nyumbani kwao wanawasalimu sana katika Bwana. 20 Ndugu wote walioko hapa wanawasalimu. Salimianeni kwa busu takatifu.

21 Mimi, Paulo, naandika salamu hizi kwa mkono wangu mwenyewe.

22 Kama mtu yeyote hampendi Bwana Yesu Kristo, na alaaniwe. Bwana wetu, njoo.[b]

23 Neema ya Bwana Yesu iwe nanyi.

24 Upendo wangu uwe nanyi nyote katika Kristo Yesu. Amen.

---

[a] 19 Prisila kwa Kiyunani ni Priska, hivyo tafsiri nyingine zimemuita Priska.

[b] 22 Kwa Kiaramu ni *Marana tha.*

2 WAKORINTHO

Salamu

1 Barua hii ni kutoka kwangu mimi Paulo, mtume wa Kristo Yesu kwa mapenzi ya Mungu, na Timotheo ndugu yetu,

Kwa kanisa la Mungu lililoko Korintho, pamoja na watakatifu wote walioko Akaya yote:

2 Neema na amani itokayo kwa Mungu Baba yetu na kwa Bwana Yesu Kristo iwe nanyi.

Mungu Wa Faraja Yote

3 Ahimidiwe Mungu na Baba wa Bwana wetu Yesu Kristo, Baba wa huruma na Mungu wa faraja yote. 4 Yeye hutufariji katika taabu zetu, ili tuweze kuwafariji walio katika taabu yoyote kwa faraja ambayo sisi wenyewe tumepokea kutoka kwa Mungu. 5 Kama vile mateso ya Kristo yanavyozidi ndani ya maisha yetu, hivyo ndivyo faraja yetu inavyofurika kwa njia ya Kristo. 6 Kama tunataabika, ni kwa ajili ya faraja na wokovu wenu; kama tukifarijiwa, ni kwa ajili ya faraja yenu, iwaleteayo saburi ya mateso yale yale yanayotupata. 7 Nalo tumaini letu kwenu ni thabiti, kwa sababu tunajua kwamba kama vile mnavyoshiriki mateso yetu, ndivyo pia mnavyoshiriki katika faraja yetu.

8 Ndugu wapendwa, hatutaki mkose kujua kuhusu zile taabu tulizopata huko Asia. Kwa maana tulilemewa na mizigo sana, kiasi cha kushindwa kuvumilia, hata tulikata tamaa ya kuishi. 9 Kwa kweli, mioyoni mwetu tulihisi tumekabiliwa na hukumu ya kifo, ili tusijitegemee sisi wenyewe bali tumtegemee Mungu afufuaye wafu. 10 Yeye aliyetuokoa kwenye hatari kubwa ya kifo na atatuokoa tena. Kwake yeye tumeweka tumaini letu kwamba ataendelea kutuokoa. 11 Kama vile mlivyoungana kusaidiana nasi katika maombi, hivyo wengi watatoa shukrani kwa niaba yetu kwa ajili ya baraka za neema tulizopata kwa majibu ya maombi ya wengi.

Paulo Aahirisha Ziara

12 Basi haya ndiyo majivuno yetu: Dhamiri yetu inatushuhudia kwamba tumeenenda katika ulimwengu na hasa katika uhusiano wetu na ninyi, katika utakatifu na uaminifu utokao kwa Mungu. Hatukufanya hivyo kwa hekima ya kidunia bali kwa neema ya Mungu. 13 Kwa maana hatuwaandikii mambo ambayo hamwezi kusoma au kuyaelewa. Natumaini kwamba, 14 kama vile mlivyotuelewa kwa sehemu, mtakuja kuelewa kwa ukamilifu ili mweze kujivuna kwa ajili yetu, kama na sisi tutakavyojivuna kwa ajili yenu katika siku ya Bwana Yesu.

15 Kwa kuwa nilikuwa na uhakika wa mambo haya, nilitaka nije kwenu kwanza, ili mpate faida mara mbili. 16 Nilipanga kuwatembelea nikiwa safarini kwenda Makedonia na kurudi tena kwenu nikitoka Makedonia, ili mnisafirishe katika safari yangu ya kwenda Uyahudi. 17 Nilipopanga jambo hili, je, nilikuwa kigeugeu? Au ninafanya mipango yangu kwa hali ya mwili, ili niseme, "Ndiyo, ndiyo" na "Siyo, siyo" wakati huo huo?

18 Hakika kama Mungu alivyo mwaminifu, maneno yetu kwenu hayajawa "Ndiyo na Siyo." 19 Kwa kuwa Yesu Kristo, Mwana wa Mungu, ambaye tulimhubiri kwenu: Mimi, Silvano[a] na Timotheo, hakuwa "Ndiyo" na "Siyo," bali kwake yeye siku zote ni "Ndiyo." 20 Kwa maana ahadi zote za Mungu zilizo katika Kristo ni "Ndiyo." Kwa sababu hii ni kwake yeye tunasema "Amen" kwa utukufu wa Mungu. 21 Basi ni Mungu atufanyaye sisi pamoja nanyi kusimama imara katika Kristo. Ametutia mafuta 22 kwa kututia muhuri wake na kutupa Roho wake mioyoni mwetu kuwa rehani kwa ajili ya kututhibitishia kile kijacho.

23 Mungu ni shahidi wangu kwamba ilikuwa ni kwa ajili ya kuwahurumia ninyi sikurudi Korintho. 24 Si kwamba tunatawala imani yenu, bali twatenda kazi pamoja nanyi kwa ajili ya furaha yenu, kwa sababu ni kwa imani mwasimama imara.

2 Hivyo nilikusudia moyoni mwangu nisifanye ziara nyingine yenye kuwaumiza ninyi. 2 Kwa kuwa kama nikiwahuzunisha ninyi, ni nani aliyebaki wa kunifurahisha isipokuwa ninyi ambao nimewahuzunisha? 3 Niliandika hivyo kama nilivyofanya, ili nikija nisihuzunishwe na wale watu ambao wangenifanya nifurahi. Nina uhakika na ninyi nyote, kwamba wote mngeshiriki furaha yangu. 4 Kwa maana niliwaandikia kutokana na dhiki kubwa na kutaabika sana kwa moyo wangu tena kwa machozi mengi, shabaha yangu si ili niwasababishe mhuzunike bali kuwaonyesha kina cha upendo wangu kwenu.

Msamaha Kwa Mwenye Dhambi

5 Lakini ikiwa mtu yeyote amesababisha huzuni, kwa kiasi fulani hakunihuzunisha mimi kama vile alivyowahuzunisha ninyi nyote, ili nisiwe mkali kupita kiasi. 6 Adhabu hii aliyopewa na wengi inamtosha. 7 Basi sasa badala yake, inawapasa kumsamehe na kumfariji, ili asigubikwe na huzuni kupita kiasi. 8 Kwa hiyo, nawasihi, mpate kuuthibitisha tena upendo wenu kwa ajili yake. 9 Sababu ya kuwaandikia ni kuona kama mngeweza kushinda hilo jaribio na kutii katika kila jambo. 10 Kama ninyi mkimsamehe mtu yeyote, mimi pia nimemsamehe. Kile nilichosamehe, kama kulikuwa na kitu chochote cha kusamehe, nimekwisha kusamehe mbele ya Kristo kwa ajili yenu, 11 ili Shetani asitushinde. Kwa maana hatuachi kuzijua hila zake.

Wasiwasi Wa Paulo Huko Troa

12 Basi nilipofika Troa kuhubiri Injili ya Kristo na kukuta kwamba Bwana alikuwa amenifungulia mlango, 13 bado nilikuwa sina utulivu akilini

---

[a]19 Yaani Sila.

mwangu kwa sababu sikumkuta ndugu yangu Tito huko. Hivyo niliagana nao nikaenda Makedonia.

14 Lakini Mungu ashukuriwe, yeye ambaye siku zote hutufanya tuandamane kwa ushindi tukiwa ndani ya Kristo. Naye kupitia kwetu hueneza kila mahali harufu nzuri ya kumjua yeye. 15 Kwa maana sisi kwa Mungu ni harufu nzuri ya manukato ya Kristo miongoni mwa wale wanaookolewa na kwa wale wanaopotea. 16 Kwa wale wanaopotea, sisi ni harufu ya mauti iletayo mauti; lakini kwa wale wanaookolewa, sisi ni harufu nzuri iletayo uzima. Ni nani awezaye mambo hayo? 17 Tofauti na watu wengine wengi, sisi hatufanyi biashara na Neno la Mungu kwa ajili ya kupata faida. Kinyume chake, katika Kristo tunalisema Neno la Mungu kwa unyoofu, kama watu tuliotumwa kutoka kwa Mungu.

Wahudumu Wa Agano Jipya

3 Je, tunaanza tena kujisifu wenyewe? Au tunahitaji kupata barua za utambulisho kwenu au kutoka kwenu, kama watu wengine? 2 Ninyi wenyewe ndio barua yetu iliyoandikwa katika mioyo yetu, inayojulikana na kusomwa na kila mtu. 3 Nanyi mwadhihirisha wazi kwamba ninyi ni barua itokayo kwa Kristo, matokeo ya huduma yetu, ambayo haikuandikwa kwa wino bali kwa Roho wa Mungu aliye hai, si katika vibao vya mawe, bali katika vibao ambavyo ni mioyo ya wanadamu.

4 Hili ndilo tumaini tulilo nalo mbele za Mungu kwa njia ya Kristo. 5 Si kwamba sisi tunafikiri kuwa tunaweza kufanya jambo lolote wenyewe, lakini nguvu yetu inatoka kwa Mungu. 6 Ndiye alituwezesha sisi kuwa wahudumu wa Agano Jipya: si wa andiko, bali wa Roho; kwa kuwa andiko huua bali Roho hutia uzima.

Utukufu Wa Agano Jipya

7 Basi ikiwa ile huduma iliyoleta mauti, iliyoandikwa kwa herufi juu ya jiwe ilikuja kwa utukufu, hata Waisraeli wakawa hawawezi kuutazama uso wa Mose kwa sababu ya ule utukufu wake ingawa ulikuwa ni wa kufifia, 8 je, huduma ya Roho haitakuwa na utukufu zaidi? 9 Ikiwa huduma ile inayowahukumu wanadamu ina utukufu, je, ile huduma iletayo haki haitakuwa ya utukufu zaidi? 10 Kwa maana kile kilichokuwa na utukufu sasa hakina utukufu ukilinganisha na huu utukufu unaozidi wa Agano Jipya. 11 Ikiwa kile kilichokuwa kinafifia kilikuja kwa utukufu, je, si zaidi utukufu wa kile kinachodumu?

12 Kwa hiyo, kwa kuwa tunalo tumaini hili, tuna ujasiri sana. 13 Sisi si kama Mose, ambaye ilimpasa kuweka utaji ili kufunika uso wake ili Waisraeli wasiuone ule mng'ao uliokuwa juu yake hadi ulipofifia na hatimaye kutoweka. 14 Lakini akili zao zilipumbazwa, kwa maana mpaka leo utaji ule ule hufunika wakati Agano la Kale linasomwa. Huo utaji haujaondolewa, kwa maana ni katika Kristo peke yake unaondolewa. 15 Hata leo Sheria ya Mose inaposomwa, utaji hufunika mioyo yao. 16 Lakini wakati wowote mtu anapomgeukia Bwana, utaji unaondolewa. 17 Basi Bwana ndiye Roho. Mahali alipo Roho wa Bwana hapo pana uhuru. 18 Nasi sote, tukiwa na nyuso zisizotiwa utaji tunadhihirisha utukufu wa Bwana, kama kwenye kioo. Nasi tunabadilishwa ili tufanane naye, toka utukufu hadi utukufu mkuu zaidi, utokao kwa Bwana, ambaye ndiye Roho.

Hazina Ya Mbinguni Katika Vyombo Vya Udongo

4 Kwa hiyo, kwa kuwa tuna huduma hii kwa rehema za Mungu, hatukati tamaa. 2 Tumekataa mambo ya siri na ya aibu, wala hatufuati njia za udanganyifu, tukichanganya Neno la Mungu na uongo. Kinyume cha hayo, tunadhihirisha kweli waziwazi na kujitambulisha wenyewe kwenye dhamiri ya kila mtu mbele za Mungu. 3 Hata nayo Injili yetu kama imetiwa utaji, ni kwa wale tu wanaopotea. 4 Kwa habari yao, mungu wa dunia hii amepofusha akili za wasioamini, ili wasione nuru ya Injili ya utukufu wa Kristo, aliye sura ya Mungu. 5 Kwa maana hatujihubiri sisi wenyewe ila tunamhubiri Yesu Kristo kuwa ni Bwana na sisi ni watumishi wenu kwa ajili ya Yesu. 6 Kwa kuwa Mungu, yeye aliyesema, "Nuru na ing'ae gizani," ameifanya nuru yake ing'ae mioyoni mwetu ili kutupatia nuru ya maarifa ya utukufu wa Mungu katika uso wa Kristo.

7 Lakini tunayo hazina hii katika vyombo vya udongo, ili ijulikane wazi kwamba uwezo huu wa ajabu unatoka kwa Mungu wala si kwetu. 8 Twataabika kila upande lakini hatuangamizwi; twaona wasiwasi lakini hatukati tamaa; 9 twateswa lakini hatuachwi; twatupwa chini lakini hatupondwi. 10 Siku zote twachukua katika mwili kufa kwake Yesu ili kwamba uzima wa Yesu uweze kudhihirika katika miili yetu. 11 Kwa maana sisi tulio hai siku zote tumetolewa tufe kwa ajili ya Yesu, ili kwamba uzima wake upate kudhihirishwa katika mwili wetu upatikanao na mauti. 12 Hivyo basi, mauti inatenda kazi ndani yetu, bali uzima unatenda kazi ndani yenu.

13 Imeandikwa, "Niliamini, kwa hiyo nimesema." Kwa roho yule yule wa imani pia tuliamini na hivyo tunasema, 14 kwa sababu tunajua kwamba yeye aliyemfufua Bwana Yesu kutoka kwa wafu, atatufufua sisi pia pamoja na Yesu na kutuleta sisi pamoja nanyi mbele zake. 15 Haya yote ni kwa faida yenu, ili kwamba neema ile inavyowafikia watu wengi zaidi na zaidi, ipate kusababisha shukrani nyingi kwa utukufu wa Mungu.

16 Kwa hiyo, hatukati tamaa. Ingawa utu wetu wa nje unachakaa, utu wetu wa ndani unafanywa upya siku kwa siku. 17 Kwa maana dhiki yetu nyepesi iliyo ya kitambo inatutayarisha kwa ajili ya utukufu wa milele unaozidi kuwa mwingi kupita kiasi, 18 kwa sababu hatuangalii yale yanayoweza kuonekana bali yale yasiyoweza kuonekana. Kwa maana yale yanayoweza kuonekana ni ya kitambo tu, bali yale yasiyoweza kuonekana ni ya milele.

Makao Yetu Ya Mbinguni

5 Kwa maana twajua kama hema yetu ya dunia tunayoishi ikiharibiwa, tunalo jengo kutoka kwa Mungu, nyumba iliyo ya milele kule mbinguni, isiyojengwa kwa mikono ya wanadamu. 2 Katika hema hii twalia kwa uchungu, tukitamani kuvikwa

makao yetu ya mbinguni, 3 kwa kuwa tukiisha kuvikwa hatutaonekana tena kuwa uchi. 4 Kwa kuwa tukiwa bado katika hema hii twalia kwa uchungu na kulemewa, kwa sababu hatutaki kuvuliwa bali kuvikwa makao yetu ya mbinguni ili kwamba kile kipatikanacho na mauti kimezwe na uzima. 5 Basi Mungu ndiye alitufanya kwa ajili ya jambo lilo hilo naye ametupa Roho Mtakatifu kuwa amana, akituhakikishia ahadi ya kile kijacho.

6 Kwa hiyo siku zote tunalo tumaini, hata ingawa tunajua kwamba wakati tukiwa katika mwili huu, tuko mbali na Bwana, 7 kwa maana twaenenda kwa imani wala si kwa kuona. 8 Naam, tunalo tumaini na ingekuwa bora zaidi kuuacha mwili huu na kwenda kukaa na Bwana. 9 Kwa hiyo, kama tuko katika mwili huu au tuko mbali nao, lengo letu ni kumpendeza Bwana. 10 Kwa kuwa sisi sote tutasimama mbele ya kiti cha hukumu cha Kristo, ili kila mmoja apate kulipwa kwa ajili ya yale ambayo yametendwa katika mwili wake, yakiwa mema au mabaya.

Huduma Ya Upatanisho

11 Basi, kwa kuwa tunajua kumcha Bwana, tunajitahidi kuwavuta wengine. Lakini Mungu anatufahamu dhahiri, nami natumaini kwamba tu dhahiri katika dhamiri zenu pia. 12 Sio kwamba tunajaribu kujistahilisha kwenu tena, lakini tunataka kuwapa nafasi ili mwone fahari juu yetu mweze kuwajibu hao wanaoona fahari juu ya mambo yanayoonekana badala ya mambo yaliyo moyoni. 13 Kama tumerukwa na akili, ni kwa ajili ya Mungu; kama tuna akili timamu, ni kwa ajili yenu. 14 Kwa kuwa upendo wa Kristo unatutia nguvu, kwa sababu tunasadiki kuwa mmoja alikufa kwa ajili ya wote, kwa hiyo wote walikufa. 15 Naye alikufa kwa ajili ya watu wote, ili kwamba wote wanaoishi wasiishi tena kwa ajili ya nafsi zao wenyewe, bali kwa ajili yake yeye aliyekufa na kufufuliwa tena kwa ajili yao.

16 Hivyo tangu sasa hatumwangalii mtu yeyote kwa mtazamo wa kibinadamu. Ingawa wakati fulani tulimwangalia Kristo kwa namna ya kibinadamu, hatumwangalii tena hivyo. 17 Kwa hiyo kama mtu akiwa ndani ya Kristo, amekuwa kiumbe kipya; ya kale yamepita, tazama, yamekuwa mapya. 18 Haya yote yanatokana na Mungu, ambaye ametupatanisha sisi na nafsi yake kwa njia ya Yesu Kristo na kutupata sisi huduma ya upatanisho: 19 Kwamba Mungu alikuwa ndani ya Kristo akiupatanisha ulimwengu na nafsi yake mwenyewe, akiwa hawahesabii watu dhambi zao. Naye ametukabidhi sisi ujumbe huu wa upatanisho. 20 Kwa hiyo sisi ni mabalozi wa Kristo, kana kwamba Mungu anawasihi kupitia kwa vinywa vyetu. Nasi twawaomba sana ninyi kwa niaba ya Kristo, mpatanishwe na Mungu. 21 Kwa maana Mungu alimfanya yeye asiyekuwa na dhambi kuwa dhambi kwa ajili yetu, ili sisi tupate kufanywa haki ya Mungu kwake yeye.

6 Kama watendakazi pamoja na Mungu, tunawasihi msipokee neema ya Mungu bure. 2 Kwa maana asema:

"Wakati wangu uliokubalika nilikusikia,
siku ya wokovu nilikusaidia."

Tazama, wakati uliokubalika ndio huu, siku ya wokovu ndiyo sasa.

Taabu Za Paulo

3 Hatuweki kitu cha kukwaza katika njia ya mtu yeyote, ili huduma yetu isionekane kuwa na lawama. 4 Bali kama watumishi wa Mungu tuonyeshe kwa kila njia: katika saburi nyingi; katika dhiki, katika misiba, na katika shida; 5 katika kupigwa, katika kufungwa gerezani na katika ghasia; katika kazi ngumu, katika kukesha na katika kufunga; 6 katika utakatifu, katika ufahamu, katika uvumilivu, na katika utu wema; katika Roho Mtakatifu na upendo wa kweli; 7 katika maneno ya kweli na katika nguvu za Mungu, kwa silaha za haki za mkono wa kuume na za mkono wa kushoto; 8 katika utukufu na katika kudharauliwa; katika sifa mbaya na katika sifa nzuri; tukiwa kama wadanganyaji, lakini tukiwa wakweli; 9 tukiwa maarufu, lakini tukihesabiwa kama tusiojulikana; tukiwa kama wanaokufa, lakini tunaishi; tukipigwa, lakini hatuuawi; 10 tukiwa kama wenye huzuni, lakini siku zote tukifurahi; tukionekana maskini, lakini tukitajirisha wengi; tukiwa kama wasio na kitu, lakini tuna vitu vyote.

11 Tumesema nanyi wazi, enyi Wakorintho na kuwafungulieni mioyo yetu wazi kabisa. 12 Sisi hatujizuii kuwapenda, bali ninyi mmeuzuia upendo wenu kwetu. 13 Sasa nasema, kama na watoto wangu: Ninyi pia ifungueni mioyo yenu kabisa.

Msifungiwe Nira Pamoja Na Wasioamini

14 Msifungiwe nira pamoja na watu wasioamini, kwa jinsi isivyo sawasawa, kwa maana pana uhusiano gani kati ya haki na uovu? Au kuna ushirika gani kati ya nuru na giza? 15 Kuna mapatano gani kati ya Kristo na Beliari?[a] Yeye aaminiye ana sehemu gani na yeye asiyeamini? 16 Kuna mapatano gani kati ya Hekalu la Mungu na sanamu? Kwa kuwa sisi tu Hekalu la Mungu aliye hai. Kama Mungu alivyosema: "Nitakaa pamoja nao na kutembea katikati yao, nami nitakuwa Mungu wao, nao watakuwa watu wangu."

17 "Kwa hiyo tokeni miongoni mwao,
mkatengwe nao,
asema Bwana.
Msiguse kitu chochote kilicho najisi,
nami nitawakaribisha."
18 "Mimi nitakuwa Baba kwenu,
nanyi mtakuwa wanangu na binti zangu,
asema Bwana Mwenyezi."

7 Wapenzi, kwa kuwa tunazo ahadi hizi, basi na tujitakase nafsi zetu kutokana na kila kitu kitiacho mwili na roho unajisi, tukitimiza utakatifu kwa kumcha Mungu.

Furaha Ya Paulo

2 Tupatieni nafasi mioyoni mwenu. Hatujamkosea mtu yeyote, hatujampotosha mtu yeyote, wala hatujamdhulumu mtu yeyote. 3 Sisemi haya

[a]15 Beliari hapa ina maana ya uovu, kutokumcha Mungu.

ili kuwahukumu, kwa kuwa nilisema mwanzo,
kwamba ninyi mko mioyoni mwetu hata kwa kufa
pamoja au kuishi pamoja. 4 Mara nyingi najivuna
kwa ajili yenu; naona fahari juu yenu. Nimejawa
na faraja. Nina furaha kupita kiasi katika mateso
yetu yote.

5 Kwa maana hata tulipoingia Makedonia, miili
yetu haikuwa na raha. Tulisumbuliwa kila upande,
kwa nje kulikuwa na mapigano na mioyoni mwetu
tulikuwa na hofu. 6 Bali Mungu, yeye awafarijie
wenye huzuni, alitufariji kwa kufika kwake Tito.
7 Lakini si kule kuja kwa Tito tu, bali pia kwa faraja
mliyompa. Alitueleza jinsi mlivyonionea shauku,
huzuni yenu kubwa na juhudi yenu kwa ajili yangu,
ili kwamba furaha yangu ipate kuwa kubwa kuliko
wakati wowote.

8 Hata kama niliwahuzunisha kwa barua yangu,
sijutii. Ingawa nilijuta kwa muda mfupi, kwa kuwa
najua kwamba barua yangu iliwaumiza, lakini ni
kwa kitambo tu, 9 lakini sasa nina furaha, si kwa
sababu mlihuzunika, bali kwa kuwa huzuni hiyo
iliwafanya mtubu. Kwa maana mlihuzunishwa
kama Mungu alivyokusudia watu wahuzunike na
hivyo sisi hatukuwadhuru kwa njia yoyote.

10 Kwa maana huzuni ya kimungu huleta toba
iletayo wokovu na wala haina majuto. Lakini
huzuni ya kidunia husababisha mauti. 11 Tazameni
jinsi huzuni hii ya kimungu ilivyoleta faida ndani
yenu: bidii mliyo nayo, juhudi mliyofanya kujitetea,
uchungu wenu, hofu yenu, upendo wenu, shauku
yenu na jinsi mlivyokuwa tayari kutoa adhabu ina-
yostahili. Kwa kila njia mmejithibitisha kuwa safi
katika jambo hilo. 12 Hivyo ingawa niliwaandikia,
haikuwa kwa sababu ya huyo aliyekosa au huyo ali-
yekosewa. Lakini nilitaka ninyi wenyewe mwone,
mbele za Mungu, jinsi mlivyojitoa kwa ajili yetu.
13 Kwa ajili ya haya tumefarijika.

Zaidi ya kule sisi kutiwa moyo, tulifurahi sana
kumwona Tito alivyo na furaha, kwa sababu roho
yake imeburudishwa na ninyi nyote. 14 Nilikuwa
nimewasifu ninyi kwake, nanyi hamkuniaibisha.
Lakini kila kitu tulichowaambia ninyi, kilikuwa
kweli, hivyo kule kujisifu kwetu kwa Tito kuwa-
husu ninyi kumethibitishwa kuwa kweli pia.
15 Upendo wake kwenu unaongezeka sana anapo-
kumbuka jinsi mlivyokuwa watiifu, na kumpokea
kwa hofu na kutetemeka. 16 Nafurahi kwamba
ninaweza kuwatumaini ninyi kabisa.

Kutoa Kwa Ukarimu

8 Basi sasa ndugu, nataka ninyi mjue kuhusu ile
neema ambayo Mungu amewapa makanisa
ya Makedonia. 2 Pamoja na majaribu makali na
taabu walizopata, furaha waliyokuwa nayo ilikuwa
kubwa, ingawa walikuwa maskini kupindukia, kwa
upande wao walifurika kwa wingi wa ukarimu.
3 Kwa maana nashuhudia kwamba wao walitoa kwa
kadiri wawezavyo, hata na zaidi ya uwezo wao, kwa
hiari yao wenyewe, 4 wakitusihi kwa bidii wapewe
fursa ya kushiriki katika huduma hii ya kuwasaidia
watakatifu. 5 Wala hawakufanya tulivyotazamia,
bali walijitoa wao wenyewe kwa Bwana kwanza
na ndipo wakajitoa kwa ajili yetu, kufuatana na
mapenzi ya Mungu. 6 Kwa hiyo tulimsihi Tito, kwa
kuwa ndiye alianzisha jambo hili, akamilishe tendo
hili la neema kwa upande wenu. 7 Lakini kama vile
mlivyo mbele sana katika yote: Katika imani, katika
usemi, katika maarifa, katika uaminifu wote na
katika upendo wenu kwetu sisi, vivyo hivyo tuna-
taka pia mzidi katika neema hii ya kutoa.

8 Siwaamrishi, lakini nataka kujaribu unyofu
wa upendo wenu kwa kuulinganisha na bidii ya
wengine. 9 Kwa maana mnajua neema ya Bwana
wetu Yesu Kristo, kwamba ingawa alikuwa tajiri,
kwa ajili yenu alikubali kuwa maskini, ili kwa uma-
skini wake ninyi mpate kuwa matajiri.

10 Ushauri wangu kuhusu lile lililo bora kwenu
juu ya jambo hili ni huu: Mwaka uliopita ninyi mli-
kuwa wa kwanza si tu kutoa lakini pia mlikuwa
na shauku ya kufanya hivyo. 11 Sasa ikamilisheni
kazi hii kwa shauku kama mlivyoanza, jitoleeni
kulingana na uwezo wenu. 12 Kwa kuwa kama nia
ya kutoa ipo, kitolewacho kinakubalika kulingana
na kile mtu alicho nacho, wala si kwa kile ambacho
hana.

13 Nia yetu si kwamba wengine wasaidike wakati
ninyi mnateseka, bali pawe na uwiano. 14 Kwa
wakati huu, wingi wa vitu mlivyo navyo usaidie
kutosheleza mahitaji yao, ili wakati wao wataka-
pokuwa na wingi wa vitu, nao wapate kutosheleza
mahitaji yenu. 15 Ndipo patakuwa na usawa, kama
ilivyoandikwa: "Aliyekusanya zaidi hakuwa na
ziada, wala aliyekusanya kidogo hakupungukiwa."

Tito Atumwa Korintho

16 Ninamshukuru Mungu ambaye amemtia
Tito moyo wa kuwajali ninyi kama mimi nina-
vyowajali. 17 Si kwamba Tito amekubali tu ombi
letu, bali anakuja kwenu akiwa na shauku kuliko
wakati mwingine, tena kwa hiari yake mwenyewe.
18 Nasi tunamtuma pamoja naye ndugu ambaye
anasifiwa na makanisa yote kwa huduma yake ya
kuhubiri Injili. 19 Zaidi ya hayo, alichaguliwa na
makanisa ili asafiri pamoja nasi tulipokuwa tuna-
peleka matoleo ya ukarimu, kwa ajili ya utukufu
wa Bwana mwenyewe, na ili kuonyesha hisani yetu
kuwasaidia. 20 Tunataka kuepuka lawama yoyote
kuhusu jinsi tunavyosimamia matoleo haya ya
ukarimu. 21 Kwa kuwa tunakusudia kufanya kile
kilicho haki si machoni mwa Bwana peke yake,
bali pia machoni mwa watu wengine.

22 Pamoja nao, tunamtuma ndugu yetu ambaye
mara kwa mara ametuthibitishia kwa njia nyingi
kwamba ana shauku, naam, zaidi sana sasa kwa
sababu analo tumaini kuu kwenu. 23 Kwa habari ya
Tito, yeye ni mwenzangu na mtendakazi pamoja
nami miongoni mwenu. Kwa habari za ndugu zetu,
wao ni wawakilishi wa makanisa, na utukufu kwa
Kristo. 24 Kwa hiyo waonyesheni wazi hawa ndugu
uthibitisho wa upendo wenu na sababu inayotu-
fanya tujivune kwa ajili yenu, mbele ya makanisa,
ili yapate kuona.

Wasaidieni Wakristo Wenzenu

9 Hakuna haja yangu kuwaandikia kuhusu
huduma hii itolewayo kwa ajili ya watakatifu.
2 Kwa kuwa ninajua mlivyo na shauku ya kusai-
dia, nami nimekuwa nikijivuna kwa ajili ya jambo

hilo kwa watu wa Makedonia, nikiwaambia kuwa
ninyi wa Akaya mmekuwa tayari kutoa tangu
mwaka jana na shauku yenu imewachochea wengi
wao katika kutoa. 3 Lakini sasa nawatuma hawa
ndugu ili kujivuna kwetu kuhusu mchango wenu
kusiwe maneno matupu, bali mpate kuwa tayari
kama nilivyosema mngekuwa tayari. 4 Kwa maana
kama nikija na Mmakedonia yeyote na kuwakuta
hamjawa tayari, tutaona aibu kusema chochote
juu yenu katika matoleo. 5 Kwa hivyo niliona ni
muhimu niwahimize hawa ndugu watangulie
kuja huko kwenu kabla yangu, wafanye mipango
ya hayo matoleo ya ukarimu mliyokuwa mmeahidi,
ili yawe tayari kama matoleo ya hiari wala si kama
ya kutozwa kwa nguvu.

Kupanda Kwa Ukarimu

6 Kumbukeni kwamba: Yeyote apandaye kwa
uchache pia atavuna kwa uchache, naye apandaye
kwa ukarimu pia atavuna kwa ukarimu. 7 Kila mtu
atoe kama anavyokusudia moyoni mwake, si kwa
uchoyo au kwa kulazimishwa, kwa maana Mungu
humpenda yeye atoaye kwa moyo mkunjufu. 8 Naye
Mungu aweza kuwapa kila baraka kwa wingi, ili
katika mambo yote kila wakati, mwe na kila kitu
mnachohitaji, ili mweze kushiriki kwa wingi katika
kila kazi njema. 9 Kama ilivyoandikwa:

"Ametawanya vipawa vyake kwa ukarimu
akawapa maskini;
haki yake hudumu milele."

10 Yeye ampaye mpanzi mbegu kwa ajili ya kupanda
na mkate kuwa chakula, atawapa na kuzizidisha
mbegu zenu za kupanda na kuongeza mavuno
ya haki yenu. 11 Mtatajirishwa kwa kila namna
ili mpate kuwa wakarimu kila wakati, na kupitia
kwetu, ukarimu wenu utamletea Mungu shukrani.
12 Huduma hii mnayofanya si tu kwa ajili ya kuki-
dhi mahitaji ya watakatifu, bali huzidi sana kwa
shukrani nyingi apewazo Mungu. 13 Kwa sababu ya
huduma ambayo mmejithibitisha wenyewe, watu
watamtukuza Mungu kwa ajili ya utiifu ufuatanao
na ukiri wenu wa Injili ya Kristo, na kwa ukarimu
wenu wa kushiriki pamoja nao na pia wengine
wote. 14 Nao katika maombi yao kwenu mioyo yao
itawaonea shauku kwa sababu ya neema ipitayo
kiasi mliyopewa na Mungu. 15 Ashukuriwe Mungu
kwa karama yake isiyoelezeka.

Paulo Atetea Huduma Yake

10 Basi, mimi Paulo ninawasihi kwa unyenyekevu
na upole wa Kristo, mimi niliye "mwoga" nina-
pokuwa pamoja nanyi ana kwa ana, lakini mwenye
ujasiri nikiwa mbali nanyi! 2 Nawaomba nitakapo-
kuja kwenu nisiwe na ujasiri dhidi ya watu fulani,
kama ninavyotazamia kwa wale wanaodhani kwa-
mba tunaishi kwa kufuata namna ya ulimwengu
huu. 3 Ingawa tunaishi duniani, hatupigani vita
kama ulimwengu ufanyavyo. 4 Silaha za vita vyetu
si za mwili, bali zina uwezo katika Mungu hata kua-
ngusha ngome, 5 tukiangusha mawazo na kila kitu
kilichoinuka, kijiinuacho juu ya elimu ya Mungu,
na tukiteka nyara kila fikira ipate kumtii Kristo,
6 tena tukiwa tayari kuadhibu kila tendo la kutotii,
kutii kwenu kutakapokamilika.
7 Angalieni yale yaliyo machoni penu. Kama mtu
yeyote anaamini kuwa yeye ni mali ya Kristo, basi
kumbuka kuwa kama ulivyo wa Kristo, vivyo hivyo
na sisi ndivyo tulivyo. 8 Basi hata kama nikijisifu
zaidi kidogo kuhusu mamlaka tuliyo nayo, ambayo
Bwana alitupa ili kuwajenga wala si kuwabomoa,
mimi sitaionea haya. 9 Sitaki nionekane kama
ninayejaribu kuwatisha kwa nyaraka zangu.
10 Kwa maana wanasema, "Nyaraka zake ni nzito
na zenye nguvu, lakini ana kwa ana ni dhaifu na
kuzungumza kwake ni kwa kudharauliwa." 11 Watu
kama hao wajue ya kuwa, yale tusemayo kwa barua
tukiwa hatupo pamoja nanyi, ndivyo tulivyo na
ndivyo tutakavyofanya tutakapokuwa pamoja
nanyi.
12 Hatuthubutu kujiweka kwenye kundi moja
au kujilinganisha na hao wanaojitukuza wenyewe
kuwa wao ni wa maana sana. Wanapojipima na
kujilinganisha wenyewe kwa wenyewe, wanao-
nyesha ya kuwa hawana busara. 13 Lakini sisi
hatujajivuna kupita kiasi, bali majivuno yetu
yatakuwa katika mipaka ile Mungu aliyotuwekea,
mipaka ambayo inawafikia hata ninyi. 14 Kwa maana
hatukuwa tunavuka mipaka katika kujisifu kwetu,
kama vile ambavyo ingekuwa kama hatukuwa
tumekuja kwenu. Kwa maana sisi ndio tuliokuwa
wa kwanza kuja kwenu na Injili ya Kristo. 15 Wala
hatuvuki mipaka kwa kujisifu kwetu kwa ajili ya
kazi iliyofanywa na watu wengine. Tumaini letu ni
kwamba imani yenu inavyozidi kukua, eneo letu
la utendaji miongoni mwenu litapanuka zaidi, 16 ili
tuweze kuhubiri Injili sehemu zilizo mbali na mae-
neo yenu. Kwa maana hatutaki kujisifu kwa ajili ya
kazi ambayo imekwisha kufanyika tayari katika
eneo la mtu mwingine. 17 Lakini, "Yeye ajisifuye na
ajisifu katika Bwana." 18 Kwa maana si yeye ajisifuye
mwenyewe akubaliwaye, bali yeye ambaye Bwana
humsifu.

Paulo Na Mitume Wa Uongo

11 Laiti mngenivumilia kidogo katika upu-
mbavu wangu! Naam, nivumilieni kidogo.
2 Ninawaonea wivu, wivu wa Kimungu, kwa kuwa
mimi niliwaposea mume mmoja, ili niwalete kwa
Kristo kama mabikira safi. 3 Lakini nina hofu kuwa,
kama vile Eva alivyodanganywa kwa ujanja wa yule
nyoka, mawazo yenu yasije yakapotoshwa, mkaua-
cha unyofu na usafi wa upendo wenu kwa Kristo.
4 Kwa sababu kama mtu akija na kuwahubiria Yesu
mwingine ambaye si yule tuliyemhubiri, au kama
mkipokea roho mwingine ambaye si yule mliye-
mpokea, au Injili tofauti na ile mliyoikubali, ninyi
mnaitii kwa urahisi. 5 Lakini sidhani ya kuwa mimi
ni dhalili sana kuliko hao "mitume wakuu." 6 Ina-
wezekana mimi nikawa si mnenaji hodari, lakini
ni hodari katika elimu. Jambo hili tumelifanya liwe
dhahiri kwenu kwa njia zote.
7 Je, nilitenda dhambi kwa kujishusha ili kuwai-
nua ninyi kwa kuwahubiria Injili ya Mungu pasipo
malipo? 8 Niliyanyang'anya makanisa mengine
kwa kupokea misaada kutoka kwao ili niweze
kuwahudumia ninyi. 9 Nami nilipokuwa pamoja

nanyi, nikipungukiwa na chochote, sikuwa mzigo
kwa mtu yeyote, kwa maana ndugu waliotoka
Makedonia walinipatia mahitaji yangu. Kwa hiyo
nilijizuia kuwa mzigo kwenu kwa njia yoyote,
nami nitaendelea kujizuia. 10 Kwa hakika kama
vile kweli ya Kristo ilivyo ndani yangu, hakuna
mtu yeyote katika Akaya nzima atakayenizuia
kujivunia jambo hili. 11 Kwa nini? Je, ni kwa sababu
siwapendi? Mungu anajua ya kuwa nawapenda!
12 Nami nitaendelea kufanya lile ninalofanya sasa
ili nisiwape nafasi wale ambao wanatafuta nafasi
ya kuhesabiwa kuwa sawa na sisi katika mambo
wanayojisifia.

13 Watu kama hao ni mitume wa uongo, ni
wafanyakazi wadanganyifu, wanaojigeuza wao-
nekane kama mitume wa Kristo. 14 Wala hii si
ajabu, kwa kuwa hata Shetani mwenyewe huji-
geuza aonekane kama malaika wa nuru. 15 Kwa
hiyo basi si ajabu, kama watumishi wa Shetani
nao hujigeuza ili waonekane kama watumishi wa
haki. Mwisho wao utakuwa sawa na matendo yao
yanavyostahili.

Paulo Anajivunia Mateso Yake

16 Nasema tena, mtu yeyote asidhani kwamba
mimi ni mjinga. Lakini hata kama mkinidhania
hivyo, basi nipokeeni kama mjinga ili nipate kuji-
sifu kidogo. 17 Ninayosema kuhusiana na huku
kujisifu kwa kujiamini, sisemi kama vile ambavyo
Bwana angesema, bali kama mjinga. 18 Kwa kuwa
wengi wanajisifu kama vile ulimwengu ufanyavyo,
mimi nami nitajisifu. 19 Ninyi mwachukuliana na
wajinga kwa sababu mna hekima sana! 20 Kweli ni
kwamba mnachukuliana na mtu akiwatia utu-
mwani au akiwatumia kwa ajili ya kupata faida
au akiwanyang'anya au akijitukuza mwenyewe
au akiwadanganya. 21 Kwa aibu inanipasa niseme
kwamba sisi tulikuwa dhaifu sana kwa jambo hilo!

Lakini chochote ambacho mtu mwingine yeyote
angethubutu kujisifia, nanena kama mjinga, nami
nathubutu kujisifu juu ya hilo. 22 Je, wao ni Waebra-
nia? Mimi pia ni Mwebrania. Je, wao ni Waisraeli?
Mimi pia ni Mwisraeli. Je, wao ni wazao wa Abra-
hamu? Mimi pia ni mzao wa Abrahamu. 23 Je, wao
ni watumishi wa Kristo? (Nanena kiwazimu.) Mimi
ni zaidi yao. Nimefanya kazi kwa bidii kuwaliko
wao, nimefungwa gerezani mara kwa mara, nime-
chapwa mijeledi sana, na nimekabiliwa na mauti
mara nyingi. 24 Mara tano nimechapwa na Waya-
hudi viboko arobaini kasoro kimoja. 25 Mara tatu
nilichapwa kwa fimbo, mara moja nilipigwa kwa
mawe, mara tatu nimevunjikiwa na meli, nimekaa
kilindini usiku kucha na mchana kutwa, 26 katika
safari za mara kwa mara. Nimekabiliwa na hatari
za kwenye mito, hatari za wanyang'anyi, hatari
kutoka kwa watu wangu mwenyewe, hatari kutoka
kwa watu wa Mataifa; hatari mijini, hatari nyikani,
hatari baharini; na hatari kutoka kwa ndugu wa
uongo. 27 Nimekuwa katika kazi ngumu na taabu,
katika kukesha mara nyingi; ninajua kukaa njaa
na kuona kiu; nimefunga kula chakula mara nyi-
ngi; nimehisi baridi na kuwa uchi. 28 Zaidi ya hayo
yote, nakabiliwa na mzigo wa wajibu wangu kwa
makanisa yote. 29 Je, ni nani aliye mdhaifu, nami
nisijisikie mdhaifu? Je, nani aliyekwazwa, nami
nisiudhike?

30 Kama ni lazima nijisifu, basi nitajisifia yale
mambo yanayoonyesha udhaifu wangu. 31 Mungu
na Baba wa Bwana Yesu, yeye ambaye anahimidiwa
milele, anajua ya kuwa mimi sisemi uongo. 32 Huko
Dameski, mtawala aliyekuwa chini ya Mfalme
Areta aliulinda mji wa Dameski ili kunikamata.
33 Lakini nilishushwa kwa kapu kubwa kupitia
katika dirisha ukutani, nikatoroka kutoka miko-
noni mwake.

Maono Ya Paulo Na Mwiba Aliokuwa Nao

12 Yanipasa nijisifu, ingawa haifaidi kitu. Nitae-
nda kwenye maono na ufunuo kutoka kwa
Bwana. 2 Namjua mtu mmoja katika Kristo ambaye
miaka kumi na minne iliyopita alichukuliwa juu
hadi mbingu ya tatu. Kama ni katika mwili au nje ya
mwili, sijui, Mungu ajua. 3 Nami najua ya kwamba
mtu huyu, kwamba ni katika mwili au nje ya mwili
mimi sijui, lakini Mungu ajua, 4 alinyakuliwa hadi
Paradiso.[a] Huko alisikia mambo yasiyoelezeka,
mambo ambayo binadamu hana ruhusa ya kuya-
simulia. 5 Nitajisifu kwa ajili ya mtu kama huyo,
lakini sitajisifu kuhusu mimi mwenyewe ila mimi
nitajisifia udhaifu wangu. 6 Hata kama ningependa
kujisifu, sitakuwa mjinga, kwa maana nitakuwa
nasema kweli. Lakini najizuia, ili mtu yeyote asije
akaniona mimi kuwa bora zaidi kuliko ninavyoo-
nekana katika yale ninayotenda na kusema.

7 Ili kunizuia nisijivune kwa sababu ya ufunuo
huu mkuu, nilipewa mwiba katika mwili wangu,
mjumbe wa Shetani, ili anitese. 8 Kwa habari ya
jambo hili nilimsihi Bwana mara tatu aniondolee
mwiba huu. 9 Lakini aliniambia, "Neema yangu
inakutosha, kwa kuwa uweza wangu hukamilika
katika udhaifu." Kwa hiyo nitajisifu kwa furaha
zaidi kuhusu udhaifu wangu, ili uweza wa Kristo
ukae juu yangu. 10 Hii ndiyo sababu, kwa ajili ya Kri-
sto, nafurahia udhaifu, katika kutukanwa, katika
taabu, katika mateso na katika shida, kwa maana
ninapokuwa dhaifu, ndipo nina nguvu.

Wasiwasi Wa Paulo Kwa Wakorintho

11 Nimekuwa mjinga, lakini ninyi mmenilazi-
misha niwe hivyo. Kwa kuwa ilinipasa kusifiwa
na ninyi, kwa sababu mimi si dhalili kuliko
wale "mitume walio bora," ingawa mimi si kitu.
12 Mambo yanayomtambulisha mtume wa kweli,
yaani, ishara, miujiza na maajabu, yalifanywa mio-
ngoni mwenu kwa saburi nyingi. 13 Je, ninyi ni kitu
gani mlichopungukiwa kuliko makanisa mengine,
ila tu kwamba mimi sikuwa mzigo kwenu? Nisa-
meheni kwa kosa hili!

14 Sasa niko tayari kuja kwenu kwa mara hii ya
tatu, nami sitawalemea, kwa sababu sitahitaji cho-
chote chenu, ila ninawahitaji ninyi, kwa kuwa hata
hivyo watoto hawaweki akiba kwa ajili ya wazazi
wao, bali wazazi huweka akiba kwa ajili ya watoto
wao. 15 Hivyo nitafurahi kutumia kila kitu nilicho
nacho kwa ajili yenu, hata mwili wangu pia. Hata
ingawa inaonekana ninavyozidi kuwapenda,

[a]4 Paradiso hapa ina maana mbinguni.

ndivyo upendo wenu kwangu unavyopungua.
16 Iwe iwavyo, kwa vyovyote vile mimi sikuwale-
mea. Lakini kwa mimi kuwa mwerevu naliwapata.
17 Je, nilijipatia faida kwa kumtumia mtu yeyote nili-
yemtuma kwenu? 18 Nilimshawishi Tito aje kwenu,
nami nilimtuma pamoja na ndugu yetu. Je, Tito
aliwatumia ninyi ili kujipatia faida? Je, hatuenendi
kwa roho moja, na hatuchukui hatua zile zile?
19 Je, mmekuwa mkifikiri kwamba sisi tunajaribu
kujitetea mbele yenu? Sisi tumekuwa tukinena
mbele za Mungu kama wale walio katika Kristo.
Na chochote tufanyacho, ndugu wapendwa, ni
kwa ajili ya kuwatia nguvu. 20 Kwa kuwa nina hofu
ya kwamba nitakapokuja naweza kuwakuta nisi-
vyotaka, nanyi mkanikuta msivyotaka. Nina hofu
kwamba panaweza kuwa na ugomvi, wivu, gha-
dhabu, fitina, masingizio, masengenyo, majivuno
na machafuko. 21 Nina hofu kwamba nitakapokuja
tena kwenu, Mungu wangu atanidhili mbele yenu,
nami nitasikitishwa na wengi waliotenda dhambi
mbeleni, na wala hawajatubu kwa uchafu wao,
uasherati, na ufisadi walioushiriki.

Maonyo Ya Mwisho

13 Hii ndiyo mara ya tatu mimi kuja kwenu.
"Shtaka lolote lazima lithibitishwe na masha-
hidi wawili au watatu." 2 Nimekwisha kuwaonya
nilipokuwa pamoja nanyi mara ya pili. Sasa narudia
wakati sipo, kwamba nikija tena sitawahurumia
wale waliokuwa wametenda dhambi hapo awali na
wengine wote, 3 kwa kuwa mnadai uthibitisho kwa-
mba Kristo anazungumza kwa kunitumia mimi.
Yeye si dhaifu katika kushughulika nanyi, bali ana
nguvu kati yenu. 4 Kwa kuwa alisulubiwa katika
udhaifu, lakini anaishi kwa nguvu za Mungu. Vivyo
hivyo, sisi tu dhaifu kupitia kwake, lakini katika
kuwashughulikia ninyi tutaishi pamoja naye kwa
nguvu za Mungu.
5 Jichunguzeni wenyewe mwone kama mnaishi
katika imani. Jipimeni wenyewe. Je, hamtambui ya
kuwa Yesu Kristo yumo ndani yenu? Kama sivyo,
basi, mmeshindwa kufikia kipimo hicho! 6 Natu-
maini mtaona kuwa sisi hatukushindwa. 7 Lakini
tunamwomba Mungu msije mkatenda kosa lolote,
si ili sisi tuonekane kuwa tumeshinda hilo jaribio,
bali ili ninyi mtende lililo haki, hata kama tutaone-
kana kuwa tumeshindwa. 8 Kwa maana hatuwezi
kufanya lolote kinyume na kweli, bali kuithibitisha
kweli tu. 9 Tunafurahi wakati wowote sisi tunapo-
kuwa dhaifu, lakini ninyi mkawa na nguvu. Nayo
maombi yetu ni kwamba mpate kuwa wakami-
lifu. 10 Hii ndiyo sababu nawaandikia mambo haya
wakati sipo, ili nikija nisiwe mkali katika kutumia
mamlaka yangu, mamlaka Bwana aliyonipa ya
kuwajenga ninyi wala si ya kuwabomoa.

Salamu Za Mwisho

11 Hatimaye, ndugu zangu, kwaherini. Kuweni
wakamilifu, mkafarijike, kuweni wa nia moja, kaeni
kwa amani. Naye Mungu wa upendo na amani ata-
kuwa pamoja nanyi.
12 Salimianeni ninyi kwa ninyi kwa busu takatifu.
13 Watakatifu wote wanawasalimu.
14 Neema ya Bwana Yesu Kristo, na upendo wa
Mungu, na ushirika wa Roho Mtakatifu ukae nanyi
nyote. Amen.

WAGALATIA

Salamu

1 Paulo mtume: si mtume wa wanadamu wala ali-
yetumwa na mwanadamu, bali na Yesu Kristo na
Mungu Baba aliyemfufua Yesu kutoka kwa wafu;
2 na ndugu wote walio pamoja nami:

Kwa makanisa ya Galatia:

3 Neema iwe nanyi na amani itokayo kwa Mungu
Baba yetu na kwa Bwana wetu Yesu Kristo, 4 aliye-
jitoa kwa ajili ya dhambi zetu ili apate kutuokoa
katika ulimwengu huu wa sasa ulio mbaya, sawa-
sawa na mapenzi yake yeye aliye Mungu na Baba
yetu. 5 Utukufu una yeye milele na milele. Amen.

Hakuna Injili Nyingine

6 Nashangaa kwamba mnamwacha upesi hivyo
yeye aliyewaita kwa neema ya Kristo na kuifuata
Injili nyingine, 7 ambayo kwa kweli si Injili kamwe,
ila kwa dhahiri kuna watu wanaowachanganya
na wanaotaka kuipotosha Injili ya Kristo. 8 Lakini
hata ikiwa sisi au malaika atokaye mbinguni aki-
hubiri Injili nyingine tofauti na ile tuliyowahubiria
sisi, basi mtu huyo alaaniwe milele! 9 Kama vile
tulivyokwisha kusema kabla, sasa nasema tena,
ikiwa mtu yeyote atawahubiria Injili kinyume na
ile mliyoipokea na alaaniwe milele!

10 Je, sasa mimi ninatafuta kukubaliwa na
wanadamu au kukubaliwa na Mungu? Au nataka
kuwapendeza wanadamu? Kama ningekuwa bado
najaribu kuwapendeza wanadamu, nisingekuwa
mtumishi wa Kristo.

Paulo Ameitwa Na Mungu

11 Ndugu zangu, nataka mjue kwamba Injili nili-
yowahubiria haikutokana na wanadamu. 12 Kwa
maana mimi sikuipokea hiyo Injili kutoka kwa
mwanadamu, wala sikufundishwa na mtu, bali
niliipata kwa ufunuo kutoka kwa Yesu Kristo.

13 Ninyi mmekwisha kusikia juu ya maisha yangu
ya zamani nilipokuwa katika dini ya Kiyahudi,
jinsi nilivyolitesa kanisa la Mungu kwa nguvu na
kujaribu kuliangamiza. 14 Nami niliendelea sana
katika dini ya Kiyahudi kuliko Wayahudi wengi wa
rika yangu maana nilijitahidi sana katika desturi
za baba zangu. 15 Lakini ilipompendeza Mungu,
aliyenitenga tangu tumboni mwa mama yangu
na kuniita kwa neema yake, 16 alimdhihirisha
Mwanawe kwangu, ili nipate kumhubiri miongoni
mwa watu wa Mataifa. Mimi sikushauriana na
mwanadamu yeyote, 17 wala sikupanda kwenda
Yerusalemu kuwaona hao waliokuwa mitume kabla
yangu, bali nilikwenda mara moja Arabuni na kisha
nikarudi Dameski.

18 Kisha baada ya miaka mitatu nilipanda kwe-
nda Yerusalemu kuonana na Kefa[a] na nilikaa naye
siku kumi na tano. 19 Lakini sikumwona mtume
mwingine yeyote isipokuwa Yakobo, ndugu yake
Bwana. 20 Nawahakikishia mbele za Mungu kuwa
ninayowaandikia si uongo. 21 Baadaye nilikwenda
sehemu za Syria[b] na Kilikia. 22 Lakini mimi binafsi
sikujulikana kwa makanisa ya huko Uyahudi yaliyo
katika Kristo. 23 Wao walisikia habari tu kwamba,
"Mtu yule ambaye hapo kwanza alikuwa akitutesa
sasa anahubiri imani ile ile aliyokuwa akijaribu
kuiangamiza." 24 Nao wakamtukuza Mungu kwa
sababu yangu.

Paulo Akubaliwa Na Mitume

2 Kisha, baada ya miaka kumi na minne, nilipanda
tena kwenda Yerusalemu pamoja na Barnaba,
nikamchukua na Tito ili awe pamoja nami. 2 Nili-
kwenda kwa sababu nilikuwa nimefunuliwa na
Mungu, ili nikawaeleze kwa faragha wale walioo-
nekana kuwa viongozi, ile Injili ninayoihubiri kwa
watu wa Mataifa. Nilifanya hivyo kwa kuhofia
kwamba nisije nikawa nilikuwa ninakimbia au
nilikimbia bure. 3 Lakini hata Tito ambaye alikuwa
Myunani, hakulazimika kutahiriwa. 4 Lakini kwa
sababu ya ndugu wa uongo ambao walijiingiza kwa
siri katikati yetu ili kupeleleza uhuru wetu tulio
nao katika Kristo Yesu, wapate kututia utumwani,
5 hatukukubaliana nao hata dakika moja, ili kwa-
mba ukweli wa Injili ubaki nanyi.

6 Kwa habari ya wale waliokuwa wakubaliwe
kuwa viongozi (kwangu mimi sikujali vyeo vyao,
maana Mungu hana upendeleo), wale watu hawa-
kuniongezea chochote. 7 Badala yake walitambua
kwamba nilikuwa nimekabidhiwa kazi ya kuhubiri
Injili kwa watu wa Mataifa, kama vile Petro ali-
vyokabidhiwa kuhubiri Injili kwa Wayahudi. 8 Kwa
maana, Mungu aliyekuwa akitenda kazi katika
huduma ya Petro kama mtume kwa Wayahudi,
ndiye pia aliyekuwa anatenda kazi katika huduma
yangu kama mtume kwa watu wa Mataifa. 9 Basi,
Yakobo, Kefa[c] na Yohana, walioonekana kama
nguzo za kanisa, walitupa mkono wa shirika, mimi
na Barnaba walipotambua ile neema niliyopewa.
Wakakubali kwamba sisi twende kwa watu wa
Mataifa na wao waende kwa Wayahudi. 10 Wali-
chotuomba ni kwamba tuendelee kuwakumbuka
maskini, jambo ambalo ndilo nililokuwa na shauku
ya kulifanya.

Paulo Ampinga Petro Huko Antiokia

11 Lakini Petro alipofika Antiokia, mimi nilimpi-
nga ana kwa ana kwa sababu alikuwa amekosea
kwa wazi. 12 Kabla baadhi ya watu waliotoka kwa
Yakobo hawajafika, alikuwa akila pamoja na watu
wa Mataifa. Lakini hao watu walipofika alianza
kujiondoa na kujitenga na watu wa Mataifa kwa
sababu aliwaogopa wale wa kundi la tohara. 13 Pia

[a]18 Yaani Petro.

[b]21 Syria hapa ina maana ya Shamu.

[c]9 Yaani Petro, pia mstari 11, 14.

Wayahudi wengine waliungana naye katika unafiki
huu, hata Barnaba naye akapotoshwa na unafiki
wao.

14 Nilipoona kwamba hawatendi sawasawa na
kweli ya Injili, nilimwambia Petro mbele ya wote,
"Wewe ni Myahudi, nawe unaishi kama mtu wa
Mataifa na wala si kama Myahudi. Imekuwaje basi,
mnawalazimisha watu wa Mataifa kufuata desturi
za Kiyahudi?

Wayahudi Na Watu Wa Mataifa Wanaokolewa Kwa Imani

15 "Sisi wenyewe ni Wayahudi kwa kuzaliwa na
si watu wenye dhambi kama watu wa Mataifa,
16 bado tunajua ya kwamba mtu hahesabiwi haki
kwa matendo ya sheria bali kwa njia ya imani
katika Yesu Kristo. Hivyo sisi pia, tumemwamini
Kristo Yesu ili tupate kuhesabiwa haki kwa njia ya
imani katika Kristo, wala si kwa matendo ya sheria,
kwa sababu kwa kushika sheria hakuna hata mtu
mmoja atakayehesabiwa haki.

17 "Lakini tukitafuta kuhesabiwa haki katika Kri-
sto, inakuwa dhahiri kwamba sisi ni wenye dhambi.
Je, ina maana kwamba Kristo amekuwa mtumishi
wa dhambi? La hasha! 18 Lakini ikiwa mimi nina-
jenga tena kile ambacho nimekwisha kukibomoa,
basi ninaonyesha kwamba mimi ni mkosaji. 19 Kwa
maana mimi kwa njia ya sheria, nimeifia sheria ili
nipate kuishi kwa ajili ya Mungu. 20 Nimesulubiwa
pamoja na Kristo, wala si mimi tena ninayeishi, bali
Kristo ndiye aishiye ndani yangu. Uhai nilio nao
sasa katika mwili, ninaishi kwa imani ya Mwana
wa Mungu, aliyenipenda na kujitoa kwa ajili yangu.
21 Siibatilishi neema ya Mungu, kwa maana kama
haki ingeweza kupatikana kwa njia ya sheria, basi
Kristo alikufa bure!"

Imani Au Kushika Sheria?

3 Ninyi Wagalatia wajinga! Ni nani aliyewaroga?
Yesu Kristo aliwekwa wazi mbele yenu kwamba
amesulubiwa. 2 Nataka nijifunze neno moja kutoka
kwenu: Je, mlipokea Roho wa Mungu kwa kushika
sheria, au kwa kuyaamini yale mliyosikia? 3 Je,
ninyi ni wajinga kiasi hicho? Baada ya kuanza kwa
Roho, je, sasa mwataka kumalizia katika mwili? 4 Je,
mlipata mateso kiasi hicho bure? Ni kama kweli
yalikuwa bure! 5 Je, Mungu huwapa Roho wake na
kufanya miujiza katikati yenu kwa sababu mnatii
sheria, au kwa sababu mnaamini kile mlichosikia?

6 Kama vile "Abrahamu alimwamini Mungu na
ikahesabiwa kwake kuwa haki." 7 Fahamuni basi
kwamba wale walio na imani, hao ndio watoto
wa Abrahamu. 8 Maandiko yakitabiri kwamba
Mungu angewahesabia haki watu wa Mataifa kwa
imani, alitangulia kumtangazia Abrahamu Injili
akisema kwamba, "Kwa kupitia kwako mataifa
yote yatabarikiwa." 9 Kwa sababu hii, wale wote
wanaoamini wanabarikiwa pamoja na Abrahamu,
mtu wa imani.

Sheria Na Laana

10 Kwa maana wote wanaotumainia matendo ya
sheria wako chini ya laana, kwa kuwa imeandikwa,
"Alaaniwe kila mtu asiyeshikilia kutii mambo yote
yaliyoandikwa katika Kitabu cha Sheria." 11 Basi ni
dhahiri kwamba hakuna mtu anayehesabiwa haki
mbele za Mungu kwa kushikilia sheria, kwa maana,
"Mwenye haki ataishi kwa imani." 12 Lakini sheria
haitegemei imani. Kinyume chake, "Mtu atendaye
matendo hayo ataishi kwa hayo." 13 Kristo alituko-
mboa kutoka laana ya sheria kwa kufanyika laana
kwa ajili yetu, kwa maana imeandikwa, "Amelaa-
niwa yeye aangikwaye juu ya mti." 14 Alitukomboa
ili kwamba baraka aliyopewa Abrahamu ipate
kuwafikia watu wa Mataifa kwa njia ya Kristo Yesu,
ili kwa imani tupate kupokea ile ahadi ya Roho.

Sheria Na Ahadi

15 Ndugu zangu, nataka nitoe mfano kutoka mai-
sha ya kila siku. Kama vile hakuna mtu awezaye
kutangua au kuongeza kitu katika agano la mtu
ambalo limekwisha kuthibitishwa, vivyo hivyo kwa
hali kama hii. 16 Ahadi zilinenwa kwa Abrahamu na
kwa mzao wake. Maandiko hayasemi "kwa wazao,"
likimaanisha watu wengi, bali "kwa mzao wako,"
yaani mtu mmoja, ndiye Kristo. 17 Ninachotaka
kusema ni kwamba, sheria, ambayo ilitolewa
miaka 430 baadaye, haitangui Agano lililothibi-
tishwa na Mungu ili kuibatilisha ahadi ile. 18 Kwa
maana kama urithi hupatikana kwa sheria, basi
hautegemei tena ahadi, lakini Mungu kwa neema
yake alimpa Abrahamu urithi kwa njia ya ahadi.

Kusudi La Sheria

19 Kwa nini basi iwepo sheria? Sheria iliwekwa
kwa sababu ya makosa mpaka atakapokuja yule
Mzao wa Abrahamu, ambaye alitajwa katika ile
ahadi. Sheria iliamriwa na malaika kwa mkono wa
mpatanishi. 20 Basi mpatanishi huhusisha zaidi ya
upande mmoja, lakini Mungu ni mmoja.

21 Je basi, sheria inapingana na ahadi za Mungu?
La hasha! Kwa maana kama sheria iliyotolewa inge-
weza kuwapa watu uzima, basi haki ingepatikana
kwa njia ya sheria. 22 Lakini Maandiko yamefanya
vitu vyote vifungwe chini ya nguvu ya dhambi, ili
yale yaliyoahidiwa kwa njia ya imani katika Yesu
Kristo yapate kupewa wale wanaoamini.

23 Kabla imani hii haijaja tulikuwa tumewekwa
chini ya sheria, tumefungwa mpaka ile imani
ifunuliwe. 24 Hivyo, sheria ilikuwa kiongozi kutu-
fikisha kwa Kristo, ili tupate kuhesabiwa haki kwa
imani. 25 Lakini sasa kwa kuwa ile imani imekuja,
hatusimamiwi tena na sheria.

Watoto Wa Mungu

26 Kwa maana ninyi nyote mmekuwa watoto
wa Mungu katika Kristo Yesu kwa njia ya imani.
27 Kwa maana wote mliobatizwa ndani ya Kristo,
mmemvaa Kristo. 28 Wala hakuna tena Myahudi au
Myunani, mtumwa au mtu huru, mwanaume wala
mwanamke, maana nyote mmekuwa wamoja ndani
ya Kristo Yesu. 29 Nanyi mkiwa ni mali ya Kristo,
basi ninyi ni wa uzao wa Abrahamu na warithi
sawasawa na ile ahadi.

4 Lile nisemalo ni kwamba wakati wote mrithi
bado ni mtoto, hana tofauti na mtumwa, ingawa
ndiye mmiliki wa mali yote. 2 Yeye huwa yuko chini
ya uangalizi wa walezi na wadhamini mpaka ufike

wakati uliowekwa na baba yake. 3 Vivyo hivyo na
sisi, tulipokuwa bado watoto wadogo, tulikuwa
utumwani chini ya taratibu za kawaida za uli-
mwengu. 4 Lakini ulipowadia utimilifu wa wakati,
Mungu alimtuma Mwanawe, ambaye alizaliwa na
mwanamke, akazaliwa chini ya sheria, 5 kusudi
awakomboe wale waliokuwa chini ya sheria, ili
tupate kupokea zile haki kamili za kufanywa
watoto wa Mungu. 6 Kwa sababu ninyi ni watoto
wa Mungu, Mungu amemtuma Roho wa Mwanawe
mioyoni mwetu, anayelia, "Abba,[a] Baba." 7 Kwa
hiyo, wewe si mtumwa tena, bali ni mtoto, kwa
kuwa wewe ni mtoto, Mungu amekufanya wewe
pia kuwa mrithi kwa kupitia Kristo.

Paulo Awashawishi Wagalatia

8 Zamani, mlipokuwa hammjui Mungu, mlikuwa
watumwa wa viumbe ambavyo kwa asili si Mungu.
9 Lakini sasa kwa kuwa mmemjua Mungu, au zaidi
mmejulikana na Mungu, inakuwaje mnarejea tena
katika zile kanuni za kwanza zenye udhaifu na
upungufu? Mnataka ziwafanye tena watumwa?
10 Mnaadhimisha siku maalum, miezi, nyakati na
miaka! 11 Nina hofu juu yenu, kwamba kazi niliyo-
fanya kwa ajili yenu inaweza kuwa nimejitaabisha
bure.

12 Ndugu zangu, nawasihi mwe kama mimi, kwa
sababu mimi nimekuwa kama ninyi. Hamkunite-
ndea jambo lolote baya. 13 Ninyi mwajua kwamba
ni kwa ajili ya udhaifu wangu niliwahubiria Injili.
14 Ingawa hali yangu iliwatia majaribuni, hamkuni-
dharau wala kunidhihaki, bali mlinikaribisha kama
malaika wa Mungu, kama vile Kristo Yesu. 15 Ile
hali ya furaha mliyokuwa nayo imekwenda wapi?
Naweza kushuhudia kwamba, kama ingewezekana
mngeng'oa macho yenu na kunipa mimi. 16 Je, sasa
nimekuwa adui yenu kwa kuwaambia kweli?

17 Hao wana shauku ya kuwapata lakini si kwa
kusudi zuri. Wanachotaka ni kuwatenga mbali nasi,
ili ninyi mpate kuwaonea wao shauku. 18 Ni vizuri
wakati wote kuwa na shauku kwa ajili ya kusudi
zuri, si wakati nikiwa pamoja nanyi tu. 19 Watoto
wangu wapendwa, ambao kwa mara nyingine
ninawaonea utungu, ninatamani kwamba Kristo
aumbike ndani yenu. 20 Natamani kama ningekuwa
pamoja nanyi sasa, pengine ningebadilisha sauti
yangu. Kwa maana nina wasiwasi kwa ajili yenu.

Mfano Wa Hagari Na Sara

21 Niambieni, ninyi mnaotaka kuwa chini ya
sheria, je, hamjui sheria inavyosema? 22 Kwa
maana imeandikwa kwamba Abrahamu alikuwa
na wana wawili, mmoja wa mwanamke mtumwa
na wa pili wa mwanamke huru. 23 Lakini, mtoto
wa mwanamke mtumwa alizaliwa kwa mapenzi
ya mwili, na yule mwingine wa mwanamke huru
alizaliwa kutokana na ahadi ya Mungu.

24 Mambo haya yanaweza kuchukuliwa kama
mfano. Kwa maana hao wanawake wawili ni
mfano wa maagano mawili: Agano la kwanza,
ni lile lililofanyika katika Mlima Sinai, lizaalo
watoto wa utumwa. Hili ndilo huyo Hagari. 25 Basi
Hagari anawakilisha Mlima Sinai ulioko Arabuni,
na unafanana na Yerusalemu ya sasa ambayo iko
utumwani pamoja na watoto wake. 26 Lakini Yeru-
salemu wa juu ni huru, nayo ndiye mama yetu.
27 Kwa maana imeandikwa:

"Furahi, ewe mwanamke tasa,
 wewe usiyezaa;
paza sauti, na kuimba kwa furaha,
 wewe usiyepatwa na utungu wa kuzaa;
kwa maana watoto wa mwanamke
 aliyeachwa ukiwa ni wengi
 kuliko wa mwanamke mwenye mume."

28 Basi, sisi ndugu zangu, ni kama Isaki, tu watoto
wa ahadi. 29 Lakini, kama vile ilivyokuwa siku
zile yule aliyezaliwa kwa mwili alivyomchokoza
yule aliyezaliwa kwa Roho, ndivyo ilivyo hata
sasa. 30 Lakini Maandiko yasemaje? "Mwondoe
mwanamke mtumwa pamoja na mwanawe, kwa
sababu mwana wa mwanamke mtumwa kamwe
hatarithi pamoja na mwana wa aliye huru." 31 Kwa
hiyo ndugu zangu, sisi si watoto wa mwanamke
mtumwa, bali wa yule aliye huru.

Uhuru Ndani Ya Kristo

5 Kristo alitupa uhuru, akataka tubaki huru. Hivyo
simameni imara wala msikubali tena kulemewa
na kongwa la utumwa.

2 Sikilizeni! Mimi, Paulo, nawaambieni kwa-
mba kama mkikubali kutahiriwa, basi Kristo
hatawafaidia chochote. 3 Namshuhudia tena kila
mtu anayekubali kutahiriwa kwamba inampasa
kushika sheria yote. 4 Ninyi mnaotafuta kuhesa-
biwa haki kwa njia ya sheria mmetengwa na Kristo,
mko mbali na neema ya Mungu. 5 Kwa maana, kwa
njia ya Roho kwa imani, tunangojea kwa shauku
tumaini la haki. 6 Kwa maana ndani ya Kristo Yesu,
kutahiriwa au kutokutahiriwa hakuleti tofauti, bali
lililo muhimu ni imani itendayo kazi kwa njia ya
upendo.

7 Mlikuwa mkipiga mbio vizuri. Ni nani aliye-
wazuia msiitii kweli? 8 Ushawishi wa namna hiyo
haukutokana na yule anayewaita. 9 "Chachu kidogo
huchachua donge zima." 10 Nina hakika katika
Bwana kwamba hamtakuwa na msimamo mwi-
ngine. Mtu anayewachanganya anastahili adhabu,
hata awe nani. 11 Lakini ndugu zangu, kama mimi
bado ninahubiri kuhusu kutahiriwa, kwa nini bado
ninateswa? Katika hiyo hali basi, kwazo la msalaba
limeondolewa. 12 Laiti hao wanaowavuruga wange-
jihasi wao wenyewe!

13 Ndugu zangu, ninyi mliitwa ili mwe huru,
hivyo msitumie uhuru wenu kama fursa ya kufuata
tamaa za mwili, bali tumikianeni ninyi kwa ninyi
kwa upendo. 14 Kwa maana sheria yote hukamilika
katika amri moja: "Mpende jirani yako kama nafsi
yako." 15 Kama mkiumana na kutafunana, anga-
lieni, msije mkaangamizana.

Maisha Ya Kiroho

16 Kwa hiyo nasema, enendeni kwa Roho, wala
hamtazitimiza kamwe tamaa za mwili. 17 Kwa

---

[a]6 Abba ni neno la Kiaramu ambalo maana yake ni Baba; lingeweza kutumiwa tu na mtoto wa kuzaa.

maana mwili hutamani yale yaliyo kinyume na
Roho, naye Roho hutamani yale yaliyo kinyume
na mwili. Roho na mwili hupingana na kwa sababu
hiyo hamwezi kufanya mnayotaka. 18 Lakini kama
mkiongozwa na Roho, hamko chini ya sheria.
19 Basi matendo ya mwili ni dhahiri nayo ni haya:
Uasherati, uchafu, ufisadi, 20 kuabudu sanamu,
uchawi, uadui, ugomvi, wivu, hasira, fitina,
faraka, uzushi, 21 husuda, ulevi, ulafi na mambo
mengine yanayofanana na hayo. Nawaonya,
kama nilivyokwisha kuwaonya kabla, kwamba
watu watendao mambo kama hayo, hawataurithi
Ufalme wa Mungu.
22 Lakini tunda la Roho ni upendo, furaha, amani,
uvumilivu, utu wema, fadhili, uaminifu, 23 upole
na kiasi. Katika mambo kama haya hakuna she-
ria. 24 Wote walio wa Kristo Yesu wameusulubisha
mwili na shauku zake pamoja na tamaa zake.
25 Kwa kuwa tunaishi kwa Roho, basi, tuenende
kwa Roho. 26 Tusijisifu bure, tukichokozana na
kuoneana wivu.

Chukulianeni Mizigo

6 Ndugu zangu, ikiwa mtu ameghafilika aka-
tenda dhambi, basi ninyi mlio wa rohoni,
mrejesheni upya mtu huyo kwa roho ya upole.
Lakini jihadharini, ili ninyi wenyewe msije mka-
jaribiwa. 2 Chukulianeni mizigo ninyi kwa ninyi,
nanyi kwa njia hii mtatimiza sheria ya Kristo.
3 Kama mtu yeyote akijiona kuwa yeye ni bora
na kumbe sivyo, basi mtu huyo anajidanganya
mwenyewe. 4 Lakini kila mtu na aipime kazi yake
mwenyewe, ndipo aweze kujisifu, bila kujilinga-
nisha na mtu mwingine. 5 Kwa maana, kila mtu
atauchukua mzigo wake mwenyewe. 6 Basi, yeye
afundishwaye katika neno na amshirikishe mwa-
limu wake mema yote.
7 Msidanganyike, Mungu hadhihakiwi. Kwa
kuwa kile apandacho mtu ndicho atakachovuna.
8 Apandaye kwa mwili, katika mwili wake atavuna
uharibifu, lakini yeye apandaye katika Roho, katika
Roho atavuna uzima wa milele. 9 Hivyo, tusichoke
katika kutenda mema, kwa kuwa tutavuna kwa
wakati wake tusipokata tamaa. 10 Kwa hiyo, kadiri
tupatavyo nafasi na tuwatendee watu wote mema,
hasa wale wa jamaa ya waaminio.

Si Kutahiriwa Bali Kuwa Kiumbe Kipya

11 Angalieni herufi kubwa nitumiazo ninapowaa-
ndikia kwa mkono wangu mwenyewe!
12 Wale wanaotaka kuonekana wazuri kwa
mambo ya mwili wanataka wawalazimishe kuta-
hiriwa. Sababu pekee ya kufanya hivyo ni kuepuka
kuteswa kwa ajili ya msalaba wa Kristo. 13 Hata wale
waliotahiriwa wenyewe hawaitii sheria, lakini
wanataka ninyi mtahiriwe ili wapate kujivuna
kwa habari ya miili yenu. 14 Mungu apishie mbali
nisije nikajivunia kitu chochote isipokuwa msa-
laba wa Bwana wetu Yesu Kristo, ambaye kwa yeye
ulimwengu umesulubiwa kwangu, nami nimesulu-
biwa kwa ulimwengu. 15 Kwa maana katika Kristo
Yesu, kutahiriwa au kutokutahiriwa si kitu, bali
kule kuwa kiumbe kipya ni kila kitu! 16 Amani na
rehema viwe na wote wanaofuata kanuni hii, na
juu ya Israeli wa Mungu.
17 Hatimaye, tangu sasa mtu yeyote asinitaabi-
she, kwa maana nachukua katika mwili wangu
chapa zake Yesu.
18 Ndugu zangu, neema ya Bwana wetu Yesu
Kristo iwe pamoja na roho zenu. Amen.

WAEFESO

Salamu

1 Paulo, mtume wa Kristo Yesu, kwa mapenzi ya
Mungu:
Kwa watakatifu walioko Efeso, walio waaminifu
katika Kristo Yesu:
2 Neema na amani itokayo kwa Mungu Baba yetu
na kwa Bwana wetu Yesu Kristo iwe nanyi.

Baraka Za Kiroho Katika Kristo Yesu

3 Ahimidiwe Mungu na Baba wa Bwana wetu
Yesu Kristo, aliyetubariki sisi kwa baraka zote za
rohoni, katika ulimwengu wa roho ndani ya Kri-
sto. 4 Kwa maana alituchagua katika yeye kabla
ya kuumbwa ulimwengu ili tuwe watakatifu na
bila lawama mbele zake. Kwa upendo 5 alitangulia
kutuchagua tuwe wanawe kwa njia ya Yesu Kristo
kwa furaha yake na mapenzi yake mwenyewe.
6 Kwa hiyo tunamsifu Mungu kwa huruma zake kuu
alizotumiminia sisi katika Mwanawe Mpendwa.
7 Ndani yake tunao ukombozi kwa njia ya damu
yake, yaani, msamaha wa dhambi, sawasawa na
wingi wa neema yake 8 aliyotumiminia kwa wingi,
kwa hekima yote na maarifa yote. 9 Naye alitujuli-
sha siri ya mapenzi yake sawasawa na uradhi wa
mapenzi yake, ambayo alikusudia katika Kristo,
10 ili yapate kutimizwa wakati mkamilifu utaka-
powadia, yaani, kuvitia vitu vyote vya mbinguni
na vya duniani pamoja, chini ya kiongozi mmoja,
ndiye Kristo.
11 Katika Kristo sisi nasi tumepata urithi, tuki-
sha kuchaguliwa sawasawa na kusudi la Mungu,
yeye ambaye hufanya mambo yote kulingana na
kusudi la mapenzi yake, 12 ili kwamba, sisi tulio-
kuwa wa kwanza kuweka tumaini katika Kristo,
tupate kuishi kwa sifa ya utukufu wake. 13 Ninyi
pia mliingia ndani ya Kristo mliposikia Neno la
kweli, Injili ya wokovu wenu. Mkiisha kuamini,
ndani yake mlitiwa muhuri, yaani, Roho Mtakatifu
mliyeahidiwa, 14 yeye ambaye ni amana yetu aki-
tuhakikishia urithi wetu hadi ukombozi wa wale
walio milki ya Mungu kwa sifa ya utukufu wake.

Shukrani Na Maombi

15 Kwa sababu hii, tangu niliposikia juu ya imani
yenu katika Bwana Yesu na upendo wenu kwa
watakatifu wote, 16 sijaacha kumshukuru Mungu
kwa ajili yenu, nikiwakumbuka katika maombi
yangu. 17 Nazidi kumwomba Mungu wa Bwana
wetu Yesu Kristo, Baba wa utukufu, awajalieni
ninyi roho ya hekima na ya ufunuo, ili mpate
kumjua zaidi. 18 Ninaomba pia kwamba macho ya
mioyo yenu yatiwe nuru ili mpate kujua tumaini
mliloitiwa, utajiri wa urithi wa utukufu wake kwa
watakatifu 19 na uweza wake mkuu usiolingani-
shwa kwa ajili yetu sisi tuaminio. Uweza huo
unaofanya kazi ndani yetu, ni sawa na ile nguvu
kuu mno 20 aliyoitumia katika Kristo alipomfufua
kutoka kwa wafu, na akamketisha mkono wake
wa kuume huko mbinguni, 21 juu sana kuliko falme
zote na mamlaka, enzi na milki, na juu ya kila jina
litajwalo, si katika ulimwengu huu tu, bali katika
ule ujao pia. 22 Naye Mungu ameweka vitu vyote
viwe chini ya miguu yake na amemfanya yeye awe
kichwa cha vitu vyote kwa ajili ya Kanisa, 23 ambalo
ndilo mwili wake, ukamilifu wake yeye aliye yote
katika yote.

Tumefanywa Kuwa Hai Ndani Ya Kristo

2 Kwa habari zenu, mlikuwa wafu katika makosa
na dhambi zenu, 2 ambazo mlizitenda mlipofua-
tisha namna ya ulimwengu huu na za yule mtawala
wa ufalme wa anga, yule roho atendaye kazi sasa
ndani ya wale wasiotii. 3 Sisi sote pia tuliishi kati-
kati yao hapo zamani, tukitimiza tamaa za asili
yetu ya dhambi na kufuata tamaa zake na mawazo
yake. Nasi kwa asili tulikuwa wana wa ghadhabu,
kama mtu mwingine yeyote. 4 Lakini Mungu kwa
upendo wake mwingi kwetu sisi, ambaye ni mwingi
wa rehema, 5 hata tulipokuwa wafu kwa ajili ya
makosa yetu, alitufanya tuwe hai pamoja na Kristo
Yesu, yaani, mmeokolewa kwa neema. 6 Mungu
alitufufua pamoja na Kristo na kutuketisha pamoja
naye katika ulimwengu wa roho katika Kristo Yesu,
7 ili katika ule ulimwengu ujao apate kuonyesha
wingi wa neema yake isiyopimika, iliyodhihiri-
shwa kwetu kwa wema wake ndani ya Kristo Yesu.
8 Kwa maana mmeokolewa kwa neema, kwa njia
ya imani, wala si kwa matendo yenu mema. Hii ni
zawadi kutoka kwa Mungu, 9 si kwa matendo, ili
mtu yeyote asije akajisifu. 10 Kwa maana sisi ni kazi
ya mikono ya Mungu, tulioumbwa katika Kristo
Yesu, ili tupate kutenda matendo mema, ambayo
Mungu alitangulia kuyaandaa tupate kuishi katika
hayo.

Wamoja Katika Kristo

11 Kwa hiyo kumbukeni kwamba ninyi ambao
hapo awali mlikuwa watu wa Mataifa kwa kuza-
liwa na kuitwa "wasiotahiriwa" na wale wanaojiita
"waliotahiriwa" (yaani tohara ifanyikayo katika
mwili kwa mikono ya wanadamu), 12 kumbukeni
kwamba wakati ule mlikuwa mbali na Kristo,
mkiwa mmetengwa kutoka jumuiya ya Israeli,
na mkiwa wageni katika yale maagano ya ahadi,
nanyi mkiwa hamna tumaini wala Mungu duniani.
13 Lakini sasa katika Kristo Yesu, ninyi ambao hapo
kwanza mlikuwa mbali na Mungu, sasa mmeletwa
karibu kwa njia ya damu ya Kristo.
14 Kwa maana yeye mwenyewe ndiye amani
yetu, aliyetufanya sisi tuliokuwa wawili, yaani,
Wayahudi na watu wa Mataifa, tuwe wamoja kwa
kuvunja kizuizi na kubomoa ule ukuta wa uadui
uliokuwa kati yetu, 15 kwa kuibatilisha ile sheria
pamoja na amri zake na maagizo yake alipoutoa
mwili wake, ili apate kufanya ndani yake mtu

mmoja mpya badala ya hao wawili, hivyo akifanya amani, 16 naye katika mwili huu mmoja awapatanishe wote wawili na Mungu kupitia msalaba, ili kwa huo msalaba akaangamiza uadui wao. 17 Alikuja na kuhubiri amani kwenu ninyi mliokuwa mbali na pia akahubiri amani kwao waliokuwa karibu. 18 Kwa maana kwa kupitia kwake, sisi sote tunaweza kumkaribia Baba katika Roho mmoja.

19 Hivyo basi, ninyi sasa si wageni tena wala wapitaji, bali mmekuwa wenyeji pamoja na watakatifu na pia jamaa wa nyumbani mwake Mungu. 20 Mmejengwa juu ya msingi wa mitume na manabii, naye Kristo Yesu mwenyewe ndiye jiwe kuu la pembeni. 21 Ndani yake jengo lote limeshikamanishwa pamoja na kusimamishwa ili kuwa Hekalu takatifu katika Bwana. 22 Katika yeye ninyi nanyi mnajengwa pamoja ili mpate kuwa makao ambayo Mungu anaishi ndani yake kwa njia ya Roho wake.

Huduma Ya Paulo Kwa Watu Wa Mataifa

3 Kwa sababu hii, mimi Paulo, mfungwa wa Kristo Yesu kwa ajili yenu ninyi watu wa Mataifa:

2 Kwa hakika mmekwisha kusikia kuhusu ile huduma ya neema ya Mungu niliyopewa kwa ajili yenu, 3 yaani, ile siri iliodhihirishwa kwangu kwa njia ya ufunuo, kama nilivyotangulia kuandika kwa kifupi. 4 Kwa kusoma haya, basi mtaweza kuelewa ufahamu wangu katika siri ya Kristo. 5 Siri hii haikudhihirishwa kwa wanadamu katika vizazi vingine kama vile sasa ilivyodhihirishwa na Roho kwa mitume na manabii watakatifu wa Mungu. 6 Siri hii ni kwamba, kwa njia ya Injili, watu wa Mataifa ni warithi pamoja na Israeli, viungo vya mwili mmoja na washiriki pamoja wa ahadi katika Kristo Yesu.

7 Nimekuwa mtumishi wa Injili hii kwa kipawa cha neema ya Mungu niliyopewa kwa nguvu yake itendayo kazi. 8 Ingawa mimi ni mdogo kuliko aliye mdogo kabisa miongoni mwa watakatifu wote, nilipewa neema hii: ili niwahubirie watu wa Mataifa kuhusu utajiri usiopimika ulio ndani ya Kristo, 9 na kuweka wazi kwa kila mtu siri hii iliyokuwa imefichwa tangu zamani katika Mungu, aliyeumba vitu vyote. 10 Ili sasa kwa njia ya Kanisa, hekima yote ya Mungu ipate kujulikana kwa watawala na wenye mamlaka katika ulimwengu wa roho, 11 sawasawa na kusudi lake la milele katika Kristo Yesu Bwana wetu. 12 Ndani yake na kwa njia ya imani katika yeye twaweza kumkaribia Mungu kwa uhuru na kwa ujasiri. 13 Kwa hiyo, nawaomba msikate tamaa kwa sababu ya mateso yangu kwa ajili yenu, hayo ni utukufu wenu.

Maombi Ya Paulo Kwa Waefeso

14 Kwa sababu hii nampigia Baba magoti, 15 ambaye ubaba wote wa kila jamaa za mbinguni na za duniani unatokana naye. 16 Namwomba Mungu awaimarishe kwa kuwatia nguvu mioyo yenu kwa njia ya Roho wake kwa kadiri ya utajiri wa utukufu wake, 17 ili kwamba, Kristo apate kukaa mioyoni mwenu kwa njia ya imani. Nami ninaomba kwamba ninyi mkiwa wenye mizizi tena imara katika msingi wa upendo, 18 mwe na uwezo wa kufahamu pamoja na watakatifu wote jinsi ulivyo upana, urefu, kimo na kina upendo wa Kristo, 19 na kujua upendo huu unaopita fahamu, ili mpate kujazwa na kufikia kipimo cha ukamilifu wote wa Mungu.

20 Basi kwa yeye awezaye kutenda mambo ya ajabu yasiyopimika kuliko yote tuyaombayo au tuyawazayo, kwa kadiri ya uweza wake ule utendao kazi ndani yetu, 21 yeye atukuzwe katika kanisa na katika Kristo Yesu kwa vizazi vyote, milele na milele. Amen.

Umoja Katika Mwili Wa Kristo

4 Basi, mimi niliye mfungwa wa Bwana, nawasihi mwenende kama inavyostahili wito wenu mlioitwa. 2 Kwa unyenyekevu wote na upole, mkiwa wavumilivu, mkichukuliana kwa upendo. 3 Jitahidini kudumisha umoja wa Roho katika kifungo cha amani. 4 Kuna mwili mmoja na Roho mmoja, kama vile mlivyoitwa katika tumaini moja. 5 Tena kuna Bwana mmoja, imani moja, ubatizo mmoja, 6 Mungu mmoja ambaye ni Baba wa wote, aliye juu ya yote, katika yote na ndani ya yote.

7 Lakini kila mmoja wetu amepewa neema kwa kadiri ya kipimo cha kipawa cha Kristo. 8 Kwa hiyo husema:

> "Alipopaa juu zaidi,[a]
> aliteka mateka,
> akawapa wanadamu vipawa."

9 (Asemapo "alipaa juu," maana yake nini isipokuwa ni kusema pia kwamba Kristo alishuka pande za chini sana za dunia?[b] 10 Yeye aliyeshuka ndiye alipaa juu zaidi kupita mbingu zote, ili apate kuujaza ulimwengu wote.) 11 Ndiye aliweka wengine kuwa mitume, wengine kuwa manabii, wengine kuwa wainjilisti, wengine kuwa wachungaji na walimu, 12 kwa kusudi la kuwakamilisha watakatifu kwa ajili ya kazi za huduma, ili kwamba mwili wa Kristo upate kujengwa 13 mpaka sote tutakapoufikia umoja katika imani na katika kumjua sana Mwana wa Mungu na kuwa watu wazima kwa kufikia kimo cha ukamilifu wa Kristo.

14 Ili tusiwe tena watoto wachanga, tukitupwatupwa huku na huku na kuchukuliwa na kila upepo wa mafundisho kwa hila za watu, kwa ujanja, kwa kufuata njia zao za udanganyifu. 15 Badala yake, tukiambiana kweli kwa upendo, katika mambo yote tukue, hata tumfikie yeye aliye kichwa, yaani, Kristo. 16 Kutoka kwake, mwili wote ukiwa umeungamanishwa na kushikamanishwa pamoja kwa msaada wa kila kiungo, hukua na kujijenga wenyewe katika upendo, wakati kila kiungo kinafanya kazi yake.

Maisha Ya Zamani Na Maisha Mapya

17 Hivyo nawaambia hivi, nami nasisitiza katika Bwana kwamba, msiishi tena kama watu wa Mataifa waishivyo, katika ubatili wa mawazo yao. 18 Watu hao akili zao zimetiwa giza na wametengwa mbali na uzima wa Mungu kwa sababu ya ujinga wao kutokana na ugumu wa mioyo yao. 19 Wakiisha

---

[a] 8 Juu zaidi hapa ina maana mbingu za mbingu.

[b] 9 Pande za chini sana za dunia hapa maana yake Sheol kwa Kiebrania, yaani Kuzimu.

kufa ganzi, wamejitia katika mambo ya ufisadi
na kupendelea kila aina ya uchafu, wakiendelea
kutamani zaidi.
20 Lakini ninyi, hivyo sivyo mlivyojifunza Kri-
sto. 21 Kama hivyo ndivyo ilivyo, ninyi mmemsikia,
tena mmefundishwa naye, vile kweli ilivyo katika
Yesu. 22 Mlifundishwa kuuvua mwenendo wenu
wa zamani, utu wenu wa kale, ulioharibiwa na
tamaa zake za udanganyifu, 23 ili mfanywe upya
roho na nia zenu, 24 mkajivike utu mpya, uliou-
mbwa sawasawa na mfano wa Mungu katika haki
yote na utakatifu.

Kanuni Za Maisha Mapya

25 Kwa hiyo kila mmoja wenu avue uongo na
kuambiana kweli mtu na jirani yake, kwa maana
sisi sote tu viungo vya mwili mmoja. 26 Mkikasirika,
msitende dhambi, wala jua lisichwe mkiwa bado
mmekasirika, 27 wala msimpe ibilisi nafasi. 28 Yeye
ambaye amekuwa akiiba, asiibe tena, lakini lazima
ajishughulishe, afanye kitu kifaacho kwa mikono
yake mwenyewe, ili awe na kitu cha kuwagawia
wahitaji.
29 Maneno mabaya yasitoke vinywani mwenu,
bali yale yafaayo kwa ajili ya kuwajenga wengine
kulingana na mahitaji yao, ili yawafae wale wasi-
kiao. 30 Wala msimhuzunishe Roho Mtakatifu wa
Mungu, ambaye kwake mlitiwa muhuri kwa ajili
ya siku ya ukombozi. 31 Ondoeni kabisa uchungu,
ghadhabu, hasira, makelele na masingizio pamoja
na kila aina ya uovu. 32 Kuweni wafadhili na wenye
kuhurumiana ninyi kwa ninyi, mkisameheana,
kama vile naye Mungu katika Kristo alivyowasa-
mehe ninyi.

Kuenenda Nuruni

5 Kwa hiyo, mfuateni Mungu kama watoto wape-
ndwao, 2 mkiishi maisha ya upendo, kama vile
Kristo alivyotupenda sisi akajitoa kwa ajili yetu
kuwa sadaka yenye harufu nzuri na dhabihu kwa
Mungu.
3 Lakini uasherati, usitajwe miongoni mwenu,
wala uchafu wa aina yoyote, wala tamaa, kwa
sababu mambo haya hayastahili miongoni
mwa watakatifu. 4 Wala pasiwepo mazungumzo
machafu ya aibu, au maneno ya upuzi au mzaha,
ambayo hayafai, badala yake mshukuruni Mungu.
5 Kwa habari ya mambo haya mjue hakika kwamba:
Msherati, wala mtu mwovu, wala mwenye tamaa
mbaya, mtu kama huyo ni mwabudu sanamu,
kamwe hataurithi Ufalme wa Kristo na wa Mungu.
6 Mtu yeyote na asiwadanganye kwa maneno
matupu, kwa kuwa hasira ya Mungu huwaka kwa
sababu ya mambo kama haya juu ya wale wasio-
mtii. 7 Kwa hiyo, msishirikiane nao.
8 Kwa maana zamani ninyi mlikuwa giza, lakini
sasa ninyi ni nuru katika Bwana. Enendeni kama
watoto wa nuru 9 (kwa kuwa tunda la nuru hupa-
tikana katika wema wote, haki na kweli), 10 nanyi
tafuteni yale yanayompendeza Bwana. 11 Msishiriki
matendo ya giza yasiyofaa, bali yafichueni. 12 Kwa
maana ni aibu hata kutaja mambo yale ambayo
wasiotii wanayafanya sirini. 13 Lakini kila kitu
kilichowekwa nuruni, huonekana, 14 kwa kuwa
nuru ndiyo hufanya kila kitu kionekane. Hii ndiyo
sababu imesemekana:

"Amka, wewe uliyelala,
ufufuke kutoka kwa wafu,
naye Kristo atakuangazia."

15 Kwa hiyo angalieni sana jinsi mnavyoenenda,
si kama watu wasio na hekima, bali kama wenye
hekima, 16 mkiukomboa wakati, kwa sababu nya-
kati hizi ni za uovu. 17 Kwa hiyo msiwe wajinga, bali
mpate kujua nini mapenzi ya Bwana. 18 Pia msilewe
kwa mvinyo, ambamo ndani yake mna upotovu,
bali mjazwe Roho. 19 Msemezane ninyi kwa ninyi
kwa zaburi, nyimbo na tenzi za rohoni, mkimwi-
mbia na kumsifu Bwana mioyoni mwenu, 20 siku
zote mkimshukuru Mungu Baba kwa kila jambo
katika Jina la Bwana wetu Yesu Kristo.
21 Nyenyekeaneni ninyi kwa ninyi kwa heshima
kwa ajili ya Kristo.

Mafundisho Kuhusu Wake Na Waume

22 Ninyi wake, watiini waume zenu kama kumtii
Bwana. 23 Kwa maana mume ni kichwa cha mkewe
kama vile Kristo alivyo kichwa cha Kanisa, ambalo
ni mwili wake, naye Kristo ni Mwokozi wake. 24 Basi,
kama vile Kanisa linavyomtii Kristo, vivyo hivyo
na wake nao imewapasa kuwatii waume zao kwa
kila jambo.
25 Ninyi waume, wapendeni wake zenu, kama
vile Kristo alivyolipenda Kanisa akajitoa kwa ajili
yake 26 kusudi alifanye takatifu, akilitakasa kwa
kuliosha kwa maji katika Neno lake, 27 apate kuji-
letea Kanisa tukufu lisilo na doa wala kunyanzi au
waa lolote, bali takatifu na lisilo na hatia. 28 Vivyo
hivyo imewapasa waume kuwapenda wake zao
kama miili yao wenyewe. Ampendaye mkewe huji-
penda mwenyewe. 29 Hakuna mtu anayeuchukia
mwili wake mwenyewe, bali huulisha na kuutunza
vizuri, kama Kristo anavyolitunza Kanisa lake.
30 Sisi tu viungo vya mwili wake. 31 "Kwa sababu
hii, mwanaume atamwacha baba yake na mama
yake, naye ataambatana na mkewe, na hao wawili
watakuwa mwili mmoja." 32 Siri hii ni kubwa, bali
mimi nanena kuhusu Kristo na Kanisa. 33 Hata
hivyo, kila mmoja wenu ampende mkewe kama
anavyoipenda nafsi yake mwenyewe, naye mke
lazima amheshimu mumewe.

Mafundisho Kuhusu Watoto Na Wazazi

6 Enyi watoto, watiini wazazi wenu katika Bwana,
kwa kuwa hili ni jema. 2 "Waheshimu baba yako
na mama yako," hii ndio amri ya kwanza yenye
ahadi, 3 "upate baraka na uishi siku nyingi duniani."
4 Ninyi akina baba, msiwachokoze watoto
wenu, bali waleeni kwa nidhamu na mafundisho
ya Bwana.

Mafundisho Kuhusu Watumwa Na Mabwana

5 Ninyi watumwa, watiini hao walio mabwana
zenu hapa duniani kwa heshima na kwa kutete-
meka na kwa moyo mmoja, kama vile mnavyomtii
Kristo. 6 Watiini, si tu wakati wakiwaona ili mpate
upendeleo wao, bali mtumike kama watumwa wa

Kristo, mkifanya mapenzi ya Mungu kwa moyo.
7 Tumikeni kwa moyo wote, kama vile mnamtu-
mikia Bwana na si wanadamu. 8 Mkijua kwamba
Bwana atampa kila mtu thawabu kwa lolote jema
alilotenda, kama yeye ni mtumwa au ni mtu huru.
9 Nanyi mabwana, watendeeni watumwa wenu
kwa jinsi iyo hiyo. Msiwatishe, kwa kuwa mnajua
ya kwamba yeye aliye Bwana wenu na Bwana wao
yuko mbinguni, naye hana upendeleo.

Silaha Za Mungu

10 Hatimaye, mzidi kuwa hodari katika Bwana na
katika uweza wa nguvu zake. 11 Vaeni silaha zote za
Mungu ili kwamba mweze kuzipinga hila za ibilisi.
12 Kwa maana kushindana kwetu si juu ya nyama
na damu, bali dhidi ya falme, mamlaka, dhidi ya
wakuu wa giza na majeshi ya pepo wabaya katika
ulimwengu wa roho. 13 Kwa hiyo vaeni silaha zote
za Mungu ili mweze kushindana siku ya uovu ita-
kapokuja nanyi mkiisha kufanya yote, simameni
imara. 14 Kwa hiyo simameni imara mkiwa mmeji-
funga kweli kiunoni na kuvaa dirii ya haki kifuani,
15 nayo miguu yenu ifungiwe utayari tuupatao kwa
Injili ya amani. 16 Zaidi ya haya yote, twaeni ngao ya
imani, ambayo kwa hiyo mtaweza kuizima mishale
yote yenye moto ya yule mwovu. 17 Vaeni chapeo
ya wokovu na mchukue upanga wa Roho, ambao
ni Neno la Mungu. 18 Mkiomba kwa Roho siku zote
katika sala zote na maombi, mkikesha kila wakati
mkiwaombea watakatifu wote.
19 Niombeeni na mimi pia, ili kila nifunguapo
kinywa changu, nipewe maneno ya kusema, niweze
kutangaza siri ya Injili kwa ujasiri, 20 ambayo mimi
ni balozi wake katika vifungo. Ombeni ili nipate
kuhubiri kwa ujasiri kama inipasavyo.

Salamu Za Mwisho

21 Tikiko, aliye ndugu mpendwa na mtumishi
mwaminifu katika Bwana, atawaambia kila kitu,
ili pia mpate kujua hali yangu na kile ninachofanya
sasa. 22 Ninamtuma kwenu kwa ajili ya kusudi hili
hasa, ili mpate kujua hali yetu, na awatie moyo.
23 Amani iwe kwa ndugu, na pendo pamoja na
imani kutoka kwa Mungu Baba na Bwana Yesu
Kristo. 24 Neema iwe na wote wampendao Bwana
wetu Yesu Kristo kwa upendo wa dhati. Amen.

WAFILIPI

Salamu

1 Waraka wa Paulo na Timotheo, watumishi wa
Kristo Yesu:
Kwa watakatifu wote katika Kristo Yesu walioko
Filipi, pamoja na waangalizi na mashemasi:
2 Neema na amani itokayo kwa Mungu Baba yetu
na kwa Bwana wetu Yesu Kristo iwe nanyi.

Shukrani Na Maombi

3 Ninamshukuru Mungu wangu kila niwakum-
mbukapo ninyi. 4 Katika maombi yangu yote daima
nimekuwa nikiwaombea ninyi nyote kwa furaha,
5 kwa sababu ya kushiriki kwenu katika kueneza
Injili, tangu siku ya kwanza hadi leo. 6 Nina hakika
kwamba yeye aliyeianza kazi njema mioyoni
mwenu, ataiendeleza na kuikamilisha hata siku
ya Kristo Yesu.
7 Ni haki na ni wajibu wangu kufikiri hivi juu
yenu nyote, kwa sababu ninyi mko moyoni mwa-
ngu. Ikiwa nimefungwa au nikiwa ninaitetea na
kuithibitisha Injili, ninyi nyote mnashiriki neema
ya Mungu pamoja nami. 8 Mungu ni shahidi wangu
jinsi ninavyowaonea shauku ninyi nyote kwa
huruma ya Kristo Yesu.
9 Haya ndiyo maombi yangu: kwamba upendo
wenu uongezeke zaidi na zaidi katika maarifa na
ufahamu wote, 10 ili mpate kutambua yale yaliyo
mema, mkawe safi, wasio na hatia hadi siku ya
Kristo, 11 mkiwa mmejawa na matunda ya haki
yapatikanayo kwa njia ya Yesu Kristo, kwa utukufu
na sifa za Mungu.

Kufungwa Kwa Paulo Kwaieneza Injili

12 Basi, ndugu zangu, nataka mjue kwamba
mambo yale yaliyonipata kwa kweli yamesaidia
sana kueneza Injili. 13 Matokeo yake ni kwamba
imejulikana wazi kwa walinzi wote wa jumba la
kifalme na kwa wengine wote kuwa nimefungwa
kwa ajili ya Kristo. 14 Kwa sababu ya vifungo vyangu,
ndugu wengi katika Bwana wametiwa moyo kuhu-
biri neno la Mungu kwa ujasiri zaidi na bila woga.
15 Ni kweli kwamba wengine wanamhubiri
Kristo kutokana na wivu na kwa kutaka kushi-
ndana, lakini wengine wanamhubiri Kristo kwa
nia njema. 16 Hawa wa mwisho wanamhubiri Kristo
kwa moyo wa upendo, wakifahamu kwamba nimo
humu gerezani kwa ajili ya kuitetea Injili. 17 Hao
wa kwanza wanamtangaza Kristo kutokana na
tamaa zao wenyewe wala si kwa moyo mweupe,
bali wanakusudia kuongeza mateso yangu katika
huku kufungwa kwangu. 18 Lakini inadhuru nini?
Jambo la muhimu ni kwamba kwa kila njia, ikiwa
ni kwa nia mbaya au njema, Kristo anahubiriwa.
Nami kwa ajili ya jambo hilo ninafurahi.
Naam, nami nitaendelea kufurahi, 19 kwa
maana ninajua kwamba kwa maombi yenu na
kwa msaada unaotolewa na Roho wa Yesu Kristo,
yale yaliyonipata mimi yatageuka kuwa wokovu
wangu. 20 Ninatarajia kwa shauku kubwa na
kutumaini kwamba sitaaibika kwa njia yoyote,
bali nitakuwa na ujasiri wa kutosha ili sasa kama
wakati mwingine wowote, Kristo atukuzwe katika
mwili wangu, ikiwa ni kwa kuishi au kwa kufa.
21 Kwa maana kwangu mimi, kuishi ni Kristo, na
kufa ni faida. 22 Kama nitaendelea kuishi katika
mwili, kwangu hili ni kwa ajili ya matunda ya kazi.
Lakini sijui nichague lipi? Mimi sijui! 23 Ninavu-
twa kati ya mambo mawili: Ninatamani kuondoka
nikakae pamoja na Kristo, jambo hilo ni bora zaidi.
24 Lakini kwa sababu yenu ni muhimu zaidi mimi
nikiendelea kuishi katika mwili. 25 Kwa kuwa nina
matumaini haya, ninajua kwamba nitaendelea
kuwepo na kuwa pamoja nanyi nyote, ili mpate
kukua na kuwa na furaha katika imani. 26 Ili kwa-
mba furaha yenu iwe nyingi katika Kristo Yesu kwa
ajili yangu kwa kule kuja kwangu kwenu tena.

Kuenenda Ipasavyo Injili

27 Lakini lolote litakalotukia, mwenende kama
ipasavyo Injili ya Kristo, ili kwamba nikija na
kuwaona au ikiwa sipo, nipate kusikia haya juu
yenu: Kuwa mnasimama imara katika roho moja,
mkiishindania imani ya Injili kwa umoja, 28 wala
msitishwe na wale wanaowapinga. Hii ni ishara
kwao kuwa wataangamia, lakini ninyi mtaokolewa,
na hii ni kazi ya Mungu. 29 Kwa maana mmepewa
kwa ajili ya Kristo, si kumwamini tu, bali pia
kuteswa kwa ajili yake, 30 kwa kuwa mnashiriki
mashindano yale yale mliyoyaona nikiwa nayo
na ambayo hata sasa mnasikia kuwa bado ninayo.

Kuiga Unyenyekevu Wa Kristo

2 Kama kukiwa na jambo lolote la kutia moyo
katika kuunganishwa na Kristo, kukiwa faraja
yoyote katika upendo wake, kukiwa na ushirika
wowote na Roho, kukiwa na wema wowote na
huruma, 2 basi ikamilisheni furaha yangu kwa kuwa
na nia moja, mkiwa na upendo huo moja, mkiwa
wa roho na kusudi moja. 3 Msitende jambo lolote
kwa nia ya kujitukuza wala kujivuna, bali kwa
unyenyekevu kila mtu amhesabu mwingine bora
kuliko nafsi yake. 4 Kila mmoja wenu asiangalie
faida yake mwenyewe tu, bali pia ajishughulishe
kwa faida ya wengine.
5 Kuweni na nia ile ile aliyokuwa nayo Kristo
Yesu:

6 Yeye, ingawa alikuwa na asili ya
    Mungu hasa,
  hakuona kule kuwa sawa na Mungu
    kuwa kitu cha kushikilia,
7 bali alijifanya si kitu,
  akachukua hali hasa na mtumwa,
  naye akazaliwa katika umbo
    la mwanadamu.

8 Naye akiwa na umbo la mwanadamu,
alijinyenyekeza, akatii hata mauti:
naam, mauti ya msalaba!
9 Kwa hiyo, Mungu alimtukuza juu sana,
na kumpa Jina lililo kuu kuliko kila jina,
10 ili kwa Jina la Yesu, kila goti lipigwe,
la vitu vya mbinguni, na vya duniani,
na vya chini ya nchi,
11 na kila ulimi ukiri ya kwamba
YESU KRISTO NI BWANA,
kwa utukufu wa Mungu Baba.

Ng'aeni Kama Mianga Katika Ulimwengu

12 Kwa hiyo, wapenzi wangu, kama vile ambavyo
mmekuwa mkitii siku zote, si tu wakati nikiwa
pamoja nanyi, bali sasa zaidi sana nisipokuwepo,
utimizeni wokovu wenu kwa kuogopa na kutete-
meka, 13 kwa maana Mungu ndiye atendaye kazi
ndani yenu, kutaka kwenu na kutenda kwenu kwa
kulitimiza kusudi lake jema.
14 Fanyeni mambo yote bila kunung'unika wala
kushindana, 15 ili msiwe na lawama wala hatia, bali
mwe wana wa Mungu wasio na kasoro katika kizazi
chenye ukaidi na kilichopotoka, ambacho ndani
yake ninyi mnang'aa kama mianga ulimwenguni.
16 Mkilishika neno la uzima, ili nipate kuona fahari
siku ya Kristo kwamba sikupiga mbio wala kujitaa-
bisha bure. 17 Lakini hata kama nikimiminwa kama
sadaka ya kinywaji kwenye dhabihu na huduma
itokayo katika imani yenu, mimi ninafurahi na
kushangilia pamoja nanyi nyote. 18 Vivyo hivyo,
ninyi nanyi imewapasa kufurahi na kushangilia
pamoja nami.

Paulo Amsifu Timotheo

19 Natumaini katika Bwana Yesu kumtuma Timo-
theo hivi karibuni aje kwenu, ili nipate kufarijika
moyo nitakapopata habari zenu. 20 Sina mtu mwi-
ngine kama yeye, ambaye ataangalia hali yenu kwa
halisi. 21 Kwa maana kila mmoja anajishughulisha
zaidi na mambo yake mwenyewe wala si yale ya
Yesu Kristo. 22 Lakini ninyi wenyewe mnajua jinsi
Timotheo alivyojithibitisha mwenyewe, kwa
maana ametumika pamoja nami kwa kazi ya Injili,
kama vile mwana kwa baba yake. 23 Kwa hiyo, nina-
tumaini kumtuma kwenu upesi mara nitakapojua
mambo yangu yatakavyokuwa. 24 Nami mwenyewe
ninatumaini katika Bwana kwamba nitakuja kwenu
hivi karibuni.

Paulo Amsifu Epafrodito

25 Lakini nadhani ni muhimu kumtuma tena
kwenu Epafrodito, ndugu yangu na mtendakazi
pamoja nami, aliye askari mwenzangu, ambaye
pia ni mjumbe wenu mliyemtuma ili ashughu-
likie na mahitaji yangu. 26 Kwa maana amekuwa
akiwaonea sana shauku ninyi nyote, akiwa na
wasiwasi kwa kuwa mlisikia kwamba alikuwa
mgonjwa. 27 Kweli alikuwa mgonjwa, tena karibu
ya kufa. Lakini Mungu alimhurumia, wala si yeye
tu, bali hata na mimi alinihurumia, nisipatwe na
huzuni juu ya huzuni. 28 Kwa hiyo mimi ninafanya
bidii kumtuma kwenu ili mtakapomwona kwa
mara nyingine, mpate kufurahi, nami wasiwasi
wangu upungue. 29 Kwa hiyo mpokeeni katika
Bwana kwa furaha kubwa, nanyi wapeni heshima
watu kama hawa, 30 kwa sababu alikaribia kufa
kwa ajili ya kazi ya Kristo, akihatarisha maisha
yake ili aweze kunihudumia vile ninyi hamku-
weza.

Hakuna Tumaini Katika Mwili

3 Hatimaye, ndugu zangu, furahini katika Bwana!
Mimi kuwaandikia mambo yale yale hakuniu-
dhi, kwa maana ni kinga kwa ajili yenu.
2 Jihadharini na mbwa, wale watenda maovu,
jihadharini na wale wajikatao miili yao, wasemao
ili kuokoka ni lazima kutahiriwa. 3 Kwa maana sisi
ndio tulio tohara, sisi tumwabuduo Mungu katika
Roho, tunaona fahari katika Kristo Yesu, ambao
hatuweki tumaini letu katika mwili, 4 ingawa
mimi mwenyewe ninazo sababu za kuutumai-
nia mwili.
Kama mtu yeyote akidhani anazo sababu za kuu-
tumainia mwili, mimi zaidi. 5 Nilitahiriwa siku ya
nane, mimi ni Mwisraeli wa kabila la Benyamini,
Mwebrania wa Waebrania. Kwa habari ya sheria, ni
Farisayo, 6 kwa habari ya juhudi, nilikuwa nalitesa
kanisa, kuhusu haki ipatikanayo kwa sheria, mimi
nilikuwa sina hatia.
7 Lakini mambo yale yaliyokuwa faida kwangu,
sasa nayahesabu kuwa hasara kwa ajili ya Kristo.
8 Zaidi ya hayo, nayahesabu mambo yote kuwa
hasara tupu nikiyalinganisha na faida kubwa ipi-
tayo kiasi cha kumjua Kristo Yesu Bwana wangu,
ambaye kwa ajili yake nimepata hasara ya mambo
yote, nikiyahesabu kuwa kama mavi ili nimpate
Kristo. 9 Nami nionekane mbele zake bila kuwa
na haki yangu mwenyewe ipatikanayo kwa sheria,
bali ile ipatikanayo kwa imani katika Kristo, haki
ile itokayo kwa Mungu kwa njia ya imani. 10 Nataka
nimjue Kristo na uweza wa kufufuka kwake na
ushirika wa mateso yake, ili nifanane naye katika
mauti yake, 11 ili kwa njia yoyote niweze kufikia
ufufuo wa wafu.

Kukaza Mwendo Ili Kufikia Lengo

12 Si kwamba nimekwisha kufikia, au kwamba
nimekwisha kuwa mkamilifu, la hasha! Bali
nakaza mwendo ili nipate kile ambacho kwa ajili
yake, nimeshikwa na Kristo Yesu. 13 Ndugu zangu,
sijihesabu kuwa nimekwisha kushika. Lakini
ninafanya jambo moja: Ninasahau mambo yale
yaliyopita, nakaza mwendo kufikia yale yaliyo
mbele. 14 Nakaza mwendo nifikie ile alama ya
ushindi iliyowekwa ili nipate tuzo ya mwito mkuu
wa Mungu ambao nimeitiwa huko juu mbinguni
katika Kristo Yesu.
15 Hivyo sisi sote tuliokuwa kiroho tuwaze
jambo hili, hata mkiwaza mengine katika jambo
lolote, Mungu ataliweka wazi hilo nalo. 16 Lakini
na tushike sana lile ambalo tumekwisha kuli-
fikia.
17 Ndugu zangu, kwa pamoja fuateni mfano
wangu na kuwatazama wale wanaofuata kie-
lelezo tulichowawekea. 18 Kwa maana, kama
nilivyokwisha kuwaambia mara nyingi kabla,
nami sasa nasema tena hata kwa machozi, watu

wengi wanaishi kama adui wa msalaba wa Kristo.
19 Mwisho wa watu hao ni maangamizi, Mungu wao
ni tumbo, na utukufu wao ni aibu, na mawazo yao
yamo katika mambo ya dunia. 20 Lakini uenyeji
wetu uko mbinguni. Nasi tunamngoja kwa shauku
Mwokozi kutoka huko, yaani, Bwana Yesu Kristo,
21 atakayeubadili mwili wetu wa unyonge, ili upate
kufanana na mwili wake wa utukufu, kwa uweza
ule ambao kwa huo aweza hata kuvitiisha vitu
vyote chini yake.

4 Kwa hiyo, ndugu zangu, ninaowapenda na
ambao ninawaonea shauku, ninyi mlio furaha
yangu na taji yangu, hivi ndivyo iwapasavyo
kusimama imara katika Bwana, ninyi wapenzi
wangu.

Mausia

2 Nawasihi Euodia na Sintike wawe na nia moja
katika Bwana. 3 Naam, nakusihi wewe pia, mwenza-
ngu mwaminifu, uwasaidie hawa wanawake, kwa
sababu walijitaabisha katika kazi ya Injili pamoja
nami bega kwa bega, wakiwa pamoja na Kleme-
nti na watendakazi wenzangu ambao majina yao
yameandikwa katika kitabu cha uzima.

4 Furahini katika Bwana siku zote, tena nasema
furahini! 5 Upole wenu na ujulikane na watu wote.
Bwana yu karibu. 6 Msijisumbue kwa jambo lolote,
bali katika kila jambo kwa kuomba na kusihi
pamoja na kushukuru, haja zenu na zijulikane na
Mungu. 7 Nayo amani ya Mungu, inayopita fahamu
zote, itailinda mioyo yenu na nia zenu katika Kristo
Yesu.

8 Hatimaye, ndugu zangu, mambo yote yaliyo ya
kweli, yoyote yaliyo na sifa njema, yoyote yaliyo
ya haki, yoyote yaliyo safi, yoyote ya kupendeza,
yoyote yenye staha, ukiwepo uzuri wowote, paki-
wepo chochote kinachostahili kusifiwa, tafakarini
mambo hayo. 9 Mambo yote mliyojifunza au kuya-
pokea au kuyasikia kutoka kwangu, au kuyaona
kwangu, yatendeni hayo. Naye Mungu wa amani
atakuwa pamoja nanyi.

Shukrani Kwa Matoleo Yenu

10 Nina furaha kubwa katika Bwana kwamba
hatimaye mmeanza upya kushughulika tena
na maisha yangu. Kweli mmekuwa mkinifikiria
lakini mlikuwa hamjapata nafasi ya kufanya
hivyo. 11 Sisemi hivyo kwa vile nina mahitaji, la!
Kwa maana nimejifunza kuridhika katika hali
yoyote. 12 Ninajua kupungukiwa, pia ninajua kuwa
na vingi. Nimejifunza siri ya kuridhika katika kila
hali, wakati wa kushiba na wakati wa kuona njaa,
wakati wa kuwa na vingi na wakati wa kupungu-
kiwa. 13 Naweza kuyafanya mambo yote katika yeye
anitiaye nguvu.

14 Lakini, mlifanya vyema kushiriki nami katika
taabu zangu. 15 Zaidi ya hayo, ninyi Wafilipi mna-
jua kwamba siku za kwanza nilipoanza kuhubiri
Injili, nilipoondoka Makedonia, hakuna kanisa
jingine lililoshiriki nami katika masuala ya kutoa
na kupokea isipokuwa ninyi. 16 Kwa maana hata
nilipokuwa huko Thesalonike, mliniletea msaada
kwa ajili ya mahitaji yangu zaidi ya mara moja. 17 Si
kwamba natafuta sana yale matoleo, bali natafuta
sana ile faida itakayozidi sana kwa upande wenu.
18 Nimelipwa kikamilifu hata na zaidi; nimetoshe-
lezwa kabisa sasa, kwa kuwa nimepokea kutoka
kwa Epafrodito vile vitu mlivyonitumia, sadaka
yenye harufu nzuri, dhabihu inayokubalika na ya
kumpendeza Mungu. 19 Naye Mungu wangu ata-
wajaza ninyi na kila mnachohitaji kwa kadiri ya
utajiri wake katika utukufu ndani ya Kristo Yesu.
20 Mungu wetu aliye Baba yetu apewe utukufu
milele na milele. Amen.

Salamu Za Mwisho

21 Msalimuni kila mtakatifu katika Kristo Yesu.
Ndugu walioko pamoja nami wanawasalimu.
22 Watakatifu wote wanawasalimu, hasa wale watu
wa nyumbani mwa Kaisari.

23 Neema ya Bwana Yesu Kristo iwe pamoja na
roho zenu. Amen.

WAKOLOSAI

Salamu

1 Paulo, mtume wa Kristo Yesu, kwa mapenzi ya
Mungu, na Timotheo ndugu yetu:
2 Kwa ndugu watakatifu na waaminifu katika
Kristo, waishio Kolosai:
Neema na amani zitokazo kwa Mungu Baba
yetu ziwe nanyi.

Shukrani Na Maombi

3 Siku zote tunamshukuru Mungu, Baba wa
Bwana wetu Yesu Kristo, tunapowaombea ninyi,
4 kwa sababu tumesikia kuhusu imani yenu katika
Kristo Yesu, na upendo wenu mlio nao kwa wata-
katifu wote: 5 imani na upendo ule utokao katika
tumaini mlilowekewa akiba mbinguni, na ambalo
mmesikia habari zake katika neno la kweli, yaani,
ile Injili 6 iliyowafikia ninyi. Duniani kote Injili
hii inazaa matunda na kuenea kama ilivyokuwa
kwenu tangu siku ile mlipoisikia na kuielewa
neema ya Mungu katika kweli yote. 7 Mlijifunza
habari zake kutoka kwa Epafra, mtumishi mwe-
nzetu mpendwa, yeye aliye mhudumu mwaminifu
wa Kristo kwa ajili yenu, 8 ambaye pia ametuambia
kuhusu upendo wenu katika Roho.
9 Kwa sababu hii, tangu siku ile tuliposikia
habari zenu, hatujakoma kuomba kwa ajili yenu
na kumsihi Mungu awajaze ninyi maarifa ya
mapenzi yake katika hekima yote ya kiroho na
ufahamu. 10 Nasi tunaomba haya ili mpate kuishi
maisha yanayostahili mbele za Bwana, na mpate
kumpendeza kwa kila namna: mkizaa matunda
kwa kila kazi njema, mkikua katika kumjua Mungu,
11 mkiwa mmetiwa nguvu kwa uwezo wote kwa
kadiri ya nguvu yake yenye utukufu, ili mpate kuwa
na wingi wa saburi na uvumilivu. Nanyi kwa furaha
12 mkimshukuru Baba, ambaye amewastahilisha
kushiriki katika urithi wa watakatifu katika ufalme
wa nuru. 13 Kwa maana ametuokoa kutoka ufalme
wa giza na kutuingiza katika ufalme wa Mwana
wake mpendwa, 14 ambaye katika yeye tunao uko-
mbozi, yaani msamaha wa dhambi.

Ukuu Wa Kristo

15 Yeye ni mfano wa Mungu asiyeonekana, mza-
liwa wa kwanza wa viumbe vyote. 16 Kwake yeye vitu
vyote vilivyoko mbinguni na juu ya nchi viliumbwa:
vitu vinavyoonekana na visivyoonekana, viwe ni
viti vya enzi au falme, au wenye mamlaka au wata-
wala; vitu vyote viliumbwa na yeye na kwa ajili yake.
17 Yeye alikuwepo kabla ya vitu vyote, na katika yeye
vitu vyote vinashikamana pamoja. 18 Yeye ndiye
kichwa cha mwili, yaani kanisa, naye ndiye mwanzo
na mzaliwa wa kwanza kutoka kwa wafu, ili yeye
awe mkuu katika vitu vyote. 19 Kwa kuwa ilimpe-
ndeza Mungu kwamba utimilifu wake wote ukae
ndani yake, 20 na kwa njia yake aweze kuvipatanisha
vitu vyote na yeye mwenyewe, viwe ni vitu vilivyo
duniani au vilivyo mbinguni, kwa kufanya amani
kwa damu yake, iliyomwagika msalabani.
21 Hapo kwanza mlikuwa mmetengana na
Mungu, na mlikuwa adui zake katika nia zenu kwa
sababu ya mienendo yenu mibaya. 22 Lakini sasa
Mungu amewapatanisha ninyi kwa njia ya mwili wa
Kristo kupitia mauti, ili awalete mbele zake mkiwa
watakatifu, bila dosari wala lawama, 23 ikiwa mnae-
ndelea katika imani yenu mkiwa imara na thabiti,
pasipo kuliacha tumaini lililoahidiwa katika Injili.
Hii ndiyo ile Injili mliyoisikia, ambayo imehubiriwa
kwa kila kiumbe chini ya mbingu, na ambayo mimi
Paulo nimekuwa mtumwa wake.

Taabu Ya Paulo Kwa Ajili Ya Kanisa

24 Sasa nafurahia kule kuteseka kwangu kwa
ajili yenu, na katika mwili wangu ninatimiliza yale
yaliyopungua katika mateso ya Kristo kwa ajili ya
mwili wake, ambao ni kanisa. 25 Mimi nimekuwa
mtumishi wa kanisa kwa wajibu alionipa Mungu
ili kuwaletea ninyi Neno la Mungu kwa ukamilifu:
26 Hii ni siri iliyokuwa imefichika tangu zamani
na kwa vizazi vingi, lakini sasa imefunuliwa kwa
watakatifu. 27 Kwao, Mungu amechagua kujulisha
miongoni mwa watu wa Mataifa utukufu wa utajiri
wa siri hii, ambayo ni Kristo ndani yenu, tumaini
la utukufu.
28 Yeye ndiye tunayemtangaza, tukimwonya kila
mtu na kumfundisha kila mtu kwa hekima yote ili
tuweze kumleta kila mmoja akiwa amekamilika
katika Kristo. 29 Kwa ajili ya jambo hili, ninajitaabi-
sha, nikijitahidi kwa kadiri ya nguvu zake ambazo
hutenda kazi ndani yangu kwa uweza mwingi.
2 Nataka mjue jinsi ninavyojitaabisha kwa ajili
yenu na kwa ajili ya wale walioko Laodikia, na
pia kwa ajili ya wote ambao hawajapata kuniona
mimi binafsi. 2 Kusudi langu ni watiwe moyo na
kuunganishwa katika upendo, ili wapate ule utajiri
wa ufahamu mkamilifu, ili waijue siri ya Mungu,
yaani, Kristo mwenyewe, 3 ambaye ndani yake
kumefichwa hazina zote za hekima na maarifa.
4 Nawaambia mambo haya ili mtu yeyote asiwa-
danganye kwa maneno ya kuwashawishi. 5 Kwa
kuwa ingawa mimi siko pamoja nanyi kimwili,
lakini niko pamoja nanyi kiroho, nami nafurahi
kuona utaratibu wenu na jinsi uthabiti wa imani
yenu katika Kristo ulivyo.

Ukamilifu Wa Maisha Katika Kristo

6 Hivyo basi, kama vile mlivyompokea Kristo
Yesu kuwa Bwana, endeleeni kukaa ndani yake,
7 mkiwa na mizizi, na mmejengwa ndani yake,
mkiimarishwa katika imani kama mlivyofundi-
shwa, na kufurika kwa wingi wa shukrani.
8 Angalieni mtu yeyote asiwafanye ninyi mateka
kwa elimu batili na madanganyo matupu yanayo-
tegemea mapokeo ya wanadamu na mafundisho
ya ulimwengu badala ya Kristo.

9 Maana ukamilifu wote wa Uungu umo ndani ya Kristo katika umbile la mwili wa kibinadamu, 10 nanyi mmepewa ukamilifu ndani ya Kristo, ambaye ndiye mkuu juu ya kila enzi na kila mamlaka. 11 Katika Kristo pia mlitahiriwa kwa kutengwa mbali na asili ya dhambi, si kwa tohara inayofanywa kwa mikono ya wanadamu, bali kwa ile tohara iliyofanywa na Kristo, 12 mkiwa mmezikwa pamoja naye katika ubatizo, na kufufuliwa pamoja naye kwa njia ya imani yenu katika uweza wa Mungu, aliyemfufua kutoka kwa wafu.

13 Mlipokuwa wafu katika dhambi zenu na kutokutahiriwa katika asili yenu ya dhambi, Mungu aliwafanya mwe hai pamoja na Kristo. Alitusamehe dhambi zetu zote, 14 akiisha kuifuta ile hati yenye mashtaka yaliyokuwa yanatukabili, pamoja na maagizo yake. Aliiondoa isiwepo tena, akiigongomea kwenye msalaba wake. 15 Mungu akiisha kuzivua enzi na mamlaka, alizifanya kuwa kitu cha fedheha hadharani kwa kuziburura kwa ujasiri, akizishinda katika msalaba wa Kristo.

16 Kwa hiyo mtu asiwahukumu ninyi kuhusu vyakula au vinywaji, au kuhusu kuadhimisha sikukuu za dini, au Sikukuu za Mwezi Mwandamo au siku ya Sabato. 17 Hizi zilikuwa kivuli cha mambo ambayo yangekuja, lakini ile iliyo halisi imo ndani ya Kristo. 18 Mtu yeyote asiwaondolee thawabu yenu kwa kusisitiza kunyenyekea kwake na kuabudu malaika. Mtu kama huyo hudumu katika maono yake, akijivuna bila sababu katika mawazo ya kibinadamu. 19 Yeye amepoteza ushirikiano na Kichwa, ambaye kutoka kwake mwili wote unalishwa na kushikamanishwa pamoja kwa viungo na mishipa, nao hukua kwa ukuaji utokao kwa Mungu.

Maonyo Dhidi Ya Walimu Wa Uongo

20 Kwa kuwa mlikufa pamoja na Kristo, mkayaacha yale mafundisho ya msingi ya ulimwengu huu, kwa nini bado mnaishi kama ninyi ni wa ulimwengu? Kwa nini mnajitia chini ya amri: 21 "Msishike! Msionje! Msiguse!"? 22 Haya yote mwisho wake ni kuharibika yanapotumiwa, kwa sababu msingi wake ni katika maagizo na mafundisho ya wanadamu. 23 Kwa kweli amri kama hizo huonekana kama zina hekima, katika namna za ibada walizojitungia wenyewe, na unyenyekevu wa uongo na kuutawala mwili kwa ukali, lakini hayafai kitu katika kuzuia tamaa za mwili.

Kanuni Za Kuishi Maisha Matakatifu

3 Basi, kwa kuwa mmefufuliwa pamoja na Kristo, yatafuteni yaliyo juu, Kristo alikoketi mkono wa kuume wa Mungu. 2 Yafikirini mambo yaliyo juu, wala si ya duniani. 3 Kwa maana ninyi mlikufa, nao uhai wenu sasa umefichwa pamoja na Kristo katika Mungu. 4 Wakati Kristo, aliye uzima wenu, atakapotokea, ndipo nanyi mtakapotokea pamoja naye katika utukufu.

5 Kwa hiyo, ueni kabisa chochote kilicho ndani yenu cha asili ya kidunia: yaani uasherati, uchafu, tamaa mbaya, mawazo mabaya na ulafi, ambayo ndiyo ibada ya sanamu. 6 Kwa sababu ya mambo haya, ghadhabu ya Mungu inakuja. 7 Ninyi pia zamani mlienenda katika mambo haya mlipoishi maisha hayo. 8 Lakini sasa yawekeni mbali nanyi mambo kama haya yote: yaani hasira, ghadhabu, uovu, masingizio na lugha chafu kutoka midomoni mwenu. 9 Msiambiane uongo, kwa maana mmevua kabisa utu wenu wa kale pamoja na matendo yake, 10 nanyi mmevaa utu mpya, unaofanywa upya katika ufahamu sawasawa na mfano wa Muumba wake. 11 Hapa hakuna Myunani wala Myahudi, aliyetahiriwa wala asiyetahiriwa, asiyestaarabika wala aliyestaarabika, mtumwa wala mtu huru, bali Kristo ni yote, na ndani ya wote.

12 Kwa hiyo, kwa kuwa ninyi mmekuwa wateule wa Mungu, watakatifu wapendwao sana, jivikeni moyo wa huruma, utu wema, unyenyekevu, upole na uvumilivu. 13 Vumilianeni na kusameheana mtu akiwa na lalamiko lolote dhidi ya mwenzake. Sameheaneni kama vile Bwana alivyowasamehe ninyi. 14 Zaidi ya maadili haya yote jivikeni upendo, ambao ndio unaofunga kila kitu pamoja katika umoja mkamilifu.

15 Amani ya Kristo na itawale mioyoni mwenu, kwa kuwa ninyi kama viungo vya mwili mmoja mmeitiwa amani. Tena kuweni watu wa shukrani. 16 Neno la Kristo na likae kwa wingi ndani yenu, mkifundishana na kuonyana katika hekima yote, mkimwimbia Mungu zaburi, nyimbo na tenzi za rohoni, huku mkiwa na shukrani mioyoni mwenu. 17 Lolote mfanyalo, ikiwa ni kwa neno au kwa tendo, fanyeni yote katika jina la Bwana Yesu, mkimshukuru Mungu Baba katika yeye.

Kanuni Katika Madaraka Ya Nyumbani

18 Ninyi wake, watiini waume zenu, kama inavyostahili katika Bwana.

19 Ninyi waume, wapendeni wake zenu, wala msiwe na uchungu dhidi yao.

20 Enyi watoto, watiini wazazi wenu katika mambo yote, kwa maana hivi ndivyo inavyompendeza Bwana.

21 Ninyi akina baba, msiwachokoze watoto wenu, wasije wakakata tamaa.

22 Ninyi watumwa, watiini mabwana zenu wa hapa duniani katika mambo yote. Fanyeni hivyo si wakiwepo tu, wala si kwa kutafuta upendeleo wao, bali kwa moyo mnyofu na kumcha Bwana. 23 Lolote mfanyalo, fanyeni kwa moyo kama watu wanaomtumikia Bwana, na si wanadamu, 24 kwa kuwa mnajua kwamba mtapokea urithi wenu kutoka kwa Bwana ukiwa thawabu yenu. Ni Bwana Yesu Kristo mnayemtumikia. 25 Yeyote atendaye mabaya atalipwa kwa ajili ya mabaya yake, wala hakuna upendeleo.

4 Ninyi mabwana, watendeeni watumwa wenu yaliyo haki na yanayostahili, mkitambua ya kwamba ninyi pia mnaye Bwana mbinguni.

Maagizo Zaidi

2 Dumuni sana katika maombi, mkikesha katika hayo pamoja na kushukuru. 3 Pia tuombeeni na sisi ili Mungu atufungulie mlango wa kunena, ili tupate kuitangaza siri ya Kristo, ambayo kwa ajili yake pia mimi nimefungwa. 4 Ombeni ili nipate kuitangaza Injili kwa udhahiri kama ipasavyo kunena. 5 Enendeni kwa hekima mbele yao walio

nje, mkiukomboa wakati. 6 Maneno yenu yawe
yamejaa neema siku zote, yanayofaa, ili mjue jinsi
iwapasavyo na inavyofaa kumjibu kila mtu.

Salamu Za Mwisho

7 Tikiko atawaambia habari zangu zote. Yeye
ni ndugu mpendwa, mtendakazi mwaminifu na
mtumishi mwenzangu katika Bwana. 8 Nimemtuma
kwenu kwa madhumuni haya ili mpate kufahamu
hali yetu, na pia awatie moyo. 9 Anakuja pamoja na
Onesimo, ndugu yetu mpendwa na mwaminifu,
ambaye ni mmoja wenu. Watawaambia mambo
yote yanayotendeka hapa kwetu.

10 Aristarko aliye mfungwa pamoja nami anawa-
salimu, vivyo hivyo Marko, binamu yake Barnaba.
(Mmeshapata maagizo yanayomhusu; akija kwenu,
mpokeeni.) 11 Yesu, yeye aitwaye Yusto, pia anawa-
salimu. Hawa peke yao ndio Wayahudi miongoni
mwa watendakazi wenzangu kwa ajili ya Ufalme wa
Mungu, nao wamekuwa faraja kwangu. 12 Epafra,
ambaye ni mmoja wenu na mtumishi wa Kristo
Yesu, anawasalimu. Yeye siku zote anawaombea
kwa bidii kwamba msimame imara katika mape-
nzi yote ya Mungu, mkiwa wakamilifu na thabiti.
13 Ninashuhudia kumhusu kwamba anafanya kazi
kwa bidii kwa ajili yenu, na kwa ajili ya ndugu
wa Laodikia na wale wa Hierapoli. 14 Rafiki yetu
mpenzi Luka yule tabibu, pamoja na Dema, wana-
wasalimu. 15 Wasalimuni ndugu wote wa Laodikia,
na pia Nimfa, pamoja na kanisa linalokutana katika
nyumba yake.

16 Baada ya barua hii kusomwa kwenu, haki-
kisheni kwamba inasomwa pia katika kanisa la
Walaodikia. Nanyi pia msome barua inayotoka
Laodikia.

17 Mwambieni Arkipo hivi: "Hakikisha kuwa una-
kamilisha ile huduma uliyopokea katika Bwana."

18 Mimi, Paulo, naandika salamu hizi kwa mkono
wangu mwenyewe. Kumbukeni minyororo yangu.
Neema iwe nanyi. Amen.

1 WATHESALONIKE

Salamu

1 Paulo, Silvano[a] na Timotheo:

Kwa kanisa la Wathesalonike, ninyi mlio ndani ya Mungu Baba yetu na ndani ya Bwana Yesu Kristo:

Neema iwe kwenu na amani.

Shukrani Kwa Ajili Ya Imani Ya Wathesalonike

2 Siku zote tunamshukuru Mungu kwa ajili yenu ninyi nyote, tukiwataja kwenye maombi yetu daima. 3 Tunaikumbuka daima kazi yenu ya imani mbele za Mungu aliye Baba yetu, taabu yenu katika upendo na saburi yenu ya tumaini katika Bwana wetu Yesu Kristo.

4 Ndugu zetu mpendwao na Mungu, kwa kuwa tunajua kwamba Mungu amewachagua, 5 kwa sababu ujumbe wetu wa Injili haukuja kwenu kwa maneno matupu bali pia ulidhihirishwa katika nguvu na katika Roho Mtakatifu, tena ukiwa na uthibitisho kamili, kama vile ninyi wenyewe mnavyojua jinsi tulivyoenenda katikati yenu kwa ajili yenu. 6 Nanyi mkawa wafuasi wetu na wa Bwana, ingawa mlipata mateso mengi, mlilipokea lile Neno kwa furaha katika Roho Mtakatifu. 7 Hivyo ninyi mkawa kielelezo kwa waumini wote katika Makedonia na Akaya. 8 Kwa maana kutoka kwenu neno la Bwana limesikika, si katika Makedonia na Akaya tu, bali pia imani yenu katika Mungu imejulikana kila mahali kiasi kwamba hatuna haja ya kusema lolote kwa habari yake. 9 Kwa maana watu wa maeneo hayo wenyewe wanaeleza jinsi mlivyotupokea na jinsi mlivyomgeukia Mungu mkaacha sanamu, ili kumtumikia Mungu aliye hai na wa kweli 10 na ili kumngojea Mwanawe kutoka mbinguni, ambaye Mungu alimfufua kutoka kwa wafu: yaani, Yesu, yeye aliyetuokoa kutoka ghadhabu inayokuja.

Huduma Ya Paulo Huko Thesalonike

2 Ndugu zangu, kwa kuwa ninyi wenyewe mnajua ya kwamba kuja kwetu kwenu hakukuwa bure, 2 kama vile mjuavyo, tulikuwa tumeteswa na kutukanwa huko Filipi, lakini hata hivyo, kwa msaada wa Mungu wetu, tulikuwa na ujasiri wa kuwaambia Injili ya Mungu ingawa kulikuwa na upinzani mkubwa. 3 Kwa maana himizo letu halikutokana na hila wala nia mbaya au udanganyifu. 4 Kinyume chake, tulinena kama watu tuliokubaliwa na Mungu tukakabidhiwa Injili. Sisi hatujaribu kuwapendeza wanadamu bali kumpendeza Mungu, yeye ayachunguzaye mawazo ya ndani sana ya mioyo yetu. 5 Kama mjuavyo, hatukuja kwenu kwa maneno ya kujipendekeza au maneno yasiyo ya kweli ili kuficha tamaa mbaya: Mungu ndiye shahidi yetu. 6 Wala hatukuwa tunatafuta sifa kutoka kwa wanadamu, wala kutoka kwenu au kwa mtu mwingine awaye yote.

Kama mitume wa Kristo tungaliweza kuwa mzigo kwenu, 7 lakini tulikuwa wapole katikati yenu, kama mama anayewatunza watoto wake wadogo. 8 Tuliwapenda sana kiasi kwamba tulifurahia kushirikiana nanyi, si Injili ya Mungu tu, bali hata maisha yetu, kwa sababu mlikuwa wa thamani mno kwetu. 9 Ndugu zetu, mnakumbuka juhudi yetu na taabu yetu. Tulifanya kazi usiku na mchana, ili tusimlemee mtu yeyote wa kwenu wakati tulipokuwa tunawahubiria Injili ya Mungu.

10 Ninyi wenyewe ni mashahidi na Mungu pia, jinsi tulivyokuwa watakatifu, wenye haki na wasio na lawama miongoni mwenu ninyi mlioamini. 11 Maana mnajua kwamba tuliwatendea kila mmoja wenu kama vile baba awatendeavyo watoto wake. 12 Tuliwatia moyo, tuliwafariji na kuwahimiza kuishi maisha yampendezayo Mungu, anayewaita katika Ufalme na utukufu wake.

13 Nasi pia tunamshukuru Mungu bila kukoma kwa sababu mlipolipokea neno la Mungu mlilosikia kutoka kwetu, hamkulipokea kama neno la wanadamu, bali mlilipokea kama lilivyo hasa, neno la Mungu, litendalo kazi ndani yenu ninyi mnaoamini. 14 Kwa maana ninyi ndugu zetu, mlifanyika wafuasi wa makanisa ya Mungu yaliyoko ndani ya Kristo Yesu katika Uyahudi. Mlipata mateso yale yale kutoka kwa watu wenu wenyewe kama vile makanisa hayo yalivyoteswa na Wayahudi, 15 wale waliomuua Bwana Yesu na manabii, nasi wakatufukuza pia. Watu hao walimchukiza Mungu na tena ni adui wa watu wote, 16 wakijitahidi kutuzuia tusizungumze na watu wa Mataifa ili kwamba wapate kuokolewa. Kwa njia hii wanazidi kujilundikia dhambi zao hadi kikomo. Lakini hatimaye ghadhabu ya Mungu imewafikia.

Paulo Atamani Kuwaona Wathesalonike

17 Lakini ndugu zetu, tulipotenganishwa nanyi kwa kitambo kidogo (ingawa kutengana huko kulikuwa kwa mwili tu, si kwa moyo), tulizidi kuwa na shauku kubwa kuwaona uso kwa uso. 18 Maana tulitaka kuja kwenu, hasa mimi Paulo, nilitaka kuja tena na tena, lakini Shetani akatuzuia. 19 Kwa maana tumaini letu ni nini, au furaha yetu au taji yetu ya kujisifia mbele za Bwana Yesu Kristo wakati wa kuja kwake? Je, si ni ninyi? 20 Naam, ninyi ndio fahari yetu na furaha yetu.

Timotheo Atumwa Kwenda Thesalonike

3 Kwa hivyo tulipokuwa hatuwezi kuvumilia zaidi, tuliamua tubaki Athene peke yetu. 2 Tukamtuma Timotheo ambaye ni ndugu yetu na mtumishi mwenzetu wa Mungu katika kuieneza Injili ya Kristo, aje kuwaimarisha na kuwatia moyo katika imani yenu, 3 ili mtu yeyote asifadhaishwe na

---

[a]1 Yaani Sila.

mateso haya. Mnajua vyema kwamba tumewekewa hayo mateso. 4 Kwa kweli, tulipokuwa pamoja nanyi tuliwaambia mara kwa mara kwamba tutateswa na imekuwa hivyo kama mjuavyo. 5 Kwa sababu hii nilipokuwa siwezi kuvumilia zaidi, nilimtuma mtu ili nipate habari za imani yenu. Niliogopa kwamba kwa njia fulani yule mjaribu asiwe amewajaribu, nasi tukawa tumejitaabisha bure.

Taarifa Ya Timotheo Ya Kutia Moyo

6 Lakini sasa Timotheo ndiyo tu amerejea kwetu kutoka kwenu na ameleta habari njema kuhusu imani yenu na upendo wenu. Ametuambia kwamba siku zote mnatukumbuka kwa wema na kwamba mna shauku ya kutuona kama vile sisi tulivyo na shauku ya kuwaona ninyi. 7 Kwa hiyo, ndugu zetu, katika dhiki na mateso yetu yote tumefarijika kwa sababu ya imani yenu. 8 Sasa kwa kuwa hakika tunaishi, kwa kuwa ninyi mmesimama imara katika Bwana. 9 Je, tutawezaje kumshukuru Mungu kiasi cha kutosha kwa ajili yenu, kutokana na furaha tuliyo nayo mbele za Mungu wetu kwa sababu yenu? 10 Usiku na mchana tunaomba kwa bidii ili tupate kuwaona tena na kujaza kile kilichopungua katika imani yenu.

11 Basi Mungu wetu na Baba yetu mwenyewe na Bwana wetu Yesu atengeneze njia ya sisi kuja kwenu. 12 Bwana na auongeze upendo wenu na kuuzidisha kati yenu na kwa wengine wote, kama vile tulivyo na upendo mwingi kwenu. 13 Tunamwomba Mungu aimarishe mioyo yenu ili msiwe na lawama katika utakatifu mbele za Mungu wetu aliye Baba yetu wakati wa kuja kwake Bwana Yesu pamoja na watakatifu wote.

Maisha Yanayompendeza Mungu

4 Hatimaye, ndugu, tuliwaomba na kuwasihi katika Bwana Yesu kwamba, kama mlivyojifunza kutoka kwetu jinsi iwapasavyo kuishi ili kumpendeza Mungu, kama vile mnavyoishi, imewapasa mzidi sana kufanya hivyo. 2 Kwa kuwa mnajua ni maagizo gani tuliyowapa kwa mamlaka ya Bwana Yesu.

3 Mapenzi ya Mungu ni kwamba ninyi mtakaswe, ili kwamba mjiepushe na zinaa, 4 ili kwamba kila mmoja wenu ajifunze kuutawala mwili wake mwenyewe katika utakatifu na heshima, 5 si kwa tamaa mbaya kama watu wa Mataifa wasiomjua Mungu. 6 Katika jambo hili mtu asimkosee ndugu yake wala kumlaghai. Kwa kuwa Bwana ni mlipiza kisasi katika mambo haya yote, kama vile tulivyokwisha kuwaambia mapema na kuwaonya vikali. 7 Kwa maana Mungu hakutuitia uchafu, bali utakatifu. 8 Kwa hiyo, mtu yeyote anayekataa mafundisho haya hamkatai mwanadamu, bali anamkataa Mungu anayewapa ninyi Roho wake Mtakatifu.

9 Sasa kuhusu upendo wa ndugu hamna haja mtu yeyote kuwaandikia, kwa maana ninyi wenyewe mmefundishwa na Mungu kupendana. 10 Nanyi kwa kweli mnawapenda ndugu wote katika Makedonia nzima. Lakini ndugu, tunawasihi mzidi sana kuwapenda.

11 Jitahidini kuishi maisha ya utulivu, kila mtu akijishughulisha na mambo yake mwenyewe na kufanya kazi kwa mikono yake, kama vile tulivyowaagiza, 12 ili maisha yenu ya kila siku yajipatie heshima kutoka kwa watu walio nje, ili msimtegemee mtu yeyote.

Kuja Kwake Bwana

13 Lakini ndugu, hatutaki mkose kujua kuhusu wale waliolala mauti, ili msihuzunike kama watu wengine wasiokuwa na tumaini. 14 Kwa kuwa tunaamini kwamba Yesu alikufa na kufufuka, na kwa hivyo, Mungu kwa njia ya Yesu atawafufua pamoja naye wale waliolala mautini ndani yake. 15 Kulingana na neno la Bwana mwenyewe, tunawaambia kwamba sisi ambao bado tuko hai, tuliobaki hadi kuja kwake Bwana, hakika hatutawatangulia waliolala mauti. 16 Kwa maana Bwana mwenyewe atashuka kutoka mbinguni, akitoa amri kwa sauti kuu, pamoja na sauti ya malaika mkuu, na sauti ya tarumbeta ya Mungu. Nao waliokufa wakiwa katika Kristo watafufuka kwanza. 17 Baada ya hilo sisi tulio hai, tuliosalia, tutanyakuliwa pamoja nao katika mawingu ili kumlaki Bwana hewani, hivyo tutakuwa pamoja na Bwana milele. 18 Kwa hiyo farijianeni kwa maneno haya.

Kuweni Tayari Kwa Siku Ya Bwana

5 Basi, ndugu, kwa habari ya nyakati na majira hatuna haja ya kuwaandikia, 2 kwa kuwa mnajua vyema kwamba siku ya Bwana itakuja kama mwizi ajapo usiku. 3 Wakati watu wanaposema, "Kuna amani na salama," maangamizi huwajia ghafula, kama vile utungu umjiavyo mwanamke mwenye mimba; nao hakika hawatatoroka.

4 Bali ninyi, ndugu, hampo gizani hata siku ile iwakute ghafula kama mwizi. 5 Ninyi nyote ni wana wa nuru na wana wa mchana. Sisi si wana wa giza wala wa usiku. 6 Kwa hiyo basi, tusilale kama watu wengine walalavyo, bali tukeshe na kuwa na kiasi. 7 Kwa kuwa wote walalao hulala usiku na wale walewao hulewa usiku. 8 Lakini kwa kuwa sisi ni wana wa mchana, basi tuwe na kiasi, tukijivika imani na upendo kama dirii kifuani na tumaini letu la wokovu kama chapeo. 9 Kwa maana Mungu hakutuita ili tupate ghadhabu bali tupate wokovu kwa njia ya Bwana wetu Yesu Kristo. 10 Yeye alikufa kwa ajili yetu ili hata kama tuko macho au tumelala, tupate kuishi pamoja naye. 11 Kwa hiyo farijianeni na kujengana, kama vile mnavyofanya sasa.

Maagizo Ya Mwisho, Salamu Na Kuwatakia Heri

12 Sasa tunawaomba, ndugu, waheshimuni wale wanaofanya kazi kwa bidii miongoni mwenu, wale ambao wana mamlaka juu yenu katika Bwana na ambao wanawaonya. 13 Waheshimuni sana katika upendo kwa ajili ya kazi zao. Ishini kwa amani ninyi kwa ninyi. 14 Nasi twawasihi, ndugu, waonyeni walio wavivu, watieni moyo waoga, wasaidieni wanyonge na kuwavumilia watu wote. 15 Angalieni kuwa mtu asimlipe mwenzake maovu kwa maovu, bali siku zote tafuteni kutendeana mema ninyi kwa ninyi na kwa watu wote.

16 Furahini siku zote; 17 ombeni bila kukoma;

18 shukuruni kwa kila jambo, kwa maana haya
ndiyo mapenzi ya Mungu kwa ajili yenu katika
Kristo Yesu.
19 Msiuzime moto wa Roho Mtakatifu; 20 msi-
yadharau maneno ya unabii. 21 Jaribuni kila kitu.
Yashikeni yaliyo mema. 22 Jiepusheni na uovu wa
kila namna.
23 Mungu mwenyewe, Mungu wa amani, awata-
kase ninyi kabisa. Nanyi mhifadhiwe roho zenu,
nafsi zenu na miili yenu, bila kuwa na lawama
katika Bwana wetu Yesu Kristo. 24 Yeye aliyewaita
ni mwaminifu naye atafanya hayo.
25 Ndugu, tuombeeni. 26 Wasalimuni ndugu wote
kwa busu takatifu. 27 Nawaagizeni mbele za Bwana
mhakikishe kuwa ndugu wote wanasomewa barua
hii.
28 Neema ya Bwana wetu Yesu Kristo iwe nanyi.
Amen.

2 WATHESALONIKE

1 Paulo, Silvano[a] na Timotheo:

Kwa kanisa la Wathesalonike mlio katika Mungu Baba yetu na Bwana Yesu Kristo:

2 Neema na amani itokayo kwa Mungu Baba na Bwana Yesu Kristo iwe nanyi.

Shukrani Na Maombi

3 Ndugu, imetubidi kumshukuru Mungu kwa ajili yenu siku zote, kama ulivyo wajibu wetu, kwa sababu imani yenu inakua zaidi na zaidi na upendo wa kila mmoja wenu alio nao kwa mwenzake unazidi kuongezeka. 4 Ndiyo sababu miongoni mwa makanisa ya Mungu, tunajivuna kuhusu saburi yenu na imani mliyo nayo katika mateso yote na dhiki mnazostahimili.

5 Haya yote ni uthibitisho kwamba hukumu ya Mungu ni ya haki, na kwa sababu hiyo ninyi mtahesabiwa kwamba mnastahili kuwa wa Ufalme wa Mungu, mnaoteswa kwa ajili wake. 6 Mungu ni mwenye haki: yeye atawalipa mateso wale wawatesao ninyi 7 na kuwapa ninyi mnaoteseka raha pamoja na sisi, wakati Bwana Yesu atakapodhihirishwa kutoka mbinguni katika mwali wa moto pamoja na malaika wake wenye nguvu. 8 Atawaadhibu wale wasiomjua Mungu na ambao hawakuitii Injili ya Bwana wetu Yesu. 9 Wataadhibiwa kwa uangamivu wa milele na kutengwa na uso wa Bwana na utukufu wa uweza wake, 10 siku hiyo atakapokuja kutukuzwa katika watakatifu wake na kustaajabiwa miongoni mwa wote walioamini. Ninyi pia mtakuwa miongoni mwa hawa kwa sababu mliamini ushuhuda wetu kwenu.

11 Kwa sababu hii, tunawaombea ninyi bila kukoma, ili Mungu apate kuwahesabu kuwa mnastahili wito wake na kwamba kwa uwezo wake apate kutimiza kila kusudi lenu jema na kila tendo linaloongozwa na imani yenu. 12 Tunaomba hivi ili Jina la Bwana wetu Yesu lipate kutukuzwa ndani yenu, nanyi ndani yake, kulingana na neema ya Mungu wetu na Bwana Yesu Kristo.

Yule Mtu Wa Kuasi

2 Ndugu, kuhusu kuja kwake Bwana wetu Yesu Kristo na kukusanyika kwetu pamoja mbele zake, tunawasihi, 2 msiyumbishwe kwa urahisi wala msitiwe wasiwasi na roho wala neno au barua inayosemekana kuwa imetoka kwetu, isemayo kwamba siku ya Bwana imekwisha kuwako. 3 Mtu yeyote na asiwadanganye kwa namna yoyote kwa maana siku ile haitakuja mpaka uasi utokee kwanza, na yule mtu wa kuasi adhihirishwe, yule ambaye amehukumiwa kuangamizwa kabisa. 4 Yeye atapingana na kujitukuza juu ya kila kitu kiitwacho Mungu au kinachoabudiwa, ili kujiweka juu katika Hekalu la Mungu, akijitangaza mwenyewe kuwa ndiye Mungu.

5 Je, hamkumbuki ya kwamba nilipokuwa pamoja nanyi niliwaambia mambo haya? 6 Nanyi sasa mnajua kinachomzuia, ili apate kudhihirishwa wakati wake utakapowadia. 7 Maana ile nguvu ya siri ya uasi tayari inatenda kazi, lakini yule anayeizuia ataendelea kufanya hivyo mpaka atakapoondolewa. 8 Hapo ndipo yule mwasi atafunuliwa, ambaye Bwana Yesu atamteketeza kwa pumzi ya kinywa chake na kumwangamiza kabisa kwa utukufu wa kuja kwake. 9 Kuja kwa yule mwasi kutaonekana kana kwamba ni kutenda kazi kwake Shetani ambaye hutumia nguvu zote, ishara, maajabu ya uongo, 10 na kila aina ya uovu kwa wale wanaoangamia kwa sababu walikataa kuipenda kweli wapate kuokolewa. 11 Kwa sababu hii, Mungu ameruhusu watawaliwe na nguvu ya udanganyifu, ili waendelee kuamini uongo, 12 na wahukumiwe wote ambao hawakuiamini ile kweli, bali wamefurahia uovu.

Simameni Imara

13 Lakini imetupasa sisi kumshukuru Mungu daima kwa ajili yenu, ndugu mpendwao na Bwana, kwa sababu Mungu aliwachagua ninyi tangu mwanzo ili mwokolewe kwa kutakaswa na Roho kwa kuiamini kweli. 14 Kwa kusudi hili Mungu aliwaita kwa njia ya kuhubiri kwetu Injili, ili mpate kushiriki katika utukufu wa Bwana Yesu Kristo. 15 Hivyo basi, ndugu wapendwa, simameni imara na myashike sana yale mafundisho tuliyowapa ikiwa ni kwa maneno ya kinywa au kwa barua.

16 Bwana wetu Yesu Kristo mwenyewe na Mungu Baba yetu, aliyetupenda na kwa neema yake akatupatia faraja ya milele na tumaini jema, 17 awafariji mioyo yenu na kuwaimarisha katika kila neno na tendo jema.

Hitaji La Maombi

3 Hatimaye, ndugu, tuombeeni ili Neno la Bwana lipate kuenea kwa haraka na kuheshimiwa kila mahali, kama vile ilivyokuwa kwenu. 2 Ombeni pia ili tupate kuokolewa kutokana na watu waovu na wabaya, kwa maana si wote wanaoamini. 3 Lakini Bwana ni mwaminifu, naye atawaimarisha ninyi na kuwalinda kutokana na yule mwovu. 4 Nasi tuna tumaini katika Bwana ya kuwa mnafanya na mtaendelea kufanya yale tuliyowaagiza. 5 Bwana aiongoze mioyo yenu katika upendo wa Mungu na katika saburi ya Kristo.

Onyo Dhidi Ya Uvivu

6 Ndugu, tunawaagiza katika Jina la Bwana Yesu Kristo, jitengeni na kila ndugu ambaye ni mvivu na ambaye haishi kufuatana na maagizo tuliyowapa. 7 Maana ninyi wenyewe mnajua jinsi iwapasavyo kufuata mfano wetu. Sisi hatukuwa wavivu tulipokuwa pamoja nanyi, 8 wala hatukula chakula cha

---

[a]1 Yaani Sila.

mtu yeyote pasipo kukilipia. Badala yake tulifanya
kazi kwa bidii usiku na mchana, ili tusimlemee mtu
yeyote miongoni mwenu. 9 Tulifanya hivi, si kwa
sababu hatukuwa na haki ya kupata msaada kama
huo, bali ndio sisi wenyewe tuwe kielelezo. 10 Kwa
maana hata tulipokuwa pamoja nanyi, tuliwapa
amri kwamba: "Mtu yeyote asiyetaka kufanya kazi,
hata kula asile."

11 Kwa kuwa tunasikia kwamba baadhi ya watu
miongoni mwenu ni wavivu. Hawafanyi kazi bali
hujishughulisha na mambo ya wengine. 12 Basi
watu kama hao tunawaagiza na kuwahimiza
katika Bwana Yesu Kristo, kwamba wafanye kazi
kwa utulivu kwa ajili ya chakula chao wenyewe.
13 Kwa upande wenu, ndugu, ninyi kamwe msi-
choke katika kutenda mema.

14 Ikiwa mtu yeyote hayatii maagizo yetu yali-
yoko katika barua hii, mwangalieni sana mtu
huyo. Msishirikiane naye, ili apate kuona aibu.
15 Lakini msimhesabu kuwa adui, bali mwonyeni
kama ndugu.

Salamu Za Mwisho

16 Basi, Bwana wa amani mwenyewe awapeni
amani nyakati zote na kwa kila njia. Bwana awe
nanyi nyote.

17 Mimi, Paulo, ninaandika salamu hizi kwa
mkono wangu mwenyewe. Hii ndio alama ya uta-
mbulisho katika barua zangu zote. Hivi ndivyo
niandikavyo.

18 Neema ya Bwana wetu Yesu Kristo iwe nanyi
nyote. Amen.

1 TIMOTHEO

1 Paulo, mtume wa Kristo Yesu kwa amri ya Mungu Mwokozi wetu na ya Kristo Yesu tumaini letu.

2 Kwa Timotheo, mwanangu halisi katika imani: Neema, rehema na amani itokayo kwa Mungu Baba na kwa Kristo Yesu Bwana wetu.

Maonyo Dhidi Ya Walimu Wa Uongo

3 Kama nilivyokusihi wakati nilipokwenda Makedonia, endelea kubaki Efeso, ili kwamba upate kuwaagiza watu wasiendelee kufundisha mafundisho ya uongo 4 wala wasitoe muda wao kwa hadithi za kubuniwa na orodha za majina ya vizazi visivyo na mwisho, ambazo huchochea mabishano badala ya mpango wa Mungu utokanao na imani. 5 Kusudi la maagizo haya ni upendo utokao katika moyo safi, dhamiri njema na imani ya kweli. 6 Watu wengine wamepotoka kutoka haya na kugeukia majadiliano yasiyo na maana kwa kuwa, 7 wanataka kuwa walimu wa sheria, lakini hawajui mambo yale wanayosema wala hayo wanayoyatumainia kwa uthabiti.

8 Tunajua kwamba sheria ni njema ikiwa inatumika kwa halali kama ilivyokusudiwa. 9 Lakini tunajua ya kuwa sheria si kwa ajili ya wenye haki, bali kwa ajili ya wavunja sheria na waasi, kwa ajili ya wasiomcha Mungu na wenye dhambi, wasio watakatifu na wanaokufuru; kwa wale wawauao baba zao au mama zao, kwa wauaji, 10 kwa wazinzi na wahanithi, kwa wale wauzao watu, na kwa waongo na waapao kwa uongo, na kwa chochote kingine kilicho kinyume na mafundisho ya kweli, 11 ambayo yanakubaliana na Injili ya utukufu wa Mungu anayehimidiwa, ambayo mimi nimewekewa amana.

Neema Ya Mungu Kwa Paulo

12 Namshukuru Kristo Yesu Bwana wetu, aliyenitia nguvu, kwa sababu aliniona mwaminifu, akaniteua kwa kazi yake. 13 Ingawa wakati fulani nilikuwa mwenye kukufuru, mtesaji na mwenye jeuri, lakini nilipata rehema kwa sababu nilitenda hivyo kwa kutojua na kutoamini kwangu. 14 Neema ya Bwana wetu ilimiminwa juu yangu kwa wingi, ikiambatana na imani na upendo ulio katika Kristo Yesu.

15 Msemo huu ni wa kweli na unaostahili kukubalika, usemao kwamba: Kristo Yesu alikuja ulimwenguni kuokoa wenye dhambi, ambao mimi ndiye niliye mbaya kuliko wote. 16 Lakini kwa sababu hiyo nilipata rehema, ili katika mimi, niliyekuwa mwenye dhambi kuliko wote, Kristo Yesu apate kuonyesha uvumilivu wake usio na kikomo, ili niwe kielelezo kwa wale watakaomwamini na wapate uzima wa milele. 17 Basi Mfalme wa milele, asiye na mwisho, asiyeonekana, aliye Mungu pekee, apewe heshima na utukufu milele na milele. Amen.

18 Mwanangu Timotheo, ninakupa agizo hili, kwa kadiri ya maneno ya unabii yaliyosemwa kukuhusu, ili kwa kuyafuata upate kupigana vita vizuri, 19 ukiishikilia imani na dhamiri njema, ambazo wengine wamevikataa, na hivyo wakaangamia kwa habari ya imani yao. 20 Miongoni mwao wako Himenayo na Aleksanda, ambao nimemkabidhi Shetani ili wafundishwe wasije wakakufuru.

Maagizo Kuhusu Kuabudu

2 Awali ya yote, nasihi kwamba dua, sala, maombezi na shukrani zifanyike kwa ajili ya watu wote: 2 kwa ajili ya wafalme na wale wote wenye mamlaka, ili tupate kuishi kwa amani na utulivu, katika uchaji wote wa Mungu na utakatifu. 3 Jambo hili ni jema, tena linapendeza machoni pa Mungu Mwokozi wetu, 4 anayetaka watu wote waokolewe na wafikie kuijua kweli. 5 Kwa maana kuna Mungu mmoja na mpatanishi mmoja kati ya Mungu na wanadamu, yaani mwanadamu Kristo Yesu, 6 aliyejitoa mwenyewe kuwa fidia kwa ajili ya wanadamu wote: jambo hili lilishuhudiwa kwa wakati wake ufaao. 7 Nami kwa kusudi hili nimewekwa niwe mhubiri na mtume (nasema kweli katika Kristo wala sisemi uongo), mwalimu wa watu wa Mataifa katika imani na kweli.

8 Nataka kila mahali wanaume wasali wakiinua mikono mitakatifu pasipo hasira wala kugombana.

9 Vivyo hivyo nataka wanawake wajipambe kwa adabu na kwa heshima katika mavazi yanayostahili, si kwa kusuka nywele, kuvalia dhahabu, lulu au mavazi ya gharama kubwa, 10 bali kwa matendo mazuri kama iwapasavyo wanawake wanaokiri kuwa wanamcha Mungu.

11 Mwanamke na ajifunze kwa utulivu na kwa utiifu wote. 12 Simpi mwanamke ruhusa ya kufundisha au kuwa na mamlaka juu ya mwanaume. Mwanamke inampasa kukaa kimya. 13 Kwa maana Adamu aliumbwa kwanza, kisha Eva. 14 Wala si Adamu aliyedanganywa, bali ni mwanamke aliyedanganywa akawa mkosaji. 15 Lakini mwanamke ataokolewa kwa kuzaa kwake, kama wakiendelea kudumu katika imani, upendo na utakatifu, pamoja na kuwa na kiasi.

Sifa Za Waangalizi

3 Hili ni neno la kuaminiwa, kwamba mtu akitamani kazi ya uangalizi, atamani kazi nzuri. 2 Basi, imempasa mwangalizi awe mtu asiye na lawama, mume wa mke mmoja, mwenye kiasi, anayejitawala, anayeheshimika, mkarimu, ajuaye kufundisha, 3 asiwe mlevi, wala mkali bali awe mpole, asiwe mgomvi wala mpenda fedha. 4 Lazima aweze kuisimamia nyumba yake mwenyewe vizuri na kuhakikisha kwamba watoto wake wanamtii na kuwa na heshima kwa kila njia. 5 (Kwa maana kama mtu hajui jinsi ya kusimamia nyumba yake mwenyewe, atawezaje kuliangalia kanisa la Mungu?) 6 Asiwe mtu aliyeokoka karibuni asije akajivuna

na kuangukia kwenye hukumu ile ile ya ibilisi.
7 Inampasa pia awe na sifa njema kwa watu walio
nje, ili asije akalaumiwa na kuanguka kwenye
mtego wa ibilisi.

Sifa Za Mashemasi

8 Vivyo hivyo, mashemasi nao wawe watu
wanaostahili heshima, wasiwe wenye kauli mbili
au wenye kujifurahisha kwa mvinyo, wala wanao-
tamani faida isiyo halali. 9 Inawapasa kushikamana
sana na ile siri ya imani kwa dhamiri safi. 10 Ni
lazima wapimwe kwanza; kisha kama hakuna
neno dhidi yao, basi na waruhusiwe kuhudumu
kama mashemasi.

11 Vivyo hivyo, wake zao wawe wanawake wanao-
stahili heshima, wasio wasingiziaji, bali wawe na
kiasi na waaminifu katika kila jambo.

12 Shemasi awe mume wa mke mmoja na ina-
mpasa aweze kusimamia watoto wake na watu wa
nyumbani mwake vyema. 13 Wale ambao wamehu-
dumu vyema katika huduma ya ushemasi hujipatia
msimamo bora na ujasiri mkubwa katika imani yao
ndani ya Kristo Yesu.

14 Ingawa ninatarajia kuja kwako hivi karibuni,
ninakuandikia maagizo haya sasa ili kwamba,
15 kama nikikawia, utajua jinsi iwapasavyo watu
kuenenda katika nyumba ya Mungu, ambayo ndiyo
kanisa la Mungu aliye hai, lililo nguzo na msingi wa
kweli. 16 Bila shaka yoyote, siri ya utauwa ni kubwa:

Alidhihirishwa katika mwili wa kibinadamu,
  akathibitishwa kuwa na haki katika Roho,
akaonekana na malaika,
  akahubiriwa miongoni mwa mataifa,
akaaminiwa ulimwenguni,
  akachukuliwa juu katika utukufu.

Maagizo Kwa Timotheo

4 Roho asema waziwazi kwamba katika siku za
mwisho baadhi ya watu wataiacha imani na
kufuata roho zidanganyazo na mafundisho ya
mashetani. 2 Mafundisho kama hayo huja kupitia
kwa waongo ambao ni wanafiki, hali dhamiri zao
zikiungua kwa kuchomwa moto. 3 Wao huwaka-
taza watu wasioe na kuwaagiza wajiepushe na
vyakula fulani, ambavyo Mungu aliviumba ili
vipokewe kwa shukrani na wale wanaoamini na
kuijua kweli. 4 Kwa maana kila kitu alichokiumba
Mungu ni chema, wala hakuna kitu chochote cha
kukataliwa kama kikipokewa kwa shukrani, 5 kwa
sababu kimetakaswa kwa neno la Mungu na kwa
kuomba.

Mtumishi Mwema Wa Yesu Kristo

6 Kama ukiwakumbusha ndugu mambo haya,
utakuwa mtumishi mwema wa Kristo Yesu, uliye-
lelewa katika kweli ya imani na yale mafundisho
mazuri uliyoyafuata. 7 Usijishughulishe kamwe
na hadithi za kipagani na masimulizi ya uongo
ya wanawake wazee; badala yake, jizoeze kuwa
mtauwa. 8 Kwa maana mazoezi ya mwili yana
faida kwa sehemu, lakini utauwa una faida katika
mambo yote, yaani, unayo ahadi ya uzima wa sasa
na ya ule ujao.

9 Hili ni neno la kuaminiwa tena lastahili kuku-
baliwa kabisa, 10 (nasi kwa ajili ya hili tunajitaabisha
na kujitahidi), kwamba tumeweka tumaini letu
kwa Mungu aliye hai, ambaye ni Mwokozi wa watu
wote, hasa wale waaminio.

11 Mambo haya yaagize na kuyafundisha. 12 Mtu
yeyote asikudharau kwa kuwa wewe ni kijana, bali
uwe kielelezo kizuri kwa waumini katika usemi,
mwenendo, upendo, imani na usafi. 13 Fanya bidii
kusoma Maandiko hadharani, kuhubiri na kufu-
ndisha, mpaka nitakapokuja. 14 Usiache kutumia
kipawa kilicho ndani yako, ambacho ulipewa kwa
neno la unabii wakati wazee walikuwekea mikono.

15 Uwe na bidii katika mambo haya; ujitolee kwa
ajili ya mambo haya kikamilifu, ili kila mtu aone
kuendelea kwako. 16 Jilinde sana nafsi yako na
mafundisho yako. Dumu katika hayo, kwa maana
kwa kufanya hivyo, utajiokoa wewe mwenyewe
pamoja na wale wanaokusikia.

Maagizo Kuhusu Wajane, Wazee Na Watumwa

5 Usimkemee mzee kwa ukali bali umshawishi
kama vile angekuwa ni baba yako. Uwatendee
vijana kama vile ndugu zako; 2 nao wanawake
wazee uwatendee kama mama zako, na wanawake
vijana kama dada zako, katika usafi wote.

3 Waheshimu wanawake wajane ambao ni wajane
kweli kweli. 4 Kama mjane ana watoto ama wajukuu,
hawa inawapasa awali ya yote wajifunze kutimiza
wajibu wao wa kumcha Mungu katika matendo
kwa kuwatunza wale wa jamaa zao wenyewe, na
hivyo wawarudishie wema waliowatendea wazazi
wao, kwa kuwa hivi ndivyo impendezavyo Mungu.
5 Mwanamke ambaye ni mjane kweli kweli, yaani,
yeye aliyebaki peke yake huweka tumaini lake
kwa Mungu naye hudumu katika maombi usiku
na mchana akimwomba Mungu ili amsaidie.
6 Lakini mjane aishiye kwa anasa amekufa, ingawa
anaishi. 7 Wape watu maagizo haya pia, ili asiwepo
yeyote wa kulaumiwa. 8 Kama mtu hawatunzi wale
wa jamaa yake, hasa wale wa nyumbani mwake
mwenyewe, ameikana imani, tena ni mbaya kuliko
yeye asiyeamini.

9 Mjane yeyote asiwekwe kwenye orodha ya
wajane isipokuwa awe ametimiza umri wa miaka
sitini, na ambaye alikuwa mke wa mume mmoja,
10 awe ameshuhudiwa kwa matendo yake mema,
aliyewalea watoto wake vizuri, aliye mkarimu,
aliyewanawisha watakatifu miguu, aliyewasaidia
wenye shida na aliyejitolea kwa ajili ya matendo
mema ya kila namna.

11 Lakini kwa habari za wajane vijana usiwa-
weke kwenye orodha hiyo, maana tamaa zao za
kimaumbile zikizidi kule kujitoa kwao kwa Kristo,
watataka kuolewa tena. 12 Nao kwa njia hiyo wata-
jiletea hukumu kwa kukiuka ahadi yao ya kwanza.
13 Zaidi ya hayo, wajane kama hao huwa na tabia
ya uvivu wakizurura nyumba kwa nyumba, wala
hawawi wavivu tu, bali pia huwa wasengenyaji,
wajiingizao katika mambo yasiyowahusu na
kusema mambo yasiyowapasa kusema. 14 Hivyo
nawashauri wajane vijana waolewe, wazae watoto
na wasimamie nyumba zao, wasije wakampa adui
nafasi ya kutushutumu. 15 Kwa maana kwa kweli

wajane wengine wamepotoka ili kumfuata She-
tani.
16 Lakini kama mwanamke yeyote aaminiye ana
wajane katika jamaa yake, inampasa awasaidie
wala si kuwaacha wakililemea kanisa, ili kanisa
liweze kuwasaidia wale ambao ni wajane kweli
kweli.

Wazee Wa Kanisa

17 Wazee wa kanisa wanaoongoza shughuli za
kanisa vizuri wanastahili heshima mara mbili, hasa
wale ambao kazi yao ni kuhubiri na kufundisha.
18 Kwa maana Maandiko husema, "Usimfunge
maksai kinywa apurapo nafaka," tena, "Mfanya-
kazi anastahili mshahara wake." 19 Usiendekeze
mashtaka dhidi ya mzee isipokuwa yawe yame-
letwa na mashahidi wawili au watatu. 20 Wale
wanaodumu katika dhambi uwakemee hadharani,
ili wengine wapate kuogopa.
21 Ninakuagiza mbele za Mungu na mbele za
Kristo Yesu na mbele za malaika wateule, shika
maagizo haya pasipo ubaguzi wala upendeleo.
22 Usiwe na haraka kumwekea mtu mikono wala
usishiriki dhambi za watu wengine. Jilinde nafsi
yako uwe safi.
23 Acha kunywa maji peke yake, tumia divai
kidogo kwa sababu ya tumbo lako na maumivu
yako ya mara kwa mara.
24 Dhambi za watu wengine ni dhahiri nazo zina-
watangulia kwenda hukumuni; na dhambi za watu
wengine zinawafuata nyuma yao. 25 Vivyo hivyo,
matendo mema yako dhahiri, na hata yale ambayo
si mema hayawezi kufichika.

Watumwa

6 Wale wote walio chini ya kongwa la utumwa
inawapasa kuwahesabu mabwana zao kuwa
wanastahili heshima yote, ili jina la Mungu lisi-
tukanwe wala mafundisho yetu. 2 Wale watumwa
ambao wana mabwana waaminio, haiwapasi
kupunguza heshima yao kwa sababu wao ni ndugu.
Badala yake, wawatumikie hata vizuri zaidi, kwa
sababu wale wanaonufaika na huduma yao ni waa-
minio, ambao ni wapenzi wao. Fundisha mambo
haya na uwahimize kuyafuata.

Mafundisho Ya Uongo Na Utajiri Wa Kweli

3 Ikiwa mtu yeyote atafundisha mafundisho
mapotovu wala hakubaliani na mafundisho
manyofu ya Bwana wetu Yesu Kristo na yale ya
utauwa, 4 huyo amejivuna wala hajui kitu chochote.
Yeye amejaa tamaa ya mabishano na ugomvi
kuhusu maneno ambavyo matokeo yake ni wivu
na mapigano, maneno ya ukorofi, shuku mbaya,
5 na kuzozana kusikokoma kati ya watu waliohari-
bika akili zao, walioikosa kweli, na ambao hudhani
kwamba utauwa ni njia ya kupata faida.
6 Lakini utauwa na kuridhika ni faida kubwa.
7 Kwa kuwa hatukuja humu duniani na kitu
chochote, wala hatuwezi kutoka humu na kitu.
8 Lakini kama tuna chakula na mavazi, tutaridhika
navyo. 9 Lakini wale watu wanaotamani kuwa na
mali kwa haraka huanguka kwenye majaribu, na
wamenaswa na tamaa nyingi za kipumbavu zenye
kudhuru, zinazowazamisha watu katika uharibifu
na maangamizi. 10 Kwa maana kupenda fedha ndiyo
shina moja la maovu ya kila namna. Baadhi ya watu
wakitamani fedha, wameiacha imani na kujichoma
wenyewe kwa maumivu mengi.

Vitu Vizuri Vya Imani

11 Lakini wewe, mtu wa Mungu, yakimbie
mambo haya yote. Fuata haki, utauwa, imani,
upendo, saburi na upole. 12 Pigana vile vita vizuri
vya imani. Shika uzima wa milele ambao ndio
ulioitiwa ulipokiri ule ukiri mzuri mbele ya
mashahidi wengi. 13 Nakuagiza mbele za Mungu
avipaye vitu vyote uhai, na mbele za Kristo Yesu
ambaye alipokuwa anashuhudia mbele ya Pontio
Pilato alikiri ukiri mzuri, 14 uishike amri hii bila
dosari wala lawama mpaka kuja kwake Bwana wetu
Yesu Kristo, 15 ambaye Mungu atamleta kwa wakati
wake mwenyewe: yeye ahimidiwaye, aliye peke
yake Mtawala, Mfalme wa wafalme, na Bwana wa
mabwana, 16 yeye peke yake ambaye hapatikani
na mauti, na anakaa katika nuru isiyoweza kuka-
ribiwa, ambaye hakuna mwanadamu aliyemwona
wala awezaye kumwona. Heshima na uweza una
yeye milele. Amen.
17 Waagize wale ambao ni matajiri wa ulimwe-
ngu huu waache kujivuna, wala wasiweke tumaini
lao katika mali ambayo si ya hakika, bali waweke
tumaini lao katika Mungu ambaye hutupatia vitu
vyote kwa wingi ili tuvifurahie. 18 Waagize wate-
nde mema, wawe matajiri katika matendo mema,
pia wawe wakarimu na walio tayari kushiriki
mali zao na wengine. 19 Kwa njia hii watajiwekea
hazina kama msingi kwa ajili ya wakati ujao na
hivyo watajipatia uzima, yaani, ule uzima ambao
ni wa kweli.

Maelekezo Ya Binafsi Na Maombi Ya Baraka

20 Timotheo, linda kile kilichowekwa amana
kwako. Epuka majadiliano yasiyo ya utauwa na
mabishano ambayo kwa uongo huitwa elimu,
21 ambayo wengine kwa kujidai kuwa nayo wameia-
cha imani.

Neema iwe nanyi. Amen.

2 TIMOTHEO

1 Paulo mtume wa Kristo Yesu kwa mapenzi ya
Mungu, kulingana na ile ahadi ya uzima uliomo
ndani ya Kristo Yesu.
2 Kwa Timotheo, mwanangu mpendwa:
Neema, rehema na amani itokayo kwa Mungu
Baba, na kwa Kristo Yesu Bwana wetu.

Shukrani Na Kutiwa Moyo

3 Ninamshukuru Mungu, ninayemtumikia kwa
dhamiri safi, kama walivyofanya baba zangu,
ninapokukumbuka usiku na mchana katika
maombi yangu. 4 Nikiyakumbuka machozi yako,
ninatamani sana kukuona ili nipate kujawa na
furaha. 5 Nimekuwa nikiikumbuka imani yako ya
kweli, waliokuwa nayo bibi yako Loisi na mama
yako Eunike na ambayo mimi ninasadiki sasa
wewe pia unayo. 6 Kwa sababu hii nakukumbu-
sha uchochee ile karama ya Mungu, iliyowekwa
ndani yako nilipokuwekea mikono yangu. 7 Maana
Mungu hakutupa roho ya woga, bali roho ya nguvu,
ya upendo na ya moyo wa kiasi.
8 Kwa hiyo usione haya kushuhudia kuhusu
Bwana wetu, wala usinionee haya mimi niliye
mfungwa kwa ajili yake. Bali uishiriki pamoja
nami taabu ya Injili, kwa kadiri ya nguvu ya Mungu,
9 ambaye alituokoa na kutuita katika mwito mta-
katifu: si kwa kadiri ya matendo yetu mema bali
kwa sababu ya kusudi lake mwenyewe na neema
yake. Neema hii tulipewa katika Kristo Yesu tangu
milele. 10 Lakini sasa imefunuliwa kwa kudhihiri-
shwa kwake Mwokozi wetu, Kristo Yesu, ambaye
amebatilisha mauti na kuleta uzima na kutokufa
kwa njia ya Injili. 11 Nami nimewekwa kuwa mhu-
biri, mtume na mwalimu wa Injili hii. 12 Hii ndiyo
sababu ninateseka namna hii, lakini sioni haya kwa
maana ninamjua yeye niliyemwamini, na kusadiki
ya kuwa anaweza kukilinda kile nilichokiweka
amana kwake hadi siku ile.
13 Shika kwa uthabiti kielelezo cha mafundisho
yenye uzima yale uliyoyasikia kwangu, pamoja na
imani na upendo katika Kristo Yesu. 14 Ilinde ile
amana uliyokabidhiwa kwa Roho Mtakatifu akaaye
ndani yetu.
15 Unajua ya kuwa watu wote katika Asia
wameniacha, miongoni mwao wamo Filego na
Hermogene.
16 Bwana akawahurumie watu wa nyumbani
mwa Onesiforo, kwa sababu aliniburudisha mara
kwa mara wala hakuionea aibu minyororo yangu.
17 Badala yake, alipokuwa Rumi, alinitafuta kwa
bidii mpaka akanipata. 18 Bwana na amjalie kupata
rehema zake siku ile! Nawe unajua vyema jinsi ali-
vyonisaidia huko Efeso.

Askari Mwema Wa Kristo Yesu

2 Basi, wewe mwanangu, uwe hodari katika
neema iliyo ndani ya Kristo Yesu. 2 Nayo mambo
yale uliyonisikia nikiyasema mbele ya mashahidi
wengi, uwakabidhi watu waaminifu watakaoweza
kuwafundisha watu wengine vilevile. 3 Vumilia
taabu pamoja nasi kama askari mwema wa Kristo
Yesu. 4 Hakuna askari yeyote ambaye akiwa vitani
hujishughulisha na mambo ya kawaida ya maisha
haya kwa sababu nia yake ni kumpendeza yule
aliyemwandika awe askari. 5 Vivyo hivyo, yeye
ashindanaye katika michezo hawezi kupewa tuzo
ya ushindi asiposhindana kulingana na kanuni
za mashindano. 6 Mkulima mwenye bidii ya kazi
ndiye anayestahili kuwa wa kwanza kupata fungu
la mavuno. 7 Fikiri sana kuhusu haya nisemayo, kwa
maana Bwana atakupa ufahamu katika mambo
hayo yote.
8 Mkumbuke Yesu Kristo, aliyefufuliwa kutoka
kwa wafu, yeye aliye wa uzao wa Daudi. Hii ndiyo
Injili yangu, 9 ambayo kwayo ninateseka hata kufi-
kia hatua ya kufungwa minyororo kama mhalifu.
Lakini neno la Mungu halifungwi. 10 Kwa hiyo
ninavumilia mambo yote kwa ajili ya wateule wa
Mungu, kusudi wao nao wapate wokovu ulio katika
Kristo Yesu, pamoja na utukufu wa milele.
11 Hili ni neno la kuaminiwa:

Kwa maana kama tumekufa pamoja naye,
  tutaishi pia pamoja naye.
12 Kama tukistahimili,
  pia tutatawala pamoja naye.
Kama tukimkana yeye,
  naye atatukana sisi.
13 Kama tusipoamini,
  yeye hudumu kuwa mwaminifu,
  kwa maana hawezi kujikana mwenyewe.

Mfanyakazi Aliyekubaliwa Na Mungu

14 Endelea kuwakumbusha mambo haya uki-
waonya mbele za Bwana waache kushindana
kwa maneno ambayo hayana faida yoyote bali
huwaangamiza tu wale wanaoyasikia. 15 Jitahidi
kujionyesha kwa Mungu kuwa umekubaliwa
naye, mtendakazi asiye na sababu ya kuona aibu,
ukilitumia kwa usahihi neno la kweli. 16 Jiepushe
na maneno mabaya, yasiyo na maana, yasiyo ya
utauwa, kwa maana hayo huzidi kuwatosa watu
katika kukosa heshima kwa Mungu. 17 Mafundisho
yao yataenea kama kidonda kisichopona. Mio-
ngoni mwao wamo Himenayo na Fileto 18 ambao
wameiacha kweli, wakisema kwamba ufufuo wa
wafu umekwisha kuwako, nao huharibu imani ya
baadhi ya watu. 19 Lakini msingi wa Mungu ulio
imara umesimama, ukiwa na muhuri wenye maa-
ndishi haya: "Bwana anawajua walio wake"; tena,
"Kila alitajaye jina la Bwana, na auache uovu."
20 Katika nyumba kubwa si kwamba kuna
vyombo vya dhahabu na fedha tu, bali pia vimo
vyombo vya miti na vya udongo; vingine kwa
matumizi maalum, na vingine kwa matumizi ya
kawaida. 21 Basi ikiwa mtu amejitakasa na kujitenga

na hayo niliyoyataja, atakuwa chombo maalum,
kilichotengwa na ambacho kinamfaa mwenye
nyumba, kimeandaliwa tayari kwa kila kazi njema.
22 Zikimbie tamaa mbaya za ujana, ufuate haki,
imani, upendo na amani pamoja na wale wamwitao
Bwana kwa moyo safi. 23 Jiepushe na mabishano ya
kipumbavu na yasiyo na maana, kwa kuwa wajua
ya kwamba hayo huzaa magomvi. 24 Tena haimpasi
mtumishi wa Bwana kuwa mgomvi, bali inampasa
awe mwema kwa kila mtu, awezaye kufundisha,
tena mvumilivu. 25 Inampasa kuwaonya kwa upole
wale wanaopingana naye, kwa matumaini kwa-
mba Mungu atawajalia kutubu na kuijua kweli,
26 ili fahamu zao ziwarudie tena, nao waponyoke
katika mtego wa ibilisi ambaye amewateka wapate
kufanya mapenzi yake.

Hatari Za Siku Za Mwisho

3 Lakini yakupasa ufahamu jambo hili, kwamba
siku za mwisho kutakuwa na nyakati za hatari.
2 Kwa maana watu watakuwa wenye kujipenda
wenyewe, wenye kupenda fedha, wenye kujisifu,
wenye kiburi, wenye kumkufuru Mungu, wasiotii
wazazi wao, wasio na shukrani, wasio watakatifu,
3 wasio na upendo, wasiopenda kupatanishwa,
wasingiziaji, wasiozuia tamaa zao, wakatili,
wasiopenda mema, 4 wasaliti, wakaidi, waliojaa
majivuno, wapendao anasa zaidi kuliko kumpenda
Mungu: 5 wakiwa na mfano wa utauwa kwa nje,
lakini wakizikana nguvu za Mungu. Jiepushe na
watu wa namna hiyo.
6 Miongoni mwao wamo wale wajiingizao katika
nyumba za watu na kuwachukua mateka wanawake
wajinga, waliolemewa na dhambi zao na kuyumbi-
shwa na aina zote za tamaa mbaya. 7 Wakijifunza
siku zote lakini kamwe wasiweze kufikia ujuzi wa
kweli. 8 Kama vile Yane na Yambre walivyopingana
na Mose, vivyo hivyo watu hawa hupingana na ile
kweli. Hawa ni watu wenye akili zilizopotoka,
ambao wamekataliwa kwa mambo ya imani. 9 Lakini
hawataendelea sana, kwa sababu upumbavu wao
utakuwa dhahiri kwa watu wote, kama ulivyokuwa
dhahiri upumbavu wa hao watu wawili.

Paulo Amwagiza Timotheo

10 Lakini wewe umeyajua mafundisho yangu,
mwenendo, makusudi, imani, uvumilivu, upendo,
ustahimilivu, 11 mateso na taabu, yaani mambo
yote yaliyonipata huko Antiokia, Ikonio na Listra,
mateso yote niliyostahimili, lakini Bwana aliniokoa
katika hayo yote. 12 Naam, yeyote anayetaka kuishi
maisha ya utauwa ndani ya Kristo Yesu atateswa.
13 Lakini watu waovu na wadanganyaji watazidi
kuwa waovu, wakidanganya na kudanganyika.
14 Bali wewe, udumu katika yale uliyojifunza na
kuyaamini kwa uthabiti, ukitambua ya kuwa ulijifu-
nza hayo kutoka kwa nani, 15 na jinsi ambavyo tangu
utoto umeyajua Maandiko matakatifu, ambayo
yanaweza kukuhekimisha upate wokovu kwa njia
ya imani katika Kristo Yesu. 16 Kila Andiko lime-
vuviwa na Mungu na lafaa kwa mafundisho, kwa
kuwaonya watu makosa yao, kwa kuwaongoza na
kwa kuwafundisha katika haki, 17 ili mtu wa Mungu
awe amekamilishwa, apate kutenda kila kazi njema.

Maagizo Ya Mwisho

4 Nakuagiza mbele za Mungu na mbele za Kri-
sto Yesu, atakayewahukumu watu walio hai na
waliokufa wakati wa kuja kwake na ufalme wake,
kwamba: 2 Hubiri Neno; kuwa tayari wakati ufaao
na wakati usiofaa; karipia, kemea na utie moyo
kwa uvumilivu wote na kwa mafundisho mazuri.
3 Maana wakati utakuja watu watakapokataa kuya-
kubali mafundisho yenye uzima. Badala yake, ili
kutimiza tamaa zao wenyewe, watajikusanyia idadi
kubwa ya walimu wapate kuwaambia yale ambayo
masikio yao yanayowasha yanatamani kuyasikia.
4 Watakataa kusikiliza kweli na kuzigeukia hadithi
za uongo. 5 Kwa habari yako wewe, vumilia mateso,
fanya kazi ya mhubiri wa Injili, timiza wajibu wote
wa huduma yako.
6 Kwa maana mimi sasa ni tayari kumiminwa
kama sadaka ya kinywaji, nayo saa yangu ya
kuondoka imetimia. 7 Nimevipiga vita vizuri,
mashindano nimeyamaliza, imani nimeilinda.
8 Sasa nimewekewa taji ya haki ambayo Bwana,
mwamuzi wa haki, atanitunukia siku ile: wala si
mimi tu, bali pia wote ambao wamengoja kwa
shauku kudhihirishwa kwake.

Maelekezo Ya Binafsi

9 Jitahidi kuja kwangu upesi 10 kwa sababu Dema,
kwa kuupenda ulimwengu, ameniacha na ame-
kwenda Thesalonike. Kreske amekwenda Galatia
na Tito amekwenda Dalmatia. 11 Ni Luka peke yake
aliye hapa pamoja nami. Mtafute Marko uje naye
kwa sababu ananifaa sana katika huduma yangu.
12 Nimemtuma Tikiko huko Efeso. 13 Utakapokuja,
niletee lile joho nililoliacha kwa Karpo huko Troa
na vile vitabu vyangu, hasa vile vya ngozi.
14 Aleksanda yule mfua chuma alinitendea ubaya
mkubwa. Bwana atamlipa kwa ajili ya yale aliyo-
tenda. 15 Wewe pia ujihadhari naye kwa sababu
aliyapinga sana maneno yetu.
16 Katika utetezi wangu wa mara ya kwanza,
hakuna hata mmoja aliyeniunga mkono, bali
kila mmoja aliniacha. Namwomba Mungu wasi-
hesabiwe hatia kwa jambo hilo. 17 Lakini Bwana
alisimama upande wangu akanitia nguvu, ili
kupitia kwangu lile Neno lihubiriwe kwa ukami-
lifu, watu wote Mataifa wapate kulisikia. Mimi
niliokolewa kutoka kinywa cha simba. 18 Bwana
ataniokoa katika kila shambulio baya na kunileta
salama katika Ufalme wake wa mbinguni. Atuku-
zwe yeye milele na milele. Amen.

Salamu Za Mwisho

19 Wasalimu Prisila[a] na Akila, na wote wa nyu-
mbani kwa Onesiforo. 20 Erasto alibaki Korintho.
Nami nikamwacha Trofimo huko Mileto akiwa
mgonjwa. 21 Jitahidi ufike huku kabla ya majira ya
baridi. Eubulo anakusalimu, vivyo hivyo Pude,
Lino, Klaudia na ndugu wote.
22 Bwana awe pamoja na roho yako. Neema iwe
pamoja nanyi. Amen.

---

[a]19 Prisila kwa Kiyunani ni Priska, hivyo tafsiri nyingine zimemuita Priska.

TITO

1 Paulo, mtumishi wa Mungu na mtume wa Yesu
Kristo kwa ajili ya imani ya wateule wa Mungu
na kuijua kweli iletayo utauwa: 2 imani na ujuzi
ulioko katika tumaini la uzima wa milele, ambao
Mungu, asiyesema uongo, aliahidi hata kabla ya
kuwekwa misingi ya ulimwengu, 3 naye kwa wakati
wake aliouweka alilidhihirisha neno lake kwa njia
ya mahubiri ambayo mimi nimewekewa amana
kwa amri ya Mungu Mwokozi wetu:
4 Kwa Tito, mwanangu hasa katika imani tuna-
yoshiriki sote:
Neema iwe kwako na amani itokayo kwa Mungu
Baba na kwa Kristo Yesu Mwokozi wetu.

Kazi Ya Tito Huko Krete

5 Sababu ya mimi kukuacha huko Krete ni
ili uweke utaratibu mambo yale yaliyosalia na
kuwaweka wazee wa kanisa katika kila mji, kama
nilivyokuagiza. 6 Mzee wa kanisa asiwe na lawama,
awe mume wa mke mmoja, mtu ambaye watoto
wake ni waaminio na wala hawashtakiwi kwa
ufisadi. 7 Kwa kuwa mwangalizi, kama wakili wa
Mungu, imempasa kuwa mtu asiye na lawama,
asiwe mwenye majivuno au mwepesi wa hasira,
wala mlevi, wala asiwe mtu mwenye tamaa ya
mapato yasiyo ya halali. 8 Bali awe mkarimu,
anayependa mema, mwenye kiasi, mwenye haki,
mwadilifu, mnyofu, mtakatifu na mwenye kuita-
wala nafsi yake. 9 Inampasa alishike kwa uthabiti lile
neno la imani kama lilivyofundishwa, kusudi aweze
kuwaonya wengine kwa mafundisho manyofu na
kuwakanusha wale wanaopingana nayo.

Walimu Wa Uongo

10 Kwa maana wako wengi wasiotii, wenye
maneno yasiyo na maana, hasa wale wa kikundi
cha tohara. 11 Hao ni lazima wanyamazishwe,
kwa sababu wanaharibu watu wa nyumba nzima
wakifundisha mambo yasiyowapasa kufundisha.
Wanafanya hivyo kwa ajili ya kujipatia mapato ya
udanganyifu. 12 Hata mmojawapo wa manabii wao
mwenyewe amesema, "Wakrete ni waongo siku
zote, wanyama wabaya, walafi, wavivu." 13 Ushu-
huda huu ni kweli. Kwa hiyo, uwakemee kwa ukali
wapate kuwa wazima katika imani, 14 ili wasiende-
lee kuangalia hadithi za Kiyahudi au maagizo ya
wale watu wanaoikataa kweli. 15 Kwa wale walio
safi, kila kitu ni safi kwao. Lakini kwa wale walio-
potoka na wasioamini, hakuna chochote kilicho
safi. Kwa kweli nia zao na dhamiri zao zimepotoka.
16 Wanadai kumjua Mungu, lakini kwa matendo
yao wanamkana. Hao watu ni chukizo, wasiotii,
wasiofaa kwa jambo lolote jema.

Fundisha Mafundisho Manyofu

2 Inakupasa kufundisha itikadi sahihi. 2 Wafu-
ndishe wazee kuwa na kiasi, wastahivu, wenye
busara na wanyofu katika imani, upendo na saburi.
3 Vivyo hivyo, wafundishe wanawake wazee
kuwa na mwenendo wa utakatifu, wala wasiwe
wasingiziaji au walevi, bali wafundishe yale yaliyo
mema, 4 ili waweze kuwafundisha wanawake vijana
kuwa na kiasi, wawapende waume zao na kuwa-
penda watoto wao, 5 wawe waaminifu, watakatifu,
wakitunza vyema nyumba zao, wema, watiifu kwa
waume zao, ili mtu yeyote asije akalikufuru neno
la Mungu.
6 Vivyo hivyo, himiza vijana wawe na kiasi.
7 Katika kila jambo uwe kielelezo kwa kutenda
mema. Katika mafundisho yako uonyeshe uadi-
lifu, utaratibu, 8 na usemi sahihi usio na lawama,
ili wanaokupinga watahayari, wakose neno lolote
baya la kusema juu yetu.
9 Wafundishe watumwa kuwatii mabwana zao
katika kila jambo, wakijitahidi kuwapendeza wala
wasijibizane nao, 10 wala wasiwaibie, bali waonye-
she kuwa wanaweza kuaminika kabisa, ili kwa kila
namna wayafanye mafundisho ya Mungu Mwokozi
wetu yawe ya kuvutia.
11 Kwa maana neema ya Mungu ambayo ina-
waokoa wanadamu wote imefunuliwa. 12 Nayo
yatufundisha kukataa ubaya na tamaa za kidunia,
ili tupate kuishi maisha ya kiasi, ya haki na ya
utaua katika ulimwengu huu wa sasa, 13 huku
tukilitazamia tumaini lenye baraka na ufunuo
wa utukufu wa Mungu wetu Mkuu, aliye Mwokozi
wetu Yesu Kristo. 14 Ndiye alijitoa nafsi yake kwa
ajili yetu, ili atukomboe kutoka uovu wote na
kujisafishia watu kuwa mali yake Mwenyewe,
yaani, wale walio na juhudi katika kutenda
mema.
15 Basi wewe fundisha mambo haya. Onya na
kukaripia kwa mamlaka yote. Mtu yeyote asiku-
dharau.

Kutenda Mema

3 Wakumbushe watu kuwanyenyekea watawala
na kuwatii wenye mamlaka, wawe tayari kute-
nda kila lililo jema. 2 Wasimnenee mtu yeyote
mabaya, wasiwe wagomvi, bali wawe wapole,
wakionyesha unyenyekevu kwa watu wote.
3 Maana sisi wenyewe wakati fulani tulikuwa
wajinga, wasiotii, tukiwa watumwa wa tamaa
mbaya na anasa za kila aina. Tuliishi katika
uovu na wivu, tukichukiwa na kuchukiana sisi
kwa sisi. 4 Lakini wema na upendo wa Mungu
Mwokozi wetu ulipofunuliwa, 5 alituokoa, si
kwa sababu ya matendo ya haki tuliyotenda,
bali kwa sababu ya rehema zake. Alituokoa
kwa kutuosha kwa kuzaliwa mara ya pili na kwa
kufanywa wapya kwa njia ya Roho Mtakatifu,
6 ambaye Mungu alitumiminia kwa wingi kwa
njia ya Yesu Kristo Mwokozi wetu, 7 ili kwamba,
tukiisha kuhesabiwa haki kwa neema yake,
tupate kuwa warithi tukiwa na tumaini la uzima
wa milele. 8 Hili ni neno la kuaminiwa. Nami

nataka uyasisitize mambo haya, ili wale ambao
wamemwamini Mungu wapate kuwa waangalifu
kujitoa kwa ajili ya kutenda mema wakati wote.
Mambo haya ni mazuri tena ya manufaa kwa
kila mtu.
9 Lakini jiepushe na maswali ya kipuzi, mambo
ya koo, mabishano na ugomvi kuhusu sheria, kwa
sababu hayana faida, tena ni ubatili. 10 Mtu anaye-
sababisha mafarakano, mwonye mara ya kwanza,
kisha mwonye mara ya pili. Baada ya hapo, usihu-
sike naye tena. 11 Kwa kuwa unajua kwamba mtu
kama huyo amepotoka na tena ni mwenye dhambi.
Yeye amejihukumu mwenyewe.

Maneno Ya Mwisho Na Kumtamkia Baraka

12 Mara nitakapomtuma Artema au Tikiko
kwako, jitahidi kuja unione huko Nikopoli, kwa
sababu nimeamua kukaa huko wakati wa majira
ya baridi. 13 Fanya kila uwezalo uwasafirishe Zena
yule mwanasheria na Apolo na uhakikishe kwa-
mba wana kila kitu wanachohitaji katika safari
yao. 14 Watu wetu hawana budi kujifunza kutenda
mema, ili waweze kuyakimu mahitaji ya kila siku,
wasije wakaishi maisha yasiyokuwa na matunda.
15 Wote walio pamoja nami wanakusalimu.
Wasalimu wale wanaotupenda katika imani.

Neema iwe nanyi nyote. Amen.

FILEMONI

1 Paulo, mfungwa wa Kristo Yesu, pamoja na
Timotheo ndugu yetu:
Kwa Filemoni rafiki yetu mpendwa na mtenda-
kazi mwenzetu, 2 kwa dada yetu mpendwa Afia,
kwa Arkipo askari mwenzetu na kwa kanisa lile
likutanalo nyumbani mwako:
3 Neema iwe nanyi na amani itokayo kwa Mungu
Baba yetu na Bwana Yesu Kristo.

Shukrani Na Maombi

4 Siku zote ninamshukuru Mungu ninapoku-
kumbuka katika maombi yangu, 5 kwa sababu
ninasikia juu ya imani yako katika Bwana Yesu
na upendo wako kwa watakatifu wote. 6 Naomba
utiwe nguvu katika kuishuhudia imani yako, ili
upate kuwa na ufahamu mkamilifu juu ya kila kitu
chema tulicho nacho ndani ya Kristo. 7 Upendo
wako umenifurahisha mno na kunitia moyo, kwa
sababu wewe ndugu, umeiburudisha mioyo ya
watakatifu.

Maombi Ya Paulo Ya Kumtetea Onesimo

8 Hata hivyo, ingawa katika Kristo ningeweza
kuwa na ujasiri na kukuagiza yale yakupasayo
kutenda, 9 lakini ninakuomba kwa upendo, mimi
Paulo, mzee na pia sasa nikiwa mfungwa wa Kristo
Yesu, 10 nakuomba kwa ajili ya mwanangu Onesi-
mo,[a] aliyefanyika mwanangu nilipokuwa kwenye
minyororo. 11 Mwanzoni alikuwa hakufai, lakini
sasa anakufaa sana wewe na mimi pia.
12 Namtuma kwako, yeye aliye moyo wangu
hasa. 13 Ningependa nikae naye ili ashike nafasi
yako ya kunisaidia wakati huu nikiwa kifungoni
kwa ajili ya Injili. 14 Lakini sikutaka kufanya
lolote bila idhini yako, ili wema wowote uufa-
nyao usiwe wa lazima, bali wa hiari. 15 Huenda
sababu ya yeye kutengwa nawe kwa kitambo
kidogo ni ili uwe naye daima. 16 Si kama mtu-
mwa, bali bora kuliko mtumwa, kama ndugu
mpendwa. Yeye ni mpendwa sana kwangu na
hata kwako zaidi, yeye kama mwanadamu na
kama ndugu katika Bwana.
17 Hivyo kama unanihesabu mimi kuwa mshirika
wako, mkaribishe kama vile ungenikaribisha mimi
mwenyewe. 18 Kama amekukosea lolote au kama
unamdai chochote, nidai mimi. 19 Ni mimi Paulo,
ninayeandika waraka huu kwa mkono wangu
mwenyewe. Nitakulipa. Sitaji kwamba nakudai
hata nafsi yako. 20 Ndugu yangu, natamani nipate
faida kwako katika Bwana, uuburudishe moyo
wangu katika Kristo. 21 Nikiwa na hakika ya utii
wako, nakuandikia, nikijua kwamba utafanya hata
zaidi ya yale ninayokuomba.
22 Jambo moja zaidi: Niandalie chumba cha
wageni, kwa kuwa nataraji kurudishwa kwenu
kama jibu la maombi yenu.

Salamu Za Mwisho Na Dua Ya Kuwatakia Heri

23 Epafra, aliye mfungwa mwenzangu katika
Kristo Yesu, anakusalimu. 24 Vivyo hivyo Marko,
Aristarko, Dema na Luka, watendakazi wenzangu
wanakusalimu.
25 Neema ya Bwana Yesu Kristo iwe pamoja na
roho zenu. Amen.

---

[a]10 *Onesimo* maana yake ni *Wa manufaa.*

WAEBRANIA

Mwana Ni Mkuu Kuliko Malaika

1 Zamani Mungu alisema na baba zetu kwa njia
ya manabii mara nyingi na kwa njia mbalimbali,
2 lakini katika siku hizi za mwisho anasema nasi
kwa njia ya Mwanawe, ambaye amemweka kuwa
mrithi wa vitu vyote, na ambaye kupitia kwake
aliuumba ulimwengu. 3 Mwana ni mng'ao wa
utukufu wa Mungu na mfano halisi wa nafsi
yake, akivihifadhi vitu vyote kwa neno lake
lenye uweza. Akiisha kufanya utakaso kwa ajili
ya dhambi, aliketi mkono wa kuume wa Aliye
Mkuu huko mbinguni. 4 Kwa hiyo alifanyika bora
kuliko malaika, kama jina alilorithi lilivyo bora
kuliko lao.

5 Kwa maana ni malaika yupi ambaye wakati
wowote Mungu alipata kumwambia,

"Wewe ni Mwanangu;
leo mimi nimekuzaa?"

Au tena,

"Mimi nitakuwa Baba yake,
naye atakuwa Mwanangu?"

6 Tena, Mungu amletapo mzaliwa wake wa kwanza
ulimwenguni, anasema,

"Malaika wote wa Mungu na wamsujudu."

7 Anenapo kuhusu malaika asema,

"Huwafanya malaika wake kuwa pepo,
watumishi wake kuwa miali ya moto."

8 Lakini kwa habari za Mwana asema,

"Kiti chako cha enzi, Ee Mungu,
kitadumu milele na milele,
nayo haki itakuwa fimbo ya utawala
ya ufalme wako.
9 Umependa haki na kuchukia uovu;
kwa hiyo Mungu, Mungu wako,
amekuweka juu ya wenzako
kwa kukupaka mafuta ya furaha."

10 Pia asema,

"Hapo mwanzo, Ee Bwana, uliweka misingi
ya dunia,
nazo mbingu ni kazi ya mikono yako.
11 Hizo zitatoweka, lakini wewe utadumu;
zote zitachakaa kama vazi.
12 Utazikung'utakung'uta kama joho,
nazo zitachakaa kama vazi.
Lakini wewe hubadiliki,
nayo miaka yako haikomi kamwe."

13 Je, ni kwa malaika yupi ambaye Mungu amepata
kumwambia wakati wowote,

"Keti mkono wangu wa kuume,
hadi nitakapowaweka adui zako
chini ya miguu yako"?

14 Je, malaika wote si roho watumikao, waliotumwa
kuwahudumia wale watakaourithi wokovu?

Wokovu Mkuu

2 Kwa hiyo, imetupasa kuwa waangalifu sana
kuhusu kile tulichosikia, ili tusije tukakiacha.
2 Kwa kuwa kama ujumbe ulionenwa na malaika
ulikuwa imara, na kila uasi na kutokutii kulipata
adhabu ya haki, 3 je, sisi tutapaje kupona kama
tusipojali wokovu mkuu namna hii? Wokovu huu,
ambao mwanzo ulitangazwa na Bwana, ulithibi-
tishwa kwetu na wale waliomsikia. 4 Pia Mungu
aliushuhudia kwa ishara, maajabu na kwa miujiza
mbalimbali, na karama za Roho Mtakatifu alizozi-
gawa kulingana na mapenzi yake.

Yesu Alifananishwa Na Ndugu Zake

5 Mungu hakuuweka ulimwengu ujao ambao
tunanena habari zake chini ya malaika. 6 Lakini
kuna mahali mtu fulani ameshuhudia akisema:

"Mwanadamu ni kitu gani hata unamfikiria,
binadamu ni nani hata unamjali?
7 Umemfanya chini kidogo kuliko malaika;
ukamvika taji ya utukufu na heshima,
8 nawe umeweka vitu vyote chini
ya miguu yake."

Kwa kuweka vitu vyote chini yake, Mungu hakua-
cha kitu chochote ambacho hakukiweka chini ya
mwanadamu. Lakini kwa sasa, hatuoni kwamba
kila kitu kiko chini yake. 9 Lakini twamwona Yesu,
aliyefanywa chini kidogo kuliko malaika, sasa akiwa
amevikwa taji ya utukufu na heshima kwa sababu
alistahimili mauti, ili kwamba kwa neema ya Mungu
apate kuonja mauti kwa ajili ya kila mtu.

10 Ili kuwaleta wana wengi katika utukufu, ili-
faa kwamba Mungu, ambaye ni kwa ajili yake na
kupitia kwake kila kitu kimekuwepo, amkamilishe
mwanzilishi wa wokovu wao kwa njia ya mateso.
11 Yeye awafanyaye watu kuwa watakatifu, pamoja
na hao ambao hufanywa watakatifu, wote hutoka
katika jamaa moja. Hivyo Yesu haoni aibu kuwaita
ndugu zake. 12 Yeye husema,

"Nitalitangaza jina lako kwa ndugu zangu;
mbele ya kusanyiko nitaimba sifa zako."

13 Tena,

"Nitaweka tumaini langu kwake."

Tena anasema,

"Niko hapa, pamoja na watoto ambao
Mungu amenipa."

14 Basi kwa kuwa watoto wana nyama na damu,
yeye pia alishiriki katika ubinadamu wao, ili kwa
kifo chake, apate kumwangamiza huyo mwenye
nguvu za mauti, yaani ibilisi, 15 na kuwaweka huru
wale waliokuwa utumwani maisha yao yote kwa
sababu ya kuogopa mauti. 16 Kwa kuwa ni dhahiri
kwamba hakuja kusaidia malaika, bali uzao wa
Abrahamu. 17 Kwa sababu hii ilibidi afanane na
ndugu zake kwa kila hali, ili apate kuwa Kuhani
Mkuu mwenye huruma na mwaminifu katika
kumtumikia Mungu, ili pia apate kufanya upata-
nisho kwa ajili ya dhambi za watu. 18 Kwa kuwa
yeye mwenyewe aliteswa alipojaribiwa, aweza
kuwasaidia wale wanaojaribiwa.

Yesu Ni Mkuu Kuliko Mose

3 Kwa hiyo ndugu watakatifu, mnaoshiriki mwito
wa mbinguni, mtafakarini Yesu, mtume na
Kuhani Mkuu wa ukiri wetu. 2 Alikuwa mwaminifu
kwa yeye aliyemweka, kama vile Mose alivyokuwa
mwaminifu katika nyumba yote ya Mungu. 3 Yesu
ameonekana anastahili heshima kubwa kuliko
Mose, kama vile mjenzi wa nyumba alivyo wa
heshima kubwa kuliko nyumba yenyewe. 4 Kwa
kuwa kila nyumba hujengwa na mtu fulani, lakini
Mungu ni mjenzi wa kila kitu. 5 Basi Mose kama
mtumishi alikuwa mwaminifu katika nyumba yote
ya Mungu, akishuhudia kwa yale ambayo yange-
tamkwa baadaye. 6 Lakini Kristo ni mwaminifu
kama Mwana katika nyumba ya Mungu. Sisi ndio
nyumba yake, kama tutashikilia sana ujasiri wetu
na tumaini tunalojivunia.

Onyo Dhidi Ya Kutokuamini

7 Kwa hiyo, kama Roho Mtakatifu asemavyo:

"Leo, kama mkiisikia sauti yake,
8 msiifanye mioyo yenu migumu,
kama mlivyofanya katika uasi,
wakati ule wa kujaribiwa jangwani,
9 ambapo baba zenu walinijaribu
na kunipima
ingawa kwa miaka arobaini
walikuwa wameyaona matendo yangu.
10 Hiyo ndiyo sababu nilikasirikia kizazi kile,
nami nikasema, 'Siku zote mioyo yao
imepotoka,
nao hawajazijua njia zangu.'
11 Hivyo nikatangaza kwa kiapo katika
hasira yangu,
'Kamwe hawataingia rahani mwangu.' "

12 Ndugu zangu, angalieni, asiwepo miongoni
mwenu mtu mwenye moyo mwovu usioamini,
unaojitenga na Mungu aliye hai. 13 Lakini mtiane
moyo mtu na mwenzake kila siku, maadamu
iitwapo Leo, ili asiwepo hata mmoja wenu
mwenye kufanywa mgumu kwa udanganyifu
wa dhambi. 14 Kwa kuwa tumekuwa washiriki
wa Kristo, kama tukishikamana tu kwa uthabiti
na tumaini letu la kwanza hadi mwisho. 15 Kama
ilivyonenwa:

"Leo, kama mkiisikia sauti yake,
msiifanye mioyo yenu migumu
kama mlivyofanya wakati wa kuasi."

16 Basi ni nani waliosikia lakini bado wakaasi?
Je, si wale wote waliotoka Misri wakiongozwa
na Mose? 17 Lakini ni nani aliowakasirikia miaka
arobaini? Je, si wale waliofanya dhambi ambao
miili yao ilianguka jangwani? 18 Ni nani hao ambao
Mungu aliapa kuwa kamwe hawataingia rahani
mwake isipokuwa ni wale waliokataa kutii? 19 Hivyo
tunaona kwamba hawakuweza kuingia kwa sababu
ya kutokuamini kwao.

Pumziko Aliloahidi Mungu

4 Kwa hiyo, kwa kuwa bado ahadi ya kuingia
rahani iko wazi, tujihadhari ili hata mmoja
wenu asije akaikosa. 2 Kwa maana sisi pia tumesikia
Injili iliyohubiriwa kwetu, kama nao walivyo-
sikia; lakini ujumbe ule waliousikia haukuwa
na maana kwao, kwa sababu wale waliousikia
hawakuuchanganya na imani. 3 Sasa sisi ambao
tumeamini tunaingia katika ile raha, kama vile
Mungu alivyosema,

"Kwa hiyo nikaapa katika hasira yangu,
'Kamwe hawataingia rahani mwangu.' "

Lakini kazi yake ilikamilika tangu kuumbwa kwa
ulimwengu. 4 Kwa maana mahali fulani amezu-
ngumza kuhusu siku ya saba, akisema: "Katika
siku ya saba Mungu alipumzika kutoka kazi zake
zote." 5 Tena hapo juu asema, "Kamwe hawataingia
rahani mwangu."

6 Kwa hiyo inabaki kuwa wazi kwa wengine
kuingia, nao wale wa kwanza waliopokea Injili
walishindwa kuingia kwa sababu ya kutokutii.
7 Kwa hiyo Mungu ameweka siku nyingine, akaiita
Leo, akisema kwa kinywa cha Daudi baadaye sana,
kwa maneno yaliyotangulia kunenwa:

"Leo, kama mkiisikia sauti yake,
msiifanye mioyo yenu migumu."

8 Kwa maana kama Yoshua alikuwa amewapa raha,
Mungu hangesema tena baadaye kuhusu siku nyi-
ngine. 9 Kwa hiyo basi, imebaki raha ya Sabato kwa
ajili ya watu wa Mungu; 10 kwa kuwa kila mmoja
aingiaye katika raha ya Mungu pia hupumzika
kutoka kazi zake mwenyewe, kama vile Mungu
alivyopumzika kutoka kazi zake. 11 Basi, na tufanye
bidii kuingia katika raha hiyo, ili kwamba asiwepo
yeyote atakayeanguka kwa kufuata mfano wao wa
kutokutii.

12 Kwa maana Neno la Mungu li hai tena lina
nguvu. Lina makali kuliko upanga wowote wenye
makali kuwili, hivyo linachoma hata kuzigawa-
nya nafsi na roho, viungo na mafuta yaliyo ndani
yake; tena li jepesi kuyatambua mawazo na maku-
sudi ya moyo. 13 Wala hakuna kiumbe chochote

kilichofichika machoni pa Mungu. Kila kitu kime-
funuliwa na kiko wazi machoni pake yeye ambaye
kwake ni lazima tutatoa hesabu.

Yesu Kristo Kuhani Mkuu Kuliko Wote

14 Kwa kuwa tunaye Kuhani Mkuu kuliko wote
ambaye ameingia mbinguni, Yesu Mwana wa
Mungu, basi na tushikamane sana kwa uthabiti
na ule ukiri wa imani yetu. 15 Kwa kuwa hatuna
Kuhani Mkuu asiyeweza kuchukuliana na sisi
katika udhaifu wetu, lakini tunaye mmoja ambaye
alijaribiwa kwa kila namna, kama vile sisi tujari-
biwavyo: lakini yeye hakutenda dhambi. 16 Basi na
tukikaribie kiti cha rehema kwa ujasiri, ili tupewe
rehema na kupata neema ya kutusaidia wakati wa
mahitaji.

5 Kwa maana kila kuhani mkuu anayechaguliwa
miongoni mwa wanadamu anawekwa kuwawa-
kilisha kwa mambo yanayomhusu Mungu, ili apate
kutoa matoleo na dhabihu kwa ajili ya dhambi.
2 Kwa kuwa yeye mwenyewe ni dhaifu, aweza kuwa-
chukulia kwa upole wale wasiojua na kupotoka.
3 Hii ndiyo sababu inampasa kutoa dhabihu kwa
ajili ya dhambi zake mwenyewe na vivyo hivyo kwa
ajili ya dhambi za watu. 4 Hakuna anayejitwalia
heshima hii mwenyewe; ni lazima aitwe na Mungu,
kama vile Aroni alivyoitwa. 5 Pia Kristo hakujitwalia
utukufu yeye mwenyewe wa kuwa Kuhani Mkuu,
bali Mungu alimwambia,

"Wewe ni Mwanangu;
leo mimi nimekuzaa."

6 Pia mahali pengine asema,

"Wewe ni kuhani milele,
kwa mfano wa Melkizedeki."

7 Katika siku za maisha ya Yesu hapa duniani,
alimtolea maombi na dua pamoja na kulia sana na
machozi, yeye awezaye kumwokoa na mauti, naye
Mungu akamsikia kwa sababu ya kutii kwake kwa
unyenyekevu. 8 Ingawa alikuwa Mwana, alijifunza
utiifu kutokana na mateso aliyoyapata, 9 na akii-
sha kukamilishwa, akawa chanzo cha wokovu wa
milele kwa wote wanaomtii. 10 Naye amewekwa
na Mungu kuwa Kuhani Mkuu kwa mfano wa
Melkizedeki.

Wito Wa Kukua Kiroho

11 Tunayo mengi ya kusema kuhusu habari
ya ukuhani huu, lakini ni vigumu kuyaeleza,
kwa sababu ninyi ni wazito wa kuelewa. 12 Kwa
hakika, ingawa mpaka wakati huu ingewapasa
kuwa walimu, bado mnahitaji mtu wa kuwafu-
ndisha tena hatua za awali za kweli ya Neno la
Mungu. Mnahitaji maziwa, wala si chakula kigumu!
13 Kwa maana yeyote aishiye kwa kunywa maziwa
bado yeye ni mtoto mchanga, hana ujuzi katika
mafundisho kuhusu neno la haki. 14 Lakini chakula
kigumu ni kwa ajili ya watu wazima, ambao kwa
kujizoeza wamejifunza kupambanua kati ya mema
na mabaya.

Hatari Ya Kuanguka

6 Kwa hiyo, tukiachana na mafundisho yale
ya awali kuhusu Kristo na tukisonga mbele
ili tufikie utimilifu, sio kuweka tena msingi wa
mafundisho ya kuzitubia kazi zisizo na uhai na
imani katika Mungu, 2 mafundisho kuhusu aina za
ubatizo, kuwekea watu mikono, ufufuo wa wafu,
na hukumu ya milele. 3 Mungu akitujalia tutafanya
hivyo.

4 Kwa kuwa ni vigumu kwa wale ambao wakati
fulani walishapata nuru, ambao walishaonja
kipawa cha mbinguni, ambao wamekwisha kushi-
riki katika Roho Mtakatifu, 5 ambao wameonja
uzuri wa Neno la Mungu na nguvu za wakati ujao,
6 kisha wakianguka, kuwarejesha tena katika toba.
Kwa kuwa wanamsulubisha Mwana wa Mungu
mara ya pili na kumdhalilisha hadharani, nayo
ikawa hasara kwao.

7 Ardhi ile ipokeayo mvua inyeshayo juu yake
mara kwa mara hutoa mazao yanayowanufaisha
wale ambao kwa ajili yao yalimwa, nayo nchi hiyo
hupokea baraka kutoka kwa Mungu. 8 Lakini ardhi
ikizaa miiba na mibaruti, haina thamani na iko
hatarini ya kulaaniwa. Mwisho wake ni kuchomwa
moto.

9 Ingawa tunasema hivi, ndugu zangu wape-
ndwa, kwa upande wenu tuna hakika ya mambo
mema zaidi, mambo yale yahusuyo wokovu.
10 Mungu si mdhalimu: yeye hataisahau kazi yenu
na upendo ule mlioonyesha kwa ajili yake katika
kuwahudumia watakatifu na hata sasa mnaendelea
kuwahudumia. 11 Nasi twataka kila mmoja wenu
aonyeshe bidii iyo hiyo ili mpate kujua uhakika
kamili wa lile tumaini mpaka mwisho, 12 ili msije
mkawa wavivu, bali mpate kuwaiga wale ambao
kwa imani na saburi hurithi zile ahadi.

Uhakika Wa Ahadi Ya Mungu

13 Mungu alipompa Abrahamu ahadi yake, kwa
kuwa hakuwepo mwingine aliyekuwa mkuu kuliko
yeye ambaye angeweza kuapa kwa jina lake, aliapa
kwa nafsi yake, 14 akisema, "Hakika nitakubariki
na kukupa wazao wengi." 15 Abrahamu naye, baada
ya kungoja kwa saburi, alipokea kile kilichoahi-
diwa.

16 Wanadamu huapa kwa yeye aliye mkuu
kuwaliko, nacho kiapo hicho huthibitisha kile
kilichosemwa na hivyo humaliza mabishano
yote. 17 Mungu alipotaka kuonyesha kwa udhahiri
zaidi ile asili ya kutokubadilika kwa ahadi yake
kwa warithi wa ahadi, aliithitibisha kwa kiapo.
18 Mungu alifanya hivyo ili kwa vitu viwili visivyo-
badilika, yaani ahadi yake na kiapo chake, ambavyo
kwavyo Mungu hawezi kusema uongo, sisi ambao
tumemkimbilia ili tulishike lile tumaini lililowe-
kwa mbele yetu tuwe na faraja thabiti. 19 Tunalo
tumaini hili kama nanga ya roho iliyo imara na
thabiti. Tumaini hili huingia katika sehemu taka-
tifu iliyopo nyuma ya pazia, 20 mahali ambapo
Yesu mtangulizi wetu aliingia kwa niaba yetu.
Yeye amekuwa Kuhani Mkuu milele, kwa mfano
wa Melkizedeki.

Kuhani Melkizedeki

7 Kwa kuwa huyu Melkizedeki alikuwa mfalme wa Salemu na kuhani wa Mungu Aliye Juu Sana. Alipokutana na Abrahamu akirudi kutoka kuwashinda hao wafalme, Melkizedeki alimbariki, 2 naye Abrahamu alimpa sehemu ya kumi[a] ya kila kitu. Kwanza, jina hilo Melkizedeki maana yake ni "mfalme wa haki." Na pia "mfalme wa Salemu" maana yake ni "mfalme wa amani." 3 Hana Baba wala mama, hana ukoo, hana mwanzo wala mwisho wa siku zake. Kama Mwana wa Mungu, yeye adumu akiwa kuhani milele.

4 Tazama jinsi alivyokuwa mkuu: Hata Abrahamu, baba yetu mkuu, alimpa sehemu ya kumi ya nyara zake. 5 Basi sheria inawaagiza wana wa Lawi ambao hufanyika makuhani kupokea sehemu ya kumi kutoka kwa watu ambao ni ndugu zao, ingawa ndugu zao ni wazao wa Abrahamu. 6 Huyu Melkizedeki, ingawa hakufuatia ukoo wake kutoka kwa Lawi, lakini alipokea sehemu ya kumi kutoka kwa Abrahamu na kumbariki yeye aliyekuwa na zile ahadi. 7 Wala hakuna shaka kwamba mdogo hubarikiwa na aliye mkuu kumliko yeye. 8 Kwa upande mmoja, sehemu ya kumi hupokelewa na wale ambao hupatikana na kufa; lakini kwa upande mwingine hupokelewa na yeye ambaye hushuhudiwa kuwa yu hai. 9 Mtu anaweza hata kusema kwamba Lawi, ambaye hupokea sehemu ya kumi, alitoa hiyo sehemu ya kumi kupitia kwa Abrahamu, 10 kwa sababu Melkizedeki alipokutana na Abrahamu, Lawi alikuwa bado katika viuno vya baba yake wa zamani.[b]

Yesu Mfano Wa Melkizedeki

11 Kama ukamilifu ungeweza kupatikana kwa njia ya ukuhani wa Walawi (kwa kuwa katika msingi huo, sheria ilitolewa kwa watu), kwa nini basi imekuwepo haja ya kuja kuhani mwingine: kuhani kwa mfano wa Melkizedeki, wala si kwa mfano wa Aroni? 12 Kwa kuwa yanapotokea mabadiliko ya ukuhani, pia lazima yawepo mabadiliko ya sheria. 13 Yeye ambaye mambo haya yanasemwa alikuwa wa kabila lingine, na hakuna mtu wa kabila hilo aliyewahi kuhudumu katika madhabahu. 14 Kwa maana ni dhahiri kwamba Bwana wetu alitoka katika uzao wa Yuda, tena kuhusu kabila hilo Mose hakusema lolote kwa habari za makuhani. 15 Tena hayo tuliyosema yako wazi zaidi kama akitokea kuhani mwingine kama Melkizedeki, 16 yeye ambaye amefanyika kuhani si kwa misingi ya sheria kama ilivyokuwa kwa baba zake, bali kwa misingi ya uwezo wa uzima usioharibika. 17 Kwa maana imeshuhudiwa kwamba:

"Wewe ni kuhani milele,
  kwa mfano wa Melkizedeki."

18 Kwa upande mmoja, ile amri ya mwanzo isiyofaa na dhaifu imebatilishwa 19 (kwa maana sheria haikufanya kitu chochote kuwa kikamilifu). Kwa upande mwingine, tumeletewa tumaini lililo bora zaidi ambalo linatuleta karibu na Mungu.

20 Nalo tumaini hilo halikutolewa pasipo kiapo! Wengine walikuwa makuhani pasipo kiapo chochote, 21 lakini Yesu alifanywa kuhani kwa kiapo wakati Mungu alimwambia:

"BWANA ameapa
  naye hatabadilisha mawazo yake:
'Wewe ni kuhani milele.' "

22 Kwa ajili ya kiapo hiki, Yesu amekuwa mdhamini wa agano lililo bora zaidi.

23 Basi pamekuwepo na makuhani wengi wa aina hiyo, kwa kuwa kifo kiliwazuia kuendelea na huduma yao ya ukuhani. 24 Lakini kwa sababu Yesu anaishi milele, anao ukuhani wa kudumu. 25 Kwa hiyo anaweza kuwaokoa kabisa wale wanaomjia Mungu kupitia kwake, kwa sababu yeye adumu daima kuomba kwa ajili yao.

26 Kwa kuwa ilitupasa tuwe na Kuhani Mkuu wa namna hii, yaani, aliye mtakatifu, asiye na lawama, asiye na dosari, aliyetengwa na wenye dhambi na kuinuliwa juu ya mbingu. 27 Yeye hahitaji kutoa dhabihu siku kwa siku kwa ajili ya dhambi, kwanza kwa ajili ya dhambi zake mwenyewe, kisha kwa ajili ya dhambi za watu kama wale makuhani wakuu wengine. Yeye alitoa dhabihu kwa ajili ya dhambi zao mara moja tu, alipojitoa mwenyewe. 28 Kwa kuwa sheria huwaweka makuhani wakuu watu ambao ni dhaifu; lakini lile neno la kiapo, lililokuja baada ya sheria, lilimweka Mwana, ambaye amefanywa kuwa mkamilifu milele.

Kuhani Mkuu Wa Agano Jipya

8 Basi jambo tunalotaka kulisema ni hili: Tunaye Kuhani Mkuu ambaye ameketi mkono wa kuume wa kiti cha enzi cha Aliye Mkuu mbinguni, 2 yeye ahudumuye katika patakatifu, hema la kweli lililowekwa na Bwana, wala si na mwanadamu.

3 Kila kuhani mkuu huwekwa ili atoe sadaka na dhabihu. Vivyo hivyo, ilikuwa jambo muhimu kwa huyu Kuhani naye awe na kitu cha kutoa. 4 Kama angekuwa duniani, hangekuwa kuhani, kwa sababu tayari wapo watu watoao sadaka kama ilivyoelekezwa na sheria. 5 Wanahudumu katika patakatifu palipo mfano na kivuli cha mambo ya mbinguni. Hii ndiyo sababu Mose alionywa alipokaribia kujenga hema, akiambiwa: "Hakikisha kuwa unavitengeneza vitu vyote kwa mfano ulioonyeshwa kule mlimani." 6 Lakini huduma aliyopewa Yesu ni bora zaidi kuliko yao, kama vile agano ambalo yeye ni mpatanishi wake lilivyo bora zaidi kuliko lile la zamani, nalo limewekwa misingi wa ahadi zilizo bora zaidi.

7 Kwa maana kama hapakuwa na kasoro katika lile agano la kwanza, pasingekuwa na haja ya kutafuta nafasi kwa ajili ya jingine. 8 Lakini Mungu aliona kosa kwa watu, naye akasema:

"Siku zinakuja, asema Bwana,
  nitakapofanya agano jipya
  na nyumba ya Israeli
    na nyumba ya Yuda.

[a]2 Sehemu ya kumi mahali pengine huitwa fungu la kumi au zaka; sehemu ya kumi ya pato hutolewa kwa Mungu.
[b]10 Yaani, alikuwa hajazaliwa.

9 Agano langu halitakuwa kama lile
nililofanya na baba zao
nilipowashika mkono
kuwaongoza watoke nchi ya Misri,
kwa sababu hawakuendelea kuwa
waaminifu katika agano langu,
nami nikawaacha,
asema Bwana.
10 Hili ndilo agano nitakalofanya na nyumba
ya Israeli
baada ya siku zile, asema Bwana.
Nitaziweka sheria zangu katika nia zao
na kuziandika mioyoni mwao.
Nitakuwa Mungu wao,
nao watakuwa watu wangu.
11 Mtu hatamfundisha tena jirani yake,
wala mtu kumfundisha ndugu yake
akisema, 'Mjue Bwana,'
kwa sababu wote watanijua mimi,
tangu aliye mdogo kabisa kwao, hadi
aliye mkuu sana.
12 Kwa sababu nitasamehe uovu wao,
wala sitazikumbuka dhambi zao tena!"

13 Kwa kuliita agano hili "jipya," Mungu ame-
fanya lile agano la kwanza kuwa kuukuu; nacho
kitu kinachoanza kuchakaa na kuwa kikuukuu
kiko karibu kutoweka.

Ibada Katika Hema La Kidunia

9 Basi agano lile la kwanza lilikuwa na kanuni
zake za kuabudu na pia patakatifu pake pa
kidunia. 2 Hema ilitengenezwa. Katika sehemu
yake ya kwanza kulikuwa na kinara cha taa, meza
na mikate iliyowekwa wakfu; hii sehemu iliitwa
Mahali Patakatifu. 3 Nyuma ya pazia la pili, pali-
kuwa na sehemu iliyoitwa Patakatifu pa Patakatifu,
4 ambapo palikuwa na yale madhabahu ya dhahabu
ya kufukizia uvumba, na lile Sanduku la Agano
lililofunikwa kwa dhahabu. Sanduku hili lilikuwa
na gudulia la dhahabu lenye mana, ile fimbo ya
Aroni iliyochipuka, na vile vibao vya mawe vya
Agano. 5 Juu ya lile Sanduku kulikuwa na makerubi
ya Utukufu yakitilia kivuli kile kifuniko ambacho
ndicho kiti cha rehema. Lakini hatuwezi kueleza
vitu hivi kwa undani sasa.
6 Basi vitu hivi vilipokuwa vimepangwa, maku-
hani waliingia daima katika sehemu ya kwanza
ya hema ili kufanya taratibu zao za ibada. 7 Lakini
ni kuhani mkuu peke yake aliyeingia ndani ya
sehemu ya pili ya hema. Tena hii ilikuwa mara moja
tu kwa mwaka, na hakuingia kamwe bila damu,
ambayo alitoa kwa ajili yake mwenyewe na kwa
ajili ya dhambi za watu walizotenda bila kukusudia.
8 Kwa njia hii, Roho Mtakatifu alikuwa anaonyesha
kwamba, maadamu ile hema ya kwanza ilikuwa
bado imesimama, njia ya kuingia Patakatifu pa
Patakafifu ilikuwa bado haijafunguliwa. 9 Huu
ulikuwa mfano kwa ajili ya wakati wa sasa, kuo-
nyesha kwamba sadaka na dhabihu zilizokuwa
zikitolewa hazikuweza kusafisha dhamiri ya mtu
anayeabudu. 10 Lakini hizi zilishughulika tu na
vyakula na vinywaji, pamoja na taratibu mbali-
mbali za kunawa kwa nje, kanuni kwa ajili ya mwili
zilizowekwa hadi wakati utimie wa matengenezo
mapya.

Damu Ya Kristo

11 Kristo alipokuja akiwa Kuhani Mkuu wa
mambo mema ambayo tayari yameshawasili,
alipitia kwenye hema iliyo kuu zaidi na bora
zaidi, ambayo haikutengenezwa kwa mikono
ya binadamu, hii ni kusema, ambayo si sehemu
ya uumbaji huu. 12 Hakuingia kwa njia ya damu
ya mbuzi na ya ndama; lakini aliingia Pataka-
tifu pa Patakatifu mara moja tu kwa damu yake
mwenyewe, akiisha kupata ukombozi wa milele.
13 Damu ya mbuzi na ya mafahali, na majivu ya
mitamba walivyonyunyiziwa wale waliokuwa
najisi kwa taratibu za kiibada viliwatakasa, hata
kuwaondolea uchafu wa nje. 14 Basi ni zaidi aje
damu ya Kristo, ambaye kwa Roho wa milele
alijitoa nafsi yake kwa Mungu kuwa sadaka isiyo
na waa, itatusafisha dhamiri zetu kutokana na
matendo yaletayo mauti, ili tupate kumtumikia
Mungu aliye hai!
15 Kwa sababu hii Kristo ni mpatanishi wa agano
jipya, ili kwamba wale walioitwa waweze kupokea
ile ahadi ya urithi wa milele: kwa vile yeye alikufa
awe ukombozi wao kutoka kwa dhambi walizozi-
tenda chini ya agano la kwanza.
16 Kwa habari ya wosia,[a] ni muhimu kuthibitisha
kifo cha yule aliyeutoa, 17 kwa sababu wosia huwa
na nguvu tu wakati mtu ameshakufa; kamwe hau-
wezi kutumika wakati yule aliyeuandika bado yuko
hai. 18 Hii ndiyo sababu hata lile agano la kwanza
halikuweza kutekelezwa pasipo damu. 19 Mose
alipotangaza kila amri kwa watu wote, alichukua
damu ya ndama na ya mbuzi, pamoja na maji, sufu
nyekundu na matawi ya mti wa hisopo, akanyunyi-
zia kile kitabu na watu wote. 20 Alisema, "Hii ndiyo
damu ya agano, ambalo Mungu amewaamuru
kulitii." 21 Vivyo hivyo alinyunyizia damu hiyo
kwenye ile hema pamoja na kila kifaa kilichotu-
mika ndani yake kwa taratibu za ibada. 22 Kwa kweli
sheria hudai kwamba, karibu kila kitu kitakaswe
kwa damu, wala pasipo kumwaga damu, hakuna
msamaha wa dhambi.
23 Kwa hiyo, ilikuwa muhimu kwa nakala za
vitu vile vya mbinguni vitakaswe kwa dhabihu
hizi, lakini vitu halisi vya mbinguni vilihitaji
dhabihu bora kuliko hizi. 24 Kwa maana Kristo
hakuingia kwenye patakatifu palipofanywa kwa
mikono ya mwanadamu, ambao ni mfano wa kile
kilicho halisi. Yeye aliingia mbinguni penyewe,
ili sasa aonekane mbele za Mungu kwa ajili yetu.
25 Wala hakuingia mbinguni ili apate kujitoa mwe-
nyewe mara kwa mara, kama vile kuhani mkuu
aingiavyo Patakatifu pa Patakatifu kila mwaka
kwa damu ambayo si yake mwenyewe. 26 Inge-
kuwa hivyo, ingempasa Kristo kuteswa mara
nyingi tangu kuumbwa kwa ulimwengu. Lakini
sasa ametokea mara moja tu katika mwisho wa
nyakati aondoe dhambi kwa kujitoa mwenyewe
kuwa dhabihu. 27 Kama vile mwanadamu alivyo-
wekewa kufa mara moja tu na baada ya kufa

[a]16 Wosia hapa kwa neno la Kiyunani ni agano.

akabili hukumu, 28 vivyo hivyo Kristo alitolewa
mara moja tu kuwa dhabihu ili azichukue dha-
mbi za watu wengi. Naye atakuja mara ya pili, sio
kuchukua dhambi, bali kuwaletea wokovu wale
wanaomngoja kwa shauku.

Dhabihu Ya Kristo Ni Mara Moja Tu

10 Sheria ni kivuli tu cha mambo mema yajayo,
wala si uhalisi wa mambo yenyewe. Kwa
sababu hii, haiwezekani kamwe kwa njia ya
dhabihu zitolewazo mwaka hadi mwaka kuwa-
kamilisha wale wanaokaribia ili kuabudu. 2 Kama
dhabihu hizo zingeweza kuwakamilisha, hazingee-
ndelea kutolewa tena. Kwa kuwa hao waabuduo
wangekuwa wametakaswa mara moja tu, wala
wasingejiona tena kuwa na dhambi. 3 Lakini zile
dhabihu zilikuwa ukumbusho wa dhambi kila
mwaka, 4 kwa sababu haiwezekani damu ya mafa-
hali na mbuzi kuondoa dhambi.

5 Kwa hiyo, Kristo alipokuja duniani, alisema:

"Dhabihu na sadaka hukuzitaka,
bali mwili uliniandalia;
6 sadaka za kuteketezwa na za dhambi
hukupendezwa nazo.
7 Ndipo niliposema, 'Mimi hapa, nimekuja,
imeandikwa kunihusu katika kitabu:
Nimekuja kuyafanya mapenzi yako,
Ee Mungu.' "

8 Kwanza alisema, "Dhabihu na sadaka, sadaka
za kuteketezwa na za dhambi hukuzitaka, wala
hukupendezwa nazo" (ingawa sheria iliagiza
zitolewe). 9 Kisha akasema "Mimi hapa, nimekuja
kuyafanya mapenzi yako." Aondoa lile Agano la
kwanza ili kuimarisha la pili. 10 Katika mapenzi
hayo sisi tumetakaswa na kufanywa watakatifu
kwa njia ya sadaka ya mwili wa Yesu Kristo alioutoa
mara moja tu.

11 Kila kuhani husimama siku kwa siku aki-
fanya huduma yake ya ibada, na kutoa tena na
tena dhabihu zile zile ambazo haziwezi kamwe
kuondoa dhambi. 12 Lakini huyu kuhani akiisha
kutoa dhabihu moja kwa ajili ya dhambi kwa wakati
wote, aliketi mkono wa kuume wa Mungu. 13 Tangu
wakati huo anangoja mpaka adui zake wawekwe
chini ya miguu yake, 14 kwa sababu kwa dhabihu
moja amewafanya kuwa wakamilifu milele wale
wote wanaotakaswa.

15 Pia Roho Mtakatifu anatushuhudia kuhusu
jambo hili. Kwanza anasema:

16 "Hili ndilo Agano nitakalofanya nao
baada ya siku hizo, asema Bwana.
Nitaziweka sheria zangu mioyoni mwao,
na kuziandika katika nia zao."

17 Kisha aongeza kusema:

"Dhambi zao na kutokutii kwao
sitakumbuka tena."

18 Basi haya yakiisha kusamehewa, hakuna tena
dhabihu yoyote inayotolewa kwa ajili ya dhambi.

Wito Wa Kuvumilia

19 Kwa hiyo, ndugu zangu, kwa kuwa tunao ujasiri
wa kupaingia Patakatifu pa Patakatifu kwa damu ya
Yesu, 20 kwa njia mpya iliyo hai tuliyofunguliwa kwa
ajili yetu kupitia kwenye lile pazia, yaani, mwili
wake, 21 basi kwa kuwa tunaye Kuhani Mkuu juu
ya nyumba ya Mungu, 22 sisi na tumkaribie Mungu
kwa moyo mnyofu kwa imani timilifu, mioyo yetu
ikiwa imenyunyizwa damu ya Kristo na kuwa safi
kutokana na dhamiri mbaya nayo miili yetu ikiwa
imeoshwa kwa maji safi. 23 Tushike kwa uthabiti lile
tumaini la ukiri wetu bila kuyumbayumba, kwa
maana yeye aliyeahidi ni mwaminifu. 24 Tuanga-
liane na kuhimizana sisi kwa sisi katika upendo na
katika kutenda mema. 25 Wala tusiache kukutana
pamoja, kama wengine walivyo na desturi, bali
tuhimizane sisi kwa sisi kadiri tuonavyo Siku ile
inakaribia.

26 Kama tukiendelea kutenda dhambi kwa
makusudi baada ya kupokea ufahamu wa ile
kweli, haibaki tena dhabihu kwa ajili ya dhambi.
27 Lakini kinachobaki ni kungoja kwa hofu hukumu
ya moto uwakao, utakaowaangamiza adui za
Mungu. 28 Yeyote aliyeikataa sheria ya Mose alikufa
pasipo huruma kwa ushahidi wa watu wawili au
watatu. 29 Je, mnadhani ni adhabu kali kiasi gani
anayostahili kupewa mtu aliyemkanyaga Mwana
wa Mungu chini ya nyayo zake, yeye aliyeifanya
damu ya Agano iliyomtakasa kuwa kitu najisi na
kumtendea maovu Roho wa neema? 30 Kwa kuwa
tunamjua yeye aliyesema, "Ni juu yangu kulipiza
kisasi; nitalipiza." Tena asema, "Bwana atawahu-
kumu watu wake." 31 Ni jambo la kutisha kuanguka
mikononi mwa Mungu aliye hai.

32 Kumbukeni siku zile za kwanza, ambazo
mkiisha kutiwa nuru mlistahimili mashindano
makali ya maumivu. 33 Wakati mwingine mlitu-
kanwa na kuteswa hadharani; wakati mwingine
mlikuwa radhi kuungana na wale waliofanyiwa
hivyo. 34 Mliwahurumia wale waliokuwa kifungoni,
mkikubali kwa furaha kunyang'anywa mali zenu
kwa maana mlijua kwamba mnayo mali iliyo bora
zaidi idumuyo.

35 Kwa hiyo msiutupe ujasiri wenu, kwa maana
una thawabu kubwa mno. 36 Inawapasa kuvumilia
ili mkiisha kufanya mapenzi ya Mungu mpate kile
alichoahidi. 37 Kwa kuwa bado kitambo kidogo tu,

"Yeye ajaye atakuja wala hatakawia.
38 Lakini mwenye haki wangu
ataishi kwa imani.
Naye kama akisitasita,
sina furaha naye."

39 Lakini sisi hatumo miongoni mwa hao wanaosi-
tasita na kuangamia, bali tuko miongoni mwa hao
wenye imani na hivyo tunaokolewa.

Maana Ya Imani

11 Basi imani ni kuwa na hakika ya mambo
yatarajiwayo, na udhahiri wa mambo yasiyoo-
nekana. 2 Maana baba zetu wa kale walipongezwa
kwa haya.

3 Kwa imani tunafahamu kwamba ulimwe-
ngu uliumbwa kwa neno la Mungu, vitu vyote
vinavyoonekana havikuumbwa kutoka kwa vitu
vinavyoonekana.

Mfano Wa Abeli, Enoki Na Noa

4 Kwa imani Abeli alimtolea Mungu dhabihu bora
zaidi kuliko Kaini. Kwa imani alishuhudiwa kuwa
mwenye haki, Mungu mwenyewe akazishuhudia
sadaka zake. Kwa imani bado ananena ingawa
amekufa.
5 Kwa imani Enoki alitwaliwa kutoka maisha
haya, kiasi kwamba hakuonja mauti. Hakuone-
kana, kwa sababu Mungu alikuwa amemchukua.
Kwa kuwa kabla hajatwaliwa alikuwa ameshuhu-
diwa kuwa ni mtu aliyempendeza Mungu. 6 Lakini
pasipo imani haiwezekani kumpendeza Mungu,
kwa maana yeyote anayemjia Mungu lazima
aamini kwamba yeye yuko na ya kuwa huwapa
thawabu wale wamtafutao kwa bidii.
7 Kwa imani, Noa alipoonywa na Mungu kuhusu
mambo ambayo hayajaonekana bado, kwa kumcha
Mungu alitengeneza safina ili kuokoa jamaa yake.
Kwa imani yake aliuhukumu ulimwengu na akawa
mrithi wa haki ipatikanayo kwa imani.

Imani Ya Abrahamu

8 Kwa imani Abrahamu, alipoitwa aende mahali
ambapo Mungu angempa baadaye kuwa urithi,
alitii na akaenda, ingawa hakujua anakokwenda.
9 Kwa imani alifanya maskani yake katika nchi ya
ahadi kama mgeni katika nchi ya kigeni; aliishi
katika mahema, kama Isaki na Yakobo walivyofa-
nya, waliokuwa pia warithi pamoja naye wa ahadi
ile ile. 10 Kwa maana alikuwa akiutazamia mji wenye
misingi ya kudumu ambao mwenye kuubuni na
kuujenga ni Mungu.
11 Kwa imani Abrahamu, ingawa alikuwa mzee
wa umri, naye Sara mwenyewe aliyekuwa tasa,
alipokea uwezo wa kuwa baba kwa sababu ali-
mhesabu Mungu aliyemwahidi kuwa mwaminifu
na kwamba angetimiza ahadi yake. 12 Hivyo kuto-
kana na huyu huyu ambaye alikuwa sawa na mfu,
wakazaliwa wazao wengi kama nyota za mbinguni
na kama mchanga wa pwani usiohesabika.
13 Watu hawa wote wakafa katika imani bila kuzi-
pokea zile ahadi, lakini waliziona kwa mbali na
kuzishangilia. Nao walikubali kwamba walikuwa
wageni na wasiokuwa na maskani hapa duniani.
14 Watu wasemao mambo kama haya, wanaonyesha
wazi kwamba wanatafuta nchi yao wenyewe. 15 Kwa
kweli kama wangekuwa wanafikiri kuhusu nchi
waliyoiacha, wangalipata nafasi ya kurudi huko.
16 Lakini badala yake walitamani nchi iliyo bora
zaidi, yaani nchi ya mbinguni. Kwa hiyo Mungu
haoni aibu kuitwa Mungu wao, kwa kuwa ame-
kwisha kuandaa mji kwa ajili yao.
17 Kwa imani Abrahamu, alipojaribiwa na Mungu,
alimtoa Isaki kuwa dhabihu. Yeye aliyekuwa ame-
zipokea ahadi za Mungu alikuwa tayari kumtoa
mwanawe, aliyekuwa mwanawe pekee awe dha-
bihu. 18 Ingawa Mungu alikuwa amemwambia
Abrahamu, "Uzao wako utahesabiwa kupitia
kwa Isaki," 19 Abrahamu alihesabu kuwa Mungu
angaliweza kumfufua Isaki kutoka kwa wafu.
Na kwa kusema kwa mfano, alimpata tena Isaki
kutoka kwa wafu.
20 Kwa imani Isaki alimbariki Yakobo na Esau
kuhusu maisha yao ya baadaye.
21 Kwa imani Yakobo alipokuwa anakufa, alimba-
riki kila mmoja wa mtoto wa Yosefu, akamwabudu
Mungu akiwa ameegemea juu ya kichwa cha fimbo
yake.
22 Kwa imani, Yosefu alipokaribia mwisho wa
maisha yake, alinena habari za kutoka kwa wana
wa Israeli huko Misri na akatoa maagizo kuhusu
mifupa yake.

Imani Ya Mose

23 Kwa imani, wazazi wa Mose walimficha kwa
miezi mitatu baada ya kuzaliwa, kwa sababu
waliona kuwa si mtoto wa kawaida, wala hawa-
kuiogopa amri ya mfalme.
24 Kwa imani, Mose alipokuwa mtu mzima, ali-
kataa kuitwa mwana wa binti Farao. 25 Akachagua
kupata mateso pamoja na watu wa Mungu kuliko
kujifurahisha kwa anasa za dhambi kwa kitambo
kidogo tu. 26 Aliona kushutumiwa kwa ajili ya
Kristo ni utajiri mkubwa zaidi kuliko hazina za
Misri, maana alikuwa anatazamia kupata thawabu
baadaye. 27 Kwa imani Mose aliondoka Misri bila
kuogopa ghadhabu ya mfalme. Alivumilia kwa
sababu alimwona yeye asiyeonekana kwa macho.
28 Kwa imani akaadhimisha Pasaka na kunyunyiza
damu, ili yule mwenye kuwaangamiza wazaliwa wa
kwanza asiwaguse wazaliwa wa Israeli.

Imani Ya Mashujaa Wengine Wa Israeli

29 Kwa imani, watu walivuka Bahari ya Shamu[a]
kama vile juu ya nchi kavu; lakini Wamisri wali-
pojaribu kufanya hivyo, walitoswa ndani ya maji.
30 Kwa imani kuta za Yeriko zilianguka, baada ya
watu kuzizunguka kwa siku saba.
31 Kwa imani, Rahabu, yule kahaba, hakuanga-
mizwa pamoja na wale waliomwasi Mungu, kwa
kuwa aliwakaribisha wale wapelelezi.
32 Basi niseme nini zaidi? Sina wakati wa kusema
habari za Gideoni, Baraka, Samsoni, Yeftha, Daudi,
Samweli na manabii, 33 ambao kwa imani wali-
shinda milki za wafalme, walitekeleza haki, na
wakapokea ahadi za Mungu; walifunga vinywa
vya simba, 34 wakazima makali ya miali ya moto,
na wakaepuka kuuawa kwa upanga; udhaifu wao
uligeuka kuwa nguvu; pia walikuwa hodari vitani
na kuyafukuza majeshi ya wageni. 35 Wanawake
walipokea watu wao waliokuwa wamekufa,
wakafufuliwa. Lakini wengine waliteswa, nao
wakakataa kufunguliwa, ili wapate ufufuo ulio
bora zaidi. 36 Wengine walidhihakiwa na kupigwa,
hata walifungwa minyororo na kutiwa gerezani.
37 Walipigwa kwa mawe; walipasuliwa vipande
viwili kwa msumeno; waliuawa kwa upanga.
Walizungukazunguka wakiwa wamevaa ngozi za
kondoo na mbuzi, wakiwa maskini, wakiteswa
na kutendwa mabaya, 38 watu ambao ulimwengu
haukustahili kuwa nao. Walizunguka majangwani

[a]29 Yaani Bahari ya Mafunjo.

na milimani, katika mapango na katika mahandaki
ardhini.
39 Hawa wote walishuhudiwa vyema kwa sababu
ya imani yao, lakini hakuna hata mmoja wao ali-
yepokea yale yaliyoahidiwa. 40 Kwa kuwa Mungu
alikuwa ametangulia kutuwekea kitu kilicho bora
zaidi ili wao wasikamilishwe pasipo sisi.

Mungu Huwaadibisha Wanawe

12 Kwa sababu hii, kwa kuwa tumezungukwa
na wingu kubwa namna hii la mashahidi,
basi na tuweke kando kila kitu kinachotuzuia na
ile dhambi inayotuzinga kwa urahisi, nasi tupige
mbio kwa saburi katika yale mashindano yaliyo-
wekwa kwa ajili yetu. 2 Basi na tumtazame sana
Yesu mwanzilishi na mkamilishaji wa imani yetu,
yeye ambaye kwa ajili ya furaha iliyowekwa mbele
yake alistahimili msalaba, bila kujali aibu ya huo
msalaba, naye ameketi mkono wa kuume wa kiti
cha enzi cha Mungu. 3 Mtafakarini sana yeye ali-
yestahimili upinzani mkuu namna hii kutoka kwa
watu wenye dhambi, ili kwamba msije mkachoka
na kukata tamaa.
4 Katika kushindana kwenu dhidi ya dhambi,
bado hamjapigana kiasi cha kumwaga damu yenu.
5 Nanyi mmesahau yale maneno ya kuwaonya yana-
yowataja ninyi kuwa wana, yakisema:

"Mwanangu, usidharau adhabu ya Bwana,
wala usikate tamaa akikukemea,
6 kwa sababu Bwana huwaadibisha wale
awapendao,
na humwadhibu kila mmoja
anayemkubali kuwa mwana."

7 Vumilieni taabu kwa ajili ya kufunzwa adabu.
Mungu anawatendea ninyi kama watoto wake,
kwa maana ni mtoto yupi asiyeadibishwa na
mzazi wake? 8 Kama hakuna kuadibishwa (ambalo
ni fungu la watoto wote), basi ninyi ni watoto wa
haramu wala si watoto halali. 9 Tena, sisi sote
tunao baba wa kimwili, waliotuadibisha nasi
tukawaheshimu kwa ajili ya hilo. Je, si inatupasa
kujinyenyekeza zaidi kwa Baba wa roho zetu ili
tuishi? 10 Baba zetu walituadibisha kwa kitambo
kidogo kama wao wenyewe walivyoona vyema,
lakini Mungu hutuadibisha kwa faida yetu ili
tupate kushiriki utakatifu wake. 11 Kuadibishwa
wakati wowote hakuonekani kuwa kitu cha kufu-
rahisha bali chenye maumivu kinapotekelezwa.
Lakini baadaye huzaa matunda ya haki na amani
kwa wale waliofunzwa nayo.
12 Kwa hiyo, itieni nguvu mikono yenu iliyo
dhaifu na magoti yenu yaliyolegea. 13 Sawazisheni
mapito ya miguu yenu, ili kitu kilicho kiwete kisi-
dhoofishwe bali kiponywe.

Onyo Dhidi Ya Kuikataa Neema Ya Mungu

14 Tafuteni kwa bidii kuwa na amani na watu
wote na huo utakatifu, ambao bila kuwa nao
hakuna mtu atakayemwona Bwana. 15 Angalieni
sana mtu yeyote asiikose neema ya Mungu na
kwamba shina la uchungu lisije likachipuka na
kuwasumbua na watu wengi wakatiwa unajisi
kwa hilo. 16 Angalieni miongoni mwenu asiwepo
mwasherati au mtu asiyemcha Mungu kama
Esau, ambaye kwa ajili ya mlo mmoja aliuza haki
ya uzaliwa wake wa kwanza. 17 Baadaye kama
mnavyofahamu, alipotaka kurithi ile baraka,
alikataliwa, maana hakupata nafasi ya kutubu,
ingawa aliitafuta kwa machozi.
18 Hamjaufikia mlima ule uwezao kuguswa na
ambao unawaka moto; wala kwenye giza, utusi-
tusi na dhoruba; 19 kwenye mlio wa tarumbeta, au
kwenye sauti isemayo maneno ya kutisha kiasi
ambacho wale walioisikia waliomba wasiambiwe
neno jingine zaidi, 20 kwa sababu hawangeweza
kustahimili neno lile lililoamriwa: "Hata kama
mnyama atagusa mlima huu, atapigwa mawe."
21 Waliyoyaona yalikuwa ya kutisha kiasi kwamba
Mose alisema, "Ninatetemeka kwa hofu."
22 Lakini ninyi mmekuja Mlima Sayuni, Yeru-
salemu ya mbinguni, mji wa Mungu aliye hai.
Mmekuja penye kusanyiko kubwa la malaika
maelfu kwa maelfu wasiohesabika wanaosha-
ngilia, 23 kwenye kanisa la wazaliwa wa kwanza
wa Mungu, ambao majina yao yameandikwa
mbinguni. Mmekuja kwa Mungu, mhukumu wa
watu wote, kwenye roho za wenye haki walioka-
milishwa, 24 kwa Yesu mpatanishi wa agano jipya,
na kwa damu iliyonyunyizwa, ile inenayo mambo
mema kuliko damu ya Abeli.
25 Angalieni, msije mkamkataa yeye anenaye.
Ikiwa wao hawakuepuka adhabu walipomkataa
yeye aliyewaonya hapa duniani, sisi je, tutaoko-
kaje tusipomsikiliza yeye anayetuonya kutoka
mbinguni? 26 Wakati ule sauti yake ilitetemesha
dunia, lakini sasa ameahidi, "Kwa mara moja tena
nitatetemesha si nchi tu bali na mbingu pia."
27 Maneno haya "kwa mara moja tena" yanao-
nyesha kuondoshwa kwa vile vitu vinavyoweza
kutetemeshwa, yaani vile vitu vilivyoumbwa,
kwa kusudi vile tu visivyoweza kutetemeshwa
vibaki.
28 Kwa hiyo, kwa kuwa tunapokea ufalme ambao
hauwezi kutetemeshwa, basi na tuwe na shukrani,
na hivyo tumwabudu Mungu kwa namna inayo-
mpendeza, kwa unyenyekevu na uchaji, 29 kwa
kuwa "Mungu wetu ni moto ulao."

Huduma Inayompendeza Mungu

13 Endeleeni kupendana kama ndugu. 2 Msisahau
kuwakaribisha wageni, kwa kuwa kwa kufa-
nya hivyo, watu wengine waliwakaribisha malaika
pasipo kujua. 3 Wakumbukeni wale waliofungwa
gerezani kana kwamba ninyi mmefungwa pamoja
nao. Pia wakumbukeni wale wanaotendewa vibaya,
kana kwamba ni ninyi wenyewe mnateswa.
4 Ndoa na iheshimiwe na watu wote, nayo malazi
yawe safi, kwa kuwa Mungu atawahukumu wazinzi
na waasherati wote. 5 Yalindeni maisha yenu msiwe
na tabia ya kupenda fedha, bali mridhike na vile
mlivyo navyo, kwa sababu Mungu amesema,

"Kamwe sitakuacha,
wala sitakupungukia."

6 Kwa hiyo tunaweza kusema kwa ujasiri,

"Bwana ni msaada wangu; sitaogopa.
Mwanadamu anaweza kunitenda nini?"

7 Wakumbukeni viongozi wenu, wale walio-
waambia neno la Mungu. Angalieni matokeo ya
mwenendo wa maisha yao mkaiige imani yao.
8 Yesu Kristo ni yeye yule jana, leo na hata milele.
9 Msichukuliwe na kila aina ya mafundisho
ya kigeni. Ni vyema mioyo yenu iimarishwe kwa
neema, wala si kwa sheria kuhusu utaratibu wa
vyakula, ambavyo havina faida kwa wale wanao-
zishika hizo sheria. 10 Sisi tunayo madhabahu
ambayo wale wanaohudumu katika hema hawana
haki ya kula vile vitu vilivyowekwa juu yake.

11 Kuhani mkuu huchukua damu ya wanyama na
kuiingiza Patakatifu pa Patakatifu, kama sadaka ya
dhambi, lakini miili ya hao wanyama huteketezwa
nje ya kambi. 12 Vivyo hivyo, Yesu naye aliteswa
nje ya lango la mji ili awatakase watu kwa damu
yake mwenyewe. 13 Kwa hiyo, basi na tumwendee
nje ya kambi, tukiichukua aibu aliyobeba. 14 Kwa
kuwa hapa hatuna mji udumuo, bali tunautafuta
ule ujao.

15 Basi kwa njia ya Yesu, tuzidi kumtolea Mungu
dhabihu ya sifa, yaani matunda ya midomo ina-
yolikiri Jina lake. 16 Na msiache kutenda mema na
kushirikiana vile vitu mlivyo navyo, kwa kuwa
dhabihu kama hizo ndizo zinazompendeza Mungu.

17 Watiini viongozi wenu na kujinyenyekeza
chini ya mamlaka yao. Kwa maana wao wanakesha
kwa ajili yenu kama watu watakaopaswa kutoa
hesabu. Watiini ili wafanye kazi yao kwa furaha,
wala si kama mzigo, maana hiyo haitakuwa na
faida kwenu.

18 Tuombeeni. Tuna hakika kuwa tunayo dha-
miri safi na shauku ya kuishi kwa uadilifu kwa
kila njia. 19 Ninawasihi zaidi mniombee ili nipate
kurudishwa kwenu upesi.

Maombi Ya Kuwatakia Baraka

20 Basi Mungu wa amani, ambaye kwa damu
ya Agano la milele alimleta tena kutoka kwa
wafu Bwana wetu Yesu, yule Mchungaji Mkuu
wa kondoo, 21 awafanye ninyi wakamilifu mkiwa
mmekamilishwa katika kila jambo jema ili mpate
kutenda mapenzi yake, naye atende ndani yetu
kile kinachompendeza machoni Pake, kwa njia
ya Yesu Kristo, ambaye utukufu una yeye milele
na milele. Amen.

Maneno Ya Mwisho Na Salamu

22 Ndugu zangu, nawasihi mchukuliane na
maneno yangu ya maonyo, kwa kuwa nimewaa-
ndikia waraka mfupi tu.

23 Nataka ninyi mjue kwamba ndugu yetu
Timotheo amefunguliwa kutoka gerezani. Akifika
mapema, nitakuja pamoja naye kuwaona.

24 Wasalimuni viongozi wenu wote na watakatifu
wote. Wale wa kutoka Italia wanawasalimu.

25 Neema iwe nanyi nyote. Amen.

YAKOBO

1 Yakobo, mtumwa wa Mungu na wa Bwana Yesu Kristo:

Kwa makabila kumi na mawili yaliyotawanyika ulimwenguni:

Salamu.

Imani Na Hekima

2 Ndugu zangu, hesabuni kuwa ni furaha tupu mnapopatwa na majaribu mbalimbali, 3 kwa sababu mnajua ya kuwa kujaribiwa kwa imani yenu huleta saburi. 4 Saburi na iwe na kazi timilifu, ili mpate kuwa wakamilifu, mmekamilishwa, bila kupungukiwa na kitu chochote. 5 Kama mtu yeyote miongoni mwenu amepungukiwa na hekima na amwombe Mungu, yeye awapaye watu wote kwa ukarimu wala hana kinyongo, naye atapewa. 6 Lakini anapoomba, lazima aamini wala asiwe na shaka, kwa sababu mtu aliye na shaka ni kama wimbi la bahari, lililochukuliwa na upepo na kutupwa huku na huku. 7 Mtu kama huyo asidhani ya kuwa atapata kitu chochote kutoka kwa Bwana. 8 Yeye ni mtu mwenye nia mbili, mwenye kusitasita katika njia zake zote.

Umaskini Na Utajiri

9 Ndugu asiye na cheo kikubwa yampasa ajivunie hali hiyo maana ametukuzwa. 10 Lakini yeye aliye tajiri afurahi kwa kuwa ameshushwa, kwa sababu atatoweka kama ua la shambani. 11 Kwa maana jua kali lenye kuchoma huchomoza na kuliunguza, likayakausha majani, na ua lake likapukutika, nao uzuri wake huharibika. Vivyo hivyo tajiri naye atanyauka akiwa anaendelea na shughuli zake.

Kujaribiwa

12 Heri mtu anayevumilia wakati wa majaribu, kwa sababu akiisha kushinda hilo jaribio atapewa taji la uzima Mungu alilowaahidia wale wampendao.

13 Mtu anapojaribiwa asiseme, "Ninajaribiwa na Mungu." Kwa maana Mungu hawezi kujaribiwa na maovu wala yeye hamjaribu mtu yeyote. 14 Lakini kila mtu hujaribiwa wakati anapovutwa na kudanganywa na tamaa zake mwenyewe zilizo mbaya. 15 Basi ile tamaa mbaya ikishachukua mimba, huzaa dhambi, nayo ile dhambi ikikomaa, huzaa mauti.

16 Ndugu zangu wapendwa, msidanganyike. 17 Kila kitolewacho kilicho chema na kilicho kamili, hutoka juu, na hushuka kutoka kwa Baba wa mianga, ambaye kwake hakuna kubadilika, wala kivuli cha kugeukageuka. 18 Kwa mapenzi yake mwenyewe alituzaa kwa neno la kweli, kusudi tuwe kama mazao ya kwanza katika viumbe vyake vyote.

Kusikia Na Kutenda

19 Ndugu zangu wapendwa, fahamuni jambo hili: Kila mtu awe mwepesi wa kusikiliza, lakini asiwe mwepesi wa kusema wala wa kukasirika. 20 Kwa maana hasira ya mwanadamu haitendi haki ya Mungu. 21 Kwa hiyo, ondoleeni mbali uchafu wote na uovu ambao umezidi kuwa mwingi, mkalipokee kwa unyenyekevu lile Neno lililopandwa ndani yenu ambalo laweza kuokoa nafsi zenu.

22 Basi kuweni watendaji wa Neno wala msiwe wasikiaji tu, huku mkijidanganya nafsi zenu. 23 Kwa maana kama mtu ni msikiaji tu wa Neno wala hatendi kile linachosema, yeye ni kama mtu ajitazamaye uso wake kwenye kioo 24 na baada ya kujiona alivyo, huenda zake na mara husahau jinsi alivyo. 25 Lakini yeye anayeangalia kwa bidii katika sheria kamilifu, ile iletayo uhuru, naye akaendelea kufanya hivyo bila kusahau alichosikia, bali akalitenda, atabarikiwa katika kile anachofanya.

26 Kama mtu akidhani ya kuwa anayo dini lakini hauzuii ulimi wake kwa hatamu, hujidanganya moyoni mwake, wala dini yake mtu huyo haifai kitu. 27 Dini iliyo safi, isiyo na uchafu, inayokubalika mbele za Mungu Baba yetu, ndiyo hii: Kuwasaidia yatima na wajane katika dhiki zao na kujilinda usitiwe madoa na dunia.

Onyo Kuhusu Upendeleo

2 Ndugu zangu, kama waaminio katika imani ya Bwana wetu Yesu Kristo, Bwana wa utukufu, msiwe na upendeleo kwa watu. 2 Kwa maana kama akija mtu katika kusanyiko lenu akiwa amevaa pete ya dhahabu na mavazi mazuri, pia akaingia mtu maskini mwenye mavazi yaliyochakaa, 3 nanyi mkampa heshima yule aliyevaa mavazi mazuri na kumwambia, "Keti hapa mahali pazuri," lakini yule maskini mkamwambia, "Wewe simama pale," au "Keti hapa sakafuni karibu na miguu yangu," 4 je, hamjawabagua na kuwa mahakimu mioyoni mwenu mkihukumu kwa mawazo yenu maovu?

5 Ndugu zangu, sikilizeni: Je, Mungu hakuwachagua wale walio maskini machoni pa ulimwengu kuwa matajiri katika imani na kuurithi Ufalme aliowaahidi wale wampendao? 6 Lakini ninyi mmemdharau yule aliye maskini. Je, hao matajiri si ndio wanaowadhulumu na kuwaburuta mahakamani? 7 Je, si wao wanaolikufuru Jina lile lililo bora sana mliloitiwa?

8 Kama kweli mnaitimiza ile sheria ya kifalme inayopatikana katika Maandiko isemayo, "Mpende jirani yako kama unavyoipenda nafsi yako," mnafanya vyema. 9 Lakini kama mnakuwa na upendeleo kwa watu, mnatenda dhambi, na sheria inawahukumu kuwa ninyi ni wakosaji. 10 Kwa maana mtu yeyote anayeishika sheria yote lakini akajikwaa katika kipengele kimoja tu, ana hatia ya kuivunja sheria yote. 11 Kwa sababu yeye aliyesema, "Usizini," alisema pia, "Usiue." Basi kama huzini lakini unaua, umekuwa mvunjaji wa sheria.

12 Hivyo semeni na kutenda kama watu watakaohukumiwa kwa sheria ile iletayo uhuru. 13 Kwa

kuwa hukumu bila huruma itatolewa kwa mtu yeyote asiyekuwa na huruma. Huruma huishinda hukumu.

Imani Na Matendo

14 Ndugu zangu, yafaa nini ikiwa mtu atadai kuwa anayo imani lakini hana matendo? Je, imani kama hiyo yaweza kumwokoa? 15 Ikiwa ndugu yako au dada hana mavazi wala chakula, 16 mmoja wenu akamwambia, "Enenda zako kwa amani, ukaote moto na kushiba," pasipo kumpatia yale mahitaji ya mwili aliyopungukiwa, yafaa nini? 17 Vivyo hivyo, imani peke yake kama haikuambatana na matendo, imekufa.

18 Lakini mtu mwingine atasema, "Wewe unayo imani; mimi ninayo matendo."

Nionyeshe imani yako pasipo matendo nami nitakuonyesha imani yangu kwa matendo. 19 Unaamini kwamba kuna Mungu mmoja. Vyema! Hata mashetani yanaamini hivyo na kutetemeka.

20 Ewe mpumbavu! Je, wataka kujua kwamba imani bila matendo haifai kitu? 21 Je, Abrahamu baba yetu hakuhesabiwa haki kwa kile alichotenda, alipomtoa mwanawe Isaki madhabahuni? 22 Unaona jinsi ambavyo imani yake na matendo yake vilikuwa vinatenda kazi pamoja, nayo imani yake ikakamilishwa na kile alichotenda. 23 Kwa njia hiyo yakatimizwa yale Maandiko yasemayo, "Abrahamu alimwamini Mungu na ikahesabiwa kwake kuwa haki," naye akaitwa rafiki wa Mungu. 24 Mnaona ya kwamba mtu huhesabiwa haki kwa yale anayotenda wala si kwa imani peke yake.

25 Vivyo hivyo, hata Rahabu, yule kahaba, hakuhesabiwa haki kwa yale aliyotenda alipowapokea wale wapelelezi na kuwaambia waende njia nyingine? 26 Kama vile ambavyo mwili pasipo roho umekufa, kadhalika nayo imani pasipo matendo imekufa.

Kuufuga Ulimi

3 Ndugu zangu, msiwe walimu wengi, kwa maana mnafahamu kwamba sisi tufundishao tutahukumiwa vikali zaidi. 2 Sisi sote tunajikwaa katika mambo mengi. Ikiwa mtu yeyote hakosei kamwe katika yale anayosema, yeye ni mkamilifu, naye anaweza kuuzuia pia na mwili wake wote.

3 Tunapotia lijamu kwenye vinywa vya farasi ili kuwafanya watutii, tunaweza kuigeuza miili yao yote. 4 Au angalia pia meli, ingawa ni kubwa sana, nazo huchukuliwa na upepo mkali, lakini hugeuzwa kwa usukani mdogo sana, kokote anakotaka nahodha. 5 Vivyo hivyo ulimi ni kiungo kidogo sana katika mwili, lakini hujivuna majivuno makuu. Fikirini jinsi moto mdogo unavyoweza kuteketeza msitu mkubwa! 6 Ulimi pia ni moto, ndio ulimwengu wa uovu kati ya viungo vya mwili. Ulimi huutia mwili wote wa mtu unajisi na kuuwasha moto mfumo mzima wa maisha yake, nao wenyewe huchomwa moto wa jehanamu.

7 Kwa maana kila aina ya wanyama, ndege, wanyama watambaao na viumbe vya baharini vinafugika na vimefugwa na binadamu, 8 lakini hakuna mtu awezaye kuufuga ulimi. Ni uovu usiotulia, umejaa sumu iletayo mauti.

9 Kwa ulimi tunamhimidi Bwana, yaani Baba yetu, na kwa huo twawalaani watu walioumbwa kwa mfano wa Mungu. 10 Katika kinywa kile kile hutoka baraka na laana. Ndugu zangu, haistahili kuwa hivyo. 11 Je, chemchemi yaweza kutoa katika tundu moja maji matamu na maji ya chumvi? 12 Je, ndugu zangu, mtini waweza kuzaa zeituni, au mzabibu kuzaa tini? Wala chemchemi ya maji ya chumvi haiwezi kutoa maji matamu.

Aina Mbili Za Hekima

13 Ni nani aliye na hekima na ufahamu miongoni mwenu? Basi na aionyeshe hiyo kwa maisha yake mema na kwa matendo yake yaliyotendwa kwa unyenyekevu utokanao na hekima. 14 Lakini ikiwa mna wivu na ni wenye chuki na ugomvi mioyoni mwenu, msijisifu kwa ajili ya hayo wala msiikatae kweli. 15 Hekima ya namna hiyo haishuki kutoka mbinguni, bali ni ya kidunia, isiyo ya kiroho, na ya kishetani. 16 Kwa maana panapokuwa na wivu na ubinafsi, ndipo penye machafuko na uovu wa kila namna.

17 Lakini hekima itokayo mbinguni kwanza ni safi, kisha inapenda amani, tena ni ya upole, iliyo tayari kusikiliza wengine kwa unyenyekevu, iliyojaa huruma na matunda mema, isiyopendelea mtu, tena isiyokuwa na unafiki. 18 Mavuno ya haki hupandwa katika amani na wale wafanyao amani.

Jinyenyekezeni Kwa Mungu

4 Ni kitu gani kinachosababisha mapigano na ugomvi miongoni mwenu? Je, haya hayatokani na tamaa zenu zinazoshindana ndani yenu? 2 Mnatamani lakini hampati, kwa hiyo mwaua. Mwatamani kupata lakini hampati vile mnavyotaka, kwa hiyo mnajitia katika magomvi na mapigano. Mmepungukiwa kwa sababu hammwombi Mungu. 3 Mnapoomba hampati kwa sababu mnaomba kwa nia mbaya, ili mpate kuvitumia hivyo mtakavyopata kwa tamaa zenu.

4 Ninyi wanaume na wanawake wazinzi, hamjui ya kwamba urafiki na dunia ni uadui na Mungu? Kwa hiyo mtu yeyote anayetaka kuwa rafiki wa dunia hufanyika adui wa Mungu. 5 Au mwadhani kwamba Andiko lasema bure kuwa huyo Roho ambaye Mungu amemweka ndani yetu hututamani kiasi cha kuona wivu? 6 Lakini yeye hutupatia neema zaidi. Hii ndiyo sababu Andiko husema:

"Mungu huwapinga wenye kiburi,
lakini huwapa wanyenyekevu neema."

7 Basi mtiini Mungu. Mpingeni ibilisi, naye atawakimbia. 8 Mkaribieni Mungu, naye atawakaribia ninyi. Itakaseni mikono yenu ninyi wenye dhambi, na kuisafisha mioyo yenu ninyi wenye nia mbili. 9 Huzunikeni, ombolezeni na kulia. Kicheko chenu na kigeuzwe kuwa kuomboleza, na furaha yenu kuwa huzuni. 10 Jinyenyekezeni mbele za Bwana, naye atawainua.

Onyo Kuhusu Kuhukumu Wengine

11 Ndugu, msineneane mabaya ninyi kwa ninyi. Mtu yeyote anayesema mabaya dhidi ya ndugu

yake au kumhukumu anasema dhidi ya sheria na kuihukumu. Unapoihukumu sheria, basi huishiki sheria bali umekuwa hakimu wa kuihukumu hiyo sheria. 12 Yuko Mtoa sheria mmoja tu na yeye peke yake ndiye Hakimu, ndiye awezaye kuokoa au kuangamiza. Lakini wewe ni nani hata umhukumu jirani yako?

Kujivuna Kwa Ajili Ya Kesho

13 Basi sikilizeni ninyi msemao, "Leo au kesho tutakwenda katika mji huu ama ule tukae humo mwaka mmoja, tufanye biashara na kupata faida." 14 Lakini hamjui hata litakalotukia kesho. Maisha yenu ni nini? Ninyi ni ukungu ambao huonekana kwa kitambo kidogo kisha hutoweka. 15 Badala yake, inawapasa kusema, "Kama Bwana akipenda, tutaishi na kufanya hili ama lile." 16 Kama ilivyo sasa, mnajisifu na kujigamba. Kujisifu kwa namna hiyo ni uovu. 17 Basi mtu yeyote anayejua jema limpasalo kutenda, lakini asilitende, mtu huyo anatenda dhambi.

Onyo Kwa Matajiri

5 Basi sikilizeni, ninyi matajiri, lieni na kuomboleza kwa ajili ya hali mbaya sana inayowajia. 2 Utajiri wenu umeoza na mavazi yenu yameliwa na nondo. 3 Dhahabu yenu na fedha yenu vimeliwa na kutu. Kutu yake itashuhudia dhidi yenu nayo itaila miili yenu kama vile moto. Mmejiwekea hazina kwa ajili ya siku za mwisho. 4 Angalieni! Ule ujira wa vibarua waliolima mashamba yenu mliouzuia kwa hila unapiga kelele dhidi yenu na vilio vya wavunaji vimefika masikioni mwa Bwana Mwenye Nguvu Zote. 5 Mmeishi duniani kwa anasa na kwa starehe, mmejinenepesha tayari kwa siku ya kuchinjwa. 6 Mmewahukumu na kuwaua watu wenye haki, waliokuwa hawapingani nanyi.

Uvumilivu Katika Mateso

7 Kwa hiyo, ndugu zangu, vumilieni hadi kuja kwake Bwana. Angalieni jinsi mkulima angojavyo ardhi itoe mavuno yake yaliyo ya thamani na jinsi anavyovumilia kwa ajili ya kupata mvua za kwanza na za mwisho. 8 Ninyi nanyi vumilieni, tena simameni imara, kwa sababu kuja kwa Bwana kumekaribia. 9 Ndugu zangu, msinung'unikiane msije mkahukumiwa. Hakimu amesimama mlangoni!

10 Ndugu zangu, waangalieni manabii walionena kwa Jina la Bwana, ili kuwa mfano wa uvumilivu katika kukabiliana na mateso. 11 Kama mnavyojua, tunawahesabu kuwa wabarikiwa wale waliovumilia. Mmesikia habari za uvumilivu wake Ayubu na mmeona kile ambacho hatimaye Bwana alimtendea. Bwana ni mwingi wa huruma, na amejaa rehema.

12 Zaidi ya yote, ndugu zangu, msiape, iwe kwa mbingu au kwa dunia, au kwa kitu kingine chochote. "Ndiyo" yenu na iwe ndiyo, na "Hapana" yenu iwe hapana, la sivyo mtahukumiwa.

Maombi Ya Imani

13 Je, mtu yeyote miongoni mwenu amepatwa na taabu? Basi inampasa aombe. Je, kuna yeyote mwenye furaha? Basi na aimbe nyimbo za kusifu. 14 Je, kuna yeyote miongoni mwenu aliye mgonjwa? Basi inampasa awaite wazee wa kanisa wamwombee na kumpaka mafuta kwa Jina la Bwana. 15 Kule kuomba kwa imani kutamwokoa huyo mgonjwa, naye Bwana atamwinua na kama ametenda dhambi, atasamehewa. 16 Kwa hiyo ungamianeni dhambi zenu ninyi kwa ninyi na kuombeana ili mpate kuponywa. Maombi ya mwenye haki yana nguvu tena yanafaa sana.

17 Eliya alikuwa mwanadamu kama sisi. Akaomba kwa bidii kwamba mvua isinyeshe, nayo haikunyesha juu ya nchi kwa muda wa miaka mitatu na miezi sita. 18 Kisha akaomba tena, nazo mbingu zikatoa mvua nayo ardhi ikatoa mazao yake.

19 Ndugu zangu, yeyote miongoni mwenu akipotoka na kuicha kweli, naye akarejezwa na mtu mwingine, 20 hamna budi kujua kwamba yeyote amrejezaye mwenye dhambi kutoka upotovu wake, ataiokoa roho ya huyo mwenye dhambi kutoka mauti na kusitiri wingi wa dhambi.

1 PETRO

Salamu

1 Petro, mtume wa Yesu Kristo:
Kwa wateule wa Mungu, wageni katika
ulimwengu, waliotawanyika kote katika Ponto,
Galatia, Kapadokia, Asia na Bithinia. 2 Ni ninyi
ambao mlichaguliwa tangu mwanzo na Mungu
Baba kulingana na alivyotangulia kuwajua, kupitia
kwa kazi ya utakaso wa Roho, katika utiifu kwa
Yesu Kristo na kunyunyiziwa damu yake:

Neema na amani ziwe kwenu kwa wingi.

Tumaini Lenye Uzima

3 Ahimidiwe Mungu, Baba wa Bwana wetu Yesu
Kristo! Kwa rehema zake kuu ametuzaa sisi mara
ya pili katika tumaini lenye uzima kupitia kwa
kufufuka kwa Yesu Kristo kutoka kwa wafu, 4 ili
tuupate urithi usioharibika, usio na uchafu, ule
usionyauka: uliotunzwa mbinguni kwa ajili yenu,
5 ninyi ambao mnalindwa na nguvu za Mungu kwa
njia ya imani, hadi uje ule wokovu ulio tayari kufu-
nuliwa nyakati za mwisho. 6 Katika hili mnafurahi
sana, ingawa sasa kwa kitambo kidogo mmehu-
zunishwa kwa majaribu ya namna nyingi. 7 Haya
yamewajia ili kwamba imani yenu, iliyo ya thamani
kuliko dhahabu ipoteayo, ingawa hujaribiwa kwa
moto, ionekane kuwa halisi na imalizie katika sifa,
utukufu na heshima wakati Yesu Kristo atadhihi-
rishwa. 8 Ingawa hamjamwona, mnampenda; tena
ingawa sasa hammwoni, mnamwamini na kujawa
na furaha isiyoneneka yenye utukufu usioelezeka.
9 Maana mnaupokea wokovu wa roho zenu, ambao
ndio lengo la imani yenu.

10 Kwa habari ya wokovu huu, wale manabii
waliosema kuhusu neema ambayo ingewajia ninyi,
walitafuta kwa bidii na kwa uangalifu mkubwa,
11 wakijaribu kujua ni wakati upi na katika mazi-
ngira gani ambayo Roho wa Kristo aliyekuwa ndani
yao alionyesha, alipotabiri kuhusu mateso ya
Kristo na utukufu ule ambao ungefuata. 12 Walidhi-
hirishiwa kwamba walikuwa hawajihudumii wao
wenyewe, bali waliwahudumia ninyi, waliponena
kuhusu mambo hayo, ambayo sasa yamehubiriwa
kwenu na wale waliowahubiria ninyi Injili kwa
Roho Mtakatifu aliyetumwa kutoka mbinguni.
Hata malaika wanatamani kuyafahamu mambo
haya.

Mwito Wa Kuishi Maisha Matakatifu

13 Kwa hiyo, tayarisheni nia zenu kwa kazi;
mwe na kiasi, mkitumainia kikamilifu ile neema
mtakayopewa Yesu Kristo atakapodhihirishwa.
14 Kama watoto watiifu, msifuate tamaa zenu
mbaya wakati mlipoishi kwa ujinga. 15 Bali kama
yeye aliyewaita alivyo mtakatifu, nanyi kuweni
watakatifu katika mwenendo wenu wote. 16 Kwa
maana imeandikwa: "Kuweni watakatifu, kwa
kuwa mimi ni mtakatifu."

17 Kwa sababu mnamwita Baba ahukumuye kila
mtu kulingana na matendo yake pasipo upendeleo,
enendeni kwa hofu ya kumcha Mungu wakati wenu
wa kukaa hapa duniani kama wageni. 18 Kwa maana
mnafahamu kwamba mlikombolewa kutoka mwe-
nendo wenu usiofaa ambao mliurithi kutoka kwa
baba zenu, si kwa vitu viharibikavyo kama fedha
na dhahabu, 19 bali kwa damu ya thamani ya Kri-
sto, yule Mwana-Kondoo asiye na dosari wala doa.
20 Yeye alichaguliwa kabla ya kuwekwa kwa misingi
ya ulimwengu, lakini akadhihirishwa katika siku
hizi za mwisho kwa ajili yenu. 21 Kupitia kwake
mmemwamini Mungu, aliyemfufua kutoka kwa
wafu na akampa utukufu, ili imani yenu na tumaini
lenu ziwe kwa Mungu.

22 Basi kwa kuwa mmejitakasa nafsi zenu kwa
kuitii ile kweli hata mkawa na upendo wa ndugu
usio na unafiki, basi pendaneni kwa dhati kutoka
moyoni. 23 Kwa maana mmezaliwa upya, si kwa
mbegu ile iharibikayo, bali kwa ile isiyoharibika,
kupitia kwa neno la Mungu lililo hai na linalodumu
milele. 24 Maana,

"Wanadamu wote ni kama majani,
nao utukufu wao ni kama maua
ya kondeni;
majani hunyauka na maua huanguka,
25 lakini neno la Bwana ladumu milele."

Hili ndilo neno lililohubiriwa kwenu.

Jiwe Lililo Hai Na Watu Waliochaguliwa

2 Kwa hiyo, wekeni mbali nanyi uovu wote na uda-
nganyifu wote, unafiki, wivu na masingizio ya
kila namna. 2 Kama watoto wachanga, waliozaliwa
sasa, yatamanini maziwa ya kiroho yasiyochanga-
nywa na kitu kingine chochote, ili kwa hayo mpate
kukua katika wokovu, 3 ikiwa kweli mmeonja ya
kwamba Bwana ni mwema.

4 Mnapokuja kwake, yeye aliye Jiwe lililo hai,
lililokataliwa na wanadamu bali kwa Mungu ni
teule na la thamani kwake, 5 ninyi nanyi, kama
mawe yaliyo hai, mnajengwa kuwa nyumba ya
kiroho, ili mpate kuwa ukuhani mtakatifu, mki-
toa dhabihu za kiroho zinazokubaliwa na Mungu
kwa njia ya Yesu Kristo. 6 Kwa maana imeandikwa
katika Maandiko:

"Tazama, naweka katika Sayuni,
jiwe la pembeni teule lenye thamani,
na yeyote atakayemwamini
hataaibika kamwe."

7 Kwenu ninyi mnaoamini, jiwe hili ni la thamani.
Lakini kwao wasioamini,

"Jiwe walilolikataa waashi
limekuwa jiwe kuu la pembeni,"

8 tena,

"Jiwe lenye kuwafanya watu wajikwae,
na mwamba wa kuwaangusha."

Wanajikwaa kwa sababu hawakulitii lile neno,
kama walivyowekewa tangu zamani.

9 Lakini ninyi ni taifa teule, ukuhani wa kifa-
lme, taifa takatifu, watu walio milki ya Mungu,
mlioitwa ili kutangaza sifa zake yeye aliyewaita
kutoka gizani mkaingie katika nuru yake ya ajabu.
10 Mwanzo ninyi mlikuwa si taifa, lakini sasa ninyi
ni taifa la Mungu. Mwanzo mlikuwa hamjapata
rehema, lakini sasa mmepata rehema.

11 Wapenzi, ninawasihi, mkiwa kama wageni
na wapitaji hapa ulimwenguni, epukeni tamaa
mbaya za mwili ambazo hupigana vita na roho
zenu. 12 Kuweni na mwenendo mzuri mbele ya watu
wasiomjua Mungu, ili kama wanawasingizia kuwa
watenda mabaya, wayaone matendo yenu mema
nao wamtukuze Mungu siku atakapokuja kwetu.

Kuwatii Wenye Mamlaka

13 Kwa ajili ya Bwana, tiini kila mamlaka iliyo-
wekwa na wanadamu: Kwa mfalme kwani ndiye
aliye na mamlaka ya juu zaidi, 14 au kwa maafisa
aliowaweka, kwa kuwa mfalme amewatuma ili
kuwaadhibu wale wanaokosa, na kuwapongeza
wale watendao mema. 15 Kwa maana ni mapenzi ya
Mungu kwamba kwa kutenda mema mnyamazishe
maneno ya kijinga ya watu wapumbavu. 16 Ishini
kama watu huru, lakini msitumie uhuru wenu
kama kisingizio cha kutenda uovu, bali ishini kama
watumishi wa Mungu. 17 Mheshimuni kila mtu
ipasavyo: Wapendeni jamaa ya ndugu waumini,
mcheni Mungu, mpeni heshima mfalme.

18 Ninyi watumwa, watiini mabwana zenu kwa
heshima yote, si wale mabwana walio wema na
wapole peke yao, bali pia wale walio wakali. 19 Kwa
maana ni jambo la sifa kama mtu akivumilia ana-
poteswa kwa uonevu kwa ajili ya Mungu. 20 Kwani
ni faida gani kwa mtu kustahimili anapopigwa kwa
sababu ya makosa yake? Lakini kama mkiteswa
kwa sababu ya kutenda mema, nanyi mkastahimili,
hili ni jambo la kusifiwa mbele za Mungu.

Mfano Wa Mateso Ya Kristo

21 Ninyi mliitwa kwa ajili ya haya, kwa sababu
Kristo naye aliteswa kwa ajili yenu, akiwaachia
kielelezo, ili mzifuate nyayo zake.

22 "Yeye hakutenda dhambi,
wala hila haikuonekana kinywani
mwake."

23 Yeye alipotukanwa, hakurudisha matukano;
alipoteswa, hakutishia, bali alijikabidhi kwa yeye
ahukumuye kwa haki. 24 Yeye mwenyewe alizichu-
kua dhambi zetu katika mwili wake juu ya mti,
ili tufe kwa mambo ya dhambi, bali tupate kuishi
katika haki. Kwa kupigwa kwake, ninyi mmepo-
nywa. 25 Kwa maana mlikuwa mmepotea kama
kondoo, lakini sasa mmerudi kwa Mchungaji na
Mwangalizi wa roho zenu.

Mafundisho Kwa Wake Na Waume

3 Kadhalika enyi wake, watiini waume zenu, ili
kama kunao wasioamini lile neno, wapate kuvu-
twa na mwenendo wa wake zao pasipo neno, 2 kwa
kuuona utakatifu na uchaji wa Mungu katika maisha
yenu. 3 Kujipamba kwenu kusiwe kwa nje tu, kama
vile kusuka nywele, kuvalia vitu vilivyofanyizwa
kwa dhahabu na kwa mavazi. 4 Badala yake, kujipa-
mba kwenu kuwe katika utu wenu wa moyoni, yaani
uzuri usioharibika wa roho ya upole na utulivu,
ambayo ni ya thamani sana machoni pa Mungu.
5 Kwa kuwa hivi ndivyo walivyokuwa wakijipamba
wanawake watakatifu wa zamani, waliomtumaini
Mungu. Wao walikuwa ni watiifu kwa waume zao,
6 kama Sara alivyomtii mumewe Abrahamu, hata
akamwita bwana. Ninyi ni watoto wa Sara kama
mkitenda yaliyo mema, bila kuogopa jambo lolote.

7 Vivyo hivyo ninyi waume, kaeni na wake zenu
kwa akili, nanyi wapeni heshima mkitambua ya
kuwa wao ni wenzi walio dhaifu, na kama warithi
pamoja nanyi wa kipawa cha neema cha uzima, ili
kusiwepo na chochote cha kuzuia maombi yenu.

Kuteseka Kwa Kutenda Mema

8 Hatimaye, ninyi nyote kuweni na nia moja,
wenye kuhurumiana, mkipendana kama ndugu,
na mwe wasikitivu na wanyenyekevu. 9 Msilipe
ovu kwa ovu, au jeuri kwa jeuri, bali barikini,
kwa maana hili ndilo mliloitiwa ili mpate kurithi
baraka. 10 Kwa maana,

"Yeyote apendaye uzima
na kuona siku njema,
basi auzuie ulimi wake usinene mabaya,
na midomo yake isiseme hila.
11 Mtu huyo lazima aache uovu, akatende mema;
lazima aitafute amani na kuifuatilia sana.
12 Kwa maana macho ya Bwana
huwaelekea wenye haki,
na masikio yake yako makini
kusikiliza maombi yao.
Bali uso wa Bwana uko kinyume
na watendao maovu."

Kuvumilia Mateso

13 Basi, ni nani atakayewadhuru mkiwa wenye
juhudi katika kutenda mema? 14 Lakini mmeba-
rikiwa hata kama ikiwalazimu kuteseka kwa ajili
ya haki. "Msiogope vitisho vyao, wala msiwe na
wasiwasi." 15 Bali mtakaseni Kristo kuwa Bwana
mioyoni mwenu. Siku zote mwe tayari kumjibu
mtu yeyote atakayewauliza kuhusu sababu ya
tumaini lililomo ndani yenu. Lakini fanyeni hivyo
kwa upole na kwa heshima, 16 mkizitunza dhamiri
zenu ziwe safi, ili wale wasemao mabaya dhidi ya
mwenendo wenu mzuri katika Kristo waaibike kwa
ajili ya masingizio yao.

17 Kwa maana ni afadhali kupata mateso kwa
ajili ya kutenda mema, kama kuteseka huko ndiyo
mapenzi ya Mungu, kuliko kuteseka kwa kutenda
maovu. 18 Kwa kuwa Kristo naye aliteswa mara moja
tu kwa ajili ya dhambi, mwenye haki kwa ajili ya
wasio haki, ili awalete ninyi kwa Mungu. Mwili

wake ukauawa, lakini akafanywa hai katika Roho. 19 Baada ya kufanywa hai, alikwenda na kuzihubiria roho zilizokuwa kifungoni: 20 roho hizo ambazo zamani hazikutii, wakati ule uvumilivu wa Mungu ulipokuwa ukingoja katika siku za Noa, wakati wa kujenga safina, ambamo watu wachache tu, yaani watu wanane, waliokolewa ili wasiangamie kwa gharika. 21 Nayo maji hayo ni kielelezo cha ubatizo ambao sasa unawaokoa ninyi pia: si kwa kuondoa uchafu kwenye mwili, bali kama ahadi ya dhamiri safi kwa Mungu, kwa njia ya ufufuo wa Yesu Kristo. 22 Yeye ameingia mbinguni na amekaa mkono wa kuume wa Mungu; nao malaika, mamlaka na nguvu zote wametiishwa chini yake.

Kuishi Kwa Ajili Ya Mungu

4 Kwa hiyo, kwa kuwa Kristo aliteswa katika mwili wake, ninyi nanyi jivikeni nia iyo hiyo kwa maana mtu aliyekwisha kuteswa katika mwili ameachana na dhambi. 2 Kwa hivyo, haishi maisha yake yaliyobaki ya kuishi hapa duniani kwa tamaa mbaya za wanadamu, bali anaishi kwa mapenzi ya Mungu. 3 Maana wakati uliopita mmekwisha kutumia muda wa kutosha katika maisha yenu mkifanya yale ambayo wapagani hupenda kutenda: wakiishi katika uasherati, tamaa mbaya, ulevi, karamu za ulafi, vileo, ngoma mbaya, na ibada chukizo za sanamu. 4 Wao hushangaa kwamba ninyi hamjiingizi pamoja nao katika huo wingi wa maisha ya ufisadi, nao huwatukana ninyi. 5 Lakini itawapasa wao kutoa hesabu mbele zake yeye aliye tayari kuwahukumu walio hai na waliokufa. 6 Kwa kuwa hii ndiyo sababu Injili ilihubiriwa hata kwa wale waliokufa, ili wahukumiwe sawasawa na wanadamu wengine katika mwili, lakini katika roho waishi kulingana na Mungu aishivyo.

7 Mwisho wa mambo yote umekaribia. Kwa hiyo kuweni na akili tulivu na kiasi, mkikesha katika kuomba. 8 Zaidi ya yote, dumuni katika upendo kwa maana upendo husitiri wingi wa dhambi. 9 Kuweni wakarimu kila mtu na mwenzake pasipo manung'uniko. 10 Kila mmoja na atumie kipawa chochote alichopewa kuwahudumia wengine, kama mawakili waaminifu wa neema mbalimbali za Mungu. 11 Yeyote asemaye hana budi kusema kama mtu asemaye maneno ya Mungu mwenyewe. Yeyote ahudumuye hana budi kuhudumu kwa nguvu zile anazopewa na Mungu, ili Mungu apate kutukuzwa katika mambo yote kwa njia ya Yesu Kristo. Utukufu na uweza una yeye milele na milele. Amen.

Kuteseka Kwa Kuwa Mkristo

12 Wapenzi, msione ajabu kwa yale mateso yanayotukia miongoni mwenu, kana kwamba ni kitu kigeni kinachowapata. 13 Bali furahini kuwa mnashiriki katika mateso ya Kristo, ili mpate kufurahi zaidi wakati utukufu wake utakapofunuliwa. 14 Kama mkitukanwa kwa ajili ya jina la Kristo, mmebarikiwa, kwa sababu Roho wa utukufu na wa Mungu anakaa juu yenu. 15 Lakini asiwepo mtu yeyote miongoni mwenu anayeteswa kwa kuwa ni muuaji, au mwizi, au mhalifu wa aina yoyote, au anayejishughulisha na mambo ya watu wengine. 16 Lakini kama ukiteseka kwa kuwa Mkristo, usihesabu jambo hilo kuwa ni aibu, bali mtukuze Mungu kwa sababu umeitwa kwa jina hilo. 17 Kwa maana wakati umewadia wa hukumu kuanzia katika nyumba ya Mungu. Basi kama ikianzia kwetu sisi, mwisho wa hao wasiotii Injili ya Mungu utakuwaje? 18 Basi,

> "Ikiwa ni vigumu kwa mwenye haki kuokoka,
> itakuwaje kwa mtu asiyemcha Mungu
> na mwenye dhambi?"

19 Kwa hiyo, wale wanaoteswa kulingana na mapenzi ya Mungu, wajikabidhi kwa Muumba wao aliye mwaminifu, huku wakizidi kutenda mema.

Kulichunga Kundi La Mungu

5 Kwa wazee waliomo miongoni mwenu, nawasihi mimi nikiwa mzee mwenzenu, shahidi wa mateso ya Kristo, na mshiriki katika utukufu utakaofunuliwa: 2 lichungeni kundi la Mungu mlilokabidhiwa, mkitumika kama waangalizi, si kwa kulazimishwa bali kwa hiari, kama Mungu anavyowataka mwe; si kwa tamaa ya fedha, bali mlio na bidii katika kutumika. 3 Msijifanye mabwana juu ya wale walio chini ya uangalizi wenu, bali kuweni vielelezo kwa hilo kundi. 4 Naye Mchungaji Mkuu atakapodhihirishwa, mtapokea taji ya utukufu isiyoharibika.

5 Vivyo hivyo, ninyi mlio vijana watiini wazee. Nanyi nyote imewapasa kujivika unyenyekevu kila mtu kwa mwenzake, kwa kuwa,

> "Mungu huwapinga wenye kiburi,
> lakini huwapa wanyenyekevu neema."

6 Basi, nyenyekeeni chini ya mkono wa Mungu ulio hodari, ili awakweze kwa wakati wake. 7 Mtwikeni yeye fadhaa zenu zote, kwa maana yeye hujishughulisha sana na mambo yenu.

8 Mwe na kiasi na kukesha, maana adui yenu ibilisi huzungukazunguka kama simba angurumaye akitafuta mtu ili apate kummeza. 9 Mpingeni, mkiwa thabiti katika imani, mkijua ya kwamba mateso kama hayo yanawapata ndugu zenu pote duniani.

10 Nanyi mkiisha kuteswa kwa kitambo kidogo, Mungu wa neema yote, aliyewaita kuingia katika utukufu wake wa milele ndani ya Kristo, yeye mwenyewe atawarejesha na kuwatia nguvu, akiwaimarisha na kuwathibitisha. 11 Uweza una yeye milele na milele. Amen.

Salamu Za Mwisho

12 Kwa msaada wa Silvano,[a] ambaye ninamhesabu kuwa ndugu mwaminifu, nimewaandikia waraka huu mfupi ili kuwatia moyo, na kushuhudia kwamba hii ni neema halisi ya Mungu. Simameni imara katika neema hiyo.

13 Kanisa lililoko Babeli, lililochaguliwa pamoja nanyi, wanawasalimu; vivyo hivyo mwanangu Marko anawasalimu. 14 Salimianeni kwa busu la upendo.

Amani iwe nanyi nyote mlio katika Kristo.

---

[a]12 Yaani Sila.

2 PETRO

1 Simoni Petro, mtumishi na mtume wa Yesu Kristo:

Kwa wale ambao kwa njia ya haki ya Mungu na Mwokozi wetu Yesu Kristo mmepokea imani iliyo na thamani kama yetu:

2 Neema na amani iwe kwenu kwa wingi katika kumjua Mungu na Yesu Bwana wetu.

Wito Wa Mkristo Na Uteule

3 Uweza wake wa uungu umetupatia mambo yote tunayohitaji kwa ajili ya uzima na uchaji wa Mungu, kwa kumjua yeye aliyetuita kwa utukufu wake na wema wake mwenyewe. 4 Kwa sababu hiyo, ametukirimia ahadi zake kuu na za thamani kupitia mambo haya, ili kupitia hayo mpate kuwa washiriki wa asili ya uungu, na kuokoka kutoka upotovu ulioko duniani unaosababishwa na tamaa mbaya.

5 Kwa sababu hii hasa, jitahidini sana katika imani yenu kuongeza wema; na katika wema, maarifa; 6 katika maarifa, kiasi; katika kiasi, saburi; katika saburi, utauwa;[a] 7 katika utauwa, upendano wa ndugu; na katika upendano wa ndugu, upendo. 8 Kwa maana haya yakiwa ndani yenu kwa wingi na kuzidi kuongezeka, yanawasaidia msikose bidii wala kutozaa matunda katika kumjua Bwana wetu Yesu Kristo. 9 Lakini mtu yeyote asipokuwa na mambo haya haoni mbali, na ni kipofu, naye amesahau kule kutakaswa kutoka dhambi zake za zamani.

10 Kwa hiyo, ndugu zangu, fanyeni bidii zaidi kuuthibitisha wito wenu na uteule wenu. Kwa maana mkifanya hivyo, hamtajikwaa kamwe, 11 na mtajaliwa kwa ukarimu mwingi kuingia katika ufalme wa milele wa Bwana na Mwokozi wetu Yesu Kristo.

Unabii Wa Maandiko

12 Hivyo nitawakumbusha mambo haya siku zote, hata ingawa mnayajua na mmethibitishwa katika kweli mliyo nayo. 13 Naona ni vyema kuwakumbusha mambo haya wakati wote niwapo katika hema hili ambalo ni mwili wangu, 14 kwa sababu najua ya kwamba hivi karibuni nitaliweka kando, kama vile Bwana wetu Yesu Kristo alivyoliweka wazi kwangu. 15 Nami nitafanya kila juhudi kuona kwamba baada ya kuondoka kwangu mtaweza kuyakumbuka mambo haya siku zote.

16 Tulipowafahamisha juu ya uweza na kuja kwa Bwana wetu Yesu Kristo, hatukufuata hadithi zilizotungwa kwa werevu, bali tulishuhudia kwa macho yetu ukuu wake. 17 Alipewa heshima na utukufu kutoka kwa Mungu Baba, sauti ilipomjia katika Utukufu Mkuu, ikisema, "Huyu ni Mwanangu mpendwa. Ninapendezwa naye sana." 18 Sisi wenyewe tuliisikia sauti hii ambayo ilitoka mbinguni, wakati tulipokuwa pamoja naye kwenye ule mlima mtakatifu.

19 Nasi tunalo pia neno la hakika zaidi la unabii, ambalo mtafanya vyema mkiliangalia kwa bidii, kama vile nuru inavyong'aa gizani, hadi kupambazuka na nyota ya asubuhi izuke mioyoni mwenu. 20 Zaidi ya yote, yawapasa mjue kwamba hakuna unabii katika Maandiko uliofasiriwa kama alivyopenda nabii mwenyewe. 21 Kwa maana unabii haukuja kamwe kwa mapenzi ya mwanadamu, bali watu walinena yaliyotoka kwa Mungu wakiongozwa na Roho Mtakatifu.

Walimu Wa Uongo Na Uangamivu Wao

2 Lakini pia waliinuka manabii wa uongo miongoni mwa watu, kama vile watakavyokuwako walimu wa uongo miongoni mwenu. Wataingiza mafundisho yasiyopatana na kweli kwa siri, hata kumkana Bwana wa pekee aliyewanunua, na hivyo kujiletea wenyewe maangamizi ya haraka. 2 Hata hivyo, wengi watafuata njia zao za ufisadi, na kwa ajili yao njia ya kweli itatukanwa. 3 Nao katika tamaa zao mbaya, walimu hawa watajipatia faida kwenu kwa hadithi walizotunga wenyewe. Lakini hukumu imekwisha kutangazwa dhidi yao tangu zamani, wala uangamivu wao haujalala usingizi.

4 Kwa maana, kama Mungu hakuwasamehe malaika walipotenda dhambi, bali aliwatupa kuzimu[b] katika vifungo vya giza wakae humo mpaka ije hukumu; 5 kama hakuusamehe ulimwengu wa kale alipoleta gharika juu ya watu wale wasiomcha Mungu, bali akamhifadhi Noa, mhubiri wa haki, pamoja na watu wengine saba; 6 kama aliihukumu miji ya Sodoma na Gomora kwa kuiteketeza kwa moto ikawa majivu, na kuifanya kuwa kielelezo kwa yale yatakayowapata wale wasiomcha Mungu; 7 na kama alimwokoa Loti, mtu mwenye haki, ambaye alihuzunishwa na maisha machafu ya watu wapotovu 8 (kwa sababu yale matendo mapotovu aliyoyaona na kuyasikia huyo mtu mwenye haki alipoishi miongoni mwao yalimhuzunisha siku baada ya siku): 9 ikiwa hivyo ndivyo, basi Bwana anajua jinsi ya kuwaokoa wamchao Mungu kutoka majaribu, na kuwaweka waasi katika adhabu hadi siku ya hukumu. 10 Hii ni hakika hasa kwa wale wanaofuata tamaa mbaya za mwili na kudharau mamlaka.

Kwa ushupavu na kwa kiburi, watu hawa hawaogopi kunena mabaya dhidi ya viumbe vya mbinguni. 11 Lakini hata malaika, ingawa wana nguvu na uwezo zaidi, hawaleti mashtaka mabaya dhidi ya viumbe kama hao mbele za Bwana. 12 Lakini watu hawa hukufuru katika mambo wasiyoyafahamu. Wao ni kama wanyama wasio na akili, viumbe wanaotawaliwa na hisia za mwili,

[a]6 Maana yake kumcha Mungu.

[b]4 Kuzimu hapa linalotokana na neno Tartarus la Kiyunani; maana yake ni kule ndani sana katika mahali pa mateso kwa watu waliopotea.

waliozaliwa ili wakamatwe na kuchinjwa. Hawa
nao kama wanyama wataangamizwa pia.
[13] Watalipwa madhara kwa ajili ya madhara
waliyowatendea wengine. Huhesabu kuwa ni
fahari kufanya karamu za ulevi na ulafi mchana
peupe. Wao ni mawaa na dosari, wakijifurahisha
katika anasa zao wanaposhiriki katika karamu
zenu. [14] Wakiwa na macho yaliyojaa uzinzi, kamwe
hawaachi kutenda dhambi. Huwashawishi wale
wasio imara. Wao ni hodari kwa kutamani; ni wana
wa laana! [15] Wameiacha njia iliyonyooka, wakapo-
toka na kuifuata njia ya Balaamu mwana wa Beori
aliyependa mshahara wa uovu. [16] Lakini kwa ajili ya
uovu wake, alikemewa na punda, mnyama asiyejua
kusema, akaongea akitumia sauti ya mwanadamu
na kuzuia wazimu wa huyo nabii.
[17] Watu hawa ni chemchemi zisizo na maji,
na ukungu upeperushwao na tufani. Giza nene
limewekwa tayari kwa ajili yao. [18] Kwa maana wao
hunena maneno makuu mno ya kiburi cha bure,
na kwa kuvutia tamaa mbaya za asili ya mwili,
huwashawishi watu ambao ndipo tu wamejiondoa
miongoni mwa wale wanaoishi katika ufisadi.
[19] Huwaahidi uhuru hao waliowanasa, wakati wao
wenyewe ni watumwa wa ufisadi: kwa maana mtu
ni mtumwa wa kitu chochote kinachomtawala.
[20] Kama wameukimbia upotovu wa dunia kwa
kumjua Bwana wetu na Mwokozi Yesu Kristo,
kisha wakanaswa tena humo na kushindwa, hali
yao ya mwisho ni mbaya zaidi kuliko ile ya kwanza.
[21] Ingelikuwa afadhali kwao kama wasingeliijua
kamwe njia ya haki, kuliko kuijua kisha wakaiacha
ile amri takatifu waliyokabidhiwa. [22] Imetukia kwao
sawasawa na ile mithali ya kweli isemayo: "Mbwa
huyarudia matapiko yake mwenyewe," tena, "Ngu-
ruwe aliyeoshwa hurudi kugaagaa matopeni."

Ahadi Ya Kuja Kwa Bwana

3 Wapenzi, huu ndio waraka wangu wa pili ninao-
waandikia. Katika nyaraka hizi mbili ninajaribu
kuziamsha nia zenu safi kwa mawazo makamilifu.
[2] Nataka ninyi mkumbuke maneno yaliyosemwa
zamani na manabii watakatifu na ile amri ya Bwana
na Mwokozi mliyopewa kupitia kwa mitume wenu.
[3] Kwanza kabisa, ni lazima mfahamu ya kwamba
siku za mwisho watakuja watu wenye dhihaka,
wakidhihaki na kuzifuata tamaa zao mbaya.
[4] Watasema, "Iko wapi ile ahadi ya kuja kwake?
Tangu baba zetu walipofariki, kila kitu kinaendelea
kama kilivyokuwa tangu mwanzo wa kuumbwa."
[5] Lakini wao kwa makusudi hupuuza ukweli huu,
ya kwamba kwa neno la Mungu mbingu zilikuwepo
tangu zamani, nayo dunia ilifanyizwa kutoka ndani
ya maji na kwa maji. [6] Ulimwengu wa wakati ule
uligharikishwa kwa hayo maji na kuangamizwa.
[7] Lakini kwa neno lilo hilo, mbingu za sasa na dunia
zimewekwa akiba kwa ajili ya moto, zikihifadhiwa
hadi siku ile ya hukumu na ya kuangamizwa kwa
watu wasiomcha Mungu.
[8] Lakini wapenzi, msisahau neno hili: kwamba
kwa Bwana, siku moja ni kama miaka elfu, na miaka
elfu ni kama siku moja. [9] Bwana hakawii kuitimiza
ahadi yake, kama watu wengine wanavyokudhani
kukawia. Badala yake, yeye anawavumilia ninyi,
maana hataki mtu yeyote aangamie, bali kila mtu
afikilie toba.
[10] Lakini siku ya Bwana itakuja kama mwizi.
Ndipo mbingu zitatoweka kwa kishindo kikuu;
navyo vitu vya asili vitateketezwa kwa moto, nayo
dunia na kila kitu kilichomo ndani yake kitaungu-
zwa.
[11] Kwa kuwa vitu vyote vitaharibiwa namna
hii, je, ninyi imewapasa kuwa watu wa namna
gani? Inawapasa kuishi maisha matakatifu na ya
kumcha Mungu, [12] mkingojea na kuhimiza kuja
kwa hiyo siku ya Mungu. Siku hiyo italeta mbingu
kuchomwa moto na kutoweka, na vitu vya asili
vitayeyuka kwa moto. [13] Lakini kufuatana na ahadi
yake, sisi tunatazamia mbingu mpya na dunia
mpya, ambayo haki hukaa ndani yake.
[14] Kwa sababu hii, wapenzi, kwa kuwa mnataza-
mia mambo haya, fanyeni bidii ili awakute katika
amani, bila mawaa wala dosari. [15] Hesabuni uvumi-
livu wa Bwana kuwa ni wokovu, kama vile ndugu
yetu mpenzi Paulo alivyowaandikia kwa hekima
ile aliyopewa na Mungu. [16] Huandika vivyo hivyo
katika nyaraka zake zote, akizungumzia ndani yake
mambo haya. Katika nyaraka zake kuna mambo
mengine ambayo ni vigumu kuyaelewa, ambayo
watu wajinga na wasio thabiti huyapotosha kwa
maangamizi yao wenyewe, kama wapotoshavyo
pia Maandiko mengine.
[17] Basi, ninyi wapenzi, kwa kuwa mmekwisha
kujua mambo haya, jilindeni msije mkachukuliwa
na kosa la watu hao waasi na kuanguka kutoka
kwenye uthabiti wenu. [18] Bali kueni katika neema
na katika kumjua Bwana na Mwokozi wetu Yesu
Kristo. Utukufu una yeye sasa na milele! Amen.

1 YOHANA

Neno La Uzima

1 Tunawajulisha lile lililokuwepo tangu mwanzo, lile tulilosikia, ambalo tumeliona kwa macho yetu, ambalo tumelitazama na kuligusa kwa mikono yetu, kuhusu Neno la uzima. 2 Uzima huo ulidhihirishwa; nasi tumeuona na kuushuhudia, nasi twawatangazia uzima wa milele, ambao ulikuwa pamoja na Baba, nao ukadhihirishwa kwetu. 3 Twawatangazia lile tulililoliona na kulisikia, ili nanyi mwe na ushirika nasi. Na ushirika wetu hasa ni pamoja na Baba na Mwanawe, Yesu Kristo. 4 Tunaandika mambo haya ili furaha yetu ipate kuwa timilifu.

Kutembea Nuruni

5 Huu ndio ujumbe tuliosikia kutoka kwake na kuwatangazia ninyi: kwamba Mungu ni nuru na ndani yake hamna giza lolote. 6 Kama tukisema kwamba twashirikiana naye huku tukienenda gizani, twasema uongo, wala hatutendi lililo kweli. 7 Lakini tukienenda nuruni, kama yeye alivyo nuruni, twashirikiana sisi kwa sisi na damu yake Yesu, Mwana wake, yatusafisha dhambi yote.

8 Kama tukisema kwamba hatuna dhambi, twajidanganya wenyewe wala kweli haimo ndani yetu. 9 Kama tukiziungama dhambi zetu, yeye ni mwaminifu na wa haki, atatusamehe dhambi zetu na kutusafisha kutoka kwenye udhalimu wote. 10 Kama tukisema hatukutenda dhambi, twamfanya yeye kuwa mwongo na neno lake halimo ndani yetu.

Kristo Mwombezi Wetu

2 Watoto wangu wapendwa, nawaandikia haya ili msitende dhambi. Lakini kama mtu yeyote akitenda dhambi, tunaye Mwombezi kwa Baba: ndiye Yesu Kristo, Mwenye Haki. 2 Yeye ndiye dhabihu ya upatanisho kwa ajili ya dhambi zetu, wala si kwa ajili ya dhambi zetu tu, bali pia kwa ajili ya dhambi za ulimwengu wote.

3 Basi katika hili twajua ya kuwa tumemjua, tukizishika amri zake. 4 Mtu yeyote asemaye kuwa, "Ninamjua," lakini hazishiki amri zake, ni mwongo, wala ndani ya mtu huyo hamna kweli. 5 Lakini mtu yeyote anayelitii neno lake, upendo wa Mungu umekamilika ndani yake kweli kweli. Katika hili twajua kuwa tumo ndani yake. 6 Yeyote anayesema anakaa ndani yake hana budi kuenenda kama Yesu alivyoenenda.

Amri Mpya

7 Wapendwa, siwaandikii ninyi amri mpya bali ile ya zamani, ambayo mmekuwa nayo tangu mwanzo. Amri hii ya zamani ni lile neno mlilosikia. 8 Lakini nawaandikia amri mpya, yaani, lile neno lililo kweli ndani yake na ndani yenu, kwa sababu giza linapita na ile nuru ya kweli tayari inang'aa.

9 Yeyote anayesema yumo nuruni lakini anamchukia ndugu yake bado yuko gizani. 10 Yeye ampendaye ndugu yake anakaa nuruni, wala hakuna kitu chochote ndani yake cha kumkwaza. 11 Lakini yeyote amchukiaye ndugu yake, yuko gizani na anaenenda gizani, wala hajui anakokwenda, kwa sababu giza limempofusha macho.

12 Nawaandikia ninyi, watoto wadogo,
kwa sababu dhambi zenu
zimesamehewa kwa ajili ya Jina lake.
13 Nawaandikia ninyi, akina baba,
kwa sababu mmemjua
yeye aliye tangu mwanzo.
Nawaandikia ninyi vijana
kwa sababu mmemshinda yule mwovu.
Nawaandikia ninyi watoto wadogo,
kwa sababu mmemjua Baba.
14 Nawaandikia ninyi akina baba,
kwa sababu mmemjua
yeye aliye tangu mwanzo.
Nawaandikia ninyi vijana,
kwa sababu mna nguvu,
na neno la Mungu linakaa ndani yenu,
nanyi mmemshinda yule mwovu.

Msiupende Ulimwengu

15 Msiupende ulimwengu wala mambo yaliyo ulimwenguni. Kama mtu yeyote akiupenda ulimwengu, upendo wa Baba haumo ndani yake. 16 Kwa maana kila kitu kilichomo ulimwenguni, yaani tamaa ya mwili, tamaa ya macho na kiburi cha uzima, havitokani na Baba bali hutokana na ulimwengu. 17 Nao ulimwengu unapita, pamoja na tamaa zake, bali yeye afanyaye mapenzi ya Mungu adumu milele.

Onyo Dhidi Ya Wapinga Kristo

18 Watoto wadogo, huu ni wakati wa mwisho! Kama mlivyosikia kwamba mpinga Kristo anakuja, hivyo basi wapinga Kristo wengi wamekwisha kuja. Kutokana na hili twajua kwamba huu ni wakati wa mwisho. 19 Walitoka kwetu, lakini hawakuwa wa kwetu hasa. Kwa maana kama wangelikuwa wa kwetu, wangelikaa pamoja nasi, lakini kutoka kwao kulionyesha kwamba hakuna hata mmoja wao aliyekuwa wa kwetu.

20 Lakini ninyi mmetiwa mafuta na yeye Aliye Mtakatifu, nanyi nyote mnaijua kweli. 21 Siwaandikii kwa sababu hamuijui kweli, bali kwa sababu mnaijua, nanyi mnajua hakuna uongo utokao katika kweli. 22 Je, mwongo ni nani? Mwongo ni mtu yule asemaye kwamba Yesu si Kristo. Mtu wa namna hiyo ndiye mpinga Kristo, yaani, yeye humkana Baba na Mwana. 23 Hakuna yeyote amkanaye Mwana aliye na Baba. Yeyote anayemkubali Mwana anaye na Baba pia.

24 Hakikisheni kwamba lile mlilosikia tangu

mwanzo linakaa ndani yenu. Kama lile mlilosikia tangu mwanzo linakaa ndani yenu, ninyi nanyi mtakaa ndani ya Mwana na ndani ya Baba. 25 Hii ndiyo ahadi yake kwetu, yaani, uzima wa milele.

26 Nawaandikia mambo haya kuhusu wale watu ambao wanajaribu kuwapotosha. 27 Nanyi, upako mlioupata kutoka kwake unakaa ndani yenu, wala ninyi hamna haja ya mtu yeyote kuwafundisha. Lakini kama vile upako wake unavyowafundisha kuhusu mambo yote nayo ni kweli wala si uongo, basi kama ulivyowafundisha kaeni ndani yake.

Watoto Wa Mungu

28 Sasa basi, watoto wapendwa, kaeni ndani yake, ili atakapofunuliwa, tuwe na ujasiri, wala tusiaibike mbele zake wakati wa kuja kwake.

29 Kama mkijua kuwa yeye ni mwenye haki, mwajua kwamba kila atendaye haki amezaliwa naye.

3 Tazameni ni pendo kuu namna gani alilotupa Baba, kwamba sisi tuitwe wana wa Mungu! Na ndivyo tulivyo. Kwa sababu hii ulimwengu haututambui, kwa kuwa haukumtambua yeye. 2 Wapendwa, sasa tu wana wa Mungu, lakini bado haijadhihirika tutakavyokuwa, lakini twajua ya kwamba yeye atakapodhihirishwa, tutafanana naye, kwa maana tutamwona kama alivyo. 3 Kila mmoja mwenye matumaini haya ndani yake hujitakasa, kama vile yeye alivyo mtakatifu.

4 Kila mtu atendaye dhambi afanya uasi, kwa kuwa dhambi ni uasi. 5 Lakini mwajua ya kuwa yeye alidhihirishwa ili aziondoe dhambi, wala ndani yake hamna dhambi. 6 Kila mtu akaaye ndani yake hatendi dhambi. Kila mtu atendaye dhambi hakumwona yeye wala hakumtambua.

7 Watoto wapendwa, mtu yeyote asiwadanganye. Kila mtu atendaye haki ana haki, kama yeye alivyo na haki. 8 Yeye atendaye dhambi ni wa ibilisi, kwa sababu ibilisi amekuwa akitenda dhambi tangu mwanzo. Kwa kusudi hili Mwana wa Mungu alidhihirishwa, ili aziangamize kazi za ibilisi. 9 Yeyote aliyezaliwa na Mungu hatendi dhambi, kwa sababu uzao wa Mungu wakaa ndani yake, wala hawezi kutenda dhambi kwa sababu amezaliwa na Mungu. 10 Kwa jinsi hii tunaweza kujua dhahiri watoto wa Mungu na pia watoto wa ibilisi. Yeyote asiyetenda haki hatokani na Mungu, wala yeye asiyempenda ndugu yake.

Mpendane Ninyi Kwa Ninyi

11 Hili ndilo neno mlilolisikia tangu mwanzo: Kwamba imetupasa tupendane sisi kwa sisi. 12 Msiwe kama Kaini aliyekuwa wa yule mwovu akamuua ndugu yake. Basi kwa nini alimuua? Ni kwa sababu matendo yake Kaini yalikuwa mabaya na ya ndugu yake yalikuwa ya haki. 13 Ndugu zangu, ninyi msistaajabu kama ulimwengu ukiwachukia. 14 Sisi tunajua ya kwamba tumepita mautini kuingia uzimani, kwa sababu tunawapenda ndugu. Kila asiyempenda ndugu yake akaa mautini. 15 Yeyote amchukiaye ndugu yake ni muuaji, nanyi mwajua ya kwamba muuaji hana uzima wa milele ndani yake. 16 Kwa namna hii twaweza kulijua pendo la Mungu: Kwa sababu Yesu Kristo aliutoa uhai wake kwa ajili yetu. Nasi imetupasa kuutoa uhai kwa ajili ya hao ndugu. 17 Ikiwa mtu anavyo vitu vya ulimwengu huu na akamwona ndugu yake ni mhitaji lakini asimhurumie, upendo wa Mungu wakaaje ndani ya mtu huyo? 18 Watoto wapendwa, tusipende kwa maneno au kwa ulimi bali kwa tendo na kweli. 19 Basi hivi ndivyo tutakavyoweza kujua ya kuwa sisi tu wa kweli na hivyo twaithibitisha mioyo yetu mbele za Mungu 20 kila mara mioyo yetu inapotuhukumu. Kwa maana Mungu ni mkuu kuliko mioyo yetu, naye anajua kila kitu.

21 Wapendwa, kama mioyo yetu haituhukumu, tunao ujasiri mbele za Mungu, 22 lolote tuombalo, twalipokea kutoka kwake, kwa sababu tumezitii amri zake na kutenda yale yanayompendeza. 23 Hii ndiyo amri yake: kwamba tuliamini Jina la Mwanawe, Yesu Kristo, na kupendana sisi kwa sisi kama yeye alivyotuamuru. 24 Wale wote wanaozishika amri zake hukaa ndani yake na yeye ndani yao. Hivi ndivyo tunavyojua kwamba anakaa ndani yetu. Nasi twajua hili kwa njia ya Roho yule aliyetupa.

Zijaribuni Hizo Roho

4 Wapendwa, msiamini kila roho, bali zijaribuni hizo roho mwone kama zimetoka kwa Mungu, kwa sababu manabii wengi wa uongo wametokea ulimwenguni. 2 Hivi ndivyo mnavyoweza kutambua Roho wa Mungu: Kila roho inayokubali kwamba Yesu Kristo amekuja katika mwili yatoka kwa Mungu. 3 Lakini kila roho ambayo haimkubali Yesu haitoki kwa Mungu. Hii ndiyo roho ya mpinga Kristo, ambayo mmesikia kwamba inakuja na sasa tayari iko ulimwenguni.

4 Watoto wapendwa, ninyi mmetokana na Mungu, nanyi mmewashinda kwa sababu yeye aliye ndani yenu ni mkuu kuliko yeye aliye katika ulimwengu. 5 Wao wanatokana na ulimwengu na kwa hiyo hunena yaliyo ya ulimwengu, hivyo ulimwengu huwasikiliza. 6 Sisi twatokana na Mungu na yeyote anayemjua Mungu hutusikiliza, lakini asiyetokana na Mungu hatusikilizi. Hivi ndivyo tunavyoweza kutambua Roho wa Kweli na roho ya upotovu.

Mungu Ni Pendo

7 Wapendwa, tupendane, kwa kuwa pendo latoka kwa Mungu. Kila apendaye amezaliwa na Mungu, naye anamjua Mungu. 8 Yeye asiyependa hamjui Mungu, kwa sababu Mungu ni pendo. 9 Hivi ndivyo Mungu alivyoonyesha pendo lake kwetu: Mungu alimtuma Mwanawe wa pekee ulimwenguni, ili tupate uzima kupitia kwake. 10 Hili ndilo pendo: si kwamba tulimpenda Mungu, bali yeye alitupenda, akamtuma Mwanawe, ili yeye awe dhabihu ya upatanisho kwa ajili ya dhambi zetu. 11 Marafiki wapendwa, kama Mungu alivyotupenda sisi, imetupasa na sisi kupendana. 12 Hakuna mtu yeyote aliyemwona Mungu wakati wowote.Lakini tukipendana, Mungu anakaa ndani yetu, na pendo lake limekamilika ndani yetu.

13 Tunajua kwamba twakaa ndani yake na yeye ndani yetu, kwa sababu ametupa sisi sehemu ya Roho wake. 14 Nasi tumeona na kushuhudia kwamba Baba amemtuma Mwanawe ili awe Mwokozi wa ulimwengu. 15 Kila akiriye kwamba Yesu ni

Mwana wa Mungu, basi Mungu hukaa ndani yake,
naye ndani ya Mungu. 16 Hivyo nasi twajua na kuli-
tumainia pendo la Mungu alilo nalo kwa ajili yetu.

Mungu ni Upendo. Kila akaaye katika upendo
hukaa ndani ya Mungu na Mungu hukaa ndani
yake. 17 Kwa njia hii, pendo hukamilishwa miongoni
mwetu ili tupate kuwa na ujasiri katika siku ya
hukumu, kwa sababu kama alivyo ndivyo tulivyo
sisi katika ulimwengu huu. 18 Katika pendo hakuna
hofu. Lakini pendo lililo kamili huitupa nje hofu,
kwa sababu hofu inahusika na adhabu. Kila mwe-
nye hofu hakukamilika katika pendo.

19 Twampenda yeye kwa sababu yeye alitupe-
nda kwanza. 20 Ikiwa mtu atasema, "Nampenda
Mungu," lakini anamchukia ndugu yake, yeye ni
mwongo. Kwa maana kila mtu asiyempenda ndugu
yake ambaye anamwona, atampendaje Mungu
asiyemuona? 21 Naye ametupa amri hii: Yeyote ana-
yempenda Mungu lazima pia ampende ndugu yake.

Imani Katika Mwana Wa Mungu Huushinda Ulimwengu

5 Kila mtu anayeamini kwamba Yesu ndiye Kristo
amezaliwa na Mungu, na yeyote ampendaye
Baba humpenda pia mtoto aliyezaliwa naye. 2 Hivi
ndivyo tunavyojua kwamba tunawapenda watoto
wa Mungu, kwa kumpenda Mungu na kuzitii amri
zake. 3 Huku ndiko kumpenda Mungu, yaani, kuzi-
tii amri zake. Nazo amri zake si nzito. 4 Kwa maana
kila aliyezaliwa na Mungu huushinda ulimwengu.
Huku ndiko kushinda kuushindako ulimwengu,
yaani, hiyo imani yetu. 5 Ni nani yule aushindaye
ulimwengu? Ni yule tu aaminiye kwamba Yesu ni
Mwana wa Mungu.

Ushuhuda Kuhusu Mwana Wa Mungu

6 Huyu ndiye alikuja kwa maji na damu, yaani,
Yesu Kristo. Hakuja kwa maji peke yake, bali kwa
maji na damu. Naye Roho ndiye ashuhudiaye,
kwa sababu Roho ndiye kweli. 7 Kwa maana wako
watatu washuhudiao[mbinguni: hao ni Baba, Neno
na Roho Mtakatifu. Hawa watatu ni umoja. 8 Pia
wako mashahidi watatu duniani]: Roho, Maji na
Damu; hawa watatu wanakubaliana katika umoja.
9 Kama tunaukubali ushuhuda wa wanadamu, basi
ushuhuda wa Mungu ni mkuu zaidi, kwa kuwa huu
ndio ushuhuda wa Mungu kwamba amemshuhu-
dia Mwanawe. 10 Kila mtu amwaminiye Mwana wa
Mungu anao huu ushuhuda moyoni mwake. Kila
mtu asiyemwamini Mungu amemfanya yeye kuwa
mwongo, kwa sababu hakuamini ushuhuda Mungu
alioutoa kuhusu Mwanawe. 11 Huu ndio ushuhuda:
kwamba Mungu ametupa uzima wa milele, nao huo
uzima umo katika Mwanawe. 12 Aliye naye Mwana
wa Mungu anao uzima, yeye asiye na Mwana wa
Mungu hana uzima.

Maneno Ya Mwisho

13 Nawaandikia mambo haya ninyi mnaoliamini
Jina la Mwana wa Mungu ili mpate kujua ya kuwa
mnao uzima wa milele. 14 Huu ndio ujasiri tulio nao
tunapomkaribia Mungu, kwamba kama tukiomba
kitu sawasawa na mapenzi yake, atusikia. 15 Nasi
kama tunajua atusikia, lolote tuombalo, tunajua
ya kwamba tumekwisha kupata zile haja tulizo-
mwomba.

16 Kama mtu akimwona ndugu yake akitenda
dhambi isiyo ya mauti, inampasa aombe, naye
Mungu atampa uzima mtu huyo. Ninamaanisha
wale ambao dhambi yao si ya mauti. Iko dhambi ya
mauti, sisemi kwamba utaomba kwa ajili ya hiyo.
17 Jambo lolote lisilo la haki ni dhambi, lakini iko
dhambi isiyo ya mauti.

18 Tunajua ya kuwa yeye aliyezaliwa na Mungu
hatendi dhambi, bali aliyezaliwa na Mungu huji-
linda, wala yule mwovu hawezi kumdhuru. 19 Sisi
twajua kuwa tu watoto wa Mungu na ya kwamba
ulimwengu wote uko chini ya utawala wa yule
mwovu. 20 Nasi pia twajua ya kwamba Mwana wa
Mungu amekuja, naye ametupa sisi ufahamu ili
tupate kumjua yeye aliye Kweli. Nasi tumo ndani
yake yeye aliye Kweli, yaani, ndani ya Yesu Kristo
Mwanawe. Yeye ndiye Mungu wa kweli na uzima
wa milele.

21 Watoto wapendwa, jilindeni nafsi zenu kuto-
kana na sanamu. Amen.

2 YOHANA

Salamu

[1] Mzee:

Kwa bibi mteule na watoto wake, niwapendao katika kweli, wala si mimi tu, bali na wale wote waijuayo kweli: [2] kwa sababu ya ile kweli ikaayo ndani yetu na ambayo itaendelea kukaa nasi milele:

[3] Neema, rehema na amani itokayo kwa Mungu Baba na kwa Yesu Kristo, Mwanawe Baba, itakuwa pamoja nasi katika kweli na upendo.

Kweli Na Upendo

[4] Imenipa furaha kuu kuona baadhi ya watoto
wako wanaenenda katika kweli, kama vile Baba
alivyotuagiza. [5] Sasa, bibi mpendwa, si kwamba
ninakuandikia amri mpya, bali ile tuliyokuwa
nayo tangu mwanzo.Tupendane kila mmoja na
mwenzake. [6] Hili ndilo pendo, kwamba tuenende
sawasawa na amri zake. Hii ndiyo amri yake kama
vile mlivyosikia tangu mwanzo, kwamba mwenende katika upendo.

[7] Wadanganyifu wengi, wasiokubali kwamba
Yesu Kristo amekuja katika mwili, wametokea
ulimwenguni. Mtu wa namna hiyo ni mdanganyifu
na mpinga Kristo. [8] Jihadharini msije mkapoteza
kile mlichokitenda, bali mpate kupewa thawabu
kamilifu. [9] Mtu yeyote asiyedumu katika mafundisho ya Kristo, bali akayaacha, yeye hana Mungu.
Yeyote anayedumu katika mafundisho ana Baba na
Mwana pia. [10] Msimpokee mtu yeyote anayewajia
ambaye hawaletei mafundisho haya, wala msimkaribishe nyumbani mwenu. [11] Yeyote amkaribishaye
mtu wa namna hiyo anashiriki katika matendo maovu ya mtu huyo.

Salamu Za Mwisho

[12] Ninayo mengi ya kuwaandikia, lakini sitaki kutumia karatasi na wino. Badala yake, nataraji kuja kwenu na kuongea nanyi ana kwa ana, ili furaha yetu ipate kuwa timilifu.

[13] Watoto wa dada yako mteule wanakusalimu. Amen.

3 YOHANA

Salamu

1 Mzee:

Kwa Gayo rafiki yangu, nimpendaye katika kweli.

Gayo Anasifiwa Kwa Ajili Ya Ukarimu Wake

2 Mpendwa, naomba ufanikiwe katika mambo
yote na kuwa na afya njema kama vile roho yako
ifanikiwavyo. 3 Ilinifurahisha sana baadhi ya
ndugu walipokuja na kutueleza juu ya uaminifu
wako katika kweli na jinsi unavyoendelea kuene-
nda katika hiyo kweli. 4 Sina furaha kubwa kuliko
hii, kusikia kwamba watoto wangu wanaenenda
katika kweli.
5 Rafiki mpendwa, wewe ni mwaminifu kwa
yale unayowatendea ndugu, ingawa wao ni wageni
kwako. 6 Wameshuhudia kuhusu upendo wako
mbele ya kanisa. Utafanya vyema ukiwasafirisha
kama inavyostahili kwa Mungu. 7 Ilikuwa ni kwa
ajili ya hilo Jina waliondoka, bila kukubali kupo-
kea msaada wowote kutoka kwa watu wasioamini.
8 Kwa hiyo imetupasa sisi kuonyesha ukarimu kwa
watu kama hao ili tuweze kutenda kazi pamoja
kwa ajili ya kweli.

Deotrefe

9 Nililiandikia kanisa, lakini Deotrefe, yeye ape-
ndaye kujifanya wa kwanza, hakubali mamlaka
yetu. 10 Hivyo kama nikija, nitakumbuka matendo
yake atendayo, akitusingizia kwa maneno ya hila.
Wala hatosheki na hayo anayotusingizia, bali pia
hukataa kuwakaribisha ndugu, na hata huwazuia
wale walio tayari kufanya hivyo na kuwafukuza
watoke kanisani.

Demetrio

11 Rafiki mpendwa, usiige lile lililo baya bali
lile lililo jema. Yeyote atendaye mema atoka kwa
Mungu, bali atendaye mabaya hajamwona Mungu.
12 Kila mtu ameshuhudia mema kuhusu Deme-
trio, vivyo hivyo hata na hiyo kweli yenyewe. Sisi
pia twashuhudia mema juu yake, nanyi mwajua
kwamba ushuhuda wetu ni kweli.

Salamu Za Mwisho

13 Ninayo mambo mengi ya kukuandikia, lakini
sipendi kuandika kwa kalamu na wino. 14 Badala
yake, nataraji kukuona upesi, nasi tutaongea
pamoja ana kwa ana.

Amani iwe kwako. Rafiki zetu walioko hapa
wanakusalimu. Wasalimu hao rafiki zetu walioko
huko, kila mmoja kwa jina lake.

YUDA

Salamu

1 Yuda, mtumwa wa Yesu Kristo na nduguye
Yakobo:

Kwa wale walioitwa, wapendwa katika Mungu
Baba na kuhifadhiwa salama ndani ya Yesu Kristo:

2 Rehema, amani na upendo viwe kwenu kwa
wingi.

Dhambi Na Hukumu Ya Watu Wasiomcha Mungu

3 Wapendwa, ingawa nilikuwa ninatamani sana
kuwaandikia kuhusu wokovu ambao tunaushi-
riki sisi sote, niliona imenipasa kuwaandikia na
kuwasihi kwamba mwitetee imani iliyokabidhiwa
watakatifu kwa nafasi moja itoshayo. 4 Kwa kuwa
kuna watu waliojipenyeza kwa siri katikati yenu,
watu walioandikiwa tangu zamani hukumu hii,
waovu, wapotoshao neema ya Mungu wetu kuwa
ufisadi wakimkana yeye aliye Bwana wetu wa
pekee, Bwana Yesu Kristo.

Hukumu Kwa Walimu Wa Uongo

5 Ingawa mmekwisha kujua haya yote, nataka
niwakumbushe kuwa Bwana akiisha kuwaokoa
watu wake kutoka nchi ya Misri, baadaye aliwaa-
ngamiza wale ambao hawakuamini. 6 Nao malaika
ambao hawakulinda nafasi zao, lakini wakayaacha
makao yao, hawa amewaweka katika giza, wakiwa
wamefungwa kwa minyororo ya milele kwa ajili
ya hukumu Siku ile kuu. 7 Vivyo hivyo, Sodoma
na Gomora na pia ile miji iliyokuwa kandokando,
ambayo kwa jinsi moja na hao, walijifurahisha kwa
uasherati na kufuata tamaa za mwili zisizo za asili,
waliwekwa wawe mfano kwa kuadhibiwa katika
moto wa milele.
8 Vivyo hivyo, hawa waotao ndoto huutia mwili
unajisi, hukataa kuwa chini ya mamlaka na kunena
mabaya juu ya wenye mamlaka. 9 Lakini hata
malaika mkuu Mikaeli alipokuwa anashindana
na ibilisi juu ya mwili wa Mose, hakuthubutu
kumlaumu, bali alimwambia, "Bwana na akuke-
mee!" 10 Lakini watu hawa hunena mabaya dhidi
ya mambo wasiyoyafahamu. Na katika mambo
yale wanayoyafahamu kwa hisia kama wanyama
wasio na akili, hayo ndiyo hasa yanayowaharibu.
11 Ole wao! Kwa kuwa wanaifuata njia ya Kaini,
wamekimbilia faida katika kosa la Balaamu na
kuangamia katika uasi wa Kora.
12 Watu hawa ni dosari katika karamu zenu za
upendo, wakila pamoja nanyi bila hofu, wakijilisha
pasipo hofu. Wao ni mawingu yasiyokuwa na maji,
yakichukuliwa na upepo, miti isiyo na matunda
wakati wa mapukutiko, ambayo hunyauka, iliyo-
kufa mara mbili na kung'olewa kabisa. 13 Wao ni
mawimbi makali ya bahari, yakitoa povu la aibu
yao wenyewe, ni nyota zipoteazo, ambao weusi wa
giza ndio akiba waliowekewa milele.
14 Enoki, mtu wa saba kuanzia Adamu alitoa
unabii kuhusu watu hawa, akisema: "Tazama,
Bwana anakuja pamoja na maelfu kwa maelfu ya
watakatifu wake, 15 ili kumhukumu kila mmoja na
kuwapatiliza wote wasiomcha Mungu kwa mate-
ndo yao yote ya uasi waliyoyatenda, pamoja na
maneno yote ya kuchukiza ambayo wenye dhambi
wamesema dhidi yake." 16 Watu hawa ni wenye
kunung'unika na wenye kutafuta makosa; wao
hufuata tamaa zao mbaya, hujisifu kwa maneno
makuu kuhusu wao wenyewe na kuwasifu mno
watu wenye vyeo kwa ajili ya kujipatia faida.

Maonyo Na Mausia

17 Lakini ninyi wapenzi, kumbukeni yale mitume
wa Bwana Yesu Kristo waliyonena zamani. 18 Kwa
kuwa waliwaambia, "Siku za mwisho kutakuwa na
watu wenye kudhihaki, watakaofuata tamaa zao
wenyewe za upotovu." 19 Hawa ndio watu wanao-
wagawa ninyi, wafuatao tamaa zao za asili, wala
hawana Roho.
20 Lakini ninyi wapendwa, jijengeni katika imani
yenu iliyo takatifu sana tena ombeni katika Roho
Mtakatifu. 21 Jilindeni katika upendo wa Mungu
mkitazamia kwa furaha rehema ya Bwana wetu
Yesu Kristo ili awalete katika uzima wa milele.
22 Wahurumieni walio na mashaka; 23 wengine
waokoeni kwa kuwanyakua kutoka kwenye moto;
nao wengine wahurumieni mkiwa na hofu, mki-
chukia hata vazi lenye mawaa na kutiwa unajisi
na mwili.

Dua Ya Kutakia Heri

24 Kwake yeye awezaye kuwalinda ninyi msia-
nguke na kuwaleta mbele za utukufu wake
mkuu bila dosari na kwa furaha ipitayo kiasi:
25 kwake yeye Mungu pekee Mwokozi wetu, kwa
Yesu Kristo Bwana wetu, utukufu, ukuu, uweza
na mamlaka ni vyake tangu milele, sasa na hata
milele! Amen.

UFUNUO

Utangulizi Na Salamu

1 Ufunuo wa Yesu Kristo aliopewa na Mungu ili
awaonyeshe watumishi wake mambo ambayo
ni lazima yatukie hivi karibuni. Alijulisha mambo
haya kwa kumtuma malaika wake kwa Yohana
mtumishi wake, 2 ambaye anashuhudia kuhusu
kila kitu alichokiona, yaani, Neno la Mungu na
ushuhuda wa Yesu Kristo. 3 Amebarikiwa yeye aso-
maye maneno ya unabii huu, na wamebarikiwa
wale wanaoyasikia na kuyatia moyoni yale yali-
yoandikwa humo, kwa sababu wakati umekaribia.

Salamu Kwa Makanisa Saba

4 Yohana, kwa makanisa saba yaliyoko Asia:
Neema na amani iwe kwenu kutoka kwake ali-
yeko, aliyekuwako na atakayekuja, na kutoka kwa
wale roho saba walioko mbele ya kiti chake cha
enzi, 5 na kutoka kwa Yesu Kristo ambaye ni yule
shahidi mwaminifu, mzaliwa wa kwanza kutoka
kwa wafu, mtawala wa wafalme wa dunia.

Kwake yeye anayetupenda na ambaye ametu-
weka huru kutoka dhambi zetu kwa damu yake,
6 akatufanya sisi kuwa ufalme na makuhani, tumtu-
mikie Mungu wake ambaye ni Baba yake. Utukufu
na uwezo ni vyake milele na milele! Amen.

7 Tazama! Anakuja na mawingu,
na kila jicho litamwona,
hata wale waliomchoma;
na makabila yote duniani
yataomboleza kwa sababu yake.
Naam, ndivyo itakavyokuwa! Amen.

8 "Mimi ni Alfa na Omega," asema Bwana Mungu,
"aliyeko, aliyekuwako na atakayekuja, Mwenyezi."

Maono Ya Kristo

9 Mimi, Yohana, ndugu yenu ninayeshiriki
pamoja nanyi mateso katika Yesu na katika ufalme
na uvumilivu katika saburi, nilikuwa katika kisiwa
cha Patmo kwa ajili ya neno la Mungu na ushuhuda
wa Yesu. 10 Katika siku ya Bwana, nilikuwa katika
Roho na nikasikia sauti kubwa kama ya baragumu
nyuma yangu 11 ikisema, "Andika kwenye kitabu
haya yote unayoyaona, kisha uyapeleke kwa maka-
nisa saba, yaani: Efeso, Smirna, Pergamo, Thiatira,
Sardi, Filadelfia na Laodikia."

12 Ndipo nikageuka ili nione ni sauti ya nani ili-
yokuwa ikisema nami. Nami nilipogeuka, nikaona
vinara saba vya taa vya dhahabu, 13 na katikati ya
vile vinara vya taa, alikuwamo mtu kama Mwana
wa Adamu, akiwa amevaa joho refu, na mkanda
wa dhahabu ukiwa umefungwa kifuani mwake.
14 Kichwa chake na nywele zake zilikuwa nyeupe
kama sufu, nyeupe kama theluji, nayo macho yake
yalikuwa kama mwali wa moto. 15 Nyayo zake zili-
kuwa kama shaba inayong'aa, katika tanuru ya
moto, nayo sauti yake ilikuwa kama mugurumo
ya maji mengi. 16 Katika mkono wake wa kuume
alishika nyota saba, na kinywani mwake ulitoka
upanga mkali wenye makali kuwili. Uso wake
ulikuwa kama jua liking'aa kwa nguvu zake zote.

17 Nilipomwona, nilianguka miguuni pake
kama aliyekufa. Ndipo akauweka mkono wake
wa kuume juu yangu na kusema: "Usiogope, Mimi
ndiye wa Kwanza na wa Mwisho. 18 Mimi ni Yeye
Aliye Hai, niliyekuwa nimekufa, na tazama, ni hai
milele na milele! Nami ninazo funguo za mauti
na kuzimu.[a]

19 "Basi andika mambo uliyoyaona, yaliyopo na
yale yatakayotukia baada ya haya. 20 Kuhusu siri ya
zile nyota saba ulizoziona katika mkono wangu wa
kuume na vile vinara saba vya taa vya dhahabu ni
hii: Zile nyota saba ni malaika wa yale makanisa
saba, navyo vile vinara saba ni hayo makanisa saba.

Kwa Kanisa Lililoko Efeso

2 "Kwa malaika wa kanisa lililoko Efeso andika:

"Haya ndiyo maneno ya yule aliyezishika
zile nyota saba katika mkono wake wa kuume
na ambaye hutembea kati ya vile vinara saba
vya taa vya dhahabu. 2 Nayajua matendo yako,
bidii yako na saburi yako. Najua kuwa huwezi
kuvumiliana na watu waovu na ya kwamba
umewajaribu wale wanaojifanya kuwa
mitume na kumbe sio, nawe umewatambua
kuwa ni waongo. 3 Umevumilia na kustahimili
taabu kwa ajili ya Jina langu, wala hukuchoka.

4 "Lakini nina neno dhidi yako: Umeuacha
upendo wako wa kwanza. 5 Kumbuka basi
ni wapi ulikoangukia! Tubu na ukafanye
matendo yale ya kwanza. Kama usipotubu,
nitakuja kwako na kukiondoa kinara chako
cha taa kutoka mahali pake. 6 Lakini una
jambo hili kwa upande wako: Unayachukia
matendo ya Wanikolai, ambayo nami pia
nayachukia.

7 "Yeye aliye na sikio na asikie yale ambayo
Roho ayaambia makanisa. Yeye ashindaye,
nitampa haki ya kula matunda toka kwa mti
wa uzima, ambao uko katika paradiso[b] ya
Mungu.

Kwa Kanisa Lililoko Smirna

8 "Kwa malaika wa kanisa lililoko Smirna andika:

"Haya ndiyo maneno yake yeye aliye wa
Kwanza na wa Mwisho, aliyekufa kisha aka-
fufuka. 9 Naijua dhiki yako na umaskini wako,
lakini wewe ni tajiri! Nayajua masingizio ya

---

[a]18 Kuzimu linalotokana na neno Hades la Kiyunani au Sheol kwa Kiebrania; maana yake ni mahali pa mateso kwa watu waliopotea.

[b]7 Paradiso hapa ina maana ya Bustani, yaani shamba dogo la miti izaayo matunda.

wale wasemao kuwa ni Wayahudi lakini sio, bali wao ni sinagogi la Shetani. [10] Usiogope mateso yatakayokupata. Nakuambia ibilisi atawatia baadhi yenu gerezani ili kuwajaribu, nanyi mtapata dhiki kwa muda wa siku kumi. Uwe mwaminifu hata kufa, nami nitakupa taji ya uzima.

[11] "Yeye aliye na sikio na asikie yale ambayo Roho ayaambia makanisa. Yeye ashindaye hatadhuriwa kamwe na mauti ya pili.

Kwa Kanisa Lililoko Pergamo

[12] "Kwa malaika wa Kanisa lililoko Pergamo andika:

"Haya ndiyo maneno yake yeye aliye na upanga mkali wenye makali kuwili. [13] Ninajua unakoishi, ni kule ambako Shetani ana kiti chake cha enzi. Lakini umelishika Jina langu. Wala hukuikana imani yako kwangu hata katika siku za shahidi wangu mwaminifu Antipa, ambaye aliuawa katika mji mkuu wenu, ambako ndiko anakoishi Shetani.

[14] "Hata hivyo, nina mambo machache dhidi yako: Unao watu wafuatao mafundisho ya Balaamu, yule aliyemfundisha Balaki kuwashawishi Waisraeli watende dhambi kwa kula vitu vilivyotolewa kafara kwa sanamu na kufanya uasherati. [15] Vivyo hivyo unao wale wayashikayo mafundisho ya Wanikolai. [16] Basi tubu! Ama sivyo, nitakuja kwako upesi na kupigana na watu hao kwa upanga wa kinywa changu.

[17] "Yeye aliye na sikio na asikie yale ambayo Roho ayaambia makanisa. Yeye ashindaye nitampa baadhi ya ile mana iliyofichwa. Nitampa pia jiwe jeupe ambalo juu yake limeandikwa jina jipya asilolijua mtu, isipokuwa yule anayelipokea.

Kwa Kanisa Lililoko Thiatira

[18] "Kwa malaika wa kanisa lililoko Thiatira andika:

"Haya ndiyo maneno ya Mwana wa Mungu, ambaye macho yake ni kama mwali wa moto na ambaye miguu yake ni kama shaba iliyosuguliwa sana. [19] Nayajua matendo yako, upendo wako na imani yako, huduma na saburi yako na kwamba matendo yako ya sasa yamezidi yale ya kwanza.

[20] "Hata hivyo, nina neno dhidi yako: Unamvumilia yule mwanamke Yezebeli ambaye anajiita nabii, lakini anawafundisha na kuwapotosha watumishi wangu ili wafanye uasherati na kula vyakula vilivyotolewa kafara kwa sanamu. [21] Nimempa muda ili atubu kwa ajili ya uasherati wake, lakini hataki. [22] Kwa hiyo nitamtupa kwenye kitanda cha mateso, na nitawafanya hao wanaozini naye kupata mateso makali wasipotubia njia zake. [23] Nami nitawaua watoto wake. Nayo makanisa yote yatajua kwamba Mimi ndiye nichunguzaye mioyo na nia, na kwamba nitamlipa kila mmoja wenu kwa kadiri ya matendo yake. [24] Basi nawaambia ninyi wengine mlioko Thiatira, ninyi ambao hamyafuati mafundisho ya Yezebeli, wala hamkujifunza hayo yanayoitwa mambo ya ndani sana ya Shetani (sitaweka mzigo mwingine wowote juu yenu): [25] Lakini shikeni sana mlicho nacho, mpaka nitakapokuja.

[26] "Atakayeshinda na kutenda mapenzi yangu mpaka mwisho, nitampa mamlaka juu ya mataifa:

[27] " 'Atawatawala kwa fimbo ya chuma,
atawavunja vipande vipande
kama chombo cha udongo':

kama vile mimi nilivyopokea mamlaka kutoka kwa Baba yangu. [28] Nami nitampa pia ile nyota ya asubuhi. [29] Yeye aliye na sikio na asikie yale ambayo Roho ayaambia makanisa.

Kwa Kanisa Lililoko Sardi

3 "Kwa malaika wa kanisa lililoko Sardi andika:

"Haya ndiyo maneno ya aliye na zile Roho saba[a] za Mungu na zile nyota saba. Nayajua matendo yako, kwamba una sifa ya kuwa hai, lakini umekufa. [2] Amka! Nawe uyaimarishe yale yaliyosalia na yaliyo karibu kufa, kwa maana sikuona kwamba kazi zako zimekamilika machoni pa Mungu wangu. [3] Kumbuka basi yale uliyoyapokea na kuyasikia, yatii na ukatubu. Lakini usipoamka, nitakuja kama mwizi wala hutajua saa nitakayokuja kwako.

[4] "Lakini bado una watu wachache katika Sardi ambao hawajayachafua mavazi yao. Wao wataenda pamoja nami, wakiwa wamevaa mavazi meupe, kwa maana wanastahili. [5] Yeye ashindaye atavikwa vazi jeupe kama wao. Sitafuta jina lake kutoka kitabu cha uzima, bali nitalikiri jina lake mbele za Baba yangu na mbele za malaika wake. [6] Yeye aliye na sikio na asikie yale ambayo Roho ayaambia makanisa.

Kwa Kanisa Lililoko Filadelfia

[7] "Kwa malaika wa kanisa lililoko Filadelfia andika:

"Haya ndiyo maneno yake yeye aliye mtakatifu na wa kweli, yeye aliye na ufunguo wa Daudi. Anachokifungua hakuna awezaye kukifunga, wala anachokifunga hakuna awezaye kukifungua. [8] Nayajua matendo yako. Tazama, nimeweka mbele yako mlango uliofunguliwa, wala hakuna awezaye kuufunga. Ninajua kwamba una nguvu kidogo lakini umelishika neno langu wala hukulikana Jina langu. [9] Nitawafanya wale wa sinagogi la Shetani, wale ambao husema kuwa ni Wayahudi lakini sio, bali ni waongo,

[a]1 Roho saba za Mungu hapa inamaanisha Roho wa Mungu katika ukamilifu wa utendaji wake.

nitawafanya waje wapige magoti miguuni
pako, na wakiri ya kwamba nimekupenda.
10 Kwa kuwa umeshika amri yangu ya kuvu-
milia katika saburi, nitakulinda katika saa ya
kujaribiwa inayokuja ulimwenguni pote, ili
kuwajaribu wote wakaao duniani.
11 "Ninakuja upesi. Shika sana ulicho nacho,
ili mtu asije akaichukua taji yako. 12 Yeye ashi-
ndaye nitamfanya kuwa nguzo katika hekalu
la Mungu wangu, wala hatatoka humo kamwe.
Nitaandika juu yake Jina la Mungu wangu
na jina la mji mkubwa wa Mungu wangu,
Yerusalemu mpya, ambao unashuka kutoka
mbinguni kwa Mungu wangu. Nami pia nitaa-
ndika juu yake Jina langu jipya. 13 Yeye aliye na
sikio na asikie yale ambayo Roho ayaambia
makanisa.

Kwa Kanisa Lililoko Laodikia

14 "Kwa malaika wa kanisa lililoko Laodikia
andika:

"Haya ndiyo maneno yake yeye aliye Amen,
shahidi mwaminifu na wa kweli, mtawala wa
uumbaji wote wa Mungu. 15 Nayajua matendo
yako, ya kwamba wewe si baridi wala si moto.
Afadhali ungelikuwa moja au lingine. 16 Hivyo
kwa kuwa u vuguvugu, si baridi wala moto,
nitakutapika utoke kinywani mwangu. 17 Kwa
maana unasema: 'Mimi ni tajiri, nimejilimbi-
kizia mali, wala sihitaji kitu chochote.' Lakini
hutambui ya kwamba wewe ni mnyonge, wa
kuhurumiwa, maskini, kipofu, tena uliye
uchi. 18 Nakushauri ununue kutoka kwangu
dhahabu iliyosafishwa kwa moto, ili upate
kuwa tajiri, na mavazi meupe ili uyavae upate
kuficha aibu ya uchi wako, na mafuta ya
kupaka macho yako ili upate kuona.
19 "Wale niwapendao, ninawakemea na
kuwaadibisha. Hivyo uwe na bidii ukatubu.
20 Tazama! Nasimama mlangoni nabisha.
Kama mtu yeyote akisikia sauti yangu na
kufungua mlango, nitaingia ndani na kula
pamoja naye, naye pamoja nami.
21 "Yeye ashindaye nitampa haki ya kuketi
pamoja nami kwenye kiti changu cha enzi,
kama vile mimi nilivyoshinda na nikaketi
pamoja na Baba yangu kwenye kiti chake
cha enzi. 22 Yeye aliye na sikio na asikie yale
ambayo Roho ayaambia makanisa."

Kiti Cha Enzi Kilichoko Mbinguni

4 Baada ya mambo hayo nilitazama, nami nikaona
mbele yangu mlango uliokuwa wazi mbinguni.
Nayo ile sauti niliyokuwa nimeisikia hapo mwanzo
ikisema nami kama tarumbeta ikasema, "Njoo,
huku, nami nitakuonyesha yale ambayo hayana
budi kutokea baada ya haya." 2 Ghafula nilikuwa
katika Roho, na hapo mbele yangu kilikuwepo kiti
cha enzi mbinguni, kikiwa kimekaliwa na mtu.
3 Aliyekuwa amekikalia alikuwa anaonekana
kama yaspi na akiki. Kukizunguka kile kiti cha
enzi palikuwa na upinde wa mvua ulioonekana
kama zumaridi.
4 Kukizunguka hicho kiti cha enzi palikuwa na
viti vingine vya enzi ishirini na vinne, na juu ya
hivyo viti walikuwa wameketi wazee ishirini na
wanne. Walivaa mavazi meupe, na walikuwa na taji
za dhahabu vichwani mwao. 5 Kwenye kile kiti cha
enzi palikuwa panatoka miali ya umeme wa radi,
ngurumo na sauti za radi. Mbele ya kiti cha enzi,
taa saba zilikuwa zinawaka. Hizi ndizo roho saba[a]
za Mungu. 6 Pia mbele ya kiti cha enzi palikuwa na
kile kilichoonekana kama bahari ya kioo, iliyokuwa
angavu kama bilauri.
Katikati, kukizunguka kile kiti cha enzi, kuli-
kuwa na viumbe wanne wenye uhai, wakiwa
wamejawa na macho mbele na nyuma. 7 Kiumbe
wa kwanza mwenye uhai alikuwa kama simba, wa
pili alikuwa kama ng'ombe dume, wa tatu alikuwa
na uso kama wa mwanadamu, na wa nne alikuwa
kama tai anayeruka. 8 Kila mmoja wa hawa viumbe
wanne wenye uhai alikuwa na mabawa sita, na
kujawa na macho pande zote hadi chini ya mabawa.
Usiku na mchana hawaachi kusema:

"Mtakatifu, Mtakatifu, Mtakatifu,
ni Bwana Mungu Mwenyezi,
aliyekuwako, aliyeko na atakayekuja."

9 Kila mara viumbe hao wanne wenye uhai wana-
pomtukuza, kumheshimu na kumshukuru yeye
aketiye kwenye kile kiti cha enzi, tena aishiye
milele na milele, 10 wale wazee ishirini na wanne
huanguka mbele zake aketiye kwenye kiti cha enzi
na kumwabudu yeye aliye hai milele na milele.
Huziweka taji zao mbele ya kiti cha enzi, wakisema:

11 "Bwana wetu na Mungu wetu,
wewe unastahili kupokea utukufu
na heshima na uweza,
kwa maana ndiwe uliyeviumba vitu vyote,
na kwa mapenzi yako viliumbwa
na vimekuwako."

Kitabu Na Mwana-Kondoo

5 Kisha nikaona katika mkono wake wa kuume wa
yule aliyeketi kwenye kile kiti cha enzi, kitabu
kilichoandikwa ndani na upande wa nje, kikiwa
kimefungwa kwa lakiri saba. 2 Nami nikamwona
malaika mwenye nguvu akitangaza kwa sauti
kuu, akisema, "Ni nani anayestahili kuzivunja
hizo lakiri na kukifungua kitabu?" 3 Lakini hapa-
kuwa na yeyote mbinguni wala duniani au chini
ya dunia aliyeweza kukifungua hicho kitabu wala
hata kutazama ndani yake. 4 Nikalia sana sana
kwa sababu hakuonekana yeyote anayestahili
kukifungua hicho kitabu wala kutazama ndani
yake. 5 Kisha, mmoja wa wale wazee akaniambia,
"Usilie! Tazama, Simba wa kabila la Yuda, wa Uzao
wa Daudi, ameshinda. Yeye ndiye anayeweza kuki-
fungua hicho kitabu na kuvunja hizo lakiri zake
saba."
6 Ndipo nikaona katikati ya kile kiti cha enzi
na wale viumbe wenye uhai wanne na miongoni

[a]5 Roho saba za Mungu hapa inamaanisha Roho wa Mungu katika ukamilifu wa utendaji wake.

mwa wale wazee, Mwana-Kondoo amesimama,
akiwa kama amechinjwa. Alikuwa na pembe
saba na macho saba, ambazo ndizo zile Roho
saba[a] za Mungu zilizotumwa duniani pote. 7 Huyo
Mwana-Kondoo akaja na kukitwaa kile kitabu
kutoka kwenye mkono wa kuume wa yule aliyeketi
kwenye kile kiti cha enzi. 8 Alipokwisha kukitwaa
kile kitabu, wale viumbe wenye uhai wanne pamoja
na wale wazee ishirini na wanne wakaanguka
mbele ya yule Mwana-Kondoo. Kila mmoja wao
alikuwa na kinubi, nao walikuwa wameshika
mabakuli ya dhahabu yaliyojaa uvumba, ambayo
ni maombi ya watakatifu. 9 Nao wakaimba wimbo
mpya, wakisema:

"Wewe unastahili kukitwaa kitabu
na kuzivunja lakiri zake,
kwa sababu ulichinjwa
na kwa damu yako ukamnunulia
Mungu watu
kutoka kila kabila, kila lugha,
kila jamaa na kila taifa.
10 Wewe umewafanya hawa wawe ufalme
na makuhani
wa kumtumikia Mungu wetu,
nao watatawala duniani."

11 Kisha nikatazama, nikasikia sauti za malaika
wengi wakiwa wamekizunguka kile kiti cha enzi,
pamoja na wale viumbe wenye uhai wanne na wale
wazee ishirini na wanne. Idadi yao ilikuwa kumi
elfu mara kumi elfu na maelfu ya maelfu. 12 Nao
waliimba kwa sauti kuu, wakisema:

"Anastahili Mwana-Kondoo, yeye
aliyechinjwa,
kupokea uweza na utajiri na hekima
na nguvu
na heshima na utukufu na sifa!"

13 Kisha nikasikia kila kiumbe mbinguni na
duniani, chini ya nchi na baharini na vyote vili-
vyomo ndani yake vikiimba:

"Sifa na heshima na utukufu na uweza
ni vyake yeye aketiye juu ya hicho kiti
cha enzi
na kwa Mwana-Kondoo,
milele na milele!"

14 Wale viumbe wenye uhai wanne wakasema,
"Amen!" Nao wale wazee ishirini na wanne wakaa-
nguka kifudifudi wakaabudu.

Mwana-Kondoo Avunja Lakiri Saba

6 Kisha nikaangalia wakati Mwana-Kondoo
akivunja ile lakiri ya kwanza miongoni mwa
zile saba. Ndipo nikasikia mmoja wa wale viumbe
wanne wenye uhai akisema kwa sauti kama ya
radi: "Njoo!" 2 Nikatazama, na hapo mbele yangu
alikuwepo farasi mweupe! Yeye aliyempanda
alikuwa na upinde, naye akapewa taji, akampa-
nda akatoka akiwa kama mshindi aelekeaye katika
kushinda.

3 Alipoivunja ile lakiri ya pili, nikamsikia yule
kiumbe wa pili mwenye uhai akisema, "Njoo!"
4 Ndipo akatokea farasi mwingine mwekundu sana.
Yeye aliyempanda akapewa uwezo wa kuondoa
amani duniani na kuwafanya watu wauane. Yeye
akapewa upanga mkubwa.

5 Mwana-kondoo alipoivunja ile lakiri ya tatu,
nikamsikia yule kiumbe wa tatu mwenye uhai
akisema, "Njoo!" Nikatazama, na mbele yangu ali-
kuwepo farasi mweusi! Yeye aliyempanda alikuwa
na mizani mkononi mwake. 6 Ndipo nikasikia kile
kilichokuwa kama sauti katikati ya wale viumbe
wanne wenye uhai ikisema, "Kipimo kimoja[b] cha
ngano kwa mshahara wa kibarua wa siku moja,[c]
na vipimo vitatu vya shayiri kwa mshahara wa
kibarua cha siku moja. Lakini usiharibu mafuta
wala divai!"

7 Alipovunja ile lakiri ya nne, nikasikia sauti ya
yule kiumbe wa nne mwenye uhai ikisema, "Njoo!"
8 Nikatazama, na hapo mbele yangu alikuwepo
farasi mwenye rangi ya kijivujivu! Yeye aliyempa-
nda aliitwa Mauti, naye Kuzimu[d] alikuwa akimfuata
nyuma yake kwa karibu. Wakapewa mamlaka juu
ya robo ya dunia, kuua kwa upanga, njaa, tauni na
kwa wanyama wakali wa dunia.

9 Mwana-kondoo alipoivunja ile lakiri ya tano,
nikaona chini ya madhabahu, roho za wale walio-
chinjwa kwa ajili ya neno la Mungu na kwa ajili
ya ushuhuda walioutunza. 10 Wakalia kwa sauti
kuu, wakisema, "Hata lini, Ee Bwana Mwenyezi,
uliye mtakatifu na mwaminifu, hutawahukumu
na kulipiza kisasi juu ya watu waishio duniani
kwa ajili ya damu yetu?" 11 Kisha kila mmoja wao
akapewa joho jeupe na wakaambiwa wangoje kwa
muda kidogo zaidi, mpaka idadi ya ndugu zao na
watumishi wenzao watakaouawa kama wao wali-
vyouawa, itakapotimia.

12 Nikatazama akiivunja ile lakiri ya sita. Pakato-
kea tetemeko kuu la nchi, na jua likawa jeusi kama
nguo ya gunia iliyotengenezwa kwa singa za mbuzi,
na mwezi wote ukawa mwekundu kama damu.
13 Nyota zilizo angani zikaanguka ardhini kama
vile matunda ya mtini yasiyokomaa yaangukavyo
wakati mti wake unapotikiswa na upepo mkali.
14 Anga ikatoweka kama vile karatasi isokotwavyo,
na kila mlima na kila kisiwa kikaondolewa mahali
pake.

15 Ndipo wafalme wa dunia, wakuu wote,
majemadari, matajiri, wenye nguvu na kila mtu,
mtumwa na mtu huru, wakajificha katika mapa-
ngo na kwenye miamba ya milima. 16 Wakaiita
milima na miamba wakisema, "Tuangukieni,
mkatufiche na uso wake yeye aketiye kwenye
kiti cha enzi, na mkatuepushe na ghadhabu ya
Mwana-Kondoo! 17 Kwa maana siku ile kuu ya
ghadhabu yao imewadia. Je, ni nani awezaye
kustahimili?"

[a]6 Roho saba za Mungu hapa inamaanisha Roho wa Mungu katika ukamilifu wa utendaji wake.

[b]6 Ni kama lita moja.
[c]6 Sawa na dinari moja.
[d]8 Kuzimu linalotokana na neno Hades la Kiyunani au Sheol kwa Kiebrania.

Waisraeli 144,000 Watiwa Muhuri

7 Baada ya hili nikaona malaika wanne wakiwa
wamesimama katika pembe nne za dunia, waki-
zuia hizo pepo nne za dunia, ili kwamba pasiwe na
upepo utakaovuma juu ya nchi au juu ya bahari au
juu ya mti wowote. 2 Nikaona malaika mwingine
akipanda kutoka mawio ya jua akiwa na muhuri wa
Mungu aliye hai. Akawaita kwa sauti kubwa wale
malaika wanne waliokuwa wamepewa mamlaka
ya kuidhuru nchi na bahari, akisema, 3 "Msiidhuru
nchi wala bahari, wala miti, hadi tuwe tumetia
muhuri kwenye vipaji vya nyuso za watumishi
wa Mungu wetu." 4 Ndipo nikasikia idadi ya wale
waliotiwa muhuri: yaani 144,000 kutoka makabila
yote ya Israeli.

5 Kutoka kabila la Yuda 12,000 walitiwa
muhuri,
kutoka kabila la Reubeni 12,000,
kutoka kabila la Gadi 12,000,
6 kutoka kabila la Asheri 12,000,
kutoka kabila la Naftali 12,000,
kutoka kabila la Manase 12,000,
7 kutoka kabila la Simeoni 12,000,
kutoka kabila la Lawi 12,000,
kutoka kabila la Isakari 12,000,
8 kutoka kabila la Zabuloni 12,000,
kutoka kabila la Yosefu 12,000,
na kutoka kabila la Benyamini 12,000.

Umati Mkubwa Wa Watu Kutoka Mataifa Yote

9 Baada ya hili nikatazama na hapo mbele yangu
palikuwa na umati mkubwa wa watu ambao
hakuna yeyote awezaye kuuhesabu, kutoka kila
taifa, kila kabila, kila jamaa na kila lugha, wame-
simama mbele ya kile kiti cha enzi na mbele ya
Mwana-Kondoo. Walikuwa wamevaa mavazi
meupe na wakiwa wameshika matawi ya mitende
mikononi mwao. 10 Nao walikuwa wakipiga kelele
kwa sauti kubwa wakisema:

"Wokovu una Mungu wetu,
yeye aketiye kwenye kiti cha enzi,
na Mwana-Kondoo!"

11 Malaika wote walikuwa wamesimama kukizu-
nguka kile kiti cha enzi na wale wazee ishirini na
wanne na wale viumbe wanne wenye uhai. Wakaa-
nguka kifudifudi mbele ya hicho kiti cha enzi na
kumwabudu Mungu, 12 wakisema:

"Amen!
Sifa na utukufu
na hekima na shukrani na heshima
na uweza na nguvu
viwe kwa Mungu wetu milele na milele.
Amen!"

13 Kisha mmoja wa wale wazee ishirini na wanne
akaniuliza, "Ni nani hawa waliovaa mavazi meupe,
nao wametoka wapi?"
14 Nikamjibu, "Bwana, wewe wajua."
Naye akasema, "Hawa ni wale waliotoka katika
ile dhiki kuu, nao wamefua mavazi yao katika
damu ya Mwana-Kondoo na kuyafanya meupe
kabisa. 15 Kwa hiyo,

"Wako mbele ya kiti cha enzi cha Mungu
na kumtumikia usiku na mchana
katika hekalu lake;
naye aketiye katika kile kiti cha enzi
atatanda hema yake juu yao.
16 Kamwe hawataona njaa
wala kiu tena.
Jua halitawapiga
wala joto lolote liunguzalo.
17 Kwa maana Mwana-Kondoo
aliyeko katikati ya kile kiti cha enzi
atakuwa Mchungaji wao;
naye atawaongoza kwenda
kwenye chemchemi za maji yaliyo hai.
Naye Mungu atafuta kila chozi
kutoka macho yao."

Lakiri Ya Saba Na Chetezo Cha Dhahabu

8 Mwana-Kondoo alipoivunja ile lakiri ya saba,
pakawa kimya mbinguni kwa muda wa nusu saa.
2 Nami nikawaona wale malaika saba wanaosi-
mama mbele za Mungu, nao wakapewa tarumbeta
saba.
3 Malaika mwingine aliyekuwa na chetezo cha
dhahabu, akaja na kusimama mbele ya madha-
bahu. Akapewa uvumba mwingi ili autoe pamoja
na maombi ya watakatifu wote, juu ya yale madha-
bahu ya dhahabu yaliyo mbele ya kile kiti cha enzi.
4 Ule moshi wa uvumba pamoja na yale maombi
ya watakatifu, vikapanda juu mbele za Mungu,
kutoka mkononi mwa huyo malaika. 5 Kisha yule
malaika akachukua kile chetezo, akakijaza moto
kutoka kwa yale madhabahu, akautupa juu ya
dunia. Pakatokea sauti za radi, ngurumo, umeme
wa radi na tetemeko la ardhi.

Tarumbeta Ya Kwanza

6 Basi wale malaika saba waliokuwa na zile taru-
mbeta saba wakajiandaa kuzipiga.
7 Malaika wa kwanza akaipiga tarumbeta yake,
pakatokea mvua ya mawe na moto uliochanganyika
na damu, navyo vikatupwa kwa nguvu juu ya nchi.
Na theluthi ya dunia ikateketea, theluthi ya miti
ikateketea, na nyasi yote mbichi ikateketea.

Tarumbeta Ya Pili

8 Malaika wa pili akaipiga tarumbeta yake na kitu
kama mlima mkubwa unaowaka moto kikatupwa
baharini. Theluthi ya bahari ikawa damu, 9 theluthi
ya viumbe vyenye uhai viishivyo baharini vikafa
na theluthi ya meli zikaharibiwa.

Tarumbeta Ya Tatu

10 Malaika wa tatu akaipiga tarumbeta yake, na
nyota kubwa iliyokuwa ikiwaka kama taa ikaa-
nguka toka angani, ikaangukia theluthi ya mito na
chemchemi za maji. 11 Nyota hiyo inaitwa Uchu-
ngu. Theluthi ya maji yakawa machungu na watu
wengi wakafa kutokana na maji hayo kwa maana
yalikuwa machungu.

Tarumbeta Ya Nne

12 Kisha malaika wa nne akaipiga tarumbeta
yake, na theluthi ya jua, theluthi ya mwezi na the-
luthi ya nyota zikapigwa. Kwa hiyo theluthi moja
ya mwanga ikawa giza. Theluthi ya mchana ikawa
haina mwanga na pia theluthi ya usiku.
13 Nilipokuwa tena nikitazama, nikamsikia tai
mmoja akipiga kelele kwa sauti kuu wakati aki-
ruka katikati ya mbingu, akisema, "Ole! Ole! Ole wa
watu waishio duniani, kwa sababu ya tarumbeta
ambazo malaika hao wengine watatu wanakaribia
kuzipiga!"

Tarumbeta Ya Tano

9 Malaika wa tano akaipiga tarumbeta yake,
nami nikaona nyota iliyokuwa imeanguka toka
angani hadi ardhini. Nyota hiyo ilipewa ufunguo
wa lile Shimo.[a] 2 Alipolifungua hilo Shimo, moshi
ukapanda kutoka humo kama moshi wa tanuru
kubwa sana. Jua na anga vikatiwa giza na ule
moshi uliotoka katika hilo Shimo. 3 Ndipo katika
ule moshi wakatoka nzige wakaenda juu ya nchi,
nao wakapewa nguvu kama zile za nge wa duniani.
4 Wakaambiwa wasidhuru nyasi ya nchi, wala
mmea wala mti wowote, bali wawadhuru tu wale
watu ambao hawana muhuri wa Mungu kwenye
vipaji vya nyuso zao. 5 Wakaruhusiwa kuwatesa
kwa muda wa miezi mitano, lakini wasiwaue.
Uchungu wa kuuma kwao ulikuwa kama ule wa
mtu aumwapo na nge. 6 Katika siku hizo watu
watatafuta kifo lakini hawatakiona, watatamani
kufa, lakini kifo kitawakimbia.
7 Wale nzige walikuwa na umbo kama la farasi
waliotayarishwa kwa ajili ya vita. Kwenye vichwa
vyao kulikuwa na kitu kama taji za dhahabu na
nyuso zao zilikuwa kama za binadamu. 8 Wali-
kuwa na nywele kama za wanawake, na meno
yao yalikuwa kama ya simba. 9 Walikuwa na dirii
kama za chuma, na sauti za mabawa yao zilikuwa
kama ngurumo za farasi wengi na magari mengi
yakikimbilia vitani. 10 Walikuwa na mikia yenye
miiba ya kuumia kama nge. Nguvu yao ya kutesa
watu kwa huo muda wa miezi mitano ilikuwa
katika hiyo mikia yao. 11 Walikuwa na mfalme
wao, ambaye ni malaika wa lile Shimo, ambaye
jina lake kwa Kiebrania ni Abadoni, na kwa Kiyu-
nani ni Apolioni.[b]
12 Ole ya kwanza imepita, bado nyingine mbili
zinakuja.

Tarumbeta Ya Sita

13 Malaika wa sita akaipiga tarumbeta yake,
nami nikasikia sauti ikitoka katika zile pembe za
madhabahu ya dhahabu iliyoko mbele za Mungu.
14 Ile sauti ikamwambia yule malaika wa sita mwe-
nye tarumbeta, "Wafungulie wale malaika wanne
waliofungwa kwenye ule mto mkubwa Frati." 15 Basi
wale malaika wanne, waliokuwa wamewekwa
tayari kwa ajili ya saa hiyo, na siku hiyo, na mwezi
huo, na mwaka huo ili wawaue theluthi ya wana-
damu wakafunguliwa. 16 Idadi ya majeshi wapanda
farasi ilikuwa 200,000,000. Nilisikia idadi yao.
17 Hivi ndivyo nilivyowaona hao farasi na
wapanda farasi katika maono yangu: Wapanda
farasi walivaa dirii vifuani zenye rangi nyeku-
ndu sana kama ya moto na yakuti samawi na
kiberiti. Vichwa vya hao farasi vilikuwa kama
vichwa vya simba, na moto, moshi na kiberiti
vilitoka vinywani mwao. 18 Theluthi ya wanadamu
wakauawa kwa mapigo hayo matatu, yaani, huo
moto, moshi na kiberiti, vilivyotoka kwenye
vinywa vya hao farasi. 19 Nguvu za hao farasi zili-
kuwa katika vinywa vyao na kwenye mikia yao,
kwa sababu mikia yao ilikuwa kama nyoka, yenye
vichwa ambayo waliitumia kudhuru.
20 Wanadamu waliosalia, ambao hawakuuawa
katika mapigo hayo, bado walikataa kutubia kazi za
mikono yao na hawakuacha kuabudu mashetani na
sanamu za dhahabu, za fedha, za shaba, za mawe
na za miti, ambazo haziwezi kuona, kusikia wala
kutembea. 21 Wala hawakutubu na kuacha matendo
yao ya uuaji, uchawi, uasherati wala wizi wao.

Malaika Mwenye Kitabu Kidogo

10 Kisha nikamwona malaika mwingine mwenye
nguvu akishuka kutoka mbinguni. Alikuwa
amevikwa wingu na upinde wa mvua juu ya kichwa
chake. Uso wake uling'aa kama jua na miguu yake
ilikuwa kama nguzo za moto. 2 Mkononi mwake
alikuwa ameshika kijitabu kilichokuwa kimefu-
nguliwa. Akauweka mguu wake wa kuume juu ya
bahari na mguu wake wa kushoto akauweka juu
ya nchi kavu. 3 Naye akapiga kelele kwa sauti kuu
kama simba anayenguruma. Alipopiga kelele, zile
radi saba zikatoa ngurumo zake. 4 Nazo zile radi
saba zilipotoa ngurumo, nilitaka kuanza kuandika,
lakini nikasikia sauti kutoka mbinguni ikisema,
"Yatie muhuri hayo yaliyosemwa na hizo radi saba
na usiyaandike."
5 Kisha yule malaika niliyekuwa nimemwona
akiwa amesimama juu ya bahari na juu ya nchi
akainua mkono wake wa kuume kuelekea mbi-
nguni. 6 Naye akaapa kwa Yule aishiye milele na
milele, aliyeumba mbingu na vyote vilivyomo,
dunia na vyote viijazavyo, pamoja na bahari na
vyote vilivyomo ndani yake, akasema, "Hakuna
kungoja tena! 7 Lakini katika siku zile ambazo
huyo malaika wa saba atakapokaribia kuipiga
hiyo tarumbeta yake, siri ya Mungu itatimizwa,
kama vile alivyowatangazia watumishi wake
manabii."
8 Ndipo ile sauti niliyokuwa nimeisikia kutoka
mbinguni ikasema nami tena ikaniambia, "Nenda,
chukua kile kitabu kilichofunguliwa kilichoko
mkononi mwa yule malaika aliyesimama juu ya
bahari na juu ya nchi kavu."
9 Basi nikamwendea nikamwomba yule malaika
anipe kile kitabu kidogo. Akaniambia, "Chukua
na ukile. Kitakuwa kichungu tumboni mwako,
lakini kinywani mwako kitakuwa kitamu kama
asali." 10 Hivyo nikakichukua kile kitabu kidogo
kutoka mkononi mwa yule malaika nikakila. Kili-
kuwa kitamu kama asali kinywani mwangu, lakini

---

[a]1 Yaani Abyss kwa Kiyunani; maana yake ni Kuzimu, yaani makao ya pepo wachafu.
[b]11 Abadoni au Apolioni maana yake ni Mharabu, yaani Yule aharibuye.

baada ya kukila, tumbo langu likatiwa uchungu.
11 Kisha nikaambiwa, "Imekupasa kutoa unabii
tena kuhusu makabila mengi, mataifa, lugha na
wafalme."

Mashahidi Wawili

11 Ndipo nikapewa mwanzi uliokuwa kama ufito
wa kupimia, nikaambiwa, "Nenda ukapime
hekalu la Mungu pamoja na madhabahu, nawe
uwahesabu wale waabuduo humo. 2 Lakini usiu-
pime ua wa nje wa Hekalu, uache, kwa sababu ua
huo wamepewa watu wa Mataifa. Hao watauka-
nyagakanyaga mji mtakatifu kwa muda wa miezi
arobaini na miwili. 3 Nami nitawapa mashahidi
wangu wawili uwezo, nao watoe unabii kwa
muda wa siku 1,260, wakiwa wamevaa nguo za
gunia." 4 Hawa ndio ile mizeituni miwili na vile
vinara viwili vya taa visimamavyo mbele za Bwana
Mungu wa dunia yote. 5 Kama mtu yeyote akitaka
kuwadhuru, moto hutoka vinywani mwao na kuwa-
teketeza adui zao. Hivi ndivyo impasavyo kufa
mtu yeyote atakayetaka kuwadhuru. 6 Watu hawa
wanao uwezo wa kufunga anga ili mvua isinyeshe
wakati wote watakapokuwa wanatoa unabii wao.
Nao watakuwa na uwezo wa kuyabadili maji kuwa
damu na kuipiga dunia kwa kila aina ya mapigo
mara kwa mara kama watakavyo.

7 Basi watakapokuwa wamemaliza ushuhuda
wao, yule mnyama atokaye katika lile Shimo ata-
pigana nao vita, atawashinda na kuwaua. 8 Maiti
zao zitabaki katika barabara ya mji mkubwa,[a]
ambao kwa fumbo unaitwa Sodoma na Misri,[b]
ambapo pia Bwana wao alisulubiwa. 9 Kwa muda
wa siku tatu na nusu, watu wa kila kabila, jamaa,
lugha na taifa wataziangalia hizo maiti zao na
hawataruhusu wazikwe. 10 Watu waishio duniani
watazitazama kwa furaha maiti za hao manabii
wawili na kushangilia kwa kupeana zawadi kwa
sababu hao manabii waliwatesa watu waishio
duniani.

11 Lakini baada ya zile siku tatu na nusu, pumzi
ya uhai kutoka kwa Mungu ikawaingia, nao waka-
simama kwa miguu yao na wote waliowaona
wakaingiwa na hofu kuu. 12 Kisha wale manabii
wawili wakasikia sauti kuu kutoka mbinguni
ikiwaambia, "Njooni huku juu!" Nao wakapaa
mbinguni katika wingu, wakati adui zao wakiwa
wanawatazama.

13 Saa iyo hiyo, kukatokea tetemeko kubwa la
nchi na sehemu ya kumi ya mji ikaanguka. Watu
elfu saba wakauawa katika tetemeko hilo, nao
walionusurika wakaogopa sana, wakamtukuza
Mungu wa mbinguni.

14 Ole ya pili imekwisha kupita, tazama ole ya
tatu inakuja upesi.

Tarumbeta Ya Saba

15 Yule malaika wa saba akaipiga tarumbeta yake,
pakawa na sauti kubwa mbinguni iliyosema:

"Ufalme wa ulimwengu umekuwa ufalme
wa Bwana wetu na wa Kristo wake,
naye atatawala milele na milele."

16 Nao wale wazee ishirini na wanne, waliokuwa
wameketi mbele za Mungu, kwenye viti vyao vya
enzi, wakaanguka kifudifudi, wakamwabudu
Mungu, 17 wakisema:

"Tunakushukuru, Bwana Mungu
Mwenyezi,
uliyeko na uliyekuwako,
kwa kuwa umetwaa uweza wako mkuu
na ukaanza kutawala.
18 Mataifa walikasirika nao
wakati wa ghadhabu yako umewadia.
Wakati umewadia wa kuwahukumu
waliokufa
na kuwapa thawabu watumishi wako
manabii
na watakatifu wako pamoja na wale wote
wanaoliheshimu Jina lako,
wakubwa kwa wadogo:
na kuwaangamiza wale wanaoiangamiza
dunia."

19 Ndipo hekalu la Mungu lililoko mbinguni lika-
funguliwa, na sanduku la agano lake likaonekana
humo ndani. Kukatokea mianga ya umeme wa radi,
ngurumo, sauti za radi, tetemeko la nchi na mvua
kubwa ya mawe.

Mwanamke Na Joka

12 Kukaonekana ishara kuu mbinguni: Palikuwa
na mwanamke aliyevikwa jua, na mwezi
ukiwa chini ya miguu yake, na taji ya nyota kumi
na mbili ilikuwa kichwani mwake. 2 Alikuwa na
mimba naye akilia kwa uchungu kwa kuwa ali-
kuwa anakaribia kuzaa. 3 Kisha ishara nyingine
ikaonekana mbinguni: Likaonekana joka kubwa
jekundu lenye vichwa saba na pembe kumi na taji
saba katika vichwa vyake. 4 Mkia wake ukakokota
theluthi ya nyota zote angani na kuziangusha
katika nchi. Ndipo lile joka likasimama mbele ya
yule mwanamke aliyekuwa karibu kuzaa ili lipate
kumla huyo mtoto mara tu atakapozaliwa. 5 Yule
mwanamke akazaa mtoto mwanaume, atakaye-
yatawala mataifa yote kwa fimbo yake ya utawala
ya chuma. Lakini huyo mtoto akanyakuliwa na
kupelekwa kwa Mungu kwenye kiti chake cha enzi.
6 Yule mwanamke akakimbilia jangwani, ambako
Mungu alikuwa amemtayarishia mahali ili apate
kutunzwa huko kwa muda wa siku 1,260.

Malaika Mikaeli Amshinda Yule Joka

7 Basi palikuwa na vita mbinguni: Mikaeli na
malaika zake wakapigana na hilo joka, nalo joka
pamoja na malaika zake likapigana nao. 8 Lakini
joka na malaika zake wakashindwa, na hapakuwa
tena na nafasi yao huko mbinguni. 9 Lile joka kuu
likatupwa chini, yule nyoka wa zamani aitwaye
ibilisi au Shetani, aupotoshaye ulimwengu wote.
Akatupwa chini duniani, yeye pamoja na malaika
zake.

---

[a]8 Mji mkubwa hapa inamaanisha Yerusalemu ambako Bwana wao alisulubiwa.
[b]8 Sodoma na Misri hapa inamaanisha Yerusalemu, kwa sababu mataifa watafanya uovu mwingi wa kila aina katika kipindi hicho cha miaka mitatu na nusu.

Ushindi Mbinguni Watangazwa

10 Kisha nikasikia sauti kuu mbinguni, ikisema:

"Sasa wokovu na uweza na Ufalme wa
    Mungu wetu umekuja
  na mamlaka ya Kristo wake.
Kwa kuwa ametupwa chini
  mshtaki wa ndugu zetu,
anayewashtaki mbele za Mungu
  usiku na mchana.
11 Nao wakamshinda
  kwa damu ya Mwana-Kondoo
  na kwa neno la ushuhuda wao.
Wala wao hawakuyapenda maisha yao
  hata kufa.
12 Kwa hiyo, furahini ninyi mbingu
  na wote wakaao humo!
Lakini ole wenu nchi na bahari,
  kwa maana huyo ibilisi ameshuka kwenu,
akiwa amejaa ghadhabu,
  kwa sababu anajua ya kuwa
  muda wake ni mfupi!"

13 Lile joka lilipoona kuwa limetupwa chini
duniani, lilimfuatilia yule mwanamke aliye-
kuwa amezaa mtoto mwanaume. 14 Lakini huyo
mwanamke akapewa mabawa mawili ya tai
mkubwa, kusudi aweze kuruka mpaka mahali
palipotayarishwa kwa ajili yake huko jangwani,
ambako atatunzwa kwa wakati na nyakati na
nusu,[a] ya wakati ambako yule joka hawezi kufika.
15 Ndipo lile joka likamwaga maji kama mto kutoka
kinywani mwake, ili kumfikia huyo mwanamke
na kumkumba kama mafuriko. 16 Lakini nchi ika-
msaidia huyo mwanamke kwa kufungua kinywa
na kuumeza huo mto ambao huyo joka alikuwa
ameutoa kinywani mwake. 17 Kisha lile joka likapa-
twa na hasira kali kwa ajili ya huyo mwanamke na
likaondoka ili kupigana vita na watoto waliosalia
wa huyo mwanamke, yaani, wale wanaozitii amri
za Mungu na kuushika ushuhuda wa Yesu Kristo.
Lile joka likasimama kwenye mchanga wa bahari.
13 Yule joka akajikita katika mchanga ulioko
ufuoni mwa bahari.

Mnyama Kutoka Baharini

Nami nikamwona mnyama akitoka ndani ya
bahari. Mnyama huyo alikuwa na pembe kumi
na vichwa saba, akiwa na taji kumi kwenye hizo
pembe zake, na juu ya kila kichwa kulikuwa na
jina la kukufuru. 2 Mnyama yule niliyemwona ali-
fanana na chui, lakini miguu yake ilikuwa kama
ya dubu na kichwa chake kama cha simba. Lile
joka likampa huyo mnyama nguvu zake, kiti chake
cha enzi na mamlaka makubwa. 3 Kimojawapo ya
vichwa vya huyo mnyama kilikuwa kama kilicho-
kwisha kupata jeraha la mauti, lakini jeraha hilo
la mauti likapona. Ulimwengu wote ukashangaa
ukamfuata huyo mnyama. 4 Watu wakaliabudu lile
joka kwa sababu lilikuwa limempa huyo mnyama
mamlaka yake, pia wakamwabudu huyo mnyama
na kuuliza, "Ni nani aliye kama huyu mnyama? Ni
nani awezaye kupigana vita naye?"
5 Huyo mnyama akapewa kusema maneno ya
kiburi na kukufuru na kutumia mamlaka yake
kwa muda wa miezi arobaini na miwili. 6 Aka-
fungua kinywa chake ili kumkufuru Mungu,
akilitukana Jina lake na mahali aishipo na wale
wakaao mbinguni. 7 Pia akaruhusiwa kufanya vita
na watakatifu na kuwashinda. Akapewa uwezo
juu ya watu wa kila kabila, jamaa, lugha na taifa.
8 Nao watu wote waishio duniani watamwabudu
huyo mnyama, yaani, wale wote ambao majina
yao hayakuandikwa kwenye kitabu cha uzima cha
Mwana-Kondoo aliyechinjwa tangu kuumbwa kwa
ulimwengu.
9 Yeye aliye na sikio na asikie.

10 Ikiwa mtu ni wa kuchukuliwa mateka,
  atachukuliwa mateka.
Ikiwa mtu ni wa kuuawa kwa upanga,
  atauawa kwa upanga.

Hapa ndipo penye wito wa subira na imani ya
watakatifu.

Mnyama Kutoka Dunia

11 Kisha nikamwona mnyama mwingine, akipa-
nda juu kutoka dunia. Alikuwa na pembe mbili
kama mwana-kondoo, lakini akanena kama joka.
12 Akatumia mamlaka yote ya yule mnyama wa kwa-
nza kwa niaba yake, naye akawafanya wote wakaao
duniani kumwabudu yule mnyama wa kwanza,
ambaye jeraha lake la mauti lilipona. 13 Naye akafa-
nya ishara kuu na za ajabu, hata kusababisha moto
kushuka toka mbinguni kuja duniani watu wakiona
waziwazi. 14 Kwa sababu ya zile ishara alizokuwa
amepewa uwezo wa kuzifanya kwa niaba ya yule
mnyama wa kwanza, akawadanganya wakaao
duniani. Akawaamuru wasimamishe sanamu kwa
heshima ya yule mnyama aliyekuwa amejeruhiwa
kwa upanga lakini akaishi. 15 Akapewa uwezo wa
kuipa pumzi ile sanamu ya yule mnyama wa kwa-
nza, ili iweze kusema na kuwasababisha wale wote
waliokataa kuiabudu hiyo sanamu kuuawa. 16 Pia
alimlazimisha kila mmoja, mdogo na mkubwa,
tajiri na maskini, mtu huru na mtumwa, atiwe
chapa kwenye mkono wake wa kuume au kwe-
nye kipaji chake cha uso, 17 ili kwamba mtu yeyote
asiweze kununua wala kuuza isipokuwa amekuwa
na hiyo chapa, ambayo ni jina la huyo mnyama au
tarakimu za jina lake.
18 Hapa ndipo penye hekima. Yeye aliye na ufa-
hamu na ahesabu tarakimu za huyo mnyama, kwa
maana ni tarakimu za kibinadamu. Tarakimu zake
ni 666.

Mwana-Kondoo Na Wale 144,000

14 Kisha nikatazama na hapo mbele yangu ali-
kuwepo Mwana-Kondoo, akiwa amesimama
juu ya Mlima Sayuni. Pamoja naye walikuwa wale
144,000 wenye Jina la Mwana-Kondoo na Jina la
Baba yake likiwa limeandikwa kwenye vipaji vya
nyuso zao. 2 Nami nikasikia sauti kutoka mbinguni
kama sauti ya maji mengi yaendayo kwa kasi na

[a] 14 Maana yake ni miaka mitatu na nusu.

sauti kama ngurumo ya radi. Sauti hiyo niliyoisi-
kia ilikuwa kama sauti ya wapiga vinubi wakipiga
vinubi vyao. 3 Nao wakaimba wimbo mpya mbele
ya hicho kiti cha enzi na mbele ya wale viumbe
wanne wenye uhai na wale wazee. Hakuna mtu
yeyote aliyeweza kujifunza wimbo huo isipokuwa
hao 144,000 waliokuwa wamekombolewa kutoka
duniani. 4 Hawa ndio wale ambao hawakujitia una-
jisi kwa wanawake, kwa kuwa wao ni bikira. Wao
humfuata Mwana-Kondoo kila aendako. Hawa
wamekombolewa kutoka miongoni mwa wana-
damu wakawa malimbuko kwa Mungu na kwa
Mwana-Kondoo. 5 Vinywani mwao hapakuonekana
uongo, wala hawakuwa na hatia yoyote.

Malaika Watatu

6 Kisha nikamwona malaika mwingine akiruka
juu angani, naye alikuwa na Injili ya milele ya
kuwatangazia wale waishio duniani, yaani, kwa
kila taifa, kabila, lugha na jamaa. 7 Akasema kwa
sauti kubwa, "Mcheni Mungu na kumpa utukufu,
kwa maana saa ya hukumu yake imewadia. Mwa-
buduni yeye aliyeziumba mbingu, dunia, bahari
na chemchemi za maji."

8 Malaika wa pili akafuata akisema, "Umea-
nguka! Umeanguka Babeli Mkuu, ule uliyafanya
mataifa yote kulewa kwa mvinyo wa ghadhabu
ya uasherati wake."

9 Malaika wa tatu akawafuata hao wawili
akisema kwa sauti kubwa, "Kama mtu yeyote
anamwabudu huyo mnyama na sanamu yake na
kutiwa chapa yake kwenye kipaji chake cha uso au
kwenye mkono wake, 10 yeye pia atakunywa mvi-
nyo wa hasira kali ya Mungu ambayo imemiminwa
katika kikombe cha ghadhabu yake pasipo kucha-
nganywa na maji. Naye atateswa kwa moto uwakao
na kiberiti mbele ya malaika watakatifu na mbele
za Mwana-Kondoo. 11 Nao moshi wa mateso yao
hupanda juu milele na milele. Hakuna mapumziko,
mchana wala usiku, kwa wale wamwabuduo huyo
mnyama na sanamu yake, au kwa yeyote anaye-
pokea chapa ya jina lake." 12 Hapa ndipo penye
wito wa subira na uvumilivu wa watakatifu; wale
wanaozishika amri za Mungu na kudumu katika
uaminifu kwa Yesu.

13 Kisha nikasikia sauti kutoka mbinguni iki-
sema, "Andika: Wamebarikiwa wafu wafao katika
Bwana tangu sasa."

"Naam," asema Roho, "watapumzika kutoka
taabu zao, kwa kuwa matendo yao yatawafuata."

Kuvuna Mavuno Ya Dunia

14 Nikatazama, hapo mbele yangu palikuwa na
wingu jeupe, na aliyekuwa ameketi juu ya hilo
wingu alikuwa "kama Mwana wa Adamu" mwenye
taji ya dhahabu kichwani mwake na mundu mkali
mkononi mwake. 15 Kisha malaika mwingine akaja
kutoka hekaluni naye akamwita kwa sauti kubwa
yule aliyekuwa ameketi juu ya lile wingu akasema,
"Chukua mundu wako ukavune kwa kuwa wakati
wa mavuno umewadia, kwa maana mavuno ya
dunia yamekomaa." 16 Hivyo yule aliyekuwa ame-
keti juu ya lile wingu akauzungusha mundu wake
duniani, nayo dunia ikavunwa.

17 Malaika mwingine akatoka katika hekalu
lililoko mbinguni, naye pia alikuwa na mundu
mkali. 18 Kisha malaika mwingine, aliyekuwa na
mamlaka juu ya moto, akatoka kwenye madha-
bahu, naye akamwita yule malaika mwenye mundu
mkali kwa sauti kubwa, akisema, "Chukua mundu
wako mkali ukakusanye vichala vya mizabibu ya
dunia, maana zabibu zake zimeiva." 19 Hivyo yule
malaika akauzungusha mundu wake duniani na
kukusanya zabibu za dunia na kuzitupa kwenye
shinikizo kubwa la ghadhabu ya Mungu. 20 Lile
shinikizo likakanyagwa nje ya mji, nayo damu
ikatiririka kama mafuriko kutoka hilo shinikizo
kufikia kimo cha hatamu za farasi,[a] kwa umbali
wa maili 200.[b]

Malaika Saba Na Mapigo Saba

15 Ndipo nikaona ishara nyingine kubwa ya
ajabu mbinguni: malaika saba wenye yale
mapigo saba ya mwisho, kwa sababu kwa mapigo
hayo ghadhabu ya Mungu ilikuwa imekamilika.
2 Nikaona kile kilichoonekana kama bahari ya kioo
iliyochanganyikana na moto. Kando ya hiyo bahari,
walikuwa wamesimama wale watu waliomshinda
yule mnyama na sanamu yake pamoja na tarakimu
ya jina lake. Mikononi mwao walikuwa wameshika
vinubi walivyopewa na Mungu. 3 Nao wakaimba
wimbo wa Mose, mtumishi wa Mungu, na wimbo
wa Mwana-Kondoo, wakisema:

"Bwana Mungu Mwenyezi,
matendo yako ni makuu na ya ajabu.
Njia zako wewe ni za haki na za kweli,
Mfalme wa nyakati zote!
4 Ni nani ambaye hatakuogopa wewe Bwana
na kulitukuza jina lako?
Kwa kuwa wewe peke yako ndiwe mtakatifu.
Mataifa yote yatakuja
na kuabudu mbele zako,
kwa kuwa matendo yako ya haki
yamedhihirishwa."

5 Baada ya haya nikatazama, nalo hekalu, la
hema la Ushuhuda, lilikuwa limefunguliwa mbi-
nguni. 6 Ndani ya lile hekalu wakatoka malaika saba
wakiwa na mapigo saba. Walikuwa wamevaa nguo
safi za kitani ing'aayo na kufungwa mikanda ya
dhahabu vifuani mwao. 7 Ndipo mmoja wa wale
viumbe wanne wenye uhai akawapa wale malaika
saba mabakuli saba ya dhahabu yaliyojaa gha-
dhabu ya Mungu, yeye aishiye milele na milele.
8 Nalo lile hekalu likijawa na moshi uliotokana na
utukufu wa Mungu na uweza wake, wala hakuna
yeyote aliyeweza kuingia mle hekaluni mpaka yale
mapigo saba ya wale malaika saba yalipomalizika.

Mabakuli Saba Ya Ghadhabu Ya Mungu

16 Kisha nikasikia sauti kubwa kutoka mle Heka-
luni ikiwaambia wale malaika saba, "Nendeni,
mkayamwage duniani hayo mabakuli saba ya gha-
dhabu ya Mungu."

[a]20 Kimo cha hatamu za farasi ni kama mita moja na nusu.
[b]20 Maili 200 ni sawa na kilomita 320.

2 Malaika wa kwanza akaenda akalimwaga hilo
bakuli lake juu ya nchi. Majipu mabaya yenye
maumivu makali yakawapata wale watu wote
waliokuwa na chapa ya yule mnyama na walioa-
budu sanamu yake.
3 Malaika wa pili akalimwaga bakuli lake baha-
rini, nayo ikabadilika kuwa damu kama ya mtu
aliyekufa na kila kiumbe hai kilichokuwa ndani
ya bahari kikafa.
4 Malaika wa tatu akalimwaga bakuli lake katika
mito na chemchemi za maji, nazo zikawa damu.
5 Ndipo nikamsikia malaika msimamizi wa maji
akisema:

"Wewe una haki katika hukumu hizi
ulizotoa,
wewe uliyeko, uliyekuwako, Uliye
Mtakatifu,
kwa sababu umehukumu hivyo;
6 kwa kuwa walimwaga damu
ya watakatifu wako
na manabii wako,
nawe umewapa damu wanywe
kama walivyostahili."

7 Nikasikia madhabahu ikiitikia,

"Naam, Bwana Mungu Mwenyezi,
hukumu zako ni kweli na haki."

8 Malaika wa nne akamimina bakuli lake kwe-
nye jua, nalo likapewa nguvu za kuwaunguza watu
kwa moto. 9 Watu wakaunguzwa na hilo joto kali,
wakalaani Jina la Mungu, aliyekuwa na uwezo
juu ya mapigo haya, tena wakakataa kutubu na
kumtukuza Mungu.
10 Malaika wa tano akamimina bakuli lake kwe-
nye kiti cha enzi cha yule mnyama, nao ufalme
wake ukagubikwa na giza. Watu wakatafuna ndimi
zao kwa ajili ya maumivu, 11 wakamlaani Mungu wa
mbinguni kwa sababu ya maumivu na majeraha
yao, wala hawakutubu kwa ajili ya matendo yao
maovu.
12 Malaika wa sita akamimina bakuli lake kwe-
nye mto mkubwa Frati, maji yake yakakauka ili
kutayarisha njia kwa ajili ya wafalme watokao
Mashariki. 13 Kisha nikaona roho wachafu watatu
waliofanana na vyura wakitoka katika kinywa
cha lile joka na katika kinywa cha yule mnyama
na katika kinywa cha yule nabii wa uongo. 14 Hizo
ndizo roho za pepo wachafu zitendazo miujiza.
Nazo huwaendea wafalme wa ulimwengu wote na
kuwakusanya tayari kwa ajili ya vita katika siku ile
kuu ya Mungu Mwenyezi.
15 "Tazama, naja kama mwizi! Amebarikiwa yeye
akeshaye na kuziweka tayari nguo zake ili asiende
uchi na kuonekana aibu yake."
16 Ndipo wakawakusanya wafalme pamoja
mahali paitwapo Armagedoni[a] kwa Kiebrania.
17 Malaika wa saba akamimina bakuli lake angani
na sauti kubwa ikatoka mle hekaluni katika kile kiti
cha enzi, ikisema, "Imekwisha kuwa!" 18 Kukawa
na mianga ya umeme wa radi, ngurumo, radi na
tetemeko kubwa la ardhi. Hapajawa kamwe na
tetemeko la ardhi kama hilo tangu mwanadamu
awepo duniani, hivyo lilikuwa tetemeko kubwa
ajabu. 19 Ule mji mkubwa ukagawanyika katika
sehemu tatu, nayo miji ya mataifa ikaanguka.
Mungu akaukumbuka Babeli Mkuu na kumpa
kikombe kilichojaa mvinyo wa ghadhabu ya hasira
yake. 20 Kila kisiwa kikatoweka wala milima haikuo-
nekana. 21 Mvua kubwa ya mawe yenye uzito wa
talanta moja[b] ikashuka kutoka mbinguni, ikawaa-
ngukia wanadamu. Nao wanadamu wakamlaani
Mungu kwa ajili ya hayo mapigo ya mvua ya mawe,
kwa sababu pigo hilo lilikuwa la kutisha.

Kahaba Mkuu Na Mnyama

17 Mmoja wa wale malaika saba waliokuwa na
yale mabakuli saba akaja akaniambia, "Njoo,
nitakuonyesha adhabu ya yule kahaba mkuu,
aketiye juu ya maji mengi. 2 Yule ambaye wafalme
wa dunia walizini naye na watu wakaao duniani
walilewa kwa mvinyo wa uzinzi wake."
3 Kisha yule malaika akanichukua katika Roho
akanipeleka jangwani. Huko nikamwona mwana-
mke mmoja ameketi juu ya mnyama mwekundu
aliyejaa majina ya kumkufuru Mungu mwili
mzima. Mnyama huyo alikuwa na vichwa saba
na pembe kumi. 4 Huyo mwanamke alikuwa ame-
vaa mavazi ya rangi ya zambarau na nyekundu,
akimetameta kwa dhahabu, vito vya thamani na
lulu. Mkononi mwake alikuwa ameshika kikombe
cha dhahabu kilichojaa mambo ya machukizo na
uchafu wa uzinzi wake. 5 Kwenye kipaji chake cha
uso palikuwa pameandikwa jina:

"Siri,
Babeli Mkuu,
Mama wa makahaba
na wa machukizo ya dunia."

6 Nikaona kuwa huyo mwanamke alikuwa amelewa
kwa damu ya watakatifu, yaani, damu ya wale watu
waliouawa kwa ushuhuda wa Yesu.
Nilipomwona huyo mwanamke, nilistaajabu
sana. 7 Ndipo yule malaika akaniambia, "Kwa nini
unastaajabu? Nitakufafanulia siri ya huyo mwa-
namke na huyo mnyama aliyempanda, mwenye
vichwa saba na pembe kumi. 8 Huyo mnyama
ambaye ulimwona, wakati fulani alikuwepo, lakini
sasa hayupo, naye atapanda kutoka lile Shimo na
kwenda kwenye maangamizo yake. Watu waishio
duniani ambao majina yao hayakuandikwa kwenye
kitabu cha uzima tangu kuumbwa kwa ulimwengu
watastaajabu kumwona huyo mnyama, kwa maana
alikuwepo wakati fulani, na sasa hayupo, lakini
atakuwepo.
9 "Hapa ndipo penye wito wa akili pamoja na
hekima. Vile vichwa saba ni vilima saba ambavyo
huyo mwanamke amevikalia. 10 Pia hivyo vichwa
saba ni wafalme saba ambao miongoni mwao
watano wamekwisha kuanguka, yupo mwingine

[a]16 Armagedoni au Har-Magedoni ina maana Mlima Megido, mahali pa kinabii ambapo wafalme wote wa dunia watakusanyika kwa vita katika siku ya Mungu Mwenyezi.

[b]21 Talanta moja ni kama kilo 34.

hajaja bado, lakini atakapokuja, atalazimika kukaa
kwa muda mfupi. [11] Yule mnyama aliyekuwepo
wakati fulani na ambaye sasa hayupo, yeye ni
mfalme wa nane. Ni miongoni mwa wale saba,
naye anakwenda kwenye maangamizi yake.

[12] "Zile pembe kumi ulizoziona ni wafalme kumi
ambao bado hawajapokea ufalme, lakini watapokea
mamlaka kuwa wafalme kwa saa moja pamoja na
yule mnyama. [13] Hawa wana nia moja, nao wata-
mwachia yule mnyama nguvu zao na mamlaka
yao. [14] Watafanya vita na Mwana-Kondoo, lakini
Mwana-Kondoo atawashinda kwa sababu yeye ni
Bwana wa mabwana na Mfalme wa wafalme. Yeye
atakuwa pamoja na watu wake walioitwa ambao ni
wateule wake na wafuasi wake waaminifu."

[15] Kisha yule malaika akaniambia, "Yale maji
uliyoyaona yule kahaba akiwa ameketi juu yake
ni jamaa, makutano, mataifa na lugha. [16] Zile pembe
kumi ulizoziona, pamoja na huyo mnyama, wata-
mchukia huyo kahaba, watamfilisi na kumwacha
uchi, watamla nyama yake na kumteketeza kwa
moto. [17] Kwa maana Mungu ameweka mioyoni
mwao kutimiza kusudi lake kwa kukubali kumpa
yule mnyama mamlaka yao ya utawala mpaka
maneno ya Mungu yatakapotimia. [18] Yule mwa-
namke uliyemwona ni ule mji mkubwa unaotawala
juu ya wafalme wa dunia."

Kuanguka Kwa Babeli

18 Baada ya haya nikaona malaika mwingine aki-
shuka kutoka mbinguni, akiwa na mamlaka
makuu na dunia ikamulikiwa na mng'ao wake.
[2] Naye akalia kwa nguvu kwa sauti kubwa, akisema:

"Umeanguka! Umeanguka Babeli Mkuu!
Umekuwa makao ya mashetani
na makazi ya kila pepo mchafu,
makazi ya kila ndege na kila mnyama
achukizaye.
[3] Kwa maana mataifa yote yamekunywa
mvinyo wa ghadhabu ya uasherati wake.
Nao wafalme wa dunia wamefanya
uzinzi nao,
nao wafanyabiashara wa dunia
wametajirika kutokana na wingi
wa utajiri wake."

[4] Kisha nikasikia sauti nyingine kutoka mbinguni
ikisema:

"Tokeni katikati yake, enyi watu wangu,
ili msije mkashiriki dhambi zake,
ili msije mkapatwa na pigo lake lolote;
[5] kwa kuwa dhambi zake zimelundikana
hadi mbinguni,
naye Mungu ameukumbuka
uhalifu wake.
[6] Mtendee kama yeye alivyotenda;
umlipe mara mbili kwa ajili ya yale
aliyotenda.
Katika kikombe chake mchanganyie
mara mbili ya kile alichochanganya.
[7] Mpatie mateso na huzuni nyingi sawa na
utukufu na anasa alizojipatia.
Kwa kuwa moyoni mwake hujivuna,
akisema,
'Mimi ninatawala kama malkia;
mimi si mjane, wala sitaona
huzuni kamwe.'
[8] Kwa hiyo mapigo yatampata kwa siku moja:
mauti, maombolezo na njaa.
Naye atateketezwa kwa moto,
kwa maana Bwana Mungu amhukumuye
ana nguvu.

[9] "Wafalme wa dunia waliozini naye na kushi-
riki anasa zake watakapoona moshi wa kuungua
kwake, watamlilia na kumwombolezea. [10] Kwa hofu
kubwa ya mateso yake, watasimama mbali na kulia
na wakisema:

" 'Ole! Ole, ee mji mkubwa,
ee Babeli mji wenye nguvu!
Hukumu yako imekuja katika saa moja!'

[11] "Wafanyabiashara wa dunia watalia na
kumwomboleza kwa sababu hakuna anunuaye
bidhaa zao tena: [12] Bidhaa za dhahabu, za fedha,
za vito vya thamani na vya lulu, kitani safi, nguo
za rangi ya zambarau, hariri, nguo nyekundu, aina
zote za miti ya udi, na vifaa vyote vya pembe
za ndovu, vifaa vyote vya miti yenye thamani
kuliko yote, shaba, chuma na marmar, [13] bidhaa
za mdalasini, vikolezi, za uvumba, manemane, na
uvumba wenye harufu nzuri, za divai, na mafuta
ya zeituni, za unga mzuri na ngano; ng'ombe na
kondoo; farasi na magari; na miili na roho za
wanadamu.

[14] "Watasema, 'Yale matunda ambayo roho yako
iliyatamani yamekoma. Utajiri wako wote na fahari
yako vimetoweka, wala haviwezi kupatikana tena
kamwe!' [15] Wale wafanyabiashara waliotajirika kwa
bidhaa hizo kutoka kwake watasimama mbali naye
kwa hofu kubwa ya mateso yanayompata. Watalia
na kuomboleza wakipiga kelele wakisema:

[16] " 'Ole! Ole, ee mji mkubwa,
uliyekuwa umevikwa mavazi
ya kitani safi,
ya rangi ya zambarau na nyekundu,
ukimetameta kwa dhahabu,
vito vya thamani na lulu!
[17] Katika muda wa saa moja utajiri wote
mkubwa
kama huu umeangamia!'

"Kila nahodha, na wote wasafirio kwa meli, na
wote wapatao kipato chao kutokana na bahari,
watasimama mbali. [18] Watakapouona moshi wa
kuungua kwake watalia wakisema, 'Je, kulipata
kuwako mji mkubwa kama huu?' [19] Nao watajiru-
shia mavumbi vichwani mwao, huku wakilia na
kuomboleza, wakisema:

" 'Ole! Ole, ee mji mkubwa,
mji ambao wote wenye meli baharini
walitajirika kupitia kwa mali zake!
Katika saa moja tu ameangamizwa!

20 Furahia kwa ajili yake, ee mbingu!
Furahini watakatifu, mitume na manabii!
Mungu amemhukumu
kwa vile alivyowatendea ninyi.' "

21 Kisha malaika mmoja mwenye nguvu akainua
jiwe kubwa kama la kusagia akalitupa baharini
akisema:

"Hivyo ndivyo mji mkubwa Babeli
utakavyotupwa chini kwa nguvu
wala hautaonekana tena.
22 Nyimbo za wapiga vinubi na waimbaji,
wapiga filimbi na wapiga tarumbeta
kamwe hazitasikika tena ndani yako.
Ndani yako kamwe hataonekana tena fundi
mwenye ujuzi wa aina yoyote.
Wala sauti ya jiwe la kusagia
kamwe haitasikika tena.
23 Mwanga wa taa
hautaangaza ndani yako tena.
Sauti ya bwana arusi na bibi arusi
kamwe haitasikika ndani yako tena.
Wafanyabiashara wako walikuwa watu
maarufu wa dunia.
Mataifa yote yalipotoshwa kwa
uchawi wako.
24 Ndani yake ilionekana damu ya manabii
na ya watakatifu
na wote waliouawa duniani."

Shangwe Huko Mbinguni

19 Baada ya haya nikasikia sauti kama ya umati
mkubwa mbinguni wakipiga kelele wakisema:

"Haleluya!
Wokovu na utukufu na uweza ni vya
Mungu wetu,
2 kwa maana hukumu zake
ni za kweli na za haki.
Amemhukumu yule kahaba mkuu
aliyeuharibu ulimwengu kwa
uzinzi wake.
Mungu amemlipiza kisasi
kwa ajili ya damu ya watumishi wake."

3 Wakasema tena kwa nguvu:

"Haleluya!
Moshi wake huyo kahaba unapanda juu
milele na milele."

4 Wale wazee ishirini na wanne pamoja na wale
viumbe wanne wenye uhai wakaanguka kifudifudi,
wakamwabudu Mungu, aliyekuwa ameketi kwenye
kile kiti cha enzi. Wakasema kwa sauti kuu:

"Amen, Haleluya!"

5 Kisha sauti ikatoka katika kile kiti cha enzi,
ikisema:

"Msifuni Mungu wetu,
ninyi watumishi wake wote,
ninyi nyote mnaomcha,
wadogo kwa wakubwa!"

6 Kisha nikasikia sauti kama ya umati mkubwa,
kama sauti ya maji mengi yaendayo kasi na kama
ngurumo kubwa ya radi wakipiga kelele wakisema:

"Haleluya!
Kwa maana Bwana Mungu wetu
Mwenyezi anatawala.
7 Tufurahi, tushangilie
na kumpa utukufu!
Kwa maana arusi ya Mwana-Kondoo
imewadia
na bibi arusi wake amejiweka tayari.
8 Akapewa kitani safi, nyeupe
inayong'aa, ili avae."

(Hiyo kitani safi inawakilisha matendo ya haki ya
watakatifu.)

9 Ndipo malaika akaniambia, "Andika: 'Wameba-
rikiwa wale walioalikwa kwenye karamu ya arusi
ya Mwana-Kondoo!' " Naye akaongeza kusema,
"Haya ndiyo maneno ya kweli ya Mungu."
10 Ndipo nikaanguka kifudifudi miguuni pake ili
kumwabudu, lakini yeye akaniambia, "Usifanye
hivyo! Mimi pia ni mtumishi mwenzako pamoja na
ndugu zako walio na ushuhuda wa Yesu. Mwabudu
Mungu! Maana ushuhuda wa Yesu ndio roho ya
unabii."

Aliyepanda Farasi Mweupe

11 Kisha nikaona mbingu imefunguka na hapo
mbele yangu akiwepo farasi mweupe, ambaye yeye
aliyempanda aliitwa Mwaminifu na Kweli. Yeye
huhukumu kwa haki na kufanya vita. 12 Macho yake
ni kama miali ya moto na juu ya kichwa chake kuna
taji nyingi. Ana jina lililoandikwa ambalo hakuna
mtu yeyote anayelijua isipokuwa yeye mwenyewe.
13 Amevaa joho lililochoviwa katika damu, na Jina
lake ni "Neno la Mungu." 14 Majeshi ya mbinguni
walikuwa wakimfuata, wakiwa wamepanda farasi
weupe, hali wamevaa mavazi ya kitani safi, nyeupe
na nzuri. 15 Kinywani mwake hutoka upanga mkali
ambao kwa huo atayaangusha mataifa. "Ataya-
tawala kwa fimbo yake ya utawala ya chuma."
Hulikanyaga shinikizo la mvinyo wa ghadhabu
ya Mungu Mwenyezi. 16 Kwenye joho lake na paja
lake pameandikwa jina hili:

MFALME WA WAFALME, NA BWANA WA MABWANA.

Mnyama Na Majeshi Yake Yashindwa

17 Nami nikamwona malaika amesimama ndani
kwenye jua, akaita ndege wote warukao angani
kwa sauti kuu, "Njooni, kusanyikeni kwa ajili ya
karamu kubwa ya Mungu, 18 ili mpate kula nyama ya
wafalme na ya majemadari, ya mashujaa, ya farasi
na ya wapanda farasi, nyama ya wanadamu, wote
walio huru na watumwa, wadogo na wakubwa."
19 Kisha nikamwona yule mnyama na wafa-
lme wa dunia pamoja na majeshi yao wakiwa

wamekusanyika pamoja ili kufanya vita dhidi
ya yule aliyempanda farasi pamoja na jeshi lake.
20 Lakini yule mnyama akakamatwa pamoja na
huyo nabii wa uongo ambaye alikuwa amefanya
ishara kwa niaba ya huyo mnyama, ambaye kwa
ishara hizi aliwadanganya wale waliopokea chapa
ya huyo mnyama na kuiabudu sanamu yake. Hawa
wawili wakatupwa wakiwa hai ndani ya ziwa la
moto liwakalo kwa kiberiti. 21 Wale waliosalia
waliuawa kwa upanga uliotoka kinywani mwa
yule aliyekuwa amempanda farasi nao ndege wote
wakajishibisha kwa nyama yao.

Utawala Wa Miaka Elfu Moja

20 Kisha nikaona malaika akishuka kutoka
mbinguni, akiwa ameshika ufunguo wa lile
Shimo na mnyororo mkubwa mkononi mwake.
2 Akalishika lile joka, yule nyoka wa zamani,
ambaye ndiye ibilisi au Shetani, naye akamfunga
kwa muda wa miaka 1,000. 3 Akamtupa katika
lile Shimo, akamfunga humo na kulitia lakiri, ili
kumzuia asiendelee kudanganya mataifa mpaka
hiyo miaka 1,000 itimie. Baada ya hayo lazima
afunguliwe kwa muda mfupi.

4 Kisha nikaona viti vya enzi vilivyokuwa vime-
kaliwa na hao waliopewa mamlaka ya kuhukumu,
na nikaona roho za wale waliokatwa vichwa kwa
sababu ya ushuhuda wa Yesu na kwa sababu ya
neno la Mungu. Hawakuwa wamemsujudu huyo
mnyama wala sanamu yake wala hawakupokea
ile chapa yake kwenye vipaji vya nyuso zao au
kwenye mikono yao. Wakawa hai na kutawala
pamoja na Kristo miaka 1,000. 5 (Wafu waliosalia
hawakufufuka mpaka ilipotimia hiyo miaka 1,000.)
Huu ndio ufufuo wa kwanza. 6 Waliobarikiwa na
walio watakatifu ni wale walio na sehemu katika
ufufuo wa kwanza. Hao mauti ya pili haina nguvu
juu yao, bali watakuwa makuhani wa Mungu na
wa Kristo, nao watatawala pamoja naye kwa muda
wa miaka 1,000.

Kuhukumiwa Kwa Shetani

7 Hiyo miaka 1,000 itakapotimia, Shetani atafu-
nguliwa kutoka kifungoni mwake, 8 naye atatoka ili
kuyadanganya mataifa yaliyopo katika pembe nne
za dunia, yaani, Gogu na Magogu apate kuwaku-
sanya tayari kwa vita. Idadi yao ni kama mchanga
ulioko pwani. 9 Nao walitembea katika eneo lote
la dunia, wakaizunguka kambi ya watakatifu
na ule mji unaopendwa. Lakini moto ukashuka
kutoka mbinguni na kuwateketeza. 10 Naye ibilisi
aliyewadanganya akatupwa katika ziwa la moto na
kiberiti walikokuwa wametupwa yule mnyama na
yule nabii wa uongo. Watateswa humo usiku na
mchana, milele na milele.

Wafu Wanahukumiwa

11 Kisha nikaona kiti kikubwa cheupe cha enzi
pamoja na yeye aliyeketi juu yake. Dunia na
mbingu zikaukimbia uso wake wala mahali pao
hapakuonekana. 12 Nami nikawaona wafu waku-
bwa na wadogo, wakiwa wamesimama mbele ya
hicho kiti cha enzi na vitabu vikafunguliwa. Pia
kitabu kingine kikafunguliwa ambacho ni kitabu
cha uzima. Hao wafu wakahukumiwa sawasawa
na matendo yao kama yalivyoandikwa ndani ya
hivyo vitabu. 13 Bahari ikawatoa wafu waliokuwamo
ndani yake, nayo mauti na Kuzimu zikawatoa wafu
waliokuwamo ndani yake. Kila mtu akahukumiwa
kulingana na yale aliyoyatenda. 14 Kisha mauti na
Kuzimu zikatupwa katika ziwa la moto. Hii ndio
mauti ya pili, yaani, hilo ziwa la moto. 15 Iwapo
mtu jina lake halikuonekana katika kile kitabu
cha uzima, alitupwa ndani ya lile ziwa la moto.

Mbingu Mpya Na Nchi Mpya

21 Kisha nikaona mbingu mpya na nchi mpya,
kwa maana mbingu za kwanza na nchi ya
kwanza vimekwisha kupita, wala hapakuwepo na
bahari tena. 2 Nikaona Mji Mtakatifu, Yerusalemu
mpya, ukishuka kutoka mbinguni kwa Mungu,
ukiwa umeandaliwa kama bibi arusi aliyepambwa
kwa ajili ya mumewe. 3 Nami nikasikia sauti kubwa
kutoka kile kiti cha enzi ikisema, "Sasa makao ya
Mungu ni pamoja na wanadamu, naye atakaa
pamoja nao. Yeye atakuwa Mungu wao nao wata-
kuwa watu wake, naye Mungu mwenyewe atakuwa
pamoja nao. 4 Atafuta kila chozi kutoka macho yao.
Mauti haitakuwepo tena, wala maombolezo, wala
kilio, wala maumivu, kwa maana mambo ya kwa-
nza yamekwisha kupita."

5 Naye yule aliyeketi juu ya kile kiti cha enzi
akasema, "Tazama, nayafanya mambo yote kuwa
mapya!" Kisha akasema, "Andika haya, maana
maneno haya ni ya kuaminika tena ni kweli."

6 Akaniambia, "Imekwisha kuwa. Mimi ni Alfa
na Omega, Mwanzo na Mwisho. Yeye aonaye kiu
nitampa kunywa kutoka chemchemi ya maji ya
uzima bila gharama yoyote. 7 Yeye ashindaye ataya-
rithi haya yote, nami nitakuwa Mungu wake, naye
atakuwa mwanangu. 8 Lakini waoga, wasioamini,
wachafu, wauaji, wazinzi, wachawi, waabudu
sanamu, pamoja na waongo wote, mahali pao ni
katika lile ziwa liwakalo moto na kiberiti. Hii ndiyo
mauti ya pili."

9 Mmoja wa wale malaika saba waliokuwa na yale
mabakuli saba ya hayo mapigo saba ya mwisho
akaja akaniambia, "Njoo, nami nitakuonyesha bibi
arusi, yaani, mke wa Mwana-Kondoo." 10 Naye aka-
nichukua katika Roho hadi kwenye mlima mkubwa
na mrefu, akanionyesha ule Mji Mtakatifu, Yeru-
salemu, ukishuka kutoka mbinguni kwa Mungu.
11 Ulikuwa uking'aa kwa utukufu wa Mungu kama
kito chenye thamani sana, kama yaspi, safi kama
kioo. 12 Ulikuwa na ukuta mkubwa, mrefu wenye
malango kumi na mawili, pakiwa na malaika kumi
na wawili kwenye hayo malango. Kwenye mala-
ngo hayo yaliandikwa majina ya yale makabila
kumi na mawili ya Israeli. 13 Kulikuwa na malango
matatu upande wa mashariki, matatu upande wa
kaskazini, matatu upande wa kusini na matatu
upande wa magharibi. 14 Ukuta wa huo mji ulikuwa
na misingi kumi na miwili, na juu yake yaliandi-
kwa majina ya wale mitume kumi na wawili wa
Mwana-Kondoo.

15 Huyo malaika aliyesema nami alikuwa na ufito
wa dhahabu wa kupimia huo mji, malango yake na
kuta zake. 16 Mji huo ulikuwa mraba, urefu wake

ulikuwa sawa na upana wake. Akaupima huo mji
kwa huo ufito akakuta una kama kilomita 2,200;[a]
urefu wake na upana wake na kwenda juu kwake
vilikuwa sawa. 17 Akaupima ukuta wake, ulikuwa
na unene wa dhiraa 144[b] kwa kipimo cha kibina-
damu ambacho huyo malaika alikuwa akikitumia.
18 Ukuta huo ulijengwa kwa yaspi hali mji wenyewe
ulijengwa kwa dhahabu safi, iking'aa kama kioo.
19 Misingi ya kuta za mji huo zilipambwa kwa
kila aina ya kito cha thamani. Msingi wa kwanza
ulikuwa wa yaspi, wa pili yakuti samawi, wa tatu
kalkedoni, wa nne zumaridi, 20 wa tano sardoniki,
wa sita akiki, wa saba krisolitho, wa nane zabara-
jadi, wa tisa yakuti manjano, wa kumi krisopraso,
wa kumi na moja hiakintho, wa kumi na mbili
amethisto. 21 Yale malango kumi na mbili yalikuwa
ni lulu kumi na mbili, kila lango lilikuwa limete-
ngenezwa kwa lulu moja. Barabara kuu ya mji huo
ilikuwa ya dhahabu safi ing'aayo kama kioo.

22 Sikuona Hekalu ndani ya huo mji kwa sababu
Bwana Mungu Mwenyezi na Mwana-Kondoo ndio
hekalu lake. 23 Ule mji hauhitaji jua wala mwezi
kuuangazia, kwa sababu utukufu wa Mungu ndio
nuru yake na Mwana-Kondoo ndiye taa yake.
24 Mataifa yatatembea yakiangaziwa na nuru yake
na wafalme wa duniani wataleta fahari yao ndani
yake. 25 Malango yake hayatafungwa kamwe, kwa
maana hakutakuwa na usiku humo. 26 Utukufu
na heshima za mataifa zitaletwa humo. 27 Lakini
kitu kichafu hakitaingia humo kamwe, wala mtu
yeyote atendaye mambo ya aibu au ya udanganyifu.
Bali watakaoingia humo ni wale tu ambao majina
yao yameandikwa katika kitabu cha uzima cha
Mwana-Kondoo.

Mto Wa Maji Ya Uzima

22 Kisha yule malaika akanionyesha mto wa maji
ya uzima, maangavu kama kioo yakitiririka
kutoka kwenye kile kiti cha enzi cha Mungu na
cha Mwana-Kondoo, 2 kupitia katikati ya barabara
kuu ya huo mji. Kwenye kila upande wa huo mto
kulikuwa na mti wa uzima utoao matunda ya aina
kumi na mbili, ukizaa matunda yake kila mwezi.
Nayo majani ya mti huo ni kwa ajili ya uponyaji
wa mataifa. 3 Katika mji huo hakutakuwa tena
na laana, bali kiti cha enzi cha Mungu na cha
Mwana-Kondoo kitakuwamo humo na watumishi
wake watamtumikia, 4 nao watamwona uso wake
na Jina lake litakuwa kwenye vipaji vya nyuso
zao. 5 Usiku hautakuwako tena, wala hawatahi-
taji mwanga wa taa au wa jua, kwa maana Bwana
Mungu atakuwa nuru yao, nao watatawala milele
na milele.

6 Kisha yule malaika akaniambia, "Maneno haya
ni ya kuaminika na kweli. Bwana, Mungu wa roho
za manabii, alimtuma malaika wake kuwaonyesha
watumishi wake yale ambayo hayana budi kutukia
upesi."

Bwana Yesu Anakuja

7 "Tazama, naja upesi! Amebarikiwa yeye ayashi-
kaye maneno ya unabii wa kitabu hiki."

8 Mimi, Yohana, ndiye niliyesikia na kuyaona
mambo haya. Nami nilipokwisha kuyasikia na
kuyaona, nilianguka chini nikasujudu miguuni
pa yule malaika aliyekuwa akinionyesha mambo
hayo. 9 Lakini yeye akaniambia, "Usifanye hivyo!
Mimi ni mtumishi pamoja nawe na ndugu zako
manabii na wote wanaoyashika maneno ya kitabu
hiki. Msujudie Mungu!"

10 Kisha akaniambia, "Usiyafunge maneno ya
unabii yaliyomo katika kitabu hiki, kwa sababu
wakati umekaribia. 11 Atendaye mabaya na aende-
lee kutenda mabaya, aliye mchafu na aendelee
kuwa mchafu, yeye atendaye haki na aendelee
kutenda haki, na yeye aliye mtakatifu na aendelee
kuwa mtakatifu."

12 "Tazama, naja upesi! Thawabu yangu i mko-
noni mwangu, nami nitampa kila mtu sawasawa na
alivyotenda. 13 Mimi ni Alfa na Omega, wa Kwanza
na wa Mwisho, Mwanzo na Mwisho.

14 "Wamebarikiwa wale wafuao mavazi yao, ili
wapate haki ya kuuendea huo mti wa uzima na
kuuingia huo mji kupitia kwenye malango yake.
15 Huko nje wako mbwa, wachawi, wazinzi, wauaji,
waabudu sanamu, na kila mtu apendaye udanga-
nyifu na kuufanya.

16 "Mimi, Yesu, nimemtuma malaika wangu
kushuhudia mambo haya kwa ajili ya makanisa.
Mimi ndimi Shina na Mzao wa Daudi, ile Nyota
ya Asubuhi ing'aayo."

17 Roho na bibi arusi wanasema, "Njoo!" Naye
asikiaye na aseme, "Njoo!" Yeyote mwenye kiu na
aje, na kila anayetaka na anywe maji ya uzima bure.

18 Namwonya kila mtu asikiaye maneno ya
unabii wa kitabu hiki: Mtu yeyote akiongeza
humo chochote, Mungu atamwongezea mapigo
yaliyoandikwa katika kitabu hiki. 19 Kama mtu
yeyote akipunguza humo chochote katika maneno
ya unabii wa kitabu hiki, Mungu atamwondolea
sehemu yake katika ule mti wa uzima na katika
ule mji mtakatifu, ambao habari zake zimeandikwa
katika kitabu hiki.

20 Yeye anayeshuhudia mambo haya asema,
"Hakika, naja upesi!"

Amen. Njoo, Bwana Yesu.

21 Neema ya Bwana Yesu iwe na watakatifu wote.
Amen.

---

[a]16 Kilomita 2,200 hapa ni sawa na maili 1,200.
[b]17 Dhiraa 144 ni karibu mita 65.

ORODHA YA MANENO MAGUMU

Abiri, Ku-

Vuka bahari, safiri majini kwa kutumia chombo.

Adibisha, Ku-

Fundisha adabu, fundisha mazoea mazuri au mema ya heshima, tia adabu.

Adili

Nyofu, -faa, sahihi.

Akiki

Aina ya kito kinachong'aa, chekundu.

Amana

Kitu kilichowekwa katika uangalifu wa mtu, kuweka kitu rehani.

Amen, Amin

Na iwe hivyo, ni kweli.

Ashera, Nguzo ya

Mungu jike wa bahari na mke wa Baali; mungu jike mkuu wa Wakanaani.

Asili

Chanzo, chimbuko au kumjulisha jambo lolote.

Baharia

Mwana maji, mtu afanyaye kazi melini, merikebuni au mashuani.

Baini

Tambua, thibiti, jua kwa uhalisi.

Balozi

Mwakilishi, mjumbe.

Bambua, Ku-

Ondoa ganda au gome.

Bangili

Kikuku, vito vya dhahabu, fedha, shaba au madini vinavyovaliwa hasa na wanawake mikononi kwa pambo.

Banika

Oka, choma kwa kutumia moto.

Bara

Nchi kavu, kontinenti; kwa mfano bara Afrika, Asia, n.k.

Baragumu

Panda, pembe, namna ya tarumbeta.

Batili, Batilisha, Ku-

Kisicho na nguvu, bure, kutangua, kufuta, kufanya kitu kisiwe na nguvu tena.

Bawaba

Vipande vya chuma vinavyoshikilia mlango ili uweze kufunguliwa na kufungwa.

Bawabu

Mlinda mlango, mtu akaaye mlangoni ili kufungua na kufunga.

Beberu

Mbuzi dume.

Bikira

Mwanamwali, mwanamke ambaye hajakutana kimwili na mwanaume,
safi kabisa, -siyoguswa.

Binamu

Mtoto wa ndugu wa baba au mama.

Birika

Tangi kubwa la kuwekea maji.

Bisha, Ku-

(1) Piga hodi, gonga mlango ili ufunguliwe.
(2) Pinga unaloambiwa, fanya ushindani, kaidi.
(3) Elekezea tanga kunakoelekea upepo baharini.

Bumbuazi

Mshangao, kichaa, kuchanganyikiwa, kupoteza fahamu, wasiwasi.

Butwaa

Mshangao.

Bwaga, Ku-

Angusha, tupa chini.

Bwawa, Ma-

Ziwa lenye matope, kinamasi.

Chachu

Hamira, kitu kitumiwacho kuchachusa, au kuumua unga ili ufure, kitu kinachoumusha unga.

Changamana, Ku-

Katika hali ya kuchanganyika.

Chano, Vya-

Namna ya sinia, sahani ya ubao ya kupelekea chakula.

Chapeo

Kofia ya chuma.

Chembe

(1) Punje (kwa mfano chembe ya mchele ni punje ya mchele).
(2) Chembe ya mshale ni kigumba chake.
(3) Chembe ya moyo ni sehemu ya chini katikati pale mbavu zinapokutana.

Chetezo, Vye-

Chombo cha kufukizia uvumba.

Chungu

Mdudu mdogo mweusi.

Denge

Namna ya kunyoa nywele zote isipokuwa kishungi katikati ya kichwa.

Dhahiri

Wazi, jambo linalofahamika.

Dhalili

Dhaifu, hafifu, nyonge, maskini.

Dhamiri, Dhamira

Moyo, nia, mawazo, sauti ya ndani ya mtu, inayoonya juu ya wema na ubaya.

Dhati

Nia ya moyoni hasa, kusudi la moyo.

Dhili, Ku-

Fanya nyonge.

Dhiraa

Kipimo cha kuanzia ncha ya kidole cha katikati hadi kiwiko, kama sentimita 45.

Dhoruba

Tufani, upepo wa nguvu nyingi sana.

Dhulumu

Onea, tendo lisilo la haki, tenda upotovu.

Dirii

Darii, deraya, durui; vazi la vita livaliwalo kifuani kama koti kumkinga mpiganaji.

Divai

Kinywaji kilichotengenezwa kwa maji ya zabibu ambacho hakijachacha, kisicho na kilevi.

Dosari

Hitilafu, waa, ila, kasoro.

Dumu, Mi-

Mitungi mikubwa, gudulia, nzio.

Fadhaa

Mashaka ya moyo, wasiwasi, hofu, hangaiko, bumbuazi, shtuka.

Fadhili, Ku-

Fanyia wema kama hisani, kirimu.

Faragha

Mahali pa upweke, mahali pasipo na mtu, mahali pa siri.

Fikicha

Sugua katika vidole.

Fuawe

Mahali mhunzi anapotumia kuwekea chuma anachokifua.

Fukiza

Fanya moshi hasa wa manukato kama uvumba, manemane, n.k.

Funjo, Ma-

Majani marefu yaotayo kwenye bwawa, ziwa au kandokando ya mto; hutumiwa kutengeneza karatasi.

Genge

Mteremko au bonde linaloshuka ghafula.

Ghairi, Ku-

Badili nia, fanya uamuzi kinyume na lililokusudiwa kwanza.

Gharika

Furiko la maji.

Gofu

Nyumba iliyobomolewa.

Govi

Zunga, sehemu ya mbele ya uume iondolewayo wakati wa kutahiriwa.

Gubika, Ku-

Funika kabisa, kujawa, zamishwa ndani ya.

Hadaa, Ku-

Danganya, punja, kopa bila nia ya kurudisha.

Hakimu

Mwamuzi, mtu anayehukumu, jaji.

Haleluya

Kiebrania: Hallelu Yah, yaani, msifuni Bwana.

Handaki, Ma-

Shimo refu, mfereji, ufuo.

Hanithi

Mlawiti, mfiraji, mwanaume atumiwaye na wanaume wengine kama mwanamke, msenge.

Haradali

Mbegu ndogo ndogo za rangi ya manjano, zikipondwa ni kali sana.

Hari

Joto, jasho, jua kali.

Hasi

Ondoa pumbu, fanya towashi, ondolea nguvu ya kiume.

Hazama

Kishaufu, kipini, kipambo cha kutia puani.

Hedhi

Siku za mwanamke za mwezi, kutokwa damu ya mwezi.

Hema, Ku-

Tweta, toa pumzi upesi upesi.

Heri

Raha, starehe, shangwe, neema, ustawi, baraka, bahati.

Himaya

Serikali, utawala.

Himidi, Ku-

Sifu, adhimisha, tukuza.

Hisopo

Aina ya mti, ulikuwa unatumika katika kusafishia ili kutakasa.

Hori

Mahali pa wanyama kunywea maji au kulia chakula.

Hua

Namna ya ndege kama njiwa.

Huisha, Ku-

Fufua, tia uhai au uzima.

Huluku

Fanya, fanyiza, umba. Hutumika hasa kwa Mwenyezi Mungu kuumba dunia na wanadamu.

Husuda

Wivu, jicho baya, chuki, uadui.

Husuru

Kuzingira mji kwa vita, zunguka mji kwa jeshi, kuuzunguka mji vitani.

Ila

Upungufu, kasoro, dosari, hitilafu, kosa.

Jaa

Mahali pa kutupia taka, chungu ya taka.

Janga, Ma-

Shida, matata, taabu, hatari, balaa.

Jangwa, Ma-

Nyika, mahali pakubwa penye mchanga pasipoota majani wala miti.

Jehanamu

Gehena, motoni, mahali pa mateso ya waovu.

Jeuri

Udhalimu, hiana, ubahili, kinachofanywa ili kuvuta macho ya mtu choyo, unyimaji.

Jibini

Aina ya kitu kitengenezwacho kwa maziwa yaliyoganda.

Joho

Vazi kama koti refu.

Kabari

Kipande kilichochongwa (cha mti au chuma) kinachotumika kugawanya magogo.

Kafara

Kitu kilichotolewa kwa miungu, sanamu au shetani, ili kupata upendeleo au haja.

Kalibu

Chombo cha kuyeyushia madini (dhahabu, fedha, shaba, nk).

Karabati

Tengeneza upya, fanya upya kitu kilichochakaa au kuharibika.

Kawa

Ugonjwa wa mimea, kuvu.

Kengeuka

Acha imani sahihi, rudi nyuma, rudia mazoea mabaya (ukengeufu).

Kichala

Kitawi cha matunda yaliyo mengi pamoja.

Kicho

Hofu ya Mungu.

Kidhi

Kupatia haja, kutosha, kulipa.

Kifusi, Vi-

Lundo la udongo, mchanga au mawe kutoka nyumba iliyobomolewa.

Kigao, Vi-

Ngao ndogo.

Kijakazi

Mtumwa mwanamke kijana.

Kilimia

Jamii ya nyota zinazojulisha wakati wa mvua.

Kipenu

Kibanda cha kujisitiri.

Kipuli, Vi-

Pete ya sikio.

Kiriba

Mfuko uliofanywa kwa ngozi ya mnyama wa kuchukulia au kuwekea maji.

Kisibau

Naivera, nguo ya juu ya kuhani.

Kitanga

Kiganja, sehemu ya mkono yenye vidole.

Kitani

Aina ya kitambaa, nguo za kuvaa.

Kite

Kilio cha huzuni, maumivu, taabu, uchungu; kusononeka.

Kiunga, Vi-

Kichaka, miti mingi kiasi mahali pamoja.

Kombeo

Teo, kamba itumikayo kurusha mawe.

Kongwa

Mti uliotiwa kwenye shingo ya mtumwa, kifungo cha shingoni, nira.

Konzi

Ukofi, chopi, cha kujaa kiganja kuandalia chakula.

Kufuru

Nenea Mungu mabaya, tukana Mungu, laani, apiza.

Kunyanzi

Kunjo.

Kuvu

(1) Ugonjwa wa mimea, koga, kutu.
(2) Kuzuia meli.

Lakiri

Namna ya nta inayotumika kufungia kitu ili mtu asiyehusika asiweze kufungua, hutumika kama muhuri.

Lewiathani

Mnyama mkubwa aliyeishi katika maji aliyefanana na joka kubwa.

Limbuko, Ma-

Zao la kwanza, kitu kinachotokea kwanza.

Lulu

Kito cha thamani kama changarawe nyeupe au pengine nyeusi.

Lulumizi

Mama wa lulu, mahali lulu zinapopatikana.

Machweo

Wakati wa jua kuzama, jua linapochwea.

Madaha

Maringo, kwa uzuri, uzuri wa kuonyesha adabu, matendo na mwenendo wa kupendeza.

Mahame

Mahali palipoachwa na watu waliohama, ukiwa.

Maherode

Wayahudi waliotaka kutawaliwa na jamii ya Herode, bali sio Ufalme wa Rumi; walimchukia sana Yesu.

Mahsusi

Maalum, pekee yake, muhimu.

Maka, Ku-

Sema ghafula kwa kushangaa, toa sauti ya mshangao.

Manemane

Namna ya utomvu wa mti fulani ulioganda, hutumika kufukiza kama uvumba.

Mapokeo

(1) Vitu vilivyopokewa.
(2) Hadithi, desturi zilizopokewa na wazee na kusimuliwa au kukabidhiwa kwa watoto wao.

Marmar

Aina ya jiwe liwezalo kung'arishwa vizuri.

Masazo

Yaliyobaki, masalio.

Masiya

Kristo, yaani Aliyepakwa au Aliyetiwa mafuta.

Matamvua

Nyuzi zinazotokeza kwenye pindo la vazi.

Mawio

Wakati wa jua kuchomoza, macheo.

Mbari

Kabila, ukoo.

Mbisho

Kuelea upepo unapotoka, kupingana na upepo.

Mboni

Kiini cha jicho.

Mchokoo

Mti uliochongoka unaotumika kulimia au kuvulia samaki.

Mchongoma

Aina ya mti wenye miiba.

Mhadasi

Mti wenye harufu nzuri utumikao kutengeneza manukato.

Mhanga, Wa-

Mtu apatwaye na madhara bila kosa au kwa ajili ya mwingine.

Mharabu, Wa-

Mtu aharibuye, mtundu, mwangamizi.

Mhimili, Mi-

Mbao zinazotumika kusimamisha hema.

Mkabala

Kuelekeana, kutazamana, kuangaliana.

Mkatale, Mi

Mti uliochongwa na kutobolewa matundu ya kufungia miguu.

Mpiko, Mi-

Mti unaotumika kubebea kitu.

Mruba

Mdudu mfyonza damu akaaye kwenye maji.

Msihiri

Mpiga ramli, mlozi.

Mstahiki

Muungwana, mtu anayeheshimiwa.

Mtamba

Ng'ombe jike ambaye hajapandwa.

Mtima

Moyo, sehemu ya ndani sana.

Mtofaa

Aina ya mti wa matunda, tunda ni tofaa.

Mvuo, Mi-

Mfuko wa ngozi wa kupulizia moto unaotumiwa na mhunzi.

Mwandamo, Mi-

Tendo la kufuatana. Mwezi mwandamo ni mwezi mpya, ndio kwanza uonekane.

Mwanzi

Mti unaofanana na muwa, lakini miti yake ni wazi ndani kama mrija mnene.

Mzingo

Mzunguko kwenye umbo la mduara.

Najisi

Kutokuwa safi, si halali, si takatifu.

Nanga

Chuma nzito yenye kulabu ya kuteremsha kwenye maji kuzuia meli isichukuliwe na maji, au isisogee.

Nasaba

Asili, jadi.

Nira

Kipande cha mti anachofungiwa mnyama au mwanadamu shingoni, kifungo cha shingoni, kongwa.

Nyara

Mateka, mali iliyotekwa vitani.

Ongoka

Badili mwenendo na tabia, geuka, kuwa mnyofu na adilifu.

Orioni

Fungu la nyota.

Parare

Namna ya panzi mkubwa.

Pelele

Mnyama akaaye kwenye majabali.

Pezi, Ma-

Mbawa za samaki.

Safu

Mstari au msafa wa vitu, watu, wanyama.

Samani

Vyombo, zana, vifaa, mapambo ya nyumba.

Seta, Ku-

Ponda, vunja nguvu, tiisha, angamiza, lemea sana.

Shehena

Mizigo iliyobebwa ndani ya merikebu au gari.

Shela

Baraka, utaji, kifuniko cha uso.

Shibiri

Kipimo cha kiganja kilicho kunjuliwa kuanzia kidole gumba hadi kidole cha katikati (kama sentimita 20).

Shinikizo

Shimo au kinu cha kushindikia.

Shokoa

Kazi ya lazima, kama ya mtumwa.

Siki

Aina ya kinywaji kali kilichochacha.

Sitara

Mahali pa kujificha.

Subu, Ku-

Yeyusha (chuma, dhahabu au fedha) ili kutengeza kitu.

Suria

Mwanamke aliyeolewa bila sheria ya ndoa.

Taharuki

Kuhangaika, kufadhaika.

Tahayari

Ona haya, soni, au aibu.

Takabari, Ku-

Kiburi, kujivuna, kujikuza.

Tarizi, Ku-

Nakshi ya nguo, tia nguo nakshi.

Teleka

Weka chungu jikoni pamoja na kile kinachopikwa.

Tete, Ma-

Majani marefu yaotayo kwenye bwawa, ziwa au kandokando ya mto.

Timazi

Kifaa chenye kamba na kijiwe kizito cha kupimia ukuta kuona kama umenyooka wima.

Tindika

Kukatika kwa maji, kwisha kwa kitu (maji).

Towashi, Ma-

Mtu aliyehasiwa, asiye na nguvu za kiume, hanithi.

Tumbua

Pasua (kwa mfano jipu, tumbo).

Tundu

Kifaa kitumikacho kutenga mnyama au ndege.

Tunga

(1) Vimbia kwa ndani (kwa mfano usha, damu),
(2) kuanzishwa kwa mimba,
(3) weka uzi kwenye sindano,
(4) buni jambo au hadithi.

Tunutu

Mtoto wa nzige ambaye hajaota mabawa bado, pansi, parare.

Tweta

Pumua kwa shida.

Udhia

Kitu, jambo au hali inayosumbua, kero.

Udi

Mti wenye mbao zinukiavyo vizuri, msubili.

Ufidhuli

Kiburi, majivuno, ujeuri, ujuvi.

Ufuko

Mahali maji ya bahari yakomapo pwani.

Umbu

Ndugu wa kike.

Urujuani

Rangi ya zambarau bivu, rangi ya vazi la kifalme.

Utaji

Kitambaa cha kufunika kichwa au uso.

Utungu

Uchungu wakati wa kuzaa.

Utusitusi

Mawingu meusi, weusi.

Uvumba

Namna ya gundi inayonukia, hutumika kufukizia.

Uvumi

Sauti au mlio kama ule wa nyuki au ule wa upepo.

Uwanda

Nchi iliyo sawasawa bila vilima, tambarare.

Vuvia, Ku-

Pepetea kwa mdomo au mfuko, puliza.

Wakfu

Kutengwa kwa matumizi ya Mungu au ibada.

Wasaa

Nafasi bora, wakati unaofaa, fursa.

Yungiyungi

Lili, nyinyoro, aina ya ua zuri.

Zaka

Matoleo, sadaka ambayo ni sehemu moja ya kumi, fungu la kumi.

Zeri

Marhamu itumikayo kwa kuponya.

Zingirwa, Ku-

Zungukwa kila upande.

Zumaridi

Namna ya kito cha thamani chenye rangi ya kijani iliyopauka.